ਤੂਫ਼ਾਨਾਂ ਦਾ ਸ਼ਾਹ ਅਸਵਾਰ

ਸ਼ਹੀਦ ਕਰਤਾਰ ਸਿੰਘ ਸਰਾਭਾ

ਜੀਵਨ, ਕਰਮ ਅਤੇ ਸ਼ਹਾਦਤ

ਏਸੇ ਕਲਮ ਤੋਂ :

- *ਵੀਹਵੀਂ ਸਦੀ ਦੀ ਸਿੱਖ ਰਾਜਨੀਤੀ :*
  ਇਕ ਗ਼ੁਲਾਮੀ ਤੋਂ ਦੂਜੀ ਗ਼ੁਲਾਮੀ ਤੱਕ (2003)
- *ਸਿੱਖ ਰਾਜਨੀਤੀ ਦਾ ਦੁਖਾਂਤ :*
  ਕਿਸ ਬਿਧ ਰੁਲੀ ਪਾਤਸ਼ਾਹੀ (2007)
- *1984 : ਅਣਚਿਤਵਿਆ ਕਹਿਰ* (2009)
- *ਗ਼ਦਰੀ ਬਾਬੇ ਕੌਣ ਸਨ ?* (2013)
- *ਤੀਜੇ ਘੱਲੂਘਾਰੇ ਤੋਂ ਬਾਅਦ*
  ਸਿੱਖਾਂ ਦੀ ਸਿਧਾਂਤਕ ਘੇਰਾਬੰਦੀ (2015)

ਤਰਤੀਬ

ਕਈ ਲਿਖਾਰੀਆਂ ਨੇ ਬੇਸਮਝੀ ਜਾਂ ਕਿਸੇ ਗ਼ੈਰ-ਜਮਹੂਰੀ ਸਿਆਸੀ ਅਸਰ ਹੇਠ ਆ ਕੇ ਗ਼ਦਰ ਪਾਰਟੀ ਦੀ ਜਮਹੂਰੀਅਤ ਨੂੰ ਨੁਕਸਾਨ ਪਹੁੰਚਾਣ ਦੀ ਕੋਸ਼ਿਸ਼ ਕੀਤੀ। ਅੰਗਰੇਜ਼ਾਂ ਦੇ ਏਜੰਟਾਂ ਦਾ ਇਹ ਪ੍ਰਚਾਰ ਸੀ ਕਿ ਗ਼ਦਰ ਪਾਰਟੀ ਲਾਲਾ ਹਰਦਿਆਲ ਨੇ ਖੜੀ ਕੀਤੀ ਹੈ, ਨਹੀਂ ਤਾਂ ਇਹ ਪੰਜਾਬੀਆਂ ਦਾ ਅਨਪੜ੍ਹ ਟੋਲਾ ਹੀ ਹੈ। ਸਕੂਲਾਂ ਵਿਚ ਨਵੀਆਂ ਲੱਗੀਆਂ ਕਿਤਾਬਾਂ ਵਿਚ ਅੰਗਰੇਜ਼ਾਂ ਦੇ ਪ੍ਰਚਾਰ ਦੇ ਪੱਖ ਵਿਚ ਅਤੇ ਗ਼ਦਰ ਪਾਰਟੀ ਦੀ ਜਮਹੂਰੀ ਲਾਈਨ ਨੂੰ ਇਤਿਹਾਸ ਵਿੱਚੋਂ ਨਾਬੂਦ ਕਰਨ ਖ਼ਾਤਰ ਹਕੂਮਤ ਨੇ ਵੀ ਪਾਲਸੀ ਅਖ਼ਤਿਆਰ ਕਰ ਲਈ ਹੈ। ਪਰ ਉਹ ਦਿਨ ਦੂਰ ਨਹੀਂ, ਜਿਸ ਦਿਨ ਇਹ ਸਾਰੇ ਲਿਖਾਰੀ ਲੋਕਾਂ ਸਾਹਮਣੇ ਸ਼ਰਮਿੰਦਾ ਹੋਣਗੇ ਅਤੇ ਜਾਗੀ ਹੋਈ ਕੌਮ ਅਤੇ ਦੇਸ਼ ਆਪਣੀ ਇਨਕਲਾਬੀ ਤਾਰੀਖ਼ ਨੂੰ ਸੱਚੇ ਅਰਥਾਂ ਵਿਚ ਜਨਤਾ ਦੇ ਸਾਹਮਣੇ ਲਿਆਉਣਗੇ।

—ਬਾਬਾ ਸੋਹਣ ਸਿੰਘ ਭਕਨਾ

(ਕੌਮੀ ਲਹਿਰ, ਜਨਵਰੀ 1970)

ਮੁੱਢਲੇ ਸ਼ਬਦ

ਗ਼ਦਰ ਪਾਰਟੀ ਤੇ ਲਹਿਰ ਨਾਲ ਸੰਬੰਧਿਤ ਲਿਖਤਾਂ ਵਿੱਚੋਂ ਸ਼ਹੀਦ ਕਰਤਾਰ ਸਿੰਘ ਸਰਾਭਾ ਦੇ ਜੀਵਨ ਬਾਰੇ ਜਿਹੜੀ ਜਾਣਕਾਰੀ ਮਿਲਦੀ ਹੈ, ਉਹ ਮੁਕੰਮਲ ਤੇ ਬੱਝਵੀਂ ਨਹੀਂ ਹੈ। ਜਿੰਨੇ ਕੁ ਤੱਥ ਮਿਲਦੇ ਹਨ, ਉਹ ਅਧੂਰੇ, ਖਿਲਰੇ-ਬਿਖਰੇ ਤੇ ਉਘੜੇ-ਦੁਘੜੇ ਹਨ। ਇਨ੍ਹਾਂ ਤੱਥਾਂ ਦਾ ਸੋਮਾ ਮੁੱਖ ਤੌਰ 'ਤੇ ਉਸ ਦੇ ਸਹਿ-ਸੰਗਰਾਮੀਆਂ ਜਾਂ ਸਮਕਾਲੀਆਂ ਦੀਆਂ ਲਿਖਤਾਂ ਹਨ, ਪਰ ਸਮੱਸਿਆ ਇਹ ਹੈ ਕਿ ਇਨ੍ਹਾਂ ਲਿਖਤਾਂ ਵਿਚ ਦਰਜ ਬਹੁਤ ਸਾਰੇ ਤੱਥ ਤੇ ਵੇਰਵੇ ਇਕ ਦੂਜੇ ਨਾਲ ਮੇਲ ਨਹੀਂ ਖਾਂਦੇ। ਅਜਿਹੀ ਹਾਲਤ ਵਿਚ ਠੀਕ ਤੇ ਗ਼ਲਤ ਦਾ ਨਿਰਣਾ ਕਰਨਾ ਮੁਸ਼ਕਲ ਹੋ ਜਾਂਦਾ ਹੈ।

ਅਕਸਰ ਦੇਖਣ ਵਿਚ ਆਇਆ ਹੈ ਕਿ ਲਹਿਰ ਵਿਚ ਸਰਗਰਮ ਰਹੇ ਵਿਅਕਤੀ ਜਦੋਂ ਕੁਝ ਸਮਾਂ ਬੀਤ ਜਾਣ ਪਿੱਛੋਂ, ਯਾਦਾਸ਼ਤ ਦੇ ਆਧਾਰ 'ਤੇ, ਲਹਿਰ ਦੌਰਾਨ ਵਾਪਰੀਆਂ ਘਟਨਾਵਾਂ ਦੇ ਵੇਰਵੇ ਲਿਖਣ ਲੱਗਦੇ ਹਨ ਤਾਂ ਉਨ੍ਹਾਂ ਦੇ ਬਿਰਤਾਂਤ ਅੰਦਰ ਤਾਰੀਕਾਂ, ਤੱਥਾਂ ਤੇ ਘਟਨਾਵਾਂ ਦੇ ਵਰਣਨ ਵਿਚ ਗ਼ਲਤ ਬਿਆਨੀ ਦੀ ਸੰਭਾਵਨਾ ਹੁੰਦੀ ਹੈ। ਕੁਝ ਤਾਂ ਕੁਦਰਤ ਦੇ ਅਟੱਲ ਨਿਯਮ ਅਨੁਸਾਰ ਸਮਾਂ ਪੈਣ ਨਾਲ ਯਾਦਾਸ਼ਤ ਧੁੰਦਲੀ ਹੋ ਜਾਂਦੀ ਹੈ, ਜਿਸ ਕਰਕੇ ਕੁਝ ਮਾਮਲਿਆਂ ਵਿਚ, ਅਨਜਾਣੇ ਰੂਪ ਵਿਚ, ਤੱਥਾਂ ਤੇ ਤਾਰੀਕਾਂ ਬਾਰੇ ਟਪਲਾ ਲੱਗ ਜਾਣਾ ਸੁਭਾਵਿਕ ਹੁੰਦਾ ਹੈ। ਪਰ ਇਸ ਤੋਂ ਬਿਨਾਂ ਵੀ, ਲਹਿਰਾਂ ਨਾਲ ਜੁੜੇ ਰਹੇ ਕੁਝ ਵਿਅਕਤੀਆਂ ਅੰਦਰ, ਆਪਣੇ ਅੰਤਰਮੁਖੀ ਝੁਕਾਵਾਂ ਤੇ ਪੱਕ ਚੁੱਕੇ ਸੰਸਕਾਰਾਂ ਮੁਤਾਬਕ, ਤੱਥਾਂ ਨੂੰ ਗ਼ਲਤ ਸ਼ਕਲ ਦੇਣ ਜਾਂ ਕੁਝ ਮਨਘੜਤ ਤੱਥ ਸਿਰਜਣ ਦੀ ਅੰਤਰਮੁਖੀ ਬਿਰਤੀ ਹੁੰਦੀ ਹੈ।

ਹੋਰਨਾਂ ਲਹਿਰਾਂ ਵਾਂਗੂੰ, ਗ਼ਦਰ ਲਹਿਰ ਅੰਦਰ ਵੀ ਦੋ ਕਿਸਮ ਦੇ ਵਿਅਕਤੀ ਸਨ। ਇਕ ਉਹ ਜਿਹੜੇ ਲਹਿਰ ਦਾ ਧੁਰਾ (core) ਅਥਵਾ ਜਿੰਦ-ਜਾਨ ਸਨ। ਇਹ ਸੰਗਰਾਮੀਏ ਉੱਚੇ ਤੇ ਸੁੱਚੇ ਇਖ਼ਲਾਕ ਦੇ ਮਾਲਕ ਸਨ। ਉਨ੍ਹਾਂ ਦੀ ਕਹਿਣੀ ਤੇ ਕਰਨੀ ਵਿਚ ਰਤੀ ਭਰ ਅੰਤਰ ਨਹੀਂ ਸੀ। ਇਨ੍ਹਾਂ ਸੰਗਰਾਮੀਆਂ ਵਿੱਚੋਂ ਜ਼ਿਆਦਾਤਰ ਸ਼ਹੀਦ ਹੋ ਗਏ ਜਾਂ ਲੰਮਾ ਸਮਾਂ ਜੇਲ੍ਹਾਂ ਅੰਦਰ ਕੈਦ ਰਹੇ। ਪਰ ਇਸ ਦੇ ਨਾਲ ਹੀ, ਗ਼ਦਰ ਲਹਿਰ ਦੇ ਮੁੱਢਲੇ ਦੌਰ ਅੰਦਰ, ਅਮਰੀਕਾ-ਕੈਨੇਡਾ ਵਿਚ ਪੜ੍ਹਾਈ ਕਰ ਰਹੇ ਕੁਝ ਭਾਰਤੀ ਵਿਦਿਆਰਥੀ ਤੇ ਬੁੱਧੀਜੀਵੀ, ਜਿਹੜੇ ਹਿੰਦੂ 'ਉੱਚ-ਜਾਤੀਆਂ' ਨਾਲ ਸੰਬੰਧਿਤ ਸਨ, ਵੀ ਗ਼ਦਰ ਲਹਿਰ ਨਾਲ ਜੁੜ ਗਏ ਸਨ। ਉਨ੍ਹਾਂ ਨੇ ਕੁਝ ਸਮੇਂ ਲਈ ਗ਼ਦਰ ਪਾਰਟੀ ਦੀਆਂ ਪ੍ਰਚਾਰ ਸਰਗਰਮੀਆਂ ਵਿਚ ਉਤਸ਼ਾਹ-ਪੂਰਨ ਰੋਲ ਨਿਭਾਇਆ ਸੀ। ਪਰ ਜਦੋਂ 1914 ਵਿਚ ਸੰਸਾਰ ਜੰਗ ਛਿੜ ਪੈਣ ਉਪਰੰਤ, ਅਮਰੀਕਾ-ਕੈਨੇਡਾ ਤੇ ਧੁਰ ਪੂਰਬ ਦੇ ਟਾਪੂਆਂ ਤੋਂ ਭਾਰਤੀ ਪਰਵਾਸੀਆਂ, ਜਿਨ੍ਹਾਂ ਵਿੱਚੋਂ 90 ਫ਼ੀਸਦੀ ਤੋਂ ਵਧੇਰੇ ਸਿੱਖ ਸਨ, ਨੇ ਦੇਸ਼ ਨੂੰ ਆਜ਼ਾਦ ਕਰਾਉਣ ਲਈ ਭਾਰੀ ਗਿਣਤੀ ਵਿਚ ਦੇਸ਼ ਵੱਲ ਵਹੀਰਾਂ ਘੱਤ ਦਿੱਤੀਆਂ ਸਨ ਤਾਂ ਇਨ੍ਹਾਂ ਮੱਧ ਵਰਗੀ ਵਿਦਿਆਰਥੀਆਂ ਤੇ ਬੁੱਧੀਜੀਵੀਆਂ 'ਚੋਂ ਬਹੁਤਿਆਂ ਨੇ ਆਪਣੇ ਪੈਰ ਪਿਛਾਂਹ ਖਿੱਚ ਲਏ

ਸਨ। ਲਹਿਰ ਖ਼ਤਮ ਹੋ ਜਾਣ, ਖ਼ਾਸ ਕਰਕੇ ਭਾਰਤ ਵਿੱਚੋਂ ਬਸਤੀਵਾਦੀ ਰਾਜ ਦੇ ਖ਼ਾਤਮੇ ਤੋਂ ਬਾਅਦ, ਇਨ੍ਹਾਂ 'ਚੋਂ ਕੁਝ ਵਿਅਕਤੀਆਂ ਅੰਦਰ ਗ਼ਦਰ ਲਹਿਰ ਬਾਰੇ ਆਪਣੀਆਂ ਯਾਦਾਂ ਲਿਖਣ ਦਾ 'ਜੋਸ਼' ਜਾਗ ਉਠਿਆ। ਮੱਧ ਵਰਗੀ ਬੁੱਧੀਮਾਨ ਲੋਕਾਂ ਅੰਦਰ ਅਕਸਰ ਹੀ ਆਪਣੇ ਰੋਲ ਨੂੰ ਵਧਾਅ-ਚੜ੍ਹਾਅ ਕੇ ਪੇਸ਼ ਕਰਨ ਦੀ ਪ੍ਰਵਿਰਤੀ ਹੁੰਦੀ ਹੈ। ਉਹ ਲਹਿਰ ਦੇ ਖ਼ਤਮ ਹੋ ਜਾਣ ਉਪਰੰਤ, ਲਹਿਰ ਦੇ ਮਹਿਬੂਬ ਨਾਇਕ (ਜਾਂ ਨਾਇਕਾਂ) ਨਾਲ ਆਪਣੀ ਨੇੜਤਾ ਦਰਸਾ ਕੇ ਆਪਣੀ ਮਹੱਤਤਾ ਦਰਸਾਉਣ ਦੇ ਯਤਨ ਕਰਦੇ ਹਨ। ਇਸ ਰੌਸ਼ਨੀ ਵਿਚ, ਦਰੀਸੀ ਚੈਂਨਚਈਆ, ਤਾਰਕ ਨਾਥ, ਗੋਬਿੰਦ ਬਿਹਾਰੀ ਲਾਲ, ਭਾਈ ਪਰਮਾਨੰਦ (ਲਾਹੌਰ) ਆਦਿ ਦੀਆਂ ਲਿਖਤਾਂ ਨੂੰ ਸ਼ੱਕ ਤੇ ਪੜਚੋਲਵੀਂ ਨਜ਼ਰ ਨਾਲ ਦੇਖਿਆ ਜਾਣਾ ਚਾਹੀਦਾ ਹੈ। ਉਨ੍ਹਾਂ ਵੱਲੋਂ ਲਿਖੀ/ਕਹੀ ਕਿਸੇ ਵੀ ਗੱਲ ਨੂੰ ਇੰਨ-ਬਿੰਨ ਪ੍ਰਵਾਨ ਨਹੀਂ ਕਰਨਾ ਚਾਹੀਦਾ। ਉਨ੍ਹਾਂ ਦੀਆਂ ਲਿਖਤਾਂ ਵਿਚ ਦਰਜ ਤੱਥ-ਸਮੱਗਰੀ ਨੂੰ ਪ੍ਰਮਾਣਿਕ ਮੰਨ ਲੈਣ ਦੀ ਗ਼ਲਤੀ ਕਦਾਚਿਤ ਨਹੀਂ ਕਰਨੀ ਚਾਹੀਦੀ। ਕੁਝ ਜੀਵਨੀਕਾਰਾਂ ਨੇ ਰਾਸ਼ਟਰਵਾਦ ਦੇ ਬਨਾਉਟੀ ਜਜ਼ਬੇ ਜਾਂ ਸੰਸਾਰੀ ਖੋਜ ਦੇ ਸੁਆਰਥੀ ਮਨੋਰਥ ਅਧੀਨ ਇਸ ਗ਼ੈਰ-ਭਰੋਸੇਯੋਗ ਤੱਥ-ਸਮੱਗਰੀ ਨੂੰ ਆਧਾਰ ਬਣਾ ਕੇ ਸ਼ਹੀਦ ਕਰਤਾਰ ਸਿੰਘ ਸਰਾਭਾ ਦੇ ਜੀਵਨ, ਵਿਚਾਰਧਾਰਾ ਤੇ ਅਮਲਾਂ ਨੂੰ ਗ਼ਲਤ ਰੌਸ਼ਨੀ ਵਿਚ ਪੇਸ਼ ਕਰਨ ਦੇ ਯਤਨ ਕੀਤੇ ਹਨ। ਇਸੇ ਤਰ੍ਹਾਂ ਕੁਝ ਕੁ ਲੇਖਕਾਂ ਵੱਲੋਂ ਸ਼ਹੀਦ ਕਰਤਾਰ ਸਿੰਘ ਸਰਾਭਾ ਦੇ ਜੀਵਨ ਬਾਰੇ ਲਿਖੀਆਂ ਲਿਖਤਾਂ ਗਹਿਰ-ਗੰਭੀਰ ਚਿੰਤਨ ਦੀ ਬਜਾਇ, ਚੇਤਨਾ ਦੀ ਕਿਸੇ ਉਪਭਾਵਕ ਹਿਲਜੁਲ ਦਾ ਸਿੱਟਾ ਹਨ। ਇਨ੍ਹਾਂ ਵਿੱਚੋਂ ਸ਼ਹੀਦ ਦਾ ਜਿਹੜਾ ਬਿੰਬ ਉਭਰਦਾ ਹੈ, ਉਹ ਅਸਲੀਅਤ ਤੋਂ ਦੂਰ ਹੈ। ਜੇਕਰ ਲੇਖਕ ਦੀ ਰਚਨਾ ਦੇ ਪਿੱਛੇ ਚਿੰਤਨ ਦੀ ਕੋਈ ਸਹਿਜ-ਦ੍ਰਿਸ਼ਟੀ ਕੰਮ ਨਹੀਂ ਕਰਦੀ, ਕੇਵਲ ਸਮਕਾਲੀ ਵਿਚਾਰਧਾਰਾ ਦੀ ਸੌੜੀ ਵਲਗਣ ਵਿਚ ਰਹਿ ਕੇ ਲਿਖਿਆ ਜਾਂਦਾ ਹੈ ਤਾਂ ਇਸ 'ਚੋਂ ਇਤਿਹਾਸ ਦੀ ਵਿਗੜੀ ਸ਼ਕਲ ਸਾਹਮਣੇ ਆਉਂਦੀ ਹੈ।

ਉਪਰੋਕਤ ਵੰਨਗੀ ਦੇ ਲੇਖਕਾਂ ਕੋਲ ਤੱਥਾਂ ਨੂੰ ਇਕੱਤਰ ਕਰਨ ਤੇ ਤਰਤੀਬ ਦੇਣ ਦੀ ਜੁਗਤ ਤੇ ਯੋਗਤਾ ਤਾਂ ਬੇਸ਼ੱਕ ਹੈ, ਪਰ ਤੱਥਾਂ ਦੀਆਂ ਬਾਰੀਕ ਤੇ ਬਹੁ-ਪਾਸਾਰੀ ਪਰਤਾਂ ਨੂੰ ਵੇਖਣ ਤੇ ਸਮਝਣ ਦੀ ਬੌਧਿਕ ਸਮਰੱਥਾ ਨਹੀਂ ਹੈ। ਤੱਥਾਂ ਦੀ ਸਹੀ ਵਿਆਖਿਆ ਕਰਨ ਵਾਸਤੇ, ਤੱਥਾਂ ਨੂੰ ਅਨੁਭਵ ਦੀ ਅੱਖ ਰਾਹੀਂ ਸਮਝਣਾ ਪੈਂਦਾ ਹੈ। ਨਤੀਜੇ ਕੱਢਣ ਵੇਲੇ ਤੱਥ ਅਤੇ ਦਲੀਲ ਵਿਚਕਾਰ ਸਜੀਵ ਰਿਸ਼ਤਾ ਬਣਨਾ ਚਾਹੀਦਾ ਹੈ। ਔਸਤਨ ਅਖ਼ਬਾਰ-ਨਵੀਸੀ ਦੇ ਪੱਧਰ ਦੀਆਂ ਲਿਖਤਾਂ ਅੰਦਰ, ਗ਼ਦਰੀ ਸੰਗਰਾਮੀਆਂ ਵਿਰੁੱਧ ਭੁਗਤੇ ਸਰਕਾਰੀ ਗਵਾਹਾਂ ਦੀਆਂ ਗਵਾਹੀਆਂ ਅਤੇ ਸਰਕਾਰੀ ਅਦਾਰਿਆਂ ਤੋਂ ਕਾਰਿੰਦਿਆਂ (ਪੁਲਸ ਤੇ ਸੀ.ਆਈ.ਡੀ. ਦੇ ਕਰਮਚਾਰੀਆਂ) ਦੀਆਂ ਰਿਪੋਰਟਾਂ ਨੂੰ ਬੇਸਮਝੀ ਨਾਲ ਵਰਤਣ ਦੀ ਉਕਾਈ ਆਮ ਹੋਈ ਹੈ। 'ਵਿਚਾਰਧਾਰਕ ਨਿਰਪੱਖਤਾ' ਦੇ ਸਵੈ-ਸਿਰਜੇ ਭਰਮ ਅਧੀਨ, ਤੱਥਾਂ ਨੂੰ ਇੰਨ-ਬਿੰਨ ਪੇਸ਼ ਕਰਨ ਦਾ ਜਨੂੰਨ ਵੀ ਇਤਿਹਾਸ ਨੂੰ ਗ਼ਲਤ ਸ਼ਕਲ ਦੇਣ ਵਿਚ ਸਹਾਈ ਹੋ ਨਿਬੜਦਾ ਹੈ।

ਤੱਥਾਂ ਨੂੰ ਸਿਰਜਣ ਵਾਲੀ ਅਦ੍ਰਿਸ਼ਟ ਪ੍ਰੇਰਨਾ ਨੂੰ ਸਮਝੇ ਬਿਨਾਂ ਤੱਥਾਂ 'ਚੋਂ ਸਹੀ ਨਤੀਜੇ ਨਹੀਂ ਕੱਢੇ ਜਾ ਸਕਦੇ। ਇਨਕਲਾਬੀ ਲਹਿਰਾਂ ਦਾ ਇਤਿਹਾਸ ਲਿਖਣ ਲਈ ਇਸ ਦੇ ਪਾਤਰਾਂ ਦੇ ਅਹਿਸਾਸਾਂ ਨੂੰ ਪਕੜਨਾ ਜਿੰਨਾ ਜ਼ਰੂਰੀ ਹੁੰਦਾ ਹੈ, ਓਨਾ ਹੀ ਦੁੱਭਰ ਹੁੰਦਾ ਹੈ। ਇਸ ਦ੍ਰਿਸ਼ਟੀ ਤੋਂ ਸ਼ਹੀਦ ਕਰਤਾਰ ਸਿੰਘ ਸਰਾਭਾ ਬਾਰੇ ਲਿਖੀਆਂ ਜ਼ਿਆਦਾਤਰ ਲਿਖਤਾਂ ਅੰਦਰ ਉਸ ਦੇ ਅਹਿਸਾਸਾਂ ਦੀ ਕੱਚੀ ਪੇਸ਼ਕਾਰੀ ਵੇਖਣ ਨੂੰ ਮਿਲਦੀ ਹੈ, ਜਿਸ ਨਾਲ ਸ਼ਹੀਦ ਦਾ

ਬਿੰਬ ਧੁੰਦਲਾ ਹੋ ਜਾਂਦਾ ਹੈ। ਹੱਥਲੀ ਲਿਖਤ ਦਾ ਪਹਿਲਾ ਕਾਂਡ ਏਸੇ ਸਮੱਸਿਆ ਨੂੰ ਸੰਬੋਧਿਤ ਹੋ ਕੇ ਲਿਖਿਆ ਗਿਆ ਹੈ।

ਭਾਰਤੀ ਉਪ-ਮਹਾਂਦੀਪ ਵਿੱਚੋਂ ਬਸਤੀਵਾਦੀ ਰਾਜ ਦਾ ਖ਼ਾਤਮਾ ਕਰਨ ਦੇ ਉਦੇਸ਼ ਨਾਲ ਕੀਤੀ ਗਈ ਕਿਸੇ ਵੀ ਰਾਜਸੀ ਸਰਗਰਮੀ ਦਾ, ਵੇਲੇ ਦੀ ਭਾਰੂ ਰਾਜਸੀ ਵਿਚਾਰਧਾਰਾ—**ਰਾਸ਼ਟਰਵਾਦ**—ਦੇ ਹਵਾਲੇ ਤੋਂ ਬਿਨਾਂ ਸਹੀ ਵਿਸ਼ਲੇਸ਼ਣ ਕਰਨਾ ਸੰਭਵ ਨਹੀਂ ਹੈ। ਇਸ ਕਰਕੇ, ਹੱਥਲੀ ਕਿਤਾਬ ਦੇ ਦੂਜੇ ਕਾਂਡ ਅੰਦਰ ਭਾਰਤ ਵਿਚ ਰਾਸ਼ਟਰਵਾਦ ਦੇ ਆਗਮਨ ਤੇ ਵਿਕਾਸ ਦਾ ਸੰਖੇਪ ਖ਼ਾਕਾ ਪੇਸ਼ ਕੀਤਾ ਗਿਆ ਹੈ। ਖ਼ਾਸ ਕਰਕੇ, ਵੀਹਵੀਂ ਸਦੀ ਦੇ ਮੁੱਢ ਵਿਚ ਬੰਗਾਲ ਅੰਦਰ ਉਭਰੇ ਜੁਝਾਰੂ ਹਿੰਦੂ ਰਾਸ਼ਟਰਵਾਦ ਦੇ ਵਰਤਾਰੇ ਦਾ ਪੜਚੋਲਵਾਂ ਵਿਸ਼ਲੇਸ਼ਣ ਕਰਨ ਅਤੇ ਇਸ ਦੇ ਗ਼ਦਰ ਲਹਿਰ ਉੱਤੇ ਪਏ ਵਿਚਾਰਧਾਰਕ ਤੇ ਅਮਲੀ ਪ੍ਰਭਾਵਾਂ ਦੀ ਨਿਸ਼ਾਨਦੇਹੀ ਕਰਨ ਦੀ ਕੋਸ਼ਿਸ਼ ਕੀਤੀ ਗਈ ਹੈ। ਪਹਿਲੀ ਨਜ਼ਰੇ ਪਾਠਕਾਂ ਨੂੰ ਇਹ ਕਾਂਡ ਅਢੁੱਕਵਾਂ ਜਾਂ ਬੇਲੋੜਾ ਲੱਗ ਸਕਦਾ ਹੈ, ਪਰ ਸ਼ਹੀਦ ਕਰਤਾਰ ਸਿੰਘ ਸਰਾਭਾ ਦੇ ਰਾਜਸੀ ਰੋਲ ਨੂੰ ਸਹੀ ਪ੍ਰਸੰਗ ਵਿਚ ਰੱਖ ਕੇ ਸਮਝਣ ਲਈ ਇਸ ਸਮਕਾਲੀ ਤੇ ਜ਼ੋਰਾਵਰ ਰਾਜਸੀ ਰੁਝਾਣ ਤੋਂ ਜਾਣੂੰ ਹੋਣਾ ਅਤਿਅੰਤ ਜ਼ਰੂਰੀ ਹੈ।

ਉੱਤਰੀ ਅਮਰੀਕਾ ਦੀ ਧਰਤੀ ਉੱਤੇ ਗ਼ਦਰ ਲਹਿਰ ਇਕਦਮ, ਅਚਾਨਕ ਤੇ ਕਿਸੇ ਖ਼ਲਾਅ 'ਚੋਂ ਪੈਦਾ ਨਹੀਂ ਹੋਈ ਸੀ। ਇਸ ਦੇ ਪੈਦਾ ਹੋਣ ਤੋਂ ਪਹਿਲਾਂ, ਕੁਝ ਗੁਰਮਤਿ- ਗੁੱਧੀਆਂ ਹਸਤੀਆਂ ਨੇ, ਆਵਾਸੀ ਸਿੱਖ ਭਾਈਚਾਰੇ ਨੂੰ ਪੱਛਮੀ ਸਭਿਅਤਾ ਦੇ ਨਿਘਾਰਵਾਦੀ ਅਸਰਾਂ ਤੋਂ ਬਚਾਉਣ ਦੇ ਮੰਤਵ ਨਾਲ, ਕੈਨੇਡਾ, ਅਮਰੀਕਾ ਤੇ ਪੂਰਬ ਦੇ ਟਾਪੂਆਂ ਅੰਦਰ ਸਿੱਖ ਧਰਮ ਦੇ ਪ੍ਰਚਾਰ ਦੀ ਇਕ ਵਿਆਪਕ ਤੇ ਜਥੇਬੰਦ ਮੁਹਿੰਮ ਚਲਾਈ ਸੀ, ਜਿਸ ਨੇ ਗ਼ਦਰ ਲਹਿਰ ਦੇ ਉਪਜਣ ਲਈ ਜ਼ਰਖ਼ੇਜ਼ ਜ਼ਮੀਨ ਤਿਆਰ ਕਰ ਦਿੱਤੀ ਸੀ। ਭਾਰਤੀ ਰਾਸ਼ਟਰਵਾਦ ਦੀ ਵਿਚਾਰਧਾਰਾ ਦੀਆਂ ਸੌੜੀਆਂ ਵਲਗਣਾਂ ਵਿਚ ਰਹਿ ਕੇ ਲਿਖੀਆਂ ਗਈਆਂ ਲਿਖਤਾਂ ਅੰਦਰ ਇਸ ਅਤਿ ਅਹਿਮ ਪੱਖ ਨੂੰ, ਸੁਚੇਤ ਰੂਪ ਵਿਚ ਨਜ਼ਰ-ਅੰਦਾਜ਼ ਕੀਤਾ ਗਿਆ ਹੈ। ਇਸ ਤੋਂ ਇਲਾਵਾ, ਗ਼ਦਰ ਲਹਿਰ ਦੇ ਹੱਕ ਵਿਚ ਪੈਦਾ ਹੋਏ ਉਭਾਰ ਅੰਦਰ ਸਮਕਾਲੀ ਭੱਖਵੇਂ ਸਿੱਖ ਮੁੱਦਿਆਂ ਦੀ ਪ੍ਰਧਾਨਤਾ ਦੇ ਤੱਥ ਨੂੰ ਵੀ ਜਾਣ-ਬੁੱਝ ਕੇ ਅੱਖੋਂ ਓਹਲੇ ਕੀਤਾ ਗਿਆ ਹੈ। ਸਥਾਪਤ ਬਿਰਤਾਂਤ ਦੇ ਇਸ ਕੱਜ ਨੂੰ ਦੂਰ ਕਰਨ ਲਈ, ਹੱਥਲੀ ਕਿਤਾਬ ਅੰਦਰ ਗ਼ਦਰ ਲਹਿਰ ਦੇ ਉਭਾਰ ਵਿਚ ਸਹਾਈ ਹੋਏ ਧਾਰਮਿਕ ਪੱਖ ਨੂੰ ਸੁਚੇਤ ਰੂਪ ਵਿਚ ਵਿਸਥਾਰ 'ਚ ਬਿਆਨ ਕੀਤਾ ਗਿਆ ਹੈ।

ਲੇਖਕ ਸ. ਜਰਨੈਲ ਸਿੰਘ ਆਰਟਿਸਟ ਦਾ ਤਹਿ ਦਿਲੋਂ ਸ਼ੁਕਰਗੁਜ਼ਾਰ ਹੈ, ਜਿਸ ਨੇ ਸ਼ਹੀਦ ਕਰਤਾਰ ਸਿੰਘ ਸਰਾਭਾ ਦਾ ਵਿਸ਼ੇਸ਼ ਅੰਦਾਜ਼ ਦਰਸਾਉਂਦਾ ਚਿੱਤਰ ਉਲੀਕਣ ਦੀ ਬੇਨਤੀ ਖ਼ੁਸ਼ੀ ਖ਼ੁਸ਼ੀ ਪ੍ਰਵਾਨ ਕਰ ਲਈ।

ਇਸ ਦੇ ਨਾਲ ਹੀ ਨੌਜਵਾਨ ਆਰਟਿਸਟ ਪਰਮਿੰਦਰ ਸਿੰਘ (ਸਰੀ) ਦੇ ਵੀ ਧੰਨਵਾਦੀ ਹਾਂ, ਜਿਸ ਨੇ ਸ਼ਹੀਦ ਕਰਤਾਰ ਸਿੰਘ ਸਰਾਭਾ ਦੀ, 15 ਫ਼ਰਵਰੀ, 1915 ਦੀ ਸਵੇਰ ਨੂੰ ਭਾਈ ਸਾਹਿਬ ਭਾਈ ਰਣਧੀਰ ਸਿੰਘ ਜੀ ਨਾਲ ਲੁਧਿਆਣਾ ਦੇ ਨਾਲ ਲੱਗਵੇਂ ਪਿੰਡ ਗਿੱਲ ਤੋਂ ਢੁੰਡਾਰੀ ਖ਼ੁਰਦ ਨੂੰ ਜਾਂਦੇ ਕੱਚੇ ਰਸਤੇ ਉੱਤੇ ਹੋਈ ਥੋੜ੍ਹ-ਚਿਰੀ ਮੁਲਾਕਾਤ ਦਾ ਕਾਲਪਨਿਕ ਚਿੱਤਰ ਕਿਤਾਬ ਲਈ ਉਚੇਚਾ ਤਿਆਰ ਕੀਤਾ ਹੈ।

ਅਜਮੇਰ ਸਿੰਘ

1

ਮੂਲ ਮੁੱਦਾ

ਜੀਵਨ ਲੇਖਣੀ ਬਾਰੇ ਨਜ਼ਰੀਆ

ਗ਼ਦਰ ਪਾਰਟੀ ਲਹਿਰ ਬਾਰੇ ਛਪੇ ਸਾਹਿਤ ਤੋਂ ਇਹ ਸਚਾਈ ਭਲੀਭਾਂਤ ਪ੍ਰਮਾਣਿਤ ਹੁੰਦੀ ਹੈ, ਕਿ ਸ਼ਹੀਦ ਕਰਤਾਰ ਸਿੰਘ ਸਰਾਭਾ ਇਸ ਲਹਿਰ ਦਾ ਸ਼੍ਰੋਮਣੀ ਨਾਇਕ ਸੀ। ਉਹ ਲਹਿਰ ਦੀ ਸੋਭਾ ਸੀ, ਇਸ ਦੀ ਰੂਹੇ-ਰਵਾਂ ਸੀ। ਉਹ ਲਾਸਾਨੀ ਗੁਣਾਂ ਦਾ ਮਾਲਕ ਸੀ। ਉਹ ਅਨੁਭਵੀ ਸੀ, ਪ੍ਰਤਿਭਾਸ਼ਾਲੀ (genius) ਸੀ, ਅਦੁੱਤੀ ਕਰਮਯੋਗੀ ਸੀ। ਅਜਿਹੇ ਬਹੁਗੁਣੀ ਸੰਗਰਾਮੀਏ ਦੇ ਜੀਵਨ ਕਾਰਨਾਮਿਆਂ ਨੂੰ ਇਕ-ਰੇਖੀ (linear) ਦ੍ਰਿਸ਼ਟੀ ਨਾਲ ਨਹੀਂ ਸਮਝਿਆ ਜਾ ਸਕਦਾ। ਉਸ ਦੀ ਸ਼ਖ਼ਸੀਅਤ ਦਾ ਸਰਬੰਗੀ ਮਾਪ ਲੈਣ ਲਈ ਬਹੁ-ਰੇਖੀ ਦ੍ਰਿਸ਼ਟੀ ਦਰਕਾਰ ਹੈ।

ਸੰਸਾਰ ਪ੍ਰਸਿੱਧ ਇਤਿਹਾਸ ਸ਼ਾਸਤਰੀ ਈ.ਐਚ. ਕਾਰ ਨੇ ਇਤਿਹਾਸਕਾਰਾਂ ਨੂੰ ਇਹ ਜ਼ਰੂਰੀ ਤਾਕੀਦ ਕੀਤੀ ਹੈ, ਕਿ ਇਤਿਹਾਸ ਓਨਾ ਚਿਰ ਨਹੀਂ ਲਿਖਿਆ ਜਾ ਸਕਦਾ ਜਿੰਨਾ ਚਿਰ ਇਤਿਹਾਸਕਾਰ, ਜਿਨ੍ਹਾਂ ਲੋਕਾਂ ਦਾ ਉਹ ਇਤਿਹਾਸ ਲਿਖਣਾ ਚਾਹੁੰਦਾ ਹੈ, ਉਨ੍ਹਾਂ ਦੇ ਮਨਾਂ ਨਾਲ ਨਹੀਂ ਜੁੜ ਪਾਉਂਦਾ। ਇਹ ਗੱਲ ਵਿਅਕਤੀ-ਵਿਸ਼ੇਸ਼ ਦਾ ਇਤਿਹਾਸ ਲਿਖਣ ਉੱਤੇ ਵੀ ਬਰਾਬਰ ਲਾਗੂ ਹੁੰਦੀ ਹੈ। ਇਸ ਕਰਕੇ ਕਰਤਾਰ ਸਿੰਘ ਸਰਾਭਾ ਦੀ ਜੀਵਨੀ ਲਿਖਣ ਵਾਸਤੇ ਉਸ ਦੇ ਮਨ ਨਾਲ ਜੁੜਨਾ, ਉਸ ਦੀ ਮਾਨਸਿਕਤਾ, ਅਰਥਾਤ ਉਸ ਦੇ ਸੰਸਕਾਰਾਂ, ਵਲਵਲਿਆਂ ਤੇ ਅੰਤਰ-ਪ੍ਰੇਰਣਾਵਾਂ ਨੂੰ ਸਮਝਣਾ ਨਿਹਾਇਤ ਜ਼ਰੂਰੀ ਹੈ।

ਇਹ ਸਚਾਈ ਸਰਬ-ਪ੍ਰਵਾਨਿਤ ਹੈ ਕਿ ਹਰੇਕ ਵਿਅਕਤੀ ਆਪਣੇ ਆਪ ਵਿਚ ਵਿਲੱਖਣ ਹੁੰਦਾ ਹੈ। ਉਸ ਦੇ ਕੁਝ ਗੁਣ ਲੱਛਣ ਜਮਾਂਦਰੂ ਹੁੰਦੇ ਹਨ। ਉਸ ਅੰਦਰ ਕੁਝ ਪ੍ਰਵਿਰਤੀਆਂ ਤੇ ਪ੍ਰੇਰਣਾਵਾਂ ਜਨਮ-ਜਾਤ ਹੁੰਦੀਆਂ ਹਨ। ਇਨ੍ਹਾਂ ਦਾ ਭੇਦ ਕੋਈ ਨਹੀਂ ਪਾ ਸਕਿਆ। ਇਹ ਕੁਦਰਤ ਦੀ ਰਚਨਾ ਹੁੰਦੀ ਹੈ।

ਇਸ ਦੇ ਨਾਲ ਹੀ, ਇਹ ਸਚਾਈ ਵੀ ਸਰਬ-ਪ੍ਰਵਾਨਿਤ ਹੈ ਕਿ ਮਨੁੱਖ ਸਮਾਜਿਕ ਪ੍ਰਾਣੀ ਹੈ। ਉਹ ਖ਼ੁਦਮੁਖ਼ਤਾਰ (autonomous) ਨਹੀਂ। ਹਰੇਕ ਵਿਅਕਤੀ ਕਿਸੇ ਮਨੁੱਖੀ ਸਮੂਹ ਦਾ ਅੰਗ, ਅਥਵਾ ਕਿਸੇ ਵਿਸ਼ੇਸ਼ ਜਾਤੀ, ਕਿਸੇ ਵਿਸ਼ੇਸ਼ ਧਾਰਮਿਕ, ਭਾਸ਼ਾਈ ਤੇ ਸੱਭਿਆਚਾਰਕ ਭਾਈਚਾਰੇ ਦਾ ਮੈਂਬਰ ਹੁੰਦਾ ਹੈ। ਹਰੇਕ ਮਨੁੱਖੀ ਸਮੂਹ ਦੀਆਂ ਕੁਝ ਸਾਂਝੀਆਂ ਮਾਨਤਾਵਾਂ ਹੁੰਦੀਆਂ ਹਨ, ਸਾਂਝੀਆਂ ਮਾਨਸਿਕ ਯਾਦਗਾਰਾਂ ਹੁੰਦੀਆਂ ਹਨ, ਜੋ ਉਸ ਦੀ ਸਾਂਝੀ ਵਿਰਾਸਤ ਹੁੰਦੀ ਹੈ। "ਇਹ ਵਿਰਾਸਤ ਉਨ੍ਹਾਂ ਨੂੰ ਉਨ੍ਹਾਂ ਦੇ ਇਤਿਹਾਸ ਨਾਲ ਜੋੜਦੀ ਹੈ, ਵਰਤਮਾਨ ਵਿਚ ਜੀਣ ਦਾ ਆਸਰਾ ਦਿੰਦੀ ਹੈ ਅਤੇ ਭਵਿੱਖ ਦੇ ਸੁਪਨੇ [illegible] ਯੋਗ ਬਣਾਉਂਦੀ ਹੈ।"[1]

---

1. ਡਾ. ਸੇਵਕ ਸਿੰਘ, 'ਸਿੱਖ ਸ਼ਹਾਦਤ ਦਾ ਮਾਨਸਿਕ ਸੰਕਲਪ', 21 ਫ਼ਰਵ[illegible] 2014 ਨੂੰ ਸ੍ਰੀ ਗੁਰੂ ਗ੍ਰੰਥ ਸਾਹਿਬ ਵਰਲਡ ਯੂਨੀਵਰਸਿਟੀ, ਫ਼ਤਹਿਗੜ੍ਹ ਸਾਹਿਬ ਵਿਖੇ ਪੜ੍ਹਿਆ ਗਿਆ [illegible] ਪਰ (ਅਣਛਪਿਆ)।

ਇਸ ਤੋਂ ਇਲਾਵਾ, ਇਕ ਹੋਰ ਸਥਾਪਤ ਸੱਚ ਇਹ ਹੈ ਕਿ ਇਤਿਹਾਸ ਅੰਦਰ ਕਿਸੇ ਨਾਮਵਰ ਵਿਅਕਤੀ ਦੀ ਮਹੱਤਤਾ 'ਵਿਅਕਤੀ' ਵਜੋਂ ਨਹੀਂ, ਵਰਤਾਰੇ ਦੇ ਨੁਮਾਇੰਦੇ ਵਜੋਂ ਹੁੰਦੀ ਹੈ। ਜੇ ਉਹ ਵਰਤਾਰੇ ਦਾ ਨੁਮਾਇੰਦਾ ਨਹੀਂ ਤਾਂ ਇਤਿਹਾਸ ਅੰਦਰ ਉਸ ਨੂੰ ਕੋਈ ਵਿਸ਼ੇਸ਼ ਸਥਾਨ ਹਾਸਲ ਨਹੀਂ ਹੁੰਦਾ। ਇਸ ਕਰਕੇ ਇਹ ਦੇਖਣਾ ਜ਼ਰੂਰੀ ਹੋ ਜਾਂਦਾ ਹੈ, ਕਿ ਉਹ ਇਤਿਹਾਸ ਅੰਦਰ ਜਿਨ੍ਹਾਂ ਸਮਾਜੀ ਤਾਕਤਾਂ ਦਾ ਪ੍ਰਗਟਾਉ (ਜ਼ਹੂਰ) ਸੀ, ਉਹ ਕਿੰਨੀਆਂ ਤਾਕਤਵਰ ਸਨ ? ਇਸ ਦੇ ਵਾਸਤੇ ਉਸ ਸਮਾਜ ਦੀਆਂ, ਤੇ ਉਸ ਇਤਿਹਾਸਕ ਦੌਰ ਦੀਆਂ ਵਿਸ਼ੇਸ਼ਤਾਵਾਂ ਨੂੰ ਜਾਣਨਾ ਜ਼ਰੂਰੀ ਤੇ ਅਹਿਮ ਹੋ ਜਾਂਦਾ ਹੈ।[2]

ਇਸ ਲੇਖੇ, ਸ਼ਹੀਦ ਕਰਤਾਰ ਸਿੰਘ ਸਰਾਭਾ ਦੇ ਜੀਵਨ ਕਾਰਨਾਮਿਆਂ ਦਾ ਥਾਹ ਪਾਉਣ ਲਈ, ਉਸ ਦੀ ਸ਼ਖ਼ਸੀ ਗੁਣ-ਵਿਸ਼ੇਸ਼ਤਾ ਦੇ ਨਾਲੋ-ਨਾਲ, ਸਿੱਖ ਕੌਮ ਦੀ ਗੁਣ-ਵਿਸ਼ੇਸ਼ਤਾ ਤੇ ਵਿਲੱਖਣਤਾ, ਅਤੇ ਤਤਕਾਲੀ ਦੌਰ ਦੇ ਸਮਾਜੀ-ਰਾਜਸੀ ਰੁਝਾਣਾਂ ਤੇ ਸ਼ਕਤੀਆਂ ਦਾ ਜੁੜਵਾਂ ਅਧਿਐਨ ਤੇ ਛਾਣ-ਬੀਣ ਕਰਨੀ ਜ਼ਰੂਰੀ ਹੈ।

ਮਨ ਦਾ ਰਹੱਸ

ਡਾ. ਜਸਵੰਤ ਸਿੰਘ ਨੇਕੀ* ਨੇ ਮਨੁੱਖੀ ਮਨ ਦੇ ਰਹੱਸ ਨੂੰ ਸਮਝਣ ਲਈ ਕੁਝ ਅੰਤਰ-ਦ੍ਰਿਸ਼ਟੀਆਂ ਦਿੱਤੀਆਂ ਹਨ। ਇਸ ਪ੍ਰਥਾਇ ਉਨ੍ਹਾਂ ਦੀ ਕੁੱਲ ਤੋਂ ਪਹਿਲੀ ਤੇ ਜ਼ਰੂਰੀ ਨਸੀਹਤ ਇਹ ਹੈ, ਕਿ 'ਤਰਕ ਮਨੁੱਖੀ ਮਨ ਦੇ ਰਹੱਸ ਦੀ ਕੁੰਜੀ ਨਹੀਂ... (ਅਤੇ) ਸਾਡਾ ਵਿਹਾਰ ਹਮੇਸ਼ਾ ਤਰਕ ਦੇ ਆਖੇ ਵਿਚ ਨਹੀਂ ਰਹਿੰਦਾ'।

ਡਾ. ਨੇਕੀ ਨੇ ਮਨ ਦਾ ਰਹੱਸ ਉਜਾਗਰ ਕਰਦਿਆਂ ਦਰਸਾਇਆ ਹੈ ਕਿ :

> "ਸਾਡਾ ਮਨ ਕੇਵਲ ਉਤਨਾ ਕੁਝ ਹੀ ਨਹੀਂ, ਜਿਤਨਾ ਸਾਨੂੰ ਆਪਣੇ ਅੰਦਰ ਝਾਤੀ ਮਾਰਿਆਂ ਦਿਸਦਾ ਹੈ। ਸਾਡੀ ਚੇਤਨਾ ਵਿਚ ਵਸਦੇ ਵਿਚਾਰਾਂ, ਅਨੁਭਵਾਂ, ਭਾਵਨਾਵਾਂ, ਸਿਮਰਿਤੀਆਂ, ਇਰਾਦਿਆਂ, ਪ੍ਰੇਰਨਾਵਾਂ ਤੇ ਰੁਚੀਆਂ ਤੋਂ ਪਰ੍ਹੇ ਵੀ ਬੜਾ ਕੁਝ ਬਾਕੀ ਬਚਦਾ ਹੈ। ਚੇਤਨਾ ਤੋਂ ਪਰ੍ਹੇ ਵੀ ਮਨ ਦੀ ਇਕ ਹੋਰ ਵਿਸ਼ਾਲ ਸਰਜ਼ਮੀਨ ਹੈ, ਜਿਥੋਂ ਸੁਪਨੇ ਜਨਮ ਲੈਂਦੇ ਹਨ, ਤੇ ਜਿਥੇ ਹਾਰੀਆਂ ਟੁੱਟੀਆਂ ਇਛਾਵਾਂ ਜਾ ਕੇ ਸੌਂ ਜਾਂਦੀਆਂ ਹਨ। ਮਨ ਦਾ ਇਹ ਹਨੇਰਾ ਜਗਤ, ਅਚੇਤਨ, ਹੈ।"[3]

ਮਨੋਵਿਗਿਆਨ ਦੇ ਮੋਢੀ ਡਾ. ਸਿਗਮੰਡ ਫ਼ਰਾਇਡ ਨੇ ਮਨ ਬਾਰੇ ਬਣੀਆਂ ਪੁਰਾਣੀਆਂ ਮਨੌਤਾਂ ਦੀਆਂ ਸੀਮਤਾਈਆਂ ਉਜਾਗਰ ਕਰਦਿਆਂ, ਮਨੋਵਿਗਿਆਨੀਆਂ ਨੂੰ ਖ਼ਬਰਦਾਰ ਕੀਤਾ ਸੀ ਕਿ "ਜਦੋਂ ਤੀਕਰ ਅਸੀਂ ਮਨ ਨੂੰ ਕੇਵਲ ਚੇਤਨ ਹੀ ਸਮਝਦੇ ਰਹਾਂਗੇ, ਸਾਨੂੰ ਮਾਨਸਿਕ ਵਿਹਾਰ ਦੀ ਸਹੀ ਤੇ ਮੁਕੰਮਲ ਸੋਝੀ ਨਹੀਂ ਹੋ ਸਕਦੀ।"[4] ਡਾ. ਨੇਕੀ ਨੇ ਸਾਡੇ ਮਨ ਦੀਆਂ ਦੋ ਅਵਸਥਾਵਾਂ - 'ਚੇਤਨ' ਤੇ 'ਅਚੇਤਨ' - 'ਚੋਂ 'ਅਚੇਤਨ' ਦੀ ਮਹੱਤਤਾ ਇਨ੍ਹਾਂ ਲਫ਼ਜ਼ਾਂ ਵਿਚ ਦਰਸਾਈ ਹੈ: "ਦਰ-ਅਸਲ ਅਚੇਤਨ ਹੀ ਮਾਨਸਿਕ ਜੀਵਨ ਦਾ ਮੂਲਾਧਾਰ ਹੈ...'ਚੇਤਨ' ਤਾਂ ਸਾਡੇ ਮਨ ਦਾ ਇਕ ਅਤਿ ਨਿੱਕਾ ਭਾਗ ਹੈ। ਮਨ ਦਾ ਵੱਡਾ ਭਾਗ ਤਾਂ 'ਅਚੇਤਨ' ਹੈ। ਜਿਵੇਂ ਪਾਣੀ ਵਿਚ ਪਏ ਬਰਫ਼ ਦੇ ਡਲੇ ਦਾ ਕੇਵਲ ਦਸਵਾਂ

---

* ਉੱਘੇ ਵਿਦਵਾਨ, ਕਵੀ ਤੇ ਮਨੋਵਿਗਿਆਨੀ, ਜਿਹੜੇ ਸਤੰਬਰ 2015 ਵਿਚ ਸਵਰਗਵਾਸ ਹੋ ਗਏ ਹਨ।

2. E.H. Carr, *What is History,* p. 53.

3. ਜਸਵੰਤ ਸਿੰਘ ਨੇਕੀ, *ਅਚੇਤਨ ਦੀ ਲੀਲ੍ਹਾ*, 'ਮੁੱਖ ਸ਼ਬਦ'।

4. *ਉਹੀ*, ਸਫ਼ਾ 4.

ਹਿੱਸਾ ਹੀ ਸਾਨੂੰ ਪਾਣੀ ਤੋਂ ਬਾਹਰ ਦਿਸਦਾ ਹੈ, ਉਵੇਂ ਹੀ ਮਨ ਦਾ ਦਸਵਾਂ ਹਿੱਸਾ ਜਾਂ ਇਸ ਤੋਂ ਵੀ ਘੱਟ ਚੇਤਨ ਹੁੰਦਾ ਹੈ। ਇਸ ਦੀ ਬਾਕੀ ਰਹਿੰਦੀ ਨੌਂ ਹਿੱਸੇ ਸਾਮਗ੍ਰੀ ਅਚੇਤਨ ਹੀ ਹੁੰਦੀ ਹੈ।"[5] ਡਾ. ਨੇਕੀ ਦੇ ਵਿਚਾਰ ਵਿਚ "ਅਚੇਤਨ ਸਾਡੇ ਮਨ ਦਾ ਇਕ ਸ਼ਕਤੀਸ਼ਾਲੀ ਕਿਰਿਆਸ਼ੀਲ ਤੇ ਮਹੱਤਵਪੂਰਨ ਭਾਗ ਹੈ...ਅਚੇਤਨ ਹੀ ਸਮੁੱਚੀ ਮਾਨਸਿਕ ਸ਼ਕਤੀ ਦਾ ਮੂਲ ਸੋਮਾ ਹੈ...ਬੜੀ ਵਾਰ ਅਚੇਤਨ ਰੁਝਾਣ ਹੀ ਸਾਡੇ ਵਿਹਾਰ ਦਾ ਮੂਲ ਸ੍ਰੋਤ ਬਣਦੇ ਹਨ। ਇਹ ਸਾਰਾ ਕੁਝ ਕਰਦੇ ਹੋਏ ਵੀ ਅਸੀਂ ਇਹਨਾਂ ਵਲੋਂ ਅਚੇਤ ਰਹਿ ਸਕਦੇ ਹਾਂ।"[6]

ਉਨ੍ਹਾਂ ਨੇ ਹੋਰ ਸਪੱਸ਼ਟ ਕਰਦਿਆਂ ਕਿਹਾ :

> "ਅਚੇਤਨ ਨੂੰ ਕਿਸੇ ਨੇ ਨਹੀਂ ਵੇਖਿਆ, ਉਵੇਂ, ਜਿਵੇਂ ਪ੍ਰਮਾਣੂ ਨੂੰ ਕਿਸੇ ਨਹੀਂ ਵੇਖਿਆ। ਪਰ ਅਚੇਤਨ ਦੀ ਹੋਂਦ ਵੀ ਉਤਨੀ ਹੀ ਸਾਰਥਿਕ ਜਾਪਦੀ ਹੈ ਜਿਤਨੀ ਪ੍ਰਮਾਣੂ ਦੀ; ਤੇ ਸ਼ਾਇਦ ਇਸ ਦੀ ਸ਼ਕਤੀ ਵੀ ਪ੍ਰਮਾਣੂ ਦੇ ਮੁਕਾਬਲੇ ਦੀ ਹੋਵੇ। ਖੇਤਰ ਭਾਵੇਂ ਦੋਹਾਂ ਦੇ ਵੱਖੋ-ਵੱਖਰੇ ਹਨ।"[7]

ਡਾ. ਨੇਕੀ ਨੇ ਮਨੋਵਿਗਿਆਨ ਦੀਆਂ ਦੋ ਮੋਢੀ ਹਸਤੀਆਂ - ਡਾ. ਫ਼ਰਾਇਡ ਤੇ ਡਾ. ਯੁੰਗ - ਦੇ ਹਵਾਲੇ ਨਾਲ ਅਚੇਤਨ ਦੇ ਸਿਧਾਂਤ ਦੀ ਵਿਆਖਿਆ ਕਰਦਿਆਂ ਕਿਹਾ :

> "ਅਚੇਤਨ ਦੇ ਫ਼ਰਾਇਡੀ ਸਿਧਾਂਤ ਦਾ ਅੱਗੇ ਵਿਕਾਸ ਡਾਕਟਰ ਕਾਰਲ ਗੁਸਾਫ਼ ਯੁੰਗ (1875-1961) ਨੇ ਕੀਤਾ...ਡਾ. ਯੁੰਗ ਵੀ ਫ਼ਰਾਇਡ ਵਾਂਗ ਮਨ ਦੇ ਦੋ ਪੱਧਰ, ਚੇਤਨ ਤੇ ਅਚੇਤਨ ਹੀ ਮੰਨਦਾ ਹੈ ਪਰ ਉਸ ਦੇ ਸੰਕਲਪੇ ਅਚੇਤਨ ਦੀ ਰੂਪ ਰੇਖਾ ਫ਼ਰਾਇਡ ਦੀ ਮਿਥੀ ਰੂਪ ਰੇਖਾ ਤੋਂ ਅੱਡਰੀ ਹੈ। ਫ਼ਰਾਇਡ ਅਨੁਸਾਰ ਅਚੇਤਨ ਦੀ ਸਾਰੀ ਸਾਮਗ੍ਰੀ ਵਿਅਕਤੀਗਤ ਜੀਵਨ ਵਿੱਚੋਂ ਆਉਂਦੀ ਹੈ। ਇਹ ਮੂਲ ਪ੍ਰਵਿਰਤੀਆਂ ਤੇ ਦਮਿਤ ਮਨੋ-ਕਿਰਿਆਵਾਂ ਦਾ ਜੁੱਟ ਹੈ। ਯੁੰਗ ਦਾ ਵਿਚਾਰ ਇਸ ਤੋਂ ਵੱਖਰਾ ਹੈ। ਉਸ ਅਨੁਸਾਰ ਅਚੇਤਨ ਕੇਵਲ ਵਿਅਕਤੀਗਤ ਹੀ ਨਹੀਂ, ਜਾਤੀ ਜਾਂ ਸਮੂਹਿਕ ਵੀ ਹੁੰਦਾ ਹੈ। ਸਮੂਹਿਕ ਅਚੇਤਨ ਵਿਚ ਮਨੁੱਖੀ ਪਰੰਪਰਾ ਦੇ ਸਾਰੇ ਸੰਸਕਾਰ ਲੁਕੇ ਪਏ ਹੁੰਦੇ ਹਨ। ਯੁੰਗ ਦੇ ਆਪਣੇ ਸ਼ਬਦਾਂ ਵਿਚ 'ਉਸ ਸਾਰੀ ਮਾਨਸਿਕ ਸਾਮਗ੍ਰੀ ਨੂੰ ਮੈਂ ਸਮੂਹਿਕ ਕਹਿੰਦਾ ਹਾਂ ਜੋ ਕਿਸੇ ਇਕ ਇਕੱਲੇ ਵਿਅਕਤੀ ਨਾਲ ਸੰਬੰਧਿਤ ਨਹੀਂ ਹੁੰਦੀ, ਸਗੋਂ ਜਿਸ ਦਾ ਸੰਬੰਧ ਇੱਕੋ ਵੇਲੇ ਅਨੇਕਾਂ ਵਿਅਕਤੀਆਂ, ਅਥਵਾ ਪੂਰੇ ਸਮਾਜ, ਜਾਂ ਕੌਮ, ਜਾਂ ਸਮੁੱਚੀ ਮਾਨਵਤਾ ਨਾਲ ਹੁੰਦਾ ਹੈ। ਇਹ ਸਾਮਗ੍ਰੀ ਰਹੱਸਾਤਮਕ ਸਮੂਹਿਕ ਵਿਚਾਰਾਂ ਦੀ ਸਾਮਗ੍ਰੀ ਹੈ...ਨਿਜੀ ਅਚੇਤਨ ਵਿਚ ਵਿਅਕਤੀਗਤ ਹੋਂਦ ਦੀਆਂ ਵਿਸਰੀਆਂ, ਦਮਿਤ ਹੋਈਆਂ, ਨੀਮ-ਪ੍ਰਤੱਖ ਸਿਮਰਿਤੀਆਂ, ਭਾਵਨਾਵਾਂ ਤੇ ਵਿਚਾਰ ਪਏ ਹੁੰਦੇ ਹਨ। ਪਰ ਇਸ ਨਿਜੀ ਸਾਮਗ੍ਰੀ ਤੋਂ ਇਲਾਵਾ ਉਥੇ ਸਾਮੂਹਕ ਸਾਮਗ੍ਰੀ ਵੀ ਹੁੰਦੀ ਹੈ ਜੋ ਸਾਨੂੰ ਵਿਰਸੇ ਵਿਚ ਮਿਲਦੀ ਹੈ ਤੇ ਇਕ ਸਾਂਝੀ ਮਾਨਸਿਕਤਾ ਦਾ ਆਧਾਰ ਬਣਦੀ ਹੈ'।"[8]

ਡਾ. ਨੇਕੀ ਨੇ ਵਿਅਕਤੀਗਤ ਤੋਂ ਇਲਾਵਾ ਜਨ-ਸਮੂਹ ਦੀ ਮਾਨਸਿਕਤਾ ਨੂੰ ਸਮਝਣ ਦੀ ਕੁੰਜੀ ਦੀ ਦੱਸ ਵੀ ਪਾਈ ਹੈ। ਉਨ੍ਹਾਂ ਸਪੱਸ਼ਟ ਕੀਤਾ ਕਿ, "ਕਿਸੇ ਜਨ-ਸਮੂਹ ਵਿਚ ਮਾਨਸਿਕ ਜੀਵਨ ਦੇ ਦੋ ਪੱਧਰ ਹੁੰਦੇ ਹਨ : ਸਮੂਹਿਕ ਚੇਤਨ ਤੇ ਸਮੂਹਿਕ ਅਚੇਤਨ। ਸਮੂਹਿਕ ਚੇਤਨ ਉਸ ਦੀ ਸੱਭਿਆਚਾਰਕ ਨੇਮਾਵਲੀ ਹੁੰਦੀ ਹੈ; ਸਮੂਹਿਕ ਅਚੇਤਨ ਉਸ ਦੇ ਜੀਵਨ ਦੀ ਉਹ ਉਪਭੂਮੀ ਜਿਸ ਵਿੱਚੋਂ ਉਠਦੀਆਂ ਵਿਕਾਸ ਤੇ ਕ੍ਰਾਂਤੀ ਦੀਆਂ ਥਰਕਨਾਂ ਉਸ ਨੂੰ

---

5. ਜਸਵੰਤ ਸਿੰਘ ਨੇਕੀ, *ਅਚੇਤਨ ਦੀ ਲੀਲ੍ਹਾ*, ਸਫ਼ਾ 3.
6. *ਉਹੀ*, ਸਫ਼ੇ 15, 17 ਤੇ 19.
7. *ਉਹੀ*, 'ਮੁੱਖ ਸ਼ਬਦ'।
8. *ਉਹੀ*, ਸਫ਼ੇ 6-7.

ਸਿਥਲ ਹੋਣ ਤੋਂ ਬਚਾਉਂਦੀਆਂ ਹਨ।"[9] "ਸਮੂਹਿਕ ਅਚੇਤਨ ਅੰਦਰ ਸਾਡੀਆਂ ਪਰੰਪਰਾਗਤ ਪ੍ਰਵਿਰਤੀਆਂ ਤੇ ਜਨਮ-ਜਾਤ ਪ੍ਰੇਰਣਾਵਾਂ ਰਿਹਾਇਸ਼ ਰੱਖਦੀਆਂ ਹਨ।"[10]

ਡਾ. ਨੇਕੀ ਅਨੁਸਾਰ :

> "ਚੇਤਨ ਸਾਡੇ ਧਿਆਨ ਦਾ ਗਿਆਨ-ਇੰਦਰਾ ਜਿਹਾ ਹੈ ਜਿਸ ਦੁਆਰਾ ਅਸੀਂ ਉਨ੍ਹਾਂ ਉਤੇਜਨਾਵਾਂ ਤੋਂ ਜਾਣੂੰ ਹੁੰਦੇ ਹਾਂ ਜੋ ਬਾਹਰਲੇ ਸੰਸਾਰ ਤੋਂ ਸਾਨੂੰ ਆ ਕੇ ਪੋਹਦੀਆਂ ਹਨ; ਜਾਂ ਉਨ੍ਹਾਂ ਇਰਾਦਿਆਂ ਤੇ ਯਾਦਾਂ ਵਲੋਂ ਸੋਝੀਵਾਨ ਹੁੰਦੇ ਹਾਂ ਜੋ ਸਾਡੇ ਮਸਤਕ ਵਿਚ ਜਾਗਦੀਆਂ ਹਨ। ਇਉਂ 'ਚੇਤਨ' ਉਹਨਾਂ ਵਿਚਾਰਾਂ, ਭਾਵਨਾਵਾਂ, ਸੰਵੇਦਨਾਵਾਂ ਤੇ ਸਿਮਰਿਤੀਆਂ ਦਾ ਸਮੂੱਚ ਹੈ ਜਿਹਨਾਂ ਬਾਰੇ ਸਾਨੂੰ ਸੋਝੀ ਹੁੰਦੀ ਹੈ। ਤਤਕਾਲੀ ਵਿਚਾਰ ਤੇ ਭੂਤਕਾਲੀ ਸਿਮਰਿਤੀਆਂ ਏਸੇ ਵਿਚ ਵਿਚਰਦੀਆਂ ਹਨ। ਅਚੇਤਨ ਵਿਚ ਸਾਡੀਆਂ ਮੂਲ ਪ੍ਰਵਿਰਤੀਆਂ ਅਤੇ ਦਮਿਤ ਇਛਾਵਾਂ ਤੇ ਯਾਦਾਂ ਵਿਚਰਦੀਆਂ ਹਨ।"[11]

ਡਾ. ਨੇਕੀ ਨੇ ਫ਼ਰਾਇਡ ਦੇ ਸਿਧਾਂਤਾਂ ਦੀ ਰੋਸ਼ਨੀ ਵਿਚ, ਮਨੁੱਖੀ ਸ਼ਖ਼ਸੀਅਤ ਦੇ ਇਕ ਅਤਿ ਅਹਿਮ ਭਾਗ, ਜਿਸ ਨੂੰ ਉਸ ਨੇ 'ਪਰਾਹਉਂ' (super ego) ਕਿਹਾ ਹੈ, ਦੀ ਭਰਪੂਰ ਵਿਆਖਿਆ ਕੀਤੀ ਹੈ। ਜਿਸ ਮੁਤਾਬਕ :

> "ਪਰਾਹਉਂ ਸਾਡੇ ਮਨ ਦਾ ਨੈਤਿਕ ਜਾਂ ਸਦਾਚਾਰਕ ਅੰਗ ਹੈ। ਇਹ ਭਲੇ ਤੇ ਬੁਰੇ ਦੀ ਤਾਮੀਜ਼ ਪਛਾਣਦਾ ਹੈ। ਮਾਪਿਆਂ ਵਲੋਂ ਮਿਲਦੀ ਸਿੱਖਿਆ ਦੇ ਪ੍ਰਭਾਵ ਹੇਠ ਇਹ ਹਉਂ ਵਿੱਚੋਂ ਨਿਖੜਨਾ ਸ਼ੁਰੂ ਕਰਦਾ ਹੈ। ਹੌਲੀ ਹੌਲੀ ਮਾਪਿਆਂ ਵਲੋਂ ਮਿਲੀ ਸਦਾਚਾਰਕ ਨੇਮਾਵਲੀ ਬੱਚੇ ਦੇ ਆਪਣੇ ਅੰਦਰੋਂ ਬੋਲਣ ਲਗਦੀ ਹੈ। ਇਉਂ ਬੱਚੇ ਦੀ ਆਪਣੀ ਨੇਮਾਵਲੀ ਸਥਾਪਤ ਹੋਣ ਲਗਦੀ ਹੈ...ਮਨੁੱਖ ਦਾ ਬੱਚਾ ਇਤਨੇ ਲੰਮੇ ਸਮੇਂ ਲਈ ਮਾਪਿਆਂ ਉਪਰ ਨਿਰਭਰ ਹੋਇਆ ਰਹਿੰਦਾ ਹੈ ਕਿ 'ਪਰਾਹਉਂ' ਦੀ ਸੰਰਚਨਾ ਆਵਸ਼ਕ ਹੋ ਜਾਂਦੀ ਹੈ। ਇਸ ਵਿਧੀ ਨਾਲ ਹੋਂਦ ਵਿਚ ਆਈ ਤੇ ਵਿਗਸੀ ਪਰਾਹਉਂ ਮਾਨਵੀ ਆਦਰਸ਼ਾਂ, ਸਦਾਚਾਰਕ ਕੀਮਤਾਂ, ਰਹਿਤ-ਮਰਯਾਦਾ, ਉਚੇਰੇ ਮਨੋਭਾਵਾਂ, ਤੇ ਆਤਮ ਪੜਚੋਲ ਦਾ ਸੋਮਾ ਬਣਦੀ ਹੈ। ਇਸ ਦੀ ਕਿਰਿਆ ਵਧੇਰੇ ਕਰਕੇ ਅਚੇਤਨ ਹੁੰਦੀ ਹੈ, ਪਰ ਜਦ ਸਾਨੂੰ ਇਸ ਦਾ ਚੇਤਨ ਆਭਾਸ ਹੁੰਦਾ ਹੈ ਉਸ ਅਵਸਥਾ ਨੂੰ 'ਜ਼ਮੀਰ' ਕਿਹਾ ਜਾਂਦਾ ਹੈ।"[12]
>
> "ਪਰਾਹਉਂ ਮਨੁੱਖੀ ਸ਼ਖ਼ਸੀਅਤ ਵਿਚ ਉਹਨਾਂ ਪਿਤਾ-ਪੁਰਖੀ ਕਦਰਾਂ, ਸਮਾਜਿਕ ਆਦਰਸ਼ਾਂ ਤੇ ਸੱਭਿਆਚਾਰਕ ਕੀਮਤਾਂ ਦੀ ਪ੍ਰਤਿਨਿਧਤਾ ਕਰਦੀ ਹੈ ਜੋ ਮਾਪਿਆਂ ਵਲੋਂ ਬੱਚਿਆਂ ਨੂੰ ਵਿਰਸੇ ਵਿਚ ਮਿਲਦੀਆਂ ਹਨ। ਇਸ ਨਾਤੇ ਬੱਚੇ ਦੀ ਪਰਾਹਉਂ ਮਾਪਿਆਂ ਵਲੋਂ ਦਰਸਾਏ ਗਏ ਆਦਰਸ਼ਾਂ ਅਨੁਸਾਰ ਢਲਦੀ ਹੈ। ਮਾਪਿਆਂ ਤੋਂ ਛੁੱਟ ਹੋਰ ਵਿਅਕਤੀਆਂ ਤੇ ਸਮਾਜਿਕ ਸੰਸਥਾਵਾਂ ਦਾ ਵੀ ਪਰਾਹਉਂ ਦੇ ਵਿਕਾਸ ਵਿਚ ਹੱਥ ਹੁੰਦਾ ਹੈ। ਅਧਿਆਪਕ, ਉਪਦੇਸ਼ਕ, ਗੁਰੂ, ਮੁਨਸਫ਼, ਕੋਤਵਾਲ ਤੇ ਹਰ ਉਹ ਵਿਅਕਤੀ ਜੋ ਬੱਚੇ ਉਪਰ ਅਧਿਕਾਰ ਰਖਦਾ ਹੈ ਉਸ ਦੀ ਪਰਾਹਉਂ ਨੂੰ ਘੜਨ ਵਿਚ ਹਿੱਸਾ ਪਾਉਂਦਾ ਹੈ। ਪਰ ਮੁੱਢ ਸਦਾ ਮਾਪੇ ਹੀ ਬੰਨ੍ਹਦੇ ਹਨ।"[13]

ਉਪਰੋਕਤ ਸਾਰੀ ਚਰਚਾ ਦਾ ਸਾਰ ਇਹ ਹੈ, ਕਿ ਹਰੇਕ ਮਨੁੱਖੀ ਸਮੂਹ, ਅਥਵਾ ਹਰੇਕ ਜਾਤੀ ਜਾਂ ਧਾਰਮਿਕ ਤੇ ਸੱਭਿਆਚਾਰਕ ਭਾਈਚਾਰੇ ਦੀ ਸਾਂਝੀ ਮਾਨਸਿਕਤਾ ਹੁੰਦੀ ਹੈ ਅਤੇ

---

9. ਜਸਵੰਤ ਸਿੰਘ ਨੇਕੀ, *ਅਚੇਤਨ ਦੀ ਲੀਲ੍ਹਾ*, ਸਫ਼ਾ 133.
10. *ਉਹੀ*, ਸਫ਼ਾ 18.
11. *ਉਹੀ*, ਸਫ਼ਾ 2.
12. *ਉਹੀ*, ਸਫ਼ਾ 28.
13. *ਉਹੀ*, ਸਫ਼ੇ 30-31.

ਇਸ ਸਾਂਝੀ ਮਾਨਸਿਕਤਾ ਦੀ ਪਛਾਣ ਕੀਤੇ ਬਗ਼ੈਰ, ਇਸ ਸਮੂਹ ਦੇ ਕਿਸੇ ਮੈਂਬਰ (ਵਿਅਕਤੀ) ਦੀ ਮਾਨਸਿਕਤਾ ਨੂੰ, ਉਸ ਦੀ ਸ਼ਖ਼ਸੀ ਵਿਸ਼ੇਸ਼ਤਾ ਤੇ ਵਿਲੱਖਣਤਾ ਨੂੰ ਸਮਝ ਸਕਣਾ, ਅਤੇ ਇਤਿਹਾਸ ਅੰਦਰ ਉਸ ਦੇ ਰੋਲ ਦਾ ਹਕੀਕੀ ਮੁਲਾਂਕਣ ਕਰ ਸਕਣਾ ਸੰਭਵ ਨਹੀਂ ਹੈ।*

ਹਰਿੰਦਰ ਸਿੰਘ ਮਹਿਬੂਬ ਨੇ ਇਤਿਹਾਸ ਲੇਖਣੀ ਵਿਚ ਮਨੋਵਿਗਿਆਨਕ ਪੱਖ ਦੀ ਮਹੱਤਤਾ ਇਸ ਤਰ੍ਹਾਂ ਦਰਸਾਈ ਹੈ :

> "ਮਨੁੱਖੀ ਮਨ ਦੇ ਕਾਇਦੇ-ਕਾਨੂੰਨ ਅਤੇ ਕੁਦਰਤੀ ਚਾਲ ਜਾਣੇ ਬਿਨਾਂ ਇਤਿਹਾਸਕਾਰ ਬਾਹਰਲੇ ਸਬੂਤਾਂ ਦੀ ਠੀਕ ਵਰਤੋਂ ਨਹੀਂ ਕਰ ਸਕਦੇ, ਕਿਉਂਕਿ ਮਨੋਜਗਤ ਦੇ ਸ਼ੁੱਧ ਦਰਸ਼ਨ ਬਿਨਾਂ ਕਿਸੇ ਵਿਅਕਤੀ ਦਾ ਇਤਿਹਾਸਕ ਅਮਲ ਸਹੀ ਚਾਨਣ ਵਿਚ ਦਿਸਣਾ ਅਸੰਭਵ ਹੈ। ਸੋ ਮਨੋਜਗਤ ਦੀ ਸੂਝ ਵੀ ਇਤਿਹਾਸਕਾਰ ਲਈ ਇਕ ਤੱਥ, ਬਲਕਿ ਇਕ ਸੂਖਮ ਤੱਥ, ਹੀ ਹੋਣਾ ਚਾਹੀਦਾ ਹੈ।"[14]

ਈ. ਐਚ. ਕਾਰ ਨੇ ਵੀ, ਇਕ ਜਗ੍ਹਾ, ਇਤਿਹਾਸ ਨੂੰ ਸਮਝਣ ਲਈ ਅਚੇਤਨ ਮਨ ਦੀ ਮਹੱਤਤਾ ਦਰਸਾਉਂਦਿਆਂ ਲਿਖਿਆ ਹੈ, ਕਿ ਇਤਿਹਾਸਕਾਰ ਨੇ ਸਿਰਫ਼ ਇਹ ਨਹੀਂ ਦੇਖਣਾ ਹੁੰਦਾ ਕਿ ਉਸ ਦੇ ਪਾਤਰ ਆਪਣੇ ਉਦੇਸ਼ਾਂ ਬਾਰੇ ਕਿੰਨੇ ਕੁ ਚੇਤਨ ਸਨ। ਉਸ ਨੇ ਉਨ੍ਹਾਂ ਦੇ ਅਵਚੇਤਨ ਅੰਦਰ ਵੀ ਝਾਤੀ ਮਾਰਨੀ ਹੁੰਦੀ ਹੈ। ਕਿਉਂਕਿ ਉਨ੍ਹਾਂ ਦੇ ਅਮਲ ਸਿਰਫ਼ ਚੇਤਨ ਮਨ 'ਚੋਂ ਨਹੀਂ ਨਿਕਲੇ ਹੁੰਦੇ। ਅਵਚੇਤਨ ਦਾ ਰੋਲ ਵੀ ਬਹੁਤ ਅਹਿਮ ਹੁੰਦਾ ਹੈ। ਉਨ੍ਹਾਂ ਦੇ ਅਵਚੇਤਨ ਨੂੰ ਸਮਝਣਾ ਵੀ ਜ਼ਰੂਰੀ ਹੈ। ਸਾਰਾ ਕੁਝ ਚੇਤਨ ਪੱਧਰ 'ਤੇ ਨਹੀਂ ਵਾਪਰਦਾ। ਬਹੁਤ ਕੁਝ ਅਵਚੇਤਨ ਪੱਧਰ 'ਤੇ ਵੀ ਵਾਪਰਦਾ ਹੈ। ਇਤਿਹਾਸ ਅੰਦਰ ਵਾਪਰੇ ਕਿਸੇ ਕਰਮ ਵਿਚ ਵਿਅਕਤੀਗਤ ਪਾਤਰ ਦੇ ਚੇਤਨ ਵਿਚਾਰ ਜਾਂ ਇਰਾਦੇ ਗ਼ੈਰ-ਪ੍ਰਸੰਗਿਕ ਹੋ ਸਕਦੇ ਹਨ।

ਪੱਛਮ ਦੀ ਗਿਆਨਵਾਦੀ ਲਹਿਰ (Enlightenment) ਦੇ ਪ੍ਰਭਾਵ ਹੇਠ, ਤਰਕਸ਼ੀਲਤਾ ਦੀ ਪੂਜਾ ਕਰਨ ਦੀ ਸਿਧਾਂਤਕ ਕਰੁਚੀ ਜ਼ੋਰਾਵਰ ਹੋਈ। ਨਤੀਜੇ ਵਜੋਂ ਇਤਿਹਾਸ ਲਿਖਣ ਵੇਲੇ ਮਾਨਸਿਕਤਾ ਦੀ ਤੁਲਨਾ ਵਿਚ ਵਿਚਾਰਧਾਰਾ ਨੂੰ ਨਿਰਣਾਇਕ ਮੰਨ ਲੈਣ ਦੀ ਰੀਤ ਸਥਾਪਤ ਹੋ ਗਈ। ਇਹ ਕਿਹਾ ਤੇ ਸਮਝਿਆ ਜਾਣ ਲੱਗ ਪਿਆ ਕਿ 'ਸਾਰਾ ਇਤਿਹਾਸ ਅਸਲ ਵਿਚ ਵਿਚਾਰਧਾਰਾ ਦਾ ਇਤਿਹਾਸ ਹੀ ਹੁੰਦਾ ਹੈ।'

ਪ੍ਰਬੁੱਧ ਕਾਲਮਨਵੀਸ ਸ਼ਾਮ ਲਾਲ ਨੇ ਮਾਈਕਲ ਵੋਵੈੱਲ (Michel Vovell) ਦੀ, ਇਤਿਹਾਸਕਾਰੀ ਨਾਲ ਸੰਬੰਧਿਤ ਚਰਚਿਤ ਕਿਤਾਬ *Mentalities and Ideologies* ਦਾ ਰੀਵਿਊ ਕਰਦੇ ਹੋਏ, ਤਾਜ਼ਾ ਦੌਰ ਅੰਦਰ ਇਤਿਹਾਸ ਲੇਖਣੀ ਵਿਚ ਵਿਚਾਰਧਾਰਾ ਨਾਲੋਂ ਮਾਨਸਿਕਤਾ ਉੱਤੇ ਜ਼ੋਰ ਦੇਣ ਦੇ ਰੁਝਾਣ ਦੀ ਪੁਸ਼ਟੀ, ਅਤੇ ਨਾਲ ਹੀ ਪ੍ਰੋੜ੍ਹਤਾ ਕੀਤੀ ਹੈ। ਉਸ ਨੇ ਲਿਖਿਆ ਹੈ ਕਿ ਲੋਕਾਂ ਦੇ ਧਾਰਮਿਕ ਵਿਸ਼ਵਾਸਾਂ, ਵਹਿਮਾਂ-ਭਰਮਾਂ, ਅਤੇ ਜ਼ਿੰਦਗੀ ਤੇ ਮੌਤ ਪ੍ਰਤਿ ਵਤੀਰਿਆਂ ਨੂੰ ਡੂੰਘਾਈ ਵਿਚ ਜਾ ਕੇ ਸਮਝਣ, ਭਾਵ ਜ਼ਿੰਦਗੀ ਦੇ ਡੂੰਘੇ ਵਗ ਰਹੇ ਵਹਿਣਾਂ ਦੀ ਟੋਹ ਲਾਉਣ ਲਈ; ਅਤੇ ਇਹ ਜਾਨਣ ਲਈ, ਕਿ ਦੁੱਖ ਅੰਦਰ

---

* French historian Georges Lefebvre wrote : Social history can not be limited to describing the external aspects of antagnostic classes. It must also come to understand the mental outlook of each class.

14. ਹਰਿੰਦਰ ਸਿੰਘ ਮਹਿਬੂਬ, *ਸਹਿਜੇ ਰਚਿਓ ਖ਼ਾਲਸਾ*, ਸਫ਼ਾ 21.

ਮਨੁੱਖ ਨੂੰ ਕਿਹੜੀਆਂ ਗੱਲਾਂ ਧਰਵਾਸ ਦਿੰਦੀਆਂ ਹਨ; ਅਤੇ ਰਵਾਇਤਾਂ ਦੇ ਪੂਰਨ ਤੌਰ 'ਤੇ ਭੰਗ ਹੋ ਜਾਣ ਅਤੇ ਅਤੀਤ ਨਾਲੋਂ ਵਿਯੋਗੇ ਜਾਣ ਨਾਲ (ਮਨੁੱਖ ਦੇ ਮਨ ਅੰਦਰ) ਜਿਹੜਾ ਦਹਿਲ ਪੈਦਾ ਹੁੰਦਾ ਹੈ, ਉਸ ਤੋਂ ਕਿਹੜੀਆਂ ਗੱਲਾਂ ਮੁਕਤੀ ਦਿਵਾਉਂਦੀਆਂ ਹਨ, ਇਨ੍ਹਾਂ ਬਾਰੇ ਠੀਕ ਅਨੁਮਾਨ ਲਾਉਣ ਵਾਸਤੇ ਵਿਚਾਰਧਾਰਾ ਨਾਲੋਂ ਮਾਨਸਿਕਤਾ ਨੂੰ ਸਮਝਣਾ ਜ਼ਰੂਰੀ ਹੈ।[15]

ਪਰੰਤੂ ਪੱਛਮ ਦੀ ਗਿਆਨਵਾਦੀ ਲਹਿਰ ਦੇ ਪ੍ਰਭਾਵ ਹੇਠ ਇਤਿਹਾਸ ਬਾਰੇ ਨੁਕਸਦਾਰ ਨਜ਼ਰੀਆ ਵਿਕਸਤ ਹੋ ਗਿਆ ਹੈ ਜਿਸ ਨੇ ਇਤਿਹਾਸਕਾਰੀ ਉੱਤੇ ਨਾਂਹ-ਮੁਖੀ ਅਸਰ ਪਾਇਆ ਹੈ। ਇਸ ਦਾ ਪਰਛਾਵਾਂ ਸ਼ਹੀਦ ਕਰਤਾਰ ਸਿੰਘ ਸਰਾਭਾ ਬਾਰੇ ਲਿਖੀਆਂ ਗਈਆਂ ਜ਼ਿਆਦਾਤਰ ਲਿਖਤਾਂ (ਜੀਵਨੀਆਂ) ਉੱਤੇ ਵੀ ਪਿਆ ਹੈ। ਲਗਭਗ ਸਾਰੇ ਹੀ ਜੀਵਨੀਕਾਰਾਂ ਨੇ ਸ਼ਹੀਦ ਕਰਤਾਰ ਸਿੰਘ ਸਰਾਭਾ ਦੇ ਮਨ ਦੇ ਕੇਵਲ ਚੇਤਨ ਹਿੱਸੇ, ਉਸ ਦੇ ਰਾਜਸੀ ਵਿਚਾਰਾਂ, ਆਦਰਸ਼ਾਂ, ਅਤੇ ਅਮਲੀ ਯੋਗਤਾਵਾਂ ਉੱਤੇ ਹੀ ਧਿਆਨ ਕੇਂਦਰਿਤ ਕੀਤਾ ਹੈ। ਉਨ੍ਹਾਂ ਨੇ ਉਸ ਦੇ ਮਨ ਦੇ ਸੂਖਮ ਹਿੱਸੇ, ਮਨ ਦੀ ਉਹ 'ਵਿਸ਼ਾਲ ਸਰਜ਼ਮੀਨ...ਜਿਥੋਂ ਸੁਪਨੇ ਜਨਮ ਲੈਂਦੇ ਹਨ', ਭਾਵ ਉਸ ਦੇ ਮਨ ਦੇ ਅਚੇਤਨ ਭਾਗ ਨੂੰ, ਉਸ ਦੇ ਸੰਸਕਾਰਾਂ, ਪਰੰਪਰਾਗਤ ਪ੍ਰਵਿਰਤੀਆਂ ਤੇ ਜਨਮ-ਜਾਤ ਪ੍ਰੇਰਣਾਵਾਂ ਨੂੰ ਸਮਝਣ ਵਿਚ ਕੋਈ ਰੁਚੀ ਨਹੀਂ ਪ੍ਰਗਟਾਈ। ਇਸ ਮਹੱਤਵਪੂਰਨ ਪੱਖ ਨੂੰ ਪੂਰਨ ਤੌਰ 'ਤੇ ਨਜ਼ਰਅੰਦਾਜ਼ ਕੀਤਾ ਗਿਆ ਹੈ। ਉਸ ਨੂੰ ਇਕ ਖ਼ੁਦਮੁਖ਼ਤਾਰ ਇਕਾਈ ਵਜੋਂ ਹੀ ਸਮਝਿਆ ਤੇ ਪੇਸ਼ ਕੀਤਾ ਗਿਆ ਹੈ। ਉਸ ਨੂੰ ਸਿੱਖ ਦੇ ਬੱਚੇ ਵਜੋਂ ਦੇਖਣ ਤੇ ਸਮਝਣ ਤੋਂ ਅੜੀਅਲ ਢੰਗ ਨਾਲ ਇਨਕਾਰ ਕੀਤਾ ਗਿਆ ਹੈ। ਇਹ ਸਭ ਕੁਝ ਸਿਧਾਂਤਕ ਨਜ਼ਰੀਏ ਦੇ ਭੈਂਗ ਕਰਕੇ ਹੋਇਆ ਹੈ। ਇਸ ਦੇ ਨਤੀਜੇ ਬਹੁਤ ਭੈੜੇ ਤੇ ਦੁਖਦਾਈ ਨਿਕਲੇ ਹਨ।

ਹੇਠਾਂ ਇਸ ਬਾਰੇ ਸੰਖੇਪ ਵਿਚ ਸਿਧਾਂਤਕ ਚਰਚਾ ਕਰਦੇ ਹਾਂ।

ਧਰਮ ਤੇ ਵਿਚਾਰਧਾਰਾ

ਪੱਛਮ ਵਿਚ ਜਨਮੀ ਤੇ ਪ੍ਰਫੁੱਲਤ ਹੋਈ ਆਧੁਨਿਕ ਸੱਭਿਅਤਾ ਦਾ ਬੋਲਬਾਲਾ ਹੋਣ ਤੋਂ ਪਹਿਲਾਂ ਧਰਮ ਜੀਵਨ ਦਾ ਧੁਰਾ ਹੁੰਦਾ ਸੀ। ਧਰਮ ਹੀ ਸਮਾਜੀ ਤੇ ਇਖ਼ਲਾਕੀ ਕਦਰਾਂ-ਕੀਮਤਾਂ ਦਾ ਆਧਾਰ ਤੇ ਕਸੌਟੀ ਹੁੰਦੀ ਸੀ। ਇਸ ਅਨੁਸਾਰ ਹੀ ਚੰਗੇ ਤੇ ਬੁਰੇ, ਯੋਗ ਤੇ ਅਯੋਗ ਵਿਚਕਾਰ ਨਿਖੇੜਾ ਕੀਤਾ ਜਾਂਦਾ ਸੀ। ਧਰਮ, ਸਮਾਜਾਂ ਤੇ ਰਾਜਾਂ ਦੀ ਬੁਨਿਆਦ ਸੀ। ਧਰਮ ਖ਼ਾਤਰ ਲੜਨਾ/ਮਰਨਾ ਪਵਿੱਤਰ ਕਰਮ ਸਮਝਿਆ ਜਾਂਦਾ ਸੀ। ਧਰਮ ਲਈ ਜਾਨ ਕੁਰਬਾਨ ਕਰਨ ਵਾਲੇ ਨੂੰ ਪੂਜਨੀਕ ਸ਼ਹੀਦ ਦਾ ਰੁਤਬਾ ਦਿੱਤਾ ਜਾਂਦਾ ਸੀ। ਆਧੁਨਿਕ ਸੱਭਿਅਤਾ ਦੇ ਹਾਵੀ ਹੋ ਜਾਣ ਨਾਲ ਧਰਮ ਦਾ ਸਥਾਨ ਰਾਜਸੀ ਵਿਚਾਰਧਾਰਾਵਾਂ ਨੇ ਲੈ ਲਿਆ। ਇਸ ਨਾਲ ਸਾਰਾ ਕੁਛ ਉਲਟਾ ਪੁਲਟਾ ਹੋ ਗਿਆ। ਜਿਥੇ ਪਹਿਲਾਂ ਧਰਮ ਲਈ ਲੜਨਾ/ਮਰਨਾ ਪਵਿੱਤਰ ਸਮਝਿਆ ਜਾਂਦਾ ਸੀ, ਉਥੇ ਆਧੁਨਿਕ ਯੁਗ ਵਿਚ ਧਰਮ ਖ਼ਾਤਰ ਲੜਨ ਵਾਲੇ ਲੋਕਾਂ ਨੂੰ ਤ੍ਰਿਸਕਾਰ ਦੀ ਨਜ਼ਰ ਨਾਲ ਦੇਖਿਆ ਜਾਣ ਲੱਗਾ। "ਇਹ ਮਾਨਤਾ ਅਜੋਕੇ ਗਿਆਨ ਪ੍ਰਬੰਧ ਦੀਆਂ ਸੀਮਾਵਾਂ ਅਤੇ ਵਰਤਮਾਨ ਰਾਜਸੀ ਢਾਂਚਿਆਂ ਦੀ ਲੋੜ

---

15. Sham Lal, *A Hundred Encounters : Interrogating the Past,* pp.17- 21; *Times of India,* Nov. 2, 1991.

ਹੈ ਜੋ ਮੂਲ ਰੂਪ ਵਿਚ ਧਰਮ ਦੀ ਹੋਂਦ ਨੂੰ ਮਨੁੱਖਤਾ ਲਈ ਨਾਂਹ-ਮੁਖੀ ਵਰਤਾਰੇ ਵਜੋਂ ਸਿੱਧ ਕਰਨ ਵੱਲ ਸੇਧਿਤ ਹੈ।"[16]

ਅਜੋਕੇ ਯੁਗ ਅੰਦਰ ਰਾਜਸੀ ਵਿਚਾਰਧਾਰਾ ਲਈ ਲੜਨਾ/ਮਰਨਾ, ਉਸ ਵਿਚਾਰਧਾਰਾ ਨੂੰ ਮੰਨਣ ਵਾਲਿਆਂ ਅੰਦਰ ਨੇਕ ਤੇ ਪਵਿੱਤਰ ਸਮਝਿਆ ਜਾਣ ਲੱਗਾ ਹੈ। ਪਿਛਲੀਆਂ ਦੋ ਸਦੀਆਂ ਅੰਦਰ ਵੱਡੀਆਂ ਹਸਤੀਆਂ ਵਜੋਂ ਮਾਨਤਾ ਵਧੇਰੇ ਉਨ੍ਹਾਂ ਲੋਕਾਂ ਦੀ ਹੋਈ ਜਿਹੜੇ ਰਾਜਸੀ ਵਿਚਾਰਧਾਰਾ, ਅਥਵਾ ਰਾਜਸੀ ਆਜ਼ਾਦੀ ਲਈ ਲੜੇ।*

ਜਦੋਂ ਧਰਮ ਨਾਲੋਂ ਰਾਜਸੀ ਵਿਚਾਰਧਾਰਾ ਨੂੰ ਉੱਤਮ ਮੰਨਿਆ ਜਾਣ ਲੱਗਾ, ਤਾਂ ਇਸ ਦੇ ਤਰਕਪੂਰਨ ਸਿੱਟੇ ਵਜੋਂ, ਸੰਸਕਾਰਾਂ ਨਾਲੋਂ ਵਿਚਾਰਾਂ ਨੂੰ; ਅੰਤਰ-ਪ੍ਰੇਰਨਾ (intuition) ਨਾਲੋਂ ਚੇਤਨਾ ਨੂੰ; ਅਤੇ ਮਨ ਤੇ ਆਤਮਾ ਨਾਲੋਂ ਬੁੱਧੀ ਨੂੰ ਉੱਤਮ ਮੰਨਿਆ ਜਾਣ ਲੱਗਾ। ਦ੍ਰਿਸ਼ਟੀ ਅੰਦਰ ਆਏ ਇਸ ਬੁਨਿਆਦੀ ਬਦਲਾਅ ਦਾ ਅਸਰ ਸਾਰੇ ਖੇਤਰਾਂ ਅੰਦਰ ਪ੍ਰਗਟ ਹੋਇਆ। ਇਸ ਨਾਲ ਵਿਅਕਤੀ ਤੇ ਸਮਾਜ ਬਾਰੇ ਨਜ਼ਰੀਆ ਪੂਰੀ ਤਰ੍ਹਾਂ ਬਦਲ ਗਿਆ। ਇਤਿਹਾਸ ਨੂੰ ਇਸੇ ਨਜ਼ਰੀਏ ਤੋਂ ਦੇਖਿਆ, ਪੜਚੋਲਿਆ ਤੇ ਪੇਸ਼ ਕੀਤਾ ਜਾਣ ਲੱਗਾ। ਇਥੋਂ ਤਕ, ਕਿ ਧਰਮਾਂ ਅਤੇ ਧਾਰਮਿਕ ਰਹਿਬਰਾਂ ਤੇ ਨਾਇਕਾਂ ਦੀ ਵਿਆਖਿਆ ਵੀ ਇਸੇ ਦ੍ਰਿਸ਼ਟੀ ਤੋਂ ਕੀਤੀ ਜਾਣ ਲੱਗੀ। ਧਰਮ, ਕੇਵਲ ਸਿਧਾਂਤਾਂ ਤੇ ਸਦਾਚਾਰਕ ਅਸੂਲਾਂ ਦਾ ਸੰਗ੍ਰਹਿ ਬਣ ਗਏ, ਤੇ ਧਾਰਮਿਕ ਰਹਿਬਰ ਵਿਚਾਰਵਾਨ ਠਹਿਰਾਏ ਜਾਣ ਲੱਗੇ। ਇਸ ਨਾਲ ਇਤਿਹਾਸ ਝੂਠੀ ਸ਼ਕਲ ਅਖ਼ਤਿਆਰ ਕਰ ਗਏ। ਵਿਚਾਰਾਂ ਨੂੰ ਫ਼ੈਸਲਾਕੁਨ ਤਾਕਤ ਮੰਨ ਲੈਣ ਨਾਲ ਵਿਅਕਤੀਆਂ ਤੇ ਵਰਗਾਂ ਦੀ ਮਾਨਸਿਕਤਾ ਨੂੰ ਸਮਝਣ ਵਿਚ ਬਹੁਤੀ ਰੁਚੀ ਨਹੀਂ ਰਹੀ।

ਇਸ ਦੀ ਉਘੜਵੀਂ ਮਿਸਾਲ ਸ਼ਹੀਦ ਕਰਤਾਰ ਸਿੰਘ ਸਰਾਭਾ ਬਾਰੇ ਆਧੁਨਿਕ ਦ੍ਰਿਸ਼ਟੀ ਤੋਂ ਲਿਖੀਆਂ ਗਈਆਂ ਲਿਖਤਾਂ/ਕਿਤਾਬਾਂ ਅੰਦਰ ਮਿਲਦੀ ਹੈ। ਅਜਿਹੀ ਇਕ ਲਿਖਤ ਅੰਦਰ ਇਹ ਕਿਹਾ ਗਿਆ ਹੈ ਕਿ ਜਿਸ ਵੇਲੇ ਕਰਤਾਰ ਸਿੰਘ ਉੜੀਸਾ ਵਿਚ ਪੜ੍ਹਾਈ ਕਰਦਾ ਸੀ 'ਉਸ ਵੇਲੇ ਬੰਗਾਲ ਤੇ ਉੜੀਸਾ ਆਦਿ ਇਲਾਕਿਆਂ ਵਿਚ ਬਹੁਤ ਹੱਦ ਤਕ ਰਾਜਨੀਤਕ ਚੇਤਨਾ ਪੈਦਾ ਹੋ ਚੁੱਕੀ ਸੀ। ਸਰਾਭਾ ਸਕੂਲੀ ਪੁਸਤਕਾਂ ਤੋਂ ਇਲਾਵਾ ਕਿਉਂਕਿ ਹੋਰ ਸਾਹਿਤ ਵੀ ਪੜ੍ਹਦਾ ਰਹਿੰਦਾ ਸੀ, ਇਸ ਲਈ ਉਸ ਉੱਤੇ ਇਸ ਰਾਜਨੀਤਕ ਜਾਗ੍ਰਤੀ ਦਾ ਵੀ ਪ੍ਰਭਾਵ ਪੈਣਾ ਸ਼ੁਰੂ ਹੋ ਗਿਆ। ਦੇਸ਼-ਪ੍ਰੇਮ ਤੇ ਦੇਸ਼ ਸੇਵਾ ਦੀ ਭਾਵਨਾ ਉਸ ਅੰਦਰ ਕਲਵਲ ਹੋਣ ਲੱਗੀ। ਉਸ ਦਾ ਸੋਚਣ ਦੇਖਣ ਦਾ ਦਿਸਹੱਦਾ ਵਸੀਹ ਹੋ ਗਿਆ।'[17]

ਆਧੁਨਿਕਤਾਵਾਦੀ ਵਿਚਾਰਾਂ ਦੇ ਆਦੀ ਮਨ ਨੂੰ ਇਹ ਗੱਲ ਬੜੀ ਚੰਗੀ ਤੇ ਠੀਕ ਲੱਗ ਸਕਦੀ ਹੈ। ਪਰ ਇਸ ਵਿੱਚੋਂ ਲੇਖਕ ਦੇ ਨਜ਼ਰੀਏ ਦਾ ਨੁਕਸ ਪ੍ਰਤੱਖ ਹੁੰਦਾ ਹੈ। ਲਿਖਤ

---

* ਡਾ. ਸੇਵਕ ਸਿੰਘ ਨੇ ਫ਼ਤਹਿਗੜ੍ਹ ਸਾਹਿਬ ਵਿਖੇ 'ਸਿੱਖ ਸ਼ਹਾਦਤ ਦਾ ਮਾਨਸਿਕ ਸੰਕਲਪ' ਦੇ ਵਿਸ਼ੇ 'ਤੇ ਹੋਏ ਸੈਮੀਨਾਰ ਵਿਚ ਆਪਣਾ ਪਰਚਾ ਪੜ੍ਹਦਿਆਂ ਇਹ ਵਿਚਾਰ ਪ੍ਰਗਟਾਇਆ, ਕਿ ਰਾਜਸੀ ਆਜ਼ਾਦੀ ਹਾਸਲ ਕਰਨ ਦੀ ਸੀਮਤ ਦ੍ਰਿਸ਼ਟੀ ਨਾਲ ਲੜੀ ਜਾਣ ਵਾਲੀ ਲੜਾਈ ਅੰਦਰ 'ਮਰਨ ਦੀ ਭਾਵਨਾ ਪਿੱਛੇ ਜੋ ਖ਼ਿਆਲ ਕੰਮ ਕਰਦਾ ਹੈ, ਉਹ ਛੋਟੇ ਕਿਸਮ ਦਾ ਹੈ। ਇਹ ਵਿਅਕਤੀ ਅੰਦਰ ਉੱਤਮ ਮਨੁੱਖੀ ਗੁਣ ਪੈਦਾ ਨਹੀਂ ਕਰਦਾ ਸਗੋਂ ਉਸ ਦੇ ਆਪਣੇ ਉੱਤਮ ਹੋਣ ਦਾ ਭਾਵ ਪੈਦਾ ਕਰਦਾ ਹੈ ਜੋ ਦੂਜਿਆਂ ਨੂੰ ਛੋਟੇ ਜਾਣਦਾ ਹੈ।'

16. ਡਾ. ਸੇਵਕ ਸਿੰਘ, *ਉਹੀ*।
17. ਚਰੰਜੀ ਲਾਲ ਕੰਗਣੀਵਾਲ (ਸੰਪਾ.), *ਗ਼ਦਰ ਲਹਿਰ ਦਾ ਮਹਾਨਾਇਕ ਸ਼ਹੀਦ ਕਰਤਾਰ ਸਿੰਘ ਸਰਾਭਾ*, ਸਫ਼ਾ 20.

ਤੋਂ ਸਾਫ਼ ਜ਼ਾਹਰ ਹੁੰਦਾ ਹੈ ਕਿ ਲੇਖਕ ਨੇ ਇਹ ਗੱਲ ਠੋਸ ਹਕੀਕਤ ਦੇ ਆਧਾਰ 'ਤੇ ਨਹੀਂ ਕਹੀ। ਉਸ ਨੇ ਸਾਰੀ ਲਿਖਤ ਅੰਦਰ ਕਿਸੇ ਇਕ ਵੀ ਕਿਤਾਬ ਦਾ ਨਾਉਂ ਜਾਂ ਜ਼ਿਕਰ ਨਹੀਂ ਕੀਤਾ ਜਿਹੜੀ ਉਸ ਮੁਤਾਬਕ ਕਰਤਾਰ ਸਿੰਘ ਸਰਾਭਾ ਨੇ ਪੜ੍ਹੀ ਹੋਵੇ। ਸਪੱਸ਼ਟ ਹੈ ਕਿ ਇਹ ਗੱਲ ਲੇਖਕ ਨੇ ਜਾਂ ਤਾਂ ਆਪਣੇ ਕੋਲੋਂ ਘੜੀ ਹੈ, ਅਤੇ ਜਾਂ ਫਿਰ ਕਿਤੋਂ ਪੜ੍ਹ ਸੁਣ ਕੇ, ਬਿਨਾਂ ਛਾਣ-ਬੀਣ ਕੀਤੇ ਲਿਖ ਦਿੱਤੀ ਹੈ। ਲੇਖਕ ਸੁਣੀ ਸੁਣਾਈ ਅਜਿਹੀ ਗੱਲ ਉੱਤੇ ਹੀ ਇਤਬਾਰ ਕਰਦਾ ਹੈ ਜਿਹੜੀ ਉਸ ਨੂੰ ਆਪ ਚੰਗੀ ਲਗਦੀ ਹੈ। ਇਸ 'ਚੋਂ ਲੇਖਕ ਦੀ ਆਪਣੀ ਪਸੰਦ ਰੂਪਮਾਨ ਹੁੰਦੀ ਹੈ। ਹਥਲੇ ਪ੍ਰਸੰਗ ਅੰਦਰ, ਪਸੰਦ ਦਾ ਮਸਲਾ ਕਿਸੇ ਜਾਤੀ ਸੁਆਦ ਨਾਲ ਨਹੀਂ ਜੁੜਿਆ ਹੋਇਆ। ਇਸ ਦਾ ਸੰਬੰਧ ਸਿਧਾਂਤਕ ਨਜ਼ਰੀਏ ਨਾਲ ਹੈ। ਲੇਖਕ ਦੀ ਇਹ ਪੱਕੀ ਧਾਰਨਾ ਹੈ ਕਿ ਕਰਤਾਰ ਸਿੰਘ ਸਰਾਭਾ ਨੇ ਜੋ ਮਹਾਨ ਕਾਰਨਾਮੇ ਕੀਤੇ, ਉਹ ਆਧੁਨਿਕ ਗਿਆਨ, ਅਥਵਾ ਸੋਝੀ ਗ੍ਰਹਿਣ ਕੀਤੇ ਬਗ਼ੈਰ ਕਦਾਚਿਤ ਸੰਭਵ ਨਹੀਂ ਸੀ ਹੋ ਸਕਦੇ। ਲੇਖਕ ਕਿਉਂਕਿ ਅੰਤਰ-ਪ੍ਰੇਰਣਾ ਨਾਲੋਂ ਚੇਤਨਾ ਨੂੰ ਉੱਤਮ ਮੰਨਦਾ ਹੈ, ਅਤੇ ਆਧੁਨਿਕਤਾ ਦਾ ਪੈਰੋਕਾਰ ਹੋਣ ਕਰਕੇ ਉਸ ਦਾ ਇਹ ਵੀ ਪ੍ਰਬਲ ਯਕੀਨ ਹੈ ਕਿ ਚੇਤਨਾ ਕਿਤਾਬਾਂ ਪੜ੍ਹੇ ਬਿਨਾਂ ਨਹੀਂ ਆ ਸਕਦੀ। ਇਸ ਲਈ ਉਸ ਨੇ ਆਪਣੀ ਪਸੰਦੀਦਾ ਗੱਲ ਕਹਿਣ ਤੇ ਇਸ ਨੂੰ ਯੋਗ ਠਹਿਰਾਉਣ ਲਈ ਅਨੁਮਾਨਪੂਰਬਕ ਤਰਕ (deductive logic) ਦਾ ਤਰੀਕਾਕਾਰ ਅਪਣਾ ਲਿਆ; ਜਿਸ ਮੁਤਾਬਕ, ਕਿਉਂਕਿ ਕਰਤਾਰ ਸਿੰਘ ਸਰਾਭਾ ਮਹਾਨ ਇਨਕਲਾਬੀ ਸੀ, ਇਸ ਲਈ ਉਸ ਨੇ ਲਾਜ਼ਮੀ ਆਧੁਨਿਕ ਸਾਹਿਤ ਪੜ੍ਹਿਆ ਹੋਵੇਗਾ; ਅਤੇ ਕਿਉਂਕਿ ਉਸ ਵੇਲੇ ਬੰਗਾਲ ਵਿਚ ਰਾਜਸੀ ਜਾਗ੍ਰਤੀ ਆ ਗਈ ਸੀ, ਤੇ ਬਸਤੀਵਾਦੀ ਰਾਜ ਦੌਰਾਨ ਉੜੀਸਾ ਬੰਗਾਲ ਪ੍ਰੈਜ਼ੀਡੈਂਸੀ ਦਾ ਹਿੱਸਾ ਸੀ, ਇਸ ਕਰਕੇ ਇਸ ਜਾਗ੍ਰਤੀ ਦਾ ਪ੍ਰਭਾਵ ਉੜੀਸਾ ਵਿਚ ਵੀ ਪਿਆ ਹੋਵੇਗਾ ਜਿਥੋਂ ਇਹ ਅਸਰ ਕਰਤਾਰ ਸਿੰਘ ਨੇ ਗ੍ਰਹਿਣ ਕੀਤਾ ਹੋਵੇਗਾ।

ਆਧੁਨਿਕਵਾਦੀ ਮਨੌਤਾਂ

ਇਹ ਸਾਰੀ ਮਨੌਤ ਰਚਨਾ, ਦੋ ਆਧੁਨਿਕਵਾਦੀ ਮਿੱਥਾਂ ਦੀ ਪੈਦਾਵਾਰ ਹੈ। ਪਹਿਲੀ ਮਿੱਥ ਇਹ ਹੈ, ਕਿ ਅਸਲੀ ਗਿਆਨ ਆਧੁਨਿਕ ਸਾਹਿਤ (ਕਿਤਾਬਾਂ) ਪੜ੍ਹਨ ਨਾਲ ਹੀ ਹੁੰਦਾ ਹੈ। ਜਿਹੜੇ ਲੋਕ ਆਧੁਨਿਕ ਸਾਹਿਤ ਨਹੀਂ ਪੜ੍ਹਦੇ, ਉਹ ਪੱਛੜ ਜਾਂਦੇ ਹਨ, ਉਹ ਅਗਿਆਨੀ ਰਹਿ ਜਾਂਦੇ ਹਨ। ਇਸ ਤਰਕ ਅਨੁਸਾਰ, ਗ਼ਦਰ ਪਾਰਟੀ ਦੇ ਜਿਹੜੇ ਵੱਡੇ ਆਗੂ ਪੂਰੀ ਸ਼ਿਦਤ ਨਾਲ ਸਿੱਖ ਧਰਮ ਨਾਲ ਜੁੜੇ ਹੋਏ ਸਨ, ਅਤੇ ਜਿਨ੍ਹਾਂ ਨੇ ਜ਼ਿਆਦਾਤਰ ਧਾਰਮਿਕ ਗ੍ਰੰਥ ਹੀ ਪੜ੍ਹੇ ਹੋਏ ਸਨ; ਅਤੇ ਉਹ ਇਨ੍ਹਾਂ ਗ੍ਰੰਥਾਂ ਕੋਲੋਂ ਹੀ ਰੋਸ਼ਨੀ ਤੇ ਪ੍ਰੇਰਨਾ ਲੈਂਦੇ ਸਨ, ਉਹ 'ਅਗਿਆਨੀ' ਸਨ। ਇਹ ਬਸਤੀਵਾਦੀ (ਕੋਲੋਨੀਅਲ) ਖ਼ਿਆਲਾਤ ਹਨ। ਯੂਰਪੀ ਹਾਕਮ ਗ਼ੁਲਾਮ ਦੇਸ਼ਾਂ ਦੀ ਅਨਪੜ੍ਹ ਜਨਤਾ ਬਾਰੇ ਇਹੀ ਧਾਰਨਾ ਰਖਦੇ ਸਨ।*

---

* ਇਹ ਆਧੁਨਿਕਵਾਦੀ ਧਾਰਨਾ ਬ੍ਰਾਹਮਣ ਮਤ ਦਾ ਹੀ ਸਿੱਧ ਪੁੱਠ (inside out) ਹੈ। ਬ੍ਰਾਹਮਣ ਮਤ ਅਨੁਸਾਰ ਵੀ ਜਿਹੜਾ ਵਿਅਕਤੀ ਵੇਦਾਂ ਦਾ ਗਿਆਤਾ ਨਹੀਂ, ਉਹ ਅਗਿਆਨੀ ਹੈ; ਅਤੇ ਵੇਦਾਂ ਤੋਂ ਬਿਨਾਂ ਬਾਕੀ ਗਿਆਨ ਝੂਠਾ ਹੈ। ਬ੍ਰਾਹਮਣਵਾਦ ਦੀ ਤਰ੍ਹਾਂ, ਗਿਆਨ ਪ੍ਰਬੰਧਾਂ ਦੇ ਮਾਮਲੇ ਵਿਚ ਇਹ ਊਚ ਨੀਚ ਦਾ (hierarchical) ਸਿਧਾਂਤ, ਆਧੁਨਿਕ ਗਿਆਨ ਪ੍ਰਬੰਧ ਦਾ ਜਨਮ-ਜਾਤ (inherent) ਲੱਛਣ ਹੈ। ਇਸ ਮੁਤਾਬਕ, ਕੇਵਲ ਵਿਗਿਆਨ ਉੱਤੇ ਆਧਾਰਿਤ ਆਧੁਨਿਕ ਗਿਆਨ ਹੀ ਖਰਾ ਤੇ ਸੱਚਾ ਹੈ, ਰਵਾਇਤੀ ਗਿਆਨ-ਪ੍ਰਬੰਧ ਖੋਟੇ ਤੇ ਤਰਕਹੀਣ ਹਨ।

ਉਨ੍ਹਾਂ ਨੇ ਗ਼ਦਰ ਪਾਰਟੀ ਤੇ ਲਹਿਰ ਨੂੰ ਇਸੇ ਦ੍ਰਿਸ਼ਟੀ ਤੋਂ ਦੇਖਿਆ ਸੀ। ਉਹ ਇਹ ਮੰਨ ਕੇ ਚੱਲਦੇ ਸਨ ਕਿ ਪਿੰਡਾਂ ਦੇ ਅਨਪੜ੍ਹ ਲੋਕ ਆਪਣੇ ਆਪ ਅਜਿਹੀ ਜਥੇਬੰਦੀ ਤੇ ਲਹਿਰ ਕਦਾਚਿਤ ਖੜੀ ਨਹੀਂ ਕਰ ਸਕਦੇ ਸਨ। ਇਸ ਦੇ ਵਾਸਤੇ ਪੜ੍ਹੇ-ਲਿਖੇ ਦਿਮਾਗ਼ਾਂ ਦੀ ਜ਼ਰੂਰਤ ਸੀ, ਅਤੇ ਉਨ੍ਹਾਂ ਮੁਤਾਬਕ ਲਾਲਾ ਹਰਦਿਆਲ ਹੀ ਸੀ ਜਿਹੜਾ ਇਹ ਜ਼ਰੂਰਤ ਪੂਰੀ ਕਰ ਸਕਦਾ ਸੀ। ਇਸ ਕਰਕੇ ਬਸਤੀਵਾਦੀ ਹਾਕਮਾਂ ਨੇ ਗ਼ਦਰ ਲਹਿਰ ਬਾਰੇ ਜਿਹੜਾ ਜਾਇਜ਼ਾ ਬਣਾਇਆ, ਉਸ ਵਿਚ ਸਾਰੀ ਗੱਲ ਲਾਲਾ ਹਰਦਿਆਲ ਦੇ ਦੁਆਲੇ ਘੁਮਾਈ। ਉਸ ਨੂੰ ਲਹਿਰ ਦਾ 'ਦਿਮਾਗ਼', 'ਸਿਰਜਕ', 'ਸੰਚਾਲਕ', 'ਨੀਤੀ ਘਾੜਾ' ਤੇ ਲਹਿਰ ਦੀ 'ਜਿੰਦ ਜਾਨ' ਕਿਹਾ ਗਿਆ। (ਬਾਬਾ ਸੋਹਣ ਸਿੰਘ ਭਕਨਾ ਨੇ ਆਪਣੀ ਸਵੈ-ਜੀਵਨੀ 'ਮੇਰੀ ਰਾਮ ਕਹਾਣੀ' ਵਿਚ ਇਸ ਮਿੱਥ ਨੂੰ ਤਹਿਸ ਨਹਿਸ ਕਰ ਦਿੱਤਾ ਹੈ)* ਸ. ਜਗਜੀਤ ਸਿੰਘ ਮੁਤਾਬਕ :

> "ਇਸ ਭੁਲੇਖੇ ਦਾ ਵੱਡਾ ਕਾਰਨ ਇਹ ਨਜ਼ਰੀਆ ਹੈ ਕਿ ਰਾਜਸੀ ਲਹਿਰਾਂ ਉਤਪੰਨ ਕਰਨ ਵਿਚ ਪਹਿਲ ਕੇਵਲ ਪੜ੍ਹੀ-ਲਿਖੀ ਸ਼੍ਰੇਣੀ ਵਲੋਂ ਆ ਸਕਦੀ ਹੈ, ਆਮ ਜਨਤਾ ਵਲੋਂ ਨਹੀਂ। ਹਿੰਦ ਵਿਚ ਕੌਮੀ ਲਹਿਰ ਦੇ ਵਿਕਾਸ ਦੇ ਢੰਗ ਨੇ ਹਿੰਦ ਵਿਚ ਇਸ ਨਜ਼ਰੀਏ ਨੂੰ ਹੋਰ ਵੀ ਪੁਖ਼ਤਾਇਆ ਹੈ।"[18]

ਬਾਅਦ ਵਿਚ ਜਾ ਕੇ ਜਿਹੜੇ ਵਿਦਵਾਨਾਂ ਨੇ ਗ਼ਦਰ ਲਹਿਰ ਦਾ ਇਤਿਹਾਸ ਲਿਖਣ ਵੇਲੇ ਸਰਕਾਰੀ ਦਸਤਾਵੇਜ਼ਾਂ ਉੱਤੇ ਵਧਵੀਂ ਨਿਰਭਰਤਾ ਪ੍ਰਗਟਾਈ, ਅਤੇ ਜਿਹੜੇ ਆਪ ਵੀ ਅਜਿਹੇ ਹੀ ਆਧੁਨਿਕਵਾਦੀ ਖ਼ਿਆਲਾਂ ਦਾ ਪ੍ਰਭਾਵ ਕਬੂਲਦੇ ਸਨ/ਹਨ, ਉਨ੍ਹਾਂ ਨੇ ਲਾਲਾ ਹਰਦਿਆਲ ਦੇ ਰੋਲ ਨੂੰ ਹਕੀਕਤ ਨਾਲੋਂ ਕਈ ਦਰਜੇ ਵਧਾਅ-ਚੜ੍ਹਾਅ ਕੇ ਪੇਸ਼ ਕੀਤਾ। ਪ੍ਰੋ. ਹਰੀਸ਼ ਕੇ. ਪੁਰੀ ਦੀਆਂ ਲਿਖਤਾਂ ਇਸ ਦੋਸ਼ ਦਾ ਮੁਜੱਸਮਾ ਹਨ। ਉਸ ਨੇ ਲਾਲਾ ਹਰਦਿਆਲ ਸਮੇਤ ਉੱਤਰੀ ਅਮਰੀਕਾ ਵਿਚ ਪੜ੍ਹਦੇ ਹਿੰਦੂ ਵਿਦਿਆਰਥੀਆਂ ਦੀ ਲਹਿਰ ਵਿਚ ਭੂਮਿਕਾ, ਜਿਹੜੀ ਕਿ ਹਕੀਕਤ ਵਿਚ ਅੰਸ਼ ਮਾਤਰ (marginal) ਸੀ, ਨੂੰ ਹੱਦੋਂ ਵੱਧ ਵਧਾਅ-ਚੜ੍ਹਾਅ ਕੇ ਪੇਸ਼ ਕੀਤਾ ਹੈ। ਇਹ ਵਿਗਾੜ ਨਿਰਾ ਸਰਕਾਰੀ ਦਸਤਾਵੇਜ਼ਾਂ ਉੱਤੇ ਵਧਵੀਂ ਟੇਕ ਰੱਖਣ ਦਾ ਨਤੀਜਾ ਨਹੀਂ, ਇਸ ਵਿਚ ਲੇਖਕ ਦੇ ਆਪਣੇ ਮਾਨਸਿਕ ਝੁਕਾਵਾਂ ਤੇ ਤੁਅੱਸਬਾਂ ਦਾ ਵੱਡਾ ਰੋਲ ਹੈ।

ਦਰੀਸੀ ਚੈਂਚਈਆ, ਜਿਹੜਾ ਗ਼ਦਰ ਪਾਰਟੀ ਦੇ ਬਣਨ ਸਮੇਂ ਬਰਕਲੀ ਯੂਨੀਵਰਸਿਟੀ ਵਿਚ ਪੜ੍ਹਾਈ ਕਰ ਰਿਹਾ ਸੀ, ਆਪਣੀ ਇਕ ਹੱਥ-ਲਿਖਤ ਵਿਚ ਪੇਂਡੂ ਕਿਸਾਨਾਂ ਬਾਰੇ ਸ਼ਹਿਰੀ ਪੜ੍ਹਾਕੂਆਂ ਵਾਲੇ ਤੁਅੱਸਬਾਂ ਦਾ ਪ੍ਰਗਟਾਵਾ ਕਰਦਾ ਲਿਖਦਾ ਹੈ ਕਿ "ਲਾਲਾ ਹਰਦਿਆਲ ਦੇ ਅਮਰੀਕਾ ਤੋਂ ਚਲੇ ਜਾਣ ਤੋਂ ਬਾਅਦ ਲੀਡਰਸ਼ਿਪ ਦਾ ਖ਼ਲਾਅ ਪੈਦਾ ਹੋ ਗਿਆ ਸੀ। ਦੂਜੇ ਗ਼ਦਰੀ ਸੂਰਬੀਰ ਲੜਾਕੂ ਜਜ਼ਬੇ ਤੇ ਕੁਰਬਾਨੀ ਕਰਨ ਦੇ ਗੁਣਾਂ ਨਾਲ ਤਾਂ ਭਰਪੂਰ ਸਨ ਪਰ ਉਹਨਾਂ ਵਿਚ ਕਿਸੇ ਲਹਿਰ ਨੂੰ ਵਿਧੀਵਤ ਢੰਗ ਨਾਲ ਚਲਾਉਣ ਲਈ ਲੋੜੀਂਦੀ ਬੁੱਧੀਮਤਾ ਤੇ ਸਮਰੱਥਾ ਦੀ ਘਾਟ ਸੀ"।[19] ਉਸ ਦੀਆਂ ਨਜ਼ਰਾਂ ਵਿਚ ਬਾਬਾ ਸੋਹਣ ਸਿੰਘ ਭਕਨਾ, ਭਾਈ ਸੰਤੋਖ ਸਿੰਘ, ਭਾਈ ਜਵਾਲਾ ਸਿੰਘ, ਪੰਡਤ ਕਾਸ਼ੀ ਰਾਮ, ਭਾਈ ਗਾਂਧਾ ਸਿੰਘ, ਮਾਸਟਰ ਊਧਮ ਸਿੰਘ ਕਸੇਲ, ਭਾਈ ਨਿਧਾਨ ਸਿੰਘ ਚੁੱਘਾ ਆਦਿ

---

* ਵਿਸਥਾਰ ਲਈ ਦੇਖੋ, ਅਜਮੇਰ ਸਿੰਘ, *ਗ਼ਦਰੀ ਬਾਬੇ ਕੌਣ ਸਨ*, ਸਫ਼ੇ 252-55.

18. ਜਗਜੀਤ ਸਿੰਘ, *ਗ਼ਦਰ ਪਾਰਟੀ ਲਹਿਰ*, ਸਫ਼ਾ 125.

19. D. Chenchiah, *Ghadar Party Reminiscences*, pp. 27-28.

ਸਾਰਿਆਂ ਵਿਚ 'ਬੁੱਧੀਮਤਾ ਤੇ ਸਮਰੱਥਾ ਦੀ ਘਾਟ ਸੀ', ਜਿਸ ਕਰਕੇ ਉਹ ਲਾਲਾ ਹਰਦਿਆਲ ਦੇ ਜਾਣ ਨਾਲ ਪੈਦਾ ਹੋਇਆ ਖ਼ਲਾਅ ਪੂਰਾ ਕਰਨ ਦੇ ਕਾਬਲ ਨਹੀਂ ਸਨ। ਚੈਂਚਈਆ ਦੀ ਇਸ ਧਾਰਨਾ ਦੇ ਉਲਟ, ਬਾਬਾ ਸੋਹਣ ਸਿੰਘ ਭਕਨਾ ਨੇ, ਹਰਦਿਆਲ ਦੀ ਥਾਂ ਨਵੇਂ ਚੀਫ਼ ਸੈਕਟਰੀ ਬਣੇ ਭਾਈ ਸੰਤੋਖ ਸਿੰਘ ਦੀ ਕਾਬਲੀਅਤ ਦੀ ਭਰਪੂਰ ਸ਼ਲਾਘਾ ਕੀਤੀ ਹੈ, ਅਤੇ ਦੱਸਿਆ ਹੈ ਕਿ ਲਾਲਾ ਹਰਦਿਆਲ ਕਰਕੇ ਪੈਦਾ ਹੋਈਆਂ ਬਹੁਤ ਸਾਰੀਆਂ ਸਮੱਸਿਆਵਾਂ ਭਾਈ ਸੰਤੋਖ ਸਿੰਘ ਦੇ ਸੈਕਟਰੀ ਬਣਨ ਤੋਂ ਬਾਅਦ ਬੜੀ ਸੁਘੜਤਾ ਨਾਲ ਹੱਲ ਕਰ ਲਈਆਂ ਗਈਆਂ ਸਨ। ਜਿਸ ਕਰਕੇ ਹਰਦਿਆਲ ਦੇ ਚਲੇ ਜਾਣ ਨਾਲ ਪਾਰਟੀ ਦੇ ਕੰਮ ਵਿਚ ਢਿੱਲ ਪੈਣ ਦੀ ਬਜਾਇ ਹੋਰ ਤੇਜ਼ੀ ਆ ਗਈ ਸੀ।[20]

ਇਕ ਗੱਲਬਾਤ ਦੌਰਾਨ ਬਾਬਾ ਜੀ ਨੇ ਹੋਰ ਸਪੱਸ਼ਟ ਕੀਤਾ ਕਿ :

> "ਲਾਲਾ ਹਰਦਿਆਲ ਨੇ ਕੇਵਲ ਪੰਜ ਮਹੀਨੇ ਸਾਡੇ ਨਾਲ ਕੰਮ ਕੀਤਾ। ਜੇ ਉਹ ਪਾਰਟੀ ਦੀ ਜਿੰਦ ਜਾਨ ਹੁੰਦਾ, ਤਾਂ ਉਸ ਦੇ ਜਾਣ ਪਿੱਛੋਂ ਇਹ ਲਹਿਰ ਜ਼ਰੂਰ ਮੁੱਕ ਜਾਂਦੀ, ਪਰ ਇੰਜ ਨਹੀਂ ਹੋਇਆ। ਸਗੋਂ ਲਹਿਰ ਹੋਰ ਮਜ਼ਬੂਤ ਹੋਈ। ਇਨਕਲਾਬ ਲਈ ਤਿਆਰੀ ਇਸ ਦੇ ਜਾਣ ਪਿੱਛੋਂ ਕੀਤੀ ਗਈ।"[21]

ਪ੍ਰਸਿੱਧ ਵਿਦਵਾਨ ਤੇ ਸਮਾਜੀ ਕਾਰਕੁੰਨ (social activist) ਗੇਲ ਓਮਵੈੱਟ* ਨੇ ਗ਼ਦਰ ਲਹਿਰ ਬਾਰੇ ਲਿਖੇ ਇਕ ਅੰਤਰ-ਦ੍ਰਿਸ਼ਟੀ ਭਰਪੂਰ ਲੇਖ ਵਿਚ, ਭਾਰਤ ਦੀ ਆਜ਼ਾਦੀ ਦੇ ਸੰਗਰਾਮ ਦੇ ਇਤਿਹਾਸ ਵਿਚ ਗ਼ਦਰ ਲਹਿਰ ਨੂੰ ਬਣਦਾ ਸਥਾਨ ਨਾ ਦੇਣ ਅਤੇ ਭਾਰਤ ਦੀ ਰਾਸ਼ਟਰੀ ਤੇ ਕਮਿਊਨਿਸਟ ਲਹਿਰ ਵੱਲੋਂ ਗ਼ਦਰੀ ਬਾਬਿਆਂ ਨੂੰ ਤੁੱਛ ਅਥਵਾ ਨੀਵੇਂ ਸਮਝਣ ਦਾ ਕਾਰਨ, (ਐਮਲੀ ਬਰਾਊਨ ਦੀ ਲਾਲਾ ਹਰਦਿਆਲ ਬਾਰੇ ਲਿਖਤ ਦੇ ਹਵਾਲੇ ਨਾਲ) ਇਹ ਦੱਸਿਆ ਹੈ :

> "ਅਸਲੀ ਗੱਲ ਇਹ ਲਗਦੀ ਹੈ ਕਿ ਭਾਰਤ ਦੇ ਮਹਾਂ-ਨਗਰੀ (cosmopolitan) ਬੁੱਧੀਜੀਵੀਆਂ, ਜਿਹੜੇ ਕਿ ਸਭ ਤੋਂ ਮੁੱਢਲੇ ਕੌਮੀ (ਨੈਸ਼ਨਲ) ਤੇ ਕਮਿਊਨਿਸਟ ਲੀਡਰ ਸਨ, ਨੇ ਸਿੱਖਾਂ ਨੂੰ ਉਸੇ ਹੀ ਪੱਖਪਾਤੀ ਨਜ਼ਰੀਏ ਨਾਲ ਦੇਖਿਆ ਜਿਸ ਨਾਲ ਭਾਰਤ ਅੰਦਰ ਅੱਜ ਵੀ ਉਨ੍ਹਾਂ ਨੂੰ ਦੇਖਿਆ ਜਾਂਦਾ ਹੈ; ਜਿਥੇ ਸਿੱਖਾਂ ਬਾਰੇ ਚੁਟਕਲੇ ਉਸੇ ਤਰ੍ਹਾਂ ਦੀ ਭੂਮਿਕਾ ਨਿਭਾਉਂਦੇ ਪ੍ਰਤੀਤ ਹੁੰਦੇ ਹਨ ਜਿਹੜੀ (ਭੂਮਿਕਾ) ਅਮਰੀਕਾ ਅੰਦਰ 'ਪੋਲਾਕ ਚੁਟਕਲਿਆਂ' (Polak Jokes)† ਨੇ ਨਿਭਾਈ। (ਲਾਲਾ) ਹਰਦਿਆਲ ਤੇ ਉਸ ਦਾ ਜੁੱਟ, ਉਨ੍ਹਾਂ ਦੇ ਨਾਲ ਕੰਮ ਕਰਦੇ ਰਹੇ ਸਿੱਖ ਆਵਾਸੀਆਂ 'ਚੋਂ ਬਹੁਤਿਆਂ ਨੂੰ 'ਜ਼ਾਹਲ ਤੇ ਜੱਟ ਬੂਟ' ਸਮਝਦੇ ਸੀ।"[22]

ਇਸ ਦੇ ਨਾਲ ਹੀ, ਗੇਲ ਓਮਵੈੱਟ ਨੇ ਪ੍ਰਸਿੱਧ ਮਾਰਕਸਵਾਦੀ ਵਿਦਵਾਨ ਤੇ ਭਾਰਤ ਦੇ ਮੋਢੀ ਕਮਿਊਨਿਸਟ ਐਮ. ਐਨ. ਰਾਇ ਦੀ ਸਿੱਖਾਂ ਬਾਰੇ ਅਜਿਹੀ ਘਿਰਣਾ-ਗ੍ਰੱਸੀ ਸੋਚ

---

* ਗੇਲ ਓਮਵੈੱਟ ਨੇ ਲੰਮਾ ਸਮਾਂ ਪੂਨਾ ਯੂਨੀਵਰਸਿਟੀ ਵਿਚ ਪੜ੍ਹਾਇਆ ਅਤੇ ਉਥੋਂ ਸੇਵਾ-ਮੁਕਤ ਹੋ ਕੇ ਮੁੰਬਈ ਰਹਿਣ ਲੱਗ ਪਈ। ਉਸ ਨੇ ਭਾਰਤ ਦੀ ਸਮਾਜੀ-ਸੱਭਿਆਚਾਰਕ-ਰਾਜਸੀ ਬਣਤਰ ਤੇ ਸਥਿਤੀ ਦਾ ਬਹੁਤ ਗੂੜ੍ਹ ਮੁਤਾਲਿਆ ਕੀਤਾ ਹੈ ਅਤੇ ਦਲਿਤ ਸਮੱਸਿਆ ਬਾਰੇ ਖ਼ਾਸ ਤੌਰ 'ਤੇ ਬਹੁਤ ਸਾਰੀਆਂ ਖੋਜ-ਭਰਪੂਰ ਕਿਤਾਬਾਂ ਤੇ ਲੇਖ ਲਿਖੇ ਹਨ।

† ਉਨ੍ਹੀਵੀਂ ਸਦੀ ਵਿਚ ਅਮਰੀਕਾ ਅੰਦਰ ਪੋਲੈਂਡ ਮੂਲ ਦੇ ਲੋਕਾਂ ਨੂੰ ਘਟੀਆ ਮਨੁੱਖ ਸਮਝਣ ਦੀ ਧਾਰਨਾ 'ਚੋਂ, ਉਨ੍ਹਾਂ ਬਾਰੇ ਨਸਲੀ ਚੁਟਕਲੇ ਪ੍ਰਚਲਿਤ ਹੋ ਗਏ ਸਨ, ਜਿਨ੍ਹਾਂ ਨੂੰ 'ਪੋਲਾਕ ਚੁਟਕਲੇ' ਕਿਹਾ ਜਾਂਦਾ ਸੀ।

20. ਬਾਬਾ ਸੋਹਣ ਸਿੰਘ ਭਕਨਾ, *ਮੇਰੀ ਰਾਮ ਕਹਾਣੀ*, ਸਫ਼ੇ 99-101.
21. ਪ੍ਰੋ. ਪ੍ਰੇਮ ਸਿੰਘ ਬਜਾਜ, *ਦੋ ਪੈੜਾਂ ਇਤਿਹਾਸ ਦੀਆਂ*, ਸਫ਼ਾ 57.
22. *Heritage,* April 1998, pp. 27-28.

ਦਾ ਵੀ ਪਾਜ ਉਘਾੜਿਆ ਹੈ। 1916 ਵਿਚ ਐਮ. ਐਨ. ਰਾਇ ਤੇ ਪ੍ਰਸਿੱਧ ਗ਼ਦਰੀ ਆਗੂ ਭਾਈ ਭਗਵਾਨ ਸਿੰਘ ਨੇ ਇੱਕੋ ਜਹਾਜ਼ ਵਿਚ (ਛੁਪ ਕੇ) ਪ੍ਰਸ਼ਾਂਤ ਮਹਾਂਸਾਗਰ ਪਾਰ ਕੀਤਾ ਸੀ। ਰਾਇ ਨੇ ਬਾਅਦ ਵਿਚ ਆਪਣੀ ਕਿਸੇ ਲਿਖਤ ਅੰਦਰ ਇਸ ਮੁਲਾਕਾਤ ਦਾ ਵੇਰਵਾ ਦਿੰਦਿਆਂ, ਭਗਵਾਨ ਸਿੰਘ ਦੀ 'ਬੀਅਰ ਪੀਣ ਦੀ ਲਲ੍ਹਕ' ਉੱਤੇ ਆਪਣੀ ਉਕਤਾਹਟ ਪ੍ਰਗਟਾਉਣ ਲਈ ਬੜੇ ਘਿਣਾਉਣੇ ਲਫ਼ਜ਼ ਵਰਤੇ ਸਨ। ਉਸ ਨੇ ਲਿਖਿਆ ਸੀ:

> "ਭਗਵਾਨ ਸਿੰਘ ਤਕਰੀਬਨ 50 ਸਾਲਾਂ ਦਾ ਹੱਟਾ ਕੱਟਾ ਸੀ, ਜਿਸਨੇ ਅਮਰੀਕਨ 'ਹੀ-ਮੈਨ' ਦੇ ਬਹੁਤ ਸਾਰੇ ਭੱਦੇ ਨਕਸ਼ ਗ੍ਰਹਿਣ ਕੀਤੇ ਹੋਏ ਸਨ; ਇਸ ਦੇ ਨਾਲ ਹੀ ਉਸਨੇ ਓਨੇ ਹੀ ਭੱਦੇ ਦੇਸੀ (native) ਲੱਛਣ ਵੀ ਸਾਂਭ ਕੇ ਰੱਖੇ ਸਨ।"[23]

ਆਧੁਨਿਕਵਾਦੀ ਕਮਿਊਨਿਸਟਾਂ ਦੀ, 'ਅਨਪੜ੍ਹ' ਤੇ ਪੇਂਡੂ ਗ਼ਦਰੀ ਬਾਬਿਆਂ ਪ੍ਰਤਿ ਘਿਰਣਾ ਦੀ ਪੁਸ਼ਟੀ ਇਕ ਹੋਰ ਮਿਸਾਲ ਤੋਂ ਵੀ ਹੁੰਦੀ ਹੈ। ਸ਼ਹੀਦ ਭਗਤ ਸਿੰਘ ਦੇ ਨੇੜਲੇ ਸਾਥੀ ਕਾਮਰੇਡ ਰਾਮ ਚੰਦਰ* ਨੇ ਆਪਣੀ ਸਵੈ-ਜੀਵਨੀ ਵਿਚ ਗ਼ਦਰੀ ਸਿੱਖ ਬਾਬਿਆਂ ਪ੍ਰਤਿ ਆਪਣੀ ਦਿਲੀ ਘਿਰਣਾ ਇਸ ਤਰ੍ਹਾਂ ਜ਼ਾਹਰ ਕੀਤੀ ਹੈ:

> "ਗ਼ਦਰੀ ਬਾਬੇ, ਜੋ ਕਿ 1914 ਦੇ ਗ਼ਦਰ 'ਚੋਂ ਮੌਤ ਤੇ ਕੈਦ ਤੋਂ ਬਚ ਗਏ ਸਨ, ਉਨ੍ਹਾਂ ਨੂੰ ਕਮਿਊਨਿਸਟ ਜਥੇਬੰਦੀਆਂ ਬਣਾਉਣ ਲਈ ਅਮਰੀਕਾ ਵਿਚ ਗ਼ਦਰ ਪਾਰਟੀ ਦੇ ਹੈਡਕੁਆਟਰ ਤੋਂ ਪੈਸੇ ਆਉਂਦੇ ਸਨ। ਇਸ ਪੈਸੇ ਨਾਲ ਉਹ ਸਿਆਸੀ ਮਹੰਤ ਬਣ ਗਏ ਸਨ, ਹਾਲਾਂ ਕਿ ਉਨ੍ਹਾਂ ਪੱਲੇ ਸੋਚਣ ਅਤੇ ਪ੍ਰੋਗਰਾਮ ਘੜਨ ਜਾਂ ਜਥੇਬੰਦੀ ਉਸਾਰਨ ਦੀ ਸਮਰੱਥਾ ਨਹੀਂ ਸੀ। ਪਰ ਉਨ੍ਹਾਂ ਨੇ ਕਮਿਊਨਿਸਟ ਵਿਚਾਰਾਂ ਲਈ ਪੈਦਾ ਹੋਏ ਉਭਾਰ ਦਾ ਲਾਹਾ ਲੈਂਦਿਆਂ ਖਿਡਾਉਣੇ-ਨੁਮਾ ਕਮਿਊਨਿਸਟ ਪਾਰਟੀਆਂ ਬਣਾ ਲਈਆਂ; ਪੈਸੇ ਦੀ ਦੁਰਵਰਤੋਂ ਕੀਤੀ ਅਤੇ ਕੁਝ ਅਗਿਆਨੀ ਤੇ ਵਿਕਾਊ ਲੋਕਾਂ ਨੂੰ ਆਪਣੇ ਹੱਥਠੋਕੇ ਬਣਾ ਲਿਆ।"[24]

ਉਕਤ ਲਿਖਤ ਅੰਦਰ ਕਾਮਰੇਡ ਰਾਮ ਚੰਦਰ ਨੇ ਗ਼ਦਰੀ ਸਿੱਖ ਬਾਬਿਆਂ ਨੂੰ ਤ੍ਰਿਸਕਾਰ ਨਾਲ 'ਡਾਲਰ ਪਰਮੇਸ਼ਰ (ਗੌਡ)', 'ਰੂਬਲ ਪਰਮੇਸ਼ਰ', ਤੇ 'ਕਿਰਤੀ ਸੇਠ' ਦੀਆਂ ਅਨਾਦਰਪੂਰਨ ਉਪਾਧੀਆਂ ਨਾਲ ਨਿਵਾਜਿਆ ਹੈ।[25]

ਬਾਬਾ ਸੋਹਣ ਸਿੰਘ ਭਕਨਾ ਨੇ, ਆਪਣੀ ਆਤਮ ਕਥਾ ਵਿਚ, ਹਿੰਦੂ (ਉਰਫ਼ 'ਕੌਮੀ') ਆਗੂਆਂ ਦੇ ਮਨਾਂ ਅੰਦਰ ਸਿੱਖਾਂ ਵਿਰੁੱਧ ਨਫ਼ਰਤ ਦੀ ਭਾਵਨਾ ਉੱਤੇ ਅਫ਼ਸੋਸ ਕਰਦਿਆਂ ਗ਼ੁਸੈਲਾ ਪ੍ਰਤਿਕਰਮ ਪ੍ਰਗਟਾਇਆ ਸੀ। ਉਨ੍ਹਾਂ ਲਿਖਿਆ:

> "ਲਾਲਾ ਲਾਜਪਤ ਰਾਏ ਆਦਿਕਾਂ ਨੇ ਅਮਰੀਕਾ ਦੇ ਹਿੰਦੀਆਂ ਖ਼ਾਸ ਕਰਕੇ ਸਿੱਖਾਂ ਬਾਰੇ ਜੋ ਘਿਰਣਾ ਭਰੇ ਲਫ਼ਜ਼ ਆਪਣੀਆਂ ਕਿਤਾਬਾਂ ਵਿਚ ਲਿਖੇ ਹਨ, ਮੇਰੀ ਜਾਚੇ ਤਾਂ ਉਨ੍ਹਾਂ ਨੇ ਪੁੱਜ ਕੇ ਭੁਲੇਖਾ ਖਾਧਾ ਹੈ, ਤੇ ਨਿਆਂ ਦੇ ਗਲ ਛੁਰੀ ਫੇਰੀ ਹੈ। ਜੇ ਉਹ ਅਮਰੀਕਨ ਤੇ ਕਨੇਡੀਅਨ ਹਿੰਦੀ ਸਿੱਖਾਂ ਦੀਆਂ ਕੁਰਬਾਨੀਆਂ ਉੱਤੇ ਰਤੀ ਵੀ ਨਿਗਾਹ ਮਾਰਦੇ, ਤਾਂ ਉਹਨਾਂ ਦੀ ਜ਼ਮੀਰ ਉਹਨਾਂ ਨੂੰ ਅਜਿਹਾ ਲਿਖਣ ਦੀ ਕਦੀ ਆਗਿਆ ਨਾ ਦੇਂਦੀ।"[26]

---

* 'ਨੌਜਵਾਨ ਭਾਰਤ ਸਭਾ' ਦੀ ਸਥਾਪਨਾ ਮੌਕੇ ਰਾਮ ਚੰਦਰ ਨੂੰ ਪ੍ਰਧਾਨ ਤੇ ਸ਼ਹੀਦ ਭਗਤ ਸਿੰਘ ਨੂੰ ਸਕੱਤਰ ਬਣਾਇਆ ਗਿਆ ਸੀ।

23. *Heritage,* April 1998, pp. 27-28.
24. Comrade Ram Chander, *History of the Naujawan Bharat Sabha,* p. xviii.
25. *Ibid.,* pp. xix and xx.
26. ਬਾਬਾ ਸੋਹਣ ਸਿੰਘ ਭਕਨਾ, *ਮੇਰੀ ਰਾਮ ਕਹਾਣੀ,* ਸਫ਼ਾ 67.

ਦੂਜੀ ਮਿੱਥ : ਕਰਤਾਰ ਸਿੰਘ ਸਰਾਭਾ ਦੀ ਜੀਵਨੀ ਲਿਖਣ ਵਾਲੇ ਲੇਖਕ ਅੱਗੇ ਇਹ ਸੁਭਾਵਿਕ ਤੇ ਵਾਜਿਬ ਸਵਾਲ ਖੜਾ ਹੁੰਦਾ ਹੈ, ਕਿ ਉਸ ਨੂੰ ਰਾਜਸੀ ਜਾਗ੍ਰਤੀ ਦੀ ਜਾਗ ਕਦੋਂ, ਕਿਥੋਂ ਤੇ ਕਿਵੇਂ ਲੱਗੀ ? ਇਹ ਸਵਾਲ ਬਸਤੀਵਾਦੀ ਹਾਕਮਾਂ ਮੂਹਰੇ ਵੀ ਖੜਾ ਹੋਇਆ ਸੀ। ਗ਼ਦਰ ਲਹਿਰ ਬਾਰੇ ਉਨ੍ਹਾਂ ਦਾ ਵੀ ਆਪਣਾ ਨਜ਼ਰੀਆ ਬਣਿਆ ਸੀ; ਉਨ੍ਹਾਂ ਨੇ ਵੀ ਆਪਣੀ ਲੋੜ ਖ਼ਾਤਰ, ਆਪਣੇ ਹੀ ਨਜ਼ਰੀਏ ਤੋਂ, ਇਸ ਲਹਿਰ ਨੂੰ ਜਾਣਨ/ਸਮਝਣ ਦਾ ਯਤਨ ਕੀਤਾ ਸੀ ਅਤੇ ਇਸ ਦੇ ਹਰ ਪੱਖ ਦੀ ਪੜਤਾਲ ਤੇ ਛਾਣਬੀਣ ਕੀਤੀ ਸੀ। ਖ਼ੁਫ਼ੀਆ ਏਜੰਸੀਆਂ ਦੀਆਂ ਗ਼ਦਰ ਲਹਿਰ ਨਾਲ ਸੰਬੰਧਿਤ ਰਿਪੋਰਟਾਂ, ਬਸਤੀਵਾਦੀ ਅਧਿਕਾਰੀਆਂ ਦੀਆਂ ਲਹਿਰ ਬਾਰੇ ਰਾਵਾਂ ਤੇ ਟਿੱਪਣੀਆਂ, ਅਤੇ ਗ਼ਦਰੀਆਂ ਉੱਤੇ ਚੱਲੇ ਮੁਕੱਦਮਿਆਂ ਦੌਰਾਨ ਸਰਕਾਰੀ ਵਕੀਲਾਂ ਵਲੋਂ ਪ੍ਰਗਟਾਏ ਵਿਚਾਰਾਂ ਤੇ ਜੱਜਾਂ ਵੱਲੋਂ ਕੱਢੇ ਗਏ ਸਿੱਟਿਆਂ ਵਿੱਚੋਂ ਬਸਤੀਵਾਦੀ ਹਾਕਮਾਂ ਦਾ ਨਜ਼ਰੀਆ ਪ੍ਰਤੱਖ ਹੋ ਜਾਂਦਾ ਹੈ। ਇਸ ਤਰੀਕੇ ਨਾਲ, ਗ਼ਦਰ ਲਹਿਰ ਬਾਰੇ ਬਸਤੀਵਾਦੀ ਹਾਕਮਾਂ ਦਾ ਬ੍ਰਿਤਾਂਤ (narrative) ਹੋਂਦ ਵਿਚ ਆਇਆ।

ਜਾਬਰ ਹਕੂਮਤਾਂ ਦਾ ਇਕ ਦੋਸ਼ ਸਰਬ-ਵਿਆਪਕ ਹੈ। ਉਨ੍ਹਾਂ ਵੱਲੋਂ ਕਦੇ ਵੀ ਲੋਕਾਂ ਦੀ ਬੇਚੈਨੀ ਦੇ ਅਸਲੀ ਕਾਰਨਾਂ ਨੂੰ ਸਮਝਣ ਦਾ ਸੁਹਿਰਦ ਯਤਨ ਨਹੀਂ ਕੀਤਾ ਜਾਂਦਾ। ਉਨ੍ਹਾਂ ਵੱਲੋਂ ਆਮ ਹੀ ਕਿਸੇ ਵਿਅਕਤੀ-ਵਿਸ਼ੇਸ਼ ਜਾਂ 'ਟੋਲੇ' ਨੂੰ 'ਸ਼ਰਾਰਤ ਦੀ ਜੜ੍ਹ' ਸਮਝਿਆ ਜਾਂਦਾ ਹੈ, ਅਤੇ ਉਸ ਉੱਤੇ ਸਾਧਾਰਨ ਲੋਕਾਂ ਨੂੰ 'ਝੂਠਾ ਪ੍ਰਾਪੇਗੰਡਾ' ਕਰ ਕੇ ਸਰਕਾਰ ਵਿਰੁੱਧ ਭੜਕਾਉਣ ਦਾ ਘਸਿਆ ਪਿਟਿਆ ਦੋਸ਼ ਮੜ੍ਹਿਆ ਜਾਂਦਾ ਹੈ। ਆਮ ਕਰਕੇ, ਲੋਕਾਂ ਨੂੰ ਵਰਗਲਾਉਣ ਦੀ ਸਮਰੱਥਾ ਪੜ੍ਹੇ-ਲਿਖੇ, ਤੇਜ਼-ਤਰਾਰ ਅਤੇ ਬੁੱਧੀਮਾਨ ਵਿਅਕਤੀ ਜਾਂ ਵਿਅਕਤੀਆਂ ਅੰਦਰ ਹੀ ਦੇਖੀ ਸਮਝੀ ਜਾਂਦੀ ਹੈ। ਜਿਸ ਕਰਕੇ ਅੰਗਰੇਜ਼ ਹਾਕਮਾਂ ਨੇ ਗ਼ਦਰ ਲਹਿਰ ਅੰਦਰ ਲਾਲਾ ਹਰਦਿਆਲ ਤੇ ਬੰਗਾਲੀ ਹਿੰਦੂ ਰਾਸ਼ਟਰਵਾਦੀਆਂ ਦੇ ਰੋਲ ਨੂੰ ਹਕੀਕਤ ਨਾਲੋਂ ਬੇਹੱਦ ਵਧਾ ਕੇ ਦੇਖਿਆ ਤੇ ਪੇਸ਼ ਕੀਤਾ।

ਬਸਤੀਵਾਦੀ ਹਾਕਮਾਂ ਦੇ ਉਲਟ, ਗ਼ਦਰ ਲਹਿਰ ਵਲੋਂ ਵੀ ਆਪਣਾ, ਜਾਂ ਇਹ ਕਹਿਣਾ ਵਧੇਰੇ ਠੀਕ ਹੋਵੇਗਾ ਕਿ ਆਪਣੇ ਬ੍ਰਿਤਾਂਤ ਸਿਰਜੇ ਗਏ ਹਨ। ਇਥੇ ਇਹ ਬਹੁਤ ਹੀ ਅਹਿਮ ਸਵਾਲ ਖੜਾ ਹੁੰਦਾ ਹੈ, ਕਿ ਕਿਹੜੇ ਬ੍ਰਿਤਾਂਤ ਨੂੰ ਗ਼ਦਰ ਲਹਿਰ ਦਾ ਸਹੀ ਤੇ ਪ੍ਰਮਾਣਿਕ ਬ੍ਰਿਤਾਂਤ ਮੰਨਿਆ ਜਾਵੇ ? ਕਾਰਨ ਇਹ ਕਿ ਇਥੇ ਇਕ ਨਹੀਂ, ਇਕ ਤੋਂ ਵਧੇਰੇ ਬ੍ਰਿਤਾਂਤ ਸਿਰਜੇ ਗਏ ਹਨ। ਭਾਰਤ ਦੀ ਬਹੁ-ਭਾਂਤੀ ਸਮਾਜਿਕ, ਧਾਰਮਿਕ, ਤੇ ਸੱਭਿਆਚਾਰਕ ਸਥਿਤੀ ਦੇ ਲਿਹਾਜ਼ ਨਾਲ ਅਜਿਹਾ ਹੋਣਾ ਗ਼ੈਰ-ਸੁਭਾਵਿਕ ਨਹੀਂ, ਸਗੋਂ ਜੇ ਅਜਿਹਾ ਨਾ ਹੋਇਆ ਹੁੰਦਾ ਤਾਂ ਇਹ ਬਹੁਤ ਹੀ ਗ਼ੈਰ-ਸੁਭਾਵਿਕ ਹੋਣਾ ਸੀ।

ਇਹ ਪ੍ਰਤੱਖ ਸਚਾਈ ਹੈ ਕਿ ਭਾਰਤੀ ਸਮਾਜ ਇਕ-ਜਿਨਸੀ (uni-ethnic) ਨਹੀਂ ਹੈ। ਇਹ ਬਹੁਤ ਹੀ ਅਹਿਮ ਰੂਪ ਵਿਚ ਬਹੁ-ਜਾਤੀ, ਬਹੁ-ਕੌਮੀ, ਬਹੁ-ਧਰਮੀ, ਤੇ ਬਹੁ-ਭਾਸ਼ਾਈ ਦੇਸ਼ ਹੈ। ਇਸ ਤੋਂ ਇਲਾਵਾ, ਦੁਨੀਆਂ ਦੇ ਹੋਰਨਾਂ ਸਮਾਜਾਂ ਨਾਲੋਂ ਇਸ ਦਾ ਵੱਖਰਾ ਤੇ ਵਿਲੱਖਣ ਜਾਂ ਕੁਢੱਬਾ ਪੱਖ ਇਹ ਹੈ, ਕਿ ਬ੍ਰਾਹਮਣਵਾਦੀ ਜਾਤ-ਪਾਤੀ ਫਲਸਫੇ ਦੀ ਬਦੌਲਤ ਇਹ ਜਾਤ-ਪਾਤ ਦੀਆਂ ਅਮਿੱਟ ਤੇ ਘਿਣਾਉਣੀਆਂ ਵੰਡਾਂ ਤੇ ਵਿਰੋਧਾਂ ਨਾਲ ਵਿੰਨ੍ਹਿਆ ਹੋਇਆ ਹੈ। ਇਸ ਜਟਲ ਸਮਾਜੀ ਹਕੀਕਤ ਦਾ ਪਰਤੌ ਰਾਜਸੀ ਸਰਗਰਮੀ ਉੱਤੇ ਪੈਣਾ ਸੁਭਾਵਿਕ ਹੈ। ਕਹਿਣ ਦਾ ਭਾਵ ਇਹ, ਕਿ ਉਸ ਵੇਲੇ ਵੀ ਜਦੋਂ ਵੱਖ-ਵੱਖ ਵਰਗ ਭਾਰਤ ਦੀ ਆਜ਼ਾਦੀ ਲਈ ਇਕੱਠੇ ਹੋ ਕੇ ਲੜ ਰਹੇ ਸੀ, ਉਨ੍ਹਾਂ ਵਿਚਕਾਰ ਪੂਰਨ ਇਕਸੁਰਤਾ ਨਹੀਂ

ਸੀ, ਨਾ ਹੀ ਹੋ ਸਕਦੀ ਸੀ, ਅਤੇ ਹੋਣੀ ਵੀ ਨਹੀਂ ਚਾਹੀਦੀ ਸੀ। ਕਾਰਨ ਇਹ ਕਿ ਇਹ ਏਕਤਾ ਬਰਾਬਰੀ ਤੇ ਇਨਸਾਫ਼ ਦੇ ਅਸੂਲਾਂ 'ਤੇ ਆਧਾਰਿਤ ਨਹੀਂ ਸੀ। ਮੁੱਢ ਤੋਂ ਲੈ ਕੇ ਅਖ਼ੀਰ ਤਕ, ਇਸ ਦੀ ਅਗਵਾਈ ਸਵਰਨ ਜਾਤੀ ਹਿੰਦੂ ਆਗੂਆਂ ਦੇ ਹੱਥਾਂ ਵਿਚ ਰਹੀ, ਜਿਹਨਾਂ ਨੇ ਕਦੇ ਵੀ ਆਪਣੇ ਸੌੜੇ ਸਮਾਜੀ, ਆਰਥਿਕ, ਸੱਭਿਆਚਾਰਕ ਤੇ ਰਾਜਸੀ ਹਿਤਾਂ ਦਾ ਤਿਆਗ ਨਹੀਂ ਕੀਤਾ। ਉਨ੍ਹਾਂ ਨੇ ਹਰ ਮਾਮਲੇ ਵਿਚ ਆਪਹੁਦਰਾਸ਼ਾਹੀ ਕੀਤੀ ਅਤੇ ਦੂਸਰੇ ਵਰਗਾਂ ਨੂੰ ਆਪਣੇ ਹਿਤਾਂ ਲਈ ਵਰਤਣ ਦੀ ਉਪਯੋਗਵਾਦੀ ਨੀਤੀ ਅਪਣਾਈ। ਉਨ੍ਹਾਂ ਨੇ, ਆਪਣੇ ਜਨਮ-ਜਾਤ ਖ਼ਾਸੇ ਦੇ ਅਨੁਸਾਰ, ਪੈਰ ਪੈਰ 'ਤੇ ਝੂਠ, ਫਰੇਬ ਤੇ ਬੇਈਮਾਨੀ ਦਾ ਆਸਰਾ ਲਿਆ। ਜਿਸ ਕਰਕੇ ਮੁਸਲਮਾਨਾਂ ਤੇ ਦਲਿਤ ਵਰਗਾਂ ਦਾ ਵੱਡਾ ਹਿੱਸਾ, ਸਵਰਨ ਜਾਤੀ ਹਿੰਦੂ ਵਰਗਾਂ ਦੀ ਅਗਵਾਈ ਮੰਨਣ ਤੋਂ ਕਦੇ ਹਿਚਕਚਾਹਟ ਪ੍ਰਗਟਾਉਂਦਾ ਰਿਹਾ, ਅਤੇ ਕਦੇ ਨਾਬਰ ਹੋ ਜਾਂਦਾ ਰਿਹਾ। ਸਿੱਖਾਂ ਦਾ ਹਿੰਦੂ ਲੀਡਰਸ਼ਿਪ ਨਾਲ ਲਗਾਤਾਰ ਤਣਾਅ ਬਣਿਆ ਰਿਹਾ। ਪਰ ਕੁਛ ਹਾਲਤਾਂ ਦੀ ਮਜਬੂਰੀ ਤੇ ਕੁਝ ਕੁ ਆਗੂਆਂ ਦੀਆਂ ਸੀਮਾਵਾਂ ਤੇ ਅਯੋਗਤਾਵਾਂ ਕਰਕੇ, ਸਿੱਖ ਭਾਈਚਾਰਾ ਹਿੰਦੂ ਲੀਡਰਸ਼ਿਪ ਦੇ ਗ਼ਲਬੇ ਤੋਂ ਉਸ ਤਰ੍ਹਾਂ ਮੁਕਤ ਨਾ ਹੋ ਸਕਿਆ, ਜਿਵੇਂ ਮੁਸਲਮਾਨ ਹੋ ਗਏ ਸਨ।

ਸੁਭਾਵਿਕ ਤੌਰ 'ਤੇ, ਭਾਰਤ ਦੀ ਆਜ਼ਾਦੀ ਦੇ ਸੰਗਰਾਮ ਦਾ ਸਮੁੱਚਾ ਬ੍ਰਿਤਾਂਤ, ਇਸ ਲਹਿਰ ਉੱਤੇ ਭਾਰੂ ਲੀਡਰਸ਼ਿੱਪ - ਸਵਰਨ ਜਾਤੀ ਹਿੰਦੂ ਆਗੂਆਂ ਤੇ ਵਿਦਵਾਨਾਂ - ਨੇ ਹੀ ਸਿਰਜਿਆ। ਲਹਿਰ ਅਤੇ ਸਮਾਜ ਅੰਦਰ ਇਸ ਵਰਗ ਦੀ ਭਾਰੂ ਹੈਸੀਅਤ ਤੇ ਅਜਾਰੇਦਾਰੀ ਸਦਕਾ, ਹਿੰਦੂ ਲੀਡਰਸ਼ਿੱਪ ਦੁਆਰਾ ਸਿਰਜਿਆ ਗਿਆ ਇਹ ਬ੍ਰਿਤਾਂਤ ਹੀ ਪ੍ਰਮਾਣਿਕ ਮੰਨਿਆ ਜਾਣ ਲੱਗ ਪਿਆ। ਆਜ਼ਾਦੀ ਦੇ ਸੰਗਰਾਮ ਅੰਦਰ ਜਿਹੜੇ ਆਪਸੀ ਵਖਰੇਵੇਂ ਤੇ ਵਿਰੋਧ ਸਨ, ਉਨ੍ਹਾਂ ਉੱਤੇ ਅੱਵਲ ਤਾਂ ਪਰਦਾ ਪਾ ਦਿੱਤਾ ਗਿਆ, ਜਾਂ ਉਨ੍ਹਾਂ ਦੀ ਵਿਆਖਿਆ ਹਿੰਦੂ ਲੀਡਰਸ਼ਿਪ ਦੇ ਨੁਕਤਾ-ਨਜ਼ਰ ਤੋਂ ਹੀ ਕੀਤੀ ਗਈ। ਵਿਰੋਧੀ ਵਰਗਾਂ ਦੇ ਪੱਖ ਨੂੰ, ਬੇਈਮਾਨੀ ਨਾਲ ਵਿਗਾੜ ਕੇ ਪੇਸ਼ ਕੀਤਾ ਗਿਆ। ਉਨ੍ਹਾਂ ਨੂੰ ਨਿੰਦਿਆ, ਭੰਡਿਆ ਤੇ ਬਦਨਾਮ ਕੀਤਾ ਗਿਆ।

ਗ਼ਦਰੀ ਸਿੱਖ ਬਾਬਿਆਂ ਨੇ ਲਹਿਰ ਦੀ ਪ੍ਰਚਾਰ ਸਮੱਗਰੀ, ਆਪਣੇ ਸਵੈ-ਕਥਨਾਂ ਅਤੇ ਖੋਜੀ ਵਿਦਵਾਨਾਂ ਨੂੰ ਦਿੱਤੀਆਂ ਗਈਆਂ ਇੰਟਰਵਿਊਆਂ ਆਦਿ ਦੇ ਜ਼ਰੀਏ, ਆਪਣਾ ਸੁਤੰਤਰ ਬ੍ਰਿਤਾਂਤ ਸਿਰਜਿਆ। ਬਾਬਾ ਸੋਹਣ ਸਿੰਘ ਭਕਨਾ ਨੇ ਖ਼ਾਸ ਕਰਕੇ ਆਪਣੀਆਂ ਵੱਖ-ਵੱਖ ਲਿਖਤਾਂ ਵਿਚ ਹਿੰਦੂ ਲੀਡਰਸ਼ਿੱਪ ਦੇ ਬ੍ਰਿਤਾਂਤ ਨੂੰ ਵੰਗਾਰਿਆ, ਇਸ ਦੇ ਝੂਠਾਂ ਦਾ ਪਰਦਾਫ਼ਾਸ਼ ਕੀਤਾ। ਪਰ ਗ਼ਦਰੀ ਬਾਬਿਆਂ ਨਾਲ ਤ੍ਰਾਸਦੀ ਇਹ ਵਾਪਰੀ, ਕਿ ਜਿਹੜੇ ਵਿਦਵਾਨਾਂ ਨੇ ਉਨ੍ਹਾਂ ਦਾ ਇਤਿਹਾਸ ਲਿਖਿਆ, ਉਨ੍ਹਾਂ ਦੀਆਂ ਗੱਲਾਂਬਾਤਾਂ ਰੀਕਾਰਡ ਕੀਤੀਆਂ, ਉਨ੍ਹਾਂ ਦੇ ਵੱਡੇ ਹਿੱਸੇ ਨੇ ਗ਼ਦਰੀ ਬਾਬਿਆਂ ਦੀਆਂ ਲਿਖਤਾਂ ਤੇ ਗੱਲਾਂਬਾਤਾਂ ਦੀ ਵਿਆਖਿਆ, ਹਿੰਦੂ ਲੀਡਰਸ਼ਿੱਪ ਦੁਆਰਾ ਸਿਰਜੇ ਗਏ ਰਾਸ਼ਟਰਵਾਦੀ ਬ੍ਰਿਤਾਂਤ ਦੇ ਚੌਖਟੇ ਵਿਚ ਹੀ ਕੀਤੀ; ਬਾਬਿਆਂ ਦੀਆਂ ਲਿਖਤਾਂ ਤੇ ਪ੍ਰਵਚਨਾਂ ਨੂੰ ਰਾਸ਼ਟਰਵਾਦੀ ਬ੍ਰਿਤਾਂਤ ਦੀ ਸੁਰ ਦੇ ਅਨੁਕੂਲ ਢਾਲਿਆ ਗਿਆ। ਕੁਝ ਵਿਦਵਾਨਾਂ ਤੇ ਲੇਖਕਾਂ ਨੇ ਇਹ ਬੌਧਿਕ ਅਨਾਚਾਰ ਸੁਚੇਤ ਰੂਪ ਵਿਚ ਕੀਤਾ, ਅਤੇ ਕੁਝ ਨੇ ਆਪਣੀ ਸਿਧਾਂਤਕ ਅਯੋਗਤਾ, ਅਰਥਾਤ ਮੌਲਿਕ ਸੋਚ ਦੀ ਅਣਹੋਂਦ ਕਰਕੇ, ਅਨਜਾਣੇ ਤੌਰ 'ਤੇ ਸਵਰਨ ਜਾਤੀ ਹਿੰਦੂ ਵਰਗ ਦਾ ਪੱਖ ਪੂਰਿਆ।

ਮਿਸਾਲ ਵਜੋਂ, ਇਹ ਧਾਰਨਾ ਬਸਤੀਵਾਦੀ ਹਾਕਮਾਂ ਦੀ ਸੀ ਕਿ ਬੰਗਾਲ ਅੰਦਰ

ਸਿਆਸੀ ਜਾਗ੍ਰਤੀ ਸਭ ਤੋਂ ਪਹਿਲਾਂ ਆਈ ਅਤੇ ਇਹ ਲਾਗ ਉਥੋਂ ਹੀ ਦੇਸ਼ ਦੇ ਦੂਸਰੇ ਖੇਤਰਾਂ ਤੇ ਵਰਗਾਂ ਤਕ ਫੈਲੀ। ਭਾਰਤ ਦੀ ਰਾਸ਼ਟਰਵਾਦੀ ਲਹਿਰ ਦੇ ਆਗੂਆਂ ਨੇ ਵੀ ਇਸ ਧਾਰਨਾ ਨੂੰ ਇੰਨ-ਬਿੰਨ ਕਬੂਲ ਕਰ ਲਿਆ ਸੀ। ਫ਼ਰਕ ਸਿਰਫ਼ ਇਹ ਕਿ ਜਿਹੜੀ ਗੱਲ ਅੰਗਰੇਜ਼ਾਂ ਨੇ ਨਿੰਦਾ ਦੇ ਭਾਵ ਨਾਲ ਕਹੀ ਸੀ, ਰਾਸ਼ਟਰਵਾਦੀਆਂ ਨੇ ਉਸ ਨੂੰ ਪ੍ਰਸੰਸਾ ਦੇ ਭਾਵ ਵਿਚ ਬਦਲ ਲਿਆ। ਇਹ ਧਾਰਨਾ ਰਾਸ਼ਟਰਵਾਦੀ ਬ੍ਰਿਤਾਂਤ ਦਾ ਹਿੱਸਾ ਬਣ ਗਈ। ਇਸ ਬ੍ਰਿਤਾਂਤ ਦੇ ਜ਼ਰੀਏ ਇਹ ਧਾਰਨਾ ਆਮ ਲੋਕਾਂ ਦੀ ਸਮਝ ਦਾ ਅੰਗ, ਅਰਥਾਤ ਆਮ ਸੂਝ (common sense) ਬਣ ਗਈ। ਭਾਰੂ ਵਰਗ ਦੀ ਸਮਝ ਕਿਸ ਤਰੀਕੇ ਨਾਲ, ਹੌਲੀ ਹੌਲੀ, ਆਮ ਸੂਝ ਬਣ ਜਾਂਦੀ ਹੈ, ਮਨੋਵਿਗਿਆਨ ਅੰਦਰ ਇਸ ਕਿਰਿਆ ਦੀ ਭਰਪੂਰ ਵਿਆਖਿਆ ਕੀਤੀ ਗਈ ਹੈ। ਇਸ ਕਿਰਿਆ ਨੂੰ 'ਨਿਰਦੇਸ਼ਨ' ਅਥਵਾ 'ਸੱਜੈਸ਼ਨ' ਦਾ ਨਾਂ ਦਿੱਤਾ ਗਿਆ ਹੈ। ਜਿਸ ਅਨੁਸਾਰ:

> "ਜਦੋਂ ਅਸੀਂ ਬਿਨਾਂ ਚੇਤਨ ਇਰਾਦੇ ਦੇ, ਬਗ਼ੈਰ ਪੜਚੋਲਿਆਂ ਜਾਂ ਸੱਤ ਅਸੱਤ ਵਿਚਾਰਿਆਂ ਕਿਸੇ ਹੋਰਸ ਦੇ ਵਿਚਾਰਾਂ, ਵਿਸ਼ਵਾਸਾਂ ਜਾਂ ਰੁਚੀਆਂ ਨੂੰ ਗ੍ਰਹਿਣ ਕਰ ਲੈਂਦੇ ਹਾਂ ਤਾਂ ਨਿਰਦੇਸ਼ਨ (ਸੱਜੈਸ਼ਨ) ਦੀ ਕਿਰਿਆ ਵਰਤ ਰਹੀ ਹੁੰਦੀ ਹੈ। ਇਸ ਨਾਤੇ ਨਿਰਦੇਸ਼ਨ ਇਕ ਐਸੀ ਪ੍ਰਕਿਰਿਆ ਹੈ ਜਿਸ ਰਾਹੀਂ ਕਿਸੇ ਵਿਅਕਤੀ ਪਾਸੋਂ ਬਿਨਾਂ ਕਿਸੇ ਵਿਵੇਚਨਾ ਦੇ ਅਚੇਤ ਹੀ ਕਿਸੇ ਵਿਚਾਰ, ਵਿਸ਼ਵਾਸ ਜਾਂ ਰਵੱਈਏ ਨੂੰ ਸਵੀਕਾਰ ਕਰਵਾਇਆ ਜਾ ਸਕਦਾ ਹੈ... ਜੇਕਰ ਕੋਈ ਵਿਚਾਰ ਬਾਰ ਬਾਰ ਲਗਾਤਾਰ ਜ਼ੋਰਦਾਰ ਤਰੀਕੇ ਨਾਲ ਸਾਡੇ ਮਨਾਂ ਉਪਰ ਮਾਰ ਕਰਦਾ ਰਹੇ ਤਾਂ ਸਾਡੇ ਉਪਰ ਉਸ ਦਾ ਅਸਰ ਹੋ ਹੀ ਜਾਂਦਾ ਹੈ। ਇਉਂ ਨਿਰਦੇਸ਼ਨ ਨਿਤ ਗੁਪਤ ਮਾਰ ਸਾਡੇ ਮਨਾਂ 'ਤੇ ਕਰਦਾ ਸਾਡੀ ਜ਼ਿੰਦਗੀ ਥਾਣੀਂ ਲੰਘ ਜਾਂਦਾ ਹੈ... ਛਪੀਆਂ ਹੋਈਆਂ ਲਿਖਤਾਂ ਦਾ ਨਿਰਦੇਸ਼ਨਾਤਮਕ ਪ੍ਰਭਾਵ ਬੜਾ ਜ਼ਿਆਦਾ ਹੁੰਦਾ ਹੈ... ਅਖ਼ਬਾਰਾਂ ਵਿਚ ਛਪੀ ਖ਼ਬਰ ਸਾਨੂੰ ਕਿਤਨੀ ਭਰੋਸੇਯੋਗ ਲਗਦੀ ਹੈ...ਇਸੇ ਪ੍ਰਕਾਰ ਫ਼ਿਲਮੀ ਹੀਰੋਆਂ, ਰਾਜਸੀ ਲੀਡਰਾਂ, ਪ੍ਰਸਿੱਧ ਲੇਖਕਾਂ ਆਦਿ ਦੇ ਵਿਚਾਰਾਂ ਤੇ ਵਿਸ਼ੇਸ਼ਤਾਈਆਂ ਨੂੰ ਲੋਕੀਂ ਬਿਨਾਂ ਕਿਸੇ ਤਰਕ ਦੇ ਅਪਨਾ ਲੈਂਦੇ ਹਨ।"[27]

ਇਹ ਧਾਰਨਾ ਕਿ 'ਕਰਤਾਰ ਸਿੰਘ ਸਰਾਭਾ ਨੂੰ ਸਿਆਸੀ ਜਾਗ੍ਰਤੀ ਦੀ ਜਾਗ ਬੰਗਾਲੀਆਂ ਕੋਲੋਂ ਲੱਗੀ', ਇਸ ਨਿਰਦੇਸ਼ਨ ਦੀ ਕਿਰਿਆ ਦਾ ਹੀ ਨਤੀਜਾ ਹੈ।* ਇਹ ਮੌਲਿਕ ਸੋਚਣੀ ਦੀ ਅਣਹੋਂਦ ਦਾ ਸਿੱਟਾ, ਤੇ ਪ੍ਰਗਟਾਵਾ ਹੈ। ਇਹ ਸਿੱਖ ਸੰਸਕਾਰਾਂ ਤੇ ਅਕੀਦਿਆਂ ਦੀ ਲੁਪਤ ਤਾਕਤ ਵਿਚ ਅਵਿਸ਼ਵਾਸ ਤੇ ਅਗਿਆਨਤਾ ਦਾ ਇਜ਼ਹਾਰ ਹੈ। ਇਹ ਆਧੁਨਿਕਤਾ ਦੇ ਦੁਸ਼-ਪ੍ਰਭਾਵ ਹੇਠ ਆਪਣੀਆਂ ਜੜ੍ਹਾਂ ਨਾਲੋਂ ਟੁੱਟ ਜਾਣ ਦਾ ਸਰਾਪ ਹੈ।

ਅਜਿਹਾ ਕੋਈ ਪ੍ਰਮਾਣ ਨਹੀਂ ਮਿਲਦਾ ਕਿ ਕਰਤਾਰ ਸਿੰਘ ਸਰਾਭਾ ਦੇ ਮਨ ਉੱਤੇ, ਅਮਰੀਕਾ ਪਹੁੰਚਣ ਤੋਂ ਪਹਿਲਾਂ ਹੀ ਬੰਗਾਲ ਅੰਦਰ ਆਈ ਰਾਜਸੀ ਜਾਗ੍ਰਤੀ ਦਾ ਪ੍ਰਭਾਵ ਪੈ ਚੁੱਕਾ ਸੀ, ਨਾ ਹੀ ਉਸ ਦੀ ਕਿਤਾਬਾਂ ਪੜ੍ਹਨ ਵਿਚ ਵਿਸ਼ੇਸ਼ ਰੁਚੀ ਜਾਂ ਲਗਨ ਦੀ ਪੁਸ਼ਟੀ ਹੁੰਦੀ ਹੈ। ਸੱਚ ਇਹ ਹੈ ਕਿ ਉਹ ਚਿੰਤਨਸ਼ੀਲ ਨਹੀਂ, ਕਰਮਯੋਗੀ ਸੀ। ਉਸ ਨੂੰ ਰਾਜਸੀ ਜਾਗ ਕਦੋਂ ਤੇ ਕਿਵੇਂ ਲੱਗੀ, ਅਤੇ ਉਸ ਦੀ ਪ੍ਰਚੰਡ ਊਰਜਾ ਤੇ ਪ੍ਰੇਰਣਾ ਦਾ ਅਸਲੀ ਸੋਮਾ ਕਿਹੜਾ ਸੀ, ਅਗਲੇ ਪੰਨਿਆਂ 'ਤੇ ਇਨ੍ਹਾਂ ਮਹੱਤਵਪੂਰਨ ਸਵਾਲਾਂ ਦੇ ਜਵਾਬ ਦੇਣ ਦਾ ਨਿਮਾਣਾ ਜਿਹਾ ਯਤਨ ਕੀਤਾ ਗਿਆ ਹੈ।

---

* ਇਹ ਰਾਇ ਪਹਿਲੋ-ਪਹਿਲ ਕਰਤਾਰ ਸਿੰਘ ਸਰਾਭਾ ਤੇ ਉਸ ਦੇ ਸਾਥੀਆਂ ਦਾ ਮੁਕੱਦਮਾ ਸੁਣਨ ਵਾਲੇ ਜੱਜਾਂ ਨੇ ਪ੍ਰਗਟਾਈ ਤੇ ਬਾਅਦ ਵਿਚ ਰਾਸ਼ਟਰਵਾਦੀ ਵਿਦਵਾਨਾਂ ਤੇ ਲੇਖਕਾਂ ਨੇ ਹੂ-ਬ-ਹੂ ਪ੍ਰਵਾਨ ਕਰ ਲਈ।

27. ਜਸਵੰਤ ਸਿੰਘ ਨੇਕੀ, *ਅਚੇਤਨ ਦੀ ਲੀਲ੍ਹਾ*, ਸਫ਼ੇ 59-60 ਤੇ 62.

2

ਤਤਕਾਲੀ ਸਮਾਜੀ ਤੇ ਰਾਜਸੀ ਹਾਲਤਾਂ

ਹਿੰਦੂ ਤੇ ਸਿੱਖ ਜਾਗ੍ਰਤੀ ਦਾ ਆਪਣਾ ਆਪਣਾ ਖ਼ਾਸਾ

ਭਾਈ ਕਰਤਾਰ ਸਿੰਘ ਸਰਾਭਾ ਦੀ ਸ਼ਖ਼ਸੀਅਤ ਤੇ ਉਸ ਦੇ ਇਤਿਹਾਸਕ ਰੋਲ ਨੂੰ ਸਮਝਣ ਲਈ ਅਸੀਂ ਹੁਣ ਤੀਜੇ (ਸਥੂਲ) ਪੱਖ, ਅਰਥਾਤ ਤਤਕਾਲੀ ਸਮਾਜੀ ਤੇ ਰਾਜਸੀ ਮਾਹੌਲ ਬਾਰੇ ਚਰਚਾ ਕਰਦੇ ਹਾਂ। ਇਸ 'ਚੋਂ ਬੰਗਾਲ ਅੰਦਰ ਆਈ ਸਿਆਸੀ ਜਾਗ੍ਰਤੀ ਦਾ ਸਿਧਾਂਤਕ ਖ਼ਾਸਾ ਤੇ ਜਮਾਤੀ ਤੱਤ ਆਪਣੇ ਆਪ ਸਪੱਸ਼ਟ ਹੋ ਜਾਵੇਗਾ। ਇਸ ਦੇ ਵਾਸਤੇ ਥੋੜ੍ਹਾ ਪਿਛੋਕੜ ਵਿਚ ਜਾਣਾ ਪਵੇਗਾ। ਭਾਰਤ ਅੰਦਰ ਰਾਸ਼ਟਰਵਾਦ ਦੇ ਵਰਤਾਰੇ ਨੂੰ ਇਤਿਹਾਸਬੱਧ (historicise) ਕਰਨਾ ਪਵੇਗਾ। ਅਜਿਹਾ ਕਰਨ ਲਈ ਇਸ ਦੇ ਮੁੱਢ-ਮੂਲ, ਰਾਸ਼ਟਰਵਾਦ ਦੀ ਧਾਰਾ ਦੀ 'ਗੰਗੋਤਰੀ' ਦੀ ਪਛਾਣ ਤੇ ਨਿਸ਼ਾਨਦੇਹੀ ਕਰਨੀ ਪਵੇਗੀ। ਵੈਸੇ ਤਾਂ ਇਹ ਵਿਸ਼ਾ ਆਪਣੇ ਆਪ ਵਿਚ ਇਕ ਵੱਖਰੀ ਤੇ ਵਿਸ਼ੇਸ਼ ਕਿਤਾਬ ਲਿਖੇ ਜਾਣ ਦੀ ਮੰਗ ਕਰਦਾ ਹੈ। ਪਰ ਇਸ ਵੱਡੇ ਕਾਰਜ ਨੂੰ ਭਵਿੱਖ ਅੰਦਰ ਕਿਸੇ ਢੁਕਵੇਂ ਮੌਕੇ ਲਈ ਛੱਡਦੇ ਹੋਏ, ਇਥੇ ਅਸੀਂ ਭਾਰਤ ਅੰਦਰ ਰਾਸ਼ਟਰਵਾਦ ਦੇ ਜਨਮ ਤੇ ਵਿਕਾਸ ਦੀ ਕਿਰਿਆ, ਇਸ ਦੀ ਸਿਧਾਂਤਕ ਧਾਰ (edge), ਅਤੇ ਇਸ ਦੀਆਂ ਅਗਵਾਨੂੰ ਤਾਕਤਾਂ ਦੇ ਪੁਸ਼ਤੈਨੀ ਚਰਿੱਤਰ ਨੂੰ ਸਮਝਣ ਲਈ, ਇਸ ਵਰਤਾਰੇ ਉੱਤੇ ਉੱਡਦੀ ਨਜ਼ਰ ਮਾਰਦੇ ਹਾਂ।

ਬਸਤੀਵਾਦੀ ਰਾਜ—ਮੁਸਲਮਾਨਾਂ ਲਈ ਆਫ਼ਤ, ਹਿੰਦੂਆਂ ਲਈ ਰਾਹਤ

ਬਰਤਾਨੀਆ ਦੀ ਈਸਟ ਇੰਡੀਆ ਕੰਪਨੀ ਨੇ 1757 ਈ. ਵਿਚ ਪਲਾਸੀ ਦੇ ਸਥਾਨ ਤੇ ਨਵਾਬ ਸਿਰਾਜ-ਉਦ-ਦੌਲਾ ਦੀਆਂ ਫ਼ੌਜਾਂ ਨੂੰ ਹਰਾ ਕੇ ਬੰਗਾਲ ਉੱਤੇ ਪੂਰਨ ਕਬਜ਼ਾ ਕਰ ਲਿਆ ਸੀ। ਇਸ ਦੇ ਨਾਲ ਹੀ ਭਾਰਤ ਅੰਦਰ ਬਸਤੀਵਾਦੀ ਰਾਜ ਦੀ ਨੀਂਹ ਟਿਕ ਗਈ ਸੀ। ਥੋੜ੍ਹੇ ਹੀ ਸਮੇਂ ਅੰਦਰ ਭਾਰਤ ਦਾ ਸਮੁੱਚਾ ਤਟਵਰਤੀ ਖੇਤਰ ਬਸਤੀਵਾਦੀ ਗ਼ਲਬੇ ਹੇਠ ਆ ਗਿਆ ਸੀ। ਇਸ ਉਪਰੰਤ ਈਸਟ ਇੰਡੀਆ ਕੰਪਨੀ ਨੇ ਆਪਣੀ ਪੇਕੀ ਬਰਤਾਨਵੀ ਹਕੂਮਤ ਤੇ ਭਾਰਤ ਅੰਦਰਲੇ ਸਥਾਨਕ ਸਹਿਯੋਗੀਆਂ ਦੀ ਮੱਦਦ ਨਾਲ, ਇਕ ਪਾਸੇ ਬਸਤੀਵਾਦੀ ਰਾਜ ਦੀਆਂ ਨੀਹਾਂ ਨੂੰ ਮਜ਼ਬੂਤ ਕਰਨ ਤੇ ਦੂਜੇ ਪਾਸੇ ਰਾਜ ਦਾ ਲਗਾਤਾਰ ਵਿਸਥਾਰ ਕਰਨ ਦੀ ਯੁੱਧਨੀਤਕ ਮਾਰਗ-ਸੇਧ ਅਪਣਾ ਲਈ। 'ਜੇਤੂ ਧਿਰ' ਤੋਂ 'ਹੁਕਮਰਾਨ ਧਿਰ' ਵਿਚ ਤਬਦੀਲ ਹੋ ਜਾਣ ਉਪਰੰਤ, ਬਸਤੀਵਾਦੀ ਹਾਕਮਾਂ ਸਾਹਮਣੇ ਦੋ ਤਤਕਾਲੀ ਲੋੜਾਂ ਖੜੀਆਂ ਹੋ ਗਈਆਂ ਸਨ। ਇਕ, ਸਥਾਨਕ ਸਮਾਜ (ਸਥਾਨਕ ਸਮਾਜੀ ਤਾਣਾ-ਬਾਣਾ, ਆਰਥਿਕ ਪ੍ਰਣਾਲੀਆਂ, ਧਾਰਮਿਕ ਪਰੰਪਰਾਵਾਂ, ਸੱਭਿਆਚਾਰਕ ਰਵਾਇਤਾਂ ਤੇ ਰਸਮੋ-ਰਿਵਾਜਾਂ ਆਦਿ) ਨੂੰ ਜਾਣਨਾ/ਸਮਝਣਾ; ਦੂਜਾ, ਰਾਜ-ਪ੍ਰਬੰਧ ਨੂੰ ਬਿਹਤਰ ਤੇ

ਅਸਰਦਾਰ ਤਰੀਕੇ ਨਾਲ ਚਲਾਉਣ ਲਈ ਸੁਦੇਸੀ ਅਮਲਾ-ਫੈਲਾ ਤਿਆਰ ਕਰਨਾ। ਇਨ੍ਹਾਂ ਦੋਨੋਂ ਲੋੜਾਂ ਦੀ ਪੂਰਤੀ ਵਾਸਤੇ ਭਾਰਤ ਅੰਦਰ ਵਿਦਿਅਕ ਅਦਾਰੇ ਸਥਾਪਤ ਕਰਨੇ ਜ਼ਰੂਰੀ ਲੋੜ ਬਣ ਗਈ ਸੀ। ਬਸਤੀਆਨਾ ਵਪਾਰਕ ਤੇ ਰਾਜਸੀ ਸਰਗਰਮੀਆਂ ਮੁੱਖ ਤੌਰ 'ਤੇ ਵੱਡੇ ਤਟਵਰਤੀ ਸ਼ਹਿਰਾਂ (ਕਲਕੱਤਾ, ਮਦਰਾਸ, ਬੰਬਈ ਆਦਿ) ਵਿਚ ਕੇਂਦਰਿਤ ਹੋਣ ਦੀ ਵਜ੍ਹਾ ਕਰਕੇ, ਇਹ ਸ਼ਹਿਰ ਹੀ ਬੌਧਿਕ ਤੇ ਸਾਹਿਤਕ ਸਰਗਰਮੀਆਂ ਦੇ ਮੁੱਢਲੇ ਕੇਂਦਰ ਬਣੇ। 1784 ਈ. ਵਿਚ ਹੀ ਕਲਕੱਤਾ ਵਿਖੇ, ਪੂਰਬੀ ਖੋਜ (Oriental research) ਦੇ ਮਨੋਰਥ ਨੂੰ ਮੁੱਖ ਰੱਖਦੇ ਹੋਏ 'ਏਸ਼ੀਐਟਕ ਸੋਸਾਇਟੀ' ਨਾਂ ਦੀ ਬੌਧਿਕ-ਸਾਹਿਤਕ ਸੰਸਥਾ ਹੋਂਦ ਵਿਚ ਆ ਗਈ ਸੀ। ਇਸ ਤੋਂ 20 ਸਾਲਾਂ ਬਾਅਦ, 1804 ਈ. ਵਿਚ 'ਲਿਟਰੇਰੀ ਸੋਸਾਇਟੀ ਆੱਵ ਬੰਬੇ' ਦੇ ਨਾਂ ਹੇਠ ਬੰਬਈ ਵਿਚ ਵੀ ਅਜਿਹੀ ਹੀ ਸੰਸਥਾ ਸਥਾਪਤ ਕੀਤੀ ਗਈ। ਇਨ੍ਹਾਂ ਸੰਸਥਾਵਾਂ ਦੀਆਂ ਤੰਦਾਂ ਯੂਰਪ ਨਾਲ ਜੁੜੀਆਂ ਹੋਈਆਂ ਸਨ, ਜਿਥੇ 'ਪੂਰਬੀ ਖੋਜ ਤੇ ਅਧਿਐਨ' ਦਾ ਸ਼ੌਕ ਪੂਰੇ ਜੋਬਨ ਉੱਤੇ ਸੀ। ਭਾਰਤ ਅੰਦਰ ਬਸਤੀਵਾਦੀ ਰਾਜ ਦੀ ਸਥਾਪਨਾ ਨੇ ਪੱਛਮੀ ਯੂਰਪ ਦੇ ਬੌਧਿਕ ਹਲਕਿਆਂ ਅੰਦਰ ਪੂਰਬੀ ਅਧਿਐਨ ਦੀ ਜਗਿਆਸਾ ਵਧਾ ਦਿੱਤੀ ਸੀ ਅਤੇ ਇਸ ਮਕਸਦ ਲਈ ਪੱਛਮੀ ਦੇਸਾਂ ਅੰਦਰ ਕਈ ਉਚੇਚੀਆਂ ਸਭਾਵਾਂ/ਸੋਸਾਇਟੀਆਂ ਹੋਂਦ ਵਿਚ ਆ ਗਈਆਂ ਸਨ। ਕਲਕੱਤਾ ਤੇ ਬੰਬਈ ਦੀਆਂ ਉਪਰ ਬਿਆਨੀਆਂ 'ਸੋਸਾਇਟੀਆਂ' ਯੂਰਪੀ ਸੰਸਥਾਵਾਂ ਦੀਆਂ ਹੀ ਸ਼ਾਖ਼ਾਵਾਂ ਸਨ।

ਅੰਗਰੇਜ਼ਾਂ ਦੀ ਆਮਦ ਤੋਂ ਪਹਿਲਾਂ ਭਾਰਤੀ ਉਪ-ਮਹਾਂਦੀਪ ਦੀ ਰਾਜਸੀ ਤੇ ਪ੍ਰਬੰਧਕੀ ਦਸ਼ਾ ਬਹੁਤ ਅਲੱਗ ਕਿਸਮ ਦੀ ਸੀ। ਸਮੁੱਚਾ ਉਪ-ਮਹਾਂਦੀਪ ਅਨੇਕਾਂ ਛੋਟੀਆਂ ਵੱਡੀਆਂ ਸੁਤੰਤਰ, ਅਤੇ ਆਪਸੀ ਝਗੜਿਆਂ-ਕਲੇਸ਼ਾਂ ਵਿਚ ਉਲਝੀਆਂ, ਜਾਗੀਰੂ ਰਿਆਸਤਾਂ ਵਿਚ ਵੰਡਿਆ ਹੋਇਆ ਸੀ। ਬੰਗਾਲ ਤੋਂ ਸ਼ੁਰੂ ਕਰ ਕੇ ਸਮੁੱਚੇ ਭਾਰਤੀ ਉਪ-ਮਹਾਂਦੀਪ ਨੂੰ ਬਰਤਾਨਵੀ ਸਲਤਨਤ ਦਾ ਅੰਗ ਬਣਾਉਣ ਵਿਚ ਅੰਗਰੇਜ਼ਾਂ ਨੂੰ ਸੌ ਸਾਲ ਲੱਗ ਗਏ ਸਨ। ਪਰ ਅਹਿਮ ਗੱਲ ਇਹ ਹੈ ਕਿ ਉਨ੍ਹਾਂ ਨੇ ਭਾਰਤ ਅੰਦਰ ਪ੍ਰਚਲਿਤ ਜਾਗੀਰੂ ਕੁਲੀਨਤੰਤਰ (ਰਜਵਾੜੇ, ਨਵਾਬ, ਰਈਸ ਆਦਿ) ਦੀ ਥਾਵੇਂ, ਨਵੀਂ ਕਿਸਮ ਦਾ ਰਾਜਸੀ-ਪ੍ਰਬੰਧਕੀ ਢਾਂਚਾ ਹੋਂਦ ਵਿਚ ਲਿਆਂਦਾ। ਖਿੰਡੀਆਂ-ਬਿਖਰੀਆਂ ਖ਼ਰਚਖ਼ਾਹ ਜਾਗੀਰੂ ਰਿਆਸਤਾਂ ਦੀ ਥਾਵੇਂ, ਬਸਤੀਵਾਦੀ ਕਬਜ਼ੇ ਹੇਠਲੇ ਸਮੁੱਚੇ ਖੇਤਰ ਅੰਦਰ ਇਕ-ਜੁੱਟ ਤੇ ਇਕ-ਰੂਪ ਰਾਜਸੀ-ਪ੍ਰਬੰਧਕੀ ਢਾਂਚਾ ਕਾਇਮ ਕੀਤਾ ਗਿਆ, ਜਿਸ ਵਿਚ ਨਵਾਬਸ਼ਾਹੀ ਦੀ ਬਜਾਇ ਨੌਕਰਸ਼ਾਹੀ ਨੇ ਪ੍ਰਧਾਨ ਹੈਸੀਅਤ ਹਾਸਲ ਕਰ ਲਈ ਸੀ। ਇਸ ਨਾਲ ਸੱਤਾ ਦੇ ਖ਼ਾਸੇ ਤੇ ਹੁਕਮਰਾਨੀ ਦੇ ਢੰਗਾਂ ਵਿਚ ਅਹਿਮ ਤਬਦੀਲੀ ਆ ਗਈ ਸੀ। ਰਾਜ ਕਰਨ ਤੋਂ ਭਾਵ ਹੁਣ ਰਾਜ-ਪ੍ਰਬੰਧ ਚਲਾਉਣਾ (to administer) ਸੀ। ਨਵੇਂ ਰਾਜ-ਪ੍ਰਬੰਧ ਅੰਦਰ ਲੜਾਕੂ ਸੂਰਮਿਆਂ ਨਾਲੋਂ ਵੱਖਰੇ ਗੁਣਾਂ/ਹੁਨਰਾਂ ਵਾਲੇ ਵਿਅਕਤੀਆਂ ਦੀ ਲੋੜ ਬਣ ਗਈ ਸੀ। ਇਹ ਲੋੜ ਆਧੁਨਿਕ ਵਿੱਦਿਆ ਦੇ ਜ਼ਰੀਏ ਹੀ ਪੂਰੀ ਕੀਤੀ ਜਾ ਸਕਦੀ ਸੀ। ਸੋ ਇਸ ਤਰ੍ਹਾਂ, ਬਸਤੀਵਾਦੀ ਰਾਜ ਹੇਠਾਂ ਆਧੁਨਿਕ ਵਿੱਦਿਆ, ਸੱਤਾ ਦੀ ਨਵੀਂ ਦੁਨੀਆਂ ਤਕ ਰਸਾਈ ਕਰਨ ਦਾ ਸਾਧਨ ਬਣ ਗਿਆ ਸੀ। ਨਵੇਂ ਪ੍ਰਬੰਧਕੀ ਢਾਂਚੇ ਦੀਆਂ ਲੋੜਾਂ ਪੂਰੀਆਂ ਕਰਨ ਲਈ ਨਵੇਂ ਪੇਸ਼ਾਵਰ ਵਰਗ—ਅਫ਼ਸਰਸ਼ਾਹ, ਜੱਜ, ਵਕੀਲ, ਇੰਜਨੀਅਰ, ਡਾਕਟਰ, ਵਿਦਵਾਨ, ਅਧਿਆਪਕ, ਸੰਪਾਦਕ/ਪੱਤਰਕਾਰ, ਲੇਖਾਕਾਰ, ਕਲਰਕ, ਆਦਿ ਆਦਿ ਪੈਦਾ ਹੋ ਗਏ। ਇਹ ਵਰਗ ਪੈਦਾ ਕਰਨ ਲਈ ਭਾਰਤ ਅੰਦਰ ਸਿੱਖਿਆ ਢਾਂਚੇ ਦਾ ਪਸਾਰ ਕੀਤਾ ਗਿਆ। ਕਲਕੱਤਾ ਵਿਖੇ 1800 ਈ. ਵਿਚ 'ਫ਼ੋਰਟ ਵਿਲੀਅਮ ਕਾਲਜ' ਦੀ ਸਥਾਪਨਾ ਨਾਲ ਭਾਰਤ ਅੰਦਰ

ਉਚੇਰੀ (ਆਧੁਨਿਕ) ਵਿੱਦਿਆ ਦਾ ਮਹੂਰਤ ਹੋ ਗਿਆ ਸੀ। ਇਸ ਤੋਂ ਛੇਤੀ ਬਾਅਦ 1817 ਈ. ਵਿਚ ਕਲਕੱਤੇ ਵਿਚ ਹੀ ਇਕ ਹੋਰ ਕਾਲਜ, 'ਹਿੰਦੂ ਕਾਲਜ' ਜਿਹੜਾ ਬਾਅਦ ਵਿਚ ਜਾ ਕੇ 'ਪਰੈਜ਼ੀਡੈਂਸੀ ਕਾਲਜ' ਦੇ ਨਾਂ ਨਾਲ ਮਸ਼ਹੂਰ ਹੋਇਆ, ਖੁਲ੍ਹ ਗਿਆ ਸੀ। ਮਦਰਾਸ ਤੇ ਬੰਬਈ ਵਿਚ ਵੀ ਇਸ ਨਾਲ ਮਿਲਦਾ-ਜੁਲਦਾ ਅਮਲ ਚੱਲਿਆ।

ਇਸ ਗੱਲ ਵਿਚ ਕੋਈ ਸ਼ੱਕ ਨਹੀਂ ਹੈ ਕਿ ਅੰਗਰੇਜ਼ਾਂ ਦੁਆਰਾ ਭਾਰਤ ਅੰਦਰ ਵਿੱਦਿਆ ਦੇ ਸੰਚਾਰ-ਪਸਾਰ ਦਾ ਇਹ ਉੱਦਮ, ਬਰਤਾਨਵੀ ਸਾਮਰਾਜਵਾਦ ਦੀਆਂ ਲੋੜਾਂ ਨੂੰ ਮੁੱਖ ਰੱਖ ਕੇ ਹੀ ਆਰੰਭਿਆ ਗਿਆ ਸੀ। ਇਸ ਨਾਲ ਨਵੀਂ ਕਿਸਮ ਦਾ ਦੇਸੀ ਕੁਲੀਨ ਤਬਕਾ (ਇਲੀਟ) ਪੈਦਾ ਹੋਇਆ, ਜੀਹਦੀ ਨਫ਼ਰੀ ਤਾਂ ਭਾਵੇਂ ਥੋੜ੍ਹੀ ਹੀ ਸੀ ਪਰ ਉਸ ਦੀ ਤਾਕਤ ਤੇ ਅਸਰ ਰਸੂਖ਼ ਦਾ ਘੇਰਾ ਬਹੁਤ ਵਿਸ਼ਾਲ ਸੀ। ਆਧੁਨਿਕ (ਅੰਗਰੇਜ਼ੀ) ਵਿੱਦਿਆ ਦਾ ਆਰੰਭ ਕਿਉਂਕਿ ਬੰਗਾਲ ਤੋਂ ਹੀ ਹੋਇਆ ਸੀ, ਅਤੇ ਕਲਕੱਤਾ ਭਾਰਤ ਅੰਦਰ ਬਰਤਾਨਵੀ ਸੱਤਾ ਦੀ ਧੁੰਨੀ (ਰਾਜਧਾਨੀ) ਵਜੋਂ ਵਿਕਸਤ ਹੋ ਗਿਆ ਸੀ, ਇਸ ਕਰਕੇ ਬੰਗਾਲੀ ਕੁਲੀਨ ਵਰਗ (ਜਿਸ ਨੂੰ *'ਭਦਰਲੋਕ'* ਕਿਹਾ ਜਾਂਦਾ ਹੈ) ਨੇ ਨਵੇਂ ਰਾਜ-ਪ੍ਰਬੰਧ ਅੰਦਰ ਬੇਜੋੜ ਤਾਕਤ ਤੇ ਪੈਂਠ ਬਣਾ ਲਈ ਸੀ। ਬਸਤੀਵਾਦੀ ਪ੍ਰਸ਼ਾਸਨ ਦੇ ਅੰਗ ਵਜੋਂ ਇਹ ਵਰਗ ਸਾਰੇ ਦੇਸ ਅੰਦਰ ਫੈਲ ਗਿਆ ਸੀ। ਇਹ ਵਰਗ ਹੀ, ਸਮਾਂ ਪਾ ਕੇ, ਭਾਰਤੀ ਰਾਸ਼ਟਰਵਾਦ ਦਾ ਜਨਮਦਾਤਾ, ਧੁਰਾ ਤੇ ਰਹਿਬਰ ਬਣਿਆ। ਇਸ ਕਰਕੇ ਹਿੰਦੂ-ਪ੍ਰਧਾਨੀ ਭਾਰਤੀ ਰਾਸ਼ਟਰਵਾਦ ਦੇ ਮੂਲ ਖ਼ਾਸੇ ਨੂੰ ਸਮਝਣ ਲਈ ਇਸ ਵਰਗ ਦੀ ਸਮਾਜੀ ਅੰਗ-ਬਣਤਰ, ਆਰਥਿਕ-ਜਮਾਤੀ ਕਿਰਦਾਰ, ਸੱਭਿਆਚਾਰਕ ਖ਼ਸਲਤ ਤੇ ਮਨੋਵਿਗਿਆਨਕ ਵਿਸ਼ੇਸ਼ਤਾਵਾਂ ਨੂੰ ਸਮਝਣਾ ਜ਼ਰੂਰੀ ਹੈ।

ਬੰਗਾਲੀ 'ਭਦਰਲੋਕ' ਦੀ ਕੁਲ-ਪੱਤਰੀ

ਅੰਗਰੇਜ਼ਾਂ ਵੱਲੋਂ ਬੰਗਾਲ ਨੂੰ ਫ਼ਤਹਿ ਕਰਨ ਮੌਕੇ ਬੰਗਾਲੀ ਸਮਾਜ ਅੰਦਰ ਗੁੰਝਲਦਾਰ ਸਮਾਜੀ ਵਰਗੀਕਰਨ ਮੌਜੂਦ ਸਨ। ਇਕ ਇਤਿਹਾਸਕ ਮੱਤ ਮੁਤਾਬਕ, ਪੰਜਵੀਂ ਸਦੀ ਅੰਦਰ ਗੁਪਤਾ ਸਾਮਰਾਜ ਦੇ ਬੰਗਾਲ ਅੰਦਰ ਪਸਾਰ ਕਰ ਜਾਣ ਤੇ ਪੈਰ ਜਮਾ ਲੈਣ ਤੋਂ ਪਹਿਲਾਂ ਬੰਗਾਲੀ ਸਮਾਜ ਬ੍ਰਾਹਮਣਵਾਦ (ਜਾਤ-ਪਾਤੀ ਵਿਚਾਰਧਾਰਾ ਤੇ ਸਮਾਜੀ ਪ੍ਰਣਾਲੀ) ਦੀ ਲਾਗ ਤੋਂ ਸੁਰਖ਼ਰੂ ਸੀ। ਗੁਪਤ ਸਾਮਰਾਜ ਦੇ ਪਸਾਰੇ ਦੌਰਾਨ ਬ੍ਰਾਹਮਣ, ਵੈਦਯ ਤੇ ਕਯਾਸਥ ਨਾਵਾਂ ਦੀਆਂ ਅਖੌਤੀ ਉੱਚ ਜਾਤੀਆਂ ਨੇ ਬੰਗਾਲ ਅੰਦਰ ਆ ਕੇ ਪੱਕਾ ਵਸੇਬਾ ਕਰ ਲਿਆ। ਇਨ੍ਹਾਂ ਵਿਜਈ ਜਾਤੀਆਂ ਨੇ ਬੰਗਾਲ ਦੇ ਮੂਲ ਬਾਸ਼ਿੰਦਿਆਂ ਨੂੰ ਸੰਸਕਾਰਕ ਤੌਰ 'ਤੇ 'ਨੀਚ' ਤੇ 'ਨੀਵੀਂ ਜਾਤ' ਦਾ ਅਪਮਾਨਜਨਕ ਦਰਜਾ ਦੇ ਦਿੱਤਾ। ਇਸ ਦੇ ਜੁਆਬ ਵਿਚ, ਇਨ੍ਹਾਂ ਮੂਲ ਬੰਗਾਲੀਆਂ ਨੇ ਸਮੁੱਚੇ ਇਤਿਹਾਸ ਦੌਰਾਨ ਬੰਗਾਲ ਅੰਦਰ ਬ੍ਰਾਹਮਣਵਾਦ ਦੇ ਵਿਰੁੱਧ ਉੱਠੀ ਹਰੇਕ ਵੱਡੀ ਲਹਿਰ (ਜਿਵੇਂ ਕਿ ਬੁੱਧ ਧਰਮ, ਇਸਲਾਮ ਆਦਿ) ਨੂੰ ਜਨਤਕ ਹਮਾਇਤ ਮੁਹੱਈਆ ਕੀਤੀ।[1]

ਤੇਰ੍ਹਵੀਂ ਸਦੀ ਅੰਦਰ ਤੁਰਕ-ਅਫ਼ਗਾਨੀ ਹਮਲਿਆਂ ਨਾਲ ਬੰਗਾਲ ਅੰਦਰ ਇਸਲਾਮ ਦਾ ਦਾਖ਼ਲਾ ਅਰੰਭ ਹੋ ਗਿਆ ਸੀ। ਮੁਸਲਮਾਨਾਂ ਦੀ ਰਾਜਸੀ ਸੱਤਾ ਸਥਾਪਤ ਹੋ ਜਾਣ ਨਾਲ ਬੰਗਾਲੀ ਸਮਾਜ ਅੰਦਰ ਵੱਡੀ ਸਮਾਜੀ ਰੱਦੋ-ਬਦਲ ਵਾਪਰ ਗਈ। ਇਹ ਰੱਦੋ-ਬਦਲ

1. Robin Blackburn, *Explosion in a Subcontinent,* pp. 80-81.

ਸਾਰੇ ਖੇਤਰ ਅੰਦਰ ਇਕਸਾਰ ਨਹੀਂ ਹੋਈ। ਪੂਰਬੀ ਬੰਗਾਲ ਦੇ ਵੱਡੇ ਖੇਤਰ ਅੰਦਰ ਵਸੋਂ ਦੀ ਬਹੁਗਿਣਤੀ ਨੇ ਇਸਲਾਮ ਧਰਮ ਗ੍ਰਹਿਣ ਕਰ ਲਿਆ ਸੀ, ਜਦੋਂ ਕਿ ਪੱਛਮੀ ਬੰਗਾਲ ਦੇ ਛੋਟੇ ਖੇਤਰ ਦੀ ਵਸੋਂ ਹਿੰਦੂ ਧਰਮ ਦੀ ਪੈਰੋਕਾਰ ਬਣੀ ਰਹੀ। ਕੁੱਲ ਮਿਲਾ ਕੇ, ਬੰਗਾਲ ਦੀ ਅੱਧਿਓਂ ਬਹੁਤੀ ਵਸੋਂ ਨੇ ਇਸਲਾਮ ਕਬੂਲ ਕਰ ਲਿਆ ਸੀ। ਮੁਸਲਮਾਨ ਹਾਕਮਾਂ ਨੇ, ਸਥਾਨਕ ਵਸੋਂ ਨਾਲ ਰਾਬਤਾ ਕਾਇਮ ਕਰਨ ਲਈ, ਵਿਚੋਲਿਆਂ ਵਜੋਂ ਹਿੰਦੂ ਸਮਾਜ ਦੀਆਂ ਉਪਰਲੀਆਂ, ਗਿਆਨਵਾਨ ਤੇ ਜ਼ਿਮੀਂਦਾਰ, ਪਰਤਾਂ ਨੂੰ ਆਪਣੇ ਨਾਲ ਗੰਢ ਲਿਆ ਸੀ। ਇਨ੍ਹਾਂ ਹਿੰਦੂ ਉੱਚ ਵਰਗਾਂ ਨੇ ਰਾਜ-ਭਾਗ ਚਲਾਉਣ ਤੋਂ ਲੈ ਕੇ ਤਿਜਾਰਤ ਦੇ ਖੇਤਰ ਤਕ, ਮੁਗ਼ਲ ਹਾਕਮਾਂ ਦੀ ਸੇਵਾ-ਪੂਰਤੀ ਕੀਤੀ। ਉੱਤਰੀ ਭਾਰਤ ਦੇ ਇਕ ਪ੍ਰਸਿੱਧ ਬਾਣੀਆ ਘਰਾਣੇ (ਜਗਤ ਸੇਠ) ਨੇ ਮੁਸਲਿਮ ਰਾਜ ਦੌਰਾਨ ਬੰਗਾਲ ਅੰਦਰ ਐਸ਼ੋ-ਇਸ਼ਰਤ ਦੀਆਂ ਵਸਤਾਂ ਦੀ ਸ਼ਿਲਪ ਸਨਅਤ ਤੇ ਵਪਾਰ ਨੂੰ ਪ੍ਰਫੁੱਲਤ ਕਰਨ ਵਿਚ ਅਹਿਮ ਰੋਲ ਅਦਾ ਕੀਤਾ।[2] ਇਸ ਤਰ੍ਹਾਂ, ਬੰਗਾਲ ਦੀ ਵਸੋਂ ਦੇ ਵੱਡੇ ਹਿੱਸੇ ਵੱਲੋਂ ਇਸਲਾਮ ਧਰਮ ਅਪਣਾ ਲੈਣ ਦੇ ਬਾਵਜੂਦ, ਬੰਗਾਲੀ ਹਿੰਦੂ ਉੱਚ ਜਾਤੀਆਂ ਦਾ ਸਮਾਜੀ ਮਹੱਤਵ ਜਿਉਂ-ਦਾ-ਤਿਉਂ ਬਣਿਆ ਰਿਹਾ। ਇਨ੍ਹਾਂ ਹਿੰਦੂ ਵਰਗਾਂ ਦਾ ਇਹ ਵਿਸ਼ੇਸ਼ ਲੱਛਣ, ਅੱਗੇ ਜਾ ਕੇ, ਬਸਤੀਵਾਦੀ ਰਾਜ ਦੌਰਾਨ ਉਨ੍ਹਾਂ ਲਈ ਨਿਆਮਤ ਬਣਿਆ। ਉਨ੍ਹਾਂ ਨੇ ਆਪਣੇ ਆਪ ਨੂੰ ਬਹੁਤ ਆਸਾਨੀ ਤੇ ਨਿਪੁੰਨਤਾ ਨਾਲ ਨਵੇਂ ਰਾਜ ਦੇ ਅਨੁਕੂਲ ਢਾਲ ਲਿਆ। ਅਸਲ ਵਿਚ ਪਲਾਸੀ ਦੀ ਲੜਾਈ ਤੋਂ ਪਹਿਲਾਂ ਹੀ ਬੰਗਾਲੀ ਹਿੰਦੂ ਵਪਾਰੀ ਵਰਗ ਨੇ ਬਰਤਾਨਵੀ ਤਾਕਤ ਨਾਲ ਚੋਰ-ਸਾਂਝ ਗੰਢ ਲਈ ਸੀ। ਇਸ ਕਰਕੇ, ਇਕ ਹਿੰਦੂ ਵਿਦਵਾਨ ਦਾ ਤਾਂ ਇਹ ਕਹਿਣਾ ਹੈ ਕਿ ਈਸਟ ਇੰਡੀਆ ਕੰਪਨੀ ਨੇ ਪਲਾਸੀ ਵਿਖੇ ਆਪਣੀ ਜਿੱਤ ਦਾ ਇਸ ਤਰੀਕੇ ਨਾਲ ਇੰਤਜ਼ਾਮ ਕਰ ਲਿਆ ਸੀ, ਕਿ 'ਇਹ ਲੜਾਈ ਨਹੀਂ, ਇਕ ਸੌਦਾ ਸੀ, ਅਜਿਹਾ ਸੌਦਾ ਜਿਸ ਰਾਹੀਂ ਜਗਤ ਸੇਠ ਦੀ ਅਗਵਾਈ ਹੇਠ ਬੰਗਾਲ ਦੇ ਦਲਾਲਾਂ ਨੇ ਨਵਾਬ ਨੂੰ ਈਸਟ ਇੰਡੀਆ ਕੰਪਨੀ ਕੋਲ ਵੇਚ ਦਿੱਤਾ ਸੀ।'[3]

ਬਸਤੀਵਾਦੀਆਂ ਵੱਲੋਂ, ਆਰੰਭਕ ਦੌਰ ਵਿਚ, ਆਰਥਿਕ ਖੇਤਰ ਵਿਚ ਲਿਆਂਦੀਆਂ ਤਬਦੀਲੀਆਂ ਦਾ ਮੂਲ ਉਦੇਸ਼ ਆਪਣਾ ਮੁਨਾਫ਼ਾ ਵਧਾਉਣਾ ਸੀ। ਪਰ ਅਜਿਹਾ ਕਰਦਿਆਂ, ਨਾਲੋ-ਨਾਲ, ਰਾਜ ਦੀ ਮਜ਼ਬੂਤੀ ਲਈ ਭਾਰਤੀ ਵਰਗਾਂ ਵਿੱਚੋਂ ਆਪਣੇ ਪੱਕੇ ਤੇ ਭਰੋਸੇਯੋਗ ਭਾਈਵਾਲ ਪੈਦਾ ਕਰਨ ਦੀ ਪੂਰਕ ਰਾਜਸੀ ਲੋੜ ਨੂੰ ਵੀ ਬਰਾਬਰ ਧਿਆਨ ਵਿਚ ਰੱਖਿਆ ਗਿਆ ਸੀ। ਆਰਥਿਕ ਤਬਦੀਲੀਆਂ ਦਾ ਸੰਬੰਧ ਜ਼ਮੀਨੀ ਰਿਸ਼ਤਿਆਂ ਅਤੇ ਵਪਾਰ ਤੇ ਸਨਅਤ ਵਿਚ ਵਾਧੇ ਨਾਲ ਜੁੜਿਆ ਹੋਇਆ ਸੀ। ਮੁੱਢਲੇ ਦੌਰ ਅੰਦਰ ਬਰਤਾਨਵੀਆਂ ਦੀ ਸਭ ਨਾਲੋਂ ਵੱਧ ਰੁਚੀ ਜ਼ਮੀਨੀ ਲਗਾਨ ਵਧਾਉਣ ਤੇ ਵਸੂਲਣ ਵਿਚ ਸੀ। ਇਸ ਮੰਤਵ ਲਈ ਰਵਾਇਤੀ ਜ਼ਮੀਨੀ ਰਿਸ਼ਤਿਆਂ ਵਿਚ ਭਾਰੀ ਰੱਦੋ-ਬਦਲ ਕੀਤੀ ਗਈ। ਅਲੱਗ ਅਲੱਗ ਖੇਤਰਾਂ ਅੰਦਰ, ਠੋਸ ਹਾਲਤਾਂ ਅਤੇ ਲੋੜਾਂ ਅਨੁਸਾਰ, ਅਲੱਗ ਅਲੱਗ ਤਰ੍ਹਾਂ ਦੇ ਜ਼ਮੀਨੀ ਬੰਦੋਬਸਤ (ਜਿਵੇਂ ਕਿ ਜ਼ਿਮੀਂਦਾਰੀ, ਰਾਇਤਵਾੜੀ, ਮਾਹਲਵਾੜੀ ਆਦਿ) ਕੀਤੇ ਗਏ। ਬੰਗਾਲ ਅੰਦਰ ਮੁਗ਼ਲ ਰਾਜ ਦੀ ਪ੍ਰਚਲਿਤ ਰੀਤ ਨਾਲੋਂ ਹਟ ਕੇ, 'ਸਥਾਈ ਬੰਦੋਬਸਤ' (The Permanent Settlement) ਦੇ ਜ਼ਰੀਏ ਨਵਾਂ ਜ਼ਿਮੀਂਦਾਰੀ ਪ੍ਰਬੰਧ ਚਾਲੂ ਕੀਤਾ ਗਿਆ।

---

2. Robin Blackburn, *Explosion in a Subcontinent,* pp. 81-82.
3. *Ibid.,* p. 84.

ਬਸਤੀਵਾਦੀ ਪ੍ਰਸ਼ਾਸਨ ਨੇ, ਜ਼ਮੀਨੀ ਲਗਾਨ ਦੀ ਦਰ ਤੈਅ ਕਰਨ ਤੇ ਵਸੂਲਣ ਦਾ ਰਵਾਇਤੀ ਦਸਤੂਰ ਤਿਆਗ ਦਿੱਤਾ ਅਤੇ 'ਜ਼ਿਮੀਂਦਾਰਾਂ' ਦੀ ਵਿਚੋਲਗਿਰੀ ਦੇ ਜ਼ਰੀਏ ਨਿਸਚਤ ਜ਼ਮੀਨ ਦੇ ਲਗਾਨ ਦੀ ਦਰ ਬੋਲੀ ਰਾਹੀਂ ਤੈਅ ਕਰਨ ਦੀ ਨਵੀਂ ਰੀਤ ਲਾਗੂ ਕੀਤੀ ਗਈ। ਸਭ ਤੋਂ ਉੱਚੀ ਬੋਲੀ ਦੇਣ ਵਾਲਾ ਜ਼ਿਮੀਂਦਾਰ ਸੰਬੰਧਿਤ ਜ਼ਮੀਨ ਦਾ ਮਾਲਕ ਬਣ ਜਾਂਦਾ ਸੀ ਅਤੇ ਜ਼ਮੀਨ ਦੇ ਜੱਦੀ ਪੁਸ਼ਤੀ ਮਾਲਕ ਕਿਸਾਨਾਂ ਕੋਲੋਂ ਮਾਲਕੀ ਦਾ ਹੱਕ ਖੁਸ ਜਾਂਦਾ ਸੀ। ਉਹ ਜ਼ਿਮੀਂਦਾਰ ਲਈ ਪੱਟੇਦਾਰਾਂ ਜਾਂ ਮੁਜ਼ਾਰਿਆਂ ਦੇ ਰੂਪ ਵਿਚ ਕੰਮ ਕਰਨ ਲਈ ਮਜਬੂਰ ਹੋ ਜਾਂਦੇ ਸਨ। ਲਗਾਨ ਦੀ ਦਰ ਕਿਉਂਕਿ ਸਥਾਈ ਤੌਰ 'ਤੇ ਮਿਥੀ ਜਾਣ ਲੱਗ ਪਈ ਸੀ, ਇਸ ਕਰਕੇ ਬਰਤਾਨਵੀ ਪ੍ਰਸ਼ਾਸਨ ਨੇ ਮੁਨਾਫ਼ੇ ਦੀ ਹਵਸ ਵਿੱਚੋਂ ਇਹ ਦਰ ਏਨੀ ਵਧਾ ਦਿੱਤੀ ਕਿ ਜ਼ਿਆਦਾਤਰ ਜ਼ਿਮੀਂਦਾਰਾਂ ਲਈ ਲਗਾਨ ਦੀ ਰਕਮ (ਜੋ ਹੁਣ ਜਿਨਸ ਦੀ ਥਾਵੇਂ ਨਕਦੀ ਰੂਪ ਵਿਚ ਵਸੂਲੀ ਜਾਂਦੀ ਸੀ) ਅਦਾ ਕਰਨੀ ਔਖੀ ਹੋ ਗਈ ਅਤੇ ਉਨ੍ਹਾਂ ਨੂੰ ਇਸ ਦੇ ਵਾਸਤੇ ਆਪਣੀਆਂ ਜਾਇਦਾਦਾਂ ਨੀਲਾਮ ਕਰਨੀਆਂ ਪੈ ਗਈਆਂ। ਨਤੀਜੇ ਵਜੋਂ ਸਥਾਈ ਬੰਦੋਬਸਤ ਦੇ ਤੁਰੰਤ ਪਿੱਛੋਂ ਮੁਗ਼ਲ ਰਾਠਾਂ ਦੀਆਂ ਵੱਡੀਆਂ ਜਗੀਰਾਂ ਟੁੱਟਣ ਤੇ ਵਿਕਣ ਲੱਗ ਪਈਆਂ। ਉਧਰ ਦੂਜੇ ਬੰਨੇ, ਬੰਗਾਲ ਦੀਆਂ ਧਨਵਾਨ ਤੇ ਗਿਆਨਵਾਨ ਹਿੰਦੂ ਉੱਚ ਜਾਤੀਆਂ ਦੇ, ਨਵੇਂ ਪ੍ਰਬੰਧ ਅੰਦਰ ਭਾਗ ਹੋਰ ਚਮਕ ਉੱਠੇ ਸਨ। ਯੂਰਪ ਦੇ ਵਪਾਰੀ ਘਰਾਣਿਆਂ ਨੂੰ ਭਾਰਤ ਅੰਦਰ ਕਾਰੋਬਾਰ ਕਰਨ ਲਈ ਅਜਿਹੇ ਸਮਰੱਥਾਵਾਨ ਸਥਾਨਕ ਭਾਈਵਾਲਾਂ ਦੀ ਜ਼ਰੂਰਤ ਸੀ ਜਿਹੜੇ ਉਨ੍ਹਾਂ ਨੂੰ, ਇਕ ਤਾਂ ਕਰਜ਼ੇ ਦੇ ਰੂਪ ਵਿਚ ਲੋੜੀਂਦੀ ਪੂੰਜੀ ਤੇ ਦੂਜਾ ਸਥਾਨਕ ਹਾਲਤਾਂ ਬਾਰੇ ਲੋੜੀਂਦਾ ਗਿਆਨ ਮੁਹੱਈਆ ਕਰ ਸਕਦੇ। ਬੰਗਾਲ ਦੀਆਂ ਪਿੱਛੇ ਦਰਸਾਈਆਂ ਹਿੰਦੂ ਉੱਚ ਜਾਤੀਆਂ ਅੰਦਰ ਇਹ ਗੁਣ ਸਮਰੱਥਾ ਵਾਧੂ ਸੀ। ਇਸ ਕਰਕੇ ਉਨ੍ਹਾਂ ਨੇ ਇਸ ਦਲਾਲੀ ਦੇ ਧੰਦੇ ਵਿੱਚੋਂ ਅੰਨ੍ਹਾ ਪੈਸਾ ਕਮਾਇਆ। ਇਸ ਪੈਸੇ ਨਾਲ ਉਨ੍ਹਾਂ ਨੇ ਕੰਗਾਲ ਹੋ ਰਹੇ ਮੁਸਲਿਮ ਜਗੀਰਦਾਰਾਂ ਦੀਆਂ ਨੀਲਾਮ ਹੋ ਰਹੀਆਂ ਜਗੀਰਾਂ ਧੜਾਧੜ ਖ਼ਰੀਦਣੀਆਂ ਸ਼ੁਰੂ ਕਰ ਦਿੱਤੀਆਂ। ਇਸ ਤਰ੍ਹਾਂ, ਛੇਤੀ ਹੀ ਮੁਸਲਿਮ ਜਗੀਰਦਾਰਾਂ ਦੀਆਂ ਜਗੀਰਾਂ ਵਿਆਪਕ ਪੈਮਾਨੇ 'ਤੇ ਹਿੰਦੂ ਧਨਾਢਾਂ ਦੇ ਹੱਥਾਂ ਵਿਚ ਚਲੀਆਂ ਗਈਆਂ। ਨਿਜੀ ਜਾਇਦਾਦ ਦੇ ਬਰਤਾਨਵੀ ਸੰਕਲਪ ਨੇ ਸ਼ਹਿਰਾਂ ਵਿਚ ਬੈਠੇ ਲਗਾਨਦਾਰਾਂ ਲਈ ਪੇਂਡੂ ਖੇਤਰ ਵਿੱਚੋਂ ਪੂੰਜੀ ਦਾ ਨਿਕਾਸ ਕਰਨ, ਤੇ ਇਸ ਤਰ੍ਹਾਂ ਕਿਸਾਨੀ ਨੂੰ ਨਿਰਧਨ ਤੇ ਸ਼ਕਤੀਹੀਣ ਕਰ ਦੇਣ ਲਈ ਰਸਤਾ ਖੋਲ੍ਹ ਦਿੱਤਾ ਸੀ। ਇਸ ਤਰੀਕੇ ਨਾਲ, 'ਸਥਾਈ ਬੰਦੋਬਸਤ' ਸਦਕਾ ਬੰਗਾਲੀ ਸਮਾਜ ਅੰਦਰ ਨਵੀਂ ਜਮਾਤੀ ਸਫ਼ਬੰਦੀ ਹੋ ਗਈ ਸੀ। ਜਿਥੇ ਇਕ ਪਾਸੇ ਕਾਸ਼ਤਕਾਰਾਂ ਨੂੰ ਪੂਰੀ ਤਰ੍ਹਾਂ ਸਾਧਨਹੀਣ ਤੇ ਬਲਹੀਣ ਕਰ ਕੇ ਤਬਾਹੀ ਦੇ ਮੂੰਹ ਵਿਚ ਧੱਕ ਦਿੱਤਾ ਗਿਆ ਸੀ, ਉਥੇ ਨਾਲੋ-ਨਾਲ ਕੁਲੀਨ ਵਰਗ ਦੀ ਦਰਜਾਬੰਦੀ ਅੰਦਰ ਵੀ ਅਹਿਮ ਉਲਟ-ਫੇਰ ਹੋ ਗਿਆ ਸੀ। ਮੁਸਲਿਮ ਕੁਲੀਨ ਵਰਗ ਦੀ ਪ੍ਰਧਾਨ ਹੈਸੀਅਤ ਹਿੰਦੂ ਕੁਲੀਨ ਵਰਗ ਨੇ ਹਥਿਆ ਲਈ ਸੀ। ਰਵਾਇਤੀ ਹਿੰਦੂ ਭੋਇੰ-ਸਵਾਮੀਆਂ ਨੇ, ਸ਼ਹਿਰੀ ਤੇ ਦਲਾਲ ਸੰਪਰਕਾਂ ਦੇ ਜ਼ਰੀਏ, ਆਪਣਾ ਜਕੜ-ਪੰਜਾ ਬੰਗਾਲ ਦੇ ਸਮੁੱਚੇ ਪੇਂਡੂ ਢਾਂਚੇ ਅੰਦਰ ਫੈਲਾ ਲਿਆ ਸੀ।[4]

ਬਸਤੀਵਾਦੀ ਹਾਕਮਾਂ ਦੇ ਨਵੇਂ ਆਰਥਿਕ ਸਿਲਸਿਲੇ ਨੇ ਬੰਗਾਲ ਨੂੰ, ਉਭਰ-ਵਿਗਸ ਰਹੇ ਸੰਸਾਰ ਪੂੰਜੀਵਾਦੀ ਪ੍ਰਬੰਧ ਨਾਲ ਜੋੜ ਦਿੱਤਾ ਸੀ। ਇਹ ਰਿਸ਼ਤਾ ਸਾਵਾਂ ਤੇ ਸੁਲੱਖਣਾ ਨਹੀਂ ਸੀ। ਇਸ ਨਾਲ ਬੰਗਾਲ ਦੀ ਵੱਧ ਫੁੱਲ ਰਹੀ ਰਵਾਇਤੀ ਕੱਪੜਾ ਸਨਅਤ ਦਾ ਉਜਾੜਾ

4. Robin Blackburn, *Explosion in a Subcontinent,* pp. 87-89.

ਅਟੱਲ ਹੋ ਗਿਆ ਸੀ। ਬਸਤੀਵਾਦੀ ਪ੍ਰਸ਼ਾਸਨ ਦੀਆਂ ਗਿਣੀਆਂ ਮਿਥੀਆਂ ਨੀਤੀਆਂ ਅਥਵਾ ਚਾਲਾਂ ਨੇ ਉਜਾੜੇ ਦਾ ਇਹ ਅਮਲ ਤੇਜ਼ ਕਰ ਦਿੱਤਾ। ਜਿਥੇ ਇਕ ਪਾਸੇ ਬਰਤਾਨਵੀ ਫ਼ਰਮਾਂ ਨੂੰ ਭਾਰਤੀ ਮੰਡੀ ਉੱਤੇ ਕਾਬਜ਼ ਹੋਣ ਲਈ ਉਤਸ਼ਾਹਤ ਕੀਤਾ ਗਿਆ, ਉਥੇ ਬਰਤਾਨਵੀ ਮੰਡੀ ਅੰਦਰ ਭਾਰਤੀ ਕੱਪੜੇ ਦੀ ਦਰਾਮਦ ਤੇ ਵਿਕਰੀ ਦੇ ਰਾਹ ਬੰਦ ਕਰ ਦਿੱਤੇ ਗਏ। ਮਾਨਚੈਸਟਰ ਦੇ ਮਸ਼ੀਨਾਂ ਦੁਆਰਾ ਬੁਣੇ ਸਸਤੇ ਕੱਪੜੇ ਨੇ ਤਾਣੀ ਦੇ ਬੁਣੇ ਕੱਪੜੇ ਨੂੰ ਮੈਦਾਨ ਵਿੱਚੋਂ ਬੁਰੀ ਤਰ੍ਹਾਂ ਖਦੇੜ ਦਿੱਤਾ। ਸਿੱਟਾ ਇਹ ਨਿਕਲਿਆ ਕਿ ਪੁਸ਼ਤਾਂ ਤੋਂ ਹੱਥ-ਖੱਡੀਆਂ ਨਾਲ ਕੱਪੜਾ ਬੁਣਦੇ ਆ ਰਹੇ ਬੰਗਾਲ ਦੇ ਹੁਨਰੀ ਜੁਲਾਹੇ, ਜਿਹੜੇ ਕਿ ਲਗਭਗ ਸਾਰੇ ਦੇ ਸਾਰੇ ਮੁਸਲਮਾਨ ਸਨ, ਵੱਡੇ ਪੱਧਰ 'ਤੇ ਉਜਾੜੇ ਦਾ ਸ਼ਿਕਾਰ ਹੋ ਗਏ। ਢਾਕਾ, ਜਿਹੜਾ ਕਿ ਵੱਧ ਫੁੱਲ ਰਹੀ ਕੱਪੜਾ ਸਨਅਤ ਦਾ ਗੜ੍ਹ ਸੀ, ਤੇਜ਼ੀ ਨਾਲ ਉਜੜਨਾ ਸ਼ੁਰੂ ਹੋ ਗਿਆ। 1765 ਈ. ਵਿਚ ਢਾਕੇ ਦੀ ਵਸੋਂ ਸਾਢੇ ਚਾਰ ਲੱਖ ਸੀ ਜਿਹੜੀ 35 ਸਾਲਾਂ ਬਾਅਦ (1800 ਈ. ਵਿਚ) ਘਟ ਕੇ ਕੇਵਲ ਵੀਹ ਹਜ਼ਾਰ ਰਹਿ ਗਈ ਸੀ। ਬੰਗਾਲ ਦੀ ਪੁਰਾਣੀ ਰਾਜਧਾਨੀ ਮੁਰਸ਼ਦਾਬਾਦ ਦਾ ਵੀ ਇਹੀ ਹਸ਼ਰ ਹੋਇਆ। ਇਸ ਦੀ ਤੁਲਨਾ ਵਿਚ, ਕਲਕੱਤਾ ਦਿਨ ਦੂਣੀ ਰਾਤ ਚੌਗਣੀ ਤਰੱਕੀ ਕਰਦਾ ਚਲਾ ਗਿਆ।* ਇਸ ਦੇ ਕਾਰਨ ਪ੍ਰਤੱਖ ਸਨ। ਅੰਗਰੇਜ਼ਾਂ ਨੇ ਕਿਉਂਕਿ ਮੁਸਲਮਾਨਾਂ ਕੋਲੋਂ ਸੱਤਾ ਖੋਹੀ ਸੀ, ਇਸ ਕਰਕੇ ਮੁਸਲਿਮ ਰਈਸਾਂ ਨੂੰ ਬਸਤੀਵਾਦੀ ਤਾਕਤ ਦੀ ਕਰੋਪੀ ਦਾ ਸ਼ਿਕਾਰ ਹੋਣਾ ਪਿਆ ਸੀ। ਬਰਤਾਨਵੀ ਹਾਕਮਾਂ ਵੱਲੋਂ ਭਾਰਤ ਅੰਦਰ ਚਾਲੂ ਕੀਤੇ ਗਏ ਨਵੇਂ ਆਰਥਿਕ ਸਿਲਸਿਲੇ ਨੇ ਜਿਥੇ ਇਕ ਪਾਸੇ ਪੂਰਬੀ ਬੰਗਾਲ ਦੇ ਰਵਾਇਤੀ ਮੁਸਲਿਮ ਕਾਰੀਗਰਾਂ (ਸ਼ਿਲਪਕਾਰਾਂ) ਨੂੰ ਉਜਾੜੇ ਦੇ ਮੂੰਹ ਵਿਚ ਧੱਕ ਦਿੱਤਾ ਸੀ, ਉਥੇ ਦੂਜੇ ਪਾਸੇ, ਇਸ ਨੇ ਹਿੰਦੂ ਉੱਚ ਜਾਤੀਆਂ ਦੀ ਤਰੱਕੀ ਤੇ ਖ਼ੁਸ਼ਹਾਲੀ ਦੇ ਰਾਹ ਖੋਲ੍ਹ ਦਿੱਤੇ ਸਨ। ਢਾਕੇ ਦਾ ਪਤਨ ਤੇ ਕਲਕੱਤੇ ਦੀ ਚੜ੍ਹਤਲ ਬੰਗਾਲੀ ਸਮਾਜ ਅੰਦਰ ਵਾਪਰੀ ਇਸ ਅਹਿਮ ਸਮਾਜੀ ਤਬਦੀਲੀ ਦੀ ਸੂਚਕ ਸੀ, ਜਿਸਨੇ ਪੂਰੇ ਹਿੰਦੁਸਤਾਨ ਦੀ ਹੋਣੀ ਉੱਤੇ ਫ਼ੈਸਲਾਕੁਨ ਤੇ ਚਿਰ-ਸਥਾਈ ਅਸਰ ਪਾਏ।

ਅਠਾਰ੍ਹਵੀਂ ਸਦੀ ਅੰਦਰ ਬਰਤਾਨਵੀਆਂ ਦੀ ਹਮਦਰਦੀ ਮੁਸਲਮਾਨਾਂ ਦੀ ਤੁਲਨਾ ਵਿਚ ਹਿੰਦੂਆਂ ਦੇ ਪੱਖ ਵਿਚ ਜ਼ਿਆਦਾ ਸੀ। ਇਸ ਦੇ ਪ੍ਰਤੱਖ ਰਾਜਸੀ ਕਾਰਨ ਸਨ। ਇਕ ਤਾਂ, ਆਮ ਰੂਪ ਵਿਚ ਹੀ, ਬਰਤਾਨਵੀ ਮਾਨਸਿਕਤਾ ਉੱਤੇ ਈਸਾਈਆਂ ਤੇ ਮੁਸਲਮਾਨਾਂ ਵਿਚਕਾਰ ਲੜੀਆਂ ਗਈਆਂ ਜਹਾਦੀ ਜੰਗਾਂ ਦਾ ਡਾਢਾ ਅਸਰ ਸੀ। ਗੋਰਿਆਂ ਨੂੰ ਸਪੇਨ ਦੀ ਜੰਗ ਅਜੇ ਤਕ ਨਹੀਂ ਸੀ ਭੁੱਲੀ। ਦੂਜਾ, ਭਾਰਤ ਅੰਦਰ ਅੰਗਰੇਜ਼ਾਂ ਨੇ ਮੁਸਲਮਾਨਾਂ ਕੋਲੋਂ ਸੱਤਾ ਖੋਹੀ ਸੀ ਅਤੇ ਇਸ ਅਮਲ ਦੌਰਾਨ ਬਰਤਾਨੀਆ ਦੇ ਲੋਕਾਂ ਦੀਆਂ ਨਜ਼ਰਾਂ ਵਿਚ ਸਿਰਾਜ-ਉਦ-ਦੌਲਾ ਤੇ ਟੀਪੂ ਸੁਲਤਾਨ ਖਲਨਾਇਕਾਂ ਦਾ ਦਰਜਾ ਅਖ਼ਤਿਆਰ ਕਰ ਗਏ ਸਨ। ਟੀਪੂ ਸੁਲਤਾਨ ਦੀ ਹਾਰ ਉਪਰੰਤ ਬਰਤਾਨੀਆ ਅੰਦਰ ਵੱਡੇ ਪੈਮਾਨੇ ਉੱਤੇ ਜਨਤਕ ਜਸ਼ਨ ਮਨਾਏ ਗਏ ਸਨ।[5] ਇਸ ਕਰਕੇ "ਇਹ ਕੁਦਰਤੀ ਸੀ ਕਿ ਬਰਤਾਨਵੀ ਹਾਕਮ ਹਿੰਦੂਆਂ ਨੂੰ ਆਪਣੇ ਨਾਲ ਗੰਢਣ ਦੇ ਯਤਨ ਕਰਦੇ, ਖ਼ਾਸ ਕਰਕੇ ਇਸ ਲਈ

---

* 1881 ਦੀ ਮਰਦਮਸ਼ੁਮਾਰੀ ਦੇ ਅੰਕੜਿਆਂ ਅਨੁਸਾਰ ਕਲਕੱਤੇ ਦੀ ਵਸੋਂ ਅੱਠ ਲੱਖ ਦੇ ਨੇੜੇ ਸੀ, ਜਿਨ੍ਹਾਂ ਵਿੱਚੋਂ ਦੋ-ਤਿਹਾਈ ਦੇ ਕਰੀਬ ਹਿੰਦੂ ਸਨ। ਮਹਾਂਨਗਰ ਦੇ ਦਫ਼ਤਰਾਂ, ਬੈਂਕਾਂ, ਅਦਾਲਤਾਂ, ਸਕੂਲਾਂ ਤੇ ਕਾਲਜਾਂ ਅੰਦਰ ਭਦਰਲੋਕ ਦਾ ਬੋਲਬਾਲਾ ਸੀ।

5. Rosane Rocher, 'British Orientalism in the Eighteenth Century : The Dialectics of Knowledge and Government' in (eds.) Carol A. Breckenridge and Peter van der Veer, *Orientalism and the Postcolonial Predicament,* p. 222.

ਕਿ ਹਿੰਦੂ ਬਹੁਗਿਣਤੀ ਵਿਚ ਸਨ। ਅੰਗਰੇਜ਼ ਇਕ ਵਿਸ਼ਾਲ ਤੇ ਸਵਾਲੀ ਬਹੁਗਿਣਤੀ, ਜਿਸਨੂੰ ਮੁਸਲਿਮ ਜਰਵਾਣਿਆਂ ਨੇ ਦਬਾ ਰੱਖਿਆ ਸੀ, ਦੇ ਰਖਵਾਲੇ ਬਣ ਕੇ ਪੇਸ਼ ਹੋਏ।"[6] ਨਥੇਨੀਅਲ ਬਰਾਸੀ ਹਾਲਹੇਡ, ਜਿਸ ਨੂੰ ਵਾਰਨ ਹੇਸਟਿੰਗਜ਼ ਨੇ, 1773 ਈ. ਵਿਚ, ਹਿੰਦੂਆਂ ਦੇ ਕਾਨੂੰਨ ਦੇ ਗ੍ਰੰਥ ਦਾ ਤਰਜਮਾ ਕਰਨ ਲਈ ਮੁਕਰਰ ਕੀਤਾ ਸੀ, ਨੇ ਹੇਸਟਿੰਗਜ਼ ਦਾ ਉਸਤਤ-ਗਾਇਣ ਕਰਦਿਆਂ ਉਸ ਨੂੰ 'ਹਿੰਦੂਆਂ ਦਾ ਮੁਕਤੀਦਾਤਾ' ਕਹਿ ਕੇ ਨਿਵਾਜਿਆ ਸੀ, ਜਿਸ ਨੇ ਹਿੰਦੂਆਂ ਨੂੰ ਕੁਰਾਨ ਦੇ 'ਭਰਿਸ਼ਟ ਫ਼ਰਮਾਨਾਂ' ਤੇ 'ਜ਼ਰ-ਖ਼ਰੀਦ ਕਾਨੂੰਨਾਂ' ਤੋਂ ਨਿਜਾਤ ਦਿਵਾ ਦਿੱਤੀ ਸੀ, ਅਤੇ ਉਨ੍ਹਾਂ ਦੇ 'ਦੇਸ ਦੇ ਕਾਨੂੰਨਾਂ' ਅਤੇ '(ਮੁਸਲਿਮ ਹਾਕਮਾਂ ਵਲੋਂ) ਦੁਰਕਾਰੇ ਗਏ ਵੇਦਾਂ ਦੇ ਸਦਾਚਾਰਕ ਪ੍ਰਬੰਧ ਨੂੰ ਬਹਾਲ ਕਰ ਦਿੱਤਾ ਸੀ।' ਜਿਹੜੇ ਪੰਡਤਾਂ ਨੇ ਤਰਜਮੇ ਲਈ ਹਿੰਦੂ ਕਾਨੂੰਨਾਂ ਦਾ ਉਪਰੋਕਤ ਗ੍ਰੰਥ ਤਿਆਰ ਕੀਤਾ ਸੀ, ਉਹ ਵੀ ਹੇਸਟਿੰਗਜ਼ ਦੇ ਲੱਖ ਲੱਖ ਸ਼ੁਕਰਗੁਜ਼ਾਰ ਹੋਏ ਸਨ ਜਿਸਨੇ ਉਨ੍ਹਾਂ ਦੀ 'ਮੁਸਲਮਾਨਾਂ ਦੇ ਜ਼ੁਲਮਾਂ ਤੋਂ ਬੰਦਖ਼ਲਾਸੀ' ਕਰ ਦਿੱਤੀ ਸੀ। ਅੰਗਰੇਜ਼ਾਂ ਪ੍ਰਤਿ ਸ਼ੁਕਰਾਨੇ ਦਾ ਇਹ ਭਾਵ ਕੇਵਲ ਰਵਾਇਤੀ ਹਿੰਦੂ ਵਰਗਾਂ ਤਕ ਸੀਮਤ ਨਹੀਂ ਸੀ। ਬਾਅਦ ਵਿਚ ਆਧੁਨਿਕ ਵਿੱਦਿਆ ਦੇ ਜ਼ਰੀਏ ਪੈਦਾ ਹੋਏ ਨਵੇਂ, ਪੜ੍ਹੇ-ਲਿਖੇ ਹਿੰਦੂ ਵਰਗਾਂ ਅੰਦਰ ਵੀ ਇਸ ਦਾ ਵਿਆਪਕ ਅਸਰ ਪ੍ਰਗਟ ਹੋਇਆ। ਹਿੰਦੂ ਰਾਸ਼ਟਰਵਾਦੀਆਂ ਅੰਦਰ ਬੇਹੱਦ ਮਕਬੂਲ ਹੋਏ ਬੰਕਿਮ ਚੰਦਰ ਚੱਟੋਪਾਧਯ ਦੇ ਪ੍ਰਸਿੱਧ ਨਾਵਲ *ਅਨੰਦ ਮੱਠ* ਅਤੇ ਲਾਲਾ ਲਾਜਪਤ ਰਾਏ ਦੀ ਸਵੈ-ਜੀਵਨੀ *(ਮਾਈ ਸਟੋਰੀ)* ਤੋਂ ਇਸ ਤੱਥ ਦੀ ਗੂੜ੍ਹੀ ਪੁਸ਼ਟੀ ਹੁੰਦੀ ਹੈ। 1857 ਦੇ ਗ਼ਦਰ ਮੌਕੇ ਬੰਗਾਲੀ ਜ਼ਿਮੀਂਦਾਰ, ਜੋ ਜ਼ਿਆਦਾਤਰ ਹਿੰਦੂ ਸਨ, ਪੂਰੀ ਤਰ੍ਹਾਂ ਬਰਤਾਨਵੀ ਹਕੂਮਤ ਦੇ ਪੱਖ ਵਿਚ ਭੁਗਤੇ ਸਨ। ਲਗਭਗ ਇਕ ਸਦੀ ਤਕ ਹਿੰਦੂ ਕੁਲੀਨ ਵਰਗ ਤੇ ਬਸਤੀਵਾਦੀ ਰਾਜ ਵਿਚਕਾਰ ਸੰਮਤੀ ਤੇ ਸਾਂਝ-ਭਿਆਲੀ ਦਾ ਮਾਹੌਲ ਬਣਿਆ ਰਿਹਾ। 1857 ਦੇ ਘਟਨਾ-ਕ੍ਰਮ ਨਾਲ ਦੋਵਾਂ ਧਿਰਾਂ ਵਿਚਕਾਰ 'ਹਨੀਮੂਨ' ਦਾ ਇਹ ਦੌਰ ਖ਼ਤਮ ਹੋ ਗਿਆ; ਅਤੇ ਇਸ ਦੇ ਨਾਲ ਹੀ ਭਾਰਤ ਅੰਦਰ ਰਾਸ਼ਟਰਵਾਦ ਦੇ ਰਾਜਸੀ ਵਰਤਾਰੇ ਦਾ ਜਨਮ ਹੋਇਆ।

ਨਵਾਂ ਹਿੰਦੂ ਕੁਲੀਨ ਤਬਕਾ

1774 ਈ. ਵਿਚ ਕਲਕੱਤੇ ਵਿਖੇ ਸੁਪਰੀਮ ਕੋਰਟ ਸਥਾਪਤ ਹੋ ਗਈ ਸੀ। ਮਈ 1816 ਵਿਚ ਸੁਪਰੀਮ ਕੋਰਟ ਦੇ ਚੀਫ਼ ਜਸਟਿਸ ਐਡਵਰਡ ਹਾਈਡ ਈਸਟ ਨੇ ਆਪਣੇ ਘਰੇ 'ਯੂਰਪੀ ਤੇ ਹਿੰਦੂ ਭੱਦਰਪੁਰਸ਼ਾਂ' ਦੀ ਇਕ ਸਭਾ ਬੁਲਾਈ, ਜਿਸ ਵਿਚ 'ਹਿੰਦੂ ਭਾਈਚਾਰੇ ਦੇ ਬੱਚਿਆਂ ਨੂੰ ਪੱਛਮੀ ਵਿੱਦਿਆ ਦੇਣ ਲਈ ਸੰਸਥਾ ਸਥਾਪਤ ਕਰਨ' ਦੀ ਤਜਵੀਜ਼ ਉੱਤੇ ਵਿਚਾਰਾਂ ਹੋਈਆਂ। ਇਸ ਮੀਟਿੰਗ ਵਿਚ ਰਾਜਾ ਰਾਮਮੋਹਨ ਰਾਇ ਸਮੇਤ ਕਲਕੱਤੇ ਦੇ ਹੋਰ ਕਈ ਸਾਰੇ ਪਤਵੰਤੇ ਹਿੰਦੂ ਸੱਜਣ ਸ਼ਾਮਲ ਹੋਏ ਸਨ। ਇਸ ਵਿਚਾਰ ਚਰਚਾ ਦਾ ਠੋਸ ਅਮਲੀ ਸਿੱਟਾ ਇਹ ਨਿਕਲਿਆ ਕਿ ਅਗਲੇ ਹੀ ਸਾਲ, 1817 ਈ. ਵਿਚ, ਹਿੰਦੂ ਕਾਲਜ ਚਾਲੂ ਕੀਤਾ ਗਿਆ। ਜਿਥੇ ਫ਼ੋਰਟ ਵਿਲੀਅਮ ਕਾਲਜ ਦੀ ਸਥਾਪਨਾ ਮੁੱਖ ਤੌਰ 'ਤੇ ਅੰਗਰੇਜ਼ ਅਫ਼ਸਰਸ਼ਾਹੀ ਦੀਆਂ ਲੋੜਾਂ (ਉਨ੍ਹਾਂ ਨੂੰ ਸਥਾਨਕ ਬੋਲੀਆਂ ਤੇ ਰਹਿਤਲ ਤੋਂ ਜਾਣੂੰ ਕਰਾਉਣਾ)

---

6. Rosane Rocher, 'British Orientalism in the Eighteenth Century : The Dialectics of Knowledge and Government' in (eds.) Carol A. Breckenridge and Peter van der Veer, *Orientalism and the Postcolonial Predicament,* p. 222.

ਨੂੰ ਮੁੱਖ ਰੱਖ ਕੇ ਕੀਤੀ ਗਈ ਸੀ, ਉਥੇ ਹਿੰਦੂ ਕਾਲਜ ਕਾਇਮ ਕਰਨ ਦਾ ਮਨੋਰਥ ਨਵੇਂ ਪ੍ਰਬੰਧਕੀ ਢਾਂਚੇ ਲਈ ਹਿੰਦੂ ਸਮਾਜ ਵਿੱਚੋਂ ਨਵਾਂ ਕੁਲੀਨ ਤਬਕਾ ਪੈਦਾ ਕਰਨਾ ਸੀ। 1843 ਈ. ਵਿਚ ਇਸ ਕਾਲਜ ਅੰਦਰ ਇੰਜਨੀਰਿੰਗ ਦੀ ਪੜ੍ਹਾਈ ਤੇ ਸਿਖਲਾਈ ਆਰੰਭ ਕੀਤੀ ਗਈ। 1856 ਈ. ਵਿਚ ਕਲਕੱਤੇ ਵਿਚ ਹੀ ਇਕ ਵੱਖਰਾ 'ਬੰਗਾਲ ਇੰਜਨੀਰਿੰਗ ਕਾਲਜ' ਸਥਾਪਤ ਹੋ ਗਿਆ ਸੀ। ਇਸ ਤੋਂ ਪਹਿਲਾਂ 1847 ਈ. ਵਿਚ ਰੁੜਕੀ ਵਿਖੇ ਭਾਰਤ ਅੰਦਰ ਪਹਿਲਾ ਇੰਜਨੀਰਿੰਗ ਕਾਲਜ ਖੁਲ੍ਹ ਚੁੱਕਾ ਸੀ। 1854 ਵਿਚ ਪੂਨੇ ਵਿਖੇ ਦੂਜਾ ਇੰਜਨੀਰਿੰਗ ਕਾਲਜ ਚਾਲੂ ਹੋ ਗਿਆ ਸੀ। ਅਹਿਮ ਗੱਲ ਇਹ ਹੈ ਕਿ ਇਨ੍ਹਾਂ ਸੰਸਥਾਵਾਂ ਦੇ ਦਰ ਸਾਰੇ ਵਰਗਾਂ ਲਈ ਖੁਲ੍ਹੇ ਨਹੀਂ ਸਨ। ਇਨ੍ਹਾਂ ਵਿਚ ਕੇਵਲ ਤੇ ਕੇਵਲ 'ਹਿੰਦੂ ਉੱਚ ਜਾਤੀਆਂ ਦੇ ਬੱਚੇ' ਹੀ ਦਾਖ਼ਲਾ ਲੈ ਸਕਦੇ ਸਨ। ਪ੍ਰੈਜ਼ੀਡੈਂਸੀ ਕਾਲਜ ਦੀ ਸਥਾਪਨਾ ਤੋਂ 37 ਸਾਲਾਂ ਬਾਅਦ, 1855 ਈ. ਵਿਚ, ਪਹਿਲੀ ਵਾਰ ਸਮਾਜ ਦੇ ਸਾਰੇ ਵਰਗਾਂ ਲਈ ਦਾਖ਼ਲਾ ਖੋਲ੍ਹਿਆ ਗਿਆ। ਉਦੋਂ ਤਕ ਹਿੰਦੂ ਉੱਚ ਜਾਤੀਆਂ ਦੀਆਂ ਦੋ ਪੁਸ਼ਤਾਂ ਪੜ੍ਹ-ਲਿਖ ਗਈਆਂ ਸਨ। ਉਸ ਸਾਲ 101 ਨਵੇਂ ਵਿਦਿਆਰਥੀ ਦਾਖ਼ਲ ਹੋਏ ਜਿਨ੍ਹਾਂ 'ਚੋਂ ਕੇਵਲ ਦੋ ਮੁਸਲਮਾਨ ਸਨ। ਬਾਕੀ ਦੇ 99 ਵਿਦਿਆਰਥੀ ਫਿਰ 'ਉੱਚੀਆਂ' ਹਿੰਦੂ ਜਾਤੀਆਂ 'ਚੋਂ ਹੀ ਸਨ। ਕਾਲਜ ਦੀ ਸਥਾਪਨਾ ਤੋਂ 80 ਸਾਲਾਂ ਬਾਅਦ ਜਾ ਕੇ, 1897 ਈ. ਵਿਚ, ਇਸ ਸੰਸਥਾ ਅੰਦਰ ਪਹਿਲੀ ਵਾਰ ਕਿਸੇ ਕੁੜੀ ਨੂੰ ਦਾਖ਼ਲ ਹੋਣ ਦਾ ਹੱਕ ਤੇ ਸੁਭਾਗ ਨਸੀਬ ਹੋਇਆ ਸੀ।[7]

1901 ਦੀ ਮਰਦਮ ਸ਼ੁਮਾਰੀ ਦੇ ਅੰਕੜਿਆਂ ਮੁਤਾਬਕ, ਬਸਤੀਵਾਦੀ ਪ੍ਰਸ਼ਾਸਨ ਅਧੀਨ ਬੰਗਾਲੀ ਸਮਾਜ ਅੰਦਰ ਹਿੰਦੂ ਉੱਚ ਜਾਤੀਆਂ (ਬ੍ਰਾਹਮਣ, ਵੈਦਿਆ, ਕਯਾਸਥ ਆਦਿ) ਨੇ, ਕੁੱਲ ਵਸੋਂ ਅੰਦਰ ਆਪਣੇ ਨਿਗੂਣੇ ਹਿੱਸੇ (5.2%) ਦੀ ਤੁਲਨਾ ਵਿਚ, 80% ਤੋਂ ਵਧੇਰੇ ਉੱਚੀਆਂ ਪਦਵੀਆਂ ਉੱਤੇ ਹੱਕ ਜਮਾ ਰੱਖਿਆ ਸੀ। ਨੀਵੀਆਂ ਸਮਝੀਆਂ ਜਾਂਦੀਆਂ ਹਿੰਦੂ ਜਾਤੀਆਂ ਦੇ ਹਿੱਸੇ ਸਿਰਫ਼ 9.5% ਨੌਕਰੀਆਂ ਹੀ ਆਈਆਂ, ਜਦੋਂ ਕਿ ਕੁੱਲ ਵਸੋਂ ਅੰਦਰ ਉਨ੍ਹਾਂ ਦਾ ਹਿੱਸਾ 41.8% ਸੀ। ਬੰਗਾਲ ਅੰਦਰ ਮੁਸਲਮਾਨਾਂ ਦੀ ਗਿਣਤੀ ਅੱਧ ਨਾਲੋਂ ਵੱਧ (51.2%) ਸੀ, ਪਰ ਉੱਚੀਆਂ ਪਦਵੀਆਂ ਅੰਦਰ ਉਨ੍ਹਾਂ ਦਾ ਹਿੱਸਾ ਨਿਗੂਣਾ, ਕੇਵਲ 10.3% ਸੀ।[8]

ਮਦਰਾਸ ਪ੍ਰੈਜ਼ੀਡੈਂਸੀ (ਭਾਵ ਅਜੋਕਾ ਸਮੁੱਚਾ ਤਾਮਲਨਾਡੂ, ਕਰਨਾਟਕਾ, ਆਂਧਰਾ ਪ੍ਰਦੇਸ਼ ਤੇ ਮਾਲਾਬਰ ਕੇਰਲਾ) ਦੀ ਕੁੱਲ ਵਸੋਂ ਅੰਦਰ ਬ੍ਰਾਹਮਣ ਸਿਰਫ਼ 3% ਸਨ, ਪਰ 1897 ਤੋਂ 1904 ਵਿਚਕਾਰ ਪ੍ਰੈਜ਼ੀਡੈਂਸੀ ਸਿਵਲ ਸਰਵਿਸ ਦੀਆਂ 94% ਆਸਾਮੀਆਂ ਇਕੱਲੇ ਬ੍ਰਾਹਮਣਾਂ ਨੇ ਹਥਿਆ ਲਈਆਂ ਸਨ। ਮਦਰਾਸ ਪ੍ਰੈਜ਼ੀਡੈਂਸੀ ਅੰਦਰ ਬ੍ਰਾਹਮਣ ਵਰਗ ਅੰਦਰ ਪੜ੍ਹਾਈ ਦੀ ਦਰ 80% ਸੀ, ਜਦ ਕਿ ਗ਼ੈਰ-ਬ੍ਰਾਹਮਣ ਵਰਗਾਂ ਵਿੱਚੋਂ ਕੇਵਲ 4% ਲੋਕ ਮੁੱਢਲੀ ਵਿੱਦਿਆ ਦਾ ਲਾਭ ਉਠਾ ਸਕੇ ਸਨ। ਉੱਚੀ ਵਿੱਦਿਆ ਗ੍ਰਹਿਣ ਕਰਨ ਵਾਲਾ ਤਾਂ ਕੋਈ ਵਿਰਲਾ ਹੀ ਸੀ। 1914 ਵਿਚ ਮਦਰਾਸ ਯੂਨੀਵਰਸਿਟੀ ਦੇ ਕੁੱਲ 650 ਰਜਿਸਟਰਡ ਗਰੈਜੂਏਟਾਂ ਵਿੱਚੋਂ 450 (70% ਦੇ ਕਰੀਬ) ਬ੍ਰਾਹਮਣ ਸਨ। ਉਸੇ ਹੀ ਸਾਲ ਸਮੁੱਚੇ ਖੇਤਰ ਵਿੱਚੋਂ ਕਾਂਗਰਸ ਪਾਰਟੀ ਦੇ ਕੁੱਲ ਚੁਣੇ ਗਏ 16 ਡੈਲੀਗੇਟਾਂ ਵਿੱਚੋਂ

7. Rosane Rocher, 'British Orientalism in the Eighteenth Century : The Dialectics of Knowledge and Government' in (eds.) Carol A. Breckenridge and Peter van der Veer, *Orientalism and the Postcolonial Predicament,* p. 223.
8. Robin Blackburn, *Explosion in a Subcontinent,* p. 91.

14 ਬ੍ਰਾਹਮਣ ਸਨ। 1901 ਈ. ਤਕ ਮਦਰਾਸ ਵਿਧਾਨ ਕੌਂਸਲ ਅੰਦਰ ਇਕ ਵੀ ਗ਼ੈਰ-ਬ੍ਰਾਹਮਣ ਨੁਮਾਇੰਦਾ ਨਹੀਂ ਸੀ।[9] ਸੋ ਭਾਰਤੀ ਸਮਾਜ ਦੇ ਜਿਹੜੇ ਵਰਗ ਪੁਰਾਣੇ ਢਾਂਚੇ ਅੰਦਰ, ਸਦੀਆਂ ਤੋਂ ਵਿਸ਼ੇਸ਼ ਹੱਕ-ਸਹੂਲਤਾਂ ਮਾਣਦੇ ਆ ਰਹੇ ਸਨ, ਉਨ੍ਹਾਂ ਹੀ ਵਰਗਾਂ ਨੇ, ਬਸਤੀਵਾਦੀ ਰਾਜ ਹੇਠਾਂ, ਨਵੇਂ ਕੁਲੀਨ ਤਬਕੇ ਦਾ ਜਾਮਾ ਧਾਰਨ ਕਰ ਲਿਆ ਸੀ।[10] ਨਵੇਂ ਢਾਂਚੇ ਅੰਦਰ ਜਦੋਂ ਰਵਾਇਤੀ ਹਿੰਦੂ ਕੁਲੀਨ ਵਰਗਾਂ ਨੇ, ਆਧੁਨਿਕ ਵਿੱਦਿਆ ਦੇ ਜ਼ਰੀਏ, ਪ੍ਰਬੰਧਕੀ ਢਾਂਚੇ ਅੰਦਰ ਭਾਰੂ ਹੈਸੀਅਤ ਮੱਲ ਲਈ, ਤਾਂ ਹਿੰਦੂ ਉੱਚ ਜਾਤੀਆਂ ਦਾ ਰਵਾਇਤੀ ਸਮਾਜੀ ਦਬ-ਦਬਾ ਰਾਜਸੀ ਗ਼ਲਬੇ ਵਿਚ ਤਬਦੀਲ ਹੋ ਗਿਆ। ਸਵਰਨ ਜਾਤੀਆਂ ਦੀ ਸਥਾਨਕ ਪੱਧਰ 'ਤੇ ਖਿੰਡੀ-ਬਿਖਰੀ ਤਾਕਤ, ਨੌਕਰਸ਼ਾਹੀਕਰਨ ਦੇ ਅਮਲ ਰਾਹੀਂ, ਕੁੱਲ-ਹਿੰਦ ਪੈਮਾਨੇ 'ਤੇ ਇਕਜੁੱਟ ਹੋ ਗਈ। ਇਸ ਤਰੀਕੇ ਨਾਲ, ਹਿੰਦੂ ਉੱਚ ਜਾਤੀਆਂ ਲਈ ਬਸਤੀਵਾਦ ਵਰਦਾਨ ਸਾਬਤ ਹੋਇਆ। ਇਸ ਨੇ ਜਾਤ-ਪਾਤੀ ਪ੍ਰਥਾ ਨੂੰ ਕਮਜ਼ੋਰ ਕਰਨ ਦੀ ਥਾਵੇਂ, ਹੋਰ ਮਜ਼ਬੂਤ ਕਰ ਦਿੱਤਾ। ਹਿੰਦੂ ਉੱਚ ਜਾਤੀਆਂ ਦੀ ਤਾਕਤ ਤੇ ਗੌਰਵ ਵਿਚ ਹੋਰ ਵਾਧਾ ਹੋ ਗਿਆ। ਬ੍ਰਾਹਮਣ ਵਰਗ ਨੇ ਜਿਸ ਤਰੀਕੇ ਨਾਲ ਰਵਾਇਤੀ ਸਮਾਜ ਅੰਦਰ, ਸੰਸਕ੍ਰਿਤ ਉੱਤੇ ਆਪਣੀ ਅਜਾਰੇਦਾਰੀ ਦੇ ਜ਼ਰੀਏ ਗਿਆਨ ਉੱਤੇ ਅਜਾਰੇਦਾਰੀ ਹਾਸਲ ਕਰ ਲਈ ਸੀ, ਉਵੇਂ ਹੀ ਨਵੇਂ ਸਮਾਜ ਅੰਦਰ, ਬ੍ਰਾਹਮਣ ਵਰਗ ਤੇ ਉਸ ਦੀਆਂ ਸਹਿਯੋਗੀ ਉੱਚ ਜਾਤੀਆਂ ਨੇ ਨਵੀਂ ਵਿੱਦਿਆ ਉੱਤੇ ਆਪਣੀ ਅਜਾਰੇਦਾਰੀ ਦੇ ਜ਼ਰੀਏ ਨਵੇਂ (ਆਧੁਨਿਕ) ਗਿਆਨ ਉੱਤੇ ਆਪਣਾ ਵਿਸ਼ੇਸ਼ ਹੱਕ ਜਮਾ ਲਿਆ ਸੀ।

ਕਲਕੱਤਾ ਯੂਨੀਵਰਸਿਟੀ ਕਮਿਸ਼ਨ (1917-19) ਦੀ ਰਿਪੋਰਟ ਵਿਚ 'ਭਦਰਲੋਕ' ਦੀ ਸਮਾਜੀ ਅੰਗ-ਬਣਤਰ ਅਤੇ ਰਾਜਸੀ ਪ੍ਰਵਿਰਤੀ ਬਾਰੇ ਕੀਤੀ ਟਿੱਪਣੀ ਬਸਤੀਵਾਦ ਅਧੀਨ ਹਿੰਦੂ ਕੁਲੀਨ ਵਰਗ ਦੀ ਰਾਜਸੀ ਭੂਮਿਕਾ ਨੂੰ ਸਮਝਣ ਵਿਚ ਬੇਹੱਦ ਸਹਾਈ ਹੁੰਦੀ ਹੈ। ਰਿਪੋਰਟ ਮੁਤਾਬਕ ਬੰਗਾਲੀ 'ਭਦਰਲੋਕ' ਵਿਚ "ਵੱਡੀ ਭਾਰੀ ਗਿਣਤੀ ਤਿੰਨ ਪ੍ਰਮੁੱਖ ਹਿੰਦੂ ਉੱਚ ਜਾਤੀਆਂ - ਬ੍ਰਾਹਮਣ, ਵੈਦਿਯਾ (ਡਾਕਟਰ) ਤੇ ਕਯਾਸਥ (ਲਿਖਾਰੀ) - ਦੀ ਹੈ। ਇਹ ਲੋਕ ਅਨੇਕਾਂ ਸਦੀਆਂ ਤੋਂ ਭਾਈਚਾਰੇ ਦੇ ਪ੍ਰਸ਼ਾਸਕ, ਪੁਜਾਰੀ, ਉਸਤਾਦ (ਅਧਿਆਪਕ), ਵਕੀਲ, ਡਾਕਟਰ, ਲਿਖਾਰੀ, ਤੇ ਕਲਰਕ ਰਹੇ ਹਨ। ਬੰਗਾਲ ਅੰਦਰ ਕ੍ਰਮਵਾਰ ਜੋ ਵੀ ਸਰਕਾਰ ਆਈ, ਉਸ ਨੇ ਇਨ੍ਹਾਂ ਵਰਗਾਂ ਵਿੱਚੋਂ ਹੀ ਆਪਣੇ ਹੇਠਲੇ ਕਰਮਚਾਰੀ ਭਰਤੀ ਕੀਤੇ। ਆਪਣੇ ਤੋਂ ਪਹਿਲੇ ਮੁਸਲਿਮ ਹਾਕਮਾਂ ਵਾਂਗ ਹੀ ਬਰਤਾਨਵੀਆਂ ਨੇ ਵੀ ਅਜਿਹਾ ਹੀ ਕੀਤਾ। ਇਸ ਕਰਕੇ ਇਹ ਵਰਗ ਪੜ੍ਹਾਈ-ਲਿਖਾਈ ਵਿਚ ਹਮੇਸ਼ਾ ਮੋਹਰੀ ਰਹੇ, ਅਤੇ ਇਹ ਗੱਲ ਯਕੀਨ ਨਾਲ ਕਹੀ ਜਾ ਸਕਦੀ ਹੈ ਕਿ ਹੋਰ ਕਿਸੇ ਦੇਸ ਅੰਦਰ, ਮਾਤਰਾ ਤੇ ਮਹੱਤਵ ਦੇ ਲਿਹਾਜ਼ ਨਾਲ, ਇਸ ਦੇ ਮੁਕਾਬਲੇ ਦੀ ਕੋਈ ਜਮਾਤ ਨਹੀਂ ਹੈ ਜਿਸ ਕੋਲ ਇਸ ਵਾਂਗੂੰ ਸਦੀਆਂ ਤਕ ਫੈਲੀ ਹੋਈ ਅੱਖਰ-ਗਿਆਨ ਦੀ ਨਿਰੰਤਰ ਵਿਰਾਸਤ ਹੋਵੇ।"[11]

ਸੋ ਬੰਗਾਲੀ 'ਭਦਰਲੋਕ' ਦੇ ਦੋ ਅਹਿਮ ਗੁਣ/ਲੱਛਣ - ਇਕ, ਅੱਖਰ ਗਿਆਨ ਦੀ ਲੰਮੀ ਵਿਰਾਸਤ, ਤੇ ਦੂਜਾ, ਆਪਣੇ ਆਪ ਨੂੰ ਵੇਲੇ ਦੀ ਰਾਜ-ਸ਼ਕਤੀ ਦੇ ਅਨੁਕੂਲ ਢਾਲ ਲੈਣ ਦੀ ਗੁਣ ਯੋਗਤਾ - ਇਸ ਨੂੰ ਬਸਤੀਵਾਦ ਅਧੀਨ ਬੇਹੱਦ ਰਾਸ ਆਏ। ਇਨ੍ਹਾਂ ਗੁਣਾਂ-

9. Braj Ranjan Mani, *Debrahamising History,* p. 316.
10. G. Aloysius, *Nationalism Without a Nation in India,* p. 36.
11. Robin Blackburn, *Explosion in a Subcontinent,* p. 90.

ਲੱਛਣਾਂ ਦੀ ਬਦੌਲਤ 'ਭਦਰਲੋਕ' ਨੇ ਬਰਤਾਨਵੀ ਰਾਜ ਦੇ ਭਾਈਵਾਲ ਵਜੋਂ ਵੱਡਾ ਮਹੱਤਵ ਹਾਸਲ ਕਰ ਲਿਆ ਸੀ। ਇਸ ਨਾਲ ਇਸ ਅੰਦਰ ਰਾਜਸੀ ਅਸਰ-ਰਸੂਖ਼ ਤੇ ਸੱਤਾ ਦੀ ਤੀਬਰ ਤਲਬ ਪੈਦਾ ਹੋ ਗਈ ਸੀ।

ਭਾਰਤ ਬਾਰੇ ਬਸਤੀਵਾਦੀ ਗਿਆਨ ਦੀ ਰਚਨਾ

ਬਰਤਾਨਵੀ ਹਾਕਮਾਂ ਸਾਹਮਣੇ, ਭਾਰਤ ਦੇ ਲੋਕਾਂ ਉੱਤੇ ਰਾਜ ਕਰਨ ਲਈ ਉਨ੍ਹਾਂ ਬਾਰੇ ਪ੍ਰਮਾਣਿਕ ਗਿਆਨ ਹਾਸਲ ਕਰਨ ਦੀ ਅਮਲੀ ਲੋੜ ਪੈਦਾ ਹੋ ਗਈ ਸੀ। ਭਾਰਤ ਅੰਦਰ ਈਸਟ ਇੰਡੀਆ ਕੰਪਨੀ ਦੇ ਰਾਜ ਦੀ ਸਥਾਪਨਾ ਦੇ ਨਾਲ ਹੀ ਯੂਰਪੀ ਵਿਦਵਾਨਾਂ ਵੱਲੋਂ ਭਾਰਤ ਬਾਰੇ ਗਿਆਨ ਹਾਸਲ ਕਰਨ ਦੇ ਸੁਚੇਤ ਤੇ ਸਿਲਸਿਲੇਬੱਧ ਯਤਨ ਸ਼ੁਰੂ ਹੋ ਗਏ ਸਨ। ਕੰਪਨੀ ਦੇ, ਬੌਧਿਕ ਝੁਕਾਅ ਰੱਖਦੇ ਕੁਝ ਰਾਜ-ਅਧਿਕਾਰੀਆਂ ਨੇ ਇਸ ਦਿਸ਼ਾ ਵਿਚ ਪਹਿਲੇ ਠੋਸ ਤੇ ਯੋਜਨਾਬੱਧ ਕਦਮ ਪੁੱਟੇ।

ਭਾਰਤ ਅੰਦਰ ਬਸਤੀਵਾਦ ਦੀ ਸੇਵਾ ਨਿਭਾ ਰਹੇ ਜ਼ਿਆਦਾਤਰ ਅੰਗਰੇਜ਼ ਵਿਦਵਾਨ ਤੇ ਪ੍ਰਸ਼ਾਸਕ ਅਪਣੀ ਟਰੇਨਿੰਗ ਸਦਕਾ ਸਾਹਿਤਕ ਰੁਝਾਣ ਰੱਖਦੇ ਸਨ। ਇਸ ਕਰਕੇ ਉਨ੍ਹਾਂ ਨੇ ਭਾਰਤੀ ਸੱਭਿਆਚਾਰ ਨੂੰ ਜਾਨਣ/ਸਮਝਣ ਲਈ ਭਾਰਤੀ ਸਾਹਿਤਕ ਗ੍ਰੰਥਾਂ ਨੂੰ ਕੁੰਜੀਵਤ ਸ੍ਰੋਤ ਮੰਨ ਲੈਣ ਦੀ ਪਹੁੰਚ ਅਪਣਾ ਲਈ। ਉਨ੍ਹਾਂ ਨੇ ਇਨ੍ਹਾਂ ਗ੍ਰੰਥਾਂ ਦਾ ਤਰਜਮਾ ਕਰਦਿਆਂ ਇਨ੍ਹਾਂ ਨੂੰ ਪੱਛਮੀ ਪਾਹ ਚਾੜ੍ਹ ਦਿੱਤੀ। ਉਨ੍ਹਾਂ ਨੇ ਪੱਛਮੀ ਭਾਸ਼ਾ-ਵਿਗਿਆਨ ਦੇ ਮਿਆਰਾਂ ਤੇ ਮਨੌਤਾਂ ਨੂੰ ਇਨ੍ਹਾਂ ਗ੍ਰੰਥਾਂ ਉੱਤੇ ਥੋਪ ਦਿੱਤਾ। ਵੱਖੋ-ਵੱਖਰੀ ਤਰ੍ਹਾਂ ਦੇ ਭਾਰਤੀ ਸਾਹਿਤ ਨੂੰ ਸਮਕਾਲੀ ਯੂਰਪੀ ਸਾਹਿਤਕ ਮਿਆਰਾਂ ਅਨੁਸਾਰ ਪੜ੍ਹਿਆ ਗਿਆ। ਸਿੱਟਾ ਇਹ ਨਿਕਲਿਆ ਕਿ ਉਨ੍ਹਾਂ ਨੇ ਇਕ-ਰੂਪ ਗ੍ਰੰਥ ਅਤੇ ਇਕਸਾਰ ਲਿਖਤੀ ਧਰਮ ਸੂਤਰ ਘੜ ਦਿੱਤੇ। ਭਾਰਤੀ ਧਾਰਮਿਕ ਪਰੰਪਰਾ ਦੇ ਮੌਖਿਕ ਤੇ ਮਕਬੂਲ ਪੱਖਾਂ ਨੂੰ ਮਹੱਤਵਹੀਣ ਬਣਾ ਦਿੱਤਾ ਗਿਆ। ਇਸ ਤਰੀਕੇ ਨਾਲ ਪੱਛਮੀ ਵਿਦਵਾਨਾਂ ਨੇ ਹਿੰਦੂ ਧਰਮ ਨੂੰ ਪਾਠਗਤ (textualize) ਕਰ ਦਿੱਤਾ। ਸੰਸਕ੍ਰਿਤ-ਪ੍ਰਧਾਨੀ ਧਰਮ ਸ਼ਾਸਤਰਾਂ ਨੂੰ ਹਿੰਦੂ ਧਰਮ ਦਾ ਪ੍ਰਮਾਣਿਕ ਸੋਮਾ ਤੇ ਆਧਾਰ ਮੰਨ ਲਿਆ ਗਿਆ। ਵੈਦਿਕ ਤੇ ਬ੍ਰਾਹਮਣਵਾਦੀ ਗ੍ਰੰਥਾਂ ਤੇ ਅਮਲਾਂ ਨੂੰ ਹਿੰਦੂ ਧਰਮ ਦਾ 'ਕੇਂਦਰੀ ਤੱਤ' ਤਸੱਵਰ ਕਰ ਲਿਆ। ਬਸਤੀਵਾਦੀ ਹਾਕਮਾਂ ਤੇ ਪੱਛਮੀ ਵਿਦਵਾਨਾਂ ਨੇ ਇਹ ਗ਼ਲਤ ਮਨੌਤ ਬਣਾ ਲਈ ਕਿ ਭਾਰਤ ਦੇ ਸਾਰੇ ਮੂਲ ਬਾਸ਼ਿੰਦੇ - ਬ੍ਰਾਹਮਣ ਹੋਣ ਜਾਂ ਅਛੂਤ; ਬੋਧੀ, ਜੈਨੀ, ਪਾਰਸੀ ਹੋਣ ਜਾਂ ਸਿੱਖ, ਤੇ ਜਾਂ ਆਦੀਵਾਸੀ ਕਬੀਲੇ - ਸਾਰੇ ਬ੍ਰਾਹਮਣਵਾਦੀ ਧਰਮ-ਗ੍ਰੰਥਾਂ ਵਿਚ ਬਰਾਬਰ ਨਿਸ਼ਠਾ ਰੱਖਦੇ ਸਨ। ਇਹ ਮਨੌਤ ਭਾਰਤ ਬਾਰੇ ਬਸਤੀਵਾਦੀ ਇਲਮ ਦੀ ਬੁਨਿਆਦ ਬਣੀ। ਜ਼ਾਹਰਾ ਤੌਰ 'ਤੇ, ਹਿੰਦੂਵਾਦ ਦੀ ਇਹ ਬਸਤੀਵਾਦੀ ਘਾੜਤ ਬਹੁਵਾਦੀ (pluralistic) ਨਹੀਂ ਸੀ, ਇਹ ਇਕਵਾਦੀ (unitarian) ਸੀ। ਇਸ ਕਰਕੇ ਇਹ ਭਾਰਤ ਦੀ ਸੱਭਿਆਚਾਰਕ ਵੰਨ-ਸੁਵੰਨਤਾ ਨੂੰ ਸੰਭਾਲਣ ਤੇ ਪ੍ਰਫੁੱਲਤ ਕਰਨ ਦੀ ਥਾਵੇਂ, ਇਸ ਨੂੰ ਨੁਕਸਾਨ ਪੁਚਾਉਣ ਵੱਲ ਸੇਧਿਤ ਸੀ। ਬਸਤੀਵਾਦੀ ਪ੍ਰਵਚਨ ਅੰਦਰ 'ਇੰਡੀਆ' ਤੇ 'ਹਿੰਦੂ' ਸਮਅਰਥੀ ਬਣ ਗਏ। 'ਭਾਰਤੀ ਸੱਭਿਅਤਾ', 'ਭਾਰਤੀ ਸੰਸਕ੍ਰਿਤੀ', 'ਭਾਰਤੀ ਧਾਰਮਿਕ ਪਰੰਪਰਾਵਾਂ', ਆਦਿ ਆਦਿ ਇਸਤਲਾਹਾਂ (terms) ਹਿੰਦੂ ਰੰਗਤ ਗ੍ਰਹਿਣ ਕਰ ਗਈਆਂ। ਬਸਤੀਵਾਦੀ ਹਾਕਮਾਂ ਤੇ ਪੱਛਮੀ ਵਿਦਵਾਨਾਂ ਦੀ ਭਾਰਤ ਬਾਰੇ ਬਣੀ ਇਹ ਧਾਰਨਾ ਹੀ ਬਾਅਦ ਵਿਚ ਜਾ ਕੇ 'ਸਰਬ-ਸਾਂਝੀ ਭਾਰਤੀ ਕੌਮ' ਦੇ ਸੰਕਲਪ

ਦੀ ਸਿਧਾਂਤਕ ਬੁਨਿਆਦ ਬਣੀ। ਰਾਸ਼ਟਰਵਾਦੀ ਬ੍ਰਿਤਾਂਤ ਅੰਦਰ ਇਸ ਧਾਰਨਾ ਨੂੰ ਲਗਾਤਾਰ ਦੁਹਰਾਇਆ ਤੇ ਦ੍ਰਿੜ੍ਹਾਇਆ ਗਿਆ। ਲੱਗਭੱਗ ਪੂਰੀ ਇਕ ਸਦੀ ਰਾਸ਼ਟਰਵਾਦ ਦਾ ਇਹ ਪ੍ਰਵਚਨ ਨਿਰਵਿਘਨ ਚੱਲਿਆ ਅਤੇ ਇਹ ਕੋਈ ਇਤਫ਼ਾਕੀਆ ਗੱਲ ਨਹੀਂ ਕਿ ਸਾਰੇ ਪ੍ਰਵਚਨ-ਕਰਤਾ ਹਿੰਦੂ ਸਵਰਨ ਜਾਤੀਆਂ ਨਾਲ ਸੰਬੰਧਿਤ ਸਨ। (ਸਮਾਜਵਾਦੀ ਧਾਰਾ 1920 ਦੇ ਲੱਗਭੱਗ ਪ੍ਰਗਟ ਹੋਈ। ਉਦੋਂ ਤਕ ਸੱਭਿਆਚਾਰਕ ਰਾਸ਼ਟਰਵਾਦ ਪੈਰ ਜਮਾ ਚੁੱਕਾ ਸੀ, ਅਤੇ ਸਮਾਜਵਾਦੀ ਵਿਆਖਿਆਕਾਰ ਵੀ ਹਿੰਦੂ ਉੱਚ ਜਾਤੀਆਂ 'ਚੋਂ ਹੀ ਸਨ।) ਆਜ਼ਾਦੀ ਤੋਂ ਬਾਅਦ, ਭਾਰਤ ਦੀ ਏਕਤਾ ਦੀ ਇਸ ਧਾਰਨਾ ਨੂੰ, ਭਾਰਤੀ ਸੰਵਿਧਾਨ ਦੀ ਧਾਰਾ 25-2 (ਬ) ਦੇ ਰੂਪ ਵਿਚ ਕਾਨੂੰਨੀ ਰੁਤਬਾ ਪ੍ਰਦਾਨ ਕਰ ਦਿੱਤਾ, ਜਿਸ ਅਨੁਸਾਰ ਬੋਧੀਆਂ, ਜੈਨੀਆਂ, ਤੇ ਸਿੱਖਾਂ ਨੂੰ ਵਿਸ਼ਾਲ ਹਿੰਦੂ ਧਰਮ ਦੇ ਹੀ ਲਘੂ ਅੰਗ ਕਰਾਰ ਦੇ ਕੇ, ਉਨ੍ਹਾਂ ਦੀ ਸੁਤੰਤਰ ਹਸਤੀ ਨਕਾਰ ਦਿੱਤੀ ਗਈ।

ਦੇਸੀ ਗਿਆਨ, ਦੋਵਾਂ ਹੀ ਰੂਪਾਂ - ਧਰਮ-ਸ਼ਾਸਤਰਾਂ ਤੇ ਮੌਖਿਕ ਗਾਥਾਵਾਂ (folklore) - ਵਿਚ ਕਿਉਂਕਿ ਦੇਸੀ ਬੋਲੀਆਂ ਵਿਚ ਸੀ, ਇਸ ਕਰਕੇ ਇਹ ਗਿਆਨ ਹਾਸਲ ਕਰਨ ਲਈ ਦੇਸੀ ਭਾਸ਼ਾਵਾਂ ਦੇ ਮਾਹਰਾਂ ਦੀ ਮੱਦਦ ਲੈਣੀ ਜ਼ਰੂਰੀ ਹੋ ਗਈ ਸੀ। ਹਿੰਦੂ ਧਰਮ-ਸ਼ਾਸਤਰ ਸੰਸਕ੍ਰਿਤ ਵਿਚ ਲਿਖੇ ਹੋਏ ਸਨ। ਬਸਤੀਵਾਦੀ ਹਾਕਮਾਂ ਨੇ ਮੌਖਿਕ ਗਾਥਾਵਾਂ ਨਾਲੋਂ ਧਰਮ-ਸ਼ਾਸਤਰਾਂ ਨੂੰ ਪ੍ਰਮੁੱਖਤਾ ਦੇਣ, ਅਤੇ ਹੋਰਨਾਂ ਦੇਸੀ ਬੋਲੀਆਂ ਦੀ ਤੁਲਨਾ ਵਿਚ ਸੰਸਕ੍ਰਿਤ ਨੂੰ ਵਧਵਾਂ ਮਹੱਤਵ ਦੇਣ ਦਾ ਨਿਸਚਤ ਝੁਕਾਅ ਪ੍ਰਗਟਾਇਆ। ਉਨ੍ਹਾਂ ਨੇ ਪੰਡਤਾਂ ਦੀ ਮੱਦਦ ਨਾਲ ਧਰਮ ਗ੍ਰੰਥਾਂ ਨੂੰ ਅੰਗਰੇਜ਼ੀ ਵਿਚ ਉਲਥਾਉਣ ਦਾ ਮਹਾਂ-ਕਾਰਜ ਵਿੱਢਿਆ। ਇਹ ਦੱਸਣ ਦੀ ਲੋੜ ਨਹੀਂ ਕਿ ਸੰਸਕ੍ਰਿਤ ਵਿਚ ਰਚੇ ਧਰਮ-ਗ੍ਰੰਥ ਬ੍ਰਾਹਮਣ ਵਰਗ ਦੇ ਸੰਸਾਰ ਨਜ਼ਰੀਏ ਦੀ ਤਰਜਮਾਨੀ ਕਰਦੇ ਹਨ। ਇਨ੍ਹਾਂ ਗ੍ਰੰਥਾਂ ਵਿਚ ਦਰਜ ਗਿਆਨ ਦੇ ਆਧਾਰ 'ਤੇ, ਯੂਰਪੀ ਵਿਦਵਾਨਾਂ ਨੇ ਭਾਰਤ ਬਾਰੇ ਬੁਨਿਆਦ-ਰੂਪੀ (foundational) ਧਾਰਨਾਵਾਂ ਸਿਰਜੀਆਂ, ਜਿਹੜੀਆਂ ਭਾਰਤ ਬਾਰੇ ਸਿਰਜੇ ਗਏ ਬਸਤੀਵਾਦੀ ਇਲਮ ਦੀ ਬੁਨਿਆਦ ਬਣੀਆਂ।

ਪੱਛਮੀ ਵਿਦਵਾਨਾਂ ਨੇ ਭਾਰਤ ਦਾ ਰੋਮਾਂਚਕਾਰੀ ਅਕਸ ਸਿਰਜਿਆ - ਉਦਾਤ ਰੂਹਾਨੀਅਤ ਤੇ ਵੇਦਾਂ-ਉਪਨਿਸ਼ਦਾਂ ਦੇ ਪਰਤਾਪ ਵਾਲਾ ਭਾਰਤ, ਅਤੇ ਨਾਇਕਾਂ ਦੀਆਂ ਵੀਰ-ਗਾਥਾਵਾਂ ਦੀ ਭੂਮੀ। ਵੈਦਿਕ ਕਾਲ ਨੂੰ ਭਾਰਤ ਦਾ 'ਸੁਨਹਿਰੀ ਯੁਗ' ਕਹਿ ਕੇ ਵਡਿਆਇਆ ਗਿਆ। ਯੂਰਪੀ ਵਿਦਵਾਨਾਂ ਵਲੋਂ ਹਿੰਦੂ ਧਰਮ ਬਾਰੇ ਸਿਰਜੇ ਗਏ ਇਨ੍ਹਾਂ ਮਿੱਥਾਂ (ਭਰਮਾਂ) ਨੇ ਹਿੰਦੂਆਂ ਦੀ ਸਵੈ-ਚੇਤਨਾ ਨੂੰ ਪ੍ਰਭਾਵਿਤ ਕੀਤਾ। ਉਨ੍ਹਾਂ ਨੇ ਆਪਣਾ ਕਲਪਿਤ ਅਕਸ ਸਿਰਜ ਲਿਆ ਅਤੇ ਫਿਰ ਆਪਣੇ ਆਪ ਨੂੰ ਇਸੇ ਅਨੁਸਾਰ ਦੇਖਣਾ/ ਮਹਿਸੂਸਣਾ ਸ਼ੁਰੂ ਕਰ ਦਿੱਤਾ। ਹੌਲੀ ਹੌਲੀ ਉਨ੍ਹਾਂ ਦੀ ਇਹ ਭਰਮ-ਚੇਤਨਾ ਗੂੜ੍ਹੇ ਵਿਸ਼ਵਾਸਾਂ ਵਿਚ ਬਦਲ ਗਈ। ਸਮਾਂ ਪੈਣ ਨਾਲ ਇਨ੍ਹਾਂ ਵਿਸ਼ਵਾਸਾਂ ਵਿਚ ਕੱਟੜਤਾ ਆ ਗਈ। ਸਿੱਟੇ ਵਜੋਂ, ਹਿੰਦੂ ਸਮਾਜ ਦੀਆਂ 'ਸਵਰਨ' ਪਰਤਾਂ ਦੀ ਹੰਕਾਰੀ ਬਿਰਤੀ ਹੋਰ ਮਜ਼ਬੂਤ ਹੋ ਗਈ।

ਬਰਤਾਨਵੀ ਹਾਕਮਾਂ ਤੇ ਯੂਰਪੀ ਵਿਦਵਾਨਾਂ ਦੁਆਰਾ ਭਾਰਤ ਬਾਰੇ ਸਿਰਜੀਆਂ ਗਈਆਂ ਇਹ ਧਾਰਨਾਵਾਂ ਦੋਨਾਂ, ਯੂਰਪੀ ਤੇ ਭਾਰਤੀ ਕੁਲੀਨ ਵਰਗਾਂ, ਦੇ ਹਿਤਾਂ ਦੇ ਅਨੁਕੂਲ ਸਨ। ਇਨ੍ਹਾਂ ਪੂਰਬਵਾਦੀ ਘਾੜਤਾਂ (orientalist constructions) ਨਾਲ ਬ੍ਰਾਹਮਣਵਾਦ ਨੂੰ ਨਵਾਂ ਜੀਵਨ ਮਿਲਿਆ। ਇਸ ਨਾਲ ਬ੍ਰਾਹਮਣ ਵਰਗ ਦੇ ਗੌਰਵ ਵਿਚ ਹੋਰ ਵਾਧਾ ਹੋਇਆ। ਉਸ ਅੰਦਰ ਆਪਣੇ ਆਪ ਨੂੰ ਦੂਸਰਿਆਂ ਨਾਲੋਂ ਸ੍ਰੇਸ਼ਟ ਸਮਝਣ ਦੀ ਘੁਮੰਡੀ

ਬਿਰਤੀ ਹੋਰ ਪ੍ਰਚੰਡ ਹੋ ਗਈ। ਬ੍ਰਾਹਮਣ ਤੇ ਉਸ ਦੀਆਂ ਸਹਿਯੋਗੀ ਸਵਰਨ ਜਾਤੀਆਂ ਅੰਦਰ, ਆਪਣੇ ਆਪ ਨੂੰ ਭਾਰਤੀ ਸਮਾਜ ਦੇ 'ਕੁਦਰਤੀ' ਆਗੂ ਸਮਝਣ ਦੀ ਭਾਵਨਾ ਨੂੰ ਨਵਾਂ ਬਲ ਮਿਲਿਆ। ਇਸ ਨਾਲ, ਕੁਦਰਤੀ ਤੌਰ 'ਤੇ, ਉਨ੍ਹਾਂ ਅੰਦਰ ਰਾਜਸੀ ਅਕਾਂਖਿਆਵਾਂ ਜਾਗ ਉੱਠੀਆਂ। ਪਰ ਕੌਟੱਲਿਆ ਦੇ ਸੁਜਾਣ ਪੈਰੋਕਾਰ ਹੋਣ ਦੇ ਨਾਤੇ ਉਨ੍ਹਾਂ ਨੇ ਆਪਣੀਆਂ ਰਾਜਸੀ ਅਕਾਂਖਿਆਵਾਂ ਦਾ ਫ਼ੌਰੀ ਤੇ ਸਿੱਧੇ-ਨੰਗੇ ਰੂਪ ਵਿਚ ਉਚਾਰਨ (articulate) ਕਰਨ ਦੀ ਜਗ੍ਹਾ (ਜਿਸ ਨਾਲ ਉਨ੍ਹਾਂ ਦਾ ਬਸਤੀਵਾਦੀ ਰਾਜ ਨਾਲ ਅਟੱਲ ਰੂਪ ਵਿਚ ਟਕਰਾ ਪੈਦਾ ਹੋਣਾ ਸੀ), ਹਮਲੇ ਦਾ ਰੁਖ਼ ਮੁਸਲਮਾਨਾਂ ਦੇ ਖ਼ਿਲਾਫ਼ ਸੇਧਤ ਕਰਨ ਦੀ ਰਣਨੀਤੀ ਅਪਣਾਈ।

ਜੇਕਰ ਹਿੰਦੂ ਧਰਮ ਨੂੰ ਸਰਬੋਤਮ ਦਰਸਾਉਣਾ ਸੀ, ਜੇਕਰ ਬ੍ਰਾਹਮਣੀ ਸੱਭਿਆਚਾਰ ਦੀ ਠੁੱਕ ਬੰਨ੍ਹਣੀ ਸੀ, ਤਾਂ ਹਿੰਦੂ ਵਿਸ਼ਵਾਸਾਂ ਤੇ ਰਹੁ-ਰੀਤਾਂ 'ਚੋਂ ਕਰੂਪਤਾ ਦੇ ਅੰਸ਼ ਦੂਰ ਕਰਨੇ ਜ਼ਰੂਰੀ ਹੋ ਗਏ ਸਨ। ਇਸ 'ਚੋਂ ਸੁਧਾਰਾਂ ਦੀ ਲੋੜ ਤੇ ਦਿਸ਼ਾ ਨਿਰਧਾਰਤ ਹੋਈ। ਹਿੰਦੂ ਧਰਮ ਦੇ ਕਰੂਪ ਯਥਾਰਥ ਦੀ ਵਿਆਖਿਆ ਇਹ ਕੀਤੀ ਗਈ, ਕਿ ਆਪਣੇ ਮੌਲਿਕ ਰੂਪ ਵਿਚ ਹਿੰਦੂ ਧਰਮ ਸਰਬੋਤਮ ਸੀ। ਹਿੰਦੂ ਧਰਮ ਦਾ ਇਹ ਮੌਲਿਕ ਤੇ ਸ਼ੁੱਧ ਰੂਪ ਵੇਦਾਂ, ਉਪਨਿਸ਼ਦਾਂ ਤੇ ਭਗਵਤ ਗੀਤਾ ਵਿਚ ਸਾਂਭਿਆ ਪਿਆ ਹੈ। ਪਰ ਬਾਅਦ ਵਿਚ ਇਸ ਵਿਚ ਨਿਘਾਰ ਆ ਗਿਆ। ਇਸ ਨਿਘਾਰ ਲਈ ਮੁਸਲਮਾਨਾਂ ਨੂੰ, ਅਤੇ ਬ੍ਰਾਹਮਣਵਾਦ ਨਾਲੋਂ ਵੱਖਰੇ ਜਾਂ ਇਸ ਨਾਲ ਟਕਰਾਵੇਂ ਹਿਤਾਂ ਵਾਲੇ ਮੱਤਾਂ/ਫ਼ਿਰਕਿਆਂ ਨੂੰ ਦੋਸ਼ੀ ਗਰਦਾਨਿਆ ਗਿਆ। ਸੋ ਹਿੰਦੂ ਧਰਮ ਦੀ ਆਦਿ-ਕਾਲੀ ਸ਼ੁੱਧਤਾ, ਪਵਿਤਰਤਾ ਤੇ ਚੜ੍ਹਤਲ ਬਹਾਲ ਕਰਨ ਦਾ ਟੀਚਾ ਤੇ ਕਾਰਜ ਮਿਥਿਆ ਗਿਆ। ਇਹ ਵੈਦਿਕ ਸ਼ਾਵਨਵਾਦ ਹੀ ਦੂਸਰੇ ਧਰਮਾਂ ਤੇ ਮੱਤਾਂ ਨਾਲ ਝਗੜੇ-ਕਲੇਸ਼ਾਂ ਦਾ ਕਾਰਨ ਬਣ ਗਿਆ। ਇਸ ਤਰ੍ਹਾਂ, ਸੁਧਾਰਵਾਦ ਦਾ ਇਹ ਪ੍ਰੋਜੈਕਟ ਆਪਣੇ ਮੂਲ ਖ਼ਾਸੇ ਪੱਖੋਂ ਮੁਸਲਿਮ ਵਿਰੋਧੀ ਸੀ। ਹਿੰਦੂ ਸਮਾਜ ਅੰਦਰ ਸੁਧਾਰਾਂ ਦੀ ਇਸ ਲਹਿਰ ਬਾਰੇ ਪ੍ਰਸਿੱਧ ਸਿੱਖ ਵਿਦਵਾਨ ਪ੍ਰੋ. ਹਰਿੰਦਰ ਸਿੰਘ ਮਹਿਬੂਬ ਦਾ ਇਹ ਸਿਧਾਂਤਕ ਨਿਰਣਾ ਭਾਰੀ ਅਹਿਮੀਅਤ ਰੱਖਦਾ ਹੈ, ਕਿ "ਹਿੰਦੂ ਸੁਧਾਰਕਾਂ ਨੇ ਹਉਮੈਂ ਵਿੱਚੋਂ ਉਪਜੀ ਵਰਣ-ਵੰਡ ਦੀ ਚਿੰਤਨ-ਜਕੜ ਤੋਂ ਪੂਰਨ-ਭਾਂਤ ਨਜਾਤ ਨਾ ਪਾਈ। ਉਨ੍ਹਾਂ ਨੇ ਵਰਣ-ਵੰਡ ਦੇ ਸਾਰੇ ਸੰਸਕਾਰਾਂ ਦਾ ਤਿਆਗ ਨਾ ਕੀਤਾ। ਉਨ੍ਹਾਂ ਨੇ ਇਤਿਹਾਸ ਦੇ ਇਕ ਮੋੜ ਤੇ ਸੁਧਾਰਵਾਦੀ ਦ੍ਰਿਸ਼ਟੀਕੋਣ ਤੋਂ ਹਿੰਦੂ ਅਮਲ ਦੇ ਕੁਝ ਹੱਦੋਂ ਵੱਧ ਕਰੂਪ ਤੱਤਾਂ ਨੂੰ ਖ਼ਤਮ ਕਰ ਕੇ ਇਸ ਨੂੰ ਨਰੋਆ ਜੀਵਨ ਦੇਣ ਦੇ ਯਤਨ ਅਵੱਸ਼ ਕੀਤੇ, ਪਰ ਯੁਗਾਂ ਯੁਗਾਂ ਤੋਂ ਪ੍ਰਫੁੱਲਤ ਹੋ ਰਹੇ ਬਿਪਰ-ਸੰਸਕਾਰ ਦੀ ਵਰਣ-ਵੰਡ ਵਿਚ ਪ੍ਰਗਟ ਹੋਈ ਮੂਲ ਸ਼ਕਤੀ ਨਾਲੋਂ ਆਪਣਾ ਮੋਹ ਨਹੀਂ ਤੋੜਿਆ। ਉਨ੍ਹਾਂ ਦੇ ਸਮੁੱਚੇ ਵਿਹਾਰ ਵਿੱਚੋਂ ਵਰਣ-ਵੰਡ ਦਾ ਸਿਮ੍ਰਤੀ-ਨਿਯਮ ਦੂਰ ਨਾ ਹੋਇਆ।"

ਰਾਸ਼ਟਰਵਾਦੀ ਧਾਰਾ ਦਾ ਮੁੱਢ ਤੇ ਵਿਕਾਸ

ਪੱਛਮੀ ਵਿੱਦਿਆ ਦੇ ਅਸਰ ਹੇਠ ਪੜ੍ਹੇ-ਲਿਖੇ ਹਿੰਦੂ ਉੱਚ ਵਰਗਾਂ ਦੇ ਮਨਾਂ ਅੰਦਰ, ਭਾਰਤ ਵਿਚ ਪੱਛਮੀ ਨਮੂਨੇ ਦਾ ਸਮਾਜੀ-ਰਾਜਸੀ ਪ੍ਰਬੰਧ ਤੇ ਨਿਜ਼ਾਮ ਕਾਇਮ ਕਰਨ ਦੀ ਵੱਡ-ਖ਼ਾਹਸ਼ ਪੈਦਾ ਹੋ ਗਈ। ਉਨ੍ਹਾਂ ਨੇ ਪੱਛਮੀ ਰਾਜਾਂ ਦੀ ਰੀਸੇ ਭਾਰਤ ਨੂੰ 'ਸਰਬ-ਸਾਂਝੇ ਰਾਸ਼ਟਰ' (a single nation) ਵਜੋਂ ਚਿਤਵਨਾ ਸ਼ੁਰੂ ਕਰ ਦਿੱਤਾ, ਅਤੇ ਇਸ ਆਦਰਸ਼ ਨੂੰ ਹਕੀਕਤ ਵਿਚ ਬਦਲਣ ਲਈ, ਉਨ੍ਹਾਂ ਦੇ ਮਨਾਂ ਅੰਦਰ ਭਾਰਤ ਨੂੰ ਬਸਤੀਵਾਦੀ ਗ਼ਲਬੇ

ਤੋਂ ਮੁਕਤ ਕਰਾਉਣ ਦੀ ਰਾਸ਼ਟਰਵਾਦੀ ਭਾਵਨਾ ਅਤੇ ਤਾਂਘ ਪੈਦਾ ਹੋ ਗਈ। ਨਤੀਜੇ ਵਜੋਂ ਉੱਨ੍ਹੀਵੀਂ ਸਦੀ ਦੇ ਅੰਤਲੇ ਦਹਾਕਿਆਂ ਅੰਦਰ ਭਾਰਤੀ ਰਾਸ਼ਟਰਵਾਦੀ ਲਹਿਰ ਦਾ ਸਰੂਪ ਉਘੜਨਾ ਸ਼ੁਰੂ ਹੋ ਗਿਆ ਸੀ। ਆਪਣੀਆਂ ਰਾਜਸੀ ਅਕਾਂਖਿਆਵਾਂ ਦੀ ਪੂਰਤੀ ਲਈ ਹਿੰਦੂ ਉੱਚ ਜਾਤੀ ਵਰਗਾਂ ਦੇ ਬੁੱਧੀਜੀਲ ਆਗੂਆਂ ਨੇ 'ਸਰਬ-ਸਾਂਝੀ ਭਾਰਤੀ ਕੌਮ' ਦੀ ਸੰਕਲਪਾਤਮਿਕ ਰਚਨਾ ਕੀਤੀ, ਅਤੇ ਇਸ ਆਧਾਰ 'ਤੇ, ਭਾਰਤ ਦੇ ਲੋਕਾਂ ਸਾਹਮਣੇ ਸਵੈ-ਸੁਤੰਤਰ ਅਤੇ 'ਇਕ-ਜੁੱਟ ਭਾਰਤੀ ਰਾਸ਼ਟਰ' ਦੀ ਸਿਰਜਣਾ ਕਰਨ ਦਾ ਮਨ-ਲੁਭਾਉਣਾ ਰਾਜਸੀ ਟੀਚਾ ਤੇ ਪ੍ਰੋਗਰਾਮ ਪੇਸ਼ ਕੀਤਾ। ਇਸ ਸਿਧਾਂਤਕ ਹਥਿਆਰ ਦੇ ਜ਼ਰੀਏ ਭਾਰਤ ਅੰਦਰਲੇ ਗ਼ੈਰ-ਹਿੰਦੂ ਧਾਰਮਿਕ ਭਾਈਚਾਰਿਆਂ, ਖ਼ਾਸ ਕਰਕੇ ਮੁਸਲਮਾਨਾਂ ਤੇ ਸਿੱਖਾਂ; ਅਤੇ ਇਸ ਦੇ ਨਾਲ ਹੀ ਹਿੰਦੂ ਸਮਾਜ ਦੇ ਹੇਠਲੇ, ਦੱਬੇ ਕੁਚਲੇ ਵਰਗਾਂ ਨੂੰ ਦੇਸ਼ ਦੀ ਆਜ਼ਾਦੀ ਦੇ ਸੰਗਰਾਮ ਅੰਦਰ ਹਾਸ਼ੀਆ-ਗ੍ਰਸਤ ਕਰ ਦਿੱਤਾ ਗਿਆ।

ਸੁਭਾਵਿਕ ਹੀ, ਭਾਰਤੀ ਰਾਸ਼ਟਰਵਾਦੀ ਲਹਿਰ ਦਾ ਮਹੂਰਤ ਬੰਗਾਲ ਤੋਂ ਹੋਇਆ ਅਤੇ ਬੰਗਾਲ ਹੀ ਇਸ ਦਾ ਮੋਢੀ ਤੇ ਅਗਵਾਨੂੰ ਬਣਿਆ। ਰਾਜਾ ਰਾਮਮੋਹਨ ਰਾਇ ਤੋਂ ਲੈ ਕੇ ਰਾਬਿੰਦਰਨਾਥ ਟੈਗੋਰ ਤਕ, ਬੰਗਾਲੀ ਦਾਨਸ਼ਵਰਾਂ ਤੇ ਸੁਧਾਰਕਾਂ ਨੇ ਭਾਰਤੀ ਰਾਸ਼ਟਰਵਾਦੀ ਲਹਿਰ ਦੀ ਉਠਾਣ ਲਈ ਸਿਧਾਂਤਕ ਆਧਾਰ ਤੇ ਅਨੁਕੂਲ ਵਾਤਾਵਰਣ ਸਿਰਜ ਦਿੱਤਾ ਸੀ। ਇਸ ਵਿੱਚੋਂ ਜਿਹੜੇ ਵੀ ਰਾਜਸੀ ਰੁਝਾਣ ਅਥਵਾ ਧਾਰਾਵਾਂ ਪ੍ਰਗਟ ਹੋਈਆਂ, ਨਰਮ ਖ਼ਿਆਲੀ ਸਨ ਜਾਂ ਗਰਮ ਖ਼ਿਆਲੀ, ਅਹਿੰਸਕ ਸਨ ਜਾਂ ਹਿੰਸਕ, ਸਾਰਿਆਂ ਦਾ ਮੂਲ ਸਿਧਾਂਤਕ ਤੱਤ ਸਾਂਝਾ ਸੀ। ਇਹ ਸਾਰੀਆਂ ਧਾਰਾਵਾਂ ਹਿੰਦੂ ਪੁਨਰਵਾਦ ਦੇ ਵਰਤਾਰੇ ਦਾ ਇਜ਼ਹਾਰ ਤੇ ਅੰਗ ਸਨ। ਉਨ੍ਹਾਂ ਦਾ ਸੁਪਨਾ ਤੇ ਮਨੋ-ਕਾਮਨਾਵਾਂ ਸਾਂਝੀਆਂ ਸਨ। ਉਹ ਹਿੰਦੂ ਧਰਮ ਦੀ 'ਖੁੱਸੀ ਹੋਈ ਸ਼ਾਨ ਬਹਾਲ ਕਰਨਾ', ਇਸ ਦੀ ਮੁੜ ਚੜ੍ਹਤਲ ਕਾਇਮ ਕਰਨਾ ਚਾਹੁੰਦੇ ਸਨ। ਉਹ ਸਾਰੇ 'ਉੱਚੀਆਂ' ਜਾਤੀਆਂ 'ਚੋਂ ਸਨ ਜਿਨ੍ਹਾਂ ਦੀ ਵਰਣ-ਆਸ਼ਰਮ ਧਰਮ ਵਿਚ ਪੂਰਨ ਨਿਸ਼ਠਾ ਸੀ।

ਪੰਡਤ ਜਵਾਹਰ ਲਾਲ ਨਹਿਰੂ ਵੱਲੋਂ ਜੇਲ੍ਹ 'ਚੋਂ ਆਪਣੀ ਧੀ ਇੰਦਰਾ ਗਾਂਧੀ ਨੂੰ ਲਿਖੀਆਂ ਚਿੱਠੀਆਂ ਤੋਂ ਉਪਰੋਕਤ ਨਿਰਣਿਆਂ ਦੀ ਪੂਰਨ ਪੁਸ਼ਟੀ ਹੁੰਦੀ ਹੈ। ਚਿੱਠੀਆਂ ਦੇ ਕੁਝ ਕੁ ਅੰਸ਼ ਇਸ ਪ੍ਰਕਾਰ ਹਨ :

> "(ਪਰ) ਅੰਗਰੇਜ਼ਾਂ ਨੇ ਭਾਰਤ ਦਾ ਇਕ ਵੱਡਾ ਭਲਾ ਇਹ ਕਰ ਦਿੱਤਾ, ਕਿ ਉਨ੍ਹਾਂ ਦੀ ਨਵੀਨ ਤੇ ਧੜੱਲੇਦਾਰ ਜੀਵਨ ਪ੍ਰਣਾਲੀ ਦੇ ਪ੍ਰਭਾਵ ਨੇ ਭਾਰਤ ਨੂੰ ਝੰਜੋੜਿਆ ਅਤੇ ਭਾਰਤ ਦੇ ਲੋਕਾਂ ਅੰਦਰ ਰਾਜਸੀ ਏਕਤਾ ਤੇ ਕੌਮੀਅਤ (ਰਾਸ਼ਟਰੀਅਤਾ) ਦਾ ਭਾਵ ਪੈਦਾ ਕਰ ਦਿੱਤਾ। ਇਹ ਝਟਕਾ ਦੁਖਦਾਈ ਤਾਂ ਸੀ, ਪਰੰਤੂ ਸਾਡੇ ਪੁਰਾਤਨ ਦੇਸ਼ ਤੇ ਲੋਕਾਂ ਨੂੰ ਨਵਾਂ ਜੋਬਨ ਬਖ਼ਸ਼ਣ ਲਈ ਇਹ ਸ਼ਾਇਦ ਜ਼ਰੂਰੀ ਸੀ। ਅੰਗਰੇਜ਼ੀ ਵਿੱਦਿਆ ਦਾ ਮਕਸਦ ਭਾਵੇਂ (ਅੰਗਰੇਜ਼ੀ ਰਾਜ ਲਈ) ਕਲਰਕ ਪੈਦਾ ਕਰਨਾ ਸੀ, ਪਰ ਇਸ ਨੇ ਭਾਰਤੀਆਂ ਨੂੰ ਵਰਤਮਾਨ ਪੱਛਮੀ ਵਿਚਾਰਾਂ ਤੋਂ ਜਾਣੂ ਕਰਵਾ ਦਿੱਤਾ। (ਜਿਸ ਨਾਲ) ਇਕ ਨਵਾਂ ਤਬਕਾ, ਅੰਗਰੇਜ਼ੀ-ਪੜ੍ਹਿਆ ਵਰਗ, ਪੈਦਾ ਹੋਣ ਲੱਗਾ। ਇਹ ਵਰਗ ਗਿਣਤੀ ਵਿਚ ਛੋਟਾ ਸੀ ਤੇ ਲੋਕਾਂ ਨਾਲੋਂ ਕੱਟਿਆ ਹੋਇਆ ਸੀ, ਪਰ ਫਿਰ ਵੀ ਇਸ ਵਰਗ ਦੇ ਭਾਗਾਂ ਵਿਚ ਨਵੀਂ ਰਾਸ਼ਟਰਵਾਦੀ ਲਹਿਰ ਦੀ ਅਗਵਾਈ ਕਰਨਾ ਲਿਖਿਆ ਹੋਇਆ ਸੀ। ਪਹਿਲਾਂ ਪਹਿਲਾਂ ਇਹ ਤਬਕਾ ਅੰਗਰੇਜ਼ਾਂ ਦੀ ਵਡਿਆਈ ਕਰਦਾ ਸੀ।"[12]

---

12. Jawahar Lal Nehru, *India's Quest*, p. 65.

> "ਭਾਰਤ ਉੱਤੇ ਪੱਛਮੀ ਵਿਚਾਰਾਂ ਦੇ ਪ੍ਰਭਾਵ ਨੇ ਹਿੰਦੂ ਧਰਮ ਉੱਤੇ ਵੀ ਕੁਝ ਹੱਦ ਤਕ ਅਸਰ ਪਾਇਆ...ਉੱਨ੍ਹੀਵੀਂ ਸਦੀ ਦੇ ਮੁੱਢਲੇ ਦੌਰ ਵਿਚ ਬੰਗਾਲ ਅੰਦਰ ਹਿੰਦੂਵਾਦ ਨੂੰ ਪੱਛਮੀ ਲੀਹਾਂ ਉੱਤੇ ਸੁਧਾਰਨ ਦਾ ਯਤਨ ਹੋਇਆ...ਇਹ ਯਤਨ ਨਿਸਚਤ ਤੌਰ 'ਤੇ ਈਸਾਈਅਤ ਤੇ ਪੱਛਮੀ ਵਿਚਾਰਧਾਰਾ ਤੋਂ ਪ੍ਰਭਾਵਿਤ ਸੀ। ਇਸ ਨੂੰ ਚਾਲੂ ਕਰਨ ਵਾਲਾ ਰਾਜਾ ਰਾਮ ਮੋਹਨ ਰਾਇ ਸੀ...ਸਦੀ ਦੇ ਅਖ਼ੀਰ ਵਿਚ ਇਕ ਹੋਰ ਧਰਮ ਸੁਧਾਰ ਲਹਿਰ ਚੱਲੀ। ਇਹ ਪੰਜਾਬ ਅੰਦਰ ਚੱਲੀ ਤੇ ਇਸ ਦਾ ਬਾਨੀ ਸਵਾਮੀ ਦਯਾਨੰਦ ਸਰਸਵਤੀ ਸੀ। (ਬ੍ਰਹਮੋ ਸਮਾਜ ਤੋਂ ਬਾਅਦ) ਇਕ ਹੋਰ ਸਭਾ ਸਥਾਪਤ ਹੋਈ ਜਿਸ ਦਾ ਨਾਂ *ਆਰੀਆ ਸਮਾਜ* ਸੀ... ਭਾਵੇਂ ਇਹ ਇਕ ਸੁਧਾਰਮੁਖੀ ਲਹਿਰ ਸੀ, ਜਿਹੜੀ ਬਿਨਾਂ ਸ਼ੱਕ ਮੁਸਲਿਮ ਤੇ ਈਸਾਈ ਵਿਚਾਰਾਂ ਤੋਂ ਪ੍ਰਭਾਵਿਤ ਸੀ, ਪਰ ਤੱਤ ਵਿਚ ਇਹ ਇਕ ਹਮਲਾਵਰ ਲੜਾਕੂ ਲਹਿਰ (aggressive militant movement) ਸੀ...ਇਹ ਰਖਿਆਤਮਿਕ ਤੇ ਗਤੀਹੀਣ ਹਿੰਦੂਵਾਦ ਨੂੰ ਇਕ ਹਮਲਾਵਰ ਮਿਸ਼ਨਰੀ ਧਰਮ ਵਿਚ ਤਬਦੀਲ ਕਰਨ ਦਾ ਯਤਨ ਸੀ। ਇਸ ਦਾ ਮਨੋਰਥ ਹਿੰਦੂਵਾਦ ਨੂੰ ਸੁਰਜੀਤ ਕਰਨਾ ਸੀ। ਇਸ ਨੂੰ ਰਾਸ਼ਟਰਵਾਦੀ ਰੰਗਤ ਦੇਣ ਕਰਕੇ ਇਹ ਲਹਿਰ ਤਾਕਤ ਗ੍ਰਹਿਣ ਕਰ ਗਈ। ਅਸਲ ਵਿਚ ਇਹ, ਹਿੰਦੂ ਰਾਸ਼ਟਰਵਾਦ ਸਿਰੀ ਚੁੱਕ ਰਿਹਾ ਸੀ...ਵਿਵੇਕਾਨੰਦ ਦਾ ਰਾਸ਼ਟਰਵਾਦ ਵੀ ਹਿੰਦੂ ਰਾਸ਼ਟਰਵਾਦ ਹੀ ਸੀ, ਅਤੇ ਇਸ ਦੀਆਂ ਜੜ੍ਹਾਂ ਹਿੰਦੂ ਧਰਮ ਤੇ ਸੱਭਿਆਚਾਰ ਵਿਚ ਲੱਗੀਆਂ ਹੋਈਆਂ ਸਨ। ਇਸ ਤਰ੍ਹਾਂ, ਇਹ ਨੋਟ ਕਰਨਾ ਦਿਲਚਸਪ ਹੈ ਕਿ ਭਾਰਤ ਅੰਦਰ ਉੱਨ੍ਹੀਵੀਂ ਸਦੀ ਵਿਚ ਰਾਸ਼ਟਰਵਾਦ ਦੀਆਂ ਮੁੱਢਲੀਆਂ ਤਰੰਗਾਂ ਧਾਰਮਿਕ ਤੇ ਹਿੰਦੂ ਸਨ। ਮੁਸਲਮਾਨ ਕੁਦਰਤੀ ਤੌਰ 'ਤੇ ਇਸ ਹਿੰਦੂ ਰਾਸ਼ਟਰਵਾਦ ਵਿਚ ਸ਼ਾਮਲ ਨਹੀਂ ਸੀ ਹੋ ਸਕਦੇ।"[13]

> "ਕਾਂਗਰਸ ਪਾਰਟੀ, ਮੁੱਢਲੇ ਦਿਨਾਂ ਦੇ ਹਿੰਦੂ ਰਾਸ਼ਟਰਵਾਦ ਵਾਂਗੂੰ ਤੰਗ-ਨਜ਼ਰ ਨਹੀਂ ਸੀ। ਪਰ ਤਾਂ ਵੀ, ਇਹ ਮੁੱਖ ਤੌਰ 'ਤੇ ਹਿੰਦੂ ਹੀ ਸੀ। ਕੁਝ ਮੋਹਰੀ ਮੁਸਲਮਾਨ ਇਸ ਵਿਚ ਸ਼ਾਮਲ ਜ਼ਰੂਰ ਹੋਏ, ਅਤੇ ਇਸ ਦੀ ਪ੍ਰਧਾਨਗੀ ਵੀ ਕੀਤੀ, ਪਰ ਕੁੱਲ ਮਿਲਾ ਕੇ ਮੁਸਲਮਾਨ ਇਸ ਤੋਂ ਦੂਰ ਹੀ ਰਹੇ।"[14]

> "ਸਵਦੇਸ਼ੀ ਲਹਿਰ... ਨੇ ਅੱਧ ਪਚੱਧ ਪ੍ਰੇਰਣਾ ਹਿੰਦੂਵਾਦ ਤੋਂ ਲਈ...ਪੱਛਮੀ ਭਾਰਤ ਅੰਦਰ ਵੀ ਇਸ ਸਮੇਂ ਦੌਰਾਨ ਭਾਰੀ ਜਾਗ ਲੱਗੀ ਅਤੇ ਹਿੰਦੂਵਾਦੀ ਰੰਗਤ ਵਾਲਾ ਹਮਲਾਵਰ ਰਾਸ਼ਟਰਵਾਦ ਮੁੜ ਜੀਵਤ ਹੋਇਆ (ਜਿਸ ਵਿੱਚੋਂ) ਬਾਲ ਗੰਗਾਧਰ ਤਿਲਕ ਇਕ ਮਹਾਨ ਆਗੂ ਬਣ ਕੇ ਉਭਰਿਆ।"[15]

ਨਹਿਰੂ ਵੱਲੋਂ ਇਸ ਸੱਚ ਦਾ ਖੁਲ੍ਹੇਆਮ ਇਕਬਾਲ ਕਰ ਲੈਣਾ ਕਿ "ਭਾਰਤ ਅੰਦਰ ਉੱਨ੍ਹੀਵੀਂ ਸਦੀ ਵਿਚ ਰਾਸ਼ਟਰਵਾਦ ਦੀਆਂ ਮੁੱਢਲੀਆਂ ਤਰੰਗਾਂ ਧਾਰਮਿਕ ਤੇ ਹਿੰਦੂ ਸਨ", ਬੇਹੱਦ ਅਹਿਮੀਅਤ ਰੱਖਦਾ ਹੈ। ਕਿਉਂਕਿ ਰਾਸ਼ਟਰਵਾਦੀ ਬ੍ਰਿਤਾਂਤ ਅੰਦਰ ਇਸ ਸਚਾਈ ਉੱਤੇ ਪੜਦਾ ਪਾਉਣ ਦੇ ਯਤਨ ਕੀਤੇ ਗਏ ਹਨ। ਬੰਗਾਲ ਤੇ ਮਹਾਂਰਾਸ਼ਟਰ ਦੇ, ਹਥਿਆਰਬੰਦ ਕਾਰਨਾਮਿਆਂ ਵਿਚ ਵਿਸ਼ਵਾਸ ਰੱਖਣ ਵਾਲੇ ਹਿੰਦੂ ਰਾਸ਼ਟਰਵਾਦੀਆਂ ਨੂੰ ਪ੍ਰਸੰਸਾ ਭਾਵ ਨਾਲ 'ਇਨਕਲਾਬੀ' ਜਾਂ 'ਕ੍ਰਾਂਤੀਕਾਰੀ' ਕਹਿ ਕੇ, ਉਨ੍ਹਾਂ ਦਾ ਹਿੰਦੂਵਾਦੀ ਲੱਛਣ ਲੁਕੋਇਆ ਗਿਆ ਹੈ। ਰਾਸ਼ਟਰਵਾਦੀ ਦ੍ਰਿਸ਼ਟੀਕੋਣ ਤੋਂ ਲਿਖੇ ਗਏ ਇਤਿਹਾਸ ਅੰਦਰ ਉਨ੍ਹਾਂ ਨੂੰ 'ਕੌਮੀ ਨਾਇਕਾਂ' ਦਾ ਮਾਣਯੋਗ ਰੁਤਬਾ ਦਿੱਤਾ ਗਿਆ ਹੈ। ਉੱਤਰੀ ਅਮਰੀਕਾ

---

13. Jawahar Lal Nehru, *India's Quest*, pp. 65-67.
14. *op.cit.*, p. 73.
15. *op.cit.*, p. 75.

ਅੰਦਰ ਲਾਲਾ ਹਰਦਿਆਲ ਤੇ ਹੋਰਨਾਂ ਹਿੰਦੂ (ਬੰਗਾਲੀ) ਵਿਦਿਆਰਥੀਆਂ ਨੇ, ਇਸ ਜੁਝਾਰੂ ਹਿੰਦੂ ਰਾਸ਼ਟਰਵਾਦੀ ਧਾਰਾ ਨੂੰ ਗ਼ਦਰ ਪਾਰਟੀ ਦੀਆਂ ਸਫ਼ਾਂ ਅੰਦਰ ਮਕਬੂਲ ਬਣਾਉਣ ਵਿਚ ਨੁਮਾਇਆ ਰੋਲ ਅਦਾ ਕੀਤਾ। ਭਾਰਤ ਦੀ ਆਜ਼ਾਦੀ ਤੋਂ ਬਾਅਦ ਪੰਜਾਬ ਅੰਦਰ ਖੱਬੇ ਪੱਖੀ ਤਾਕਤਾਂ ਨੇ, ਆਜ਼ਾਦੀ ਦੇ ਸੰਗਰਾਮ ਬਾਰੇ ਇਹ ਸਿੱਧੜ ਨਿਰਣਾ ਅਪਣਾ ਲਿਆ ਕਿ ਜਿਥੇ ਕਾਂਗਰਸ ਪਾਰਟੀ, ਆਪਣੇ ਜਮਾਤੀ ਖ਼ਾਸੇ ਅਨੁਸਾਰ, ਬਸਤੀਵਾਦੀ ਹਾਕਮਾਂ ਵੱਲ ਸਮਝੌਤੇ ਦਾ ਰੁਖ਼ ਅਪਣਾ ਕੇ ਚੱਲੀ, ਉਥੇ ਜੁਝਾਰੂ ਰਾਸ਼ਟਰਵਾਦੀ ਧਾਰਾ ਦਾ ਨਿਸ਼ਾਨਾ ਬਸਤੀਵਾਦ ਰਾਜ ਦਾ ਮੁਕੰਮਲ ਰੂਪ ਵਿਚ ਖ਼ਾਤਮਾ ਕਰਨਾ ਸੀ। ਇਸ ਸਿੱਧੜ ਨਿਰਣੇ ਦੇ ਆਧਾਰ 'ਤੇ, ਖੱਬੇ ਪੱਖੀਆਂ ਨੇ ਜੁਝਾਰੂ ਰਾਸ਼ਟਰਵਾਦੀ ਧਾਰਾ ਦੀ, ਬਿਨਾਂ ਨਿਰਖ ਪਰਖ ਕੀਤੇ, ਜੈ-ਜੈਕਾਰ ਕਰਨੀ ਸ਼ੁਰੂ ਕਰ ਦਿੱਤੀ। ਇਸ ਰਾਸ਼ਟਰਵਾਦੀ ਸ਼ਰਧਾ-ਭਾਵ ਅਧੀਨ ਉਨ੍ਹਾਂ ਨੇ ਬੰਗਾਲ ਦੇ ਜੁਝਾਰੂ ਰਾਸ਼ਟਰਵਾਦੀਆਂ ਦਾ ਹਿੰਦੂਵਾਦੀ ਲੱਛਣ ਨਜ਼ਰਅੰਦਾਜ਼ ਕਰ ਦਿੱਤਾ। ਜਿਸ ਨਾਲ ਨਾ ਸਿਰਫ਼ ਉਨ੍ਹਾਂ ਦੀ ਆਪਣੀ ਰਾਜਸੀ ਚੇਤਨਾ ਨੂੰ ਹਿੰਦੂਵਾਦ ਦਾ ਲੁਕਵਾਂ ਗ੍ਰਹਿਣ ਲੱਗ ਗਿਆ, ਸਗੋਂ ਇਸ ਨੁਕਸਦਾਰ ਨਜ਼ਰੀਏ ਦੀ ਬਦੌਲਤ ਉਨ੍ਹਾਂ ਨੇ ਗ਼ਦਰ ਲਹਿਰ ਦੇ ਖਰੇ ਤੇ ਨਿਵੇਕਲੇ ਇਨਕਲਾਬੀ ਤੱਤ ਨੂੰ ਸਮਝਣ ਵਿਚ ਖ਼ਤਾ ਖਾਧੀ। ਉਹ ਇਸ ਦਾ ਜੁਝਾਰੂ ਹਿੰਦੂ ਰਾਸ਼ਟਰਵਾਦੀ ਧਾਰਾ ਨਾਲੋਂ ਨਿਖੇੜਾ ਨਾ ਕਰ ਸਕੇ। ਇਸ ਤਰੀਕੇ ਨਾਲ, ਉਨ੍ਹਾਂ ਨੇ, ਅਣਚਾਹੇ ਤੇ ਅਨਜਾਣੇ ਰੂਪ ਵਿਚ, ਗ਼ਦਰ ਲਹਿਰ ਦੇ ਇਤਿਹਾਸ ਤੇ ਵਿਰਸੇ ਨੂੰ ਹਿੰਦੂ ਰਾਸ਼ਟਰਵਾਦ ਦੀ ਸੇਵਾ ਵਿਚ ਭੁਗਤਾਉਣ ਦਾ ਨਾ-ਕਾਬਲੇਮੁਆਫ਼ ਅਪਰਾਧ ਕੀਤਾ। ਇਸ ਗੱਲ ਨੂੰ ਧਿਆਨ ਵਿਚ ਰੱਖਦੇ ਹੋਏ, ਬੰਗਾਲੀ ਜੁਝਾਰੂ ਹਿੰਦੂ ਰਾਸ਼ਟਰਵਾਦੀ ਧਾਰਾ ਦੇ ਵਿਚਾਰਧਾਰਕ ਤੇ ਸੱਭਿਆਚਾਰਕ ਖ਼ਾਸੇ ਬਾਰੇ ਸੰਖੇਪ ਵਿਚ ਚਰਚਾ ਕਰਨੀ ਜ਼ਰੂਰੀ ਹੈ।

ਮੂਲ ਹਿੰਦੂ ਧਾਰਨਾਵਾਂ

ਉਨ੍ਹੀਵੀਂ ਸਦੀ ਦੇ ਹਿੰਦੂ ਪੁਨਰਵਾਦੀਆਂ ਦਾ ਇਹ ਨਿਸਚਤ ਵਿਚਾਰ ਬਣ ਗਿਆ ਸੀ, ਕਿ ਸਦੀਆਂ ਤਕ ਮੁਸਲਮਾਨਾਂ ਦੇ ਗ਼ੁਲਾਮ ਰਹਿਣ ਕਰਕੇ ਹਿੰਦੂਆਂ ਅੰਦਰ ਕਾਇਰਤਾ ਤੇ ਹੀਣਤਾ ਦਾ ਭਾਵ ਪੈਦਾ ਹੋ ਗਿਆ ਹੈ; ਅਤੇ ਹਿੰਦੂ ਧਰਮ ਨੂੰ ਸੁਰਜੀਤ ਕਰਨ ਲਈ ਹਿੰਦੂਆਂ ਦੇ ਦਿਲਾਂ ਵਿੱਚੋਂ ਇਹ ਭਾਵ ਦੂਰ ਕਰਨਾ ਪਹਿਲੀ ਲੋੜ ਬਣ ਗਈ ਸੀ। ਇਸ ਲੋੜ ਵਿੱਚੋਂ ਜੁਝਾਰੂ ਹਿੰਦੂ ਰਾਸ਼ਟਰਵਾਦੀਆਂ ਨੇ ਭਗਵਤ ਗੀਤਾ ਦੇ ਕਰਮਯੋਗ ਦੇ ਸਿਧਾਂਤ ਦੀ ਮੁੜ ਵਿਆਖਿਆ ਕਰਦਿਆਂ, ਇਸ ਨੂੰ ਤਤਕਾਲੀ ਰਾਜਸੀ ਹਾਲਤਾਂ ਤੇ ਲੋੜਾਂ ਦੇ ਅਨੁਕੂਲ ਢਾਲਿਆ। ਬੰਕਿਮ ਚੰਦਰ ਚੱਟੋਪਾਧਿਆ ਉਨ੍ਹੀਵੀਂ ਸਦੀ ਅੰਦਰ ਆਧੁਨਿਕ ਯੁਗ ਦਾ ਸਭ ਤੋਂ ਪਹਿਲਾ ਚਿੰਤਕ ਸੀ ਜਿਸ ਨੇ ਗੀਤਾ ਦੀ ਪੁਨਰ ਵਿਆਖਿਆ ਕੀਤੀ ਅਤੇ ਇਸ ਕੋਲੋਂ ਸਿੱਧੀ ਰਾਜਸੀ ਪ੍ਰੇਰਣਾ ਹਾਸਲ ਕੀਤੀ। ਉਸ ਤੋਂ ਬਾਅਦ ਕ੍ਰਮਵਾਰ ਅਰਬਿੰਦੋ ਘੋਸ਼, ਬਾਲ ਗੰਗਾਧਰ ਤਿਲਕ ਤੇ 'ਮਹਾਤਮਾ' ਗਾਂਧੀ ਨੇ ਇਸ ਗੀਤ ਨੂੰ ਅੱਗੇ ਤੋਰਿਆ।[16]

ਬੰਕਿਮ ਚੰਦਰ ਤੇ ਉਸ ਦੇ ਪੈਰੋਕਾਰਾਂ ਨੇ, ਗੀਤਾ ਦੇ ਕਰਮਯੋਗ ਦੇ ਸਿਧਾਂਤ ਦੀ ਮੁੜ ਵਿਆਖਿਆ ਕਰਦਿਆਂ ਹਿੰਸਾ ਨੂੰ ਉਚਿਤ ਠਹਿਰਾਉਣ ਤੇ ਹਿੰਦੂਆਂ ਅੰਦਰ

16. Dilip Bose, 'Marxism and the Bhagwat Gita', *Bhagwat-Gita and Our National Movement,* in S.G. Sardesai and Dilip Bose, p. 41.

ਸੈਨਿਕਵਾਦ ਦਾ ਜਜ਼ਬਾ ਪੈਦਾ ਕਰਨ ਦਾ ਕਾਰਜ ਛੋਹਿਆ। ਇਸ ਮੰਤਵ ਲਈ ਗਲਪ (ਫ਼ਿਕਸ਼ਨ) ਦੇ ਮਾਧਿਅਮ ਦੀ ਕਾਰਗਰ ਵਰਤੋਂ ਕੀਤੀ ਗਈ। ਬੰਕਿਮ ਚੰਦਰ ਚੱਟੋਪਾਧਿਆ ਨੇ 1882 ਈ. ਵਿਚ ਆਪਣਾ ਪ੍ਰਸਿੱਧ ਨਾਵਲ *ਆਨੰਦ ਮੱਠ* ਲਿਖਿਆ। ਇਹ ਨਾਵਲ ਅਠਾਰ੍ਹਵੀਂ ਸਦੀ ਵਿਚ ਹਿੰਦੂ ਸੰਨਿਆਸੀਆਂ ਵੱਲੋਂ ਮੁਸਲਮਾਨਾਂ ਦੀ ਸੱਤਾ (ਨਵਾਬ) ਵਿਰੁੱਧ ਲੜੇ ਗਏ ਕਾਲਪਨਿਕ ਸੰਘਰਸ਼ ਦੀ ਗਾਥਾ ਬਿਆਨ ਕਰਦਾ ਹੈ। ਨਾਵਲ ਵਿਚ ਹਿੰਦੂ ਸੰਨਿਆਸੀਆਂ ਦੀ ਮੁਸਲਮਾਨਾਂ ਉੱਤੇ ਕਾਲਪਨਿਕ ਜਿੱਤ ਦਿਖਾਈ ਗਈ ਹੈ। ਮੁਸਲਮਾਨਾਂ ਉੱਤੇ ਹਿੰਦੂਆਂ ਦੀ ਇਹ ਕਾਲਪਨਿਕ ਜਿੱਤ, ਹਿੰਦੂ ਮਾਨਸਿਕਤਾ ਨੂੰ ਉਸ ਕੁੰਠਾ ਤੋਂ ਮੁਕਤ ਕਰਦੀ ਸੀ ਜਿਸ ਦੀ ਉਹ ਸਦੀਆਂ ਤੋਂ ਸ਼ਿਕਾਰ ਤੁਰੀ ਆ ਰਹੀ ਸੀ। ਨਾਵਲ ਵਿਚ ਅੰਗਰੇਜ਼ਾਂ ਦੇ ਰਾਜ ਨੂੰ ਹਿੰਦੂਆਂ ਦੀ ਭਲਾਈ ਦਾ ਜ਼ਾਮਨ ਦਿਖਾਇਆ ਗਿਆ ਹੈ ਅਤੇ ਹਿੰਦੂਆਂ ਨੂੰ ਅੰਗਰੇਜ਼ੀ ਰਾਜ ਦੀ ਮੱਦਦ ਕਰਨ ਦੀ ਸੇਧ ਸੁਝਾਈ ਗਈ ਹੈ। ਨਾਵਲ ਦੇ ਹੇਠਾਂ ਦਿੱਤੇ ਇਕ ਵਾਰਤਾਲਾਪ 'ਚੋਂ ਨਾਵਲ ਦਾ ਕੇਂਦਰੀ ਭਾਵ ਪ੍ਰਗਟ ਹੋ ਜਾਂਦਾ ਹੈ। ਹਿੰਦੂ ਸੰਨਿਆਸੀਆਂ ਦਾ ਆਗੂ ਸੱਤਿਆਨੰਦ ਮੁਸਲਮਾਨਾਂ ਉੱਤੇ ਜਿੱਤ ਹਾਸਲ ਕਰ ਲੈਣ ਤੋਂ ਬਾਅਦ ਜਦੋਂ ਆਪਣੇ ਧਾਰਮਿਕ ਗੁਰੂ ਵੈਦ ਰਾਜ ਜੀ ਕੋਲ ਇਹ ਸੁਆਲ ਤੇ ਸ਼ੰਕਾ ਪ੍ਰਗਟ ਕਰਦਾ ਹੈ ਕਿ "ਮੁਸਲਮਾਨਾਂ ਦਾ ਰਾਜ ਤਾਂ ਜ਼ਰੂਰ ਖ਼ਤਮ ਹੋ ਗਿਆ ਪਰ ਹਿੰਦੂਆਂ ਦਾ ਰਾਜ ਤਾਂ ਸਥਾਪਤ ਨਹੀਂ ਹੋਇਆ? ਹੁਣ ਰਾਜਾ ਕੌਣ ਬਣੇਗਾ? ਕੀ ਦੁਬਾਰਾ ਮੁਸਲਮਾਨ ਹੀ ਹਕੂਮਤ ਬਣਾਉਣਗੇ?", ਤਾਂ ਵੈਦ ਰਾਜ ਜੀ ਦਾ ਸਪੱਸ਼ਟ ਤੇ ਦ੍ਰਿੜ੍ਹ ਉੱਤਰ ਸੀ ਕਿ "ਨਹੀਂ, ਹੁਣ ਅੰਗਰੇਜ਼ ਰਾਜ ਕਰਨਗੇ।" ਵੈਦ ਰਾਜ ਜੀ ਸੱਤਿਆਨੰਦ ਦੇ ਮਨ ਦੀ ਉਲਝਣ ਤੇ ਵੇਦਨਾ ਦੂਰ ਕਰਨ ਲਈ ਕਹਿੰਦਾ ਹੈ: "ਸੱਤਿਆਨੰਦ ਦੁਖੀ ਨਾ ਹੋ।... ਅੰਗਰੇਜ਼ਾਂ ਦੇ ਰਾਜ ਬਗ਼ੈਰ ਸਨਾਤਨ ਧਰਮ ਦੇ ਪੁਨਰ ਜੀਵਤ ਹੋਣ ਦੀ ਕੋਈ ਸੰਭਾਵਨਾ ਨਹੀਂ ਹੈ। ਮੈਂ ਮਹਾਂਪੁਰਖਾਂ ਦਾ ਗਿਆਨ ਤੈਨੂੰ ਸਮਝਾਈ ਜਾਂਦਾ ਹਾਂ।... ਅੰਗਰੇਜ਼ ਪਦਾਰਥਵਾਦੀ ਗਿਆਨ ਦੇ ਪੰਡਤ ਹਨ ਤੇ ਲੋਕ ਸਿੱਖਿਆ ਦੇ ਵੀ ਮਾਹਰ ਹਨ। ਇਸ ਲਈ ਪਦਾਰਥਵਾਦੀ ਗਿਆਨ ਦੂਜੇ ਦੇਸ਼ ਤੋਂ ਲੈਣਾ ਪਵੇਗਾ। ਇਸ ਲਈ ਅੰਗਰੇਜ਼ਾਂ ਨੂੰ ਸੱਤਾ ਸੌਂਪਣੀ ਜ਼ਰੂਰੀ ਹੈ। ਅੰਗਰੇਜ਼ੀ ਸਿੱਖਿਆ ਨਾਲ ਹੀ ਦੇਸ਼ ਦੇ ਲੋਕ ਆਪਣੀ ਅੰਤਰ ਆਤਮਾ ਨੂੰ ਖੰਘਾਲਣ ਦੇ ਸਮਰੱਥ ਹੋ ਸਕਣਗੇ। ਫਿਰ ਸਨਾਤਨ ਧਰਮ ਦੇ ਪ੍ਰਚਾਰ ਵਿਚ ਕੋਈ ਵਿਘਨ ਨਹੀਂ ਪਵੇਗਾ। ਅਸਲੀ ਧਰਮ ਆਪਣੇ ਆਪ ਪ੍ਰਕਾਸ਼ਮਾਨ ਹੋ ਉਠੇਗਾ। ਜਿੰਨਾ ਚਿਰ ਅਜਿਹਾ ਨਹੀਂ ਹੁੰਦਾ, ਜਿੰਨਾ ਚਿਰ ਹਿੰਦੂ ਮੁੜ ਤੋਂ ਗੁਣੀ ਗਿਆਨੀ ਤੇ ਤਾਕਤਵਰ ਨਹੀਂ ਹੋ ਜਾਂਦੇ, ਓਨਾ ਚਿਰ ਅੰਗਰੇਜ਼ਾਂ ਦਾ ਰਾਜ ਕਾਇਮ ਰਹੇਗਾ। ਅੰਗਰੇਜ਼ੀ ਰਾਜ ਵਿਚ ਪਰਜਾ ਸੁਖੀ ਹੋਵੇਗੀ ਤੇ ਸੁੱਖ-ਸ਼ਾਂਤੀ ਨਾਲ ਆਪਣੇ ਧਰਮ ਦਾ ਪਾਲਣ ਕਰੇਗੀ। ਹੇ ਬੁੱਧੀਮਾਨ! ਅੰਗਰੇਜ਼ਾਂ ਨਾਲ ਯੁੱਧ ਕਰਨ ਦੀ ਥਾਂ ਮੇਰੇ ਪਿੱਛੇ ਪਿੱਛੇ ਚਲਿਆ ਆ। ...ਤੁਹਾਡਾ ਵਰਤ ਸਫਲ ਹੋਇਆ ਹੈ, ਮਾਤਾ ਦੀ ਜੈ-ਜੈਕਾਰ ਨਾਲ ਅੰਗਰੇਜ਼ਾਂ ਦਾ ਰਾਜ ਸਥਾਪਤ ਹੋਇਆ ਹੈ। ਹੁਣ ਯੁੱਧ ਦਾ ਵਿਚਾਰ ਤਿਆਗ, ਲੋਕ ਖੇਤੀਬਾੜੀ ਵਿਚ ਲੱਗਣ! ਧਰਤੀ ਖ਼ੁਸ਼ਹਾਲ ਹੋਵੇ ਤੇ ਲੋਕਾਂ ਦੇ ਚਿਹਰਿਆਂ 'ਤੇ ਰੌਣਕ ਵਧੇ।"

ਵੈਦ ਰਾਜ ਜੀ ਦਾ ਉਪਦੇਸ਼ ਮੰਨ ਕੇ ਸੰਨਿਆਸੀਆਂ ਦਾ ਆਗੂ ਸੱਤਿਆਨੰਦ, ਸਭ ਕੁਝ ਤਿਆਗ ਕੇ ਹਿਮਾਲਾ ਪਰਬਤ ਲਈ ਚੱਲ ਪੈਂਦਾ ਹੈ ਤਾਂ ਕਿ ਅੰਗਰੇਜ਼ਾਂ ਦਾ ਰਾਜ ਨਿਰਵਿਘਨ ਸਥਾਪਤ ਹੋ ਜਾਵੇ ਤੇ ਹਿੰਦੂ ਧਰਮ ਦੀ ਜੈ-ਜੈਕਾਰ ਚਹੁੰ ਕੂਟਾਂ ਵਿਚ ਫੈਲ ਜਾਵੇ।

ਇਸ ਤਰੀਕੇ ਨਾਲ, *ਅਨੰਦ ਮੱਠ* ਨਾਵਲ ਦਾ ਕਾਲਪਨਿਕ ਬ੍ਰਿਤਾਂਤ ਹਿੰਦੂ ਵਰਗ

ਅੰਦਰੋਂ ਹੀਣਤਾ ਦਾ ਭਾਵ ਦੂਰ ਕਰਨ ਦਾ ਵਾਹਕ ਬਣਿਆ। ਬੰਕਿਮ ਚੰਦਰ ਚੱਟੋਪਾਧਿਆ ਵੱਲੋਂ 1870 ਈ. ਵਿਚ ਲਿਖਿਆ ਗਿਆ 'ਵੰਦੇ ਮਾਤਰਮ' ਨਾਂ ਦਾ ਗੀਤ ਨਾਵਲ ਵਿਚ ਪਾਤਰਾਂ ਦੇ ਮੁੱਖ ਗੀਤ ਵਜੋਂ ਫਿੱਟ ਕੀਤਾ ਗਿਆ ਸੀ। ਨਾਵਲ ਵਿਚ ਹਿੰਦੂਆਂ ਨੂੰ 'ਵੰਦੇ ਮਾਤਰਮ' ਦੇ ਨਾਹਰੇ ਗੁੰਜਾਉਂਦਿਆਂ ਮੁਸਲਮਾਨਾਂ ਉੱਤੇ ਹਮਲੇ ਕਰਦੇ ਤੇ ਉਨ੍ਹਾਂ ਦੇ ਘਰ ਬਾਰ ਸਾੜਦੇ ਦਰਸਾਇਆ ਗਿਆ ਹੈ। ਮੁਸਲਮਾਨ ਵਿਰੋਧੀ ਤੱਤ ਨਾਲ ਛਲਕਦੇ ਇਸ ਨਾਵਲ ਨੂੰ, ਬੰਗਾਲੀ 'ਭਦਰਲੋਕ' ਨੇ, ਅਮਲੀ ਰੂਪ ਵਿਚ ਬਸਤੀਵਾਦ ਵਿਰੋਧੀ ਸੰਘਰਸ਼ ਅੰਦਰ ਸਿਆਸੀ ਦਸਤਾਵੇਜ਼ ਦੇ ਰੂਪ ਵਿਚ ਅਪਣਾ ਲਿਆ। 'ਵੰਦੇ ਮਾਤਰਮ' ਨੂੰ ਰਾਸ਼ਟਰਵਾਦੀ ਨਾਹਰੇ ਦਾ ਸਨਮਾਨਯੋਗ ਰੁਤਬਾ ਪ੍ਰਦਾਨ ਕਰ ਦਿੱਤਾ ਗਿਆ। ਇਸ ਨੂੰ ਨਾ ਕੇਵਲ ਹਿੰਦੂਆਂ ਅੰਦਰ, ਸਗੋਂ ਚੁਸਤੀ ਤੇ ਮੱਕਾਰੀ ਨਾਲ, ਗ਼ੈਰ-ਹਿੰਦੂ ਵਰਗਾਂ ਅੰਦਰ ਵੀ ਮਕਬੂਲ ਕਰ ਦਿੱਤਾ ਗਿਆ।

ਬੰਕਿਮ ਚੰਦਰ ਚੱਟੋਪਾਧਿਆ ਨੇ 'ਦੇਸ਼ ਭਗਤੀ' ਨੂੰ ਨਾ ਸਿਰਫ਼ ਧਰਮ ਦੇ ਬਰਾਬਰ ਖੜ੍ਹਾ ਕਰ ਦਿੱਤਾ, ਸਗੋਂ ਇਸ ਤੋਂ ਵੀ ਅੱਗੇ ਵਧ ਕੇ, ਉਸ ਨੇ ਇਸ ਨੂੰ 'ਸਭ ਤੋਂ ਉਚੇਰੇ ਧਰਮ' ਦਾ ਪਵਿੱਤਰ ਦਰਜਾ ਬਖ਼ਸ਼ ਦਿੱਤਾ।[17] ਇਹ ਸੂਤਰੀਕਰਨ (formulation), ਸਿੱਧੇ ਤੇ ਪ੍ਰਤੱਖ ਰੂਪ ਵਿਚ, ਹਿੰਦੂ ਵਰਗ ਦਾ ਪੱਖ ਪੂਰਦਾ ਹੈ। ਕਿਉਂਕਿ ਜਿਵੇਂ ਪਿੱਛੇ ਦਰਸਾਇਆ ਗਿਆ ਹੈ, ਭਾਰਤ ਅੰਦਰ ਰਾਸ਼ਟਰਵਾਦ ਦਾ ਸੰਕਲਪੀਕਰਨ ਜਿਸ ਤਰੀਕੇ ਨਾਲ ਕੀਤਾ ਗਿਆ ਹੈ, ਉਸ ਅਨੁਸਾਰ ਦੇਸ਼ ਭਗਤੀ ਤੇ ਹਿੰਦੂ ਰਾਸ਼ਟਰਵਾਦ ਵਿਚਕਾਰ ਨਿਖੇੜਾ ਕਰ ਸਕਣਾ ਮੁਸ਼ਕਲ ਹੈ। ਦੋਵੇਂ ਇਕ ਦੂਜੇ ਵਿਚ ਗੁੰਦੇ ਹੋਏ (intertwined) ਹਨ। 'ਹਿੰਦੂ' ਤੇ 'ਭਾਰਤੀ' ਪਦ, ਅਮਲੀ ਰੂਪ ਵਿਚ ਸਮਅਰਥੀ ਹੋਣ ਕਰਕੇ, 'ਹਿੰਦੂ ਪਛਾਣ' ਤੇ 'ਭਾਰਤੀ ਪਛਾਣ' ਵਿਚਕਾਰ ਕੋਈ ਟਕਰਾਅ ਪੈਦਾ ਨਹੀਂ ਹੁੰਦਾ। ਇਸ ਦੇ ਉਲਟ, 'ਸਰਬ-ਸਾਂਝੀ ਭਾਰਤੀ ਪਛਾਣ' ਵਿਕਸਤ ਕਰਨ ਦਾ ਅਮਲੀ ਨਤੀਜਾ, ਘੱਟਗਿਣਤੀ ਧਾਰਮਿਕ ਭਾਈਚਾਰਿਆਂ ਦੀਆਂ ਆਪੋ-ਆਪਣੀਆਂ ਨਿਵੇਕਲੀਆਂ ਪਛਾਣਾਂ ਨੂੰ ਖ਼ਤਮ ਕਰਨਾ ਜਾਂ ਇਨ੍ਹਾਂ ਨੂੰ 'ਸਰਬ-ਸਾਂਝੀ ਭਾਰਤੀ ਪਛਾਣ' ਦੇ ਮਾਤਹਿਤ ਬਣਾਉਣਾ ਹੈ। ਜਦੋਂ ਦੇਸ਼ ਭਗਤੀ ਨੂੰ 'ਸਭ ਨਾਲੋਂ ਉਚੇਰੇ ਧਰਮ' ਦਾ ਰੁਤਬਾ ਦਿੱਤਾ ਜਾਂਦਾ ਹੈ, ਤਾਂ ਇਸ ਨਾਲ ਸਵੈ-ਸਿੱਧ ਹੀ ਘੱਟਗਿਣਤੀ ਧਰਮਾਂ ਦਾ ਦਰਜਾ ਨੀਵਾਂ ਹੋ ਜਾਂਦਾ ਹੈ। ਉਨ੍ਹਾਂ ਕੋਲੋਂ ਆਪਣੇ ਧਾਰਮਿਕ ਸਰੋਕਾਰਾਂ ਨੂੰ ਦੇਸ਼ ਭਗਤੀ ਦੇ 'ਉਚੇਰੇ ਧਰਮ' ਲਈ ਕੁਰਬਾਨ ਕਰਨ ਦੀ ਮੰਗ ਕੀਤੀ ਜਾਂਦੀ ਹੈ। ਇਸ ਤਰ੍ਹਾਂ ਘੱਟਗਿਣਤੀ ਧਰਮ ਨਿਰੰਤਰ ਦਬਾਅ ਹੇਠ, ਅਤੇ ਬਹੁਗਿਣਤੀ ਦੇ ਮੁਕਾਬਲੇ, ਗ਼ੈਰ-ਲਾਹੇਵੰਦੀ ਹਾਲਤ ਵਿਚ ਆ ਜਾਂਦੇ ਹਨ। ਇਸੇ ਕਰਕੇ ਹੀ, *ਟਾਈਮਜ਼ ਆੱਵ ਇੰਡੀਆ* ਅਖ਼ਬਾਰ ਦੇ ਕੱਟੜ ਹਿੰਦੂਤਵੀ ਸੰਪਾਦਕ (ਮਰਹੂਮ) ਗਿਰੀ ਲਾਲ ਜੈਨ ਨੇ, ਆਪਣੇ ਪ੍ਰਸਿੱਧ ਸਿਧਾਂਤਕ ਕਿਤਾਬਚੇ ਅੰਦਰ, ਬੰਕਿਮ ਚੰਦਰ ਚੱਟੋਪਾਧਿਆ ਦੇ ਇਸ ਸੂਤਰੀਕਰਨ ਨੂੰ 'ਉਸ ਦੀਆਂ ਲਿਖਤਾਂ ਦਾ ਮੀਰੀ ਖ਼ਿਆਲ' (master idea) ਕਹਿ ਕੇ ਨਿਵਾਜਿਆ ਹੈ।

ਇਸ ਦੇ ਨਾਲ ਹੀ, ਬੰਕਿਮ ਚੰਦਰ ਨੇ ਦੇਸ਼ ਦੀ ਉਪਮਾ 'ਦੇਵੀ ਮਾਂ' (Mother Godess) ਨਾਲ ਕੀਤੀ। ਇਸ ਨਾਲ, ਸੁਭਾਵਿਕ ਤੇ ਅਟੱਲ ਰੂਪ ਵਿਚ, ਦੇਸ਼ ਭਗਤੀ ਦੇ ਸੰਕਲਪ ਦਾ ਹਿੰਦੂਕਰਨ ਹੋ ਗਿਆ। ਇਸ ਤਰੀਕੇ ਨਾਲ, ਦੇਸ਼ ਭਗਤੀ ਦੇ ਨਾਂ ਉੱਤੇ, ਘੱਟਗਿਣਤੀ ਧਾਰਮਿਕ ਭਾਈਚਾਰਿਆਂ, ਵਿਸ਼ੇਸ਼ ਕਰਕੇ ਮੁਸਲਮਾਨਾਂ ਤੇ ਸਿੱਖਾਂ ਨੂੰ, ਉਨ੍ਹਾਂ

17. Giri Lal Jain, *The Hindu Phenomenon,* p. 43.

ਦੇ ਮੂਲ ਧਾਰਮਿਕ ਅਕੀਦਿਆਂ ਨਾਲ ਟਕਰਾਉਂਦੀਆਂ ਹਿੰਦੂ ਮਨੌਤਾਂ ਪ੍ਰਵਾਨ ਕਰਨ ਲਈ ਪ੍ਰੇਰਿਤ ਤੇ ਮਜਬੂਰ ਕਰਨ, ਅਰਥਾਤ ਅਛੋਪਲੇ ਢੰਗ ਨਾਲ ਉਨ੍ਹਾਂ ਨੂੰ ਹਿੰਦੂ ਰੀਤੇ ਤੋਰਨ ਦੀ ਕਵਾਇਦ ਸ਼ੁਰੂ ਹੋ ਗਈ।

ਹਿੰਦੂ ਕ੍ਰਾਂਤੀਕਾਰੀ ਦਲ

ਅਰਬਿੰਦੋ ਘੋਸ਼ ਨੇ ਬੰਕਿਮ ਚੰਦਰ ਕੋਲੋਂ ਪ੍ਰੇਰਿਤ ਤੇ ਉਤਸ਼ਾਹਤ ਹੋ ਕੇ, ਹਿੰਦੂ ਉੱਚ ਜਾਤੀਆਂ ਅੰਦਰ ਲੜਾਕੂ ਜਜ਼ਬਾ ਪੈਦਾ ਕਰਨ ਲਈ ਸਿਧਾਂਤਕ ਤੇ ਅਮਲੀ ਖੇਤਰ ਅੰਦਰ ਪੁਰਜੋਸ਼ ਸਰਗਰਮੀ ਆਰੰਭ ਦਿੱਤੀ। ਉਸ ਨੇ 1909 ਈ. ਵਿਚ *ਅਨੰਦ ਮੱਠ* ਦਾ ਅੰਗਰੇਜ਼ੀ ਅਨੁਵਾਦ ਕਰ ਕੇ, ਇਸ ਨੂੰ ਆਪਣੇ ਪਰਚੇ *ਕਰਮ ਯੋਗਣੀ* ਵਿਚ ਲੜੀਵਾਰ ਛਾਪਿਆ। ਬੰਕਿਮ ਚੰਦਰ ਚੱਟੋਪਾਧਿਆ ਦੇ ਵਿਚਾਰਾਂ, ਖ਼ਾਸ ਕਰਕੇ *ਅਨੰਦ ਮੱਠ* ਨਾਵਲ ਤੋਂ ਪ੍ਰੇਰਿਤ ਤੇ ਉਤਸ਼ਾਹਤ ਹੋ ਕੇ, ਬੰਗਾਲ ਅੰਦਰ ਜੁਝਾਰੂ ਹਿੰਦੂ ਰਾਸ਼ਟਰਵਾਦੀਆਂ ਨੇ ਗੁਪਤ ਜਥੇਬੰਦੀਆਂ ਬਣਾ ਕੇ ਅੰਗਰੇਜ਼ੀ ਰਾਜ ਵਿਰੁੱਧ ਹਥਿਆਰਬੰਦ ਕਾਰਨਾਮੇ ਕਰਨੇ ਸ਼ੁਰੂ ਕਰ ਦਿੱਤੇ। ਵੀਹਵੀਂ ਸਦੀ ਦੇ ਮੁੱਢਲੇ ਸਾਲਾਂ ਅੰਦਰ ਬੰਗਾਲ ਵਿਚ ਜੁਝਾਰੂ ਹਿੰਦੂ ਰਾਸ਼ਟਰਵਾਦੀਆਂ ਦੇ ਦੋ ਗਰੁੱਪ ਸਨ, ਇਕ 'ਅਨੁਸ਼ੀਲਨ ਸਮਿਤੀ' ਤੇ ਦੂਜਾ 'ਵਿਪਲਵੀ' ਅਥਵਾ 'ਯੁਗਾਂਤਰ' ਗਰੁੱਪ। 'ਅਨੁਸ਼ੀਲਨ' ਦਾ ਸੰਕਲਪ ਬੰਕਿਮ ਚੰਦਰ ਚੈਟਰਜੀ ਨੇ ਘੜਿਆ ਤੇ ਪ੍ਰਚਲਿਤ ਕੀਤਾ ਸੀ। ਇਸ ਦਾ ਅਰਥ ਤਨ ਤੇ ਮਨ ਨੂੰ ਸਾਧਣਾ ਸੀ। ਮਨ ਦੇ ਨਾਲ ਤਨ ਨੂੰ ਸਾਧਨ ਦੀ ਲੋੜ ਇਸ ਕਰਕੇ ਦਰਸਾਈ ਗਈ ਸੀ, ਕਿ ਹਿੰਦੂਆਂ ਅੰਦਰੋਂ, ਆਪਣੇ ਆਪ ਨੂੰ ਜਿਸਮਾਨੀ ਪੱਖੋਂ ਮੁਸਲਮਾਨਾਂ ਤੋਂ ਕਮਜ਼ੋਰ ਸਮਝਣ ਦੀ ਹੀਣ ਭਾਵਨਾ ਦੂਰ ਕੀਤੀ ਜਾ ਸਕੇ, ਅਤੇ ਉਹ ਤਨ ਦੀ ਸਾਧਨਾ ਜ਼ਰੀਏ ਮੁਸਲਮਾਨਾਂ ਦੇ ਜਿਸਮਾਨੀ ਬਲ ਦਾ ਟਾਕਰਾ ਕਰਨ ਦੇ ਸਮਰੱਥ ਹੋ ਸਕਣ। 1908 ਈ. ਵਿਚ ਬੰਗਾਲੀ ਹਿੰਦੂ ਰਾਸ਼ਟਰਵਾਦੀਆਂ ਨੇ ਬਨਾਰਸ ਵਿਖੇ 'ਅਨੁਸ਼ੀਲਨ ਸਮਿਤੀ' ਨਾਂ ਹੇਠ ਪਹਿਲਾ ਕ੍ਰਾਂਤੀਕਾਰੀ ਦਲ ਕਾਇਮ ਕੀਤਾ। ਬਾਅਦ ਵਿਚ, ਸਰਕਾਰ ਨੂੰ ਚਕਮਾ ਦੇਣ ਲਈ, ਇਸ ਦਾ ਨਾਂ ਬਦਲ ਕੇ 'ਯੰਗ ਮੈਨਜ਼ ਐਸੋਸੀਏਸ਼ਨ' ਕਰ ਦਿੱਤਾ ਗਿਆ ਸੀ।[18] 'ਯੁਗਾਂਤਰ' ਦਾ ਸ਼ਬਦੀ ਅਰਥ ਹੈ ਯੁਗ ਦਾ ਅੰਤਰ। ਭਾਵ ਇਹ ਕਿ ਹਿੰਦੂ ਰਾਸ਼ਟਰਵਾਦੀ ਨਵਾਂ ਯੁਗ ਲਿਆਉਣਾ ਚਾਹੁੰਦੇ ਸਨ ਜਿਥੇ ਵੈਦਿਕ ਹਿੰਦੂ ਧਰਮ ਦੀ ਜੈ-ਜੈਕਾਰ ਹੋਣੀ ਸੀ। 1906 ਈ. ਵਿਚ *ਯੁਗਾਂਤਰ* ਦੇ ਨਾਂ ਹੇਠ ਪਹਿਲਾ ਬੰਗਾਲੀ ਰਾਸ਼ਟਰਵਾਦੀ ਸਪਤਾਹਿਕ ਪਰਚਾ ਛਪਣਾ ਆਰੰਭ ਹੋਇਆ। ਇਸ ਦਾ ਸੰਪਾਦਕ ਸਵਾਮੀ ਵਿਵੇਕਾਨੰਦ ਦਾ ਛੋਟਾ ਭਰਾ ਭੂਪੇਂਦਰਨਾਥ ਦੱਤ ਸੀ, ਪਰ ਅਮਲੀ ਰੂਪ ਵਿਚ ਸੰਪਾਦਕੀ ਲੇਖ ਅਰਬਿੰਦੋ ਘੋਸ਼ ਹੀ ਲਿਖਦਾ ਸੀ। *ਯੁਗਾਂਤਰ* ਤੋਂ ਇਲਾਵਾ, ਅਰਬਿੰਦੋ ਘੋਸ਼ ਨੇ 1906 ਵਿਚ *ਵੰਦੇ ਮਾਤਰਮ* ਦੇ ਨਾਂ ਹੇਠ ਇਕ ਹੋਰ ਪਰਚਾ ਛਾਪਣਾ ਸ਼ੁਰੂ ਕਰ ਦਿੱਤਾ ਸੀ।

ਇਹ ਦੋਵੇਂ ਹੀ ਗਰੁੱਪ ਬੰਗਾਲ ਮਾਤਰ-ਭੂਮੀ ਨੂੰ ਬਰਤਾਨਵੀ ਸਾਮਰਾਜ ਤੋਂ ਮੁਕਤ ਕਰਵਾਉਣ ਲਈ ਇੱਕਾ-ਦੁੱਕਾ ਹਥਿਆਰਬੰਦ ਕਾਰਵਾਈਆਂ ਕਰਦੇ ਸਨ। ਦੋਵਾਂ ਹੀ ਗਰੁੱਪਾਂ ਦਾ ਮਕਸਦ ਮਾਤਰ ਭੂਮੀ ਨੂੰ ਆਜ਼ਾਦ ਕਰਵਾ ਕੇ, ਹਿੰਦੂਆਂ ਦੀ ਖੁੱਸੀ ਹੋਈ ਸ਼ਾਨ ਬਹਾਲ ਕਰਨਾ ਸੀ। ਦੋਵੇਂ ਹੀ ਗਰੁੱਪ ਮੁਸਲਮਾਨਾਂ ਨੂੰ ਤਿੱਖੀ ਨਫ਼ਰਤ ਕਰਦੇ ਸਨ। ਇਹਨਾਂ ਗਰੁੱਪਾਂ

18. Dilip Bose, 'Marxism and the Bhagwat Gita', *Bhagwat-Gita and Our National Movement,* in S.G. Sardesai and Dilip Bose, pp. 44, 47 and 56-57.

ਵਿਚ ਸ਼ਾਮਲ ਹੋਣ ਲਈ ਮੈਂਬਰਾਂ ਨੂੰ ਉਸੇ ਹੀ ਤਰ੍ਹਾਂ ਦੇਵੀ ਦੀ ਸਹੁੰ ਚੁੱਕਣੀ ਪੈਂਦੀ ਸੀ, ਜਿਸ ਤਰ੍ਹਾਂ *ਅਨੰਦ ਮੱਠ* ਨਾਵਲ ਵਿਚ ਦਿਖਾਇਆ ਗਿਆ ਹੈ। 'ਅਨੁਸ਼ੀਲਨ ਸਮਿਤੀ' ਦਾ ਮੈਂਬਰ ਬਣਨ ਵੇਲੇ ਕਾਲੀ ਮਾਤਾ ਮੂਹਰੇ ਖੜ ਕੇ, ਸਿਰ ਉੱਤੇ ਗੀਤਾ ਰੱਖ ਕੇ ਤੇ ਹੱਥ ਵਿਚ ਤਲਵਾਰ ਜਾਂ ਪਿਸਤੌਲ ਫੜ ਕੇ ਸਹੁੰ ਚੁੱਕਣੀ ਪੈਂਦੀ ਸੀ। ਇਸ ਦੇ ਮੈਂਬਰਾਂ ਅੰਦਰ ਜੰਗਜੂ ਸਪਿਰਿਟ ਭਰਨ ਲਈ ਉਨ੍ਹਾਂ ਨੂੰ ਲਾਠੀ ਤੇ ਤਲਵਾਰ ਆਦਿ ਚਲਾਉਣ ਦੀ ਉਚੇਚੀ ਸਿੱਖਿਆ ਤੇ ਟਰੇਨਿੰਗ ਦਿੱਤੀ ਜਾਂਦੀ ਸੀ।[19] ਅਨੁਸ਼ੀਲਨ ਸਮਿਤੀ ਦੇ ਪ੍ਰਸਿੱਧ ਆਗੂ ਤ੍ਰਿਲੋਕਯ ਨਾਥ ਚੱਕਰਵਰਤੀ, ਜਿਸ ਨੇ ਲਗਭਗ ਤੀਹ ਸਾਲ ਜੇਲ੍ਹਾਂ ਅੰਦਰ ਕਠੋਰ ਜੀਵਨ ਬਤੀਤ ਕੀਤਾ ਸੀ, ਨੇ ਆਪਣੀ ਜੀਵਨ ਵਿਥਿਆ ਬਿਆਨ ਕਰਦਿਆਂ ਲਿਖਿਆ ਹੈ ਕਿ ਅਨੁਸ਼ੀਲਨ ਸੰਮਤੀ ਦੇ ਬਾਨੀ ਆਗੂ "ਪੁਲਿਨ ਬਾਬੂ ਨੇ ਇਕ ਮਰਾਠਾ ਸੱਜਣ ਤੋਂ ਤਲਵਾਰ ਅਤੇ ਛੁਰਾ ਚਲਾਉਣਾ ਸਿੱਖਿਆ ਅਤੇ ਲੋਕਲ ਲਠੈਤਾਂ ਤੋਂ ਲਾਠੀ ਚਲਾਉਣੀ ਸਿੱਖੀ। ਪੁਲਿਨ ਬਾਬੂ ਨੇ ਭਾਰਤ ਨੂੰ ਆਜ਼ਾਦ ਕਰਾਉਣਾ ਚਾਹਿਆ ਸੀ, ਇਸ ਲਈ ਉਨ੍ਹਾਂ ਨੇ ਦੇਸ਼ ਵਿਚ ਯੁਵਾ-ਸ਼ਕਤੀ ਜਗਾਉਣ ਦੀ ਕੋਸ਼ਿਸ਼ ਕੀਤੀ ਅਤੇ ਸਮਿਤੀ ਵਿਚ ਤਲਵਾਰ, ਲਾਠੀ, ਛੁਰਾ ਚਲਾਉਣਾ ਅਤੇ ਸਿਖਾਉਣਾ ਸ਼ੁਰੂ ਕੀਤਾ।"[20] ਤ੍ਰਿਲੋਕਯ ਨਾਥ ਚੱਕਰਵਰਤੀ ਦੇ ਹੇਠ ਦਿੱਤੇ ਹਵਾਲੇ ਤੋਂ ਪ੍ਰਤੱਖ ਹੋ ਜਾਂਦਾ ਹੈ ਕਿ ਮੁੱਢਲੇ ਬੰਗਾਲੀ ਹਿੰਦੂ ਰਾਸ਼ਟਰਵਾਦੀਆਂ ਅੰਦਰ, ਹਿੰਦੂਆਂ ਨੂੰ ਮੁਸਲਮਾਨਾਂ ਦੇ ਮੁਕਾਬਲੇ ਵਿਚ ਕਮਜ਼ੋਰ ਤੇ ਕਾਇਰ ਸਮਝਣ ਦੀ ਹੀਣ ਭਾਵਨਾ ਤੋਂ ਮੁਕਤ ਕਰਨ ਦੀ ਕਿੰਨੀ ਪ੍ਰਬਲ ਤਾਂਘ ਮਚਲ ਰਹੀ ਸੀ। ਚੱਕਰਵਰਤੀ ਨੇ ਹਿੰਦੂ ਰਾਸ਼ਟਰਵਾਦੀਆਂ ਵਲੋਂ ਪੂਰਬੀ ਬੰਗਾਲ ਅੰਦਰ ਕੀਤੀ ਗਈ ਇਕ ਡਕੈਤੀ ਦਾ 'ਬੀਰ ਰਸੀ' ਵਰਣਨ ਇਸ ਤਰ੍ਹਾਂ ਕੀਤਾ ਹੈ: "1908 ਵਿਚ ਬਾਨ੍ਹਾ ਡਕੈਤੀ ਹੋਈ। ਪੁਲਿਸ ਨੇ ਸਮਝਿਆ ਇਹ ਅਨੁਸ਼ੀਲਨ ਸਮਿਤੀ ਦਾ ਕੰਮ ਹੈ। ਇਸ ਡਕੈਤੀ ਵਿਚ ਨੌਜਵਾਨਾਂ ਨੇ ਵਿਲੱਖਣ ਬਹਾਦਰੀ ਦਿਖਾਈ ਸੀ। ਇਨ੍ਹਾਂ ਡਾਕੂਆਂ ਨੇ ਸਾਬਤ ਕਰ ਦਿੱਤਾ ਸੀ ਕਿ ਬੰਗਾਲੀ ਕਾਇਰ ਨਹੀਂ ਹਨ। ਬੰਗਾਲੀ ਲੜਨਾ ਅਤੇ ਮਰਨਾ ਜਾਣਦੇ ਹਨ।"[21] ਅਤੇ ਹੋਰ, "ਬੰਗਾਲ ਦੇ ਕ੍ਰਾਂਤੀਕਾਰੀਆਂ ਨੇ ਬੜੀਆਂ 'ਡਕੈਤੀਆਂ' ਕੀਤੀਆਂ ਹਨ। ਦਿਨ ਦਿਹਾੜੇ ਕਲਕੱਤਾ ਸ਼ਹਿਰ ਵਿਚ ਹੌਂਸਲੇਮੰਦ 'ਡਕੈਤੀਆਂ' ਹੋਈਆਂ ਹਨ। 'ਡਾਕੂਆਂ' ਨੇ ਡਕੈਤੀ ਦੇ ਵਕਤ ਬਹੁਤ ਸਾਰੇ ਮੌਕਿਆਂ 'ਤੇ ਅਦਭੁੱਤ ਬਹਾਦਰੀ ਤੇ ਹਿੰਮਤ ਦਿਖਾਈ ਹੈ।"[22]

1908 ਵਿਚ ਅਲੀਪੁਰ ਵਿਖੇ ਹੋਏ ਬੰਬ ਕਾਂਡ ਤੋਂ ਬਾਅਦ ਪੁਲਿਸ ਨੇ 'ਯੁਗਾਂਤਰ' ਗਰੁੱਪ ਦੇ ਬਹੁਤ ਸਾਰੇ ਮੈਂਬਰ ਫੜ ਲਏ। ਇਸ ਦੇ ਨਾਲ ਹੀ ਇਸ ਗਰੁੱਪ ਦਾ ਭੋਗ ਪੈ ਗਿਆ ਤੇ ਪਰਚਾ ਵੀ ਛਪਣਾ ਬੰਦ ਹੋ ਗਿਆ। ਪਰ 'ਅਨੁਸ਼ੀਲਨ ਸਮਿਤੀ' ਦੀਆਂ ਸਰਗਰਮੀਆਂ ਲਗਾਤਾਰ ਜਾਰੀ ਰਹੀਆਂ ਅਤੇ ਇਸ ਗਰੁੱਪ ਦਾ ਦਾਇਰਾ ਚੌੜਾ ਹੁੰਦਾ ਗਿਆ। ਕੇਸ਼ਵ ਬਲੀਰਾਮ ਹੈਡਗੇਵਾਰ, ਜਿਸਨੇ ਪਿੱਛੋਂ ਜਾ ਕੇ ਰਾਸ਼ਟਰੀਯ ਸਵੈਮ ਸੇਵਕ ਸੰਘ (ਆਰ.ਐਸ.ਐਸ.) ਦੀ ਨੀਂਹ ਰੱਖੀ, ਨੇ 1910-11 ਵਿਚ ਕਲਕੱਤਾ ਵਿਖੇ ਡਾਕਟਰੀ ਦੀ ਪੜ੍ਹਾਈ ਕਰਦਿਆਂ ਅਨੁਸ਼ੀਲਨ ਸਮਿਤੀ ਤੋਂ ਹੀ ਦੀਖਿਆ ਲਈ ਸੀ।[23] ਰਾਸ ਬਿਹਾਰੀ

---

19. Christophe Jaffrelot, *The Hindu Nationalist Movement and Indian Politics,* pp. 35-36.
20. ਤ੍ਰਿਲੋਕਯ ਨਾਥ ਚੱਕਰਵਰਤੀ, *ਜੇਲ੍ਹ ਵਿਚ ਤੀਹ ਵਰ੍ਹੇ*, ਸਫ਼ਾ 9.
21. *ਉਹੀ*, ਸਫ਼ਾ 13.
22. *ਉਹੀ*, ਸਫ਼ਾ 25.
23. Christophe Jaffrelot, *op.cit.*, p. 33.

ਬੋਸ ਤੇ ਸਚਿੰਦਰ ਨਾਥ ਸਾਨਿਆਲ, ਜਿਨ੍ਹਾਂ ਨੇ 1915 ਵਿਚ ਪੰਜਾਬ ਆ ਕੇ ਗ਼ਦਰ ਪਾਰਟੀ ਨਾਲ ਰਾਬਤਾ ਬਣਾਇਆ ਸੀ, ਵੀ ਅਨੁਸ਼ੀਲਨ ਸਮਿਤੀ ਨਾਲ ਹੀ ਜੁੜੇ ਹੋਏ ਸਨ।

ਇਹਨਾਂ ਹਿੰਦੂ ਰਾਸ਼ਟਰਵਾਦੀਆਂ ਦੇ ਮਨਾਂ ਅੰਦਰ ਮੁਸਲਮਾਨਾਂ ਪ੍ਰਤੀ ਕਿੰਨੀ ਨਫ਼ਰਤ ਤੇ ਦਵੈਸ਼ ਭਰੀ ਪਈ ਸੀ, ਇਸ ਦਾ ਪਤਾ *ਬੰਦੀ ਜੀਵਨ* ਪੁਸਤਕ ਦੇ ਲੇਖਕ ਸਚਿੰਦਰ ਨਾਥ ਸਾਨਿਆਲ ਦੇ ਹੇਠ ਲਿਖੇ ਵਿਚਾਰਾਂ ਤੋਂ ਬਾਖ਼ੂਬੀ ਲੱਗ ਜਾਂਦਾ ਹੈ:

> "ਸਾਡੇ ਬੁਲਾਵਣ 'ਤੇ ਵੀ ਜੇ ਮੁਸਲਮਾਨ ਨਹੀਂ ਸਨ ਆਉਂਦੇ ਤਾਂ ਵਾਹਦ ਕਾਰਨ ਇਹ ਸੀ ਕਿ ਉਹ ਭਾਰਤ ਨਾਲ ਹਿੰਦੂਆਂ ਵਾਂਗ ਪ੍ਰੇਮ ਨਹੀਂ ਸਨ ਕਰਦੇ। ਮੁਸਲਮਾਨਾਂ ਨਾਲ ਮਿਲਣ ਜੁਲਣ 'ਤੇ ਸਾਡੀ ਇਹ ਧਾਰਨਾ ਬਣੀ ਕਿ ਸਾਡੇ ਦੇਸ਼ ਦੇ ਮੁਸਲਮਾਨ ਲੋਕਾਂ ਦੀ ਤੁਰਕੀ, ਮਿਸਰ, ਫ਼ਾਰਸ (ਈਰਾਨ) ਜਾਂ ਕਾਬੁਲ ਵੱਲ ਜਿੰਨੀ ਖਿੱਚ ਏ, ਓਨੀ ਭਾਰਤ ਵੱਲ ਨਹੀਂ ਏ। ਉਹ ਤੁਰਕੀ ਦੇ ਗੌਰਵ ਵਿਚ ਖ਼ੁਦ ਨੂੰ ਜਿੰਨਾ ਗੌਰਵਸ਼ਾਲੀ ਅਨੁਭਵ ਕਰਦੇ ਹਨ, ਭਾਰਤ ਵਾਸੀਆਂ ਦੇ ਹਿੰਦੂਆਂ ਦੇ ਗੌਰਵ ਵਿਚ ਖ਼ੁਦ ਨੂੰ ਓਨਾ ਗੌਰਵਸ਼ਾਲੀ ਨਹੀਂ ਮੰਨਦੇ।"[24]

ਤ੍ਰਿਲੋਕਯ ਨਾਥ ਚੱਕਰਵਰਤੀ ਨੇ ਆਪਣੀ ਸਵੈ-ਜੀਵਨੀ ਵਿਚ ਬਹੁਤ ਫ਼ਖ਼ਰ ਨਾਲ ਕਿਹਾ ਹੈ ਕਿ ਜਿਥੇ ਕਿਤੇ ਹਿੰਦੂਆਂ ਤੇ ਮੁਸਲਮਾਨਾਂ ਵਿਚਕਾਰ ਦੰਗੇ ਹੋਏ, ਅਨੁਸ਼ੀਲਨ ਸਮਿਤੀ ਦੇ ਮੈਂਬਰਾਂ ਨੇ ਬਹਾਦਰੀ ਨਾਲ ਮੁਸਲਮਾਨਾਂ ਦਾ ਮੁਕਾਬਲਾ ਕੀਤਾ।[25]

ਸ. ਜਗਜੀਤ ਸਿੰਘ ਨੇ ਗ਼ਦਰ ਲਹਿਰ ਦਾ ਗੂੜ੍ਹ ਵਿਸ਼ਲੇਸ਼ਣ ਕਰਦਿਆਂ ਬੰਗਾਲ ਦੇ ਹਿੰਦੂ ਰਾਸ਼ਟਰਵਾਦੀਆਂ ਦੇ ਵਿਚਾਰਧਾਰਕ ਤੇ ਰਾਜਸੀ ਖ਼ਾਸੇ ਬਾਰੇ ਦੋ ਅਹਿਮ ਨਿਰਣੇ ਪੇਸ਼ ਕੀਤੇ ਸਨ। ਇਕ ਇਹ, ਕਿ ਉਨ੍ਹਾਂ ਵੱਲੋਂ ਅਪਣਾਏ ਢੰਗ ਤਰੀਕੇ 'ਤ੍ਰਾਸਵਾਦੀ' ਅਥਵਾ 'ਦਹਿਸ਼ਤਗਰਦ' (terrorist) ਸਨ। ਦੂਜਾ, ਉਹ ਮੁਸਲਮਾਨਾਂ ਪ੍ਰਤਿ ਵਿਰੋਧ ਤੇ ਦੁਸ਼ਮਣੀ ਦੇ ਭਾਵ ਰੱਖਦੇ ਸਨ। ਉਨ੍ਹਾਂ ਲਿਖਿਆ ਹੈ:

> "ਹਿੰਦੀ ਇਨਕਲਾਬੀਆਂ ਵਿੱਚੋਂ ਬੰਗਾਲ ਦੇ ਤ੍ਰਾਸਵਾਦੀ (terrorist) ਦੇਸ਼-ਭਗਤ ਫ਼ਿਰਕੂ ਜ਼ਹਿਨੀਅਤ ਤੋਂ ਮੁਕਾਬਲਤਨ ਕਾਫ਼ੀ ਬੇਲਾਗ ਸਮਝੇ ਜਾਂਦੇ ਸਨ ਪਰ ਉਨ੍ਹਾਂ ਨੇ ਵੀ ਇਕ ਤੈਅ ਕੀਤੀ ਹੋਈ ਨੀਤੀ ਅਨੁਸਾਰ ਮੁਸਲਮਾਨ ਭਰਾਵਾਂ ਨੂੰ ਆਪਣੀਆਂ ਜਥੇਬੰਦੀਆਂ ਵਿਚ ਸ਼ਾਮਲ ਕਰਨੋਂ ਸੰਕੋਚ ਕਰੀ ਰੱਖੀ।"[26]

ਸ. ਖ਼ੁਸ਼ਵੰਤ ਸਿੰਘ ਨੇ ਵੀ ਲਿਖਿਆ ਹੈ ਕਿ ਮਹਾਂਰਾਸ਼ਟਰ ਤੇ ਬੰਗਾਲ, ਦੋਹਵਾਂ ਥਾਵਾਂ 'ਤੇ ਵੀਹਵੀਂ ਸਦੀ ਦੇ ਆਰੰਭ ਵਿਚ ਹਿੰਦੂ ਵਰਗਾਂ ਅੰਦਰ ਰਾਸ਼ਟਰਵਾਦ ਦੀ ਜਿਹੜੀ ਗਰਮ-ਖ਼ਿਆਲੀ ਧਾਰਾ (ਜੀਹਨੂੰ ਉਹ 'ਰਾਜਸੀ ਆਤੰਕਵਾਦ' ਕਹਿੰਦਾ ਹੈ) ਦਾ ਰੁਝਾਣ ਪੈਦਾ ਹੋਇਆ ਸੀ, ਮਹਾਂਰਾਸ਼ਟਰ ਵਿਚ ਸ਼ਿਵਾ ਜੀ ਤੇ ਬੰਗਾਲ ਅੰਦਰ ਕਾਲੀ ਦੇਵੀ ਦੀ ਧਰਮ-ਪੂਜਾ (cult) ਦੀ ਜਿਹੜੀ ਰੀਤ ਆਰੰਭ ਹੋਈ, ਉਹ ਵਰਤਾਰਾ ਹਿੰਦੂਵਾਦ ਦੇ ਪੁਨਰ-ਉਭਾਰ ਨਾਲ ਜੁੜਿਆ ਹੋਇਆ ਸੀ; ਦੋਹਵਾਂ ਹੀ ਥਾਵਾਂ 'ਤੇ ਮੁਸਲਮਾਨਾਂ ਨੂੰ ਬਾਹਰ ਧੱਕ ਦਿੱਤਾ ਗਿਆ ਸੀ।[27]

ਸਚਿੰਦਰ ਨਾਥ ਸਾਨਿਆਲ ਨੇ ਆਪਣੇ ਮੂੰਹੋਂ ਇਹ ਤੱਥ ਤਸਲੀਮ ਕੀਤਾ ਹੈ ਕਿ, "ਕ੍ਰਾਂਤੀਕਾਰੀਆਂ ਵਿੱਚੋਂ ਬਹੁਤੇ ਹਿੰਦੂ ਅਜਿਹੇ ਸਨ... (ਜਿਨ੍ਹਾਂ) ਦੇ ਦਿਲ ਵਿਚ ਇਹ ਇੱਛਾ

---

24. ਸਚਿੰਦਰ ਨਾਥ ਸਾਨਿਆਲ, *ਬੰਦੀ ਜੀਵਨ*, ਸਫ਼ਾ 95.
25. ਤ੍ਰਿਲੋਕਯ ਨਾਥ ਚੱਕਰਵਰਤੀ, *ਜੇਲ੍ਹ ਵਿਚ ਤੀਹ ਵਰ੍ਹੇ*, ਸਫ਼ਾ 9.
26. ਜਗਜੀਤ ਸਿੰਘ, *ਗ਼ਦਰ ਪਾਰਟੀ ਲਹਿਰ*, ਸਫ਼ਾ 19; Rowllat Report, p. 96.
27. Khushwant Singh, *A History of the Sikhs*, Vol. 2, p. 90.

ਗੁਪਤ ਰੂਪ ਵਿਚ ਸੀ ਕਿ ਭਾਰਤ ਦੇ ਆਜ਼ਾਦ ਹੋਣ ਦਾ ਮਤਲਬ ਹਿੰਦੂ ਰਾਜ ਦੀ ਪੁਨਰ ਸਥਾਪਨਾ ਹੋਵੇਗੀ।" ਪਰ ਇਸ ਦੇ ਝੱਟ ਪਿੱਛੋਂ ਉਸ ਨੇ ਇਸ ਅਣਸੁਖਾਵੇਂ ਸੱਚ ਉੱਤੇ ਲਿਪਾ-ਪੋਚੀ ਕਰਦਿਆਂ ਕਿਹਾ: "ਪਰ ਹੌਲੀ-ਹੌਲੀ ਇਹ ਭਾਵ ਬਿਲਕੁਲ ਅਲੋਪ ਹੋ ਜਾਂਦਾ ਏ ਅਤੇ ਅੰਤ ਵਿਚ ਹਾਲਾਂਕਿ ਉਹ (ਕ੍ਰਾਂਤੀਕਾਰੀ) ਮੁੱਖ ਰੂਪ ਵਿਚ ਹਿੰਦੂਆਂ ਦੇ ਉਪਰ ਹੀ ਭਰੋਸਾ ਕਰ ਕੇ ਅੱਗੇ ਵਧਦੇ ਸਨ, ਫਿਰ ਵੀ ਭਾਰਤ ਦੀ ਆਜ਼ਾਦੀ ਦੀ ਕਲਪਨਾ ਵਿਚ ਭਾਰਤ ਦੀ ਕਿਸੇ ਵੀ ਜਾਤੀ (ਕੌਮ) ਨੂੰ ਦੂਸਰੀ ਜਾਤੀ ਦੇ ਅਧੀਨ ਰੱਖਣ ਦਾ ਸੰਕਲਪ ਨਹੀਂ ਰੱਖਿਆ।"[28]

ਪ੍ਰਬੁੱਧ ਨੈਸ਼ਨਲਿਸਟ ਹਿੰਦੂ ਆਗੂ ਇਸ ਗੱਲੋਂ ਪੂਰੇ ਸੁਚੇਤ ਸਨ ਕਿ ਹਿੰਦੂ ਰਾਸ਼ਟਰ ਦੀ ਸਥਾਪਨਾ ਦੇ ਇਰਾਦੇ ਦਾ ਖੁਲ੍ਹਮ-ਖੁੱਲ੍ਹਾ ਐਲਾਨ ਕਰਨ ਨਾਲ ਆਜ਼ਾਦੀ ਦੀ ਲੜਾਈ ਲਈ ਅੰਦਰੂਨੀ ਉਲਝਣਾਂ ਪੈਦਾ ਹੋ ਸਕਦੀਆਂ ਸਨ। ਇਸ ਕਰਕੇ ਉਨ੍ਹਾਂ ਨੇ ਹਿੰਦੂ ਰਾਸ਼ਟਰਵਾਦ ਦੀ ਭਾਸ਼ਾ ਵਿਚ ਗੱਲ ਕਰਨ ਦੀ ਬਜਾਇ, ਭਾਰਤੀ ਰਾਸ਼ਟਰਵਾਦ ਦੀ ਭਾਸ਼ਾ ਵਿਚ ਗੱਲ ਕਰਨ ਦਾ ਚੁਸਤ ਪੈਂਤੜਾ ਵਰਤਿਆ। ਇਸ ਨਾਲ ਮੁਸਲਮਾਨਾਂ ਦਾ ਤਾਂ ਮਾਮੂਲੀ ਜਿਹਾ ਹਿੱਸਾ ਹੀ ਗੁਮਰਾਹ ਕੀਤਾ ਜਾ ਸਕਿਆ, ਪਰ ਸ਼ਾਤਰ ਦਿਮਾਗ਼ ਹਿੰਦੂ ਆਗੂਆਂ ਨੇ ਸਿੱਖਾਂ ਦੇ ਵੱਡੇ ਹਿੱਸੇ ਨੂੰ ਆਸਾਨੀ ਨਾਲ ਵਰਗਲਾ ਲਿਆ। ਭਾਰਤੀ ਕਮਿਊਨਿਸਟ ਤਾਂ, ਆਪਣੇ ਆਧੁਨਿਕਵਾਦੀ ਤੱਤ ਤੇ ਉੱਚ-ਜਾਤੀ ਹਿੰਦੂ ਸੱਭਿਆਚਾਰ ਕਰਕੇ, ਸਵੈ-ਇੱਛਾ ਨਾਲ ਹੀ ਛਲੇ ਗਏ। ਇਸ ਤਰ੍ਹਾਂ ਭਾਰਤੀ ਰਾਸ਼ਟਰਵਾਦ ਦੇ ਜਾਮੇ ਵਿਚ ਹਿੰਦੂ ਰਾਸ਼ਟਰਵਾਦੀ ਧਾਰਾ ਦਾ ਜ਼ੋਰ ਚੜ੍ਹ ਗਿਆ।

ਰਾਸ਼ਟਰਵਾਦੀ ਆਗੂਆਂ ਤੇ ਵਿਦਵਾਨਾਂ ਨੇ ਭਾਰਤ ਦੀ ਆਜ਼ਾਦੀ ਦੀ ਲੜਾਈ ਦਾ ਜਿਹੜਾ ਬ੍ਰਿਤਾਂਤ ਸਿਰਜਿਆ, ਉਸ ਵਿਚ ਸੁਚੇਤ ਰੂਪ 'ਚ ਸਰਬ-ਲੌਕਿਕਤਾ (universalism) ਦੀ ਭਾਸ਼ਾ ਦਾ ਇਸਤੇਮਾਲ ਕੀਤਾ ਗਿਆ, ਭਾਵ ਧਰਮ ਜਾਂ ਜਾਤੀ ਸੂਚਕ ਪਦਾਂ ('ਹਿੰਦੂ', 'ਮੁਸਲਮਾਨ', 'ਸਿੱਖ' ਜਾਂ 'ਦਲਿਤ' ਆਦਿ) ਦੀ ਬਜਾਇ, ਸਰਬ ਸਾਂਝਾ 'ਧਰਮ-ਨਿਰਲੇਪ' ਅਤੇ 'ਵਰਗ-ਨਿਰਲੇਪ' ਪਦ *'ਭਾਰਤੀ'* ਇਸਤੇਮਾਲ ਕੀਤਾ ਗਿਆ ਹੈ। ਭਾਰਤ ਦੇ ਅਲੱਗ ਅਲੱਗ ਵਰਗਾਂ ਅੰਦਰ ਆਈ ਰਾਜਸੀ ਜਾਗ੍ਰਤੀ ਦਾ, ਵਰਗਾਂ ਦੇ ਆਧਾਰ 'ਤੇ ਨਿਖੇੜਾ ਕਰ ਕੇ, ਹਰ ਇਕ ਦੀ ਆਪੋ-ਆਪਣੀ ਵਿਸ਼ੇਸ਼ਤਾ ਦਰਸਾਉਣ ਦੀ ਥਾਂ, ਆਧੁਨਿਕਵਾਦੀ ਦਸਤੂਰ ਅਨੁਸਾਰ, ਸਾਰੇ ਵਰਗਾਂ ਨੂੰ 'ਭਾਰਤੀ' ਪਦ ਵਿਚ ਸਮਿਲਤ ਕਰ ਕੇ, 'ਭਾਰਤੀ ਲੋਕਾਂ ਅੰਦਰ ਆਈ ਰਾਜਸੀ ਜਾਗ੍ਰਤੀ', 'ਭਾਰਤੀ ਲੋਕਾਂ ਦਾ ਸੰਗਰਾਮ', 'ਭਾਰਤੀਆਂ ਦੀ ਬਹਾਦਰੀ', 'ਭਾਰਤੀ ਲੋਕਾਂ ਦੀਆਂ ਕੁਰਬਾਨੀਆਂ', 'ਭਾਰਤੀ ਲੋਕਾਂ ਦੀਆਂ ਸ਼ਾਨਦਾਰ ਰਵਾਇਤਾਂ', ਆਦਿ ਆਦਿ ਸਰਬ-ਲੌਕਿਕ ਵਾਕੰਸ਼ ਪ੍ਰਚਲਿਤ ਕਰ ਦਿੱਤੇ ਗਏ। ਇਸ ਚਤੁਰਾਈ ਨਾਲ ਹਿੰਦੂ ਵਰਗ ਅੰਦਰ ਆਈ ਰਾਜਸੀ ਜਾਗ੍ਰਤੀ ਦਾ ਹਿੰਦੂਤਵੀ ਅੰਸ਼ ਢੱਕ ਲਿਆ ਗਿਆ। ਇਸ ਬ੍ਰਿਤਾਂਤ ਨੂੰ ਵਾਰ ਵਾਰ ਦੁਹਰਾਉਣ ਨਾਲ ਇਸਦਾ ਅਸਰ ਸਾਰੇ ਵਰਗਾਂ ਨੇ ਕਬੂਲ ਕਰ ਲਿਆ। ਇਸ ਨਾਲ ਆਜ਼ਾਦੀ ਦੀ ਲੜਾਈ ਅੰਦਰ ਪ੍ਰਗਟ ਤੇ ਕ੍ਰਿਆਸ਼ੀਲ ਹੋਏ ਵੱਖ-ਵੱਖ ਰੁਝਾਣਾਂ ਤੇ ਰਾਜਸੀ ਧਾਰਾਵਾਂ ਦੀ ਵਿਸ਼ੇਸ਼ਤਾ ਤੇ ਵਿਲੱਖਣਤਾ ਰੁਲ ਗਈ। ਇਸ ਦਾ ਸਭ ਨਾਲੋਂ ਵੱਧ ਨੁਕਸਾਨ ਸਿੱਖਾਂ ਨੂੰ ਹੋਇਆ, ਤੇ ਸਭ ਨਾਲੋਂ ਵੱਧ ਲਾਭ ਹਿੰਦੂ ਉੱਚ ਵਰਗਾਂ ਤੇ ਉੱਚ ਜਾਤੀਆਂ ਨੂੰ ਹੋਇਆ।

---

28. ਸਚਿੰਦਰ ਨਾਥ ਸਾਨਿਆਲ, *ਬੰਦੀ ਜੀਵਨ*, ਸਫ਼ਾ 64.

ਰਾਜਸੀ ਜਾਗ੍ਰਤੀ ਦਾ ਵਰਗ-ਵਿਸ਼ੇਸ਼ ਖ਼ਾਸਾ

ਬਸਤੀਵਾਦੀ ਗ਼ਲਬੇ ਤੋਂ ਨਿਜਾਤ ਪਾਉਣਾ ਭਾਰਤ ਦੇ ਸਾਰੇ ਲੋਕਾਂ ਦਾ ਸਾਂਝਾ ਸਰੋਕਾਰ ਸੀ, ਉਨ੍ਹਾਂ ਦੀ ਸਾਂਝੀ ਲੋੜ ਸੀ। ਕਿਹਾ ਜਾ ਸਕਦਾ ਹੈ ਕਿ ਉਹ ਬਸਤੀਵਾਦੀ ਰਾਜ ਵਿਰੁੱਧ, ਇਕ ਹੱਦ ਤਕ, 'ਕੱਠੇ ਹੋ ਕੇ ਲੜੇ ਵੀ। ਇਹ ਗੱਲ ਸਚਾਈ ਦਾ ਇਕ ਅੰਸ਼ ਹੀ ਹੈ। ਇਸ ਦੇ ਨਾਲ ਹੀ ਇਹ ਵੀ ਅਕੱਟ ਤੇ ਅਟੱਲ ਸਚਾਈ ਹੈ, ਕਿ ਜਦੋਂ ਅਲੱਗ ਅਲੱਗ ਤਬਕੇ ਸਾਂਝੇ ਕਾਜ ਲਈ 'ਕੱਠੇ ਹੋ ਕੇ ਲੜਦੇ ਹਨ, ਤਾਂ ਉਨ੍ਹਾਂ ਦੀ ਆਪੋ-ਆਪਣੀ ਵਿਲੱਖਣਤਾ ਤੇ ਵਿਸ਼ੇਸ਼ਤਾ ਅਲੋਪ ਨਹੀਂ ਹੋ ਜਾਂਦੀ। ਇਹ ਹਰ ਪੱਧਰ 'ਤੇ ਪ੍ਰਗਟ ਹੁੰਦੀ ਹੈ।

ਇੱਕੋ ਸਾਂਝੇ ਦੇਸ਼ ਦੇ ਵਾਸੀ ਹੋਣ ਦੇ ਬਾਵਜੂਦ, ਹਰ ਸਮਾਜੀ-ਆਰਥਿਕ ਤਬਕੇ ਤੇ ਧਾਰਮਿਕ ਭਾਈਚਾਰੇ ਦੀ ਸਥਿਤੀ - ਸੰਖਿਆ, ਆਰਥਿਕ ਹੈਸੀਅਤ ਤੇ ਸਮਾਜੀ ਦਰਜੇ ਦੇ ਲਿਹਾਜ਼ ਨਾਲ - ਵੱਖਰੀ-ਵੱਖਰੀ ਹੁੰਦੀ ਹੈ। ਹਰ ਵਰਗ ਆਪੋ-ਆਪਣੀ ਸਥਿਤੀ ਦੇ ਤਰਕ ਮੁਤਾਬਕ ਹੀ ਆਪਣਾ ਪ੍ਰਤਿਕਰਮ ਪ੍ਰਗਟਾਉਂਦਾ ਹੈ। ਵੱਖ-ਵੱਖ ਵਰਗਾਂ ਦੇ ਮੂਲ ਅਕੀਦੇ, ਰਵਾਇਤਾਂ ਤੇ ਸਮਾਜੀ-ਸੱਭਿਆਚਾਰਕ ਕਦਰਾਂ-ਕੀਮਤਾਂ ਅਲੱਗ ਅਲੱਗ ਹੁੰਦੀਆਂ ਹਨ। ਜਿਸ ਕਰਕੇ ਸੰਘਰਸ਼ ਵਿਚ ਸ਼ਾਮਲ ਸਾਰੇ ਵਰਗਾਂ ਦਾ ਨਿਸ਼ਾਨਾ ਭਾਵੇਂ ਜ਼ਾਹਰਾ ਤੌਰ 'ਤੇ ਇਕ ਹੁੰਦਾ ਹੈ, ਪਰ ਇਸ ਨਿਸ਼ਾਨੇ ਬਾਰੇ ਹਰ ਵਰਗ ਦਾ ਨਜ਼ਰੀਆ ਵੱਖ-ਵੱਖ ਹੁੰਦਾ ਹੈ। ਅੱਡ-ਅੱਡ ਵਰਗਾਂ ਵਿਚਕਾਰ ਵਿਚਾਰਧਾਰਾ ਦੀ ਸਾਂਝ ਹੋ ਸਕਦੀ ਹੈ, ਪਰੰਤੂ ਵਿਚਾਰਧਾਰਾ ਦੇ ਪਿੱਛੇ ਹਮੇਸ਼ਾ ਇਕ ਸੋਚਣ ਤੇ ਮਹਿਸੂਸ ਕਰਨ ਦਾ ਤੌਰ-ਤਰੀਕਾ, ਸੱਭਿਆਚਾਰਕ ਵਿਹਾਰ, ਅਗਿਆਤ ਮੂਲ ਪਰਵਿਰਤੀਆਂ, ਤੇ ਅਗਾਧ ਪ੍ਰੇਰਣਾਵਾਂ ਦਾ ਸਮੂਹ ਹੁੰਦਾ ਹੈ। ਜਿਸ ਕਰਕੇ ਹਰ ਵਰਗ ਦਾ ਲੜਨ ਦਾ ਅੰਦਾਜ਼ ਵਿਲੱਖਣ ਹੁੰਦਾ ਹੈ। ਹਰ ਵਰਗ ਦਾ ਬ੍ਰਿਤਾਂਤ (narrative) ਤੇ ਪ੍ਰਵਚਨ (discourse) ਵੱਖਰਾ ਤੇ ਵਿਸ਼ੇਸ਼ ਹੁੰਦਾ ਹੈ।

ਇਸ ਰੋਸ਼ਨੀ ਵਿਚ, ਬਸਤੀਵਾਦੀ ਹਾਲਤਾਂ ਹੇਠ, ਭਾਰਤ ਦੇ ਤਿੰਨਾਂ ਪ੍ਰਮੁੱਖ ਧਾਰਮਿਕ ਭਾਈਚਾਰਿਆਂ - ਹਿੰਦੂਆਂ, ਮੁਸਲਮਾਨਾਂ ਤੇ ਸਿੱਖਾਂ - ਅੰਦਰ ਆਈ ਰਾਜਸੀ ਜਾਗ੍ਰਤੀ ਦਾ ਤੱਤ ਇੱਕੋ ਜਿਹਾ ਨਹੀਂ ਸੀ, ਇਸ ਵਿਚ ਵੱਡੇ ਵਖਰੇਵੇਂ ਸਨ।

ਜਿਵੇਂ ਪਿੱਛੇ ਦਰਸਾਇਆ ਗਿਆ ਹੈ, ਬਸਤੀਵਾਦ ਦੇ ਵਿਰੁੱਧ, ਸਭ ਤੋਂ ਪਹਿਲਾਂ ਹਿੰਦੂ ਸਮਾਜ ਦੇ ਉੱਚ ਜਾਤੀ ਵਰਗ ਹੀ ਜਾਗਰੂਕ ਤੇ ਲਾਮਬੰਦ ਹੋਏ। ਸ਼ੁਰੂ ਤੋਂ ਲੈ ਕੇ ਅਖ਼ੀਰ ਤਕ ਹਿੰਦੂ ਰਾਜਸੀ ਸਰਗਰਮੀ ਦੀ ਵਾਗਡੋਰ ਉੱਚ ਵਰਗਾਂ ਦੇ ਹੱਥਾਂ ਵਿਚ ਹੀ ਰਹੀ। ਇਨ੍ਹਾਂ ਵਰਗਾਂ ਦਾ ਸੁਪਨਾ ਵੈਦਿਕ ਯੁਗ, ਜਿਸਨੂੰ ਉਹ 'ਸੁਨਹਿਰੀ ਯੁਗ' ਕਹਿੰਦੇ/ਸਮਝਦੇ ਹਨ, ਨੂੰ ਮੁੜ ਸਥਾਪਤ ਕਰਨਾ ਸੀ। ਇਸ ਕਰਕੇ ਹਿੰਦੂ ਉੱਚ ਵਰਗਾਂ ਦੀ ਅਗਵਾਈ ਹੇਠਲੀ ਹਰ ਵੰਨਗੀ ਦੀ ਰਾਜਸੀ ਧਾਰਾ - ਉਹ ਉਦਾਰਪੰਥੀ ਸੀ ਜਾਂ ਗਰਮਪੰਥੀ ਸੀ, ਅਹਿੰਸਕ ਸੀ ਜਾਂ ਹਿੰਸਕ ਸੀ - ਦਾ ਮੂਲ ਖ਼ਾਸਾ ਹਿੰਦੂ ਪੁਨਰ-ਉਥਾਨ ਸੀ। ਦੇਸ਼ ਦੀ ਆਜ਼ਾਦੀ ਬਾਰੇ ਇਨ੍ਹਾਂ ਵਰਗਾਂ ਦਾ ਨਜ਼ਰੀਆ ਸੌੜਾ ਤੇ ਸਵੈ ਹਿਤਾਂ ਤੋਂ ਪ੍ਰੇਰਿਤ ਸੀ। ਜਿਵੇਂ ਇਨ੍ਹਾਂ ਵਰਗਾਂ ਨੇ ਰਵਾਇਤੀ ਸਮਾਜ ਅੰਦਰ ਹਜ਼ਾਰਾਂ ਸਾਲਾਂ ਤਕ ਆਪਣੀ ਸਰਬ-ਪ੍ਰਧਾਨਤਾ ਬਣਾਈ ਰੱਖੀ ਸੀ, ਉਵੇਂ ਹੀ ਇਨ੍ਹਾਂ ਅੰਦਰ ਨਵੇਂ ਸਮਾਜ ਵਿਚ ਵੀ ਆਪਣੀ ਰਵਾਇਤੀ ਚੌਧਰ ਤੇ ਸਰਬ-ਪ੍ਰਧਾਨਤਾ ਬਰਕਰਾਰ ਰੱਖਣ ਦੀ ਜਨਮ-ਜਾਤ ਤਮੰਨਾ ਤੇ ਅਮੋੜ ਰੁਚੀ ਕੰਮ ਕਰਦੀ ਸੀ (ਹੈ)। ਇਨ੍ਹਾਂ ਨੇ ਆਧੁਨਿਕ ਵਿੱਦਿਆ ਕਰਕੇ, ਅਤੇ ਨਵੇਂ ਯੁਗ ਦੀਆਂ ਲੋੜਾਂ ਨੂੰ ਮੁੱਖ ਰੱਖਦੇ ਹੋਏ, ਆਪਣਾ ਮੁਹਾਵਰਾ ਜ਼ਰੂਰ ਬਦਲ ਲਿਆ ਸੀ, ਪਰ ਮੂਲ

ਵਿਚਾਰਧਾਰਾ ਤੇ ਬਿਰਤੀ ਨਹੀਂ ਬਦਲੀ ਸੀ। ਮੁੱਢ ਤੋਂ ਹੀ, ਇਨ੍ਹਾਂ ਵਰਗਾਂ ਅੰਦਰ ਆਜ਼ਾਦੀ ਦੇ ਅੰਦੋਲਨ ਨੂੰ ਆਪਣੇ ਹਿਤਾਂ ਅਨੁਸਾਰ ਚਲਾਉਣ ਦੀ ਤੰਗਨਜ਼ਰ ਸੋਚ ਤੇ ਆਪਹੁਦਰੀ ਰੁਚੀ ਕੰਮ ਕਰਦੀ ਸੀ। ਇਹ ਦੂਸਰੇ ਵਰਗਾਂ ਨੂੰ ਅੰਦੋਲਨ ਅੰਦਰ ਸ਼ਾਮਲ ਕਰਨ ਦੀ ਇੱਛਾ ਜ਼ਰੂਰ ਰੱਖਦੇ ਸਨ। ਪਰ ਇਹ ਇੱਛਾ ਨਿਰਛਲ ਤੇ ਜਮਹੂਰੀ ਸਪਿਰਿਟ ਵਾਲੀ ਨਹੀਂ ਸੀ। ਇਹ ਉਨ੍ਹਾਂ ਨੂੰ ਬਰਾਬਰੀ ਦਾ ਦਰਜਾ ਦੇਣ ਲਈ ਕਦਾਚਿਤ ਰਾਜ਼ੀ ਨਹੀਂ ਸਨ। ਆਪਣੀ ਬ੍ਰਾਹਮਣਵਾਦੀ ਖ਼ਸਲਤ ਅਨੁਸਾਰ, ਇਹ ਉਨ੍ਹਾਂ ਨੂੰ ਆਪਣੇ ਨਾਇਬ (subordinate) ਬਣਾ ਕੇ ਰੱਖਣਾ ਚਾਹੁੰਦੇ ਸਨ। ਇਸ ਗ਼ਲਬਾ-ਪਾਊ ਰੁਚੀ ਦਾ ਪ੍ਰਗਟਾਵਾ ਉਘੜਵੇਂ ਰੂਪ ਵਿਚ ਹੁੰਦਾ ਰਿਹਾ। ਇਸ ਨਾਲ ਘੱਟਗਿਣਤੀ ਭਾਈਚਾਰਿਆਂ ਦੇ ਮਨਾਂ ਅੰਦਰ ਹਿੰਦੂ ਆਗੂਆਂ ਦੀ ਸੋਚ ਤੇ ਮਨਸ਼ਾ ਬਾਰੇ ਸ਼ੰਕੇ ਤੇ ਤੌਖ਼ਲੇ ਪੈਦਾ ਹੁੰਦੇ ਰਹੇ। ਉਨ੍ਹਾਂ ਅੰਦਰ ਅਸੁਰੱਖਿਆ ਦਾ ਭਾਵ ਜ਼ੋਰ ਫੜਦਾ ਗਿਆ। ਜਿਸ ਦੇ ਨਤੀਜੇ ਵਜੋਂ, ਇਕ ਪੜਾਅ 'ਤੇ ਜਾ ਕੇ ਮੁਸਲਮਾਨਾਂ ਨੇ ਆਪਣਾ ਵੱਖਰਾ ਤੇ ਸੁਤੰਤਰ ਵਹਿਣ ਅਖ਼ਤਿਆਰ ਕਰ ਲਿਆ। ਇਸ ਅਸੁਰੱਖਿਆ ਦੇ ਭਾਵ ਅਧੀਨ ਹੀ ਮੁਸਲਮਾਨ ਭਾਈਚਾਰੇ ਦੇ ਕੁਲੀਨ ਵਰਗਾਂ ਨੇ ਬਸਤੀਵਾਦੀ ਰਾਜ ਨਾਲ ਟਕਰਾਅ ਦੀ ਬਜਾਇ, ਮਿਲਵਰਤਣ ਦੀ ਨੀਤੀ ਉੱਤੇ ਚੱਲਣ ਦਾ ਰੁਖ਼ ਅਪਣਾ ਲਿਆ ਸੀ। ਭਾਵੇਂ ਕਿ ਹਿੰਦੂ ਕੁਲੀਨ ਵਰਗ ਆਪ ਵੀ ਪੂਰੇ ਸੌ ਸਾਲ ਤਕ ਬਸਤੀਵਾਦੀ ਰਾਜ ਦੇ ਭਾਈਵਾਲ ਬਣੇ ਰਹੇ ਸਨ, ਅਤੇ ਆਜ਼ਾਦੀ ਦੇ ਅੰਦੋਲਨ ਦੇ ਦੌਰਾਨ ਵੀ ਉਹ ਆਪਣੇ ਹਿਤਾਂ ਦੀ ਪੂਰਤੀ ਲਈ ਲੋੜ ਪੈਣ 'ਤੇ ਬਸਤੀਵਾਦੀ ਰਾਜ ਨਾਲ ਮਿਲਵਰਤਣ ਕਰਨ ਤੋਂ ਗੁਰੇਜ਼ ਨਹੀਂ ਕਰਦੇ ਸਨ, ਪਰ ਉਨ੍ਹਾਂ ਦੇ ਰਾਸ਼ਟਰਵਾਦੀ ਬ੍ਰਿਤਾਂਤ ਅੰਦਰ, ਗ਼ੈਰ-ਹਿੰਦੂ ਅਤੇ ਹਿੰਦੂ ਸਮਾਜ ਦੇ ਲਿਤਾੜੇ ਵਰਗਾਂ ਦਾ ਬਸਤੀਵਾਦੀ ਰਾਜ ਨਾਲ ਮਿਲਵਰਤਣ 'ਘੋਰ ਰਾਜਸੀ ਅਪਰਾਧ' ਬਣ ਗਿਆ ਸੀ। ਉਨ੍ਹਾਂ ਨੇ ਇਸ ਉੱਤੇ 'ਗ਼ਦਾਰੀ' ਦਾ ਠੱਪਾ ਲਾ ਕੇ, ਇਨ੍ਹਾਂ ਵਰਗਾਂ ਨੂੰ ਰਾਜਸੀ ਤੌਰ 'ਤੇ ਬਦਨਾਮ ਕਰਨ ਦੀ ਮੁਹਿੰਮ ਚਲਾਈ। ਉੱਚ-ਜਾਤੀ ਹਿੰਦੂ ਵਰਗਾਂ ਦਾ ਆਜ਼ਾਦੀ ਦਾ ਸੌੜਾ ਤੇ ਸਵੈ-ਕੇਂਦਰਿਤ ਸੰਕਲਪ ਭਾਰਤੀ ਸਮਾਜ ਦੇ ਦੱਬੇ ਕੁਚਲੇ ਵਰਗਾਂ ਅੰਦਰ ਉਤਸ਼ਾਹ ਪੈਦਾ ਨਹੀਂ ਕਰ ਸਕਦਾ ਸੀ। ਸਦੀਆਂ ਤੋਂ ਅਖੌਤੀ ਉੱਚ-ਜਾਤੀਆਂ ਹੱਥੋਂ ਸਮਾਜਿਕ ਵਿਤਕਰੇ ਤੇ ਜ਼ੁਲਮਾਂ ਦੇ ਸ਼ਿਕਾਰ ਹੋ ਰਹੇ ਇਨ੍ਹਾਂ ਮਜ਼ਲੂਮ ਵਰਗਾਂ ਦੇ ਮਨਾਂ ਅੰਦਰ, ਉੱਚ-ਜਾਤੀ ਹਿੰਦੂ ਵਰਗਾਂ ਦੀ 'ਜਾਗ੍ਰਤੀ' ਤੇ ਲਾਮਬੰਦੀ ਤੋਂ ਫ਼ਿਕਰ ਤੇ ਡਰ ਪੈਦਾ ਹੋਣਾ ਸੁਭਾਵਿਕ ਸੀ। ਇਸ ਕਰਕੇ ਮੁਸਲਮਾਨਾਂ ਵਾਂਗੂੰ ਦਲਿਤ ਵਰਗਾਂ ਨੇ ਵੀ ਹਿੰਦੂ ਸਵਰਨ ਜਾਤੀਆਂ ਦੀ ਅਗਵਾਈ ਹੇਠਲੇ ਆਜ਼ਾਦੀ ਦੇ ਸੰਗਰਾਮ ਤੋਂ ਮੂੰਹ ਮੋੜੀ ਰੱਖਿਆ। ਡਾ. ਭੀਮ ਰਾਓ ਅੰਬੇਦਕਰ ਦਲਿਤ ਵਰਗਾਂ ਦਾ ਪ੍ਰਤਿਭਾਸ਼ਾਲੀ ਵਿਚਾਰਵਾਨ, ਸਿਧਾਂਤਕ ਤਰਜਮਾਨ, ਪ੍ਰੇਰਣਾਮਈ ਰਹਿਬਰ ਤੇ ਪ੍ਰਬੀਨ ਪ੍ਰਤਿਨਿੱਧ ਬਣ ਕੇ ਉਭਰਿਆ। ਉਸ ਨੇ ਮਾਨਵਵਾਦੀ ਨੁਕਤਾ-ਨਜ਼ਰ ਤੋਂ ਬ੍ਰਾਹਮਣਵਾਦੀ ਮੱਤ ਦਾ ਭਰਵਾਂ ਖੰਡਨ ਕਰਨ ਦੇ ਨਾਲ-ਨਾਲ, ਬ੍ਰਾਹਮਣਵਾਦੀ ਫਲਸਫੇ ਤੋਂ ਪ੍ਰੇਰਿਤ ਹਿੰਦੂ ਰਾਜਨੀਤੀ ਦਾ ਮਾਨਵਤਾ ਵਿਰੋਧੀ ਖ਼ਾਸਾ ਬੇਪੜਦ ਕੀਤਾ। ਹਿੰਦੂ ਉੱਚ-ਜਾਤੀਆਂ ਦੀ ਵੱਧ ਰਹੀ ਰਾਜਸੀ ਤੇ ਜਥੇਬੰਦਕ ਤਾਕਤ ਦੇ ਸਨਮੁਖ, ਦਲਿਤ ਵਰਗਾਂ ਨੇ ਵੀ ਮੁਸਲਮਾਨਾਂ ਵਾਂਗੂੰ, ਆਪਣੀ ਸੁਰੱਖਿਆ ਤੇ ਬਿਹਤਰੀ ਲਈ ਬਸਤੀਵਾਦੀ ਰਾਜ ਦਾ ਓਟ ਆਸਰਾ ਲੈਣ ਦੀ ਵਿਹਾਰਕ (pragmatic) ਪਹੁੰਚ ਅਪਣਾਈ। ਜਿਸ ਉੱਤੇ ਹਿੰਦੂ ਰਾਸ਼ਟਰਵਾਦੀ ਆਗੂਆਂ ਨੇ ਡਾ. ਅੰਬੇਦਕਰ ਦੇ ਵਿਰੁੱਧ ਆਪਣੇ ਜਾਤ-ਅਭਿਮਾਨੀ ਤੁਅੱਸਬਾਂ ਦਾ ਕਰੂਪ ਪ੍ਰਗਟਾਵਾ ਕੀਤਾ

ਅਤੇ ਉਸ ਨੂੰ 'ਬਰਤਾਨਵੀ ਸਾਮਰਾਜ ਦਾ ਪਿੱਠੂ' ਤੇ 'ਦੇਸ਼ ਧ੍ਰੋਹੀ' ਕਹਿ ਕੇ, ਉਸ ਦਾ ਰਾਖ਼ਸ਼ੀ-ਚਿਤਰਨ (demonise) ਕੀਤਾ।[29]

ਇਥੇ ਇਹ ਸਚਾਈ ਗ੍ਰਹਿਣ ਕਰਨੀ ਬੇਹੱਦ ਮਹੱਤਵਪੂਰਨ ਹੈ ਕਿ ਭਾਰਤੀ ਸਮਾਜ ਇਕ-ਜਿਨਸੀ ਨਹੀਂ ਹੈ। ਇਸ ਦੀ ਬਣਤਰ ਬਹੁ-ਵਾਦੀ ਤੇ ਗੁੰਝਲਦਾਰ ਹੈ। ਇਹ ਭਿੰਨ ਭਿੰਨ ਸਮਾਜਿਕ, ਆਰਥਿਕ, ਧਾਰਮਿਕ ਤੇ ਸੱਭਿਆਚਾਰਕ ਵਰਗਾਂ ਵਿਚ ਵੰਡਿਆ ਹੋਇਆ ਹੈ, ਜਿਨ੍ਹਾਂ ਵਿਚਕਾਰ ਆਪਸੀ ਰਿਸ਼ਤੇ ਸਾਵੇਂ (ਬਰਾਬਰੀ ਵਾਲੇ) ਅਤੇ ਨਿਆਂ 'ਤੇ ਆਧਾਰਿਤ ਨਹੀਂ ਹਨ। ਇਹ ਰਿਸ਼ਤੇ ਅਣਸਾਵੇਂ, ਅਨਿਆਂਪੂਰਨ ਤੇ ਗੁੰਝਲਦਾਰ ਹਨ। ਅਜਿਹੇ ਬਹੁ-ਵਾਦੀ (plural) ਤੇ ਅਨਿਆਂਪੂਰਨ ਸਮਾਜ ਅੰਦਰ, ਕਿਸੇ ਵੀ ਅਹਿਮ ਸਮਾਜੀ-ਰਾਜਸੀ ਮਸਲੇ ਬਾਰੇ ਨੀਤੀ ਤੈਅ ਕਰਨ ਵੇਲੇ ਇਸ ਨਿਆਂਪੂਰਨ ਅਸੂਲ ਦੀ ਪਾਲਣਾ ਕਰਨੀ ਚਾਹੀਦੀ ਹੈ, ਕਿ ਕਿਸੇ ਇਕ ਵਰਗ ਦੀ ਪਸੰਦ (choice) ਨੂੰ ਕਿਸੇ ਦੂਸਰੇ ਵਰਗ (ਜਾਂ ਵਰਗਾਂ) ਉੱਤੇ ਠੋਸਿਆ ਨਹੀਂ ਜਾਣਾ ਚਾਹੀਦਾ। ਹਰ ਵਰਗ ਨੂੰ ਆਪਣੀ ਵਿਸ਼ੇਸ਼ ਹੈਸੀਅਤ (position), ਹਿਤਾਂ ਤੇ ਲੋੜਾਂ ਦੇ ਅਨੁਸਾਰ ਆਪਣੀ ਨੀਤੀ ਤੈਅ ਕਰਨ ਦੀ ਆਜ਼ਾਦੀ ਹੋਣੀ ਚਾਹੀਦੀ ਹੈ। ਹਿੰਦੂ ਉੱਚ-ਜਾਤੀਆਂ ਨੇ, ਲੋੜ ਪੈਣ 'ਤੇ, ਆਪਣੇ ਲਈ ਤਾਂ ਇਸ ਆਜ਼ਾਦੀ ਦੀ ਬੇਰੋਕ ਵਰਤੀ ਕੀਤੀ। ਉਨ੍ਹਾਂ ਨੂੰ ਜਦੋਂ ਬਸਤੀਵਾਦੀ ਰਾਜ ਨਾਲ ਭਿਆਲੀ ਪਾਉਣ ਵਿਚ ਫ਼ਾਇਦਾ ਦਿਖਿਆ, ਤਾਂ ਉਨ੍ਹਾਂ ਨੇ ਬਸਤੀਵਾਦੀ ਹਾਕਮਾਂ ਨਾਲ ਭਿਆਲੀ ਪਾਉਣ ਤੋਂ ਸੰਕੋਚ ਨਹੀਂ ਕੀਤਾ ਅਤੇ ਇਸ ਭਿਆਲੀ ਦੇ ਆਸਰੇ ਆਪਣੀ ਆਰਥਿਕ ਤੇ ਰਾਜਸੀ ਤਾਕਤ ਵਿਚ ਇਜ਼ਾਫ਼ਾ ਕੀਤਾ। ਪਰ ਜਦੋਂ ਬਦਲਵੀਆਂ ਹਾਲਤਾਂ ਵਿਚ, ਉਨ੍ਹਾਂ ਅੰਦਰ ਬਸਤੀਵਾਦੀ ਰਾਜ ਨੂੰ ਹਟਾ ਕੇ ਆਪਣਾ ਰਾਜ ਕਾਇਮ ਕਰਨ ਦੀ ਤਲਬ ਪੈਦਾ ਹੋ ਗਈ, ਤਾਂ ਉਸ ਵੇਲੇ ਕਿਸੇ ਦੂਸਰੇ ਵਰਗ ਵੱਲੋਂ ਬਸਤੀਵਾਦੀ ਰਾਜ ਨਾਲ ਮਿਲਵਰਤਣ ਕਰਨ ਦਾ ਕਰਮ ਉਨ੍ਹਾਂ ਨੂੰ 'ਘੋਰ ਰਾਜਸੀ ਅਪਰਾਧ' ਦਿਖਣ ਲੱਗ ਪਿਆ। ਜਿਹੜੇ 'ਮਾਂਹ' ਉਨ੍ਹਾਂ ਨੂੰ ਆਪ ਲੰਮਾ ਚਿਰ 'ਮੁਆਫ਼ਕ' ਰਹੇ, ਉਹ ਦੂਸਰਿਆਂ ਵਾਸਤੇ 'ਬਾਦੀ' ਬਣ ਗਏ। ਜਗਤ ਪ੍ਰਸਿੱਧ ਬਰਾਜ਼ੀਲੀ ਸਿੱਖਿਆ ਸ਼ਾਸਤਰੀ ਪਾਓਲੋ ਫਰੇਰੇ ਨੇ ਇਸ ਪਹੁੰਚ ਨੂੰ 'ਹਾਕਮ ਤੇ ਮਹਿਕੂਮ ਵਿਚਕਾਰ ਅਸਾਵੇਂ ਰਿਸ਼ਤੇ ਦਾ ਬੁਨਿਆਦੀ ਅੰਸ਼' ਦੱਸਿਆ ਹੈ। ਉਸ ਨੇ ਇਸ ਨੂੰ 'ਨਿਰਦੇਸ਼ ਦੇਣ' (prescription) ਦੀ ਕਿਰਿਆ ਕਿਹਾ ਹੈ। ਤਾਕਤਵਰ ਜਾਂ ਹਾਕਮ ਵਰਗ ਵੱਲੋਂ ਮਹਿਕੂਮ ਵਰਗਾਂ ਨੂੰ ਨਿਰਦੇਸ਼ ਦੇਣ ਦੀ ਕਿਰਿਆ ਦੇ ਵਾਰ ਵਾਰ ਦੁਹਰਾਉਣ ਨਾਲ ਮਹਿਕੂਮ ਵਰਗਾਂ ਦੀ ਚੇਤਨਾ ਦਾ ਇਸ ਤਰ੍ਹਾਂ ਕਾਇਆ-ਕਲਪ ਹੋ ਜਾਂਦਾ ਹੈ, ਕਿ ਉਹ ਹਾਕਮ ਵਰਗ ਦੀ ਚੇਤਨਾ ਦੇ ਧਾਰਨੀ ਬਣ ਜਾਂਦੇ ਹਨ। ਉਹ ਸਵੈ-ਇੱਛਾ ਨਾਲ ਹੀ, ਹਾਕਮ ਵਰਗ ਦੀਆਂ ਕਾਰਜ-ਸੇਧਾਂ ਦੀ ਤਾਮੀਲ ਕਰਨ ਲੱਗ ਪੈਂਦੇ ਹਨ।[30]

ਸਿੱਖ ਕੌਮ ਦੀ ਤਤਕਾਲੀ ਰਾਜਸੀ ਦਸ਼ਾ

ਖ਼ਾਲਸਾ ਰਾਜ ਦੇ ਖੁੱਸ ਜਾਣ ਨਾਲ ਸਿੱਖ ਕੌਮ ਅੰਦਰ ਦਿਲਗੀਰੀ ਆ ਗਈ ਸੀ। ਸਿੱਖ ਰਾਜ ਮੁੜ ਸਥਾਪਤ ਕਰਨ ਦੀਆਂ ਟੁੱਟਵੀਆਂ-ਖਿੰਡਵੀਆਂ ਕੋਸ਼ਿਸ਼ਾਂ ਨਾਕਾਮ ਹੋ ਜਾਣ ਉਪਰੰਤ ਸਿੱਖਾਂ ਦੇ ਹੌਂਸਲੇ ਪਸਤ ਹੋ ਗਏ ਸਨ। ਇਸ ਦਿਲਗੀਰੀ ਦੀ ਮਨੋ-ਅਵਸਥਾ ਵਿਚ

---

29. see, Arun Shourie, *Worshipping the False Gods.*
30. ਜਸਵੰਤ ਸਿੰਘ ਨੇਕੀ, *ਅਚੇਤਨ ਦੀ ਲੀਲ੍ਹਾ*, ਸਫ਼ਾ 29.

ਸਿੱਖ ਸਮਾਜ ਦੇ ਰਈਸ ਵਰਗ ਅੰਦਰ ਅੰਗਰੇਜ਼ ਹਾਕਮਾਂ ਨਾਲ ਸੁਲਹ-ਸਫ਼ਾਈ ਦਾ ਵਤੀਰਾ ਧਾਰਨ ਕਰਨ ਦੀ ਸੋਚ ਤੇ ਪ੍ਰਵਿਰਤੀ ਜ਼ੋਰ ਫੜ ਗਈ ਸੀ। ਹੋਰਨਾਂ ਧਾਰਮਿਕ ਭਾਈਚਾਰਿਆਂ ਦੇ ਰਈਸ ਵਰਗਾਂ ਵਾਂਗੂੰ, ਸਿੱਖ ਰਈਸਾਂ ਨੇ ਵੀ ਕੌਮ ਨੂੰ ਅਧੋਗਤੀ ਤੋਂ ਬਚਾਉਣ ਦੇ ਉਦੇਸ਼ ਤੇ ਦਲੀਲ ਨਾਲ, ਬਸਤੀਵਾਦੀ ਰਾਜ ਨਾਲ ਟਕਰਾਅ ਦੀ ਬਜਾਇ ਮਿਲਵਰਤਣ ਦੀ ਸੁਚੇਤ ਨੀਤੀ ਧਾਰਨ ਕਰ ਲਈ ਸੀ। ਅੰਗਰੇਜ਼ ਹਾਕਮਾਂ ਨੂੰ ਵੀ ਆਪਣੇ ਬਸਤੀਵਾਦੀ ਰਾਜ ਦੀ ਸੁਰੱਖਿਆ ਲਈ ਸਿੱਖਾਂ ਦੇ ਮਿਲਵਰਤਣ ਦੀ ਭਾਰੀ ਲੋੜ ਸੀ। ਇਸ ਕਰਕੇ ਉਨ੍ਹਾਂ ਨੇ ਸਿੱਖ ਕੌਮ ਦੇ ਕੁਲੀਨ ਵਰਗਾਂ ਨੂੰ ਆਪਣੀ ਮਿਹਰਬਾਨੀ ਦੇ ਪਾਤਰ ਬਣਾਉਣ ਅਤੇ ਸਿੱਖ ਸਮਾਜ ਦੇ ਕੁਝ ਚੋਣਵੇਂ ਵਰਗਾਂ, ਖ਼ਾਸ ਤੌਰ 'ਤੇ ਜੱਟ ਕਿਰਸਾਨਾਂ ਨੂੰ, ਫ਼ੌਜ ਵਿਚ ਭਰਤੀ ਕਰਨ ਦੀ ਤਰਜੀਹ ਦੇਣੀ ਸ਼ੁਰੂ ਕਰ ਦਿੱਤੀ। ਇਸ ਨਾਲ, ਯਕੀਨਨ ਹੀ, ਹਿੰਦੂਆਂ ਤੇ ਮੁਸਲਮਾਨਾਂ ਵਾਂਗੂੰ ਹੀ ਸਿੱਖਾਂ ਅੰਦਰ ਵੀ ਬਸਤੀਵਾਦੀ ਰਾਜ ਦਾ ਇਕ ਖ਼ੈਰ-ਖ਼ੁਆਹ ਜਾਂ ਝੋਲੀ ਚੁੱਕ ਵਰਗ ਪੈਦਾ ਹੋ ਗਿਆ ਸੀ; ਪਰ ਦੂਜੇ ਪਾਸੇ, ਨਾਲ ਹੀ ਅੰਗਰੇਜ਼ ਹਾਕਮਾਂ ਦੀ ਮੱਦਦ ਤੇ ਸਰਪ੍ਰਸਤੀ ਦੇ ਫਲਸਰੂਪ ਸਿੱਖਾਂ ਦੀ ਆਰਥਿਕ ਤੇ ਵਿਦਿਅਕ ਤਰੱਕੀ ਦਾ ਰਾਹ ਖੁੱਲ੍ਹ ਗਿਆ ਸੀ। ਇਸ ਨਾਲ ਸਿੱਖਾਂ ਨੂੰ ਤਤਕਾਲੀ ਲਾਭਾਂ ਤੋਂ ਇਲਾਵਾ ਕੁਝ ਦੂਰ-ਰਸ ਫ਼ਾਇਦੇ ਵੀ ਹੋਏ। ਉਨ੍ਹਾਂ ਦੀ ਆਰਥਿਕ ਹਾਲਤ ਬਿਹਤਰ ਹੋਈ ਅਤੇ ਇਜ਼ਤ ਮਾਣ ਵਿਚ ਵੀ ਵਾਧਾ ਹੋਇਆ। ਅੰਗਰੇਜ਼ਾਂ ਦੀਆਂ ਸਿੱਖਾਂ ਨਾਲ ਹੋਈਆਂ ਜੰਗਾਂ ਵਿਚ ਸਿੱਖ ਜਿਸ ਅਦੁੱਤੀ ਬਹਾਦਰੀ ਨਾਲ ਲੜੇ ਸਨ, ਜਿੱਤ ਜਾਣ ਦੇ ਬਾਵਜੂਦ ਅੰਗਰੇਜ਼ ਹਾਕਮ ਸਿੱਖਾਂ ਦੀ ਇਸ ਬਹਾਦਰੀ ਤੋਂ ਬਹੁਤ ਕਾਇਲ ਹੋਏ ਸਨ*। ਉਨ੍ਹਾਂ ਨੇ ਇਸ ਬਹਾਦਰੀ ਦੇ ਆਤਮਿਕ ਸੋਮੇ ਦੀ ਪਛਾਣ ਕਰ ਲਈ ਸੀ। ਉਹ ਜਾਣ ਗਏ ਸਨ ਕਿ ਸਿੱਖਾਂ ਦੀ ਆਪਣੇ ਗੁਰੂ ਸਾਹਿਬਾਨ ਨਾਲ ਪ੍ਰੀਤ ਕਿੰਨੀ ਗੂੜ੍ਹੀ ਤੇ ਅਟੁੱਟ ਹੈ, ਅਤੇ ਸਿੱਖਾਂ ਦਾ ਆਪਣੇ ਗੁਰੂ ਵਿਚ ਭਰੋਸਾ ਏਨਾ ਅਡੋਲ ਹੈ, ਕਿ ਉਹ ਦੁੱਖ ਸੁੱਖ ਦੀ ਹਰ ਘੜੀ ਵਿਚ ਗੁਰੂ ਨੂੰ ਆਪਣੇ ਅੰਗ-ਸੰਗ ਮਹਿਸੂਸ ਕਰਦੇ ਹਨ। ਇਸ ਨਾਲ ਉਨ੍ਹਾਂ ਅੰਦਰ ਮੁਸੀਬਤਾਂ ਦਾ ਖਿੜੇ ਮੱਥੇ ਟਾਕਰਾ ਕਰਨ ਦੀ ਆਤਮਿਕ ਸ਼ਕਤੀ ਪੈਦਾ ਹੋ ਜਾਂਦੀ ਹੈ। ਸਿੱਖ ਜਦੋਂ ਇਸ ਸਪਿਰਿਟ ਨਾਲ ਜੰਗ ਦੇ ਮੈਦਾਨ ਵਿਚ ਨਿਤਰਦੇ ਹਨ ਤਾਂ ਉਨ੍ਹਾਂ ਅੰਦਰ ਜੂਝ ਮਰਨ ਦਾ ਅਗੰਮੀ ਚਾਅ ਤੇ ਜੋਸ਼ ਉਮਡ ਪੈਂਦਾ ਹੈ। ਇਸ ਸਮਝ ਦੇ ਅਧੀਨ ਅੰਗਰੇਜ਼ਾਂ ਨੇ ਫ਼ੌਜ ਅੰਦਰ ਜਿਥੇ ਸਿੱਖਾਂ ਦੇ ਮਨਾਂ ਅੰਦਰ ਰਾਜ ਪ੍ਰਤਿ ਵਫ਼ਾਦਾਰੀ ਦਾ ਜਜ਼ਬਾ ਭਰਨ ਦੇ ਪੁਰਜ਼ੋਰ ਯਤਨ ਕੀਤੇ, ਉਥੇ ਨਾਲ ਹੀ ਸਿੱਖਾਂ ਦੇ ਧਾਰਮਿਕ ਵਿਸ਼ਵਾਸਾਂ ਤੇ ਜਜ਼ਬਾਤ ਨੂੰ ਦ੍ਰਿੜ੍ਹ ਕਰਨ ਵੱਲ ਉਚੇਚਾ ਧਿਆਨ ਦਿੱਤਾ। ਇਸ ਮੰਤਵ ਵਾਸਤੇ ਉਨ੍ਹਾਂ ਨੇ ਫ਼ੌਜ ਅੰਦਰ ਸਿੱਖਾਂ ਵਾਸਤੇ ਗੁਰਮਤਿ ਮਰਯਾਦਾ ਦੇ ਧਾਰਨੀ ਹੋਣਾ ਜ਼ਰੂਰੀ ਕਰ ਦਿੱਤਾ। ਅੰਗਰੇਜ਼ਾਂ ਵੱਲੋਂ ਆਪਣੀ ਸੁਆਰਥ ਪੂਰਤੀ ਦੇ ਮੰਤਵ ਨਾਲ ਚੁੱਕਿਆ ਗਿਆ ਇਹ ਕਦਮ, ਅੰਤਿਮ ਨਿਰਣੇ ਦੇ ਤੌਰ 'ਤੇ, ਸਿੱਖ ਧਰਮ ਦੇ ਵਿਕਾਸ ਵਿਚ ਬੇਹੱਦ ਸਹਾਈ ਸਾਬਤ ਹੋਇਆ।

ਜਿਵੇਂ ਕਿ ਪਿੱਛੇ ਇਸ ਨੁਕਤੇ 'ਤੇ ਜ਼ੋਰ ਦਿੱਤਾ ਗਿਆ ਹੈ, ਕਿ ਭਾਰਤ ਦੇ ਹਰੇਕ ਵਰਗ ਅੰਦਰ ਆਈ ਰਾਜਸੀ ਜਾਗ੍ਰਤੀ ਦਾ ਖ਼ਾਸਾ ਅਲੱਗ ਅਲੱਗ ਸੀ। ਸਿੱਖਾਂ ਅੰਦਰ ਆਈ ਜਾਗ੍ਰਤੀ ਦੀ ਤਾਸੀਰ ਤੇ ਨੁਹਾਰ, ਹੋਰਨਾਂ ਵਰਗਾਂ, ਵਿਸ਼ੇਸ਼ ਕਰਕੇ ਹਿੰਦੂਆਂ ਨਾਲੋਂ ਬਹੁਤ ਹੀ ਭਿੰਨ ਸੀ। ਭਾਵੇਂ ਕਿ ਹਿੰਦੂਆਂ ਵਾਂਗੂੰ ਸਿੱਖਾਂ ਦੀ ਰਾਜਸੀ ਜਾਗ੍ਰਤੀ ਦਾ ਸੋਮਾ ਵੀ ਧਰਮ ਹੀ ਬਣਿਆ। ਪਰ ਹਿੰਦੂਆਂ ਤੇ ਸਿੱਖਾਂ ਦੀਆਂ ਧਾਰਮਿਕ ਮਾਨਤਾਵਾਂ ਵਿਚਕਾਰ ਜ਼ਮੀਨ

* ਅੰਗਰੇਜ਼ਾਂ ਦੀ ਤੁਲਨਾ ਵਿਚ, ਹਿੰਦੂਆਂ ਵਿਚ ਇਸ ਗੁਣ ਦੀ ਕਮੀ ਹੈ।

ਅਸਮਾਨ ਦਾ ਫ਼ਰਕ ਹੋਣ ਕਰਕੇ, ਸਿੱਖਾਂ ਦੀ ਰਾਜਸੀ ਜਾਗ੍ਰਤੀ ਦਾ ਖ਼ਾਸਾ ਹਿੰਦੂਆਂ ਨਾਲੋਂ ਬਹੁਤ ਵੱਖਰਾ ਸੀ। ਹਿੰਦੂ ਧਰਮ ਅੰਦਰ, ਧਰਮ ਦੇ ਬੁਨਿਆਦੀ ਅੰਸ਼ - ਪਰਉਪਕਾਰ ਦੀ ਭਾਵਨਾ - ਦੀ ਬੁਨਿਆਦ ਬਹੁਤ ਕੱਚੀ ਹੈ। ਜੇਕਰ ਅਜਿਹਾ ਨਾ ਹੁੰਦਾ ਤਾਂ ਹਿੰਦੂ ਸਮਾਜ ਅੰਦਰ ਜਾਤ-ਪਾਤ ਦਾ ਕੋਹੜ ਪੈਦਾ ਤੇ ਪ੍ਰਫੁੱਲਤ ਨਹੀਂ ਹੋ ਸਕਦਾ ਸੀ। ਇਹ ਹਜ਼ਾਰਾਂ ਸਾਲਾਂ ਤਕ ਕਾਇਮ ਨਹੀਂ ਰਹਿ ਸਕਦਾ ਸੀ। ਇਸ ਕਾਰਨ ਕਰਕੇ, ਹਿੰਦੂ ਰਾਜਨੀਤੀ ਅੰਦਰ ਸੁਆਰਥ ਦਾ ਅੰਸ਼ ਭਾਰੂ ਹੈਸੀਅਤ ਰੱਖਦਾ ਹੈ। ਸੱਤਾ ਲਈ ਸੰਘਰਸ਼ ਬ੍ਰਾਹਮਣਵਾਦ ਦਾ ਕੇਂਦਰੀ ਤੱਤ ਹੈ। ਇਸ ਦੀ ਤੁਲਨਾ ਵਿਚ, ਪਰਉਪਕਾਰ ਦੀ ਭਾਵਨਾ ਸਿੱਖ ਧਰਮ ਦਾ ਅਤਿ ਜ਼ਰੂਰੀ ਅੰਸ਼ ਹੈ। ਸਿੱਖ ਧਰਮ ਨੂੰ ਇਸ ਤੋਂ ਬਿਨਾਂ ਚਿਤਵਿਆ ਨਹੀਂ ਜਾ ਸਕਦਾ। ਸਿੱਖ ਧਰਮ ਦੇ ਇਸ ਗੁਣ-ਤੱਤ ਕਰਕੇ ਹੀ ਬਸਤੀਵਾਦ ਵਿਰੋਧੀ ਸੰਘਰਸ਼ ਦੌਰਾਨ ਸਿੱਖਾਂ ਨੇ, ਭਾਰਤੀ ਵਸੋਂ ਅੰਦਰ ਆਪਣੀ ਸੰਖਿਆ ਦੇ ਅਨੁਪਾਤ ਨਾਲੋਂ ਕਈ ਗੁਣਾ ਵੱਧ ਕੁਰਬਾਨੀਆਂ ਕੀਤੀਆਂ ਹਨ। ਗ਼ਦਰ ਲਹਿਰ ਅੰਦਰ ਸਿੱਖੀ ਦਾ ਇਹ ਗੁਣ-ਤੱਤ ਸੰਘਣੇ ਤੇ ਲਿਸ਼ਕਵੇਂ ਰੂਪ ਵਿਚ ਪ੍ਰਗਟ ਹੋਇਆ ਸੀ।

ਉੱਨ੍ਹੀਵੀਂ ਸਦੀ ਦੇ ਆਖ਼ਰੀ ਦਹਾਕਿਆਂ ਅੰਦਰ, ਜਦੋਂ ਹਿੰਦੂ ਸਵਰਨ ਵਰਗ ਸਨਾਤਨੀ ਧਰਮ ਦੀ ਪੁਰਾਤਨ ਚੜ੍ਹਤਲ ਬਹਾਲ ਕਰਨ ਦੇ ਮੰਤਵ ਨਾਲ ਵੈਦਿਕ ਸ਼ਾਵਨਵਾਦ ਦਾ ਜਜ਼ਬਾ ਭੜਕਾ ਰਹੇ, ਅਤੇ ਇਸ ਆਧਾਰ ਉੱਤੇ ਹਿੰਦੂ-ਪ੍ਰਧਾਨੀ ਰਾਸ਼ਟਰਵਾਦ ਦੀ ਤੰਗਨਜ਼ਰ ਵਿਚਾਰਧਾਰਾ, ਜਥੇਬੰਦੀ ਤੇ ਲਹਿਰ ਖੜੀ ਕਰਨ ਦੇ ਪੁਰਜ਼ੋਰ ਯਤਨ ਕਰ ਰਹੇ ਸਨ, ਤਾਂ ਪੜ੍ਹੇ-ਲਿਖੇ ਤੇ ਰੋਸ਼ਨ ਦਿਮਾਗ਼ ਸਿੱਖ ਹਲਕਿਆਂ ਅੰਦਰ, ਇਸ ਹਿੰਦੂ ਸ਼ਾਵਨਵਾਦੀ ਹਮਲੇ ਤੇ ਖ਼ਤਰੇ ਦੇ ਨਾਲ ਹੀ, ਪੱਛਮ ਦੀ ਪਦਾਰਥਵਾਦੀ ਸੱਭਿਅਤਾ ਦੇ ਮਾਰੂ ਅਸਰਾਂ ਤੋਂ ਸਿੱਖ ਧਰਮ ਦੀ ਮੌਲਿਕਤਾ ਤੇ ਸ਼ੁੱਧਤਾ ਨੂੰ ਬਚਾਉਣ ਦਾ ਤਿੱਖਾ ਸਰੋਕਾਰ ਪੈਦਾ ਹੋਇਆ। ਇਸ ਵਿੱਚੋਂ ਸਿੰਘ ਸਭਾ ਲਹਿਰ ਦਾ ਸਰੂਪ ਉਭਰਿਆ, ਜਿਸ ਨੇ ਸਿੱਖਾਂ ਅੰਦਰ ਧਰਮ ਪ੍ਰਚਾਰ ਤੇ ਵਿੱਦਿਆ ਦਾ ਪਸਾਰਾ ਕਰਨ ਦਾ ਕਾਰਜ ਆਰੰਭਿਆ। ਇਤਿਹਾਸਕ ਲਿਖਤਾਂ ਵਿੱਚੋਂ ਦਿੱਤੇ ਹੇਠਲੇ ਕੁਝ ਕੁ ਹਵਾਲੇ, ਸਿੱਖ ਸਮਾਜ ਅੰਦਰ ਆਏ ਧਾਰਮਿਕ ਤੇ ਰਾਜਸੀ ਬਦਲਾਅ ਦੀ ਹਕੀਕਤ ਬਿਆਨ ਕਰਦੇ ਹਨ :

> "ਸਿੰਘ ਸਭਾ ਲਹਿਰ ਕਾਰਨ ਸਿੱਖ ਉੱਨਤੀ ਵੱਲ ਵਧ ਰਹੇ ਸਨ...ਇਸ ਸਮੇਂ ਸਿੱਖਾਂ ਦੀ ਸਰਗਰਮੀ ਧਰਮ ਪ੍ਰਚਾਰ ਤੇ ਵਿੱਦਿਆ ਵੱਲ ਵਧੇਰੇ ਸੀ। ਸਰਕਾਰ ਨਾਲ ਚੰਗਾ ਮਿਲਵਰਤਣ ਸੀ। ਫ਼ੌਜਾਂ ਵਿਚ ਵੀ ਸਿੱਖਾਂ ਦੀ ਚੰਗੀ ਪੋਜ਼ੀਸ਼ਨ ਸੀ। ਪੰਦਰਾਂ ਨੰਬਰ ਸਿੱਖ ਪਲਟਨ ਦਾ ਕੀਰਤਨੀ ਜਥਾ ਹੁੰਦਾ ਸੀ, ਜੋ ਸੱਦੇ ਅਨੁਸਾਰ ਸਿੰਘ ਸਭਾਵਾਂ ਦੇ ਸਾਲਾਨਾ ਦੀਵਾਨਾਂ ਪਰ ਪਹੁੰਚਦਾ ਤੇ ਕੀਰਤਨ ਕਰਦਾ ਸੀ। ਇਹ ਜਥਾ ਪਲਟਨ ਦੇ ਬਕਾਇਦਾ ਫ਼ੌਜੀ ਸਿਪਾਹੀਆਂ ਦਾ ਸੀ ਤੇ ਫ਼ੌਜੀ ਅਫ਼ਸਰਾਂ ਦੀ ਉਸ ਵੇਲੇ ਦੀ ਨੀਤੀ ਅਨੁਸਾਰ ਹੀ ਧਰਮ ਪ੍ਰਚਾਰ ਵਿਚ ਹਿੱਸਾ ਲੈਂਦਾ ਸੀ। ਫ਼ੌਜਾਂ ਵਿਚ ਹਰ ਇਕ ਸਿੱਖ ਨੂੰ ਅੰਮ੍ਰਿਤ ਛਕਣਾ, ਰਹਿਤ ਰੱਖਣੀ ਜ਼ਰੂਰੀ ਸੀ ਤੇ ਫ਼ੌਜੀ ਸਿੱਖ ਰੰਗਰੂਟਾਂ ਨੂੰ ਗੁਰਮੁਖੀ ਪੜ੍ਹਾਈ ਜਾਂਦੀ ਸੀ।"[31]

> "ਸਿੰਘ ਸਭਾ ਲਹਿਰ ਦੇ ਅਸਰ ਨਾਲ ਸਿੱਖਾਂ ਵਿਚ ਕਾਫ਼ੀ ਜਾਗਰਤਾ ਆ ਚੁੱਕੀ ਸੀ। ਵਿੱਦਿਆ ਦਾ ਪ੍ਰਚਾਰ ਤੇਜ਼ ਹੋ ਗਿਆ ਸੀ, ਗੁਰਦੁਆਰਿਆਂ ਵਿਚ ਸਤਿਸੰਗ ਹੋਣ ਲੱਗ ਪਏ ਸਨ ਤੇ ਸਿੰਘਾਂ ਵਿਚ ਗੁਰਮਤਿ ਪ੍ਰਚਾਰ ਲਈ ਨਵਾਂ ਉਤਸ਼ਾਹ ਪੈਦਾ ਹੋ ਗਿਆ ਸੀ। ਇਸ ਤੋਂ ਉਪਰੰਤ ਸਿੱਖ ਕੌਮ ਵਿਚ ਇਕ ਸੰਤ ਸ਼੍ਰੇਣੀ ਪੈਦਾ ਹੋਈ ਜਿਸ

31. ਗਿਆਨੀ ਨਾਹਰ ਸਿੰਘ, *ਆਜ਼ਾਦੀ ਦੀਆਂ ਲਹਿਰਾਂ*, ਸਫ਼ਾ 11.

ਦੇ ਮੋਢੀ ਸ੍ਰੀਮਾਨ ਬਾਬਾ ਕਰਮ ਸਿੰਘ ਜੀ ਹੋਤੀ ਮਰਦਾਨ, ਸੰਤ ਅਤਰ ਸਿੰਘ ਜੀ ਮਸਤੂਆਣਾ, ਸੰਤ ਮੱਘਰ ਸਿੰਘ ਜੀ ਰਾਮਗੜ੍ਹ ਲੁਧਿਆਣਾ, ਸੰਤ ਬਾਬਾ ਸ਼ਾਮ ਸਿੰਘ ਜੀ ਅੰਮ੍ਰਿਤਸਰ, ਸੰਤ ਹੀਰਾ ਦਾਸ ਜੀ ਚਿੱਟੀ, ਸੰਤ ਗੁਲਾਬ ਸਿੰਘ ਜੀ ਘੋਲੀਆ (ਫ਼ਿਰੋਜ਼ਪੁਰ), ਸੰਤ ਅਤਰ ਸਿੰਘ ਜੀ ਰੇਰੂ ਸਾਹਿਬ (ਰਾਮਪੁਰਾ ਪਟਿਆਲਾ), ਸੰਤ ਬਿਸ਼ਨ ਸਿੰਘ ਜੀ ਕਾਂਝਲਾ ਆਦਿਕ ਮਹਾਤਮਾ ਹੋਏ ਹਨ।* ਇਨ੍ਹਾਂ ਮਹਾਂਪੁਰਖਾਂ ਨੇ ਸਿੱਖੀ ਪ੍ਰਚਾਰ ਦੀ ਇਕ ਜ਼ਬਰਦਸਤ ਲਹਿਰ ਪੈਦਾ ਕਰ ਦਿੱਤੀ ਜਿਸ ਤੋਂ ਪ੍ਰਭਾਵਿਤ ਹੋ ਕੇ ਸਿੱਖ ਕੌਮ ਨੇ ਗ਼ਫ਼ਲਤ ਦੀ ਨੀਂਦਰ ਤੋਂ ਪਾਸਾ ਪਰਤਿਆ। ਸਿੱਖਾਂ ਨੂੰ ਧਰਮ ਤੇ ਧਰਮ ਮੰਦਰਾਂ ਦਾ ਸੁਧਾਰ ਕਰਨ ਦੀ ਸੋਝੀ ਆਈ...ਜਿਤਨੇ ਸੰਤ ਹੋਏ ਹਨ ਉਹ ਸਭ ਫ਼ੌਜਾਂ ਵਿੱਚੋਂ ਆਏ ਸਨ...ਇਸ ਕਰਕੇ ਸਿੱਖ ਰਾਜ ਖੁੱਸਣ ਕਰਕੇ ਕੌਮ ਵਿਚ ਜੋ ਮੁਰਦਿਹਾਣ ਛਾ ਗਈ ਸੀ ਉਹ ਖ਼ਤਮ ਹੋ ਗਈ ਅਤੇ ਸਿੱਖਾਂ ਨੇ ਨਵੇਂ ਸਿਰੇ ਜਥੇਬੰਦ ਹੋਣਾ ਸ਼ੁਰੂ ਕਰ ਦਿੱਤਾ। ਨਵੀਆਂ ਚੱਲੀਆਂ ਲਹਿਰਾਂ, ਫ਼ੌਜਾਂ 'ਚੋਂ ਆਏ ਸਿੱਖਾਂ ਦੇ ਸਿੱਖੀ ਪਿਆਰ ਅਤੇ ਸੰਤ ਸ਼੍ਰੇਣੀ ਦੇ ਪ੍ਰਚਾਰ ਨੇ ਐਸਾ ਜਜ਼ਬਾ ਪੈਦਾ ਕਰ ਦਿੱਤਾ ਜਿਸ ਵਿੱਚੋਂ ਅਕਾਲੀ ਲਹਿਰ ਵਰਗੀ ਜ਼ਬਰਦਸਤ ਲਹਿਰ ਪੈਦਾ ਹੋਈ।"[32]

ਪੰਜਾਬ ਦੇ ਲੈਫ਼ਟੀਨੈਂਟ ਗਵਰਨਰ ਸਰ ਡੈਨਜ਼ਿਲ ਇਬਟਸਨ ਨੇ 30 ਅਪਰੈਲ 1907 ਨੂੰ ਵਾਇਸਰਾਇ ਤੇ ਗਵਰਨਰ ਜਨਰਲ ਆੱਵ ਇੰਡੀਆ ਨੂੰ ਭੇਜੇ ਲਿਖਤੀ ਨੋਟ ਵਿਚ ਪੰਜਾਬ ਦੀ ਤਤਕਾਲੀ ਰਾਜਸੀ ਹਾਲਤ ਬਾਰੇ ਆਪਣਾ ਜਾਇਜ਼ਾ ਇਸ ਤਰ੍ਹਾਂ ਪੇਸ਼ ਕੀਤਾ ਸੀ:

"ਮੇਰੇ ਖ਼ਿਆਲ ਵਿਚ ਪੰਜਾਬ ਦੀ ਅਜੋਕੀ ਹਾਲਤ ਪੁੱਜ ਕੇ ਗੰਭੀਰ ਤੇ ਨਿਹਾਇਤ ਖ਼ਤਰਨਾਕ ਹੈ ਅਤੇ ਇਸ ਦਾ ਤੁਰੰਤ ਉਪਾਅ ਕੀਤਾ ਜਾਣਾ ਚਾਹੀਦਾ ਹੈ।"

ਆਪਣੀ ਰਿਪੋਰਟ ਦੇ ਪੈਰਾ ਨੰਬਰ 22 ਵਿਚ ਉਸ ਨੇ ਪੰਜਾਬੀਆਂ ਤੇ ਬੰਗਾਲੀਆਂ ਦੀ ਆਪਸ ਵਿਚ ਤੁਲਨਾ ਕਰਦਿਆਂ ਲਿਖਿਆ ਸੀ:

"ਇਸ ਵਿਚ ਕੋਈ ਸ਼ੱਕ ਨਹੀਂ ਕਿ ਬੰਗਾਲੀ ਬੰਦੇ ਦੀ ਤੁਲਨਾ ਵਿਚ ਪੰਜਾਬੀ ਬੰਦਾ ਘੱਟ ਆਪੋਂ-ਬਾਹਰਾ (ਹਿਸਟੀਰੀਕਲ) ਹੁੰਦਾ ਹੈ, ਪਰ ਉਹ ਪੂਰਬ ਦੇ ਵਿਕਾਰਾਂ ਤੋਂ ਮੁਕਤ ਨਹੀਂ ਹੈ। ਉਸ ਨੂੰ ਉਕਸਾਉਣਾ ਸ਼ਾਇਦ ਔਖਾ ਹੈ, ਪਰ ਉਹ ਜਜ਼ਬਾਤੀ ਹੈ, ਤੇ ਜਦੋਂ ਇਕ ਵਾਰ ਉਤੇਜਿਤ ਹੋ ਜਾਵੇ ਤਾਂ ਭਬੂਕਾ ਬਣ ਜਾਂਦਾ ਹੈ। ਸਿੱਖਾਂ ਦੇ ਮਾਮਲੇ ਵਿਚ, ਖ਼ਤਰਾ ਖ਼ਾਸ ਕਰਕੇ ਜ਼ਿਆਦਾ ਹੈ। ਅਜੇ 60 ਸਾਲ ਹੀ ਹੋਏ ਹਨ ਜਦੋਂ ਉਹ ਪੰਜਾਬ ਉੱਤੇ ਰਾਜ ਕਰਦੇ ਸਨ। ਉਹ ਸਾਡੀ ਦੇਸੀ ਫ਼ੌਜ ਦੀ ਭਰਤੀ ਦਾ ਵੱਡਾ ਤੇ ਮਹੱਤਵਪੂਰਨ ਸੋਮਾ ਹਨ, ਅਤੇ ਉਨ੍ਹਾਂ ਅੰਦਰ ਹੁਣੇ ਜਿਹੇ ਧਾਰਮਿਕ ਲਹਿਰ ਨੇ ਤਕੜਾ ਵਿਕਾਸ ਕੀਤਾ ਹੈ ਜਿਸ ਨਾਲ ਉਨ੍ਹਾਂ ਅੰਦਰ ਭਾਈਚਾਰਕ ਇਕਮੁੱਠਤਾ ਤੇ ਗੌਰਵ ਦੀ ਰੁਚੀ ਪ੍ਰਫੁੱਲਤ ਹੁੰਦੀ ਹੈ। ਇਹ ਗੱਲ ਉਨ੍ਹਾਂ ਨੂੰ, ਚੰਗੇ ਜਾਂ ਮਾੜੇ ਲਈ, ਹੋਰ ਜ਼ਿਆਦਾ ਤਾਕਤਵਰ ਕਰਦੀ ਹੈ ਅਤੇ ਜੇਕਰ ਪੰਜਾਬ ਦੇ ਜੱਟ-ਕਿਸਾਨ ਦੀ (ਬਰਤਾਨਵੀ ਰਾਜ ਪ੍ਰਤਿ) ਵਫ਼ਾਦਾਰੀ ਤਿੜਕ ਗਈ, ਤਾਂ ਇਸ ਨਾਲ ਬੰਗਾਲ ਵਿਚ ਪੈਦਾ ਹੋਣ ਵਾਲੇ ਕਿਸੇ ਵੀ ਖ਼ਤਰੇ ਨਾਲੋਂ ਕਿਤੇ ਵੱਧ ਸੰਗੀਨ ਹਾਲਤ ਪੈਦਾ ਹੋ ਜਾਵੇਗੀ।"[33]

ਅੰਗਰੇਜ਼ ਉੱਚ ਅਧਿਕਾਰੀ ਦੀ ਉਪਰੋਕਤ ਟਿੱਪਣੀ ਤੋਂ ਸਾਫ਼ ਪਤਾ ਚੱਲਦਾ ਹੈ ਕਿ ਵੀਹਵੀਂ ਸਦੀ ਦੇ ਪਹਿਲੇ ਦਹਾਕੇ ਅੰਦਰ, ਬਸਤੀਵਾਦੀ ਹਾਕਮ ਪੰਜਾਬ ਅੰਦਰ ਪੈਦਾ ਹੋ

* ਸੰਤ ਸੰਗਤ ਸਿੰਘ ਕਮਾਲੀਆ ਤੇ ਭਾਈ ਹੀਰਾ ਸਿੰਘ ਰਾਗੀ ਆਦਿ ਵੀ ਇਸੇ ਸ਼੍ਰੇਣੀ ਵਿਚ ਸ਼ਾਮਲ ਸਨ।

32. ਵਿਸਾਖਾ ਸਿੰਘ ਸੰਤ ਸਿਪਾਹੀ, *ਮਾਲਵਾ ਸਿੱਖ ਇਤਿਹਾਸ*, ਭਾਗ ਦੂਜਾ, ਸਫ਼ਾ 510.

33. Quoted in Kirpal Singh and Bhai Nahar Singh, M.A., *Struggle for Free Hindustan*, Vol. I, p. x.

ਰਹੀ ਹਾਲਤ ਨੂੰ ਬੰਗਾਲ ਨਾਲੋਂ ਵੀ ਵੱਧ ਗੰਭੀਰ ਤੇ ਖ਼ਤਰਨਾਕ ਸਮਝਦੇ ਸਨ। ਰਾਸ਼ਟਰਵਾਦੀ ਬ੍ਰਿਤਾਂਤ ਅੰਦਰ ਪੰਜਾਬ ਦੇ ਤਤਕਾਲੀ ਰਾਜਸੀ ਵਾਤਾਵਰਣ ਦਾ ਜ਼ਿਕਰ ਮੁੱਖ ਤੌਰ 'ਤੇ 'ਪਗੜੀ ਸੰਭਾਲ ਜੱਟਾ' ਲਹਿਰ ਦੇ ਹਵਾਲੇ ਨਾਲ ਹੀ ਕੀਤਾ ਗਿਆ ਹੈ। ਇਸ ਲਹਿਰ ਦੇ ਦੋ ਆਗੂਆਂ ਲਾਲਾ ਲਾਜਪਤ ਰਾਏ ਤੇ ਸਰਦਾਰ ਅਜੀਤ ਸਿੰਘ ਨੂੰ 'ਕੌਮੀ ਹੀਰੋਆਂ' ਵਜੋਂ ਉਭਾਰਿਆ ਗਿਆ ਹੈ।* ਸਚਾਈ ਇਹ ਹੈ ਕਿ 'ਪਗੜੀ ਸੰਭਾਲ ਜੱਟਾ' ਲਹਿਰ ਮੁੱਖ ਰੂਪ ਵਿਚ ਕਿਰਸਾਨੀ ਦੀ ਆਰਥਿਕ ਲਹਿਰ ਸੀ ਜਿਸ ਨੇ ਪੰਜਾਬ ਦੀ ਤਤਕਾਲੀ ਰਾਜਸੀ ਹਾਲਤ ਉੱਤੇ ਸੀਮਤ ਅਸਰ ਹੀ ਪਾਇਆ ਸੀ। ਉਕਤ ਨੋਟ ਤੋਂ ਸਾਫ਼ ਪ੍ਰਗਟ ਹੋ ਜਾਂਦਾ ਹੈ ਕਿ ਬਰਤਾਨਵੀ ਹਾਕਮ ਸਿੱਖ ਕੌਮ ਅੰਦਰ ਫੈਲ ਰਹੀ ਧਾਰਮਿਕ ਤੇ ਰਾਜਸੀ ਚੇਤਨਾ ਨੂੰ, ਕਿਰਸਾਨੀ ਦੀ ਆਰਥਿਕ ਬੇਚੈਨੀ ਨਾਲੋਂ ਕਿਤੇ ਵੱਧ ਗੰਭੀਰ ਤੇ ਖ਼ਤਰਨਾਕ ਸਮਝਦੇ ਸਨ। ਮਹਿਜ਼ ਸੱਤਾਂ ਸਾਲਾਂ ਬਾਅਦ ਗ਼ਦਰ ਲਹਿਰ ਦੇ ਉਭਾਰ ਨੇ ਬਰਤਾਨਵੀ ਅਧਿਕਾਰੀਆਂ ਦੇ ਉਪਰੋਕਤ ਜਾਇਜ਼ੇ ਨੂੰ ਸੱਚ ਸਾਬਤ ਕਰ ਦਿੱਤਾ ਸੀ। ਕਈ ਗ਼ਦਰੀ ਸੰਗਰਾਮੀਆਂ ਨੇ ਦੱਸਿਆ ਸੀ ਕਿ ਉਹ ਸੂਰਮਗਤੀ ਨਾਲ ਜਿਉਣ ਤੇ ਮਰਨ ਲਈ ਭਾਈ ਵੀਰ ਸਿੰਘ ਦੇ ਨਾਵਲਾਂ ਤੇ ਗਿਆਨੀ ਗਿਆਨ ਸਿੰਘ ਦੇ *ਪੰਥ ਪ੍ਰਕਾਸ਼* ਤੋਂ ਪ੍ਰੇਰਿਤ ਹੋਏ ਸਨ।

* ਲਾਲਾ ਲਾਜਪਤ ਰਾਏ ਤੇ ਸਰਦਾਰ ਅਜੀਤ ਸਿੰਘ ਪੰਜਾਬ ਅੰਦਰ ਆਰੀਆ ਸਮਾਜ ਦੇ ਮੋਹਰੀ ਸਨ। ਉਨ੍ਹਾਂ ਦਾ ਰਾਸ਼ਟਰਵਾਦ ਮੂਲ ਰੂਪ ਵਿਚ ਹਿੰਦੂ ਰਾਸ਼ਟਰਵਾਦ ਹੀ ਸੀ। ਸਰਦਾਰ ਅਜੀਤ ਸਿੰਘ ਖ਼ਾਸ ਕਰਕੇ, ਹਿੰਦੂ ਰਾਸ਼ਟਰਵਾਦ ਦੇ ਮੂੰਹ-ਫਟ ਬੁਲਾਰੇ ਬਾਲ ਗੰਗਾਧਰ ਤਿਲਕ ਦੇ ਅਨਿਨ ਭਗਤ ਸਨ। ਅੱਗੇ ਜਾ ਕੇ ਦੇਖਾਂਗੇ ਕਿ ਉਹ ਗ਼ਦਰ ਲਹਿਰ ਦੇ ਆਗੂਆਂ ਦੀਆਂ ਇਛਾਵਾਂ ਤੇ ਉਮੀਦਾਂ 'ਤੇ ਪੂਰੇ ਨਹੀਂ ਉਤਰੇ ਸਨ।

3
ਮੁੱਢਲਾ ਜੀਵਨ

ਭਾਈ ਕਰਤਾਰ ਸਿੰਘ ਸਰਾਭਾ ਦਾ ਜਨਮ 24 ਮਈ 1896 ਨੂੰ ਲੁਧਿਆਣਾ ਜ਼ਿਲ੍ਹੇ ਦੇ ਪਿੰਡ ਸਰਾਭਾ ਵਿਖੇ ਸੱਦੇ ਪੱਤੀ ਦੇ ਸ. ਬਦਨ ਸਿੰਘ ਦੇ ਖ਼ਾਨਦਾਨ ਵਿਚ ਹੋਇਆ। ਉਸ ਦੀ ਮਾਤਾ ਦਾ ਨਾਂ ਸਾਹਿਬ ਕੌਰ (ਪਿੰਡ ਮਹੋਲੀ ਜ਼ਿਲ੍ਹਾ ਸੰਗਰੂਰ) ਤੇ ਪਿਤਾ ਦਾ ਨਾਂ ਸਰਦਾਰ ਮੰਗਲ ਸਿੰਘ ਸੀ। ਸ. ਮੰਗਲ ਸਿੰਘ ਸਰਦਾਰ ਬਦਨ ਸਿੰਘ ਦਾ ਜੇਠਾ ਪੁੱਤਰ ਸੀ। ਕਰਤਾਰ ਸਿੰਘ ਦੀ ਇਕ ਵੱਡੀ ਭੈਣ ਸੀ ਜਿਸ ਦਾ ਨਾਂ ਧੰਨ ਕੌਰ ਸੀ। ਉਸ ਦਾ ਵਿਆਹ ਪਿੰਡ ਰਾਜੋਆਣਾ (ਵੱਡਾ) ਦੇ ਸ. ਹੁਕਮ ਸਿੰਘ ਨਾਲ ਹੋਇਆ। ਬੀਬੀ ਧੰਨ ਕੌਰ ਦੀ ਕੁੱਖ ਤੋਂ ਤਿੰਨ ਬੀਬੀਆਂ ਤੇ ਇਕ ਕਾਕਾ (ਸ. ਬਚਨ ਸਿੰਘ) ਪੈਦਾ ਹੋਏ। ਜਦ ਲੁਧਿਆਣੇ 5 ਮਾਰਚ 1957 ਨੂੰ ਸ. ਪ੍ਰਤਾਪ ਸਿੰਘ ਕੈਰੋਂ ਨੇ ਭਾਈ ਕਰਤਾਰ ਸਿੰਘ ਸਰਾਭਾ ਦੇ ਬੁੱਤ ਦਾ ਉਦਘਾਟਨ ਕੀਤਾ ਤਾਂ ਬੀਬੀ ਧੰਨ ਕੌਰ ਨੇ ਉਥੇ ਆਪਣੇ ਛੋਟੇ ਵੀਰੇ ਦੀ ਯਾਦ ਵਿਚ ਬਹੁਤ ਭਾਵ-ਭਿੰਨੀ ਤਕਰੀਰ ਕੀਤੀ ਸੀ। ਪੰਜਾਬ ਸਰਕਾਰ ਨੇ ਬੀਬੀ ਨੂੰ ਸਿਰਫ਼ 15 ਰੁਪੈ ਮਹੀਨਾ ਪੈਨਸ਼ਨ ਦੇਣ ਦਾ ਐਲਾਨ ਕੀਤਾ ਸੀ। ਬੀਬੀ ਜੀ ਦਸੰਬਰ 1961 ਵਿਚ ਅਕਾਲ ਚਲਾਣਾ ਕਰ ਗਏ।

ਕਰਤਾਰ ਸਿੰਘ ਅਜੇ ਮਸਾਂ ਪੰਜਾਂ ਕੁ ਸਾਲਾਂ ਦਾ ਸੀ ਜਦੋਂ ਬਦਕਿਸਮਤੀ ਨਾਲ ਉਸ ਦੇ ਪਿਤਾ ਜੀ (1901 ਈ. ਵਿਚ) ਸਵਰਗਵਾਸ ਹੋ ਗਏ। ਪਿਤਾ ਜੀ ਦੀ ਮੌਤ ਤੋਂ ਸੱਤ ਕੁ ਸਾਲਾਂ ਦੇ ਵਕਫ਼ੇ ਬਾਅਦ ਉਸ ਦੇ ਮਾਤਾ ਜੀ ਵੀ ਬੀਮਾਰੀ ਦੀ ਵਜ੍ਹਾ ਕਰਕੇ ਸਦੀਵੀ ਵਿਛੋੜਾ ਦੇ ਗਏ। ਮਾਂ ਤੇ ਬਾਪ ਦਾ ਸਾਇਆ ਸਿਰ ਤੋਂ ਉੱਠ ਜਾਣ ਤੋਂ ਬਾਅਦ ਕਰਤਾਰ ਸਿੰਘ ਦੇ ਦਾਦੇ ਸ. ਬਦਨ ਸਿੰਘ ਨੇ ਆਪਣੇ ਪੋਤਰੇ ਨੂੰ ਪੂਰੇ ਲਾਡ ਪਿਆਰ ਨਾਲ ਪਾਲਿਆ ਅਤੇ ਉਸ ਅੰਦਰ ਉੱਤਮ ਇਨਸਾਨੀ ਗੁਣ ਭਰਨ ਵੱਲ ਉਚੇਚਾ ਧਿਆਨ ਦਿੱਤਾ। 'ਡਾਇਰੈਕਟਰੀ ਆੱਵ ਦੀ ਗ਼ਦਰ ਮੂਵਮੈਂਟ' ਨਾਮੀ ਸਰਕਾਰੀ ਦਸਤਾਵੇਜ਼ ਵਿਚ ਸ. ਬਦਨ ਸਿੰਘ ਬਾਰੇ ਇਹ ਦਰਜ ਹੈ : "ਪਿੰਡ ਸਰਾਭਾ ਜ਼ਿਲ੍ਹਾ ਲੁਧਿਆਣਾ ਦਾ ਬਦਨ ਸਿੰਘ, ਕਰਤਾਰ ਸਿੰਘ ਦਾ ਦਾਦਾ ਹੈ। ਉਹ ਇਨਕਲਾਬੀ ਲਹਿਰ ਦਾ ਹਮਦਰਦ ਹੈ ਅਤੇ ਕਿਹਾ ਜਾਂਦਾ ਹੈ ਕਿ ਉਸ ਨੇ ਹੀ ਆਪਣੇ ਪੋਤਰੇ ਨੂੰ ਖੁਲ੍ਹੀ ਹਿੰਸਾ ਲਈ ਉਕਸਾਇਆ ਸੀ।"[1] ਇਸ ਤਰ੍ਹਾਂ, ਸਮਝਿਆ ਜਾ ਸਕਦਾ ਹੈ ਕਿ ਸ. ਬਦਨ ਸਿੰਘ ਗੁਰਸਿੱਖ ਹੋਣ ਦੇ ਨਾਤੇ ਸਿੱਖ ਆਦਰਸ਼ਾਂ ਵਿਚ ਨਿਸ਼ਠਾ ਰੱਖਦਾ ਸੀ ਅਤੇ ਕੁਦਰਤੀ ਤੌਰ 'ਤੇ ਉਸ ਨੇ ਕਰਤਾਰ ਸਿੰਘ ਨੂੰ ਬਚਪਨ ਵਿਚ ਇਨ੍ਹਾਂ ਆਦਰਸ਼ਾਂ ਦੀ ਪਾਣ ਚਾੜ੍ਹ ਦਿੱਤੀ ਸੀ। ਕਰਤਾਰ ਸਿੰਘ ਦੀ ਮਾਤਾ ਜੀ ਦਾ ਨਾਂ ਸਾਹਿਬ ਕੌਰ ਹੋਣਾ, ਉਸ ਦੇ ਨਾਨਕੇ ਪਰਿਵਾਰ ਦੇ ਸਿੱਖੀ ਪਿਆਰ ਵਿਚ ਰੰਗੇ ਹੋਣ ਦੀ ਸ਼ਾਹਦੀ ਭਰਦਾ ਹੈ। ਗੁਰਸਿੱਖ ਪਰਿਵਾਰ ਵਿਚ ਜਨਮੇ ਤੇ ਧਾਰਮਿਕ ਮਾਹੌਲ ਵਿਚ ਵੱਡੇ

---

1. Nahar Singh, Bhai and Kirpal Singh (eds.), 'Struggle for Free Hindustan', Vol. IV, *Ghadar Directory,* p. 130.

ਹੋਏ ਬੱਚੇ ਦੇ ਮਨ ਅੰਦਰ ਸਹਿਜ ਭਾਅ ਹੀ ਧਾਰਮਿਕ ਪਿਆਰ ਤੇ ਸ਼ਰਧਾ ਦੇ ਬੀਜ ਬੀਜੇ ਜਾਂਦੇ ਹਨ, ਜਿਹੜੇ ਯੋਗ ਮੌਕੇ 'ਤੇ ਪੁੰਗਰ ਪੈਂਦੇ ਹਨ। ਇਕ ਸਦੀ ਪਹਿਲਾਂ ਜਦੋਂ ਅਜੇ ਸਾਡੇ ਸਮਾਜ ਅੰਦਰ ਆਧੁਨਿਕ ਵਿਚਾਰਾਂ ਦਾ ਬੋਲ-ਬਾਲਾ ਨਹੀਂ ਹੋਇਆ ਸੀ ਅਤੇ ਸਿੱਖ ਮਾਪਿਆਂ ਦੇ ਮਨ ਵਿਗਿਆਨਵਾਦ ਤੇ ਤਰਕਸ਼ੀਲਤਾ ਦੀ ਲਾਗ ਤੋਂ ਸੁਰਖ਼ਰੂ ਸਨ, ਉਦੋਂ ਬੱਚੇ ਦਾਦੇ ਦਾਦੀਆਂ ਕੋਲੋਂ ਗੁਰੂਆਂ ਬਾਰੇ ਸਾਖੀਆਂ ਸੁਣ ਕੇ ਅਤੇ ਗੁਰਪੁਰਬਾਂ ਮੌਕੇ ਸਜਣ ਵਾਲੇ ਦੀਵਾਨਾਂ 'ਚੋਂ ਵੀਰ ਗਾਥਾਵਾਂ ਸਰਵਣ ਕਰ ਕੇ, ਸਿੱਖ ਜੁਝਾਰੂ ਵਿਰਸੇ ਤੋਂ ਸਹਿਜ ਭਾਅ ਹੀ ਜਾਣੂ ਹੋ ਜਾਂਦੇ ਸਨ। ਇਸ ਤਰ੍ਹਾਂ ਉਨ੍ਹਾਂ ਅੰਦਰ ਸਿੱਖ ਸੰਸਕਾਰਾਂ ਦੀ ਮਜ਼ਬੂਤ ਬੁਨਿਆਦ ਟਿਕ ਜਾਂਦੀ ਸੀ।

ਸ. ਬਦਨ ਸਿੰਘ ਦਾ ਪਰਿਵਾਰ ਚੰਗਾ ਸਰਦਾ ਪੁੱਜਦਾ ਤੇ ਪੜ੍ਹਿਆ-ਲਿਖਿਆ ਸੀ। ਪੰਜਾਬ ਵਿਚ ਖ਼ਾਲਸਾ ਰਾਜ ਦਾ ਅੰਤ ਹੋਣ ਤੋਂ ਬਹੁਤ ਚਿਰ ਪਹਿਲਾਂ ਹੀ ਅੰਗਰੇਜ਼ਾਂ ਨੇ ਆਪਣੇ ਰਾਜ ਦੀ ਹੱਦ ਸਤਲੁਜ ਦਰਿਆ ਤਕ ਵਧਾ ਲਈ ਸੀ। ਬਸਤੀਵਾਦੀ ਹਾਕਮਾਂ ਨੇ ਯੁੱਧਨੀਤਕ ਖ਼ਿਆਲ ਨਾਲ ਲੁਧਿਆਣੇ ਫ਼ੌਜੀ ਛਾਉਣੀ ਕਾਇਮ ਕਰ ਲਈ ਸੀ। ਇਸ ਦੇ ਨਾਲ ਹੀ ਈਸਾਈ ਮਿਸ਼ਨਰੀਆਂ ਨੇ ਆਪਣੀਆਂ ਸਰਗਰਮੀਆਂ ਸ਼ੁਰੂ ਕਰ ਦਿੱਤੀਆਂ ਸਨ। ਈਸਾਈ ਮਤ ਦੇ ਪ੍ਰਚਾਰ ਲਈ ਉਨ੍ਹਾਂ ਨੇ ਸਿੱਖਿਆ ਵੱਲ ਵਿਸ਼ੇਸ਼ ਧਿਆਨ ਦਿੱਤਾ। ਗੁਰਮੁਖੀ ਦਾ ਛਾਪਾ ਖ਼ਾਨਾ ਲੁਧਿਆਣੇ ਸਥਾਪਤ ਕੀਤਾ ਗਿਆ। ਈਸਾਈ ਮਿਸ਼ਨਰੀਆਂ ਨੇ ਪੰਜਾਬੀ ਦੀ ਵਿਆਕਰਣ ਛਾਪੀ, ਤੇ ਇਸ ਤੋਂ ਇਲਾਵਾ ਹੋਰ ਬਹੁਤ ਸਾਰੀ ਪ੍ਰਚਾਰ ਸਮੱਗਰੀ ਛਾਪ ਕੇ ਵੰਡਣੀ ਸ਼ੁਰੂ ਕੀਤੀ। ਅੰਗਰੇਜ਼ ਸਰਕਾਰ ਨੇ ਆਪਣੀਆਂ ਬਸਤੀਵਾਦੀ ਪ੍ਰਬੰਧਕੀ ਲੋੜਾਂ ਪੂਰੀਆਂ ਕਰਨ ਲਈ ਦੇਸੀ ਵਸੋਂ ਵਿੱਚੋਂ ਇਕ ਪੜ੍ਹਿਆ- ਲਿਖਿਆ ਵਰਗ ਪੈਦਾ ਕਰਨ ਦੀ ਯੁੱਧਨੀਤਕ ਪਹੁੰਚ ਅਪਣਾਈ ਸੀ। ਉਨ੍ਹਾਂ ਨੇ ਉੱਨ੍ਹੀਵੀਂ ਸਦੀ ਦੇ ਦੂਸਰੇ ਅੱਧ ਵਿਚ ਪਿੰਡਾਂ ਤੋਂ ਲੈ ਕੇ ਸ਼ਹਿਰਾਂ ਤਕ, ਅਲੱਗ ਅਲੱਗ ਦਰਜੇ ਦੇ ਸਕੂਲ ਖੋਲ੍ਹ ਦਿੱਤੇ ਸਨ। ਲੁਧਿਆਣਾ ਵਿਚ ਸਭ ਤੋਂ ਪਹਿਲਾਂ ਮਿਸ਼ਨ ਹਾਈ ਸਕੂਲ ਬਣਿਆ। ਇਸ ਤਰ੍ਹਾਂ, ਲੁਧਿਆਣਾ ਸ਼ਹਿਰ ਤੇ ਇਸ ਦੇ ਆਸ ਪਾਸ ਦੇ ਪਿੰਡਾਂ ਵਿੱਚੋਂ ਕਾਫ਼ੀ ਲੋਕ ਪੜ੍ਹ-ਲਿਖ ਕੇ ਚੰਗੇ ਸਰਕਾਰੀ ਅਹੁਦਿਆਂ 'ਤੇ ਪਹੁੰਚ ਗਏ ਸਨ। ਕਈਆਂ ਨੇ ਸਰਕਾਰੀ ਠੇਕੇਦਾਰੀ ਜਾਂ ਹੋਰਨਾਂ ਕਾਰੋਬਾਰਾਂ ਵਿੱਚੋਂ ਚੋਖੀਆਂ ਕਮਾਈਆਂ ਕਰ ਲਈਆਂ ਸਨ।

ਭਾਈ ਕਰਤਾਰ ਸਿੰਘ ਦੇ ਤਿੰਨ ਚਾਚੇ ਸ. ਬਿਸ਼ਨ ਸਿੰਘ, ਡਾ. ਵੀਰ ਸਿੰਘ ਤੇ ਸ. ਬਖ਼ਸ਼ੀਸ਼ ਸਿੰਘ ਪੜ੍ਹੇ-ਲਿਖੇ ਤੇ ਸਰਕਾਰੀ ਨੌਕਰ ਸਨ। ਇਸ ਕਰਕੇ ਕਰਤਾਰ ਸਿੰਘ ਦੇ ਦਾਦੇ ਸਮੇਤ ਉਸ ਦੇ ਚਾਚਿਆਂ ਦੀ ਇਹ ਤਮੰਨਾ ਸੀ ਕਿ ਉਹ ਵੀ ਪੜ੍ਹ-ਲਿਖ ਕੇ ਕਿਸੇ ਚੰਗੇ ਸਰਕਾਰੀ ਅਹੁਦੇ ਉੱਤੇ ਪਹੁੰਚੇ, ਖੇਤੀਬਾੜੀ ਵਿਚ ਨਾ ਪਵੇ। ਦਾਦਾ ਜੀ ਨੇ ਮੁੱਢ ਤੋਂ ਹੀ ਕਰਤਾਰ ਸਿੰਘ ਦੇ ਮਨ ਅੰਦਰ ਖੇਤੀਬਾੜੀ ਕਰਨ ਨਾਲੋਂ ਪੜ੍ਹਨ ਦੀ ਰੁਚੀ ਤੇ ਲਗਨ ਪੈਦਾ ਕਰਨ ਵੱਲ ਉਚੇਚਾ ਧਿਆਨ ਦਿੱਤਾ।

ਮੁੱਢਲੀ ਪੜ੍ਹਾਈ

ਉਸ ਵਕਤ ਸਰਾਭਾ ਪਿੰਡ ਅੰਦਰ ਪ੍ਰਾਇਮਰੀ ਤਕ ਦਾ ਹੀ ਸਕੂਲ ਸੀ। ਇਸ ਕਰਕੇ ਬਾਲ ਕਰਤਾਰ ਸਿੰਘ ਨੇ ਪ੍ਰਾਇਮਰੀ ਤਕ ਦੀ ਪੜ੍ਹਾਈ ਪਿੰਡ ਦੇ ਹੀ ਸਕੂਲ ਤੋਂ ਕੀਤੀ। ਇਸ ਤੋਂ ਬਾਅਦ ਉਹ ਕਿਹੜੇ ਕਿਹੜੇ ਸਕੂਲਾਂ ਵਿੱਚੋਂ ਪੜ੍ਹਿਆ, ਇਸ ਬਾਰੇ ਪੂਰੀ ਸਹੀ

ਜਾਣਕਾਰੀ ਨਹੀਂ ਮਿਲਦੀ। ਅਲੱਗ ਅਲੱਗ ਸੂਤਰਾਂ ਤੋਂ ਮਿਲਦੀ ਜਾਣਕਾਰੀ ਕਾਫ਼ੀ ਸਵੈ-ਵਿਰੋਧਾਂ ਤੇ ਉਲਝਣਾਂ ਭਰੀ ਹੈ। ਕਿਸੇ ਵੀ ਸਕੂਲ ਤੋਂ ਕੋਈ ਪ੍ਰਮਾਣਿਕ ਸਬੂਤ ਨਾ ਮਿਲਣ ਕਰਕੇ ਪੂਰੇ ਯਕੀਨ ਨਾਲ ਕੁਝ ਵੀ ਕਹਿਣਾ ਸੰਭਵ ਨਹੀਂ ਹੈ। ਫਿਰ ਵੀ, ਕੁਝ ਕੁ ਤੱਥ ਅਜਿਹੇ ਹਨ ਜਿਨ੍ਹਾਂ ਨੂੰ ਕਿੰਤੂ-ਰਹਿਤ ਮੰਨਿਆ ਜਾ ਸਕਦਾ ਹੈ।

ਸਰਾਭਾ ਪਿੰਡ ਤੋਂ ਤਿੰਨ ਕੁ ਮੀਲ ਦੇ ਫ਼ਾਸਲੇ ਨਾਲ ਪਿੰਡ ਗੁੱਜਰਵਾਲ ਵਿਚ ਉਸ ਵੇਲੇ ਮਿਡਲ ਸਕੂਲ ਸੀ। ਬਹੁਤ ਸਾਰੀਆਂ ਥਾਵਾਂ 'ਤੇ ਇਹ ਜ਼ਿਕਰ ਆਉਂਦਾ ਹੈ ਕਿ ਬਾਲ ਕਰਤਾਰ ਸਿੰਘ ਪ੍ਰਾਇਮਰੀ ਪਾਸ ਕਰਨ ਉਪਰੰਤ ਗੁੱਜਰਵਾਲ ਦੇ ਮਿਡਲ ਸਕੂਲ ਵਿਚ ਪੜ੍ਹਨੇ ਪੈ ਗਿਆ ਸੀ। ਉਥੇ ਉਹ ਕਿੰਨਾ ਚਿਰ ਪੜ੍ਹਿਆ, ਇਸ ਬਾਰੇ ਕਾਫ਼ੀ ਅਲੱਗ ਅਲੱਗ ਰਾਵਾਂ ਹਨ।[2] ਕਈਆਂ ਮੁਤਾਬਕ ਉਸ ਨੇ ਗੁੱਜਰਵਾਲ ਦੇ ਸਕੂਲ ਤੋਂ ਅੱਠਵੀਂ ਜਮਾਤ ਪਾਸ ਕੀਤੀ। ਪਰ ਕਰਤਾਰ ਸਿੰਘ ਸਰਾਭਾ ਦੇ ਸਮਕਾਲੀ ਤੇ ਗੁਆਂਢੀ ਪਿੰਡ ਗੁੱਜਰਵਾਲ ਦੇ ਗਿਆਨੀ ਨਾਹਰ ਸਿੰਘ ਦੇ ਲਿਖਣ ਅਨੁਸਾਰ ਉਹ ਪ੍ਰਾਇਮਰੀ ਪਾਸ ਕਰ ਕੇ ਹੀ ਮਾਲਵਾ ਖ਼ਾਲਸਾ ਹਾਈ ਸਕੂਲ ਵਿਚ ਦਾਖ਼ਲ ਹੋ ਗਿਆ ਸੀ ਅਤੇ ਉਸ ਨੇ ਅੱਠਵੀਂ ਜਮਾਤ ਉਥੋਂ ਪਾਸ ਕੀਤੀ ਸੀ, ਅਤੇ ਇਸ ਤੋਂ ਬਾਅਦ ਉਹ ਮਿਸ਼ਨ ਸਕੂਲ ਵਿਚ ਪੜ੍ਹਨੇ ਪੈ ਗਿਆ ਸੀ।[3] (ਪਰ ਕੁਝ ਲਿਖਤਾਂ ਵਿਚ ਮਿਸ਼ਨ ਸਕੂਲ ਦੀ ਥਾਵੇਂ ਆਰੀਆ ਸਕੂਲ ਤੇ ਕੁਝ ਵਿਚ ਇਸਲਾਮੀਆ ਸਕੂਲ ਲਿਖਿਆ ਮਿਲਦਾ ਹੈ)।

ਜ਼ਿਆਦਾਤਰ ਲਿਖਤਾਂ ਵਿਚ ਇਹ ਜ਼ਿਕਰ ਆਉਂਦਾ ਹੈ ਕਿ ਜਦੋਂ ਉਹ ਸੱਤਵੀਂ ਜਮਾਤ ਵਿਚ ਹੋ ਗਿਆ ਤਾਂ ਉਸ ਦੇ ਚੰਚਲ ਮਨ ਅੰਦਰ ਇਹ ਫੁਰਨਾ ਆਇਆ, ਕਿ 'ਕੱਲੀ 'ਕੱਲੀ ਜਮਾਤ ਪਾਸ ਕਰਨ ਦੀ ਥਾਂਵੇਂ ਕਿਉਂ ਨਾ ਛਾਲ ਮਾਰ ਕੇ ਦੋ ਜਮਾਤਾਂ ਅੱਗੇ ਲੰਘਿਆ ਜਾਵੇ। ਇਹ 'ਅਕਾਦਮਿਕ ਉਡਾਰੀ' ਮਾਰਨ ਦੇ ਵਿਚਾਰ ਨਾਲ ਉਸ ਨੇ ਸੱਤਵੀਂ ਵਿਚ ਖ਼ਾਲਸਾ ਸਕੂਲ ਵਿੱਚੋਂ ਆਪਣਾ ਨਾਂ ਕਟਵਾ ਲਿਆ ਅਤੇ ਫਿਰ ਆਪਣੇ ਵੱਲੋਂ ਪੂਰੀ ਹੁਸ਼ਿਆਰੀ ਨਾਲ ਸਰਟੀਫ਼ਿਕੇਟ ਅੰਦਰ ਸੱਤਵੀਂ ਦੀ ਥਾਂ ਨੌਂਵੀਂ ਕਰ ਲਈ, ਅਤੇ ਇਸ ਤਰੀਕੇ ਨਾਲ ਲੁਧਿਆਣਾ ਦੇ ਹੀ ਆਰੀਆ ਸਕੂਲ ਵਿਚ ਨੌਂਵੀਂ ਜਮਾਤ ਵਿਚ ਦਾਖ਼ਲਾ ਲੈ ਲਿਆ। ਕਿਹਾ ਜਾਂਦਾ ਹੈ ਕਿ ਕੁਝ ਚਿਰ ਤਾਂ ਸਕੂਲ ਵਾਲਿਆਂ ਨੂੰ ਉਸ ਦੀ ਇਸ ਚੁਸਤੀ ਦਾ ਪਤਾ ਨਾ ਲੱਗਿਆ ਪਰ ਪਿੱਛੋਂ ਕਿਸੇ ਭੇਤੀ ਨੇ ਇਹ ਭੇਤ ਪ੍ਰਗਟ ਕਰ ਦਿੱਤਾ, ਜਿਸ ਕਰਕੇ ਉਸ ਦੀ ਆਰੀਆ ਸਕੂਲ ਤੋਂ ਛੁੱਟੀ ਹੋ ਗਈ।[4]

ਪਰ ਜੇਕਰ ਉਸ ਵੇਲੇ ਸਕੂਲਾਂ ਵਿਚ ਪ੍ਰਚਲਿਤ ਵਿੱਦਿਆ ਦੇ ਸਿਸਟਮ ਨੂੰ ਦੇਖਿਆ ਜਾਵੇ ਤਾਂ ਉਪਰੋਕਤ ਕਹਾਣੀ ਪੂਰੀ ਠੀਕ ਨਹੀਂ ਜਾਪਦੀ। ਉਸ ਵੇਲੇ ਸਕੂਲ ਪੱਧਰ ਦੀ ਵਿੱਦਿਆ ਦਾ ਪੈਟਰਨ ਇਹ ਸੀ ਕਿ ਅੱਠਵੀਂ ਤਕ ਸਾਰੀ ਵਿੱਦਿਆ ਵਰਨੈਕੂਲਰ (ਯਾਨੀ ਕਿ ਸਥਾਨਕ) ਭਾਸ਼ਾ ਵਿਚ ਹੀ ਦਿੱਤੀ ਜਾਂਦੀ ਸੀ, ਜਿਸ ਕਰਕੇ ਅੱਠਵੀਂ ਜਮਾਤ ਨੂੰ ਵਰਨੈਕੂਲਰ ਫ਼ਾਈਨਲ ਕਿਹਾ ਜਾਂਦਾ ਸੀ। ਪੰਜਾਬ ਅੰਦਰ ਅੰਗਰੇਜ਼ ਸਰਕਾਰ ਦੀ ਵਿਸ਼ੇਸ਼ ਨੀਤੀ ਤਹਿਤ, ਮਾਂ ਬੋਲੀ ਪੰਜਾਬੀ ਨੂੰ ਢਾਹ ਲਾਉਣ ਦੇ ਮਨੋਰਥ ਨਾਲ ਵਰਨੈਕੂਲਰ ਭਾਸ਼ਾ ਦਾ ਰੁਤਬਾ ਪੰਜਾਬੀ ਦੀ ਥਾਂ ਉਰਦੂ ਨੂੰ ਦਿੱਤਾ ਗਿਆ ਸੀ। ਜਿਸ ਕਰਕੇ ਅੱਠਵੀਂ ਜਮਾਤ

2. ਵੇਖੋ, ਡਾ. ਗੁਰਚਰਨ ਸਿੰਘ, *ਵੀਰ ਨਾਇਕ ਕਰਤਾਰ ਸਿੰਘ ਸਰਾਭਾ*, ਸਫ਼ਾ 2.
3. ਗਿਆਨੀ ਨਾਹਰ ਸਿੰਘ, *ਜੀਵਨੀ ਸ਼ਹੀਦ ਕਰਤਾਰ ਸਿੰਘ ਸਰਾਬ੍ਹਾ*, ਸਫ਼ਾ 10.
4. ਡਾ. ਗੁਰਚਰਨ ਸਿੰਘ, *ਉਕਤ ਰਚਨਾ*, ਸਫ਼ਾ 2.

ਤਕ ਸਾਰੀ ਵਿੱਦਿਆ ਉਰਦੂ ਵਿਚ ਹੀ ਦਿੱਤੀ ਜਾਂਦੀ ਸੀ। ਸਰਕਾਰੀ ਸਕੂਲਾਂ ਵਿਚ ਪੰਜਾਬੀ ਪੜ੍ਹਾਉਣੀ ਮਨ੍ਹਾ ਸੀ। ਅੱਠਵੀਂ ਦਾ ਸਰਟੀਫ਼ਿਕੇਟ ਯੂਨੀਵਰਸਿਟੀ ਵਲੋਂ ਜਾਰੀ ਕੀਤਾ ਜਾਂਦਾ ਸੀ। ਅੱਠਵੀਂ ਤਕ ਅੰਗਰੇਜ਼ੀ ਉੱਕਾ ਹੀ ਨਹੀਂ ਪੜ੍ਹਾਈ ਜਾਂਦੀ ਸੀ। ਵਰਨੈਕੂਲਰ ਫ਼ਾਈਨਲ ਤੋਂ ਬਾਅਦ ਹਾਈ ਸਕੂਲ ਵਿਚ ਪਹਿਲੇ ਦੋ ਸਾਲ ਨਿਰੋਲ ਅੰਗਰੇਜ਼ੀ ਪੜ੍ਹਾਈ ਸਿਖਾਈ ਜਾਂਦੀ ਸੀ। ਇਸ ਨੂੰ ਜੂਨੀਅਰ ਤੇ ਸੀਨੀਅਰ ਪਾਸ ਕਰਨਾ ਕਿਹਾ ਜਾਂਦਾ ਸੀ। ਇਸ ਤੋਂ ਬਾਅਦ ਹੀ ਨੌਂਵੀਂ ਵਿਚ ਦਾਖ਼ਲਾ ਮਿਲਦਾ ਸੀ। ਨੌਂਵੀਂ ਜਮਾਤ ਨੂੰ 'ਫੋਰਥ ਹਾਈ' (forth high) ਕਿਹਾ ਜਾਂਦਾ ਸੀ ਅਤੇ ਇਸ ਵਿਚ ਅੰਗਰੇਜ਼ੀ ਤੇ ਉਰਦੂ 'ਕੱਠੀਆਂ ਪੜ੍ਹਾਈਆਂ ਜਾਂਦੀਆਂ ਸਨ।[5] ਇਸ ਲਿਹਾਜ਼ ਨਾਲ ਕਰਤਾਰ ਸਿੰਘ ਸਰਾਭਾ ਵੱਲੋਂ ਅੱਠਵੀਂ ਜਮਾਤ ਨੂੰ 'ਬਾਈ ਪਾਸ' ਕਰ ਕੇ ਸੱਤਵੀਂ 'ਚੋਂ ਸਿੱਧਾ ਨੌਂਵੀਂ ਜਮਾਤ ਵਿਚ ਦਾਖ਼ਲਾ ਲੈ ਸਕਣਾ ਮੰਨਣਯੋਗ ਨਹੀਂ ਹੋ ਸਕਦਾ। ਜੂਨੀਅਰ ਤੇ ਸੀਨੀਅਰ ਵਿਚ ਅੰਗਰੇਜ਼ੀ ਦਾ ਅਭਿਆਸ ਕਰਨ ਤੋਂ ਬਿਨਾਂ ਨੌਂਵੀਂ ਦੀ ਅੰਗਰੇਜ਼ੀ ਪੜ੍ਹ ਸਕਣਾ ਕਤਈ ਸੰਭਵ ਨਹੀਂ ਸੀ। ਵੈਸੇ ਵੀ ਅੱਠਵੀਂ ਦਾ ਸਰਟੀਫ਼ਿਕੇਟ, ਜਿਹੜਾ ਯੂਨੀਵਰਸਿਟੀ ਵੱਲੋਂ ਜਾਰੀ ਕੀਤਾ ਜਾਂਦਾ ਸੀ, ਵਿਖਾਏ ਬਗ਼ੈਰ ਨੌਂਵੀਂ ਜਮਾਤ ਵਿਚ ਦਾਖ਼ਲਾ ਕਿਵੇਂ ਮਿਲ ਸਕਦਾ ਸੀ ? ਇਸ ਕਰਕੇ ਵੱਧ ਸੰਭਾਵਨਾ ਇਹ ਹੈ ਕਿ ਕਰਤਾਰ ਸਿੰਘ ਨੇ ਖ਼ਾਲਸਾ ਸਕੂਲ ਤੋਂ ਜੂਨੀਅਰ ਤੇ ਸੀਨੀਅਰ ਪਾਸ ਕਰ ਲੈਣ ਤੋਂ ਬਾਅਦ ਨੌਂਵੀਂ ਜਮਾਤ 'ਚੋਂ ਆਪਣਾ ਨਾਂ ਕਟਵਾ ਕੇ, ਹੱਥ ਨਾਲ ਨੌਂਵੀਂ (ix) ਦੀ ਥਾਂ ਦਸਵੀਂ (x) ਕਰ ਲਿਆ ਹੋਵੇਗਾ, ਅਤੇ ਇਸ ਆਧਾਰ 'ਤੇ ਇਸਲਾਮੀਆ ਸਕੂਲ (ਕਰਤਾਰ ਸਿੰਘ ਸਰਾਭਾ ਦੇ ਪਰਵਾਰਕ ਸੂਤਰਾਂ ਤੋਂ ਮਿਲੀ ਜਾਣਕਾਰੀ ਅਨੁਸਾਰ ਆਰੀਆ ਸਕੂਲ ਜਾਂ ਮਿਸ਼ਨ ਸਕੂਲ ਵਾਲੀ ਗੱਲ ਸਹੀ ਨਹੀਂ ਹੈ) ਵਿਚ ਦਸਵੀਂ ਜਮਾਤ 'ਚ ਦਾਖ਼ਲਾ ਲੈ ਲਿਆ ਹੋਵੇਗਾ। ਖ਼ੈਰ ਕਿਵੇਂ ਵੀ ਹੋਇਆ, ਉਸ ਦੇ ਦਾਦਾ ਜੀ ਤੇ ਚਾਚਿਆਂ ਨੂੰ ਕਰਤਾਰ ਸਿੰਘ ਦੀ ਇਸ ਨਾਦਾਨ ਤੇ ਅਨੈਤਿਕ ਹਰਕਤ 'ਤੇ ਜ਼ਰੂਰ ਅਫ਼ਸੋਸ ਤੇ ਦੁੱਖ ਹੋਇਆ ਹੋਵੇਗਾ। ਇਸ ਵਾਰਦਾਤ ਤੋਂ ਬਾਅਦ ਕਰਤਾਰ ਸਿੰਘ ਦੇ ਦਾਦੇ ਤੇ ਚਾਚਿਆਂ ਨੇ ਰਲ ਕੇ ਫ਼ੈਸਲਾ ਕੀਤਾ ਕਿ ਉਸ ਨੂੰ ਲੁਧਿਆਣਿਓਂ ਕੱਢ ਕੇ ਉੜੀਸਾ ਆਪਣੇ ਕੋਲ ਰੱਖ ਕੇ ਸਿੱਧੀ ਨਿਗਰਾਨੀ ਹੇਠ ਪੜ੍ਹਾਇਆ ਜਾਵੇ। ਇਸ ਤਰੀਕੇ ਨਾਲ ਭਾਈ ਕਰਤਾਰ ਸਿੰਘ ਆਪਣੇ ਦੋ ਚਾਚਿਆਂ ਸ. ਬਖ਼ਸ਼ੀਸ਼ ਸਿੰਘ ਤੇ ਸ. ਵੀਰ ਸਿੰਘ ਕੋਲ ਉੜੀਸਾ ਚਲਾ ਗਿਆ। ਉਥੇ ਉਸਦਾ ਚਾਚਾ ਬਖ਼ਸ਼ੀਸ਼ ਸਿੰਘ ਜੰਗਲਾਤ ਦੇ ਮਹਿਕਮੇ ਵਿਚ ਅਫ਼ਸਰ ਸੀ ਅਤੇ ਸ. ਵੀਰ ਸਿੰਘ ਡਾਕਟਰੀ ਦਾ ਕਿੱਤਾ ਕਰਦਾ ਸੀ। ਦੋਵੇਂ ਚਾਚੇ ਉੜੀਸਾ ਦੇ ਮਸ਼ਹੂਰ ਸ਼ਹਿਰ ਕਟਕ ਵਿਚ ਇਕੱਠੇ ਇੱਕੋ ਘਰ ਵਿਚ ਰਹਿੰਦੇ ਸਨ। ਕਰਤਾਰ ਸਿੰਘ ਦੀਆਂ ਦੋਨੋਂ ਚਾਚੀਆਂ ਵੀ ਸਕੀਆਂ ਭੈਣਾਂ ਸਨ।

ਉੜੀਸਾ ਉਸ ਵੇਲੇ ਬੰਗਾਲ ਪ੍ਰੈਜ਼ੀਡੈਂਸੀ ਦਾ ਹਿੱਸਾ ਸੀ। ਉਥੇ ਉਨੀਵੀਂ ਸਦੀ ਦੇ ਆਰੰਭ ਵਿਚ ਹੀ ਪੱਛਮੀ ਤਰਜ਼ ਉੱਤੇ ਪੜ੍ਹਾਈ ਦਾ ਸਿਲਸਿਲਾ ਆਰੰਭ ਹੋ ਗਿਆ ਸੀ। ਸੁਭਾਵਿਕ ਹੀ ਉਥੇ ਸਕੂਲਾਂ ਵਿਚ ਅੰਗਰੇਜ਼ੀ ਦਾ ਪੱਧਰ ਕਾਫ਼ੀ ਉੱਚਾ ਹੋਵੇਗਾ। ਕਟਕ ਵਿਚ 1876 ਈ. ਵਿਚ ਰੇਵਨੇਸ਼ਾ ਕਾਲਜ ਚਾਲੂ ਹੋ ਗਿਆ ਸੀ। ਕਰਤਾਰ ਸਿੰਘ ਸਰਾਭਾ ਰੇਵਨੇਸ਼ਾ ਦੇ ਕਾਲਜੀਏਟ ਸਕੂਲ ਵਿਚ ਪੜ੍ਹਨੇ ਪੈ ਗਿਆ ਸੀ, ਜਿਥੋਂ ਉਸ ਨੇ 1912 ਵਿਚ

5. ਸੱਜਣ ਸਿੰਘ, 'ਮੇਰੀ ਜੀਵਨ ਕਹਾਣੀ', *ਗ਼ਦਰ ਲਹਿਰ ਦੀ ਅਸਲੀ ਗਾਥਾ-2*, (ਸੰਪਾ.) ਰਾਜਵਿੰਦਰ ਸਿੰਘ ਰਾਹੀ, ਸਫ਼ੇ 62-63; ਅਤੇ ਗਿਆਨੀ ਅਜਮੇਰ ਸਿੰਘ ਐਮ.ਏ., ***ਸਰਾਭੇ ਦਾ ਸਾਥੀ ਹਰਿਭਜਨ ਸਿੰਘ ਸਾਥੀ***, ਸਫ਼ਾ 21.

ਦਸਵੀਂ ਜਮਾਤ ਪਾਸ ਕਰ ਲਈ ਸੀ। ਉੜੀਸਾ ਵਿਚ ਅੰਗਰੇਜ਼ੀ ਪੜ੍ਹਾਈ ਦਾ ਪੱਧਰ ਉੱਚਾ ਹੋਣ ਕਰਕੇ ਕਰਤਾਰ ਸਿੰਘ ਨੂੰ ਅੰਗਰੇਜ਼ੀ ਪੜ੍ਹਨ, ਲਿਖਣ ਤੇ ਬੋਲਣ ਦਾ ਚੰਗਾ ਅਭਿਆਸ ਹੋ ਗਿਆ ਸੀ, ਜਿਹੜਾ ਅਮਰੀਕਾ ਜਾ ਕੇ ਉਸ ਦੇ ਬਹੁਤ ਕੰਮ ਆਇਆ।

ਬਚਪਨ ਦੇ ਗੁਣ ਲੱਛਣ

ਕਰਤਾਰ ਸਿੰਘ ਸਰਾਭਾ ਦੇ ਸੰਗਰਾਮੀਏ ਸਾਥੀ ਗਿਆਨੀ ਹਰਭਜਨ ਸਿੰਘ ਚਮਿੰਡਾ ਦੇ ਦੱਸਣ ਅਨੁਸਾਰ ਕਰਤਾਰ ਸਿੰਘ "ਪੜ੍ਹਾਈ ਵਿਚ ਐਡਾ ਹੁਸ਼ਿਆਰ ਨਹੀਂ ਸੀ। ਬਾਹਲਾ ਖੇਡਣ ਕੁੱਦਣ ਵਿਚ ਹੀ ਧਿਆਨ ਰੱਖਦਾ ਸੀ। ਪਰ ਇਸ ਦਾ ਬਾਬਾ ਇਸ ਨੂੰ ਬਹੁਤ ਘੱਟ ਝਿੜਕਦਾ ਹੁੰਦਾ ਸੀ। ਇਹ ਨਿਚੱਲਾ ਬਹਿਣਾ ਤਾਂ ਜਾਣਦਾ ਹੀ ਨਹੀਂ ਸੀ। ਇਸ ਵਿਚ ਬੜੀ ਫੁਰਤੀ ਤੇ ਚਲਾਕੀ ਸੀ। ਪਿੰਡ ਦੇ ਮੁੰਡੇ ਇਸ ਨੂੰ ਅਫ਼ਲਾਤੂ* ਆਖਿਆ ਕਰਦੇ ਸਨ। ਕਰਤਾਰ ਸਿੰਘ ਖੇਡਾਂ ਵਿਚ ਬੜਾ ਹੁਸ਼ਿਆਰ ਸੀ। ਉਹ ਸਕੂਲ ਵਿਚ ਹਾਕੀ ਖੇਡਦਾ ਸੀ। ਲੜਕਿਆਂ ਦਾ ਇਹ ਜਮਾਂਦਰੂ ਆਗੂ ਸੀ ਤੇ ਆਗੂਆਂ ਦੀਆਂ ਸਾਰੀਆਂ ਹੀ ਸਿਫ਼ਤਾਂ ਇਸ ਵਿਚ ਸਨ। ਇਹ ਤਰਤੀਬ (discipline) ਬੜੀ ਸੋਹਣੀ ਰੱਖ ਸਕਦਾ ਸੀ। ਆਪਣਾ ਵੱਖਰਾ ਹੀ ਜਥਾ ਇਸ ਨੇ ਬਣਾਇਆ ਹੋਇਆ ਸੀ। ਸੁਭਾਵ ਦਾ ਬੜਾ ਹਸਮੁੱਖ ਤੇ ਮਸਖ਼ਰਾ ਸੀ। ਹਰ ਇਕ ਲੜਕਾ ਉਸ ਦਾ ਸੰਗੀ ਬਣਨ ਵਿਚ ਬੜਾ ਪ੍ਰਸੰਨ ਰਹਿੰਦਾ ਸੀ।"

ਕਰਤਾਰ ਸਿੰਘ ਦੇ ਚੰਚਲ ਸੁਭਾਅ ਦੀ ਪੁਸ਼ਟੀ ਕਈ ਸੋਮਿਆਂ ਤੋਂ ਹੁੰਦੀ ਹੈ। ਉਸ ਦੇ ਬਚਪਨ ਦੇ ਬੇਲੀਆਂ ਤੇ ਸਕੂਲ ਦੇ ਸਾਥੀਆਂ ਮੁਤਾਬਕ, ਉਹ ਹਰ ਵੇਲੇ ਟਪੂੰ ਟਪੂੰ ਕਰਦਾ ਰਹਿੰਦਾ ਸੀ। ਜਿਸ ਕਰਕੇ ਉਸ ਦੇ ਸਹਿਪਾਠੀਆਂ ਨੇ ਉਸ ਦਾ ਨਾਂ 'ਉਡਣਾ ਸੱਪ' ਪਾਇਆ ਹੋਇਆ ਸੀ। ਬਾਅਦ ਵਿਚ ਜਾ ਕੇ ਉਸ ਨੇ ਥੋੜ੍ਹੇ ਜਿਹੇ ਜੀਵਨ ਅੰਦਰ ਹੀ ਜਿਸ ਕਿਸਮ ਦੀਆਂ ਬੁਲੰਦ ਤੇ ਬੇਪ੍ਰਵਾਹ ਉਡਾਰੀਆਂ ਮਾਰੀਆਂ ਅਤੇ ਜਿਸ ਕਿਸਮ ਦੇ ਜਾਂਬਾਜ਼ ਕਾਰਨਾਮੇ ਕੀਤੇ, ਉਨ੍ਹਾਂ ਤੋਂ ਸਾਬਤ ਹੋ ਜਾਂਦਾ ਹੈ ਕਿ ਉਸ ਦੇ ਬਚਪਨ ਦੇ ਬੇਲੀਆਂ ਨੇ ਉਸ ਦਾ ਲੱਛਣ-ਚਿਤਰਨ ਕਿੰਨਾ ਠੀਕ ਕੀਤਾ ਸੀ!

ਮਾਲਵਾ ਖ਼ਾਲਸਾ ਹਾਈ ਸਕੂਲ

ਲੁਧਿਆਣਾ ਵਿਚ ਸਭ ਤੋਂ ਪਹਿਲਾਂ ਮਿਸ਼ਨ ਹਾਈ ਸਕੂਲ ਬਣਿਆ। ਫਿਰ 1895 ਈ. ਵਿਚ ਆਰੀਆ ਹਾਈ ਸਕੂਲ ਅਤੇ ਇਸ ਦੇ ਦੋ ਸਾਲਾਂ ਬਾਅਦ, 1897 ਈ. ਵਿਚ, ਇਸਲਾਮੀਆ ਹਾਈ ਸਕੂਲ ਚਾਲੂ ਹੋਇਆ। 1905 ਈ. ਵਿਚ ਮਾਲਵਾ ਖ਼ਾਲਸਾ ਹਾਈ ਸਕੂਲ ਆਰੰਭ ਹੋਇਆ। ਕਰਤਾਰ ਸਿੰਘ ਨੇ ਖ਼ਾਲਸਾ ਸਕੂਲ ਵਿਚ ਦੋ ਸਾਲ ਤੋਂ ਵਧੇਰੇ ਸਮਾਂ ਗੁਜ਼ਾਰਿਆ। ਉਸ ਦੀ ਸ਼ਖ਼ਸੀਅਤ ਉੱਤੇ ਇਸ ਦਾ ਜੋ ਅਸਰ ਪਿਆ ਹੋ ਸਕਦਾ ਹੈ, ਉਸ ਦਾ ਅੰਦਾਜ਼ਾ ਹੇਠ ਦਿੱਤੇ ਵਰਣਨ ਤੋਂ ਲਾਇਆ ਜਾ ਸਕਦਾ ਹੈ।

ਗਿਆਨੀ ਹਰਭਜਨ ਸਿੰਘ 'ਚਮਿੰਡਾ', ਜਿਹੜਾ ਉਮਰ ਦੇ ਲਿਹਾਜ਼ ਨਾਲ ਕਰਤਾਰ ਸਿੰਘ ਦਾ ਲਗਭਗ ਹਾਣੀ ਤੇ ਉਸ ਦੇ ਗੁਆਂਢੀ ਪਿੰਡ ਦਾ ਵਸਨੀਕ ਹੋਣ ਤੋਂ ਇਲਾਵਾ

---

* ਯੂਨਾਨੀ ਭਾਸ਼ਾ ਵਿਚ ਚੁਸਤ ਚਲਾਕ ਆਦਮੀ ਨੂੰ 'ਅਫ਼ਲਾਤੂਨੀ' ਤੇ ਜ਼ਿਆਦਾ ਗੱਲਾਂ ਕਰਨ ਵਾਲੇ ਨੂੰ 'ਅਫ਼ਲਾਤੂ' ਕਿਹਾ ਜਾਂਦਾ ਹੈ।

ਭਾਈ ਸਾਹਿਬ ਭਾਈ ਰਣਧੀਰ ਸਿੰਘ ਦੇ ਜਥੇ ਦਾ ਨਿਸ਼ਠਾਵਾਨ ਮੈਂਬਰ ਹੋਣ ਦੇ ਨਾਤੇ ਜਿਸ ਨੇ ਫ਼ਿਰੋਜ਼ਪੁਰ ਛਾਉਣੀ ਅੰਦਰ ਅੰਗਰੇਜ਼ ਹਕੂਮਤ ਵਿਰੁੱਧ ਬਗ਼ਾਵਤ ਕਰਨ ਦੇ ਅਸਫਲ ਯਤਨ ਵਿਚ ਅਹਿਮ ਹਿੱਸਾ ਲਿਆ ਸੀ, ਅਤੇ ਇਸ ਬਦਲੇ ਉਸਨੂੰ ਸਰਕਾਰੀ ਕਰੋਪੀ ਦਾ ਸਾਹਮਣਾ ਕਰਨਾ ਪਿਆ ਸੀ, ਉਨ੍ਹਾਂ ਨੇ ਆਪਣੇ ਜੀਵਨ ਦੀਆਂ ਯਾਦਾਂ ਅੰਦਰ ਖ਼ਾਲਸਾ ਸਕੂਲ ਬਾਰੇ ਹੇਠ ਲਿਖੀ ਜਾਣਕਾਰੀ ਦਿੱਤੀ ਹੈ:

> "1911 ਵਿਚ ਜਦੋਂ ਮੈਂ ਵਰਨੈਕੂਲਰ ਫ਼ਾਈਨਲ ਦਾ ਇਮਤਿਹਾਨ ਪਾਸ ਕਰ ਲਿਆ ਤਾਂ ਮੇਰੇ ਵੱਡੇ ਭਰਾ ਨੇ ਮੈਨੂੰ ਮਾਲਵਾ ਖ਼ਾਲਸਾ ਹਾਈ ਸਕੂਲ ਲੁਧਿਆਣਾ ਵਿਚ ਦਾਖ਼ਲ ਕਰਵਾ ਦਿੱਤਾ। ਉਥੇ ਮੈਂ ਬੋਰਡਿੰਗ ਹਾਊਸ* ਵਿਚ ਰਹਿੰਦਾ ਹੁੰਦਾ ਸੀ। ਪਹਿਲਾਂ ਪਹਿਲ ਕੁਝ ਸਮਾਂ ਫੀਲਡ ਗੰਜ ਵਿਚ ਇਕ ਕਮਰਾ ਕਿਰਾਏ ਉੱਤੇ ਲੈ ਕੇ ਰਹਿਣ ਦਾ ਪ੍ਰਬੰਧ ਕੀਤਾ ਸੀ। ਸਕੂਲ ਵਿਚ ਬੜੀ ਰੌਣਕ ਹੁੰਦੀ ਸੀ। ਸਿੱਖੀ ਪਿਆਰ ਠਾਠਾਂ ਮਾਰਦਾ ਸੀ। ਸਕੂਲ ਦਾ ਸਾਰਾ ਵਾਤਾਵਰਨ ਸਿੱਖੀ ਪਿਆਰ ਨਾਲ ਭਰਪੂਰ ਦਿਖਾਈ ਦਿੰਦਾ ਸੀ। ਹਰ ਵਿਦਿਆਰਥੀ ਲਈ ਇਹ ਲਾਜ਼ਮੀ ਸੀ ਕਿ ਉਹ ਸਿੱਖ ਰਹਿਤ ਵਿਚ ਪੂਰੀ ਤਰ੍ਹਾਂ ਨਾਲ ਤਿਆਰ ਬਰਤਿਆਰ ਹੋਵੇ। ਉਸ ਸਮੇਂ ਦੇ ਅਧਿਆਪਕਾਂ ਦਾ ਪ੍ਰਭਾਵ ਹੀ ਐਸਾ ਸੀ ਕਿ ਉਨ੍ਹਾਂ ਦੀ ਕਹੀ ਹੋਈ ਹਰ ਗੱਲ ਉਪਰ ਫ਼ੌਰਨ ਅਮਲ ਹੁੰਦਾ ਸੀ। ਸ਼ਾਇਦ ਇਸ ਦਾ ਇਕ ਕਾਰਨ ਇਹ ਵੀ ਹੋਵੇ ਕਿ ਉਹ ਅਧਿਆਪਕ ਕਹਿਣੀ ਤੇ ਕਰਨੀ ਦੇ ਪੂਰੇ ਸਨ। ਜੋ ਉਹ ਕਹਿੰਦੇ ਸਨ, ਉਹੀ ਕੁਛ ਕਰਦੇ ਸਨ। ਜੇ ਉਹ ਸਾਨੂੰ ਸਿੱਖੀ ਦੇ ਉਪਦੇਸ਼ਾਂ ਨੂੰ ਆਪਣੇ ਜੀਵਨ ਵਿਚ ਵਸਾਉਣ ਦੀ ਪ੍ਰੇਰਨਾ ਕਰਦੇ ਸਨ ਤਾਂ ਇਹ ਠੋਸ ਹਕੀਕਤ ਹੈ ਕਿ ਉਹ ਆਪ ਵੀ ਇਨ੍ਹਾਂ ਉਪਦੇਸ਼ਾਂ ਉਪਰ ਪੂਰਾ ਪੂਰਾ ਅਮਲ ਕਰਦੇ ਸਨ। ਸਕੂਲ ਵਿਚ ਹਰ ਅੱਠਵੇਂ ਦਿਨ ਬੁੱਧਵਾਰ ਨੂੰ, ਬੜਾ ਭਾਰੀ ਦੀਵਾਨ ਸਜਦਾ ਸੀ। ਭਾਈ ਸਾਹਿਬ ਭਾਈ ਰਣਧੀਰ ਸਿੰਘ ਜੀ ਆਪਣੇ ਜਥੇ ਸਮੇਤ ਆ ਕੇ ਕੀਰਤਨ ਕਰਿਆ ਕਰਦੇ ਸਨ। ਸਕੂਲ ਦੇ ਸਾਰੇ ਬੱਚੇ ਇਕੱਠੇ ਹੋ ਕੇ ਜਦੋਂ ਪ੍ਰੇਮ ਮੁਗਧ ਹੋ ਕੇ, ਗੁਰਬਾਣੀ ਦਾ ਗਾਇਣ ਕਰਦੇ, ਸ਼ਬਦ ਕੀਰਤਨ ਕਰਦੇ, ਰਸ ਭਿੰਨੀ ਆਵਾਜ਼ ਵਿਚ ਬੋਲਦੇ, ਆਪਣੇ ਪ੍ਰਭੂ-ਪਰਮੇਸ਼ਰ ਨੂੰ ਯਾਦ ਕਰਨ ਲਈ, ਉਸ ਦੀ ਸਿਫ਼ਤ ਸ਼ਲਾਘਾ ਦਾ ਅਲਾਪ ਕਰਦੇ ਤਾਂ ਸਾਰਾ ਵਾਯੂ ਮੰਡਲ ਇਕ ਅਨੋਖੇ ਵਜਦ ਵਿਚ ਗੂੰਜ ਉੱਠਦਾ। ਦੂਰ ਦੂਰ ਤਕ ਆਵਾਜ਼ ਸੁਣਾਈ ਦਿੰਦੀ। ਇਸ ਤਰ੍ਹਾਂ ਮੈਨੂੰ ਵੀ ਕੀਰਤਨ ਕਰਨ ਦਾ ਸ਼ੌਕ ਹੋ ਗਿਆ ...1914 ਵਿਚ ਮੈਂ ਇਸ (ਭਾਈ ਰਣਧੀਰ ਸਿੰਘ ਦੇ) ਜਥੇ ਕੋਲੋਂ ਅੰਮ੍ਰਿਤ ਛਕਿਆ...ਨੌਵੀਂ ਜਮਾਤ ਵਿਚ ਜਾ ਕੇ ਮੈਂ ਸਕੂਲ ਜਾਣਾ ਛੱਡ ਦਿੱਤਾ—ਕਿਉਂਕਿ ਜਥੇ ਦੇ ਨਾਲ ਰਹਿਣ ਦਾ ਪੱਕਾ ਫ਼ੈਸਲਾ ਕਰ ਲਿਆ।"[6]

ਇਕ ਹੋਰ ਜਗ੍ਹਾ ਗਿਆਨੀ ਹਰਭਜਨ ਸਿੰਘ ਚਮਿੰਡਾ ਨੇ ਖ਼ਾਲਸਾ ਸਕੂਲ ਦੇ ਵਾਤਾਵਰਣ ਦੀ ਤਸਵੀਰ ਇਸ ਤਰ੍ਹਾਂ ਪੇਸ਼ ਕੀਤੀ ਹੈ:

> "ਇਸ ਸਕੂਲ ਦਾ ਵਾਤਾਵਰਣ ਸਿੱਖੀ ਪਿਆਰ, ਸਿੱਖੀ ਉਪਦੇਸ਼ ਤੇ ਸਿੱਖੀ ਰਹਿਤ ਮਰਯਾਦਾ ਨਾਲ ਭਰਪੂਰ ਸੀ। ਸਕੂਲ ਦੇ ਬੱਚਿਆਂ ਨੂੰ ਹਰ ਰੋਜ਼ ਸਿੱਖ ਇਤਿਹਾਸ ਦੀਆਂ ਕਹਾਣੀਆਂ ਸੁਣਾਈਆਂ ਜਾਂਦੀਆਂ। ਸ਼ਹੀਦੀ ਘਟਨਾਵਾਂ ਨੂੰ ਬਿਆਨ ਕੀਤਾ ਜਾਂਦਾ। ਗੁਰਮਤਿ ਸੰਬੰਧੀ ਪੂਰੀ ਪੂਰੀ ਜਾਣਕਾਰੀ ਦਿੱਤੀ ਜਾਂਦੀ। ਸਕੂਲ ਦੇ ਬੋਰਡਿੰਗ ਵਿਚ ਰਹਿਣ ਵਾਲੇ ਹਰ ਵਿਦਿਆਰਥੀ ਲਈ ਅੰਮ੍ਰਿਤ ਵੇਲੇ ਉੱਠਣਾ ਤੇ ਇਸ਼ਨਾਨ ਕਰਨਾ ਜ਼ਰੂਰੀ ਹੁੰਦਾ ਸੀ। ਫਿਰ ਸਾਰੇ ਬੋਰਡਰਜ਼ ਇਕੱਠੇ ਹੋ ਕੇ ਗੁਰਦੁਆਰੇ ਜਾਂਦੇ। ਢੋਲਕੀਆਂ

---

* ਇਹ ਬੋਰਡਿੰਗ ਤਿੰਨ ਨੰਬਰ ਡਿਵੀਜ਼ਨ ਦੀ ਪੁਲਿਸ ਚੌਂਕੀ ਦੇ ਨਜ਼ਦੀਕ ਬੰਨੇ ਦੇ ਹਾਤੇ ਵਿਚ ਸੀ।

6. ਗਿਆਨੀ ਹਰਭਜਨ ਸਿੰਘ ਚਮਿੰਡਾ, 'ਮੈਂ ਗ਼ਦਰੀ ਕਿਵੇਂ ਬਣਿਆ', *ਗ਼ਦਰ ਲਹਿਰ ਦੀ ਅਸਲੀ ਗਾਥਾ-2*, (ਸੰਪਾ.) ਰਾਜਵਿੰਦਰ ਸਿੰਘ ਰਾਹੀ, ਸਫ਼ੇ 113-15.

ਚਿਮਟਿਆਂ ਨਾਲ ਸ਼ਬਦ ਕੀਰਤਨ ਕਰਦੇ ਜੋਟੀਆਂ ਦੇ ਸ਼ਬਦ ਪੜ੍ਹਦੇ। ਮਸਤੀ ਵਿਚ ਆ ਕੇ ਰਸਭਿੰਨੇ ਕੀਰਤਨ ਦੇ ਆਨੰਦ ਮਾਣਦੇ। ਕੀਰਤਨ ਦੀ ਸਮਾਪਤੀ ਦੇ ਉਪਰੰਤ ਗੁਰਵਾਕ ਲਿਆ ਜਾਂਦਾ, ਅਰਦਾਸ ਕੀਤੀ ਜਾਂਦੀ। ਇਹ ਸਾਰਾ ਪ੍ਰੋਗਰਾਮ ਵਿਦਿਆਰਥੀ ਆਪ ਆਪਣੇ ਸ਼ੌਕ ਨਾਲ ਨਿੱਤ ਕਰਦੇ। ਸਭਨਾਂ ਲਈ ਸਿੱਖੀ ਰਹਿਤ ਵਿਚ ਤਿਆਰ-ਬਰ-ਤਿਆਰ ਰਹਿਣਾ ਜ਼ਰੂਰੀ ਸੀ। ਰੇਬ ਕਛਹਿਰਾ ਪਹਿਨਣਾ, ਗਾਤਰਾ ਕਿਰਪਾਨ ਰੱਖਣੀ ਤੇ ਕੇਸਾਂ ਨੂੰ ਸਤਿਕਾਰ ਵਜੋਂ ਢੱਕ ਕੇ ਰੱਖਣਾ। ਕਮਰੇ ਵਿੱਚੋਂ ਨੰਗੇ ਸਿਰ ਬਾਹਰ ਨਿਕਲਣਾ ਭਾਰੀ ਅਵੱਗਿਆ ਸਮਝੀ ਜਾਂਦੀ ਸੀ। ਇਸੇ ਤਰ੍ਹਾਂ ਰਹਰਾਸਿ ਦੇ ਮੌਕੇ ਗੁਰਦੁਆਰੇ ਵਿਚ ਫਿਰ ਦੀਵਾਨ ਸਜਣਾ।"[7]

ਗਿਆਨੀ ਨਾਹਰ ਸਿੰਘ ਜੀ, ਜਿਨ੍ਹਾਂ ਨੇ ਗਿਆਨੀ ਚਮਿੰਡਾ ਜੀ ਹੁਰਾਂ ਵਾਂਗ ਹੀ ਭਾਰਤ ਅੰਦਰ ਅੰਗਰੇਜ਼ ਸਰਕਾਰ ਦਾ ਤਖ਼ਤਾ ਪਲਟਣ ਦੀ ਅਸਫਲ ਕੋਸ਼ਿਸ਼ ਕਰਨ ਵਿਚ ਕਰਤਾਰ ਸਿੰਘ ਸਰਾਭਾ ਦਾ ਡੱਟਵਾਂ ਸਾਥ ਦਿੱਤਾ ਸੀ ਅਤੇ ਇਸ ਦੇ ਬਦਲੇ ਕਈ ਸਾਲ ਜੇਲ੍ਹਾਂ ਅੰਦਰ ਕਸ਼ਟਮਈ ਜੀਵਨ ਗੁਜ਼ਾਰਿਆ ਸੀ, ਨੇ ਵੀ ਮਾਲਵਾ ਖ਼ਾਲਸਾ ਸਕੂਲ ਬਾਰੇ ਹੇਠ ਲਿਖੀ ਜਾਣਕਾਰੀ ਦਿੱਤੀ ਹੈ :

"ਖ਼ਾਲਸਾ ਯੰਗਮੈਨਜ਼ ਲੀਗ (ਖ਼ਾਲਸਾ ਭੁਜੰਗੀ ਸਭਾ) ਲੁਧਿਆਣਾ 1885 ਈ. ਵਿਚ ਕਾਇਮ ਹੋਈ। ਖ਼ਾਲਸਾ ਹਾਈ ਸਕੂਲ ਲੁਧਿਆਣਾ ਦੇ ਜਾਰੀ (ਚਾਲੂ) ਹੋਣ ਤੋਂ ਪਹਿਲਾਂ ਸਿੱਖ ਲੜਕੇ ਬਹੁਤੇ ਮਿਸ਼ਨ ਹਾਈ ਸਕੂਲ ਵਿਚ ਹੀ ਪੜ੍ਹਿਆ ਕਰਦੇ ਸਨ। ਸੋ ਖ਼ਾਲਸਾ ਭੁਜੰਗੀ ਸਭਾ ਦਾ ਜ਼ੋਰ ਤੋਰ ਵੀ ਇਸੇ (ਮਿਸ਼ਨ) ਸਕੂਲ ਵਿਚ ਹੀ ਸੀ। ਜਦੋਂ ਖ਼ਾਲਸਾ ਸਕੂਲ ਲੁਧਿਆਣਾ ਦੇ ਖੁਲ੍ਹਣ ਦੇ ਖ਼ਿਆਲ ਤੇ ਉੱਦਮ ਅਰੰਭ ਹੋਣ ਲੱਗੇ, ਉਸ ਯਤਨ ਤੇ ਪ੍ਰੇਰਨਾ ਵਿਚ ਏਸ ਭੁਜੰਗੀ ਸਭਾ ਦਾ ਖ਼ਾਸ ਹਿੱਸਾ ਸੀ। ਆਪਣੇ ਜ਼ਮਾਨੇ ਵਿਚ ਏਸ ਸਭਾ ਦੀ ਹਸਤੀ ਪੰਥ ਪ੍ਰਸਿੱਧ ਸੀ। ਪੰਥਿਕ ਇਕੱਠਾਂ ਵਿਚ ਇਸ ਦੇ ਪ੍ਰਤੀਨਿਧਾਂ ਨੂੰ ਖ਼ਾਸ ਤੌਰ ਪੁਰ ਬੁਲਾਇਆ ਜਾਂਦਾ ਸੀ ਤੇ ਹਰ ਪੰਥਿਕ ਮਾਮਲੇ ਵਿਚ ਏਹ ਸਭਾ ਹਿੱਸਾ ਲੈਂਦੀ ਸੀ। ਖ਼ਾਲਸਾ ਹਾਈ ਸਕੂਲ ਖੁੱਲ੍ਹ ਜਾਣ ਪੁਰ ਸਭਾ ਦਾ ਸਭ ਜ਼ੋਰ ਤੋਰ ਖ਼ਾਲਸਾ ਸਕੂਲ ਵਿਚ ਹੀ ਹੋ ਗਿਆ। ਸਕੂਲ 18 ਨਵੰਬਰ 1908 ਈ. ਨੂੰ ਜਾਰੀ ਹੋਇਆ। 1909 ਤੋਂ ਲੈ ਕੇ 1914 ਤਕ ਭਾਈ ਸਾਹਿਬ ਰਣਧੀਰ ਸਿੰਘ ਜੀ ਸਭਾ ਦੇ ਹਫ਼ਤਾਵਾਰੀ ਦੀਵਾਨ, ਜੋ ਐਤਵਾਰ ਤੇ ਬੁੱਧਵਾਰ ਨੂੰ ਹੋਇਆ ਕਰਦੇ ਸਨ, ਉਨ੍ਹਾਂ ਵਿਚ ਕੀਰਤਨ ਕਰਿਆ ਕਰਦੇ ਤੇ ਗੁਰੂ ਨਾਨਕ ਦੇਵ ਜੀ ਤੇ ਸ੍ਰੀ ਗੁਰੂ ਦਸਮੇਸ਼ ਜੀ ਦੇ ਅਵਤਾਰ ਗੁਰਪੁਰਬਾਂ ਸਮੇਂ ਨਗਰ ਕੀਰਤਨ ਵਿਚ ਸ਼ਾਮਲ ਹੁੰਦੇ ਤੇ ਅਖੰਡ ਪਾਠ ਕਰਦੇ। ਸਕੂਲ ਵਿਚ ਬਹੁਤ ਵਾਰ ਗੁਰਪੁਰਬਾਂ ਤੇ ਸਮਾਗਮਾਂ ਪਰ ਅੰਮ੍ਰਿਤ ਪ੍ਰਚਾਰ ਹੋਏ, ਜਿਨ੍ਹਾਂ ਵਿਚ ਭਾਈ ਸਾਹਿਬ ਵੀ ਸ਼ਾਮਲ ਹੁੰਦੇ ਰਹੇ। ਜੋ ਜੋ ਨਜ਼ਾਰੇ ਇਨ੍ਹਾਂ ਕੀਰਤਨ ਮੰਡਲਾਂ, ਨਗਰ ਕੀਰਤਨ ਦੇ ਸਮਿਆਂ, ਅਖੰਡਪਾਠਾਂ ਤੇ ਅੰਮ੍ਰਿਤ ਪ੍ਰਚਾਰ ਦੇ ਸਮਾਗਮਾਂ ਸਮੇਂ ਦੇਖਣ ਵਿਚ ਆਏ ਤੇ ਜੋ ਜੋ ਕੌਤਕ ਵਰਤੇ, ਉਨ੍ਹਾਂ ਨੂੰ ਉਸ ਸਮੇਂ ਦੇ ਦੇਖਣ ਵਾਲੇ ਹੀ ਅਨੁਭਵ ਕਰ ਸਕਦੇ ਹਨ, ਇਥੇ ਲਫ਼ਜ਼ਾਂ ਵਿਚ ਉਹ ਵਰਣਨ ਨਹੀਂ ਕੀਤੇ ਜਾ ਸਕਦੇ। ਜਦ ਬੱਨੇ ਦੇ ਹਾਤੇ ਉਸ ਗੁਰਦੁਆਰੇ ਵਾਲੇ ਮਕਾਨ ਨੂੰ ਦੇਖੀਦਾ ਹੈ ਤਾਂ ਪੁਰਾਣੇ ਸਭ ਨਜ਼ਾਰੇ ਅੱਖਾਂ ਅੱਗੇ ਆ ਕੇ ਆਪਣੀ ਯਾਦ ਨੂੰ ਤਾਜ਼ਾ ਕਰਨ ਵਾਲੀ ਝਲਕ ਦਿਖਾ ਜਾਂਦੇ ਹਨ। ਇਨ੍ਹਾਂ ਸਾਰੇ ਦੀਵਾਨਾਂ ਤੇ ਗੁਰਪੁਰਬਾਂ ਦੀ ਕਾਰਵਾਈ ਦਾ ਮੁਕੰਮਲ ਰੀਕਾਰਡ ਇਤਿਹਾਸਕ ਤੌਰ ਪਰ ਰੱਖਿਆ ਗਿਆ ਸੀ। ਅਫ਼ਸੋਸ ਕਿ 1914-15 ਵਿਚ ਜੋ ਮੁਕੱਦਮਾ ਸਾਜ਼ਿਸ਼ ਲਾਹੌਰ ਸੰਬੰਧੀ ਫੜੋ ਫੜੀ ਹੋਈ, ਜਿਸ ਦੇ ਸਿਲਸਿਲੇ ਵਿਚ ਭਾਈ ਰਣਧੀਰ ਸਿੰਘ ਜੀ ਤੇ ਦਾਸ ਭੀ ਹੋਰ ਸੱਜਣਾਂ ਸਮੇਤ ਫੜੇ ਗਏ ਸਨ, ਭਾਵੇਂ ਉਨ੍ਹਾਂ ਕਾਰਵਾਈ ਵਾਲੇ ਰਜਿਸਟਰਾਂ ਵਿਚ ਕੋਈ ਵੀ ਅਜਿਹੀ ਗੱਲ ਭੈ-ਭੀਤ

7. ਅਜਮੇਰ ਸਿੰਘ ਐਮ.ਏ., *ਸਰਾਭੇ ਦਾ ਸਾਥੀ ਹਰਿਭਜਨ ਸਿੰਘ ਸਾਥੀ*, ਸਫ਼ੇ 22-23.

ਕਰਨ ਵਾਲੀ ਨਹੀਂ ਸੀ, ਪਰ ਉਹ ਜ਼ਮਾਨਾ ਇਤਨਾ ਡਰ ਵਾਲਾ ਸੀ ਕਿ ਸਕੂਲ ਵਾਲਿਆਂ ਸਾਰੇ ਰਜਿਸਟਰ ਤੇ ਸਭ ਕਾਗ਼ਜ਼ ਪੱਤਰ ਹੀ ਅੱਗ ਦੀ ਭੇਟ ਕਰ ਦਿੱਤੇ। ਨਵੇਂ ਰਿਕਾਰਡ ਤੋਂ ਬਿਨਾਂ 1885 ਤੋਂ ਲੈ ਕੇ ਜੋ ਪੁਰਾਣਾ ਰੀਕਾਰਡ ਭੀ ਸੀ, ਉਹ ਭੀ ਸਭ ਸਾੜ ਦਿੱਤਾ ਗਿਆ। ਇਉਂ ਇਹ ਇਕ ਨਾਮ ਬਾਣੀ ਦੇ ਚਮਤਕਾਰਾਂ ਦਾ ਦਰਸਾਇਕ ਤੇ ਨੌਜਵਾਨਾਂ ਵਿਚ ਸਿੱਖੀ ਪ੍ਰੇਮ ਦੀ ਲਹਿਰ ਦਾ ਜਣਾਇਕ ਪੰਥਿਕ ਇਤਿਹਾਸ ਦਾ ਰੀਕਾਰਡ ਤਬਾਹ ਹੋ ਗਿਆ ਤੇ ਏਸ ਝਖੜ ਵਿਚ ਏਸ ਖ਼ਾਲਸਾ ਭੁਜੰਗੀ ਸਭਾ ਦਾ ਕੀਰਤਨ ਸੋਹਿਲਾ ਭੀ ਪੜ੍ਹਿਆ ਗਿਆ। ਖ਼ਾਲਸਾ ਸਕੂਲ ਦੇ ਇਨ੍ਹਾਂ ਉਪਰ ਦੱਸੇ ਸਮਾਗਮਾਂ ਵਿਚ ਜਿਨ੍ਹਾਂ ਜਿਨ੍ਹਾਂ ਭੁਜੰਗੀਆਂ ਅੰਮ੍ਰਿਤ ਛਕਿਆ, ਉਨ੍ਹਾਂ ਵਿਚ ਇਕ ਰੂਹ ਭਰ ਗਈ ਸੀ ਤੇ ਉਨ੍ਹਾਂ ਵਿੱਚੋਂ ਬਹੁਤਿਆਂ ਨੇ ਜਿਥੇ ਕਿਤੇ ਭੀ ਉਹ ਸਨ, ਅਕਾਲੀ ਲਹਿਰ ਸਮੇਂ ਯਥਾ ਸ਼ਕਤ ਪੰਥ ਸੇਵਾ ਕੀਤੀ। ਹੁਣ ਭੀ ਜਦੋਂ ਉਸ ਸਮੇਂ ਦੇ ਪੜ੍ਹਨ ਵਾਲੇ ਸੱਜਣ ਮਿਲਦੇ ਹਨ ਤਾਂ ਉਹ ਬੀਤ ਚੁੱਕੇ ਨਜ਼ਾਰੇ ਦੀ ਯਾਦ ਤਾਜ਼ਾ ਕਰ ਕੇ ਅਨੰਦਤ ਹੁੰਦੇ ਹਨ। ਅਫ਼ਸੋਸ ਇਸ ਗੱਲ ਦਾ ਹੈ ਕਿ ਜਿਸ ਗੁਰਦੁਆਰੇ ਵਿਚ ਇਹ ਕੌਤਕ ਵਰਤੇ, ਉਹ ਹੁਣ ਗੁਰਦੁਆਰਾ ਨਹੀਂ। ਉਸ ਸਮੇਂ ਸਕੂਲ ਕਮੇਟੀ ਭੁਜੰਗੀ ਸਭਾ ਨੂੰ ਕੁਲ ਦੋ ਸੌ ਰੁਪਏ ਵਿਚ ਇਹ ਗੁਰਦੁਆਰੇ ਵਾਲਾ ਮਕਾਨ ਦਿੰਦੀ ਸੀ, ਕਿਉਂਕਿ ਉਹ ਇਹ ਸਾਰੀ ਬਿਲਡਿੰਗ ਵੇਚ ਕੇ ਸ਼ਹਿਰੋਂ ਬਾਹਰ ਜਿਥੇ ਹੁਣ ਖ਼ਾਲਸਾ ਸਕੂਲ ਹੈ, ਉਥੇ ਖ਼ਾਲਸਾ ਸਕੂਲ ਦੀ ਇਮਾਰਤ ਬਣਾਉਣਾ ਚਾਹੁੰਦੀ ਸੀ। ਅਗਸਤ 1914 ਵਿਚ ਜੋ ਮੀਟਿੰਗ ਭੁਜੰਗੀ ਸਭਾ ਦੀ ਹੋਈ ਉਸ ਵਿਚ ਇਹ ਸਵਾਲ ਪੇਸ਼ ਕੀਤਾ ਗਿਆ ਪਰ ਦਾਸ ਦੀ ਸੰਮਤੀ ਤੋਂ ਬਿਨਾਂ ਬਾਕੀ ਸਭ ਨੇ ਇਹੋ ਕਿਹਾ ਕਿ ਸਕੂਲ ਦੇ ਬਾਹਰ ਆ ਜਾਣ ਕਰਕੇ ਹੁਣ ਸ਼ਹਿਰ ਵਿਚ ਗੁਰਦੁਆਰੇ ਦੀ ਲੋੜ ਨਹੀਂ। ਪਰ ਹੁਣ ਕਈ ਪ੍ਰੇਮੀ ...ਕਹਿੰਦੇ ਹਨ ਕਿ ਇਹ ਗ਼ਲਤੀ ਹੋਈ...।

ਖ਼ਾਲਸਾ ਯੰਗਮੈਨਜ਼ ਲੀਗ ਦੇ ਸਮਾਚਾਰ ਤਾਂ ਭਾਵੇਂ ਵਿਸ਼ੇਸ਼ ਹਨ ਪਰ ਏਥੇ ਟੂਕ ਮਾਤ੍ਰ ਇਤਨਾ ਹੀ ਦੱਸਣਾ ਕਾਫ਼ੀ ਹੋਵੇਗਾ ਕਿ ਖ਼ਾਲਸਾ ਸਕੂਲ ਲੁਧਿਆਣਾ ਦੇ ਬਣਨ ਵਿਚ ਇਸ ਦੀ ਖ਼ਾਸ ਹਿੰਮਤ ਤੇ ਪ੍ਰੇਰਨਾ ਸੀ। 14 ਜੂਨ 1903 ਨੂੰ ਜੋ ਪੰਥ ਖ਼ਾਲਸੇ ਦਾ ਉਚੇਚਾ ਤੇ ਅਦੁੱਤੀ ਦੀਵਾਨ ਬਕਾ ਪੁਰ (ਤਸੀਲ ਫਲੌਰ) ਵਿਚ ਹੋਇਆ ਉਸ ਵਿਚ ਏਸ ਭੁਜੰਗੀ ਸਭਾ ਦਾ ਜਥਾ ਬੜੇ ਜ਼ੋਰ ਸ਼ੋਰ ਨਾਲ ਸ਼ਾਮਲ ਹੋਇਆ। ਉਪਰੰਤ 1914-15 ਵਿਚ ਕ੍ਰਿਪਾਨ ਤੇ ਗੁਰਦੁਆਰਾ ਰਕਾਬਗੰਜ ਦੇ ਸਵਾਲਾਂ ਵਿਚ ਏਸ ਸਭਾ ਨੇ ਖ਼ਾਸ ਤੌਰ ਪਰ ਹਿੱਸਾ ਲਿਆ ਤੇ 30 ਮਈ 1914 ਨੂੰ ਗੁਰਦੁਆਰਾ ਰਕਾਬਗੰਜ ਸੰਬੰਧੀ ਲੰਡੇ ਮੰਡੀ ਲਾਹੌਰ ਵਿਚ ਹੋਏ ਦੀਵਾਨ ਵਿਚ ਇਸ ਦੇ ਪ੍ਰਤੀਨਿਧ ਸ਼ਾਮਲ ਸਨ। ਇਸ ਸਭਾ ਵਿਚ ਜਿਨ੍ਹਾਂ ਸੱਜਣਾਂ ਨੇ ਸੇਵਾ ਕੀਤੀ ਹੈ ਉਨ੍ਹਾਂ ਵਿਚ ਸ. ਭਗਵੰਤ ਸਿੰਘ ਸਪੁੱਤਰ ਸਰਦਾਰ ਬਹਾਦਰ ਭਾਈ ਸਾਹਿਬ ਕਾਨ੍ਹ ਸਿੰਘ ਨਾਭਾ ਆਦਿ ਸ਼ਾਮਲ ਹਨ।[8]

ਭਾਈ ਰਣਧੀਰ ਸਿੰਘ ਜੀ ਨੇ 'ਖ਼ਾਲਸਾ ਭੁਜੰਗੀ ਸਭਾ' ਦੀ ਵਡਿਆਈ ਇਨ੍ਹਾਂ ਸ਼ਬਦਾਂ ਵਿਚ ਕੀਤੀ ਹੈ:

"ਉਨ੍ਹੀਂ ਦਿਨੀਂ ਇਹ ਭੁਝੰਗੀ ਸਭਾ ਬੜੀ ਹੀ ਚੜ੍ਹਦੀਆਂ ਕਲਾਂ ਵਿਚ ਸੀ। ਸਾਰੇ ਹੀ ਸਕੂਲ ਦੇ ਸਿੱਖ ਵਿਦਿਆਰਥੀ ਭੁਝੰਗੀ ਸਭਾ ਦੇ ਮੈਂਬਰ ਸਨ। ਹਰ ਸਾਲ ਦੋ ਗੁਰਪੁਰਬ ਸ੍ਰੀ ਗੁਰੂ ਨਾਨਕ ਸਾਹਿਬ ਅਤੇ ਸ੍ਰੀ ਗੁਰੂ ਗੋਬਿੰਦ ਸਿੰਘ ਜੀ ਦੇ ਅਵਤਾਰ ਧਾਰਨ ਦੇ ਬੜੀ ਆਨ ਸ਼ਾਨ ਨਾਲ ਮਨਾਂਵਦੇ ਸਨ। ਸਾਰੇ ਲੁਧਿਆਣੇ ਸ਼ਹਿਰ ਵਿਚ ਕੋਈ ਹੋਰ ਸਿੱਖ ਸਭਾ ਸੁਸਾਇਟੀ ਮੌਜੂਦ ਨਹੀਂ ਸੀ ਜੋ ਇਨ੍ਹਾਂ ਗੁਰਪੁਰਬਾਂ ਦੇ ਸਾਰੇ ਪ੍ਰਬੰਧ ਨੂੰ ਸਰੰਜਾਮ ਦੇ ਸਕੇ। ਇਹ ਸਿਰਫ਼ ਇਨ੍ਹਾਂ ਤਿਆਰ-ਬਰ-ਤਿਆਰ ਭੁਝੰਗੀਆਂ ਦਾ ਸਦਕਾ ਹੀ ਸੀ।"[9]

---

8. ਭਾਈ ਸਾਹਿਬ ਭਾਈ ਰਣਧੀਰ ਸਿੰਘ, *ਜੇਲ੍ਹ ਚਿੱਠੀਆਂ*, ਸਫ਼ੇ 84-86.
9. ਭਾਈ ਸਾਹਿਬ ਭਾਈ ਰਣਧੀਰ ਸਿੰਘ, *ਰੰਗਲੇ ਸੱਜਣ*, ਸਫ਼ਾ 133.

ਗਿਆਨੀ ਹਰਭਜਨ ਸਿੰਘ ਨੇ ਖ਼ਾਲਸਾ ਸਕੂਲ ਨਾਲ ਜੁੜੀ ਇਕ ਅਹਿਮ ਘਟਨਾ ਦਾ ਜ਼ਿਕਰ ਕਰਦਿਆਂ ਲਿਖਿਆ ਹੈ :

> "1913 ਦਾ ਸਾਲ, ਭਾਰਤ ਦੇ ਇਤਿਹਾਸ ਦਾ ਘਟਨਾਵਾਂ ਭਰਿਆ ਸਾਲ ਸੀ। 12 ਦਸੰਬਰ 1911 ਨੂੰ ਜਾਰਜ ਪੰਚਮ ਬਾਦਸ਼ਾਹ ਦੀ ਤਾਜ ਪੋਸ਼ੀ ਦਿੱਲੀ ਵਿਚ ਬੜੀ ਧੂਮ-ਧਾਮ ਨਾਲ ਹੋਈ। ਇਸ ਤਰ੍ਹਾਂ ਦੀ ਅਨੋਖੀ ਸ਼ਾਨ ਵਾਲਾ ਦਰਬਾਰ, ਸ਼ਾਇਦ ਮੁਗ਼ਲ ਸ਼ਹਿਨਸ਼ਾਹਾਂ ਵੇਲੇ ਵੀ ਕਦੀ ਨਾ ਲੱਗਿਆ ਹੋਵੇ। ਇਸ ਦਿਨ ਸਰਕਾਰੀ ਹੁਕਮ ਨਾਲ ਹਿੰਦੁਸਤਾਨ ਭਰ ਦੇ ਸਾਰੇ ਗਿਰਜਿਆਂ, ਮੰਦਰਾਂ, ਗੁਰਦੁਆਰਿਆਂ, ਸਕੂਲਾਂ, ਕਾਲਜਾਂ ਤੇ ਹੋਰ ਪਬਲਿਕ ਅਦਾਰਿਆਂ ਵਿਚ ਜਾਰਜ ਪੰਚਮ ਦੀ ਲੰਮੀ ਉਮਰ ਲਈ ਤੇ ਇਸ ਦੇ ਰਾਜ ਨੂੰ ਮਜ਼ਬੂਤ ਕਰਨ ਲਈ ਅਰਦਾਸਾਂ ਕੀਤੀਆਂ ਗਈਆਂ, ਮਾਲਵਾ ਖ਼ਾਲਸਾ ਹਾਈ ਸਕੂਲ ਲੁਧਿਆਣਾ ਵਿਚ ਵੀ ਅਖੰਡ ਪਾਠ ਦਾ ਭੋਗ ਪੈਣ ਤੋਂ ਮਗਰੋਂ ਕੀਰਤਨ ਹੋਇਆ। ਅਰਦਾਸ ਹੋਈ—ਪਿੰਡ ਖ਼ਾਨਪੁਰ ਦੇ ਗਰੰਥੀ ਲਛਮਣ ਸਿੰਘ ਨੇ ਅਰਦਾਸ ਵਿਚ ਕਿਹਾ ਸੀ, 'ਹੇ ਸੱਚੇ ਪਾਤਸ਼ਾਹ ! ਬਾਦਸ਼ਾਹ ਨੂੰ ਆਪਣੇ ਚਰਨਾਂ ਵਿਚ ਲਾਵੋ'।"[10]

ਇਸ ਘਟਨਾ ਦਾ ਜ਼ਿਕਰ ਗਿਆਨੀ ਨਾਹਰ ਸਿੰਘ ਜੀ ਨੇ ਵੀ ਕੀਤਾ ਹੈ। ਉਨ੍ਹਾਂ ਲਿਖਿਆ ਹੈ :

> "ਇਸ ਸਮੇਂ ਵਿਚ ਅੰਗਰੇਜ਼ ਦੀ ਰਾਜ ਭਗਤੀ ਕਰਨ ਤੇ ਵਫ਼ਾਦਾਰ ਰਹਿਣ ਨੂੰ ਇਕ ਵੱਡੀ ਖ਼ੂਬੀ ਸਮਝਿਆ ਜਾਂਦਾ ਸੀ। ਕੀ ਹਿੰਦੂ, ਕੀ ਮੁਸਲਮਾਨ, ਕੀ ਸਿੱਖ, ਕੀ ਹੋਰ ਲੋਕ ਸਭ ਆਪਣੇ ਆਪ ਨੂੰ ਅੰਗਰੇਜ਼ਾਂ ਦਾ ਖ਼ੈਰ-ਖਵਾਹ ਸਿੱਧ ਕਰਨ ਦਾ ਜ਼ੋਰ ਲਾਉਂਦੇ ਸਨ। 12 ਦਸੰਬਰ 1911 ਨੂੰ ਸਭ ਗਿਰਜਿਆਂ, ਮਸੀਤਾਂ ਵਿਚ ਬਾਦਸ਼ਾਹ ਤੇ ਅੰਗਰੇਜ਼ੀ ਰਾਜ ਦੇ ਭਲੇ ਲਈ ਦੁਆ ਕੀਤੀ ਗਈ, ਹਿੰਦੂ ਮੰਦਰਾਂ ਅੰਦਰ ਪ੍ਰਾਰਥਨਾ ਕੀਤੀ ਗਈ, ਗੁਰਦੁਆਰਿਆਂ ਵਿਚ ਅਖੰਡ ਪਾਠ ਜਾਂ ਸਾਧਾਰਨ ਪਾਠ ਕਰ ਕੇ ਅਰਦਾਸੇ ਸੋਧੇ ਗਏ।
>
> ਇਸ ਦਿਨ ਮਾਲਵਾ ਖ਼ਾਲਸਾ ਹਾਈ ਸਕੂਲ ਦੇ ਬੱਨੇ ਦੇ ਹਾਤੇ ਵਾਲੇ ਬੋਰਡਿੰਗ ਦੇ ਗੁਰਦੁਆਰੇ ਵਿਚ ਅਖੰਡ ਪਾਠ ਦਾ ਭੋਗ ਪਾਇਆ ਗਿਆ। ਆਸਾ ਦੀ ਵਾਰ ਦਾ ਕੀਰਤਨ ਹੋਇਆ। ਉਪਰੰਤ ਸਰਦਾਰ ਲਛਮਣ ਸਿੰਘ (ਦੂਜਾ ਨਾਮ ਪੂਰਨ ਸਿੰਘ), ਪਿੰਡ ਖ਼ਾਨਪੁਰ, ਜ਼ਿਲ੍ਹਾ ਲੁਧਿਆਣਾ ਨੇ ਇਨ੍ਹਾਂ ਲਫ਼ਜ਼ਾਂ ਨਾਲ ਅਰਦਾਸਾ ਕੀਤਾ, 'ਹੇ ਸੱਚੇ ਪਾਤਸ਼ਾਹ! ਬਾਦਸ਼ਾਹ ਨੂੰ ਆਪਣੇ ਚਰਨੀਂ ਲਾਈਂ'। ਉਸ ਵੇਲੇ ਇਨ੍ਹਾਂ ਅੱਖਰਾਂ ਦਾ ਲਿਖਾਰੀ ਦਾਸ ਸ੍ਰੀ ਗੁਰੂ ਗ੍ਰੰਥ ਸਾਹਿਬ ਜੀ ਦੀ ਤਾਬੇ ਬੈਠਾ ਸੀ। ਵਾਕ ਲਿਆ ਤਾਂ ਇਹ ਵਾਕ ਆਇਆ :
>
> ਸਲੋਕੁ ਮ: ੨ ॥
> ਜਿਨੀ ਚਲਣੁ ਜਾਣਿਆ ਸੇ ਕਿਉ ਕਰਹਿ ਵਿਥਾਰ ॥
> ਚਲਣ ਸਾਰ ਨ ਜਾਣਨੀ ਕਾਜ ਸਵਾਰਣਹਾਰ ॥੧॥
> ਮ: ੨ ॥
> ਰਾਤਿ ਕਾਰਣਿ ਧਨੁ ਸੰਚੀਐ ਭਲਕੇ ਚਲਣੁ ਹੋਇ ॥
> ਨਾਨਕ ਨਾਲਿ ਨ ਚਲਈ ਫਿਰਿ ਪਛੁਤਾਵਾ ਹੋਇ ॥੨॥
> ਮ: ੨ ॥
> ਬਧਾ ਚਟੀ ਜੋ ਭਰੇ ਨਾ ਗੁਣੁ ਨਾ ਉਪਕਾਰੁ ॥
> ਸੇਤੀ ਖੁਸੀ ਸਵਾਰੀਐ ਨਾਨਕ ਕਾਰਜੁ ਸਾਰੁ ॥੩॥
> ਮ: ੨ ॥
> ਮਨਹਠਿ ਤਰਫ ਨ ਜਿਪਈ ਜੇ ਬਹੁਤਾ ਘਾਲੇ ॥
> ਤਰਫ ਜਿਣੈ ਸਤ ਭਾਉ ਦੇ ਜਨ ਨਾਨਕ ਸਬਦੁ ਵੀਚਾਰੇ ॥੪॥

10. ਗਿਆਨੀ ਹਰਭਜਨ ਸਿੰਘ ਚਮਿੰਡਾ, 'ਮੈਂ ਗ਼ਦਰੀ ਕਿਵੇਂ ਬਣਿਆ', *ਗ਼ਦਰ ਲਹਿਰ ਦੀ ਅਸਲੀ ਗਾਥਾ-2,* (ਸੰਪਾ.) ਰਾਜਵਿੰਦਰ ਸਿੰਘ ਰਾਹੀ, ਸਫ਼ੇ 116-17.

ਪਉੜੀ॥
ਕਰਤੈ ਕਾਰਣੁ ਜਿਨਿ ਕੀਆ ਸੋ ਜਾਣੈ ਸੋਈ॥
ਆਪੇ ਸ੍ਰਿਸਟਿ ਉਪਾਈਅਨੁ ਆਪੇ ਫੁਨਿ ਗੋਈ॥
ਜੁਗ ਚਾਰੇ ਸਭ ਭਵਿ ਥਕੀ ਕਿਨਿ ਕੀਮਤਿ ਹੋਈ॥
ਸਤਿਗੁਰਿ ਏਕੁ ਵਿਖਾਲਿਆ ਮਨਿ ਤਨਿ ਸੁਖੁ ਹੋਈ॥
ਗੁਰਮੁਖਿ ਸਦਾ ਸਲਾਹੀਐ ਕਰਤਾ ਕਰੇ ਸੁ ਹੋਈ॥੭॥

(ਸੂਹੀ ਕੀ ਵਾਰ ਮਹਲਾ ੩, ਪੰਨੇ 787-88)

ਇਹ ਗੁਰਵਾਕ ਮੌਕੇ ਦੇ ਮੁਤਾਬਕ ਸੀ, ਜਿਸ ਦਾ ਭਾਵ ਇਹ ਹੈ ਕਿ ਜਿਨ੍ਹਾਂ ਨੇ ਸੰਸਾਰ ਵਿੱਚੋਂ ਟੁਰ ਜਾਣਾ ਸਮਝ ਲਿਆ ਹੈ, ਉਹ ਅਡੰਬਰ ਨਹੀਂ ਕਰਦੇ। ਜਿਨ੍ਹਾਂ ਨੂੰ ਸੰਸਾਰ ਵਿੱਚੋਂ ਟੁਰ ਜਾਣ ਦੀ ਸਾਰ ਨਹੀਂ ਲਗੀ, ਉਹ ਆਪਣੇ ਆਪ ਨੂੰ ਸੰਸਾਰ ਦੇ ਕੰਮ ਸੰਵਾਰਨ ਵਾਲੇ ਸਮਝਦੇ ਹਨ। ਭਾਵ ਅਰਥ ਇਹ ਕਿ ਅੰਗਰੇਜ਼ਾਂ ਦੇ ਹਿੰਦੁਸਤਾਨ ਤੋਂ ਜਾਣ ਦਾ ਸਮਾਂ ਤਾਂ ਨੇੜੇ ਆ ਰਿਹਾ ਹੈ, ਪਰ ਇਹ ਹਿੰਦੁਸਤਾਨ ਵਿਚ ਆਪਣੇ ਰਾਜ ਭਾਗ ਦੀਆਂ ਸ਼ਾਨਾਂ ਦੱਸ ਰਹੇ ਹਨ ਤੇ ਆਪਣੇ ਰਾਜ ਭਾਗ ਨੂੰ ਅਟੱਲ ਰੱਖਣ ਦੇ ਆਹਰਾਂ ਵਿਚ ਲੱਗੇ ਹੋਏ ਹਨ। ਇਸ ਵਾਕ ਵਿਚ ਨਾਲ ਇਹ ਗੱਲ ਵੀ ਪ੍ਰਗਟ ਹੋ ਗਈ ਕਿ ਅਖੰਡ ਪਾਠ ਕਰਨ ਵਾਲਿਆਂ ਨੇ ਵੀ ਬੱਧੇ ਚੱਟੀ ਭਰੀ ਹੈ। ਜਿਸਦਾ ਨਾ ਪਾਠ ਕਰਾਉਣ ਵਾਲਿਆਂ ਨੂੰ ਕੋਈ ਫ਼ਾਇਦਾ ਹੈ ਤੇ ਨਾ ਜਿਸ ਦੇ ਨਮਿਤ ਕੀਤਾ ਗਿਆ ਹੈ, ਇਸ ਨਾਲ ਉਸ ਦਾ ਕੋਈ ਭਲਾ ਹੈ।

ਮਾਲਵਾ ਖ਼ਾਲਸਾ ਸਕੂਲ ਵਿਚ ਹਰ ਹਫ਼ਤੇ ਭੁਜੰਗੀ ਸਭਾ ਦਾ ਦੀਵਾਨ ਬੁੱਧਵਾਰ ਨੂੰ ਹੋਇਆ ਕਰਦਾ ਸੀ। ਗੁਰੂ ਨਾਨਕ ਸਾਹਿਬ ਤੇ ਗੁਰੂ ਦਸਮ ਪਾਤਸ਼ਾਹ ਦੇ ਅਵਤਾਰ ਗੁਰਪੁਰਬ ਵੀ ਇਸੇ ਭੁਜੰਗੀ ਸਭਾ ਵਲੋਂ ਬੜੀ ਧੂਮ-ਧਾਮ ਨਾਲ ਮਨਾਏ ਜਾਂਦੇ ਸਨ। ਇਹ ਅਖੰਡ ਪਾਠ ਵੀ ਭੁਜੰਗੀ ਸਭਾ ਦੇ ਪ੍ਰਬੰਧ ਹੇਠ ਹੀ ਹੋਇਆ ਸੀ। ਭਾਈ ਸਾਹਿਬ ਰਣਧੀਰ ਸਿੰਘ ਨਾਰੰਗਵਾਲ ਭੁਜੰਗੀ ਸਭਾ ਦੇ ਦੀਵਾਨਾਂ ਵਿਚ ਆ ਕੇ ਕੀਰਤਨ ਕਰਿਆ ਕਰਦੇ ਸਨ। ਉਹ ਇਸ ਅਖੰਡ ਪਾਠ ਵਿਚ ਵੀ ਸ਼ਾਮਲ ਸਨ। ਉਦੋਂ ਸੰਗਤ ਵਿਚ ਬੈਠੇ ਸੱਜਣਾਂ ਇਸ ਵਾਕ ਤੋਂ ਇਹੋ ਅਨੁਮਾਨ ਲਾਇਆ ਕਿ ਅੰਗਰੇਜ਼ੀ ਰਾਜ ਦਾ ਅੰਤ ਨੇੜੇ ਆ ਰਿਹਾ ਹੈ।"[11]

ਇਸ ਤੋਂ ਸਹਿਜੇ ਹੀ ਇਸ ਨਿਰਣੇ 'ਤੇ ਪਹੁੰਚਿਆ ਜਾ ਸਕਦਾ ਹੈ ਕਿ ਮਾਲਵਾ ਖ਼ਾਲਸਾ ਹਾਈ ਸਕੂਲ ਅੰਦਰ ਪੜ੍ਹਦਿਆਂ ਕਰਤਾਰ ਸਿੰਘ ਸਰਾਭਾ ਦੇ ਸਿੱਖ ਸੰਸਕਾਰਾਂ ਦੀ ਨੀਂਹ ਨਿਸਚਤ ਤੌਰ 'ਤੇ ਹੋਰ ਮਜ਼ਬੂਤ ਹੋ ਗਈ ਸੀ।

ਖ਼ਾਲਸਾ ਸਕੂਲ ਵਿਚ ਵਿਦਿਆਰਥੀਆਂ ਨੂੰ ਪੰਜਾਬੀ ਪੜ੍ਹਨ ਤੇ ਲਿਖਣ ਦੀ ਜਾਚ ਸਿਖਾਉਣ ਵੱਲ ਉਚੇਚਾ ਧਿਆਨ ਦਿੱਤਾ ਜਾਂਦਾ ਸੀ। ਕਰਤਾਰ ਸਿੰਘ ਨੂੰ ਇਸ ਸਿਖਲਾਈ ਦਾ ਲਾਭ ਇਹ ਹੋਇਆ ਕਿ ਅਮਰੀਕਾ ਵਿਚ ਜਦੋਂ ਪਾਰਟੀ ਨੇ ਆਪਣਾ ਪਰਚਾ *ਗ਼ਦਰ* ਪੰਜਾਬੀ ਵਿਚ ਛਾਪਣਾ ਸ਼ੁਰੂ ਕੀਤਾ, ਤਾਂ ਇਸ ਦੀ ਲਿਖਤ ਪੜ੍ਹਤ ਦਾ ਸਾਰਾ ਕਾਰਜ ਉਹੀ ਕਰਦਾ ਰਿਹਾ।

ਅਮਰੀਕਾ ਜਾਣ ਦਾ ਫ਼ੈਸਲਾ

ਉੜੀਸਾ ਤੋਂ ਦਸਵੀਂ ਪਾਸ ਕਰਨ ਉਪਰੰਤ ਭਾਈ ਕਰਤਾਰ ਸਿੰਘ ਸਰਾਭਾ ਨੇ ਅਮਰੀਕਾ ਜਾਣ ਦਾ ਮਨ ਬਣਾ ਲਿਆ ਸੀ। ਉਸ ਦੇ ਇਸ ਫ਼ੈਸਲੇ ਦੀ ਤਰਕਸ਼ੀਲ ਨਜ਼ਰੀਏ

11. ਗਿਆਨੀ ਨਾਹਰ ਸਿੰਘ, *ਆਜ਼ਾਦੀ ਦੀਆਂ ਲਹਿਰਾਂ*, ਸਫ਼ੇ 18-20.

ਤੋਂ ਜੋ ਵਿਆਖਿਆ ਕੀਤੀ ਜਾਂਦੀ ਹੈ, ਉਸ ਅਨੁਸਾਰ ਉਹ ਅਮਰੀਕਾ ਜਾ ਕੇ ਉਚੀ ਵਿੱਦਿਆ ਹਾਸਲ ਕਰਨ ਦੀ ਇੱਛਾ ਰੱਖਦਾ ਸੀ। ਉਸ ਦੇ ਚੇਤਨ ਮਨ ਨੇ ਸ਼ਾਇਦ ਇਹੀ ਸੋਚਿਆ ਹੋਵੇਗਾ। ਪਰ ਉਸ ਦੇ ਜੀਵਨ ਦਾ ਸਮੁੱਚਾ ਘਟਨਾ-ਕ੍ਰਮ ਦਰਸਾਉਂਦਾ ਹੈ ਕਿ ਜਿਥੇ ਉਸ ਦਾ ਚੇਤਨ ਮਨ ਉਚੀ ਵਿੱਦਿਆ ਹਾਸਲ ਕਰ ਕੇ ਉੱਚੇ ਅਹੁਦੇ 'ਤੇ ਪਹੁੰਚਣ ਦੀਆਂ ਤਰਕੀਬਾਂ ਕਰ ਰਿਹਾ ਸੀ (ਸ਼ਾਇਦ ਅਜਿਹੀ ਹੀ ਕਿਸੇ ਤਰਕੀਬ ਤਹਿਤ ਉਸ ਨੇ ਸਕੂਲ ਵਿਚ ਦੋ ਜਮਾਤਾਂ ਦਾ ਛੜੱਪਾ ਮਾਰ ਕੇ ਅੱਗੇ ਲੰਘਣ ਦੀ ਨਾਜਾਇਜ਼ ਤੇ ਨਾਕਾਮ ਕੋਸ਼ਿਸ਼ ਕੀਤੀ ਹੋਵੇਗੀ), ਉਥੇ ਕੋਈ ਅੰਤਰੀਵ ਪ੍ਰੇਰਣਾ, ਅਚੇਤ ਰੂਪ ਵਿਚ, ਉਸ ਨੂੰ ਕਿਸੇ ਵੱਖਰੇ ਰਾਹ ਦੀ ਖਿੱਚ ਪਾ ਰਹੀ ਸੀ। ਜਿਸ ਕਰਕੇ ਅਮਰੀਕਾ ਪਹੁੰਚ ਕੇ ਵੀ ਉਸ ਨੇ ਥੋੜ੍ਹੇ ਚਿਰ ਬਾਅਦ ਹੀ ਪੜ੍ਹਾਈ ਕਰਨ ਦਾ ਖ਼ਿਆਲ ਤਿਆਗ ਦਿੱਤਾ ਸੀ ਅਤੇ ਪੜ੍ਹਾਈ ਕਰਨ ਦੀ ਥਾਂ ਉਸ ਨੇ ਆਪਣਾ ਅਸਲੀ ਰਾਹ ਚੁਣ ਲਿਆ ਸੀ। ਡਾ. ਜਸਵੰਤ ਸਿੰਘ ਨੇਕੀ ਦਾ ਇਹ ਕਥਨ ਬਿਲਕੁਲ ਸੱਚਾ ਪ੍ਰਤੀਤ ਹੁੰਦਾ ਹੈ ਕਿ 'ਬੜੀ ਵਾਰ ਅਚੇਤਨ ਰੁਝਾਣ ਹੀ ਸਾਡੇ ਵਿਹਾਰ ਦਾ ਮੂਲ ਸ੍ਰੋਤ ਬਣਦੇ ਹਨ।'[12]

ਖ਼ੈਰ ਕੁਝ ਵੀ ਹੋਵੇ, ਕਰਤਾਰ ਸਿੰਘ ਦੇ ਦਾਦੇ ਤੇ ਚਾਚਿਆਂ ਨੂੰ ਉਸ ਦੀ ਅਮਰੀਕਾ ਜਾ ਕੇ ਉਚੇਰੀ ਵਿੱਦਿਆ ਲੈਣ ਦੀ ਤਜਵੀਜ਼ ਜ਼ਰੂਰ ਪਸੰਦ ਆਈ ਹੋਵੇਗੀ, ਜਿਸ ਕਰਕੇ ਉਨ੍ਹਾਂ ਨੇ ਉਸ ਨੂੰ ਖ਼ੁਸ਼ੀ ਖ਼ੁਸ਼ੀ ਤੋਰਨ ਦਾ ਫ਼ੈਸਲਾ ਕਰ ਲਿਆ। ਇਸ ਤਰ੍ਹਾਂ ਕਰਤਾਰ ਸਿੰਘ ਸਰਾਭਾ ਨੇ 1912 ਦੀਆਂ ਗਰਮੀਆਂ ਵਿਚ, 16 ਸਾਲਾਂ ਦੀ ਉਮਰ ਵਿਚ ਘਰਦਿਆਂ ਨੂੰ ਫ਼ਤਹਿ ਬੁਲਾਈ ਤੇ ਅਮਰੀਕਾ ਜਾਣ ਲਈ ਸਮੁੰਦਰੀ ਜਹਾਜ਼ ਉੱਤੇ ਬੰਗਾਲ ਦੀ ਖਾੜੀ ਦੇ ਪਾਣੀਆਂ ਵਿਚ ਠਿੱਲ੍ਹ ਪਿਆ।

12. ਜਸਵੰਤ ਸਿੰਘ ਨੇਕੀ, *ਅਚੇਤਨ ਦੀ ਲੀਲ੍ਹਾ*, ਸਫ਼ਾ 17.

4

ਅਮਰੀਕਾ ਬਰਾਸਤਾ ਹਾਂਗਕਾਂਗ

ਜ਼ਿੰਦਗੀ ਦਾ ਨਵਾਂ ਸਫ਼ਰ ਸ਼ੁਰੂ

ਉਸ ਸਮੇਂ ਫਿਲਪੀਨ, ਸ਼ੰਘਾਈ, ਜਾਪਾਨ, ਕੈਨੇਡਾ, ਅਮਰੀਕਾ, ਪਨਾਮਾ, ਮੈਕਸੀਕੋ, ਟਿਨਸਿਨ ਤੇ ਪੀਕਿੰਗ (ਚੀਨ) ਵਿਚ ਜਾਣ ਵਾਲੇ ਹਿੰਦੁਸਤਾਨੀਆਂ ਲਈ ਹਾਂਗਕਾਂਗ ਠਹਿਰਨਾ ਜ਼ਰੂਰੀ ਸੀ। ਹਾਂਗਕਾਂਗ ਦਾ ਗੁਰਦੁਆਰਾ ਇਨ੍ਹਾਂ ਮੁਸਾਫ਼ਰਾਂ ਦੀ ਮੁੱਖ ਠਾਹਰ ਸੀ। ਉਨ੍ਹਾਂ ਵੇਲਿਆਂ ਵਿਚ ਹਜ਼ਾਰਾਂ ਦੀ ਗਿਣਤੀ ਵਿਚ ਸਿੱਖ, ਹਿੰਦੂ ਤੇ ਮੁਸਲਮਾਨ ਹਾਂਗਕਾਂਗ ਦੇ ਗੁਰਦੁਆਰਾ ਸਾਹਿਬ ਰਹਿ ਕੇ ਅੱਗੇ ਜਾਂਦੇ ਸਨ। ਭਾਈ ਭਗਵਾਨ ਸਿੰਘ, ਜਿਸ ਨੇ 1910 ਤੋਂ ਲੈ ਕੇ 1913 ਤਕ ਹਾਂਗਕਾਂਗ ਦੇ ਗੁਰਦੁਆਰੇ ਵਿਚ ਗ੍ਰੰਥੀ ਦੀ ਸੇਵਾ ਨਿਭਾਈ ਸੀ, ਨੇ ਬਾਅਦ ਵਿਚ ਆਪਣੀ ਸਵੈ-ਜੀਵਨੀ ਵਿਚ ਉਸ ਸਮੇਂ ਦੀ ਯਾਦ ਚਿਤਾਰਦਿਆਂ ਲਿਖਿਆ ਹੈ :

> "ਕਈ ਵਾਰ ਗੁਰਦੁਆਰੇ ਵਿਚ ਬਹੁਤ ਭੀੜ ਹੁੰਦੀ ਸੀ। ਸੌ ਡੇਢ ਸੌ ਆਦਮੀ ਅਕਸਰ ਹੀ ਉਥੇ ਗੁਰਦੁਆਰੇ ਵਿਚ ਠਹਿਰਿਆ ਕਰਦੇ ਸਨ...ਉਸ ਵਕਤ ਕੋਈ 9000 ਦੇ ਕਰੀਬ ਹਿੰਦੁਸਤਾਨੀ ਆਦਮੀ ਹਾਂਗਕਾਂਗ ਵਿਚ ਰਹਿੰਦਾ ਸੀ। ਜਿਨ੍ਹਾਂ ਵਿੱਚੋਂ 500 ਪੁਲਿਸ ਦੇ ਸਨ, ਬਾਕੀ 1500 ਦੇ ਕਰੀਬ ਚੌਕੀਦਾਰਾ ਕਰਦੇ ਸਨ। ਕੁਝ ਕੁ ਚੀਨੀਆਂ ਦੇ ਨੌਕਰ ਰੱਖੇ ਹੋਏ ਸਨ। ਕਈ ਹੋਰ ਕਿਸੇ ਕੰਪਨੀਆਂ ਵਿਚ ਕੰਮ ਕਰਦੇ ਸਨ। 7000 ਦੇ ਕਰੀਬ ਆਪਣੇ ਫ਼ੌਜੀ ਆਦਮੀ ਸਨ। ਕੁਝ ਕੁ ਪਲਟਨਾਂ ਦੇ ਨਾਮ ਯਾਦ ਹਨ—13 ਨੰਬਰ ਰਾਜਪੂਤ, ਹਾਂਗਕਾਂਗ ਤੋਪਖ਼ਾਨਾ, 26 ਨੰਬਰ ਪੰਜਾਬੀ, 34 ਨੰਬਰ ਬੈਟਰੀ ਵਗ਼ੈਰਾ ਵਗ਼ੈਰਾ।"[1]

ਐਤਵਾਰ ਨੂੰ ਗੁਰਦੁਆਰੇ ਗੁਰਬਾਣੀ ਦੇ ਕਥਾ ਕੀਰਤਨ ਤੋਂ ਇਲਾਵਾ ਲੈਕਚਰ ਵੀ ਕੀਤੇ ਜਾਂਦੇ ਸਨ। ਭਾਈ ਭਗਵਾਨ ਸਿੰਘ ਜਿਥੇ ਗੁਰਬਾਣੀ ਦੀ ਕਥਾ ਕਰਨ ਵਿਚ ਪੁੱਜ ਕੇ ਮਾਹਰ ਸਨ, ਉਥੇ ਉਹ ਬੇਹੱਦ ਪ੍ਰਭਾਵਸ਼ਾਲੀ ਬੁਲਾਰੇ ਵੀ ਸਨ। ਉਨ੍ਹਾਂ ਦੀ ਆਤਮ ਬਿਆਨੀ ਅਨੁਸਾਰ, ਉਨ੍ਹਾਂ ਨੇ ਮੁੱਢਲਾ ਗਿਆਨ ਆਪਣੇ ਦਾਦਾ ਜੀ ਦੀ ਦੇਖ-ਰੇਖ ਹੇਠ ਹਾਸਲ ਕੀਤਾ ਸੀ। ਉਸ ਦੇ ਦਾਦਾ ਜੀ ਬਾਬਾ ਰਤਨ ਸਿੰਘ ਨੇ ਅੰਗਰੇਜ਼ਾਂ ਦੇ ਬਰਖ਼ਿਲਾਫ਼ ਸਿੱਖਾਂ ਦੀ 1849 ਦੀ ਚਿਲਿਆਂਵਾਲੀ ਦੀ ਜੰਗ ਵਿਚ ਹਿੱਸਾ ਲਿਆ ਸੀ। ਦਾਦਾ ਉਸ ਨੂੰ ਇਸ ਹੋਣੀ-ਭਰੀ ਲੜਾਈ ਦੇ ਕਿੱਸੇ ਸੁਣਾਉਂਦਾ ਰਹਿੰਦਾ ਸੀ। ਭਾਈ ਭਗਵਾਨ ਸਿੰਘ ਦੇ ਸ਼ਬਦਾਂ ਵਿਚ :

> "ਆਜ਼ਾਦੀ ਲਈ ਜੋਸ਼ੀਲੇ ਪਿਆਰ ਨਾਲ ਭਰਪੂਰ ਸਿੱਖਾਂ ਦੀ ਬਹਾਦਰੀ ਅਤੇ ਦੇਸ਼ ਪਿਆਰ ਲਈ ਮੁੜ ਮੁੜ ਜੰਗ ਵਿਚ ਕੁੱਦਣ ਤੇ ਉਸ ਦੇ ਜੋਸ਼ ਦੀਆਂ ਕਹਾਣੀਆਂ ਨੇ ਮੇਰੀ ਕਲਪਨਾ ਨੂੰ ਪਕੜ ਕੀਤੀ ਅਤੇ ਆਜ਼ਾਦ ਭਾਰਤ ਵਿਚ ਰਹਿਣ ਦਾ ਸੁਹੱਪਣ ਮਾਣਨਾ ਮੇਰੀ ਸੋਚ ਦਾ ਹਿੱਸਾ ਬਣ ਗਿਆ।"[2]

---

1. ਗੁਰਦੇਵ ਸਿੰਘ ਸਿੱਧੂ ਤੇ ਸੁਰਿੰਦਰਪਾਲ ਸਿੰਘ (ਸੰਪਾ.), *ਗ਼ਦਰੀ ਬਾਬਾ ਭਾਈ ਭਗਵਾਨ ਸਿੰਘ ਪ੍ਰੀਤਮ*, ਸਫ਼ਾ 72.
2. *ਉਹੀ*, ਸਫ਼ਾ 42.

ਦਾਦੇ ਨੇ ਉਸ ਨੂੰ ਸਿੱਖ ਇਤਿਹਾਸ ਤੇ ਪੰਜਾਬੀ ਸਾਹਿਤ ਪੜ੍ਹਾਇਆ ਅਤੇ ਆਪਣੇ ਧਾਰਮਿਕ ਤੇ ਸਿਆਸੀ ਵਿਰਸੇ ਤੋਂ ਜਾਣੂ ਕਰਵਾਇਆ। ਉਸ ਨੇ ਕਈ ਵਾਰ ਆਦਿ ਗ੍ਰੰਥ ਤੇ ਦਸਮ ਗ੍ਰੰਥ ਦਾ ਪਾਠ ਕੀਤਾ, ਅਤੇ ਪੰਜੇ ਬਾਣੀਆਂ ਜ਼ਬਾਨੀ ਕੰਠ ਹੋ ਗਈਆਂ ਸਨ। ਉਸ ਨੇ ਖ਼ਾਲਸਾ ਉਪਦੇਸ਼ਕ ਕਾਲਜ ਗੁਜਰਾਂਵਾਲਾ, ਜਿਥੇ ਸਿੱਖ ਧਰਮ ਬਾਰੇ ਲੈਕਚਰਾਰ ਤੇ ਅਧਿਆਪਕ ਪੈਦਾ ਕੀਤੇ ਜਾਂਦੇ ਸਨ, ਵਿਚ ਪੰਜ ਸਾਲ ਵਿੱਦਿਆ ਤੇ ਸਿਖਲਾਈ ਹਾਸਲ ਕੀਤੀ। ਉਸ ਵੇਲੇ ਉਥੇ ਉਸ ਦੇ ਜਮਾਤੀਆਂ ਵਿਚ ਇਕ ਕਰਤਾਰ ਸਿੰਘ ਕਲਾਸਵਾਲੀਆ ਸੀ, ਜਿਸ ਨੇ ਪਿੱਛੋਂ ਜਾ ਕੇ ਸਿੱਖ ਇਤਿਹਾਸ ਬਾਰੇ ਬੈਂਤ ਰੂਪ ਵਿਚ ਕਈ ਮੁੱਲਵਾਨ ਤੇ ਮਸ਼ਹੂਰ ਕਿਤਾਬਾਂ ਰਚੀਆਂ ਅਤੇ ਬਾਅਦ ਵਿਚ ਜਾ ਕੇ ਦਰਬਾਰ ਸਾਹਿਬ ਅੰਮ੍ਰਿਤਸਰ ਦਾ ਮੁੱਖ ਗ੍ਰੰਥੀ ਵੀ ਰਿਹਾ। ਭਾਈ ਭਗਵਾਨ ਸਿੰਘ ਨੇ ਇਥੋਂ ਫ਼ਾਰਸੀ ਤੇ ਪੰਜਾਬੀ ਦੇ ਚੰਗੇ ਉਸਤਾਦਾਂ ਕੋਲੋਂ ਕਵਿਤਾ ਜੋੜਨ ਤੇ ਉਚਾਰਨ ਦੀ ਸਿਖਲਾਈ ਲਈ। ਨਾਲ ਹੀ ਯੋਗ ਉਸਤਾਦ ਕੋਲੋਂ ਸੰਗੀਤ ਦੀ ਵਿੱਦਿਆ ਵੀ ਗ੍ਰਹਿਣ ਕੀਤੀ। ਇਥੋਂ ਪੜ੍ਹਾਈ ਖ਼ਤਮ ਕਰ ਲੈਣ ਉਪਰੰਤ ਗੋਜਰਾਂ ਖ਼ਾਲਸਾ ਦੀਵਾਨ ਕਮੇਟੀ ਨੇ ਭਾਈ ਭਗਵਾਨ ਸਿੰਘ ਨੂੰ ਬਾਰ ਦੇ ਇਲਾਕੇ ਵਿਚ ਸਿੱਖੀ ਦਾ ਪ੍ਰਚਾਰ ਕਰਨ ਲਈ ਲੈਕਚਰਾਰ ਥਾਪ ਦਿੱਤਾ। ਉਨ੍ਹਾਂ ਨੇ ਬਾਰ ਦੇ ਇਲਾਕੇ ਵਿਚ ਥਾਂ ਥਾਂ ਜਾ ਕੇ ਲੈਕਚਰ ਦਿੱਤੇ। ਉਹ ਜਦੋਂ ਲੈਕਚਰ ਕਰਦੇ ਤਾਂ ਉਨ੍ਹਾਂ ਦੇ ਗਿਆਨ ਤੇ ਭਾਸ਼ਣ-ਕਲਾ ਦਾ ਸਰੋਤਿਆਂ ਦੇ ਮਨਾਂ 'ਤੇ ਜਾਦੂਮਈ ਅਸਰ ਹੁੰਦਾ ਸੀ। ਉਨ੍ਹਾਂ ਨੇ ਆਪਣੀ ਇਸ ਪ੍ਰਤਿਭਾ ਦਾ ਰਹੱਸ ਇਸ ਤਰ੍ਹਾਂ ਪ੍ਰਗਟਾਇਆ :

> "ਖ਼ਾਲਸਾ ਕਾਲਜ ਗੁਜਰਾਂਵਾਲਾ ਵਿਚ ਸਿੱਖ ਹਿਸਟਰੀ ਤੇ ਦਸ ਗੁਰੂਆਂ ਦੇ ਜੀਵਨ ਦਾ ਮੁਤਾਲਿਆ ਕਰਨ ਲਈ ਮੈਨੂੰ ਕਾਫ਼ੀ ਵਕਤ ਮਿਲ ਚੁੱਕਾ ਸੀ। ਗੁਰੂ ਗ੍ਰੰਥ ਸਾਹਿਬ, ਭਾਈ ਗੁਰਦਾਸ ਦੀਆਂ ਵਾਰਾਂ ਤੇ ਹੋਰ ਗ੍ਰੰਥ ਸੂਰਜ ਪ੍ਰਕਾਸ਼, ਪੰਥ ਪ੍ਰਕਾਸ਼ ਆਦਿ ਮੈਂ ਟੀਕੇ ਸਮੇਤ ਪੜ੍ਹ ਚੁੱਕਾ ਸਾਂ। ਮੇਰੇ ਦਿਲ ਵਿਚ ਦੇਸ਼ ਭਗਤੀ ਦੇ ਭਾਂਬੜ ਵੀ ਦਸਮ ਗੁਰੂ ਦੀਆਂ ਉੱਚ ਕੁਰਬਾਨੀਆਂ ਤੋਂ ਹੀ ਮੱਚੇ ਸਨ। ਕੌਮੀਅਤ ਤੇ ਦੇਸ਼ ਭਗਤੀ ਮੈਨੂੰ ਵਿਰਸੇ ਵਿਚ ਹੀ ਮਿਲੇ ਸਨ। ਦਸਮੇਸ਼ ਹੀ ਮੇਰਾ ਗੁਰੂ ਸੀ, ਆਦਰਸ਼ ਸੀ, ਆਗੂ ਸੀ ਤੇ ਨਿਸ਼ਾਨਾ ਸੀ। ਉਹਨਾਂ ਦੀ ਹੀ ਨਮੂਨੇ ਜ਼ਿੰਦਗੀ ਨਾਲ ਮੇਰੀ ਲਗਨ ਸੀ। ਜਦ ਕਦੇ ਵੀ ਮੈਂ ਉਹਨਾਂ ਦੇ ਜੀਵਨ ਬਾਰੇ ਬੋਲਦਾ, ਮੇਰਾ ਦਿਮਾਗ਼ ਖਿੜ ਜਾਂਦਾ; ਜ਼ਬਾਨ ਰਸੀਲੀ ਹੋ ਜਾਂਦੀ ਤੇ ਦਿਲ ਦੇ ਦਰਦ ਫੁੱਟ ਉੱਠਦੇ ਸਨ।"[3]

1907 ਵਿਚ ਉਸ ਨੇ ਪੰਜਾਬ ਅੰਦਰ ਚੱਲੀ 'ਪਗੜੀ ਸੰਭਾਲ ਜੱਟਾ' ਲਹਿਰ ਵਿਚ ਵੀ ਹਿੱਸਾ ਲਿਆ ਅਤੇ ਕਈ ਥਾਵਾਂ 'ਤੇ ਜੋਸ਼ੀਲੇ ਲੈਕਚਰ ਦਿੱਤੇ। ਉਸ ਨੇ ਕੁਝ ਥਾਵਾਂ 'ਤੇ ਸਰਦਾਰ ਅਜੀਤ ਸਿੰਘ ਨਾਲ ਵੀ ਸਟੇਜ ਸਾਂਝੀ ਕੀਤੀ। ਇਸ ਸੰਘਰਸ਼ ਦੌਰਾਨ ਹੀ ਉਸ ਦੀ ਲਾਲਾ ਹਰਦਿਆਲ ਨਾਲ ਵੀ ਜਾਣ-ਪਛਾਣ ਹੋ ਗਈ ਸੀ। ਇਸ ਤਰ੍ਹਾਂ, ਭਾਈ ਭਗਵਾਨ ਸਿੰਘ ਨੂੰ ਧਾਰਮਿਕ ਵਿੱਦਿਆ ਦੇ ਨਾਲ ਹੀ ਰਾਜਸੀ ਗੁੜ੍ਹਤੀ ਵੀ ਮਿਲ ਗਈ ਅਤੇ ਰਾਜਸੀ ਵਿੱਦਿਆ ਦਾ ਵੀ ਚਾਨਣ ਹੋ ਗਿਆ ਸੀ।

ਇਸ ਰਾਜਸੀ ਸਰਗਰਮੀ ਕਾਰਨ ਪੁਲਿਸ ਉਸ ਦੀ ਭਾਲ ਕਰਨ ਲੱਗ ਪਈ ਸੀ। ਜਿਸ ਕਰਕੇ ਉਹ ਫ਼ਰਜ਼ੀ ਨਾਂ ਹੇਠ ਜ਼ਿਲ੍ਹਾ ਸਿਆਲਕੋਟ ਦੇ ਡਸਕਾ ਨਾਂ ਦੇ ਪਿੰਡ ਵਿਚ ਸਕੂਲ ਵਿਚ ਪੜ੍ਹਾਉਣ ਲੱਗ ਪਏ। ਉਥੇ ਉਨ੍ਹਾਂ ਦਾ ਮੇਲ "ਪਹੁੰਚੇ ਹੋਏ ਵਿਦਵਾਨ ਸੰਤ ਹਰਬਿਲਾਸ ਨਾਲ ਹੋਇਆ, ਜਿਸ ਕੋਲੋਂ ਉਨ੍ਹਾਂ ਨੇ ਵੇਦਾਂ, ਉਪਨਿਸ਼ਦਾਂ, ਭਗਵਤ ਗੀਤਾ

---

3. ਗੁਰਦੇਵ ਸਿੰਘ ਸਿੱਧੂ ਤੇ ਸੁਰਿੰਦਰਪਾਲ ਸਿੰਘ (ਸੰਪਾ.), *ਗ਼ਦਰੀ ਬਾਬਾ ਭਾਈ ਭਗਵਾਨ ਸਿੰਘ ਪ੍ਰੀਤਮ*, ਸਫ਼ਾ 65.

ਤੇ ਵੇਦਾਂਤ ਦੇ ਨਿਆਇ ਸ਼ਾਸਤਰ ਦੀ ਉੱਚ ਵਿੱਦਿਆ ਹਾਸਲ ਕਰ ਲਈ।"[4] ਇਸ ਨਾਲ ਭਾਈ ਭਗਵਾਨ ਸਿੰਘ ਦੀ ਸੋਚ ਉੱਤੇ ਵੇਦਾਂਤ ਦਾ ਰੰਗ ਚੜ੍ਹ ਗਿਆ। ਇਸ ਦਾ ਅਸਰ ਉਸ ਦੇ ਰਾਜਸੀ ਵਿਚਾਰਾਂ ਉੱਤੇ ਵੀ ਪਿਆ। ਉਸ ਦੀ ਸਮਾਜੀ ਤੇ ਰਾਜਸੀ ਚੇਤਨਾ ਹਿੰਦੂਵਾਦੀ/ਆਰੀਆ ਸਮਾਜੀ ਪ੍ਰਭਾਵਾਂ ਨਾਲ ਗ੍ਰਹਿਣੀ ਗਈ ਸੀ। ਜਿਸ ਦੀ ਝਲਕ ਉਸ ਦੀਆਂ ਲਿਖਤਾਂ, ਭਾਸ਼ਣਾਂ ਤੇ ਕਵਿਤਾਵਾਂ ਵਿੱਚੋਂ ਸਾਫ਼ ਦੇਖੀ ਜਾ ਸਕਦੀ ਹੈ।

ਪਰ ਗੁਣੀ ਗਿਆਨੀ, ਨਿਪੁੰਨ ਪ੍ਰਚਾਰਕ ਤੇ ਜੋਸ਼ੀਲਾ ਬੁਲਾਰਾ ਹੋਣ ਕਰਕੇ ਹਾਂਗਕਾਂਗ ਦੇ ਗੁਰਦੁਆਰੇ ਵਿਚ ਭਾਈ ਸਾਹਿਬ ਦੀ ਬਹੁਤ ਧਾਂਕ ਪੈ ਗਈ ਸੀ। ਲੋਕ ਉਨ੍ਹਾਂ ਦੇ ਗੁਰਬਾਣੀ ਬਾਰੇ ਕਥਾ ਵਖਿਆਨ ਤੇ ਰਾਜਸੀ ਰੰਗਤ ਵਾਲੇ ਲੈਕਚਰ ਸੁਣ ਕੇ ਬੇਹੱਦ ਨਿਹਾਲ ਹੁੰਦੇ ਸਨ। ਐਤਵਾਰ ਨੂੰ ਗੁਰਦੁਆਰੇ ਦੇ ਪ੍ਰੋਗਰਾਮ ਦੀ ਇਸ ਕਦਰ ਮਸ਼ਹੂਰੀ ਹੋ ਗਈ ਕਿ ਲੋਕੀ ਹਫ਼ਤਾ ਭਰ ਇੰਤਜ਼ਾਰ ਕਰਦੇ ਰਹਿੰਦੇ। ਇਸ ਤਰ੍ਹਾਂ ਜਦੋਂ ਭਾਈ ਕਰਤਾਰ ਸਿੰਘ ਸਰਾਭਾ ਜੂਨ 1912 ਵਿਚ ਹਾਂਗਕਾਂਗ ਪੁੱਜਾ ਤਾਂ ਭਾਈ ਭਗਵਾਨ ਸਿੰਘ ਨੇ ਉਥੇ ਸਿੱਖੀ ਪਿਆਰ ਤੇ ਦੇਸ਼ ਪ੍ਰੇਮ ਦਾ ਉਤਸ਼ਾਹਮਈ ਵਾਤਾਵਰਣ ਪੈਦਾ ਕਰ ਰੱਖਿਆ ਸੀ।

ਸਰਾਭੇ ਦਾ ਹਾਂਗਕਾਂਗ ਪੜਾਉ

ਭਾਈ ਭਗਵਾਨ ਸਿੰਘ ਨੇ ਕਰਤਾਰ ਸਿੰਘ ਸਰਾਭਾ ਨਾਲ ਆਪਣੀ ਮੁਲਾਕਾਤ ਦਾ ਜ਼ਿਕਰ ਇੰਜ ਕੀਤਾ ਹੈ:

> "ਥੋੜ੍ਹੀ ਦੇਰ ਬਾਅਦ ਸਵੇਰ ਦੀ ਗਰਦਸ਼ ਕਰਨ 'ਤੇ ਇਕ ਹੋਰ ਨੌਜਵਾਨ ਮਿਲਿਆ। ਮੈਨੂੰ ਇਹ ਕਿਆਸ ਵੀ ਨਹੀਂ ਸੀ ਕਿ ਮੈਂ ਇਕ ਅਜਿਹੇ ਨੌਨਿਹਾਲ ਨਾਲ ਬਾਤ ਚੀਤ ਕਰ ਰਿਹਾ ਹਾਂ ਜੋ ਮੇਰੇ ਬੱਚਿਆਂ ਨਾਲੋਂ ਵੀ ਪਿਆਰਾ ਤੇ ਵਤਨ ਦਾ ਬੇਸ਼ਕੀਮਤੀ ਲਾਲ ਹੋ ਚਮਕੇਗਾ। ਇਹ ਸੀ ਕਰਤਾਰ ਸਿੰਘ ਸਰਾਭਾ। ਬੱਚਾ ਸੀ ਅਜੇ। ਦਾਹੜੀ ਨਹੀਂ ਉਤਰੀ ਸੀ। ਮਿਲਣਸਾਰ, ਸੁੰਦਰ, ਸੰਜੀਦਾ ਤੇ ਹੋਣਹਾਰ। ਹਰ ਹਫ਼ਤੇ ਗੁਰਦੁਆਰੇ ਵਿਚ ਲੈਕਚਰ ਹੋਣ ਤੋਂ ਇਲਾਵਾ ਖੇਲਾਂ ਵੀ ਹੁੰਦੀਆਂ ਸਨ, ਕੁਸ਼ਤੀਆਂ, ਗੋਲਾ ਸੁੱਟਣਾ ਆਦਿ। ਸ਼ਾਮ ਨੂੰ ਕਥਾ ਕੀਰਤਨ, ਬਹਿਸ ਮੁਬਾਹਸੇ ਵਗੈਰਾ ਸਾਧਾਰਨ ਜ਼ਿੰਦਗੀ ਸੀ। ਬਤੌਰ ਗ੍ਰੰਥੀ ਮੈਂ ਦੋ ਵਾਰੀ ਹਰ ਰੋਜ਼ ਸਾਰੇ ਮੁਸਾਫ਼ਰਾਂ ਨੂੰ ਮਿਲਿਆ ਕਰਦਾ ਸਾਂ। ਉਨ੍ਹਾਂ ਦੇ ਨਾਂ ਪਤੇ ਲਿਖਦਾ ਸੀ, ਸ਼ਿਕਾਇਤਾਂ ਸੁਣਦਾ ਤੇ ਅਗਰ ਕੋਈ ਸੇਵਾ ਜਾਂ ਲੋੜ ਹੋਵੇ ਤਾਂ ਪੂਰੀ ਕਰਦਾ। ਉਹ (ਕਰਤਾਰ ਸਿੰਘ ਸਰਾਭਾ) ਰਾਤੀਂ ਆਇਆ ਸੀ ਤੇ ਅੱਜ ਸਵੇਰੇ ਮਿਲੇ। ਇਕ ਲੈਕਚਰ ਸੁਣਿਆ ਤੇ ਇਕ ਗੋਲਾ ਬਾਜ਼ੀ ਦੇਖ ਕੇ ਦੋਸਤ ਬਣ ਗਏ। ਉਹ ਬਦੇਸ਼ੀ ਮੁਲਕਾਂ ਵਿਚ ਬੜੀ ਦਿਲਚਸਪੀ ਰੱਖਦਾ। ਚੀਨ, ਜਾਪਾਨ, ਅਮਰੀਕਾ ਤੇ ਕਨੇਡਾ ਬਾਰੇ ਖ਼ਬਰਾਂ ਪੁੱਛਦਾ ਰਹਿੰਦਾ। ਚੰਦ ਹਫ਼ਤਿਆਂ ਦੀ ਵਾਕਫ਼ੀ ਮੇਰੇ ਦਿਲ 'ਤੇ ਕਾਫ਼ੀ ਅਸਰ ਕਰ ਗਈ।"[5]

ਅਨੁਮਾਨ ਲਾਇਆ ਜਾ ਸਕਦਾ ਹੈ ਕਿ ਹਾਂਗਕਾਂਗ ਅੰਦਰ ਕੁਝ ਹਫ਼ਤਿਆਂ ਦੇ ਪੜਾਉ ਦੌਰਾਨ ਭਾਈ ਕਰਤਾਰ ਸਿੰਘ ਸਰਾਭਾ ਨੂੰ ਪਰਦੇਸਾਂ ਵਿਚ ਰਹਿਣ ਵਾਲੇ ਭਾਰਤੀਆਂ, ਖ਼ਾਸ ਕਰਕੇ ਸਿੱਖਾਂ ਅੰਦਰ ਹੋ ਰਹੀ ਰਾਜਸੀ ਹਿਲਜੁਲ ਦੀ ਜ਼ਰੂਰ ਸੂਹ ਲੱਗ ਗਈ ਹੋਵੇਗੀ।

ਉਹ ਕੁਝ ਕੁ ਹਫ਼ਤੇ ਹਾਂਗਕਾਂਗ ਰੁਕਿਆ ਅਤੇ ਅਖ਼ੀਰ ਉਥੋਂ 2 ਜੁਲਾਈ ਨੂੰ 'ਸਾਈਬੇਰੀਆ' ਜਹਾਜ਼ 'ਤੇ ਸਵਾਰ ਹੋ ਕੇ ਅਮਰੀਕਾ ਲਈ ਚੱਲ ਪਿਆ। 28 ਜੁਲਾਈ

4. ਗੁਰਦੇਵ ਸਿੰਘ ਸਿੱਧੂ ਤੇ ਸੁਰਿੰਦਰਪਾਲ ਸਿੰਘ (ਸੰਪਾ.), *ਗ਼ਦਰੀ ਬਾਬਾ ਭਾਈ ਭਗਵਾਨ ਸਿੰਘ ਪ੍ਰੀਤਮ*, ਸਫ਼ਾ 57.
5. *ਉਹੀ*, ਸਫ਼ਾ 75.

ਨੂੰ ਉਹ ਪੱਛਮੀ ਤਟ ਦੇ ਪ੍ਰਸਿੱਧ ਸ਼ਹਿਰ ਸਾਨ ਫ਼ਰਾਂਸਿਸਕੋ ਦੇ ਨੇੜਲੇ ਟਾਪੂ ਏਂਜਲ ਆਈਲੈਂਡ ਦੇ ਜਹਾਜ਼ਘਾਟ ਉੱਤੇ ਜਾ ਉਤਰਿਆ।

ਉਨ੍ਹਾਂ ਵੇਲਿਆਂ ਵਿਚ ਜਦੋਂ ਕੋਈ ਹਿੰਦੁਸਤਾਨੀ ਅਮਰੀਕਾ ਦੇ ਜਹਾਜ਼ਘਾਟ ਉੱਤੇ ਪਹੁੰਚਦਾ ਸੀ ਤਾਂ ਅਮਰੀਕਾ ਦੇ ਇੰਮੀਗਰੇਸ਼ਨ ਮਹਿਕਮੇ ਦੇ ਅਫ਼ਸਰ ਬਹੁਤ ਜ਼ਿਆਦਾ ਤੇ ਪੁੱਠੇ ਸਿੱਧੇ ਸਵਾਲ ਪੁੱਛਦੇ ਸਨ। ਇਹ ਸਵਾਲਾਂ ਦੀ ਝੜੀ ਦਾ ਮੰਤਵ ਇਹ ਹੁੰਦਾ ਸੀ ਕਿ ਕਿਸੇ ਨਾ ਕਿਸੇ ਬਹਾਨੇ ਹਿੰਦੁਸਤਾਨੀਆਂ ਨੂੰ ਅਮਰੀਕਾ ਵਿਚ ਵੜਨ ਤੋਂ ਜੁਆਬ ਦੇ ਕੇ ਵਾਪਸ ਮੋੜ ਦਿੱਤਾ ਜਾਵੇ। ਬਾਬਾ ਸੋਹਣ ਸਿੰਘ ਭਕਨਾ ਦੇ ਸ਼ਬਦਾਂ ਵਿਚ, "ਇਹ ਸਾਰੇ ਸਵਾਲ ਐਵੇਂ ਵਾਧੂ ਤੇ ਇਕ ਤਰ੍ਹਾਂ ਦੇ ਹੀਲੇ ਬਹਾਨੇ ਘੜਨਾ ਹੀ ਹੁੰਦੇ ਸਨ। ਇਸ ਤਰ੍ਹਾਂ ਹਿੰਦੀਆਂ ਦੇ ਲੱਖਾਂ ਰੁਪਏ ਜਹਾਜ਼ਾਂ ਦੇ ਕਿਰਾਏ ਮੂੰਹ ਬਰਬਾਦ ਹੁੰਦੇ ਸਨ ਤੇ ਉਹ ਵਿਚਾਰੇ ਨਿਰਾਸ਼ ਤੇ ਖੱਜਲ ਖ਼ੁਆਰ ਹੋ ਕੇ ਮੁੜ ਆਉਂਦੇ ਸਨ। ਵਿਚਾਰੇ ਇਹੋ ਜਿਹੇ ਅਸਫਲ ਹਿੰਦੀ ਚੀਨ ਮਲਾਯਾ ਆਦਿਕ ਟਾਪੂਆਂ ਵਿਚ ਧੱਕੇ ਖਾਂਦੇ ਫਿਰਦੇ ਸਨ।"[6]

ਅਮਰੀਕਾ ਦਾ ਪਹਿਲਾ ਕੌੜਾ ਤਜਰਬਾ

ਅਮਰੀਕਾ ਦੇ ਇੰਮੀਗਰੇਸ਼ਨ ਅਫ਼ਸਰਾਂ ਨੇ ਦੂਜੇ ਦੇਸ਼ਾਂ ਦੇ ਵਾਸੀਆਂ ਨੂੰ ਤਾਂ ਬਿਨਾਂ ਕਿਸੇ ਰੋਕ ਟੋਕ ਤੋਂ ਉਤਰਨ ਦੀ ਆਗਿਆ ਦੇ ਦਿੱਤੀ, ਪਰ ਹਿੰਦੁਸਤਾਨ ਦੇ ਵਸਨੀਕਾਂ ਨੂੰ ਪੁੱਛ-ਗਿੱਛ ਲਈ ਰੋਕ ਲਿਆ। ਇਹ ਕਰਤਾਰ ਸਿੰਘ ਦਾ ਅਮਰੀਕਾ ਬਾਰੇ ਪਹਿਲਾ ਤਲਖ਼ ਤਜਰਬਾ ਸੀ। ਇਸ ਨਾਲ ਉਹਨੂੰ ਡਾਢੀ ਬੇਇਜ਼ਤੀ ਤੇ ਨਿਰਾਦਰੀ ਦਾ ਅਹਿਸਾਸ ਹੋਇਆ। ਉਸ ਨੇ ਗ਼ੁਲਾਮੀ ਦੀ ਗ਼ਿਲਾਜ਼ਤ ਦੀ ਚੁੱਭਣ ਮਹਿਸੂਸ ਕੀਤੀ। ਉਸ ਦੇ ਮਨ ਅੰਦਰ ਰਾਜਸੀ ਰੋਹ ਦੀ ਚਿਣਗ ਇਥੇ ਹੀ ਪੈਦਾ ਹੋ ਗਈ ਸੀ।

ਡਾਕਟਰੀ ਵਿਚ ਪਾਸ ਹੋ ਜਾਣ ਤੋਂ ਬਾਅਦ ਕਰਤਾਰ ਸਿੰਘ 31 ਜੁਲਾਈ ਨੂੰ ਇੰਮੀਗਰੇਸ਼ਨ ਮਹਿਕਮੇ ਦੇ ਸਪੈਸ਼ਲ ਪੜਤਾਲੀਆ ਬੋਰਡ ਅੱਗੇ ਪੇਸ਼ ਹੋਇਆ। ਬੋਰਡ ਦੇ ਚੇਅਰਮੈਨ ਨਾਲ ਉਸ ਦੀ ਹੇਠ ਲਿਖੀ ਗੱਲਬਾਤ ਹੋਈ ਦੱਸੀ ਜਾਂਦੀ ਹੈ :

ਸਵਾਲ : ਤੇਰਾ ਰਸਤੇ ਦਾ ਖ਼ਰਚਾ ਕਿਸ ਨੇ ਦਿੱਤਾ ?
ਜਵਾਬ : ਮੇਰੇ ਦਾਦੇ ਬਦਨ ਸਿੰਘ ਨੇ।
ਸਵਾਲ : ਤੇਰੇ ਕੋਲ ਕਿੰਨੇ ਪੈਸੇ ਹਨ ?
ਜਵਾਬ : ਲਗਭਗ ਸੌ ਡਾਲਰ।
ਸਵਾਲ : ਕੀ ਤੂੰ ਪਹਿਲਾਂ ਵੀ ਕਦੀ ਯੂ.ਐਸ.ਏ. ਵਿਚ ਰਿਹਾ ਸੀ ?
ਜਵਾਬ : ਨਹੀਂ।
ਸਵਾਲ : ਕੀ ਤੇਰੇ ਕੋਈ ਰਿਸ਼ਤੇਦਾਰ ਜਾਂ ਦੋਸਤ ਏਥੇ ਹਨ ?
ਜਵਾਬ : ਨਹੀਂ।
ਸਵਾਲ : ਤੂੰ ਏਥੇ ਕੀ ਕਰਨ ਦੀ ਆਸ ਕਰਦਾ ਹੈਂ ?
ਜਵਾਬ : ਮੈਂ ਏਥੇ ਪੜ੍ਹਾਈ ਕਰਾਂਗਾ।
ਸਵਾਲ : ਏਥੇ ਤੂੰ ਪੜ੍ਹੇਂਗਾ ਕਿਥੇ ?
ਜਵਾਬ : ਬਰਕਲੀ ਦੀ ਯੂਨੀਵਰਸਿਟੀ ਵਿਚ।
ਸਵਾਲ : ਅਮਰੀਕਾ ਵਿਚ ਰਹਿੰਦਿਆਂ ਤੇਰੀ ਮੱਦਦ ਕਿਵੇਂ ਹੋਵੇਗੀ ?

---

6. ਬਾਬਾ ਸੋਹਣ ਸਿੰਘ ਭਕਨਾ, *ਮੇਰੀ ਰਾਮ ਕਹਾਣੀ*, ਸਫ਼ਾ 55.

ਜਵਾਬ : ਮੇਰੇ ਦਾਦੇ ਵਲੋਂ, ਉਹ ਮੈਨੂੰ ਪੈਸੇ ਭੇਜੇਗਾ।
ਸਵਾਲ : ਉਹਦਾ ਕੰਮ ਕਾਰ ਕੀ ਹੈ ?
ਜਵਾਬ : ਉਹ ਕਿਸਾਨ ਹੈ। ਓਹਦੀ ਤਿੰਨ ਸੌ ਏਕੜ ਜ਼ਮੀਨ ਹੈ।
ਸਵਾਲ : ਕੀ ਤੇਰੇ ਕੋਈ ਭਰਾ ਹਨ ?
ਜਵਾਬ : ਨਹੀਂ, ਮੈਂ ਇਕਲੌਤਾ ਪੁੱਤਰ ਹਾਂ।
ਸਵਾਲ : ਤੂੰ ਆਪਣੇ ਦਾਦੇ ਨਾਲ ਕਿੰਨਾ ਸਮਾਂ ਰਿਹਾ ?
ਜਵਾਬ : ਮੇਰੇ ਪਿਤਾ ਨੂੰ ਮਰਿਆਂ ਗਿਆਰਾਂ ਸਾਲ ਹੋ ਗਏ ਹਨ, ਮੇਰੀ ਮਾਤਾ ਤਕਰੀਬਨ ਚਾਰ ਕੁ ਸਾਲ ਪਹਿਲਾਂ ਮਰੀ ਸੀ।
ਸਵਾਲ : ਤੂੰ ਅੰਗਰੇਜ਼ੀ ਬੋਲਣੀ ਕਿਥੋਂ ਸਿੱਖੀ ?
ਜਵਾਬ : ਲੁਧਿਆਣੇ ਜ਼ਿਲ੍ਹੇ ਦੇ ਮਿਸ਼ਨ ਹਾਈ ਸਕੂਲ ਵਿੱਚੋਂ।*
ਸਵਾਲ : ਓਥੇ ਤੂੰ ਕਿੰਨਾ ਚਿਰ ਸਕੂਲ ਜਾਂਦਾ ਰਿਹੈਂ ?
ਜਵਾਬ : ਲਗਭਗ ਚਾਰ ਸਾਲ ਅਤੇ ਪੰਜ ਸਾਲ ਮੈਂ ਆਪਣੇ ਪਿੰਡ ਵਾਲੇ ਸਕੂਲ ਵਿਚ ਲਾਏ।
ਸਵਾਲ : ਕੀ ਪੜ੍ਹਾਈ ਵਾਸਤੇ ਏਥੇ ਤੂੰ ਹੋਰ ਕੋਈ ਕੰਮ ਕਰਨ ਦਾ ਇਰਾਦਾ ਰੱਖਦਾ ਹੈਂ ?
ਜਵਾਬ : ਨਹੀਂ, ਮੇਰਾ ਦਾਦਾ ਮੈਨੂੰ ਹਰ ਮਹੀਨੇ ਪੈਸੇ ਭੇਜੇਗਾ।
ਸਵਾਲ : ਕਿੰਨੀ ਰਾਸ਼ੀ ?
ਜਵਾਬ : ਲਗਭਗ ਚਾਲੀ ਡਾਲਰ ਪ੍ਰਤਿ ਮਹੀਨਾ।
ਸਵਾਲ : ਬਰਕਲੀ 'ਚ ਤੇਰਾ ਪਤਾ ਕੀ ਹੋਵੇਗਾ ?
ਜਵਾਬ : ਮੈਂ ਅਜੇ ਨਹੀਂ ਦੱਸ ਸਕਦਾ।
ਸਵਾਲ : ਕੀ ਤੂੰ ਇਸ ਦੇਸ਼ ਵਿਚ ਕੰਮ ਕਰੇਂਗਾ ?
ਜਵਾਬ : ਨਹੀਂ।
ਸਵਾਲ : ਤੂੰ ਯੂ. ਐਸ. ਏ. ਵਿਚ ਕਿੰਨਾ ਸਮਾਂ ਠਹਿਰੇਂਗਾ ?
ਜਵਾਬ : ਤਕਰੀਬਨ ਪੰਜ ਸਾਲ।
ਸਵਾਲ : ਯੂਨੀਵਰਸਿਟੀ ਵਿਚ ਕਿਹੜਾ ਵਿਸ਼ਾ ਲਵੇਂਗਾ ?
ਜਵਾਬ : ਇਲੈਕਟ੍ਰੀਕਲ ਇੰਜਨੀਅਰਿੰਗ।
ਸਵਾਲ : ਇਕ ਮਹੀਨੇ ਦੇ ਖ਼ਰਚੇ ਲਈ ਚਾਲ੍ਹੀ ਡਾਲਰ ਬਹੁਤ ਥੋੜ੍ਹੇ ਹਨ, ਹੈ ਕਿ ਨਹੀਂ ?
ਜਵਾਬ : ਮੈਂ (ਘਰੋਂ) ਚਾਲ੍ਹੀ ਡਾਲਰ ਤੋਂ ਜ਼ਿਆਦਾ ਵੀ ਲੈ ਸਕਦਾ ਹਾਂ।
ਸਵਾਲ : ਲੋੜ ਪੈਣ 'ਤੇ (ਤੇਰਾ ਦਾਦਾ) ਤੈਨੂੰ ਜ਼ਿਆਦਾ ਧਨ ਭੇਜ ਸਕਦਾ ਹੈ ?
ਜਵਾਬ : ਹਾਂ।

ਭਾਈ ਕਰਤਾਰ ਸਿੰਘ ਸਰਾਭਾ ਦੇ ਉਪਰੋਕਤ ਜਵਾਬਾਂ ਨਾਲ ਬੋਰਡ ਦੀ ਤਸੱਲੀ ਹੋ

---

* ਕਰਤਾਰ ਸਿੰਘ ਸਰਾਭਾ ਦੇ ਇਨ੍ਹਾਂ ਜਵਾਬਾਂ ਨੂੰ ਠੋਸ ਪ੍ਰਸੰਗ ਵਿਚ ਰੱਖ ਕੇ ਵਿਚਾਰਿਆ ਜਾਣਾ ਚਾਹੀਦਾ ਹੈ। ਇਹ ਬਿਆਨ ਉਸ ਨੇ, ਮੌਕੇ ਦੀ ਵਿਸ਼ੇਸ਼ ਲੋੜ ਨੂੰ ਧਿਆਨ ਵਿਚ ਰਖਦੇ ਹੋਏ, ਇੰਮੀਗਰੇਸ਼ਨ ਮਹਿਕਮੇ ਦੀ ਤਸੱਲੀ ਲਈ ਦਿੱਤੇ ਲਗਦੇ ਹਨ। ਇਨ੍ਹਾਂ ਨੂੰ ਇੰਨ-ਬਿੰਨ ਸੱਚ ਮੰਨ ਲੈਣ ਦੀ ਬਜਾਇ, ਇਨ੍ਹਾਂ ਦੀ ਨਿਰਖ ਪਰਖ ਕਰਨੀ ਜ਼ਰੂਰੀ ਹੈ। ਉਸ ਨੇ ਮਿਸ਼ਨ ਸਕੂਲ ਵਿਚ ਪੜ੍ਹਨ ਦੀ ਗੱਲ ਪ੍ਰਤੱਖ ਤੌਰ 'ਤੇ ਇੰਮੀਗਰੇਸ਼ਨ ਮਹਿਕਮੇ ਦੇ ਅਫ਼ਸਰ ਨੂੰ ਖ਼ੁਸ਼ ਕਰਨ ਲਈ ਕਹੀ ਹੋ ਸਕਦੀ ਹੈ, ਕਿਉਂਕਿ ਉਸ ਦੇ ਮਿਸ਼ਨ ਸਕੂਲ ਵਿਚ ਪੜ੍ਹਨ ਦੀ ਹੋਰ ਕਿਤੋਂ ਪੁਸ਼ਟੀ ਨਹੀਂ ਹੁੰਦੀ। ਇਸੇ ਹੀ ਤਰ੍ਹਾਂ, ਉਸ ਨੇ ਆਪਣੇ ਦਾਦਾ ਜੀ ਦੀ ਆਰਥਿਕ ਹੈਸੀਅਤ ਬਾਰੇ ਵੀ ਸੁਚੇਤ ਰੂਪ ਵਿਚ ਵਧਵਾਂ ਦਾਅਵਾ ਕੀਤਾ ਲਗਦਾ ਹੈ।

ਗਈ ਅਤੇ ਉਸ ਨੂੰ ਅਮਰੀਕਾ ਵਿਚ ਦਾਖ਼ਲ ਹੋਣ ਦੀ ਮਨਜ਼ੂਰੀ ਮਿਲ ਗਈ। ਇਸ ਤਰ੍ਹਾਂ ਬੰਦਰਗਾਹ ਉੱਤੇ ਤਿੰਨ ਦਿਨਾਂ ਦੀ 'ਹਿਰਾਸਤ' ਤੋਂ ਬਾਅਦ ਉਸ ਨੇ 31 ਜੁਲਾਈ ਨੂੰ ਅਮਰੀਕਾ ਦੀ ਧਰਤੀ ਉੱਤੇ ਪਹਿਲਾ ਕਦਮ ਧਰਿਆ। ਬਾਬਾ ਸੋਹਣ ਸਿੰਘ ਭਕਨਾ ਅਨੁਸਾਰ ਉਹ ਜਹਾਜ਼ੋਂ ਉਤਰ ਕੇ ਸਿੱਧਾ "ਆਪਣੇ ਸਿੱਖ ਭਾਈਆਂ ਕੋਲ ਯੂਲੋ ਕਾਊਂਟੀ ਚਲਾ ਗਿਆ"। ਇਹ ਜਗ੍ਹਾ ਸਾਨ ਫ਼ਰਾਂਸਿਸਕੋ ਤੋਂ 65 ਕੁ ਮੀਲ ਦੂਰ ਹੈ। ਉਸ ਦੇ ਇਹ "ਸਿੱਖ ਭਾਈ" ਕੌਣ ਸਨ ? *ਮਾਲਵਾ ਸਿੱਖ ਇਤਿਹਾਸ* ਵਿੱਚੋਂ ਸੰਕੇਤ ਮਿਲਦਾ ਹੈ ਕਿ ਇਹ ਭਾਈ ਬੂੜ ਸਿੰਘ (ਪਿੰਡ ਬਿੰਝਲ) ਸਨ। ਭਾਈ ਬੂੜ ਸਿੰਘ ਬਾਰੇ ਪੂਰਾ ਵੇਰਵਾ ਇਸ ਤਰ੍ਹਾਂ ਦਿੱਤਾ ਗਿਆ ਹੈ :

> "ਆਪ ਦਾ ਜਨਮ 1880 ਨੂੰ ਪਿੰਡ ਬਿੰਝਲ ਜ਼ਿਲ੍ਹਾ ਲੁਧਿਆਣਾ ਵਿਚ ਹੋਇਆ। 1899 ਵਿਚ ਆਪ 54 ਨੰ: ਪਲਟਨ ਵਿਚ ਭਰਤੀ ਹੋ ਗਏ। 1906 ਵਿਚ ਪਲਟਨ ਵਿੱਚੋਂ ਨਾਮ ਕਟਾ ਕੇ ਅਮਰੀਕਾ ਚਲੇ ਗਏ। ਅਮਰੀਕਾ ਵਿਚ ਆਪ ਦਾ ਸੋਹਣਾ ਕਾਰੋਬਾਰ ਚੱਲ ਪਿਆ।
>
> ਸੰਨ 1912 ਵਿਚ ਸ. ਕਰਤਾਰ ਸਿੰਘ ਸਰਾਭਾ ਜਦ ਅਮਰੀਕਾ ਵਿਚ ਪੜ੍ਹਨ ਗਏ ਤਾਂ ਸਭ ਤੋਂ ਪਹਿਲਾਂ ਆਪ ਜੀ ਪਾਸ ਹੀ ਠਹਿਰੇ ਸਨ। ਜਦ ਗ਼ਦਰ ਪਾਰਟੀ ਕਾਇਮ ਹੋਈ ਤੇ *ਗ਼ਦਰ* ਅਖ਼ਬਾਰ ਕੱਢਣ ਦੀਆਂ ਤਿਆਰੀਆਂ ਹੋਣ ਲੱਗੀਆਂ ਤਾਂ ਬੂੜ ਸਿੰਘ ਜੀ ਨੇ 12 ਹਜ਼ਾਰ ਡਾਲਰ* ਆਪਣੇ ਪਾਸੋਂ ਦਿੱਤਾ ਅਤੇ ਹੋਰ ਬਹੁਤ ਸਾਰਾ ਇਕੱਠਾ ਕਰਕੇ ਦਿੱਤਾ...ਗ਼ਦਰ ਪਾਰਟੀ ਦੇ ਫ਼ੈਸਲੇ ਅਨੁਸਾਰ ਜਦ ਅਮਰੀਕਾ ਤੇ ਕੈਨੇਡਾ ਵਿਚ ਰਹਿਣ ਵਾਲੇ ਦੇਸ਼ ਭਗਤਾਂ ਨੇ ਵਾਪਸ ਆਉਣ ਦਾ ਫ਼ੈਸਲਾ ਕੀਤਾ ਤਾਂ ਆਪ ਨੇ ਆਪਣੇ ਪਾਸੋਂ ਮਿ: ਪਿੰਗਲੇ, ਮਿ: ਗੁਪਤਾ, ਸ. ਕਰਤਾਰ ਸਿੰਘ ਆਦਿਕ 13 ਦੇਸ਼ ਭਗਤਾਂ ਨੂੰ ਅਮਰੀਕਾ ਤੋਂ ਵਾਪਸ ਆਉਣ ਦਾ ਕਿਰਾਇਆ ਦਿੱਤਾ...ਵਾਪਸ ਆ ਕੇ ਆਪ ਨੇ ਆਜ਼ਾਦੀ ਦੀ ਜਦੋਜਹਿਦ ਜਾਰੀ ਰੱਖੀ। ਓੜਕ ਆਪ ਮਿਸਰੀਵਾਲੇ ਦੇ ਪੁਲ ਪਾਸ ਪੁਲਿਸ ਨਾਲ ਟਾਕਰੇ ਵਿਚ 27 ਨਵੰਬਰ 1914 ਨੂੰ ਸ਼ਹੀਦ ਹੋ ਗਏ†।"[7]

[*ਨੋਟ:* ਗ਼ਦਰ ਲਹਿਰ ਬਾਰੇ ਖੋਜ-ਕਾਰਜ ਵਿਚ ਜੁਟੇ ਹੋਏ ਰਾਜਵਿੰਦਰ ਸਿੰਘ ਰਾਹੀ ਵੱਲੋਂ ਭਾਈ ਬੂੜ ਸਿੰਘ ਦੇ ਪਿੰਡ ਜਾ ਕੇ ਉਸ ਦੇ ਪਰਵਾਰ ਕੋਲੋਂ ਹਾਸਲ ਕੀਤੀ ਜਾਣਕਾਰੀ ਅਨੁਸਾਰ ਭਾਈ ਬੂੜ ਸਿੰਘ (ਉਰਫ਼ ਭਾਈ ਰੂੜ ਸਿੰਘ) ਤੇ ਭਾਈ ਜਗਤ ਸਿੰਘ ਦੋਵੇਂ ਸਕੇ ਭਰਾ ਸਨ। ਉਨ੍ਹਾਂ ਦੇ ਪਿਤਾ ਜੀ ਦਾ ਨਾਂ ਸ. ਸੱਦਾ ਸਿੰਘ ਸਪੁੱਤਰ ਸ. ਸੁੱਖਣ ਸਿੰਘ ਸੀ। ਉਹ ਕੁੱਲ ਪੰਜ ਭਰਾ ਸਨ। ਭਾਈ ਬੂੜ ਸਿੰਘ ਸਾਰਿਆਂ ਨਾਲੋਂ ਵੱਡੇ ਸਨ। ਭਾਈ ਕਰਤਾਰ ਸਿੰਘ ਸਰਾਭਾ ਦਾ ਉਨ੍ਹਾਂ ਨਾਲ ਗੂੜ੍ਹੇ ਪਿਆਰ ਵਾਲਾ ਰਿਸ਼ਤਾ ਸੀ। ਸਰਾਭਾ ਭਾਈ ਬੂੜ ਸਿੰਘ ਨੂੰ ਪਿਆਰ ਤੇ ਸਤਿਕਾਰ ਨਾਲ ਹਮੇਸ਼ਾ 'ਬਾਈ' ਕਹਿ ਕੇ ਬੁਲਾਉਂਦਾ ਸੀ। ਭਾਈ ਬੂੜ ਸਿੰਘ ਨੇ ਕਰਤਾਰ ਸਿੰਘ ਸਰਾਭਾ ਦੇ ਸਹਿਯੋਗ ਨਾਲ 13 ਮਾਰਚ 1913 ਨੂੰ, ਦੇਸ਼ ਦੀ ਆਜ਼ਾਦੀ ਦਾ ਪੈਗ਼ਾਮ ਦੇਣ ਲਈ ਯੂਲੋ ਬਾਗ਼ ਵਿਚ ਪਹਿਲਾ ਜਲਸਾ ਕਰਵਾਇਆ ਸੀ ਜਿਸ ਵਿਚ ਲਾਲਾ ਹਰਦਿਆਲ ਨੂੰ ਉਚੇਚੇ ਤੌਰ 'ਤੇ ਬੁਲਾਇਆ ਗਿਆ ਸੀ। ਜਦੋਂ ਗ਼ਦਰੀਆਂ ਨੇ 1914 ਵਿਚ ਦੇਸ਼ ਨੂੰ ਚਾਲੇ ਪਾ ਦਿੱਤੇ ਤਾਂ ਭਾਈ ਬੂੜ ਸਿੰਘ ਨੇ 6-7 ਸਾਲਾਂ ਵਿਚ ਜਿੰਨੀ ਵੀ ਕਮਾਈ ਕੀਤੀ ਸੀ, ਉਹ ਸਾਰੀ ਪਾਰਟੀ ਨੂੰ ਦਾਨ ਕਰ ਕੇ ਆਪ ਮਰਜੀਵੜਿਆਂ ਨਾਲ ਦੇਸ਼ ਲਈ ਰਵਾਨਾ ਹੋ ਗਏ। ਪਰ ਉਨ੍ਹਾਂ ਨੂੰ ਆਉਂਦਿਆਂ ਹੀ ਬੰਦਰਗਾਹ ਉੱਤੇ ਪੁਲਿਸ ਨੇ ਹਿਰਾਸਤ ਵਿਚ ਲੈ ਲਿਆ ਸੀ। ਮੁਕੱਦਮੇ ਦੀ ਕਾਰਵਾਈ ਦੌਰਾਨ ਵਾਇਦਾ-ਮੁਆਫ਼ ਗਵਾਹ ਨਵਾਬ ਖ਼ਾਨ ਨੇ ਆਪਣੇ ਭਰਾ, ਜਿਹੜਾ ਗ਼ਦਰ ਪਾਰਟੀ ਦਾ ਹਮਦਰਦ ਅਤੇ ਭਾਈ ਬੂੜ ਸਿੰਘ

---

* ਇਥੇ ਲੇਖਕ ਕੋਲੋਂ ਉਕਾਈ ਹੋਈ ਲਗਦੀ ਹੈ। ਉਸ ਸਮੇਂ 12 ਹਜ਼ਾਰ ਡਾਲਰ ਦੀ ਰਕਮ ਬਹੁਤ ਜ਼ਿਆਦਾ ਸੀ। ਇਸ ਕਰਕੇ ਅਸਲੀ ਰਕਮ 12 ਸੌ ਡਾਲਰ ਹੋ ਸਕਦੀ ਹੈ।

† ਸਰਕਾਰੀ ਦਸਤਾਵੇਜ਼ਾਂ ਅਨੁਸਾਰ ਮਿਸਰੀਵਾਲੇ ਦੇ ਪੁਲ ਪਾਸ ਹੋਈ ਮੁੱਠ ਭੇੜ ਵਿਚ ਬੂੜ ਸਿੰਘ ਨਾਂ ਦੇ ਕਿਸੇ ਵਿਅਕਤੀ ਦਾ ਜ਼ਿਕਰ ਨਹੀਂ ਆਉਂਦਾ। ਹਾਂ, ਬਿੰਝਲ ਪਿੰਡ ਦੇ ਭਾਈ ਜਗਤ ਸਿੰਘ ਦਾ ਨਾਮ ਆਉਂਦਾ ਹੈ, ਜਿਹੜਾ ਉਥੋਂ ਜਿਉਂਦਾ ਫੜ ਲਿਆ ਗਿਆ ਸੀ ਅਤੇ ਬਾਅਦ ਵਿਚ ਉਸ ਨੂੰ ਲਾਹੌਰ ਜੇਲ੍ਹ ਅੰਦਰ ਫਾਂਸੀ ਦੇ ਕੇ ਸ਼ਹੀਦ ਕਰ ਦਿੱਤਾ ਸੀ।

7. ਵਿਸਾਖੀ ਸਿੰਘ ਸੰਤ ਸਿਪਾਹੀ, *ਮਾਲਵਾ ਸਿੱਖ ਇਤਿਹਾਸ*, ਭਾਗ ਦੂਜਾ, ਸਫ਼ਾ 344.

ਦਾ ਨਜ਼ਦੀਕੀ ਮਿੱਤਰ ਸੀ, ਦੇ ਕਹਿਣ 'ਤੇ ਭਾਈ ਬੂੜ ਸਿੰਘ ਨੂੰ ਪਛਾਣਨੋਂ ਨਾਂਹ ਕਰ ਦਿੱਤੀ ਸੀ। ਜਿਸ ਕਰਕੇ ਉਨ੍ਹਾਂ ਨੂੰ ਉਮਰ ਕੈਦ ਦੀ ਥਾਵੇਂ ਸੱਤਾਂ ਸਾਲਾਂ ਦੀ ਕੈਦ ਹੋਈ। ਉਹ ਪਹਿਲਾਂ ਦੋ ਸਾਲ ਜੇਹਲਮ ਜੇਲ੍ਹ ਵਿਚ ਰਹੇ, ਫਿਰ ਲਾਹੌਰ ਤੇ ਕੈਮਲਪੁਰ ਦੀਆਂ ਜੇਲ੍ਹਾਂ ਵਿਚ ਬੰਦ ਰਹੇ। 1921 ਵਿਚ ਸੱਤ ਸਾਲ ਕੈਦ ਕੱਟਣ ਉਪਰੰਤ ਰਿਹਾ ਹੋ ਕੇ ਪਿੰਡ ਆ ਗਏ। ਪਰ ਪਿੰਡ ਵਿਚ ਵੀ ਉਹ ਕਈ ਸਾਲ ਜੂਹ-ਬੰਦ ਰਹੇ। ਅੰਤ ਵਿਚ ਉਹ 11 ਜੁਲਾਈ 1966 ਨੂੰ ਅਕਾਲ ਚਲਾਣਾ ਕਰ ਗਏ।]

ਯੂਲੋ ਕਾਊਂਟੀ ਵਿਚ ਉਸ ਵੇਲੇ ਜ਼ਿਆਦਾਤਰ ਪੰਜਾਬੀ ਬਾਗ਼ਾਂ ਵਿਚ ਫਲ ਮੇਵੇ ਤੋੜਨ ਦਾ ਕੰਮ ਕਰਦੇ ਸਨ। ਇਸ ਕਰਕੇ ਕਰਤਾਰ ਸਿੰਘ ਨੇ ਵੀ ਉਨ੍ਹਾਂ ਦੇ ਨਾਲ ਖ਼ੁਰਮਾਨੀਆਂ, ਸੇਬ ਤੇ ਹੋਰ ਫਲਾਂ ਨੂੰ ਤੋੜਨ ਦਾ ਕੰਮ ਕਰਨਾ ਸ਼ੁਰੂ ਕਰ ਦਿੱਤਾ। ਜੀਹਦੇ ਬਦਲੇ ਉਸ ਨੂੰ ਦਿਹਾੜੀ ਦੇ ਦੋ ਤੋਂ ਤਿੰਨ ਡਾਲਰ ਉਜਰਤ ਮਿਲ ਜਾਂਦੀ ਸੀ। ਉਸ ਨੇ ਉਥੇ ਦੋ ਤਿੰਨ ਮਹੀਨੇ ਕੰਮ ਕੀਤਾ। ਇਸ ਤੋਂ ਬਾਅਦ ਉਹ ਓਰੇਗਾਨ ਸਟੇਟ ਦੇ ਤਟੀ ਸ਼ਹਿਰ ਅਸਟੋਰੀਆ ਚਲਿਆ ਗਿਆ ਜਿਥੇ ਉਸ ਦੇ ਆਪਣੇ ਹੀ ਪਿੰਡ ਦੇ ਭਾਈ ਰੁਲੀਆ ਸਿੰਘ ਤੇ ਅਰਜਨ ਸਿੰਘ ਇਕ ਲੱਕੜੀ ਦੀ ਮਿੱਲ ਵਿਚ ਕੰਮ ਕਰਦੇ ਸਨ। ਕਰਤਾਰ ਸਿੰਘ ਨੇ ਵੀ ਉਨ੍ਹਾਂ ਨਾਲ ਰਲ ਕੇ ਮਿਲ ਵਿਚ ਕੰਮ ਕਰਨਾ ਸ਼ੁਰੂ ਕਰ ਦਿੱਤਾ ਸੀ।

ਕੁਝ ਜੀਵਨੀਕਾਰਾਂ ਨੇ ਲਿਖਿਆ ਹੈ ਕਿ ਕਰਤਾਰ ਸਿੰਘ 31 ਜੁਲਾਈ 1912 ਨੂੰ ਬੰਦਰਗਾਹ ਤੋਂ ਸਿੱਧਾ ਬਰਕਲੀ ਯੂਨੀਵਰਸਿਟੀ ਚਲਾ ਗਿਆ ਜਿਥੇ ਉਸ ਨੇ ਉਸੇ ਵੇਲੇ ਆਪਣੀ ਪੜ੍ਹਾਈ ਸ਼ੁਰੂ ਕਰ ਦਿੱਤੀ। ਇਹ ਗੱਲ ਸੱਚੀ ਨਹੀਂ ਜਾਪਦੀ। ਕਿਉਂਕਿ ਬਾਬਾ ਜਵਾਲਾ ਸਿੰਘ ਦੀ ਡਾਇਰੀ ਤੋਂ ਇਹ ਸਪੱਸ਼ਟ ਹੁੰਦਾ ਹੈ ਕਿ ਦਸੰਬਰ 1912 ਵਿਚ ਕਰਤਾਰ ਸਿੰਘ ਸਰਾਭਾ ਅਸਟੋਰੀਆ ਵਿਖੇ ਲੱਕੜੀ ਦੀ ਮਿੱਲ ਵਿਚ ਕੰਮ ਕਰਦਾ ਸੀ (ਗ਼ਦਰ ਪਾਰਟੀ ਦੇ ਇਕ ਹੋਰ ਆਗੂ ਨਵਾਬ ਖ਼ਾਨ, ਜਿਹੜਾ ਪਿੱਛੋਂ ਜਾ ਕੇ ਵਾਅਦਾ-ਮੁਆਫ਼ ਗਵਾਹ ਬਣ ਗਿਆ ਸੀ, ਨੇ ਵੀ ਜੱਜਾਂ ਅੱਗੇ ਗਵਾਹੀ ਦਿੰਦਿਆਂ ਕਰਤਾਰ ਸਿੰਘ ਸਰਾਭਾ ਦੇ ਦਸੰਬਰ 1912 ਵਿਚ ਅਸਟੋਰੀਆ ਹੋਣ ਦੀ ਪੁਸ਼ਟੀ ਕੀਤੀ ਹੈ)। ਉਥੋਂ ਬਾਬਾ ਜਵਾਲਾ ਸਿੰਘ ਹੁਰਾਂ ਦੇ ਪ੍ਰੇਰਣ 'ਤੇ ਹੀ ਉਹ ਜਨਵਰੀ ਵਿਚ ਬਰਕਲੀ ਜਾ ਕੇ ਯੂਨੀਵਰਸਿਟੀ ਵਿਚ ਦਾਖ਼ਲਾ ਲੈਣ ਲਈ ਤਿਆਰ ਹੋ ਗਿਆ ਸੀ। ਬਾਬਾ ਜੀ ਇੰਜ ਲਿਖਦੇ ਹਨ:

> "(ਦਸੰਬਰ 1912 ਵਿਚ) ਵੈਨਕੂਵਰੋਂ ਭਾਈ ਭਾਗ ਸਿੰਘ (ਭਿੱਖੀਵਿੰਡ) ਤੇ (ਭਾਈ) ਬਲਵੰਤ ਸਿੰਘ (ਖੁਰਦਪੁਰ) ਦੀ ਚਿੱਠੀ ਆ ਗਈ ਕਿ ਆਪ ਵੈਨਕੂਵਰ ਆਈਏ ਤੇ ਇਥੇ ਕੁਝ ਆਪਸ ਵਿਚ ਬਹਿਕੇ ਵਿਚਾਰ ਕਰਨੀ ਹੈ...ਮੈਂ ਉਸੇ ਵੇਲੇ ਵੈਨਕੂਵਰ ਨੂੰ ਤਿਆਰ ਹੋ ਗਿਆ। ਬਰਕਲੀ ਜਾ ਕੇ ਨਾਲ ਨੰਦ ਸਿੰਘ* ਨੂੰ ਲਿਆ ਤੇ ਸਾਨ ਫ਼ਰਾਂਸਿਸਕੋ ਤੋਂ ਪਾਸ ਅਸਟੋਰੀਆ† ਦਾ ਲੈ ਲਿਆ। ਅਸਾਂ ਆਪਣਾ ਪ੍ਰੋਗਰਾਮ ਇੰਦਾਂ ਬਣਾਇਆ ਕਿ ਰਸਤੇ ਵਿਚ ਔਰਗਾਨ ਵਿੱਚੋਂ ਉਗਰਾਹੀ ਕਰਦੇ ਹੋਏ ਵੈਨਕੂਵਰ ਚੱਲਾਂਗੇ। ਅਸੀਂ ਦੋਵੇਂ ਹੀ ਜਹਾਜ਼ ਵਿਚ ਚੜ੍ਹ ਬੈਠੇ ਤੇ ਅਸਟੋਰੀਆ ਜਾ ਉਤਰੇ। ਇਥੇ ਇਕ ਲੱਕੜੀ

* ਭਾਈ ਨੰਦ ਸਿੰਘ ਸੀਹਰਾ ਭਾਈ ਜਵਾਲਾ ਸਿੰਘ ਦੇ ਵਜ਼ੀਫ਼ੇ 'ਤੇ ਅਮਰੀਕਾ ਪੜ੍ਹਨ ਗਿਆ ਸੀ। ਉਹ ਬਹੁਤ ਬੁੱਧੀਮਾਨ ਸੀ ਅਤੇ ਬਰਕਲੀ ਯੂਨੀਵਰਸਿਟੀ ਵਿਚ ਪੜ੍ਹਨੇ ਪੈ ਗਿਆ ਸੀ। ਉਹ ਤੇ ਸਰਾਭਾ ਸ਼ਾਇਦ ਅਮਰੀਕਾ ਦੇ ਸਫ਼ਰ ਦੌਰਾਨ ਹੀ ਇਕ ਦੂਜੇ ਦੇ ਜਾਣੂ ਹੋ ਗਏ ਸਨ। ਨੰਦ ਸਿੰਘ ਨੇ ਬਰਕਲੀ ਵਿਚ ਪੜ੍ਹਦਿਆਂ ਗ਼ਦਰ ਪਾਰਟੀ ਦੀ ਬਹੁਤ ਸੇਵਾ ਕੀਤੀ ਸੀ। ਬਾਅਦ ਵਿਚ ਉਹ ਉਚੇਰੀ ਵਿੱਦਿਆ ਹਾਸਲ ਕਰ ਕੇ ਅਮਰੀਕਾ ਵਿਚ ਹੀ ਲੰਮਾ ਚਿਰ ਉੱਚੇ ਅਹੁਦੇ 'ਤੇ ਕੰਮ ਕਰਦਾ ਰਿਹਾ ਸੀ।

† ਬਾਬਾ ਜੀ ਦੀ ਹੱਥਲਿਖਤ ਡਾਇਰੀ ਦੀ ਸੰਪਾਦਨਾ ਕਰਨ ਵਾਲੇ ਸੱਜਣ ਨੇ, ਆਪਣੀ ਅਗਿਆਨਤਾ ਤੇ ਅਯੋਗਤਾ ਕਰਕੇ, 'ਅਸਟੋਰੀਆ' ਦੀ ਥਾਂ 'ਵਿਕਟੋਰੀਆ' ਕਰ ਦਿੱਤਾ। ਸਿਰਫ਼ ਏਨਾ ਹੀ ਨਹੀਂ, ਅਯੋਗ ਸੰਪਾਦਕ ਨੇ ਸ਼ਹੀਦ ਭਾਈ ਮੇਵਾ ਸਿੰਘ ਲੋਪੋਕੇ ਨੂੰ 'ਮੇਵਾ ਸਿੰਘ ਉਬੋਕੇ' ਬਣਾ ਦਿੱਤਾ ਅਤੇ ਬਾਬਾ ਜਵਾਲਾ ਸਿੰਘ ਹੁਰਾਂ ਦੇ ਫਾਰਮ ਦਾ ਨਾਂ 'ਹੋਲਟ' ਤੋ 'ਮਲੋਟ' ਕਰ ਦਿੱਤਾ।

ਅਸਟੋਰੀਆ ਦੀ 'ਹੈਮੰਡ ਆਰਾ ਮਿੱਲ', ਜਿਥੇ ਸ਼ਹੀਦ ਕਰਤਾਰ ਸਿੰਘ ਸਰਾਭਾ ਨੇ
1912 ਦੀਆਂ ਸਰਦੀਆਂ ਵਿਚ ਥੋੜ੍ਹੇ ਮਹੀਨੇ ਕੰਮ ਕੀਤਾ ਸੀ।

ਦਾ ਕਾਰਖ਼ਾਨਾ ਹੈ।* ਇਸ ਵਿਚ ਭਾਰਤੀ ਕਿਰਤੀ ਬਹੁਤ ਕੰਮ ਕਰਦੇ ਹਨ। ਇਥੇ ਅਸੀਂ ਇਕ ਹੋਟਲ ਵਿਚ ਚਲੇ ਗਏ। ਇਸੇ ਹੋਟਲ ਵਿਚ ਕਰਤਾਰ ਸਿੰਘ ਸਰਾਭਾ, ਜ਼ਿਲ੍ਹਾ ਲੁਧਿਆਣੇ ਵਾਲਾ ਹੈ। ਇਹ ਨੰਦ ਸਿੰਘ ਦੇ ਨਾਲ ਹੀ ਦੇਸੋਂ ਪੜ੍ਹਨ ਵਾਸਤੇ ਆਇਆ ਸੀ, ਪਰ ਕੁਝ ਕਾਰਨਾਂ ਕਰਕੇ ਇਥੇ ਆ ਗਿਆ ਸੀ। ਜਦ ਅਸੀਂ ਹੋਟਲ ਵਿਚ ਗਏ ਤੇ ਅੱਗੇ ਸਾਨੂੰ ਉਹੀ ਮਿਲ ਗਿਆ। ਅਸੀਂ ਆਪਸ ਵਿਚ ਬੜੇ ਅਨੰਦਪੂਰਬਕ ਮਿਲੇ ਤੇ ਗੱਲਾਂਬਾਤਾਂ ਹੁੰਦੀਆਂ ਰਹੀਆਂ। ਥੋੜ੍ਹੀ ਦੇਰ ਬਾਅਦ ਰੁਲੀਆ ਸਿੰਘ ਤੇ ਅਰਜਨ ਸਿੰਘ ਸਰਾਭੇ ਦੇ ਆ ਗਏ ਅਤੇ ਖ਼ੁਸ਼ੀ ਨਾਲ ਮਿਲੇ...ਅਗਲੇ ਦਿਨ ਸਭ ਕੋਲ ਜਾ ਕੇ ਉਗਰਾਹੀ ਕੀਤੀ। ਕੋਈ ਡੇਢ ਸੌ ਡਾਲਰ ਤੋਂ ਉਪਰ ਇਥੇ ਹੋ ਗਿਆ ਤੇ ਰਾਤ ਕਰਤਾਰ ਸਿੰਘ ਪਾਸ ਹੋਟਲ ਵਿਚ ਰਹੇ।

ਨੰਦ ਸਿੰਘ ਜੀ ਨੇ ਆਖਿਆ, 'ਕਰਤਾਰ ਸਿੰਘ, ਸਾਡੀ ਮਨਸ਼ਾ ਸੀ ਕਿ ਅਸੀਂ ਫ਼ੌਜੀ ਕੰਮ ਸਿੱਖੀਏ ਤੇ ਵਿਚ ਇਹ ਰੁਕਾਵਟ ਪੈਂਦੀ ਹੈ ਕਿ ਫ਼ੌਜੀ ਕੰਮ ਟੋਪੀ ਪਾ ਕੇ ਸਿੱਖੋ। ਇਸ 'ਤੇ ਬਹੁਤ ਬਹਿਸ ਹੋਣ ਦੇ ਮਗਰੋਂ, ਡਾਕਟਰ ਵੀਲਰ, ਜੋ ਪ੍ਰੈਜ਼ੀਡੈਂਟ ਯੂਨੀਵਰਸਿਟੀ ਦਾ ਹੈ, ਉਸ ਨੇ ਆਖਿਆ ਹੈ ਜੇ ਤੁਸੀਂ 25 ਵਿਦਿਆਰਥੀ ਪੱਗਾਂ ਵਾਲੇ ਕਰ ਲਵੋ ਤਾਂ ਅਸੀਂ ਤੁਹਾਨੂੰ ਫ਼ੌਜੀ ਕੰਮ ਸਿਖਾ ਦੇਵਾਂਗੇ। ਮੇਰੀ ਰਾਇ ਹੈ ਕਿ ਤੂੰ ਚੱਲ ਕੇ ਪੜ੍ਹ ਅਤੇ ਅਸੀਂ ਫ਼ੌਜੀ ਕੰਮ ਸਿੱਖਾਂਗੇ।'

ਕਰਤਾਰ ਸਿੰਘ ਬੜਾ ਹੋਣਹਾਰ ਨੌਜਵਾਨ ਸੀ। ਉਹ ਜੋ ਗੱਲ ਕਰਨੀ ਹੋਵੇ, ਫੌਰਨ ਉਸ 'ਤੇ ਵਿਚਾਰ ਕਰ ਕੇ ਆਪਣਾ ਪੱਕਾ ਫ਼ੈਸਲਾ ਦੇ ਦਿੰਦਾ। ਉਸ ਨੇ ਝੱਟ ਮੰਨ ਲਿਆ ਤੇ ਆਖਿਆ 'ਮੈਂ ਚੱਲਣ ਨੂੰ ਤਿਆਰ ਹਾਂ'।

ਆਖ਼ਰ ਅਸੀਂ ਪੱਕੀ ਕਰ ਕੇ ਆਖਿਆ ਕਿ ਮੁੜਦੇ ਹੋਏ ਆਪ ਨੂੰ ਨਾਲ ਲੈ ਚੱਲਾਂਗੇ।"[8]

ਬਾਬਾ ਜਵਾਲਾ ਸਿੰਘ ਤੇ ਨੰਦ ਸਿੰਘ ਵੈਨਕੂਵਰ ਵਿਚ ਅੱਧ ਜਨਵਰੀ ਤਕ ਠਹਿਰੇ। ਬਾਬਾ ਜੀ ਲਿਖਦੇ ਹਨ:

"ਇਧਰ ਜਨਵਰੀ ਦਾ ਮਹੀਨਾ ਤਕਰੀਬਨ ਅੱਧਾ ਬੀਤਣ ਵਾਲਾ ਹੈ। ਉਧਰ ਇਸੇ ਮਹੀਨੇ ਕਾਲਜਾਂ ਦੀ ਖੁਲ੍ਹ ਹੋਣੀ ਹੈ ਤੇ ਨਵੇਂ ਸਾਲ ਵਾਸਤੇ ਵਿਦਿਆਰਥੀ ਆਪਣੀਆਂ ਫ਼ੀਸਾਂ ਦੇ ਕੇ ਦਬਾ-ਦਬ ਦਾਖ਼ਲ ਹੁੰਦੇ ਜਾਂਦੇ ਹਨ। ਇਧਰ ਨੰਦ ਸਿੰਘ ਤੇ ਉਸ ਦੇ ਸਾਥੀਆਂ ਦਾ ਵੀ ਕਾਲਜ ਵਿਚ ਦਾਖ਼ਲਾ ਹੋਣਾ ਹੈ। ਮੈਂ ਨੰਦ ਸਿੰਘ ਨੂੰ ਆਖਿਆ, 'ਤੂੰ ਚੱਲ ਕੇ ਆਪਣੇ ਸਾਥੀਆਂ ਸਮੇਤ ਕਾਲਜ ਵਿਚ ਦਾਖ਼ਲ ਹੋ, ਮੈਂ ਕੁਝ ਦੇਰ ਨਾਲ ਆਵਾਂਗਾ'।"[9]

ਬਰਕਲੀ ਯੂਨੀਵਰਸਿਟੀ ਵਿਚ ਪੜ੍ਹਨ ਦੀ 'ਮਿੱਥ'?

ਉਪਰੋਕਤ ਬ੍ਰਿਤਾਂਤ ਤੋਂ ਸਪੱਸ਼ਟ ਹੋ ਜਾਂਦਾ ਹੈ ਕਿ ਨੰਦ ਸਿੰਘ ਨੇ ਵੈਨਕੂਵਰ ਤੋਂ ਵਾਪਸੀ 'ਤੇ ਭਾਈ ਕਰਤਾਰ ਸਿੰਘ ਸਰਾਭਾ ਨੂੰ ਆਪਣੇ ਨਾਲ ਲਿਆ ਅਤੇ ਜਨਵਰੀ (1913) ਦੇ ਆਰੰਭ ਵਿਚ ਉਹ ਦੋਵੇਂ ਬਰਕਲੀ ਪਹੁੰਚ ਗਏ। ਇਹ ਧਾਰਨਾ ਪੂਰੀ ਤਰ੍ਹਾਂ ਸਥਾਪਤ ਹੋ ਚੁੱਕੀ ਹੈ ਕਿ ਕਰਤਾਰ ਸਿੰਘ ਸਰਾਭਾ ਨੇ ਜਨਵਰੀ 1913 ਵਿਚ ਬਰਕਲੀ ਯੂਨੀਵਰਸਿਟੀ ਵਿਚ ਇੰਜਨੀਅਰਿੰਗ ਦੀ ਪੜ੍ਹਾਈ ਸ਼ੁਰੂ ਕਰ ਦਿੱਤੀ ਸੀ। ਪਰ ਕੈਲੀਫ਼ੋਰਨੀਆ ਰਹਿੰਦੇ ਸਾਡੇ ਇਕ ਮਿੱਤਰ ਜਸਜੀਤ ਸਿੰਘ ਨੇ ਬਰਕਲੀ ਯੂਨੀਵਰਸਿਟੀ ਦੇ ਪ੍ਰਬੰਧਕੀ ਅਮਲੇ ਕੋਲੋਂ ਕਰਤਾਰ ਸਿੰਘ ਸਰਾਭਾ ਦੇ ਯੂਨੀਵਰਸਿਟੀ ਵਿਚ ਦਾਖ਼ਲੇ ਬਾਰੇ ਠੋਸ ਸਬੂਤ ਹਾਸਲ

---

* ਇਸ ਕਾਰਖ਼ਾਨੇ ਦਾ ਨਾਂ 'ਹੈਮੰਡ ਲੰਬਰ ਮਿੱਲ' (Hammond Lumber Mill) ਸੀ। ਇਹ ਮਿੱਲ ਸਤੰਬਰ 1922 ਵਿਚ ਅੱਗ ਨਾਲ ਸੜ ਕੇ ਤਬਾਹ ਹੋ ਗਈ ਸੀ।

8. ਬਲਵੀਰ ਪਰਵਾਨਾ (ਸੰਪਾ.), *ਲਿਖਤਾਂ: ਗ਼ਦਰੀ ਬਾਬਾ ਜਵਾਲਾ ਸਿੰਘ*, ਸਫ਼ੇ 20-22.
9. *ਉਹੀ*, ਸਫ਼ਾ 25.

ਕਰਨ ਦਾ ਯਤਨ ਕੀਤਾ, ਤਾਂ ਪੂਰੀ ਕੋਸ਼ਿਸ਼ ਕਰਨ ਦੇ ਬਾਵਜੂਦ ਸਰਾਭੇ ਦੇ ਯੂਨੀਵਰਸਿਟੀ ਵਿਚ ਦਾਖ਼ਲਾ ਲੈਣ ਬਾਰੇ ਕੋਈ ਸਬੂਤ ਨਹੀਂ ਮਿਲਿਆ। ਸਾਰੇ ਰਿਕਾਰਡ ਦੀ ਬਰੀਕੀ ਵਿਚ ਛਾਣ-ਬੀਣ ਕਰਨ ਤੋਂ ਬਾਅਦ ਯੂਨੀਵਰਸਿਟੀ ਅਧਿਕਾਰੀਆਂ ਦਾ ਸਾਫ਼ ਕਹਿਣਾ ਸੀ ਕਿ 1912 ਤੋਂ ਲੈ ਕੇ 1915 ਤਕ, ਕਰਤਾਰ ਸਿੰਘ ਨਾਂ ਦਾ ਕੋਈ ਵੀ ਵਿਦਿਆਰਥੀ ਯੂਨੀਵਰਸਿਟੀ ਵਿਚ ਦਾਖ਼ਲ ਨਹੀਂ ਹੋਇਆ ਸੀ। ਇਸ ਮਾਮਲੇ ਬਾਰੇ ਯੂਨੀਵਰਸਿਟੀ ਅਧਿਕਾਰੀਆਂ ਨਾਲ ਹੋਏ ਚਿੱਠੀ ਪੱਤਰ ਦਾ ਪੂਰਾ ਵੇਰਵਾ ਇਸ ਪ੍ਰਕਾਰ ਹੈ :

On Thu, Nov 19, 2015 at 11:56 PM, Jasjeet Singh
<jasjeetsingh.usa@gmail.com> wrote :

Hi Roqua

I am writing an article on Sikh students in Berkeley. One of them is Kartar Singh who enrolled himself in Jan 1913 session. I was wandering from where I could locate the records. I would really appreciate if you could help.

Regards,
Jasjeet Singh

On Nov 23, 2015, at 4:25 PM, Adam Michael Ratliff
<adam.ratliff@berkeley.edu> wrote :

Dear Mr. Singh,

Thank you for your inquiry. Unfortunately, in searching all of our records, including those for the 1913 time period, we cannot locate a record for a student named Kartar Singh.

Is it possible that this student attended under another name ? Based on the name provided, we have no record.

Regards,
Adam Ratliff

On Mon, Nov 23, 2015 at 4:44 PM, Adam Michael Ratliff
<adam.ratliff@berkeley.edu> wrote :

Mr. Singh,

We did a thorough records search. If you can provide any more data, such as date of birth, specific years attended, and any known areas of study or degree earned, we can try searching again.

Regards,
Adam

On Mon, Nov 23, 2015 at 11:54 PM, Jasjeet Singh <jasjeetsingh.usa@gmail.com> wrote :

Hi Adam

I really appreciate your help. His Date of birth was May 24, 1896. He enrolled in Elec Eng or Chemistry. He might be using last name SARABHA.

Jasjeet Singh

From: Adam Michael Ratliff <adam.ratliff@berkeley.edu>
Date : Fri, Dec 18, 2015 at 11:02 AM
Subject : Re : need some info
To : Jasjeet Singh <jasjeetsingh.usa@gmail.com>

Dear Mr. Singh,

Sorry for the delay in responding - researching not only the electronic archives but the old paper files can take time to search through.

Unfortunately yet again, in searching all of our records, including those for years before and after the 1912-15 time period, we cannot locate a record for a student named Kartar Singh, or last name Sarabha.

Thanks for sharing the date of birth and other clues to help us, though I`m sorry we were unable to find any information on this student. However, any other assistance we can give to your book project, please let me know.

Regards,
Adam Ratliff

ਇਸ ਮਸਲੇ ਬਾਰੇ ਇਕ ਹੋਰ ਉਘੜਵਾਂ ਤੇ ਉਤੇਜਨਾ-ਭਰਿਆ ਤੱਥ ਇਹ ਹੈ, ਕਿ ਭਾਈ ਕਰਤਾਰ ਸਿੰਘ ਸਰਾਭਾ ਨਾਲ ਕੰਮ ਕਰਦੇ ਰਹੇ ਗ਼ਦਰੀ ਬਾਬਿਆਂ, ਜਿਵੇਂ ਬਾਬਾ ਸੋਹਣ ਸਿੰਘ ਭਕਨਾ, ਬਾਬਾ ਵਿਸਾਖਾ ਸਿੰਘ, ਭਾਈ ਜਵਾਲਾ ਸਿੰਘ, ਭਾਈ ਸੰਤੋਖ ਸਿੰਘ, ਭਾਈ ਊਧਮ ਸਿੰਘ ਕਸੇਲ ਆਦਿ 'ਚੋਂ ਕਿਸੇ ਨੇ ਵੀ ਆਪਣੀਆਂ ਲਿਖਤਾਂ ਵਿਚ ਉਸ ਦੇ ਯੂਨੀਵਰਸਿਟੀ ਵਿਚ ਪੜ੍ਹਨ ਦਾ ਜ਼ਿਕਰ ਨਹੀਂ ਕੀਤਾ। ਭਾਈ ਪਰਮਾਨੰਦ, ਜਿਹੜਾ ਉਸ ਵੇਲੇ ਬਰਕਲੀ ਯੂਨੀਵਰਸਿਟੀ ਵਿਚ ਕੈਮਿਸਟਰੀ ਦੀ ਵਿੱਦਿਆ ਲੈ ਰਿਹਾ ਸੀ, ਨੇ ਆਪਣੀ ਸਵੈ-ਜੀਵਨੀ ਵਿਚ ਇਹ ਲਿਖਿਆ ਹੈ :

> "(ਕਰਤਾਰ ਸਿੰਘ ਸਰਾਭਾ ਉਸ ਵੇਲੇ ਅਮਰੀਕਾ ਅੰਦਰ) ਦਿਨੇ ਕੁਛ ਕੰਮ ਕਰਦਾ ਸੀ ਅਤੇ ਕੁਛ ਸਮਾਂ ਇਕ ਅਮਰੀਕੀ ਸਕੂਲ ਵਿਚ ਪੜ੍ਹਦਾ ਸੀ।"[10]

10. ਭਾਈ ਪਰਮਾਨੰਦ, *ਆਪਬੀਤੀ*, ਸਫ਼ਾ 68.

ਜੇਕਰ ਸਰਾਭਾ ਉਸ ਵੇਲੇ ਬਰਕਲੀ ਯੂਨੀਵਰਸਿਟੀ ਵਿਚ ਪੜ੍ਹਦਾ ਹੁੰਦਾ ਤਾਂ ਭਾਈ ਪਰਮਾਨੰਦ ਨੇ ਇਸ ਦਾ ਜ਼ਿਕਰ ਜ਼ਰੂਰ ਸਪੱਸ਼ਟ ਸ਼ਬਦਾਂ ਵਿਚ ਕੀਤਾ ਹੁੰਦਾ। ਪਰ ਉਸ ਦਾ ਉਪਰੋਕਤ ਬਿਆਨ ਬਹੁਤ ਅਸਪੱਸ਼ਟ ਹੈ।

ਭਾਈ ਹਰਨਾਮ ਸਿੰਘ ਕੋਟਲਾ, ਜਿਸ ਨੇ ਕਰਤਾਰ ਸਿੰਘ ਸਰਾਭਾ ਨਾਲ *ਗ਼ਦਰ* ਅਖ਼ਬਾਰ ਦੇ ਦਫ਼ਤਰ ਵਿਚ ਇਕੱਠੇ ਕੰਮ ਕੀਤਾ ਸੀ, ਨੇ ਜ਼ਰੂਰ ਇਕ ਥਾਂ ਸਰਾਭੇ ਦੇ ਬਰਕਲੀ ਯੂਨੀਵਰਸਿਟੀ ਵਿਚ ਪੜ੍ਹਨ ਦਾ ਜ਼ਿਕਰ ਕੀਤਾ ਹੈ। ਇਸ ਤੋਂ ਇਲਾਵਾ, ਉਸ ਵੇਲੇ ਬਰਕਲੀ ਯੂਨੀਵਰਸਿਟੀ ਵਿਚ ਪੜ੍ਹਦੇ ਕੁਝ ਬੰਗਾਲੀ ਵਿਦਿਆਰਥੀਆਂ ਨੇ ਵੀ ਸਰਾਭੇ ਦੇ ਉਥੇ ਪੜ੍ਹਨ ਦਾ ਦਾਅਵਾ ਕੀਤਾ ਹੈ। ਪਰ ਉਪਰੋਕਤ ਤੱਥਾਂ ਤੇ ਇਨ੍ਹਾਂ ਵਿਦਿਆਰਥੀਆਂ ਦੇ ਸਮੁੱਚੇ ਕਿਰਦਾਰ ਨੂੰ ਦੇਖਦੇ ਹੋਏ, ਉਨ੍ਹਾਂ ਦੇ ਇਸ ਦਾਅਵੇ ਉੱਤੇ ਸ਼ੱਕ ਖੜਾ ਹੁੰਦਾ ਹੈ।

ਇਹ ਗੱਲ ਆਮ ਕਹੀ ਜਾਂਦੀ ਹੈ ਕਿ ਜਦੋਂ *ਗ਼ਦਰ* ਅਖ਼ਬਾਰ ਚਾਲੂ ਕੀਤਾ ਗਿਆ ਤਾਂ ਭਾਈ ਕਰਤਾਰ ਸਿੰਘ ਸਰਾਭਾ ਨੇ ਆਪਣੀ ਪੜ੍ਹਾਈ ਲਈ ਬਚਾ ਕੇ ਰੱਖੇ ਸਾਰੇ ਪੈਸੇ ਪਾਰਟੀ ਨੂੰ ਦੇ ਦਿੱਤੇ ਸਨ। ਇਸ ਤੋਂ ਵੀ ਇਹ ਗੱਲ ਪੱਕੀ ਹੁੰਦੀ ਹੈ ਕਿ ਭਾਈ ਸਰਾਭੇ ਨੇ ਅਸਟੋਰੀਆ ਤੋਂ ਆ ਕੇ ਪੜ੍ਹਨ ਦਾ ਇਰਾਦਾ ਤਿਆਗ ਦਿੱਤਾ ਸੀ ਅਤੇ ਉਸੇ ਵੇਲੇ ਹੀ ਦੇਸ਼ ਦੀ ਆਜ਼ਾਦੀ ਲਈ ਸੋਚਣਾ ਤੇ ਕੰਮ ਕਰਨਾ ਆਰੰਭ ਕਰ ਦਿੱਤਾ ਸੀ। ਵੱਧ ਸੰਭਾਵਨਾ ਇਹ ਹੈ ਕਿ ਅਕਤੂਬਰ ਦੇ ਮਹੀਨੇ ਤਕ, ਜਦੋਂ ਤਕ ਪਾਰਟੀ ਦਾ ਦਫ਼ਤਰ ਤੇ *ਗ਼ਦਰ* ਅਖ਼ਬਾਰ ਚਾਲੂ ਨਹੀਂ ਹੋਇਆ ਸੀ, ਭਾਈ ਕਰਤਾਰ ਸਿੰਘ ਸਰਾਭਾ ਜ਼ਿਆਦਾ ਸਮਾਂ ਯੂਲੋ ਕਾਊਂਟੀ ਵਿਚ ਭਾਈ ਬੂੜ ਸਿੰਘ ਹੁਰਾਂ ਪਾਸ ਹੀ ਰਿਹਾ। ਇਸ ਕਰਕੇ ਉਨ੍ਹਾਂ ਨੇ ਪਾਰਟੀ ਦੇ ਜਲਸਿਆਂ ਦੀ ਸ਼ੁਰੂਆਤ ਮਾਰਚ 1913 ਵਿਚ ਯੂਲੋ ਤੋਂ ਹੀ ਕੀਤੀ ਸੀ। ਇਸ ਤੋਂ ਇਲਾਵਾ ਇਹ ਵੀ ਜਾਪਦਾ ਹੈ ਕਿ ਇਸ ਸਮੇਂ ਦੌਰਾਨ ਉਸ ਦਾ ਬਰਕਲੀ ਯੂਨੀਵਰਸਿਟੀ ਵਿਚ ਲਗਾਤਾਰ ਆਉਣ ਜਾਣ ਬਣਿਆ ਹੋਇਆ ਸੀ ਅਤੇ ਉਹ ਲਾਲਾ ਹਰਦਿਆਲ ਤੇ ਭਾਰਤੀ ਵਿਦਿਆਰਥੀਆਂ ਨੂੰ ਅਕਸਰ ਮਿਲਦਾ ਰਹਿੰਦਾ ਸੀ। ਅੱਗੇ ਚੱਲ ਕੇ ਅਸੀਂ ਦੇਖਾਂਗੇ ਕਿ ਮਈ 1914 ਵਿਚ ਗ਼ਦਰ ਪਾਰਟੀ ਦੀ ਸਥਾਪਨਾ ਕਰਨ ਤੋਂ ਬਾਅਦ ਜਦੋਂ ਲਾਲਾ ਹਰਦਿਆਲ ਬਿਲਕੁੱਲ ਢਿੱਲਾ ਪੈ ਗਿਆ ਸੀ ਉਸ ਨੇ ਕਈ ਮਹੀਨਿਆਂ ਤਕ ਪਾਰਟੀ ਵੱਲੋਂ ਸੌਂਪੇ ਕਾਰਜ ਨਿਭਾਉਣ ਦਾ ਕੋਈ ਉੱਦਮ ਨਹੀਂ ਕੀਤਾ ਸੀ, ਤਾਂ ਉਸ ਨੂੰ ਕਰਤਾਰ ਸਿੰਘ ਸਰਾਭਾ ਨੇ ਹੀ ਝੰਜੋੜ ਕੇ ਸਰਗਰਮ ਹੋਣ ਲਈ ਪ੍ਰੇਰਿਆ ਸੀ। ਜਿਸ ਤੋਂ ਪਤਾ ਚੱਲਦਾ ਹੈ ਕਿ ਉਸ ਸਮੇਂ ਦੌਰਾਨ, ਭਾਵ ਜੂਨ ਤੋਂ ਲੈ ਕੇ ਸਤੰਬਰ ਤਕ, ਸਰਾਭਾ ਕੈਲੀਫ਼ੋਰਨੀਆ ਵਿਚ ਲਗਾਤਾਰ ਇਨਕਲਾਬੀ ਸਰਗਰਮੀਆਂ ਵਿਚ ਮਸਰੂਫ਼ ਸੀ। ਉਪਰੋਕਤ ਤੱਥ ਉਸ ਰਾਸ਼ਟਰਵਾਦੀ ਬਿਰਤਾਂਤ ਨੂੰ ਰੱਦ ਕਰ ਦਿੰਦੇ ਹਨ, ਜਿਸ ਵਿਚ ਇਹ ਦਾਅਵਾ ਕੀਤਾ ਗਿਆ ਹੈ ਕਿ ਭਾਈ ਕਰਤਾਰ ਸਿੰਘ ਸਰਾਭਾ ਅੰਦਰ ਦੇਸ਼ ਭਗਤੀ ਦੀ ਜਾਗ 'ਬਰਕਲੀ ਯੂਨੀਵਰਸਿਟੀ ਵਿਚ ਪੜ੍ਹਦਿਆਂ', ਲਾਲਾ ਹਰਦਿਆਲ ਤੇ ਹੋਰਨਾਂ ਭਾਰਤੀ ਵਿਦਿਆਰਥੀਆਂ ਦੀ ਸੰਗਤ ਕਰ ਕੇ ਪੈਦਾ ਹੋਈ ਸੀ। ਇਸ ਬਾਰੇ ਜੋੜੀਆਂ ਤੇ ਫੈਲਾਈਆਂ ਗਈਆਂ ਸਾਰੀਆਂ ਕਹਾਣੀਆਂ ਝੂਠੀਆਂ ਸਿੱਧ ਹੋ ਜਾਂਦੀਆਂ ਹਨ, ਕਿਉਂਕਿ ਸੱਚ ਇਹ ਹੈ ਕਿ ਸਰਾਭਾ ਅਸਟੋਰੀਆ ਤੋਂ ਮੁੜਨ ਵੇਲੇ ਤਕ ਇਨਕਲਾਬੀ ਸੱਚੇ ਵਿਚ ਢਲ ਚੁੱਕਾ ਸੀ।

5

ਉੱਤਰੀ ਅਮਰੀਕਾ ਵਿਚ ਭਾਰਤੀਆਂ ਦੀ ਦੁਰਦਸ਼ਾ

ਸਿੱਖ ਪ੍ਰਤਿਕਰਮ ਦੀ ਵਿਲੱਖਣਤਾ

ਵੀਹਵੀਂ ਸਦੀ ਦਾ ਆਗ਼ਾਜ਼ ਹੁੰਦਿਆਂ ਹੀ ਹਿੰਦੁਸਤਾਨੀ, ਅਮਰੀਕਾ ਤੇ ਕੈਨੇਡਾ ਵਿਚ ਚੋਖੀ ਸੰਖਿਆ ਵਿਚ ਪਹੁੰਚਣੇ ਸ਼ੁਰੂ ਹੋ ਗਏ ਸਨ। ਇਨ੍ਹਾਂ ਵਿੱਚੋਂ ਥੋੜ੍ਹੇ ਜਿਹੇ (ਦੋ ਸੌ ਦੇ ਕਰੀਬ) ਨੌਜਵਾਨ ਵਿਦਿਆਰਥੀ ਸਨ ਜਿਹੜੇ ਉੱਚੀ ਵਿੱਦਿਆ ਹਾਸਲ ਕਰਨ ਦੇ ਇਰਾਦੇ ਨਾਲ ਆਏ ਸਨ। ਵੱਡਾ ਵਰਗ ਪੇਂਡੂ ਕਿਸਾਨਾਂ ਦਾ ਸੀ, ਜਿਹੜੇ ਕਿਰਤ ਕਮਾਈ ਕਰ ਕੇ ਆਪਣੀ ਆਰਥਿਕ ਹੈਸੀਅਤ ਬਿਹਤਰ ਕਰਨ ਦੇ ਮਕਸਦ ਨਾਲ ਆਪਣਾ ਦੇਸ਼ ਛੱਡ ਕੇ ਪਰਦੇਸੀ ਬਣੇ ਸਨ। ਜਿਥੇ ਵਿਦਿਆਰਥੀਆਂ ਵਿਚ ਵੱਡੀ ਗਿਣਤੀ ਬੰਗਾਲੀਆਂ ਦੀ ਸੀ, ਉਥੇ ਪੇਂਡੂ ਕਿਸਾਨਾਂ ਵਿੱਚੋਂ, ਥੋੜ੍ਹੇ ਜਿਹਿਆਂ ਨੂੰ ਛੱਡ ਕੇ, ਬਾਕੀ ਸਾਰੇ ਸਿੱਖ ਸਨ। ਪਹਿਲਾਂ-ਪਹਿਲ ਅਮਰੀਕਾ ਨਾਲੋਂ ਕੈਨੇਡਾ ਵਿਚ ਵੱਧ ਆਵਾਸੀ ਪਹੁੰਚੇ। ਉਥੇ ਉਹ ਮੁੱਖ ਤੌਰ 'ਤੇ ਲੱਕੜੀ ਦੇ ਕਾਰਖ਼ਾਨਿਆਂ ਵਿਚ ਮਜ਼ਦੂਰੀ ਕਰਦੇ ਸਨ। ਵੈਨਕੂਵਰ ਸਿੱਖ ਆਵਾਸੀਆਂ ਦਾ ਮੁੱਖ ਅੱਡਾ ਬਣ ਗਿਆ ਸੀ। ਇਸ ਤੋਂ ਇਲਾਵਾ ਵਿਕਟੋਰੀਆ ਤੇ ਐਬਟਸਫ਼ੋਰਡ ਵਿਚ ਵੀ ਉਨ੍ਹਾਂ ਦੀ ਕਾਫ਼ੀ ਵਸੋਂ ਹੋ ਗਈ ਸੀ। ਅਮਰੀਕਾ ਦੇ ਕੈਨੇਡਾ ਦੀ ਸਰਹੱਦ ਨਾਲ ਲੱਗਵੇਂ ਇਲਾਕਿਆਂ, ਸਿਆਟਲ (ਵਾਸ਼ਿੰਗਟਨ ਸਟੇਟ) ਤੇ ਓਰੇਗਾਨ ਸਟੇਟ ਵਿਚ ਵੀ ਚੋਖੀ ਗਿਣਤੀ ਵਿਚ ਭਾਰਤੀ ਆਵਾਸੀ ਪਹੁੰਚ ਗਏ ਸਨ। ਉਥੇ ਵੀ ਉਹ ਮੁੱਖ ਤੌਰ 'ਤੇ ਲੱਕੜੀ ਦੀਆਂ ਮਿੱਲਾਂ ਜਾਂ ਰੇਲਵੇ ਲਾਈਨਾਂ ਦੀ ਵਿਛਾਈ ਦੇ ਕੰਮ ਵਿਚ ਲੱਗੇ ਹੋਏ ਸਨ। ਇਸ ਤੋਂ ਇਲਾਵਾ ਅਮਰੀਕਾ ਦੀ ਕੈਲੀਫ਼ੋਰਨੀਆ ਸਟੇਟ ਵਿਚ ਵੀ ਸਿੱਖ ਆਵਾਸੀਆਂ ਦੀ ਤਕੜੀ ਸੰਖਿਆ ਸੀ, ਜਿਥੇ ਉਹ ਜ਼ਿਆਦਾਤਰ ਖੇਤੀ ਦਾ ਕੰਮ ਕਰਦੇ ਸਨ। ਬਹੁਤੇ ਮਜ਼ਦੂਰੀ ਕਰਦੇ ਸਨ, ਜਦ ਕਿ ਕੁਝ ਕੁ ਠੇਕੇ 'ਤੇ ਫ਼ਾਰਮ ਲੈ ਕੇ ਆਪਣੀ ਖੇਤੀ ਕਰਦੇ ਸਨ।

ਬਿਗਾਨੀ ਧਰਤੀ ਉੱਤੇ ਆਪਣੇ ਪੈਰ ਜਮਾਉਣ ਲਈ ਹਿੰਦੁਸਤਾਨੀ ਆਵਾਸੀਆਂ ਨੂੰ ਭਾਰੀ ਮੁਸ਼ਕਲਾਂ - ਦੋਨੋਂ, ਜਿਸਮਾਨੀ ਤੇ ਮਾਨਸਿਕ - ਵਿੱਚੋਂ ਗੁਜ਼ਰਨਾ ਪਿਆ। ਸਭ ਤੋਂ ਵੱਡੀ ਤੰਗੀ ਨਸਲੀ ਵਿਤਕਰਾ ਸੀ। ਉਸ ਵੇਲੇ ਅਮਰੀਕਾ-ਕੈਨੇਡਾ ਅੰਦਰ ਨਸਲਪ੍ਰਸਤੀ ਦਾ ਬੋਲਬਾਲਾ ਸੀ। ਗੋਰੀ ਨਸਲ ਦੇ ਲੋਕ ਆਪਣੇ ਆਪ ਨੂੰ ਸਾਰਿਆਂ ਨਾਲੋਂ ਉੱਤਮ ਤੇ ਦੂਸਰੀਆਂ ਨਸਲਾਂ ਦੇ ਲੋਕਾਂ ਨੂੰ ਹੀਣੇ ਤੇ ਘਟੀਆ ਸਮਝਦੇ ਸਨ। ਇਸ ਨਸਲਵਾਦੀ ਸੋਚ ਕਰਕੇ ਉਹ ਹਿੰਦੁਸਤਾਨੀਆਂ ਨੂੰ ਘਿਰਣਾ ਦੀ ਨਜ਼ਰ ਨਾਲ ਦੇਖਦੇ ਸਨ। ਗੋਰੇ ਮਾਲਕ ਹਿੰਦੁਸਤਾਨੀਆਂ ਨੂੰ ਕੰਮ ਦੇਣ ਤੋਂ ਨੱਕ ਬੁੱਲ੍ਹ ਚੜ੍ਹਾਉਂਦੇ ਸਨ। ਗੋਰੇ ਮਜ਼ਦੂਰ ਹਿੰਦੁਸਤਾਨੀ ਮਜ਼ਦੂਰਾਂ ਨਾਲ ਦੁਰਵਿਹਾਰ ਕਰਦੇ ਤੇ ਇਕੱਠੇ ਹੋ ਕੇ ਉਨ੍ਹਾਂ ਦੀ ਕੁੱਟ ਮਾਰ ਕਰਨ ਤਕ ਜਾਂਦੇ ਸਨ। ਪਬਲਿਕ ਥਾਵਾਂ ਉੱਤੇ ਹਿੰਦੁਸਤਾਨੀਆਂ ਨੂੰ ਗੋਰਿਆਂ ਦੇ ਬਰਾਬਰ ਵਿਚਰਨ ਦਾ ਹੱਕ ਨਹੀਂ ਸੀ ਅਤੇ ਉਨ੍ਹਾਂ ਨੂੰ ਪੈਰ ਪੈਰ 'ਤੇ ਜ਼ਲੀਲ ਕਰ ਕੇ, ਹੀਣੇ ਹੋਣ ਦਾ ਅਹਿਸਾਸ

ਕਰਾਇਆ ਜਾਂਦਾ ਸੀ। ਗ਼ਦਰੀ ਬਾਬਿਆਂ ਨੇ ਆਪਣੇ ਸਵੈ-ਕਥਨਾਂ ਅੰਦਰ, ਇਸ ਬਾਰੇ ਆਪਣੇ ਕੁਝ ਕੁ ਤਲਖ਼ ਤਜਰਬਿਆਂ ਦਾ ਜ਼ਿਕਰ ਹੇਠ ਲਿਖੇ ਅਨੁਸਾਰ ਕੀਤਾ ਹੈ।

ਗ਼ਦਰੀ ਬਾਬਾ ਹਰਜਾਪ ਸਿੰਘ ਜੀ ਲਿਖਦੇ ਹਨ :

> "ਅਮਰੀਕਾ ਵਿਚ ਰੇਲ ਗੱਡੀਆਂ ਦੋ ਹਿੱਸਿਆਂ ਵਿਚ ਵੰਡੀਆਂ ਹੋਈਆਂ ਹੁੰਦੀਆਂ ਹਨ। ਇਕ ਉਹ, ਜਿਨ੍ਹਾਂ ਵਿਚ ਤਮਾਕੂ ਪੀਣ ਵਾਲੇ ਬਹਿੰਦੇ ਹਨ ਤੇ ਦੂਜੇ ਡੱਬੇ ਦੂਸਰੇ ਸੱਜਣਾਂ ਵਾਸਤੇ ਹੁੰਦੇ ਹਨ। ਇਹ ਗੱਲ ਹਰ ਇਕ ਆਦਮੀ ਜਾਣਦਾ ਹੈ ਕਿ ਤਮਾਕੂ ਨਾ ਪੀਣ ਵਾਲੇ ਸੱਜਣ ਨੂੰ, ਜੇ ਇਸ ਦੇ ਸੇਵਨ ਕਰਨ ਵਾਲੇ ਕਮਰੇ ਵਿਚ ਬਿਠਾ ਦਿੱਤਾ ਜਾਵੇ ਤਾਂ ਉਸ ਦਾ ਦਮ ਘੁਟਣ ਲੱਗ ਪੈਂਦਾ ਹੈ। ਪਰ ਸਿੱਖਾਂ ਲਈ, ਜੋ ਤਮਾਕੂ ਨੂੰ ਮਜ਼ਹਬੀ ਤੌਰ ਉੱਤੇ ਹਰਾਮ ਸਮਝਦੇ ਹਨ, ਅਜਿਹੇ ਕਮਰਿਆਂ ਵਿਚ ਬੈਠਣਾ ਤਾਂ ਨਰਕ ਦੇ ਬਰਾਬਰ ਹੋ ਜਾਂਦਾ ਹੈ। ਪਰ ਸਾਡੀ ਬਦਕਿਸਮਤੀ ਕਿ ਰੇਲ ਦੇ ਹਾਕਮਾਂ ਵਲੋਂ ਸਾਨੂੰ ਉਨ੍ਹਾਂ ਡੱਬਿਆਂ ਵਿਚ ਬੈਠਣ ਲਈ ਮਜਬੂਰ ਕੀਤਾ ਜਾਂਦਾ ਸੀ। ਇਹ ਸਾਰੀ ਕਾਰਵਾਈ ਰੰਗ ਤੇ ਨਸਲ ਦਾ ਭੇਦ ਕਰਕੇ ਕੀਤੀ ਜਾਂਦੀ ਸੀ। ਜਮਹੂਰੀਅਤ ਪਸੰਦ ਅਮਰੀਕਨ ਗੋਰੇ ਸਾਡੇ ਕਾਲੇ ਰੰਗ ਵਾਲਿਆਂ ਨਾਲ ਨਫ਼ਰਤ ਕਰਦੇ ਸਨ। ਸਿੱਖਾਂ ਨੇ ਅਜਿਹੇ ਡੱਬਿਆਂ ਵਿਚ ਸਫ਼ਰ ਕਰਨ ਲਈ ਆਪਣੀਆਂ ਮੁਸ਼ਕਲਾਂ ਦੀ ਸ਼ਿਕਾਇਤ ਕਈ ਵਾਰ ਕੀਤੀ ਪਰ ਕਿਸੇ ਨੇ ਕੁਝ ਨਾ ਸੁਣਿਆ। ਕਈ ਵਾਰ ਝਗੜੇ ਵੀ ਹੋਏ, ਤੂੰ-ਤੂੰ, ਮੈਂ-ਮੈਂ ਤਕ ਵੀ ਗੱਲ ਪੁੱਜ ਜਾਂਦੀ। ਕਈ ਵਾਰ ਨਾ ਕੇਵਲ ਆਮ ਡੱਬਿਆਂ ਵਿਚ ਬੈਠਣ ਤੋਂ ਸਾਡੇ ਭਰਾਵਾਂ ਨੂੰ ਰੋਕਿਆ ਹੀ ਜਾਂਦਾ ਸਗੋਂ ਘਣੇ ਜੰਗਲਾਂ ਵਿਚ ਗੱਡੀ ਨੂੰ ਰੋਕ ਕੇ ਜ਼ਬਰਦਸਤੀ ਧੱਕੇ ਮਾਰ ਕੇ ਗੱਡੀ ਵਿੱਚੋਂ ਬਾਹਰ ਕੱਢ ਦਿੱਤਾ ਜਾਂਦਾ। ਇਹ ਘਟਨਾ ਇਕ ਵੇਰ ਭਾਈ ਰਤਨ ਸਿੰਘ ਜੀ ਸਾਬਕਾ ਪ੍ਰਧਾਨ ਗ਼ਦਰ ਪਾਰਟੀ ਨਾਲ ਵੀ ਵਾਪਰੀ। ਉਹ ਪਰੈਜ਼ਵਿਲ ਤੋਂ ਕਲੂਸਾ ਨੂੰ ਜਾਣ ਵਾਲੀ ਬਰਾਂਚ ਲਾਈਨ ਦੇ ਇਕ ਡੱਬੇ ਵਿਚ ਸਫ਼ਰ ਕਰ ਰਹੇ ਸਨ। ਇਕ ਰੇਲਵੇ ਅਫ਼ਸਰ ਨੇ ਇਸ ਉੱਤੇ ਇਤਰਾਜ਼ ਕੀਤਾ। ਭਾਈ ਰਤਨ ਸਿੰਘ ਜੀ ਨੇ ਆਪਣੇ ਧਾਰਮਿਕ ਨਿਸਚੇ ਨੂੰ ਚੰਗੀ ਤਰ੍ਹਾਂ ਪ੍ਰਗਟ ਵੀ ਕੀਤਾ ਤੇ ਉਸੇ ਕਮਰੇ ਵਿਚ ਬੈਠਣ ਲਈ ਜ਼ਿੱਦ ਕੀਤੀ, ਜਿਸ 'ਤੇ ਓਥੇ ਹੀ ਗੱਡੀ ਖੜੀ ਕਰ ਕੇ ਕੁਝ ਗੋਰਿਆਂ ਦੀ ਸਹਾਇਤਾ ਨਾਲ ਜ਼ਬਰਦਸਤੀ ਗੱਡੀ ਤੋਂ ਉਤਾਰ ਦਿੱਤਾ ਗਿਆ। ਆਪ ਨੇ ਉਸ ਰੇਲਵੇ ਅਫ਼ਸਰ ਖ਼ਿਲਾਫ਼ ਕਾਨੂੰਨੀ ਕਾਰਵਾਈ ਕਰਨ ਦਾ ਉੱਦਮ ਵੀ ਕੀਤਾ ਪਰ ਕੋਈ ਗਵਾਹ ਨਾ ਮਿਲਣ ਕਰਕੇ ਸਾਰਾ ਮਾਮਲਾ ਓਥੇ ਦਾ ਓਥੇ ਰਹਿ ਗਿਆ।"[1]

ਇਸੇ ਤਰ੍ਹਾਂ, ਈਸਾਈਆਂ ਦੇ ਦਸਤੂਰ ਮੁਤਾਬਕ ਅਮਰੀਕਾ ਸਮੇਤ ਯੂਰਪੀ ਮੁਲਕਾਂ ਵਿਚ, ਅਦਾਲਤਾਂ ਦੇ ਅੰਦਰ, ਸਤਿਕਾਰ ਵਜੋਂ ਟੋਪੀ ਉਤਾਰ ਕੇ ਬੈਠਣ ਦਾ ਰਿਵਾਜ ਹੈ। ਇਸ ਮੁਤਾਬਕ ਪਹਿਲੇ ਸਮਿਆਂ ਵਿਚ, ਅਮਰੀਕਾ ਅੰਦਰ ਹਿੰਦੁਸਤਾਨੀਆਂ ਨੂੰ ਅਦਾਲਤਾਂ ਅੰਦਰ ਪਗੜੀ ਉਤਾਰ ਕੇ ਬੈਠਣ ਲਈ ਮਜਬੂਰ ਕੀਤਾ ਜਾਂਦਾ ਸੀ। ਬਾਬਾ ਹਰਜਾਪ ਸਿੰਘ ਜੀ ਦੇ ਮੁਤਾਬਕ :

> "ਆਮ ਹਿੰਦੁਸਤਾਨੀ ਤਾਂ ਇਸ ਨੂੰ ਸ਼ਾਇਦ ਸਾਧਾਰਨ ਬੇਇਜ਼ਤੀ ਹੀ ਖ਼ਿਆਲ ਕਰੇ ਪਰ ਸਿੱਖਾਂ ਲਈ ਸਿਰ ਉੱਤੇ ਦਸਤਾਰ ਰੱਖਣੀ ਓਨੀ ਹੀ ਪਵਿੱਤਰ ਹੈ ਜਿੰਨਾ ਯੂਰਪੀ ਲੋਕਾਂ ਲਈ ਅਦਾਲਤਾਂ ਦਾ ਸਤਿਕਾਰ। ਕਈ ਵੇਰ ਇਸ ਰਸਮ ਦੇ ਵਿਰੁੱਧ ਹਿੰਦੁਸਤਾਨੀਆਂ ਨੇ ਸਖ਼ਤ ਰੋਸ ਕੀਤਾ ਤੇ ਜੱਜਾਂ ਨੂੰ ਆਪਣਾ ਪੱਖ ਸਮਝਾਉਣ ਦੇ ਯਤਨ ਵੀ ਕੀਤੇ। ਕਿਤੇ-ਕਿਤੇ ਕੋਈ ਚੰਗਾ ਜੱਜ ਹਿੰਦੁਸਤਾਨੀਆਂ ਦੀ ਇਸ ਮੰਗ ਨੂੰ ਮੰਨ ਜਾਂਦਾ ਸੀ ਪਰ ਬਹੁਤੀ ਵੇਰ ਉਨ੍ਹਾਂ ਨੂੰ ਪਗੜੀ ਲਾਹੁਣ ਲਈ ਮਜਬੂਰ ਕੀਤਾ ਜਾਂਦਾ। ਜਦ ਕੋਈ ਹਿੰਦੁਸਤਾਨੀ ਪਗੜੀ ਲਾਹੁਣੀ ਨਾ ਮੰਨਦਾ ਤਾਂ ਪੁਲਿਸ ਜ਼ਬਰਦਸਤੀ ਅਜਿਹਾ ਕਰ ਦਿੰਦੀ।"[2]

---

1. *ਡਾਇਰੀ ਗ਼ਦਰੀ ਬਾਬਾ ਹਰਜਾਪ ਸਿੰਘ*, ਸਫ਼ਾ 65.
2. *ਉਹੀ*, ਸਫ਼ਾ 66.

ਬਾਬਾ ਸੋਹਣ ਸਿੰਘ ਭਕਨਾ ਨੇ ਆਪਣੀ *ਆਤਮ ਕਥਾ* ਅੰਦਰ, ਹਿੰਦੁਸਤਾਨੀਆਂ ਨਾਲ ਅਮਰੀਕਾ ਅੰਦਰ ਹੁੰਦੇ ਨਸਲੀ ਭੇਦ ਭਾਵ ਦੀਆਂ ਬਹੁਤ ਸਾਰੀਆਂ ਉਦਾਹਰਣਾਂ ਦਿੱਤੀਆਂ ਹਨ। ਉਨ੍ਹਾਂ ਲਿਖਿਆ ਹੈ:

> "ਇਕੇਰਾਂ ਇਕ ਹਿੰਦੁਸਤਾਨੀ ਜੈਂਟਲਮੈਨ* ਮੈਨੂੰ 'ਮਿਨਾਰਕ ਮਿੱਲ' ਵਿਚ ਮਿਲਣ ਆਏ। ਮੈਂ ਉਹਨਾਂ ਨੂੰ ਪੋਰਟਲੈਂਡ ਸ਼ਹਿਰ ਦਿਖਾਉਣ ਨਾਲ ਲੈ ਗਿਆ। ਉਥੇ ਸਾਨੂੰ ਫਿਰਦਿਆਂ ਟੁਰਦਿਆਂ ਦੁਪਹਿਰਾ ਹੋ ਗਿਆ ਤੇ ਪਰਸ਼ਾਦਾ ਛਕਣ ਦਾ ਵੇਲਾ ਪੁੱਗ ਗਿਆ। ਅਸੀਂ ਦੋਵੇਂ ਪਰਸ਼ਾਦਾ ਛਕਣ ਲਈ ਇਕ ਅਮਰੀਕਨ ਹੋਟਲ ਵਿਚ ਜਾ ਬੈਠੇ। ਜਦੋਂ ਸਾਨੂੰ ਬੈਠਿਆਂ ਢੇਰ ਚਿਰ ਹੋ ਗਿਆ ਪਰ ਹੋਟਲ ਦਾ ਕੋਈ ਸੇਵਾਦਾਰ ਸਾਡੇ ਪਾਸ ਨਾ ਆਯਾ ਤਾਂ ਅਸੀਂ ਇਕ ਨੌਕਰ ਨੂੰ ਸੱਦ ਕੇ ਖਾਣਾ ਲਿਆਵਣ ਲਈ ਆਖਿਆ। ਉਹ ਸੁਣ ਕੇ ਪਿਛਲੇ ਪੈਰੀਂ ਮੁੜ ਗਿਆ ਤੇ ਥੋੜ੍ਹੇ ਚਿਰ ਪਿੱਛੋਂ ਆ ਕੇ ਆਖਣ ਲੱਗਾ, ਕਿ ਹੋਟਲ ਦਾ ਮੈਨੇਜਰ ਕਹਿੰਦਾ ਏ: 'ਆਪ ਲੋਕ ਏਥੇ ਅੰਨ ਪਾਣੀ ਨਹੀਂ ਛਕ ਸਕਦੇ। ਆਪ ਨੂੰ ਏਥੇ ਪਰਛਾਦਾ ਛਕਣ ਦੀ ਆਗਿਆ ਦੇਵਾਂਗਾ, ਤਾਂ ਸਾਰੇ ਗੋਰੇ ਮੇਰੇ ਹੋਟਲ ਨੂੰ ਬਾਈਕਾਟ ਕਰ ਦੇਣਗੇ।' ਇਹ ਸੁਣ ਕੇ ਅਸੀਂ ਓਥੋਂ ਨਿਕਲ ਆਏ ਤੇ ਇਕ ਜਪਾਨੀ ਹੋਟਲ ਵਿਚ ਪਰਛਾਦਾ ਛਕਿਆ।"[3]

ਬਾਬਾ ਭਕਨਾ ਵੱਲੋਂ, ਆਪਣੇ ਸਿੱਖ ਭਰਾਵਾਂ ਨਾਲ ਰਲ ਕੇ ਵਪਾਰ ਕਰਨ ਦੀ ਕੀਤੀ ਗਈ ਕੋਸ਼ਿਸ਼ ਦਾ ਅਮਰੀਕੀ ਕੰਪਨੀਆਂ ਨੇ ਜੋ ਹਸ਼ਰ ਕੀਤਾ, ਉਸ ਦਾ ਦੁਖੀ ਲਹਿਜੇ ਵਿਚ ਵਰਣਨ ਕਰਦਿਆਂ ਬਾਬਾ ਜੀ ਨੇ ਇਹ ਨਿਚੋੜ ਕੱਢਿਆ:

> "ਅਮਰੀਕਨ ਕੰਪਨੀਆਂ ਸਾਡੇ ਵਪਾਰ ਨੂੰ ਸਹਾਰ ਨਹੀਂ ਸਨ ਸਕਦੀਆਂ। ਉਹ ਨਹੀਂ ਸਨ ਚਾਹੁੰਦੀਆਂ ਕਿ ਹਿੰਦੁਸਤਾਨੀ ਵੀ ਆਪਣਾ ਵਪਾਰ ਅਮਰੀਕਾ ਵਿਚ ਫੈਲਾ ਸਕਣ...(ਅੰਤ ਵਿਚ) ਆਪਣੀ ਗ਼ੁਲਾਮੀ ਉੱਤੇ ਚਾਰ ਅੱਥਰੂ ਕੇਰਦਿਆਂ ਹੋਇਆਂ (ਅਸੀਂ) ਆਪਣੀ ਕੰਪਨੀ ਤੋੜ ਦਿੱਤੀ। ਇਸ ਠੋਕਰ ਦਾ ਮੇਰੇ ਦਿਲ ਪਰ ਬਹੁਤ ਡੂੰਘਾ ਅਸਰ ਹੋਇਆ ਤੇ ਮੈਂ ਚੰਗੀ ਤਰ੍ਹਾਂ ਸਮਝ ਗਿਆ, ਪਈ ਗ਼ੁਲਾਮ ਕੌਮਾਂ ਲਿਆਕਤ ਰੱਖਦੀਆਂ ਹੋਈਆਂ ਵੀ ਸੰਸਾਰ ਵਿਚ ਵਪਾਰ ਆਦਿਕ ਕੁਝ ਨਹੀਂ ਕਰ ਸਕਦੀਆਂ। ਅੱਜ ਕੱਲ੍ਹ ਉਹੋ ਕੌਮਾਂ ਦੁਨੀਆਂ ਵਿਚ ਵਪਾਰ ਕਰ ਸਕਦੀਆਂ ਹਨ ਜੋ ਇੱਟ ਦਾ ਜਵਾਬ ਪੱਥਰ ਦੇਣ ਦੀ ਸਮਰੱਥਾ ਰੱਖਦੀਆਂ ਹਨ।"[4]

ਵਪਾਰ ਵਾਂਗੂ ਹੀ ਖੇਤੀ ਵਿਚ ਵੀ ਹਿੰਦੁਸਤਾਨੀਆਂ ਨਾਲ ਸਰੀਹਣ ਭੇਦ-ਭਾਵ ਵਰਤਿਆ ਗਿਆ। ਬਾਬਾ ਸੋਹਣ ਸਿੰਘ ਭਕਨਾ ਨੇ ਇਸ ਦਾ ਵੇਰਵਾ ਇਸ ਤਰ੍ਹਾਂ ਦਿੱਤਾ ਹੈ:

> "ਜਦੋਂ ਹਿੰਦੁਸਤਾਨੀਆਂ ਨੇ ਆਪਣੀ ਕਿਰਤ ਕਮਾਈ ਵਿੱਚੋਂ ਕੁਝ ਰੁਪਏ ਜੋੜ ਕੇ ਓਰੇਗਨ, ਵਾਸ਼ਿੰਗਟਨ ਤੇ ਕੈਲੀਫ਼ੋਰਨੀਆ ਆਦਿਕ ਰਿਆਸਤਾਂ ਵਿਚ ਬਹੁਤ ਸਾਰੀਆਂ ਜ਼ਮੀਨਾਂ ਖ਼ਰੀਦ ਲਈਆਂ ਅਤੇ ਕੈਲੀਫ਼ੋਰਨੀਆ ਵਿਚ ਕਿਰਸਾਣਾਂ ਦੀਆਂ ਛੋਟੀਆਂ-ਛੋਟੀਆਂ ਕੰਪਨੀਆਂ ਬਣਾ ਕੇ ਹਿੰਦੀ ਆਪਣੀ ਹੀ ਵਾਹੀ ਕਰਨ ਲੱਗ ਪਏ, ਤਾਂ ਇਹ ਗੱਲ ਵੀ ਅਮਰੀਕਾ ਨਾ ਸਹਿ ਸਕਿਆ ਤੇ ਉਸ ਨੇ ਇਕ ਕਾਨੂੰਨ ਬਣਾ ਦਿੱਤਾ, ਜਿਸ ਅਨੁਸਾਰ ਕੋਈ ਏਸ਼ੀਆਈ (ਪੂਰਬੀ) ਅਮਰੀਕਾ ਵਿਚ ਜ਼ਮੀਨ ਨਹੀਂ ਖ਼ਰੀਦ ਸਕਦਾ ਸੀ ਤੇ ਨਾ ਹੀ ਅਮਰੀਕਾ ਦਾ ਵਸਨੀਕ ਬਣ ਸਕਦਾ ਸੀ। ਇਹ ਕਾਨੂੰਨ ਜਪਾਨੀਆਂ ਤੇ ਹਿੰਦੁਸਤਾਨੀਆਂ ਦੀ ਅਮਰੀਕਾ ਵਿਚ ਵੱਧ ਰਹੀ ਉੱਨਤੀ ਨੂੰ ਰੋਕਣ ਲਈ ਘੜਿਆ

---

* ਇਹ 'ਹਿੰਦੁਸਤਾਨੀ ਜੈਂਟਲਮੈਨ' ਪ੍ਰੋ. (ਸੰਤ) ਤੇਜਾ ਸਿੰਘ ਜੀ ਸਨ।

3. ਬਾਬਾ ਸੋਹਣ ਸਿੰਘ ਭਕਨਾ, *ਮੇਰੀ ਰਾਮ ਕਹਾਣੀ*, ਸਫ਼ਾ 68.

4. *ਉਹੀ*, ਸਫ਼ਾ 64.

ਗਿਆ ਸੀ। ਖ਼ੈਰ, ਜਪਾਨ (ਆਜ਼ਾਦ ਮੁਲਕ ਹੋਣ ਕਰਕੇ) ਉੱਤੇ ਤਾਂ ਇਸ ਦਾ ਕੀ ਅਸਰ ਹੋਣਾ ਸੀ। ਪਰ ਇਸ ਕਾਨੂੰਨ ਨੇ ਗ਼ੁਲਾਮ ਹਿੰਦੀਆਂ ਦੀ ਉੱਨਤੀ ਦਾ ਬੂਹਾ ਉੱਕਾ ਹੀ ਬੰਦ ਕਰ ਦਿੱਤਾ। ਹੁਣ ਉਹ ਮਜ਼ੂਰੀ ਤੋਂ ਬਿਨਾਂ ਹੋਰ ਕੋਈ ਸੁਤੰਤਰ ਕੰਮ ਨਹੀਂ ਸਨ ਕਰ ਸਕਦੇ। ਏਥੋਂ ਤਕ ਕਿ ਆਪਣੀ ਜ਼ਮੀਨ ਖ਼ਰੀਦ ਕੇ ਵਾਹੀ ਆਦਿਕ ਦਾ ਕੰਮ ਕਰਨ ਵਲੋਂ ਵੀ ਹਥਲ ਕਰਕੇ ਬਹਾ ਦਿੱਤੇ।

ਵਪਾਰ ਤੇ ਵਾਹੀ ਤੋਂ ਛੁੱਟ ਹੁਣ ਸਾਡੀ ਮਜ਼ੂਰੀ ਵੀ ਅਮਰੀਕਨਾਂ ਦੀਆਂ ਅੱਖਾਂ ਦਾ ਕੰਡਾ ਬਣ ਗਈ। ਉਥੋਂ ਦਾ ਮਜ਼ੂਰ ਧੜਾ ਹਿੰਦੁਸਤਾਨੀਆਂ ਨੂੰ ਅਮਰੀਕਾ ਵਿੱਚੋਂ ਕੱਢਣ ਲਈ ਹੱਥ ਧੋ ਕੇ ਪਿੱਛੇ ਪੈ ਗਿਆ। 1908 ਦੇ ਅਖ਼ੀਰ ਵਿਚ ਦੋ ਲੱਕੜੀ ਦੇ ਕਾਰਖ਼ਾਨਿਆਂ ਵਿੱਚੋਂ ਮਜ਼ੂਰੀ ਕਰਨ ਵਾਲੇ ਹਿੰਦੀਆਂ ਨੂੰ ਰਾਤ ਸਮੇਂ ਮਾਰ ਮਾਰ ਕੇ ਕੱਢ ਦਿੱਤਾ। ਇਨ੍ਹਾਂ ਕਾਰਖ਼ਾਨਿਆਂ ਦੇ ਨਾਮ 'ਅਲਬਰਟ' ਤੇ 'ਵਿਲੀਹਮ' ਸਨ...ਇਸ ਤੋਂ ਛੁੱਟ ਰੇਲ ਗੱਡੀਆਂ, ਟ੍ਰਾਮਵੇਆਂ, ਹੋਟਲਾਂ, ਸੜਕਾਂ ਤੇ ਥੀਏਟਰਾਂ ਵਿਚ ਹੁਣ ਅਮਰੀਕਨ ਹਿੰਦੁਸਤਾਨੀਆਂ ਤੋਂ ਖੁੱਲ੍ਹੀ ਘਿਰਣਾ ਕਰਨ ਲੱਗ ਪਏ।"[5]

ਨਸਲੀ ਵਿਤਕਰੇ ਦੀ ਸਮੱਸਿਆ ਦਾ ਵਰਗ-ਵਿਸ਼ੇਸ਼ ਖ਼ਾਸਾ

ਰਾਸ਼ਟਰਵਾਦੀ ਬਿਰਤਾਂਤ ਅੰਦਰ ਨਸਲੀ ਵਿਤਕਰੇ ਨੂੰ ਸਾਰੇ ਭਾਰਤੀ ਆਵਾਸੀਆਂ ਦੀ ਸਾਂਝੀ ਸਮੱਸਿਆ ਵਜੋਂ ਪੇਸ਼ ਕੀਤਾ ਗਿਆ ਹੈ। ਇਹ ਕਿਹਾ ਗਿਆ ਹੈ ਕਿ ਇਸ ਨੇ ਸਾਰੇ ਭਾਰਤੀ ਆਵਾਸੀਆਂ ਨੂੰ ਇੱਕੋ ਤਰ੍ਹਾਂ ਪ੍ਰਭਾਵਿਤ ਕੀਤਾ। ਪਰੰਤੂ ਹਕੀਕਤ ਵਿਚ ਨਸਲੀ ਵਿਤਕਰੇ ਦਾ ਅਲੱਗ ਅਲੱਗ ਵਰਗਾਂ ਉੱਤੇ ਵੱਖ-ਵੱਖ ਪ੍ਰਭਾਵ ਪਿਆ ਅਤੇ ਉਨ੍ਹਾਂ ਨੇ ਇਸ ਵਿਰੁੱਧ ਆਪੋ-ਆਪਣੀ ਵਿਸ਼ੇਸ਼ਤਾ ਮੁਤਾਬਕ ਪ੍ਰਤਿਕਰਮ ਪ੍ਰਗਟਾਇਆ।

ਸਿੱਖਾਂ ਨੂੰ ਆਪਣੇ ਨਿਵੇਕਲੇ ਸਰੂਪ ਕਰਕੇ, ਦੂਸਰੇ ਧਰਮਾਂ ਦੇ ਹਿੰਦੁਸਤਾਨੀ ਆਵਾਸੀਆਂ ਨਾਲੋਂ ਵੱਧ ਮੁਸ਼ਕਲਾਂ ਦਾ ਸਾਹਮਣਾ ਕਰਨਾ ਪਿਆ। ਹਿੰਦੂਆਂ ਤੇ ਮੁਸਲਮਾਨਾਂ ਨਾਲ ਜਿਹੜਾ ਵਿਤਕਰਾ ਹੁੰਦਾ ਸੀ, ਉਸ ਦਾ ਆਧਾਰ ਨਸਲੀ ਸੀ। ਉਨ੍ਹਾਂ ਲਈ ਸਰੂਪ ਦੀ ਕੋਈ ਸਮੱਸਿਆ ਨਹੀਂ ਸੀ। ਉਨ੍ਹਾਂ ਨੂੰ ਈਸਾਈ ਦਸਤੂਰ ਮੁਤਾਬਕ ਅਦਾਲਤਾਂ ਅੰਦਰ ਨੰਗੇ ਸਿਰ ਬੈਠਣ ਵਿਚ ਕੋਈ ਮਾਨਸਿਕ ਔਕੜ ਨਹੀਂ ਆਉਂਦੀ ਸੀ। ਇਸੇ ਤਰ੍ਹਾਂ ਉਨ੍ਹਾਂ ਨੂੰ ਰੇਲ ਗੱਡੀਆਂ ਅੰਦਰ ਤੰਮਾਕੂ ਪੀਣ ਵਾਲੇ ਲੋਕਾਂ ਨਾਲ ਬੈਠਣ ਵਿਚ ਵੀ ਓਨੀ ਤੰਗੀ ਨਹੀਂ ਸੀ ਹੁੰਦੀ ਜਿੰਨੀ ਸਿੱਖਾਂ ਨੂੰ ਹੁੰਦੀ ਸੀ। ਮਿੱਲਾਂ ਅੰਦਰ ਕੰਮ ਦੇਣ ਵੇਲੇ ਸਿੱਖਾਂ ਉੱਤੇ, ਪਗੜੀਆਂ ਉਤਾਰ ਕੇ ਟੋਪੀਆਂ ਪਾਉਣ ਦੀ ਸ਼ਰਤ ਮੜ੍ਹੀ ਜਾਂਦੀ ਸੀ। '1907 ਵਿਚ ਵੈਨਕੂਵਰ ਤੋਂ ਕੁਝ ਸਿੰਘ ਕੰਮ ਦੀ ਭਾਲ ਵਿਚ ਸਰਹੱਦ ਨੇੜਲੇ ਅਮਰੀਕਾ ਦੇ ਸ਼ਹਿਰਾਂ/ਕਸਬਿਆਂ ਵਿਚ ਜਾ ਪਹੁੰਚੇ। ਉਨ੍ਹਾਂ ਨੂੰ ਉਥੇ ਕੰਮ ਤਾਂ ਮਿਲ ਗਿਆ ਪਰ ਮਾਲਕਾਂ ਨੇ ਸਿਰ ਉੱਤੇ ਪਗੜੀ ਦੀ ਬਜਾਇ ਟੋਪੀ ਪਹਿਨ ਕੇ ਕੰਮ ਕਰਨ ਦੀ ਸ਼ਰਤ ਲਾ ਦਿੱਤੀ ਸੀ।' ਜਿਹੜੇ ਸਿੱਖ, ਧਰਮ ਵਿਚ ਬਹੁਤੇ ਪਰਪੱਕ ਨਹੀਂ ਸਨ, ਉਨ੍ਹਾਂ ਅੰਦਰ ਰੁਜ਼ਗਾਰ ਦੇ ਲਾਲਚ ਵਿਚ ਸਿੱਖੀ ਸਰੂਪ ਦਾ ਤਿਆਗ ਕਰਨ ਦਾ ਰੁਝਾਨ ਪੈਦਾ ਹੋ ਗਿਆ ਸੀ। ਉਹ ਇਕ ਦੂਜੇ ਦੀ ਦੇਖਾ-ਦੇਖੀ ਪਗੜੀਆਂ ਉਤਾਰ ਕੇ ਟੋਪੀਆਂ ਪਹਿਨਣ ਲੱਗ ਪਏ ਸਨ। ਸਿੱਖੀ ਸਰੂਪ ਨੂੰ ਕੈਰੀ ਨਜ਼ਰ ਨਾਲ ਦੇਖਣ ਵਾਲੇ ਕੈਨੇਡਾ ਅੰਦਰਲੇ ਕੁਝ ਆਰੀਆ ਸਮਾਜੀ ਤੱਤਾਂ ਨੇ ਇਸ ਸਥਿਤੀ ਦਾ ਫ਼ਾਇਦਾ ਲੈਂਦਿਆਂ ਹੋਇਆਂ, ਸਿੱਖਾਂ ਅੰਦਰ ਪਤਿਤ ਹੋਣ ਦੀ ਰੁਚੀ ਨੂੰ ਵਿੰਗੇ-

5. ਬਾਬਾ ਸੋਹਣ ਸਿੰਘ ਭਕਨਾ, *ਮੇਰੀ ਰਾਮ ਕਹਾਣੀ*, ਸਫ਼ੇ 64-65.

ਟੇਢੇ ਢੰਗਾਂ ਨਾਲ ਉਤਸ਼ਾਹਤ ਕਰਨਾ ਸ਼ੁਰੂ ਕਰ ਦਿੱਤਾ ਸੀ। 'ਵੈਨਕੂਵਰ ਦੇ ਨਜ਼ਦੀਕ ਮਿਲ-ਸਾਈਡ ਕਾਰਖ਼ਾਨੇ ਦੇ ਉਦੇ ਰਾਮ ਨਾਂ ਦੇ ਇਕ ਬ੍ਰਾਹਮਣ ਅਫ਼ਸਰ ਨੇ ਸਿੰਘਾਂ ਦੀਆਂ ਪਗੜੀਆਂ ਉਤਾਰ ਕੇ ਟੋਪੀਆਂ ਪਵਾਉਣ ਦੀ ਚਾਲ ਚੱਲੀ। ਪਰ ਸਿੰਘਾਂ ਨੇ ਜਥੇਬੰਦ ਹੋ ਕੇ ਵਿਰੋਧ ਕੀਤਾ ਅਤੇ ਪੰਡਤ ਦੀ ਇਹ ਚਾਲ ਨਾਕਾਮ ਕਰ ਦਿੱਤੀ ਸੀ।'[6]

ਇਸ ਤਰੀਕੇ ਨਾਲ, ਹਿੰਦੂਆਂ ਤੇ ਮੁਸਲਮਾਨਾਂ ਦੀ ਤੁਲਨਾ ਵਿਚ, ਸਿੱਖਾਂ ਦੇ ਸਾਹਮਣੇ ਨਸਲੀ ਵਿਤਕਰੇ ਤੋਂ ਛੁੱਟ ਆਪਣੇ ਨਿਆਰੇ ਸਰੂਪ ਨੂੰ ਬਚਾਉਣ, ਅਰਥਾਤ ਆਪਣੀ ਧਾਰਮਿਕ ਰਹਿਤ ਮਰਯਾਦਾ ਦੀ ਪਾਲਣਾ ਤੇ ਰੱਖਿਆ ਕਰਨ ਦੀ ਵਾਧੂ ਸਮੱਸਿਆ ਖੜੀ ਹੋ ਗਈ ਸੀ। ਉਨ੍ਹਾਂ ਨੇ ਇਸ ਸਮੱਸਿਆ ਦਾ ਟਾਕਰਾ ਆਪਣੇ ਵਿਸ਼ੇਸ਼ ਸੱਭਿਆਚਾਰਕ ਖ਼ਾਸੇ ਅਨੁਸਾਰ ਕੀਤਾ।

ਸੰਤ ਅਤਰ ਸਿੰਘ ਜੀ ਮਸਤੂਆਣਾ ਵਾਲੇ ਨੇ, ਆਪਣੀ ਦਿੱਬ ਦ੍ਰਿਸ਼ਟੀ ਨਾਲ, ਪੱਛਮੀ ਦੇਸ਼ਾਂ ਅੰਦਰ ਸਿੱਖਾਂ ਦੀ ਨਿਆਰੀ ਧਾਰਮਿਕ ਹਸਤੀ ਨੂੰ ਪੇਸ਼ ਆਉਣ ਵਾਲੇ ਖ਼ਤਰਿਆਂ ਨੂੰ ਅਗਾਊਂ ਭਾਂਪ ਲਿਆ ਸੀ। ਉਹ ਜਾਣ ਗਏ ਸਨ ਕਿ ਸਿੱਖਾਂ ਅੰਦਰ ਜੇਕਰ ਧਾਰਮਿਕ ਜਜ਼ਬਾ ਕਮਜ਼ੋਰ ਪੈ ਗਿਆ ਤਾਂ ਉਹ ਪੱਛਮੀ ਸੱਭਿਅਤਾ ਦੇ ਗੁਰਮਤਿ ਵਿਰੋਧੀ ਪ੍ਰਭਾਵਾਂ ਦੇ ਅਸਰਾਂ ਤੋਂ ਮਹਿਫ਼ੂਜ਼ ਨਹੀਂ ਰਹਿ ਸਕਣਗੇ। ਉਨ੍ਹਾਂ ਅੰਦਰ ਪੱਛਮੀ ਕੌਮਾਂ ਦੇ ਮੁਕਾਬਲੇ ਵਿਚ ਆਤਮ-ਹੀਣਤਾ ਦਾ ਭਾਵ ਪੈਦਾ ਹੋ ਜਾਵੇਗਾ। ਜਿਸ ਕਰਕੇ ਉਨ੍ਹਾਂ ਅੰਦਰ ਪੱਛਮੀ ਲੋਕਾਂ ਦੀ ਨਕਲ ਕਰਨ ਦੀ ਪ੍ਰਵਿਰਤੀ ਜ਼ੋਰ ਫੜ ਜਾਵੇਗੀ। ਇਸ ਮਨੋਵਿਗਿਆਨਕ ਦਬਾਅ ਹੇਠ ਉਹ ਆਪਣਾ ਨਿਆਰਾ ਸਰੂਪ ਨਹੀਂ ਸੰਭਾਲ ਸਕਣਗੇ। ਉਹ ਆਪਣੇ ਕਕਾਰਾਂ ਦੀ ਰੱਖਿਆ ਨਹੀਂ ਕਰ ਸਕਣਗੇ। ਉਨ੍ਹਾਂ ਅੰਦਰ ਮੋਨੇ ਹੋਣ ਦਾ ਰੁਝਾਣ ਪ੍ਰਫੁੱਲਤ ਹੋ ਜਾਵੇਗਾ। ਜਦੋਂ ਸਿੱਖ ਗੁਰੂ ਵੱਲੋਂ ਬਖ਼ਸ਼ੇ ਸਰੂਪ ਦਾ ਸਵੈ-ਇੱਛਾ ਨਾਲ ਹੀ ਤਿਆਗ ਕਰਨ ਦਾ ਆਤਮਘਾਤੀ ਰਾਹ ਅਖ਼ਤਿਆਰ ਕਰ ਲੈਣਗੇ, ਤਾਂ ਉਹ ਆਤਮਿਕ ਤੌਰ 'ਤੇ ਨਿਰਜਿੰਦ ਹੋ ਜਾਣਗੇ। ਉਹ ਗੁਰੂ ਦੀ ਮਿਹਰ ਤੋਂ ਵਾਂਝੇ ਹੋ ਜਾਣਗੇ। ਜਦੋਂ ਸਿੱਖਾਂ ਦਾ ਸਰੂਪ ਨਿਆਰਾ ਨਾ ਰਿਹਾ, ਤਾਂ ਉਨ੍ਹਾਂ ਦਾ ਅਮਲ ਵੀ ਨਿਆਰਾ ਨਹੀਂ ਰਹਿ ਸਕੇਗਾ। ਉਹ ਭੀੜ ਦਾ ਹਿੱਸਾ ਬਣ ਜਾਣਗੇ। ਸੰਤ ਅਤਰ ਸਿੰਘ ਜੀ ਦੇ ਇਹ ਤੌਖ਼ਲੇ ਨਿਰਮੂਲ ਨਹੀਂ ਸਨ। ਇੰਗਲੈਂਡ ਤੇ ਅਮਰੀਕਾ-ਕੈਨੇਡਾ ਅੰਦਰ ਸਿੱਖ, ਸੱਭਿਆਚਾਰਕ ਤੇ ਮਨੋਵਿਗਿਆਨਕ ਦਬਾਅ ਹੇਠ ਆ ਕੇ ਵੱਡੀ ਸੰਖਿਆ ਵਿਚ ਕਕਾਰਾਂ ਦਾ ਤਿਆਗ ਕਰਨ ਲੱਗ ਪਏ ਸਨ। ਬਾਬਾ ਸੋਹਣ ਸਿੰਘ ਭਕਨਾ ਨੇ ਖ਼ੁਦ ਮੰਨਿਆ ਕਿ "ਜਿਵੇਂ ਅੱਧ ਪਚੱਧੇ ਪੰਜਾਬੀ ਬਦੇਸ਼ਾਂ ਵਿਚ ਜਾ ਕੇ ਸਫ਼ਾ ਚੱਟ ਹੋ ਜਾਂਦੇ ਹਨ", ਉਸੀ ਤਰ੍ਹਾਂ ਉਹ ਵੀ ਅਮਰੀਕਾ ਪਹੁੰਚਣ ਤੋਂ ਬਾਅਦ ਕੁਸੰਗਤ ਦੇ ਅਸਰ ਹੇਠ "ਉਸੇ ਰੰਗ ਵਿਚ ਰੰਗੇ ਗਏ ਸਨ"। ਪਰ ਛੇਤੀ ਹੀ ਉਨ੍ਹਾਂ 'ਤੇ ਵਾਹਿਗੁਰੂ ਦੀ ਕਿਰਪਾ ਹੋਈ ਤੇ ਉਹ "ਛੇ ਮਹੀਨਿਆਂ ਬਾਅਦ ਮੁੜ ਸਾਬਤ-ਸੂਰਤ ਹੋ ਗਏ ਸਨ"।[7] ਇਸੇ ਤਰ੍ਹਾਂ ਭਾਈ ਕਰਤਾਰ ਸਿੰਘ ਸਰਾਭਾ ਨੇ ਵੀ ਅਮਰੀਕਾ ਜਾ ਕੇ ਕੁਸੰਗਤ ਦਾ ਅਸਰ ਕਬੂਲ ਕਰ ਲਿਆ ਸੀ ਅਤੇ ਹੋਰਨਾਂ ਦੀ ਰੀਸੇ ਉਸ ਨੇ ਵੀ ਕੇਸ ਕਟਵਾ ਦਿੱਤੇ ਸਨ।

ਇਸ ਖ਼ਤਰੇ ਦੇ ਸਨਮੁੱਖ ਸੰਤ ਅਤਰ ਸਿੰਘ ਜੀ ਨੂੰ ਇਹ ਆਤਮ ਬੋਧ ਹੋ ਗਿਆ ਸੀ ਕਿ ਵਿਦੇਸ਼ਾਂ ਵਿਚ ਸਿੱਖਾਂ ਦੀ ਹੋਂਦ ਨੂੰ ਸਿਰਫ਼ ਤੇ ਸਿਰਫ਼ ਗੁਰਦੁਆਰੇ ਹੀ ਬਚਾਅ ਸਕਣਗੇ। ਇਸ ਕਰਕੇ ਜਦੋਂ ਪ੍ਰੋ. ਤੇਜਾ ਸਿੰਘ ਜੀ ਸੰਤ ਅਤਰ ਸਿੰਘ ਦੇ ਆਦੇਸ਼ ਮੁਤਾਬਕ

6. ਵਿਸਥਾਰ ਲਈ ਦੇਖੋ, ਰਾਜਵਿੰਦਰ ਸਿੰਘ ਰਾਹੀ (ਸੰਪਾ.), *ਗ਼ਦਰ ਲਹਿਰ ਦੀ ਅਸਲੀ ਗਾਥਾ-2*, ਸਫ਼ੇ 40-44.
7. ਪ੍ਰੇਮ ਸਿੰਘ ਬਜਾਜ, *ਦੋ ਪੈੜਾਂ ਇਤਿਹਾਸ ਦੀਆਂ*, ਸਫ਼ਾ 77.

1906 ਈ. ਵਿਚ ਉਚੇਰੀ ਵਿੱਦਿਆ ਹਾਸਲ ਕਰਨ ਲਈ ਵਿਦੇਸ਼ ਨੂੰ ਰਵਾਨਾ ਹੋਣ ਲੱਗੇ, ਤਾਂ ਸੰਤ ਜੀ ਨੇ ਉਨ੍ਹਾਂ ਨੂੰ ਇਹ ਉਚੇਚੀ ਹਦਾਇਤ ਕੀਤੀ ਸੀ ਕਿ ਜਿਥੇ ਵੀ ਜਾਣਾ ਹੈ, ਉਥੇ ਜਾ ਕੇ ਸਿੱਖਾਂ ਨੂੰ ਗੁਰਦੁਆਰਾ ਉਸਾਰਨ ਲਈ ਜ਼ਰੂਰ ਪ੍ਰੇਰਿਤ ਕਰਨਾ ਹੈ।[8]

ਬਾਬਾ ਸੋਹਣ ਸਿੰਘ ਭਕਨਾ ਨੇ ਪਰਦੇਸਾਂ ਵਿਚ ਸਿੱਖਾਂ ਦੀ ਹੋਂਦ ਤੇ ਹਸਤੀ ਨੂੰ ਬਚਾਉਣ ਤੇ ਪ੍ਰਫੁੱਲਤ ਕਰਨ ਵਿਚ ਗੁਰਦੁਆਰਿਆਂ ਦੀ ਮਹੱਤਤਾ ਜਤਾਉਂਦਿਆਂ ਲਿਖਿਆ ਹੈ:

> "ਕੈਨੇਡਾ ਤੇ ਅਮਰੀਕਾ ਦੇ ਹਿੰਦੀਆਂ ਵਿਚ ਲਗਭਗ ਸੌ ਪਿੱਛੇ ਨੱਬੇ ਪੰਜਾਬੀ ਸਿੱਖ ਸਨ, ਜੋ ਕੁਦਰਤੀ ਤੌਰ ਪੁਰ ਹੀ ਅਕਸਰ ਦਲੇਰ ਅਤੇ ਬਹਾਦਰ ਹੁੰਦੇ ਹਨ। ਘਾਟਾ ਸਿਰਫ਼ ਏਨਾ ਸੀ ਕਿ ਇਹਨਾਂ ਨੂੰ ਜਥੇਬੰਦੀ ਦੀ ਇਕ ਲੜੀ ਵਿਚ ਪਰੋਣ ਲਈ ਲਾਇਕ ਲੀਡਰ ਨਹੀਂ ਸਨ ਮਿਲਦੇ। ਹੋਰਨਾਂ ਹਿੰਦੁਸਤਾਨੀਆਂ ਦੇ ਮੁਕਾਬਲੇ ਸਿੱਖਾਂ ਅੰਦਰ ਇਕ ਬੜੀ ਭਾਰੀ ਸਿਫ਼ਤ ਇਹ ਹੈ ਕਿ ਇਸ ਨਿਘਰੀ ਦਸ਼ਾ ਵਿਚ ਵੀ ਜਿਥੇ ਜਿਥੇ ਟਾਪੂਆਂ ਵਿਚ ਉਹ ਲੋਕ (ਸਿੱਖ) ਗਏ, ਉਥੇ ਹੀ ਉਹਨਾਂ ਨੇ ਸਿੱਖ ਗੁਰਦੁਆਰੇ ਵੀ ਕਾਇਮ ਕਰ ਦਿੱਤੇ। ਰੰਗੂਨ, ਪੀਨਾਂਗ, ਸਿੰਘਾਪੁਰ, ਹਾਂਗਕਾਂਗ, ਸ਼ਿੰਘਾਈ, ਕੈਨੇਡਾ ਅਮਰੀਕਾ ਆਦਿ ਵਿਚ - ਗੱਲ ਕੀ ਜਿਥੇ ਜਿਥੇ ਵੀ ਸਿੱਖ ਹਨ, ਉਥੇ ਉਥੇ ਹੀ ਗੁਰਦੁਆਰਿਆਂ ਪੁਰ ਖ਼ਾਲਸਈ ਝੰਡੇ ਝੂਲ ਰਹੇ ਹਨ। ਇਹਨਾਂ ਗੁਰਦੁਆਰਿਆਂ ਦਾ ਸਿਰਫ਼ ਸਿੱਖਾਂ ਨੂੰ ਹੀ ਲਾਭ ਨਹੀਂ ਹੈ, ਸਗੋਂ ਹਰ ਹਿੰਦੁਸਤਾਨੀ ਜੋ ਵੀ ਇਹਨਾਂ ਟਾਪੂਆਂ ਦੀ ਯਾਤਰਾ ਕਰਦਾ ਏ, ਬਗ਼ੈਰ ਕਿਸੇ ਜਾਤ ਪਾਤ ਦੇ ਲਿਹਾਜ਼ ਦੇ, ਬਿਨਾਂ ਰੋਕ ਟੋਕ, ਉਹਨਾਂ ਗੁਰਦੁਆਰਿਆਂ ਵਿਚ ਜਾ ਕੇ ਕਈ ਕਈ ਦਿਨ ਤੱਕ ਬਿਸਰਾਮ ਕਰਦਾ ਏ। ਟੱਬਰ ਸਮੇਤ ਪਰਦੇਸਾਂ ਵਿਚ ਜਾਣ ਵਾਲੇ ਲੋਕਾਂ ਲਈ ਤਾਂ ਖ਼ਾਸ ਕਰਕੇ ਇਹੋ ਗੁਰਦੁਆਰੇ ਉਹਨਾਂ ਦੀ ਪਾਣ ਪਤ ਦੇ ਰਾਖੇ ਹੁੰਦੇ ਹਨ। ਕਿਉਂ ਜੋ ਟੱਬਰਦਾਰ ਮੁਸਾਫ਼ਰਾਂ ਨੂੰ ਵੱਖਰਾ ਕਮਰਾ ਮਿਲ ਜਾਂਦਾ ਏ, ਜਿਥੇ ਉਹ ਘਰ ਵਾਂਗੂੰ ਨਿਸਚਿੰਤ ਹੋ ਕੇ ਟਿਕ ਸਕਦਾ ਏ। ਲੰਗਰ ਆਦਿਕ ਸਜਾਣ ਦਾ ਵੀ ਗੁਰਦੁਆਰੇ ਵਿਚ ਸੋਹਣਾ ਪ੍ਰਬੰਧ ਹੁੰਦਾ ਏ... ਲਾਇਬਰੇਰੀ ਵੀ ਹਰ ਇਕ ਗੁਰਦੁਆਰੇ ਨਾਲ ਅਕਸਰ ਹੁੰਦੀ ਹੈ, ਜਿਥੋਂ ਮੁਸਾਫ਼ਰਾਂ ਨੂੰ ਪੁਸਤਕਾਂ ਤੇ ਅਖ਼ਬਾਰ ਪੜ੍ਹਨ ਲਈ ਮਿਲ ਸਕਦੇ ਨੇ...ਮੁਸਾਫ਼ਰਾਂ ਨੂੰ ਸੁੱਖ ਪਹੁੰਚਾਉਣ ਤੋਂ ਬਿਨਾਂ ਇਹ ਗੁਰਦੁਆਰੇ ਸਿੱਖਾਂ ਦੇ ਧਾਰਮਿਕ ਖ਼ਿਆਲਾਂ ਤੇ ਉਹਨਾਂ ਦੇ ਚਾਲ ਚਲਣ ਨੂੰ ਵੀ ਬਹੁਤ ਹੱਦ ਤਕ ਦਰੁਸਤ ਰੱਖਦੇ ਸਨ। ਜਥੇਬੰਦੀ ਵਿਚ ਵੀ ਬਹੁਤ ਸਹਾਈ ਹੁੰਦੇ ਸਨ...ਇਹੋ ਕਾਰਨ ਸੀ ਕਿ ਕੈਨੇਡਾ ਵਿਚ ਅਮਰੀਕਨ ਸਿੱਖਾਂ ਨਾਲੋਂ ਪਹਿਲਾਂ ਹੀ ਜਾਗਰਤ ਆ ਗਈ ਸੀ ਤੇ ਜਥੇਬੰਦੀ ਹੋ ਗਈ ਸੀ। ਜਦੋਂ ਸੰਤ ਤੇਜਾ ਸਿੰਘ ਜੀ ਕੈਨੇਡਾ ਪੁੱਜੇ ਸਨ ਤਾਂ ਉਦੋਂ ਉਥੇ ਗੁਰਦੁਆਰਾ ਕਮੇਟੀ ਕਾਇਮ ਸੀ ਤੇ ਉਸ ਵਿਚ ਭਾਈ ਭਾਗ ਸਿੰਘ ਜੀ ਤੇ ਭਾਈ ਬਲਵੰਤ ਸਿੰਘ ਜੀ ਸੇਵਾ ਕਰ ਰਹੇ ਸਨ ਜਿਹਨਾਂ ਦੇ ਸਹਾਰੇ ਸੰਤ ਜੀ ਨੂੰ ਕੰਮ ਕਰਨ ਵਿਚ ਸੌਖ ਹੋਇਆ।"[9]

ਪ੍ਰੋ. ਤੇਜਾ ਸਿੰਘ ਨੇ ਦੋ ਸਾਲ ਇੰਗਲੈਂਡ ਦੀ ਕੈਂਬਰਿਜ ਯੂਨੀਵਰਸਿਟੀ ਤੋਂ ਉਚੇਰੀ ਵਿੱਦਿਆ ਹਾਸਲ ਕੀਤੀ ਅਤੇ ਉਸ ਤੋਂ ਬਾਅਦ ਅੱਗੇ ਹੋਰ ਪੜ੍ਹਨ ਲਈ 1908 ਈ. ਵਿਚ ਅਮਰੀਕਾ ਦੀ ਕੋਲੰਬੀਆ ਯੂਨੀਵਰਸਿਟੀ (ਨਿਊਯਾਰਕ) ਵਿਚ ਦਾਖ਼ਲਾ ਲੈ ਲਿਆ। ਜਿਵੇਂ ਕਿ ਬਾਬਾ ਸੋਹਣ ਸਿੰਘ ਭਕਨਾ ਨੇ ਜ਼ਿਕਰ ਕੀਤਾ ਹੈ, ਪ੍ਰੋ. ਤੇਜਾ ਸਿੰਘ ਦੇ ਅਮਰੀਕਾ ਪੁੱਜਣ ਤੋਂ ਪਹਿਲਾਂ ਹੀ ਕੈਨੇਡਾ ਦੇ ਸਿੱਖਾਂ ਨੇ ਵੈਨਕੂਵਰ ਵਿਖੇ ਗੁਰਦੁਆਰਾ ਸਾਹਿਬ ਉਸਾਰਨਾ ਸ਼ੁਰੂ ਕਰ ਦਿੱਤਾ ਸੀ।

---

8. ਸੰਤ ਤੇਜਾ ਸਿੰਘ, *ਜੀਵਨੀ ਰਾਜ ਜੋਗੀ ਸੰਤ ਅਤਰ ਸਿੰਘ ਜੀ ਮਸਤੂਆਣੇ ਵਾਲੇ*, ਭਾਗ ਦੂਜਾ, ਸਫ਼ੇ 47-48.
9. ਬਾਬਾ ਸੋਹਣ ਸਿੰਘ ਭਕਨਾ, *ਮੇਰੀ ਰਾਮ ਕਹਾਣੀ*, ਸਫ਼ੇ 70-72.

"ਪਹਿਲਾਂ ਪਹਿਲਾਂ ਵੈਨਕੂਵਰ ਸ਼ਹਿਰ ਵਿਚ ਸਿੰਘਾਂ ਨੇ ਇਕ ਮਕਾਨ ਕਿਰਾਏ ਉੱਤੇ ਲੈ ਕੇ ਹੀ ਵੇਲਾ ਟਪਾਊ ਗੁਰਦੁਆਰਾ ਸਜਾਇਆ ਹੋਇਆ ਸੀ। ਸਪਤਾਹਿਕ ਜੋੜ ਮੇਲੇ ਸਮੇਂ ਸ੍ਰੀ ਗੁਰੂ ਗ੍ਰੰਥ ਸਾਹਿਬ ਜੀ ਦੀ ਬੀੜ ਨਾ ਹੋਣ ਕਰਕੇ ਪੰਜ ਗ੍ਰੰਥੀ ਪੋਥੀ ਦਾ ਪ੍ਰਕਾਸ਼ ਕੀਤਾ ਜਾਂਦਾ ਸੀ। ਉਸ ਵੇਲੇ ਵੀ ਸਿੰਘਾਂ ਦੀ ਇਕ ਕਮੇਟੀ ਬਣੀ ਹੋਈ ਸੀ ਜੋ ਗੁਰਮਤਿ ਦਾ ਪ੍ਰਚਾਰ ਕਰਦੀ ਸੀ। ਸਹਿਜਧਾਰੀ ਸਿੱਖਾਂ ਜਾਂ ਹਿੰਦੂਆਂ ਨੂੰ ਸਿਗਰਟ ਪੀਣੋਂ ਤੇ ਹੋਰ ਮਨਮੱਤਾਂ ਛੁਡਾ ਕੇ ਅੰਮ੍ਰਿਤਧਾਰੀ ਸਿੰਘ ਸਜਾਉਂਦੀ ਸੀ। ਜੋ ਦੇਸੋਂ ਸਿੱਖੀ ਤੋਂ ਅਨਜਾਣ ਲੋਕ ਆਉਂਦੇ ਸਨ, ਉਨ੍ਹਾਂ ਨੂੰ ਇਹ ਕਮੇਟੀ ਪ੍ਰਚਾਰ ਕਰਕੇ ਅੰਮ੍ਰਿਤ ਛਕਾਉਂਦੀ। ਇਸ ਤਰ੍ਹਾਂ ਹਜ਼ਾਰਾਂ ਸਿੰਘ ਸਜ ਗਏ। ਏਨ੍ਹਾਂ ਸਿੰਘਾਂ ਨੇ ਹੀ ਪੰਜਾਬ ਵਿਚ ਸਿੱਖ ਸਕੂਲਾਂ ਅਤੇ ਧਾਰਮਿਕ ਅਸਥਾਨਾਂ ਨੂੰ ਮਾਇਕ ਸਹਾਇਤਾ ਭੇਜੀ...ਨਵੇਂ ਅਤੇ ਪੁਰਾਣੇ ਅੰਮ੍ਰਿਤਧਾਰੀ ਸਿੰਘ, ਗੁਰਦੁਆਰਾ ਬਣਾਉਣ ਲਈ ਮਾਇਆ ਇਕੱਤਰ ਕਰਦੇ ਰਹੇ। ਸਪਤਾਹਿਕ ਦੀਵਾਨਾਂ ਵਿਚ ਵੀ ਉਗਰਾਹੀ ਹੁੰਦੀ ਸੀ...ਗੁਰਮਤਿ ਦਾ ਪ੍ਰਚਾਰ ਪੂਰੇ ਜ਼ੋਰ ਨਾਲ ਹੁੰਦਾ ਸੀ। ਜ਼ਮੀਨ ਖ਼ਰੀਦਣ ਪਿੱਛੋਂ ਕਮੇਟੀ ਨੇ ਹਰ ਹਫ਼ਤੇ ਗੁਰਦੁਆਰੇ ਦੀ ਇਮਾਰਤ ਲਈ ਦੀਵਾਨਾਂ ਵਿਚ ਅਤੇ ਦੂਰ-ਦੁਰਾਡੇ ਤੁਰ ਫਿਰ ਕੇ ਸਿੰਘਾਂ ਨੂੰ ਪ੍ਰੇਰ ਕੇ ਚੰਦੇ ਲਿਖਣੇ ਉਗਰਾਹੁਣੇ ਆਰੰਭੇ। ਥੋੜ੍ਹੇ ਦਿਨਾਂ ਵਿਚ ਹੀ ਗੁਰਦੁਆਰਾ ਬਣਾਉਣ ਲਈ (ਜ਼ਮੀਨ ਦੀ) ਆਪਣੇ ਹੱਥੀਂ ਸਫ਼ਾਈ ਕਰਨ ਦਾ ਗੁਰਮਤਾ ਸੋਧਿਆ। ਏਹ ਗੁਰਮਤਾ 22 ਜੁਲਾਈ 1906 ਨੂੰ ਸੋਧਿਆ ਗਿਆ... ਸੇਵਾ ਕਰਨ ਵਾਲੇ ਸਿੰਘਾਂ ਨੇ ਆਪਣੇ ਨਾਮ ਲਿਖਾਏ ਤੇ ਥੋੜ੍ਹੇ ਦਿਨਾਂ ਵਿਚ ਹੀ ਗੁਰਦੁਆਰੇ ਵਾਲੀ ਜ਼ਮੀਨ ਦੀ ਸਫ਼ਾਈ ਹੋ ਗਈ... 19 ਜਨਵਰੀ 1908 ਨੂੰ ਵੈਨਕੂਵਰ ਦੇ ਗੁਰਦੁਆਰਾ ਸਾਹਿਬ ਦਾ ਆਰੰਭ ਧੂਮ ਧੜੱਕੇ ਨਾਲ ਕੀਤਾ ਗਿਆ।"[10]

ਅਕਤੂਬਰ 1908 ਵਿਚ ਪ੍ਰੋ. ਤੇਜਾ ਸਿੰਘ ਨੂੰ ਵੈਨਕੂਵਰ ਦੀ ਸੰਗਤ ਨੇ ਧਰਮ ਪ੍ਰਚਾਰ ਲਈ ਕੈਨੇਡਾ ਆਉਣ ਦਾ ਵਿਸ਼ੇਸ਼ ਸੱਦਾ ਦਿੱਤਾ। ਉਨ੍ਹਾਂ ਨੇ ਉਥੇ ਕੁਝ ਹਫ਼ਤੇ ਰਹਿ ਕੇ ਵੈਨਕੂਵਰ ਤੇ ਇਸ ਦੇ ਆਂਢ-ਗੁਆਂਢ ਵਿਚ ਧਰਮ ਪ੍ਰਚਾਰ ਕੀਤਾ। ਇਸ ਉਪਰੰਤ ਉਹ ਸੀਆਟਲ, ਪੋਰਟਲੈਂਡ ਤੇ ਸਾਨ ਫ਼ਰਾਂਸਿਸਕੋ ਦੇ ਰਸਤੇ ਨਿਊਯਾਰਕ ਵਾਪਸ ਚਲੇ ਗਏ। ਪਰ ਥੋੜ੍ਹੇ ਹੀ ਦਿਨਾਂ ਬਾਅਦ ਉਨ੍ਹਾਂ ਨੇ ਫਿਰ, ਇਕ ਵਿਸ਼ੇਸ਼ ਕਾਰਨ ਕਰਕੇ, ਵੈਨਕੂਵਰ ਜਾਣ ਦਾ ਪ੍ਰੋਗਰਾਮ ਬਣਾ ਲਿਆ। ਉਸ ਵੇਲੇ ਕੈਨੇਡਾ ਦੀ ਸਰਕਾਰ ਨੇ ਹਿੰਦੁਸਤਾਨ ਦੀ ਸਰਕਾਰ ਦੀ ਸਲਾਹ ਨਾਲ ਸਿੱਖਾਂ ਨੂੰ ਕੈਨੇਡਾ ਵਿੱਚੋਂ ਬਾਹਰ ਕੱਢਣ ਦੀ ਇਕ ਖ਼ਤਰਨਾਕ ਜੁਗਤ ਬਣਾਈ। ਕੈਨੇਡਾ ਵਿਚ ਵੱਸੇ ਹਿੰਦੁਸਤਾਨੀਆਂ ਨੂੰ 'ਚੰਗੇ ਭਵਿੱਖ' ਦਾ ਲਾਰਾ ਲਾ ਕੇ, ਸਵੈ-ਇੱਛਾ ਨਾਲ, ਬਰਤਾਨਵੀ ਰਾਜ ਹੇਠਲੇ ਹਾਂਡੂਰਸ ਨਾਂ ਦੇ ਟਾਪੂ ਵਿਚ ਜਾ ਵੱਸਣ ਦੀ ਲੁਭਾਉਣੀ ਪੇਸ਼ਕਸ਼ ਕੀਤੀ ਗਈ। ਗੋਰੇ ਹਾਕਮਾਂ ਨੂੰ ਉਮੀਦ ਸੀ ਕਿ ਹਿੰਦੁਸਤਾਨੀ ਹਾਂਡੂਰਸ ਵਿਚ ਜਾ ਕੇ ਆਪੇ ਭੁੱਖ ਤੇ ਬੀਮਾਰੀ ਨਾਲ ਮਰ ਮੁੱਕ ਜਾਣਗੇ ਅਤੇ ਇਸ ਢੰਗ ਨਾਲ ਸੱਪ ਵੀ ਮਰ ਜਾਵੇਗਾ ਤੇ ਸੋਟੀ ਵੀ ਨਹੀਂ ਟੁੱਟੇਗੀ। ਕੈਨੇਡਾ ਸਰਕਾਰ ਦੀ ਹਿੰਦੁਸਤਾਨੀ ਆਵਾਸੀਆਂ ਬਾਰੇ ਇਹ ਮੰਦ ਭਾਵਨਾ ਇਸ ਨਸਲਵਾਦੀ ਸੋਚ ਦੀ ਉਪਜ ਸੀ, ਕਿ ਹਿੰਦੁਸਤਾਨੀ ਆਵਾਸੀਆਂ ਦੀ ਕੈਨੇਡਾ ਅੰਦਰ ਕੋਈ ਮਲਕੀਅਤ ਨਹੀਂ, ਉਹ ਕਿਸੇ ਜ਼ਮੀਨ ਜਾਇਦਾਦ ਦੇ ਮਾਲਕ ਨਹੀਂ, ਜਿਸ ਕਰਕੇ ਉਹ ਕੈਨੇਡਾ ਦੇ ਨਾਗਰਿਕ ਬਣਨ ਦੇ ਹੱਕਦਾਰ ਨਹੀਂ। ਕੈਨੇਡਾ ਦੇ ਨਾਗਰਿਕ ਨਾ ਹੋਣ ਕਰਕੇ ਉਹ ਕੈਨੇਡਾ ਸਰਕਾਰ ਦੇ ਰਹਿਮੋ-ਕਰਮ ਉੱਤੇ ਹੀ ਕੈਨੇਡਾ ਵਿਚ ਰਹਿ ਸਕਦੇ ਹਨ ਅਤੇ ਸਰਕਾਰ ਜਦੋਂ ਜੀਅ ਚਾਹੇ ਉਨ੍ਹਾਂ ਨੂੰ ਬਾਹਰ ਕੱਢ ਸਕਦੀ ਹੈ। ਪ੍ਰੋ. ਤੇਜਾ ਸਿੰਘ ਦੇ ਵੈਨਕੂਵਰ ਪਹੁੰਚਣ 'ਤੇ ਸਿੱਖ ਭਰਾਵਾਂ ਨੇ ਉਨ੍ਹਾਂ

10. ਰਾਜਵਿੰਦਰ ਸਿੰਘ ਰਾਹੀ (ਸੰਪਾ.), *ਗ਼ਦਰ ਲਹਿਰ ਦੀ ਅਸਲੀ ਗਾਥਾ-1*, ਸਫ਼ੇ 32-33.

ਨੂੰ ਗੋਰਿਆਂ ਦੀ ਇਸ ਨਾਕਸ ਸੋਚ ਅਤੇ ਘਾਤਕ ਚਾਲ ਤੋਂ ਜਾਣੂ ਕਰਵਾਇਆ। ਉਨ੍ਹਾਂ ਨੇ ਪ੍ਰੋ. ਸਾਹਿਬ ਅੱਗੇ ਆਪਣੇ ਮਨ ਦੀ ਹੂਕ ਇਸ ਤਰ੍ਹਾਂ ਪ੍ਰਗਟ ਕੀਤੀ: "ਇਕ ਦਿਨ (ਗੋਰੇ) ਸਾਨੂੰ ਭੇਡਾਂ ਵਾਂਗੂੰ ਵਲ ਕੇ, ਜਹਾਜ਼ ਚਾੜ੍ਹ, ਬ੍ਰਿਟਿਸ਼ ਹਾਂਡੂਰਸ ਵਿਚ ਜਾ ਸੁੱਟਣਗੇ, ਤੇ ਸਾਡੇ ਮਗਰੋਂ ਸਾਡਾ ਪ੍ਰਾਣਾਂ ਤੋਂ ਪਿਆਰਾ ਗੁਰਦੁਆਰਾ ਉਜਾੜ ਦੇਣਗੇ, ਅਤੇ ਸਤਿਗੁਰੂ ਸੱਚੇ ਪਾਤਸ਼ਾਹ ਦਾ ਨਿਸ਼ਾਨ ਸਾਹਿਬ ਉਖਾੜ ਦੇਣਗੇ।"[11]

ਪ੍ਰੋ. ਤੇਜਾ ਸਿੰਘ ਨੇ ਇਹ ਸਾਰੀ ਵਿਥਿਆ ਸੁਣ ਕੇ ਸਿੱਖ ਵੀਰਾਂ ਨੂੰ ਹੌਂਸਲਾ ਦਿੱਤਾ ਅਤੇ ਆਖਿਆ "ਘਬਰਾਓ ਨਹੀਂ, ਸਤਿਗੁਰੂ ਭਲੀ ਕਰਨਗੇ।" ਉਨ੍ਹਾਂ ਨੇ ਸੁਝਾਅ ਦਿੱਤਾ ਕਿ 'ਇਕ ਮਾਈਨਿੰਗ ਐਂਡ ਟ੍ਰਸਟ ਕੰਪਨੀ ਰਜਿਸਟਰ ਕਰਾਈ ਜਾਵੇ ਅਤੇ ਵੈਨਕੂਵਰ ਵਿਖੇ ਗੁਰੂ ਨਾਨਕ ਟਾਊਨ ਵਸਾਉਣ ਵਾਸਤੇ, ਭਰਾਵਾਂ ਲਈ ਜ਼ਮੀਨ ਖ਼ਰੀਦੀ ਜਾਵੇ', ਤਾਂ ਜੋ ਉਨ੍ਹਾਂ ਕੋਲ ਕੈਨੇਡਾ ਅੰਦਰ ਮਾਲਕੀ ਦੇ ਹੱਕ ਆ ਜਾਵਣ ਅਤੇ ਉਹ ਨਾਗਰਿਕਤਾ ਦਾ ਦਾਅਵਾ ਕਰ ਸਕਣ। ਅਗਲੇ ਹੀ ਦਿਨ ਪ੍ਰੋ. ਤੇਜਾ ਸਿੰਘ ਨੇ ਵਕੀਲ ਕੋਲ ਜਾ ਕੇ ਕੰਪਨੀ ਦੇ ਨਿਯਮ ਤਿਆਰ ਕੀਤੇ ਅਤੇ ਹਫ਼ਤੇ ਦੇ ਅੰਦਰ ਅੰਦਰ ਹੀ ਇਸ ਨੂੰ ਰਜਿਸਟਰ ਕਰਾ ਲਿਆ। ਇਸ ਤੋਂ ਇਲਾਵਾ, ਕੈਨੇਡਾ ਦੀ ਸਰਕਾਰ ਨੇ ਆਮ ਲੋਕਾਂ ਅੰਦਰ ਸਿੱਖਾਂ ਨੂੰ ਬਦਨਾਮ ਕਰਨ ਲਈ ਜਿਹੜਾ ਝੂਠਾ ਪ੍ਰਾਪੇਗੰਡਾ ਕੀਤਾ ਸੀ, ਉਸ ਨੂੰ ਬੇਅਸਰ ਕਰਨ ਲਈ, ਵੈਨਕੂਵਰ ਸ਼ਹਿਰ ਦੇ ਇਕ ਵੱਡੇ ਹਾਲ ਵਿਚ ਪ੍ਰੋ. ਤੇਜਾ ਸਿੰਘ ਨੇ ਹਫ਼ਤੇ ਵਿਚ ਹੀ ਦੋ ਤਿੰਨ ਪ੍ਰਭਾਵਸ਼ਾਲੀ ਲੈਕਚਰ ਕੀਤੇ, ਜਿਹਨਾਂ ਵਿਚ ਸਿੱਖ ਧਰਮ ਦੇ ਅਸੂਲਾਂ ਅਤੇ ਗੁਰੂ ਸਾਹਿਬਾਨ ਦੇ ਰੂਹਾਨੀ ਉਪਦੇਸ਼ਾਂ ਤੇ ਜੀਵਨ ਅਮਲਾਂ ਬਾਰੇ ਵਿਸਥਾਰ ਵਿਚ ਚਾਨਣਾ ਪਾਇਆ ਗਿਆ। ਸਾਰੇ ਦਿਨ ਹਾਲ ਖਚਾਖਚ ਭਰਿਆ ਰਿਹਾ ਅਤੇ ਸਰੋਤਿਆਂ ਵਿਚ ਵੱਡੀ ਬਹੁਗਿਣਤੀ ਗੋਰਿਆਂ ਦੀ ਸੀ। ਇਹ ਲੈਕਚਰ ਏਨੇ ਅਸਰਦਾਰ ਸਾਬਤ ਹੋਏ ਕਿ ਨਾ ਸਿਰਫ਼ ਮੌਕੇ 'ਤੇ ਮੌਜੂਦ ਗੋਰੇ ਗੋਰੀਆਂ ਪ੍ਰੋ. ਤੇਜਾ ਸਿੰਘ ਦੀ ਲਿਆਕਤ ਅਤੇ ਸਿੱਖ ਧਰਮ ਦੇ ਉੱਚੇ ਤੇ ਸੁੱਚੇ ਅਸੂਲਾਂ ਦੇ ਕਾਇਲ ਹੋ ਗਏ, ਬਲਕਿ ਕੈਨੇਡਾ ਦੇ ਸਾਰੇ ਵੱਡੇ ਅਖ਼ਬਾਰਾਂ ਨੇ ਇਨ੍ਹਾਂ ਲੈਕਚਰਾਂ ਦੀਆਂ ਪ੍ਰਸੰਸਾਮਈ ਖ਼ਬਰਾਂ ਤਸਵੀਰਾਂ ਸਮੇਤ ਛਾਪੀਆਂ। ਇਸ ਤਰੀਕੇ ਨਾਲ, ਕੈਨੇਡਾ ਦੇ ਆਮ ਲੋਕਾਂ ਦੇ ਮਨਾਂ ਅੰਦਰ ਸਿੱਖਾਂ ਬਾਰੇ ਪੈਦਾ ਕੀਤੇ ਗਏ ਤੁਅੱਸਬ ਦੂਰ ਹੋਣੇ ਸ਼ੁਰੂ ਹੋ ਗਏ। ਦਰਜਨਾਂ ਦੀ ਸੰਖਿਆ ਵਿਚ ਗੋਰੇ ਗੋਰੀਆਂ ਗੁਰੂ ਸਾਹਿਬਾਨ ਦੇ ਸ਼ਰਧਾਲੂ ਬਣ ਗਏ।

ਇਸ ਉਪਰੰਤ ਗੁਰਦੁਆਰਾ ਸਾਹਿਬ ਅੰਦਰ ਸਿੱਖਾਂ ਦਾ ਭਰਵਾਂ ਇਕੱਠ ਹੋਇਆ ਅਤੇ ਉਨ੍ਹਾਂ ਨੇ ਜੈਕਾਰਿਆਂ ਦੀ ਗੂੰਜ ਵਿਚ ਇਹ ਗੁਰਮਤਾ ਪਾਸ ਕੀਤਾ ਕਿ 'ਅਸੀਂ ਆਪਣੇ ਨਿਸ਼ਾਨ ਸਾਹਿਬ ਦੇ ਸਾਏ ਹੇਠ ਕੈਨੇਡਾ ਵਿਚ ਹੀ ਰਹਾਂਗੇ ਤੇ ਸਰਕਾਰੀ ਚਾਲ ਅਧੀਨ ਕਿਸੇ ਹੋਰ ਦੇਸ਼ ਵਿਚ ਨਹੀਂ ਜਾਵਾਂਗੇ।' ਇਹ ਖ਼ਬਰਾਂ ਕੈਨੇਡਾ ਤੇ ਅਮਰੀਕਾ ਦੇ ਅਖ਼ਬਾਰਾਂ ਵਿਚ ਛਪ ਗਈਆਂ, ਜਿਨ੍ਹਾਂ ਨੂੰ ਪੜ੍ਹ ਕੇ ਕੈਲੀਫ਼ੋਰਨੀਆ ਦੀ ਸੰਗਤ ਨੇ ਪ੍ਰੋ. ਤੇਜਾ ਸਿੰਘ ਨੂੰ ਬੇਨਤੀ ਕੀਤੀ ਕਿ ਉਹ ਅਮਰੀਕਾ ਦੀਆਂ ਸੰਗਤਾਂ ਨੂੰ ਵੀ ਜ਼ਰੂਰ ਦਰਸ਼ਨ ਦੇਣ ਅਤੇ ਉਨ੍ਹਾਂ ਨੂੰ ਵੀ ਆਪਣੇ ਰੋਸ਼ਨ ਵਿਚਾਰਾਂ ਤੋਂ ਜਾਣੂ ਕਰਵਾਉਣ।

ਅਮਰੀਕਾ-ਕੈਨੇਡਾ ਅੰਦਰ ਧਰਮ ਪ੍ਰਚਾਰ

ਪ੍ਰੋ. ਤੇਜਾ ਸਿੰਘ ਨੇ ਇਹ ਬੇਨਤੀ ਪ੍ਰਵਾਨ ਕਰਦਿਆਂ ਹਫ਼ਤੇ ਕੁ ਭਰ ਲਈ

11. ਰਾਜਵਿੰਦਰ ਸਿੰਘ ਰਾਹੀ (ਸੰਪਾ.), *ਗ਼ਦਰ ਲਹਿਰ ਦੀ ਅਸਲੀ ਗਾਥਾ-2,* ਸਫ਼ਾ 86.

ਕੈਲੀਫ਼ੋਰਨੀਆ ਵਿਚ ਇਕ ਦੋ ਜਗ੍ਹਾ ਲੈਕਚਰ ਕੀਤੇ ਅਤੇ ਵਾਪਸ ਮੁੜਦਿਆਂ ਰਾਹ ਵਿਚ ਇਕ ਰਾਤ ਪੋਰਟਲੈਂਡ ਵਿਖੇ ਬਾਬਾ ਸੋਹਣ ਸਿੰਘ ਭਕਨਾ ਹੁਰਾਂ ਕੋਲ ਗੁਜ਼ਾਰੀ।* ਬਾਬਾ ਭਕਨਾ ਉਸ ਵਕਤ ਆਪਣੇ ਕਾਫ਼ੀ ਸਾਰੇ ਸਾਥੀਆਂ ਸਮੇਤ ਲੱਕੜੀ ਦੀ ਇਕ ਵੱਡੀ ਮਿੱਲ, ਜਿਸ ਦਾ ਨਾਂ 'ਮੋਨਾਰਕ ਮਿੱਲ' ਸੀ, ਵਿਚ ਕੰਮ ਕਰਦੇ ਸਨ। ਇਸ ਮਿੱਲ ਵਿਚ ਦੋ ਢਾਈ ਸੌ ਦੇ ਕਰੀਬ ਹਿੰਦੁਸਤਾਨੀ ਕੰਮ ਕਰਦੇ ਸਨ, ਜਿਨ੍ਹਾਂ 'ਚੋਂ ਵੱਡੀ ਸੰਖਿਆ ਸਿੱਖਾਂ ਦੀ ਸੀ। ਭਾਈ ਊਧਮ ਸਿੰਘ ਕਸੇਲ ਵੀ ਇਸੇ ਮਿੱਲ ਵਿਚ ਕੰਮ ਕਰਦੇ ਸਨ। ਮੋਨਾਰਕ ਮਿਲ ਵਿਚ ਕੰਮ ਕਰਦੇ ਸਾਰੇ ਸਿੱਖ ਭਰਾ ਇਕੱਠੇ ਸਾਂਝੇ ਲੰਗਰ ਵਿਚ ਪ੍ਰਸ਼ਾਦਾ ਛਕਦੇ ਤੇ ਕਾਰਖ਼ਾਨੇ ਵਲੋਂ ਹੀ ਮਿਲੇ ਹੋਏ ਇਕ ਕਮਰੇ ਵਿਚ ਛੋਟੀ ਬੀੜ ਪ੍ਰਕਾਸ਼ ਕਰ ਕੇ ਸਤਿਸੰਗ ਵੀ ਕਰਿਆ ਕਰਦੇ ਸਨ। ਰਾਤ ਨੂੰ ਸਿੰਘਾਂ ਨੇ ਪ੍ਰੋ. ਤੇਜਾ ਸਿੰਘ ਨਾਲ ਗੁਰਮਤਿ ਵਿਚਾਰਾਂ ਕੀਤੀਆਂ ਅਤੇ ਅਗਲੇ ਦਿਨ ਸਵੇਰੇ ਸਤਿਗੁਰੂ ਦੀ ਹਜ਼ੂਰੀ ਵਿਚ ਦੀਵਾਨ ਸਜਿਆ।[12]

ਵਾਪਸ ਵੈਨਕੂਵਰ ਪੁੱਜਣ ਤੋਂ ਬਾਅਦ ਪ੍ਰੋ. ਤੇਜਾ ਸਿੰਘ ਨੇ ਹੋਰਨਾਂ ਗੁਰਮੁਖਾਂ ਨੂੰ ਨਾਲ ਲੈ ਕੇ ਕੈਨੇਡਾ ਤੇ ਅਮਰੀਕਾ ਅੰਦਰ ਅੰਮ੍ਰਿਤ ਪ੍ਰਚਾਰ ਦਾ ਪਹਿਲਾ ਦੌਰਾ ਆਰੰਭ ਕੀਤਾ। ਭਾਈ ਵਰਿਆਮ ਸਿੰਘ (ਉਰਫ਼ ਸੁੰਦਰ ਸਿੰਘ), ਭਾਈ ਬਲਵੰਤ ਸਿੰਘ ਖੁਰਦਪੁਰ, ਭਾਈ ਹਰੀ ਸਿੰਘ (ਚੋਟੀਆਂ) ਅਤੇ ਭਾਈ ਵਰਯਾਮ ਸਿੰਘ (ਨੱਥੋਵਾਲ) ਦੇ ਜਥੇ ਸਮੇਤ ਪ੍ਰੋ. ਤੇਜਾ ਸਿੰਘ ਸਭ ਤੋਂ ਪਹਿਲਾਂ ਵਿਕਟੋਰੀਆ ਪੁੱਜੇ। ਭਾਈ ਬਲਵੰਤ ਸਿੰਘ ਨੇ ਸਤਿਗੁਰ ਸੱਚੇ ਪਾਤਸ਼ਾਹ ਜੀ ਦੀ ਇਕ ਬੀੜ, ਇਕ ਬੈਂਤ ਦੀ ਟੋਕਰੀ ਵਿਚ ਬੜੇ ਅਦਬ ਨਾਲ ਫੜੀ ਹੋਈ ਸੀ। ਪ੍ਰੋ. ਤੇਜਾ ਸਿੰਘ ਦੇ ਕਥਾ ਕੀਰਤਨ ਤੇ ਗੁਰਬਾਣੀ ਵਿਖਿਆਨ ਨੇ ਵਿਕਟੋਰੀਆ ਦੇ ਸਿੱਖਾਂ ਦੇ ਹਿਰਦਿਆਂ ਅੰਦਰ ਸਿੱਖੀ ਪਿਆਰ ਦੀਆਂ ਐਸੀਆਂ ਤਰੰਗਾਂ ਛੇੜ ਦਿੱਤੀਆਂ, ਕਿ ਉਨ੍ਹਾਂ ਨੇ ਤੁਰੰਤ ਜ਼ਮੀਨ ਖ਼ਰੀਦ ਕੇ ਗੁਰਦੁਆਰਾ ਸਾਹਿਬ ਦੀ ਉਸਾਰੀ ਦਾ ਮਤਾ ਪਾਸ ਕਰ ਦਿੱਤਾ, ਅਤੇ ਦੋ ਕੁ ਸਾਲਾਂ ਅੰਦਰ ਹੀ ਗੁਰਦੁਆਰਾ ਸਾਹਿਬ ਦੀ ਸੁੰਦਰ ਇਮਾਰਤ ਖੜੀ ਕਰ ਦਿੱਤੀ। ਮਿਸਟਰ ਰਾਬਰਟ ਵਿਲੀਅਮ ਕਲਾਰਕ ਨਾਂ ਦੇ ਜਿਸ ਏਜੰਟ ਰਾਹੀਂ ਗੁਰਦੁਆਰਾ ਸਾਹਿਬ ਲਈ ਜ਼ਮੀਨ ਖ਼ਰੀਦੀ ਗਈ ਸੀ, ਉਹ ਗੁਰੂ ਘਰ ਦਾ ਪ੍ਰੇਮੀ ਬਣ ਗਿਆ। ਉਸ ਦੀ ਪਤਨੀ ਦੀ ਬੇਨਤੀ ਪਰ ਵਿਕਟੋਰੀਆ ਵਿਖੇ ਸ਼ਹਿਰ ਦੇ ਉੱਘੇ ਹਾਲ ਵਿਚ ਪ੍ਰੋ. ਤੇਜਾ ਸਿੰਘ ਜੀ ਦੇ ਲੈਕਚਰ ਦਾ ਪ੍ਰਬੰਧ ਕੀਤਾ ਗਿਆ, ਜਿਸ ਨੂੰ ਸੁਣ ਕੇ ਕਈ ਗੋਰੇ ਗੋਰੀਆਂ ਗੁਰੂ ਘਰ ਦੇ ਸ਼ਰਧਾਲੂ ਬਣ ਗਏ।

ਵਿਕਟੋਰੀਆ ਤੋਂ ਇਹ ਜਥਾ ਪਾਸਪੋਰਟ ਲੈ ਕੇ ਅਮਰੀਕਾ ਦੇ ਸ਼ਹਿਰ ਸੀਆਟਲ ਚਲਾ ਗਿਆ। ਉਥੇ ਵਾਸ਼ਿੰਗਟਨ ਯੂਨੀਵਰਸਿਟੀ ਵਿਚ ਬਹੁਤ ਸਾਰੇ ਹਿੰਦੁਸਤਾਨੀ ਪੜ੍ਹਦੇ ਸਨ। ਪ੍ਰੋ. ਤੇਜਾ ਸਿੰਘ ਨੇ ਯੂਨੀਵਰਸਿਟੀ ਵਿਚ ਇਕ ਲੈਕਚਰ ਕਰਨ ਤੋਂ ਇਲਾਵਾ ਸਿੱਖ ਵੀਰਾਂ ਨਾਲ ਗੁਰਮਤਿ ਵਿਚਾਰਾਂ ਕੀਤੀਆਂ। ਉਥੋਂ ਇਹ ਜਥਾ ਓਰੇਗਾਨ ਸਟੇਟ ਵਿਚ ਪੋਰਟਲੈਂਡ ਚਲਾ ਗਿਆ। ਉਥੇ ਬਾਬਾ ਸੋਹਣ ਸਿੰਘ ਭਕਨਾ ਨੇ ਆਪਣੇ ਹੋਰਨਾਂ ਸਿੱਖ ਵੀਰਾਂ ਨਾਲ ਰਲ ਕੇ ਜਥੇ ਦਾ ਨਿੱਘਾ ਸੁਆਗਤ ਕੀਤਾ। ਇਕ ਹਫ਼ਤਾ ਜਥਾ ਇਥੇ ਟਿਕਿਆ ਤੇ ਬਹੁਤ ਸਾਰੇ ਵੀਰਾਂ ਨੇ ਬੜੇ ਪ੍ਰੇਮ ਤੇ ਸ਼ਰਧਾ ਭਾਵ ਨਾਲ ਅੰਮ੍ਰਿਤ ਪਾਨ ਕੀਤਾ।

ਪੋਰਟਲੈਂਡ ਤੋਂ ਇਹ ਜਥਾ ਕੈਲੀਫ਼ੋਰਨੀਆ ਦੀ ਸੰਗਤ ਦੇ ਸੱਦੇ ਉੱਤੇ ਪਲੀਜ਼ੈਨਟਨ

---

* ਬਾਬਾ ਭਕਨਾ ਤੇ ਪ੍ਰੋ. ਤੇਜਾ ਸਿੰਘ ਪੰਜਾਬ ਤੋਂ ਹੀ ਇਕ ਦੂਜੇ ਦੇ ਜਾਣੂ ਸਨ। ਦੋਵੇਂ ਬਾਬਾ ਕੇਸਰ ਸਿੰਘ ਦੀ ਸੰਗਤ ਕਰਿਆ ਕਰਦੇ ਸਨ।

12. ਸੰਤ ਤੇਜਾ ਸਿੰਘ, *ਜੀਵਨੀ ਰਾਜ ਜੋਗੀ ਸੰਤ ਅਤਰ ਸਿੰਘ ਜੀ ਮਸਤੂਆਣੇ ਵਾਲੇ*, ਸਫ਼ਾ 88.

ਪੁੱਜਾ। ਉਥੇ ਹਫ਼ਤਾ ਭਰ ਪ੍ਰੇਮ ਭਰਿਆ ਸਤਿਸੰਗ ਹੋਇਆ ਅਤੇ ਵੱਡੀ ਗਿਣਤੀ ਵਿਚ ਸਿੱਖ ਵੀਰਾਂ ਨੇ ਅੰਮ੍ਰਿਤ ਛਕਿਆ। ਉਸ ਵੇਲੇ ਭਾਈ ਪ੍ਰਤਾਪ ਸਿੰਘ ਜੀ, ਜਿਹੜੇ ਬਾਅਦ ਵਿਚ ਤਖ਼ਤ ਸ੍ਰੀ ਕੇਸਗੜ੍ਹ ਸਾਹਿਬ ਦੇ ਜਥੇਦਾਰ ਬਣੇ, ਉਥੋਂ ਨੇੜੇ ਹੀ ਇਕ ਨਵੀਂ ਬਣਦੀ ਰੇਲਵੇ ਲਾਈਨ ਵਿਚ ਮਜ਼ਦੂਰੀ ਕਰਦੇ ਸਨ। ਉਨ੍ਹਾਂ ਨੇ ਵੀ ਜਥੇ ਨੂੰ ਆਉਣ ਦਾ ਸੱਦਾ ਦਿੱਤਾ। ਉਨ੍ਹਾਂ ਪਾਸ ਕੁਝ ਦਿਨ ਠਹਿਰ ਕੇ ਜਥੇ ਨੇ ਸਤਿਸੰਗ ਕੀਤਾ ਅਤੇ ਬਹੁਤ ਸਾਰੇ ਵੀਰਾਂ ਨੂੰ ਅੰਮ੍ਰਿਤ ਛਕਾਇਆ। ਇਸ ਤਰ੍ਹਾਂ ਵਿਕਟੋਰੀਆ ਤੇ ਅਮਰੀਕਾ ਦੇ ਕੁਝ ਥਾਵਾਂ 'ਤੇ ਸੈਂਕੜੇ ਪ੍ਰਾਣੀਆਂ ਨੂੰ ਅੰਮ੍ਰਿਤ ਛਕਾਉਣ ਤੋਂ ਬਾਅਦ ਇਹ ਜਥਾ ਵਾਪਸ ਵੈਨਕੂਵਰ ਪਹੁੰਚ ਗਿਆ। ਤੀਜੇ ਕੁ ਦਿਨ ਐਤਵਾਰ ਨੂੰ ਸੰਗਤ ਭਾਰੀ ਗਿਣਤੀ ਵਿਚ (ਲਗਭਗ 5-6 ਹਜ਼ਾਰ) ਗੁਰਦੁਆਰਾ ਸਾਹਿਬ ਵਿਖੇ ਇਕੱਤਰ ਹੋਈ। ਕਥਾ ਕੀਰਤਨ ਤੋਂ ਮਗਰੋਂ ਭਾਈ ਬਲਵੰਤ ਸਿੰਘ ਜੀ ਨੇ ਜਥੇ ਦੀ ਸਾਰੀ ਰਿਪੋਰਟ ਸੰਗਤ ਨੂੰ ਸੁਣਾਈ। ਵੀਰਾਂ ਵਿਚ ਅੰਮ੍ਰਿਤ ਪ੍ਰਚਾਰ ਦੀ ਖ਼ਬਰ ਸੁਣ ਕੇ ਹਰ ਇਕ ਸਿੱਖ ਦਾ ਹਿਰਦਾ ਖਿੜ ਗਿਆ। ਸਾਰਿਆਂ ਨੂੰ ਉਤਸ਼ਾਹ ਹੋਇਆ ਕਿ ਜਿਹੜੇ ਭਰਾ ਕੈਨੇਡਾ ਵਿਚ ਅਜੇ ਰਹਿਤ-ਬਹਿਤ ਤੋਂ ਹੀਣੇ ਹਨ, ਉਹ ਵੀ ਤਿਆਰ-ਬਰ-ਤਿਆਰ ਹੋ ਜਾਣ। ਏਸ ਗੁਰਮਤੇ ਅਨੁਸਾਰ, ਕੈਨੇਡਾ ਵਿਚ ਵੀ ਅੰਮ੍ਰਿਤ ਪ੍ਰਚਾਰ ਦੀ ਲਹਿਰ ਚੱਲ ਪਈ। ਵੈਨਕੂਵਰ, ਪੋਰਟਮੂਡੀ, ਮਿੱਲ ਸਾਈਡ, ਐਬਟਸਫ਼ੋਰਡ, ਜਿਥੇ ਜਿਥੇ ਸਿੱਖ ਸੰਗਤਾਂ ਸਨ, ਬਹੁਤ ਸਾਰੇ ਵੀਰਾਂ ਨੇ ਅੰਮ੍ਰਿਤ ਛਕਿਆ। ਪ੍ਰਚਾਰ ਦਾ ਵਾਧਾ ਅਤੇ ਹੋਰ ਸਾਰੀ ਹਾਲਤ ਦਾ ਵੀਚਾਰ ਕਰ ਕੇ ਜਥੇਬੰਦੀ ਦੀ ਲੋੜ ਪ੍ਰਤੀਤ ਹੋਈ। ਇਹਨਾਂ ਦਿਨਾਂ ਵਿਚ ਹੀ ਖ਼ਾਲਸਾ ਦੀਵਾਨ ਵੈਨਕੂਵਰ ਦੇ ਨਿਯਮ ਤੇ ਉਪ-ਨਿਯਮ ਬਣਾ ਕੇ ਇਸ ਨੂੰ ਰਜਿਸਟਰ ਕਰਾਇਆ ਗਿਆ।

ਕੈਨੇਡਾ ਵਿਚ "ਗੁਰਮਤਿ ਪ੍ਰਚਾਰ ਨੇ ਇਥੋਂ ਤਕ ਉੱਨਤੀ ਕੀਤੀ, ਜਿਥੇ ਜਿਥੇ ਵੀ ਕਾਰਖ਼ਾਨਿਆਂ ਵਿਚ ਜਾਸਤੀ ਸਿੰਘ ਸਨ, ਉਥੇ ਉਥੇ ਗੁਰਦੁਆਰੇ ਕਾਇਮ ਹੋ ਗਏ। ਅਨੇਕਾਂ ਢਿੱਲੇ ਹੋ ਚੁੱਕੇ ਸਿੰਘਾਂ ਨੂੰ ਅੰਮ੍ਰਿਤ ਛਕਾਇਆ ਗਿਆ। ਕੌਮੀ ਉੱਨਤੀ ਅਤੇ ਏਕਤਾ ਦੇ ਖ਼ਿਆਲ ਆਮ ਭਾਈਆਂ ਦੇ ਮਨਾਂ ਵਿਚ ਵਾਸਾ ਕਰ ਗਏ।"[13]

> "ਗੁਰ-ਸਿੱਖੀ ਦਾ ਪ੍ਰਚਾਰ ਕੈਨੇਡਾ ਵਿਚ ਬਹੁਤ ਹੋਇਆ। ਹੁੱਕਾ ਪੀਣ ਵਾਲੇ ਤੇ ਸਿਰ ਮੂੰਹ ਮੁੰਨੇ ਸ਼ਰਾਬੀ ਕਬਾਬੀ ਵੀ ਅੰਮ੍ਰਿਤ ਛਕ ਕੇ ਸਿੰਘ ਸਜ ਗਏ। ਮੋਨਾ ਲਹਿਰ ਦੇ ਆਗੂਆਂ ਨੇ ਅਮਰੀਕਾ ਵਿਚ ਮਾਇਆ ਦਾ ਲਾਲਚ ਦੇ ਕੇ ਲਾਲਚੀਆਂ ਦੇ ਟੋਪੀਆਂ ਪੁਆਈਆਂ ਸਨ। ਕੈਨੇਡਾ ਵਿਚ ਏਨ੍ਹਾਂ ਦਾ ਜ਼ੋਰ ਨਹੀਂ ਸੀ ਪੈਂਦਾ ਅਤੇ ਅਮਰੀਕਾ ਵਿਚ ਕੋਈ ਸਿੱਖ ਧਾਰਮਿਕ ਸੁਸਾਇਟੀ ਨਹੀਂ ਸੀ।"[14]

ਬਾਬਾ ਸੋਹਣ ਸਿੰਘ ਭਕਨਾ ਨੇ ਖ਼ਾਲਸਾ ਦੀਵਾਨ ਸੋਸਾਇਟੀ, ਵੈਨਕੂਵਰ ਵੱਲੋਂ ਕੀਤੇ ਕੰਮ ਦੀ ਸ਼ਲਾਘਾ ਇਨ੍ਹਾਂ ਸ਼ਬਦਾਂ ਵਿਚ ਕੀਤੀ ਹੈ:

> "ਗੁਰਦੁਆਰਾ ਪ੍ਰਬੰਧਕ ਕਮੇਟੀ ਦੇ ਪ੍ਰਬੰਧਕਾਂ ਦੀ ਸਚਾਈ ਤੇ ਤਿਆਗ ਨੇ ਕੁਝ ਮਹੀਨਿਆਂ ਵਿਚ ਹੀ ਉਹ ਕਰਕੇ ਦਿਖਾ ਦਿੱਤਾ ਕਿ ਇਸ ਦੀ ਉਸ ਦੇ ਵੈਰੀਆਂ ਨੂੰ ਕਦੀ ਆਸ ਤੱਕ ਨਹੀਂ ਸੀ, ਪਈ ਇਹ ਵੀ ਐਹੋ ਜਿਹਾ ਕੰਮ ਕਰ ਸਕਣਗੇ... ਗੁਰਦੁਆਰਾ ਕਮੇਟੀ ਨੇ ਆਪਣੇ ਕੰਮ ਦੀ ਬਰਕਤ ਨਾਲ ਕੈਨੇਡਾ ਵਾਸੀ ਵਿਰੋਧੀ ਗੋਰਿਆਂ ਦੇ ਮੂੰਹ ਬੰਦ ਕਰ ਦਿੱਤੇ।"[15]

---

13. ਰਾਜਵਿੰਦਰ ਸਿੰਘ ਰਾਹੀ (ਸੰਪਾ.), *ਗ਼ਦਰ ਲਹਿਰ ਦੀ ਅਸਲੀ ਗਾਥਾ-1*, ਸਫ਼ਾ 116.
14. *ਉਹੀ*, ਸਫ਼ੇ 47-48.
15. ਬਾਬਾ ਸੋਹਣ ਸਿੰਘ ਭਕਨਾ, *ਮੇਰੀ ਰਾਮ ਕਹਾਣੀ*, ਸਫ਼ਾ 74.

ਸਟਾਕਟਨ ਵਿਖੇ ਗੁਰਦੁਆਰਾ ਸਾਹਿਬ ਦੀ ਸਥਾਪਨਾ

ਕੈਨੇਡਾ ਦੇ ਸਿੱਖਾਂ ਤੋਂ ਉਤਸ਼ਾਹਤ ਹੋ ਕੇ, ਅਮਰੀਕਾ ਦੇ ਸਿੱਖ ਆਵਾਸੀਆਂ ਦੇ ਮਨ ਵਿਚ ਵੀ ਇਹ ਸੂਖਮ ਅਹਿਸਾਸ ਪ੍ਰਫੁੱਲਤ ਹੋ ਗਿਆ ਸੀ ਕਿ ਇਕ ਕੇਂਦਰੀ ਗੁਰਦੁਆਰੇ ਦੀ ਉਸਾਰੀ ਬਗ਼ੈਰ ਅਮਰੀਕਾ ਦੀ ਧਰਤੀ 'ਤੇ ਸਿੱਖਾਂ ਦੀ ਹੋਂਦ ਨਹੀਂ ਬਚਾਈ ਜਾ ਸਕਦੀ। ਅਮਰੀਕਾ ਅੰਦਰ ਜਿਉਂ ਜਿਉਂ ਅੰਮ੍ਰਿਤ ਪ੍ਰਚਾਰ ਦੀ ਲਹਿਰ ਰਾਹੀਂ ਗੁਰਮਤਿ ਚੇਤਨਾ ਦਾ ਪਸਾਰ ਹੁੰਦਾ ਗਿਆ, ਤਿਉਂ ਤਿਉਂ ਇਹ ਸੁਪਨਾ ਹਕੀਕਤ ਵਿਚ ਬਦਲਦਾ ਗਿਆ।

ਅਮਰੀਕਾ ਦੀ ਧਰਤੀ 'ਤੇ ਸਟਾਕਟਨ ਸ਼ਹਿਰ ਵਿਚ ਪਹਿਲਾ ਗੁਰਦੁਆਰਾ ਉਸਾਰਨ ਦਾ ਕਾਰਜ ਪ੍ਰੋ. ਤੇਜਾ ਸਿੰਘ, ਬਾਬਾ ਵਿਸਾਖਾ ਸਿੰਘ (ਦਦੇਹਰ) ਤੇ ਬਾਬਾ ਜਵਾਲਾ ਸਿੰਘ (ਠੱਠੀਆਂ) ਹੁਰਾਂ ਦੀ ਹਿੰਮਤ ਤੇ ਪਹਿਲਕਦਮੀ ਨਾਲ ਨੇਪਰੇ ਚੜ੍ਹਿਆ ਸੀ। ਬਾਬਾ ਵਿਸਾਖਾ ਸਿੰਘ ਤੇ ਬਾਬਾ ਜਵਾਲਾ ਸਿੰਘ ਨੇ 1908-09 ਵਿਚ ਅਮਰੀਕਾ ਜਾ ਕੇ ਕੈਲੀਫ਼ੋਰਨੀਆ ਵਿਚ ਸਟਾਕਟਨ ਦੇ ਨੇੜੇ ਹੋਲਟਵਿਲ ਵਿਖੇ ਹਜ਼ਾਰਾਂ ਏਕੜਾਂ ਦਾ ਫ਼ਾਰਮ ਠੇਕੇ 'ਤੇ ਲੈ ਕੇ ਆਲੂਆਂ ਦੀ ਖੇਤੀ ਕਰਨੀ ਸ਼ੁਰੂ ਕਰ ਦਿੱਤੀ ਸੀ। ਏਹਨਾਂ ਨੂੰ ਉਥੇ ਉਸ ਵੇਲੇ ਵਿਚ 'ਆਲੂਆਂ ਦੇ ਬਾਦਸ਼ਾਹ' (ਪੋਟੈਟੋ ਕਿੰਗ) ਕਿਹਾ ਜਾਂਦਾ ਸੀ। ਪਿੱਛੋਂ ਜਾ ਕੇ ਉਨ੍ਹਾਂ ਨਾਲ ਭਾਈ ਸੰਤੋਖ ਸਿੰਘ (ਧਰਦਿਉ) ਵੀ ਜੁੜ ਗਏ ਸਨ। ਪ੍ਰੋ. ਤੇਜਾ ਸਿੰਘ ਨੇ ਇਨ੍ਹਾਂ ਗੁਰਮੁਖਾਂ ਦੀ ਰਹਿਣੀ ਬਹਿਣੀ ਦਾ ਜ਼ਿਕਰ ਕਰਦੇ ਲਿਖਿਆ ਹੈ ਕਿ "ਉਹ ਆਪਣੇ ਹੱਥੀਂ ਬਣਾਏ ਲੱਕੜੀ ਦੇ ਘਰਾਂ ਵਿਚ ਰਹਿੰਦੇ ਸਨ... ਇਨ੍ਹਾਂ ਸੱਜਣਾਂ ਦੀ ਰਹੁ-ਰੀਤ, ਕ੍ਰਿਆ ਤੇ ਮਰਯਾਦਾ ਪੁਰਾਣੇ ਗੁਰਸਿੱਖਾਂ ਦੇ ਜੀਵਨ ਦੀ ਇਕ ਪ੍ਰਤੱਖ ਝਾਕੀ ਸੀ। ਮਾਈ ਭਾਈ ਦਾ ਭੈਣ ਭਰਾਵਾਂ ਵਾਂਗੂੰ ਇਕੱਠੇ ਰਹਿਣਾ ਅਤੇ ਕਿਰਤ ਕਰ ਕੇ ਵੰਡ ਛਕਣਾ, "ਗੁਰਸਿਖ ਮੀਤ ਚਲਹੁ ਗੁਰ ਚਾਲੀ" ਦੀ ਜਿਉਂਦੀ ਜਾਗਦੀ ਮਿਸਾਲ ਸੀ।" ਇਨ੍ਹਾਂ ਦੇ ਫ਼ਾਰਮ ਨੂੰ 'ਭਾਈਆਂ ਦਾ ਡੇਰਾ' ਕਿਹਾ ਜਾਣ ਲੱਗਾ, ਜਿਥੇ ਕੋਈ ਵੀ ਲੋੜਵੰਦ, ਬਿਨਾਂ ਕਿਸੇ ਧਰਮ ਤੇ ਜਾਤ ਦਾ ਭੇਦ ਕੀਤਿਆਂ, ਜਦ ਚਾਹੇ ਅੰਨ ਪਾਣੀ ਛਕ ਸਕਦਾ ਅਤੇ ਜਿੰਨੇ ਦਿਨ ਮਰਜ਼ੀ ਬਿਸਰਾਮ ਕਰ ਸਕਦਾ ਸੀ। ਡੇਰੇ ਉੱਤੇ ਗੁਰੂ ਗ੍ਰੰਥ ਸਾਹਿਬ ਦੇ ਦੋ ਸਰੂਪ ਪ੍ਰਕਾਸ਼ ਕੀਤੇ ਹੋਏ ਸਨ ਅਤੇ ਉਨ੍ਹਾਂ ਦੀ ਪਾਵਨ ਹਜ਼ੂਰੀ ਵਿਚ ਨੇਮ ਨਾਲ ਸਤਿਸੰਗ ਹੋਇਆ ਕਰਦਾ ਸੀ।

1910 ਦੇ ਅਖ਼ੀਰ ਜਿਹੇ ਵਿਚ ਬਾਬਾ ਵਿਸਾਖਾ ਸਿੰਘ, ਬਾਬਾ ਜਵਾਲਾ ਸਿੰਘ, ਭਾਈ ਸੰਤੋਖ ਸਿੰਘ, ਭਾਈ ਹਜ਼ਾਰਾ ਸਿੰਘ (ਦਦੇਹਰ) ਆਦਿ ਨੇ ਰਲ ਕੇ ਸਲਾਹ ਕੀਤੀ ਕਿ ਇਲਾਕੇ ਦੀਆਂ ਸੰਗਤਾਂ ਦੇ ਸਹਿਯੋਗ ਨਾਲ ਰਲ ਕੇ ਸਟਾਕਟਨ ਸ਼ਹਿਰ ਵਿਖੇ ਗੁਰਦੁਆਰਾ ਸਾਹਿਬ ਉਸਾਰਿਆ ਜਾਵੇ। ਇਸ ਨੇਕ ਮਨੋਰਥ ਨੂੰ ਮੁੱਖ ਰੱਖਦੇ ਹੋਏ 27 ਦਸੰਬਰ 1911 ਨੂੰ ਪੋਹ ਸੁਦੀ ਸਤਵੀਂ ਦੇ ਮੁਬਾਰਕ ਦਿਹਾੜੇ 'ਤੇ, ਹੋਲਟ ਫ਼ਾਰਮ ਉੱਤੇ ਦਸਮ ਪਾਤਸ਼ਾਹ ਦਾ ਜਨਮ ਪੁਰਬ ਪੂਰੀ ਧੂਮ-ਧਾਮ ਨਾਲ ਮਨਾਉਣ ਦਾ ਫ਼ੈਸਲਾ ਹੋਇਆ। ਨੇੜੇ ਤੇੜੇ ਵੱਸਦੇ ਸਾਰੇ ਧਰਮਾਂ ਦੇ ਹਿੰਦੁਸਤਾਨੀ ਭਰਾਵਾਂ ਨੂੰ ਬਹੁਤ ਦਿਨ ਪਹਿਲਾਂ ਹੀ ਬਕਾਇਦਾ ਸੱਦਾ-ਪੱਤਰ ਭੇਜੇ ਗਏ। ਉਸ ਸਮਾਗਮ ਉੱਤੇ ਸਟਾਕਟਨ ਵਿਖੇ ਗੁਰਦੁਆਰਾ ਸਾਹਿਬ ਸਥਾਪਤ ਕਰਨ ਦਾ ਗੁਰਮਤਾ ਪਾਸ ਹੋਇਆ। ਇਸ ਮੰਤਵ ਲਈ ਸੰਗਤਾਂ ਕੋਲੋਂ ਮਾਇਆ ਉਗਰਾਹੁਣ ਵਾਸਤੇ ਇਕ ਕਮੇਟੀ ਮੁਕੱਰਰ ਕਰ ਦਿੱਤੀ। ਏਸ ਵਿਚ ਬਾਬਾ ਵਿਸਾਖਾ ਸਿੰਘ, ਬਾਬਾ ਜਵਾਲਾ ਸਿੰਘ, ਭਾਈ ਤਾਰਾ ਸਿੰਘ, ਭਾਈ ਬਾਵਾ ਸਿੰਘ ਆਦਿ ਗੁਰਮੁਖ ਸ਼ਾਮਲ ਕੀਤੇ ਗਏ। ਗੁਰਮਤਾ ਹੋਣ ਦੀ ਦੇਰ ਸੀ ਕਿ ਗੁਰਦੁਆਰਾ ਸਾਹਿਬ ਦੀ ਸੇਵਾ ਬੜੇ ਉਤਸ਼ਾਹ ਨਾਲ ਸ਼ੁਰੂ ਹੋ ਗਈ। ਬਾਬਾ ਵਿਸਾਖਾ

ਸਿੰਘ, ਪ੍ਰੋ. ਤੇਜਾ ਸਿੰਘ, ਭਾਈ ਤਾਰਾ ਸਿੰਘ ਤੇ ਭਾਈ ਬਾਵਾ ਸਿੰਘ ਆਦਿ ਨੇ ਫ਼ਾਰਮਾਂ ਵਿਚ ਫਿਰ ਕੇ ਬੜੇ ਪ੍ਰੇਮ ਨਾਲ ਉਗਰਾਹੀ ਕੀਤੀ।

> "ਥੋੜ੍ਹੇ ਹੀ ਦਿਨਾਂ ਮਗਰੋਂ ਇਕ ਬੜਾ ਖੁਲ੍ਹਾ ਜ਼ਮੀਨ ਦਾ ਟੁਕੜਾ, ਜਿਸ ਵਿਚ ਇਕ ਬੜੀ ਸੁੰਦਰ ਕੋਠੀ ਤੇ ਪੌਣ ਨਾਲ ਪਾਣੀ ਕੱਢਣ ਵਾਲੀ ਮਸ਼ੀਨ ਲੱਗੀ ਹੋਈ ਸੀ, 3400 ਡਾਲਰ ਤੋਂ ਗੁਰਦੁਆਰੇ ਸਾਹਿਬ ਨਮਿਤ ਮੁੱਲ ਲਿਆ ਗਿਆ। ਪਿੱਛੋਂ ਏਸੇ ਹੀ ਜਗ੍ਹਾ 'ਤੇ ਖ਼ਾਲਸਾ ਜੀ ਨੇ 20 ਕੁ ਹਜ਼ਾਰ ਡਾਲਰ ਖ਼ਰਚ ਕੇ ਬੜੀ ਸੋਹਣੀ ਇਮਾਰਤ ਗੁਰਦੁਆਰੇ ਸਾਹਿਬ ਲਈ ਬਣਾਈ ਅਤੇ ਸਤਿਗੁਰ ਸੱਚੇ ਪਾਤਸ਼ਾਹ ਦਾ ਨਿਸ਼ਾਨ ਸਾਹਿਬ ਝੁਲਾਇਆ...ਗੁਰਦੁਆਰੇ ਵਿਚ ਆਏ ਗਏ ਵਾਸਤੇ ਲੰਗਰ ਵੀ ਖੁਲ੍ਹ ਗਿਆ। ਕਈ ਗ਼ਰੀਬ ਗੋਰੇ ਵੀ ਅਉਕੜ ਵੇਲੇ ਗੁਰੂ ਦੀ ਦੇਗ ਵਿੱਚੋਂ ਪਰਸ਼ਾਦ ਛਕਣ ਲੱਗ ਪਏ। ਹੁਣ ਇਲਾਕੇ ਵਿਚ ਕਈ ਜਗ੍ਹਾ ਅੰਮ੍ਰਿਤ ਪ੍ਰਚਾਰ ਹੋਇਆ। ਬਹੁਤ ਸਾਰੇ ਵੀਰ ਰਹਿਤ ਬਹਿਤ ਵਿਚ ਪਰਪੱਕ ਹੋ ਗਏ।"[16]

ਇਸ ਤਰੀਕੇ ਨਾਲ, ਸਿੱਖਾਂ ਨੇ ਕੈਨੇਡਾ ਤੇ ਅਮਰੀਕਾ ਅੰਦਰ ਆਪਣੀ ਨਿਆਰੀ ਹੋਂਦ ਤੇ ਹਸਤੀ ਦੀ ਰੱਖਿਆ ਕਰਨ ਲਈ ਧਰਮ ਪ੍ਰਚਾਰ ਦੀ ਪੁਰਜੋਸ਼ ਲਹਿਰ ਚਲਾਈ। ਹਿੰਦੁਸਤਾਨ ਦੇ ਕਿਸੇ ਹੋਰ ਧਾਰਮਿਕ ਫ਼ਿਰਕੇ (ਹਿੰਦੂਆਂ ਜਾਂ ਮੁਸਲਮਾਨਾਂ) ਨੇ ਅਜਿਹਾ ਨਹੀਂ ਕੀਤਾ। ਕਾਰਨ ਇਹ, ਕਿ ਸਿੱਖਾਂ ਨੂੰ ਛੱਡ ਕੇ, ਹੋਰ ਕਿਸੇ ਧਾਰਮਿਕ ਵਰਗ ਦਾ ਆਪਣੇ ਵਿਲੱਖਣ ਸਰੂਪ ਨਾਲ ਇਤਨਾ ਗੂੜ੍ਹਾ ਪ੍ਰੇਮ ਨਹੀਂ ਹੈ।

ਨਸਲੀ ਭੇਦ-ਭਾਵ ਬਾਰੇ ਸਿੱਖ ਤੇ ਹਿੰਦੂ ਦ੍ਰਿਸ਼ਟੀਕੋਣ ਦਾ ਵਖਰੇਵਾਂ

ਨਸਲੀ ਭੇਦ-ਭਾਵ ਬਾਰੇ ਸਿੱਖਾਂ ਤੇ ਹਿੰਦੂਆਂ ਦੇ ਨਜ਼ਰੀਏ ਵਿਚ ਅਹਿਮ ਫ਼ਰਕ ਹੈ। ਸਿੱਖ ਧਰਮ ਮਨੁੱਖੀ ਬਰਾਬਰੀ ਦੇ ਸਿਧਾਂਤ ਵਿਚ ਸੰਪੂਰਨ ਵਿਸ਼ਵਾਸ ਪ੍ਰਗਟਾਉਂਦਾ ਹੈ। ਇਸ ਅੰਦਰ ਰੰਗ, ਨਸਲ, ਧਰਮ, ਜਾਤ ਅਤੇ ਲਿੰਗ ਆਦਿ ਦੇ ਆਧਾਰ 'ਤੇ ਭੇਦ-ਭਾਵ ਦੀ ਪੂਰਨ ਮਨਾਹੀ ਹੈ। ਗੁਰੂ ਸਾਹਿਬਾਨ ਨੇ ਸਾਰੀ ਮਨੁੱਖ ਜਾਤੀ ਨੂੰ ਇੱਕੋ ਦ੍ਰਿਸ਼ਟੀ ਨਾਲ ਦੇਖਣ ਦੀ ਸਿੱਖਿਆ ਦਿੱਤੀ ਹੈ। "ਮਾਨਸ ਕੀ ਜਾਤ ਸਬੈ ਏਕੈ ਪਹਿਚਾਨਬੋ"। ਇਸ ਕਰਕੇ ਨਸਲੀ ਭੇਦ ਭਾਵ ਦਾ ਵਿਰੋਧ ਸਿੱਖਾਂ ਦੇ ਧਾਰਮਿਕ ਅਕੀਦੇ ਨਾਲ ਜੁੜਿਆ ਹੋਇਆ ਹੈ। ਸਿੱਖਾਂ ਲਈ ਨਸਲੀ ਵਿਤਕਰੇ ਦਾ ਵਿਰੋਧ ਕਰਨਾ ਆਪਣੇ ਧਾਰਮਿਕ ਵਿਸ਼ਵਾਸ ਦੀ ਪਾਲਣਾ ਕਰਨਾ, ਅਥਵਾ ਆਪਣੇ ਗੁਰੂਆਂ ਦੇ ਉਪਦੇਸ਼ਾਂ ਦਾ ਆਗਿਆ ਪਾਲਣ ਕਰਨਾ ਹੈ। ਉਨ੍ਹਾਂ ਲਈ ਇਹ ਗੱਲ ਮੂਲ ਇਨਸਾਨੀ ਗੁਣ ਦਾ ਮਹੱਤਵ ਰੱਖਦੀ ਹੈ।

ਇਸ ਦੇ ਉਲਟ, ਹਿੰਦੂ ਧਰਮ ਮਨੁੱਖੀ ਬਰਾਬਰੀ ਦੇ ਸਿਧਾਂਤ ਦਾ ਧਾਰਨੀ ਨਹੀਂ ਹੈ। ਹਿੰਦੂ ਧਾਰਮਿਕ ਗ੍ਰੰਥਾਂ ਅੰਦਰ ਊਚ-ਨੀਚ ਦੇ ਸਿਧਾਂਤ ਦੀ ਖੁਲ੍ਹੇਆਮ ਵਕਾਲਤ ਕੀਤੀ ਗਈ ਹੈ। ਬ੍ਰਾਹਮਣਵਾਦੀ ਹਿੰਦੂ ਧਰਮ ਦੁਨੀਆਂ ਦਾ ਇੱਕੋ-ਇਕ ਮਜ਼ਹਬ ਹੈ ਜਿਹੜਾ ਸਮਾਜਿਕ ਨਾਬਰਾਬਰੀ ਦੇ ਸਰਬ-ਵਿਆਪੀ ਰੂਪ ਵਿਚ ਨਿਸਚਾ ਪ੍ਰਗਟਾਉਂਦਾ, ਇਸ ਦਾ ਉਪਦੇਸ਼ ਦਿੰਦਾ, ਤੇ ਇਸ ਉੱਤੇ ਢੀਠਤਾਈ ਨਾਲ ਅਮਲ ਕਰਦਾ ਹੈ। ਬਾਕੀ ਧਰਮਾਂ ਵਿਚ ਨਿਸਚੇ ਤੇ ਅਮਲ ਵਿਚ ਪਾੜਾ ਪ੍ਰਗਟ ਹੁੰਦਾ ਹੈ। ਪਰ ਇਥੇ ਨਿਸਚੇ ਤੇ ਅਮਲ ਦਾ ਸੁਮੇਲ ਹੈ। ਇਸ ਕਰਕੇ ਹਿੰਦੂ-ਬ੍ਰਾਹਮਣੀ ਧਰਮ ਤੇ ਸੱਭਿਆਚਾਰ ਸਮਾਜੀ ਊਚ-ਨੀਚ, ਵਿਤਕਰੇ ਤੇ

16. ਰਾਜਵਿੰਦਰ ਸਿੰਘ ਰਾਹੀ (ਸੰਪਾ.), *ਗ਼ਦਰ ਲਹਿਰ ਦੀ ਅਸਲੀ ਗਾਥਾ-1*, ਸਫ਼ੇ 96-97.

ਦਾਬੇ ਦਾ ਵੱਡਾ ਮਾਧਿਅਮ ਹੈ। ਹਿੰਦੂ ਧਰਮ ਵਿਚ ਨਿਸਚੇ ਪ੍ਰਗਟਾਉਣ ਦਾ ਮਤਲਬ ਹੀ ਸਮਾਜਿਕ ਨਾਬਰਾਬਰੀ ਨੂੰ ਮਾਨਤਾ ਦੇਣਾ ਹੈ।

ਇਸ ਕਰਕੇ, ਜਿਥੇ ਸਿੱਖ ਗ਼ਦਰੀਆਂ ਨੇ ਆਪਣੀਆਂ ਲਿਖਤਾਂ ਅੰਦਰ, ਉਨ੍ਹਾਂ ਨਾਲ ਹੋਈਆਂ ਨਸਲੀ ਭੇਦ-ਭਾਵ ਦੀਆਂ ਵਾਰਦਾਤਾਂ ਦਾ ਖੁੱਲ੍ਹ ਕੇ ਜ਼ਿਕਰ ਕੀਤਾ ਹੈ, ਅਤੇ ਇਸ ਨੂੰ ਗ਼ੈਰ-ਮਨੁੱਖੀ ਕਰਮ ਗਰਦਾਨਦਿਆਂ ਹੋਇਆਂ ਇਸ ਦੀ ਪ੍ਰਚੰਡ ਪੜਚੋਲ ਕੀਤੀ ਹੈ, ਉਥੇ ਸਮਕਾਲੀ ਹਿੰਦੂ ਰਾਸ਼ਟਰਵਾਦੀਆਂ ਦੀਆਂ ਲਿਖਤਾਂ ਵਿੱਚੋਂ ਇਹ ਅੰਸ਼ ਲਗਭਗ ਗ਼ਾਇਬ ਹੈ। ਉਨ੍ਹਾਂ ਨੇ ਵੱਧ ਜ਼ੋਰ ਅੰਗਰੇਜ਼ਾਂ ਦੀ ਰਾਜਸੀ ਗ਼ੁਲਾਮੀ ਨੂੰ ਭੰਡਣ ਅਤੇ ਇਸ ਵਿਰੁੱਧ ਰਾਜਸੀ ਜਜ਼ਬਾ ਉਭਾਰਨ ਉੱਤੇ ਲਾਇਆ। ਖ਼ੁਦ ਜਾਤ-ਪਾਤੀ ਵਿਚਾਰਧਾਰਾ ਦੇ ਪੈਰੋਕਾਰ ਤੇ ਅਭਿਆਸੀ ਹੋਣ ਕਰਕੇ, ਉਨ੍ਹਾਂ ਲਈ ਨਸਲੀ ਭੇਦ-ਭਾਵ ਦਾ ਦ੍ਰਿੜ੍ਹ ਵਿਰੋਧ ਕਰਨਾ ਮੁਸ਼ਕਲ ਸੀ। ਇਸ ਕਰਕੇ ਉਨ੍ਹਾਂ ਨੇ ਇਸ ਮਸਲੇ ਬਾਰੇ ਨਾ ਕੇਵਲ ਟਾਲੂ ਰਵੱਈਆ ਧਾਰਨ ਕੀਤਾ, ਸਗੋਂ ਨਸਲੀ ਸਮੱਸਿਆ ਤੋਂ ਇਨਕਾਰੀ ਹੋਣ ਦੇ ਯਤਨ ਵੀ ਕੀਤੇ। ਬਾਬਾ ਸੋਹਣ ਸਿੰਘ ਭਕਨਾ ਨੇ ਲਿਖਿਆ ਹੈ ਕਿ ਲਾਲਾ ਲਾਜਪਤ ਰਾਏ ਨੇ ਅਮਰੀਕਨ ਗੋਰਿਆਂ ਵੱਲੋਂ ਸਿੱਖਾਂ ਨਾਲ ਕੀਤੇ ਜਾਂਦੇ ਵਿਤਕਰੇ ਤੇ ਨਫ਼ਰਤ ਦਾ ਕਾਰਨ ਇਹ ਦੱਸਿਆ ਸੀ, ਕਿ 'ਇਕ ਤਾਂ ਉਹ ਦਾੜ੍ਹੇ, ਕੇਸ ਤੇ ਦਸਤਾਰਿਆਂ ਕਾਰਨ ਮੈਲੇ ਕੁਚੈਲੇ ਰਹਿੰਦੇ ਸਨ, ਦੂਜਾ ਉਨ੍ਹਾਂ ਦਾ ਚਾਲ ਚਲਣ ਵੀ ਹੋਰਨਾਂ ਹਿੰਦੀਆਂ ਨਾਲੋਂ ਵਧੇਰੇ ਨਖਿੱਧ ਸੀ।' ਲਾਲੇ ਦੇ ਕਹਿਣ ਦਾ ਸਪੱਸ਼ਟ ਭਾਵ ਇਹ ਸੀ ਕਿ ਗੋਰਿਆਂ ਦੀ ਸਿੱਖਾਂ ਪ੍ਰਤਿ ਨਫ਼ਰਤ ਗੋਰਿਆਂ ਦੇ ਨਸਲੀ ਹੰਕਾਰ ਦਾ ਪ੍ਰਗਟਾਵਾ ਨਹੀਂ ਸੀ, ਬਲਕਿ ਸਿੱਖਾਂ ਦੇ 'ਭੱਦੇ ਸਰੂਪ' ਤੇ 'ਮਾੜੇ ਚਾਲ ਚਲਣ' ਦਾ ਨਤੀਜਾ ਸੀ। ਬਾਬਾ ਭਕਨਾ ਨੇ ਲਾਲਾ ਲਾਜਪਤ ਰਾਏ ਦੀ ਸਿੱਖਾਂ ਬਾਰੇ ਇਸ ਤੁਅੱਸਬ-ਗ੍ਰੱਸੀ ਧਾਰਨਾ ਦਾ ਕਰਾਰਾ ਜਵਾਬ ਦਿੰਦਿਆਂ ਕਿਹਾ, ਕਿ ਜਿਹੜੇ ਹਿੰਦੁਸਤਾਨੀ ਮਜ਼ਦੂਰਾਂ ਨੂੰ 'ਅਲਬਰਟ' ਤੇ 'ਵਿਲੀਹਮ' ਦੇ ਕਾਰਖ਼ਾਨਿਆਂ ਵਿੱਚੋਂ ਕੁੱਟ ਕੇ ਭਜਾ ਦਿੱਤਾ ਗਿਆ ਸੀ, "ਉਹ ਦਸਤਾਰਿਆਂ ਵਾਲੇ ਨਹੀਂ ਸਨ, ਸਗੋਂ ਟੋਪੀਆਂ ਵਾਲੇ ਜੈਂਟਲਮੈਨ ਹਿੰਦੀ ਹੀ ਸਨ, ਜਿਨ੍ਹਾਂ ਦੀ ਇਹ ਦੁਰਗਤ ਹੋਈ।"[17]

ਲਾਲਾ ਲਾਜਪਤ ਰਾਏ ਦੀ ਸਿੱਖਾਂ ਬਾਰੇ ਉਪਰੋਕਤ ਅਪਮਾਨਜਨਕ ਧਾਰਨਾ ਭੁੱਲ ਭੁਲੇਖੇ ਨਹੀਂ ਬਣੀ ਸੀ। ਇਸ ਪਿੱਛੇ ਹਿੰਦੂ ਉੱਚ ਜਾਤੀਆਂ ਦਾ ਵਿਚਾਰਧਾਰਕ ਦ੍ਰਿਸ਼ਟੀਕੋਣ ਕੰਮ ਕਰਦਾ ਸੀ। ਹਿੰਦੂ ਸਵਰਨ ਜਾਤੀਆਂ ਦਾ ਇਹ ਨਿਸਚਤ ਵਿਚਾਰ ਸੀ/ਹੈ ਕਿ ਉਨ੍ਹਾਂ ਦਾ ਖ਼ੂਨ 'ਸ਼ੁੱਧ ਆਰੀਅਨ' ਹੈ, ਅਤੇ ਗ਼ੈਰ-ਆਰੀਅਨ ਨਸਲਾਂ ਦਾ ਦਰਜਾ ਉਨ੍ਹਾਂ ਨਾਲੋਂ ਨੀਵਾਂ ਹੈ। ਇਸ ਆਰੀਅਨ ਖ਼ੂਨ ਦੀ ਸਾਂਝ ਦੇ ਆਧਾਰ 'ਤੇ ਹਿੰਦੂ ਉੱਚ ਜਾਤੀਆਂ ਦੇ ਲੋਕ ਆਪਣੇ ਆਪ ਨੂੰ ਗੋਰੀ ਨਸਲ ਦੇ ਬਰਾਬਰ ਸਮਝਦੇ ਸਨ। 'ਮਹਾਤਮਾ' ਗਾਂਧੀ ਨੇ ਦੱਖਣੀ ਅਫ਼ਰੀਕਾ ਅੰਦਰ ਗੋਰਿਆਂ ਵੱਲੋਂ ਉਨ੍ਹਾਂ ਨਾਲ ਕੀਤੇ ਜਾਂਦੇ ਨਸਲੀ ਵਿਤਕਰੇ 'ਤੇ ਇਤਰਾਜ਼ ਕਰਨ ਦਾ ਇਹੀ ਆਧਾਰ ਦਿੱਤਾ ਸੀ। ਉਸ ਨੇ ਯੂਰਪੀ ਗੋਰਿਆਂ ਨਾਲ ਹਿੰਦੂਆਂ ਦੀ 'ਆਰੀਆਈ ਖ਼ੂਨ ਦੀ ਸਾਂਝ' ਦਾ ਵਾਸਤਾ ਪਾਇਆ ਸੀ। ਉੱਨੀਵੀਂ ਸਦੀ ਅੰਦਰ ਜਦੋਂ ਅਮਰੀਕਾ ਅੰਦਰ ਕੇਵਲ ਸ਼ੁੱਧ ਆਰੀਆ ਨਸਲਾਂ ਨੂੰ ਹੀ ਨਾਗਰਿਕਤਾ ਦੇ ਅਧਿਕਾਰ ਹਾਸਲ ਸਨ, ਤਾਂ ਉਸ ਵੇਲੇ ਅਖਾਇ ਕੁਮਾਰ ਮਜੂਮਦਾਰ ਨਾਂ ਦੇ ਬੰਗਾਲੀ ਬ੍ਰਾਹਮਣ ਨੇ ਅਦਾਲਤ ਅੰਦਰ ਆਪਣੀ ਸ਼ੁੱਧ ਆਰੀਆ ਨਸਲ ਦਾ ਦਾਅਵਾ ਜਤਾ ਕੇ ਹੀ ਅਮਰੀਕਾ ਦੀ

17. ਬਾਬਾ ਸੋਹਣ ਸਿੰਘ ਭਕਨਾ, *ਮੇਰੀ ਰਾਮ ਕਹਾਣੀ*, ਸਫ਼ਾ 65.

ਨਾਗਰਿਕਤਾ ਲੈਣ ਵਿਚ ਝੰਡੀ ਹਾਸਲ ਕੀਤੀ ਸੀ। ਉਸ ਨੇ ਦਲੀਲ ਦਿੱਤੀ ਸੀ ਕਿ "ਮੈਂ ਉੱਚੀ-ਜਾਤ 'ਚੋਂ ਹਾਂ...(ਜਦੋਂ ਕਿ) ਇਸ ਦੇਸ਼ (ਅਮਰੀਕਾ) ਅੰਦਰਲੇ ਹਿੰਦੂਆਂ 'ਚੋਂ ਜ਼ਿਆਦਾਤਰ ਉੱਚੀ-ਜਾਤ ਦੇ ਹਿੰਦੂ ਨਹੀਂ ਹਨ, ਜਿਨ੍ਹਾਂ ਨੂੰ ਸਿੱਖ ਕਿਹਾ ਜਾਂਦਾ ਹੈ, ਉਹ ਰਲੇ-ਮਿਲੇ ਖ਼ੂਨ ਵਾਲੇ (ਬੇਰੜੇ) ਹਨ...ਉਹ ਮਜ਼ਦੂਰ ਵਰਗ ਹੈ, ਜਿਹੜੇ ਸਖ਼ਤ ਜਿਸਮਾਨੀ ਕਿਰਤ ਕਰਦੇ ਹਨ, ਉਹ ਬਿਲਕੁਲ ਹੀ ਉੱਚੀ ਜਾਤ 'ਚੋਂ ਨਹੀਂ ਹਨ, ਉਨ੍ਹਾਂ ਦੀ ਜਮਾਤ ਬਿਲਕੁਲ ਵੱਖਰੀ ਹੈ, ਉਨ੍ਹਾਂ ਦਾ ਧਰਮ ਵੱਖਰਾ ਹੈ ਅਤੇ ਕੁਲ ਵੱਖਰੀ ਹੈ...ਉੱਚੀਆਂ ਜਾਤਾਂ ਦੇ ਹਿੰਦੂ ਆਪਣੇ ਆਪ ਨੂੰ ਹਮੇਸ਼ਾ ਆਰੀਆ ਨਸਲ ਦੇ ਮੈਂਬਰ ਸਮਝਦੇ ਹਨ।"[18] ਇਸ ਤਰ੍ਹਾਂ ਅਮਰੀਕੀ ਅਦਾਲਤ ਨੇ ਅਖਾਇ ਕੁਮਾਰ ਮਜੂਮਦਾਰ ਦਾ ਨਸਲੀ ਸ਼ੁੱਧਤਾ ਤੇ ਉਚਤਾ ਦਾ ਦਾਅਵਾ ਕਬੂਲ ਕਰਦਿਆਂ ਹੋਇਆਂ ਉਸ ਨੂੰ ਅਮਰੀਕੀ ਨਾਗਰਿਕਤਾ ਦੇ ਦਿੱਤੀ ਸੀ। ਮਜੂਮਦਾਰ ਦੇ ਉਕਤ ਬਿਆਨ 'ਚੋਂ 'ਉੱਚ-ਜਾਤੀ' ਹਿੰਦੂਆਂ ਦੇ ਮਨਾਂ ਅੰਦਰ ਕੁੱਟ ਕੁੱਟ ਕੇ ਭਰਿਆ ਨਸਲੀ ਗ਼ਰੂਰ ਸਪੱਸ਼ਟ ਰੂਪਮਾਨ ਹੁੰਦਾ ਹੈ।

[*ਨੋਟ:* 1914 ਵਿਚ ਜਦੋਂ ਪੈਸੀਫਿਕ ਕੋਸਟ ਖ਼ਾਲਸਾ ਦੀਵਾਨ ਸੋਸਾਇਟੀ ਦੀ ਸਿਫ਼ਾਰਸ਼ ਉੱਤੇ ਲਾਲਾ ਹਰਦਿਆਲ ਤੇ ਡਾ. ਸੁਧੇਂਦਰ ਬੋਸ ਵਾਸ਼ਿੰਗਟਨ ਵਿਖੇ ਕਾਂਗਰਸ ਦੀ ਕਮੇਟੀ ਅੱਗੇ ਭਾਰਤੀ ਆਵਾਸੀਆਂ ਦਾ ਪੱਖ ਪੇਸ਼ ਕਰਨ ਗਏ ਸਨ, ਤਾਂ ਡਾ. ਬੋਸ ਨੇ 14 ਫ਼ਰਵਰੀ ਨੂੰ ਕਮੇਟੀ ਅੱਗੇ 'ਆਰੀਆ ਨਸਲ' ਦੀ ਹੀ ਦਲੀਲ ਦਿੱਤੀ ਸੀ, ਜਿਸ ਨਾਲ ਸਿੱਖਾਂ ਦਾ ਕੇਸ ਸਗੋਂ ਕਮਜ਼ੋਰ ਹੋ ਗਿਆ ਸੀ।]

ਰਾਜਸੀ ਜਾਗ੍ਰਤੀ ਦਾ ਵਰਗ-ਵਿਸ਼ੇਸ਼ ਲੱਛਣ

ਉੱਤਰੀ ਅਮਰੀਕਾ ਵਿਚ ਪਹੁੰਚੇ ਹਿੰਦੂਆਂ ਵਿੱਚੋਂ ਲਗਭਗ ਸਾਰੇ 'ਉੱਚੀਆਂ' ਜਾਤੀਆਂ ਵਿੱਚੋਂ ਸਨ। ਇਨ੍ਹਾਂ 'ਚੋਂ ਵੱਡੀ ਗਿਣਤੀ ਸ਼ਹਿਰੀ ਬਾਬੂਆਂ ਦੀ ਸੀ ਜਿਹੜੇ ਉੱਚੀ ਵਿੱਦਿਆ ਹਾਸਲ ਕਰਨ ਦੇ ਮਨੋਰਥ ਨਾਲ ਗਏ ਸਨ। ਸਭ ਤੋਂ ਵੱਧ ਬੰਗਾਲੀ ਸਨ, ਥੋੜ੍ਹੇ ਜਿਹੇ ਪੰਜਾਬੀ, ਮਦਰਾਸੀ ਤੇ ਮਰਾਠੀ ਸਨ। ਇਨ੍ਹਾਂ 'ਚੋਂ ਬਹੁਤਿਆਂ ਉੱਤੇ, ਅਮਰੀਕਾ/ਕੈਨੇਡਾ ਜਾਣ ਤੋਂ ਪਹਿਲਾਂ ਹੀ ਹਿੰਦੂ ਰਾਸ਼ਟਰਵਾਦੀ ਵਿਚਾਰਧਾਰਾ ਦਾ ਵੱਧ ਜਾਂ ਘੱਟ ਰਾਜਸੀ ਪ੍ਰਭਾਵ ਪੈ ਚੁੱਕਾ ਸੀ।

ਇਸ ਦੀ ਤੁਲਨਾ ਵਿਚ, ਉੱਤਰੀ ਅਮਰੀਕਾ ਵਿਚ ਪਹੁੰਚਣ ਵਾਲੇ ਸਿੱਖ, ਹਿੰਦੂ ਰਾਸ਼ਟਰਵਾਦੀ ਲਾਗ ਤੋਂ ਪੂਰੀ ਤਰ੍ਹਾਂ ਸੁਰਖ਼ਰੂ ਸਨ। ਉਹ ਉਸ ਵੇਲੇ ਭਾਰਤ ਅੰਦਰ ਪ੍ਰਚਲਿਤ ਰਾਜਸੀ ਵਿਚਾਰਾਂ ਤੇ ਰੁਝਾਨਾਂ ਤੋਂ ਲਗਭਗ ਅਭਿੱਜ ਸਨ। ਉਨ੍ਹਾਂ ਵਿੱਚੋਂ ਬਹੁਤੇ ਫ਼ੌਜ ਵਿੱਚੋਂ ਨਾਂ ਕਟਵਾ ਕੇ ਆਏ ਸਨ। ਇਸ ਕਰਕੇ ਕਿਹਾ ਜਾ ਸਕਦਾ ਹੈ ਕਿ ਉਦੋਂ ਤਕ ਉਨ੍ਹਾਂ ਦੇ ਮਨਾਂ ਅੰਦਰ ਅੰਗਰੇਜ਼ੀ ਰਾਜ ਦੇ ਵਿਰੁੱਧ ਵਿਸ਼ੇਸ਼ ਰੋਸ ਤੇ ਨਫ਼ਰਤ ਪੈਦਾ ਨਹੀਂ ਹੋਈ ਸੀ। ਉਸ ਵੇਲੇ ਪੰਜਾਬ ਅੰਦਰ ਅੰਗਰੇਜ਼ੀ ਰਾਜ ਵਿਰੋਧੀ ਰਾਸ਼ਟਰਵਾਦੀ ਚੇਤਨਾ ਮੁੱਖ ਤੌਰ 'ਤੇ ਆਰੀਆ ਸਮਾਜ ਦੇ ਪ੍ਰਭਾਵ ਹੇਠਲੇ, ਛੋਟੇ ਜਿਹੇ, ਪੜ੍ਹੇ-ਲਿਖੇ ਸ਼ਹਿਰੀ ਤਬਕੇ ਤਕ ਸੀਮਤ ਸੀ। ਪੇਂਡੂ ਸਿੱਖ ਹਲਕਿਆਂ ਅੰਦਰ ਆਰੀਆ ਸਮਾਜ ਦਾ ਬਹੁਤਾ ਪ੍ਰਭਾਵ ਨਹੀਂ ਸੀ। ਇਸ

18. Nico Slate, *Colour Cosmopolitanism: The Shared Struggle for Freedom in the United States and India,* p. 30; Quoted by Dr. Amrik Singh, "Sikh Pioneers in North America and the Crisis of Leadership", p. 176; in *Sikh Ghadar Lehar 1907-1918,* (eds.) Jasbir Singh Mann MD and Satnam Singh Johal.

ਕਰਕੇ ਉੱਤਰੀ ਅਮਰੀਕਾ ਵਿਚ ਜਿਹੜੇ ਸਿੱਖ ਪਹੁੰਚੇ, ਉਹ ਰਾਸ਼ਟਰਵਾਦੀ ਵਿਚਾਰਧਾਰਾ ਤੋਂ ਅਛੋਹ ਸਨ। ਉਨ੍ਹਾਂ ਦੇ ਰਾਜਸੀਕਰਨ ਦਾ ਅਮਲ ਅਮਰੀਕਾ/ਕੈਨੇਡਾ ਜਾ ਕੇ ਹੀ ਸ਼ੁਰੂ ਹੋਇਆ ਸੀ। ਜਿਸ ਕਰਕੇ ਉਨ੍ਹਾਂ ਅੰਦਰ ਰਾਜਸੀ ਜਾਗ੍ਰਤੀ ਦਾ ਅਮਲ ਹਿੰਦੂ ਵਰਗ ਨਾਲੋਂ ਬਹੁਤ ਵੱਖਰੇ ਢੰਗ ਨਾਲ ਚੱਲਿਆ। ਉਥੇ ਜਾ ਕੇ ਉਨ੍ਹਾਂ ਨੂੰ ਜਿਸ ਕਿਸਮ ਦੇ ਨਸਲੀ ਭੇਦ-ਭਾਵ ਤੇ ਨਿਰਾਦਰੀਆਂ ਦਾ ਸਾਹਮਣਾ ਕਰਨਾ ਪਿਆ, ਖ਼ਾਸ ਕਰਕੇ ਆਪਣੇ ਨਿਆਰੇ ਸਿੱਖ ਸਰੂਪ ਕਰਕੇ ਉਨ੍ਹਾਂ ਨੂੰ ਜਿਸ ਕਿਸਮ ਦੀਆਂ ਅਪਮਾਨਜਨਕ ਟਿੱਪਣੀਆਂ ਸੁਣਨੀਆਂ ਪਈਆਂ, ਉਸ ਨਾਲ ਉਨ੍ਹਾਂ ਦੇ ਸਵੈ-ਮਾਣ ਨੂੰ ਗਹਿਰੀ ਸੱਟ ਵੱਜੀ। ਉਹ ਇਸ ਦੇ ਆਦੀ ਨਹੀਂ ਸਨ। ਗੁਰੂ ਸਾਹਿਬਾਨ ਨੇ ਆਪਣੀਆਂ ਜ਼ਿੰਦਗੀਆਂ ਤੇ ਸਰਬੰਸ ਵਾਰ ਕੇ ਉਨ੍ਹਾਂ ਨੂੰ ਆਜ਼ਾਦੀ ਤੇ ਅਣਖ ਨਾਲ ਜਿਉਣ ਦੀ ਜਾਚ ਸਿਖਾਈ ਸੀ। ਇਸ ਕਰਕੇ ਉਨ੍ਹਾਂ ਦੇ ਮਨਾਂ ਅੰਦਰ ਨਸਲਵਾਦ ਵਿਰੁੱਧ ਤਿੱਖਾ ਰੋਹ ਪੈਦਾ ਹੋਇਆ। ਇਸ ਦਾ ਪ੍ਰਗਟਾਵਾ ਹੇਠ ਦਿੱਤੀ ਉਦਾਹਰਣ ਤੋਂ ਹੁੰਦਾ ਹੈ।

3 ਜੁਲਾਈ 1909 ਨੂੰ ਭਾਈ ਨੱਥਾ ਸਿੰਘ ਨਾਂ ਦੇ ਇਕ ਸਿੰਘ ਨੇ ਵੈਨਕੂਵਰ ਦੇ ਗੁਰਦੁਆਰੇ ਵਿਚ ਖੜਾ ਹੋ ਕੇ ਸੰਗਤ ਨੂੰ ਸੰਬੋਧਨ ਹੁੰਦਿਆਂ ਕਿਹਾ ਕਿ ਭਾਰਤ ਅੰਦਰ, ਖ਼ਾਸ ਕਰਕੇ ਬਰਤਾਨਵੀ ਬਸਤੀਆਂ ਅੰਦਰ ਸਾਡੇ ਦੇਸ਼ ਵਾਸੀਆਂ ਦੀ ਹੋ ਰਹੀ ਦੁਰਗਤੀ ਵੱਲ ਦੇਖਦੇ ਹੋਏ ਮੈਂ ਸੰਗਤ ਅੱਗੇ ਨਿਮਰਤਾ ਸਹਿਤ ਇਹ ਪ੍ਰਸਤਾਵ ਰੱਖਦਾ ਹਾਂ, ਕਿ ਗੁਰਦੁਆਰੇ ਦੀ ਕਾਰਜਕਾਰਨੀ ਕਮੇਟੀ ਦਾ ਕੋਈ ਵੀ ਮੈਂਬਰ ਬਰਤਾਨਵੀ ਸਰਕਾਰ ਵੱਲੋਂ ਉਸ ਨੂੰ ਦਿੱਤਾ ਗਿਆ ਤਗ਼ਮਾ, (ਫ਼ੌਜੀ) ਵਰਦੀ ਜਾਂ ਨਿਸ਼ਾਨ ਆਦਿ ਧਾਰਨ ਨਾ ਕਰੇ, ਕਿਉਂਕਿ ਇਹ ਚੀਜ਼ਾਂ ਬਰਤਾਨਵੀ ਗ਼ੁਲਾਮੀ ਦੀਆਂ ਪ੍ਰਤੀਕ ਹਨ। ਉਸ ਨੇ ਕਿਹਾ ਕਿ ਅੰਗਰੇਜ਼ ਸਰਕਾਰ ਵੱਲੋਂ ਦਿੱਤੇ ਗਏ ਇਹ ਸਨਮਾਨ ਚਿੰਨ੍ਹ ਇਹ ਦਰਸਾਉਂਦੇ ਹਨ ਕਿ ਉਹ ਆਪਣੇ ਦੇਸ਼ ਭਾਈਆਂ ਜਾਂ ਕੁਝ ਆਜ਼ਾਦ ਕੌਮਾਂ ਦੇ ਵਿਰੁੱਧ ਬਰਤਾਨਵੀ ਸਰਕਾਰ ਦੇ ਭਾੜੇ ਦੇ ਟੱਟੂ ਬਣ ਕੇ ਲੜੇ ਸਨ। ਬਰਤਾਨਵੀ ਫ਼ੌਜ ਅੰਦਰ ਸੇਵਾ ਕਰਦਿਆਂ ਹਾਸਲ ਕੀਤੇ ਗਏ ਮੈਡਲਾਂ ਨੂੰ ਗ਼ੁਲਾਮੀ ਦੇ ਮੈਡਲ ਸਮਝਣਾ ਚਾਹੀਦਾ ਹੈ।

ਨੱਥਾ ਸਿੰਘ ਵੱਲੋਂ ਪੇਸ਼ ਕੀਤਾ ਗਿਆ ਉਪਰੋਕਤ ਪ੍ਰਸਤਾਵ ਸੰਗਤ ਨੇ ਇਕ ਆਵਾਜ਼ ਹੋ ਕੇ ਪ੍ਰਵਾਨ ਕਰ ਲਿਆ ਸੀ। ਇਸ ਉਪਰੰਤ ਗੁਰਦੁਆਰਾ ਕਮੇਟੀ ਦਾ ਇਕ ਮੈਂਬਰ ਭਾਈ ਗ਼ਰੀਬ ਸਿੰਘ, ਜਿਸ ਨੂੰ ਚੌਧਵੀਂ ਸਿੱਖ ਰਜਮੈਂਟ ਦੇ ਸਿਪਾਹੀ ਦੇ ਰੂਪ ਵਿਚ ਚੀਨ ਅੰਦਰ ਬੌਕਸਰ ਬਗ਼ਾਵਤ ਨੂੰ ਦਬਾਉਣ ਵਿਚ 'ਬਹਾਦਰੀ' ਨਾਲ ਲੜਨ ਬਦਲੇ ਮੈਡਲ ਮਿਲਿਆ ਸੀ, ਨੇ ਆਪਣਾ ਮੈਡਲ ਗਲੋਂ ਉਤਾਰ ਕੇ ਐਲਾਨ ਕਰ ਦਿੱਤਾ ਕਿ ਇਸ ਤੋਂ ਬਾਅਦ ਉਹ ਬਰਤਾਨਵੀ ਗ਼ੁਲਾਮੀ ਦੀ ਯਾਦ ਦਿਵਾਉਣ ਵਾਲਾ ਕੋਈ ਵੀ ਮੈਡਲ ਜਾਂ ਵਰਦੀ ਨਹੀਂ ਪਹਿਨੇਗਾ। ਬਾਅਦ ਵਿਚ ਖ਼ਾਲਸਾ ਦੀਵਾਨ ਦੇ ਸਕੱਤਰ ਭਾਈ ਭਾਗ ਸਿੰਘ ਭਿੱਖੀਵਿੰਡ ਨੇ ਬਰਤਾਨਵੀ ਫ਼ੌਜ ਵਿੱਚੋਂ ਸਨਮਾਨਜਨਕ ਢੰਗ ਨਾਲ ਫ਼ਾਰਗ ਹੋਣ ਦਾ ਸਰਟੀਫ਼ਿਕੇਟ ਅੱਗ ਨਾਲ ਲੂਹ ਦਿੱਤਾ ਸੀ। ਇਸ ਘਟਨਾ ਤੋਂ ਕੁਝ ਸਮੇਂ ਬਾਅਦ ਵੈਨਕੂਵਰ ਦੇ ਮੇਅਰ ਨੇ ਬਰਤਾਨਵੀ ਫ਼ੌਜ ਵਿਚ ਰਹਿ ਚੁੱਕੇ ਸਿੱਖਾਂ ਨੂੰ ਬਰਤਾਨੀਆ ਦੇ ਗਵਰਨਰ-ਜਨਰਲ ਦੀ ਕੈਨੇਡਾ ਫੇਰੀ ਮੌਕੇ, ਉਸ ਦੇ ਮਾਣ ਵਿਚ ਹੋਣ ਵਾਲੀ ਮਿਲਟਰੀ ਪਰੇਡ ਵਿਚ ਸ਼ਾਮਲ ਹੋਣ ਲਈ ਸੱਦਾ-ਪੱਤਰ ਭੇਜਿਆ ਸੀ। ਪਰ ਭਾਈ ਭਾਗ ਸਿੰਘ ਨੇ ਸਾਬਕਾ ਫ਼ੌਜੀਆਂ ਦੇ ਪ੍ਰਧਾਨ ਦੀ ਹੈਸੀਅਤ ਵਿਚ ਇਹ ਸੱਦਾ ਹਿਕਾਰਤ ਨਾਲ ਠੁਕਰਾ ਦਿੱਤਾ ਸੀ। ਇਨ੍ਹਾਂ ਘਟਨਾਵਾਂ ਤੋਂ ਸਿੱਖਾਂ ਅੰਦਰ ਗ਼ੁਲਾਮੀ ਵਿਰੁੱਧ ਪੈਦਾ ਹੋਏ ਰੋਹ ਦਾ ਸਾਫ਼ ਅਨੁਮਾਨ ਲਾਇਆ ਜਾ ਸਕਦਾ

ਹੈ। ਇਹ ਰੋਹ ਕਿਸੇ ਲਾਲਾ ਹਰਦਿਆਲ ਜਾਂ ਹੋਰ ਕਿਸੇ ਹਿੰਦੂ ਰਾਸ਼ਟਰਵਾਦੀ ਦੇ ਪ੍ਰਚਾਰ ਦਾ ਨਤੀਜਾ ਨਹੀਂ ਸੀ। ਇਹ ਸਿੱਖਾਂ ਦੇ ਆਪਣੇ ਤਲਖ਼ ਅਨੁਭਵ ਵਿੱਚੋਂ ਪੈਦਾ ਹੋਇਆ ਸੁਭਾਵਿਕ ਪ੍ਰਤਿਕਰਮ ਸੀ।

ਗ਼ੈਰਤਮੰਦ ਤੇ ਜੁਝਾਰੂ ਕੌਮ ਹੋਣ ਕਰਕੇ, ਸਿੱਖਾਂ ਨੇ, ਪਰਦੇਸੀ ਤੇ ਗਿਣਤੀ ਵਿਚ ਥੋੜ੍ਹੇ ਹੋਣ ਦੇ ਬਾਵਜੂਦ, ਗੋਰਿਆਂ ਦੀ ਨਸਲੀ ਈਨ ਮੰਨਣ ਤੋਂ ਇਨਕਾਰ ਕਰ ਦਿੱਤਾ ਸੀ। ਉਨ੍ਹਾਂ ਨੇ ਖ਼ਾਲਸਾਈ ਗ਼ੈਰਤ, ਜੋਸ਼ ਤੇ ਬਹਾਦਰੀ ਦਾ ਮੁਜ਼ਾਹਰਾ ਕਰਦਿਆਂ, ਨਸਲੀ ਵਿਤਕਰੇ ਤੇ ਬੁਰਛਾਗਰਦੀ ਦਾ ਡੱਟ ਕੇ ਟਾਕਰਾ ਕੀਤਾ। ਉਨ੍ਹਾਂ ਨੇ ਬਹੁਤ ਸਾਰੀਆਂ ਥਾਵਾਂ 'ਤੇ, ਉਨ੍ਹਾਂ ਉੱਤੇ ਹਮਲਾ ਕਰਨ ਆਏ ਗੋਰਿਆਂ ਦੀ ਚੰਗੀ ਭੁਗਤ ਸੁਆਰੀ। ਜਿਸ ਕਰਕੇ ਹੌਲੀ ਹੌਲੀ ਨਸਲਪ੍ਰਸਤ ਗੋਰੇ ਸਿੱਖਾਂ ਤੋਂ ਕੰਨ ਭੰਨਣ ਲੱਗ ਪਏ ਸਨ। ਬਾਬਾ ਸੋਹਣ ਸਿੰਘ ਭਕਨਾ ਨੇ ਇਕ ਘਟਨਾ ਦਾ ਵਰਣਨ ਇਨ੍ਹਾਂ ਸ਼ਬਦਾਂ ਵਿਚ ਕੀਤਾ ਹੈ :

> "ਡਕੋਮਾ ਨਾਮੇ ਸ਼ਹਿਰ ਵਿਚ, ਪਿੰਡ ਗੁੱਦੇ ਜ਼ਿਲ੍ਹਾ ਅੰਮ੍ਰਿਤਸਰ ਵਾਲੇ ਭਾਈ ਵੀਰ ਸਿੰਘ ਜੀ ਤੇ ਚਾਲ੍ਹੀ ਹੋਰ ਆਦਮੀ ਰੇਲਵੇ ਕੰਪਨੀ ਦੇ ਕੰਮ ਪੁਰ ਲੱਗੇ ਹੋਏ ਸਨ। ਇਨ੍ਹਾਂ ਉੱਤੇ ਅਮਰੀਕਨਾਂ ਨੇ ਦਿਨੇ ਹੀ ਹੱਲਾ ਬੋਲ ਦਿੱਤਾ। ਭਾਈ ਵੀਰ ਸਿੰਘ ਜੀ ਤੇ ਉਨ੍ਹਾਂ ਦੇ ਸਾਥੀਆਂ ਨੇ ਨੱਸ ਜਾਣ ਦੀ ਕਾਇਰਤਾ ਨਾਲੋਂ ਸਿੱਧੇ ਮੱਥੇ ਮਰਨਾ ਹੀ ਯੋਗ ਸਮਝਿਆ। ਉਨ੍ਹਾਂ ਕੋਲ ਛੇ ਸੱਤ ਬੰਦੂਕਾਂ ਤੇ ਪਸਤੌਲ ਵੀ ਸਨ। ਇਹ ਸਾਰੇ ਅੱਗੋਂ ਮੋਰਚਾ ਬੰਨ੍ਹ ਕੇ ਬਹਿ ਗਏ। ਜਦੋਂ ਅਮਰੀਕਨ ਉਨ੍ਹਾਂ ਤੋਂ ਥੋੜ੍ਹੀ ਦੂਰ ਪੁਰ ਹੀ ਆ ਗਏ, ਤਾਂ ਉਨ੍ਹਾਂ ਨੇ ਉੱਚਾ ਨਿਸ਼ਾਨਾ ਬੰਨ੍ਹ ਕੇ ਗੋਲੀ ਦਾਗ਼ ਦਿੱਤੀ। ਉਨ੍ਹਾਂ ਦੀ ਇਹ ਜੁਗਤ ਲਾਹੇਬੰਦੀ ਸਿੱਧ ਹੋਈ ਤੇ ਅਮਰੀਕਨ ਡਰਦੇ ਭੱਜ ਤੁਰੇ। ਪਿੱਛੋਂ ਹੱਲਾ ਕਰ ਕੇ ਹਿੰਦੀ* ਸੂਰਬੀਰਾਂ ਨੇ ਕਈ ਆਦਮੀ ਸੁੱਟ ਲਏ ਤੇ ਉਨ੍ਹਾਂ ਦੀ ਖ਼ੂਬ ਭੁਗਤ ਸਵਾਰੀ। ਬੱਸ, ਫੇਰ ਕੀ ਸੀ, ਕਿਸੇ ਨੇ ਪਿੱਛੇ ਭਉਂ ਕੇ ਵੀ ਨਾ ਵੇਖਿਆ ਕਿ ਸਾਡੇ ਮਗਰ ਕੋਈ ਆਉਂਦਾ ਵੀ ਹੈ ਜਾਂ ਨਹੀਂ। ਉਹ ਸਾਰੇ ਹੀ ਵਾਹੋ ਦਾਹੀ ਨੱਸਦੇ ਹੋਏ ਸ਼ਹਿਰ ਵਿਚ ਗਿੱਦੜਾਂ ਵਾਂਗੂੰ ਜਾ ਵੜੇ। ਇਸ ਤਰ੍ਹਾਂ ਫ਼ਤਹਿ ਹਿੰਦੀਆਂ ਦੀ ਹੋਈ, ਇਸ ਹਾਰ ਤੋਂ ਅਮਰੀਕਨ ਮਜ਼ੂਰ ਖ਼ਾਸੇ ਯਰਕ ਗਏ। ਇਸ ਤੋਂ ਬਾਅਦ ਦੋ ਤਿੰਨ ਵਰ੍ਹੇ ਤਕ ਇਸ ਤਰ੍ਹਾਂ ਪਸ਼ੂਆਂ ਵਾਂਗੂੰ ਕਿਸੇ ਹੋਰ ਥਾਂ ਹਮਲਾ ਨਾ ਕੀਤਾ, ਉਂਜ ਕੱਲੇ ਦੁਕੱਲੇ ਹਿੰਦੀ ਨੂੰ ਕਿਤੇ ਕਿਤੇ ਤੰਗ ਕੀਤਾ ਕਰਦੇ ਸਨ।"[19]

ਬਾਬਾ ਜਵਾਲਾ ਸਿੰਘ ਨੇ ਵੀ ਕੈਲੀਫ਼ੋਰਨੀਆ ਵਿਚ ਇਕ ਜਗ੍ਹਾ (ਵੁੱਡਲੈਂਡ) ਗੋਰਿਆਂ ਵੱਲੋਂ ਵਾਰ ਵਾਰ ਤੰਗ ਕੀਤੇ ਜਾਣ ਤੋਂ ਬਾਅਦ ਸਿੱਖਾਂ ਅੰਦਰ ਜਾਗੇ ਰੋਹ ਦੀ ਰੌਚਿਕ ਗਾਥਾ ਬਿਆਨ ਕੀਤੀ ਹੈ। ਉਨ੍ਹਾਂ ਲਿਖਿਆ ਹੈ ਕਿ ਜਦ ਭਾਰਤੀ ਰਾਸ਼ਨ ਆਦਿ ਲੈਣ ਲਈ ਵੁੱਡਲੈਂਡ ਸ਼ਹਿਰ ਵਿਚ ਜਾਂਦੇ ਤਾਂ ਗੋਰੇ ਉਨ੍ਹਾਂ ਦੀ ਭੈੜੇ ਤਰੀਕਿਆਂ ਨਾਲ ਬੇਇਜ਼ਤੀ ਕਰਦੇ ਸਨ। ਇਕ ਦਿਨ ਜਦ ਗੋਰਿਆਂ ਨੇ ਜ਼ਿਆਦਾ ਹੀ ਅੱਤ ਚੁੱਕ ਲਈ ਤਾਂ ਸਿੱਖ ਮਜ਼ਦੂਰਾਂ ਆ ਕੇ ਕੰਪਨੀ ਦੇ ਬੌਸ ਨੂੰ ਸਾਰੀ ਹਾਲਤ ਦੱਸ ਦਿੱਤੀ ਤੇ ਆਖਿਆ, 'ਅੱਜ ਅਸੀਂ ਉਨ੍ਹਾਂ ਨਾਲ ਜਾ ਕੇ ਲੜਨਾ ਹੈ।' ਉਸ ਨੇ ਬਥੇਰਾ ਆਖਿਆ ਕਿ 'ਤੁਹਾਨੂੰ ਲੜਨਾ ਨਹੀਂ ਚਾਹੀਦਾ। ਜੇ ਰਾਸ਼ਨ ਵਗ਼ੈਰਾ ਦੀ ਜ਼ਰੂਰਤ ਹੈ, ਮੈਂ ਇਥੇ ਹੀ ਮੰਗਵਾ ਦਿਆ ਕਰਾਂਗਾ ਤੇ ਤੁਹਾਨੂੰ ਸ਼ਹਿਰ ਜਾਣ ਦੀ ਕੀ ਲੋੜ ਹੈ।'

---

* ਇਥੇ ਬਾਬਾ ਜੀ ਨੇ ਪ੍ਰਚਲਿਤ ਰਾਸ਼ਟਰਵਾਦੀ ਬ੍ਰਿਤਾਂਤ ਦੀ ਰੀਸੇ 'ਸਿੱਖਾਂ' ਨੂੰ 'ਹਿੰਦੀ ਸੂਰਬੀਰ' ਕਹਿਣਾ ਬਿਹਤਰ ਸਮਝਿਆ ਹੈ। ਉਂਜ ਇਹ ਕਾਰਨਾਮਾ ਨਿਰੋਲ ਸਿੱਖਾਂ ਦਾ ਸੀ। ਹਿੰਦੂਆਂ ਵੱਲੋਂ ਇਸ ਤਰੀਕੇ ਨਾਲ ਜਥੇਬੰਦ ਹੋ ਕੇ ਨਸਲਪ੍ਰਸਤਾਂ ਦਾ ਟਾਕਰਾ ਕਰਨ ਦੀ ਕੋਈ ਉਦਾਹਰਣ ਨਹੀਂ ਮਿਲਦੀ।

19. ਬਾਬਾ ਸੋਹਣ ਸਿੰਘ ਭਕਨਾ, *ਮੇਰੀ ਰਾਮ ਕਹਾਣੀ*, ਸਫ਼ਾ 65.

ਇਨ੍ਹਾਂ ਆਖਿਆ, 'ਰਾਸ਼ਨ ਤੇ ਹੋਰ ਚੀਜ਼ਾਂ ਆਪ ਲਿਆ ਕੇ ਦੇ ਸਕਦੇ ਹੋ, ਮਗਰ ਕਦੇ ਸਾਡਾ ਦਿਲ ਸੈਰ ਕਰਨ ਨੂੰ ਹੀ ਕਰਦਾ ਹੈ। ਤੇ ਅਸੀਂ ਫੇਰ ਉਥੇ ਗਏ, ਉਹ ਫੇਰ ਸਾਡੇ ਨਾਲ ਲੜਨਗੇ। ਇਸ ਲਈ ਬਿਹਤਰ ਹੈ ਕਿ ਸਾਨੂੰ ਉਨ੍ਹਾਂ ਨਾਲ ਐਤਕਾਂ ਹੀ ਫ਼ੈਸਲਾ ਕਰਨ ਦਿਓ।'

ਆਖ਼ਿਰ ਸੋਟੇ ਵੱਢ ਕੇ ਸਭ ਨੇ ਲੈ ਲਏ ਤੇ ਸ਼ਹਿਰ ਨੂੰ ਤੁਰ ਪਏ। ਜਦ ਸ਼ਹਿਰ ਦੇ ਪਾਸ ਗਏ ਤਾਂ ਇਥੇ ਇਕ ਆਦਮੀ ਨੂੰ ਸੋਟੇ ਦੇ ਕੇ ਬਿਠਾ ਗਏ ਤੇ ਆਪ ਸ਼ਹਿਰ ਜਾ ਵੜੇ। ਇਨ੍ਹਾਂ ਨੂੰ ਦੇਖ ਕੇ ਗੋਰੇ ਪਿੱਛੇ ਲੱਗ ਤੁਰੇ ਤੇ ਲੱਗੇ ਦੁਕਾਨਾਂ ਤੋਂ ਉਠਾ ਉਠਾ ਕੇ ਫਲ ਮਾਰਨ, ਤੇ ਗੰਦੇ ਆਂਡਿਆਂ ਨਾਲ ਇਨ੍ਹਾਂ ਨੂੰ ਲਬੇੜ ਦਿੱਤਾ। ਇਹ ਵੀ ਅੱਗੇ ਅੱਗੇ ਭੱਜੇ ਤੇ ਚੱਕਰ ਕੱਢਦੇ ਹੋਏ ਉਸੇ ਤਰਫ਼ ਨੂੰ ਨਿਕਲੇ, ਜਿਥੇ ਸੋਟੇ ਰੱਖੇ ਹੋਏ ਸਨ। ਮਗਰੇ ਹੀ ਗੋਰੇ ਗਾਲ੍ਹਾਂ ਕੱਢਦੇ ਹੋਏ ਤੇ ਇਨ੍ਹਾਂ ਨੂੰ ਪੱਥਰ ਮਾਰਦੇ ਪਿੱਛਾ ਕਰੀ ਗਏ। ਉਧਰ ਉਨ੍ਹਾਂ ਝਟ ਸੋਟੇ ਫੜ ਲਏ ਤੇ ਭੀੜ ਉੱਤੇ ਟੁੱਟ ਪਏ। ਬੱਸ ਫੇਰ ਕੀ ਸੀ...ਲੱਗੇ ਸੋਟੇ ਗੋਰਿਆਂ 'ਤੇ ਵਰਨ। ਫਿਰ ਗੋਰੇ ਅੱਗੇ ਤੇ ਸਾਡੇ ਆਦਮੀ ਪਿੱਛੇ। ਜਿੱਧਰ ਭੀੜ ਭੱਜਦੀ ਉਧਰ ਪਿੱਛੇ ਸੋਟੇ ਮਾਰਦੇ ਜਾਂਦੇ। ਨਾਮਾਲੂਮ ਕਿਤਨੇ ਸੈਂਕੜਿਆਂ ਨੂੰ ਸੱਟਾਂ ਲੱਗੀਆਂ। ਆਖ਼ਰ ਗੋਰੇ ਦੁਕਾਨਾਂ ਵਿਚ ਵੜ ਕੇ ਆਪਣੀਆਂ ਜਾਨਾਂ ਬਚਾਉਣ ਲੱਗ ਪਏ। ਮਾਰਦੇ-ਮਾਰਦੇ ਸਾਡੇ ਆਦਮੀ ਬਿਜਲੀ ਦੀ ਰੇਲ ਦੇ ਅੱਡੇ 'ਤੇ ਜਾ ਖੜੇ ਹੋਏ ਤੇ ਆਖਣ, "ਆਓ ਨਿਕਲੋ ਬਾਹਰ, ਅੱਜ ਤੁਹਾਡੇ ਨਾਲ ਦੋ ਹੱਥ ਕਰ ਲਈਏ।"[20]

ਇਥੇ ਇਹ ਸਪੱਸ਼ਟ ਕਰਨਾ ਜ਼ਰੂਰੀ ਹੈ ਕਿ ਸਿੱਖਾਂ ਨੇ ਨਸਲਪ੍ਰਸਤਾਂ ਨਾਲ ਟੱਕਰਾਂ 'ਦੇਸ਼ ਭਗਤੀ' ਦੇ ਜਜ਼ਬੇ 'ਚੋਂ ਨਹੀਂ, ਸਿੱਖੀ ਜਜ਼ਬੇ 'ਚੋਂ ਲਈਆਂ। ਸਿੱਖਾਂ ਤੋਂ ਬਿਨਾਂ ਕਿਸੇ ਹੋਰ 'ਦੇਸ਼ ਭਗਤ' ਹਿੰਦੁਸਤਾਨੀ ਵਰਗ ਨੇ ਗੋਰਿਆਂ ਮੂਹਰੇ ਅੜਨ ਦੀ ਹਿੰਮਤ ਨਹੀਂ ਕੀਤੀ ਸੀ। ਸਮੁੱਚੇ ਬ੍ਰਿਤਾਂਤ ਤੋਂ ਇਹ ਤੱਥ ਸਾਫ਼ ਪ੍ਰਗਟ ਹੁੰਦਾ ਹੈ, ਕਿ ਅਮਰੀਕਾ ਤੇ ਕੈਨੇਡਾ ਦੀ ਧਰਤੀ ਉੱਤੇ ਬਿਗਾਨੇ ਤੇ ਵਿਰੋਧੀ ਸੱਭਿਆਚਾਰ ਵਿਚ ਘਿਰੇ ਸਿੱਖਾਂ ਅੰਦਰ, ਪਹਿਲ-ਪ੍ਰਿਥਮੇ, ਆਪਣੇ ਧਰਮ ਤੇ ਸੱਭਿਆਚਾਰ ਨੂੰ ਬਚਾਉਣ ਦਾ ਤੀਬਰ ਅਹਿਸਾਸ ਪੈਦਾ ਹੋਇਆ। ਇਸ ਉਦੇਸ਼ ਨੂੰ ਮੁੱਖ ਰੱਖਦਿਆਂ ਉਨ੍ਹਾਂ ਨੇ ਧਰਮ ਪ੍ਰਚਾਰ ਤੇ ਅੰਮ੍ਰਿਤ ਸੰਚਾਰ ਦੀ ਜ਼ੋਰਦਾਰ ਮੁਹਿੰਮ ਚਲਾਈ, ਜਿਸ ਨਾਲ ਉਨ੍ਹਾਂ ਅੰਦਰ ਧਾਰਮਿਕ ਜੋਸ਼ ਤੇ ਉਤਸ਼ਾਹ ਪੈਦਾ ਹੋਇਆ। ਜਦੋਂ ਸਿੱਖ ਦਾ ਆਪਣੇ ਧਰਮ ਵਿਚ ਵਿਸ਼ਵਾਸ ਦ੍ਰਿੜ੍ਹ ਹੋ ਜਾਂਦਾ ਹੈ, ਤਾਂ ਉਸ ਦੇ ਹਿਰਦੇ ਅੰਦਰ ਗੁਰੂ-ਪਿਆਰ ਦੀਆਂ ਤਰੰਗਾਂ ਪੈਦਾ ਹੋ ਜਾਂਦੀਆਂ ਹਨ। ਉਸ ਨੂੰ ਗੁਰੂ ਹਰ ਵਕਤ ਆਪਣੇ ਅੰਗ-ਸੰਗ ਮਹਿਸੂਸ ਹੋਣ ਲਗਦਾ ਹੈ, ਜਿਸ ਸਦਕਾ ਉਸ ਅੰਦਰ ਆਤਮਿਕ ਬਲ ਤੇ ਸੋਝੀ ਪੈਦਾ ਹੋ ਜਾਂਦੀ ਹੈ। ਇਸ ਆਤਮਿਕ ਬਲ ਦੀ ਬਦੌਲਤ ਹੀ ਅਮਰੀਕਾ ਅੰਦਰ ਸਿੱਖਾਂ ਨੇ ਕਈ ਥਾਵਾਂ 'ਤੇ ਨਸਲਪ੍ਰਸਤਾਂ ਦੇ ਹਮਲਿਆਂ ਦਾ ਮੂੰਹ ਤੋੜਵਾਂ ਜੁਆਬ ਦਿੱਤਾ ਸੀ। (ਇਥੇ ਇਹ ਤੱਥ ਨੋਟ ਕਰਨਾ ਬਹੁਤ ਮਹੱਤਵਪੂਰਨ ਹੈ ਕਿ ਜਿਹੜੇ ਸਿੱਖਾਂ ਨੇ ਵਿਰੋਧੀ ਸੱਭਿਆਚਾਰ ਦੇ ਦਬਾਅ ਹੇਠ ਜਾਂ ਰੁਜ਼ਗਾਰ ਦੇ ਲਾਲਚ ਵਿਚ ਆ ਕੇ, ਦਸਤਾਰਾਂ ਉਤਾਰ ਕੇ ਟੋਪੀਆਂ ਪਾ ਲੈਣ ਦੀ ਕਮਜ਼ੋਰੀ ਦਿਖਾਈ ਸੀ, ਉਹ ਆਤਮਿਕ ਤੌਰ 'ਤੇ ਏਨੇ ਬਲਹੀਣ ਹੋ ਗਏ ਸਨ ਕਿ ਨਸਲਵਾਦੀ ਗੋਰਿਆਂ ਨੇ ਉਨ੍ਹਾਂ ਨੂੰ 'ਅਲਬਰਟ' ਤੇ 'ਵਿਲੀਹਮ' ਦੇ ਕਾਰਖ਼ਾਨਿਆਂ ਵਿੱਚੋਂ ਕੁੱਟ ਕੁੱਟ ਕੇ ਭਜਾ ਦਿੱਤਾ ਸੀ।) ਆਪਣੇ ਧਰਮ ਦੀ ਰੱਖਿਆ ਤੇ ਉੱਨਤੀ ਕਰਨ

---

20. ਬਲਵੀਰ ਪਰਵਾਨਾ (ਸੰਪਾ.), *ਲਿਖਤਾਂ: ਗ਼ਦਰੀ ਬਾਬਾ ਜਵਾਲਾ ਸਿੰਘ*, ਸਫ਼ਾ 11.

ਦੇ ਵਿਚਾਰ ਨਾਲ ਸਿੱਖਾਂ ਨੇ, ਆਪਣੇ ਵਿਸ਼ੇਸ਼ ਸੁਭਾਅ ਤੇ ਰੀਤ ਮੁਤਾਬਕ, ਗੁਰਦੁਆਰੇ ਸਥਾਪਤ ਕਰਨੇ ਸ਼ੁਰੂ ਕੀਤੇ। ਉਨ੍ਹਾਂ ਅੰਦਰ ਏਕਤਾ ਤੇ ਜਥੇਬੰਦੀ ਦਾ ਅਹਿਸਾਸ ਪ੍ਰਫੁੱਲਤ ਹੋਇਆ। ਇਸ ਵਿੱਚੋਂ 'ਖ਼ਾਲਸਾ ਦੀਵਾਨ ਸੋਸਾਇਟੀ, ਵੈਨਕੂਵਰ' ਤੇ 'ਖ਼ਾਲਸਾ ਦੀਵਾਨ ਸੋਸਾਇਟੀ, ਪੈਸਿਫਿਕ ਕੋਸਟ (ਸਟਾਕਟਨ)' ਦਾ ਜਨਮ ਹੋਇਆ। ਇਹ ਸੰਸਥਾਵਾਂ ਅਮਰੀਕਾ ਤੇ ਕੈਨੇਡਾ ਅੰਦਰ ਸਿੱਖਾਂ ਦੀਆਂ ਸਮੁੱਚੀਆਂ ਧਾਰਮਿਕ ਤੇ ਰਾਜਸੀ ਸਰਗਰਮੀਆਂ ਦਾ ਧੁਰਾ ਬਣੀਆਂ।

ਰਾਜਸੀ ਜਾਗ੍ਰਤੀ

ਅਮਰੀਕਾ/ਕੈਨੇਡਾ ਅੰਦਰ ਨਸਲੀ ਵਿਤਕਰੇ ਵਿਰੁੱਧ ਲੜਾਈ ਲੜਦਿਆਂ ਸਿੱਖਾਂ ਨੂੰ ਗ਼ੁਲਾਮ ਤੇ ਆਜ਼ਾਦ ਕੌਮਾਂ ਦੇ ਜੀਵਨ ਵਿਚਕਾਰ ਜ਼ਮੀਨ ਅਸਮਾਨ ਦਾ ਫ਼ਰਕ ਨਜ਼ਰ ਆਇਆ। ਉਨ੍ਹਾਂ ਨੂੰ ਮਹਿਸੂਸ ਹੋ ਗਿਆ ਕਿ ਗ਼ੁਲਾਮ ਕੌਮ ਹੋਣ ਦੀ ਵਜ੍ਹਾ ਕਰਕੇ ਹੀ ਉਨ੍ਹਾਂ ਨੂੰ ਪਰਦੇਸਾਂ ਅੰਦਰ ਬੇਇਜ਼ਤੀ ਤੇ ਜ਼ਲਾਲਤ ਦਾ ਸਾਹਮਣਾ ਕਰਨਾ ਪੈ ਰਿਹਾ ਸੀ। ਬਾਬਾ ਸੋਹਣ ਸਿੰਘ ਭਕਨਾ ਦੇ ਕਥਨ ਮੁਤਾਬਕ, ਉਹ 'ਸੋਚ ਵਿਚਾਰ ਕੇ ਆਖ਼ਰ ਇਸ ਸਿੱਟੇ ਪੁਰ ਪੁੱਜੇ ਕਿ ਸਾਰੀਆਂ ਬੇਪਤੀਆਂ ਤੇ ਖ਼ਰਾਬੀਆਂ ਦੀ ਜੜ੍ਹ ਜੇ ਕੋਈ ਹੈ ਤਾਂ ਉਹ ਅੰਗਰੇਜ਼ੀ ਗ਼ੁਲਾਮੀ ਹੀ ਹੈ ਜੋ ਸਾਨੂੰ ਸਾਰੇ ਸੰਸਾਰ ਵਿਚ ਖੱਜਲ-ਖ਼ੁਆਰ ਕਰ ਰਹੀ ਹੈ।'[21] ਇਸ ਚੁਭਣ 'ਚੋਂ ਉਨ੍ਹਾਂ ਦੇ ਹਿਰਦਿਆਂ ਅੰਦਰ, ਅੰਗਰੇਜ਼ਾਂ ਦੀ ਗ਼ੁਲਾਮੀ ਤੋਂ ਨਿਜਾਤ ਪਾ ਕੇ ਦੁਨੀਆਂ ਦੀਆਂ ਆਜ਼ਾਦ ਕੌਮਾਂ ਵਿਚ ਸ਼ਾਮਲ ਹੋਣ ਦੀ ਰੀਝ ਤੇ ਤਾਂਘ ਪੈਦਾ ਹੋਈ ਸੀ। ਸਿੱਖ ਗ਼ਦਰੀ ਬਾਬਿਆਂ ਨੇ ਆਪਣੇ ਬ੍ਰਿਤਾਂਤ ਅੰਦਰ ਇਸ ਧਾਰਨਾ ਦਾ ਪੂਰਨ ਤੌਰ 'ਤੇ ਖੰਡਨ ਕੀਤਾ ਹੈ ਕਿ ਉਹ ਲਾਲਾ ਹਰਦਿਆਲ ਜਾਂ ਉਸ ਵਰਗੇ ਹੋਰਨਾਂ ਹਿੰਦੂ ਰਾਸ਼ਟਰਵਾਦੀਆਂ ਦੇ 'ਭੜਕਾਊ ਪ੍ਰਚਾਰ' ਦੇ ਅਸਰ ਹੇਠ ਆ ਕੇ ਦੇਸ਼ ਭਗਤੀ ਦੇ ਮਾਰਗ ਉੱਤੇ ਚੱਲੇ ਸਨ। ਉਨ੍ਹਾਂ ਦੇ ਹਿਰਦਿਆਂ ਅੰਦਰ ਦੇਸ਼ ਭਗਤੀ ਦਾ ਜਜ਼ਬਾ ਕਿਸੇ ਹਿੰਦੂ ਰਾਸ਼ਟਰਵਾਦੀ ਦੀ ਸਿੱਖਿਆ ਜਾਂ ਪ੍ਰੇਰਨਾ ਨਾਲ ਨਹੀਂ, ਬਲਕਿ ਆਪਣੇ ਅਨੁਭਵ 'ਚੋਂ, ਜ਼ੁਲਮ ਤੇ ਧੱਕੇਸ਼ਾਹੀ ਵਿਰੁੱਧ ਜੁਝਾਰੂ ਸਿੱਖ ਰਵਾਇਤਾਂ ਦੀ ਉਤਸ਼ਾਹਜਨਕ ਪ੍ਰੇਰਨਾ ਸਦਕਾ ਪੈਦਾ ਹੋਇਆ ਸੀ।

ਭਾਈ ਪਰਮਾਨੰਦ ਨੇ ਲਿਖਿਆ ਹੈ ਕਿ ਉਨ੍ਹਾਂ ਸ੍ਰੀ ਕਰਤਾਰ ਸਿੰਘ ਸਰਾਭਾ ਨੂੰ ਪੁੱਛਿਆ ਕਿ ਉਸ ਨੇ ਦੇਸ਼ ਆ ਕੇ ਕੀ ਖੱਟਿਆ ? ਅਮਰੀਕਾ ਵਿਚ ਉਹ ਆਰਾਮ ਅਤੇ ਖ਼ੁਸ਼ੀ ਦਾ ਜੀਵਨ ਬਤੀਤ ਕਰ ਰਿਹਾ ਸੀ, ਪਰ ਹੁਣ ਜੇਲ੍ਹ ਵਿਚ ਆ ਕੇ ਸੜ ਰਿਹਾ ਸੀ। ਸ੍ਰੀ ਕਰਤਾਰ ਸਿੰਘ ਸਰਾਭਾ ਨੇ ਇਕਦਮ ਜਵਾਬ ਦਿੱਤਾ ਕਿ ਅਮਰੀਕਾ ਵਿਚ ਵੀ ਉਸ ਲਈ ਜ਼ਿੰਦਗੀ ਬੋਝਲ ਸੀ, ਅਤੇ ਜਦੋਂ ਅਮਰੀਕਨ ਕੁਬਚਨ ਬੋਲਿਆ ਕਰਦੇ ਸਨ ਤਾਂ ਉਸ ਦਾ ਦਿਲ ਸੜ ਜਾਂਦਾ ਸੀ। "ਮੈਂ ਅਸਲ ਵਿਚ ਮਰ ਜਾਣਾ ਚਾਹੁੰਦਾ ਸਾਂ, ਅਤੇ ਏਥੇ ਮਰਨ ਆਇਆ ਹਾਂ।"[22] ਇਸ ਤੋਂ ਸਰਾਭੇ ਅੰਦਰ ਸਵੈ-ਮਾਣ ਤੇ ਸਵੈ-ਸਨਮਾਨ ਦੇ ਪ੍ਰਚੰਡ ਭਾਵਾਂ ਦਾ ਪਤਾ ਚੱਲਦਾ ਹੈ। ਗੋਰਿਆਂ ਦੇ ਕੁਬਚਨ ਉਸ ਦੇ ਸਵੈ-ਸਨਮਾਨ ਨੂੰ ਜ਼ਖ਼ਮੀ ਕਰ ਦਿੰਦੇ ਸਨ, ਜਿਹੜਾ ਉਸ ਤੋਂ ਬਰਦਾਸ਼ਤ ਨਹੀਂ ਹੁੰਦਾ ਸੀ। ਭਾਈ ਪਰਮਾਨੰਦ ਨੇ ਜਿਹੜੀ ਉਸ ਦੀ 'ਮਰਨ ਦੀ

---

21. ਬਾਬਾ ਸੋਹਣ ਸਿੰਘ ਭਕਨਾ, *ਮੇਰੀ ਰਾਮ ਕਹਾਣੀ*, ਸਫ਼ਾ 70.
22. ਭਾਈ ਪਰਮਾਨੰਦ, *ਆਪਬੀਤੀ*, ਸਫ਼ੇ 70-71.

ਇੱਛਾ' ਦੀ ਗੱਲ ਕੀਤੀ ਹੈ, ਉਹ ਕੋਈ ਆਤਮਹੱਤਿਆ ਵਰਗੀ ਗੱਲ ਨਹੀਂ ਸੀ। ਭਾਈ ਸਰਾਭਾ ਨੇ ਸ਼ਾਇਦ ਗ਼ੁਲਾਮੀ ਦੀ ਜ਼ਲਾਲਤ ਦੀ ਅਸਹਿ ਪੀੜ ਨੂੰ ਦਰਸਾਉਣ ਲਈ ਇਹ ਤਿੱਖੀ ਸ਼ਬਦਾਵਲੀ (expression) ਵਰਤ ਲਈ ਸੀ।

ਬਾਬਾ ਵਿਸਾਖਾ ਸਿੰਘ, ਭਾਈ ਜਵਾਲਾ ਸਿੰਘ ਤੇ ਭਾਈ ਸੰਤੋਖ ਸਿੰਘ ਹੁਰਾਂ ਦੇ ਮਨਾਂ ਅੰਦਰ ਦੇਸ਼ ਨੂੰ ਆਜ਼ਾਦ ਕਰਵਾਉਣ ਤੇ ਇਸ ਮੰਤਵ ਵਾਸਤੇ ਜਥੇਬੰਦ ਹੋਣ ਦਾ ਵਿਚਾਰ ਕਿਵੇਂ ਪੈਦਾ ਹੋਇਆ, ਬਾਬਾ ਜਵਾਲਾ ਸਿੰਘ ਨੇ ਇਸ ਦਾ ਵਰਣਨ ਇੰਜ ਕੀਤਾ ਹੈ:

> "ਅਸੀਂ ਆਪਸ ਵਿਚ ਪਰਸਪਰ ਆਪਣੇ ਦੇਸ਼ ਦੀ ਬੁਰੀ ਹਾਲਤ ਉੱਤੇ ਵਿਚਾਰ ਕਰਿਆ ਕਰਦੇ ਸਾਂ ਤੇ ਇਸ ਦੀ ਗ਼ੁਲਾਮੀ ਤੇ ਮੰਦੀ ਹਾਲਤ ਨੂੰ ਦੂਰ ਕਰਨ ਵਾਸਤੇ ਸੋਚਿਆ ਕਰਦੇ ਸਾਂ ਕਿ ਮੰਦੀ-ਹਾਲ ਤੇ ਗ਼ੁਲਾਮੀ ਕਿਸ ਤਰ੍ਹਾਂ ਦੂਰ ਹੋ ਸਕਦੀ ਹੈ? ਬਹੁਤ ਸੋਚ ਵਿਚਾਰ ਕੇ ਬਾਅਦ ਵਿਚ ਅਸੀਂ ਇਸ ਨਤੀਜੇ 'ਤੇ ਪਹੁੰਚੇ ਕਿ ਜਦ ਤਕ ਦੇਸ਼-ਸੇਵਕ ਆਪਣਾ ਸਰਬੰਸ, ਗ਼ਰੀਬਾਂ ਤੇ ਦੇਸ਼ ਦੀ ਗ਼ੁਲਾਮੀ ਕੱਟਣ ਵਾਸਤੇ ਵਾਰਨ ਨੂੰ ਤਿਆਰ ਨਹੀਂ ਹੁੰਦੇ, ਕਦੇ ਭਾਰਤ ਦਾ ਉਦਾਰ ਹੋ ਹੀ ਨਹੀਂ ਸਕਦਾ। ਅਤੇ ਉਹ ਨਿਸ਼ਕਾਮ-ਸੇਵਕ ਆਪਣੇ ਦੇਸ਼ ਵਾਸਤੇ ਕੰਮ ਕਰਨ ਤੇ ਆਪਣੀਆਂ ਜਾਨਾਂ ਆਪਣੇ ਦੇਸ਼ ਵਾਸਤੇ ਦੇ ਦੇਣ। ਆਪਣਾ ਹਰ ਇਕ ਕੰਮ ਦੇਸ਼ ਵਾਸਤੇ ਕਰਨ ਤੇ ਉਨ੍ਹਾਂ ਸੇਵਕਾਂ ਦਾ ਖਾਣਾ ਪੀਣਾ, ਉੱਠਣਾ ਬਹਿਣਾ, ਸੌਣਾ ਜਾਗਣਾ, ਮਰਨਾ ਤੇ ਜਿਉਣਾ ਸਭ ਦੇਸ਼ ਵਾਸਤੇ ਹੀ ਹੋਵੇ। ਇਸੇ ਸਿਧਾਂਤ ਉੱਤੇ ਅਸੀਂ ਰਾਤ ਨੂੰ, ਕੰਮ ਕਰਕੇ ਆਪਣੀ ਸਭਾ ਵਿਚ ਵਿਚਾਰ ਕਰਿਆ ਕਰਦੇ ਸਾਂ।
>
> ਪਾਠਕ ਜੀ, ਸਾਡੀ ਸਭਾ ਸਾਡੇ ਘਰ ਦੇ ਹੀ ਆਦਮੀ ਹੁੰਦੇ ਸਨ! ਜਦ ਹਮੇਸ਼ਾ ਹੀ ਕਿਸੇ ਇਕ ਗੱਲ 'ਤੇ ਵਿਚਾਰ ਹੁੰਦੀ ਰਹੇ, ਤਦ ਆਦਮੀ 'ਤੇ ਬੜਾ ਪ੍ਰਭਾਵ ਪੈਂਦਾ ਹੈ। ਆਖ਼ਰ ਮੈਨੂੰ ਕੁਝ ਆਦਮੀਆਂ ਨੇ ਆਖਿਆ ਕਿ ਇਕ ਸਭਾ ਬਣੌਣੀ ਚਾਹੀਦੀ ਹੈ, ਤੇ ਉਸ ਦਾ ਉਹੀ ਆਦਮੀ ਮੈਂਬਰ ਬਣ ਸਕਦਾ ਹੋਵੇ, ਜੋ ਆਪਣਾ ਜੀਵਨ ਦੇਸ਼ ਵਾਸਤੇ ਅਰਪਨ ਕਰ ਦੇਵੇ।
>
> ਅਸਾਂ ਇਕ ਦਿਨ ਸਭ ਆਦਮੀਆਂ, ਇਕ ਦੂਸਰੇ ਨੂੰ ਪੁੱਛਣਾ ਆਰੰਭ ਕਰ ਦਿੱਤਾ ਕਿ ਦਸ ਭਾਈ ਆਪ ਆਪਣੇ ਦੇਸ਼ ਵਾਸਤੇ ਆਪਣੀ ਪਿਆਰੀ ਤੋਂ ਪਿਆਰੀ ਚੀਜ਼ ਕੀ ਵਾਰ ਸਕਦੇ ਹੋ? ਤੇ ਆਪਣਾ ਸਮਾਂ ਦੇਸ਼ ਵਾਸਤੇ ਕਿਤਨਾ ਕੁ ਦੇ ਸਕਦੇ ਹੋ? ਕਿਸੇ ਨੇ ਆਪਣੀ ਕਮਾਈ ਦਾ ਚੌਥਾ ਹਿੱਸਾ, ਕਿਸੇ ਨੇ ਆਪਣਾ ਜੀਵਨ ਹੀ ਦੇਣ ਨੂੰ ਆਖਿਆ। ਪਰ ਅਸੀਂ ਪਹਿਲਾਂ ਹੀ ਫ਼ੈਸਲਾ ਕਰ ਚੁੱਕੇ ਹਾਂ ਕਿ ਇਸ ਸਭਾ ਦਾ ਉਹੀ ਮੈਂਬਰ ਬਣੇ, ਜਿਸ ਨੇ ਆਪਣਾ ਜੀਵਨ ਦੇਸ਼ ਵਾਸਤੇ ਦੇਣਾ ਹੈ।"[23]

ਬਾਬਾ ਜਵਾਲਾ ਸਿੰਘ ਤੇ ਉਨ੍ਹਾਂ ਦੇ ਸਾਥੀਆਂ ਨੇ ਆਪਣਾ ਜੀਵਨ ਦੇਸ਼ ਨੂੰ ਅਰਪਣ ਕਰਨ ਦਾ ਫ਼ੈਸਲਾ ਕਿਵੇਂ ਕੀਤਾ, ਇਸ ਦਾ ਵਿਸਥਾਰ ਵਿਚ ਵਰਣਨ ਬਾਬਾ ਵਿਸਾਖਾ ਸਿੰਘ ਜੀ ਨੇ ਆਪਣੀ ਕਾਵਿ-ਰੂਪ ਵਿਚ ਲਿਖੀ ਆਤਮ ਕਥਾ ਵਿਚ ਕੀਤਾ ਹੈ। ਉਨ੍ਹਾਂ ਨੇ ਦੱਸਿਆ ਹੈ ਕਿ ਹਰ ਰੋਜ਼ ਸ਼ਾਮ ਨੂੰ ਕੰਮ-ਕਾਰ ਨਿਪਟਾਉਣ ਤੋਂ ਬਾਅਦ ਉਹ ਸਾਰੇ ਸ੍ਰੀ ਗੁਰੂ ਗ੍ਰੰਥ ਸਾਹਿਬ ਦੀ ਪਾਵਨ ਹਜ਼ੂਰੀ ਵਿਚ ਮਿਲ ਬੈਠ ਕੇ ਰਹਰਾਸਿ ਦਾ ਪਾਠ ਕਰਿਆ ਕਰਦੇ ਸਨ। ਇਕ ਦਿਨ ਕੀ ਹੋਇਆ ਕਿ ਸ਼ਾਮ ਨੂੰ ਕੰਮ ਦੀ ਛੁੱਟੀ ਹੋ ਜਾਣ ਤੋਂ ਬਾਅਦ ਬਾਬਾ ਜਵਾਲਾ ਸਿੰਘ ਤੇ ਭਾਈ ਸੰਤੋਖ ਸਿੰਘ, ਦੋਵੇਂ ਅਲਹਿਦਾ ਜਾ ਬੈਠੇ ਅਤੇ ਆਪਸ ਵਿਚ ਗੂੜ੍ਹ ਵਿਚਾਰਾਂ ਕਰਦੇ ਰਹੇ। ਬਾਕੀ ਸਿੰਘ ਰਹਰਾਸਿ ਦਾ ਪਾਠ ਸਮਾਪਤ ਕਰ ਕੇ ਉਨ੍ਹਾਂ ਦੀ ਉਡੀਕ ਕਰਨ ਲੱਗੇ। ਰਾਤ ਦਾ ਹਨੇਰਾ ਹੋ ਗਿਆ ਤਾਂ ਦੋਵੇਂ ਭਾਈ ਸਾਹਿਬ

---

23. ਬਲਵੀਰ ਪਰਵਾਨਾ (ਸੰਪਾ.), *ਲਿਖਤਾਂ: ਗ਼ਦਰੀ ਬਾਬਾ ਜਵਾਲਾ ਸਿੰਘ*, ਸਫ਼ੇ 12-13.

ਸੰਗਤ ਦੇ (ਉਤਾਰੇ ਹੋਏ) ਜੋੜਿਆਂ ਵਿਚ ਹੱਥ ਬੰਨ੍ਹੀ ਖੜੋਤੇ ਨਜ਼ਰ ਆਏ। ਉਨ੍ਹਾਂ ਨੇ ਬਾਬਾ ਵਿਸਾਖਾ ਸਿੰਘ ਨੂੰ ਬੇਨਤੀ ਕੀਤੀ, ਕਿ ਉਹ ਡੂੰਘੀ ਸੋਚ ਵਿਚਾਰ ਤੋਂ ਬਾਅਦ ਇਸ ਫ਼ੈਸਲੇ 'ਤੇ ਪਹੁੰਚੇ ਹਨ ਕਿ ਆਪਣਾ ਜੀਵਨ ਦੇਸ਼ ਸੇਵਾ ਲਈ ਅਰਪਣ ਕੀਤਾ ਜਾਵੇ, ਅਤੇ ਇਸ ਨੇਕ ਕਾਰਜ ਲਈ ਉਹ ਗੁਰੂ ਦੀ ਆਗਿਆ ਲੈਣੀ ਚਾਹੁੰਦੇ ਹਨ। ਬਾਬਾ ਵਿਸਾਖਾ ਸਿੰਘ ਜੀ ਨੇ ਉਨ੍ਹਾਂ ਦੀ ਇੱਛਾ ਉੱਤੇ ਫੁੱਲ ਚੜ੍ਹਾਉਂਦਿਆਂ ਗੁਰੂ ਗ੍ਰੰਥ ਸਾਹਿਬ 'ਚੋਂ ਹੁਕਮਨਾਮਾ ਲਿਆ। ਬਾਬਾ ਜੀ ਦੇ ਸ਼ਬਦਾਂ ਵਿਚ "ਜਦ ਵਾਕ ਲਿਆ ਤਾਂ ਗੁਰੂ ਗ੍ਰੰਥ ਸਾਹਿਬ ਨੇ ਵਾਕ ਦੁਆਰਾ ਆਨੰਦ ਕੀਤਾ ਹੈ। ਵੀਰ ਜੀ ਆਪ ਤਿਆਰ ਹੋ ਜਾਉ, ਤਦ ਦੋਵੇਂ ਵੀਰ ਤਿਆਰ ਹੋ ਗਏ। ਅਰਦਾਸਾ ਸੋਧ ਦੀਆ। ਰਾਤ ਉਮੀਦ ਨਹੀਂ ਵੀਰ ਸੋਏ ਹੋਣ, ਦਿਨ ਚੜ੍ਹਿਆ ਸਾਨੂੰ ਕਹਿਣ ਤੁਸੀਂ ਵੀ ਨਾਲ ਮਿਲ ਜਾਉ, ਤਦ ਮੈਂ ਕਿਹਾ ਗੁਰੂ ਸਾਹਿਬ ਨੂੰ ਪੁੱਛ ਲਈਏ। ਵਾਕ ਦੁਆਰਾ ਜੋ ਹੁਕਮ ਹੋਵੇਗਾ ਤਾਂ ਦਾਸ ਹਾਜ਼ਰ ਹੋ ਜਾਵੇਗਾ ਜੀ...ਵਾਕ ਲਿਆ ਤਾਂ ਏਹ ਵਾਕ ਆਇਆ:

> ਧਨਾਸਰੀ ਮਹਲਾ ੫॥
> ਚਤੁਰ ਦਿਸਾ ਕੀਨੋ ਬਲੁ ਅਪਨਾ ਸਿਰ ਊਪਰਿ ਕਰੁ ਧਾਰਿਓ॥
> ਕ੍ਰਿਪਾ ਕਟਾਖ੍ਯ ਅਵਲੋਕਨੁ ਕੀਨੋ ਦਾਸ ਕਾ ਦੂਖੁ ਬਿਦਾਰਿਓ॥੧॥
> ਹਰਿ ਜਨ ਰਾਖੇ ਗੁਰ ਗੋਵਿੰਦ॥
> ਕੰਠਿ ਲਾਇ ਅਵਗੁਣ ਸਭਿ ਮੇਟੇ ਦਇਆਲ ਪੁਰਖ ਬਖਸੰਦ॥ਰਹਾਉ॥
> ਜੋ ਮਾਗਹਿ ਠਾਕੁਰ ਅਪੁਨੇ ਤੇ ਸੋਈ ਸੋਈ ਦੇਵੈ॥
> ਨਾਨਕ ਦਾਸੁ ਮੁਖ ਤੇ ਜੋ ਬੋਲੈ ਈਹਾ ਊਹਾ ਸਚੁ ਹੋਵੈ॥[24]

ਜਦ ਬਾਬਾ ਵਿਸਾਖਾ ਸਿੰਘ ਨੇ ਵੀ ਆਪਣੇ ਦੋਵਾਂ ਵੀਰਾਂ ਨਾਲ ਰਲ ਕੇ ਦੇਸ਼ ਸੇਵਾ ਲਈ ਜੀਵਨ ਅਰਪਣ ਕਰ ਦੇਣ ਦਾ ਨਿਸਚਾ ਕਰ ਲਿਆ, ਤਾਂ ਉਸ ਦੇ ਝੱਟ ਬਾਅਦ ਉਨ੍ਹਾਂ ਦੇ ਦੋ ਹੋਰ ਸਾਥੀ ਭਾਈ ਹਜ਼ਾਰਾ ਸਿੰਘ (ਦਦੇਹਰ) ਤੇ ਭਾਈ ਨੌਧ ਸਿੰਘ (ਜ਼ਿਲ੍ਹਾ ਲਾਹੌਰ ਪਿੰਡ ਪਠਾਨਕੇ) ਵੀ ਨਾਲ ਰਲਣ ਲਈ ਤਿਆਰ ਹੋ ਗਏ। ਅਰਦਾਸਾ ਸੋਧ ਕੇ ਜੈਕਾਰੇ ਬੁਲਾਏ ਗਏ। ਇਸ ਤਰ੍ਹਾਂ ਪੰਜਾਂ ਸਿੰਘਾਂ ਦਾ ਜਥਾ ਤਿਆਰ ਹੋ ਗਿਆ। ਬਾਬਾ ਜਵਾਲਾ ਸਿੰਘ ਨੂੰ ਪ੍ਰਧਾਨ, ਬਾਬਾ ਵਿਸਾਖਾ ਸਿੰਘ ਨੂੰ ਮੀਤ ਪ੍ਰਧਾਨ, ਭਾਈ ਸੰਤੋਖ ਸਿੰਘ ਨੂੰ ਸਕੱਤਰ ਅਤੇ ਭਾਈ ਹਜ਼ਾਰਾ ਸਿੰਘ ਨੂੰ ਗ੍ਰੰਥੀ ਤੇ ਭਾਈ ਨੌਧ ਸਿੰਘ ਨੂੰ ਖ਼ਜ਼ਾਨਚੀ ਥਾਪਿਆ ਗਿਆ। ਹੁਣ ਪੰਜਾਂ ਸਿੰਘਾਂ ਨੇ ਆਪਸੀ ਵਿਚਾਰਾਂ ਕਰਨੀਆਂ ਅਤੇ ਰਲ ਕੇ ਕੰਮ ਕਰਨਾ ਸ਼ੁਰੂ ਕਰ ਦਿੱਤਾ। ਉਨ੍ਹਾਂ ਦੇ ਡੇਰੇ 'ਤੇ ਰੌਣਕਾਂ ਲੱਗਣੀਆਂ ਸ਼ੁਰੂ ਹੋ ਗਈਆਂ। ਹਰ ਸਾਲ ਦਸਮੇਸ਼ ਪਿਤਾ ਦਾ ਪ੍ਰਕਾਸ਼ ਪੁਰਬ ਪੂਰੀ ਧੂਮ-ਧਾਮ ਨਾਲ ਮਨਾਇਆ ਜਾਣ ਲੱਗਾ। ਤਿੰਨ ਦਿਨ ਜਿਥੇ ਕਥਾ ਕੀਰਤਨ ਦਾ ਪ੍ਰਵਾਹ ਚੱਲਦਾ, ਉਥੇ ਨਾਲ ਹੀ ਦਿਨ ਵੇਲੇ ਭਾਰੀ ਦੀਵਾਨ ਸਜਦੇ ਅਤੇ ਪ੍ਰਬੁੱਧ ਬੁਲਾਰਿਆਂ ਵੱਲੋਂ ਦੇਸ਼ ਦੀ ਹਾਲਤ ਬਾਰੇ ਤੇ ਵਿਦੇਸ਼ੀ ਗ਼ੁਲਾਮੀ ਦਾ ਫ਼ਸਤਾ ਵੱਢਣ ਬਾਰੇ ਗਿਆਨਮਈ ਤੇ ਜੋਸ਼-ਉਪਜਾਊ ਤਕਰੀਰਾਂ ਕੀਤੀਆਂ ਜਾਂਦੀਆਂ। ਬਾਬਾ ਵਿਸਾਖਾ ਸਿੰਘ ਦੀ ਆਤਮ ਕਥਾ ਵਿੱਚੋਂ, ਉਨ੍ਹਾਂ ਦੇ ਕੰਮ ਕਰਨ ਦੇ ਢੰਗ ਤੇ ਪ੍ਰਚਾਰ ਸ਼ੈਲੀ ਦਾ ਨਮੂਨਾ ਮਿਲਦਾ ਹੈ।

ਸੰਨ 1911 ਵਿਚ 27 ਦਸੰਬਰ ਵਾਲੇ ਦਿਨ ਹੋਲਟ ਫ਼ਾਰਮ ਵਿਖੇ ਮਨਾਏ ਗਏ ਗੁਰਪੁਰਬ ਦਾ ਬਿਆਨ ਬਾਬਾ ਜੀ ਨੇ ਇੰਜ ਕੀਤਾ ਹੈ:

---

24. ਬਾਬਾ ਵਿਸਾਖਾ ਸਿੰਘ, *ਆਤਮ ਕਥਾ*, ਸਫ਼ੇ 50-51.

"ਸੰਨ ਉੱਨੀ ਸੌ ਯਾਰਾਂ ਦੇ ਚੜ੍ਹਦਿਆਂ ਹੀ, ਸੇਵਾ ਕੀਤੀ ਜੋ ਦਿਆਂ ਬਤਾ ਵੀਰੋ।
ਜੁਆਲਾ ਸਿੰਘ ਨੇ ਪੰਜ ਵਜ਼ੀਫ਼ੇ* ਦਿੱਤੇ, ਮੁਲਕੋਂ ਲਏ ਸੀ ਪੰਜੇ ਬੁਲਾ ਵੀਰੋ।
ਵਿਚ ਬਰਕਲੀ ਉਨ੍ਹਾਂ ਨੂੰ ਜਗ੍ਹਾ ਦਿੱਤੀ, ਬੰਦੋਬਸਤ ਸੀ ਦੀਆ ਕਰਾ ਵੀਰੋ।
ਨੰਦ ਸਿੰਘ ਜੀ ਉਨ੍ਹਾਂ ਵਿਚ ਲੈਕ ਸੀ ਜੀ, ਉਹਨੂੰ ਦੀਆ ਪਰਧਾਨ ਬਣਾ ਵੀਰੋ।
ਕੱਠਾ ਕਰਕੇ ਬੰਦੋ ਜੀ ਬਸਤ ਸਾਰਾ, ਵਿਚ ਬਰਕਲੀ ਦੀਆ ਟਿਕਾ ਵੀਰੋ।
ਲੱਗੇ ਵਿੱਦਿਆ ਪੜ੍ਹਨ ਪ੍ਰੇਮ ਸੇ ਜੀ, ਕੰਮ ਸੇਵਾ ਦਾ ਛਿੜਿਆ ਸੀ ਆ ਵੀਰੋ।
ਲੱਗੀ ਖਿੜਨ ਗੁਲਜ਼ਾਰ ਸੀ ਹੋਰ ਸੰਤੋ, ਪੋਹ ਸੱਤਵੀਂ ਨੇੜੇ ਗਈ ਆ ਵੀਰੋ।
ਅਸਾਂ ਰਲ ਕੇ ਪੰਜਾਂ ਸਲਾਹ ਕੀਤੀ, ਲਈਏ ਗੁਰਾਂ ਦਾ ਪੁਰਬ ਮਨਾ ਵੀਰੋ।
ਮਨਸਾ ਸਾਰਿਆਂ ਰਲ ਸੀ ਠੀਕ ਹੋਇਆ, ਪੱਕੀ ਹੋ ਗਈ ਸਾਡੀ ਸਲਾਹ ਵੀਰੋ।
ਪਿੱਛੋਂ ਨਾਲ ਪ੍ਰੇਮ ਸਮਝਾ ਕਰਕੇ, ਕੱਠੀ ਲਈਏ ਜੀ ਮਾਇਆ ਕਰਾ ਵੀਰੋ।
ਲੈਕ ਸਿੰਘਾਂ ਦੀ ਬੰਨ੍ਹ ਕਮੇਟੀ ਦੇਈਏ, ਗੁਰੂ ਲਈਏ ਦੁਆਰ ਬਣਾ ਵੀਰੋ।
ਸੱਦ ਲਈਏ ਜੀ ਹਿੰਦੂਆਂ ਮੋਮਨਾਂ ਨੂੰ, ਨਾਲੇ ਸੱਦੀਏ ਸਿੰਘ ਭਰਾ ਵੀਰੋ।
ਫੇਰ ਸਾਰਿਆਂ ਪਾਸ ਅਰਜ਼ੋਈ ਕਰੀਏ, ਨਾਲ ਦੇਈਏ ਪ੍ਰੇਮ ਸਮਝਾ ਵੀਰੋ।
ਗੌਰਮਿੰਟ ਜੋ ਜ਼ੁਲਮ ਕਮਾ ਰਹੀ ਏ, ਸਾਰੇ ਵੀਰਾਂ ਨੂੰ ਦੇਈਏ ਸੁਣਾ ਵੀਰੋ।
ਕਰ ਜਾਣ 'ਤਫ਼ਾਕ† ਜਿਉਂ ਵੀਰ ਸਾਰੇ, ਬਣਤ ਸੋਈ ਜੀ ਲਈਏ ਬਣਾ ਵੀਰੋ।
ਜ਼ੋਰ ਲਾਈਏ ਵੀਰ ਜੀ ਰਲ ਸਾਰੇ, ਗੌਰਮਿੰਟ ਨੂੰ ਦੇਈਏ ਧੱਕਾ ਵੀਰੋ।
ਭਾਰਤ ਵਰਸ਼ ਨੂੰ ਰਲ ਉਠਾਲ ਦੇਈਏ, ਮਜ਼ਾ ਜ਼ੁਲਮ ਦਾ ਦੇਈਏ ਚਖਾ ਵੀਰੋ।
ਓੜਕ ਨਿਬੜੀ ਸਾਡੀ ਸਲਾਹ ਸੰਤੋ, ਪੱਕੀ ਲਈ ਫਿਰ ਖ਼ੂਬ ਪਕਾ ਵੀਰੋ।
ਚਿੱਠੇ ਲਿਖ ਕਰ ਭੇਜ ਦੀਏ ਸਾਰਿਆਂ ਨੂੰ, ਵਿਚ ਡਾਕ ਦੇ ਦਿੱਤੇ ਜੀ ਪਾ ਵੀਰੋ।
ਸੱਦ ਭੇਜਿਆ ਸਾਰੇ ਮੋਮਨਾਂ ਨੂੰ, ਨਾਲ ਸੱਦੇ ਸੀ ਹਿੰਦੂ ਭਰਾ ਵੀਰੋ।

... ...

ਸੱਚੇ ਪਾਤਸ਼ਾਹ ਦੀ ਦਇਆ ਹੋਈ, ਆਈਆਂ ਸੰਗਤਾਂ ਹੁੰਮ ਹੁਮਾ ਵੀਰੋ।
ਪੈਂਤੀ ਮੋਮਨ ਵੀ ਨਾਲ ਪ੍ਰੇਮ ਆਏ, ਬਾਰਾਂ ਆਏ ਸੀ ਹਿੰਦੂ ਭਰਾ ਵੀਰੋ।
ਹਰਦਿਆਲ ਤੇ ਪਰਮਾਂ ਸੀ ਨੰਦ ਆਏ, ਸਿੰਘ ਆਏ ਸੀ ਬਹੁਤ ਜੀ ਧਾਰ ਵੀਰੋ।
ਕਿਤੇ ਢੋਲਕੀ ਛੈਣਿਆਂ ਰੰਗ ਲਾਇਆ, ਕਿਤੇ ਰਹੀਆਂ ਸਮਾਧੀਆਂ ਲਾ ਵੀਰੋ।
ਆਈਆਂ ਸੰਗਤਾਂ ਹੁੰਮ ਹੁਮਾ ਕਰਕੇ, ਛਹਿਬਰ ਨਾਮ ਦੀ ਲੱਗੀ ਸੀ ਆ ਵੀਰੋ।
ਲੈਕਚਰ ਹੋਂਵਦੇ ਕਿਤੇ ਪ੍ਰੇਮ ਸੇ ਜੀ, ਰਹੇ ਵੀਰਾਂ ਨੂੰ ਵੀਰ ਸਮਝਾ ਵੀਰੋ।
ਆਏ ਵੀਰਾਂ ਦੀ ਸਿੰਘ ਜੀ ਸੇਵ ਕਰਦੇ, ਗਰਮ ਕਰ ਛਕਾਂਵਦੇ ਚਾਹ ਵੀਰੋ।
ਭੋਗ ਪੈਣ ਦਾ ਜਦੋਂ ਸੀ ਸਮਾਂ ਆਇਆ, ਬਾਹਰੋਂ ਸਭ ਨੂੰ ਲਿਆ ਬੁਲਾ ਵੀਰੋ।
ਕੀਤਾ ਕੀਰਤਨ ਸੀ ਸੰਗਤਾਂ ਰਲ ਸੋਹਣਾ, ਰਿਹਾ ਦਿਨ ਸੀ ਓਹ ਸੁਹਾ ਵੀਰੋ।
ਪਿੱਛੋਂ ਉਠ ਕਰ ਅਸਾਂ ਅਪੀਲ ਕੀਤੀ, ਪਹਿਲਾ ਵੀਰਾਂ ਨੂੰ ਫ਼ਤਹਿ ਬੁਲਾ ਵੀਰੋ।
ਦਇਆ ਕਰੋ ਜੇ ਰਲ ਕੇ ਤੁਸੀਂ ਵੀਰੋ, ਆਪ ਤਾਈਂ ਫਿਰ ਦਈਏ ਬਤਾ ਵੀਰੋ।
ਸਿੰਘਾਂ ਸਾਰਿਆਂ ਛਡ ਜੈਕਾਰ ਦਿੱਤਾ, ਮੁਖੋਂ ਦੀਆਂ ਸੀ ਹਾਂ ਅਲਾਹ ਵੀਰੋ।

---

* ਬਾਬਾ ਜਵਾਲਾ ਸਿੰਘ ਨੇ ਜਨਵਰੀ 1911 ਵਿਚ, ਦੇਸ਼ ਦੀ ਸੇਵਾ ਕਰਨ ਦੇ ਉਦੇਸ਼ ਨਾਲ, ਉਚੇਰੀ ਵਿੱਦਿਆ ਹਾਸਲ ਕਰਨ ਦੇ ਚਾਹਵਾਨ ਪੰਜ ਭਾਰਤੀ ਵਿਦਿਆਰਥੀਆਂ ਨੂੰ ਹਰ ਸਾਲ ਅਮਰੀਕਾ ਅੰਦਰ ਬੁਲਾ ਕੇ ਆਪਣੇ ਵੱਲੋਂ ਵਜ਼ੀਫ਼ੇ ਦੇਣ ਦਾ ਐਲਾਨ ਕੀਤਾ ਸੀ। ਇਹ ਵਜ਼ੀਫ਼ੇ ਗੁਰੂ ਗੋਬਿੰਦ ਸਿੰਘ ਜੀ ਦੀ ਸਤਿਕਾਰੀ ਯਾਦ ਵਿਚ ਚਾਲੂ ਕੀਤੇ ਗਏ ਸਨ। ਇਨ੍ਹਾਂ ਵਿਦਿਆਰਥੀਆਂ ਦੇ ਰਹਿਣ ਸਹਿਣ ਦਾ ਪ੍ਰਬੰਧ ਬਰਕਲੀ ਵਿਖੇ ਕੀਤਾ ਗਿਆ ਸੀ। ਭਾਈ ਨੰਦ ਸਿੰਘ ਸੀਹਰਾ ਪਹਿਲੇ ਸਾਲ ਵਜ਼ੀਫ਼ਾ ਹਾਸਲ ਕਰਨ ਵਾਲਾ ਹੋਣਹਾਰ ਵਿਦਿਆਰਥੀ ਸੀ। ਬਾਕੀ ਵਿਦਿਆਰਥੀਆਂ ਦੀ ਜ਼ਿੰਮੇਵਾਰੀ ਵੀ ਉਸ ਨੂੰ ਸੌਂਪੀ ਗਈ ਸੀ। ਭਾਈ ਕਰਤਾਰ ਸਿੰਘ ਸਰਾਭਾ ਦੀ ਅਮਰੀਕਾ ਆਉਂਦਿਆਂ ਹੀ ਭਾਈ ਨੰਦ ਸਿੰਘ ਨਾਲ ਜਾਣ-ਪਛਾਣ ਹੋ ਗਈ ਸੀ। ਉਸ ਦੇ ਜ਼ਰੀਏ ਉਸ ਦਾ ਸੰਪਰਕ ਬਾਬਾ ਜਵਾਲਾ ਸਿੰਘ ਤੇ ਬਾਬਾ ਵਿਸਾਖਾ ਸਿੰਘ ਹੁਰਾਂ ਨਾਲ ਹੋ ਗਿਆ ਸੀ।

† ਇਤਫ਼ਾਕ (ਏਕਤਾ)

ਸੁਣੋਂ ਤੁਸੀਂ ਪ੍ਰੇਮ ਸੇ ਖ਼ਾਲਸਾ ਜੀ, ਦੇਈਏ ਗੁਰੂ ਦੁਆਰਾ ਬਣਾ ਵੀਰੋ।
ਦਿਉ ਗੱਫ਼ੇ ਜੀ ਖੁੱਲ੍ਹ, ਹੁਣ ਨਾਂਗਣੀ ਦੇ, ਕੱਠੀ ਲਈਏ ਖਾਂ ਹੁਣ ਉਗਰਾਹ ਵੀਰੋ।
ਲੈਕ ਵੀਰਾਂ ਨੂੰ ਚੁਣ ਕੇ ਏਸ ਜਗ੍ਹਾ, ਦੇਈਏ ਸੋਹਣੀ ਕਮੇਟੀ ਸਜਾ ਵੀਰੋ।
ਕਰੋ ਮੇਹਰ ਹੁਣ ਸੰਗਤੇ ਆਪ ਸਾਰੇ, ਮਾਇਆ ਕੱਠੀ ਜੀ ਲਈਏ ਕਰਾ ਵੀਰੋ।
ਕਰ ਬੇਨਤੀ ਵੀਰਾਂ ਏਹ ਸਾਰਿਆਂ ਨੂੰ ਪਿੱਛੋਂ ਦੀਆਂ ਫਿਰ ਸੀਸ ਨਿਵਾ ਵੀਰੋ।
ਸੁਣੀ ਬੇਨਤੀ ਜਦੋਂ ਏਹ ਸੰਗਤਾਂ ਨੇ, ਚੜ੍ਹ ਗਿਆ ਫਿਰ ਸਭ ਨੂੰ ਚਾਅ ਵੀਰੋ।
ਦੇਣ ਲੱਗੇ ਫਿਰ ਮਾਇਆ ਪ੍ਰੇਮ ਸੇ ਜੀ, ਇਕ ਦੂਜੇ ਤੋਂ ਰਹੇ ਦੁਆ ਵੀਰੋ।
ਕਈ ਤਾੜਕੇ ਆਖਦੇ ਸਾਡੇ ਤਾਈਂ, ਤੁਸਾਂ ਪਹਿਲਾਂ ਨਹੀਂ ਦਸਿਆ ਜਾ ਵੀਰੋ।
ਪਾਸ ਡਾਲਾ* ਨਹੀਂ ਲੈ ਕਰ ਆਏ ਅਸੀਂ, ਸਾਥੋਂ ਲਓ ਖਾਂ ਹੁਣ ਲਿਖਾ ਵੀਰੋ।
ਡੇਰੀਂ ਆਣ ਕਰ ਸਾਡੀ ਜੀ ਲੈ ਔਣਾ, ਅਸੀਂ ਦੇਈਏ ਸੱਚ ਸੁਣਾ ਵੀਰੋ।
ਹਜ਼ਾਰ ਪੰਜ ਕੁ ਡਾਲਾ ਸੀ ਨਕਦ ਹੋਇਆ, ਬਹੁਤਾ ਦੀਆ ਸੀ ਸਭਨਾਂ ਲਿਖਾ ਵੀਰੋ।
ਪਿੱਛੋਂ ਚੁਣ ਕੇ ਸਿੰਘ ਜੀ ਲੈਕ ਬਾਰਾਂ, ਦਿੱਤੀ ਸੋਹਣੀ ਕਮੇਟੀ ਬਣਾ ਵੀਰੋ।
ਜੁਆਲਾ ਸਿੰਘ ਪਰਧਾਨ ਬਣਾ ਦੀਆ, ਸਾਨੂੰ ਮਾਇਆ ਸੀ ਦਿੱਤੀ ਗਿਣਾ ਵੀਰੋ।
ਤਾਰਾ ਸਿੰਘ ਸਕੱਤਰ ਬਣਾਏ ਦੀਆ, ਕਰੋ ਉਗਰਾਹੀ ਜੀ ਦੀਆ ਸੁਣਾ ਵੀਰੋ।

ਜੋੜ ਮੇਲੇ ਦਾ ਦੂਸਰਾ ਦਿਨ

ਦਿਨ ਦੂਸਰੇ ਪਹਿਰ ਕੁ ਰਾਤ ਰਹਿੰਦੀ, ਸੁੱਤੇ ਵੀਰਾਂ ਨੂੰ ਅਸਾਂ ਉਠਾਇਆ ਜੀ।
ਕੀਰਤਨ ਹੋਇਆ ਫਿਰ ਬਹੁਤ ਪ੍ਰੇਮ ਸੇ ਜੀ, ਅੰਮ੍ਰਿਤ ਸਿੰਘਾਂ ਨੂੰ ਫੇਰ ਛਕਾਇਆ ਜੀ।
ਅਸਾਂ ਆਖਿਆ ਨਿਤਰੋ ਵੀਰ ਮੇਰੇ, ਸਾਨੂੰ ਆਪ ਕਰਤਾਰ ਭਵਾਇਆ ਜੀ।
ਆਵੋ ਰਲਕੇ ਮੁਲਕ ਦੀ ਸੇਵ ਕਰੀਏ, ਭਾਰਤ ਵਰਸ਼ ਨੂੰ ਬਹੁਤ ਦਬਾਇਆ ਜੀ।
ਉਠੋ ਰਲ ਕੇ ਵੀਰ ਜੀ ਹੋ ਤਕੜੇ, ਕਾਹਨੂੰ ਤੁਸਾਂ ਨੇ ਹੌਂਸਲਾ ਢਾਹਿਆ ਜੀ।
ਏਸ ਜਿਉਣ ਤੋਂ ਵੀਰ ਜੀ ਮਰਨ ਚੰਗਾ, ਗ਼ੁਲਾਮ ਬਣ ਕਰ ਜਨਮ ਗਵਾਇਆ ਜੀ।
ਅੱਗੇ ਤੁਸਾਂ ਦੇ ਕੀ ਫ਼ਰੰਗੜੇ† ਨੇ, ਤੁਸਾਂ ਆਪਣਾ ਫ਼ਰਜ਼ ਭੁਲਾਇਆ ਜੀ।
ਹਿੰਦੂ ਮੋਮਨ ਸਿੰਘ ਰਲ ਜਾਉ ਸਾਰੇ, ਸਾਨੂੰ ਮੌਕਾ ਮਹਾਰਾਜ ਦੁਆਇਆ ਜੀ।
ਮਜ਼ਾ ਦੇਈਏ ਚਖ਼ਾ ਹੁਣ ਜ਼ਾਲਮਾਂ ਨੂੰ, ਸਾਨੂੰ ਮੌਕਾ ਮਹਾਰਾਜ ਦੁਆਇਆ ਜੀ।
ਏਨੇ ਬਚਨ ਜਾ ਕੀਤੇ ਸੀ ਅਸਾਂ ਵੀਰੋ, ਸਿੰਘਾਂ ਸੋਹਣਾ ਜੈਕਾਰਾ ਬੁਲਾਇਆ ਜੀ।
ਕਈ ਮਿਲ ਗਏ ਸਿੰਘ ਤਿਆਰ ਹੋ ਕੇ, ਸਾਥ ਸਾਡਾ ਸੀ ਉਨ੍ਹਾਂ ਬਣਾਇਆ ਜੀ।
ਹਰਦਿਆਲ ਤੇ ਪਰਮਾ ਸੀ ਨੰਦ ਭਾਈ, ਏਹਨਾਂ ਉਠਕੇ ਹਾਲ ਸੁਣਾਇਆ ਜੀ।
ਅਸਾਂ ਆਖਿਆ ਹਰਦਿਆਲ ਤਾਈਂ, ਕਰੀਏ ਕੰਮ ਤੇ ਆਖ ਸਮਝਾਇਆ ਜੀ।
ਮੈਨੂੰ‡ ਆਏ ਨੂੰ ਤਿੰਨ ਨਾ ਸਾਲ ਹੋਏ, ਏਸ ਕਰਕੇ ਵਿਚ ਨਾ ਆਇਆ ਜੀ।
ਲੈਕਚਰ ਹੋਂਵਦੇ ਰਹੇ ਪ੍ਰੇਮ ਸੇ ਜੀ, ਦੁਪਹਿਰ ਹੋਈ ਪਰਸ਼ਾਦ ਛਕਾਇਆ ਜੀ।
ਥੋੜ੍ਹਾ ਚਿਰ ਜਾ ਸੰਗਤਾਂ 'ਰਾਮ ਕੀਤਾ, ਫੇਰ ਉਠ ਦੁਆਨ ਸਜਾਇਆ ਜੀ।
ਲੱਗਾ ਹੋਣ ਪ੍ਰਚਾਰ ਸੀ ਖ਼ੂਬ ਵੀਰੋ, ਸਾਰਾ ਦਿਨ ਹੀ ਬਹੁਤ ਸੁਹਾਇਆ ਜੀ।
ਹੋਇਆ ਬਹੁਤ ਪ੍ਰੇਮ ਸੀ ਸੰਗਤਾਂ ਨੂੰ, ਜੈਸਾ ਓਸ ਕਰਤਾਰ ਨੂੰ ਭਾਇਆ ਜੀ।
ਸਾਰਾ ਦਿਨ ਹੀ ਰਿਹਾ ਪ੍ਰਚਾਰ ਹੁੰਦਾ, ਦਿਨ ਛਿਪਣੇ ਤੇ ਵੀਰ ਜੀ ਆਇਆ ਜੀ।
ਦੁਆਨ ਅਸਾਂ ਸਮਾਪਤੀ ਕੀਤੀ ਸੀ, ਅਰਦਾਸਾ ਨਾਲ ਪ੍ਰੇਮ ਸੁਧਾਇਆ ਜੀ।

---

* ਡਾਲਰ

† ਅੰਗਰੇਜ਼ਾਂ ਨੂੰ ਨਫ਼ਰਤ ਨਾਲ ਫ਼ਰੰਗੀ ਜਾਂ ਫ਼ਰੰਗੜੇ ਕਿਹਾ ਜਾਂਦਾ ਸੀ।

‡ ਅਮਰੀਕੀ ਆਵਾਸ (immigration) ਕਾਨੂੰਨ ਅਨੁਸਾਰ ਜਿਹੜੇ ਆਵਾਸੀ ਨੇ ਅਮਰੀਕਾ ਅੰਦਰ ਤਿੰਨ ਸਾਲ ਪੂਰੇ ਨਹੀਂ ਕੀਤੇ ਹੁੰਦੇ ਸਨ, ਉਨ੍ਹਾਂ ਨੂੰ ਸਰਕਾਰ ਜਦ ਜੀਅ ਚਾਹੇ ਵਾਪਸ ਭੇਜ ਸਕਦੀ ਸੀ। ਇਸ ਕਰਕੇ ਲਾਲਾ ਹਰਦਿਆਲ ਨੇ ਰਾਜਸੀ ਖੇਤਰ ਵਿਚ ਸਰਗਰਮ ਹੋਣ ਤੋਂ ਇਸ ਕਰਕੇ ਨਾਂਹ ਕਰ ਦਿੱਤੀ ਸੀ ਕਿ ਉਸ ਵਕਤ ਉਸ ਦੇ ਅਮਰੀਕਾ ਵਿਚ ਤਿੰਨ ਸਾਲ ਪੂਰੇ ਨਹੀਂ ਹੋਏ ਸਨ।

ਤੀਸਰੇ ਦਿਨ ਦਾ ਜੋੜ ਮੇਲਾ

ਦਿਨ ਤੀਸਰੇ ਪਹਿਰ ਕੁ ਰਾਤ ਰਹਿੰਦੀ, ਸੁੱਤੇ ਵੀਰਾਂ ਨੂੰ ਆਪ ਜਗੌਣ ਲੱਗੇ।
ਪਹਿਲਾਂ ਆਸਾ ਦੀ ਵਾਰ ਦਾ ਭੋਗ ਪਾਇਆ, ਗਰਮਾ ਗਰਮ ਪਰਸ਼ਾਦਾ ਛਕੌਣ ਲੱਗੇ।
ਦਿਨ ਤੀਸਰੇ ਵੀ ਰਿਹਾ ਦੁਆਨ ਸੋਹਣਾ, ਦੁਪਹਿਰ ਹੋਈ ਪਰਸ਼ਾਦ ਛਕੌਣ ਲੱਗੇ।
ਸਾਰਾ ਦਿਨ ਹੀ ਰਿਹਾ ਪ੍ਰਚਾਰ ਹੁੰਦਾ, ਸ਼ਾਮ ਪਈ ਤੇ ਵਿਦਾ ਕਰੌਣ ਲੱਗੇ।
ਨਾਲ ਕਈਆਂ ਦੇ ਤੁਰ ਕੇ ਗਏ ਅਸੀਂ, ਸਭਨਾਂ ਨਾਲ ਪ੍ਰੇਮ ਨਿਭੌਣ ਲੱਗੇ।
ਦੂਰ ਵਾਲਿਆਂ ਸਵੇਰੇ ਜੀ ਨਾਲ ਜਾ ਕੇ, ਗੱਡੀ ਨਾਲ ਪ੍ਰੇਮ ਚੜ੍ਹੌਣ ਲੱਗੇ।
ਪਿੱਛੋਂ ਬੈਠ ਕਰ ਗੁਰਾਂ ਹਜ਼ੂਰ ਸੰਤੋ, ਸ਼ੁਕਰ ਉਸ ਕਰਤਾਰ ਮਨੌਣ ਲੱਗੇ।
ਬਣ ਜਾਏਗਾ ਗੁਰੂ ਦੁਆਰ ਸੋਹਣਾ, ਗੁਰੂ ਸਾਹਿਬ ਨੂੰ ਸੀਸ ਝੁਕੌਣ ਲੱਗੇ।
ਨਾਲੇ ਮੁਲਕ ਦਾ ਸੋਹਣਾ ਸੁਧਾਰ ਹੋਊ, ਅਸੀਂ ਵਾਸਤੇ ਰੱਬ ਦੇ ਪੌਣ ਲੱਗੇ।
ਤੂੰ ਹੀ ਜੀਵ ਤੋਂ ਨਾਮ ਜਪੌਣ ਵਾਲਾ, ਤੇਰੀ ਆਸ ਫੇਰ ਸਾਰੇ ਤਕੌਣ ਲੱਗੇ।
ਸੇਵਾਦਾਰ ਵਸਾਖ ਦੀ ਬੇਨਤੀ ਜੀ, ਭਾਰਤ ਵਰਸ਼ ਦਾ ਭਲਾ ਸੀ ਚਾਹੁਣ ਲੱਗੇ।[25]

ਬਾਬਾ ਵਿਸਾਖਾ ਸਿੰਘ ਜੀ ਦੇ ਉਪਰੋਕਤ ਬ੍ਰਿਤਾਂਤ ਤੋਂ ਪ੍ਰਤੱਖ ਹੋ ਜਾਂਦਾ ਹੈ ਕਿ ਅਮਰੀਕਾ-ਕੈਨੇਡਾ ਅੰਦਰ ਸਿੱਖਾਂ ਵਿਚ ਦੇਸ਼ ਭਗਤੀ ਦੀ ਲਗਨ ਆਤਮਿਕ ਜਾਗ੍ਰਤੀ ਦੇ ਜ਼ਰੀਏ ਪੈਦਾ ਹੋਈ। ਧਰਮ ਪ੍ਰਚਾਰ ਤੇ ਰਾਜਸੀ ਪ੍ਰਚਾਰ ਦਾ ਕੰਮ ਜੁੜਵੇਂ ਰੂਪ ਵਿਚ ਚੱਲਿਆ। ਬਾਬਾ ਜਵਾਲਾ ਸਿੰਘ ਤੇ ਉਨ੍ਹਾਂ ਦੇ ਸਾਥੀਆਂ ਨੇ ਦੇਸ਼ ਲਈ ਜੀਵਨ ਅਰਪਨ ਕਰਨ ਦਾ ਫ਼ੈਸਲਾ ਆਪਣੇ ਪੱਧਰ 'ਤੇ ਕੀਤਾ ਸੀ। ਉਦੋਂ ਅਜੇ ਉਨ੍ਹਾਂ ਦਾ ਲਾਲਾ ਹਰਦਿਆਲ ਜਾਂ ਕਿਸੇ ਹੋਰ ਹਿੰਦੂ ਰਾਸ਼ਟਰਵਾਦੀ ਨਾਲ ਮੇਲ ਨਹੀਂ ਹੋਇਆ ਸੀ। ਜਦੋਂ ਲਾਲਾ ਹਰਦਿਆਲ ਦਸੰਬਰ 1911 ਵਿਚ 'ਭਾਈਆਂ' ਦੇ ਸੱਦੇ 'ਤੇ ਹੋਲਟ ਫ਼ਾਰਮ ਵਿਖੇ ਗੁਰਪੁਰਬ ਦੇ ਸਮਾਗਮ ਵਿਚ ਸ਼ਾਮਲ ਹੋਇਆ ਸੀ, ਤਾਂ ਬਾਬਾ ਵਿਸਾਖਾ ਸਿੰਘ ਹੁਰਾਂ ਨੇ ਉਸ ਨੂੰ ਦੇਸ਼ ਸੇਵਾ ਦੇ ਕਰਮ ਵਿਚ ਸਰਗਰਮ ਹੋਣ ਲਈ ਕਿਹਾ ਸੀ, ਜਿਸ ਦੇ ਜੁਆਬ ਵਿਚ ਲਾਲਾ ਹਰਦਿਆਲ ਨੇ ਕਿਹਾ ਸੀ ਕਿ ਅਜੇ ਉਸ ਦੇ ਅਮਰੀਕਾ ਅੰਦਰ ਤਿੰਨ ਸਾਲ ਪੂਰੇ ਨਹੀਂ ਹੋਏ ਸਨ, ਜਿਸ ਕਰਕੇ ਜੇਕਰ ਉਸ ਨੇ ਰਾਜਸੀ ਸਰਗਰਮੀਆਂ ਵਿਚ ਸਿੱਧਾ ਹਿੱਸਾ ਲਿਆ ਤਾਂ ਉਸ ਨੂੰ ਗ੍ਰਿਫ਼ਤਾਰ ਕਰ ਕੇ ਭਾਰਤ ਭੇਜੇ ਜਾਣ ਦਾ ਖ਼ਤਰਾ ਸੀ। ਭਾਵੇਂ ਲਾਲਾ ਹਰਦਿਆਲ ਦੀ ਇਹ ਗੱਲ ਗ਼ਲਤ ਨਹੀਂ ਸੀ, ਪਰ ਇਸ ਤੋਂ ਇਸ ਤੱਥ ਦੀ ਪੁਸ਼ਟੀ ਹੁੰਦੀ ਹੈ ਕਿ ਸਿੱਖਾਂ ਨੂੰ ਦੇਸ਼ ਦੀ ਆਜ਼ਾਦੀ ਲਈ ਜੂਝਣ ਦੀ ਪ੍ਰੇਰਨਾ ਲਾਲਾ ਹਰਦਿਆਲ ਜਾਂ ਬੰਗਾਲੀ ਹਿੰਦੂ ਰਾਸ਼ਟਰਵਾਦੀਆਂ ਕੋਲੋਂ ਨਹੀਂ ਮਿਲੀ ਸੀ, ਇਹ ਚੇਤਨਾ ਉਨ੍ਹਾਂ ਅੰਦਰ ਖ਼ੁਦ-ਬ-ਖ਼ੁਦ ਪੈਦਾ ਹੋਈ ਸੀ ਅਤੇ ਉਹ ਆਪਣੇ ਧਾਰਮਿਕ ਜਜ਼ਬਾਤ ਤੇ ਅਕੀਦਿਆਂ ਤੋਂ ਪ੍ਰੇਰਿਤ ਹੋ ਕੇ ਹੀ ਦੇਸ਼ ਦੀ ਆਜ਼ਾਦੀ ਲਈ ਮਰ ਮਿਟਣ ਲਈ ਤਿਆਰ ਹੋਏ ਸਨ। ਇਸ ਤਰੀਕੇ ਨਾਲ, ਉਨ੍ਹਾਂ ਦੇ ਦਿਲਾਂ ਅੰਦਰ ਦੇਸ਼ ਭਗਤੀ ਦਾ ਵਲਵਲਾ ਮਘ ਉਠਿਆ ਸੀ। ਸਿੱਖਾਂ ਅੰਦਰ ਦੇਸ਼ ਭਗਤੀ ਦਾ ਇਹ ਜਜ਼ਬਾ ਨਾ ਸਿਰਫ਼ ਹੋਰਨਾਂ ਭਾਰਤੀ ਵਰਗਾਂ ਨਾਲੋਂ ਵੱਖਰੇ ਢੰਗ ਨਾਲ ਪੈਦਾ ਹੋਇਆ, ਬਲਕਿ ਇਸ ਦਾ ਤੱਤ ਹਿੰਦੂ ਰਾਸ਼ਟਰਵਾਦ ਨਾਲੋਂ ਬਹੁਤ ਵੱਖਰਾ ਸੀ। ਇਸ ਨੂੰ ਸਮਝਣ ਲਈ ਦੇਸ਼ ਭਗਤੀ ਤੇ ਰਾਸ਼ਟਰਵਾਦ ਵਿਚਕਾਰ ਸਿਧਾਂਤਕ ਨਿਖੇੜਾ ਕਰਨਾ ਜ਼ਰੂਰੀ ਹੈ।

---

25. ਬਾਬਾ ਵਿਸਾਖਾ ਸਿੰਘ, *ਆਤਮ ਕਥਾ*, ਸਫ਼ੇ 53-61.

'ਦੇਸ਼ ਭਗਤੀ' ਤੇ 'ਰਾਸ਼ਟਰਵਾਦ' ਵਿਚਕਾਰ ਸਿਧਾਂਤਕ ਨਿਖੇੜਾ

ਪ੍ਰਸਿੱਧ ਬਰਤਾਨਵੀ ਵਿਦਵਾਨ ਜੌਰਜ ਔਰਵੈੱਲ ਨੇ, ਦੋ ਸੰਸਾਰ ਜੰਗਾਂ ਅਤੇ ਫਾਸ਼ੀਵਾਦ ਤੇ ਨਾਜ਼ੀਵਾਦ ਵਰਗੇ ਮਾਨਵ-ਦੋਖੀ ਵਰਤਾਰਿਆਂ ਦਾ ਪੜਚੋਲਵਾਂ ਮੁਲਾਂਕਣ ਕਰਨ ਉਪਰੰਤ 'ਰਾਸ਼ਟਰਵਾਦ' ਤੇ 'ਦੇਸ਼ ਭਗਤੀ' ਵਿਚਕਾਰ ਨਿਖੇੜਾ ਕਰਨ ਦਾ ਸਿਧਾਂਤਕ ਮੱਤ ਪੇਸ਼ ਕੀਤਾ ਸੀ। ਉਸ ਨੇ ਇਹ ਨਿਚੋੜ ਕੱਢਿਆ ਸੀ, ਕਿ 'ਇਹ ਦੋ ਵੱਖੋ-ਵੱਖਰੇ, ਇਥੋਂ ਤਕ ਕਿ ਇਕ ਦੂਜੇ ਦੇ ਵਿਰੋਧੀ ਸੰਕਲਪ ਹਨ। ਦੇਸ਼ ਭਗਤੀ ਤੋਂ ਭਾਵ ਕਿਸੇ ਵਿਸ਼ੇਸ਼ ਜਗ੍ਹਾ ਅਤੇ ਵਿਸ਼ੇਸ਼ ਜੀਵਨ-ਸ਼ੈਲੀ ਵਿਚ ਸ਼ਰਧਾ ਹੈ। ਦੇਸ਼ ਭਗਤ ਦਾ ਇਸ ਗੱਲ ਵਿਚ ਦ੍ਰਿੜ੍ਹ ਵਿਸ਼ਵਾਸ ਹੁੰਦਾ ਹੈ ਕਿ ਉਸਦੀ ਹਰਮਨ ਪਿਆਰੀ ਜਗ੍ਹਾ ਤੇ ਜੀਵਨ-ਸ਼ੈਲੀ ਸਾਰੀ ਦੁਨੀਆਂ ਨਾਲੋਂ ਨਿਆਰੀ ਤੇ ਬਿਹਤਰ ਹੈ। ਪਰੰਤੂ ਉਸ ਅੰਦਰ ਇਸ ਨੂੰ ਦੂਸਰਿਆਂ ਉੱਤੇ ਠੋਸਣ ਦੀ ਕੋਈ ਤਮੰਨਾ ਨਹੀਂ ਹੁੰਦੀ। ਉਹ ਇਸ ਭਾਵਨਾ ਤੋਂ ਮੁਕਤ ਹੁੰਦਾ ਹੈ। ਦੇਸ਼ ਪਿਆਰ ਆਪਣੇ ਸੁਭਾਅ ਵਜੋਂ ਸੁਸ਼ੀਲ ਤੇ ਸੱਭਿਆਚਾਰਕ ਪੱਖੋਂ ਆਤਮ-ਰੱਖਿਅਕ (defensive) ਹੁੰਦਾ ਹੈ। ਰਾਸ਼ਟਰਵਾਦ ਦਾ ਖ਼ਾਸਾ ਏਦੂੰ ਉਲਟ ਹੁੰਦਾ ਹੈ। ਇਸ ਨੂੰ ਸੱਤਾ ਦੀ ਤਮ੍ਹਾ ਨਾਲੋਂ ਵੱਖ ਨਹੀਂ ਕੀਤਾ ਜਾ ਸਕਦਾ। ਸੱਤਾ ਤੇ ਵੱਕਾਰ ਵਿਚ ਵਾਧਾ ਕਰਨਾ ਇਸ ਦਾ ਲਕਸ਼ ਹੁੰਦਾ ਹੈ।'[26]

ਉਪਰੋਕਤ ਵਿਆਖਿਆ ਤੋਂ ਇਹ ਭਾਵ ਭਲੀਭਾਂਤ ਸਪੱਸ਼ਟ ਹੋ ਜਾਂਦਾ ਹੈ ਕਿ ਰਾਸ਼ਟਰਵਾਦ ਆਪਣੇ ਸੁਭਾਅ ਵਜੋਂ ਹੀ ਕਾਮਨਾਮਈ (ਅਕਾਂਖਿਆਵਾਨ) ਹੁੰਦਾ ਹੈ। ਇਸ ਅੰਦਰ 'ਦੂਸਰਿਆਂ' ਉੱਤੇ ਆਪਣਾ ਸੱਭਿਆਚਾਰਕ ਤੇ ਰਾਜਸੀ ਗ਼ਲਬਾ ਪਾਉਣ ਦੀ ਲਾਲਸਾ ਹੁੰਦੀ ਹੈ। ਇਸ ਕਰਕੇ, ਰਾਸ਼ਟਰਵਾਦੀ ਵਰਗ (ਜਾਂ ਵਰਗਾਂ) ਅੰਦਰ ਜਿਥੇ ਆਪਣੀ ਆਜ਼ਾਦੀ ਲਈ ਲੜਨ ਦਾ ਪਰਬਲ ਜਜ਼ਬਾ ਹੁੰਦਾ ਹੈ, ਉਥੇ ਨਾਲ ਹੀ, 'ਦੂਸਰਿਆਂ' ਦੀ ਆਜ਼ਾਦੀ ਤੇ ਖ਼ੁਦਮੁਖ਼ਤਿਆਰੀ ਨੂੰ ਲਤਾੜਨ ਤੇ ਨਕਾਰਨ ਦੀ ਨਿਖੇਧਾਤਮਿਕ ਰੁਚੀ ਕਿਰਿਆਸ਼ੀਲ ਹੁੰਦੀ ਹੈ। ਇਸ ਅੰਦਰ ਸਮਕਾਲੀ ਰਾਜਸੀ ਸੁਆਰਥ ਦੇ ਅੰਸ਼ ਸ਼ਾਮਲ ਹੁੰਦੇ ਹਨ। ਇਸ ਦੇ ਉਲਟ, ਦੇਸ਼ ਭਗਤੀ ਦੇ ਸ਼ੁੱਧ ਜਜ਼ਬੇ ਅੰਦਰ ਇਹ ਨਕਾਰਾਤਮਿਕ ਅੰਸ਼ ਨਹੀਂ ਹੁੰਦੇ। ਇਸ ਲਿਹਾਜ਼ ਨਾਲ, ਗ਼ਦਰੀ ਸੰਗਰਾਮੀਏ ਬਹੁਤ ਹੀ ਵੱਖਰੇ ਤੇ ਵਿਲੱਖਣ ਅਰਥਾਂ, ਸਿੱਖ ਅਰਥਾਂ, ਵਿਚ ਦੇਸ਼ ਭਗਤ ਸਨ। ਉਨ੍ਹਾਂ ਦੀ ਦੇਸ਼ ਭਗਤੀ, ਸਿੱਖ ਧਰਮ ਦੇ ਮਾਨਵਵਾਦੀ ਸਰੋਕਾਰਾਂ ਦੇ ਅਨੁਸਾਰੀ ਸੀ। ਇਹ ਪਰਉਪਕਾਰ ਦੀ ਭਾਵਨਾ ਦਾ ਰਾਜਸੀ ਮੁਜੱਸਮਾ ਸੀ। ਉਨ੍ਹਾਂ ਦੇ ਮਨਾਂ ਅੰਦਰ ਜਿਥੇ ਬਰਤਾਨਵੀ ਗ਼ੁਲਾਮੀ ਦਾ ਖ਼ਾਤਮਾ ਕਰਨ ਦਾ ਪ੍ਰਚੰਡ ਜਜ਼ਬਾ ਸੀ, ਉਥੇ ਨਾਲੋ-ਨਾਲ, ਉਹ ਸਾਰੀਆਂ ਕੌਮਾਂ ਤੇ ਸਾਰੇ ਵਰਗਾਂ ਦੀ ਆਜ਼ਾਦੀ ਤੇ ਬਰਾਬਰੀ ਦੇ ਅਸੂਲ ਦੇ ਅਡੋਲ ਧਾਰਨੀ ਸਨ। ਉਨ੍ਹਾਂ ਦਾ ਆਜ਼ਾਦੀ ਦਾ ਆਦਰਸ਼ ਰੂਹਾਨੀ ਸੀ। ਉਨ੍ਹਾਂ ਦਾ ਦੇਸ਼ ਤੇ ਆਜ਼ਾਦੀ ਨਾਲ ਪਿਆਰ ਦੁਨਿਆਵੀ ਸੁਆਰਥਾਂ ਤੇ ਲਾਲਸਾਵਾਂ ਤੋਂ ਮੁਕਤ ਸੀ। ਇਹ ਹਿੰਦੂ ਰਾਸ਼ਟਰਵਾਦੀਆਂ ਦੀ ਦੇਸ਼ ਭਗਤੀ ਨਾਲੋਂ ਬਹੁਤ ਵੱਖਰਾ ਸੀ। ਭਾਈ ਰਣਧੀਰ ਸਿੰਘ ਜੀ ਦੇ ਹੇਠ ਲਿਖੇ ਕਥਨਾਂ ਤੋਂ ਇਸ ਦੀ ਪਾਰਦਰਸ਼ਕ ਝਲਕ ਮਿਲਦੀ ਹੈ:

> "ਮਹਿਜ਼ ਰਾਜਗੀਰੀ ਦੀ ਇੱਛਾ ਤੇ ਲਾਲਚ ਵਿਚ ਕਿਸੇ ਰਾਜ ਨੂੰ ਰੋੜ੍ਹਨ ਦੇ ਨਿਰੇ ਦਮਗਜੇ ਮਾਰਨ ਨੂੰ ਜੇ ਕੋਈ ਕੌਮੀਅਤ ਤੇ ਕੌਮ-ਪ੍ਰਸਤੀ ਕਹੇ ਤਾਂ ਇਸ ਦਾ ਕੋਈ ਲਾਭ ਨਹੀਂ। ਐਸੀ ਕੌਮੀਅਤ ਤੋਂ ਸੌਰਨਾ ਭੀ ਕੀ ਹੈ? ਜਿਸ ਕੌਮ ਤੇ ਕੌਮੀਅਤ ਅੰਦਰ

---

26. George Orwell, *Notes on Nationalism.*

ਰੂਹਾਨੀਅਤ ਵਾਲੀ ਜੀਵਨ-ਕਣੀ ਨਹੀਂ, ਐਸੇ ਨਿਰੇ ਰਾਜ-ਸਾਜ ਦੀ ਇੱਛਾ ਵਾਲਿਆਂ ਨੂੰ ਦੇਵਨੇਤ ਨਾਲ ਰਾਜ-ਸਾਜ ਮਿਲ ਵੀ ਜਾਵੇ ਤਾਂ ਇਸ ਬਾਤ ਦੀ ਕੀ ਗਰੰਟੀ ਹੈ ਕਿ ਉਨ੍ਹਾਂ ਦਾ ਬੁਲ-ਹਵਸੀ-ਰਾਜ ਕਿਸੇ ਪਹਿਲੇ ਕਾਇਮ ਸ਼ੁਦਾ ਰਾਜ ਨਾਲੋਂ ਚੰਗੇਰਾ ਤੇ ਪਰਜਾ ਲਈ ਅਧਿਕ ਭਲੇਰਾ ਹੋਵੇਗਾ ? ...ਆਪਾ-ਪ੍ਰਸਤਾਂ ਤੋਂ ਕੌਮ-ਪ੍ਰਸਤੀ ਨਹੀਂ ਹੋ ਸਕਦੀ। ਸੁਆਰਥੀਆਂ ਪਾਸੋਂ ਪਰਸੁਆਰਥ ਤੇ ਪਰਉਪਕਾਰ ਕਦੇ ਨਹੀਂ ਹੋ ਸਕਦਾ। ਖ਼ੁਦਗਰਜ਼ੀ ਲਈ ਆਪਣੇ ਭਾਈਆਂ ਨੂੰ ਪਛਾੜ ਲਤਾੜ ਕੇ ਛੋਟੀਆਂ ਛੋਟੀਆਂ ਸਿਕਦਾਰੀਆਂ ਤੇ ਅਹੁਦੇਦਾਰੀਆਂ ਨੂੰ ਜੱਫਾ ਮਾਰਨ ਵਾਲਿਆਂ ਤੋਂ ਇਹ ਆਸ ਤੱਕਣੀ ਕਿ ਉਹ ਕੌਮ, ਦੇਸ ਯਾ ਜਨਤਾ ਦੇ ਭਲੇ ਲਈ ਕੁਝ ਕਰਨਗੇ, ਨਿਰੀ ਖ਼ਾਮ-ਖ਼ਿਆਲੀ ਹੈ। ਇਹ ਤਾਂ ਸਗੋਂ ਆਪਾ-ਪ੍ਰਸਤੀ ਤੇ ਅਹੁਦਾ-ਪ੍ਰਸਤੀ ਹੈ। ਆਪਾ-ਪ੍ਰਸਤੀ ਸਰਕਾਰ-ਪ੍ਰਸਤੀ ਨਾਲੋਂ ਕੋਈ ਨਵੀਂ ਤੇ ਚੰਗੀ ਚੀਜ਼ ਨਹੀਂ... ਅਜਿਹੀਆਂ ਸੁਆਰਥੀ ਚਾਲਾਂ ਨਾਲ ਪ੍ਰਾਪਤ ਕੀਤੇ ਸਵਰਾਜ ਤੇ ਕੌਮੀ ਰਾਜ ਤੋਂ ਕੋਈ ਲਾਭ ਨਹੀਂ ਹੋ ਸਕਦਾ ਤੇ ਨਾ ਇਨਸਾਨੀਅਤ, ਇਖ਼ਲਾਕ, ਅਣਖ, ਪਰਉਪਕਾਰ ਆਦਿ ਗੁਣਾਂ ਤੋਂ ਸੱਖਣੇ ਪੁਰਸ਼ਾਂ ਦੇ ਇਕੱਠ ਦਾ ਨਾਂ ਕੌਮ ਯਾ ਕੌਮੀਅਤ ਹੋ ਸਕਦਾ ਹੈ...ਦੇਸ ਦੇ ਭਲੇ ਤੇ ਕੌਮ ਦੀ ਖ਼ਾਤਰ ਕੁਝ ਚਾਹੁਣ ਵਾਲੇ ਤਾਂ ਵਿਰਲੇ ਹੀ ਹੋਣਗੇ, ਨਹੀਂ ਤਾਂ ਸਵਰਾਜ ਮੰਗਣ ਵਾਲਿਆਂ ਵਿਚ ਐਸੇ ਬਹੁਤ ਹਨ, ਜਿਨ੍ਹਾਂ ਨੂੰ ਆਪਣਾ ਸੁਆਰਥ ਮੁਖ ਹੈ...ਰਾਜ ਲਾਲਸਾ ਦੀ ਇਹ ਅਪਣੱਤ ਜੇ ਤਾਂ ਰਾਜ-ਸਾਜ ਕਮਾਉਣ ਦੀ ਸਾਂਝੀਵਾਲਤਾ ਵਿਚ ਰਹੇ, ਤਦ ਤਾਂ ਕੁਝ ਗੁਣਕਾਰੀ ਹੋ ਸਕਦੀ ਹੈ, ਨਹੀਂ ਤਾਂ ਆਪਾ-ਧਾਪੀ ਵਿਚ ਖਿੱਚ ਕੇ ਲੈ ਜਾਂਦੀ ਹੈ, ਪਰ ਸਾਂਝੀਵਾਲਤਾ ਵਾਲੀ ਕੌਮੀਅਤ ਰੂਹਾਨੀਅਤ ਤੋਂ ਬਿਨਾਂ ਪੈਦਾ ਹੋਣੀ ਤੇ ਕਾਇਮ ਰਹਿਣੀ ਅਸੰਭਵ ਹੈ। ਕਿਥੇ 'ਅਪਨਾ ਬਿਗਾਰਿ ਬਿਰਾਂਨਾ ਸਾਂਢੈ'* ਵਾਲੀ ਉੱਚ ਆਦਰਸ਼ੀ ਰੂਹਾਨੀਅਤ ਅਤੇ ਕਿਥੇ 'ਪਰਾਇਆ ਬਿਗਾੜ ਆਪਨਾ ਹੱਕ ਮਾਂਡੇ' ਵਾਲੀ ਆਪਾ-ਧਾਪੀ।

ਸਭੁ ਕੋ ਆਸੈ ਤੇਰੀ ਬੈਠਾ॥ ਘਟ ਘਟ ਅੰਤਰਿ ਤੂੰਹੈ ਵੁਠਾ॥
ਸਭੇ ਸਾਝੀਵਾਲ ਸਦਾਇਨਿ ਤੂੰ ਕਿਸੈ ਨ ਦਿਸਹਿ ਬਾਹਰਾ ਜੀਉ ॥੩॥(੪॥੨॥੯)

(ਮਾਝ ਮ: ੫, ਪੰਨਾ 97)

ਗੁਰਵਾਕ ਦੇ ਭਾਵ ਨਾਮ ਦੀ ਪ੍ਰੇਮ-ਤਾਰ-ਲੜੀ ਵਿਚ ਇਕ-ਸਾਥ ਪਰੋਤੇ ਸਾਂਝੀਵਾਲਾਂ ਦੀ ਸਾਂਝੀਵਾਲਤਾ ਹੀ ਬਣ ਸਕਦੀ ਹੈ। ਜਿਨ੍ਹਾਂ ਨੂੰ ਆਪੋ-ਆਪਣੀ ਪਈ ਹੋਵੇ, ਜੋ ਆਪਣੇ ਆਪਣੇ ਸੁਆਰਥ ਦੇ ਬੰਦੇ ਹੋਣ, ਉਨ੍ਹਾਂ ਦੀ ਸਾਂਝੀਵਾਲਤਾ ਕਿਵੇਂ ਬਣ ਸਕਦੀ ਹੈ ? ਰੂਹਾਨੀਅਤ ਤੋਂ ਖ਼ਾਲੀ ਸੁਆਰਥੀਆਂ ਦੀ ਸਾਂਝੀਵਾਲਤਾ, ਨਾਸਤਕਾਂ ਤੇ ਮਾਦਾ-ਪ੍ਰਸਤਾਂ ਦਾ ਇਕੱਠ, ਇਤਫ਼ਾਕ ਤੇ ਅਮਲ ਕੁਝ ਦਿਨਾਂ ਦਾ ਚਮਤਕਾਰ ਤੇ ਐਵੇਂ ਲਫ਼ਾਫਾ ਹੀ ਹੁੰਦਾ ਹੈ। ਅਸਲ ਵਿਚ ਇਹ ਅੰਤਰਗਤੀ ਖਹਿ ਖਹਿ ਮਰਨ ਵਾਲੀ ਖਿੱਚੋਤਾਣ ਹੀ ਹੈ। ਮਾਦਾ-ਪ੍ਰਸਤ ਮੁਲਕਗੀਰ ਕੌਮਾਂ ਦਾ ਪਾਜ ਓੜਕ ਉਘੜਨਾ ਹੀ ਹੈ। ਮਲੇਛਤਾ ਦੀ ਸਪਿਰਿਟ ਨੇ ਖੈ ਹੋਣਾ ਹੀ ਹੈ। ਹਉਮੈਂ ਖ਼ੁਦਗ਼ਰਜ਼ੀਆਂ ਨਾਲ ਲੱਥ ਪੱਥ ਹੋਏ ਜੀਵਾਂ ਦੇ ਇਕੱਠ ਨਾਲ ਕੌਮੀਅਤ ਨਹੀਂ ਬਣਦੀ। ਗੁਰੂ ਨਾਨਕ ਸਾਹਿਬ ਜੀ ਨੇ ਦੇਸ-ਦੇਸਾਂਤਰਾਂ ਵਿਚ ਰਟਨ ਕਰ ਕੇ ਫੇਰ ਨੌਂ ਜਾਮੇ ਧਾਰ, ਅਧਿਕਾਰੀ ਯੋਗ ਰੂਹਾਂ ਅੰਦਰ ਸੱਚੀ ਅਤੇ ਸਦਾ ਕਾਇਮ ਰਹਿਣ ਵਾਲੀ ਰੂਹਾਨੀਅਤ ਭਰੀ। ਫੇਰ ਦਸਵੇਂ ਜਾਮੇ ਅੰਦਰ ਖ਼ੁਦ-ਪ੍ਰਸਤੀ ਤੇ ਮਾਦਾ-ਪ੍ਰਸਤੀ ਤੋਂ ਸਾਫ਼ ਮੁਬੱਰਾ (ਪਾਕ) ਖ਼ਾਲਸਾ ਧਰਮੀ ਤੇ ਪਰਉਪਕਾਰੀ ਪੁਰਸ਼ਾਂ ਦੀ ਸਾਰੀ ਸ੍ਰਿਸ਼ਟੀ ਦਾ ਭਲਾ ਚਾਹੁਣ, ਭਲਾ ਦੇਖਣ ਤੇ ਭਲਾ ਕਰਨ ਵਾਲੀ ਖ਼ਾਲਸਾ ਕੌਮ ਸਾਜੀ ਅਤੇ ਇਸ ਤਰ੍ਹਾਂ ਰੂਹਾਨੀਅਤ ਵਾਲੀ ਖ਼ਾਲਸਾ ਕੌਮੀਅਤ ਦੀ ਨੀਂਹ ਰੱਖੀ। ਪਰ ਨਿਰਾ ਰਾਜ ਭਾਗ ਭੁਗਤਾਉਣ ਹਿਤ ਨਹੀਂ, ਸਗੋਂ 'ਜੀਅ ਦਾਨੁ ਦੇ ਭਗਤੀ' ਲਾਉਣ ਹਿਤ, ਅਕਾਲ ਪੁਰਖ ਨਾਲ ਮੇਲ ਮਿਲਾਉਣ ਹਿਤ, ਆਤਮਿਕ ਔਜ ਦੀ

* ਗੋਂਡ ਰਵਿਦਾਸ ਜੀ ॥੩॥(੪॥੨॥੧੧) ਪੰਨਾ 875.

ਰੂਹਾਨੀਅਤ ਦ੍ਰਿੜ੍ਹਾਇ ਕੇ, ਖ਼ਾਲਸ ਜਨਾਂ ਦੇ ਰੋਮ ਰੋਮ ਅੰਦਰ ਇਹ ਰੂਹਾਨੀਅਤ ਰੁਮਕਾ ਕੇ, ਪਰਉਪਕਾਰੀ ਜਨ ਬਣਾ ਕੇ, ਸੱਚੀ ਸ੍ਰੇਸ਼ਟ ਅਤੇ ਖ਼ਾਲਸ ਤੱਤ ਕੌਮੀਅਤ ਦੀ ਸਾਜਣਾ ਸਾਜੀ। ਨਿਰੀ ਸਵਰਾਜ ਦੀ ਇੱਛਾ ਲਈ ਨਹੀਂ, ਸਗੋਂ ਧਰਮ ਦਾ ਰਾਜ ਵਿਥਾਰਨ ਲਈ, ਜ਼ੁਲਮ ਤੇ ਦੁਸ਼ਟ ਦੀ ਜੜ੍ਹ ਉਖਾੜਨ ਲਈ। ਰਾਜ-ਕਾਮਨਾ ਤੋਂ ਰਹਿਤ ਨਿਰੋਲ ਧਰਮ ਉਪਕਾਰ ਦਾ ਔਜ-ਪਰਮਾਰਥੀ ਅਤੇ ਆਤਮ-ਸੁਤੰਤਰੀ-ਹਲੇਮੀ ਰਾਜ ਵਿਥਾਰਨ ਲਈ ਏਸ ਰੂਹਾਨੀਅਤ ਸੰਜੀਵਨੀ ਕੌਮੀਅਤ ਦੀ ਅਬਚਲ ਨੀਂਹ ਧਰੀ...ਅੱਜ ਉਸ ਉੱਚੇ ਆਦਰਸ਼ ਤੋਂ ਖੁੱਥੇ ਖ਼ੁਸ਼ਕ ਰੀਫ਼ਾਰਮਰਾਂ (ਸਮਾਜ ਸੁਧਾਰਕਾਂ) ਦੇ ਮਗਰ ਲੱਗ ਕੇ ਲੋਕਾਂ ਵਿਚ ਫੋਕੀ ਕੂਕ-ਪੁਕਾਰ ਕੌਮੀਅਤ ਦੀ ਹੋ ਰਹੀ ਹੈ। ਇਸੇ ਪੁਕਾਰ ਦੇ ਸਿਲਸਿਲੇ ਵਿਚ ਧਰਮ ਅਤੇ ਰੂਹਾਨੀਅਤ ਨੂੰ ਕੌਮੀਅਤ ਦਾ ਦੁਸ਼ਮਣ ਸਮਝਿਆ ਜਾ ਰਿਹਾ ਹੈ। ਇਹੋ ਦੇਸ਼ ਤੇ ਦੇਸ਼-ਵਾਸੀਆਂ ਦੀ ਅਧੋਗਤੀ ਦਾ ਕਾਰਨ ਬਣ ਰਿਹਾ ਹੈ।"[27]

ਭਾਈ ਸਾਹਿਬ ਦੇ ਉਪਰੋਕਤ ਵਿਚਾਰ ਕਿੰਨੇ ਅੱਖਰ ਅੱਖਰ ਸੱਚ ਸਾਬਤ ਹੋਏ ਹਨ!

---

27. ਭਾਈ ਰਣਧੀਰ ਸਿੰਘ, *ਗੁਰਮਤਿ ਲੇਖ*, ਸਫ਼ੇ 143-46.

6

ਜਥੇਬੰਦੀ ਤੇ ਰਣਨੀਤੀ

ਸਰਾਭੇ ਨੂੰ ਮੰਜ਼ਿਲ ਦਿਸ ਪਈ

ਉੱਤਰੀ ਅਮਰੀਕਾ ਅੰਦਰ ਭਾਰਤੀ ਆਵਾਸੀਆਂ ਦੀ ਜਥੇਬੰਦੀ ਦਾ ਮੁੱਢ ਕੈਨੇਡਾ ਦੇ ਸਿੱਖਾਂ ਨੇ ਬੰਨ੍ਹਿਆ ਸੀ। ਇਸ ਵਿਚ ਵੈਨਕੂਵਰ ਦੇ ਗੁਰਦੁਆਰੇ ਦਾ ਨਿਰਣਾਇਕ ਰੋਲ ਸੀ। ਇਸ ਦੀ ਪੁਸ਼ਟੀ ਬਾਬਾ ਸੋਹਣ ਸਿੰਘ ਭਕਨਾ ਦੇ ਇਨ੍ਹਾਂ ਕਥਨਾਂ ਤੋਂ ਹੁੰਦੀ ਹੈ : "(ਕੈਨੇਡਾ ਅੰਦਰ ਕਿਉਂਕਿ ਸਿੱਖਾਂ ਨੇ ਗੁਰਦੁਆਰਾ ਬਣਾਉਣ ਵਿਚ ਪਹਿਲ ਕੀਤੀ ਸੀ), ਇਹੋ ਕਾਰਨ ਸੀ ਕਿ ਕੈਨੇਡਾ ਵਿਚ ਅਮਰੀਕਨ ਸਿੱਖਾਂ ਨਾਲੋਂ ਪਹਿਲਾਂ ਜਾਗਰਤ ਆ ਗਈ ਸੀ ਤੇ ਜਥੇਬੰਦੀ ਹੋ ਗਈ ਸੀ।"[1] ਅਤੇ "ਸਾਨੂੰ ਅਮਰੀਕਾ ਵੱਸਦੇ ਹਿੰਦੀਆਂ ਨੂੰ ਕੈਨੇਡਾ-ਵਾਸੀ ਭਰਾਵਾਂ ਨੇ ਸਿਖਾਇਆ ਕਿ ਸਾਂਝੇ ਹੱਕਾਂ ਦੀ ਰਾਖੀ ਲਈ ਜਥੇਬੰਦ ਘੋਲ ਦੀ ਜ਼ਰੂਰਤ ਹੈ।"[2] ਇਸ ਨਿਰਣੇ ਦੀ ਪੁਸ਼ਟੀ ਸ. ਜਗਜੀਤ ਸਿੰਘ ਨੇ ਵੀ ਕੀਤੀ ਹੈ। ਉਨ੍ਹਾਂ ਨੇ ਗ਼ਦਰ ਪਾਰਟੀ ਤੇ ਲਹਿਰ ਦਾ ਭਰਵਾਂ ਵਿਸ਼ਲੇਸ਼ਣ ਕਰਦਿਆਂ ਇਹ ਨਿਸਚਤ ਰਾਇ ਪ੍ਰਗਟਾਈ ਹੈ ਕਿ "ਕੈਨੇਡਾ ਦੇ ਹਿੰਦੀ ਕਾਮਿਆਂ ਵਿਚ ਅਮਰੀਕਾ ਦੇ ਹਿੰਦੀ ਕਾਮਿਆਂ ਨਾਲੋਂ ਪਹਿਲੋਂ ਰਾਜਸੀ ਜਾਗ੍ਰਤੀ ਆਈ, ਗ਼ਦਰ ਪਾਰਟੀ ਬਣਨ ਤੋਂ ਪਹਿਲੋਂ ਕੈਨੇਡਾ ਦੇ ਹਿੰਦੀ ਕਾਮੇ ਵਧੇਰੇ ਜਥੇਬੰਦ ਸਨ ਅਤੇ ਉਨ੍ਹਾਂ ਦੀ ਜਦੋਜਹਿਦ ਪਹਿਲੋਂ ਸ਼ੁਰੂ ਹੋਈ, ਜਿਸ ਦੀ ਅਗਵਾਈ ਉਨ੍ਹਾਂ ਵਿੱਚੋਂ ਪੈਦਾ ਹੋਏ ਆਪਣੇ ਹੀ ਗਰੁੱਪ ਦੇ ਹੱਥ ਸੀ"।[3] ਬਾਬਾ ਭਕਨਾ ਨੇ, ਪਰਦੇਸਾਂ ਅੰਦਰ ਰਹਿੰਦੇ ਭਾਰਤੀ ਆਵਾਸੀਆਂ ਨੂੰ ਰਾਜਸੀ ਤੌਰ 'ਤੇ ਜਾਗਰੂਕ ਤੇ ਜਥੇਬੰਦ ਕਰਨ ਵਿਚ ਗੁਰਦੁਆਰਿਆਂ ਦੀ ਕੇਂਦਰੀ ਭੂਮਿਕਾ ਦਾ ਜ਼ਿਕਰ ਵਾਰ ਵਾਰ ਕੀਤਾ ਹੈ। ਆਪਣੀ ਉਮਰ ਦੇ ਆਖ਼ਰੀ ਗੇੜ ਵਿਚ ਪ੍ਰੋ. ਪ੍ਰੇਮ ਸਿੰਘ ਬਜਾਜ ਨਾਲ ਲੰਮੀ ਚੌੜੀ ਗੱਲਬਾਤ ਦੌਰਾਨ, ਉਨ੍ਹਾਂ ਨੇ ਸਿੱਖ ਧਰਮ ਦੀ ਇਸ ਵਿਸ਼ੇਸ਼ਤਾ ਉੱਤੇ ਮਾਣ ਕਰਦਿਆਂ ਕਿਹਾ ਸੀ : "ਬਦੇਸ਼ਾਂ ਵਿਚ ਹਿੰਦੀਆਂ ਦੇ ਸੁਖ ਆਰਾਮ ਤੋਂ ਇਲਾਵਾ ਗੁਰਦੁਆਰੇ ਰਾਜਸੀ ਸਰਗਰਮੀਆਂ ਤੇ ਦੇਸ਼-ਆਜ਼ਾਦੀ ਦੀਆਂ ਲਹਿਰਾਂ ਦੇ ਵੀ ਜ਼ਬਰਦਸਤ ਕੇਂਦਰ ਰਹੇ ਹਨ। ਹੋਰ ਕਿਸੇ ਵੀ ਧਰਮ ਨੇ ਅਜਿਹਾ ਨਹੀਂ ਕੀਤਾ।"[4] (ਇਥੇ ਬਾਬਾ ਜੀ ਸਪੱਸ਼ਟ ਰੂਪ ਵਿਚ ਸਿੱਖ ਵਿਲੱਖਣਤਾ ਉੱਤੇ ਜ਼ੋਰ ਦੇ ਰਹੇ ਹਨ।)

ਵੈਨਕੂਵਰ ਦਾ ਗੁਰਦੁਆਰਾ ਸਿੱਖ ਧਰਮ ਦੇ ਪ੍ਰਚਾਰ ਦੇ ਨਾਲੋ-ਨਾਲ, ਦੇਸ਼ ਦੀ ਆਜ਼ਾਦੀ ਲਈ ਰਾਜਸੀ ਸਰਗਰਮੀਆਂ ਦਾ ਵੀ ਕੇਂਦਰ ਬਣ ਗਿਆ ਸੀ। ਅੰਗਰੇਜ਼ ਸਰਕਾਰ ਵੱਲੋਂ ਲਾਹੌਰ ਸਾਜ਼ਿਸ਼ ਕੇਸ ਲਈ ਨਾਮਜ਼ਦ ਕੀਤੇ ਗਏ ਵਿਸ਼ੇਸ਼ ਟ੍ਰਿਬਿਊਨਲ ਦੀ ਇਹ

---

1. ਬਾਬਾ ਸੋਹਣ ਸਿੰਘ ਭਕਨਾ, *ਮੇਰੀ ਰਾਮ ਕਹਾਣੀ*, ਸਫ਼ਾ 72.
2. ਪ੍ਰੇਮ ਸਿੰਘ ਬਜਾਜ, *ਦੋ ਪੈੜਾਂ ਇਤਿਹਾਸ ਦੀਆਂ*, ਸਫ਼ਾ 53.
3. ਜਗਜੀਤ ਸਿੰਘ, *ਗ਼ਦਰ ਪਾਰਟੀ ਲਹਿਰ*, ਸਫ਼ਾ 61.
4. ਪ੍ਰੇਮ ਸਿੰਘ ਬਜਾਜ, *ਉਕਤ ਰਚਨਾ*, ਸਫ਼ਾ 48.

ਨਿਸਚਤ ਰਾਇ ਸੀ ਕਿ 'ਵੈਨਕੂਵਰ ਬਗ਼ਾਵਤੀ ਸਰਗਰਮੀਆਂ ਦਾ ਸਭ ਤੋਂ ਪਹਿਲਾ ਕੇਂਦਰ ਬਣਿਆ।'

ਸਰਬੱਤ ਦੇ ਭਲੇ ਦਾ ਸਿੱਖ-ਆਦਰਸ਼

ਸਿੱਖ ਧਰਮ ਅੰਦਰ ਮਾਨਵਵਾਦੀ ਭਾਵਨਾ ਏਨੀ ਪਰਬਲ ਹੈ, ਕਿ ਸਿੱਖਾਂ ਅੰਦਰ ਜਦੋਂ ਸਿੱਖ ਆਦਰਸ਼ਾਂ ਦੇ ਅਨੁਸਾਰ ਜ਼ੁਲਮ ਤੇ ਧੱਕੇਸ਼ਾਹੀ ਵਿਰੁੱਧ ਲੜਨ ਦਾ ਜਜ਼ਬਾ ਅੰਗੜਾਈ ਲੈਂਦਾ ਹੈ, ਤਾਂ ਉਹ ਕੇਵਲ ਆਪਣੇ ਤਕ ਸੀਮਤ ਨਹੀਂ ਰਹਿੰਦੇ। ਉਹ ਹੋਰਨਾਂ ਮਜ਼ਲੂਮ ਵਰਗਾਂ ਦੇ ਦਰਦ ਨੂੰ ਵੀ ਆਪਣਾ ਦਰਦ ਬਣਾ ਲੈਂਦੇ ਹਨ। ਗੁਰੂ ਨਾਨਕ ਸਾਹਿਬ ਨੇ ਜਦੋਂ ਬਾਬਰ ਦੇ ਜ਼ੁਲਮਾਂ ਨੂੰ ਵੰਗਾਰਿਆ ਸੀ, ਤਾਂ ਉਨ੍ਹਾਂ ਨੇ ਮੁਲਕਾਂ, ਧਰਮਾਂ ਤੇ ਵਰਗਾਂ ਦੀਆਂ ਸੌੜੀਆਂ ਵੰਡਾਂ ਤੋਂ ਉਪਰ ਉੱਠ ਕੇ ਮਾਨਵ ਜਾਤੀ ਦੇ ਦਰਦ ਨੂੰ ਜ਼ੁਬਾਨ ਦਿੱਤੀ ਸੀ। ਨੌਵੇਂ ਪਾਤਸ਼ਾਹ ਨੇ, ਔਰੰਗਜ਼ੇਬ ਦੀ ਧਾਰਮਿਕ ਤੰਗਦਿਲੀ ਤੇ ਕੱਟੜਪੁਣੇ ਦੇ ਸਤਾਏ ਹਿੰਦੂ ਬ੍ਰਾਹਮਣਾਂ ਦੀ ਔਖੀ ਘੜੀ ਵਿਚ ਬਾਂਹ ਫੜ ਕੇ ਜਾਬਰ ਹੁਕਮਰਾਨ ਦਾ ਕਰੋਪ ਸਹੇੜਨ ਤੋਂ ਝਿਜਕ ਨਹੀਂ ਪ੍ਰਗਟਾਈ ਸੀ। ਉਨ੍ਹਾਂ ਨੇ ਆਪਣੇ ਵਿਚਾਰਧਾਰਕ ਵਿਰੋਧੀ (ਬ੍ਰਾਹਮਣ) ਵਰਗ ਦੀ ਧਾਰਮਿਕ ਆਜ਼ਾਦੀ ਦੀ ਰੱਖਿਆ ਕਰਨ ਲਈ ਆਪਣਾ ਸੀਸ ਦੇ ਕੇ ਸਿੱਖਾਂ ਨੂੰ ਇਹ ਮੂਲ ਮਾਨਵਵਾਦੀ ਆਦਰਸ਼ ਦ੍ਰਿੜ੍ਹਾ ਦਿੱਤਾ ਸੀ, ਕਿ ਜ਼ੁਲਮ ਤੇ ਅਨਿਆਂ ਵਿਰੁੱਧ ਲੜਨ ਵੇਲੇ ਆਪਣੇ ਤੇ ਬਿਗਾਨੇ ਵਿਚਕਾਰ ਭੇਦ-ਭਾਵ ਨਹੀਂ ਕਰਨਾ। (ਏਕ ਦ੍ਰਿਸਟਿ ਕਰਿ ਸਮਸਰਿ ਜਾਣੈ) ਇਸ ਆਦਰਸ਼ ਵਿਚ ਓਤ-ਪੋਤ ਗੁਰੂ ਦੇ ਸਿੰਘਾਂ ਨੇ, ਅਠਾਰ੍ਹਵੀਂ ਸਦੀ ਅੰਦਰ, ਆਪਣੀਆਂ ਜਾਨਾਂ ਦੀ ਪ੍ਰਵਾਹ ਨਾ ਕਰਦਿਆਂ ਸੈਂਕੜੇ ਮਜ਼ਲੂਮ ਹਿੰਦੂਆਣੀਆਂ ਨੂੰ ਜ਼ਾਲਮ ਅਫ਼ਗਾਨੀ ਧਾੜਵੀਆਂ ਦੇ ਚੁੰਗਲ ਤੋਂ ਮੁਕਤ ਕਰਾ ਕੇ ਪੂਰੀ ਇੱਜ਼ਤ ਮਾਣ ਨਾਲ ਘਰੋ ਘਰੀ ਪੁਚਾਇਆ ਸੀ। ਬਾਬਾ ਨਿਧਾਨ ਸਿੰਘ ਚੁੱਘਾ ਤੇ ਡਾ. ਮਥਰਾ ਸਿੰਘ ਨੇ ਗ਼ਦਰ ਪਾਰਟੀ ਵਿਚ ਸਰਗਰਮ ਹੋਣ ਤੋਂ ਪਹਿਲਾਂ ਹੀ, ਜਦੋਂ ਉਹ ਰੁਜ਼ਗਾਰ ਲਈ ਸ਼ੰਘਾਈ ਰਹਿੰਦੇ ਸਨ, ਚੀਨ ਦੇ ਅਤਿਆਚਾਰੀ ਮੰਚੂ ਰਾਜ-ਘਰਾਣੇ ਵਿਰੁੱਧ ਚੀਨੀ ਜਨਤਾ ਦੀ ਰੋਹ ਭਰੀ ਬਗ਼ਾਵਤ ਦੀ ਸਰਗਰਮ ਹਮਾਇਤ ਕੀਤੀ ਸੀ। ਹਿੰਦੂ ਮੱਤ ਅੰਦਰ ਪਰਸੁਆਰਥ ਤੇ ਪਰਉਪਕਾਰ ਦੀ ਭਾਵਨਾ ਦਾ ਅਭਾਵ ਹੋਣ ਕਰਕੇ, ਹਿੰਦੂ ਮਿਥਿਹਾਸ ਤੇ ਇਤਿਹਾਸ ਅੰਦਰ ਅਜਿਹੀਆਂ ਉਦਾਹਰਣਾਂ ਦੁਰਲੱਭ ਹਨ। ਵਰਣ-ਵੰਡ ਦਾ ਉਪਾਸ਼ਕ ਹਿੰਦੂ-ਮਨ 'ਆਪਣਿਆਂ' ਤੇ 'ਬਿਗਾਨਿਆਂ' ਨੂੰ ਇੱਕੋ ਦ੍ਰਿਸ਼ਟੀ ਨਾਲ ਦੇਖਣ ਦਾ ਆਦੀ ਨਹੀਂ ਹੈ।* ਇਹ 'ਅਸੀਂ' (we) ਤੇ 'ਉਹ' (they) ਦੀ ਭਾਸ਼ਾ ਵਿਚ ਸੋਚਦਾ ਤੇ ਅਮਲ ਕਰਦਾ ਹੈ। ਇਸ ਦੇ ਵਿਧਾਨ ਅੰਦਰ 'ਅਸੀਂ' ਵਿਚ ਸ਼ਾਮਲ ਵਰਗ ਵੀ ਪੂਰਨ ਬਰਾਬਰ ਨਹੀਂ ਹਨ। ਇਨ੍ਹਾਂ ਦੇ ਦਰਜੇ ਉੱਚੇ ਨੀਵੇਂ ਨਿਸਚਤ ਕੀਤੇ ਜਾਂਦੇ ਹਨ। ਊਚ-ਨੀਚ (ਨਾਬਰਾਬਰੀ) ਹਿੰਦੂ ਸਮਾਜ ਦਾ ਜ਼ਰੂਰੀ ਤੇ ਸਥਾਈ ਲੱਛਣ ਹੈ। ਇਸ ਵਿਚਾਰਧਾਰਕ ਕਾਰਨ ਕਰਕੇ, ਵਿਦੇਸ਼ਾਂ ਅੰਦਰ ਭਾਰਤ ਦੀ ਆਜ਼ਾਦੀ ਲਈ ਸਰਗਰਮ ਹਿੰਦੂਆਂ ਤੇ ਸਿੱਖਾਂ ਦੇ, 'ਜ਼ੁਲਮ', 'ਅਨਿਆਂ', 'ਨਸਲਵਾਦ', 'ਗ਼ੁਲਾਮੀ', 'ਆਜ਼ਾਦੀ', 'ਕੌਮੀਅਤ', 'ਦੇਸ਼ ਸੇਵਾ' ਤੇ 'ਦੇਸ਼ ਭਗਤੀ' ਆਦਿ ਮਹੱਤਵਪੂਰਨ ਸੰਕਲਪਾਤਮਿਕ ਪਦਾਂ ਬਾਰੇ ਨਜ਼ਰੀਏ ਵਿਚ ਵੱਡਾ ਅੰਤਰ ਸੀ।

---

* ਇੱਕਾ ਦੁੱਕਾ ਹਿੰਦੂਆਂ ਵਿਚ, ਵਿਅਕਤੀਗਤ ਰੂਪ 'ਚ, ਇਹ ਗੁਣ ਤੱਤ ਹੋ ਸਕਦਾ ਹੈ, ਪਰ ਸਮੂਹਿਕ ਹਿੰਦੂ-ਮਨ ਇਸ ਗੁਣ ਤੋਂ ਸੱਖਣਾ ਹੈ। ਇਸ ਦੀ ਤੁਲਨਾ ਵਿਚ, ਸਿੱਖ ਕੌਮ ਦਾ ਇਹ ਸਮੂਹਿਕ ਜਾਤੀ ਲੱਛਣ ਹੈ, ਭਾਵੇਂ ਕਿ ਸਿੱਖਾਂ 'ਚੋਂ ਵੀ ਕੁਝ ਖ਼ੁਦਪ੍ਰਸਤ ਤੇ ਤੰਗ ਦਿਲੇ ਵਿਅਕਤੀ ਮਿਲ ਜਾਂਦੇ ਹਨ।

ਗ਼ਦਰੀ ਸਿੱਖ ਸੰਗਰਾਮੀਆਂ ਨੇ ਸਿਰਫ਼ ਆਪਣੇ (ਸਿੱਖ) ਵਰਗ ਦੀ ਆਜ਼ਾਦੀ ਲਈ ਲੜਨ ਦੀ ਸੌੜੀ ਦ੍ਰਿਸ਼ਟੀ ਅਪਨਾਉਣ ਦੀ ਬਜਾਇ, ਭਾਰਤ ਦੇ ਸਾਰੇ ਵਰਗਾਂ ਦੇ ਲੋਕਾਂ ਦੀ ਆਜ਼ਾਦੀ ਦਾ ਖੁੱਲ੍ਹ-ਦਿਲਾ ਮਨੋਰਥ ਤੇ ਟੀਚਾ ਮਿਥਿਆ ਸੀ। ਬਾਬਾ ਸੋਹਣ ਸਿੰਘ ਭਕਨਾ ਦੇ ਸ਼ਬਦਾਂ ਵਿਚ, "ਅਮਰੀਕਨ ਹਿੰਦੀ ਸੋਚ ਵਿਚਾਰ ਕੇ ਆਖ਼ਰ ਇਸ ਸਿੱਟੇ ਪੁਰ ਪੁੱਜੇ ਕਿ ਸਾਡੀਆਂ ਸਾਰੀਆਂ ਬੇਪਤੀਆਂ ਤੇ ਖ਼ਰਾਬੀਆਂ ਦੀ ਜੜ੍ਹ ਜੇ ਕੋਈ ਹੈ ਤਾਂ ਉਹ ਅੰਗਰੇਜ਼ੀ ਗ਼ੁਲਾਮੀ ਹੀ ਹੈ। ਇਸ ਨਤੀਜੇ ਪੁਰ ਪੁੱਜਣ ਮਗਰੋਂ ਅਮਰੀਕਨ ਹਿੰਦੀਆਂ ਨੇ ਬਿਨਾਂ ਲਿਹਾਜ਼ ਕਿਸੇ ਜਾਤ ਪਾਤ ਦੇ ਹਿੰਦੀ ਕੌਮ ਦੇ ਤੌਰ ਪੁਰ ਆਪਣੀ ਜਥੇਬੰਦੀ ਕੀਤੀ।"[5] ਸਿੱਖਾਂ ਦੀ ਇਸ ਫ਼ਰਾਖ਼ਦਿਲੀ ਤੇ ਪਰਸੁਆਰਥ ਬਿਰਤੀ ਦੇ ਉਲਟ, ਹਿੰਦੂ ਰਾਸ਼ਟਰਵਾਦੀਆਂ ਦੀ ਸੋਚਣੀ ਸੁਆਰਥ ਤੇ ਤੰਗਦਿਲੀ ਦੇ ਗ੍ਰਹਿਣ ਤੋਂ ਮੁਕਤ ਨਹੀਂ ਸੀ। ਜਿਵੇਂ ਪਿੱਛੇ ਦੂਜੇ ਕਾਂਡ ਵਿਚ ਦਰਸਾਇਆ ਗਿਆ ਹੈ, ਮੁੱਢਲੇ ਬੰਗਾਲੀ ਹਿੰਦੂ ਰਾਸ਼ਟਰਵਾਦੀਆਂ ਨੇ ਭਾਰਤ ਦੇ ਮੁਸਲਮਾਨਾਂ ਨੂੰ 'ਅਸੀਂ' ਵਿੱਚੋਂ ਖ਼ਾਰਜ ਕਰ ਦਿੱਤਾ ਸੀ। ਉਨ੍ਹਾਂ ਦੀ ਲਹਿਰ ਵਿਚ ਕੋਈ ਵੀ ਮੁਸਲਮਾਨ ਸ਼ਾਮਲ ਨਹੀਂ ਹੋਇਆ ਸੀ। ਹਿੰਦੂ ਜਦੋਂ ਸਿੱਖਾਂ ਨੂੰ 'ਅਸੀਂ' ਵਿਚ ਸ਼ਾਮਲ ਕਰਦੇ ਹਨ, ਤਾਂ ਉਹ ਉਨ੍ਹਾਂ ਨੂੰ ਬਰਾਬਰੀ ਦਾ ਰੁਤਬਾ ਨਹੀਂ ਦਿੰਦੇ। ਉਹ ਸਿੱਖਾਂ ਨੂੰ ਹਿੰਦੂ ਧਰਮ-ਪਰਿਵਾਰ ਦਾ ਹੀ ਲਘੂ ਅੰਗ ਮੰਨ ਕੇ ਪ੍ਰਵਾਨ ਕਰਦੇ ਹਨ। ਇਸ ਤਰੀਕੇ ਨਾਲ, ਹਿੰਦੂ ਰਾਸ਼ਟਰਵਾਦੀਆਂ ਨੇ ਵੀ ਕਹਿਣ ਨੂੰ ਤਾਂ ਭਾਰਤ ਦੇ ਸਾਰੇ ਵਰਗਾਂ ਦੀ ਆਜ਼ਾਦੀ ਦਾ ਲੁਭਾਉਣਾ ਨਾਹਰਾ ਦਿੱਤਾ ਸੀ, ਅਤੇ ਭਾਰਤ ਦੇ ਸਾਰੇ ਧਰਮਾਂ ਤੇ ਜਾਤਾਂ ਵਰਗਾਂ ਦੇ ਲੋਕਾਂ ਨੂੰ 'ਬਿਨਾਂ ਕਿਸੇ ਭੇਦ-ਭਾਵ ਦੇ ਹਿੰਦੀ ਕੌਮ ਦੇ ਤੌਰ 'ਤੇ ਜਥੇਬੰਦ ਕਰਨ' ਦੀ ਕਾਰਜ-ਸੇਧ ਐਲਾਨੀ ਸੀ, ਪਰ ਉਨ੍ਹਾਂ ਦੀ ਕਹਿਣੀ ਤੇ ਕਰਨੀ ਵਿਚ ਬਹੁਤ ਵੱਡਾ ਪਾੜਾ ਸੀ। ਉਨ੍ਹਾਂ ਦੀ ਕਲਪੀ ਹੋਈ 'ਹਿੰਦੀ ਕੌਮ' ਵਿਚ ਸਾਰੇ ਬਰਾਬਰ ਨਹੀਂ ਸਨ/ਹਨ। ਇਸ ਵਿਚ ਘੱਟਗਿਣਤੀ ਧਾਰਮਿਕ ਭਾਈਚਾਰਿਆਂ ਤੇ ਦਲਿਤ ਵਰਗਾਂ ਦੀ ਹੈਸੀਅਤ ਦੋਮ ਦਰਜੇ ਦੀ ਸੀ। (ਭਾਰਤ ਦੀ ਆਜ਼ਾਦੀ ਤੋਂ ਬਾਅਦ ਹਿੰਦੂ ਬ੍ਰਾਹਮਣਵਾਦੀ ਹਾਕਮਾਂ ਦੇ ਅਮਲ ਨੇ ਇਸ ਦੀ ਪੁਸ਼ਟੀ ਕਰ ਦਿੱਤੀ)। ਉਨ੍ਹਾਂ ਵੱਲੋਂ ਭਾਰਤ ਦੇ ਸਾਰੇ ਵਰਗਾਂ ਨੂੰ ਆਪਣੇ ਨਾਲ ਰਲਾਉਣ ਦੀ ਸੋਚ ਤੇ ਰਣਨੀਤੀ ਕਿਸੇ ਉਚੇਰੇ ਮਾਨਵਵਾਦੀ ਆਦਰਸ਼ ਦੀ ਉਪਜ ਨਹੀਂ ਸੀ। ਇਸ ਪਿੱਛੇ ਉਨ੍ਹਾਂ ਦਾ ਸਮਕਾਲੀ ਰਾਜਸੀ ਸੁਆਰਥ ਕੰਮ ਕਰਦਾ ਸੀ। ਉਹ ਦੂਸਰੇ ਵਰਗਾਂ ਦੀ ਮੱਦਦ ਨਾਲ ਸੱਤਾ ਹਾਸਲ ਕਰਨੀ ਚਾਹੁੰਦੇ ਸਨ, ਅਤੇ ਇਸ ਸੱਤਾ ਦੇ ਜ਼ਰੀਏ ਉਨ੍ਹਾਂ ਨੂੰ ਅਧੀਨ ਪੋਜ਼ੀਸ਼ਨ ਵਿਚ ਰੱਖਣ ਦੀ ਕਪਟਪੂਰਨ ਸੋਚ ਰੱਖਦੇ ਸਨ। ਇਸ ਕਰਕੇ, ਉਨ੍ਹਾਂ ਦੀ 'ਕੌਮਵਾਦੀ' ਕੂਕ-ਪੁਕਾਰ ਪਰਉਪਕਾਰ ਤੇ ਪਰਸੁਆਰਥ ਦਾ ਪ੍ਰਗਟਾਵਾ ਨਹੀਂ ਸੀ, ਬਲਕਿ ਸੁਆਰਥ ਵਿੱਚੋਂ ਨਿਕਲੀ ਰਾਜਸੀ ਤਰਕੀਬ ਸੀ। ਸਿੱਖਾਂ ਨੂੰ ਇਸ ਚਾਲ ਦੇ ਪਲੇਚੇ ਵਿਚ ਲੈਣ ਦੇ ਪ੍ਰਗਟ ਤੇ ਸੂਖਮ ਯਤਨ ਕੀਤੇ ਗਏ।

ਹਿੰਦੂ ਵਿਦਿਆਰਥੀ ਤੇ ਵਿਦਵਾਨ

ਅਮਰੀਕਾ-ਕੈਨੇਡਾ ਵਿਚ ਮਿਹਨਤ ਮਜ਼ਦੂਰੀ ਕਰਨ ਵਾਲੇ ਅਨਪੜ੍ਹ ਜਾਂ ਅੱਧਪੜ੍ਹ ਪੇਂਡੂ ਕਿਸਾਨਾਂ ਤੋਂ ਇਲਾਵਾ, ਕਾਫ਼ੀ ਸਾਰੇ ਭਾਰਤੀ ਵਿਦਿਆਰਥੀ ਅਲੱਗ ਅਲੱਗ ਥਾਵਾਂ 'ਤੇ ਪੜ੍ਹਾਈ ਕਰ ਰਹੇ ਸਨ। ਇਨ੍ਹਾਂ ਵਿਦਿਆਰਥੀਆਂ ਦਾ ਮਿੱਲਾਂ ਤੇ ਖੇਤਾਂ ਵਿਚ ਮਜ਼ਦੂਰੀ ਕਰ ਰਹੇ ਆਪਣੇ ਦੇਸ਼-ਭਾਈਆਂ ਨਾਲ ਚੰਗਾ ਮੇਲ-ਮਿਲਾਪ ਸੀ। ਜਿਸ ਨਾਲ ਦੋਵਾਂ ਦਾ

5. ਬਾਬਾ ਸੋਹਣ ਸਿੰਘ ਭਕਨਾ, *ਮੇਰੀ ਰਾਮ ਕਹਾਣੀ*, 70.

ਇਕ ਦੂਜੇ ਉੱਤੇ ਪ੍ਰਭਾਵ ਪੈਣਾ ਸੁਭਾਵਿਕ ਸੀ। ਬਾਬਾ ਸੋਹਣ ਸਿੰਘ ਭਕਨਾ ਨੇ ਇਸ ਦਾ ਵਰਣਨ ਇਸ ਤਰ੍ਹਾਂ ਕੀਤਾ ਹੈ:

> "ਹਿੰਦੀ ਮਜ਼ਦੂਰਾਂ ਦੇ ਇਲਾਵਾ ਜੋ ਹਿੰਦੀ ਵਿਦਿਆਰਥੀ ਅਮਰੀਕਾ ਵਿਚ ਤਾਲੀਮ ਹਾਸਲ ਕਰਨ ਜਾਂਦੇ ਸਨ, ਉਨ੍ਹਾਂ ਵਿਚ ਬਹੁਤਾ ਹਿੱਸਾ ਦਰਮਿਆਨੇ ਤਬਕੇ ਦਾ ਸੀ। ਸਾਲ ਵਿਚ ਜਦ ਗਰਮੀਆਂ ਦੀਆਂ ਛੁੱਟੀਆਂ ਹੁੰਦੀਆਂ, ਤਾਂ ਕੈਲੀਫ਼ੋਰਨੀਆ ਵਿਚ ਆਪਣੇ ਖੇਤ ਮਜ਼ਦੂਰ ਭਾਈਆਂ ਨਾਲ ਖੇਤਾਂ ਤੇ ਬਗ਼ੀਚਿਆਂ ਵਿਚ ਕੰਮ ਕਰਦੇ ਸਨ। ਤੇ ਓਰੇਗਨ ਵਸ਼ਿੰਗਟਨ ਵਗ਼ੈਰਾ ਰਿਆਸਤਾਂ ਵਿਚ ਪੜ੍ਹਨ ਵਾਲੇ ਹਿੰਦੀ ਵਿਦਿਆਰਥੀ ਕਾਰਖ਼ਾਨਿਆਂ ਵਿਚ (ਕੰਮ ਕਰਦੇ ਸਨ)। ਇਸ ਤਰ੍ਹਾਂ ਆਪਣੀ ਮਿਹਨਤ ਨਾਲ ਸਾਲ ਭਰ ਦਾ ਪੜ੍ਹਾਈ ਦਾ ਖ਼ਰਚ ਕੱਢ ਲੈਂਦੇ ਸਨ। ਇਨ੍ਹਾਂ ਵਿਦਿਆਰਥੀਆਂ ਨੂੰ ਜੇ ਮਜ਼ਦੂਰ ਵਿਦਿਆਰਥੀ ਕਿਹਾ ਜਾਏ, ਤਾਂ ਕੋਈ ਗ਼ਲਤ ਗੱਲ ਨਹੀਂ ਹੋਵੇਗੀ। ਦਿਨ ਦੇ ਕੰਮ ਤੋਂ ਇਲਾਵਾ ਵਿਦਿਆਰਥੀ ਨਾਈਟ ਸਕੂਲ ਖੋਲ੍ਹ ਦਿੰਦੇ ਸਨ। ਜਿਸ ਦਾ ਨਤੀਜਾ ਇਹ ਹੁੰਦਾ ਕਿ ਅਨਪੜ੍ਹ ਹਿੰਦੀ ਵੀ ਅੰਗਰੇਜ਼ੀ ਸਮਝਣ ਬੋਲਣ ਤੇ ਥੋੜ੍ਹੀ ਲਿਖਣੀ ਸਿੱਖ ਜਾਂਦੇ ਤੇ ਇਹਦੇ ਇਵਜ਼ ਵਿਚ ਨਾਈਟ ਸਕੂਲ ਵਿਚ ਪੜ੍ਹਨ ਵਾਲੇ ਕਾਫ਼ੀ ਰੁਪਿਆ ਇਕੱਠਾ ਕਰ ਦਿੰਦੇ। ਜਿਸ ਨਾਲ ਪੜ੍ਹਾਉਣ ਵਾਲੇ ਵਿਦਿਆਰਥੀ ਦਾ ਸਾਲ ਦਾ ਪੜ੍ਹਾਈ ਦਾ ਖ਼ਰਚਾ ਚੱਲ ਜਾਂਦਾ। ਇਹਦੇ ਇਲਾਵਾ ਖ਼ਿਆਲਾਤ ਦੇ ਤਬਾਦਲੇ ਦਾ ਵੀ ਇਕ ਦੂਸਰੇ 'ਤੇ ਚੰਗਾ ਅਸਰ ਰਹਿੰਦਾ। ਇਹੀ ਵਜ੍ਹਾ ਸੀ ਕਿ ਗ਼ਦਰ ਪਾਰਟੀ ਦੇ ਝੰਡੇ ਹੇਠ ਅਮਰੀਕਾ ਤੇ ਕੈਨੇਡਾ ਦੇ ਹਿੰਦੀ ਮਜ਼ਦੂਰਾਂ ਤੇ ਵਿਦਿਆਰਥੀਆਂ ਨੇ ਇਕ ਦੂਸਰੇ ਨਾਲ ਮੋਢੇ ਨਾਲ ਮੋਢਾ ਡਾਹ ਕੇ ਕੰਮ ਕੀਤਾ।"[6]

ਵਿਦਿਆਰਥੀਆਂ ਦੇ ਇਲਾਵਾ ਕੁਝ ਹਿੰਦੂ ਵਿਦਵਾਨ ਵੀ ਅਲੱਗ ਅਲੱਗ ਕਾਰਨਾਂ ਕਰਕੇ ਅਮਰੀਕਾ ਤੇ ਕੈਨੇਡਾ ਪਹੁੰਚੇ ਹੋਏ ਸਨ। ਕੁੱਛ ਰੁਜ਼ਗਾਰ ਦੀ ਕਾਮਨਾ ਨਾਲ, ਤੇ ਕੁਛ ਸਰਕਾਰ ਵਿਰੋਧੀ ਰਾਜਸੀ ਵਿਚਾਰਾਂ ਕਰਕੇ, ਭਾਰਤ ਅੰਦਰ ਰਾਜਸੀ ਜਬਰ ਤੋਂ ਬਚਣ ਲਈ ਸਵੈ-ਇੱਛਾ ਨਾਲ ਜਲਾਵਤਨ ਹੋ ਗਏ ਸਨ। ਕੁਝ ਕੁ ਨੇ, ਯੁੱਧਨੀਤਕ ਵਿਉਂਤ ਅਧੀਨ, ਰਾਜਸੀ ਸਰਗਰਮੀਆਂ ਚਲਾਉਣ ਲਈ ਪੱਛਮ ਦੇ ਆਜ਼ਾਦੀ ਪਸੰਦ ਮੁਲਕਾਂ ਦੀ ਚੋਣ ਕੀਤੀ ਸੀ। ਇਨ੍ਹਾਂ 'ਚੋਂ ਕੁਛ ਯੂਰਪ ਦੇ ਮੁਲਕਾਂ ਵਿਚ ਟਿਕ ਗਏ ਸਨ, ਤੇ ਥੋੜ੍ਹੇ ਜਿਹੇ ਅਮਰੀਕਾ ਜਾਂ ਕੈਨੇਡਾ ਪਹੁੰਚ ਗਏ ਸਨ। ਰਾਸ਼ਟਰਵਾਦੀ ਦ੍ਰਿਸ਼ਟੀ ਤੋਂ ਲਿਖੇ ਗਏ ਇਤਿਹਾਸ ਅੰਦਰ, ਗ਼ਦਰ ਲਹਿਰ ਦੀ ਉਸਾਰੀ ਕਰਨ ਵਿਚ ਇਨ੍ਹਾਂ ਹਿੰਦੂ ਵਿਦਿਆਰਥੀਆਂ, ਤੇ ਖ਼ਾਸ ਕਰਕੇ ਵਿਦਵਾਨਾਂ ਦੇ ਰੋਲ ਨੂੰ ਬੇਹੱਦ ਵਧਾਅ ਚੜ੍ਹਾਅ ਕੇ ਪੇਸ਼ ਕੀਤਾ ਗਿਆ ਹੈ। ਪਰ ਹਕੀਕਤ ਕੀ ਹੈ, ਇਸ ਬਾਰੇ ਬਾਬਾ ਭਕਨਾ ਦਾ ਮੱਤ ਇਸ ਪ੍ਰਕਾਰ ਹੈ:

> "ਵਿਦਿਆਰਥੀਆਂ ਦੇ ਇਲਾਵਾ ਕੁਛ ਸਿਆਸਤਦਾਨ ਆਲਿਮ (ਵਿਦਵਾਨ) ਵੀ ਸਨ। ਇਨ੍ਹਾਂ ਵਿਚ ਲਾਲਾ ਹਰਦਿਆਲ ਵੀ ਸਨ। ਇਹ ਆਲਿਮ ਹਿੰਦੀ ਮਜ਼ਦੂਰਾਂ 'ਤੇ ਕੋਈ ਅੱਛਾ ਅਸਰ ਨਾ ਪਾ ਸਕੇ। ਕਦੀ ਕਦੀ ਹਿੰਦੀਆਂ ਨੂੰ ਅਪੀਲ ਕਰ ਕੇ ਕੁਛ ਰੁਪਿਆ ਇਕੱਠਾ ਕਰਦੇ ਤੇ ਹਿੰਦੁਸਤਾਨੀ ਜ਼ਬਾਨ ਵਿਚ ਦੋ ਚਾਰ ਪਰਚੇ ਕੱਢ ਲੈਂਦੇ... ਗ਼ਦਰ ਪਾਰਟੀ ਦੀ ਕਾਇਮੀ ਤੋਂ ਪਹਿਲਾਂ ਇਨ੍ਹਾਂ ਆਲਿਮਾਂ ਨੇ ਹਿੰਦੁਸਤਾਨ ਦੀ ਆਜ਼ਾਦੀ ਲਈ ਕੋਈ ਠੋਸ ਕਦਮ ਉਠਾਇਆ ਹੋਵੇ, ਇਹ ਕਹਿਣਾ ਦਰੁਸਤ ਨਹੀਂ। ਹਿੰਦੁਸਤਾਨ ਦੀ ਆਜ਼ਾਦੀ ਦਾ ਮੁਕੰਮਲ ਨਾਹਰਾ ਦੇਣਾ ਤੇ ਅਮਲੀ ਕੰਮ ਕਰਨਾ ਇਹ ਗ਼ਦਰ ਪਾਰਟੀ ਨੇ ਹੀ ਸਭ ਤੋਂ ਪਹਿਲਾਂ ਗ਼ੈਰ-ਮੁਲਕਾਂ ਵਿਚ ਰਹਿਣ ਵਾਲੇ ਹਿੰਦੀਆਂ ਨੂੰ ਸਿਖਾਇਆ।"[7]

---

6. ਬਾਬਾ ਸੋਹਣ ਸਿੰਘ ਭਕਨਾ, *ਮੇਰੀ ਆਪ ਬੀਤੀ*, ਸਫ਼ਾ 20.
7. *ਉਹੀ*, ਸਫ਼ੇ 20-21.

ਵੈਨਕੂਵਰ ਦਾ ਗੁਰਦੁਆਰਾ ਭਾਰਤ ਦੀ ਆਜ਼ਾਦੀ ਲਈ ਸਰਗਰਮ ਸਾਰੇ ਧਰਮਾਂ ਤੇ ਜਾਤਾਂ ਵਰਗਾਂ ਦੇ ਭਾਰਤੀ ਆਵਾਸੀਆਂ ਦਾ ਪ੍ਰਮੁੱਖ ਅੱਡਾ ਬਣ ਗਿਆ ਸੀ। ਸਿੱਖੀ ਦੇ ਸੁਨਹਿਰੀ ਅਸੂਲ ਮੁਤਾਬਕ ਉਥੇ ਧਰਮ ਤੇ ਜਾਤ ਦੀ ਕੋਈ ਨਿੰਦ ਵਿਚਾਰ ਨਹੀਂ ਕੀਤੀ ਜਾਂਦੀ ਸੀ। ਸਿੱਖਾਂ ਦੇ ਨਾਲੋ-ਨਾਲ ਇੱਕਾ-ਦੁੱਕਾ ਹਿੰਦੂ ਤੇ ਮੁਸਲਮਾਨ ਵੀ ਆਪਣੇ ਦੇਸ਼ ਭਾਈਆਂ ਨੂੰ ਨਸਲੀ ਭੇਦ-ਭਾਵ ਤੇ ਗ਼ੁਲਾਮੀ ਵਿਰੁੱਧ ਉਭਾਰਨ ਤੇ ਜਥੇਬੰਦ ਕਰਨ ਲਈ ਗੁਰਦੁਆਰੇ ਦੇ ਮੰਚ ਦੀ ਆਜ਼ਾਦੀ ਨਾਲ ਵਰਤੋਂ ਕਰਦੇ ਸਨ। ਗੁਰੂ ਦੱਤ (ਜੀ.ਡੀ.) ਕੁਮਾਰ ਨਾਂ ਦੇ ਬੁੱਧੀਮਾਨ ਨੇ 1910 ਈ. ਵਿਚ *ਸੁਦੇਸ਼ ਸੇਵਕ* ਦੇ ਨਾਂ ਹੇਠ ਮਾਸਿਕ ਪੰਜਾਬੀ ਪਰਚਾ ਛਾਪਣਾ ਆਰੰਭ ਕੀਤਾ, ਜਿਸ ਵਿਚ ਭਾਰਤੀਆਂ ਨੂੰ ਗ਼ੁਲਾਮੀ ਵਿਰੁੱਧ ਜੂਝਣ ਦੀ ਪ੍ਰੇਰਨਾ ਦਿੱਤੀ ਜਾਂਦੀ ਸੀ। 1911 ਵਿਚ ਵੈਨਕੂਵਰ ਵਿਖੇ ਇਕ ਗੁਜਰਾਤੀ ਦੇਸ਼ ਭਗਤ (ਛਗਨ ਖਰਾਜ ਵਰਮਾ ਉਰਫ਼ ਹੁਸੈਨ ਰਹੀਮ) ਦੀ ਅਗਵਾਈ ਹੇਠ ਸਾਰੇ ਭਾਰਤੀਆਂ ਦੀ ਸਾਂਝੀ ਜਥੇਬੰਦੀ 'ਯੂਨਾਈਟਡ ਇੰਡੀਆ ਲੀਗ' ਬਣਾਈ ਗਈ। ਇਸ ਦਾ ਸਦਰ ਦਫ਼ਤਰ ਵੀ ਗੁਰਦੁਆਰੇ ਅੰਦਰ ਹੀ ਸੀ। ਪਰ ਇਹ ਜਥੇਬੰਦੀ ਕੋਈ ਬਹੁਤੀ ਅਰਥ ਭਰਪੂਰ ਸਰਗਰਮੀ ਨਾ ਕਰ ਸਕੀ ਅਤੇ ਥੋੜ੍ਹੇ ਸਮੇਂ ਬਾਅਦ ਹੀ ਗ਼ੈਰ-ਸਰਗਰਮ ਹੋ ਗਈ ਸੀ। ਜੀ. ਡੀ. ਕੁਮਾਰ ਥੋੜ੍ਹੇ ਸਮੇਂ ਲਈ ਪ੍ਰਚਾਰ ਸਰਗਰਮੀਆਂ ਚਲਾਉਣ ਤੋਂ ਬਾਅਦ ਵੈਨਕੂਵਰ ਛੱਡ ਕੇ ਸਿਆਟਲ (ਅਮਰੀਕਾ) ਚਲਾ ਗਿਆ ਸੀ। ਉਥੇ ਇਕ ਤਾਰਕਨਾਥ ਦਾਸ ਨਾਉਂ ਦਾ ਬੰਗਾਲੀ ਵਿਦਿਆਰਥੀ, ਜਿਹੜਾ ਬੰਗਾਲ ਦੀ ਹਿੰਦੂ ਰਾਸ਼ਟਰਵਾਦੀ ਜੁਝਾਰੂ ਜਥੇਬੰਦੀ 'ਅਨੁਸ਼ੀਲਨ ਸੰਮਤੀ' ਦਾ ਮੈਂਬਰ ਸੀ, ਅੰਗਰੇਜ਼ੀ ਜ਼ੁਬਾਨ ਵਿਚ *ਫ੍ਰੀ ਹਿੰਦੁਸਤਾਨ* ਦੇ ਟਾਈਟਲ ਹੇਠ ਇਕ ਪਰਚਾ ਛਾਪਦਾ ਸੀ। ਪਰ ਇਹ ਪਰਚਾ ਵੀ ਛੇਤੀ ਹੀ ਠੱਪ ਹੋ ਗਿਆ ਸੀ। ਬਾਬਾ ਸੋਹਣ ਸਿੰਘ ਭਕਨਾ ਨੇ ਜੀ.ਡੀ. ਕੁਮਾਰ ਤੇ ਤਾਰਕਨਾਥ ਦੇ ਕਿਰਦਾਰ ਦਾ ਪਾਜ ਇੰਜ ਉਘਾੜਿਆ ਹੈ :

> "ਸਾਡੀ ਪਾਰਟੀ ਕਾਇਮ ਹੋਣ ਤੋਂ ਪਹਿਲਾਂ ਅਮਰੀਕਾ ਵਿਚ ਹਰਨਾਮ ਸਿੰਘ ਜੀ ਕਾਹਰੀ ਸਾਹਰੀ, ਬਾਬੂ ਤਾਰਕਨਾਥ ਤੇ ਜੀ.ਡੀ. ਕੁਮਾਰ - ਏਹਨਾਂ ਤਿੰਨਾਂ ਦੀ ਪਾਰਟੀ ਸੀ ਤੇ ਇਹ ਥੋੜ੍ਹਾ ਦੇਸ਼ ਭਗਤੀ ਦਾ ਪ੍ਰਚਾਰ ਵੀ ਕੀਤਾ ਕਰਦੇ ਸਨ। ਪਰ ਭਾਈ ਹਰਨਾਮ ਸਿੰਘ ਜੀ ਤੋਂ ਬਿਨਾਂ ਦੂਜੇ ਦੋਵੇਂ ਇਸ ਪ੍ਰਚਾਰ ਦੁਆਰਾ ਆਪਣਾ ਹੀ ਗਉਂ ਕੱਢਦੇ ਸਨ, ਜਿਸ ਦਾ ਅਸਰ ਆਮ ਲੋਕਾਂ ਦੇ ਦਿਲਾਂ ਪੁਰ ਬੁਰਾ ਪੈਂਦਾ ਸੀ। ਇਹੋ ਕਾਰਨ ਸੀ ਕਿ ਅਮਰੀਕਾ ਵਿਚ ਲਿਖੇ ਪੜ੍ਹੇ ਆਦਮੀ ਅਕਸਰ ਬਦਨਾਮ ਹੋ ਚੁੱਕੇ ਸਨ, ਤੇ ਆਮ ਹਿੰਦੀ ਉਨ੍ਹਾਂ ਪੁਰ ਭਰੋਸਾ ਨਹੀਂ ਸਨ ਕਰਦੇ। ਜੀ. ਡੀ. ਕੁਮਾਰ ਨੇ ਪੋਰਟਲੈਂਡ ਓਰੇਗਾਨ ਵਿਚ ਹਿੰਦੀਆਂ ਦੀ ਇਕ ਸੁਸਾਇਟੀ ਵੀ ਕਾਇਮ ਕੀਤੀ ਸੀ, ਪਰ ਉਹ ਤਿੰਨ ਮਹੀਨੇ ਤੋਂ ਵੱਧ ਨਾ ਚੱਲ ਸਕੀ। ਕਿਉਂਜੋ ਜੀ. ਡੀ. ਕੁਮਾਰ ਨੇ ਲੋਕਾਂ ਪਾਸੋਂ ਚੰਦਾ ਉਗਰਾਹ ਕੇ ਸਿਆਟਲ ਵਿਚ ਹਿੰਦੀ ਵਿਦਿਆਰਥੀਆਂ ਦੀ ਰਿਹਾਇਸ਼ ਲਈ ਇਕ ਮਕਾਨ ਖ਼ਰੀਦਿਆ ਸੀ, ਜਿਸ ਦਾ ਨਾਮ ਇੰਡੀਆ ਹਾਊਸ ਰੱਖਿਆ ਸੀ। ਅਖ਼ੀਰ ਵਿਚ ਉਹ ਉਸ ਮਕਾਨ ਪੁਰ ਆਪ ਹੀ ਜੱਫਾ ਮਾਰ ਬੈਠਾ ਤੇ ਵੇਚ ਦਿੱਤਾ, ਉਹ ਪੈਸਾ ਵੀ ਆਪ ਹੀ ਹੜੱਪ ਕਰ ਗਿਆ।"[8]

ਅਮਰੀਕਾ ਵਿਚ ਜਥੇਬੰਦੀ

ਅਮਰੀਕਾ ਅੰਦਰ ਜਥੇਬੰਦੀ ਬਣਾਉਣ ਦਾ ਸਿਲਸਿਲਾ ਇੱਕੋ-ਵੇਲੇ, ਦੋ ਅਲੱਗ ਅਲੱਗ ਕੇਂਦਰਾਂ 'ਤੇ, ਅਲੱਗ ਅਲੱਗ ਤਰੀਕਿਆਂ ਨਾਲ ਚੱਲਿਆ। ਕੈਲੀਫ਼ੋਰਨੀਆ ਵਿਚ

8. ਬਾਬਾ ਸੋਹਣ ਸਿੰਘ ਭਕਨਾ, *ਮੇਰੀ ਰਾਮ ਕਹਾਣੀ*, ਸਫ਼ਾ 78.

ਜ਼ਿਆਦਾਤਰ ਭਾਰਤੀ ਆਵਾਸੀ ਖੇਤਾਂ ਤੇ ਬਾਗ਼ਾਂ ਵਿਚ ਕੰਮ ਕਰਦੇ ਸਨ। ਇਹ ਲਗਭਗ ਸਾਰੇ ਪੰਜਾਬੀ ਸਿੱਖ ਕਿਰਸਾਨ ਸਨ। ਉਹ ਇਕ ਦੂਜੇ ਨਾਲੋਂ ਦੂਰ ਦੁਰਾਡੀਆਂ ਥਾਵਾਂ 'ਤੇ ਰਹਿੰਦੇ ਸਨ। ਜਿਸ ਕਰਕੇ ਉਨ੍ਹਾਂ ਦਾ ਆਪਸ ਵਿਚ ਮੇਲ-ਮਿਲਾਪ ਬਹੁਤਾ ਆਮ ਤੇ ਨੇਮਬੱਧ ਨਹੀਂ ਸੀ। ਉਹ ਕਿਸੇ ਵਿਸ਼ੇਸ਼ ਮੌਕੇ 'ਤੇ ਹੀ ਇਕੱਠੇ ਹੁੰਦੇ ਸਨ। ਸਟਾਕਟਨ ਦਾ ਗੁਰਦੁਆਰਾ ਬਣਨ ਤੋਂ ਪਹਿਲਾਂ ਬਾਬਾ ਜਵਾਲਾ ਸਿੰਘ ਤੇ ਬਾਬਾ ਵਿਸਾਖਾ ਸਿੰਘ ਹੁਰਾਂ ਦਾ ਫ਼ਾਰਮ, ਜਿਹੜਾ ਇਕ ਤਰ੍ਹਾਂ ਦਾ ਗ਼ੈਰ-ਰਸਮੀ ਗੁਰਦੁਆਰਾ ਹੀ ਸੀ, ਦੇਸ਼ ਭਾਈਆਂ ਦੇ ਮਿਲਣ ਤੇ ਰਾਜਸੀ ਵਿਚਾਰਾਂ ਕਰਨ ਦਾ ਮੁੱਖ ਅੱਡਾ ਸੀ। ਉਥੇ ਹਰ ਸਾਲ ਪੋਹ ਸੁਦੀ ਸੱਤਵੀਂ (ਗੁਰੂ ਗੋਬਿੰਦ ਸਿੰਘ ਜੀ ਦੇ ਪ੍ਰਕਾਸ਼ ਪੁਰਬ) ਦੇ ਮੁਬਾਰਕ ਦਿਹਾੜੇ 'ਤੇ ਅਖੰਡ ਪਾਠ ਕੀਤਾ ਜਾਂਦਾ ਸੀ ਅਤੇ ਤਿੰਨ ਦਿਨ ਨਿਰੰਤਰ ਧਰਮ ਪ੍ਰਚਾਰ ਤੇ ਰਾਜਸੀ ਵਿਚਾਰ-ਚਰਚਾ ਦਾ ਪ੍ਰਵਾਹ ਚੱਲਦਾ ਰਹਿੰਦਾ ਸੀ। ਸਾਰਾ ਵਾਤਾਵਰਣ ਰੂਹਾਨੀ ਰੰਗ ਵਿਚ ਰੰਗਿਆ ਜਾਂਦਾ ਸੀ। ਅਕਤੂਬਰ 1912 ਈ. ਵਿਚ ਜਦ ਸਟਾਕਟਨ ਦਾ ਗੁਰਦੁਆਰਾ ਰਸਮੀ ਰੂਪ ਵਿਚ ਆਰੰਭ ਹੋ ਗਿਆ ਸੀ, ਤਾਂ ਵੈਨਕੂਵਰ ਦੇ ਗੁਰਦੁਆਰੇ ਦੀ ਤਰਜ਼ 'ਤੇ ਹੀ ਉਹ ਅਮਰੀਕਾ ਅੰਦਰ ਰਾਜਸੀ ਸਰਗਰਮੀਆਂ ਦਾ ਧੁਰਾ ਬਣ ਗਿਆ ਸੀ।

ਅਮਰੀਕਾ ਦੀਆਂ ਓਰੇਗਾਨ ਤੇ ਵਾਸ਼ਿੰਗਟਨ ਰਿਆਸਤਾਂ ਵਿਚ ਜਥੇਬੰਦੀ ਦਾ ਕੰਮ ਥੋੜ੍ਹਾ ਵੱਖਰੇ ਤਰੀਕੇ ਨਾਲ ਚੱਲਿਆ। ਇਨ੍ਹਾਂ ਰਿਆਸਤਾਂ ਅੰਦਰ ਭਾਰਤੀ ਆਵਾਸੀ ਮੁੱਖ ਤੌਰ 'ਤੇ ਕੋਲੰਬੀਆ ਦਰਿਆ ਦੇ ਕੰਢਿਆਂ 'ਤੇ ਉਸਰੇ ਲੱਕੜੀ ਦੇ ਵੱਡੇ ਵੱਡੇ ਕਾਰਖ਼ਾਨਿਆਂ ਵਿਚ ਕੰਮ ਕਰਦੇ ਸਨ। ਓਰੇਗਾਨ ਰਿਆਸਤ ਦੇ ਉੱਤਰੀ ਸਿਰੇ 'ਤੇ, ਕੋਲੰਬੀਆ ਦਰਿਆ ਦੇ ਕੰਢੇ ਉੱਤੇ ਲਗਭਗ 175 ਮੀਲ ਤਕ ਵੱਸੇ ਸ਼ਹਿਰਾਂ/ਕਸਬਿਆਂ ਵਿਚ ਲੱਕੜੀ ਦੀਆਂ ਬਹੁਤ ਸਾਰੀਆਂ ਮਿੱਲਾਂ ਸਨ, ਜਿਨ੍ਹਾਂ ਵਿਚ ਕਾਫ਼ੀ ਸੰਖਿਆ ਵਿਚ ਭਾਰਤੀ ਮਜ਼ਦੂਰ ਕੰਮ ਕਰਦੇ ਸਨ। ਆਮ ਤੌਰ 'ਤੇ ਉਹ ਇੱਕੋ ਕਾਰਖ਼ਾਨੇ (ਮਿੱਲ) ਵਿਚ ਇਕੱਠੇ ਕੰਮ ਕਰਿਆ ਕਰਦੇ ਸਨ। ਮਿੱਲਾਂ ਦਾ ਆਪਸ ਵਿਚ ਫ਼ਾਸਲਾ ਵੀ ਜ਼ਿਆਦਾ ਨਹੀਂ ਸੀ। ਜਿਸ ਕਰਕੇ ਉਨ੍ਹਾਂ ਦਾ ਆਪਸੀ ਮੇਲ-ਜੋਲ ਵੱਧ ਸੌਖਾ ਤੇ ਆਮ ਸੀ। ਉਹ ਇਕੱਲੇ-ਇਕੱਲੇ ਰਹਿਣ ਦੀ ਬਜਾਇ ਅਕਸਰ ਕਈ ਜਣੇ ਰਲ ਕੇ ਸਾਂਝਾ ਮਕਾਨ ਕਿਰਾਏ 'ਤੇ ਲੈ ਲੈਂਦੇ ਸਨ। ਇੱਕੋ ਸ਼ਹਿਰ ਅੰਦਰ ਉਨ੍ਹਾਂ ਦੀਆਂ ਰਿਹਾਇਸ਼ਾਂ ਨੇੜੇ ਨੇੜੇ ਹੋਣ ਕਰਕੇ ਉਹ ਆਮ ਹੀ ਹਰ ਐਤਵਾਰ ਨੂੰ ਆਪਸ ਵਿਚ ਇਕੱਠੇ ਹੋ ਜਾਂਦੇ ਸਨ। ਕੁਝ ਸ਼ਹਿਰ ਵੀ ਇਕ ਦੂਜੇ ਨਾਲੋਂ ਬਹੁਤੀ ਦੂਰੀ 'ਤੇ ਨਹੀਂ ਸਨ, ਜਿਸ ਕਰਕੇ ਅੱਡ-ਅੱਡ ਸ਼ਹਿਰਾਂ ਵਿਚ ਰਹਿਣ ਵਾਲੇ ਦੇਸ਼-ਭਾਈਆਂ ਲਈ ਵੀ ਕਿਸੇ ਵਿਸ਼ੇਸ਼ ਮਕਸਦ ਲਈ ਇੱਕੋ ਜਗ੍ਹਾ ਇਕੱਠੇ ਹੋਣਾ ਜ਼ਿਆਦਾ ਔਖਾ ਨਹੀਂ ਸੀ।

ਪ੍ਰੋ. (ਸੰਤ) ਤੇਜਾ ਸਿੰਘ ਤੇ ਭਾਈ ਬਲਵੰਤ ਸਿੰਘ ਖੁਰਦਪੁਰ ਦੇ ਜਥੇ ਨੇ ਸਿਆਟਲ, ਪੋਰਟਲੈਂਡ, ਸੇਂਟ ਜੌਹਨ ਤੇ ਅਸਟੋਰੀਆ ਆਦਿ ਥਾਵਾਂ 'ਤੇ ਗੁਰਮਤਿ ਪ੍ਰਚਾਰ ਦੀ ਲਹਿਰ ਦੇ ਜ਼ਰੀਏ ਰਾਜਸੀ ਲਹਿਰ ਤੇ ਜਥੇਬੰਦੀ ਲਈ ਜ਼ਮੀਨ ਵੱਤਰ ਕਰ ਦਿੱਤੀ ਸੀ। ਹੁਣ ਸਿਰਫ਼ ਬੀਅ ਬੀਜਣ ਦੀ ਲੋੜ ਸੀ। ਇਹ ਕਾਰਜ ਬਾਬਾ ਸੋਹਣ ਸਿੰਘ ਭਕਨਾ, ਭਾਈ ਕੇਸਰ ਸਿੰਘ ਠੱਠਗੜ੍ਹ ਤੇ ਭਾਈ ਕਾਸ਼ੀ ਰਾਮ (ਮੜੌਲੀ) ਆਦਿ ਨੇ ਰਲ ਕੇ ਨੇਪਰੇ ਚਾੜ੍ਹਿਆ। ਬਾਬਾ ਭਕਨਾ ਉਹਨੀਂ ਦਿਨੀਂ ਓਰੇਗਾਨ ਰਿਆਸਤ ਵਿਚ ਮੋਨਾਰਕ ਮਿੱਲ ਤੋਂ ਬਾਅਦ ਲਿੰਟਨ ਮਿੱਲ ਵਿਚ ਕੰਮ ਕਰਦੇ ਸਨ। 1912 ਦੀਆਂ ਸਰਦੀਆਂ ਵਿਚ ਕ੍ਰਿਸਮਿਸ ਦੀਆਂ ਛੁੱਟੀਆਂ ਕਰਕੇ ਇਹ ਕਾਰਖ਼ਾਨਾ ਇਕ ਮਹੀਨੇ ਲਈ ਬੰਦ ਹੋ ਗਿਆ ਸੀ। ਇਸ ਕਰਕੇ ਬਾਬਾ ਭਕਨਾ ਕੰਮ ਕਰਨ ਲਈ ਅਸਟੋਰੀਆ ਚਲੇ ਗਏ। ਉਥੇ ਉਨ੍ਹਾਂ ਨੂੰ ਉਥੋਂ ਦੀ ਪ੍ਰਸਿੱਧ 'ਹੈਮੰਡ ਮਿੱਲ'

ਵਿਚ ਕੰਮ ਮਿਲ ਗਿਆ, ਜਿਸ ਵਿਚ ਦੋ ਢਾਈ ਸੌ ਦੇ ਕਰੀਬ ਭਾਰਤੀ ਕੰਮ ਕਰਦੇ ਸਨ। ਬਾਬਾ ਭਕਨਾ ਨੇ ਲਿਖਿਆ ਹੈ ਕਿ ਇਨ੍ਹਾਂ ਭਾਰਤੀਆਂ ਅੰਦਰ "ਭਾਈ ਕੇਸਰ ਸਿੰਘ ਜੀ ਖ਼ਾਸ ਸਤਿਕਾਰਯੋਗ ਮੰਨੇ ਜਾਂਦੇ ਸਨ। ਸਾਰੇ ਹਿੰਦੀ ਉਨ੍ਹਾਂ ਦਾ ਆਦਰ ਕਰਦੇ ਸਨ ਤੇ ਉਨ੍ਹਾਂ ਪੁਰ ਭਰੋਸਾ ਕਰਦੇ ਸਨ। ਮੈਂ ਵੀ ਉਨ੍ਹਾਂ ਦੇ ਪਾਸ ਹੀ ਜਾ ਕੇ ਰਿਹਾ।"[9] ਭਾਵੇਂ ਬਾਬਾ ਭਕਨਾ ਨੇ ਤਾਂ ਆਪਣੀ ਲਿਖਤ ਅੰਦਰ ਇਸ ਦਾ ਜ਼ਿਕਰ ਨਹੀਂ ਕੀਤਾ, ਪਰ ਉਸ ਵੇਲੇ ਭਾਈ ਕਰਤਾਰ ਸਿੰਘ ਸਰਾਭਾ ਵੀ ਉਥੇ ਹੀ ਸੀ ਤੇ ਆਪਣੇ ਪਿੰਡ ਦੇ ਭਾਈਆਂ ਰੁਲੀਆ ਸਿੰਘ ਤੇ ਅਰਜਨ ਸਿੰਘ ਨਾਲ ਉਸੇ ਹੀ ਮਿੱਲ ਵਿਚ ਕੰਮ ਕਰਦਾ ਸੀ। ਪਿੱਛੇ (ਚੌਥੇ ਕਾਂਡ ਵਿਚ) ਜ਼ਿਕਰ ਕੀਤਾ ਜਾ ਚੁੱਕਾ ਹੈ ਕਿ ਬਾਬਾ ਜਵਾਲਾ ਸਿੰਘ ਤੇ ਭਾਈ ਨੰਦ ਸਿੰਘ ਸੀਹਰਾ ਵੈਨਕੂਵਰ ਨੂੰ ਜਾਂਦੇ ਹੋਏ ਰਸਤੇ ਵਿਚ ਭਾਈ ਸਰਾਭਾ ਤੇ ਉਸ ਦੇ ਸਾਥੀਆਂ ਕੋਲ ਹੀ ਠਹਿਰੇ ਸਨ। ਨੌਜਵਾਨ ਭਾਈ ਬੰਤਾ ਸਿੰਘ (ਸੰਘਵਾਲ) ਤੇ ਭਾਈ ਗਾਂਧਾ ਸਿੰਘ (ਕੱਚਰਭੰਨ), ਜਿਨ੍ਹਾਂ ਨੇ ਪਿੱਛੋਂ ਜਾ ਕੇ ਗ਼ਦਰ ਲਹਿਰ ਅੰਦਰ ਬਹੁਤ ਹੀ ਮਹੱਤਵਪੂਰਨ ਰੋਲ ਨਿਭਾਇਆ ਅਤੇ ਅਖ਼ੀਰ ਵਿਚ ਪੂਰੀ ਆਨ ਤੇ ਸ਼ਾਨ ਨਾਲ ਸ਼ਹਾਦਤਾਂ ਦਿੱਤੀਆਂ, ਵੀ ਇਥੇ ਹੀ ਕੰਮ ਕਰਦੇ ਸਨ। ਭਾਈ ਕੇਸਰ ਸਿੰਘ ਤੇ ਬਾਬਾ ਜਵਾਲਾ ਸਿੰਘ ਪਹਿਲਾਂ ਹੀ ਇਕ ਦੂਸਰੇ ਤੋਂ ਵਾਕਿਫ਼ ਸਨ। ਭਾਈ ਕੇਸਰ ਸਿੰਘ ਦੇ ਦਿਲ ਅੰਦਰ ਬਾਬਾ ਜੀ ਪ੍ਰਤਿ ਬੇਹੱਦ ਸਤਿਕਾਰ ਸੀ। ਜਦੋਂ ਬਾਬਾ ਜਵਾਲਾ ਸਿੰਘ ਉਸ ਨੂੰ ਮਿਲਣ ਲਈ ਉਸ ਕੋਲ ਗਏ ਤਾਂ ਉਸ ਨੇ ਉਨ੍ਹਾਂ ਦਾ ਸਨੇਹ ਭਰਿਆ ਸੁਆਗਤ ਕਰਦਿਆਂ ਇਹ ਸ਼ਬਦ ਬੋਲੇ ਸਨ: "ਲਓ ਭਾਈ, ਅਸੀਂ ਜਿਨ੍ਹਾਂ ਦਾ ਨਾਂਅ ਲੈ ਕੇ ਲੋਕਾਂ ਨੂੰ ਦੇਸ਼ ਸੇਵਾ ਵੱਲ ਪ੍ਰੇਰਦੇ ਸਾਂ, ਅੱਜ ਸਾਨੂੰ ਸਾਡੇ ਘਰ ਹੀ ਆ ਮਿਲੇ ਹਨ।"[10]

ਬਾਬਾ ਸੋਹਣ ਸਿੰਘ ਭਕਨਾ ਬਾਬਾ ਜਵਾਲਾ ਸਿੰਘ ਹੁਰਾਂ ਦੇ ਅਸਟੋਰੀਆ ਪਹੁੰਚਣ ਤੋਂ ਪਹਿਲਾਂ ਹੀ ਇਕ ਮਹੀਨਾ ਪੂਰਾ ਕਰ ਕੇ ਪੋਰਟਲੈਂਡ ਪਰਤ ਗਏ ਸਨ ਅਤੇ ਉਥੇ ਫਿਰ ਤੋਂ ਲਿੰਟਨ ਮਿੱਲ ਵਿਚ ਕੰਮ ਕਰਨਾ ਸ਼ੁਰੂ ਕਰ ਦਿੱਤਾ ਸੀ। ਪਰ ਅਸਟੋਰੀਆ ਵਿਚ ਉਨ੍ਹਾਂ ਨੇ ਭਾਈ ਕੇਸਰ ਸਿੰਘ ਨਾਲ ਵਿਚਾਰਾਂ ਕਰ ਕੇ ਜਥੇਬੰਦੀ ਬਣਾਉਣ ਦੀ ਦਿਸ਼ਾ ਵਿਚ ਇਤਿਹਾਸਕ ਕਦਮ ਪੁੱਟ ਲਿਆ ਸੀ। ਬਾਬਾ ਜੀ ਨੇ ਲਿਖਿਆ ਹੈ:

> "ਜਦੋਂ ਸਾਡੀ ਆਪੋ ਵਿਚ ਕੌਮੀ ਆਜ਼ਾਦੀ ਦੇ ਹਾਣ ਲਾਭ ਸੰਬੰਧੀ ਗੱਲਬਾਤ ਹੋਈ ਤਾਂ ਅਸੀਂ ਇਸ ਸਿੱਟੇ ਪੁਰ ਪਹੁੰਚੇ ਕਿ ਸਿਵਾਇ ਕੁਰਬਾਨੀ ਤੇ ਕਰ ਵਿਖਾਣ ਤੋਂ ਜ਼ਬਾਨੀ ਜਮ੍ਹਾਂ ਖ਼ਰਚ ਕਰਨ ਨਾਲ ਕਦੀ ਆਜ਼ਾਦੀ ਨਹੀਂ ਮਿਲ ਸਕਦੀ। ਇਸ ਲਈ ਜ਼ਰੂਰੀ ਹੈ ਕਿ ਹੋਰ ਸਾਰੇ ਝਗੜੇ ਛੱਡ ਕੇ ਹੁਣ ਕੌਮੀ ਜੰਗ ਛੇੜੀ ਜਾਵੇ ਤੇ ਅਮਰੀਕਾ ਵਿਚ ਹਿੰਦੀ ਦੇਸ਼ ਭਗਤਾਂ ਦੀ ਇਕ ਅਜਿਹੀ ਫ਼ੌਜ ਤਿਆਰ ਕੀਤੀ ਜਾਵੇ ਜੋ ਮਜ਼੍ਹਬੀ ਤਰੇੜਾਂ ਤੋਂ ਲਾਹਮੇ ਹੋਵੇ ਤੇ ਹਿੰਦੁਸਤਾਨੀ ਨਾਤੇ ਵਜੋਂ ਉਸ ਦਾ ਹਰ ਇਕ ਸਿਪਾਹੀ ਆਪਣੀ ਜਨਮਭੂਮੀ ਦੀ ਆਜ਼ਾਦੀ ਖ਼ਾਤਰ ਉਸ ਵਿਚ ਭਰਤੀ ਹੋਵੇ। ਜਿਚਰ ਹਿੰਦੁਸਤਾਨ ਵਿਚ ਅਸੀਂ ਆਪਣੀ ਕੌਮੀ ਆਜ਼ਾਦੀ ਕਾਇਮ ਨਹੀਂ ਕਰ ਲੈਂਦੇ, ਉਨਾ ਚਿਰ ਦੁਨੀਆਂ ਵਿਚ ਸਾਡੀ ਨਿਰਾਦਰੀ ਤੇ ਬੇਪਤੀ ਜ਼ਰੂਰ ਹੀ ਹੁੰਦੀ ਰਹੇਗੀ...ਆਖ਼ਰ ਅਸਾਂ ਦੋਹਾਂ ਇਹ ਨਿਸਚਾ ਕੀਤਾ ਕਿ ਐਤਵਾਰ ਵਾਲੇ ਦਿਨ ਇਕ ਆਮ ਇਕੱਠ ਕੀਤਾ ਜਾਵੇ ਤੇ ਇਕ ਸੁਸਾਇਟੀ ਇਸ ਉਦੇਸ਼ ਨੂੰ ਪੂਰਾ ਕਰਨ ਲਈ ਕਾਇਮ ਕੀਤੀ ਜਾਵੇ। ਮੁੱਕਦੀ ਗੱਲ, ਐਤਵਾਰ ਨੂੰ ਹਿੰਦੀਆਂ ਦਾ ਇਕ ਆਮ ਦੀਵਾਨ ਕੀਤਾ ਗਿਆ। ਜਿਸ ਵਿਚ ਕੌਮੀ ਬੇਇਜ਼ਤੀ

---

9. ਬਾਬਾ ਸੋਹਣ ਸਿੰਘ ਭਕਨਾ, *ਮੇਰੀ ਰਾਮ ਕਹਾਣੀ*, ਸਫ਼ਾ 79.
10. ਬਲਬੀਰ ਪਰਵਾਨਾ (ਸੰਪਾ.), *ਲਿਖਤਾਂ: ਗ਼ਦਰੀ ਬਾਬਾ ਜਵਾਲਾ ਸਿੰਘ*, ਸਫ਼ਾ 21.

ਤੇ ਉਸ ਦੇ ਕਾਰਨਾਂ ਪੁਰ ਖੁੱਲ੍ਹੀ ਵਿਚਾਰ ਤੇ ਚਰਚਾਵਾਦ ਹੁੰਦੀ ਰਹੀ। ਆਖ਼ਰ ਸਾਰਿਆਂ ਇਸ ਗੱਲ ਨੂੰ ਮੰਨਿਆ ਕਿ ਸਾਡੀਆਂ ਸਾਰੀਆਂ ਬੇਪਤੀਆਂ ਦੀ ਜੜ੍ਹ ਸਾਡੀ ਗ਼ੁਲਾਮੀ ਹੀ ਹੈ। ਜਦੋਂ ਤੀਕ ਆਜ਼ਾਦੀ ਪ੍ਰਾਪਤ ਨਾ ਹੋਵੇਗੀ, ਉਨਾ ਚਿਰ ਦੁਨੀਆਂ ਵਿਚ ਸਾਡੀ ਇਹ ਦੁਰਦਸ਼ਾ ਹੁੰਦੀ ਹੀ ਰਹੇਗੀ। ਉਪਰੰਤ ਇਸ ਰੋਗ ਦੇ ਇਲਾਜ ਦਾ ਸਵਾਲ ਪੇਸ਼ ਹੋਇਆ ਤੇ ਆਮ ਰਾਇ ਦੇ ਆਧਾਰ ਪੁਰ ਫ਼ੈਸਲਾ ਹੋਇਆ ਕਿ ਖ਼ਾਲਸ ਹਿੰਦੀਆਂ ਦੀ ਸਭਾ ਕਾਇਮ ਕੀਤੀ ਜਾਵੇ ਜੋ ਮਜ਼ਹਬੀ ਝਗੜੇ ਝਾਂਝੇ ਤੋਂ ਨਿਰਲੇਪ ਹੋਵੇ। ਇਸ ਪੁਰ ਕਈ ਦੇਸ਼ ਭਗਤਾਂ ਨੇ ਆਪਣੇ ਨਾਮ ਪੇਸ਼ ਕੀਤੇ ਅਤੇ ਤਨ, ਮਨ ਤੇ ਧਨ ਦਵਾਰਾ ਸੇਵਾ ਕਰਨ ਦਾ ਪ੍ਰਣ ਕੀਤਾ। ਇਨ੍ਹਾਂ ਪ੍ਰਣ ਕਰਨ ਵਾਲਿਆਂ ਵਿੱਚੋਂ ਭਾ: ਬੰਤਾ ਸਿੰਘ ਦਾ ਨਾਮ ਖ਼ਾਸ ਹੈ ਜਿਨ੍ਹਾਂ ਨੇ ਕਹਿਣੀ ਨੂੰ ਕਰਨੀ ਰੂਪ ਵਿਚ ਕਰਨੀ ਦੇ ਸੱਚੇ ਵਿਚ ਢਾਲ ਵਿਖਾਯਾ ਤੇ ਜੰਮਣਭੂਮੀ ਦੇ ਨਾਮ ਪੁਰ ਆਪਣਾ ਤਨ, ਮਨ, ਧਨ ਸਭ ਕੁਝ ਵਾਰ ਸੁੱਟਿਆ।"[11]

ਇਥੇ ਨੋਟ ਕਰਨ ਵਾਲੀ ਅਹਿਮ ਗੱਲ ਇਹ ਹੈ ਕਿ ਉਪਰੋਕਤ ਮੀਟਿੰਗ ਬਾਬਾ ਸੋਹਣ ਸਿੰਘ ਭਕਨਾ ਤੇ ਭਾਈ ਕੇਸਰ ਸਿੰਘ ਨੇ ਨਿਰੋਲ ਆਪਣੀ ਪਹਿਲਕਦਮੀ 'ਤੇ ਬੁਲਾਈ ਸੀ। ਉਦੋਂ ਤਕ ਉਨ੍ਹਾਂ ਦਾ ਲਾਲਾ ਹਰਦਿਆਲ ਨਾਲ ਕੋਈ ਤਾਲਮੇਲ ਨਹੀਂ ਹੋਇਆ ਸੀ। ਉਹ ਕਿਸੇ ਵਿਦਵਾਨ ਦੇ ਭੜਕਾਏ ਇਸ ਰਾਹ ਨਹੀਂ ਪਏ ਸਨ, ਬਲਕਿ 'ਵਕਤ ਦੇ ਥਪੇੜੇ ਝੱਲ ਕੇ' ਇਸ ਸਿੱਟੇ 'ਤੇ ਪਹੁੰਚੇ ਸਨ ਕਿ ਕੌਮੀ ਆਜ਼ਾਦੀ ਹਾਸਲ ਕਰਨ ਤੋਂ ਬਿਨਾਂ ਉਨ੍ਹਾਂ ਦੇ ਦੁੱਖਾਂ ਦਾ ਕੋਈ ਹੱਲ ਨਹੀਂ ਹੋਣਾ, ਅਤੇ ਕੌਮੀ ਆਜ਼ਾਦੀ ਹਾਸਲ ਕਰਨ ਲਈ ਲਹੂ ਵੀਟਵੀਂ ਜੰਗ ਲੜਨੀ ਪੈਣੀ ਹੈ, ਜਿਸ ਦੇ ਵਾਸਤੇ ਸਾਰੇ ਵਰਗਾਂ ਦੇ ਭਾਰਤੀਆਂ ਦੀ ਸਾਂਝੀ ਜਥੇਬੰਦੀ ਜਾਂ ਫ਼ੌਜ ਬਣਾਉਣੀ ਪਹਿਲੀ ਲੋੜ ਸੀ। ਉਨ੍ਹਾਂ ਨੇ ਅਸਟੋਰੀਆ ਵਿਖੇ ਇਸ ਦਿਸ਼ਾ ਵਿਚ ਪਹਿਲਾ ਕਦਮ ਪੁੱਟਦਿਆਂ 'ਹਿੰਦੀ ਮਹਾਂ ਸਭਾ' ਦੇ ਨਾਂ ਹੇਠਾਂ ਜਥੇਬੰਦੀ ਦੀ ਮੁੱਢਲੀ ਬੁਨਿਆਦ ਧਰ ਦਿੱਤੀ ਸੀ। (ਨਵਾਬ ਖ਼ਾਨ, ਜਿਹੜਾ ਇਸ ਮੀਟਿੰਗ ਵਿਚ ਹਾਜ਼ਰ ਸੀ, ਅਨੁਸਾਰ ਜਥੇਬੰਦੀ ਦਾ ਨਾਂ 'ਹਿੰਦੁਸਤਾਨੀ ਐਸੋਸੀਏਸ਼ਨ' ਰੱਖਿਆ ਗਿਆ ਸੀ) ਭਾਈ ਕੇਸਰ ਸਿੰਘ ਨੂੰ ਇਸ ਸਭਾ ਦਾ ਪ੍ਰਧਾਨ ਤੇ ਬਾਬਾ ਸੋਹਣ ਸਿੰਘ ਭਕਨਾ ਨੂੰ ਸਕੱਤਰ ਨਾਮਜ਼ਦ ਕੀਤਾ ਗਿਆ। ਬਾਬਾ ਜੀ ਦੇ ਕਥਨ ਅਨੁਸਾਰ 'ਇਕ ਮੁਸਲਮਾਨ' ਨੂੰ ਇਸ ਦਾ ਮੀਤ ਪ੍ਰਧਾਨ ਚੁਣਿਆ ਗਿਆ। (ਇਹ ਮੁਸਲਮਾਨ ਕਰੀਮ ਬਖ਼ਸ਼ ਸੀ, ਜਿਹੜਾ ਜਾਪਦਾ ਹੈ ਬਾਅਦ ਵਿਚ ਗ਼ੈਰ-ਸਰਗਰਮ ਹੋ ਗਿਆ ਸੀ)।

ਬਾਬਾ ਜਵਾਲਾ ਸਿੰਘ ਨੇ ਲਿਖਿਆ ਹੈ ਕਿ ਅਸਟੋਰੀਆ ਵਿਚ ਉਨ੍ਹਾਂ ਨੂੰ ਭਾਰਤੀਆਂ ਦੀ ਨਵੀਂ ਬਣੀ ਸਭਾ ਦੀ ਖ਼ਬਰ ਮਿਲ ਗਈ ਸੀ। ਵੈਨਕੂਵਰ ਨੂੰ ਜਾਂਦਿਆਂ ਜਦ ਉਹ ਤੇ ਭਾਈ ਨੰਦ ਸਿੰਘ ਸੀਹਰਾ ਪੋਰਟਲੈਂਡ ਰੁਕੇ ਸਨ ਤਾਂ ਉਥੇ ਉਨ੍ਹਾਂ ਦੀ ਬਾਬਾ ਭਕਨਾ ਨਾਲ ਮੁਲਾਕਾਤ ਹੋ ਗਈ ਸੀ। ਸੁਭਾਵਿਕ ਤੌਰ 'ਤੇ ਉਨ੍ਹਾਂ ਨੇ ਆਪਸ ਵਿਚ ਇਸ ਭਖੇ ਮਸਲੇ ਬਾਰੇ ਜ਼ਰੂਰ ਚਰਚਾ ਕੀਤੀ ਹੋਵੇਗੀ। ਬਾਬਾ ਭਕਨਾ ਨੇ ਅਸਟੋਰੀਆ ਤੋਂ ਵਾਪਸ ਲਿੰਟਨ ਜਾ ਕੇ ਪੰਡਤ ਕਾਸ਼ੀ ਰਾਮ ਨੂੰ 'ਹਿੰਦੀ ਮਹਾਂ-ਸਭਾ' ਬਣਾਉਣ ਦੀ ਉਤਸ਼ਾਹਜਨਕ ਖ਼ਬਰ ਦੇਣ ਦਾ ਮਨ ਬਣਾਇਆ। ਬਾਬਾ ਜੀ ਦੇ ਆਪਣੇ ਸ਼ਬਦਾਂ ਵਿਚ:

"ਮੈਂ...ਐਤਵਾਰ ਨੂੰ ਪੰਡਤ ਕਾਸ਼ੀ ਰਾਮ ਨਾਲ ਗੱਲਬਾਤ ਕਰਨ ਦੇ ਇਰਾਦੇ ਨਾਲ ਸੈਂਟ ਜਾਹਨ ਦੇ ਕਾਰਖ਼ਾਨੇ ਵਿਚ ਗਿਆ। ਇਹ ਕਾਰਖ਼ਾਨਾ ਸਾਡੇ ਕਾਰਖ਼ਾਨੇ ਤੋਂ ਕੋਈ ਦੋ ਢਾਈ ਮੀਲ ਦੀ ਵਿਥ ਪੁਰ ਸੀ। ਅਸਟੋਰੀਆ ਵਿਚ 'ਹਿੰਦੀ ਮਹਾਂ-ਸਭਾ' ਕਾਇਮ ਹੋਣ

---

11. ਬਾਬਾ ਸੋਹਣ ਸਿੰਘ ਭਕਨਾ, *ਮੇਰੀ ਰਾਮ ਕਹਾਣੀ*, ਸਫ਼ਾ 79.

ਦਾ ਸਾਰਾ ਬਿਰਤਾਂਤ ਮੈਂ ਭਾਈ ਕਾਸ਼ੀ ਰਾਮ ਨੂੰ ਸੁਣਾਇਆ। ਉਹ ਸੁਣ ਕੇ ਬਹੁਤ ਖ਼ੁਸ਼ ਹੋਏ। ਭਾਈ ਰਾਮ ਰੱਖਾ ਵੀ ਉਹਨੀਂ ਦਿਨੀਂ ਕਾਸ਼ੀ ਰਾਮ ਕੋਲ ਹੀ ਰਹਿੰਦੇ ਸਨ। ਉਹਨਾਂ ਨੇ ਵੀ ਬੜੇ ਪਰੇਮ ਨਾਲ ਮੇਰੀ ਗੱਲਬਾਤ ਸੁਣੀ ਤੇ ਆਖਿਆ ਮੈਂ ਵੀ ਸਭਾ ਦਾ ਮੈਂਬਰ ਬਣਨ ਲਈ ਤਿਆਰ ਹਾਂ। ਸੈਂਟ ਜਾਹਨ ਵਿਚ ਰਹਿਣ ਵਾਲੇ ਹੋਰਨਾਂ ਹਿੰਦੀਆਂ ਨੇ ਵੀ ਸਭਾ ਦੇ ਮੈਂਬਰ ਬਣਨ ਦਾ ਭਰੋਸਾ ਦਿਵਾਇਆ। ਆਖ਼ਰ ਮੈਂ ਭਾਈ ਕਾਸ਼ੀ ਰਾਮ ਜੀ ਤੋਂ ਪੁੱਛਿਆ ਕਿ ਕੋਈ ਐਹੋ ਜਿਹਾ ਸੱਜਣ ਵੀ ਹੈ, ਜਿਸ ਤੋਂ ਅਸੀਂ ਅਖ਼ਬਾਰ ਕੱਢਣ ਦਾ ਕੰਮ ਲੈ ਸਕੀਏ ? ਪਰ ਹੋਵੇ ਦੇਸ਼ ਭਗਤ ਤੇ ਸੱਚਾ ਸੁੱਚਾ। ਜਿਸ ਪੁਰ ਪੂਰਾ ਭਰੋਸਾ ਕੀਤਾ ਜਾ ਸਕੇ ਅਤੇ ਅਖ਼ਬਾਰ ਦਾ ਸਾਰਾ ਕੰਮ ਉਸ ਦੇ ਸਪੁਰਦ ਕੀਤਾ ਜਾ ਸਕੇ। ਕਿਉਂਜੋ ਬਿਨਾਂ ਅਖ਼ਬਾਰ ਤੋਂ ਅਸੀਂ ਅਮਰੀਕਾ ਵਿਚ ਫਿਰ ਟੁਰ ਕੇ ਪ੍ਰਚਾਰ ਨਹੀਂ ਕਰ ਸਕਦੇ ਤੇ ਨਾ ਹੀ ਸਾਡੇ ਪਾਸ ਏਨਾ ਰੁਪਿਆ ਹੈ, ਜੋ ਗੱਡੀਆਂ ਦੇ ਭਾੜੇ ਪੁਰ ਖ਼ਰਚ ਕੀਤਾ ਜਾਵੇ ਤੇ ਪ੍ਰਚਾਰਕਾਂ ਨੂੰ ਸਫ਼ਰ ਖ਼ਰਚ ਦਿੱਤਾ ਜਾਵੇ। ਅਸੀਂ ਅਜੇ ਇਹ ਗੱਲਾਂ ਕਰ ਹੀ ਰਹੇ ਸੀ ਕਿ ਬਾਹਰੋਂ ਠਾਕਰ ਦਾਸ ਆ ਗਿਆ। ਉਹ ਹੁਣੇ ਜਿਹੇ ਹੀ ਕੈਲੀਫੋਰਨੀਆਂ ਤੋਂ ਆਇਆ ਸੀ। ਕਾਸ਼ੀ ਰਾਮ ਨੇ ਅਸਾਂ ਦੋਹਾਂ ਦੀ ਜਾਣ-ਪਛਾਣ ਕਰਾਈ ਤੇ ਫੇਰ ਗੱਲਬਾਤ ਛਿੜ ਪਈ। ਠਾਕਰ ਦਾਸ ਨੇ ਕਿਹਾ ਕਿ ਲਾਲਾ ਹਰਦਿਆਲ 'ਸਾਨ ਫ਼ਰਾਂਸਿਸਕੋ' ਵਿਚ ਰਹਿੰਦੇ ਨੇ, ਜੇ ਆਪ ਉਹਨਾਂ ਨੂੰ ਇਹ ਕੰਮ ਸੌਂਪ ਦਿਓ, ਤਾਂ ਮੇਰੀ ਜਾਚੇ ਉਹ ਇਸ ਕੰਮ ਨੂੰ ਚੰਗੀ ਤਰ੍ਹਾਂ ਚਲਾ ਸਕਣਗੇ। ਲਾਲਾ ਹਰਦਿਆਲ ਦੇ ਕਈ ਲੇਖ ਮੈਂ ਅਖ਼ਬਾਰਾਂ ਵਿਚ ਪੜ੍ਹੇ ਸਨ ਪਰ ਮੈਂ ਉਹਨਾਂ ਦੀ ਰੂਹ ਦਾ ਸਿਆਣੂ ਨਹੀਂ ਸਾਂ। ਆਖ਼ਰ ਭਾਈ ਕਾਸ਼ੀ ਰਾਮ, ਠਾਕਰ ਦਾਸ, ਰਾਮ ਰੱਖਾ ਤੇ ਹੋਰ ਵੀ ਸਾਰੇ ਸੱਜਣਾਂ ਨੇ ਇਹੋ ਸਲਾਹ ਦਿੱਤੀ ਕਿ ਲਾਲਾ ਹਰਦਿਆਲ ਨੂੰ ਓਰੇਗਾਨ ਸੱਦ ਲਿਆ ਜਾਵੇ ਤੇ ਉਹਨਾਂ ਨਾਲ ਇਸ ਕੰਮ ਬਾਰੇ ਸਲਾਹ ਮਸ਼ਵਰਾ ਕਰ ਲਿਆ ਜਾਵੇ। ਆਖ਼ਰ ਮੈਂ ਲਾਲਾ ਹਰਦਿਆਲ ਨੂੰ ਖ਼ਤ ਲਿਖਣ ਦਾ ਕੰਮ ਭਾਈ ਕਾਸ਼ੀ ਰਾਮ ਦੇ ਜ਼ੁੰਮੇ ਲਾ ਕੇ ਆਪਣੇ ਕਾਰਖ਼ਾਨੇ ਨੂੰ ਮੁੜ ਆਇਆ।"[12]

ਉਪਰੋਕਤ ਗੱਲਬਾਤ ਤੋਂ ਸਪੱਸ਼ਟ ਹੋ ਜਾਂਦਾ ਹੈ ਕਿ ਬਾਬਾ ਭਕਨਾ ਹੁਰਾਂ ਨੇ ਲਾਲਾ ਹਰਦਿਆਲ ਨਾਲ ਮੇਲ ਹੋਣ ਤੋਂ ਪਹਿਲਾਂ ਹੀ ਆਜ਼ਾਦੀ ਦਾ ਪ੍ਰਚਾਰ ਕਰਨ ਲਈ ਅਖ਼ਬਾਰ ਕੱਢਣ ਦਾ ਨਿਰਣਾ ਕਰ ਲਿਆ ਸੀ ਅਤੇ ਉਹ ਇਸ ਵਾਸਤੇ ਕਿਸੇ ਯੋਗ ਬੰਦੇ ਦੀ ਤਲਾਸ਼ ਵਿਚ ਸਨ। ਲਾਲਾ ਠਾਕਰ ਦਾਸ ਵੱਲੋਂ ਦੱਸ ਪਾਉਣ 'ਤੇ ਉਨ੍ਹਾਂ ਨੇ ਲਾਲਾ ਹਰਦਿਆਲ ਨੂੰ ਸੇਂਟ ਜਾਹਨ ਬੁਲਾਉਣ ਦਾ ਫ਼ੈਸਲਾ ਕੀਤਾ ਸੀ। ਜਿਸ ਮੁਤਾਬਕ ਭਾਈ ਕਾਸ਼ੀ ਰਾਮ ਤੇ ਠਾਕਰ ਦਾਸ ਨੇ ਚਿੱਠੀ ਲਿਖ ਕੇ ਲਾਲਾ ਹਰਦਿਆਲ ਨੂੰ ਸੇਂਟ ਜਾਹਨ ਆਉਣ ਦਾ ਸੱਦਾ ਦਿੱਤਾ। ਇਹ ਗੱਲ ਚਿੱਠੀ ਵਿਚ ਵੀ ਸਪੱਸ਼ਟ ਕੀਤੀ ਗਈ ਸੀ। ਇਸ ਸੱਦੇ 'ਤੇ ਲਾਲਾ ਹਰਦਿਆਲ ਤੇ ਭਾਈ ਪਰਮਾਨੰਦ, ਦੋਨੋਂ ਇਕੱਠੇ ਸਾਨ ਫ਼ਰਾਂਸਿਸਕੋ ਤੋਂ ਸੇਂਟ ਜਾਹਨ ਪਹੁੰਚੇ। ਉਨ੍ਹਾਂ ਦੀ ਸੇਂਟ ਜਾਹਨ ਵਿਖੇ ਆਮਦ ਬਾਰੇ ਵੱਖ-ਵੱਖ ਲੋਕਾਂ ਨੇ ਅੱਡੋ-ਅੱਡ ਤਰੀਕਾਂ ਦਿੱਤੀਆਂ ਹਨ। ਪਰ ਸਾਰੇ ਤੱਥਾਂ ਦੀ ਪੁਣ-ਛਾਣ ਕਰਨ ਤੋਂ ਬਾਅਦ ਜ਼ਿਆਦਾ ਠੀਕ ਇਹ ਲੱਗਦਾ ਹੈ ਕਿ ਉਹ ਮਾਰਚ 1913 ਦੇ ਆਖ਼ਰੀ ਹਫ਼ਤੇ ਸੇਂਟ ਜਾਹਨ ਪਹੁੰਚੇ, ਜਿਥੇ ਉਨ੍ਹਾਂ ਨੇ 25 ਮਾਰਚ* ਨੂੰ ਭਾਈ ਕਾਸ਼ੀ ਰਾਮ ਦੀ ਰਿਹਾਇਸ਼ ਵਿਖੇ ਭਾਰਤੀ ਆਵਾਸੀਆਂ ਦੀ ਇਕ ਸਭਾ ਬੁਲਾਈ ਅਤੇ ਉਥੇ ਦੇਸ਼ ਤੇ ਦੁਨੀਆਂ ਦੇ ਹਾਲਾਤ ਬਾਰੇ ਅਤੇ ਇਨ੍ਹਾਂ ਦੀ ਰੋਸ਼ਨੀ

---

* ਬਾਬਾ ਭਕਨਾ ਨੇ ਇਹ ਮੀਟਿੰਗ ਮਈ ਵਿਚ ਹੋਈ ਦੱਸੀ ਹੈ। ਪਰ ਜਾਪਦਾ ਹੈ ਕਿ ਬਾਬਾ ਜੀ ਕੋਲੋਂ ਭੁਲੇਖੇ ਨਾਲ ਇਹ ਮੀਟਿੰਗ, ਅੱਗੇ ਜਾ ਕੇ ਪਾਰਟੀ ਬਣਾਉਣ ਲਈ ਮਈ ਵਿਚ ਅਸਟੋਰੀਆ ਵਿਖੇ ਹੋਈ ਵੱਡੀ ਮੀਟਿੰਗ ਨਾਲ ਰਲਗੱਡ ਹੋ ਗਈ ਹੈ।

12. ਬਾਬਾ ਸੋਹਣ ਸਿੰਘ ਭਕਨਾ, *ਮੇਰੀ ਰਾਮ ਕਹਾਣੀ*, ਸਫ਼ੇ 80-81.

ਵਿਚ ਭਾਰਤ ਦੀ ਆਜ਼ਾਦੀ ਲਈ ਨਿੱਗਰ ਕਦਮ ਪੁੱਟਣ ਦੇ ਮਨੋਰਥ ਨਾਲ ਅਮਰੀਕਾ ਅੰਦਰ ਸਾਰੇ ਭਾਰਤੀਆਂ ਦੀ ਇਕ ਸਾਂਝੀ ਕੇਂਦਰੀ ਜਥੇਬੰਦੀ ਬਣਾਉਣ ਬਾਬਤ ਭਰਵੀਂ ਵਿਚਾਰ-ਚਰਚਾ ਹੋਈ।

ਇਸ ਚਰਚਾ ਦਾ ਘੇਰਾ ਹੋਰ ਵਿਸ਼ਾਲ ਕਰਨ ਦੇ ਮਨੋਰਥ ਨਾਲ ਅਗਲੇ ਦਿਨਾਂ ਅੰਦਰ ਕ੍ਰਮਵਾਰ ਪੋਰਟਲੈਂਡ, ਲਿੰਟਨ, ਬ੍ਰਾਈਡਲ ਵੀਲ ਤੇ ਵਿਨਾਂ (Winans) ਵਿਖੇ ਵੀ ਅਜਿਹੀਆਂ ਮੀਟਿੰਗਾਂ ਕੀਤੀਆਂ ਗਈਆਂ। ਕੰਮਾਂ-ਕਾਰਾਂ ਵਾਲੇ ਬੰਦਿਆਂ ਦੀ ਮੀਟਿੰਗ ਸਿਰਫ਼ ਛੁੱਟੀ ਵਾਲੇ ਦਿਨ (ਐਤਵਾਰ) ਹੀ ਹੋ ਸਕਦੀ ਸੀ। ਇਸ ਕਰਕੇ ਕਈ ਹਫ਼ਤੇ ਇਨ੍ਹਾਂ ਮੀਟਿੰਗਾਂ ਵਿਚ ਗੁਜ਼ਰ ਗਏ। ਅੰਤ ਵਿਚ 30 ਮਈ ਨੂੰ ਅਸਟੋਰੀਆ ਵਿਚ ਓਰੇਗਾਨ ਰਿਆਸਤ ਦੇ ਦੋ ਸੌ ਦੇ ਕਰੀਬ ਭਾਰਤੀ ਇਕੱਤਰ ਹੋਏ।* ਬਾਬਾ ਭਕਨਾ ਨੇ ਇਸ ਦਾ ਵੇਰਵਾ ਇੰਜ ਦਿੱਤਾ ਹੈ:

> "ਅਸਟੋਰੀਆ ਦੇ ਹਿੰਦੀਆਂ ਵੱਲੋਂ ਦੇਸ਼ ਭਗਤ ਭਾਈ ਬਲਵੰਤ ਸਿੰਘ (ਇਥੇ ਬਾਬਾ ਜੀ ਦਾ ਭਾਵ ਭਾਈ ਬੰਤਾ ਸਿੰਘ ਸੰਘਵਾਲ ਤੋਂ ਹੈ—ਲੇਖਕ) ਤੇ ਇਕ ਹੋਰ ਸੱਜਣ ਜੀ ਸਾਰੇ ਓਰੇਗਾਨ ਦੇ ਹਿੰਦੀਆਂ ਨੂੰ ਅਸਟੋਰੀਆ ਵਿਚ ਦਰਸ਼ਨ ਦੇਣ ਲਈ ਬੇਨਤੀ ਕਰਨ ਆਏ। ਇਸ ਸੱਦਾ-ਪੱਤਰ ਪੁਰ ਪੋਰਟਲੈਂਡ ਦੇ ਆਲੇ ਦੁਆਲੇ ਦੇ ਸਾਰੇ ਹਿੰਦੀ ਭਾਈ ਹਰਦਿਆਲ ਸਮੇਤ ਪੁੱਜੇ। ਅਸਟੋਰੀਆ ਵਾਲਿਆਂ ਨੇ ਬਾਹਰੋਂ ਆਏ ਭਰਾਵਾਂ ਦਾ ਆਦਰ ਭਾ ਤੇ ਚਾਉ ਨਾਲ ਸੁਆਗਤ ਕੀਤਾ। ਹੁਣ ਅਸਟੋਰੀਆ ਵਿਚ ਸਾਰੇ ਹਿੰਦੀ ਆਣ ਜੁੜੇ। ਲੈਕਚਰ ਆਦਿ ਹੋ ਚੁੱਕਣ ਮਗਰੋਂ ਆਮ ਰਾਇ ਦੇ ਆਧਾਰ ਪੁਰ ਇਹ ਫ਼ੈਸਲਾ ਹੋਇਆ ਕਿ ਨਵੇਂ ਸਿਰਿਓਂ ਫੇਰ ਨਵੀਂ ਚੋਣ ਕਰ ਕੇ ਇਕ ਬਕਾਇਦਾ ਸੁਸਾਇਟੀ ਕਾਇਮ ਕੀਤੀ ਜਾਵੇ ਜਿਸ ਦਾ ਮੁੱਖ ਮੰਤਵ ਹਿੰਦੁਸਤਾਨ ਨੂੰ ਆਜ਼ਾਦ ਕਰਾਉਣਾ ਹੋਵੇ। ਇਸ ਉਦੇਸ਼ ਨੂੰ ਸਾਹਮਣੇ ਰੱਖ ਕੇ ਨਵੀਂ ਚੋਣ ਕੀਤੀ ਗਈ ਤੇ 'ਹਿੰਦੀ ਮਹਾਂ-ਸਭਾ' ਦੀ ਥਾਂ ਇਸ ਦਾ ਨਾਮ 'ਹਿੰਦੀ ਐਸੋਸੀਏਸ਼ਨ'† ਰੱਖਿਆ ਗਿਆ। ਮਗਰੋਂ ਜੋ ਗ਼ਦਰ ਪਾਰਟੀ ਕਰਕੇ ਮਸ਼ਹੂਰ ਹੋਈ। ਇਸ ਦੇ ਚੀਫ਼ ਸੈਕਟਰੀ ਲਾਲਾ ਹਰਦਿਆਲ ਜੀ, ਪ੍ਰਧਾਨ ਮੈਂ ਤੇ ਮੀਤ ਪ੍ਰਧਾਨ ਭਾਈ ਕੇਸਰ ਸਿੰਘ ਜੀ ਅਤੇ ਖਜ਼ਾਨਚੀ ਭਾਈ ਕਾਸ਼ੀ ਰਾਮ ਜੀ ਥਾਪੇ ਗਏ। 'ਗ਼ਦਰ ਪਾਰਟੀ' ਦਾ ਮੁੱਖ ਮੰਤਵ, ਉਸ ਦੇ ਨਿਯਮ, ਉਪ ਨਿਯਮ ਤੇ ਪਾਰਟੀ ਦੇ ਮੈਂਬਰਾਂ ਦੇ ਫ਼ਰਜ਼ ਇਕ ਕਮੇਟੀ ਦੀ ਦੀਰਘ ਵਿਚਾਰ ਦੁਆਰਾ ਬਣਾਏ ਗਏ।"[13]

ਖ਼ੁਫ਼ੀਆ ਕੰਮਾਂ ਲਈ ਉਚਿਤ ਫ਼ੈਸਲੇ ਲੈਣ ਵਾਸਤੇ ਇਕ ਤਿੰਨ ਮੈਂਬਰੀ 'ਗੁਪਤ ਕਮਿਸ਼ਨ' ਬਣਾਇਆ ਗਿਆ, ਜਿਸ ਵਿਚ ਪ੍ਰਧਾਨ, ਚੀਫ਼ ਸੈਕਟਰੀ ਤੇ ਖ਼ਜ਼ਾਨਚੀ ਸ਼ਾਮਲ ਕੀਤੇ ਗਏ। ਹਥਿਆਰਬੰਦ ਜੰਗ ਨਾਲ ਜੁੜੇ ਹੋਏ ਅਤਿ ਖ਼ੁਫ਼ੀਆ ਮਾਮਲੇ ਇਸ ਗੁਪਤ ਕਮਿਸ਼ਨ ਅੰਦਰ ਹੀ ਵਿਚਾਰੇ ਜਾਂਦੇ ਸਨ।

---

* ਕਈ ਥਾਵਾਂ 'ਤੇ ਇਹ ਮੀਟਿੰਗ ਅਪਰੈਲ ਵਿਚ ਹੋਈ ਦੱਸੀ ਗਈ ਹੈ। ਪਰ ਅਸਟੋਰੀਆ ਤੋਂ ਛਪਦੇ ਇਕ ਅਖ਼ਬਾਰ, *ਅਸਟੋਰੀਆ ਗਜ਼ਟ*, ਵਿਚ 30 ਮਈ 1913 ਨੂੰ ਮੁਨਸ਼ੀ ਰਾਮ ਵੱਲੋਂ ਲਾਲਾ ਹਰਦਿਆਲ ਤੇ ਰਾਮ ਚੰਦਰ ਦੇ ਅਸਟੋਰੀਆ ਆਉਣ ਤੇ ਉਥੇ ਭਾਰਤੀਆਂ ਦੇ ਇਕੱਠ ਨੂੰ ਸੰਬੋਧਨ ਕਰਨ ਦੀ ਸੂਚਨਾ ਛਾਪੀ ਗਈ ਸੀ। (Johana Ogden, Social and Political Lives of Punjabi Settlers of the Columbia River, Oregan 1910-1920; in *Sikh Ghadar Lehar 1907-1918* (eds. Jasbir Singh Mann MD and Satnam Singh Johal, p. 284) 30 ਮਈ ਨੂੰ ਦਿਨ ਸ਼ੁਕਰਵਾਰ ਸੀ। ਇਸ ਕਰਕੇ ਇਹ ਗੱਲ ਪੂਰੇ ਯਕੀਨ ਨਾਲ ਨਹੀਂ ਕਹੀ ਜਾ ਸਕਦੀ ਕਿ ਇਹ ਮੀਟਿੰਗ 30 ਮਈ ਨੂੰ ਹੀ ਹੋਈ ਸੀ, ਜਾਂ ਦੋ ਦਿਨ ਛੱਡ ਕੇ ਐਤਵਾਰ ਦੇ ਦਿਨ, ਯਾਨੀ ਕਿ ਪਹਿਲੀ ਜੂਨ ਨੂੰ ਹੋਈ ਸੀ।

† ਪੂਰਾ ਨਾਂ 'ਹਿੰਦੀ ਐਸੋਸੀਏਸ਼ਨ ਆੱਵ ਪੈਸਿਫ਼ਿਕ ਕੋਸਟ' ਸੀ।

13. ਬਾਬਾ ਸੋਹਣ ਸਿੰਘ ਭਕਨਾ, *ਮੇਰੀ ਰਾਮ ਕਹਾਣੀ*, ਸਫ਼ੇ 82-83.

ਭਾਈ ਕਰਤਾਰ ਸਿੰਘ ਸਰਾਭਾ ਜਨਵਰੀ ਵਿਚ ਪੜ੍ਹਾਈ ਆਰੰਭ ਕਰਨ ਦੇ ਇਰਾਦੇ ਨਾਲ ਅਸਟੋਰੀਆ ਤੋਂ ਬਰਕਲੀ ਚਲਾ ਗਿਆ ਸੀ, ਜਿਸ ਕਰਕੇ ਉਹ ਏਸ ਮੀਟਿੰਗ ਵਿਚ ਸ਼ਾਮਲ ਨਹੀਂ ਹੋ ਸਕਿਆ ਸੀ। ਅਸਟੋਰੀਆ ਤੋਂ ਭਾਈ ਬੰਤਾ ਸਿੰਘ ਸੰਘਵਾਲ, ਭਾਈ ਗਾਂਧਾ ਸਿੰਘ, ਮੁਨਸ਼ੀ ਰਾਮ ਤੇ ਭਾਈ ਰੁਲੀਆ ਸਿੰਘ ਸਰਾਭਾ, ਬ੍ਰਾਈਡਲ ਵੀਲ ਤੋਂ ਭਾਈ ਹਰਨਾਮ ਸਿੰਘ (ਕੋਟਲਾ ਨੌਧ ਸਿੰਘ), ਪੋਰਟਲੈਂਡ ਤੋਂ ਮਾਸਟਰ ਊਧਮ ਸਿੰਘ ਕਸੇਲ, ਅਤੇ ਸੇਂਟ ਜਾਹਨ ਤੋਂ ਭਾਈ ਕਾਸ਼ੀ ਰਾਮ ਤੇ ਭਾਈ ਰਾਮ ਰੱਖਾ ਆਦਿ ਪ੍ਰਮੁੱਖ ਵਿਅਕਤੀ ਇਸ ਮੀਟਿੰਗ ਵਿਚ ਹਾਜ਼ਰ ਸਨ।

ਅਹਿਮ ਫ਼ੈਸਲੇ

ਏਸ ਸਭਾ ਵਿਚ, ਪ੍ਰਚਾਰ ਕਰਨ ਲਈ ਜਥੇਬੰਦੀ ਤਰਫ਼ੋਂ ਫ਼ੌਰੀ ਅਖ਼ਬਾਰ ਚਾਲੂ ਕਰਨ ਦਾ ਫ਼ੈਸਲਾ ਕੀਤਾ ਗਿਆ ਅਤੇ ਲਾਲਾ ਹਰਦਿਆਲ ਨੂੰ ਅਖ਼ਬਾਰ ਦੇ ਸੰਪਾਦਕ ਦੀ ਜ਼ੁੰਮੇਵਾਰੀ ਸੌਂਪੀ ਗਈ। ਜਥੇਬੰਦੀ ਦਾ ਕੇਂਦਰ ਸਥਾਪਤ ਕਰਨ ਲਈ ਸਾਨ ਫ਼ਰਾਂਸਿਸਕੋ ਸ਼ਹਿਰ ਚੁਣਿਆ ਗਿਆ। ਇਸ ਦਾ ਵੱਡਾ ਕਾਰਨ ਇਹ ਸੀ ਕਿ ਇਹ ਸ਼ਹਿਰ ਉਸ ਵੇਲੇ ਦੁਨੀਆਂ ਦੀਆਂ ਬਹੁਤ ਸਾਰੀਆਂ ਇਨਕਲਾਬੀ ਲਹਿਰਾਂ, ਜਿਵੇਂ ਆਇਰਲੈਂਡ, ਤੁਰਕੀ, ਚੀਨ, ਮਿਸਰ ਤੇ ਹੋਰ, ਦਾ ਕੇਂਦਰ ਬਣਿਆ ਹੋਇਆ ਸੀ ਅਤੇ ਉਥੋਂ ਇਨ੍ਹਾਂ ਲਹਿਰਾਂ ਨਾਲ ਤਾਲਮੇਲ ਸਥਾਪਤ ਕਰਨ ਦੀ ਸਹੂਲਤ ਦਾ ਫ਼ਾਇਦਾ ਉਠਾਇਆ ਜਾ ਸਕਦਾ ਸੀ। ਲਾਲੇ ਦੇ ਸੁਝਾਅ ਦੇਣ 'ਤੇ ਅਖ਼ਬਾਰ ਦਾ ਨਾਂ *ਗ਼ਦਰ* ਅਤੇ ਜਥੇਬੰਦੀ ਦੇ ਕੇਂਦਰ ਦਾ ਨਾਂ 'ਯੁਗਾਂਤਰ ਆਸ਼ਰਮ' ਰੱਖਣਾ ਤੈਅ ਹੋਇਆ। ਆਪਸੀ ਦੁਆ ਸਲਾਮ ਲਈ 'ਬੰਦੇ ਮਾਤ੍ਰਮ' ਦਾ ਨਾਹਰਾ (salutation) ਪ੍ਰਵਾਨ ਕੀਤਾ ਗਿਆ। ਇਸ ਤ੍ਰੈ-ਨਾਮਾਵਲੀ ਦੇ ਪਿੱਛੇ ਲਾਲਾ ਹਰਦਿਆਲ ਦਾ ਹੀ ਦਿਮਾਗ਼ ਕੰਮ ਕਰਦਾ ਸੀ।[14] ਇਹ ਤਿੰਨੋਂ ਹੀ ਨਾਮ ਹਿੰਦੂ ਰਾਸ਼ਟਰਵਾਦ ਦੇ ਚਿੰਨ੍ਹ ਬਣ ਚੁੱਕੇ ਸਨ, ਜੋ ਬੰਗਾਲੀ ਹਿੰਦੂ ਰਾਸ਼ਟਰਵਾਦੀਆਂ ਅੰਦਰ ਖ਼ਾਸ ਤੌਰ 'ਤੇ ਮਕਬੂਲ ਹੋ ਗਏ ਸਨ। ਹਿੰਦੂਤਵੀ ਵਿਚਾਰਧਾਰਾ ਦੇ ਪ੍ਰਮੁੱਖ ਘਾੜੇ ਵਿਨਾਯਕ ਦਮੋਦਰ ਸਾਵਰਕਰ ਨੇ 1857 ਦੇ ਗ਼ਦਰ ਦੁਆਲੇ ਹਿੰਦੂ ਬ੍ਰਿਤਾਂਤ (ਨੈਰੇਟਿਵ) ਸਿਰਜ ਕੇ ਹਿੰਦੂ ਸਵਰਨ ਜਾਤੀਆਂ ਲਈ, ਬਰਤਾਨਵੀ ਗ਼ੁਲਾਮੀ ਤੋਂ ਛੁਟਕਾਰਾ ਪਾਉਣ ਤੇ ਹਿੰਦੂ ਰਾਸ਼ਟਰ ਉਸਾਰਨ ਦਾ ਸਪੱਸ਼ਟ ਰਾਜਸੀ ਏਜੰਡਾ ਤੇ ਯੁੱਧ-ਪੈਂਤੜਾ ਤੈਅ ਕਰ ਦਿੱਤਾ ਸੀ। ਉਸ ਨੇ 1857 ਦੇ ਗ਼ਦਰ ਬਾਰੇ ਲਿਖੀ ਕਿਤਾਬ ਅੰਦਰ ਇਹ ਨਿਸਚਤ ਮੱਤ ਪ੍ਰਗਟ ਕੀਤਾ ਸੀ ਕਿ ਜੇਕਰ ਉਸ ਵਕਤ ਸਿੱਖ ਫ਼ੌਜਾਂ ਅੰਗਰੇਜ਼ਾਂ ਦਾ ਸਾਥ ਨਾ ਦਿੰਦੀਆਂ ਤਾਂ ਅੰਗਰੇਜ਼ਾਂ ਦੀ ਹਾਰ ਪੱਕੀ ਸੀ। ਇਸ ਕਰਕੇ ਉਸ ਨੇ ਭਵਿੱਖ ਅੰਦਰ ਭਾਰਤੀ ਸੈਨਿਕਾਂ ਦੀ ਮੱਦਦ ਨਾਲ ਅੰਗਰੇਜ਼ੀ ਹਕੂਮਤ ਦੇ ਵਿਰੁੱਧ ਭਾਰਤੀਆਂ ਦੀ ਬਗ਼ਾਵਤ ਨੂੰ ਸਫਲ ਬਣਾਉਣ ਲਈ ਸਿੱਖਾਂ ਦੀ ਹਿਮਾਇਤ ਹਾਸਲ ਕਰਨ ਦੀ ਯੁੱਧਨੀਤਕ ਮਹੱਤਤਾ ਦਰਸਾ ਦਿੱਤੀ ਸੀ। ਅਖ਼ਬਾਰ ਦਾ ਨਾਉਂ *ਗ਼ਦਰ* ਸੁਝਾਉਣ ਵੇਲੇ ਲਾਲਾ ਹਰਦਿਆਲ ਦੇ ਦਿਮਾਗ਼ ਅੰਦਰ ਸਾਵਰਕਰ ਦੀ ਉਪਰੋਕਤ ਧਾਰਨਾ ਘੁੰਮ ਰਹੀ ਸੀ। ਉਸ ਨੇ ਕੈਲੀਫ਼ੋਰਨੀਆ ਅੰਦਰ ਸਿੱਖ ਕਿਸਾਨਾਂ ਦੇ ਇਨਕਲਾਬੀ ਜੋਸ਼ ਦਾ ਖ਼ੁਦ ਸਿੱਧਾ ਅਨੁਭਵ ਕਰ ਲਿਆ ਸੀ। ਉਹ ਇਸ ਜੋਸ਼ ਨੂੰ ਹਿੰਦੂ ਰਾਸ਼ਟਰਵਾਦ ਦੀ ਸੇਵਾ ਵਿਚ ਭੁਗਤਾਉਣ ਦੀ ਇੱਛਾ ਰੱਖਦਾ ਸੀ। ਇਸ ਕਰਕੇ ਉਸ ਨੇ, ਅਛੋਪਲੇ ਤੌਰ 'ਤੇ, ਸਿੱਖਾਂ ਅੰਦਰ

14. ਬਾਬਾ ਸੋਹਣ ਸਿੰਘ ਭਕਨਾ, *ਮੇਰੀ ਰਾਮ ਕਹਾਣੀ*, ਸਫ਼ਾ 118.

ਹਿੰਦੂ ਰਾਸ਼ਟਰਵਾਦੀ ਨਾਮਾਵਲੀ ਪ੍ਰਚਲਿਤ ਕਰਨ ਦੀ ਚਲਾਕੀ ਕੀਤੀ ਸੀ। ਉਸ ਵੇਲੇ ਤਕ ਸਿੱਖ ਇਸ ਖ਼ਤਰੇ ਵੱਲੋਂ ਉੱਕਾ ਹੀ ਬੇਖ਼ਬਰ ਸਨ। ਸਿੰਘ ਸਭਾ ਲਹਿਰ ਤੇ ਆਰੀਆ ਸਮਾਜ ਵਿਚਕਾਰ ਜਿੰਨੀ ਵੀ ਸਿਧਾਂਤਕ ਬਹਿਸ ਹੋਈ, ਉਹ ਧਰਮ ਦੇ ਖੇਤਰ ਤਕ ਸੀਮਤ ਸੀ। ਹਿੰਦੂਵਾਦ ਦੇ, ਰਾਜਸੀ ਬੰਨਿਓਂ ਖ਼ਤਰੇ ਬਾਰੇ ਸਿੱਖ ਜ਼ਿਆਦਾਤਰ ਅਵੇਸਲੇ ਹੀ ਰਹੇ। ਅਮਰੀਕੀ ਦੀਪ ਅੰਦਰਲੇ ਸਿੱਖਾਂ ਨੂੰ ਬੰਗਾਲ ਅੰਦਰ ਕਿਰਿਆਸ਼ੀਲ ਹਿੰਦੂ ਰਾਸ਼ਟਰਵਾਦੀ ਰੁਝਾਣ ਬਾਰੇ ਬਹੁਤੀ ਵਾਕਫ਼ੀਅਤ ਨਹੀਂ ਸੀ, ਜਿਸ ਕਰਕੇ ਉਨ੍ਹਾਂ ਨੇ ਲਾਲਾ ਹਰਦਿਆਲ ਵੱਲੋਂ ਸੁਝਾਈ ਤ੍ਰੈ-ਨਾਮਾਵਲੀ ਨੂੰ, ਬਿਨਾਂ ਸ਼ੱਕ ਕੀਤੇ, ਖ਼ੁਸ਼ੀ ਨਾਲ ਪ੍ਰਵਾਨ ਕਰ ਲਿਆ ਸੀ। ਲਾਲਾ ਹਰਦਿਆਲ ਤਾਂ ਜਥੇਬੰਦੀ ਦਾ ਨਾਂ ਵੀ 'ਹਿੰਦੀ ਐਸੋਸੀਏਸ਼ਨ' ਦੀ ਥਾਵੇਂ 'ਹਿੰਦੂ ਐਸੋਸੀਏਸ਼ਨ' ਰੱਖਣਾ ਚਾਹੁੰਦਾ ਸੀ।[15] ਕਿਉਂਕਿ ਉਸ ਵੇਲੇ ਅਮਰੀਕਾ-ਕੈਨੇਡਾ ਅੰਦਰ ਸਾਰੇ ਭਾਰਤੀਆਂ ਨੂੰ 'ਹਿੰਦੂ' ਦੇ ਆਮ ਨਾਂ ਨਾਲ ਹੀ ਜਾਣਿਆ ਜਾਂਦਾ ਸੀ। ਲਾਲਾ ਇਸ ਗ਼ਲਤ ਰੀਤ ਦਾ ਧਾਰਮਿਕ ਫ਼ਾਇਦਾ ਉਠਾਉਣਾ ਚਾਹੁੰਦਾ ਸੀ। ਪਰ ਸਿੰਘ ਸਭਾ ਲਹਿਰ ਨੇ ਸਿੱਖਾਂ ਅੰਦਰ ਏਨੀ ਕੁ ਸੋਝੀ ਲੈ ਆਂਦੀ ਸੀ ਕਿ ਸਿੱਖ ਹਿੰਦੂ ਨਹੀਂ ਹਨ। ਇਸ ਕਰਕੇ, ਅਮਰੀਕੀ ਲੋਕ ਭਾਰਤੀ ਸਮਾਜ ਬਾਰੇ ਅਨਜਾਣ ਹੋਣ ਕਰਕੇ ਜੋ ਮਰਜ਼ੀ ਕਹਿ ਲੈਂਦੇ, ਪਰ ਸਿੱਖਾਂ ਲਈ ਆਪਣੇ ਮੂੰਹੋਂ ਆਪਣੇ ਆਪ ਨੂੰ 'ਹਿੰਦੂ' ਕਹਿਣਾ ਕੁਰਹਿਤ ਲੱਗਦੀ ਸੀ। ਜਿਸ ਕਰਕੇ ਉਨ੍ਹਾਂ ਨੇ ਜਥੇਬੰਦੀ ਦੇ ਨਾਂ ਬਾਰੇ ਲਾਲਾ ਹਰਦਿਆਲ ਦੀ ਤਜਵੀਜ਼ ਠੁਕਰਾ ਦਿੱਤੀ ਸੀ।

ਆਦਰਸ਼ ਤੇ ਨਿਯਮ

ਭਖਵੀਂ ਵਿਚਾਰ-ਚਰਚਾ ਤੋਂ ਬਾਅਦ ਆਮ ਸਹਿਮਤੀ ਨਾਲ ਜਥੇਬੰਦੀ ਦੇ ਆਦਰਸ਼, ਨਿਯਮ ਤੇ ਉਪ-ਨਿਯਮ ਵੀ ਤੈਅ ਕਰ ਲਏ ਗਏ ਸਨ। ਇਨ੍ਹਾਂ ਦਾ ਮੌਲਿਕ ਲਿਖਤੀ ਸਰੂਪ ਕਿਤੋਂ ਨਹੀਂ ਮਿਲਦਾ। ਪਰ ਬਾਅਦ ਵਿਚ ਬਾਬਾ ਸੋਹਣ ਸਿੰਘ ਭਕਨਾ ਨੇ ਜੇਲ੍ਹ ਅੰਦਰ ਆਪਣੀ ਪਲੇਠੀ 'ਆਤਮ ਕਥਾ' ਲਿਖਣ ਵੇਲੇ ਯਾਦਾਸ਼ਤ ਦੇ ਆਸਰੇ ਇਨ੍ਹਾਂ ਨੂੰ ਆਪਣੇ ਸ਼ਬਦਾਂ ਵਿਚ ਬਿਆਨ ਕਰਨ ਦਾ ਸੁਹਿਰਦ ਯਤਨ ਕੀਤਾ। ਬਾਅਦ ਵਿਚ ਜਿਹੜੇ ਲਿਖਾਰੀਆਂ ਨੇ ਗ਼ਦਰ ਪਾਰਟੀ ਦਾ ਇਤਿਹਾਸ ਲਿਖਿਆ, ਉਨ੍ਹਾਂ 'ਚੋਂ ਜ਼ਿਆਦਾਤਰ ਨੇ ਇਸ ਉੱਤੇ ਆਪਣੀ ਵਿਚਾਰਧਾਰਾ ਦਾ ਰੰਗ ਚਾੜ੍ਹਨ ਦੀਆਂ ਕੋਸ਼ਿਸ਼ਾਂ ਕੀਤੀਆਂ। ਬਾਬਾ ਭਕਨਾ ਦੀ ਲਿਖਤ ਵਿੱਚੋਂ ਗ਼ਦਰ ਪਾਰਟੀ ਦੀਆਂ ਬੁਨਿਆਦੀ ਸਿਧਾਂਤਕ ਪੋਜ਼ੀਸ਼ਨਾਂ ਦੀ ਮੂਲ ਭਾਵਨਾ ਸਪੱਸ਼ਟ ਹੋ ਜਾਂਦੀ ਹੈ।

ਉਸ ਵੇਲੇ ਭਾਰਤ ਦੇ ਲੋਕਾਂ ਦੀ ਏਕਤਾ ਤੇ ਜਥੇਬੰਦੀ ਦੇ ਰਾਹ ਵਿਚ ਦੋ ਵੱਡੀਆਂ ਰੁਕਾਵਟਾਂ ਸਨ। ਇਕ, ਭਾਰਤੀ ਸਮਾਜ ਅੰਦਰ ਪ੍ਰਚਲਿਤ ਜਾਤ-ਪਾਤੀ ਭੇਦ-ਭਾਵ ਦੀ ਬ੍ਰਾਹਮਣਵਾਦੀ ਪ੍ਰਥਾ। ਦੂਜਾ, ਆਪਸੀ ਧਾਰਮਿਕ ਝਗੜੇ ਤੇ ਕਲੇਸ਼। ਇਹ ਝਗੜੇ ਮੁੱਖ ਰੂਪ ਵਿਚ ਹਿੰਦੂਆਂ ਤੇ ਮੁਸਲਮਾਨਾਂ ਵਿਚਕਾਰ ਵਧੇਰੇ ਸਨ। ਇਸ ਦਾ ਵੱਡਾ ਕਾਰਨ ਹਿੰਦੂ ਪੁਨਰਵਾਦ ਅਥਵਾ ਵੈਦਿਕ ਸ਼ਾਵਨਵਾਦ (chauvinism) ਸੀ। ਜਿਵੇਂ ਪਿੱਛੇ ਦੂਜੇ ਕਾਂਡ ਵਿਚ ਦਰਸਾਇਆ ਗਿਆ ਹੈ, ਹਿੰਦੂ ਉੱਚ ਜਾਤੀਆਂ ਅੰਦਰ ਆਪਣੀ ਪੁਰਾਤਨ ਸ਼ਾਨ ਤੇ ਬੁਲੰਦੀ ਬਹਾਲ ਕਰਨ ਦਾ ਪੁਨਰ-ਉਥਾਨੀ ਵਰਤਾਰਾ ਜ਼ੋਰ ਫੜ ਗਿਆ ਸੀ, ਜਿਸ ਦੇ ਤਰਕਪੂਰਨ ਨਤੀਜੇ ਵਜੋਂ, ਉਨ੍ਹਾਂ ਅੰਦਰ ਜਾਤ-ਅਭਿਮਾਨ ਤੇ ਬਹੁਗਿਣਤੀ ਦੇ ਗ਼ਰੂਰ ਦੀ

15. Emily C. Brown, *Hardyal : Hindu Revolutionary and Rationalist,* p. 138.

ਕਰੁਚੀ ਪ੍ਰਫੁੱਲਤ ਹੋ ਗਈ ਸੀ। ਉਹ ਘੱਟਗਿਣਤੀ ਧਾਰਮਿਕ ਭਾਈਚਾਰਿਆਂ, ਖ਼ਾਸ ਕਰਕੇ ਮੁਸਲਮਾਨਾਂ ਨਾਲ ਵਧੀਕੀਆਂ ਤੇ ਧੱਕੇਸ਼ਾਹੀਆਂ ਕਰਨ ਲੱਗ ਪਏ ਸਨ। ਵੈਦਿਕ ਸ਼ਾਵਨਵਾਦ ਦੇ ਪ੍ਰਭਾਵ ਹੇਠ ਹਿੰਦੂਆਂ ਨੇ ਸਿੱਖ ਧਰਮ ਨੂੰ ਵੱਖਰਾ ਤੇ ਸੁਤੰਤਰ ਧਰਮ ਮੰਨਣ ਤੋਂ ਇਨਕਾਰ ਕਰਦਿਆਂ, ਇਸ ਨੂੰ ਹਿੰਦੂ ਧਰਮ ਦੇ ਖਾਰੇ ਸਮੁੰਦਰ ਅੰਦਰ ਜਜ਼ਬ ਕਰਨ ਦੀਆਂ ਖ਼ਾਹਸ਼ਾਂ ਪ੍ਰਗਟਾਉਣੀਆਂ ਸ਼ੁਰੂ ਕਰ ਦਿੱਤੀਆਂ ਸਨ। ਇਸ ਸਮਾਜੀ-ਸੱਭਿਆਚਾਰਕ ਪਿਛੋਕੜ ਵਿਚ ਗ਼ਦਰ ਪਾਰਟੀ ਦੇ ਬਾਨੀਆਂ ਨੇ "ਇਸ ਕੌਮੀ ਲਾਭ ਹਾਣ ਨੂੰ ਸਮਝਦੇ ਹੋਇਆਂ ...ਜਾਤ-ਪਾਤ ਦੇ ਵੱਟ ਬੰਨੇ ਭੰਨ ਕੇ ਆਪਣੇ ਸਾਹਮਣੇ ਕੌਮੀ ਆਦਰਸ਼ ਰੱਖਿਆ ਤੇ ਇਕ ਸੁਸਾਇਟੀ ਕਾਇਮ ਕੀਤੀ, ਜਿਸ ਵਿਚ ਹਰ ਇਕ ਹਿੰਦੀ ਭਾਵੇਂ ਉਹ ਆਸਤਕ ਹੋਵੇ ਜਾਂ ਨਾਸਤਕ, ਹਿੰਦੂ ਹੋਵੇ ਜਾਂ ਮੁਸਲਮਾਨ, ਸਿੱਖ ਹੋਵੇ ਭਾਵੇਂ ਈਸਾਈ - ਹਿੰਦੀ ਹੁੰਦਾ ਹੋਇਆ ਦਾਖ਼ਲ ਹੋ ਸਕਦਾ ਸੀ ਤੇ ਹੋਇਆ।"[16] ਇਹ ਤੈਅ ਕੀਤਾ ਗਿਆ ਕਿ "ਗ਼ਦਰ ਪਾਰਟੀ ਦੇ ਹਰ ਇਕ ਸਿਪਾਹੀ ਦਾ ਆਪੋ ਵਿਚ ਦੀ ਕੌਮੀ ਨਾਤਾ ਹੋਵੇਗਾ, ਨਾ ਕਿ ਮਜ਼ਹਬੀ ਅਤੇ ਨਾ ਹੀ ਗ਼ਦਰ ਪਾਰਟੀ ਵਿਚ ਕਦੇ ਮਜ਼ਹਬੀ ਚਰਚਾਵਾਦ ਹੋ ਸਕੇਗਾ।"[17]

ਪਿਛਲੀ ਲਗਭਗ ਅੱਧੀ ਸਦੀ ਦੇ ਦੌਰਾਨ, ਧਰਮ-ਨਿਰਪੱਖ ਰਾਸ਼ਟਰਵਾਦ (Secular Nationalism) ਦੇ ਪੁਜਾਰੀ ਵਿਦਵਾਨਾਂ ਤੇ ਲਿਖਾਰੀਆਂ ਨੇ ਗ਼ਦਰ ਪਾਰਟੀ ਦੀ ਉਪਰੋਕਤ ਸਿਧਾਂਤਕ ਪੋਜ਼ੀਸ਼ਨ ਨੂੰ ਬਹੁਤ ਵਿਗਾੜ ਕੇ ਪੇਸ਼ ਕੀਤਾ ਹੈ। ਇਸ ਨੂੰ ਧਰਮ-ਨਿਰਲੇਪਵਾਦ (Secularism) ਨਾਲ ਮੇਲਿਆ ਗਿਆ ਹੈ, ਜਦੋਂ ਕਿ ਉਸ ਵੇਲੇ ਤਕ 'ਸੈਕੁਲਰਿਜ਼ਮ' ਦਾ ਸੰਕਲਪ ਤੇ ਪਦ ਲਹਿਰ ਅੰਦਰ ਅਜੇ ਪ੍ਰਚਲਿਤ ਨਹੀਂ ਹੋਇਆ ਸੀ। ਉਸ ਵੇਲੇ ਦੇਸ਼ ਦੀ ਆਜ਼ਾਦੀ ਲਈ ਸਰਗਰਮ ਬੰਗਾਲੀ ਤੇ ਮਰਾਠੀ ਹਿੰਦੂ ਰਾਸ਼ਟਰਵਾਦੀਏ, ਆਰੀਆ ਸਮਾਜੀਏ, ਸਿੱਖ ਦੇਸ਼ ਭਗਤ - ਆਦਿ ਸਾਰੇ ਦੇਸ਼ ਪ੍ਰੇਮੀ ਆਪਣੇ ਆਪਣੇ ਧਰਮਾਂ ਤੋਂ ਉਤਸ਼ਾਹ ਤੇ ਪ੍ਰੇਰਣਾ ਲੈਂਦੇ ਸਨ। ਕੋਈ ਵੀ ਧਰਮ, ਆਪਣੇ ਆਪ ਵਿਚ, ਆਪਸੀ ਵਿਰੋਧ ਤੇ ਬਿਖੇੜੇ ਖੜੇ ਨਹੀਂ ਕਰਦਾ ਸੀ। ਝਗੜਾ ਉਦੋਂ ਖੜਾ ਹੁੰਦਾ ਸੀ ਜਦੋਂ ਇਕ ਭਾਈਚਾਰੇ ਵੱਲੋਂ ਆਪਣੇ ਧਰਮ ਨੂੰ ਆਨੀ ਬਹਾਨੀ ਦੂਸਰਿਆਂ ਉੱਤੇ ਮੜ੍ਹਨ ਦਾ, ਜਾਂ ਦੂਸਰੇ ਧਰਮ ਦੀ ਸੁਤੰਤਰ ਹਸਤੀ ਨੂੰ ਨਕਾਰਨ ਜਾਂ ਨੁਕਸਾਨਣ ਦਾ ਯਤਨ ਕੀਤਾ ਜਾਂਦਾ ਸੀ, ਅਤੇ ਜਾਂ ਦੂਸਰੇ ਧਰਮ ਨੂੰ ਨੀਵਾਂ ਦਿਖਾਉਣ ਲਈ ਉਸ ਦੀ ਗ਼ੈਰ-ਵਾਜਿਬ ਨਿੰਦਿਆ ਪੜਚੋਲ ਕੀਤੀ ਜਾਂਦੀ ਸੀ। ਗ਼ਦਰ ਪਾਰਟੀ ਦੇ ਨਿਯਮਾਂ ਵਿਚ ਇਸ ਗੱਲ ਨੂੰ ਹੀ 'ਮਜ਼ਹਬੀ ਚਰਚਾਵਾਦ' ਦਾ ਨਾਂ ਦਿੱਤਾ ਗਿਆ ਸੀ, ਜਿਸ ਦੀ ਜਥੇਬੰਦੀ ਅੰਦਰ ਪੂਰਨ ਮਨਾਹੀ ਕੀਤੀ ਗਈ ਸੀ। ਆਪਣੇ ਧਰਮ ਨੂੰ ਦੂਸਰੇ ਸਾਰੇ ਧਰਮਾਂ ਨਾਲੋਂ ਪੁਰਾਣਾ ਤੇ ਉੱਤਮ ਸਮਝਣ ਦੀ ਸ਼ਾਵਨਵਾਦੀ ਭਾਵਨਾ ਜ਼ਿਆਦਾ ਹਿੰਦੂ ਉੱਚ ਜਾਤੀਆਂ ਵਿਚ ਹੀ ਸੀ। ਇਨ੍ਹਾਂ ਦਾ ਦੂਸਰਿਆਂ ਪ੍ਰਤਿ ਰੁਖ਼ ਹਮਲਾਵਰ ਤੇ ਵਤੀਰਾ ਝਗੜਾਲੂ ਸੀ। ਘੱਟਗਿਣਤੀ ਧਾਰਮਿਕ ਭਾਈਚਾਰਿਆਂ ਦੇ ਸਰੋਕਾਰ ਰੱਖਿਆਤਮਿਕ ਸਨ। ਉਹ ਆਪਣੀ ਰੱਖਿਆ ਦੀ ਲੜਾਈ ਲੜ ਰਹੇ ਸਨ। ਆਮ ਤੌਰ 'ਤੇ ਵਧੀਕੀ ਹਿੰਦੂਆਂ ਵੱਲੋਂ ਹੁੰਦੀ ਸੀ। ਇਸ ਕਰਕੇ, ਗ਼ਦਰ ਪਾਰਟੀ ਦੇ ਬਾਨੀਆਂ ਨੇ 'ਮਜ਼ਹਬੀ ਚਰਚਾਵਾਦ' ਉੱਤੇ ਪਾਬੰਦੀ ਲਾ ਕੇ, ਇਕ ਲਿਹਾਜ਼ ਨਾਲ ਹਿੰਦੂ-ਹੰਕਾਰਵਾਦ ਦਾ ਰਾਹ ਬੰਦ ਕਰ ਦਿੱਤਾ ਸੀ। ਜਦੋਂ ਵੀ ਅੰਗਰੇਜ਼ ਸਰਕਾਰ ਵੱਲੋਂ ਕਿਸੇ ਵੀ ਧਰਮ ਨਾਲ ਵਧੀਕੀ ਕਰਨ ਦਾ ਮਾਮਲਾ ਸਾਹਮਣੇ ਆਇਆ, ਉਥੇ ਗ਼ਦਰ ਪਾਰਟੀ ਨੇ ਪੀੜਤ ਭਾਈਚਾਰੇ

16. ਬਾਬਾ ਸੋਹਣ ਸਿੰਘ ਭਕਨਾ, *ਮੇਰੀ ਰਾਮ ਕਹਾਣੀ*, ਸਫ਼ਾ 117.
17. *ਉਹੀ*, ਸਫ਼ਾ 82.

ਦੇ ਧਾਰਮਿਕ ਜਜ਼ਬਾਤ ਨੂੰ ਅੰਗਰੇਜ਼ ਸਰਕਾਰ ਵਿਰੁੱਧ ਲਾਮਬੰਦ ਕਰਨ ਦੇ ਪੁਰਜ਼ੋਰ ਯਤਨ ਕੀਤੇ। ਜਿਸ ਤੋਂ ਪਤਾ ਚੱਲਦਾ ਹੈ ਕਿ ਗ਼ਦਰ ਪਾਰਟੀ ਦਾ ਧਰਮ ਪ੍ਰਤਿ ਨਜ਼ਰੀਆ ਨਕਾਰਾਤਮਿਕ ਜਾਂ ਬੇਵਾਸਤਗੀ ਵਾਲਾ ਨਹੀਂ ਸੀ। ਇਹ ਸਾਕਾਰਾਤਮਿਕ ਤੇ ਸੰਵੇਦਨਸ਼ੀਲਤਾ ਵਾਲਾ ਸੀ।

ਗ਼ਦਰ ਅਖ਼ਬਾਰ ਦੇ ਹਰ ਅੰਕ ਵਿਚ, ਦਮੋਦਰ ਸਾਵਰਕਰ ਦੀ 1857 ਦੇ ਗ਼ਦਰ ਬਾਰੇ 1905 ਵਿਚ ਇੰਗਲੈਂਡ ਤੋਂ ਲਿਖੀ ਕਿਤਾਬ ਵਿੱਚੋਂ ਕੁਝ ਅੰਸ਼ ਛਾਪੇ ਜਾਂਦੇ ਸਨ। ਪੰਜਾਬੀ *ਗ਼ਦਰ* ਦੇ ਪਹਿਲੇ ਹੀ ਅੰਕ ਵਿਚ, ਧਰਮ ਤੇ ਰਾਜਨੀਤੀ ਦੇ ਆਪਸੀ ਰਿਸ਼ਤੇ ਬਾਰੇ ਸਾਵਰਕਰ ਦੇ ਹੇਠ ਲਿਖੇ ਵਿਚਾਰ ਛਾਪੇ ਗਏ ਸਨ:

> "1857 ਦੇ ਗ਼ਦਰ ਦੇ ਦੋ ਬੜੇ ਅਸੂਲ ਸਨ ਸੁਧਰਮ ਤੇ ਸੁਰਾਜ। ਜਾਨੀ ਆਪਨਾ ਧਰਮ ਤੇ ਰਾਜ। ਹਿੰਦੂ ਮੁਸਲਮਾਨਾਂ ਨੇ ਅਪਨੇ ਮਜਬ ਤੇ ਰਾਜ ਦੀ ਖ਼ਾਤਰ ਏਹ ਲੜਾਈ ਛੇੜੀ। ਸੁਰਾਜ ਤੇ ਧਰਮ ਦਾ ਆਪਸ ਵਿਚ ਬੜਾ ਭਾਰੀ ਨਾਤਾ ਹੈ। ਅਪਨੇ ਰਾਜ ਬਿਨਾਂ ਧਰਮ ਨਹੀਂ ਰਹਿ ਸਕਦਾ।"[18]

ਇਸ ਤੋਂ ਧਰਮ ਬਾਰੇ ਗ਼ਦਰ ਪਾਰਟੀ ਦੇ ਸਾਕਾਰਾਤਮਿਕ ਰਵੱਈਏ ਦੀ ਪੁਸ਼ਟੀ ਹੁੰਦੀ ਹੈ।

ਉਸ ਵੇਲੇ ਸਿੱਖਾਂ ਦਾ ਕਿਸੇ ਦੂਸਰੇ ਧਰਮ ਜਾਂ ਧਾਰਮਿਕ ਭਾਈਚਾਰੇ ਨਾਲ ਕੋਈ ਝਗੜਾ ਨਹੀਂ ਸੀ। ਉਹ ਮੁੱਖ ਤੌਰ 'ਤੇ ਆਪਣੀ ਸੁਤੰਤਰ ਹਸਤੀ ਨੂੰ ਬਚਾਉਣ ਦੀ ਲੜਾਈ ਲੜ ਰਹੇ ਸਨ। ਜਦੋਂ ਕਿਸੇ ਹਿੰਦੂ ਧਾਰਮਿਕ ਸੰਸਥਾ ਨੇ ਵੈਦਿਕ ਸ਼ਾਵਨਵਾਦ ਦੇ ਪ੍ਰਭਾਵ ਹੇਠ ਸਿੱਖ ਧਰਮ ਦੀ ਸੁਤੰਤਰ ਹੋਂਦ ਨੂੰ ਨਕਾਰਨ ਦੀ ਗੁਸਤਾਖ਼ੀ ਕੀਤੀ, ਤਾਂ ਸਿੱਖਾਂ ਨੇ ਬਾਦਲੀਲ ਤੇ ਤਹਿਜ਼ੀਬਯਾਫ਼ਤਾ ਢੰਗਾਂ ਨਾਲ ਇਸ ਨੂੰ ਚੁਣੌਤੀ ਦਿੱਤੀ। ਵੈਸੇ ਗ਼ਦਰ ਪਾਰਟੀ ਦੀ ਸਥਾਪਨਾ ਦੇ ਵਰ੍ਹਿਆਂ ਅੰਦਰ ਉਨ੍ਹਾਂ ਦੇ ਜ਼ਿਆਦਾਤਰ ਧਾਰਮਿਕ ਮਸਲੇ ਬਸਤੀਵਾਦੀ ਸਰਕਾਰ ਨਾਲ ਹੀ ਖੜੇ ਹੋਏ। ਜਿਵੇਂ ਕਿ ਅਸੀਂ ਅੱਗੇ ਜਾ ਕੇ ਦੇਖਾਂਗੇ, ਇਨ੍ਹਾਂ ਸਾਰੇ ਮਸਲਿਆਂ 'ਤੇ ਗ਼ਦਰ ਪਾਰਟੀ ਨੇ ਸਿੱਖਾਂ ਦੇ ਨਿਆਈਂ ਪੱਖ ਦੀ ਡਟਵੀਂ ਤੇ ਪੁਰਜ਼ੋਰ ਹਮਾਇਤ ਕੀਤੀ ਸੀ, ਅਤੇ ਇਸ ਸਦਕਾ ਪਾਰਟੀ ਨੂੰ, ਹੋਰ ਕਿਸੇ ਵੀ ਧਾਰਮਿਕ ਭਾਈਚਾਰੇ ਦੀ ਤੁਲਨਾ ਵਿਚ, ਸਿੱਖ ਭਾਈਚਾਰੇ ਦੀ ਕਿਤੇ ਜ਼ਿਆਦਾ ਤੇ ਪੁਰਜੋਸ਼ ਹਮਾਇਤ ਹਾਸਲ ਹੋਈ ਸੀ।

ਰਾਸ਼ਟਰਵਾਦ ਦੇ ਪੈਰੋਕਾਰ ਵਿਦਵਾਨਾਂ ਤੇ ਲਿਖਾਰੀਆਂ ਵੱਲੋਂ, ਧਰਮ ਵਾਂਗੂੰ ਹੀ, ਗ਼ਦਰੀ ਬਾਬਿਆਂ ਦੀਆਂ ਲਿਖਤਾਂ ਅੰਦਰ 'ਕੌਮ' ਜਾਂ 'ਕੌਮੀਅਤ' ਦੇ ਪਦ ਦੀ ਵਰਤੋਂ ਨੂੰ ਲੈ ਕੇ ਵੀ ਬਹੁਤ ਸਿਧਾਂਤਕ ਭੁਲੇਖਾ ਪਾਉਣ ਦੇ ਯਤਨ ਕੀਤੇ ਗਏ ਹਨ। ਗ਼ਦਰੀ ਬਾਬਿਆਂ, ਖ਼ਾਸ ਕਰਕੇ ਬਾਬਾ ਸੋਹਣ ਸਿੰਘ ਭਕਨਾ ਦੀਆਂ ਸਮੁੱਚੀਆਂ ਲਿਖਤਾਂ ਨੂੰ ਜੇਕਰ ਗਹੁ ਨਾਲ ਵਾਚਿਆ ਜਾਵੇ, ਤਾਂ ਇਹ ਜਾਨਣ ਵਿਚ ਕੋਈ ਮੁਸ਼ਕਲ ਨਹੀਂ ਆਉਂਦੀ ਕਿ ਉਨ੍ਹਾਂ ਨੇ 'ਕੌਮ' ਪਦ ਦੀ ਵਰਤੋਂ ਬਹੁਤ ਖੁੱਲ੍ਹੇ-ਡੁੱਲ੍ਹੇ ਅਰਥਾਂ ਵਿਚ ਕੀਤੀ ਹੈ। 'ਕੌਮ' ਤੋਂ ਉਨ੍ਹਾਂ ਦੀ ਮੁਰਾਦ ਦੇਸ਼ ਸੀ। ਉਸ ਵੇਲੇ ਗ਼ਦਰੀ ਬਾਬਿਆਂ, ਜਿਹੜੇ ਕਿ ਬਹੁਤ ਘੱਟ ਪੜ੍ਹੇ ਹੋਏ ਸਨ, ਨੂੰ ਤਾਂ ਕੀ, ਭਾਰਤ ਦੇ ਬਹੁਤ ਸਾਰੇ ਪੜ੍ਹੇ-ਲਿਖੇ ਵਿਦਵਾਨਾਂ ਨੂੰ ਵੀ 'ਕੌਮ' ਤੇ 'ਦੇਸ਼' ਵਿਚਕਾਰ ਫ਼ਰਕ ਦਾ ਗਿਆਨ ਨਹੀਂ ਸੀ। ਅਜੇ ਤਕ ਵੀ ਇਹ ਦੋਨੋਂ ਪਦ ਇਕ ਦੂਜੇ ਦੀ ਥਾਵੇਂ ਆਮ ਵਰਤੇ ਜਾਂਦੇ ਹਨ। ਗ਼ਦਰੀ ਬਾਬਿਆਂ ਦੀਆਂ ਨਜ਼ਰਾਂ ਵਿਚ ਦੇਸ਼ ਲਈ ਕੰਮ ਕਰਨਾ 'ਕੌਮੀ

---

18. *ਗ਼ਦਰ*, ਦਸੰਬਰ 1913.

ਕਾਰਜ' ਸੀ ਅਤੇ ਉਹ 'ਦੇਸ਼ ਭਗਤੀ' ਨੂੰ 'ਕੌਮੀਅਤ ਦੀ ਭਾਵਨਾ' ਦਾ ਨਾਂ ਦਿੰਦੇ ਸਨ। ਇਸ ਕਰਕੇ ਉਨ੍ਹਾਂ ਵੱਲੋਂ ਅਨਜਾਣੇ ਵਿਚ ਕਈ ਵਾਰ ਦੇਸ਼ ਲਈ 'ਕੌਮ' ਸ਼ਬਦ ਦੀ ਵਰਤੋਂ ਕਰਨ ਦਾ ਮਤਲਬ ਇਹ ਸਮਝ ਲੈਣਾ ਕਿ ਉਹ ਸਮੁੱਚੇ ਭਾਰਤ ਨੂੰ 'ਇੱਕੋ ਕੌਮ' ਸਮਝਦੇ ਸਨ, ਉੱਕਾ ਹੀ ਠੀਕ ਨਹੀਂ ਹੈ। ਉਨ੍ਹਾਂ ਨੇ ਅਨੇਕਾਂ ਹੀ ਥਾਵਾਂ 'ਤੇ 'ਸਿੱਖ ਕੌਮ' ਦਾ ਪਦ ਇਸਤੇਮਾਲ ਕੀਤਾ ਹੈ। ਸੋ ਉਨ੍ਹਾਂ ਵੱਲੋਂ ਕਈ ਵਾਰ ਦੇਸ਼ ਦੀ ਜਗ੍ਹਾ 'ਕੌਮ' ਦਾ ਪਦ ਇਸਤੇਮਾਲ ਕਰ ਲੈਣ ਦੀ ਜੋ ਉਕਾਈ ਹੋਈ ਹੈ, ਉਸ ਨੂੰ ਰਾਸ਼ਟਰਵਾਦ ਦੀ ਸੇਵਾ ਵਿਚ ਭੁਗਤਾਉਣ ਦਾ ਨਜਾਇਜ਼ ਯਤਨ ਕਰਨਾ ਨਾ ਬੌਧਿਕ ਤੇ ਨਾ ਹੀ ਨੈਤਿਕ ਪੱਖੋਂ ਉਚਿਤ ਕਿਹਾ ਜਾ ਸਕਦਾ ਹੈ।

ਜਥੇਬੰਦੀ ਦੀ ਗੁਰਮਤਿ ਜੁਗਤਿ

ਅਸਟੋਰੀਆ ਵਿਖੇ ਹੋਈ ਮੀਟਿੰਗ ਵਿਚ ਕੇਵਲ ਓਰੇਗਾਨ ਰਿਆਸਤ ਦੇ ਭਾਰਤੀ ਆਵਾਸੀ ਹੀ ਸ਼ਾਮਲ ਹੋਏ ਸਨ। ਇਸ ਵਿਚ ਕੈਨੇਡਾ, ਕੈਲੀਫ਼ੋਰਨੀਆ ਤੇ ਪੂਰਬ ਤੇ ਦੂਰ ਪੂਰਬ ਦੇ ਟਾਪੂਆਂ ਤੋਂ ਕੋਈ ਵੀ ਭਾਰਤੀ ਆਵਾਸੀ ਸ਼ਾਮਲ ਨਹੀਂ ਹੋਇਆ ਸੀ। ਪਰ ਸੀਮਤ ਨੁਮਾਇੰਦਗੀ ਦੇ ਬਾਵਜੂਦ ਇਹ ਜਥੇਬੰਦੀ ਅਮਲੀ ਰੂਪ ਵਿਚ ਕੈਨੇਡਾ, ਅਮਰੀਕਾ ਤੇ ਧੁਰ ਪੂਰਬ ਦੇ ਟਾਪੂਆਂ ਤਕ ਫੈਲੇ ਸਮੁੱਚੇ ਭਾਰਤੀ ਆਵਾਸੀਆਂ ਦੀ ਸਰਬ-ਸਾਂਝੀ ਤੇ ਕੇਂਦਰੀ ਜਥੇਬੰਦੀ ਵਜੋਂ ਪ੍ਰਵਾਨ ਕੀਤੀ ਗਈ। ਇਹ ਗੱਲ ਬਹੁਤ ਵਿਸ਼ੇਸ਼ ਹੈ। ਇਸ ਤੋਂ ਗ਼ਦਰੀ ਸੰਗਰਾਮੀਆਂ ਦੀ ਜਥੇਬੰਦੀ ਬਾਰੇ, ਆਧੁਨਿਕ ਦਸਤੂਰ ਨਾਲੋਂ ਵੱਖਰੀ ਤੇ ਵਿਲੱਖਣ ਦ੍ਰਿਸ਼ਟੀ ਦਾ ਪਤਾ ਚੱਲਦਾ ਹੈ।

ਕੈਨੇਡਾ ਤੇ ਅਮਰੀਕਾ ਦੇ ਸਿੱਖਾਂ ਨੇ ਜਥੇਬੰਦੀ ਦੀ, ਅਮਲੀ ਰੂਪ ਵਿਚ, ਪੁਰਾਤਨ ਸਿੰਘਾਂ ਵਾਲੀ ਰਵਾਇਤੀ ਜੁਗਤਿ ਅਪਣਾਈ। ਭਾਵੇਂ ਕਿ ਪੱਛਮੀ ਦੇਸ਼ਾਂ ਦੇ ਕਾਇਦੇ-ਕਾਨੂੰਨਾਂ ਮੁਤਾਬਕ ਕੋਈ ਵੀ ਸਭਾ ਸੁਸਾਇਟੀ ਰਜਿਸਟਰ ਕਰਾਉਣ ਲਈ ਇਸ ਦੇ ਲਿਖਤੀ ਨਿਯਮ ਤੇ ਉਪ-ਨਿਯਮ ਤੈਅ ਕਰਨ ਦੀ ਰਸਮ ਪੂਰੀ ਕਰਨੀ ਜ਼ਰੂਰੀ ਸੀ, ਅਤੇ ਇਸ ਅਨੁਸਾਰ ਜਥੇਬੰਦੀ ਦੇ ਅਹੁਦੇਦਾਰਾਂ ਦੀ ਨੇਮਪੂਰਬਕ ਚੋਣ ਤੇ ਕਾਰਜ-ਵੰਡ ਨਿਸਚਤ ਕੀਤੀ ਜਾਂਦੀ ਸੀ। ਪਰ ਅਮਲੀ ਪੱਧਰ 'ਤੇ ਸਾਰਾ ਕੰਮ-ਕਾਰ ਆਪਸੀ ਵਿਸ਼ਵਾਸ ਤੇ ਮਿਲਵਰਤੋਂ ਨਾਲ ਹੀ ਚੱਲਦਾ ਸੀ। ਗ਼ਦਰੀ ਸਿੱਖ ਸੰਗਰਾਮੀਆਂ ਅੰਦਰ ਪੁਰਾਤਨ ਸਿੰਘਾਂ ਵਾਲਾ ਰੂਹਾਨੀ ਜਜ਼ਬਾ ਸੀ। ਉਹ ਸੁਆਰਥ ਤੇ ਹਉਮੈ ਦੇ ਰੋਗ ਤੋਂ ਮੁਕਤ ਰੂਹਾਂ ਸਨ। ਕਿਸੇ ਅੰਦਰ ਵੀ ਅਹੁਦੇਦਾਰੀ ਦੀ ਤ੍ਰਿਸ਼ਨਾ ਨਹੀਂ ਸੀ, ਨਾ ਸ਼ੋਹਰਤ ਦੀ ਲਾਲਸਾ ਸੀ। ਸਾਰੇ ਇਕ ਦੂਜੇ ਉੱਤੇ ਪੂਰਨ ਭਰੋਸਾ ਕਰਦੇ ਸਨ ਅਤੇ ਉਨ੍ਹਾਂ ਦਾ ਆਪਸ ਵਿਚ ਗੂੜ੍ਹਾ ਸਨੇਹ ਸੀ। ਇਸ ਕਰਕੇ ਅਹੁਦਿਆਂ ਤੇ ਉਪ-ਨਿਯਮਾਂ ਦੀ ਅਹਿਮੀਅਤ ਰਸਮੀ ਸੀ। ਸਿੱਖ ਰਵਾਇਤ ਅਨੁਸਾਰ ਜਥੇਬੰਦੀਆਂ ਦੀਆਂ ਇਕਾਈਆਂ ਨੂੰ ਆਮ ਤੌਰ 'ਤੇ 'ਜਥੇ' ਕਿਹਾ ਜਾਂਦਾ ਸੀ*। *ਗ਼ਦਰ* ਅਖ਼ਬਾਰ ਦੇ ਪਲੇਠੇ ਅੰਕ ਅੰਦਰ ਪਾਠਕਾਂ ਨਾਲ ਇਹ ਜਾਣਕਾਰੀ ਸਾਂਝੀ ਕੀਤੀ ਗਈ ਸੀ ਕਿ ਇਨਕਲਾਬੀ ਜੰਗ ਦੀ ਤਿਆਰੀ ਵਾਸਤੇ "ਇਕ ਸਭਾ ਬਣਾਈ ਗਈ ਹੈ। ਜਿਸ ਦਾ ਨਾਂਓ ਪੈਸੀਫਿਕ

---

* ਪ੍ਰੋ. ਹਰੀਸ਼ ਕੇ. ਪੁਰੀ ਨੇ ਲਿਖਿਆ ਹੈ ਕਿ ਜਦੋਂ ਗ਼ਦਰੀ ਸੰਗਰਾਮੀਆਂ ਨੇ ਦੇਸ਼ ਪਰਤ ਕੇ ਕੰਮ ਕਰਨਾ ਸ਼ੁਰੂ ਕੀਤਾ ਤਾਂ ਉਨ੍ਹਾਂ ਕੋਈ ਬਕਾਇਦਾ ਜਥੇਬੰਦਕ ਢਾਂਚਾ ਨਹੀਂ ਬਣਾਇਆ ਸੀ। ਅਲੱਗ ਅਲੱਗ ਸੰਗਰਾਮੀਏ ਅਲੱਗ ਅਲੱਗ ਜਥਿਆਂ, ਜਿਵੇਂ ਭਾਈ ਨਿਧਾਨ ਸਿੰਘ ਚੁੱਘਾ ਦਾ ਜਥਾ, ਭਾਈ ਕਾਸ਼ੀ ਰਾਮ ਦਾ ਜਥਾ ਆਦਿ ਆਦਿ, ਦੇ ਰੂਪ ਵਿਚ ਵਿਚਰਦੇ ਸਨ।

ਕੋਸਟ ਹਿੰਦੀ ਸਭਾ ਰਖਾ ਗਿਆ ਹੈ। ਪੋਰਟਲੈਂਡ। ਅਸਟੋਰੀਆ। ਸੈਂਟ ਜਾਨ। ਸੈਕਰਾਮੈਂਟੋ। ਅਤੇ ਵਰੇਡਲ ਵੀਲ ਵਿਚ ਇਸ ਦੇ ਜਥੇ ਹਨ।"

ਜਥੇਬੰਦੀ ਉਸਾਰਨ ਦੇ ਮਾਮਲੇ ਵਿਚ ਗਿਣਤੀ (ਸਰੀਰਾਂ) ਨਾਲੋਂ ਗੁਣ (ਰੂਹ) ਨੂੰ ਤਰਜੀਹ ਦਿੱਤੀ ਜਾਂਦੀ ਸੀ। ਜਿਸ ਆਦਮੀ ਨੇ ਆਪਣੇ ਆਪ ਨੂੰ ਪੂਰਨ ਰੂਪ ਵਿਚ ਦੇਸ਼ ਦੀ ਸੇਵਾ ਲਈ ਅਰਪਣ ਕਰਨਾ ਹੁੰਦਾ, ਉਹ ਇਸ ਬਾਰੇ ਸਭ ਦੇ ਸਨਮੁੱਖ ਬਕਾਇਦਾ ਪ੍ਰਣ ਕਰਦਾ ਸੀ। ਅਮਰੀਕਾ, ਕੈਨੇਡਾ ਤੇ ਪੂਰਬੀ ਟਾਪੂਆਂ ਅੰਦਰ ਅਨੇਕਾਂ ਥਾਵਾਂ ਤੋਂ ਅਜਿਹੇ ਹਵਾਲੇ ਮਿਲਦੇ ਹਨ ਜਿਥੇ ਸਿੱਖਾਂ ਨੇ ਸ੍ਰੀ ਗੁਰੂ ਗ੍ਰੰਥ ਸਾਹਿਬ ਜੀ ਦੇ ਸਨਮੁੱਖ ਖਲੋ ਕੇ ਦੇਸ਼ ਲਈ ਆਪਾ ਨਿਛਾਵਰ ਕਰਨ ਦੀਆਂ ਸੌਂਹਾਂ ਖਾਧੀਆਂ ਸਨ। ਜਿਹੜਾ ਬੰਦਾ ਅਜੇ ਤਨੋਂ ਮਨੋਂ ਪੂਰੀ ਤਰ੍ਹਾਂ ਨਾਲ ਤਿਆਰ ਨਹੀਂ ਹੁੰਦਾ ਸੀ, ਉਸ ਨੂੰ ਜਥੇਬੰਦੀ ਵਿਚ ਸ਼ਾਮਲ ਕਰਨ ਤੋਂ ਗੁਰੇਜ਼ ਕੀਤਾ ਜਾਂਦਾ ਸੀ। ਬਾਬਾ ਵਿਸਾਖਾ ਸਿੰਘ ਨੇ ਆਪਣੀ 'ਆਤਮ ਕਥਾ' ਅੰਦਰ ਦੋ ਅਜਿਹੇ ਵਿਅਕਤੀਆਂ ਦਾ ਮਾਮਲਾ ਬਿਆਨ ਕੀਤਾ ਹੈ ਜਿਹੜੇ ਪਹਿਲਾਂ ਜੋਸ਼ ਵਿਚ ਆ ਕੇ ਸ੍ਰੀ ਗੁਰੂ ਗ੍ਰੰਥ ਸਾਹਿਬ ਜੀ ਦੇ ਸਨਮੁੱਖ ਕਸਮਾਂ ਖਾ ਕੇ ਜਥੇਬੰਦੀ ਵਿਚ ਸ਼ਾਮਲ ਹੋ ਗਏ ਸਨ, ਪਰ ਬਾਅਦ ਵਿਚ ਇਕ ਨੇ ਆਪਣੇ ਪਰਿਵਾਰ ਦੇ ਦਬਾਅ ਹੇਠ ਆ ਕੇ ਤੇ ਦੂਜੇ ਨੇ ਆਪਣੀ ਮਾਨਸਿਕ ਦੁਬਿਧਾ ਕਰਕੇ ਕਮਜ਼ੋਰੀ ਦਿਖਾਉਣੀ ਸ਼ੁਰੂ ਕਰ ਦਿੱਤੀ ਸੀ। ਬਾਬਿਆਂ ਨੇ ਆਪ ਹੀ ਉਨ੍ਹਾਂ 'ਦੋਵਾਂ ਵੀਰਾਂ' ਨੂੰ ਪੂਰੇ ਪਿਆਰ ਭਾਵ ਨਾਲ ਜਥੇਬੰਦੀ ਦੇ ਕੰਮਾਂ ਤੋਂ ਪਿੱਛੇ ਹਟ ਜਾਣ ਦੀ ਇਜਾਜ਼ਤ ਦੇ ਦਿੱਤੀ ਸੀ। ਕੋਈ ਵੀ ਉਨ੍ਹਾਂ ਦੀ ਕਮਜ਼ੋਰੀ ਉੱਤੇ ਖ਼ਫ਼ਾ ਨਹੀਂ ਹੋਇਆ ਸੀ, ਨਾ ਕਿਸੇ ਨੇ ਉਨ੍ਹਾਂ ਨੂੰ ਨੀਵੇਂ ਦਿਖਾਉਣ ਦਾ ਯਤਨ ਕੀਤਾ ਸੀ। ਉਨ੍ਹਾਂ ਨਾਲ ਪਹਿਲਾਂ ਵਾਂਗੂੰ ਹੀ ਸਨੇਹ ਬਣਾਈ ਰੱਖਿਆ ਸੀ।

ਜਿਹੜੇ ਵਿਦਵਾਨ ਆਧੁਨਿਕ ਵਿੱਦਿਆ ਦੇ ਪ੍ਰਭਾਵ ਹੇਠ ਇਨਕਲਾਬੀ ਲਹਿਰਾਂ ਨੂੰ 'ਵਿਗਿਆਨਕ ਦ੍ਰਿਸ਼ਟੀਕੋਣ' ਤੋਂ ਦੇਖਣ ਤੇ ਪੜਚੋਲਣ ਦੇ ਆਦੀ ਹਨ, ਉਨ੍ਹਾਂ ਨੂੰ ਗ਼ਦਰ ਪਾਰਟੀ ਦੀ ਜਥੇਬੰਦਕ ਬਣਤਰ, ਚਾਲ-ਢਾਲ ਤੇ ਕਾਰਜ-ਵਿਧੀ ਪੁੱਜ ਕੇ ਦੋਸ਼ ਪੂਰਨ ਨਜ਼ਰ ਆਉਂਦੀ ਹੈ। ਉਨ੍ਹਾਂ ਦੀ ਜਥੇਬੰਦੀ ਦੀ ਧਾਰਨਾ ਕਿਤਾਬੀ ਅਥਵਾ ਪੱਛਮੀ ਹੈ, ਜਿਥੇ ਹਰ ਗੱਲ ਪੂਰਨ ਤੌਰ 'ਤੇ ਰਸਮੀ ਮਰਯਾਦਾ, ਯਾਨੀ ਕਿ ਲਿਖਤੀ ਉਪ-ਨਿਯਮਾਂ ਅਨੁਸਾਰ ਹੋਣੀ ਚਾਹੀਦੀ ਹੈ। ਉਹ ਸਪਿਰਿਟ (ਜਜ਼ਬੇ) ਨਾਲੋਂ ਰਸਮੀ ਮਰਯਾਦਾ (ਨਿਯਮਾਂ/ਉਪ-ਨਿਯਮਾਂ) ਨੂੰ ਉੱਤਮ ਸਮਝਦੇ ਹਨ। ਜਿਸ ਕਰਕੇ ਉਨ੍ਹਾਂ ਦੀਆਂ ਨਜ਼ਰਾਂ ਵਿਚ ਗ਼ਦਰ ਪਾਰਟੀ ਦਾ ਢਾਂਚਾ 'ਤਾਰਕਿਕ' (rational) ਨਹੀਂ ਸੀ ਅਤੇ ਇਸ ਅੰਦਰ 'ਅਨੁਸ਼ਾਸਨ', 'ਲੀਡਰਸ਼ਿੱਪ ਦੇ ਕੇਂਦਰ' ਤੇ 'ਭੇਤ ਰੱਖਣ ਦੀ ਬਿਰਤੀ' ਦੀ ਰੜਕਵੀਂ ਘਾਟ ਸੀ।* ਬਾਬਾ ਸੋਹਣ ਸਿੰਘ ਭਕਨਾ ਨੇ ਇਸ ਨੁਕਤਾਚੀਨੀ ਦਾ ਜਵਾਬ ਦਿੰਦਿਆਂ ਕਿਹਾ ਸੀ ਕਿ ਉਨ੍ਹਾਂ ਦੀ ਜਥੇਬੰਦੀ ਦਾ "ਹਰ ਮੈਂਬਰ ਹਰ ਥਾਂ ਫ਼ਰਜ਼ ਦੀ ਭਾਵਨਾ ਨਾਲ ਕੰਮ ਕਰਦਾ ਸੀ (ਕਿਉਂਕਿ ਮੈਂਬਰ ਹੁਣ ਆਪਣੇ ਫ਼ਰਜ਼ ਪੂਰੀ ਤਰ੍ਹਾਂ ਸਮਝਣ ਲੱਗ ਪਏ ਸਨ) ਇਹ ਡੰਡੇ ਵਾਲਾ ਅਨੁਸ਼ਾਸਨ ਨਹੀਂ ਸੀ ਸਗੋਂ ਸਿਆਣਪ ਵਾਲਾ ਅਨੁਸ਼ਾਸਨ ਸੀ।"[19] ਅਤੇ "ਜੇ ਕਿਸੇ ਤੋਂ ਕੋਈ ਗ਼ਲਤੀ ਵੀ ਹੋ ਜਾਂਦੀ, ਤਾਂ ਸਾਥੀ ਨਿਹਾਇਤ ਨਰਮੀ ਤੇ ਪ੍ਰੇਮ ਨਾਲ ਉਹਨੂੰ ਸਮਝਾ ਦਿੰਦੇ ਤੇ ਉਹ ਉਸ ਗ਼ਲਤੀ ਨੂੰ ਮੰਨ ਜਾਂਦਾ।"[20]

---

* ਇਹ ਵਿਚਾਰ ਪ੍ਰੋ. ਹਰੀਸ਼ ਕੇ. ਪੁਰੀ ਦੇ ਹਨ।

19. ਹਰੀਸ਼ ਕੇ. ਪੁਰੀ, *ਗ਼ਦਰ ਲਹਿਰ: ਵਿਚਾਰਧਾਰਾ, ਜਥੇਬੰਦੀ, ਰਣਨੀਤੀ*, ਸਫ਼ਾ 204.
20. ਬਾਬਾ ਸੋਹਣ ਸਿੰਘ ਭਕਨਾ, *ਮੇਰੀ ਆਪ ਬੀਤੀ*, ਸਫ਼ਾ 26.

ਸ. ਜਗਜੀਤ ਸਿੰਘ ਨੇ ਲਿਖਿਆ ਹੈ: "ਕਿਸੇ ਸੱਚੀ ਲਗਨ ਦੀ ਸ਼ਾਇਦ ਸਭ ਤੋਂ ਵੱਡੀ ਪਰਖ ਇਹ ਹੈ ਕਿ ਉਸ ਵਿਚ ਮਗਨ ਹੋ ਕੇ ਆਦਮੀ ਕਿਸ ਹੱਦ ਤਕ ਆਪਣੀ ਹਉਮੈ ਨੂੰ ਭੁਲਾ ਸਕਦਾ ਹੈ। ਗ਼ਦਰ ਪਾਰਟੀ ਦੀਆਂ ਅਹੁਦੇਦਾਰੀਆਂ ਵੱਲ ਇਤਨਾ ਘੱਟ ਧਿਆਨ ਦਿੱਤਾ ਗਿਆ ਕਿ ਇਸ ਦੇ ਅਹੁਦੇਦਾਰਾਂ ਨੂੰ ਸਬੂਤ ਦੇ ਕੇ ਨਿਸਚਤ ਕਰਨਾ ਔਖਾ ਹੋ ਗਿਆ ਹੈ।

ਗ਼ਦਰ ਪਾਰਟੀ ਦੇ ਸੈਂਟਰ ਉੱਤੇ ਕਿਸ ਦਾ ਕੰਟਰੋਲ ਰਹਿੰਦਾ ਹੈ, ਉਹਨਾਂ ਇਸ ਦਾ ਵੀ ਫ਼ਿਕਰ ਨਾ ਕੀਤਾ। ਗ਼ਦਰ ਪਾਰਟੀ ਦੇ ਸਭ ਚੀਦਾ ਵਰਕਰ ਤੇ ਅਹੁਦੇਦਾਰ ਹਿੰਦ ਅਤੇ ਸਿਆਮ-ਬਰਮਾ ਦੀਆਂ ਗ਼ਦਰੀ ਮੁਹਿੰਮਾਂ ਦੇ ਮੂਹਰੇ ਲੱਗ ਕੇ ਆ ਗਏ, ਜਿਸ ਕਰਕੇ 'ਪੰਡਤ' ਰਾਮ ਚੰਦਰ ਨੂੰ ਗ਼ਦਰ ਪਾਰਟੀ ਉੱਤੇ ਅਧਿਕਾਰ ਕਰਨ ਦਾ ਮੌਕਾ ਮਿਲ ਗਿਆ।

ਗ਼ਦਰ ਪਾਰਟੀ ਦੇ ਇਨਕਲਾਬੀਆਂ ਨੇ ਹੋਰਨਾਂ ਦੀ ਕਮਾਨ ਹੇਠ ਕੰਮ ਕਰਨੋਂ ਕਤੱਈ ਸੰਕੋਚ ਨਾ ਕੀਤੀ...ਦੂਸਰੇ ਮੁਕੱਦਮੇ ਦੇ ਜੱਜਾਂ ਨੇ ਟਿਚਕਰ ਕੀਤੀ ਹੈ ਕਿ 'ਸੰਤ' ਰੰਧੀਰ ਸਿੰਘ, ਜਿਹਨਾਂ ਦੀ ਉਸ ਸਮੇਂ ਆਯੂ 38 ਸਾਲ ਸੀ, ਸ੍ਰੀ ਕਰਤਾਰ ਸਿੰਘ ਵਰਗੇ ਛੋਕਰੇ ਦੀ ਕਮਾਨ ਹੇਠ ਕੰਮ ਕਰਦੇ ਰਹੇ।"[21] ਜੱਜ ਗ਼ਦਰ ਪਾਰਟੀ ਦੀ ਸਪਿਰਿਟ ਨੂੰ ਨਹੀਂ ਸਨ ਸਮਝ ਸਕੇ, ਕਿ ਗ਼ਦਰੀ ਇਨਕਲਾਬੀਆਂ ਨੇ ਆਪਣੀ ਲਗਨ ਦੀ ਮਸਤੀ ਵਿਚ ਆਪਣੀ ਹਉਮੈ ਤੇ ਸ਼ਖ਼ਸੀਅਤ ਪ੍ਰਸਤੀ ਨੂੰ ਕਿਸ ਹੱਦ ਤਕ ਭੁਲਾਇਆ ਹੋਇਆ ਸੀ। 'ਸੰਤ' ਰੰਧੀਰ ਸਿੰਘ ਹੀ ਨਹੀਂ, "ਹੋਰ ਇਨਕਲਾਬੀ ਵੀ ਸ੍ਰੀ ਕਰਤਾਰ ਸਿੰਘ, ਜੋ ਸਭ ਤੋਂ ਛੋਟੀ ਉਮਰ ਦੇ ਸਨ, ਦੀ ਕਮਾਨ ਹੇਠ ਕੰਮ ਕਰਦੇ ਰਹੇ।"[22]

ਜਿਵੇਂ ਜੱਜ ਗ਼ਦਰ ਪਾਰਟੀ ਦੀ ਸਪਿਰਿਟ ਨੂੰ ਨਹੀਂ ਸਨ ਸਮਝ ਸਕੇ, ਠੀਕ ਉਵੇਂ ਹੀ ਇਨਕਲਾਬੀ ਅਮਲ ਨਾਲੋਂ ਟੁੱਟੇ ਹੋਏ ਵਿਦਵਾਨ, ਜਿਹੜੇ ਆਪ ਜ਼ਿਆਦਾਤਰ ਹਉਮੈ-ਗ੍ਰਸਤ ਤੇ ਨਿੱਜਪ੍ਰਸਤ ਹੁੰਦੇ ਹਨ, ਗ਼ਦਰੀ ਇਨਕਲਾਬੀਆਂ ਦੀ ਸਪਿਰਿਟ ਨੂੰ ਨਹੀਂ ਸਮਝ ਸਕਦੇ। ਉਹ ਇਹ ਨਹੀਂ ਸਮਝ ਸਕਦੇ ਕਿ "ਜਦ ਕਿਸੇ ਸੱਚੀ ਲਗਨ ਦੇ ਸਬੱਬ ਇਨਸਾਨ ਦੇ ਜੀਵਨ ਵਿਚ ਤਬਦੀਲੀ ਆਉਂਦੀ ਹੈ ਤਾਂ ਇਹ ਤਬਦੀਲੀ ਬਹੁ-ਰੁਖੀ ਜ਼ਿੰਦਗੀ ਦੇ ਕਈ ਪਹਿਲੂਆਂ ਵਿਚ ਜ਼ਾਹਰ ਹੁੰਦੀ ਹੈ।"[23]

ਆਤਮਿਕ ਕਾਇਆ-ਕਲਪ

ਕੋਈ ਵਿਅਕਤੀ ਇਨਕਲਾਬੀ ਵਿਚਾਰ ਗ੍ਰਹਿਣ ਕਰਨ ਨਾਲ ਹੀ ਇਨਕਲਾਬੀ ਨਹੀਂ ਬਣ ਜਾਂਦਾ। ਇਨਕਲਾਬੀ ਬਣਨ ਦਾ ਅਮਲ ਵਿਅਕਤੀ ਦੇ ਆਚਰਣ ਦਾ ਕਾਇਆ-ਕਲਪ ਹੋ ਜਾਣ ਨਾਲ ਮੁਕੰਮਲ ਹੁੰਦਾ ਹੈ। ਵਿਚਾਰਾਂ ਦਾ ਕਾਇਆ-ਕਲਪ ਮੁਕਾਬਲਤਨ ਬਹੁਤ ਸੁਖਾਲਾ ਹੋ ਜਾਂਦਾ ਹੈ, ਇਹ ਨਿਰੋਲ ਬੌਧਿਕ ਕਿਰਿਆ ਹੈ, ਇਸ ਦਾ ਸੰਬੰਧ ਬੁੱਧੀ ਨਾਲ ਹੈ; ਪਰ ਆਚਰਣ ਦਾ ਕਾਇਆ-ਕਲਪ ਆਤਮਿਕ ਕਿਰਿਆ ਹੈ ਜਿਹੜੀ ਕਿਸੇ 'ਸੱਚੀ ਲਗਨ', ਅਥਵਾ ਕਿਸੇ ਵੱਡੀ ਤੇ ਉਚੇਰੀ ਪ੍ਰੇਰਨਾ ਨਾਲ ਹੀ ਸੰਪੰਨ ਹੋ ਸਕਦੀ ਹੈ। ਇਹ ਨਵਾਂ ਜਨਮ ਲੈਣ ਵਾਲੀ ਗੱਲ ਹੈ। ਬਾਬਾ ਸੋਹਣ ਸਿੰਘ ਭਕਨਾ ਨੇ ਆਪਣੀ ਆਤਮ ਕਥਾ

21. ਜਗਜੀਤ ਸਿੰਘ, *ਗ਼ਦਰ ਪਾਰਟੀ ਲਹਿਰ*, ਸਫ਼ਾ 418.
22. *ਉਹੀ*, ਸਫ਼ਾ 418.
23. *ਉਹੀ*, ਸਫ਼ਾ 405.

ਵਿਚ ਆਪਣੇ ਜੀਵਨ ਦਾ ਕਾਇਆ-ਕਲਪ ਹੋਣ ਦਾ ਬ੍ਰਿਤਾਂਤ ਵਿਸਥਾਰ ਵਿਚ ਦਿੱਤਾ ਹੈ, ਕਿ ਕਿਵੇਂ ਇਕ "ਮਹਾਂ ਪੁਰਖ (ਬਾਬਾ ਕੇਸਰ ਸਿੰਘ ਜੀ ਕੇਸਰ ਕਿੱਲੀਵਾਲੇ, ਨਾਮਧਾਰੀਏ) ਦੀ ਕਿਰਪਾ ਨਾਲ ਮੈਂ ਨਰਕੀ ਜੀਵਨ ਤੋਂ ਖ਼ਲਾਸੀ ਪਾਈ। ਸਿੱਖ ਧਰਮ ਵਿਚ ਨਵਾਂ ਜੀਵਨ ਪ੍ਰਾਪਤ ਕੀਤਾ। ਜਿਸ ਨੂੰ (ਮੈਂ) ਆਪਣਾ ਨਵਾਂ ਜੀਵਨ ਕਹਿੰਦਾ ਹਾਂ... ਓਹਨਾਂ ਨੇ ਹੀ ਮੈਨੂੰ ਸਿੱਖੀ ਦਾ ਗਾਡੀ ਰਾਹ ਦਿਖਾਇਆ ਅਤੇ ਅੱਜ ਓਹਨਾਂ ਦੀ ਦਯਾ ਨਾਲ ਹੀ ਮੈਂ ਕੌਮੀ ਜੀਵਨ ਦਾ ਲਹਿਰਾ ਲੈ ਰਿਹਾ ਹਾਂ ਤੇ ਜੇਲ੍ਹ ਵੀ ਮੈਨੂੰ ਇਕ ਸਵਰਗ ਹੀ ਪ੍ਰਤੀਤ ਹੋ ਰਹੀ ਹੈ।"[24] ਬਾਬਾ ਜੀ ਨੇ ਬੇਬਾਕ ਲਹਿਜੇ ਵਿਚ ਲਿਖਿਆ ਹੈ ਕਿ "ਪਹਿਲੀ ਹਾਲਤ ਵਿਚ ਮੈਂ ਮਨ ਦਾ ਗੋਲਾ ਤੇ ਸ਼ੈਤਾਨ ਦਾ ਸ਼ਾਗਿਰਦ ਸਾਂ ਜਿਸਦਾ ਨਾ ਕੋਈ ਈਮਾਨ ਤੇ ਨਾ ਹੀ ਕੋਈ ਧਰਮ ਸੀ। ਜੇ ਕੁਝ ਸੀ, ਤਾਂ ਸਭ ਸ਼ੈਤਾਨੀ ਰੰਗ ਵਿਚ ਰੰਗਿਆ ਹੋਇਆ, ਬਣਾਉਟੀ ਤੇ ਲੋਕ-ਦਿਖਾਵਾ ਸੀ...ਪੂਰੇ ਦਸ ਵਰ੍ਹੇ ਮੈਂ (ਇਸ) ਨਰਕੀ ਜੀਵਨ ਵਿਚ ਗੁਜ਼ਾਰੇ।"[25] ਪਰ ਮਹਾਂ-ਪੁਰਖਾਂ ਦੀ ਕਿਰਪਾ ਨਾਲ ਬਾਬਾ ਜੀ ਦੇ ਮਨ ਦੀ ਦਸ਼ਾ ਪੂਰੀ ਤਰ੍ਹਾਂ ਬਦਲ ਗਈ ਸੀ, ਉਨ੍ਹਾਂ ਨੇ ਆਪਣੇ ਸਾਰੇ ਭੈੜ ਤਿਆਗ ਦਿੱਤੇ ਤੇ ਇਕ ਨਵਾਂ ਆਤਮਿਕ ਜੀਵਨ ਧਾਰਨ ਕਰ ਲਿਆ ਸੀ। ਮਹਾਂ-ਪੁਰਖਾਂ ਦੇ ਬਚਨ ਸਨ ਕਿ "ਬੱਚਾ! ਕਾਮਨਾ ਅਧੀਨ ਮਨੁੱਖ ਨਾ ਸਾਧ ਬਣ ਸਕਦਾ ਏ ਤੇ ਨਾ ਹੀ ਰਾਜ ਨੇਤਾ। ਜੋ ਮਨੁੱਖ ਕਾਮਨਾ ਅਧੀਨ ਮਨ ਨੂੰ ਜਿੱਤ ਲੈਂਦਾ ਏ, ਉਹੋ ਸੰਸਾਰ ਵਿਚ ਮਨੁੱਖ ਅਖਵਾਣ ਦਾ ਅਧਿਕਾਰੀ ਹੈ, ਹੋਰ ਕੋਈ ਨਹੀਂ ਤੇ ਉਹੋ ਰੱਬ ਦੇ ਬੰਦਿਆਂ ਦੀ ਸੇਵਾ ਕਰ ਸਕਦਾ ਏ, ਸਾਧ ਬਣ ਕੇ ਕਰੇ ਭਾਵੇਂ ਰਾਜ ਨੇਤਾ ਬਣ ਕੇ! ਗੱਲ ਇੱਕੋ ਕੁਝ ਹੈ। ਕਿਉਂ ਜੋ ਆਤਮਿਕ ਤੇ ਕੌਮੀ ਜੀਵਨ ਵਿਚ ਕੋਈ ਫ਼ਰਕ ਨਹੀਂ। ਆਤਮਿਕ ਗਿਆਨ ਵੀ ਰੱਬ ਦੇ ਬੰਦਿਆਂ ਨਾਲ ਪ੍ਰੇਮ ਕਰਨਾ ਸਿਖਾਉਂਦਾ ਏ ਤੇ ਸੱਚੀ ਕੌਮੀਅਤ ਵੀ ਮਨੁੱਖ ਮਾਤਰ ਨਾਲ ਪਿਆਰ ਕਰਨ ਦੀ ਸੰਥਾ ਦੇਂਦੀ ਹੈ। ਆਤਮਿਕ ਗਿਆਨ ਵੀ ਆਖ਼ਰ ਸਾਨੂੰ ਏਕਾਕੀ (ਵਾਹਦ) ਜੀਵਨ ਵੱਲ ਲੈ ਜਾਂਦਾ ਹੈ ਤੇ ਕੌਮੀਅਤ ਵੀ ਸਾਨੂੰ ਇਕਮਈ ਤੇ ਸਾਂਝੇ ਜੀਵਨ ਦੀ ਲੜੀ ਵਿਚ ਪਰੋਂਦੀ ਹੈ। ਅੰਤ ਆਤਮਿਕ ਤੇ ਕੌਮੀਅਤ ਦਾ ਇੱਕੋ ਹੈ। ਪਰ ਤਾਂ ਜੇ ਅਸੀਂ ਕਾਮਨਾ ਅਧੀਨ ਮਨ ਦੀ ਗ਼ੁਲਾਮੀ ਤੋਂ ਆਜ਼ਾਦ ਹੋ ਕੇ ਕੌਮੀ ਸੇਵਾ ਤੇ ਆਤਮਿਕ ਗਿਆਨ ਦੇ ਅਰਥਾਂ ਨੂੰ ਸਮਝ ਸਕੀਏ ਤਦੇ ਇਹ ਭੇਤ ਚੰਗੀ ਤਰ੍ਹਾਂ ਖੁੱਲ੍ਹੇਗਾ।"[26]

ਪ੍ਰੋ. (ਸੰਤ) ਤੇਜਾ ਸਿੰਘ ਜੀ ਨੇ ਭਾਈ ਭਾਗ ਸਿੰਘ ਭਿੱਖੀਵਿੰਡ ਦੇ ਜੀਵਨ ਅੰਦਰ ਇਕਦਮ ਆਏ ਪਲਟੇ ਦੀ ਵਿਥਿਆ ਇੰਜ ਬਿਆਨ ਕੀਤੀ ਹੈ:

> "ਭਾਈ ਵਰਿਆਮ ਸਿੰਘ ਜੀ ਸ਼ੰਘਾਈ ਵਿਚ ਆਪਣੀ ਕਿਰਤ ਕਰ ਕੇ, ਵੰਡ ਛਕਦੇ। ਏਹ ਬੜੇ ਨਾਮ ਰਸੀਏ ਸਨ। ਸਤਿਗੁਰੂ ਸੱਚੇ ਪਾਤਸ਼ਾਹ ਨੇ ਇਨ੍ਹਾਂ ਨੂੰ ਵੈਨਕੂਵਰ ਆਉਣ ਦੀ ਪ੍ਰੇਰਨਾ ਕੀਤੀ। ਕੁਝ ਸਾਥੀਆਂ ਨੂੰ ਨਾਲ ਲੈ ਕੇ ਤੁਰ ਪਏ। ਕਹਿੰਦੇ ਆਉਣ ਕਿ ਰਸਤੇ ਵਿਚ ਸਾਨੂੰ ਇਕ ਆਪਣਾ ਪਿਛਲੇ ਜਨਮ ਦਾ ਪੁਰਾਣਾ ਸਾਥੀ ਮਿਲਣਾ ਹੈ, ਅਤੇ ਉਸ ਦੀ ਸਹਾਇਤਾ ਨਾਲ ਸੱਚੇ ਪਾਤਸ਼ਾਹ ਦਾ ਝੰਡਾ ਵੈਨਕੂਵਰ ਵਿਚ ਝੁਲਾਉਣਾ ਹੈ। ਜਦ ਜਹਾਜ਼ ਜਾਪਾਨ ਦੀ ਬੰਦਰਗਾਹ ਕੋਬੇ 'ਤੇ ਲੱਗਾ, ਤਾਂ ਇਹ ਵੀ ਸ਼ਹਿਰ ਵਿਚ ਗਏ। ਇਕ ਬੜਾ ਭਾਰੀ ਜਵਾਨ ਸਿੱਖ, ਤਕੜੀ ਡੀਲ ਡੌਲ, ਅਤੇ ਕਰੀਬਨ ਛੇ ਫੁੱਟ ਲੰਬਾ, ਸਾਹਮਣੇ ਦੁਕਾਨ 'ਤੇ ਸ਼ਰਾਬ ਵਿਚ ਮਸਤ ਨਜ਼ਰ ਆਇਆ। ਸੋਹਣਾ ਖਿੜਿਆ

24. ਬਾਬਾ ਸੋਹਣ ਸਿੰਘ ਭਕਨਾ, *ਮੇਰੀ ਰਾਮ ਕਹਾਣੀ*, ਸਫ਼ੇ 39-48.
25. *ਉਹੀ*, ਸਫ਼ਾ 39.
26. *ਉਹੀ*, ਸਫ਼ਾ 48.

ਹੋਇਆ ਮੁਖੜਾ, ਅਤੇ ਬੜਾ ਉੱਚਾ ਤੇ ਚੌੜਾ ਭਾਗਾਂ ਵਾਲਾ ਮਸਤਕ। ਏਸ ਨੂੰ ਦੂਰੋਂ ਹੀ ਦੇਖ ਕੇ, ਆਪਣੇ ਸਾਥੀਆਂ ਨੂੰ ਭਾਈ ਵਰਿਆਮ ਸਿੰਘ ਨੇ ਆਖਿਆ, 'ਉਹ ਸਾਡਾ ਸਾਥੀ ਖੜਾ ਹੈ।' ਨੇੜੇ ਜਾ ਕੇ ਬਾਹੋਂ ਫੜ ਲਿਆ ਅਤੇ ਆਖਿਆ, 'ਯਾਰ ਤੂੰ ਕਿਥੇ ਫਿਰਦਾ ਹੈਂ ? ਅਸਾਂ ਤਾਂ ਰਲ ਕੇ ਸਤਿਗੁਰੂ ਦੀ ਸੇਵਾ ਕਰਨੀ ਹੈ।' ਬਾਂਹ ਫੜਨੀ ਕੀ ਸੀ ਜਾਦੂ ਸੀ। ਉਹ ਪ੍ਰੇਮੀ ਲੇਲੇ ਵਾਂਗੂੰ ਟੁਰ ਪਿਆ। ਸ਼ਰਾਬ ਸ਼ਰੂਬ ਕਿਧਰੇ ਗਈ, ਅਤੇ ਆਪਣੇ ਸਾਥੀਆਂ ਸਮੇਤ ਭਾਈ ਵਰਿਆਮ ਸਿੰਘ ਨਾਲ ਜਹਾਜ਼ ਚੜ੍ਹ ਗਿਆ। ਗੁਰੂ ਗ੍ਰੰਥ ਸਾਹਿਬ ਜੀ ਮਹਾਰਾਜ ਦੀ ਛੋਟੀ ਬੀੜ, ਭਾਈ ਵਰਿਆਮ ਸਿੰਘ ਜੀ ਦੇ ਨਾਲ ਹੀ ਸੀ। ਥੋੜ੍ਹੇ ਦਿਨਾਂ ਮਗਰੋਂ ਅੰਮ੍ਰਿਤ ਦਾ ਬਾਟਾ ਤਿਆਰ ਕਰ ਕੇ, ਭਾਈ ਭਾਗ ਸਿੰਘ ਜੀ ਤੇ ਹੋਰ ਪ੍ਰੇਮੀਆਂ ਨੂੰ ਸਤਿਗੁਰੂ ਦੇ ਜਹਾਜ਼ 'ਤੇ ਚਾੜ੍ਹਿਆ। ਹੁਣ ਤਾਂ ਭਾਈ ਭਾਗ ਸਿੰਘ ਵਿਚ ਬੀਰਤਾ, ਧੀਰਤਾ ਤੇ ਗੰਭੀਰਤਾ ਦੇ ਸਾਰੇ ਗੁਣ ਜਾਗ ਪਏ, ਅਤੇ ਇਹ ਭਾਈ ਵਰਿਆਮ ਸਿੰਘ ਜੀ ਦੀ ਸੱਜੀ ਬਾਂਹ ਬਣ ਗਏ।"[27]

ਬਾਬਾ ਸੋਹਣ ਸਿੰਘ ਭਕਨਾ ਨੇ ਬਹੁਤ ਹੀ ਸੋਹਣੇ ਸ਼ਬਦਾਂ ਵਿਚ ਦਰਸਾਇਆ ਹੈ ਕਿ ਗ਼ਦਰ ਪਾਰਟੀ ਦੇ ਜਿਹੜੇ ਵਰਕਰਾਂ ਨੇ 'ਕਾਮਨਾ ਅਧੀਨ ਮਨ ਨੂੰ ਜਿੱਤ ਲਿਆ' ਸੀ, ਉਨ੍ਹਾਂ ਦੇ ਆਚਰਣ ਵਿਚ ਸਿਫ਼ਤੀ ਤਬਦੀਲੀ ਆ ਗਈ ਸੀ। "ਸ਼ਰਾਬੀਆਂ ਨੇ ਦੇਸ਼ ਦੇ ਨਾਮ ਪੁਰ ਸ਼ਰਾਬ ਨਾ ਪੀਣ ਦੇ ਪ੍ਰਣ ਲਏ। ਅਮਲੀਆਂ ਨੇ ਅਫ਼ੀਮ ਖਾਣੀ ਛੱਡ ਦਿੱਤੀ। ਬਹੁਤ ਸਾਰੇ ਅਫ਼ੀਮੀਆਂ ਤੇ ਸ਼ਰਾਬੀਆਂ ਦੀਆਂ ਮਿਸਾਲਾਂ ਸਾਡੇ ਪਾਸ ਮੌਜੂਦ ਹਨ। ਜਿਨ੍ਹਾਂ ਨੇ ਨਾ ਸਿਰਫ਼ ਅਫ਼ੀਮ ਤੇ ਸ਼ਰਾਬ ਦਾ ਹੀ ਮੁਲਕ ਦੇ ਨਾਮ ਪੁਰ ਤਿਆਗ ਕੀਤਾ, ਸਗੋਂ ਆਪਣੀ ਜੰਮਣ ਭੂਮੀ ਦੇ ਨਾਮ ਪੁਰ ਹੱਸ ਹੱਸ ਕੇ ਫਾਹੇ ਚੜ੍ਹ ਗਏ, ਤੇ ਅੰਡੇਮਾਨ (ਕਾਲੇਪਾਣੀ) ਦੇ ਮਾਰੂ ਪਾਣੀ ਵਿਚ ਕਈ ਵਰ੍ਹੇ ਤਕ ਵੈਰੀਆਂ ਦੀ ਕੈਦ ਅੰਦਰ ਰਹਿ ਕੇ ਆਪਣੀਆਂ ਜਿੰਦਾਂ ਕੌਮੀ ਇੱਜ਼ਤ ਪੁਰ ਸਦਕੇ ਕਰ ਦਿੱਤੀਆਂ। ਭਾਈ ਅਰਜਨ ਸਿੰਘ (ਖੁਖਰਾਣਾ) ਤੇ ਪੰਡਤ ਕਾਂਸ਼ੀ ਰਾਮ ਜਿਨ੍ਹਾਂ ਦੇ ਆਖ਼ਰੀ ਗੀਤਾਂ ਨੂੰ ਸੁਣ ਕੇ ਕੰਧਾਂ ਕੌਲੇ ਵੀ ਰੋ ਰਹੇ ਸਨ, ਫਾਂਸੀ ਚੜ੍ਹਨ ਵੇਲੇ ਜਿਹਨਾਂ ਦਾ ਉੱਚਾ ਹੌਂਸਲਾ ਤੇ ਦ੍ਰਿੜ੍ਹਤਾ ਈਸਾ ਜੀ ਤੋਂ ਕਿਸੇ ਤਰ੍ਹਾਂ ਘੱਟ ਨਹੀਂ ਸੀ, ਉਹ ਕੌਣ ਸਨ ? ਸ਼ਰਾਬੀਆਂ ਦੇ ਸਰਦਾਰ! ਭਾਈ ਰੁਲੀਆ ਸਿੰਘ (ਜਿਸ ਨੇ ਕੌਮੀ ਇੱਜ਼ਤ ਬਦਲੇ ਅੰਡੇਮਾਨ ਦੀ ਇਕ ਭੁੱਖ ਹੜਤਾਲ ਵਿਚ ਚੂਰ ਚੂਰ ਕੇ ਜਾਨ ਨਿਛਾਵਰ ਕੀਤੀ) ਤੇ ਭਾਈ ਗੁਰਦਿੱਤ ਸਿੰਘ 'ਜੈਕ' (ਜੋ ਕਈ ਵਰ੍ਹਿਆਂ ਮਗਰੋਂ ਅੰਡੇਮਾਨ ਤੋਂ ਰਿਹਾਅ ਹੋਇਆ) ਸ਼ਰਾਬੀਆਂ ਦੇ ਹੀ ਸ਼੍ਰੋਮਣੀ ਸਨ। ਭਾਈ ਕੇਹਰ ਸਿੰਘ (ਜਿਸ ਨੇ ਅੰਡੇਮਾਨ ਵਿਚ ਨਿਹਾਇਤ ਬਹਾਦਰੀ ਨਾਲ ਕਈ ਵਰ੍ਹੇ ਅਸਹਿ ਕਸ਼ਟਾਂ ਦਾ ਟਾਕਰਾ ਕਰਦਿਆਂ ਹੋਇਆਂ ਸ਼ਹੀਦੀ ਪਾਈ) ਇਕ ਘੋਰ ਅਮਲੀ ਸਨ। ਪਰ ਵਾਹ ਬਈ ਦੇਸ਼ ਭਗਤੀ! ਤੇਰੇ ਸੱਚੇ ਅਮਲ ਦੇ ਸਾਹਮਣੇ ਝੂਠੇ ਅਮਲ ਭਲਾ ਕਦੋਂ ਟਿਕ ਸਕਦੇ ਨੇ। ਵੀਹ ਵਰ੍ਹੇ ਅਫ਼ੀਮ ਖਾ ਚੁੱਕਣ ਮਗਰੋਂ ਜਦੋਂ ਦੇਸ਼ ਪ੍ਰੇਮ ਜਾਗਿਆ ਤਾਂ ਅਫ਼ੀਮ ਦੀ ਡੱਬੀ ਇਕਦਮ ਵਗਾਹ ਮਾਰੀ ਤੇ ਫਿਰ ਸਾਰੀ ਉਮਰ ਅਫ਼ੀਮ ਵੱਲ ਅੱਖ ਭਰ ਕੇ ਦੇਖਿਆ ਤਕ ਨਹੀਂ।" ਬਾਬਾ ਜੀ ਹੋਰ ਫ਼ੁਰਮਾਉਂਦੇ ਹਨ ਕਿ :

"ਗ਼ਦਰ ਪਾਰਟੀ ਦੇ ਸਾਧਾਰਨ ਤੋਂ ਸਾਧਾਰਨ ਦੇਸ਼ ਭਗਤਾਂ ਦੇ ਉੱਚੇ ਤਿਆਗ ਦੀਆਂ ਇਹੋ ਜਿਹੀਆਂ ਨਜ਼ੀਰਾਂ ਮੈਂ ਆਪਣੀ ਅੱਖੀਂ ਦੇਖੀਆਂ ਹਨ ਜੋ ਉੱਚ ਪਾਏ ਦੇ ਵਿਦਵਾਨਾਂ ਤੇ ਦੇਸ਼ ਭਗਤੀ ਦੇ ਦਾਅਵੇਦਾਰਾਂ ਵਿਚ ਬਹੁਤ ਘੱਟ ਮਿਲਦੀਆਂ ਹਨ। ਗ਼ਦਰ ਪਾਰਟੀ ਦੇ ਕਈ ਮੈਂਬਰ, ਜਿਨ੍ਹਾਂ ਨੇ ਅਮਰੀਕਾ ਵਿਚ ਕਰੜੀ ਘਾਲਣਾ ਘਾਲ ਕੇ ਰੁਪਯਾ ਜੋੜਿਆ

27. ਸੰਤ ਤੇਜਾ ਸਿੰਘ, *ਜੀਵਨੀ ਰਾਜ ਜੋਗੀ ਸੰਤ ਅਤਰ ਸਿੰਘ ਜੀ ਮਸਤੂਆਣੇ ਵਾਲੇ*, ਸਫ਼ੇ 67-68.

> ਸੀ, ਦੇਸ਼ ਸੇਵਾ ਲਈ ਉਹ ਰੁਪਯਾ ਐਸੀ ਖੁਲ੍ਹਦਿਲੀ ਨਾਲ ਸੁਸਾਇਟੀ ਨੂੰ ਦਿੱਤਾ, ਜੀਕੁਣ ਕੋਈ ਵੱਡਾ ਮਹਾਂ ਪੁਰਖ ਵਿਰਾਗੀ ਹੋ ਕੇ ਆਪਣੇ ਧਨ ਦੌਲਤ ਨੂੰ ਲੱਤ ਮਾਰ ਵਿਰਕਤ ਹੋ ਜਾਂਦਾ ਏ ਤੇ ਉਸ ਦੇ ਦਿਲ ਵਿਚ ਰਤਾ ਵੀ ਮੋਹ ਨਹੀਂ ਵਿਆਪਦਾ ਤੇ ਨਾ ਹੀ ਦੁਖੀ ਹੁੰਦਾ ਏ ਕਿ ਪੈਸੇ ਟਕੇ ਬਗ਼ੈਰ ਮੇਰਾ ਕੀ ਹਾਲ ਹੋਊ...ਸਦਾਚਾਰ, ਤਿਆਗ ਤੇ ਦੇਸ਼ ਪ੍ਰੇਮ ਦੀ ਬਿਨਾ 'ਤੇ ਹਿੰਦੀਆਂ ਦੀ ਜਥੇਬੰਦੀ ਵੀ ਉੱਚੇ ਦਰਜੇ ਦੀ ਹੋ ਗਈ ਸੀ। ਜੇ ਕੋਈ ਹਿੰਦੀ ਕਿਸੇ ਕੰਪਨੀ ਨਾਲ ਆਪਣੀ ਤਨਖ਼ਾਹ ਵਧਾਵਣ ਲਈ ਰਗੜਾ ਝਗੜਾ ਕਰਦਾ ਸੀ ਤੇ ਸੁਣਾਈ ਨਾ ਹੋਣ ਪੁਰ ਕੰਮ ਛੱਡ ਦੇਂਦਾ ਸੀ ਤਾਂ ਦੂਜਾ ਕੋਈ ਹਿੰਦੀ ਕਾਰਖ਼ਾਨੇ ਵਾਲਿਆਂ ਦੇ ਤਰਲੇ ਕਰਨ ਪੁਰ ਵੀ ਉਸ ਦੀ ਥਾਂ ਨਹੀਂ ਸੀ ਲਗਦਾ। ਆਖ਼ਰ ਕੰਪਨੀ ਨੂੰ ਉਸ ਆਦਮੀ ਨਾਲ ਸੁਲਹ ਕਰਨੀ ਪੈਂਦੀ ਸੀ। ਇਸ ਤਰ੍ਹਾਂ ਦਾ ਏਕਾ ਵੇਖ ਕੇ ਅਮਰੀਕਨ ਵੀ ਹੈਰਾਨ ਹੁੰਦੇ ਸਨ...ਸ਼ਾਇਦ ਇਹ ਪੜ੍ਹ ਕੇ ਪਾਠਕ ਖ਼ਿਆਲ ਕਰਨਗੇ ਕਿ ਅਜਿਹਾ ਵਤਨ ਪਰੇਮ ਤੇ ਤਿਆਗ, ਬਗ਼ੈਰ ਵਿਦਯਾ ਤੋਂ, ਅਮਰੀਕਨ ਹਿੰਦੀਆਂ ਵਿਚ ਏਨੀ ਛੇਤੀ ਕੀਕੁਣ ਪੈਦਾ ਹੋ ਗਿਆ, ਜਿਸ ਨੇ ਇਕਦਮ ਹੀ ਉਹਨਾਂ ਦੀ ਕਾਇਆ ਪਲਟ ਦਿੱਤੀ ? ਇਸ ਦਾ ਸੱਚਾ ਉੱਤਰ ਇਹ ਵੇ 'ਜੇ ਵਿਦਯਾ ਪੜ੍ਹਨ ਦਾ ਮਤਲਬ ਸਿਰਫ਼ ਅੱਖਰ ਲਿਖਣਾ ਪੜ੍ਹਨਾ ਤੇ ਕਿਤਾਬਾਂ ਦਾ ਰਟ ਲਾਉਣਾ ਹੀ ਹੈ, ਤਾਂ ਤੇ ਅਸੀਂ ਆਖ ਸਕਦੇ ਆਂ ਕਿ ਅਮਰੀਕਨ ਹਿੰਦੀਆਂ ਵਿਚ ਬਹੁਤ ਸਾਰੇ ਸੱਜਣ ਅਜਿਹੇ ਸਨ ਜੋ ਚਿੱਟੇ ਉੱਤੇ ਕਾਲਾ ਲਿਖਣ ਨਹੀਂ ਜਾਣਦੇ। ਹਾਂ, ਜੇ ਵਿਦਯਾ ਦਾ ਅਰਥ ਜਾਨਣਾ ਤੇ ਗਿਆਨ ਹੈ ਤਾਂ ਮੈਂ ਦਾਹਵੇ ਨਾਲ ਕਹਿ ਸਕਦਾ ਹਾਂ ਕਿ ਗ਼ਦਰ ਪਾਰਟੀ ਵਿਚ ਸ਼ਾਇਦ ਹੀ ਕੋਈ ਅਨਪੜ੍ਹ ਹੋਵੇਗਾ, ਨਹੀਂ ਤਾਂ ਸਾਰੇ ਲਿਖੇ ਪੜ੍ਹੇ ਸਨ। ਤੇ ਓਹ ਪੜ੍ਹੇ ਵੀ ਕਿਸੇ ਮਾਮੂਲੀ ਕਾਲਜ ਦੇ ਨਹੀਂ ਸਨ, ਸਗੋਂ ਉਹਨਾਂ ਨੇ ਆਜ਼ਾਦੀ ਦੇ ਉਸ ਕਾਲਜ ਵਿਚ ਸਿੱਖਿਆ ਪ੍ਰਾਪਤ ਕੀਤੀ ਸੀ, ਜਿਸ ਕਾਲਜ ਵਿਚ ਪੜ੍ਹੇ ਬਿਨਾਂ ਕੋਈ ਕੌਮ ਜਾਂ ਮਨੁੱਖ ਆਪਣੇ ਆਪ ਨੂੰ ਆਜ਼ਾਦ ਨਹੀਂ ਅਖਵਾ ਸਕਦਾ ਤੇ ਨਾ ਹੀ ਕੋਈ ਦੁਨੀਆਂ ਉਸ ਨੂੰ ਆਜ਼ਾਦੀ ਦਾ ਪਟਾ ਦੇਂਦੀ ਹੈ। ਇਸ ਕਾਲਜ ਵਿਚ ਕੋਈ ਲੰਮੀਆਂ ਚੌੜੀਆਂ ਕਿਤਾਬਾਂ ਵਿਦਿਆਰਥੀਆਂ ਦੇ ਮਗ਼ਜ਼ਾਂ ਵਿਚ ਨਹੀਂ ਤੁੰਨੀਆਂ ਜਾਂਦੀਆਂ, ਸਗੋਂ ਸੰਖੇਪ ਸ਼ਬਦਾਂ ਵਿਚ ਓਹ ਸਭ ਕੁਝ ਉਹਨਾਂ ਦੇ ਦਿਮਾਗ਼ਾਂ ਅੰਦਰ ਭਰਿਆ ਜਾਂਦਾ ਹੈ, ਜਿਸ ਦੀ ਕੌਮਾਂ ਤੇ ਮਨੁੱਖ ਨੂੰ ਲੋੜ ਹੈ। ਉਹ ਸੰਥਾ ਵੀ ਏਥੇ ਦੇਣੀ ਜ਼ਰੂਰੀ ਹੈ। ਉਹ ਹੈ : ਆਜ਼ਾਦੀ ਜਾਂ ਮੌਤ। ਬੱਸ ਇਹੋ ਇਕ ਸਬਕ ਹੈ, ਜਿਸ ਨੂੰ ਕੰਠ ਕਰਨ ਤੇ ਉਸ ਪੁਰ ਵਰਤੋਂ ਕਰਨ ਨਾਲ ਗ਼ੁਲਾਮ ਕੌਮਾਂ ਦੇ ਬੰਦੇ ਆਜ਼ਾਦੀ ਦਾ ਐਸਾ ਗੁਰ ਲੱਭ ਲੈਂਦੇ ਹਨ, ਜਿਸ ਦੇ ਸਹਾਰੇ ਉਹ ਆਜ਼ਾਦੀ ਪ੍ਰਾਪਤੀ ਦੇ ਔਖੇ ਸਵਾਲ ਨੂੰ ਸਹਿਜੇ ਹੀ ਹੱਲ ਕਰ ਸਕਦੇ ਹਨ।"[28]

ਅਜਿਹੇ ਸੱਚੇ ਦੇਸ਼ ਭਗਤਾਂ ਦੀ ਤੁਲਨਾ ਵਿਚ, ਗ਼ਦਰ ਪਾਰਟੀ ਦੀਆਂ ਸਫ਼ਾਂ 'ਚ ਕੁਝ ਅਜਿਹੇ ਵਿਅਕਤੀ ਵੀ ਆ ਰਲੇ ਸਨ ਜਿਹੜੇ ਕੇਵਲ ਵਿਚਾਰਾਂ 'ਚ ਇਨਕਲਾਬੀ ਸਨ, ਪਰ ਜਿਨ੍ਹਾਂ ਦਾ ਆਤਮਿਕ ਕਾਇਆ ਕਲਪ ਨਹੀਂ ਹੋਇਆ ਸੀ। ਉਨ੍ਹਾਂ ਪੱਲੇ ਕਿਤਾਬੀ ਗਿਆਨ ਬਥੇਰਾ ਸੀ, ਪਰ ਉਹ ਆਤਮਿਕ ਗਿਆਨ ਤੋਂ ਸੱਖਣੇ ਸਨ। ਜਿਸ ਕਰਕੇ ਉਹ ਲਾਲਚ ਤੇ ਨਿੱਜਪ੍ਰਸਤੀ ਵਰਗੇ ਮਨੋ-ਵਿਕਾਰਾਂ ਤੋਂ ਮੁਕਤ ਨਹੀਂ ਹੋਏ ਸਨ। ਬਾਬਾ ਸੋਹਣ ਸਿੰਘ ਭਕਨਾ ਨੇ ਅਜਿਹੇ ਨਿੱਜਪ੍ਰਸਤਾਂ ਤੇ ਦੌਲਤ ਦੇ ਲੋਭੀਆਂ, ਜਿਵੇਂ ਕਿ ਜੀ. ਡੀ. ਕੁਮਾਰ, ਤਾਰਕਨਾਥ, ਲਾਲਾ ਠਾਕਰ ਦਾਸ, ਰਾਮ ਚੰਦਰ ਆਦਿ ਨੂੰ ਆਪਣੀਆਂ ਲਿਖਤਾਂ ਅੰਦਰ 'ਗਉਂ ਦੇ ਯਾਰ' ਕਹਿ ਕੇ ਸਖ਼ਤ ਫਿਟਕਾਰ ਪਾਈ ਹੈ। ਉਸ ਨੇ ਠਾਕਰ ਦਾਸ ਦੇ ਕਿਰਦਾਰ ਦਾ ਪਰਦਾਫ਼ਾਸ਼ ਕਰਦਿਆਂ ਲਿਖਿਆ ਹੈ ਕਿ :

---

28. ਬਾਬਾ ਸੋਹਣ ਸਿੰਘ ਭਕਨਾ, *ਮੇਰੀ ਰਾਮ ਕਹਾਣੀ*, ਸਫ਼ੇ 113-15.

"ਇਹ ਠਾਕਰ ਦਾਸ ਆਪਣੇ ਆਪ ਨੂੰ ਭਾਈ ਅਜੀਤ ਸਿੰਘ ਜੀ ਦਾ ਸਾਥੀ ਦੱਸਦਾ ਸੀ, ਜਦੋਂ 'ਹਿੰਦੀ ਐਸੋਸੀਏਸ਼ਨ' ਕਾਇਮ ਹੋਈ ਤਾਂ ਇਸ ਦਾ ਮੀਤ ਸਕੱਤਰ ਚੁਣਿਆ ਗਿਆ। ਪਰ ਥੋੜ੍ਹੇ ਹੀ ਦਿਨਾਂ ਪਿੱਛੋਂ ਉਸ ਦੇ ਚਾਲ ਚਲਣ ਦਾ ਪਰਦਾ ਪਾਟ ਗਿਆ। ਜੋ ਚੰਦਾ ਉਸ ਨੇ ਸੁਸਾਇਟੀ ਨੂੰ ਦੇਣਾ ਮੰਨਿਆ ਸੀ, ਉਹ ਵੀ ਪੂਰਾ ਨਾ ਕੀਤਾ ਤੇ ਉਸ ਤੋਂ ਛੁੱਟ ਸੋਸਾਇਟੀ ਨੇ ਭਾਈ ਅਜੀਤ ਸਿੰਘ ਜੀ ਨੂੰ ਸੁਇਟਜ਼ਰਲੈਂਡ ਵਿਚ ਇਕ ਸੌ ਵੀਹ ਡਾਲਰ ਇਸ ਦੇ ਰਾਹੀਂ ਘੱਲੇ ਸਨ, ਉਹ ਵੀ ਇਸ ਨੇ ਹਜ਼ਮ ਕਰ ਲਏ। ਜਦੋਂ ਸੁਸਾਇਟੀ ਨੇ ਪੁੱਛਿਆ, ਤਾਂ ਕਈ ਦਿਨ ਤਾਂ 'ਆਲੇ ਕੌਡੀ ਛਿੱਕੇ ਕੌਡੀ' ਕਰਦਾ ਰਿਹਾ। ਪਰ ਜਦੋਂ ਕਿਸੇ ਤਰ੍ਹਾਂ ਪਿੱਛਾ ਛੁਟਦਾ ਨਜ਼ਰ ਨਾ ਆਇਆ, ਤਾਂ ਇਕ ਦਿਨ ਰਾਤ ਨੂੰ ਚੋਰੀ ਹੀ ਸੈਂਟ ਜਾਹਨ ਤੋਂ ਪੱਤਰਾ ਵਾਚ ਗਿਆ। ਫੇਰ ਮੇਰੇ ਅਮਰੀਕਾ ਵਿਚ ਹੁੰਦਿਆਂ ਤਾਂ ਉਸ ਦੀ ਕੋਈ ਉੱਘ ਸੁੱਘ ਨਹੀਂ ਨਿਕਲੀ। ਐਹੋ ਜਿਹੇ ਹੋਰ ਵੀ ਕਈ ਗਉਂ ਕੱਢੂ ਆਦਮੀ ਸਨ ਜਿਹਨਾਂ ਨੇ ਆਪਣਾ ਗਉਂ ਕੱਢਣ ਦੇ ਕਾਰਨ ਹਿੰਦੀਆਂ ਵਿਚ ਬੇਇਤਬਾਰੀ ਫੈਲਾਈ ਸੀ। 'ਹਿੰਦੀ ਕਿਰਤੀ ਕਿਰਸਾਨ ਪਾਰਟੀ' ਇਹਨਾਂ ਦੀ ਕਿਰਪਾ ਨਾਲ ਹੀ ਅੰਗਰੇਜ਼ੀ ਪੜ੍ਹੇ-ਲਿਖੇ ਆਦਮੀਆਂ ਪੁਰ ਭਰੋਸਾ ਨਹੀਂ ਸੀ ਕਰਦੀ।"[29]

ਰਣਨੀਤੀ ਤੇ ਕਾਰਜ-ਵਿਉਂਤ

ਦੇਸ਼ ਦੀ ਆਜ਼ਾਦੀ ਲਈ ਬਸਤੀਵਾਦੀ ਹਕੂਮਤ ਵਿਰੁੱਧ ਹਥਿਆਰਬੰਦ ਜੰਗ ਲੜਨ ਵਾਸਤੇ 'ਗ਼ਦਰ ਪਾਰਟੀ' ਦੀ ਰਣਨੀਤੀ ਤੇ ਕਾਰਜ-ਵਿਉਂਤ ਬਾਰੇ ਕੁਝ ਵਿਦਵਾਨਾਂ ਨੇ ਕਾਫ਼ੀ ਭੁਲੇਖੇ ਖੜੇ ਕੀਤੇ ਹਨ। ਅਜਿਹੇ ਪ੍ਰਭਾਵ ਦੇਣ ਦੇ ਯਤਨ ਕੀਤੇ ਗਏ ਹਨ ਕਿ ਗ਼ਦਰੀ ਆਗੂਆਂ ਅੰਦਰ ਲੜਨ ਦਾ ਜਜ਼ਬਾ ਤੇ ਦਲੇਰੀ ਤਾਂ ਅਥਾਹ ਸੀ, ਪਰ ਰਾਜਸੀ ਵਿੱਦਿਆ ਤੋਂ ਕੋਰੇ ਹੋਣ ਕਰਕੇ ਉਨ੍ਹਾਂ ਅੰਦਰ, ਬਰਤਾਨਵੀ ਸਾਮਰਾਜ ਵਰਗੇ ਨਿਪੁੰਨਤਾ ਦੀ ਹੱਦ ਤਕ ਜਥੇਬੰਦ ਤੇ ਤਾਕਤਵਰ ਦੁਸ਼ਮਣ ਨੂੰ ਮਾਤ ਦੇਣ ਲਈ ਲੜਾਈ ਦੀ ਪੁਖ਼ਤਾ ਰਣਨੀਤੀ ਤੇ ਕਾਰਜ-ਯੋਜਨਾ ਤਿਆਰ ਕਰਨ ਦੀ ਸੂਝ-ਬੂਝ ਤੇ ਯੋਗਤਾ ਦੀ ਵੱਡੀ ਘਾਟ ਸੀ; ਜਿਸ ਕਰਕੇ ਉਨ੍ਹਾਂ ਵੱਲੋਂ ਕੀਤੇ ਗਏ ਲੜਾਈ ਦੇ ਯਤਨ ਜ਼ਿਆਦਾਤਰ ਉਖੜੇ-ਪੁਖੜੇ ਤੇ ਆਪ-ਮੁਹਾਰੇ ਸਨ। ਗ਼ਦਰੀ ਆਗੂਆਂ ਬਾਰੇ ਇਹ ਨਾਂਹ-ਮੁਖੀ ਜਾਇਜ਼ਾ, ਖ਼ੁਦ ਇਨਕਲਾਬੀ ਨਜ਼ਰੀਏ ਤੇ ਅਭਿਆਸ ਤੋਂ ਕੋਰੇ ਵਿਦਵਾਨਾਂ ਦੀਆਂ ਸੀਮਾਵਾਂ ਨੂੰ ਉਜਾਗਰ ਕਰਦਾ ਹੈ।

1913 ਵਿਚ ਜਿਸ ਵੇਲੇ ਗ਼ਦਰ ਪਾਰਟੀ ਕਾਇਮ ਕੀਤੀ ਗਈ ਸੀ ਤਾਂ ਇਸ ਦੇ ਬਾਨੀਆਂ ਨੂੰ ਭਾਵੇਂ ਇਨਕਲਾਬੀ ਸੰਘਰਸ਼ਾਂ ਦਾ ਪੂਰਬ ਤਜਰਬਾ ਕੋਈ ਨਹੀਂ ਸੀ, ਅਤੇ ਇਸ ਦ੍ਰਿਸ਼ਟੀ ਤੋਂ ਉਹ ਲੱਗਭੱਗ ਅਨਾੜੀ ਜਾਂ ਸਿਖਾਂਦਰੂ ਹੀ ਕਹੇ ਜਾ ਸਕਦੇ ਸਨ, ਪਰ ਉਨ੍ਹਾਂ ਵਿਚ ਵਾਧੂ ਗੁਣ ਇਹ ਸੀ ਕਿ ਉਹ ਅਨੁਭਵੀ (intuitive) ਸਨ*। ਉਨ੍ਹਾਂ ਨੂੰ ਰਾਜਸੀ ਵਿਗਿਆਨ ਦੀ ਅੰਤਰੀਵ ਸੂਝ ਸੀ। ਉਹ ਇਹ ਇਤਿਹਾਸਕ ਸਚਾਈ ਜਾਣਦੇ ਸਨ ਕਿ ਜ਼ੁਲਮ ਤੇ ਬੇਇਨਸਾਫ਼ੀ ਦੀਆਂ ਨੀਹਾਂ 'ਤੇ ਟਿਕੀਆਂ ਸਲਤਨਤਾਂ ਸਦੀਵੀ ਨਹੀਂ ਹੁੰਦੀਆਂ, ਨਾ ਅਜਿੱਤ ਹੁੰਦੀਆਂ ਨੇ। ਹਮੇਸ਼ਾ ਹੀ ਇਤਿਹਾਸ ਅੰਦਰ ਕੁਝ ਮੌਕੇ ਅਜਿਹੇ ਬਣ ਜਾਂਦੇ

---

* ਸਚਿੰਦਰ ਨਾਥ ਸਾਨਿਆਲ ਦੀ ਕਰਤਾਰ ਸਿੰਘ ਸਰਾਭੇ ਬਾਰੇ ਇਹ ਟਿੱਪਣੀ ਬਹੁਤ ਅਰਥ-ਭਰਪੂਰ ਹੈ, ਕਿ ਉਹ 'ਅਨੁਭਵੀ' ਸੀ। ਇਸ ਦੀ ਤੁਲਨਾ ਵਿਚ ਸ਼ਹੀਦ ਭਗਤ ਸਿੰਘ ਬਾਰੇ ਉਸ ਦੀ ਇਹ ਧਾਰਨਾ ਸੀ ਕਿ "ਉਹ ਬੜੇ ਯੋਗ ਵਿਅਕਤੀ ਸਨ ਪਰ ਅਨੁਭਵੀ ਨਹੀਂ ਸਨ।"

(ਸਚਿੰਦਰ ਨਾਥ ਸਾਨਿਆਲ, 'ਬੰਦੀ ਜੀਵਨ', ਸਫ਼ਾ 293)

29. ਬਾਬਾ ਸੋਹਣ ਸਿੰਘ ਭਕਨਾ, *ਮੇਰੀ ਰਾਮ ਕਹਾਣੀ*, ਸਫ਼ਾ 81.

ਹਨ ਜਦੋਂ ਬਹੁਤ ਮਜ਼ਬੂਤ ਤੇ ਅਜਿੱਤ ਹੋਣ ਦਾ ਭਰਮ ਪਾਲਣ ਵਾਲੇ ਜ਼ਾਲਮ ਰਾਜ ਥੋੜ੍ਹੀ ਸੱਟ ਮਾਰਿਆਂ ਹੀ ਢਹਿ-ਢੇਰੀ ਹੋ ਜਾਂਦੇ ਹਨ। ਪਰ ਇਹ ਮੌਕੇ ਆਮ ਜਾਂ ਅਕਸਰ ਪੈਦਾ ਨਹੀਂ ਹੁੰਦੇ। ਇਹ ਕਦੇ-ਕਦਾਈਂ ਪੈਦਾ ਹੁੰਦੇ ਹਨ, ਅਤੇ ਇਨ੍ਹਾਂ ਦੇ ਪੈਦਾ ਹੋਣ ਦੇ ਕਾਰਨ ਸਮਕਾਲੀ ਹਾਲਤਾਂ ਅੰਦਰ ਹੀ ਪਏ ਹੁੰਦੇ ਹਨ। ਆਗੂਆਂ ਕੋਲ ਇਨ੍ਹਾਂ ਰਾਜਸੀ ਹਾਲਤਾਂ ਦੀ ਅਮਲ-ਗਤੀ ਤੇ ਵਿਸ਼ੇਸ਼ਤਾ ਨੂੰ ਸਮਝਣ ਤੇ ਪਛਾਨਣ ਵਾਲੀ ਅੰਤਰ-ਦ੍ਰਿਸ਼ਟੀ ਹੋਣੀ ਚਾਹੀਦੀ ਹੈ। ਗ਼ਦਰ ਪਾਰਟੀ ਦੇ ਆਗੂਆਂ ਨੂੰ ਕੁਦਰਤ ਨੇ ਇਹ ਅੰਤਰ-ਦ੍ਰਿਸ਼ਟੀ ਬਖ਼ਸ਼ੀ ਹੋਈ ਸੀ।

ਕਾਰਲ ਮਾਰਕਸ ਨੇ ਆਪਣੇ ਬੌਧਿਕ ਸੰਗੀ ਫ਼ਰੈਡਰਿਕ ਏਂਗਲਜ਼ ਨੂੰ ਲਿਖੀ ਇਕ ਚਿੱਠੀ ਵਿਚ, ਇਤਿਹਾਸ ਦੇ ਬਦਲਦੇ ਮਿਜ਼ਾਜ ਬਾਰੇ ਇਨਕਲਾਬੀ ਨਜ਼ਰੀਆ ਬਿਆਨ ਕਰਦਿਆਂ ਲਿਖਿਆ ਸੀ, ਕਿ ਜਦੋਂ ਇਤਿਹਾਸ ਸੁਸਤ ਤੋਰ ਚੱਲ ਰਿਹਾ ਹੁੰਦਾ ਹੈ ਤਾਂ ਉਸ ਵੇਲੇ ਵੀਹ ਸਾਲਾਂ ਦੀ ਅਹਿਮੀਅਤ ਇਕ ਦਿਨ ਤੋਂ ਵੱਧ ਨਹੀਂ ਹੁੰਦੀ। ਪਰ ਅਜਿਹੇ ਦਿਨ ਵੀ ਆਉਂਦੇ ਹਨ ਜਦੋਂ ਇਤਿਹਾਸ ਵੀਹ ਸਾਲਾਂ ਦੇ ਕਾਰਜ ਦਿਨਾਂ ਵਿਚ ਨਿਪਟਾ ਦਿੰਦਾ ਹੈ।[30] ਬਾਅਦ ਵਿਚ ਫ਼ਰੈਡਰਿਕ ਏਂਗਲਜ ਨੇ ਆਪ ਵੀ, ਉੱਨ੍ਹੀਵੀਂ ਸਦੀ ਦੀ ਤੀਜੀ ਚੌਥਾਈ ਵਿਚ ਯੂਰਪ ਦੀ ਤਤਕਾਲੀ ਰਾਜਸੀ ਦਸ਼ਾ ਦਾ ਵਿਸ਼ਲੇਸ਼ਣ ਕਰਦਿਆਂ, ਇਤਿਹਾਸ ਅੰਦਰ ਉਸ ਵੇਲੇ ਪੈਦਾ ਹੋਣ ਜਾ ਰਹੇ ਅਜਿਹੇ ਵਿਰਲੇ ਮੌਕੇ ਦੀ ਭਵਿੱਖਬਾਣੀ ਹੀ ਨਹੀਂ, ਨਾਲ ਹੀ ਇਸ ਦੇ ਲੱਛਣਾਂ ਦੀ ਨਿਸ਼ਾਨਦੇਹੀ ਵੀ ਕੀਤੀ ਸੀ। ਉਸ ਨੇ ਕਿਹਾ ਸੀ, ਕਿ ਯੂਰਪ ਦਾ ਆਰਥਿਕ-ਰਾਜਸੀ ਪ੍ਰਬੰਧ, ਆਪਣੇ ਵਜੂਦ-ਸਮੋਏ ਅੰਤਰ-ਵਿਰੋਧਾਂ ਦੇ ਪ੍ਰਚੰਡ ਤੇ ਇਕ ਜਗ੍ਹਾ ਕੇਂਦਰਿਤ ਹੋ ਜਾਣ ਦੀ ਬਦੌਲਤ ਯੂਰਪ ਅੰਦਰ ਵੱਡੀ ਭਾਰੀ ਰਾਜਸੀ ਉਥਲ-ਪੁਥਲ ਹੋਣ ਦੇ ਆਸਾਰ ਬਣ ਗਏ ਸਨ। ਏਂਗਲਜ ਦਾ ਕਹਿਣਾ ਸੀ ਕਿ ਇਸ ਰੌਲੇ-ਗੌਲੇ ਦੌਰਾਨ *'ਦਰਜਨਾਂ ਹੀ ਤਾਜ ਸੜਕਾਂ ਉੱਤੇ ਰੁਲੇ ਫਿਰਨਗੇ ਤੇ ਉਨ੍ਹਾਂ ਨੂੰ ਚੁੱਕਣ ਵਾਲਾ ਕੋਈ ਨਹੀਂ ਹੋਣਾ'*।

ਕੁਝ ਸਾਲਾਂ ਬਾਅਦ, ਰੂਸ ਦੇ ਇਨਕਲਾਬੀ ਆਗੂ ਤੇ ਚਿੰਤਕ ਵੀ.ਆਈ. ਲੈਨਿਨ, ਜਿਹੜਾ ਕਿ ਗ਼ਦਰੀ ਆਗੂਆਂ ਦਾ ਸਮਕਾਲੀ ਸੀ, ਨੇ ਵੀ ਸੰਸਾਰ ਦੀ ਤਤਕਾਲੀ ਆਰਥਿਕ ਤੇ ਰਾਜਸੀ ਦਸ਼ਾ ਦਾ ਗੂੜ੍ਹ ਵਿਸ਼ਲੇਸ਼ਣ ਕਰਦਿਆਂ ਯੂਰਪ ਦੀਆਂ ਸਾਮਰਾਜੀ ਤਾਕਤਾਂ ਵਿਚਕਾਰ ਘਮਸਾਨੀ ਯੁੱਧ ਛਿੜ ਪੈਣ ਦੀ ਭਵਿੱਖਬਾਣੀ ਕੀਤੀ ਸੀ, ਅਤੇ ਇਸ ਦੇ ਨਤੀਜੇ ਵਜੋਂ ਸਾਮਰਾਜੀ ਤਾਕਤਾਂ ਦੇ ਬੁਰੀ ਤਰ੍ਹਾਂ ਸੱਤਿਆਹੀਣ ਹੋ ਜਾਣ ਦਾ ਜਾਇਜ਼ਾ ਪੇਸ਼ ਕੀਤਾ ਸੀ। ਲੈਨਿਨ ਦਾ ਮੱਤ ਸੀ ਕਿ ਇਸ ਨਾਲ ਇਨਕਲਾਬੀ ਤਾਕਤਾਂ ਲਈ ਪੇਸ਼ਕਦਮੀ ਦੇ ਲਾਮਿਸਾਲ ਮੌਕੇ ਪੈਦਾ ਹੋ ਜਾਣਗੇ। ਲੈਨਿਨ ਨੇ ਆਪਣੀ ਪਾਰਟੀ ਨੂੰ ਇਸ ਮੌਕੇ ਦਾ ਯਥਾਯੋਗ ਲਾਹਾ ਲੈਣ ਲਈ ਤਿਆਰ-ਬਰ-ਤਿਆਰ ਹੋ ਜਾਣ ਦਾ ਸੱਦਾ ਦਿੱਤਾ ਸੀ। ਉਸ ਨੇ ਮਾਰਕਸ ਤੇ ਏਂਗਲਜ਼ ਦੇ ਹਵਾਲਿਆਂ ਨਾਲ ਇਹ ਮੱਤ ਦ੍ਰਿੜ੍ਹਾਇਆ ਸੀ, ਕਿ ਅਜਿਹੇ ਮੌਕੇ ਇਤਿਹਾਸ ਦੀ ਗਤੀ ਸਾਧਾਰਨ ਨਹੀਂ ਰਹਿੰਦੀ, ਅਜਿਹੇ ਮੌਕੇ ਇਤਿਹਾਸ ਤੂਫ਼ਾਨੀ ਵੇਗ ਫੜ ਜਾਂਦਾ ਹੈ ਅਤੇ ਸਾਲਾਂ ਦਾ ਪੈਂਡਾ ਹਫ਼ਤਿਆਂ ਤੇ ਦਿਨਾਂ ਵਿਚ ਹੀ ਤੈਅ ਕਰ ਲੈਂਦਾ ਹੈ। ਇਨਕਲਾਬੀ ਸ਼ਕਤੀਆਂ ਨੂੰ ਵੀ ਇਸ ਸਾਜ਼ਗਾਰ ਹਾਲਤ ਦਾ ਢੁਕਵਾਂ ਲਾਭ ਉਠਾਉਣ ਲਈ ਸਾਲਾਂ ਦੇ ਕੰਮ ਹਫ਼ਤਿਆਂ ਵਿਚ, ਜਾਂ ਕਈ ਵੇਰਾਂ ਦਿਨਾਂ ਵਿਚ ਹੀ, ਨਿਪਟਾਉਣੇ ਪੈਂਦੇ ਹਨ।

30. V.I. Lenin, *Marx Engels Marxism,* p. 39.

ਅਜਿਹੇ ਸਮੇਂ ਉਨ੍ਹਾਂ ਨੂੰ ਦੂਣੇ ਚੌਣੇ ਜੋਸ਼ ਤੇ ਫੁਰਤੀ ਨਾਲ ਕੰਮ ਕਰਨੇ ਪੈਂਦੇ ਹਨ। ਅਜਿਹੇ ਸਮੇਂ ਦਿਖਾਈ ਗਈ ਮਾਮੂਲੀ ਜਿਹੀ ਸੁਸਤੀ ਜਾਂ ਢਿੱਲਮੱਠ ਸਫਲਤਾ ਦੀਆਂ ਸੰਭਾਵਨਾਵਾਂ ਨੂੰ ਭੰਗ ਦੇ ਭਾੜੇ ਗੁਆ ਦੇਣ ਦਾ ਕਾਰਨ ਬਣ ਜਾਂਦੀ ਹੈ।

ਗ਼ਦਰੀ ਆਗੂਆਂ ਤੋਂ ਦਸ ਪੰਦਰਾਂ ਕੁ ਸਾਲ ਪਛੜ ਕੇ, ਜਦੋਂ ਯੂਰਪ ਅੰਦਰ ਕੁਝ ਸਾਲਾਂ ਦੇ ਵਕਫ਼ੇ ਬਾਅਦ ਸਾਮਰਾਜੀ ਤਾਕਤਾਂ ਵਿਚਕਾਰ ਵਿਰੋਧ ਫਿਰ ਪ੍ਰਚੰਡ ਹੋ ਗਏ ਸਨ ਅਤੇ ਇਕ ਵਾਰ ਫਿਰ ਸੰਸਾਰ ਜੰਗ ਭੜਕ ਪੈਣ ਦਾ ਖ਼ਤਰਾ ਸਿਰਾਂ ਉੱਤੇ ਮੰਡਰਾਉਣ ਲੱਗਾ ਸੀ, ਤਾਂ ਇਟਲੀ ਦੇ ਇਕ ਪ੍ਰਤਿਭਾਸ਼ੀਲ ਚਿੰਤਕ ਤੇ ਇਨਕਲਾਬੀ ਆਗੂ ਅਨਤੋਨੀਓ ਗ੍ਰਾਮਸਕੀ ਨੇ ਸਮਕਾਲੀ ਹਾਲਤ ਦਾ ਡੂੰਘਾ ਤੇ ਸਰਬਪੱਖੀ ਵਿਸ਼ਲੇਸ਼ਣ ਕਰਦਿਆਂ, ਇਤਿਹਾਸ ਦੇ ਇਸ ਵਿਸ਼ੇਸ਼ ਵਰਤਾਰੇ ਦੀ ਵਧੇਰੇ ਸਪੱਸ਼ਟ ਤੇ ਗੂੜ੍ਹ ਸਿਧਾਂਤਕ ਵਿਆਖਿਆ ਦਿੱਤੀ ਸੀ। ਉਸ ਨੇ ਇਸ ਨੂੰ 'ਇਤਿਹਾਸਕ ਮੌਕਾ-ਮੇਲ' (historical conjuncture) ਦਾ ਨਾਂ ਦਿੱਤਾ ਸੀ। ਉਸ ਦਾ ਮੱਤ ਸੀ ਕਿ ਸਮਾਜ ਦੇ ਵੱਖ-ਵੱਖ ਖੇਤਰਾਂ (domains) ਅੰਦਰ ਹਮੇਸ਼ਾ ਹੀ ਵਿਰੋਧਤਾਈਆਂ ਅਤੇ ਸਮੱਸਿਆਵਾਂ ਤੇ ਟਕਰਾਅ ਮੌਜੂਦ ਹੁੰਦੇ ਹਨ। ਇਹ ਵਿਰੋਧਤਾਈਆਂ ਤੇ ਸਮੱਸਿਆਵਾਂ, ਕਿਸੇ ਖ਼ਾਸ ਮੌਕੇ 'ਤੇ ਜਾ ਕੇ ਇਕ ਥਾਂ 'ਕੱਠੀਆਂ ਹੋ ਜਾਂਦੀਆਂ ਹਨ। ਇਨ੍ਹਾਂ ਦਾ ਸੰਘਣਾ ਗੁੱਛਾ ਬਣ ਜਾਂਦਾ ਹੈ। ਇਹ ਇਕ ਦੂਜੇ ਵਿਚ ਘੁਲ ਮਿਲ ਜਾਂਦੀਆਂ ਹਨ। ਵਿਚਾਰਧਾਰਕ, ਆਰਥਿਕ ਸਮੱਸਿਆ ਦਾ ਅੰਗ ਬਣ ਜਾਂਦਾ ਹੈ; ਤੇ ਇਸੇ ਤਰ੍ਹਾਂ ਆਰਥਿਕ, ਵਿਚਾਰਧਾਰਕ ਸਮੱਸਿਆ ਦਾ ਭਾਗ ਹੋ ਨਿਬੜਦਾ ਹੈ। ਗ੍ਰਾਮਸਕੀ ਅਨੁਸਾਰ, ਇਹ ਸਾਰੀਆਂ ਵਿਰੋਧਤਾਈਆਂ ਇਕ 'ਪਾਟੋ-ਧਾੜ ਏਕਤਾ' (ruptural unity) ਵਿਚ ਇਕੱਤਰ ਹੋ ਜਾਂਦੀਆਂ ਹਨ। ਇਹ 'ਮੌਕਾ-ਮੇਲ' (conjuncture) ਦੀ ਸ਼ੁਰੂਆਤ ਹੁੰਦੀ ਹੈ। ਇਹ ਆਮ ਸਮੇਂ ਨਾਲੋਂ ਬਹੁਤ ਹੀ ਭਿੰਨ ਹੁੰਦਾ ਹੈ। ਆਮ ਸਮੇਂ ਅੰਦਰ, ਸਾਰੀਆਂ ਵਿਰੋਧਤਾਈਆਂ ਤੇ ਸਮੱਸਿਆਵਾਂ ਦੇ ਬਾਵਜੂਦ, ਮੁਕਾਬਲਤਨ ਸਥਿਰਤਾ ਬਣੀ ਰਹਿੰਦੀ ਹੈ। ਕਾਇਮ-ਮੁਕਾਮ ਪ੍ਰਬੰਧ ਮੁਕਾਬਲਤਨ ਸਥਿਰ ਅਥਵਾ ਮਜ਼ਬੂਤ ਹੁੰਦੇ ਹਨ। ਉਸ ਵੇਲੇ ਉਨ੍ਹਾਂ ਨੂੰ ਗਿਰਾਉਣ ਦੇ ਯਤਨ ਸਫਲ ਹੋਣ ਦੀਆਂ ਸੰਭਾਵਨਾਵਾਂ ਮੱਧਮ ਹੁੰਦੀਆਂ ਹਨ। ਪਰ ਫਿਰ ਪ੍ਰਬੰਧ ਦੇ ਅੰਦਰ ਤਰੇੜਾਂ ਉਭਰਨੀਆਂ ਸ਼ੁਰੂ ਹੋ ਜਾਂਦੀਆਂ ਹਨ। ਸਥਿਰਤਾ, ਅਸਥਿਰਤਾ ਵਿਚ ਬਦਲ ਜਾਂਦੀ ਹੈ। ਆਰਥਿਕ, ਤੇ ਸਮਾਜਿਕ, ਤੇ ਰਾਜਨੀਤਕ, ਤੇ ਵਿਚਾਰਧਾਰਕ, ਤੇ ਸੱਭਿਆਚਾਰਕ - ਸਾਰੇ ਤੱਤ ਆਪਸ ਵਿਚ ਰਲ-ਘੁਲ ਜਾਂਦੇ ਹਨ। ਅਜਿਹੇ ਮੌਕੇ ਪਰਜਾ ਨੂੰ ਕਾਬੂ ਕਰਨ ਦੇ ਰਵਾਇਤੀ ਢੰਗ ਤੇ ਤੌਰ-ਤਰੀਕੇ ਨਕਾਰਾ ਹੋ ਜਾਂਦੇ ਹਨ। ਸੰਘਰਸ਼ ਅਣਕਿਆਸੀਆਂ ਸ਼ਕਲਾਂ ਵਿਚ, ਤੂਫ਼ਾਨੀ ਵੇਗ ਨਾਲ ਪ੍ਰਗਟ ਹੋਣ ਲੱਗਦੇ ਹਨ। ਹਾਕਮਾਂ ਵਾਸਤੇ, ਤੇ ਨਾਲ ਹੀ ਸੰਘਰਸ਼ਸ਼ੀਲ ਤਾਕਤਾਂ ਲਈ ਵੀ, ਬਹੁਤ ਕੁਝ ਨਵਾਂ ਸੋਚਣ ਤੇ ਕਰਨ ਦੀ ਲੋੜ ਖੜੀ ਹੋ ਜਾਂਦੀ ਹੈ। ਇਹ ਦੋਵਾਂ ਹੀ ਧਿਰਾਂ ਲਈ ਇਮਤਿਹਾਨ ਦੀ ਘੜੀ ਹੁੰਦੀ ਹੈ।*

ਗ਼ਦਰੀ ਆਗੂਆਂ ਨੇ ਸਮਕਾਲੀ ਰਾਜਸੀ ਹਾਲਤਾਂ ਨੂੰ ਇਸੇ ਨਜ਼ਰੀਏ ਤੋਂ ਵੇਖਿਆ ਤੇ ਅੰਗਿਆ ਸੀ। ਉਸ ਵੇਲੇ ਯੂਰਪ ਦੀਆਂ ਪ੍ਰਮੁੱਖ ਸਾਮਰਾਜੀ ਤਾਕਤਾਂ ਵਿਚਕਾਰ ਵਿਰੋਧ

---

* ਨਾਮਵਰ ਬਰਤਾਨਵੀ ਚਿੰਤਕ ਤੇ ਵਿਸ਼ਲੇਸ਼ਕ ਸਟੂਅਰਟ ਹਾਲ (Stuart Hall) ਨੇ ਇਸ ਵਰਤਾਰੇ ਦੀ, ਗ੍ਰਾਮਸਕੀ ਦੇ ਵਿਚਾਰਾਂ ਨੂੰ ਆਧਾਰ ਬਣਾ ਕੇ, ਬਹੁਤ ਹੀ ਪ੍ਰਭਾਵਸ਼ਾਲੀ ਵਿਆਖਿਆ ਕੀਤੀ ਹੈ।
(See Interview with Stuart Hall by James Hay, *'Communication and Critical/Cultural Studies', Vol. 10, No.1 March 2013, pp. 10-33)*

ਬੇਹੱਦ ਪ੍ਰਚੰਡ ਹੋ ਗਏ ਸਨ ਅਤੇ ਕਿਸੇ ਵੇਲੇ ਵੀ ਵੱਡੀ (ਸੰਸਾਰ) ਜੰਗ ਛਿੜ ਜਾਣ ਦਾ ਖ਼ਤਰਾ ਸਿਰਾਂ 'ਤੇ ਮੰਡਰਾਉਣ ਲੱਗ ਪਿਆ ਸੀ। ਗ਼ਦਰੀ ਆਗੂਆਂ ਨੇ ਸਮੁੱਚੇ ਹਾਲਾਤ ਉੱਤੇ ਤਿੱਖੀ ਬਾਜ਼ ਨਜ਼ਰ ਰੱਖੀ ਹੋਈ ਸੀ। 28 ਜੁਲਾਈ 1914 ਦੇ *ਗ਼ਦਰ* ਵਿਚ ਪਾਠਕਾਂ ਨੂੰ ਆਗਾਹ ਕੀਤਾ ਗਿਆ ਸੀ ਕਿ ਆਸਟਰੀਆ ਨੇ ਸਰਬੀਆ ਨੂੰ ਅਲਟੀਮੇਟਮ ਦੇ ਦਿੱਤਾ ਹੈ ਅਤੇ ਉਮੀਦ ਕੀਤੀ ਜਾਂਦੀ ਹੈ ਕਿ ਹਾਲਤ ਤੇਜ਼ੀ ਨਾਲ ਬਦਲਦੀ ਹੋਈ, ਯੂਰਪ ਵਿਚ ਵੱਡੀ ਜੰਗ ਵਿਚ ਤਬਦੀਲ ਹੋ ਜਾਵੇਗੀ। ਗ਼ਦਰੀ ਆਗੂਆਂ ਦਾ ਵਿਚਾਰ ਸੀ ਕਿ ਜਰਮਨੀ ਤੇ ਬਰਤਾਨੀਆ ਵਿਚਕਾਰ ਜੰਗ ਅਟੱਲ ਹੈ ਅਤੇ ਜਦੋਂ ਬਰਤਾਨੀਆ ਇਸ ਜੰਗ ਵਿਚ ਉਲਝ ਜਾਵੇਗਾ, ਤਾਂ ਭਾਰਤ ਅੰਦਰ ਉਸਦੀ ਹਾਲਤ ਬੇਹੱਦ ਕਮਜ਼ੋਰ ਹੋ ਜਾਵੇਗੀ। ਉਸ ਦਾ ਸਾਰਾ ਧਿਆਨ ਤੇ ਜ਼ੋਰ ਜੰਗ ਵੱਲ ਲੱਗ ਜਾਵੇਗਾ ਅਤੇ ਉਸ ਨੂੰ ਭਾਰਤ ਵਿੱਚੋਂ ਆਪਣੀ ਫ਼ੌਜ ਦਾ ਵੱਡਾ ਭਾਰੀ ਹਿੱਸਾ ਯੂਰਪ ਦੇ ਮੋਰਚਿਆਂ 'ਤੇ ਤੈਨਾਤ ਕਰਨ ਦੀ ਲੋੜ ਤੇ ਮਜਬੂਰੀ ਬਣ ਜਾਵੇਗੀ। ਭਾਰਤ ਅੰਦਰ ਬਰਤਾਨਵੀ ਹਕੂਮਤ ਉੱਤੇ ਹਮਲਾ ਕਰਨ ਦਾ ਇਹ ਸੁਨਹਿਰੀ ਮੌਕਾ ਹੋਵੇਗਾ। ਜੇਕਰ ਇਸ ਸਾਜ਼ਗਾਰ ਮੌਕੇ ਲਈ ਭਾਰਤੀ ਫ਼ੌਜਾਂ ਨੂੰ ਬਗ਼ਾਵਤ ਵਾਸਤੇ ਤਿਆਰ ਕਰ ਲਿਆ ਜਾਵੇ, ਅਤੇ ਨਾਲ ਹੀ ਦੇਸ਼ ਦੀ ਜਨਤਾ ਨੂੰ ਬਗ਼ਾਵਤ ਲਈ ਉਭਾਰਿਆ ਜਾਵੇ, ਤਾਂ ਬਰਤਾਨਵੀ ਰਾਜ ਦਾ ਤਖ਼ਤਾ ਪਲਟਣਾ ਅਸੰਭਵ ਨਹੀਂ ਹੋਵੇਗਾ।

ਇਸ ਯੁੱਧਨੀਤਕ ਸਮਝ ਨੂੰ ਆਧਾਰ ਬਣਾ ਕੇ ਉਨ੍ਹਾਂ ਨੇ ਵਿਆਪਕ ਕਾਰਜ-ਯੋਜਨਾ ਉਲੀਕੀ ਸੀ ਅਤੇ ਇਸ ਦਿਸ਼ਾ ਵਿਚ ਪੂਰੇ ਜ਼ੋਰ ਸ਼ੋਰ ਨਾਲ ਤਿਆਰੀਆਂ ਆਰੰਭ ਦਿੱਤੀਆਂ ਸਨ। ਉਸ ਵਕਤ ਗ਼ਦਰ ਪਾਰਟੀ ਦੇ ਆਗੂਆਂ ਦਾ ਅੰਦਾਜ਼ਾ ਸੀ ਕਿ ਜਰਮਨੀ ਤੇ ਬਰਤਾਨੀਆ ਵਿਚਕਾਰ ਜੰਗ 5-6 ਸਾਲਾਂ ਬਾਅਦ ਜਾ ਕੇ ਛਿੜੇਗੀ। ਉਸ ਘੜੀ ਲਈ ਤਿਆਰ ਹੋਣ ਵਾਸਤੇ ਪਾਰਟੀ ਨੇ ਚੌਤਰਫ਼ੀਆਂ ਤਿਆਰੀਆਂ ਕਰਨ ਦਾ ਮਨਸੂਬਾ ਬਣਾਇਆ ਸੀ। ਇਨ੍ਹਾਂ ਤਿਆਰੀਆਂ ਦੇ ਤਿੰਨ ਅੰਗ ਸਨ। ਇਕ, ਪਾਰਟੀ ਨੂੰ ਜਥੇਬੰਦਕ ਤੌਰ 'ਤੇ ਤਕੜਾ ਕਰਨਾ। ਦੂਜਾ, ਜਨਤਾ ਵਿਚ ਪਾਰਟੀ ਦੇ ਪ੍ਰੋਗਰਾਮ, ਨੀਤੀਆਂ ਤੇ ਯੋਜਨਾਵਾਂ ਦਾ ਵਿਆਪਕ ਪ੍ਰਚਾਰ ਕਰਨਾ। ਤੀਜਾ, ਲੜਾਈ ਵਿਚ ਕੰਮ ਆਉਣ ਵਾਲੇ ਹਥਿਆਰ ਜਮ੍ਹਾਂ ਕਰਨ ਤੇ ਉਨ੍ਹਾਂ ਨੂੰ ਚਲਾਉਣ ਦੀ ਜਾਚ ਸਿੱਖਣ ਦੇ ਇੰਤਜ਼ਾਮ ਕਰਨੇ।

ਇਸੇ ਰੋਸ਼ਨੀ ਵਿਚ, ਅਪਰੈਲ 1913 ਵਿਚ ਅਸਟੋਰੀਆ ਵਿਖੇ ਹੋਈ ਮੀਟਿੰਗ ਵਿਚ ਪ੍ਰਚਾਰ ਦਾ ਕੰਮ ਸ਼ੁਰੂ ਕਰਨ ਲਈ ਸਾਨ ਫ਼ਰਾਂਸਿਸਕੋ ਵਿਖੇ ਆਪਣਾ ਛਾਪਾਖ਼ਾਨਾ ('ਗ਼ਦਰ ਪ੍ਰੈਸ') ਸਥਾਪਤ ਕਰਨ ਤੇ ਫ਼ੌਰੀ ਤੌਰ 'ਤੇ ਅਖ਼ਬਾਰ ਚਾਲੂ ਕਰਨ ਦਾ ਮਹੱਤਵਪੂਰਨ ਫ਼ੈਸਲਾ ਲਿਆ ਗਿਆ ਸੀ। ਬਾਬਾ ਸੋਹਣ ਸਿੰਘ ਭਕਨਾ ਮੁਤਾਬਕ, ਅਖ਼ਬਾਰ ਜਾਰੀ ਕਰਨ ਲਈ ਕੋਈ ਤਿੰਨ ਕੁ ਹਜ਼ਾਰ ਡਾਲਰ ਮੌਕੇ 'ਤੇ ਹੀ ਇਕੱਠਾ ਹੋ ਗਿਆ ਸੀ ਤੇ ਮਾਸਕ ਚੰਦੇ ਦੇਣ ਦਾ ਵੀ ਸਾਰੇ ਮੈਂਬਰਾਂ ਨੇ ਇਕਰਾਰ ਕੀਤਾ। ਫ਼ੰਡ ਦਾ ਰੁਪਿਆ ਪ੍ਰਬੰਧਕ ਕਮੇਟੀ ਦੇ ਖਜ਼ਾਨੇ ਵਿਚ ਜਮ੍ਹਾ ਕੀਤਾ ਗਿਆ।[31]

ਲਾਲਾ ਹਰਦਿਆਲ ਦੀ ਸੁਸਤੀ ਤੇ ਢਿੱਲਮੱਠ

ਪਾਰਟੀ ਬਣਾਏ ਜਾਣ ਤੋਂ ਬਾਅਦ ਲਾਲਾ ਹਰਦਿਆਲ ਕੈਲੀਫ਼ੋਰਨੀਆ ਚਲਾ ਗਿਆ ਅਤੇ ਬਾਕੀ ਦੇ ਮੈਂਬਰ ਆਪੋ-ਆਪਣੀਆਂ ਮਿੱਲਾਂ ਨੂੰ ਚਲੇ ਗਏ। ਅਮਰੀਕਾ ਤੇ ਕੈਨੇਡਾ

31. ਬਾਬਾ ਸੋਹਣ ਸਿੰਘ ਭਕਨਾ, *ਮੇਰੀ ਰਾਮ ਕਹਾਣੀ*, ਸਫ਼ਾ 84.

ਦੇ ਹੋਰਨਾਂ ਸ਼ਹਿਰਾਂ ਵਿਚ ਰਹਿ ਰਹੇ ਹਿੰਦੀਆਂ ਨਾਲ ਚਿੱਠੀ-ਪੱਤਰ ਰਾਹੀਂ ਤਾਲਮੇਲ ਕਰ ਲਿਆ ਗਿਆ। ਪਰ ਅਗਲੇ ਕਈ ਮਹੀਨੇ ਲਾਲਾ ਹਰਦਿਆਲ ਨਾ ਤਾਂ ਦਫ਼ਤਰ ਹੀ ਖੋਹਲ ਸਕਿਆ ਅਤੇ ਨਾ ਹੀ ਅਖ਼ਬਾਰ ਛਾਪਣ ਦਾ ਕੋਈ ਪ੍ਰਬੰਧ ਕਰ ਸਕਿਆ। ਜਦੋਂ ਛੇ ਸੱਤ ਮਹੀਨੇ ਕੁਝ ਵੀ ਹੋਂਦ ਵਿਚ ਨਾ ਆਇਆ ਤਾਂ ਪਾਰਟੀ ਇਕਾਈਆਂ ਨੇ ਕੰਮ ਵਿਚ ਹੋ ਰਹੀ ਦੇਰੀ ਬਾਰੇ ਪਾਰਟੀ ਪ੍ਰਧਾਨ ਨੂੰ ਲਿਖਤੀ ਸ਼ਿਕਾਇਤਾਂ ਕਰਨੀਆਂ ਸ਼ੁਰੂ ਕਰ ਦਿੱਤੀਆਂ। ਪ੍ਰਧਾਨ ਨੇ ਮੁੱਖ ਸਕੱਤਰ (ਲਾਲਾ ਹਰਦਿਆਲ) ਨੂੰ ਚਿੱਠੀ ਲਿਖੀ ਜਿਸ ਵਿਚ ਉਸ ਕੋਲੋਂ ਇਸ ਦੇਰੀ ਅਤੇ ਸਮਾਂ ਬਰਬਾਦ ਕਰਨ ਦੇ ਕਾਰਨ ਪੁੱਛੇ ਗਏ। ਲਾਲਾ ਜੀ ਨੇ ਜੁਆਬ ਦਿੱਤਾ ਕਿ ਉਸ ਦੀ ਸਿਹਤ ਠੀਕ ਨਹੀਂ ਅਤੇ ਉਸ ਦੀ ਥਾਂ ਕੋਈ ਹੋਰ ਵਿਅਕਤੀ ਚੁਣਿਆ ਜਾ ਸਕਦਾ ਹੈ। ਪ੍ਰਧਾਨ ਨੇ ਸਖ਼ਤ ਸ਼ਬਦਾਂ ਵਿਚ ਮੋੜਵੀਂ ਚਿੱਠੀ ਲਿਖੀ ਤੇ ਉਸ ਨੂੰ ਯਾਦ ਕਰਵਾਇਆ ਕਿ ਉਸ ਦੀ ਸ਼ਿਕਾਇਤ ਹੁੰਦੀ ਸੀ ਕਿ ਹਿੰਦੀ ਦੇਸ਼ ਵਾਸਤੇ ਕੰਮ ਕਰਨ ਤੋਂ ਭੱਜਦੇ ਹਨ ਅਤੇ ਹੁਣ ਉਸ ਦਾ ਆਪਣਾ ਵਤੀਰਾ ਇਸ ਤੋਂ ਕੋਈ ਵੱਖਰਾ ਨਹੀਂ। ਇਸ ਤੋਂ ਬਾਅਦ ਲਾਲਾ ਹਰਦਿਆਲ ਨੇ ਲਿਖਿਆ ਕਿ ਕੰਮ ਸ਼ੁਰੂ ਕਰਨ ਲਈ ਉਸ ਨੂੰ ਪੈਸੇ ਦੀ ਲੋੜ ਹੈ ਅਤੇ ਜਦੋਂ ਹੀ ਪੈਸਾ ਪਹੁੰਚ ਗਿਆ, ਉਹ ਦਫ਼ਤਰ ਸਥਾਪਤ ਕਰ ਕੇ ਅਖ਼ਬਾਰ ਕੱਢ ਦੇਵੇਗਾ। ਖ਼ਜ਼ਾਨਚੀ ਨੇ ਪ੍ਰਧਾਨ ਦੀ ਆਗਿਆ ਨਾਲ ਉਸ ਨੂੰ ਪੈਸਾ ਭੇਜ ਦਿੱਤਾ।[32]

ਉਧਰ ਭਾਈ ਕਰਤਾਰ ਸਿੰਘ ਸਰਾਭਾ ਨੂੰ ਜਿਉਂ ਹੀ ਲਾਲਾ ਹਰਦਿਆਲ ਕੋਲੋਂ ਇਹ ਪਤਾ ਲੱਗਾ ਕਿ ਅਸਟੋਰੀਆ ਵਿਖੇ ਪਾਰਟੀ ਬਣਾਉਣ ਤੇ ਅਖ਼ਬਾਰ ਜਾਰੀ ਕਰਨ ਦਾ ਸੁਲੱਖਣਾ ਫ਼ੈਸਲਾ ਹੋ ਗਿਆ ਹੈ, ਤਾਂ ਉਹ ਖ਼ੁਸ਼ੀ ਵਿਚ ਝੂਮ ਉਠਿਆ ਅਤੇ ਉਸੇ ਘੜੀ ਲੱਕ ਬੰਨ੍ਹ ਕੇ ਕੰਮ ਕਰਨ ਵਿਚ ਜੁੱਟ ਗਿਆ। ਉਹ ਲਾਲਾ ਹਰਦਿਆਲ ਨੂੰ ਨਾਲ ਲੈ ਕੇ 'ਯੋਲੋ' ਗਿਆ ਅਤੇ ਦੇਸ਼ ਭਾਈਆਂ ਨੂੰ ਇਕੱਠੇ ਕਰ ਕੇ, ਉਨ੍ਹਾਂ ਨਾਲ ਪਾਰਟੀ ਬਣਾਉਣ ਤੇ ਅਖ਼ਬਾਰ ਚਾਲੂ ਕਰਨ ਦੀ ਖ਼ੁਸ਼ਖ਼ਬਰੀ ਸਾਂਝੀ ਕੀਤੀ। ਸਰਾਭੇ ਦੇ ਦਿਮਾਗ਼ ਵਿਚ ਬਣ-ਉਸਰ ਰਹੇ 'ਮੌਕਾ-ਮੇਲ' ਦੀ ਤਸਵੀਰ ਘੁੰਮ ਰਹੀ ਸੀ ਅਤੇ ਉਹ ਇਕ ਦਿਨ ਵੀ ਅਜਾਈਂ ਨਹੀਂ ਗੁਆਉਣਾ ਚਾਹੁੰਦਾ ਸੀ। ਉਸ ਨੇ ਜਦੋਂ ਦੇਖਿਆ ਕਿ ਲਾਲਾ ਹਰਦਿਆਲ ਅਖ਼ਬਾਰ ਚਾਲੂ ਕਰਨ ਦੀ ਬਹੁਤੀ ਤੱਦੀ ਨਹੀਂ ਕਰ ਰਿਹਾ ਸੀ ਅਤੇ ਕੀਮਤੀ ਸਮਾਂ ਬਰਬਾਦ ਕਰ ਰਿਹਾ ਸੀ, ਤਾਂ ਉਸ ਕੋਲੋਂ ਜਰਿਆ ਨਾ ਗਿਆ ਅਤੇ (ਬਾਬਾ ਭਕਨਾ ਦੇ ਲਫ਼ਜ਼ਾਂ ਵਿਚ) ਉਸ ਨੇ ਲਾਲੇ ਨੂੰ "ਖ਼ੂਬ ਝੰਜੋੜਿਆ। ਬਲਕਿ ਇਥੋਂ ਤਕ ਕਿਹਾ ਕਿ ਤੁਹਾਡਾ ਅਮਰੀਕਨ ਮਜ਼ਦੂਰਾਂ ਨੂੰ ਲੈਕਚਰ ਦੇਣ ਤੇ ਅਖ਼ਬਾਰਾਂ ਨੂੰ ਲੇਖ ਦੇਣ ਦਾ ਕੋਈ ਫ਼ਾਇਦਾ ਨਹੀਂ, ਜਦੋਂ ਕਿ ਮੁਲਕ ਗ਼ੁਲਾਮ ਪਿਆ ਹੈ।"[33]

ਇਸ ਤਰ੍ਹਾਂ, ਬਾਬਾ ਸੋਹਣ ਸਿੰਘ ਭਕਨਾ, ਕਰਤਾਰ ਸਿੰਘ ਸਰਾਭਾ ਤੇ ਹੋਰਨਾਂ ਵੱਲੋਂ ਧੱਕਾ ਲਾਉਣ 'ਤੇ ਲਾਲਾ ਹਰਦਿਆਲ ਨੇ ਛੇ ਮਹੀਨੇ ਪੱਛੜ ਕੇ ਚੁਸਤੀ ਫੜੀ। ਨਤੀਜੇ ਵਜੋਂ *ਗ਼ਦਰ* ਅਖ਼ਬਾਰ ਦਾ ਪਹਿਲਾ ਪਰਚਾ "1 ਨਵੰਬਰ 1913 ਨੂੰ ਜੁਗਾਂਤਰ ਆਸ਼ਰਮ ਸਾਨ ਫ਼ਰਾਂਸਿਸਕੋ ਤੋਂ ਨਿਕਲਿਆ, ਜਿਸ ਵੱਲ ਕਈ ਮਹੀਨਿਆਂ ਤੋਂ ਹਿੰਦੀਆਂ ਦੀਆਂ ਅੱਖਾਂ ਲੱਗੀਆਂ ਹੋਈਆਂ ਸਨ।"[34] ਅੱਗੇ ਜਾ ਕੇ ਅਸੀਂ ਦੇਖਾਂਗੇ ਕਿ ਲਾਲਾ ਹਰਦਿਆਲ ਦੀ

32. Sohan Singh Bhakna, 'Notes on the History of the Ghadar Party', *The Heritage*, April 7, 1996, p. 11.
33. ਬਾਬਾ ਸੋਹਣ ਸਿੰਘ ਭਕਨਾ, *ਮੇਰੀ ਆਪ-ਬੀਤੀ*, ਸਫ਼ਾ 24.
34. ਬਾਬਾ ਸੋਹਣ ਸਿੰਘ ਭਕਨਾ, *ਮੇਰੀ ਰਾਮ ਕਹਾਣੀ*, ਸਫ਼ਾ 86.

ਇਸ ਢਿੱਲਮੱਠ ਨੇ ਦੇਸ਼ ਦੀ ਆਜ਼ਾਦੀ ਦੀ ਜੰਗ ਦਾ ਕਿਸ ਕਦਰ ਨੁਕਸਾਨ ਕੀਤਾ। ਬਾਬਾ ਭਕਨਾ ਨੇ ਲਾਲਾ ਹਰਦਿਆਲ ਦੀ ਇਸ ਗੁਸਤਾਖ਼ੀ ਨੂੰ ਜ਼ਿੰਦਗੀ ਭਰ ਮਾਫ਼ ਨਹੀਂ ਕੀਤਾ ਸੀ। ਇਸ ਦਾ ਕੰਡਾ ਉਨ੍ਹਾਂ ਦੇ ਦਿਲ ਅੰਦਰ ਤਾਅ ਉਮਰ ਚੁੱਭਦਾ ਰਿਹਾ। ਉਹ ਲਾਲੇ ਦੀ ਇਸ ਢਿੱਲਮੱਠ ਦੇ ਹਵਾਲੇ ਨਾਲ ਅਕਸਰ ਕਿਹਾ ਕਰਦੇ ਸਨ ਕਿ "ਕੌਮੀ ਕੰਮ ਵਿਚ ਇਕ ਸਕਿੰਟ ਦੀ ਦੇਰੀ ਕਰਨੀ ਵੀ ਠੀਕ ਨਹੀਂ ਹੁੰਦੀ...ਅਸੀਂ *ਗ਼ਦਰ* ਅਖ਼ਬਾਰ ਕੱਢਣ ਵਿਚ 6 ਮਹੀਨੇ ਲੇਟ ਹੋ ਗਏ, ਇਹ ਲੇਟ ਕਦੀ ਪੂਰੀ ਨਾ ਹੋ ਸਕੀ।"[35]

ਲਾਲਾ ਹਰਦਿਆਲ ਦੀ ਡਗਮਗਾਉਂਦੀ ਮਾਨਸਿਕ ਦਸ਼ਾ

ਪੱਛਮੀ ਗਿਆਨ-ਪ੍ਰਬੰਧ ਦੇ ਮੁਰੀਦ ਲੇਖਕਾਂ ਵੱਲੋਂ ਗ਼ਦਰ ਪਾਰਟੀ ਬਾਰੇ ਫੈਲਾਈਆਂ ਗਈਆਂ ਬਹੁਤ ਸਾਰੀਆਂ ਗ਼ਲਤ ਧਾਰਨਾਵਾਂ 'ਚੋਂ ਸਭ ਨਾਲੋਂ ਪ੍ਰਮੁੱਖ ਲਾਲਾ ਹਰਦਿਆਲ ਦੇ ਰੋਲ ਬਾਰੇ ਫੈਲਾਇਆ ਗਿਆ ਝੂਠ ਹੈ। ਅਜੀਬ ਗੱਲ ਇਹ ਹੈ ਕਿ ਇਸ ਮਾਮਲੇ ਵਿਚ ਲਿਬਰਲ ਅਤੇ ਖੱਬੇ ਪੱਖੀ ਵਿਦਵਾਨ ਤੇ ਲੇਖਕ ਪੂਰੀ ਤਰ੍ਹਾਂ ਇਕ-ਸੁਰ ਹਨ। ਸਾਰਿਆਂ ਵੱਲੋਂ ਲਾਲਾ ਹਰਦਿਆਲ ਦੀ ਪ੍ਰਤਿਭਾ ਤੇ ਰੋਲ ਬਾਰੇ ਬਹੁਤ ਹੀ ਗੁਮਰਾਹਕੁਨ ਭਰਮ ਸਿਰਜੇ ਤੇ ਫੈਲਾਏ ਗਏ ਹਨ। ਇਸ ਵਜ੍ਹਾ ਕਰਕੇ, ਗ਼ਦਰ ਲਹਿਰ ਦੀ ਉਠਾਣ ਬੰਨ੍ਹਣ ਵਿਚ ਲਾਲਾ ਹਰਦਿਆਲ ਦੇ ਰੋਲ ਦਾ ਹਕੀਕੀ ਮੁਲਾਂਕਣ ਕਰਨ ਲਈ ਉਸ ਦੀ ਸ਼ਖ਼ਸੀਅਤ ਤੇ ਮਾਨਸਿਕ ਝੁਕਾਵਾਂ ਨੂੰ ਸਮਝਣਾ ਬੇਹੱਦ ਜ਼ਰੂਰੀ ਹੈ।

ਲਾਲਾ ਹਰਦਿਆਲ ਦਾ ਜਨਮ ਦਿੱਲੀ ਵਿਚ ਇਕ ਪੰਜਾਬੀ ਸਵਰਨ ਜਾਤੀ ਹਿੰਦੂ ਪਰਿਵਾਰ ਵਿਚ ਹੋਇਆ ਸੀ। ਉਹ ਅਸਾਧਾਰਨ ਬੁੱਧੀ ਦਾ ਮਾਲਕ ਸੀ ਅਤੇ ਹਰ ਇਮਤਿਹਾਨ ਵਿੱਚੋਂ ਅੱਵਲ ਦਰਜਾ ਹਾਸਲ ਕਰਦਾ ਸੀ। ਸੰਨ 1903 ਵਿਚ ਉਸ ਨੇ ਪੰਜਾਬ ਯੂਨੀਵਰਸਿਟੀ ਲਾਹੌਰ ਤੋਂ ਐਮ. ਏ. ਇੰਗਲਿਸ਼ ਪਾਸ ਕੀਤੀ ਅਤੇ ਯੂਨੀਵਰਸਿਟੀ 'ਚੋਂ ਪਹਿਲਾ ਸਥਾਨ ਪ੍ਰਾਪਤ ਕੀਤਾ। ਏਥੇ ਉਸ ਦਾ ਝੁਕਾਅ ਆਰੀਆ ਸਮਾਜ ਵੱਲ ਹੋ ਗਿਆ, ਜਿਥੋਂ ਉਸ ਨੂੰ ਹਿੰਦੂ ਦੇਸ਼ ਭਗਤੀ ਦੀ ਜਾਗ ਲੱਗੀ। ਅੰਗਰੇਜ਼ ਸਰਕਾਰ ਨੇ ਉਸ ਦੀ ਲਿਆਕਤ ਦੇ ਆਧਾਰ 'ਤੇ ਉਸ ਨੂੰ 200 ਪੌਂਡ ਸਾਲਾਨਾ ਵਜ਼ੀਫ਼ਾ ਦਿੱਤਾ, ਜਿਸ ਦੇ ਆਸਰੇ ਉਹ 1905 ਵਿਚ ਉਚੇਰੀ ਵਿੱਦਿਆ ਲੈਣ ਲਈ ਇੰਗਲੈਂਡ ਚਲਾ ਗਿਆ। ਉਥੇ ਉਸ ਦਾ ਸ਼ਯਾਮਜੀ ਕ੍ਰਿਸ਼ਨ ਵਰਮਾ ਜਿਹੇ ਹਿੰਦੂ ਦੇਸ਼ ਭਗਤਾਂ ਨਾਲ ਮੇਲ-ਜੋਲ ਹੋ ਗਿਆ ਅਤੇ ਉਸ ਦੇ ਮਨ ਅੰਦਰ ਦੇਸ਼ ਭਗਤੀ ਦੀ ਚਿਣਗ ਮੱਘ ਪਈ। ਜਿਸ ਕਰਕੇ ਉਸ ਨੇ 1907 ਵਿਚ ਅੰਗਰੇਜ਼ ਸਰਕਾਰ ਦਾ ਵਜ਼ੀਫ਼ਾ ਤਿਆਗ ਦਿੱਤਾ ਅਤੇ ਪੜ੍ਹਾਈ ਵਿਚੇ ਛੱਡ ਕੇ ਇਕ ਵਾਰ ਤਾਂ ਦੇਸ਼ ਪਰਤ ਆਇਆ, ਪਰ ਛੇਤੀ ਹੀ ਪੈਰਿਸ ਚਲਾ ਗਿਆ। ਉਥੇ ਉਸ ਦਾ ਮੇਲ ਬੰਬਈ ਦੀ ਜੰਮਪਲ ਅਤੇ ਇਨਕਲਾਬੀ ਵਿਚਾਰਾਂ ਦੀ ਮਾਲਕ ਤੇ ਭਾਰਤ ਦੀ ਆਜ਼ਾਦੀ ਦੀ ਦ੍ਰਿੜ੍ਹ ਸਮਰਥਕ ਮੈਡਮ ਕਾਮਾ ਨਾਲ ਹੋ ਗਿਆ, ਜਿਸ ਨਾਲ ਉਸ ਨੇ ਕੁਝ ਸਮੇਂ ਲਈ *ਬੰਦੇ ਮਾਤ੍ਰਮ* ਨਾਮੀ ਪਰਚੇ ਦੀ ਸੰਪਾਦਨਾ ਵਿਚ ਹੱਥ ਵਟਾਇਆ। ਉਸ ਵੇਲੇ ਸ਼ਯਾਮਜੀ ਕ੍ਰਿਸ਼ਨ ਵਰਮਾ ਤੋਂ ਇਲਾਵਾ ਸਰਦਾਰ ਅਜੀਤ ਸਿੰਘ ਅਤੇ ਕੁਝ ਹੋਰ ਜਲਾਵਤਨ ਭਾਰਤੀ ਦੇਸ਼ ਭਗਤ ਪੈਰਿਸ ਵਿਚ ਰਹਿੰਦੇ ਸਨ। ਪਰ ਭਾਈ ਪਰਮਾਨੰਦ ਅਨੁਸਾਰ ਲਾਲਾ ਹਰਦਿਆਲ ਉਥੋਂ ਛੇਤੀ ਹੀ ਨਿਰਾਸ਼ ਹੋ ਗਿਆ ਸੀ। ਉਸ ਨੂੰ ਯੂਰਪ ਵਿਚ ਰਹਿ ਕੇ ਆਪਣਾ ਰਾਜਸੀ

---

35. 'ਬਾਬਾ ਸੋਹਣ ਸਿੰਘ ਭਕਨਾ - ਕੁਝ ਯਾਦਾਂ', *ਕੌਮੀ ਲਹਿਰ*, ਜਨਵਰੀ 1971.

ਮਕਸਦ ਹਾਸਲ ਕਰਨ ਦੀ ਕੋਈ ਸੰਭਾਵਨਾ ਨਹੀਂ ਦਿਖਦੀ ਸੀ, ਅਤੇ ਉਸ ਦੇ ਵਿਚਾਰ ਵਿਚ ਸਰਦਾਰ ਅਜੀਤ ਸਿੰਘ ਵਰਗੇ ਲੋਕ ਫ਼ਰਾਂਸ ਵਿਚ ਫ਼ਜ਼ੂਲ ਵਕਤ ਖ਼ਰਾਬ ਕਰ ਰਹੇ ਸਨ। ਉਥੋਂ ਨਿਰਾਸ਼ ਹੋ ਕੇ ਲਾਲਾ ਹਰਦਿਆਲ ਤਪੱਸਿਆ ਕਰਨ ਦੇ ਮਕਸਦ ਨਾਲ ਅਲਜੇਰੀਆ (ਅਫ਼ਰੀਕਾ) ਚਲਾ ਗਿਆ। ਪਰ ਉਸ ਨੂੰ ਅਲਜੇਰੀਆ ਦਾ ਮਾਹੌਲ ਵੀ ਬਹੁਤਾ ਪਸੰਦ ਨਾ ਆਇਆ ਅਤੇ ਉਹ ਮੁੜ ਕੇ ਫਿਰ ਪੈਰਿਸ ਆ ਗਿਆ। ਓਥੋਂ ਫਿਰ ਤਪੱਸਿਆ ਕਰਨ ਦੇ ਇਰਾਦੇ ਨਾਲ ਵੈਸਟਇੰਡੀਜ਼ ਦੇ ਮਾਰਟਨੀਕ ਨਾਂ ਦੇ ਟਾਪੂ ਉੱਤੇ ਚਲਾ ਗਿਆ। ਉਥੇ ਉਸ ਨੂੰ ਭਾਈ ਪਰਮਾਨੰਦ ਆ ਮਿਲਿਆ। ਭਾਈ ਪਰਮਾਨੰਦ ਪ੍ਰਸਿੱਧ ਸਿੱਖ ਸ਼ਹੀਦ ਭਾਈ ਮਤੀ ਦਾਸ ਜੀ ਦੇ ਵੰਸ਼ ਵਿੱਚੋਂ ਸੀ, ਪਰ ਉਹ ਆਰੀਆ ਸਮਾਜ ਦੇ ਗੂੜ੍ਹੇ ਪ੍ਰਭਾਵ ਹੇਠ ਆ ਕੇ ਭਾਰਤ ਨੂੰ ਵਿਦੇਸ਼ੀ ਗ਼ੁਲਾਮੀ ਦੇ ਜੂਲੇ ਹੇਠੋਂ ਕੱਢ ਕੇ ਪੁਰਾਤਨ ਹਿੰਦੂ ਚੜ੍ਹਤਲ ਬਹਾਲ ਕਰਨ ਦੇ ਹਿੰਦੂ ਜਜ਼ਬੇ ਦਾ ਧਾਰਨੀ ਬਣ ਗਿਆ ਸੀ। ਲਾਲਾ ਹਰਦਿਆਲ ਨੇ ਭਾਈ ਪਰਮਾਨੰਦ ਨੂੰ ਦੱਸਿਆ ਕਿ ਉਹ ਦੁਨੀਆਂ ਅੰਦਰ ਮਹਾਤਮਾ ਬੁੱਧ ਵਾਂਗੂੰ ਕੋਈ ਨਵਾਂ ਧਰਮ ਚਾਲੂ ਕਰਨਾ ਚਾਹੁੰਦਾ ਹੈ ਅਤੇ ਵੱਖ-ਵੱਖ ਥਾਵਾਂ 'ਤੇ ਸਾਧਨਾ ਤਪੱਸਿਆ ਕਰ ਕੇ ਇਸ ਦੀ ਤਿਆਰੀ ਕਰ ਰਿਹਾ ਹੈ। ਭਾਈ ਪਰਮਾਨੰਦ ਨੇ ਉਸ ਨੂੰ ਇਸ ਪਾਸਿਓਂ ਮੋੜ ਕੇ ਆਰੀਆ ਨਸਲ ਦੀ ਪੁਰਾਣੀ ਵੈਦਿਕ ਸੱਭਿਅਤਾ ਤੇ ਸ਼ਾਨ ਬਹਾਲ ਕਰਨ ਲਈ ਯਤਨਸ਼ੀਲ ਹੋਣ ਵਾਸਤੇ ਪ੍ਰੇਰਿਆ। ਭਾਈ ਪਰਮਾਨੰਦ ਦੇ ਵਿਚਾਰ ਵਿਚ ਇਸ ਮਿਸ਼ਨ ਦੇ ਪ੍ਰਚਾਰ ਤੇ ਪਸਾਰ ਲਈ ਅਮਰੀਕਾ ਸਭ ਤੋਂ ਢੁਕਵੀਂ ਜਗ੍ਹਾ ਸੀ ਜਿਥੇ ਵਿਚਾਰਾਂ ਦੇ ਪ੍ਰਗਟਾਵੇ ਤੇ ਪ੍ਰਚਾਰ-ਪਸਾਰ ਉੱਤੇ ਕੋਈ ਬੰਦਸ਼ ਨਹੀਂ ਸੀ ਅਤੇ ਜਿਥੇ ਬਰਤਾਨਵੀ ਹਕੂਮਤ ਦਾ ਕੋਈ ਜ਼ੋਰ ਨਹੀਂ ਚੱਲਦਾ ਸੀ। ਲਾਲਾ ਹਰਦਿਆਲ ਭਾਈ ਪਰਮਾਨੰਦ ਦੇ ਕਹਿਣ 'ਤੇ ਫ਼ਰਵਰੀ 1911 ਵਿਚ ਅਮਰੀਕਾ ਦੇ ਪੂਰਬੀ ਤਟ ਉੱਤੇ ਬੋਸਟਨ (ਹਾਰਵਰਡ) ਚਲਿਆ ਗਿਆ। ਪਰ ਉਸ ਨੂੰ ਪੂਰਬੀ ਤਟ ਦਾ ਪੌਣ-ਪਾਣੀ ਤਪੱਸਿਆ ਤੇ ਸਮਾਧੀ ਦੇ ਅਨੁਕੂਲ ਨਾ ਜਾਪਿਆ। ਉਹ ਤਪ ਸਾਧਨਾ ਵਾਸਤੇ ਕਿਸੇ ਗਰਮ ਆਬੋ-ਹਵਾ ਵਾਲੀ ਜਗ੍ਹਾ ਦੀ ਭਾਲ ਵਿਚ ਸੀ। ਪ੍ਰੋ. (ਸੰਤ) ਤੇਜਾ ਸਿੰਘ ਨੇ ਉਸ ਨੂੰ ਇਸ ਮੰਤਵ ਲਈ ਕੈਲੀਫ਼ੋਰਨੀਆ ਚਲੇ ਜਾਣ ਦੀ ਸਲਾਹ ਦਿੱਤੀ। ਇਹ ਸਲਾਹ ਮੰਨ ਕੇ ਹਰਦਿਆਲ ਕੈਲੀਫ਼ੋਰਨੀਆ ਚਲਾ ਗਿਆ। ਪਰ ਉਥੇ ਵੀ ਉਸ ਨੂੰ ਟਿਕਾਅ ਨਾ ਆਇਆ। ਉਸ ਨੇ ਅਪਰੈਲ ਵਿਚ ਬਰਕਲੀ ਤੋਂ ਇਕ ਲੇਖ ਕਲਕੱਤੇ ਤੋਂ ਛਪਣ ਵਾਲੇ *ਮਾਡਰਨ ਰੀਵਿਊ* ਨਾਮੀ ਰਸਾਲੇ ਨੂੰ ਭੇਜਿਆ, ਜਿਹੜਾ ਜੁਲਾਈ (1911) ਦੇ ਅੰਕ ਵਿਚ ਛਪਿਆ। ਇਸ ਲੇਖ ਵਿਚ ਉਸ ਨੇ ਹਰਦੁਆਰ ਤੇ ਰਿਸ਼ੀਕੇਸ਼ ਨੂੰ ਯਾਦ ਕਰਦਿਆਂ ਲਿਖਿਆ ਕਿ "ਮੈਂ ਅਜੇ ਵੀ ਓਥੋਂ ਦੀ ਸੁਖਦਾਈ ਹਵਾ ਦੇ ਸਾਹ ਅਤੇ ਵਿਚਾਰ-ਉਤੇਜਕ, ਚਿੰਤਾ-ਨਿਵਾਰਨ ਵਾਲੇ ਅਤੇ ਰੂਹ ਨੂੰ ਹੁਲਾਰਾ ਦੇਣ ਵਾਲੇ ਇਕਾਂਤ ਦੇ ਵਾਯੂਮੰਡਲ, ਜੋ ਉਸ ਪਵਿੱਤਰ ਇਲਾਕੇ ਦੀ ਹਰ ਨੁੱਕਰ ਵਿਚ ਪਸਰਿਆ ਹੋਇਆ ਹੈ, ਨੂੰ ਲੋਚਦਾ ਹਾਂ। ਅਤੇ ਮੈਂ ਪੱਛਮ ਵਿਚ ਇਹੋ ਜਿਹੀ ਜਗ੍ਹਾ ਢੂੰਡਣ ਦੀ ਕੋਸ਼ਿਸ਼ ਕਰ ਰਿਹਾ ਹਾਂ ਜਿਥੇ ਮੈਂ ਸਵੈ-ਪ੍ਰਫੁੱਲਤਾ ਦੇ ਕਰਮ ਨੂੰ ਸੰਪੂਰਨ ਕਰ ਸਕਾਂ, ਜਿਹੜਾ ਸਿਰਫ਼ ਨਿੱਘੀ ਤੇ ਸਮਾਨ ਰੁੱਤ ਵਿਚ ਹੀ ਸਫਲਤਾ ਪ੍ਰਾਪਤ ਕਰ ਸਕਦਾ ਹੈ...ਸ਼ਾਇਦ ਮੈਂ ਦੱਖਣੀ ਕੈਲੀਫ਼ੋਰਨੀਆ ਵਿਚ ਸ਼ਾਂਤੀ ਤੇ ਅਮਨ ਦਾ ਉਹ ਸਥਾਨ ਲੱਭ ਸਕਾਂ ਜਿਸ ਦੀ ਮੈਂ ਦੇਰ ਤੋਂ ਤਲਾਸ਼ ਵਿਚ ਹਾਂ।" ਅਜਿਹੀ ਉਪਰਾਮ ਅਵਸਥਾ ਵਿਚ ਉਹ ਕੈਲੀਫ਼ੋਰਨੀਆ ਨੂੰ ਛੱਡ ਕੇ ਹੋਨੋਲੂਲੂ ਦੇ ਟਾਪੂ ਉੱਤੇ ਚਲਾ ਗਿਆ। ਪਰ ਥੋੜ੍ਹੇ ਹੀ ਚਿਰ ਬਾਅਦ ਸਤੰਬਰ 1911 ਵਿਚ ਉਹ ਫਿਰ ਕੈਲੀਫ਼ੋਰਨੀਆ ਮੁੜ ਆਇਆ ਤੇ ਬਰਕਲੀ ਵਿਖੇ ਰਹਿਣ ਲੱਗ ਪਿਆ। ਅਗਲੇ ਸਾਲ ਜਨਵਰੀ ਵਿਚ

ਉਸ ਨੂੰ ਸਟੈਨਫ਼ੋਰਡ ਯੂਨੀਵਰਸਿਟੀ ਵੱਲੋਂ ਫਿਲਾਸਫੀ ਦੇ ਲੈਕਚਰਾਰ ਵਜੋਂ ਕੰਮ ਕਰਨ ਦਾ ਸੱਦਾ ਮਿਲ ਗਿਆ। ਪਰ ਉਸ ਵੱਲੋਂ ਇਕ ਲੇਖ ਵਿਚ ਵਿਆਹ ਸੰਬੰਧਾਂ ਬਾਰੇ ਪ੍ਰਗਟਾਏ ਗਏ ਵਿਵਾਦ-ਪੂਰਨ ਵਿਚਾਰਾਂ ਕਰਕੇ ਯੂਨੀਵਰਸਿਟੀ ਪ੍ਰਸ਼ਾਸਨ ਨੇ ਉਸ ਨੂੰ ਅੱਧ ਵਿਚਾਲਿਓਂ ਹੀ ਨੌਕਰੀ ਤੋਂ ਅਸਤੀਫ਼ਾ ਦੇਣ ਲਈ ਮਜਬੂਰ ਕਰ ਦਿੱਤਾ। ਸਿੱਟੇ ਵਜੋਂ, ਉਹ ਨੌਕਰੀ ਤੋਂ ਵਿਹਲਾ ਹੋ ਗਿਆ ਅਤੇ ਬਰਕਲੀ ਤੇ ਹੋਰਨਾਂ ਥਾਵਾਂ 'ਤੇ, ਅਲੱਗ-ਅਲੱਗ ਵਿਸ਼ਿਆਂ ਉੱਤੇ ਲੈਕਚਰ ਦੇਣ ਦੇ ਆਹਰ ਵਿਚ ਜੁੱਟ ਗਿਆ।

ਉਪਰੋਕਤ ਬ੍ਰਿਤਾਂਤ ਤੋਂ ਲਾਲਾ ਹਰਦਿਆਲ ਦੀ ਸ਼ਖ਼ਸੀਅਤ ਤੇ ਮਾਨਸਿਕ ਝੁਕਾਵਾਂ ਦੀ ਪੂਰਨ ਤਸਵੀਰ ਪ੍ਰਗਟ ਹੋ ਜਾਂਦੀ ਹੈ। ਉਸ ਦਾ ਮਨ ਥਾਲੀ ਦੇ ਪਾਣੀ ਵਾਂਗੂੰ ਇਧਰ ਉਧਰ ਡੋਲੇ ਖਾਂਦਾ ਰਹਿੰਦਾ ਸੀ। ਕਦੇ ਉਸ ਅੰਦਰ ਦੇਸ਼ ਭਗਤੀ ਦੀ ਤੀਬਰ ਲਗਨ ਜਾਗ ਪੈਂਦੀ ਸੀ ਤੇ ਉਹ ਦੇਸ਼ ਦੀ ਆਜ਼ਾਦੀ ਲਈ ਕਮਰਕੱਸੇ ਕਰਨ ਲੱਗ ਪੈਂਦਾ ਸੀ, ਅਤੇ ਕਦੇ ਉਸ ਦਾ ਮਨ ਇਸ ਦੁਨੀਆਂ ਤੋਂ ਪੂਰੀ ਤਰ੍ਹਾਂ ਉਚਾਟ ਹੋ ਜਾਂਦਾ ਸੀ ਤੇ ਉਸ ਅੰਦਰ ਕਿਸੇ ਗਰਮ ਆਬੋ-ਹਵਾ ਵਾਲੀ ਥਾਂ 'ਤੇ ਜਾ ਕੇ ਤਪੱਸਿਆ ਕਰਨ ਦੀ ਤਲਬ ਜਾਗ ਉੱਠਦੀ ਸੀ। ਉਸ ਦਾ ਮਨ ਲਗਾਤਾਰ ਜਗਦਾ ਬੁਝਦਾ ਰਹਿੰਦਾ ਸੀ। ਕਦੇ ਉਹ ਪੂਰਨ ਤੌਰ 'ਤੇ ਨਿਰਾਸ਼ ਤੇ ਬੇਦਿਲ ਹੋ ਜਾਂਦਾ ਸੀ, ਅਤੇ ਕਦੇ ਉਸ ਅੰਦਰ, ਕਿਸੇ ਪਸੰਦੀਦਾ ਕਰਮ ਨੂੰ ਦੇਖ ਕੇ ਇੱਕੋ-ਦਮ ਇਨਕਲਾਬੀ ਜੋਸ਼ ਜਾਗ ਪੈਂਦਾ ਸੀ। ਉਸ ਅੰਦਰ ਉਰਜਾਮਈ ਇਨਕਲਾਬੀ ਤੇ ਉਦਾਸੀਨ ਸੰਨਿਆਸੀ ਵਾਲੀਆਂ ਦੋਨੋਂ ਉਲਟ-ਧ੍ਰਵੀ ਰੁਚੀਆਂ ਕੰਮ ਕਰਦੀਆਂ ਸਨ। ਇਨ੍ਹਾਂ ਵਿੱਚੋਂ ਕਦੇ ਇਕ ਦਾ, ਤੇ ਕਦੇ ਦੂਸਰੀ ਦਾ ਜ਼ੋਰ ਚੜ੍ਹ ਜਾਂਦਾ ਸੀ।

ਉਸ ਦੀ ਡਗਮਗਾਉਂਦੀ ਮਨੋ-ਅਵਸਥਾ ਵਾਂਗੂੰ ਹੀ, ਉਸ ਦੇ ਵਿਚਾਰ ਵੀ ਸਥਿਰ ਨਹੀਂ ਸਨ। ਤਿੰਨ ਦਹਾਕਿਆਂ ਦੇ ਰਾਜਸੀ ਜੀਵਨ ਦੌਰਾਨ ਉਸ ਦੇ ਵਿਚਾਰ ਵੀ ਇਕ ਸਿਰੇ ਤੋਂ ਦੂਜੇ ਸਿਰੇ ਵਿਚਕਾਰ ਝੂਲਦੇ ਰਹੇ। ਉਹ ਬਰਤਾਨਵੀ ਬਸਤੀਵਾਦ ਦਾ ਕੱਟੜ ਦੁਸ਼ਮਣ ਵੀ ਰਿਹਾ, ਅਤੇ ਅਖ਼ੀਰ ਵਿਚ ਜਾ ਕੇ ਬਰਤਾਨਵੀ ਸਾਮਰਾਜ ਦਾ ਪੁਰਜ਼ੋਰ ਹਮਾਇਤੀ ਤੇ ਪ੍ਰਸੰਸਕ ਹੋ ਨਿਬੜਿਆ। ਉਹ ਕੁਝ ਸਮੇਂ ਲਈ ਧਰਮ-ਨਿਰਪੱਖਤਾ ਦੇ ਅਸੂਲ ਦਾ ਸਮਰੱਥਕ ਰਿਹਾ, ਪਰ ਅੰਤਲੇ ਦੌਰ ਅੰਦਰ ਕੱਟੜ ਹਿੰਦੂਤਵੀ ਵਿਚਾਰਧਾਰਾ ਦਾ ਨਿਰਲੱਜ ਵਕੀਲ ਬਣ ਗਿਆ। ਪਹਿਲਾਂ ਉਸ ਨੇ ਜਰਮਨੀ ਦੇ ਪੂਰੇ ਸੋਹਲੇ ਗਾਏ, ਪਰ ਥੋੜ੍ਹੇ ਹੀ ਚਿਰ ਪਿੱਛੋਂ ਜਰਮਨੀ ਵਿਰੁੱਧ ਜ਼ਹਿਰ ਉਗਲਣੀ ਸ਼ੁਰੂ ਕਰ ਦਿੱਤੀ। ਰਾਜਸੀ ਜੀਵਨ ਦੇ ਮੁੱਢਲੇ ਦੌਰ ਅੰਦਰ ਉਹ ਸ਼ੁੱਧ ਅਨਾਰਕਿਸਟ ਸੀ ਅਤੇ ਉਸ ਦੇ ਸ਼ਬਦਾਂ ਅੰਦਰ ਟੁਣਕਾਰ ਤੇ ਵੰਗਾਰ ਹੁੰਦੀ ਸੀ, ਪਰ ਪਿੱਛੋਂ ਜਾ ਕੇ ਉਸ ਅੰਦਰਲੀ ਅਨਾਰਕਿਸਟ ਅਗਨੀ ਬੁਝ ਕੇ ਰਾਖ ਹੋ ਗਈ ਸੀ ਅਤੇ ਉਸ ਦੀ ਭਾਸ਼ਾ ਤੇ ਸੁਰ ਪਰਵਚਨਵਾਦੀ ਹੋ ਗਈ ਸੀ।

ਅਪਰੈਲ 1911 ਵਿਚ *ਮਾਡਰਨ ਰੀਵਿਊ* ਨੂੰ ਭੇਜੇ ਉਸ ਦੇ ਲੇਖ ਦੇ ਹਵਾਲੇ ਨਾਲ ਸ. ਜਗਜੀਤ ਸਿੰਘ ਇਸ ਨਿਸਚਤ ਨਤੀਜੇ 'ਤੇ ਅੱਪੜੇ ਸਨ ਕਿ "ਉਸ ਦੀ ਮਾਨਸਿਕ ਅਵਸਥਾ ਉਸ ਦ੍ਰਿੜ੍ਹ ਇਰਾਦੇ ਵਾਲੇ ਇਨਕਲਾਬੀ ਦੀ ਨਹੀਂ ਸੀ ਜੋ ਕਿ ਕਿਸੇ ਨੀਯਤ ਕੀਤੀ ਹੋਈ ਸਕੀਮ ਨੂੰ ਸਿਰੇ ਚਾੜ੍ਹਨ ਲਈ (ਅਮਰੀਕਾ) ਆਇਆ ਹੋਵੇ।"[36]

---

36. ਜਗਜੀਤ ਸਿੰਘ, *ਗ਼ਦਰ ਪਾਰਟੀ ਲਹਿਰ*, ਸਫ਼ਾ 41.

7

ਪ੍ਰਚਾਰ ਤੇ ਲਾਮਬੰਦੀ

ਸਰਾਭੇ ਦੀ ਬਹੁ-ਪੱਖੀ ਪ੍ਰਤਿਭਾ ਚਮਕੀ

ਸਰਾਭਾ ਅਖ਼ਬਾਰੀ ਕਾਮਾ ਬਣਿਆ

ਅਕਤੂਬਰ (1913) ਵਿਚ ਸਾਨ ਫ਼ਰਾਂਸਿਸਕੋ ਦੀ 'ਸਟਰੀਟ ਹਿੱਲ' ਨਾਮੀ ਗਲੀ ਵਿਚ 436 ਨੰਬਰ ਮਕਾਨ ਕਿਰਾਏ 'ਤੇ ਲੈ ਕੇ ਪਾਰਟੀ ਦਾ ਕੇਂਦਰੀ ਦਫ਼ਤਰ ਬਣਾਇਆ ਗਿਆ, ਅਤੇ ਲਗਦੇ ਹੱਥ ਹੀ ਉਥੋਂ ਅਖ਼ਬਾਰ ਛਾਪਣਾ ਸ਼ੁਰੂ ਕਰ ਦਿੱਤਾ। ਪਹਿਲੀ ਨਵੰਬਰ ਨੂੰ 'ਗ਼ਦਰ' ਦਾ ਪਲੇਠਾ ਅੰਕ ਉਰਦੂ ਵਿਚ ਛਪਿਆ। ਥੋੜ੍ਹੇ ਚਿਰ ਬਾਅਦ 9 ਦਸੰਬਰ ਨੂੰ ਉਰਦੂ ਦੇ ਨਾਲ ਹੀ 'ਗ਼ਦਰ' ਗੁਰਮੁਖੀ ਵਿਚ ਵੀ ਛਪਣਾ ਆਰੰਭ ਹੋ ਗਿਆ। ਦਫ਼ਤਰ ਤੇ ਅਖ਼ਬਾਰ ਦਾ ਕੰਮ ਚਲਾਉਣ ਲਈ ਕਾਬਲ ਵਰਕਰਾਂ ਦੀ ਲੋੜ ਸੀ। ਇਸ ਵਾਸਤੇ ਸਭ ਤੋਂ ਪਹਿਲਾਂ ਕਰਤਾਰ ਸਿੰਘ ਸਰਾਭਾ ਨੇ ਆਪਣੀਆਂ ਸੇਵਾਵਾਂ ਪੇਸ਼ ਕੀਤੀਆਂ। ਉਸ ਦੇ ਨਾਲ ਹੀ ਪਾਰਟੀ ਦਾ ਇਕ ਹੋਰ ਨਿਸ਼ਕਾਮ ਵਰਕਰ ਰਘੁਬੀਰ ਦਿਆਲ ਗੁਪਤਾ ਨਾਲ ਆ ਰਲਿਆ। ਸ਼ੁਰੂ ਵਿਚ ਏਨੇ ਅਮਲੇ ਨਾਲ ਹੀ ਕੰਮ ਤੋਰਿਆ ਗਿਆ। ਸਾਰਿਆਂ ਨਾਲੋਂ ਵੱਧ ਕੰਮ ਭਾਈ ਕਰਤਾਰ ਸਿੰਘ ਸਰਾਭਾ ਦੇ ਮੋਢਿਆਂ 'ਤੇ ਸੀ। ਉਹ ਸਾਰੇ ਕੰਮ-ਕਾਰ ਦੀ ਰੀੜ੍ਹ ਦੀ ਹੱਡੀ ਸੀ। ਲਿਖਣ ਦਾ ਜ਼ਿਆਦਾ ਕੰਮ ਲਾਲਾ ਹਰਦਿਆਲ ਕਰਦਾ ਸੀ। ਉਹ ਜ਼ਿਆਦਾਤਰ ਉਰਦੂ ਵਿਚ ਲਿਖਦਾ ਸੀ। ਉਰਦੂ ਦੀ ਛਪਾਈ ਸਿੱਧੀ ਹੱਥ-ਲਿਖਤ ਤੋਂ ਕੀਤੀ ਜਾਂਦੀ ਸੀ, ਜਿਸ ਦੇ ਵਾਸਤੇ ਸੁੰਦਰ ਤੇ ਸਾਫ਼ ਸੁਥਰੀ ਲਿਖਾਈ ਦੀ ਲੋੜ ਸੀ। ਭਾਈ ਕਰਤਾਰ ਸਿੰਘ ਸਰਾਭਾ ਹਰ ਕੰਮ ਵਿਚ ਸਚਿਆਰਾ ਹੋਣ ਕਰਕੇ ਉਸਦੀ ਲਿਖਾਈ ਖ਼ੁਸ਼ਖ਼ਤੀ (ਸੁੰਦਰ ਤੇ ਸੁਥਰੀ) ਸੀ। ਇਸ ਕਰਕੇ ਲਾਲਾ ਹਰਦਿਆਲ ਦੀ ਸਮੁੱਚੀ ਲਿਖਤ ਦੀ ਉਰਦੂ ਵਿਚ ਕਿਤਾਬਤ (ਲਿਖਾਈ) ਕਰਤਾਰ ਸਿੰਘ ਹੀ ਕਰਦਾ ਸੀ। ਇਸ ਦੇ ਨਾਲ ਹੀ, ਗੁਰਮੁਖੀ ਦੇ ਅਖ਼ਬਾਰ ਲਈ ਇਸ ਦਾ ਪੰਜਾਬੀ ਵਿਚ ਉਲੱਥਾ ਵੀ ਉਹੀ ਕਰਦਾ ਸੀ। ਉਰਦੂ ਤੋਂ ਪੰਜਾਬੀ ਵਿਚ ਉਲੱਥਾ ਕਰਨ ਵੇਲੇ ਸਰਾਭਾ ਕਈ ਵਾਰ ਲਿਖਤ ਵਿਚ ਲੋੜ ਮੁਤਾਬਕ ਵਾਧੇ ਤੇ ਅਦਲਾ-ਬਦਲੀ ਵੀ ਕਰਦਾ ਸੀ। ਬਹੁਤ ਵਾਰ ਭਖੇ ਹੋਏ ਰਾਜਸੀ ਜਾਂ ਸਮਾਜੀ ਮਸਲਿਆਂ ਬਾਰੇ ਪੰਜਾਬੀ ਦੇ ਪਾਠਕਾਂ ਲਈ ਉਚੇਚੇ ਤੌਰ 'ਤੇ ਲੇਖ ਤੇ ਰਾਜਸੀ ਟਿੱਪਣੀਆਂ ਛਾਪੀਆਂ ਜਾਂਦੀਆਂ ਸਨ, ਜਿਹੜੀਆਂ ਜਾਂ ਤਾਂ ਭਾਈ ਕਰਤਾਰ ਸਿੰਘ ਆਪ ਲਿਖਦਾ ਸੀ, ਅਤੇ ਜਾਂ ਹੋਰਨਾਂ ਕੋਲੋਂ ਲਿਖਾਈਆਂ ਜਾਂਦੀਆ ਸਨ। ਇਸ ਤਰ੍ਹਾਂ, ਸਰਾਭਾ ਕੇਵਲ ਤਕਨੀਕੀ ਕੰਮ ਕਰਨ ਵਾਲਾ ਅਖ਼ਬਾਰੀ ਕਾਮਾ ਨਹੀਂ ਸੀ, ਉਹ ਇੱਕੋ ਵੇਲੇ ਵਰਕਰ, ਲੇਖਕ, ਪੱਤਰਕਾਰ ਤੇ ਸੰਪਾਦਕ, ਬਹੁਤ ਕੁਛ ਸੀ। ਉਸਦੀ ਪ੍ਰਤਿਭਾ ਇਕਹਿਰੀ ਨਹੀਂ, ਬਹੁ-ਪਾਸਾਰੀ ਸੀ।

ਸ਼ੁਰੂ ਵਿਚ ਛਾਪੇ ਵਾਲੀ ਮਸ਼ੀਨ ਹੱਥ ਨਾਲ ਗੇੜਨੀ ਪੈਂਦੀ ਸੀ। ਇਹ ਕੰਮ ਭਾਈ

ਕਰਤਾਰ ਸਿੰਘ ਸਰਾਭਾ ਤੇ ਰਘੁਬੀਰ ਦਿਆਲ ਗੁਪਤਾ ਨੂੰ ਹੀ ਕਰਨਾ ਪੈਂਦਾ ਸੀ। ਕਦੇ ਕਦੇ ਲਾਲਾ ਹਰਦਿਆਲ ਵੀ ਉਨ੍ਹਾਂ ਦਾ ਹੱਥ ਵਟਾ ਦਿੰਦਾ ਸੀ। ਇਸ ਤੋਂ ਬਾਅਦ ਅਖ਼ਬਾਰਾਂ ਦੇ ਫ਼ੋਲਡਰ ਤਿਆਰ ਕੀਤੇ ਜਾਂਦੇ ਸਨ ਅਤੇ ਉਨ੍ਹਾਂ ਨੂੰ ਡਾਕ ਰਾਹੀਂ ਵੱਖ-ਵੱਖ ਥਾਵਾਂ 'ਤੇ ਭੇਜਿਆ ਜਾਂਦਾ ਸੀ। ਫ਼ੋਲਡਰਾਂ ਉੱਤੇ ਡਾਕ ਪਤੇ ਲਿਖਣ ਦਾ ਕੰਮ ਵੀ ਸਰਾਭਾ ਹੀ ਕਰਦਾ ਸੀ। ਇਸ ਦੇ ਨਾਲ ਹੀ ਇਹ ਤਿੰਨੋਂ ਜਣੇ ਆਪਣਾ ਖਾਣਾ ਵੀ ਆਪ ਹੀ ਬਣਾਉਂਦੇ ਸਨ। ਇਸ ਕਰਕੇ ਐਨੇ ਥੋੜ੍ਹੇ ਸਟਾਫ਼ ਨਾਲ ਕੰਮ ਚਲਾਉਣਾ ਬੇਹੱਦ ਔਖਾ ਹੋ ਗਿਆ ਸੀ, ਜਿਸ ਕਰਕੇ 23 ਦਸੰਬਰ ਦੇ ਅਖ਼ਬਾਰ ਵਿਚ ਇਹ ਅਪੀਲ ਕੀਤੀ ਗਈ ਕਿ ਦਫ਼ਤਰ ਤੇ ਅਖ਼ਬਾਰ ਦਾ ਕੰਮ ਚਲਾਉਣ ਲਈ ਹੋਰ 'ਸੇਵਕਾਂ' ਦੀ ਲੋੜ ਹੈ। ਇਸ ਅਪੀਲ ਦਾ ਹੁੰਗਾਰਾ ਭਰਦਿਆਂ ਭਾਈ ਅਮਰ ਸਿੰਘ (ਨਵਾਂ ਸ਼ਹਿਰ) ਨੇ ਆਪਣੀਆਂ ਸੇਵਾਵਾਂ ਅਰਪਣ ਕਰ ਦਿੱਤੀਆਂ। ਇਸੇ ਦੌਰਾਨ ਪਾਰਟੀ ਨੇ ਲਾਲਾ ਹਰਦਿਆਲ ਦੀ ਨਿੱਜੀ ਸੁਰੱਖਿਆ ਲਈ ਬਰੀਡਲ ਵੀਲ ਤੋਂ ਭਾਈ ਹਰਨਾਮ ਸਿੰਘ ਨੂੰ ਸਾਨ ਫ਼ਰਾਂਸਿਸਕੋ ਭੇਜ ਦਿੱਤਾ ਸੀ। ਪਰ ਲਾਲੇ ਦੀ ਸੁਰੱਖਿਆ ਦੇ ਨਾਲ ਹੀ ਉਹ ਅਖ਼ਬਾਰ ਦੇ ਕੰਮ ਵਿਚ ਵੀ ਹੱਥ ਵਟਾਉਣ ਲੱਗ ਪਿਆ ਸੀ। ਇਸ ਤਰ੍ਹਾਂ, ਵਰਕਰਾਂ ਦੀ ਸੰਖਿਆ ਲਗਾਤਾਰ ਵਧਦੀ ਗਈ। ਇਸ ਦੇ ਨਾਲ ਹੀ ਅਖ਼ਬਾਰ ਦੀ ਮੰਗ ਵੀ ਤੇਜ਼ੀ ਨਾਲ ਵਧਦੀ ਚਲੀ ਗਈ। ਜਿਸ ਕਰਕੇ ਛਾਪੇ ਦੀ ਬਿਜਲੀ ਨਾਲ ਚੱਲਣ ਵਾਲੀ ਲਿਥੋ ਮਸ਼ੀਨ ਖ਼ਰੀਦੀ ਗਈ ਅਤੇ ਉਸ ਦੇ ਵਾਸਤੇ ਇਕ ਵੱਖਰਾ ਮਕਾਨ (1324, ਵੇਲੈਂਸੀਆ ਸਟਰੀਟ) ਕਿਰਾਏ 'ਤੇ ਲਿਆ ਗਿਆ।

ਸਰਾਭੇ ਉੱਤੇ ਕੰਮ ਦਾ ਬੋਝ ਘਟਾਉਣ ਲਈ ਉਰਦੂ ਦੀ ਕਿਤਾਬਤ ਲਈ ਅਮਰ ਸਿੰਘ ਨੂੰ ਅਜ਼ਮਾਇਆ ਗਿਆ। ਪਰ ਉਸਦੀ ਲਿਖਾਈ ਸਰਾਭੇ ਜਿੰਨੀ ਸੁੰਦਰ ਨਹੀਂ ਸੀ। ਉਸ ਨੂੰ ਹੋਰ ਸੁਧਾਰ ਕਰਨ ਲਈ ਕਿਹਾ ਗਿਆ। 20 ਜਨਵਰੀ 1914 ਦੇ ਅੰਕ ਦਾ ਕਾਤਬ ਅਮਰ ਸਿੰਘ ਸੀ। ਪਰ ਚਾਰ ਪੰਜ ਅੰਕਾਂ ਤੋਂ ਬਾਅਦ ਵੀ ਜਦ ਉਸ ਦੀ ਲਿਖਾਈ ਵਿਚ ਬਹੁਤਾ ਸੁਧਾਰ ਨਾ ਹੋਇਆ, ਤਾਂ 24 ਫ਼ਰਵਰੀ ਤੋਂ ਇਹ ਕੰਮ ਫਿਰ ਸਰਾਭੇ ਨੇ ਸੰਭਾਲ ਲਿਆ। ਇਸੇ ਦੌਰਾਨ ਦੋ ਹੋਰ ਵਰਕਰ, ਭਾਈ ਬਸੰਤ ਸਿੰਘ ਲੁਧਿਆਣਾ ਤੇ ਭਾਈ ਕਰਤਾਰ ਸਿੰਘ ਲਤਾਲਾ (ਜਿਸ ਨੂੰ 'ਦੁੱਕੀ' ਵੀ ਕਿਹਾ ਜਾਂਦਾ ਸੀ) ਵੀ ਸਟਾਫ਼ ਵਿਚ ਸ਼ਾਮਲ ਹੋ ਗਏ।

ਲਾਲਾ ਹਰਦਿਆਲ ਵਿਦਵਾਨ ਹੋਣ ਦੇ ਨਾਲੋ-ਨਾਲ ਲਿਖਾਰੀ ਤੇ ਵਕਤਾ ਵੀ ਅੱਵਲ ਦਰਜੇ ਦਾ ਸੀ। ਉਹ ਅਲੰਕਾਰਕ ਭਾਸ਼ਾ ਵਰਤਣ ਵਿਚ ਮੁਹਾਰਤ ਰੱਖਦਾ ਸੀ। ਉਸ ਕੋਲ ਠੁੱਕਦਾਰ ਸ਼ਬਦਾਂ ਦਾ ਅਥਾਹ ਭੰਡਾਰ ਸੀ। ਇਸ ਕਰਕੇ ਉਸ ਦੀਆਂ ਲਿਖਤਾਂ ਪਾਠਕਾਂ ਉੱਤੇ ਕੀਲਵਾਂ ਅਸਰ ਪਾਉਂਦੀਆਂ ਸਨ। ਜਦੋਂ ਉਹ ਆਪ ਉਤਸ਼ਾਹ ਵਿਚ ਹੁੰਦਾ ਸੀ ਤਾਂ ਉਸ ਅੰਦਰ ਦੂਜਿਆਂ ਨੂੰ ਜੋਸ਼ ਵਿਚ ਲਿਆਉਣ ਦੀ ਲੋਹੜੇ ਦੀ ਸਮਰੱਥਾ ਪੈਦਾ ਹੋ ਜਾਂਦੀ ਸੀ। ਇਹ ਸਚਾਈ ਲਹਿਰ ਦੇ ਆਗੂਆਂ, ਵਰਕਰਾਂ ਤੇ ਹਮਦਰਦਾਂ ਤੋਂ ਲੈ ਕੇ, ਇਸ ਦੇ ਦੁਸ਼ਮਣਾਂ ਨੇ ਵੀ ਪ੍ਰਵਾਨ ਕੀਤੀ ਹੈ ਕਿ *ਗ਼ਦਰ* ਅਖ਼ਬਾਰ ਨੇ ਦਿਨਾਂ ਅੰਦਰ ਹੀ ਲੋਕਾਂ ਦੇ ਦਿਲਾਂ ਅੰਦਰ ਵਿਸ਼ੇਸ਼ ਥਾਂ ਬਣਾ ਲਈ ਸੀ। ਇਸ ਅੰਦਰ ਲੇਖਾਂ, ਖ਼ਬਰਾਂ ਤੇ ਰਿਪੋਰਟਾਂ ਤੋਂ ਇਲਾਵਾ ਵੱਡੀ ਗਿਣਤੀ ਵਿਚ ਜੋਸ਼-ਉਪਜਾਊ ਕਵਿਤਾਵਾਂ ਛਪਦੀਆਂ ਸਨ, ਜਿਨ੍ਹਾਂ ਦਾ ਪਾਠਕਾਂ ਦੇ ਮਨਾਂ ਉੱਤੇ ਅਸਰ ਲੇਖਾਂ ਨਾਲੋਂ ਵੀ ਵੱਧ ਪੈਂਦਾ ਸੀ। ਇਹ ਕਵਿਤਾਵਾਂ ਅਕਸਰ ਹੀ ਸੰਗਤੀ ਰੂਪ, ਖ਼ਾਸ ਕਰਕੇ ਗੁਰਦੁਆਰਿਆਂ ਵਿਚ ਪੜ੍ਹ ਕੇ ਸੁਣਾਈਆਂ ਤੇ

ਗਾਈਆਂ ਜਾਂਦੀਆਂ ਸਨ। ਇਨ੍ਹਾਂ ਕਵਿਤਾਵਾਂ ਦੇ, 'ਗ਼ਦਰ ਦੀ ਗੂੰਜ' ਦੇ ਸਿਰਲੇਖ ਹੇਠ ਵੱਖਰੇ ਸੰਗ੍ਰਹਿ ਵੀ ਛਾਪੇ ਗਏ, ਜਿਹੜੇ *ਗ਼ਦਰ* ਅਖ਼ਬਾਰ ਨਾਲੋਂ ਵੀ ਵੱਧ ਮਕਬੂਲ ਹੋਏ।

ਗ਼ਦਰ ਦੇ ਪਹਿਲੇ ਅੰਕ ਵਿਚ ਇਸ ਦੀ ਲੋੜ, ਅਹਿਮੀਅਤ, ਰੋਲ ਤੇ ਮਨੋਰਥ ਦੀ ਵਿਆਖਿਆ ਇਨ੍ਹਾਂ ਸਾਦੇ ਤੇ ਭਾਵਮਈ ਸ਼ਬਦਾਂ ਵਿਚ ਕੀਤੀ ਗਈ ਸੀ:

> "ਹੁਣ ਲੜਾਈ ਤੁਰੀ ਰਹਨ ਦੀ ਖ਼ਾਤਰ ਅਖ਼ਬਾਰ ਚਲਾਓਨਾ ਜ਼ਰੂਰੀ ਹੈ। ਏਥੇ ਕਿਤਾਬਾਂ ਛਾਪੀਆਂ ਜਾਣ ਤੇ ਦੇਸ਼ ਬੀ ਭੇਜੀਆਂ ਜਾਣ। ਅਤੇ ਜੰਗੀ ਕੰਮ ਸਿਖੇ ਜਾਨ, ਦੂਜੀਆਂ ਕੌਮਾਂ ਦੀ ਮਦਦ ਮੰਗੀ ਜਾਵੇ। ਏਸ ਕੰਮ ਦੀ ਖ਼ਾਤਰ ਇਕ ਸਭਾ ਬਨਾਈ ਗਈ ਹੈ। ਜਿਸ ਦਾ ਨਓਂ ਪੈਸੀਫਿਕ ਕੋਸਟ ਹਿੰਦੀ ਸਭਾ ਰਖਾ ਗਿਆ ਹੈ। ਪੋਰਟਲੈਂਡ। ਅਸਟੋਰੀਆ। ਸੈਂਟ ਜਾਨ। ਸੈਕਰਾਮੈਂਟੋ। ਅਤੇ ਵਰੇਡਲ ਵੀਲ ਵਿਚ ਏਸ ਦੇ ਜਥੇ ਹਨ। ਦੇਸ਼ ਭਗਤਾਂ ਨੇ ਰੁਪੈਏ ਦਿੱਤੇ ਹਨ। ਸਾਨ ਫ਼ਰਾਂਸਿਸਕੋ ਵਿਚ ਜੁਗਾਂਤਰ ਆਸ਼ਰਮ ਬਨਾਏਆ ਹੈ। ਏਸ ਆਸ਼ਰਮ ਵਿਚ ਅਖ਼ਬਾਰ ਛਪਦਾ ਹੈ। ਕਤਾਬਾਂ ਬੀ ਛਪਨਗੀਆਂ। ਜਵਾਨ ਪ੍ਰਚਾਰਕ ਤਿਆਰ ਕੀਤੇ ਜਾਂਦੇ ਹਨ ਅਤੇ ਗ਼ਦਰ ਦੀ ਤਿਆਰੀ ਦਾ ਕੰਮ ਅਰੰਭ ਦਿੱਤਾ ਹੈ। ਏਹੇ ਜੇਹੇ ਆਸ਼ਰਮ ਫ਼ਰਾਂਸ। ਜਰਮਨੀ ਤੇ ਹੋਰ ਮੁਲਕਾਂ ਵਿਚ ਬਨਾਏ ਜਾਨਗੇ। ਫੇਰ ਕਿਸੇ ਤਰਾਂ ਦਾ ਡਰ ਨਹੀਂ।
>
> "ਏਹ ਆਸ਼ਰਮ ਨਹੀਂ ਹੈ ਕਿਲਾ ਹੈ ਜਿਸ ਤੋਂ ਅੰਗਰੇਜੀ ਰਾਜ ਪੁਰ ਗੋਲਾਬਾਰੀ ਸ਼ੁਰੂ ਕੀਤੀ ਗਈ। ਏਹ ਅਖ਼ਬਾਰ ਨਹੀਂ ਤੋਪ ਹੈ। ਜਿਸ ਤੋਂ ਕੋਈ ਜ਼ਾਲਮ ਬਚਕੇ ਨਹੀਂ ਜਾਵੇਗਾ। ਏਹ ਅਖ਼ਬਾਰ ਸਿਆਹੀ ਨਾਲ ਛਪਦੇ ਹੈ। ਪਰ ਜਿਗਰ ਦੇ ਖ਼ੂਨ ਨਾਲ ਲਿਖੇਆ ਜਾਂਦਾ ਹੈ। ਏਸ ਵਿਚ ਮਮੂਲੀ ਲਿਖਤ ਨਹੀਂ। ਏਹ ਸੰਤਾਂ ਤੇ ਸੂਰਬੀਰਾਂ ਦੀ ਬਾਣੀ ਹੈ। ਜੇਹੜੀ ਭਾਈਆਂ ਨੂੰ ਜਗਾਓਗੀ। ਏਹ ਪ੍ਰੇਮੀ ਸੁਨੇਹਾ ਹਜ਼ਾਰਾਂ ਮੀਲ ਸਮੁੰਦਰ ਪਾਰ ਜਾ ਕੇ ਦਿਲਾਂ ਤੇ ਅਸਰ ਕਰੇਗਾ। ਏਹ ਸ਼ਬਦ ਚਿੜੀਆਂ ਨੂੰ ਬਾਜ ਬਨਾਓਗਾ। ਅਤੇ ਲੋਭ। ਮੋਹ। ਹੰਕਾਰ। ਮੂਰਖਤਾ ਅਤੇ ਡਰ ਨੂੰ ਦੂਰ ਕਰਕੇ ਦੇਸ਼ ਨੂੰ ਗ਼ਦਰ ਦੀ ਖ਼ਾਤਰ ਤਿਆਰ ਕਰੂਗਾ। ਜੇਹੜਾ ਮਹਾਂਜੁਧ ਹੋਵੇਗਾ।
>
> "ਏਸ ਅਖ਼ਬਾਰ ਦਾ ਕੰਮ ਪ੍ਰੇਮ ਨਾਲ ਹੁੰਦਾ ਹੈ। ਲਿਖਨਾ ਛਾਪਨਾ। ਭੇਜਨਾ ਸਭ ਕੰਮ ਪ੍ਰੇਮੀ ਲੋਕ ਕਰਦੇ ਹਨ। ਕਿਸੇ ਨੂੰ ਮੁਜ਼ੂਰੀ ਨਹੀਂ ਦਿੱਤੀ ਜਾਂਦੀ। ਏਸ ਤਰਾਂ ਸੰਜਮ ਦੇ ਨਾਲ ਕੰਮ ਚਲ ਸਕਦਾ ਹੈ। ਆਪਨਾ ਛਾਪਾ ਖ਼ਰੀਦ ਲਿਆ ਹੈ। ਹਿੰਦੁਸਤਾਨ ਵਿਚ ਕਈ ਲਾਖ ਉਰਦੂ ਤੇ ਗੁਰਮੁਖੀ ਪੜ੍ਹਨ ਵਾਲੇ ਹਨ। ਥੋੜੇ ਅਖ਼ਬਾਰਾਂ ਨਾਲ ਕੁਛ ਨਹੀਂ ਬਨ ਸਕਦਾ। ਸਾਨੂੰ ਲਖਾਂ ਅਖ਼ਬਾਰ ਦੇਸ਼ ਭੇਜਨੇ ਚਾਹੀਦੇ ਹਨ। ਜੇ ਥੋੜਾ ਚਿਰ ਅਖ਼ਬਾਰ ਚਲਕੇ ਬੰਦ ਹੋਗੇਆ ਤਾਂ ਅੰਗਰੇਜ ਖ਼ੁਸ਼ੀ ਮਨਾਓਂਣਗੇ। ਸਾਨੂੰ ਅਖ਼ਬਾਰ ਦੀ ਹਰ ਤਰਾਂ ਮਦਦ ਕਰਨੀ ਚਾਹੀਦੀ ਹੈ।
>
> "ਆਓ! ਪਿਆਰੇਓ ਵੇਲਾ ਬੀਤਦਾ ਜਾਂਦਾ ਹੈ। ਦੇਸ਼ ਵਿਚ ਜ਼ੁਲਮ ਦੀ ਹਦ ਹੋ ਗਈ ਹੈ। ਸਾਰੀ ਦੁਨੀਆਂ ਤੁਸਾਡਾ ਮੂੰਹ ਦੇਖ ਰਹੀ ਹੈ ਕਿ ਕਦ ਏਹ ਸ਼ੇਰ ਉਠਨ ਤੇ ਕਦ ਅੰਗਰੇਜਾਂ ਦਾ ਸਤੇਆਨਾਸ ਕਰਨ। ਤਨ। ਮਨ। ਧਨ ਸੇ ਵਤਨ ਦੀ ਸੇਵਾ ਕਰੋ। ਸਾਰੇਆ ਨੂੰ ਗ਼ਦਰ ਦੀ ਖ਼ਾਤਰ ਤਿਆਰ ਕਰ ਲਵੋ। ਕਿਸੇ ਦਿਨ ਕਲਮ ਦੇ ਥਾਂ ਬਨਦੂਕ ਤੇ ਸਿਆਹੀ ਦੀ ਥਾਂ ਲਹੂ ਨਾਲ ਕੰਮ ਹੋਵੇਗਾ। ਏਸ ਗ਼ਦਰ ਦੀ ਖ਼ਾਤਰ ਪ੍ਰਾਰਥਨਾ ਕਰੋ। ਗਲ ਕਰੋ ਤਾਂ ਗ਼ਦਰ ਦੀ। ਸੁਪਨਾ ਦੇਖੋ ਤਾਂ ਗ਼ਦਰ ਦਾ। ਧਨ ਕਮਾਓ ਤਾਂ ਗ਼ਦਰ ਦੀ ਖ਼ਾਤਰ। ਅੰਨ ਖਾਓ ਤਾਂ ਗ਼ਦਰ ਦੀ ਖ਼ਾਤਰ। ਬਸ ਗ਼ਦਰ ਦੇ ਸਪਾਹੀ ਬਨ ਜਾਓ।"*

---

* *ਗ਼ਦਰ* ਅਖ਼ਬਾਰ ਦੀ ਉਪਰੋਕਤ ਲਿਖਤ ਵਿਚ ਵਾਕਾਂ ਤੇ ਸ਼ਬਦ-ਜੋੜਾਂ ਦੀਆਂ ਬੇਸ਼ੁਮਾਰ ਗ਼ਲਤੀਆਂ ਹਨ। ਇਥੇ ਅਸੀਂ ਲਿਖਤ ਦੀ ਮੌਲਿਕਤਾ ਬਰਕਰਾਰ ਰੱਖਣ ਲਈ ਇਨ੍ਹਾਂ ਗ਼ਲਤੀਆਂ ਦੀ ਸੁਧਾਈ ਕਰਨੀ ਮੁਨਾਸਿਬ ਨਹੀਂ ਸਮਝੀ। ਅੱਗੇ ਜਾ ਕੇ ਹੋਰ ਜਿਥੇ ਵੀ *ਗ਼ਦਰ* ਅਖ਼ਬਾਰ ਦੀ ਲਿਖਤ ਦਾ ਹਵਾਲਾ ਦਿੱਤਾ ਜਾਵੇਗਾ, ਉਸ ਵਿਚ ਇਸੇ ਨੇਮ ਦੀ ਪਾਲਣਾ ਕੀਤੀ ਗਈ ਹੈ।

ਅਖ਼ਬਾਰ ਉੱਤੇ ਸੰਪਾਦਕ ਦਾ ਨਾਂ ਨਹੀਂ ਸੀ ਦਿੱਤਾ ਜਾਂਦਾ। ਲੇਖਕਾਂ ਦੇ ਨਾਂ ਵੀ ਨਹੀਂ ਸੀ ਹੁੰਦੇ। ਜ਼ਿਆਦਾਤਰ ਤਖ਼ੱਲਸ ਜਾਂ ਸੰਕੇਤਕ ਨਾਂ ਹੀ ਵਰਤੇ ਜਾਂਦੇ ਸਨ, ਜਿਵੇਂ 'ਦੁਖੀਆ', 'ਪ੍ਰੀਤਮ', 'ਫ਼ਕੀਰ', 'ਪੰਜਾਬੀ ਸਿੰਘ', 'ਸੇਵਕ', 'ਬਾਗ਼ੀ', 'ਜਾਚਕ', 'ਆਜ਼ਾਦ', 'ਨਿਧੜਕ', ਆਦਿ ਆਦਿ। ਇਸ ਤੋਂ 'ਗ਼ਦਰ ਪਾਰਟੀ' ਦੇ ਬਾਨੀਆਂ ਦਾ, ਜਥੇਬੰਦੀ ਤੇ ਲਹਿਰ ਬਾਰੇ ਰਵਾਇਤ ਨਾਲੋਂ ਵੱਖਰਾ ਨਜ਼ਰੀਆ ਤੇ ਉਨ੍ਹਾਂ ਦਾ ਵਿਲੱਖਣ ਆਤਮ-ਗੁਣ ਪ੍ਰਗਟ ਹੁੰਦਾ ਹੈ, ਕਿ ਉਨ੍ਹਾਂ ਅੰਦਰ ਨਿੱਜਪ੍ਰਸਤੀ ਦੀ ਥਾਂ ਸਮੂਹਿਕ ਸਪਿਰਿਟ ਕਿੰਨੀ ਪ੍ਰਬਲ ਸੀ ਅਤੇ ਉਹ ਕਿਸੇ ਵਿਅਕਤੀ-ਵਿਸ਼ੇਸ਼ ਦੀ ਜਗ੍ਹਾ ਸਮੂਹਿਕ ਲੀਡਰਸ਼ਿਪ ਉਸਾਰਨ ਤੇ ਉਭਾਰਨ ਬਾਰੇ ਕਿੰਨੇ ਸੁਚੇਤ ਤੇ ਦ੍ਰਿੜ੍ਹ-ਚਿੱਤ ਸਨ। ਉਹ ਪਾਠਕਾਂ ਨੂੰ ਵਿਅਕਤੀਆਂ ਦੀ ਬਜਾਇ ਵਿਚਾਰਾਂ ਨਾਲ ਜੋੜਨ ਦੀ ਸਮਝ ਰੱਖਦੇ ਸਨ।

ਬਾਬਾ ਸੋਹਣ ਸਿੰਘ ਭਕਨਾ ਨੇ *ਗ਼ਦਰ* ਅਖ਼ਬਾਰ ਤੇ ਇਸ ਲਈ ਕੰਮ ਕਰਨ ਵਾਲੇ ਵਰਕਰਾਂ ਦੀ ਵਡਿਆਈ ਇਨ੍ਹਾਂ ਸ਼ਬਦਾਂ ਵਿਚ ਕੀਤੀ ਹੈ :

> "*ਗ਼ਦਰ* ਅਖ਼ਬਾਰ ਇਕ ਜਾਦੂ ਸੀ। ...ਇਸ ਅਖ਼ਬਾਰ ਨੇ ਲੋਕਾਂ ਪੁਰ ਜਾਦੂ ਦਾ ਅਸਰ ਕੀਤਾ। ਕਿਉਂਜੋ ਇਸ ਵੇਰ ਸਾਫ਼ ਤੇ ਸਿਧੇ ਸ਼ਬਦਾਂ ਵਿਚ ਅੰਗਰੇਜ਼ੀ ਗੌਵਰਨਮੈਂਟ ਦੀ ਗ਼ੁਲਾਮੀ ਵਿਰੁੱਧ ਜੰਗ ਛੇੜੀ ਗਈ ਸੀ। ਜੰਗ ਵੀ ਉਹ, ਜਿਸ ਨੂੰ ਸ਼ੁਰੂ ਕਰਨ ਦੇ ਅਮ੍ਰੀਕਨ ਤੇ ਕੈਨੇਡੀਅਨ ਹਿੰਦੀ ਚਾਹਵਾਨ ਸਨ। ਕੋਈ ਕੰਮ ਕਰਨ ਵਾਲਾ ਦੇਸ਼ ਭਗਤ ਤਨਖ਼ਾਹ ਨਹੀਂ ਲੈਂਦਾ ਸੀ, ਸਾਰੇ ਆਪਣਾ ਧਰਮ ਸਮਝ ਕੇ ਮੁਫ਼ਤ ਕੰਮ ਕਰਦੇ ਸਨ... ਰਾਮਚੰਦਰ ਨੂੰ ਛੱਡ ਕੇ ਬਾਕੀ ਜਿੰਨੇ ਵੀ ਦੇਸ਼ ਭਗਤ ਦਫ਼ਤਰ ਤੇ ਪ੍ਰੈਸ ਵਿਚ ਕੰਮ ਕਰਦੇ ਸਨ, ਉਹ ਸਾਰੇ ਹੀ ਸਚੇ ਅਰਥਾਂ ਵਿਚ ਤਿਆਗ ਦੀਆਂ ਮੂਰਤੀਆਂ ਸਨ। ਆਲੂ ਤੇ ਗੰਢੇ ਆਮ ਤੌਰ 'ਤੇ ਭਾਈ ਜਵਾਲਾ ਸਿੰਘ ਤੇ ਬਾਬਾ ਵਿਸਾਖਾ ਸਿੰਘ ਹੁਰਾਂ ਦੇ ਫਾਰਮ 'ਤੋਂ ਆ ਜਾਂਦੇ ਸਨ। ਸਿਰਫ਼ ਡਬਲਰੋਟੀ ਬਜ਼ਾਰੋਂ ਖ਼ਰੀਦਣੀ ਪੈਂਦੀ ਸੀ। ਜਦ ਤਕ ਉਨ੍ਹਾਂ ਕੋਲ ਆਪਣਾ ਹੱਥੀਂ ਕਮਾਇਆ ਹੋਇਆ ਪੈਸਾ ਰਿਹਾ, ਉਨਾ ਚਿਰ ਉਹ ਆਪਣਾ ਪੈਸਾ ਖ਼ਰਚ ਕੇ ਹੀ ਦਫ਼ਤਰ ਤੇ ਅਖ਼ਬਾਰ ਦਾ ਕੰਮ ਕਰਦੇ ਰਹੇ। ਪਾਰਟੀ ਦੇ ਫ਼ੰਡ ਵਿੱਚੋਂ ਕਿਸੇ ਨੇ ਧੇਲਾ ਵੀ ਨਹੀਂ ਖਰਚਿਆ ਸੀ। ਜਦੋਂ ਉਨ੍ਹਾਂ ਦੇ ਸਾਰੇ ਪੈਸੇ ਖ਼ਰਚ ਹੋ ਗਏ ਤਾਂ ਉਨ੍ਹਾਂ ਨੇ ਕੁਝ ਸਮੇਂ ਲਈ ਬਾਹਰ ਜਾ ਕੇ ਪੈਸੇ ਕਮਾਉਣ ਵਾਸਤੇ ਛੁੱਟੀ ਮੰਗੀ। ਪਰ ਪਾਰਟੀ ਨੇ ਕਿਸੇ ਵੀ ਦੇਸ਼ ਭਗਤ ਨੂੰ ਪੈਸੇ ਕਮਾਉਣ ਲਈ ਪਾਰਟੀ ਦਾ ਕੰਮ ਛੱਡ ਕੇ ਜਾਣ ਦੀ ਆਗਿਆ ਨਾ ਦਿੱਤੀ। ਉਨ੍ਹਾਂ ਸਾਰਿਆਂ ਨੇ ਪਾਰਟੀ ਦਾ ਇਹ ਹੁਕਮ ਸਿਰ ਮੱਥੇ ਕਬੂਲ ਕਰ ਲਿਆ ਅਤੇ ਰੁੱਖੀ ਮਿਸੀ ਰੋਟੀ ਖਾ ਕੇ ਗੁਜ਼ਾਰਾ ਕਰਦੇ ਰਹੇ...ਆਪਣਾ ਨਿਜ ਦਾ ਕੰਮ ਕਰਦੇ ਹੋਏ ਜੋ ਦੇਸ਼ ਭਗਤ ਮਾਸ, ਆਂਡਾ ਤੇ ਮੱਖਣ ਤੋਂ ਬਿਨਾਂ ਇਕ ਦਿਨ ਨਹੀਂ ਰਹਿ ਸਕਦੇ ਸਨ, ਹੁਣ ਉਹ ਸੁੱਕੀ ਰੋਟੀ ਤੇ ਬੇਸੁਆਦੇ ਆਲੂ ਹੀ ਬੜੇ ਸ਼ੌਕ ਨਾਲ ਖਾਂਦੇ ਸਨ। ਕਿਓਂ ਜੋ ਓਹਨਾਂ ਨੂੰ ਹੁਣ ਆਪਣੇ ਦੇਸ਼ ਦੀ ਗ਼ਰੀਬੀ ਤੇ ਕੌਮੀ ਲੋੜਾਂ ਦਾ ਪੂਰਾ ਗਿਆਨ ਹੋ ਚੁੱਕਾ ਸੀ। ਕਈ ਵੇਰੀ ਇਕ ਪੈਸਾ ਖ਼ਰਚਣ ਬਾਰੇ ਵੀ ਅਸੀਂ ਲੋਕ ਕਈ ਘੰਟੇ ਸੋਚਿਆ ਕਰਦੇ ਸੀ, ਕਿ ਖ਼ਰਚੀਏ ਕਿ ਨਾ ?"[1]

ਪੰਜਾਬੀ ਅਖ਼ਬਾਰ ਦੇ ਪਹਿਲੇ ਸਫ਼ੇ ਦੇ ਬਿਲਕੁਲ ਉਪਰ (ਸਰਵਰਕ ਉੱਤੇ) ਗੁਰੂ ਨਾਨਕ ਦੇਵ ਜੀ ਦਾ ਇਹ ਪਵਿੱਤਰ ਵਾਕ ਛਪਿਆ ਹੁੰਦਾ ਸੀ : 'ਜਉ ਤਉ ਪ੍ਰੇਮ ਖੇਲਣ ਕਾ ਚਾਉ, ਸਿਰੁ ਧਰ ਤਲੀ ਗਲੀ ਮੇਰੀ ਆਉ'। (ਪਹਿਲੇ ਕੁਝ ਅੰਕਾਂ ਵਿਚ ਸੰਪਾਦਕ ਦੀ ਅਨਜਾਣਤਾ ਕਰਕੇ 'ਜਉ ਤਉ' ਦੀ ਥਾਂ ਗ਼ਲਤੀ ਨਾਲ 'ਜੇ ਚਿਤ' ਛਪਦਾ ਰਿਹਾ। ਪਰ ਬਾਅਦ ਵਿਚ ਇਸ ਗ਼ਲਤੀ ਦੀ ਸੋਧ ਕਰ ਲਈ ਗਈ ਸੀ)। ਜਿੰਨਾ ਚਿਰ ਅਖ਼ਬਾਰ ਕਰਤਾਰ ਸਿੰਘ ਸਰਾਭਾ

---

1. ਬਾਬਾ ਸੋਹਣ ਸਿੰਘ ਭਕਨਾ, *ਮੇਰੀ ਰਾਮ ਕਹਾਣੀ*, ਸਫ਼ੇ 86 ਤੇ 94.

ਦੀ ਦੇਖ-ਰੇਖ ਹੇਠ ਛਪਦਾ ਰਿਹਾ, ਉਨਾ ਚਿਰ ਇਸ ਦੇ ਸਰਵਰਕ ਵਿਚ ਕੋਈ ਤਬਦੀਲੀ ਨਹੀਂ ਕੀਤੀ ਗਈ ਸੀ। ਪਰ ਬਾਅਦ ਵਿਚ ਜਾ ਕੇ, ਜਦੋਂ ਸਰਾਭੇ ਨੇ ਅਖ਼ਬਾਰ ਦੇ ਕੰਮ ਛੱਡ ਕੇ ਜਥੇਬੰਦੀ ਦੀਆਂ ਹੋਰ ਵਧੇਰੇ ਅਹਿਮ ਜ਼ੁੰਮੇਵਾਰੀਆਂ ਓਟ ਲਈਆਂ ਅਤੇ ਲਾਲਾ ਹਰਦਿਆਲ ਦੇ ਅਮਰੀਕਾ ਤੋਂ ਚਲੇ ਜਾਣ ਉਪਰੰਤ ਉਸ ਦੀ ਥਾਂ ਨਵੀਂ ਸੰਪਾਦਕੀ ਟੀਮ, ਜਿਸ ਵਿਚ ਭਾਈ ਹਰਨਾਮ ਸਿੰਘ (ਕੋਟਲਾ ਨੌਧ ਸਿੰਘ), ਰਾਮ ਚੰਦਰ ਤੇ ਭਾਈ ਭਗਵਾਨ ਸਿੰਘ ਪ੍ਰੀਤਮ ਆਦਿ ਸ਼ਾਮਲ ਸਨ, ਨੇ ਅਖ਼ਬਾਰ ਦਾ ਕੰਮ ਸੰਭਾਲ ਲਿਆ ਸੀ, ਤਾਂ ਅਖ਼ਬਾਰ ਦਾ ਨਾਂ 'ਹਿੰਦੁਸਤਾਨ ਗ਼ਦਰ' ਕਰ ਦਿੱਤਾ ਗਿਆ ਅਤੇ ਸਰਵਰਕ ਉੱਤੋਂ ਗੁਰਬਾਣੀ ਦੀ ਸਤਰ ਹਟਾ ਦਿੱਤੀ ਗਈ, ਅਤੇ ਉਪਰ ਦੋਵੇਂ ਪਾਸੇ 'ਬੰਦੇ ਮਾਤਰਮ' ਮੋਟਾ ਕਰਕੇ ਲਿਖਿਆ ਜਾਣ ਲੱਗਾ।* ਹੋਰ ਪਿੱਛੋਂ ਜਾ ਕੇ, ਜਦੋਂ ਸਾਰੇ ਪ੍ਰਮੁੱਖ ਆਗੂਆਂ ਨੇ ਬਗ਼ਾਵਤ ਕਰਨ ਲਈ ਭਾਰਤ, ਬਰਮਾ, ਜਪਾਨ ਤੇ ਪੂਰਬੀ ਟਾਪੂਆਂ ਨੂੰ ਚਾਲੇ ਪਾ ਦਿੱਤੇ, ਤਾਂ ਰਾਮ ਚੰਦਰ ਨੇ ਮਨਮਾਨੀਆਂ ਕਰਨੀਆਂ ਸ਼ੁਰੂ ਕਰ ਦਿੱਤੀਆਂ ਅਤੇ ਅਖ਼ਬਾਰ ਦੇ ਸਰਵਰਕ ਉੱਤੇ ਖੁਲ੍ਹੇਆਮ ਹਿੰਦੂ ਚਿੰਨ੍ਹਾਂ ਦਾ ਪ੍ਰਦਰਸ਼ਨ ਸ਼ੁਰੂ ਕਰ ਦਿੱਤਾ ਗਿਆ।[2]

ਸਿੱਖ ਮਸਲਿਆਂ ਦੀ ਪ੍ਰਧਾਨਤਾ

ਪਰਚੇ ਅੰਦਰ ਭਾਰਤ ਦੇ ਲੋਕਾਂ ਦੀ ਰਾਜਸੀ ਦੁਰਦਸ਼ਾ, ਆਰਥਿਕ ਲੁੱਟ-ਖਸੁੱਟ, ਅੰਗਰੇਜ਼ੀ ਹਕੂਮਤ ਦੇ ਜ਼ੁਲਮ, ਗ਼ੁਲਾਮੀ ਦੀ ਜ਼ਲਾਲਤ, ਸੱਭਿਆਚਾਰਕ ਚੁਣੌਤੀਆਂ, ਸਮਾਜੀ ਦੁਖੜੇ, ਆਦਿ ਵੱਖ-ਵੱਖ ਤਰ੍ਹਾਂ ਦੇ ਵਿਸ਼ਿਆਂ ਬਾਰੇ ਭਾਵਪੂਰਤ ਟਿੱਪਣੀਆਂ ਕੀਤੀਆਂ ਜਾਂਦੀਆਂ ਸਨ, ਜਿਨ੍ਹਾਂ ਦਾ ਮੰਤਵ ਪਾਠਕਾਂ ਨੂੰ ਰਾਜਸੀ ਤੌਰ 'ਤੇ ਜਾਗਰੂਕ ਕਰਨਾ ਤੇ ਉਨ੍ਹਾਂ ਦੇ ਮਨਾਂ ਅੰਦਰ ਅੰਗਰੇਜ਼ੀ ਹਕੂਮਤ ਦੇ ਵਿਰੁੱਧ ਰੋਹ ਪੈਦਾ ਕਰਨਾ ਸੀ। ਗ਼ੁਲਾਮੀ, ਗ਼ਲਬਾ, ਆਰਥਿਕ ਲੁੱਟ-ਖਸੁੱਟ, ਅਤੇ ਹਕੂਮਤੀ ਜ਼ੁਲਮਾਂ ਤੇ ਅਤਿਆਚਾਰਾਂ ਬਾਰੇ ਕੇਵਲ ਖ਼ਿਆਲੀ (abstract, ਅਮੂਰਤ) ਪ੍ਰਾਪੇਗੰਡਾ ਲੋਕਾਂ ਨੂੰ ਜਾਗਰੂਕ ਕਰਨ ਤੇ ਲੜਨ ਲਈ ਪ੍ਰੇਰਿਤ ਕਰਨ ਵਿਚ ਸਹਾਈ ਨਹੀਂ ਹੋ ਸਕਦਾ। ਇਨ੍ਹਾਂ ਅਲਾਮਤਾਂ ਵਿਰੁੱਧ ਲੋਕਾਂ ਦੇ ਦਿਲਾਂ ਅੰਦਰ ਰੋਹ ਤੇ ਜੋਸ਼ ਉਪਜਾਉਣ ਲਈ, ਇਨ੍ਹਾਂ ਦੇ ਸਥੂਲ (ਠੋਸ) ਇਜ਼ਹਾਰਾਂ ਦਾ ਪ੍ਰਭਾਵਸ਼ਾਲੀ ਤਰੀਕੇ ਨਾਲ ਵਰਣਨ ਕਰਨਾ ਜ਼ਰੂਰੀ ਹੁੰਦਾ ਹੈ। ਲੀਡਰਸ਼ਿੱਪ ਦੀ ਕਾਬਲੀਅਤ ਇਸ ਤੋਂ ਹੀ ਪਰਖੀ ਜਾਂਦੀ ਹੈ। ਇਸ ਤੋਂ ਕਿਸੇ ਲਹਿਰ ਦਾ ਸਮਾਜ-ਵਿਗਿਆਨਕ ਵਿਸ਼ਲੇਸ਼ਣ ਕਰਨਾ, ਭਾਵ ਉਸ ਵਿਚ ਸ਼ਾਮਲ ਅੱਡ-ਅੱਡ ਸਮਾਜੀ ਤੇ ਧਾਰਮਿਕ ਵਰਗਾਂ ਦੇ ਤਤਕਾਲੀ ਸਰੋਕਾਰਾਂ, ਰਾਜਸੀ ਸੂਝ-ਬੂਝ, ਵਿਚਾਰਧਾਰਕ ਝੁਕਾਵਾਂ, ਅਤੇ ਲਹਿਰ ਅੰਦਰ ਉਨ੍ਹਾਂ ਦੀ ਸ਼ਮੂਲੀਅਤ

---

* ਲਾਲਾ ਹਰਦਿਆਲ ਤੋਂ ਬਾਅਦ ਭਾਵੇਂ ਸੰਪਾਦਕ ਦੀ ਮੁੱਖ ਜ਼ੁੰਮੇਵਾਰੀ ਭਾਈ ਹਰਨਾਮ ਸਿੰਘ (ਕੋਟਲਾ) ਨੂੰ ਸੌਂਪੀ ਗਈ ਸੀ ਅਤੇ ਸਹਾਇਤਾ ਲਈ ਚਾਰ ਮੈਂਬਰੀ ਬੋਰਡ ਬਣਾਇਆ ਗਿਆ ਸੀ, ਜਿਸ ਵਿਚ ਭਾਈ ਸੰਤੋਖ ਸਿੰਘ ਤੋਂ ਇਲਾਵਾ ਪੰਡਤ ਰਾਮ ਚੰਦਰ, ਪੰਡਤ ਸੋਹਨ ਲਾਲ ਪਾਠਕ ਤੇ ਪੰਡਤ ਜਗਤ ਰਾਮ ਸ਼ਾਮਲ ਕੀਤੇ ਗਏ ਸਨ, ਪਰੰਤੂ ਭਾਈ ਹਰਨਾਮ ਸਿੰਘ ਕੋਟਲਾ ਮੁਤਾਬਕ ਅਮਲੀ ਤੌਰ 'ਤੇ ਅਖ਼ਬਾਰ ਦਾ ਸਾਰਾ ਜ਼ੁੰਮਾ ਪੰਡਤ ਰਾਮ ਚੰਦਰ ਨੇ ਹੀ ਲੈ ਲਿਆ ਸੀ। ਜੁਲਾਈ 1914 ਵਿਚ, ਬੰਬ ਬਣਾਉਣ ਦਾ ਅਭਿਆਸ ਕਰਨ ਦੌਰਾਨ ਭਾਈ ਹਰਨਾਮ ਸਿੰਘ ਦੇ ਹੱਥ ਵਿਚ ਬਾਰੂਦ ਫਟ ਜਾਣ ਕਰਕੇ ਉਸ ਦੀ ਬਾਂਹ ਕੱਟੀ ਗਈ ਸੀ। ਇਸ ਕਰਕੇ ਉਸ ਕੋਲੋਂ ਅਖ਼ਬਾਰ ਦਾ ਬਹੁਤਾ ਕੰਮ ਨਹੀਂ ਸੀ ਹੁੰਦਾ। ਇਸ ਤੋਂ ਬਾਅਦ ਰਾਮ ਚੰਦਰ ਹੀ ਅਖ਼ਬਾਰ ਦਾ ਕਰਤਾ-ਧਰਤਾ ਬਣ ਗਿਆ ਸੀ।

2. Gurmel S. Sidhu, "Ghadar Movement: Role of Media and Literature", *Proceedings of the Ghadar Lehar Conference,* March 16, 2013.

ਦੀ ਨਿਸਬਤ (ratio) ਦਾ ਅਨੁਮਾਨ ਲਾਉਣਾ ਸੁਖਾਲਾ ਹੋ ਜਾਂਦਾ ਹੈ। 'ਗ਼ਦਰ ਪਾਰਟੀ' ਦੀ ਪ੍ਰਚਾਰ ਸਮਗਰੀ ਦੀ ਘੋਖਵੀਂ ਛਾਣ-ਬੀਣ ਕਰਨ ਤੋਂ ਇਹ ਤੱਥ ਉਘੜਵੇਂ ਰੂਪ ਵਿਚ ਪ੍ਰਗਟ ਹੁੰਦਾ ਹੈ, ਕਿ ਹੋਰਨਾਂ ਵਰਗਾਂ ਦੀ ਤੁਲਨਾ ਵਿਚ ਸਿੱਖਾਂ ਨਾਲ ਜੁੜੇ ਮਸਲਿਆਂ ਨੂੰ ਸਭ ਤੋਂ ਵੱਧ ਵਿਚਾਰਿਆ ਤੇ ਉਭਾਰਿਆ ਗਿਆ। ਬਹੁਤ ਸਾਰੀਆਂ ਲਿਖਤਾਂ ਤੇ ਕਵਿਤਾਵਾਂ ਉਚੇਚੇ ਤੌਰ 'ਤੇ ਸਿੱਖਾਂ ਨੂੰ ਮੁਖ਼ਾਤਿਬ ਹੋ ਕੇ ਲਿਖੀਆਂ ਗਈਆਂ। ਹਿੰਦੂਆਂ ਜਾਂ ਮੁਸਲਮਾਨਾਂ ਨੂੰ ਵਿਸ਼ੇਸ਼ ਤੌਰ 'ਤੇ ਸੰਬੋਧਤ ਹੋਣ ਦੀਆਂ ਉਦਾਹਰਣਾਂ ਘੱਟ ਮਿਲਦੀਆਂ ਹਨ। ਇਸ ਤੋਂ ਸਪੱਸ਼ਟ ਹੁੰਦਾ ਹੈ ਕਿ ਗ਼ਦਰ ਪਾਰਟੀ ਦੇ ਪ੍ਰਚਾਰ ਤੇ ਸਰਗਰਮੀਆਂ ਦਾ ਦਾਇਰਾ ਬਹੁਤਾ ਕਰਕੇ ਸਿੱਖ ਭਾਈਚਾਰੇ ਤਕ ਹੀ ਸੀਮਤ ਰਿਹਾ ਸੀ। ਇਸ ਨੂੰ ਸਭ ਤੋਂ ਵੱਧ ਹੁੰਗਾਰਾ ਸਿੱਖਾਂ ਵੱਲੋਂ ਹੀ ਮਿਲਿਆ ਸੀ। ਇਸ ਕਰਕੇ, ਜਿਥੇ ਆਪਣੇ ਉਦੇਸ਼ਾਂ ਪੱਖੋਂ ਗ਼ਦਰ ਲਹਿਰ ਯਕੀਨਨ ਹੀ ਸਰਬ ਭਾਰਤੀ ਲਹਿਰ ਸੀ, ਭਾਵ ਇਹ ਕਿ ਇਸ ਦਾ ਉਦੇਸ਼ ਕਿਸੇ ਵਿਸ਼ੇਸ਼ ਭਾਈਚਾਰੇ ਨੂੰ ਆਜ਼ਾਦ ਕਰਾਉਣਾ ਨਹੀਂ ਸੀ, ਬਲਕਿ ਭਾਰਤ ਦੇ ਸਾਰੇ ਸਮਾਜੀ ਤੇ ਧਾਰਮਿਕ ਵਰਗਾਂ ਨੂੰ ਬਰਤਾਨਵੀ ਗ਼ੁਲਾਮੀ ਦੀ ਜ਼ਲਾਲਤ ਤੋਂ ਮੁਕਤ ਕਰਨਾ ਸੀ। ਪਰੰਤੂ ਸ਼ਮੂਲੀਅਤ ਤੇ ਸਪਿਰਿਟ ਦੇ ਲਿਹਾਜ਼ ਨਾਲ ਇਹ ਲਹਿਰ ਤੱਤ ਰੂਪ ਵਿਚ ਸਿੱਖ ਲਹਿਰ ਹੀ ਸੀ। ਗ਼ਦਰ ਪਾਰਟੀ ਦੀਆਂ ਲਿਖਤਾਂ ਵਿਚ ਜਿਸ ਕਦਰ ਸਿੱਖਾਂ ਦੇ ਧਾਰਮਿਕ ਤੇ ਕੌਮੀ ਜਜ਼ਬਾਤ ਨੂੰ ਟੁੰਬਣ ਤੇ ਝੰਜੋੜਨ ਦੇ ਯਤਨ ਕੀਤੇ ਗਏ, ਉਸ ਤੋਂ ਇਸ ਦਾ ਭਾਰੂ ਸਿੱਖ ਖ਼ਾਸਾ ਪ੍ਰਤੱਖ ਹੋ ਜਾਂਦਾ ਹੈ।

ਗ਼ਦਰੀ ਆਗੂਆਂ ਨੂੰ ਬਰਤਾਨਵੀ ਸਾਮਰਾਜੀਆਂ ਦੀ, ਸਿੱਖ ਕੌਮ ਨੂੰ ਗ਼ੁਲਾਮ ਬਣਾਉਣ ਦੀ ਸਾਰੀ ਰਾਜਸੀ ਕਪਟਬਾਜ਼ੀ ਦੀ ਸਮਝ ਪੈ ਗਈ ਸੀ। ਅੰਗਰੇਜ਼ਾਂ ਨੇ ਪਹਿਲਾਂ ਧੱਕੇ ਤੇ ਫ਼ਰੇਬ ਨਾਲ ਸਿੱਖਾਂ ਦਾ ਮੁਲਕ ਖੋਹਿਆ, ਅਤੇ ਫਿਰ ਇਕ ਵਿਸ਼ੇਸ਼ ਸੋਚ ਤੇ ਯੋਜਨਾ ਤਹਿਤ ਉਨ੍ਹਾਂ ਦੇ ਧਾਰਮਿਕ ਤੇ ਵਿਦਿਅਕ ਅਸਥਾਨਾਂ ਉੱਤੇ ਹਕੂਮਤੀ ਕੰਟਰੋਲ ਸਥਾਪਤ ਕੀਤਾ ਗਿਆ। ਭਾਵੇਂ ਕਿ ਅੰਗਰੇਜ਼ਾਂ ਨੇ ਭਾਰਤ ਦੇ ਸਾਰੇ ਸਮਾਜੀ ਤੇ ਧਾਰਮਿਕ ਵਰਗਾਂ ਨੂੰ ਆਪਣੇ ਅਧੀਨ ਕੀਤਾ ਸੀ, ਪਰੰਤੂ ਸਿੱਖਾਂ ਦੇ ਮਾਮਲੇ ਵਿਚ ਉਨ੍ਹਾਂ ਨੇ ਕੁਝ ਉਚੇਚੀਆਂ ਬਦਲਾਖ਼ੋਰ ਨੀਤੀਆਂ ਅਮਲ ਵਿਚ ਲਿਆਂਦੀਆਂ। ਸਿੱਖਾਂ ਨੇ ਖ਼ਾਲਸਾ ਰਾਜ ਦੀ ਰੱਖਿਆ ਕਰਨ ਲਈ ਅੰਗਰੇਜ਼ੀ ਫ਼ੌਜ ਦੇ ਵਿਰੁੱਧ ਲੜਦਿਆਂ ਅੰਗਰੇਜ਼ਾਂ ਨੂੰ ਨਾਨੀ ਚੇਤੇ ਕਰਵਾ ਦਿੱਤੀ ਸੀ। ਅੰਗਰੇਜ਼ਾਂ ਨੂੰ ਭਾਰਤ ਅੰਦਰ ਹੋਰ ਕਿਸੇ ਵਰਗ ਵੱਲੋਂ ਏਨੇ ਸਖ਼ਤ ਵਿਰੋਧ ਦਾ ਸਾਹਮਣਾ ਨਹੀਂ ਕਰਨਾ ਪਿਆ ਸੀ। ਲਹਿੰਦੇ ਪੰਜਾਬ ਦੇ ਇਕ ਸੱਚੇ ਪੰਜਾਬੀ ਅਦੀਬ ਦੇ ਸ਼ਬਦਾਂ ਵਿਚ :

> "ਪੰਜਾਬੀਆਂ...ਨੇ ਉਪ-ਮਹਾਂਦੀਪ ਦੇ ਕਿੰਨੇ ਹੀ ਦੂਜੇ ਸੂਬਿਆਂ ਵਾਂਗ ਅੰਗਰੇਜ਼ਾਂ ਦੇ ਸਾਹਮਣੇ ਚੁੱਪ ਚੁਪੀਤੇ ਆਤਮ ਸਮਰਪਣ ਨਹੀਂ ਸੀ ਕੀਤਾ ਜਾਂ ਬੱਸ ਇਕ ਦੋ ਲੜਾਈਆਂ ਲੜ ਕੇ ਹਥਿਆਰ ਨਹੀਂ ਸਨ ਸੁੱਟੇ ਸਗੋਂ ਬਰਤਾਨਵੀ ਫ਼ੌਜ ਦਾ ਡੱਟ ਕੇ ਮੁਕਾਬਲਾ ਕੀਤਾ ਸੀ ਤੇ ਪੰਜਾਬ ਉੱਤੇ ਕਬਜ਼ੇ ਲਈ ਅੰਗਰੇਜ਼ਾਂ ਨੂੰ ਦਸ ਵੱਡੀਆਂ (ਮੁਦਕੀ, ਫੇਰੂ ਸ਼ਹਿਰ, ਬੱਦੋਵਾਲ, ਅਲੀਵਾਲ, ਸਭਰਾਉ, ਮੁਲਤਾਨ, ਰਾਮ ਨਗਰ, ਸਅਦੁੱਲਾਹਪੁਰਾ, ਚੇਲੀਆਂ ਵਾਲਾ, ਗੁਜਰਾਤ, ਆਦਿ) ਤੇ ਦੋ ਛੋਟੀਆਂ, ਕੁੱਲ 12 ਲੜਾਈਆਂ ਲੜਨੀਆਂ ਪਈਆਂ ਸਨ ਜਿਨ੍ਹਾਂ ਵਿਚ ਉਨ੍ਹਾਂ ਦਾ ਚੰਗਾ ਭਲਾ ਨੁਕਸਾਨ ਹੋਇਆ ਸੀ।"[3]

ਸ਼ਾਤਰ ਦਿਮਾਗ਼ ਅੰਗਰੇਜ਼ ਇਹ ਗੱਲ ਭਾਂਪ ਗਏ ਸਨ ਕਿ ਸਿੱਖਾਂ ਦੀ ਬਹਾਦਰੀ ਦਾ ਅਸਲੀ ਕਾਰਨ ਨਸਲੀ ਵਿਸ਼ੇਸ਼ਤਾ ਨਹੀਂ, ਉਨ੍ਹਾਂ ਦੀ ਧਾਰਮਿਕ ਵਿਸ਼ੇਸ਼ਤਾ ਹੈ। ਸਿੱਖ

---

3. ਮੁਹੰਮਦ ਜ਼ਕਰੀਆ ਆਫ਼ਤਾਬ, *ਰੋਜ਼ਾਨਾ ਸਪੋਕਸਮੈਨ*, 18 ਨਵੰਬਰ 2015.

ਕੌਮ ਦਾ ਜਨਮ ਤੇ ਵਿਕਾਸ ਨਿਆਰੇ ਢੰਗ ਨਾਲ ਹੋਇਆ ਹੈ। ਉਨ੍ਹਾਂ ਦੀ ਕੌਮੀ ਸਪਿਰਿਟ ਧਰਮ ਨਾਲ ਅਟੁੱਟ ਰੂਪ ਵਿਚ ਜੁੜੀ ਹੋਈ ਹੈ। ਉਨ੍ਹਾਂ ਦੀ ਲਾਸਾਨੀ ਬਹਾਦਰੀ, ਜੋਸ਼, ਦਮ-ਖ਼ਮ, ਅਣਖ ਤੇ ਕੁਰਬਾਨੀ ਦਾ ਜਜ਼ਬਾ ਰੂਹਾਨੀਅਤ ਨਾਲ ਜੁੜਿਆ ਹੋਇਆ ਹੈ। ਐਂਗਲੋ-ਸਿੱਖ ਜੰਗਾਂ ਦੇ ਦੌਰਾਨ ਸਿੱਖਾਂ ਦੀ ਦੀਦਾ-ਦਲੇਰੀ ਤੇ ਲੜਨ ਦੇ ਜੋਸ਼ ਨੂੰ ਦੇਖ ਕੇ ਅੰਗਰੇਜ਼ਾਂ ਨੂੰ ਅਹਿਸਾਸ ਹੋ ਗਿਆ ਸੀ ਕਿ ਸਿੱਖ-ਜੰਗਾਂ ਦੇ ਪਿਛੋਕੜ ਵਿਚ ਕੋਈ ਆਤਮਿਕ ਬਲ ਕੰਮ ਕਰ ਰਿਹਾ ਹੈ। ਉਨ੍ਹਾਂ ਨੇ ਇਹ ਸੱਚ ਬੁੱਝ ਲਿਆ ਸੀ ਕਿ ਸ੍ਰੀ ਹਰਿਮੰਦਰ ਸਾਹਿਬ ਸਿੱਖਾਂ ਦੇ ਆਤਮਿਕ ਬਲ ਦਾ ਸੋਮਾ ਹੈ। ਕੁਝ ਇਸੇ ਤਰ੍ਹਾਂ ਦਾ ਲਗਾਓ ਗੁਰੂਆਂ ਦੇ ਵਰੋਸਾਏ ਪੰਜਾਬ ਨਾਲ ਸਿੱਖਾਂ ਦਾ ਬਣ ਗਿਆ ਸੀ। ਸਿੱਖਾਂ ਲਈ ਸਾਰਾ ਪੰਜਾਬ ਹੀ ਗੁਰੂ ਦਾ ਘਰ ਸੀ। ਪੰਜਾਬ ਨਾਲ ਗੁਰਾਂ ਦੀ ਯਾਦ ਜੁੜੀ ਹੋਣ ਕਰਕੇ, ਉਨ੍ਹਾਂ ਲਈ ਪੰਜਾਬ ਆਤਮਿਕ ਅਨੁਭਵ ਬਣ ਗਿਆ ਸੀ। ਇਸ ਕਰਕੇ ਸਿੱਖਾਂ ਨੇ ਪੰਜਾਬ ਦੀ ਬਾਦਸ਼ਾਹੀ (ਖ਼ੁਦਮੁਖ਼ਤਾਰੀ) ਦੀ ਰੱਖਿਆ ਕਰਨ ਲਈ ਅੰਗਰੇਜ਼ ਫ਼ੌਜ ਵਿਰੁੱਧ ਜਿਹੜੀਆਂ ਜੰਗਾਂ ਲੜੀਆਂ, ਉਹ ਰੂਹਾਨੀਅਤ ਨੂੰ ਸੰਸਾਰੀ ਭਾਵਨਾ ਨਾਲੋਂ ਪਹਿਲ ਦੇ ਕੇ ਲੜੀਆਂ ਸਨ। ਇਹ ਪੂਰਬ ਦੇ ਸਮਰਾਟਸ਼ਾਹੀ (ਜਗੀਰੂ) ਰਾਜਾਂ ਪ੍ਰਤਿ ਵਫ਼ਾਦਾਰੀ ਦੇ ਭਾਵਾਂ, ਅਤੇ ਪੱਛਮੀ ਅਰਥਾਂ ਵਾਲੇ ਰਾਸ਼ਟਰਵਾਦੀ ਜਜ਼ਬੇ ਤੋਂ ਬਿਲਕੁਲ ਵੱਖਰੀ ਗੱਲ ਸੀ।

ਇਸ ਕਰਕੇ ਅੰਗਰੇਜ਼ਾਂ ਨੇ ਪੰਜਾਬ ਉੱਤੇ ਰਾਜਸੀ ਗ਼ਲਬਾ ਪਾ ਲੈਣ ਤੋਂ ਬਾਅਦ, ਇਸ ਗ਼ਲਬੇ ਨੂੰ ਸਦੀਵੀ ਬਣਾਉਣ ਲਈ ਸਿੱਖਾਂ ਨੂੰ ਉਨ੍ਹਾਂ ਦੇ ਅਮਰ ਰੂਹਾਨੀ ਸੋਮੇ ਨਾਲੋਂ ਤੋੜਨ ਦੀ ਕਪਟ ਭਰੀ ਯੋਜਨਾ ਅਮਲ ਵਿਚ ਲਿਆਂਦੀ। ਉਨ੍ਹਾਂ ਨੇ ਸ੍ਰੀ ਹਰਿਮੰਦਰ ਸਾਹਿਬ ਦਾ ਇੰਤਜ਼ਾਮ ਆਪਣੇ ਹੱਥਾਂ ਵਿਚ ਲੈ ਲਿਆ। ਅੰਗਰੇਜ਼ ਹਾਕਮਾਂ ਨੇ ਸਿੱਖਾਂ ਵਿੱਚੋਂ ਆਪਣੇ ਪੂਰਨ ਵਫ਼ਾਦਰ ਤੇ ਵਿਸ਼ਵਾਸਪਾਤਰ ਵਿਅਕਤੀ ਨੂੰ ਛਾਂਟ ਕੇ, ਉਸ ਨੂੰ ਹਰਿਮੰਦਰ ਸਾਹਿਬ ਦਾ ਸਰਬਰਾਹ (ਮੈਨੇਜਰ) ਨਾਮਜ਼ਦ ਕਰਨ ਦੀ ਗੁਰਮਤਿ ਵਿਰੋਧੀ ਪ੍ਰਥਾ ਆਰੰਭ ਕਰ ਦਿੱਤੀ। ਸਿਰਫ਼ ਏਨਾ ਹੀ ਨਹੀਂ, ਅੰਗਰੇਜ਼ਾਂ ਨੂੰ ਸਿੱਖਾਂ ਦਾ ਆਪਣੇ ਗੁਰੂਆਂ ਨਾਲ ਬੇਜੋੜ ਪਿਆਰ ਤੇ ਗੁਰੂਆਂ ਦੀ ਅਮਰ ਬਾਣੀ ਵਿਚ ਅਗਾਧ ਸ਼ਰਧਾ ਦੀ ਸਮਝ ਪੈ ਗਈ ਸੀ। ਇਸ ਕਰਕੇ ਉਨ੍ਹਾਂ ਨੇ ਸ੍ਰੀ ਹਰਿਮੰਦਰ ਸਾਹਿਬ ਨੂੰ ਆਪਣੇ ਕੰਟਰੋਲ ਵਿਚ ਲੈਣ ਉੱਤੇ ਹੀ ਸੰਤੋਖ ਨਹੀਂ ਕੀਤਾ, ਇਸ ਦੇ ਨਾਲ ਹੀ ਸਿੱਖਾਂ ਨੂੰ ਆਪਣੇ ਰੂਹਾਨੀ ਵਿਰਸੇ ਨਾਲੋਂ ਤੋੜਨ ਲਈ ਪੰਜਾਬੀ ਬੋਲੀ ਉੱਤੇ ਕਮੀਨਾ ਵਾਰ ਕਰਨ ਦਾ ਬੇਅਦਬੀ ਭਰਿਆ ਕਾਰਾ ਕੀਤਾ। ਮੰਨੇ-ਪ੍ਰਮੰਨੇ ਅੰਗਰੇਜ਼ ਲਿਖਾਰੀ ਤੇ ਵਿੱਦਿਆ ਦੇ ਮਾਹਰ ਲੀਟਨਰ ਨੇ ਆਪਣੀ ਪ੍ਰਸਿੱਧ ਕਿਤਾਬ *History of Indigenous Education in the Punjab* ਵਿਚ ਲਿਖਿਆ ਹੈ ਕਿ ਅੰਗਰੇਜ਼ਾਂ ਦੇ ਆਉਣ ਤੋਂ ਪਹਿਲਾਂ ਪੰਜਾਬ ਵਿਚ ਵਿੱਦਿਆ ਦਾ ਮਿਆਰ ਯੂਰਪੀ ਮਿਆਰ ਤੋਂ ਉੱਚਾ ਸੀ। ਅੰਗਰੇਜ਼ਾਂ ਨੇ ਸਿੱਖਾਂ ਨੂੰ ਰੂਹਾਨੀ ਵਿਰਸੇ ਨਾਲੋਂ ਤੋੜਨ ਦੇ ਨਾਪਾਕ ਇਰਾਦੇ ਨਾਲ ਪੰਜਾਬੀ ਵਿਚ ਵਿੱਦਿਆ ਦਾ ਸਿਲਸਿਲਾ ਪੂਰੀ ਤਰ੍ਹਾਂ ਖ਼ਤਮ ਕਰ ਦਿੱਤਾ। ਇਨਸਾਫ਼ ਤੇ ਭਾਸ਼ਾਈ ਅਸੂਲਾਂ ਦਾ ਘਾਤ ਕਰ ਕੇ, ਪੰਜਾਬੀ ਦੀ ਥਾਂ ਉਰਦੂ ਨੂੰ ਪੰਜਾਬ ਦੀ ਸਥਾਨਕ ਭਾਸ਼ਾ ਦਾ ਦਰਜਾ ਦੇ ਦਿੱਤਾ ਅਤੇ ਸਾਰੀ ਸਿੱਖਿਆ ਉਰਦੂ ਦੇ ਮਾਧਿਅਮ ਰਾਹੀਂ ਦੇਣ ਦੀ ਘਿਣਾਉਣੀ ਪ੍ਰਣਾਲੀ ਪ੍ਰਚਲਿਤ ਕਰ ਦਿੱਤੀ। ਇਸ ਮੰਤਵ ਲਈ ਦਿੱਲੀ ਤੇ ਲਖਨਊ ਤੋਂ ਉਰਦੂ ਦੇ ਉਸਤਾਦ ਉਚੇਚੇ ਬੁਲਾਏ ਗਏ।

ਪੰਜਾਬ ਉੱਤੇ ਕਬਜ਼ਾ ਕਰ ਲੈਣ ਤੋਂ ਬਾਅਦ ਬਰਤਾਨਵੀ ਹਾਕਮਾਂ ਨੇ ਬਦਲਾਖ਼ੋਰ ਲਹਿਜੇ ਵਿਚ :

"ਪੰਜਾਬੀ ਕਾਇਦੇ ਉੱਤੇ ਧਾਵਾ ਬੋਲਦਿਆਂ ਹੋਇਆਂ ਸਰਕਾਰੀ ਇਸ਼ਤਿਹਾਰਾਂ ਵਿਚ ਹੋਕਾ ਦਿੰਦਿਆਂ ਕਿਹਾ, ਜਿਹੜਾ ਬੰਦਾ ਅੰਗਰੇਜ਼ ਸਰਕਾਰ ਕੋਲ ਆਪਣੀ ਰਜ਼ਾਮੰਦੀ ਨਾਲ ਤਲਵਾਰ ਆਦਿ ਹਥਿਆਰ ਜਮ੍ਹਾ ਕਰਵਾਏਗਾ, ਉਸ ਨੂੰ ਦੋ ਆਨੇ ਇਨਾਮ ਦਿੱਤਾ ਜਾਵੇਗਾ (ਜਿਹੜੀ ਉਸ ਜ਼ਮਾਨੇ ਵਿਚ ਚੰਗੀ ਭਲੀ ਰਕਮ ਸੀ), ਜਦਕਿ ਜਿਹੜਾ ਪੰਜਾਬੀ ਕਾਇਦਾ ਜਮ੍ਹਾ ਕਰਵਾਏਗਾ, ਉਸ ਨੂੰ ਇਸ ਤੋਂ ਤਿੰਨ ਗੁਣਾਂ ਰਕਮ ਭੇਟ ਕੀਤੀ ਜਾਵੇਗੀ, ਯਾਨੀ ਕਿ ਛੇ ਆਨੇ ਦਿੱਤੇ ਜਾਣਗੇ। ਇਸ ਤੋਂ ਚੰਗੀ ਤਰ੍ਹਾਂ ਅੰਦਾਜ਼ਾ ਲਾਇਆ ਜਾ ਸਕਦਾ ਹੈ ਕਿ ਅੰਗਰੇਜ਼ਾਂ ਲਈ ਪੰਜਾਬੀ ਕਾਇਦਾ ਤੀਰਾਂ, ਤਲਵਾਰਾਂ ਅਤੇ ਬਰਛੀਆਂ ਨਾਲੋਂ ਵੀ ਵਧੇਰੇ ਖ਼ਤਰਨਾਕ ਸੀ। ਇਸ਼ਤਿਹਾਰੀ ਮੁਜਰਮਾਂ ਵਾਂਗ ਮੁਖ਼ਬਰਾਂ ਸਦਕਾ ਅੰਗਰੇਜ਼ ਸਰਕਾਰ ਨੇ ਪੰਜਾਬੀ ਕਾਇਦੇ ਲੱਭ ਲੱਭ ਕੇ ਜ਼ਾਇਆ ਕੀਤੇ ਤਾਂਕਿ ਪੰਜਾਬੀ ਜ਼ਬਾਨ ਫਿਰ ਤੋਂ ਸਿਰ ਨਾ ਚੁੱਕ ਲਵੇ। ਚਾਰਲਸ ਨੇਪੀਅਰ ਨੇ 1849 ਵਿਚ ਆਖਿਆ, 'ਹਾਲੇ (ਅਸੀਂ) ਪੰਜਾਬ 'ਤੇ ਸਿਰਫ਼ ਕਬਜ਼ਾ ਕੀਤੈ ਪਰ ਇਹ ਅਜੇ ਜਿਤਿਆ ਨਹੀਂ ਗਿਆ। ਪੰਜਾਬੀਆਂ ਤੇ ਉਨ੍ਹਾਂ ਦੀ ਭਾਸ਼ਾ ਨੂੰ ਫ਼ਤਹਿ ਕਰਨਾ ਅਜੇ ਬਾਕੀ ਹੈ...ਹਾਲੇ ਸਿਰਫ਼ ਪੰਜਾਬੀਆਂ ਦੇ ਸਰੀਰਾਂ ਨੂੰ ਗ਼ੁਲਾਮੀ ਦੀਆਂ ਜ਼ੰਜੀਰਾਂ ਵਿਚ ਜਕੜਿਆ ਜਾ ਸਕਿਆ ਹੈ। ਉਨ੍ਹਾਂ ਦੇ ਦਿਲਾਂ, ਦਿਮਾਗ਼ਾਂ ਅਤੇ ਰੂਹਾਂ ਨੂੰ ਹਾਲੇ ਗ਼ੁਲਾਮ ਬਣਾਉਣਾ ਬਾਕੀ ਏ ਤੇ ਇਹ ਕੰਮ ਉਦੋਂ ਤਕ ਨਾਮੁਮਕਿਨ ਏ, ਜਦੋਂ ਤਕ ਇਨ੍ਹਾਂ ਦੀ ਜ਼ਬਾਨ ਅਦਬ, ਵਸਬ ਤੇ ਕੌਮੀਅਤ ਤੋਂ ਦੂਰ ਤੇ ਮਹਿਰੂਮ ਨਾ ਕਰ ਦਿੱਤੀ ਜਾਵੇ। ਸਗੋਂ ਇਨ੍ਹਾਂ ਦੇ ਦਿਲਾਂ ਵਿਚ ਪੰਜਾਬੀ ਵਸਬ ਦੀ ਨਫ਼ਰਤ ਪੈਦਾ ਕੀਤੀ ਜਾਵੇ'... ਪ੍ਰਾਪੇਗੰਡਾ ਕਰਨ ਦੇ ਨਾਲ-ਨਾਲ ਅੰਗਰੇਜ਼ਾਂ ਨੇ ਪੰਜਾਬੀ ਨੂੰ ਜੜ੍ਹੋਂ ਪੁੱਟਣ ਅਤੇ ਇਸ ਦਾ ਤਲਾ ਮੁਲਾ ਹੂੰਝਣ ਲਈ ਅਤੇ ਇਸ ਦੀ ਥਾਂ 'ਤੇ ਉਰਦੂ ਦਾ ਬੂਟਾ ਲਾਉਣ ਲਈ ਜੰਗੀ ਪੱਧਰ 'ਤੇ ਕੰਮ ਕਰਨਾ ਸ਼ੁਰੂ ਕਰ ਦਿੱਤਾ। ਸਰ ਡੋਨਲਡ ਨੇ ਪੰਜਾਬ ਦਾ ਲੈਫ਼ਟੀਨੈਂਟ ਗਵਰਨਰ ਬਣਨ ਮਗਰੋਂ ਇਹ ਹੁਕਮਨਾਮਾ ਜਾਰੀ ਕੀਤਾ, 'ਪਹਿਲੇ ਮਰਹਲੇ ਵਿਚ ਪੰਜਾਬ ਦੇ ਪੜ੍ਹੇ ਲਿਖੇ ਲੋਕਾਂ ਨੂੰ ਉਰਦੂ ਸਿਖਾਈ ਜਾਵੇ। ਫਿਰ ਇਸ ਟੋਲੇ ਰਾਹੀਂ ਪੂਰੇ ਪੰਜਾਬ ਦੀ ਜੂਨ ਬਦਲੀ ਜਾਵੇ'...ਪੰਜਾਬੀ ਨੂੰ ਮੁਕਾਉਣ ਤੇ ਇਸ ਦੀ ਥਾਵੇਂ ਉਰਦੂ ਨੂੰ ਵਧਾਉਣ ਫੈਲਾਉਣ ਲਈ ਲਾਹੌਰ ਵਿਚ ਸਰਕਾਰੀ ਬੁੱਕ ਡਿਪੂ ਕਾਇਮ ਕੀਤਾ ਗਿਆ ਜਿਸ ਤਹਿਤ ਉਸ ਜ਼ਮਾਨੇ ਵਿਚ ਲੱਖਾਂ ਰੁਪਏ ਦੀਆਂ ਉਰਦੂ ਦੀਆਂ ਕਿਤਾਬਾਂ ਛਾਪੀਆਂ ਗਈਆਂ ਤੇ ਦਿੱਲੀ ਤੇ ਲਖਨਊ ਦੇ ਉਨ੍ਹਾਂ ਕਵੀਆਂ ਦੀਆਂ ਕਿਤਾਬਾਂ ਛਾਪੀਆਂ ਗਈਆਂ ਜਿਨ੍ਹਾਂ ਦਾ ਕਦੀ ਪੰਜਾਬੀਆਂ ਨੇ ਨਾਂ ਵੀ ਨਹੀਂ ਸੀ ਸੁਣਿਆ। ਇਸ ਦਾ ਨੁਕਸਾਨ ਇਹ ਹੋਇਆ ਕਿ ਪੰਜਾਬ ਦੀਆਂ ਤਿੰਨੇ ਵੱਡੀਆਂ ਧਾਰਮਿਕ ਕੌਮਾਂ, ਜਿਹੜੀਆਂ 'ਅਲਿਫ਼ ਅੱਲਾ ਚੰਬੇ ਦੀ ਬੂਟੀ ਮੁਰਸ਼ਦ ਮਨ ਵਿਚ ਲਾਈ ਹੂ' ਸੁਣ ਕੇ ਆਪਣੇ ਇਸ਼ਕ ਹਕੀਕੀ ਨੂੰ ਤਾਜ਼ਾ ਕਰ ਕੇ ਰੂਹਾਨੀਅਤ ਦਾ ਸਨਮਾਨ ਕਰਦੀਆਂ ਸਨ, ਉਰਦੂ ਦੇ ਕਵੀਆਂ ਦਾ ਕਲਾਮ, ਜਿਹੜਾ ਇਸ਼ਕ ਮਜਾਜ਼ੀ 'ਤੇ ਆਧਾਰਿਤ ਸੀ, ਪੜ੍ਹ-ਸੁਣ ਕੇ ਮਹਿਬੂਬ ਦੀ ਜ਼ੁਲਫ਼, ਰੁਖ਼ਸਾਰ ਤੇ ਅੱਖ ਵਿਚ ਉਲਝ ਗਈਆਂ। ਇਸ ਤਰ੍ਹਾਂ ਪੰਜਾਬੀ ਸਮਾਜ ਇਕ ਨਵੀਂ ਰਾਹ 'ਤੇ ਪੈ ਗਿਆ। ਕਿਤਾਬਾਂ ਛਾਪਣ ਦੇ ਨਾਲ-ਨਾਲ ਅੰਗਰੇਜ਼ ਸਰਕਾਰ ਪੰਜਾਬ ਦੀ ਧਰਤੀ ਉੱਤੇ ਉਰਦੂ ਮੁਸ਼ਾਇਰੇ ਵੀ ਬੜੇ ਠੋਕਵੇਂ ਅੰਦਾਜ਼ ਵਿਚ ਕਰਾਉਂਦੀ ਜਿਨ੍ਹਾਂ ਦੀ ਸਰਪ੍ਰਸਤੀ ਗੋਰੇ ਹਾਕਮ ਕਰਦੇ ਅਤੇ ਅਨਪੜ੍ਹ ਜਨਤਾ ਨੂੰ ਨੰਬਰਦਾਰਾਂ ਤੇ ਪਟਵਾਰੀਆਂ ਰਾਹੀਂ ਇਨ੍ਹਾਂ ਮੁਸ਼ਾਇਰਿਆਂ ਵਿਚ ਸ਼ਾਮਲ ਹੋਣ ਲਈ ਮਜਬੂਰ ਕੀਤਾ ਜਾਂਦਾ।"[4]

ਇਸ ਪ੍ਰਸੰਗ ਵਿਚ, ਗ਼ਦਰ ਪਾਰਟੀ ਵੱਲੋਂ ਉਰਦੂ ਦੇ ਨਾਲੋ-ਨਾਲ ਗੁਰਮੁਖੀ ਵਿਚ ਅਖ਼ਬਾਰ ਚਾਲੂ ਕਰਨਾ ਅਹਿਮ ਅਰਥ ਰੱਖਦਾ ਸੀ। ਕਿਉਂਕਿ ਉਸ ਵੇਲੇ ਪੰਜਾਬ ਅੰਦਰ ਗੁਰਮੁਖੀ ਨਾਲੋਂ ਉਰਦੂ ਪੜ੍ਹਨ ਲਿਖਣ ਵਾਲੇ ਲੋਕਾਂ ਦੀ ਗਿਣਤੀ ਵੱਧ ਸੀ। ਅਜਿਹਾ ਸ਼ਾਇਦ

4. ਮੁਹੰਮਦ ਜ਼ਕਰੀਆ ਆਫ਼ਤਾਬ, *ਰੋਜ਼ਾਨਾ ਸਪੋਕਸਮੈਨ*, 18 ਨਵੰਬਰ 2015.

ਹੀ ਕੋਈ ਹੋਵੇਗਾ ਜਿਸ ਨੂੰ ਗੁਰਮੁਖੀ ਤਾਂ ਆਉਂਦੀ ਹੋਵੇ ਪਰ ਉਰਦੂ ਨਾ ਆਉਂਦਾ ਹੋਵੇ। ਜਦ ਕਿ ਅਜਿਹੇ ਬਹੁਤ ਲੋਕ ਸਨ ਜਿਹੜੇ ਉਰਦੂ ਤਾਂ ਪੜ੍ਹ ਸਕਦੇ ਸਨ, ਪਰ ਗੁਰਮੁਖੀ ਦੇ ਗਿਆਨ ਤੋਂ ਕੋਰੇ ਸਨ। ਇਸ ਕਰਕੇ ਜੇਕਰ ਭਾਸ਼ਾ ਨੂੰ ਮਨੁੱਖੀ ਸਮੂਹ ਦੀ ਸਿਰਫ਼ ਇਕ ਵਿਹਾਰਕ (ਅਮਲੀ) ਲੋੜ, ਅਰਥਾਤ ਸੰਚਾਰ ਤੇ ਪ੍ਰਚਾਰ ਦੇ ਸਾਧਨ ਤਕ ਹੀ ਸੀਮਤ ਕਰ ਕੇ ਵੇਖਿਆ ਜਾਵੇ, ਤਾਂ ਇਹ ਵਿਹਾਰਕ ਲੋੜ ਗ਼ਦਰ ਪਾਰਟੀ ਕੇਵਲ ਉਰਦੂ ਦੇ ਅਖ਼ਬਾਰ ਦੇ ਜ਼ਰੀਏ ਵੀ ਪੂਰੀ ਕਰ ਸਕਦੀ ਸੀ। ਪਰ ਸਿੱਖਾਂ ਦਾ ਪੰਜਾਬੀ ਤੇ ਗੁਰਮੁਖੀ ਨਾਲ ਰਿਸ਼ਤਾ ਮਹਿਜ਼ ਵਿਹਾਰਕ ਨਹੀਂ, ਅਧਿਆਤਮਿਕ ਹੈ। ਗੁਰੂਆਂ ਦੀ ਇਲਾਹੀ ਬਾਣੀ ਤੋਂ ਲੈ ਕੇ ਸਿੱਖਾਂ ਦਾ ਸਾਰਾ ਧਾਰਮਿਕ ਸਾਹਿਤ ਗੁਰਮੁਖੀ ਵਿਚ ਹੈ। ਇਸ ਕਰਕੇ ਗੁਰਮੁਖੀ ਸਿੱਖਾਂ ਨੂੰ ਉਨ੍ਹਾਂ ਦੇ ਅਧਿਆਤਮਿਕ ਵਿਰਸੇ ਨਾਲ ਜੋੜਨ ਦਾ ਸਾਧਨ ਹੈ। ਪਹਿਲੇ ਸਮਿਆਂ ਵਿਚ, ਜਦੋਂ ਅਜੇ ਹਿੰਦੁਸਤਾਨ ਤੇ ਪੰਜਾਬ ਅੰਦਰ ਆਧੁਨਿਕਤਾ (ਭਾਵ ਪੱਛਮੀ ਸੱਭਿਅਤਾ) ਦਾ ਬੋਲਬਾਲਾ ਨਹੀਂ ਹੋਇਆ ਸੀ, ਸਿੱਖ ਛਪੇ ਹੋਏ ਗੁਰਮੁਖੀ ਅੱਖਰਾਂ ਨੂੰ ਪੂਰਨ ਸ਼ਰਧਾ ਤੇ ਸਤਿਕਾਰ ਨਾਲ ਸੰਭਾਲ ਕੇ ਰੱਖਦੇ ਸਨ। ਉਹ ਗੁਰਮੁਖੀ ਦੀ ਕਿਸੇ ਕਿਤਾਬ ਜਾਂ ਅਖ਼ਬਾਰ ਦੇ ਫਟੇ ਹੋਏ, ਜਾਂ ਧਰਤੀ ਉੱਤੇ ਡਿੱਗੇ ਵਰਕੇ ਨੂੰ ਫ਼ੌਰੀ ਅਦਬ ਨਾਲ ਚੁੱਕ ਕੇ ਸਾਂਭ ਲੈਂਦੇ ਸਨ। ਇਸ ਰੋਸ਼ਨੀ ਵਿਚ ਦੇਖਿਆਂ, ਗੁਰਮੁਖੀ ਵਿਚ *ਗ਼ਦਰ* ਅਖ਼ਬਾਰ ਚਾਲੂ ਕਰਨ ਦੇ ਪਿੱਛੇ ਗ਼ਦਰੀ ਆਗੂਆਂ ਦਾ ਸਿੱਖ-ਪਿਆਰ ਕੰਮ ਕਰਦਾ ਸਪੱਸ਼ਟ ਨਜ਼ਰ ਆ ਜਾਂਦਾ ਹੈ। ਖ਼ਾਸ ਕਰਕੇ ਉਸ ਹਾਲਤ ਵਿਚ ਜਦੋਂ ਪੰਜਾਬ ਦਾ ਆਰੀਆ ਸਮਾਜੀ ਵਰਗ, ਵੈਦਿਕ ਸ਼ਾਵਨਵਾਦ ਦੇ ਨਿਖੇਧਾਤਮਕ ਅਸਰ ਹੇਠ, ਗੁਰਮੁਖੀ ਨੂੰ ਘਿਰਣਾ ਦੀ ਨਜ਼ਰ ਨਾਲ ਦੇਖਣ ਲੱਗ ਪਿਆ ਸੀ ਅਤੇ ਇਸ ਦੀ ਜਗ੍ਹਾ ਦੇਵਨਾਗਰੀ ਨੂੰ ਉਤਸ਼ਾਹਤ ਕਰਨ ਦੀ ਫ਼ਿਰਕੂ ਧਾਰਨਾ ਉੱਤੇ ਚੱਲ ਰਿਹਾ ਸੀ। ਗ਼ਦਰੀ ਆਗੂ ਜਾਣਦੇ ਸਨ ਕਿ ਪੰਜਾਬੀ ਵਿਚ *ਗ਼ਦਰ* ਅਖ਼ਬਾਰ ਸਿੱਖ ਪਾਠਕਾਂ ਅੰਦਰ ਕੌਮੀਅਤ ਦਾ ਜਜ਼ਬਾ ਤੇ ਜੋਸ਼ ਪੈਦਾ ਕਰਨ ਵਿਚ ਪੁੱਜ ਕੇ ਸਹਾਈ ਹੋਵੇਗਾ। ਹੋਇਆ ਵੀ ਇੰਜ ਹੀ। ਇਸ ਦੀ ਪੁਸ਼ਟੀ ਭਾਈ ਭਗਵਾਨ ਸਿੰਘ ਦੇ ਹੇਠ ਦਿੱਤੇ ਕਥਨ ਤੋਂ ਹੁੰਦੀ ਹੈ:

> "ਜਦੋਂ ਗ਼ਦਰ ਦਾ ਪਰਚਾ ਨਿਕਲਿਆ ਤਾਂ ਸਾਡੇ ਆਦਮੀ 6-7 ਪਰਸੈਂਟ ਹੀ ਪੰਜਾਬੀ ਲਿਖ ਪੜ੍ਹ ਸਕਦੇ ਸਨ। ਜਦ ਉਨ੍ਹਾਂ 'ਗ਼ਦਰ' ਦੇ ਮਜ਼ਮੂਨ ਤੇ 'ਗ਼ਦਰ ਦੀਆਂ ਗੂੰਜਾਂ' ਪੜ੍ਹਨੀਆਂ ਸ਼ੁਰੂ ਕੀਤੀਆਂ, ਇਤਨਾ ਉਨ੍ਹਾਂ ਨੂੰ ਇਸ਼ਕ ਚੜ੍ਹਿਆ, ਇਤਨੀ ਉਨ੍ਹਾਂ ਦੇ ਦਿਲਾਂ ਵਿਚ ਅੱਗ ਲਗੀ ਕਿ ਉਨ੍ਹਾਂ ਆਪਣੇ ਆਪ ਪੰਜਾਬੀ ਪੜ੍ਹਨੀ ਸ਼ੁਰੂ ਕਰ ਦਿੱਤੀ। ਛੇ ਮਹੀਨੇ ਦੇ ਅੰਦਰ-ਅੰਦਰ ਸਾਡੇ ਭਾਈ ਪੰਜਾਬੀ ਪੜ੍ਹਨ ਲਗ ਪਏ। ਇਥੋਂ ਤਕ ਕਿ ਇਕ ਕਿਸਮ ਦਾ ਇੰਟਲੈਕਚੁਅਲ ਰੈਵੋਲਿਊਸ਼ਨ (ਬੌਧਿਕ ਇਨਕਲਾਬ) ਪੈਦਾ ਹੋ ਗਿਆ। ਉਨ੍ਹਾਂ ਭਾਈਆਂ ਨੂੰ ਜਿਨ੍ਹਾਂ ਨੂੰ ਕਦੇ ਪੰਜਾਬੀ ਪੜ੍ਹਨੀ ਲਿਖਣੀ ਨਹੀਂ ਸੀ ਆਉਂਦੀ, ਜਦੋਂ ਉਨ੍ਹਾਂ ਨੂੰ ਗ਼ਦਰ ਦਾ ਜੋਸ਼ ਚੜ੍ਹਿਆ, ਜਦੋਂ ਉਨ੍ਹਾਂ ਨੂੰ ਵਟਣਾ ਚੜ੍ਹਿਆ, ਜਦੋਂ ਉਨ੍ਹਾਂ ਨੂੰ ਖ਼ਿਆਲ ਆਇਆ ਤਾਂ ਉਹ ਪੰਜਾਬੀ ਵਿਚ ਨਜ਼ਮਾਂ ਲਿਖਣ ਲਗ ਪਏ। ਸਿੱਧੀਆਂ ਪੁੱਠੀਆਂ, ਕੋਈ ਜੋੜ ਬਣੇ ਜਾਂ ਨਾ ਬਣੇ, ਰਿਦਮ ਬਣੇ ਜਾਂ ਨਾ ਬਣੇ, ਕਿਸੇ ਨੂੰ ਕਾਫ਼ੀਆਬੰਦੀ ਨਹੀਂ ਆਉਂਦੀ, ਕੋਈ ਵਿਆਕਰਣ ਨਹੀਂ ਆਉਂਦੀ, ਕਿਸੇ ਨੂੰ ਕੋਈ ਤਕਰੀਰ ਕਰਨੀ ਨਹੀਂ ਆਉਂਦੀ, ਸਾਰੇ ਉਠ ਕੇ ਆਪਣੇ ਦਿਲਾਂ ਦੀ ਭਾਫ਼ ਕੱਢਣ ਲਗ ਪਏ। ਅੰਦਾਜ਼ਾ ਲਾਓ ਕਿ ਕਿਤਨੀ ਸ਼ਕਤੀ ਸੀ ਗ਼ਦਰ ਪਾਰਟੀ ਦੇ ਦੇਸ਼ ਭਗਤ ਸੂਰਬੀਰਾਂ ਵਿਚ।"[5]

---

5. ਗੁਰਦੇਵ ਸਿੰਘ ਸਿੱਧੂ ਤੇ ਸੁਰਿੰਦਰਪਾਲ ਸਿੰਘ (ਸੰਪਾ.), *ਗ਼ਦਰੀ ਬਾਬਾ ਭਗਵਾਨ ਸਿੰਘ ਪ੍ਰੀਤਮ*, ਸਫ਼ਾ 175.

ਪੰਜਾਬੀ ਤੋਂ ਬਿਨਾਂ ਹੋਰ ਕਿਸੇ ਵੀ ਜ਼ਬਾਨ ਨੇ 'ਗ਼ਦਰ' ਦੇ ਪਾਠਕਾਂ ਅੰਦਰ ਅਜਿਹਾ 'ਬੌਧਿਕ ਇਨਕਲਾਬ' ਨਹੀਂ ਲਿਆਂਦਾ ਸੀ। ਗ਼ਦਰ ਪਾਰਟੀ ਨੇ ਲਹਿਰ ਨੂੰ ਦੇਸ਼-ਵਿਆਪੀ ਸਰੂਪ ਤੇ ਪਸਾਰ ਦੇਣ ਦੇ ਮੰਤਵ ਨਾਲ ਦੂਸਰੀਆਂ ਜ਼ਬਾਨਾਂ ਵਿਚ ਵੀ ਅਖ਼ਬਾਰ ਚਾਲੂ ਕਰਨ ਦਾ ਫ਼ੈਸਲਾ ਕੀਤਾ ਸੀ। ਇਸ ਪ੍ਰਥਾਇ ਗੁਜਰਾਤੀ ਤੇ ਹਿੰਦੀ ਵਿਚ ਅਖ਼ਬਾਰ ਛਾਪਣ ਦੀਆਂ ਕੋਸ਼ਿਸ਼ਾਂ ਵੀ ਹੋਈਆਂ। ਪਰ ਇਨ੍ਹਾਂ ਨੂੰ ਕੋਈ ਫਲ ਨਾ ਪਿਆ। ਇਨ੍ਹਾਂ ਨੇ ਪਾਠਕਾਂ ਨੂੰ ਉਹ 'ਇਸ਼ਕ ਨਾ ਚਾੜ੍ਹਿਆ', ਉਨ੍ਹਾਂ ਦੇ ਦਿਲਾਂ ਅੰਦਰ ਉਹ 'ਅੱਗ ਨਾ ਲਾਈ', ਜਿਹੜੀ ਪੰਜਾਬੀ ਗ਼ਦਰ ਨੇ ਲਾਈ ਸੀ। ਸਿੱਟੇ ਵਜੋਂ, ਗੁਜਰਾਤੀ ਤੇ ਹਿੰਦੀ ਵਿਚ ਮੁਸ਼ਕਲ ਨਾਲ ਇਕ ਦੋ ਪਰਚੇ ਹੀ ਛਪੇ। ਇਨ੍ਹਾਂ ਦਾ ਵੀ ਕਿਤੋਂ ਕੋਈ ਖੁਰਾ ਖੋਜ ਨਹੀਂ ਮਿਲਦਾ। ਅੰਗਰੇਜ਼ ਸਰਕਾਰ ਦੀਆਂ ਖ਼ੁਫ਼ੀਆ ਸੰਸਥਾਵਾਂ ਦੀ ਪੜਤਾਲ ਤੇ ਮੁਕੱਦਮਿਆਂ ਦੀਆਂ ਕਾਰਵਾਈਆਂ ਵਿਚ ਇਨ੍ਹਾਂ ਦਾ ਮੁਰਦਾ ਜ਼ਿਕਰ ਹੀ ਆਉਂਦਾ ਹੈ। ਇਨ੍ਹਾਂ ਵੱਲੋਂ ਇਨਕਲਾਬੀ ਦੇਸ਼ ਭਗਤ ਤਿਆਰ ਕਰਨ ਦਾ ਕਿਤੇ ਜ਼ਿਕਰ ਨਹੀਂ ਮਿਲਦਾ।

ਸਿੱਖ ਸੰਵੇਦਨਾ ਨੂੰ ਹਲੂਣਾ

ਪੰਜਾਬੀ ਦਾ *ਗ਼ਦਰ* ਅਖ਼ਬਾਰ ਉਰਦੂ ਅਖ਼ਬਾਰ ਦੀ ਹੂ-ਬ-ਹੂ ਨਕਲ ਨਹੀਂ ਹੁੰਦੀ ਸੀ। ਇਸ ਵਿਚ ਉਰਦੂ ਅਖ਼ਬਾਰ ਨਾਲੋਂ ਕੁਝ ਵੱਖਰੀਆਂ ਲਿਖਤਾਂ ਵੀ ਛਾਪੀਆਂ ਜਾਂਦੀਆਂ ਸਨ। ਇਹ ਲਿਖਤਾਂ ਜ਼ਿਆਦਾ ਕਰਕੇ ਸਿੱਖਾਂ ਦੇ ਸਮਕਾਲੀ ਭਖਵੇਂ ਮਸਲਿਆਂ ਬਾਰੇ ਹੁੰਦੀਆਂ ਸਨ। ਇਨ੍ਹਾਂ ਦੀ ਚੋਣ ਭਾਈ ਕਰਤਾਰ ਸਿੰਘ ਸਰਾਭਾ ਕਰਦਾ ਸੀ। ਨੋਟ ਕਰਨ ਵਾਲੀ ਖ਼ਾਸ ਗੱਲ ਇਹ ਹੈ ਕਿ ਪੰਜਾਬੀ ਦੇ *ਗ਼ਦਰ* ਅਖ਼ਬਾਰ ਵਿਚ, ਅੰਗਰੇਜ਼ ਹਕੂਮਤ ਵੱਲੋਂ ਸਿੱਖਾਂ ਦਾ ਮੁਲਕ ਅਤੇ ਉਨ੍ਹਾਂ ਦੇ 'ਗੁਰੂ ਅਸਥਾਨ' ਅਤੇ 'ਵਿਦਿਆ ਅਸਥਾਨ' ਖੋਹ ਲੈਣ ਦੇ ਸੰਵੇਦਨਸ਼ੀਲ ਮਸਲਿਆਂ ਨੂੰ ਪ੍ਰਮੁੱਖ ਤੌਰ 'ਤੇ ਉਭਾਰਿਆ ਗਿਆ। ਜਨਵਰੀ 1914 ਦੇ ਅੰਕ ਵਿਚ 'ਪੰਥ ਅੱਗੇ ਪੁਕਾਰ' ਦੇ ਸਿਰਲੇਖ ਹੇਠ, ਇਨ੍ਹਾਂ ਸੰਵੇਦਨਸ਼ੀਲ ਮਸਲਿਆਂ ਨੂੰ ਲੈ ਕੇ ਸਿੱਖਾਂ ਦੀ ਧਾਰਮਿਕ ਤੇ ਕੌਮੀ ਸੰਵੇਦਨਾ ਨੂੰ ਹਲੂਣਾ ਦੇਣ ਦਾ ਪੁਰਜ਼ੋਰ ਯਤਨ ਕੀਤਾ ਗਿਆ, ਜਿਸ ਤੋਂ ਸਿੱਖ ਗ਼ਦਰੀ ਆਗੂਆਂ ਦੇ ਧਾਰਮਿਕ ਤੇ ਕੌਮੀ ਵਲਵਲਿਆਂ ਦੀ ਸਪੱਸ਼ਟ ਤਸਵੀਰ ਉਘੜ ਆਉਂਦੀ ਹੈ। ਜਜ਼ਬਾਤੀ ਸ਼ੈਲੀ ਵਿਚ ਲਿਖੇ ਇਸ ਲੇਖ ਵਿਚ ਸਿੱਖ ਕੌਮ ਨੂੰ ਇੰਜ ਵੰਗਾਰ ਪਾਈ ਗਈ :

> "ਅੰਗਰੇਜ਼ਾਂ ਨੇ ਸਾਡੇ ਕੌਮੀ ਅਸਥਾਨ। ਕਾਲਜ ਤੇ ਮਲਕੀਤ ਕਿਸ ਤਰਾਂ ਬਰਬਾਦ ਕੀਤੀ ਹੈ। ਅਤੇ ਲਾਲਚੀ। ਬਦਮਾਸ਼। ਦਗ਼ਾ ਬਾਜ਼ ਆਗੂ ਸਾਨੂੰ ਕਿਸ ਤਰਾਂ ਬਰਬਾਦ ਕਰ ਰਹੇ ਹਨ।
>
> ਐ! ਸਿੱਖ ਭਾਈਓ ਕਦੇ ਤੁਸੀਂ ਇਹ ਸੋਚੇਆ ਹੈ ਕਿ ਸਾਡਾ ਕੀ ਹਾਲ ਹੋ ਰਿਹਾ ਹੈ। ਅੰਗਰੇਜਾਂ ਨੇ ਸਾਡੀ ਜੜਾਂ ਵਿਚ ਉਸ ਦਿਨ ਤੋਂ ਤੇਲ ਦੇ ਛਡੇਆ ਹੈ ਜਿਸ ਦਿਨ ਏਹਨਾਂ ਨੇ ਸਾਡਾ ਮੁਲਕ ਖੋਹ ਲਿਆ...ਕਦੇ ਕਿਸੇ ਦੇ ਵਿਦੇਆ ਅਸਥਾਨ ਅਤੇ ਗੁਰੂ ਅਸਥਾਨ ਬੀ ਕਿਸੇ ਨੇ ਖੋਹੇ ਨੇ। ਦੇਖੋ 1907 ਵਿਚ ਖ਼ਾਲਸਾ ਕਾਲਜ ਜੇਹੜਾ ਸਾਡਾ ਬੜਾ ਹਮੈਤੀ ਸੀ ਏਹਨਾਂ ਨੇ ਅਪਨੇ ਹਥ ਵਿਚ ਲੈ ਲਿਆ ਅਤੇ ਨਾਓਂ ਨੂੰ ਖ਼ਾਲਸਾ ਕਾਲਜ ਪਰ ਅਖਤੇਆਰ ਅੰਗਰੇਜਾਂ ਦਾ।
>
> ਪਰ ਇਕ ਬਾਤ ਓਰ ਹੈ। ਜਿਹੜੀ ਘਟ ਬਧ ਸਾਡੇ ਭਾਈ ਜਾਣਦੇ ਹਨ। ਓਹ ਏਹ ਹੈ ਕਿ ਜਿਹੜਾ ਪਵਿਤਰ ਅਸਥਾਨ ਹਮਾਰੇ ਗੁਰੂ ਅਰਜਨ ਸਾਹਬ ਨੇ ਅਪਨੇ ਹਥੀ ਟੋਕਰੀ ਉਠਾ ਕੇ ਬਣਾਏਆ ਸੀ। ਬਦਮਾਸ਼ ਬੇਈਮਾਨ ਅੰਗਰੇਜਾਂ ਨੇ ਹਮਾਰੇ ਗੁਰਦੁਆਰੇ ਸ੍ਰੀ

ਅੰਮ੍ਰਿਤਸਰ ਜੀ ਕੋ ਅਪਨੇ ਹਥ ਵਿਚ ਲੈ ਲਿਆ ਹੈ। ਹੁਣ ਦਸੋ ਸਾਡਾ ਹਕ ਕਿਥੇ ਰੈਹ ਗਿਆ। ਸਾਡਾ ਨਾਓਂ ਕਦ ਤਕ ਰਹੂਗਾ। ਇਕ ਈਸਾਈ ਨੇ ਜਿਸ ਨੇ ਸਾਡੇ ਕਾਲਜ ਨੂੰ ਹਜਮ ਕਰ ਲਿਆ ਹੈ, ਉਸ ਦੇ ਭਾਈ ਇਕ ਸ਼ਰਾਬੀ ਤੇ ਬੇਈਮਾਨ ਦਗੇਬਾਜ ਨੇ ਸਾਡੇ ਪਵਿਤਰ ਅਸਥਾਨ ਦੇ ਪੈਸੇ ਨੂੰ ਛਡ ਦਿੱਤਾ ਹੈ। ਕੀ ਸਾਡੀ ਖ਼ਾਤਰ ਜਿਓਂਦੇ ਰੇਹਨਾ ਚਾਹੀਦਾ ਹੈ ਕਿ, ਜਿਸ ਜਗਾ ਨੂੰ ਗੁਰੂ ਜੀ ਲਹੂ ਪਾਣੀ ਹੋ ਕੇ ਬਣਵਾਇਆ ਸੀ ਓਸ ਨੂੰ ਸ਼ਰਾਬੀ। ਰੰਡੀਬਾਜ। ਲੁਟੇਰੇ ਅੰਗਰੇਜ ਖਾ ਜਾਣ। ਸਾਨੂੰ ਕੀ ਖ਼ਬਰ ਹੈ ਕਿ ਉਨ੍ਹਾਂ ਨੇ ਕਿਤਨਾ ਪੈਸਾ ਹਜ਼ਮ ਕਰ ਲਿਆ ਹੈ। ਜਦ ਉਸ ਦੀ ਕੋਈ ਖ਼ਰਚ ਜਾਂ ਆਮਦਨ ਦੀ ਰਪੋਟ ਨਹੀਂ ਛਪਦੀ। ਕੀ ਅਸੀਂ ਸਿੱਖ ਕਹਾਓਣ ਦੇ ਲੈਕ ਹਾਂ ? ਨਹੀਂ, ਨਹੀਂ। ਸਿਰਫ਼ ਈਸਾਈ ਹਾਂ। ਜਦ ਇਕ ਈਸਾਈ ਸਾਡੇ ਗੁਰੂ ਅਸਥਾਨਾਂ ਦਾ ਮੁਖਤੇਆਰ ਬਨੇਆ ਬੈਠਾ ਹੈ। ਹੁਨ ਸਾਡੇ ਈਸਾਈ ਬਨਣ ਦੀ ਕੀ ਕਸਰ ਹੈ। ਕਿਸੇ ਕੌਮ ਦੀ ਏਸ ਤੋਂ ਜ਼ਿਆਦਾ ਕੀ ਬੇਇਜਤੀ ਹੋ ਸਕਦੀ ਹੈ ਜਿਸੇ ਗੁਰੂ ਅਸਥਾਨ ਵਿਦੇਆ ਅਸਥਾਨ ਤੇ ਕੁਲ ਮਲਕੀਤ ਦੂਜੇਆਂ ਦੇ ਹਥ ਵਿਚ ਹੋਵੇ ਅਤੇ ਓਹ ਓਨਾਂ ਦੀ ਬਫਾਦਾਰੀ ਕਰਨ। ਏਹ ਮੌਤ ਦੇ ਨਾਲੋਂ ਬੀ ਬਧੀਤ ਹੈ।

ਉਸ ਕੌਮ ਦੇ ਬਾਹਰੋਂ ਜੁਤੀਆਂ ਕਿਓਂ ਨਾ ਪੈਣ ਜਿਸ ਦਾ ਘਰ ਵਿਚ ਏਹ ਹਾਲ ਹੋਵੇ। ਕੀ ਓਸ ਕੌਮ ਨੂੰ ਏਸ ਦੁਨੀਆਂ ਤੇ ਜਿਓਂਦਾ ਰੇਹਨਾ ਚਾਹੀਦਾ ਹੈ ? ਕੀ ਅਜ ਸਿੱਖ ਜੇਹੜਾ ਸਵਾ ਲੱਖ ਨਾਲ (ਲੜਨ ਦੇ) ਦਾਵੇ ਰਖਦਾ ਸੀ ਸਿੰਘ ਕਹਾਨੇ ਦੇ ਲੈਕ ਹਨ ? ਬਿਲਕੁਲ ਨਹੀਂ। ਜਦ ਨਾ ਓਹਨਾਂ ਦਾ ਮੁਲਕ ਰਿਹਾ ਹੈ ਨਾ ਧਰਮ। ਕੀ ਅਜੇ ਗੁਰੂ ਸਾਹਬ ਤੋਂ ਫੇਰ ਓਮੇਦ ਰਖਦੇ ਹੋ ਕਿ ਓਹ ਆ ਕੇ ਤੁਸਾਡੇ ਦੁਖਾਂ ਨੂੰ ਹਟਾਓਣਗੇ। ਮੈਂ ਤਾਂ ਏਹ ਕੈਹੰਦਾ ਹਾਂ ਕਿ ਓਹ ਸਾਡੀ ਕਦੇ ਮਦਤ ਨਹੀਂ ਕਰਨਗੇ। ਜਦ ਉਨਾਂ ਨੇ ਸਵ ਟਬਰੇ ਜ਼ੁਲਮ ਦੇ ਵ੍ਰਧ ਕੁਰਬਾਨ ਹੋ ਕੇ ਦਖਾ ਦਿੱਤਾ। ਅਤੇ ਇਹ ਦਖਾਵਾ ਨਹੀਂ ਸੀ ਏਹ ਹੁਕਮ ਹੈ ਕਿ ਤੁਸੀਂ ਬੀ ਏਸ ਤਰ੍ਹਾਂ ਕਰੋ। ਜਦ ਅਸੀਂ ਓਨਾਂ ਦੇ ਹੁਕਮ ਨੂੰ ਨਹੀਂ ਮਨਦੇ ਅਸੀਂ ਓਨਾਂ ਦੇ ਸਿੱਖ ਨਹੀਂ ਹਾਂ।

ਓ ਸਿੱਖ ਭਾਈਓ ! ਜੰਗ ਵਿਚ ਆ ਮਿਲੋ। ਕੀ ਸਾਨੂੰ ਲੋਕ ਕੇਹਨਗੇ ਕਿ ਜੇਹੜੇ ਸਿੱਖ ਦੂਜੇਆਂ ਦੀ ਖ਼ਾਤਰ ਕੁਰਬਾਨ ਹੁੰਦੇ ਸਨ ਅਜ ਅੰਗਰੇਜ ਓਨਾਂ ਨੂੰ ਭੇਡਾਂ ਵਾਂਗ ਖਾ ਰਹੇ ਹਨ। ਕੀ ਏਹ ਸਿੰਘਾਂ ਦੇ ਨਾਓਂ ਨੂੰ ਬਟਾ ਨਹੀਂ ? ਅਸੀਂ ਕੇਹੇ ਲੈਕ ਪੈਦਾ ਹੋ ਗਏ ਹਾਂ ਕਿ ਸ਼ੇਰਾਂ ਤੋਂ ਭੇਡਾਂ ਬਨ ਰਹੇ ਹਾਂ। ਸ਼ਰਮ। ਸ਼ਰਮ। ਵੀਰੋ ਅਜੇ ਬੀ ਆ ਜਾਓ। ਏਸ ਫੁਟ ਨੂੰ ਤੋੜ ਦੇਓ। ਤਲਵਾਰ ਪਕੜ ਕੇ ਜ਼ਾਲਮ ਨੂੰ ਜ਼ੁਲਮ ਦਾ ਸਵਾਦ ਦਖਾਓ। ਅਸੀਂ ਸ਼ੇਰ ਹਾਂ ਸ਼ੇਰਾਂ ਦਾ ਕੰਮ ਕਰਾਂਗੇ। ਆਓ ਗ਼ਦਰ ਵਿਚ ਮਿਲ ਜਾਈਏ। ਗ਼ਦਰ ਬਿਨਾਂ ਸਾਡਾ ਛਟਕਾਰਾ ਨਹੀਂ ਹੋਵੇਗਾ।"[6]

ਜਿਥੇ ਵੀ ਭਾਰਤੀਆਂ ਦਾ ਕੋਈ ਵਰਗ ਗ਼ੁਲਾਮੀ ਤੇ ਵਿਤਕਰੇ ਵਿਰੁੱਧ ਜਥੇਬੰਦ ਆਵਾਜ਼ ਉਠਾਉਣ ਦੀ ਦਲੇਰੀ ਕਰਦਾ ਸੀ, ਗ਼ਦਰ ਪਾਰਟੀ ਵੱਲੋਂ ਜਿਥੇ ਉਸ ਦਾ ਪੁਰਜ਼ੋਰ ਸੁਆਗਤ ਕੀਤਾ ਜਾਂਦਾ ਸੀ, ਉਥੇ ਨਾਲ ਹੀ ਗ਼ੁਲਾਮੀ ਕਬੂਲ ਕਰੀ ਬੈਠੇ ਸਿੱਖਾਂ ਨੂੰ ਚੁੱਭਵੇਂ ਮਿਹਣੇ ਦਿੱਤੇ ਜਾਂਦੇ ਸਨ। ਦੱਖਣੀ ਅਫ਼ਰੀਕਾ ਵਿਚ ਗੁਜਰਾਤੀ ਔਰਤਾਂ ਨੇ ਗ਼ੁਲਾਮੀ ਦੇ ਕਾਨੂੰਨਾਂ ਦੇ ਵਿਰੋਧ ਵਿਚ ਮਰਦਾਂ ਦੇ ਬਰਾਬਰ ਮੋਰਚੇ ਮੱਲੇ ਤਾਂ *ਗ਼ਦਰ* ਵਿਚ ਗੁਜਰਾਤੀ ਔਰਤਾਂ ਦੀ ਮਿਸਾਲ ਦੇ ਕੇ ਸਿੱਖਾਂ ਦੀ ਜ਼ਮੀਰ ਨੂੰ ਝੰਜੋੜਨ ਦਾ ਪੁਰਜ਼ੋਰ ਯਤਨ ਕੀਤਾ ਗਿਆ। 30 ਦਸੰਬਰ 1913 ਦੇ ਅੰਕ ਵਿਚ 'ਪੰਜਾਬੀ ਸਿੰਘ ਤੇ ਗੁਜਰਾਤੀ ਔਰਤਾਂ' ਦੇ ਅਨੁਵਾਨ ਹੇਠ ਛਪੇ ਲੇਖ ਵਿਚ ਸਿੱਖਾਂ ਦੀ ਅਣਖ ਨੂੰ ਇੰਜ ਵੰਗਾਰਿਆ ਗਿਆ :

"ਹੁਣ ਮੈਂ ਸਿੰਘਾਂ ਤੋਂ ਪੁੱਛਦਾ ਹਾਂ ਕਿ ਜਿਨ੍ਹਾਂ ਨੂੰ ਗੁਰੂ ਗੋਬਿੰਦ ਸਿੰਘ ਜੀ ਨੇ ਅੰਮ੍ਰਿਤ

6. *ਗ਼ਦਰ*, ਜਨਵਰੀ 1914.

ਛਕਾ ਕਰ ਸ਼ੇਰ ਬਨਾਇਆ ਸੀ ਅਤੇ ਇਕ ਇਕ ਸਿੰਘ ਸਵਾ ਲੱਖ ਨਾਲ ਲੜਨ ਦਾ ਦਾਵਾ ਰਖਦੇ ਸਨ। ਪਰ ਹੁਨ ਬੀ ਪੰਜਾਬ ਵਿਚ ਇਸੇ ਤਰ੍ਹਾਂ ਸਿੰਘਾਂ ਨੂੰ ਅੰਮ੍ਰਿਤ ਛਕਾਇਆ ਜਾਂਦਾ ਹੈ। ਪਰ ਓਹ ਪੈਹਲਾਂ ਜਿਹੀ ਕੁਵੱਤ ਤੇ ਬਹਾਦਰੀ ਸਿੰਘਾਂ ਵਿਚ ਕਿਓਂ ਨਹੀਂ ਰਿਹੀ। ਏਸ ਦੇ ਦੋ ਸਬੱਬ ਹਨ।

ਪੈਹਲਾਂ ਓਹ ਆਦਮੀ ਜਿਹੜੇ ਅੰਮ੍ਰਿਤ ਬਨਾਓਂਦੇ ਹਨ ਓਹ ਗ਼ੁਲਾਮ ਹਨ। ਗੁਰਦੁਵਾਰਿਆਂ ਦੇ ਗੰ੍ਥੀ ਅੰਗਰੇਜ ਬਾਂਦਰਾਂ ਨੂੰ ਝੁਕ ਝੁਕ ਕੇ ਸਲਾਮ ਕਰਦੇ ਦੇਖੇ ਜਾਂਦੇ ਹਨ। ਭਲਾ ਅਜੇਹੇ ਨੀਚ ਪੁਰਸ਼ ਜੇਹੜੇ ਮਜਬੀ ਲੀਡਰ ਬਨੇ ਹੁਏ ਹਨ, ਤਾਂ ਕੌਮ ਵਿਚ ਕੀ ਤਾਕਤ ਤੇ ਦਲੇਰੀ ਹੋ ਸਕਦੀ ਹੈ। ਜਦ (ਤਕ)...ਸ਼ੇਰ ਦਿਲ ਤੇ ਬਹਾਦਰ ਆਦਮੀ ਸ਼ਹੀਦ ਨਹੀਂ ਹੁੰਦੇ ਤਦ ਤਕ ਕੋਈ ਅਸਰ ਨਹੀਂ ਹੋਵੇਗਾ। ਅਜ ਕਲ ਦੇ ਹਾਲ ਪੁਰ ਸਿੰਘਾਂ ਨੂੰ ਅੱਛੀ ਤਰ੍ਹਾਂ ਨਿਗ੍ਹਾ ਮਾਰਨੀ ਚਾਹੀਦੀ ਹੈ ਅਤੇ ਗ਼ੁਲਾਮ ਤੇ ਡਰਾਕਲ ਗਰੰਥੀਆਂ ਨੂੰ ਨਕਾਲ ਦੇਣਾ ਚਾਹੀਦਾ ਹੈ।

ਦੂਜਾ ਸਬੱਬ ਇਹ ਹੈ ਕਿ ਗਵਰੰਮਿੰਟ ਸਭ ਤੋਂ ਵਧੇ ਹੋਏ ਮਾਮਲੇ ਨੂੰ ਦੇਨ ਤੋਂ ਮਗਰੋਂ ਸਿੰਘਾਂ ਦੇ ਪਾਸ ਖਾਣ ਜੋਗੇ ਦਾਨੇ ਬੀ ਨਹੀਂ ਬਚਦੇ...ਏਸ ਸਾਲ 1913 ਵਿਚ ਫੇਰ ਲਗਾਨ ਵਧਾ ਦਿੱਤਾ ਹੈ। ਪਰ ਕੋਈ ਬੀ ਸਿੰਘ ਕਨ ਨਹੀਂ ਹਲਾਓਂਦਾ। ਹੁਣ ਤਾਂ ਸਿੰਘਾਂ ਨੂੰ ਸ਼ਰਮ ਆਓਣੀ ਚਾਹੀਦੀ ਹੈ। ਸੂਬੇ ਗੁਜਰਾਤ ਦੀਆਂ ਔਰਤਾਂ ਬੀ ਮੈਦਾਨ ਵਿਚ ਨਿਕਲ ਪਈਆਂ ਹਨ। ਹੁਣ ਅਪਨੇ ਨਾਓਂ ਤੋਂ ਜਾਂ ਤਾਂ ਸਿੰਘਾਂ ਦਾ ਪਦ ਹਟਾ ਕੇ ਗੁਜਰਾਤੀ ਔਰਤਾਂ ਨੂੰ ਦੇ ਦਿਓ, ਨਹੀਂ ਸ਼ੇਰ ਬਣ ਕੇ ਮੈਦਾਨ ਵਿਚ ਆ ਜਾਓ ਅਤੇ ਗੁਰੂ ਗੋਬਿੰਦ ਸਿੰਘ ਜੀ ਦੇ ਬਖ਼ਸ਼ੇ ਹੋਏ ਖਤਾਬ ਦੀ ਇਜ਼ਤ ਕਰੋ।"

*(ਲੇਖਕ ਇਕ ਪੰਜਾਬੀ ਸਿੰਘ)**

'ਗ਼ੁਲਾਮ ਤੇ ਡਰਾਕਲ ਗ੍ਰੰਥੀਆਂ' ਨੂੰ ਨਿਕਾਲ ਦੇਣ ਦਾ ਸੱਦਾ, ਇਕ ਤਰ੍ਹਾਂ ਨਾਲ, ਗੁਰਦੁਆਰਾ ਸੁਧਾਰ ਲਹਿਰ ਚਲਾਉਣ ਦੀ ਲੋੜ ਵੱਲ ਇਸ਼ਾਰਾ ਸੀ। ਇਸ ਤੋਂ ਥੋੜ੍ਹੇ ਹੀ ਸਾਲਾਂ ਬਾਅਦ ਪੰਜਾਬ ਅੰਦਰ ਗੁਰਦੁਆਰਾ ਸੁਧਾਰ ਲਹਿਰ ਪੂਰੇ ਜਲਾਲ ਵਿਚ ਪ੍ਰਗਟ ਹੋ ਗਈ ਸੀ।

ਖ਼ਾਲਸਾ ਕਾਲਜ ਅੰਮ੍ਰਿਤਸਰ ਦਾ ਮਸਲਾ

ਸਿੱਖ ਕੌਮ ਦੇ ਪਤਵੰਤਿਆਂ ਨੇ ਖ਼ਾਲਸਾ ਕਾਲਜ (ਅੰਮ੍ਰਿਤਸਰ) ਦੀ ਸਥਾਪਨਾ ਦੂਰ-ਰਸ ਕੌਮੀ ਮਨੋਰਥਾਂ ਨੂੰ ਪ੍ਰਮੁੱਖ ਰੱਖ ਕੇ ਕੀਤੀ ਸੀ। ਉਨ੍ਹਾਂ ਨੇ ਪੱਛਮੀ ਵਿੱਦਿਆ ਦੇ ਸਿੱਖ ਮਨਾਂ ਉੱਤੇ ਪੈਣ ਵਾਲੇ ਦੁਸ਼ ਪ੍ਰਭਾਵਾਂ ਨੂੰ ਠੀਕ ਬੁੱਝ ਲਿਆ ਸੀ। ਪਟਿਆਲਾ ਰਿਆਸਤ ਦੇ ਹੋਮ ਮਨਿਸਟਰ ਸਰ ਜੋਗਿੰਦਰ ਸਿੰਘ ਨੇ ਸਿੱਖਾਂ ਨੂੰ ਪੱਛਮੀ ਵਿੱਦਿਆ ਦੇ ਵਿਨਾਸ਼ਕਾਰੀ ਪ੍ਰਭਾਵਾਂ ਤੋਂ ਸੁਚੇਤ ਕਰਦਿਆਂ, ਆਪਣੇ ਧਰਮ ਤੇ ਸੱਭਿਆਚਾਰ ਦੀ ਰੱਖਿਆ ਕਰਨ ਲਈ ਢੁੱਕਵੀਂ ਸਿੱਖਿਆ ਪ੍ਰਣਾਲੀ ਅਪਨਾਉਣ ਦੀ ਅਹਿਮੀਅਤ ਤੇ ਲੋੜ ਇੰਜ ਦਰਸਾਈ ਸੀ :

"ਪੱਛਮੀ ਵਿਚਾਰਾਂ ਨਾਲ ਵਾਹ ਵਾਸਤੇ ਨੇ, ਉਚੇਰੀ ਵਿੱਦਿਆ ਦੇ ਪ੍ਰਤੱਖ ਨਤੀਜੇ ਕਰਕੇ, ਧਰਮ ਨੂੰ ਭਾਰੀ ਸੱਟ ਮਾਰੀ ਹੈ ਅਤੇ ਵਿਸ਼ਵਾਸ ਦੀ ਬੁਨਿਆਦ ਪੋਲੀ ਕਰ ਦਿੱਤੀ ਹੈ। ਪੜ੍ਹੇ ਲਿਖੇ ਹਿੰਦੁਸਤਾਨੀ ਨੂੰ ਟਕਰਾਵੇਂ ਆਦਰਸ਼ਾਂ ਨਾਲ ਜੂਝਣਾ ਪੈਂਦਾ ਹੈ। ਉਸ ਦੀ ਜ਼ਿੰਦਗੀ ਤੇ ਮਾਂ ਜਿਹੜੇ ਵਿਸ਼ਵਾਸਾਂ ਉੱਤੇ ਖੜੀ ਹੁੰਦੀ ਹੈ, ਉਸ ਨੂੰ ਉਹ ਅੰਧਵਿਸ਼ਵਾਸ ਸਮਝਣ ਲੱਗ ਪੈਂਦਾ ਹੈ। ਜਿਹੜੇ ਬੱਚਿਆਂ ਦੀ ਪਾਲਣਾ ਪੋਸਣਾ ਵਿਚਾਰਾਂ ਦੇ ਇਸ

* ਸੋਹਣ ਸਿੰਘ ਜੋਸ਼ ਨੇ 'ਪੰਜਾਬੀ ਸਿੰਘ' ਦੀ ਪਛਾਣ ਹਰਨਾਮ ਸਿੰਘ ਕੋਟਲਾ ਵਜੋਂ ਕੀਤੀ ਹੈ।
(Hindustan Ghadar Party, p. 184)

ਟਕਰਾਵੇਂ ਵਹਿਣਾਂ ਦੇ ਪ੍ਰਭਾਵ ਹੇਠ ਹੁੰਦੀ ਹੈ ਉਹ ਅਕਸਰ ਜਵਾਨ ਹੁੰਦਿਆਂ ਧਾਰਮਿਕ ਵਿਸ਼ਵਾਸਾਂ ਤੋਂ ਵਿਰਵੇ ਹੋ ਜਾਂਦੇ ਹਨ। ਮੈਂ ਮੰਨਦਾ ਹਾਂ ਕਿ ਸਾਨੂੰ ਸਕੂਲਾਂ ਵਿਚ ਕਿਸੇ ਨਾ ਕਿਸੇ ਰੂਪ ਵਿਚ ਧਾਰਮਿਕ ਵਿੱਦਿਆ ਪਰਦਾਨ ਕਰਨੀ ਚਾਹੀਦੀ ਹੈ, ਪਰ ਇਹ ਪ੍ਰਮਾਣਿਤ ਹਕੀਕਤ ਹੈ ਕਿ ਸਕੂਲ ਜਾਣ ਤੋਂ ਪਹਿਲਾਂ ਹੀ ਬੱਚਾ ਅਸਲੀ ਵਿੱਦਿਆ ਗ੍ਰਹਿਣ ਕਰ ਚੁੱਕਾ ਹੁੰਦਾ ਹੈ, ਕਿ ਮਾਂ ਹੀ ਹੈ ਜਿਹੜੀ ਬਾਲ ਮਨ ਦੇ ਅੰਦਰ ਨੇਕ ਆਦਰਸ਼ਾਂ ਦੀ ਜਾਗ ਲਗਾ ਸਕਦੀ ਤੇ ਬਾਲ ਮਨ ਨੂੰ ਧਰਮ ਦੀ ਮਜ਼ਬੂਤੀ ਤੇ ਸ਼ਰਧਾ ਨਾਲ ਸਰਸ਼ਾਰ ਕਰ ਸਕਦੀ ਹੈ, ਜਿਹੜੀ ਫਿਰ ਹਮੇਸ਼ਾ ਕਾਇਮ ਰਹਿੰਦੀ ਹੈ। ਮੇਰੀ ਇਹ ਪੱਕੀ ਧਾਰਨਾ ਹੈ ਕਿ ਭਾਰਤ ਦੀਆਂ ਔਰਤਾਂ ਦੀ ਠੀਕ ਲੀਹਾਂ ਉੱਤੇ ਵਿੱਦਿਆ ਅੰਦਰ ਹੀ ਭਾਰਤੀਆਂ ਲਈ ਪਰਸੰਨ ਕੁਦਰਤੀ ਜੀਵਨ ਦੀ ਉਮੀਦ ਛੁਪੀ ਹੋਈ ਹੈ। ਭਾਰਤ ਦੀਆਂ ਔਰਤਾਂ ਦੀ ਵਿੱਦਿਆ ਦੀ ਸਕੀਮ ਪੂਰਬ ਦੇ ਸ਼ੁੱਧ ਤੇ ਸੁਤੰਤਰ ਰੂਪ ਵਿਚ ਆਦਰਸ਼ਾਂ ਦੇ ਅਨੁਕੂਲ ਘੜੀ ਜਾਣੀ ਚਾਹੀਦੀ ਹੈ।"[7]

ਪ੍ਰੋ. (ਸੰਤ) ਤੇਜਾ ਸਿੰਘ ਨੇ ਵੀ ਆਪਣਾ ਠੋਸ ਤਜਰਬਾ ਸਾਂਝਾ ਕਰਦਿਆਂ ਸਿੱਖ ਜਗਤ ਨੂੰ ਪੱਛਮੀ ਵਿੱਦਿਆ ਦੇ ਮਾਰੂ ਪ੍ਰਭਾਵਾਂ ਤੋਂ ਇਨ੍ਹਾਂ ਸ਼ਬਦਾਂ ਵਿਚ ਸੁਚੇਤ ਕੀਤਾ ਸੀ :

"ਗੌਰਮਿੰਟ ਕਾਲਜ ਦੇ ਤੇ ਬਾਕੀ ਜੀਵਨ ਦੇ ਤਜਰਬੇ ਤੋਂ ਦਾਸ ਨੇ ਇਹ ਤੱਤ ਕੱਢਿਆ ਕਿ ਮਗਰਬੀ (ਪੱਛਮੀ) ਮਾਦਾਪ੍ਰਸਤ ਵਿੱਦਿਆ ਇਨਸਾਨ ਦੇ ਧਾਰਮਿਕ ਜੀਵਨ ਵਾਸਤੇ ਕੱਚਾ ਸੰਖੀਆ ਹੈ। ਪਰ ਜੇਕਰ ਇਸ ਨਾਲ ਸਤਿਸੰਗ ਤੇ ਆਤਮਿਕ ਵਿਚਾਰ ਰਲ ਜਾਵੇ ਤਾਂ ਸੰਖੀਆ ਮਰ ਜਾਂਦਾ ਹੈ। ਕੱਚਾ ਸੰਖੀਆ ਜੀਵਨ ਲਈ ਜ਼ਹਿਰ ਕਾਤਲ ਹੈ ਤੇ ਮਾਰਿਆ ਹੋਇਆ ਸੰਖੀਆ ਇਸ ਨੂੰ ਤਾਕਤ ਦਿੰਦਾ ਹੈ। 'ਵਿਦਿਆ ਵਿਚਾਰੀ ਤਾਂ ਪਰਉਪਕਾਰੀ'।"[8]

ਬਰਤਾਨਵੀ ਹਾਕਮਾਂ ਨੇ ਭਾਰਤ ਅੰਦਰ ਆਪਣੀ ਸਿੱਖਿਆ ਨੀਤੀ ਦੇ ਅਸਲੀ ਉਦੇਸ਼ਾਂ ਬਾਰੇ ਕਦੇ ਵੀ ਓਹਲਾ ਨਹੀਂ ਰਹਿਣ ਦਿੱਤਾ ਸੀ। ਸੰਨ 1823 ਵਿਚ ਬੰਬਈ ਦੇ ਪਹਿਲੇ ਗਵਰਨਰ ਐਲਫਿਨਸਟਨ ਨੇ ਬੇਬਾਕ ਚਿੰਤਨਸ਼ੀਲ ਲਹਿਜੇ ਵਿਚ ਕਿਹਾ ਸੀ ਕਿ :

"ਜਿਹੜਾ ਖ਼ਤਰਾ ਸਾਨੂੰ ਹਿੰਦੁਸਤਾਨੀਆਂ ਦੇ ਨਾਜ਼ਕ ਮਜ਼ਹਬੀ ਖ਼ਿਆਲਾਂ ਕਰਕੇ, ਆਪਣੀ ਹਕੂਮਤ ਦੀ ਬੁਨਿਆਦ ਤਿਲਕਦੀ ਹੋਣ ਕਰਕੇ ਅਤੇ ਸਾਡੇ ਤੇ ਸਾਡੀ ਪ੍ਰਜਾ ਦੇ ਵਿਚਕਾਰ ਭਾਰੀ ਵਿਥ ਹੋਣ ਕਰਕੇ ਹੈ, ਉਸ ਦੇ ਦੂਰ ਕਰਨ ਦਾ ਵਸੀਲਾ ਸੋਚੀਏ ਤੇ ਉਸ ਪਰ ਅਮਲ ਕਰੀਏ। ਇਸ ਦਾ ਇੱਕੋ ਇਕ ਇਲਾਜ ਇਹ ਹੈ ਕਿ ਇਹਨਾਂ ਦੇ ਪੱਖਪਾਤ (ਵਿਰੋਧ) ਨੂੰ ਦੂਰ ਕਰੀਏ ਤੇ ਸਕੂਲ ਤਾਲੀਮ ਦੇ ਰਾਹੀਂ ਆਪਣੇ ਖ਼ਿਆਲ ਤੇ ਅਸੂਲ ਇਹਨਾਂ ਵਿਚ ਫੈਲਾਈਏ।"[9]

ਇਸੇ ਹੀ ਤਰ੍ਹਾਂ, ਸਰ ਚਾਰਲਸ ਟੈਰਵਿਲਨ ਨੇ 1853 ਵਿਚ ਹਾਊਸ ਆਫ਼ ਲਾਰਡਜ਼ ਨੂੰ ਸੰਬੋਧਨ ਕਰਦਿਆਂ, ਕੁਝ ਮੈਂਬਰਾਂ ਵੱਲੋਂ ਬਰਤਾਨਵੀ ਸਰਕਾਰ ਦੀ ਭਾਰਤ ਅੰਦਰ ਸਿੱਖਿਆ ਨੀਤੀ ਬਾਰੇ ਪ੍ਰਗਟਾਏ ਸ਼ੰਕਿਆਂ ਦਾ ਜਵਾਬ ਦਿੰਦੇ ਹੋਏ ਉਨ੍ਹਾਂ ਨੂੰ ਭਰੋਸਾ ਦੁਆਇਆ ਸੀ ਕਿ :

"ਜੋ ਕੁਛ ਅਸੀਂ ਕਰ ਰਹੇ ਹਾਂ ਉਹ ਹਿੰਦੂ ਮਜ਼ਹਬ ਦੇ ਪੈਰੋਕਾਰਾਂ ਨਾਲ ਕੋਈ ਨਾਮੁਨਾਸਬ ਜਾਂ ਨਾਰਾਜ਼ਗੀ ਪੈਦਾ ਕਰਨ ਵਾਲੀ ਲੜਾਈ ਨਹੀਂ, ਸਗੋਂ ਹਿੰਦੂਆਂ ਨੂੰ ਬਿਲਕੁਲ ਇਕ ਨਵੀਂ ਕੁੰਜੀ ਦੇਣੀ ਚਾਹੁੰਦੇ ਹਾਂ ਜੋ ਉਹਨਾਂ ਵਾਸਤੇ ਇਕ ਵਧੀਆ ਗਿਆਨ ਦਾ

---

7. Letter dated June 21,1911 of Sardar Jogendra Singh, Home Minister of Patiala to Mr. DuBoulay (Agent to Governer General) in Hardinge Papers, Vol. 82, No. 37a, Kirpal Singh (ed.) *Hardinge Papers Relating to Punjab,* p. 69.
8. ਸੰਤ ਤੇਜਾ ਸਿੰਘ, *ਜੀਵਨ ਕਥਾ ਗੁਰਮੁਖ ਪਿਆਰੇ ਸੰਤ ਅਤਰ ਸਿੰਘ ਜੀ ਮਹਾਰਾਜ,* ਭਾਗ ਦੂਜਾ, ਸਫ਼ਾ 23.
9. ਲਾਲਾ ਹਰਦਿਆਲ, *ਚੋਣਵੀਆਂ ਲਿਖਤਾਂ,* ਸਫ਼ਾ 76.

ਦਰਬਾਜ਼ਾ ਖੋਹਲ ਦੇਵੇਗੀ। ਇਸ ਨਵੇਂ ਸਿਸਟਮ ਦੇ ਜਾਰੀ ਕਰਨ ਦਾ ਪਹਿਲਾ ਅਸਰ ਇਹ ਹੋਵੇਗਾ ਕਿ ਉਹਨਾਂ ਦੇ ਦਿਲਾਂ ਉੱਤੇ ਪੁਰਾਣੇ ਸਿਸਟਮ ਦਾ ਅਸਰ ਉੱਠ ਜਾਵੇਗਾ। ਇਹ ਇਕ ਭਾਰੀ ਸਚਾਈ ਹੈ ਕਿ ਬਣ ਰਹੀ ਨਸਲ ਤੋਂ ਕੁਝ ਸਾਲਾਂ ਬਾਅਦ ਪੂਰੀ ਕੌਮ ਤਿਆਰ ਹੋ ਜਾਂਦੀ ਹੈ ਤੇ ਜੇ ਅਸੀਂ ਲੋਕਾਂ ਦੇ ਮਿਜਾਜ਼ ਦੀ ਭਾਰੀ ਤਬਦੀਲੀ ਲਿਆਉਣੀ ਚਾਹੁੰਦੇ ਹਾਂ ਤਾਂ ਸਾਨੂੰ ਚਾਹੀਦਾ ਹੈ ਕਿ ਉਹਨਾਂ ਨੂੰ ਬਚਪਨ ਤੋਂ ਆਪਣੇ ਕਾਬੂ ਕਰੀਏ ਤੇ ਉਹਨਾਂ ਨੂੰ ਉਸ ਕਿਸਮ ਦੀ ਸਿੱਖਿਆ ਦੇਈਏ ਜਿਸ ਤਰ੍ਹਾਂ ਦੀ ਸਾਨੂੰ ਪਸੰਦ ਹੋਵੇ। ਉਸ ਹਾਲਤ ਵਿਚ ਸਾਡਾ ਰੁਪਿਆ ਸਕਾਰਥਾ ਹੋਵੇਗਾ, ਸਾਨੂੰ ਕਿਸੇ ਪੱਖਪਾਤ (ਵਿਰੋਧ) ਦਾ ਟਾਕਰਾ ਨਹੀਂ ਕਰਨਾ ਪਵੇਗਾ। ਸਾਨੂੰ ਛੇਤੀ ਬਦਲੇ ਜਾਣ ਵਾਲੇ ਦਿਲਾਂ ਨਾਲ ਵਾਹ ਪਵੇਗਾ। ਇਸ ਤਰ੍ਹਾਂ ਕਾਬਲੀਅਤ ਵਾਲੇ ਨੌਜਵਾਨਾਂ ਦੀ ਅਸੀਂ ਇਕ ਜਮਾਤ ਪੈਦਾ ਕਰ ਲਵਾਂਗੇ ਜਿਹੜੀ ਜਮਾਤ ਬਿਨਾਂ ਮੱਦਦ ਤੋਂ ਜਾਂ ਬਹੁਤ ਥੋੜ੍ਹੀ ਮੱਦਦ ਨਾਲ ਖ਼ੁਦ ਸਾਡੇ ਸਿਸਟਮ ਦਾ ਜ਼ੋਰ ਨਾਲ ਪ੍ਰਚਾਰ ਕਰੇਗੀ।"[10]

ਉੱਨ੍ਹੀਵੀਂ ਸਦੀ ਦੀ ਆਖ਼ਰੀ ਚੌਥਾਈ ਵਿਚ ਭਾਰਤ ਦੇ ਤਿੰਨੇ ਹੀ ਪ੍ਰਮੁੱਖ ਧਾਰਮਿਕ ਭਾਈਚਾਰਿਆਂ ਦੇ ਸ੍ਰੇਸ਼ਟ (ਇਲੀਟ) ਵਰਗਾਂ ਅੰਦਰ, ਪੱਛਮੀ ਸੱਭਿਅਤਾ ਦੇ ਬੇਰੋਕ ਫੈਲਾਅ ਨਾਲ ਉਨ੍ਹਾਂ ਦੇ ਰਵਾਇਤੀ ਵਿਸ਼ਵਾਸਾਂ ਤੇ ਕਦਰਾਂ-ਕੀਮਤਾਂ ਨੂੰ ਲੱਗ ਰਹੀ ਢਾਹ ਬਾਰੇ ਗਹਿਰੀ ਚਿੰਤਾ ਪੈਦਾ ਹੋਣੀ ਸ਼ੁਰੂ ਹੋ ਗਈ ਸੀ, ਅਤੇ ਉਨ੍ਹਾਂ ਨੇ ਇਸ ਦੀ ਰੋਕ ਥਾਮ ਕਰਨ ਲਈ, ਆਪੋ-ਆਪਣੇ ਮੂਲ ਵਿਸ਼ਵਾਸਾਂ ਤੇ ਮਾਨਤਾਵਾਂ ਅਨੁਸਾਰ ਲੋੜੀਂਦੇ ਉਪਾਅ ਕਰਨੇ ਆਰੰਭ ਕਰ ਦਿੱਤੇ ਸਨ। ਇਸ ਵਿੱਚੋਂ ਵੱਖ-ਵੱਖ ਧਾਰਮਿਕ ਵਰਗਾਂ ਵੱਲੋਂ ਆਪੋ-ਆਪਣੇ ਸਕੂਲ ਤੇ ਕਾਲਜ ਚਾਲੂ ਕਰਨ ਦਾ ਅਮਲ ਆਰੰਭ ਹੋਇਆ। 1892 ਵਿਚ ਸ੍ਰੀ ਅੰਮ੍ਰਿਤਸਰ ਸਾਹਿਬ ਵਿਖੇ ਖ਼ਾਲਸਾ ਕਾਲਜ ਦੀ ਸਥਾਪਨਾ ਇਸੇ ਹੀ ਸੰਦਰਭ ਵਿਚ ਹੋਈ ਸੀ। ਅੰਗਰੇਜ਼ ਹਕੂਮਤ ਨੇ ਸਿੱਖਾਂ ਤੋਂ ਬਿਨਾਂ ਹੋਰ ਕਿਸੇ ਵੀ ਧਾਰਮਿਕ ਭਾਈਚਾਰੇ ਦੇ ਨਾ ਧਰਮ ਅਸਥਾਨ ਤੇ ਨਾ ਹੀ ਵਿੱਦਿਆ ਦੇ ਅਸਥਾਨ ਵਿਚ ਕੋਈ ਦਖ਼ਲਅੰਦਾਜ਼ੀ ਕੀਤੀ। ਪਰ ਉਨ੍ਹਾਂ ਨੇ ਸਿੱਖਾਂ ਦੇ ਧਰਮ ਅਸਥਾਨ (ਸ੍ਰੀ ਹਰਿਮੰਦਰ ਸਾਹਿਬ) ਤੇ ਵਿੱਦਿਆ ਅਸਥਾਨ (ਖ਼ਾਲਸਾ ਕਾਲਜ ਅੰਮ੍ਰਿਤਸਰ) ਉੱਤੇ ਆਪਣਾ ਅਸਰਦਾਰ ਕੰਟਰੋਲ ਯਕੀਨੀ ਬਣਾਉਣ ਲਈ ਲਗਾਤਾਰ ਯਤਨ ਕੀਤੇ।

1902 ਵਿਚ ਖ਼ਾਲਸਾ ਕਾਲਜ ਦਾ ਪ੍ਰਬੰਧ ਚਲਾਉਣ ਲਈ ਜਿਹੜੀ ਕਮੇਟੀ ਬਣਾਈ ਗਈ ਸੀ, ਉਸ ਵਿਚ ਸਿੱਖ ਹਿਤੈਸ਼ੀਆਂ ਦਾ ਪਲੜਾ ਭਾਰੂ ਸੀ। ਭਾਵੇਂ ਕਮੇਟੀ ਉੱਤੇ ਅੰਗਰੇਜ਼ੀ ਸਰਕਾਰ ਦਾ ਕੰਟਰੋਲ ਰੱਖਣ ਵਾਸਤੇ ਲਾਹੌਰ ਡਿਵੀਜ਼ਨ ਦੇ ਬਰਤਾਨਵੀ ਕਮਿਸ਼ਨਰ ਨੂੰ ਕਮੇਟੀ ਦਾ ਪ੍ਰਧਾਨ ਥਾਪ ਦਿੱਤਾ ਗਿਆ ਸੀ ਪਰ ਕਮੇਟੀ ਦੇ ਸਕੱਤਰ ਸੁੰਦਰ ਸਿੰਘ ਮਜੀਠੀਆ ਸਨ ਅਤੇ ਉਹ ਦੂਸਰੇ ਸਿੱਖ ਮੈਂਬਰਾਂ ਦੇ ਮਿਲਵਰਤਣ ਨਾਲ ਸਿੱਖ ਹਿਤਾਂ ਦੀ ਯੋਗ ਪੈਰਵੀ ਕਰਦੇ ਸਨ। ਪਰ 1907 ਵਿਚ ਜਦੋਂ ਪੰਜਾਬ ਅੰਦਰ ਸਰਕਾਰ ਵਿਰੋਧੀ ਰਾਜਸੀ ਵਾਤਾਵਰਣ ਪੈਦਾ ਹੋ ਗਿਆ ਅਤੇ ਪੜ੍ਹੇ-ਲਿਖੇ ਸਿੱਖ ਵਰਗ ਅੰਦਰ ਨਵੀਂ ਰਾਜਸੀ ਚੇਤਨਾ ਫੈਲਣ ਲੱਗੀ, ਤਾਂ ਅੰਗਰੇਜ਼ ਸਰਕਾਰ ਨੇ ਖ਼ਾਲਸਾ ਕਾਲਜ ਦੇ ਪ੍ਰਬੰਧ ਨੂੰ ਆਪਣੇ ਕੰਟਰੋਲ ਹੇਠ ਲੈਣ ਦਾ ਨਿਰਣਾ ਕਰ ਲਿਆ ਸੀ। ਇਕ ਸਿੱਖ ਇੰਜਨੀਅਰ ਸਰਦਾਰ ਧਰਮ ਸਿੰਘ ਸੇਵਾ ਭਾਵਨਾ ਨਾਲ, ਬਿਨਾਂ ਤਨਖ਼ਾਹ ਲਏ, ਕਾਲਜ ਦੀਆਂ ਇਮਾਰਤਾਂ ਦੀ ਉਸਾਰੀ ਦੇ ਕੰਮ ਦੀ ਨਿਗਰਾਨੀ ਕਰਦਾ ਸੀ। ਸਰਕਾਰ ਨੇ ਆਪਣੇ ਨਾਪਾਕ ਇਰਾਦਿਆਂ ਦੀ ਪੂਰਤੀ ਲਈ ਸਿੱਖ ਇੰਜਨੀਅਰ

---

10. ਲਾਲਾ ਹਰਦਿਆਲ, *ਚੋਣਵੀਆਂ ਲਿਖਤਾਂ*, ਸਫ਼ਾ 75.

ਨੂੰ ਹਟਾ ਕੇ ਇਕ ਗੋਰੇ ਇੰਜਨੀਅਰ ਨੂੰ ਭਾਰੀ ਤਨਖ਼ਾਹ ਦੇ ਕੇ ਇਸ ਕੰਮ ਲਈ ਨੀਅਤ ਕਰ ਦਿੱਤਾ। ਇਹ ਹੁਕਮ ਲੈਫ਼ਟੀਨੈਂਟ-ਗਵਰਨਰ ਵੱਲੋਂ ਜਾਰੀ ਕੀਤਾ ਗਿਆ ਸੀ। ਸਰਕਾਰ ਦੀ ਇਸ ਕਾਰਵਾਈ ਨੇ, ਖ਼ਾਸ ਕਰਕੇ ਇਕ ਗੋਰੇ ਅਫ਼ਸਰ ਮੇਜਰ ਹਿੱਲ ਦੀ, ਸੇਵਾ-ਭਾਵਨਾ ਨਾਲ ਕੀਤੇ ਜਾਣ ਵਾਲੇ ਕੰਮ ਬਾਰੇ ਕੀਤੀ ਗਈ ਅਪਮਾਨਜਨਕ ਟਿੱਪਣੀ* ਨੇ ਸਿੱਖ ਭਾਈਚਾਰੇ ਅੰਦਰ ਡਾਢਾ ਰੋਸ ਪੈਦਾ ਕਰ ਦਿੱਤਾ। 75 ਦੇ ਲੱਗਭੱਗ ਸਿੱਖ ਸੰਸਥਾਵਾਂ ਨੇ ਗੋਰੇ ਅਫ਼ਸਰ ਦੀ ਇਸ ਟਿੱਪਣੀ ਦੇ ਖ਼ਿਲਾਫ਼ ਰੋਸ ਜਤਾਉਂਦਿਆਂ ਮਤੇ ਪਾਏ। ਕਾਲਜ ਦੀ ਪ੍ਰਬੰਧਕੀ ਕਮੇਟੀ ਵਿਚ ਅੰਗਰੇਜ਼ਾਂ ਦੀ ਮੌਜੂਦਗੀ ਦਾ ਵਿਰੋਧ ਕਰਨ ਲਈ ਜ਼ੋਰਦਾਰ ਆਵਾਜ਼ਾਂ ਉੱਠਣ ਲੱਗੀਆਂ। ਇਸ ਨਾਲ ਕੇਂਦਰੀ ਖ਼ੁਫ਼ੀਆ ਡਾਇਰੈਕਟੋਰੇਟ ਨੂੰ, ਖ਼ਾਸ ਕਰਕੇ ਮਿਸਟਰ ਪੈਟਰੀ ਨੂੰ ਕਾਲਜ ਦੇ ਪ੍ਰਬੰਧਕਾਂ ਦੇ ਦਿਲੀ ਇਰਾਦਿਆਂ ਬਾਰੇ ਸ਼ੱਕ ਖੜਾ ਹੋ ਗਿਆ ਸੀ। ਛੇ ਸਾਲਾਂ ਤੋਂ ਸਫਲਤਾ ਨਾਲ ਕੰਮ ਕਰਦੀ ਕਮੇਟੀ ਬਾਰੇ ਇਹ ਕਿਹਾ ਗਿਆ ਕਿ ਇਹ ਗ਼ੈਰ-ਕਾਨੂੰਨੀ ਢੰਗ ਨਾਲ ਬਣਾਈ ਗਈ ਸੀ ਅਤੇ ਇਸ ਦੇ ਫ਼ੰਡ ਜਾਅਲੀ ਹਨ। ਅਜਿਹੇ ਬਹਾਨੇ ਘੜ ਕੇ 1908 ਵਿਚ ਸਰਕਾਰ ਨੇ ਅਮਲੀ ਰੂਪ ਵਿਚ ਖ਼ਾਲਸਾ ਕਾਲਜ ਦਾ ਪ੍ਰਬੰਧ ਕਮੇਟੀ ਪਾਸੋਂ ਖੋਹ ਕੇ ਕਮਿਸ਼ਨਰ ਤੇ ਉਸ ਦੇ ਨਾਮਜ਼ਦ ਗੁਰਬਖ਼ਸ਼ ਸਿੰਘ ਗਿਆਨੀ (ਬਾਰ ਐਟ ਲਾਅ) ਦੇ ਹਵਾਲੇ ਕਰ ਦਿੱਤਾ ਸੀ। ਉਸੇ ਸਮੇਂ ਭਾਰਤੀ ਫ਼ੌਜ ਦੇ ਕਮਾਂਡਰ-ਇਨ-ਚੀਫ਼ ਓ. ਐੱਮ. ਕਰੈਗ ਨੇ ਸਿੱਖ ਮਸਲੇ ਬਾਰੇ ਵਾਇਸਰਾਇ ਚਾਰਲਸ ਹਾਰਡਿੰਗ ਨੂੰ ਯਾਦ-ਪੱਤਰ ਦਿੱਤਾ, ਜਿਸ ਵਿਚ ਖ਼ਾਲਸਾ ਕਾਲਜ ਬਾਰੇ ਹੇਠ ਲਿਖੇ ਵਿਚਾਰ ਪ੍ਰਗਟਾਏ ਗਏ ਸਨ :

> "ਸਰ ਜੇਮਜ਼ ਲਾਇਲ ਨੇ ਸਿੱਖ ਧਰਮ ਦੀ ਸਾਂਭ-ਸੰਭਾਲ ਕਰਨ ਦੇ ਮੰਤਵ ਨਾਲ ਖ਼ਾਲਸਾ ਕਾਲਜ ਦੀ ਸਥਾਪਨਾ ਕੀਤੀ ਸੀ। ਸਰ ਚਾਰਲਸ ਰੀਵਜ਼ ਨੇ ਵੀ, ਇਸੇ ਦਿਲੀ ਮਨੋਰਥ ਨਾਲ, ਇਸ ਕਾਲਜ ਦਾ ਜ਼ੋਰਦਾਰ ਸਮਰਥਨ ਕੀਤਾ ਸੀ। ਪਰ ਬਦਕਿਸਮਤੀ ਨਾਲ ਚੀਫ਼ ਖ਼ਾਲਸਾ ਦੀਵਾਨ, ਜਿਸ ਨੇ ਸਿੱਖਾਂ ਦੇ 'ਕੌਮੀਕਰਨ' ਦੀ ਮੁਹਿੰਮ ਵਿੱਢ ਦਿੱਤੀ, ਦੇ ਅਸਰ ਹੇਠ ਛੇਤੀ ਹੀ ਕਾਲਜ ਦੀ ਸੁਰ ਵਿਗੜ ਗਈ। ਇਸ ਦੀਆਂ ਕੌਂਸਲਾਂ ਕਮੇਟੀਆਂ ਅੰਦਰ ਬੇਲੋੜਾ ਰਾਜਸੀ ਪੱਖਪਾਤੀ ਝੁਕਾਅ ਪੈਦਾ ਹੋ ਗਿਆ। ਅਖ਼ੀਰ ਵਿਚ ਪੰਜਾਬ ਸਰਕਾਰ ਨੇ ਦਖ਼ਲ ਦਿੱਤਾ ਅਤੇ 1908 ਵਿਚ ਨਵੀਂ ਪ੍ਰਬੰਧਕੀ ਕਮੇਟੀ ਨੂੰ ਮਾਨਤਾ ਦੇ ਦਿੱਤੀ, ਜਿਸ ਨਾਲ ਕਾਲਜ ਦੇ ਮਾਮਲੇ ਅੰਸ਼ਕ ਤੌਰ 'ਤੇ ਸਰਕਾਰੀ ਕੰਟਰੋਲ ਹੇਠ ਆ ਗਏ। ਪਰੰਤੂ ਇਸ ਕਾਰਵਾਈ ਦਾ ਸਿੱਟਾ ਕਾਮਯਾਬ ਨਾ ਹੋਇਆ। ਇਸ ਦੇ ਉਲਟ, ਇਸ ਦੇ ਸਿੱਟੇ ਵਜੋਂ ਫ਼ਸਾਦੀ ਭਾਵਨਾਵਾਂ ਸਗੋਂ ਹੋਰ ਪ੍ਰਚੰਡ ਹੋ ਗਈਆਂ। ਜਿਸ ਨਾਲ ਇਕਸੁਰਤਾ ਤੇ ਸੰਮਤੀ ਸ਼ੁਦਾ ਉਨਤੀ ਅਸੰਭਵ ਹੋ ਗਈ। ਇਹ ਕਲਪਨਾ ਕਰਨੀ ਅਸੰਭਵ ਹੈ ਕਿ ਦੋ ਜਾਂ ਤਿੰਨ ਬਰਤਾਨਵੀ ਅਧਿਕਾਰੀਆਂ ਨੂੰ ਕਮੇਟੀ ਵਿਚ ਸ਼ਾਮਲ ਕਰ ਲੈਣ ਨਾਲ, ਜਿਸ ਵਿਚ ਵਿਰੋਧੀ ਪੱਖ ਦੇ ਘਾਗ ਸਿਆਸਤਦਾਨ, ਚਲਾਕ ਵਕੀਲਾਂ ਤੇ ਬੈਰਿਸਟਰਾਂ ਸਮੇਤ ਸ਼ਾਮਲ ਹਨ, ਉਹ ਨਿਸ਼ਾਨੇ ਹਾਸਲ ਕਰ ਲਏ ਜਾਣਗੇ ਜਿਨ੍ਹਾਂ ਦੇ ਵਾਸਤੇ ਕਾਲਜ ਸਥਾਪਤ ਕੀਤਾ ਗਿਆ ਸੀ। ਇਹ ਸਿਰਫ਼ ਤਾਂ ਹੀ ਹੋ ਸਕਦਾ ਹੈ ਜੇਕਰ ਕਾਲਜ ਨੂੰ ਠੀਕ ਲੀਹਾਂ ਉੱਤੇ ਚਲਾਇਆ ਜਾਵੇ, ਮੁੱਖ ਤੌਰ 'ਤੇ ਅਸਲੀ ਸਿੱਖ ਲੀਡਰਾਂ, ਯਾਨੀ ਕਿ ਸਿੱਖ ਰਿਆਸਤਾਂ ਦੇ ਮੁਖੀਆਂ ਦੀ ਅਗਵਾਈ ਹੇਠ ਚਲਾਇਆ ਜਾਵੇ। ਮੇਰਾ ਵਿਸ਼ਵਾਸ ਹੈ ਕਿ ਸਿੱਖਾਂ ਦੇ ਪ੍ਰਭਾਵਸ਼ਾਲੀ ਧੜੇ ਨੇ ਇਹੀ ਸੁਝਾਅ ਦਿੱਤਾ ਸੀ, ਪਰ ਬਗ਼ਾਵਤ ਕਰਨ 'ਤੇ ਉਤਾਰੂ ਵਿਅਕਤੀਆਂ ਦਾ ਮੰਨਣਾ ਹੈ ਕਿ ਇਹ ਕੰਮ ਬੀ.ਏ. ਤੇ ਐਮ.ਏ. ਵਾਲੇ ਹੀ ਕਰ ਸਕਦੇ ਹਨ। ਇਨ੍ਹਾਂ ਲੋਕਾਂ ਦੇ ਦਿਮਾਗ਼ ਸਿਆਸੀ ਵਿਚਾਰਾਂ ਨਾਲ ਤੁੰਨੇ ਪਏ ਹਨ ਅਤੇ ਭਾਰਤ ਦੇ ਜ਼ਿਆਦਾਤਰ

* ਮੇਜਰ ਹਿੱਲ ਨੇ ਕਿਹਾ ਸੀ ਕਿ 'ਸੇਵਾ ਭਾਵਨਾ ਨਾਲ ਕੰਮ ਕਰਨਾ ਬਕਵਾਸ ਹੈ।'

ਪੜ੍ਹੇ ਲਿਖੇ ਵਰਗ ਵਾਂਗੂੰ, ਇਨ੍ਹਾਂ ਉੱਤੇ ਵੀ ਤਾਜ਼ਾ-ਤਰੀਨ ਬਰਤਾਨੀਆ-ਵਿਰੋਧੀ ਭਾਵਨਾਵਾਂ ਦਾ ਰੰਗ ਚੜ੍ਹ ਗਿਆ ਹੈ। ਉਨ੍ਹਾਂ ਦੀ ਦਵੈਖ਼ ਤੇ ਸਾਜ਼ਿਸ਼ਾਂ ਦੀ ਬਦੌਲਤ ਕਾਲਜ ਦੀ ਭਰੋਸੇਯੋਗ ਪ੍ਰਬੰਧਕੀ ਸੰਸਥਾ ਕਾਇਮ ਕਰਨ ਦੇ ਸਾਰੇ ਯਤਨ ਨਾਕਾਮ ਹੋ ਗਏ ਹਨ। ਹੁਣ ਸਮਾਂ ਹੈ ਜਦੋਂ ਸਰਕਾਰ ਅਸਰਦਾਰ ਕਾਰਵਾਈ ਕਰ ਸਕਦੀ ਹੈ, ਇਤਰਾਜ਼ਯੋਗ ਸਿਆਸਤਦਾਨਾਂ ਦੇ ਭਾਰੂ ਪ੍ਰਭਾਵ ਤੋਂ ਨਿਜਾਤ ਪਾ ਸਕਦੀ ਹੈ, ਅਤੇ ਇਸ ਗੱਲ ਉੱਤੇ ਅੜ ਸਕਦੀ ਹੈ ਕਿ ਕਮੇਟੀ ਦੀ ਪ੍ਰਧਾਨਗੀ (ਸਰਕਾਰ ਦੇ ਵਫ਼ਾਦਾਰ) ਰਿਆਸਤੀ ਮੁਖੀਆਂ ਦੇ ਹਵਾਲੇ ਕੀਤੀ ਜਾਵੇ। ਇਨ੍ਹਾਂ ਰਿਆਸਤੀ ਮੁਖੀਆਂ ਨੂੰ ਹੀ ਵਿੱਦਿਆ ਮਹਿਕਮਾ ਠੀਕ ਦਿਸ਼ਾ ਵਿਚ ਸੇਧ ਦੇ ਸਕਦਾ ਹੈ। ਇਸ ਢੰਗ ਨਾਲ, ਤੇ ਕੇਵਲ ਇਸ ਢੰਗ ਨਾਲ ਹੀ, ਸਰਕਾਰੀ ਵਿੱਦਿਆ ਦੀ ਵਫ਼ਾਦਾਰੀ ਤੇ ਪਰੰਪਰਾ ਕਾਇਮ ਰੱਖੀ ਜਾ ਸਕਦੀ ਹੈ।

ਚੀਫ਼ ਖ਼ਾਲਸਾ ਦੀਵਾਨ ਤੇ ਸਿੱਖ ਐਜੂਕੇਸ਼ਨਲ ਕਾਨਫ਼ਰੰਸ ਅਜਿਹੇ ਮਜ਼ਮੂਨ ਹਨ ਜਿਨ੍ਹਾਂ ਵੱਲ ਸਰਕਾਰ ਨੂੰ ਫ਼ੌਰੀ ਧਿਆਨ ਦੇਣਾ ਬਣਦਾ ਹੈ। ਖ਼ਾਲਸਾ ਕਾਲਜ ਦੇ ਵਿਗੜੇ ਮਾਹੌਲ ਲਈ ਚੀਫ਼ ਖ਼ਾਲਸਾ ਦੀਵਾਨ ਨੂੰ ਮੁੱਖ ਤੌਰ 'ਤੇ ਜ਼ਿੰਮੇਵਾਰ ਠਹਿਰਾਇਆ ਜਾ ਸਕਦਾ ਹੈ, ਅਤੇ ਇਹੀ ਸ਼ਾਇਦ ਸਿੱਖ ਐਜੂਕੇਸ਼ਨਲ ਕਾਨਫ਼ਰੰਸ ਦੀ ਨੀਤੀ ਨਿਰਧਾਰਤ ਕਰਦਾ ਹੈ। ਸਿੱਖ ਐਜੂਕੇਸ਼ਨਲ ਕਾਨਫ਼ਰੰਸ ਮੁੱਢਲੀ ਵਿੱਦਿਆ ਨੂੰ ਧਰਮਦਾਨ ਦਾ ਕਾਰਜ ਬਣਾਉਣ, ਅਰਥਾਤ ਇਸ ਨੂੰ ਪੂਰੀ ਤਰ੍ਹਾਂ ਮੁਫ਼ਤ ਕਰ ਦੇਣ ਤੇ ਸਰਕਾਰੀ ਕੰਟਰੋਲ ਤੋਂ ਮੁਕਤ ਕਰਨ ਦਾ ਮਨੋਰਥ ਰੱਖਦੀ ਹੈ। ਕਮੇਟੀ ਨੇ ਇਸ ਮੰਤਵ ਲਈ ਪਹਿਲਾਂ ਹੀ ਭਾਰੀ ਰਕਮ ਇਕੱਠੀ ਕਰ ਲਈ ਹੋਈ ਹੈ ਅਤੇ ਚੰਦੇ ਲਗਾਤਾਰ ਆਈ ਜਾ ਰਹੇ ਹਨ। ਇਹ ਬੇਹੱਦ ਮਹੱਤਵਪੂਰਨ ਹੈ ਕਿ ਸਿੱਖਿਆ ਮਹਿਕਮਾ ਇਸ ਅੰਦੋਲਨ ਉੱਤੇ ਕਾਬੂ ਪਾਏ ਅਤੇ ਬਾਗ਼ੀ ਨੁਮਾ ਅਨਸਰਾਂ ਨੂੰ ਪਰ੍ਹੇ ਰੱਖੇ। ਭਾਰਤੀ ਫ਼ੌਜ ਅੰਦਰ 33000 ਦੇ ਕਰੀਬ ਸਿੱਖ ਹਨ। ਅਮਲੀ ਤੌਰ 'ਤੇ ਇਨ੍ਹਾਂ 'ਚੋਂ ਸਾਰੇ ਹੀ ਅਨਪੜ੍ਹ ਛੋਕਰੇ ਹਨ ਅਤੇ ਉਹ ਜਿਹੜੀ ਵੀ ਸਿੱਖਿਆ ਹਾਸਲ ਕਰ ਰਹੇ ਹਨ ਉਹ ਭਾਰਤੀ ਰਜਮੈਂਟਾਂ ਦੇ ਨਿਰੋਗ ਵਾਤਾਵਰਣ ਤੇ ਚੁਗਿਰਦੇ ਵਿਚ ਹਾਸਲ ਕਰ ਰਹੇ ਹਨ। ਨਤੀਜਾ ਇਹ ਹੈ ਕਿ ਸਾਡੇ ਸਿੱਖ ਸਿਪਾਹੀ, ਇਕ ਵਰਗ ਦੇ ਤੌਰ 'ਤੇ, (ਰਾਜ ਦੇ) ਵਫ਼ਾਦਾਰ ਤੇ ਭਰੋਸੇਮੰਦ ਹਨ।"[11]

(ਬਰੈਕਟਾਂ ਅੰਦਰਲੇ ਸ਼ਬਦ ਸਾਡੇ ਵੱਲੋਂ)

ਰਾਸ਼ਟਰਵਾਦੀ ਬ੍ਰਿਤਾਂਤ ਅੰਦਰ 'ਚੀਫ਼ ਖ਼ਾਲਸਾ ਦੀਵਾਨ' ਨੂੰ ਪੱਖ-ਪਾਤੀ ਢੰਗ ਨਾਲ ਅੰਗਰੇਜ਼ਾਂ ਦੀ ਪਿੱਠੂ ਸੰਸਥਾ ਦੇ ਰੂਪ ਵਿਚ ਪੇਸ਼ ਕੀਤਾ ਗਿਆ ਹੈ। ਪਰੰਤੂ ਭਾਰਤੀ ਫ਼ੌਜ ਦੇ ਕਮਾਂਡਰ-ਇਨ-ਚੀਫ਼ ਦੇ ਉਪਰੋਕਤ ਵਿਚਾਰਾਂ ਤੋਂ ਪਤਾ ਚੱਲਦਾ ਹੈ ਕਿ ਅੰਗਰੇਜ਼ ਸਰਕਾਰ ਚੀਫ਼ ਖ਼ਾਲਸਾ ਦੀਵਾਨ ਦੀਆਂ ਵਿਦਿਅਕ ਸਰਗਰਮੀਆਂ ਨੂੰ ਕਿੰਨੀ ਸ਼ੱਕ ਤੇ ਚਿੰਤਾ ਦੀ ਨਜ਼ਰ ਨਾਲ ਦੇਖ ਰਹੀ ਸੀ, ਅਤੇ ਇਸ ਦੀ ਤੁਲਨਾ ਵਿਚ ਸਿੱਖ ਰਿਆਸਤਾਂ ਦੇ ਮੁਖੀਆਂ ਦੀ ਸਰਕਾਰ ਭਗਤੀ ਉੱਤੇ ਪੂਰਨ ਭਰੋਸਾ ਪ੍ਰਗਟਾ ਰਹੀ ਸੀ।

ਭਾਈ ਕਰਤਾਰ ਸਿੰਘ ਸਰਾਭਾ ਨੇ ਪੰਜਾਬੀ *ਗ਼ਦਰ* ਦੇ ਪਹਿਲੇ ਹੀ ਅੰਕ ਵਿਚ, ਮਹਾਰਾਜਾ ਪਟਿਆਲੇ ਵੱਲੋਂ ਇਕ ਖ਼ਾਲਸਾ ਸਕੂਲ ਨੂੰ ਦਸ ਹਜ਼ਾਰ ਰੁਪਏ ਦਾ ਦਾਨ ਦੇਣ ਉੱਤੇ ਪੜਚੋਲਵੀਂ ਟਿੱਪਣੀ ਛਾਪੀ ਸੀ, ਜਿਸ ਤੋਂ 'ਗ਼ਦਰੀ' ਆਗੂਆਂ ਦੀ ਤੀਖਣ ਰਾਜਸੀ ਅੰਤਰ-ਦ੍ਰਿਸ਼ਟੀ ਅਤੇ ਵਿੱਦਿਆ ਬਾਰੇ ਦਰੁਸਤ ਕੌਮੀ ਨਜ਼ਰੀਏ ਦੀ ਪੁਸ਼ਟੀ ਹੁੰਦੀ ਹੈ। ਟਿੱਪਣੀ ਵਿਚ ਮਹਾਰਾਜਾ ਪਟਿਆਲੇ ਦੇ ਦਾਨ ਨੂੰ ਇਸ ਤਰੀਕੇ ਨਾਲ ਗ਼ਲਤ ਠਹਿਰਾਇਆ ਗਿਆ ਸੀ :

"ਮਹਾਰਾਜਾ ਪਟਿਆਲੇ ਨੇ ਹੁਣ ਇਕ ਖ਼ਾਲਸਾ ਸਕੂਲ ਨੂੰ ਦਸ ਹਜ਼ਾਰ ਰੁਪਏ ਦਾ ਦਾਨ ਦਿੱਤਾ ਹੈ। ਮਹਾਰਾਜੇ ਦਾ ਦਿਲ ਤਾਂ ਨੇਕ ਸੀ ਪਰ ਅਕਲ ਕਮ ਰਹੀ। ਖ਼ਾਲਸਾ ਸਕੂਲ

---

11. Kirpal Singh, Dr. (ed.), *Hardinge Papers Relating to Punjab,* pp. 75-76.

ਸਰਕਾਰੀ ਯੂਨੀਵਰਸਿਟੀ ਦੇ ਹੇਠ ਹੈ। ਸਰਕਾਰੀ ਇਮਤਿਹਾਨ ਦਿੱਤੇ ਜਾਂਦੇ ਹਨ। ਸਰਕਾਰੀ ਕਿਤਾਬਾਂ ਓਥੇ ਪੜ੍ਹਾਈਆਂ ਜਾਂਦੀਆਂ ਹਨ। ਹੋਰ ਸਰਕਾਰੀ ਹੁਕਮ 'ਤੇ ਚੱਲਣਾ ਪੈਂਦਾ ਹੈ। ਇਕ ਨਾਓਂ ਖ਼ਾਲਸਾ ਸਕੂਲ ਹੈ। ਇਹਨਾਂ ਸਰਕਾਰੀ ਸਕੂਲਾਂ ਤੋਂ ਸਾਡੇ ਮੁਲਕ ਨੂੰ ਕੁਛ ਫ਼ਾਇਦਾ ਨਹੀਂ ਹੈ। ਜੇ ਰੁਪਿਆ ਦਿੱਤਾ ਜਾਵੇ ਤਾਂ ਕੌਮੀ ਸਕੂਲਾਂ ਨੂੰ ਦੇਣਾ ਚਾਹੀਦਾ ਹੈ, ਜਿਹੜੇ ਆਜ਼ਾਦੀ ਦੀ ਸਿੱਖਿਆ ਦੇਣ ਅਤੇ ਸਾਡੇ ਭਾਈਆਂ ਦੇ ਹੱਥਾਂ ਵਿਚ ਹੋਵਣ ਅਤੇ ਜਿਹਨਾਂ ਵਿਚ ਗੌਰਮਿੰਟ ਦਾ ਦਖ਼ਲ ਨਾ ਹੋਵੇ। ਆਪਣੇ ਪੈਸੇ ਨਾਲ ਅੰਗਰੇਜ਼ਾਂ ਦੇ ਕੰਮ ਬਣਾਉਣੇ ਕੋਈ ਅਕਲਮੰਦੀ ਨਹੀਂ। ਮਹਾਂਰਾਜੇ ਨੂੰ ਦੂਜਿਆਂ ਲਈ ਸਕੂਲ ਖੁਲ੍ਹਵਾ ਕੇ ਅੱਛੀ ਵਿੱਦਿਆ ਦੇਣੀ ਚਾਹੀਦੀ ਹੈ।"[12]

ਇਸ ਤੋਂ ਅਗਲੇ ਅੰਕ ਵਿਚ ਫਿਰ, ਖ਼ਾਲਸਾ ਕਾਲਜ ਬਾਰੇ ਪੰਜਾਬ ਦੇ ਲੈਫ਼ਟੀਨੈਂਟ-ਗਵਰਨਰ ਓਡਵਾਇਰ ਦੇ ਇਕ ਬਿਆਨ ਨੂੰ ਆਧਾਰ ਬਣਾ ਕੇ ਸਿੱਖਾਂ ਦੇ ਵਿੱਦਿਆ ਅਸਥਾਨ ਉੱਤੇ ਅੰਗਰੇਜ਼ਾਂ ਦੇ ਗ਼ਲਬੇ ਦੀ ਹਕੀਕਤ ਦਰਸਾਈ ਗਈ ਅਤੇ ਅੰਗਰੇਜ਼ਾਂ ਦੀ ਗ਼ੁਲਾਮੀ ਕਬੂਲ ਕਰਨ ਵਾਲੇ ਸਿੱਖ ਪਤਵੰਤਿਆਂ ਦੀ ਲਾਹ-ਪਾਹ ਕੀਤੀ ਗਈ। ਗ਼ਦਰੀ ਪ੍ਰਾਪੇਗੰਡੇ ਵਿਚ ਭਾਰਤ ਦੇ ਗਵਰਨਰ-ਜਨਰਲ (ਵਾਇਸਰਾਏ) ਨੂੰ ਨਫ਼ਰਤ ਨਾਲ 'ਵੱਡਾ ਡਾਕੂ' ਕਹਿ ਕੇ ਸੰਬੋਧਨ ਕੀਤਾ ਜਾਂਦਾ ਸੀ। ਇਸੇ ਤਰੀਕੇ ਨਾਲ ਪੰਜਾਬ ਦੇ ਲੈਫ਼ਟੀਨੈਂਟ-ਗਵਰਨਰ ਨੂੰ 'ਛੋਟਾ ਡਾਕੂ' ਕਿਹਾ ਗਿਆ ਅਤੇ ਉਸ ਵੱਲੋਂ ਕੀਤੇ 'ਬਕਵਾਸ' ਦਾ ਇਸ ਤਰ੍ਹਾਂ ਜੁਆਬ ਦਿੱਤਾ ਗਿਆ :

"ਥੋੜ੍ਹਾ ਚਿਰ ਹੋਇਆ ਪੰਜਾਬ ਦੇ ਛੋਟੇ ਡਾਕੂ ਯਾਨੀ ਛੋਟੇ ਲਾਟ ਨੇ ਅੰਮ੍ਰਿਤਸਰ ਜੀ ਵਿਚ ਸਿੱਖਾਂ ਦੀ ਕਮੇਟੀ ਅੱਗੇ ਬਕਵਾਸ ਕੀਤਾ ਜਿਸ ਵਿਚ 11 ਮਾਸ਼ੇ ਬਦਮਾਸ਼ੀ ਅਤੇ 1 ਮਾਸ਼ੇ ਬਦਜ਼ਾਤੀ ਭਰੀ ਹੋਈ ਸੀ। ਖ਼ਾਲਸਾ ਦੀਵਾਨ ਵੱਲੋਂ ਡਾਕੂ ਦੀ ਆਓ ਭਗਤ ਕੀਤੀ ਗਈ। ਸਿੱਖਾਂ ਦੇ ਆਗੂਆਂ ਨੇ ਅੱਗੇ ਵਧ ਕੇ ਧੰਨਵਾਦ ਕੀਤਾ। ਵਿਚਾਰ ਕਰੋ! ਸਿੰਘਾਂ ਵੱਲੋਂ ਅੰਗਰੇਜ਼ ਜ਼ਾਲਮ ਹਾਕਮ ਦੀ ਕਿਓਂ ਆਓ ਭਗਤ ਕੀਤੀ ਗਈ। ਸਾਰੇ ਹਿੰਦੁਸਤਾਨੀ ਆਦਮੀਆਂ ਦਾ ਧਰਮ ਹੈ ਕਿ ਅਜਿਹੇ ਜ਼ਾਲਮਾਂ ਨੂੰ ਮਾਰ ਮਾਰ ਕੇ ਕੱਢ ਦਿੱਤਾ ਜਾਵੇ ਨਾ ਕਿ ਆਓ ਭਗਤ ਕੀਤਾ ਜਾਵੇ। ਜੋ ਆਪਣਾ ਪੇਟ ਭਰਨ ਵਾਲੇ ਤੇ ਡਰਾਕਲ ਆਗੂ ਏਸ ਤਰ੍ਹਾਂ ਕਰਦੇ ਹਨ ਉਹਨਾਂ ਦੇ ਪਿੱਛੇ ਨਹੀਂ ਚੱਲਣਾ ਚਾਹੀਦਾ। ਜਿਹੜੇ ਸਭਾ ਅੰਜੁਮਨ*, ਦੀਵਾਨ† ਜਾਂ ਸਮਾਜ‡ ਅੰਗਰੇਜ਼ਾਂ ਦੀ ਇਜ਼ਤ ਕਰਨ ਦਾ ਪਾਪ ਕਰਦੇ ਹਨ ਕੌਮ ਵੱਲੋਂ ਉਹਨਾਂ ਨੂੰ ਸਜ਼ਾ ਦੇਣੀ ਚਾਹੀਦੀ ਹੈ। ਅਸਲ ਵਿਚ ਹੋਰ ਆਗੂ ਤਾਂ ਅੰਗਰੇਜ਼ਾਂ ਨੂੰ ਬੁਰਾ ਸਮਝਦੇ ਹਨ, ਪਰ ਥੋੜ੍ਹੇ ਆਗੂ ਖ਼ਿਤਾਬ ਤੇ ਅਸਾਮੀਆਂ ਦੇ ਲਾਲਚ ਵਿਚ ਹਾਕਮਾਂ ਦੀ ਖ਼ੁਸ਼ਾਮਦ ਕਰਨ ਦਾ ਰਾਗ ਤੋਰ ਦਿੰਦੇ ਹਨ... ਹੋਰ ਛੋਟੇ ਡਾਕੂ ਨੇ ਬਕਵਾਸ ਕੀਤਾ (ਕਿ) ਖ਼ਾਲਸਾ ਕਾਲਜ ਹੈ (ਤੇ) ਇਸ ਨੂੰ ਅੱਛੀ ਤਰ੍ਹਾਂ ਚਲਾਉਣਾ ਚਾਹੀਦਾ ਹੈ। ਪਰ ਅਸੀਂ ਨਹੀਂ ਜਾਣਦੇ ਕਿ ਖ਼ਾਲਸਾ ਕਾਲਜ ਕਿਸ ਤਰ੍ਹਾਂ ਸਿੱਖਾਂ ਦਾ ਕਾਲਜ ਹੈ। ਏਹ ਕਾਲਜ ਸਰਕਾਰੀ ਯੂਨੀਵਰਸਿਟੀ ਦੇ ਮੁਤਲਕ** ਹੈ। ਸਰਕਾਰੀ ਯੂਨੀਵਰਸਿਟੀ ਦੀਆਂ ਡਿਗਰੀਆਂ ਦੀ ਖ਼ਾਤਰ ਵਿਦਿਆਰਥੀ ਤਿਆਰ ਕੀਤੇ ਜਾਂਦੇ ਹਨ। ਕਾਲਜ*** ਦੀਆਂ ਪਸੰਦ ਕੀਤੀਆਂ ਕਿਤਾਬਾਂ ਪੜ੍ਹਾਈਆਂ ਜਾਂਦੀਆਂ ਹਨ। ਬੱਸ ਹੁਣ (ਇਸ ਨੂੰ) ਕਿਸੇ ਤਰ੍ਹਾਂ ਸਿੱਖਾਂ ਦਾ ਕਾਲਜ ਨਹੀਂ ਕਹਿ ਸਕਦੇ।

* ਅੰਜੁਮਨ (ਮੁਸਲਿਮ ਸੰਸਥਾ)

† ਖ਼ਾਲਸਾ ਦੀਵਾਨ

‡ ਆਰੀਆ ਸਮਾਜ

** ਅਧੀਨ

*** ਯੂਨੀਵਰਸਿਟੀ

12. *ਗ਼ਦਰ*, 9 ਦਸੰਬਰ 1913.

ਫੇਰ ਕਾਲਜ ਦਾ ਪਰਿੰਸੀਪਲ ਅੰਗਰੇਜ਼ ਹੈ। ਅਸੀਂ ਪੁੱਛਦੇ ਹਾਂ ਕਿ ਇੰਤਜ਼ਾਮੀ ਕਮੇਟੀ ਕਿਸੇ ਲਾਇਕ ਸਿੱਖ ਨੂੰ ਪਰਿੰਸੀਪਲ ਕਿਉਂ ਨਹੀਂ ਬਣਾਉਂਦੀ ? ਅੰਗਰੇਜ਼ ਦਾ ਬੱਚਾ ਕਿਉਂ ਪਰਿੰਸੀਪਲ ਹੈ ? ਅਫ਼ਸੋਸ ਹੈ ਕਿ ਸਿੱਖਾਂ ਦੇ ਬੜੇ ਬੜੇ ਵਿਦਵਾਨ ਤੇ ਧਰਮਾਤਮਾ ਭਾਈ ਜੋਧ ਸਿੰਘ ਵਰਗੇ ਖ਼ਾਲਸਾ ਕਾਲਜ ਵਿਚ ਅੰਗਰੇਜ਼ ਪਰਿੰਸੀਪਲ ਦੇ ਹੇਠ ਬੇਇਜ਼ਤੀ ਨਾਲ ਰਹਿੰਦੇ ਹਨ। ਏਸ ਤਰ੍ਹਾਂ ਸਿੱਖ ਜੁਆਨ ਅੰਗਰੇਜ਼ਾਂ ਦੇ ਨੌਕਰ ਬਣ ਜਾਂਦੇ ਹਨ। ਖ਼ਾਲਸਾ ਕਾਲਜ ਸਿੱਖਾਂ ਦਾ ਆਪਣਾ ਕਾਲਜ ਨਹੀਂ ਹੈ। ਗੌਰਮਿੰਟ ਨੇ ਇਸ ਲਈ ਬਣਵਾਇਆ ਹੈ ਕਿ ਪੜ੍ਹੇ ਹੋਏ ਸਿੱਖਾਂ ਨੂੰ ਆਪਣੇ ਹੱਥ ਵਿਚ ਰੱਖਣ ਅਤੇ ਉਨ੍ਹਾਂ ਦੇ ਦਿਲ ਤੇ ਦਿਮਾਗ਼ ਨੂੰ ਗ਼ੁਲਾਮੀ ਦੇ ਰੰਗ ਵਿਚ ਰੰਗਿਆ ਜਾਵੇ। ਸਿੱਖਾਂ ਨੂੰ ਚਾਹੀਦਾ ਹੈ ਕਿ (ਇਸ ਕਾਲਜ ਨੂੰ) ਛੇਤੀ ਗੌਰਮਿੰਟ ਦੇ ਜਾਲ ਵਿੱਚੋਂ ਕੱਢ ਲੈਣ।"[13]

ਉਪਰੋਕਤ ਲੇਖਾਂ ਤੇ ਟਿੱਪਣੀਆਂ ਤੋਂ ਇਲਾਵਾ, ਗ਼ਦਰੀ ਸਿੱਖਾਂ ਨੇ ਅੰਗਰੇਜ਼ ਹਕੂਮਤ ਦੀ ਸਿੱਖਾਂ ਦੇ ਧਾਰਮਿਕ ਤੇ ਵਿਦਿਅਕ ਮਾਮਲਿਆਂ ਵਿਚ ਦਖ਼ਲਅੰਦਾਜ਼ੀ ਵਿਰੁੱਧ ਆਪਣੇ ਦਿਲੀ ਵਲਵਲੇ ਕਵਿਤਾਵਾਂ ਦੇ ਰੂਪ ਵਿਚ ਇਸ ਕਦਰ ਪ੍ਰਗਟਾਏ:

ਕਾਲਜ ਖ਼ਾਲਸਾ ਤਾਈਂ ਸਮੇਟਣੇ ਨੂੰ, ਹੱਥ ਢੰਗ ਦੇ ਨਾਲ ਇਹਨਾਂ ਪਾਇਆ ਸੀ।
ਦੇਣ ਸਿੱਖਿਆ ਉਲਟੀ ਇਹ ਬੱਚਿਆਂ ਨੂੰ, ਇਹਨਾਂ ਨਵਾਂ ਹੀ ਢੰਗ ਅਪਣਾਇਆ ਸੀ।
(ਬਾਬਾ ਵਿਸਾਖਾ ਸਿੰਘ)

ਅਸੀਂ ਨਾਮ ਦੇ ਸਿੰਘ ਸਦਾਵਦੇ ਹਾਂ। ਭੈੜੀ ਗਿੱਦੜਾਂ ਤੋਂ ਸਾਡੀ ਚਾਲ ਸਿੰਘੋ।
ਸਿੰਘ ਨਾਮ ਧਰੀਕ ਦੀ ਲਾਜ ਰੱਖੋ। ਭਾਰਤ ਵਰਸ਼ ਤੇ ਖੇਡੋ ਗੁਲਾਲ ਸਿੰਘੋ।
ਕਾਲਜ ਖ਼ਾਲਸਾ ਜਿਹੜਾ ਤਿਯਾਰ ਕੀਤਾ। ਗੋਰੇ ਬਾਂਦਰਾਂ ਲਿਆ ਸੰਭਾਲ ਸਿੰਘੋ।
ਸੁੰਦਰ ਸਿੰਘ ਮਜੀਠੀਏ ਨਾਸ ਕੀਤਾ। ਭੈੜੀ ਚੱਲਿਆ ਚਾਲ ਚੰਡਾਲ ਸਿੰਘੋ।
(ਯਾਰਵੀਂ ਬੈਂਤ, ਗ਼ਦਰ 17 ਮਾਰਚ 1914)

ਭਾਈ ਬਲਵੰਤ ਸਿੰਘ ਜੀ (ਖੁਰਦਪੁਰ) ਨੇ 5 ਅਕਤੂਬਰ 1913 ਨੂੰ ਲਾਇਲਪੁਰ ਵਿਖੇ ਖ਼ਾਲਸਾ ਧਰਮਸ਼ਾਲਾ ਵਿਚ ਸਿੱਖਾਂ ਦੇ ਵਿਸ਼ਾਲ ਇਕੱਠ ਨੂੰ ਸੰਬੋਧਨ ਕਰਦਿਆਂ ਅੰਗਰੇਜ਼ ਹਾਕਮਾਂ ਦੇ ਖ਼ਾਲਸਾ ਕਾਲਜ ਅੰਮ੍ਰਿਤਸਰ ਨੂੰ ਆਪਣੇ ਕੰਟਰੋਲ ਹੇਠ ਲੈਣ ਦੇ ਕੋਝੇ ਯਤਨਾਂ ਦੀ ਕਰੜੇ ਲਫ਼ਜ਼ਾਂ ਵਿਚ ਨਿੰਦਿਆ ਕੀਤੀ ਸੀ ਅਤੇ ਸਿੱਖ ਕੌਮ ਨੂੰ ਇਸ ਧੱਕੇਸ਼ਾਹੀ ਵਿਰੁੱਧ ਡੱਟ ਜਾਣ ਦਾ ਸੱਦਾ ਦਿੱਤਾ ਸੀ। ਉਨ੍ਹਾਂ ਨੇ ਵਿੱਦਿਆ ਦੇ ਖੇਤਰ ਵਿਚ ਦੂਜੀਆਂ ਕੌਮਾਂ ਦੇ ਮੁਕਾਬਲੇ ਸਿੱਖ ਕੌਮ ਦੇ ਬੁਰੀ ਤਰ੍ਹਾਂ ਪਛੜ ਜਾਣ ਉੱਤੇ ਡੂੰਘਾ ਅਫ਼ਸੋਸ ਜ਼ਾਹਰ ਕਰਦਿਆਂ ਬਹੁਤ ਹੀ ਦੁੱਖ ਭਰੇ ਲਹਿਜੇ ਵਿਚ ਕਿਹਾ ਸੀ ਕਿ:

"'ਜੇ ਖ਼ਾਲਸਾ ਜੀ ਅੱਜ ਇਸੇ ਘੜੀ ਤੋਂ ਇਕ ਆਜ਼ਾਦ ਕਾਲਜ ਬਨਾਣਾ ਸ਼ੁਰੂ ਕਰ ਦੇਣ ਤਾਂ ਵੀ ਭਾਰਤ ਵਰਸ਼ ਦੀਆਂ ਦੂਸਰੀਆਂ ਕੌਮਾਂ ਨਾਲੋਂ ਪੰਜਾਹ ਸਾਲ ਪਿੱਛੇ ਹੋਣਗੇ'। ਇਸ ਤੋਂ ਸੱਤਾਂ ਸਾਲਾਂ ਬਾਅਦ, ਜਦੋਂ ਭਾਈ ਬਲਵੰਤ ਸਿੰਘ ਜੀ ਨੂੰ ਸ਼ਹੀਦ ਹੋਏ ਪੰਜ ਸਾਲ ਗੁਜ਼ਰ ਗਏ ਸਨ, ਲਾਹੌਰ ਤੋਂ ਛਪਦੇ *ਅਕਾਲੀ* ਅਖ਼ਬਾਰ ਨੇ ਆਪਣੇ ਸੰਪਾਦਕੀ ਲੇਖ ਵਿਚ ਭਾਈ ਸਾਹਿਬ ਦੇ ਉਪਰੋਕਤ ਬਚਨਾਂ ਦੀ ਗੂੜ੍ਹ ਮਹੱਤਤਾ ਉਜਾਗਰ ਕਰਦਿਆਂ ਇਹ ਭਾਵਪੂਰਤ ਸ਼ਬਦ ਲਿਖੇ ਸਨ: 'ਉਸ ਸ਼ਹੀਦ ਵੀਰ ਦੇ ਇਹ ਸ਼ਬਦ ਸੋਨੇ ਵਿਚ ਲਿਖੇ ਜਾਣ ਵਾਲੇ ਹਨ'। *ਅਕਾਲੀ* ਅਖ਼ਬਾਰ ਨੇ ਸਮਕਾਲੀ ਸਿੱਖ ਭਾਵਨਾਵਾਂ ਦੀ ਤਰਜਮਾਨੀ ਕਰਦਿਆਂ ਦ੍ਰਿੜ੍ਹ ਲਹਿਜੇ ਵਿਚ ਕਿਹਾ ਸੀ ਕਿ "ਸਾਡੇ ਵਾਸਤੇ ਕਾਲਜ ਦਾ ਸਵਾਲ ਇਕ ਮੌਤ ਅਤੇ ਜ਼ਿੰਦਗੀ ਦਾ ਸਵਾਲ ਹੈ... ਉਹ ਜਗ੍ਹਾ ਜਿਥੋਂ ਕੌਮ ਦੇ ਨੌਜਵਾਨ ਆਪਣੇ ਕੌਮੀ ਵਲਵਲਿਆਂ ਅਤੇ ਕੌਮੀ ਤਹਿਜ਼ੀਬ ਨੂੰ ਬਾਹਰ

---

13. *ਗ਼ਦਰ*, 23 ਦਸੰਬਰ 1913.

ਦੁਨੀਆਂ ਤਕ ਲੈ ਜਾਣਗੇ, ਉਹ ਵੀ ਬੜੀ ਉਚੀ ਤੇ ਪਵਿਤਰ ਥਾਂ ਹੈ...ਹੁਣ ਕਾਲਜ ਨੂੰ ਸੱਚੇ ਅਰਥਾਂ ਵਿਚ ਖ਼ਾਲਸਾ ਕਾਲਜ ਬਣਾਏ ਬਿਨਾਂ ਪੰਥ ਨੂੰ ਕੱਖ ਨਹੀਂ ਭਾਵਣਾ। ਪੰਥ ਦੀ ਥੋੜ੍ਹੀ ਜਿਹੀ ਹਿੰਮਤ ਕਾਲਜ ਨੂੰ ਆਜ਼ਾਦ ਕਰ ਦੇਵੇਗੀ ਅਤੇ ਗ਼ਫ਼ਲਤ ਅੱਗੇ ਨਾਲੋਂ ਵੀ ਵਧੇਰੇ ਭੈੜੀ ਹਾਲਤ ਬਣਾ ਦੇਵੇਗੀ।"[14]

ਇਸੇ ਹੀ ਅਖ਼ਬਾਰ ਦੇ ਇਕ ਹੋਰ ਸੰਪਾਦਕੀ ਲੇਖ ਵਿਚ ਸਿੱਖ ਕੌਮ ਦੀਆਂ ਖ਼ਾਲਸਾ ਕਾਲਜ ਨਾਲ ਜੁੜੀਆਂ ਉਮੀਦਾਂ ਤੇ ਉਮੰਗਾਂ ਦਾ ਜ਼ਿਕਰ ਇੰਜ ਕੀਤਾ ਗਿਆ :

> "ਕੌਮ ਦੇ ਮੋਹਰਿਆਂ ਨਾਲ ਜੋੜੇ ਹੋਏ ਤੇ ਲਹੂ ਦੀ ਕਮਾਈ ਨਾਲ ਇਕੱਠੇ ਕੀਤੇ ਹੋਏ ਰੁਪਏ ਨਾਲ ਪਿਆਰਾ ਕਾਲਜ ਬਣਾਇਆ ਸੀ। ਕੌਮ ਨੇ ਆਪਣੀ ਧਾਰਮਿਕ ਤੇ ਵਿਦਿਅਕ ਉਨਤੀ ਦੀਆਂ ਆਸਾਂ ਇਸੇ ਪਾਸੋਂ ਰੱਖੀਆਂ ਸਨ। ਕੌਮ ਉਡੀਕ ਰਹੀ ਸੀ ਕਿ ਇਸ ਪਿਆਰੇ ਕਾਲਜ ਵਿੱਚੋਂ ਭਾਈ ਮਨੀ ਸਿੰਘ ਜੀ, ਭਾਈ ਤਾਰੂ ਸਿੰਘ ਜੀ, ਭਾਈ ਮਹਿਤਾਬ ਸਿੰਘ ਜੀ ਵਰਗੇ ਧਰਮੀ ਬੀਰ ਪੈਦਾ ਹੋ ਕੇ ਕੌਮ ਨੂੰ ਸੰਸਾਰ ਵਿਚ ਰੋਸ਼ਨ ਕਰਨਗੇ। ਪਰ ਸ਼ੋਕ ! ਇਸ ਕਾਲਜ ਨੂੰ ਸਿੱਖਾਂ ਦੀਆਂ ਇਹਨਾਂ ਖ਼ਾਹਸ਼ਾਂ ਨੂੰ ਤਬਾਹ ਕਰਨ ਲਈ ਕੇਵਲ 'ਨਿਮਕ ਹਲਾਲ ਲੜਕ-ਲੋਗ' ਪੈਦਾ ਕਰਨ ਲਈ ਵਰਤਿਆ ਗਿਆ।"[15]

ਇਸ ਤੋਂ ਸਿੱਖ ਕੌਮ ਦੇ ਤਤਕਾਲੀ ਸਰੋਕਾਰਾਂ ਦੀ ਸਪੱਸ਼ਟ ਝਲਕ ਮਿਲਦੀ ਹੈ, ਕਿ ਉਹ ਆਪਣੀਆਂ ਵਿਦਿਅਕ ਸੰਸਥਾਵਾਂ ਤੋਂ ਕੀ ਤਵੱਕੋ ਰੱਖਦੇ ਸਨ ਅਤੇ ਇਨ੍ਹਾਂ ਦੀ ਸੁਤੰਤਰਤਾ ਬਾਰੇ ਕਿੰਨੇ ਚੇਤੰਨ ਸਨ। ਪਰੰਤੂ ਥੋੜ੍ਹੇ ਹੀ ਸਾਲਾਂ ਬਾਅਦ ਜਦੋਂ ਸਿੱਖ ਕੌਮ ਦੀ ਰਾਜਸੀ ਲੀਡਰਸ਼ਿੱਪ ਨੇ ਭਾਰਤੀ ਰਾਸ਼ਟਰਵਾਦ ਦੀ ਵਿਚਾਰਧਾਰਾ ਦੀ ਅਧੀਨਗੀ ਕਬੂਲ ਕਰ ਲਈ ਅਤੇ ਸਿੱਖ ਸੰਘਰਸ਼ ਨੂੰ ਰਾਸ਼ਟਰਵਾਦੀ ਲਹਿਰ ਦਾ ਗੌਣ ਅੰਗ ਬਣਾ ਦਿੱਤਾ, ਤਾਂ ਸਿੱਖਾਂ ਦੇ ਸਰੋਕਾਰ ਤੇ ਤਰਜੀਹਾਂ ਬਦਲ ਗਈਆਂ ਅਤੇ ਉਨ੍ਹਾਂ ਦਾ ਆਪਣੀਆਂ ਵਿਦਿਅਕ ਸੰਸਥਾਵਾਂ ਬਾਰੇ ਨਜ਼ਰੀਆ ਵੀ ਬਦਲ ਗਿਆ। ਇਸ ਨੂੰ ਭਾਰਤੀ ਰਾਸ਼ਟਰਵਾਦ ਦਾ ਗ੍ਰਹਿਣ ਲੱਗ ਗਿਆ।

ਸਾਹਿਤਕ ਬਿੰਬਾਂ ਤੇ ਰੂਪਕਾਂ ਦੀ ਮਹੱਤਤਾ

ਕਿਸੇ ਵਰਗ ਨੂੰ ਲੜਨ ਲਈ ਪ੍ਰੇਰਿਤ ਕਰਨ ਵਾਸਤੇ, ਜਿਸ ਤਰ੍ਹਾਂ ਉਸ ਵਿਸ਼ੇਸ਼ ਵਰਗ ਦੇ ਸਮਕਾਲੀ ਦੌਰ ਅੰਦਰ ਭਖੇ ਹੋਏ ਠੋਸ ਮੁੱਦੇ ਉਭਾਰਨੇ ਅਤਿ ਜ਼ਰੂਰੀ ਹੁੰਦੇ ਹਨ, ਉਵੇਂ ਹੀ ਪ੍ਰਚਾਰ ਨੂੰ ਵਧੇਰੇ ਅਸਰਦਾਰ ਬਣਾਉਣ ਲਈ, ਲਿਖਤਾਂ ਅੰਦਰ ਭਾਵੁਕ ਰੰਗਤ ਵਾਲੇ ਉਤੇਜਕ ਸ਼ਬਦਾਂ (ਬਿੰਬ, ਪ੍ਰਤੀਕ, ਰੂਪਕ ਆਦਿ) ਦੀ ਵਰਤੋਂ ਕੀਤੀ ਜਾਂਦੀ ਹੈ। ਇਸ ਗੱਲ ਤੋਂ ਵੀ ਕਿਸੇ ਲਹਿਰ ਦਾ ਵਰਗ-ਵਿਸ਼ੇਸ਼ ਲੱਛਣ ਪਛਾਣਿਆ ਜਾ ਸਕਦਾ ਹੈ। ਜਦੋਂ ਭਾਵੁਕ ਰੰਗਤ ਵਾਲੇ ਉਤੇਜਕ ਸ਼ਬਦ ਬਾਰ ਬਾਰ ਦੁਹਰਾਏ ਜਾਂਦੇ ਹਨ ਉਹ ਅਚੇਤਨ ਵਿੱਚੋਂ ਦੱਬੀਆਂ ਇਛਾਵਾਂ, ਪ੍ਰਵਿਰਤੀਆਂ ਤੇ ਭਾਵਨਾਵਾਂ ਨੂੰ ਅਛੋਪਲੇ ਹੀ ਛੇੜ ਦਿੰਦੇ ਹਨ। ਗ਼ਦਰੀਆਂ ਨੇ ਦੱਬੀਆਂ/ਸੁੱਤੀਆਂ ਪਈਆਂ ਭਾਵਨਾਵਾਂ ਨੂੰ ਛੇੜਨ ਲਈ ਕਿਹੜੇ ਪ੍ਰਤੀਕਾਂ ਦੀ ਵਰਤੋਂ ਸਭ ਨਾਲੋਂ ਵੱਧ ਕੀਤੀ, ਇਸ ਤੋਂ ਲਹਿਰ ਦਾ ਸਿੱਖ-ਪ੍ਰਧਾਨ ਲੱਛਣ ਸਾਫ਼ ਪ੍ਰਗਟ ਹੋ ਜਾਂਦਾ ਹੈ।

---

14. *ਅਕਾਲੀ*, 29 ਨਵੰਬਰ 1920; ਹਰਜਿੰਦਰ ਸਿੰਘ ਦਿਲਗੀਰ (ਸੰਪਾ.), *ਸ਼੍ਰੋਮਣੀ ਗੁਰਦੁਆਰਾ ਪ੍ਰਬੰਧਕ ਕਮੇਟੀ ਕਿਵੇਂ ਬਣੀ ?*, ਸਫ਼ਾ 267.
15. ਹਰਜਿੰਦਰ ਸਿੰਘ ਦਿਲਗੀਰ (ਸੰਪਾ.), *ਸ਼੍ਰੋਮਣੀ ਗੁਰਦੁਆਰਾ ਪ੍ਰਬੰਧਕ ਕਮੇਟੀ ਕਿਵੇਂ ਬਣੀ ?*, ਸਫ਼ਾ 276.

"(ਡਾ. ਕਾਰਲ ਗੁਸਾਫ਼) ਯੁੰਗ ਅਨੁਸਾਰ ਕਲਾਤਮਿਕ ਬਿੰਬ ਸਮੂਹਿਕ ਅਚੇਤਨ ਅੰਦਰ 'ਆਦਿਮ-ਰੂਪਾਂ' (ਆਰਕੀਟਾਈਪਸ)* ਦੀ ਸੂਰਤ ਵਿਚ ਮੌਜੂਦ ਹੁੰਦੇ ਹਨ; ਉਥੋਂ ਹੀ ਬਾਹਰ ਨਿਕਲ ਕੇ ਇਹ ਵੱਖ ਵੱਖ ਰੂਪਾਂ ਵਿਚ ਅਭਿਵਿਅਕਤ ਹੁੰਦੇ ਹਨ। ਇਹ ਆਦਿਮ-ਰੂਪ ਐਸੇ ਅਚੇਤ ਆਦਿਮ ਬਿੰਬ ਹੁੰਦੇ ਹਨ, ਜੋ ਸਾਡੇ ਪਿਤ੍ਰਾਂ ਦੇ ਨਸਲੀ ਤਜਰਬੇ ਵਿਚ ਬਾਰ ਬਾਰ ਦੁਹਰਾਏ ਜਾਣ ਕਾਰਨ ਸਾਡੇ ਉਸ ਮਾਨਸਿਕ ਵਿਰਸੇ ਦਾ ਭਾਗ ਬਣ ਗਏ ਹਨ ਜੋ ਸਾਡੇ ਦਿਮਾਗ਼ ਦੀ ਬਣਤਰ ਦਾ ਅੰਗ ਹੋ ਗਏ ਹਨ। ਇਸੇ ਕਾਰਨ ਇਹ ਆਦਿਮ-ਰੂਪ ਪੀੜ੍ਹੀਓ ਪੀੜ੍ਹੀ ਚਲਦੇ ਆਏ ਹਨ। ਇਹ ਮਨੁੱਖ ਦੇ ਕੇਂਦਰੀ ਅਨੁਭਵਾਂ ਦਾ ਮੁੱਢ-ਕਦੀਮੀ ਸਰੂਪ ਹਨ ਤੇ ਹਰ ਉਸ ਕਲਾਤਮਿਕ ਸਿਰਜਣਾ ਦਾ ਮੂਲਾਧਾਰ ਬਣਦੇ ਹਨ ਜੋ ਭਾਵੁਕ ਮਹੱਤਤਾ ਦੀ ਧਾਰਨੀ ਹੁੰਦੀ ਹੈ।

ਇਕ ਪਾਸੇ ਇਹ ਆਦਿਮ-ਰੂਪ ਕਵੀ-ਕਲਾਕਾਰ ਦੇ ਸਮੂਹਿਕ ਅਚੇਤਨ ਦਾ ਭਾਗ ਹੁੰਦੇ ਹਨ ਤੇ ਉਥੋਂ ਉਸ ਦੀ ਸਿਰਜਣਾ ਵਿਚ ਬਿੰਬਾਂ-ਰੂਪਕਾਂ-ਵਿਸ਼ਿਆਂ ਦੇ ਰੂਪ ਵਿਚ ਪ੍ਰਗਟ ਹੁੰਦੇ ਹਨ, ਤਾਂ ਦੂਜੇ ਪਾਸੇ ਇਹ ਪਾਠਕ ਦੇ ਵੀ ਸਮੂਹਿਕ ਅਚੇਤਨ ਦਾ ਭਾਗ ਹੋਣ ਕਰਕੇ ਉਸ ਅੰਦਰ ਵੀ ਉਹੋ ਭਾਵੁਕ ਗਮਕਾਂ ਪੈਦਾ ਕਰਨ ਦੇ ਸਮਰੱਥ ਹੋ ਜਾਂਦੇ ਹਨ ਜੋ ਕਵੀ-ਕਲਾਕਾਰ ਦੇ ਮਨ ਵਿਚ ਸ੍ਰਿਜਨ ਦੇ ਪਲਾਂ ਵਿਚ ਸਾਕਾਰ ਹੋਈਆਂ।"[16]

ਡਾ. ਨੇਕੀ ਅਨੁਸਾਰ :

"ਸਾਹਿਤਕ ਪ੍ਰਤੀਕ ਇਕ ਪਾਸੇ ਤਾਂ ਸਾਡੇ ਚੇਤਨ ਜੀਵਨ ਨਾਲ ਸੰਬੰਧਿਤ ਹੁੰਦੇ ਹਨ ਤੇ ਸਾਡੀ ਨਿਤ ਦੀ ਜ਼ਿੰਦਗੀ ਦੇ ਅਨੁਭਵਾਂ ਉਪਰ ਆਧਾਰਿਤ ਹੁੰਦੇ ਹਨ; ਦੂਜੇ ਪਾਸੇ ਇਹਨਾਂ ਦਾ ਪ੍ਰਬਲ ਵਿਸਤਾਰ ਸਾਡੇ ਚੇਤਨ ਦੀਆਂ ਡੂੰਘਾਣਾਂ ਅੰਦਰ ਹੁੰਦਾ ਹੈ। ਇਹੋ ਕਾਰਨ ਹੈ ਕਿ ਕਿਸੇ ਵੀ ਪ੍ਰਤੀਕ ਦਾ ਸੰਪੂਰਨ ਅਰਥ ਉਸ ਦੇ ਅਚੇਤਨ ਸੰਬੰਧਾਂ ਦੇ ਗਿਆਨ ਬਾਝੋਂ ਸਮਝਿਆ ਨਹੀਂ ਜਾ ਸਕਦਾ।"[17]

"ਜਦ ਜਦ ਵੀ ਕਿਸੇ ਭਾਵ ਦਾ ਕਿਸੇ ਪ੍ਰਤੀਕ ਨਾਲ ਮੇਲ ਹੁੰਦਾ ਹੈ, ਕੋਈ ਨਾ ਕੋਈ ਆਦਿਮ-ਬਿੰਬ ਉਡੀਕ ਵਿਚ ਖਲੋਤਾ ਹੁੰਦਾ ਹੈ...ਆਦਿਮ-ਬਿੰਬਾਂ ਨਾਲ ਮਨ ਦਾ ਸੰਬੰਧ ਜੋੜੀਏ ਤਾਂ ਉਹ ਮਨ ਨੂੰ ਅਸਥਿਰਤਾ ਵਿੱਚੋਂ ਕੱਢ ਕੇ ਉਸ ਦੀਆਂ ਬੇਡੌਲ ਪ੍ਰੇਰਣਾਵਾਂ ਦਾ ਰੁਖ ਬਦਲ ਦਿੰਦੇ ਹਨ ਤੇ ਚੇਤਨਾ ਨੂੰ ਰਾਹੇ ਪਾ ਜਾਂਦੇ ਹਨ।"[18]

ਜਦੋਂ ਅਸੀਂ ਗ਼ਦਰ ਪਾਰਟੀ ਦੀ ਪ੍ਰਚਾਰ ਸਮਗਰੀ ਉੱਤੇ ਨਜ਼ਰ ਮਾਰਦੇ ਹਾਂ ਤਾਂ ਇਸ ਅੰਦਰ ਵਰਤੇ ਗਏ ਸਾਹਿਤਕ ਪ੍ਰਤੀਕਾਂ ਦਾ ਸਿੱਖ ਖ਼ਾਸਾ ਸਵੈ-ਉਜਾਗਰ ਹੋ ਜਾਂਦਾ ਹੈ।

ਖੰਡਾ ਪਕੜ ਵੀਰੋ ਹੋ ਕੇ ਸਿੰਘ ਸੂਰੇ, ਦਿੰਦੇ ਜ਼ਾਲਮਾਂ ਦੀਆਂ ਸਫ਼ਾਂ ਗਾਲ ਕਿਓਂ ਨਹੀਂ।
ਜੇਕਰ ਸਿੰਘ ਹਾਂ ਸਿੰਘਾਂ ਦੀ ਨਸਲ ਵਿੱਚੋਂ, ਸਾਡੇ ਵਿਚ ਸਿੰਘਾਂ ਵਾਲੀ ਚਾਲ ਕਿਓਂ ਨਹੀਂ।
ਅੰਗ ਅੰਗ ਕੱਟੇ ਪਿਆਰੀ ਕੌਮ ਬਦਲੇ, ਝੱਲੇ ਦੁੱਖ ਤੇ ਦੁੱਖ ਕਮਾਲ ਕਿਓਂ ਨਹੀਂ।
ਚੜ੍ਹੇ ਚਰਖੜੀਆਂ 'ਤੇ ਤੂੰਬੇ ਜਿਸਮ ਹੋਯਾ, ਭਾਰਤ ਵਰਸ਼ ਦੇ ਉਹ ਨੌਨਹਾਲ ਕਿਓਂ ਨਹੀਂ।
ਜਿਉਂਦੀ ਜਾਨ ਖੋਪਰ ਲਾਹੇ ਸਿਰਾਂ ਉੱਤੋਂ, ਦਿਸਣ ਅੱਜ ਬੇਕੀਮਤੀ ਲਾਲ ਕਿਓਂ ਨਹੀਂ।

(ਗ਼ਦਰ, 24 ਮਾਰਚ 1914)

ਗ਼ਦਰ ਲਹਿਰ ਦੀ ਵਾਰਤਕ ਤੇ ਕਵਿਤਾ ਵਿਚ ਵਰਤੇ ਗਏ ਜ਼ਿਆਦਾਤਰ ਸੰਕੇਤ

---

* ਯੁੰਗ ਨੇ ਸਮੂਹਿਕ ਅਚੇਤਨ ਵਿਚ ਪਏ ਪ੍ਰਾਚੀਨ ਸੰਸਕਾਰਾਂ, ਆਦਿ ਕਾਲੀ ਵਿਸ਼ਵਾਸਾਂ...ਜਿਵੇਂ ਧਰਮ, ਰਾਸ਼ਟਰ, ਰਸਮਾਂ, ਰਹੁਰੀਤਾਂ, ਕਰਮਕਾਂਡ, ਕਲਾਤਮਿਕ ਪ੍ਰਤੀਕ ਆਦਿ ਸਭ ਪੌਰਾਣਕ ਤੱਤਾਂ ਨੂੰ ਆਦਿਮ-ਬਿੰਬ ('ਆਰਕੀਟਾਈਪ') ਦਾ ਨਾਮ ਦਿੱਤਾ ਹੈ।

16. ਜਸਵੰਤ ਸਿੰਘ ਨੇਕੀ, *ਅਚੇਤਨ ਦੀ ਲੀਲ੍ਹਾ*, ਸਫ਼ਾ 131.

17. *ਉਹੀ*, ਸਫ਼ਾ 131.

18. *ਉਹੀ*, ਸਫ਼ੇ 100-101.

ਚਿੰਨ੍ਹ ਸਿੱਖ ਧਰਮ, ਇਤਿਹਾਸ ਤੇ ਵਿਰਸੇ ਵਿਚ ਗੜੁੱਚ ਹਨ। ਲੇਖਾਂ ਤੇ ਕਵਿਤਾਵਾਂ ਅੰਦਰ 'ਗੁਰੂ ਦੇ ਲਾਲਾਂ', ਬਾਬਾ ਬੰਦਾ ਸਿੰਘ ਬਹਾਦਰ, ਸ਼ਹੀਦ ਬਾਬਾ ਦੀਪ ਸਿੰਘ, ਸਰਦਾਰ ਹਰੀ ਸਿੰਘ ਨਲੂਆ, ਅਕਾਲੀ ਫੂਲਾ ਸਿੰਘ, ਸ਼ਾਮ ਸਿੰਘ ਅਟਾਰੀਵਾਲੇ, 'ਸ਼ੇਰੇ ਪੰਜਾਬ' (ਮਹਾਰਾਜਾ ਰਣਜੀਤ ਸਿੰਘ), ਅਤੇ ਆਖ਼ਰੀ ਸਿੱਖ ਮਹਾਰਾਜਾ ਦਲੀਪ ਸਿੰਘ ਆਦਿ ਨਾਵਾਂ ਦੀ ਬਿੰਬਾਂ ਦੇ ਰੂਪ ਵਿਚ ਵਰਤੋਂ ਆਮ ਕੀਤੀ ਗਈ ਹੈ। 'ਸੀਸ ਤਲੀ 'ਤੇ ਧਰਨ', 'ਬੰਦ ਬੰਦ ਕਟਵਾਉਣ', 'ਖੋਪਰੀਆਂ ਲਹਾਉਣ', ਆਦਿ ਅਲੰਕਾਰਾਂ ਦੀ ਭਰਮਾਰ ਗ਼ਦਰੀ ਲਿਖਤਾਂ ਦਾ ਉਘੜਵਾਂ ਲੱਛਣ ਹੈ।

ਲਾਲਾ ਹਰਦਿਆਲ ਦੀ ਅਮਰੀਕਾ ਤੋਂ ਰਵਾਨਗੀ

ਲਾਲਾ ਹਰਦਿਆਲ ਅਮਰੀਕੀ ਸਰਕਾਰ ਦੇ ਮਾਮਲੇ ਵਿਚ ਬਹੁਤ ਸੋਘਵੀਂ ਪਹੁੰਚ ਅਪਣਾ ਕੇ ਚੱਲਦਾ ਸੀ। ਉਹ ਅਮਰੀਕੀ ਸਰਕਾਰ ਦੀ ਬੇਵਜ੍ਹਾ ਨਾਰਾਜ਼ਗੀ ਸਹੇੜਨ ਤੋਂ ਪੂਰਾ ਗੁਰੇਜ਼ ਕਰਦਾ ਸੀ। ਉਹ ਅਖ਼ਬਾਰ ਵਿਚ ਛਪਣ ਵਾਲੀ ਹਰ ਲਿਖਤ ਬਾਰੇ ਪਹਿਲਾਂ ਵਕੀਲਾਂ ਨਾਲ ਲੁੜੀਂਦਾ ਸਲਾਹ ਮਸ਼ਵਰਾ ਕਰਦਾ ਸੀ। ਉਸ ਦਾ ਇਹ ਪੂਰਾ ਯਤਨ ਹੁੰਦਾ ਸੀ ਕਿ ਅਮਰੀਕੀ ਕਾਨੂੰਨ ਤੋਂ ਬਾਹਰਾ ਕੋਈ ਕੰਮ ਨਾ ਕੀਤਾ ਜਾਵੇ। ਜਿੰਨਾ ਚਿਰ ਤਕ ਉਸ ਦੇ ਅਮਰੀਕਾ ਅੰਦਰ ਤਿੰਨ ਸਾਲ ਪੂਰੇ ਨਹੀਂ ਹੋਏ ਸਨ, ਉਨਾ ਚਿਰ ਉਹ ਹਰ ਕਦਮ ਸੰਭਲ ਸੰਭਲ ਕੇ ਚੁੱਕਦਾ ਰਿਹਾ। ਉਹ ਸੁਚੇਤ ਰੂਪ ਵਿਚ ਅਮਰੀਕੀ ਸਰਕਾਰ ਦੀ ਖਰਵ੍ਹੀ ਆਲੋਚਨਾ ਕਰਨ ਤੋਂ ਪਰਹੇਜ਼ ਕਰਦਾ ਰਿਹਾ ਅਤੇ ਉਸ ਨੇ ਆਪਣੇ ਪ੍ਰਾਪੇਗੰਡੇ ਦੀ ਧਾਰ ਬਰਤਾਨਵੀ ਸਾਮਰਾਜ ਵਿਰੁੱਧ ਸੇਧਤ ਰੱਖੀ। ਪਰ ਜਦੋਂ ਬਰਤਾਨਵੀ ਸਰਕਾਰ ਨੇ 'ਗ਼ਦਰ' ਅਖ਼ਬਾਰ ਦੀਆਂ ਲਿਖਤਾਂ ਤੇ ਗ਼ਦਰ ਪਾਰਟੀ ਦੀਆਂ ਸਰਗਰਮੀਆਂ ਕਰਕੇ ਅਮਰੀਕਾ ਅੰਦਰ ਭਾਰਤੀ ਆਵਾਸੀਆਂ, ਖ਼ਾਸ ਕਰਕੇ ਸਿੱਖਾਂ ਅੰਦਰ ਬਰਤਾਨਵੀ ਸਾਮਰਾਜ ਵਿਰੁੱਧ ਤਿੱਖੀ ਨਫ਼ਰਤ ਤੇ ਰੋਹ ਦਾ ਮਾਹੌਲ ਪੈਦਾ ਹੁੰਦਾ ਦੇਖਿਆ, ਤਾਂ ਉਸ ਨੇ ਅਮਰੀਕੀ ਸਰਕਾਰ ਉੱਤੇ ਗ਼ਦਰ ਪਾਰਟੀ ਨੂੰ ਲਗ਼ਾਮ ਪਾਉਣ ਲਈ ਰਾਜਸੀ ਦਬਾਅ ਪਾਉਣਾ ਸ਼ੁਰੂ ਕਰ ਦਿੱਤਾ ਸੀ। ਬਰਤਾਨਵੀ ਹਾਕਮ ਸਾਰੇ ਮਸਲੇ ਦੀ ਜੜ੍ਹ ਲਾਲਾ ਹਰਦਿਆਲ ਨੂੰ ਸਮਝਦੇ ਸਨ। ਉਨ੍ਹਾਂ ਦਾ ਵਿਚਾਰ ਸੀ ਕਿ ਜੇਕਰ ਅਮਰੀਕੀ ਸਰਕਾਰ ਉਸ ਨੂੰ ਅਮਰੀਕਾ 'ਚੋਂ ਡਿਪੋਰਟ ਕਰ ਕੇ ਭਾਰਤ ਭੇਜ ਦੇਵੇ ਤਾਂ ਅਮਰੀਕਾ ਅੰਦਰ ਗ਼ਦਰ ਪਾਰਟੀ ਦਾ ਸਾਰਾ ਕੰਮ ਠੱਪ ਹੋ ਜਾਵੇਗਾ। ਅਮਰੀਕੀ ਤੇ ਬਰਤਾਨਵੀ ਹਕੂਮਤਾਂ ਵਿਚਕਾਰ ਉਸ ਨੂੰ ਡਿਪੋਰਟ ਕਰਨ ਬਾਰੇ ਅੰਦਰਖ਼ਾਤੇ ਸਹਿਮਤੀ ਹੋ ਚੁੱਕੀ ਸੀ। ਲਾਲਾ ਹਰਦਿਆਲ ਨੂੰ ਇਸ ਦੀ ਸੂਹ ਮਿਲ ਗਈ ਸੀ। ਇਸ ਕਰਕੇ ਉਸ ਨੇ 9 ਜਨਵਰੀ 1914 ਨੂੰ ਸਾਨ ਫ਼ਰਾਂਸਿਸਕੋ ਦੀ ਇਕ ਅਦਾਲਤ ਵਿਚ ਅਮਰੀਕੀ ਨਾਗਰਿਕਤਾ ਲਈ ਅਰਜ਼ੀ ਦੇਣ ਦੀ ਇਜਾਜ਼ਤ ਮੰਗੀ। ਇਸ ਨਾਲ ਉਹ ਡਿਪੋਰਟੇਸ਼ਨ ਤੋਂ ਬਚ ਸਕਦਾ ਸੀ। ਉਦੋਂ ਤਕ ਉਸ ਦੇ ਅਮਰੀਕਾ ਅੰਦਰ ਤਿੰਨ ਸਾਲ ਪੂਰੇ ਹੋ ਗਏ ਸਨ।

ਇਸੇ ਦੌਰਾਨ, ਲਾਲਾ ਹਰਦਿਆਲ ਨੂੰ ਅਮਰੀਕਾ ਤੋਂ ਡਿਪੋਰਟ ਕਰਨ ਦੀ ਯੋਜਨਾ ਨੂੰ ਨੇਪਰੇ ਚਾੜ੍ਹਨ ਲਈ, ਸਾਨ ਫ਼ਰਾਂਸਿਸਕੋ ਅੰਦਰਲੇ ਬਰਤਾਨਵੀ ਦੂਤਾਵਾਸ ਨੇ ਉਸ ਵਿਰੁੱਧ ਰਸਮੀ ਰੂਪ ਵਿਚ ਸ਼ਿਕਾਇਤ ਦਰਜ ਕਰਵਾ ਦਿੱਤੀ, ਜਿਸ ਕਰਕੇ ਉਸ ਦੀ ਗ੍ਰਿਫ਼ਤਾਰੀ ਲਈ ਵਾਰੰਟ ਜਾਰੀ ਹੋ ਗਏ। ਉਸ ਉੱਤੇ 'ਅਨਾਰਕਿਸਟ' ਹੋਣ ਦਾ ਇਲਜ਼ਾਮ ਲਾਇਆ ਗਿਆ ਅਤੇ ਇਹ ਕਿਹਾ ਗਿਆ ਕਿ ਉਹ ਹਥਿਆਰਬੰਦ ਤਾਕਤ ਨਾਲ ਅਮਰੀਕੀ ਸਰਕਾਰ ਤੇ ਹੋਰਨਾਂ ਸਰਕਾਰਾਂ ਦਾ ਤਖ਼ਤਾ ਪਲਟਣ ਦੀਆਂ ਸਾਜ਼ਿਸ਼ਾਂ ਰਚ ਰਿਹਾ ਸੀ।

ਉਧਰ ਗ਼ਦਰ ਪਾਰਟੀ ਦੇ ਆਗੂ ਵੀ ਅਮਰੀਕੀ ਤੇ ਬਰਤਾਨਵੀ ਸਰਕਾਰਾਂ ਦੀਆਂ ਚਾਲਾਂ ਉੱਤੇ ਤਿੱਖੀ ਨਜ਼ਰ ਰੱਖ ਰਹੇ ਸਨ। ਉਨ੍ਹਾਂ ਨੇ ਲਾਲਾ ਹਰਦਿਆਲ ਨੂੰ ਦਰਪੇਸ਼ ਖ਼ਤਰੇ ਨੂੰ ਭਾਂਪਦੇ ਹੋਏ ਉਸ ਦੀ ਸੁਰੱਖਿਆ ਦੇ ਉਚੇਚੇ ਇੰਤਜ਼ਾਮ ਕਰ ਲਏ ਸਨ। ਲਾਲਾ ਹਰਦਿਆਲ ਨੂੰ ਇਕੱਲਿਆਂ ਆਸ਼ਰਮ ਤੋਂ ਬਾਹਰ ਕਦੀ ਨਹੀਂ ਸੀ ਜਾਣ ਦਿੱਤਾ ਜਾਂਦਾ। ਉਸ ਦੀ ਜਾਣਕਾਰੀ ਤੋਂ ਬਿਨਾਂ ਹੀ ਦੋ ਜੁਝਾਰੂ, ਭਾਈ ਹਰਨਾਮ ਸਿੰਘ ਕੋਟਲਾ ਤੇ ਭਾਈ ਕਰਤਾਰ ਸਿੰਘ ਸਰਾਭਾ, ਸਦਾ ਪਸਤੌਲ ਭਰ ਕੇ ਉਸ ਦੇ ਮਗਰ ਜਾਂ ਖੱਬੇ ਸੱਜੇ ਰਹਿੰਦੇ ਸਨ। ਲਾਲਾ ਹਰਦਿਆਲ ਨੂੰ ਇਸ ਗੱਲ ਦਾ ਘੱਟ ਵੱਧ ਹੀ ਪਤਾ ਹੁੰਦਾ ਸੀ ਕਿ ਦੋ ਸਿਰਲੱਥ ਸੂਰਮੇ ਉਸ ਦੀ ਜਾਨ ਦੀ ਰਾਖੀ ਲਈ ਹਮੇਸ਼ਾ ਪਰਛਾਵੇਂ ਦੀ ਤਰ੍ਹਾਂ ਉਸ ਦੇ ਨਾਲ ਰਹਿੰਦੇ ਸਨ। 25 ਮਾਰਚ ਨੂੰ ਸ਼ਾਮ ਦੇ 7 ਵਜੇ ਉਸ ਨੇ ਸਾਨ ਫ਼ਰਾਂਸਿਸਕੋ ਦੇ ਇਕ ਹਾਲ ਵਿਚ ਸਮਾਜਵਾਦੀਆਂ ਦੀ ਸਭਾ ਨੂੰ ਸੰਬੋਧਨ ਕਰਨ ਜਾਣਾ ਸੀ। ਇਤਫ਼ਾਕ ਵੱਸ ਉਸ ਦਿਨ ਬਾਬਾ ਸੋਹਣ ਸਿੰਘ ਭਕਨਾ ਵੀ ਕਿਸੇ ਜ਼ਰੂਰੀ ਕੰਮ ਲਈ ਦਫ਼ਤਰ ਵਿਚ ਆਏ ਹੋਏ ਸਨ। ਲਾਲਾ ਹਰਦਿਆਲ ਨੇ ਉਨ੍ਹਾਂ ਨੂੰ ਵੀ ਸਭਾ ਵਿਚ ਆਉਣ ਦੀ ਉਚੇਚੀ ਬੇਨਤੀ ਕੀਤੀ, ਜਿਸ ਕਰਕੇ ਬਾਬਾ ਭਕਨਾ ਵੀ ਉਨ੍ਹਾਂ ਦੇ ਨਾਲ ਹੀ ਹੋ ਤੁਰੇ। ਉਥੇ ਜੋ ਹੋਇਆ ਉਸ ਦਾ ਵਰਣਨ ਬਾਬਾ ਜੀ ਨੇ ਇੰਜ ਕੀਤਾ ਹੈ:

> "(ਉਸ) ਦਿਨ ਭਾਈ ਹਰਦਿਆਲ ਅਮਰੀਕਨਾਂ ਦੀ ਇਕ ਇਕੱਤਰਤਾ ਵਿਚ ਸੱਤ ਵਜੇ ਲੈਕਚਰ ਦੇਣ ਲਈ ਜਾ ਰਹੇ ਸਨ। ਜਦੋਂ ਭਾਈ ਹਰਦਿਆਲ ਤੇ ਦੂਜੇ ਸਾਥੀ ਦੇਸ਼ ਭਗਤ ਟਰੈਮ ਕਾਰ ਤੋਂ ਉਤਰ ਕੇ ਉਸ ਮਕਾਨ ਪੁਰ ਚੜ੍ਹਨ ਲੱਗੇ ਜਿਥੇ ਇਕੱਠ ਹੋਣਾ ਸੀ, ਤਾਂ ਫ਼ੌਰਨ ਪੁਲਿਸ ਦੀ ਮੋਟਰ ਆ ਖੜੀ ਹੋਈ। ਇਕ ਪੁਲਿਸੀਏ ਨੇ ਭਾਈ ਹਰਦਿਆਲ ਨੂੰ ਵਾਰੰਟ ਦਿਖਾ ਕੇ ਆਖਿਆ ਕਿ 'ਕਿਰਪਾ ਕਰਕੇ ਸਾਡੇ ਨਾਲ ਰਤਾ ਠਾਣੇ ਤਕ ਚੱਲੋ'...ਪੁਲਿਸ ਵਾਲੇ ਭਾਈ ਹਰਦਿਆਲ ਨੂੰ ਆਪਣੀ ਮੋਟਰ ਵਿਚ ਬਿਠਾਉਣ ਹੀ ਲੱਗੇ ਸਨ ਕਿ ਦੇਸ਼ ਭਗਤਾਂ ਨੇ ਝਟ ਜੇਬਾਂ 'ਚੋਂ ਪਸਤੌਲ ਕੱਢ ਲਏ ਤੇ ਮਰਨ ਮਾਰਨ ਲਈ ਤਿਆਰ ਹੋ ਗਏ। ਭਾਈ ਕਰਤਾਰ ਸਿੰਘ ਨੂੰ ਮੈਂ ਅੱਖ ਦੀ ਸੈਨਤ ਨਾਲ ਨਾ ਰੋਕਦਾ, ਤਾਂ ਕਿਸੇ ਦਾ ਕੌਡਾ ਜ਼ਰੂਰ ਚਿੱਤ ਕਰ ਦਿੰਦਾ।* ਇਸ ਉੱਦਮ ਨੂੰ ਦੇਖਦੇ ਪੁਲਿਸ ਵਾਲੇ ਸਮਝ ਗਏ ਕਿ ਜੇ ਇਸ ਮੌਕੇ ਭਾਈ ਹਰਦਿਆਲ ਨੂੰ ਹੱਥ ਪਾਇਆ ਤਾਂ ਜ਼ਰੂਰ ਕਈ ਜਾਨਾਂ ਜਾਣਗੀਆਂ। ਇਹ ਸੋਚ ਕੇ ਪੁਲਿਸ ਨੇ ਭਾਈ ਹਰਦਿਆਲ ਨੂੰ ਕਿਹਾ ਕਿ 'ਆਪ ਵਾਰੰਟ ਪੁਰ ਸਹੀ ਪਾ ਦਿਓ ਤੇ ਭਲਕੇ ਅਦਾਲਤ ਵਿਚ ਹਾਜ਼ਰ ਹੋ ਕੇ ਮੁਕੱਦਮੇ ਦੇ ਫ਼ੈਸਲੇ ਹਾਜ਼ਰ ਜ਼ਮਾਨਤ ਕਰ ਦਿਓ।' ਭਾਈ ਹਰਦਿਆਲ ਨੇ ਵਾਰੰਟ ਪੁਰ ਦਸਤਖ਼ਤ ਕਰ ਦਿੱਤੇ ਤੇ ਪੁਲਿਸ ਮੁੜ ਗਈ।"[19]

ਅਗਲੇ ਦਿਨ ਲਾਲਾ ਹਰਦਿਆਲ ਏਂਜਲ ਆਈਲੈਂਡ ਵਿਖੇ ਇੰਮੀਗਰੇਸ਼ਨ ਸੈਂਟਰ, ਜਿਥੇ ਉਸ ਦੀ ਸੁਣਵਾਈ ਹੋਣੀ ਸੀ, ਪਹੁੰਚਿਆ। ਉਸ ਨੂੰ ਨੈਤਿਕ ਹਮਾਇਤ ਜੁਟਾਉਣ ਲਈ ਦੋ ਸੌ ਦੇ ਕਰੀਬ ਭਾਰਤੀ ਤੇ ਕੁਝ ਗੋਰੇ ਉਥੇ ਪਹੁੰਚੇ। ਤਿੰਨ ਘੰਟੇ ਉਸ ਦੀ ਤਫ਼ਤੀਸ਼ ਹੁੰਦੀ ਰਹੀ। ਉਸ ਨੂੰ ਵਕੀਲ ਕਰਨ ਦੀ ਆਗਿਆ ਨਾ ਦਿੱਤੀ ਗਈ। ਇੰਮੀਗਰੇਸ਼ਨ

---

* ਇਸ ਘਟਨਾ ਤੋਂ ਕਰਤਾਰ ਸਿੰਘ ਸਰਾਭਾ ਦੀ ਅਸਾਧਾਰਨ ਜੰਗੀ ਪ੍ਰਤਿਭਾ ਦੀ ਝਲਕ ਮਿਲਦੀ ਹੈ, ਕਿ ਉਸ ਅੰਤਾਂ ਦੇ ਤਣਾਅ ਦੀ ਘੜੀ ਵਿਚ ਉਸ ਨੇ ਆਪਣਾ ਮਾਨਸਿਕ ਸੰਤੁਲਨ ਪੂਰੀ ਤਰ੍ਹਾਂ ਬਣਾਈ ਰੱਖਿਆ ਅਤੇ ਘਾਬਰ ਕੇ ਪਸਤੌਲ ਦਾ ਘੋੜਾ ਨੱਪ ਦੇਣ ਦੀ ਬਜਾਇ, ਆਪਣੇ ਆਗੂ (ਬਾਬਾ ਭਕਨਾ) ਦੇ ਅੱਖ ਦੇ ਇਸ਼ਾਰੇ ਨੂੰ ਸਮਝਣ ਤੋਂ ਉਕਾਈ ਨਹੀਂ ਕੀਤੀ। ਉਸ ਹਾਲਤ ਵਿਚ ਅਜਿਹਾ ਮਾਨਸਿਕ ਠਰ੍ਹੰਮਾ ਤੇ ਸਾਵਧਾਨੀ ਦਿਖਾਉਣੀ ਕੋਈ ਛੋਟੀ ਗੱਲ ਨਹੀਂ ਸੀ।

19. ਬਾਬਾ ਸੋਹਣ ਸਿੰਘ ਭਕਨਾ, *ਮੇਰੀ ਰਾਮ ਕਹਾਣੀ*, ਸਫ਼ੇ 87-88.

ਅਧਿਕਾਰੀ ਫਰੈਂਕ ਐਨਸਵੋਰਥ ਨੇ ਹਰਦਿਆਲ ਨੂੰ, ਉਸ ਦੇ ਵਿਚਾਰਾਂ ਤੇ ਸਰਗਰਮੀਆਂ ਨਾਲ ਸੰਬੰਧਿਤ ਬਹੁਤ ਸਾਰੇ ਸੁਆਲ ਪੁੱਛੇ। ਲਾਲਾ ਹਰਦਿਆਲ ਨੇ ਸਾਰੇ ਸੁਆਲਾਂ ਦੇ ਜਵਾਬ ਧੜੱਲੇ ਨਾਲ ਦਿੱਤੇ। ਉਸ ਨੇ ਕਿਹਾ, "ਬਰਤਾਨਵੀ ਸਾਮਰਾਜ ਆਇਰਲੈਂਡ, ਭਾਰਤ, ਅਤੇ ਮਿਸਰ ਦੇ ਲੱਖਾਂਖੂ ਲੋਕਾਂ ਦਾ ਖ਼ੂਨ ਚੂਸ ਰਿਹਾ ਹੈ।" ਉਸ ਨੇ ਅਨਾਰਕਿਸਟ ਤੇ ਹਿੰਸਾ ਦਾ ਹਮਾਇਤੀ ਹੋਣ ਤੋਂ ਇਨਕਾਰ ਕਰਦਿਆਂ ਕਿਹਾ ਕਿ ਉਹ ਪ੍ਰਚਾਰ ਦੇ ਜ਼ਰੀਏ ਲੋਕਾਂ ਨੂੰ ਜਾਗਰੂਕ ਕਰਨ ਦਾ ਹਾਮੀ ਹੈ। ਜਦੋਂ ਉਸ ਨੂੰ ਇਹ ਕਿਹਾ ਗਿਆ ਕਿ "ਤੂੰ ਬਰਤਾਨਵੀ ਸਰਕਾਰ ਨੂੰ ਉਲਟਾਉਣ ਲਈ ਅਮਰੀਕਾ ਤੇ ਸਾਨ ਫ਼ਰਾਂਸਿਸਕੋ ਨੂੰ ਅੱਡਾ ਬਣਾਇਆ ਹੋਇਆ ਹੈ", ਤਾਂ ਉਸ ਨੇ ਠੋਕ ਵਜਾ ਕੇ ਉੱਤਰ ਦਿੱਤਾ ਕਿ "ਹਾਂ, ਇਸੇ ਮੰਤਵ ਲਈ ਮੈਂ ਇਥੇ ਹਾਂ। ਜੇ ਮੈਂ ਇਹ ਕੰਮ ਏਥੇ ਰਹਿ ਕੇ ਨਾ ਕਰ ਸਕਿਆ ਤਾਂ ਮੈਂ ਕਿਸੇ ਹੋਰ ਦੇਸ਼ ਨੂੰ ਚਲਾ ਜਾਵਾਂਗਾ।" ਉਸ ਨੇ ਰੋਸ ਜ਼ਾਹਰ ਕਰਦਿਆਂ ਅਮਰੀਕੀ ਸਰਕਾਰ ਉੱਤੇ ਇਹ ਇਲਜ਼ਾਮ ਲਾਇਆ ਕਿ ਉਹ "ਇਸ ਵੇਲੇ ਘਿਰਨਤ ਬਰਤਾਨੀਆ ਦੇ ਹੇਠਾਂ ਲੱਗ ਗਈ ਹੈ ਜਿਸ ਕਰਕੇ ਮੇਰੀ ਗ੍ਰਿਫ਼ਤਾਰੀ ਹੋਈ। ਡੈਮੋਕਰੇਟਿਕ ਪ੍ਰਸ਼ਾਸਨ ਇੰਗਲੈਂਡ ਦੀਆਂ ਜੁੱਤੀਆਂ ਚੱਟ ਰਿਹਾ ਹੈ।"

ਦੋ ਦਿਨਾਂ ਬਾਅਦ ਉਸ ਨੂੰ ਹਜ਼ਾਰ ਡਾਲਰ ਦੀ ਨਕਦ ਜ਼ਮਾਨਤ ਲੈ ਕੇ ਛੱਡ ਦਿੱਤਾ ਗਿਆ। ਪਰ ਲਾਲਾ ਹਰਦਿਆਲ ਦੇ ਕਈ ਅਮਰੀਕਨ ਮਿੱਤਰਾਂ ਨੇ, ਅਮਰੀਕਾ ਸਰਕਾਰ ਉੱਤੇ ਬਰਤਾਨਵੀ ਸਰਕਾਰ ਦੇ ਵਧਦੇ ਪ੍ਰਭਾਵ ਨੂੰ ਦੇਖਦਿਆਂ ਇਹ ਸਲਾਹ ਦਿੱਤੀ ਕਿ ਉਸਦਾ ਹੁਣ ਅਮਰੀਕਾ ਵਿਚ ਰਹਿਣਾ ਖ਼ਤਰੇ ਤੋਂ ਖ਼ਾਲੀ ਨਹੀਂ। ਬਾਬਾ ਭਕਨਾ ਜੀ ਦੇ ਮੁਤਾਬਕ ਲਾਲਾ ਹਰਦਿਆਲ ਨੇ ਇਹ ਮਾਮਲਾ 'ਗ਼ਦਰ ਪਾਰਟੀ' ਦੀ ਮੋਹਰੀ ਕਮੇਟੀ ਅੱਗੇ ਪੇਸ਼ ਕੀਤਾ, ਅਤੇ ਸਾਰੇ ਪਹਿਲੂ ਵਿਚਾਰਨ ਤੋਂ ਬਾਅਦ ਕਮੇਟੀ ਨੇ ਵੀ ਲਾਲਾ ਜੀ ਨੂੰ ਅਮਰੀਕਾ ਤੋਂ ਬਚ ਕੇ ਕੱਢ ਦੇਣਾ ਹੀ ਯੋਗ ਸਮਝਿਆ। ਪਾਰਟੀ ਨੇ ਉਸ ਦੇ ਸਫ਼ਰ ਦੇ ਖ਼ਰਚ ਤੇ ਜ਼ਰੂਰੀ ਸਾਮਾਨ ਦਾ ਪੂਰਾ ਪ੍ਰਬੰਧ ਕਰ ਦਿੱਤਾ ਅਤੇ ਨਕਦ ਡਾਲਰ ਵੀ ਕਾਫ਼ੀ ਦੇ ਦਿੱਤੇ। ਜ਼ਮਾਨਤ ਵਾਲਾ ਇਕ ਹਜ਼ਾਰ ਡਾਲਰ ਵੀ ਅਦਾਲਤ ਵਿਚ ਹੀ ਛੱਡ ਦਿੱਤਾ। ਸੋ ਇਸ ਤਰ੍ਹਾਂ, ਪਾਰਟੀ ਨੇ ਲਾਲਾ ਹਰਦਿਆਲ ਨੂੰ ਪੂਰਨ ਸੁਰੱਖਿਆ ਦੇ ਨਾਲ ਅਮਰੀਕਾ ਤੋਂ ਸਵਿਟਜ਼ਰਲੈਂਡ ਘੱਲ ਦਿੱਤਾ। ਜਾਣ ਲੱਗਿਆਂ ਉਸ ਨੇ ਬਾਬਾ ਭਕਨਾ ਜੀ ਨੂੰ ਇਹ ਜ਼ਰੂਰੀ ਤਾਕੀਦ ਕਰ ਦਿੱਤੀ ਕਿ 'ਰਾਮ ਚੰਦਰ ਜੋ ਆਸ਼ਰਮ ਵਿਚ ਰਹਿੰਦਾ ਏ ਤਿਆਗੀ ਬੰਦਾ ਨਹੀਂ ਹੈ, ਆਪ ਨੇ ਉਸ ਦਾ ਖ਼ਿਆਲ ਰੱਖਣਾ।'[20]

ਇਸ ਤਰ੍ਹਾਂ ਲਾਲਾ ਹਰਦਿਆਲ ਨੇ ਨਵੰਬਰ ਦੇ ਸ਼ੁਰੂ ਤੋਂ ਲੈ ਕੇ ਮਾਰਚ ਦੇ ਅੰਤ ਤਕ, ਤਕਰੀਬਨ ਪੰਜ ਮਹੀਨੇ ਦਫ਼ਤਰ ਵਿਚ ਰਹਿ ਕੇ ਅਖ਼ਬਾਰ ਦਾ ਕੰਮ ਕੀਤਾ। ਵਿਚ ਵਿਚ ਉਹ ਵੱਖ-ਵੱਖ ਥਾਵਾਂ 'ਤੇ ਜਾ ਕੇ ਪਾਰਟੀ ਦੀਆਂ ਸਭਾਵਾਂ ਨੂੰ ਵੀ ਸੰਬੋਧਨ ਕਰਦਾ ਰਿਹਾ। ਇਨ੍ਹਾਂ ਪੰਜਾਂ ਮਹੀਨਿਆਂ ਦੌਰਾਨ ਉਸ ਨੇ ਪੂਰੀ ਤਨਦੇਹੀ ਤੇ ਗਰਮਜੋਸ਼ੀ ਨਾਲ ਕੰਮ ਕੀਤਾ। ਉਸ ਦੇ ਲੇਖਾਂ ਤੇ ਭਾਸ਼ਣਾਂ ਨੇ ਭਾਰਤੀ ਆਵਾਸੀਆਂ ਨੂੰ ਰਾਜਸੀ ਤਾਅ ਚਾੜ੍ਹਿਆ। ਉਸ ਨੇ ਦਫ਼ਤਰ ਵਿਚ ਦੂਸਰੇ ਵਰਕਰਾਂ ਵਾਂਗੂੰ ਬਹੁਤ ਹੀ ਸਾਦਾ ਤੇ ਸੰਜਮੀ ਜੀਵਨ ਬਤੀਤ ਕੀਤਾ। ਇਸ ਦੌਰਾਨ ਪਾਰਟੀ ਦੇ ਵਰਕਰਾਂ ਤੇ ਆਗੂਆਂ ਵੱਲੋਂ ਉਸ ਨੂੰ ਪੂਰਾ ਮਾਣ ਸਤਿਕਾਰ ਦਿੱਤਾ ਗਿਆ।

---

20. ਬਾਬਾ ਸੋਹਣ ਸਿੰਘ ਭਕਨਾ, *ਮੇਰੀ ਰਾਮ ਕਹਾਣੀ*, ਸਫ਼ੇ 87-89.

ਪਰ ਅਮਰੀਕਾ ਤੋਂ ਵਿਦਾ ਹੋ ਜਾਣ ਤੋਂ ਬਾਅਦ ਉਸ ਨੇ ਪਾਰਟੀ ਤੋਂ ਪੂਰੀ ਤਰ੍ਹਾਂ ਮੂੰਹ ਮੋੜ ਲਿਆ। ਉਸ ਨੇ ਪਾਰਟੀ ਨਾਲ ਸੰਪਰਕ ਕਰਨ ਦਾ ਕੋਈ ਯਤਨ ਨਾ ਕੀਤਾ। ਥੋੜ੍ਹੇ ਹੀ ਚਿਰ ਬਾਅਦ ਉਸ ਦੇ ਵਿਚਾਰਾਂ ਵਿਚ ਵੱਡਾ ਪਲਟਾ ਆ ਗਿਆ। ਉਸ ਨੇ ਬਰਤਾਨਵੀ ਸਾਮਰਾਜ ਦਾ ਵਿਰੋਧ ਛੱਡ ਕੇ, ਇਸ ਦੀ ਪ੍ਰਸੰਸਾ ਕਰਨੀ ਸ਼ੁਰੂ ਕਰ ਦਿੱਤੀ। ਉਸ ਨੇ ਧਰਮ-ਨਿਰਪੱਖਤਾ ਦਾ ਮਖੌਟਾ ਲਾਹ ਦਿੱਤਾ ਅਤੇ ਹਿੰਦੂ ਕੱਟੜਵਾਦੀ ਵਿਚਾਰਧਾਰਾ ਦਾ ਨਿਰਲੱਜ ਹਮਾਇਤੀ ਬਣ ਗਿਆ।

ਸਰਾਭਾ ਜਥੇਬੰਦੀ ਦੀ ਉਸਾਰੀ ਵਿਚ ਜੁਟਿਆ

15 ਫ਼ਰਵਰੀ 1914 ਨੂੰ ਭਾਈ ਕਰਤਾਰ ਸਿੰਘ ਸਰਾਭਾ ਤੇ ਬਾਬਾ ਜਵਾਲਾ ਸਿੰਘ ਹੁਰਾਂ ਨੇ ਸਟਾਕਟਨ ਵਿਖੇ ਭਾਰੀ ਰਾਜਸੀ ਕਾਨਫ਼ਰੰਸ ਰੱਖੀ। ਅਖ਼ਬਾਰ ਵਿਚ ਇਸ਼ਤਿਹਾਰ ਰਾਹੀਂ ਸਾਰੇ ਅਮਰੀਕਾ ਵਿੱਚੋਂ ਦੇਸ਼ ਭਗਤਾਂ ਨੂੰ ਇਸ ਵਿਚ ਸ਼ਾਮਲ ਹੋਣ ਦੀ ਬੇਨਤੀ ਕੀਤੀ ਗਈ। ਓਰੇਗਾਨ ਰਿਆਸਤ ਦੇ ਸਾਰੇ ਭਾਰਤੀਆਂ ਨੇ ਬਾਬਾ ਸੋਹਣ ਸਿੰਘ ਭਕਨਾ ਤੇ ਭਾਈ ਕੇਸਰ ਸਿੰਘ ਠੱਠਗੜ੍ਹ ਨੂੰ ਕਾਨਫ਼ਰੰਸ ਵਿਚ ਸ਼ਾਮਲ ਹੋਣ ਲਈ ਆਪਣੇ ਨੁਮਾਇੰਦੇ ਚੁਣਿਆ। ਅਸਟੋਰੀਆ ਤੋਂ ਭਾਈ ਗਾਂਧਾ ਸਿੰਘ (ਉਰਫ਼ ਭਗਤ ਸਿੰਘ) ਤੇ ਮੁਨਸ਼ੀ ਰਾਮ ਤੇ ਇਕ ਹੋਰ ਦੇਸ਼ ਭਗਤ ਆਪਣੀ ਖ਼ੁਸ਼ੀ ਨਾਲ ਹੀ ਕਾਨਫ਼ਰੰਸ ਵਿਚ ਸ਼ਾਮਲ ਹੋਣ ਲਈ ਤਿਆਰ ਹੋ ਗਏ। ਇਹ ਪੰਜੇ ਆਗੂ ਸਾਨ ਫ਼ਰਾਂਸਿਸਕੋ ਹੁੰਦੇ ਹੋਏ ਸਟਾਕਟਨ ਪਹੁੰਚੇ। ਉਥੇ ਉਨ੍ਹਾਂ ਦੀ ਮੁਲਾਕਾਤ ਸਟਾਕਟਨ ਦੇ ਗੁਰਦੁਆਰੇ ਦੀ ਕਮੇਟੀ ਦੇ ਅਹੁਦੇਦਾਰਾਂ ਨਾਲ ਹੋਈ। ਇਥੇ ਆ ਕੇ ਬਾਬਾ ਭਕਨਾ ਨੂੰ ਓਰੇਗਾਨ ਸਟੇਟ ਦੀ ਤੁਲਨਾ ਵਿਚ ਕੈਲੀਫ਼ੋਰਨੀਆ ਅੰਦਰ ਜਥੇਬੰਦੀ ਦਾ ਕੰਮ ਕੁਝ ਢਿੱਲਾ ਜਾਪਿਆ। ਇਥੇ ਓਰੇਗਾਨ ਵਾਂਗੂ ਵੱਖ-ਵੱਖ ਥਾਵਾਂ 'ਤੇ ਪਾਰਟੀ ਦੀਆਂ ਬਰਾਂਚਾਂ ਸਥਾਪਤ ਨਹੀਂ ਹੋਈਆਂ ਸਨ। ਇਸ ਦਾ ਵੱਡਾ ਕਾਰਨ ਇਹ ਸੀ ਕਿ ਇਥੇ ਖੇਤਾਂ ਵਿਚ ਕੰਮ ਕਰਨ ਵਾਲੇ ਭਾਰਤੀ, ਓਰੇਗਾਨ ਵਾਂਗੂੰ ਇਕ ਥਾਂ ਇਕੱਠੇ ਨਹੀਂ ਰਹਿੰਦੇ ਸਨ। ਉਹ ਦੂਰ-ਦੂਰ ਫ਼ਾਰਮਾਂ ਵਿਚ ਰਹਿੰਦੇ ਸਨ। ਇਸ ਕਰਕੇ ਖਿੰਡੇ ਬਿਖਰੇ ਹੋਣ ਕਾਰਨ ਇਥੇ ਜਥੇਬੰਦੀ ਬਣਾਉਣੀ ਜ਼ਿਆਦਾ ਮੁਸ਼ਕਲ ਸੀ। ਇਹ ਹਾਲਤ ਦੇਖ ਕੇ ਬਾਬਾ ਭਕਨਾ ਜੀ ਨੇ ਓਰੇਗਾਨ ਮੁੜ ਜਾਣ ਦੀ ਥਾਂ ਇਥੇ ਰਹਿ ਕੇ ਜਥੇਬੰਦੀ ਨੂੰ ਮਜ਼ਬੂਤ ਕਰਨ ਦਾ ਨਿਰਣਾ ਕੀਤਾ। ਇਸ ਕੰਮ ਵਾਸਤੇ ਉਨ੍ਹਾਂ ਨੇ ਭਾਈ ਕਰਤਾਰ ਸਿੰਘ ਸਰਾਭਾ ਤੇ ਭਾਈ ਗਾਂਧਾ ਸਿੰਘ ਨੂੰ ਆਪਣੇ ਨਾਲ ਰਲਾ ਲਿਆ। ਇਹ ਦੋਨੋਂ ਪਹਿਲਾਂ ਕੈਲੀਫ਼ੋਰਨੀਆ ਵਿਚ ਹੀ ਖੇਤਾਂ ਅੰਦਰ ਕੰਮ ਕਰਦੇ ਰਹੇ ਸਨ। ਇਸ ਕਰਕੇ ਇਨ੍ਹਾਂ ਨੂੰ ਪੰਜਾਬੀ ਕਿਸਾਨਾਂ ਦੇ ਟਿਕਾਣਿਆਂ ਦੀ ਕਾਫ਼ੀ ਜਾਣਕਾਰੀ ਸੀ। ਕੁਝ ਸਮੇਂ ਪਿੱਛੋਂ ਭਾਈ ਕਰਤਾਰ ਸਿੰਘ ਲਤਾਲਾ (ਉਰਫ਼ 'ਦੁੱਕੀ') ਵੀ ਉਨ੍ਹਾਂ ਨਾਲ ਰਲ ਗਿਆ ਸੀ।

ਇਨ੍ਹਾਂ ਸੰਗਰਾਮੀਆਂ ਨੇ ਫ਼ਾਰਮਾਂ ਅੰਦਰ ਖਿੰਡੇ ਬਿਖਰੇ ਪੰਜਾਬੀ ਕਿਸਾਨਾਂ ਤੇ ਮਜ਼ਦੂਰਾਂ ਨੂੰ ਜਥੇਬੰਦੀ ਦੇ ਧਾਗੇ ਵਿਚ ਪਰੋਣ ਲਈ ਦਿਨ ਰਾਤ ਇਕ ਕਰ ਦਿੱਤਾ ਸੀ। ਇਸ ਬਾਰੇ ਬਾਬਾ ਸੋਹਣ ਸਿੰਘ ਭਕਨਾ ਦੇ ਹੇਠ ਲਿਖੇ ਵਰਣਨ ਤੋਂ, ਉਨ੍ਹਾਂ ਦੀ ਕੰਮ ਕਰਨ ਦੀ ਲਗਨ, ਜੋਸ਼ ਤੇ ਜਜ਼ਬੇ ਦੀ ਤਸਵੀਰ ਪੂਰੀ ਤਰ੍ਹਾਂ ਉਘੜ ਆਉਂਦੀ ਹੈ। ਬਾਬਾ ਜੀ ਨੇ ਲਿਖਿਆ ਹੈ :

> "ਅਸੀਂ ਸਵੇਰ ਤੋਂ ਸ਼ਾਮ ਤਕ ਬਰਾਬਰ ਚੱਕਰ ਕੱਢਦੇ ਫਿਰਦੇ ਤੇ ਹਿੰਦੀਆਂ ਪਾਸ ਜਾ ਜਾ ਕੇ ਮਿਲਦੇ ਅਤੇ ਉਨ੍ਹਾਂ ਨੂੰ ਬਕਾਇਦਾ ਜਥੇਬੰਦ ਕਰਦੇ। ਅਸੀਂ ਆਪਣੀ ਧੁਨ ਵਿਚ ਮਗਨ ਸਾਰਾ ਦਿਨ ਟੁਰੇ ਰਹਿੰਦੇ ਸਾਂ। ਪੈਦਲ। ਜਦ ਕਦੀ ਸਾਡੇ ਕੱਪੜੇ ਵਧੇਰੇ ਖ਼ਰਾਬ

ਹੋ ਜਾਂਦੇ ਸਨ ਜਾਂ ਇਕ ਅੱਧਾ ਦਿਨ ਵਿਸਰਾਮ ਕਰਨ ਦੀ ਲੋੜ ਹੁੰਦੀ ਸੀ ਤਾਂ ਭਾਈ ਵਿਸਾਖਾ ਸਿੰਘ ਜੀ ਤੇ ਭਾਈ ਜਵਾਲਾ ਸਿਘ ਜੀ ਦੇ ਘਰ ਆ ਕੇ ਟਿਕਦੇ ਹੁੰਦੇ ਸਾਂ ਤੇ ਓਥੇ ਹੀ ਕੱਪੜੇ ਸਾਫ਼ ਕੀਤਾ ਕਰਦੇ ਸਾਂ ਕਿਉਂ ਜੋ ਇਹਨਾਂ ਗੁਰਮੁਖਾਂ ਦੇ ਘਰ ਦੇਸ਼ ਭਗਤਾਂ ਦੇ ਸੁਖਧਾਮ ਸਨ। ਮੇਰੀ ਜਾਚੇ ਕੈਲੀਫ਼ੋਰਨੀਆ ਵਿਚ ਸ਼ਾਇਦ ਹੀ ਕੋਈ ਦੇਸ਼ ਭਗਤ ਹੋਵੇਗਾ, ਜਿਸ ਨੇ ਇਸ ਘਰ ਵਿਚ ਦੋ ਚਾਰ ਦਿਨ ਆ ਕੇ ਸੁਖਾਸਨ ਨਾ ਕੀਤਾ ਹੋਵੇ ਤੇ ਪ੍ਰੇਮ ਪ੍ਰਸ਼ਾਦ ਨਾ ਛਕਿਆ ਹੋਵੇ। ਸੰਤ ਤੇਜਾ ਸਿੰਘ ਜੀ ਢੇਰ ਚਿਰ ਇਹਨਾਂ ਦੇਸ਼ ਭਗਤਾਂ ਦੇ ਘਰ ਹੀ ਟਿਕੇ ਰਹੇ; ਭਾਈ ਹਰਦਿਆਲ ਨੇ ਵੀ ਗਰਮੀਆਂ ਵਿਚ ਕਈ ਵਾਰ ਭਾਈ ਜਵਾਲਾ ਸਿੰਘ ਜੀ ਦੇ ਘਰ ਅਸ਼ਰਾਮ ਕੀਤਾ।"[21]

ਬਾਬਾ ਜੀ ਨੇ ਆਪਣਾ ਤਜਰਬਾ ਬਿਆਨ ਕਰਦਿਆਂ ਦੱਸਿਆ ਕਿ ਕੈਲੀਫ਼ੋਰਨੀਆ ਅੰਦਰ ਜਥੇਬੰਦੀ ਉਸਾਰਨ ਵਿਚ ਦੋ ਗੱਲਾਂ ਅੜਿਕਾ ਬਣੀਆਂ ਹੋਈਆਂ ਸਨ। ਇਕ, ਕਿਸਾਨਾਂ ਤੇ ਮਜ਼ਦੂਰਾਂ ਦੇ ਦਿਲਾਂ ਵਿਚ ਪੜ੍ਹੇ-ਲਿਖੇ ਲੋਕਾਂ ਪ੍ਰਤਿ ਬੇਵਿਸ਼ਵਾਸੀ ਬਣੀ ਹੋਈ ਸੀ। ਉਹ ਸਮਝਦੇ ਸਨ ਕਿ ਪੜ੍ਹੇ-ਲਿਖੇ ਲੋਕ ਸਿਰਫ਼ ਗੱਲਾਂ ਵਾਲੇ ਹਨ ਅਤੇ ਉਨ੍ਹਾਂ ਅੰਦਰ ਕੁਰਬਾਨੀ ਦਾ ਜਜ਼ਬਾ ਨਹੀਂ ਹੈ। ਉਹ ਗੱਲਾਂ ਮਾਰ ਕੇ ਉਨ੍ਹਾਂ ਕੋਲੋਂ ਪੈਸੇ ਬਟੋਰ ਕੇ ਤੁਰਦੇ ਬਣਦੇ ਹਨ। ਇਸ ਧਾਰਨਾ ਦੀ ਪੁਸ਼ਟੀ ਖ਼ੁਸ਼ਵੰਤ ਸਿੰਘ ਤੇ ਲਾਲਾ ਲਾਜਪਤ ਰਾਏ ਨੇ ਵੀ ਕੀਤੀ ਹੈ। ਖ਼ੁਸ਼ਵੰਤ ਸਿੰਘ ਨੇ ਉੱਤਰੀ ਅਮਰੀਕਾ ਅੰਦਰ ਗ਼ਦਰ ਲਹਿਰ ਦਾ ਸਮਾਜ-ਵਿਗਿਆਨਕ (sociological) ਵਿਸ਼ਲੇਸ਼ਣ ਕਰਦਿਆਂ ਲਿਖਿਆ ਹੈ:

"ਭਾਰਤੀ ਆਵਾਸੀ ਭਾਈਚਾਰੇ ਦੇ ਅੰਦਰ ਦੂਹਰੀ ਲੀਡਰਸ਼ਿੱਪ ਪੈਦਾ ਹੋ ਗਈ ਸੀ। ਅਸਰਦਾਰ ਕੰਟਰੋਲ ਅਨਪੜ੍ਹ ਸਿੱਖ ਕਿਰਤੀ ਜਮਾਤ, ਜਿਹੜੀ ਗਿਣਤੀ ਵਿਚ ਵੱਡੀ ਸੀ, ਦੇ ਹੱਥਾਂ ਵਿਚ ਰਿਹਾ। ਇਸ ਜਮਾਤ ਦੀ ਤਰਜਮਾਨੀ ਵੈਨਕੂਵਰ ਅੰਦਰ ਭਾਗ ਸਿੰਘ, ਕੈਲੀਫ਼ੋਰਨੀਆ ਅੰਦਰ ਜਵਾਲਾ ਸਿੰਘ, ਸੰਤੋਖ ਸਿੰਘ ਤੇ ਸੋਹਣ ਸਿੰਘ ਭਕਨਾ, ਅਤੇ ਭਗਵਾਨ ਸਿੰਘ 'ਗਿਆਨੀ' (ਜਿਹੜਾ ਹਾਂਗਕਾਂਗ ਗੁਰਦੁਆਰੇ ਵਿਚ ਗ੍ਰੰਥੀ ਰਹਿ ਚੁੱਕਾ ਸੀ ਤੇ ਮੰਨਿਆ-ਪ੍ਰਮੰਨਿਆ ਬੁਲਾਰਾ ਸੀ) ਵਰਗੇ ਲੋਕ ਕਰਦੇ ਸਨ। ਕਿਉਂਕਿ ਆਵਾਸੀਆਂ ਦਾ ਵਕੀਲਾਂ ਤੇ ਸਰਕਾਰੀ ਮਹਿਕਮਿਆਂ ਨਾਲ ਵਾਹ ਪੈਂਦਾ ਰਹਿੰਦਾ ਸੀ, ਇਸ ਕਰਕੇ ਉਨ੍ਹਾਂ ਨੂੰ ਅਜਿਹੇ ਬੁਲਾਰਿਆਂ ਦੀ ਲੋੜ ਸੀ ਜਿਹੜੇ ਅੰਗਰੇਜ਼ੀ ਬੋਲ ਸਕਦੇ ਸਨ। ਉਨ੍ਹਾਂ 'ਚੋਂ ਸਭ ਤੋਂ ਵੱਧ ਅਹਿਮ ਸਥਾਨ ਹਰਦਿਆਲ ਦਾ ਸੀ। ਉਸ ਤੋਂ ਦੂਜੇ ਨੰਬਰ 'ਤੇ ਪਿਸ਼ਾਵਰੀ ਬ੍ਰਾਹਮਣ ਰਾਮ ਚੰਦਰ ਸੀ। ਵੈਨਕੂਵਰ ਅੰਦਰ ਤਾਰਕ ਨਾਥ ਦਾਸ ਤੇ ਸੇਠ ਹੁਸੈਨ ਰਹੀਮ ਉਰਫ਼ ਛਗਨ ਲਾਲ ਵਰਮਾ ਸਨ।

ਇਨ੍ਹਾਂ ਦੋ ਵਰਗਾਂ ਵਿਚਕਾਰ ਟਕਰਾਅ ਅਟੱਲ ਸੀ। ਸਿੱਖ ਹਿੰਦੂਆਂ ਨੂੰ ਅੰਗਰੇਜ਼ੀ ਜਾਨਣ ਬੋਲਣ ਵਾਲੇ 'ਬਾਬੂਆਂ' ਵਜੋਂ ਦੇਖਦੇ ਸਨ ਅਤੇ ਉਨ੍ਹਾਂ ਕੋਲੋਂ ਇਹ ਤਵੱਕੋ ਕਰਦੇ ਸਨ ਕਿ ਉਹ ਉਨ੍ਹਾਂ ਦੇ ਕਹਿਣ ਮੁਤਾਬਕ ਚੱਲਣ। ਪਰ ਹਿੰਦੂ, ਸਿੱਖਾਂ ਨਾਲ ਉਸੇ ਤ੍ਰਿਸਕਾਰ ਨਾਲ ਪੇਸ਼ ਆਉਂਦੇ ਸਨ ਜਿਵੇਂ ਸ਼ਹਿਰੀ ਵਕੀਲ ਆਪਣੀ ਪੇਂਡੂ ਅਸਾਮੀ, ਜੀਹਤੋਂ ਉਹ ਪੈਸੇ ਝਾੜਦਾ ਹੈ, ਨਾਲ ਪੇਸ਼ ਆਉਂਦਾ ਹੈ। ਕਈ ਵਾਰ ਇਸ ਦੇ ਨਤੀਜੇ ਤ੍ਰਾਸਦਿਕ ਨਿਕਲੇ।"[22]

ਉੱਤਰੀ ਅਮਰੀਕਾ ਅੰਦਰ ਭਾਰਤੀ ਦੇਸ਼ ਭਗਤੀ ਦਾ ਪ੍ਰਚਾਰ ਕਰਨ ਵਾਲੇ ਜ਼ਿਆਦਾਤਰ ਬੰਗਾਲੀ ਬਾਬੂ ਸਨ। ਲਾਲਾ ਲਾਜਪਤ ਰਾਏ ਨੇ ਆਪਣੇ ਨਿੱਜੀ ਤਜਰਬੇ ਦੇ ਆਧਾਰ 'ਤੇ ਇਸ ਵਰਗ ਬਾਰੇ ਹੇਠ ਲਿਖੇ ਵਿਚਾਰ ਪ੍ਰਗਟਾਏ ਹਨ:

21. ਬਾਬਾ ਸੋਹਣ ਸਿੰਘ ਭਕਨਾ, *ਮੇਰੀ ਰਾਮ ਕਹਾਣੀ*, ਸਫ਼ਾ 98.
22. Khushwant Singh and Satindra Singh, *Ghadar 1915: India's First Armed Revolution,* pp. 16-17.

"ਬੰਗਾਲੀ ਕ੍ਰਾਂਤੀਕਾਰੀਆਂ 'ਚੋਂ ਜ਼ਿਆਦਾਤਰ ਮੈਨੂੰ ਉੱਕਾ ਹੀ ਬੇਅਸੂਲੇ ਨਜ਼ਰ ਆਏ— ਮੁਹਿੰਮ ਚਲਾਉਣ ਦੇ ਮਾਮਲੇ 'ਚ ਵੀ ਅਤੇ ਫ਼ੰਡਾਂ ਨੂੰ ਉਗਰਾਹੁਣ ਤੇ ਖ਼ਰਚਣ ਦੇ ਮਾਮਲੇ 'ਚ ਵੀ। ਉਨ੍ਹਾਂ ਦੀ ਦੇਸ਼ ਭਗਤੀ ਲਾਹੇ ਤੇ ਮੁਨਾਫ਼ੇ ਦੀ ਸੋਚ ਨਾਲ ਗ੍ਰਹਿਣੀ ਹੋਈ ਸੀ। ਉਨ੍ਹਾਂ ਨੇ ਅਯਾਸ਼ੀ ਕਰਨ ਉੱਤੇ ਬੇਥਾਹ ਪੈਸਾ ਖ਼ਰਚਿਆ। ਉਨ੍ਹਾਂ 'ਚੋਂ ਬਹੁਤੇ, ਭਵਿੱਖ ਦੇ ਖ਼ਰਚਿਆਂ ਲਈ ਵੱਧ ਤੋਂ ਵੱਧ ਧਨ ਬਚਾਉਣ ਬਾਰੇ ਫ਼ਿਕਰਮੰਦ ਸਨ। ਉਹ ਦੂਸਰਿਆਂ ਕੋਲੋਂ ਹਮੇਸ਼ਾ ਦਿਆਲਤਾ, ਪ੍ਰਾਹੁਣਚਾਰੀ ਤੇ ਇਮਦਾਦ ਲੈਣ ਲਈ ਉਤਾਵਲੇ ਹੁੰਦੇ ਸਨ, ਪਰ ਆਪ ਅਜਿਹਾ ਘੱਟ ਹੀ ਕਰਦੇ ਸਨ। ਉਹ ਆਪਸ ਵਿਚ ਖਹਿਬੜਦੇ ਰਹੇ, ਅਤੇ ਕਈ ਵਾਰ ਇਕ ਦੂਜੇ ਦੀ ਡੱਟ ਕੇ ਡੰਨ ਲਾਹੁੰਦੇ ਰਹੇ। ਪਰ ਗ਼ੈਰ-ਬੰਗਾਲੀਆਂ ਦੇ ਵਿਰੁੱਧ ਉਹ ਇਕ-ਜੁੱਟ ਹੋ ਜਾਂਦੇ ਸਨ। ਅਮਰੀਕਾ ਅੰਦਰ ਬੰਗਾਲੀ ਕ੍ਰਾਂਤੀਕਾਰੀਆਂ ਨੇ, ਉਸ ਦੇਸ਼ ਵਿਚ ਤੇ ਜਰਮਨ ਹਲਕਿਆਂ ਵਿਚ, ਆਪਣੇ ਕਾਜ਼ ਲਈ ਬਦਨਾਮੀ ਹੀ ਖੱਟੀ ਹੈ, ਹੋਰ ਕੁਛ ਨਹੀਂ।

(ਉਨ੍ਹਾਂ ਦੀ ਤੁਲਨਾ ਵਿਚ) ਸਿੱਖ, ਕੁੱਲ ਮਿਲਾ ਕੇ, ਸ਼ੁੱਧ ਅਤੇ ਵੱਧ ਬੇਗ਼ਰਜ਼ ਤੇ ਸੰਜਮ ਤੇ ਬੰਧੇਜ ਵਿਚ ਰਹਿਣ ਵਾਲੇ ਸਾਬਤ ਹੋਏ। ਮੈਨੂੰ ਅਜੇ ਤਕ ਅਜਿਹਾ ਇਕ ਵੀ ਸਿੱਖ ਇਨਕਲਾਬੀ ਨਹੀਂ ਮਿਲਿਆ ਜਿਸ ਨੂੰ ਮੈਂ ਇਨਕਲਾਬੀ ਫ਼ੰਡਾਂ ਨੂੰ ਹੜੱਪ ਕਰ ਜਾਣ ਦਾ ਦੋਸ਼ੀ ਸਮਝਿਆ ਹੋਵੇ। ਇਸ ਦੀ ਬਜਾਇ, ਉਨ੍ਹਾਂ 'ਚੋਂ ਬਹੁਤਿਆਂ ਨੇ ਆਤਮ-ਤਿਆਗ ਦਾ ਜੀਵਨ ਬਤੀਤ ਕੀਤਾ ਅਤੇ ਆਪਣੇ ਆਪ ਨੂੰ ਹਮੇਸ਼ਾ ਖ਼ਤਰਿਆਂ ਦੇ ਮੂੰਹ ਵਿਚ ਧੱਕਿਆ।"[23]

ਬਾਬਾ ਭਕਨਾ ਜੀ ਦੇ ਮੁਤਾਬਕ ਕੈਲੀਫ਼ੋਰਨੀਆ ਅੰਦਰ ਜਥੇਬੰਦੀ ਦੀ ਉਸਾਰੀ ਵਿਚ ਦੂਜਾ ਵੱਡਾ ਅੜਿੱਕਾ ਇਹ ਸੀ, ਕਿ ਮੁਸਲਮਾਨਾਂ ਦੇ ਹਿਰਦਿਆਂ ਅੰਦਰ ਲਾਲਾ ਹਰਦਿਆਲ ਪ੍ਰਤੀ ਕੁਝ ਇਤਰਾਜ਼ ਸਨ, ਜਿਸ ਕਰਕੇ ਉਹ ਪਾਰਟੀ ਵਿਚ ਸ਼ਾਮਲ ਹੋਣ ਲਈ ਤਿਆਰ ਨਹੀਂ ਸਨ। ਬਾਬਾ ਜੀ ਨੇ 'ਮੁਸਲਮਾਨ ਭਰਾਵਾਂ ਦੀ ਲਾਲਾ ਹਰਦਿਆਲ 'ਤੇ ਨਰਾਜ਼ਗੀ' ਦਾ ਵੱਡਾ ਕਾਰਨ ਇਹ ਦੱਸਿਆ ਹੈ ਕਿ ਬਾਬਾ ਜਵਾਲਾ ਸਿੰਘ ਦੇ ਵਜ਼ੀਫ਼ਿਆਂ 'ਤੇ ਪੜ੍ਹਨ ਆਏ ਵਿਦਿਆਰਥੀਆਂ ਦੀ ਚੋਣ ਕਰਨ ਦੇ ਮਾਮਲੇ ਵਿਚ ਲਾਲਾ ਹਰਦਿਆਲ ਨੇ ਮੁਸਲਮਾਨਾਂ ਨਾਲ ਭੇਦ-ਭਾਵ ਕੀਤਾ ਸੀ। ਉਸ ਨੇ 'ਜਾਣ ਬੁੱਝ ਕੇ' ਇਕ ਮੁਸਲਮਾਨ ਵਿਦਿਆਰਥੀ ਨੂੰ ਵਜ਼ੀਫ਼ੇ ਤੋਂ ਵਿਰਵਾ ਰੱਖਿਆ ਸੀ, ਅਤੇ ਉਸ ਦੀ ਥਾਂ ਇਕ ਅਜਿਹੇ ਹਿੰਦੂ ਵਿਦਿਆਰਥੀ* ਨੂੰ ਵਜ਼ੀਫ਼ਾ ਦੇ ਦਿੱਤਾ ਸੀ, ਜਿਹੜਾ ਉਸਦਾ ਕਰੀਬੀ ਰਿਸ਼ਤੇਦਾਰ ਸੀ ਅਤੇ ਜੀਹਨੂੰ ਉਸ ਨੇ ਦਿੱਲੀਓਂ ਉਚੇਚੀ ਸਿਫ਼ਾਰਸ਼ ਕਰ ਕੇ ਬੁਲਾਇਆ ਸੀ। ਬਾਬਾ ਜੀ ਨੇ ਤਸਦੀਕ ਕੀਤਾ ਹੈ ਕਿ:

"ਉਹ (ਹਿੰਦੂ ਵਿਦਿਆਰਥੀ) ਮੁਸਲਮਾਨ ਲੜਕੇ ਨਾਲੋਂ ਬਹੁਤ ਰੱਦੀ ਸੀ। ਉਸ ਨੂੰ ਵਜ਼ੀਫ਼ਾ ਦੇਣਾ ਭਾਈ ਜਵਾਲਾ ਸਿੰਘ ਦੇ ਪੈਸੇ ਨੂੰ ਖੂਹ ਖਾਤੇ ਸੁੱਟਣਾ ਸੀ। ਉਸ ਵਿਚ ਸਿਵਾਇ ਅਪਸਵਾਰਥ ਦੇ ਦੇਸ਼ ਭਗਤੀ ਤੇ ਵਤਨ ਪਰੇਮ ਦਾ ਰਤਾ ਲੇਸ ਨਹੀਂ ਸੀ। ਜਦੋਂ ਮੈਂ ਉਸ ਲੜਕੇ ਦਾ ਗਉਂ-ਪਰੇਮ ਡਿੱਠਾ ਤਾਂ ਮੈਨੂੰ ਵੀ ਭਾਈ ਹਰਦਿਆਲ ਦੀ ਚੋਣ ਪੁਰ ਅਫ਼ਸੋਸ ਹੋਇਆ।"[24]

---

* ਦਿੱਲੀ ਦਾ ਇਹ ਵਿਦਿਆਰਥੀ ਗੋਬਿੰਦ ਬਿਹਾਰੀ ਲਾਲ ਸੀ, ਜੋ ਰਿਸ਼ਤੇ 'ਚੋਂ ਲਾਲਾ ਹਰਦਿਆਲ ਦਾ ਸਾਲਾ ਲਗਦਾ ਸੀ।

23. Lajpat Rai, *Autobiographical Writings,* pp. 203-207, 213-214, and 217-218, quoted by Khushwant Singh and Satindra Singh, *Ghadar 1915: India's First Armed Revolution,* pp. 17-18.

24. ਬਾਬਾ ਸੋਹਣ ਸਿੰਘ ਭਕਨਾ, *ਮੇਰੀ ਰਾਮ ਕਹਾਣੀ,* ਸਫ਼ਾ 97.

ਬਾਬਾ ਜੀ ਨੇ ਮੰਨਿਆ ਹੈ ਕਿ :

> "ਇਸ ਗੱਲ ਨੇ ਪਹਿਲਾਂ ਪਹਿਲਾਂ ਕੈਲੀਫ਼ੋਰਨੀਆ ਅੰਦਰ ਸਾਡੇ ਕੰਮ ਵਿਚ ਬਹੁਤ ਅੜਿਕੇ ਡਾਹੇ। ਐਪਰ ਸਹਿਜੇ ਸਹਿਜੇ ਅਸਾਂ ਇਹਨਾਂ ਔਕੜਾਂ ਨੂੰ ਦੂਰ ਕਰ ਕੇ ਆਪਣਾ ਰਾਹ ਸਾਫ਼ ਕਰ ਲਿਆ ਤੇ ਮੁਸਲਮਾਨਾਂ ਨੂੰ ਸੁਸਾਇਟੀ (ਭਾਵ ਪਾਰਟੀ) ਉੱਤੇ ਕੋਈ ਗਿਲਾ ਬਾਕੀ ਨਾ ਰਿਹਾ। ਬਹੁਤ ਸਾਰੇ ਵਤਨ ਪਰੇਮੀ ਮੁਸਲਮਾਨਾਂ ਨੇ ਵੀ ਚੰਦੇ ਦਿੱਤੇ। ਇਹ ਵੱਖਰੀ ਗੱਲ ਹੈ ਕਿ ਅਮਰੀਕਾ ਦੇ ਹਿੰਦੀ ਮੁਸਲਮਾਨ ਆਮ ਤੌਰ ਪੁਰ ਸੁਸਾਇਟੀ ਵਿਚ ਸ਼ਾਮਲ ਨਹੀਂ ਹੋਏ।"[25]

ਬਾਬਾ ਜੀ ਦੇ ਉਪਰੋਕਤ ਵਰਣਨ 'ਚੋਂ ਇਹ ਵਾਜਿਬ ਸੁਆਲ ਖੜਾ ਹੁੰਦਾ ਹੈ, ਕਿ ਜੇਕਰ ਉਨ੍ਹਾਂ ਵੱਲੋਂ 'ਵਜ਼ੀਫ਼ਾ ਕਾਂਡ' ਬਾਰੇ ਸਪੱਸ਼ਟੀਕਰਨ ਦੇਣ ਉਪਰੰਤ ਮੁਸਲਮਾਨਾਂ ਨੂੰ ਗ਼ਦਰ ਪਾਰਟੀ ਉੱਤੇ 'ਕੋਈ ਗਿਲਾ ਬਾਕੀ ਨਹੀਂ ਰਹਿ ਗਿਆ ਸੀ', ਤਾਂ ਇਸ ਦੇ ਬਾਵਜੂਦ ਉਹ ਪਾਰਟੀ ਵਿਚ ਸ਼ਾਮਲ ਹੋਣ ਲਈ ਤਿਆਰ ਕਿਉਂ ਨਾ ਹੋਏ ? ਇਸ ਦਾ ਮਤਲਬ ਹੈ ਕਿ ਉਨ੍ਹਾਂ ਨੂੰ ਪਾਰਟੀ ਤੋਂ ਦੂਰ ਰੱਖਣ ਵਾਲੇ ਕੁਝ ਹੋਰ ਕਾਰਨ ਵੀ ਸਨ। ਇਹ ਕਾਰਨ ਜਾਣਨੇ ਬਹੁਤੇ ਮੁਸ਼ਕਲ ਨਹੀਂ ਹਨ। ਗ਼ਦਰੀ ਆਗੂ ਇਸ ਤੱਥ ਤੋਂ ਅਨਜਾਣ ਸਨ ਕਿ ਬੰਗਾਲ ਵਿਚ ਹਿੰਦੂ ਸਮਾਜ ਅੰਦਰ ਜਿਹੜੀ 'ਕ੍ਰਾਂਤੀਕਾਰੀ' ਲਹਿਰ ਤੇ ਭਾਵਨਾ ਪ੍ਰਗਟ ਹੋ ਰਹੀ ਸੀ, ਉਹ ਆਪਣੇ ਮੂਲ ਖ਼ਾਸੇ ਤੇ ਰੁਖ਼ ਪੱਖੋਂ ਉਘੜਵੇਂ ਰੂਪ ਵਿਚ ਮੁਸਲਮਾਨ ਵਿਰੋਧੀ ਸੀ। ਬੰਗਾਲੀ ਹਿੰਦੂ ਕ੍ਰਾਂਤੀਕਾਰੀਆਂ ਵੱਲੋਂ ਅਪਣਾਏ ਤੇ ਮਕਬੂਲ ਕੀਤੇ ਗਏ ਚਿੰਨ੍ਹ - ਜਿਵੇਂ 'ਭਾਰਤ ਮਾਤਾ', 'ਵੰਦੇ ਮਾਤਰਮ' ਤੇ 'ਯੁਗਾਂਤਰ' ਆਦਿ ਆਦਿ - ਮੁਸਲਮਾਨਾਂ ਦੇ ਮੂਲ ਧਾਰਮਿਕ ਅਕੀਦਿਆਂ ਤੇ ਭਾਵਨਾਵਾਂ ਨੂੰ ਠੇਸ ਪਹੁੰਚਾਉਂਦੇ ਸਨ। ਗ਼ਦਰ ਪਾਰਟੀ ਵੱਲੋਂ ਅੰਨ੍ਹੇ ਵਾਹ ਇਹ ਹਿੰਦੂ ਚਿੰਨ੍ਹ ਅਪਣਾ ਲਏ ਜਾਣ ਕਰਕੇ ਮੁਸਲਮਾਨਾਂ ਦੇ ਦਿਲਾਂ ਅੰਦਰ ਇਸ ਬਾਰੇ ਸ਼ੰਕੇ ਤੇ ਸੁਆਲ ਖੜੇ ਹੋਣੇ ਕੁਦਰਤੀ ਸਨ। ਇਨ੍ਹਾਂ ਸਿਧਾਂਤਕ ਤੱਥਾਂ ਦੀ ਤੁਲਨਾ ਵਿਚ 'ਵਜ਼ੀਫ਼ੇ' ਵਾਲੀ ਘਟਨਾ ਛੋਟੀ ਸੀ। *ਗ਼ਦਰ* ਅਖ਼ਬਾਰ ਦੇ 30 ਦਸੰਬਰ (1913) ਦੇ ਅੰਕ ਵਿਚ ਹਿੰਦੂਆਂ ਤੇ ਮੁਸਲਮਾਨਾਂ ਵਿਚਕਾਰ ਬੇਇਤਫ਼ਾਕ ਦੀ ਗੱਲ ਕਰਦਿਆਂ ਇਹ ਬੇਬਾਕ ਰਾਇ ਪ੍ਰਗਟਾਈ ਗਈ ਸੀ ਕਿ ਮੁਸਲਮਾਨਾਂ ਵਿਚ ਹਿੰਦੂ ਆਗੂਆਂ ਦੀ ਨੇਕ ਨੀਤੀ ਬਾਰੇ ਸ਼ੰਕੇ ਹਨ ਅਤੇ ਹਿੰਦੂ ਆਗੂਆਂ ਨੂੰ ਚਾਹੀਦਾ ਹੈ ਕਿ ਉਹ ਮੁਸਲਮਾਨਾਂ ਦੇ ਦਿਲਾਂ 'ਚੋਂ ਇਹ ਸ਼ੰਕੇ ਦੂਰ ਕਰਨ। ਇਤਫ਼ਾਕ ਲਈ ਇਹ ਜ਼ਰੂਰੀ ਹੈ ਕਿ ਕੁਝ ਬੁਨਿਆਦੀ ਅਸੂਲਾਂ ਬਾਰੇ ਇਕ ਰਾਇ ਬਣਾਈ ਜਾਵੇ, ਜਿਵੇਂ ਆਜ਼ਾਦੀ ਤੋਂ ਬਾਅਦ ਹਰ ਮਨੁੱਖ ਦੀ ਆਜ਼ਾਦੀ, ਮਜ਼੍ਹਬ ਦੀ ਆਜ਼ਾਦੀ, ਸਭ ਕੌਮਾਂ ਦੇ ਬਰਾਬਰ ਹੱਕ ਯਕੀਨੀ ਬਣਾਏ ਜਾਣ। ਜੇ ਇਹ ਅਸੂਲ ਨਾ ਦੱਸੇ ਜਾਣ "ਤਾਂ ਮੁਸਲਮਾਨਾਂ ਦੇ ਦਿਲ ਵਿਚ ਕਿਸ ਤਰ੍ਹਾਂ ਮੁਲਕ ਦੀ ਮੁਹੱਬਤ ਹੋ ਸਕਦੀ ਹੈ। ਓਨਾਂ ਨੂੰ ਹਿੰਦੂਆਂ ਦੀ ਨੇਕ ਨੀਤ ਪੁਰ ਕਿਸ ਤਰ੍ਹਾਂ ਇਤਵਾਰ ਹੋ ਸਕਦਾ ਹੈ।"[26]

ਬਾਬਾ ਭਕਨਾ ਜੀ ਮੁਤਾਬਕ ਜਦੋਂ ਲਾਲਾ ਹਰਦਿਆਲ ਅਮਰੀਕਾ ਤੋਂ ਚਲੇ ਗਏ ਤੇ ਉਨ੍ਹਾਂ ਦੀ ਥਾਂ ਭਾਈ ਸੰਤੋਖ ਸਿੰਘ ਪਾਰਟੀ ਦੇ ਨਵੇਂ ਜਨਰਲ ਸਕੱਤਰ ਚੁਣ ਲਏ ਗਏ, ਤਾਂ "ਕੈਲੀਫ਼ੋਰਨੀਆ ਦੇ ਹਿੰਦੀਆਂ ਦੇ ਦਿਲਾਂ ਵਿੱਚੋਂ ਸਾਰੀ ਬੇਪ੍ਰਤੀਤੀ ਦੂਰ ਹੋ ਗਈ ਸੀ। ਦੇਸ਼ ਭਗਤਾਂ ਦੀ ਮਦਦ ਤੇ ਨਵੇਂ ਚੀਫ਼ ਸੈਕਟਰੀ ਭਾਈ ਸੰਤੋਖ ਸਿੰਘ ਦੀ ਘਾਲਣਾ ਅਰ ਨੇਕਨੀਤੀ ਦੇ ਕਾਰਨ ਮੈਨੂੰ ਕੈਲੀਫ਼ੋਰਨੀਆ ਦੀ ਜਥੇਬੰਦੀ ਵਿਚ ਪੂਰੀ ਸਫਲਤਾ ਪ੍ਰਾਪਤ

---

25. ਬਾਬਾ ਸੋਹਣ ਸਿੰਘ ਭਕਨਾ, *ਮੇਰੀ ਰਾਮ ਕਹਾਣੀ*, ਸਫ਼ਾ 97.
26. *ਗ਼ਦਰ*, 30 ਦਸੰਬਰ 1913.

ਹੋਈ...ਓਰੇਗਾਨ ਤੇ ਕੈਨੇਡਾ ਤੋਂ ਬਿਨਾਂ ਹੀ ਸਿਰਫ਼ ਇਕੱਲੇ ਕੈਲੀਫ਼ੋਰਨੀਆ ਵਿਚ ਗ਼ਦਰ ਪਾਰਟੀ ਦੇ ਸਿਪਾਹੀਆਂ ਦੇ ਕੋਈ ਬਹੱਤਰ ਕੁ ਜਥੇ ਐਹੋ ਜੇਹੇ ਕਾਇਮ ਹੋ ਗਏ, ਜੋ ਹਰ ਵਕਤ ਤੇ ਹਰ ਤਰ੍ਹਾਂ ਸੁਸਾਇਟੀ ਦੇ ਹੁਕਮ ਪੁਰ ਕੌਮੀ ਆਜ਼ਾਦੀ ਲਈ ਸਭ ਕੁਝ ਕੁਰਬਾਨ ਕਰਨ ਲਈ ਤਿਆਰ ਸਨ। ਮੇਰੀ ਜਾਚੇ ਸ਼ਾਇਦ ਹੀ ਕੋਈ ਹਿੰਦੀ ਬਾਕੀ ਰਹਿ ਗਿਆ ਹੋਣਾ ਏ, ਜੋ ਏਹਨਾਂ ਜਥਿਆਂ ਦਾ ਮੈਂਬਰ ਨਾ ਬਣਿਆ ਹੋਵੇ। ਏਹਨਾਂ ਦੇਸ਼ ਭਗਤਾਂ ਦੀ ਗਿਣਤੀ ਚਾਰ ਹਜ਼ਾਰ ਤੋਂ ਘੱਟ ਨਹੀਂ ਸੀ।"[27]

ਸਰਾਭਾ ਇਤਿਹਾਸ ਦਾ ਪਹਿਲਾ ਸਿੱਖ ਪਾਇਲਟ ਬਣਿਆ

ਗ਼ਦਰ ਪਾਰਟੀ ਦੀ ਸਥਾਪਨਾ ਵੇਲੇ ਹੀ ਇਹ ਫ਼ੈਸਲਾ ਕਰ ਲਿਆ ਗਿਆ ਸੀ ਕਿ ਭਾਰਤ ਅੰਦਰ ਹਥਿਆਰਬੰਦ ਤਾਕਤ ਦੇ ਜ਼ੋਰ ਨਾਲ ਅੰਗਰੇਜ਼ੀ ਰਾਜ ਦਾ ਖ਼ਾਤਮਾ ਕੀਤਾ ਜਾਵੇਗਾ। ਇਹ ਐਵੇਂ ਹਵਾਈ ਖ਼ਿਆਲ ਨਹੀਂ ਸੀ। ਇਸ ਬਾਰੇ ਪੂਰੀ ਸੰਜੀਦਗੀ ਨਾਲ ਵਿਚਾਰ ਕੀਤੀ ਗਈ ਸੀ। ਜੰਗੀ (ਫ਼ੌਜੀ) ਤਿਆਰੀਆਂ ਕਰਨ ਲਈ, ਬਕਾਇਦਾ ਮਤਾ ਪਾ ਕੇ (ਮਤਾ ਨੰ: 9), ਇਕ ਤਿੰਨ ਮੈਂਬਰੀ ਗੁਪਤ ਕਮਿਸ਼ਨ ਬਣਾਉਣ ਦਾ ਫ਼ੈਸਲਾ ਕੀਤਾ ਗਿਆ ਸੀ। ਗੁਪਤ ਕਮਿਸ਼ਨ ਵਿਚ ਪਾਰਟੀ ਦਾ ਪ੍ਰਧਾਨ (ਬਾਬਾ ਸੋਹਣ ਸਿੰਘ ਭਕਨਾ), ਸਕੱਤਰ (ਲਾਲਾ ਹਰਦਿਆਲ) ਤੇ ਖ਼ਜ਼ਾਨਚੀ (ਪੰਡਤ ਕਾਸ਼ੀ ਰਾਮ) ਸ਼ਾਮਲ ਸਨ।

ਪਹਿਲੇ ਕੁਝ ਮਹੀਨੇ ਅਖ਼ਬਾਰ ਤੇ ਦਫ਼ਤਰ ਦਾ ਕੰਮ ਰਵਾਂ ਕਰਨ ਅਤੇ ਅਮਰੀਕਾ ਅੰਦਰ ਪਾਰਟੀ ਦੀ ਜਥੇਬੰਦੀ ਮਜ਼ਬੂਤ ਕਰਨ ਵੱਲ ਜ਼ਿਆਦਾ ਧਿਆਨ ਦੇਣਾ ਪਿਆ ਸੀ। ਬਾਬਾ ਸੋਹਣ ਸਿੰਘ ਭਕਨਾ ਨੇ ਲਿਖਿਆ ਹੈ ਕਿ :

> "ਲਾਲਾ ਹਰਦਿਆਲ ਦੇ ਚਲੇ ਜਾਣ 'ਤੇ ਕਾਮਰੇਡ ਸੰਤੋਖ ਸਿੰਘ ਦੇ ਉਨ੍ਹਾਂ ਦੀ ਜਗ੍ਹਾ ਆਉਣ 'ਤੇ ਪਾਰਟੀ ਨੇ ਰੈਜ਼ੋਲਿਉਸ਼ਨ ਨੰਬਰ 9 'ਤੇ ਅਮਲ ਦਰਾਮਦ ਸ਼ੁਰੂ ਕੀਤਾ, ਜਿਸ ਰੈਜ਼ੋਲਿਉਸ਼ਨ ਵਿਚ ਤਿੰਨ ਮੈਂਬਰਾਂ ਦੇ ਕਮਿਸ਼ਨ ਦਾ ਜ਼ਿਕਰ ਸੀ। ਹੁਣ ਕਮਿਸ਼ਨ ਨੇ, ਜਿਸ ਵਿਚ ਸੋਹਨ ਸਿੰਘ ਭਕਨਾ ਪਾਰਟੀ ਪ੍ਰੈਜ਼ੀਡੈਂਟ, ਸੰਤੋਖ ਸਿੰਘ ਚੀਫ਼ ਸੈਕ੍ਰੇਟਰੀ ਤੇ ਪੰਡਤ ਕਾਸ਼ੀ ਰਾਮ ਖ਼ਜ਼ਾਨਚੀ ਸਨ, ਇਨਕਲਾਬ ਦੀ ਤਰਫ਼ ਪੂਰੀ ਤਵੱਜੋ ਦਿੱਤੀ।"[28]

ਬਾਬਾ ਜੀ ਲਿਖਦੇ ਹਨ ਕਿ "ਭਾਈ ਸੰਤੋਖ ਸਿੰਘ ਤੇ ਮੈਂ ਕਈ ਦਿਨ ਓਹਨਾਂ ਢੰਗਾਂ ਉੱਤੇ ਵਿਚਾਰ ਕਰਦੇ ਰਹੇ, ਜਿਹਨਾਂ ਨੂੰ ਵਰਤ ਕੇ ਅਸੀਂ ਹਿੰਦੁਸਤਾਨ ਵਿਚ ਅੰਗਰੇਜ਼ੀ ਹਕੂਮਤ ਦਾ ਟਾਕਰਾ ਕਰਨ ਯੋਗ ਹੋ ਸਕੀਏ।"[29] ਉਸ ਵੇਲੇ ਭਾਰਤ ਅੰਦਰ ਬੰਗਾਲ ਦੇ ਹਿੰਦੂ ਕ੍ਰਾਂਤੀਕਾਰੀ ਅੰਗਰੇਜ਼ੀ ਰਾਜ ਦਾ ਖ਼ਾਤਮਾ ਕਰਨ ਲਈ ਹਿੰਸਾ ਦੇ ਰਾਹ ਦੀ ਵਕਾਲਤ ਕਰ ਰਹੇ ਸਨ। ਉਨ੍ਹਾਂ ਵੱਲੋਂ ਕੀਤੀਆਂ ਜਾ ਰਹੀਆਂ ਹਥਿਆਰਬੰਦ ਕਾਰਵਾਈਆਂ ਮੁੱਖ ਤੌਰ 'ਤੇ ਡਾਕੇ ਮਾਰਨ ਅਤੇ ਅੰਗਰੇਜ਼ ਸਰਕਾਰ ਦੇ ਕਰਿੰਦਿਆਂ ਉੱਤੇ ਇੱਕਾ-ਦੁੱਕਾ ਥਾਵਾਂ 'ਤੇ ਬੰਬ ਸੁੱਟਣ ਤਕ ਸੀਮਤ ਸਨ। ਬਾਬਾ ਜੀ ਦੇ ਕਥਨ ਅਨੁਸਾਰ ਉਨ੍ਹਾਂ ਨੇ ਤੇ ਭਾਈ ਸੰਤੋਖ ਸਿੰਘ ਨੇ ਬੰਗਾਲੀ ਕ੍ਰਾਂਤੀਕਾਰੀਆਂ ਦੀ ਇਸ ਰਣਨੀਤੀ ਉੱਤੇ ਗੰਭੀਰਤਾ ਨਾਲ ਵਿਚਾਰ-ਵਟਾਂਦਰਾ ਕੀਤਾ ਅਤੇ ਅਖ਼ੀਰ ਵਿਚ ਉਹ ਇਸ ਨਿਰਣੇ 'ਤੇ ਪੁੱਜੇ ਕਿ ਇਸ ਤਰੀਕੇ ਨਾਲ ਬੰਬਾਂ ਦੇ

---

27. ਬਾਬਾ ਸੋਹਣ ਸਿੰਘ ਭਕਨਾ, *ਮੇਰੀ ਰਾਮ ਕਹਾਣੀ*, ਸਫ਼ਾ 105.
28. ਬਾਬਾ ਸੋਹਣ ਸਿੰਘ ਭਕਨਾ, *ਮੇਰੀ ਆਪ ਬੀਤੀ*, ਸਫ਼ਾ 33.
29. ਬਾਬਾ ਸੋਹਣ ਸਿੰਘ ਭਕਨਾ, *ਮੇਰੀ ਰਾਮ ਕਹਾਣੀ*, ਸਫ਼ਾ 99.

ਜ਼ਰੀਏ ਅੰਗਰੇਜ਼ ਹਕੂਮਤ ਦੇ ਕੁਝ ਕਰਿੰਦਿਆਂ ਨੂੰ ਜਾਨੋਂ ਖ਼ਤਮ ਕਰ ਦੇਣ ਨਾਲ ਅੰਗਰੇਜ਼ੀ ਰਾਜ ਦਾ ਫ਼ਸਤਾ ਨਹੀਂ ਵੱਢਿਆ ਜਾ ਸਕਦਾ। ਗ਼ਦਰ ਪਾਰਟੀ ਦੀ ਰਣਨੀਤੀ ਅੰਦਰ ਫ਼ੌਜੀ ਪੱਧਰ 'ਤੇ ਵਿਆਪਕ ਤਿਆਰੀਆਂ ਕਰਨ ਦੇ ਕਾਰਜ ਨੂੰ ਕੇਂਦਰੀ ਅਹਿਮੀਅਤ ਦਿੱਤੀ ਗਈ ਸੀ। ਬਾਬਾ ਜੀ ਦੇ ਕਥਨ ਅਨੁਸਾਰ :

> "ਇਸ ਮਕਸਦ ਲਈ (ਗੁਪਤ) ਕਮਿਸ਼ਨ ਨੇ ਦੋ ਜਰਨੈਲ ਛਾਂਟੇ - ਕਰਤਾਰ ਸਿੰਘ ਸਰਾਭਾ ਤੇ ਊਧਮ ਸਿੰਘ ਕਸੇਲ। ਇਹ ਦੋਵੇਂ ਨੌਜਵਾਨ ਸੱਚੇ ਮੁਹੱਬੇ-ਵਤਨ, ਬੇਖ਼ੌਫ਼ ਇਨਕਲਾਬੀ ਤੇ ਪੜ੍ਹੇ ਲਿਖੇ ਸਨ। ਊਧਮ ਸਿੰਘ ਹਾਂਗਕਾਂਗ ਵਿਚ (ਤੋਪਖ਼ਾਨੇ ਅੰਦਰ) ਨੌਕਰੀ ਵੀ ਕਰ ਚੁੱਕਾ ਸੀ ਤੇ ਫ਼ੌਜੀ ਕੰਮਾਂ ਦਾ ਮਾਹਿਰ ਸੀ।
>
> ਉਨ੍ਹੀਂ ਦਿਨੀਂ ਅੰਗਰੇਜ਼ਾਂ ਕੋਲ ਹਵਾਈ ਤਾਕਤ ਨਾ ਹੋਣ ਦੇ ਬਰਾਬਰ ਸੀ। ਕਮਿਸ਼ਨ ਨੇ ਆਉਣ ਵਾਲੇ ਦਿਨਾਂ ਵਿਚ ਹਵਾਈ ਤਾਕਤ ਦੀ ਮੀਰੀ ਤਾੜ ਲਈ ਸੀ। ਇਸ ਲਈ ਕਰਤਾਰ ਸਿੰਘ ਨੂੰ ਪੂਰਬੀ ਅਮਰੀਕਾ ਵਿਚ ਹਵਾਬਾਜ਼ੀ ਦਾ ਕੰਮ ਸਿਖਾਉਣ ਵਾਲੀ ਕੰਪਨੀ ਨਾਲ ਖ਼ਤੋ-ਕਿਤਾਬਤ ਕਰਕੇ ਕੰਮ ਸਿੱਖਣ ਭੇਜ ਦਿੱਤਾ ਤੇ ਮਾਸਟਰ ਊਧਮ ਸਿੰਘ ਦੀ ਲੀਡਰੀ ਵਿਚ ਨੌਜਵਾਨਾਂ ਦਾ ਜਥਾ ਬੰਬਸਾਜ਼ੀ ਦਾ ਕੰਮ ਸਿੱਖਣ ਲੱਗਾ। ਹਰਨਾਮ ਸਿੰਘ ਟੁੰਡੀਲਾਟ ਦਾ ਹੱਥ ਬੰਬਸਾਜ਼ੀ ਸਿੱਖਦਿਆਂ ਹੀ ਉੜਿਆ ਸੀ। ਹੋਰ ਵੀ ਪਾਰਟੀ ਮੈਂਬਰਾਂ ਨੂੰ ਹਦਾਇਤ ਸੀ ਕਿ ਉਹ ਨਿਸ਼ਾਨੇਬਾਜ਼ੀ ਦਾ ਕੰਮ ਸਿੱਖਣ।"[30]

ਬਾਬਾ ਸੋਹਣ ਸਿੰਘ ਭਕਨਾ ਦੇ ਸਵੈ-ਕਥਨਾਂ ਤੋਂ ਮਾਲੂਮ ਹੁੰਦਾ ਹੈ ਕਿ ਉਹ, ਜਿਥੇ ਇਕ ਪਾਸੇ ਅੰਗਰੇਜ਼ ਸਰਕਾਰ ਦੀ ਨੌਕਰੀ ਕਰਦੇ ਭਾਰਤੀ ਫ਼ੌਜੀਆਂ ਅੰਦਰ ਇਨਕਲਾਬੀ ਪ੍ਰਚਾਰ ਕਰ ਕੇ ਉਨ੍ਹਾਂ ਨੂੰ ਬਗ਼ਾਵਤ ਲਈ ਤਿਆਰ ਕਰਨ ਦੇ ਕਾਰਜ ਨੂੰ ਭਾਰੀ ਤਰਜੀਹ ਦਿੰਦੇ ਸਨ, ਉਥੇ ਦੂਜੇ ਪਾਸੇ, ਨਾਲ-ਨਾਲ ਅੰਗਰੇਜ਼ਾਂ ਦੇ ਫ਼ੌਜੀ ਟਿਕਾਣਿਆਂ ਨੂੰ ਹਵਾਈ ਜਹਾਜ਼ਾਂ ਨਾਲ ਬੰਬ ਸੁੱਟ ਕੇ ਤਬਾਹ ਕਰ ਦੇਣ ਦੀ ਜੰਗੀ ਰਣਨੀਤੀ ਅਪਨਾਉਣ ਬਾਰੇ ਪੂਰੇ ਗੰਭੀਰ ਸਨ। ਉਹ ਲਿਖਦੇ ਹਨ ਕਿ :

> "ਅਸੀਂ ਪਹਿਲਾਂ ਫ਼ੈਸਲਾ ਇਹ ਕੀਤਾ ਕਿ ਅਮਰੀਕਾ ਵਿਚ ਜਿਤਨੇ ਹਿੰਦੀ ਗੱਭਰੂ ਫ਼ੌਜੀ ਕੰਮ ਕਰਨ ਜੋਗੇ ਹਨ, ਓਹਨਾਂ ਨੂੰ ਹਵਾਈ ਜਹਾਜ਼ਾਂ ਦਾ ਕੰਮ ਸਿਖਾਯਾ ਜਾਵੇ। ਫੇਰ ਜਿਹੜੇ ਗੱਭਰੂ ਓਹਨਾਂ ਵਿੱਚੋਂ ਹੁਸ਼ਿਆਰ ਤੇ ਲਾਇਕ ਮਾਲੂਮ ਹੋਣ ਓਹਨਾਂ ਨੂੰ ਉਹਨਾਂ ਦੇਸ਼ਾਂ ਵਿਚ ਘੱਲਿਆ ਜਾਵੇ ਜਿਥੇ ਉਹ ਚੰਗੀ ਤਰ੍ਹਾਂ ਹਵਾਈ ਜਹਾਜ਼ ਦੀ ਲੜਾਈ ਦੀ ਪ੍ਰੈਕਟਿਸ ਕਰ ਸਕਣ ਤੇ ਹੋਰ ਹੋਰ ਫ਼ੌਜੀ ਕੰਮ ਵੀ ਸਿੱਖਣ। ਅਮਰੀਕਾ ਤੋਂ ਹੋਰਨਾਂ ਦੇਸ਼ਾਂ ਵਿਚ ਬੰਦੇ ਘੱਲਣ ਲਈ ਬਹੁਤ ਸਾਰੇ ਰੁਪਏ ਦੀ ਲੋੜ ਸੀ, ਪਰ ਸੁਸਾਇਟੀ ਪਾਸ ਇਸ ਵਕਤ ਰੁਪਿਆ ਹੈ ਨਹੀਂ ਸੀ। ਇਸ ਕਰਕੇ ਅਸੀਂ ਸਿਰਫ਼ ਇਕ ਗੱਭਰੂ ਕੰਮ ਸਿੱਖਣ ਵਾਸਤੇ ਘੱਲਣ ਦੀ ਵਿਚਾਰ ਕੀਤੀ। ਇਸ ਤਰ੍ਹਾਂ ਇਕ ਤਾਂ ਵੇਖਿਆ ਜਾਵੇਗਾ ਪਈ ਸਾਡੇ ਗੱਭਰੂ ਇਸ ਕੰਮ ਨੂੰ ਸਿੱਖ ਵੀ ਸਕਦੇ ਹਨ ਕਿ ਨਹੀਂ। ਦੂਜੇ ਉਸ ਦੇ (ਜਹਾਜ਼ ਉਡੌਣਾ) ਸਿੱਖ ਆਵਣ ਪੁਰ ਕਿਸੇ ਅਮਰੀਕਨ ਨਾਲ ਮਿਲ ਮਿਲਾ ਕੇ ਹਵਾਈ ਜਹਾਜ਼ ਦਾ ਲਾਈਸੈਂਸ ਲੈ ਲਵਾਂਗੇ ਤੇ ਐਉਂ ਬਾਕੀ ਗੱਭਰੂਆਂ ਨੂੰ ਵੀ ਸਿਖਾ ਦੇਵਾਂਗੇ..ਪਹਿਲਾ ਆਦਮੀ ਜੋ ਅਸਾਂ ਘੱਲਣ ਲਈ ਚੁਣਿਆ, ਉਹ ਭਾਈ ਕਰਤਾਰ ਸਿੰਘ ਸੀ। ਉਸ ਨੂੰ ਈਸਟ (ਪੂਰਬ) ਵਿਚ ਕੰਮ ਸਿੱਖਣ ਲਈ ਘੱਲ ਦਿੱਤਾ ਗਿਆ।"[31]

ਜੰਗੀ ਕੰਮਾਂ ਲਈ ਗ਼ਦਰ ਪਾਰਟੀ ਦਾ ਜਰਮਨ ਸਰਕਾਰ ਨਾਲ ਤਾਲਮੇਲ ਹੋ ਚੁੱਕਾ ਸੀ।[32] ਭਾਈ ਸੰਤੋਖ ਸਿੰਘ ਨੇ ਸਾਨ ਫ਼ਰਾਂਸਿਸਕੋ ਵਿਚਲੇ ਜਰਮਨ ਕੌਂਸਲਰ (ਰਾਜਦੂਤ)

---

30. ਬਾਬਾ ਸੋਹਣ ਸਿੰਘ ਭਕਨਾ, *ਮੇਰੀ ਆਪ ਬੀਤੀ*, ਸਫ਼ੇ 33-34.
31. ਬਾਬਾ ਸੋਹਣ ਸਿੰਘ ਭਕਨਾ, *ਮੇਰੀ ਰਾਮ ਕਹਾਣੀ*, 99-100.
32. ਬਾਬਾ ਸੋਹਣ ਸਿੰਘ ਭਕਨਾ, *ਮੇਰੀ ਆਪ ਬੀਤੀ*, ਸਫ਼ਾ 43.

ਨਾਲ ਗੁਪਤ ਰਾਬਤਾ ਕਾਇਮ ਕੀਤਾ ਹੋਇਆ ਸੀ। ਉਸ ਦੀ ਮੱਦਦ ਨਾਲ ਹੀ ਭਾਈ ਕਰਤਾਰ ਸਿੰਘ ਸਰਾਭਾ ਨੂੰ ਇਕ ਜਰਮਨ ਕੰਪਨੀ ਕੋਲ ਹਵਾਈ ਜਹਾਜ਼ ਚਲਾਉਣ ਦੀ ਸਿਖਲਾਈ ਦੇਣ ਦਾ ਇੰਤਜ਼ਾਮ ਕੀਤਾ ਗਿਆ ਸੀ। ਇਹ ਅਨੁਮਾਨ ਲਾਇਆ ਜਾਂਦਾ ਹੈ ਕਿ ਭਾਈ ਕਰਤਾਰ ਸਿੰਘ ਸਰਾਭਾ ਮਈ ਦੇ ਮਹੀਨੇ ਸਿਖਲਾਈ ਲੈਣ ਲਈ ਚਲਾ ਗਿਆ ਸੀ। ਕਿਉਂਕਿ 5 ਮਈ ਦੇ *ਗ਼ਦਰ* ਵਿਚ ਇਹ ਸੂਚਨਾ ਛਾਪੀ ਗਈ ਸੀ ਕਿ "ਇਕ ਸੇਵਕ ਦੀ ਲੋੜ ਹੈ ਜੋ ਉਰਦੂ ਦੀ ਪੰਜਾਬੀ ਬਣਾ ਕੇ ਗੁਰਮੁਖੀ ਅੱਛੀ ਤਰ੍ਹਾਂ ਲਿਖ ਸਕੇ।" ਅਗਲੇ ਪਰਚੇ ਵਿਚ ਫਿਰ ਇਹੀ ਨੋਟਿਸ ਦਿੱਤਾ ਗਿਆ ਸੀ। ਕਰਤਾਰ ਸਿੰਘ ਨੇ 13 ਅਪਰੈਲ ਨੂੰ ਸਟਾਕਟਨ ਕਾਨਫ਼ਰੰਸ ਨੂੰ ਸੰਬੋਧਨ ਕੀਤਾ ਸੀ। ਉਸ ਤੋਂ ਬਾਅਦ ਤਕਰੀਬਨ ਡੇਢ ਮਹੀਨਾ ਉਸ ਦੀ ਕਿਸੇ ਜਨਤਕ ਸਰਗਰਮੀ ਦਾ ਜ਼ਿਕਰ ਨਹੀਂ ਮਿਲਦਾ। ਜਿਸ ਤੋਂ ਅਨੁਮਾਨ ਲਾਇਆ ਜਾਂਦਾ ਹੈ ਕਿ ਇਸ ਸਮੇਂ ਦੌਰਾਨ ਉਹ ਨਿਊਯਾਰਕ ਵਿਖੇ ਗੁਪਤ ਰੂਪ ਵਿਚ ਹਵਾਈ ਜਹਾਜ਼ ਉਡੌਣ ਦੀ ਸਿਖਲਾਈ ਲੈ ਰਿਹਾ ਸੀ। ਗੁਪਤ ਕਮਿਸ਼ਨ ਦੇ ਤਿੰਨ ਮੈਂਬਰਾਂ ਤੋਂ ਬਿਨਾਂ ਇਸ ਬਾਰੇ ਹੋਰ ਕਿਸੇ ਨੂੰ ਜਾਣਕਾਰੀ ਨਹੀਂ ਸੀ। ਮਈ ਦੇ ਅੰਤ ਜਾਂ ਜੂਨ ਦੇ ਆਰੰਭ ਵਿਚ ਉਹ ਪੱਕ ਨਾਲ ਵਾਪਸ ਸਾਨ ਫ਼ਰਾਂਸਿਸਕੋ ਆ ਗਿਆ ਸੀ। ਬਾਬਾ ਸੋਹਣ ਸਿੰਘ ਭਕਨਾ ਨੇ ਲਿਖਿਆ ਹੈ ਕਿ ਇਕ ਦਿਨ ਉਹ ਯੁਗਾਂਤਰ ਆਸ਼ਰਮ ਵਿਚ ਬੈਠੇ ਸਨ "ਕਿ ਭਾਈ ਕਰਤਾਰ ਸਿੰਘ ਸਰਾਭਾ ਵੀ ਆ ਗਿਆ ਤੇ ਉਸ ਨੇ ਇਹ ਖ਼ੁਸ਼ਖ਼ਬਰੀ ਸੁਣਾਈ ਕਿ 'ਮੈਂ ਹਵਾਈ ਜਹਾਜ਼ ਉਡੌਣਾ ਸਿੱਖ ਆਇਆ ਹਾਂ'। ਭਾਈ ਕਰਤਾਰ ਸਿੰਘ ਦੇ ਜਾਣ ਮਗਰੋਂ ਗੁਪਤ ਕਮੇਟੀ ਨੇ ਇਕ ਟੋਲੀ ਕੁਝ ਗੱਭਰੂਆਂ ਦੀ ਚੁਣ ਰੱਖੀ ਸੀ, ਤਾਂ ਜੋ ਭਾਈ ਕਰਤਾਰ ਸਿੰਘ ਦੇ ਆਉਣ 'ਤੇ ਹਵਾਈ ਜਹਾਜ਼ ਮਸ਼ੀਨ ਆਦਿਕ ਖ਼ਰੀਦ ਕੇ ਦੇਸ਼ ਭਗਤਾਂ ਨੂੰ ਕੰਮ ਸਿਖੌਣਾ ਸ਼ੁਰੂ ਕੀਤਾ ਜਾਵੇ। ਇਸ ਪਾਰਟੀ ਵਿਚ ਭਾਈ ਊਧਮ ਸਿੰਘ ਦਾ ਨਾਮ ਖ਼ਾਸ ਹੈ, ਜਿਸ ਨੇ ਸਭ ਤੋਂ ਪਹਿਲਾਂ ਤੇ ਬਹੁਤ ਚਾਉ ਨਾਲ ਟੋਲੀ ਵਿਚ ਭਰਤੀ ਹੋਣ ਲਈ ਬੇਨਤੀ ਕੀਤੀ। (ਪਰ) ਅਜੇ ਹਵਾਈ ਜਹਾਜ਼ ਖ਼ਰੀਦਣ ਦਾ ਪ੍ਰਬੰਧ ਕਰ ਰਹੇ ਸਾਂ, ਜੋ ਕਾਮਾਗਾਟਾ ਮਾਰੂ ਦੇ ਹਿੰਦੁਸਤਾਨ ਨੂੰ ਮੁੜਨ ਦੀ ਖ਼ਬਰ ਪੁੱਜ ਗਈ।"[33]

ਇਸ ਨਾਲ ਗ਼ਦਰ ਪਾਰਟੀ ਸਾਹਮਣੇ ਹੰਗਾਮੀ ਹਾਲਤ ਪੈਦਾ ਹੋ ਗਈ ਅਤੇ ਉਸ ਨੂੰ ਆਪਣੇ ਕਾਰਜ ਨਵੇਂ ਸਿਰਿਓਂ ਵਿਉਂਤਣੇ ਪੈ ਗਏ।

---

33. ਬਾਬਾ ਸੋਹਣ ਸਿੰਘ ਭਕਨਾ, *ਮੇਰੀ ਰਾਮ ਕਹਾਣੀ*, ਸਫ਼ੇ 111-12.

8

ਦੇਸ਼ ਨੂੰ ਵਹੀਰਾਂ

ਸਰਾਭੇ ਦੀ ਫੁਰਤੀ ਤੇ ਚੁਸਤੀ

ਛੇ ਸੱਤ ਮਹੀਨਿਆਂ ਅੰਦਰ ਅਮਰੀਕਾ ਤੇ ਕੈਨੇਡਾ ਅੰਦਰਲੇ ਪੰਜਾਬੀਆਂ/ਸਿੱਖਾਂ ਦਾ ਵੱਡਾ ਹਿੱਸਾ ਗ਼ਦਰ ਪਾਰਟੀ ਦੇ ਝੰਡੇ ਹੇਠ ਲਾਮਬੰਦ ਹੋ ਚੁੱਕਾ ਸੀ। ਇਸ ਤੋਂ ਇਲਾਵਾ ਜਪਾਨ, ਚੀਨ, ਮਲਾਇਆ, ਬਰਮਾ, ਸਿਆਮ ਤੇ ਇੰਗਲੈਂਡ ਆਦਿ ਦੇਸ਼ਾਂ ਅੰਦਰ ਵੀ ਗ਼ਦਰ ਪਾਰਟੀ ਦਾ ਤਾਣਾ ਬਾਣਾ ਫੈਲ ਗਿਆ ਸੀ। ਬਾਬਾ ਭਕਨਾ ਅਨੁਸਾਰ "ਉਸ ਵਕਤ ਗ਼ਦਰ ਪਾਰਟੀ ਦੇ ਅਮਰੀਕਨ ਤੇ ਹੋਰ ਦੇਸ਼ਾਂ ਦੇ ਸਾਰੇ ਦੇਸ਼ ਭਗਤਾਂ ਦੀ ਗਿਣਤੀ ਦਸ ਬਾਰਾਂ ਹਜ਼ਾਰ ਤੋਂ ਘੱਟ ਨਹੀਂ ਸੀ।"[1] ਭਾਵੇਂ ਉਸ ਵੇਲੇ ਅਮਰੀਕਾ ਅੰਦਰ ਭਾਰਤੀਆਂ ਤੋਂ ਇਲਾਵਾ ਹੋਰ ਬਹੁਤ ਸਾਰੇ ਦੇਸ਼ਾਂ - ਆਇਰਲੈਂਡ, ਰੂਸ, ਚੀਨ, ਮਿਸਰ, ਮੈਕਸੀਕੋ ਆਦਿ ਆਦਿ - ਦੇ ਆਵਾਸੀ ਵੀ ਆਪੋ-ਆਪਣੇ ਮੁਲਕਾਂ ਦੀ ਆਜ਼ਾਦੀ ਲਈ ਸਰਗਰਮ ਸਨ, ਪਰ "ਗ਼ਦਰ ਪਾਰਟੀ ਅਮਰੀਕਾ ਦੀਆਂ ਬਾਕੀ ਸਾਰੀਆਂ ਪਾਰਟੀਆਂ ਨਾਲੋਂ ਅੱਗੇ ਨਿਕਲ ਗਈ ਸੀ। ਹੋਰ ਕੋਈ ਵੀ ਪਾਰਟੀ ਆਵਾਸੀਆਂ ਅੰਦਰ ਏਨਾ ਜੋਸ਼ ਨਹੀਂ ਭਰ ਸਕੀ ਸੀ।"[2] ਇਸ ਤੋਂ ਗ਼ਦਰ ਪਾਰਟੀ ਦੇ ਆਗੂਆਂ ਤੇ ਵਰਕਰਾਂ ਦੀ ਵਚਨਬੱਧਤਾ, ਲਗਨ, ਕਾਬਲੀਅਤ, ਘਾਲਣਾ ਤੇ ਜਜ਼ਬੇ ਦਾ ਬਾਖ਼ੂਬ ਪਤਾ ਲੱਗ ਜਾਂਦਾ ਹੈ।

ਮਈ (1914) ਦੇ ਅਖ਼ੀਰ ਵਿਚ ਭਾਈ ਭਗਵਾਨ ਸਿੰਘ 'ਪ੍ਰੀਤਮ' ਤੇ ਮੌਲਵੀ ਬਰਕਤੁੱਲਾ ਜਪਾਨ ਤੋਂ ਅਮਰੀਕਾ ਪਹੁੰਚ ਗਏ। ਉਹ ਸਿੱਧੇ ਸਾਨ ਫ਼ਰਾਂਸਿਸਕੋ ਪਹੁੰਚੇ, ਅਤੇ ਉਥੋਂ ਸਟਾਕਟਨ ਚਲੇ ਗਏ, ਜਿਥੇ ਉਨ੍ਹਾਂ ਕੁਝ ਦਿਨ ਗੁਰਦੁਆਰਾ ਸਾਹਿਬ ਅੰਦਰ ਆਰਾਮ ਕੀਤਾ। ਉਥੇ ਹੀ ਉਨ੍ਹਾਂ ਦੀ ਬਾਬਾ ਸੋਹਣ ਸਿੰਘ ਭਕਨਾ ਨਾਲ ਮੁਲਾਕਾਤ ਹੋਈ। ਉਹ ਬਾਬਾ ਜੀ ਦੇ ਨਾਲ ਹੀ ਫਿਰ ਸਾਨ ਫ਼ਰਾਂਸਿਸਕੋ ਮੁੜ ਗਏ। ਉਹ ਸਾਰੇ 'ਯੁਗਾਂਤਰ ਆਸ਼ਰਮ' ਵਿਚ ਠਹਿਰੇ ਹੋਏ ਸਨ ਜਦੋਂ ਇਕ ਦਿਨ ਭਾਈ ਕਰਤਾਰ ਸਿੰਘ ਸਰਾਭਾ ਹਵਾਈ ਜਹਾਜ਼ ਚਲਾਉਣ ਦੀ ਟਰੇਨਿੰਗ ਲੈ ਕੇ ਵਾਪਸ 'ਯੁਗਾਂਤਰ ਆਸ਼ਰਮ' ਵਿਚ ਆ ਪ੍ਰਗਟ ਹੋਇਆ ਸੀ। ਉਹ ਕੁਝ ਹਫ਼ਤਿਆਂ ਵਿਚ ਹੀ ਜਹਾਜ਼ ਉਡੌਣਾ ਸਿੱਖ ਆਇਆ ਸੀ।

ਕਰਤਾਰ ਸਿੰਘ ਸਰਾਭਾ ਦੀ ਗ਼ੈਰ-ਹਾਜ਼ਰੀ ਵਿਚ ਬਾਬਾ ਭਕਨਾ ਨੇ ਕੈਲੀਫ਼ੋਰਨੀਆ ਅੰਦਰ ਫਰਿਜ਼ਨੋ, ਅੱਪਲੈਂਡ, ਔਕਸਨਾਰਡ, ਤੇ ਲਾਸ ਏਂਜਲਸ ਆਦਿ ਥਾਵਾਂ 'ਤੇ ਜਾ ਕੇ ਮੀਟਿੰਗਾਂ ਕਰਵਾਈਆਂ ਅਤੇ ਪਾਰਟੀ ਦੀਆਂ ਬਰਾਂਚਾਂ ਕਾਇਮ ਕੀਤੀਆਂ। ਭਾਈ ਭਗਵਾਨ ਸਿੰਘ ਤੇ ਬਰਕਤੁੱਲਾ ਦੇ ਆਉਣ ਨਾਲ ਪਾਰਟੀ ਨੂੰ ਦੋ ਹੋਰ ਊਰਜਾਸ਼ੀਲ ਆਗੂ ਮਿਲ ਗਏ।

---

1. ਬਾਬਾ ਸੋਹਣ ਸਿੰਘ ਭਕਨਾ, *ਮੇਰੀ ਰਾਮ ਕਹਾਣੀ*, ਸਫ਼ਾ 105.
2. ਬਾਬਾ ਸੋਹਣ ਸਿੰਘ ਭਕਨਾ, *ਮੇਰੀ ਆਪ ਬੀਤੀ*, ਸਫ਼ਾ 26.

ਜਿਸ ਨਾਲ ਪਾਰਟੀ ਦੇ ਜਥੇਬੰਦਕ ਕੰਮ ਤੇ ਪ੍ਰਚਾਰ ਵਿਚ ਹੋਰ ਤੇਜ਼ੀ ਆ ਗਈ। ਇਸ ਦੇ ਨਾਲ ਹੀ ਭਾਈ ਕਰਤਾਰ ਸਿੰਘ ਸਰਾਭਾ ਵੀ ਵਾਪਸ ਆ ਕੇ ਮੁੜ ਤੋਂ ਪੂਰੇ ਜੋਸ਼-ਖ਼ਰੋਸ਼ ਨਾਲ ਪ੍ਰਚਾਰ ਤੇ ਜਥੇਬੰਦਕ ਕਾਰਜਾਂ ਵਿਚ ਜੁੱਟ ਗਿਆ ਸੀ। ਜੂਨ ਦੇ ਮਹੀਨੇ ਭਾਈ ਭਗਵਾਨ ਸਿੰਘ, ਬਰਕਤੁੱਲਾ ਤੇ ਰਾਮ ਚੰਦਰ ਨੇ ਰਲ ਕੇ ਓਰੇਗਾਨ ਤੇ ਵਾਸ਼ਿੰਗਟਨ ਰਿਆਸਤਾਂ ਦਾ ਤੂਫ਼ਾਨੀ ਦੌਰਾ ਕੀਤਾ। ਅਸਟੋਰੀਆ (7 ਜੂਨ), ਵਿਨਾ (9 ਜੂਨ), ਵਾਸ਼ਿੰਗਟਨ (ਓਰੇਗਾਨ ਰਿਆਸਤ, 11 ਜੂਨ), ਅਬਰਡੀਨ (13 ਜੂਨ), ਸਿਆਟਲ (15 ਜੂਨ), ਅਤੇ ਪੋਰਟਲੈਂਡ (14 ਜੂਨ) ਵਿਚ ਵੱਡੇ ਇਕੱਠ ਹੋਏ, ਜਿਨ੍ਹਾਂ 'ਚੋਂ ਕੁਝ ਥਾਵਾਂ 'ਤੇ ਬਾਬਾ ਸੋਹਣ ਸਿੰਘ ਭਕਨਾ ਵੀ ਪਹੁੰਚੇ। 3 ਜੁਲਾਈ ਨੂੰ ਸਟਾਕਟਨ ਵਿਖੇ ਬਹੁਤ ਵੱਡਾ ਇਕੱਠ ਹੋਇਆ। ਇਸ ਕਾਨਫ਼ਰੰਸ ਦੀ ਸੂਚਨਾ ਗ਼ਦਰ ਦੇ 16 ਤੇ 30 ਜੂਨ ਦੇ ਅੰਕਾਂ ਵਿਚ ਦਿੱਤੀ ਗਈ ਸੀ। ਇਸ ਇਕੱਠ ਵਿਚ ਕੈਨੇਡਾ ਤੇ ਮੈਕਸੀਕੋ ਤੋਂ ਵੀ ਦੇਸ਼ ਭਗਤ ਸ਼ਾਮਲ ਹੋਏ। ਸਵੇਰੇ 9 ਵਜੇ ਤੋਂ ਸ਼ੁਰੂ ਹੋ ਕੇ ਅੱਧੀ ਰਾਤ ਤਕ ਨਿਰੰਤਰ ਪ੍ਰੋਗਰਾਮ ਚੱਲਦਾ ਰਿਹਾ ਅਤੇ ਸਰੋਤੇ ਪੂਰੇ ਮੰਤਰ ਮੁਗਧ ਹੋ ਕੇ ਬੁਲਾਰਿਆਂ ਨੂੰ ਸੁਣਦੇ ਰਹੇ। ਇਸ ਵਿਚ ਭਾਈ ਭਗਵਾਨ ਸਿੰਘ, ਬਰਕਤੁੱਲਾ ਤੇ ਰਾਮ ਚੰਦਰ ਮੁੱਖ ਬੁਲਾਰੇ ਸਨ।

ਇਸੇ ਸਮੇਂ ਦੌਰਾਨ ਪਾਰਟੀ ਦੇ 'ਗੁਪਤ ਕਮਿਸ਼ਨ' ਨੇ ਭਾਰਤ ਅੰਦਰ ਇਨਕਲਾਬੀ ਪ੍ਰਚਾਰ ਤੇ ਜਥੇਬੰਦੀ ਦਾ ਫੈਲਾਅ ਕਰਨ ਬਾਰੇ ਕਾਰਜ ਯੋਜਨਾ ਬਣਾਈ। ਮਈ 1914 ਵਿਚ ਦੋ ਹੋਣਹਾਰ ਵਰਕਰਾਂ, ਭਾਈ ਗਾਂਧਾ ਸਿੰਘ ਤੇ ਭਾਈ ਕਰਤਾਰ ਸਿੰਘ ਲਤਾਲਾ ਨੂੰ ਇਸ ਮੰਤਵ ਲਈ ਭਾਰਤ ਭੇਜਿਆ ਗਿਆ। ਉਨ੍ਹਾਂ ਨੇ ਭਾਰਤ ਅੰਦਰ ਜਾ ਕੇ ਲੋਕਾਂ ਨਾਲ ਮੁੱਢਲੇ ਸੰਪਰਕ ਬਣਾਉਣੇ ਸਨ, ਅਤੇ ਨਾਲ ਹੀ ਅਮਰੀਕਾ ਵਾਂਗੂੰ ਭਾਰਤ ਅੰਦਰ ਵੀ ਰਾਜਸੀ ਪ੍ਰਚਾਰ ਕਰਨ ਲਈ ਛਾਪਾ ਖ਼ਾਨਾ ਲਾਉਣ ਤੇ ਪਾਰਟੀ ਦਾ ਅੱਡਾ (ਦਫ਼ਤਰ) ਬਣਾਉਣ ਲਈ ਢੁੱਕਵੀਆਂ ਥਾਵਾਂ ਤੇ ਵਿਅਕਤੀਆਂ ਦੀ ਭਾਲ ਕਰਨੀ ਸੀ। ਜ਼ਾਹਰਾ ਤੌਰ 'ਤੇ, ਜਿਹੜੇ ਕੰਮ ਅਮਰੀਕਾ ਅੰਦਰ ਖੁੱਲ੍ਹੇ-ਆਮ ਹੋ ਰਹੇ ਸਨ, ਉਹ ਭਾਰਤ ਅੰਦਰ ਗੁਪਤ ਤਰੀਕਿਆਂ ਨਾਲ ਹੀ ਹੋ ਸਕਦੇ ਸਨ। ਇਸ ਕਰਕੇ ਇਸ ਕਾਰਜ ਲਈ ਬੰਦਿਆਂ ਦੀ ਚੋਣ ਬਹੁਤ ਸੋਚ ਵਿਚਾਰ ਕੇ ਕੀਤੀ ਗਈ ਸੀ। ਭਾਈ ਗਾਂਧਾ ਸਿੰਘ ਤੇ ਕਰਤਾਰ ਸਿੰਘ ਲਤਾਲਾ ਨੇ ਬਾਬਾ ਸੋਹਣ ਸਿੰਘ ਭਕਨਾ ਤੇ ਕਰਤਾਰ ਸਿੰਘ ਸਰਾਭਾ ਨਾਲ ਰਲ ਕੇ ਕੈਲੀਫ਼ੋਰਨੀਆ ਅੰਦਰ ਜਥੇਬੰਦੀ ਉਸਾਰਨ ਵਿਚ ਅਹਿਮ ਭੂਮਿਕਾ ਨਿਭਾਈ ਸੀ। ਉਨ੍ਹਾਂ ਦੀ ਇਸ ਗੁਣ ਯੋਗਤਾ ਨੂੰ ਦੇਖ ਕੇ ਹੀ ਉਨ੍ਹਾਂ ਨੂੰ ਇਹ ਅਹਿਮ ਜ਼ੁੰਮੇਵਾਰੀ ਸੌਂਪੀ ਗਈ ਸੀ। ਵਿਉਂਤ ਮੁਤਾਬਕ ਭਾਰਤ ਅੰਦਰ ਛਾਪੇ ਖ਼ਾਨੇ ਤੇ ਦਫ਼ਤਰ ਦਾ ਕੰਮ ਚਾਲੂ ਹੋ ਜਾਣ ਤੋਂ ਬਾਅਦ, ਢੁੱਕਵੇਂ ਮੌਕੇ 'ਤੇ, ਬਾਬਾ ਸੋਹਣ ਸਿੰਘ ਭਕਨਾ ਤੇ ਭਾਈ ਕਰਤਾਰ ਸਿੰਘ ਸਰਾਭਾ ਨੇ ਦੇਸ਼ ਅੰਦਰ ਜਾ ਕੇ ਸਾਰੇ ਕੰਮ ਦੀ ਕਮਾਨ ਸੰਭਾਲ ਲੈਣੀ ਸੀ।

ਭਾਈ ਹਰਨਾਮ ਸਿੰਘ ਦਾ ਬੰਬ ਹਾਦਸਾ

ਉਧਰ ਇਸੇ ਦੌਰਾਨ, ਬੰਬ ਦੀ ਪਰਖ ਕਰਦਿਆਂ ਭਾਈ ਹਰਨਾਮ ਸਿੰਘ (ਕੋਟਲਾ) ਨਾਲ ਦਰਦਨਾਕ ਹਾਦਸਾ ਵਾਪਰ ਗਿਆ। ਇਸ ਬਾਰੇ ਗੁਰਚਰਨ ਸਿੰਘ ਸੈਂਸਰਾ ਨੇ ਭਾਈ ਹਰਨਾਮ ਸਿੰਘ ਨਾਲ ਹੋਈ ਲੰਮੀ ਗੱਲਬਾਤ ਦਾ ਵੇਰਵਾ ਇੰਜ ਦਿੱਤਾ ਹੈ:

ਅਮਰੀਕਾ ਦੇ ਉਸ ਵੇਲੇ ਦੇ ਕਾਨੂੰਨ ਅਨੁਸਾਰ ਕੋਈ ਗ਼ੈਰ-ਅਮਰੀਕਨ ਓਥੋਂ ਦੀ

ਹਕੂਮਤ ਦੇ ਖ਼ਿਲਾਫ਼ ਪ੍ਰਚਾਰ ਨਹੀਂ ਕਰ ਸਕਦਾ ਸੀ, ਨਾ ਹੀ ਅਮਰੀਕਾ ਦੀਆਂ ਰਾਜਸੀ ਪਾਰਟੀਆਂ ਦਾ ਮੈਂਬਰ ਬਣ ਸਕਦਾ ਜਾਂ ਇਨ੍ਹਾਂ ਪਾਰਟੀਆਂ ਦੀਆਂ ਸਰਗਰਮੀਆਂ ਵਿਚ ਹਿੱਸਾ ਲੈ ਸਕਦਾ ਸੀ। ਅਮਰੀਕਾ ਵਿਚ ਕੋਈ ਪਰਵਾਸੀ ਆਪਣੇ ਦੇਸ਼ ਦੀ ਹਕੂਮਤ ਨੂੰ ਉਲਟਾਉਣ ਲਈ ਅਮਰੀਕਾ ਦੀ ਧਰਤੀ ਉਪਰ ਹਥਿਆਰ ਜਮ੍ਹਾਂ ਨਹੀਂ ਕਰ ਸਕਦਾ ਸੀ ਤੇ ਨਾ ਹੀ ਜੰਗ ਵਿਚ ਕੰਮ ਆਉਣ ਵਾਲੀਆਂ ਚੀਜ਼ਾਂ ਬਣਾ ਜਾਂ ਆਪਣੇ ਦੇਸ਼ ਨੂੰ ਭੇਜ ਸਕਦਾ ਸੀ।

ਇਸ ਤਰ੍ਹਾਂ ਗ਼ਦਰ ਪਾਰਟੀ ਵਲੋਂ ਹਥਿਆਰ ਜਮ੍ਹਾਂ ਕਰਨਾ ਜਾਂ ਇਨ੍ਹਾਂ ਦੀ ਵਰਤੋਂ ਕਰਨ ਦੀ ਸਿਖਲਾਈ ਹਾਸਲ ਕਰਨਾ ਅਮਰੀਕਨ ਕਾਨੂੰਨ ਦੀ ਉਲੰਘਣਾ ਕਰਨਾ ਸੀ। ਇਸ ਦਾ ਪਤਾ ਲੱਗ ਜਾਣ ਪੁਰ ਸੰਬੰਧਿਤ ਵਿਅਕਤੀਆਂ ਉਪਰ ਮੁਕੱਦਮੇ ਚੱਲ ਸਕਦੇ ਸਨ ਤੇ ਉਨ੍ਹਾਂ ਨੂੰ ਅਮਰੀਕਾ ਤੋਂ ਦੇਸ਼ ਨਿਕਾਲਾ ਮਿਲ ਸਕਦਾ ਸੀ। ਇਸ ਦੇ ਨਾਲ ਹੀ ਸਾਰੀ ਗ਼ਦਰ ਪਾਰਟੀ ਨੂੰ ਗ਼ੈਰ-ਕਾਨੂੰਨੀ ਕਰਾਰ ਦੇ ਕੇ ਇਸ ਦੇ ਖ਼ਿਲਾਫ਼ ਸਖ਼ਤ ਕਾਰਵਾਈ ਹੋ ਸਕਦੀ ਸੀ। ਇਸ ਕਰਕੇ ਇਹ ਸਾਰਾ ਕੰਮ ਬਹੁਤ ਹੀ ਖ਼ੁਫ਼ੀਆ ਤਰੀਕੇ ਨਾਲ ਕਰਨਾ ਪੈਣਾ ਸੀ।

ਪਰ ਗ਼ਦਰ ਪਾਰਟੀ ਨੂੰ ਇਕ ਗੱਲ ਦਾ ਫ਼ਾਇਦਾ ਸੀ ਕਿ ਅਮਰੀਕਾ ਵਿਚ ਹਥਿਆਰ ਆਦਿ ਰੱਖਣ ਉੱਤੇ ਪਾਬੰਦੀ ਜਾਂ ਕੋਈ ਖ਼ਾਸ ਨਿਗਰਾਨੀ ਨਹੀਂ ਸੀ। ਰਵਾਇਤ ਮੁਤਾਬਕ ਅਮਰੀਕਨ ਲੋਕ ਬਿਨਾਂ ਰੋਕ ਟੋਕ ਤੋਂ ਹਥਿਆਰ ਰੱਖ ਸਕਦੇ ਤੇ ਆਪਣੇ ਨਿੱਜੀ ਹਿਤਾਂ ਲਈ ਇਨ੍ਹਾਂ ਦੀ ਖੁੱਲ੍ਹੀ ਵਰਤੋਂ ਕਰ ਸਕਦੇ ਸਨ। ਸਿਰਫ਼ ਰਾਜਸੀ ਉਦੇਸ਼ਾਂ ਲਈ ਵਰਤੋਂ ਕਰਨੀ ਮਨ੍ਹਾਂ ਸੀ। ਗ਼ਦਰ ਪਾਰਟੀ ਨੇ ਪੂਰੀ ਚੌਕਸੀ ਵਰਤਦਿਆਂ ਇਸ ਖੁੱਲ੍ਹ ਦਾ ਫ਼ਾਇਦਾ ਲੈਣ ਦਾ ਨਿਰਣਾ ਕੀਤਾ।

"ਸਾਨ ਫ਼ਰਾਂਸਿਸਕੋ ਵਿਚ ਇਕ ਜੈਕ ਨਾਮੀ ਅਮਰੀਕਨ ਗੋਰਾ ਹਿੰਦੁਸਤਾਨ ਦੀ ਆਜ਼ਾਦੀ ਦਾ ਬੜਾ ਖ਼ਾਹਸ਼ਮੰਦ ਸੀ। ਉਹ ਹਿੰਦੁਸਤਾਨ ਦੇ ਗ਼ਦਰੀ ਦੇਸ਼ ਭਗਤਾਂ ਦਾ ਬੜਾ ਯਾਰ ਸੀ...ਸਾਨ ਫ਼ਰਾਂਸਿਸਕੋ ਵਿਚ ਉਹ ਬੜਾ ਮੰਨਿਆ ਦੰਨਿਆ ਆਦਮੀ ਸੀ। ਉਹ ਗ਼ਦਰ ਪਾਰਟੀ ਦੇ ਕੰਮਾਂ ਵਿਚ ਨਾ ਸਿਰਫ਼ ਹਮਦਰਦੀ ਰੱਖਦਾ ਸੀ, ਸਗੋਂ ਪਾਰਟੀ ਦੇ ਉੜੇ ਥੁੜੇ ਕੰਮ ਵੀ ਕਰਦਾ ਸੀ। ਉਸ ਨੇ ਪਾਰਟੀ ਦੇ ਕਈ ਜਾਨ ਜੋਖੋਂ ਦੇ ਕੰਮ ਵੀ ਕੀਤੇ ਤੇ ਗ਼ਦਰ ਲਹਿਰ ਦੀ ਸਹਾਇਤਾ ਕਰਨ ਲਈ ਉਹ ਖ਼ੁਦ ਗ਼ਦਰੀ ਦੇਸ਼ ਭਗਤਾਂ ਨਾਲ ਹਿੰਦੁਸਤਾਨ ਵਿਚ ਵੀ ਆਇਆ ਪਰ ਹਿੰਦ ਸਰਕਾਰ ਨੇ ਉਸ ਨੂੰ ਗ੍ਰਿਫ਼ਤਾਰ ਕਰ ਕੇ ਵਾਪਸ ਅਮਰੀਕਾ ਭੇਜ ਦਿੱਤਾ। ਪਾਰਟੀ ਲੀਡਰਾਂ ਦਾ ਉਹ ਇਕ ਚੰਗਾ ਸਲਾਹਕਾਰ ਵੀ ਸੀ।

ਮਈ 1914 ਵਿਚ ਜਦੋਂ ਸ਼ਹੀਦ ਕਰਤਾਰ ਸਿੰਘ ਸਰਾਭਾ ਹਵਾਈ ਜਹਾਜ਼ ਦਾ ਕੰਮ ਸਿੱਖਣ ਲਈ ਚਲਿਆ ਗਿਆ ਤਾਂ ਬਾਬਾ ਹਰਨਾਮ ਸਿੰਘ ਨੇ ਇਸ ਭੱਦਰਪੁਰਸ਼ ਨਾਲ ਬੰਬ ਬਣੌਣ ਦੀ ਜਾਚ ਸਿੱਖਣ ਬਾਰੇ ਗੱਲ ਕੀਤੀ। ਉਹ ਝਟਪਟ ਮੰਨ ਗਿਆ ਤੇ ਸਲਾਹ ਕੀਤੀ ਕਿ ਦੋਵੇਂ ਜਣੇ ਸ਼ਹਿਰੋਂ ਬਾਹਰ ਤੀਹ ਚਾਲ੍ਹੀ ਮੀਲ ਦੂਰ ਜੰਗਲ ਵਿਚ ਜਾ ਕੇ ਇਹ ਕੰਮ ਕਰਨ।

ਅਗਲੇ ਦਿਨ ਮਿਸਟਰ ਜੈਕ ਸਭ ਲੋੜੀਂਦਾ ਸਾਮਾਨ ਖ਼ਰੀਦ ਕੇ ਲੈ ਆਇਆ। ਦੋਹਾਂ ਨੇ ਆਪਣੇ ਬਿਸਤਰੇ ਲਏ ਤੇ ਗੱਡੀ ਪੁਰ ਚੜ੍ਹ ਕੇ ਦੂਰ ਜੰਗਲਾਂ ਵਿਚ ਮੌਜੂਦ ਇਕ ਅਸਟੇਸ਼ਨ ਪੁਰ ਜਾ ਉਤਰੇ। ਹੋਟਲ ਵਿਚ ਇਕ ਕਮਰਾ ਕਿਰਾਏ 'ਤੇ ਲੈ ਕੇ ਡੇਰੇ ਲਾ ਦਿੱਤੇ। ਖਾਣਾ ਖਾਣ ਤੋਂ ਬਾਅਦ ਹੋਟਲ ਦੇ ਕਮਰੇ ਵਿਚ ਹੀ ਬੈਠ ਕੇ ਮਿਸਟਰ ਜੈਕ ਨੇ ਬੰਬਾਂ ਦਾ ਸਾਮਾਨ

ਖੋਲ੍ਹਿਆ ਤੇ ਝਟਪਟ ਮਸਾਲਾ ਤਿਆਰ ਕਰ ਲਿਆ। ਦੋ ਬੰਬ ਬਣਾਏ ਗਏ। ਏਥੇ ਜੰਗਲ ਪਹਾੜੀ ਸੀ। ਜੰਗਲ ਵਿਚ ਜਾ ਕੇ ਇਕ ਖੱਡ ਵਿਚ ਉਤਰੇ ਤੇ ਸੰਘਣੀ ਥਾਂ ਜਾ ਕੇ ਉਨ੍ਹਾਂ ਨੂੰ ਚਲਾ ਕੇ ਵੇਖਿਆ। ਤਜਰਬਾ ਕਾਮਯਾਬ ਰਿਹਾ। ਬਹੁਤ ਤਾਕਤਵਰ ਬੰਬ ਸਨ। ਜਿਥੇ ਡਿੱਗੇ, ਉਥੋਂ ਬਹੁਤ ਸਾਰੀ ਥਾਂ ਤੇ ਨਾਲ ਦਾ ਦਰੱਖ਼ਤ ਉਡਾ ਦਿੱਤਾ। ਲਾਗੇ ਚਾਗਿਓਂ ਘਾਹ ਬੂਟ ਝੁਲਸਿਆ ਗਿਆ। ਉਪਰੰਤ ਉਹ ਵਾਪਸ ਹੋਟਲ ਵਿਚ ਆ ਗਏ।

ਅਗਲੇ ਦਿਨ ਮਿਸਟਰ ਜੈਕ ਦੇ ਸਾਹਮਣੇ ਬਾਬਾ ਹਰਨਾਮ ਸਿੰਘ ਨੇ ਆਪ ਮਸਾਲਾ ਰਲਾਇਆ ਤੇ ਬੰਬਾਂ ਵਿਚ ਭਰਿਆ ਤੇ ਓਵੇਂ ਕਿਵੇਂ ਦੋ ਬੰਬ ਆਪਣੇ ਹੱਥੀਂ ਤਿਆਰ ਕੀਤੇ। ਦੁਪਹਿਰ ਤੋਂ ਬਾਅਦ ਇਕ ਟੋਕਰੀ ਵਿਚ ਪਾ ਕੇ ਉਹ ਪਹਿਲੀ ਥਾਂ ਪੁਰ ਹੀ ਜੰਗਲ ਵਿਚ ਗਏ, ਹੇਠਾਂ ਖੱਡ ਵਿਚ ਉਤਰ ਕੇ ਇਕ ਵੱਡੀ ਸਾਰੀ ਚਿਟਾਣ ਦੇ ਪਾਸ ਟੋਕਰੀ ਰੱਖ ਦਿੱਤੀ ਤੇ ਉਸ ਵਿੱਚੋਂ ਇਕ ਬੰਬ ਲੈ ਕੇ ਚਿਟਾਣ ਦੇ ਦੂਸਰੇ ਬੰਨੇ ਲਿਜਾ ਕੇ ਚਲਾਇਆ। ਸਾਰੇ ਜੰਗਲ ਵਿਚ ਇਸ ਦੀ ਗੂੰਜ ਪੈ ਗਈ। ਜਿਥੇ ਡਿੱਗਾ ਓਥੇ ਕਾਫ਼ੀ ਖੱਪਾ ਪੈ ਗਿਆ ਤੇ ਲਾਗੇ ਦੇ ਝਾੜ ਬੂਟ ਲੂਸ ਗਏ।

ਕੁਝ ਚਿਰ ਮਗਰੋਂ ਉਹ ਚਿਟਾਣ ਦੇ ਪਿੱਛੇ ਜਾ ਕੇ ਦੂਸਰਾ ਬੰਬ ਲੈ ਆਏ, ਅਜੇ ਉਹ ਬੰਬ ਲਈ ਹੀ ਔਂਦੇ ਸਨ, ਕਿ ਇਕ ਦਮ 'ਹਾਲਟ' ਦੀ ਕੜਕਵੀਂ ਆਵਾਜ਼ ਆਈ।

ਉਨ੍ਹਾਂ ਦੋਹਾਂ ਦਾ ਤਰਾਹ ਨਿਕਲ ਗਿਆ। ਦੇਖਿਆ ਤਾਂ ਜੰਗਲ ਦਾ ਗੋਰਾ ਚੌਕੀਦਾਰ ਪਿਸਤੌਲ ਤਾਣੀ ਖੱਬੇ ਪਾਸਿਓਂ ਵਾਹੋ-ਦਾਹੀ ਸਿਰ 'ਤੇ ਚਲਿਆ ਆ ਰਿਹਾ ਸੀ।

ਉਹ ਦੋਵੇਂ ਹੈਰਾਨ ਪਰੇਸ਼ਾਨ ਸਨ, ਬੰਬ ਮਿਸਟਰ ਜੈਕ ਦੇ ਹੱਥ ਵਿਚ ਸੀ। ਉਸ ਨੇ ਬੜੇ ਠਰ੍ਹੰਮੇ ਤੋਂ ਕੰਮ ਲਿਆ ਤੇ ਬੰਬ ਵਾਲਾ ਹੱਥ ਪਿਛਾਂਹ ਕਰ ਕੇ ਆਪਣੀ ਪਿੱਠ ਉਪਰ ਧਰ ਲਿਆ।

'ਤੁਸੀਂ ਕੌਣ ਹੋ ?' ਚੌਕੀਦਾਰ ਗਰਜਿਆ। ਉਸ ਦੀਆਂ ਅੱਖਾਂ ਵਿੱਚੋਂ ਸਰਕਾਰੀ ਕਹਿਰ ਫੁੱਟ ਰਿਹਾ ਸੀ।

'ਮੈਂ ਇਕ ਕੈਮਿਸਟ ਹਾਂ, ਇਕ ਨਵਾਂ ਨੁਸਖ਼ਾ ਤਿਆਰ ਕੀਤਾ ਹੈ, ਜਿਸ ਦਾ ਤਜਰਬਾ ਏਥੇ ਕੀਤਾ ਗਿਆ ਹੈ।' ਮਿਸਟਰ ਜੈਕ ਨੇ ਤੁਰਤ ਜਵਾਬ ਬਣਾ ਲਿਆ।

'ਜੰਗਲ ਵਿਚ ਅੱਗ ਬਾਲਣਾ ਕਾਨੂੰਨ ਦੇ ਖ਼ਿਲਾਫ਼ ਹੈ, ਤੁਸੀਂ ਗ੍ਰਿਫ਼ਤਾਰ ਹੋ ਤੇ ਮੈਂ ਤੁਹਾਨੂੰ ਪੁਲਿਸ ਦੇ ਹਵਾਲੇ ਕਰਾਂਗਾ।'

'ਸਾਨੂੰ ਤਾਂ ਇਸ ਗੱਲ ਦਾ ਕੋਈ ਪਤਾ ਨਹੀਂ ਸੀ', ਮਿਸਟਰ ਜੈਕ ਨੇ ਜਵਾਬ ਦਿੱਤਾ।

'ਤੁਸਾਂ ਔਣ ਲੱਗਿਆਂ ਸਟੇਸ਼ਨ ਤੋਂ ਬਾਹਰ ਲੱਗਾ ਹੋਇਆ ਨੋਟਿਸ ਬੋਰਡ ਨਹੀਂ ਪੜ੍ਹਿਆ ?' ਚੌਕੀਦਾਰ ਨੇ ਉਨ੍ਹਾਂ ਨੂੰ ਚਿਤਾਰਿਆ।

'ਅੱਛਾ ! ਮੈਂ ਆਪਣੀ ਟੋਕਰੀ ਲੈ ਆਵਾਂ, ਫੇਰ ਤੁਹਾਡੇ ਨਾਲ ਚੱਲਦੇ ਹਾਂ।' ਮਿਸਟਰ ਜੈਕ ਨੇ ਚਾਤਰੀ ਤੋਂ ਕੰਮ ਲਿਆ, ਰਾਖੇ ਨੇ ਆਗਿਆ ਦੇ ਦਿੱਤੀ। ਮਿਸਟਰ ਜੈਕ ਚਿਟਾਣ ਦੇ ਪਿੱਛੇ ਗਏ ਤੇ ਬੰਬ ਓਥੇ ਰੱਖ ਕੇ ਟੋਕਰੀ ਚੁੱਕ ਲਿਆਏ।

ਬਾਬਾ ਹਰਨਾਮ ਸਿੰਘ ਜੰਗਲ ਦੇ ਰਾਖੇ ਪਾਸ ਹੀ ਖਲੋਤੇ ਰਹੇ ਤੇ ਉਸ ਨੂੰ ਕਹਿੰਦੇ ਰਹੇ, ਕਿ ਉਹ ਹੁਣ ਜਾਣ ਦੇਵੇ, ਉਨ੍ਹਾਂ ਨੂੰ ਜੰਗਲ ਦੇ ਕਾਨੂੰਨ ਦਾ ਪਤਾ ਨਹੀਂ ਸੀ।

ਮਿਸਟਰ ਜੈਕ ਨੇ ਭੀ ਆ ਕੇ ਆਪਣੀ ਅਨਜਾਣਤਾ ਦਰਸਾਉਣ ਦੀ ਬੜੀ ਕੋਸ਼ਿਸ਼ ਕੀਤੀ ਤੇ ਮਿੰਨਤ ਮਾਜਰਾ ਬਹੁਤ ਕੀਤਾ, ਪਰ ਰਾਖਾ ਆਪਣੇ ਹੱਠ ਪੁਰ ਅੜਿਆ ਰਿਹਾ ਤੇ ਉਨ੍ਹਾਂ ਨੂੰ ਲੈ ਕੇ ਸੜਕ ਵੱਲ ਨੂੰ ਤੁਰ ਪਿਆ। ਸੜਕ 'ਤੇ ਪਹੁੰਚਦਿਆਂ ਪਹੁੰਚਦਿਆਂ

ਗੋਰਾ ਚੌਕੀਦਾਰ ਧੀਰਾ ਪੈ ਗਿਆ ਤੇ ਉਸ ਨੇ ਉਨ੍ਹਾਂ ਨੂੰ ਛੱਡ ਦਿੱਤਾ ਤੇ ਆਖਿਆ ਕਿ 'ਮੁੜ ਕੇ ਜੰਗਲ ਵਿਚ ਆ ਕੇ ਇਹ ਕੰਮ ਨਾ ਕਰਿਆ ਜੇ।'

ਉਹ ਹੋਟਲ ਵਿਚ ਆਏ। ਆਪਣਾ ਸਾਮਾਨ ਲਿਆ ਤੇ ਗੱਡੀ ਪੁਰ ਚੜ੍ਹ ਕੇ ਰਾਤ ਨੂੰ ਸਾਨ ਫ਼ਰਾਂਸਿਸਕੋ ਵਾਪਸ ਯੁਗਾਂਤਰ ਆਸ਼ਰਮ ਵਿਚ ਆ ਗਏ।

... ...

ਜੁਲਾਈ ਦਾ ਮਹੀਨਾ ਚੜ੍ਹ ਪਿਆ। ਹਵਾਈ ਜਹਾਜ਼ ਦਾ ਕੰਮ ਸਿੱਖਦਿਆਂ ਸ਼ਹੀਦ ਕਰਤਾਰ ਸਿੰਘ ਸਰਾਭੇ ਦਾ ਗੁੱਟ ਟੁੱਟ ਗਿਆ। ਜਿਸ ਦੇ ਇਲਾਜ ਵਾਸਤੇ ਉਨ੍ਹਾਂ ਨੂੰ ਸੈਕਰਾਮੈਂਟੋ ਹਸਪਤਾਲ ਵਿਚ ਦਾਖ਼ਲ ਹੋਣਾ ਪਿਆ।

4 ਜੁਲਾਈ ਨੂੰ ਸੈਕਰਾਮੈਂਟੋ ਵਿਚ ਗ਼ਦਰ ਪਾਰਟੀ ਦਾ ਇਕ ਜਲਸਾ ਸੀ। ਓਥੇ ਸਾਰੇ ਗ਼ਦਰੀ ਲੀਡਰ ਤੇ ਸਥਾਨਕ ਵਰਕਰ ਇਕੱਠੇ ਹੋਏ ਸਨ। ਸ਼ਹੀਦ ਕਰਤਾਰ ਸਿੰਘ ਵੀ ਹਸਪਤਾਲ ਵਿੱਚੋਂ ਉੱਠ ਕੇ ਗੁੱਟ ਪੁਰ ਪੱਟੀ ਬੱਧੀ ਹੋਈ ਜਲਸੇ ਵਿਚ ਆ ਗਏ। ਓਥੇ ਸ਼ਹੀਦ ਕਰਤਾਰ ਸਿੰਘ ਤੇ ਬਾਬਾ ਪਿਰਥੀ ਸਿੰਘ ਲਾਲੜੂ ਬਾਬਾ ਹਰਨਾਮ ਸਿੰਘ ਨੂੰ ਕਹਿਣ ਲੱਗੇ ਕਿ ਤੁਸੀਂ ਮਿਸਟਰ ਜੈਕ ਪਾਸੋਂ ਬੰਬਾਂ ਦੀ ਜਾਚ ਸਿੱਖ ਲਈ ਹੈ, ਇਸ ਲਈ ਉਹ ਹੁਣ ਇਨ੍ਹਾਂ ਦੋਹਾਂ ਨੂੰ ਸਿਖਾ ਦੇਣ।

ਉਨ੍ਹਾਂ ਤਿੰਨਾਂ ਨੇ ਸਲਾਹ ਕੀਤੀ, ਕਿ ਜੰਗਲ ਵਿਚ ਜਾਣ ਦੀ ਬਜਾਏ ਕਿਧਰੇ ਆਪਣੀ ਥਾਂ ਜਾ ਕੇ ਇਹ ਕੰਮ ਕੀਤਾ ਜਾਏ। ਜੰਗਲ ਦੇ ਹੱਥ ਉਨ੍ਹਾਂ ਨੂੰ ਲੱਗ ਚੁੱਕੇ ਸਨ, ਇਸ ਲਈ ਮਤਾ ਪਕਾਇਆ ਕਿ ਭਾਈ ਸੰਤੋਖ ਸਿੰਘ ਤੇ ਬਾਬਾ ਵਸਾਖਾ ਸਿੰਘ ਦਦੇਹਰ ਦੇ ਫ਼ਾਰਮ ਵਿਚ ਜਾਇਆ ਜਾਏ। ਉਨ੍ਹਾਂ ਨੇ ਅਗਲੇ ਦਿਨ ਲੋੜੀਂਦਾ ਸਾਮਾਨ ਖ਼ਰੀਦਿਆ ਤੇ ਭਾਈ ਸੰਤੋਖ ਸਿੰਘ ਦੇ ਫ਼ਾਰਮ ਵਿਚ ਚਲੇ ਗਏ। ਅੱਗੇ ਗ਼ਦਰ ਪਾਰਟੀ ਦੇ ਪ੍ਰਧਾਨ ਬਾਬਾ ਸੋਹਣ ਸਿੰਘ ਭਕਨਾ ਓਥੇ ਆਏ ਹੋਏ ਸਨ।

ਓਥੇ ਬਾਬਾ ਹਰਨਾਮ ਸਿੰਘ ਨੇ ਉਨ੍ਹਾਂ ਨੂੰ ਮਸਾਲਾ ਰਲੌਣਾ, ਬੰਬਾਂ ਵਿਚ ਭਰਨਾ ਤੇ ਪਲੀਤਾ ਫਿਟ ਕਰਨਾ ਦੱਸਿਆ ਤੇ ਉਨ੍ਹਾਂ ਪਾਸੋਂ ਹੱਥੀਂ ਇਹ ਕੰਮ ਕਰਵਾਇਆ। ਦੋਹਾਂ ਨੇ ਹੀ ਠੀਕ ਤਰੀਕੇ ਨਾਲ ਮਸਾਲਾ ਰਲਾਇਆ, ਭਰਿਆ ਤੇ ਬੰਬ ਤਿਆਰ ਕੀਤੇ। ਓਥੇ ਫ਼ਾਰਮ ਵਿਚ ਹੀ ਉਨ੍ਹਾਂ ਨੂੰ ਚਲਾ ਕੇ ਵੇਖਿਆ ਗਿਆ। ਤਜਰਬਾ ਕਾਮਯਾਬ ਸੀ। ਉਪਰੋਕਤ ਉਹ ਦੋਵੇਂ ਸਾਨ ਫ਼ਰਾਂਸਿਸਕੋ ਨੂੰ ਗੱਡੀ ਚੜ੍ਹ ਗਏ। ਬਾਬਾ ਹਰਨਾਮ ਸਿੰਘ ਓਥੇ ਹੀ ਰਹਿ ਗਏ।

ਬੰਬ ਭਰ ਲੈਣ ਤੋਂ ਬਾਅਦ ਕੁਝ ਮਸਾਲਾ ਵਾਧੂ ਬਚ ਰਹਿੰਦਾ ਸੀ। ਮਿਸਟਰ ਜੈਕ ਨੇ ਕਿਹਾ ਸੀ, ਕਿ ਇਹ ਵਾਧੂ ਮਸਾਲਾ ਸੁੱਟ ਦੇਣਾ ਚਾਹੀਦਾ ਹੈ। ਬੰਬ ਵਿਚ ਭਰਿਆ ਮਸਾਲਾ ਤਾਂ ਫਲੀਤੇ ਨਾਲ ਹੀ ਚੱਲੇਗਾ, ਫਲੀਤੇ ਤੋਂ ਬਿਨਾਂ ਉਸ ਦੇ ਚੱਲਣ ਦਾ ਕੋਈ ਖ਼ਤਰਾ ਨਹੀਂ। ਪਰ ਇਹ ਬਾਹਰ ਪਿਆ ਵਾਧੂ ਮਸਾਲਾ ਕਿਸੇ ਵੇਲੇ ਵੀ ਮਾੜੀ ਮੋਟੀ ਰਗੜ ਨਾਲ ਚੱਲ ਸਕਦਾ ਸੀ। ਇਹ ਖ਼ਤਰੇ ਵਾਲੀ ਗੱਲ ਮਿਸਟਰ ਜੈਕ ਨੇ ਬਾਬੇ ਹਰਨਾਮ ਸਿੰਘ ਨੂੰ ਨਹੀਂ ਦੱਸੀ ਸੀ, ਨਾ ਬਾਬਾ ਹਰਨਾਮ ਸਿੰਘ ਨੂੰ ਇਸ ਦਾ ਪਤਾ ਸੀ। ਉਹ ਕੋਈ ਕੈਮਿਸਟ ਤਾਂ ਹੈ ਹੀ ਨਹੀਂ ਸਨ।

ਇਸ ਲਈ ਜਦ ਫ਼ਾਰਮ ਵਿਚ ਬੰਬ ਤਿਆਰ ਕੀਤੇ ਗਏ ਤੇ ਵਾਧੂ ਮਸਾਲੇ ਨੂੰ ਸੁੱਟਣ ਲੱਗੇ ਤਾਂ ਸ਼ਹੀਦ ਕਰਤਾਰ ਸਿੰਘ ਸਰਾਭੇ ਨੇ ਕਿਹਾ, ਕਿ ਇਸ ਵਾਧੂ ਹਿੱਸੇ ਨੂੰ ਵੇਖਣਾ ਚਾਹੀਦਾ ਹੈ, ਕਿ ਕਿੰਨੀ ਕੁ ਤਾਕਤ ਦਾ ਹੈ, ਤਾਂ ਜੋ ਇਸ ਤੋਂ ਪੁਲ ਉਡੌਣ ਦਾ ਕੰਮ ਲਿਆ ਜਾ ਸਕੇ। ਸ਼ਹੀਦ ਕਰਤਾਰ ਸਿੰਘ ਦੇ ਕਹਿਣ ਪੁਰ ਬਾਬਾ ਹਰਨਾਮ ਸਿੰਘ ਨੇ ਇਸ ਵਾਧੂ ਮਸਾਲੇ ਨੂੰ ਤਜਰਬੇ ਵਾਸਤੇ ਆਪਣੇ ਪਾਸ ਰੱਖ ਲਿਆ ਸੀ।

ਜਦ ਉਹ ਦੋਵੇਂ ਸਾਨ ਫ਼ਰਾਂਸਿਸਕੋ ਨੂੰ ਤੁਰ ਗਏ ਤਾਂ ਬਾਬਾ ਹਰਨਾਮ ਸਿੰਘ ਉਸ ਮਸਾਲੇ ਦਾ ਤਜਰਬਾ ਕਰਨ ਲੱਗ ਪਏ। ਉਹ ਮਸਾਲੇ ਨੂੰ ਹੱਥ ਵਿਚ ਲੈ ਕੇ ਲੱਡੂ ਜਿਹਾ ਬਣਾ ਰਹੇ ਸਨ, ਕਿ ਉਹ ਓਥੇ ਹੀ ਫਟ ਗਿਆ। ਬਾਬਾ ਜੀ ਦਾ ਸਾਰਾ ਹੱਥ ਉੱਡ ਗਿਆ ਤੇ ਵੀਣੀ ਦੀ ਹੱਡੀ ਮਾਸ ਉੱਡ ਜਾਣ ਕਰਕੇ ਨੰਗੀ ਹੋ ਗਈ। ਲਹੂ ਦੀਆਂ ਘਰਾਲਾਂ ਵਗ ਤੁਰੀਆਂ।

ਬਾਬੇ ਨੂੰ ਅੰਦਰੋਂ ਇਕ ਹੀ ਸਧਰ ਉਭਾਸਰੀ 'ਇਨਕਲਾਬ ਦਾ ਕੰਮ ਹੁਣ ਕਿਵੇਂ ਕਰਾਂਗਾ'।

ਬਾਬਾ ਹਰਨਾਮ ਸਿੰਘ ਬਾਂਹ ਵਿੱਚੋਂ ਲਹੂ ਚੋਂਦਿਆਂ ਹੀ ਫਟਾ ਫਟ ਮਕਾਨ ਨੂੰ ਆਏ। ਅੰਦਰ ਓਥੇ ਕੇਵਲ ਬਾਬਾ ਸੋਹਣ ਸਿੰਘ ਭਕਨਾ ਹੀ ਸਨ।

'ਹਾਏ ਮੇਰਾ ਹੱਥ ਉੱਡ ਗਿਆ।' ਅੰਦਰ ਜਾਂਦਿਆਂ ਹੀ ਬਾਬਾ ਹਰਨਾਮ ਸਿੰਘ ਨੇ ਡਾਡ ਮਾਰੀ।

ਡਾਡ ਸੁਣ ਕੇ ਬਾਬਾ ਸੋਹਣ ਸਿੰਘ ਬਾਹਰ ਆਏ। ਉਹ ਬਾਂਹ ਨੂੰ ਲਹੂ-ਲੁਹਾਨ ਵੇਖ ਕੇ ਚਕ੍ਰਿਤ ਰਹਿ ਗਏ। ਰੁਮਾਲ ਲੈ ਕੇ ਵਗਦਾ ਲਹੂ ਰੋਕਣ ਲਈ ਅਰਕ ਤੋਂ ਉਪਰ ਕਰਕੇ ਬਾਂਹ ਘੁੱਟ ਕੇ ਬੰਨ੍ਹ ਦਿੱਤੀ। ਪਰ ਲਹੂ ਫਿਰ ਵੀ ਪੂਰਾ ਬੰਦ ਨਾ ਹੋਇਆ।

ਭਾਈ ਸੰਤੋਖ ਸਿੰਘ ਨੂੰ ਖੇਤਾਂ ਵਿਚ ਕੰਮ ਕਰਦੇ ਨੂੰ ਖ਼ਬਰ ਲੱਗੀ, ਉਹ ਦੋ ਤਿੰਨਾਂ ਸਾਥੀਆਂ ਨੂੰ ਲੈ ਕੇ ਭੱਜੇ ਆਏ। ਬਾਬਾ ਜੀ ਨੂੰ ਤਿੰਨ ਚਾਰ ਘੁੱਟ ਸ਼ਰਾਬ ਪਿਲਾਈ ਗਈ, ਜਿਸ ਨਾਲ ਗਸ਼ੀ ਔਂਦੀ ਔਂਦੀ ਰੁਕ ਗਈ। ਘੋੜਾ ਗੱਡੀ ਤਿਆਰ ਕੀਤੀ ਗਈ ਤੇ ਬਾਬਾ ਜੀ ਨੂੰ ਵਿਚ ਪਾ ਕੇ ਸਟੇਸ਼ਨ ਪੁਰ ਲੈ ਗਏ। ਓਥੋਂ ਗੱਡੀ ਵਿਚ ਚਾੜ੍ਹ ਕੇ ਸਟਾਕਟਨ ਲਿਜਾਇਆ ਗਿਆ। ਸਟੇਸ਼ਨ ਤੋਂ ਟੈਕਸੀ ਕਰ ਕੇ ਇਕ ਬੜੇ ਲਾਇਕ ਡਾਕਟਰ ਪਾਸ ਲੈ ਗਏ। ਡਾਕਟਰ ਨੇ ਮੁਲਾਹਜ਼ਾ ਕੀਤਾ। ਉਸ ਨੇ ਸ਼ਹਿਰ ਦੇ ਪੰਜ ਚਾਰ ਹੋਰ ਡਾਕਟਰ ਸੱਦੇ ਤੇ ਉਨ੍ਹਾਂ ਨਾਲ ਭੀ ਸਲਾਹ ਕੀਤੀ। ਸਲਾਹ ਮਸ਼ਵਰੇ ਤੋਂ ਬਾਅਦ ਬਾਂਹ ਵੱਢ ਦੇਣ ਦਾ ਫ਼ੈਸਲਾ ਹੋਇਆ। ਸ਼ੀਸ਼ੀ ਸੁੰਘਾ ਕੇ ਰਾਤ ਦੇ ਦਸ ਵਜੇ ਅਰਕੋਂ ਹੇਠਾਂ ਬਾਬਾ ਜੀ ਦੀ ਬਾਂਹ ਵੱਢ ਸੁੱਟੀ ਗਈ।

ਅਗਲੇ ਦਿਨ ਅਖ਼ਬਾਰੀ ਰਿਪੋਰਟਰਾਂ ਦੇ ਪੁੱਛਣ ਪੁਰ ਭਾਈ ਸੰਤੋਖ ਸਿੰਘ ਨੇ ਜੋ ਦੱਸਿਆ, ਉਹ ਅਮਰੀਕਨ ਅਖ਼ਬਾਰਾਂ ਵਿਚ ਇਸ ਤਰ੍ਹਾਂ ਛਪਿਆ:

'4 ਜੁਲਾਈ ਨੂੰ ਸੈਕਰਾਮੈਂਟੋ ਲਾਗੇ ਇਕ ਫ਼ਾਰਮ ਵਿਚ ਬਹੁਤ ਸਾਰੇ ਹਿੰਦੂ ਅਮਰੀਕਾ ਦੀ ਆਜ਼ਾਦੀ ਦਾ ਜਸ਼ਨ ਮਨਾ ਰਹੇ ਸਨ। ਆਤਸ਼ਬਾਜ਼ੀ ਤੇ ਪਟਾਕੇ ਚਲਾਏ ਗਏ। ਇਕ ਪਟਾਕਾ ਮੁਹੰਮਦ ਦੀਨ ਹਿੰਦੂ ਦੇ ਹੱਥ ਵਿਚ ਹੀ ਚੱਲ ਗਿਆ, ਜਿਸ ਨਾਲ ਉਸ ਦਾ ਹੱਥ ਉੱਡ ਗਿਆ।'

ਹਸਪਤਾਲ ਵਿਚ ਮਰੀਜ਼ ਦਾ ਨਾਂ ਮੁਹੰਮਦ ਦੀਨ ਹੀ ਲਿਖਾਇਆ ਗਿਆ ਸੀ!

ਬਾਬਾ ਹਰਨਾਮ ਸਿੰਘ ਇਸ ਤਰ੍ਹਾਂ ਆਪਣੇ ਦੇਸ਼ ਦੀ ਗ਼ੁਲਾਮੀ ਦੇ ਸੰਗਲ ਕੱਟਣ ਦੀਆਂ ਤਿਆਰੀਆਂ ਸਿੱਖਣ ਵਿਚ ਆਪਣੀ ਬਾਂਹ ਗਵਾ ਬੈਠੇ ਤੇ ਟੁੰਡੇ ਹੋ ਗਏ। ਪਰ ਇਨਕਲਾਬੀ ਘੋਲ ਤੋਂ ਪੈਰ ਪਿੱਛੇ ਨਾ ਪਾਇਆ।

ਉਸ ਦਿਨ ਤੋਂ ਲੈ ਕੇ ਉਨ੍ਹਾਂ ਦੇ ਸਾਥੀ ਉਨ੍ਹਾਂ ਨੂੰ ਟੁੰਡੀ ਲਾਟ ਕਹਿੰਦੇ ਤੇ ਲਿਖਦੇ ਹਨ।[3]

---

3. ਕਾਮਰੇਡ ਗੁਰਚਰਨ ਸਿੰਘ ਸੈਂਸਰਾ, 'ਗ਼ਦਰੀ ਟੁੰਡੀ ਲਾਟ', *ਫੁਲਵਾੜੀ*, ਮਾਰਚ 1956, ਸਫ਼ੇ 38-43.

'ਕਾਮਾਗਾਟਾ ਮਾਰੂ' ਕਾਂਡ

9 ਮਈ 1910 ਨੂੰ ਕੈਨੇਡਾ ਸਰਕਾਰ ਨੇ ਇਕ ਕਾਨੂੰਨ ਘੜਿਆ ਜਿਸ ਵਿਚ ਇਹ ਸ਼ਰਤ ਰੱਖੀ ਗਈ ਕਿ ਅਗਾਂਹਾਂ ਨੂੰ ਉਹ ਆਦਮੀ ਹੀ ਕੈਨੇਡਾ ਵਿਚ ਉਤਰ ਸਕੇਗਾ, ਜੋ ਆਪਣੇ ਦੇਸ਼ ਤੋਂ ਜਹਾਜ਼ ਚੜ੍ਹ ਕੇ ਸਿੱਧਾ ਕੈਨੇਡਾ ਪੁੱਜੇਗਾ। ਉਸ ਵੇਲੇ ਹਿੰਦੁਸਤਾਨ ਤੋਂ ਕੋਈ ਵੀ ਸਿੱਧਾ ਜਹਾਜ਼ ਕੈਨੇਡਾ ਨੂੰ ਨਹੀਂ ਚੱਲਦਾ ਸੀ। ਕੈਨੇਡਾ ਸਰਕਾਰ ਦੀ ਇਸ ਕੁਟਲ ਚਾਲ ਨੂੰ ਫ਼ੇਲ੍ਹ ਕਰਨ ਲਈ ਭਾਈ ਗੁਰਦਿੱਤ ਸਿੰਘ ਨਾਮੀ ਵਪਾਰੀ ਨੇ ਜਪਾਨ ਦੀ ਇਕ ਕੰਪਨੀ ਕੋਲੋਂ 'ਕਾਮਾਗਾਟਾ ਮਾਰੂ'* ਨਾਂ ਦਾ ਮਾਲ ਢੋਹਣ ਵਾਲਾ ਜਹਾਜ਼ ਕਿਰਾਏ ਉੱਤੇ ਲੈ ਲਿਆ। ਉਨ੍ਹਾਂ ਨੇ ਕਲਕੱਤਾ ਵਿਖੇ ਆਪਣੀ 'ਗੁਰੂ ਨਾਨਕ ਸਟੀਮਸ਼ਿੱਪ ਕੰਪਨੀ' ਖੋਲ੍ਹੀ ਅਤੇ ਕਾਮਾਗਾਟਾ ਮਾਰੂ ਦਾ ਨਾਉਂ ਬਦਲ ਕੇ 'ਗੁਰੂ ਨਾਨਕ ਜਹਾਜ਼' ਕਰ ਦਿੱਤਾ। ਕੈਨੇਡਾ ਸਰਕਾਰ ਦੀ ਸ਼ਰਤ ਪੂਰੀ ਕਰਨ ਲਈ ਇਸ ਜਹਾਜ਼ ਨੂੰ ਕਲਕੱਤੇ ਤੋਂ ਤੋਰਨ ਦੀ ਵਿਉਂਤ ਬਣਾਈ ਗਈ। ਪਰ ਭਾਰਤ ਸਰਕਾਰ ਨੇ ਭਾਈ ਗੁਰਦਿੱਤ ਸਿੰਘ ਨੂੰ ਕਲਕੱਤੇ ਤੋਂ ਮੁਸਾਫ਼ਰ ਨਾ ਲੈਣ ਦਿੱਤੇ। ਹਾਰ ਕੇ ਜਹਾਜ਼ ਹਾਂਗਕਾਂਗ ਤੋਂ ਤੋਰਨਾ ਪਿਆ। 2 ਅਪਰੈਲ ਨੂੰ ਹਾਂਗਕਾਂਗ ਦੇ ਘਾਟ ਉੱਤੇ ਅਖੰਡ ਪਾਠ ਆਰੰਭ ਕੀਤਾ ਗਿਆ ਅਤੇ 4 ਅਪਰੈਲ ਨੂੰ ਅਖੰਡ ਪਾਠ ਦੀ ਸਮਾਪਤੀ 'ਤੇ ਅਰਦਾਸ ਹੋਈ ਅਤੇ ਜਹਾਜ਼ ਦਾ ਨਾਂ 'ਗੁਰੂ ਨਾਨਕ ਜਹਾਜ਼' ਰੱਖਣ ਦੀ ਰਸਮ ਪੂਰੀ ਕੀਤੀ ਗਈ। ਅਰਦਾਸ ਉਪਰੰਤ 'ਗੁਰੂ ਨਾਨਕ ਜਹਾਜ਼' 60 ਮੁਸਾਫ਼ਰ ਲੈ ਕੇ ਹਾਂਗਕਾਂਗ ਤੋਂ ਰਵਾਨਾ ਹੋਇਆ। ਜਹਾਜ਼ ਅੰਦਰ ਪੂਰਨ ਗੁਰ ਮਰਯਾਦਾ ਅਨੁਸਾਰ ਗੁਰੂ ਗ੍ਰੰਥ ਸਾਹਿਬ ਜੀ ਦਾ ਪ੍ਰਕਾਸ਼ ਕੀਤਾ ਗਿਆ ਅਤੇ ਆਰਜ਼ੀ ਤੌਰ 'ਤੇ ਗੁਰਦੁਆਰਾ ਵੀ ਸਥਾਪਤ ਕੀਤਾ ਗਿਆ ਸੀ। ਹਾਂਗਕਾਂਗ ਤੋਂ ਚੱਲ ਕੇ ਪਹਿਲਾਂ ਸ਼ੰਘਾਈ ਤੇ ਫਿਰ ਜਪਾਨ ਦੇ ਮੋਜੀ ਤੇ ਯੋਕੋਹਾਮਾ ਘਾਟਾਂ ਤੋਂ ਹੋਰ ਮੁਸਾਫ਼ਰ ਲਏ ਗਏ। 2 ਮਈ ਨੂੰ ਇਹ ਜਹਾਜ਼ ਕੁੱਲ 376 ਮੁਸਾਫ਼ਰ ਲੈ ਕੇ ਯੋਕੋਹਾਮਾ ਤੋਂ ਕੈਨੇਡਾ ਲਈ ਚੱਲ ਪਿਆ। ਵਿਕਟੋਰੀਆ ਹੁੰਦਾ ਇਹ 23 ਮਈ ਨੂੰ ਵੈਨਕੂਵਰ ਦੇ ਪਾਣੀਆਂ ਵਿਚ ਪਹੁੰਚ ਗਿਆ। ਪਰ ਕੈਨੇਡਾ ਸਰਕਾਰ ਨੇ ਜਹਾਜ਼ ਨੂੰ ਪੱਤਣ ਉੱਤੇ ਨਾ ਲੱਗਣ ਦਿੱਤਾ। ਜਹਾਜ਼ ਨੂੰ ਚਾਰੇ ਪਾਸਿਓਂ ਪੁਲਿਸ ਨੇ ਘੇਰੇ ਵਿਚ ਲੈ ਲਿਆ। ਜਹਾਜ਼ ਵਿੱਚੋਂ ਨਾ ਕੋਈ ਬੰਦਾ ਉਤਰਨ ਦਿੱਤਾ, ਨਾ ਕੋਈ ਖਾਣ-ਪੀਣ ਦੀ ਵਸਤ ਜਹਾਜ਼ ਉੱਤੇ ਜਾਣ ਦਿੱਤੀ। ਇਸ ਤਰ੍ਹਾਂ ਮੁਸਾਫ਼ਰਾਂ ਦਾ ਅੰਨ ਪਾਣੀ ਮੁੱਕਣ ਲੱਗਾ। ਕੈਨੇਡਾ ਸਰਕਾਰ ਦੇ ਇਸ ਜ਼ੁਲਮੀ ਵਤੀਰੇ ਵਿਰੁੱਧ ਮੁਸਾਫ਼ਰਾਂ ਤੇ ਵੈਨਕੂਵਰ ਦੇ ਭਾਰਤੀ ਆਵਾਸੀਆਂ ਵਿਚ ਬੜਾ ਰੋਸ ਜਾਗਿਆ। ਭਾਰਤੀ ਆਵਾਸੀਆਂ ਨੇ ਕਾਨੂੰਨੀ ਲੜਾਈ ਲੜਨ ਲਈ ਵਕੀਲ ਕੀਤੇ, ਜਿਨ੍ਹਾਂ ਨੇ ਇਮੀਗਰੇਸ਼ਨ (ਘਾਟਾਂ ਦੇ) ਮਹਿਕਮੇ ਤੇ ਹੋਰ ਸੰਬੰਧਿਤ ਸਰਕਾਰੀ ਅਫ਼ਸਰਾਂ ਨਾਲ ਗੱਲਬਾਤ ਚਲਾਈ। ਪਰ ਪੂਰੀ ਵਾਹ ਲਾਉਣ ਦੇ ਬਾਵਜੂਦ ਵਕੀਲਾਂ ਦਾ ਕੋਈ ਚਾਰਾ ਨਾ ਚੱਲਿਆ। ਕੈਨੇਡਾ ਸਰਕਾਰ ਦੇ ਇਸ ਅਨਿਆਈ ਸਲੂਕ ਨੇ ਮੁਸਾਫ਼ਰਾਂ ਦਾ ਬੁਰਾ ਹਾਲ ਕਰ ਦਿੱਤਾ। ਉਨ੍ਹਾਂ ਦਾ ਖਾਣ-ਪੀਣ ਦਾ ਸਾਮਾਨ ਖ਼ਤਮ ਹੋ ਗਿਆ। ਕੁੱਲ 376 ਮੁਸਾਫ਼ਰਾਂ ਵਿੱਚੋਂ 340 ਸਿੱਖ, 12 ਹਿੰਦੂ ਤੇ 24 ਮੁਸਲਮਾਨ ਸਨ। ਜਹਾਜ਼ ਅੰਦਰ ਆਰਜ਼ੀ ਤੌਰ 'ਤੇ ਗੁਰਦੁਆਰਾ ਤੇ ਮਸੀਤ ਬਣਾਈ ਗਈ ਸੀ। ਮੁਸਾਫ਼ਰਾਂ ਦੀ ਧਾਰਮਿਕ ਨਿਸ਼ਠਾ ਨੇ ਉਨ੍ਹਾਂ ਨੂੰ ਲਗਾਤਾਰ ਚੜ੍ਹਦੀ ਕਲਾ ਵਿਚ ਰੱਖਿਆ।

ਭਾਰਤੀ ਮੁਸਾਫ਼ਰਾਂ ਨਾਲ ਅੰਗਰੇਜ਼ੀ ਸਾਮਰਾਜ ਦੇ ਜ਼ਾਲਮਾਨਾ ਤੇ ਦੁਸ਼ਮਣੀ ਭਰੇ

* ਜਪਾਨੀ ਭਾਸ਼ਾ ਵਿਚ ਸਮੁੰਦਰੀ ਜਹਾਜ਼ ਨੂੰ 'ਮਾਰੂ' ਕਿਹਾ ਜਾਂਦਾ ਹੈ।

ਵਰਤਾਓ ਦੇ ਖ਼ਿਲਾਫ਼ ਕੈਨੇਡਾ ਤੇ ਅਮਰੀਕਾ ਦੇ ਹਿੰਦੀਆਂ ਵਿਚ ਭਾਰੀ ਗ਼ੁੱਸਾ ਪੈਦਾ ਹੋਇਆ। ਵਿਕਟੋਰੀਆ ਤੇ ਵੈਨਕੂਵਰ ਦੇ ਗੁਰਦੁਆਰਿਆਂ ਵਿਚ ਹਰ ਰੋਜ਼ ਦੀਵਾਨ ਸਜਦੇ ਤੇ ਸਰਕਾਰ ਦੇ ਜ਼ੁਲਮੀ ਵਤੀਰੇ ਦੀ ਗੁਸੈਲੇ ਸ਼ਬਦਾਂ ਵਿਚ ਨਿੰਦਿਆ ਕੀਤੀ ਜਾਂਦੀ। ਅਮਰੀਕਾ ਅੰਦਰ 'ਗ਼ਦਰ ਪਾਰਟੀ' ਨੇ ਇਸ ਮਸਲੇ 'ਤੇ ਪ੍ਰਚਾਰ ਦੀ ਜ਼ੋਰਦਾਰ ਮੁਹਿੰਮ ਚਲਾਈ। ਇਸ ਬਾਰੇ *ਗ਼ਦਰ* ਅਖ਼ਬਾਰ ਦਾ ਵਿਸ਼ੇਸ਼ ਅੰਕ ਕੱਢਿਆ ਗਿਆ। ਗ਼ਦਰ ਪਾਰਟੀ ਦੇ ਆਗੂਆਂ ਅੰਦਰ, ਪਾਣੀਆਂ ਵਿਚ ਘਿਰੇ ਬੇਵਸ ਮੁਸਾਫ਼ਰਾਂ ਕੋਲ ਕਿਸੇ ਨਾ ਕਿਸੇ ਢੰਗ ਨਾਲ ਹਥਿਆਰ ਪਹੁੰਚਾਉਣ ਬਾਰੇ ਵੀ ਵਿਚਾਰ ਚਰਚਾ ਹੋਈ, ਤਾਂ ਜੋ ਉਹ ਲੋੜ ਪੈਣ 'ਤੇ ਕੈਨੇਡੀਅਨ ਪੁਲਿਸ ਦੇ ਹਮਲੇ ਦਾ ਕਰਾਰਾ ਜਵਾਬ ਦੇ ਸਕਣ। ਭਾਈ ਕਰਤਾਰ ਸਿੰਘ ਸਰਾਭਾ ਦੇ ਮਨ ਅੰਦਰ 'ਕਾਮਾਗਾਟਾ ਮਾਰੂ' ਜਹਾਜ਼ ਉੱਤੇ ਹਵਾਈ ਜਹਾਜ਼ ਦੇ ਜ਼ਰੀਏ ਹਥਿਆਰ ਸੁੱਟਣ ਦਾ ਮਾਅਰਕੇਬਾਜ਼ ਖ਼ਿਆਲ ਵੀ ਆਇਆ।[4]

ਭਾਰਤ ਅੰਦਰ, ਖ਼ਾਸ ਕਰਕੇ ਪੰਜਾਬ ਵਿਚ ਵੀ ਅੰਗਰੇਜ਼ੀ ਸਰਕਾਰ ਦੀ ਇਸ ਹਨੇਰ ਗਰਦੀ ਖ਼ਿਲਾਫ਼ ਵਿਆਪਕ ਰੋਹ ਪੈਦਾ ਹੋਇਆ। ਪੰਜਾਬ ਦੇ ਬਹੁਤ ਸਾਰੇ ਸ਼ਹਿਰਾਂ ਅੰਦਰ ਵੱਡੇ ਇਕੱਠ ਕਰ ਕੇ ਅੰਗਰੇਜ਼ ਸਰਕਾਰ ਦੇ ਜ਼ੁਲਮੀ ਵਤੀਰੇ ਵਿਰੁੱਧ ਰੋਸ ਮਤੇ ਪਾਏ ਗਏ। ਪਰ ਅੰਗਰੇਜ਼ ਸਰਕਾਰ ਨੇ ਲੋਕਾਂ ਦੇ ਇਸ ਹੱਕੀ ਰੋਸ ਅੱਗੇ ਝੁਕਣ ਤੋਂ ਇਨਕਾਰ ਕਰ ਦਿੱਤਾ। ਅਖ਼ੀਰ ਵਿਚ ਕੋਈ ਚਾਰਾ ਚੱਲਦਾ ਨਾ ਦੇਖ ਕੇ 23 ਜੁਲਾਈ ਨੂੰ ਜਹਾਜ਼ ਨੂੰ ਵੈਨਕੂਵਰ ਤੋਂ ਮੁੜਨ ਲਈ ਮਜਬੂਰ ਹੋਣਾ ਪੈ ਗਿਆ। ਇਸ ਨਾਲ ਅਮਰੀਕਾ ਤੇ ਕੈਨੇਡਾ ਦੇ ਭਾਰਤੀ ਆਵਾਸੀਆਂ ਦੇ ਨਾਲ ਹੀ ਪੰਜਾਬ ਦੇ ਲੋਕਾਂ ਅੰਦਰ ਵੀ ਅੰਗਰੇਜ਼ ਸਰਕਾਰ ਵਿਰੁਧ ਗ਼ੁੱਸੇ ਦੀ ਪ੍ਰਚੰਡ ਲਹਿਰ ਫੈਲ ਗਈ।

ਜਦੋਂ 'ਗੁਰੂ ਨਾਨਕ ਜਹਾਜ਼' ਦੇ ਵੈਨਕੂਵਰ ਤੋਂ ਵਾਪਸ ਹਿੰਦੁਸਤਾਨ ਨੂੰ ਚੱਲ ਪੈਣ ਦੀ ਖ਼ਬਰ ਅਮਰੀਕਾ ਅੰਦਰ ਗ਼ਦਰ ਪਾਰਟੀ ਦੇ ਆਗੂਆਂ ਕੋਲ ਪਹੁੰਚੀ, ਤਾਂ ਪਾਰਟੀ ਦੇ 'ਗੁਪਤ ਕਮਿਸ਼ਨ' ਤੇ ਪ੍ਰਬੰਧਕੀ ਕਮੇਟੀ ਦੀ ਫ਼ੌਰੀ ਵਿਸ਼ੇਸ਼ ਮੀਟਿੰਗ ਬੁਲਾਈ ਗਈ। ਮੀਟਿੰਗ ਵਿਚ ਸਮੁੱਚੇ ਹਾਲਾਤ ਉੱਤੇ ਡੂੰਘੀ ਵਿਚਾਰ ਹੋਈ। 'ਕਾਮਾਗਾਟਾ ਮਾਰੂ' ਦੀ ਘਟਨਾ ਤੋਂ ਪਹਿਲਾਂ ਹੀ ਪਾਰਟੀ ਦੇ 'ਗੁਪਤ ਕਮਿਸ਼ਨ' ਦਾ ਸੰਸਾਰ ਦੇ ਰਾਜਸੀ ਹਾਲਾਤ ਬਾਰੇ ਇਹ ਜਾਇਜ਼ਾ ਬਣ ਗਿਆ ਸੀ, ਕਿ ਸੰਸਾਰ ਜੰਗ ਉਮੀਦ ਨਾਲੋਂ ਪਹਿਲਾਂ ਛਿੜ ਸਕਦੀ ਹੈ, ਜਿਸ ਕਰਕੇ ਭਾਰਤ ਅੰਦਰ ਗ਼ਦਰ ਦੀਆਂ ਤਿਆਰੀਆਂ ਤੇਜ਼ ਕਰਨ ਲਈ ਅਮਰੀਕਾ ਤੋਂ ਪਾਰਟੀ ਦੇ ਇਕ ਸਿਆਣੇ ਤੇ ਤਜਰਬੇਕਾਰ ਆਗੂ ਨੂੰ ਹਿੰਦੁਸਤਾਨ ਚਲੇ ਜਾਣਾ ਚਾਹੀਦਾ ਹੈ ਅਤੇ ਉਥੇ ਜਾ ਕੇ ਪਾਰਟੀ ਦਾ ਆਧਾਰ ਤੇ ਢਾਂਚਾ ਸਿਰਜਣ ਲਈ ਲੋੜੀਂਦੇ ਕਦਮ ਚੁੱਕਣੇ ਚਾਹੀਦੇ ਹਨ। ਪਰ ਜਿਉਂ ਹੀ ਕਾਮਾਗਾਟਾ ਮਾਰੂ ਜਹਾਜ਼ ਦੇ ਵੈਨਕੂਵਰ ਤੋਂ ਵਾਪਸ ਚੱਲ ਪੈਣ ਦਾ ਪਤਾ ਲੱਗਿਆ ਤਾਂ ਇਸ ਫ਼ੈਸਲੇ ਉੱਤੇ ਤੁਰੰਤ ਅਮਲ ਕਰਨ ਦਾ ਫ਼ੈਸਲਾ ਹੋਇਆ।

ਬਾਬਾ ਸੋਹਣ ਸਿੰਘ ਭਕਨਾ ਮੁਤਾਬਕ ਪ੍ਰਬੰਧਕ ਕਮੇਟੀ ਅੰਦਰ ਇਸ ਬਾਰੇ ਅਸੂਲੀ ਤੌਰ 'ਤੇ ਹੀ ਫ਼ੈਸਲਾ ਹੋਇਆ ਸੀ। ਇਸ ਫ਼ੈਸਲੇ ਨੂੰ ਅਮਲ ਵਿਚ ਲਿਆਉਣ ਦਾ ਕਾਰਜ ਗੁਪਤ ਕਮਿਸ਼ਨ ਨੂੰ ਸੌਂਪਿਆ ਗਿਆ ਸੀ। ਗੁਪਤ ਕਮਿਸ਼ਨ ਨੇ ਇਸ ਕਾਰਜ ਲਈ ਬਾਬਾ ਸੋਹਣ ਸਿੰਘ ਭਕਨਾ ਦੀ ਚੋਣ ਕੀਤੀ। ਉਨ੍ਹਾਂ ਨੂੰ ਆਦੇਸ਼ ਦਿੱਤਾ ਗਿਆ ਕਿ ਉਹ ਅਮਰੀਕਾ ਤੋਂ ਫ਼ੌਰੀ ਰਵਾਨਾ ਹੋ ਜਾਣ ਅਤੇ ਯੋਕੋਹਾਮਾ ਜਾ ਕੇ, ਵੈਨਕੂਵਰ ਤੋਂ ਭਾਰਤ ਨੂੰ ਮੁੜ ਰਹੇ

4. ਗੁਰਦੇਵ ਸਿੰਘ ਸਿੱਧੂ ਤੇ ਸੁਰਿੰਦਰਪਾਲ ਸਿੰਘ (ਸੰਪਾ.), *ਗ਼ਦਰੀ ਬਾਬਾ ਭਗਵਾਨ ਸਿੰਘ ਪ੍ਰੀਤਮ*, ਸਫ਼ਾ 163.

'ਕਾਮਾਗਾਟਾ ਮਾਰੂ' ਜਹਾਜ਼ ਨਾਲ ਸੰਪਰਕ ਕਰਨ, ਤਾਂ ਜੋ ਉਸ ਅਭਾਗੇ ਜਹਾਜ਼ ਦੇ ਮੁਸਾਫ਼ਰਾਂ ਦੇ ਦਿਲਾਂ ਅੰਦਰ ਅੰਗਰੇਜ਼ੀ ਸਾਮਰਾਜ ਵਿਰੁੱਧ ਪੈਦਾ ਹੋਏ ਰੋਹ ਨੂੰ 'ਗ਼ਦਰ' ਦੇ ਪੱਖ ਵਿਚ ਢਾਲਿਆ ਜਾ ਸਕੇ। ਬਾਬਾ ਭਕਨਾ ਦੇ ਸ਼ਬਦਾਂ ਵਿਚ :

> "ਮੈਨੂੰ ਹੁਕਮ ਹੋਇਆ ਕਿ ਗੁਪਤ ਕਮਿਸ਼ਨ ਦੇ ਮੈਂਬਰ ਦੇ ਤੌਰ ਉੱਤੇ ਮੈਂ ਯੋਕੋਹਾਮਾ (ਜਪਾਨ) ਜਾ ਕੇ ਦੇਸ਼ ਵੱਲ ਮੁੜ ਰਹੇ ਕਾਮਾਗਾਟਾ ਮਾਰੂ ਜਹਾਜ਼ ਨਾਲ ਸੰਬੰਧ ਸਥਾਪਤ ਕਰਾਂ, ਉਨ੍ਹਾਂ ਨੂੰ ਹਥਿਆਰਾਂ ਦੀਆਂ ਪੇਟੀਆਂ ਪੁਚਾਵਾਂ ਅਤੇ ਫਿਰ ਹੋਰ ਦੇਸ਼ਾਂ ਵਿਚ ਘੁੰਮਦਾ ਘੁਮਾਉਂਦਾ, ਭਾਰਤ ਜਾ ਕੇ ਗ਼ਦਰ ਲਹਿਰ ਨੂੰ ਜਥੇਬੰਦ ਕਰਾਂ।"[5]

ਬਾਬਾ ਭਕਨਾ ਜੀ ਦੇ ਹੱਥ ਜਿਹੜੇ ਹਥਿਆਰ ਭੇਜਣੇ ਸਨ, ਉਨ੍ਹਾਂ ਦਾ ਇੰਤਜ਼ਾਮ ਕਰਨ ਲਈ ਭਾਈ ਕਰਤਾਰ ਸਿੰਘ ਸਰਾਭਾ ਤੇ ਭਾਈ ਭਗਵਾਨ ਸਿੰਘ ਦੀ ਡਿਊਟੀ ਲਾਈ ਗਈ। ਅਮਰੀਕਾ ਅੰਦਰ ਹਥਿਆਰ ਬਜ਼ਾਰ ਵਿੱਚੋਂ ਸੌਖੇ ਹੀ ਮਿਲ ਜਾਂਦੇ ਸਨ। ਪਰ ਇਨ੍ਹਾਂ ਨੂੰ ਦੇਸ਼ ਤੋਂ ਬਾਹਰ ਲੈ ਕੇ ਜਾਣਾ ਖ਼ਤਰੇ ਤੋਂ ਖ਼ਾਲੀ ਨਹੀਂ ਸੀ। ਇਸ ਵਾਸਤੇ ਕਰਤਾਰ ਸਿੰਘ ਸਰਾਭਾ ਨੇ ਇਹ ਤਰਕੀਬ ਕੱਢੀ ਸੀ ਕਿ ਬਾਬਾ ਜੀ ਜੇਕਰ ਆਮ ਦਰਜੇ ਵਿਚ ਸਫ਼ਰ ਕਰਨ ਦੀ ਥਾਂ, ਵਿਸ਼ੇਸ਼ ਦਰਜੇ ਵਿਚ ਸਫ਼ਰ ਕਰਨ ਤਾਂ ਤਲਾਸ਼ੀ ਦੀ ਸੰਭਾਵਨਾ ਘੱਟ ਹੋਵੇਗੀ। ਇਸ ਕਰਕੇ ਕਰਤਾਰ ਸਿੰਘ ਸਰਾਭਾ ਨੇ ਬਾਬਾ ਜੀ ਲਈ ਜਹਾਜ਼ ਦਾ ਵਿਸ਼ੇਸ਼ ਕਮਰਾ ਰਿਜ਼ਰਵ ਕਰਵਾ ਦਿੱਤਾ। ਉਸ ਨੇ ਭਾਈ ਭਗਵਾਨ ਸਿੰਘ ਨਾਲ ਰਲ ਕੇ ਸਾਨ ਫ਼ਰਾਂਸਿਸਕੋ ਦੇ ਬਜ਼ਾਰ (ਮਾਰਕਸ ਸਟਰੀਟ, ਸਟੋਰ ਨੰ: 464) ਵਿੱਚੋਂ 200 ਪਿਸਤੌਲ ਤੇ ਦੋ ਹਜ਼ਾਰ ਕਾਰਤੂਸ* ਖ਼ਰੀਦੇ ਅਤੇ ਇਨ੍ਹਾਂ ਨੂੰ ਦੋ ਪੇਟੀਆਂ ਵਿਚ ਬੰਦ ਕਰ ਕੇ, ਜਹਾਜ਼ ਦੇ ਚੱਲਣ ਤੋਂ ਇਕ ਘੰਟਾ ਪਹਿਲਾਂ, ਪੂਰੀ ਸਾਵਧਾਨੀ ਨਾਲ ਹਥਿਆਰਾਂ ਦੀਆਂ ਪੇਟੀਆਂ ਕਮਰੇ ਵਿਚ ਲਿਜਾ ਰੱਖੀਆਂ ਅਤੇ ਕਮਰੇ ਨੂੰ ਜਿੰਦਰਾ ਲਾ ਕੇ ਚਾਬੀਆਂ ਬਾਬਾ ਜੀ ਦੇ ਸਪੁਰਦ ਕਰ ਦਿੱਤੀਆਂ। ਬਾਬਾ ਜੀ ਚਾਬੀਆਂ ਲੈ ਕੇ, ਸੂਹੀਆ ਏਜੰਸੀਆਂ ਤੋਂ ਅੱਖ ਬਚਾ ਕੇ, 21 ਜੁਲਾਈ 1914 ਨੂੰ ਜਹਾਜ਼ ਦੇ ਚੱਲਣ ਤੋਂ ਸਿਰਫ਼ ਪੰਦਰਾਂ ਕੁ ਮਿੰਟ ਪਹਿਲਾਂ, ਚੁੱਪ-ਚੁਪੀਤੇ ਜਹਾਜ਼ ਵਿਚ ਸਵਾਰ ਹੋ ਗਏ।[6]

ਸੰਸਾਰ ਜੰਗ ਛਿੜ ਪਈ

ਬਾਬਾ ਭਕਨਾ 21 ਜੁਲਾਈ ਨੂੰ ਅਮਰੀਕਾ ਤੋਂ ਚੱਲੇ ਸਨ। ਉਸ ਤੋਂ ਚਾਰ ਦਿਨਾਂ ਬਾਅਦ ਹੀ, 25 ਜੁਲਾਈ ਨੂੰ ਜਰਮਨੀ ਨੇ ਸਰਬੀਆ ਉੱਤੇ ਹਮਲਾ ਕਰ ਦਿੱਤਾ ਸੀ। ਭਾਵੇਂ ਬਰਤਾਨੀਆ ਤੇ ਰੂਸ ਨੇ ਜੰਗ ਵਿਚ ਸ਼ਾਮਲ ਹੋਣ ਦਾ ਰਸਮੀ ਐਲਾਨ ਨਹੀਂ ਕੀਤਾ ਸੀ, ਪਰ ਰਾਜਸੀ ਘਟਨਾਵਾਂ ਉੱਤੇ ਤਿੱਖੀ ਨਜ਼ਰ ਰੱਖਣ ਵਾਲੇ ਜਾਣਕਾਰ ਸਮਝ ਗਏ ਸਨ ਕਿ ਅਮਲੀ ਤੌਰ 'ਤੇ ਸੰਸਾਰ ਜੰਗ ਆਰੰਭ ਹੋ ਗਈ ਸੀ। ਬਰਤਾਨੀਆ ਵੱਲੋਂ ਰਸਮੀ ਐਲਾਨ ਕਰਨਾ ਹੀ ਬਾਕੀ ਸੀ। 26 ਜੁਲਾਈ ਨੂੰ ਲਾਸ ਏਂਜਲਸ ਦੇ ਨਜ਼ਦੀਕ ਔਕਸਨਾਰਡ ਨਾਮੀ ਕਸਬੇ ਵਿਚ ਗ਼ਦਰ ਪਾਰਟੀ ਵੱਲੋਂ ਬੁਲਾਈ ਸਭਾ ਨੂੰ ਸੰਬੋਧਨ ਕਰਦਿਆਂ ਆਗੂਆਂ ਨੇ 'ਜੰਗ

---

* ਭਾਈ ਭਗਵਾਨ ਸਿੰਘ ਨੇ ਪਿਸਤੌਲਾਂ ਤੇ ਗੋਲੀਆਂ ਦੀ ਗਿਣਤੀ ਵੱਧ ਦੱਸੀ ਹੈ। ਪਰ ਇਸ ਬਾਰੇ ਬਾਬਾ ਸੋਹਣ ਸਿੰਘ ਭਕਨਾ ਵੱਲੋਂ ਦੱਸੀ ਉਪਰੋਕਤ ਗਿਣਤੀ ਵੱਧ ਸਹੀ ਪ੍ਰਤੀਤ ਹੁੰਦੀ ਹੈ।

5. ਪ੍ਰੇਮ ਸਿੰਘ ਬਜਾਜ, *ਦੋ ਪੈੜਾਂ ਇਤਿਹਾਸ ਦੀਆਂ*, ਸਫ਼ਾ 59.

6. ਬਾਬਾ ਸੋਹਣ ਸਿੰਘ ਭਕਨਾ, *ਮੇਰੀ ਰਾਮ ਕਹਾਣੀ*, ਸਫ਼ੇ 112-13; ਗੁਰਦੇਵ ਸਿੰਘ ਸਿੱਧੂ ਤੇ ਸੁਰਿੰਦਰਪਾਲ ਸਿੰਘ (ਸੰਪਾ.), *ਗ਼ਦਰੀ ਬਾਬਾ ਭਗਵਾਨ ਸਿੰਘ ਪ੍ਰੀਤਮ*, ਸਫ਼ਾ 163.

ਛਿੜਨ' ਦਾ ਐਲਾਨ ਕਰ ਦਿੱਤਾ ਸੀ ਅਤੇ ਪਾਰਟੀ ਵਰਕਰਾਂ ਨੂੰ ਤੁਰੰਤ ਗ਼ਦਰ ਲਈ ਕਮਰਕੱਸੇ ਕਰ ਲੈਣ ਦਾ ਸੱਦਾ ਦੇ ਦਿੱਤਾ ਸੀ। ਗ਼ਦਰ ਪਾਰਟੀ ਦੇ ਆਗੂਆਂ ਨੇ ਸੰਸਾਰ ਜੰਗ ਛਿੜ ਜਾਣ ਉਪਰੰਤ ਪੈਦਾ ਹੋਈ ਨਵੀਂ ਹਾਲਤ ਉੱਤੇ ਵਿਚਾਰਾਂ ਕਰਨ ਲਈ ਪਾਰਟੀ ਦੇ ਸਾਰੇ ਆਗੂਆਂ ਤੇ ਅਹਿਮ ਵਰਕਰਾਂ ਦੀ 'ਯੁਗਾਂਤਰ ਆਸ਼ਰਮ' ਵਿਚ ਹੰਗਾਮੀ ਮੀਟਿੰਗ ਸੱਦ ਲਈ ਸੀ। ਇਸ ਮੀਟਿੰਗ ਵਿਚ ਅਮਰੀਕਾ ਤੇ ਕੈਨੇਡਾ ਦੇ ਤਕਰੀਬਨ ਸਾਰੇ ਅਹਿਮ ਆਗੂ ਤੇ ਮੋਹਰੀ ਵਰਕਰ ਸ਼ਾਮਲ ਹੋਏ। ਅਸਟੋਰੀਆ ਤੋਂ ਭਾਈ ਕੇਸਰ ਸਿੰਘ ਠੱਠਗੜ੍ਹ, ਸੇਂਟ ਜਾਹਨ ਤੋਂ ਪੰਡਤ ਕਾਸ਼ੀ ਰਾਮ (ਮੜੌਲੀ), ਵਾਨਾ ਤੋਂ ਭਾਈ ਊਧਮ ਸਿੰਘ ਕਸੇਲ ਤੇ ਭਾਈ ਈਸ਼ਰ ਸਿੰਘ ਮਰਹਾਣਾ, ਪੋਰਟਲੈਂਡ ਤੋਂ ਭਾਈ ਰੁਲੀਆ ਸਿੰਘ ਸਰਾਭਾ ਤੇ ਹੋਰ, ਕੈਲੀਫ਼ੋਰਨੀਆ ਤੋਂ ਭਾਈ ਭਗਵਾਨ ਸਿੰਘ, ਮੌਲਵੀ ਬਰਕਤੁੱਲਾ, ਪੰਡਤ ਰਾਮ ਚੰਦਰ ਪਿਛੌਰੀਆ, ਭਾਈ ਜਵਾਲਾ ਸਿੰਘ ਠੱਠੀਆਂ, ਸੰਤ ਵਸਾਖਾ ਸਿੰਘ ਦਦੇਹਰ, ਭਾਈ ਸੰਤੋਖ ਸਿੰਘ, ਭਾਈ ਹਜ਼ਾਰਾ ਸਿੰਘ ਦਦੇਹਰ, ਭਾਈ ਕਰਮ ਸਿੰਘ ਚੀਮਾ, ਭਾਈ ਰੂੜ ਸਿੰਘ ਚੂਹੜਚੱਕ ਤੋਂ ਇਲਾਵਾ ਦਰਜਨਾਂ ਹੀ ਹੋਰ ਇਨਕਲਾਬੀ ਇਸ ਮੀਟਿੰਗ ਵਿਚ ਸ਼ਾਮਲ ਹੋਏ। ਕੈਨੇਡਾ ਤੋਂ ਭਾਈ ਬਲਵੰਤ ਸਿੰਘ, ਬਾਬੂ ਹਰਨਾਮ ਸਿੰਘ ਕਾਹਰੀ ਸਾਹਰੀ ਤੇ ਭਾਈ ਸ਼ੇਰ ਸਿੰਘ ਵੇਈਂਪੂੰਈਂ ਤੇ ਕੁਝ ਹੋਰ ਦੇਸ਼ ਭਗਤ ਪਹੁੰਚੇ। ਮੀਟਿੰਗ ਵਿਚ ਹਾਲਾਤ ਦੇ ਸਾਰੇ ਪੱਖਾਂ ਬਾਰੇ ਗੰਭੀਰ ਸਲਾਹਵਾਂ ਤੇ ਵਿਚਾਰਾਂ ਹੋਈਆਂ। ਇਸ ਗੱਲ ਬਾਰੇ ਲੱਗਭੱਗ ਸਾਰੇ ਆਗੂ ਇਕਮੱਤ ਸਨ ਕਿ ਭਾਰਤ ਅੰਦਰ ਬਰਤਾਨਵੀ ਹਕੂਮਤ ਦੇ ਖ਼ਿਲਾਫ਼ ਬਗ਼ਾਵਤ ਜਥੇਬੰਦ ਕਰਨ ਲਈ ਪਾਰਟੀ ਨੇ ਆਪਣੇ ਆਪ ਨੂੰ ਜਥੇਬੰਦਕ ਤੇ ਸੈਨਿਕ ਪੱਖ ਤੋਂ ਸਮਰੱਥ ਬਣਾਉਣ ਲਈ ਤਿਆਰੀਆਂ ਦੀ ਜਿਹੜੀ ਰੂਪ-ਰੇਖਾ ਬਣਾਈ ਸੀ, ਉਸ ਉੱਤੇ ਅਜੇ ਬਹੁਤ ਥੋੜ੍ਹਾ ਅਮਲ ਹੀ ਹੋ ਸਕਿਆ ਸੀ। ਪਾਰਟੀ ਬਣਾਉਣ ਵਕਤ ਇਹ ਅਨੁਮਾਨ ਲਾਇਆ ਗਿਆ ਸੀ ਕਿ ਸੰਸਾਰ ਜੰਗ ਛਿੜਨ ਵਿਚ ਪੰਜ ਛੇ ਸਾਲ ਜ਼ਰੂਰ ਲੱਗਣਗੇ ਅਤੇ ਇਸ ਤਰ੍ਹਾਂ ਪਾਰਟੀ ਨੂੰ ਜਥੇਬੰਦਕ ਤੇ ਸੈਨਿਕ ਤਿਆਰੀਆਂ ਕਰਨ ਲਈ ਚੋਖਾ ਵਕਤ ਮਿਲ ਜਾਵੇਗਾ। ਪਰ ਹੋਇਆ ਇਹ ਕਿ ਪਾਰਟੀ ਬਣਨ ਤੋਂ ਇਕ ਸਾਲ ਬਾਅਦ ਹੀ ਸੰਸਾਰ ਜੰਗ ਛਿੜ ਪਈ। ਇਸ ਲਈ ਮੀਟਿੰਗ ਅੰਦਰ ਵਿਚਾਰਨ ਵਾਲਾ ਪ੍ਰਮੁੱਖ ਸੁਆਲ ਇਹ ਸੀ, ਕਿ ਕੀ ਏਨੀ ਘੱਟ ਤਿਆਰੀ ਨਾਲ ਭਾਰਤ ਅੰਦਰ ਬਰਤਾਨਵੀ ਰਾਜ ਵਿਰੁਧ ਜੰਗ ਛੇੜਨੀ ਉਚਿਤ ਹੋਵੇਗੀ ? ਪੂਰੀ ਤਿਆਰੀ ਕੀਤੇ ਬਿਨਾਂ ਹੀ ਏਡੀ ਵੱਡੀ ਤੇ ਤਾਕਤਵਰ ਧਿਰ ਨਾਲ ਹਥਿਆਰਬੰਦ ਟੱਕਰ ਲੈਣੀ, ਕੀ ਰਾਜਸੀ ਤੇ ਸੈਨਿਕ ਦ੍ਰਿਸ਼ਟੀ ਤੋਂ ਬਚਗਾਨਾਪਣ ਨਹੀਂ ਹੋਵੇਗਾ ? ਹਾਲਾਤ ਬਾਰੇ ਇਹ ਨਾਂਹ-ਮੁਖੀ ਜਾਇਜ਼ਾ ਪਾਰਟੀ ਨੂੰ ਬਰਤਾਨਵੀ ਹਕੂਮਤ ਵਿਰੁੱਧ ਹਥਿਆਰਬੰਦ ਬਗ਼ਾਵਤ ਕਰਨ ਦਾ ਮਾਅਰਕੇਬਾਜ਼ ਕਦਮ ਉਠਾਉਣ ਤੋਂ ਵਰਜਦਾ ਸੀ।

ਪਰ ਦੂਜੇ ਪਾਸੇ ਗ਼ਦਰ ਪਾਰਟੀ ਦਾ ਬਾਨ੍ਹਣੂੰ ਹੀ ਇਸ ਖ਼ਿਆਲ ਨਾਲ ਬੰਨ੍ਹਿਆ ਗਿਆ ਸੀ, ਕਿ ਜਦੋਂ ਯੂਰਪ ਵਿਚ ਜੰਗ ਛਿੜ ਪੈਣ ਮੌਕੇ ਬਰਤਾਨੀਆ ਨੂੰ ਆਪਣੀ ਸਾਰੀ ਜੰਗੀ ਤਾਕਤ ਯੂਰਪ ਅੰਦਰ ਯੁੱਧ ਦੇ ਮੋਰਚਿਆਂ ਵਿਚ ਝੋਕਣੀ ਪੈ ਜਾਵੇਗੀ, ਤਾਂ ਉਸ ਵੇਲੇ ਭਾਰਤ ਅੰਦਰ ਬਸਤੀਵਾਦੀ ਰਾਜ ਨੂੰ ਉਲਟਾਉਣਾ ਮੁਕਾਬਲਤਨ ਸੌਖਾ ਹੋ ਜਾਵੇਗਾ। ਇਸ ਕਰਕੇ, ਹੁਣ ਜਦੋਂ ਇਹ ਆਸ ਜਿਉਂਦੀ ਜਾਗਦੀ ਹਕੀਕਤ ਬਣ ਗਈ ਸੀ, ਤਾਂ ਇਸ ਸਾਜ਼ਗਾਰ ਹਾਲਤ ਦਾ ਫ਼ਾਇਦਾ ਉਠਾਉਣ ਦੀ ਕੋਸ਼ਿਸ਼ ਕਿਉਂ ਨਾ ਕੀਤੀ ਜਾਵੇ ? 'ਯੁਗਾਂਤਰ ਆਸ਼ਰਮ' ਵਿਚ ਜੁੜ ਬੈਠੇ ਗ਼ਦਰ ਪਾਰਟੀ ਦੇ ਇਨਕਲਾਬੀ ਆਗੂ ਕਈ ਦਿਨਾਂ ਤਕ ਇਨ੍ਹਾਂ ਦੋ ਵਿਰੋਧੀ ਵਿਚਾਰਾਂ ਉੱਤੇ ਗਹਿਰ ਗੰਭੀਰ ਹੋ ਕੇ ਚਿੰਤਨ ਕਰਦੇ ਰਹੇ। ਭਾਈ ਭਗਵਾਨ ਸਿੰਘ, ਜਿਹੜੇ

ਉਸ ਮੀਟਿੰਗ ਵਿਚ ਹਾਜ਼ਰ ਸਨ, ਨੇ ਆਪਣੀ ਸਵੈ-ਜੀਵਨੀ ਵਿਚ ਗ਼ਦਰ ਪਾਰਟੀ ਦੇ ਆਗੂਆਂ ਨੂੰ ਦਰਪੇਸ਼ ਦੁਬਿਧਾ ਇੰਜ ਦਰਸਾਈ ਹੈ:

> "ਸਾਡਾ ਖ਼ਿਆਲ ਸੀ ਲੜਾਈ ਵਾਸਤੇ ਯੂਰਪ ਵਿਚ ਹਾਲਾਤ ਤਾਂ ਬਣ ਰਹੇ ਹਨ, ਪਰ ਸਾਨੂੰ 1920 ਤਕ ਲੜਾਈ ਲੱਗਣ ਦੀ ਉਮੀਦ ਸੀ, ਪਰ ਇਹ ਚੱਲ ਪਈ 1914 ਵਿਚ। ਛੇ ਸਾਲ ਦਾ ਜਿਹੜਾ ਅਸੀਂ ਆਪਣੇ ਆਪ ਨੂੰ ਤਿਆਰ ਕਰਨ ਦਾ ਤੇ ਆਪਣੇ ਪਲਾਨ ਬਣਾਉਣ ਦਾ ਮੌਕਾ ਲੱਭਦੇ ਸੀ, ਉਹ ਸਾਡੇ ਹੱਥੋਂ ਗੁੰਮ ਹੋ ਗਿਆ...ਜਿਹੜੀ ਗ਼ਦਰ ਪਾਰਟੀ ਸੀ, ਇਹ ਜੂਨ 1913 ਵਿਚ ਬਣੀ ਸੀ। ਜਿਹੜਾ ਪਹਿਲਾ ਪਰਚਾ ਗ਼ਦਰ ਦਾ ਉਰਦੂ ਵਿਚ ਨਿਕਲਿਆ, ਉਹ ਇਕ ਨਵੰਬਰ 1913 ਨੂੰ ਨਿਕਲਿਆ। ਨੌਂ ਮਹੀਨੇ ਬਾਅਦ ਹੀ ਦੁਨੀਆਂ ਦੀ ਜੰਗ ਸ਼ੁਰੂ ਹੋ ਗਈ। ਸੋਚੋ, ਨੌਂ ਮਹੀਨਿਆਂ ਵਿਚ ਕੀ ਵੱਡੀਆਂ ਕਰਾਮਾਤਾਂ ਹੋ ਸਕਦੀਆਂ ਸਨ? ਕਿਵੇਂ ਲੋਕਾਂ ਨੂੰ ਜੋਸ਼ ਦਿੱਤਾ ਜਾ ਸਕਦਾ ਸੀ? ਕਿਸ ਤਰ੍ਹਾਂ ਇਨ੍ਹਾਂ ਨੂੰ ਭਰਤੀ ਕੀਤਾ ਜਾ ਸਕਦਾ ਸੀ? ਕਿਸ ਤਰ੍ਹਾਂ ਇਨ੍ਹਾਂ ਦੇ ਕੰਮ ਛੁਡਾ ਕੇ ...ਮੁਲਕ ਦੀ ਆਜ਼ਾਦੀ ਲਈ ਲੜਨ ਮਰਨ ਵਾਸਤੇ ਭੇਜਿਆ ਜਾ ਸਕਦਾ ਸੀ? ਤੁਸੀਂ ਆਪ ਹੀ ਅੰਦਾਜ਼ਾ ਲਾ ਲਉ...ਸਵਾਲ ਸਾਡੇ ਸਾਹਮਣੇ ਇਹ ਸੀ ਕਿ ਅਸੀਂ ਅਜੇ ਤਿਆਰ ਨਹੀਂ ਸਾਂ। ਸਾਡੇ ਕੋਲ ਕੋਈ ਹਥਿਆਰ ਨਹੀਂ, ਕੋਈ ਤਾਕਤ ਨਹੀਂ, ਕੋਈ ਪੈਸਾ ਨਹੀਂ, ਸੈਨਿਕ ਵਿੱਦਿਆ ਨਹੀਂ। ਕੁਝ ਕਰੀਏ ਜਾਂ ਨਾ ਕਰੀਏ? ਮੁਲਕ ਵਿਚ ਕੁਝ ਨਹੀਂ ਹੋਣਾ। ਬੜੇ ਭਾਰੀ ਧੜੇ ਬਣੇ ਹੋਏ ਹਨ। ਸਵਾਲ ਸਾਹਮਣੇ ਆਇਆ ਕਿ ਜੋਸ਼ ਦੇ ਕੇ ਆਪਣੇ ਆਦਮੀ ਬਾਹਰੋਂ ਮੁਲਕ ਵਿਚ ਭੇਜੀਏ, ਇਹ ਫੜੇ ਜਾਣ, ਇਹ ਮਾਰੇ ਜਾਣ, ਜੇਲ੍ਹਾਂ ਹੋਣ, ਫਾਂਸੀਆਂ ਹੋਣ, ਸਭ ਕੁਝ ਹੋਵੇ। ਕੀ ਅਸੀਂ ਇਹ ਰਿਸਕ ਲਈਏ ਜਾਂ ਨਾ ਲਈਏ? ਇਹ ਸਾਡੇ ਸਾਹਮਣੇ ਇਕ ਅਹਿਮ ਸਵਾਲ ਸੀ।"[7]

ਦੂਜੇ ਪਾਸੇ ਗ਼ਦਰੀ ਆਗੂਆਂ ਨੂੰ ਇਹ ਗੱਲ ਵੀ ਸਪੱਸ਼ਟ ਸੀ ਕਿ "ਜੇ ਅਸੀਂ ਲੜਾਈ ਦੇ ਮੌਕੇ ਤੋਂ ਲਾਭ ਨਹੀਂ ਉਠਾਂਦੇ ਤਾਂ ਫਿਰ ਸਾਨੂੰ ਬੜੀ ਮੁਸ਼ਕਲ ਨਾਲ 50 ਸਾਲ ਬਾਅਦ ਮੌਕਾ ਮਿਲੇਗਾ।"[8] ਇਸ ਤਰ੍ਹਾਂ ਸਾਰੇ ਪੱਖਾਂ ਉੱਤੇ ਵਿਚਾਰਾਂ ਕਰਨ ਤੋਂ ਬਾਅਦ ਪਾਰਟੀ ਦੇ ਆਗੂਆਂ ਨੇ ਅਖ਼ੀਰ ਵਿਚ "ਇਹ ਫ਼ੈਸਲਾ ਕੀਤਾ ਕਿ ਇਹ ਅੱਛਾ ਹੋਵੇਗਾ ਕਿ ਗ਼ਦਰ ਸ਼ੁਰੂ ਕਰੀਏ। ਸਾਡੇ ਆਦਮੀ ਜ਼ਰੂਰ ਮਾਰੇ ਜਾਣਗੇ, ਜੇਲ੍ਹਾਂ ਵਿਚ ਜਾਣਗੇ, ਤਕਲੀਫ਼ਾਂ ਹੋਣਗੀਆਂ"[9], ਪਰ "ਚੁੱਪ ਰਹਿ ਜਾਣ ਨਾਲੋਂ ਕੁਝ ਕਰਕੇ ਹਾਰ ਜਾਣਾ ਚੰਗਾ ਹੈ। ਇਤਿਹਾਸ ਵਿਚ ਹਾਰ ਵੀ ਕੰਮ ਆਵੇਗੀ।"[10] ਪਾਰਟੀ ਨੂੰ ਆਸ ਦੀ ਇੱਕੋ ਹੀ ਕਿਰਨ ਦਿਖਾਈ ਦਿੰਦੀ ਸੀ। ਉਹ ਇਹ ਕਿ ਜੇਕਰ ਫ਼ੌਜ ਅੰਦਰਲੇ ਭਾਰਤੀ ਸਿਪਾਹੀਆਂ ਨੂੰ ਸਾਮਰਾਜੀ ਜੰਗ ਵਿਚ ਅਜਾਈਂ ਜਾਨਾਂ ਗੁਆਉਣ ਨਾਲੋਂ ਦੇਸ਼ ਦੀ ਆਜ਼ਾਦੀ ਲਈ ਜਾਨਾਂ ਕੁਰਬਾਨ ਕਰਨ ਵਾਸਤੇ ਪ੍ਰੇਰਿਤ ਕੀਤਾ ਜਾਵੇ, ਤਾਂ ਭਾਰਤ ਅੰਦਰ ਬਰਤਾਨਵੀ ਸਰਕਾਰ ਦਾ ਤਖ਼ਤਾ ਪਲਟਣ ਦੀ ਸੰਭਾਵਨਾ ਹਕੀਕਤ ਵਿਚ ਬਦਲ ਸਕਦੀ ਸੀ। ਭਾਈ ਭਗਵਾਨ ਸਿੰਘ ਨੇ ਇਸ ਵਿਚਾਰ ਦੀ ਪੁਸ਼ਟੀ ਕਰਦਿਆਂ ਲਿਖਿਆ ਹੈ: "ਸਾਨੂੰ ਜ਼ਿਆਦਾ ਆਸ ਸੀ ਫ਼ੌਜੀ ਭਾਈਆਂ ਉੱਤੇ... ਅਸਾਂ ਨੇ ਸੋਚਿਆ, 'ਫ਼ੌਜਾਂ ਵਿਚ ਅਸੀਂ ਕੁਝ ਨਾ ਕੁਝ ਕਰ ਸਕਦੇ ਹਾਂ।' "[11] ਇਸ ਉਮੀਦ ਨਾਲ ਮੀਟਿੰਗ ਵਿਚ ਭਾਰੀ ਬਹੁਸੰਮਤੀ ਨਾਲ ਫ਼ੈਸਲਾ ਹੋਇਆ ਕਿ "ਅਮਰੀਕਾ ਵਿਚ ਬੈਠੇ

---

7. ਗੁਰਦੇਵ ਸਿੰਘ ਸਿੱਧੂ ਤੇ ਸੁਰਿੰਦਰਪਾਲ ਸਿੰਘ (ਸੰਪਾ.), *ਗ਼ਦਰੀ ਬਾਬਾ ਭਗਵਾਨ ਸਿੰਘ ਪ੍ਰੀਤਮ*, ਸਫ਼ੇ 172-74.
8. *ਉਹੀ*, ਸਫ਼ਾ 173.
9. *ਉਹੀ*, ਸਫ਼ਾ 174.
10. ਗੁਰਚਰਨ ਸਿੰਘ ਸੈਂਸਰਾ, *ਗ਼ਦਰ ਪਾਰਟੀ ਦਾ ਇਤਿਹਾਸ*, ਸਫ਼ਾ 161.
11. ਗੁਰਦੇਵ ਸਿੰਘ ਸਿੱਧੂ ਤੇ ਸੁਰਿੰਦਰਪਾਲ ਸਿੰਘ (ਸੰਪਾ.), *ਗ਼ਦਰੀ ਬਾਬਾ ਭਗਵਾਨ ਸਿੰਘ ਪ੍ਰੀਤਮ*, ਸਫ਼ਾ 174.

ਪਲੈਨ ਬਣਾਈ ਜਾਣ ਦਾ ਕੋਈ ਫ਼ਾਇਦਾ ਨਹੀਂ। ਹਿੰਦੁਸਤਾਨ ਵਿਚ ਜਾ ਕੇ ਅੰਗਰੇਜ਼ ਨੂੰ ਹਥਿਆਰਬੰਦ ਲੜਾਈ ਦੇ ਜ਼ੋਰ ਦੇਸ਼ ਵਿੱਚੋਂ ਕੱਢ ਕੇ ਬਾਹਰ ਮਾਰਨ ਲਈ ਤੁਰ ਪੈਣਾ ਚਾਹੀਦਾ ਹੈ। 'ਦੇਸ਼ ਵਿਚ ਜਾ ਕੇ ਫ਼ੌਜਾਂ ਵਿਚ ਵੜ ਜਾਓ, ਪਿੰਡਾਂ ਵਿਚ ਘੁੰਮ ਕੇ ਲੋਕਾਂ ਨੂੰ ਨਾਲ ਲਵੋ, ਜੋ ਕਰਨਾ ਹੈ, ਦੇਸ਼ ਵਿਚ ਜਾ ਕੇ ਕਰੋ।' ਇਹ ਵਿਚਾਰ ਪਾਸ ਕਰ ਕੇ ਪਾਰਟੀ ਨੇ ਅੰਗਰੇਜ਼ੀ ਰਾਜ ਵਿਰੁੱਧ 'ਐਲਾਨਿ ਜੰਗ' ਕਰਨ ਦਾ ਫ਼ੈਸਲਾ ਕੀਤਾ ਜੋ 5 ਅਗਸਤ, 1914 ਦੇ *ਗ਼ਦਰ* ਅਖ਼ਬਾਰ ਵਿਚ ਛਾਪ ਦਿੱਤਾ ਗਿਆ।"[12] ਭਾਈ ਸ਼ੇਰ ਸਿੰਘ ਵੇਈਂਪੂੰਈਂ ਦੇ ਵਿਚਾਰ ਇਸ ਫ਼ੈਸਲੇ ਦੇ ਉਲਟ ਸਨ। ਉਸ ਦਾ ਮੱਤ ਸੀ ਕਿ ਏਨੀ ਘੱਟ ਤਿਆਰੀ ਨਾਲ, ਜਦੋਂ ਦੇਸ਼ ਅੰਦਰ ਜਨਤਾ ਅਜੇ ਤਕਰੀਬਨ ਸੁੱਤੀ ਪਈ ਸੀ, ਗ਼ਦਰ ਦੀ ਕੋਸ਼ਿਸ਼ ਕਰਨਾ ਨੁਕਸਾਨਦੇਹ ਹੋਵੇਗਾ। ਉਸ ਨੇ ਮੀਟਿੰਗ ਅੰਦਰ ਆਪਣੇ ਵਿਚਾਰ ਖੁਲ੍ਹ ਕੇ ਪ੍ਰਗਟ ਕੀਤੇ ਅਤੇ ਪਾਰਟੀ ਨੂੰ ਅਜਿਹਾ ਗ਼ਲਤ ਫ਼ੈਸਲਾ ਲੈਣ ਤੋਂ ਵਰਜਣ ਦਾ ਪੁਰਜ਼ੋਰ ਯਤਨ ਕੀਤਾ। ਪਰੰਤੂ ਮੀਟਿੰਗ ਅੰਦਰ ਭਾਰੂ ਰਾਇ ਇਸ ਦੇ ਉਲਟ ਸੀ। ਇਸ ਕਰਕੇ ਜਦ ਭਾਈ ਸ਼ੇਰ ਸਿੰਘ ਦਾ ਕੋਈ ਜ਼ੋਰ ਨਾ ਚੱਲਿਆ, ਤਾਂ ਉਸ ਨੇ ਅਣਮੰਨੇ ਚਿੱਤ ਨਾਲ ਭਾਰੂ ਰਾਇ ਨਾਲ ਸਹਿਮਤੀ ਪ੍ਰਗਟਾ ਦਿੱਤੀ ਅਤੇ ਹੋਰਨਾਂ ਸੰਗ ਉਹ ਵੀ ਖ਼ੁਸ਼ੀ ਖ਼ੁਸ਼ੀ ਦੇਸ਼ ਨੂੰ ਰਵਾਨਾ ਹੋ ਗਿਆ ਸੀ। ਅਜਿਹੀ ਸਥਿਤੀ ਵਿਚ ਹੋਰ ਕੋਈ ਪਾਰਟੀ ਹੁੰਦੀ ਤਾਂ ਉਸ ਦਾ ਦੋਫ਼ਾੜ ਹੋ ਜਾਣਾ ਯਕੀਨੀ ਸੀ। ਪਰ ਗ਼ਦਰ ਪਾਰਟੀ ਦੇ ਆਗੂਆਂ ਤੇ ਵਰਕਰਾਂ ਵਿਚ ਸਮੂਹਿਕ ਸਪਿਰਿਟ ਇਤਨੀ ਤਾਕਤਵਰ ਸੀ ਕਿ ਉਨ੍ਹਾਂ ਨੇ ਏਨੇ ਵਿਵਾਦਗ੍ਰਸਤ ਮਸਲੇ ਨੂੰ ਪੂਰੀ ਸੂਝ ਸਿਆਣਪ ਤੇ ਭਰੱਪਣ ਨਾਲ ਨਜਿੱਠ ਲਿਆ ਸੀ। ਪਾਰਟੀ ਅੰਦਰ ਮਾਮੂਲੀ ਜਿਹੀ ਵੀ ਤ੍ਰੇੜ ਨਹੀਂ ਪਈ ਸੀ।

ਸਰਾਭੇ ਦੇ ਅਮਰੀਕਾ ਤੋਂ ਤੁਰਨ ਦਾ 'ਰਹੱਸ'

ਭਾਈ ਕਰਤਾਰ ਸਿੰਘ ਸਰਾਭਾ 'ਯੁਗਾਂਤਰ ਆਸ਼ਰਮ' ਵਿਚ ਹੋਈ ਇਸ ਇਤਿਹਾਸਕ ਮੀਟਿੰਗ ਤੋਂ ਪਹਿਲਾਂ ਹੀ ਦੇਸ਼ ਲਈ ਰਵਾਨਾ ਹੋ ਚੁੱਕਾ ਸੀ। ਉਸ ਦੇ ਅਜਿਹਾ ਕਰਨ ਦਾ ਸਬੱਬ ਕੀ ਬਣਿਆ, ਇਸ ਬਾਰੇ ਇਕ ਗ਼ਲਤ ਧਾਰਨਾ ਪ੍ਰਚਲਿਤ ਹੋ ਗਈ ਹੈ। ਇਸ ਗ਼ਲਤ ਧਾਰਨਾ ਦਾ ਸੋਮਾ ਗ਼ਦਰ ਲਹਿਰ ਦੇ ਪ੍ਰਮੁੱਖ ਇਤਿਹਾਸਕਾਰ ਗੁਰਚਰਨ ਸਿੰਘ ਸੈਂਸਰਾ ਵੱਲੋਂ ਭਾਈ ਹਰਨਾਮ ਸਿੰਘ (ਕੋਟਲਾ ਨੌਧ ਸਿੰਘ) ਦੇ ਹਵਾਲੇ ਨਾਲ ਦਰਜ ਕੀਤਾ ਇੰਦਰਾਜ ਹੈ। ਉਸ ਨੇ ਲਿਖਿਆ ਹੈ :

> "ਭਾਈ ਕਰਤਾਰ ਸਿੰਘ ਸਰਾਭਾ ਤਾਂ ਐਨਾ ਉਤਾਵਲਾ ਸੀ ਕਿ ਉਸ ਨੇ ਕਿਸੇ ਮੀਟਿੰਗ ਜਾਂ ਫ਼ੈਸਲੇ ਨੂੰ ਨਹੀਂ ਉਡੀਕਿਆ। ਉਹ ਇਸ ਡਰ ਤੋਂ ਕਿ ਮਤਾਂ ਪਾਰਟੀ ਉਹਦੀ ਓਥੇ ਪਿੱਛੇ ਕੰਮ ਚਲਾਉਣ ਦੀ ਡਿਊਟੀ ਨਾ ਲਾ ਦੇਵੇ, 9-10 ਦੀਆਂ ਮੀਟਿੰਗਾਂ ਤੋਂ ਅਗੇਤਰਾ ਹੀ ਆਪਣੇ ਆਪ ਰਘੁਬੀਰ ਦਿਆਲ ਨੂੰ ਨਾਲ ਲੈ ਕੇ ਦੇਸ਼ ਤੁਰ ਪਿਆ।"[13]

ਆਪਣੀ ਜਣੇ ਭਾਈ ਹਰਨਾਮ ਸਿੰਘ ਨੇ (ਤੇ ਗੁਰਚਰਨ ਸਿੰਘ ਸੈਂਸਰਾ ਨੇ ਵੀ) ਇਹ ਗੱਲ ਕਰਤਾਰ ਸਿੰਘ ਸਰਾਭਾ ਦੀ ਵਡਿਆਈ ਵਿਚ, ਉਸ ਦੀ ਇਨਕਲਾਬੀ ਸਪਿਰਿਟ ਦੀ ਤੀਬਰਤਾ ਦਰਸਾਉਣ ਲਈ ਕਹੀ ਹੈ। ਪਰ ਹਕੀਕਤ ਵਿਚ ਇਹ ਸਰਾਭੇ ਦੀ ਵਡਿਆਈ ਨਹੀਂ, ਬਦਖੋਈ ਬਣਦੀ ਹੈ। ਇਸ ਵਿੱਚੋਂ ਸਰਾਭੇ ਦਾ ਆਪ-ਹੁਦਰੇ ਵਿਅਕਤੀ ਦਾ ਪ੍ਰਭਾਵ

12. ਗੁਰਚਰਨ ਸਿੰਘ ਸੈਂਸਰਾ, *ਗ਼ਦਰ ਪਾਰਟੀ ਦਾ ਇਤਿਹਾਸ*, ਸਫ਼ਾ 161.
13. *ਉਹੀ*, ਸਫ਼ਾ 162.

ਬਣਦਾ ਹੈ, ਜਿਹੜਾ ਕਿ ਪੂਰੀ ਤਰ੍ਹਾਂ ਗ਼ਲਤ ਹੈ। ਗ਼ਦਰ ਪਾਰਟੀ ਦੇ ਸਮੁੱਚੇ ਅਭਿਆਸ ਵਿੱਚੋਂ ਇਹ ਗੱਲ ਭਲੀਭਾਂਤ ਉਜਾਗਰ ਹੁੰਦੀ ਹੈ ਕਿ ਇਹ ਪਾਰਟੀ, ਆਪੋ-ਆਪਣੀ ਮਰਜ਼ੀ ਮੁਤਾਬਕ ਚੱਲਣ ਵਾਲੇ ਆਪ-ਹੁਦਰੇ ਤੇ ਆਪ-ਮੁਹਾਰੇ ਵਿਅਕਤੀਆਂ ਦਾ ਇਕੱਠ ਨਹੀਂ ਸੀ। ਇਹ, ਪਾਰਟੀ ਨੂੰ ਮੁਕੰਮਲ ਰੂਪ ਵਿਚ ਸਮਰਪਤ ਸਿਰਲੱਥ ਜੁਝਾਰੂਆਂ ਦਾ ਦਲ ਸੀ। ਪਾਰਟੀ ਦੇ ਸਾਰੇ ਫ਼ੈਸਲੇ ਪੂਰੀ ਸੋਚ ਵਿਚਾਰ ਕਰ ਕੇ, ਸਾਰੇ ਮੈਂਬਰਾਂ ਦੀ ਰਾਇ ਤੇ ਸਹਿਮਤੀ ਨਾਲ ਕੀਤੇ ਜਾਂਦੇ ਸਨ, ਅਤੇ ਪਾਰਟੀ ਦਾ ਹਰ ਮੈਂਬਰ ਸਮੂਹਿਕ ਰੂਪ ਵਿਚ ਹੋਏ ਫ਼ੈਸਲੇ ਨੂੰ ਪੂਰਨ ਇਮਾਨਦਾਰੀ ਤੇ ਵਫ਼ਾਦਾਰੀ ਨਾਲ ਲਾਗੂ ਕਰਨ ਲਈ ਵਚਨਬੱਧ ਹੁੰਦਾ ਸੀ। ਇਥੇ ਮੈਂਬਰਾਂ ਦੀਆਂ ਨਿੱਜੀ ਪਸੰਦਾਂ ਤੇ ਇੱਛਾਵਾਂ ਨੂੰ ਪਾਰਟੀ ਦੀਆਂ ਸਮੂਹਿਕ ਲੋੜਾਂ ਤੇ ਫ਼ੈਸਲਿਆਂ ਦੀ ਅਧੀਨਗੀ ਕਬੂਲ ਕਰਨੀ ਪੈਂਦੀ ਸੀ। ਇਹ ਸਮੂਹਿਕ ਸਪਿਰਿਟ ਪਾਰਟੀ ਦੀ ਵੱਡੀ ਸਿਫ਼ਤ ਤੇ ਵਿਲੱਖਣਤਾ ਸੀ। ਭਾਈ ਕਰਤਾਰ ਸਿੰਘ ਸਰਾਭਾ ਦੇ ਸਮੁੱਚੇ ਇਨਕਲਾਬੀ ਜੀਵਨ ਵਿੱਚੋਂ ਅਜਿਹੀ ਇਕ ਵੀ ਮਿਸਾਲ ਨਹੀਂ ਮਿਲਦੀ, ਜਦੋਂ ਉਸ ਨੇ ਆਪਣੀ ਕਿਸੇ ਨਿੱਜੀ ਪਸੰਦ ਜਾਂ ਇੱਛਾ ਨੂੰ ਪਾਰਟੀ ਦੀ ਸਮੂਹਿਕ ਲੋੜ ਨਾਲੋਂ ਉਪਰ ਰੱਖਿਆ ਹੋਵੇ। ਇਹ ਠੀਕ ਹੈ ਕਿ ਉਸ ਦਾ ਇਨਕਲਾਬੀ ਜੋਸ਼ ਤੇ ਜਜ਼ਬਾ ਡੁੱਲ੍ਹ ਡੁੱਲ੍ਹ ਪੈਂਦਾ ਸੀ, ਪਰ ਉਸ ਨੇ ਕਦੇ ਵੀ, ਕਿਸੇ ਵੀ ਸੂਰਤ ਵਿਚ, ਪਾਰਟੀ ਦੇ ਬੰਧੇਜ ਨੂੰ ਤੋੜਨ ਦੀ ਕੁਤਾਹੀ ਨਹੀਂ ਕੀਤੀ ਸੀ। ਬਹਾਦਰ ਤੇ ਸਿਰਲੱਥ ਹੋਣ ਦੇ ਨਾਲੋ-ਨਾਲ, ਪਾਰਟੀ ਦਾ ਜ਼ਬਤਬੱਧ ਸਿਪਾਹੀ ਹੋਣਾ ਉਸ ਦੀ ਖ਼ਾਸ ਗੁਣ-ਵਿਸ਼ੇਸ਼ਤਾ ਸੀ। ਇਸ ਕਰਕੇ ਉਸ ਬਾਰੇ ਇਹ ਕਹਿਣਾ ਕਿ ਉਹ ਪਾਰਟੀ ਦੀ ਕਿਸੇ ਮੀਟਿੰਗ ਜਾਂ ਫ਼ੈਸਲੇ ਦੀ ਉਡੀਕ ਕੀਤੇ ਬਿਨਾਂ ਹੀ, "ਆਪਣੇ ਆਪ ਰਘੁਬੀਰ ਦਿਆਲ ਨੂੰ ਨਾਲ ਲੈ ਕੇ ਦੇਸ਼ ਤੁਰ ਪਿਆ", ਜਿਥੇ ਉਸ ਦੀ ਸ਼ਖ਼ਸੀਅਤ ਦਾ ਗ਼ਲਤ ਚਿਤਰਨ ਕਰਦਾ ਹੈ, ਉਥੇ ਇਹ ਗੱਲ ਤੱਥ ਦੇ ਤੌਰ 'ਤੇ ਵੀ ਸਹੀ ਨਹੀਂ ਹੈ।

ਅਸਲ ਗੱਲ ਕੀ ਹੋਈ ਸੀ ? ਇਸ ਬਾਰੇ ਬਾਬਾ ਸੋਹਣ ਸਿੰਘ ਭਕਨਾ ਤੇ ਭਾਈ ਕਰਤਾਰ ਸਿੰਘ ਲਤਾਲਾ ਦੇ ਕਥਨਾਂ ਤੋਂ ਭਰਪੂਰ ਇਸ਼ਾਰੇ ਮਿਲ ਜਾਂਦੇ ਹਨ। ਬਾਬਾ ਭਕਨਾ ਜੀ ਦੇ ਦੱਸਣ ਅਨੁਸਾਰ, "ਜਦੋਂ ਪਾਰਟੀ ਨੇ ਇਨਕਲਾਬ ਲਈ ਹਿੰਦੁਸਤਾਨ ਜਾਣ ਦਾ ਫ਼ੈਸਲਾ ਕੀਤਾ, ਤਾਂ ਕਰਤਾਰ ਸਿੰਘ ਸਰਾਭਾ ਸਭ ਤੋਂ ਪਹਿਲਾਂ ਤੁਰ ਪਿਆ। ਉਹ ਇਕੱਲਾ ਨਹੀਂ ਆਇਆ ਸੀ, ਸਗੋਂ ਤਿੰਨ ਅਮਰੀਕਨ ਇਨਕਲਾਬੀ ਦੋਸਤ, ਜਿਹਨਾਂ 'ਚੋਂ ਇਕ ਇਸਤਰੀ ਤੇ ਦੋ ਮਰਦ ਸਨ, ਉਸਦੇ ਨਾਲ ਸਨ।"[14] ਇਹ "ਅਮਰੀਕਨ ਇਨਕਲਾਬੀ ਦੋਸਤ" ਕੌਣ ਸਨ ? ਅਤੇ ਇਹ ਭਾਰਤ ਕਿਸ ਕੰਮ ਲਈ ਆ ਰਹੇ ਸਨ ? ਇਸ ਦਾ ਇਕ ਇਸ਼ਾਰਾ ਭਾਈ ਕਰਤਾਰ ਸਿੰਘ ਲਤਾਲਾ ਦੇ ਬਿਆਨ ਤੋਂ ਮਿਲਦਾ ਹੈ ਜੋ ਗੁਰਚਰਨ ਸਿੰਘ ਸੈਂਸਰਾ ਨੇ ਆਪਣੇ ਗ਼ਦਰ ਪਾਰਟੀ ਦੇ ਇਤਿਹਾਸ ਦੇ ਸਫ਼ੇ 102-03 'ਤੇ ਦਰਜ ਕੀਤਾ ਹੈ। ਭਾਈ ਕਰਤਾਰ ਸਿੰਘ ਲਤਾਲਾ ਆਪਣੇ ਬਿਆਨ ਵਿਚ ਦੱਸਦੇ ਹਨ :

> "ਭਾਈ ਭਗਤ ਸਿੰਘ ਉਰਫ਼ ਗਾਂਧਾ ਸਿੰਘ ਤੇ ਮੈਨੂੰ ਜੰਗ ਛਿੜਨ ਤੋਂ ਪਹਿਲਾਂ ਹਿੰਦੁਸਤਾਨ ਭੇਜਿਆ ਗਿਆ ਕਿ ਅਸੀਂ ਪੰਜਾਬੋਂ ਹਟਵੀਂ ਕਿਸੇ ਰਿਆਸਤ ਵਿਚ ਜ਼ਮੀਨ ਖ਼ਰੀਦ ਕੇ ਉਥੇ ਖ਼ੁਫ਼ੀਆ ਪ੍ਰੈਸ ਲਾਈਏ। ਅਖ਼ਬਾਰ ਦੇ ਮਜ਼ਮੂਨ ਸਾਨ ਫ਼ਰਾਂਸਿਸਕੋ ਤੋਂ ਲਿਖੇ ਜਾ ਕੇ ਇੰਗਲੈਂਡ ਇਕ ਕੱਪੜੇ ਦੀ ਫ਼ਰਮ ਪਾਸ ਜਾਇਆ ਕਰਨੇ ਸਨ। ਉਥੋਂ ਉਸ ਫ਼ਰਮ ਦੀ ਦਿੱਲੀ ਬਰਾਂਚ ਪਾਸ, ਇਥੋਂ ਅਗਾਂਹ ਕੈਲੀਫ਼ੋਰਨੀਆ ਤੋਂ ਆਉਣ ਵਾਲੀ ਇਕ ਰੂਸੀ ਕੁੜੀ ਮਿੱਸ ਰੂਜ਼ੋ ਕੂਹਰ ਨੇ ਉਹ ਮਜ਼ਮੂਨ ਇਹਨਾਂ ਨੂੰ (ਭਾਰਤ) ਪੁਚਾਇਆ

14. ਬਾਬਾ ਸੋਹਣ ਸਿੰਘ ਭਕਨਾ, "ਗ਼ਦਰ ਪਾਰਟੀ ਦੇ ਸ਼ਹੀਦਾਂ ਦੀਆਂ ਜੀਵਨੀਆਂ", *Heritage,* 7 April 1996, p. 40.

> ਕਰਨੇ ਸਨ। ਇਹ ਮਜ਼ਮੂਨ (ਫਿਰ) ਪ੍ਰੈਸ ਵਿਚ ਛਾਪ ਕੇ ਤੇ (ਛਪੇ) ਅਖ਼ਬਾਰ ਸੂਟਕੇਸਾਂ ਵਿਚ ਬੰਦ ਕਰ ਕੇ ਕਿਸੇ ਲਾਗੇ ਦੀ ਸ਼ਹਿਰ ਵਿਚ ਇਸ ਰੂਸੀ ਲੜਕੀ ਨੂੰ ਦਿੱਤੇ ਜਾਇਆ ਕਰਨੇ ਸਨ, ਜਿਸ ਨੇ ਇਸ ਨੂੰ ਪੰਜਾਬ ਤੇ ਹਿੰਦੁਸਤਾਨ ਵਿਚ ਵੰਡਾਈ ਦੇ ਸ਼ਹਿਰੀ ਅੱਡਿਆਂ ਉੱਤੇ ਪਹੁੰਚਾਇਆ ਕਰਨਾ ਸੀ। ਇਕ ਬੁੱਢੇ ਅੰਗਰੇਜ਼ ਸੋਸ਼ਲਿਸਟ ਤੇ ਅਮਰੀਕਨ ਮਜ਼ਦੂਰ ਲੀਡਰ* ਨੇ, ਜਿਨ੍ਹਾਂ ਦੇ ਮੈਂ ਨਾਂ ਨਹੀਂ ਜਾਣਦਾ, ਸਾਡੀ ਸਹਾਇਤਾ ਲਈ ਹਿੰਦ ਆਉਣਾ ਸੀ। ਅਸੀਂ ਅਜੇ ਜਾਪਾਨ ਵਿਚ ਹੀ ਸਾਂ ਕਿ ਜੰਗ ਲਗ ਪਈ। ਸਾਡੇ ਹਿੰਦ ਵਿਚ ਆ ਜਾਣ ਤੋਂ ਬਾਅਦ ਟਾਪੂਆਂ ਵਿੱਚੋਂ ਆਉਣ ਵਾਲਿਆਂ ਦੀ ਹਿੰਦ ਵਿਚ ਫੜੋ ਫੜੀ ਸ਼ੁਰੂ ਹੋ ਗਈ। ਸਾਡੇ ਜ਼ੁੰਮੇ ਲੱਗਾ ਇਹ ਕੰਮ ਵਿਚੇ ਰਹਿ ਗਿਆ।"

ਇਸ ਤੋਂ ਜ਼ਾਹਰ ਹੁੰਦਾ ਹੈ ਕਿ ਕਰਤਾਰ ਸਿੰਘ ਸਰਾਭਾ ਅਮਰੀਕਾ ਤੋਂ ਪੂਰੀ ਟੀਮ ਲੈ ਕੇ, ਇਕ ਵੱਡੀ ਪਲੈਨ ਦੇ ਤਹਿਤ, ਭਾਰਤ ਨੂੰ ਚੱਲਿਆ ਸੀ। ਇਸ ਦੀ ਪੁਸ਼ਟੀ ਭਾਈ ਹਰਨਾਮ ਸਿੰਘ ਦੇ ਹੀ ਇਕ ਸਵੈ-ਕਥਨ ਤੋਂ ਵੀ ਹੁੰਦੀ ਹੈ। ਗ਼ਦਰ ਦੇ ਅਸਫਲ ਹੋ ਜਾਣ ਦੇ ਕਈ ਦਹਾਕਿਆਂ ਬਾਅਦ ਭਾਈ ਹਰਨਾਮ ਸਿੰਘ ਨੇ ਇਕ ਗੱਲਬਾਤ ਦੌਰਾਨ, ਜੰਗ ਛਿੜ ਪੈਣ ਉਪਰੰਤ ਅਮਰੀਕਾ ਅੰਦਰ ਗ਼ਦਰ ਪਾਰਟੀ ਦੇ ਫ਼ੌਰੀ ਪ੍ਰਤਿਕਰਮ ਦੀ ਵਿਆਖਿਆ ਕਰਦਿਆਂ, ਸਰਾਭੇ ਦੇ ਅਮਰੀਕਾ ਤੋਂ ਚੱਲਣ ਬਾਰੇ ਇਹ ਵੇਰਵਾ ਦਿੱਤਾ ਸੀ:

> "ਉਧਰ ਕਰਤਾਰ ਸਿੰਘ ਸਰਾਭਾ ਜੰਗ ਛਿੜਨ ਕਰਕੇ ਹਵਾਈ ਜਹਾਜ਼ ਚਲਾਉਣਾ ਸਿੱਖਣ ਦਾ ਕੰਮ ਅਧੂਰਾ ਛੱਡ ਕੇ ਹੀ (ਭਾਰਤ) ਚਲਾ ਆਇਆ ਸੀ। ਉਹ ਰਘੁਬੀਰ ਦਿਆਲ ਗੁਪਤਾ, ਅਮਰੀਕੀ ਇਨਕਲਾਬੀ ਗੋਰਾ ਜੈਕ ਅਤੇ ਆਪਣੇ ਦੋ ਤਿੰਨ ਪੰਜਾਬੀ ਮਿੱਤਰਾਂ ਨੂੰ ਨਾਲ ਲੈ ਕੇ ਪਾਰਟੀ ਫ਼ੈਸਲੇ ਦੀ ਉਡੀਕ ਕੀਤੇ ਬਗ਼ੈਰ ਹੀ ਹਿੰਦੁਸਤਾਨ ਨੂੰ ਚੱਲ ਪਿਆ ਸੀ। ਇਹ ਜਥਾ ਕੋਲੰਬੋ ਦੇ ਰਾਹ ਹਿੰਦੁਸਤਾਨ ਵਿਚ ਦਾਖ਼ਲ ਹੋਇਆ ਸੀ। ਅਮਰੀਕਨ ਗੋਰੇ ਪਾਸ ਪਾਸਪੋਰਟ ਨਾ ਹੋਣ ਕਰਕੇ ਉਸ ਨੂੰ ਵਾਪਸ ਮੋੜ ਦਿੱਤਾ ਸੀ।"[15]

ਭਾਈ ਹਰਨਾਮ ਸਿੰਘ ਦੇ ਉਪਰੋਕਤ ਕਥਨ ਤੋਂ ਸਾਫ਼ ਜ਼ਾਹਰ ਹੁੰਦਾ ਹੈ ਕਿ ਉਨ੍ਹਾਂ ਨੂੰ, ਸਰਾਭੇ ਦੇ ਅਮਰੀਕਾ ਤੋਂ ਚੱਲਣ ਬਾਰੇ ਤੱਥਾਂ ਦੀ ਪੂਰੀ ਤੇ ਸਹੀ ਜਾਣਕਾਰੀ ਨਹੀਂ ਸੀ। ਇਸ ਦਾ ਇਕ ਕਾਰਨ ਤਾਂ ਇਹ ਸੀ ਕਿ ਸਰਾਭੇ ਦੇ ਟੀਮ ਸਮੇਤ ਭਾਰਤ ਜਾਣ ਦਾ ਫ਼ੈਸਲਾ 'ਗੁਪਤ ਕਮਿਸ਼ਨ' ਅੰਦਰ ਹੀ ਵਿਚਾਰਿਆ ਗਿਆ ਸੀ। ਇਸ ਬਾਰੇ 'ਗੁਪਤ ਕਮਿਸ਼ਨ' ਦੇ ਤਿੰਨ ਮੈਂਬਰਾਂ ਤੋਂ ਇਲਾਵਾ ਹੋਰ ਕਿਸੇ ਨੂੰ ਕੋਈ ਜਾਣਕਾਰੀ ਨਹੀਂ ਸੀ। ਦੂਜੀ ਗੱਲ ਇਹ, ਕਿ ਸਰਾਭੇ ਦੇ ਅਮਰੀਕਾ ਤੋਂ ਚੱਲਣ ਵੇਲੇ ਭਾਈ ਹਰਨਾਮ ਸਿੰਘ ਸਟਾਕਟਨ ਹਸਪਤਾਲ ਵਿਚ ਜ਼ੇਰੇ ਇਲਾਜ ਸਨ। ਉਨ੍ਹਾਂ ਦੇ ਆਪਣੇ ਹੀ ਦੱਸਣ ਅਨੁਸਾਰ ਉਸ ਅਰਸੇ ਦੌਰਾਨ ਪਾਰਟੀ ਦੀਆਂ ਸਰਗਰਮੀਆਂ ਬਾਰੇ "ਭਾਈ ਸੰਤੋਖ ਸਿੰਘ ਹਰ ਦੂਜੇ ਤੀਜੇ ਦਿਨ ਸਟਾਕਟਨ ਹਸਪਤਾਲ ਵਿਚ ਜਾ ਕੇ ਮੈਨੂੰ ਸਾਰੀ ਗੱਲਬਾਤ ਤੋਂ ਜਾਣੂ ਕਰਵਾਉਂਦੇ ਰਹੇ।"[16] ਅਜਿਹੀ ਹਾਲਤ ਵਿਚ ਭਾਈ ਹਰਨਾਮ ਸਿੰਘ ਦੀ ਜਾਣਕਾਰੀ ਅਧੂਰੀ ਹੋਣ, ਅਤੇ ਇਸ ਅਧੂਰੀ ਜਾਣਕਾਰੀ ਦੇ ਆਧਾਰ 'ਤੇ ਉਨ੍ਹਾਂ ਵੱਲੋਂ ਕੁਝ ਗ਼ਲਤ ਨਿਰਣੇ ਕੱਢ ਲੈਣ ਦੀ ਸੰਭਾਵਨਾ ਤੋਂ ਇਨਕਾਰੀ ਨਹੀਂ ਹੋਇਆ ਜਾ ਸਕਦਾ। ਭਾਈ ਹਰਨਾਮ ਸਿੰਘ ਆਪ ਪੂਰੇ ਤੰਦਰੁਸਤ ਹੋ ਜਾਣ ਉਪਰੰਤ ਦਸੰਬਰ ਵਿਚ ਭਾਰਤ ਪਹੁੰਚੇ ਸਨ।

---

* ਇਸ ਵਿਅਕਤੀ ਦਾ ਨਾਂ 'ਜੈਕ' ਸੀ ਜੋ ਬੰਬ ਬਣਾਉਣ ਦਾ ਮਾਹਰ ਸੀ ਅਤੇ ਆਇਰਿਸ਼ ਇਨਕਲਾਬੀ ਪਾਰਟੀ ਰਾਹੀਂ ਗ਼ਦਰ ਪਾਰਟੀ ਦੇ ਸੰਪਰਕ ਵਿਚ ਆਇਆ ਸੀ।

15. ਚੈਨ ਸਿੰਘ ਚੈਨ (ਸੰਪਾ.), *ਗ਼ਦਰ ਲਹਿਰ ਦੀ ਕਹਾਣੀ: ਗ਼ਦਰੀ ਬਾਬਿਆਂ ਦੀ ਜ਼ਬਾਨੀ*, ਸਫ਼ਾ 80.
16. *ਉਹੀ*, ਸਫ਼ਾ 79.

ਗੁਰਚਰਨ ਸਿੰਘ ਸੈਂਸਰਾ ਦਾ, ਜ਼ੁੰਮੇਵਾਰ ਇਤਿਹਾਸਕਾਰ ਹੋਣ ਦੇ ਨਾਤੇ ਇਹ ਫ਼ਰਜ਼ ਬਣਦਾ ਸੀ ਕਿ ਉਹ ਭਾਈ ਹਰਨਾਮ ਸਿੰਘ ਦੇ ਕਥਨ ਨੂੰ ਬਿਨਾਂ ਘੋਖੇ ਪ੍ਰਵਾਨ ਕਰ ਲੈਣ ਦੀ ਥਾਂ, ਉਸ ਕੋਲ ਹਾਸਲ ਦੂਸਰੇ ਤੱਥਾਂ, ਜਿਨ੍ਹਾਂ ਦਾ ਹਵਾਲਾ ਉਪਰ ਦਿੱਤਾ ਗਿਆ ਹੈ, ਦੀ ਰੋਸ਼ਨੀ ਵਿਚ ਇਸ ਦੀ ਪੂਰੀ ਨਿਰਖ ਪਰਖ ਕਰਦਾ। ਬਾਅਦ ਵਿਚ ਜਾ ਕੇ ਬਹੁਤ ਸਾਰੇ ਕੱਚਘਰੜ ਜੀਵਨੀਕਾਰਾਂ ਨੇ ਵੀ ਸੈਂਸਰੇ ਦੀ ਗ਼ਲਤੀ ਨੂੰ ਸੋਧਣ ਦੀ ਬਜਾਇ, ਇਸ ਨੂੰ ਇੰਨ-ਬਿੰਨ ਦੁਹਰਾਅ ਦਿੱਤਾ ਹੈ।

ਇਕ ਤੱਥ ਹੋਰ। ਬਾਬਾ ਸੋਹਣ ਸਿੰਘ ਭਕਨਾ ਜੀ ਨੇ ਲਿਖਿਆ ਹੈ ਕਿ ਜਦੋਂ ਉਨ੍ਹਾਂ ਦਾ ਜਹਾਜ਼ ਯੋਕੋਹਾਮਾ ਤੋਂ ਚੱਲ ਕੇ ਜਪਾਨ ਦੇ ਹੀ ਇਕ ਦੂਸੱਰੇ ਘਾਟ 'ਕੋਬੇ' ਉੱਤੇ ਜਾ ਲੱਗਿਆ, ਤਾਂ "ਮੈਂ ਜਹਾਜ਼ੋਂ ਉਤਰ ਕੇ ਫਲੋਹਾਰ ਖ਼ਰੀਦਣ ਸ਼ਹਿਰ ਨੂੰ ਟੁਰਨ ਲੱਗਾ ਸੀ ਕਿ ਭਾਈ ਕਰਤਾਰ ਸਿੰਘ ਸਰਾਭਾ ਤੇ ਇਕ ਹੋਰ ਦੇਸ਼ ਭਗਤ ਜਹਾਜ਼ ਵੱਲ ਆ ਰਹੇ ਨਜ਼ਰ ਪਏ। ਭਾਈ ਕਰਤਾਰ ਸਿੰਘ ਨੂੰ ਮਿਲਣ ਪੁਰ ਮਲੂਮ ਹੋਇਆ ਕਿ ਸਾਰੇ ਦੇਸ਼ ਭਗਤ ਅਮਰੀਕਾ ਤੋਂ ਹਿੰਦੁਸਤਾਨ ਨੂੰ ਟੁਰਨ ਵਾਲੇ ਸਨ, ਆਸ ਹੈ ਸਾਰੇ ਛੇਤੀ ਹੀ ਆ ਜਾਣਗੇ। ਭਾਈ ਕਰਤਾਰ ਸਿੰਘ ਨੂੰ ਮੈਂ ਸਮਝਾਇਆ ਕਿ ਆਪ ਦੋਵੇਂ ਸਿੱਧੇ ਹਿੰਦੁਸਤਾਨ ਨੂੰ ਚਲੇ ਜਾਉ। ਮੈਂ ਚੀਨ ਤੇ ਮਲਾਯਾ ਵਿਚ ਹੁੰਦਾ ਹੋਇਆ ਅਤੇ ਉਥੋਂ ਦੀਆਂ ਗ਼ਦਰ ਪਾਰਟੀਆਂ ਨੂੰ ਮਿਲ ਮਿਲਾ ਕੇ ਹਿੰਦੁਸਤਾਨ ਆਵਾਂਗਾ। ਆਪ ਨੇ ਮੇਰੇ ਔਣ ਤਕ ਦੇਸ਼ ਦੀ ਹਾਲਤ ਦਾ ਅਨੁਮਾਨ ਕਰਦੇ ਰਹਿਣਾ, ਪਈ ਕਿਥੋਂ ਕੁ ਤਕ ਲੋਕੀਂ ਕੰਮ ਦੇ ਸਕਦੇ ਹਨ।"[17] ਬਾਬਾ ਜੀ ਥੋੜ੍ਹੇ ਦਿਨ ਪਹਿਲਾਂ ਹੀ ਕਰਤਾਰ ਸਿੰਘ ਸਰਾਭਾ ਨੂੰ ਅਮਰੀਕਾ ਛੱਡ ਕੇ ਆਏ ਸਨ। ਆਮ ਹਾਲਤ ਵਿਚ ਸਰਾਭਾ ਨੂੰ 'ਕੋਬੇ' ਵਿਚ ਦੇਖ ਕੇ ਉਨ੍ਹਾਂ ਨੂੰ ਜ਼ਰੂਰ ਹੈਰਾਨੀ ਹੋਣੀ ਚਾਹੀਦੀ ਸੀ। ਪਰ ਬਾਬਾ ਜੀ ਦੀ ਉਪਰੋਕਤ ਗੱਲਬਾਤ 'ਚੋਂ ਅਜਿਹਾ ਕੋਈ ਪ੍ਰਭਾਵ ਨਹੀਂ ਮਿਲਦਾ। ਜਿਸ ਤੋਂ ਇਹ ਗੱਲ ਸਾਬਤ ਹੁੰਦੀ ਹੈ ਕਿ ਉਨ੍ਹਾਂ ਨੂੰ ਕਰਤਾਰ ਸਿੰਘ ਸਰਾਭਾ ਦੇ, ਟੀਮ ਸਮੇਤ ਅਮਰੀਕਾ ਤੋਂ ਤੁਰਨ ਦੀ ਵਿਉਂਤ ਤੇ ਇਸ ਦੇ ਮਕਸਦ ਬਾਰੇ ਪਹਿਲਾਂ ਹੀ ਜਾਣਕਾਰੀ ਸੀ। ਦੂਜੀ ਗੱਲ, ਗ਼ਦਰ ਪਾਰਟੀ ਦੇ ਆਗੂਆਂ ਅੰਦਰ ਪਹਿਲਾਂ ਹੀ ਇਹ ਆਮ ਸਹਿਮਤੀ ਬਣ ਗਈ ਸੀ, ਕਿ ਜੰਗ ਦਾ ਐਲਾਨ ਹੁੰਦਿਆਂ ਹੀ ਸਾਰੇ ਦੇਸ਼ ਭਗਤ ਅਮਰੀਕਾ ਛੱਡ ਕੇ ਹਿੰਦੁਸਤਾਨ ਚਲੇ ਜਾਣਗੇ ਅਤੇ ਉਥੇ ਜਾ ਕੇ ਬਗ਼ਾਵਤ ਜਥੇਬੰਦ ਕਰਨ ਦੇ ਯਤਨ ਕੀਤੇ ਜਾਣਗੇ। 26 ਜੁਲਾਈ ਨੂੰ ਔਕਸਨਾਰਡ ਵਿਖੇ ਹੋਏ ਜਲਸੇ ਵਿਚ ਪਾਰਟੀ ਦੇ ਆਗੂਆਂ ਨੇ, ਅਮਲੀ ਰੂਪ ਵਿਚ, ਸਾਰੇ ਦੇਸ਼ ਭਗਤਾਂ ਨੂੰ ਫ਼ੌਰੀ ਭਾਰਤ ਲਈ ਰਵਾਨਾ ਹੋ ਜਾਣ ਦਾ ਸੱਦਾ ਦੇ ਦਿੱਤਾ ਸੀ। ਇਸ ਕਰਕੇ ਯੁਗਾਂਤਰ ਆਸ਼ਰਮ ਵਿਚ ਸੱਦੀ ਗਈ ਮੀਟਿੰਗ ਮਹਿਜ਼ ਇਕ ਰਸਮੀ ਕਾਰਵਾਈ ਹੀ ਸੀ। ਅਮਲੀ ਰੂਪ ਵਿਚ ਫ਼ੈਸਲਾ ਪਹਿਲਾਂ ਹੀ ਹੋ ਚੁੱਕਾ ਸੀ। ਇਸ ਦੀ ਪੁਸ਼ਟੀ ਕਰਤਾਰ ਸਿੰਘ ਸਰਾਭਾ ਵੱਲੋਂ ਕੋਬੇ ਵਿਖੇ ਬਾਬਾ ਸੋਹਣ ਸਿੰਘ ਭਕਨਾ ਨੂੰ ਮਿਲਣ ਉਪਰੰਤ ਕਹੇ ਇਨ੍ਹਾਂ ਸ਼ਬਦਾਂ ਤੋਂ ਵੀ ਹੁੰਦੀ ਹੈ ਕਿ "ਸਾਰੇ ਦੇਸ਼ ਭਗਤ ਅਮਰੀਕਾ ਤੋਂ ਹਿੰਦੁਸਤਾਨ ਨੂੰ ਟੁਰਨ ਵਾਲੇ ਸਨ, ਆਸ ਹੈ ਸਾਰੇ ਛੇਤੀ ਹੀ ਆ ਜਾਣਗੇ।" ਇਸ ਤੋਂ ਸਾਫ਼ ਪਤਾ ਚੱਲਦਾ ਹੈ ਕਿ ਸਰਾਭੇ ਦੇ ਅਮਰੀਕਾ ਤੋਂ ਚੱਲਣ ਤੋਂ ਪਹਿਲਾਂ ਉਸ ਨੇ ਪਾਰਟੀ ਦੇ ਦੂਸਰੇ ਪ੍ਰਮੁੱਖ ਆਗੂਆਂ ਨਾਲ ਇਸ ਮਸਲੇ ਬਾਰੇ ਗ਼ੈਰ-ਰਸਮੀ ਰੂਪ ਵਿਚ ਸਲਾਹ ਮਸ਼ਵਰਾ ਕਰ ਲਿਆ ਸੀ।

---

17. ਬਾਬਾ ਸੋਹਣ ਸਿੰਘ ਭਕਨਾ, *ਮੇਰੀ ਰਾਮ ਕਹਾਣੀ*, ਸਫ਼ਾ 126.

ਉਪਰੋਕਤ ਤੱਥਾਂ ਤੋਂ ਇਹ ਗੱਲ ਪੂਰਨ ਰੂਪ ਵਿਚ ਸਪੱਸ਼ਟ ਹੋ ਜਾਂਦੀ ਹੈ ਕਿ ਭਾਈ ਕਰਤਾਰ ਸਿੰਘ ਸਰਾਭਾ ਅਮਰੀਕਾ ਤੋਂ 'ਉਤਾਵਲੇਪਣ' 'ਚੋਂ, 'ਪਾਰਟੀ ਦੇ ਫ਼ੈਸਲੇ ਦੀ ਉਡੀਕ ਕੀਤੇ ਬਿਨਾਂ ਹੀ', ਆਪ-ਹੁਦਰੇ ਢੰਗ ਨਾਲ ਨਹੀਂ ਚੱਲਿਆ ਸੀ, ਬਲਕਿ ਪਾਰਟੀ ਅੰਦਰ ਉਚੇਰੇ ਪੱਧਰ 'ਤੇ ਹੋਏ ਫ਼ੈਸਲੇ ਅਨੁਸਾਰ ਸਾਨ ਫ਼ਰਾਂਸਿਸਕੋ ਤੋਂ ਅਤਿ ਖ਼ੁਫ਼ੀਆ ਤਰੀਕੇ ਨਾਲ 'ਨਿੱਪਨ ਮਾਰੂ' ਜਹਾਜ਼ ਰਾਹੀਂ ਹਾਂਗਕਾਂਗ ਪਹੁੰਚਿਆ ਸੀ। ਉਸ ਦੇ ਤੁਰਨ ਦੀ ਬਰਤਾਨੀਆ ਜਾਂ ਅਮਰੀਕਾ ਦੀਆਂ ਸੂਹੀਆ ਏਜੰਸੀਆਂ ਨੂੰ ਭਿਣਕ ਤਕ ਨਹੀਂ ਪਈ ਸੀ।

ਕੋਬੇ ਵਿਚ ਭਾਈ ਕਰਤਾਰ ਸਿੰਘ ਸਰਾਭਾ ਦਾ ਮੇਲ ਕਾਮਾਗਾਟਾ ਮਾਰੂ ਜਹਾਜ਼ ਦੀ ਮੁਹਿੰਮ ਦੇ ਆਗੂਆਂ ਤੇ ਮੁਸਾਫ਼ਰਾਂ ਨਾਲ ਵੀ ਹੋਇਆ ਸੀ। ਦੋ ਮੁਸਾਫ਼ਰ ਭਾਈ ਗੁਰਮੁਖ ਸਿੰਘ ਲਲਤੋਂ ਤੇ ਭਾਈ ਹਰਨਾਮ ਸਿੰਘ ਗੁੱਜਰਵਾਲ ਸਰਾਭੇ ਦੇ ਪਹਿਲਾਂ ਤੋਂ ਜਾਣੂ ਸਨ। ਉਨ੍ਹਾਂ ਦੇ ਪਿੰਡ ਨੇੜੇ ਨੇੜੇ ਹੀ ਸਨ। ਜਦੋਂ ਸਰਾਭਾ ਮਾਲਵਾ ਖ਼ਾਲਸਾ ਹਾਈ ਸਕੂਲ ਵਿਚ ਪੜ੍ਹਦਾ ਸੀ, ਉਸੇ ਵੇਲੇ ਭਾਈ ਗੁਰਮੁਖ ਸਿੰਘ ਲਲਤੋਂ ਮਿਸ਼ਨ ਸਕੂਲ ਵਿਚ ਪੜ੍ਹਦਾ ਸੀ। (ਸਰਾਭੇ ਨੇ ਮੁਕੱਦਮੇ ਦੀ ਸੁਣਵਾਈ ਦੌਰਾਨ ਗੁਰਮੁਖ ਸਿੰਘ ਲਲਤੋਂ ਨਾਲ ਆਪਣੀ ਉਸ ਵੇਲੇ ਦੀ ਜਾਣ-ਪਛਾਣ ਹੋਣ ਦੀ ਪੁਸ਼ਟੀ ਕੀਤੀ ਸੀ)। ਸਰਾਭੇ ਨੇ ਕਸ਼ਟਾਂ ਵਿੱਚੋਂ ਲੰਘ ਰਹੇ ਮੁਸਾਫ਼ਰਾਂ ਨੂੰ ਦੇਸ਼ ਜਾ ਕੇ ਗੋਰੇ ਹਾਕਮਾਂ ਦੀ ਗ਼ੁਲਾਮੀ ਵਿਰੁੱਧ ਜੰਗ ਵਿਚ ਸ਼ਾਮਲ ਹੋਣ ਲਈ ਪ੍ਰੇਰਿਆ ਸੀ। ਬਾਅਦ ਵਿਚ ਜਾ ਕੇ ਭਾਈ ਗੁਰਮੁਖ ਸਿੰਘ ਲਲਤੋਂ ਨੇ ਬਾਬਾ ਭਗਤ ਸਿੰਘ ਬਿਲਗਾ ਨੂੰ ਦੱਸਿਆ ਸੀ ਕਿ ਉਸ ਨੇ ਸਰਾਭੇ ਨੂੰ ਇਕ ਪਾਸੇ ਲਿਜਾ ਕੇ ਕਿਹਾ ਸੀ, "ਮੈਂ ਛੇਤੀ ਹੀ ਇੰਡੀਆ ਪੁੱਜ ਰਿਹਾ ਹਾਂ। ਮੇਰੀ ਉਡੀਕ ਕਰੀਂ। ਫਿਰ ਆਪਾਂ ਮਿਲ ਕੇ ਆਜ਼ਾਦੀ ਦੀ ਲੜਾਈ 'ਚ ਜੁਟਾਂਗੇ।"[18]

ਕੋਬੇ ਵਿਚ ਭਾਈ ਕਰਤਾਰ ਸਿੰਘ ਸਰਾਭਾ ਦੀ ਗੁਰੂ ਨਾਨਕ ਜਹਾਜ਼ ਦੇ ਮੁਸਾਫ਼ਰਾਂ ਨਾਲ ਹੋਈ ਮੁਲਾਕਾਤ ਦਾ ਜ਼ਿਕਰ ਭਾਈ ਹਰਨਾਮ ਸਿੰਘ ਕਹੂਟਾ, ਜਿਹੜੇ ਹਾਂਗਕਾਂਗ ਦੇ ਗੁਰਦੁਆਰੇ ਦੇ ਗ੍ਰੰਥੀ ਰਹਿ ਚੁੱਕੇ ਸਨ, ਨੇ ਵੀ ਕੀਤਾ ਹੈ। ਉਸ ਨੇ ਦੱਸਿਆ ਕਿ "ਕਰਤਾਰ ਸਿੰਘ ਸਰਾਭਾ ਸਾਨੂੰ ਕੋਬੇ ਆ ਕੇ ਮਿਲਿਆ, ਤਸੱਲੀ ਹੋਈ।"[19]

ਪ੍ਰਚਾਰ ਦੀ ਹਨੇਰੀ

ਗ਼ਦਰ ਦੇ 5 ਅਗਸਤ ਦੇ ਅੰਕ ਵਿਚ ਪਾਰਟੀ ਦਾ ਫ਼ੈਸਲਾ ਨਸ਼ਰ ਕਰ ਦਿੱਤਾ ਗਿਆ ਸੀ, ਜਿਸ ਅਨੁਸਾਰ ਅਮਰੀਕਾ, ਕੈਨੇਡਾ ਤੇ ਟਾਪੂਆਂ ਉੱਤੇ ਵੱਸਦੇ ਭਾਰਤੀਆਂ ਨੂੰ ਸਾਰੇ ਕੰਮ-ਕਾਰ ਛੱਡ ਕੇ ਫ਼ੌਰੀ ਦੇਸ਼ ਨੂੰ ਚਾਲੇ ਪਾ ਦੇਣ ਦਾ ਹੋਕਾ ਦਿੱਤਾ ਗਿਆ। ਭਾਈ ਭਗਵਾਨ ਸਿੰਘ ਅਨੁਸਾਰ :

> "ਹੁਣ ਅਸੀਂ ਖੁਲ੍ਹੇ ਤੌਰ 'ਤੇ ਆਰਟੀਕਲ ਲਿਖਣੇ ਸ਼ੁਰੂ ਕਰ ਦਿੱਤੇ ਕਿ ਜਿਥੇ ਜਿਥੇ ਵੀ ਹਿੰਦੁਸਤਾਨੀ ਨੇ, ਆਪਣੇ ਮੁਲਕ ਨੂੰ ਵਹੀਰਾਂ ਪਾ ਦਿਓ। ਜਿਸ ਤਰੀਕੇ ਨਾਲ ਤੁਸੀਂ ਹਿੰਦੁਸਤਾਨ ਪਹੁੰਚ ਸਕਦੇ ਹੋ, ਪਹੁੰਚ ਜਾਓ। ਗੋਆ ਵਿਚ ਪਹੁੰਚ ਜਾਓ, ਪਾਂਡੀਚਰੀ ਵਿਚ ਪਹੁੰਚ ਜਾਓ। ਹਿੰਦੁਸਤਾਨ ਸਿੱਧੇ ਚਲੇ ਜਾਓ। ਜਿੰਨੇ ਵੀ ਹਥਿਆਰ ਲੈ ਜਾ ਸਕੋ, ਲੈ ਜਾਉ। ਪਿਸਤੌਲ, ਮਸ਼ੀਨਗੰਨਾਂ ਜਿਹੜੀ ਵੀ ਚੀਜ਼ ਲੈ ਜਾ ਸਕੋ, ਲੈ ਜਾਓ।

18. ਭਗਤ ਸਿੰਘ ਬਿਲਗਾ, *ਨਿਰਭੈ ਯੋਧੇ ਗ਼ਦਰੀ ਬਾਬਾ ਗੁਰਮੁਖ ਸਿੰਘ ਦੀ ਜੀਵਨੀ*, ਸਫ਼ਾ 22.
19. ਚੈਨ ਸਿੰਘ ਚੈਨ (ਸੰਪਾ.), *ਗ਼ਦਰ ਲਹਿਰ ਦੀ ਕਹਾਣੀ : ਗ਼ਦਰੀ ਬਾਬਿਆਂ ਦੀ ਜ਼ਬਾਨੀ*, ਸਫ਼ਾ 139.

ਜੇ ਹੋਰ ਕੁਝ ਨਹੀਂ ਤਾਂ *ਗ਼ਦਰ ਦੀਆਂ ਗੂੰਜਾਂ* ਹੀ ਜਾਂ *ਗ਼ਦਰ* ਦੇ ਪਰਚੇ ਹੀ ਲੈ ਜਾਓ ਤੇ ਜਾ ਕੇ ਪਿੰਡਾਂ ਵਿਚ ਵੰਡ ਦਿਓ। ਸਿੱਖਿਆ ਦਿੱਤੀ ਕਿ ਕਿਸ ਤਰ੍ਹਾਂ ਜਾ ਕੇ ਨੰਬਰਦਾਰਾਂ ਨੂੰ ਸਮਝਾਉਣਾ ਹੈ। ਜੇ ਉਹ ਨਹੀਂ ਸਮਝਦੇ ਤਾਂ ਦੂਸਰੇ ਤਰੀਕੇ ਨਾਲ ਸਮਝਾਉਣਾ ਹੈ। ਜ਼ੈਲਦਾਰਾਂ ਨੂੰ ਕਿਵੇਂ ਸਮਝਾਉਣਾ ਹੈ। ਜਿਹੜੇ ਮੁਲਕ ਦੇ ਗ਼ਦਾਰ ਹਨ, ਉਹਨਾਂ ਨਾਲ ਕੀ ਵਰਤਾਉ ਕਰਨਾ ਹੈ। ਸਾਡੀ ਅਪੀਲ ਉੱਤੇ ਸਾਰੇ ਅਮਰੀਕਾ ਵਿੱਚੋਂ, ਕੈਨੇਡਾ ਵਿੱਚੋਂ, ਬਰਾਜ਼ੀਲ, ਪਨਾਮਾ, ਮੈਕਸੀਕੋ, ਫਿਲਪੀਨ, ਚੀਨ, ਜਾਪਾਨ, ਜਿਥੇ ਜਿਥੇ ਵੀ ਆਪਣੇ ਹਿੰਦੁਸਤਾਨੀ ਸਨ, ਉਹਨਾਂ ਵਿੱਚੋਂ ਕੋਈ ਦਸ ਹਜ਼ਾਰ ਤੋਂ ਉਪਰ ਆਦਮੀ ਹਿੰਦੁਸਤਾਨ ਪਰਤੇ।"[20]

ਭਾਈ ਭਗਵਾਨ ਸਿੰਘ ਦੇ ਹੇਠ ਲਿਖੇ ਕਥਨਾਂ ਤੋਂ ਪਤਾ ਚੱਲਦਾ ਹੈ ਕਿ ਗ਼ਦਰੀ ਆਗੂਆਂ ਨੇ, ਜੰਗ ਛਿੜਨ ਨਾਲ ਪੈਦਾ ਹੋਏ 'ਇਤਿਹਾਸਕ ਮੌਕਾ-ਮੇਲ' ਦੀ ਸਪਿਰਿਟ ਨੂੰ ਕਿੰਨੀ ਸ਼ਿੱਦਤ ਤੇ ਸੰਪੂਰਨਤਾ ਨਾਲ ਗ੍ਰਹਿਣ ਕਰ ਲਿਆ ਸੀ ਅਤੇ ਉਨ੍ਹਾਂ ਅੰਦਰ ਕਿੰਨੀ ਇਨਕਲਾਬੀ ਊਰਜਾ, ਕ੍ਰਿਆਸ਼ੀਲਤਾ ਤੇ ਜੋਸ਼-ਤੀਬਰਤਾ (fervency) ਪੈਦਾ ਹੋ ਗਈ ਸੀ।

"ਤਿੰਨ ਚਾਰ ਹਫ਼ਤਿਆਂ ਵਿਚ ਹੀ ਤਰਥੱਲੀ ਮੱਚ ਗਈ। ਸਾਲਾਂ ਦਾ ਕੰਮ ਹਫ਼ਤਿਆਂ ਵਿਚ ਹੋ ਗਿਆ...ਇਤਨੀ ਅੱਗ ਲੋਕਾਂ ਦੇ ਦਿਲਾਂ ਵਿਚ ਲੱਗੀ, ਇਤਨੀ ਜਾਗਰਤੀ ਆਈ, ਇਤਨਾ ਮੁਲਕ ਦੀ ਆਜ਼ਾਦੀ ਨਾਲ ਇਸ਼ਕ ਲੱਗਾ ਕਿ ਕੈਨੇਡਾ ਵਿਚ, ਫਿਲਪੀਨ ਵਿਚ, ਚੀਨ ਵਿਚ, ਸੈਂਟਰਲ, ਸਾਊਥ ਤੇ ਨਾਰਥ ਅਮਰੀਕਾ ਵਿਚ ਜਿੰਨੇ ਆਦਮੀ ਸਨ, ਮੁਲਕ ਨੂੰ ਜਾਣੇ ਸ਼ੁਰੂ ਹੋ ਗਏ। ਇਥੋਂ ਤਕ ਕਿ ਲੰਡਨ ਵਿਚ ਵੀ ਆਪਣੇ ਆਦਮੀ ਸਨ। ਆਇਰਿਸ਼ ਪਾਰਟੀ ਦੇ ਨਾਲ ਹੋ ਕੇ ਅਸੀਂ ਆਪਣੇ ਗ਼ਦਰ ਪਾਰਟੀ ਦੇ ਪੇਪਰ ਇੰਗਲੈਂਡ ਵੀ ਭੇਜਦੇ ਰਹੇ। ਜਹਾਜ਼ਾਂ ਦੇ ਖਲਾਸੀ* ਵਾਕਿਫ਼ ਹੋ ਗਏ। ਚੀਨੀ ਦੇਸ਼ ਭਗਤ ਬਾਗ਼ੀਆਂ ਨਾਲ, ਤੁਰਕੀ ਦੇ ਬਾਗ਼ੀਆਂ ਨਾਲ ਤੇ ਹੋਰ ਦੁਨੀਆਂ ਵਿਚ ਜਿਥੇ ਜਿਥੇ ਵੀ ਗ਼ਦਰ ਪਾਰਟੀਆਂ ਸਨ, ਉਹਨਾਂ ਸਾਰਿਆਂ ਨਾਲ ਸਾਡੇ ਤੁਅੱਲਕਾਤ ਹੋ ਗਏ। ਤੁਰਕੀ ਐਂਬੈਸੀ ਨਾਲ ਵੀ ਸਾਡੀ ਗੱਲਬਾਤ ਹੋ ਚੁੱਕੀ ਸੀ। ਇਸਦਾ ਮਤਲਬ ਇਹ ਕਿ ਹੁਣ ਗ਼ਦਰ ਪਾਰਟੀ ਇਕ ਮਾਮੂਲੀ ਪਾਰਟੀ ਨਹੀਂ ਸੀ। ਇਹ ਇਕ ਇੰਟਰਨੈਸ਼ਨਲ ਮੂਵਮੈਂਟ ਦੀ ਸ਼ਕਲ ਇਖਤਿਆਰ ਕਰ ਚੁੱਕੀ ਸੀ"।[21]

ਪਾਰਟੀ ਦੇ ਆਗੂਆਂ ਤੇ ਵਰਕਰਾਂ ਅੰਦਰ ਲੋਹੜੇ ਦਾ ਬਲ ਪੈਦਾ ਹੋ ਗਿਆ ਸੀ। "14, 14 ਜਾਂ ਸੋਲ੍ਹਾਂ ਸੋਲ੍ਹਾਂ ਘੰਟੇ (ਖੇਤਾਂ/ਮਿੱਲਾਂ ਵਿਚ) ਕੰਮ ਕਰ ਕੇ ਜਦ ਸਾਡੇ ਭਾਈ ਆਪਣੇ ਟਿਕਾਣੇ ਵਾਪਸ ਆਉਂਦੇ ਤਾਂ 7 ਤੋਂ 8 ਵਜੇ ਤਕ ਅਸੀਂ ਇਕ ਕੈਂਪ ਜਾਣਾ, 9 ਤੋਂ 10 ਤੇ 10 ਤੋਂ 11 ਹੋਰ ਕੈਂਪਾਂ ਵਿਚ ਜਾਣਾ। ਤਿੰਨ ਤਿੰਨ, ਚਾਰ ਚਾਰ ਤੇ ਕਈ ਵਾਰੀ ਪੰਜ ਪੰਜ ਲੈਕਚਰ ਅਸਾਂ ਸ਼ਾਮ 7 ਵਜੇ ਤੋਂ 11 ਵਜੇ ਦੇ ਦਰਮਿਆਨ ਕਰਨੇ।"[22]

ਕਾਫ਼ਲੇ ਤੁਰ ਪਏ

ਪਾਰਟੀ ਦੇ ਆਗੂਆਂ ਨੇ ਦਿਨਾਂ ਅੰਦਰ ਹੀ ਲੇਖਾਂ, ਕਵਿਤਾਵਾਂ ਤੇ ਭਾਸ਼ਣਾਂ ਦੇ ਜ਼ਰੀਏ ਲੋਕਾਂ ਦੇ ਦਿਲਾਂ ਅੰਦਰ ਅਜਿਹੀ ਇਨਕਲਾਬੀ ਰੂਹ ਫੂਕ ਦਿੱਤੀ ਸੀ ਕਿ ਮਿੱਲਾਂ, ਖੇਤਾਂ

---

* ਭਾਰ ਢੋਣ ਵਾਲੇ ਕਰਮਚਾਰੀ।

20. ਗੁਰਦੇਵ ਸਿੰਘ ਸਿੱਧੂ ਤੇ ਸੁਰਿੰਦਰਪਾਲ ਸਿੰਘ (ਸੰਪਾ.), *ਗ਼ਦਰੀ ਬਾਬਾ ਭਗਵਾਨ ਸਿੰਘ ਪ੍ਰੀਤਮ*, ਸਫ਼ਾ 174.
21. *ਉਹੀ*, ਸਫ਼ੇ 170 ਤੇ 174-75.
22. *ਉਹੀ*, ਸਫ਼ਾ 175.

ਤੇ ਹੋਰਨਾਂ ਥਾਵਾਂ 'ਤੇ ਕੰਮ ਕਰਦੇ ਪੰਜਾਬੀਆਂ, ਖ਼ਾਸ ਕਰਕੇ ਸਿੱਖਾਂ ਨੇ ਇਕਦਮ ਦੇਸ਼ ਨੂੰ ਵਹੀਰਾਂ ਘੱਤ ਦਿੱਤੀਆਂ। ਪੋਰਟਲੈਂਡ (ਓਰੇਗਾਨ) ਦੇ ਇਕ ਅਖ਼ਬਾਰ *ਦੀ ਪੋਰਟਲੈਂਡ ਟੈਲੀਗਰਾਮ* ਨੇ 7 ਅਗਸਤ 1914 ਨੂੰ ਭਾਰਤੀਆਂ ਦੇ ਪੋਰਟਲੈਂਡ ਤੋਂ ਨਿਕਾਸ ਬਾਰੇ ਇਕ ਰਿਪੋਰਟ ਛਾਪੀ, ਜਿਸਦਾ ਸਿਰਲੇਖ ਸੀ: "ਹਿੰਦੂਆਂ ਨੇ ਇਨਕਲਾਬ ਵਿਚ ਲੜਨ ਲਈ ਦੇਸ਼ ਨੂੰ ਵਹੀਰਾਂ ਘੱਤੀਆਂ।" ਅਖ਼ਬਾਰ ਨੇ ਲਿਖਿਆ ਕਿ ਦੱਖਣ ਨੂੰ ਜਾਂਦੀ ਹਰ ਰੇਲ ਗੱਡੀ ਤੇ ਕਿਸ਼ਤੀ ਵਿਚ ਇਸ ਸ਼ਹਿਰ ਦੇ ਹਿੰਦੂ* ਵੱਡੀ ਗਿਣਤੀ ਵਿਚ ਸਵਾਰ ਹੁੰਦੇ ਹਨ, ਅਤੇ ਜੇਕਰ ਇਹ ਨਿਕਾਸੀ ਹੋਰ ਲੰਮਾ ਚਿਰ ਚੱਲਦੀ ਰਹੀ ਤਾਂ ਪੂਰਬੀ ਹਿੰਦੀ ਅਸਟੋਰੀਆ ਨੂੰ ਬਿਲਕੁਲ ਸੁੰਨਾ ਕਰ ਦੇਣਗੇ। 'ਹੈਮੰਡ ਮਿੱਲ' ਵਿਚ ਕੰਮ ਕਰਦੇ ਹਿੰਦੀਆਂ ਦੀ ਬਹੁਗਿਣਤੀ ਜਾ ਚੁੱਕੀ ਹੈ ਅਤੇ ਬਾਕੀ ਬਚਦੇ ਨੇੜ ਭਵਿੱਖ ਵਿਚ ਜਾਣ ਦੀਆਂ ਤਿਆਰੀਆਂ ਕਰ ਰਹੇ ਹਨ। ਸੁਣਨ ਵਿਚ ਆਇਆ ਹੈ ਕਿ ਇਹ ਬੰਦੇ ਸਾਨ ਫ਼ਰਾਂਸਿਸਕੋ ਦੇ ਰਸਤੇ ਭਾਰਤ ਨੂੰ ਜਾ ਰਹੇ ਹਨ ਜਿਥੇ ਵਿਸ਼ੇਸ਼ ਜਹਾਜ਼ ਬੁੱਕ ਕੀਤੇ ਗਏ ਹਨ।"[23]

ਬਰਤਾਨੀਆ ਸਰਕਾਰ ਨੇ ਜੰਗ ਵਿਚ ਸ਼ਾਮਲ ਹੋਣ ਦਾ ਐਲਾਨ 4 ਅਗਸਤ ਨੂੰ ਕੀਤਾ ਸੀ। ਗ਼ਦਰ ਪਾਰਟੀ ਵੱਲੋਂ 'ਐਲਾਨਿ-ਜੰਗ' 5 ਅਗਸਤ ਦੇ ਪਰਚੇ ਵਿਚ ਛਾਪਿਆ ਗਿਆ ਸੀ। 7 ਅਗਸਤ ਦੀ ਉਪਰੋਕਤ ਰਿਪੋਰਟ ਗ਼ਦਰੀ ਆਗੂਆਂ ਤੇ ਵਰਕਰਾਂ ਦੀ ਕ੍ਰਿਆਸ਼ੀਲਤਾ ਤੇ ਜੋਸ਼-ਤੀਬਰਤਾ ਦੀ ਮੂੰਹੋਂ ਬੋਲਦੀ ਝਾਕੀ ਪੇਸ਼ ਕਰਦੀ ਹੈ, ਕਿ ਉਨ੍ਹਾਂ ਨੇ ਕਿਸ ਤਰ੍ਹਾਂ ਸਾਲਾਂ ਦੇ ਕੰਮ ਹਫ਼ਤਿਆਂ ਤੇ ਹਫ਼ਤਿਆਂ ਦੇ ਕੰਮ ਘੜੀਆਂ ਵਿਚ ਨਿਪਟਾ ਲਏ ਸਨ। ਯੁਗਾਂਤਰ ਆਸ਼ਰਮ ਵਿਚ ਹੋਈ ਮੀਟਿੰਗ ਦੌਰਾਨ ਲਏ ਗਏ ਇਤਿਹਾਸਕ ਫ਼ੈਸਲੇ ਨੂੰ ਜਨਤਕ ਜਾਮਾ ਪਹਿਨਾਉਣ ਲਈ ਪਾਰਟੀ ਨੇ 9 ਅਗਸਤ ਨੂੰ ਫਰਿਜ਼ਨੋ ਅਤੇ 11 ਅਗਸਤ ਨੂੰ ਸੈਕਰਾਮੈਂਟੋ ਵਿਚ ਹਿੰਦੀਆਂ ਦੀਆਂ ਜਨਤਕ ਕਾਨਫ਼ਰੰਸਾਂ ਸੱਦੀਆਂ। ਜਿਨ੍ਹਾਂ ਦਾ ਐਲਾਨ 5 ਅਗਸਤ ਦੇ ਅੰਕ ਵਿਚ ਹੀ ਕਰ ਦਿੱਤਾ ਗਿਆ ਸੀ। ਇਨ੍ਹਾਂ ਦੋਨੋਂ ਕਾਨਫ਼ਰੰਸਾਂ ਵਿਚ ਲੋਕ ਅਣਮਿਉਂਦੇ ਜੋਸ਼ ਤੇ ਉਤਸ਼ਾਹ ਨਾਲ ਸ਼ਾਮਲ ਹੋਏ। ਸੈਕਰਾਮੈਂਟੋ ਦੀ ਕਾਨਫ਼ਰੰਸ ਵਿਚ ਹਾਜ਼ਰੀ 5 ਹਜ਼ਾਰ ਤੋਂ ਵੀ ਉਪਰ ਸੀ, ਜਦ ਕਿ ਉਸ ਵੇਲੇ ਅਮਰੀਕਾ ਵਿਚ ਕੁੱਲ ਮਿਲਾ ਕੇ 6 ਕੁ ਹਜ਼ਾਰ ਭਾਰਤੀ ਸਨ। ਹੋਇਆ ਇਹ ਕਿ ਓਰੇਗਾਨ ਤੇ ਕੈਲੀਫ਼ੋਰਨੀਆ ਦੀਆਂ ਵੱਖ-ਵੱਖ ਥਾਵਾਂ ਤੋਂ ਭਾਰਤ ਜਾਣ ਲਈ ਜਿਹੜੇ ਜਥੇ ਸਾਨ ਫ਼ਰਾਂਸਿਸਕੋ ਲਈ ਚੱਲੇ ਸਨ, ਉਹ ਸਾਰੇ ਸੈਕਰਾਮੈਂਟੋ ਇਕੱਠੇ ਹੋ ਗਏ ਸਨ। "ਦੇਸ਼ ਜਾ ਕੇ ਗ਼ਦਰ ਮਚਾਉਣ ਲਈ ਹਿੰਦੀਆਂ ਅੰਦਰ ਐਨਾ ਜੋਸ਼ ਸੀ ਕਿ ਉਹ ਇਨ੍ਹਾਂ ਮੀਟਿੰਗਾਂ ਉੱਤੇ ਇਉਂ ਹੁੰਮ ਹੁਮਾ ਕੇ ਇਕੱਠੇ ਹੋਏ, ਜਿਸ ਤਰ੍ਹਾਂ ਦੀਵੇ ਉੱਤੇ ਭੰਵੱਕੜ ਇਕੱਠ ਹੁੰਦੇ ਹਨ।"[24]

ਸਾਰੇ ਸੰਗਰਾਮੀਆਂ ਨੂੰ ਵੱਖ-ਵੱਖ ਸਾਧਨਾਂ ਰਾਹੀਂ ਨਵੰਬਰ ਤਕ ਪੰਜਾਬ ਅੱਪੜ ਜਾਣ ਦੇ ਆਦੇਸ਼ ਦਿੱਤੇ ਗਏ ਸਨ, ਅਤੇ ਉਥੇ ਜਾ ਕੇ ਆਪਸ ਵਿਚ ਸੰਪਰਕ ਕਾਇਮ ਕਰਨ ਲਈ ਆਰਜ਼ੀ ਥਾਵਾਂ ਤੇ ਤਰੀਕਾਂ ਮੁਕੱਰਰ ਕਰ ਲਈਆਂ ਗਈਆਂ ਸਨ। ਅਗਸਤ ਤੋਂ ਸ਼ੁਰੂ ਹੋ ਕੇ ਦਸੰਬਰ ਤਕ ਵੈਨਕੂਵਰ, ਵਿਕਟੋਰੀਆ, ਸਾਨ ਫ਼ਰਾਂਸਿਸਕੋ, ਸ਼ੰਘਾਈ, ਹਾਂਗਕਾਂਗ ਤੇ ਮਨੀਲਾ ਦੇ ਘਾਟਾਂ ਤੋਂ ਭਾਰਤ ਨੂੰ ਜਾਣ ਵਾਲੇ ਜਹਾਜ਼ਾਂ ਦਾ ਤਾਂਤਾ ਲੱਗਾ ਰਿਹਾ। ਸਾਰਿਆਂ

---

* ਉਸ ਵੇਲੇ ਅਮਰੀਕਾ ਵਿਚ ਭਾਰਤੀਆਂ ਲਈ 'ਹਿੰਦੂ' ਪਦ ਵਰਤਿਆ ਜਾਂਦਾ ਸੀ।

23. Khushwant Singh and Satindra Singh, *Ghadar 1915: India's First Armed Revolution,* pp. 35-36.

24. ਗੁਰਚਰਨ ਸਿੰਘ ਸੈਂਸਰਾ, *ਗ਼ਦਰ ਪਾਰਟੀ ਦਾ ਇਤਿਹਾਸ,* ਸਫ਼ਾ 161.

ਤੋਂ ਪਹਿਲਾਂ 22 ਅਗਸਤ ਨੂੰ ਵੈਨਕੂਵਰ ਤੋਂ 'ਕੈਨੇਡਾ ਮਾਰੂ' ਜਹਾਜ਼ 26 ਮੁਸਾਫ਼ਰ ਲੈ ਕੇ ਤੁਰਿਆ, ਜਿਨ੍ਹਾਂ ਵਿੱਚੋਂ ਭਾਈ ਸ਼ੇਰ ਸਿੰਘ ਵੇਈਂਪੂੰਈਂ, ਭਾਈ ਜਵੰਦ ਸਿੰਘ ਨੰਗਲ, ਭਾਈ ਬੀਰ ਸਿੰਘ ਬਾਹੋਵਾਲ ਤੇ ਭਾਈ ਹਰੀ ਸਿੰਘ ਸੂੰਢ ਖ਼ਾਸ ਤੌਰ 'ਤੇ ਵਰਣਨਯੋਗ ਹਨ। ਅਮਰੀਕਾ ਤੋਂ ਸਭ ਤੋਂ ਪਹਿਲਾ ਜਹਾਜ਼ 'ਕੋਰੀਆ' ਸਾਨ ਫ਼ਰਾਂਸਿਸਕੋ ਤੋਂ 29 ਅਗਸਤ ਨੂੰ ਤੁਰਿਆ ਅਤੇ ਯੋਕੋਹਾਮਾ, ਕੋਬੇ, ਨਾਗਾਸਾਕੀ ਤੇ ਮਨੀਲਾ ਹੁੰਦਾ ਹੋਇਆ ਹਾਂਗਕਾਂਗ ਪਹੁੰਚਿਆ। ਇਸ ਵਿਚ ਸਾਨ ਫ਼ਰਾਂਸਿਸਕੋ ਤੋਂ 60 ਦੇ ਕਰੀਬ ਜੁਝਾਰੂਆਂ ਦਾ ਜਥਾ ਸਵਾਰ ਹੋਇਆ ਸੀ। ਇਸ ਜਥੇ ਵਿਚ ਅਮਰੀਕਾ ਤੋਂ ਪਾਰਟੀ ਦੇ ਬਹੁਤ ਸਾਰੇ ਅਹਿਮ ਆਗੂ ਤੇ ਵਰਕਰ, ਜਿਵੇਂ ਭਾਈ ਕੇਸਰ ਸਿੰਘ ਠੱਠਗੜ੍ਹ, ਭਾਈ ਜਵਾਲਾ ਸਿੰਘ ਠੱਠੀਆਂ, ਭਾਈ ਨਿਧਾਨ ਸਿੰਘ ਚੁੱਘਾ, ਮਾਸਟਰ ਊਧਮ ਸਿੰਘ ਕਸੇਲ, ਭਾਈ ਰੂੜ ਸਿੰਘ ਚੂਹੜਚੱਕ, ਭਾਈ ਈਸ਼ਰ ਸਿੰਘ ਮਰਹਾਣਾ, ਪੰਡਤ ਜਗਤ ਰਾਮ ਹਰਿਆਨਾ ਜੱਟਾਂ (ਹੁਸ਼ਿਆਰਪੁਰ), ਭਾਈ ਪਿਰਥੀ ਸਿੰਘ ਲਾਲੜੂ, ਭਾਈ ਪਿਆਰਾ ਸਿੰਘ ਲੰਗੇਰੀ ਆਦਿ ਆਦਿ ਸ਼ਾਮਲ ਸਨ। ਮਨੀਲਾ ਤੋਂ ਭਾਈ ਹਾਫ਼ਿਜ਼ ਅਬਦੁੱਲਾ (ਜਗਰਾਉਂ), ਭਾਈ ਰਹਿਮਤ ਅਲੀ (ਵਜੀਦ ਕੇ), ਬੀਬੀ ਗੁਲਾਬ ਕੌਰ (ਬਖ਼ਸ਼ੀ ਵਾਲਾ), ਭਾਈ ਜਗਤ ਸਿੰਘ ਬਿੰਝਲ ਆਦਿ ਇਨਕਲਾਬੀ ਵੀ ਇਸ ਵਿਚ ਸਵਾਰ ਹੋ ਗਏ ਸਨ। ਨਿਧਾਨ ਸਿੰਘ ਚੁੱਘਾ ਤੇ ਪਿਆਰਾ ਸਿੰਘ ਲੰਗੇਰੀ ਨਾਗਾਸਾਕੀ ਉਤਰ ਗਏ ਸਨ ਅਤੇ ਉਥੋਂ ਇਕ ਹੋਰ ਜਹਾਜ਼ ਲੈ ਕੇ ਸ਼ੰਘਾਈ ਚਲੇ ਗਏ ਸਨ। ਉਧਰ ਬਾਬਾ ਸੋਹਣ ਸਿੰਘ ਭਕਨਾ ਵੀ ਯੋਕੋਹਾਮਾ, ਕੋਬੇ ਤੇ ਟੋਕੀਓ ਹੁੰਦੇ ਹੋਏ ਸ਼ੰਘਾਈ ਪੁੱਜ ਗਏ ਸਨ। ਸ਼ੰਘਾਈ ਉਨ੍ਹਾਂ ਨੇ ਡਾਕਟਰ ਮਥਰਾ ਸਿੰਘ ਤੇ ਬਾਕੀ ਆਗੂਆਂ ਨਾਲ ਰਾਇ ਮਸ਼ਵਰੇ ਕੀਤੇ। ਉਸ ਵੇਲੇ ਸ਼ੰਘਾਈ ਵਿਚ ਕੁੱਲ 1100 ਦੇ ਲੱਗਭੱਗ ਭਾਰਤੀ ਕੰਮ ਕਰਦੇ ਸਨ, ਜਿਨ੍ਹਾਂ ਵਿੱਚੋਂ 80 ਫ਼ੀਸਦੀ ਤੋਂ ਵਧੇਰੇ (900 ਦੇ ਕਰੀਬ) ਸਿੱਖ ਸਨ। 500 ਸਿੱਖ ਸ਼ੰਘਾਈ ਮਿਊਂਸਪੈਲਟੀ ਦੀ ਪੁਲਿਸ ਦੀ ਨੌਕਰੀ ਕਰਦੇ ਸਨ। ਇਨ੍ਹਾਂ ਉੱਤੇ ਗ਼ਦਰ ਪਾਰਟੀ ਦੇ ਪ੍ਰਚਾਰ ਦਾ ਇਤਨਾ ਅਸਰ ਹੋਇਆ ਸੀ ਕਿ ਇਨ੍ਹਾਂ ਵਿੱਚੋਂ ਤਕਰੀਬਨ 50 ਜਣੇ ਆਪਣੀਆਂ ਨੌਕਰੀਆਂ ਨੂੰ ਲੱਤ ਮਾਰ ਕੇ ਝੱਟਪੱਟ ਦੇਸ਼ ਨੂੰ ਜਾਣ ਲਈ ਤਿਆਰ ਹੋ ਗਏ ਸਨ। ਵਾਧੂ ਗੱਲ ਇਹ ਸੀ ਕਿ ਇਨ੍ਹਾਂ ਸਾਰਿਆਂ ਨੇ ਹਥਿਆਰ ਚਲਾਉਣ ਦੀ ਟਰੇਨਿੰਗ ਲਈ ਹੋਈ ਸੀ। ਜਿਸ ਕਰਕੇ ਇਸ ਜਥੇ ਦੇ ਗ਼ਦਰ ਦੀ ਮੁਹਿੰਮ ਵਿਚ ਸ਼ਾਮਲ ਹੋ ਜਾਣ ਨਾਲ ਪਾਰਟੀ ਦੇ ਆਗੂਆਂ ਦੇ ਹੌਂਸਲੇ ਹੋਰ ਬੁਲੰਦ ਹੋ ਗਏ ਸਨ।

5 ਸਤੰਬਰ ਨੂੰ ਸਾਨ ਫ਼ਰਾਂਸਿਸਕੋ ਤੋਂ ਦੂਸਰਾ ਜਹਾਜ਼, ਜਿਸ ਦਾ ਨਾਂ 'ਸਾਈਬੇਰੀਆ' ਸੀ, ਚੱਲਿਆ ਅਤੇ ਹੋਨੋਲੂਲੂ, ਯੋਕੋਹਾਮਾ ਤੇ ਨਾਗਾਸਾਕੀ ਹੁੰਦਾ ਹੋਇਆ ਸ਼ੰਘਾਈ ਪਹੁੰਚਿਆ। ਇਹ ਜਹਾਜ਼ ਸ਼ੰਘਾਈ ਤਕ ਹੀ ਸੀ। ਸ਼ੰਘਾਈ ਤੋਂ 15 ਅਕਤੂਬਰ ਨੂੰ 'ਮਸ਼ੀਮਾ ਮਾਰੂ' ਜਹਾਜ਼ ਗ਼ਦਰੀਆਂ ਦਾ ਵੱਡਾ ਦਲ ਲੈ ਕੇ ਹਾਂਗਕਾਂਗ ਲਈ ਤੁਰਿਆ। ਇਸ ਜਹਾਜ਼ ਦਾ ਇੰਤਜ਼ਾਮ ਭਾਈ ਨਿਧਾਨ ਸਿੰਘ ਚੁੱਘਾ ਨੇ ਕੀਤਾ ਸੀ ਅਤੇ ਉਸ ਨੇ ਬਹੁਤ ਸਾਰੇ ਮੁਸਾਫ਼ਰਾਂ ਦਾ ਕਿਰਾਇਆ ਵੀ ਪੱਲਿਓਂ ਦਿੱਤਾ ਸੀ। ਇਸ ਜਹਾਜ਼ ਵਿਚ ਬਾਬਾ ਸੋਹਣ ਸਿੰਘ ਭਕਨਾ, ਭਾਈ ਨਿਧਾਨ ਸਿੰਘ ਚੁੱਘਾ, ਭਾਈ ਗੁੱਜਰ ਸਿੰਘ ਭਕਨਾ, ਵਰਿਆਮ ਸਿੰਘ ਅਮਲੀ ਆਦਿ ਸਵਾਰ ਸਨ।

ਇਸੇ ਦੌਰਾਨ ਕੈਨੇਡਾ ਦੇ ਵਿਕਟੋਰੀਆ ਘਾਟ ਤੋਂ ਇਕ ਜਹਾਜ਼ ('ਮੈਕਸੀਕੋ ਮਾਰੂ') ਹਾਂਗਕਾਂਗ ਲਈ ਰਵਾਨਾ ਹੋਇਆ, ਜਿਸ ਵਿਚ ਦੋ ਦਰਜਨ ਦੇ ਲੱਗਭੱਗ ਗ਼ਦਰੀ ਸਵਾਰ ਹੋਏ। 'ਕੋਰੀਆ', 'ਸਾਇਬੇਰੀਆ', 'ਮਸ਼ੀਮਾ ਮਾਰੂ' ਤੇ 'ਮੈਕਸੀਕੋ ਮਾਰੂ' - ਇਹ ਸਾਰੇ ਜਹਾਜ਼

ਹਾਂਗਕਾਂਗ ਇਕੱਠੇ ਹੋ ਗਏ ਸਨ। ਉਧਰ ਵੈਨਕੂਵਰ ਤੋਂ 'ਕੈਨੇਡਾ ਮਾਰੂ' ਵੀ ਹਾਂਗਕਾਂਗ ਪਹੁੰਚ ਗਿਆ ਸੀ। ਇਕ ਜਹਾਜ਼ ਮਨੀਲਾ ਤੋਂ ਹਾਂਗਕਾਂਗ ਆਇਆ। ਇਸ ਤਰ੍ਹਾਂ ਛੇ ਜਹਾਜ਼ਾਂ ਦੇ ਮੁਸਾਫ਼ਰ ਹਾਂਗਕਾਂਗ ਇਕੱਠੇ ਹੋ ਗਏ ਸਨ। ਹਾਂਗਕਾਂਗ ਆ ਕੇ ਪਿਛਲੇ ਜਹਾਜ਼ ਛੱਡਣੇ ਤੇ ਹੋਰ ਲੈਣੇ ਪੈਂਦੇ ਸਨ। ਪਰ ਇਥੋਂ ਭਾਰਤ ਦੇ ਘਾਟਾਂ ਨੂੰ ਜਾਣ ਵਾਲੇ ਜਹਾਜ਼ਾਂ ਨੂੰ ਤੋਰਨ ਵਿਚ ਬਹੁਤ ਜ਼ਿਆਦਾ ਦੇਰੀਆ ਕੀਤੀਆਂ ਗਈਆਂ। ਇਸ ਦਾ ਕਾਰਨ ਤਾਂ ਇਹ ਦੱਸਿਆ ਗਿਆ ਸੀ ਕਿ ਉਸ ਵੇਲੇ ਬਰਤਾਨਵੀ ਜਹਾਜ਼ਾਂ ਨੂੰ ਮਾਰ ਡੁਬੋਣ ਲਈ ਹਿੰਦ ਮਹਾਂਸਾਗਰ ਵਿਚ ਜਰਮਨੀ ਦਾ 'ਐਮਡਨ' ਨਾਂ ਦਾ ਗਸ਼ਤੀ ਜਹਾਜ਼ ਗੇੜੇ ਕੱਢ ਰਿਹਾ ਸੀ, ਜਿਸ ਕਰਕੇ ਜਹਾਜ਼ਾਂ ਨੂੰ ਬਹੁਤ ਸਾਵਧਾਨੀ ਵਰਤਣੀ ਪੈਂਦੀ ਸੀ। ਪਰ ਅਸਲੀ ਕਾਰਨ ਇਹ ਸੀ ਕਿ ਅੰਗਰੇਜ਼ ਸਰਕਾਰ ਨੂੰ ਆਪਣੀਆਂ ਖ਼ੁਫ਼ੀਆ ਏਜੰਸੀਆਂ ਰਾਹੀਂ ਗ਼ਦਰੀ ਇਨਕਲਾਬੀਆਂ ਦੇ ਕਾਫ਼ਲਿਆਂ ਬਾਰੇ ਸੂਹ ਮਿਲ ਗਈ ਸੀ, ਜਿਸ ਕਰਕੇ ਸਰਕਾਰ ਨੇ ਇਨ੍ਹਾਂ ਗ਼ਦਰੀਆਂ ਨੂੰ ਜਿੰਨਾ ਚਿਰ ਹੋ ਸਕੇ, ਰਾਹਾਂ ਵਿਚ ਡੱਕੀ ਰੱਖਣ ਦੀ ਰਣਨੀਤੀ ਅਪਣਾ ਲਈ ਸੀ, ਤਾਂ ਜੋ ਉਨ੍ਹਾਂ ਦੇ ਭਾਰਤ ਪਹੁੰਚਣ ਤਕ ਉਨ੍ਹਾਂ ਨੂੰ ਘਾਟਾਂ ਉੱਤੇ ਹੀ ਦਬੋਚ ਲੈਣ ਦੇ ਪੁਖ਼ਤਾ ਇੰਤਜ਼ਾਮ ਕੀਤੇ ਜਾ ਸਕਣ। ਇਸ ਵਜ੍ਹਾ ਕਰਕੇ, ਗ਼ਦਰੀ ਸੰਗਰਾਮੀਆਂ ਨੂੰ ਹਾਂਗਕਾਂਗ ਕਈ ਕਈ ਹਫ਼ਤਿਆਂ ਤਕ ਰੁਕਣਾ ਪਿਆ। ਹਾਂਗਕਾਂਗ ਦਾ ਗੁਰਦੁਆਰਾ ਦੋ ਤਿੰਨ ਸਾਲਾਂ ਤੋਂ ਇਨਕਲਾਬੀ ਸਰਗਰਮੀਆਂ ਦਾ ਅਹਿਮ ਕੇਂਦਰ ਬਣਿਆ ਹੋਇਆ ਸੀ। ਹੁਣ ਜਦ ਅਮਰੀਕਾ, ਕੈਨੇਡਾ, ਚੀਨ, ਜਪਾਨ ਤੇ ਫਿਲਪੀਨ ਤੋਂ ਸੈਂਕੜਿਆਂ ਦੀ ਗਿਣਤੀ ਵਿਚ ਮਰਜੀਵੜੇ ਹਾਂਗਕਾਂਗ ਇਕੱਠੇ ਹੋ ਗਏ ਸਨ, ਤਾਂ ਹਾਂਗਕਾਂਗ ਇਕ ਤਰ੍ਹਾਂ ਨਾਲ ਜੰਗ ਲਈ ਕੂਚ ਕਰ ਰਹੀਆਂ ਜੋਸ਼ੀਲੀਆਂ ਫ਼ੌਜਾਂ ਦੇ ਗੜ੍ਹ ਦਾ ਨਜ਼ਾਰਾ ਪੇਸ਼ ਕਰਨ ਲੱਗਾ ਸੀ। ਹਰ ਰੋਜ਼ ਗੁਰਦੁਆਰੇ ਅੰਦਰ ਦੀਵਾਨ ਸਜਦੇ ਅਤੇ ਇਕ ਤੋਂ ਵੱਧ ਕੇ ਪਰਬੀਨ ਬੁਲਾਰੇ ਹਾਜ਼ਰ ਸਰੋਤਿਆਂ ਨੂੰ ਦੇਸ਼ ਦੀ ਆਜ਼ਾਦੀ ਦੀ ਲੜਾਈ ਵਿਚ ਜਾਨਾਂ ਕੁਰਬਾਨ ਕਰਨ ਲਈ ਪ੍ਰੇਰਿਤ ਤੇ ਉਤੇਜਿਤ ਕਰਦੇ। ਹਰ ਕੋਈ ਦੇਸ਼ ਪਹੁੰਚਣ ਲਈ ਇਕ ਦੂਜੇ ਨਾਲੋਂ ਕਾਹਲਾ ਪਿਆ ਹੋਇਆ ਸੀ।

ਭਾਈ ਕਰਤਾਰ ਸਿੰਘ ਸਰਾਭਾ ਨੇ ਭਾਰਤ ਸਰਕਾਰ ਦੀਆਂ ਖ਼ੁਫ਼ੀਆ ਏਜੰਸੀਆਂ ਨੂੰ ਝਕਾਨੀ ਦੇਣ ਲਈ, ਹਾਂਗਕਾਂਗ ਤੋਂ ਸਿੱਧਾ ਹਿੰਦੁਸਤਾਨ ਜਾਣ ਦੀ ਬਜਾਇ ਕੋਲੰਬੋ ਦੇ ਰਸਤੇ ਭਾਰਤ ਪਹੁੰਚਣ ਵਾਲਾ ਅਸਿੱਧਾ ਰਾਹ ਚੁਣਿਆ ਸੀ। ਇਹ ਰਾਹ ਉਸ ਵੇਲੇ ਤਕ ਪੂਰਾ ਸੁਰੱਖਿਅਤ ਸੀ। ਉਹ ਹਾਂਗਕਾਂਗ ਤੋਂ ਏਨੇ ਗੁਪਤ ਢੰਗ ਨਾਲ ਚੱਲਿਆ ਸੀ ਕਿ ਅੰਗਰੇਜ਼ ਸਰਕਾਰ ਦੀਆਂ ਸੂਹੀਆ ਏਜੰਸੀਆਂ ਨੂੰ ਇਸ ਦੀ ਰਤੀ ਭਿਣਕ ਨਹੀਂ ਪਈ ਸੀ। ਬਾਅਦ ਵਿਚ ਜਾ ਕੇ, ਜਦੋਂ ਗ਼ਦਰ ਦਾ ਯਤਨ ਅਸਫਲ ਹੋ ਗਿਆ ਸੀ ਅਤੇ ਸਾਰੇ ਪ੍ਰਮੁੱਖ ਆਗੂ ਗ੍ਰਿਫ਼ਤਾਰ ਕਰ ਲਏ ਗਏ ਸਨ, ਤਾਂ ਉਦੋਂ ਵੀ ਸਰਕਾਰ ਦੀਆਂ ਪੜਤਾਲੀਆ ਏਜੰਸੀਆਂ ਪੂਰੀ ਵਾਹ ਲਾਉਣ ਦੇ ਬਾਵਜੂਦ, ਉਸ ਜਹਾਜ਼ ਦਾ ਨਾਂ ਪਤਾ ਨਹੀਂ ਜਾਣ ਸਕੀਆਂ ਜਿਸ ਰਾਹੀਂ ਉਹ ਹਾਂਗਕਾਂਗ ਤੋਂ ਕੋਲੰਬੋ ਪਹੁੰਚਿਆ ਸੀ।

ਗ਼ਦਰ ਪਾਰਟੀ ਦੇ ਆਗੂਆਂ ਨੇ, ਜਿੰਨੀ ਕਾਹਲੀ ਹੋ ਸਕੀ, ਹਾਂਗਕਾਂਗ ਤੋਂ ਦੇਸ਼ ਭਗਤਾਂ ਨੂੰ ਵੱਖ-ਵੱਖ ਜਹਾਜ਼ਾਂ ਰਾਹੀਂ ਭਾਰਤ ਨੂੰ ਤੋਰਨ ਦੇ ਇੰਤਜ਼ਾਮ ਕੀਤੇ। ਤੋਸ਼ਾ ਮਾਰੂ, ਮਸ਼ੀਮਾ ਮਾਰੂ, ਫ਼ੂਸਾਂਗ, ਲੇਅ ਸਾਂਗ, ਫਾਨ ਸਾਂਗ, ਨਾਮ ਸਾਂਗ, ਲਾਮਾ, ਕਟਾਨੂ ਮਾਰੂ ਆਦਿ ਆਦਿ ਜਹਾਜ਼ ਅੱਗੜ ਪਿੱਛੜ ਹਾਂਗਕਾਂਗ ਤੋਂ ਕਲਕੱਤੇ, ਮਦਰਾਸ ਜਾਂ ਕੋਲੰਬੋ ਜਾਣ ਲਈ ਰਵਾਨਾ ਹੋਏ।

ਗ਼ਦਰੀ ਸੰਗਰਾਮੀਆਂ ਨੂੰ ਭਾਰਤ ਜਾ ਕੇ ਗ਼ਦਰ ਮਚਾਉਣ ਦਾ ਏਨਾ ਚਾਅ ਚੜ੍ਹਿਆ ਹੋਇਆ ਸੀ ਕਿ ਉਹ ਜਹਾਜ਼ਾਂ ਅੰਦਰ ਜੈਕਾਰੇ ਛੱਡਦੇ ਤੇ ਲਲਕਾਰੇ ਮਾਰਦੇ ਆਏ। ਜਹਾਜ਼ਾਂ ਦੇ ਅੰਦਰ ਹਰ ਵੇਲੇ ਕਾਨਫ਼ਰੰਸਾਂ ਵਾਲਾ ਮਾਹੌਲ ਬਣਿਆ ਰਹਿੰਦਾ ਸੀ। *ਗ਼ਦਰ* ਅਖ਼ਬਾਰ ਵਿੱਚੋਂ ਸੰਗਤੀ ਰੂਪ ਵਿਚ ਲੇਖ ਪੜ੍ਹ ਕੇ ਸੁਣਾਏ ਜਾਂਦੇ ਤੇ *ਗ਼ਦਰ ਦੀ ਗੂੰਜ* ਵਿੱਚੋਂ ਜੋਸ਼ੀਲੀਆਂ ਕਵਿਤਾਵਾਂ ਗਾਈਆਂ ਜਾਂਦੀਆਂ ਸਨ। ਰਾਹ ਵਿਚ ਜਿਹੜੇ ਵੀ ਘਾਟ ਉੱਤੇ ਜਹਾਜ਼ ਰੁਕਦਾ ਸੀ, ਸਾਰੇ ਮੁਸਾਫ਼ਰ ਉਤਰ ਕੇ ਗੁਰਦੁਆਰੇ ਵਿਚ ਇਕੱਠੇ ਹੋ ਜਾਂਦੇ ਸਨ ਅਤੇ ਜਿੰਨੇ ਦਿਨ ਜਹਾਜ਼ ਰੁਕਿਆ ਰਹਿੰਦਾ, ਓਨੇ ਦਿਨ ਗੁਰਦੁਆਰਿਆਂ ਵਿਚ ਨੇਮ ਨਾਲ ਦੀਵਾਨ ਸਜਦੇ ਰਹਿੰਦੇ। ਇਨ੍ਹਾਂ ਦੀਵਾਨਾਂ ਵਿਚ, ਅੰਗਰੇਜ਼ ਸਰਕਾਰ ਵੱਲੋਂ ਟਾਪੂਆਂ ਵਿਚ ਤੈਨਾਤ ਕੀਤੇ ਸਿੱਖ ਫ਼ੌਜੀ ਤੇ ਪੁਲਸੀਏ ਵੀ ਸ਼ਾਮਲ ਹੁੰਦੇ। ਇਸ ਤਰੀਕੇ ਨਾਲ ਜਹਾਜ਼ ਜਿਥੋਂ ਦੀ ਵੀ ਲੰਘੇ, ਉਥੇ ਇਨਕਲਾਬੀ ਮਾਹੌਲ ਸਿਰਜਦੇ ਗਏ।

ਸਾਮਰਾਜੀ ਪੇਸ਼ਬੰਦੀਆਂ

ਬਰਤਾਨਵੀ ਸਾਮਰਾਜ ਦੀਆਂ ਸੂਹੀਆ ਏਜੰਸੀਆਂ ਅਮਰੀਕਾ ਤੇ ਕੈਨੇਡਾ ਅੰਦਰ ਗ਼ਦਰ ਪਾਰਟੀ ਦੀਆਂ ਸਰਗਰਮੀਆਂ ਉੱਤੇ ਲੰਮੇ ਚਿਰ ਤੋਂ ਤਿੱਖੀ ਨਿਗ੍ਹਾ ਰੱਖ ਰਹੀਆਂ ਸਨ। ਬਰਤਾਨਵੀ ਤੇ ਕੈਨੇਡੀਅਨ ਸਰਕਾਰਾਂ ਨੇ ਰਲ ਕੇ ਗ਼ਦਰ ਪਾਰਟੀ ਦੀ ਰਿਪੋਰਟਿੰਗ ਦਾ ਸਾਂਝਾ ਸਿਲਸਿਲਾ ਚਾਲੂ ਕਰ ਲਿਆ ਸੀ। ਸਾਨ ਫ਼ਰਾਂਸਿਸਕੋ ਵਿਖੇ ਬਰਤਾਨਵੀ ਕੌਂਸਲ ਜਨਰਲ, ਉਥੋਂ ਭਾਰਤ ਲਈ ਰਵਾਨਾ ਹੋਣ ਵਾਲਿਆਂ ਦੀ ਸੂਚੀ ਕੈਨੇਡੀਅਨ ਗਵਰਨਰ ਜਨਰਲ ਨੂੰ ਭੇਜਦਾ ਸੀ। ਭਾਰਤ ਸਰਕਾਰ ਵੱਲੋਂ ਕੈਨੇਡਾ ਵਿਸ਼ੇਸ਼ ਤੌਰ 'ਤੇ ਤੈਨਾਤ ਕੀਤਾ ਗਿਆ ਬਦਨਾਮ ਜਸੂਸ ਵਿਲੀਅਮ ਹੌਪਕਿਨਸਨ ਇਸ ਸੂਚੀ ਦੀ ਪੁਣ-ਛਾਣ ਕਰਦਾ ਸੀ, ਅਤੇ ਫਿਰ ਤਾਰ ਦੇ ਜ਼ਰੀਏ ਭਾਰਤ ਸਰਕਾਰ ਨੂੰ 'ਸ਼ੱਕੀ' ਗ਼ਦਰੀਆਂ ਦੇ ਨਾਂ ਤੇ ਸਿਰਨਾਵੇਂ ਭੇਜ ਦਿੰਦਾ ਸੀ। ਦਿੱਲੀ ਅੰਦਰ ਕਰਿਮਨਲ ਇਨਟੈਲੀਜੈਂਸ ਦੇ ਡਾਇਰੈਕਟਰ ਸੀ.ਆਰ. ਕਲੈਵੀਲੈਂਡ ਨਾਲ ਉਸ ਦਾ ਸਿੱਧਾ ਰਾਬਤਾ ਬਣ ਗਿਆ ਸੀ। ਉਸ ਦੀ ਨਿਸ਼ਾਨਦੇਹੀ 'ਤੇ ਪ੍ਰਮੁੱਖ ਗ਼ਦਰੀਆਂ ਨੂੰ ਭਾਰਤ ਪਹੁੰਚਣ 'ਤੇ ਬੰਦਰਗਾਹਾਂ 'ਤੇ ਹੀ ਕਾਬੂ ਕਰ ਲਿਆ ਗਿਆ ਸੀ।

ਮਾੜੇ ਭਾਗਾਂ ਨੂੰ ਉਸ ਵੇਲੇ ਪੰਜਾਬ ਅੰਦਰ ਬਸਤੀਵਾਦੀ ਪ੍ਰਸ਼ਾਸਨ ਦਾ ਮੁਖੀ - ਲੈਫ਼ਟੀਨੈਂਟ ਗਵਰਨਰ - ਮਾਈਕਲ ਉਡਵਾਇਰ ਸੀ। ਉਹ ਬੇਹੱਦ ਚੌਕੰਨਾ ਤੇ ਪਰਬੀਨ ਪ੍ਰਸ਼ਾਸਕ ਸੀ। ਉਸ ਨੇ ਪੰਜਾਬ ਦੇ ਤਿੰਨੋਂ ਧਾਰਮਿਕ ਭਾਈਚਾਰਿਆਂ ਦੇ ਪਤਵੰਤਿਆਂ ਨਾਲ ਗੂੜ੍ਹਾ ਮੇਲ-ਜੋਲ ਬਣਾ ਰੱਖਿਆ ਸੀ, ਜਿਨ੍ਹਾਂ ਰਾਹੀਂ ਉਸ ਨੂੰ ਰਾਜ ਅੰਦਰਲੇ ਸਾਰੇ ਰਾਜਸੀ ਰੁਝਾਣਾਂ ਤੇ ਸਰਗਰਮੀਆਂ ਦੀ ਖ਼ਬਰ ਮਿਲਦੀ ਰਹਿੰਦੀ ਸੀ। ਇਹ ਪਤਵੰਤੇ ਉਸ ਦੀਆਂ 'ਅੱਖਾਂ ਤੇ ਕੰਨ' ਸਨ। ਉਸ ਨੂੰ ਗ਼ਦਰ ਲਹਿਰ ਬਾਰੇ ਸਭ ਤੋਂ ਪਹਿਲੀ ਖ਼ਬਰ ਲੁਧਿਆਣੇ ਦੇ ਸਰਦਾਰ ਗੱਜਣ ਸਿੰਘ ਰਾਹੀਂ ਦਸੰਬਰ 1913 ਵਿਚ ਮਿਲੀ ਸੀ। ਗ਼ਦਰ ਪਾਰਟੀ ਵੱਲੋਂ ਪੰਜਾਬ ਅੰਦਰ ਪ੍ਰਚਾਰ ਕਰਨ ਦੇ ਮੰਤਵ ਨਾਲ ਬਹੁਤ ਸਾਰੇ ਜਾਣਕਾਰ ਵਿਅਕਤੀਆਂ ਨੂੰ ਅਮਰੀਕਾ ਤੋਂ ਡਾਕ ਰਾਹੀਂ *ਗ਼ਦਰ* ਅਖ਼ਬਾਰ ਭੇਜਿਆ ਜਾਂਦਾ ਸੀ। ਸਰਦਾਰ ਗੱਜਣ ਸਿੰਘ*

---

* ਸਰਦਾਰ ਗੱਜਣ ਸਿੰਘ ਤੇ ਕਰਮ ਸਿੰਘ ਪਿੰਡ ਨਾਰੰਗਵਾਲ (ਜ਼ਿਲ੍ਹਾ ਲੁਧਿਆਣਾ) ਦੇ ਦੋ ਸਕੇ ਭਰਾ ਸਨ, ਜਿਹੜੇ ਅੰਗਰੇਜ਼ ਹਕੂਮਤ ਦੇ ਪੱਕੇ ਪਿੱਠੂ ਸਨ। ਉਨ੍ਹਾਂ ਨੇ ਗ਼ਦਰ ਲਹਿਰ ਨੂੰ ਦਬਾਉਣ ਵਿਚ ਸਰਕਾਰ ☛

ਨੂੰ ਜਦੋਂ ਅਖ਼ਬਾਰ ਦਾ ਪਹਿਲਾ ਹੀ ਅੰਕ ਮਿਲਿਆ ਤਾਂ ਉਸ ਨੇ 7 ਦਸੰਬਰ 1913 ਨੂੰ ਇਹ ਅੰਕ ਹੋਰਨਾਂ ਨੂੰ ਪੜ੍ਹਾਉਣ ਦੀ ਬਜਾਇ ਸਿੱਧਾ ਪੁਲਿਸ ਦੇ ਹਵਾਲੇ ਕਰ ਦਿੱਤਾ ਸੀ। ਮਾਈਕਲ ਓਡਵਾਇਰ ਨੇ ਉਦੋਂ ਹੀ ਕੰਨ ਖੜੇ ਕਰ ਲਏ ਸਨ ਅਤੇ ਉਸ ਨੇ ਗ਼ਦਰ ਲਹਿਰ ਬਾਰੇ ਖ਼ੁਫ਼ੀਆ ਏਜੰਸੀਆਂ ਦੀਆਂ ਰਿਪੋਰਟਾਂ ਵੱਲ ਪੂਰਾ ਧਿਆਨ ਦੇਣਾ ਸ਼ੁਰੂ ਕਰ ਦਿੱਤਾ ਸੀ। ਇਸ ਕਰਕੇ ਜਿਉਂ ਹੀ ਉਸ ਨੂੰ ਅਮਰੀਕਾ, ਕੈਨੇਡਾ ਤੇ ਪੂਰਬੀ ਟਾਪੂਆਂ ਤੋਂ ਭਾਰਤ ਲਈ ਰਵਾਨਾ ਹੋਏ ਦੇਸ਼ ਭਗਤਾਂ, ਜਿਨ੍ਹਾਂ 'ਚੋਂ ਥੋੜ੍ਹੇ ਜਿਹਿਆਂ ਨੂੰ ਛੱਡ ਕੇ ਬਾਕੀ ਸਾਰੇ ਸਿੱਖ ਸਨ, ਦੇ ਜਥਿਆਂ ਬਾਰੇ ਪਤਾ ਲੱਗਾ, ਤਾਂ ਉਸ ਨੇ ਭਾਰਤ ਦੇ ਬਸਤੀਵਾਦੀ ਪ੍ਰਸ਼ਾਸਨ ਕੋਲ, ਗ਼ਦਰੀਆਂ ਖ਼ਿਲਾਫ਼ ਸਖ਼ਤ ਕਾਰਵਾਈ ਕਰਨ ਲਈ ਵਿਸ਼ੇਸ਼ ਕਾਨੂੰਨ ਬਣਾਉਣ ਦੀ ਸਿਫ਼ਾਰਸ਼ ਕੀਤੀ ਸੀ। ਓਡਵਾਇਰ ਦੀਆਂ ਕੋਸ਼ਿਸ਼ਾਂ ਦੇ ਨਤੀਜੇ ਵਜੋਂ ਭਾਰਤ ਸਰਕਾਰ ਨੇ 5 ਸਤੰਬਰ 1914 ਨੂੰ ਇਕ ਵਿਸ਼ੇਸ਼ ਫ਼ੁਰਮਾਨ (ਆਰਡੀਨੈਂਸ) ਜਾਰੀ ਕਰ ਕੇ, ਭਾਰਤ ਅੰਦਰ ਦਾਖ਼ਲ ਹੋਣ ਵਾਲੇ 'ਖ਼ਤਰਨਾਕ' ਲੋਕਾਂ ਨੂੰ ਗ੍ਰਿਫ਼ਤਾਰ ਤੇ ਨਜ਼ਰਬੰਦ ਕਰਨ ਦੇ ਕਾਨੂੰਨੀ ਹੱਕ ਹਾਸਲ ਕਰ ਲਏ ਸਨ। 'ਇਨਗਰੈੱਸ ਇਨ ਟੂ ਇੰਡੀਆ ਆਰਡੀਨੈਂਸ' ਨਾਂ ਦੇ ਇਸ ਫ਼ੁਰਮਾਨ ਰਾਹੀਂ ਭਾਰਤ ਸਰਕਾਰ ਸੂਬਾਈ ਸਰਕਾਰਾਂ ਨੂੰ ਇਹ ਅਖ਼ਤਿਆਰ ਦੇ ਸਕਦੀ ਸੀ ਕਿ ਉਹ, ਸਮੁੰਦਰੀ ਜਾਂ ਜ਼ਮੀਨੀ ਰਸਤੇ ਭਾਰਤ ਵਿਚ ਦਾਖ਼ਲ ਹੋਣ ਵਾਲੇ ਅਣਚਾਹੇ ਵਿਅਕਤੀਆਂ ਨੂੰ ਪੁੱਛ-ਪੜਤਾਲ ਲਈ ਡੱਕ ਸਕਦੀ, ਗ੍ਰਿਫ਼ਤਾਰ ਕਰ ਸਕਦੀ, ਬਿਨਾਂ ਮੁਕੱਦਮਾ ਚਲਾਏ ਜੇਲ੍ਹ ਵਿਚ ਨਜ਼ਰਬੰਦ ਕਰ ਸਕਦੀ, ਜਾਂ ਪਿੰਡ ਦੀ ਜੂਹ ਅੰਦਰ ਰਹਿਣ ਦਾ ਹੁਕਮ ਚਾੜ੍ਹ ਸਕਦੀ ਸੀ। ਬਾਹਰੋਂ ਸਮੁੰਦਰੀ ਜਹਾਜ਼ਾਂ ਦੇ ਜ਼ਰੀਏ ਭਾਰਤ ਆਉਣ ਵਾਲੇ ਗ਼ਦਰੀ ਕਿਉਂਕਿ ਮੁੱਖ ਤੌਰ 'ਤੇ ਪੰਜਾਬੀ ਹੀ ਸਨ, ਜਿਨ੍ਹਾਂ ਦੇ ਕਲਕੱਤੇ ਥਾਣੀਂ ਭਾਰਤ ਵਿਚ ਦਾਖ਼ਲ ਹੋਣ ਦੀ ਵੱਧ ਸੰਭਾਵਨਾ ਸੀ, ਇਸ ਕਰਕੇ ਇਸ ਫ਼ੁਰਮਾਨ ਦੇ ਅਖ਼ਤਿਆਰ ਪਹਿਲਾਂ ਬੰਗਾਲ ਤੇ ਪੰਜਾਬ ਦੀਆਂ ਸਰਕਾਰਾਂ ਨੂੰ ਦਿੱਤੇ ਗਏ। ਬੰਗਾਲ ਦੀ ਸਰਕਾਰ, ਪੰਜਾਬ ਪੁਲਿਸ ਦੀ ਸਹਾਇਤਾ ਨਾਲ ਕਲਕੱਤੇ ਆਏ ਹਿੰਦੀਆਂ ਨੂੰ ਜਹਾਜ਼ ਉੱਤੇ ਹੀ ਘੇਰ ਲੈਂਦੀ, ਹਰ ਮੁਸਾਫ਼ਰ ਦਾ ਆਉਣ ਤੇ ਜਾਣ ਦਾ ਥਾਂ ਠਿਕਾਣਾ ਪੁੱਛਦੀ, ਸਾਰੇ ਮੁਸਾਫ਼ਰਾਂ ਦੀ ਤਲਾਸ਼ੀ ਲਈ ਜਾਂਦੀ, ਅਤੇ ਪੰਜਾਬ ਪੁਲਿਸ ਨੂੰ ਜਿਹੜੇ ਮੁਸਾਫ਼ਰ ਬਾਰੇ ਜ਼ਰਾ ਜਿੰਨਾ ਵੀ ਸ਼ੱਕ ਹੁੰਦਾ, ਉਸ ਨੂੰ ਪੁਲਿਸ ਦੇ ਪਹਿਰੇ ਹੇਠ ਲੁਧਿਆਣੇ ਭੇਜ ਦਿੱਤਾ ਜਾਂਦਾ। ਮੁਸਾਫ਼ਰਾਂ ਦੀ ਪੁੱਛ-ਗਿੱਛ ਕਰਨ ਲਈ ਲੁਧਿਆਣੇ ਦੇ ਜ਼ੇਲਘਰ ਨੂੰ ਅੱਡਾ ਬਣਾਇਆ ਗਿਆ ਸੀ। ਗ਼ਦਰੀਆਂ ਦੀ ਪੁੱਛ-ਪੜਤਾਲ ਕਰਨ ਦਾ ਕਾਰਜ ਪੰਜਾਬ ਦੀ ਸੀ.ਆਈ.ਡੀ. ਦੇ ਆਲ੍ਹਾ ਅੰਗਰੇਜ਼ ਅਫ਼ਸਰਾਂ ਨੂੰ ਸੌਂਪਿਆ ਗਿਆ ਸੀ।

ਜਿਹੜੇ ਦੋ ਦੇਸ਼ ਭਗਤ ਭਾਰਤ ਅੰਦਰ ਪਾਰਟੀ ਦਾ ਕੰਮ ਚਲਾਉਣ ਲਈ ਪਹਿਲਾਂ ਦੇਸ਼ ਭੇਜੇ ਗਏ ਸਨ, ਉਨ੍ਹਾਂ ਨੂੰ ਜਦੋਂ ਸਰਕਾਰ ਦੇ ਇਨ੍ਹਾਂ ਕਦਮਾਂ ਦੀ ਸੂਹ ਮਿਲ ਗਈ ਤਾਂ ਉਨ੍ਹਾਂ ਵਿੱਚੋਂ ਇਕ ਭਾਈ ਗਾਂਧਾ ਸਿੰਘ, ਦੇਸ਼ ਨੂੰ ਪਰਤ ਰਹੇ ਗ਼ਦਰੀਆਂ ਨੂੰ ਖ਼ਬਰਦਾਰ ਕਰਨ ਲਈ ਉਸੇ ਵੇਲੇ ਸ਼ੰਘਾਈ ਚਲਾ ਗਿਆ। ਉਸ ਨੇ ਸ਼ੰਘਾਈ ਤੋਂ ਭਾਰਤ ਨੂੰ ਚੱਲਣ ਦੀਆਂ ਤਿਆਰੀਆਂ ਕਰ ਰਹੇ ਗ਼ਦਰੀਆਂ ਨੂੰ ਸਰਕਾਰ ਦੀਆਂ ਉਪਰੋਕਤ ਸਰਗਰਮੀਆਂ ਬਾਰੇ ਚੌਕੰਨੇ ਕਰ ਦਿੱਤਾ। ਇਹ ਪਤਾ ਲੱਗਣ ਉੱਤੇ ਭਾਈ ਨਿਧਾਨ ਸਿੰਘ ਚੁੱਘਾ ਨੇ ਸਭ ਘਾਟਾਂ ਉੱਤੇ ਤਾਰਾਂ ਖੜਕਾ ਦਿੱਤੀਆਂ ਕਿ ਹਾਂਗਕਾਂਗ ਤਲਾਸ਼ੀ ਹੋ ਜਾਣੀ ਹੈ ਅਤੇ ਕਲਕੱਤੇ ਸਾਰਿਆਂ

☛ਦਾ ਪੂਰਾ ਸਾਥ ਦਿੱਤਾ ਸੀ। ਸਰਦਾਰ ਗੱਜਣ ਸਿੰਘ ਵਿਧਾਨਕ ਕੌਂਸਲ ਦਾ ਮੈਂਬਰ ਸੀ। ਸਰਦਾਰ ਕਰਮ ਸਿੰਘ ਦਾ ਪੁੱਤਰ ਜਸਟਿਸ ਗੁਰਨਾਮ ਸਿੰਘ 1967 ਵਿਚ ਪੰਜਾਬ ਦਾ ਮੁੱਖ ਮੰਤਰੀ ਬਣਿਆ ਸੀ।

ਸ਼ਹੀਦ ਕਰਤਾਰ ਸਿੰਘ ਸਰਾਭਾ, ਸਤੰਬਰ 1914 ਵਿਚ ਕੋਲੰਬੋ ਦੇ ਰਸਤੇ ਭਾਰਤ ਵਿਚ ਦਾਖ਼ਲ ਹੋਣ ਸਮੇਂ ਧਨੁਸ਼ਕੋੜੀ ਦੇ ਜਿਹੜੇ ਰੇਲਵੇ ਸਟੇਸ਼ਨ ਤੋਂ ਮਦਰਾਸ ਜਾਣ ਵਾਲੀ ਰੇਲ ਗੱਡੀ ਉੱਤੇ ਚੜ੍ਹਿਆ ਸੀ। ਦਸੰਬਰ 1964 ਵਿਚ ਆਏ ਭਿਅੰਕਰ ਸਮੁੰਦਰੀ ਤੂਫ਼ਾਨ ਦੁਆਰਾ ਤਬਾਹ ਕੀਤੇ ਗਏ ਉਸ ਰੇਲਵੇ ਸਟੇਸ਼ਨ ਦੀ ਬਾਕੀ ਬਚੀ ਨਿਸ਼ਾਨੀ।

ਦੀ ਕਰੜੀ ਪੁੱਛ-ਪੜਤਾਲ ਹੋਣੀ ਹੈ। ਇਸ 'ਤੇ ਸਭ ਗ਼ਦਰੀ ਸਾਵਧਾਨ ਹੋ ਗਏ, ਹਥਿਆਰ ਪੱਤਾ ਤੇ ਹੋਰ ਲੋੜੀਂਦੀਆਂ ਚੀਜ਼ਾਂ ਮਲਾਹਾਂ ਨਾਲ ਰਲ ਕੇ ਲੁਕਾ ਛਿਪਾ ਲਈਆਂ, ਪਤੇ ਸਿਰਨਾਵੇਂ ਤੇ *ਗ਼ਦਰ ਦੀਆਂ ਗੂੰਜਾਂ* ਦੀਆਂ ਕਵਿਤਾਵਾਂ ਜ਼ਬਾਨੀ ਯਾਦ ਕਰ ਲਈਆਂ। ਵਾਧੂ ਸਾਮਾਨ, ਕਿਤਾਬਾਂ ਤੇ ਕਾਗ਼ਜ਼ ਪੱਤਰ ਆਦਿ ਸਮੁੰਦਰ ਵਿਚ ਸੁੱਟ ਦਿੱਤੇ। ਪੁਲਿਸ ਦੀ ਪੁੱਛ-ਗਿੱਛ ਦੇ ਜਵਾਬ ਇਕ ਦੂਜੇ ਦੀ ਮੱਦਦ ਨਾਲ ਘੜ ਲਏ ਗਏ। ਬਹੁਤ ਸਾਰੇ ਗ਼ਦਰੀ ਲੀਡਰ ਇਨ੍ਹਾਂ ਜਵਾਬਾਂ ਦੀ ਚਾਤਰੀ ਕਰਕੇ ਗ੍ਰਿਫ਼ਤਾਰੀ ਤੇ ਨਜ਼ਰਬੰਦੀ ਤੋਂ ਬਚ ਗਏ।[25]

ਕਈ ਗ਼ਦਰੀ ਕਲਕੱਤੇ ਦਾ ਰਾਹ ਛੱਡ ਕੇ ਹਾਂਗਕਾਂਗ ਤੋਂ ਮਦਰਾਸ ਜਾਂ ਕੋਲੰਬੋ (ਲੰਕਾ) ਨੂੰ ਚਲੇ ਗਏ। ਸਰਕਾਰ ਨੂੰ ਗ਼ਦਰੀਆਂ ਦੇ ਇਨ੍ਹਾਂ ਰਸਤਿਆਂ ਰਾਹੀਂ ਆਉਣ ਦੀ ਸੂਹ ਬਹੁਤ ਪੱਛੜ ਕੇ, ਅਕਤੂਬਰ ਮਹੀਨੇ ਦੇ ਅਖ਼ੀਰ ਵਿਚ ਜਾ ਕੇ ਮਿਲੀ। ਉਦੋਂ ਤਕ ਬਹੁਤ ਸਾਰੇ ਇਨਕਲਾਬੀ ਇਨ੍ਹਾਂ ਰਸਤਿਆਂ ਥਾਣੀਂ ਬਚ ਬਚਾ ਕੇ ਪੰਜਾਬ ਪਹੁੰਚ ਗਏ ਸਨ। ਭਾਈ ਕਰਤਾਰ ਸਿੰਘ ਸਰਾਭਾ ਤੇ ਉਨ੍ਹਾਂ ਦੇ ਸਾਥੀ 15-16 ਸਤੰਬਰ ਨੂੰ ਕੋਲੰਬੋ ਦੇ ਘਾਟ 'ਤੇ ਉਤਰੇ ਸਨ। ਓਥੋਂ ਉਹ ਕਿਸ਼ਤੀ ਰਾਹੀਂ ਭਾਰਤ ਦੇ ਦੱਖਣੀ ਸਿਰੇ 'ਤੇ, ਪੰਬਨ ਟਾਪੂ ਦੀ ਦੱਖਣੀ-ਪੂਰਬੀ ਕੰਨੀ ਉੱਤੇ ਸਥਿਤ ਧਨੁਸ਼ਕੋੜੀ ਨਾਂ ਦੇ (ਤੀਰਥ) ਸਥਾਨ 'ਤੇ ਜਾ ਪਹੁੰਚੇ। ਉਸ ਵੇਲੇ ਧਨੁਸ਼ਕੋੜੀ ਨੂੰ ਮਦਰਾਸ ਨਾਲ ਜੋੜਦੀ ਰੇਲ ਪਟੜੀ ਹੁੰਦੀ ਸੀ। ਦਸੰਬਰ 1964 ਵਿਚ ਇਕ ਭਿਅੰਕਰ ਸਮੁੰਦਰੀ ਤੂਫ਼ਾਨ ਇਸ ਪਟੜੀ ਨੂੰ ਵਹਾ ਕੇ ਲੈ ਗਿਆ ਸੀ। ਇਹ ਪਟੜੀ ਉਸ ਤੋਂ ਬਾਅਦ ਮੁੜ ਕੇ ਚਾਲੂ ਨਹੀਂ ਹੋ ਸਕੀ। ਸਰਾਭਾ ਤੇ ਰਘੁਬੀਰ ਦਿਆਲ ਗੁਪਤਾ ਨੇ ਧਨੁਸ਼ਕੋੜੀ ਦੇ ਰੇਲਵੇ ਸਟੇਸ਼ਨ ਤੋਂ ਗੱਡੀ ਫੜੀ ਤੇ ਮਦਰਾਸ ਅੱਪੜ ਗਏ। ਕਰਤਾਰ ਸਿੰਘ ਸਰਾਭਾ ਓਥੋਂ ਰੇਲ ਗੱਡੀ ਰਾਹੀਂ ਸਿੱਧਾ ਲੁਧਿਆਣੇ ਚਲਾ ਗਿਆ। ਰਘੁਬੀਰ ਦਿਆਲ ਦਾ ਕੀ ਬਣਿਆ, ਇਸ ਦਾ ਕਿਤੇ ਵੀ ਕੋਈ ਜ਼ਿਕਰ ਨਹੀਂ ਮਿਲਦਾ। 'ਜੈਕ' ਨਾਂ ਦਾ ਜਿਹੜਾ ਅਮਰੀਕੀ ਗੋਰਾ ਸਰਾਭੇ ਨਾਲ ਕੋਲੰਬੋ ਤਕ ਪਹੁੰਚ ਗਿਆ ਸੀ, ਉਸ ਕੋਲ ਲੋੜੀਂਦੇ ਕਾਗ਼ਜ਼ ਪੱਤਰ ਨਾ ਹੋਣ ਕਰਕੇ ਉਸ ਨੂੰ ਭਾਰਤ ਵਿਚ ਦਾਖ਼ਲ ਹੋਣ ਦੀ ਇਜਾਜ਼ਤ ਨਹੀਂ ਮਿਲੀ ਸੀ। ਜਿਸ ਕਰਕੇ ਉਹ ਭਾਰੇ ਮਨ ਨਾਲ ਕੋਲੰਬੋ ਤੋਂ ਅਮਰੀਕਾ ਨੂੰ ਮੁੜ ਗਿਆ।

ਬਜ ਬਜ ਘਾਟ ਦਾ ਖ਼ੂਨੀ ਸਾਕਾ

ਅੰਗਰੇਜ਼ ਸਰਕਾਰ ਵੱਲੋਂ ਜਾਰੀ ਕੀਤੇ ਫ਼ੁਰਮਾਨ ਦਾ ਕਹਿਰ ਸਭ ਤੋਂ ਪਹਿਲਾਂ ਕਾਮਾਗਾਟਾ ਮਾਰੂ ਜਹਾਜ਼ ਦੇ ਬਦਨਸੀਬ ਸਿੱਖ ਮੁਸਾਫ਼ਰਾਂ ਉੱਤੇ ਢੱਠਾ। ਸਿੰਗਾਪੁਰ ਦੇ ਗਵਰਨਰ ਨੇ ਭਾਰਤ ਸਰਕਾਰ ਨੂੰ ਤਾਰ ਭੇਜ ਕੇ, ਕਾਮਾਗਾਟਾ ਮਾਰੂ ਜਹਾਜ਼ ਦੇ 19 ਸਤੰਬਰ ਨੂੰ ਸਿੰਗਾਪੁਰ ਦੇ ਘਾਟ ਤੋਂ ਕਲਕੱਤੇ ਲਈ ਰਵਾਨਾ ਹੋਣ ਦੀ ਖ਼ਬਰ ਦੇ ਦਿੱਤੀ ਸੀ। ਖ਼ਬਰ ਮਿਲਦਿਆਂ ਹੀ ਕੇਂਦਰੀ ਸੀ.ਆਈ.ਡੀ. ਅਤੇ ਪੰਜਾਬ ਸਰਕਾਰ ਦੀ ਸੀ.ਆਈ.ਡੀ. ਦੇ ਨਾਮੀ ਅਫ਼ਸਰਾਂ ਨੇ ਰਲ ਕੇ ਜਹਾਜ਼ ਦੇ ਮੁਸਾਫ਼ਰਾਂ ਨਾਲ ਸਿੱਝਣ ਦੀਆਂ ਤਿਆਰੀਆਂ ਕਰ ਲਈਆਂ ਸਨ। ਸਰਕਾਰ ਨੂੰ ਇਹ ਖ਼ਦਸ਼ਾ ਸੀ ਕਿ ਜੇਕਰ ਇਸ ਜਹਾਜ਼ ਦੇ ਮੁਸਾਫ਼ਰਾਂ ਨੂੰ ਪੰਜਾਬ ਜਾਂ ਕਲਕੱਤੇ ਵਿਚ ਖੁੱਲ੍ਹੇ ਫਿਰਨ ਦਾ ਮੌਕਾ ਮਿਲ ਗਿਆ ਤਾਂ ਉਹ ਆਪਣੀ ਦੁੱਖ ਭਰੀ ਵਿਥਿਆ ਸੁਣਾ ਕੇ ਦੇਸ਼ ਦੇ ਲੋਕਾਂ ਵਿਚ ਅੰਗਰੇਜ਼ ਸਰਕਾਰ ਦੇ ਵਿਰੁੱਧ ਰੋਹ ਭੜਕਾ ਸਕਦੇ ਸਨ।

25. ਗੁਰਚਰਨ ਸਿੰਘ ਸੈਂਸਰਾ, *ਗ਼ਦਰ ਪਾਰਟੀ ਦਾ ਇਤਿਹਾਸ*, ਸਫ਼ੇ 168-69.

ਇਸ ਕਰਕੇ ਸਰਕਾਰ ਨੇ ਇਹ ਪਲੈਨ ਬਣਾਈ ਕਿ ਸਰਦਾਰ ਗੁਰਦਿੱਤ ਸਿੰਘ ਤੇ ਉਸ ਦੇ ਥੋੜ੍ਹੇ ਜਿਹੇ ਪੱਕੇ ਹਮਾਇਤੀਆਂ ਨੂੰ ਜਹਾਜ਼ ਤੋਂ ਉਤਰਨ ਤੋਂ ਪਹਿਲਾਂ ਹੀ ਗ੍ਰਿਫ਼ਤਾਰ ਕਰ ਕੇ ਪੁਲਿਸ ਦੇ ਪਹਿਰੇ ਹੇਠ ਲੁਧਿਆਣੇ ਪੁੱਛ ਪੜਤਾਲ ਲਈ ਲਿਜਾਇਆ ਜਾਵੇ, ਅਤੇ ਬਾਕੀ ਦੇ ਮੁਸਾਫ਼ਰਾਂ ਨੂੰ ਇਕ ਵਿਸ਼ੇਸ਼ ਗੱਡੀ ਵਿਚ ਬਿਠਾ ਕੇ ਸਰਕਾਰੀ ਖ਼ਰਚੇ 'ਤੇ ਘਰੋ-ਘਰੀ ਪੁਚਾ ਦਿੱਤਾ ਜਾਵੇ। ਇਸ ਮੰਤਵ ਲਈ ਜਹਾਜ਼ ਨੂੰ ਘਾਟ ਉੱਤੇ ਲੱਗਣ ਤੋਂ ਪਹਿਲਾਂ ਹੀ, ਸਮੁੰਦਰ ਵਿਚ ਛੇ ਮੀਲ ਦੂਰ ਹੁਗਲੀ ਦਰਿਆ ਦੇ ਮੁਹਾਣੇ 'ਤੇ, ਕਾਲਪੀ ਨਾਂ ਦੇ ਸਥਾਨ ਤੇ ਡੱਕ ਲਿਆ ਗਿਆ ਸੀ। 26 ਸਤੰਬਰ ਨੂੰ ਜਹਾਜ਼ ਖੜਾ ਹੁੰਦਿਆਂ ਹੀ ਪੁਲਿਸ ਦਗੜ ਦਗੜ ਕਰਦੀ ਜਹਾਜ਼ ਵਿਚ ਚੜ੍ਹ ਗਈ ਅਤੇ ਸਾਰੀਆਂ ਥਾਵਾਂ ਉੱਤੇ ਪਹਿਰੇ ਲਾ ਦਿੱਤੇ ਗਏ। ਅਗਲੀ ਸਵੇਰ ਪੰਜਾਬ ਤੋਂ ਵਿਸ਼ੇਸ਼ ਤੌਰ 'ਤੇ ਪਹੁੰਚੇ ਪੁਲਿਸ ਤੇ ਸੀ.ਆਈ.ਡੀ. ਮਹਿਕਮਿਆਂ ਦੇ ਆਲ੍ਹਾ ਅਫ਼ਸਰ ਕਿਸ਼ਤੀ ਰਾਹੀਂ ਜਹਾਜ਼ ਵਿਚ ਚੜ੍ਹ ਗਏ। ਦੋ ਦਿਨ ਤੇ ਦੋ ਰਾਤਾਂ ਜਹਾਜ਼ ਦੀ ਫਰੋਲਾ-ਫਰਾਲੀ ਹੁੰਦੀ ਰਹੀ। 29 ਸਤੰਬਰ ਨੂੰ ਜਹਾਜ਼ ਨੂੰ ਉਥੋਂ ਤੋਰ ਕੇ ਕਲਕੱਤੇ ਤੋਂ 17 ਕੁ ਮੀਲ ਥੱਲੇ ਬਜ ਬਜ ਘਾਟ 'ਤੇ ਲਿਜਾਇਆ ਗਿਆ, ਜਿਥੇ ਮੁਸਾਫ਼ਰਾਂ ਨੂੰ ਪੁਲਿਸ ਦੀ ਨਿਗਰਾਨੀ ਹੇਠ ਪੰਜਾਬ ਲੈ ਜਾਣ ਵਾਸਤੇ ਇਕ ਵਿਸ਼ੇਸ਼ ਰੇਲ ਗੱਡੀ ਖੜੀ ਕੀਤੀ ਗਈ ਸੀ। ਜਹਾਜ਼ ਉੱਤੇ ਉਸ ਵੇਲੇ ਦੋ ਬੱਚਿਆਂ ਸਮੇਤ ਕੁੱਲ 321 ਮੁਸਾਫ਼ਰ ਸਨ। ਮੁਸਾਫ਼ਰਾਂ ਨੇ ਰਾਇ ਕਰ ਕੇ ਇਹ ਫ਼ੈਸਲਾ ਕਰ ਲਿਆ ਸੀ ਕਿ ਉਹ ਸਰਕਾਰੀ ਗੱਡੀ ਵਿਚ ਨਹੀਂ ਬੈਠਣਗੇ ਅਤੇ ਆਪਣੀ ਆਜ਼ਾਦ ਇੱਛਾ ਮੁਤਾਬਕ ਜਹਾਜ਼ ਤੋਂ ਉਤਰ ਕੇ ਕਲਕੱਤੇ ਦੇ ਗੁਰਦੁਆਰਾ ਸਾਹਿਬ ਜਾਣਗੇ ਜਿਥੋਂ ਅਗਲੀ ਕਾਰਵਾਈ ਬਾਰੇ ਸੋਚ ਸਮਝ ਕੇ ਫ਼ੈਸਲਾ ਕੀਤਾ ਜਾਵੇਗਾ।

ਜਹਾਜ਼ ਵਿਚ ਸਵਾਰ 17 ਮੁਸਲਮਾਨਾਂ ਨੇ ਪੁਲਿਸ ਅਫ਼ਸਰਾਂ ਦੇ ਕਹਿਣ 'ਤੇ ਸਰਕਾਰੀ ਰੇਲ ਗੱਡੀ ਵਿਚ ਚੜ੍ਹਨਾ ਮੰਨ ਲਿਆ, ਪਰ ਸਿੱਖ ਮੁਸਾਫ਼ਰਾਂ ਨੇ ਸਰਕਾਰੀ ਈਨ ਮੰਨਣ ਤੋਂ ਦ੍ਰਿੜ੍ਹ ਇਨਕਾਰ ਕਰ ਦਿੱਤਾ। ਪੁਲਿਸ ਅਫ਼ਸਰਾਂ ਨੇ ਮੁਸਾਫ਼ਰਾਂ ਨੂੰ ਜ਼ਬਰਦਸਤੀ ਉਤਾਰਨ ਦਾ ਯਤਨ ਕੀਤਾ। ਇਕ ਅਫ਼ਸਰ ਪਿਸਤੌਲ ਤਾਣ ਕੇ ਖਲੋ ਗਿਆ, ਪੁਲਿਸ ਦੇ ਸਿਪਾਹੀਆਂ ਨੇ ਬੰਦੂਕਾਂ ਸੂਤ ਲਈਆਂ। ਮੁਸਾਫ਼ਰਾਂ ਨੂੰ ਪੰਦਰਾਂ ਮਿੰਟ ਦੀ ਮੋਹਲਤ ਦਿੱਤੀ ਗਈ। ਅਖ਼ੀਰ ਮੁਸਾਫ਼ਰਾਂ ਨੇ ਆਪਸੀ ਸਲਾਹ ਕਰ ਕੇ ਜਹਾਜ਼ ਤੋਂ ਉਤਰਨਾ ਪ੍ਰਵਾਨ ਕਰ ਲਿਆ। ਉਨ੍ਹਾਂ ਦੀ ਪਲੈਨ ਇਹ ਸੀ ਕਿ ਉਹ ਰੇਲ ਗੱਡੀ ਵਿਚ ਚੜ੍ਹਨ ਦੀ ਬਜਾਇ ਕਲਕੱਤੇ ਵੱਲ ਚਾਲੇ ਪਾ ਦੇਣਗੇ। ਜਹਾਜ਼ ਉੱਤੋਂ ਫੱਟਾ ਘਾਟ 'ਤੇ ਲਾ ਦਿੱਤਾ ਗਿਆ ਅਤੇ ਮੁਸਾਫ਼ਰ ਇਕ ਇਕ ਕਰ ਕੇ ਉਤਰਨ ਲੱਗ ਪਏ। ਕਿਸੇ ਮੁਸਾਫ਼ਰ ਨੂੰ ਆਪਣਾ ਸਾਮਾਨ ਨਹੀਂ ਚੁੱਕਣ ਦਿੱਤਾ ਗਿਆ ਅਤੇ ਆਖਿਆ ਗਿਆ ਕਿ ਸਾਮਾਨ ਆਪੇ ਤੁਹਾਡੇ ਪਾਸ ਆ ਜਾਵੇਗਾ। ਪਰ ਮੁਸਾਫ਼ਰਾਂ 'ਚੋਂ ਇਕ ਸ਼ਰਧਾਲੂ ਨੇ ਪੂਰੇ ਅਦਬ ਸਤਿਕਾਰ ਨਾਲ ਸ੍ਰੀ ਗੁਰੂ ਗ੍ਰੰਥ ਸਾਹਿਬ ਦੀ ਸਵਾਰੀ ਆਪਣੇ ਸਿਰ 'ਤੇ ਟਿਕਾ ਲਈ ਅਤੇ ਇਕ ਇਕ ਕਰਕੇ ਸਾਰੇ ਮੁਸਾਫ਼ਰ ਹੇਠਾਂ ਉਤਰ ਆਏ।

ਲਾਗੇ ਹੀ ਸੱਜੇ ਹੱਥ ਸਾਹਮਣੇ ਬਜ ਬਜ ਦਾ ਰੇਲਵੇ ਸਟੇਸ਼ਨ ਸੀ ਜਿਥੇ ਮੁਸਾਫ਼ਰਾਂ ਨੂੰ ਲਿਜਾਣ ਵਾਲੀ ਸਰਕਾਰੀ ਰੇਲ ਗੱਡੀ ਖੜੀ ਕੀਤੀ ਹੋਈ ਸੀ। ਅਫ਼ਸਰਾਂ ਨੇ ਮੁਸਾਫ਼ਰਾਂ ਨੂੰ ਗੱਡੀ ਚੜ੍ਹਨ ਦਾ ਹੁਕਮ ਦਿੱਤਾ। ਪਰ ਮੁਸਾਫ਼ਰ ਕਿਸੇ ਵੀ ਕੀਮਤ 'ਤੇ ਗੱਡੀ ਚੜ੍ਹਨਾ ਨਹੀਂ ਚਾਹੁੰਦੇ ਸਨ। ਗੱਡੀ ਪਲੇਟਫ਼ਾਰਮ 'ਤੇ ਖੜੀ ਚੀਕਾਂ ਮਾਰ ਰਹੀ ਸੀ। ਮੁਸਾਫ਼ਰਾਂ ਦੀ ਪੁਲਿਸ ਅਫ਼ਸਰਾਂ ਨਾਲ ਕਾਫ਼ੀ ਤੂੰ-ਤੂੰ ਮੈਂ-ਮੈਂ ਹੋਈ। ਉਹ ਗੱਡੀ ਚੜ੍ਹਨ ਦੀ ਥਾਂ ਸੜਕ

ਦੇ ਰਸਤੇ ਪੈਦਲ ਚੱਲ ਕੇ ਕਲਕੱਤੇ ਜਾਣ ਲਈ ਬਜ਼ਿਦ ਸਨ। ਉਨ੍ਹਾਂ ਨੇ ਅਫ਼ਸਰਾਂ ਨੂੰ ਆਪਣਾ ਇਹ ਅੰਤਿਮ ਫ਼ੈਸਲਾ ਸੁਣਾ ਦਿੱਤਾ ਕਿ ਉਹ ਸ੍ਰੀ ਗੁਰੂ ਗ੍ਰੰਥ ਸਾਹਿਬ ਦੀ ਸਵਾਰੀ ਲੈ ਕੇ ਕਲਕੱਤੇ ਜਾਣਗੇ ਅਤੇ ਓਥੇ ਸ੍ਰੀ ਗੁਰੂ ਗ੍ਰੰਥ ਸਾਹਿਬ ਨੂੰ ਗੁਰਦੁਆਰੇ ਵਿਚ ਬਿਰਾਜਮਾਨ ਕਰ ਕੇ ਆਪਣੀ ਮਰਜ਼ੀ ਨਾਲ ਪੰਜਾਬ ਜਾਣਗੇ। ਮੁਸਾਫ਼ਰ ਦੁਪਹਿਰੇ ਕੋਈ ਦੋ ਕੁ ਵਜੇ ਜਹਾਜ਼ ਵਿੱਚੋਂ ਉਤਰੇ ਸਨ ਅਤੇ ਉਨ੍ਹਾਂ ਨੇ ਸਟੇਸ਼ਨ ਤੋਂ ਬਾਹਰ ਮੈਦਾਨ ਵਿਚ ਸ੍ਰੀ ਗੁਰੂ ਗ੍ਰੰਥ ਸਾਹਿਬ ਦਾ ਪ੍ਰਕਾਸ਼ ਕਰ ਕੇ ਕੀਰਤਨ ਕਰਨਾ ਸ਼ੁਰੂ ਕਰ ਦਿੱਤਾ। ਅਫ਼ਸਰ ਤੇ ਪੁਲਿਸ ਵਾਲੇ ਡੌਰ ਭੌਰ ਹੋਏ ਦੇਖਦੇ ਰਹੇ। ਅਖ਼ੀਰ ਤਿੰਨ ਚਾਰ ਵਜੇ ਦੇ ਕਰੀਬ ਮੁਸਾਫ਼ਰਾਂ ਨੇ ਆਪਸੀ ਸਲਾਹ ਕਰ ਕੇ ਸ੍ਰੀ ਗੁਰੂ ਗ੍ਰੰਥ ਸਾਹਿਬ ਦੀ ਸਵਾਰੀ ਚੁੱਕੀ ਅਤੇ ਜਲੂਸ ਦੀ ਸ਼ਕਲ ਵਿਚ, ਸ਼ਬਦ ਪੜ੍ਹਦਿਆਂ, ਕਲਕੱਤੇ ਨੂੰ ਜਾਣ ਵਾਲੀ ਸੜਕ ਉੱਤੇ ਅੱਗੇ ਵਧਣਾ ਸ਼ੁਰੂ ਕਰ ਦਿੱਤਾ। ਅਫ਼ਸਰਾਂ ਨੇ ਅੱਗੇ ਹੋ ਕੇ ਘੇਰਿਆ, ਸਮਝਾਇਆ ਅਤੇ ਤਾੜਿਆ ਕਿ ਸਰਕਾਰ ਦਾ ਹੁਕਮ ਮੰਨੋ ਤੇ ਗੱਡੀ ਉੱਤੇ ਚੜ੍ਹ ਜਾਓ। ਪੁਲਿਸ ਨੇ ਦਬਾ ਪਾ ਕੇ 59 ਕੁ ਆਦਮੀਆਂ, ਜਿਨ੍ਹਾਂ ਵਿਚ ਇਕ ਔਰਤ ਤੇ ਦੋ ਬੱਚੇ ਸਨ, ਨੂੰ ਜ਼ਬਰਦਸਤੀ ਗੱਡੀ ਵਿਚ ਚਾੜ੍ਹ ਲਿਆ। ਗੱਡੀ ਉਸੇ ਵੇਲੇ ਪੰਜਾਬ ਨੂੰ ਤੋਰ ਦਿੱਤੀ ਗਈ। ਬਾਕੀ 260 ਮੁਸਾਫ਼ਰ ਪੁਲਿਸ ਦਾ ਘੇਰਾ ਤੋੜ ਕੇ ਕਲਕੱਤੇ ਨੂੰ ਚੱਲ ਪਏ। ਜਦ ਮੁਸਾਫ਼ਰ ਸਟੇਸ਼ਨੋਂ ਨਿਕਲ ਤੁਰੇ ਤਾਂ ਅਫ਼ਸਰਾਂ ਨੇ ਜਲੂਸ ਨੂੰ ਅੱਗੇ ਹੋ ਕੇ ਰੋਕਿਆ। ਪੰਜਾਬ ਪੁਲਿਸ ਦਾ ਹੰਕਾਰਿਆ ਹੋਇਆ ਸੁਪਰਡੰਟ ਡੀ.ਪੈਟਰੀ ਪਿਸਤੌਲ ਤਾਣ ਕੇ ਜਲੂਸ ਦੇ ਅੱਗੇ ਖੜੋ ਗਿਆ ਤੇ ਮੁਸਾਫ਼ਰਾਂ ਨੂੰ ਧਮਕਾਉਣ ਲੱਗਾ। ਪਰ ਮੁਸਾਫ਼ਰਾਂ ਨੇ ਡਰਨ ਦੀ ਥਾਂ ਆਪਣੀਆਂ ਛਾਤੀਆਂ ਨੰਗੀਆਂ ਕਰ ਲਈਆਂ ਅਤੇ ਪੁਲਿਸ ਨੂੰ ਗੋਲੀ ਚਲਾਉਣ ਲਈ ਵੰਗਾਰਿਆ। ਪੁਲਿਸ ਅਫ਼ਸਰਾਂ ਦਾ ਅਜਿਹੇ ਸਿਰਲੱਥਾਂ ਨਾਲ ਕਦੇ ਵਾਹ ਨਹੀਂ ਪਿਆ ਸੀ। ਇਸ ਕਰਕੇ ਉਹ ਠਠੰਬਰ ਗਏ। ਪੈਟਰੀ ਨੇ ਤਣਿਆ ਹੋਇਆ ਪਿਸਤੌਲ ਨੀਵਾਂ ਕਰ ਲਿਆ ਅਤੇ ਜਲੂਸ ਦੇ ਰਾਹ ਤੋਂ ਪਾਸੇ ਹਟ ਕੇ ਖਲੋ ਗਿਆ। ਇਸ ਤਰ੍ਹਾਂ, ਜਲੂਸ ਰਵਾਂ ਰਵਾਂ ਕਲਕੱਤੇ ਨੂੰ ਤੁਰੀ ਗਿਆ। ਪੁਲਿਸ ਵਾਲੇ, ਕੋਈ ਚਾਰਾ ਨਾ ਦੇਖ ਕੇ, ਜਲੂਸ ਦੇ ਨਾਲੋ-ਨਾਲ ਖਿੱਚੀ ਦੇ ਤੁਰੇ ਗਏ।

ਅਫ਼ਸਰਾਂ ਨੇ ਤੱਦੀ ਨਾਲ ਕਲਕੱਤੇ ਤੋਂ ਪੁਲਿਸ ਦੀ ਹੋਰ ਕੁਮਕ ਬੁਲਾ ਲਈ। ਥੋੜ੍ਹੇ ਹੀ ਚਿਰ ਵਿਚ ਗੋਰਿਆਂ ਦੇ ਤੋਪਖ਼ਾਨੇ ਦੀਆਂ ਦੋ ਪਲਟੂਨਾਂ ਪਹੁੰਚ ਗਈਆਂ ਅਤੇ ਸੁਪਰਡੰਟ ਈਸਟਵੁੱਡ 30 ਗੋਰੇ ਪੁਲਿਸੀਆਂ ਦੀ ਧਾੜ ਲੈ ਕੇ ਆ ਗਿਆ। ਸ਼ਾਮ ਦੇ ਕਰੀਬ ਪੰਜ ਵੱਜ ਚੁੱਕੇ ਸਨ ਜਦੋਂ ਪੁਲਿਸ ਨੇ ਬਜ ਬਜ ਤੋਂ ਕੋਈ ਚਾਰ ਕੁ ਮੀਲ ਉਰੇ ਕਲਕੱਤੇ ਵੱਲ ਜਲੂਸ ਨੂੰ ਅੱਗਿਓਂ ਘੇਰਾ ਪਾ ਲਿਆ ਅਤੇ ਮੁਸਾਫ਼ਰਾਂ ਨੂੰ ਪਿਛਾਂਹ ਬਜ ਬਜ ਮੁੜ ਜਾਣ ਦਾ ਹੁਕਮ ਸੁਣਾ ਦਿੱਤਾ। ਮੁਸਾਫ਼ਰਾਂ ਨੇ ਜਦ ਆਪਣੇ ਆਪ ਨੂੰ ਪੁਲਿਸ ਦੇ ਕਸਵੇਂ ਘੇਰੇ ਵਿਚ ਦੇਖਿਆ ਅਤੇ ਪਿੱਛੇ ਗੋਰਾ ਫ਼ੌਜ ਆਉਂਦੀ ਦੇਖੀ, ਤਾਂ ਉਨ੍ਹਾਂ ਨੇ ਅਗਲੀ ਰਣਨੀਤੀ ਬਣਾਉਣ ਲਈ ਪਿੱਛੇ ਮੁੜਨਾ ਹੀ ਬਿਹਤਰ ਸਮਝਿਆ।

ਸਾਰਾ ਦਿਨ ਪੁਲਿਸ ਨਾਲ ਚੱਲਦੀ ਰਹੀ ਕਸ਼ਮਕਸ਼ ਨਾਲ ਮੁਸਾਫ਼ਰ ਜਿਸਮਾਨੀ ਤੇ ਮਾਨਸਿਕ ਤੌਰ 'ਤੇ ਥੱਕ ਟੁੱਟ ਗਏ ਸਨ। ਸਵੇਰ ਦਾ ਕੋਈ ਅੰਨ ਪਾਣੀ ਨਹੀਂ ਖਾਧਾ ਸੀ। ਭੁੱਖ ਤੇ ਪਿਆਸ ਨਾਲ ਬੇਹਾਲ ਹੋਏ ਮੁਸਾਫ਼ਰ ਬੁਝੇ ਮਨਾਂ ਨਾਲ ਵਾਪਸ ਮੁੜ ਰਹੇ ਸਨ। ਦਿਨ ਛਿਪੇ ਦੇ ਕਰੀਬ ਜਲੂਸ ਮੁੜ ਸਟੇਸ਼ਨ 'ਤੇ ਆ ਗਿਆ। ਕਈ ਮੁਸਾਫ਼ਰ ਦਾਅ ਲਾ ਕੇ ਰਾਹ ਵਿੱਚੋਂ ਹੀ ਖਿਸਕ ਗਏ ਸਨ। ਗੱਡੀ ਜਾ ਚੁੱਕੀ ਸੀ। ਅਫ਼ਸਰ ਦੂਸਰੀ ਗੱਡੀ ਦਾ ਇੰਤਜ਼ਾਮ ਕਰਨ ਦੀਆਂ ਸਲਾਹਾਂ ਕਰਨ ਲੱਗੇ। ਮੁਸਾਫ਼ਰ ਸਾਹ ਲੈਣ ਲਈ ਸਟੇਸ਼ਨ ਤੋਂ

ਬਾਹਰ ਸ੍ਰੀ ਗੁਰੂ ਗ੍ਰੰਥ ਸਾਹਿਬ ਦਾ ਸੁਖ ਆਸਨ ਕਰ ਕੇ ਬੈਠ ਗਏ ਅਤੇ ਰੀਤ ਮੁਤਾਬਕ ਸ਼ਬਦ ਪੜ੍ਹਨ ਲੱਗ ਪਏ। ਸੱਤ ਵਜੇ ਦੇ ਕਰੀਬ, ਜਦ ਮੂੰਹ ਹਨੇਰਾ ਹੋਣ ਲੱਗਾ, ਤਾਂ ਗੋਰਾ ਪੁਲਿਸ ਦਾ ਸੁਪਰਡੰਟ ਈਸਟਵੁੱਡ ਸਰਦਾਰ ਗੁਰਦਿੱਤ ਸਿੰਘ ਨੂੰ ਆਵਾਜ਼ਾਂ ਮਾਰਦਾ, ਡਾਂਗ ਘੁਮਾਉਂਦਾ, ਧੁੱਸ ਦੇ ਕੇ ਦੀਵਾਨ ਵਿਚ ਆ ਵੜਿਆ। ਸਾਰੇ ਮੁਸਾਫ਼ਰ ਇਕਦਮ ਉਠ ਖੜੇ ਹੋਏ, ਅਤੇ ਗੋਰੇ ਅਫ਼ਸਰ ਨੂੰ ਮੁਸਾਫ਼ਰਾਂ ਵਿਚ ਘਿਰਿਆ ਦੇਖ ਕੇ ਪੈਟਰੀ ਉਸ ਦੀ ਮੱਦਦ ਲਈ ਪਿਸਤੌਲ ਲੈ ਕੇ ਅੱਗੇ ਵਧਿਆ। ਇਕ ਮੁਸਾਫ਼ਰ (ਭਾਈ ਟਹਿਲ ਸਿੰਘ ਰਾਣੀ ਵਲਾਹ ਅੰਮ੍ਰਿਤਸਰ) ਨੇ ਚੀਤੇ ਵਰਗੀ ਫੁਰਤੀ ਨਾਲ ਝਪਟ ਮਾਰ ਕੇ ਈਸਟਵੁੱਡ ਦੇ ਹੱਥ ਵਿੱਚੋਂ ਡਾਂਗ ਖੋਹ ਲਈ। ਈਸਟਵੁੱਡ ਨੇ ਪਿਸਤੌਲ ਕੱਢ ਲਿਆ ਅਤੇ ਮੁਸਾਫ਼ਰਾਂ ਨੂੰ ਡਰਾਉਣ ਲਈ ਦੋ ਗੋਲੀਆਂ ਚਲਾ ਦਿੱਤੀਆਂ, ਜਿਨ੍ਹਾਂ ਨਾਲ ਦੋ ਸਿੰਘ ਜ਼ਖ਼ਮੀ ਹੋ ਗਏ। ਬੱਸ ਫੇਰ ਕੀ ਸੀ, ਮੁਸਾਫ਼ਰਾਂ 'ਚੋਂ ਵੀ ਕੁਝ ਅਣਖੀ ਸੂਰਮਿਆਂ ਨੇ ਆਪਣੇ ਲੁਕੋਏ ਹੋਏ ਪਿਸਤੌਲ ਕੱਢ ਲਏ ਅਤੇ ਮੋੜਵੀਂ ਗੋਲੀਬਾਰੀ ਸ਼ੁਰੂ ਕਰ ਦਿੱਤੀ। ਮੁਨਸ਼ਾ ਸਿੰਘ ਚਾਂਦ ਹੇੜੀ (ਨੇੜੇ ਡੇਰਾ ਬੱਸੀ) ਨੇ ਈਸਟਵੁੱਡ ਨੂੰ ਨਿਸ਼ਾਨਾ ਬਣਾ ਕੇ ਪਿਸਤੌਲ ਦਾ ਘੋੜਾ ਦੱਬ ਦਿੱਤਾ। ਜਿਸ ਨਾਲ ਗੋਰਾ ਅਫ਼ਸਰ ਥਾਏਂ ਢੇਰੀ ਹੋ ਗਿਆ। ਪੈਟਰੀ ਨੇ ਅੱਗੇ ਆਉਣ ਦੀ ਕੋਸ਼ਿਸ਼ ਕੀਤੀ ਪਰ ਇਕ ਗੋਲੀ ਉਸ ਦੇ ਪੱਟ ਵਿਚ ਜਾ ਲੱਗੀ ਜਿਸ ਨਾਲ ਉਹ ਲਹੂ-ਲੁਹਾਣ ਹੋਇਆ ਜ਼ਮੀਨ ਉੱਤੇ ਡਿੱਗ ਪਿਆ। ਇਸ ਨਾਲ ਪੁਲਿਸ ਨੂੰ ਭਾਜੜਾਂ ਪੈ ਗਈਆਂ ਅਤੇ ਉਹ ਫੁਰਤੀ ਨਾਲ ਲਾਂਭੇ ਹਟ ਗਈ। ਫ਼ੌਜ ਪਹਿਲਾਂ ਹੀ ਜੰਗਲੇ ਤੋਂ ਪਾਰ ਪਲੇਟਫ਼ਾਰਮ ਉੱਤੇ ਰਫ਼ਲਾਂ ਤਾਣੀ ਖੜੀ ਸੀ। ਪੁਲਿਸ ਦੇ ਲਾਂਭੇ ਹੁੰਦਿਆਂ ਹੀ ਉਸ ਨੇ ਗੋਲੀ ਚਲਾਉਣੀ ਸ਼ੁਰੂ ਕਰ ਦਿੱਤੀ। ਸਿੱਖ ਮੁਸਾਫ਼ਰ ਗੋਲੀ ਆਉਂਦੀ ਦੇਖ ਕੇ ਡਰੇ ਨਹੀਂ, ਸਗੋਂ ਆਪਣੀਆਂ ਜੁਝਾਰੂ ਰਵਾਇਤਾਂ ਅਨੁਸਾਰ ਉਹ ਖ਼ਾਲੀ ਹੱਥੀਂ ਪੁਲਿਸ ਨੂੰ ਟੁੱਟ ਕੇ ਪੈ ਗਏ ਅਤੇ ਪੰਜਾਬ ਪੁਲਿਸ ਦੇ ਹੱਥਾਂ ਵਿੱਚੋਂ ਤਲਵਾਰਾਂ ਤੇ ਡਾਂਗਾਂ ਖੋਹ ਲਈਆਂ। ਉਨ੍ਹਾਂ ਨੇ ਕੁਝ ਚਿਰ ਪੁਲਿਸ ਦਾ ਚੰਗਾ ਮੱਕੂ ਬੰਨ੍ਹਿਆ। ਪਰ ਦੂਰੋਂ ਮਾਰ ਕਰ ਰਹੀ ਫ਼ੌਜ ਨੇ ਮੁਸਾਫ਼ਰਾਂ ਦਾ ਬਹੁਤ ਨੁਕਸਾਨ ਕੀਤਾ। ਇਸ ਖ਼ੂਨੀ ਭੇੜ ਵਿਚ ਭਾਵੇਂ 16 ਸਿੱਖ ਮੁਸਾਫ਼ਰ ਸ਼ਹੀਦ ਅਤੇ ਦੋ ਦਰਜਨ ਤੋਂ ਵੱਧ ਜ਼ਖ਼ਮੀ ਹੋ ਗਏ, ਪਰ ਸਿੰਘਾਂ ਨੇ ਵੀ ਪੁਲਿਸ ਦੇ ਦੋ ਅਫ਼ਸਰ ਫੁੰਡ ਦਿੱਤੇ ਅਤੇ ਗਿਆਰਾਂ (ਛੇ ਗੋਰੇ ਤੇ ਪੰਜ ਪੰਜਾਬੀ) ਅਫ਼ਸਰ ਤੇ ਸਿਪਾਹੀ ਬੁਰੀ ਤਰ੍ਹਾਂ ਜ਼ਖ਼ਮੀ ਕਰ ਦਿੱਤੇ।

ਮੁਸਾਫ਼ਰਾਂ ਦੀ ਦੀਦਾ ਦਲੇਰੀ ਦੇਖੋ, ਕਿ ਵਰ੍ਹਦੀਆਂ ਗੋਲੀਆਂ ਵਿਚ ਤਕਰੀਬਨ 60 ਦੇ ਕਰੀਬ ਮੁਸਾਫ਼ਰਾਂ ਨੇ ਪੁਲਿਸ ਤੇ ਫ਼ੌਜ ਦੇ ਘੇਰੇ ਵਿੱਚੋਂ ਨਿਕਲ ਕੇ, ਰਾਤੋ ਰਾਤ ਹੁਗਲੀ ਵਰਗਾ ਚੌੜਾ ਤੇ ਡੂੰਘਾ ਦਰਿਆ ਪਾਰ ਕਰ ਲਿਆ ਅਤੇ ਉਹ ਭੁੱਖੇ ਤਿਹਾਏ ਪੈਦਲ ਚੱਲ ਕੇ ਹਾਵੜਾ, ਮਿਦਨਾਪੁਰ, ਬਰਦਵਾਂ, ਹੁਗਲੀ ਤੇ ਬੰਕੂਰਾ ਆਦਿ ਜ਼ਿਲ੍ਹਿਆਂ ਤਕ ਜਾ ਪਹੁੰਚੇ। ਸਰਦਾਰ ਗੁਰਦਿੱਤ ਸਿੰਘ ਵੀ ਪੁਲਿਸ ਦੇ ਘੇਰੇ ਵਿੱਚੋਂ ਨਿਕਲਣ ਵਿਚ ਕਾਮਯਾਬ ਹੋ ਗਏ ਸਨ। ਅਗਲਾ ਦਿਨ ਚੜ੍ਹਦਿਆਂ ਹੀ ਪੁਲਿਸ ਨੇ ਕਲਕੱਤਾ ਅਤੇ ਇਸ ਦੇ ਨਾਲ ਲੱਗਵੇਂ ਜ਼ਿਲ੍ਹਿਆਂ ਵਿਚ ਤਲਾਸ਼ੀ ਮੁਹਿੰਮ ਚਲਾ ਕੇ ਕਾਫ਼ੀ ਸਾਰੇ ਮੁਸਾਫ਼ਰਾਂ ਨੂੰ ਮੁੜ ਗ੍ਰਿਫ਼ਤਾਰ ਕਰ ਲਿਆ ਸੀ। ਅਖ਼ੀਰ ਵਿਚ ਕੁੱਲ 202 ਮੁਸਾਫ਼ਰਾਂ ਨੂੰ 'ਇਨਗਰੈੱਸ ਇਨ ਟੂ ਇੰਡੀਆ ਆਰਡੀਨੈਂਸ' ਦੇ ਅਧੀਨ ਜੇਲ੍ਹਾਂ ਵਿਚ ਡੱਕ ਦਿੱਤਾ ਗਿਆ। ਸਰਦਾਰ ਗੁਰਦਿੱਤ ਸਿੰਘ, ਭਾਈ ਗੁਰਮੁਖ ਸਿੰਘ ਲਲਤੋਂ ਅਤੇ ਹੋਰ ਬਹੁਤ ਸਾਰੇ ਸਿੰਘ ਪੁਲਿਸ ਤੇ ਫ਼ੌਜ ਦੇ ਘੇਰੇ ਵਿੱਚੋਂ ਨਿਕਲ ਕੇ ਰੂਪੋਸ਼ ਹੋ ਗਏ।

ਹੋਰਨਾਂ ਜਹਾਜ਼ਾਂ ਦੀ ਆਮਦ

ਬਜ ਬਜ ਘਾਟ ਦੇ ਸਾਕੇ ਤੋਂ ਬਾਅਦ ਸਰਕਾਰ ਬਾਹਰੋਂ ਆਉਣ ਵਾਲੇ ਦੂਸਰੇ ਜਹਾਜ਼ਾਂ ਬਾਰੇ ਹੋਰ ਵੱਧ ਚੌਕੰਨੀ ਹੋ ਗਈ ਸੀ। ਆਉਣ ਵਾਲੇ ਮੁਸਾਫ਼ਰਾਂ ਦੀ ਪਛਾਣ ਤੇ ਪੁੱਛ-ਗਿੱਛ ਕਰਨ ਲਈ ਪੰਜਾਬ ਤੋਂ ਪੁਲਿਸ ਤੇ ਸੀ.ਆਈ.ਡੀ. ਦੇ ਅਫ਼ਸਰਾਂ ਨੂੰ ਕਲਕੱਤੇ ਦੀ ਬੰਦਰਗਾਹ ਉੱਤੇ ਉਚੇਚਾ ਤੈਨਾਤ ਕੀਤਾ ਗਿਆ ਸੀ। ਕਾਮਾਗਾਟਾ ਮਾਰੂ ਤੋਂ ਬਾਅਦ ਗ਼ਦਰੀਆਂ ਨੂੰ ਲੈ ਕੇ ਸਭ ਤੋਂ ਪਹਿਲਾ ਜਹਾਜ਼ 12 ਅਕਤੂਬਰ 1914 ਨੂੰ ਕਲਕੱਤੇ ਪੁੱਜਾ। ਇਸ ਤੋਂ ਅਗਲੇ ਦਿਨ 'ਨਾਮ ਸਾਂਗ' ਨਾਂ ਦਾ ਜਹਾਜ਼ ਕਲਕੱਤੇ ਪਹੁੰਚਿਆ, ਜਿਸ ਵਿਚ ਅਮਰੀਕਾ ਤੋਂ ਗ਼ਦਰ ਪਾਰਟੀ ਦੇ ਪ੍ਰਧਾਨ ਬਾਬਾ ਸੋਹਣ ਸਿੰਘ ਭਕਨਾ ਤੋਂ ਇਲਾਵਾ ਕੈਨੇਡਾ ਤੋਂ ਭਾਈ ਜਵੰਦ ਸਿੰਘ ਨੰਗਲ, ਭਾਈ ਬੀਰ ਸਿੰਘ ਬਾਹੋਵਾਲ ਅਤੇ 80 ਦੇ ਲੱਗਭੱਗ ਹੋਰ ਇਨਕਲਾਬੀ ਸਨ। ਇਨ੍ਹਾਂ ਜਹਾਜ਼ਾਂ ਨੂੰ ਕਲਕੱਤੇ ਰੋਕ ਕੇ ਸਾਰੇ ਮੁਸਾਫ਼ਰਾਂ ਦੇ ਨਾਵਾਂ ਦੀ ਛਾਣ-ਬੀਣ ਕੀਤੀ ਗਈ, ਉਨ੍ਹਾਂ ਦੇ ਪਿੰਡਾਂ ਦੇ ਨਾਂ ਅਤੇ ਉਨ੍ਹਾਂ ਦੇ ਰਾਜਸੀ ਰੁਝਾਣ ਤੇ ਸਰਗਰਮੀਆਂ ਬਾਰੇ ਜਾਣਕਾਰੀ ਹਾਸਲ ਕੀਤੀ ਗਈ, 'ਕੱਲੇ 'ਕੱਲੇ ਦਾ ਸਾਮਾਨ ਫਰੋਲਿਆ ਗਿਆ ਅਤੇ ਜਾਮਾ ਤਲਾਸ਼ੀਆਂ ਲਈਆਂ ਗਈਆਂ। ਬਾਬਾ ਸੋਹਣ ਸਿੰਘ ਭਕਨਾ ਤੇ ਉਨ੍ਹਾਂ ਦੇ ਹੋਰ ਦੋ ਸਾਥੀਆਂ ਨੂੰ ਗ੍ਰਿਫ਼ਤਾਰ ਕਰ ਕੇ ਪੁੱਛ-ਪੜਤਾਲ ਕਰਨ ਲਈ ਲੁਧਿਆਣੇ ਲਿਜਾਇਆ ਗਿਆ। ਕੁਝ ਹੋਰਨਾਂ ਨੂੰ ਛਾਂਟ ਕੇ ਵੱਖ-ਵੱਖ ਜੇਲ੍ਹਾਂ ਵਿਚ ਬੰਦ ਕਰ ਦਿੱਤਾ ਗਿਆ।

'ਨਾਮ ਸਾਂਗ' ਤੋਂ ਥੋੜ੍ਹੇ ਹੀ ਦਿਨਾਂ ਬਾਅਦ ਹਾਂਗਕਾਂਗ ਤੋਂ 'ਤੋਸ਼ਾ ਮਾਰੂ' ਤੇ 'ਮਸ਼ੀਮਾ ਮਾਰੂ' ਦੇ ਨਾਵਾਂ ਹੇਠ ਦੋ ਜਹਾਜ਼ ਇਕੱਠੇ ਤੁਰੇ, ਜਿਨ੍ਹਾਂ ਵਿਚ ਗ਼ਦਰ ਪਾਰਟੀ ਦੇ ਮੁੱਖ ਲੀਡਰ ਸਵਾਰ ਸਨ। 'ਤੋਸ਼ਾ ਮਾਰੂ' ਨੇ ਕਲਕੱਤੇ ਤੇ 'ਮਸ਼ੀਮਾ ਮਾਰੂ' ਨੇ ਕੋਲੰਬੋ ਜਾਣਾ ਸੀ। 'ਤੋਸ਼ਾ ਮਾਰੂ' ਵਿਚ ਭਾਈ ਕੇਸਰ ਸਿੰਘ ਠੱਠਗੜ੍ਹ, ਭਾਈ ਰੂੜ ਸਿੰਘ ਚੂਹੜਚੱਕ, ਭਾਈ ਸ਼ੇਰ ਸਿੰਘ ਵੇਈਂਪੂੰਈਂ ਤੇ ਭਾਈ ਈਸ਼ਰ ਸਿੰਘ ਮਰਹਾਣਾ ਸਮੇਤ ਬਹੁਤ ਸਾਰੇ ਅਹਿਮ ਗ਼ਦਰੀ ਸਨ। 'ਮਸ਼ੀਮਾ ਮਾਰੂ' ਵਿਚ ਭਾਈ ਨਿਧਾਨ ਸਿੰਘ ਚੁੱਘਾ, ਭਾਈ ਗਾਂਧਾ ਸਿੰਘ (ਕੱਚਰਭੰਨ) ਤੇ ਭਾਈ ਹਰਨਾਮ ਸਿੰਘ ਕੋਟਲਾ ਆਦਿ ਸਵਾਰ ਸਨ। ਇਹ ਦੋਨੋਂ ਜਹਾਜ਼ ਅੱਗੜ ਪਿੱਛੜ ਚੱਲਦੇ ਹੋਏ ਪੀਨਾਂਗ ਜਾ ਪਹੁੰਚੇ। ਉਥੇ 'ਨਾਮ ਸਾਂਗ' ਵਾਂਗੂੰ ਹੀ ਇਨ੍ਹਾਂ ਜਹਾਜ਼ਾਂ ਨੂੰ ਵੀ ਕਈ ਦਿਨਾਂ ਤਕ ਬਿਨਾਂ ਵਜ੍ਹਾ ਰੋਕੀ ਰੱਖਿਆ। ਇਸੇ ਦੌਰਾਨ ਮੁਸਾਫ਼ਰਾਂ ਨੂੰ ਬਜ ਬਜ ਘਾਟ ਦੇ ਖ਼ੂਨੀ ਕਾਂਡ ਦੀ ਖ਼ਬਰ ਮਿਲ ਗਈ, ਜਿਸ ਨਾਲ ਉਨ੍ਹਾਂ ਅੰਦਰ ਅੰਤਾਂ ਦਾ ਰੋਹ ਤੇ ਗ਼ੁੱਸਾ ਭੜਕ ਪਿਆ। ਬਾਅਦ ਵਿਚ ਜਾ ਕੇ ਵਾਅਦਾ-ਮੁਆਫ਼ ਗਵਾਹ ਬਣੇ ਨਵਾਬ ਖ਼ਾਨ, ਜਿਹੜਾ ਉਸ ਵੇਲੇ ਗ਼ਦਰੀਆਂ ਨਾਲ ਪੀਨਾਂਗ ਵਿਚ ਹੀ ਸੀ, ਦੇ ਦੱਸਣ ਅਨੁਸਾਰ ਬਜ ਬਜ ਘਾਟ ਦੇ ਖ਼ੂਨੀ ਸਾਕੇ ਦੀ ਖ਼ਬਰ ਨੇ ਗ਼ਦਰੀਆਂ ਨੂੰ ਏਨਾ ਰੋਹ ਚਾੜ੍ਹ ਦਿੱਤਾ ਸੀ, ਕਿ ਗ਼ੁੱਸੇ ਦੀ ਮਨੋਅਵਸਥਾ ਵਿਚ ਉਨ੍ਹਾਂ ਦੇ ਮਨਾਂ ਅੰਦਰ ਪੀਨਾਂਗ ਵਿਚ ਗ਼ਦਰ ਮਚਾ ਦੇਣ ਦਾ ਫੁਰਨਾ ਆਇਆ। ਉਨ੍ਹਾਂ ਨੇ ਪੀਨਾਂਗ ਵਿਚ ਤੈਨਾਤ ਕੀਤੇ ਭਾਰਤੀ ਫ਼ੌਜ ਦੇ ਸਿੱਖ ਸਿਪਾਹੀਆਂ ਨਾਲ ਤਾਲਮੇਲ ਕੀਤਾ ਅਤੇ ਉਨ੍ਹਾਂ ਨੂੰ ਗ਼ਦਰ ਵਿਚ ਮੱਦਦ ਦੇਣ ਲਈ ਕਿਹਾ। ਇਸ ਦੇ ਨਾਲ ਹੀ ਸ਼ਹਿਰ ਵਿਚ ਅਸਲੇ ਦੀਆਂ ਦੁਕਾਨਾਂ ਦੀ ਨਿਸ਼ਾਨਦੇਹੀ ਕਰਨ ਤੇ ਇਨ੍ਹਾਂ ਨੂੰ ਲੁੱਟਣ ਦੀ ਪਲੈਨ ਬਣਾਈ ਗਈ। ਪੁਲਿਸ ਦੇ ਠਾਣਿਆਂ ਵਿੱਚੋਂ ਅਸਲਾ ਲੁੱਟਣ ਬਾਰੇ ਵੀ ਵਿਚਾਰਾਂ ਹੋਈਆਂ। ਮੁਸਾਫ਼ਰਾਂ ਨੇ ਇਨ੍ਹਾਂ ਤਜਵੀਜ਼ਾਂ ਉੱਤੇ ਵਿਚਾਰ ਕਰਨ ਲਈ ਗੁਰਦੁਆਰੇ ਵਿਚ

ਇਕੱਠੇ ਹੋਣ ਦਾ ਯਤਨ ਕੀਤਾ, ਪਰ ਪ੍ਰਸ਼ਾਸਨ ਨੇ ਚੌਕਸੀ ਵਜੋਂ ਪਹਿਲਾਂ ਹੀ ਗੁਰਦੁਆਰੇ ਦੁਆਲੇ ਹਥਿਆਰਬੰਦ ਗਾਰਡ ਤੈਨਾਤ ਕਰ ਦਿੱਤੇ ਸਨ, ਜਿਨ੍ਹਾਂ ਨੇ ਮੁਸਾਫ਼ਰਾਂ ਨੂੰ ਗੁਰਦੁਆਰੇ ਵਿਚ ਦਾਖ਼ਲ ਹੋਣ ਤੋਂ ਰੋਕ ਦਿੱਤਾ। ਅਗਲੇ ਦਿਨ ਗ਼ਦਰੀ ਆਗੂਆਂ ਦਾ ਵਫ਼ਦ ਪੀਨਾਂਗ ਦੇ ਗਵਰਨਰ ਨੂੰ ਮਿਲਿਆ ਅਤੇ ਜਹਾਜ਼ ਨੂੰ ਬਿਨਾਂ ਵਜ੍ਹਾ ਰੋਕੀ ਰੱਖਣ ਉੱਤੇ ਸਖ਼ਤ ਨਰਾਜ਼ਗੀ ਦਿਖਾਈ। ਮੁਸਾਫ਼ਰਾਂ ਦੇ ਦਬਾਅ ਪਾਉਣ 'ਤੇ ਜਹਾਜ਼ਾਂ ਨੂੰ ਤੋਰਨ ਦੀ ਪ੍ਰਵਾਨਗੀ ਮਿਲ ਗਈ। ਇਥੋਂ ਚੱਲ ਕੇ 'ਤੋਸ਼ਾ ਮਾਰੂ' ਰੰਗੂਨ ਦੇ ਘਾਟ ਉੱਤੇ ਰੁਕਿਆ ਜਿਥੇ ਫਿਰ ਗ਼ਦਰੀ ਆਗੂਆਂ ਨੇ ਗੁਰਦੁਆਰੇ ਵਿਚ ਇਕੱਠੇ ਹੋਣ ਅਤੇ ਫ਼ੌਜ ਦੇ ਸਿੱਖ ਜਵਾਨਾਂ ਨਾਲ ਰਾਬਤਾ ਬਣਾਉਣ ਦਾ ਯਤਨ ਕੀਤਾ। ਪਰ ਸਥਾਨਕ ਪ੍ਰਸ਼ਾਸਨ ਨੇ ਇਸ ਦੀ ਇਜਾਜ਼ਤ ਨਾ ਦਿੱਤੀ।

29 ਅਕਤੂਬਰ ਨੂੰ 'ਤੋਸ਼ਾ ਮਾਰੂ' ਕਲਕੱਤੇ ਦੇ ਘਾਟ 'ਤੇ ਜਾ ਲੱਗਿਆ। ਇਸ ਵਿਚ ਗ਼ਦਰ ਪਾਰਟੀ ਦੇ ਮੁਖੀ ਆਗੂਆਂ ਸਮੇਤ ਢਾਈ ਸੌ ਦੇ ਕਰੀਬ ਮੁਸਾਫ਼ਰ ਸਨ। ਇਸ ਜਹਾਜ਼ ਦੇ ਹਾਂਗਕਾਂਗ ਤੋਂ ਚੱਲਣ ਵੇਲੇ ਅਧਿਕਾਰੀਆਂ ਨੇ ਮੁਸਾਫ਼ਰਾਂ ਦੀ ਸੂਚੀ ਦੇ ਨਾਲ ਹੀ, ਉਨ੍ਹਾਂ ਦੇ ਰਵੱਈਏ ਬਾਰੇ ਸ਼ਿਕਾਇਤ-ਨੁਮਾ ਟਿੱਪਣੀ ਕੀਤੀ ਹੋਈ ਸੀ। ਇਸ ਤੋਂ ਬਾਅਦ ਜਦੋਂ ਇਹ ਜਹਾਜ਼ ਰੰਗੂਨ ਪੁੱਜਾ ਤਾਂ ਉਥੋਂ ਵੀ ਇਸ ਦੇ ਮੁਸਾਫ਼ਰਾਂ ਦੇ 'ਖ਼ਤਰਨਾਕ' ਇਰਾਦਿਆਂ ਨੂੰ ਦਰਸਾਉਂਦੀ ਤਾਰ ਕਲਕੱਤੇ ਪਹੁੰਚੀ ਸੀ। ਇਸ ਕਰਕੇ ਜਹਾਜ਼ ਦੇ ਕਲਕੱਤੇ ਪਹੁੰਚਣ ਤੋਂ ਪਹਿਲਾਂ ਹੀ ਅਧਿਕਾਰੀਆਂ ਨੇ ਘਾਟ ਉੱਤੇ ਫ਼ੌਜ ਤੇ ਪੁਲਿਸ ਤੈਨਾਤ ਕਰਨ ਅਤੇ ਮੁਸਾਫ਼ਰਾਂ ਨੂੰ ਰੇਲ ਗੱਡੀ ਰਾਹੀਂ ਸਿੱਧੇ ਪੰਜਾਬ ਲੈ ਜਾਣ ਦਾ ਫ਼ੈਸਲਾ ਕਰ ਲਿਆ ਸੀ। ਜਹਾਜ਼ ਅਜੇ ਘਾਟ ਤੋਂ ਛੇ ਮੀਲ ਦੂਰ ਸੀ ਜਦੋਂ ਪੰਚਪਾੜਾ ਨਾਂ ਦੇ ਸਥਾਨ 'ਤੇ ਇਕ ਕਸਟਮ ਅਧਿਕਾਰੀ ਅਤੇ ਡਾਕਟਰ ਦੇ ਭੇਸ ਵਿਚ ਪੁਲਿਸ ਦਾ ਸਬ-ਇਨਸਪੈਕਟਰ ਜਹਾਜ਼ ਵਿਚ ਚੜ੍ਹ ਗਿਆ ਸੀ। ਇਸ ਤਰ੍ਹਾਂ, ਜਹਾਜ਼ ਦੇ ਘਾਟ 'ਤੇ ਲੱਗਣ ਤੋਂ ਪਹਿਲਾਂ ਹੀ ਮੁਸਾਫ਼ਰਾਂ ਦੇ ਸਾਮਾਨ ਦੀ ਤਲਾਸ਼ੀ ਲਈ ਗਈ। ਫਿਰ ਮੁਸਾਫ਼ਰਾਂ ਨੂੰ ਵੀਹ ਵੀਹ ਦੀਆਂ ਟੋਲੀਆਂ ਵਿਚ ਜਹਾਜ਼ ਤੋਂ ਉਤਾਰਿਆ ਗਿਆ। ਉਨ੍ਹਾਂ ਦੀਆਂ ਜਾਮਾ ਤਲਾਸ਼ੀਆਂ ਲਈਆਂ ਗਈਆਂ ਅਤੇ ਸਾਰਿਆਂ ਦੇ ਨਾਵਾਂ, ਪਿੰਡਾਂ ਤੇ ਅਤੀਤ ਬਾਰੇ ਭਰਵੀਂ ਪੁੱਛ-ਗਿੱਛ ਕੀਤੀ ਗਈ। ਇਸ ਆਧਾਰ 'ਤੇ ਉਨ੍ਹਾਂ ਨੂੰ ਮੋਟੇ ਤੌਰ 'ਤੇ ਤਿੰਨ ਵਰਗਾਂ ਵਿਚ ਵੰਡਿਆ ਗਿਆ। 79 ਮੁਸਾਫ਼ਰਾਂ ਨੂੰ 'ਖ਼ਤਰਨਾਕ' ਕਰਾਰ ਦਿੱਤਾ ਗਿਆ ਅਤੇ ਉਨ੍ਹਾਂ ਨੂੰ ਪੁਲਿਸ ਦੇ ਪਹਿਰੇ ਹੇਠ ਪੰਜਾਬ ਲੈ ਜਾਣ ਦਾ ਨਿਰਣਾ ਹੋਇਆ। 100 ਵਿਅਕਤੀਆਂ ਨੂੰ 'ਘੱਟ ਖ਼ਤਰਨਾਕ' ਪਰੰਤੂ 'ਅਣਚਾਹੇ' ਕਰਾਰ ਦਿੱਤਾ ਗਿਆ ਅਤੇ ਇਨ੍ਹਾਂ ਨੂੰ ਵਿਸ਼ੇਸ਼ ਗੱਡੀ ਰਾਹੀਂ ਪੰਜਾਬ ਲਿਜਾ ਕੇ ਛੱਡ ਦੇਣ ਦਾ ਫ਼ੈਸਲਾ ਹੋਇਆ। 67 ਮੁਸਾਫ਼ਰਾਂ ਨੂੰ ਬੇਕਸੂਰ ਸਮਝ ਕੇ ਖੁੱਲ੍ਹੇ ਛੱਡ ਦਿੱਤਾ ਗਿਆ।

ਅਲੱਗ ਛਾਂਟੇ 179 ਮੁਸਾਫ਼ਰਾਂ ਨੂੰ ਕਲਕੱਤਿਓਂ ਰੇਲ ਗੱਡੀ ਵਿਚ ਚਾੜ੍ਹ ਕੇ, ਪੰਜਾਬ ਪੁਲਿਸ ਦੇ ਇਕ ਬਰਤਾਨਵੀ ਤੇ ਇਕ ਭਾਰਤੀ ਅਫ਼ਸਰ ਸਮੇਤ ਢਾਕਾ ਮਿਲਟਰੀ ਪੁਲਿਸ ਦੇ ਸੌ ਜਵਾਨਾਂ ਦੇ ਪਹਿਰੇ ਹੇਠ, ਰਾਏਵਿੰਡ* ਲਿਜਾਇਆ ਗਿਆ। 31 ਅਕਤੂਬਰ ਨੂੰ ਜਦ ਇਹ ਗੱਡੀ ਰਾਏਵਿੰਡ ਜਾ ਲੱਗੀ ਤਾਂ ਓਥੇ ਪੰਜਾਬ ਦੀ ਸੀ.ਆਈ.ਡੀ. ਦਾ ਇਕ ਅਫ਼ਸਰ ਨਜ਼ਰਬੰਦ ਕਰਨ ਦੇ ਵਰੰਟ ਲੈ ਕੇ ਤਿਆਰ ਖੜ੍ਹਾ ਸੀ। ਓਡਵਾਇਰ ਦੇ ਹੁਕਮ ਅਧੀਨ, ਵਰੰਟਾਂ ਦੀ ਸੂਚੀ ਵਿਚ ਮੌਕੇ 'ਤੇ ਹੀ ਸੌ ਗ਼ਦਰੀਆਂ, ਜਿਨ੍ਹਾਂ ਦਾ ਰਵੱਈਆ ਜ਼ਿਆਦਾ ਖ਼ਤਰਨਾਕ ਜਾਪਿਆ, ਦੇ ਨਾਂ ਸ਼ਾਮਲ ਕਰ ਲਏ ਗਏ ਅਤੇ ਉਨ੍ਹਾਂ ਨੂੰ ਮੁਲਤਾਨ ਤੇ ਮਿੰਟਗੁਮਰੀ

* ਇਹ ਰੇਲਵੇ ਸਟੇਸ਼ਨ ਲਾਹੌਰ ਤੋਂ 40 ਕਿਲੋਮੀਟਰ ਦੀ ਦੂਰੀ 'ਤੇ ਪੈਂਦਾ ਹੈ।

ਦੀਆਂ ਜੇਲ੍ਹਾਂ ਵਿਚ ਭੇਜਿਆ ਗਿਆ। ਬਾਕੀਆਂ ਨੂੰ ਆਪੋ-ਆਪਣੇ ਪਿੰਡਾਂ ਦੀ ਜੂਹ ਵਿਚ ਰਹਿਣ ਦੇ ਹੁਕਮ ਦੇ ਕੇ ਛੱਡ ਦਿੱਤਾ ਗਿਆ।

ਉਧਰ 'ਮਸ਼ੀਮਾ ਮਾਰੂ' 25 ਅਕਤੂਬਰ ਨੂੰ ਕੋਲੰਬੋ ਜਾ ਲੱਗਾ। ਉਸ ਵਿਚ ਸਵਾਰ ਗ਼ਦਰੀ ਕੋਲੰਬੋ ਤੋਂ ਮਦਰਾਸ ਹੁੰਦੇ ਹੋਏ ਪੰਜਾਬ ਜਾ ਪਹੁੰਚੇ। ਭਾਈ ਨਿਧਾਨ ਸਿੰਘ ਚੁੱਘਾ ਆਪਣੇ ਜਥੇ ਦੇ ਕੁਝ ਸਾਥੀਆਂ ਨੂੰ ਨਾਲ ਲੈ ਕੇ ਮਦਰਾਸ ਤੋਂ ਸ੍ਰੀ ਹਜ਼ੂਰ ਸਾਹਿਬ ਚਲੇ ਗਏ ਅਤੇ ਉਥੇ ਕੁਝ ਦਿਨ ਦਰਸ਼ਨ ਦੀਦਾਰ ਕਰਨ ਤੋਂ ਬਾਅਦ ਪੰਜਾਬ ਪਹੁੰਚੇ।

ਇਸ ਉਪਰੰਤ ਇਕ ਇਕ ਕਰਕੇ ਜਹਾਜ਼ ਕਲਕੱਤੇ ਆਉਂਦੇ ਰਹੇ ਅਤੇ ਉਨ੍ਹਾਂ ਦੇ ਮੁਸਾਫ਼ਰਾਂ ਨਾਲ ਇਹੀ ਵਰਤਾਉ ਹੁੰਦਾ ਰਿਹਾ। ਕੁਝ ਨੂੰ ਜੇਲ੍ਹੀਂ ਡੱਕ ਦਿੱਤਾ ਗਿਆ, ਕੁਝ ਪਿੰਡਾਂ ਅੰਦਰ ਜੂਹ ਬੰਦ ਕੀਤੇ ਗਏ, ਅਤੇ ਜਿਨ੍ਹਾਂ ਦੇ ਖ਼ਿਲਾਫ਼ ਕੋਈ ਸਬੂਤ ਨਹੀਂ ਸਨ, ਉਨ੍ਹਾਂ ਨੂੰ ਛੱਡ ਦਿੱਤਾ ਗਿਆ। ਲਾਰਡ ਹਾਰਡਿੰਗ ਆਪਣੀ ਕਿਤਾਬ *ਮਾਈ ਇੰਡੀਅਨ ਯੀਅਰਜ਼* ਵਿਚ ਲਿਖਦਾ ਹੈ:

> "ਓਡਵਾਇਰ ਦੀ ਦਰਖ਼ਾਸਤ ਉੱਤੇ ਮੈਂ 300 ਤੋਂ ਵੱਧ ਸਿੱਖ ਇਨਕਲਾਬੀਆਂ ਨੂੰ ਬੰਗਾਲ ਦੇ 1818 ਵਾਲੇ ਤੀਜੇ ਰੈਗੂਲੇਸ਼ਨ ਹੇਠ ਗ੍ਰਿਫ਼ਤਾਰ ਕਰ ਕੇ ਜੇਲ੍ਹਾਂ ਵਿਚ ਬੰਦ ਕਰਨ ਤੇ ਇਸ ਤੋਂ ਕਿਤੇ ਵੱਧ ਨੂੰ ਪੁਲਿਸ ਦੀ ਨਿਗਰਾਨੀ ਹੇਠ ਰੱਖਣ ਦੇ ਅਖ਼ਤਿਆਰ ਦਿੱਤੇ।"[26]

'ਅੰਗਰੇਜ਼ੀ ਸਾਮਰਾਜ ਵੱਲੋਂ ਇਸ ਨੂੰ ਸਿੱਖਾਂ ਦੀ ਲਹਿਰ ਸਮਝ ਕੇ ਕਈ ਹਿੰਦੂ, ਮੁਸਲਮਾਨ ਤੇ ਮੋਨੇ ਗ਼ਦਰੀ ਛੱਡ ਦਿੱਤੇ ਜਾਂਦੇ ਰਹੇ ਤੇ ਬਾਹਲਾ ਕੇਸਾਂ ਵਾਲਿਆਂ ਨੂੰ ਹੀ ਡੱਕਿਆ ਜਾਂਦਾ ਰਿਹਾ। ਇਸ ਤਰ੍ਹਾਂ ...ਸ੍ਰੀ ਪਰਮਾਨੰਦ ਝਾਂਸੀ, ਪੰਡਤ ਜਗਤ ਰਾਮ, ਤੇ ਭਾਈ ਪਿਰਥੀ ਸਿੰਘ ਲਾਲੜੂ ਕਲਕੱਤਿਓਂ ਲੁਧਿਆਣੇ ਨੂੰ ਗੱਡੀ ਉੱਤੋਂ ਰਾਹ ਵਿਚ ਹੀ ਉਤਰ ਗਏ ਤੇ ਗਾਰਦ ਨੇ ਗ਼ੈਰ-ਸਿੱਖ ਸਮਝ ਕੇ ਇਸ ਗੱਲ ਨੂੰ ਨਾ ਗੌਲਿਆ।'[27] ਪੰਡਤ ਕਾਂਸ਼ੀ ਰਾਮ ਮੜੌਲੀ ਤੇ ਪੰਡਤ ਰਾਮ ਰੱਖਾ 12 ਨਵੰਬਰ ਨੂੰ 'ਲਾਮਾ' ਜਹਾਜ਼ ਵਿੱਚੋਂ ਕਲਕੱਤੇ ਉਤਰੇ ਅਤੇ ਬਿਨਾਂ ਕਿਸੇ ਰੋਕ ਟੋਕ ਤੋਂ ਪੰਜਾਬ ਜਾਣ ਵਿਚ ਸਫਲ ਹੋ ਗਏ। ਇਸੇ ਤਰ੍ਹਾਂ, ਵਿਸ਼ਨੂੰ ਗਣੇਸ਼ ਪਿੰਗਲੇ ਵੀ 'ਸਲਾਮਸ' ਜਹਾਜ਼ ਰਾਹੀਂ 20 ਨਵੰਬਰ ਨੂੰ ਕਲਕੱਤੇ ਜਾ ਉਤਰਿਆ ਸੀ। ਭਾਈ ਗੁੱਜਰ ਸਿੰਘ ਭਕਨਾ, ਭਾਈ ਪ੍ਰੇਮ ਸਿੰਘ ਤੇ ਭਾਈ ਜਗਤ ਸਿੰਘ ਸੁਰਸਿੰਘੀਏ ਵੀ ਪੁਲਿਸ ਨੂੰ ਚਕਮਾ ਦੇਣ ਵਿਚ ਸਫਲ ਹੋ ਗਏ ਸਨ। ਬਾਬਾ (ਸੰਤ) ਵਿਸਾਖਾ ਸਿੰਘ 'ਕਟਾਨੂ ਮਾਰੂ' ਰਾਹੀਂ 7 ਜਨਵਰੀ ਨੂੰ ਕੋਲੰਬੋ ਉਤਰੇ ਅਤੇ ਭਾਈ ਕਰਤਾਰ ਸਿੰਘ ਸਰਾਭਾ ਵਾਂਗੂੰ ਧਨੁਸ਼ਕੋਡੀ ਤੋਂ ਰੇਲ ਗੱਡੀ ਲੈ ਕੇ ਅੰਮ੍ਰਿਤਸਰ ਪਹੁੰਚ ਗਏ। ਇਸ ਤਰ੍ਹਾਂ, ਭਾਵੇਂ ਕਿ ਗ਼ਦਰ ਪਾਰਟੀ ਦੇ ਬਹੁਤ ਸਾਰੇ ਮੁੱਖ ਆਗੂ ਤੇ ਵਰਕਰ ਜਹਾਜ਼ਾਂ ਤੋਂ ਉਤਰਦਿਆਂ ਹੀ ਪੁਲਿਸ ਦੀ ਕੁੜਿੱਕੀ ਵਿਚ ਆ ਗਏ ਸਨ, ਪਰ ਇਕ ਹਜ਼ਾਰ ਦੇ ਕਰੀਬ ਗ਼ਦਰੀ ਫਿਰ ਵੀ ਪੁਲਿਸ ਦੀਆਂ ਨਿਗਾਹਾਂ ਤੋਂ ਬਚ ਕੇ ਪੰਜਾਬ ਪਹੁੰਚਣ ਵਿਚ ਸਫਲ ਹੋ ਗਏ ਸਨ।

ਅੰਗਰੇਜ਼ ਸਰਕਾਰ ਨੇ ਵਿਅਕਤੀਆਂ ਨਾਲੋਂ ਵੀ ਵੱਧ ਹਥਿਆਰਾਂ ਦੀ ਆਮਦ ਰੋਕਣ ਲਈ ਪੂਰੀ ਵਾਹ ਲਾ ਦਿੱਤੀ ਸੀ। ਹਾਂਗਕਾਂਗ ਤੋਂ ਹੀ ਸਾਰੇ ਜਹਾਜ਼ਾਂ ਦੀਆਂ ਭਰਵੀਆਂ ਤਲਾਸ਼ੀਆਂ ਸ਼ੁਰੂ ਹੋ ਜਾਂਦੀਆਂ ਸਨ। ਰਸਤੇ ਵਿਚ ਸਿੰਗਾਪੁਰ, ਪੀਨਾਂਗ ਤੇ ਰੰਗੂਨ ਵਿਚ ਵੀ ਜ਼ਰਾ ਸ਼ੱਕ ਪੈਣ 'ਤੇ ਸਾਮਾਨ ਫਰੋਲਿਆ ਜਾਂਦਾ ਸੀ ਅਤੇ ਜੇਕਰ ਕੋਈ ਹਥਿਆਰ ਜਾਂ

26. Lord Hardinge, *My Indian Years,* p 116.
27. ਗੁਰਚਰਨ ਸਿੰਘ ਸੈਂਸਰਾ, *ਗ਼ਦਰ ਪਾਰਟੀ ਦਾ ਇਤਿਹਾਸ,* ਸਫ਼ੇ 171, 175.

ਗੋਲੀ ਸਿੱਕਾ ਹੱਥ ਲੱਗਦਾ, ਉਸ ਨੂੰ ਝੱਟ ਜ਼ਬਤ ਕਰ ਲਿਆ ਜਾਂਦਾ ਸੀ। ਕਲਕੱਤੇ ਦੇ ਘਾਟ ਉੱਤੇ ਤਾਂ ਸਾਮਾਨ ਦਾ ਤੀਲਾ ਤੀਲਾ ਫਰੋਲਿਆ ਜਾਂਦਾ। ਪਰ ਇਸ ਸਾਰੇ ਕੁਝ ਦੇ ਬਾਵਜੂਦ, ਕੁਝ ਜੁਗਤੀ ਗ਼ਦਰੀ ਫਿਰ ਵੀ ਥੋੜ੍ਹੇ ਬਹੁਤ ਹਥਿਆਰ ਲੁਕੋ ਕੇ ਲਿਆਉਣ ਵਿਚ ਕਾਮਯਾਬ ਹੋ ਗਏ ਸਨ। ਭਾਈ ਨਿਧਾਨ ਸਿੰਘ ਚੁੱਘਾ ਨੇ ਬਾਲਟੀਆਂ ਦੇ ਥੱਲਿਆਂ ਵਿਚ ਪਿਸਤੌਲ ਲੁਕੋ ਕੇ ਲਿਆਉਣ ਦਾ ਯਤਨ ਕੀਤਾ। ਪਰ ਤਲਾਸ਼ੀਆਂ ਦੌਰਾਨ ਪੁਲਿਸ ਨੂੰ ਉਸ ਦੀ ਇਸ 'ਚਲਾਕੀ' ਦਾ ਪਤਾ ਚੱਲ ਗਿਆ ਅਤੇ ਮੋਟੇ ਥੱਲਿਆਂ ਵਾਲੀਆਂ 20 ਦੇ ਕਰੀਬ ਬਾਲਟੀਆਂ ਜ਼ਬਤ ਕਰ ਲਈਆਂ ਗਈਆਂ। ਇਕ ਗ਼ਦਰੀ ਆਪਣੇ ਵੱਡੇ ਆਕਾਰ ਦੇ ਬੂਟ ਵਿਚ ਪਿਸਤੌਲ ਲੁਕੋ ਕੇ ਲਿਆਉਣ ਵਿਚ ਸਫਲ ਹੋ ਗਿਆ ਸੀ। ਜੰਡਿਆਲਾ (ਜਲੰਧਰ) ਪਿੰਡ ਦਾ ਗੁਰਦਿੱਤਾ ਸਾਰਿਆਂ ਨਾਲੋਂ ਵੱਧ 'ਢੰਗੀ' ਨਿਕਲਿਆ। ਉਸ ਨੇ ਮੇਜ਼ ਦੀਆਂ ਲੱਤਾਂ ਅੰਦਰੋਂ ਖੋਖਲੀਆਂ ਕਰ ਕੇ, ਉਨ੍ਹਾਂ ਵਿਚ ਪੰਜ ਪਿਸਤੌਲ ਫਿੱਟ ਕਰ ਲਏ ਸਨ, ਅਤੇ ਇਸ ਦੇ ਨਾਲ ਹੀ, ਲੱਕੜ ਦੇ ਸੰਦੂਕ ਦੇ ਚਾਰੇ ਪਾਸਿਆਂ 'ਤੇ ਵਰਮੇ ਨਾਲ ਮੋਰੀਆਂ ਕਰ ਕੇ ਉਨ੍ਹਾਂ ਵਿਚ ਕਈ ਸੌ ਕਾਰਤੂਸ ਲੁਕੋ ਲਏ ਸਨ। ਕੋਲੰਬੋ ਦੇ ਘਾਟ 'ਤੇ ਕਸਟਮ ਅਧਿਕਾਰੀਆਂ ਨੂੰ ਉਸ ਦੀ ਇਸ 'ਚਲਾਕੀ' ਦਾ ਕੋਈ ਪਤਾ ਨਾ ਲੱਗਿਆ। ਉਸ ਨੇ ਧਨੁਸ਼ਕੋੜੀ ਤੋਂ ਰੇਲ ਗੱਡੀ ਦੇ ਸਾਧਾਰਨ ਦਰਜੇ ਵਿਚ ਸਫ਼ਰ ਕਰਨ ਦੀ ਥਾਂ ਸੈਕਿੰਡ ਕਲਾਸ ਵਿਚ ਸਫ਼ਰ ਕਰਨ ਦੀ ਤਰਕੀਬ ਅਜ਼ਮਾਈ ਅਤੇ ਸਾਰਾ ਸਾਮਾਨ ਲੈ ਕੇ ਸੁੱਖੀਂ ਸਾਂਦੀ ਘਰ ਪਹੁੰਚ ਗਿਆ ਸੀ। ਸਾਮਾਨ ਘਰੇ ਟਿਕਾ ਕੇ ਉਹ ਅਗਲੇ ਦਿਨ ਲੁਧਿਆਣੇ ਆਪਣੇ ਆਪ ਹੀ ਪੁੱਛ-ਗਿੱਛ ਲਈ ਜਾ ਹਾਜ਼ਰ ਹੋਇਆ ਸੀ।

ਇਨ੍ਹਾਂ ਗੱਲਾਂ ਤੋਂ ਗ਼ਦਰੀ ਸੰਗਰਾਮੀਆਂ ਦੀ ਲਗਨ, ਦ੍ਰਿੜ੍ਹਤਾ, ਜੋਸ਼-ਤੀਬਰਤਾ ਤੇ ਪ੍ਰਤਿਭਾ ਦੇ ਪ੍ਰਤੱਖ ਪ੍ਰਮਾਣ ਮਿਲਦੇ ਹਨ।

9

ਆਪਣੇ ਦੇਸ਼ ਅੰਦਰ 'ਆਪਣਿਆਂ' ਦੀ ਤਲਾਸ਼

ਅਣਕਿਆਸੀਆਂ ਮੁਸ਼ਕਲਾਂ ਤੇ ਚੁਣੌਤੀਆਂ

ਦੇਸ਼ ਪਹੁੰਚ ਕੇ ਗ਼ਦਰੀਆਂ ਸਾਹਮਣੇ ਪਹਾੜ ਜਿੱਡੇ ਕਾਰਜ ਪਏ ਸਨ। ਪਾਰਟੀ ਦੇ ਪ੍ਰਮੁੱਖ ਆਗੂਆਂ ਦੇ ਗ੍ਰਿਫ਼ਤਾਰ ਹੋ ਜਾਣ ਕਰਕੇ ਇਨ੍ਹਾਂ ਕਾਰਜਾਂ ਦਾ ਬੋਝ ਸਭ ਨਾਲੋਂ ਵੱਧ ਭਾਈ ਕਰਤਾਰ ਸਿੰਘ ਸਰਾਭਾ ਦੇ ਮਲੂਕ ਮੋਢਿਆਂ 'ਤੇ ਆਣ ਪਿਆ ਸੀ।

ਜਥੇਬੰਦਕ ਕਾਰਜ

ਗ਼ਦਰ ਪਾਰਟੀ ਦੀ ਸਥਾਪਨਾ ਕਰਨ ਵੇਲੇ ਘੱਟੋ-ਘੱਟ ਪੰਜ ਛੇ ਸਾਲਾਂ ਦਾ ਸਮਾਂ ਮਿਥ ਕੇ ਕੰਮਾਂ ਦੀ ਵਿਉਂਤਬੰਦੀ ਕੀਤੀ ਗਈ ਸੀ। ਜਿਸ ਅਨੁਸਾਰ ਅਮਰੀਕਾ, ਕੈਨੇਡਾ ਤੇ ਧੁਰ ਪੂਰਬ ਦੇ ਟਾਪੂਆਂ ਅੰਦਰ ਪਾਰਟੀ ਦਾ ਮਜ਼ਬੂਤ ਢਾਂਚਾ ਖੜਾ ਕਰ ਲੈਣ ਤੋਂ ਬਾਅਦ ਭਾਰਤ ਅੰਦਰ ਵੀ ਉਸੇ ਨਮੂਨੇ 'ਤੇ ਕੰਮ ਕਰਨ ਦੀ ਕਲਪਨਾ ਕੀਤੀ ਗਈ ਸੀ। ਉਸ ਵਕਤ ਗ਼ਦਰੀ ਆਗੂਆਂ ਨੂੰ ਦੇਸ਼ ਦੀ ਆਮ ਜਨਤਾ ਤੋਂ ਇਲਾਵਾ ਕੁਝ ਬਾਰਸੂਖ਼ 'ਕੌਮੀ' ਆਗੂਆਂ ਵੱਲੋਂ ਵੀ ਪੁਰਜੋਸ਼ ਹਮਾਇਤ ਮਿਲਣ ਦੀ ਉਮੀਦ ਸੀ। ਪਰ ਜੰਗ ਅੰਦਾਜ਼ੇ ਨਾਲੋਂ ਬਹੁਤ ਪਹਿਲਾਂ ਛਿੜ ਪੈਣ ਕਰਕੇ ਪਾਰਟੀ ਨੂੰ ਇਕਦਮ ਆਪਣੀ ਪਹਿਲੀ ਯੋਜਨਾ ਬਦਲਣੀ ਪੈ ਗਈ ਸੀ। ਗ਼ਦਰੀਆਂ ਨੂੰ ਬਹੁਤ ਕਾਹਲੀ ਨਾਲ, ਹਫ਼ੜਾ ਦਫ਼ੜੀ ਵਿਚ ਦੇਸ਼ ਨੂੰ ਚੱਲਣਾ ਪੈ ਗਿਆ ਸੀ। ਜੰਗ ਛਿੜਨ ਤੋਂ ਪਹਿਲਾਂ ਦੇਸ਼ ਅੰਦਰ ਆ ਕੇ ਜਿਸ ਕਿਸਮ ਦੀਆਂ ਤਿਆਰੀਆਂ ਕਰਨ ਬਾਰੇ ਸੋਚਿਆ ਗਿਆ ਸੀ, ਉਨ੍ਹਾਂ ਉੱਤੇ ਇੰਨ-ਬਿੰਨ ਅਮਲ ਕਰਨਾ ਸੰਭਵ ਨਹੀਂ ਰਿਹਾ ਸੀ। ਸਭ ਕੁਝ ਨਵੇਂ ਸਿਰਿਓਂ ਸੋਚਣਾ, ਵਿਉਂਤਣਾ ਤੇ ਕਰਨਾ ਪੈ ਗਿਆ ਸੀ। ਹਾਲਤਾਂ ਕਈ ਪੱਖਾਂ ਤੋਂ ਉਲਟੇ ਰੁਖ਼ ਮੋੜਾ ਕੱਟ ਗਈਆਂ ਸਨ। ਪਾਰਟੀ ਨੂੰ ਸਭ ਨਾਲੋਂ ਵੱਡੀ ਸੱਟ ਇਹ ਵੱਜੀ ਕਿ ਇਸ ਦੇ ਕੁਝ ਚੋਟੀ ਦੇ ਆਗੂ, ਪ੍ਰਧਾਨ ਸੋਹਣ ਸਿੰਘ ਭਕਨਾ ਸਮੇਤ ਦੋਨੋਂ ਮੀਤ ਪ੍ਰਧਾਨ - ਭਾਈ ਕੇਸਰ ਸਿੰਘ ਠੱਠਗੜ੍ਹ ਤੇ ਭਾਈ ਜਵਾਲਾ ਸਿੰਘ ਠੱਠੀਆਂ ਅਤੇ ਮਾਸਟਰ ਊਧਮ ਸਿੰਘ ਕਸੇਲ ਆਦਿ ਜਹਾਜ਼ਾਂ ਤੋਂ ਉਤਰਦੇ ਹੀ ਗ੍ਰਿਫ਼ਤਾਰ ਕਰ ਲਏ ਗਏ ਸਨ। ਜਿਸ ਨਾਲ ਲੀਡਰਸ਼ਿਪ ਦਾ ਵੱਡਾ ਖ਼ਲਾਅ ਪੈਦਾ ਹੋ ਗਿਆ ਸੀ। ਇਸ ਦੇ ਨਾਲ ਹੀ ਦਰਜਨਾਂ ਦੀ ਗਿਣਤੀ ਵਿਚ ਤਜਰਬੇਕਾਰ ਵਰਕਰ ਵੀ ਜੇਲ੍ਹਾਂ ਵਿਚ ਬੰਦ ਕਰ ਦਿੱਤੇ ਗਏ ਸਨ। ਜਿਸ ਸਦਕਾ ਪਾਰਟੀ ਦਾ ਜਥੇਬੰਦਕ ਢਾਂਚਾ ਪੂਰੀ ਤਰ੍ਹਾਂ ਬਿਖਰ ਗਿਆ ਸੀ। ਖਿੰਡੇ ਬਿਖਰੇ ਪਾਰਟੀ ਵਰਕਰਾਂ ਨਾਲ ਤਾਲਮੇਲ ਕਰਨਾ ਅਤੇ ਉਨ੍ਹਾਂ ਨੂੰ ਕੋਈ ਜਥੇਬੰਦਕ ਸਰੂਪ ਦੇਣਾ ਪਹਿਲੀ ਲੋੜ ਬਣ ਗਈ ਸੀ। ਇਸ ਤੋਂ ਬਿਨਾਂ ਹੋਰ ਕੋਈ ਵੀ ਕੰਮ ਕਰ ਸਕਣਾ ਸੰਭਵ ਨਹੀਂ ਸੀ। ਪਰ ਸਰਕਾਰੀ ਸਖ਼ਤੀਆਂ ਕਰਕੇ ਅਤੇ ਬਾਹਰੋਂ ਆਏ ਇਨਕਲਾਬੀਆਂ

ਨੂੰ ਸਥਾਨਕ ਹਾਲਤਾਂ ਦਾ ਪੂਰਾ ਗਿਆਨ ਨਾ ਹੋਣ ਕਾਰਨ ਇਹ ਕਾਰਜ ਬਹੁਤ ਦੁੱਭਰ ਬਣ ਗਿਆ ਸੀ। ਇਸ ਕਾਰਜ ਦਾ ਜ਼ੁੰਮਾ, ਗ੍ਰਿਫ਼ਤਾਰੀਆਂ ਤੋਂ ਬਚੇ ਚੰਦ ਕੁ ਆਗੂਆਂ ਨੂੰ ਓਟਣਾ ਪੈ ਗਿਆ ਸੀ। ਇਹ ਜ਼ੁੰਮੇਵਾਰੀ ਭਾਈ ਕਰਤਾਰ ਸਿੰਘ ਸਰਾਭਾ ਨੇ ਬਾਖ਼ੂਬੀ ਨਿਭਾਈ। ਉਹ ਬਾਕੀ ਗ਼ਦਰੀਆਂ ਨਾਲੋਂ ਤਕਰੀਬਨ ਇਕ ਮਹੀਨਾ ਪਹਿਲਾਂ, ਸਤੰਬਰ ਦੇ ਤੀਜੇ ਹਫ਼ਤੇ ਦੇ ਅਖ਼ੀਰ ਜਿਹੇ ਵਿਚ ਪੰਜਾਬ ਪਹੁੰਚ ਗਿਆ ਸੀ। ਬਾਕੀ ਗ਼ਦਰੀ ਨਵੰਬਰ ਦੇ ਮੁੱਢ ਵਿਚ ਆਉਣੇ ਸ਼ੁਰੂ ਹੋਏ ਸਨ। ਸਰਾਭਾ ਆਉਣ ਵਾਲੇ ਗ਼ਦਰੀਆਂ ਨਾਲ ਸੰਪਰਕ ਕਰਨ ਲਈ ਮਾਝੇ ਤੋਂ ਲੈ ਕੇ ਮਾਲਵੇ ਤਕ ਤੂਫ਼ਾਨੀ ਗੇੜੇ ਮਾਰਦਾ, ਗ੍ਰਿਫ਼ਤਾਰ ਹੋਏ ਜਾਂ ਰੂਪੋਸ਼ ਹੋਏ ਗ਼ਦਰੀਆਂ ਦੇ ਪਰਿਵਾਰਾਂ ਨੂੰ ਮਿਲਦਾ ਤੇ ਹੌਂਸਲਾ ਦਿੰਦਾ, ਅਤੇ ਕੰਮ ਕਰਨ ਲਈ ਉਤਾਵਲੇ ਵਰਕਰਾਂ ਨੂੰ ਸੇਧ ਤੇ ਪ੍ਰੇਰਨਾ ਦਿੰਦਾ ਸੀ।

ਬਾਬਾ ਸੋਹਣ ਸਿੰਘ ਭਕਨਾ ਨੂੰ ਗ੍ਰਿਫ਼ਤਾਰ ਕਰ ਕੇ ਕਲਕੱਤੇ ਤੋਂ ਲੁਧਿਆਣੇ ਲਿਆਂਦਾ ਗਿਆ ਸੀ ਅਤੇ ਉਥੇ ਉਸ ਨੂੰ ਪੁੱਛ-ਪੜਤਾਲ ਵਾਸਤੇ ਥੋੜ੍ਹੇ ਦਿਨਾਂ ਲਈ ਪੁਲਿਸ ਦੀ ਨਿਗਰਾਨੀ ਹੇਠ ਜ਼ੈਲਘਰ ਵਿਚ ਖੁੱਲ੍ਹਾ ਹੀ ਰੱਖਿਆ ਗਿਆ ਸੀ। ਇਕ ਦਿਨ ਬਾਬਾ ਭਕਨਾ ਜੀ ਪੁਲਿਸ ਦੀ ਨਿਗਰਾਨੀ ਵਾਲੇ ਸਿਪਾਹੀ ਨੂੰ ਨਾਲ ਲੈ ਕੇ ਬਾਜ਼ਾਰ ਵਿਚ ਫਿਰ ਰਹੇ ਸਨ ਕਿ ਭਾਈ ਕਰਤਾਰ ਸਿੰਘ ਸਰਾਭਾ ਨੇ ਅਚਾਨਕ ਬਾਬਾ ਜੀ ਨੂੰ ਆ ਫ਼ਤਹਿ ਬੁਲਾਈ। ਦੋਵਾਂ ਨੇ ਪੰਜਾਬ ਵਿਚ ਕੰਮ ਚਲਾਉਣ ਬਾਰੇ ਸੰਖੇਪ ਵਿਚ ਵਿਚਾਰ-ਵਟਾਂਦਰਾ ਕੀਤਾ। ਬਾਬਾ ਜੀ ਨੇ ਭਾਈ ਸਰਾਭਾ ਨੂੰ ਕਿਹਾ ਕਿ ਉਹ ਅੰਮ੍ਰਿਤਸਰ ਜਾ ਕੇ ਸਿੱਖ ਆਗੂਆਂ ਨੂੰ ਮਿਲੇ ਅਤੇ ਉਨ੍ਹਾਂ ਨਾਲ ਰਾਜਸੀ ਸਲਾਹ ਮਸ਼ਵਰਾ ਕਰ ਕੇ ਕੰਮ ਕਰਨ ਦੀ ਵਿਉਂਤ ਬਣਾਈ ਜਾਵੇ। ਇਸ ਤੋਂ ਥੋੜ੍ਹੇ ਦਿਨਾਂ ਬਾਅਦ ਬਾਬਾ ਜੀ ਨੂੰ ਜੇਲ੍ਹ ਵਿਚ ਬੰਦ ਕਰਨ ਲਈ ਲੁਧਿਆਣੇ ਤੋਂ ਮੁਲਤਾਨ ਭੇਜਣ ਦਾ ਹੁਕਮ ਹੋ ਗਿਆ। ਜਦ ਬਾਬਾ ਜੀ ਨੂੰ ਬੰਦ ਘੋੜਾ ਗੱਡੀ ਵਿਚ ਪੁਲਿਸ ਦੇ ਸਖ਼ਤ ਪਹਿਰੇ ਹੇਠ ਜ਼ੈਲਘਰ ਤੋਂ ਰੇਲਵੇ ਸਟੇਸ਼ਨ ਨੂੰ ਲਿਜਾਇਆ ਜਾ ਰਿਹਾ ਸੀ, ਤਾਂ ਰਸਤੇ ਵਿਚ ਭਾਈ ਕਰਤਾਰ ਸਿੰਘ ਸਰਾਭਾ ਫਿਰ 'ਛਲੇਡੇ' ਵਾਂਗ ਕਿਤੋਂ ਪ੍ਰਗਟ ਹੋ ਗਿਆ। ਉਸ ਨੇ ਆਪਣਾ ਸਾਈਕਲ ਘੋੜਾ ਗੱਡੀ ਦੇ ਬਰਾਬਰ ਕਰ ਲਿਆ ਅਤੇ ਦੋਵੇਂ ਇਨਕਲਾਬੀਆਂ ਨੇ ਅੱਖਾਂ ਦੇ ਇਸ਼ਾਰੇ ਨਾਲ ਆਪਣੇ ਭਾਵ ਸਾਂਝੇ ਕੀਤੇ। ਸਟੇਸ਼ਨ ਉੱਤੇ ਜਾ ਕੇ ਦੋਵਾਂ ਨੇ ਫਿਰ ਪੁਲਿਸ ਤੋਂ ਬਚ ਬਚਾ ਕੇ, ਪਾਰਟੀ ਦਾ ਕੰਮ ਚਲਾਉਣ ਬਾਰੇ ਜ਼ਰੂਰੀ ਵਿਚਾਰ ਸਾਂਝੇ ਕੀਤੇ। ਇਸ ਤੋਂ ਪਤਾ ਚੱਲਦਾ ਹੈ ਕਿ ਭਾਈ ਸਰਾਭਾ ਲੁਧਿਆਣੇ ਰਹਿ ਕੇ ਬਾਬਾ ਸੋਹਣ ਸਿੰਘ ਭਕਨਾ ਬਾਰੇ ਪੂਰੀ ਸੂਹ ਰੱਖ ਰਿਹਾ ਸੀ ਅਤੇ ਉਨ੍ਹਾਂ ਨਾਲ ਮੁਲਾਕਾਤ ਕਰਨ ਦੇ ਮੌਕੇ ਦੀ ਤਾੜ ਵਿਚ ਰਹਿੰਦਾ ਸੀ।

ਪੈਸੇ ਤੇ ਹਥਿਆਰਾਂ ਦੀ ਸਮੱਸਿਆ

ਪਾਰਟੀ ਨੂੰ ਦੂਸਰੀ ਵੱਡੀ ਸੱਟ ਇਹ ਵੱਜੀ ਕਿ ਅੰਗਰੇਜ਼ ਸਰਕਾਰ ਨੇ, ਗ਼ਦਰੀ ਇਨਕਲਾਬੀਆਂ ਦੇ ਦੇਸ਼ ਅੰਦਰ ਹਥਿਆਰ ਲਿਆਉਣ ਦੇ ਯਤਨ ਨਾਕਾਮ ਕਰ ਦਿੱਤੇ ਸਨ। ਦੇਸ਼ ਅੰਦਰ ਮੁੱਢਲਾ ਕੰਮ ਤੋਰਨ ਲਈ ਪਾਰਟੀ ਨੂੰ ਪਹਿਲਾਂ ਕੁਝ ਹਥਿਆਰ, ਪਿਸਤੌਲ ਤੇ ਦੇਸੀ ਬੰਬ (ਹੱਥ-ਗੋਲੇ) ਆਦਿ, ਜ਼ਰੂਰੀ ਲੋੜੀਂਦੇ ਸਨ। ਇਨ੍ਹਾਂ ਦੀ ਮੱਦਦ ਨਾਲ ਸਰਕਾਰੀ ਖ਼ਜ਼ਾਨੇ ਤੇ ਅਸਲਾਖ਼ਾਨੇ ਲੁੱਟਣ ਦੇ ਮਨਸੂਬੇ ਬਣਾਏ ਗਏ ਸਨ। ਇਹ ਪੈਸੇ ਤੇ ਹਥਿਆਰ ਬਗ਼ਾਵਤ ਦੀ ਕਾਮਯਾਬੀ ਲਈ ਅਤਿ ਜ਼ਰੂਰੀ ਸਨ। ਪਾਰਟੀ ਨੇ ਅਮਰੀਕਾ ਅੰਦਰ ਆਪਣੇ

ਕੁਝ ਬੰਦਿਆਂ ਨੂੰ ਦੇਸੀ ਬੰਬ ਬਣਾਉਣ ਅਤੇ ਪਿਸਤੌਲਾਂ ਤੇ ਬੰਦੂਕਾਂ ਦੀ ਵਰਤੋਂ ਕਰਨ ਦੀ ਮੁੱਢਲੀ ਟਰੇਨਿੰਗ ਦੇ ਦਿੱਤੀ ਸੀ। ਅਮਰੀਕਾ ਤੇ ਕੈਨੇਡਾ ਤੋਂ ਤੁਰਨ ਵੇਲੇ ਕੁਝ ਪਿਸਤੌਲ ਤੇ ਗੋਲੀ ਸਿੱਕਾ ਲੁਕੋ ਕੇ ਲਿਆਉਣ ਦੇ ਪ੍ਰਬੰਧ ਕੀਤੇ ਗਏ ਸਨ। ਕਈਆਂ ਨੇ ਸਰਹਾਣਿਆਂ ਵਿਚ ਪਿਸਤੌਲ ਲੁਕੋ ਲਏ ਸਨ, ਕਿਸੇ ਨੇ ਬਾਲਟੀਆਂ ਦੇ ਥੱਲਿਆਂ ਵਿਚ ਪਿਸਤੌਲ ਤੇ ਗੋਲੀ ਸਿੱਕਾ ਛੁਪਾ ਲਿਆ ਸੀ। ਜਹਾਜ਼ਾਂ ਵਿਚ ਕੋਲੇ ਦੇ ਭੰਡਾਰਾਂ ਵਿਚ ਵੀ ਹਥਿਆਰ ਲੁਕੋਣ ਦੀ ਤਰਕੀਬ ਵਰਤੀ ਗਈ ਸੀ। ਪਰ ਜੰਗ ਛਿੜ ਪੈਣ ਉਪਰੰਤ ਅੰਗਰੇਜ਼ ਸਰਕਾਰ ਦੇ ਹੱਦੋਂ ਵੱਧ ਚੌਕਸ ਹੋ ਜਾਣ ਕਰਕੇ, ਚੋਰੀ ਛੁਪੇ ਹਥਿਆਰ ਲਿਆਉਣ ਦੀਆਂ ਸਾਰੀਆਂ ਕੋਸ਼ਿਸ਼ਾਂ ਫ਼ੇਲ੍ਹ ਹੋ ਗਈਆਂ ਸਨ। ਬਾਬਾ ਸੋਹਣ ਸਿੰਘ ਭਕਨਾ ਨੇ ਯੋਕੋਹਾਮਾ ਵਿਖੇ ਕਾਮਾਗਾਟਾ ਮਾਰੂ ਦੇ ਮੁਸਾਫ਼ਰਾਂ ਨੂੰ ਦੇਸ਼ ਅੰਦਰ ਲਿਜਾਣ ਲਈ ਜਿਹੜੇ ਦੋ ਸੌ ਪਿਸਤੌਲ ਤੇ ਸੈਂਕੜਿਆਂ ਦੀ ਗਿਣਤੀ ਵਿਚ ਕਾਰਤੂਸ ਦਿੱਤੇ ਸਨ, ਸਖ਼ਤ ਤਲਾਸ਼ੀਆਂ ਦੀ ਵਜ੍ਹਾ ਕਰਕੇ ਉਹ ਕਲਕੱਤੇ ਪੁੱਜਣ ਤੋਂ ਪਹਿਲਾਂ ਹੀ ਸਮੁੰਦਰ ਵਿਚ ਸੁੱਟਣੇ ਪੈ ਗਏ ਸਨ। ਇਸੇ ਤਰ੍ਹਾਂ, ਬਾਬਾ ਭਕਨਾ ਨੇ ਸ਼ੰਘਾਈ ਤੋਂ ਆਪਣੇ ਨਾਲ 80 ਪਿਸਤੌਲ ਲਿਆਉਣ ਦਾ ਇੰਤਜ਼ਾਮ ਕੀਤਾ ਸੀ। ਬਾਬਾ ਜੀ ਇਹ ਪਿਸਤੌਲ ਪੇਟੀ ਵਿਚ ਰੱਖ ਕੇ ਸੁੱਖੀਂ ਸਾਂਦੀਂ ਹਾਂਗਕਾਂਗ ਲੈ ਆਏ ਸਨ। ਪਰ ਹਾਂਗਕਾਂਗ ਵਿਖੇ ਡਾ. ਮਥਰਾ ਸਿੰਘ ਨੇ ਇਹ ਇਤਲਾਹ ਦਿੱਤੀ ਕਿ ਇਕ ਗੋਰੀ ਪਲਟਣ ਪੀਕਿੰਗ ਤੋਂ ਭਾਰਤ ਨੂੰ ਜਾ ਰਹੀ ਸੀ ਅਤੇ ਉਸ ਪਲਟਣ ਦੇ ਇਕ ਗੋਰੇ ਅਫ਼ਸਰ ਦਾ ਅਰਦਲੀ ਇਕ ਸਿੱਖ ਭਰਾ ਸੀ, ਜਿਹੜਾ ਗ਼ਦਰ ਪਾਰਟੀ ਦਾ ਪੱਕਾ ਹਮਾਇਤੀ ਸੀ। ਡਾ. ਮਥਰਾ ਸਿੰਘ ਨੇ ਉਸ ਸਿੱਖ ਅਰਦਲੀ ਨਾਲ ਪਿਸਤੌਲਾਂ ਵਾਲੀ ਪੇਟੀ ਲਿਜਾਣ ਬਾਰੇ ਗੱਲ ਪੱਕੀ ਕਰ ਲਈ ਸੀ। ਗੋਰੀ ਪਲਟਣ ਦੇ ਜਹਾਜ਼ ਰਾਹੀਂ ਹਥਿਆਰ ਭੇਜਣ ਦੀ ਤਜਵੀਜ਼ ਸਾਰਿਆਂ ਨੂੰ ਵੱਧ ਸੁਰੱਖਿਅਤ ਤੇ ਭਰੋਸੇਯੋਗ ਜਾਪੀ। ਜਿਸ ਕਰਕੇ 80 ਪਿਸਤੌਲਾਂ ਨਾਲ ਭਰੀ ਪੇਟੀ, ਬੜੀ ਉਮੀਦ ਤੇ ਚਾਅ ਨਾਲ, ਸਿੱਖ ਅਰਦਲੀ ਨੂੰ ਸੌਂਪ ਦਿੱਤੀ ਗਈ ਸੀ, ਜਿਸ ਨੇ ਕਲਕੱਤੇ ਜਾ ਕੇ ਇਹ ਪੇਟੀ ਗ਼ਦਰੀਆਂ ਨੂੰ ਦੇ ਦੇਣੀ ਸੀ। ਪਰ ਇਸ ਪੇਟੀ ਨਾਲ ਜੋ ਹੋਇਆ, ਉਸ ਦਾ ਦਰਦਨਾਕ ਵਰਣਨ ਬਾਬਾ ਜੀ ਨੇ ਇੰਜ ਕੀਤਾ ਹੈ:

> "ਸਾਡਾ ਤੇ ਉਸ ਗੋਰਾ ਪਲਟਣ ਵਾਲਾ ਜਹਾਜ਼ ਹਾਂਗਕਾਂਗ ਤੋਂ 'ਕੱਠੇ ਹੀ ਨਿਕਲੇ ਤੇ 'ਕੱਠੇ ਹੀ ਸਿੰਗਾਪੁਰ ਪਹੁੰਚੇ। ਅਗਾਂਹ ਸਿੰਗਾਪੁਰ ਤੋਂ ਵੀ ਇਕੱਠੇ ਹੀ ਟੁਰੇ ਤੇ ਇਕੱਠੇ ਹੀ ਪੀਨਾਂਗ ਪਹੁੰਚੇ। ਪਰ ਪੀਨਾਂਗ ਪੁਜਦਿਆਂ ਸਾਰ ਉਸ ਜਹਾਜ਼ ਨੂੰ (ਤਾਰ ਦੇ ਜ਼ਰੀਏ) ਤੁਰਤ ਹੁਕਮ ਮਿਲ ਗਿਆ ਕਿ ਉਹ ਹਿੰਦੁਸਤਾਨ ਦੀ ਥਾਂ ਸਿੱਧਾ ਫ਼ਰਾਂਸ ਨੂੰ ਜਾਵੇ। ਬੱਸ ਫੇਰ ਕੀ ਸੀ, ਸਾਡੇ ਦੇਖਦਿਆਂ ਦੇਖਦਿਆਂ ਹੀ ਉਹ ਸਾਡੇ ਕਲੇਜੇ ਧੂਹ ਕੇ ਟੁਰ ਗਿਆ ਤੇ ਸਾਡੇ ਯਤਨਾਂ ਦੀ ਪੱਟੀ ਮੇਸ ਕਰ ਗਿਆ।"[1]

ਭਾਈ ਕਾਂਸ਼ੀ ਰਾਮ ਮੜੌਲੀ ਨੇ ਅਮਰੀਕਾ ਤੋਂ ਤੁਰਨ ਲੱਗਿਆਂ ਦੋ ਪੇਟੀਆਂ ਹਥਿਆਰਾਂ ਦੀਆਂ ਕਿਸੇ ਦੂਸਰੇ ਜਹਾਜ਼ ਵਿਚ 'ਲਾਲ ਸਿੰਘ ਰਾਜਪੂਤ' ਦੇ ਨਾਂ 'ਤੇ ਜਲੰਧਰ ਲਈ ਬੁੱਕ ਕਰਵਾ ਦਿੱਤੀਆਂ ਸਨ। ਭਾਈ ਕਾਂਸ਼ੀ ਰਾਮ ਨੂੰ ਉਮੀਦ ਸੀ ਕਿ ਉਸ ਦੇ ਪਹੁੰਚਣ ਤਕ ਇਹ ਪੇਟੀਆਂ ਜਲੰਧਰ ਪੁੱਜ ਜਾਣਗੀਆਂ। ਪ੍ਰਤੱਖ ਤੌਰ 'ਤੇ 'ਲਾਲ ਸਿੰਘ ਰਾਜਪੂਤ' ਫ਼ਰਜ਼ੀ ਨਾਂ ਸੀ ਅਤੇ ਪਾਰਟੀ ਦੇ ਕਿਸੇ ਜ਼ੁੰਮੇਵਾਰ ਬੰਦੇ ਨੂੰ, ਆਪਣੇ ਆਪ ਨੂੰ 'ਲਾਲ ਸਿੰਘ ਰਾਜਪੂਤ' ਦੱਸ ਕੇ ਜਲੰਧਰ ਦੇ ਸਟੇਸ਼ਨ ਤੋਂ ਇਹ ਪੇਟੀਆਂ ਛੁਡਵਾਉਣ ਬਾਰੇ ਸੁਨੇਹਾ ਲਾਇਆ ਗਿਆ

---

1. ਬਾਬਾ ਸੋਹਣ ਸਿੰਘ ਭਕਨਾ, *ਮੇਰੀ ਰਾਮ ਕਹਾਣੀ*, ਸਫ਼ਾ 130.

ਹੋਵੇਗਾ। ਭਾਈ ਕਾਂਸ਼ੀ ਰਾਮ ਕਲਕੱਤੇ ਤੋਂ ਸਿੱਧਾ ਆਪਣੇ ਪਿੰਡ (ਮੜੌਲੀ, ਜ਼ਿਲ੍ਹਾ ਰੋਪੜ) ਪਹੁੰਚੇ ਅਤੇ "ਆਪਣੇ ਘਰ ਵਾਲਿਆਂ ਨੂੰ ਕਿਹਾ ਕਿ ਉਨ੍ਹਾਂ ਵਿੱਚੋਂ ਕੋਈ ਜਣਾ ਜਲੰਧਰ ਜਾ ਕੇ ਇਕ ਲਾਲ ਸਿੰਘ ਰਾਜਪੂਤ ਤੋਂ ਪਤਾ ਕਰ ਆਵੇ ਕਿ ਜੋ ਦੋ ਪੇਟੀਆਂ ਉਸ ਦੇ ਨਾਂ ਦੀਆਂ ਮੈਂ ਅਮਰੀਕਾ ਤੋਂ ਬੁੱਕ ਕਰਵਾਈਆਂ ਸਨ, ਉਹ ਉਸ ਨੂੰ ਮਿਲ ਗਈਆਂ ਹਨ ਕਿ ਨਹੀਂ।"[2] ਪਰ ਬਦਕਿਸਮਤੀ ਨਾਲ ਇਹ ਪੇਟੀਆਂ ਵੀ ਮਿਥੀ ਮੰਜ਼ਲ 'ਤੇ ਨਾ ਪਹੁੰਚ ਸਕੀਆਂ। ਜਾਪਦਾ ਹੈ ਕਿ ਗ਼ਦਰੀਆਂ ਨੂੰ ਲੈ ਕੇ ਆ ਰਹੇ ਜਹਾਜ਼ਾਂ ਨੂੰ ਰਸਤੇ ਵਿਚ ਲੰਮਾ ਲੰਮਾ ਚਿਰ ਡੱਕੀ ਰੱਖਣ ਅਤੇ ਭਾਰਤ ਪਹੁੰਚਣ 'ਤੇ ਜਹਾਜ਼ਾਂ ਦੀ ਬਾਰੀਕੀ ਨਾਲ ਛਾਣ-ਬੀਣ ਕਰਨ ਕਰਕੇ ਇਹ ਪੇਟੀਆਂ ਉਮੀਦ ਨਾਲੋਂ ਬਹੁਤ ਪੱਛੜ ਕੇ ਕਲਕੱਤੇ ਪਹੁੰਚੀਆਂ। ਕਲਕੱਤੇ ਦੀ ਪੁਲਿਸ ਨੇ 27 ਮਾਰਚ 1915 ਨੂੰ ਦੋ ਪੇਟੀਆਂ 'ਕਵਾਚਾ ਮਾਰੂ' ਜਹਾਜ਼ ਉੱਤੋਂ ਫੜੀਆਂ, ਜਿਨ੍ਹਾਂ ਉੱਤੇ ਅੰਗਰੇਜ਼ੀ ਵਿਚ ਕ.ਰ.ਮ. ਤੇ ਕ. ਰਾਮ ਲਿਖਿਆ ਹੋਇਆ ਸੀ। ਇਨ੍ਹਾਂ ਵਿਚ ਉੱਤੇ ਹੋਰ ਮਾਲ ਭਰਿਆ ਹੋਇਆ ਸੀ, ਪਰ ਹੇਠਾਂ ਦੂਹਰੇ ਥੱਲੇ ਲਾ ਕੇ ਦੋ ਰਫ਼ਲਾਂ, ਇਕ ਮੌਜ਼ਰ ਪਿਸਤੌਲ, 1500 ਰਫ਼ਲਾਂ ਦੀਆਂ ਗੋਲੀਆਂ ਤੇ 300 ਪਿਸਤੌਲਾਂ ਦੇ ਕਾਰਤੂਸ ਲੁਕਾਏ ਹੋਏ ਲੱਭੇ।[3]

ਭਾਈ ਕਰਤਾਰ ਸਿੰਘ ਸਰਾਭਾ ਵੱਲੋਂ ਅਮਰੀਕਾ ਤੋਂ 'ਜੈਕ' ਨੂੰ ਆਪਣੇ ਨਾਲ ਲਿਆਉਣ ਦਾ ਮੰਤਵ ਇਹ ਸੀ ਕਿ ਉਸ ਦੀ ਸਹਾਇਤਾ ਨਾਲ ਕਿਸੇ ਢੁੱਕਵੀਂ ਜਗ੍ਹਾ ਉੱਤੇ ਬੰਬ ਬਣਾਉਣ ਦਾ ਅੱਡਾ ਕਾਇਮ ਕੀਤਾ ਜਾਵੇਗਾ। ਪਰ 'ਜੈਕ' ਦੇ ਭਾਰਤ ਵਿਚ ਦਾਖ਼ਲ ਨਾ ਹੋ ਸਕਣ ਕਰਕੇ ਇਹ ਮਨਸੂਬਾ ਵੀ ਸਿਰੇ ਨਾ ਚੜ੍ਹ ਸਕਿਆ।

ਇਸ ਤਰ੍ਹਾਂ, ਹਥਿਆਰ ਲਿਆਉਣ ਦੇ ਸਾਰੇ ਯਤਨ ਨਾਕਾਮ ਹੋਣ ਕਰਕੇ ਪਾਰਟੀ ਨੂੰ ਵੱਡੀ ਮੁਸ਼ਕਲ ਦਾ ਸਾਹਮਣਾ ਕਰਨਾ ਪਿਆ। ਹਥਿਆਰਾਂ ਦੀ ਮੱਦਦ ਨਾਲ ਸਰਕਾਰੀ ਖ਼ਜ਼ਾਨੇ ਲੁੱਟ ਕੇ ਮਾਇਕ ਲੋੜਾਂ ਪੂਰੀਆਂ ਕਰਨ ਅਤੇ ਛਾਉਣੀਆਂ ਤੇ ਠਾਣਿਆਂ 'ਚੋਂ ਵੱਡੀ ਪੱਧਰ 'ਤੇ ਹਥਿਆਰ ਲੁੱਟਣ ਦੀ ਜਿਹੜੀ ਪਲੈਨ ਬਣਾਈ ਗਈ ਸੀ, ਉਹ ਨੇਪਰੇ ਨਾ ਚੜ੍ਹ ਸਕੀ। ਪੈਸੇ ਤੇ ਹਥਿਆਰਾਂ ਬਗ਼ੈਰ ਕੰਮ ਤੋਰਨ ਵਿਚ ਭਾਰੀ ਦਿੱਕਤਾਂ ਦਾ ਸਾਹਮਣਾ ਕਰਨਾ ਪਿਆ। ਅੱਗੇ ਚੱਲ ਕੇ ਅਸੀਂ ਦੇਖਾਂਗੇ ਕਿ ਹਥਿਆਰ ਤੇ ਪੈਸਾ ਹਾਸਲ ਕਰਨ ਲਈ ਪਾਰਟੀ ਨੂੰ ਕਿੰਨੇ ਜੋਖਮ ਉਠਾਉਣੇ ਪਏ ਅਤੇ ਇਸ ਕੰਮ ਵਿਚ ਨਾ ਸਿਰਫ਼ ਬਹੁਤ ਸਾਰਾ ਸਮਾਂ ਤੇ ਸ਼ਕਤੀ ਬਰਬਾਦ ਹੋਈ, ਬਲਕਿ ਕਈ ਕੀਮਤੀ ਜਾਨਾਂ ਵੀ ਅਜਾਈਂ ਗੁਆਣੀਆਂ ਪਈਆਂ।

ਰਾਜਸੀ ਤੇ ਫ਼ੌਜੀ ਕਾਰਜ

ਅੰਗਰੇਜ਼ੀ ਫ਼ੌਜ ਅੰਦਰਲੇ ਦੇਸੀ ਸਿਪਾਹੀਆਂ, ਖ਼ਾਸ ਕਰਕੇ ਸਿੱਖ ਜਵਾਨਾਂ ਨੂੰ ਬਗ਼ਾਵਤ ਲਈ ਤਿਆਰ ਕਰਨਾ ਗ਼ਦਰ ਪਾਰਟੀ ਦਾ ਕੁੰਜੀਵਤ ਕਾਰਜ ਮਿਥਿਆ ਗਿਆ ਸੀ। ਅੰਗਰੇਜ਼ ਸਰਕਾਰ ਦਾ ਤਖ਼ਤਾ ਪਲਟਣ ਲਈ ਵੱਧ ਟੇਕ ਫ਼ੌਜੀ ਬਗ਼ਾਵਤ ਉੱਤੇ ਰੱਖੀ ਗਈ ਸੀ। ਅਮਰੀਕਾ ਤੋਂ ਭਾਰਤ ਨੂੰ ਆਉਂਦਿਆਂ ਕਰਤਾਰ ਸਿੰਘ ਸਰਾਭਾ, ਸਾਰੇ ਰਸਤੇ ਖ਼ਿਆਲਾਂ ਹੀ ਖ਼ਿਆਲਾਂ ਵਿਚ ਭਾਰਤੀ ਫ਼ੌਜ ਦੀਆਂ ਛਾਉਣੀਆਂ ਵਿਚ ਘੁੰਮਦਾ ਤੇ ਫ਼ੌਜੀਆਂ ਨੂੰ ਬਗ਼ਾਵਤ

---

2. ਐਚ. ਐਸ. ਦਿਲਗੀਰ, *ਗ਼ਦਰੀ ਸ਼ਹੀਦ ਕਾਂਸ਼ੀ ਰਾਮ ਮੜੌਲੀ*, ਸਫ਼ਾ 98.
3. ਗੁਰਚਰਨ ਸਿੰਘ ਸੈਂਸਰਾ, *ਗ਼ਦਰ ਪਾਰਟੀ ਦਾ ਇਤਿਹਾਸ*, ਸਫ਼ਾ 175; Malwinderjit Singh Waraich and Harinder Singh (eds.), *Lahore Conspiracy Cases I and II*, p. 273.

ਲਈ ਉਭਾਰਨ ਵਾਸਤੇ ਪ੍ਰੇਰਨਾਮਈ ਦਲੀਲਾਂ ਤੇ ਵਾਰਤਾਲਾਪ ਚਿਤਵਦਾ/ਸਿਰਜਦਾ ਰਿਹਾ ਸੀ।

ਮੁੜਦੇ ਵਕਤ ਕਰਤਾਰ ਸਿੰਘ ਨੂੰ ਕੁਝ ਦਿਨ ਹਾਂਗਕਾਂਗ ਅਟਕਣਾ ਪੈ ਗਿਆ ਸੀ। ਉਸ ਨੂੰ ਭਾਰਤੀ ਫ਼ੌਜ ਦੀਆਂ ਹਾਂਗਕਾਂਗ ਵਿਖੇ ਤੈਨਾਤ ਕੀਤੀਆਂ ਪਲਟਣਾਂ ਦੇ ਇਨਕਲਾਬੀ ਝੁਕਾਅ ਦਾ ਪਤਾ ਸੀ। ਉਹ ਇਨ੍ਹਾਂ ਪਲਟਣਾਂ ਅੰਦਰ ਨੇਮ ਨਾਲ ਡਾਕ ਦੇ ਜ਼ਰੀਏ *ਗ਼ਦਰ* ਅਖ਼ਬਾਰ ਭੇਜਦਾ ਰਿਹਾ ਸੀ। ਜਿਸ ਕਰਕੇ ਉਸ ਨੂੰ ਕੁਝ ਸਿੱਖ ਜਵਾਨਾਂ ਦੇ ਨਾਂ ਵੀ ਚੇਤੇ ਹੋ ਗਏ ਸਨ। ਹਾਂਗਕਾਂਗ ਆ ਕੇ ਉਸ ਨੂੰ ਪਤਾ ਚੱਲਿਆ ਕਿ ਗੋਰੇ ਅਫ਼ਸਰਾਂ ਨੂੰ ਸਿੱਖ ਸਿਪਾਹੀਆਂ ਦੇ ਇਨਕਲਾਬੀ ਝੁਕਾਵਾਂ ਦੀ ਸੂਹ ਮਿਲ ਗਈ ਸੀ ਅਤੇ ਇਨ੍ਹਾਂ ਸਿਪਾਹੀਆਂ ਨੂੰ ਬਾਕੀ ਰਜਮੈਂਟ ਨਾਲੋਂ ਵੱਖ ਕਰਨ ਲਈ ਵਾਪਸ ਭਾਰਤ (ਫ਼ਿਰੋਜ਼ਪੁਰ) ਭੇਜ ਦਿੱਤਾ ਗਿਆ ਸੀ। ਇਸ ਨਾਲ ਭਾਈ ਕਰਤਾਰ ਸਿੰਘ ਸਰਾਭਾ ਦਾ ਹੌਂਸਲਾ ਹੋਰ ਵੱਧ ਗਿਆ ਸੀ। ਹੁਣ ਉਸ ਨੂੰ ਦੇਸ਼ ਜਾਂਦਿਆਂ ਹੀ ਪੱਕੇ ਬੰਦੇ ਮਿਲ ਜਾਣ ਦੀ ਉਮੀਦ ਬੱਝ ਗਈ ਸੀ ਅਤੇ ਉਨ੍ਹਾਂ ਰਾਹੀਂ ਛਾਉਣੀਆਂ ਅੰਦਰ ਇਨਕਲਾਬੀ ਪ੍ਰਚਾਰ ਕਰ ਕੇ ਫ਼ੌਜਾਂ ਨੂੰ ਬਗ਼ਾਵਤ ਲਈ ਤਿਆਰ ਕਰਨ ਦੀ ਆਸ ਬੱਝ ਗਈ ਸੀ।

ਉਧਰ ਮਾਝੇ ਦੇ ਗ਼ਦਰੀਆਂ ਨੇ ਮੀਆਂਮੀਰ (ਲਾਹੌਰ) ਛਾਉਣੀ ਵਿਖੇ ਤੈਨਾਤ 23ਵੇਂ ਰਸਾਲੇ ਦੇ ਸਿੱਖ ਜਵਾਨਾਂ ਨਾਲ ਸਿਆਣ ਕੱਢ ਲਈ ਸੀ। ਉਥੋਂ ਉਨ੍ਹਾਂ ਨੂੰ ਤਕੜੀ ਹਮਾਇਤ ਮਿਲਣ ਦਾ ਯਕੀਨ ਹੋ ਗਿਆ ਸੀ। ਕਰਤਾਰ ਸਿੰਘ ਸਰਾਭਾ ਨੇ ਪੰਜਾਬ ਆਉਣ ਸਾਰ ਇਨ੍ਹਾਂ ਦੋਨੋਂ ਛਾਉਣੀਆਂ ਨੂੰ ਫ਼ੌਜੀ ਬਗ਼ਾਵਤ ਦੇ ਕੇਂਦਰ ਬਣਾਉਣ ਦੀ ਯੁੱਧਨੀਤੀ ਉੱਤੇ ਅਮਲ ਕਰਨਾ ਸ਼ੁਰੂ ਕਰ ਦਿੱਤਾ ਸੀ। ਉਸ ਨੇ ਹਥਿਆਰਾਂ ਦੀ ਤਲਾਸ਼ ਵਿਚ ਤੱਦੀ ਨਾਲ ਬੰਗਾਲ ਦਾ ਚੱਕਰ ਲਾਇਆ। ਪਰ ਉਥੋਂ ਨਿਰਾਸ਼ ਪਰਤਣਾ ਪਿਆ। ਇਸ ਉਪਰੰਤ ਉਸ ਨੇ ਫ਼ੌਰੀ ਲੋੜ ਪੂਰੀ ਕਰਨ ਲਈ ਕੁਝ ਦੇਸੀ ਬੰਬ ਬਣਾਉਣ ਦਾ ਜੁਗਾੜ ਕਾਇਮ ਕੀਤਾ।

ਰਾਜਸੀ ਫ਼ਰੰਟ ਉੱਤੇ ਪਾਰਟੀ ਸਾਹਮਣੇ ਮੁੱਖ ਕਾਰਜ ਇਹ ਸਨ : ਇਕ, ਦੇਸ਼ ਅੰਦਰਲੇ ਸਰਕਾਰ-ਵਿਰੋਧੀ ਰਾਜਸੀ ਵਰਗਾਂ ਤੇ ਵਿਅਕਤੀਆਂ ਨੂੰ ਮਿਲ ਕੇ ਉਨ੍ਹਾਂ ਦੇ ਵਿਚਾਰਾਂ ਦੀ ਟੋਹ ਲੈਣੀ ਅਤੇ ਉਨ੍ਹਾਂ ਵਿੱਚੋਂ ਗ਼ਦਰ ਪਾਰਟੀ ਨੂੰ ਸਹਿਯੋਗ ਦੇਣ ਲਈ ਰਜ਼ਾਮੰਦ ਤਾਕਤਾਂ ਨਾਲ ਰਾਜਸੀ ਮੇਲ-ਜੋਲ ਕਾਇਮ ਕਰਨਾ। ਦੂਜਾ, ਪੰਜਾਬ ਦੀ ਆਮ ਜਨਤਾ ਨੂੰ ਰਾਜਸੀ ਤੌਰ 'ਤੇ ਜਾਗਰੂਕ ਤੇ ਲਾਮਬੰਦ ਕਰਨ ਲਈ ਰਾਜਸੀ ਪ੍ਰਚਾਰ ਦੀ ਅਸਰਦਾਰ ਮੁਹਿੰਮ ਚਲਾਉਣੀ। ਜੰਗ ਲੱਗਣ ਤੋਂ ਪਹਿਲਾਂ ਪਾਰਟੀ ਨੇ ਦੇਸ਼ ਅੰਦਰ ਆਪਣਾ ਛਾਪਾਖ਼ਾਨਾ ਲਾਉਣ ਅਤੇ *ਗ਼ਦਰ* ਅਖ਼ਬਾਰ ਛਾਪ ਕੇ ਵਿਆਪਕ ਪੈਮਾਨੇ ਤੇ ਵੰਡਣ ਦਾ ਪ੍ਰੋਜੈਕਟ ਉਲੀਕਿਆ ਸੀ। ਪਰ ਜੰਗ ਛਿੜ ਪੈਣ ਤੋਂ ਬਾਅਦ, ਸਮੇਂ ਦੀ ਘਾਟ ਕਾਰਨ, ਪਾਰਟੀ ਨੂੰ ਇਹ ਉਤਸ਼ਾਹੀ ਪ੍ਰੋਜੈਕਟ ਤਿਆਗਣਾ ਪੈ ਗਿਆ ਸੀ। ਪਰ ਫਿਰ ਵੀ, ਰਾਜਸੀ ਪ੍ਰਾਪੇਗੰਡੇ ਦੀ ਤੁਰਤ-ਪੈਰੀ ਲੋੜ ਪੂਰੀ ਕਰਨ ਲਈ ਕੁਝ ਕੰਮ-ਚਲਾਊ ਕਦਮ ਚੁੱਕੇ ਗਏ, ਜਿਵੇਂ ਸਾਈਕਲੋਸਟਾਈਲ ਮਸ਼ੀਨਾਂ ਨਾਲ ਹੱਥ ਪਰਚੇ ਤੇ ਛੋਟੇ ਪੈਂਫਲਿਟ ਆਦਿ ਛਾਪ ਕੇ ਵੰਡਣ ਦੀ ਵਿਉਂਤ ਬਣਾਈ ਗਈ। ਇਨ੍ਹਾਂ ਸਾਰੇ ਕਾਰਜਾਂ ਦਾ ਬੀੜਾ ਸਰਾਭੇ ਨੇ ਹੀ ਚੁੱਕਿਆ। ਇਸ ਤਰੀਕੇ ਨਾਲ ਭਾਈ ਕਰਤਾਰ ਸਿੰਘ ਸਰਾਭਾ ਦੇਸ਼ ਅੰਦਰ ਪਾਰਟੀ ਦੇ ਕੰਮ ਦੀ ਚੂਲ ਬਣਿਆ। ਉਹ ਗ਼ਦਰ ਦੀ ਸਫਲਤਾ ਲਈ ਲੱਕ ਬੰਨ੍ਹ ਕੇ ਕੰਮ ਵਿਚ ਜੁੱਟ ਗਿਆ।

'ਘਰ' ਤੋਂ ਸ਼ੁਰੂਆਤ

ਭਾਈ ਕਰਤਾਰ ਸਿੰਘ ਸਰਾਭਾ ਮਦਰਾਸ ਤੋਂ ਗੱਡੀ ਫੜ ਕੇ ਸਿੱਧਾ ਲੁਧਿਆਣੇ ਆਇਆ। ਲੁਧਿਆਣਾ ਉਸ ਦਾ ਕਈ ਅਰਥਾਂ ਵਿਚ 'ਘਰ' ਸੀ। ਉਸ ਨੇ ਲੁਧਿਆਣਾ ਸ਼ਹਿਰ ਦੇ ਗੁਆਂਢ ਵਿਚ ਹੀ ਸਰਾਭਾ ਪਿੰਡ ਵਿਚ ਆਪਣਾ ਬਚਪਨ ਗੁਜ਼ਾਰਿਆ ਸੀ, ਅਤੇ ਫਿਰ ਲੁਧਿਆਣੇ ਦੇ ਹੀ ਪਹਿਲਾਂ ਖ਼ਾਲਸਾ ਹਾਈ ਸਕੂਲ ਤੇ ਉਸ ਤੋਂ ਬਾਅਦ ਥੋੜ੍ਹੇ ਜਿਹੇ ਸਮੇਂ ਲਈ ਇਸਲਾਮੀਆ ਹਾਈ ਸਕੂਲ ਵਿਚ ਪੜ੍ਹਾਈ ਕੀਤੀ ਸੀ। ਉਹ ਦੋਨੋਂ ਸਕੂਲਾਂ ਦੇ ਹੋਸਟਲਾਂ ਵਿਚ ਰਹਿ ਚੁੱਕਾ ਸੀ। ਜਿਸ ਕਰਕੇ ਉਸ ਦੀ ਜਾਣ-ਪਛਾਣ ਦਾ ਦਾਇਰਾ ਵਿਸ਼ਾਲ ਹੋ ਗਿਆ ਸੀ। ਉਹ ਖ਼ਾਲਸਾ ਸਕੂਲ ਦੇ ਰਾਜਸੀ ਤੇ ਧਾਰਮਿਕ ਮਾਹੌਲ ਤੋਂ ਖ਼ਾਸ ਤੌਰ 'ਤੇ ਚੰਗੀ ਤਰ੍ਹਾਂ ਜਾਣੂ ਸੀ। ਖ਼ਾਲਸਾ ਸਕੂਲ ਵਿਚ ਪੜ੍ਹਨ ਕਰਕੇ ਉਹ ਭਾਈ ਸਾਹਿਬ ਭਾਈ ਰਣਧੀਰ ਸਿੰਘ ਦੇ ਨਾਮ ਤੇ ਸ਼ਖ਼ਸੀਅਤ ਤੋਂ ਭਲੀਭਾਂਤ ਵਾਕਫ਼ ਸੀ। ਉਨ੍ਹੀਂ ਦਿਨੀਂ ਖ਼ਾਲਸਾ ਸਕੂਲ ਦੀ 'ਖ਼ਾਲਸਾ ਭੁਝੰਗੀ ਸਭਾ' ਨੇ, ਅੰਗਰੇਜ਼ ਸਰਕਾਰ ਵੱਲੋਂ ਗੁਰਦੁਆਰਾ ਰਕਾਬ ਗੰਜ ਸਾਹਿਬ ਦੀ ਕੰਧ ਢਾਹੇ ਜਾਣ ਵਿਰੁੱਧ ਪ੍ਰਚਾਰ ਦੀ ਜ਼ੋਰਦਾਰ ਮੁਹਿੰਮ ਵਿੱਢੀ ਹੋਈ ਸੀ, ਜਿਸ ਦਾ ਜ਼ਿਕਰ ਅਮਰੀਕਾ ਅੰਦਰ ਗ਼ਦਰ ਪਾਰਟੀ ਦੀਆਂ ਸਫ਼ਾਂ ਵਿਚ ਆਮ ਹੁੰਦਾ ਰਹਿੰਦਾ ਸੀ। ਇਸ ਕਰਕੇ ਭਾਈ ਕਰਤਾਰ ਸਿੰਘ ਸਰਾਭਾ ਨੂੰ ਖ਼ਾਲਸਾ ਸਕੂਲ ਦੇ ਭੁਝੰਗੀ ਸਭਾ ਨਾਲ ਜੁੜੇ ਵਿਦਿਆਰਥੀਆਂ ਤੇ ਅਧਿਆਪਕਾਂ ਕੋਲੋਂ ਸਹਿਯੋਗ ਦੀ ਤਕੜੀ ਉਮੀਦ ਸੀ।

ਲੁਧਿਆਣੇ ਰੇਲ ਗੱਡੀ ਤੋਂ ਉਤਰ ਕੇ ਉਹ ਪਹਿਲਾਂ ਸਿੱਧਾ ਆਪਣੇ ਪਿੰਡ ਗਿਆ ਅਤੇ ਜਦੋਂ ਉਸ ਨੇ ਆਪਣੇ ਦਾਦਾ ਜੀ ਸਰਦਾਰ ਬਦਨ ਸਿੰਘ ਨੂੰ ਅਚਾਨਕ ਜਾ ਫ਼ਤਹਿ ਬੁਲਾਈ ਹੋਵੇਗੀ, ਤਾਂ ਤਿੰਨ ਸਾਲਾਂ ਬਾਅਦ ਅਚਨਚੇਤੀ ਪੋਤਰੇ ਨੂੰ ਸਾਹਮਣੇ ਖੜ੍ਹਾ ਦੇਖ ਕੇ ਦਾਦੇ ਨੂੰ ਇਕ ਪਲ ਖ਼ੁਸ਼ੀ ਤੇ ਦੂਜੇ ਪਲ ਅਚੰਭਾ ਹੋਇਆ ਹੋਵੇਗਾ। ਕਿਉਂਕਿ ਕਰਤਾਰ ਸਿੰਘ ਨੇ ਆਪਣੇ ਆਉਣ ਦੀ ਕੋਈ ਪੂਰਵ ਸੂਚਨਾ ਨਹੀਂ ਦਿੱਤੀ ਸੀ। ਤਿੰਨਾਂ ਸਾਲਾਂ ਵਿਚ ਕਰਤਾਰ ਸਿੰਘ ਦਾ ਮੁਹਾਂਦਰਾ ਕਾਫ਼ੀ ਬਦਲ ਗਿਆ ਸੀ। ਉਹ ਹੁਣ 'ਮੁੰਡਾ-ਖੁੰਡਾ' ਨਹੀਂ ਰਿਹਾ ਸੀ। ਉਹ 'ਮੁੱਛ-ਫੁੱਟ' ਗੱਭਰੂ ਬਣ ਗਿਆ ਸੀ। ਉਸ ਦੇ ਚਿਹਰੇ 'ਤੇ ਚੰਚਲਤਾ ਦੀ ਥਾਵੇਂ ਗੰਭੀਰਤਾ ਦਾ ਪ੍ਰਭਾਵ ਆ ਗਿਆ ਸੀ। ਅਮਰੀਕਾ ਅੰਦਰ ਵਿਚਰਨ ਤੇ ਇਨਕਲਾਬੀ ਪਾਰਟੀ ਵਿਚ ਕੰਮ ਕਰਨ ਕਰਕੇ ਜਿਥੇ ਉਸ ਦੀ ਗਿਆਨ-ਦ੍ਰਿਸ਼ਟੀ ਵਿਸ਼ਾਲ ਹੋ ਗਈ ਸੀ, ਉਥੇ ਉਸਨੂੰ ਗੱਲ ਬਾਤ ਕਰਨ ਦਾ ਤਰੀਕਾ ਤੇ ਸਲੀਕਾ ਵੀ ਆ ਗਿਆ ਸੀ। ਉਸ ਨੇ ਆਪਣੇ ਦਾਦਾ ਜੀ ਨੂੰ, ਬਹੁਤ ਹੀ ਤਹੱਮਲ ਤੇ ਸਵੈ-ਭਰੋਸੇ ਨਾਲ ਆਪਣੇ ਆਉਣ ਦਾ ਮੰਤਵ ਸਮਝਾ ਦਿੱਤਾ ਸੀ। ਕੋਈ ਆਮ ਦਾਦਾ ਹੁੰਦਾ ਤਾਂ ਪੋਤਰੇ ਦੇ ਅਜਿਹੇ 'ਖ਼ਤਰਨਾਕ' ਵਿਚਾਰਾਂ ਤੇ ਇਰਾਦਿਆਂ ਬਾਰੇ ਪਤਾ ਲੱਗਣ 'ਤੇ ਇਕਦਮ ਘਬਰਾ ਜਾਂਦਾ ਅਤੇ ਪੋਤਰੇ ਨੂੰ ਬੁਰਾ ਭਲਾ ਕਹਿਣ ਤੋਂ ਨਾ ਰੁਕਦਾ। ਪਰ ਗੁਰਸਿੱਖ ਹੋਣ ਦੇ ਨਾਤੇ ਸਰਦਾਰ ਬਦਨ ਸਿੰਘ ਨੇ ਭਾਈ ਕਰਤਾਰ ਸਿੰਘ ਉੱਤੇ ਖ਼ਫ਼ਾ ਹੋਣ ਦੀ ਬਜਾਇ ਉਸ ਨੂੰ ਹੱਲਾਸ਼ੇਰੀ ਦਿੱਤੀ ਅਤੇ ਉਸ ਦੇ ਇਨਕਲਾਬੀ ਵਿਚਾਰਾਂ ਤੇ ਟੀਚਿਆਂ ਨਾਲ ਆਪਣੀ ਪੂਰਨ ਸਹਿਮਤੀ ਜਤਾਈ। ਇਸ ਦੀ ਪੁਸ਼ਟੀ *ਡਾਇਰੈਕਟਰੀ ਆੱਵ ਦੀ ਗ਼ਦਰ ਮੂਵਮੈਂਟ* ਨਾਮੀ ਸਰਕਾਰੀ ਦਸਤਾਵੇਜ਼ ਅੰਦਰ ਸਰਦਾਰ ਬਦਨ ਸਿੰਘ ਉੱਤੇ ਲਾਏ ਇਸ 'ਇਲਜ਼ਾਮ' ਤੋਂ ਹੁੰਦੀ ਹੈ ਕਿ 'ਉਸ ਨੇ ਆਪਣੇ ਪੋਤਰੇ ਨੂੰ ਖੁੱਲ੍ਹੀ ਹਿੰਸਾ ਲਈ ਉਕਸਾਇਆ ਸੀ।'

ਕਰਤਾਰ ਸਿੰਘ ਸਰਾਭੇ ਨੇ ਆਉਂਦਿਆਂ ਹੀ ਖ਼ਾਲਸਾ ਹਾਈ ਸਕੂਲ ਦੇ

ਵਿਦਿਆਰਥੀਆਂ ਨਾਲ ਪਛਾਣਾਂ ਕੱਢ ਲਈਆਂ ਸਨ ਅਤੇ ਇਸਲਾਮੀਆ ਹਾਈ ਸਕੂਲ ਦੇ ਹੋਸਟਲ ਵਿਚ ਰਹਿੰਦੇ ਦਰਜਨ ਤੋਂ ਵੱਧ ਵਿਦਿਆਰਥੀਆਂ ਨੂੰ ਪ੍ਰੇਰ ਕੇ ਆਪਣੇ ਨਾਲ ਜੋੜ ਲਿਆ ਸੀ। ਸਰਕਾਰੀ ਦਸਤਾਵੇਜ਼ਾਂ ਅਨੁਸਾਰ ਇਨ੍ਹਾਂ ਵਿਦਿਆਰਥੀਆਂ ਦੇ ਨਾਂ ਇਸ ਪ੍ਰਕਾਰ ਹਨ: ਸੁੱਚਾ ਸਿੰਘ ਈਸੇਵਾਲ, ਪੂਰਨ ਸਿੰਘ (ਜਨੇਤਪੁਰਾ), ਸੱਜਣ ਸਿੰਘ (ਨਾਰੰਗਵਾਲ), ਕਿਰਪਾਲ ਸਿੰਘ ਬੋਪਾਰਾਏ (ਇਸਲਾਮੀਆ ਹਾਈ ਸਕੂਲ), ਅਨੋਖ ਸਿੰਘ, ਗਿਆਨੀ ਦਲੀਪ ਸਿੰਘ ਫੁਲਾਂਵਾਲ, ਖੜਕ ਸਿੰਘ, ਕਰਤਾਰ ਸਿੰਘ ਫੱਲੇਵਾਲ, ਜੈਮਲ ਸਿੰਘ, ਸੂਰਤੀ ਸਿੰਘ, ਸ਼ੇਰ ਮੁਹੰਮਦ, ਆਦਿ ਆਦਿ। ਸੁੱਚਾ ਸਿੰਘ ਪਹਿਲਾਂ ਖ਼ਾਲਸਾ ਸਕੂਲ ਵਿਚ ਸੱਜਣ ਸਿੰਘ ਨਾਰੰਗਵਾਲ ਨਾਲ ਪੜ੍ਹਦਾ ਰਿਹਾ ਸੀ। ਪਰ ਬਾਅਦ ਵਿਚ ਉਹ ਇਸਲਾਮੀਆ ਸਕੂਲ ਵਿਚ ਪੜ੍ਹਨੇ ਜਾ ਲੱਗਿਆ ਸੀ। ਇਸਲਾਮੀਆ ਸਕੂਲ ਦੇ ਹੋਸਟਲ ਵਿਚ ਸੁੱਚਾ ਸਿੰਘ ਦਾ ਕਮਰਾ ਕਰਤਾਰ ਸਿੰਘ ਸਰਾਭਾ ਦਾ ਇਕ ਕਿਸਮ ਦਾ ਹੈੱਡਕੁਆਟਰ ਬਣ ਗਿਆ ਸੀ। ਉਹ ਇਥੇ 'ਨੌਰੰਗ ਸਿੰਘ' ਤੇ 'ਹਰਨਾਮ ਸਿੰਘ' ਦੇ ਫ਼ਰਜ਼ੀ ਨਾਵਾਂ ਹੇਠ ਵਿਚਰਦਾ ਸੀ। ਇਹ ਵਿਦਿਆਰਥੀ ਪਾਰਟੀ ਦੀਆਂ ਪ੍ਰਚਾਰ ਲਿਖਤਾਂ ਦੀਆਂ ਸਾਈਕਲੋਸਟਾਈਲ ਕਾਪੀਆਂ ਕਰ ਕੇ ਵੱਖ-ਵੱਖ ਥਾਵਾਂ 'ਤੇ ਪੁਚਾਉਂਦੇ ਰਹੇ। ਇਸ ਤੋਂ ਇਲਾਵਾ ਇਨ੍ਹਾਂ ਨੇ ਪਾਰਟੀ ਦੇ ਸੁਨੇਹੇ ਪਤੇ ਲਿਜਾਣ ਵਿਚ ਬਹੁਤ ਮੱਦਦ ਕੀਤੀ। ਇਨ੍ਹਾਂ ਵਿੱਚੋਂ ਕੁਝ ਕੁ ਨੇ ਸਰਾਭੇ ਨਾਲ ਰਲ ਕੇ ਛਾਉਣੀਆਂ ਅੰਦਰ ਫ਼ੌਜਾਂ ਵਿਚ ਪ੍ਰਚਾਰ ਕਰਨ ਵਿਚ ਉੱਘਾ ਰੋਲ ਨਿਭਾਇਆ। ਕੁਝ ਕੁ ਨੇ ਅੰਮ੍ਰਿਤਸਰ ਤੇ ਲਾਹੌਰ ਵਿਖੇ ਪਾਰਟੀ ਦੇ ਹੈੱਡਕੁਆਟਰ ਵਿਚ ਵੀ ਜ਼ਿੰਮੇਵਾਰੀਆਂ ਨਿਭਾਈਆਂ। ਕਰਤਾਰ ਸਿੰਘ ਸਰਾਭੇ ਦੇ ਲੁਧਿਆਣੇ ਦੇ ਸਹਿਯੋਗੀਆਂ ਬਾਰੇ ਜਾਣਕਾਰੀ ਦਿੰਦਿਆਂ ਭਾਈ ਰਣਧੀਰ ਸਿੰਘ ਜੀ ਦੇ ਜਥੇ ਦੇ ਅਹਿਮ ਮੈਂਬਰ ਗਿਆਨੀ ਨਾਹਰ ਸਿੰਘ ਨੇ ਲਿਖਿਆ ਹੈ:

> "ਵਿਦਿਆਰਥੀਆਂ ਤੋਂ ਬਿਨਾਂ ਜ਼ਿਲ੍ਹਾ ਲੁਧਿਆਣਾ ਵਿਚ ਭਾਈ ਦੇਵਾ ਸਿੰਘ ਪਿੰਡ ਨੰਦਪੁਰ (ਸਰਦਾਰ ਲਾਲ ਸਿੰਘ, ਡਾਇਰੈਕਟਰ ਐਗਰੀਕਲਚਰ ਪੰਜਾਬ ਦੇ ਵੱਡੇ ਭਰਾ) ਤੇ ਭਾਈ ਕਾਹਨ ਸਿੰਘ ਪਿੰਡ ਹਸਨਪੁਰ ਸਰਦਾਰ ਕਰਤਾਰ ਸਿੰਘ ਦੇ ਨਾਲ ਰਲ ਕੇ ਗ਼ਦਰ ਦਾ ਕੰਮ ਬੜੀ ਸਰਗਰਮੀ ਨਾਲ ਕਰਨ ਲੱਗ ਪਏ। 1914 ਦੇ ਇਕ ਦਿਨ ਦੁਪਹਰੇ ਜਿਹੇ ਭਾਈ ਦੇਵਾ ਸਿੰਘ ਨੇ ਗਿਰਜਾ ਘਰ ਦੇ ਚੌਂਕ ਤੋਂ ਥੋੜ੍ਹਾ ਪਰ੍ਹੇ ਚੌੜੇ ਬਾਜ਼ਾਰ ਵਿਚ ਮੇਰੇ ਨਾਲ ਸਰਦਾਰ ਕਰਤਾਰ ਸਿੰਘ ਦੀ ਮੁਲਾਕਾਤ ਕਰਾਈ। ਦੋ ਮਿੰਟ ਦੀ ਮੁਲਾਕਾਤ ਹੋਈ। ਪਹਿਲਾਂ ਆਪੋ ਵਿਚ ਜਾਣੂ ਹੀ ਸਾਂ। ਕਰਤਾਰ ਸਿੰਘ ਹੋਰਾਂ ਮੈਨੂੰ ਵੇਖਦਿਆਂ ਹੀ ਕਹਿਆ, 'ਇਹ ਤਾਂ ਸਾਡੇ ਸਜਣ ਹਨ'। ਇਸ ਤੋਂ ਪਿੱਛੋਂ ਮੇਰੇ ਨਾਲ ਉਨ੍ਹਾਂ ਦਾ ਮੇਲ 19 ਫ਼ਰਵਰੀ 1915 ਦੀ ਰਾਤ ਨੂੰ ਫ਼ੀਰੋਜ਼ਪੁਰ ਛਾਉਣੀ ਵਿਚ ਹੀ ਹੋਇਆ।"[4]

ਉਪਰੋਕਤ ਕਥਨ ਤੋਂ ਸਰਾਭਾ ਦੀ ਭੁਜੰਗੀ ਸਭਾ ਦੇ ਮੈਂਬਰਾਂ ਨਾਲ ਪੁਰਾਣੀ ਜਾਣ-ਪਛਾਣ ਸਿੱਧ ਹੁੰਦੀ ਹੈ।

ਸੰਘਰਸ਼ਸ਼ੀਲ ਵਰਗਾਂ ਨਾਲ ਰਾਬਤਾ

ਅਮਰੀਕਾ, ਕੈਨੇਡਾ ਤੇ ਟਾਪੂਆਂ ਅੰਦਰ ਗ਼ਦਰ ਪਾਰਟੀ ਵੱਲੋਂ ਦੇਸ਼ ਨੂੰ ਬਰਤਾਨਵੀ ਗ਼ੁਲਾਮੀ ਤੋਂ ਮੁਕਤ ਕਰਾਉਣ ਲਈ ਚਲਾਈ ਪ੍ਰਚਾਰ ਦੀ ਮੁਹਿੰਮ ਨੂੰ ਮਿਲੇ ਪੁਰਜੋਸ਼ ਹੁੰਗਾਰੇ

---

4. ਗਿਆਨੀ ਨਾਹਰ ਸਿੰਘ, *ਆਜ਼ਾਦੀ ਦੀਆਂ ਲਹਿਰਾਂ*, ਸਫ਼ਾ 30.

ਦਾ ਇਕ ਵੱਡਾ ਕਾਰਨ ਇਹ ਸੀ, ਕਿ ਇਹ ਪ੍ਰਚਾਰ ਹਵਾਈ (ਅਮੂਰਤ) ਨਹੀਂ ਸੀ, ਇਹ ਭਾਰਤੀ ਆਵਾਸੀਆਂ ਵੱਲੋਂ ਪਰਦੇਸਾਂ ਅੰਦਰ ਹੰਢਾਏ ਜਾ ਰਹੇ ਤਲਖ਼ ਅਨੁਭਵ ਨਾਲ ਜੋੜ ਕੇ ਕੀਤਾ ਗਿਆ ਸੀ। ਲੋਕਾਂ ਦੇ ਠੋਸ ਮਸਲਿਆਂ ਨਾਲ ਜੋੜ ਕੇ ਕੀਤਾ ਪ੍ਰਚਾਰ ਹੀ ਵੱਧ ਕਾਰਗਰ ਹੁੰਦਾ ਹੈ। ਗ਼ਦਰ ਪਾਰਟੀ ਤੋਂ ਪਹਿਲਾਂ ਇੰਗਲੈਂਡ, ਸਵਿਟਜ਼ਰਲੈਂਡ, ਫ਼ਰਾਂਸ ਅਤੇ ਉੱਤਰੀ ਅਮਰੀਕਾ ਅੰਦਰ ਕੁਝ ਪੜ੍ਹੇ-ਲਿਖੇ ਹਿੰਦੂ ਦੇਸ਼ ਭਗਤ ਕਈ ਸਾਲਾਂ ਤੋਂ ਦੇਸ਼ ਦੀ ਆਜ਼ਾਦੀ ਦਾ ਪ੍ਰਚਾਰ ਕਰ ਰਹੇ ਸਨ। ਪਰ ਉਨ੍ਹਾਂ ਦੇ ਰਾਜਸੀ ਪ੍ਰਭਾਵ ਦਾ ਦਾਇਰਾ ਸੀਮਤ ਹੀ ਰਿਹਾ। ਉਨ੍ਹਾਂ ਵਿੱਚੋਂ ਕੋਈ ਵੀ ਲੋਕਾਂ ਦੇ ਵਿਸ਼ਾਲ ਹਿੱਸਿਆਂ ਨੂੰ ਲਾਮਬੰਦ ਕਰਨ ਵਿਚ ਕਾਮਯਾਬ ਨਹੀਂ ਹੋ ਸਕਿਆ ਸੀ। ਕਾਰਨ ਇਹ ਕਿ ਉਨ੍ਹਾਂ ਦਾ ਪ੍ਰਾਪੇਗੰਡਾ ਜ਼ਿਆਦਾ ਅਮੂਰਤ ਹੀ ਸੀ, ਜਿਹੜਾ ਪੜ੍ਹੇ-ਲਿਖੇ ਮੱਧਵਰਗ ਦੇ ਥੋੜ੍ਹੇ ਜਿਹੇ ਲੋਕਾਂ ਨੂੰ ਹੀ ਟੁੰਬ ਸਕਿਆ। ਇਸ ਦੀ ਤੁਲਨਾ ਵਿਚ ਗ਼ਦਰ ਪਾਰਟੀ ਨੇ ਥੋੜ੍ਹੇ ਜਿਹੇ ਅਰਸੇ ਵਿਚ ਹੀ ਪਰਦੇਸਾਂ ਅੰਦਰ ਲੋਕਾਂ ਨੂੰ ਵਿਆਪਕ ਪੈਮਾਨੇ 'ਤੇ ਆਜ਼ਾਦੀ ਦੇ ਸੰਗਰਾਮ ਲਈ ਲਾਮਬੰਦ ਕਰ ਲਿਆ ਸੀ।

ਦੇਸ਼ ਅੰਦਰ ਵੀ ਗ਼ਦਰ ਪਾਰਟੀ ਨੇ ਇਹੀ ਰਾਜਸੀ ਤਰੀਕਾਕਾਰ ਅਪਣਾਇਆ। ਉਸ ਵੇਲੇ ਅੰਗਰੇਜ਼ ਸਰਕਾਰ ਵੱਲੋਂ ਸਿੱਖਾਂ ਦੇ ਧਾਰਮਿਕ ਮਾਮਲਿਆਂ ਅੰਦਰ ਕੀਤੀ ਜਾ ਰਹੀ ਦਖ਼ਲ-ਅੰਦਾਜ਼ੀ ਕਾਰਨ ਸਿੱਖ ਜਗਤ ਅੰਦਰ ਬਸਤੀਵਾਦੀ ਸਰਕਾਰ ਵਿਰੁੱਧ ਤਿੱਖਾ ਰੋਸ ਪੈਦਾ ਹੋ ਗਿਆ ਸੀ। ਗ਼ਦਰ ਪਾਰਟੀ ਦੇ ਅੰਦਰ ਵੀ ਸਿੱਖਾਂ ਦੀ ਭਾਰੀ ਬਹੁਗਿਣਤੀ ਹੋਣ ਕਰਕੇ, ਪਾਰਟੀ ਨੇ ਕੁਦਰਤੀ ਤੌਰ 'ਤੇ ਇਨ੍ਹਾਂ ਸੰਵੇਦਨਸ਼ੀਲ ਮਸਲਿਆਂ ਉੱਤੇ ਅੰਗਰੇਜ਼ ਸਰਕਾਰ ਵਿਰੁੱਧ ਪ੍ਰਾਪੇਗੰਡੇ ਦੀ ਵਿਆਪਕ ਮੁਹਿੰਮ ਚਲਾਉਣ ਅਤੇ ਇਸ ਦੇ ਜ਼ਰੀਏ ਸਿੱਖਾਂ ਨੂੰ ਬਸਤੀਵਾਦੀ ਹਕੂਮਤ ਵਿਰੁੱਧ ਹਥਿਆਰਬੰਦ ਬਗ਼ਾਵਤ ਲਈ ਉਭਾਰਨ ਦਾ ਸਹੀ ਰਾਜਨੀਤਕ ਪੈਂਤੜਾ ਅਪਣਾਇਆ। ਇਹ ਮਸਲੇ ਹੇਠ ਲਿਖੇ ਅਨੁਸਾਰ ਸਨ :

(ੳ) ਗੁਰਦੁਆਰਾ ਰਕਾਬ ਗੰਜ ਦੀ ਕੰਧ ਦਾ ਮਸਲਾ

ਗੁਰਦੁਆਰਾ ਰਕਾਬ ਗੰਜ ਉਹ ਪਵਿੱਤਰ ਅਸਥਾਨ ਹੈ, ਜਿਥੇ ਸੰਨ 1675 ਵਿਚ ਸ੍ਰੀ ਗੁਰੂ ਤੇਗ਼ ਬਹਾਦਰ ਜੀ ਦੇ ਧੜ ਦਾ ਅੰਤਿਮ ਸੰਸਕਾਰ ਭਾਈ ਲੱਖੀ ਸ਼ਾਹ ਵਣਜਾਰਾ ਨੇ ਕੀਤਾ ਸੀ। ਬਾਰ੍ਹਾਂ ਮਿਸਲਾਂ ਦੇ ਸਮੇਂ ਜਦ ਸਰਦਾਰ ਬਘੇਲ ਸਿੰਘ ਜੀ ਤੇ ਸਿੱਖ ਸਰਦਾਰਾਂ ਨੇ ਦਿੱਲੀ 'ਤੇ ਕਬਜ਼ਾ ਕੀਤਾ, ਉਦੋਂ ਗੌਹਰ ਸ਼ਾਹ ਆਲਮ ਸਾਨੀ ਨੂੰ ਆਖ ਕੇ ਦਿੱਲੀ ਦੇ ਚਾਂਦਨੀ ਚੌਂਕ ਵਿਚ ਕੋਤਵਾਲੀ ਦੇ ਪਾਸ - ਜਿਥੇ ਨੌਂਵੇਂ ਸਤਿਗੁਰੂ ਦਾ ਸੀਸ ਕੱਟਿਆ ਗਿਆ ਸੀ - ਗੁਰਦੁਆਰਾ ਸੀਸ ਗੰਜ ਤੇ ਰਾਇ ਸੀਨੇ ਵਿਚ ਧੜ ਦੇ ਅੰਤਿਮ ਸੰਸਕਾਰ ਵਾਲੀ ਜਗ੍ਹਾ ਗੁਰਦੁਆਰਾ ਰਕਾਬਗੰਜ* ਬਣਵਾਇਆ ਸੀ।

ਸੰਨ 1911 ਵਿਚ ਅੰਗਰੇਜ਼ ਹਕੂਮਤ ਨੇ ਕਲਕੱਤੇ ਨੂੰ ਛੱਡ ਕੇ ਦਿੱਲੀ ਨੂੰ ਰਾਜਧਾਨੀ ਬਣਾ ਲਿਆ। ਉਦੋਂ ਰਾਇ ਸੀਨੇ ਵਿਚ ਗੁਰਦੁਆਰਾ ਰਕਾਬਗੰਜ ਦੇ ਪਾਸ 'ਵਾਇਸਰੀਗਲ ਲਾਜ' (ਵਾਇੱਸਰਾਇ ਦਾ ਮਹਿਲ) ਬਣਾਉਣ ਦੀ ਤਜਵੀਜ਼ ਕੀਤੀ ਗਈ। ਗੁਰਦੁਆਰੇ ਦੇ ਇਕ ਪਾਸੇ ਛਿਪਦੀ ਵੱਲ ਨੂੰ ਵਾਇਸਰਾਇ ਦਾ ਮਹਿਲ ਬਣਾਇਆ ਗਿਆ ਅਤੇ ਸਾਹਮਣੇ ਪਾਸੇ ਅਸੈਂਬਲੀ ਹਾਲ ਬਣਾਇਆ ਗਿਆ। ਇਨ੍ਹਾਂ ਇਮਾਰਤਾਂ ਦੇ ਬਣਾਉਣ ਲਈ ਸਰਕਾਰ ਨੇ ਜਗ੍ਹਾ ਹਾਸਲ ਕਰਨ ਵਾਸਤੇ ਗੁਰਦੁਆਰੇ ਦੀ ਕੰਧ ਢਾਹੁਣ ਦਾ ਫ਼ੈਸਲਾ ਕਰ ਲਿਆ।

---

* ਰਕਾਬ ਗੰਜ ਇਕ ਮੁਹੱਲੇ ਦਾ ਨਾਂ ਸੀ ਜਿਥੇ ਮੁਗਲਾਂ ਦੇ ਘੋੜੇ ਬੱਝਦੇ ਸਨ।

1912 ਵਿਚ ਸਰਕਾਰ ਨੇ ਲੈਂਡ ਐਕਯੂਜ਼ਿਸ਼ਨ ਐਕਟ ਅਨੁਸਾਰ ਗੁਰਦੁਆਰਾ ਰਕਾਬਗੰਜ ਦੇ ਮਹੰਤ ਪਾਸੋਂ ਬਾਹਰਲੀ ਕੰਧ ਤੇ ਗੁਰਦੁਆਰੇ ਦੇ ਵਿਚਕਾਰ ਦੀ ਸਾਰੀ ਜ਼ਮੀਨ ਲੈ ਲਈ। 1914 ਵਿਚ ਸਰਕਾਰ ਨੇ ਗੁਰਦੁਆਰੇ ਦੀ ਬਾਹਰਲੀ ਕੰਧ ਦਾ ਕੁਝ ਹਿੱਸਾ ਢਾਹ ਦਿੱਤਾ। ਇਸ ਨਾਲ ਸਿੱਖ ਜਗਤ ਅੰਦਰ ਰੋਸ ਦੀ ਲਹਿਰ ਪੈਦਾ ਹੋ ਗਈ। ਚੀਫ਼ ਖ਼ਾਲਸਾ ਦੀਵਾਨ ਦੇ ਆਗੂਆਂ ਨੇ ਆਪਣੀ ਸਰਕਾਰ ਪੂਜ ਬਿਰਤੀ ਕਰਕੇ ਅੰਗਰੇਜ਼ ਹਕੂਮਤ ਨਾਲ ਸਮਝੌਤੇ ਦਾ ਰੁਖ਼ ਅਖ਼ਤਿਆਰ ਕਰ ਲਿਆ ਸੀ। ਪਰ ਸਿੱਖ ਸੰਗਤਾਂ ਨੇ ਸਰਕਾਰ ਨਾਲ ਇਸ ਮਸਲੇ 'ਤੇ ਕੋਈ ਵੀ ਸਮਝੌਤਾ ਕਰਨ ਤੋਂ ਦ੍ਰਿੜ੍ਹ ਇਨਕਾਰ ਕਰ ਦਿੱਤਾ। ਸਰਦਾਰ ਹਰਚੰਦ ਸਿੰਘ ਰਈਸ ਲਾਇਲਪੁਰ ਦਿੱਲੀ ਗਏ ਤੇ ਉਨ੍ਹਾਂ ਸਾਰੇ ਹਾਲਾਤ ਦੇਖ ਕੇ ਉਰਦੂ ਵਿਚ ਇਕ ਪੈਂਫ਼ਲਿਟ ਛਾਪਿਆ - 'ਮੈਂ ਦੇਹਲੀ ਕਿਉਂ ਗਿਆ'।

6 ਮਈ 1914 ਨੂੰ ਅੰਮ੍ਰਿਤਸਰ ਟਾਊਨ ਹਾਲ ਵਿਚ ਚੀਫ਼ ਖ਼ਾਲਸਾ ਦੀਵਾਨ ਵੱਲੋਂ ਇਕ ਇਕੱਠ ਕੀਤਾ ਗਿਆ ਜਿਸ ਵਿਚ ਇਸ ਭਾਵ ਦਾ ਮਤਾ ਪਾਸ ਕੀਤਾ ਗਿਆ ਕਿ ਜੇਕਰ ਸਰਕਾਰ ਗੁਰਦੁਆਰੇ ਦੀ ਮੱਲੀ ਜ਼ਮੀਨ ਦੇ ਇਵਜ਼ ਵਿਚ ਕਿਸੇ ਹੋਰ ਜਗ੍ਹਾ ਜ਼ਮੀਨ ਦੇਣ ਦਾ ਵਾਅਦਾ ਕਰਦੀ ਹੈ ਤਾਂ ਸਰਕਾਰ ਨਾਲ ਇਸ ਮਸਲੇ 'ਤੇ ਸਮਝੌਤਾ ਕਰ ਲੈਣ ਵਿਚ ਕੋਈ ਹਰਜ ਨਹੀਂ। ਦੂਜੇ ਪਾਸੇ ਆਮ ਸੰਗਤਾਂ ਵਿਚ ਕੰਧ ਢਾਹੇ ਜਾਣ ਵਿਰੁੱਧ ਰੋਸ ਤੇ ਗ਼ੁੱਸਾ ਫੈਲਿਆ ਹੋਇਆ ਸੀ। ਇਸ ਲਈ 31 ਮਈ 1914 ਨੂੰ ਲੰਡੇ ਮੰਡੀ ਲਾਹੌਰ ਵਿਖੇ ਬੜਾ ਭਾਰਾ ਦੀਵਾਨ ਹੋਇਆ। ਦੀਵਾਨ ਪੂਰੇ ਜੋਸ਼ ਵਾਲੇ ਮਾਹੌਲ ਵਿਚ ਹੋਇਆ। ਸਰਦਾਰ ਹਰਚੰਦ ਸਿੰਘ ਲਾਇਲਪੁਰੀ ਨੇ ਤਕਰੀਰ ਕਰਦਿਆਂ ਕਿਹਾ, 'ਖ਼ਾਲਸਾ ਜੀ ਆਪਣੇ ਸਿਰਾਂ ਨੂੰ ਕਦੋਂ ਤਕ ਲੁਕੋ ਕੇ ਰੱਖੋਗੇ।' ਇਸ ਦੀਵਾਨ ਵਿਚ ਸ਼ਾਮਲ ਹੋਣ ਵਾਲੇ ਪ੍ਰਸਿੱਧ ਸਿੰਘਾਂ ਤੇ ਜਥਿਆਂ ਦੇ ਨਾਮ ਇਹ ਹਨ - ਮਾਸਟਰ ਸੁੰਦਰ ਸਿੰਘ ਲਾਇਲਪੁਰੀ ਤੇ ਉਨ੍ਹਾਂ ਦੇ ਸਾਥੀ ਸੱਜਣ, ਸਰਦਾਰ ਹਰਚੰਦ ਸਿੰਘ ਤੇ ਉਨ੍ਹਾਂ ਦੇ ਸਾਥੀ, ਭਾਈ ਜਵੰਦ ਸਿਘ ਜੀ ਨਿਹੰਗ ਪਿੰਡ ਠੱਠਾ ਜ਼ਿਲ੍ਹਾ ਅੰਮ੍ਰਿਤਸਰ ਆਪਣੇ ਜਥੇ ਸਮੇਤ, ਭਾਈ ਸਾਹਿਬ ਭਾਈ ਰਣਧੀਰ ਸਿੰਘ ਜੀ ਜਥੇ ਸਮੇਤ, ਮਾਸਟਰ ਮੋਤਾ ਸਿੰਘ ਜੀ, ਮਾਲਵਾ ਖ਼ਾਲਸਾ ਹਾਈ ਸਕੂਲ ਦੇ ਪ੍ਰਬੰਧਕ ਤੇ ਸਟਾਫ਼, ਭੁਜੰਗੀ ਸਭਾ ਲੁਧਿਆਣਾ ਦੇ ਵਰਕਰ ਆਦਿ, ਆਦਿ।* ਇਸ ਤੋਂ ਪਿੱਛੋਂ ਪੱਟੀ, ਖੰਨਾ, ਭਸੌੜ ਤੇ ਹੋਰ ਕਈਆਂ ਥਾਵਾਂ 'ਤੇ ਦੀਵਾਨ ਹੋਏ ਅਤੇ ਸਰਕਾਰ ਦੀ ਧੱਕੇਸ਼ਾਹੀ ਦਾ ਮੂੰਹ ਤੋੜਵਾਂ ਜੁਆਬ ਦੇਣ ਦੇ ਸੰਕਲਪ ਕੀਤੇ ਗਏ। ਪਰ ਅੰਗਰੇਜ਼ ਹਕੂਮਤ ਨੇ ਇਸ ਨੂੰ ਆਪਣੇ ਵੱਕਾਰ ਦਾ ਸੁਆਲ ਬਣਾ ਲਿਆ ਅਤੇ ਸਿੱਖਾਂ ਅੰਦਰਲੇ ਆਪਣੇ ਹਮਾਇਤੀਆਂ ਦੀ ਮੱਦਦ ਨਾਲ ਸਿੱਖ ਪੰਥ ਨੂੰ ਸਮਝੌਤੇ ਲਈ ਰਜ਼ਾਮੰਦ ਕਰਨ ਦੇ ਯਤਨ ਜਾਰੀ ਰਹੇ। ਪਰੰਤੂ ਰੋਹ ਵਿਚ ਆਏ ਸਿੱਖ ਭਾਈਚਾਰੇ ਨੇ ਸਰਕਾਰ ਦੇ ਹਮਾਇਤੀਆਂ ਦੀ ਇਕ ਨਾ ਚੱਲਣ ਦਿੱਤੀ। ਗੁਰਦੁਆਰਾ ਸੁਧਾਰ ਲਹਿਰ ਦੇ ਚੱਲਣ ਪਰ ਇਹ ਮਸਲਾ ਤਿੱਖੀ ਸ਼ਕਲ ਅਖ਼ਤਿਆਰ ਕਰ ਗਿਆ। ਅਪਰੈਲ 1921 ਵਿਚ ਸ. ਸਰਦੂਲ ਸਿੰਘ ਕਵੀਸ਼ਰ ਨੇ ਗੁਰਦੁਆਰੇ ਦੀ ਗਿਰਾਈ ਗਈ ਕੰਧ ਨੂੰ ਮੁੜ ਉਸਾਰਨ ਵਾਸਤੇ ਪੰਥ ਨੂੰ ਕੁਰਬਾਨੀਆਂ ਕਰਨ ਦਾ ਸੱਦਾ ਦਿੱਤਾ ਅਤੇ ਇਸ ਵਾਸਤੇ ਅਖ਼ਬਾਰ ਵਿਚ ਇਹ ਅਪੀਲ ਕੀਤੀ ਗਈ ਕਿ ਇਕ ਸੌ ਸਿੰਘ, ਜਿਹੜੇ ਇਸ ਮਸਲੇ 'ਤੇ ਆਪਣੇ ਸਿਰ ਵਾਰਨ ਲਈ ਤਿਆਰ ਹਨ, ਉਹ ਆਪਣੇ ਨਾਂ ਦਰਜ ਕਰਾ ਦੇਣ। ਇਸ ਨਾਲ ਪੰਥ ਅੰਦਰ ਕੁਰਬਾਨੀ ਦਾ ਅਜਿਹਾ ਜਜ਼ਬਾ ਪੈਦਾ ਹੋਇਆ ਕਿ ਕਈ

---

* ਇਹ ਸਾਰੇ ਜਥੇ/ਵਰਗ ਤੇ ਵਿਅਕਤੀ ਗ਼ਦਰੀ ਸੰਗਰਾਮੀਆਂ ਦੇ ਯੁੱਧ-ਸੰਗੀ ਸਨ।

ਸੌ ਸਿੰਘਾਂ ਨੇ ਆਪਣੇ ਨਾਂ ਪੇਸ਼ ਕਰ ਦਿੱਤੇ। ਸਿੱਖਾਂ ਦੇ ਰੋਹ ਨੂੰ ਭਾਂਪਦਿਆਂ ਸਰਕਾਰ ਨੇ 28 ਅਪਰੈਲ 1921 ਨੂੰ ਆਪਣੇ ਖ਼ਰਚ 'ਤੇ ਗੁਰਦੁਆਰਾ ਰਕਾਬ ਗੰਜ ਦੀ ਕੰਧ ਬਣਾ ਦਿੱਤੀ। ਇਸ ਤਰ੍ਹਾਂ 7 ਸਾਲ ਦੇ ਸੰਘਰਸ਼ ਬਾਅਦ ਇਹ ਮੋਰਚਾ ਫ਼ਤਹਿ ਹੋ ਗਿਆ।

(ਅ) ਅੰਮ੍ਰਿਤਸਰ ਸਰੋਵਰ ਨੂੰ ਪਾਣੀ ਦੀ ਸਪਲਾਈ ਦਾ ਮਸਲਾ

ਅਠਾਰ੍ਹਵੀਂ ਸਦੀ ਵਿਚ ਸਾਧੂ ਸੰਤੋਖ ਦਾਸ ਤੇ ਪ੍ਰੀਤਮ ਦਾਸ ਨੇ ਦਰਬਾਰ ਸਾਹਿਬ ਸਰੋਵਰ ਵਿਚ ਰਾਵੀ ਦਾ ਪਾਣੀ ਲਿਜਾਣ ਲਈ ਇਕ ਹੰਸਲੀ (ਕੱਸੀ/ਸੂਆ) ਦੀ ਸੇਵਾ ਕਰਾਈ ਸੀ। ਇਸ ਰਾਹੀਂ ਰਾਵੀ ਦਰਿਆ ਦਾ ਪਾਣੀ ਸਰੋਵਰ ਵਿਚ ਪਾਇਆ ਜਾਂਦਾ ਸੀ। ਅਗਸਤ 1914 ਵਿਚ ਅੰਮ੍ਰਿਤਸਰ ਦੇ ਡਿਪਟੀ ਕਮਿਸ਼ਨਰ ਮਿ: ਕੰਗ ਨੇ ਆਪ-ਹੁਦਰੇ ਢੰਗ ਨਾਲ ਹੰਸਲੀ ਦਾ ਪਾਣੀ ਸਰੋਵਰ ਵਿਚ ਪਾਉਣਾ ਬੰਦ ਕਰ ਦਿੱਤਾ ਅਤੇ ਇਸ ਦੀ ਥਾਵੇਂ ਇਕ ਟਿਊਬਵੈੱਲ ਦਾ ਪਾਣੀ ਪਾਉਣ ਦਾ ਫ਼ੈਸਲਾ ਕੀਤਾ। ਸਿੱਖਾਂ ਅੰਦਰ ਕਿਉਂਕਿ ਰਕਾਬ ਗੰਜ ਗੁਰਦੁਆਰੇ ਦੇ ਮਸਲੇ ਕਰਕੇ ਪਹਿਲਾਂ ਹੀ ਸਰਕਾਰ ਦੇ ਵਿਰੁੱਧ ਤਕੜਾ ਰੋਸ ਸੀ, ਇਸ ਲਈ ਉਨ੍ਹਾਂ ਨੇ ਡਿਪਟੀ ਕਮਿਸ਼ਨਰ ਦੇ ਇਸ ਫ਼ੈਸਲੇ ਨੂੰ ਆਪਣੇ ਪਰਮ ਪਵਿੱਤਰ ਧਾਰਮਿਕ ਕੇਂਦਰ ਦੇ ਮਾਮਲੇ ਵਿਚ ਇਕ ਹੋਰ ਅਣਚਾਹੀ ਸਰਕਾਰੀ ਦਖ਼ਲ-ਅੰਦਾਜ਼ੀ ਸਮਝਿਆ। ਇਸ ਮਸਲੇ 'ਤੇ ਤਕੜਾ ਸਰਕਾਰ ਵਿਰੋਧੀ ਪ੍ਰਾਪੇਗੰਡਾ ਚੱਲਿਆ।

(ੲ) ਕ੍ਰਿਪਾਨ 'ਤੇ ਪਾਬੰਦੀ

ਕ੍ਰਿਪਾਨ ਸਿੱਖਾਂ ਦਾ ਧਾਰਮਿਕ ਚਿੰਨ੍ਹ ਹੈ ਪਰ ਸਿੱਖ ਰਾਜ ਦੇ ਖ਼ਾਤਮੇ ਤੋਂ ਬਾਅਦ ਅੰਗਰੇਜ਼ ਸਰਕਾਰ ਨੇ ਲੋਕਾਂ ਤੋਂ ਸਾਰੇ ਹਥਿਆਰ ਜ਼ਬਤ ਕਰ ਲਏ ਸਨ ਅਤੇ ਸਿੱਖਾਂ ਦੇ ਕ੍ਰਿਪਾਨ ਰੱਖਣ ਉੱਤੇ ਬੰਦਸ਼ ਲਾ ਦਿੱਤੀ ਸੀ। ਪਰ ਬੁੱਢਾ ਦਲ ਦੇ ਨਿਹੰਗ ਸਿੰਘ ਰਵਾਇਤ ਦੇ ਮੁਤਾਬਕ ਆਪਣੇ ਪਾਸ ਕ੍ਰਿਪਾਨ, ਸਫ਼ਾ ਜੰਗ ਤੇ ਨੇਜ਼ੇ ਆਦਿ ਸ਼ਸਤਰ ਰੱਖਿਆ ਕਰਦੇ ਸਨ। ਪੁਲਿਸ ਕ੍ਰਿਪਾਨ ਵਾਲੇ ਸਿੰਘਾਂ ਨੂੰ ਟੋਕਾ-ਟਾਕੀ ਕਰਿਆ ਕਰਦੀ ਸੀ। ਇਕ ਵਾਰ ਅੰਮ੍ਰਿਤਸਰ ਭਗਤਾਂ ਵਾਲੇ ਸਟੇਸ਼ਨ 'ਤੇ ਨਿਹੰਗ ਸਿੰਘਾਂ ਦਾ ਜਥਾ ਉਤਰਿਆ, ਉਨ੍ਹਾਂ ਪਾਸ ਕ੍ਰਿਪਾਨਾਂ ਤੇ ਹੋਰ ਸ਼ਸਤਰ ਦੇਖ ਕੇ ਪੁਲਿਸ ਨੇ ਉਨ੍ਹਾਂ ਨੂੰ ਰੋਕਿਆ। ਇਸ ਗੱਲ 'ਤੇ ਨਿਹੰਗ ਸਿੰਘਾਂ ਦਾ ਪੁਲਿਸ ਨਾਲ ਝਗੜਾ ਹੋ ਗਿਆ। ਪੁਲਿਸ ਨੇ ਇਕ ਨਿਹੰਗ ਸਿੰਘ ਨੂੰ ਕ੍ਰਿਪਾਨ ਰੱਖਣ ਦੇ ਦੋਸ਼ ਹੇਠ ਗ੍ਰਿਫ਼ਤਾਰ ਕਰ ਲਿਆ। ਇਸੇ ਤਰ੍ਹਾਂ ਕੁਝ ਹੋਰ ਸਿੰਘ ਵੀ ਵੱਖ-ਵੱਖ ਥਾਵੀਂ ਗ੍ਰਿਫ਼ਤਾਰ ਕੀਤੇ ਗਏ। ਚੀਫ਼ ਖ਼ਾਲਸਾ ਦੀਵਾਨ ਤੇ ਸੰਗਤਾਂ ਨੇ ਇਸ ਨੂੰ ਧਾਰਮਿਕ ਆਜ਼ਾਦੀ ਉੱਤੇ ਹਮਲਾ ਕਹਿ ਕੇ ਅੰਮ੍ਰਿਤਸਰ ਦੀ ਅਦਾਲਤ ਵਿਚ ਸਰਕਾਰ ਦੀ ਇਸ ਕਾਰਵਾਈ ਦੇ ਵਿਰੁੱਧ ਮੁਕੱਦਮਾ ਦਾਇਰ ਕਰ ਦਿੱਤਾ। ਮੈਜਿਸਟਰੇਟ ਨੇ ਫ਼ੈਸਲਾ ਸਿੱਖਾਂ ਦੇ ਹੱਕ ਵਿਚ ਦੇ ਦਿੱਤਾ। ਪਰ ਇਸ ਦੇ ਬਾਵਜੂਦ ਅਲੱਗ ਅਲੱਗ ਥਾਵਾਂ 'ਤੇ ਸਿੰਘਾਂ ਨੂੰ ਕ੍ਰਿਪਾਨ ਰੱਖਣ ਕਰਕੇ ਤੰਗ ਕੀਤਾ ਜਾਂਦਾ ਰਿਹਾ। ਇਕ ਵਾਰ ਲੁਧਿਆਣੇ ਭਾਈ ਸਾਹਿਬ ਰਣਧੀਰ ਸਿੰਘ ਜੀ ਨੂੰ ਪੁਲਿਸ ਨੇ ਰੋਕਿਆ ਅਤੇ ਕ੍ਰਿਪਾਨ ਧਾਰਨ ਕਰਨ ਉੱਤੇ ਤਿੱਖਾ ਉਜ਼ਰ ਕੀਤਾ। ਫਿਰ ਇਕੇਰਾਂ ਅੰਮ੍ਰਿਤਸਰ ਸਟੇਸ਼ਨ 'ਤੇ ਤਿੰਨ ਚਾਰ ਪੁਲਿਸੀਆਂ ਨੇ ਰਲ ਕੇ ਭਾਈ ਸਾਹਿਬ ਕੋਲੋਂ ਸਫ਼ਾ ਜੰਗ ਖੋਹਣ ਦੀ ਅਸਫਲ ਕੋਸ਼ਿਸ਼ ਕੀਤੀ। ਜਦ ਇਉਂ ਸਿੱਖਾਂ ਨੂੰ ਕ੍ਰਿਪਾਨ ਧਾਰਨ ਕਰਕੇ ਮੁਸ਼ਕਲਾਂ ਪੇਸ਼ ਆਉਣ ਲੱਗੀਆਂ ਤਾਂ ਕ੍ਰਿਪਾਨ ਦੇ ਆਜ਼ਾਦ ਕਰਵਾਉਣ ਦਾ ਸਵਾਲ ਉਠਿਆ। ਸਾਰੀਆਂ ਸਿੰਘ ਸਭਾਵਾਂ, ਖ਼ਾਲਸਾ ਦੀਵਾਨਾਂ ਤੇ ਹੋਰ ਪੰਥਕ ਜਥੇਬੰਦੀਆਂ ਨੇ ਸਰਕਾਰ ਨੂੰ ਮਤੇ ਪੇਸ਼ ਕਰ ਕੇ ਭੇਜੇ ਕਿ ਕ੍ਰਿਪਾਨ ਸਿੱਖਾਂ ਦਾ ਧਾਰਮਿਕ

ਚਿੰਨ੍ਹ ਹੈ ਤੇ ਇਸ ਉੱਤੇ ਪਾਬੰਦੀ ਲਾਉਣਾ ਸਿੱਖਾਂ ਦੀ ਧਾਰਮਿਕ ਆਜ਼ਾਦੀ ਉੱਤੇ ਹਮਲਾ ਹੈ। ਸੂਬਾ ਸਰਹੱਦ ਤੇ ਯੂ.ਪੀ. ਆਦਿ ਤੋਂ ਲੈ ਕੇ ਬਰਮਾ ਤਕ ਸਿੱਖਾਂ ਨੇ ਕਿਰਪਾਨ ਰੱਖਣ ਦੀ ਖੁੱਲ੍ਹ ਹਾਸਲ ਕਰਨ ਲਈ ਕਾਨੂੰਨੀ ਲੜਾਈਆਂ ਲੜੀਆਂ। ਪੰਜਾਬ ਕੌਂਸਲ ਵਿਚ ਸਿੱਖ ਮੈਂਬਰਾਂ ਵੱਲੋਂ ਸ. ਗੱਜਣ ਸਿੰਘ ਵਕੀਲ ਲੁਧਿਆਣਾ ਨੇ ਕ੍ਰਿਪਾਨ ਦੀ ਆਜ਼ਾਦੀ ਸੰਬੰਧੀ ਮਤਾ ਪੇਸ਼ ਕੀਤਾ। ਲੰਮੀ ਕਸ਼ਮਕਸ਼ ਤੋਂ ਬਾਅਦ ਸਰਕਾਰ ਹਿੰਦ ਨੇ 11 ਮਈ 1917 ਨੂੰ ਇਕ ਨੋਟੀਫ਼ਿਕੇਸ਼ਨ ਜਾਰੀ ਕਰ ਕੇ ਸਿੱਖਾਂ ਲਈ ਸਾਰੇ ਬਰਤਾਨੀਆ, ਹਿੰਦੁਸਤਾਨ ਤੇ ਬਰਮਾ ਵਿਚ ਕਿਰਪਾਨ ਰੱਖਣ ਦੀ ਖੁੱਲ੍ਹ ਦੇ ਦਿੱਤੀ।

ਕੁਝ ਨਾਮਵਰ ਸਿੱਖ ਹਸਤੀਆਂ ਤੇ ਸੰਸਥਾਵਾਂ (ਜਿਵੇਂ ਰਈਸ ਹਰਚੰਦ ਸਿੰਘ ਲਾਇਲਪੁਰੀ, ਸਰਦਾਰ ਤੇਜਾ ਸਿੰਘ ਸਮੁੰਦਰੀ, ਭਾਈ ਰਣਧੀਰ ਸਿੰਘ ਨਾਰੰਗਵਾਲ ਦਾ ਜਥਾ, ਨਿਹੰਗ ਜਵੰਦ ਸਿੰਘ ਠੱਠਾ (ਪੱਟੀ) ਦਾ ਜਥਾ ਅਤੇ 'ਲੋਹਟਬੱਦੀ ਦੇ ਭਸੌੜੀਏ' ਆਦਿ) ਨੇ ਇਨ੍ਹਾਂ ਸੰਵੇਦਨਸ਼ੀਲ ਮੁੱਦਿਆਂ ਨੂੰ ਲੈ ਕੇ ਅੰਗਰੇਜ਼ ਸਰਕਾਰ ਵਿਰੁੱਧ ਪ੍ਰਚਾਰ ਦੀ ਜੋਸ਼ੀਲੀ ਮੁਹਿੰਮ ਚਲਾ ਰੱਖੀ ਸੀ। ਗ਼ਦਰੀ ਸੰਗਰਾਮੀਆਂ ਵਿਰੁਧ ਮੁਕੱਦਮੇ ਦੀਆਂ ਸਰਕਾਰੀ ਦਸਤਾਵੇਜ਼ਾਂ ਵਿਚ ਅਜਿਹੀਆਂ ਕਈ ਮੀਟਿੰਗਾਂ (ਜਿਵੇਂ ਲੋਹਟਬੱਦੀ, ਖੰਨਾ, ਚਮਕੌਰ ਸਾਹਿਬ ਆਦਿ) ਦਾ ਜ਼ਿਕਰ ਆਉਂਦਾ ਹੈ ਜਿਥੇ ਇਨ੍ਹਾਂ ਧਾਰਮਿਕ ਮਸਲਿਆਂ ਨੂੰ ਲੈ ਕੇ ਅੰਗਰੇਜ਼ ਸਰਕਾਰ ਦੀ ਤਿੱਖੀ ਮੁਖ਼ਾਲਫ਼ਤ ਕੀਤੀ ਗਈ ਅਤੇ ਇਨ੍ਹਾਂ ਮੀਟਿੰਗਾਂ ਵਿਚ ਹਾਜ਼ਰ ਬਹੁਤ ਸਾਰੇ ਸਿੰਘਾਂ ਨੇ ਬਾਅਦ ਵਿਚ ਗ਼ਦਰ ਪਾਰਟੀ ਨਾਲ ਰਲ ਕੇ ਬਸਤੀਵਾਦੀ ਰਾਜ ਵਿਰੁਧ ਬਗ਼ਾਵਤ ਕਰਨ ਦੇ ਯਤਨਾਂ ਵਿਚ ਸਰਗਰਮੀ ਨਾਲ ਹਿੱਸਾ ਲਿਆ ਸੀ। ਅੱਸੂ ਦੇ ਮਹੀਨੇ ਵਿਚ ਖੰਨੇ ਵਿਖੇ ਸਰਦਾਰ ਇੰਦਰ ਸਿੰਘ ਦੇ ਘਰ ਭਾਈ ਰਣਧੀਰ ਸਿੰਘ ਜੀ ਦੇ ਜਥੇ ਦੀ ਮੀਟਿੰਗ ਹੋਈ ਸੀ ਜਿਸ ਵਿਚ ਰਕਾਬ ਗੰਜ ਅਤੇ ਸਰੋਵਰ ਦੇ ਪਾਣੀ ਦੇ ਮਸਲੇ 'ਤੇ ਅੰਗਰੇਜ਼ ਸਰਕਾਰ ਵਿਰੁਧ ਤਿੱਖਾ ਗ਼ੁੱਸਾ ਪ੍ਰਗਟਾਇਆ ਗਿਆ ਸੀ। ਇਸੇ ਤਰ੍ਹਾਂ ਲੋਹਟਬੱਦੀ ਵਿਖੇ ਅੱਠ ਮਾਘ (20 ਜਨਵਰੀ 1915) ਅਤੇ 17 ਮਾਘ (29 ਜਨਵਰੀ) ਨੂੰ ਉਪਰੋਥਲੀ ਦੋ ਮੀਟਿੰਗਾਂ ਹੋਈਆਂ ਜਿਨ੍ਹਾਂ ਵਿਚ ਅੰਗਰੇਜ਼ ਸਰਕਾਰ ਦੀ ਕਰੜੀ ਨੁਕਤਾਚੀਨੀ ਕੀਤੀ ਗਈ।[5]

ਸ. ਜਗਜੀਤ ਸਿੰਘ ਨੇ *ਗ਼ਦਰ ਪਾਰਟੀ ਲਹਿਰ ਦਾ ਇਤਿਹਾਸ* ਵਿਚ ਸਰਕਾਰੀ ਦਸਤਾਵੇਜ਼ਾਂ ਦੇ ਹਵਾਲਿਆਂ ਨਾਲ ਇਸ ਤੱਥ ਦਾ ਜ਼ਿਕਰ ਕੀਤਾ ਹੈ ਕਿ :

> "ਸੰਤ ਰੰਧੀਰ ਸਿੰਘ ਅਤੇ ਉਨ੍ਹਾਂ ਦੇ ਆਦਮੀ ਕਈ ਥਾਈਂ ਮੀਟਿੰਗਾਂ ਕਰਦੇ ਰਹੇ, ਜਿਥੇ ਰਕਾਬ ਗੰਜ ਦੇ ਮੁਆਮਲੇ ਬਾਰੇ ਅੰਗਰੇਜ਼ਾਂ ਦੇ ਬਰਖ਼ਲਾਫ਼ ਲੈਕਚਰ ਹੁੰਦੇ ਰਹੇ। ਗ਼ਦਰ ਪਾਰਟੀ ਦੇ ਇਨਕਲਾਬੀਆਂ ਨਾਲ ਸੰਬੰਧ ਪੈਦਾ ਹੋਣ ਦਾ ਸਭ ਤੋਂ ਪਹਿਲਾ ਜ਼ਿਕਰ ਸੱਤ ਪੋਹ (19 ਦਸੰਬਰ 1914) ਨੂੰ ਚਮਕੌਰ ਸਾਹਿਬ ਵਿਚ ਹੋਈ ਮੀਟਿੰਗ ਵਿਚ ਆਇਆ। 'ਸੰਤ' ਰੰਧੀਰ ਸਿੰਘ ਨੇ ਮੀਟਿੰਗ ਨੂੰ ਦੱਸਿਆ ਕਿ ਇਕ ਕਮੇਟੀ ਕਾਇਮ ਕੀਤੀ ਗਈ ਹੈ ਜਿਸ ਨੇ ਗੁਰੂ ਗ੍ਰੰਥ ਸਾਹਿਬ ਤੋਂ ਇਹ ਵਾਕ ਲੈ ਕੇ ਫ਼ੈਸਲਾ ਕੀਤਾ ਹੈ ਕਿ ਜੇ ਰਕਾਬ ਗੰਜ ਨੂੰ ਢਾਹਿਆ ਜਾਵੇ ਤਾਂ ਸ਼ਹੀਦੀਆਂ ਪਾਈਆਂ ਜਾਣ। ਸੰਤ ਰੰਧੀਰ ਸਿੰਘ ਨੇ ਇਹ ਵੀ ਦੱਸਿਆ ਕਿ ਗ਼ਦਰ ਪਾਰਟੀ ਦੇ ਦੋ ਆਦਮੀ ਹੋਣ ਵਾਲੇ ਇਨਕਲਾਬ ਵਾਸਤੇ ਆਦਮੀ ਲੈਣ ਲਈ ਉਨ੍ਹਾਂ (ਸੰਤ ਰੰਧੀਰ ਸਿੰਘ) ਪਾਸ ਆਏ ਸਨ ਅਤੇ ਗ਼ਦਰ ਪਾਰਟੀ ਦੇ ਆਦਮੀਆਂ ਨਾਲ ਸਰਹੰਦ ਮਿਲਣ ਦਾ ਪ੍ਰਬੰਧ ਕੀਤਾ ਗਿਆ ਹੈ।"[6]

---

5. Malwinderjit Singh Waraich and Harinder Singh (eds.), *Ghadar Movement Original Documents,* Vol. 1-B, pp. 273-74.
6. ਜਗਜੀਤ ਸਿੰਘ, *ਗ਼ਦਰ ਪਾਰਟੀ ਲਹਿਰ,* ਸਫ਼ਾ 264.

ਭਾਈ ਰਣਧੀਰ ਸਿੰਘ ਜੀ ਦੇ ਜਥੇ ਦੇ ਇਕ ਅਹਿਮ ਮੈਂਬਰ ਗਿਆਨੀ ਹਰਭਜਨ ਸਿੰਘ ਚਮਿੰਡਾ ਨੇ ਆਪਣੀ ਸਵੈ-ਜੀਵਨੀ ਵਿਚ ਦੱਸਿਆ ਹੈ ਕਿ ਜਿਸ ਸਮੇਂ ਦੌਰਾਨ ਗੁਰਦੁਆਰਾ ਰਕਾਬ ਗੰਜ ਦੀ ਕੰਧ ਢਾਹੇ ਜਾਣ ਦੇ ਵਿਰੁੱਧ ਐਜੀਟੇਸ਼ਨ ਚੱਲ ਰਹੀ ਸੀ, ਤਾਂ

> "ਇਨ੍ਹੀਂ ਦਿਨੀਂ ਅਮਰੀਕਾ ਵਾਲੇ ਗ਼ਦਰੀ ਵੀਰ ਕਰਤਾਰ ਸਿੰਘ ਸਰਾਭਾ, ਭਾਈ ਨਿਧਾਨ ਸਿੰਘ ਚੁੱਘਾ, ਭਾਈ ਉੱਤਮ ਸਿੰਘ ਹਾਂਸ, ਭਾਈ ਗਾਂਧਾ ਸਿੰਘ ਕੱਚਰਭੰਨ (ਤਹਿਸੀਲ ਜ਼ੀਰਾ) ਤੇ ਭਾਈ ਅਰਜਨ ਸਿੰਘ (ਖੁਖਰਾਨਾ, ਜ਼ਿਲ੍ਹਾ ਫ਼ਿਰੋਜ਼ਪੁਰ) ਭਾਈ ਸਾਹਿਬ (ਭਾਈ ਰਣਧੀਰ ਸਿੰਘ) ਕੋਲ ਆਉਂਦੇ ਤੇ ਅਸੀਂ ਵੀ ਇਨ੍ਹਾਂ ਦੀਆਂ ਗੱਲਾਂਬਾਤਾਂ ਸੁਣਦੇ।"[7]

ਇਸ ਦੀ ਪੁਸ਼ਟੀ ਇਕ ਹੋਰ ਇਤਿਹਾਸਕ ਸੋਮੇ ਤੋਂ ਵੀ ਹੁੰਦੀ ਹੈ। ਭਾਈ ਰਣਧੀਰ ਸਿੰਘ ਦੇ ਨੇੜਲੇ ਸਾਥੀ ਭਾਈ ਨਾਹਰ ਸਿੰਘ ਦੇ ਕਥਨ ਮੁਤਾਬਕ:

> "ਨਾਰੰਗਵਾਲ ਭਾਈ ਸਾਹਿਬ ਰਣਧੀਰ ਸਿੰਘ ਜੀ ਪਾਸ ਭਾਈ ਨਿਧਾਨ ਸਿੰਘ ਚੁੱਘਾ, ਭਾਈ ਉੱਤਮ ਸਿੰਘ ਹਾਂਸ, ਭਾਈ ਗਾਂਧਾ ਸਿੰਘ ਆਦਿ ਮੁਖੀ ਸੱਜਣ ਆ ਕੇ ਠਹਿਰਦੇ ਸਨ ਤੇ ਸਾਰੀ ਲਹਿਰ ਦੀ ਖ਼ਬਰ ਸਾਰ ਦਸਦੇ ਸਨ। ਇਥੇ ਹੀ ਬੱਬਰ ਅਕਾਲੀ ਕਿਸ਼ਨ ਸਿੰਘ ਗੜਗੱਜ ਦੀ ਰਾਵਲਪਿੰਡੀ ਤੋਂ ਚਿੱਠੀ ਆਈ ਸੀ ਕਿ 'ਭਾਈ ਅਤਰ ਸਿੰਘ ਨੂੰ ਸਾਡੇ ਪਾਸ ਭੇਜ ਦਿਓ, ਉਹ ਤੁਹਾਡੀ ਖ਼ਬਰ ਸਾਰ ਸਾਨੂੰ ਦੇ ਜਾਏ ਤੇ ਸਾਡੀ ਖ਼ਬਰ ਸਾਰ ਲੈ ਜਾਵੇ'। ਭਾਈ ਅਤਰ ਸਿੰਘ 35 ਨੰਬਰ ਪਲਟਣ ਵਿਚ ਬਿਗਲਰ ਸਨ ਤੇ ਨਾਮ ਕਟਾ ਆਏ ਸਨ ਤੇ ਭਾਈ ਕਿਸ਼ਨ ਸਿੰਘ ਜੀ ਉਸ ਵੇਲੇ ਅਜੇ ਪਲਟਣ ਵਿਚ ਹੀ ਸਨ। ਉਨ੍ਹਾਂ ਨੂੰ ਉਸ ਵੇਲੇ ਦੀ ਹੀ ਲਾਗ ਲੱਗੀ ਹੋਈ ਸੀ, ਜਿਸ ਕਰਕੇ ਉਨ੍ਹਾਂ ਪਿੱਛੋਂ ਜਾ ਕੇ ਬੱਬਰ ਅਕਾਲੀ ਲਹਿਰ ਜਾਰੀ ਕੀਤੀ।"[8]

ਪ੍ਰਸਿੱਧ ਰਈਸ ਸਰਦਾਰ ਹਰਚੰਦ ਸਿੰਘ ਲਾਇਲਪੁਰੀ ਦਾ ਜੱਦੀ ਪਿੰਡ ਸੁਰ ਸਿੰਘ ਸੀ। ਲਾਇਲਪੁਰ ਵਿਚ ਸ. ਹਰਚੰਦ ਸਿੰਘ ਦੀ ਕੋਠੀ ਸ਼ਹਿਰੋਂ ਬਾਹਰ ਕੋਈ ਅੱਧ ਕੁ ਮੀਲ ਦੀ ਵਿੱਥ 'ਤੇ ਸੀ। ਇਹ ਉਸ ਵੇਲੇ ਦੇ ਇਨਕਲਾਬੀਆਂ ਦੀ ਗੁਪਤ ਠਾਹਰ ਬਣੀ ਹੋਈ ਸੀ। ਸ. ਤੇਜਾ ਸਿੰਘ ਚੂਹੜਕਾਨਾ ਦੇ ਬਿਆਨ ਅਨੁਸਾਰ ਸ. ਜਗਤ ਸਿੰਘ (ਸੁਰ ਸਿੰਘੀਏ) ਨਾਲ ਭਾਈ ਕਰਤਾਰ ਸਿੰਘ ਸਰਾਭਾ ਵੀ ਇਨ੍ਹਾਂ ਕੋਲ ਇਕ ਵਾਰ ਆ ਕੇ ਠਹਿਰਿਆ ਸੀ ਤੇ ਇਥੇ ਹੀ ਉਸ ਦੀ ਮੁਲਾਕਾਤ ਸਰਦਾਰ ਤੇਜਾ ਸਿੰਘ ਸਮੁੰਦਰੀ ਨਾਲ ਹੋਈ ਸੀ। ਕਿਹਾ ਜਾਂਦਾ ਹੈ ਕਿ ਸਰਦਾਰ ਤੇਜਾ ਸਿੰਘ ਸਮੁੰਦਰੀ ਇਸ ਜੋਸ਼ੀਲੇ ਤੇ ਦ੍ਰਿੜ੍ਹ ਇਰਾਦੇ ਵਾਲੇ ਨੌਜਵਾਨ ਇਨਕਲਾਬੀ ਨੂੰ ਮਿਲ ਕੇ ਬਹੁਤ ਖ਼ੁਸ਼ ਹੋਏ ਸਨ।

ਸਰਦਾਰ ਹਰਚੰਦ ਸਿੰਘ ਦੀਆਂ ਇਨਕਲਾਬੀ ਸਾਂਝਾਂ ਤੋਂ ਅੰਗਰੇਜ਼ ਸਰਕਾਰ ਅਵੇਸਲੀ ਨਹੀਂ ਸੀ। ਉਨ੍ਹਾਂ ਸੀ.ਆਈ.ਡੀ. ਦਾ ਇਕ ਸਿਪਾਹੀ ਇਨ੍ਹਾਂ ਉੱਤੇ ਨਿਗਰਾਨੀ ਰੱਖਣ ਲਈ ਪੱਕਾ ਹੀ ਇਨ੍ਹਾਂ ਮਗਰ ਲਾਇਆ ਹੋਇਆ ਸੀ। ਇਨ੍ਹਾਂ ਦੀ ਕੋਠੀ ਕਿਉਂਕਿ ਸ਼ਹਿਰੋਂ ਬਾਹਰ ਉਜਾੜ ਵਿਚ ਸੀ ਜਿਥੇ ਨੇੜੇ ਤੇੜੇ ਹੋਰ ਕੋਈ ਮਕਾਨ ਆਦਿ ਨਹੀਂ ਸੀ, ਇਸ ਲਈ ਸੀ.ਆਈ.ਡੀ. ਦੇ ਇਸ ਬੰਦੇ ਨੂੰ ਰਾਤ ਨੂੰ ਕੋਠੀ ਦੀ ਨਿਗਰਾਨੀ ਕਰਨੀ ਮੁਸ਼ਕਲ ਸੀ। ਰਾਤ ਨੂੰ ਉਹ ਸੌਣ ਲਈ ਘਰ ਚਲਾ ਜਾਂਦਾ ਸੀ। ਇਸ ਕਰਕੇ ਗ਼ਦਰੀ ਸੰਗਰਾਮੀਏ ਸ. ਹਰਚੰਦ ਸਿੰਘ ਦੀ ਕੋਠੀ ਜ਼ਿਆਦਾਤਰ ਰਾਤ ਨੂੰ ਹੀ ਆਉਂਦੇ ਸਨ, ਅਤੇ ਸਵੇਰੇ ਦਿਨ ਚੜ੍ਹਨ ਤੋਂ ਪਹਿਲਾਂ ਹੀ ਉਥੋਂ ਖਿਸਕ ਜਾਂਦੇ ਸਨ।[9]

---

7. ਮਲਵਿੰਦਰਜੀਤ ਸਿੰਘ ਵੜੈਚ ਤੇ ਸੀਤਾ ਰਾਮ ਬਾਂਸਲ (ਸੰਪਾ.), *ਭਾਰਤੀ ਸ਼ਹੀਦਾਂ ਦੀਆਂ ਲਹੂ-ਭਿੰਨੀਆਂ ਯਾਦਾਂ ਤੇ ਸਵੈ-ਜੀਵਨੀ ਬਾਬਾ ਹਰਭਜਨ ਸਿੰਘ ਚਮਿੰਡਾ*, ਸਫ਼ਾ 98.
8. ਗਿਆਨੀ ਨਾਹਰ ਸਿੰਘ, *ਆਜ਼ਾਦੀ ਦੀਆਂ ਲਹਿਰਾਂ*, ਸਫ਼ਾ 62.
9. ਪਿਆਰ ਸਿੰਘ, *ਤੇਜਾ ਸਿੰਘ ਸਮੁੰਦਰੀ*, ਸਫ਼ੇ 161-62.

ਗ਼ਦਰ ਪਾਰਟੀ ਨੇ ਸਿੱਖ ਜਨਤਾ ਨੂੰ ਅੰਗਰੇਜ਼ ਸਰਕਾਰ ਵਿਰੁੱਧ ਲੜਾਈ ਲਈ ਉਭਾਰਨ ਦੇ ਮੰਤਵ ਨਾਲ ਗੁਰਦੁਆਰਾ ਰਕਾਬ ਗੰਜ ਦੇ ਮਸਲੇ 'ਤੇ ਇਕ ਉਚੇਚਾ ਕਿਤਾਬਚਾ *(ਰਕਾਬ ਗੰਜ ਦਾ ਦੁਖੜਾ)* ਉਰਦੂ ਵਿਚ ਛਾਪ ਕੇ ਸਿੱਖਾਂ ਅੰਦਰ ਵੰਡਿਆ। ਸਮਕਾਲੀ ਧਾਰਮਿਕ ਤੇ ਰਾਜਸੀ ਮਾਹੌਲ ਨੇ ਸਿੱਖ ਸ਼ਰਧਾਲੂਆਂ ਦੇ ਮਨਾਂ ਨੂੰ ਕਿਸ ਕਦਰ ਪ੍ਰਭਾਵਿਤ ਕੀਤਾ, ਇਸ ਦਾ ਇਸ਼ਾਰਾ ਗਿਆਨੀ ਹਰਭਜਨ ਸਿੰਘ ਚਮਿੰਡਾ ਦੇ ਹੇਠ ਦਿੱਤੇ ਕਥਨ ਤੋਂ ਮਿਲਦਾ ਹੈ:

> "ਕੌਮਾ ਗਾਟਾ ਮਾਰੂ ਦੇ ਹਾਦਸੇ ਨੇ ਤੇ ਗੁਰਦੁਆਰਾ ਰਕਾਬ ਗੰਜ ਦੀ ਕੰਧ ਨੂੰ ਢਾਹੇ ਜਾਣ ਨੇ - ਸਾਡੇ ਸਾਰੇ ਜਥੇ ਵਿਚ ਜੋਸ਼ ਪੈਦਾ ਕਰ ਦਿੱਤਾ। ਇਸ ਵੇਲੇ ਗ਼ਦਰ ਪਾਰਟੀ ਦੇ ਬਹੁਤ ਸਾਰੇ ਮੈਂਬਰ ਅਮਰੀਕਾ ਵਿੱਚੋਂ ਸੌਂਹਾਂ ਖਾ ਕੇ, ਗ਼ਦਰ ਕਰਨ ਲਈ ਤੇ ਅੰਗਰੇਜ਼ਾਂ ਨੂੰ ਭਾਰਤ ਵਿੱਚੋਂ ਕੱਢਣ ਦਾ ਪ੍ਰਣ ਲੈ ਕੇ ਪੰਜਾਬ ਪਹੁੰਚ ਚੁੱਕੇ ਸਨ ...ਸ. ਕਰਤਾਰ ਸਿੰਘ ਸਰਾਭਾ ਵੀ ਇਨ੍ਹਾਂ ਵਿੱਚੋਂ ਇਕ ਸੀ। ਇਹ ਅਮਰੀਕਾ ਇੰਜਨੀਅਰੀ ਦਾ ਕੋਰਸ ਪਾਸ ਕਰਨ ਲਈ ਗਿਆ ਸੀ, ਪਰ ਜਦੋਂ ਇਸ ਨੇ ਉਥੇ ਆਪਣੇ ਦੇਸ਼ ਵਾਸੀਆਂ ਨਾਲ ਦੁਰਵਿਵਹਾਰ ਹੁੰਦਾ ਦੇਖਿਆ ਤਾਂ ਉਸ ਦਾ ਅੰਦਰਲਾ ਕੂਕ ਉਠਿਆ। ਉਸ ਨੇ ਫ਼ੈਸਲਾ ਕੀਤਾ ਕਿ ਅੰਗਰੇਜ਼ਾਂ ਨੂੰ ਹਿੰਦੁਸਤਾਨ ਵਿਚ ਨਹੀਂ ਰਹਿਣ ਦੇਣਾ। ਇਸ ਮਨੋਰਥ ਲਈ ਮੈਂ ਵੀ ਕਰਤਾਰ ਸਿੰਘ ਸਰਾਭਾ ਨਾਲ ਰਲ ਗਿਆ।"[10]

ਸਿੱਖਾਂ ਦੀ ਤੁਲਨਾ ਵਿਚ ਦੂਸਰੇ ਦੋਨੋਂ ਧਾਰਮਿਕ ਭਾਈਚਾਰਿਆਂ, ਹਿੰਦੂਆਂ ਤੇ ਮੁਸਲਮਾਨਾਂ, ਦੀ ਅੰਤਰਮੁਖੀ ਦਸ਼ਾ ਬਹੁਤ ਅਲੱਗ ਸੀ। ਇਨ੍ਹਾਂ ਵਰਗਾਂ ਦਾ ਧਾਰਮਿਕ ਮਸਲਿਆਂ ਨੂੰ ਲੈ ਕੇ ਅੰਗਰੇਜ਼ ਸਰਕਾਰ ਨਾਲ ਕੋਈ ਵੱਡਾ ਟਕਰਾਅ ਪੈਦਾ ਨਹੀਂ ਹੋਇਆ ਸੀ। ਬਸਤੀਵਾਦੀ ਸਰਕਾਰ ਨੇ ਸਿੱਖਾਂ ਦੇ ਧਾਰਮਿਕ ਤੇ ਵਿਦਿਅਕ ਅਸਥਾਨਾਂ ਨੂੰ ਆਪਣੇ ਕੰਟਰੋਲ ਹੇਠ ਰੱਖਣ ਲਈ ਜਿੰਨੇ ਉਚੇਚੇ ਯਤਨ ਕੀਤੇ ਸਨ, ਦੂਸਰੇ ਧਾਰਮਿਕ ਭਾਈਚਾਰਿਆਂ ਦੇ ਮਾਮਲੇ ਵਿਚ ਉਸ ਨੇ ਇਸ ਮਾਮਲੇ ਵਿਚ ਮੁਕਾਬਲਤਨ ਨਿਰਲੇਪ ਰਹਿਣ ਦੀ ਕੋਸ਼ਿਸ਼ ਕੀਤੀ ਸੀ। ਇਸ ਦਾ ਮੁੱਖ ਕਾਰਨ ਇਹ ਸੀ ਕਿ ਬਸਤੀਵਾਦੀ ਹਾਕਮ ਜਿਸ ਕਦਰ ਸਿੱਖਾਂ ਦੇ ਧਾਰਮਿਕ ਉਭਾਰ ਤੋਂ ਰਾਜਸੀ ਖ਼ਤਰਾ ਮਹਿਸੂਸ ਕਰਦੇ ਸਨ, ਉਸ ਕਦਰ ਕਿਸੇ ਹੋਰ ਧਾਰਮਿਕ ਭਾਈਚਾਰੇ ਤੋਂ ਨਹੀਂ। ਇਸ ਦੇ ਦੋ ਕਾਰਨ ਮੰਨੇ ਜਾ ਸਕਦੇ ਹਨ। ਪਹਿਲੀ ਗੱਲ ਇਹ, ਕਿ ਹੋਰਨਾਂ ਧਾਰਮਿਕ ਪਰੰਪਰਾਵਾਂ ਦੀ ਤੁਲਨਾ ਵਿਚ, ਸਿੱਖ ਧਰਮ ਤੇ ਰਵਾਇਤਾਂ ਅੰਦਰ ਜ਼ੁਲਮ ਤੇ ਅਨਿਆਂ ਦੇ ਵਿਰੁੱਧ ਲੜਨ ਲਈ ਬਹੁਤ ਹੀ ਜ਼ੋਰਾਵਰ ਪ੍ਰੇਰਨਾ ਮਿਲਦੀ ਹੈ। ਇਸ ਵਜ੍ਹਾ ਕਰਕੇ, ਇਤਿਹਾਸ ਵਿਚ ਇਹ ਗੱਲ ਵਾਰ ਵਾਰ ਪ੍ਰਗਟ ਹੋਈ ਹੈ ਕਿ ਜ਼ੁਲਮ ਤੇ ਬੇਇਨਸਾਫ਼ੀ ਦੀ ਸੂਰਤ ਵਿਚ ਸਿੱਖਾਂ ਦਾ ਧਾਰਮਿਕ ਜਜ਼ਬਾ ਬਹੁਤ ਛੇਤੀ ਤੇ ਸਿੱਧੇ ਰੂਪ ਵਿਚ ਰਾਜਸੀ ਵੰਗਾਰ ਵਿਚ ਪਲਟ ਜਾਂਦਾ ਹੈ। ਜਿਸ ਕਰਕੇ ਇਤਿਹਾਸ ਅੰਦਰ ਹਰੇਕ ਜ਼ਾਲਮ ਰਾਜ ਨੂੰ ਸਿੱਖਾਂ ਦੇ ਧਾਰਮਿਕ ਉਭਾਰ 'ਚੋਂ ਹਮੇਸ਼ਾ ਹੀ ਗੰਭੀਰ ਰਾਜਸੀ ਖ਼ਤਰਾ ਦਿਖਾਈ ਦਿੱਤਾ ਹੈ। ਦੂਜੀ ਗੱਲ, ਜਿਵੇਂ ਕਿ ਪੰਜਾਬ ਦੇ ਲੈਫ਼ਟੀਨੈਂਟ ਗਵਰਨਰ ਸਰ ਡੈਨਜ਼ਿਲ ਇਬਟਸਨ ਵੱਲੋਂ 30 ਅਪਰੈਲ 1907 ਨੂੰ ਵਾਇਸਰਾਇ ਤੇ ਗਵਰਨਰ ਜਨਰਲ ਆੱਵ ਇੰਡੀਆ ਨੂੰ ਭੇਜੇ ਲਿਖਤੀ ਨੋਟ ਤੋਂ ਸਪੱਸ਼ਟ ਹੁੰਦਾ ਹੈ, ਅੰਗਰੇਜ਼ ਹਾਕਮ ਇਸ ਗੱਲ ਤੋਂ ਭਲੀਭਾਂਤ ਸੁਚੇਤ ਸਨ ਕਿ ਸਿੱਖਾਂ ਨੂੰ "ਅਜੇ 60 ਸਾਲ ਹੀ ਹੋਏ ਹਨ ਜਦੋਂ ਉਹ ਪੰਜਾਬ ਉੱਤੇ ਰਾਜ ਕਰਦੇ ਸਨ", ਅਤੇ ਉਨ੍ਹਾਂ ਅੰਦਰ ਪੈਦਾ ਹੋਈ ਧਾਰਮਿਕ ਜਾਗ੍ਰਤੀ ਲਾਜ਼ਮੀ

10. ਅਜਮੇਰ ਸਿੰਘ ਐਮ.ਏ., *ਸਰਾਭੇ ਦਾ ਸਾਥੀ ਹਰਿਭਜਨ ਸਿੰਘ ਸਾਥੀ*, ਸਫ਼ਾ 32.

ਰੂਪ ਵਿਚ ਉਨ੍ਹਾਂ ਦੀਆਂ ਰਾਜਸੀ ਅਕਾਂਖਿਆਵਾਂ ਨੂੰ ਹੁਲਾਰਾ ਦੇਵੇਗੀ ਅਤੇ ਉਨ੍ਹਾਂ ਅੰਦਰ ਆਪਣਾ ਖੁੱਸਿਆ ਹੋਇਆ ਰਾਜ ਮੁੜ ਹਾਸਲ ਕਰਨ ਦੀ ਰੀਝ ਅੰਗੜਾਈ ਲੈ ਲਵੇਗੀ। ਉਕਤ ਨੋਟ ਵਿਚ ਗਵਰਨਰ ਜਨਰਲ ਵੱਲੋਂ ਵਾਇਸਰਾਇ ਨੂੰ, ਸਿੱਖਾਂ ਦੇ ਧਾਰਮਿਕ ਉਭਾਰ ਨੂੰ ਗੰਭੀਰਤਾ ਨਾਲ ਲੈਣ ਦੀ ਸਾਫ਼ ਤਾਕੀਦ ਕੀਤੀ ਗਈ ਸੀ।

ਇਸ ਤੋਂ ਸਪੱਸ਼ਟ ਹੋ ਜਾਂਦਾ ਹੈ ਕਿ ਗ਼ਦਰ ਲਹਿਰ ਦੇ ਉਭਾਰ ਸਮੇਂ, ਸਿੱਖਾਂ ਵਾਂਗੂ ਦੂਸਰੇ ਧਾਰਮਿਕ ਭਾਈਚਾਰਿਆਂ ਨੂੰ ਅੰਗਰੇਜ਼ ਸਰਕਾਰ ਵਿਰੁੱਧ ਉਭਾਰਨ ਵਾਲਾ ਜਜ਼ਬਾਤੀ ਤੇ ਸੰਵੇਦਨਸ਼ੀਲ ਮੁੱਦਾ ਕੋਈ ਨਹੀਂ ਸੀ। ਜਿਸ ਕਰਕੇ ਗ਼ਦਰ ਲਹਿਰ ਨੂੰ ਜਿੰਨਾ ਭਰਵਾਂ ਹੁੰਗਾਰਾ ਸਿੱਖਾਂ ਵੱਲੋਂ ਮਿਲਿਆ, ਓਨਾ ਹਿੰਦੂਆਂ ਤੇ ਮੁਸਲਮਾਨਾਂ ਵੱਲੋਂ ਨਹੀਂ ਮਿਲਿਆ ਸੀ। ਪਰਦੇਸਾਂ ਅੰਦਰ, ਤੇ ਦੇਸ਼ ਦੇ ਅੰਦਰ ਵੀ, ਹਿੰਦੂਆਂ ਤੇ ਮੁਸਲਮਾਨਾਂ 'ਚੋਂ ਇੱਕਾ-ਦੁੱਕਾ ਵਿਅਕਤੀ ਹੀ ਗ਼ਦਰ ਲਹਿਰ ਵਿਚ ਸ਼ਾਮਲ ਹੋਏ।

ਪਤਵੰਤਾ ਵਰਗ (Elite)

ਸਾਰੇ ਹੀ ਸਮਾਜਾਂ ਅੰਦਰ ਪਤਵੰਤੇ ਵਰਗ ਦੀ ਸੰਖਿਆ ਭਾਵੇਂ ਬਹੁਤ ਥੋੜ੍ਹੀ ਹੁੰਦੀ ਹੈ, ਪਰੰਤੂ ਇਸ ਵਰਗ ਦਾ ਸਮਾਜ ਅੰਦਰ ਅਸਰ ਰਸੂਖ਼ ਉਸ ਦੀ ਸੰਖਿਆ ਨਾਲੋਂ ਕਿਤੇ ਵਧਵੇਂ ਅਨੁਪਾਤ ਵਿਚ ਹੁੰਦਾ ਹੈ। ਇਸ ਕਰਕੇ ਰਾਜ ਵਿਰੋਧੀ ਲਹਿਰਾਂ ਦੀ ਤਕਦੀਰ ਆਮ ਕਰਕੇ ਪਤਵੰਤੇ ਵਰਗ ਦੇ ਰਵੱਈਏ ਨਾਲ ਜੁੜੀ ਹੁੰਦੀ ਹੈ। ਆਮ ਤੌਰ 'ਤੇ ਹਰੇਕ ਰਾਜ ਪਤਵੰਤੇ ਵਰਗ ਦੀ ਹਮਾਇਤ ਤੇ ਵਫ਼ਾਦਾਰੀ ਨੂੰ ਯਕੀਨੀ ਬਣਾਉਣ ਦੇ ਯਤਨ ਕਰਦਾ ਹੈ। ਇਸ ਨੂੰ ਉਚੇਚੇ ਹੱਕਾਂ (privileges) ਤੇ ਸਹੂਲਤਾਂ (ਕੌਂਸਲਾਂ/ਕਮੇਟੀਆਂ ਦੀਆਂ ਮੈਂਬਰੀਆਂ ਅਤੇ ਉਚੇਚੇ ਖ਼ਿਤਾਬਾਂ ਤੇ ਸਨਮਾਨਾਂ)* ਨਾਲ ਨਿਵਾਜਿਆ ਜਾਂਦਾ ਹੈ। ਆਮ ਹਾਲਤਾਂ ਵਿਚ ਇਹ ਵਰਗ ਰਾਜ ਪ੍ਰਤਿ ਵਫ਼ਾਦਾਰ ਬਣਿਆ ਰਹਿੰਦਾ ਹੈ।

ਪਰ ਕੁਝ ਵਿਸ਼ੇਸ਼ ਹਾਲਤਾਂ ਵਿਚ ਇਹ ਵਰਗ ਵੇਲੇ ਦੀਆਂ ਹੁਕਮਰਾਨ ਤਾਕਤਾਂ ਨਾਲ ਟਕਰਾਅ ਵਿਚ ਆ ਜਾਂਦਾ ਹੈ। ਇਸ ਵਰਗ ਦਾ ਇਕ ਲੱਛਣ ਸਰਬ-ਲੌਕਿਕ ਹੈ। ਉਹ ਕਿਸੇ ਵੀ ਮਸਲੇ ਬਾਰੇ ਨਫ਼ੇ ਨੁਕਸਾਨ ਦਾ ਹਿਸਾਬ ਕਿਤਾਬ ਲਾ ਕੇ ਹੀ ਆਪਣਾ ਰਵੱਈਆ ਧਾਰਨ ਕਰਦਾ ਹੈ। ਮਿਸਾਲ ਵਜੋਂ, ਆਮ ਰੂਪ ਵਿਚ ਇਹ ਵਰਗ ਬਦੇਸ਼ੀ ਰਾਜ ਦੀ ਵਫ਼ਾਦਾਰੀ ਦੇ ਬਦਲੇ ਵਿਚ ਆਪਣੇ ਲਈ ਕੁਝ ਵਿਸ਼ੇਸ਼ ਰਿਆਇਤਾਂ ਲੈਣ ਦੀ ਪਹੁੰਚ ਅਪਣਾ ਕੇ ਚੱਲਦਾ ਹੈ। ਪਰੰਤੂ ਜੇਕਰ ਇਸ ਵਰਗ ਨੂੰ ਕਿਸੇ ਵੇਲੇ, ਇਕ ਤਾਂ ਬਦੇਸ਼ੀ ਰਾਜ ਦਾ ਖ਼ਾਤਮਾ ਯਕੀਨੀ ਨਜ਼ਰ ਆਉਣ ਲੱਗ ਪਵੇ, ਤੇ ਦੂਜਾ ਬਦੇਸ਼ੀ ਰਾਜ ਦੇ ਖ਼ਾਤਮੇ ਨਾਲ ਉਸ ਨੂੰ ਆਪਣੇ ਰੁਤਬੇ ਤੇ ਵੱਕਾਰ ਵਿਚ ਵਾਧਾ ਹੁੰਦਾ ਦਿਖੇ, ਤਾਂ ਇਹ ਵਰਗ ਬਦੇਸ਼ੀ ਰਾਜ ਦੇ ਖ਼ਾਤਮੇ ਦੀ ਮੁਹਿੰਮ ਦਾ ਮੋਹਰੀ ਬਣਨ ਵਿਚ ਦੇਰ ਨਹੀਂ ਲਾਉਂਦਾ। ਪਰ ਅਜਿਹਾ ਉਹ ਉਸ ਸੂਰਤ ਵਿਚ ਹੀ ਕਰਦਾ ਹੈ ਜਦੋਂ ਉਸ ਨੂੰ ਲਹਿਰ ਦੀ ਵਾਗਡੋਰ ਆਪਣੇ ਹੱਥਾਂ ਵਿਚ ਹੋਣ ਬਾਰੇ ਭਰੋਸਾ ਬੱਝ ਜਾਂਦਾ ਹੈ। ਮਿਸਾਲ ਵਜੋਂ ਇੰਡੀਅਨ ਨੈਸ਼ਨਲ ਕਾਂਗਰਸ ਦੀ ਸਥਾਪਨਾ ਭਾਵੇਂ 1885 ਈ. ਵਿਚ ਹੋ ਗਈ ਸੀ, ਪਰ ਜਿੰਨਾ ਚਿਰ ਬਸਤੀਵਾਦੀ ਰਾਜ

* ਬਸਤੀਵਾਦੀ ਸਰਕਾਰ ਵੇਲੇ ਪਤਵੰਤੇ ਲੋਕਾਂ ਨੂੰ 'ਸਰ' ਤੇ 'ਰਾਏ ਬਹਾਦਰ' ਦੇ ਖ਼ਿਤਾਬ ਦੇਣ ਦਾ ਰਿਵਾਜ ਸੀ, ਆਜ਼ਾਦੀ ਤੋਂ ਬਾਅਦ ਭਾਰਤੀ ਹਾਕਮਾਂ ਵੱਲੋਂ ਉਸੇ ਤਰਜ਼ ਉੱਤੇ 'ਪਦਮ ਸ੍ਰੀ', 'ਪਦਮ ਭੂਸ਼ਣ' ਆਦਿ ਉਪਾਧੀਆਂ ਦੇਣ ਦੀ ਰੀਤ ਪ੍ਰਚਲਿਤ ਹੋ ਗਈ।

ਵਿਰੁੱਧ ਸੰਘਰਸ਼ ਦੇ ਅੰਦਰ ਗਾਂਧੀ ਦੀ ਲੀਡਰਸ਼ਿੱਪ ਅਸਰਦਾਰ ਰੂਪ ਵਿਚ ਸਥਾਪਤ ਨਹੀਂ ਹੋਈ ਸੀ, ਉਨਾ ਚਿਰ ਕਾਂਗਰਸ ਪਾਰਟੀ ਨੇ ਦੇਸ਼ ਦੀ ਆਜ਼ਾਦੀ ਦਾ ਨਾਹਰਾ ਨਹੀਂ ਦਿੱਤਾ ਸੀ। ਉਹ ਬਸਤੀਵਾਦੀ ਰਾਜ ਦੇ ਅੰਦਰ ਹੀ ਵੱਧ ਹੱਕਾਂ ਤੇ ਰਿਆਇਤਾਂ ਲਈ ਲੜਦੀ ਰਹੀ ਸੀ।

ਜਦੋਂ ਇਹ ਵਰਗ ਰਾਜ ਦਾ ਪੱਖੀ ਹੁੰਦਾ ਹੈ, ਤਾਂ ਇਸ ਨਾਲ ਰਾਜ ਨੂੰ ਤਕੜਾਈ ਮਿਲਦੀ ਹੈ। ਪਰ ਜਦੋਂ ਇਹ ਰਾਜ ਦੇ ਵਿਰੋਧ ਦਾ ਪੈਂਤੜਾ ਧਾਰਨ ਕਰਦਾ ਹੈ, ਤਾਂ ਇਸ ਨਾਲ ਰਾਜ ਵਿਰੋਧੀ ਲਹਿਰ ਤੇ ਤਾਕਤਾਂ ਦਾ ਪੱਖ ਮਜ਼ਬੂਤ ਹੋ ਜਾਂਦਾ ਹੈ। ਇਸ ਕਰਕੇ ਜਿਵੇਂ ਇਸ ਵਰਗ ਦੀ ਹਮਾਇਤ ਰਾਜ ਦੀ ਸਲਾਮਤੀ ਲਈ ਜ਼ਰੂਰੀ ਹੁੰਦੀ ਹੈ, ਉਵੇਂ ਰਾਜ ਦਾ ਖ਼ਾਤਮਾ ਕਰਨ ਲਈ ਜੂਝਣ ਵਾਲੀਆਂ ਤਾਕਤਾਂ ਲਈ ਵੀ ਇਸ ਵਰਗ ਦੀ ਹਮਾਇਤ ਵਿਸ਼ੇਸ਼ ਅਹਿਮੀਅਤ ਰੱਖਦੀ ਹੈ।

ਜਿਸ ਵੇਲੇ ਰਾਜ ਨੂੰ 'ਅੰਦਰੂਨੀ ਗੜਬੜ' ਦਾ ਖ਼ਤਰਾ ਖੜਾ ਹੁੰਦਾ ਹੈ, ਤਾਂ ਉਸ ਵੇਲੇ ਪਤਵੰਤੇ ਵਰਗ ਦਾ ਮੁੱਲ ਵੱਧ ਜਾਂਦਾ ਹੈ। ਅੰਦਰੂਨੀ ਗੜਬੜ ਨੂੰ ਕਾਬੂ ਕਰਨ ਲਈ ਰਾਜ ਨੂੰ ਪਤਵੰਤੇ ਵਰਗ ਦੀਆਂ ਸੇਵਾਵਾਂ ਦੀ ਉਚੇਚੀ ਲੋੜ ਪੈ ਜਾਂਦੀ ਹੈ। ਉਸ ਵੇਲੇ ਰਾਜ ਇਸ ਵਰਗ ਨੂੰ ਖ਼ੁਸ਼ ਕਰਨ ਤੇ ਇਸ ਦੀ ਹਮਾਇਤ ਯਕੀਨੀ ਬਣਾਉਣ ਲਈ ਇਸ ਉੱਤੇ ਵੱਧ ਮਿਹਰਵਾਨ ਹੋ ਜਾਂਦਾ ਹੈ ਅਤੇ ਇਸ ਨੂੰ ਰਿਆਇਤਾਂ ਦਾ ਵੱਧ ਵੱਡਾ ਗੱਫ਼ਾ ਬਖ਼ਸ਼ ਦਿੰਦਾ ਹੈ। 1914-15 ਵਿਚ ਭਾਰਤ ਅੰਦਰ, ਤੇ ਵਿਸ਼ੇਸ਼ ਕਰਕੇ ਪੰਜਾਬ ਅੰਦਰ, ਅਜਿਹੀਆਂ ਹੀ ਹਾਲਤਾਂ ਪੈਦਾ ਹੋ ਗਈਆਂ ਸਨ। ਬਸਤੀਵਾਦੀ ਰਾਜ ਲਈ ਦੋਹਰੀ ਆਫ਼ਤ ਖੜੀ ਹੋ ਗਈ ਸੀ। ਇਕ ਤਾਂ ਬਰਤਾਨਵੀ ਸਾਮਰਾਜ ਨੂੰ ਸੰਸਾਰ ਜੰਗ ਵਿਚ ਉਲਝਣਾ ਪੈ ਗਿਆ ਸੀ ਅਤੇ ਉਸ ਨੂੰ ਨਾ ਸਿਰਫ਼ ਸਮੁੱਚੀ ਬਰਤਾਨਵੀ ਫ਼ੌਜ ਯੂਰਪ ਤੇ ਮੱਧ ਪੂਰਬ ਦੇ ਮੋਰਚਿਆਂ ਉੱਤੇ ਤੈਨਾਤ ਕਰਨੀ ਪੈ ਗਈ ਸੀ, ਬਲਕਿ ਭਾਰਤ ਅੰਦਰੋਂ ਵੀ ਭਾਰੀ ਗਿਣਤੀ ਵਿਚ ਫ਼ੌਜ ਬਾਹਰਲੇ ਮੋਰਚਿਆਂ ਉੱਤੇ ਭੇਜਣ ਦੀ ਮਜਬੂਰੀ ਬਣ ਗਈ ਸੀ। ਐਨ ਉਸ ਵੇਲੇ ਗ਼ਦਰ ਪਾਰਟੀ ਵੱਲੋਂ ਪੰਜਾਬ ਅੰਦਰ ਫ਼ੌਜੀ ਤੇ ਜਨਤਕ ਬਗ਼ਾਵਤ ਜਥੇਬੰਦ ਕਰਨ ਦੇ ਗੰਭੀਰ ਯਤਨਾਂ ਨੇ ਬਸਤੀਵਾਦੀ ਰਾਜ ਨੂੰ ਭਾਜੜਾਂ ਪਾ ਦਿੱਤੀਆਂ ਸਨ। ਸੰਕਟ ਵਿਚ ਫਸੇ ਸਾਮਰਾਜੀ ਤੇ ਬਸਤੀਵਾਦੀ ਹਾਕਮਾਂ ਨੂੰ ਭਾਰਤ ਦੇ ਪਤਵੰਤੇ ਵਰਗ ਦੇ ਸਹਿਯੋਗ ਦੀ ਅਤਿ ਜ਼ਰੂਰੀ ਲੋੜ ਪੈ ਗਈ ਸੀ। ਇਹ ਸਹਿਯੋਗ ਦੋਵੇਂ ਹੀ ਕਾਰਜਾਂ, ਜੰਗ ਜਿੱਤਣ ਅਤੇ ਗ਼ਦਰ ਦੇ ਯਤਨਾਂ ਨੂੰ ਕੁਚਲਣ, ਲਈ ਬੇਹੱਦ ਜ਼ਰੂਰੀ ਸੀ। ਇਸ ਤੱਥ ਦੇ ਬਾਵਜੂਦ ਕਿ ਭਾਰਤ ਅੰਦਰ ਪਤਵੰਤਾ ਵਰਗ ਇਕ-ਜਿਨਸੀ ਨਹੀਂ ਸੀ, ਬਲਕਿ ਧਾਰਮਿਕ ਧੜਿਆਂ ਵਿਚ ਵੰਡਿਆ ਹੋਇਆ ਸੀ ਜਿਨ੍ਹਾਂ ਵਿਚਕਾਰ ਆਪਸੀ ਵਿਰੋਧ ਤੇ ਬਖੇੜੇ ਸਨ, ਬਸਤੀਵਾਦੀ ਰਾਜ ਨੂੰ ਸਹਿਯੋਗ ਦੇਣ ਦੇ ਮਸਲੇ 'ਤੇ ਤਿੰਨੇ ਹੀ ਧਾਰਮਿਕ ਭਾਈਚਾਰਿਆਂ ਦੇ ਪਤਵੰਤੇ ਵਰਗ ਇਕਮੱਤ ਹੋ ਗਏ ਸਨ। ਕਾਂਗਰਸ ਪਾਰਟੀ ਦੇ ਨਾਮਵਰ ਆਗੂਆਂ ਤੋਂ ਲੈ ਕੇ ਤਿੰਨੇ ਹੀ ਧਾਰਮਿਕ ਭਾਈਚਾਰਿਆਂ ਦੇ ਪਤਵੰਤੇ ਵਰਗਾਂ ਦੀਆਂ ਸਮਾਜਿਕ ਤੇ ਧਾਰਮਿਕ ਸੰਸਥਾਵਾਂ ਨੇ ਪੂਰੀ ਬੇਹਯਾਈ ਨਾਲ ਅੰਗਰੇਜ਼ ਸਰਕਾਰ ਦੀ ਪਿੱਠ ਠੋਕੀ ਸੀ। ਚੀਫ਼ ਖ਼ਾਲਸਾ ਦੀਵਾਨ ਦੇ ਆਗੂਆਂ ਵੱਲੋਂ ਅੰਗਰੇਜ਼ ਹਾਕਮਾਂ ਦਾ ਪਿੱਠੂਪੁਣਾ ਕਰਨ ਬਾਰੇ ਬਹੁਤ ਕੁਝ ਲਿਖਿਆ ਗਿਆ ਹੈ, ਪਰ ਦੂਸਰੇ ਧਰਮਾਂ ਦੀਆਂ ਸੰਸਥਾਵਾਂ ਵੀ ਫ਼ਰੰਗੀ ਹਕੂਮਤ ਦਾ ਗੋਲਪੁਣਾ ਕਰਨ ਵਿਚ ਪਿੱਛੇ ਨਹੀਂ ਰਹੀਆਂ ਸਨ। ਆਰੀਆ ਸਮਾਜ ਨੇ ਜੰਗ ਛਿੜਨ ਤੋਂ ਬਹੁਤ ਪਹਿਲਾਂ ਹੀ ਇਕ ਮਤਾ ਪਾ ਕੇ ਆਪਣੇ ਆਪ ਨੂੰ ਸਰਕਾਰ ਵਿਰੋਧੀ ਰਾਜਸੀ ਸਰਗਰਮੀਆਂ ਨਾਲੋਂ

ਵੱਖ ਕਰ ਲਿਆ ਸੀ।[11] ਪੰਜਾਬ ਦੇ ਹਿੰਦੂ ਪਤਵੰਤਿਆਂ ਦੀ 'ਮਾਣਯੋਗ' ਸੰਸਥਾ 'ਪੰਜਾਬ ਹਿੰਦੂ ਸਭਾ' ਨੇ ਅੰਗਰੇਜ਼ ਸਰਕਾਰ ਦੀ ਅਡੋਲ ਮੱਦਦ ਕੀਤੀ ਸੀ, ਜਿਸ ਕਰਕੇ ਗ਼ਦਰ ਪਾਰਟੀ ਨੇ 'ਪੰਜਾਬੀ ਹਿੰਦੂ ਸਭਾ' ਦਾ ਨਾਂ ਵਿਗਾੜ ਕੇ ਇਸ ਨੂੰ 'ਹਿੰਦੂ ਮੂਰਖਾਂ ਦੀ ਸਭਾ', ਅਤੇ ਇਸ ਦੇ ਮੈਂਬਰਾਂ ਨੂੰ 'ਗੰਦਗੀ ਦੇ ਕੀੜੇ' ਕਹਿ ਕੇ ਭੰਡਿਆ ਸੀ। 'ਗੁਰੂਕੁਲ' ਦੇ ਪ੍ਰਮੁੱਖ ਲਾਲਾ ਮੁਨਸ਼ੀ ਰਾਮ ਨੇ ਭਾਰਤ ਦੇ ਵਾਇਸਰਾਇ ਨੂੰ ਆਪਣੀ ਸੰਸਥਾ ਵਿਚ ਬੁਲਾ ਕੇ ਸਨਮਾਨਿਤ ਕਰਨ ਦਾ ਕੁਕਰਮ ਕੀਤਾ ਸੀ ਅਤੇ ਗ਼ਦਰ ਪਾਰਟੀ ਦਾ ਵਿਰੋਧ ਕਰਦਿਆਂ ਕਿਹਾ ਸੀ ਕਿ ਰਾਜ ਦੇ ਸ਼ਹਿਨਸ਼ਾਹ ਵਿਰੁੱਧ ਬਗ਼ਾਵਤ ਕਰਨੀ ਹਿੰਦੂ ਧਰਮ ਦੇ ਅਸੂਲਾਂ ਦੀ ਉਲੰਘਣਾ ਹੈ। ਲਾਹੌਰ ਦੇ 'ਰਾਇ ਬਹਾਦਰ' ਰਾਮ ਸਰਨ ਦਾਸ ਨੇ ਮਾਈਕਲ ਓਡਵਾਇਰ ਨੂੰ ਆਪਣੇ ਪੁੱਤਰ ਦੇ ਵਿਆਹ ਵਿਚ ਸ਼ਾਮਲ ਹੋਣ ਦੇ ਨਿਉਂਦੇ ਨਾਲ ਨਿਵਾਜਿਆ ਸੀ।[12] ਇਸ ਵੰਨਗੀ ਦੀਆਂ ਦਰਜਨਾਂ ਮਿਸਾਲਾਂ ਗਿਣਾਈਆਂ ਜਾ ਸਕਦੀਆਂ ਹਨ।

ਹਿੰਦੂ ਕੌਮੀ ਆਗੂਆਂ ਦੀ 'ਦੇਸ਼ ਭਗਤੀ' ਦੇ ਕੁਝ ਨਮੂਨੇ

ਮਦਨ ਮੋਹਨ ਮਾਲਵੀਆ ਨੇ ਜੰਗ ਦੇ ਦੌਰਾਨ ਇਲਾਹਾਬਾਦ ਦੀ ਇਕ ਸਭਾ ਵਿਚ ਬੋਲਦਿਆਂ ਕਿਹਾ:

> "ਸਾਡਾ ਭਵਿੱਖ ਇੰਗਲੈਂਡ ਦੇ ਭਵਿੱਖ ਨਾਲ ਪੱਕੀ ਤਰ੍ਹਾਂ ਬੱਝਿਆ ਹੋਇਆ ਹੈ। ਇੰਗਲੈਂਡ ਹਾਰਿਆ ਤਾਂ ਸਾਡੇ ਉਪਰ ਸੰਕਟ ਆਉਣਗੇ। ਮੈਨੂੰ ਇਹ ਘੋਸ਼ਣਾ (ਐਲਾਨ) ਕਰਨ ਵਿਚ ਕੋਈ ਸੰਕੋਚ ਨਹੀਂ ਕਿ ਮੈਂ ਬਰਤਾਨਵੀ ਤਾਜ ਦਾ ਵਫ਼ਾਦਾਰ ਹਾਂ ਕਿਉਂਕਿ ਮੈਂ ਆਪਣੇ ਦੇਸ਼ ਨੂੰ ਪਿਆਰ ਕਰਦਾ ਹਾਂ।"[13]

ਦਾਦਾ ਭਾਈ ਨਾਰੋਜੀ ਨੇ ਯੁੱਧ ਦੇ ਐਲਾਨ ਤੋਂ ਇਕ ਹਫ਼ਤਾ ਪਹਿਲਾਂ ਲਿਖੇ ਲੇਖ ਵਿਚ ਲਿਖਿਆ ਸੀ:

> "ਮੇਰੇ ਮਨ ਵਿਚ ਕੁਝ ਵੀ ਸੰਦੇਹ ਨਹੀਂ ਹੈ ਕਿ ਭਾਰਤ ਦਾ ਹਰੇਕ ਬਸ਼ਿੰਦਾ ਕੇਵਲ ਇੱਕੋ ਇਕ ਇੱਛਾ ਤੋਂ ਪ੍ਰੇਰਿਤ ਹੋਵੇਗਾ ਕਿ ਇੰਗਲੈਂਡ ਦੀ ਪਰਜਾ ਨਿਆਂ, ਆਤਮ ਸਨਮਾਨ ਅਤੇ ਮਨੁੱਖ ਦੀ ਮਹੱਤਤਾ ਤੇ ਪ੍ਰਸੰਨਤਾ ਦੇ ਲਈ ਸ਼ਾਨਦਾਰ ਸੰਘਰਸ਼ ਵਿਚ ਲੱਗੀ ਹੋਈ ਹੈ। ਇਸ ਵਿਚ ਸਾਨੂੰ ਅੰਗਰੇਜ਼ਾਂ ਦੀ ਹਰ ਸੰਭਵ ਮੱਦਦ ਕਰਨੀ ਚਾਹੀਦੀ ਹੈ।"[14]

ਗਾਂਧੀ ਦੇ ਵਚਨ:

> "ਬਿਨਾਂ ਕਿਸੇ ਵੀ ਸ਼ਰਤ 'ਤੇ ਪੂਰੇ ਮਨ ਨਾਲ, ਅੰਗਰੇਜ਼ੀ ਸਰਕਾਰ ਦੀ ਲੜਾਈ ਜਿੱਤਣ ਲਈ ਸਹਾਇਤਾ ਕਰਨਾ ਸਾਨੂੰ ਜਿੰਨਾ ਛੇਤੀ ਸਾਡੇ ਲਕਸ਼ ਦੇ ਕੋਲ ਲੈ ਜਾਵੇਗਾ ਓਨਾ ਹੋਰ ਕੋਈ ਸਾਧਨ ਨਹੀਂ...ਅਸੀਂ ਸਾਮਰਾਜ ਲਈ ਲੜ ਕੇ ਦੇਸ਼ ਦੀ ਆਜ਼ਾਦੀ ਨੂੰ ਪ੍ਰਾਪਤ ਕਰ ਸਕਦੇ ਹਾਂ। ਸਾਮਰਾਜ ਦੀ ਸਹਾਇਤਾ ਨਾ ਕਰਨਾ ਰਾਸ਼ਟਰੀ ਆਤਮ ਹੱਤਿਆ ਕਰਨ ਦੇ ਬਰਾਬਰ ਹੈ।"[15]

---

11. Sohan Singh Josh, *Hindustan Gadar Party-A Short History,* p. 241.
12. Malwinderjit Singh Waraich and Harinder Singh (eds.), *Lahore Conspiracy Cases I and II,* pp. 80-81.
13. ਤਜਿੰਦਰ ਵਿਰਲੀ, *ਭਾਈ ਸੰਤੋਖ ਸਿੰਘ ਕਿਰਤੀ: ਇਨਕਲਾਬੀ ਸੂਝ ਦਾ ਸਫ਼ਰ,* ਸਫ਼ਾ 91.
14. *ਉਹੀ*।
15. *ਉਹੀ,* ਸਫ਼ੇ 91-92.

ਲੋਕਮਾਨਿਆ ਤਿਲਕ ਨੇ 'ਮਰਾਠਾ' ਦੇ 21 ਸਤੰਬਰ 1914 ਦੇ ਅੰਕ ਵਿਚ ਲਿਖਿਆ ਸੀ :

> "ਇਹ ਠੀਕ ਹੀ ਕਿਹਾ ਗਿਆ ਹੈ ਕਿ ਬਰਤਾਨਵੀ ਸ਼ਾਸਨ ਭਾਰਤ ਉਪਰ ਨਾ ਕੇਵਲ ਸੱਭਿਅਤਾਪੂਰਨ ਸ਼ਾਸਨ ਦੁਆਰਾ ਵੱਖ ਵੱਖ ਧਰਮਾਂ ਤੇ ਜਾਤੀਆਂ ਵਿਚਕਾਰ ਏਕਤਾ ਉਤਪੰਨ ਕਰਕੇ ਇਕ ਰਾਸ਼ਟਰ ਵਿਚ ਬੰਨ੍ਹਣ ਲਈ ਸਹਾਇਕ ਸਿੱਧ ਹੋ ਰਿਹਾ ਹੈ। ਮੈਂ ਵਿਸ਼ਵਾਸ ਨਹੀਂ ਕਰ ਸਕਦਾ ਕਿ ਅਗਰ ਆਜ਼ਾਦੀ ਪ੍ਰੇਮੀ ਅੰਗਰੇਜ਼ਾਂ ਤੋਂ ਬਿਨਾਂ ਕੋਈ ਹੋਰ ਜਾਤੀ ਸਾਡੇ ਉਪਰ ਰਾਜ ਕਰ ਰਹੀ ਹੁੰਦੀ ਤੇ ਉਹ ਸਾਡੀ ਰਾਸ਼ਟਰੀ ਭਾਵਨਾ ਦਾ ਇਸ ਕਦਰ ਵਿਕਾਸ ਕਰਦੀ। ਇਸ ਕਰਕੇ ਮੇਰਾ ਦ੍ਰਿੜ੍ਹ ਵਿਸ਼ਵਾਸ ਹੈ ਕਿ ਇਸ (ਵਿਸ਼ਵ ਯੁੱਧ ਦੇ) ਮੌਕੇ ਹਰੇਕ ਵੱਡੇ-ਛੋਟੇ, ਅਮੀਰ-ਗ਼ਰੀਬ ਭਾਰਤੀ ਦਾ ਇਹ ਫ਼ਰਜ਼ ਬਣਦਾ ਹੈ ਕਿ ਅੰਗਰੇਜ਼ ਬਾਦਸ਼ਾਹ ਦੀ ਵੱਧ ਤੋਂ ਵੱਧ ਸਹਾਇਤਾ ਕਰੇ।"[16]

ਸੀਡੀਸ਼ਨ ਕਮੇਟੀ ਦੀ ਰਿਪੋਰਟ ਵਿਚ ਸਾਫ਼ ਲਿਖਿਆ ਹੋਇਆ ਹੈ ਕਿ ਅਗਸਤ 1914 ਵਿਚ ਜਦੋਂ ਤਿਲਕ ਦੀ ਕੈਦ ਦੀ ਮਿਆਦ ਮੁੱਕ ਗਈ ਸੀ ਤਾਂ ਉਸ ਨੇ ਇਕ ਬਿਆਨ ਰਾਹੀਂ ਅੰਗਰੇਜ਼ ਸਰਕਾਰ ਦਾ ਵਿਰੋਧੀ ਹੋਣ ਤੋਂ ਇਨਕਾਰ ਕਰਦੇ ਹੋਏ, ਉਸ ਵੇਲੇ ਭਾਰਤ ਦੇ ਵੱਖ-ਵੱਖ ਹਿੱਸਿਆਂ ਅੰਦਰ ਸਰਕਾਰ ਦੇ ਵਿਰੁੱਧ ਕੀਤੇ ਜਾ ਰਹੇ ਹਿੰਸਕ ਕਾਰਨਾਮਿਆਂ ਦੀ ਨਿੰਦਿਆ ਕੀਤੀ ਸੀ।[17]

ਤਿਲਕ ਦੇ ਉਪਰੋਕਤ ਬਿਆਨ ਵੱਲ ਵਿਸ਼ੇਸ਼ ਧਿਆਨ ਦੇਣ ਦੀ ਲੋੜ ਹੈ। ਕਿਉਂਕਿ ਗ਼ਦਰ ਪਾਰਟੀ ਦੀਆਂ ਸਫ਼ਾਂ ਅੰਦਰ ਤਿਲਕ ਦੇ ਇਨਕਲਾਬੀ ਹੋਣ ਬਾਰੇ ਵੱਡਾ ਭਰਮ ਬਣਿਆ ਹੋਇਆ ਸੀ। ਇਹ ਭਰਮ ਫੈਲਾਉਣ ਵਿਚ ਗਿਆਨੀ ਭਗਵਾਨ ਸਿੰਘ 'ਪ੍ਰੀਤਮ' ਦਾ ਵੱਡਾ ਰੋਲ ਸੀ, ਜਿਸ ਨੇ ਆਪਣੀਆਂ ਕਵਿਤਾਵਾਂ ਵਿਚ ਤਿਲਕ ਦੀ ਜੈ ਜੈਕਾਰ ਕੀਤੀ ਸੀ। ਇਸ ਦਾ ਵੱਡਾ ਕਾਰਨ ਇਹ ਸੀ ਕਿ ਭਾਈ ਭਗਵਾਨ ਸਿੰਘ ਮਾਨਸਿਕ ਪੱਧਰ 'ਤੇ ਵੈਦਿਕ ਸੰਸਕ੍ਰਿਤੀ ਦੇ ਗਹਿਰੇ ਅਸਰ ਹੇਠ ਸੀ। ਜਿਸ ਕਰਕੇ ਉਸ ਨੇ ਆਪਣੀਆਂ ਕਵਿਤਾਵਾਂ ਤੇ ਲਿਖਤਾਂ ਅੰਦਰ ਹਿੰਦੂ ਰਾਸ਼ਟਰਵਾਦੀ ਚਿੰਨ੍ਹਾਂ ਤੇ ਪ੍ਰਤੀਕਾਂ ਦੀ ਵਧਵੀਂ ਵਰਤੋਂ ਕੀਤੀ ਸੀ। ਉਸ ਨੇ ਤਿਲਕ ਦੇ ਨਾਲ ਹੀ, ਹਿੰਦੂਤਵੀ ਵਿਚਾਰਧਾਰਾ ਦੇ ਜਨਮਦਾਤੇ ਸਾਵਰਕਰ ਨੂੰ ਵੀ ਬਹੁਤ ਉਚਿਆਇਆ ਸੀ। ਸਾਵਰਕਰ ਨੂੰ ਜਦੋਂ ਕਾਲੇ ਪਾਣੀ ਦੀ ਸਜ਼ਾ ਦੇ ਕੇ ਅੰਡੇਮਾਨ ਭੇਜ ਦਿੱਤਾ ਸੀ, ਤਾਂ ਉਸ ਨੇ ਥੋੜ੍ਹੇ ਹੀ ਚਿਰਾਂ ਬਾਅਦ ਅੰਗਰੇਜ਼ ਸਰਕਾਰ ਅੱਗੇ ਰਹਿਮ ਦੀ ਅਪੀਲ ਕੀਤੀ ਸੀ, ਜਿਸ ਵਿਚ ਉਸ ਨੇ ਲਿਖਤੀ ਰੂਪ ਵਿਚ ਸਰਕਾਰ ਨੂੰ ਇਹ ਯਕੀਨ ਦੁਆਇਆ ਸੀ ਕਿ "ਉਹ ਬਰਤਾਨਵੀ ਸਰਕਾਰ ਦੀ ਜਿਸ ਵੀ ਹੈਸੀਅਤ ਵਿਚ ਉਹ ਚਾਹੇ, ਸੇਵਾ ਕਰਨ ਲਈ ਤਿਆਰ ਸੀ।"[18]

'ਪੰਜਾਬ ਕੇਸਰੀ' ਤੇ 'ਸ਼ੇਰੇ ਪੰਜਾਬ' ਕਹਿ ਕੇ ਵਡਿਆਏ ਜਾਂਦੇ ਲਾਲਾ ਲਾਜਪਤ ਰਾਏ ਨੇ ਪਹਿਲੀ ਸੰਸਾਰ ਜੰਗ ਸ਼ੁਰੂ ਹੋਣ ਤੋਂ ਅਗਲੇ ਹੀ ਦਿਨ ਚੋਟੀ ਦੇ ਸਨਅਤਕਾਰ ਜਮਸ਼ੇਦ ਜੀ ਟਾਟਾ ਅਤੇ ਮੁਸਲਿਮ ਆਗੂ ਮੁਹੰਮਦ ਅਲੀ ਜਿਨਾਹ ਵਰਗੇ 54 ਪ੍ਰਮੁੱਖ ਵਿਅਕਤੀਆਂ ਨਾਲ ਰਲ ਕੇ ਸਾਂਝਾ ਬਿਆਨ ਦਿੱਤਾ ਸੀ, ਜਿਸ ਵਿਚ ਲਾਲੇ ਹੋਰਾਂ ਨੇ ਦੇਸ਼ ਅੰਦਰ ਸ਼ਾਂਤੀ ਬਣਾਈ ਰੱਖਣ ਦੀ ਅਪੀਲ ਕੀਤੀ ਸੀ ਅਤੇ ਪਰਮਾਤਮਾ ਤੋਂ ਬਰਤਾਨਵੀ ਸਲਤਨਤ ਦੀ ਜਿੱਤ ਲਈ ਆਸ਼ੀਰਵਾਦ ਮੰਗੀ ਸੀ।

---

16. ਤਜਿੰਦਰ ਵਿਰਲੀ, *ਭਾਈ ਸੰਤੋਖ ਸਿੰਘ ਕਿਰਤੀ : ਇਨਕਲਾਬੀ ਸੂਝ ਦਾ ਸਫ਼ਰ*, ਸਫ਼ਾ 91.
17. *ਉਹੀ*, ਸਫ਼ੇ 91-92; ਦੁਆਰਾ ਉਧਰਿਤ *ਭਾਰਤੀ ਸਵੈਧੀਨਤਾ ਸੰਗਰਾਮ ਦਾ ਇਤਿਹਾਸ*, ਸਫ਼ੇ 169-70.
18. ਹਰੀਸ਼ ਕੇ. ਪੁਰੀ, *ਗ਼ਦਰ ਲਹਿਰ : ਵਿਚਾਰਧਾਰਾ, ਜਥੇਬੰਦੀ, ਰਣਨੀਤੀ*, ਸਫ਼ਾ 134.

ਬਿਆਨ ਵਿਚ ਕਿਹਾ ਗਿਆ ਸੀ, 'ਅਸੀਂ, ਮਹਾਮਯ ਮਹਾਰਾਜ ਜੀ ਦੀ ਭਾਰਤੀ ਪਰਜਾ ਜੋ ਹੁਣ ਅੰਤਰਰਾਸ਼ਟਰੀ ਮਹਾਂਨਗਰ ਦੇ ਵਾਸੀ ਹਾਂ, ਇਹ ਦੱਸਣਾ ਆਪਣਾ ਕਰਤੱਵ ਤੇ ਫ਼ਰਜ਼ ਸਮਝਦੇ ਹਾਂ ਕਿ ਜੋ ਸਾਡਾ ਵਿਸ਼ਵਾਸ ਹੈ ਉਹੀ ਸਾਰੇ ਭਾਰਤ ਦੀ ਵਿਆਪਕ ਭਾਵਨਾ ਹੈ ਅਤੇ ਉਹ ਹੈ ਜੰਗ ਵਿਚ ਬਰਤਾਨਵੀ ਸੈਨਾ ਦੀ ਜਿੱਤ ਦੀ ਸੁਹਿਰਦ ਤਾਂਘ। ਇਸ ਤੋਂ ਅਗਾਂਹ ਸਾਨੂੰ ਇਸ ਵਿਚ ਰਤੀ ਭਰ ਵੀ ਸ਼ੱਕ ਨਹੀਂ ਕਿ ਪਹਿਲੇ ਮੌਕਿਆਂ ਵਾਂਗ ਹੀ, ਜਦ ਬਰਤਾਨਵੀ ਸੈਨਾਵਾਂ ਸਲਤਨਤ ਦੇ ਹਿੱਤਾਂ ਦੀ ਰਾਖੀ ਵਿਚ ਜੁਟੀਆਂ ਹੁੰਦੀਆਂ ਸਨ, ਹੁਣ ਵੀ ਭਾਰਤ ਦੇ ਮਹਾਰਾਜੇ ਤੇ ਲੋਕ ਦੇਸ਼ ਦੇ ਸਭ ਵਸੀਲੇ ਮਹਾਰਾਜ ਅਧਿਰਾਜ ਦੀ ਸੇਵਾ ਵਿਚ ਹਾਜ਼ਰ ਕਰਨ ਲਈ ਆਪਣੀ ਯੋਗਤਾ ਅਨੁਸਾਰ ਪੂਰਾ ਤਾਣ ਲਾ ਦੇਣਗੇ...ਅਮਨ ਦੇ ਸਮਿਆਂ ਵਿਚ ਦੇਸ਼ ਦੇ ਅੰਦਰੂਨੀ ਪ੍ਰਸ਼ਾਸਨ ਨੂੰ ਪ੍ਰਭਾਵਤ ਕਰਨ ਵਾਲੇ ਸਵਾਲਾਂ ਬਾਰੇ ਕੋਈ ਵੀ ਮਤਭੇਦ ਪਿਆ ਹੋਵੇ ਪਰ ਵਿਦੇਸ਼ੀ ਦੁਸ਼ਮਣ ਦੇ ਰੂ-ਬ-ਰੂ ਭਾਰਤੀ ਲੋਕਾਂ ਦੀ ਸ਼ਾਹੀ ਤਖ਼ਤ ਪ੍ਰਤੀ ਸ਼ਰਧਾ ਅੰਦਰੂਨੀ ਸ਼ਾਂਤੀ ਤੇ ਤਾਲਮੇਲ ਦੀ ਭਾਵਨਾ ਪੈਦਾ ਕਰਨ ਲਈ ਅਜਿਹੇ ਰੰਗ ਲਿਆਏਗੀ ਕਿ ਸਲਤਨਤ ਦੀ ਛੇਤੀ ਤੋਂ ਛੇਤੀ ਜਿੱਤ ਨੂੰ ਯਕੀਨੀ ਬਣਾਉਣ ਲਈ ਪੂਰੇ ਤਨ ਮਨ ਨਾਲ ਬਰਤਾਨਵੀ ਕੌਮ ਨਾਲ ਇਕਮੁੱਠਤਾ ਦੀ ਸਿਰਜਣਾ ਹੋ ਜਾਵੇਗੀ।'[19]

'ਕੌਮੀ' ਆਗੂਆਂ ਦੀ ਇਸ ਪੋਜ਼ੀਸ਼ਨ ਨਾਲ ਨਿਸਚਤ ਤੌਰ 'ਤੇ ਗ਼ਦਰ ਪਾਰਟੀ ਦੇ ਬਗ਼ਾਵਤ ਕਰਨ ਦੇ ਯਤਨਾਂ ਨੂੰ ਕਾਫ਼ੀ ਧੱਕਾ ਲੱਗਾ। ਇਸ ਨਾਲ ਸਰਕਾਰ ਲਈ ਗ਼ਦਰ ਲਹਿਰ ਨੂੰ ਬੇਰਹਿਮੀ ਨਾਲ ਕੁਚਲਣਾ ਸੁਖਾਲਾ ਹੋ ਗਿਆ ਸੀ। ਮਜ਼ਲੂਮ ਵਰਗਾਂ ਦੀ ਮਹਿਰਮ ਉੱਘੀ ਵਿਦਵਾਨ ਗੇਲ ਓਮਵੈਟ ਦਾ ਇਹ ਨਿਰਣਾ ਗ਼ਲਤ ਨਹੀਂ ਕਿਹਾ ਜਾ ਸਕਦਾ ਕਿ "ਭਾਰਤੀ ਰਾਸ਼ਟਰਵਾਦੀਆਂ ਵੱਲੋਂ (ਜੰਗ ਦੌਰਾਨ) ਬਰਤਾਨੀਆ ਦਾ ਵਿਰੋਧ ਕਰਨ ਤੋਂ ਇਨਕਾਰੀ ਹੋਣ ਦੇ ਮਾਹੌਲ ਵਿਚ, ਸਿੱਖ ਗ਼ਦਰੀਆਂ ਦੀ ਬਗ਼ਾਵਤ ਕੁਚਲ ਦਿੱਤੀ ਗਈ।"[20]

ਬਾਬਾ ਸੋਹਣ ਸਿੰਘ ਭਕਨਾ ਨੂੰ ਦੁਖੀ ਹੋ ਕੇ ਸਖ਼ਤ ਸ਼ਬਦਾਂ ਵਿਚ ਕਹਿਣਾ ਪਿਆ ਸੀ ਕਿ:

> "ਹਿੰਦੀ ਲੀਡਰਾਂ ਨੇ...ਆਪਣੇ ਹੱਥੀਂ ਦੇਸ਼ ਭਗਤਾਂ ਦੀਆਂ ਗਰਦਨਾਂ ਵੱਢੀਆਂ, ਉਨ੍ਹਾਂ ਨੂੰ ਮੂਰਖ ਆਖ ਕੇ ਦੁਨੀਆਂ ਸਾਹਮਣੇ ਬਦਨਾਮ ਕੀਤਾ, ਦੇਸ਼ ਕੌਮ ਦੀ ਹਮਦਰਦੀ ਦਾ ਰਉਂ ਦੇਸ਼ ਭਗਤਾਂ ਵੱਲ ਮੋੜਨ ਦੀ ਥਾਂ, ਉਲਟ ਅੰਗਰੇਜ਼ ਮਾਲਕਾਂ ਵਲ ਵਗਾਯਾ। ਸਾਰੇ ਦੇਸ਼ ਨੂੰ ਧੋਖਾ ਦੇ ਕੇ ਗ਼ਦਰ ਲਹਿਰ ਨੂੰ ਫੇਲ੍ਹ ਕੀਤਾ ਤੇ ਕੌਮ ਦੀਆਂ ਸਾਰੀਆਂ ਸੁਤੰਤਰ ਆਸਾਂ ਉਮੈਦਾਂ ਜੋ ਉਸ ਸੁਨਹਿਰੀ ਮੌਕੇ ਪੁਰ ਰੁਸ ਵਾਂਗੂੰ ਫਲਣੀਆਂ ਫੁਲਣੀਆਂ ਸਨ, ਆਪਣੇ ਹੱਥੀਂ ਉਨ੍ਹਾਂ ਦਾ ਗਲ ਵੱਢਿਆ। ਮੈਂ ਸੱਚ ਕਹਿੰਦਾ ਹਾਂ ਕਿ ਗ਼ਦਰ ਪਾਰਟੀ ਦੇ ਫ਼ੇਲ੍ਹ ਹੋਣ ਦਾ ਜੇ ਕੋਈ ਸਭ ਤੋਂ ਵੱਡਾ ਸਬੱਬ ਹੈ, ਤਾਂ ਉਸ ਵਕਤ ਦੇ ਹਿੰਦੀ ਲੀਡਰਾਂ ਦੀ ਗ਼ਲਤੀ ਤੇ ਕਮਜ਼ੋਰੀ ਹੀ ਹੈ।"[21]

ਸਿੱਖ ਪਤਵੰਤਿਆਂ ਦੀ ਵਿਸ਼ੇਸ਼ ਸਥਿਤੀ

ਸਿੱਖ ਪਤਵੰਤਿਆਂ - ਚੀਫ਼ ਖ਼ਾਲਸਾ ਦੀਵਾਨ ਦੇ ਆਗੂਆਂ ਤੋਂ ਲੈ ਕੇ ਸਿੱਖ ਰਜਵਾੜਿਆਂ, ਭੋਇੰ ਸਰਦਾਰਾਂ, ਕੇਂਦਰੀ ਤੇ ਸੂਬਾਈ ਕੌਂਸਲਾਂ ਦੇ ਮੈਂਬਰਾਂ, ਜ਼ੈਲਦਾਰਾਂ,

---

19. Sohan Singh Josh, *Hindustan Gadar Party – A Short History,* p. 210.
20. Gail Omvedt, *Heritage,* April 1998, p. 20.
21. ਬਾਬਾ ਸੋਹਣ ਸਿੰਘ ਭਕਨਾ, *ਮੇਰੀ ਰਾਮ ਕਹਾਣੀ,* ਸਫ਼ਾ 106.

ਸਫ਼ੈਦਪੋਸ਼ਾਂ ਆਦਿ-ਨੇ ਗ਼ਦਰ ਪਾਰਟੀ ਨੂੰ ਕੁਚਲਣ ਅਤੇ ਜੰਗ ਦੌਰਾਨ ਸਿੱਖਾਂ ਨੂੰ ਬਰਤਾਨਵੀ ਫ਼ੌਜ ਵਿਚ ਭਰਤੀ ਹੋਣ ਲਈ ਪ੍ਰੇਰਣ ਵਿਚ ਸਰਗਰਮ ਭੂਮਿਕਾ ਨਿਭਾਈ ਸੀ। ਪਰ ਇਹ ਤੱਥ ਬਹੁਤ ਹੀ ਹੈਰਾਨੀਜਨਕ ਤੇ ਉਘੜਵਾਂ ਹੈ, ਕਿ ਗ਼ਦਰ ਪਾਰਟੀ ਬਾਰੇ ਰਾਸ਼ਟਰਵਾਦੀ ਨੁਕਤਾਨਜ਼ਰ ਤੋਂ ਲਿਖੀਆਂ ਗਈਆਂ ਲਿਖਤਾਂ ਵਿਚ ਜਿਥੇ ਸਿੱਖ ਪਤਵੰਤਿਆਂ ਦੀ ਵਧਵੀਂ ਤੇ ਖਰ੍ਹਵੀ ਆਲੋਚਨਾ ਕੀਤੀ ਗਈ ਹੈ, ਉਥੇ ਦੂਸਰੇ ਧਾਰਮਿਕ ਭਾਈਚਾਰਿਆਂ ਦੇ ਪਤਵੰਤਿਆਂ, ਖ਼ਾਸ ਤੌਰ 'ਤੇ ਹਿੰਦੂ ਪਤਵੰਤਿਆਂ ਤੇ 'ਕੌਮੀ' ਆਗੂਆਂ ਦੀ ਅੰਗਰੇਜ਼ ਭਗਤੀ ਦਾ ਜ਼ਿਕਰ ਬਹੁਤ ਹੀ ਮਲਵੀਂ ਜੀਭ ਨਾਲ ਕੀਤਾ ਗਿਆ ਹੈ। ਹਾਲਾਂ ਕਿ ਸਿੱਖ ਪਤਵੰਤਿਆਂ ਦੀ ਸਥਿਤੀ ਦੂਸਰੇ ਵਰਗਾਂ ਨਾਲੋਂ ਕਾਫ਼ੀ ਅਲੱਗ ਤੇ ਵਿਸ਼ੇਸ਼ ਸੀ।

ਗ਼ਦਰ ਲਹਿਰ ਮੁੱਖ ਰੂਪ ਵਿਚ ਸਿੱਖਾਂ ਦੀ ਲਹਿਰ ਹੋਣ ਕਰਕੇ, ਸਿੱਖ ਪਤਵੰਤਿਆਂ ਉੱਤੇ ਇਸ ਲਹਿਰ ਦੇ ਵਿਰੋਧ ਵਿਚ ਸਰਗਰਮ ਹੋਣ ਲਈ ਬਰਤਾਨਵੀ ਪ੍ਰਸ਼ਾਸਨ ਦਾ ਵੱਧ ਦਬਾਅ ਪਿਆ। ਹਿੰਦੂ ਤੇ ਮੁਸਲਮ ਸਮਾਜਾਂ ਅੰਦਰ ਗ਼ਦਰ ਲਹਿਰ ਵਰਗੀ ਵਿਸਫ਼ੋਟਕ ਹਾਲਤ ਨਹੀਂ ਬਣੀ ਸੀ। ਭਾਵੇਂ ਕਿ ਬੰਗਾਲ ਅੰਦਰ ਹਿੰਦੂ ਕ੍ਰਾਂਤੀਕਾਰੀ ਸਰਕਾਰ ਵਿਰੁੱਧ ਇੱਕਾ-ਦੁੱਕਾ ਹਥਿਆਰਬੰਦ ਕਾਰਨਾਮੇ ਕਰ ਰਹੇ ਸਨ, ਪਰ ਉਨ੍ਹਾਂ ਦੀਆਂ ਇਨ੍ਹਾਂ ਕਾਰਵਾਈਆਂ ਦਾ ਫ਼ੌਜ ਤੇ ਹਿੰਦੂ ਜਨਤਾ ਉੱਤੇ ਕੋਈ ਅਸਰ ਨਹੀਂ ਹੋ ਰਿਹਾ ਸੀ। ਨਾਲੇ, ਜਿਵੇਂ ਪਿੱਛੇ ਦੱਸਿਆ ਗਿਆ ਹੈ, ਸਿੱਖਾਂ ਵਾਂਗੂੰ ਆਮ ਹਿੰਦੂ ਜਨਤਾ ਨੂੰ ਸਰਕਾਰ ਵਿਰੁੱਧ ਲੜਨ ਲਈ ਉਤੇਜਿਤ ਕਰਨ ਵਾਲਾ ਕੋਈ ਸਮਾਜਿਕ ਤੇ ਧਾਰਮਿਕ ਮੁੱਦਾ ਨਹੀਂ ਸੀ। ਜਿਸ ਕਰਕੇ ਅੰਗਰੇਜ਼ ਸਰਕਾਰ ਹੋਰਨਾਂ ਵਰਗਾਂ ਦੀ ਤੁਲਨਾ ਵਿਚ ਸਿੱਖਾਂ ਤੋਂ ਵੱਧ ਭੈਅ-ਭੀਤ ਹੋ ਗਈ ਸੀ। ਨਾਲ ਜੁੜਵਾਂ ਹੋਰ ਤੱਥ ਇਹ, ਕਿ ਸਿੱਖ ਸਮਾਜ ਜੰਗ ਦੌਰਾਨ ਫ਼ੌਜੀ ਭਰਤੀ ਦਾ ਮੁੱਖ ਸੋਮਾ ਹੋਣ ਕਰਕੇ ਬਰਤਾਨਵੀ ਹਕੂਮਤ ਨੂੰ ਸਿੱਖਾਂ ਦੇ ਸਹਿਯੋਗ ਦੀ ਆਕਸੀਜਨ ਜਿੰਨੀ ਹੀ ਲੋੜ ਬਣ ਗਈ ਸੀ। ਇਨ੍ਹਾਂ ਤੱਥਾਂ ਕਰਕੇ ਅੰਗਰੇਜ਼ ਪ੍ਰਸ਼ਾਸਨ, ਖ਼ਾਸ ਕਰਕੇ ਪੰਜਾਬ ਦੇ ਤਤਕਾਲੀ ਗਵਰਨਰ ਮਾਈਕਲ ਓਡਵਾਇਰ ਨੇ ਸਿੱਖ ਪਤਵੰਤਿਆਂ ਨੂੰ ਸਰਕਾਰ ਦੇ ਪੱਖ ਵਿਚ ਲਾਮਬੰਦ ਕਰਨ ਲਈ ਆਪਣੀ ਪੂਰੀ ਵਾਹ ਲਾ ਦਿੱਤੀ ਸੀ। ਦੂਸਰੇ ਵਰਗਾਂ ਦੇ ਪਤਵੰਤਿਆਂ ਉੱਤੇ ਮੁਕਾਬਲਤਨ ਏਨਾ ਦਬਾਅ ਨਹੀਂ ਸੀ।

ਸਿੱਖ ਪਤਵੰਤਿਆਂ ਦੀ ਸਥਿਤੀ ਇਕ ਹੋਰ ਅਹਿਮ ਪੱਖ ਤੋਂ ਵੀ ਕਾਫ਼ੀ ਵਿਸ਼ੇਸ਼ ਸੀ। ਗ਼ਦਰੀ ਸੰਗਰਾਮੀਆਂ ਨੇ ਸਰਕਾਰ ਨਾਲ ਮਿਲਵਰਤਨ ਕਰ ਰਹੇ ਸਿੱਖ ਪਤਵੰਤੇ ਵਰਗ ਨਾਲੋਂ ਦੋ ਟੁੱਕ ਨਿਖੇੜਾ ਕਰ ਲਿਆ ਸੀ। ਸਿੱਖਾਂ ਦੇ ਵਿਸ਼ੇਸ਼ ਖ਼ਾਸੇ ਅਨੁਸਾਰ ਗ਼ਦਰੀ ਇਨਕਲਾਬੀਆਂ ਨੇ ਸਰਕਾਰੀ ਝੋਲੀਚੁੱਕਾਂ ਵਿਰੁੱਧ ਬਹੁਤ ਹੀ ਤਿੱਖੀ ਨਫ਼ਰਤ ਦਿਖਾਈ ਅਤੇ ਉਨ੍ਹਾਂ ਵਿਰੁੱਧ ਪੁੱਜ ਕੇ ਕਠੋਰ ਭਾਸ਼ਾ ਵਰਤੀ। ਇਕ ਮੌਕੇ ਭਾਈ ਨਿਧਾਨ ਸਿੰਘ ਚੁੱਘਾ, ਭਾਈ ਉੱਤਮ ਸਿੰਘ ਹਾਂਸ ਤੇ ਭਾਈ ਗਾਂਧਾ ਸਿੰਘ ਕੱਚਰਭੰਨ ਨੇ ਤਾਂ ਅੰਗਰੇਜ਼ ਹਕੂਮਤ ਦੇ ਬਦਨਾਮ ਝੋਲੀਚੁੱਕ ਲੁਧਿਆਣੇ (ਨਾਰੰਗਵਾਲ) ਦੇ ਗੱਜਣ ਸਿੰਘ ਵਕੀਲ, ਦਰਬਾਰ ਸਾਹਿਬ ਅੰਮ੍ਰਿਤਸਰ ਦੇ ਸਰਬਰਾਹ ਅਰੂੜ ਸਿੰਘ ਅਤੇ ਚੀਫ਼ ਖ਼ਾਲਸਾ ਦੀਵਾਨ ਦੇ ਪ੍ਰਧਾਨ ਸੁੰਦਰ ਸਿੰਘ ਮਜੀਠੀਆ ਆਦਿ ਪਤਵੰਤਿਆਂ ਨੂੰ ਕਤਲ ਕਰਨ ਦਾ ਮਨ ਵੀ ਬਣਾ ਲਿਆ ਸੀ।[22] ਇਸ ਦੀ ਤੁਲਨਾ ਵਿਚ, ਬੰਗਾਲ ਦੇ ਹਿੰਦੂ ਕ੍ਰਾਂਤੀਕਾਰੀਆਂ ਨੇ ਬੰਗਾਲ ਦੇ ਨਰਮਪੰਥੀ ਹਿੰਦੂ ਆਗੂਆਂ ਨਾਲੋਂ ਨਿਖੇੜੇ ਦੀ ਗੂੜ੍ਹੀ ਲਕੀਰ ਨਹੀਂ ਖਿੱਚੀ ਸੀ। ਉਹ ਇਸ ਮਾਮਲੇ ਵਿਚ

---

22. Malwinderjit Singh Waraich and Harinder Singh (eds.), *Lahore Conspiracy Cases I and II*, p. 301.

'ਵਿਰੋਧ ਤੇ ਏਕਤਾ' ਦਾ ਸੂਤਰ ਅਪਣਾ ਕੇ ਚੱਲੇ। ਬੰਗਾਲ ਦੇ ਨਰਮਪੰਥੀਆਂ ਨਾਲ ਉਨ੍ਹਾਂ ਦੇ ਰਾਜਸੀ ਵਿਰੋਧਾਂ ਤੇ ਵਖਰੇਵਿਆਂ ਦੇ ਬਾਵਜੂਦ, ਉਨ੍ਹਾਂ ਨੇ ਨਰਮ ਖ਼ਿਆਲੀਆਂ ਨਾਲ ਸਹਿਚਾਰ ਬਣਾਈ ਰੱਖਿਆ ਸੀ। (ਸਚਿੰਦਰ ਨਾਥ ਸਾਨਿਆਲ ਦੀ ਸਵੈ-ਜੀਵਨੀ *ਬੰਦੀ ਜੀਵਨ* ਤੋਂ ਇਸਦੀ ਭਲੀਭਾਂਤ ਪੁਸ਼ਟੀ ਹੁੰਦੀ ਹੈ) ਇਸ ਦੇ ਕਾਰਨ ਸਿਧਾਂਤਕ ਸਨ। ਬੰਗਾਲ ਦੇ ਹਿੰਦੂ ਕ੍ਰਾਂਤੀਕਾਰੀਆਂ ਦੀ ਨਰਮਪੰਥੀਆਂ ਨਾਲ ਬੁਨਿਆਦੀ ਵਿਚਾਰਧਾਰਕ ਸਾਂਝ ਸੀ। ਹਿੰਦੂ-ਪ੍ਰਧਾਨੀ ਭਾਰਤੀ ਕੌਮ ਦੇ ਸੰਕਲਪ ਤੇ ਹਿੰਦੂ-ਪ੍ਰਧਾਨੀ ਨੇਸ਼ਨ ਸਟੇਟ ਸਥਾਪਤ ਕਰਨ ਦੇ ਬੁਨਿਆਦੀ ਟੀਚੇ ਬਾਰੇ ਦੋਵਾਂ ਵਿਚਕਾਰ ਕੋਈ ਮੱਤ ਵਖਰੇਵਾਂ ਨਹੀਂ ਸੀ। ਵਖਰੇਵਾਂ ਮੁੱਖ ਤੌਰ 'ਤੇ ਲੜਾਈ ਦੇ ਢੰਗਾਂ ਤਕ ਸੀਮਤ ਸੀ। ਇਸ ਦੀ ਤੁਲਨਾ ਵਿਚ, ਗ਼ਦਰੀ ਸਿੱਖ ਇਨਕਲਾਬੀਆਂ ਦੀ, ਤਤਕਾਲੀ ਰਾਜਸੀ ਵਾਤਾਵਰਨ ਵਿਚ, ਸਿੱਖ ਪਤਵੰਤੇ ਵਰਗ ਨਾਲ ਰਾਜਸੀ ਵਿਚਾਰਧਾਰਾ ਦੀ ਉੱਕਾ ਈ ਕੋਈ ਸਾਂਝ ਨਹੀਂ ਸੀ। ਦੋਵਾਂ ਵਿਚਕਾਰ ਪਾੜਾ ਵੱਡਾ ਤੇ ਬੁਨਿਆਦੀ ਸੀ। ਅੰਗਰੇਜ਼ ਸਰਕਾਰ ਨੇ ਗ਼ਦਰ ਪਾਰਟੀ ਬਾਰੇ ਇਹ ਗ਼ਲਤ ਪ੍ਰਭਾਵ ਬਣਾ ਦਿੱਤਾ ਸੀ ਕਿ ਇਸ ਦਾ ਕਰਤਾ ਧਰਤਾ ਲਾਲਾ ਹਰਦਿਆਲ ਸੀ, ਉਸ ਵੇਲੇ ਜਿਸਦੀ ਹਿੰਦੂ ਰਾਸ਼ਟਰਵਾਦੀ ਵਿਚਾਰਧਾਰਾ ਬਾਰੇ ਕੋਈ ਸ਼ੱਕ-ਸ਼ੁਬ੍ਹਾ ਨਹੀਂ ਸੀ। ਗ਼ਦਰ ਪਾਰਟੀ ਵੱਲੋਂ ਹਿੰਦੂ ਰਾਸ਼ਟਰਵਾਦੀ ਚਿੰਨ੍ਹਾਂ ਦੀ ਬੇਦਰੇਗ਼ ਵਰਤੋਂ ਕਰਕੇ ਇਹ ਪ੍ਰਭਾਵ ਹੋਰ ਪੱਕਾ ਹੋ ਗਿਆ ਸੀ। ਸਿੱਖ ਪਤਵੰਤੇ ਵਰਗ ਦਾ ਸਿੱਖ ਰਾਜ ਦੀ ਸਥਾਪਨਾ ਦੇ ਵਿਚਾਰ ਨਾਲ ਤਾਂ ਘੱਟ ਵੱਧ ਲਗਾਅ ਹੋ ਸਕਦਾ ਸੀ, ਪਰੰਤੂ ਹਿੰਦੂ ਰਾਸ਼ਟਰਵਾਦੀ ਵਿਚਾਰਧਾਰਾ ਨਾਲ ਉਸ ਦੀ, ਉਸ ਵੇਲੇ, ਉੱਕਾ ਹੀ ਕੋਈ ਸਾਂਝ ਹਮਦਰਦੀ ਨਹੀਂ ਹੋ ਸਕਦੀ ਸੀ। ਹਿੰਦੂ ਪਤਵੰਤੇ ਵਰਗ ਨਾਲੋਂ ਉਸਦਾ ਇਹ ਅਹਿਮ ਫ਼ਰਕ ਸੀ। ਜੇਕਰ ਗ਼ਦਰ ਪਾਰਟੀ ਨੇ ਸਿੱਧੇ ਤੇ ਸਪੱਸ਼ਟ ਰੂਪ ਵਿਚ ਖ਼ਾਲਸਾ ਰਾਜ ਦੀ ਮੁੜ ਸਥਾਪਨਾ ਕਰਨ ਦਾ ਰਾਜਸੀ ਟੀਚਾ ਐਲਾਨਿਆ ਹੁੰਦਾ, ਤਾਂ ਸਿੱਖ ਪਤਵੰਤੇ ਵਰਗ ਅੰਦਰਲੇ ਕੁਝ ਤੱਤਾਂ ਦਾ ਗ਼ਦਰ ਪਾਰਟੀ ਵੱਲ ਰਵੱਈਆ ਸ਼ਾਇਦ ਏਨਾ ਨਾਂਹ-ਪੱਖੀ ਨਾ ਹੁੰਦਾ। ਪਰ ਇਸ ਦਾ ਇਕ ਉਲਟ-ਪੱਖੀ ਨਤੀਜਾ ਇਹ ਹੋਣਾ ਸੀ ਕਿ ਬੰਗਾਲੀ ਕ੍ਰਾਂਤੀਕਾਰੀਆਂ ਨੇ ਉਸ ਸੂਰਤ ਵਿਚ ਗ਼ਦਰ ਪਾਰਟੀ ਨੂੰ ਚਿਮਟੇ ਨਾਲ ਵੀ ਨਹੀਂ ਛੂਹਣਾ ਸੀ!

ਬੰਗਾਲੀਆਂ ਨਾਲ ਮੇਲ

ਵੀਹਵੀਂ ਸਦੀ ਦੇ ਮੁੱਢਲੇ ਸਾਲਾਂ ਦੌਰਾਨ ਬੰਗਾਲ ਰਾਸ਼ਟਰਵਾਦੀ ਲਹਿਰ ਦਾ ਸਾਰਿਆਂ ਨਾਲੋਂ ਵੱਧ ਸਰਗਰਮ ਖੇਤਰ ਬਣਿਆ ਹੋਇਆ ਸੀ। ਉਥੋਂ ਦੇ ਹਿੰਦੂ ਕ੍ਰਾਂਤੀਕਾਰੀਆਂ ਦੇ ਟੁੱਟਵੇਂ ਖਿੰਡਵੇਂ ਹਥਿਆਰਬੰਦ ਕਾਰਨਾਮਿਆਂ ਦੀ ਦੇਸ਼ ਬਦੇਸ਼ ਅੰਦਰ ਚਰਚਾ ਜ਼ੋਰਾਂ ਉੱਤੇ ਸੀ। ਖ਼ਾਸ ਕਰਕੇ 23 ਦਸੰਬਰ 1912 ਨੂੰ ਬੰਗਾਲੀ ਕ੍ਰਾਂਤੀਕਾਰੀਆਂ ਵੱਲੋਂ ਦਿੱਲੀ ਵਿਖੇ ਭਾਰਤ ਦੇ ਵਾਇਸਰਾਇ ਉੱਤੇ ਬੰਬ ਸੁੱਟਣ ਦੀ ਦਲੇਰਾਨਾ ਕਾਰਵਾਈ ਨਾਲ ਦੇਸ਼ ਬਦੇਸ਼ ਅੰਦਰਲੇ ਆਜ਼ਾਦੀ ਸੰਗਰਾਮੀਆਂ ਅੰਦਰ ਬੰਗਾਲੀ ਕ੍ਰਾਂਤੀਕਾਰੀਆਂ ਦੀ ਚੰਗੀ ਭੱਲ ਬਣ ਗਈ ਸੀ। ਭਾਵੇਂ ਹਮਲੇ ਵਿਚ ਵਾਇਸਰਾਇ ਦੀ ਜਾਨ ਬਚ ਗਈ ਸੀ ਪਰ ਇਸ ਕਾਰਵਾਈ ਨੇ ਅੰਗਰੇਜ਼ ਹਾਕਮਾਂ ਨੂੰ ਗੂੰਜਵੇਂ ਸ਼ਬਦਾਂ ਵਿਚ ਇਹ ਰਾਜਸੀ ਸੰਦੇਸ਼ ਦੇ ਦਿੱਤਾ ਸੀ, ਕਿ ਭਾਰਤ ਦੇ ਨੌਜਵਾਨ ਗ਼ੁਲਾਮੀ ਨੂੰ ਬਹੁਤਾ ਚਿਰ ਬਰਦਾਸ਼ਤ ਨਹੀਂ ਕਰਨਗੇ ਅਤੇ ਉਨ੍ਹਾਂ ਦੀ ਆਜ਼ਾਦੀ ਦੀ ਰੀਝ ਨੂੰ ਹੋਰ ਵੱਧ ਦਬਾ ਕੇ ਰੱਖ ਸਕਣਾ ਨਾਮੁਮਕਿਨ ਬਣ ਗਿਆ ਹੈ।

ਇਸ ਘਟਨਾ ਦੀ ਤਫ਼ਤੀਸ਼ ਦੌਰਾਨ ਰਾਸ ਬਿਹਾਰੀ ਬੋਸ ਦਾ ਨਾਂ ਮੁੱਖ 'ਮੁਜਰਮ' ਵਜੋਂ ਸਾਹਮਣੇ ਆਇਆ ਸੀ, ਜਿਸ ਕਰਕੇ ਰਾਸ ਬਿਹਾਰੀ ਬੋਸ ਨੂੰ ਰੂਪੋਸ਼ ਹੋਣਾ ਪੈ ਗਿਆ ਸੀ। ਇਸ ਨਾਲ ਇਨਕਲਾਬੀ ਝੁਕਾਅ ਰੱਖਣ ਵਾਲੇ ਲੋਕਾਂ ਅੰਦਰ ਉਸ ਦਾ ਵੱਕਾਰ ਹੋਰ ਵੱਧ ਗਿਆ ਸੀ। ਅਮਰੀਕਾ-ਕਨੇਡਾ ਅੰਦਰ ਪੜ੍ਹ ਰਹੇ ਬੰਗਾਲੀ ਵਿਦਿਆਰਥੀਆਂ ਨੇ, ਆਪਣੇ ਵਿਸ਼ੇਸ਼ ਵਰਗ ਚਰਿਤਰ ਦੇ ਅਨੁਸਾਰ, ਬੰਗਾਲ ਅੰਦਰ ਕ੍ਰਾਂਤੀਕਾਰੀ ਲਹਿਰ ਦਾ ਅਸਲੀਅਤ ਨਾਲੋਂ ਬਹੁਤ ਵਧਵਾਂ ਬਿੰਬ ਸਿਰਜ ਦਿੱਤਾ ਸੀ। ਜਿਸ ਦੇ ਨਤੀਜੇ ਵਜੋਂ ਗ਼ਦਰ ਪਾਰਟੀ ਦੇ ਆਗੂਆਂ ਨੂੰ ਬੰਗਾਲੀ ਕ੍ਰਾਂਤੀਕਾਰੀਆਂ ਕੋਲੋਂ ਵੱਡੀਆਂ ਆਸਾਂ ਬਣ ਗਈਆਂ ਸਨ। ਦੇਸ਼ ਪੁੱਜਦਿਆਂ ਹੀ ਉਨ੍ਹਾਂ ਦੇ ਮਨਾਂ ਅੰਦਰ ਬੰਗਾਲੀਆਂ ਨਾਲ ਸੰਪਰਕ ਬਣਾਉਣ ਦੀ ਕਾਹਲੀ ਪੈ ਗਈ ਸੀ।

ਭਾਈ ਕਰਤਾਰ ਸਿੰਘ ਸਰਾਭਾ ਨੇ ਆਉਂਦਿਆਂ ਹੀ ਪੰਜਾਬ ਅੰਦਰੋਂ ਬੰਗਾਲੀਆਂ ਨਾਲ ਜਾਣ-ਪਛਾਣ ਰੱਖਣ ਵਾਲੇ ਲੋਕਾਂ ਦੀ ਭਾਲ ਕਰਨੀ ਸ਼ੁਰੂ ਕਰ ਦਿੱਤੀ ਸੀ। ਕਰਤਾਰ ਸਿੰਘ ਨੂੰ ਭਾਈ ਪਰਮਾਨੰਦ ਤੋਂ ਕਨਸੋਅ ਮਿਲੀ ਕਿ 1907 ਵਾਲੀ ਲਹਿਰ ਦੇ ਕੁਝ ਨਾਮਵਰ ਵਰਕਰ ਜਿਵੇਂ ਕਪੂਰਥਲਾ ਦੇ ਲਾਲਾ ਰਾਮ ਸਰਨ ਦਾਸ ਤਲਵਾੜ, ਲਾਹੌਰ ਦੇ ਮਹਿਤਾ ਅਨੰਦ ਕਿਸ਼ੋਰ ਤੇ ਲਾਲਾ ਕਿਦਾਰ ਨਾਥ ਸਹਿਗਲ ਆਦਿ ਅਜੇ ਮੌਜੂਦ ਹਨ ਅਤੇ ਆਮ ਖ਼ਿਆਲ ਕੀਤਾ ਜਾਂਦਾ ਹੈ ਕਿ ਉਹ ਬੰਗਾਲੀਆਂ ਦੇ ਸੰਪਰਕ ਵਿਚ ਹਨ। ਪਿਛਲੇ ਦੋਵੇਂ ਸੱਜਣ ਤਾਂ ਉਸ ਵੇਲੇ ਤਕ ਉਦਾਸੀਨ ਹੋ ਕੇ ਇਨਕਲਾਬੀ ਸਰਗਰਮੀਆਂ ਤੋਂ ਕਿਨਾਰਾ ਕਰ ਚੁੱਕੇ ਸਨ, ਪਰ ਲਾਲਾ ਰਾਮ ਸਰਨ ਦਾਸ ਅੰਦਰ ਇਨਕਲਾਬੀ ਚਿਣਗ ਅਜੇ ਵੀ ਮੱਘਦੀ ਸੀ। ਉਸ ਕੋਲੋਂ ਸਰਾਭੇ ਨੂੰ ਬੰਗਾਲੀਆਂ ਨਾਲ ਸੰਪਰਕ ਕਰਨ ਲਈ ਕੁਝ ਸੁਰਾਗ਼ ਮਿਲ ਗਏ ਸਨ। ਤਲਵਾੜ ਕੋਲੋਂ ਮਿਲੇ ਨਾਂ ਪਤੇ ਲੈ ਕੇ ਸਰਾਭਾ ਤੁਰੰਤ ਬੰਗਾਲ ਚਲਾ ਗਿਆ। ਉਸ ਨੇ ਰਾਸ ਬਿਹਾਰੀ ਬੋਸ ਨਾਲ ਸੰਪਰਕ ਕਰਨ ਦਾ ਪੁਰਜ਼ੋਰ ਯਤਨ ਕੀਤਾ ਪਰ ਬੰਗਾਲੀ ਦਲ ਬਹੁਤ ਹੀ ਗੁਪਤ ਤਰੀਕੇ ਨਾਲ ਕੰਮ ਕਰਦਾ ਸੀ ਅਤੇ ਕਿਸੇ ਨਵੇਂ ਤੇ ਬੇਭੇਤੇ ਬੰਦੇ ਲਈ ਰੂਪੋਸ਼ ਆਗੂਆਂ ਨਾਲ ਸੰਪਰਕ ਕਰਨਾ ਏਨਾ ਸੁਖਾਲਾ ਨਹੀਂ ਸੀ। ਪਰ ਕਲਕੱਤੇ ਦੀ ਫੇਰੀ ਦੌਰਾਨ ਸਰਾਭੇ ਦੀ ਮੁਲਾਕਾਤ ਸਰ ਸੁਰੇਂਦਰਨਾਥ ਬੈਨਰਜੀ ਨਾਲ ਜ਼ਰੂਰ ਹੋ ਗਈ ਸੀ। ਸੁਰੇਂਦਰਨਾਥ ਬੈਨਰਜੀ ਉਸ ਵੇਲੇ ਨਰਮਖ਼ਿਆਲੀ ਰਾਜਸੀ ਧਾਰਾ ਦਾ ਸਭ ਨਾਲੋਂ ਪ੍ਰਮੁੱਖ ਆਗੂ ਸੀ। ਸਰਾਭੇ ਨੇ ਉਸ ਨੂੰ ਗ਼ਦਰ ਪਾਰਟੀ ਦੇ ਉਦੇਸ਼ਾਂ ਅਤੇ ਗ਼ਦਰ ਕਰਨ ਦੀ ਵਿਉਂਤ ਤੇ ਯਤਨਾਂ ਬਾਰੇ ਦੱਸਿਆ। ਸਚਿੰਦਰ ਨਾਥ ਸਾਨਿਆਲ ਦੇ ਕਥਨ ਅਨੁਸਾਰ, "ਉਨ੍ਹਾਂ ਕਰਤਾਰ ਸਿੰਘ ਨੂੰ ਉਪਦੇਸ਼ ਦਿੱਤਾ ਕਿ ਤੂੰ ਆਪਣੇ ਸੰਕਲਪ ਅਤੇ ਹਿੰਮਤ ਅਨੁਸਾਰ ਕੰਮ ਕਰਦਾ ਜਾ, ਬੰਗਾਲ ਤਾਂ ਸਹੀ ਸਮੇਂ 'ਤੇ ਤੁਹਾਡੀ ਸਹਾਇਤਾ ਕਰੇਗਾ ਹੀ।"[23] ਇਸ ਤੋਂ ਪਤਾ ਚੱਲਦਾ ਹੈ ਕਿ ਬੈਨਰਜੀ ਨੇ ਸਰਾਭੇ ਨੂੰ, ਬੇਭੇਤਾ ਹੋਣ ਕਰਕੇ, ਕੋਈ ਲੜ ਪੱਲਾ ਨਹੀਂ ਫੜਾਇਆ ਸੀ। ਭਾਈ ਕਰਤਾਰ ਸਿੰਘ ਸਰਾਭਾ ਨੂੰ ਇਹ ਸੂਹ ਮਿਲ ਗਈ ਸੀ ਕਿ ਉਸ ਵੇਲੇ ਬਨਾਰਸ ਬੰਗਾਲੀ ਕ੍ਰਾਂਤੀਕਾਰੀਆਂ ਦਾ ਸਰਗਰਮ ਕੇਂਦਰ ਸੀ। ਜਿਸ ਕਰਕੇ ਕਲਕੱਤੇ ਤੋਂ ਬਾਅਦ ਉਹ ਬਨਾਰਸ ਚਲਾ ਗਿਆ। ਪਰ ਉਸ ਨੂੰ ਬੰਗਾਲੀ ਦਲ ਨਾਲ ਸੰਪਰਕ ਬਣਾਉਣ ਵਿਚ ਸਫਲਤਾ ਨਾ ਮਿਲੀ। ਹਾਰ ਕੇ ਉਹ ਪੰਜਾਬ ਮੁੜ ਆਇਆ।

ਉਧਰ ਭਾਈ ਪਰਮਾਨੰਦ ਝਾਂਸੀ ਦੇ ਵੀ ਕੁਝ ਬੰਗਾਲੀ ਜਾਣੂ ਸਨ। ਉਨ੍ਹਾਂ ਰਾਹੀਂ ਬੰਗਾਲੀ ਕ੍ਰਾਂਤੀਕਾਰੀ ਦਲ ਨਾਲ ਸੰਪਰਕ ਬਣਾਉਣ ਦੇ ਯਤਨ ਕੀਤੇ ਗਏ। ਇਸ ਮੰਤਵ

23. ਸਚਿੰਦਰ ਨਾਥ ਸਾਨਿਆਲ, *ਬੰਦੀ ਜੀਵਨ*, ਸਫ਼ੇ 17-18.

ਲਈ ਪਰਮਾਨੰਦ ਨੇ ਢਾਕੇ ਦਾ ਚੱਕਰ ਲਾਇਆ। ਅਸਲ ਵਿਚ ਉਸ ਵੇਲੇ ਬੰਗਾਲ ਵਿਚ ਕ੍ਰਾਂਤੀਕਾਰੀਆਂ ਦੇ ਕਿੰਨੇ ਹੀ ਛੋਟੇ ਛੋਟੇ ਦਲ ਸਨ ਅਤੇ ਇਨ੍ਹਾਂ ਵਿੱਚੋਂ ਹਰ ਕੋਈ 'ਅਸਲੀ ਕ੍ਰਾਂਤੀਕਾਰੀ' ਹੋਣ ਦਾ ਦਾਅਵਾ ਕਰਦਾ ਸੀ। ਭਾਈ ਪਰਮਾਨੰਦ ਦਾ ਢਾਕੇ ਵਿਚ ਅਜਿਹੇ ਹੀ ਕਿਸੇ ਦਲ ਨਾਲ ਸੰਪਰਕ ਹੋਇਆ ਅਤੇ ਉਨ੍ਹਾਂ ਨੇ ਪੰਜਾਬ ਦੇ ਇਨਕਲਾਬੀਆਂ ਨੂੰ ਬੰਬ ਗੋਲੇ ਤੇ ਹੋਰ ਹਥਿਆਰ ਦੇਣ ਦਾ ਵਾਅਦਾ ਕੀਤਾ। ਪਰ ਬਾਅਦ ਵਿਚ ਪਤਾ ਚੱਲਿਆ ਕਿ ਜਿਹੜੇ ਵਿਅਕਤੀਆਂ ਨਾਲ ਭਾਈ ਪਰਮਾਨੰਦ ਦਾ ਮੇਲ ਹੋਇਆ ਸੀ, ਉਹ ਜਾਅਲੀ ਸਨ ਅਤੇ ਪੰਜਾਬ ਵਾਲਿਆਂ ਕੋਲੋਂ ਪੈਸੇ ਬਟੋਰਨ ਦੇ ਮੰਤਵ ਨਾਲ ਉਨ੍ਹਾਂ ਨੇ ਹਥਿਆਰਾਂ ਬਾਰੇ ਸਾਰੀ ਗੱਲ ਬਹੁਤ ਵਧਾਅ-ਚੜ੍ਹਾਅ ਕੇ ਕਹੀ ਸੀ।

ਬੰਗਾਲੀਆਂ ਨਾਲ ਸੰਪਰਕ ਕਰਨ ਦੇ ਉਪਰੋਕਤ ਯਤਨ ਅਸਫਲ ਹੋ ਜਾਣ ਤੋਂ ਬਾਅਦ, ਪਾਰਟੀ ਆਗੂਆਂ ਨੇ ਆਪਸੀ ਸਲਾਹ ਮਸ਼ਵਰਾ ਕਰ ਕੇ ਲਾਲਾ ਰਾਮ ਸਰਨ ਦਾਸ ਤਲਵਾੜ ਨੂੰ ਕਪੂਰਥਲੇ ਤੋਂ ਲਾਹੌਰ ਸੱਦਣ ਦਾ ਫ਼ੈਸਲਾ ਕੀਤਾ। ਉਹ ਗ਼ਦਰੀ ਆਗੂਆਂ ਦਾ ਸੁਨੇਹਾ ਮਿਲਣ 'ਤੇ ਉਸੇ ਵੇਲੇ ਚਲਾ ਆਇਆ। ਸਰਾਭੇ ਨੇ ਉਸ ਨੂੰ, ਬੰਗਾਲੀ ਦਲ ਨਾਲ ਸੰਪਰਕ ਕਰਨ ਲਈ ਸਿੱਧਾ ਆਪ ਬਨਾਰਸ ਜਾਣ ਲਈ ਬੇਨਤੀ ਕੀਤੀ, ਜਿਹੜੀ ਉਸ ਨੇ ਝੱਟ ਪ੍ਰਵਾਨ ਕਰ ਲਈ। ਤਲਵਾੜ ਨਵੰਬਰ ਦੇ ਅੱਧ ਜਿਹੇ ਵਿਚ ਬਨਾਰਸ ਗਿਆ ਅਤੇ ਉਥੇ ਉਸ ਦੀ ਮੁਲਾਕਾਤ ਸਚਿੰਦਰ ਨਾਥ ਸਾਨਿਆਲ ਨਾਲ ਹੋਈ। ਸਾਨਿਆਲ ਬੰਗਾਲੀ ਦਲ ਦਾ ਅਹਿਮ ਕਾਰਕੁਨ ਤੇ ਰਾਸ ਬਿਹਾਰੀ ਬੋਸ ਦਾ ਖ਼ਾਸ ਵਿਸ਼ਵਾਸਪਾਤਰ ਸੀ। ਜਦੋਂ ਰਾਮ ਸਰਨ ਦਾਸ ਨੇ ਸਾਨਿਆਲ ਤੇ ਉਸ ਦੇ ਸਾਥੀਆਂ ਨੂੰ ਪੰਜਾਬ ਦੇ ਰਾਜਸੀ ਹਾਲਾਤ ਅਤੇ ਗ਼ਦਰ ਪਾਰਟੀ ਦੀਆਂ ਬਗ਼ਾਵਤ ਕਰਨ ਦੀਆਂ ਤਿਆਰੀਆਂ ਬਾਰੇ ਵਿਸਥਾਰ ਵਿਚ ਦੱਸਿਆ, ਤਾਂ ਉਨ੍ਹਾਂ ਦੇ ਮਨ ਖ਼ੁਸ਼ੀ ਨਾਲ ਉਛਲ ਪਏ। ਉਸ ਵੇਲੇ ਉਹ ਬੰਗਾਲ ਅੰਦਰ ਇਨਕਲਾਬੀ ਦਲਾਂ ਦੀ ਆਪਸੀ ਪਾਟੋ-ਧਾੜ ਅਤੇ ਆਮ ਬੰਗਾਲੀ ਜਨਤਾ ਦੀ ਉਦਾਸੀਨਤਾ ਨੂੰ ਦੇਖ ਕੇ ਕਾਫ਼ੀ ਢਹਿੰਦੀ ਕਲਾ ਦੇ ਰੌਂਅ ਵਿਚ ਸਨ। ਪੰਜਾਬ ਬਾਰੇ ਸੁਣ ਕੇ ਉਨ੍ਹਾਂ ਅੰਦਰ ਉਤਸ਼ਾਹ ਤੇ ਉਮੀਦ ਦੀ ਤਰੰਗ ਪੈਦਾ ਹੋ ਗਈ ਸੀ। ਸਾਨਿਆਲ ਨੇ ਆਪਣੀ ਸਵੈ-ਜੀਵਨੀ ਅੰਦਰ ਉਨ੍ਹਾਂ ਦੇ ਮਨਾਂ ਉੱਤੇ ਇਸ ਮੁਲਾਕਾਤ ਦੇ ਪਏ ਉਤਸ਼ਾਹਮੁਖੀ ਪ੍ਰਭਾਵ ਦਾ ਜ਼ਿਕਰ ਇੰਜ ਕੀਤਾ ਹੈ:

> "ਮੈਂ ਉਨ੍ਹਾਂ ਦਿਨਾਂ 'ਚ ਕਾਂਸ਼ੀ 'ਚ ਹੀ ਸੀ, ਜਦੋਂ ਪੰਜਾਬ ਦਾ ਇਕ ਬੰਦਾ ਉਥੋਂ ਦੀ ਕ੍ਰਾਂਤੀ ਦੀ ਖ਼ਬਰ ਲੈ ਕੇ ਸਾਡੇ ਕੋਲ ਆਇਆ। ਜਦੋਂ ਉਸ ਦੇ ਮੂੰਹ ਤੋਂ ਸੁਣਿਆ ਕਿ ਕ੍ਰਾਂਤੀ ਕਰਨ ਲਈ ਦੋ ਤਿੰਨ ਹਜ਼ਾਰ ਸਿੱਖ* ਕਮਰਕੱਸੇ ਕਰ ਕੇ ਤਿਆਰ ਬੈਠੇ ਨੇ, ਤਦ ਸਾਡਾ ਅੰਦਰਲਾ ਮਨ ਖ਼ੁਸ਼ੀ ਨਾਲ ਨੱਚਣ ਲੱਗ ਪਿਆ।"[24]

---

* ਗ਼ਦਰ ਪਾਰਟੀ ਬਾਰੇ ਰਾਸ਼ਟਰਵਾਦੀ ਵਿਚਾਰਧਾਰਾ ਦੇ ਮੁਰੀਦ ਲੇਖਕਾਂ ਦੀਆਂ ਲਿਖਤਾਂ ਅੰਦਰ, ਗ਼ਦਰ ਲਹਿਰ ਦੇ ਭਾਰੂ ਸਿੱਖ ਲੱਛਣ ਉੱਤੇ ਪਰਦਾ ਪਾਉਣ ਦੀ ਨੀਤ ਨਾਲ, ਗ਼ਦਰੀ ਜੁਝਾਰੂਆਂ ਦੀ ਸਿੱਖ ਪਛਾਣ ਨੂੰ ਉਭਾਰਨ ਤੋਂ ਸੁਚੇਤ ਰੂਪ ਵਿਚ ਗੁਰੇਜ਼ ਕੀਤਾ ਗਿਆ ਹੈ। ਇਸ ਉਦੇਸ਼ ਦੀ ਪੂਰਤੀ ਲਈ ਉਨ੍ਹਾਂ ਨੇ, ਆਧੁਨਿਕਵਾਦੀ ਸਿਧਾਂਤਕ ਰੀਤ ਦਾ ਪਾਲਣ ਕਰਦੇ ਹੋਏ ਜਾਤੀ-ਵਿਸ਼ੇਸ਼ ਭਾਸ਼ਾ ਦੀ ਥਾਵੇਂ ਸਰਬ-ਲੌਕਿਕ ਭਾਸ਼ਾ (universal language) ਦਾ ਇਸਤੇਮਾਲ ਕਰਨ ਦੀ ਉਕਾਈ-ਰਹਿਤ ਪਹੁੰਚ ਅਪਣਾਈ ਹੈ। ਇਸ ਤਰੀਕੇ ਨਾਲ ਉਨ੍ਹਾਂ ਨੇ ਸਿੱਖ ਗ਼ਦਰੀਆਂ ਨੂੰ ਹਰ ਜਗ੍ਹਾ 'ਹਿੰਦੀ' ਜਾਂ 'ਪੰਜਾਬੀ' ਲਿਖਿਆ ਹੈ। ਇਸ ਦੀ ਤੁਲਨਾ ਵਿਚ, ਗ਼ਦਰੀਆਂ ਦੇ ਸਮਕਾਲੀ ਤੇ ਸੰਗਰਾਮੀ-ਸਾਥੀ ਸਚਿੰਦਰ ਨਾਥ ਸਾਨਿਆਲ ਨੇ ਆਪਣੀ ਸਮੁੱਚੀ ਲਿਖਤ ਵਿਚ ਗ਼ਦਰੀਆਂ ਦੀ ਸਿੱਖ ਪਛਾਣ ਉੱਤੇ ਉਚੇਚਾ ਜ਼ੋਰ ਦਿੱਤਾ ਹੈ।

24. ਸਚਿੰਦਰ ਨਾਥ ਸਾਨਿਆਲ, *ਬੰਦੀ ਜੀਵਨ*, ਸਫ਼ਾ 19.

ਭਾਵੇਂ ਕਿ ਗ਼ਦਰੀ ਰਾਸ ਬਿਹਾਰੀ ਬੋਸ ਨੂੰ ਪੰਜਾਬ ਲਿਆਉਣ ਲਈ ਬਹੁਤ ਉਤਾਵਲੇ ਸਨ, ਪਰੰਤੂ ਗੁਪਤ ਜਥੇਬੰਦੀ ਦੇ ਕਾਇਦੇ-ਕਾਨੂੰਨਾਂ ਅਨੁਸਾਰ ਬੰਗਾਲੀ ਦਲ ਨੇ ਰਾਸ ਬਿਹਾਰੀ ਬੋਸ ਨੂੰ ਪੰਜਾਬ ਭੇਜਣ ਤੋਂ ਪਹਿਲਾਂ, ਸਾਰੇ ਹਾਲਾਤ ਦੀ ਟੋਹ ਲੈਣ ਲਈ ਸਚਿੰਦਰ ਨਾਥ ਸਾਨਿਆਲ ਨੂੰ ਰਾਮ ਸਰਨ ਦਾਸ ਨਾਲ ਪੰਜਾਬ ਭੇਜਣ ਦਾ ਫ਼ੈਸਲਾ ਕੀਤਾ। ਸਾਨਿਆਲ ਦੀ ਜ਼ੁਬਾਨੀ, "ਕਈ ਕਾਰਨਾਂ ਕਰਕੇ ਰਾਸ ਬਿਹਾਰੀ ਉਦੋਂ ਪੰਜਾਬ ਨਹੀਂ ਜਾ ਸਕੇ, ਏਸ ਲਈ ਪਹਿਲਾਂ ਉਥੇ ਮੇਰਾ ਜਾਣਾ ਨਿਸਚਤ ਹੋਇਆ ਤਾਂ ਜੋ ਮੈਂ ਪੰਜਾਬ ਦੀ ਹਾਲਤ ਆਪਣੀਆਂ ਅੱਖਾਂ ਨਾਲ ਵੇਖ ਆਵਾਂ ਅਤੇ ਸਾਰਿਆਂ ਨੂੰ ਦੱਸਾਂ ਅਤੇ ਫਿਰ ਅੱਗੇ ਪ੍ਰੋਗਰਾਮ ਬਣਾਇਆ ਜਾ ਸਕੇ।"[25]

ਸਾਨਿਆਲ ਦੀ ਸਰਾਭੇ ਨਾਲ ਪਹਿਲੀ ਮਿਲਣੀ

> "ਪਹਿਲਾਂ ਹੀ ਨਿਸਚਤ ਹੋ ਗਿਆ ਸੀ ਕਿ ਮੈਂ ਜਲੰਧਰ ਜਾ ਕੇ ਸਿੱਖ ਨੇਤਾਵਾਂ ਨਾਲ ਮੁਲਾਕਾਤ ਕਰਾਂਗਾ। ਉਸ ਸਮੇਂ ਨਵੰਬਰ ਦਾ ਮਹੀਨਾ ਖ਼ਤਮ ਹੋਣ ਵਾਲਾ ਸੀ*। ਪੱਛਮ ਵਿਚ ਠੰਢ ਦਾ ਮੌਸਮ ਸੀ। ਸਰਦੀਆਂ ਦੀ ਸਵੇਰ ਨੂੰ ਲੁਧਿਆਣਾ ਗੱਡੀ ਪਹੁੰਚਦਿਆਂ ਹੀ ਦੇਖਿਆ ਕਿ ਮੇਰੇ ਮਿੱਤਰ ਦੇ ਇਕ ਜਾਣੂ ਸਿੱਖ ਨੌਜਵਾਨ ਸਾਡੀ ਉਡੀਕ ਕਰ ਰਹੇ ਹਨ। ਮਿੱਤਰ ਨੇ ਇਨ੍ਹਾਂ ਨਾਲ ਮੇਰੀ ਜਾਣ-ਪਛਾਣ ਕਰਾ ਦਿੱਤੀ। ਇਹੀ ਕਰਤਾਰ ਸਿੰਘ ਸਨ। ਇਹ ਗੱਡੀ 'ਚ ਸਵਾਰ ਹੋ ਕੇ ਸਾਡੇ ਨਾਲ ਜਲੰਧਰ ਲਈ ਰਵਾਨਾ ਹੋ ਗਏ। ਰਾਹ ਵਿਚ ਥੋੜ੍ਹੀ ਬਹੁਤ ਗੱਲਬਾਤ ਹੋਈ। ਉਨ੍ਹਾਂ ਤੋਂ ਪਤਾ ਲੱਗਾ ਕਿ ਏਸ ਸਮੇਂ ਲੁਧਿਆਣਾ ਵਿਚ ਦੋ ਤਿੰਨ ਸੌ ਵਿਅਕਤੀ 'ਕੱਠੇ ਹੋਏ ਨੇ। ਵੱਖੋ-ਵੱਖਰੇ ਕੰਮ ਕਰਨ ਲਈ ਇਹ ਲੋਕ ਵੱਖੋ-ਵੱਖਰੇ ਪਾਸੇ ਭੇਜੇ ਜਾਣਗੇ। ਇਹ ਲੋਕ ਗੁਰਦੁਆਰੇ 'ਕੱਠੇ ਹੁੰਦੇ ਸਨ।"[26]

ਬੰਗਾਲੀ ਇਨਕਲਾਬੀਆਂ ਦੀ ਸਿੱਖਾਂ ਨਾਲ ਇਤਿਹਾਸ ਵਿਚ ਪਹਿਲੀ ਵਾਰ ਸੰਗਰਾਮੀ ਸਾਂਝ ਪੈਣ ਜਾ ਰਹੀ ਸੀ। ਉਨ੍ਹਾਂ ਦਾ ਪੰਜਾਬ ਦੇ ਕੁਝ ਗਰਮ-ਖ਼ਿਆਲੀ ਸਮਝੇ ਜਾਂਦੇ ਹਿੰਦੂ ਆਰੀਆ ਸਮਾਜੀਆਂ ਨਾਲ ਤਾਂ ਰਾਬਤਾ ਬਣਿਆ ਹੋਇਆ ਸੀ (ਸਾਨਿਆਲ ਦੇ ਸਵੈ-ਕਥਨ ਅਨੁਸਾਰ, ਦੇਸ਼ ਅੰਦਰ ਉਨ੍ਹਾਂ ਦਾ ਕਲਕੱਤੇ ਤੇ ਕਾਸ਼ੀ ਤੋਂ ਇਲਾਵਾ ਤੀਜਾ ਕੇਂਦਰ ਲਾਹੌਰ ਸੀ), ਪਰ ਸਿੱਖਾਂ ਨਾਲ ਪਹਿਲੀ ਵਾਰ ਮੇਲ ਹੋ ਰਿਹਾ ਸੀ। ਸਿੱਖਾਂ ਦੀ ਜੁਝਾਰੂ ਸਪਿਰਿਟ, ਨਿਡਰਤਾ ਤੇ ਬਗ਼ਾਵਤ ਦੀਆਂ ਤਿਆਰੀਆਂ ਦੇਖ ਕੇ ਜਿਥੇ ਉਨ੍ਹਾਂ ਦੇ ਮਨਾਂ ਅੰਦਰ ਖ਼ੁਸ਼ੀ ਤੇ ਉਮੀਦ ਦੀਆਂ ਲਹਿਰਾਂ ਉੱਠ ਖੜੀਆਂ ਸਨ, ਉਥੇ ਨਾਲ ਹੀ ਦਿਲਾਂ ਦੀ ਕਿਸੇ ਤਹਿ ਅੰਦਰ ਸਿੱਖਾਂ ਬਾਰੇ ਕੁਝ ਸ਼ੰਕੇ ਵੀ ਪਲ ਰਹੇ ਸਨ। ਸਾਨਿਆਲ ਦਾ ਹੇਠ ਦਿੱਤਾ ਬ੍ਰਿਤਾਂਤ ਉਨ੍ਹਾਂ ਦੀ ਇਸ ਮਨੋਅਵਸਥਾ ਦੀ ਸਾਫ਼ ਤਸਵੀਰ ਪੇਸ਼ ਕਰਦਾ ਹੈ:

> "ਉਸ ਦਿਨ ਦੀ ਗੱਲ ਮੈਨੂੰ ਚੰਗੀ ਤਰ੍ਹਾਂ ਯਾਦ ਏ। ਗੱਡੀ ਦੇ ਡੱਬੇ ਵਿਚ ਅਸੀਂ ਕਈ ਵਿਅਕਤੀ ਸੀ ਅਤੇ ਸਾਰਿਆਂ ਦੇ ਹਿਰਦੇ ਵਿਚ ਕਈ ਤਰ੍ਹਾਂ ਦੇ ਭਾਵ ਸਨ। ਅਸੀਂ ਤਿੰਨੋਂ ਕਿਤੇ-ਕਿਤੇ ਇਕ ਅੱਧੀ ਗੱਲ ਕਰ ਲੈਂਦੇ ਸੀ ਪਰ ਦਿਲ ਵਿਚ ਪਤਾ ਨਹੀਂ ਕਿੰਨੇ ਤਰ੍ਹਾਂ ਦੀਆਂ ਭਾਵਨਾਵਾਂ ਉਮੜ ਰਹੀਆਂ ਸਨ। ਮੈਂ ਸਾਰੇ ਰਸਤੇ ਇਹੀ ਸੋਚਦਾ

---

* ਤੱਥਾਂ ਦੀ ਪੁਣ-ਛਾਣ ਤੋਂ ਇਹ ਸਹੀ ਹੋਇਆ ਹੈ ਕਿ ਸਾਨਿਆਲ 30 ਨਵੰਬਰ ਨੂੰ ਪੰਜਾਬ ਆਇਆ ਸੀ।

† ਸਾਨਿਆਲ, ਰਾਮ ਸਰਨ ਦਾਸ ਤੇ ਸਰਾਭਾ।

25. ਸਚਿੰਦਰ ਨਾਥ ਸਾਨਿਆਲ, *ਬੰਦੀ ਜੀਵਨ*, ਸਫ਼ਾ 19.

26. *ਉਹੀ*।

ਗਿਆ ਕਿ ਏਸ ਸਿੱਖ ਦਲ ਦੇ ਨੌਜਵਾਨ ਪਤਾ ਨਹੀਂ ਕਿਹੋ ਜਿਹੇ ਹੋਣਗੇ, ਉਨ੍ਹਾਂ ਦੀ ਸਿੱਖਿਆ (ਵਿਦਿਆ) ਕਿਹੋ ਜਿਹੀ ਹੋਵੇਗੀ...ਏਨੇ ਵੱਡੇ ਉਤਸ਼ਾਹ ਨਾਲ ਭਰੇ ਏਸ ਸਮੂਹ ਨੂੰ ਅਸੀਂ ਕਿਸ ਤਰ੍ਹਾਂ ਸੰਜਮ ਵਿਚ ਲਿਆ ਕੇ ਆਪਣਾ ਟੀਚਾ ਹਾਸਲ ਕਰ ਸਕਾਂਗੇ, ਵਰਗੇ ਸੈਂਕੜੇ ਸਵਾਲ ਸਾਰੇ ਰਾਹ ਅੰਦਰੋ-ਅੰਦਰੀ ਮੈਨੂੰ ਤੰਗ ਕਰਦੇ ਰਹੇ। ਨਾਲ ਈ ਅਨੰਦ ਦਾ ਇਕ ਸੋਮਾ ਹਿਰਦੇ ਵਿਚ ਆਪ-ਮੁਹਾਰੇ ਵਗਿਆ ਤੁਰਿਆ ਜਾ ਰਿਹਾ ਸੀ ਕਿ ਏਸ ਵਾਰ ਜੀਵਨ ਦਾ ਸੁਫ਼ਨਾ ਸਫਲ ਹੋਣ ਜਾ ਰਿਹਾ ਏ। ਜੁਗਾਂ-ਜੁਗਾਂਤਰਾਂ ਦਾ ਹਨੇਰਾ ਏਸ ਵਾਰ ਦੂਰ ਹੋ ਜਾਏਗਾ। ਪਰ ਇਕ ਹੋਰ ਗੱਲ ਨੂੰ ਸੋਚਦਿਆਂ ਹੀ ਹਿਰਦਾ ਜ਼ਖ਼ਮੀ ਹੋ ਜਾਂਦਾ ਸੀ। ਉਹ ਇਹ ਕਿ ਬੰਗਾਲ ਅੱਜ ਕਿੰਨਾ ਪਛੜਿਆ ਹੋਇਆ ਏ, ਬੰਗਾਲ ਦੀ ਸੈਂਕੜੇ ਹਜ਼ਾਰਾਂ ਸਾਲਾਂ ਦੀ ਕਲੰਕ ਦੀ ਸਿਆਹੀ ਜਿਵੇਂ ਗਾੜ੍ਹੀ ਹੋ ਕੇ ਮੈਨੂੰ ਲਗਾਤਾਰ ਤੜਫ਼ਾ ਰਹੀ ਸੀ। ਏਸੇ ਕਰਕੇ ਬੰਗਾਲ ਵਿਚ ਜਾ ਕੇ ਕੰਮ ਕਰਨ ਦੀ ਮੇਰੀ ਬਹੁਤ ਇੱਛਾ ਸੀ।...

ਲੁਧਿਆਣਾ ਪਿੱਛੇ ਰਹਿ ਗਿਆ ਅਤੇ ਅਸੀਂ ਇਕ ਹੋਰ ਸਟੇਸ਼ਨ 'ਤੇ ਪਹੁੰਚੇ। ਕਰਤਾਰ ਸਿੰਘ ਨੇ *ਬੁਲੇਟਿਨ* ਨਾਮ ਦਾ ਸਮਾਚਾਰ ਪੱਤਰ ਲਿਆ। ਏਸ ਵਿਚ ਪੜ੍ਹਿਆ ਕਿ ਕਲਕੱਤੇ ਦੀ ਮੁਸਲਮਾਨ-ਪਾੜਾ ਲੇਨ ਵਿਚ ਬੰਬ ਧਮਾਕਾ ਹੋਇਆ। ਸਮਾਚਾਰ ਸੀ ਕਿ ਖ਼ੁਫ਼ੀਆ ਪੁਲਿਸ ਦੇ ਡਿਪਟੀ ਸੁਪਰਡੈਂਟ ਸ਼੍ਰੀਮਾਨ ਬਸੰਤ ਚੈਟਰਜੀ ਦੇ ਘਰ ਦੋ ਤਿੰਨ ਬੰਬ ਸੁੱਟੇ ਗਏ ਹਨ...ਪਰ ਬਸੰਤ ਬਾਬੂ ਇਸ ਵਾਰ ਸਾਫ਼ ਸਾਫ਼ ਬਚ ਗਏ। ਸਮਾਚਾਰ ਪੜ੍ਹ ਕੇ ਬਹੁਤ ਸਾਰੀਆਂ ਗੱਲਾਂ ਮੈਂ ਸਮਝ ਲਈਆਂ...

ਇਨ੍ਹਾਂ ਬੰਬ ਗੋਲਿਆਂ ਦੇ ਫਟਣ ਨਾਲ ਭਾਰਤ ਵਿਚ ਚਾਰੇ ਪਾਸੇ ਦੇਸ਼ ਭਗਤਾਂ ਦੇ ਵਿਚਕਾਰ ਜਿਵੇਂ ਇਕ ਜਾਗ੍ਰਤੀ ਜਿਹੀ ਦਿਸ ਪੈਂਦੀ ਸੀ। ਸਾਰੇ, ਜਾਂ ਕਹਿ ਲਓ ਬਹੁਤੇ ਲੋਕ ਸਮਝਦੇ ਸਨ ਕਿ ਵੱਡੀ ਕ੍ਰਾਂਤੀ ਦੀ ਤਿਆਰੀ ਦਾ ਇਹ ਬਾਹਰੀ ਲੱਛਣ ਏ ਅਤੇ ਅਜਿਹੀਆਂ ਘਟਨਾਵਾਂ ਨਾਲ ਸਾਰਿਆਂ ਨੂੰ ਅਜਿਹੇ ਦਲ ਸੰਗਠਿਤ ਕਰਨ ਦੀ ਇੱਛਾ ਹੁੰਦੀ ਸੀ। ਉਪਰੋਕਤ ਸਮਾਚਾਰ ਪੜ੍ਹ ਕੇ ਕਰਤਾਰ ਸਿੰਘ ਬਹੁਤ ਪ੍ਰਸੰਨ ਹੋਏ। ਅੱਖਾਂ ਅੱਖਾਂ ਵਿਚ ਗੱਲਾਂ ਹੋਈਆਂ ਅਤੇ ਖ਼ੁਸ਼ੀ ਦਾ ਪ੍ਰਗਟਾਵਾ ਹੋਇਆ। ਏਸ ਤਰ੍ਹਾਂ ਅਸੀਂ ਜਲੰਧਰ ਪਹੁੰਚ ਗਏ।"[27]

ਜਲੰਧਰ ਸਟੇਸ਼ਨ 'ਤੇ ਕਾਫ਼ੀ ਸਾਰੇ ਨੌਜਵਾਨ ਕਰਤਾਰ ਸਿੰਘ ਸਰਾਭਾ ਨੂੰ ਮਿਲਣ ਲਈ ਪਹਿਲਾਂ ਹੀ ਪਹੁੰਚੇ ਹੋਏ ਸਨ। ਸਰਾਭੇ ਨੇ ਕੁਝ ਚਿਰ ਇਨ੍ਹਾਂ ਨੌਜਵਾਨਾਂ ਨਾਲ ਗੱਲਬਾਤ ਕੀਤੀ ਅਤੇ ਫਿਰ ਉਨ੍ਹਾਂ ਨੂੰ ਵਿਦਾ ਕਰਨ ਤੋਂ ਬਾਅਦ ਉਹ ਸਾਨਿਆਲ ਨੂੰ ਨਾਲ ਲੈ ਕੇ ਰੇਲ ਦੀ ਪਟੜੀ ਪਾਰ ਕਰ ਕੇ ਨੇੜਲੇ ਬਾਗ਼ ਵਿਚ ਚਲੇ ਗਏ। ਉਥੇ ਪਾਰਟੀ ਦੇ ਕੁਝ ਕੁ ਚੁਣਵੇਂ (ਚਾਰ ਪੰਜ) ਵਿਅਕਤੀਆਂ ਨੂੰ ਪਹਿਲਾਂ ਹੀ ਪਹੁੰਚਣ ਦਾ ਸੁਨੇਹਾ ਲਾਇਆ ਗਿਆ ਸੀ। ਸਾਨਿਆਲ ਨੇ ਸੋਚਿਆ ਸੀ ਕਿ ਉਸ ਨੂੰ ਮਿਲਣ ਲਈ ਇਕੱਠੇ ਹੋਏ ਲੋਕ ਸ਼ਾਇਦ ਸਿਆਣੀਆਂ ਉਮਰਾਂ ਦੇ ਹੋਣਗੇ, ਜਦੋਂ ਕਿ ਉਸ ਵੇਲੇ ਉਹ ਆਪ ਅਜੇ ਛੋਟੀ ਉਮਰ ਦਾ ਹੀ ਸੀ। ਪਰ ਉਹ ਇਹ ਦੇਖ ਕੇ ਖ਼ੁਸ਼ ਹੋ ਗਿਆ ਸੀ ਕਿ "ਇਨ੍ਹਾਂ ਵਿੱਚੋਂ ਕੋਈ ਵੀ ਅਜਿਹਾ ਨਹੀਂ ਸੀ ਜਿਸ ਦੀ ਉਮਰ ਮੇਰੇ ਤੋਂ ਬਹੁਤ ਜ਼ਿਆਦਾ ਵੱਧ ਹੋਵੇ।"[28]

ਸਰਾਭੇ ਦਾ ਆਤਮ-ਵਿਸ਼ਵਾਸ

ਕਰਤਾਰ ਸਿੰਘ ਸਰਾਭਾ ਸਮੇਤ ਇਕੱਠੇ ਹੋਏ ਸਾਰੇ ਵਿਅਕਤੀਆਂ ਨੂੰ ਉਸ ਦਿਨ

27. ਸਚਿੰਦਰ ਨਾਥ ਸਾਨਿਆਲ, *ਬੰਦੀ ਜੀਵਨ*, ਸਫ਼ੇ 19-20.
28. *ਉਹੀ*, ਸਫ਼ੇ 20-21.

ਰਾਸ ਬਿਹਾਰੀ ਬੋਸ ਦੇ ਆਉਣ ਦੀ ਉਮੀਦ ਸੀ। ਸਾਨਿਆਲ ਨੇ ਉਸ ਮੁਲਾਕਾਤ ਦਾ ਜ਼ਿਕਰ ਕਰਦਿਆਂ ਲਿਖਿਆ ਹੈ :

> "ਉਸ ਦਿਨ ਕਰਤਾਰ ਸਿੰਘ, ਪ੍ਰਿਥਵੀ ਸਿੰਘ, ਅਮਰ ਸਿੰਘ ਅਤੇ ਰਾਮ ਰੱਖਾ ਤੋਂ ਇਲਾਵਾ ਸ਼ਾਇਦ ਇਕ ਹੋਰ ਵਿਅਕਤੀ ਸੀ। ਅਮਰ ਸਿੰਘ ਅਤੇ ਪ੍ਰਿਥਵੀ ਸਿੰਘ ਦੋਵੇਂ ਰਾਜਪੂਤ ਸਨ ਪਰ ਚਿਰਾਂ ਤੋਂ ਪੰਜਾਬ ਵਿਚ ਹੀ ਰਹਿ ਰਹੇ ਸਨ। ਰਾਮ ਰੱਖਾ ਬ੍ਰਾਹਮਣ ਸਨ। ਇਹ ਲੋਕ ਰਾਸ ਬਿਹਾਰੀ ਨੂੰ ਮਿਲਣ ਲਈ ਰੁਕੇ ਹੋਏ ਸਨ...ਮਿੱਤਰ ਨੇ ਮੇਰੀ ਜਾਣ-ਪਛਾਣ ਇਹ ਕਹਿ ਕੇ ਕਰਾਈ ਕਿ ਰਾਸ ਬਿਹਾਰੀ ਤਾਂ ਕਿਸੇ ਖ਼ਾਸ ਕੰਮ ਕਰਕੇ ਆ ਨਹੀਂ ਸਕੇ, ਉਹਨੇ ਆਪਣੇ ਸੱਜੇ ਹੱਥ ਵਜੋਂ ਇਨ੍ਹਾਂ ਨੂੰ ਭੇਜਿਆ ਏ। ਕਰਤਾਰ ਸਿੰਘ ਨੇ ਕਿਹਾ ਕਿ ਸਾਨੂੰ ਤਾਂ ਰਾਸ ਬਿਹਾਰੀ ਨਾਲ ਹੀ ਕੰਮ ਏ। ਫੇਰ ਮੈਂ ਉਹਨੂੰ ਸਮਝਾਇਆ ਕਿ ਇਥੇ ਆਉਣ ਤੋਂ ਪਹਿਲਾਂ ਉਹ ਇਥੋਂ ਦੇ ਹਾਲਾਤ ਨੂੰ ਚੰਗੀ ਤਰ੍ਹਾਂ ਜਾਣ ਲੈਣਾ ਚਾਹੁੰਦੇ ਹਨ। ਇਹਤੋਂ ਇਲਾਵਾ ਜਿੱਦਾਂ ਦੀ ਉਹਦੀ ਹਾਲਤ ਏ ਉਸ ਨੂੰ ਦੇਖਦੇ ਹੋਏ ਉਹ ਕੁਝ ਸਮੇਂ ਤਕ ਤਾਂ ਇਥੇ ਨਹੀਂ ਆ ਸਕਣਗੇ। ਇਹਤੋਂ ਬਾਅਦ ਮੈਂ ਪੰਜਾਬ ਦੀ ਹਾਲਤ ਜਾਨਣ ਲਈ ਉਨ੍ਹਾਂ ਨੂੰ ਪੁੱਛਿਆ ਕਿ ਉਹ ਕਿੰਨੇ ਵਿਅਕਤੀ ਹਨ, ਆਪਸ ਵਿਚ ਕਿਸ ਤਰ੍ਹਾਂ ਮਿਲਦੇ ਜੁਲਦੇ ਅਤੇ ਤਾਲਮੇਲ ਰੱਖਦੇ ਹਨ ਅਤੇ ਉਨ੍ਹਾਂ ਦਾ ਅਸਲੀ ਨੇਤਾ ਕੌਣ ਏ, ਆਦਿ। ਮੈਂ ਕਿਹਾ, 'ਜਿਹੜੇ ਤੁਹਾਡੇ ਅਸਲੀ ਨੇਤਾ ਨੇ, ਮੈਂ ਉਨ੍ਹਾਂ ਨਾਲ ਹੀ ਗੱਲਬਾਤ ਅਤੇ ਜਾਣ-ਪਛਾਣ ਕਰਨਾ ਚਾਹਾਂਗਾ।' ਅਮਰ ਸਿੰਘ ਨੇ ਕਿਹਾ 'ਸੱਚ ਪੁੱਛੋ ਤਾਂ ਸਾਡੇ ਵਿਚ ਅਸਲੀ ਨੇਤਾ ਦੀ ਬਹੁਤ ਵੱਡੀ ਕਮੀ ਏ ਅਤੇ ਏਸੇ ਲਈ ਸਾਨੂੰ ਰਾਸ ਬਿਹਾਰੀ ਦੀ ਲੋੜ ਏ। ਇਥੇ ਜਿੰਨੇ ਵੀ ਵਿਅਕਤੀ ਹਨ ਉਨ੍ਹਾਂ ਵਿੱਚੋਂ ਕਿਸੇ ਨੂੰ ਵੀ ਕੋਈ ਵਿਸ਼ੇਸ਼ ਜਾਣਕਾਰੀ ਨਹੀਂ ਏ, ਏਸੇ ਕਰਕੇ ਸਾਡੇ ਕੰਮ ਕਰਨ ਦਾ ਵੀ ਕੋਈ ਸਿਲਸਿਲਾ ਨਹੀਂ ਬਣ ਰਿਹਾ। ਸਾਨੂੰ ਬੰਗਾਲ ਤੋਂ ਸਹਾਇਤਾ ਦੀ ਲੋੜ ਏ। ਬੰਗਾਲ ਵਿਚ ਤੁਸੀਂ ਬਹੁਤ ਲੰਮੇ ਸਮੇਂ ਤੋਂ ਕੰਮ ਕਰ ਰਹੇ ਹੋ ਅਤੇ ਤੁਹਾਨੂੰ ਕਾਫ਼ੀ ਤਜਰਬਾ ਹੋ ਗਿਆ ਏ।' ਕਰਤਾਰ ਸਿੰਘ ਨੇ ਵੀ ਏਸ ਗੱਲ ਦੀ ਹਾਮੀ ਭਰੀ, ਪਰ ਅਮਰ ਸਿੰਘ ਵੱਲ ਇਸ਼ਾਰਾ ਕਰ ਕੇ ਕਹਿਣ ਲੱਗਾ, 'ਦੇਖੋ ਭਾਈ, ਇੱਦਾਂ ਹਿੰਮਤ ਕਿਉਂ ਹਾਰਦੇ ਓ ? ਜਦੋਂ ਲੋੜ ਪਈ ਤਾਂ ਦੇਖਿਓ ਤੁਹਾਡੇ ਵਿੱਚੋਂ ਕਿੰਨਿਆਂ ਨੇ ਛੁਪੇ ਰੁਸਤਮ ਨਿਕਲਣਾ ਏ।' ਉਸ ਦਿਨ ਉਨ੍ਹਾਂ ਦੀਆਂ ਗੱਲਾਂ ਤੋਂ ਪਤਾ ਲੱਗ ਗਿਆ ਕਿ ਜਿਸ ਮਹਾਨ ਕਾਰਜ ਵਿਚ ਇਨ੍ਹਾਂ ਨੇ ਪੈਰ ਪੁੱਟਿਆ ਏ ਉਹਦੇ ਵੱਡੇ ਹੋਣ ਦਾ ਅਹਿਸਾਸ ਇਨ੍ਹਾਂ ਦੀ ਨਸ-ਨਸ ਵਿਚ ਭਰ ਗਿਆ ਏ ਅਤੇ ਆਪਣੀ ਸ਼ਕਤੀ ਵਿਚ ਕੋਈ ਕਮੀ ਸਮਝ ਕੇ ਬਾਹਰੋਂ ਕੋਈ ਸਹਾਰਾ ਲੱਭ ਰਹੇ ਹਨ। ਪਰ ਇਸਦੇ ਨਾਲ ਹੀ ਮੈਂ ਇਹ ਵੀ ਸਮਝ ਗਿਆ ਕਿ ਜੇਕਰ ਇਨ੍ਹਾਂ ਵਿਚ ਕੋਈ ਸੱਚੀਂ ਕੰਮ ਕਰਨ ਵਾਲਾ ਏ ਤਾਂ ਉਹ ਕਰਤਾਰ ਸਿੰਘ ਏ। ਮੈਂ ਉਸ ਵਿਚ ਜਿਸ ਤਰ੍ਹਾਂ ਦਾ ਆਤਮਵਿਸ਼ਵਾਸ ਵੇਖਿਆ, ਉਸ ਤਰ੍ਹਾਂ ਦਾ ਆਤਮ-ਵਿਸ਼ਵਾਸ ਨਾ ਹੋਣ 'ਤੇ ਕੋਈ ਵੀ ਵਿਅਕਤੀ ਵੱਡਾ ਕਾਰਜ ਨਹੀਂ ਕਰ ਸਕਦਾ। ਬਹੁਤਿਆਂ ਵਿਚ ਆਪਣੀ ਸ਼ਕਤੀ ਨੂੰ ਲੈ ਕੇ ਹੰਕਾਰ ਹੋਣ ਦੇ ਬਾਵਜੂਦ ਅਜਿਹੇ ਆਤਮ-ਵਿਸ਼ਵਾਸ ਦੀ ਭਾਵਨਾ ਘੱਟ ਹੀ ਵੇਖੀ ਜਾਂਦੀ ਏ। ਹੰਕਾਰ ਅਤੇ ਆਤਮਵਿਸ਼ਵਾਸ ਦੋ ਵੱਖੋ-ਵੱਖਰੀਆਂ ਭਾਵਨਾਵਾਂ ਹਨ। ਹੰਕਾਰ ਦੂਸਰੇ 'ਤੇ ਸੱਟ ਮਾਰਦਾ ਏ, ਪਰ ਜਿਹੜਾ ਹੰਕਾਰ ਦੂਸਰੇ ਨਾਲ ਨੋਕ-ਝੋਕ ਕੀਤੇ ਬਿਨਾਂ ਆਪਣੇ ਹਿਰਦੇ ਵਿਚ ਸ਼ਕਤੀ ਦੇ ਅਨੁਭਵ ਨੂੰ ਜਾਗ੍ਰਿਤ ਕਰਦਾ ਏ, ਉਹੀ ਆਤਮਵਿਸ਼ਵਾਸ ਏ।"[29]

ਅਮਰ ਸਿੰਘ (ਨਵਾਂ ਸ਼ਹਿਰ) ਵਿਚ ਆਤਮਵਿਸ਼ਵਾਸ ਦੀ ਕਮੀ ਦਾ ਰੰਗ ਉਦੋਂ ਉਘੜਿਆ, ਜਦੋਂ ਗ੍ਰਿਫ਼ਤਾਰੀ ਤੋਂ ਬਾਅਦ ਉਹ ਵਾਅਦਾ-ਮੁਆਫ਼ ਗਵਾਹ ਬਣ ਗਿਆ ਸੀ।

---

29. ਸਚਿੰਦਰ ਨਾਥ ਸਾਨਿਆਲ, *ਬੰਦੀ ਜੀਵਨ*, ਸਫ਼ੇ 21-22.

ਮੀਟਿੰਗ ਦੌਰਾਨ ਸਾਨਿਆਲ ਨਾਲ ਜ਼ਿਆਦਾ ਗੱਲਬਾਤ ਸਰਾਭੇ ਨੇ ਹੀ ਕੀਤੀ ਸੀ। ਉਸ ਨੇ ਸਾਨਿਆਲ ਨੂੰ ਜਿਥੇ ਪੰਜਾਬ ਅੰਦਰ ਉਨ੍ਹਾਂ ਵੱਲੋਂ ਹੁਣ ਤਕ ਕੀਤੇ ਕੰਮਾਂ ਦਾ ਭਰਵਾਂ ਵੇਰਵਾ ਦਿੱਤਾ, ਉਥੇ ਨਾਲ ਹੀ ਭਵਿੱਖ ਦੀਆਂ ਯੋਜਨਾਵਾਂ ਦਾ ਵੀ ਖ਼ੁਲਾਸਾ ਕੀਤਾ। ਸਾਨਿਆਲ ਨੂੰ "ਉਨ੍ਹਾਂ ਦੀਆਂ ਗੱਲਾਂ ਤੋਂ ਪਤਾ ਲੱਗਾ ਕਿ ਇਨ੍ਹਾਂ ਦੇ ਵਿਦਰੋਹ ਦੀ ਤਿਆਰੀ ਦਾ ਮੁੱਖ ਦਾਰੋਮਦਾਰ ਪੰਜਾਬ ਦੀਆਂ ਸਿੱਖ ਫ਼ੌਜਾਂ ਹਨ।"[30] ਪੰਜਾਬ ਅੰਦਰ ਗ਼ਦਰੀ ਸਰਗਰਮੀਆਂ ਬਾਰੇ ਪੂਰੀ ਜਾਣਕਾਰੀ ਦੇਣ ਤੋਂ ਬਾਅਦ ਸਰਾਭੇ ਨੇ ਸਾਨਿਆਲ ਨੂੰ ਬੰਗਾਲ ਬਾਰੇ ਬਹੁਤ ਸਾਰੇ ਸੁਆਲ ਕੀਤੇ, ਜਿਨ੍ਹਾਂ ਦਾ ਵੇਰਵਾ ਸਾਨਿਆਲ ਨੇ ਇਸ ਤਰ੍ਹਾਂ ਦਿੱਤਾ ਹੈ : "ਹੁਣ ਕਰਤਾਰ ਸਿੰਘ ਨੇ ਮੈਨੂੰ ਪੁੱਛਿਆ ਕਿ 'ਹਥਿਆਰ ਆਦਿ ਦੇ ਕੇ ਬੰਗਾਲ ਸਾਡੀ ਕਿਥੋਂ ਤਕ ਸਹਾਇਤਾ ਕਰ ਸਕਦਾ ਏ ? ਬੰਗਾਲ ਵਿਚ ਕਿੰਨੇ ਹਜ਼ਾਰ ਬੰਦੂਕਾਂ ਹਨ ?' ਆਦਿ।

ਮੈਂ ਕਿਹਾ ਕਿ, 'ਤੁਹਾਡਾ ਕੀ ਖ਼ਿਆਲ ਏ ਬੰਗਾਲ ਵਿਚ ਕਿੰਨੇ ਹਥਿਆਰ ਹੋਣਗੇ ?'

ਕਰਤਾਰ ਸਿੰਘ, 'ਮੇਰਾ ਖ਼ਿਆਲ ਏ ਕਿ ਬੰਗਾਲ ਵਿਚ ਕਾਫ਼ੀ ਹਥਿਆਰ ਜਮ੍ਹਾਂ ਕਰ ਲਏ ਗਏ ਹਨ, ਕਿਉਂਕਿ ਬੰਗਾਲ ਤਾਂ ਕਾਫ਼ੀ ਚਿਰਾਂ ਤੋਂ ਕ੍ਰਾਂਤੀ ਦੀ ਤਿਆਰੀ ਕਰ ਰਿਹਾ ਏ ਅਤੇ ਸਾਡੇ ਦਲ ਦੇ ਪਰਮਾਨੰਦ (ਝਾਂਸੀ) ਦੇ ਇਕ ਬੰਗਾਲੀ ਮਿੱਤਰ ਨੇ ਉਨ੍ਹਾਂ ਨੂੰ ਪੰਜ ਸੌ ਰਿਵਾਲਵਰ ਦੇਣ ਦਾ ਬਚਨ ਦਿੱਤਾ ਏ, ਇਹਦੇ ਲਈ ਪਰਮਾਨੰਦ ਬੰਗਾਲ ਗਏ ਹੋਏ ਨੇ।'

ਮੈਂ ਕਿਹਾ, 'ਜਿਨ੍ਹਾਂ ਨੇ ਪਰਮਾਨੰਦ ਨੂੰ ਇਹ ਗੱਲ ਕਹੀ ਏ ਉਹ ਕੋਈ ਫ਼ਾਲਤੂ ਬੰਦਾ ਹੋਣਾ ਏ, ਕਿਉਂਕਿ ਬੰਗਾਲ ਵਿਚ ਕੋਈ ਵੀ ਤੇ ਕਿਤੋਂ ਵੀ ਪੰਜ ਸੌ ਰਿਵਾਲਵਰ ਨਹੀਂ ਦੇ ਸਕਦਾ। ਜੀਹਨੇ ਵੀ ਇਹ ਗੱਲ ਕਹੀ ਏ, ਉਹਨੇ ਗੱਪ ਮਾਰੀ ਏ।'

ਕਰਤਾਰ ਸਿੰਘ, 'ਤਾਂ ਫਿਰ ਬੰਗਾਲ ਸਾਨੂੰ ਕਿਸ ਤਰ੍ਹਾਂ ਦੀ ਸਹਾਇਤਾ ਦੇਵੇਗਾ ? ਤੇ ਕੀ ਉਥੇ ਵੀ ਪੰਜਾਬ ਦੇ ਨਾਲ ਹੀ ਗ਼ਦਰ ਹੋਵੇਗਾ ? ਬੰਗਾਲ ਵਿਚ ਤੁਹਾਡੇ ਅਧੀਨ ਕੰਮ ਕਰਨ ਵਾਲੇ ਕਿੰਨੇ ਹਨ ?'...ਹੋਰ ਕਿਸੇ ਸਮੇਂ ਕਿਸੇ ਵੀ ਵਿਅਕਤੀ ਨੂੰ ਅਸੀਂ ਅਜਿਹੇ ਸਵਾਲ ਕਰਨ ਦਾ ਮੌਕਾ ਹੀ ਨਹੀਂ ਸੀ ਦਿੰਦੇ ਅਤੇ ਜੇ ਕੋਈ ਪੁੱਛ ਬੈਠਦਾ ਸੀ ਤਾਂ ਕਹਿ ਦਿੰਦੇ ਸੀ, 'ਇਨ੍ਹਾਂ ਗੱਲਾਂ ਨੂੰ ਜਾਣ ਕੇ ਤੁਸੀਂ ਕੀ ਕਰੋਗੇ, ਸਮਝ ਲਓ ਕਿ ਕੁਝ ਵੀ ਤਿਆਰੀ ਨਹੀਂ ਏ, ਕੀ ਫਿਰ ਵੀ ਤੁਸੀਂ ਏਸ ਦਲ ਵਿਚ ਸ਼ਾਮਲ ਹੋਵੋਗੇ ਜਾਂ ਨਹੀਂ ? ਤੁਹਾਨੂੰ ਆਪ ਹੀ ਮੁੱਢ ਤੋਂ ਤਿਆਰੀ ਕਰਨੀ ਪਵੇਗੀ। ਅਜਿਹੀ ਹਾਲਤ ਵਿਚ ਵੀ ਕੀ ਤੁਸੀਂ ਸਾਡੇ ਵਿਚ ਸ਼ਾਮਲ ਹੋਣਾ ਚਾਹੋਗੇ ? ਆਦਿ।' ਹਾਂ ਬੰਗਾਲ ਵਿਚ ਕਿਤੇ ਕਿਤੇ ਕੁਝ ਅਜਿਹੇ ਲੋਕ ਵੀ ਸਨ ਜਿਹੜੇ ਕ੍ਰਾਂਤੀ ਦੀਆਂ ਜੰਗੀ ਤਿਆਰੀਆਂ ਦੀਆਂ ਗੱਲਾਂ ਵਧਾਅ-ਚੜ੍ਹਾਅ ਕੇ ਲੋਕਾਂ ਨੂੰ ਸੁਣਾਉਂਦੇ ਸਨ ਅਤੇ ਲੋਕਾਂ ਨੂੰ ਲਾਲਚ ਦੇ ਕੇ ਦਲ ਵਿਚ ਸ਼ਾਮਲ ਕਰਦੇ ਸਨ।

ਜੋ ਵੀ ਹੋਵੇ, ਕਰਤਾਰ ਸਿੰਘ ਨੇ ਜਦੋਂ ਇਹ ਸਵਾਲ ਕੀਤੇ ਤਾਂ ਉਨ੍ਹਾਂ ਦਾ ਸਹੀ ਜਵਾਬ ਨਾ ਦੇ ਕੇ ਉਨ੍ਹਾਂ ਨੂੰ ਟਾਲ ਦੇਣਾ ਉਚਿਤ ਨਾ ਲੱਗਾ। ਮੈਂ ਕਿਹਾ, 'ਦੇਖੋ, ਜਿਸ ਤਰ੍ਹਾਂ ਇਥੇ ਤੁਹਾਨੂੰ ਫ਼ੌਜ ਵਿਚ ਭਰਤੀ ਹੋਣ ਦਾ ਮੌਕਾ ਮਿਲਦਾ ਏ, ਜੇਕਰ ਕਿਤੇ ਬੰਗਾਲ ਵਿਚ ਵੀ ਸਾਨੂੰ ਫ਼ੌਜ ਵਿਚ ਭਰਤੀ ਹੋਣ ਦਾ ਮੌਕਾ ਮਿਲਦਾ ਤਾਂ ਉਥੇ ਕਦੋਂ ਦੀ ਕ੍ਰਾਂਤੀ ਆ ਚੁੱਕੀ ਹੁੰਦੀ। ਬੰਗਾਲ ਦੇ ਦਲ ਵਿਚ ਮੁੱਖ ਤੌਰ 'ਤੇ ਨੌਜਵਾਨ ਅਤੇ ਵਿਦਿਆਰਥੀ ਵਰਗ ਸ਼ਾਮਲ ਏ ਅਤੇ ਏਸ ਦਲ ਵਿਚ ਬਹੁਤ ਛਾਣ-ਬੀਣ ਕਰ ਕੇ ਬੜੀ ਸਾਵਧਾਨੀ ਨਾਲ ਅਜਿਹੇ ਲੋਕਾਂ ਨੂੰ ਸ਼ਾਮਲ ਕਰਦੇ ਹਾਂ ਜਿਹੜੇ ਹਰ ਘੜੀ ਮਰਨ ਲਈ ਤਿਆਰ ਰਹਿਣ। ਏਸ ਲਈ ਸਾਡੇ ਦਲ ਵਿਚ ਜ਼ਿਆਦਾ ਮੈਂਬਰ ਨਹੀਂ ਹਨ, ਸ਼ਾਇਦ ਹਜ਼ਾਰ ਦੋ ਹਜ਼ਾਰ ਤੋਂ

---

30. ਸਚਿੰਦਰ ਨਾਥ ਸਾਨਿਆਲ, *ਬੰਦੀ ਜੀਵਨ*, ਸਫ਼ਾ 22.

ਵੱਧ ਨਾ ਹੋਣ, ਪਰੰਤੂ ਇਹ ਦ੍ਰਿੜ੍ਹ ਵਿਸ਼ਵਾਸ ਏ ਕਿ ਜਿਸ ਦਿਨ ਆਮ ਤੌਰ 'ਤੇ ਵਿਦਰੋਹ ਸ਼ੁਰੂ ਹੋ ਜਾਵੇਗਾ, ਉਸ ਦਿਨ ਹਜ਼ਾਰਾਂ ਵਿਅਕਤੀ ਹੋਰ ਸਾਡੇ ਵਿਚ ਆ ਮਿਲਣਗੇ। ਜੇਕਰ ਪੰਜਾਬ ਵਿਚ ਗ਼ਦਰ ਹੋ ਗਿਆ ਤਾਂ ਨਿਸਚਤ ਸਮਝੋ ਕਿ ਉਸ ਦਿਨ ਬੰਗਾਲ ਚੁੱਪ-ਚਾਪ ਬੈਠਾ ਤਮਾਸ਼ਾ ਨਹੀਂ ਵੇਖੇਗਾ ਅਤੇ ਅੰਗਰੇਜ਼ਾਂ ਨੂੰ ਬੰਗਾਲ ਵਿਚ ਏਨੀਆਂ ਉਲਝਣਾਂ ਵਿਚ ਪੈਣਾ ਪੈ ਜਾਵੇਗਾ ਕਿ ਉਹ ਆਪਣੀ ਪੂਰੀ ਤਾਕਤ ਪੰਜਾਬ ਵਿਚ ਨਹੀਂ ਲਾ ਸਕਣਗੇ।' ਮੈਂ ਇਹ ਵੀ ਕਿਹਾ, 'ਬੰਗਾਲ ਏਸ ਸਮੇਂ ਵੀ ਸਰਕਾਰੀ ਖਜ਼ਾਨੇ ਲੁੱਟ ਸਕਦਾ ਏ ਜਾਂ ਪੁਲਿਸ ਦੀਆਂ ਬੈਰਕਾਂ 'ਤੇ ਛਾਪੇ ਆਦਿ ਮਾਰ ਸਕਦਾ ਏ, ਪਰ ਅੱਗੇ ਕੀ ਹੋਵੇਗਾ ? ਏਸ ਅੱਗੋਂ ਕੀ ਹੋਵੇਗਾ, ਨੂੰ ਸੋਚ ਕੇ ਹੀ ਬੰਗਾਲ ਨੇ ਅਜੇ ਤਕ ਕੁਝ ਨਹੀਂ ਕੀਤਾ।' ਮੈਂ ਇਨ੍ਹਾਂ ਨੂੰ ਚੰਗੀ ਤਰ੍ਹਾਂ ਸਮਝਾ ਦਿੱਤਾ ਕਿ 'ਸਾਡੇ ਨਾਲ ਸਲਾਹ ਕੀਤੇ ਬਿਨਾਂ ਅਚਾਨਕ ਕੁਝ ਨਾ ਕਰ ਬੈਠਿਓ।' ਇਹ ਵੀ ਕਹਿ ਦਿੱਤਾ, 'ਬੜੀ ਸਾਵਧਾਨੀ ਨਾਲ ਕੰਮ ਕਰਨਾ ਹੋਵੇਗਾ ਤਾਂਕਿ ਜ਼ਰਾ ਵੀ ਤਾਕਤ ਵਿਅਰਥ ਨਾ ਹੋਵੇ, ਸਿਰਫ਼ ਹਾਤ-ਹੂਤ ਕਰ ਕੇ ਫ਼ਜ਼ੂਲ ਦੇ ਕੰਮਾਂ ਵਿਚ ਆਪਣੀ ਤਾਕਤ ਜ਼ਾਇਆ ਨਾ ਕੀਤੀ ਜਾਵੇ।' ਮੈਂ ਇਨ੍ਹਾਂ ਨੂੰ ਸਲਾਹ ਦਿੱਤੀ ਕਿ ਵਧੇਰੇ ਲੋਕਾਂ ਨੂੰ ਕਹੋ ਕਿ ਆਪਣੇ-ਆਪਣੇ ਪਿੰਡ ਵਿਚ ਜਾ ਕੇ ਰਹਿਣ, ਸਿਰਫ਼ ਮੁਖੀਆਂ ਦਾ ਅਤੇ ਹੋਰ ਕੰਮ ਕਰਨ ਲਈ ਕੁਝ ਕੁ ਲੋਕਾਂ ਦਾ ਨੇੜੇ ਰਹਿਣਾ ਠੀਕ ਰਹੇਗਾ ਅਤੇ ਇਨ੍ਹਾਂ ਸਾਰਿਆਂ ਲੋਕਾਂ ਨੂੰ ਛੋਟੀਆਂ ਛੋਟੀਆਂ ਟੁਕੜੀਆਂ ਵਿਚ ਵੰਡ ਕੇ ਹਰੇਕ ਟੁਕੜੀ ਦਾ ਇਕ ਜਥੇਦਾਰ ਨਿਯੁਕਤ ਕਰ ਦਿੱਤਾ ਜਾਵੇ। ਅਜਿਹਾ ਸੰਗਠਨ ਬਣਾਉਣ ਨਾਲ ਜਦੋਂ ਲੋੜ ਪਵੇਗੀ ਉਦੋਂ ਸਾਰਿਆਂ ਨਾਲ ਆਸਾਨੀ ਨਾਲ ਸੰਪਰਕ ਹੋ ਸਕੇਗਾ ਅਤੇ ਕੰਮ ਲਿਆ ਜਾ ਸਕੇਗਾ। ਜੇ ਏਸ ਤਰ੍ਹਾਂ ਛੋਟੀਆਂ ਛੋਟੀਆਂ ਟੁਕੜੀਆਂ ਨਾ ਬਣਾਈਆਂ ਗਈਆਂ ਤਾਂ ਗ੍ਰਿਫ਼ਤਾਰ ਹੋਣ ਦਾ ਖ਼ਦਸ਼ਾ ਹਰ ਵੇਲੇ ਰਹੇਗਾ।' ਫੇਰ ਕਰਤਾਰ ਸਿੰਘ ਨੂੰ ਕਿਹਾ, 'ਤੁਹਾਡੇ ਵਿੱਚੋਂ ਕੋਈ ਇਕ ਵਿਅਕਤੀ ਮੇਰੇ ਨਾਲ ਚੱਲੋ, ਮੈਂ ਉਸ ਨੂੰ ਉਥੇ ਲੈ ਚੱਲਾਂਗਾ ਜਿਥੇ ਰਾਸ ਬਿਹਾਰੀ ਹਨ। ਰਾਸ ਬਿਹਾਰੀ ਨਾਲ ਚੰਗੀ ਤਰ੍ਹਾਂ ਸਲਾਹ ਕਰਨੀ ਏ।' ਇਹ ਗੱਲ ਇਨ੍ਹਾਂ ਨੂੰ ਪਸੰਦ ਆਈ। ਹੁਣ ਨਿਸਚਤ ਹੋਇਆ ਕਿ ਲਾਹੌਰ ਵਿਚ ਪ੍ਰਿਥਵੀ ਸਿੰਘ ਨਾਲ ਮੁੜ ਮੁਲਾਕਾਤ ਕਰ ਕੇ, ਉਨ੍ਹਾਂ ਨੂੰ ਨਾਲ ਲੈ ਕੇ ਰਾਸ ਬਿਹਾਰੀ ਨਾਲ ਮਿਲਣ ਜਾਣਾ ਠੀਕ ਹੋਵੇਗਾ।

ਕਰਤਾਰ ਸਿੰਘ ਨੇ ਸਾਡੇ ਕੋਲੋਂ ਰਿਵਾਲਵਰ ਆਦਿ ਦੀ ਸਹਾਇਤਾ ਮੰਗੀ। ਆਤਮ-ਰੱਖਿਆ ਕਰਨ ਅਤੇ ਛੋਟੇ-ਛੋਟੇ ਸਰਕਾਰੀ ਖ਼ਜ਼ਾਨੇ ਲੁੱਟਣ ਲਈ ਕੁਝ ਅਸਤਰਾਂ-ਸ਼ਸਤਰਾਂ ਦੀ ਲੋੜ ਸੀ। ਅਮਰੀਕਾ ਤੋਂ ਜਦੋਂ ਇਹ ਲੋਕ ਵਾਪਸ ਆਏ ਤਾਂ ਆਪਣੇ ਨਾਲ ਥੋੜ੍ਹੇ ਬਹੁਤੇ ਰਿਵਾਲਵਰ ਆਦਿ ਲੈ ਆਏ ਸਨ। ਅੰਗਰੇਜ਼ਾਂ ਦੀ ਕਰੜੀ ਨਿਗਰਾਨੀ ਦੇ ਬਾਵਜੂਦ ਇਹ ਹਥਿਆਰ ਦੇਸ਼ ਪਹੁੰਚ ਗਏ ਸਨ। ਬਾਲਟੀ ਦੇ ਥੱਲੇ ਵਿਚ ਟੀਨ ਜਾਂ ਲੱਕੜ ਦਾ ਫੱਟਾ ਲਾ ਕੇ ਉਹਦੇ ਵਿਚ ਲੁਕਾ ਕੇ ਹਥਿਆਰ ਲਿਆਏ ਜਾਂਦੇ ਸਨ...ਏਸ ਤਰੀਕੇ ਨਾਲ ਇਨ੍ਹਾਂ ਲੋਕਾਂ ਦੇ ਹੱਥ ਕੁਝ ਰਿਵਾਲਵਰ ਆਦਿ ਆ ਗਏ ਸਨ। ਪਰ ਅਜੇ ਵੀ ਹਥਿਆਰਾਂ ਦੀ ਲੋੜ ਸੀ। ਮੈਂ ਕਾਸ਼ੀ ਤੋਂ ਕੁਝ ਰਿਵਾਲਵਰ ਅਤੇ ਗੋਲੀਆਂ ਲਿਆਇਆ ਸੀ। ਇਹ ਸਭ ਕੁਝ ਕਰਤਾਰ ਦੇ ਹਵਾਲੇ ਕਰ ਕੇ ਮੈਂ ਕਿਹਾ ਕਿ ਏਸ ਵੇਲੇ ਤਾਂ ਮੇਰੇ ਕੋਲ ਇਹੀ ਸੀ ਅਤੇ ਮੈਂ ਲੈਂਦਾ ਆਇਆਂ, ਫਿਰ ਹੋਰ ਵੀ ਲਿਆ ਦੇਵਾਂਗਾ। ਪਰ ਇਹ ਵੀ ਜਤਾ ਦਿੱਤਾ ਕਿ ਸਾਡੇ ਕੋਲ ਹਥਿਆਰਾਂ ਦਾ ਕੋਈ ਵੱਡਾ ਭੰਡਾਰ ਨਹੀਂ ਹੈ। ਏਸ ਲਈ ਏਸ ਸੰਬੰਧ ਵਿਚ ਜ਼ਿਆਦਾ ਆਸ ਨਾ ਰੱਖਿਓ।'[31]

---

31. ਸਚਿੰਦਰ ਨਾਥ ਸਾਨਿਆਲ, *ਬੰਦੀ ਜੀਵਨ*, ਸਫ਼ੇ 22-24.

ਪੰਜਾਬ ਅੰਦਰ ਗ਼ਦਰੀ ਸੰਗਰਾਮੀਆਂ ਨੂੰ ਉਸ ਵੇਲੇ ਹਥਿਆਰਾਂ ਦੀ ਭਾਰੀ ਲੋੜ ਸੀ। ਗ਼ਦਰ ਪਾਰਟੀ ਦੇ ਹਜ਼ਾਰਾਂ ਦੀ ਗਿਣਤੀ ਵਿਚ ਸਿਰਲੱਥ ਵਰਕਰ ਬਗ਼ਾਵਤ ਕਰਨ ਲਈ ਪੂਰੀ ਤਰ੍ਹਾਂ ਤਿਆਰ ਸਨ, ਅਤੇ ਪੰਜਾਬ ਦੀਆਂ ਦੋਨੋਂ ਵੱਡੀਆਂ ਛਾਉਣੀਆਂ ਅੰਦਰ ਉਨ੍ਹਾਂ ਦਾ ਹੱਥ ਪੈ ਚੁੱਕਾ ਸੀ। ਹੁਣ ਬੱਸ ਹਥਿਆਰਾਂ ਦੀ ਹੀ ਕਸਰ ਸੀ। ਇਸ ਕਰਕੇ ਭਾਈ ਕਰਤਾਰ ਸਿੰਘ ਸਰਾਭਾ ਨੇ ਸਾਨਿਆਲ ਕੋਲੋਂ ਵਾਰ ਵਾਰ ਇਹੀ ਜਾਣਨਾ ਚਾਹਿਆ ਕਿ ਉਹ ਹਥਿਆਰਾਂ ਦੇ ਮਾਮਲੇ ਵਿਚ ਪੰਜਾਬ ਦੇ ਗ਼ਦਰੀਆਂ ਦੀ ਕਿੰਨੀ ਕੁ ਮੱਦਦ ਕਰ ਸਕਦੇ ਸਨ। ਸਾਨਿਆਲ ਨੇ ਉਸ ਨੂੰ ਦੱਸਿਆ ਕਿ ਬੰਬ ਬਣਾਉਣ ਵਿਚ ਬੰਗਾਲੀਆਂ ਨੇ ਵੱਡੀ ਮੁਹਾਰਤ ਹਾਸਲ ਕਰ ਲਈ ਸੀ, ਇਸ ਕਰਕੇ "ਬੰਬ ਗੋਲਿਆਂ ਦੀ ਜਿੰਨੀ ਲੋੜ ਹੋਵੇਗੀ, ਬੰਗਾਲ ਦਵੇਗਾ।" ਪਰ ਸਾਨਿਆਲ ਨੇ ਨਾਲ ਇਹ ਵੀ ਸਾਫ਼ ਕਰ ਦਿੱਤਾ ਸੀ ਕਿ ਇਹ ਬੰਬ ਗੋਲੇ ਮੁਫ਼ਤ ਵਿਚ ਨਹੀਂ ਬਣਦੇ, ਇਨ੍ਹਾਂ ਉੱਤੇ ਚੋਖਾ ਖ਼ਰਚਾ ਆਉਂਦਾ ਹੈ। ਇਸ ਤਰ੍ਹਾਂ ਉਸ ਨੇ ਸਰਾਭੇ ਦੇ ਕੰਨਾਂ ਵਿਚ ਇਹ ਗੱਲ ਪਾ ਦਿੱਤੀ ਸੀ ਕਿ ਜੇਕਰ ਵੱਡੀ ਮਾਤਰਾ ਵਿਚ ਬੰਬ ਲੈਣੇ ਹਨ ਤਾਂ ਇਸਦੇ ਬਦਲੇ ਮੋਟੀ ਰਕਮ ਅਦਾ ਕਰਨੀ ਪਵੇਗੀ।

ਕਰਤਾਰ ਸਿੰਘ ਸਰਾਭੇ ਨੇ ਆਪ ਵੀ ਅਮਰੀਕਾ ਵਿਚ ਬੰਬ ਬਣਾਉਣ ਦੀ ਥੋੜ੍ਹੀ ਬਹੁਤੀ ਜਾਚ ਸਿੱਖੀ ਹੋਈ ਸੀ। ਪਰ ਪੰਜਾਬ ਅੰਦਰ ਉਨ੍ਹਾਂ ਨੂੰ ਤਾਕਤਵਰ ਬੰਬ ਬਣਾਉਣ ਲਈ ਲੁੜੀਂਦੇ ਧਾਤ ਦੇ 'ਖੋਲ' ਨਹੀਂ ਮਿਲ ਸਕੇ ਸਨ। ਇਸ ਕਰਕੇ ਉਨ੍ਹਾਂ ਨੇ ਮਜਬੂਰੀ ਵੱਸ ਇਸ ਮੰਤਵ ਲਈ ਸਿਆਹੀ ਵਾਲੀਆਂ ਦਵਾਤਾਂ ਦਾ ਇਸਤੇਮਾਲ ਕਰਨਾ ਸ਼ੁਰੂ ਕਰ ਦਿੱਤਾ ਸੀ। ਸਾਨਿਆਲ ਅਨੁਸਾਰ "ਇਹ ਬੰਬ ਜ਼ਿਆਦਾ ਖ਼ਤਰਨਾਕ ਨਹੀਂ ਸੀ ਅਤੇ ਸੁੱਟੇ ਜਾਣ 'ਤੇ ਅਕਸਰ ਫਟਦਾ ਵੀ ਨਹੀਂ ਸੀ। ਜੇ ਫਟ ਵੀ ਜਾਂਦਾ ਤਾਂ ਕਿਸੇ ਵਿਅਕਤੀ ਦੀ ਜਾਨ ਲੈਣ ਲਈ ਕਾਫ਼ੀ ਨਹੀਂ ਹੁੰਦਾ ਸੀ।"[32] ਸੋ ਇਹ ਬੰਬ ਸਿਰਫ਼ ਡਰਾਉਣ ਦਾ ਕੰਮ ਹੀ ਕਰਦੇ ਸਨ। ਇਸ ਦੀ ਤੁਲਨਾ ਵਿਚ ਬੰਗਾਲ ਦੇ ਬੰਬ ਸ਼ਕਤੀਸ਼ਾਲੀ ਤੇ ਥੋੜ੍ਹੇ 'ਖ਼ਤਰਨਾਕ' ਵੀ ਸਨ। ਇਨ੍ਹਾਂ ਦੀ ਵਰਤੋਂ ਸੰਭਲ ਕੇ ਕਰਨੀ ਪੈਂਦੀ ਸੀ। ਸਚਿੰਦਰ ਨਾਥ ਸਾਨਿਆਲ ਨੇ ਇਹ ਗੱਲ ਸਰਾਭੇ ਨੂੰ ਸਮਝਾ ਦਿੱਤੀ ਸੀ ਅਤੇ ਉਸ ਨੂੰ ਇਹ ਵੀ ਦੱਸ ਦਿੱਤਾ ਸੀ ਕਿ ਉਨ੍ਹਾਂ ਨੇ ਪੰਜਾਬ ਅੰਦਰ ਆਪਣੇ ਕੁਝ ਬੰਦਿਆਂ ਕੋਲ ਇਹ ਬੰਬ ਹੰਗਾਮੀ ਲੋੜ ਵਿਚ ਵਰਤਣ ਵਾਸਤੇ ਰੱਖੇ ਹੋਏ ਹਨ ਅਤੇ ਉਹ (ਪੰਜਾਬ ਦੇ ਗ਼ਦਰੀ) ਜਦੋਂ ਚਾਹੁਣ, ਇਹ ਬੰਬ ਉਨ੍ਹਾਂ ਨੂੰ ਮਿਲ ਸਕਦੇ ਹਨ। ਇਹ ਸੁਣ ਕੇ ਸਰਾਭੇ ਦਾ ਚਿਹਰਾ ਖਿੜ ਗਿਆ ਅਤੇ ਉਸ ਨੇ ਕਿਹਾ ਕਿ 'ਜਦੋਂ ਚਾਹੁਣ' ਵਾਲੀ ਗੱਲ ਨਹੀਂ, ਉਨ੍ਹਾਂ ਨੂੰ ਤਾਂ ਇਨ੍ਹਾਂ ਬੰਬਾਂ ਦੀ ਤੁਰੰਤ ਲੋੜ ਹੈ। ਸਰਾਭੇ ਦਾ ਉਤਾਵਲਾਪਣ ਦੇਖ ਕੇ ਸਾਨਿਆਲ ਨੇ ਕਿਹਾ ਕਿ ਉਹ ਕੱਲ੍ਹ ਤਕ ਆਪਣੇ ਬੰਦਿਆਂ ਤੋਂ ਬੰਬ ਲਿਆ ਕੇ ਉਸ (ਸਰਾਭੇ) ਨੂੰ ਦੇ ਸਕਦਾ ਹੈ। ਦੋਵਾਂ ਨੇ ਆਪਸ ਵਿਚ ਅਗਲੇ ਦਿਨ ਕਿਸੇ ਰੇਲਵੇ ਸਟੇਸ਼ਨ 'ਤੇ ਮਿਲਣ ਦਾ ਟਾਈਮ ਪੱਕਾ ਕਰ ਲਿਆ। ਸੰਭਵ ਤੌਰ 'ਤੇ ਸਾਨਿਆਲ ਨੇ ਬੰਬ ਜਲੰਧਰ ਦੇ ਨੇੜੇ ਤੇੜੇ ਹੀ, ਕਪੂਰਥਲਾ ਜਾਂ ਕਿਸੇ ਹੋਰ ਕਸਬੇ ਵਿਚ, ਆਪਣੇ ਕਿਸੇ ਪੰਜਾਬੀ ਹਿੰਦੂ ਜਾਣਕਾਰ ਕੋਲ ਰੱਖੇ ਹੋਏ ਸਨ।

ਸਾਨਿਆਲ ਨੇ ਲਿਖਿਆ ਹੈ ਕਿ "ਮੈਂ ਆਪਣੇ ਮਿਥੇ ਸਥਾਨ 'ਤੇ ਪਹੁੰਚ ਕੇ ਆਪਣੇ ਅੱਡੇ 'ਤੇ ਗਿਆ। ਉਥੇ ਸਾਡਾ ਜਿਹੜਾ ਬੰਦਾ ਸੀ, ਉਸ ਨੂੰ ਮੈਂ ਜਲੰਧਰ ਅੰਦਰ ਸਿੱਖਾਂ ਨਾਲ ਮੁਲਾਕਾਤ ਆਦਿ ਦੀ ਘਟਨਾ ਬਾਰੇ ਕੁਝ ਨਹੀਂ ਦੱਸਿਆ, ਸਿਰਫ਼ ਇਹੀ ਕਿਹਾ ਕਿ ਮੈਨੂੰ ਕੁਝ ਬੰਬਾਂ ਦੀ ਲੋੜ ਏ, ਇਕ ਸਿੱਖ ਸੱਜਣ ਆਉਣਗੇ ਅਤੇ ਲੈ ਜਾਣਗੇ। ਸਿੱਖ ਨਾਂ

32. ਸਚਿੰਦਰ ਨਾਥ ਸਾਨਿਆਲ, *ਬੰਦੀ ਜੀਵਨ*, ਸਫ਼ਾ 24.

ਸੁਣ ਕੇ ਉਹ ਥੋੜ੍ਹਾ ਝਿਜਕਿਆ ਅਤੇ ਕਹਿਣ ਲੱਗਾ ਕਿ ਸਾਵਧਾਨ ਰਹਿਓ, ਸਿੱਖਾਂ ਨਾਲ ਜ਼ਰਾ ਸੋਚ ਸਮਝ ਕੇ ਮੇਲ-ਜੋਲ ਰੱਖਣਾ, ਉਨ੍ਹਾਂ 'ਤੇ ਅੱਜ ਕੱਲ੍ਹ ਸਰਕਾਰ ਦੀ ਬਹੁਤ ਸਖ਼ਤ ਨਜ਼ਰ ਏ। ਏਸ ਵੇਲੇ ਉਨ੍ਹਾਂ ਦੇ ਸਾਥ ਤੋਂ ਵੱਖ ਰਹਿਣਾ ਹੀ ਚੰਗਾ ਏ।"[33] ਇਸ ਤੋਂ ਪੰਜਾਬੀ ਹਿੰਦੂ ਵਰਗ ਦੇ, ਉਸ ਸਮੇਂ ਦੇ ਮਾਨਸਿਕ ਤੇ ਰਾਜਸੀ ਰੌਅ ਦਾ ਪਤਾ ਚੱਲ ਜਾਂਦਾ ਹੈ, ਕਿ ਜਦੋਂ ਸਿੱਖ ਗ਼ਦਰੀ ਸੂਰਮੇ ਦੇਸ਼ ਦੀ ਆਜ਼ਾਦੀ ਲਈ ਹਜ਼ਾਰਾਂ ਦੀ ਗਿਣਤੀ ਵਿਚ ਜਾਨਾਂ ਵਾਰਨ ਵਾਸਤੇ ਇਕ ਦੂਜੇ ਨਾਲੋਂ ਕਾਹਲੇ ਪਏ ਹੋਏ ਸਨ, ਤਾਂ ਪੰਜਾਬੀ ਹਿੰਦੂਆਂ ਦੇ ਵੱਡੇ ਹਿੱਸੇ ਦੇ ਮਨਾਂ ਅੰਦਰ ਅੰਗਰੇਜ਼ ਸਰਕਾਰ ਦਾ ਕਿੰਨਾ ਡਰ ਬੈਠਾ ਹੋਇਆ ਸੀ, ਕਿ ਇਨਕਲਾਬੀ ਦਲ ਨਾਲ ਜੁੜੇ ਹੋਏ ਵਿਅਕਤੀ ਵੀ ਆਪਣੇ ਬੰਗਾਲੀ ਸਾਥੀਆਂ ਨੂੰ ਇਸ 'ਬਲਾ' (ਗ਼ਦਰੀ ਸਿੱਖਾਂ) ਤੋਂ ਦੂਰ ਰਹਿਣ ਦੀਆਂ ਮੱਤਾਂ ਦੇ ਰਹੇ ਸਨ!

ਖ਼ੈਰ ਸਚਿੰਦਰ ਨਾਥ ਸਾਨਿਆਲ ਦਾ ਅਸਲਾ ਆਪਣੇ ਪੰਜਾਬੀ ਹਿੰਦੂ ਭਾਈਵਾਲਾਂ ਨਾਲੋਂ ਇਕਦਮ ਵੱਖਰਾ ਸੀ। ਉਹ ਇਕ ਸੱਚਾ ਇਨਕਲਾਬੀ ਤੇ ਸੂਰਮਾ ਸੀ। ਜਿਸ ਕਰਕੇ ਉਹ ਪਹਿਲੀ ਮਿਲਣੀ ਵਿਚ ਹੀ ਸਿੱਖ ਗ਼ਦਰੀਆਂ ਦੀ ਸੂਰਮਗਤੀ ਦਾ ਕਾਇਲ ਹੋ ਗਿਆ ਸੀ। ਉਸ ਨੂੰ ਇਹ ਗੱਲ ਹੋਰ ਵੱਧ ਸਾਫ਼ ਹੋ ਗਈ ਸੀ ਕਿ "ਬਹਾਦਰ ਦੀ ਇਜ਼ਤ ਕਰਨਾ ਬਹਾਦਰ ਹੀ ਜਾਣਦਾ ਹੈ।"[34] ਜਿਨ੍ਹਾਂ ਦੇ ਮਨਾਂ ਅੰਦਰ ਸਦੀਆਂ ਤੋਂ ਬੁਜ਼ਦਿਲੀ ਵੱਸੀ ਹੋਈ ਹੈ, ਉਹ ਬਹਾਦਰਾਂ ਦੀ ਇਜ਼ਤ ਨਹੀਂ ਕਰ ਸਕਦੇ। ਉਨ੍ਹਾਂ ਨੂੰ ਬਹਾਦਰਾਂ ਦੇ ਨੇੜੇ ਜਾਣ ਤੋਂ ਭੈਅ ਆਉਂਦਾ ਹੈ। ਸਚਿੰਦਰ ਨਾਥ ਸਾਨਿਆਲ ਨੇ ਆਪਣੇ ਹਿੰਦੂ ਭਾਈਵਾਲ ਦਾ ਉਪਰੋਕਤ ਪ੍ਰਤਿਕਰਮ ਦੇਖ ਕੇ ਝੱਟ ਇਹ ਨਿਸਚਾ ਕਰ ਲਿਆ ਸੀ ਕਿ "ਹੁਣ ਇਨ੍ਹਾਂ 'ਤੇ ਵਿਸ਼ਵਾਸ ਕਰਨਾ ਠੀਕ ਨਹੀਂ ਏ ਅਤੇ ਇਨ੍ਹਾਂ ਨਾਲ ਕੋਈ ਵਾਸਤਾ ਨਾ ਰੱਖਿਆ ਜਾਵੇ।"[35] ਪਰ ਉਸ ਨੇ ਦਾਅ-ਪੇਚਕ ਤੌਰ 'ਤੇ ਆਪਣੇ 'ਮਿਤਰ' ਦੀ 'ਹਾਂ' ਵਿਚ 'ਹਾਂ' ਮਿਲਾਉਣ ਦਾ ਦਿਖਾਵਾ ਕੀਤਾ ਅਤੇ ਉਥੇ ਰੱਖੇ ਹੋਏ ਬੰਬ ਲੈ ਕੇ ਭਾਈ ਕਰਤਾਰ ਸਿੰਘ ਸਰਾਭੇ ਨੂੰ ਮਿਲਣ ਲਈ ਮਿਥੇ ਹੋਏ ਸਥਾਨ 'ਤੇ ਚਲਾ ਗਿਆ। ਉਸ ਨੇ ਸਰਾਭੇ ਨਾਲ ਗੱਡੀ ਦੇ ਸਮੇਂ ਦੇ ਹਿਸਾਬ ਨਾਲ ਸਮਾਂ ਨਿਸਚਤ ਕੀਤਾ ਸੀ। ਸਾਨਿਆਲ ਅਨੁਸਾਰ :

> "ਸਹੀ ਸਮੇਂ 'ਤੇ ਗੱਡੀ ਤਾਂ ਆ ਗਈ ਪਰ ਕਰਤਾਰ ਸਿੰਘ ਦੇ ਦਰਸ਼ਨ ਨਹੀਂ ਹੋਏ। ਦੂਸਰੀ ਗੱਡੀ ਆਉਣ 'ਤੇ ਮੈਂ ਫਿਰ ਉਸ ਨੂੰ ਲੱਭਿਆ ਪਰ ਨਤੀਜਾ ਉਹੀ ਨਿਕਲਿਆ। ਸਾਰੇ ਸਟੇਸ਼ਨ 'ਤੇ ਮੈਂ ਉਨ੍ਹਾਂ ਲਈ ਚੱਕਰ ਕੱਟੇ, ਅੱਖਾਂ ਅੱਡ-ਅੱਡ ਕੇ ਕਿੰਨੇ ਹੀ ਲੋਕਾਂ ਦੇ ਚਿਹਰਿਆਂ ਨੂੰ ਵੇਖਿਆ ਪਰ ਕਿਸੇ ਦਾ ਵੀ ਚਿਹਰਾ ਕਰਤਾਰ ਸਿੰਘ ਵਰਗਾ ਨਹੀਂ ਲੱਗਾ। ਮੈਂ ਹਾਰ ਕੇ ਆਪਣੇ ਡੇਰੇ 'ਤੇ ਵਾਪਸ ਆ ਗਿਆ। ਮੈਨੂੰ ਤਾਂ ਪਤਾ ਹੀ ਨਹੀਂ ਸੀ ਕਿ ਕਰਤਾਰ ਸਿੰਘ ਨਾਲ ਕਿਥੇ ਮੁਲਾਕਾਤ ਹੋਵੇਗੀ, ਪਰ ਮਜ਼ੇ ਦੀ ਗੱਲ ਇਹ ਸੀ ਕਿ ਉਨ੍ਹਾਂ ਦੇ ਦਲ ਦੇ ਕਿਸੇ ਬੰਦੇ ਨੂੰ ਵੀ ਇਹ ਨਹੀਂ ਸੀ ਪਤਾ। ਬੰਬ ਜਿਥੇ ਸੀ ਉਥੇ ਹੀ ਰਹਿ ਗਏ ਅਤੇ ਮੈਂ ਲਾਹੌਰ ਵਾਪਸ ਚਲਾ ਗਿਆ। ਇਥੇ ਪੁਰਾਣੇ ਸਾਥੀਆਂ ਨੂੰ ਮਿਲਿਆ ਅਤੇ ਇਨ੍ਹਾਂ ਕੋਲੋਂ ਵੀ ਪੰਜਾਬ ਬਾਰੇ ਜਾਣਕਾਰੀ ਲਈ...ਸ਼ਾਮ ਨੂੰ ਲਾਹੌਰ ਦੇ ਕੋਲ ਇਕ ਜਨਤਕ ਥਾਂ 'ਤੇ ਪ੍ਰਿਥਵੀ ਸਿੰਘ ਮੇਰਾ ਇੰਤਜ਼ਾਰ ਕਰ ਰਿਹਾ ਸੀ। ਉਨ੍ਹਾਂ ਨਾਲ ਮੈਂ ਕਰਤਾਰ ਸਿੰਘ ਦੀ ਗੱਲ ਕੀਤੀ, ਉਹ ਵੀ ਉਹਦਾ ਕੋਈ ਪਤਾ ਟਿਕਾਣਾ ਨਹੀਂ ਦੱਸ ਸਕੇ।"[36]

---

33. ਸਚਿੰਦਰ ਨਾਥ ਸਾਨਿਆਲ, *ਬੰਦੀ ਜੀਵਨ*, ਸਫ਼ਾ 26.
34. *ਉਹੀ*, ਸਫ਼ਾ 67.
35. *ਉਹੀ*, ਸਫ਼ਾ 26.
36. *ਉਹੀ*।

ਇਸ ਤਰੀਕੇ ਨਾਲ, ਜਦੋਂ ਕਰਤਾਰ ਸਿੰਘ ਸਰਾਭਾ ਨੂੰ ਸਾਨਿਆਲ ਦੀ ਅਤੇ ਸਾਨਿਆਲ ਨੂੰ ਸਰਾਭੇ ਦੀ ਭਾਰੀ ਲੋੜ ਸੀ, ਅਫ਼ਸੋਸਵੱਸ ਦੋਵਾਂ ਦਾ ਆਪਸ ਵਿਚ ਸੰਪਰਕ ਟੁੱਟ ਗਿਆ। ਸਾਨਿਆਲ ਵੱਲੋਂ ਪੂਰਾ ਯਤਨ ਕਰਨ ਦੇ ਬਾਵਜੂਦ ਉਸ ਨੂੰ ਸਰਾਭੇ ਦੇ ਕਿਸੇ ਥਹੁ ਟਿਕਾਣੇ ਬਾਰੇ ਪਤਾ ਨਾ ਚੱਲਿਆ।*

ਉਧਰ ਪ੍ਰਿਥਵੀ ਸਿੰਘ ਨੇ ਸਾਨਿਆਲ ਦੇ ਨਾਲ ਕਾਸ਼ੀ ਰਾਸ ਬਿਹਾਰੀ ਬੋਸ ਪਾਸ ਜਾਣਾ ਸੀ ਅਤੇ ਉਸ ਨੂੰ ਪੰਜਾਬ ਲਿਆਉਣ ਦਾ ਇੰਤਜ਼ਾਮ ਕਰਨਾ ਸੀ। ਪਰ ਪ੍ਰਿਥਵੀ ਸਿੰਘ ਕਿਸੇ ਜ਼ਰੂਰੀ ਕਾਰਨ ਕਰਕੇ ਸਾਨਿਆਲ ਨਾਲ ਤੁਰਤ ਕਾਸ਼ੀ ਨਾ ਜਾ ਸਕਿਆ। ਉਸ ਨੇ ਸਾਨਿਆਲ ਕੋਲੋਂ ਤਿੰਨ ਚਾਰ ਦਿਨਾਂ ਦੀ ਮੋਹਲਤ ਲੈ ਲਈ ਅਤੇ ਕਾਸ਼ੀ ਮਿਲਣ ਲਈ 5 ਦਸੰਬਰ ਦਾ ਦਿਨ ਪੱਕਾ ਕਰ ਲਿਆ। ਉਸ ਨੇ 'ਪੰਜਾਬ ਮੇਲ' ਦੇ ਕਾਸ਼ੀ ਪਹੁੰਚਣ ਦੇ ਸਮੇਂ ਅਨੁਸਾਰ ਸਾਨਿਆਲ ਨਾਲ ਮਿਲਣ ਲਈ ਸਟੇਸ਼ਨ ਦਾ ਥਾਂ ਮੁਕੱਰਰ ਕਰ ਲਿਆ ਸੀ।[37]

ਲਾਹੌਰ ਇਕ ਦਿਨ ਦੀ ਠਹਿਰ ਦੌਰਾਨ ਸਾਨਿਆਲ ਆਪਣੇ ਉਥੋਂ ਦੇ ਪੁਰਾਣੇ (ਹਿੰਦੂ) ਸਾਥੀਆਂ, ਜਿਹੜੇ ਕਾਫ਼ੀ ਸਮੇਂ ਤੋਂ ਉਨ੍ਹਾਂ ਨਾਲ ਮਿਲ ਕੇ ਚੱਲ ਰਹੇ ਸਨ, ਨੂੰ ਮਿਲਿਆ ਅਤੇ ਉਨ੍ਹਾਂ ਨਾਲ ਪੰਜਾਬ ਦੀ ਹਾਲਤ ਬਾਰੇ ਵਿਚਾਰਾਂ ਕਰਨ ਦਾ ਯਤਨ ਕੀਤਾ। ਪਰ ਉਨ੍ਹਾਂ ਨਾਲ ਗੱਲਬਾਤ ਕਰ ਕੇ ਵੀ ਸਾਨਿਆਲ ਨੂੰ ਨਿਰਾਸ਼ਤਾ ਹੋਈ। ਹਾਲਾਂਕਿ ਉਹ ਰਾਸ ਬਿਹਾਰੀ ਬੋਸ ਦੇ ਨੇੜੇ ਰਹਿ ਚੁੱਕੇ ਸਨ, ਪਰ ਉਹ ਉਸ ਨੂੰ ਪੰਜਾਬ ਲਿਆਉਣ ਦੇ ਇੱਛੁਕ ਨਹੀਂ ਸਨ। ਉਨ੍ਹਾਂ ਦੀ ਸੌੜੀ ਸੋਚ ਤੇ ਸਨਕੀਪਣਾ ਦੇਖ ਕੇ ਸਾਨਿਆਲ ਦਾ ਮਨ ਉਨ੍ਹਾਂ ਤੋਂ ਖੱਟਾ ਹੋ ਗਿਆ।[38] ਹੁਣ ਉਸ ਨੂੰ ਯਕੀਨ ਹੋ ਗਿਆ ਸੀ ਕਿ 'ਕ੍ਰਾਂਤੀ ਦੀ ਤਿਆਰੀ ਦਾ ਨਵਾਂ ਅਧਿਆਇ ਸ਼ੁਰੂ ਹੋ ਚੁੱਕਾ ਏ', ਅਤੇ ਪੰਜਾਬ ਅੰਦਰ ਉਨ੍ਹਾਂ ਦੇ ਪੁਰਾਣੇ (ਹਿੰਦੂ) ਸਾਥੀ ਹੁਣ ਉਨ੍ਹਾਂ ਨਾਲ ਕਦਮ ਮਿਲਾ ਕੇ ਨਹੀਂ ਚੱਲਣਗੇ। ਹੁਣ ਉਹ ਕਿਸਮਤ ਦੀ ਖੇਡ ਸਿੱਖਾਂ ਨਾਲ ਰਲ ਕੇ ਹੀ ਖੇਡਣਗੇ। ਲਾਹੌਰ ਤੋਂ ਕਾਸ਼ੀ ਨੂੰ ਜਾਂਦਿਆਂ ਰੇਲ ਵਿਚ ਸਾਰੇ ਸਫ਼ਰ ਦੇ ਦੌਰਾਨ ਉਸ ਦੀ ਸੁਰਤ ਪੰਜਾਬ ਉੱਤੇ ਹੀ ਟਿਕੀ ਰਹੀ। ਸਿੱਖਾਂ ਨਾਲ ਗੱਲਾਂ ਬਾਤਾਂ ਕਰ ਕੇ ਉਸ ਨੂੰ ਕ੍ਰਾਂਤੀ ਦੀ ਹਕੀਕੀ ਸੰਭਾਵਨਾ ਪ੍ਰਤੱਖ ਨਜ਼ਰ ਆਉਣ ਲੱਗ ਪਈ ਸੀ। ਜਿਸ ਨਾਲ ਉਸ ਦਾ ਮਨ ਜਿਥੇ ਚਾਅ ਨਾਲ ਉਛਲ ਰਿਹਾ ਸੀ, ਉਥੇ ਨਾਲ ਹੀ ਮਨ ਅੰਦਰ ਅਨੇਕਾਂ ਸੁਆਲ ਤੇ ਤੌਖ਼ਲੇ ਖੜੇ ਹੋ ਰਹੇ ਸਨ। ਸਿੱਖਾਂ ਦਾ ਗ਼ਦਰ ਲਈ ਜੋਸ਼ ਦੇਖ ਕੇ ਉਸ ਨੂੰ ਜਿੱਤ ਕਰੀਬ ਦਿਖਣ ਲੱਗ ਪਈ ਸੀ। ਪਰ ਉਸ ਨੂੰ ਉਨ੍ਹਾਂ ਅੰਦਰ ਇਸ ਜੋਸ਼ ਦੇ ਹਾਣ ਦੀ ਜਥੇਬੰਦਕ ਯੋਗਤਾ ਤੇ ਸੋਝੀ ਦੀ ਘਾਟ ਮਹਿਸੂਸ ਹੋ ਰਹੀ ਸੀ, ਜਿਸ 'ਚੋਂ ਉਸ ਨੂੰ ਥੋੜ੍ਹੀ ਚਿੰਤਾ ਹੋ ਰਹੀ ਸੀ, ਜਿਸ ਦਾ ਪ੍ਰਗਟਾਵਾ ਉਸ ਨੇ ਇਨ੍ਹਾਂ ਸ਼ਬਦਾਂ ਵਿਚ ਕੀਤਾ :

---

* ਕਰਤਾਰ ਸਿੰਘ ਸਰਾਭਾ ਪਹਿਲੀ ਦਸੰਬਰ ਨੂੰ, ਤੈਅ ਕੀਤੇ ਪ੍ਰੋਗਰਾਮ ਅਨੁਸਾਰ ਸਾਨਿਆਲ ਨੂੰ ਮਿਲਣ ਲਈ ਮਿਥੀ ਜਗ੍ਹਾ 'ਤੇ ਕਿਉਂ ਨਾ ਪਹੁੰਚਿਆ ? ਇਹ ਸੁਆਲ ਅੜਾਉਣੀ ਭਰਿਆ ਹੈ। ਕਿਉਂਕਿ ਅਜਿਹੀ ਕੁਤਾਹੀ ਕਰਨੀ ਉਸ ਦੇ ਸੁਭਾਅ ਵਿਚ ਨਹੀਂ ਸੀ। ਉਹ ਬਹੁਤ ਹੀ ਜ਼ੁੰਮੇਵਾਰ ਤਬੀਅਤ ਵਾਲਾ ਵਿਅਕਤੀ ਸੀ। ਜਿਸ ਕਰਕੇ ਉਹ ਕਿਸੇ ਵੱਡੇ ਕਾਰਨ ਤੋਂ ਬਿਨਾਂ ਅਜਿਹੀ ਕੁਤਾਹੀ ਨਹੀਂ ਕਰ ਸਕਦਾ ਸੀ। ਉਹ ਕਾਰਨ ਕੀ ਹੋ ਸਕਦਾ ਸੀ, ਇਸ ਬਾਰੇ ਪ੍ਰਤੱਖ ਰੂਪ ਵਿਚ ਕਿਤੋਂ ਵੀ ਕੋਈ ਪੱਕਾ ਸਬੂਤ ਨਹੀਂ ਮਿਲਦਾ। ਉਸ ਦਿਨ ਉਹ ਕਿਥੇ ਸੀ, ਤੇ ਕੀ ਕਰ ਰਿਹਾ ਸੀ, ਇਸ ਬਾਰੇ ਕਿਸੇ ਵੀ ਲਿਖਤ, ਬਿਆਨ ਜਾਂ ਦਸਤਾਵੇਜ਼ ਵਿੱਚੋਂ ਕੋਈ ਹਵਾਲਾ ਨਹੀਂ ਮਿਲਦਾ। ਹਾਂ, ਇਸ ਬਾਰੇ ਕਿਆਫ਼ਾ ਜ਼ਰੂਰ ਲਗਾਇਆ ਜਾ ਸਕਦਾ ਹੈ, ਜਿਸ ਦਾ ਜ਼ਿਕਰ ਅਗਲੇ ਕਾਂਡ ਵਿਚ ਯੋਗ ਥਾਵੇਂ ਕੀਤਾ ਜਾਵੇਗਾ।

37. ਸਚਿੰਦਰ ਨਾਥ ਸਾਨਿਆਲ, *ਬੰਦੀ ਜੀਵਨ*, ਸਫ਼ਾ 26.
38. *ਉਹੀ*, ਸਫ਼ੇ 27-28.

"ਪੰਜਾਬ ਦੀ ਦਸ਼ਾ ਦੇਖ ਕੇ ਮੈਂ ਸਮਝ ਲਿਆ ਸੀ ਕਿ ਜੇਕਰ ਜਲਦੀ ਹੀ ਏਸ ਸ਼ਕਤੀ ਨੂੰ ਕਾਬੂ ਅਤੇ ਸੰਗਠਿਤ ਨਾ ਕੀਤਾ ਗਿਆ ਤਾਂ ਸੰਭਵ ਏ ਕਿ ਸਿੱਖ ਬੇਮੌਕੇ ਹੀ ਕੁਝ ਅਜਿਹਾ ਨਾ ਕਰ ਬੈਠਣ ਜਿਸ ਨਾਲ ਸਾਰੀ ਸ਼ਕਤੀ ਅਤੇ ਉੱਦਮ ਤਹਿਸ ਨਹਿਸ ਹੋ ਜਾਵੇ।"[39]

ਕਾਸ਼ੀ ਪਹੁੰਚ ਕੇ ਉਸ ਨੇ ਰਾਸ ਬਿਹਾਰੀ ਬੋਸ ਨਾਲ ਸਾਰੀ ਗੱਲ ਸਾਂਝੀ ਕੀਤੀ। ਹੁਣ ਰਾਸ ਬਿਹਾਰੀ ਦੇ ਪੰਜਾਬ ਜਾਣ ਬਾਰੇ ਕੋਈ ਦੁਬਿਧਾ ਨਹੀਂ ਰਹੀ ਸੀ। ਉਸ ਦਾ ਛੇਤੀ ਪੰਜਾਬ ਪਹੁੰਚਣਾ ਜ਼ਰੂਰੀ ਹੋ ਗਿਆ ਸੀ। ਉਹ ਪ੍ਰਿਥਵੀ ਸਿੰਘ ਦੇ ਕਾਸ਼ੀ ਪਹੁੰਚਣ ਦਾ ਬੇਤਾਬੀ ਨਾਲ ਇੰਤਜ਼ਾਰ ਕਰਨ ਲੱਗੇ। ਸਚਿੰਦਰ ਨਾਥ ਸਾਨਿਆਲ 5 ਦਸੰਬਰ ਨੂੰ ਪ੍ਰਿਥਵੀ ਸਿੰਘ ਨਾਲ ਮਿਥੇ ਸਮੇਂ 'ਤੇ ਕਾਸ਼ੀ ਦੇ ਸਟੇਸ਼ਨ ਉੱਤੇ ਪਹੁੰਚ ਗਏ ਅਤੇ ਪੰਜਾਬ ਮੇਲ ਦੇ ਪਹੁੰਚਣ ਦੀ ਉਡੀਕ ਕਰਨ ਲੱਗੇ। ਪੰਜਾਬ ਮੇਲ ਤਾਂ ਆ ਗਈ ਪਰ ਪ੍ਰਿਥਵੀ ਸਿੰਘ ਦਾ ਚਿਹਰਾ ਕਿਤੇ ਨਜ਼ਰ ਨਾ ਆਇਆ। ਸਾਨਿਆਲ ਨੇ ਸਾਰਾ ਸਟੇਸ਼ਨ ਛਾਣ ਮਾਰਿਆ। ਫਿਰ ਇਹ ਸੋਚ ਕੇ ਮਨ ਨੂੰ ਧਰਵਾਸ ਦਿੱਤਾ ਕਿ ਹੋ ਸਕਦਾ ਏ ਉਹ ਮਿਥੇ ਦਿਨ 'ਤੇ ਪੰਜਾਬ ਮੇਲ ਨਾ ਫੜ ਸਕਿਆ ਹੋਵੇ, ਇਸ ਲਈ ਅਗਲੇ ਦਿਨ ਆਉਣ ਦੀ ਉਮੀਦ ਨਾਲ ਦੂਜੇ ਦਿਨ ਫਿਰ ਸਟੇਸ਼ਨ ਉੱਤੇ ਜਾ ਕੇ ਉਸ ਦੀ ਭਾਲ ਕੀਤੀ। ਪਰ ਪ੍ਰਿਥਵੀ ਸਿੰਘ ਫਿਰ ਨਜ਼ਰ ਨਾ ਆਇਆ। ਤੀਜੇ ਦਿਨ ਫਿਰ ਇਹੀ ਕਿਰਿਆ ਦੁਹਰਾਈ ਗਈ। ਪਰ ਨਿਰਾਸ਼ਾ ਤੋਂ ਸਿਵਾ ਹੋਰ ਕੁਛ ਪੱਲੇ ਨਾ ਪਿਆ। ਇਸ ਨਾਲ ਉਨ੍ਹਾਂ ਨੂੰ ਭਾਰੀ ਮਾਯੂਸੀ ਹੋਈ। ਕਿਉਂਕਿ ਪੰਜਾਬ ਦੇ ਗ਼ਦਰੀਆਂ ਨਾਲ ਨਵੇਂ ਸਿਰਿਓਂ ਸੰਪਰਕ ਗੰਢਣ ਲਈ ਉਨ੍ਹਾਂ ਨੂੰ ਗ਼ਦਰੀਆਂ ਦੇ ਕਿਸੇ ਵੀ ਟਿਕਾਣੇ ਦਾ ਥਹੁ-ਪਤਾ ਨਹੀਂ ਸੀ। ਉਹ ਹੱਥਲ ਹੋ ਕੇ ਬੈਠ ਗਏ ਸਨ। ਉਨ੍ਹਾਂ ਨੂੰ ਲੱਗਿਆ ਕਿ ਸ਼ਾਇਦ ਹੁਣ ਉਨ੍ਹਾਂ ਦਾ ਪੰਜਾਬ ਨਾਲ ਸੰਬੰਧ ਜੁੜਨਾ ਮੁਸ਼ਕਲ ਹੋ ਜਾਵੇਗਾ।

ਵਿਸ਼ਣੂ ਗਣੇਸ਼ ਪਿੰਗਲੇ ਦੀ ਸੁਖਦਾਈ ਆਮਦ

ਪਰ ਕੁਦਰਤ ਨੇ ਛੇਤੀ ਹੀ ਉਨ੍ਹਾਂ ਦੇ ਪੰਜਾਬ ਨਾਲ ਜੁੜਨ ਦਾ ਨਵਾਂ ਢੋਅ ਢੁਕਾ ਦਿੱਤਾ। ਵਿਸ਼ਣੂ ਗਣੇਸ਼ ਪਿੰਗਲੇ ਨਾਂ ਦਾ ਇਕ ਮਰਾਠੀ ਨੌਜਵਾਨ ਅਮਰੀਕਾ ਵਿਚ ਮਕੈਨੀਕਲ ਇੰਜਨੀਰਿੰਗ ਦੀ ਪੜ੍ਹਾਈ ਕਰਦਾ ਗ਼ਦਰੀਆਂ ਦੇ ਸੰਪਰਕ ਵਿਚ ਆ ਗਿਆ ਸੀ। ਨਵੰਬਰ 1914 ਵਿਚ ਉਹ ਵੀ ਦੂਸਰੇ ਗ਼ਦਰੀ ਇਨਕਲਾਬੀਆਂ ਦੇ ਨਾਲ ਹੀ, ਆਪਣੀ ਪੜ੍ਹਾਈ ਵਿੱਚੇ ਛੱਡ ਕੇ ਗ਼ਦਰ ਕਰਨ ਲਈ ਦੇਸ਼ ਨੂੰ ਚਲਾ ਆਇਆ ਸੀ। ਉਸ ਨੇ ਜਹਾਜ਼ ਵਿਚ ਹੀ ਫ਼ੈਸਲਾ ਕਰ ਲਿਆ ਸੀ ਕਿ ਉਹ ਪਹਿਲਾਂ ਬੰਗਾਲ ਦੇ ਕ੍ਰਾਂਤੀਕਾਰੀ ਦਲ ਦਾ ਪਤਾ ਲਾਵੇਗਾ ਅਤੇ ਉਸ ਤੋਂ ਬਾਅਦ ਹੀ ਪੰਜਾਬ ਜਾਵੇਗਾ। ਉਹ 'ਸਲਾਮਸ' ਨਾਉਂ ਦੇ ਜਹਾਜ਼ ਰਾਹੀਂ 20 ਨਵੰਬਰ ਨੂੰ ਕਲਕੱਤੇ ਪੁੱਜਿਆ ਸੀ। ਪੜ੍ਹਨ ਲਈ ਅਮਰੀਕਾ ਜਾਣ ਤੋਂ ਪਹਿਲਾਂ ਪਿੰਗਲੇ ਨੇ ਕੁਝ ਸਾਲ ਸਾਧੂਆਂ ਵਾਲਾ ਜੀਵਨ ਬਤੀਤ ਕੀਤਾ ਸੀ। ਇਸ ਤਰ੍ਹਾਂ ਉਹ ਸਾਧੂ ਬਣ ਕੇ, ਪੰਜਾਬ ਸਮੇਤ ਦੇਸ਼ ਦੇ ਕਈ ਖੇਤਰਾਂ ਵਿਚ ਘੁੰਮ ਚੁੱਕਾ ਸੀ। ਜਿਸ ਨਾਲ ਉਸ ਦੀ ਦੇਸ਼ ਦੇ ਅੱਡ-ਅੱਡ ਹਿੱਸਿਆਂ ਅੰਦਰ ਵੰਨ-ਸੁਵੰਨੇ ਲੋਕਾਂ ਨਾਲ ਜਾਣ-ਪਛਾਣ ਬਣ ਗਈ ਸੀ। ਕਲਕੱਤੇ ਪਹੁੰਚ ਕੇ ਉਸ ਨੇ ਆਪਣੇ ਪੁਰਾਣੇ ਸੱਜਣਾਂ ਮਿੱਤਰਾਂ ਦੀ ਮੱਦਦ ਨਾਲ ਕਲਕੱਤੇ ਦੇ ਕਈ ਕ੍ਰਾਂਤੀਕਾਰੀ ਆਗੂਆਂ ਨਾਲ ਮੁਲਾਕਾਤਾਂ ਕੀਤੀਆਂ।

---

39. ਸਚਿੰਦਰ ਨਾਥ ਸਾਨਿਆਲ, *ਬੰਦੀ ਜੀਵਨ*, ਸਫ਼ਾ 28.

ਉਨ੍ਹਾਂ ਨੂੰ ਪੰਜਾਬ ਅੰਦਰ ਗ਼ਦਰ ਕਰਨ ਦੀਆਂ ਵਿਉਂਤਾਂ ਬਾਰੇ ਦੱਸਿਆ। ਏਸ ਨਾਲ ਪੰਜਾਬ ਅੰਦਰ ਵਿਦਰੋਹ ਦੀਆਂ ਤਿਆਰੀਆਂ ਹੋਣ ਦੀ ਗੱਲ ਪੂਰੇ ਕਲਕੱਤੇ ਵਿਚ ਫੈਲ ਗਈ। ਉਸ ਵੇਲੇ ਤਕ ਬਜ ਬਜ ਘਾਟ ਦਾ ਖ਼ੂਨੀ ਕਾਂਡ ਵਾਪਰ ਚੁੱਕਾ ਸੀ, ਜਿਸ ਕਰਕੇ ਬੰਗਾਲ ਦੇ ਗਰਮ ਖ਼ਿਆਲੀ ਨੌਜਵਾਨਾਂ ਦੀ ਪੰਜਾਬ ਵਿਚ ਦਿਲਚਸਪੀ ਵੱਧ ਗਈ ਸੀ। ਪਿੰਗਲੇ ਨੇ ਬੰਗਾਲੀ ਇਨਕਲਾਬੀਆਂ ਕੋਲੋਂ ਹਥਿਆਰ (ਪਿਸਤੌਲ ਤੇ ਬੰਬ) ਲੈਣ ਲਈ ਵੱਡੀ ਪੱਧਰ 'ਤੇ ਭੱਜ ਨੱਠ ਕੀਤੀ। ਇਹ ਭੱਜ ਨੱਠ ਅਖ਼ੀਰ ਵਿਚ ਉਸ ਨੂੰ ਰਾਸ ਬਿਹਾਰੀ ਬੋਸ ਦੇ ਦਰ 'ਤੇ ਲੈ ਗਈ। ਉਸ ਨੇ ਕਾਸ਼ੀ ਜਾ ਕੇ ਰਾਸ ਬਿਹਾਰੀ ਤੇ ਸਚਿੰਦਰ ਨਾਥ ਸਾਨਿਆਲ ਨਾਲ ਰਾਬਤਾ ਕਾਇਮ ਕਰ ਲਿਆ। ਸਾਨਿਆਲ ਨੇ ਲਿਖਿਆ ਹੈ ਕਿ ਜਦੋਂ ਉਸ ਨੇ ਉਨ੍ਹਾਂ ਨੂੰ, ਪੰਜਾਬ ਦੇ ਗ਼ਦਰੀਆਂ ਨਾਲ ਉਸ ਦੇ ਗੂੜ੍ਹੇ ਸੰਬੰਧਾਂ ਬਾਰੇ ਦੱਸਿਆ, ਤਾਂ ਉਨ੍ਹਾਂ ਨੂੰ "ਏਨੀ ਖ਼ੁਸ਼ੀ ਹੋਈ ਜਿਵੇਂ ਕੁਬੇਰ ਦਾ ਖ਼ਜ਼ਾਨਾ ਮਿਲ ਗਿਆ ਹੋਵੇ। ਪਿੰਗਲੇ ਦੇ ਆਉਣ ਨਾਲ ਸਾਨੂੰ ਸੱਚੀਂ ਬਹੁਤ ਵੱਡਾ ਆਸਰਾ ਮਿਲਿਆ...ਇਨ੍ਹਾਂ ਦੀ ਸਿਆਣਪ ਨੇ ਸਾਡੇ ਦਿਲ ਵਿਚ ਖ਼ਾਸ ਜਗ੍ਹਾ ਬਣਾ ਲਈ ਸੀ। ਇਨ੍ਹਾਂ ਨੂੰ ਦੇਖਣ ਅਤੇ ਗੱਲਬਾਤ ਕਰ ਕੇ ਸਾਨੂੰ ਪੱਕਾ ਵਿਸ਼ਵਾਸ ਹੋ ਗਿਆ ਕਿ ਇਨ੍ਹਾਂ ਦੁਆਰਾ ਸਾਡੇ ਕਈ ਕੰਮ ਨੇਪਰੇ ਚੜ੍ਹਨਗੇ।"[40]

ਉਨ੍ਹਾਂ ਨੇ ਪਿੰਗਲੇ ਨੂੰ ਇਕ ਦੋ ਦਿਨ ਕਾਸ਼ੀ ਆਪਣੇ ਕੋਲ ਰੱਖਿਆ ਅਤੇ ਉਸ ਤੋਂ ਬਾਅਦ ਪੰਜਾਬ ਭੇਜ ਦਿੱਤਾ। ਉਸ ਨੇ ਉਨ੍ਹਾਂ ਨੂੰ ਕਿਹਾ ਕਿ ਉਹ ਉਸ ਰਾਹੀਂ ਪੰਜਾਬ ਅੰਦਰ ਵੱਡੀ ਮਾਤਰਾ ਵਿਚ ਬੰਬ ਗੋਲੇ ਭੇਜ ਸਕਦੇ ਸਨ। ਸਾਨਿਆਲ ਨੇ ਪਿੰਗਲੇ ਨੂੰ ਕਿਹਾ ਕਿ "ਬੰਬ ਗੋਲੇ ਤਾਂ ਭੇਜੇ ਜਾ ਸਕਦੇ ਹਨ ਪਰ ਇਕ-ਇਕ ਗੋਲੇ ਦੇ ਬਣਾਉਣ 'ਤੇ ਸੋਲ੍ਹਾਂ ਰੁਪਏ ਦੇ ਲਗਭਗ ਖ਼ਰਚ ਹੁੰਦਾ ਏ, ਏਸ ਲਈ ਰੁਪਏ ਪੈਸੇ ਦੀ ਮੱਦਦ ਮਿਲੇ ਬਿਨਾਂ ਬੇਹਿਸਾਬ ਗੋਲਿਆਂ ਦਾ ਭੇਜਣਾ ਔਖਾ ਏ। ਇਨ੍ਹਾਂ ਨਾਲ ਪ੍ਰਿਥਵੀ ਸਿੰਘ ਤੇ ਕਰਤਾਰ ਸਿੰਘ ਦੀ ਵੀ ਚਰਚਾ ਕਰ ਦਿੱਤੀ ਗਈ। ਹੁਣ ਰੁਪਏ ਲਿਆਉਣ ਅਤੇ ਪੰਜਾਬੀਆਂ ਦਾ ਹਾਲ ਜਾਣਨ ਲਈ ਪਿੰਗਲੇ ਪੰਜਾਬ ਗਏ।"[41]

ਇਸ ਤਰੀਕੇ ਨਾਲ ਪਿੰਗਲੇ ਦੇ ਜ਼ਰੀਏ ਬੰਗਾਲੀ ਦਲ ਦਾ ਪੰਜਾਬ ਦੇ ਗ਼ਦਰੀਆਂ ਨਾਲ ਮੁੜ ਸੰਬੰਧ ਜੁੜ ਗਿਆ। ਇਸ ਦੇ ਨਾਲ ਹੀ ਪੰਜਾਬ ਵਿਚ ਗ਼ਦਰੀਆਂ ਦੀਆਂ ਸਰਗਰਮੀਆਂ ਅੰਦਰ ਇਕ ਨਵਾਂ ਮੋੜ ਆ ਗਿਆ ਸੀ।

---

40. ਸਚਿੰਦਰ ਨਾਥ ਸਾਨਿਆਲ, *ਬੰਦੀ ਜੀਵਨ*, ਸਫ਼ੇ 42-43.
41. *ਉਹੀ*, ਸਫ਼ਾ 45.

10

ਬ਼ਗਾਵਤ ਦੀਆਂ ਤਿਆਰੀਆਂ

ਸਰਾਭੇ ਨੇ ਕਮਾਨ ਸੰਭਾਲੀ

ਜਿਹੜੇ ਪ੍ਰਮੁੱਖ ਗ਼ਦਰੀ ਪੁਲਿਸ ਦੀਆਂ ਨਿਗਾਹਾਂ ਤੋਂ ਬਚ ਕੇ ਪੰਜਾਬ ਪਹੁੰਚਣ ਵਿਚ ਸਫਲ ਹੋ ਗਏ ਸਨ, ਉਨ੍ਹਾਂ ਸਾਹਮਣੇ ਸਭ ਨਾਲੋਂ ਪਹਿਲਾ ਤੇ ਪ੍ਰਮੁੱਖ ਕਾਰਜ ਇਕ ਦੂਜੇ ਨਾਲ ਸੰਪਰਕ ਕਾਇਮ ਕਰਨਾ ਸੀ। ਚੰਗਾ ਇਹ ਹੋਇਆ ਕਿ ਉਨ੍ਹਾਂ ਨੇ ਇਹ ਸਮੱਸਿਆ, ਸਫ਼ਰ ਦੇ ਦੌਰਾਨ ਜਹਾਜ਼ਾਂ ਵਿਚ ਹੀ ਵਿਚਾਰ ਲਈ ਸੀ ਅਤੇ ਵੱਖ-ਵੱਖ ਖੇਤਰਾਂ ਦੇ ਇਨਕਲਾਬੀਆਂ ਦੇ ਪੰਜਾਬ ਜਾ ਕੇ ਮਿਲਣ ਦੇ ਆਰਜ਼ੀ ਟਿਕਾਣੇ ਮਿਥ ਲਏ ਸਨ। 'ਤੋਸ਼ਾ ਮਾਰੂ' ਵਿਚ ਸਫ਼ਰ ਕਰਨ ਵਾਲੇ ਗ਼ਦਰੀਆਂ ਨੇ ਹਾਂਗਕਾਂਗ ਵਿਖੇ ਹੀ ਤੈਅ ਕਰ ਲਿਆ ਸੀ ਕਿ ਜੇਕਰ ਉਹ ਪੁਲਿਸ ਤੋਂ ਬਚ ਕੇ ਪੰਜਾਬ ਪੁੱਜਣ ਵਿਚ ਕਾਮਯਾਬ ਹੋ ਗਏ, ਤਾਂ ਉਹ ਸਾਰੇ 17 ਨਵੰਬਰ ਨੂੰ ਲੁਧਿਆਣੇ ਨੇੜੇ ਲਾਡੂਵਾਲ ਦੇ ਰੇਲਵੇ ਸਟੇਸ਼ਨ 'ਤੇ ਇਕੱਠੇ ਹੋਣਗੇ। ਇਸ ਤੋਂ ਇਲਾਵਾ ਮੋਗਾ ਤੇ ਜਗਰਾਉਂ ਵਿਖੇ ਵੀ ਮਿਲਣ ਦੀਆਂ ਥਾਵਾਂ ਨਿਸਚਤ ਕਰ ਲਈਆਂ ਗਈਆਂ ਸਨ। ਮਾਝੇ ਦੇ ਗ਼ਦਰੀਆਂ ਨੂੰ ਦੀਵਾਲੀ ਵਾਲੇ ਦਿਨ ਅੰਮ੍ਰਿਤਸਰ ਘੰਟਾ ਘਰ ਵਿਖੇ ਮਿਲਣ ਲਈ ਕਿਹਾ ਗਿਆ ਸੀ। ਪਰ ਕੁਝ ਗ਼ਦਰੀ ਦੀਵਾਲੀ ਤੋਂ ਪਹਿਲਾਂ ਹੀ ਅੰਮ੍ਰਿਤਸਰ ਘੰਟਾ ਘਰ ਵਿਖੇ ਇਕੱਠੇ ਹੋਏ ਅਤੇ ਉਨ੍ਹਾਂ ਨਾਨਕ ਸਿੰਘ ਦੇ ਚੁਬਾਰੇ ਵਿਚ ਜਾ ਕੇ ਸਾਰੀ ਹਾਲਤ ਦਾ ਜਾਇਜ਼ਾ ਲਿਆ। ਫ਼ੈਸਲਾ ਹੋਇਆ ਕਿ ਜਦੋਂ ਤਕ ਬਾਹਰੋਂ ਦੂਸਰੇ ਇਨਕਲਾਬੀ ਦੇਸ਼ ਨਹੀਂ ਪਰਤ ਆਉਂਦੇ, ਉਦੋਂ ਤਕ ਪਿੰਡਾਂ ਵਿਚ ਫਿਰ ਕੇ ਪ੍ਰਚਾਰ ਕੀਤਾ ਜਾਵੇ ਅਤੇ ਬਾਹਰੋਂ ਆਉਣ ਵਾਲੇ ਇਨਕਲਾਬੀਆਂ ਨਾਲ ਜਿੰਨੀ ਛੇਤੀ ਹੋ ਸਕੇ, ਤਾਲਮੇਲ ਕੀਤਾ ਜਾਵੇ। ਕੁਝ ਦਿਨਾਂ ਬਾਅਦ ਡਾ. ਮਥਰਾ ਸਿੰਘ ਦੀ ਅਗਵਾਈ ਹੇਠ 19-20 ਆਦਮੀਆਂ ਦਾ ਜਥਾ ਅੰਮ੍ਰਿਤਸਰ ਪੁੱਜ ਗਿਆ ਸੀ। ਮਿਥੇ ਪ੍ਰੋਗਰਾਮ ਅਨੁਸਾਰ ਦੀਵਾਲੀ ਵਾਲੇ ਦਿਨ, 16-17 ਅਕਤੂਬਰ ਨੂੰ, ਨਾਨਕ ਸਿੰਘ ਦੇ ਚੁਬਾਰੇ ਵਿਚ ਫਿਰ ਮੀਟਿੰਗ ਕੀਤੀ ਜਿਸ ਵਿਚ ਭਾਈ ਗੁੱਜਰ ਸਿੰਘ ਭਕਨਾ, ਡਾ. ਮਥਰਾ ਸਿੰਘ, ਭਾਈ ਪਿਆਰਾ ਸਿੰਘ ਲੰਗੇਰੀ ਆਦਿ ਗ਼ਦਰੀ ਸ਼ਾਮਲ ਹੋਏ।

ਉਧਰ ਮਾਲਵੇ ਤੇ ਦੁਆਬੇ ਦੇ ਕੁਝ ਪ੍ਰਮੁੱਖ ਗ਼ਦਰੀ ਵਰਕਰ ਮਿਥੇ ਪ੍ਰੋਗਰਾਮ ਅਨੁਸਾਰ 17 ਨਵੰਬਰ ਨੂੰ ਲਾਡੂਵਾਲ ਦੇ ਸਟੇਸ਼ਨ ਉੱਤੇ ਇਕੱਠੇ ਹੋਏ। ਇਸ ਮੀਟਿੰਗ ਵਿਚ ਸ਼ਾਮਲ ਹੋਣ ਵਾਲਿਆਂ 'ਚੋਂ ਵਿਸ਼ੇਸ਼ ਇਹ ਸਨ: ਭਾਈ ਪ੍ਰਿਥਵੀ ਸਿੰਘ ਲਾਲੜੂ, ਪੰਡਤ ਜਗਤ ਰਾਮ ਹਰਿਆਨਾ (ਹੁਸ਼ਿਆਰਪੁਰ), ਭਾਈ ਕਰਤਾਰ ਸਿੰਘ ਸਰਾਭਾ, ਭਾਈ ਨਿਧਾਨ ਸਿੰਘ ਚੁੱਘਾ, ਭਾਈ ਜਗਤ ਸਿੰਘ (ਸੁਰਸਿੰਘ), ਭਾਈ ਰਾਮ ਰੱਖਾ (ਸਾਹਿਬਾ ਸੜੋਆ), ਪੰਡਤ ਕਾਸ਼ੀ ਰਾਮ ਮੜੌਲੀ, ਭਾਈ ਜਗਤ ਸਿੰਘ ਬਿੰਝਲ, ਨਵਾਬ ਖ਼ਾਂ, ਆਦਿ ਆਦਿ। ਇਸ ਦੇ ਦੋ ਦਿਨਾਂ ਬਾਅਦ 19 ਨਵੰਬਰ ਨੂੰ ਮੋਗਾ ਵਿਖੇ ਵੀ ਇਕ ਮੀਟਿੰਗ ਹੋਈ ਜਿਸ ਵਿਚ ਭਾਈ ਨਿਧਾਨ

ਸਿੰਘ ਚੁੱਘਾ ਤੇ ਭਾਈ ਕਰਤਾਰ ਸਿੰਘ ਸਰਾਭਾ ਸਮੇਤ ਇਲਾਕੇ ਦੇ ਸਾਰੇ ਗ਼ਦਰੀ ਸ਼ਾਮਲ ਹੋਏ ਸਨ।

ਅੰਗਰੇਜ਼ ਸਰਕਾਰ ਨੂੰ ਬਾਹਰੋਂ ਆਏ ਗ਼ਦਰੀਆਂ ਦੇ ਇਰਾਦੇ ਪ੍ਰਗਟ ਹੋ ਜਾਣ ਕਰਕੇ, ਪੰਜਾਬ ਦੇ ਕੇਂਦਰੀ ਜ਼ਿਲ੍ਹਿਆਂ ਅੰਦਰ ਸਰਕਾਰ ਨੇ ਫੁਰਤੀ ਨਾਲ ਇਹਤਿਆਤੀ ਕਦਮ ਚੁੱਕ ਲਏ ਸਨ। ਪਿੰਡਾਂ ਅੰਦਰ ਜ਼ੈਲਦਾਰਾਂ, ਨੰਬਰਦਾਰਾਂ ਤੇ ਚੌਕੀਦਾਰਾਂ ਨੂੰ 'ਸ਼ੱਕੀ ਬੰਦਿਆਂ' ਦੀ ਪਛਾਣ ਕਰਨ ਤੇ ਉਨ੍ਹਾਂ ਦੇ ਆਉਣ ਜਾਣ ਦੀ ਖ਼ਬਰ ਰੱਖਣ ਦੀਆਂ ਹਦਾਇਤਾਂ ਦਿੱਤੀਆਂ ਗਈਆਂ ਸਨ ਅਤੇ ਇਨਕਲਾਬੀਆਂ ਬਾਰੇ ਸੂਹ ਦੇਣ ਵਾਲੇ ਮੁਖ਼ਬਰਾਂ ਨੂੰ ਇਨਾਮਾਂ ਤੇ ਜਗੀਰਾਂ ਨਾਲ ਨਿਵਾਜਣ ਦੇ ਐਲਾਨ ਕਰ ਦਿੱਤੇ ਗਏ ਸਨ। ਦਰਿਆਵਾਂ ਤੇ ਨਹਿਰਾਂ ਦੇ ਪੁਲਾਂ ਦੀ ਸੁਰੱਖਿਆ ਲਈ ਫ਼ੌਜੀ ਗਾਰਦਾਂ ਦੇ ਪਹਿਰੇ ਲਾ ਦਿੱਤੇ ਗਏ ਸਨ।

ਪਰ ਸਰਕਾਰ ਦੀ ਸਖ਼ਤੀ ਤੇ ਕਰੜੀ ਨਿਗਰਾਨੀ ਦੇ ਬਾਵਜੂਦ ਗ਼ਦਰੀ ਇਨਕਲਾਬੀਆਂ ਨੇ ਮੌਕੇ ਮੁਤਾਬਕ ਕੰਮ ਕਰਨ ਲਈ ਤਰਕੀਬਾਂ ਘੜ ਲਈਆਂ ਸਨ ਅਤੇ ਆਪਸੀ ਤਾਲਮੇਲ ਤੇ ਜਥੇਬੰਦੀ ਦਾ ਮੁੱਢਲਾ ਢਾਂਚਾ ਕਾਇਮ ਕਰ ਲਿਆ ਸੀ। ਕਾਰਜਾਂ ਦੀ ਮੋਟੀ ਜਿਹੀ ਨਿਸ਼ਾਨਦੇਹੀ ਤੇ ਵੰਡ ਕਰ ਲਈ ਗਈ ਸੀ। ਪਾਰਟੀ ਦੇ ਕਰਨ ਗੋਚਰੇ ਮੁੱਖ ਕਾਰਜ ਇਹ ਸਨ:

1. ਆਮ ਜਨਤਾ ਨੂੰ ਗ਼ਦਰ ਪਾਰਟੀ ਦੇ ਉਦੇਸ਼ਾਂ ਤੋਂ ਜਾਣੂ ਕਰਾਉਣ ਲਈ ਪ੍ਰਚਾਰ ਦੀ ਜਥੇਬੰਦ ਮੁਹਿੰਮ ਚਲਾਉਣੀ ਅਤੇ ਇਸ ਮੰਤਵ ਲਈ ਪ੍ਰਚਾਰ ਸਮੱਗਰੀ ਛਾਪਣ ਤੇ ਵੰਡਣ ਦੇ ਇੰਤਜ਼ਾਮ ਕਰਨੇ।
2. ਫ਼ੌਜਾਂ ਅੰਦਰ ਪ੍ਰਚਾਰ ਕਰਨ ਲਈ ਠੋਸ ਵਿਉਂਤਬੰਦੀ ਕਰਨੀ ਅਤੇ ਇਸ ਮੰਤਵ ਲਈ ਅੱਡ-ਅੱਡ ਬੰਦਿਆਂ ਨੂੰ ਜ਼ਿੰਮੇਵਾਰੀਆਂ ਸੌਂਪਣੀਆਂ।
3. ਬਗ਼ਾਵਤ ਲਈ ਲੁੜੀਂਦੇ ਹਥਿਆਰਾਂ ਦਾ ਇੰਤਜ਼ਾਮ ਕਰਨਾ।
4. ਉਪਰੋਕਤ ਸਾਰੇ ਕਾਰਜਾਂ ਦੀ ਪੂਰਤੀ ਲਈ ਲੋੜੀਂਦੀ ਮਾਇਆ ਹਾਸਲ ਕਰਨ ਵਾਸਤੇ ਯੋਗ ਉਪਾਅ ਕਰਨੇ।

ਆਮ ਜਨਤਾ ਵਿਚ ਪ੍ਰਚਾਰ

ਪੰਜਾਬ ਦੀ ਆਮ ਜਨਤਾ ਨੂੰ ਗ਼ਦਰ ਲਈ ਉਭਾਰਨ ਵਾਸਤੇ ਗ਼ਦਰੀ ਵਰਕਰ ਜ਼ਬਾਨੀ ਪ੍ਰਚਾਰ ਕਰਨ ਦਾ ਕੋਈ ਮੌਕਾ ਖੁੰਝਣ ਨਹੀਂ ਦਿੰਦੇ ਸਨ। ਸਿੱਖ ਇਤਿਹਾਸ ਦੇ ਅਹਿਮ ਦਿਹਾੜਿਆਂ ਉੱਤੇ ਜਿਥੇ ਵੀ ਸਿੱਖਾਂ ਦਾ ਭਰਵਾਂ ਇਕੱਠ ਜੁੜਦਾ ਸੀ, ਉਥੇ ਗ਼ਦਰੀ ਆਗੂ ਬੇਖ਼ੌਫ਼ ਹੋ ਕੇ ਸਟੇਜਾਂ ਉੱਤੋਂ 'ਗ਼ਦਰ' ਦਾ ਸੁਨੇਹਾ ਦਿੰਦੇ ਅਤੇ *ਗ਼ਦਰ ਦੀ ਗੂੰਜ* ਵਿੱਚੋਂ ਜੋਸ਼ੀਲੀਆਂ ਕਵਿਤਾਵਾਂ ਸੁਣਾ ਕੇ ਲੋਕਾਂ ਦੇ ਦਿਲਾਂ ਅੰਦਰ ਅੰਗਰੇਜ਼ੀ ਸਰਕਾਰ ਵਿਰੁੱਧ ਰੋਹ ਭਰਦੇ। ਸਰਕਾਰੀ ਦਸਤਾਵੇਜ਼ਾਂ ਅਨੁਸਾਰ ਗ਼ਦਰੀ ਬੁਲਾਰਿਆਂ ਨੇ ਨਨਕਾਣਾ ਸਾਹਿਬ ਵਿਖੇ ਪਹਿਲੀ ਪਾਤਸ਼ਾਹੀ ਦੇ ਪ੍ਰਕਾਸ਼ ਦਿਵਸ ਮੌਕੇ, ਮੁਕਤਸਰ ਮਾਘੀ ਦੇ ਮੇਲੇ 'ਤੇ, ਅਤੇ ਤਰਨਤਾਰਨ ਦੀ ਮੱਸਿਆ 'ਤੇ ਭਰਵੇਂ ਦੀਵਾਨਾਂ ਨੂੰ ਸੰਬੋਧਨ ਕਰਦਿਆਂ ਸਿੱਖਾਂ ਨੂੰ ਅੰਗਰੇਜ਼ ਸਰਕਾਰ ਵਿਰੁੱਧ ਹਥਿਆਰਬੰਦ ਬਗ਼ਾਵਤ ਕਰਨ ਲਈ ਉਭਾਰਿਆ। ਭਾਈ ਨਿਧਾਨ ਸਿੰਘ ਚੁੱਘਾ ਲੁਧਿਆਣੇ ਦੇ ਕਈ ਪਿੰਡਾਂ ਵਿਚ ਦੀਵਾਨਾਂ ਉੱਤੇ ਖੁੱਲ੍ਹੇਆਮ ਬੋਲਦਾ ਰਿਹਾ। ਬਲਵੰਤ ਸਿੰਘ ਉਰਫ਼ ਬੰਤਾ ਸਿੰਘ ਸੰਘਵਾਲ ਤੇ ਭਾਈ ਹਰਨਾਮ ਸਿੰਘ ਕੋਟਲਾ ਨੇ ਕਪੂਰਥਲਾ

ਰਿਆਸਤ ਦੇ ਦਰਜਨਾਂ ਪਿੰਡਾਂ ਵਿਚ ਘੁੰਮ ਕੇ ਪ੍ਰਚਾਰ ਕੀਤਾ। ਭਾਈ ਪਿਆਰਾ ਸਿੰਘ ਨੇ ਥਾਣਾ ਮਾਹਿਲਪੁਰ ਦੇ ਪਿੰਡਾਂ ਵਿਚ; ਭਾਈ ਗਾਂਧਾ ਸਿੰਘ ਤੇ ਭਾਈ ਅਰਜਨ ਸਿੰਘ (ਤੱਤ ਖ਼ਾਲਸਾ) ਨੇ ਜਗਰਾਉਂ ਦੇ ਇਲਾਕੇ ਵਿਚ; ਢੁੱਡੀਕੇ ਪਿੰਡ ਦੇ ਭਾਈ ਈਸ਼ਰ ਸਿੰਘ, ਭਾਈ ਪਾਲਾ ਸਿੰਘ, ਭਾਈ ਪਾਖਰ ਸਿੰਘ ਆਦਿ ਨੇ ਥਾਣਾ ਅਜਿਤਵਾਲ ਦੇ ਇਲਾਕੇ ਵਿਚ; ਮਾਝੇ ਦੇ ਮਸ਼ਹੂਰ ਪਿੰਡ ਸੁਰਸਿੰਘ ਦੇ ਭਾਈ ਜਗਤ ਸਿੰਘ, ਭਾਈ ਪ੍ਰੇਮ ਸਿੰਘ, ਭਾਈ ਬੁੱਢਾ ਸਿੰਘ, ਭਾਈ ਕਾਲਾ ਸਿੰਘ ਤੋਂ ਇਲਾਵਾ ਹੋਰ ਬਹੁਤ ਸਾਰੇ ਗ਼ਦਰੀ ਵਰਕਰਾਂ ਨੇ ਆਲੇ-ਦੁਆਲੇ ਦੇ ਪਿੰਡਾਂ ਵਿਚ ਜਾ ਕੇ ਲੋਕਾਂ ਨੂੰ 'ਗ਼ਦਰ' ਦਾ ਸੁਨੇਹਾ ਦਿੱਤਾ। ਇਸੇ ਤਰ੍ਹਾਂ ਸਰਹਾਲੀ ਦੇ ਇਲਾਕੇ ਵਿਚ ਵੀ 'ਗ਼ਦਰ' ਦਾ ਖ਼ੂਬ ਪ੍ਰਚਾਰ ਹੋਇਆ।[1]

ਜ਼ਬਾਨੀ ਪ੍ਰਾਪੇਗੰਡੇ ਦੇ ਨਾਲੋ-ਨਾਲ ਗ਼ਦਰ ਪਾਰਟੀ ਨੇ ਆਮ ਜਨਤਾ ਤੇ ਅੰਗਰੇਜ਼ੀ ਫ਼ੌਜ ਦੀਆਂ ਦੇਸੀ ਪਲਟਣਾਂ ਅੰਦਰ ਛੋਟੇ ਕਿਤਾਬਚੇ ਤੇ ਹੱਥ-ਪਰਚੇ ਛਾਪ ਕੇ ਵਿਆਪਕ ਪੱਧਰ 'ਤੇ ਵੰਡੇ। ਭਾਵੇਂ ਛੇਤੀ ਜੰਗ ਲੱਗਣ ਕਰਕੇ ਪਾਰਟੀ ਦੀ ਆਪਣਾ ਪ੍ਰੈਸ ਲਾਉਣ ਦੀ ਪੂਰਵ ਕਲਪੀ ਯੋਜਨਾ ਨੇਪਰੇ ਨਹੀਂ ਚੜ੍ਹ ਸਕੀ ਸੀ, ਪਰ ਗ਼ਦਰੀ ਆਗੂ ਦੁਸ਼ਵਾਰ ਹਾਲਤਾਂ ਮੂਹਰੇ ਈਨ ਮੰਨਣ ਵਾਲੇ ਨਹੀਂ ਸਨ। ਉਹ ਵਿਸ਼ੇਸ਼ ਮਿੱਟੀ ਦੇ ਬਣੇ ਹੋਏ ਸਨ। ਉਨ੍ਹਾਂ ਅੰਦਰ ਵੱਡੀਆਂ ਤੋਂ ਵੱਡੀਆਂ ਔਕੜਾਂ ਨੂੰ ਸਰ ਕਰਨ ਦੀ ਜੁਝਾਰੂ ਸਪਿਰਿਟ ਤੇ ਅਡੋਲਤਾ ਕੁੱਟ ਕੁੱਟ ਕੇ ਭਰੀ ਹੋਈ ਸੀ। ਜਾਣਕਾਰ ਸੂਤਰਾਂ ਅਨੁਸਾਰ ਭਾਈ ਕਰਤਾਰ ਸਿੰਘ ਸਰਾਭਾ ਨੇ ਲਾਲਾ ਰਾਮ ਸਰਨ ਦਾਸ ਨਾਲ ਰਲ ਕੇ ਕਿਸੇ ਗੁਪਤ ਜਗ੍ਹਾ 'ਤੇ ਪ੍ਰੈਸ ਚਾਲੂ ਕਰਨ ਦਾ ਪੁਰਜ਼ੋਰ ਯਤਨ ਕੀਤਾ, ਜੋ ਕਾਮਯਾਬ ਨਾ ਹੋ ਸਕਿਆ। ਇਸੇ ਤਰ੍ਹਾਂ ਭਾਈ ਗਾਂਧਾ ਸਿੰਘ ਤੇ ਭਾਈ ਬੂਟਾ ਸਿੰਘ ਨੇ ਆਸਾ ਮਾਜਰਾ ਪਿੰਡ ਵਿਚ ਪ੍ਰੈਸ ਲਾਉਣ ਦਾ ਵਿਚਾਰ ਕੀਤਾ। ਪਰ ਹਾਲਤਾਂ ਦੀ ਬੇਵਫ਼ਾਈ ਅੱਗੇ ਉਨ੍ਹਾਂ ਦੀ ਕੋਈ ਵਾਹ ਨਾ ਚੱਲੀ। ਅਖ਼ੀਰ ਵਿਚ ਭਾਈ ਕਰਤਾਰ ਸਿੰਘ ਸਰਾਭਾ ਨੇ ਲੁਧਿਆਣਾ ਸਕੂਲ ਦੇ ਵਿਦਿਆਰਥੀਆਂ ਦੀ ਮੱਦਦ ਨਾਲ, ਹੱਥ ਨਾਲ ਗੇੜਨ ਵਾਲੀਆਂ ਸਾਈਕਲੋਸਟਾਈਲ ਮਸ਼ੀਨਾਂ ਦੇ ਜ਼ਰੀਏ ਗ਼ਦਰ ਪਾਰਟੀ ਦੀਆਂ ਲਿਖਤਾਂ ਛਾਪਣ ਦਾ ਜੁਗਾੜ ਕਾਇਮ ਕੀਤਾ। ਸਰਾਭਾ ਦੀ ਤੇਜੱਸਵੀ ਸ਼ਖ਼ਸੀਅਤ ਨੇ ਇਨ੍ਹਾਂ ਵਿਦਿਆਰਥੀਆਂ ਅੰਦਰ ਅਜਿਹੀ ਊਰਜਾ ਜਗਾ ਦਿੱਤੀ ਕਿ ਉਹ ਥੱਕਣਾ ਭੁੱਲ ਗਏ। ਉਹ ਪੂਰੀ ਪੂਰੀ ਰਾਤ ਮਸ਼ੀਨਾਂ ਗੇੜਦੇ ਰਹਿੰਦੇ ਅਤੇ ਦਿਨ ਨੂੰ ਛਾਪੀਆਂ ਹੋਈਆਂ ਲਿਖਤਾਂ ਦੇ ਬੰਡਲ ਦੂਰ ਦੂਰ ਤਕ ਠਿਕਾਣਿਆਂ 'ਤੇ ਛੱਡ ਕੇ ਰਾਤ ਨੂੰ ਵਾਪਸ ਆ ਕੇ ਫਿਰ ਮਸ਼ੀਨਾਂ ਘੁੰਮਾਉਣੀਆਂ ਸ਼ੁਰੂ ਕਰ ਦਿੰਦੇ। ਕਦੇ ਕਦੇ ਗ਼ਦਰੀ ਵਰਕਰਾਂ ਦੀਆਂ ਲੋੜਾਂ ਪੂਰੀਆਂ ਕਰਨ ਲਈ ਉਹ ਹੱਥਾਂ ਨਾਲ ਕਾਰਬਨ ਕਾਪੀਆਂ ਕਰ ਕੇ ਡੰਗ ਟਪਾਉਂਦੇ। ਪੁਰਾਤਨ ਸਿੰਘਾਂ ਦੀ, ਔਖੀਆਂ ਹਾਲਤਾਂ ਅੰਦਰ ਵੀ ਹਮੇਸ਼ਾ ਚੜ੍ਹਦੀ ਕਲਾ ਦੀ ਅਡੋਲ ਅਵਸਥਾ ਵਿਚ ਰਹਿਣ ਦੀ ਰੀਤ ਦਾ ਪਾਲਣ ਕਰਦੇ ਹੋਏ, ਗ਼ਦਰੀ ਵਰਕਰਾਂ ਨੇ ਇਨ੍ਹਾਂ ਸਾਈਕਲੋਸਟਾਈਲ ਮਸ਼ੀਨਾਂ ਦਾ ਨਾਂ "ਭੜਥੂ ਪ੍ਰੈੱਸ" ਰੱਖਿਆ!

ਛਪੀਆਂ ਹੋਈਆਂ ਲਿਖਤਾਂ ਲੁਧਿਆਣਾ ਤੋਂ ਹੀ ਵੱਖ-ਵੱਖ ਥਾਵਾਂ 'ਤੇ ਭੇਜੀਆਂ ਜਾਂਦੀਆਂ ਸਨ। ਇਸ ਸਾਰੀ ਸਰਗਰਮੀ ਦਾ ਸੂਤਰਧਾਰ ਭਾਈ ਕਰਤਾਰ ਸਿੰਘ ਸਰਾਭਾ ਸੀ। ਉਹ ਛਾਪਣ ਲਈ ਲਿਖਤਾਂ ਦੀ ਚੋਣ ਕਰਨ, ਛਪਾਈ ਵਿਚ ਹੱਥ ਵਟਾਉਣ ਅਤੇ ਇਨ੍ਹਾਂ ਨੂੰ ਪਿੰਡਾਂ ਤੇ ਛਾਉਣੀਆਂ ਅੰਦਰ ਪਹੁੰਚਾਉਣ ਦੇ ਸਾਰੇ ਅਮਲਾਂ ਵਿਚ ਮੋਹਰੀ ਭੂਮਿਕਾ

1. ਗੁਰਚਰਨ ਸਿੰਘ ਸੈਂਸਰਾ, *ਗ਼ਦਰ ਪਾਰਟੀ ਦਾ ਇਤਿਹਾਸ*, ਸਫ਼ੇ 186-87.

ਨਿਭਾਉਂਦਾ ਸੀ। ਰੇਲਾਂ ਦੇ ਸਫ਼ਰ ਤੋਂ ਇਲਾਵਾ ਉਹ ਹਰ ਰੋਜ਼ ਸਾਈਕਲ ਉੱਤੇ ਲੰਮੇ ਪੈਂਡੇ ਕਰਦਾ ਸੀ। ਉਹ ਕਦੇ ਲਾਹੌਰ, ਕਦੇ ਅੰਮ੍ਰਿਤਸਰ, ਕਦੇ ਲੁਧਿਆਣੇ, ਕਦੇ ਮੋਗੇ, ਕਦੇ ਫ਼ਿਰੋਜ਼ਪੁਰ, ਕਦੇ ਜਲੰਧਰ/ਫਗਵਾੜੇ, ਕਦੇ ਲੋਹਟਬੱਦੀ, ਕਦੇ ਨੰਗਲ ਕਲਾਂ ਅਤੇ ਹੋਰ ਅਨੇਕਾਂ ਥਾਵਾਂ 'ਤੇ ਹਾਜ਼ਰ ਹੁੰਦਾ ਸੀ। ਮੁਕੱਦਮੇ ਦੌਰਾਨ ਗਵਾਹਾਂ ਦੇ ਬਿਆਨਾਂ ਵਿੱਚੋਂ ਜ਼ਾਹਰ ਹੋਈ ਉਸ ਦੀਆਂ ਸਰਗਰਮੀਆਂ ਦੀ ਤਫ਼ਸੀਲ ਨੇ ਜੱਜਾਂ ਨੂੰ ਅਸਚਰਜ ਕਰ ਦਿੱਤਾ ਸੀ। ਉਨ੍ਹਾਂ ਨੇ ਮੁਕੱਦਮੇ ਦੀ ਲਿਖਤ ਅੰਦਰ ਉਸ ਲਈ ਅੰਗਰੇਜ਼ੀ ਦਾ ਸ਼ਬਦ 'ubiquitous' ਵਰਤਿਆ, ਜਿਸ ਦਾ ਭਾਵ ਹੈ 'ਛਲੇਡੇ' ਵਾਂਗੂ ਹਰ ਥਾਂ ਹਾਜ਼ਰ ਹੋਣ ਵਾਲਾ। ਸਚਿੰਦਰ ਨਾਥ ਸਾਨਿਆਲ ਸਰਾਭੇ ਦੀ ਲਗਨ ਤੇ ਊਰਜਾ ਤੋਂ ਬੇਹੱਦ ਪ੍ਰਭਾਵਿਤ ਹੋਇਆ ਸੀ। ਉਸ ਨੇ ਲਿਖਿਆ ਹੈ ਕਿ:

> "ਉਨ੍ਹੀਂ ਦਿਨੀਂ ਕਰਤਾਰ ਸਿੰਘ ਬਹੁਤ ਸਖ਼ਤ ਮਿਹਨਤ ਕਰ ਰਹੇ ਸਨ। ਉਹ ਹਰ ਰੋਜ਼ ਸਾਇਕਲ 'ਤੇ ਪਿੰਡਾਂ ਵਿਚ ਲਗਪਗ 40-50 ਮੀਲ ਦਾ ਚੱਕਰ ਲਾਉਂਦੇ ਸਨ। ਪਿੰਡ ਪਿੰਡ ਕੰਮ ਕਰਨ ਲਈ ਜਾਂਦੇ ਸਨ। ਇੰਨੀ ਮਿਹਨਤ ਕਰਨ 'ਤੇ ਵੀ ਉਹ ਥਕਦੇ ਨਹੀਂ ਸਨ। ਜਿੰਨੀ ਉਹ ਮਿਹਨਤ ਕਰਦੇ ਸਨ, ਓਨੀ ਹੀ ਉਨ੍ਹਾਂ ਵਿਚ ਹੋਰ ਫੁਰਤੀ ਆ ਜਾਂਦੀ ਸੀ। ਪਿੰਡਾਂ ਦੇ ਚੱਕਰ ਲਾ ਕੇ ਉਹ ਉਨ੍ਹਾਂ ਪਲਟਨਾਂ ਵੱਲ ਜਾਂਦੇ, ਜਿਨ੍ਹਾਂ ਵਿਚ ਕੰਮ ਨਹੀਂ ਕੀਤਾ ਗਿਆ ਸੀ।"[2]

ਛਾਉਣੀਆਂ ਅੰਦਰ ਪ੍ਰਚਾਰ

ਗ਼ਦਰ ਪਾਰਟੀ ਨੇ ਦੇਸ਼ ਆਉਣ ਤੋਂ ਪਹਿਲਾਂ ਹੀ ਆਪਣੇ ਵਰਕਰਾਂ ਨੂੰ ਇਹ ਖ਼ਾਸ ਹਦਾਇਤ ਕੀਤੀ ਸੀ ਕਿ ਉਹ ਆਪਣੀ ਜਾਣ-ਪਛਾਣ ਵਾਲੇ ਫ਼ੌਜੀਆਂ ਨਾਲ ਜਿਵੇਂ ਵੀ ਹੋ ਸਕੇ, ਚਿੱਠੀ ਪੱਤਰ ਜਾਂ ਦੋਸਤਾਂ/ਰਿਸ਼ਤੇਦਾਰਾਂ ਦੇ ਜ਼ਰੀਏ, ਸੰਪਰਕ ਬਣਾਉਣ ਅਤੇ ਉਨ੍ਹਾਂ ਨੂੰ, ਅੰਗਰੇਜ਼ ਸਰਕਾਰ ਦੀ ਸੇਵਾ ਕਰਨ ਦੀ ਥਾਂ ਦੇਸ਼ ਦੀ ਆਜ਼ਾਦੀ ਲਈ ਲੜਨ ਵਾਸਤੇ ਪ੍ਰੇਰਿਤ ਕਰਨ। ਜਾਣ-ਪਛਾਣ ਵਾਲੇ ਸਿਪਾਹੀਆਂ ਨੂੰ ਕਿਹਾ ਜਾਵੇ ਕਿ ਉਹ ਆਪਣੇ ਨਾਲ ਦੇ ਸਿਪਾਹੀਆਂ ਅੰਦਰ ਵੀ ਦੇਸ਼ ਭਗਤੀ ਦੀ ਜਾਗ ਲਾਉਣ। ਦੇਸ਼ ਆਉਂਦਿਆਂ ਹੀ ਗ਼ਦਰੀ ਵਰਕਰ ਪੂਰੀ ਗਰਮਜੋਸ਼ੀ ਨਾਲ ਇਸ ਕਾਰਜ ਵਿਚ ਜੁੱਟ ਗਏ ਸਨ। ਪਾਰਟੀ ਆਗੂਆਂ ਨੇ ਫ਼ੌਜ ਵਿਚ ਪ੍ਰਚਾਰ ਕਰਨ ਲਈ ਆਪਣੇ ਬਿਹਤਰੀਨ ਵਰਕਰਾਂ ਦੀਆਂ ਉਚੇਚੀਆਂ ਡਿਊਟੀਆਂ ਲਾ ਦਿੱਤੀਆਂ ਸਨ। ਜਿਸ ਮੁਤਾਬਕ ਭਾਈ ਕਰਤਾਰ ਸਿੰਘ ਸਰਾਭਾ ਤੇ ਭਾਈ ਨਿਧਾਨ ਸਿੰਘ ਚੁੱਘਾ ਨੂੰ ਫ਼ਿਰੋਜ਼ਪੁਰ, ਭਾਈ ਪ੍ਰੇਮ ਸਿੰਘ (ਪਿੰਡ ਸੁਰਸਿੰਘ) ਨੂੰ ਮੀਆਂ ਮੀਰ (ਲਾਹੌਰ), ਭਾਈ ਹਿਰਦੇ ਰਾਮ ਨੂੰ ਜਲੰਧਰ, ਭਾਈ ਹਰਨਾਮ ਸਿੰਘ ਕਹੂਟਾ (ਜ਼ਿਲ੍ਹਾ ਜੇਹਲਮ) ਨੂੰ ਜੇਹਲਮ, ਰਾਵਲਪਿੰਡੀ, ਪੇਸ਼ਾਵਰ ਤੇ ਮਰਦਾਨ ਦੀਆਂ ਛਾਉਣੀਆਂ ਅੰਦਰ ਕੰਮ ਕਰਨ ਦੀ ਜ਼ਿੰਮੇਵਾਰੀ ਸੌਂਪੀ ਗਈ। ਭਾਈ ਪਿਆਰਾ ਸਿੰਘ ਲੰਗੇਰੀ ਨੂੰ ਬੰਨੂ ਤੇ ਕੋਹਾਟ ਦੀਆਂ ਛਾਉਣੀਆਂ ਵਿਚ ਭੇਜਿਆ ਗਿਆ। ਵਿਸ਼ਨੂ ਗਣੇਸ਼ ਪਿੰਗਲੇ ਨੂੰ ਮੇਰਠ ਦੀ ਛਾਉਣੀ ਅੰਦਰ ਉਚੇਚਾ ਰਾਜਪੂਤ ਪਲਟਣਾਂ ਅੰਦਰ ਪ੍ਰਚਾਰ ਕਰਨ ਲਈ ਕਿਹਾ ਗਿਆ। ਅਮਲੀ ਤੌਰ 'ਤੇ, ਭਾਈ ਕਰਤਾਰ ਸਿੰਘ ਸਰਾਭਾ ਨੇ ਛਾਉਣੀਆਂ ਅੰਦਰ ਪ੍ਰਚਾਰ ਕਰਨ ਤੇ ਦੇਸੀ ਪਲਟਣਾਂ ਨੂੰ ਬਗ਼ਾਵਤ ਕਰਨ ਲਈ ਪ੍ਰੇਰਿਤ ਕਰਨ ਦੇ ਸਮੁੱਚੇ ਅਮਲ ਦੀ ਕਮਾਨ ਸੰਭਾਲ ਲਈ ਸੀ। ਉਸ ਨੇ ਫ਼ਿਰੋਜ਼ਪੁਰ ਤੋਂ ਇਲਾਵਾ ਅੰਬਾਲਾ, ਮੇਰਠ, ਕਾਨ੍ਹਪੁਰ, ਆਗਰਾ, ਅਲਾਹਾਬਾਦ,

---

2. ਸਚਿੰਦਰ ਨਾਥ ਸਾਨਿਆਲ, *ਬੰਦੀ ਜੀਵਨ*, ਸਫ਼ੇ 48-49.

ਦੀਨਾਪੁਰ, ਬਨਾਰਸ, ਲਖਨਊ, ਫ਼ੈਜ਼ਾਬਾਦ ਆਦਿ ਛਾਉਣੀਆਂ ਅੰਦਰ ਆਪ ਜਾ ਕੇ ਦੇਸੀ ਸਿਪਾਹੀਆਂ ਦੀਆਂ 'ਨਬਜ਼ਾਂ ਟੋਹੀਆਂ', ਅਤੇ ਜਿਥੋਂ ਮੱਦਦ ਦੀ ਸੰਭਾਵਨਾ ਨਜ਼ਰ ਆਈ, ਉਨ੍ਹਾਂ ਨਾਲ ਮੇਲ-ਜੋਲ ਰੱਖਣ ਲਈ ਲੋੜੀਂਦੇ ਪ੍ਰਬੰਧ ਕੀਤੇ ਗਏ। ਜਾਨ ਨੂੰ ਜੋਖੋਂ ਵਿਚ ਪਾਉਣ ਵਾਲੇ ਇਸ ਕਾਰਜ ਵਿਚ ਮਾਲਵਾ ਖ਼ਾਲਸਾ ਹਾਈ ਸਕੂਲ ਦੇ ਇਕ ਵਿਦਿਆਰਥੀ ਸੁੱਚਾ ਸਿੰਘ ਨੇ ਸਰਾਭੇ ਦਾ ਪੂਰੀ ਸਰਗਰਮੀ ਨਾਲ ਹੱਥ ਵਟਾਇਆ। (ਪਰ ਗ੍ਰਿਫ਼ਤਾਰ ਹੋ ਜਾਣ ਉਪਰੰਤ ਸੁੱਚਾ ਸਿੰਘ ਵਾਅਦਾ-ਮੁਆਫ਼ ਗਵਾਹ ਬਣ ਗਿਆ ਸੀ ਅਤੇ ਉਸ ਨੇ ਪਾਰਟੀ ਦੇ ਬਹੁਤ ਸਾਰੇ ਭੇਦ ਪ੍ਰਗਟ ਕਰ ਦਿੱਤੇ ਸਨ।)

ਛਾਉਣੀਆਂ ਦੀ ਸਮੁੱਚੀ ਸਥਿਤੀ ਦਾ ਹਿਸਾਬ ਲਾਉਣ ਤੋਂ ਬਾਅਦ ਗ਼ਦਰੀ ਆਗੂਆਂ ਨੇ ਬਗ਼ਾਵਤ ਦਾ ਆਰੰਭ ਮੀਆਂਮੀਰ (ਲਾਹੌਰ) ਤੇ ਫ਼ਿਰੋਜ਼ਪੁਰ ਦੀਆਂ ਛਾਉਣੀਆਂ ਤੋਂ ਕਰਨ ਦਾ ਫ਼ੈਸਲਾ ਕੀਤਾ। ਇਸ ਅਨੁਸਾਰ ਮਾਝੇ ਦੇ ਗ਼ਦਰੀਆਂ ਨੂੰ ਮੀਆਂਮੀਰ ਅਤੇ ਮਾਲਵੇ ਤੇ ਦੁਆਬੇ ਦੇ ਇਨਕਲਾਬੀਆਂ ਨੂੰ ਫ਼ਿਰੋਜ਼ਪੁਰ ਦੀ ਛਾਉਣੀ ਵਿਚ ਬਗ਼ਾਵਤ ਕਰਨ ਦੀ ਮੋਟੀ ਜਿਹੀ ਕਾਰਜ ਵੰਡ ਕੀਤੀ ਗਈ। ਮੀਆਂਮੀਰ (ਲਾਹੌਰ) ਛਾਉਣੀ ਪੰਜਾਬ ਦੀ ਸਭ ਨਾਲੋਂ ਵੱਡੀ ਛਾਉਣੀ ਸੀ। ਅੰਗਰੇਜ਼ੀ ਫ਼ੌਜ ਦੀਆਂ ਭਾਰਤ ਅੰਦਰ ਕੁੱਲ ਨੌਂ ਡਿਵੀਜ਼ਨਾਂ ਵਿੱਚੋਂ ਮੀਆਂਮੀਰ ਦੀ ਛਾਉਣੀ ਇਕ ਪੂਰੀ ਡਿਵੀਜ਼ਨ ਦਾ ਹੈੱਡਕੁਆਟਰ ਸੀ। ਪੰਜਾਬ ਦੀਆਂ ਸਾਰੀਆਂ ਛਾਉਣੀਆਂ ਇਸ ਦੇ ਹੇਠਾਂ ਸਨ, ਜਿਸ ਕਰਕੇ ਇਸ ਛਾਉਣੀ ਉੱਤੇ ਕਬਜ਼ਾ ਕਰਨਾ ਯੁੱਧਨੀਤਕ ਪੱਖ ਤੋਂ ਬੇਹੱਦ ਅਹਿਮ ਸੀ। ਫ਼ਿਰੋਜ਼ਪੁਰ ਦੀ ਛਾਉਣੀ (ਕਿਲ੍ਹੇ) ਵਿਚ ਸਮੁੱਚੀ ਉੱਤਰੀ ਕਮਾਂਡ ਦਾ ਮੈਗਜ਼ੀਨ (ਅਸਲਾਖ਼ਾਨਾ) ਸੀ। ਇਸ ਛਾਉਣੀ ਉੱਤੇ ਕਬਜ਼ਾ ਕਰ ਕੇ ਸਾਰੀ ਉੱਤਰੀ ਫ਼ੌਜ ਲਈ ਜਮ੍ਹਾਂ ਕੀਤਾ ਅਸਲਾ ਲੁੱਟਿਆ ਜਾ ਸਕਦਾ ਸੀ। ਕਰਤਾਰ ਸਿੰਘ ਸਰਾਭਾ ਨੇ ਫ਼ਿਰੋਜ਼ਪੁਰ ਛਾਉਣੀ ਅੰਦਰਲੇ ਗ਼ਦਰ ਦੇ ਹਮਾਇਤੀ ਸਿਪਾਹੀਆਂ ਨਾਲ ਲਗਾਤਾਰ ਰਾਬਤਾ ਬਣਾਇਆ ਹੋਇਆ ਸੀ। ਉਹ ਨੇਮ ਨਾਲ ਉਥੇ ਚੱਕਰ ਮਾਰਦਾ ਰਹਿੰਦਾ ਸੀ।

ਜੁਝਾਰੂ ਫ਼ੌਜੀਆਂ ਦੀ ਧਾਰਮਿਕ ਲਗਨ

ਧਿਆਨ ਦੇਣ ਵਾਲੀ ਗੱਲ ਇਹ ਹੈ, ਕਿ ਇਨ੍ਹਾਂ ਦੋਨੋਂ ਪ੍ਰਮੁੱਖ ਛਾਉਣੀਆਂ ਅੰਦਰ ਜਿਹੜੇ ਸਿੱਖ ਫ਼ੌਜੀਆਂ ਨੇ ਆਪਣੀਆਂ ਜਾਨਾਂ ਦਾਅ 'ਤੇ ਲਾ ਕੇ ਗ਼ਦਰ ਪਾਰਟੀ ਦਾ ਸਾਥ ਦਿੱਤਾ, ਉਹ ਸਾਰੇ ਧਰਮੀ ਬੰਦੇ ਸਨ। ਜਿਵੇਂ ਪਹਿਲਾਂ ਜ਼ਿਕਰ ਹੋ ਚੁੱਕਾ ਹੈ, ਫ਼ਿਰੋਜ਼ਪੁਰ ਵਿਖੇ ਤੈਨਾਤ 26 ਨੰਬਰ ਪੰਜਾਬੀ ਰਜਮੈਂਟ ਦੇ ਜਿਹੜੇ ਸਿਪਾਹੀ ਗ਼ਦਰੀਆਂ ਦੇ ਹਮਜੋਲੀ ਬਣੇ, ਉਨ੍ਹਾਂ ਨੂੰ ਇਨਕਲਾਬ ਦੀ ਜਾਗ ਹਾਂਗਕਾਂਗ ਦੇ ਗੁਰਦੁਆਰੇ ਦੇ ਗ੍ਰੰਥੀ ਭਾਈ ਭਗਵਾਨ ਸਿੰਘ ਨੇ ਲਾਈ ਸੀ। 1912 ਦੇ ਅੰਤ ਵਿਚ ਜਦ ਚੀਨ ਅੰਦਰ ਮਾਂਚੂ ਰਾਜਵੰਸ਼ ਦੇ ਖ਼ਿਲਾਫ਼ ਲੋਕਾਂ ਦਾ ਜਮਹੂਰੀ ਉਭਾਰ ਉੱਠ ਖੜ੍ਹਾ ਹੋਇਆ ਸੀ, ਤਾਂ ਬਰਤਾਨਵੀ ਸਾਮਰਾਜੀ ਹਾਕਮਾਂ ਨੇ ਉਸ ਉਭਾਰ ਨੂੰ ਦਬਾਉਣ ਲਈ, ਹੋਰਨਾਂ ਫ਼ੌਜੀ ਟੁਕੜੀਆਂ ਸਮੇਤ 26 ਨੰਬਰ ਪੰਜਾਬੀ ਰਜਮੈਂਟ ਨੂੰ ਵੀ ਪਹਿਲਾਂ ਕੁਝ ਸਮੇਂ ਲਈ ਚੀਨ (ਕੈਂਟਨ) ਤੇ ਫਿਰ 1913-14 ਵਿਚ ਲੰਮਾ ਚਿਰ ਹਾਂਗਕਾਂਗ ਵਿਖੇ ਤੈਨਾਤ ਕਰੀ ਰੱਖਿਆ ਸੀ। ਸਿੱਖਾਂ ਦਾ ਇਹ ਉਘੜਵਾਂ ਤੇ ਵਿਸ਼ੇਸ਼ ਧਾਰਮਿਕ ਲੱਛਣ ਹੈ, ਕਿ ਉਹ ਭਾਵੇਂ ਦੁਨੀਆਂ ਦੇ ਕਿਸੇ ਵੀ ਖੰਡ (ਖੇਤਰ) ਤੇ ਕਿਸੇ ਵੀ ਮਹਿਕਮੇ ਵਿਚ ਕੰਮ ਕਰਦੇ ਹੋਣ, ਗੁਰਦੁਆਰਾ ਉਨ੍ਹਾਂ ਦੇ ਜੀਵਨ ਦਾ ਅਨਿਖੜਵਾਂ ਅੰਗ

ਹੁੰਦਾ ਹੈ। ਹਰੇਕ ਜਗ੍ਹਾ ਗੁਰਦੁਆਰਾ ਸਥਾਪਤ ਕਰਨਾ ਉਨ੍ਹਾਂ ਦੀ ਸਮੂਹਿਕ ਤੌਰ 'ਤੇ ਤਰਜੀਹੀ ਲੋੜ ਬਣ ਜਾਂਦੀ ਹੈ। ਗੁਰਦੁਆਰੇ ਅੰਦਰ ਉਨ੍ਹਾਂ ਨੂੰ ਗੁਰੂ ਦੀ ਨੇੜਤਾ ਦਾ ਅਹਿਸਾਸ ਹੁੰਦਾ ਹੈ, ਜਿਸ ਨਾਲ ਉਨ੍ਹਾਂ ਨੂੰ ਜਿਥੇ ਆਤਮਿਕ ਸਕੂਨ ਮਿਲਦਾ ਹੈ, ਉਥੇ ਨਾਲੋ-ਨਾਲ ਉਨ੍ਹਾਂ ਅੰਦਰ ਆਤਮਿਕ ਬਲ ਤੇ ਭਰੋਸਾ ਵੀ ਪੈਦਾ ਹੁੰਦਾ ਹੈ। ਉਨ੍ਹਾਂ ਅੰਦਰ ਨੇਕ ਕਾਰਜ ਲਈ ਜੂਝਣ ਤੇ ਮਰਨ ਦੀ ਅੰਤਰੀਵ ਪ੍ਰੇਰਨਾ ਜਾਗ ਪੈਂਦੀ ਹੈ। ਗੁਰਦੁਆਰੇ ਅੰਦਰ ਹੁੰਦੇ ਕਥਾ ਵਿਖਿਆਨਾਂ ਤੇ ਗੁਰਮਤਿ ਵਿਚਾਰਾਂ ਦੇ ਜ਼ਰੀਏ ਉਨ੍ਹਾਂ ਅੰਦਰ, ਸਮਕਾਲੀ ਇਤਿਹਾਸਕ ਪ੍ਰਸੰਗ ਅੰਦਰ 'ਨੇਕ ਕਾਰਜ' ਦੀ ਠੋਸ ਰੂਪ ਵਿਚ ਪਛਾਣ ਕਰਨ ਦੀ ਬਲ ਬੁੱਧੀ ਪ੍ਰਫੁੱਲਤ ਹੁੰਦੀ ਹੈ। 26 ਨੰਬਰ ਪੰਜਾਬ ਇਨਫ਼ੈਂਟਰੀ (ਪਿਆਦਾ ਫ਼ੌਜ) ਨਾਲ ਏਹੀ ਵਰਤਾਰਾ ਵਾਪਰਿਆ ਸੀ। ਹਾਂਗਕਾਂਗ ਵਿਖੇ ਲਗਭਗ ਡੇਢ ਸਾਲ ਦੀ ਠਹਿਰ ਦੌਰਾਨ ਇਸ ਪਲਟਣ ਦੇ ਧਾਰਮਿਕ ਲਗਨ ਵਾਲੇ ਸਿੱਖ ਸਿਪਾਹੀ ਹਰ ਐਤਵਾਰ ਨੇਮ ਨਾਲ ਗੁਰਦੁਆਰੇ ਜਾਂਦੇ ਸਨ। ਉਥੇ ਭਾਈ ਭਗਵਾਨ ਸਿੰਘ (ਗ੍ਰੰਥੀ) ਦੇ ਕਥਾ ਵਿਖਿਆਨਾਂ ਤੇ ਲੈਕਚਰਾਂ ਨੇ ਉਨ੍ਹਾਂ ਅੰਦਰ ਬਰਤਾਨਵੀ ਸਾਮਰਾਜ ਦੀ ਗ਼ੁਲਾਮੀ ਵਿਰੁੱਧ ਨਫ਼ਰਤ ਭਰ ਦਿੱਤੀ ਸੀ। ਸਿੱਖਾਂ ਦੇ ਧਾਰਮਿਕ ਤੇ ਵਿਦਿਅਕ ਅਸਥਾਨਾਂ ਅੰਦਰ ਅੰਗਰੇਜ਼ ਸਰਕਾਰ ਦੀ ਦਖ਼ਲ-ਅੰਦਾਜ਼ੀ ਨੇ ਬਲਦੀ ਉੱਤੇ ਤੇਲ ਪਾਉਣ ਦਾ ਕੰਮ ਕੀਤਾ ਸੀ। ਇਨ੍ਹਾਂ ਮਰਜੀਵੜੇ ਸਿਪਾਹੀਆਂ ਦੇ ਮੋਹਰੀ ਭਾਈ ਹਰਨਾਮ ਸਿੰਘ ਕਾਲਾ ਸੰਘਿਆ ਨੇ ਲੰਮੀ ਕੈਦ ਕੱਟਣ ਉਪਰੰਤ ਆਪਣੀ ਆਤਮ ਕਥਾ ਬਿਆਨ ਕਰਦਿਆਂ ਦੱਸਿਆ ਸੀ ਕਿ :

> "ਇਕ ਦਿਨ 26 ਪੰਜਾਬੀ ਰਜਮੈਂਟ ਦੇ ਗੱਭਰੂਆਂ ਅੱਗੇ ਭਾਈ ਭਗਵਾਨ ਸਿੰਘ ਜੀ ਗ੍ਰੰਥੀ ਨੇ ਇਸ ਪ੍ਰਕਾਰ ਤਕਰੀਰ ਕੀਤੀ, 'ਖ਼ਾਲਸਾ ਜੀ, ਤੁਹਾਨੂੰ ਦਸਮੇਸ਼ ਪਿਤਾ ਨੇ ਅੰਮ੍ਰਿਤ ਦੀ ਦਾਤ ਇਸ ਲਈ ਨਹੀਂ ਬਖ਼ਸ਼ੀ ਕਿ ਤੁਸੀਂ ਫਿਰੰਗੀ ਦੇ ਗੋਲੇ ਬਣ ਜਾਓ। ਖ਼ਾਲਸਾ ਜੀ ਉਠੋ ਤੇ ਮੌਕਾ ਸੰਭਾਲੋ। 'ਵਖਤੁ ਵੀਚਾਰੇ ਸੁ ਬੰਦਾ ਹੋਇ' ਦੇ ਗੁਰਵਾਕ ਅਨੁਸਾਰ ਮੌਕੇ ਦੀ ਨਜ਼ਾਕਤ ਸਮਝੋ। ਇਸ ਸਮੇਂ ਜਰਮਨ ਤੇ ਅੰਗਰੇਜ਼ਾਂ ਵਿਚਕਾਰ ਲੜਾਈ ਛਿੜਨ ਵਾਲੀ ਹੈ। ਤੁਹਾਨੂੰ ਸੋਚਣਾ ਚਾਹੀਦਾ ਹੈ ਕਿ ਅਜਿਹੇ ਸਮੇਂ ਤੁਹਾਨੂੰ ਕੀ ਕਰਨਾ ਚਾਹੀਦਾ ਹੈ ?'
>
> ਫ਼ੌਜ ਦੇ ਗੋਰੇ ਅਫ਼ਸਰਾਂ ਨੂੰ ਜਦ ਇਸ ਗੱਲ ਦੀ ਸੂਹ ਲੱਗੀ ਤਾਂ ਉਨ੍ਹਾਂ ਫ਼ੌਜੀਆਂ ਦਾ ਗੁਰਦੁਆਰੇ ਅੰਦਰ ਜਾਣਾ ਬੰਦ ਕਰ ਦਿੱਤਾ ਪਰ ਨੌਕਰਸ਼ਾਹੀ ਤੇ ਚਮਚਿਆਂ ਦੇ ਕਹਿਣ 'ਤੇ ਫ਼ੌਜੀ ਗੱਭਰੂ ਆਪਣੇ ਧਰਮ ਅਸਥਾਨ ਅੰਦਰ ਜਾਣੋਂ ਕਿਵੇਂ ਰੁਕ ਸਕਦੇ ਸਨ ? ਫ਼ੌਜੀ ਰੰਗਰੂਟ ਕਿਸੇ ਨਾ ਕਿਸੇ ਢੰਗ ਨਾਲ ਗੁਰਦੁਆਰੇ ਆਉਂਦੇ ਹੀ ਰਹੇ।"[3]

ਇਸ ਤਰੀਕੇ ਨਾਲ ਉਨ੍ਹਾਂ ਅੰਦਰ ਦੇਸ਼ ਨੂੰ ਆਜ਼ਾਦ ਕਰਾਉਣ ਦੀ ਰਾਜਸੀ ਸੋਝੀ ਤੇ ਤੜਫ਼ ਪੈਦਾ ਹੋ ਗਈ ਸੀ ਅਤੇ ਉਹ *ਗ਼ਦਰ* ਅਖ਼ਬਾਰ ਦੇ ਜ਼ਰੀਏ ਗ਼ਦਰ ਪਾਰਟੀ ਦੇ ਸਮਰਥਕ ਤੇ ਪ੍ਰਸੰਸਕ ਬਣ ਗਏ ਸਨ। ਸਰਕਾਰੀ ਸੋਮਿਆਂ ਅਨੁਸਾਰ, ਇਸ ਤੋਂ ਥੋੜ੍ਹੇ ਹੀ ਚਿਰ ਬਾਅਦ ਕੁਝ ਸਿਪਾਹੀਆਂ ਨੇ ਫ਼ੌਜ ਵਿੱਚੋਂ ਆਪਣੇ ਨਾਂ ਕਟਵਾਉਣ ਦੀਆਂ ਦਰਖ਼ਾਸਤਾਂ ਦਿੱਤੀਆਂ। ਗੋਰੇ ਅਫ਼ਸਰਾਂ ਨੇ ਭਾਈ ਹਰਨਾਮ ਸਿੰਘ ਤੇ ਸੱਤ ਹੋਰਨਾਂ ਨੂੰ ਰਜਮੈਂਟ ਤੋਂ ਵੱਖ ਕਰਨ ਲਈ ਫ਼ਿਰੋਜ਼ਪੁਰ ਡਿਪੂ ਵਿਖੇ ਭੇਜ ਦਿੱਤਾ। ਇਸ ਤਰ੍ਹਾਂ 'ਕੁੱਬੇ ਦੇ ਵੱਜੀ ਲੱਤ' ਗ਼ਦਰੀਆਂ ਲਈ ਵਰਦਾਨ ਸਾਬਤ ਹੋਈ। ਇਸ ਨਾਲ ਭਾਈ ਕਰਤਾਰ ਸਿੰਘ ਸਰਾਭਾ ਦਾ ਕਾਰਜ ਸੁਖਾਲਾ ਹੋ ਗਿਆ ਸੀ।

---

3. ਪ੍ਰੋ. ਮਲਵਿੰਦਰਜੀਤ ਸਿੰਘ ਵੜੈਚ ਅਤੇ ਸੀਤਾ ਰਾਮ ਬਾਂਸਲ (ਸੰਪਾ.), *ਆਤਮ ਕਥਾ ਗ਼ਦਰੀ ਬਾਬਾ ਹਰਨਾਮ ਸਿੰਘ ਕਾਲਾ ਸੰਘਿਆ*, ਸਫ਼ਾ 12.

ਜਿਵੇਂ ਫ਼ਿਰੋਜ਼ਪੁਰ ਅੰਦਰ ਬਗ਼ਾਵਤ ਲਈ ਤਤਪਰ ਸਿਪਾਹੀਆਂ ਦੇ ਆਗੂ ਭਾਈ ਹਰਨਾਮ ਸਿੰਘ ਕਾਲਾ ਸੰਘਿਆ, ਭਾਈ ਕਿਰਪਾ ਸਿੰਘ ਤੇ ਭਾਈ ਲਾਭ ਸਿੰਘ ਆਦਿ ਸਨ, ਉਵੇਂ ਮੀਆਂਮੀਰ ਦੀ ਛਾਉਣੀ ਵਿਚ 23ਵੇਂ ਰਸਾਲੇ ਦਾ ਲੈਂਸ-ਦਫ਼ੇਦਾਰ ਲਛਮਣ ਸਿੰਘ (ਪਿੰਡ ਚੂਸਲੇਵੜ, ਜ਼ਿਲ੍ਹਾ ਅੰਮ੍ਰਿਤਸਰ) ਮਰਜੀਵੜਿਆਂ ਦਾ ਮੋਹਰੀ ਸੀ। ਇਸ ਰਸਾਲੇ ਦੇ ਗ੍ਰੰਥੀ ਮੂਲਾ ਸਿੰਘ ਦੇ ਬਿਆਨ ਅਨੁਸਾਰ ਲਛਮਣ ਸਿੰਘ ਅੰਦਰ ਧਾਰਮਿਕ ਲਗਨ ਕੋਹਾਟ ਵਿਖੇ ਪੈਦਾ ਹੋਈ ਸੀ, ਜਿਥੇ ਉਸ ਨੇ ਨੇਮ ਨਾਲ ਛਾਉਣੀ ਅੰਦਰਲੇ ਗੁਰਦੁਆਰੇ ਜਾਣਾ ਸ਼ੁਰੂ ਕਰ ਦਿੱਤਾ ਸੀ। ਉਸ ਵੇਲੇ ਮਿਲਟਰੀ ਅੰਦਰ ਸਿੰਘ ਸਭਾਵਾਂ ਬਣਾਉਣ ਦਾ ਰਿਵਾਜ ਪ੍ਰਚਲਿਤ ਸੀ। ਕੋਹਾਟ ਵਿਖੇ ਭਾਈ ਲਛਮਣ ਸਿੰਘ ਮਿਲਟਰੀ ਸਿੰਘ ਸਭਾ ਦਾ ਸਕੱਤਰ ਨਾਮਜ਼ਦ ਹੋਇਆ ਸੀ। ਦੋ ਸਾਲ ਕੋਹਾਟ ਠਹਿਰਨ ਤੋਂ ਬਾਅਦ ਇਸ ਰਸਾਲੇ ਦਾ ਤਬਾਦਲਾ ਕੋਟੇ ਕਰ ਦਿੱਤਾ ਗਿਆ ਸੀ, ਜਿਥੇ ਇਹ ਲਗਾਤਾਰ ਤਿੰਨ ਸਾਲ ਰਿਹਾ। ਉਸ ਵੇਲੇ ਕੋਟਾ ਸਿੱਖ ਧਾਰਮਿਕ ਸਰਗਰਮੀਆਂ ਦਾ ਤਕੜਾ ਕੇਂਦਰ ਸੀ। ਸਿੰਘ ਸਭਾਵਾਂ ਵੱਲੋਂ ਗੁਰਮਤਿ ਪ੍ਰਚਾਰ ਜ਼ੋਰਾਂ ਨਾਲ ਚੱਲ ਰਿਹਾ ਸੀ। ਪੰਜਾਬ ਤੋਂ ਸਿੱਖ ਪ੍ਰਚਾਰਕ ਅਕਸਰ ਕੋਟੇ ਆਉਂਦੇ ਰਹਿੰਦੇ ਸਨ। ਭਾਈ ਲਛਮਣ ਸਿੰਘ ਨੇਮ ਨਾਲ ਸਿੰਘ ਸਭਾਵਾਂ ਦੇ ਗੁਰਮਤਿ ਸਮਾਗਮਾਂ ਵਿਚ ਹਾਜ਼ਰੀ ਭਰਦਾ ਸੀ। ਇਥੇ ਉਸ ਦਾ ਝੁਕਾਅ ਭਸੌੜ ਦੀ ਸਿੰਘ ਸਭਾ* ਵੱਲ ਹੋ ਗਿਆ ਸੀ। ਜਦੋਂ ਉਹ ਛੁੱਟੀ ਗਿਆ· ਤਾਂ ਭਸੌੜ ਜਾ ਕੇ ਭਾਈ ਤੇਜਾ ਸਿੰਘ ਨੂੰ ਮਿਲਿਆ ਅਤੇ ਉਸ ਨਾਲ ਗੁਰਮਤਿ ਵਿਚਾਰਾਂ ਕੀਤੀਆਂ। ਉਸ ਅੰਦਰ ਧਾਰਮਿਕ ਜਜ਼ਬਾ ਹੋਰ ਪਰਪੱਕ ਹੋ ਗਿਆ। ਉਸ ਨੇ ਗੰਡਾ ਸਿੰਘ, ਨਾਇਕ ਬੂਟਾ ਸਿੰਘ (ਪਿੰਡ ਕਸੇਲ, ਜ਼ਿਲ੍ਹਾ ਅੰਮ੍ਰਿਤਸਰ), ਦਫ਼ੇਦਾਰ ਸੂਬਾ ਸਿੰਘ, ਸਵਾਰ ਸੋਹਣ ਸਿੰਘ, ਬਦਨ ਸਿੰਘ, ਜਵਾਹਰ ਸਿੰਘ ਤੇ ਕੁਝ ਹੋਰਨਾਂ ਅੰਦਰ ਵੀ ਧਾਰਮਿਕ ਲਗਨ ਪੈਦਾ ਕਰ ਦਿੱਤੀ। ਉਹ ਸਾਰੇ ਗੁਰੂ ਘਰ ਦੇ ਨਿਸ਼ਠਾਵਾਨ ਸ਼ਰਧਾਲੂ ਬਣ ਗਏ ਸਨ। ਭਾਈ ਲਛਮਣ ਸਿੰਘ ਦੇ ਇਕ ਸਾਥੀ ਸਿਪਾਹੀ ਨੇ ਬਾਅਦ ਵਿਚ ਅੰਡੇਮਾਨ ਜੇਲ੍ਹ ਅੰਦਰ ਬੰਗਾਲ ਦੇ ਪ੍ਰਸਿੱਧ ਕ੍ਰਾਂਤੀਕਾਰੀ ਸਚਿੰਦਰ ਨਾਥ ਸਾਨਿਆਲ ਨੂੰ ਦੱਸਿਆ ਸੀ ਕਿ ਭਾਈ ਲਛਮਣ ਸਿੰਘ ਨੇ ਬਹੁਤ ਪਹਿਲਾਂ ਹੀ ਆਪਣੀ ਰਜਮੈਂਟ ਵਿਚ ਇਕ ਛੋਟਾ ਜਿਹਾ ਦਲ ਬਣਾ ਰੱਖਿਆ ਸੀ। ਉਹ ਅਕਸਰ ਇਕੱਠੇ ਹੁੰਦੇ ਰਹਿੰਦੇ ਸਨ, ਜਿਥੇ ਗੁਰਮਤਿ ਦੀਆਂ ਕਿਤਾਬਾਂ ਪੜ੍ਹੀਆਂ ਵਿਚਾਰੀਆਂ ਜਾਂਦੀਆਂ ਸਨ ਅਤੇ ਅਨੇਕਾਂ ਵਿਸ਼ਿਆਂ ਉੱਤੇ ਵਿਚਾਰ ਚਰਚਾ ਹੁੰਦੀ ਰਹਿੰਦੀ ਸੀ। ਰਜਮੈਂਟ ਦੇ ਸਾਰੇ ਸਿਪਾਹੀ ਲਛਮਣ ਸਿੰਘ ਨੂੰ ਬੜਾ ਧਰਮਾਤਮਾ ਅਤੇ ਉੱਚਾ ਸੁੱਚਾ ਸਮਝਦੇ ਸੀ।[4]

ਬਜਬਜ ਘਾਟ ਦਾ ਸਾਕਾ ਵਾਪਰਿਆ ਤਾਂ ਸਿੱਖ ਜਗਤ ਅੰਦਰ ਅੰਗਰੇਜ਼ ਸਰਕਾਰ ਵਿਰੁੱਧ ਤਿੱਖਾ ਗ਼ੁੱਸਾ ਫੈਲ ਗਿਆ ਸੀ। ਕਾਮਾਗਾਟਾਮਾਰੂ ਜਹਾਜ਼ ਅੰਦਰ ਜ਼ਿਆਦਾਤਰ ਮੁਸਾਫ਼ਰ ਮਾਝਾ ਖੇਤਰ ਦੇ ਹੋਣ ਕਰਕੇ, ਮਾਝੇ ਦੇ ਪਿੰਡਾਂ ਅੰਦਰ ਇਸ ਘਟਨਾ ਦਾ ਵੱਧ ਅਸਰ ਹੋਇਆ ਸੀ। ਛੁੱਟੀ ਗਏ ਸਿੱਖ ਫ਼ੌਜੀਆਂ ਨੇ ਜਦ ਆਪਣੇ ਲੋਕਾਂ ਕੋਲੋਂ ਅੰਗਰੇਜ਼ ਸਰਕਾਰ ਦੇ ਇਸ ਵਹਿਸ਼ੀ ਕਾਰੇ ਬਾਰੇ ਸੁਣਿਆ ਤਾਂ ਉਨ੍ਹਾਂ ਦੇ ਦਿਲ ਵੀ ਹਲੂਣੇ ਗਏ। ਉਨ੍ਹਾਂ ਨੇ ਪਿੰਡਾਂ ਅੰਦਰ ਅਮਰੀਕਾ ਤੋਂ ਆਏ ਗ਼ਦਰੀ ਸੰਗਰਾਮੀਆਂ ਦੀ ਚਰਚਾ ਵੀ ਸੁਣੀ। ਛੁੱਟੀ ਤੋਂ ਵਾਪਸ ਆ ਕੇ ਉਨ੍ਹਾਂ ਨੇ ਕੁਦਰਤੀ ਤੌਰ 'ਤੇ ਆਪਣੇ ਸਾਥੀ ਸਿਪਾਹੀਆਂ ਨਾਲ ਸਾਰੀ

---

* ਭਸੌੜ ਦੀ ਸਿੰਘ ਸਭਾ ਦੀ ਬੁਨਿਆਦ ਭਾਈ ਤੇਜਾ ਸਿੰਘ (ਭਸੌੜ) ਨੇ ਰੱਖੀ ਸੀ। ਪਰ ਸਿੱਖ ਪੰਥ ਦੀ ਸਰਬ-ਪ੍ਰਵਾਨਿਤ ਰੀਤ ਤੇ ਮਰਯਾਦਾ ਤੋਂ ਲਾਂਭੇ ਜਾਣ ਕਰਕੇ, ਅੰਤ ਵਿਚ ਪੰਥ ਦੀ ਮੁੱਖ ਧਾਰਾ ਨੇ ਭਾਈ ਤੇਜਾ ਸਿੰਘ ਨੂੰ ਨਕਾਰ ਦਿੱਤਾ ਸੀ।

4. ਸਚਿੰਦਰ ਨਾਥ ਸਾਨਿਆਲ, *ਬੰਦੀ ਜੀਵਨ*, ਸਫ਼ੇ 61-62.

ਜਾਣਕਾਰੀ ਸਾਂਝੀ ਕੀਤੀ। 23ਵੇਂ ਰਸਾਲੇ ਦੇ ਇਕ ਸਵਾਰ ਸੁੱਚਾ ਸਿੰਘ (ਪਿੰਡ ਚੋਹਲਾ ਸਾਹਿਬ, ਠਾਣਾ ਸਰਹਾਲੀ) ਨੇ ਛੁੱਟੀ ਤੋਂ ਵਾਪਸ ਆ ਕੇ ਦੱਸਿਆ ਕਿ ਉਨ੍ਹਾਂ ਦੇ ਪਿੰਡ ਡੀ. ਸੀ. ਨੇ ਲੋਕਾਂ ਨੂੰ ਗ਼ਦਰੀ ਬਾਗ਼ੀਆਂ ਤੋਂ ਦੂਰ ਰਹਿਣ ਦੀ ਹਦਾਇਤ ਕੀਤੀ ਸੀ। ਇਸੇ ਤਰ੍ਹਾਂ ਅਕਤੂਬਰ 1914 ਵਿਚ ਪਿੰਡ ਛੁੱਟੀ ਕੱਟਣ ਗਏ ਭਾਈ ਲਛਮਣ ਸਿੰਘ ਦਾ ਵੀ ਗ਼ਦਰੀਆਂ ਨਾਲ ਮੇਲ ਹੋ ਗਿਆ ਸੀ ਅਤੇ ਉਸ ਤੋਂ ਬਾਅਦ ਉਹ ਉਨ੍ਹਾਂ ਨੂੰ ਲਗਾਤਾਰ ਮਿਲਦਾ ਗਿਲਦਾ ਰਹਿੰਦਾ ਸੀ।

ਇਸੇ ਪ੍ਰਕਾਰ ਭਾਈ ਰਣਧੀਰ ਸਿੰਘ ਜੀ ਦੀ ਵੀ ਕੁਝ ਸਿੱਖ ਪਲਟਣਾਂ ਅੰਦਰ ਸਿੱਖੀ ਸੇਵਕੀ ਸੀ। ਰਾਵਲਪਿੰਡੀ ਵਿਖੇ ਭਾਈ ਕਿਸ਼ਨ ਸਿੰਘ ਗੜਗੱਜ ਉਨ੍ਹਾਂ ਨਾਲ ਲਗਾਤਾਰ ਚਿੱਠੀ ਪੱਤਰ ਕਰਦੇ ਰਹੇ ਸਨ। ਭਾਈ ਕਿਸ਼ਨ ਸਿੰਘ ਨੇ ਗ਼ਦਰ ਦੀ ਅਸਫਲਤਾ ਤੋਂ ਬਾਅਦ, ਗ਼ਦਾਰਾਂ ਤੇ ਟਾਊਟਾਂ ਨੂੰ ਸੋਧੇ ਲਾਉਣ ਲਈ 'ਬੱਬਰ ਅਕਾਲੀ ਲਹਿਰ' ਦੀ ਸਥਾਪਨਾ ਵਿਚ ਮੋਹਰੀ ਰੋਲ ਨਿਭਾਇਆ ਸੀ, ਜਿਸ ਬਦਲੇ ਉਨ੍ਹਾਂ ਨੂੰ ਫਾਂਸੀ ਲਾ ਦਿੱਤਾ ਗਿਆ ਸੀ। ਇਸ ਤੋਂ ਇਲਾਵਾ, ਅੰਬਾਲਾ ਵਿਖੇ ਤੈਨਾਤ 36ਵੇਂ ਜੈਕਬ'ਜ਼ ਹੌਰਸ ਤੇ 8ਵੇਂ ਹਡਸਨ'ਜ਼ ਹੌਰਸ ਵਿਚ ਵੀ ਭਾਈ ਸਾਹਿਬ ਜੀ ਦੇ ਕੁਝ ਸ਼ਰਧਾਲੂ ਸਨ। ਇਨ੍ਹਾਂ ਵਿੱਚੋਂ ਦਫ਼ੇਦਾਰ ਮਾਨ ਸਿੰਘ, ਮੁਕੱਦਮੇ ਦੌਰਾਨ ਭਾਈ ਸਾਹਿਬ ਦੇ ਬਚਾਉ ਪੱਖ ਦਾ ਗਵਾਹ ਬਣ ਕੇ ਭੁਗਤਿਆ ਸੀ।[5]

ਡਾਕੇ ਮਾਰਨ ਦੀ ਤਜਵੀਜ਼ ਉੱਤੇ ਰੇੜਕਾ

ਗ਼ਦਰੀ ਆਗੂਆਂ ਨੇ ਪਹਿਲਾਂ ਇਹ ਸੋਚਿਆ ਸੀ ਕਿ ਛਾਉਣੀਆਂ ਅੰਦਰ ਗ਼ਦਰ ਦੇ ਹਮਾਇਤੀ ਸਿਪਾਹੀ ਖ਼ੁਦ ਬਗ਼ਾਵਤ ਦੀ ਪਹਿਲ ਕਰਨਗੇ ਅਤੇ ਗ਼ਦਰੀ ਸੰਗਰਾਮੀਏ ਉਨ੍ਹਾਂ ਦੀ ਬਾਹਰੋਂ ਮੱਦਦ ਕਰ ਕੇ ਲਾਹੌਰ ਤੇ ਫ਼ਿਰੋਜ਼ਪੁਰ ਦੀਆਂ ਛਾਉਣੀਆਂ ਵਿੱਚੋਂ ਵੱਡੇ ਪੈਮਾਨੇ 'ਤੇ ਹਥਿਆਰ ਲੁੱਟ ਲੈਣਗੇ। ਅੱਗੋਂ ਇਨ੍ਹਾਂ ਹਥਿਆਰਾਂ ਨੂੰ ਆਮ ਲੋਕਾਂ ਵਿਚ ਵੰਡ ਦੇਣ ਦੀ ਪਲੈਨ ਬਣਾਈ ਗਈ ਸੀ। ਇਸ ਤਰੀਕੇ ਨਾਲ ਪੰਜਾਬ ਅੰਦਰ ਆਮ ਬਗ਼ਾਵਤ ਦੀ ਹਾਲਤ ਪੈਦਾ ਕਰ ਕੇ ਅੰਗਰੇਜ਼ ਸਰਕਾਰ ਉੱਤੇ ਭਰਵਾਂ ਹੱਲਾ ਬੋਲਣ ਦੀਆਂ ਤਿਆਰੀਆਂ ਕੀਤੀਆਂ ਗਈਆਂ ਸਨ। ਪਰ ਜਦ ਇਸ ਸੋਚ ਨੂੰ ਅਮਲੀ ਜਾਮਾ ਪਹਿਨਾਉਣ ਦੇ ਯਤਨ ਕੀਤੇ ਗਏ ਤਾਂ ਦੋਵਾਂ ਹੀ ਛਾਉਣੀਆਂ ਦੇ ਸਿਪਾਹੀਆਂ ਨੇ ਗ਼ਦਰੀ ਆਗੂਆਂ ਨੂੰ ਕਿਹਾ ਕਿ ਛਾਉਣੀਆਂ ਉੱਤੇ ਹਮਲਾ ਕਰਨ ਦੀ ਪਹਿਲ ਗ਼ਦਰ ਪਾਰਟੀ ਦੇ ਬੰਦਿਆਂ ਵੱਲੋਂ ਹੋਣੀ ਚਾਹੀਦੀ ਹੈ, ਉਹ ਅੰਦਰੋਂ ਉਨ੍ਹਾਂ ਦਾ ਸਾਥ ਦੇਣਗੇ। ਇਸ ਨਾਲ ਗ਼ਦਰੀ ਆਗੂਆਂ ਮੂਹਰੇ ਗੰਭੀਰ ਸਮੱਸਿਆ ਪੈਦਾ ਹੋ ਗਈ ਸੀ। ਕਿਉਂਕਿ ਹਮਲੇ ਦੀ ਪਹਿਲ ਕਰਨ ਲਈ ਜਿੰਨੇ ਹਥਿਆਰ ਚਾਹੀਦੇ ਸਨ, ਉਨ੍ਹਾਂ ਕੋਲ ਓਨੇ ਨਹੀਂ ਸਨ। ਬਾਹਰੋਂ ਹਥਿਆਰ ਲਿਆਉਣ ਦੇ ਯਤਨ ਨਾਕਾਮ ਹੋ ਜਾਣ ਉਪਰੰਤ ਉਨ੍ਹਾਂ ਨੇ ਦੇਸ਼ ਅੰਦਰੋਂ ਹਥਿਆਰ ਹਾਸਲ ਕਰਨ ਦੇ ਪੁਰਜ਼ੋਰ ਯਤਨ ਕੀਤੇ, ਪਰ ਸਿੱਟੇ ਬਹੁਤੇ ਉਤਸ਼ਾਹਜਨਕ ਨਾ ਨਿਕਲੇ। ਭਾਈ ਕਰਤਾਰ ਸਿੰਘ ਸਰਾਭਾ ਇਸ ਉਦੇਸ਼ ਨਾਲ ਬੰਗਾਲ ਗਿਆ ਸੀ ਪਰ ਉਸ ਨੂੰ ਖ਼ਾਲੀ ਹੱਥ ਮੁੜਨਾ ਪੈ ਗਿਆ ਸੀ। ਪੰਡਤ ਜਗਤ ਰਾਮ ਨੂੰ ਇਸ ਮੰਤਵ ਲਈ ਪੇਸ਼ਾਵਰ ਭੇਜਿਆ ਗਿਆ ਪਰ ਉਹ ਉਥੇ ਹੀ ਗ੍ਰਿਫ਼ਤਾਰ ਹੋ ਗਿਆ ਸੀ। ਰੇਲ ਦੇ ਸਟੇਸ਼ਨਾਂ ਤੇ ਪੁਲਾਂ ਆਦਿ ਉੱਤੇ ਤੈਨਾਤ ਗਾਰਦਾਂ ਤੋਂ ਹਥਿਆਰ ਖੋਹਣ ਲਈ ਵੀ ਜਿੰਨੇ ਹਥਿਆਰ ਚਾਹੀਦੇ ਸਨ, ਉਹ ਉਨ੍ਹਾਂ ਪਾਸ ਨਹੀਂ ਸਨ।

5. Malwinderjit Singh Waraich and Harinder Singh (eds.), *Lahore Conspiracy Cases I and II*, p. 526.

ਗ਼ਦਰੀਆਂ ਵੱਲੋਂ ਆਪ ਬੰਬ ਬਣਾਉਣ ਦੇ ਯਤਨ ਵੀ ਬਹੁਤੇ ਕਾਮਯਾਬ ਨਾ ਹੋਏ। ਕਰਤਾਰ ਸਿੰਘ ਸਰਾਭਾ ਨੇ ਲੁਧਿਆਣਾ ਸ਼ਹਿਰ ਦੇ ਨੇੜੇ ਝਾਬੇਵਾਲ ਪਿੰਡ ਵਿਚ ਬੰਬ ਬਣਾਉਣ ਦਾ ਜੁਗਾੜ ਕਾਇਮ ਕੀਤਾ, ਪਰ ਕੁਝ ਕਾਰਨਾਂ ਕਰਕੇ ਇਸ ਨੂੰ ਛੇਤੀ ਹੀ ਲੋਹਟਬੱਦੀ ਤਬਦੀਲ ਕਰਨਾ ਪੈ ਗਿਆ ਸੀ।

ਗ਼ਦਰੀ ਆਗੂਆਂ ਨੇ ਅਮਲੀ ਤਜਰਬੇ 'ਚੋਂ ਇਹ ਅਨੁਭਵ ਕਰ ਲਿਆ ਸੀ ਕਿ ਪੈਸੇ ਤੋਂ ਬਿਨਾਂ ਹਥਿਆਰ ਹਾਸਲ ਕਰ ਸਕਣੇ ਨਾਮੁਮਕਿਨ ਸਨ। ਲਹਿਰ ਦੇ ਛੋਟੇ ਮੋਟੇ ਖ਼ਰਚੇ ਤਾਂ ਦਾਨ ਵਜੋਂ ਦਿੱਤੇ ਜਾਣ ਵਾਲੇ ਫ਼ੰਡਾਂ ਨਾਲ ਪੂਰੇ ਹੋ ਜਾਂਦੇ ਸਨ, ਪਰ ਹਥਿਆਰ ਆਦਿ ਖ਼ਰੀਦਣ ਲਈ ਵੱਡੀ ਰਕਮ ਦੀ ਲੋੜ ਸੀ। ਇਸ ਲੋੜ ਦੀ ਪੂਰਤੀ ਲਈ ਸਰਕਾਰੀ ਖ਼ਜ਼ਾਨੇ ਲੁੱਟਣ ਦਾ ਫ਼ੈਸਲਾ ਕੀਤਾ ਗਿਆ ਸੀ ਪਰ ਇਸ ਵਿਚ ਬਹੁਤੀ ਕਾਮਯਾਬੀ ਨਹੀਂ ਮਿਲੀ ਸੀ। ਅਜਿਹੀ ਹਾਲਤ ਵਿਚ ਕੁਝ ਗ਼ਦਰੀ ਵਰਕਰਾਂ ਦੇ ਮਨਾਂ ਅੰਦਰ ਡਾਕੇ ਮਾਰਨ ਦਾ ਵਿਚਾਰ ਪੈਦਾ ਹੋਇਆ। ਪਹਿਲਾਂ ਪਾਰਟੀ ਨੇ ਸਿਰਫ਼ ਸਰਕਾਰੀ ਖ਼ਜ਼ਾਨੇ ਲੁੱਟਣ ਦਾ ਫ਼ੈਸਲਾ ਕੀਤਾ ਸੀ। ਪਰ ਹੁਣ ਬਦਲਵੀਂ ਹਾਲਤ ਵਿਚ, ਕੁਝ ਕੁ ਆਗੂਆਂ ਤੇ ਵਰਕਰਾਂ ਨੇ ਪਿੰਡਾਂ ਅੰਦਰ ਸ਼ਾਹੂਕਾਰਾਂ ਨੂੰ ਲੁੱਟਣ ਬਾਰੇ ਸੋਚਣਾ ਸ਼ੁਰੂ ਕਰ ਦਿੱਤਾ ਸੀ। ਭਾਈ ਕਰਤਾਰ ਸਿੰਘ ਸਰਾਭਾ ਨੇ ਇਹ ਤਜਵੀਜ਼ 17 ਨਵੰਬਰ ਨੂੰ ਲਾਡੋਵਾਲ ਦੇ ਸਟੇਸ਼ਨ ਉੱਤੇ ਹੋਈ ਮੀਟਿੰਗ ਵਿਚ ਵਿਚਾਰਨ ਲਈ ਪੇਸ਼ ਕੀਤੀ। ਪਰ ਭਾਈ ਨਿਧਾਨ ਸਿੰਘ ਚੁੱਘਾ ਨੇ ਇਹ ਤਜਵੀਜ਼ ਦ੍ਰਿੜ੍ਹਤਾ ਨਾਲ ਰੱਦ ਕਰ ਦਿੱਤੀ ਸੀ। ਉਨ੍ਹਾਂ ਦੀ ਦਲੀਲ ਇਹ ਸੀ ਕਿ ਸਮਾਜ ਦੇ ਕਿਸੇ ਮੈਂਬਰ ਨੂੰ ਲੁੱਟਣਾ, ਭਾਵੇਂ ਉਹ ਸ਼ਾਹੂਕਾਰ ਜਾਂ ਸੂਦਖ਼ੋਰ ਹੀ ਕਿਉਂ ਨਾ ਹੋਵੇ, ਉਨ੍ਹਾਂ ਦੀਆਂ ਸਮਾਜੀ ਤੇ ਸੱਭਿਆਚਾਰਕ ਕਦਰ-ਕੀਮਤਾਂ ਅਤੇ ਲਹਿਰ ਦੇ ਆਦਰਸ਼ਾਂ ਨਾਲ ਮੇਲ ਨਹੀਂ ਖਾਂਦਾ ਸੀ। ਉਨ੍ਹਾਂ ਕਿਹਾ ਕਿ ਇਸ ਨਾਲ ਲੋਕਾਂ ਅੰਦਰ ਸਾਡਾ ਅਕਸ ਖ਼ਰਾਬ ਹੋ ਜਾਵੇਗਾ, ਅਸੀਂ ਖ਼ਾਹਮਖ਼ਾਹ ਖ਼ੁਨਾਮੀ ਖੱਟ ਲਵਾਂਗੇ। ਇਸ ਨਾਲ ਅੰਗਰੇਜ਼ ਸਰਕਾਰ ਲਈ ਸਾਨੂੰ ਬਦਨਾਮ ਕਰਨਾ ਸੁਖਾਲਾ ਹੋ ਜਾਵੇਗਾ। ਬਾਅਦ ਵਿਚ ਜਾ ਕੇ ਬਾਬਾ ਨਿਧਾਨ ਸਿੰਘ ਨੇ ਕਿਤੇ ਭਾਈ ਨਾਹਰ ਸਿੰਘ ਨਾਲ ਇਸ ਮੀਟਿੰਗ ਬਾਰੇ ਗੱਲਬਾਤ ਕੀਤੀ ਹੋਵੇਗੀ, ਜਿਸ ਦੇ ਆਧਾਰ 'ਤੇ ਭਾਈ ਨਾਹਰ ਸਿੰਘ ਨੇ ਇਹ ਲਿਖਿਆ ਹੈ ਕਿ :

> "23 ਨਵੰਬਰ 1914 ਨੂੰ ਬੱਦੋਵਾਲ* ਵਿਖੇ ਗ਼ਦਰੀ ਮੋਹਰੀਆਂ ਦੀ ਇਕ ਮੀਟਿੰਗ ਹੋਈ ਸੀ ਜਿਸ ਵਿਚ ਡਾਕੇ ਮਾਰਨ ਦੀ ਤਜਵੀਜ਼ ਪੇਸ਼ ਹੋਈ। ਭਾਈ ਨਿਧਾਨ ਸਿੰਘ ਚੁੱਘਾ ਨੇ ਕਿਹਾ ਸੀ ਕਿ ਡਾਕੇ ਮਾਰਨ ਦੀ ਤਜਵੀਜ਼ ਠੀਕ ਨਹੀਂ। ਰੁਪਿਆ ਤੁਹਾਨੂੰ ਮੈਂ ਲਿਆ ਕੇ ਦੇਵਾਂਗਾ। ਭਾਈ ਨਿਧਾਨ ਸਿੰਘ ਨੂੰ ਸ. ਨਾਨਕ ਸਿੰਘ ਰਈਸ ਭਦੌੜ† ਨੇ ਭਰੋਸਾ ਦਿੱਤਾ ਸੀ ਕਿ ਰੁਪਏ ਦੀ ਸਹਾਇਤਾ ਮੈਂ ਕਰਾਂਗਾ। ਪਰ ਭਾਈ ਨਿਧਾਨ ਸਿੰਘ ਦੀ ਇਸ ਗੱਲ ਪਰ ਅਮਲ ਨਾ ਹੋ ਸਕਿਆ ਕਿਉਂਕਿ ਕਈ ਜੋਸ਼ੀਲੇ ਸੱਜਣਾਂ ਨੇ ਭਾਈ ਸਾਹਿਬ ਦੀ ਗੱਲ ਨੂੰ ਆਵਾਗਉਣ ਹੀ ਮੰਨਿਆ।"[6]

---

* ਜਾਪਦਾ ਹੈ ਇਥੇ ਭਾਈ ਨਾਹਰ ਸਿੰਘ ਨੂੰ ਮੀਟਿੰਗ ਦੀ ਜਗ੍ਹਾ ਤੇ ਤਾਰੀਕ ਬਾਰੇ ਟਪਲਾ ਲੱਗਾ ਹੈ। ਇਹ ਗੱਲ ਠੀਕ ਹੈ ਕਿ 23 ਨਵੰਬਰ ਨੂੰ ਬੱਦੋਵਾਲ ਵਿਖੇ ਗ਼ਦਰੀਆਂ ਦੀ ਫਿਰ ਮੀਟਿੰਗ ਹੋਈ ਸੀ, ਜਿਸ ਦਾ ਵੇਰਵਾ ਅਗਲੇ ਪੰਨਿਆਂ 'ਤੇ ਦਿੱਤਾ ਗਿਆ ਹੈ।

† ਆਪ ਜੀ ਦਾ ਜਨਮ ਭਦੌੜ ਦੇ ਸ਼ਾਹੀ ਘਰਾਣੇ ਵਿਚ ਹੋਇਆ। ਆਪ ਜੀ ਮੁੱਢ ਤੋਂ ਹੀ ਗੁਰਮਤਿ ਦੇ ਪ੍ਰੇਮੀ, ਬਾਣੀ ਦੇ ਰਸੀਏ ਅਤੇ ਸਿੰਘ ਸਭਾ ਲਹਿਰ ਦੇ ਸਰਗਰਮ ਸੇਵਕ ਸਨ। ਆਪਣੇ ਇਲਾਕੇ ਵਿਚ ਸਿੰਘ ਸਭਾ ਲਹਿਰ ਦਾ ਬਹੁਤ ਪ੍ਰਚਾਰ ਕੀਤਾ ਤੇ ਗੁਰਮਤਿ ਦੀਆਂ ਪੁਸਤਕਾਂ ਮੁੱਲ ਲੈ ਕੇ ਮੁਫ਼ਤ ਵੰਡਦੇ ਸਨ...ਅ ਭਰ ਜੁਆਨੀ ਵਿਚ ਹੀ ਚਲਾਣਾ ਕਰ ਗਏ। *('ਮਾਲਵਾ ਸਿੱਖ ਇਤਿਹਾਸ', ਭਾਗ ਦੂਜਾ, ਸਫ਼ਾ 284)*

6. ਗਿਆਨੀ ਨਾਹਰ ਸਿੰਘ, *ਆਜ਼ਾਦੀ ਦੀਆਂ ਲਹਿਰਾਂ*, ਸਫ਼ਾ 63.

ਭਾਈ ਪ੍ਰਿਥਵੀ ਸਿੰਘ (ਲਾਲੜੂ), ਜਿਹੜੇ ਉਸ ਮੀਟਿੰਗ ਵਿਚ ਹਾਜ਼ਰ ਸਨ, ਨੇ ਬਾਅਦ ਵਿਚ ਇਸ ਮੀਟਿੰਗ ਦਾ ਸੰਖੇਪ ਵੇਰਵਾ ਦਿੰਦਿਆਂ ਲਿਖਿਆ ਹੈ ਕਿ:

> "17 ਨਵੰਬਰ ਨੂੰ ਸਾਡੀ ਮੀਟਿੰਗ ਹੋਈ। ਮੇਰੇ ਤੋਂ ਇਲਾਵਾ ਇਸ ਵਿਚ ਬਾਬਾ ਨਿਧਾਨ ਸਿੰਘ ਚੁੱਘਾ, ਪਿਆਰਾ ਸਿੰਘ ਲੰਗੇਰੀ, ਕਰਤਾਰ ਸਿੰਘ ਸਰਾਭਾ, ਜਗਤ ਰਾਮ ਹਰਿਆਨਾ, ਅਮਰ ਸਿੰਘ, ਰਾਮ ਰੱਖਾ ਸਾਹਬਾ ਅਤੇ ਹੋਰ ਸਾਥੀ ਸ਼ਾਮਲ ਸਨ। ਤਿੰਨ ਮੁੱਦਿਆਂ 'ਤੇ ਬਹਿਸ ਚੱਲੀ:
>
> 1. ਪੈਸੇ ਕਿਸ ਤਰ੍ਹਾਂ ਇਕੱਠੇ ਕੀਤੇ ਜਾਣ,
> 2. ਹਥਿਆਰ ਇਕੱਠੇ ਕਿਸ ਤਰ੍ਹਾਂ ਕੀਤੇ ਜਾਣ,
> 3. ਬੰਗਾਲੀ ਦੇਸ਼ ਭਗਤਾਂ ਨਾਲ ਕਿਸ ਤਰ੍ਹਾਂ ਸੰਬੰਧ ਬਣਾਏ ਜਾਣ।
>
> ਪੈਸੇ ਦੇ ਮਾਮਲੇ 'ਤੇ ਜ਼ੋਰਦਾਰ ਬਹਿਸ ਚੱਲੀ। ਇਹ ਗੱਲ ਸਾਫ਼ ਸੀ ਕਿ ਲੋਕਾਂ ਤੋਂ ਚੰਦਾ ਮੰਗਣਾ ਖ਼ਤਰੇ ਤੋਂ ਖ਼ਾਲੀ ਨਹੀਂ ਸੀ। ਕਰਤਾਰ ਸਿੰਘ ਸਰਾਭਾ ਨੇ ਪੈਸੇ ਲਈ ਡਾਕੇ ਮਾਰਨ ਦੀ ਸਲਾਹ ਦਿੱਤੀ। ਬਾਬਾ ਨਿਧਾਨ ਸਿੰਘ ਨੇ ਇਸ ਦਾ ਸਖ਼ਤ ਵਿਰੋਧ ਕੀਤਾ ਅਤੇ ਕਿਹਾ ਕਿ ਇਸ ਦੇ ਬੜੇ ਖ਼ਤਰਨਾਕ ਨਤੀਜੇ ਨਿਕਲਣਗੇ। ਅਸੀਂ ਸਾਰਿਆਂ ਨੇ ਉਸ (ਬਾਬਾ ਨਿਧਾਨ ਸਿੰਘ) ਦੀ ਤਜਵੀਜ਼ ਪਾਸ ਤਾਂ ਕਰ ਲਈ ਪਰ ਅਮਲ ਵਿਚ ਅਸੀਂ ਉਸ ਦੀ ਤਜਵੀਜ਼ ਦੇ ਉਲਟ ਹੀ ਕਰਤਾਰ ਸਿੰਘ ਸਰਾਭਾ ਦੀ ਸਲਾਹ 'ਤੇ ਕੰਮ ਕੀਤਾ।"[7]

ਭਾਈ ਪ੍ਰਿਥਵੀ ਸਿੰਘ ਦੇ ਉਪਰੋਕਤ ਕਥਨ ਤੋਂ ਇਕ ਗੱਲ ਤਾਂ ਭਲੀਭਾਂਤ ਸਪੱਸ਼ਟ ਹੋ ਜਾਂਦੀ ਹੈ ਕਿ ਮੀਟਿੰਗ ਵਿਚ ਹਾਜ਼ਰ ਸਾਰੇ ਹੀ ਮੈਂਬਰਾਂ ਨੇ ਕਰਤਾਰ ਸਿੰਘ ਸਰਾਭਾ ਦੀ 'ਡਾਕੇ ਮਾਰਨ ਦੀ ਸਲਾਹ' ਰੱਦ ਕਰ ਦਿੱਤੀ ਸੀ, ਪਰ ਇਸ ਦੇ ਨਾਲ ਹੀ ਪ੍ਰਿਥਵੀ ਸਿੰਘ ਦਾ ਇਹ ਕਹਿਣਾ ਕਿ ਅਮਲ ਵਿਚ 'ਅਸੀਂ' ਕਰਤਾਰ ਸਿੰਘ ਸਰਾਭਾ ਦੀ ਤਜਵੀਜ਼ ਅਨੁਸਾਰ ਹੀ ਕੰਮ ਕੀਤਾ, ਥੋੜ੍ਹਾ ਭੰਬਲਭੂਸੇ ਵਿਚ ਪਾਉਂਦਾ ਹੈ। ਭਾਈ ਪ੍ਰਿਥਵੀ ਸਿੰਘ ਦਾ ਇਥੇ 'ਅਸੀਂ' ਤੋਂ ਕੀ ਭਾਵ ਹੈ, ਇਹ ਪੂਰਾ ਸਾਫ਼ ਨਹੀਂ ਹੁੰਦਾ। ਜੇ ਇਸ ਦਾ ਭਾਵ ਇਹ ਹੈ ਕਿ ਭਾਈ ਨਿਧਾਨ ਸਿੰਘ ਨੂੰ ਛੱਡ ਕੇ, ਅਮਲ ਵਿਚ ਬਾਕੀ ਸਾਰਿਆਂ ਨੇ ਹੀ ਕਰਤਾਰ ਸਿੰਘ ਦੀ ਸਲਾਹ ਦਾ ਪਾਲਣ ਕੀਤਾ, ਤਾਂ ਇਹ ਗੱਲ ਸ਼ੱਕੀ ਲੱਗਦੀ ਹੈ। ਠੋਸ ਤੱਥ ਇਸ ਦੀ ਪੁਸ਼ਟੀ ਨਹੀਂ ਕਰਦੇ। ਭਾਈ ਪ੍ਰਿਥਵੀ ਸਿੰਘ ਇਸ ਮੀਟਿੰਗ ਤੋਂ ਤਿੰਨ ਹਫ਼ਤੇ ਬਾਅਦ ਹੀ 8 ਦਸੰਬਰ ਨੂੰ ਅੰਬਾਲਾ ਛਾਉਣੀ ਵਿੱਚੋਂ ਗ੍ਰਿਫ਼ਤਾਰ ਹੋ ਗਏ ਸਨ। ਇਨ੍ਹਾਂ ਤਿੰਨਾਂ ਹਫ਼ਤਿਆਂ ਦੇ ਦੌਰਾਨ ਗ਼ਦਰ ਪਾਰਟੀ ਵੱਲੋਂ ਕਿਸੇ ਜਗ੍ਹਾ ਡਾਕਾ ਮਾਰਨ ਦੀ ਕੋਈ ਇਤਲਾਹ ਨਹੀਂ।* ਭਾਈ ਪ੍ਰਿਥਵੀ ਸਿੰਘ ਦੀ ਗ੍ਰਿਫ਼ਤਾਰੀ ਤੋਂ ਬਾਅਦ ਇਸ ਮਸਲੇ 'ਤੇ ਪਾਰਟੀ ਅੰਦਰ ਜੋ ਘਟਨਾ-ਕ੍ਰਮ

---

* ਗ਼ਦਰੀਆਂ ਉੱਤੇ ਚੱਲੇ ਮੁਕੱਦਮਿਆਂ ਨਾਲ ਸੰਬੰਧਿਤ ਸਰਕਾਰੀ ਦਸਤਾਵੇਜ਼ਾਂ ਅੰਦਰ, ਵਾਅਦਾ-ਮੁਆਫ਼ ਗਵਾਹਾਂ ਦੇ ਬਿਆਨਾਂ ਦੇ ਆਧਾਰ 'ਤੇ, ਪਾਰਟੀ ਵੱਲੋਂ ਡਾਕੇ ਮਾਰਨ ਦੇ ਕੀਤੇ ਗਏ ਕੁਝ ਅਸਫਲ ਯਤਨਾਂ ਦਾ ਉਖੜਿਆ-ਪੁਖੜਿਆ ਜ਼ਿਕਰ ਕੀਤਾ ਗਿਆ ਹੈ। ਪਰ ਸਰਸਰੀ ਨਜ਼ਰ ਨਾਲ ਵੇਖਿਆਂ ਹੀ ਇਹ ਗਵਾਹੀਆਂ ਘੜੀਆਂ ਗਈਆਂ ਪ੍ਰਤੀਤ ਹੁੰਦੀਆਂ ਹਨ, ਜਿਸ ਦਾ ਮਕਸਦ ਗ਼ਦਰ ਪਾਰਟੀ ਨੂੰ ਬਦਨਾਮ ਕਰਨਾ ਸੀ। ਕਿਉਂਕਿ ਇਹੀ ਇੱਕੋ-ਇਕ ਗੱਲ ਸੀ ਜਿਸ ਉੱਤੇ ਗ਼ਦਰ ਪਾਰਟੀ ਨੂੰ ਲੋਕਾਂ ਅੰਦਰ ਬਦਨਾਮ ਕੀਤਾ ਜਾ ਸਕਦਾ ਸੀ। ਗ਼ਦਰ ਪਾਰਟੀ ਦੇ ਹੋਰ ਕਿਸੇ ਵੀ ਫ਼ੈਸਲੇ ਜਾਂ ਅਮਲ ਨੂੰ ਆਧਾਰ ਬਣਾ ਕੇ ਉਸ ਨੂੰ ਲੋਕਾਂ ਅੰਦਰ ਭੰਡਣਾ ਸੌਖਾ ਨਹੀਂ ਸੀ। ਸਰਕਾਰੀ ਦਸਤਾਵੇਜ਼ਾਂ ਤੋਂ ਬਿਨਾਂ ਹੋਰ ਕਿਸੇ ਵੀ ਸੋਮੇ ਤੋਂ ਇਸ ਤੱਥ ਦੀ ਪੁਸ਼ਟੀ ਨਹੀਂ ਹੁੰਦੀ। ਕਿਸੇ ਵੀ ਗ਼ਦਰੀ ਬਾਬੇ ਨੇ ਆਪਣੀਆਂ ਲਿਖਤਾਂ ਵਿਚ ਡਾਕੇ ਮਾਰਨ ਦੇ ਇਨ੍ਹਾਂ ਅਸਫਲ ਯਤਨਾਂ ਦਾ ਜ਼ਿਕਰ ਨਹੀਂ ਕੀਤਾ।

7. ਚਰੰਜੀ ਲਾਲ ਕੰਗਣੀਵਾਲ (ਸੰਪਾ.), *ਗ਼ਦਰ ਲਹਿਰ ਦਾ ਮਹਾਂਨਾਇਕ: ਸ਼ਹੀਦ ਕਰਤਾਰ ਸਿੰਘ ਸਰਾਭਾ*, ਸਫ਼ਾ 173.

ਵਾਪਰਿਆ, ਐਨ ਸੰਭਵ ਹੈ ਕਿ ਉਨ੍ਹਾਂ ਨੂੰ ਇਸ ਦੀ ਪੂਰੀ ਠੀਕ ਜਾਣਕਾਰੀ ਨਹੀਂ। ਅਸਲ ਵਿਚ ਹੋਇਆ ਇਹ ਸੀ ਕਿ ਡਾਕੇ ਮਾਰਨ ਦੀ ਤਜਵੀਜ਼ ਇਕ ਵਾਰ ਰੱਦ ਹੋ ਜਾਣ ਤੋਂ ਬਾਅਦ ਇਸ ਉੱਤੇ ਕੋਈ ਅਮਲ ਨਹੀਂ ਹੋਇਆ ਸੀ। ਬਾਅਦ ਵਿਚ ਜਾ ਕੇ ਜਦ ਗ਼ਦਰ ਪਾਰਟੀ ਦਾ ਬੰਗਾਲ ਦੇ ਹਿੰਦੂ ਕ੍ਰਾਂਤੀਕਾਰੀਆਂ ਨਾਲ ਮੇਲ ਹੋਇਆ, ਤਾਂ ਉਨ੍ਹਾਂ ਦੇ ਜ਼ੋਰ ਪਾਉਣ 'ਤੇ ਪਾਰਟੀ ਨੇ ਜਨਵਰੀ 1915 ਦੇ ਅੰਤ ਵਿਚ ਜਾ ਕੇ ਡਾਕੇ ਮਾਰਨ ਦਾ ਫ਼ੈਸਲਾ ਕੀਤਾ। (ਇਸ ਬਾਰੇ ਵਿਸਥਾਰ ਵਿਚ ਚਰਚਾ ਅੱਗੇ ਜਾ ਕੇ ਕਰਾਂਗੇ।)

ਖ਼ੈਰ ਕੁਝ ਵੀ ਹੋਵੇ, ਇਸ ਸਚਾਈ ਤੋਂ ਨਹੀਂ ਮੁੱਕਰਿਆ ਜਾ ਸਕਦਾ ਕਿ ਡਾਕੇ ਮਾਰਨ ਦੇ ਸੁਆਲ 'ਤੇ ਗ਼ਦਰ ਪਾਰਟੀ ਅੰਦਰ ਵਿਚਾਰਾਂ ਦਾ ਵਖਰੇਵਾਂ ਪੈਦਾ ਹੋ ਗਿਆ ਸੀ। ਸ਼ਾਇਦ ਇਹੀ ਇੱਕੋ-ਇਕ ਮਸਲਾ ਸੀ ਜਿਸ ਨੂੰ ਲੈ ਕੇ ਪਾਰਟੀ ਅੰਦਰ ਮੱਤਭੇਦ ਪ੍ਰਗਟ ਹੋਏ ਅਤੇ ਇਹੀ ਮੁੱਦਾ ਹੈ ਜਿਸ ਬਾਰੇ ਜ਼ਿਆਦਾਤਰ ਅਜੋਕੇ ਜੀਵਨੀਕਾਰਾਂ ਤੇ ਲੇਖਕਾਂ ਨੇ ਵੱਡਾ ਟਪਲਾ ਖਾਧਾ ਹੈ।

ਗੱਲ ਬੜੀ ਸਾਦਾ ਹੈ। ਇਨਕਲਾਬੀ ਲਹਿਰਾਂ ਨੂੰ ਅਕਸਰ ਹੀ ਭਾਰੀ ਦਬਾਵਾਂ ਤੇ ਤਣਾਵਾਂ ਹੇਠ ਕੰਮ ਕਰਨਾ ਪੈਂਦਾ ਹੈ। ਇਕ ਪਾਸੇ ਲਹਿਰ ਉੱਚੇ ਆਦਰਸ਼ ਤੇ ਅਸੂਲਾਂ ਨੂੰ ਪਰਣਾਈ ਹੁੰਦੀ ਹੈ, ਤੇ ਦੂਜੇ ਪਾਸੇ ਉਸ ਨੇ ਸਮੇਂ ਦੀਆਂ ਅਮਲੀ ਲੋੜਾਂ ਦਾ ਵੀ ਬਰਾਬਰ ਖ਼ਿਆਲ ਰੱਖਣਾ ਹੁੰਦਾ ਹੈ। ਕਈ ਵੇਰਾਂ ਇਨ੍ਹਾਂ ਦੋਨੋਂ ਪੱਖਾਂ ਵਿਚਕਾਰ ਤਿੱਖਾ ਤਣਾਅ ਪੈਦਾ ਹੋ ਜਾਂਦਾ ਹੈ। ਲਹਿਰਾਂ ਦੇ ਆਗੂਆਂ ਸਾਹਮਣੇ ਕਈ ਵਾਰੀ ਅਜਿਹੀ ਮੁਸ਼ਕਲ ਹਾਲਤ ਪੈਦਾ ਹੋ ਜਾਂਦੀ ਹੈ ਕਿ ਉਨ੍ਹਾਂ ਉੱਤੇ, ਅਮਲੀ ਲੋੜਾਂ ਦੀ ਪੂਰਤੀ ਲਈ ਲਹਿਰ ਦੇ ਆਦਰਸ਼ਾਂ ਤੇ ਅਸੂਲਾਂ ਨਾਲ ਸਮਝੌਤਾ ਕਰਨ ਦਾ ਭਾਰੀ ਦਬਾ ਬਣ ਜਾਂਦਾ ਹੈ। ਅਜਿਹੇ ਮੌਕਿਆਂ 'ਤੇ ਆਗੂਆਂ ਦੀ ਆਪਣੇ ਆਦਰਸ਼ਾਂ ਵਿਚ ਨਿਹਚਾ ਪਰਖ ਵਿਚ ਪੈਂਦੀ ਹੈ। ਲਹਿਰ ਅੰਦਰਲੇ ਕੁਝ ਵਰਗਾਂ ਤੇ ਵਿਅਕਤੀਆਂ ਅੰਦਰ, ਕਈ ਵਾਰੀ, ਆਦਰਸ਼ਾਂ ਨਾਲੋਂ ਅਮਲੀ ਲੋੜਾਂ ਨੂੰ ਪ੍ਰਮੁੱਖਤਾ ਦੇਣ ਦੀ ਉਲਾਰ ਪ੍ਰਵਿਰਤੀ ਪੈਦਾ ਹੋ ਜਾਂਦੀ ਹੈ। ਇਸ ਦੇ ਕਾਰਨ ਕੋਈ ਵੀ ਹੋ ਸਕਦੇ ਹਨ। ਹਰ ਇਨਕਲਾਬੀ ਲਹਿਰ ਨੂੰ ਇਸ ਸਥਿਤੀ ਦਾ ਸਾਹਮਣਾ ਕਰਨਾ ਪੈਂਦਾ ਹੈ।

ਸ਼ਹੀਦ ਕਰਤਾਰ ਸਿੰਘ ਸਰਾਭਾ ਪ੍ਰਤਿ ਸ਼ਰਧਾ-ਭਾਵਨਾ 'ਚੋਂ ਲਿਖੀਆਂ ਜੀਵਨੀਆਂ/ਲਿਖਤਾਂ ਅੰਦਰ, ਆਮ ਕਰਕੇ, ਉਸ ਦੀ ਡਾਕੇ ਮਾਰਨ ਦੀ ਤਜਵੀਜ਼ ਨੂੰ ਪੂਰਾ ਸਹੀ ਤੇ ਵਾਜਿਬ ਠਹਿਰਾਉਣ ਦੇ ਯਤਨ ਕੀਤੇ ਗਏ ਹਨ। ਅਜਿਹਾ ਕਰਦਿਆਂ ਕਈ ਲੇਖਕਾਂ ਦੀ, ਇਸ ਮਸਲੇ ਬਾਰੇ ਬਹੁਤ ਹੀ ਬੇਢਬੀ ਸਮਝ ਤੇ ਪਹੁੰਚ ਉਜਾਗਰ ਹੋਈ ਹੈ। ਕਈਆਂ ਦਾ ਇਹ ਯਤਨ, ਅਣਚਾਹੇ ਤੌਰ 'ਤੇ, ਭਾਈ ਕਰਤਾਰ ਸਿੰਘ ਸਰਾਭਾ ਦੀ ਸ਼ੋਭਾ ਵਧਾਉਣ ਦੀ ਬਜਾਇ, ਉਸ ਦੀ ਇਨਕਲਾਬੀ ਸ਼ਾਨ ਨੂੰ ਮੱਧਮ ਪਾਉਣ ਵਿਚ ਸਹਾਈ ਹੋਇਆ ਹੈ।

ਸ਼ਹੀਦ ਭਗਤ ਸਿੰਘ ਦੀ ਨੁਕਸਦਾਰ ਧਾਰਨਾ

ਸ਼ਹੀਦ ਭਗਤ ਸਿੰਘ ਨੇ ਕਰਤਾਰ ਸਿੰਘ ਸਰਾਭਾ ਦੇ ਜੀਵਨ ਬਾਰੇ ਲਿਖੇ ਇਕ ਲੇਖ ਅੰਦਰ, ਡਾਕੇ ਮਾਰਨ ਬਾਰੇ ਉਸ ਦੀ ਸਮਝ ਤੇ ਪਹੁੰਚ ਦੀ ਪੇਸ਼ਕਾਰੀ ਇਸ ਤਰ੍ਹਾਂ ਕੀਤੀ ਹੈ :

> "ਪੈਸੇ ਦੀ ਕਮੀ ਪੂਰੀ ਕਰਨ ਲਈ ਆਪ ਨੇ ਇਕ ਬੰਦੇ ਦੇ ਘਰ ਡਾਕੇ ਦੀ ਯੋਜਨਾ ਬਣਾ ਲਈ। ਡਾਕੇ ਦਾ ਨਾਂ ਸੁਣਦਿਆਂ ਹੀ ਵਿਦਰੋਹੀ ਵੀਰ ਸੁੰਨ ਹੋ ਗਏ, ਪਰ ਆਪ ਨੇ ਕਹਿ ਦਿੱਤਾ - 'ਕੋਈ ਡਰ ਨਹੀਂ, ਭਾਈ ਪਰਮਾਨੰਦ ਵੀ ਡਕੈਤੀ ਨਾਲ ਸਹਿਮਤ ਹਨ।' (ਭਾਈ ਪਰਮਾਨੰਦ ਨੂੰ) ਪੁੱਛ ਕੇ ਆਉਣ ਦਾ ਜ਼ਿੰਮਾ ਆਪ ਨੂੰ ਸੌਂਪਿਆ ਗਿਆ।

> ਅਗਲੇ ਦਿਨ (ਪਰਮਾਨੰਦ ਨੂੰ) ਬਿਨਾਂ ਮਿਲੇ ਹੀ ਜਾ ਕੇ ਕਹਿ ਦਿੱਤਾ - 'ਪੁੱਛ ਆਇਆ ਹਾਂ। ਉਹ ਸਹਿਮਤ ਹਨ।' ਗ਼ਦਰ ਦੀ ਤਿਆਰੀ ਵਿਚ ਸਿਰਫ਼ ਪੈਸੇ ਦੀ ਕਮੀ ਕਾਰਨ ਕੁਝ ਦੇਰ ਹੋ ਜਾਵੇ, ਉਹ ਇਹ ਬਰਦਾਸ਼ਤ ਨਹੀਂ ਕਰ ਸਕਦੇ ਸਨ।"[8]

ਸਭ ਤੋਂ ਪਹਿਲੀ ਗੱਲ ਤਾਂ ਇਹ, ਕਿ ਉਪਰੋਕਤ ਪੇਸ਼ਕਾਰੀ ਤੱਥਾਂ ਪੱਖੋਂ ਹੀ ਸਹੀ (factual) ਨਹੀਂ ਹੈ। ਅਜਿਹੀ ਕੋਈ ਗੱਲ ਹਕੀਕਤ ਵਿਚ ਹੋਈ ਹੀ ਨਹੀਂ ਸੀ। ਕਿਸੇ ਨੇ ਇਹ ਗੱਲ ਝੂਠੀ ਫੈਲਾ ਦਿੱਤੀ ਸੀ। ਭਾਈ ਪਰਮਾਨੰਦ ਨੇ ਆਪਣੀ ਸਵੈ-ਜੀਵਨੀ ਅੰਦਰ ਸਪੱਸ਼ਟ ਲਿਖਿਆ ਹੈ ਕਿ ਮੈਂ ਜਦੋਂ ਲਾਹੌਰ ਜੇਲ੍ਹ ਅੰਦਰ ਕਰਤਾਰ ਸਿੰਘ ਸਰਾਭਾ ਤੋਂ ਇਸ ਬਾਰੇ ਪੁੱਛ-ਗਿੱਛ ਕੀਤੀ ਸੀ ਤਾਂ ਉਸ ਨੇ ਅਜਿਹੀ ਕਿਸੇ ਗੱਲ ਤੋਂ ਸਾਫ਼ ਇਨਕਾਰ ਕਰ ਦਿੱਤਾ ਸੀ।*[9] ਜਿਸ ਤੋਂ ਸਿੱਧ ਹੁੰਦਾ ਹੈ ਕਿ ਸ਼ਹੀਦ ਭਗਤ ਸਿੰਘ ਨੇ ਇਹ ਗੱਲ ਅਫ਼ਵਾਹ ਦੇ ਆਧਾਰ 'ਤੇ ਹੀ ਲਿਖ ਦਿੱਤੀ ਸੀ। ਪਰ ਤੱਥ ਦੀ ਗ਼ਲਤੀ ਨਾਲੋਂ ਵੱਧ ਅਹਿਮ ਗੱਲ ਇਹ ਹੈ, ਕਿ ਸ਼ਹੀਦ ਭਗਤ ਸਿੰਘ ਨੇ ਨਾ ਸਿਰਫ਼ ਭਾਈ ਕਰਤਾਰ ਸਿੰਘ ਸਰਾਭਾ ਨੂੰ ਝੂਠ ਬੋਲਦਾ ਦਿਖਾਇਆ ਹੈ, ਸਗੋਂ ਉਸ ਦੇ ਇਸ ਕਰਮ ਨੂੰ ਵਾਜਿਬ ਵੀ ਠਹਿਰਾਇਆ ਹੈ।

---

* ਸ਼ਹੀਦ ਭਗਤ ਸਿੰਘ ਦਾ ਉਪਰੋਕਤ ਕਥਨ ਇਕ ਹੋਰ ਪੱਖ ਤੋਂ ਵੀ ਦੋਸ਼ਪੂਰਨ ਹੈ। ਇਸ ਵਿੱਚੋਂ ਗ਼ਦਰ ਪਾਰਟੀ ਅੰਦਰ ਭਾਈ ਪਰਮਾਨੰਦ ਦੇ ਰੁਤਬੇ ਤੇ ਮਹੱਤਵ ਬਾਰੇ ਬਹੁਤ ਹੀ ਗ਼ਲਤ ਪ੍ਰਭਾਵ ਬਣਦਾ ਹੈ। ਇਸ ਤੋਂ ਇੰਜ ਪ੍ਰਤੀਤ ਹੁੰਦਾ ਹੈ ਜਿਵੇਂ ਪਾਰਟੀ ਅਕਸਰ ਹੀ ਭਾਈ ਪਰਮਾਨੰਦ ਕੋਲੋਂ ਸਲਾਹ ਲੈਂਦੀ ਸੀ ਅਤੇ ਉਸ ਦੀ ਰਾਇ ਨੂੰ ਅੰਤਿਮ ਸਮਝਿਆ ਜਾਂਦਾ ਸੀ। ਹਕੀਕਤ ਵਿਚ ਅਜਿਹੀ ਉਕਾ ਹੀ ਕੋਈ ਗੱਲ ਨਹੀਂ ਸੀ। ਸਚਾਈ ਇਹ ਸੀ ਕਿ ਭਾਈ ਪਰਮਾਨੰਦ ਕਦੇ ਵੀ ਗ਼ਦਰ ਪਾਰਟੀ ਦਾ ਹਿੱਸਾ ਨਹੀਂ ਬਣੇ ਸਨ। ਉਨ੍ਹਾਂ ਨੇ ਹਮੇਸ਼ਾ ਹੀ ਇਸ ਤੋਂ ਦੂਰੀ ਬਣਾ ਕੇ ਰੱਖੀ ਸੀ। ਇਹ ਗੱਲ ਉਨ੍ਹਾਂ ਦੀ ਸਵੈ-ਜੀਵਨੀ 'ਚੋਂ ਪ੍ਰਤੱਖ ਹੋ ਜਾਂਦੀ ਹੈ। ਸਗੋਂ ਜੇਲ੍ਹ ਅੰਦਰ ਉਸ ਨੇ ਕਈ ਮੌਕਿਆਂ 'ਤੇ ਪਾਰਟੀ ਦੇ ਵਿਰੁੱਧ ਕੰਮ ਕੀਤਾ। ਉਸ ਨੇ ਗ਼ਦਰ ਪਾਰਟੀ ਦੀ ਕਿਸੇ ਵੀ ਸਰਗਰਮੀ ਵਿਚ ਹਿੱਸਾ ਨਹੀਂ ਲਿਆ ਸੀ। ਅਮਰੀਕਾ ਅੰਦਰ ਉਸ ਦੀ ਕੁਝ ਗ਼ਦਰੀ ਆਗੂਆਂ ਨਾਲ ਜਾਣ-ਪਛਾਣ ਬਣ ਗਈ ਸੀ। ਉਹ ਬਹੁਤ ਪਹਿਲਾਂ ਅਮਰੀਕਾ ਤੋਂ ਦੇਸ਼ ਪਰਤ ਆਇਆ ਸੀ। ਪੁਰਾਣੀ ਜਾਣ-ਪਛਾਣ ਕਰਕੇ ਕੁਝ ਗ਼ਦਰੀ ਗਾਹੇ ਬਗਾਹੇ ਲਾਹੌਰ ਅੰਦਰ ਉਸ ਦੀ ਦੁਕਾਨ 'ਤੇ ਗੇੜਾ ਮਾਰ ਲੈਂਦੇ ਸਨ। ਉਹ ਕਦੇ ਅੜੇ ਥੁੜੇ, ਇਕ ਦੂਜੇ ਨੂੰ ਸੁਨੇਹਾ ਪੱਤਾ ਦੇਣ ਵਾਸਤੇ ਉਸ ਦੇ ਅੱਡੇ ਦੀ ਵਰਤੋਂ ਕਰ ਲੈਂਦੇ ਸਨ। ਇਸ ਤੋਂ ਵੱਧ ਉਸ ਦਾ ਪਾਰਟੀ ਨਾਲ ਹੋਰ ਕੋਈ ਲੈਣਾ ਦੇਣਾ ਨਹੀਂ ਸੀ। ਅੰਗਰੇਜ਼ ਸਰਕਾਰ ਉਸ ਦੇ ਬਰਤਾਨੀਆ ਵਿਰੋਧੀ ਆਰੀਆ ਸਮਾਜੀ ਖ਼ਿਆਲਾਂ ਕਰਕੇ ਉਸ ਉੱਤੇ ਖ਼ਫ਼ਾ ਸੀ। ਉਸ ਵੱਲੋਂ ਭਾਰਤ ਦੇ ਇਤਿਹਾਸ ਬਾਰੇ ਲਿਖੀ ਇਕ ਕਿਤਾਬ ਅੰਗਰੇਜ਼ ਸਰਕਾਰ ਨੂੰ ਗਵਾਰਾ ਨਹੀਂ ਹੋਈ ਸੀ। ਜਿਸ ਕਰਕੇ ਸਰਕਾਰ ਨੇ, ਉਸ ਦੇ ਗ਼ਦਰ ਪਾਰਟੀ ਨਾਲ ਸੰਬੰਧਾਂ ਦਾ ਬਹਾਨਾ ਬਣਾ ਕੇ ਉਸ ਨੂੰ ਗ੍ਰਿਫ਼ਤਾਰ ਕਰ ਕੇ ਗ਼ਦਰੀ ਆਗੂਆਂ ਨਾਲ ਹੀ ਪਹਿਲੇ ਲਾਹੌਰ ਸਾਜ਼ਿਸ਼ ਕੇਸ ਵਿਚ ਅੜੁੰਗ ਲਿਆ ਸੀ। ਸ਼ਹੀਦ ਭਗਤ ਸਿੰਘ ਨੂੰ ਜਾਂ ਤਾਂ ਇਨ੍ਹਾਂ ਤੱਥਾਂ ਦੀ ਜਾਣਕਾਰੀ ਨਹੀਂ ਸੀ, ਅਤੇ ਜਾਂ ਫਿਰ ਉਹ ਭਾਈ ਪਰਮਾਨੰਦ ਪ੍ਰਤਿ ਆਪਣੇ ਉਲਾਰ ਸ਼ਰਧਾ ਭਾਵ ਕਰਕੇ ਗ਼ਲਤਫ਼ਹਿਮੀ ਦਾ ਸ਼ਿਕਾਰ ਹੋ ਗਿਆ ਸੀ। ਅਸਲ ਵਿਚ ਭਾਈ ਪਰਮਾਨੰਦ ਨੂੰ ਆਪਣਾ ਮਹੱਤਵ ਵਧਾਅ-ਚੜ੍ਹਾਅ ਕੇ ਦਰਸਾਉਣ ਦੀ ਵਾਦੀ ਸੀ। ਇਸ ਮੰਤਵ ਲਈ ਉਹ ਝੂਠ ਦਾ ਸਹਾਰਾ ਲੈਂਣ ਤੋਂ ਝਿਜਕ ਨਹੀਂ ਮੰਨਦਾ ਸੀ। ਆਪਣੀ ਸਵੈ-ਜੀਵਨੀ ਅੰਦਰ ਉਸ ਨੇ, ਆਪਣੇ ਆਪ ਨੂੰ ਭਾਈ ਕਰਤਾਰ ਸਿੰਘ ਸਰਾਭਾ ਦਾ 'ਸਿਆਸੀ ਉਸਤਾਦ' ਦਰਸਾਉਣ ਲਈ ਕਈ ਮਨਘੜਤ ਕਿੱਸੇ ਲਿਖ ਮਾਰੇ ਹਨ। ਆਪਣੇ ਝੂਠਾਂ ਨੂੰ ਸੱਚੇ ਦਰਸਾਉਣ ਲਈ ਉਸ ਨੇ ਇਕ ਜਗ੍ਹਾ ਭਾਈ ਸਰਾਭਾ ਦੇ 'ਝੂਠ ਬੋਲਣ ਦੇ ਸੁਭਾਅ' ਵੱਲ ਇਸ਼ਾਰਾ ਕਰਨ ਦੀ ਕੋਝੀ ਹਰਕਤ ਕੀਤੀ ਹੈ। (ਵੇਖੋ ਸਫ਼ਾ 69, ਉਪਰੋਂ ਤੀਜੀ ਸਤਰ) ਬਾਬਾ ਸੋਹਣ ਸਿੰਘ ਭਕਨਾ ਨੇ ਆਪਣੀ ਆਤਮ ਕਥਾ *(ਮੇਰੀ ਰਾਮ ਕਹਾਣੀ)* ਵਿਚ, ਭਾਈ ਪਰਮਾਨੰਦ ਵੱਲੋਂ ਆਪਣੀਆਂ ਲਿਖਤਾਂ ਅੰਦਰ, ਸਿੱਖਾਂ ਪ੍ਰਤਿ ਸਾੜੇ ਦੀ ਭਾਵਨਾ 'ਚੋਂ ਗ਼ਦਰ ਲਹਿਰ ਬਾਰੇ ਲਿਖੇ ਬਹੁਤ ਸਾਰੇ ਝੂਠਾਂ ਦਾ ਪਾਜ ਉਘਾੜਿਆ ਹੈ।

8. ਚਰੰਜੀ ਲਾਲ ਕੰਗਣੀਵਾਲ, *ਗ਼ਦਰ ਲਹਿਰ ਦਾ ਮਹਾਂਨਾਇਕ : ਸ਼ਹੀਦ ਕਰਤਾਰ ਸਿੰਘ ਸਰਾਭਾ*, ਸਫ਼ਾ 100 (ਗੱਲ ਨੂੰ ਵੱਧ ਸਪੱਸ਼ਟ ਕਰਨ ਲਈ ਬਰੈਕਟਾਂ ਅੰਦਰਲੇ ਸ਼ਬਦ ਸਾਡੇ ਵੱਲੋਂ ਦਿੱਤੇ ਗਏ ਹਨ)।
9. ਭਾਈ ਪਰਮਾਨੰਦ, *ਆਪ ਬੀਤੀ*, ਸਫ਼ਾ 68.

ਇਸ ਤੋਂ ਸ਼ਹੀਦ ਭਗਤ ਸਿੰਘ ਦੀ, ਇਨਕਲਾਬੀ ਲਹਿਰ ਅੰਦਰ ਨੈਤਿਕਤਾ (morality) ਬਾਰੇ ਸਮਝ ਉਜਾਗਰ ਹੋ ਜਾਂਦੀ ਹੈ। ਉਸ ਦਾ ਭਾਵ ਸਪੱਸ਼ਟ ਹੈ, ਕਿ ਇਨਕਲਾਬੀ ਲਹਿਰ ਨੂੰ ਅੱਗੇ ਵਧਾਉਣ ਲਈ ਜੇਕਰ ਆਪਣੇ ਹੀ ਸਾਥੀਆਂ ਕੋਲ ਵੀ ਝੂਠ ਬੋਲਣਾ ਪੈ ਜਾਵੇ, ਤਾਂ ਇਹ ਅਨੈਤਿਕ ਨਹੀਂ। ਮੰਤਵ ਪੂਰਾ ਹੋਣਾ ਚਾਹੀਦਾ ਹੈ।

ਹਕੀਕਤ ਵਿਚ ਇਹ ਮਸਲਾ 'ਨਿਸ਼ਾਨੇ' ਤੇ 'ਸਾਧਨਾਂ' (ends and means) ਦੇ ਆਪਸੀ ਰਿਸ਼ਤੇ ਦਾ ਹੈ। ਇਨਕਲਾਬੀ ਲਹਿਰਾਂ ਅੰਦਰ ਇਸ ਬਾਰੇ ਦੋ ਕਿਸਮ ਦੀਆਂ ਸਮਝਾਂ ਪਾਈਆਂ ਜਾਂਦੀਆਂ ਹਨ। ਇਕ, ਇਹ ਕਿ ਉੱਤਮ ਨਿਸ਼ਾਨਾ ਹਾਸਲ ਕਰਨ ਲਈ ਸਾਧਨ ਵੀ ਓਨੇ ਹੀ ਉੱਤਮ ਅਪਨਾਉਣੇ ਚਾਹੀਦੇ ਹਨ। ਇਸ ਸਚਿਆਰੀ ਸਮਝ ਦੇ ਉਲਟ, ਇਹ ਉਪਯੋਗਤਾਵਾਦੀ (utilitarian) ਧਾਰਨਾ ਪ੍ਰਚਲਿਤ ਹੈ ਕਿ ਨੇਕ ਉਦੇਸ਼ਾਂ ਦੀ ਪੂਰਤੀ ਲਈ, ਠੀਕ ਗ਼ਲਤ, ਕੋਈ ਵੀ ਢੰਗ ਅਪਣਾਇਆ ਜਾ ਸਕਦਾ ਹੈ। ਇਨਕਲਾਬੀ ਲਹਿਰਾਂ ਨੂੰ ਅਕਸਰ ਹੀ ਇਸ ਸਮੱਸਿਆ ਨਾਲ ਜੂਝਣਾ ਪੈਂਦਾ ਹੈ।

ਕਈ ਲੇਖਕਾਂ ਵੱਲੋਂ ਇਸ ਮਸਲੇ 'ਤੇ ਭਾਈ ਕਰਤਾਰ ਸਿੰਘ ਸਰਾਭਾ ਦਾ ਪੱਖ ਲੈਣ ਦਾ ਇਕ ਕਾਰਨ ਇਹ ਵੀ ਹੈ, ਕਿ ਇਨਕਲਾਬੀ ਲਹਿਰਾਂ ਤੇ ਇਸ ਦੇ ਨਾਇਕਾਂ ਬਾਰੇ ਉਨ੍ਹਾਂ ਦੀ ਸਮਝ ਯਥਾਰਥਕ ਨਾ ਹੋ ਕੇ, ਭਾਵਆਤਮਿਕ ਅਥਵਾ ਆਦਰਸ਼ਵਾਦੀ (idealistic) ਹੈ। ਉਹ ਇਹ ਮੰਨ ਕੇ ਚੱਲਦੇ ਹਨ ਕਿ ਇਨਕਲਾਬੀ ਸੂਰਮਿਆਂ ਅੰਦਰ ਕੋਈ ਵੀ ਸਿਧਾਂਤਕ ਜਾਂ ਸਦਾਚਾਰਕ ਤਰੁੱਟੀ ਨਹੀਂ ਹੋ ਸਕਦੀ ਅਤੇ ਉਹ ਕਦੇ ਵੀ ਗ਼ਲਤ ਨਹੀਂ ਹੋ ਸਕਦੇ। ਜਦ ਕਿ ਅਜਿਹਾ ਸੋਚਣਾ ਗ਼ੈਰ-ਕੁਦਰਤੀ ਹੈ। 'ਭੁਲਣ ਅੰਦਰਿ ਸਭੁ ਕੋ ਅਭੁਲੁ ਗੁਰੂ ਕਰਤਾਰੁ' ਦੇ ਮਹਾਂਵਾਕ ਅਨੁਸਾਰ ਹੱਡ ਮਾਸ ਦਾ ਪੁਤਲਾ ਕੋਈ ਵੀ ਮਨੁੱਖ, ਕਿੱਡਾ ਵੀ ਮਹਾਨ ਕਿਉਂ ਨਾ ਹੋਵੇ, ਊਣਤਾਈਆਂ ਤੋਂ ਪੂਰਨ ਰੂਪ ਵਿਚ ਸੁਰਖ਼ਰੂ ਨਹੀਂ ਹੋ ਸਕਦਾ। ਅਦੁੱਤੀ ਗੁਣਾਂ ਦਾ ਧਾਰਨੀ ਵਿਅਕਤੀ ਵੀ ਕਿਸੇ ਮੌਕੇ ਸੋਚ ਤੇ ਅਮਲ ਦੇ ਖੇਤਰ ਵਿਚ ਕੋਈ ਗ਼ਲਤੀ ਕਰ ਸਕਦਾ ਹੈ। ਕਿਸੇ ਇਕ ਅੱਧੀ ਗ਼ਲਤੀ ਨਾਲ ਹੀ ਉਸ ਦੀ ਮਹਾਨਤਾ ਘੱਟ ਨਹੀਂ ਜਾਂਦੀ। ਅਹਿਮ ਗੱਲ ਉਸ ਦੀ ਸੁਹਿਰਦਤਾ ਹੁੰਦੀ ਹੈ। ਇਨਕਲਾਬੀਆਂ ਦਾ ਇਹੀ ਸਭ ਤੋਂ ਵੱਡਾ ਇਖ਼ਲਾਕੀ ਗੁਣ ਹੁੰਦਾ ਹੈ।

ਡਾਕਿਆਂ ਬਾਰੇ ਭਾਈ ਕਰਤਾਰ ਸਿੰਘ ਸਰਾਭਾ ਦੀ ਸਮਝ ਤੇ ਪਹੁੰਚ ਨੂੰ ਜੇਕਰ ਉਪਰੋਕਤ ਨਜ਼ਰੀਏ ਤੋਂ ਵੇਖਿਆ ਜਾਵੇ ਤਾਂ ਇਹ ਸਚਾਈ ਮੰਨ ਲੈਣ ਵਿਚ ਕੋਈ ਝਿਜਕ ਨਹੀਂ ਹੋਣੀ ਚਾਹੀਦੀ ਕਿ ਇਸ ਮਸਲੇ 'ਤੇ ਉਸ ਕੋਲੋਂ ਨਿਸਚਤ ਤੌਰ 'ਤੇ ਉਕਾਈ ਹੋਈ ਸੀ। ਉਸ ਦੀ ਸਮੁੱਚੀ ਸ਼ਖ਼ਸੀਅਤ ਤੇ ਮੀਜਾ (Temperament) ਤੋਂ ਇਸ ਦੇ ਕਾਰਨ ਬਾਰੇ ਕਿਆਫ਼ਾ ਲਾਇਆ ਜਾ ਸਕਦਾ ਹੈ। ਜੰਗ ਲੱਗਣ ਨਾਲ ਦੇਸ਼ ਦੇ ਅੰਦਰ ਬਾਹਰਮੁਖੀ ਹਾਲਤਾਂ ਕਿੰਨੀਆਂ ਸਾਜ਼ਗਾਰ ਹੋ ਗਈਆਂ ਸਨ, ਇਸ ਦਾ ਅਹਿਸਾਸ ਭਾਈ ਕਰਤਾਰ ਸਿੰਘ ਸਰਾਭੇ ਤੋਂ ਬਿਨਾਂ ਹੋਰ ਕਿਸ ਨੂੰ ਹੋ ਸਕਦਾ ਸੀ! ਅੰਗਰੇਜ਼ ਸਰਕਾਰ ਦਾ ਤਖ਼ਤਾ ਉਲਟਾਉਣ ਲਈ ਜਿੰਨੀ ਅੱਗ ਉਸ ਦੇ ਹਿਰਦੇ ਵਿਚ ਬਲ ਰਹੀ ਸੀ, ਓਨੀ ਸ਼ਾਇਦ ਹੋਰ ਕਿਸੇ ਦੇ ਨਹੀਂ। ਇਸ ਕਰਕੇ ਦੋ ਮਹੀਨਿਆਂ ਤੋਂ ਉਹ ਆਰਾਮ ਕਰਨਾ ਭੁੱਲ ਗਿਆ ਸੀ। ਉਸ ਨੇ ਮਿਹਨਤ ਤੇ ਭੱਜ ਨੱਠ ਕਰਨ ਵਿਚ ਮਸ਼ੀਨਾਂ ਨੂੰ ਮਾਤ ਪਾ ਦਿੱਤਾ ਸੀ। ਉਸ ਨੂੰ ਮਹਿਸੂਸ ਹੋ ਰਿਹਾ ਸੀ ਕਿ ਸਿਰਫ਼ ਪੈਸੇ ਤੇ ਹਥਿਆਰਾਂ ਦੀ ਤੋਟ ਕਾਰਨ ਹੀ ਬਗ਼ਾਵਤ ਦਾ ਕਾਰਜ ਲੇਟ ਹੋਈ ਜਾ ਰਿਹਾ ਸੀ। ਦਿਨ ਤੇਜ਼ੀ ਨਾਲ ਲੰਘੀ ਜਾ ਰਹੇ ਸਨ। ਜਿਨ੍ਹਾਂ ਸਿਪਾਹੀਆਂ ਦੀ ਮੱਦਦ ਨਾਲ ਉਨ੍ਹਾਂ ਨੇ ਲਾਹੌਰ ਤੇ ਫ਼ਿਰੋਜ਼ਪੁਰ ਦੀਆਂ ਛਾਉਣੀਆਂ ਅੰਦਰ ਬਗ਼ਾਵਤ ਦਾ ਮਹੂਰਤ

ਕਰਨਾ ਸੀ, ਉਨ੍ਹਾਂ ਸਿਪਾਹੀਆਂ ਨੂੰ ਕਿਸੇ ਵੇਲੇ ਵੀ ਦੇਸ਼ ਤੋਂ ਬਾਹਰ ਜੰਗ ਦੇ ਮੋਰਚਿਆਂ 'ਤੇ ਚਲੇ ਜਾਣ ਦੇ ਫ਼ਰਮਾਨ ਜਾਰੀ ਹੋ ਸਕਦੇ ਸਨ। ਉਸ ਤੋਂ ਬਾਅਦ ਗ਼ਦਰੀ ਇਨਕਲਾਬੀਆਂ ਨੇ ਹੱਥ ਮਲਦੇ ਹੀ ਰਹਿ ਜਾਣਾ ਸੀ। ਉਨ੍ਹਾਂ ਨੂੰ ਆਪਣੇ ਹਿਮਾਇਤੀਆਂ ਕੋਲੋਂ ਜਿੰਨੇ ਫ਼ੰਡਾਂ ਦੀ ਉਮੀਦ ਸੀ, ਉਹ ਮਿਲ ਨਹੀਂ ਰਹੇ ਸਨ। ਜਿਸ ਨਾਲ ਕਰਤਾਰ ਸਿੰਘ ਸਰਾਭਾ ਵਰਗੇ ਇਨਕਲਾਬੀ, ਜਿਸ ਦਾ ਆਪਣਾ ਰੋਮ ਰੋਮ ਗ਼ਦਰ ਨੂੰ ਸਮਰਪਿਤ ਸੀ, ਦੇ ਮਨ ਅੰਦਰ ਦਾਨੀ ਲੋਕਾਂ ਬਾਰੇ ਕੁਝ ਹੱਦ ਤਕ ਬੇਭਰੋਸਗੀ ਪੈਦਾ ਹੋ ਜਾਣੀ ਗ਼ੈਰ-ਸੁਭਾਵਿਕ ਨਹੀਂ ਸੀ। ਅਜਿਹੀ ਮਨੋਅਵਸਥਾ ਵਿਚ ਉਸ ਵਰਗੇ ਲੋਕਾਂ ਵੱਲੋਂ ਬਾਬਾ ਨਿਧਾਨ ਸਿੰਘ ਚੁੱਘਾ ਦੀ, ਸ. ਨਾਨਕ ਸਿੰਘ ਭਦੌੜ ਬਾਰੇ ਕਹੀ ਗੱਲ ਨੂੰ 'ਆਵਾਗਉਣ ਹੀ' ਸਮਝ ਲੈਣਾ ਕੋਈ ਵੱਡੀ ਗੱਲ ਨਹੀਂ ਸੀ।

ਪਰ ਕੁੱਛ ਵੀ ਹੋਵੇ, ਅਸੂਲੀ ਤੌਰ 'ਤੇ ਭਾਈ ਕਰਤਾਰ ਸਿੰਘ ਸਰਾਭਾ ਦੀ ਇਸ ਸੋਚ ਨੂੰ ਵਾਜਿਬ ਨਹੀਂ ਠਹਿਰਾਇਆ ਜਾ ਸਕਦਾ। ਜਿਵੇਂ ਕਿ ਅਸੀਂ ਅੱਗੇ ਜਾ ਕੇ ਵੇਖਾਂਗੇ, ਗ਼ਦਰ ਲਹਿਰ ਦੇ ਬਾਕੀ ਸਾਰੇ ਹੀ ਆਗੂਆਂ ਨੇ ਇਸ ਨੂੰ ਗ਼ਦਰ ਪਾਰਟੀ ਦੇ ਪ੍ਰਵਾਨਤ ਅਸੂਲਾਂ ਦੀ ਉਲੰਘਣਾ ਵਜੋਂ ਹੀ ਲਿਆ ਸੀ। ਬਾਅਦ ਵਿਚ ਜਾ ਕੇ ਸਾਰਿਆਂ ਨੂੰ ਹੀ ਇਸ ਉੱਤੇ ਗ਼ਹਿਰਾ ਅਫ਼ਸੋਸ ਹੋਇਆ ਸੀ। ਪਰ ਇਸ ਦੇ ਬਾਵਜੂਦ ਕਿਸੇ ਵੀ ਗ਼ਦਰੀ ਆਗੂ ਜਾਂ ਵਰਕਰ ਦੇ ਮਨ ਅੰਦਰ, ਇਸ ਵਜ੍ਹਾ ਕਰਕੇ, ਭਾਈ ਕਰਤਾਰ ਸਿੰਘ ਸਰਾਭਾ ਪ੍ਰਤਿ ਪਿਆਰ ਤੇ ਸਤਿਕਾਰ ਦੇ ਭਾਵ ਵਿਚ ਮਾਸਾ ਭਰ ਵੀ ਕਮੀ ਨਹੀਂ ਆਈ ਸੀ। ਬਾਬਾ ਸੋਹਣ ਸਿੰਘ ਭਕਨਾ, ਬਾਬਾ ਨਿਧਾਨ ਸਿੰਘ ਚੁੱਘਾ, ਮਾਸਟਰ ਊਧਮ ਸਿੰਘ ਕਸੇਲ, ਭਾਈ ਸੰਤੋਖ ਸਿੰਘ, ਭਾਈ ਸਾਹਿਬ ਭਾਈ ਰਣਧੀਰ ਸਿੰਘ ਸਮੇਤ ਸਾਰਿਆਂ ਨੇ ਹੀ ਉਸ ਨੂੰ ਪੂਰਾ ਪਿਆਰ ਤੇ ਇਜ਼ਤ ਮਾਣ ਬਖ਼ਸ਼ਿਆ ਸੀ। ਉਨ੍ਹਾਂ ਨੇ ਜਦੋਂ ਵੀ ਉਸ ਨੂੰ ਯਾਦ ਕੀਤਾ, ਉਸ ਪ੍ਰਤਿ ਤੀਬਰ ਸਨੇਹ ਤੇ ਸਨਮਾਨ ਪ੍ਰਗਟਾਇਆ।

ਬਗ਼ਾਵਤ ਦੇ ਅਸਫਲ ਯਤਨ

ਗ਼ਦਰੀ ਆਗੂ ਅਮਰੀਕਾ-ਕਨੇਡਾ ਤੋਂ ਇਹ ਧਾਰ ਕੇ ਚੱਲੇ ਸਨ ਕਿ ਉਹ ਜਾਂਦਿਆਂ ਹੀ ਪੂਰੇ ਜ਼ੋਰ-ਸ਼ੋਰ ਨਾਲ ਫ਼ੌਜਾਂ ਅੰਦਰ ਗ਼ਦਰ ਦਾ ਪ੍ਰਚਾਰ ਸ਼ੁਰੂ ਕਰ ਦੇਣਗੇ, ਅਤੇ ਜਿਉਂ ਹੀ ਯੁੱਧਨੀਤਕ ਪੱਖ ਤੋਂ ਮਹੱਤਵਪੂਰਨ ਕੁਝ ਛਾਉਣੀਆਂ ਅੰਦਰ ਦੇਸੀ ਪਲਟਣਾਂ 'ਚੋਂ ਗੁਜ਼ਾਰੇ ਜੋਗੇ ਸਿਪਾਹੀ ਬਗ਼ਾਵਤ ਕਰਨ ਲਈ ਤਿਆਰ ਹੋ ਗਏ, ਤਾਂ ਉਹ ਇਕ ਦਿਨ ਮਿਥ ਕੇ ਇਨ੍ਹਾਂ ਛਾਉਣੀਆਂ ਅੰਦਰ ਬਗ਼ਾਵਤ ਦਾ ਝੰਡਾ ਝੁਲਾ ਦੇਣਗੇ। ਦੋ ਕੁ ਮਹੀਨਿਆਂ ਵਿਚ ਉਨ੍ਹਾਂ ਨੇ ਲਾਹੌਰ ਤੇ ਫ਼ਿਰੋਜ਼ਪੁਰ ਦੀਆਂ ਛਾਉਣੀਆਂ ਅੰਦਰੋਂ ਚੋਖੇ ਸਿਪਾਹੀ ਗੰਢ ਲਏ ਸਨ। ਇਨ੍ਹਾਂ ਸਿਪਾਹੀਆਂ ਰਾਹੀਂ ਉਨ੍ਹਾਂ ਨੂੰ ਇਹ ਰਿਪੋਰਟਾਂ ਮਿਲੀਆਂ ਸਨ ਕਿ ਜਦੋਂ ਇਕ ਵਾਰ ਬਗ਼ਾਵਤ ਸ਼ੁਰੂ ਹੋ ਗਈ ਤਾਂ ਦੇਸੀ ਫ਼ੌਜਾਂ ਵੱਡੀ ਪੱਧਰ 'ਤੇ ਗ਼ਦਰੀਆਂ ਨਾਲ ਆ ਮਿਲਣਗੀਆਂ। ਇਨ੍ਹਾਂ ਬਾਗ਼ੀ ਫ਼ੌਜਾਂ ਤੇ ਇਨ੍ਹਾਂ ਛਾਉਣੀਆਂ ਅੰਦਰੋਂ ਲੁੱਟੇ ਹਥਿਆਰਾਂ ਦੀ ਮੱਦਦ ਨਾਲ ਗ਼ਦਰੀਆਂ ਕੋਲ ਚੰਗੀ ਖ਼ਾਸੀ ਫ਼ੌਜ ਹੋ ਜਾਵੇਗੀ। ਇਸ ਤਰ੍ਹਾਂ ਅੰਗਰੇਜ਼ ਸਰਕਾਰ ਦੇ ਵਿਰੁੱਧ ਜੰਗ ਛੇੜ ਦਿੱਤੀ ਜਾਵੇਗੀ।

ਗ਼ਦਰੀ ਆਗੂਆਂ ਨੂੰ ਉਨ੍ਹਾਂ ਦੇ ਹਮਾਇਤੀ ਸਿਪਾਹੀਆਂ ਕੋਲੋਂ ਇਹ ਸੂਚਨਾ ਵੀ ਮਿਲ ਗਈ ਸੀ ਕਿ ਗੋਰਾ ਫ਼ੌਜਾਂ ਦਾ ਵੱਡਾ ਹਿੱਸਾ ਜੰਗ ਵਿਚ ਸ਼ਾਮਲ ਹੋਣ ਲਈ ਯੂਰਪ

ਵਿਚ ਭੇਜ ਦਿੱਤਾ ਗਿਆ ਸੀ। ਉਨ੍ਹਾਂ ਸਮਿਆਂ ਵਿਚ ਹਿੰਦੁਸਤਾਨ ਅੰਦਰ ਨਿਰੋਲ ਗੋਰਿਆਂ ਦੇ ਕੁੱਲ ਨੌਂ ਰਸਾਲੇ ਸਨ, ਜਿਨ੍ਹਾਂ ਵਿੱਚੋਂ ਸੱਤ ਬਾਹਰ ਜੰਗ ਦੇ ਮੋਰਚਿਆਂ 'ਤੇ ਚਲੇ ਗਏ ਸਨ। ਇਸੇ ਤਰ੍ਹਾਂ 52 ਗੋਰੀਆਂ ਪਲਟਣਾਂ ਵਿੱਚੋਂ 44 ਅਤੇ 56 ਸ਼ਾਹੀ ਤੋਪਖ਼ਾਨਿਆਂ ਵਿੱਚੋਂ 43 ਸਮੁੰਦਰੋਂ ਪਾਰ ਭੇਜੇ ਜਾ ਚੁੱਕੇ ਸਨ। ਹਿੰਦੁਸਤਾਨੀ ਫ਼ੌਜ ਦੇ ਸਾਰੇ ਹਵਾਈ ਜਹਾਜ਼, ਹਵਾਈ ਸੈਨਕਾਂ ਸਮੇਤ, ਇੰਗਲੈਂਡ ਜਾਂ ਮਿਸਰ ਭੇਜੇ ਜਾ ਚੁੱਕੇ ਸਨ। ਇਸ ਤਰ੍ਹਾਂ, ਗੋਰਾ ਫ਼ੌਜ ਦੀ ਹਿੰਦ ਵਿਚ ਨਫ਼ਰੀ 15 ਹਜ਼ਾਰ ਤੋਂ ਵੀ ਘੱਟ ਰਹਿ ਗਈ ਸੀ। ਇਨ੍ਹਾਂ ਵਿੱਚੋਂ ਵੀ ਕਾਫ਼ੀ ਸਰਹੱਦਾਂ ਉੱਤੇ ਤੈਨਾਤ ਸਨ। ਹੋਰ ਅਹਿਮ ਗੱਲ ਇਹ ਕਿ ਇਨ੍ਹਾਂ 15 ਕੁ ਹਜ਼ਾਰ ਗੋਰਿਆਂ ਵਿੱਚੋਂ ਜ਼ਿਆਦਾਤਰ ਜਾਂ ਤਾਂ ਵੱਡੀ ਉਮਰ ਦੇ ਲੋਕ ਸਨ ਜਿਹੜੇ ਜੰਗ ਦੇ ਮੋਰਚਿਆਂ 'ਤੇ ਲੜਨ ਦੇ ਬਹੁਤਾ ਕਾਬਲ ਨਹੀਂ ਰਹੇ ਸਨ, ਅਤੇ ਜਾਂ ਬਿਲਕੁਲ ਨਵੇਂ ਰੰਗਰੂਟ ਸਨ ਜਿਨ੍ਹਾਂ ਨੂੰ ਲੜਾਈ ਦਾ ਬਹੁਤਾ ਅਭਿਆਸ ਨਹੀਂ ਸੀ। ਇਹ ਜ਼ਿਆਦਾ ਕਰਕੇ ਮੈਗਜ਼ੀਨਾਂ (ਹਥਿਆਰਾਂ ਦੇ ਭੰਡਾਰਾਂ) ਦੀ ਰਾਖੀ ਕਰਨ ਲਈ ਹੀ ਰੱਖੇ ਹੋਏ ਸਨ। ਸਮੁੱਚੇ ਉੱਤਰੀ ਭਾਰਤ ਦੀਆਂ ਦੋ ਤਿੰਨ ਵੱਡੀਆਂ ਛਾਉਣੀਆਂ, ਜਿਵੇਂ ਲਾਹੌਰ, ਫ਼ਿਰੋਜ਼ਪੁਰ ਤੇ ਅੰਬਾਲਾ ਆਦਿ ਨੂੰ ਛੱਡ ਕੇ ਹੋਰ ਕਿਸੇ ਵੀ ਇਕ ਛਾਉਣੀ ਵਿਚ 300 ਤੋਂ ਵੱਧ ਗੋਰੇ ਫ਼ੌਜੀ ਨਹੀਂ ਬਚੇ ਸਨ। ਫ਼ੌਜੀ ਨੁਕਤਾ-ਨਿਗਾਹ ਤੋਂ ਹਿੰਦੁਸਤਾਨ ਦੇ ਅੰਦਰ ਅੰਗਰੇਜ਼ ਹਾਕਮਾਂ ਦੀ ਇਹ ਕਮਜ਼ੋਰ ਹਾਲਤ ਗ਼ਦਰੀ ਇਨਕਲਾਬੀਆਂ ਦੇ ਧਿਆਨ ਵਿਚ ਸੀ ਅਤੇ ਉਨ੍ਹਾਂ ਨੇ ਇਸ ਮੁਤਾਬਕ ਹੀ ਆਪਣੀ ਗ਼ਦਰ ਦੀ ਪਲੈਨ ਘੜੀ ਸੀ। ਉਨ੍ਹਾਂ ਨੂੰ ਭਰੋਸਾ ਸੀ ਕਿ ਛਾਉਣੀਆਂ ਅੰਦਰ ਏਨੇ ਕੁ ਗੋਰਿਆਂ ਨੂੰ ਕਾਬੂ ਕਰਨਾ ਬਹੁਤਾ ਔਖਾ ਨਹੀਂ ਸੀ।

ਇਸ ਸਮੁੱਚੀ ਸਥਿਤੀ ਨੂੰ ਵਾਚਣ ਤੋਂ ਬਾਅਦ ਗ਼ਦਰੀ ਆਗੂਆਂ ਨੇ ਨਵੰਬਰ ਦੇ ਮਹੀਨੇ ਵਿਚ ਹੀ ਬਗ਼ਾਵਤ ਸ਼ੁਰੂ ਕਰ ਦੇਣ ਦਾ ਮਨ ਬਣਾ ਲਿਆ ਸੀ। ਉਨ੍ਹਾਂ ਸਾਹਮਣੇ ਵੱਡੀ ਸਮੱਸਿਆ ਲਾਹੌਰ ਤੇ ਫ਼ਿਰੋਜ਼ਪੁਰ ਦੀਆਂ ਛਾਉਣੀਆਂ ਉੱਤੇ ਇੱਕੋ ਵੇਲੇ ਹਮਲਾ ਕਰਨ ਲਈ ਲੋੜੀਂਦੀ ਮਾਤਰਾ ਵਿਚ ਹਥਿਆਰ ਤੇ ਇਨਕਲਾਬੀ ਵਰਕਰ ਇਕੱਠੇ ਕਰਨਾ ਸੀ। ਇਸ ਸਮੱਸਿਆ ਨੂੰ ਵਿਚਾਰਨ ਲਈ ਗ਼ਦਰੀ ਆਗੂਆਂ ਨੇ 17 ਨਵੰਬਰ ਨੂੰ ਮਾਲਵੇ ਤੇ ਦੁਆਬੇ ਦੇ ਗ਼ਦਰੀਆਂ ਨੂੰ ਲਾਢੂਵਾਲ ਦੇ ਸਟੇਸ਼ਨ ਉੱਤੇ ਅਤੇ ਮਾਝੇ ਦੇ ਗ਼ਦਰੀਆਂ ਨੂੰ ਤਰਨਤਾਰਨ ਦੀ ਮੱਸਿਆ ਉੱਤੇ ਇਕੱਤਰ ਹੋਣ ਲਈ ਸੁਨੇਹੇ ਲਾ ਦਿੱਤੇ ਸਨ। ਮਿਥੀ ਪਲੈਨ ਮੁਤਾਬਕ ਇਨ੍ਹਾਂ ਦੋਨੋਂ ਥਾਵਾਂ 'ਤੇ ਗ਼ਦਰੀ ਵਰਕਰ ਵਿਚਾਰਾਂ ਕਰਨ ਲਈ ਇਕੱਤਰ ਹੋਏ। ਇਨ੍ਹਾਂ ਮੀਟਿੰਗਾਂ ਵਿਚ ਸਾਰੀ ਸਥਿਤੀ ਦਾ ਜਾਇਜ਼ਾ ਲਿਆ ਗਿਆ। ਮਾਲਵੇ ਦੇ ਗ਼ਦਰੀਆਂ ਨੇ 19 ਨਵੰਬਰ ਨੂੰ ਫਿਰ ਮੋਗੇ ਮੀਟਿੰਗ ਕੀਤੀ ਜਿਥੇ ਫ਼ਿਰੋਜ਼ਪੁਰ ਦੀ ਛਾਉਣੀ ਉੱਤੇ ਹਮਲਾ ਕਰਨ ਦੀ ਮੁੱਢਲੀ ਵਿਉਂਤ ਵਿਚਾਰੀ ਗਈ। ਛਾਉਣੀਆਂ ਉੱਤੇ ਬਾਹਰੋਂ ਹਮਲੇ ਦੀ ਕਾਰਵਾਈ ਵਿਚ ਸ਼ਾਮਲ ਹੋਣ ਵਾਲੇ ਵਰਕਰਾਂ ਨੂੰ ਵੱਡੀ ਗਿਣਤੀ ਵਿਚ ਲਾਮਬੰਦ ਕਰਨ ਦੇ ਮਕਸਦ ਨਾਲ 23 ਨਵੰਬਰ ਨੂੰ ਲੁਧਿਆਣਾ ਦੇ ਨੇੜੇ ਬੱਦੋਵਾਲ ਅਤੇ ਉਸੇ ਦਿਨ ਅੰਮ੍ਰਿਤਸਰ ਜ਼ਿਲ੍ਹੇ ਦੇ ਝਾੜ ਸਾਹਿਬ ਦੇ ਗੁਰਦੁਆਰੇ ਅੰਦਰ ਵੱਡੇ ਇਕੱਠ ਕਰਨ ਦਾ ਫ਼ੈਸਲਾ ਹੋਇਆ। ਝਾੜ ਸਾਹਿਬ ਦੇ ਗੁਰਦੁਆਰੇ ਦਾ ਗ੍ਰੰਥੀ ਗ਼ਦਰੀਆਂ ਦਾ ਦ੍ਰਿੜ੍ਹ ਹਮਾਇਤੀ ਸੀ। ਇਨ੍ਹਾਂ ਮੀਟਿੰਗਾਂ ਅੰਦਰ ਸਮੁੱਚੀ ਹਾਲਤ ਦਾ ਜਾਇਜ਼ਾ ਲੈਣ ਤੋਂ ਬਾਅਦ 26 ਨਵੰਬਰ ਦੀ ਰਾਤ ਨੂੰ ਦੋਨੋਂ ਛਾਉਣੀਆਂ ਉੱਤੇ ਇੱਕੋ ਸਮੇਂ ਹਮਲਾ ਕਰਨ ਦੀ ਠੋਸ ਵਿਉਂਤਬੰਦੀ ਕੀਤੀ ਗਈ ਅਤੇ ਇਸ ਪ੍ਰਥਾਇ ਵੱਖ-ਵੱਖ ਵਰਕਰਾਂ ਦੇ ਰੋਲ ਨਿਸਚਤ ਕੀਤੇ ਗਏ।

ਬੱਦੋਵਾਲ ਦੀ ਮੀਟਿੰਗ ਵਿਚ ਭਾਈ ਕਰਤਾਰ ਸਿੰਘ ਸਰਾਭਾ, ਭਾਈ ਨਿਧਾਨ ਸਿੰਘ

ਚੁੱਘਾ, ਪੰਡਤ ਕਾਸ਼ੀ ਰਾਮ, ਭਾਈ ਗਾਂਧਾ ਸਿੰਘ (ਕੱਚਰਭੰਨ), ਭਾਈ ਈਸ਼ਰ ਸਿੰਘ ਢੁੱਡੀਕੇ, ਭਾਈ ਉੱਤਮ ਸਿੰਘ ਹਾਂਸ, ਭਾਈ ਜਗਤ ਸਿੰਘ ਬਿੰਝਲ, ਰਹਿਮਤ ਅਲੀ (ਵਜੀਦ ਕੇ), ਭਾਈ ਵਰਿਆਮ ਸਿੰਘ ਅਮਲੀ ਤੋਂ ਇਲਾਵਾ ਮਾਲਵੇ ਤੇ ਦੁਆਬੇ ਦੇ ਹੋਰ ਬਹੁਤ ਸਾਰੇ ਪ੍ਰਮੁੱਖ ਗ਼ਦਰੀ ਸ਼ਾਮਲ ਹੋਏ ਸਨ। ਭਾਈ ਨਿਧਾਨ ਸਿੰਘ ਚੁੱਘਾ ਨੇ ਮੀਟਿੰਗ ਵਿਚ ਦੱਸਿਆ ਕਿ ਫ਼ਿਰੋਜ਼ਪੁਰ ਵਿਖੇ ਤੈਨਾਤ ਪਠਾਣਾਂ ਦੀ ਪਲਟਣ ਨੇ ਉਨ੍ਹਾਂ ਨਾਲ ਹਥਿਆਰ [illegible]ਣ ਦਾ ਵਾਅਦਾ ਕੀਤਾ ਹੈ। 26 ਨਵੰਬਰ ਦੀ ਰਾਤ ਨੂੰ ਛਾਉਣੀ ਉੱਤੇ ਹਮਲਾ ਕਰਨ ਲਈ ਸਾਰੇ ਗ਼ਦਰੀ ਮਰਜੀਵੜਿਆਂ ਨੂੰ ਫ਼ਿਰੋਜ਼ਪੁਰ ਦੇ ਨੇੜੇ ਜਲਾਲਾਬਾਦ ਵਾਲੀ ਸੜਕ 'ਤੇ ਮਿਥੇ ਹੋਏ ਸਥਾਨ 'ਤੇ ਇਕੱਠੇ ਹੋਣ ਲਈ ਕਿਹਾ ਗਿਆ।

ਝਾੜ ਸਾਹਿਬ ਦੀ ਮੀਟਿੰਗ ਵਿਚ 23ਵੇਂ ਰਸਾਲੇ ਦੇ ਗ਼ਦਰੀਆਂ ਦੇ ਹਮਾਇਤੀ ਸਿਪਾਹੀਆਂ ਨੂੰ ਵੀ ਸੱਦਿਆ ਗਿਆ ਸੀ। ਇਨ੍ਹਾਂ ਸਿਪਾਹੀਆਂ 'ਚੋਂ ਬੂਟਾ ਸਿੰਘ ਨਾਂ ਦੇ ਇਕ ਜਵਾਨ ਨੇ ਮੀਟਿੰਗ ਵਿਚ ਸ਼ਾਮਲ ਹੋਣ ਦੇ ਉਦੇਸ਼ ਨਾਲ ਆਪਣਾ ਟੱਬਰ ਪਿੰਡ ਭੇਜ ਦਿੱਤਾ ਸੀ। ਲੈਂਸ-ਦਫ਼ੇਦਾਰ ਭਾਈ ਲਛਮਣ ਸਿੰਘ ਨੇ ਇਸ ਮੰਤਵ ਲਈ ਅਗਾਊਂ ਛੁੱਟੀ ਲੈ ਰੱਖੀ ਸੀ। 26 ਦੀ ਰਾਤ ਨੂੰ ਝਾੜ ਸਾਹਿਬ ਪਹੁੰਚਣ ਬਾਰੇ ਵਿਚਾਰਾਂ ਕਰਨ ਲਈ 30-35 ਸਿਪਾਹੀ ਕੁਆਟਰਾਂ ਵਿਚ ਇਕ ਨਿਵੇਕਲੀ ਜਗ੍ਹਾ ਇਕੱਠੇ ਹੋਏ, ਜਿਨ੍ਹਾਂ ਵਿਚ ਨਾਇਕ ਵਧਾਵਾ ਸਿੰਘ (ਪਿੰਡ ਰੂੜੀਵਾਲਾ), ਪਿੰਡ ਢੋਟੀਆਂ (ਠਾਣਾ ਸਰਹਾਲੀ) ਦੇ ਦੋ ਸਵਾਰ ਨੱਥਾ ਸਿੰਘ ਤੇ ਬੁੱਧ ਸਿੰਘ, ਸਵਾਰ ਇੰਦਰ ਸਿੰਘ, ਅਬਦੁੱਲਾ ਆਦਿ ਸ਼ਾਮਲ ਸਨ। ਸਬੱਬ ਨਾਲ ਰਸਾਲੇ ਦਾ ਗ੍ਰੰਥੀ ਮੂਲਾ ਸਿੰਘ ਵੀ ਉਸੇ ਟਾਈਮ ਕੁਆਟਰਾਂ ਵਿਚ ਆਪਣੇ ਕਿਸੇ ਦੋਸਤ ਦੇ ਘਰੋਂ ਆਪਣੀ ਪਤਨੀ ਨੂੰ ਬੁਲਾਉਣ ਲਈ ਆ ਗਿਆ। ਉਸ ਨੇ ਜਦ ਕਿੰਨੇ ਸਾਰੇ ਬੰਦੇ ਇਕੱਠੇ ਹੋਏ ਵੇਖੇ ਤਾਂ ਉਹ ਸਹਿਜ ਸੁਭਾਅ ਹੀ ਇਕੱਠ ਦਾ ਕਾਰਨ ਜਾਣਨ ਲਈ ਉਨ੍ਹਾਂ ਕੋਲ ਚਲਾ ਗਿਆ। ਉਹ 23 ਸਾਲਾਂ ਤੋਂ ਰਸਾਲੇ ਅੰਦਰ ਗ੍ਰੰਥੀ ਦੀ ਸੇਵਾ ਨਿਭਾਉਂਦਾ ਆ ਰਿਹਾ ਸੀ। ਵੈਸੇ ਵੀ ਉਹ ਉਨ੍ਹਾਂ ਹੀ ਪਿੰਡਾਂ ਦਾ ਸੀ, ਜਿਨ੍ਹਾਂ 'ਚੋਂ ਰਸਾਲੇ ਦੇ ਜ਼ਿਆਦਾਤਰ ਸਿਪਾਹੀ ਸਨ। ਇਸ ਕਰਕੇ ਉਸ ਦੀ ਸਾਰਿਆਂ ਨਾਲ ਗੂੜ੍ਹੀ ਜਾਣ-ਪਛਾਣ ਸੀ। ਭਾਈ ਲਛਮਣ ਸਿੰਘ ਨਾਲ ਉਸ ਦੀ ਖ਼ਾਸ ਕਰਕੇ ਵੱਧ ਅਪਣੱਤ ਤੇ ਨੇੜਤਾ ਸੀ। ਜਿਸ ਕਰਕੇ ਭਾਈ ਲਛਮਣ ਸਿੰਘ ਨੇ ਉਸ ਉੱਤੇ ਵਿਸ਼ਵਾਸ ਕਰਦਿਆਂ ਉਸ ਨੂੰ ਝਾੜ ਸਾਹਿਬ ਜਾਣ ਵਾਲੀ ਆਪਣੀ ਸਾਰੀ ਪਲੈਨ ਦੱਸ ਦਿੱਤੀ। ਮੂਲਾ ਸਿੰਘ ਦਾ ਬਾਪ ਤੇ ਦਾਦਾ ਵੀ ਉਸ ਵਾਂਗੂੰ ਫ਼ੌਜ ਅੰਦਰ ਗ੍ਰੰਥੀ ਸਨ। ਇਸ ਤਰ੍ਹਾਂ ਤਿੰਨ ਪੁਸ਼ਤਾਂ ਤੋਂ ਅੰਗਰੇਜ਼ੀ ਹਕੂਮਤ ਦੀ ਨੌਕਰੀ ਕਰਨ ਸਦਕਾ, ਗ਼ੁਲਾਮੀ ਤੇ ਵਫ਼ਾਦਾਰੀ ਮੂਲਾ ਸਿੰਘ ਦੇ ਖ਼ੂਨ ਵਿਚ ਰਚੀ ਹੋਈ ਸੀ। ਉਸ ਦਾ ਨਜ਼ਰੀਆ ਇਕ ਵਿਸ਼ੇਸ਼ ਤਰਜ਼ ਉੱਤੇ ਢਲ ਚੁੱਕਾ ਸੀ। ਖ਼ਾਨਦਾਨੀ ਗ੍ਰੰਥੀ ਹੋਣ ਕਰਕੇ ਉਸ ਨੂੰ ਗੱਲ ਕਰਨ ਦਾ ਤਰੀਕਾ ਤੇ ਸਲੀਕਾ ਆਉਂਦਾ ਸੀ। ਜਿਸ ਕਰਕੇ ਉਸ ਨੇ ਬਗ਼ਾਵਤ ਲਈ ਤਤਪਰ ਰਸਾਲੇ ਦੇ ਚੋਬਰਾਂ ਨੂੰ ਦਲੀਲਬਾਜ਼ੀ ਵਿਚ ਉਲਝਾ ਲਿਆ। ਅਜਿਹੇ ਮੌਕੇ ਮਨ ਦੀ ਅਵਸਥਾ ਬੜੀ ਤਰਲ ਹੁੰਦੀ ਹੈ। ਜਿਸ ਵੰਨੇ ਦਲੀਲ ਦਾ ਵਜ਼ਨ ਪੈ ਜਾਂਦਾ ਹੈ, ਮਨ ਓਸੇ ਵੰਨੇ ਝੁਕ ਜਾਂਦਾ ਹੈ। ਵੈਸੇ ਵੀ, ਮਨੋਵਿਗਿਆਨੀਆਂ ਦਾ ਮੱਤ ਹੈ ਕਿ ਮਨੁੱਖ ਅੰਦਰ ਆਪਣੇ ਉਸਤਾਦ ਤੇ ਪਾਦਰੀ ਦੀ ਕਹੀ ਹੋਈ ਗੱਲ ਨਾਲ ਸਹਿਮਤ ਹੋਣ ਦੀ ਸੁਭਾਵਿਕ ਪ੍ਰਵਿਰਤੀ ਹੁੰਦੀ ਹੈ। ਸੋ ਮੂਲਾ ਸਿੰਘ ਨੇ ਰਸਾਲੇ ਦੇ ਸਿਪਾਹੀਆਂ ਨੂੰ ਆਪਣੀਆਂ ਦਲੀਲਾਂ ਨਾਲ ਨਿਢਾਲ ਕਰ ਲਿਆ, ਅਤੇ ਅੰਤ ਵਿਚ ਉਨ੍ਹਾਂ ਨੂੰ ਸਮਝਾ ਬੁਝਾ ਕੇ ਘਰਾਂ ਨੂੰ ਤੋਰ ਦਿੱਤਾ। ਘੋੜਿਆਂ ਦੀਆਂ ਕੱਸੀਆਂ ਹੋਈਆਂ ਕਾਠੀਆਂ ਖੁੱਲ੍ਹ ਗਈਆਂ।

ਮੂਲਾ ਸਿੰਘ ਤਾਂ ਆਰਾਮ ਨਾਲ ਘਰੇ ਜਾ ਕੇ ਸੌਂ ਗਿਆ ਸੀ, ਪਰ ਵਕਤੀ ਤੌਰ 'ਤੇ ਉਸ ਦੀਆਂ ਦਲੀਲਾਂ ਦਾ ਅਸਰ ਕਬੂਲ ਕਰ ਲੈਣ ਦੀ ਗ਼ਲਤੀ ਕਰ ਬੈਠੇ ਸਿਪਾਹੀ ਸਾਰੀ ਰਾਤ ਗੁਨਾਹ ਤੇ ਪਛਤਾਵੇ ਦੇ ਅਹਿਸਾਸ ਨਾਲ ਤੜਫ਼ਦੇ ਰਹੇ। ਉਨ੍ਹਾਂ ਦੀ ਸੁਰਤ ਝਾੜ ਸਾਹਿਬ ਤੋਂ ਪਾਸੇ ਹੋਣ ਦਾ ਨਾਂ ਨਹੀਂ ਲੈ ਰਹੀ ਸੀ। ਓਧਰ ਝਾੜ ਸਾਹਿਬ ਵਿਖੇ ਦਰਜਨਾਂ ਦੀ ਸੰਖਿਆ ਵਿਚ ਇਕੱਤਰ ਹੋਏ ਗ਼ਦਰੀ ਸੂਰਮੇ ਰਸਾਲੇ ਦੇ ਜਵਾਨਾਂ ਦਾ ਇੰਤਜ਼ਾਰ ਕਰ ਕਰ ਥੱਕ ਗਏ ਸਨ। ਉਨ੍ਹਾਂ ਦੇ ਕੰਨ ਘੋੜਿਆਂ ਦੀਆਂ ਟਾਪਾਂ ਦੀ ਆਵਾਜ਼ ਸੁਣਨ ਨੂੰ ਤਰਸ ਗਏ ਸਨ। ਰਸਾਲੇ ਦੇ ਜਵਾਨਾਂ ਤੋਂ ਬਗ਼ੈਰ ਉਹ ਆਪਣੇ ਨਾਮਾਤਰ ਹਥਿਆਰਾਂ ਨਾਲ ਛਾਉਣੀ ਉੱਤੇ ਹਮਲਾ ਕਿਵੇਂ ਕਰ ਸਕਦੇ ਸਨ। ਅੰਤ ਵਿਚ ਥੱਕ ਹਾਰ ਕੇ ਉਨ੍ਹਾਂ ਨੂੰ ਉਥੋਂ ਖਿੰਡ ਜਾਣ ਦਾ ਫ਼ੈਸਲਾ ਕਰਨਾ ਪੈ ਗਿਆ। ਪਰ ਇਸੇ ਦੌਰਾਨ ਰਸਾਲੇ ਦੇ ਚਾਰ ਜਵਾਨ - ਸੁੱਚਾ ਸਿੰਘ (ਪਿੰਡ ਚੋਹਲਾ ਸਾਹਿਬ), ਸੁਰੈਣ ਸਿੰਘ, ਮਹਾਰਾਜ ਸਿੰਘ ਤੇ ਚੰਨਣ ਸਿੰਘ - ਭਾਰੀ ਜਕੋ ਤਕੀ ਤੋਂ ਬਾਅਦ, ਜਦੋਂ ਅੱਧੀ ਤੋਂ ਵੱਧ ਰਾਤ ਗੁਜ਼ਰ ਗਈ ਸੀ, ਘੋੜਿਆਂ 'ਤੇ ਸਵਾਰ ਹੋ ਕੇ ਝਾੜ ਸਾਹਿਬ ਵੱਲ ਚੱਲ ਪਏ। ਪਰ ਉਨ੍ਹਾਂ ਦੇ ਪਹੁੰਚਣ ਤੋਂ ਪਹਿਲਾਂ ਹੀ ਗ਼ਦਰੀ ਉਥੋਂ ਜਾ ਚੁੱਕੇ ਸਨ।

ਝਾੜ ਸਾਹਿਬ ਤੋਂ ਨਿਰਾਸ਼ ਮੁੜੇ ਗ਼ਦਰੀ ਅਗਲੀ ਰਾਤ ਕੈਰੋਂ ਦੇ ਥੇਹ ਉੱਤੇ ਫਿਰ ਇਕੱਠੇ ਹੋ ਗਏ। ਇਥੇ ਉਨ੍ਹਾਂ ਨਾਲ ਕੁਝ ਹੋਰ ਬੰਦੇ ਵੀ ਆ ਰਲੇ ਸਨ। ਰਸਾਲੇ ਵਾਲੇ ਜਵਾਨਾਂ ਨਾਲ ਅਜੇ ਤਕ ਵੀ ਉਨ੍ਹਾਂ ਦਾ ਮੇਲ ਨਹੀਂ ਹੋਇਆ ਸੀ। ਇਸ ਕਰਕੇ ਹਥਿਆਰਾਂ ਤੋਂ ਬਿਨਾਂ ਉਹ ਕੁਛ ਵੀ ਨਹੀਂ ਕਰ ਸਕਦੇ ਸਨ। ਅੰਤ ਵਿਚ ਸੋਚ-ਵਿਚਾਰ ਕਰਨ ਤੋਂ ਬਾਅਦ ਇਹ ਫ਼ੈਸਲਾ ਹੋਇਆ ਕਿ ਅਗਲੇ ਦਿਨ ਸਰਹਾਲੀ ਦੇ ਠਾਣੇ 'ਤੇ ਹਮਲਾ ਕਰ ਕੇ ਉਥੋਂ ਹਥਿਆਰ ਲੁੱਟੇ ਜਾਣ ਅਤੇ ਫਿਰ ਲਾਹੌਰ ਦੀ ਛਾਉਣੀ 'ਤੇ ਹਮਲੇ ਬਾਰੇ ਸੋਚਿਆ ਜਾਵੇਗਾ। 28 ਨਵੰਬਰ ਨੂੰ ਗ਼ਦਰੀਆਂ ਦਾ ਇਕ ਤਕੜਾ ਦਲ ਇਕੱਠਾ ਹੋ ਕੇ ਸਰਹਾਲੀ ਚਲਾ ਗਿਆ। ਪਰ ਇਨਕਲਾਬੀਆਂ ਦੇ ਡਰ ਕਾਰਨ ਉਹਨੀਂ ਦਿਨੀਂ ਠਾਣਿਆਂ ਦੇ ਬੂਹੇ ਦਿਨ ਨੂੰ ਵੀ ਬੰਦ ਰੱਖੇ ਜਾਂਦੇ ਸਨ। ਗ਼ਦਰੀਆਂ ਨੇ ਸੋਚਿਆ ਕਿ ਦਦੇਹਰ ਪਿੰਡ ਦੇ ਇਕ ਬਦਮਾਸ਼, ਜਿਸਨੂੰ ਸਰਹਾਲੀ ਠਾਣੇ ਦਾ ਅਮਲਾ-ਫੈਲਾ ਚੰਗੀ ਤਰ੍ਹਾਂ ਜਾਣਦਾ ਤੇ ਪਛਾਣਦਾ ਸੀ, ਦੀ ਮੱਦਦ ਨਾਲ ਠਾਣੇ ਦਾ ਬੂਹਾ ਖੁੱਲ੍ਹਵਾਇਆ ਜਾਵੇ। ਪਰ ਮਾੜੀ ਕਿਸਮਤ ਨੂੰ ਉਹ ਬਦਮਾਸ਼ ਕਿਤੇ ਵਾਂਢੇ ਗਿਆ ਹੋਇਆ ਸੀ। ਗ਼ਦਰੀ ਠਾਣੇ ਦੇ ਨੇੜੇ ਲੁਕ ਕੇ ਬੈਠ ਗਏ ਤੇ ਸਾਰਾ ਦਿਨ ਬੂਹਾ ਖੁੱਲ੍ਹਣ ਦੀ ਉਡੀਕ ਕਰਦੇ ਰਹੇ। ਪਰ ਬੂਹਾ ਨਾ ਖੁੱਲ੍ਹਿਆ। ਅੰਤ ਵਿਚ ਹਾਰ ਹੰਭ ਕੇ ਗ਼ਦਰੀ ਇਧਰ ਉਧਰ ਖਿੰਡ ਗਏ।

ਰਸਾਲੇ ਦੇ ਜਿਹੜੇ ਚਾਰ ਸਵਾਰ ਝਾੜ ਸਾਹਿਬ ਪਹੁੰਚ ਗਏ ਸਨ, ਉਨ੍ਹਾਂ ਨੂੰ ਜਦੋਂ ਉਥੇ ਕੋਈ ਗ਼ਦਰੀ ਨਾ ਮਿਲਿਆ ਤਾਂ ਉਨ੍ਹਾਂ 'ਚੋਂ ਇਕ ਤਾਂ ਉਸੇ ਵੇਲੇ ਵਾਪਸ ਚਲਾ ਗਿਆ ਅਤੇ ਦਿਨ ਚੜ੍ਹਨ ਤੋਂ ਪਹਿਲਾਂ ਹੀ ਹਾਜ਼ਰ ਹੋ ਗਿਆ। ਜਿਸ ਕਰਕੇ ਉਸ ਦਾ ਤਾਂ ਅਫ਼ਸਰਾਂ ਨੂੰ ਪਤਾ ਹੀ ਨਾ ਚੱਲਿਆ। ਪਰ ਤਿੰਨ ਸਵਾਰਾਂ ਦੇ ਭਗੌੜੇ ਹੋ ਜਾਣ ਦਾ ਰੌਲਾ ਪੈ ਗਿਆ। ਝਾੜ ਸਾਹਿਬ ਦੀ ਮੀਟਿੰਗ ਦੀ ਵੀ ਉੱਡਦੀ ਉੱਡਦੀ ਖ਼ਬਰ ਫੈਲ ਗਈ। ਜਿਸ ਕਰਕੇ ਅਗਲੇ ਦਿਨ ਡਿਪਟੀ ਕਮਿਸ਼ਨਰ ਨੇ ਪਠਾਣਾਂ ਤੇ ਗੋਰਖਿਆਂ ਦੀਆਂ ਦੋ ਦੋ ਤੁਰਪਾਂ, ਰਸਾਲੇ ਤੋਂ ਭਗੌੜੇ ਹੋਏ ਸਵਾਰਾਂ ਦੀ ਤਲਾਸ਼ ਵਿਚ ਸਰਹਾਲੀ ਦੇ ਇਲਾਕੇ ਦੀ ਗਸ਼ਤ ਕਰਨ ਲਈ ਭੇਜ ਦਿੱਤੀਆਂ। ਸਵਾਰ ਗ਼ਦਰੀਆਂ ਨਾਲ ਸੰਪਰਕ ਕਰਨ ਦੇ ਚੱਕਰਾਂ ਵਿਚ ਝਾੜ ਸਾਹਿਬ ਦੇ ਇਰਦ-ਗਿਰਦ ਆਵਾਗਾਉਣ ਗੇੜੇ ਕੱਢਦੇ ਰਹੇ। ਇਸੇ ਤਰ੍ਹਾਂ ਫਿਰਦੇ ਉਹ ਪੁਲਿਸ ਦੇ

ਕਾਬੂ ਆ ਗਏ। ਪਰ ਗ੍ਰਿਫ਼ਤਾਰੀ ਤੋਂ ਬਾਅਦ ਪੁਲਿਸ ਵੱਲੋਂ ਕੀਤੀ ਪੁੱਛ-ਗਿੱਛ ਦੌਰਾਨ ਉਨ੍ਹਾਂ ਨੇ ਕੋਈ ਭੇਦ ਜ਼ਾਹਰ ਨਾ ਕੀਤਾ। ਉਧਰ ਗ੍ਰੰਥੀ ਮੂਲਾ ਸਿੰਘ ਨੇ ਵੀ ਰਾਤ ਵਾਲੀ ਮੀਟਿੰਗ ਦੀ ਘਟਨਾ ਬਾਰੇ ਅਫ਼ਸਰਾਂ ਨੂੰ ਕੋਈ ਇਤਲਾਹ ਨਾ ਦਿੱਤੀ। ਜਿਸ ਕਰਕੇ ਸਾਰੀ ਗੱਲ ਢਕੀ ਰਹਿ ਗਈ ਸੀ।

[*ਨੋਟ:* ਦੋ ਵਾਅਦਾ-ਮੁਆਫ਼ ਗਵਾਹਾਂ - ਨਵਾਬ ਖ਼ਾਨ ਹਲਵਾਰਾ ਤੇ ਜਵਾਲਾ ਸਿੰਘ ਪਿੰਡ ਗੁਰੂਸਰ ਠਾਣਾ ਕੋਟ ਭਾਈ - ਨੇ ਅਦਾਲਤ ਸਾਹਮਣੇ ਗਵਾਹੀ ਦਿੰਦਿਆਂ ਦੱਸਿਆ ਸੀ ਕਿ ਕਰਤਾਰ ਸਿੰਘ ਸਰਾਭਾ ਨੇ 25 ਨਵੰਬਰ ਦੀ ਰਾਤ ਨੂੰ ਮਾਲਵੇ ਦੇ ਕੁਝ ਗ਼ਦਰੀਆਂ ਦੀ ਮੱਦਦ ਨਾਲ ਮੀਆਂਮੀਰ ਦੀ ਛਾਉਣੀ ਉੱਤੇ ਹਮਲਾ ਕਰਨ ਦੀ ਵਿਉਂਤ ਬਣਾਈ ਸੀ। ਉਸ ਅਨੁਸਾਰ ਮੀਆਂਮੀਰ ਦੀ ਛਾਉਣੀ ਵਿਚ ਤੈਨਾਤ ਇਕ ਹੌਲਦਾਰ, ਜਿਸ ਦੀ ਮੈਗਜ਼ੀਨ ਉੱਤੇ ਡਿਊਟੀ ਸੀ, ਦੀ ਮੌਕੇ 'ਤੇ ਬਦਲੀ ਹੋ ਜਾਣ ਕਰਕੇ ਹਮਲਾ ਕਰਨ ਦੀ ਵਿਉਂਤ ਨੇਪਰੇ ਨਾ ਚੜ੍ਹ ਸਕੀ। ਸਰਾਭੇ ਦੀ ਇਸ ਹੌਲਦਾਰ ਨਾਲ ਜਾਣ- ਪਛਾਣ ਰੇਲ ਦੇ ਸਫ਼ਰ ਦੌਰਾਨ ਹੀ ਹੋਈ ਸੀ। ਸਰਾਭਾ ਰੇਲ ਗੱਡੀ ਵਿਚ ਲੁਧਿਆਣੇ ਤੋਂ ਜਲੰਧਰ ਨੂੰ ਜਾ ਰਿਹਾ ਸੀ ਅਤੇ ਉਹ ਆਪਣੇ ਸੁਭਾਅ ਮੁਤਾਬਕ, ਉਸ ਦੇ ਨਾਲ ਵਾਲੀ ਸੀਟ ਉੱਤੇ ਬੈਠੇ ਹੌਲਦਾਰ, ਜਿਹੜਾ ਫ਼ੌਜੀ ਵਰਦੀ ਵਿਚ ਸੀ, ਨਾਲ ਗੱਲੀਂ ਪੈ ਗਿਆ। ਜਲੰਧਰ ਤਕ ਜਾਂਦਿਆਂ ਹੌਲਦਾਰ ਸਰਾਭੇ ਦਾ ਮੁਰੀਦ ਬਣ ਗਿਆ ਸੀ ਅਤੇ ਉਸ ਨੇ ਸਰਾਭੇ ਨਾਲ ਇਹ ਵਾਅਦਾ ਕਰ ਲਿਆ ਸੀ ਕਿ ਉਹ ਜਦੋਂ ਚਾਹੇ ਉਸ ਕੋਲੋਂ ਮੈਗਜ਼ੀਨ ਦੀਆਂ ਚਾਬੀਆਂ ਲੈ ਕੇ ਹਥਿਆਰ ਲੁੱਟਣ ਦਾ ਪ੍ਰੋਗਰਾਮ ਬਣਾ ਸਕਦਾ ਸੀ। ਨਵਾਬ ਖ਼ਾਨ ਵੱਲੋਂ ਦੱਸੀ ਇਹ ਕਹਾਣੀ ਅੱਧੀ ਸੱਚੀ ਤੇ ਅੱਧੀ ਝੂਠੀ ਜਾਪਦੀ ਹੈ। ਕਹਾਣੀ ਦਾ ਸਰਾਭੇ ਦੀ ਹੌਲਦਾਰ ਨਾਲ ਮਿਲਣੀ ਵਾਲਾ ਹਿੱਸਾ ਤਾਂ ਸੱਚਾ ਲੱਗਦਾ ਹੈ, ਪਰ 25 ਨਵੰਬਰ ਨੂੰ ਮੀਆਂਮੀਰ ਉੱਤੇ ਹਮਲਾ ਕਰਨ ਦੇ ਅਸਫਲ ਯਤਨ ਵਾਲਾ ਸਾਰਾ ਕਿੱਸਾ ਵਾਅਦਾ-ਮੁਆਫ਼ ਗਵਾਹਾਂ ਵੱਲੋਂ ਪੁਲਿਸ ਦੇ ਕਹਿਣ 'ਤੇ ਘੜਿਆ ਲੱਗਦਾ ਹੈ, ਜਿਸ ਦਾ ਮੰਤਵ ਗ਼ਦਰੀਆਂ ਵਿਰੁੱਧ ਮੁਕੱਦਮੇ ਨੂੰ ਵਧੇਰੇ ਮਜ਼ਬੂਤ ਕਰਨਾ ਸੀ। ਕਿਉਂਕਿ ਸਭ ਤੋਂ ਅਹਿਮ ਗੱਲ ਇਹ, ਕਿ ਜਦੋਂ ਮੀਆਂਮੀਰ ਤੇ ਫ਼ਿਰੋਜ਼ਪੁਰ ਉੱਤੇ ਹਮਲਾ ਕਰਨ ਲਈ 26 ਨਵੰਬਰ ਦੀ ਤਾਰੀਕ ਮਿਥੀ ਜਾ ਚੁੱਕੀ ਸੀ ਅਤੇ ਇਸ ਮੰਤਵ ਲਈ 26 ਦੀ ਰਾਤ ਨੂੰ ਝਾੜ ਸਾਹਿਬ ਤੇ ਫ਼ਿਰੋਜ਼ਪੁਰ ਵਿਖੇ ਵੱਡੇ ਇਕੱਠ ਬੁਲਾਏ ਗਏ ਸਨ, ਤਾਂ 25 ਨਵੰਬਰ ਨੂੰ ਮੀਆਂਮੀਰ ਉੱਤੇ ਹਮਲਾ ਕਰਨ ਦੀ ਵਿਉਂਤ ਦੀ ਕੋਈ ਵੀ ਤੁਕ ਨਜ਼ਰ ਨਹੀਂ ਆਉਂਦੀ। ਦੂਜੀ ਗੱਲ, ਗਵਾਹਾਂ ਨੇ ਇਸ ਹਮਲੇ ਦੀ ਵਿਉਂਤ ਵਿਚ ਸ਼ਾਮਲ ਹੋਏ ਜਿਹੜੇ ਗ਼ਦਰੀਆਂ ਦੇ ਨਾਂ ਗਿਣਾਏ ਹਨ, ਉਨ੍ਹਾਂ ਵਿਚ ਮਾਝੇ ਦੇ ਕਿਸੇ ਵੀ ਅਹਿਮ ਗ਼ਦਰੀ ਦਾ ਨਾਂ ਨਹੀਂ ਆਉਂਦਾ। ਖ਼ਾਸ ਕਰਕੇ ਮੀਆਂਮੀਰ ਦੀ ਛਾਉਣੀ 'ਤੇ ਹਮਲਾ ਕਰਨ ਵਾਲਿਆਂ ਵਿਚ ਭਾਈ ਪ੍ਰੇਮ ਸਿੰਘ ਸੁਰਸਿੰਘੀਆ ਸ਼ਾਮਲ ਨਾ ਹੋਵੇ, ਇਹ ਗੱਲ ਉੱਕਾ ਹੀ ਮੰਨਣ ਵਿਚ ਨਹੀਂ ਆਉਂਦੀ। ਤੀਜੀ ਗੱਲ, ਸਾਰੀ ਕਹਾਣੀ ਵਿਚ 23ਵੇਂ ਰਸਾਲੇ ਦਾ ਕੋਈ ਜ਼ਿਕਰ ਨਹੀਂ ਹੈ। ਆਖ਼ਰੀ ਗੱਲ, ਇਨ੍ਹਾਂ ਦੋ ਵਾਅਦਾ-ਮੁਆਫ਼ ਗਵਾਹਾਂ ਦੀ ਗਵਾਹੀ ਤੋਂ ਛੁੱਟ ਇਸ ਦੀ ਹੋਰ ਕਿਸੇ ਵੀ ਸੋਮੇ ਤੋਂ ਪੁਸ਼ਟੀ ਨਹੀਂ ਹੁੰਦੀ। ਇਸ ਸਮੁੱਚੇ ਪ੍ਰਸੰਗ ਤੋਂ ਇਹ ਸਿੱਖਿਆ ਮਿਲਦੀ ਹੈ, ਕਿ ਸਰਕਾਰੀ ਦਸਤਾਵੇਜ਼ਾਂ ਦੀ ਵਰਤੋਂ ਬਹੁਤ ਹੀ ਇਹਤਿਆਤ ਨਾਲ ਕਰਨੀ ਚਾਹੀਦੀ ਹੈ। ਇਨ੍ਹਾਂ ਵਿਚ ਬਹੁਤ ਸਾਰਾ ਝੂਠ ਸੱਚ ਗੁੰਨ੍ਹਿਆ ਹੁੰਦਾ ਹੈ। ਹਥਲੀ ਲਿਖਤ ਦੇ ਲੇਖਕ ਕੋਲੋਂ ਵੀ, *ਗ਼ਦਰੀ ਬਾਬੇ ਕੌਣ ਸਨ* ਨਾਮੀ ਕਿਤਾਬ ਲਿਖਣ ਵੇਲੇ, ਅਨਜਾਣਪੁਣੇ ਕਾਰਨ, ਇਸ ਕਿਸਮ ਦੀਆਂ ਕੁਝ ਉਕਾਈਆਂ ਹੋ ਗਈਆਂ ਸਨ।]

ਫੇਰੂ ਸ਼ਹਿਰ ਦੀ ਦੁਖਦਾਈ ਘਟਨਾ

ਤਹਿ-ਸ਼ੁਦਾ ਪ੍ਰੋਗਰਾਮ ਅਨੁਸਾਰ, ਮਾਲਵੇ-ਦੁਆਬੇ ਦੇ ਗ਼ਦਰੀ 26 ਨਵੰਬਰ ਦੀ ਰਾਤ ਨੂੰ ਵੱਡੀ ਗਿਣਤੀ ਵਿਚ ਫ਼ਿਰੋਜ਼ਪੁਰ ਤੋਂ ਬਾਹਰ ਮਿਥੇ ਸਥਾਨ 'ਤੇ ਇਕੱਤਰ ਹੋਏ। ਉਹ ਲਾਹੌਰ ਛਾਉਣੀ ਉੱਤੇ ਹੋਣ ਵਾਲੇ ਹਮਲੇ ਬਾਰੇ ਸੁਨੇਹੇ ਦੀ ਉਡੀਕ ਕਰ ਰਹੇ ਸਨ। ਜਦੋਂ

ਉਨ੍ਹਾਂ ਨੂੰ ਉਥੋਂ ਮਾੜਾ ਸੁਨੇਹਾ ਮਿਲਿਆ ਤਾਂ ਉਹ ਸੋਚੀਂ ਪੈ ਗਏ। ਇਸੇ ਦੌਰਾਨ ਬਾਬਾ ਨਿਧਾਨ ਸਿੰਘ ਚੁੱਘਾ ਨੇ ਦੱਸਿਆ ਕਿ ਫ਼ਿਰੋਜ਼ਪੁਰ ਦੀ ਇਕ ਪਠਾਣ ਰਜਮੈਂਟ ਨੇ ਉਨ੍ਹਾਂ ਨਾਲ 30 ਨਵੰਬਰ ਨੂੰ ਹਥਿਆਰ ਦੇਣ ਦਾ ਵਾਅਦਾ ਕੀਤਾ ਹੈ।* ਇਸ ਕਰਕੇ ਉਨ੍ਹਾਂ ਸੋਚਿਆ ਕਿ ਹਥਿਆਰਾਂ ਦੇ ਮਿਲਣ ਉਪਰੰਤ ਹੀ ਹਮਲੇ ਦੀ ਨਵੀਂ ਤਾਰੀਕ ਬਾਰੇ ਫ਼ੈਸਲਾ ਕਰਨਾ ਬਿਹਤਰ ਹੋਵੇਗਾ। ਇਸ ਤਰ੍ਹਾਂ ਝਾੜ ਸਾਹਿਬ ਵਿਖੇ ਇਕੱਤਰ ਹੋਏ ਗ਼ਦਰੀਆਂ ਵਾਂਗ ਹੀ ਇਨ੍ਹਾਂ ਇਨਕਲਾਬੀਆਂ ਨੇ ਵੀ ਉਥੋਂ ਖਿੰਡ ਜਾਣ ਦਾ ਫ਼ੈਸਲਾ ਕਰ ਲਿਆ।

ਅਗਲੇ ਦਿਨ 27 ਨਵੰਬਰ ਨੂੰ ਬਾਬਾ ਨਿਧਾਨ ਸਿੰਘ ਚੁੱਘਾ ਤੇ ਕਰਤਾਰ ਸਿੰਘ ਸਰਾਭਾ ਸਮੇਤ ਬਹੁਤ ਸਾਰੇ ਗ਼ਦਰੀ ਵਾਪਸ ਮੋਗੇ ਤੇ ਲੁਧਿਆਣੇ ਜਾਣ ਲਈ ਤੜਕਸਾਰ ਰੇਲ ਗੱਡੀ ਵਿਚ ਚੜ੍ਹ ਗਏ। ਡੇਢ ਦਰਜਨ ਦੇ ਕਰੀਬ ਜਿਹੜੇ ਗ਼ਦਰੀ ਕਿਸੇ ਕਾਰਨ ਗੱਡੀ ਚੜ੍ਹਨੋਂ ਖੁੰਝ ਗਏ ਸਨ, ਉਨ੍ਹਾਂ ਨੇ ਮੋਗੇ ਜਾਣ ਲਈ ਤਿੰਨ ਚਾਰ ਟਾਂਗੇ ਕਰ ਲਏ। ਉਨ੍ਹਾਂ ਨੇ ਮਨ ਬਣਾ ਲਿਆ ਸੀ ਕਿ ਦੋ ਤਿੰਨ ਦਿਨ ਵਿਹਲੇ ਇਧਰ ਉਧਰ ਫਿਰਨ ਦੀ ਬਜਾਇ ਮੋਗੇ ਜਾ ਕੇ ਸਰਕਾਰੀ ਖ਼ਜ਼ਾਨਾ ਲੁੱਟਣ ਦਾ ਯਤਨ ਕੀਤਾ ਜਾਵੇ। ਬਦਕਿਸਮਤੀ ਨਾਲ ਉਸੇ ਦਿਨ ਫ਼ਿਰੋਜ਼ਪੁਰ ਜ਼ਿਲ੍ਹੇ ਦੀ ਪੁਲਿਸ ਦੇ ਕਪਤਾਨ ਨੇ ਉਸ ਇਲਾਕੇ ਦਾ ਦੌਰਾ ਰੱਖਿਆ ਹੋਇਆ ਸੀ, ਜਿਸ ਕਰਕੇ ਫੇਰੂ ਸ਼ਹਿਰ ਲਾਗੇ ਨਹਿਰ 'ਤੇ ਮਿਸਰੀਵਾਲੇ ਦੇ ਪੁਲ ਉੱਤੇ ਇਲਾਕੇ ਦਾ ਠਾਣੇਦਾਰ ਬਿਸ਼ਾਰਤ ਅਲੀ ਪੁਲਿਸ ਦੇ ਦਸਤੇ ਸਮੇਤ ਪਹਿਰਾ ਦੇ ਰਿਹਾ ਸੀ। ਦਸਤੂਰ ਮੁਤਾਬਕ ਇਲਾਕੇ ਦਾ ਜ਼ੈਲਦਾਰ ਜਵਾਲਾ ਸਿੰਘ, ਨੰਬਰਦਾਰ ਤੇ ਹੋਰ ਮੋਹਤਬਰ ਵਿਅਕਤੀ ਵੀ ਮੌਕੇ 'ਤੇ ਹਾਜ਼ਰ ਸਨ। ਜ਼ੈਲਦਾਰ ਨੇ ਜਦੋਂ ਤਿੰਨ ਚਾਰ ਟਾਂਗੇ ਇਕੱਠੇ ਆਉਂਦੇ ਵੇਖੇ ਤਾਂ ਉਸ ਨੂੰ ਟਾਂਗਿਆਂ ਵਿਚ ਸਵਾਰ ਲੋਕ ਕੁਝ ਓਪਰੇ ਜਿਹੇ ਲੱਗੇ। ਉਸ ਦੇ ਕਹਿਣ 'ਤੇ ਪੁਲਿਸ ਨੇ ਟਾਂਗੇ ਡੱਕ ਲਏ ਅਤੇ ਸਵਾਰੀਆਂ ਨੂੰ ਹੇਠਾਂ ਉਤਰਨ ਦਾ ਹੁਕਮ ਦਿੱਤਾ। ਠਾਣੇਦਾਰ ਨੇ ਆਦਤਨ ਖਰ੍ਹਵੇ ਅੰਦਾਜ਼ ਵਿਚ ਸਵਾਰੀਆਂ ਕੋਲੋਂ ਪੁੱਛ-ਗਿੱਛ ਕਰਨੀ ਸ਼ੁਰੂ ਕਰ ਦਿੱਤੀ। ਉਸ ਨੇ ਕਿਸੇ ਗੱਲੋਂ ਭਾਈ ਰਹਿਮਤ ਅਲੀ ਨੂੰ ਬੇਵਕੂਫ਼ੀ ਨਾਲ ਲੱਫੜ ਮਾਰ ਦਿੱਤਾ। ਇਸ ਨਾਲ ਗ਼ਦਰੀਆਂ ਦਾ ਸਵੈ-ਮਾਣ ਅਜਿਹਾ ਜ਼ਖ਼ਮੀ ਹੋਇਆ ਕਿ ਭਾਈ ਗਾਂਧਾ ਸਿੰਘ ਨੇ ਡੱਬ ਵਿੱਚੋਂ ਪਿਸਤੌਲ ਕੱਢ ਕੇ ਠਾਣੇਦਾਰ ਦੇ ਸਿਰ ਵਿਚਦੀ ਗੋਲੀ ਲੰਘਾ ਦਿੱਤੀ। ਜ਼ੈਲਦਾਰ ਠਾਣੇਦਾਰ ਦਾ ਬਚਾਅ ਕਰਨ ਲਈ ਅੱਗੇ ਵਧਿਆ ਤਾਂ ਗਾਂਧਾ ਸਿੰਘ ਨੇ ਲੱਗਦੇ ਹੱਥ ਦੂਜੀ ਗੋਲੀ ਉਸ ਦੀ ਹੈਂਕੜ-ਨਾਲ-ਫੁੱਲੀ ਹਿੱਕ ਵਿਚ ਠੋਕ ਦਿੱਤੀ। ਜ਼ੈਲਦਾਰ ਥਾਏਂ ਢੇਰੀ ਹੋ ਗਿਆ। ਉਸ ਦੇ ਮੂੰਹੋਂ 'ਹਾਏ' ਵੀ ਨਾ ਨਿਕਲ ਸਕੀ। ਇਸ ਤਰ੍ਹਾਂ, ਅੱਖ ਦੇ ਪਲਕਾਰੇ ਵਿਚ ਹੀ ਨਹਿਰ ਦੇ ਪੁਲ ਉੱਤੇ ਵੱਡਾ ਸਾਕਾ ਵਾਪਰ ਗਿਆ। ਅੰਗਰੇਜ਼ ਹਕੂਮਤ ਦੇ ਦੋ ਬਾਵਕਾਰ ਪੁਰਜ਼ਿਆਂ ਦੇ ਕਤਲ ਨੇ ਇਲਾਕੇ ਵਿਚ ਸਨਸਨੀ ਫੈਲਾ ਦਿੱਤੀ। ਕਪਤਾਨ ਨੇ ਫੁਰਤੀ ਨਾਲ ਪੁਲਿਸ ਦੀ ਹੋਰ ਕੁਮਕ ਬੁਲਾ ਲਈ। ਸਰਕਾਰੀ ਪਿੱਠੂਆਂ ਨੇ ਲੋਕਾਂ ਦਾ ਹਜੂਮ 'ਕੱਠਾ ਕਰ

* 30 ਨਵੰਬਰ ਨੂੰ ਹੀ ਭਾਈ ਕਰਤਾਰ ਸਿੰਘ ਸਰਾਭਾ ਨੇ ਜਲੰਧਰ ਵਿਖੇ ਸਾਨਿਆਲ ਨਾਲ ਅਗਲੇ ਦਿਨ, ਪਹਿਲੀ ਦਸੰਬਰ ਨੂੰ ਰੇਲਵੇ ਸਟੇਸ਼ਨ 'ਤੇ ਮਿਲਣ ਦਾ ਵਾਅਦਾ ਕੀਤਾ ਸੀ। ਪਰ ਜਿਵੇਂ ਪਿਛਲੇ ਕਾਂਡ ਵਿਚ ਦਰਸਾਇਆ ਗਿਆ ਹੈ, ਸਰਾਭਾ ਵਾਅਦੇ ਮੁਤਾਬਕ ਪਹਿਲੀ ਦਸੰਬਰ ਨੂੰ ਮਿਥੀ ਜਗ੍ਹਾ 'ਤੇ ਨਹੀਂ ਪਹੁੰਚਿਆ ਸੀ। ਇਕ ਸੰਭਾਵਨਾ ਇਹ ਹੋ ਸਕਦੀ ਹੈ, ਕਿ ਉਹ ਪਠਾਣ ਰਜਮੈਂਟ ਕੋਲੋਂ ਹਥਿਆਰਾਂ ਬਾਰੇ ਪਤਾ ਕਰਨ ਲਈ 30 ਨਵੰਬਰ ਨੂੰ ਜਲੰਧਰ ਤੋਂ ਫ਼ਿਰੋਜ਼ਪੁਰ ਚਲਾ ਗਿਆ ਹੋਵੇ ਅਤੇ ਉਥੋਂ, ਕਿਸੇ ਕਾਰਨ ਕਰਕੇ, ਅਗਲੇ ਦਿਨ ਜਲੰਧਰ ਮਿਥੇ ਸਮੇਂ 'ਤੇ ਨਾ ਪਹੁੰਚ ਸਕਿਆ ਹੋਵੇ। ਕਿਉਂਕਿ ਉਸ ਸਮੇਂ ਸਰਾਭੇ ਲਈ ਹਥਿਆਰਾਂ ਦਾ ਮਸਲਾ ਸਭ ਤੋਂ ਪ੍ਰਮੁੱਖ ਬਣਿਆ ਹੋਇਆ ਸੀ। ਇਸ ਕਿਸਮ ਦੇ ਵੱਡੇ ਕਾਰਨ ਤੋਂ ਬਿਨਾਂ ਉਹ ਸਾਨਿਆਲ ਨਾਲ ਮਿਲਣ ਤੋਂ ਖੁੰਝਣ ਦੀ ਕੁਤਾਹੀ ਨਹੀਂ ਕਰ ਸਕਦਾ ਸੀ।

ਲਿਆ। ਬਹੁਤ ਸਾਰੇ ਗ਼ਦਰੀ ਤਾਂ ਮੌਕਾ ਤਾੜ ਕੇ ਇਧਰ ਉਧਰ ਖਿਸਕ ਜਾਣ ਵਿਚ ਕਾਮਯਾਬ ਹੋ ਗਏ ਸਨ, ਪਰ 10 ਇਨਕਲਾਬੀ ਲੁਕਣ ਦੀ ਮਨਸ਼ਾ ਨਾਲ ਲੋਕਾਂ ਦੀਆਂ ਨਜ਼ਰਾਂ ਦੇ ਸਾਹਮਣੇ ਹੀ ਨਹਿਰ ਦੇ ਕੰਢੇ ਸੰਘਣੇ ਸਰਕੜਿਆਂ ਵਿਚ ਜਾ ਵੜੇ। ਪੁਲਿਸ ਨੇ ਲੋਕਾਂ ਦੀ ਮੱਦਦ ਨਾਲ ਸਰਕੜਿਆਂ ਦੁਆਲੇ ਘੇਰਾ ਘੱਤ ਲਿਆ ਅਤੇ ਇਨਕਲਾਬੀਆਂ ਨੂੰ ਬਾਹਰ ਨਿਕਲਣ ਲਈ ਲਲਕਾਰਿਆ। ਗ਼ਦਰੀਆਂ ਨੇ ਅੱਗੋਂ ਗੋਲੀਆਂ ਚਲਾ ਦਿੱਤੀਆਂ। ਪਰ ਉਨ੍ਹਾਂ ਕੋਲ ਸਿਰਫ਼ ਕੁਝ ਕੁ ਪਿਸਤੌਲ ਹੀ ਸਨ, ਜਿਹੜੇ ਪੁਲਿਸ ਦੀਆਂ ਰਾਈਫ਼ਲਾਂ ਦਾ ਮੁਕਾਬਲਾ ਨਹੀਂ ਕਰ ਸਕਦੇ ਸਨ। ਪਰ ਫਿਰ ਵੀ ਇਨਕਲਾਬੀਆਂ ਨੇ ਬਾਹਰ ਨਿਕਲਣ ਤੋਂ ਇਨਕਾਰ ਕਰ ਦਿੱਤਾ ਅਤੇ ਕਾਫ਼ੀ ਚਿਰ ਆਪਣੇ ਵਿਤ ਮੁਤਾਬਕ ਮੁਕਾਬਲਾ ਕਰਦੇ ਰਹੇ। ਪੁਲਿਸ ਨੇ ਹੋਰ ਕੋਈ ਵਾਹ ਨਾ ਚੱਲਦੀ ਵੇਖ ਕੇ ਸਰਕੜਿਆਂ ਨੂੰ ਅੱਗ ਲਾ ਦਿੱਤੀ। ਜਿਸ ਨਾਲ ਗ਼ਦਰੀਆਂ ਨੂੰ ਬਾਹਰ ਨਿਕਲਣ ਲਈ ਮਜਬੂਰ ਹੋਣਾ ਪੈ ਗਿਆ। ਇਸ ਤਰ੍ਹਾਂ, ਦੋ ਗ਼ਦਰੀ ਧਿਆਨ ਸਿੰਘ (ਬੰਗਸੀਪੁਰਾ) ਤੇ ਚੰਦਾ ਸਿੰਘ ਵੜੈਚ (ਜ਼ਿਲ੍ਹਾ ਲੁਧਿਆਣਾ) ਤਾਂ ਸਰਕੜਿਆਂ ਵਿਚ ਪੁਲਿਸ ਦੀਆਂ ਗੋਲੀਆਂ ਨਾਲ ਮਰੇ ਹੋਏ ਹੀ ਮਿਲੇ। ਪਰ ਸੱਤ ਜਣੇ ਜਿਉਂਦੇ ਫੜ ਲਏ ਗਏ, ਜਿਨ੍ਹਾਂ ਵਿਚ ਪੰਡਤ ਕਾਸ਼ੀ ਰਾਮ, ਭਾਈ ਜੀਵਨ ਸਿੰਘ ਦੌਲੇਸਿੰਘ ਵਾਲਾ (ਜ਼ਿਲ੍ਹਾ ਸੰਗਰੂਰ), ਭਾਈ ਰਹਿਮਤ ਅਲੀ ਵਜੀਦ ਕੇ, ਭਾਈ ਲਾਲ ਸਿੰਘ ਸਾਹਿਬੇਆਣਾ, ਭਾਈ ਜਗਤ ਸਿੰਘ ਬਿੰਜ਼ਲ ਤੇ ਭਾਈ ਬਖ਼ਸ਼ੀਸ਼ ਸਿੰਘ ਖ਼ਾਨਪੁਰ ਸ਼ਾਮਲ ਸਨ। ਭਾਈ ਗਾਂਧਾ ਸਿੰਘ ਕਿਸੇ ਸੰਘਣੇ ਦਰੱਖ਼ਤ ਉੱਤੇ ਚੜ੍ਹ ਗਏ ਸਨ ਅਤੇ ਪੁਲਿਸ ਦੀਆਂ ਨਜ਼ਰਾਂ ਤੋਂ ਬਚ ਗਏ ਸਨ। ਮੌਕੇ 'ਤੇ ਗ੍ਰਿਫ਼ਤਾਰ ਕੀਤੇ ਗਏ ਸੱਤਾਂ ਹੀ ਇਨਕਲਾਬੀਆਂ ਉੱਤੇ ਕਾਹਲੀ ਨਾਲ ਮੁਕੱਦਮਾ ਚਲਾ ਕੇ ਛੇਤੀ ਹੀ ਫਾਂਸੀ ਚਾੜ੍ਹ ਕੇ ਸ਼ਹੀਦ ਕਰ ਦਿੱਤਾ ਗਿਆ ਸੀ।

ਪੰਡਤ ਕਾਸ਼ੀ ਰਾਮ ਦੀ ਗ੍ਰਿਫ਼ਤਾਰੀ ਤੋਂ ਬਾਅਦ ਭਾਈ ਕਰਤਾਰ ਸਿੰਘ ਸਰਾਭਾ ਉਸ ਦੇ ਪਰਿਵਾਰ ਨੂੰ ਦਿਲਾਸਾ ਦੇਣ ਤੇ ਪਿੰਡ ਦੇ ਲੋਕਾਂ ਨੂੰ ਕਾਸ਼ੀ ਰਾਮ ਦੇ ਆਦਰਸ਼ਾਂ ਤੋਂ ਜਾਣੂ ਕਰਾਉਣ ਲਈ ਇਕ ਦਿਨ ਉਸ ਦੇ ਘਰ ਗਿਆ ਸੀ ਅਤੇ ਉਸ ਦੇ ਮਾਤਾ ਪਿਤਾ ਨਾਲ ਕਾਫ਼ੀ ਚਿਰ ਗੱਲਾਂਬਾਤਾਂ ਕੀਤੀਆਂ ਸਨ। ਮੜੌਲੀ ਪਿੰਡ ਦੇ ਪੰਡਤ ਸ਼ਾਦੀ ਰਾਮ ਨੇ ਲਗਭਗ ਸੱਠ ਸਾਲਾਂ ਬਾਅਦ, ਪੰਡਤ ਕਾਸ਼ੀ ਰਾਮ ਦੀ ਜੀਵਨੀ ਲਿਖਣ ਦੇ ਮੰਤਵ ਨਾਲ ਉਸ ਦੇ ਪਿੰਡ ਪਹੁੰਚੇ ਲੇਖਕ ਐਚ. ਐਸ. ਦਿਲਗੀਰ ਨਾਲ ਉਸ ਵੇਲੇ ਦੀ ਗੱਲ ਕਰਦਿਆਂ ਦੱਸਿਆ ਕਿ:

> "ਕਾਸ਼ੀ ਰਾਮ ਦੇ ਕੈਦ ਹੋ ਜਾਣ ਮਗਰੋਂ ਇਕ ਦਿਨ ਕਰਤਾਰ ਸਿੰਘ ਸਰਾਭਾ ਆਪਣੇ ਦੋ ਤਿੰਨ ਹੋਰ ਸਾਥੀਆਂ ਨਾਲ ਏਥੇ ਆਇਆ। ਸਾਰੇ ਪਿੰਡ ਦੇ ਲੋਕਾਂ ਨੂੰ ਇਕੱਠਾ ਕਰਕੇ ਉਸ ਨੇ ਲੈਕਚਰ ਦਿੱਤਾ। ਉਸ ਨੇ ਕਿਹਾ ਕਿ 'ਇਸ ਪਿੰਡ ਨੂੰ ਮਾਣ ਹੋਣਾ ਚਾਹੀਦਾ ਹੈ ਕਿ ਪੰਡਤ ਕਾਸ਼ੀ ਰਾਮ ਜੈਸਾ ਦੇਸ਼-ਭਗਤ ਏਥੇ ਪੈਦਾ ਹੋਇਆ।' ਸਾਨੂੰ ਉਸ ਦਿਨ ਪਹਿਲੀ ਵਾਰ ਪਤਾ ਲੱਗਾ ਕਿ ਕਾਸ਼ੀ ਰਾਮ ਦੇਸ਼ ਆਜ਼ਾਦ ਕਰਾਣ ਵਾਸਤੇ ਅੰਗਰੇਜ਼ਾਂ ਨਾਲ ਲੜ ਰਿਹਾ ਸੀ। ਸਰਾਭਾ ਨੇ ਥੋੜ੍ਹੇ ਜਿਹੇ ਸ਼ਬਦਾਂ ਵਿਚ ਦੱਸਿਆ ਕਿ 'ਉਹ ਸਾਰੇ ਜਣੇ ਅੰਗਰੇਜ਼ਾਂ ਨੂੰ ਕੱਢ ਕੇ ਹੀ ਸਾਹ ਲੈਣਗੇ ਅਤੇ ਕਾਸ਼ੀ ਰਾਮ ਦੇਸ਼ ਵਾਸਤੇ ਹੀ ਜਾਨ ਦੀ ਬਾਜ਼ੀ ਲਾ ਰਿਹਾ ਹੈ।' ਅਸੀਂ ਓਸ ਵੇਲੇ ਛੋਟੀ ਉਮਰ ਦੇ ਸੀ। ਸਾਡੇ ਉੱਤੇ ਸਰਾਭੇ ਦੇ ਲੈਕਚਰ ਦਾ ਬੜਾ ਅਸਰ ਹੋਇਆ। ਸਰਾਭਾ ਨੇ ਓਸ ਵੇਲੇ ਖਾਕੀ ਕੱਪੜੇ ਪਾਏ ਹੋਏ ਸਨ।"[10]

---

10. ਐਚ. ਐਸ. ਦਿਲਗੀਰ, *ਗ਼ਦਰੀ ਸ਼ਹੀਦ ਕਾਸ਼ੀ ਰਾਮ ਮੜੌਲੀ*, ਸਫ਼ਾ 114.

ਇਸ ਤਰ੍ਹਾਂ, ਪਾਰਟੀ ਵੱਲੋਂ, ਥੋੜ੍ਹੀ ਕਾਹਲੀ ਵਿਚ ਤੇ ਕੱਚੇ ਪੈਰੀਂ ਬਗ਼ਾਵਤ ਕਰਨ ਦੇ ਕੀਤੇ ਗਏ ਯਤਨ ਬੜੇ ਨੁਕਸਾਨਦੇਹ ਸਾਬਤ ਹੋਏ। ਬਹੁਤ ਹੀ ਨਾਜ਼ਕ ਮੌਕੇ 'ਤੇ ਪੰਡਤ ਕਾਸ਼ੀ ਰਾਮ ਵਰਗੇ ਹੋਣਹਾਰ ਆਗੂ ਸਮੇਤ ਅੱਠ ਹੋਰ ਧੜੱਲੇਦਾਰ ਇਨਕਲਾਬੀਆਂ ਦੀਆਂ ਕੀਮਤੀ ਜਾਨਾਂ ਅਜਾਈਂ ਚਲੀਆਂ ਗਈਆਂ। ਉਦੋਂ ਤਕ ਅੰਗਰੇਜ਼ ਸਰਕਾਰ ਨੂੰ ਗ਼ਦਰੀ ਖ਼ਤਰੇ ਦੀ ਗੰਭੀਰਤਾ ਦਾ ਪੂਰਾ ਅਹਿਸਾਸ ਨਹੀਂ ਹੋਇਆ ਸੀ। ਪਰ ਮਿਸਰੀਵਾਲੇ ਦੇ ਪੁਲ 'ਤੇ ਵਾਪਰੇ ਖ਼ੂਨੀ ਸਾਕੇ ਨੇ ਸਰਕਾਰ ਨੂੰ ਇਕਦਮ ਚੌਕੰਨੇ ਕਰ ਦਿੱਤਾ, ਜਿਸ ਨਾਲ ਗ਼ਦਰੀ ਇਨਕਲਾਬੀਆਂ ਦੀਆਂ ਮੁਸ਼ਕਲਾਂ ਹੋਰ ਵੱਧ ਗਈਆਂ ਸਨ।

ਗ਼ਦਰ ਪਾਰਟੀ ਦੀ ਥਾਂ ਕੋਈ ਹੋਰ ਪਾਰਟੀ ਹੁੰਦੀ ਤਾਂ ਇਸ ਝਟਕੇ ਨਾਲ ਬੁਰੀ ਤਰ੍ਹਾਂ ਮਧੋਲੀ ਜਾਣੀ ਸੀ। ਲਹਿਰ ਦੀਆਂ ਸਫ਼ਾਂ ਅੰਦਰ ਦਿਲਗੀਰੀ ਛਾ ਜਾਣੀ ਸੀ ਅਤੇ ਆਗੂਆਂ ਨੇ ਹੋਏ ਨੁਕਸਾਨ ਲਈ ਇਕ ਦੂਜੇ ਨੂੰ ਕੋਸਣਾ ਸ਼ੁਰੂ ਕਰ ਦੇਣਾ ਸੀ। ਜਿਸ ਨਾਲ ਪਾਰਟੀ ਅੰਦਰ ਆਪਸੀ ਬੇਇਤਫ਼ਾਕੀ, ਦੂਸ਼ਣਬਾਜ਼ੀ ਤੇ ਟੁੱਟ ਭੱਜ ਦਾ ਕੁਲਹਿਣਾ ਅਮਲ ਛਿੜ ਪੈਣਾ ਸੀ। ਪਰ ਗ਼ਦਰੀ ਖ਼ਾਸ ਮਿੱਟੀ ਦੇ ਬਣੇ ਹੋਏ ਸਨ। ਉਨ੍ਹਾਂ ਦੇ ਜਿਗਰੇ ਫ਼ੌਲਾਦ ਦੇ ਸਨ। ਉਨ੍ਹਾਂ ਨੇ ਮੁਸ਼ਕਲਾਂ ਤੇ ਸ਼ਹਾਦਤਾਂ ਦਾ ਰਾਹ ਕਿਸੇ ਵਕਤੀ ਜੋਸ਼-ਉਬਾਲੇ 'ਚੋਂ ਨਹੀਂ ਚੁਣਿਆ ਸੀ। ਉਹ ਆਤਮਿਕ ਤੌਰ 'ਤੇ ਜਾਗਰੂਕ ਹੋਏ ਲੋਕ ਸਨ, ਜਿਹੜੇ ਦੁਨੀਆਂ ਦੇ ਕੁੱਲ ਡਰਾਂ ਤੇ ਲਾਲਚਾਂ ਤੋਂ ਸੁਰਖ਼ਰੂ ਹੋ ਚੁੱਕੇ ਸਨ। ਉਨ੍ਹਾਂ ਦੀਆਂ ਆਤਮਾਵਾਂ ਨਿਰਮਲ ਹੋ ਗਈਆਂ ਸਨ। ਦ੍ਰਿਸ਼ਟੀ ਸ਼ੁੱਧ ਹੋ ਗਈ ਸੀ, ਜਿਸ ਕਰਕੇ ਉਨ੍ਹਾਂ ਦਾ ਦੁੱਖਾਂ ਤੇ ਸੁੱਖਾਂ, ਅਤੇ ਜਿੱਤਾਂ ਤੇ ਹਾਰਾਂ ਬਾਰੇ ਨਜ਼ਰੀਆ ਬਿਲਕੁਲ ਬਦਲ ਗਿਆ ਸੀ। ਉਹ ਗੁਰਮਤਿ ਦੇ ਪ੍ਰੇਮੀ ਤੇ ਗੁਰਬਾਣੀ ਦੇ ਰਸੀਏ ਸਨ। ਉਨ੍ਹਾਂ ਅੰਦਰ ਭਾਣੇ ਵਿਚ ਰਹਿਣ ਦੀ ਨਿਸ਼ਠਾ ਪੈਦਾ ਹੋ ਗਈ ਸੀ। ਉਹ ਮੁਸ਼ਕਲ ਤੋਂ ਮੁਸ਼ਕਲ ਘੜੀਆਂ ਵਿਚ ਵੀ ਚੜ੍ਹਦੀ ਕਲਾ ਵਿਚ ਰਹਿਣ ਦੇ ਅਭਿਆਸੀ ਬਣ ਗਏ ਸਨ। ਏਡੀ ਵੱਡੀ ਸੱਟ ਤੇ ਪਛਾੜ ਤੋਂ ਬਾਅਦ ਵੀ ਉਨ੍ਹਾਂ ਨੇ ਹੌਂਸਲੇ ਨਹੀਂ ਛੱਡੇ ਸਨ। ਉਨ੍ਹਾਂ ਨੇ ਇਸ ਤੋਂ ਸਬਕ ਲੈ ਕੇ ਆਪਣੀਆਂ ਕਮੀਆਂ ਪੇਸ਼ੀਆਂ ਨੂੰ ਦੂਰ ਕਰਨ ਅਤੇ ਅਗਲੇ ਕਦਮ ਵੱਧ ਤਿਆਰੀ ਤੇ ਮਜ਼ਬੂਤੀ ਨਾਲ ਪੁੱਟਣ ਦਾ ਨਿਰਣਾ ਕਰ ਲਿਆ ਸੀ।

ਝਾੜ ਸਾਹਿਬ ਵਿਖੇ ਦਿਲ ਤੋੜ ਦੇਣ ਵਾਲੀ ਨਿਰਾਸ਼ਾ ਅਤੇ ਮਿਸਰੀਵਾਲੇ ਦੇ ਪੁਲ ਤੇ ਵਾਪਰੀ ਤਰਾਸਦਿਕ ਘਟਨਾ ਦੇ ਦੋ ਦਿਨਾਂ ਬਾਅਦ ਹੀ, 30 ਨਵੰਬਰ ਨੂੰ ਭਾਈ ਕਰਤਾਰ ਸਿੰਘ ਸਰਾਭਾ ਦੀ ਸਚਿੰਦਰ ਨਾਥ ਸਾਨਿਆਲ ਨਾਲ ਪਲੇਠੀ ਮਿਲਣੀ ਹੋਈ ਸੀ। ਉਨ੍ਹਾਂ ਨੇ ਜਲੰਧਰ ਵਿਖੇ ਲੰਮੀ ਗੱਲਬਾਤ ਕੀਤੀ ਸੀ। ਪਰ ਉਸ ਸਮੁੱਚੇ ਵਾਰਤਾਲਾਪ ਦੌਰਾਨ ਸਚਿੰਦਰ ਨਾਥ ਨੂੰ ਕਿਤੋਂ ਵੀ ਸਰਾਭੇ ਦੇ ਚਿਹਰੇ ਜਾਂ ਗੱਲਬਾਤ 'ਚੋਂ ਮਾਯੂਸੀ ਦੀ ਰਤੀ ਭਰ ਵੀ ਝਲਕ ਨਹੀਂ ਪਈ ਸੀ। ਇਸ ਦੇ ਬਿਲਕੁਲ ਉਲਟ, ਜਿਵੇਂ ਕਿ ਪਿਛਲੇ ਕਾਂਡ ਵਿਚ ਦਰਸਾਇਆ ਗਿਆ ਹੈ, ਸਾਨਿਆਲ ਕਰਤਾਰ ਸਿੰਘ ਸਰਾਭੇ ਦੇ ਆਤਮ-ਵਿਸ਼ਵਾਸ ਤੋਂ ਬੇਹੱਦ ਪ੍ਰਭਾਵਿਤ ਹੋਇਆ ਸੀ। ਸਰਾਭੇ ਦੇ ਬੁਲੰਦ ਹੌਂਸਲੇ, ਪ੍ਰਚੰਡ ਜੋਸ਼ ਤੇ ਮਘਦੇ ਉਤਸ਼ਾਹ ਨੂੰ ਵੇਖ ਕੇ ਉਹ ਇਹ ਕਲਪਨਾ ਵੀ ਨਹੀਂ ਕਰ ਸਕਦਾ ਸੀ, ਕਿ ਅਜੇ ਦੋ ਤਿੰਨ ਦਿਨ ਪਹਿਲਾਂ ਹੀ ਗ਼ਦਰ ਪਾਰਟੀ ਨਾਲ ਭਾਰੀ ਮੰਦਹੋਣੀ ਵਾਪਰੀ ਸੀ। ਇਸ ਤੋਂ ਕਰਤਾਰ ਸਿੰਘ ਸਰਾਭਾ ਦੀ ਲਾਸਾਨੀ ਸ਼ਖ਼ਸੀਅਤ ਪੂਰੀ ਤਰ੍ਹਾਂ ਉਘੜ ਆਉਂਦੀ ਹੈ।

ਨਵੀਂ ਸ਼ੁਰੂਆਤ

ਗ਼ਦਰੀ ਆਗੂਆਂ ਨੇ ਸਮੁੱਚੇ ਘਟਨਾ-ਕ੍ਰਮ ਦਾ ਲੇਖਾ-ਜੋਖਾ ਕਰਨ ਤੋਂ ਬਾਅਦ ਦੋ ਕਾਰਜਾਂ ਨੂੰ ਵਿਸ਼ੇਸ਼ ਤਰਜੀਹ ਦੇਣ ਦਾ ਫ਼ੈਸਲਾ ਕੀਤਾ। ਸਭ ਤੋਂ ਪਹਿਲਾਂ, ਹਥਿਆਰਾਂ ਦੀ ਘਾਟ ਪੂਰੀ ਕਰਨ ਲਈ ਹੋਰ ਵੱਧ ਕਾਰਗਰ ਕਦਮ ਉਠਾਉਣ ਬਾਰੇ ਸੋਚਿਆ ਗਿਆ। ਸਟੇਸ਼ਨਾਂ ਤੇ ਪੁਲਾਂ 'ਤੇ ਤੈਨਾਤ ਗਾਰਦਾਂ ਕੋਲੋਂ ਰਾਈਫ਼ਲਾਂ ਖੋਹਣ ਲਈ ਬੰਬਾਂ ਦੀ ਲੋੜ ਮਹਿਸੂਸ ਕੀਤੀ ਗਈ। ਇਸ ਵਾਸਤੇ ਇਕ ਪਾਸੇ ਬੰਗਾਲੀਆਂ ਨਾਲ ਮੇਲ ਬਣਾਉਣ ਦੀਆਂ ਕੋਸ਼ਿਸ਼ਾਂ ਵਿਚ ਤੇਜ਼ੀ ਲਿਆਉਣ, ਅਤੇ ਦੂਜੇ ਪਾਸੇ ਆਪਣੇ ਹੀ ਸੋਮਿਆਂ ਨਾਲ ਦੇਸੀ ਬੰਬ ਤਿਆਰ ਕਰਨ ਬਾਰੇ ਫ਼ੈਸਲੇ ਕੀਤੇ ਗਏ। ਇਸ ਅਨੁਸਾਰ ਡਾਕਟਰ ਮਥਰਾ ਸਿੰਘ, ਜੀਹਨੂੰ ਬੰਬ ਬਣਾਉਣ ਦੀ ਜੁਗਤ ਆਉਂਦੀ ਸੀ, ਨੂੰ ਬੰਬ ਬਣਾਉਣ ਦਾ ਉਚੇਚਾ ਕਾਰਜ ਸੌਂਪਿਆ ਗਿਆ। ਉਸ ਦੀ ਸਹਾਇਤਾ ਕਰਨ ਲਈ ਭਾਈ ਪਰਮਾਨੰਦ ਝਾਂਸੀ, ਪੰਡਤ ਰਾਮ ਰੱਖਾ ਤੇ ਮੰਡੀ ਰਿਆਸਤ ਦੇ ਹਿਰਦੇ ਰਾਮ ਨੂੰ ਚੁਣਿਆ ਗਿਆ। ਇਨ੍ਹਾਂ ਤਿੰਨ ਗ਼ੈਰ-ਸਿੱਖਾਂ ਦੀ ਚੋਣ ਕਰਨ ਦਾ ਕਾਰਨ ਸ਼ਾਇਦ ਇਹ ਸੀ, ਕਿ ਉਸ ਵੇਲੇ ਬੰਬ ਬਣਾਉਣ ਲਈ ਲੋੜੀਂਦੇ ਰਸਾਇਣ ਖ਼ਰੀਦਣ ਲਈ ਗ਼ੈਰ-ਸਿੱਖ ਵੱਧ ਢੁਕਵੇਂ ਸਨ। ਕਿਉਂਕਿ ਗ਼ੈਰ-ਸਿੱਖਾਂ ਦੀ ਤੁਲਨਾ ਵਿਚ, ਸਿੱਖਾਂ ਉੱਤੇ ਸ਼ੱਕ ਹੋਣ ਦੀਆਂ ਸੰਭਾਵਨਾਵਾਂ ਜ਼ਿਆਦਾ ਸਨ। ਪਹਿਲਾਂ ਕਰਤਾਰ ਸਿੰਘ ਸਰਾਭਾ ਦੇ ਜਾਣੂ ਵਿਦਿਆਰਥੀਆਂ ਦੀ ਮੱਦਦ ਨਾਲ ਲੁਧਿਆਣੇ ਦੇ ਨੇੜੇ ਝਾਬੇਵਾਲ ਪਿੰਡ ਵਿਚ ਦਲੀਪ ਸਿੰਘ ਦੇ ਘਰ ਬੰਬ ਬਣਾਉਣ ਦਾ ਅੱਡਾ ਕਾਇਮ ਕੀਤਾ ਗਿਆ ਸੀ। ਪਰ ਕੁਝ ਸਮੇਂ ਬਾਅਦ ਜਦੋਂ ਇਹ ਪਤਾ ਲੱਗਾ ਕਿ ਪਿੰਡ ਵਿਚ ਇਸ ਦੀ ਖ਼ਬਰ ਫੈਲ ਗਈ ਸੀ, ਤਾਂ ਜਨਵਰੀ ਦੇ ਅੰਤ ਵਿਚ ਇਹ ਅੱਡਾ ਨਾਭਾ ਰਿਆਸਤ ਦੇ ਪਿੰਡ ਲੋਹਟਬੱਦੀ ਵਿਖੇ ਤਬਦੀਲ ਕਰ ਦਿੱਤਾ ਗਿਆ ਸੀ। ਇਸ ਦੇ ਨਾਲ ਹੀ, ਬੰਗਾਲੀਆਂ ਨਾਲ ਮੇਲ ਹੋ ਜਾਣ ਦੀ ਸੂਰਤ ਵਿਚ ਉਨ੍ਹਾਂ ਕੋਲੋਂ ਬੰਬ ਹਾਸਲ ਕਰਨ ਦੇ ਉਪਾਅ ਕੀਤੇ ਗਏ।

ਇਸ ਤੋਂ ਇਲਾਵਾ, ਗ਼ਦਰ ਪਾਰਟੀ ਨਾਲ ਹੋਰ ਵੱਧ ਲੋਕਾਂ ਨੂੰ ਜੋੜਨ ਅਤੇ ਗ਼ਦਰ ਪਾਰਟੀ ਦੀ ਹਮਾਇਤ ਲਈ ਤਤਪਰ ਜਥੇਬੰਦ ਸੰਸਥਾਵਾਂ ਨਾਲ ਸੰਬੰਧ ਹੋਰ ਪੱਕੇ ਕਰਨ ਦੇ ਵੀ ਮਤੇ ਪਕਾਏ ਗਏ। ਇਸ ਪ੍ਰਥਾਇ ਭਾਈ ਰਣਧੀਰ ਸਿੰਘ ਨਾਰੰਗਵਾਲ ਦੇ ਜਥੇ ਨਾਲ ਬਕਾਇਦਾ ਮੇਲ-ਜੋਲ ਰੱਖਣ ਬਾਰੇ ਵਿਚਾਰਾਂ ਹੋਈਆਂ। ਕਿਉਂਕਿ ਫੇਰੂ ਸ਼ਹਿਰ ਦੇ ਕਾਂਡ ਵਿਚ ਪਾਰਟੀ ਦੇ ਬਹੁਤ ਸਾਰੇ ਅਹਿਮ ਬੰਦੇ ਨੁਕਸਾਨੇ ਜਾਣ ਤੋਂ ਬਾਅਦ, ਫ਼ਿਰੋਜ਼ਪੁਰ ਦੀ ਛਾਉਣੀ 'ਤੇ ਦੁਬਾਰਾ ਪੱਕੇ ਪੈਰੀਂ ਹਮਲਾ ਕਰਨ ਲਈ ਮਰ ਮਿਟਣ ਦੀ ਭਾਵਨਾ ਰੱਖਣ ਵਾਲੇ ਜ਼ਿਆਦਾ ਬੰਦਿਆਂ ਦੀ ਲੋੜ ਮਹਿਸੂਸ ਹੋਣ ਲੱਗ ਪਈ ਸੀ। ਜਿਸ ਦੇ ਲਈ ਭਾਈ ਰਣਧੀਰ ਸਿੰਘ ਜੀ ਦਾ ਸਹਿਯੋਗ ਜ਼ਰੂਰੀ ਹੋ ਗਿਆ ਸੀ। ਭਾਈ ਨਿਧਾਨ ਸਿੰਘ ਚੁੱਘਾ, ਭਾਈ ਗਾਂਧਾ ਸਿੰਘ ਤੇ ਉੱਤਮ ਸਿੰਘ ਹਾਂਸ ਤਾਂ ਪਹਿਲਾਂ ਹੀ ਭਾਈ ਸਾਹਿਬ ਨੂੰ ਅਕਸਰ ਮਿਲਦੇ ਰਹਿੰਦੇ ਸਨ, ਹੁਣ ਭਾਈ ਕਰਤਾਰ ਸਿੰਘ ਸਰਾਭੇ ਨੇ ਵੀ ਜਥੇ ਨਾਲ ਨੇਮਪੂਰਬਕ ਰਾਬਤਾ ਬਣਾ ਲਿਆ ਸੀ।

ਬੰਗਾਲੀਆਂ ਨਾਲ ਦੁਬਾਰਾ ਮੇਲ-ਜੋਲ

ਪਿਛਲੇ ਕਾਂਡ ਵਿਚ ਦੱਸਿਆ ਜਾ ਚੁੱਕਾ ਹੈ ਕਿ ਸਚਿੰਦਰ ਨਾਥ ਸਾਨਿਆਲ ਤੇ ਰਾਸ ਬਿਹਾਰੀ ਬੋਸ ਨੇ ਗ਼ਦਰ ਪਾਰਟੀ ਨਾਲ ਦੁਬਾਰਾ ਸੰਪਰਕ ਬਣਾਉਣ ਲਈ ਦਸੰਬਰ 1914 ਵਿਚ ਵਿਸ਼ਣੂ ਗਣੇਸ਼ ਪਿੰਗਲੇ ਨੂੰ ਬਨਾਰਸ ਤੋਂ ਪੰਜਾਬ ਭੇਜਿਆ ਸੀ। ਪਿੰਗਲੇ

ਦਸੰਬਰ ਦੇ ਤੀਜੇ ਹਫ਼ਤੇ ਦੇ ਅਖ਼ੀਰ ਜਿਹੇ ਵਿਚ ਪੰਜਾਬ ਆਇਆ ਸੀ। ਸਾਨਿਆਲ ਨੇ ਉਸ ਨੂੰ ਕਪੂਰਥਲੇ ਰਾਮ ਸਰਨ ਦਾਸ ਦੇ ਅੱਡੇ ਦਾ ਪਤਾ ਦੇ ਦਿੱਤਾ ਸੀ। ਪਿੰਗਲੇ ਬਨਾਰਸ ਤੋਂ ਸਿੱਧਾ ਕਪੂਰਥਲੇ ਗਿਆ ਅਤੇ ਉਥੇ ਉਸ ਨੇ ਰਾਮ ਸਰਨ ਦਾਸ ਰਾਹੀਂ ਕਰਤਾਰ ਸਿੰਘ ਸਰਾਭਾ, ਨਿਧਾਨ ਸਿੰਘ ਚੁੱਘਾ ਤੇ ਪਰਮਾਨੰਦ ਝਾਂਸੀ ਨਾਲ ਲੰਮੀਆਂ ਵਿਚਾਰਾਂ ਕੀਤੀਆਂ। ਉਸ ਨੇ ਉਨ੍ਹਾਂ ਨੂੰ ਬੰਗਾਲ ਦਾ ਹਾਲ-ਚਾਲ ਦੱਸਿਆ ਤੇ ਉਨ੍ਹਾਂ ਕੋਲੋਂ ਪੰਜਾਬ ਦੇ ਹਾਲਾਤ ਬਾਰੇ ਜਾਣਿਆ। ਪੰਜਾਬ ਦੇ ਗ਼ਦਰੀਆਂ ਨੇ ਪਿੰਗਲੇ ਕੋਲ ਇਕ ਤਾਂ ਬੰਗਾਲ ਤੋਂ ਬੰਬ ਆਦਿ ਲਿਆਉਣ ਦੀ ਤੱਦੀ ਪ੍ਰਗਟਾਈ, ਅਤੇ ਦੂਜਾ ਰਾਸ ਬਿਹਾਰੀ ਬੋਸ ਨੂੰ ਪੰਜਾਬ ਲਿਆਉਣ 'ਤੇ ਜ਼ੋਰ ਦਿੱਤਾ। ਪੰਜਾਬ ਦੇ ਗ਼ਦਰੀਆਂ ਨਾਲ ਇਕ ਹਫ਼ਤਾ ਗੁਜ਼ਾਰਨ ਅਤੇ ਸਮੁੱਚੀ ਹਾਲਤ ਦਾ ਭਰਵਾਂ ਜਾਇਜ਼ਾ ਲੈਣ ਤੋਂ ਬਾਅਦ ਪਿੰਗਲੇ ਬੰਗਾਲੀ ਆਗੂਆਂ ਨੂੰ ਪੰਜਾਬ ਦੀ ਖ਼ਬਰ ਦੇਣ ਲਈ ਕਾਸ਼ੀ ਚਲਾ ਗਿਆ। ਬੰਗਾਲੀ ਆਗੂਆਂ ਨੇ ਪੰਜਾਬ ਦੀ ਸਮੁੱਚੀ ਹਾਲਤ ਉੱਤੇ ਵਿਚਾਰ ਕਰਨ ਤੋਂ ਬਾਅਦ ਇਹ ਫ਼ੈਸਲਾ ਕੀਤਾ ਕਿ ਰਾਸ ਬਿਹਾਰੀ ਬੋਸ ਦੇ ਪੰਜਾਬ ਜਾਣ ਤੋਂ ਪਹਿਲਾਂ ਸਾਨਿਆਲ ਨੂੰ ਇਕ ਵਾਰ ਫਿਰ ਪੰਜਾਬ ਜਾਣਾ ਚਾਹੀਦਾ ਹੈ, ਤਾਂ ਜੋ ਬੋਸ ਦੇ ਉਥੇ ਰਹਿਣ ਤੇ ਕੰਮ ਕਰਨ ਲਈ ਮੁਨਾਸਬ ਜਥੇਬੰਦਕ ਇੰਤਜ਼ਾਮ ਕੀਤੇ ਜਾਣ। ਇਸ ਫ਼ੈਸਲੇ ਅਨੁਸਾਰ ਸਾਨਿਆਲ ਤੇ ਪਿੰਗਲੇ ਇਕੱਠੇ ਪੰਜਾਬ ਨੂੰ ਚੱਲ ਪਏ। ਸਾਨਿਆਲ ਨੇ ਆਪਣੀ ਇਸ ਦੂਜੀ ਪੰਜਾਬ ਯਾਤਰਾ ਦਾ ਵਰਣਨ ਇਸ ਤਰ੍ਹਾਂ ਕੀਤਾ ਹੈ:

> "ਦਸੰਬਰ ਮਹੀਨੇ ਦੀ ਇਕ ਸਵੇਰ ਨੂੰ ਕਾਫ਼ੀ ਠੰਢ ਪੈ ਰਹੀ ਸੀ, ਜਦ ਮੈਂ ਸਾਧਾਰਨ ਹਿੰਦੁਸਤਾਨੀ ਦੇ ਪਹਿਰਾਵੇ ਵਿਚ ਪਿੰਗਲੇ ਨਾਲ ਅੰਮ੍ਰਿਤਸਰ ਪਹੁੰਚਿਆ।* ਮੈਂ ਤਾਂ ਪੰਜਾਬੀ ਬੋਲ ਨਹੀਂ ਸੀ ਸਕਦਾ ਪਰ ਪਿੰਗਲੇ ਨੂੰ ਇਹਦਾ ਕਾਫ਼ੀ ਅਭਿਆਸ ਸੀ।† ਅਸੀਂ ਇਕ ਗੁਰਦੁਆਰੇ‡ ਵਿਚ ਜਾ ਕੇ ਠਹਿਰੇ। ਇਥੇ ਪਿੰਗਲੇ ਨੇ ਇਕ ਪੰਜਾਬੀ ਮੁਖੀ ਨਾਲ ਮੇਰੀ ਜਾਣ-ਪਛਾਣ ਕਰਾਈ। ਉਹਦਾ ਨਾਮ ਮੂਲਾ ਸਿੰਘ ਸੀ...ਏਸ ਸਮੇਂ ਮੈਂ ਬਹੁਤ ਸਾਰੇ ਪੇਂਡੂ ਸਿੱਖਾਂ ਨੂੰ ਇਥੇ ਆਉਂਦੇ ਜਾਂਦੇ ਦੇਖਿਆ ਸੀ। ਇਹ ਜ਼ਿਆਦਾਤਰ ਕਿਸਾਨ ਜਾਂ ਮਜ਼ਦੂਰ ਸਨ। ਪਰ ਇਹ ਵੀ ਦੇਸ਼ ਸੇਵਾ ਲਈ ਮਤਵਾਲੇ ਹੋ ਰਹੇ ਸਨ। ਸਿੱਖ ਸੰਪਰਦਾਇ ਦੀ ਅਜਿਹੀ ਹੀ ਸਿੱਖਿਆ ਦੀਖਿਆ ਹੈ।"[11]

ਪਿੰਗਲੇ ਦੇ ਮੁਕਤਸਰ ਦੇ ਮੇਲੇ ਤੋਂ ਮੁੜਨ ਤਕ ਸਾਨਿਆਲ ਸੰਤ ਗੁਲਾਬ ਸਿੰਘ ਦੀ ਧਰਮਸ਼ਾਲਾ ਵਿਚ ਹੀ ਟਿਕਿਆ ਰਿਹਾ, ਜਿਥੇ ਉਸ ਨੂੰ ਬਹੁਤ ਸਾਰੇ ਗ਼ਦਰੀ ਆ ਕੇ ਮਿਲਦੇ ਰਹੇ। ਇਨ੍ਹਾਂ ਗ਼ਦਰੀਆਂ ਨਾਲ ਹੋਈ ਵਿਚਾਰ ਚਰਚਾ ਤੋਂ ਉਸ ਨੂੰ ਪੰਜਾਬ ਦੇ ਇਨਕਲਾਬੀਆਂ ਦੇ ਸੁਭਾਅ, ਕੰਮ ਕਰਨ ਦੇ ਤਰੀਕਿਆਂ ਅਤੇ ਜਥੇਬੰਦੀ ਬਾਰੇ ਕਾਫ਼ੀ ਕੁਛ ਪਤਾ ਚੱਲ ਗਿਆ ਸੀ। ਪਿੰਗਲੇ ਜਦੋਂ ਮੁਕਤਸਰ ਤੋਂ ਮੁੜ ਕੇ ਆਇਆ ਤਾਂ ਉਦੋਂ ਤਕ

---

* ਇਸ ਤੋਂ ਅੱਗੇ ਸਾਨਿਆਲ ਨੇ ਇਹ ਲਿਖਿਆ ਹੈ ਕਿ "ਮੂਲਾ ਸਿੰਘ ਨਾਲ ਮੇਰੀ ਮੁਲਾਕਾਤ ਕਰਵਾ ਕੇ ਪਿੰਗਲੇ ਹੋਰ ਜਾਣੇ-ਪਛਾਣੇ ਸਿੱਖਾਂ ਦੀ ਤਲਾਸ਼ ਵਿਚ ਮੁਕਤਸਰ ਦੇ ਮੇਲੇ ਚਲੇ ਗਏ।" (ਓਹੀ) ਮੁਕਤਸਰ ਮਾਘੀ ਦਾ ਮੇਲਾ ਹਮੇਸ਼ਾ 12 ਤੋਂ 14 ਜਨਵਰੀ ਦਰਮਿਆਨ ਹੁੰਦਾ ਹੈ, ਜਿਸ ਕਰਕੇ ਵੱਧ ਸੰਭਾਵਨਾ ਇਹ ਹੈ ਕਿ ਸਾਨਿਆਲ ਤੇ ਪਿੰਗਲੇ ਪੰਜਾਬ ਵਿਚ ਦਸੰਬਰ ਮਹੀਨੇ ਵਿਚ ਨਹੀਂ, ਜਨਵਰੀ ਦੇ ਦੂਜੇ ਹਫ਼ਤੇ ਦੇ ਆਰੰਭ ਵਿਚ ਆਏ ਹੋਣਗੇ।

† ਅਮਰੀਕਾ ਪੜ੍ਹਨ ਜਾਣ ਤੋਂ ਪਹਿਲਾਂ ਪਿੰਗਲੇ ਸਾਧੂ ਬਣ ਗਿਆ ਸੀ ਅਤੇ ਉਦੋਂ ਉਸ ਨੇ ਕੁਝ ਸਮਾਂ ਪੰਜਾਬ ਵਿਚ ਗੁਜ਼ਾਰਿਆ ਸੀ, ਜਿਸ ਕਰਕੇ ਉਹ ਪੰਜਾਬੀ ਬੋਲਣ/ਸਮਝਣ ਲੱਗ ਪਿਆ ਸੀ।

‡ ਇਥੇ ਸਾਨਿਆਲ ਨੇ ਜਿਸ ਨੂੰ 'ਗੁਰਦੁਆਰਾ' ਕਿਹਾ ਹੈ, ਉਹ ਅਸਲ ਵਿਚ ਸੰਤ ਗੁਲਾਬ ਸਿੰਘ ਦੀ ਧਰਮਸ਼ਾਲਾ ਸੀ।

11. ਸਚਿੰਦਰ ਨਾਥ ਸਾਨਿਆਲ, *ਬੰਦੀ ਜੀਵਨ*, ਸਫ਼ਾ 45.

ਕਰਤਾਰ ਸਿੰਘ ਸਰਾਭਾ ਸਮੇਤ ਹੋਰ ਬਹੁਤ ਸਾਰੇ ਅਹਿਮ ਗ਼ਦਰੀ ਵੀ ਉਥੇ ਇਕੱਠੇ ਹੋ ਗਏ ਸਨ। ਸਾਨਿਆਲ ਨੇ ਲਿਖਿਆ ਹੈ ਕਿ ਉਸ ਨੂੰ ਦੇਖ ਕੇ ਸਰਾਭਾ ਇਕ ਦਮ ਖਿੜ ਗਿਆ ਸੀ ਅਤੇ ਮਿਲਦਿਆਂ ਹੀ ਉਸ ਦਾ ਪਹਿਲਾ ਸੁਆਲ ਇਹ ਸੀ ਕਿ 'ਦੱਸੋ ਰਾਸ ਬਿਹਾਰੀ ਕਦੋਂ ਆਉਣਗੇ ?' ਸਾਨਿਆਲ ਨੇ ਉਸੇ ਫੁਰਤੀ ਨਾਲ ਉੱਤਰ ਦਿੱਤਾ : 'ਬਸ ਹੁਣ ਉਨ੍ਹਾਂ ਦਾ ਹੀ ਨੰਬਰ ਏ। ਇਥੇ ਰੁਕਣ ਲਈ ਕੁਝ ਇੰਤਜ਼ਾਮ ਹੋ ਜਾਏ ਅਤੇ ਤੁਹਾਡਾ ਕੰਮ ਵੀ ਕੁਝ ਲੀਹ 'ਤੇ ਆ ਜਾਏ, ਬਸ ਉਨ੍ਹਾਂ ਦੇ ਆਉਣ ਵਿਚ ਦੇਰ ਨਹੀਂ।'

ਸਚਿੰਦਰ ਨਾਥ ਸਾਨਿਆਲ ਨੂੰ ਪੰਜਾਬ ਦੇ ਗ਼ਦਰੀ ਇਨਕਲਾਬੀਆਂ ਨਾਲ ਹੋਈਆਂ ਗੱਲਾਂ ਤੋਂ ਉਨ੍ਹਾਂ ਦੀਆਂ ਕੁਝ ਜਥੇਬੰਦਕ ਕਮਜ਼ੋਰੀਆਂ ਦਾ ਅਹਿਸਾਸ ਹੋ ਗਿਆ ਸੀ। ਉਸ ਨੂੰ ਪਤਾ ਲੱਗਾ ਕਿ ਇਹ ਗ਼ਦਰੀ ਇਸ ਤਰ੍ਹਾਂ ਹੀ ਜਨਤਕ ਥਾਵਾਂ (ਗੁਰਦੁਆਰੇ, ਸਰਾਵਾਂ, ਰੇਲ ਸਟੇਸ਼ਨਾਂ, ਅੱਡਿਆਂ ਤੇ ਨਹਿਰਾਂ ਸੂਇਆਂ ਦੇ ਪੁਲਾਂ ਆਦਿ) 'ਤੇ ਆਪਸ ਵਿਚ ਇਕੱਠੇ ਹੋ ਜਾਂਦੇ ਸਨ ਅਤੇ ਜ਼ਰੂਰੀ ਗੱਲਾਂ ਕਰਨ ਤੋਂ ਬਾਅਦ ਫਿਰ ਇਧਰ ਉਧਰ ਖਿੰਡ ਜਾਂਦੇ ਸਨ। ਉਨ੍ਹਾਂ ਦਾ ਆਪਸ ਵਿਚ ਮਿਲਣ ਜਾਂ ਇਕ ਦੂਜੇ ਨਾਲ ਸੰਪਰਕ ਕਰਨ ਲਈ ਨਿਸਚਤ ਕੀਤਾ ਪੱਕਾ ਟਿਕਾਣਾ ਕੋਈ ਨਹੀਂ ਸੀ।

ਸਾਨਿਆਲ ਨੇ ਆਪਣੇ ਬੰਗਾਲ ਦੇ ਤਜਰਬੇ ਦੇ ਆਧਾਰ 'ਤੇ ਪੰਜਾਬ ਦੇ ਗ਼ਦਰੀਆਂ ਨੂੰ ਕੁਝ ਜ਼ਰੂਰੀ ਜਥੇਬੰਦਕ ਇੰਤਜ਼ਾਮ ਕਰਨ ਲਈ ਕਿਹਾ। ਬੰਗਾਲੀਆਂ ਨੇ ਜਥੇਬੰਦੀ ਦੇ ਪ੍ਰਮੁੱਖ ਆਗੂਆਂ ਦੇ ਰਹਿਣ ਲਈ ਵੱਡੇ ਸ਼ਹਿਰਾਂ ਅੰਦਰ ਕੁਝ ਮਕਾਨ ਕਿਰਾਏ 'ਤੇ ਲੈ ਰੱਖੇ ਸਨ, ਜਿਨ੍ਹਾਂ ਦਾ ਬਹੁਤ ਹੀ ਥੋੜ੍ਹੇ ਵਿਅਕਤੀਆਂ ਨੂੰ ਪਤਾ ਹੁੰਦਾ ਸੀ। ਇਸੇ ਤਰ੍ਹਾਂ ਹੀ ਕੁਝ ਮਕਾਨ ਇਕ ਦੂਜੇ ਨੂੰ ਮਿਲਣ ਤੇ ਸੁਨੇਹਾ ਪੱਤਾ ਦੇਣ ਲਈ ਰੱਖੇ ਹੁੰਦੇ ਸਨ। ਇਸ ਰੋਸ਼ਨੀ ਵਿਚ ਸਾਨਿਆਲ ਨੇ ਕਰਤਾਰ ਸਿੰਘ ਸਰਾਭਾ ਨੂੰ ਉਨ੍ਹਾਂ ਦੀਆਂ ਜਥੇਬੰਦਕ ਕਮਜ਼ੋਰੀਆਂ ਤੋਂ ਜਾਣੂ ਕਰਵਾ ਦਿੱਤਾ ਅਤੇ ਕਿਹਾ ਕਿ ਰਾਸ ਬਿਹਾਰੀ ਦੇ ਰਹਿਣ ਲਈ ਅੰਮ੍ਰਿਤਸਰ ਤੇ ਲਾਹੌਰ ਵਿਚ ਕੁਝ ਮਕਾਨ ਕਿਰਾਏ 'ਤੇ ਲਏ ਜਾਣ। ਇਹ ਕੰਮ ਹੁੰਦਿਆਂ ਹੀ ਰਾਸ ਬਿਹਾਰੀ ਪੰਜਾਬ ਆ ਜਾਣਗੇ। ਸਾਰਿਆਂ ਨੇ ਬੰਗਾਲੀ ਆਗੂ ਦੀ ਇਹ ਤਜਵੀਜ਼ ਝੱਟ ਪ੍ਰਵਾਨ ਕਰ ਲਈ ਅਤੇ ਇਸ ਉੱਤੇ ਉਸੇ ਵੇਲੇ ਅਮਲ ਕਰਨਾ ਸ਼ੁਰੂ ਕਰ ਦਿੱਤਾ। ਸਾਨਿਆਲ ਦੇ ਉਥੇ ਹੁੰਦਿਆਂ ਹੀ ਅੰਮ੍ਰਿਤਸਰ ਵਿਚ ਇਕ ਢੁਕਵਾਂ ਮਕਾਨ ਕਿਰਾਏ 'ਤੇ ਲੈ ਲਿਆ ਸੀ ਅਤੇ ਲਾਹੌਰ ਵਿਚ ਵੀ ਦੋ ਤਿੰਨ ਮਕਾਨਾਂ ਦੀ ਤਲਾਸ਼ ਆਰੰਭ ਦਿੱਤੀ ਸੀ।

ਦੋਵਾਂ ਧਿਰਾਂ ਨੂੰ ਦੁਵੱਲੇ ਫ਼ਾਇਦੇ

ਇਸ ਤਰ੍ਹਾਂ ਪੰਜਾਬ ਦੇ ਗ਼ਦਰੀਆਂ ਨੇ ਬੰਗਾਲੀਆਂ ਕੋਲੋਂ ਜਥੇਬੰਦਕ ਸਿੱਖਿਆ ਦੀਖਿਆ ਲਈ ਅਤੇ ਆਪਣੀਆਂ ਕਮਜ਼ੋਰੀਆਂ ਦੂਰ ਕੀਤੀਆਂ। ਇਵੇਂ ਹੀ ਬੰਗਾਲੀਆਂ ਨੇ ਵੀ ਪੰਜਾਬ ਦੇ ਇਨਕਲਾਬੀਆਂ ਕੋਲੋਂ ਰਾਜਸੀ ਪ੍ਰਚਾਰ ਤੇ ਕਾਰ-ਵਿਹਾਰ ਬਾਰੇ ਕੁਝ ਨਵੇਂ ਗੁਰ ਹਾਸਲ ਕੀਤੇ। ਪੰਜਾਬ ਦੇ ਗ਼ਦਰੀਆਂ ਦੀਆਂ ਇਨਕਲਾਬੀ ਸਰਗਰਮੀਆਂ ਦੇ ਦੋ ਪਹਿਲੂਆਂ ਨੇ ਸਾਨਿਆਲ ਨੂੰ ਬਹੁਤ ਪ੍ਰਭਾਵਿਤ ਕੀਤਾ ਸੀ। ਬੰਗਾਲ ਅੰਦਰ ਉਨ੍ਹਾਂ ਦੀ ਜਥੇਬੰਦੀ ਨਿਰੋਲ ਪੜ੍ਹੇ-ਲਿਖੇ ਸ਼ਹਿਰੀ ਮੱਧਵਰਗੀ ਨੌਜਵਾਨਾਂ ਤਕ ਸੀਮਤ ਸੀ। ਉਨ੍ਹਾਂ ਦਾ ਪੇਂਡੂ ਜਨਤਾ ਨਾਲ ਉੱਕਾ ਹੀ ਕੋਈ ਸੰਬੰਧ ਨਹੀਂ ਸੀ। ਇਸ ਕਰਕੇ ਸਾਨਿਆਲ ਦਾ ਜਦ ਪੰਜਾਬ ਅੰਦਰ ਆ ਕੇ ਗ਼ਦਰੀਆਂ ਨਾਲ ਮੇਲ-ਮਿਲਾਪ ਹੋਇਆ ਤਾਂ ਉਹ ਇਹ ਵੇਖ ਕੇ

ਦੰਗ ਰਹਿ ਗਿਆ ਸੀ, ਕਿ ਉਨ੍ਹਾਂ ਵਿੱਚੋਂ ਵੱਡੀ ਗਿਣਤੀ ਅਨਪੜ੍ਹ ਪੇਂਡੂ ਕਿਸਾਨਾਂ ਤੇ ਕਿਰਤੀਆਂ ਦੀ ਸੀ, ਪੜ੍ਹੇ-ਲਿਖੇ ਮੱਧਵਰਗੀ ਨੌਜਵਾਨ ਨਾਂ-ਮਾਤਰ ਸਨ। ਬੰਗਾਲੀਆਂ ਦਾ ਅਨਪੜ੍ਹ ਜਨਤਾ ਬਾਰੇ ਨਜ਼ਰੀਆ ਬੇਹੱਦ ਸਨਕੀ ਸੀ। ਉਨ੍ਹਾਂ ਦੀ ਭਾਰਤ ਨੂੰ ਆਜ਼ਾਦ ਕਰਾਉਣ ਦੀ ਰਾਜਸੀ ਪਲੈਨ ਅੰਦਰ ਪਿੰਡਾਂ ਦੀ ਅਨਪੜ੍ਹ ਜਨਤਾ ਦੀ ਭੂਮਿਕਾ ਨੂੰ ਪੂਰਨ ਤੌਰ ’ਤੇ ਨਕਾਰ ਦਿੱਤਾ ਗਿਆ ਸੀ। ਅਜਿਹਾ ਉਨ੍ਹਾਂ ਦੀ ਕਿਸੇ ਗ਼ਲਤੀ ਜਾਂ ਉਕਾਈ ਦੀ ਵਜ੍ਹਾ ਕਰਕੇ ਨਹੀਂ ਹੋਇਆ ਸੀ। ਇਹ ਉਨ੍ਹਾਂ ਦੇ ਵਿਚਾਰਧਾਰਕ ਨਜ਼ਰੀਏ ਦਾ ਤਰਕ-ਪੂਰਨ ਸਿੱਟਾ ਸੀ। ਜਿਵੇਂ ਕਿ ਪਿੱਛੇ ਦੂਜੇ ਕਾਂਡ ਵਿਚ ਦੱਸਿਆ ਗਿਆ ਹੈ, ਬਰਤਾਨਵੀ ਰਾਜ ਦੀ ਸਥਾਪਨਾ ਤੋਂ ਬਾਅਦ ਬੰਗਾਲ ਅੰਦਰ ਪੱਛਮੀ ਵਿੱਦਿਆ ਹਾਸਲ ਕਰਨ ਵਾਲੇ ਉੱਚ-ਜਾਤੀ ਹਿੰਦੂ ਵਰਗ (ਭੱਦਰਲੋਕ) ਦੀ ਪਹਿਲੀ ਪੀੜ੍ਹੀ ਨੇ ਬਸਤੀਵਾਦੀ ਰਾਜ ਦਾ ਰਾਜਸੀ ਵਿਰੋਧ ਕਰਨ ਤੋਂ ਚੇਤੰਨ ਰੂਪ ਵਿਚ ਟਾਲਾ ਵੱਟੀ ਰੱਖਿਆ ਸੀ, ਇਸ ਦੀ ਬਜਾਇ ਉਨ੍ਹਾਂ ਨੇ ਹਿੰਦੂ ਸਮਾਜ ਦੀ ਬਿਹਤਰੀ ਲਈ, ਬਰਤਾਨਵੀ ਹਾਕਮਾਂ ਦੀ ਸਰਪ੍ਰਸਤੀ ਹੇਠ ਉੱਚ-ਜਾਤੀ ਹਿੰਦੂ ਵਰਗ ਦੀ ਵਿਦਿਅਕ ਤੇ ਸੱਭਿਆਚਾਰਕ ਉੱਨਤੀ ਵੱਲ ਉਚੇਚਾ ਧਿਆਨ ਦੇਣ ਦਾ ਕਾਰਜ ਕੱਢਿਆ ਸੀ। ਬੰਗਾਲੀ ਭੱਦਰਲੋਕ ਦੀ ਦੂਜੀ ਪੀੜ੍ਹੀ ਨੇ ਜਦੋਂ ਭਾਰਤ ਅੰਦਰ ਹਿੰਦੂ ਸੱਤਾ ਸਥਾਪਤ ਕਰਨ ਦਾ ਸੁਪਨਾ ਲੈਣਾ ਸ਼ੁਰੂ ਕਰ ਦਿੱਤਾ ਸੀ, ਤਾਂ ਉਦੋਂ ਵੀ ਇਸ ਵਿਚ ਆਮ ਜਨਤਾ, ਖ਼ਾਸ ਕਰਕੇ ਅਨਪੜ੍ਹ ਪੇਂਡੂ ਜਨਤਾ ਦੀ ਕੋਈ ਭੂਮਿਕਾ ਨਹੀਂ ਮਿਥੀ ਗਈ ਸੀ। ਉਨ੍ਹਾਂ ਦੀ ਇਹ ਨਿਸਚਤ ਧਾਰਨਾ ਸੀ, ਕਿ ਜਿੰਨਾ ਚਿਰ ਪੜ੍ਹੇ-ਲਿਖੇ ਉੱਚ-ਜਾਤੀ ਹਿੰਦੂ ਵਰਗ ਦਾ ਇਖ਼ਲਾਕੀ ਤੇ ਵਿਦਿਅਕ ਮਿਆਰ ਉੱਚਾ ਨਹੀਂ ਹੋ ਜਾਂਦਾ, ਉਨਾ ਚਿਰ ਅਨਪੜ੍ਹ ਜਨਤਾ ਨੂੰ ਰਾਜਸੀ ਖੇਤਰ ਅੰਦਰ ਸਰਗਰਮ ਕਰਨਾ ਠੀਕ ਨਹੀਂ ਸੀ। ਇਸ ਨਾਲ ਉੱਚ-ਜਾਤੀ ਵਰਗ ਦੀ ਸਰਬ-ਪ੍ਰਧਾਨਤਾ ਨੂੰ ਖ਼ਤਰਾ ਖੜ੍ਹਾ ਹੋ ਸਕਦਾ ਸੀ। ਅਸ਼ੀਸ ਨੰਦੀ ਅਨੁਸਾਰ ਸ਼ਰਤਚੰਦਰ ਚੱਟੋਪਾਧਯ ਦੇ ਨਾਵਲ *Pather Dabi* ਦਾ ਨਾਇਕ ਸਬਯਸਾਚੀ ਰਾਜਸੀ ਸ਼ਮੂਲੀਅਤ ਬਾਰੇ ਇਸ ਸਮਝ ਦੀ ਸ਼ੁੱਧ ਤਰਜਮਾਨੀ ਕਰਦਾ ਸੀ।[12] ਵੀਹਵੀਂ ਸਦੀ ਦੇ ਮੁੱਢਲੇ ਬੰਗਾਲੀ ਹਿੰਦੂ ਕ੍ਰਾਂਤੀਕਾਰੀ ਇਸ ਵਿਰਾਸਤ ਨੂੰ ਪੂਰਨ ਵਫ਼ਾਦਾਰੀ ਨਾਲ ਪ੍ਰਣਾਏ ਹੋਏ ਸਨ। ਸਾਨਿਆਲ ਨੇ ਆਪ ਮੰਨਿਆ ਹੈ ਕਿ “ਇਹ ਅਸੀਂ ਬਹੁਤ ਪਹਿਲਾਂ ਤੋਂ ਸਮਝਦੇ ਸੀ ਕਿ ਅਨਪੜ੍ਹ ਜਨਤਾ ਨੂੰ ਕਿਸੇ ਕੰਮ ਲਈ ਭੜਕਾ ਦੇਣਾ ਕੋਈ ਔਖਾ ਕੰਮ ਨਹੀਂ, ਪਰ ਨਾਲ ਈ ਅਸੀਂ ਇਹ ਵੀ ਜਾਣਦੇ ਸੀ ਕਿ ਸਿਰਫ਼ ਜਨਤਾ ਨੂੰ ਭੜਕਾ ਦੇਣ ਨਾਲ ਹੀ ਸਾਡਾ ਉਦੇਸ਼ ਪੂਰਾ ਨਹੀਂ ਹੋ ਸਕਦਾ। ਏਸੇ ਲਈ ਅਸੀਂ ਏਸ ਕੰਮ ਵੱਲ ਵਿਸ਼ੇਸ਼ ਰੂਪ ਵਿਚ ਧਿਆਨ ਨਹੀਂ ਸੀ ਦਿੱਤਾ। ਸਾਡਾ ਵਿਚਾਰ ਸੀ ਕਿ ਪਹਿਲਾਂ ਦੇਸ਼ ਦੇ ਪੜ੍ਹੇ-ਲਿਖੇ ਨੌਜਵਾਨਾਂ ਨੂੰ ਸ਼ਾਮਲ ਕਰ ਕੇ ਇਕ ਵਿਸ਼ਾਲ ਦੇਸ਼-ਵਿਆਪੀ ਸੰਗਠਨ ਤਿਆਰ ਕਰ ਲਿਆ ਜਾਵੇ ਅਤੇ ਫੇਰ ਉਸ ਤੋਂ ਬਾਅਦ ਜੇਕਰ ਦੇਸ਼ ਦੇ ਫ਼ੌਜੀ ਜਵਾਨਾਂ ਨੂੰ ਆਪਣੇ ਉਦੇਸ਼ ਦੀ ਸਿੱਖਿਆ ਦਿੱਤੀ ਜਾ ਸਕੇ ਤਾਂ ਹੀ ਕ੍ਰਾਂਤੀ ਦੀ ਨੀਂਹ ਪੱਕੀ ਹੋ ਸਕਦੀ ਏ।”[13] ਸਾਨਿਆਲ ਦੇ ਇਸ ਕਥਨ ਤੋਂ ਬੰਗਾਲੀ ਕ੍ਰਾਂਤੀਕਾਰੀਆਂ ਦਾ ਉੱਚ-ਜਾਤੀ ਪੱਖਪਾਤੀ ਨਜ਼ਰੀਆ ਭਲੀਭਾਂਤ ਉਜਾਗਰ ਹੋ ਜਾਂਦਾ ਹੈ।

ਉਪਰੋਕਤ ਵਿਚਾਰਧਾਰਕ ਤੱਥ ਤੋਂ ਇਲਾਵਾ, ਬੰਗਾਲੀ ਕ੍ਰਾਂਤੀਕਾਰੀਆਂ ਨੇ ਅੰਗਰੇਜ਼ੀ

12. Ashis Nandy, *The Romance of the State and the Fate of Dissent in the Tropics*, p. 20.
13. ਸਚਿੰਦਰ ਨਾਥ ਸਾਨਿਆਲ, *ਬੰਦੀ ਜੀਵਨ*, ਸਫ਼ਾ 57.

ਰਾਜ ਦੇ ਖ਼ਾਤਮੇ ਲਈ ਜਿਹੜਾ ਅਨਾਰਕਿਸਟ ਤਰੀਕਾਕਾਰ (ਇੱਕਾ-ਦੁੱਕਾ ਹਥਿਆਰਬੰਦ ਵਾਰਦਾਤਾਂ ਦੇ ਜ਼ਰੀਏ ਹਕੂਮਤੀ ਹਲਕਿਆਂ ਅੰਦਰ ਖ਼ੌਫ਼ ਪੈਦਾ ਕਰਨਾ) ਚੁਣਿਆ ਸੀ, ਉਸ ਵਿਚ ਆਮ ਜਨਤਾ ਦੀ ਰਾਜਸੀ ਸ਼ਮੂਲੀਅਤ ਦੀ ਕੋਈ ਗੁੰਜਾਇਸ਼ ਨਹੀਂ ਸੀ।[14] ਇਸ ਕਰਕੇ ਸਾਨਿਆਲ ਜਦੋਂ ਅਨਪੜ੍ਹ ਪੇਂਡੂ ਸਿੱਖਾਂ ਦੀ ਰਾਜਸੀ ਸੂਝ-ਬੂਝ ਤੇ ਜੋਸ਼-ਖ਼ਰੋਸ਼ ਵੇਖ ਕੇ ਪ੍ਰਭਾਵਿਤ ਤੇ ਉਤਸ਼ਾਹਤ ਵੀ ਹੋਇਆ, ਤਾਂ ਵੀ ਉਸ ਦਾ ਬੰਗਾਲ ਦੀ ਅਨਪੜ੍ਹ ਜਨਤਾ ਬਾਰੇ ਨਜ਼ਰੀਆ ਨਾਂਹ-ਪੱਖੀ ਹੀ ਬਣਿਆ ਰਿਹਾ ਸੀ।[15]

ਪੇਂਡੂ ਜਨਤਾ ਦੀ ਸ਼ਮੂਲੀਅਤ ਤੋਂ ਇਲਾਵਾ, ਬੰਗਾਲੀ ਪੰਜਾਬੀ ਗ਼ਦਰੀਆਂ ਦੇ ਫ਼ੌਜਾਂ ਅੰਦਰ ਪ੍ਰਚਾਰ ਤੋਂ ਹੋਰ ਵੀ ਜ਼ਿਆਦਾ ਉਤਸ਼ਾਹਤ ਹੋਏ। ਉਨ੍ਹਾਂ ਨੇ ਇਸ ਪਾਸੇ ਵੱਲ ਉੱਕਾ ਹੀ ਧਿਆਨ ਨਹੀਂ ਦਿੱਤਾ ਸੀ। ਪੰਜਾਬ ਨੂੰ ਵੇਖ ਕੇ ਉਨ੍ਹਾਂ ਅੰਦਰ ਵੀ ਫ਼ੌਜਾਂ ਅੰਦਰ ਕੰਮ ਕਰਨ ਦੀ ਰੁਚੀ ਤੇ ਉਤਸ਼ਾਹ ਜਾਗ ਉਠਿਆ ਸੀ ਅਤੇ ਉਨ੍ਹਾਂ ਨੇ ਇਸ ਦਿਸ਼ਾ ਵਿਚ ਤੁਰਤ ਯਤਨ ਕਰਨੇ ਸ਼ੁਰੂ ਕਰ ਦਿੱਤੇ ਸਨ। ਸ. ਜਗਜੀਤ ਸਿੰਘ ਨੇ ਬੰਗਾਲ ਤੇ ਪੰਜਾਬ ਦੇ ਇਨਕਲਾਬੀਆਂ ਦੇ ਇਕ ਦੂਜੇ 'ਤੇ ਪਏ ਹਾਂ-ਪੱਖੀ ਅਸਰਾਂ ਦਾ ਲੇਖਾ-ਜੋਖਾ ਕਰਦਿਆਂ ਸਿੱਟਾ ਕੱਢਿਆ ਕਿ ਦੇਸੀ ਫ਼ੌਜਾਂ ਨੂੰ ਹਥਿਆਰਬੰਦ ਬਗ਼ਾਵਤ ਦਾ ਧੁਰਾ ਬਣਾਉਣ ਦੀ ਸੰਭਾਵਨਾ ਬੰਗਾਲੀ ਦੇਸ਼ ਭਗਤਾਂ ਵਾਸਤੇ, ਬਿਲਕੁਲ ਇਕ ਨਵਾਂ ਤਜਰਬਾ ਸੀ। ਕਿਉਂਕਿ ਬੰਗਾਲੀਆਂ ਦੀ ਫ਼ੌਜ ਵਿਚ ਗਿਣਤੀ ਨਾ ਹੋਇਆਂ ਦੇ ਬਰਾਬਰ ਹੋਣ ਕਰਕੇ ਉਨ੍ਹਾਂ ਨੂੰ ਇਸ ਬੰਨੇ ਕਾਰਗਰ ਕਦਮ ਪੁੱਟਣ ਦਾ ਕਦੇ ਪਹਿਲਾਂ ਅਵੁਸਰ ਨਹੀਂ ਸੀ ਮਿਲ ਸਕਿਆ।[16]

ਇੰਨਾ ਹੀ ਨਹੀਂ, ਪੰਜਾਬ ਤੋਂ ਮਿਲੇ ਉਤਸ਼ਾਹ ਨੇ ਮਾਯੂਸੀ ਦੇ ਆਲਮ ਵਿਚ ਵਿਚਰ ਰਹੇ ਬੰਗਾਲੀ ਕ੍ਰਾਂਤੀਕਾਰੀਆਂ ਦੇ ਹੌਂਸਲੇ ਵੀ ਬੁਲੰਦ ਕਰ ਦਿੱਤੇ ਸਨ। ਬੰਗਾਲ ਦੇ ਇਨਕਲਾਬੀਆਂ ਅੰਦਰ ਆਈ ਮਾਯੂਸੀ ਦਾ ਪਤਾ ਇਸ ਗੱਲ ਤੋਂ ਚੱਲਦਾ ਹੈ, ਕਿ ਸੰਸਾਰ ਜੰਗ ਛਿੜ ਪੈਣ ਉੱਤੇ ਜਦੋਂ ਸਿੱਖਾਂ ਨੇ ਅਮਰੀਕਾ-ਕਨੇਡਾ ਤੇ ਧੁਰ ਪੂਰਬ ਦੇ ਟਾਪੂਆਂ ਤੋਂ ਹਜ਼ਾਰਾਂ ਦੀ ਗਿਣਤੀ ਵਿਚ ਦੇਸ਼ ਨੂੰ ਆਜ਼ਾਦ ਕਰਾਉਣ ਲਈ ਆਪਣੇ ਵਤਨ ਵੱਲ ਵਹੀਰਾਂ ਘੱਤ ਦਿੱਤੀਆਂ ਸਨ, ਤਾਂ ਬਹੁਤ ਸਾਰੇ ਬੰਗਾਲੀ ਕ੍ਰਾਂਤੀਕਾਰੀਆਂ ਨੇ ਆਪਣੇ ਵਤਨ ਨੂੰ ਛੱਡ ਕੇ ਯੂਰਪ ਦੇ ਮੁਲਕਾਂ ਨੂੰ ਚਾਲੇ ਪਾ ਦਿੱਤੇ ਸਨ।[17]

ਸ. ਜਗਜੀਤ ਸਿੰਘ ਨੇ ਸਚਿੰਦਰ ਨਾਥ ਸਾਨਿਆਲ ਦੇ ਸਵੈ-ਕਥਨ ਦੇ ਆਧਾਰ 'ਤੇ ਇਹ ਠੀਕ ਨਿਰਣਾ ਕੱਢਿਆ ਹੈ ਕਿ "ਗ਼ਦਰੀ ਇਨਕਲਾਬੀਆਂ ਦੀ ਫ਼ੌਜਾਂ ਤਕ ਪਹੁੰਚ ਕਰਨ ਦੀ ਹੱਦ ਨੂੰ ਵੇਖ ਕੇ ਅਤੇ ਇਸ ਦੀ ਰੋਸ਼ਨੀ ਵਿਚ ਫ਼ੌਜਾਂ ਦੀ ਮੱਦਦ ਨਾਲ ਇਨਕਲਾਬੀ ਯਤਨਾਂ ਦੀ ਸਫਲਤਾ ਦੀ ਸੰਭਾਵਨਾ ਨੇ ਨਾ ਕੇਵਲ ਬੰਗਾਲੀ ਇਨਕਲਾਬੀਆਂ ਨੂੰ ਫ਼ੌਜਾਂ ਵਿਚ ਕੋਸ਼ਿਸ਼ ਕਰਨ ਦੇ ਇਕ ਨਵੇਂ ਕੰਮ ਦੀ ਪ੍ਰੇਰਨਾ ਦਿੱਤੀ ਬਲਕਿ ਬੰਗਾਲ ਦੇ ਤ੍ਰਾਸਵਾਦੀ (terrorist) ਛੋਟੇ ਛੋਟੇ ਦਲਾਂ ਨੂੰ ਇਕ ਲੜੀ ਵਿਚ ਪ੍ਰੋਣ ਦੀ ਪ੍ਰੇਰਨਾ ਵੀ ਇਸੇ ਤੋਂ ਮਿਲੀ।"[18] ਇਸ ਦੀ ਪੁਸ਼ਟੀ ਸਾਨਿਆਲ ਦੇ ਇਸ ਕਥਨ ਤੋਂ ਹੁੰਦੀ ਹੈ: "(ਬੰਗਾਲ ਦੇ) ਵੱਖੋ-ਵੱਖਰੇ ਦਲਾਂ ਦਾ ਇਕ ਹੋਣਾ ਉਦੋਂ ਹੀ ਸੰਭਵ ਹੋਇਆ, ਜਿਸ ਦਿਨ ਪੰਜਾਬ ਵਿਚ ਗ਼ਦਰ ਹੋਣ

---

14. Ashis Nandy, *The Romance of the State and the Fate of Dissent in the Tropics*, p. 21.
15. ਸਚਿੰਦਰ ਨਾਥ ਸਾਨਿਆਲ, *ਬੰਦੀ ਜੀਵਨ*, ਸਫ਼ਾ 61.
16. ਜਗਜੀਤ ਸਿੰਘ, *ਗ਼ਦਰ ਪਾਰਟੀ ਲਹਿਰ*, ਸਫ਼ਾ 268.
17. ਤ੍ਰਿਲੋਕਯ ਨਾਥ ਚਕਰਵਰਤੀ, *ਜੇਲ੍ਹ ਵਿਚ ਤੀਹ ਵਰ੍ਹੇ*, ਸਫ਼ਾ 53.
18. ਜਗਜੀਤ ਸਿੰਘ, *ਉਕਤ ਰਚਨਾ*, ਸਫ਼ਾ 269.

ਦੀਆਂ ਤਿਆਰੀਆਂ ਦੀ ਖ਼ਬਰ ਨਾਲ ਕਿਸੇ ਨਵੇਂ ਕੰਮ ਦੀ ਪ੍ਰੇਰਨਾ ਨੇ ਸਾਰਿਆਂ ਨੂੰ ਉਤਾਵਲਾ ਕਰ ਦਿੱਤਾ ਸੀ।"[19] ਇਸ ਤਰ੍ਹਾਂ, ਜਗਜੀਤ ਸਿੰਘ ਅਨੁਸਾਰ, ਭਾਵੇਂ ਬੰਗਾਲੀ ਦੇਸ਼ ਭਗਤਾਂ ਨੇ ਹਿੰਦ ਵਿਚ ਗ਼ਦਰ ਪਾਰਟੀ ਲਹਿਰ ਨੂੰ ਆਪਣੇ ਤਰੀਕਾਕਾਰਾਂ ਦੀ ਮਾੜੀ ਜਿਹੀ ਰੰਗਤ ਦਿੱਤੀ, ਪਰ ਉਹ ਵੀ ਸਮੁੱਚੇ ਤੌਰ ਉੱਤੇ ਇਕ ਨਵਾਂ ਨਜ਼ਰੀਆ ਗ੍ਰਹਿਣ ਕਰ ਕੇ ਲਹਿਰ ਵਿਚ ਸ਼ਾਮਲ ਹੋਏ।[20]

ਧਾਰਮਿਕ ਪੱਖ

ਸਚਿੰਦਰ ਨਾਥ ਸਾਨਿਆਲ ਨੇ ਸਿੱਖ ਗ਼ਦਰੀਆਂ ਦੀ ਧਾਰਮਿਕ ਲਗਨ, ਨਿਹਚਾ ਅਤੇ ਰਹਿਤ-ਬਹਿਤ ਦੀ ਖੁੱਲ੍ਹ ਕੇ ਤਾਰੀਫ਼ ਕੀਤੀ ਹੈ। ਪੰਜਾਬ ਅੰਦਰ ਇਕ ਹਫ਼ਤੇ ਦੇ ਨਿਵਾਸ ਦੌਰਾਨ ਉਸ ਨੇ ਸਿੱਖਾਂ ਬਾਰੇ ਜੋ ਚੰਗੇ ਪ੍ਰਭਾਵ ਗ੍ਰਹਿਣ ਕੀਤੇ, ਉਨ੍ਹਾਂ ਦਾ ਵਰਣਨ ਉਸ ਨੇ ਇਸ ਤਰ੍ਹਾਂ ਕੀਤਾ ਹੈ :

> "ਮੈਂ ਏਸ ਵਾਰ ਹਫ਼ਤਾ ਭਰ ਇਨ੍ਹਾਂ ਲੋਕਾਂ ਨਾਲ ਰਿਹਾ। ਇਸ ਲਈ ਇਨ੍ਹਾਂ ਦੇ ਬਹੁਤ ਸਾਰੇ ਆਚਾਰ ਅਤੇ ਵਿਹਾਰ ਨੂੰ ਮੈਂ ਨੇੜਿਓਂ ਦੇਖਿਆ... ਇਹ ਲੋਕ ਕੜਾਕੇ ਦੀ ਠੰਢ ਵਿਚ ਵੀ ਤੜਕੇ ਨ੍ਹਾ ਧੋ ਕੇ ਗ੍ਰੰਥ ਸਾਹਿਬ ਦਾ ਪਾਠ ਆਦਿ ਕਰਿਆ ਕਰਦੇ ਸਨ...ਇਨ੍ਹਾਂ ਦਾ ਆਪਸ ਵਿਚ ਵਿਹਾਰ ਬਹੁਤ ਹੀ ਵਧੀਆ ਸੀ। ਇਕ ਦੂਜੇ ਨੂੰ ਬੁਲਾਉਂਦਿਆਂ ਜਾਂ ਗੱਲਬਾਤ ਕਰਦਿਆਂ ਇਹ 'ਸੰਤੋ', 'ਸੱਜਣ' 'ਬਾਦਸ਼ਾਹੋ' ਆਦਿ ਸਨਮਾਨਜਨਕ ਸ਼ਬਦਾਂ ਤੋਂ ਇਲਾਵਾ ਕੋਈ ਹੋਰ ਸ਼ਬਦ ਨਹੀਂ ਵਰਤਿਆ ਕਰਦੇ ਸਨ। ਇਸ ਵਾਰ ਭਾਈ ਨਿਧਾਨ ਸਿੰਘ ਨਾਲ ਮੇਰੀ ਮੁਲਾਕਾਤ ਹੋਈ। ਇਹ ਪੰਜਾਹ ਸਾਲ ਦੇ ਬਜ਼ੁਰਗ ਸਿੱਖ ਸਨ। ਇਹ ਕੋਈ ਤੀਹ ਪੈਂਤੀ ਸਾਲਾਂ ਤੋਂ ਦੇਸ਼ ਤੋਂ ਬਾਹਰ ਸਨ ਅਤੇ ਚੀਨ ਵਿਚ ਰਹਿੰਦਿਆਂ ਹੋਇਆਂ ਇਨ੍ਹਾਂ ਨੇ ਇਕ ਚੀਨੀ ਇਸਤਰੀ ਨਾਲ ਵਿਆਹ ਕਰ ਲਿਆ ਸੀ। ਮੈਂ ਇਨ੍ਹਾਂ ਨੂੰ ਅਕਸਰ ਧਰਮ-ਚਰਚਾ ਅਤੇ ਧਰਮ ਗਰੰਥਾਂ ਦਾ ਪਾਠ ਕਰਦਿਆਂ ਦੇਖਦਾ ਸੀ। ਇਕ ਵਾਰ ਸਟੇਸ਼ਨ 'ਤੇ ਜਾ ਕੇ ਦੇਖਿਆ ਕਿ ਉਥੇ ਪਲੇਟਫ਼ਾਰਮ 'ਤੇ ਬੈਠੇ ਛੋਟੀ ਜਿਹੀ ਧਾਰਮਿਕ ਪੁਸਤਕ* ਨੂੰ ਮਨ ਹੀ ਮਨ ਪੜ੍ਹ ਰਹੇ ਸਨ। ਇਹ ਸਿਰਫ਼ ਦਿਖਾਵੇ ਲਈ ਹੀ ਅਜਿਹਾ ਨਹੀਂ ਸਨ ਕਰਦੇ, ਕਿਉਂਕਿ ਮੈਂ ਅੰਡੇਮਾਨ ਵਿਚ ਵੀ ਇਨ੍ਹਾਂ ਦੀ ਇਹੀ ਦਸ਼ਾ ਦੇਖੀ ਸੀ। ਮੈਂ ਇਨ੍ਹਾਂ ਵਰਗਾ ਤੇਜ ਨੌਜਵਾਨਾਂ ਵਿਚ ਵੀ ਨਹੀਂ ਦੇਖਿਆ।"[21]

ਸਿੱਖਾਂ ਦਾ ਇਸ ਕਿਸਮ ਦਾ ਧਾਰਮਿਕ ਕਿਰਦਾਰ ਅਤੇ ਵਿਹਾਰ ਵੇਖ ਕੇ ਉਸ ਨੂੰ "ਬੰਗਾਲ ਦੀ ਜਨਤਾ ਅਤੇ ਪੜ੍ਹੇ-ਲਿਖੇ ਵਰਗ" ਅੰਦਰ ਇਸ ਭਾਵ ਦੀ ਕਮੀ ਬੇਹੱਦ ਰੜਕੀ।[22] ਇਸ ਪੱਖ ਨੂੰ ਲੈ ਕੇ ਉਸ ਦੇ ਮਨ ਅੰਦਰ ਬੰਗਾਲ ਦੇ ਲੋਕਾਂ ਪ੍ਰਤਿ ਗਿਲਾ ਪੈਦਾ ਹੋਇਆ। ਅਸਲ ਵਿਚ ਉਸ ਦਾ ਅਤੇ ਉਸ ਦੇ ਸਾਥੀ ਇਨਕਲਾਬੀਆਂ ਦਾ ਆਪਣੇ ਧਰਮ ਨਾਲ ਬਹੁਤ ਸੰਵੇਗਸ਼ੀਲ ਸਨੇਹ ਸੀ। ਉਨ੍ਹਾਂ ਦੀ ਧਾਰਨਾ ਸੀ ਕਿ ਜੇਕਰ ਬੰਗਾਲ ਦੀ ਬਾਕੀ ਹਿੰਦੂ ਜਨਤਾ ਵੀ ਹਿੰਦੂ ਧਰਮ ਨੂੰ ਉਨ੍ਹਾਂ ਜਿੰਨੀ ਹੀ ਸ਼ਿੱਦਤ ਨਾਲ ਪਿਆਰ ਕਰਨ ਲੱਗ ਪਵੇ, ਤਾਂ ਭਾਰਤ ਨੂੰ ਬਿਦੇਸ਼ੀ ਗ਼ੁਲਾਮੀ ਦੇ ਜੂਲੇ ਤੋਂ ਮੁਕਤ ਕਰਾਉਣ ਦਾ ਕਾਰਜ ਬਹੁਤ

---

* ਗੁਟਕਾ।

19. ਸਚਿੰਦਰ ਨਾਥ ਸਾਨਿਆਲ, *ਬੰਦੀ ਜੀਵਨ*, ਸਫ਼ਾ 53.
20. ਜਗਜੀਤ ਸਿੰਘ, *ਗ਼ਦਰ ਪਾਰਟੀ ਲਹਿਰ*, ਸਫ਼ਾ 268.
21. ਸਚਿੰਦਰ ਨਾਥ ਸਾਨਿਆਲ, *ਉਕਤ ਰਚਨਾ*, ਸਫ਼ੇ 49-50.
22. *ਉਹੀ*, ਸਫ਼ਾ 61.

ਸਹਿਲ ਹੋ ਸਕਦਾ ਸੀ। ਜਦੋਂ ਉਹ ਆਪਣੇ ਦਿਲ ਦੀ ਤਮੰਨਾ ਤੇ ਹਕੀਕਤ ਵਿਚ ਵੱਡਾ ਪਾੜਾ ਵੇਖਦੇ ਸਨ, ਤਾਂ ਉਨ੍ਹਾਂ ਨੂੰ ਮਾਯੂਸੀ ਹੁੰਦੀ ਸੀ। ਇਸ ਵਿੱਚੋਂ ਉਨ੍ਹਾਂ ਨੂੰ, ਬਾਜੇ ਵਕਤ, ਬੰਗਾਲ ਦੀ ਅਨਪੜ੍ਹ ਜਨਤਾ ਜ਼ਾਹਲ ਜਾਪਣ ਲੱਗ ਪੈਂਦੀ ਸੀ। ਅਜਿਹਾ ਹੋਣਾ ਕੁਦਰਤੀ ਸੀ। ਕਿਉਂਕਿ ਅਸਲ ਵਿਚ, ਬੰਗਾਲ ਦੇ ਹਿੰਦੂ ਕ੍ਰਾਂਤੀਕਾਰੀਆਂ ਦੀ, ਅਛੋਪਲੇ ਤੌਰ 'ਤੇ ਹੀ, ਬਾਕੀ ਹਿੰਦੂ ਸਮਾਜ ਨਾਲੋਂ ਇਕ 'ਧਾਰਮਿਕ ਦੂਰੀ' ਪੈਦਾ ਹੋ ਗਈ ਸੀ। ਹਿੰਦੂ ਕ੍ਰਾਂਤੀਕਾਰੀਆਂ ਦੀ ਧਾਰਮਿਕ ਨਿਸ਼ਠਾ ਬਾਰੇ ਕੋਈ ਸ਼ੱਕ ਨਹੀਂ ਸੀ, ਪਰ ਬੰਗਾਲ ਦੀ ਅਨਪੜ੍ਹ ਹਿੰਦੂ ਜਨਤਾ ਦੇ ਮੁਕਾਬਲੇ, ਪੱਛਮ ਦੇ ਵਿਨਾਸ਼ਕਾਰੀ ਪ੍ਰਭਾਵਾਂ ਦੀ ਬਦੌਲਤ ਉਨ੍ਹਾਂ ਦਾ ਧਰਮ ਬਾਰੇ ਨਜ਼ਰੀਆ ਰਵਾਇਤੀ ਨਹੀਂ ਰਿਹਾ ਸੀ। ਇਸ ਵਿਚ ਅਹਿਮ ਬਦਲਾਉ ਆ ਗਿਆ ਸੀ। ਧਰਮ ਬਾਰੇ ਰਵਾਇਤੀ ਪਹੁੰਚ ਨੂੰ ਛੱਡ ਕੇ, ਉਨ੍ਹਾਂ ਨੇ ਇਸ ਨੂੰ ਆਪਣੇ ਸਮਕਾਲੀ ਰਾਜਸੀ ਹਿਤਾਂ ਦੇ ਅਨੁਕੂਲ ਸਾਧਣ (manipulate ਕਰਨ), ਅਰਥਾਤ ਇਸ ਨੂੰ, ਜੁਝਾਰੂ (ਮਿਲੀਟੈਂਟ) ਰਾਸ਼ਟਰਵਾਦ ਦੀ ਵਿਚਾਰਧਾਰਾ ਦੇ ਪ੍ਰਚਾਰ-ਪਰਸਾਰ ਦਾ ਵਸੀਲਾ ਬਣਾਉਣ ਦੀ ਉਪਯੋਗਤਾਵਾਦੀ (instrumentalist) ਪਹੁੰਚ ਅਪਣਾ ਲਈ ਸੀ। ਉਨ੍ਹਾਂ ਨੇ ਪੱਛਮੀ ਨਮੂਨੇ ਦੇ ਰਾਸ਼ਟਰਵਾਦ ਦਾ ਹਿੰਦੂਕਰਨ ਕਰਦੇ ਹੋਏ, ਧਾਰਮਿਕ ਵਿਸ਼ਵਾਸਾਂ, ਰਵਾਇਤਾਂ ਤੇ ਪ੍ਰਤੀਕਾਂ ਦਾ, ਰਾਜਸੀ ਸੱਤਾ ਹਥਿਆਉਣ ਲਈ ਇਸਤੇਮਾਲ ਕਰਨ ਦੀ ਪਹੁੰਚ ਧਾਰਨ ਕਰ ਲਈ ਸੀ। ਉਦੋਂ ਅਜੇ ਬੰਗਾਲ ਦੀ ਬਾਕੀ ਹਿੰਦੂ ਜਨਤਾ, ਖ਼ਾਸ ਕਰਕੇ ਪੇਂਡੂ ਅਨਪੜ੍ਹ ਲੋਕਾਂ ਦੇ, ਧਰਮ ਬਾਰੇ ਨਜ਼ਰੀਏ ਵਿਚ ਇਹ ਨਕਾਰਾਤਮਿਕ ਤਬਦੀਲੀ ਨਹੀਂ ਆਈ ਸੀ।* ਜਿਸ ਕਰਕੇ ਹਿੰਦੂ ਕ੍ਰਾਂਤੀਕਾਰੀਆਂ ਨੇ ਦੇਸ਼ ਦੀ ਆਜ਼ਾਦੀ ਦੀ ਲੜਾਈ ਅੰਦਰ ਆਮ ਜਨਤਾ ਦੀ ਸ਼ਮੂਲੀਅਤ ਕਰਾਉਣ ਦੀ ਬਜਾਇ, ਅਨਾਰਕਿਜ਼ਮ ਦਾ ਆਸਰਾ ਲੈ ਲਿਆ ਸੀ।

ਇਸ ਦੀ ਤੁਲਨਾ ਵਿਚ ਸਿੱਖ ਗ਼ਦਰੀਆਂ ਦਾ ਧਰਮ ਬਾਰੇ ਨਜ਼ਰੀਆ ਰਵਾਇਤੀ ਸੀ। ਉਨ੍ਹਾਂ ਲਈ ਧਰਮ, ਮੂਲ ਰੂਪ ਵਿਚ, ਵਿਅਕਤੀ ਤੇ ਸਮਾਜ ਦਾ ਰੂਹਾਨੀ ਕਾਇਆਕਲਪ ਕਰਨ ਦਾ ਸਾਧਨ ਸੀ। ਕੌਮੀਅਤ, ਰਾਜ ਅਤੇ ਰਾਜਨੀਤੀ ਬਾਰੇ ਉਨ੍ਹਾਂ ਦੀ ਧਾਰਨਾ, ਹਿੰਦੂ ਰਾਸ਼ਟਰਵਾਦੀਆਂ ਨਾਲੋਂ ਹਟ ਕੇ, ਰੂਹਾਨੀ ਸੀ। ਇਸ ਕਰਕੇ ਹੀ ਉਨ੍ਹਾਂ ਦਾ "ਆਪਸ ਵਿਚ ਵਿਹਾਰ ਬਹੁਤ ਹੀ ਵਧੀਆ ਸੀ।" ਉਨ੍ਹਾਂ ਅੰਦਰ ਨਾ ਨਿੱਜਪ੍ਰਸਤੀ ਸੀ, ਨਾ ਆਪਸੀ ਸ਼ਰੀਕਾ ਸਾੜਾ ਸੀ, ਨਾ ਧੜੇਬਾਜ਼ੀ ਸੀ, ਨਾ ਸੁਆਰਥ ਤੇ ਹਉਮੈ ਸੀ, ਅਤੇ ਨਾ ਕਿਸੇ ਵੀ ਕਿਸਮ ਦਾ ਲੋਭ ਲਾਲਚ (ਨਾ ਦੌਲਤ ਦਾ, ਨਾ ਸ਼ੋਹਰਤ ਦਾ, ਨਾ ਰੁਤਬੇ ਦਾ, ਤੇ ਨਾ ਸੱਤਾ ਦਾ) ਤੇ ਡਰ ਭਉ ਸੀ। ਇਹ ਤੱਥ ਬਹੁਤ ਅਹਿਮ ਹੈ ਕਿ ਬਾਹਰੋਂ ਆਏ ਜਿਹੜੇ ਸਿੱਖ ਗ਼ਦਰੀ ਧਰਮ ਵਿਚ ਪਰਪੱਕ ਸਨ, ਉਨ੍ਹਾਂ ਹਜ਼ਾਰਾਂ ਵਿੱਚੋਂ, ਪੁਲਿਸ ਦੇ ਜਬਰ ਤੇ ਮੌਤ ਦੇ ਡਰ ਮੂਹਰੇ ਕੋਈ ਇਕ ਵੀ ਨਹੀਂ ਡੋਲਿਆ ਸੀ।† ਭਾਈ ਰਣਧੀਰ ਸਿੰਘ ਜੀ ਦੇ ਸਾਰੇ ਜਥੇ ਵਿੱਚੋਂ ਕੇਵਲ ਇਕ ਸਿੰਘ ਨੇ ਹੀ ਕਮਜ਼ੋਰੀ ਦਿਖਾਈ ਸੀ। ਜ਼ਿਆਦਾਤਰ ਵਾਅਦਾ-ਮੁਆਫ਼ ਗ਼ਦਰੀਆਂ ਦੇ ਸਥਾਨਕ ਭਾਈਵਾਲਾਂ ਵਿੱਚੋਂ ਹੀ ਬਣੇ ਸਨ। ਕਾਰਨ ਇਹ ਕਿ ਉਹ ਮੁੱਖ ਤੌਰ 'ਤੇ ਵੇਲੇ

---

* ਪਿਛਲੇ ਸੌ ਤੋਂ ਵੀ ਵੱਧ ਸਾਲਾਂ ਤੋਂ ਹਿੰਦੂਤਵੀ ਤਾਕਤਾਂ ਦਾ ਸਾਰਾ ਜ਼ੋਰ ਦੇਸ਼ ਦੀ ਸਮੁੱਚੀ ਹਿੰਦੂ ਜਨਤਾ ਦਾ ਧਰਮ ਬਾਰੇ ਰਵਾਇਤੀ ਨਜ਼ਰੀਆ ਬਦਲਣ ਅਤੇ ਉਸ ਨੂੰ ਹਿੰਦੂ ਰਾਸ਼ਟਰ ਦੀ ਸਥਾਪਨਾ ਕਰਨ ਦੇ ਰਾਜਸੀ ਹਿੰਦੂਤਵੀ ਏਜੰਡੇ ਦੁਆਲੇ ਲਾਮਬੰਦ ਕਰਨ 'ਤੇ ਲੱਗਾ ਹੋਇਆ ਹੈ। 2014 ਦੀਆਂ ਲੋਕ ਸਭਾ ਚੋਣਾਂ ਅੰਦਰ ਹਿੰਦੂਤਵੀ ਤਾਕਤਾਂ ਨੂੰ ਵੱਡੀ ਕਾਮਯਾਬੀ ਨਸੀਬ ਹੋ ਗਈ ਹੈ। ਜਿਸ ਨਾਲ ਉਨ੍ਹਾਂ ਦੇ ਹੌਂਸਲੇ ਵੱਧ ਗਏ ਹਨ।

† ਬਾਹਰਲੇ ਸਿੱਖ ਗ਼ਦਰੀਆਂ 'ਚੋਂ ਜਿਹੜੇ ਵਿਅਕਤੀ ਵਾਅਦਾ-ਮੁਆਫ਼ ਗਵਾਹ ਬਣੇ ਸੀ, ਉਨ੍ਹਾਂ ਵਿੱਚੋਂ ਕੋਈ ਵੀ ਅਮਰੀਕਾ-ਕਨੇਡਾ ਦੇ ਟਕਸਾਲੀ ਗ਼ਦਰੀਆਂ ਵਿੱਚੋਂ ਨਹੀਂ ਸੀ।

ਦੇ ਰਾਜਸੀ ਪ੍ਰਚਾਰ ਤੇ ਮਾਹੌਲ ਦੇ ਅਸਰ ਹੇਠ ਹੀ ਗ਼ਦਰੀਆਂ ਦੇ ਭਾਈਵਾਲ ਬਣੇ ਸਨ। ਉਨ੍ਹਾਂ ਦਾ ਆਤਮਿਕ ਕਾਇਆਕਲਪ ਨਹੀਂ ਹੋਇਆ ਸੀ।

ਇਸ ਦੇ ਮੁਕਾਬਲੇ, ਗ਼ਦਰੀਆਂ ਦੇ ਸਮਕਾਲੀ ਬੰਗਾਲੀ ਇਨਕਲਾਬੀਆਂ ਦੀਆਂ ਸਫ਼ਾਂ ਵਿਚ ਇਨ੍ਹਾਂ ਰੂਹਾਨੀ ਸਿਫ਼ਤਾਂ ਦੀ ਕਮੀ ਸਾਫ਼ ਨਜ਼ਰ ਆ ਜਾਂਦੀ ਹੈ। ਖ਼ੁਦ ਉਨ੍ਹਾਂ ਵਿੱਚੋਂ ਹੀ ਕੁਝ ਨੇ ਆਪਣੀਆਂ ਹੱਡਬੀਤੀਆਂ ਬਿਆਨ ਕਰਦਿਆਂ ਹੋਇਆਂ ਬੰਗਾਲ ਦੇ ਇਨਕਲਾਬੀਆਂ ਅੰਦਰ ਫੈਲੀ ਨਿੱਜਪ੍ਰਸਤੀ, ਸੁਆਰਥ, ਹਉਮੈ, ਮਾਇਕ ਲਾਲਸਾ ਅਤੇ ਆਪਸੀ ਲਾਗ-ਡਾਟ, ਧੜੇਬਾਜ਼ੀ ਤੇ ਫੁੱਟ ਦਾ ਖੁੱਲ੍ਹ ਕੇ ਜ਼ਿਕਰ ਕੀਤਾ ਹੈ। ਇਸ ਤੋਂ ਬਿਨਾਂ, ਬਹੁਤ ਸਾਰੇ ਗ਼ੈਰ-ਬੰਗਾਲੀ ਇਨਕਲਾਬੀਆਂ ਤੇ ਸਮਕਾਲੀ ਰਾਜਸੀ ਹਸਤੀਆਂ ਨੇ ਬੰਗਾਲੀ ਇਨਕਲਾਬੀਆਂ ਨਾਲ ਆਪਣੇ ਨਿੱਜੀ ਅਨੁਭਵਾਂ ਦੇ ਆਧਾਰ 'ਤੇ, ਉਨ੍ਹਾਂ ਦੀਆਂ ਨੈਤਿਕ ਕੁਰੀਤੀਆਂ ਦਾ ਜ਼ਿਕਰ ਕੁੜੱਤਣ ਭਰੇ ਲਹਿਜੇ ਵਿਚ ਕੀਤਾ ਹੈ। ਕਾਕੋਰੀ ਕਾਂਡ ਦੇ ਪ੍ਰਸਿੱਧ ਸ਼ਹੀਦ ਰਾਮਪ੍ਰਸਾਦ ਬਿਸਮਲ ਦੀ ਸਵੈ-ਜੀਵਨੀ *(ਸਰਫ਼ਰੋਸ਼ੀ ਕੀ ਤਮੰਨਾ)* ਅਤੇ ਲਾਲਾ ਲਾਜਪਤ ਰਾਏ ਤੇ ਕੁਝ ਹੋਰਨਾਂ ਦੀਆਂ ਲਿਖਤਾਂ ਇਸ ਮਾਮਲੇ ਉੱਤੇ ਭਰਪੂਰ ਰੋਸ਼ਨੀ ਪਾਉਂਦੀਆਂ ਹਨ। (ਪਰ ਇਸ ਦਾ ਅਰਥ ਇਹ ਨਹੀਂ ਲਿਆ ਜਾਣਾ ਚਾਹੀਦਾ ਕਿ ਬੰਗਾਲੀ ਇਨਕਲਾਬੀਆਂ ਵਿੱਚੋਂ ਕੋਈ ਵੀ ਸੱਚਾ ਸੁੱਚਾ ਨਹੀਂ ਸੀ। ਉਨ੍ਹਾਂ ਵਿੱਚੋਂ ਅਜਿਹੇ ਬਹੁਤ ਸਨ ਜਿਨ੍ਹਾਂ ਦੇ ਨੈਤਿਕ ਕਿਰਦਾਰ ਬਾਰੇ ਕੋਈ ਉਂਗਲ ਨਹੀਂ ਉਠਾਈ ਜਾ ਸਕਦੀ। ਸਚਿੰਦਰ ਨਾਥ ਸਾਨਿਆਲ ਤੇ ਰਾਸ ਬਿਹਾਰੀ ਬੋਸ ਇਸ ਲਿਹਾਜ਼ ਨਾਲ ਸ਼ੁੱਧ ਇਨਕਲਾਬੀ ਸਨ।)

11

ਬੰਗਾਲੀਆਂ ਦੇ ਦੋ ਗ਼ਲਤ ਮਸ਼ਵਰੇ
ਗ਼ਦਰ ਲਹਿਰ ਲਈ ਤਬਾਹਕੁੰਨ ਸਿੱਧ ਹੋਏ

ਸਚਿੰਦਰ ਨਾਥ ਸਾਨਿਆਲ ਨੇ ਕਾਸ਼ੀ ਜਾ ਕੇ ਰਾਸ ਬਿਹਾਰੀ ਬੋਸ ਨੂੰ ਪੰਜਾਬ ਬਾਰੇ ਸਾਰੀ ਰਿਪੋਰਟ ਦਿੱਤੀ। ਕੁਦਰਤੀ ਉਸੇ ਮੌਕੇ ਕਲਕੱਤੇ ਤੋਂ ਯਤਿੰਦਰ ਨਾਥ ਮੁਖੋਪਾਧਿਆਏ, ਜਿਹੜਾ ਉਸ ਵੇਲੇ ਬੰਗਾਲ ਅੰਦਰ ਇਨਕਲਾਬੀਆਂ ਦਾ ਸਭ ਨਾਲੋਂ ਪ੍ਰਮੁੱਖ ਤੇ ਮਕਬੂਲ ਆਗੂ ਸੀ, ਵੀ ਰਾਸ ਬਿਹਾਰੀ ਬੋਸ ਨੂੰ ਮਿਲਣ ਲਈ ਕਾਸ਼ੀ ਆਇਆ ਹੋਇਆ ਸੀ। ਇਨ੍ਹਾਂ ਤਿੰਨੋਂ ਬੰਗਾਲੀ ਆਗੂਆਂ ਨੇ ਸਾਨਿਆਲ ਦੀ ਰਿਪੋਰਟ ਉੱਤੇ ਗੰਭੀਰਤਾ ਨਾਲ ਵਿਚਾਰ ਕੀਤਾ। ਸਾਨਿਆਲ ਨੇ ਪੰਜਾਬ ਦੇ ਗ਼ਦਰੀਆਂ ਨੂੰ ਮਿਲ ਕੇ ਇਹ ਅੰਦਾਜ਼ਾ ਲਾ ਲਿਆ ਸੀ ਕਿ ਉਨ੍ਹਾਂ ਨੇ ਲਾਹੌਰ ਤੇ ਫ਼ਿਰੋਜ਼ਪੁਰ ਦੀਆਂ ਛਾਉਣੀਆਂ ਅੰਦਰ ਬਗ਼ਾਵਤ ਕਰਨ ਲਈ ਲੋੜੀਂਦੀ ਤਾਕਤ ਜੋੜ ਲਈ ਹੋਈ ਸੀ ਅਤੇ ਉਹ ਬਗ਼ਾਵਤ ਕਰਨ ਲਈ ਬਹੁਤ ਤੱਦੀ ਦਿਖਾ ਰਹੇ ਸਨ। ਦੋਨੋਂ ਛਾਉਣੀਆਂ ਅੰਦਰ ਉਨ੍ਹਾਂ ਦਾ ਆਉਣਾ ਜਾਣਾ ਆਮ ਹੋ ਗਿਆ ਸੀ ਅਤੇ ਦੋਨੋਂ ਥਾਵਾਂ 'ਤੇ ਚੋਖੀ ਸੰਖਿਆ ਵਿਚ ਸਿੱਖ ਸਿਪਾਹੀ ਗ਼ਦਰੀਆਂ ਦਾ ਸਾਥ ਦੇਣ ਲਈ ਪੂਰੀ ਤਰ੍ਹਾਂ ਤਿਆਰ ਹੋ ਚੁੱਕੇ ਸਨ। ਛਾਉਣੀਆਂ ਉੱਤੇ ਬਾਹਰੋਂ ਹਮਲਾ ਕਰਨ ਲਈ ਵੀ ਵੱਡੀ ਗਿਣਤੀ ਵਿਚ ਸ਼ੇਰ-ਦਿਲ ਸੂਰਮੇ ਕਮਰਕੱਸੇ ਕਰੀ ਫਿਰਦੇ ਸਨ ਅਤੇ ਉਹ ਆਗੂਆਂ ਦਾ ਇਸ਼ਾਰਾ ਹੀ ਉਡੀਕ ਰਹੇ ਸਨ। ਜੇਕਰ ਕਮੀ ਸੀ ਤਾਂ ਕੇਵਲ ਹਥਿਆਰਾਂ ਦੀ ਸੀ। ਇਸ ਕਰਕੇ ਪੰਜਾਬ ਦੇ ਗ਼ਦਰੀ ਬੰਗਾਲੀਆਂ ਉੱਤੇ ਛੇਤੀ ਹਥਿਆਰ ਦੇਣ ਲਈ ਜ਼ੋਰ ਪਾ ਰਹੇ ਸਨ। ਸਾਨਿਆਲ ਨੇ ਗ਼ਦਰੀ ਆਗੂਆਂ ਨੂੰ ਅਜੇ ਕੁਝ ਸਮੇਂ ਲਈ ਬਗ਼ਾਵਤ ਅੱਗੇ ਪਾ ਦੇਣ ਦਾ ਮਸ਼ਵਰਾ ਦਿੱਤਾ ਸੀ। ਉਸ ਦੀ ਦਲੀਲ ਸੀ ਕਿ ਇਕੱਲੇ ਪੰਜਾਬ ਅੰਦਰ ਬਗ਼ਾਵਤ ਕਰਨ ਨਾਲੋਂ ਜੇਕਰ ਦੇਸ਼ ਦੇ ਕੁਝ ਹੋਰਨਾਂ ਖੇਤਰਾਂ ਦੀਆਂ ਛਾਉਣੀਆਂ ਵਿਚ ਵੀ ਦੇਸੀ ਪਲਟਨਾਂ ਨੂੰ ਬਗ਼ਾਵਤ ਕਰਨ ਲਈ ਤਿਆਰ ਕਰ ਲਿਆ ਜਾਵੇ ਤਾਂ ਸਾਰੇ ਦੇਸ਼ ਅੰਦਰ ਇੱਕੋ ਝਟਕੇ ਨਾਲ ਅੰਗਰੇਜ਼ੀ ਰਾਜ ਦਾ ਫ਼ਸਤਾ ਵੱਢਣਾ ਸੁਖਾਲਾ ਹੋ ਜਾਵੇਗਾ। ਗ਼ਦਰੀਆਂ ਨੂੰ ਉਸ ਦੀ ਇਹ ਦਲੀਲ ਤਾਂ ਕੁਝ ਹੱਦ ਤਕ ਠੀਕ ਤੇ ਲੁਭਾਉਣੀ ਲੱਗੀ, ਪਰ ਉਨ੍ਹਾਂ ਨੂੰ ਇਹ ਫ਼ਿਕਰ ਵੱਢ ਵੱਢ ਖਾ ਰਿਹਾ ਸੀ ਕਿ ਅੰਗਰੇਜ਼ ਸਰਕਾਰ ਵੱਲੋਂ 23ਵੇਂ ਰਸਾਲੇ ਨੂੰ, ਜਿਸ ਨੇ ਬਗ਼ਾਵਤ ਦੀ ਮੁੱਖ ਟੇਕ ਬਣਨਾ ਸੀ, ਕਿਸੇ ਵੇਲੇ ਵੀ ਯੂਰਪ ਦੇ ਮੋਰਚਿਆਂ 'ਤੇ ਭੇਜਣ ਦਾ ਹੁਕਮ ਜਾਰੀ ਹੋ ਸਕਦਾ ਸੀ। ਇਸ ਨਾਲ ਉਨ੍ਹਾਂ ਦੇ ਸਾਰੇ ਕੀਤੇ-ਕਤਰੇ 'ਤੇ ਪਾਣੀ ਫਿਰ ਜਾਣਾ ਸੀ।

ਇਸ ਤੋਂ ਇਲਾਵਾ ਇਕ ਹੋਰ ਅਮਲੀ ਸਮੱਸਿਆ ਇਹ ਸੀ, ਕਿ ਜਿਹੜੇ ਗ਼ਦਰੀ ਬਾਹਰੋਂ ਆਏ ਸਨ, ਉਨ੍ਹਾਂ ਵਿੱਚੋਂ ਥੋੜ੍ਹੇ ਜਿਹੇ ਹੀ ਸਨ ਜਿਹੜੇ ਫ਼ੌਜਾਂ ਤੇ ਆਮ ਲੋਕਾਂ ਅੰਦਰ ਪ੍ਰਚਾਰ ਕਰਨ ਜਾਂ ਜਥੇਬੰਦਕ ਕਾਰਜ ਨਿਪਟਾਉਣ ਵਿਚ ਰੁੱਝੇ ਹੋਏ ਸਨ, ਬਾਕੀ ਦੇ ਗ਼ਦਰੀ,

ਜਿਨ੍ਹਾਂ ਦੀ ਸੰਖਿਆ ਹਜ਼ਾਰਾਂ ਵਿਚ ਸੀ, ਵਿਹਲੇ ਰਹਿ ਕੇ ਉਕਤਾ ਗਏ ਸਨ। ਉਹ ਆਗੂਆਂ ਦੇ ਸੁਨੇਹੇ 'ਤੇ ਕਦੇ ਇਕ ਜਗ੍ਹਾ ਤੇ ਕਿਸੇ ਦੂਜੀ ਜਗ੍ਹਾ ਇਕੱਠੇ ਤਾਂ ਹੋ ਜਾਂਦੇ ਸਨ, ਪਰ ਹਰ ਵਾਰ ਬਿਨਾਂ ਕੋਈ ਠੋਸ ਕੰਮ ਕੀਤਿਆਂ ਉਹ ਮੁੜ ਖਿੰਡ ਜਾਂਦੇ ਸਨ। ਗ਼ਦਰ ਕਰਨ ਤੋਂ ਬਿਨਾਂ ਉਨ੍ਹਾਂ ਦਾ ਪਿੰਡਾਂ ਅੰਦਰ ਹੋਰ ਕੋਈ ਰੁਝੇਵਾਂ ਨਹੀਂ ਸੀ। ਉਨ੍ਹਾਂ ਦੀ ਮਾਨਸਿਕ ਅਵਸਥਾ 'ਪ੍ਰਾਹੁਣਿਆਂ' ਵਾਲੀ ਬਣ ਗਈ ਸੀ ਜਿਨ੍ਹਾਂ ਨੂੰ ਇਕ ਸਮੇਂ ਤੋਂ ਬਾਅਦ ਵਿਹਲ ਚੁੱਭਣ ਲੱਗ ਜਾਂਦੀ ਹੈ। ਇਸ ਹਾਲਤ ਦੇ ਹੋਰ ਜ਼ਿਆਦਾ ਲਮਕ ਜਾਣ ਨਾਲ ਉਨ੍ਹਾਂ ਅੰਦਰ ਉਪਰਾਮਤਾ ਪੈਦਾ ਹੋ ਸਕਦੀ ਸੀ, ਉਨ੍ਹਾਂ ਦਾ ਜੋਸ਼ ਢੈਲਾ ਪੈ ਸਕਦਾ ਸੀ ਤੇ ਹੌਲੀ ਹੌਲੀ ਨਿਰਾਸ਼ਾ ਆ ਸਕਦੀ ਸੀ। ਇਸ ਕਰਕੇ ਗ਼ਦਰੀ ਆਗੂਆਂ ਦੇ ਮਨਾਂ ਉੱਤੇ ਹੋਰ ਜ਼ਿਆਦਾ ਦੇਰ ਨਾ ਕਰਨ ਦਾ ਇਕ ਇਹ ਵੀ ਦਬਾਅ ਬਣਿਆ ਹੋਇਆ ਸੀ।

ਪਰ ਬੰਗਾਲੀ ਆਗੂਆਂ ਦੀ ਸੋਚ ਕਿਸੇ ਹੋਰ ਬਿੰਦੂ ਉੱਤੇ ਅਟਕੀ ਹੋਈ ਸੀ। ਆਮ ਧਾਰਨਾ ਦੇ ਉਲਟ, ਉਸ ਵੇਲੇ ਬੰਗਾਲ ਰਾਜਸੀ ਸੋਝੀ ਦੇ ਲਿਹਾਜ਼ ਨਾਲ ਪੰਜਾਬ ਨਾਲੋਂ ਬਹੁਤ ਪਿੱਛੇ ਸੀ। ਸਾਨਿਆਲ ਨੇ ਆਪਣੀ ਸਵੈ-ਜੀਵਨੀ ਅੰਦਰ ਇਹ ਸਚਾਈ ਨਿਝੱਕ ਮੰਨੀ ਹੈ ਕਿ ਬੰਗਾਲ ਦੀ ਅਨਪੜ੍ਹ ਜਨਤਾ, ਉਸ ਸਮੇਂ, ਰਾਜਸੀ ਸੋਝੀ ਪੱਖੋਂ ਪੰਜਾਬ ਤੇ ਸੰਯੁਕਤ ਪ੍ਰਦੇਸ਼ (ਯੂ.ਪੀ.) ਦੀ ਅਨਪੜ੍ਹ ਜਨਤਾ ਨਾਲੋਂ ਬਹੁਤ ਪੱਛੜੀ ਹੋਈ ਸੀ।[1] ਇਵੇਂ ਹੀ ਫ਼ੌਜਾਂ ਅੰਦਰ ਇਨਕਲਾਬੀ ਪ੍ਰਚਾਰ ਪੱਖੋਂ ਵੀ ਬੰਗਾਲ ਕਿਸੇ ਵੀ ਗਿਣਤੀ ਵਿਚ ਨਹੀਂ ਆਉਂਦਾ ਸੀ। ਜਿਸ ਦਾ ਭਾਵ ਇਹ ਕਿ ਬੰਗਾਲ ਅਜੇ ਅੰਗਰੇਜ਼ ਹਕੂਮਤ ਦੇ ਖ਼ਿਲਾਫ਼ ਫ਼ੈਸਲਾਕੁੰਨ ਜੰਗ ਛੇੜਨ ਦੇ ਨੇੜੇ ਤੇੜੇ ਵੀ ਨਹੀਂ ਸੀ ਪੁੱਜਾ। ਇਹ ਗੱਲ ਬੰਗਾਲੀ ਆਗੂਆਂ ਅੰਦਰ ਨਮੋਸ਼ੀ ਪੈਦਾ ਕਰਦੀ ਸੀ। ਇਸ ਗੱਲ ਨੂੰ ਸਮਝਣ ਲਈ ਬੰਗਾਲੀ ਮਾਨਸਿਕਤਾ ਨੂੰ ਸਮਝਣਾ ਬੇਹੱਦ ਜ਼ਰੂਰੀ ਹੈ।

ਬੰਗਾਲੀਆਂ ਬਾਰੇ ਇਹ ਆਮ ਧਾਰਨਾ ਬਣੀ ਹੋਈ ਹੈ ਕਿ ਉਹ ਆਪਣੇ ਆਪ ਨੂੰ ਭਾਰਤ ਦੀਆਂ ਦੂਸਰੀਆਂ ਜਾਤੀਆਂ (ਕੌਮੀਅਤਾਂ) ਨਾਲੋਂ ਉੱਤਮ ਸਮਝਦੇ ਹਨ। ਸ਼ਾਇਦ ਇਸ ਦੀ ਵੱਡੀ ਵਜ੍ਹਾ ਇਹ ਹੈ ਕਿ ਭਾਰਤੀ ਉਪ-ਮਹਾਂਦੀਪ ਦੇ ਦੂਸਰੇ ਖੇਤਰਾਂ ਨਾਲੋਂ ਬੰਗਾਲ ਅੰਦਰ ਬਹੁਤ ਚਿਰ ਪਹਿਲਾਂ ਬਸਤੀਵਾਦੀ ਰਾਜ ਦੀ ਸਥਾਪਨਾ ਹੋ ਜਾਣ ਕਰਕੇ, ਬੰਗਾਲੀ ਹਿੰਦੂ ਉੱਚ-ਜਾਤੀਆਂ ਦੇ ਲੋਕ ਵਿੱਦਿਆ ਦੇ ਮਾਮਲੇ ਵਿਚ ਦੂਸਰਿਆਂ ਨਾਲੋਂ ਬਹੁਤ ਅੱਗੇ ਲੰਘ ਗਏ ਸਨ। ਜਿਵੇਂ ਹਥਲੀ ਕਿਤਾਬ ਦੇ ਦੂਜੇ ਕਾਂਡ ਵਿਚ ਦਰਸਾਇਆ ਗਿਆ ਹੈ, ਇਸ ਨਾਲ ਉਨ੍ਹਾਂ ਅੰਦਰ ਉੱਤਮਤਾ ਦਾ ਅਜਿਹਾ ਭਾਵ ਪੈਦਾ ਹੋ ਗਿਆ ਕਿ ਉਹ ਆਪਣੇ ਆਪ ਨੂੰ ਭਾਰਤ ਦੇ ਸਮੁੱਚੇ ਲੋਕਾਂ ਦੇ 'ਕੁਦਰਤੀ ਆਗੂ' ਸਮਝਣ ਲੱਗ ਪਏ ਸਨ। ਕੁਝ ਪ੍ਰਤੱਖ ਕਾਰਨਾਂ ਕਰਕੇ, ਉਹ ਭਾਰਤ ਅੰਦਰ ਰਾਸ਼ਟਰਵਾਦ ਦੀ ਵਿਚਾਰਧਾਰਾ ਦੇ ਬਾਨੀ ਤੇ ਮੁਹਰੈਲ ਬਣੇ। ਸੁਭਾਵਿਕ ਹੀ ਰਾਸ਼ਟਰਵਾਦੀ ਲਹਿਰ ਦਾ ਆਗ਼ਾਜ਼ ਵੀ ਬੰਗਾਲ ਤੋਂ ਹੀ ਹੋਇਆ, ਅਤੇ ਜੁਝਾਰੂ ਰਾਸ਼ਟਰਵਾਦ ਦਾ ਵਰਤਾਰਾ ਵੀ ਬੰਗਾਲ ਅੰਦਰ ਹੀ ਪਨਪਿਆ ਤੇ ਵਧਿਆ ਫੁੱਲਿਆ। ਇਸ ਕਰਕੇ ਬੰਗਾਲੀ ਇਨਕਲਾਬੀਆਂ ਨੂੰ ਅੰਗਰੇਜ਼ ਸਰਕਾਰ ਦੇ ਖ਼ਿਲਾਫ਼ ਹਥਿਆਰਬੰਦ ਜੰਗ ਵਿਚ ਫਾਡੀ ਰਹਿ ਜਾਣਾ ਕਿਵੇਂ ਬਰਦਾਸ਼ਤ ਹੋ ਸਕਦਾ ਸੀ! ਉਹ ਪੰਜਾਬ ਤੋਂ ਜੇਕਰ ਮੂਹਰੇ ਨਹੀਂ ਹੋ ਸਕਦੇ ਸਨ, ਤਾਂ ਘੱਟ-ਘੱਟ ਇਸ ਦੇ ਬਰਾਬਰ ਦੇ ਭਾਈਵਾਲ ਜ਼ਰੂਰ ਬਣਨਾ ਚਾਹੁੰਦੇ ਸਨ। ਇਸ ਕਰਕੇ ਉਨ੍ਹਾਂ ਨੇ ਪੰਜਾਬ ਦੇ ਗ਼ਦਰੀਆਂ ਉੱਤੇ ਉਨਾ ਚਿਰ ਬਗ਼ਾਵਤ ਨਾ ਛੇੜਨ ਲਈ ਜ਼ੋਰ ਪਾਇਆ ਸੀ, ਜਿੰਨਾ ਚਿਰ ਬੰਗਾਲ ਅੰਦਰ

1. ਸਚਿੰਦਰ ਨਾਥ ਸਾਨਿਆਲ, *ਬੰਦੀ ਜੀਵਨ*, ਸਫ਼ਾ 61.

ਵੀ ਲੋੜੀਂਦੀ ਤਿਆਰੀ ਨਹੀਂ ਸੀ ਹੋ ਜਾਂਦੀ। ਸਚਿੰਦਰ ਨਾਥ ਸਾਨਿਆਲ ਨੇ ਕਾਸ਼ੀ ਵਿਖੇ ਬੰਗਾਲੀ ਆਗੂਆਂ ਵਿਚਕਾਰ ਹੋਈ ਵਿਚਾਰ-ਚਰਚਾ ਦਾ ਜਿਹੜਾ ਵਰਣਨ ਕੀਤਾ ਹੈ, ਉਸ ਤੋਂ ਉਪਰੋਕਤ ਨਿਰਣੇ ਦੀ ਸਾਫ਼ ਪੁਸ਼ਟੀ ਹੁੰਦੀ ਹੈ।

ਇਸ ਮਨੋਵਿਗਿਆਨਕ ਤੱਥ ਦੇ ਨਾਲ ਹੀ, ਬੰਗਾਲੀਆਂ ਵੱਲੋਂ ਪੰਜਾਬ ਦੇ ਗ਼ਦਰੀਆਂ ਨੂੰ ਕਾਹਲੀ ਨਾ ਕਰਨ ਦੀ ਦਿੱਤੀ ਗਈ ਨਸੀਹਤ ਦਾ ਇਕ ਸਿਧਾਂਤਕ ਆਧਾਰ ਵੀ ਸੀ, ਜਿਹੜਾ ਕਿ ਜ਼ਿਆਦਾ ਮਹੱਤਵਪੂਰਨ ਹੈ। ਬੰਗਾਲੀ (ਹਿੰਦੂ) ਕ੍ਰਾਂਤੀਕਾਰੀਆਂ ਦੀ ਕਲਪਨਾ ਵਿਚ ਭਾਰਤ ਅਖੰਡ ਸੀ। ਜਿਵੇਂ ਦੂਜੇ ਕਾਂਡ ਵਿਚ ਜ਼ਿਕਰ ਹੋ ਚੁੱਕਾ ਹੈ, ਭਾਰਤ ਦੀਆਂ ਹਿੰਦੂ ਉੱਚ-ਜਾਤੀਆਂ ਦੇ ਲੋਕ ਆਪਣੇ ਆਪ ਨੂੰ ਇਸ ਅਖੰਡ ਭਾਰਤ ਦੇ ਕੁਦਰਤੀ ਆਗੂ ਸਮਝਦੇ ਸਨ/ਹਨ। ਉਨ੍ਹਾਂ ਦੇ ਦਿਲਾਂ ਅੰਦਰ ਇਸ ਅਖੰਡ ਭਾਰਤ ਦੇ ਹਾਕਮ ਬਣਨ ਦੀ ਸੱਧਰ ਮਚਲ ਰਹੀ ਸੀ। ਜਿਸ ਕਰਕੇ ਬੰਗਾਲੀ ਕ੍ਰਾਂਤੀਕਾਰੀ ਭਾਰਤ ਦੇ ਕਿਸੇ 'ਕੱਲੇ ਦੁਕੱਲੇ ਖੰਡ ਨੂੰ ਆਜ਼ਾਦ ਕਰਾਉਣ ਦੀ ਸੋਚ ਨਹੀਂ ਰੱਖਦੇ ਸਨ। ਉਹ ਆਪਣੇ ਵਰਗ ਸੁਆਰਥਾਂ ਅਧੀਨ ਇਸ ਦੇ ਸਾਲਮ ਵਜੂਦ ਨੂੰ ਆਜ਼ਾਦ ਕਰਾਉਣ ਦੀ ਧਾਰਨਾ ਤੇ ਇੱਛਾ ਰੱਖਦੇ ਸਨ। ਪਰ ਹਿੰਦੂ ਸਵਰਨ ਜਾਤੀਆਂ ਦੀ ਭਾਰਤ ਬਾਰੇ ਕਲਪਨਾ ਜ਼ਮੀਨੀ ਹਕੀਕਤ ਨਾਲ ਮੇਲ ਨਹੀਂ ਖਾਂਦੀ ਸੀ। ਅਸਲੀਅਤ ਇਹ ਸੀ ਕਿ ਅੰਗਰੇਜ਼ੀ ਰਾਜ ਦੀ ਸਥਾਪਨਾ ਤੋਂ ਪਹਿਲਾਂ ਭਾਰਤ ਇਤਿਹਾਸ ਵਿਚ ਕਦੇ ਵੀ ਇਸ ਕਦਰ ਇਕਜੁੱਟ ਨਹੀਂ ਰਿਹਾ ਸੀ। ਇਸ ਦੇ ਅੱਡ-ਅੱਡ ਖੇਤਰਾਂ ਅੰਦਰ ਅੱਡ-ਅੱਡ ਰਾਜਸ਼ਾਹੀਆਂ ਪ੍ਰਚਲਿਤ ਰਹੀਆਂ ਸਨ। ਅੰਗਰੇਜ਼ਾਂ ਨੇ ਵੀ ਇਸ ਨੂੰ ਇਕ ਲੰਮੇ ਤੇ ਲਮਕਵੇਂ ਇਤਿਹਾਸਕ ਅਮਲ ਦੌਰਾਨ ਹੀ ਇਕ-ਜੁੱਟ ਕੀਤਾ ਸੀ। ਇਸ ਕ੍ਰਮ ਵਿਚ ਪੰਜਾਬ ਦਾ ਨੰਬਰ ਸਭ ਤੋਂ ਪੱਛੜ ਕੇ ਆਇਆ ਸੀ। ਭਾਰਤ ਨੂੰ ਇਕ-ਜੁੱਟ ਰਾਜਸੀ ਇਕਾਈ ਬਣਾਉਣ ਦੀ ਇਸ ਉਘੜੀ ਦੁਘੜੀ ਪ੍ਰਕਿਰਿਆ ਦੇ ਫਲਸਰੂਪ ਇਸ ਦੇ ਅੱਡ-ਅੱਡ ਖੇਤਰਾਂ ਦੇ ਲੋਕਾਂ ਦੀ ਰਾਜਸੀ ਚੇਤਨਾ ਵੀ ਉਘੜੀ ਦੁਘੜੀ ਸੀ। ਕਿਸੇ ਖੇਤਰ ਦੇ ਲੋਕਾਂ ਵਿਚ ਆਜ਼ਾਦੀ ਦਾ ਜਜ਼ਬਾ ਤੇ ਰੀਝ ਜ਼ਿਆਦਾ ਤੇ ਕਿਤੇ ਬੇਹੱਦ ਘੱਟ ਸੀ। ਇਸ ਕਰਕੇ ਸਾਰੇ ਦੇਸ਼ ਨੂੰ ਇੱਕੋ ਵੇਲੇ ਆਜ਼ਾਦ ਕਰਾਉਣ ਦੀ ਧਾਰਨਾ ਅੰਤਰਮੁਖੀ ਸੀ, ਜਿਸ ਦਾ ਬਾਹਰਮੁਖੀ ਹਕੀਕਤ ਨਾਲ ਕੋਈ ਮੇਲ ਨਹੀਂ ਸੀ।

ਬੰਗਾਲੀ ਆਗੂਆਂ ਨੂੰ ਇਸ ਗੱਲ ਦਾ ਅਹਿਸਾਸ ਤਾਂ ਸੀ ਪਰ ਹਿੰਦੂ ਰਾਸ਼ਟਰਵਾਦੀ ਵਿਚਾਰਧਾਰਾ ਦੇ ਬੰਧਨਾਂ ਕਰਕੇ ਉਹ ਅੰਤਰਮੁਖਤਾ ਤੋਂ ਖਹਿੜਾ ਨਹੀਂ ਛੁਡਾ ਸਕਦੇ ਸਨ। ਉਨ੍ਹਾਂ ਦੇ ਮਨਾਂ ਅੰਦਰ ਇਹ ਲੁਕਵਾਂ ਡਰ ਵੱਸਿਆ ਹੋਇਆ ਸੀ, ਕਿ ਜੇਕਰ ਪੰਜਾਬ ਦੇ ਸਿੱਖ ਅਗੇਤਰੀ ਬਗ਼ਾਵਤ ਕਰ ਕੇ ਪੰਜਾਬ ਵਿੱਚੋਂ ਅੰਗਰੇਜ਼ੀ ਰਾਜ ਦੀਆਂ ਨੀਹਾਂ ਉਖਾੜ ਦੇਣ ਵਿਚ ਕਾਮਯਾਬ ਹੋ ਗਏ, ਤਾਂ ਉਨ੍ਹਾਂ ਅੰਦਰ ਆਪਣਾ ਖੁੱਸਿਆ ਰਾਜ ਮੁੜ ਕਾਇਮ ਕਰਨ ਦੀ ਅਮੋੜ ਰੀਝ ਪੈਦਾ ਹੋ ਸਕਦੀ ਸੀ, ਕਿਉਂਕਿ ਸਾਨਿਆਲ ਕੋਲੋਂ ਸਿੱਖਾਂ ਦੀ ਇਹ ਰੀਝ ਗੁੱਝੀ ਨਹੀਂ ਸੀ। ਉਸ ਨੇ ਸਾਫ਼ ਲਿਖਿਆ ਹੈ ਕਿ "ਪੰਜਾਬ ਦੇ ਸਿੱਖਾਂ ਵਿੱਚੋਂ ਅਨੇਕ ਦੀ ਇੱਛਾ ਸੀ ਕਿ ਪੰਜਾਬ ਵਿਚ ਖ਼ਾਲਸਾ ਰਾਜ ਫਿਰ ਤੋਂ ਸਥਾਪਤ ਕੀਤਾ ਜਾਵੇ।"[2] (ਗ਼ਦਰੀਆਂ ਉੱਤੇ ਚੱਲੇ ਮੁਕੱਦਮਿਆਂ ਦੌਰਾਨ ਕੁਝ ਗਵਾਹਾਂ ਨੇ ਅਦਾਲਤ ਅੰਦਰ ਗਵਾਹੀ ਦਿੰਦਿਆਂ ਦੱਸਿਆ ਸੀ, ਕਿ ਗ਼ਦਰੀ ਵਰਕਰਾਂ ਵੱਲੋਂ ਪਿੰਡਾਂ ਅੰਦਰ ਪ੍ਰਚਾਰ ਦੌਰਾਨ ਸਿੱਖ ਰਾਜ ਕਾਇਮ ਕਰਨ ਦੀਆਂ ਗੱਲਾਂ ਆਮ ਕੀਤੀਆਂ ਜਾਂਦੀਆਂ ਸਨ।)[3] ਸਿੱਖਾਂ ਅੰਦਰ

2. ਸਚਿੰਦਰ ਨਾਥ ਸਾਨਿਆਲ, *ਬੰਦੀ ਜੀਵਨ*, ਸਫ਼ਾ 150.
3. Malwinderjit Singh Waraich and Harinder Singh (eds.), *Lahore Conspiracy Cases I and II*, p. 196.

ਆਪਣਾ ਆਜ਼ਾਦ ਰਾਜ ਸਿਰਜਣ ਦੀ ਉਮੰਗ ਤੋਂ ਸਾਨਿਆਲ ਨੂੰ ਕਿੰਨਾ ਡਰ ਲੱਗਦਾ ਸੀ, ਇਸ ਦੀ ਝਲਕ ਉਸ ਦੇ ਹੇਠ ਲਿਖੇ ਕਥਨ ਤੋਂ ਮਿਲਦੀ ਹੈ : "ਸਿੱਖ ਕੌਮ ਵਿਚ ਬਹੁਤਿਆਂ ਦਾ ਵਿਸ਼ਵਾਸ ਏ ਕਿ ਜੇਕਰ ਉਹ ਲੋੜੀਂਦੀ ਸ਼ਕਤੀ ਅਤੇ ਸਮਰੱਥਾ ਪੈਦਾ ਕਰ ਲੈਣ ਤਾਂ ਉਹ ਭਾਰਤ ਵਿਚ ਆਪਣਾ ਸਾਮਰਾਜ ਖੜਾ ਕਰ ਸਕਦੇ ਹਨ। ਜੋ ਕੁਝ ਵੀ ਏ, ਉਹ ਸਾਮਰਾਜ ਖੜਾ ਕਰਨ ਜਾਂ ਨਾ, ਭਵਿੱਖ ਵਿਚ ਜੇਕਰ ਉਨ੍ਹਾਂ ਵਿਚ ਲੋੜੀਂਦੀ ਸਿੱਖਿਆ ਦਾ ਪ੍ਰਚਾਰ ਨਹੀਂ ਹੁੰਦਾ ਤਾਂ ਭਾਰਤ ਦੇ ਭਾਗਾਂ ਵਿਚ ਬਹੁਤ ਦੁੱਖ ਲਿਖੇ ਹਨ, ਏਸ ਵਿਚ ਕੋਈ ਸ਼ੱਕ ਨਹੀਂ।"[4] ਸੋ ਅਸੀਂ ਵੇਖ ਸਕਦੇ ਹਾਂ ਕਿ ਸਚਿੰਦਰ ਨਾਥ ਸਾਨਿਆਲ, ਸਿੱਖਾਂ ਦੇ ਮਨਾਂ ਵਿੱਚੋਂ ਆਪਣਾ ਆਜ਼ਾਦ ਰਾਜ ਕਾਇਮ ਕਰਨ ਦੀ ਖ਼ਾਹਸ਼ ਨੂੰ ਖ਼ਤਮ ਕਰਨ ਲਈ, ਉਨ੍ਹਾਂ ਵਿਚ "ਲੋੜੀਂਦੀ ਸਿੱਖਿਆ ਦਾ ਪ੍ਰਚਾਰ" ਕਰਨ ਦੀ ਸਿਫ਼ਾਰਸ਼ ਕਰਦਾ ਹੈ। ਜਦੋਂ ਕੋਈ ਵਰਗ ਕਿਸੇ ਦੂਸਰੇ ਵਰਗ ਨੂੰ 'ਸਿੱਖਿਆ ਦੇਣ' ਦਾ ਕਾਰਜ ਮਿਥਦਾ ਹੈ, ਤਾਂ ਇਸ ਵਿੱਚੋਂ ਉਸ ਵਰਗ ਅੰਦਰ ਆਪਣੇ ਆਪ ਨੂੰ 'ਦੂਸਰੇ' ਨਾਲੋਂ ਉੱਤਮ ਸਮਝਣ ਦੀ ਧਾਰਨਾ ਸਵੈ-ਸਪੱਸ਼ਟ ਹੋ ਜਾਂਦੀ ਹੈ। ਉਹ ਦੂਸਰੇ ਨੂੰ ਆਪਣੇ ਮੁਤਾਬਕ ਢਾਲਣ ਦੀ ਇੱਛਾ ਪ੍ਰਗਟਾ ਰਿਹਾ ਹੁੰਦਾ ਹੈ। ਇਸ ਵਿੱਚੋਂ 'ਦੂਸਰੇ' ਉੱਤੇ ਆਪਣਾ ਗ਼ਲਬਾ ਪਾਉਣ ਦੀ ਬਿਰਤੀ ਪ੍ਰਗਟ ਹੁੰਦੀ ਹੈ। ਹਿੰਦੂ ਉੱਚ-ਜਾਤੀ ਵਰਗ ਅੰਦਰ ਇਹ ਬਿਰਤੀ ਜਨਮ-ਜਾਤ ਹੈ। ਇਸ ਰੋਸ਼ਨੀ ਵਿਚ, ਭਾਰਤ ਦੇ ਉੱਚ-ਜਾਤੀ ਹਿੰਦੂ ਹਾਕਮਾਂ ਵੱਲੋਂ ਸਿੱਖਾਂ ਅੰਦਰ ਕੀਤੇ ਜਾ ਰਹੇ "ਸਿੱਖਿਆ ਦੇ ਪ੍ਰਚਾਰ" ਦੇ ਮੰਤਵ ਤੇ ਖ਼ਾਸੇ ਨੂੰ ਬੁੱਝਣਾ ਜ਼ਿਆਦਾ ਔਖਾ ਨਹੀਂ ਹੈ।

ਸਚਿੰਦਰ ਨਾਥ ਸਾਨਿਆਲ ਦੇ ਡਰ ਦਾ ਇਕ ਕਾਰਨ ਇਹ ਵੀ ਸੀ ਕਿ ਉਸ ਨੂੰ, ਸਿੱਖਾਂ ਦੀ ਇਸ ਰੀਝ ਦੇ ਨਾਲ ਹੀ ਉਨ੍ਹਾਂ ਦੀ ਸਮਰੱਥਾ ਬਾਰੇ ਵੀ ਕੋਈ ਸ਼ੱਕ ਨਹੀਂ ਸੀ। ਉਸ ਨੇ "ਭਾਰਤ ਦੀਆਂ ਅਨੇਕਾਂ ਕੌਮਾਂ ਨਾਲ ਮਿਲ-ਜੁਲ ਕੇ" ਇਹ ਜਾਣ ਲਿਆ ਸੀ ਕਿ "ਸਿੱਖਾਂ ਵਾਂਗ ਮਜ਼ਬੂਤ, ਸਮਰੱਥ ਅਤੇ ਭਾਵੁਕ ਕੌਮ ਭਾਰਤ ਵਿਚ ਹੋਰ ਕੋਈ ਨਹੀਂ।" ਉਸ ਨੇ ਸਾਫ਼ ਲਿਖਿਆ ਹੈ ਕਿ "ਮੇਰੀ ਸਮਝ ਨਾਲ ਤਾਂ ਸਿੱਖ ਭਾਰਤ ਦੀ ਇਕ ਵਿਲੱਖਣ ਤੇ ਲਾਸਾਨੀ ਕੌਮ ਏ।" ਇਸ ਕਰਕੇ ਬੰਗਾਲੀਆਂ ਦੇ ਸਿੱਖਾਂ ਬਾਰੇ ਸ਼ੰਕੇ ਨਿਰਮੂਲ ਨਹੀਂ ਸਨ। ਉਨ੍ਹਾਂ ਨੂੰ ਇਸ ਗੱਲ ਦਾ ਹਕੀਕੀ ਡਰ ਸੀ ਕਿ ਜੇਕਰ ਸਿੱਖਾਂ ਨੇ ਪੰਜਾਬ ਅੰਦਰ ਆਪਣੇ ਸੁਤੰਤਰ ਰਾਜ ਦਾ ਝੰਡਾ ਝੁਲਾ ਦਿੱਤਾ, ਤਾਂ ਇਸ ਨਾਲ ਭਾਰਤ ਦੇ ਅਖੰਡ ਹੋਣ ਦੀ ਧਾਰਨਾ ਚਕਨਾਚੂਰ ਹੋ ਜਾਣੀ ਸੀ। ਅਤੇ ਇਸ ਦੇ ਨਾਲ ਹੀ ਹਿੰਦੂ ਉੱਚ-ਜਾਤੀ ਵਰਗਾਂ ਦਾ ਅਖੰਡ ਭਾਰਤ ਦੇ ਹਾਕਮ ਬਣਨ ਦਾ ਸੁਪਨਾ ਵੀ ਖੇਰੂੰ-ਖੇਰੂੰ ਹੋ ਜਾਣਾ ਸੀ। ਇਸ 'ਮੰਦਹੋਣੀ' ਤੋਂ ਉਨ੍ਹਾਂ ਨੂੰ ਅੰਗਰੇਜ਼ ਹਾਕਮਾਂ ਨਾਲੋਂ ਵੀ ਵੱਧ ਡਰ ਲੱਗਦਾ ਸੀ। ਸਾਨਿਆਲ ਦੀ ਹੇਠਾਂ ਦਿੱਤੀ ਟੂਕ ਤੋਂ ਉਸ ਦਾ ਇਹ ਡਰ ਸਾਫ਼ ਝਲਕਦਾ ਹੈ। ਉਸ ਨੇ ਕਾਸ਼ੀ ਵਿਖੇ ਪੰਜਾਬ ਬਾਰੇ ਹੋਈ ਸੋਚ-ਵਿਚਾਰ ਦਾ ਵਰਣਨ ਕਰਦਿਆਂ ਲਿਖਿਆ ਕਿ :

> "ਪੰਜਾਬ ਦੇ ਸਿਪਾਹੀ ਏਸ ਸਮੇਂ ਕੁਝ ਕਰ ਦਿਖਾਉਣ ਲਈ ਇੰਝ ਉਤਾਵਲੇ ਹੋ ਗਏ ਸਨ ਕਿ ਉਨ੍ਹਾਂ ਨੂੰ ਹੁਣ ਕਿਸੇ ਤਰ੍ਹਾਂ ਵੀ ਸ਼ਾਂਤ ਨਹੀਂ ਸੀ ਰੱਖਿਆ ਜਾ ਸਕਦਾ। ਮੈਂ ਨਹੀਂ ਕਹਿ ਸਕਦਾ ਕਿ ਏਸ ਤਰ੍ਹਾਂ ਇਨ੍ਹਾਂ ਨੂੰ ਸੰਜਮ ਵਿਚ ਰੱਖਣਾ ਚੰਗਾ ਹੋਇਆ ਜਾਂ ਮਾੜਾ, ਕਿਉਂਕਿ ਜੇਕਰ ਸਾਡੀ ਕੋਈ ਰੋਕ ਟੋਕ ਨਾ ਰਹਿੰਦੀ ਤਾਂ ਪੰਜਾਬ ਵਿਚ ਜ਼ਰੂਰ ਈ ਕੋਈ ਭਿਅੰਕਰ ਘਟਨਾ ਹੋ ਜਾਂਦੀ। ਕੌਣ ਕਹਿ ਸਕਦਾ ਏ ਕਿ ਉਹਦਾ ਨਤੀਜਾ ਕੀ ਅਤੇ ਕਿੱਦਾਂ ਦਾ ਹੁੰਦਾ ? ਅਸੀਂ ਲੋਕਾਂ ਨੇ ਉਨ੍ਹਾਂ ਦੀ ਜਲਦਬਾਜ਼ੀ ਨੂੰ ਏਸ ਲਈ

---

4. ਸਚਿੰਦਰ ਨਾਥ ਸਾਨਿਆਲ, *ਬੰਦੀ ਜੀਵਨ*, ਸਫ਼ਾ 82.

ਰੋਕਿਆ ਸੀ ਕਿ ਸਾਰਾ ਦੇਸ਼ ਇਕ ਮਤ ਨਾਲ ਕ੍ਰਾਂਤੀ ਦੇ ਤਾਂਡਵ ਵਿਚ ਸ਼ਾਮਲ ਹੋ ਜਾਏ।"[5]

ਬਗ਼ਾਵਤ ਨੂੰ ਪਿੱਛੇ ਪਾਉਣ ਦੀ ਸਭ ਨਾਲੋਂ ਵੱਧ ਜ਼ੋਰਦਾਰ ਵਕਾਲਤ ਯਤਿੰਦਰ ਨਾਥ ਮੁਖੋਪਾਧਿਆਇ ਨੇ ਕੀਤੀ ਸੀ। ਉਸ ਦੀ ਸਮੁੱਚੀ ਸੋਚਣੀ ਬੰਗਾਲ-ਕੇਂਦਰਿਤ (Bengal-centric) ਸੀ। ਜਦ ਕਿ ਸਾਨਿਆਲ ਤੇ ਰਾਸ ਬਿਹਾਰੀ ਬੋਸ ਬੰਗਾਲ ਤੋਂ ਬਾਹਰ ਸਰਗਰਮ ਹੋਣ ਕਰਕੇ, ਕ੍ਰਾਂਤੀ ਦੇ ਮਸਲੇ ਨੂੰ ਵੱਧ ਵਿਸ਼ਾਲ ਘੇਰੇ ਵਿਚ ਰੱਖ ਕੇ ਵੇਖਣ ਦੇ ਆਦੀ ਹੋ ਗਏ ਸਨ। ਉਨ੍ਹਾਂ ਨੂੰ ਪੰਜਾਬ ਦੀ ਹਾਲਤ ਦਾ ਵੱਧ ਪਤਾ ਸੀ। ਉਹ ਪੰਜਾਬ ਦੇ ਗ਼ਦਰੀਆਂ ਨੂੰ ਮਿਲ ਕੇ ਅਤੇ ਉਨ੍ਹਾਂ ਦੀਆਂ ਤਿਆਰੀਆਂ ਦੇ ਪੱਧਰ ਨੂੰ ਵੇਖ ਕੇ ਇਹ ਗੱਲ ਚੰਗੀ ਤਰ੍ਹਾਂ ਭਾਂਪ ਗਏ ਸਨ, ਕਿ ਉਨ੍ਹਾਂ ਨੂੰ ਜ਼ਿਆਦਾ ਸਮੇਂ ਤਕ ਰੋਕ ਸਕਣਾ ਸੰਭਵ ਨਹੀਂ ਸੀ। ਨਾਲ ਹੀ ਉਨ੍ਹਾਂ ਦੇ ਆਪਣੇ ਇਨਕਲਾਬੀ ਹਿਰਦੇ ਵੀ ਪੰਜਾਬ ਅੰਦਰ ਕ੍ਰਾਂਤੀ ਦੀਆਂ ਤਿਆਰੀਆਂ ਤੋਂ ਏਨੇ ਉਤਸ਼ਾਹਤ ਹੋ ਗਏ ਸਨ, ਕਿ ਉਹ ਆਪ ਵੀ ਜਕੋ-ਤਕੀ ਵਿਚ ਪੈ ਗਏ ਸਨ। ਇਸ ਕਰਕੇ ਉਨ੍ਹਾਂ ਨੇ ਯਤਿੰਦਰ ਨਾਥ ਦੀ ਪੰਜਾਬ ਅੰਦਰ ਬਗ਼ਾਵਤ ਨੂੰ ਪਿੱਛੇ ਪਾਉਣ ਦੀ ਸਿਫ਼ਾਰਸ਼ ਅੱਧ-ਪਚੱਧੇ ਰੂਪ ਵਿਚ ਹੀ ਪ੍ਰਵਾਨ ਕੀਤੀ ਸੀ। ਸਾਨਿਆਲ ਨੇ ਆਪਣੇ ਮਨ ਦੀ ਦੁਬਿਧਾ ਇਸ ਤਰ੍ਹਾਂ ਦਰਸਾਈ ਹੈ:

> "ਯਤਿੰਦਰ ਬਾਬੂ ਦੀ ਬੇਨਤੀ ਸੀ ਕਿ ਏਸ ਕ੍ਰਾਂਤੀ ਲਈ ਨਿਸਚਤ ਦਿਨ ਏਨਾ ਕੁ ਪਿੱਛੇ ਕਰ ਦਿੱਤਾ ਜਾਵੇ ਕਿ ਬੰਗਾਲ ਵਿਚ ਪਹੁੰਚਣ 'ਤੇ ਉਨ੍ਹਾਂ ਨੂੰ ਘੱਟੋ-ਘੱਟ ਦੋ ਮਹੀਨੇ ਦਾ ਸਮਾਂ ਮਿਲ ਜਾਏ ਅਤੇ ਏਸ ਸਮੇਂ ਦੌਰਾਨ ਉਹ ਕੁਝ ਰੁਪਏ ਪੈਸੇ ਵੀ ਜਮ੍ਹਾਂ ਕਰ ਸਕਣ। ਉਨ੍ਹਾਂ ਵਾਰ-ਵਾਰ ਕਿਹਾ ਕਿ ਹੱਥ ਵਿਚ 'ਕਾਫ਼ੀ' ਰੁਪਏ ਪੈਸੇ ਲਏ ਬਿਨਾਂ ਏਸ ਕੰਮ ਵਿਚ ਹੱਥ ਪਾਉਣਾ ਠੀਕ ਨਹੀਂ ਏ। ਪਰ ਉਨ੍ਹਾਂ ਦੀ ਏਸ 'ਕਾਫ਼ੀ' ਦੀ ਧਾਰਨਾ ਦੀ ਸੀਮਾ ਬੜੀ ਲੰਮੀ ਚੌੜੀ ਸੀ। ਓਨੀ ਵੱਡੀ ਰਕਮ ਦਾ ਇੰਨੇ ਥੋੜ੍ਹੇ ਸਮੇਂ ਵਿਚ ਸੰਗ੍ਰਹਿ ਕਰਨਾ ਵੀ ਬਹੁਤ ਔਖਾ ਕਾਰਜ ਸੀ। ਅਖ਼ੀਰ ਇਸ ਗੱਲ ਨੂੰ ਵੀ ਯਤਿੰਦਰ ਬਾਬੂ ਨੇ ਸਮਝ ਲਿਆ ਸੀ। ਉਸ ਸਮੇਂ ਪੰਜਾਬ ਦੇ ਸਿਪਾਹੀ ਬਹੁਤ ਕਾਹਲੇ ਪੈ ਰਹੇ ਸਨ। ਇਹਦਾ ਇਕ ਕਾਰਨ ਇਹ ਕਿ ਅਨਿਸਚਤਤਾ ਦੀ ਸਥਿਤੀ ਸੀ ਕਿ ਪਤਾ ਨਹੀਂ ਕਦੋਂ ਉਨ੍ਹਾਂ ਨੂੰ ਪੱਛਮੀ ਮੋਰਚੇ 'ਤੇ ਭੇਜ ਦਿੱਤਾ ਜਾਵੇ। ਇਹਤੋਂ ਇਲਾਵਾ ਭਾਰਤ ਦੇ ਵੱਖੋ-ਵੱਖਰੇ ਸੈਨਿਕ ਦਲਾਂ ਨੂੰ ਵੀ ਲਗਾਤਾਰ ਇਕ ਪਾਸੇ ਤੋਂ ਦੂਜੇ ਪਾਸੇ ਬਦਲ ਦਿੱਤਾ ਜਾਂਦਾ ਸੀ। ਏਸ ਲਈ ਢੁੱਕਵੀਂ ਜਗ੍ਹਾ 'ਤੇ ਨਾ ਰਹਿਣ ਦੇਣ ਜਾਂ ਦੂਰ ਦੱਖਣ ਦੀ ਕਿਸੇ ਛਾਉਣੀ ਵਿਚ ਭੇਜ ਦਿੱਤੇ ਜਾਣ 'ਤੇ ਉਨ੍ਹਾਂ ਦੀਆਂ ਸਾਰੀਆਂ ਆਸਾਂ 'ਤੇ ਪਾਣੀ ਫਿਰ ਜਾਣਾ ਸੀ। ਇਨ੍ਹਾਂ ਕਾਰਨਾਂ ਕਰਕੇ ਅਸੀਂ ਯਤਿੰਦਰ ਬਾਬੂ ਦੇ ਅਨੁਰੋਧ ਨੂੰ ਮੰਨ ਨਾ ਸਕੇ। ਅਸੀਂ ਵੀ ਥੋੜ੍ਹੇ ਉਤਾਵਲੇ ਹੋ ਗਏ ਸੀ ਕਿ ਅਜਿਹਾ ਵਧੀਆ ਮੌਕਾ ਕਿਸੇ ਕਾਰਨ ਕਰਕੇ ਹੱਥੋਂ ਨਾ ਨਿਕਲ ਜਾਏ। ਏਸੇ ਕਰਕੇ ਇਕ ਪਾਸੇ ਤਾਂ ਅਸੀਂ (ਪੰਜਾਬ ਦੇ) ਸਿਪਾਹੀਆਂ ਨੂੰ ਸ਼ਾਂਤ ਰੱਖਣ ਦੀ ਕੋਸ਼ਿਸ਼ ਕਰ ਰਹੇ ਸੀ ਅਤੇ ਦੂਜੇ ਪਾਸੇ ਅਜਿਹੀ ਤਿਆਰੀ ਵਿਚ ਲੱਗੇ ਹੋਏ ਸੀ, ਜਿਸ ਨਾਲ ਦੇਸ਼ ਭਰ ਵਿਚ ਇਕ ਜਾਨ ਹੋ ਕੇ ਕੁਝ ਕਰ ਦਿਖਾਇਆ ਜਾ ਸਕੇ।"[6]

ਉਸ ਨੇ ਆਪਣੀ ਸੈਨਿਕ ਰਣਨੀਤੀ ਦਾ ਖ਼ੁਲਾਸਾ ਕਰਦਿਆਂ ਲਿਖਿਆ ਹੈ:

> "ਅਸੀਂ ਚਾਹੁੰਦੇ ਸੀ ਕਿ ਇਕ ਦਿਨ ਅਚਾਨਕ ਉੱਤਰੀ ਭਾਰਤ ਦੀਆਂ ਛਾਉਣੀਆਂ ਵਿਚ ਤਮਾਮ ਅੰਗਰੇਜ਼ੀ ਫ਼ੌਜੀਆਂ ਉੱਤੇ ਇਕ ਹੀ ਦਿਨ ਅਤੇ ਠੀਕ ਇਕ ਹੀ ਸਮੇਂ ਇਕਦਮ ਹਮਲਾ ਕਰ ਦਿੱਤਾ ਜਾਵੇ ਅਤੇ ਉਸ ਰੌਲੇ ਗੌਲੇ ਦੇ ਸਮੇਂ ਜਿਹੜੇ ਲੋਕ ਸਾਡੀ

---

5. ਸਚਿੰਦਰ ਨਾਥ ਸਾਨਿਆਲ, *ਬੰਦੀ ਜੀਵਨ*, ਸਫ਼ਾ 54.
6. *ਉਹੀ*, ਸਫ਼ਾ 56.

ਸ਼ਰਣ ਵਿਚ ਆਉਣ, ਉਨ੍ਹਾਂ ਨੂੰ ਕੈਦ ਕਰ ਲਿਆ ਜਾਵੇ। ਵਿਦਰੋਹ ਰਾਤ ਦੇ ਸਮੇਂ ਸ਼ੁਰੂ ਕੀਤਾ ਜਾਏ ਅਤੇ ਉਸੇ ਸਮੇਂ ਸ਼ਹਿਰ ਦੇ ਤਾਰ ਆਦਿ ਕੱਟ ਕੇ ਅੰਗਰੇਜ਼ ਵਾਲੰਟੀਅਰਾਂ ਅਤੇ ਪ੍ਰਮੁੱਖ ਲੋਕਾਂ ਨੂੰ ਕੈਦ ਕਰ ਲਿਆ ਜਾਵੇ ਅਤੇ ਖ਼ਜ਼ਾਨਾ ਲੁੱਟ ਕੇ ਕੈਦੀ ਜੇਲ੍ਹ ਤੋਂ ਰਿਹਾਅ ਕਰ ਦਿੱਤੇ ਜਾਣ। ਏਸ ਤੋਂ ਬਾਅਦ ਉਸ ਸ਼ਹਿਰ ਦਾ ਪ੍ਰਬੰਧ ਕਿਸੇ ਚੁਣੇ ਹੋਏ ਯੋਗ ਵਿਅਕਤੀ ਨੂੰ ਦੇ ਕੇ ਸਾਰੇ ਕ੍ਰਾਂਤੀਕਾਰੀਆਂ ਦੇ ਦਲ ਪੰਜਾਬ ਵਿਚ ਜਾ ਕੇ 'ਕੱਠੇ ਹੋਣ। ਅਸੀਂ ਲੋਕ ਇਹ ਸੋਚ ਕੇ ਨਹੀਂ ਬੈਠੇ ਸੀ ਕਿ ਗ਼ਦਰ ਮੱਚਣ 'ਤੇ ਅੰਤ ਤਕ ਅੰਗਰੇਜ਼ਾਂ ਨਾਲ ਯੁੱਧ ਵਿਚ ਅਸੀਂ ਜੇਤੂ ਹੁੰਦੇ ਜਾਵਾਂਗੇ, ਪਰੰਤੂ ਸਾਨੂੰ ਇਹ ਪੱਕਾ ਭਰੋਸਾ ਸੀ ਕਿ ਏਸ ਤਰੀਕੇ ਨਾਲ ਇਕ ਵਾਰ ਗ਼ਦਰ ਮਚਦਿਆਂ ਈ ਇਕ ਅਜਿਹੀ ਅੰਤਰ-ਰਾਸ਼ਟਰੀ ਵਿਚਿੱਤਰ ਸਥਿਤੀ ਪੈਦਾ ਹੋ ਜਾਵੇਗੀ ਕਿ ਜੇਕਰ ਅਸੀਂ ਘੱਟੋ-ਘੱਟ ਇਕ ਸਾਲ ਤਕ ਏਸ ਯੁੱਧ ਨੂੰ ਠੀਕ ਢੰਗ ਨਾਲ ਜਾਰੀ ਰੱਖ ਸਕੇ ਤਾਂ ਵੱਖੋ-ਵੱਖਰੇ ਦੇਸ਼ਾਂ ਦੀ ਆਪਸੀ ਦੁਸ਼ਮਣੀ ਦੇ ਫਲਸਰੂਪ, ਅਤੇ ਅੰਗਰੇਜ਼ਾਂ ਦੇ ਦੁਸ਼ਮਣਾਂ ਦੀ ਸਹਾਇਤਾ ਨਾਲ, ਦੇਸ਼ ਨੂੰ ਆਜ਼ਾਦ ਕਰ ਲੈਣਾ ਸਾਡੇ ਲਈ ਜ਼ਿਆਦਾ ਕਠਿਨ ਹੋਣ 'ਤੇ ਵੀ ਅਸੰਭਵ ਨਹੀਂ ਹੋਵੇਗਾ।"[7]

ਇਸ ਤਰੀਕੇ ਨਾਲ ਬੰਗਾਲੀ ਆਗੂਆਂ ਨੇ, ਸਾਰੇ ਦੇਸ਼ ਅੰਦਰ ਇਕੱਠੀ ਬਗ਼ਾਵਤ ਕਰਨ ਦੀ ਮਨ ਲੁਭਾਉਣੀ ਦਲੀਲ ਦੇ ਕੇ ਪੰਜਾਬ ਦੇ ਗ਼ਦਰੀਆਂ ਨੂੰ ਬਗ਼ਾਵਤ ਪਿੱਛੇ ਪਾਉਣ ਲਈ ਰਾਜ਼ੀ ਕਰ ਲਿਆ ਸੀ। ਪਰ ਜਿਹੜੀ ਗੱਲ ਦੇ ਨਤੀਜੇ ਇਸ ਨਾਲੋਂ ਵੀ ਜ਼ਿਆਦਾ ਤਬਾਹਕੁੰਨ ਸਾਬਤ ਹੋਏ, ਉਹ ਇਹ ਸੀ ਕਿ ਬੰਗਾਲੀਆਂ ਨੇ, ਮੁੱਖ ਰੂਪ ਵਿਚ ਆਪਣੀਆਂ ਮਾਇਕ ਲੋੜਾਂ ਪੂਰੀਆਂ ਕਰਨ ਲਈ, ਪੰਜਾਬ ਦੇ ਗ਼ਦਰੀਆਂ ਨੂੰ ਡਾਕੇ ਮਾਰਨ ਲਈ ਮਨਾ ਲਿਆ, ਜਾਂ ਵੱਧ ਠੀਕ ਕਹਿਣਾ ਹੋਵੇ ਤਾਂ ਵਰਗਲਾ ਲਿਆ ਸੀ। ਜਿਵੇਂ ਪਿਛਲੇ ਕਾਂਡ ਵਿਚ ਦਰਸਾਇਆ ਗਿਆ ਹੈ, ਪਹਿਲਾਂ ਜਦੋਂ ਗ਼ਦਰ ਪਾਰਟੀ ਦੇ ਕੁਝ ਵਰਕਰਾਂ ਅੰਦਰ ਡਾਕੇ ਮਾਰਨ ਦਾ ਵਿਚਾਰ ਪੈਦਾ ਹੋਇਆ ਸੀ, ਤਾਂ ਇਸ ਨੂੰ ਦ੍ਰਿੜ੍ਹਤਾ ਨਾਲ ਰੱਦ ਕਰ ਦਿੱਤਾ ਗਿਆ ਸੀ। ਪਰ ਹੁਣ ਬੰਗਾਲੀਆਂ ਦੇ ਦਖ਼ਲ ਅਤੇ ਪ੍ਰਭਾਵ ਹੇਠ ਗ਼ਦਰੀਆਂ ਦਾ ਇਕ ਵਰਗ, ਆਪਣੇ ਪੂਰਵ ਝੁਕਾਵਾਂ ਕਰਕੇ, ਇਸ ਤਜਵੀਜ਼ ਉੱਤੇ ਅਮਲ ਕਰਨ ਲਈ ਉਤਾਵਲਾ ਹੋ ਗਿਆ ਸੀ। ਪਹਿਲਾਂ ਵਾਂਗੂ, ਇਸ ਵਾਰ ਵੀ ਕਰਤਾਰ ਸਿੰਘ ਸਰਾਭਾ ਇਸ ਤਜਵੀਜ਼ ਦੀ ਪੁਰਜੋਸ਼ ਵਕਾਲਤ ਕਰਨ ਵਾਲਿਆਂ ਦਾ ਮੋਹਰੀ ਸੀ। ਪਰ ਇਸ ਵਾਰੀ ਉਹ ਇਕੱਲਾ ਨਹੀਂ ਸੀ। ਭਾਈ ਗਾਂਧਾ ਸਿੰਘ, ਸੁਰਸਿੰਘ ਪਿੰਡ ਦੇ ਭਾਈ ਜਗਤ ਸਿੰਘ ਤੇ ਪ੍ਰੇਮ ਸਿੰਘ, ਭਾਈ ਬੰਤਾ ਸਿੰਘ ਸੰਘਵਾਲ, ਭਾਈ ਅਰਜਨ ਸਿੰਘ ਖੁਖਰਾਣਾ, ਭਾਈ ਗੁਰਮੁਖ ਸਿੰਘ ਲਲਤੋਂ, ਪੰਡਤ ਰਾਮ ਰੱਖਾ ਅਤੇ ਭਾਈ ਵਰਿਆਮ ਸਿੰਘ* (ਜੀਹਨੂੰ ਆਮ ਕਰਕੇ 'ਅਮਲੀ' ਕਿਹਾ ਜਾਂਦਾ ਸੀ) ਆਦਿ ਨਾਮਵਰ ਗ਼ਦਰੀਆਂ ਨੇ ਉਸ ਦਾ ਗਰਮਜੋਸ਼ੀ ਨਾਲ ਸਾਥ ਦਿੱਤਾ ਸੀ। ਬਾਬਾ ਸੋਹਣ ਸਿੰਘ ਭਕਨਾ ਨੇ ਗ਼ਦਰ ਪਾਰਟੀ ਕੋਲੋਂ ਹੋਈ ਇਸ ਗ਼ਲਤੀ ਲਈ ਬੰਗਾਲੀਆਂ ਨੂੰ ਜ਼ੁੰਮੇਵਾਰ ਠਹਿਰਾਇਆ ਸੀ। ਉਨ੍ਹਾਂ ਕਿਹਾ ਸੀ :

"ਭਾਵੇਂ ਡਾਕੇ ਮਾਰਨਾ ਗ਼ਦਰ ਪਾਰਟੀ ਦੇ ਪ੍ਰੋਗਰਾਮ ਦਾ ਹਿੱਸਾ ਨਹੀਂ ਸੀ ਪਰ ਕਰਤਾਰ ਸਿੰਘ ਤੇ ਹੋਰ ਲੋਕ ਦੇਸ਼ ਦੇ ਹਾਲਤ ਵੇਖ ਕੇ ਡਾਕੇ ਮਾਰਨ 'ਚ ਜੁੱਟ ਗਏ ਸਨ। ਬਹੁਤ ਸਾਰੇ ਨੌਜਵਾਨ ਇਸ ਖ਼ਿਆਲ ਨਾਲ ਡਾਕਿਆਂ ਵਿਚ ਸ਼ਾਮਲ ਹੋ ਗਏ ਸਨ ਕਿ ਜੇਕਰ ਮੁਲਕ ਦੀ ਆਜ਼ਾਦੀ ਲਈ ਕਿਸੇ ਹੋਰ ਜ਼ਰੀਏ ਨਾਲ ਧਨ ਪ੍ਰਾਪਤ ਨਹੀਂ ਹੁੰਦਾ ਤਾਂ ਡਾਕੇ ਮਾਰਨਾ ਕੋਈ ਪਾਪ ਨਹੀਂ ਹੈ। ਇਹ ਸੋਚ ਬੁਨਿਆਦੀ ਤੌਰ 'ਤੇ ਬੰਗਾਲ ਦੀ ਟੈਰੇਰਿਸਟ ਪਾਰਟੀ ਦੀ ਸੀ ਜਿਸ ਦਾ ਅਸਰ ਗ਼ਦਰ ਪਾਰਟੀ ਦੇ ਕਈ ਮੈਂਬਰਾਂ ਉੱਤੇ

* ਪਿੰਡ ਦਰਾਜ (ਨੇੜੇ ਤਪਾ), ਰਿਆਸਤ ਨਾਭਾ।

7. ਸਚਿੰਦਰ ਨਾਥ ਸਾਨਿਆਲ, *ਬੰਦੀ ਜੀਵਨ*, ਸਫ਼ਾ 62.

ਪਿਆ। ਇਸ ਗ਼ਲਤ ਪਾਲਸੀ ਦੇ ਨਤੀਜੇ ਕਰਕੇ ਹੀ ਅੰਗਰੇਜ਼ੀ ਸਰਕਾਰ ਨੂੰ ਆਮ ਲੋਕਾਂ ਅੱਗੇ ਗ਼ਦਰ ਪਾਰਟੀ ਨੂੰ ਬਦਨਾਮ ਕਰਨ ਦਾ ਮੌਕਾ ਮਿਲਿਆ।"[8]

ਇਕ ਹੋਰ ਥਾਂ ਬਾਬਾ ਭਕਨਾ ਨੇ ਇਹ ਸਪੱਸ਼ਟ ਕਿਹਾ ਹੈ ਕਿ ਗ਼ਦਰ ਪਾਰਟੀ ਬੰਗਾਲੀਆਂ ਦੀ ਡਾਕੇ ਮਾਰਨ ਦੀ ਨੀਤੀ ਨੂੰ ਗ਼ਲਤ ਸਮਝਦੀ ਸੀ। ਉਨ੍ਹਾਂ ਅਨੁਸਾਰ :

> "ਸਾਡੇ ਸਾਥੀਆਂ ਨੇ ਜੋ ਡਾਕੇ ਮਾਰਨ ਦੀ ਭੁੱਲ ਕੀਤੀ, ਜਿਨ੍ਹਾਂ ਦੇ ਕਾਰਨ ਪੁਲਿਸ ਨੂੰ ਸਾਡੇ ਬਨ੍ਹੌਣ (ਭਾਵ ਕਾਨੂੰਨ ਦੇ ਸ਼ਿਕੰਜੇ ਵਿਚ ਕੱਸਣ—ਲੇਖਕ) ਵਿਚ ਬਹੁਤ ਸਫਲਤਾ ਹੋਈ, ਕੀ ਉਹ 'ਹਿੰਦੀ ਐਸੋਸੀਏਸ਼ਨ' (ਗ਼ਦਰ ਪਾਰਟੀ) ਦੀ ਸਿੱਖਿਆ ਸੀ ? ਮੈਂ ਦਾਹਵੇ ਨਾਲ ਕਹਿ ਸਕਦਾ ਹਾਂ ਕਿ ਬਿਲਕੁਲ ਨਹੀਂ। 'ਹਿੰਦੀ ਐਸੋਸੀਏਸ਼ਨ' ਬੰਗਾਲੀ ਦੇਸ਼ ਭਗਤਾਂ ਦੀ ਉਸ ਪਾਲਸੀ ਨੂੰ, ਜੋ ਕਦੇ ਕਦਾਈਂ ਪਰਜਾ ਪੁਰ ਡਾਕੇ ਮਾਰ ਕੇ ਰੁਪਯਾ ਹਾਸਲ ਕਰਨ ਲਈ ਵਰਤਦੇ ਸਨ, ਸਦਾ ਬੁਰਾ ਸਮਝਦੀ ਸੀ। ਹਾਂ, *ਗ਼ਦਰ* ਅਖ਼ਬਾਰ ਵਿਚ ਜੇਕਰ ਇਸ ਢੰਗ ਨਾਲ ਰੁਪਿਆ ਪ੍ਰਾਪਤ ਕਰਨ ਲਈ ਇਸ਼ਾਰਾ ਵੀ ਕੀਤਾ ਜਾਂਦਾ ਸੀ, ਤਾਂ ਇਸ ਸੂਰਤ ਵਿਚ ਕਿ ਗੌਵਰਨਮੈਂਟ ਦੇ ਖ਼ਜ਼ਾਨਿਆਂ ਪੁਰ ਛਾਪਾ ਮਾਰ ਕੇ ਰੁਪਿਆ ਹਾਸਲ ਕਰੋ, ਜਿਹਾ ਕਿ :
>
> 'ਪੈਸਾ ਲੁੱਟ ਫਰੰਗੀ ਦਾ ਕੰਮ ਕਰਨਾ, ਸਿੱਧੀ ਗੱਲ ਹੈ ਕਾਰ ਬਿਉਪਾਰ ਵਾਲੀ।'
>
> *(ਗ਼ਦਰ ਦੀ ਗੂੰਜ)*
>
> ਨਹੀਂ ਤਾਂ ਪਰਜਾ ਪੁਰ ਡਾਕਾ ਮਾਰਨ ਦੀ ਪ੍ਰੇਰਨਾ *ਗ਼ਦਰ* ਅਖ਼ਬਾਰ ਨੇ ਕਦੀ ਨਹੀਂ ਕੀਤੀ ਤੇ ਨਾ ਹੀ 'ਹਿੰਦੀ ਐਸੋਸੀਏਸ਼ਨ' ਦੇ ਕਿਸੇ ਜ਼ਿੰਮੇਦਾਰ ਲੀਡਰ ਨੇ ਹੀ ਕਦੀ ਜ਼ਬਾਨੀ ਪ੍ਰਚਾਰ ਕੀਤਾ।"[9]

ਇਥੇ ਨਾਲ ਹੀ ਬਾਬਾ ਸੋਹਣ ਸਿੰਘ ਭਕਨਾ ਨੇ ਇਨ੍ਹਾਂ ਡਾਕਿਆਂ ਵਿਚ 'ਸੂਹੀਆ ਪੁਲਿਸ ਦਾ ਹੱਥ' ਹੋਣ ਦਾ ਵੇਰਵਾ ਪਾਇਆ ਹੈ। ਇਸ ਦੇ ਲਈ ਉਨ੍ਹਾਂ ਮੁੱਖ ਤੌਰ 'ਤੇ ਨਵਾਬ ਖ਼ਾਂ ਨੂੰ ਜ਼ਿੰਮੇਦਾਰ ਠਹਿਰਾਇਆ ਹੈ, ਅਤੇ ਉਸ ਨੂੰ ਗ਼ਦਰ ਪਾਰਟੀ ਵਿਚ ਵੜਿਆ 'ਸੂਹੀਆ' ਕਿਹਾ ਹੈ। ਉਨ੍ਹਾਂ ਦਾ ਇਹ ਮੰਨਣਾ ਹੈ ਕਿ ਨਵਾਬ ਖ਼ਾਂ ਨੇ ਗ਼ਦਰ ਪਾਰਟੀ ਦਾ ਨੁਕਸਾਨ ਕਰਾਉਣ ਦੀ ਮਾੜੀ ਨੀਤ ਨਾਲ, 'ਕਰਤਾਰ ਸਿੰਘ ਦੇ ਬਾਲਪਣ ਤੇ ਸਾਫ਼ ਦਿਲੀ' ਦਾ ਲਾਭ ਉਠਾ ਕੇ, ਉਸ ਨੂੰ 'ਆਪਣੇ ਜਾਲ ਵਿਚ ਫਸਾ ਕੇ ਡਾਕੇ ਮਾਰਨ ਲਈ ਤਿਆਰ ਕਰ ਲਿਆ, ਨਹੀਂ ਤਾਂ ਕਰਤਾਰ ਸਿੰਘ ਨੂੰ ਆਪਣੇ ਭਰਾਵਾਂ ਉੱਤੇ ਡਾਕੇ ਮਾਰਨ ਦਾ ਕਦੀ ਸੁਫ਼ਨੇ ਵਿਚ ਵੀ ਖ਼ਿਆਲ ਨਹੀਂ ਆਇਆ ਸੀ।' ਇਸ ਮਾਮਲੇ ਵਿਚ ਬਾਬਾ ਭਕਨਾ ਜੀ ਨੇ ਭਾਈ ਨਿਧਾਨ ਸਿੰਘ ਦੀ ਜ਼ੋਰਦਾਰ ਪ੍ਰੋੜ੍ਹਤਾ ਕੀਤੀ ਹੈ। ਉਨ੍ਹਾਂ ਲਿਖਿਆ ਹੈ ਕਿ 'ਜੇ ਕੋਈ ਡਾਕੇ ਮਾਰਨ ਦਾ ਵਿਰੋਧੀ ਸੀ ਤਾਂ ਉਹ ਸਿਰਫ਼ ਭਾਈ ਨਿਧਾਨ ਸਿੰਘ ਸੀ, ਜਿਸ ਨੇ ਸਦਾ ਹੀ ਉਹਨਾਂ ਡਾਕਿਆਂ ਦੇ ਵਿਰੁੱਧ ਪਾਰਟੀ ਵਿਚ ਆਵਾਜ਼ ਉਠਾਈ ਪਰ ਉਸ ਇਕੱਲੇ ਦੀ ਸੁਣਦਾ ਕੌਣ ਸੀ ? ਹੋਰ ਸਾਰੇ ਨਵਾਬ ਖ਼ਾਂ ਦੀਆਂ ਗੱਲਾਂ ਪੁਰ ਵਿੱਛ ਚੁੱਕੇ ਸਨ। ਜੇ ਕੁਝ ਕਸਰ ਬਾਕੀ ਵੀ ਸੀ ਤੇ ਕੋਈ ਇਕ ਅੱਧ ਡਾਕੇ ਮਾਰਨ ਦੀ ਵਿਰੋਧਤਾ ਕਰਦਾ ਵੀ ਸੀ, ਤਾਂ ਉਹ ਰੜਕ ਰਾਸ ਬਿਹਾਰੀ ਬੋਸ ਦੇ ਆਉਣ ਪੁਰ ਪੂਰੀ ਹੋ ਗਈ, ਕਿਉਂ ਜੋ ਉਹ ਤਾਂ ਇਸ ਤਰ੍ਹਾਂ ਡਾਕੇ ਮਾਰਨ ਦੇ ਪਹਿਲਾਂ ਹੀ ਹੱਕ ਵਿਚ ਸਨ। ਇਸ ਤਰ੍ਹਾਂ ਸੂਹੀਆ ਪੁਲਿਸ ਦੇ ਸਿਪਾਹੀ ਨਵਾਬ ਖ਼ਾਂ ਨੇ ਸਾਡੇ ਸਾਥੀਆਂ ਨੂੰ ਪੁੱਠੇ ਰਾਹ ਪਾ ਕੇ ਲੋਕਾਂ ਦੀ ਅੱਖੀਂ ਘੱਟਾ ਪਾ ਦਿੱਤਾ।'[10]

---

8. ਬਾਬਾ ਸੋਹਣ ਸਿੰਘ ਭਕਨਾ, 'ਬਖ਼ਸ਼ੀਸ਼ ਸਿੰਘ ਗਿਲਵਾਲੀ ਅਤੇ ਛੋਟਾ ਸੁਰੈਣ ਸਿੰਘ ਦੇ ਸਾਂਝੇ ਜੀਵਨ-ਖਾਕੇ ਵਿੱਚੋਂ', *ਸੀਰਤ*, ਨਵੰਬਰ 2015.
9. ਬਾਬਾ ਸੋਹਣ ਸਿੰਘ ਭਕਨਾ, *ਮੇਰੀ ਰਾਮ ਕਹਾਣੀ*, ਸਫ਼ਾ 150.
10. *ਉਹੀ*, ਸਫ਼ੇ 150-51.

ਇਥੇ ਬਾਬਾ ਜੀ ਦੀ ਇਹ ਗੱਲ ਤਾਂ ਠੀਕ ਹੋ ਸਕਦੀ ਹੈ ਕਿ ਨਵਾਬ ਖ਼ਾਂ ਨੇ ਡਾਕੇ ਮਾਰਨ ਦੀ ਜ਼ੋਰਦਾਰ ਪੈਰਵੀ ਕੀਤੀ ਹੋਵੇ ਅਤੇ ਭਾਈ ਕਰਤਾਰ ਸਿੰਘ ਸਰਾਭਾ ਉਸ ਦੀਆਂ ਦਲੀਲਾਂ ਦੇ ਅਸਰ ਹੇਠ ਆ ਗਿਆ ਹੋਵੇ। ਇਹ ਗੱਲ ਲਾਢੂਵਾਲ ਦੀ ਮੀਟਿੰਗ ਬਾਰੇ ਤਾਂ ਕਹੀ ਜਾ ਸਕਦੀ ਹੈ, ਪਰ ਉਸ ਤੋਂ ਛੇਤੀ ਬਾਅਦ ਨਵਾਬ ਖ਼ਾਂ ਗ੍ਰਿਫ਼ਤਾਰ ਹੋ ਗਿਆ ਸੀ। ਇਸ ਕਰਕੇ ਦੁਬਾਰਾ ਡਾਕੇ ਮਾਰਨ ਦੀ ਗੱਲ ਬੰਗਾਲੀਆਂ ਨਾਲ ਮੇਲ ਹੋਣ ਪਿੱਛੋਂ ਹੀ ਚੱਲੀ ਸੀ। ਨਵਾਬ ਖ਼ਾਂ ਦੇ 'ਸੂਹੀਆ' ਹੋਣ ਦਾ ਸ਼ੱਕ ਕਿੰਨਾ ਕੁ ਸਹੀ ਹੈ, ਇਸ ਬਾਰੇ ਅਗਲੇ ਕਾਂਡ ਵਿਚ ਚਰਚਾ ਕਰਾਂਗੇ।

ਉਪਰੋਕਤ ਹਵਾਲੇ ਦੀ ਰੋਸ਼ਨੀ ਵਿਚ, ਇਹ ਗੱਲ ਪੂਰਨ ਭਰੋਸੇ ਨਾਲ ਕਹੀ ਜਾ ਸਕਦੀ ਹੈ ਕਿ ਜੇਕਰ ਬਾਬਾ ਸੋਹਣ ਸਿੰਘ ਭਕਨਾ, ਮਾਸਟਰ ਊਧਮ ਸਿੰਘ ਕਸੇਲ, ਭਾਈ ਕੇਸਰ ਸਿੰਘ ਠੱਠਗੜ੍ਹ, ਭਾਈ ਜਵਾਲਾ ਸਿੰਘ ਠੱਠੀਆਂ, ਭਾਈ ਸੰਤੋਖ ਸਿੰਘ ਤੇ ਭਾਈ ਬਲਵੰਤ ਸਿੰਘ ਖੁਰਦਪੁਰ ਵਰਗੇ ਪ੍ਰੌੜ੍ਹ ਆਗੂ ਜੇਲ੍ਹਾਂ ਅੰਦਰ ਜਾਂ ਦੇਸ਼ ਤੋਂ ਬਾਹਰ ਨਾ ਹੁੰਦੇ, ਤਾਂ ਪਾਰਟੀ ਨੇ ਬੰਗਾਲੀਆਂ ਦੀ ਡਾਕੇ ਮਾਰਨ ਦੀ ਤਜਵੀਜ਼ ਕਦਾਚਿਤ ਪ੍ਰਵਾਨ ਨਹੀਂ ਕਰਨੀ ਸੀ।

ਡਾਕਿਆਂ ਦੀ ਮੁਹਿੰਮ

ਰਾਸ ਬਿਹਾਰੀ ਬੋਸ ਦੇ ਪੰਜਾਬ ਆਉਣ ਤੋਂ ਪਹਿਲਾਂ ਹੀ, ਗ਼ਦਰੀਆਂ ਦਾ ਇਕ ਤਕੜਾ ਵਰਗ ਸਚਿੰਦਰ ਨਾਥ ਸਾਨਿਆਲ ਨਾਲ ਹੁੰਦੇ ਰਹੇ ਵਿਚਾਰ-ਵਟਾਂਦਰੇ ਤੋਂ ਬਾਅਦ ਡਾਕੇ ਮਾਰਨ ਲਈ ਮਾਨਸਿਕ ਪੱਧਰ 'ਤੇ ਤਿਆਰ ਹੋ ਗਿਆ ਸੀ। ਰਾਸ ਬਿਹਾਰੀ ਦੇ ਆਉਣ 'ਤੇ ਉਹ ਪੂਰੀ ਗਰਮਜੋਸ਼ੀ ਨਾਲ ਇਸ ਅਮਲ ਵਿਚ ਜੁੱਟ ਗਏ ਸਨ।

ਰਾਸ ਬਿਹਾਰੀ ਬੋਸ ਜਨਵਰੀ ਦੇ ਤੀਜੇ ਹਫ਼ਤੇ ਬਨਾਰਸ ਤੋਂ ਪੰਜਾਬ ਆ ਗਿਆ ਸੀ। ਉਸ ਨੇ ਆਉਂਦਿਆਂ ਹੀ ਪੰਜਾਬ ਦੇ ਗ਼ਦਰੀਆਂ ਨਾਲ, ਕਾਸ਼ੀ ਵਿਖੇ ਯਤਿੰਦਰ ਨਾਥ ਮੁਖੋਪਾਧਿਆਇ ਤੇ ਹੋਰਨਾਂ ਨਾਲ ਹੋਈਆਂ ਵਿਚਾਰਾਂ ਬਾਰੇ ਦੱਸਿਆ ਅਤੇ ਬੰਗਾਲ ਅੰਦਰ ਇਨਕਲਾਬੀ ਕੰਮ ਵਿਚ ਤੇਜ਼ੀ ਲਿਆਉਣ ਲਈ ਪੰਜਾਬ ਦੇ ਗ਼ਦਰੀਆਂ ਉੱਤੇ, ਯਤਿੰਦਰ ਨਾਥ ਦੀ ਪੈਸਿਆਂ ਦੀ ਮੰਗ ਪੂਰੀ ਕਰਨ ਲਈ ਜਲਦੀ ਅਸਰਦਾਰ ਕਦਮ ਉਠਾਉਣ, ਭਾਵ ਡਾਕੇ ਮਾਰਨ ਲਈ ਦਬਾਅ ਪਾਇਆ। ਗ਼ਦਰੀ ਦੇਸ਼ ਨੂੰ ਆਜ਼ਾਦ ਕਰਾਉਣ ਲਈ ਏਨੇ ਉਤਾਵਲੇ ਸਨ ਕਿ ਉਹ ਰਾਸ ਬਿਹਾਰੀ ਦੀ ਤਜਵੀਜ਼ ਨਾਲ ਝੱਟ ਸਹਿਮਤ ਹੋ ਗਏ। ਉਨ੍ਹਾਂ ਦੀ ਕਾਜ਼ ਪ੍ਰਤਿ ਸੁਹਿਰਦਤਾ ਤੇ ਤਤਪਰਤਾ ਦਾ ਅੰਦਾਜ਼ਾ ਇਸ ਗੱਲ ਤੋਂ ਲਾਇਆ ਜਾ ਸਕਦਾ ਹੈ, ਕਿ ਡਾਕੇ ਮਾਰਨ ਦਾ ਮਤਾ ਪਕਾਉਂਦਿਆਂ ਹੀ ਉਨ੍ਹਾਂ ਨੇ ਦੋ ਕੁ ਹਫ਼ਤਿਆਂ ਦੇ ਅੰਦਰ ਹੀ ਪੰਜ ਵੱਡੇ ਤੇ ਤਿੰਨ ਚਾਰ ਛੋਟੇ ਡਾਕੇ ਮਾਰੇ। ਤਕਰੀਬਨ ਹਰ ਜਗ੍ਹਾ ਹੀ ਗ਼ਦਰੀਆਂ ਨੂੰ ਸ਼ਾਹੂਕਾਰਾਂ ਕੋਲੋਂ ਮਾਲ ਕਢਾਉਣ ਲਈ ਉਨ੍ਹਾਂ ਦੀ, ਤੇ ਕਈ ਥਾਵਾਂ 'ਤੇ ਉਨ੍ਹਾਂ ਦੇ ਪਰਿਵਾਰ ਦੇ ਦੂਸਰੇ ਮੈਂਬਰਾਂ ਦੀ ਵੀ, ਕੁੱਟ ਮਾਰ ਕਰਨੀ ਪਈ, ਜਿਸ ਨਾਲ ਦੋ ਥਾਵਾਂ (ਸਾਹਨੇਵਾਲ ਤੇ ਚੱਬਾ) 'ਤੇ ਸ਼ਾਹੂਕਾਰਾਂ ਦੀਆਂ ਮੌਤਾਂ ਹੋ ਗਈਆਂ ਸਨ।

ਦੁਆਬੇ ਅੰਦਰ ਭਾਈ ਬੰਤਾ ਸਿੰਘ ਸੰਘਵਾਲ ਤੇ ਉਸ ਦੇ ਸਾਥੀਆਂ ਨੇ 21 ਜਨਵਰੀ ਦੀ ਰਾਤ ਨੂੰ ਕਪੂਰਥਲਾ ਰਿਆਸਤ ਦੇ ਪਿੰਡ ਸ਼ੇਖ਼ੂਪੁਰਾ ਵਿਚ ਇੱਕੋ ਹੱਲੇ ਨਾਲ ਲਗਭਗ ਛੇ ਹਿੰਦੂ ਮਹਾਜਨਾਂ ਦੀਆਂ ਦੁਕਾਨਾਂ ਲੁੱਟ ਲਈਆਂ ਸਨ। ਇਸ ਤੋਂ ਬਾਅਦ ਉਨ੍ਹਾਂ ਨੇ

ਅਲਾਵਲਪੁਰ, ਕਰਨਾਨਾ, ਫਰਾਲਾ ਤੇ ਪੰਚ ਨੰਗਲ ਆਦਿ ਪਿੰਡਾਂ ਅੰਦਰ ਵੀ ਹਿੰਦੂ ਸ਼ਾਹੂਕਾਰਾਂ ਦੇ ਘਰ ਲੁੱਟੇ। ਪਰ ਇਨ੍ਹਾਂ ਸਾਰੇ ਡਾਕਿਆਂ 'ਚੋਂ ਉਨ੍ਹਾਂ ਦੇ ਹੱਥ ਥੋੜ੍ਹਾ ਮਾਲ ਹੀ ਲੱਗਿਆ।

ਕਰਤਾਰ ਸਿੰਘ ਸਰਾਭਾ 21 ਜਨਵਰੀ ਨੂੰ ਅੰਮ੍ਰਿਤਸਰ ਤੋਂ ਡਾਕੇ ਮਾਰਨ ਦਾ ਮਤਾ ਪਕਾ ਕੇ ਸਿੱਧਾ ਲੁਧਿਆਣੇ ਗਿਆ ਅਤੇ ਆਪਣੇ ਸਹਿਯੋਗੀਆਂ ਨਾਲ ਲੁਧਿਆਣੇ ਦੇ ਨੇੜਲੇ ਪਿੰਡ ਸਾਹਨੇਵਾਲ ਇਕ ਸ਼ਾਹੂਕਾਰ ਨੂੰ ਲੁੱਟਣ ਦੀ ਪਲੈਨ ਬਣਾਈ। ਇਸ ਦੀ ਦੱਸ ਸਾਹਨੇਵਾਲ ਦੇ ਹੀ ਗ਼ਦਰੀ ਕੇਹਰ ਸਿੰਘ ਨੇ ਪਾਈ ਸੀ। ਸਾਹਨੇਵਾਲ ਵਿਚ ਪੁਲਿਸ ਦਾ ਠਾਣਾ ਹੋਣ ਕਰਕੇ ਡਾਕਾ ਮਾਰਨਾ ਖ਼ਤਰੇ ਤੋਂ ਖ਼ਾਲੀ ਨਹੀਂ ਸੀ, ਪਰ ਕੇਹਰ ਸਿੰਘ ਨੇ ਦੱਸਿਆ ਕਿ ਸ਼ਾਹੂਕਾਰ ਬਹੁਤ ਮਾਲਦਾਰ ਸਾਮੀ ਹੈ ਅਤੇ ਉਥੋਂ ਚੋਖਾ ਮਾਲ ਮੱਤਾ ਮਿਲ ਸਕਦਾ ਹੈ। ਸਰਾਭੇ ਨੇ ਪੂਰੇ ਭਰੋਸੇ ਨਾਲ ਆਪਣੇ ਸਾਥੀਆਂ ਨੂੰ ਕਿਹਾ ਕਿ ਪੁਲਿਸ ਤੋਂ ਘਬਰਾਉਣ ਦੀ ਲੋੜ ਨਹੀਂ ਹੈ, ਉਸ ਦਾ ਬੰਦੋਬਸਤ ਹੋ ਜਾਵੇਗਾ। ਠਾਣਾ ਪਿੰਡ ਤੋਂ ਕਾਫ਼ੀ ਬਾਹਰ ਸੀ ਅਤੇ ਉਥੋਂ ਪਿੰਡ ਨੂੰ ਆਉਣ ਲਈ ਰੇਲਵੇ ਫਾਟਕ ਲੰਘਣਾ ਪੈਂਦਾ ਸੀ। ਸਰਾਭੇ ਨੇ ਤਰਕੀਬ ਬਣਾਈ ਕਿ ਉਹ ਅਤੇ ਦਲੀਪ ਸਿੰਘ ਫਾਟਕ ਉੱਤੇ ਪਹਿਰਾ ਦੇਣਗੇ ਅਤੇ ਜੇਕਰ ਪੁਲਿਸ ਆਉਂਦੀ ਦਿਸੀ ਤਾਂ ਉਹ ਬੰਬ ਚਲਾ ਕੇ ਖੜਾਕ ਕਰਨਗੇ ਜਿਸ ਨੂੰ ਸੁਣ ਕੇ ਉਨ੍ਹਾਂ ਦੇ ਬਾਕੀ ਸਾਥੀ ਮੌਕੇ ਤੋਂ ਫ਼ਰਾਰ ਹੋ ਜਾਣਗੇ।

ਸਰਾਭੇ ਦਾ ਜੀਵਨ ਅੰਦਰ ਇਹ ਪਹਿਲਾ ਹਥਿਆਰਬੰਦ ਕਾਰਨਾਮਾ ਸੀ। 23 ਜਨਵਰੀ ਨੂੰ ਸਾਹਨੇਵਾਲ ਲਈ ਰਵਾਨਾ ਹੋਣ ਤੋਂ ਪਹਿਲਾਂ ਉਸ ਨੇ ਇਸਲਾਮੀਆ ਸਕੂਲ ਦੇ ਹੋਸਟਲ ਵਿਚ ਸੁੱਚਾ ਸਿੰਘ ਦੇ ਕਮਰੇ ਵਿਚ ਬੈਠਿਆਂ ਆਪਣਾ ਰਿਵਾਲਵਰ ਸਾਫ਼ ਕੀਤਾ। ਰਾਤ ਹਨੇਰੇ ਹੋਏ ਕਰਤਾਰ ਸਿੰਘ ਸਰਾਭਾ ਤੇ ਉਸ ਦੇ 8-9 ਸਾਥੀ, ਜਿਹੜੇ ਸਾਰੇ ਮੰਨੇ-ਪ੍ਰਮੰਨੇ ਗ਼ਦਰੀ ਸਨ, ਸਾਹਨੇਵਾਲ ਪੁੱਜ ਗਏ। ਸਰਾਭਾ ਤੇ ਦਲੀਪ ਸਿੰਘ ਰੇਲ ਦੇ ਫਾਟਕ 'ਤੇ ਪਹਿਰਾ ਦੇਣ ਲਈ ਖੜੇ ਹੋ ਗਏ, ਜਦ ਕਿ ਬਾਕੀ ਦੇ ਸ਼ਾਹੂਕਾਰ ਦੇ ਘਰ ਚਲੇ ਗਏ। ਸ਼ਾਹੂਕਾਰ, ਜੀਹਦਾ ਨਾਂ ਖ਼ੁਸ਼ੀ ਰਾਮ ਸੀ, ਪੁੱਜ ਕੇ ਕੰਜੂਸ ਤੇ ਨਾਲ ਹੀ ਚੀੜ੍ਹਾ ਵੀ ਸੀ। ਉਸ ਨੇ ਬਹੁਤ ਕੁੱਟ ਮਾਰ ਕਰਨ ਦੇ ਬਾਵਜੂਦ ਗ਼ਦਰੀਆਂ ਨੂੰ ਸੇਫ਼ ਦਾ ਅਤਾ-ਪਤਾ ਨਾ ਦੱਸਿਆ, ਨਾ ਚਾਬੀਆਂ ਦਿੱਤੀਆਂ। ਅਰਜਨ ਸਿੰਘ ਨੇ ਉਸ ਨੂੰ ਧਮਕਾਉਣ ਲਈ ਉਸ ਦੀ ਘੰਡੀ ਉੱਤੇ ਛੁਰੀ ਰੱਖ ਲਈ। ਉਹ ਫਿਰ ਨਾ ਕੁਛ ਮੰਨਿਆ। ਅਖ਼ੀਰ ਵਿਚ ਕਿਹਰ ਸਿੰਘ ਦੇ ਕਹਿਣ 'ਤੇ ਭਾਈ ਅਰਜਨ ਸਿੰਘ ਨੇ ਹੌਲੀ ਹੌਲੀ ਉਸ ਦੀ ਘੰਡੀ ਉੱਤੇ ਛੁਰੀ ਫੇਰਨੀ ਸ਼ੁਰੂ ਕਰ ਦਿੱਤੀ। ਪਰ ਉਹ ਇਸ ਨਾਲ ਵੀ ਟੱਸ ਤੋਂ ਮੱਸ ਨਾ ਹੋਇਆ। ਇਸ ਤਰ੍ਹਾਂ ਕਰਦੇ ਕਰਾਉਂਦੇ ਉਸ ਦੀ ਅਣਚਾਹਿਆਂ ਮੌਤ ਹੋ ਗਈ। ਇਸ ਤੋਂ ਬਾਅਦ ਗ਼ਦਰੀਆਂ ਨੇ ਵਾਪਸ ਆਉਣਾ ਹੀ ਚੰਗਾ ਸਮਝਿਆ। ਇਸ ਤਰ੍ਹਾਂ ਪਹਿਲੇ ਹੀ ਡਾਕੇ ਵਿਚ ਗ਼ਦਰੀਆਂ ਨੂੰ ਮਾਮੂਲੀ ਜਿਹੀ ਨਕਦੀ ਲੈ ਕੇ ਨਿਰਾਸ਼ ਮੁੜਨਾ ਪੈ ਗਿਆ। ਉਹ ਰਾਤੋ ਰਾਤ ਲੁਧਿਆਣੇ ਆ ਗਏ। ਕਰਤਾਰ ਸਿੰਘ ਸਰਾਭਾ ਦੋ ਦਿਨ ਹੋਸਟਲ ਵਿਚ ਹੀ ਰਿਹਾ, ਜਦ ਕਿ ਬਾਕੀ ਦੇ ਅਗਲਾ ਡਾਕਾ ਮਾਰਨ ਤਕ ਇਧਰ ਉਧਰ ਖਿੰਡ ਗਏ। 25 ਜਨਵਰੀ ਨੂੰ ਸਰਾਭੇ ਨੇ ਸਾਹਨੇਵਾਲ ਵਾਲੀ ਵਾਰਦਾਤ ਦੀ ਖ਼ਬਰ ਪੜ੍ਹਨ ਲਈ ਸੁੱਚਾ ਸਿੰਘ ਨੂੰ ਅਖ਼ਬਾਰ ਲੈਣ ਭੇਜਿਆ।

ਕਰਤਾਰ ਸਿੰਘ ਸਰਾਭਾ ਤੇ ਉਸ ਦੇ ਸਾਥੀਆਂ ਨੇ ਤਿੰਨ ਚਾਰ ਕੁ ਦਿਨਾਂ ਬਾਅਦ ਹੀ ਅਗਲਾ ਡਾਕਾ 27 ਜਨਵਰੀ ਨੂੰ ਮਨਸੂਰਾਂ ਪਿੰਡ ਵਿਚ ਮਾਰਿਆ। ਉਥੇ ਵੀ ਇਕ ਹਿੰਦੂ

ਸ਼ਾਹੂਕਾਰ ਨੂੰ ਨਿਸ਼ਾਨਾ ਬਣਾਇਆ ਗਿਆ। ਮਿਥੀ ਪਲੈਨ ਅਨੁਸਾਰ ਕੁਝ ਗ਼ਦਰੀ ਤਾਂ ਸ਼ਾਹੂਕਾਰ ਦਾ ਘਰ ਖੁਲ੍ਹਾ ਕੇ ਅੰਦਰ ਜਾ ਵੜੇ, ਜਦੋਂ ਕਿ ਕਰਤਾਰ ਸਿੰਘ ਸਰਾਭਾ, ਦਲੀਪ ਸਿੰਘ ਤੇ ਰਾਮ ਰੱਖਾ ਬਾਹਰ ਪਹਿਰੇ 'ਤੇ ਖੜ ਗਏ। ਸ਼ਾਹੂਕਾਰ ਦੇ ਪਰਿਵਾਰ ਦੇ ਰੌਲਾ ਪਾਉਣ 'ਤੇ ਪਿੰਡ ਦੇ ਲੋਕ ਇਕੱਠੇ ਹੋ ਗਏ। ਕਰਤਾਰ ਸਿੰਘ ਨੇ ਉਨ੍ਹਾਂ ਨੂੰ ਉੱਚੀ ਆਵਾਜ਼ ਵਿਚ ਸੰਬੋਧਨ ਕਰਦਿਆਂ ਦੱਸਿਆ ਕਿ ਉਹ ਡਾਕੂ ਨਹੀਂ ਹਨ, ਦੇਸ਼ ਭਗਤ ਹਨ ਅਤੇ ਦੇਸ਼ ਦੀ ਆਜ਼ਾਦੀ ਦੀ ਜੰਗ ਲਈ ਉਨ੍ਹਾਂ ਨੂੰ ਪੈਸਿਆਂ ਦੀ ਲੋੜ ਪੈ ਗਈ ਹੈ। ਇਸ ਕਰਕੇ ਪਿੰਡ ਵਾਸੀਆਂ ਨੂੰ ਡਰਨ ਦੀ ਲੋੜ ਨਹੀਂ ਹੈ। ਏਨੇ ਨੂੰ ਇਕ ਬਾਣੀਏ ਨੇ ਲਾਲਟੈਨ ਲੈ ਕੇ ਉਨ੍ਹਾਂ ਵੱਲ ਵਧਣ ਦੀ ਕੋਸ਼ਿਸ਼ ਕੀਤੀ। ਜਦ ਉਹ ਸਰਾਭੇ ਦੇ ਸਮਝਾਉਣ 'ਤੇ ਵੀ ਪਿਛਾਂਹ ਨਾ ਮੁੜਿਆ ਤਾਂ ਮਜਬੂਰਨ ਉਸ ਨੂੰ ਦੋ ਗੋਲੀਆਂ ਹਵਾ ਵਿਚ ਚਲਾਉਣੀਆਂ ਪਈਆਂ। ਬਾਣੀਆਂ ਡਰ ਕੇ ਭੱਜ ਗਿਆ। ਏਨੇ ਵਿਚ ਗ਼ਦਰੀਆਂ ਨੇ ਸ਼ਾਹੂਕਾਰ ਦੇ ਘਰੋਂ ਗਹਿਣੇ ਤੇ ਨਕਦੀ ਲੁੱਟਣ ਦਾ ਕੰਮ ਨਬੇੜ ਲਿਆ। ਇਸ ਤੋਂ ਬਾਅਦ ਉਨ੍ਹਾਂ ਨੇ ਸ਼ਾਹੂਕਾਰ ਦੇ ਮੁੰਡੇ ਨੂੰ ਡਰਾ ਧਮਕਾ ਕੇ ਆਪਣੇ ਮੂਹਰੇ ਲਾ ਲਿਆ ਅਤੇ ਉਸ ਦੀ ਨਿਸ਼ਾਨਦੇਹੀ 'ਤੇ ਉਸ ਦੇ ਬਾਪ ਤੇ ਚਾਚੇ ਦੀਆਂ ਦੋ ਦੁਕਾਨਾਂ ਵੀ ਲੁੱਟ ਲਈਆਂ। ਇਸੇ ਦੌਰਾਨ ਇਕ ਪਿੰਡ ਵਾਸੀ ਨੇ ਕੋਠੇ 'ਤੇ ਚੜ੍ਹ ਕੇ ਗ਼ਦਰੀਆਂ ਉੱਤੇ ਇੱਟਾਂ ਵੱਟੇ ਵਰ੍ਹਾਉਣੇ ਸ਼ੁਰੂ ਕਰ ਦਿੱਤੇ। ਇਕ ਵੱਟਾ ਸਰਾਭੇ ਦੇ ਸੱਜੇ ਕੰਨ 'ਤੇ ਵੱਜਾ। ਭਾਈ ਜਵੰਦ ਸਿੰਘ (ਨੰਗਲ ਕਲਾਂ) ਦੇ ਮੱਥੇ 'ਤੇ ਵੀ ਸੱਟ ਲੱਗੀ। ਸਰਾਭੇ ਨੇ ਫਿਰ ਹਵਾ ਵਿਚ ਚਾਰ ਪੰਜ ਫ਼ਾਇਰ ਕਰ ਦਿੱਤੇ। ਏਨੇ ਨੂੰ ਪਿੰਡ ਦੇ ਲੋਕ ਇਕੱਠੇ ਹੋ ਕੇ ਆ ਪਏ। ਜਦ ਉਹ ਵਰਜਣ 'ਤੇ ਵੀ ਨਾ ਮੁੜੇ ਤਾਂ ਸਰਾਭੇ ਨੇ ਉਨ੍ਹਾਂ ਵੱਲ ਇਕ ਬੰਬ ਸੁੱਟਿਆ, ਜਿਸ ਨਾਲ ਇਕ ਦੋ ਜਣੇ ਜ਼ਖ਼ਮੀ ਹੋ ਗਏ। ਇਸ ਤਰੀਕੇ ਨਾਲ ਗ਼ਦਰੀ ਬਚਦੇ ਬਚਾਉਂਦੇ ਲੁੱਟ ਦਾ ਮਾਲ ਲੈ ਕੇ ਵਾਪਸ ਆਪਣੇ ਟਿਕਾਣਿਆਂ 'ਤੇ ਚਲੇ ਗਏ।

ਇਸ ਤੋਂ ਬਾਅਦ ਕਰਤਾਰ ਸਿੰਘ ਸਰਾਭਾ ਤਾਂ ਮਨਸੂਰਾਂ ਦੀ ਡਕੈਤੀ ਤੋਂ ਮਿਲਿਆ ਸੋਨਾ ਆਦਿ ਲੈ ਕੇ ਅੰਮ੍ਰਿਤਸਰ ਚਲਾ ਗਿਆ। ਭਾਈ ਜਗਤ ਸਿੰਘ (ਸੁਰਸਿੰਘ), ਭਾਈ ਰਾਮ ਰੱਖਾ, ਵਰਿਆਮ ਸਿੰਘ (ਅਮਲੀ), ਭਾਈ ਬੀਰ ਸਿੰਘ ਬਾਹੋਵਾਲ ਤੇ ਅਰਜਨ ਸਿੰਘ ਖੁਖਰਾਨਾ ਆਦਿ, ਜਿਹੜੇ ਕਿ ਸਮਝਿਆ ਜਾਂਦਾ ਹੈ ਸਾਹਨੇਵਾਲ ਤੇ ਮਨਸੂਰਾਂ ਦੇ ਡਾਕਿਆਂ ਵਿਚ ਸ਼ਾਮਲ ਸਨ, ਸਾਰੇ ਅੰਮ੍ਰਿਤਸਰ ਨੇੜਲੇ ਇਕ ਪਿੰਡ (ਚੱਬਾ) ਵਿਚ ਡਾਕਾ ਮਾਰਨ ਦੀ ਕਾਰਵਾਈ ਵਿਚ ਸ਼ਾਮਲ ਹੋਣ ਲਈ ਅੰਮ੍ਰਿਤਸਰ ਚਲੇ ਗਏ। ਪਰ ਉਨ੍ਹਾਂ ਦੇ ਬਾਕੀ ਸਾਥੀਆਂ ਨੇ ਲੋਹਟਬੱਦੀ ਦੇ ਭਾਈ ਅੱਛਰਾ ਸਿੰਘ ਤੇ ਪਟਿਆਲਾ ਦੇ ਸੁੰਦਰ ਸਿੰਘ ਦੀ ਨਿਸ਼ਾਨਦੇਹੀ 'ਤੇ 27 ਜਨਵਰੀ ਨੂੰ ਪਿੰਡ ਝਨੇਰ (ਠਾਣਾ ਮਲੇਰਕੋਟਲਾ) ਵਿਚ ਡਾਕਾ ਮਾਰਿਆ। ਉਥੋਂ ਇਕ ਹਿੰਦੂ ਸ਼ਾਹੂਕਾਰ ਦੇ ਘਰੋਂ ਨਕਦੀ ਤੇ ਗਹਿਣੇ ਲੁੱਟੇ ਗਏ। ਪਿੰਡ ਵਾਲਿਆਂ ਨੇ ਇਕੱਠੇ ਹੋ ਕੇ ਗ਼ਦਰੀਆਂ ਉੱਤੇ ਹਮਲਾ ਕਰਨ ਦਾ ਯਤਨ ਕੀਤਾ, ਪਰ ਇਥੇ ਕਰਤਾਰ ਸਿੰਘ ਸਰਾਭਾ ਵਾਂਗੂ ਭਾਈ ਗਾਂਧਾ ਸਿੰਘ ਨੇ ਲੋਕਾਂ ਨੂੰ ਸਮਝਾ ਬੁਝਾ ਕੇ ਠੰਢਾ ਕਰ ਲਿਆ ਸੀ।

ਇਸ ਤੋਂ ਬਾਅਦ 3 ਫ਼ਰਵਰੀ ਨੂੰ ਲੁਧਿਆਣਾ ਦੇ ਪਿੰਡ ਰੱਬੋਂ* (ਉੱਚੀ) ਵਿਚ ਸਾਰਦੀ ਨਾਂ ਦੀ ਇਕ ਸ਼ਾਹੂਕਾਰਨੀ ਦੇ ਘਰ ਡਾਕਾ ਮਾਰਿਆ। ਇਹ ਡਾਕਾ ਭਾਈ ਗਾਂਧਾ ਸਿੰਘ

---

* ਸ. ਜਗਜੀਤ ਸਿੰਘ ਕੋਲੋਂ, ਕਿਸੇ ਕਾਰਨ ਕਰਕੇ, 'ਰੱਬੋਂ' ਨੂੰ 'ਰਾਹੋਂ' ਸਮਝ ਲੈਣ ਦੀ ਗ਼ਲਤੀ ਹੋਈ ਹੈ। ਉਨ੍ਹਾਂ ਦੀ ਰੀਸੇ ਇਹ ਗ਼ਲਤੀ ਕੁਝ ਹੋਰਨਾਂ ਲੇਖਕਾਂ ਵੱਲੋਂ ਵੀ ਦੁਹਰਾਈ ਗਈ ਹੈ। ਇਨ੍ਹਾਂ ਸਤਰਾਂ ਦੇ ਲੇਖਕ ਕੋਲੋਂ ਵੀ *ਗ਼ਦਰੀ ਬਾਬੇ ਕੌਣ ਸਨ* ਲਿਖਣ ਵੇਲੇ ਅਵੇਸਲੇਪਣ ਵਿਚ ਇਹ ਉਕਾਈ ਹੋ ਗਈ ਸੀ।

ਨੇ ਕੁਝ ਸਥਾਨਕ ਡਾਕੂਆਂ (ਜੀਹਨਾਂ ਦਾ ਸਰਗਣਾ ਸੰਗਰੂਰ ਜ਼ਿਲ੍ਹੇ ਦੇ ਪਿੰਡ ਘਨੌਰੀ ਦਾ ਦਲੀਪ ਸਿੰਘ ਸੀ) ਦੀ ਦੱਸ ਉੱਤੇ ਪੁਆਇਆ ਸੀ। ਇਸ ਵਿਚ ਸਥਾਨਕ ਡਾਕੂਆਂ ਨੂੰ ਵੀ ਸ਼ਾਮਲ ਕੀਤਾ ਗਿਆ ਸੀ। ਇਹ ਡਾਕਾ ਵੀ ਕਾਮਯਾਬ ਰਿਹਾ ਅਤੇ ਇਥੋਂ ਚੋਖਾ ਮਾਲ ਹੱਥ ਲੱਗਾ।

2 ਤੇ 3 ਫ਼ਰਵਰੀ ਦੀ ਵਿਚਕਾਰਲੀ ਰਾਤ ਨੂੰ ਅੰਮ੍ਰਿਤਸਰ ਦੇ ਨੇੜਲੇ ਪਿੰਡ ਚੱਬਾ ਵਿਚ ਇਲਾਕੇ ਦੇ ਮਸ਼ਹੂਰ ਸ਼ਾਹੂਕਾਰ ਬੇਲੀ ਰਾਮ ਦੇ ਘਰ ਮਾਰਿਆ ਡਾਕਾ ਬਹੁਤ ਹੀ ਕੁਲੱਛਣਾ ਸਾਬਤ ਹੋਇਆ। ਜੇਕਰ ਇਹ ਕਹਿ ਲਿਆ ਜਾਵੇ ਕਿ ਇਹ ਇੱਕੋ ਡਾਕਾ ਗ਼ਦਰ ਪਾਰਟੀ ਦੀ ਹਾਰ ਦਾ ਫ਼ੌਰੀ ਤੇ ਪ੍ਰਮੁੱਖ ਕਾਰਨ ਬਣ ਗਿਆ, ਤਾਂ ਇਹ ਅਤਕਥਨੀ ਨਹੀਂ ਹੋਵੇਗੀ। ਹੋਇਆ ਇੰਜ ਕਿ ਪਿੰਡ ਗਿਲਵਾਲੀ ਦੇ ਵਸਾਵਾ ਸਿੰਘ ਨਾਂ ਦੇ ਇਕ ਗ਼ਦਰੀ ਨੇ ਮੂਲਾ ਸਿੰਘ ਨੂੰ ਦੱਸਿਆ ਕਿ ਉਸ ਦੇ ਗੁਆਂਢੀ ਪਿੰਡ ਚੱਬਾ ਦੇ ਬੇਲੀ ਰਾਮ ਨਾਂ ਦੇ ਮਸ਼ਹੂਰ ਸ਼ਾਹੂਕਾਰ ਕੋਲੋਂ ਵੱਡੀ ਮਾਤਰਾ ਵਿਚ ਧਨ ਤੇ ਸੋਨਾ ਆਦਿ ਲੁੱਟਿਆ ਜਾ ਸਕਦਾ ਹੈ। ਅਸਲੀ ਗੱਲ ਇਹ ਸੀ ਕਿ ਗਿਲਵਾਲੀ ਦਾ ਸੁਰੈਣ ਸਿੰਘ (ਵੱਡਾ) ਆਪ ਉਸ ਸ਼ਾਹੂਕਾਰ ਦੀ ਸਾਮੀ ਸੀ ਅਤੇ ਉਸ ਦੇ ਪਿੰਡ ਦੇ ਹੋਰ ਵੀ ਬਹੁਤ ਸਾਰੇ ਲੋਕ ਬੇਲੀ ਰਾਮ ਦੇ ਕਰਜ਼ਾਈ ਸੀ। ਉਨ੍ਹਾਂ ਸਾਰਿਆਂ ਦਾ ਬੇਲੀ ਰਾਮ ਨੂੰ ਲੁੱਟਣ ਵਿਚ ਨਿੱਜੀ ਸੁਆਰਥ ਸੀ। ਵਸਾਵਾ ਸਿੰਘ ਅਮਰੀਕਾ ਤੋਂ ਵਿਸ਼ਣੂ ਗਣੇਸ਼ ਪਿੰਗਲੇ ਨਾਲ ਹੀ ਸਲਾਮਸ ਜਹਾਜ਼ 'ਤੇ ਵਾਪਸ ਆਇਆ ਸੀ, ਜਿਸ ਕਰਕੇ ਉਸ ਦੀ ਗ਼ਦਰੀਆਂ ਨਾਲ ਚੰਗੀ ਨੇੜਤਾ ਸੀ। ਉਸ ਦੀ ਸਲਾਹ 'ਤੇ ਗ਼ਦਰੀਆਂ ਨੇ 2 ਤੇ 3 ਫ਼ਰਵਰੀ ਦੀ ਦਰਮਿਆਨੀ ਰਾਤ ਨੂੰ ਬੇਲੀ ਰਾਮ ਨੂੰ ਲੁੱਟਣ ਦਾ ਫ਼ੈਸਲਾ ਕਰ ਲਿਆ। ਇਸ ਡਾਕੇ ਵਿਚ ਸ਼ਾਮਲ ਹੋਣ ਲਈ ਅੰਮ੍ਰਿਤਸਰ ਤੋਂ ਅੱਠ ਗ਼ਦਰੀ (ਭਾਈ ਜਗਤ ਸਿੰਘ, ਰਾਮ ਰੱਖਾ, ਬੀਰ ਸਿੰਘ ਬਾਹੋਵਾਲ, ਅਰਜਨ ਸਿੰਘ ਖੁਖਰਾਨਾ, ਵਰਿਆਮ ਸਿੰਘ ਅਮਲੀ, ਭਾਈ ਹਰਨਾਮ ਸਿੰਘ ਸਿਆਲਕੋਟੀ ਅਤੇ ਭਾਈ ਜਵੰਦ ਸਿੰਘ ਨੰਗਲ ਕਲਾਂ ਆਦਿ) ਇਕੱਠੇ ਗਿਲਵਾਲੀ ਨੂੰ ਚੱਲ ਪਏ। ਗਿਲਵਾਲੀ ਤੋਂ ਉਨ੍ਹਾਂ ਨਾਲ ਭਾਈ ਪ੍ਰੇਮ ਸਿੰਘ ਸੁਰਸਿੰਘੀਏ ਸਮੇਤ ਗਿਲਵਾਲੀ ਪਿੰਡ ਦੇ ਤਿੰਨ ਵਿਅਕਤੀ (ਭਾਈ ਬਖ਼ਸ਼ੀਸ਼ ਸਿੰਘ, ਸੁਰੈਣ ਸਿੰਘ ਛੋਟਾ ਤੇ ਸੁਰੈਣ ਸਿੰਘ ਵੱਡਾ) ਨਾਲ ਹੋ ਲਏ। ਅੰਮ੍ਰਿਤਸਰ ਤੋਂ ਉਹ ਕਾਲਾ ਸਿੰਘ ਨਾਂ ਦੇ ਇਕ ਲੁਹਾਰ ਨੂੰ ਵੀ ਨਾਲ ਲੈ ਆਏ ਸਨ, ਤਾਂ ਜੋ ਲੋੜ ਪੈਣ 'ਤੇ ਸ਼ਾਹੂਕਾਰ ਦਾ ਸੇਫ ਆਸਾਨੀ ਨਾਲ ਤੋੜਿਆ ਜਾ ਸਕੇ। ਉਨ੍ਹਾਂ ਕੋਲ ਬੰਬ ਤੇ ਰਿਵਾਲਵਰ ਸਨ। ਉਨ੍ਹਾਂ ਨੇ ਜਾਂਦਿਆਂ ਹੀ ਸ਼ਾਹੂਕਾਰ ਦੇ ਦਰਵਾਜ਼ੇ ਉੱਤੇ ਦਸਤਕ ਦਿੱਤੀ। ਖੜਾਕ ਸੁਣ ਕੇ ਪਰਿਵਾਰ ਦਾ ਇਕ ਮੁੰਡਾ ਡਰ ਨਾਲ ਰੌਲਾ ਪਾਉਣ ਲੱਗਾ। ਗ਼ਦਰੀਆਂ ਨੇ ਉਸ ਨੂੰ ਚੁੱਪ ਕਰਾਉਣ ਲਈ ਇਕ ਗੋਲੀ ਚਲਾ ਦਿੱਤੀ। ਏਨੇ ਨੂੰ ਇਕ ਗੁਆਂਢੀ ਨੇ ਬਾਰੀ ਖੋਲ੍ਹ ਕੇ ਰੌਲਾ ਪਾਉਣਾ ਸ਼ੁਰੂ ਕਰ ਦਿੱਤਾ। ਇਕ ਗੋਲੀ ਉਸ ਵੱਲ ਚਲਾ ਦਿੱਤੀ। ਲੁਹਾਰ ਦੀ ਮੱਦਦ ਨਾਲ ਦਰਵਾਜ਼ਾ ਤੋੜ ਕੇ ਸਾਰੇ ਅੰਦਰ ਜਾ ਵੜੇ। ਗਿਲਵਾਲੀ ਪਿੰਡ ਦੇ ਸੁਰੈਣ ਸਿੰਘ (ਛੋਟਾ) ਤੇ ਹੋਰਨਾਂ ਨੇ ਜਾਂਦਿਆਂ ਹੀ ਬੇਲੀ ਰਾਮ ਨੂੰ ਬੁਰੀ ਤਰ੍ਹਾਂ ਕੁੱਟਣਾ ਸ਼ੁਰੂ ਕਰ ਦਿੱਤਾ। ਪਰ ਉਸ ਨੇ ਫਿਰ ਵੀ ਸੇਫ਼ ਦੀਆਂ ਚਾਬੀਆਂ ਨਾ ਦਿੱਤੀਆਂ। ਜਦ ਉਹ ਬੇਹੋਸ਼ ਹੋ ਗਿਆ ਤਾਂ ਉਸ ਦੀ ਪਤਨੀ ਤੇ ਬੇਟੇ ਨੂੰ ਕੁਟਾਪਾ ਚਾੜ੍ਹ ਕੇ ਸੇਫ਼ ਦੀਆਂ ਚਾਬੀਆਂ ਹਾਸਲ ਕਰਨ ਦਾ ਯਤਨ ਕੀਤਾ ਗਿਆ। ਅਖ਼ੀਰ ਵਿਚ ਹਾਰ ਕੇ ਲੁਹਾਰ ਦੀ ਮੱਦਦ ਨਾਲ ਸੇਫ਼ ਤੋੜਨਾ ਪਿਆ ਅਤੇ ਉਸ ਵਿਚ ਰੱਖਿਆ ਗਹਿਣਾ ਗੱਟਾ ਤੇ ਨਕਦੀ ਲੁੱਟ ਲਈ ਗਈ। ਘਰ ਵਿਚ ਪਏ ਸੰਦੂਕਾਂ ਤੇ ਪੇਟੀਆਂ ਨੂੰ ਵੀ ਰਾਈਫ਼ਲਾਂ ਤੇ ਸੱਬਲਾਂ ਨਾਲ ਤੋੜ ਕੇ, ਉਨ੍ਹਾਂ ਵਿਚ ਰੱਖਿਆ

ਸਾਰਾ ਕੀਮਤੀ ਮਾਲ ਵੀ ਲੁੱਟ ਲਿਆ। ਗਿਲਵਾਲੀ ਦੇ ਬੰਦਿਆਂ ਨੇ ਸ਼ਾਹੂਕਾਰ ਦੇ ਕਰਜ਼ੇ ਤੋਂ ਸੁਰਖ਼ਰੂ ਹੋਣ ਦੇ ਸੁਆਰਥ ਨਾਲ ਸੇਫ਼ ਵਿਚ ਪਏ ਅਸ਼ਟਾਮ ਆਦਿ ਸਾਰੇ ਸਾੜ ਦਿੱਤੇ ਅਤੇ ਬਾਹਰ ਨਿਕਲਣ ਤੋਂ ਪਹਿਲਾਂ ਸ਼ਾਹੂਕਾਰ ਨੂੰ ਜਾਨੋਂ ਮਾਰ ਦੇਣ ਦੀ ਨੀਤ ਨਾਲ ਉਸ ਦਾ ਸਿਰ ਡਾਂਗਾਂ ਨਾਲ ਫੇਹ ਦਿੱਤਾ। ਜਦੋਂ ਸਾਰੀ ਢਾਣੀ ਲੁੱਟ ਦਾ ਮਾਲ ਲੈ ਕੇ ਘਰੋਂ ਬਾਹਰ ਨਿਕਲੀ, ਤਾਂ ਏਨੇ ਵਿਚ ਪਿੰਡ ਦੇ ਲੋਕ ਵੱਡੀ ਸੰਖਿਆ ਵਿਚ ਘਰ ਦੇ ਬਾਹਰ ਇਕੱਠੇ ਹੋ ਚੁੱਕੇ ਸਨ ਅਤੇ ਉਨ੍ਹਾਂ ਨੇ 'ਡਾਕੂਆਂ' ਨੂੰ ਘੇਰਨਾ ਚਾਹਿਆ। ਭਾਈ ਅਰਜਨ ਸਿੰਘ ਨੇ ਭੀੜ ਨੂੰ ਡਰਾਉਣ ਦੇ ਇਰਾਦੇ ਨਾਲ ਉਨ੍ਹਾਂ ਵੱਲ ਇਕ ਬੰਬ ਸੁੱਟ ਦਿੱਤਾ। ਪਰ ਉਹ ਚਿੱਕੜ ਵਿਚ ਡਿੱਗਣ ਕਰਕੇ ਫਟਿਆ ਨਾ। ਫਿਰ ਰਾਮ ਰੱਖਾ ਨੇ ਇਕ ਹੋਰ ਬੰਬ ਸੁੱਟਿਆ, ਪਰ ਉਹ ਕੰਧ ਨਾਲ ਟਕਰਾ ਕੇ ਵਾਪਸ ਉਸ ਦੇ ਪੈਰਾਂ ਵਿਚ ਆ ਡਿੱਗਾ। ਇਸ ਬੰਬ ਦੇ ਫਟਣ ਨਾਲ ਭਾਈ ਰਾਮ ਰੱਖਾ ਦੇ ਦੋਨੋਂ ਹੱਥ ਉੱਡ ਗਏ ਅਤੇ ਭਾਈ ਬੀਰ ਸਿੰਘ ਬਾਹੋਵਾਲ ਵੀ ਜ਼ਖ਼ਮੀ ਹੋ ਗਿਆ। ਭਾਈ ਵਰਿਆਮ ਸਿੰਘ ਨੇ ਜਦੋਂ ਵੇਖਿਆ ਕਿ ਸ਼ਾਹੂਕਾਰ ਦਾ ਇਕ ਮੁੰਡਾ ਉਪਰ ਚੁਬਾਰੇ ਵਿਚ ਉੱਚੀ ਉੱਚੀ ਰੌਲਾ ਪਾ ਰਿਹਾ ਸੀ, ਤਾਂ ਉਹ ਉਸ ਨੂੰ ਚੁੱਪ ਕਰਾਉਣ ਲਈ ਪੌੜੀਆਂ ਚੜ੍ਹ ਗਿਆ। ਪਰ ਚੁਬਾਰੇ ਦਾ ਦਰਵਾਜ਼ਾ ਅੰਦਰੋਂ ਚੰਗੀ ਤਰ੍ਹਾਂ ਬੰਦ ਕੀਤਾ ਹੋਇਆ ਸੀ। ਜਦ ਉਹ ਦਰਵਾਜ਼ਾ ਖੋਲ੍ਹਣ ਵਿਚ ਕਾਮਯਾਬ ਨਾ ਹੋ ਸਕਿਆ ਤਾਂ ਵਾਪਸ ਪੌੜੀਆਂ ਉਤਰਨੀਆਂ ਸ਼ੁਰੂ ਕਰ ਦਿੱਤੀਆਂ। ਪਰ ਬਦਕਿਸਮਤੀ ਨਾਲ ਉਸ ਦਾ ਪੈਰ ਤਿਲ੍ਹਕ ਗਿਆ ਅਤੇ ਉਹ ਧੜੰਮ ਕਰਦਾ ਜ਼ਮੀਨ 'ਤੇ ਆ ਡਿੱਗਿਆ। ਉਸ ਦੇ ਹੱਥ ਵਿਚ ਫੜਿਆ ਬੰਬ ਫਟ ਗਿਆ, ਜਿਸ ਨਾਲ ਉਹ ਉਥੇ ਹੀ ਪੂਰਾ ਹੋ ਗਿਆ।

ਲੋਕਾਂ ਦਾ ਹਜੂਮ ਗ਼ਦਰੀਆਂ ਦੇ ਉੱਤੇ ਚੜ੍ਹਿਆ ਆ ਰਿਹਾ ਸੀ। ਭਾਈ ਅਰਜਨ ਸਿੰਘ ਨੇ ਇਕ ਬੰਬ ਭੀੜ ਵੱਲ ਸੁੱਟਿਆ, ਜੋ ਫਟ ਗਿਆ। ਬੰਬ ਨਾਲ ਭੀੜ ਥੋੜ੍ਹੀ ਪਿੱਛੇ ਹਟੀ ਪਰ ਛੇਤੀ ਹੀ ਫਿਰ ਕੁਝ ਬੰਦਿਆਂ ਨੇ ਅੱਗੇ ਵਧ ਕੇ ਭਾਈ ਅਰਜਨ ਸਿੰਘ ਨੂੰ ਜੱਫਾ ਪਾ ਲਿਆ। ਭਾਈ ਪ੍ਰੇਮ ਸਿੰਘ ਨੇ ਗੋਲੀਆਂ ਚਲਾ ਕੇ ਅਰਜਨ ਸਿੰਘ ਨੂੰ ਛੁਡਾ ਲਿਆ। ਪਰ ਏਨੇ ਵਿਚ ਕੁਝ ਵਿਅਕਤੀਆਂ ਨੇ ਪ੍ਰੇਮ ਸਿੰਘ ਨੂੰ ਵੀ ਜੱਫਾ ਮਾਰ ਲਿਆ। ਭਾਈ ਅਰਜਨ ਸਿੰਘ ਕੋਲ ਇੱਕੋ ਬੰਬ ਬਚਿਆ ਸੀ। ਉਸ ਨੇ ਉਹ ਬੰਬ ਭੀੜ ਉੱਤੇ ਚਲਾ ਦਿੱਤਾ ਅਤੇ ਆਪਣੇ ਰਿਵਾਲਵਰ ਨਾਲ ਗੋਲੀਆਂ ਚਲਾ ਕੇ ਭਾਈ ਪ੍ਰੇਮ ਸਿੰਘ ਨੂੰ ਲੋਕਾਂ ਦੇ ਜੱਫੇ 'ਚੋਂ ਛੁਡਾ ਲਿਆ। ਡਾਂਗਾਂ ਵੱਜਣ ਕਰਕੇ ਪ੍ਰੇਮ ਸਿੰਘ ਕਾਫ਼ੀ ਜ਼ਖ਼ਮੀ ਹੋ ਗਿਆ ਸੀ। ਗ਼ਦਰੀ ਇਕ ਪਾਸੇ ਜ਼ਖ਼ਮੀ ਰਾਮ ਰੱਖਾ ਨੂੰ ਚੁੱਕੀ ਜਾਂਦੇ ਸਨ ਅਤੇ ਦੂਜੇ ਪਾਸੇ ਲੋਕਾਂ ਦੇ ਹਜੂਮ ਨਾਲ ਲੜਦੇ ਭਿੜਦੇ ਪਿੱਛੇ ਹਟੀ ਜਾਂਦੇ ਸਨ। ਪਿੰਡ ਵਾਲਿਆਂ ਨੇ ਕਾਲਾ ਸਿੰਘ ਲੁਹਾਰ ਨੂੰ ਫੜ ਲਿਆ ਅਤੇ ਗ਼ਦਰੀ ਯਤਨ ਕਰਨ ਦੇ ਬਾਵਜੂਦ ਉਸ ਨੂੰ ਛੁਡਾ ਨਾ ਸਕੇ। ਓਧਰ ਭਾਈ ਰਾਮ ਰੱਖਾ ਵੀ ਜ਼ਖ਼ਮਾਂ ਦੀ ਤਾਬ ਨਾ ਝੱਲਦੇ ਹੋਏ ਅਕਾਲ ਚਲਾਣਾ ਕਰ ਗਏ। ਗ਼ਦਰੀਆਂ ਨੂੰ ਉਸ ਦਾ ਕਿਸੇ ਜਗ੍ਹਾ ਚੋਰੀ ਛੁਪੇ ਸਸਕਾਰ ਕਰਨਾ ਪਿਆ। ਪਰ ਸਰਕਾਰ ਨੂੰ ਏਸ ਗੱਲ ਦਾ ਕੋਈ ਪਤਾ ਨਹੀਂ ਚੱਲਿਆ। ਅੰਮ੍ਰਿਤਸਰ ਜਾ ਕੇ ਹਰਦਿੱਤ ਸਿੰਘ ਨਾਂ ਦੇ ਇਕ ਡਾਕਟਰ ਕੋਲੋਂ, ਝੂਠ ਸੱਚ ਬੋਲ ਕੇ, ਭਾਈ ਪ੍ਰੇਮ ਸਿੰਘ ਤੇ ਭਾਈ ਬੀਰ ਸਿੰਘ ਦੇ ਜ਼ਖ਼ਮਾਂ ਉੱਤੇ ਮੱਲ੍ਹਮ ਪੱਟੀ ਕਰਵਾਈ ਗਈ।

ਇਸ ਤਰ੍ਹਾਂ ਇਸ ਡਾਕੇ ਵਿੱਚੋਂ ਮਾਲ ਤਾਂ ਬਹੁਤ ਹੱਥ ਲੱਗ ਗਿਆ ਸੀ (ਇਕ ਅੰਦਾਜ਼ੇ ਅਨੁਸਾਰ ਮਾਲਵੇ ਦੇ ਚਾਰ ਡਾਕਿਆਂ ਵਿੱਚੋਂ ਕੁੱਲ ਜਿੰਨਾ ਮਾਲ ਮਿਲਿਆ ਸੀ, ਉਨਾ ਇਕੱਲੇ ਇਸ ਡਾਕੇ ਵਿੱਚੋਂ ਹੀ ਮਿਲ ਗਿਆ ਸੀ), ਪਰ ਇਸ ਡਾਕੇ ਵਿਚ ਗ਼ਦਰ ਪਾਰਟੀ ਨੂੰ ਬਿਆਨੋਂ

ਬਾਹਰਾ ਨੁਕਸਾਨ ਝੱਲਣਾ ਪੈ ਗਿਆ ਸੀ। ਨਾ ਸਿਰਫ਼ ਇਸ ਦੇ ਦੋ ਹੀਰਿਆਂ ਵਰਗੇ ਇਨਕਲਾਬੀ ਘੁਲਾਟੀਏ ਅਜਾਈਂ ਸ਼ਹੀਦ ਹੋ ਗਏ ਸਨ, ਕਾਲਾ ਸਿੰਘ ਲੁਹਾਰ ਦੇ ਫੜੇ ਜਾਣ ਨਾਲ ਪੁਲਿਸ ਕੋਲ ਸਾਰਾ ਭੇਤ ਖੁੱਲ੍ਹ ਗਿਆ ਸੀ। ਪੁਲਿਸ ਨੂੰ ਪਤਾ ਲੱਗ ਗਿਆ ਸੀ ਕਿ ਇਹ ਕੰਮ ਬਾਹਰੋਂ ਆਏ ਗ਼ਦਰੀਆਂ ਦਾ ਸੀ, ਜਿਹੜੇ ਫ਼ੌਜ ਦੀਆਂ ਦੇਸੀ ਪਲਟਨਾਂ ਨੂੰ ਸਰਕਾਰ ਵਿਰੁੱਧ ਬਗ਼ਾਵਤ ਕਰਨ ਲਈ, ਅੰਦਰੋ-ਅੰਦਰੀ, ਵਿਉਂਤਬੱਧ ਤੇ ਵਿਆਪਕ ਯਤਨ ਕਰ ਰਹੇ ਸਨ। ਇਹ ਪਤਾ ਲੱਗਦਿਆਂ ਹੀ ਪੁਲਿਸ ਨੇ ਗ਼ਦਰ ਪਾਰਟੀ ਦੇ ਸਾਰੇ ਅੰਦਰੂਨੀ ਭੇਤ ਜਾਣਨ ਲਈ, ਖ਼ੁਫ਼ੀਆ ਢੰਗ ਨਾਲ ਇਸ ਦੀਆਂ ਸਫ਼ਾਂ ਅੰਦਰ ਆਪਣਾ ਸੂਹੀਆ ਵਾੜਨ ਦੀ ਪਲੈਨ ਬਣਾ ਲਈ। ਇਸ ਵਿਚ ਪੁਲਿਸ ਨੂੰ ਮਿਲੀ ਕਾਮਯਾਬੀ ਦੀ ਦਿਲ-ਦੁਖਾਵੀਂ ਵਿਥਿਆ ਅੱਗੇ ਜਾ ਕੇ ਢੁਕਵੀਂ ਜਗ੍ਹਾ 'ਤੇ ਬਿਆਨ ਕੀਤੀ ਜਾਵੇਗੀ। ਇਥੇ ਚੱਲਦੇ ਪ੍ਰਸੰਗ ਵਿਚ, ਡਾਕਿਆਂ ਦੌਰਾਨ ਪ੍ਰਗਟ ਹੋਏ ਗ਼ਦਰੀਆਂ ਦੇ ਉੱਚੇ-ਸੁੱਚੇ ਇਖ਼ਲਾਕ ਦੀਆਂ ਕੁਝ ਉਘੜਵੀਆਂ ਮਿਸਾਲਾਂ ਦੇਣੀਆਂ ਜ਼ਰੂਰੀ ਹਨ।

ਗ਼ਦਰੀ 'ਡਾਕੂਆਂ' ਦੇ ਇਖ਼ਲਾਕੀ ਮਿਆਰ

1. ਰੱਬੋਂ ਵਾਲੇ ਡਾਕੇ ਵਿਚ ਗ਼ਦਰੀਆਂ ਨੇ ਕੁਝ ਸਥਾਨਕ ਡਾਕੂਆਂ (ਜਿਨ੍ਹਾਂ ਵਿੱਚੋਂ ਜ਼ਿਲ੍ਹਾ ਸੰਗਰੂਰ ਦੇ ਪਿੰਡ ਘਨੌਰੀ ਦਾ ਇਕ ਦਲੀਪ ਸਿੰਘ ਸੀ) ਦੀ ਮੱਦਦ ਲਈ ਸੀ। ਡਾਕੇ ਦੌਰਾਨ ਘਰ ਵਿਚ ਨੌਜਵਾਨ ਕੁੜੀ ਵੇਖ ਕੇ ਇਕ ਡਾਕੂ (ਜਿਹੜਾ ਦਲੀਪ ਸਿੰਘ ਹੀ ਹੋ ਸਕਦਾ ਹੈ) ਦੀ ਨੀਤ ਵਿਗੜ ਗਈ ਅਤੇ ਉਸ ਨੇ ਕੁੜੀ ਨਾਲ ਬਦਤਮੀਜ਼ੀ ਕਰਨ ਦੀ ਕੋਸ਼ਿਸ਼ ਕੀਤੀ। ਇਸ 'ਤੇ ਭਾਈ ਚੂਹੜ ਸਿੰਘ (ਪਿੰਡ ਲੀਲ, ਤਸੀਲ ਰਾਏਕੋਟ) ਨੂੰ ਏਨਾ ਗ਼ੁੱਸਾ ਆਇਆ ਕਿ ਉਸ ਨੇ ਗੁਸਤਾਖ਼ ਡਾਕੂ ਵੱਲ ਰਿਵਾਲਵਰ ਤਾਣ ਲਿਆ ਅਤੇ ਉਸ ਨੂੰ ਨੀਚ ਹਰਕਤ ਤੋਂ ਬਾਜ਼ ਆਉਣ ਦੀ ਤਾੜਨਾ ਕੀਤੀ। ਡਾਕੂ ਨੇ ਗ਼ਦਰੀਆਂ ਕੋਲੋਂ ਮੁਆਫ਼ੀ ਮੰਗ ਕੇ ਖਹਿੜਾ ਛੁਡਾਇਆ।

ਗ਼ਦਰੀਆਂ ਦੀ ਤਫ਼ਤੀਸ਼ ਕਰਨ ਵਾਲੇ ਸੀ.ਆਈ.ਡੀ. ਦੇ ਦੋ ਆਲ੍ਹਾ ਅਫ਼ਸਰਾਂ (ਈਸਮੌਂਗਰ ਤੇ ਸਲੈਟਰੀ) ਨੇ ਇਹ ਘਟਨਾ ਗ਼ਲਤੀ ਨਾਲ ਸਾਹਨੇਵਾਲ ਦੇ ਡਾਕੇ ਨਾਲ ਜੋੜ ਦਿੱਤੀ। ਉਸ ਆਧਾਰ 'ਤੇ ਸ. ਜਗਜੀਤ ਸਿੰਘ ਨੇ ਇਹ ਕਹਾਣੀ ਇਸ ਤਰ੍ਹਾਂ ਲਿਖ ਦਿੱਤੀ :

"ਸਾਨ੍ਹੇਵਾਲ ਦੇ ਡਾਕੇ ਵਿਚ ਇਨਕਲਾਬੀਆਂ ਨਾਲ ਰਲੇ ਇਕ ਡਾਕੂ ਨੇ ਜਦ ਇਕ ਬੀਬੀ ਵੱਲ ਮੈਲੀ ਅੱਖ ਨਾਲ ਵੇਖਿਆ ਤਾਂ ਸ੍ਰੀ ਕਰਤਾਰ ਸਿੰਘ ਸਰਾਭਾ ਦੇ ਇਕ ਲਫਟੈਣ ਨੇ ਉਸ ਨੂੰ ਗੋਲੀ ਮਾਰ ਦੇਣ ਦੀ ਧਮਕੀ ਦੇ ਕੇ ਵਰਜ ਦਿੱਤਾ।" (ਜਗਜੀਤ ਸਿੰਘ ਨੇ ਇਹ ਹਵਾਲਾ ਈਸਮੌਂਗਰ ਤੇ ਸਲੈਟਰੀ ਦੀ ਰਿਪੋਰਟ ਵਿੱਚੋਂ ਦਿੱਤਾ ਹੈ) ਸਚਾਈ ਇਹ ਹੈ ਕਿ ਸਾਹਨੇਵਾਲ ਦੇ ਡਾਕੇ ਵਿਚ ਕੋਈ ਵੀ 'ਡਾਕੂ' ਸ਼ਾਮਲ ਨਹੀਂ ਸੀ, ਸਾਰੇ ਸੱਚੇ ਸੁੱਚੇ ਗ਼ਦਰੀ ਦੇਸ਼ ਭਗਤ (ਜਿਵੇਂ ਭਾਈ ਜਗਤ ਸਿੰਘ ਸੁਰਸਿੰਘੀਆ, ਭਾਈ ਹਰਨਾਮ ਸਿੰਘ ਸਿਆਲਕੋਟੀ, ਅਰਜਨ ਸਿੰਘ ਖੁਖਰਾਨਾ, ਬੀਰ ਸਿੰਘ ਬਾਹੋਵਾਲ, ਜਵੰਦ ਸਿੰਘ ਨੰਗਲ ਕਲਾਂ, ਰੁਲੀਆ ਸਿੰਘ ਸਰਾਭਾ, ਪੰਡਤ ਰਾਮ ਰੱਖਾ ਤੇ ਕੇਹਰ ਸਿੰਘ ਆਦਿ) ਸਨ, ਜਿਨ੍ਹਾਂ ਵਿੱਚੋਂ ਕੋਈ ਵੀ ਅਜਿਹੀ ਗਿਰੀ ਹੋਈ ਹਰਕਤ ਨਹੀਂ ਕਰ ਸਕਦਾ ਸੀ। ਇਹ ਸਾਰੇ ਹੀ ਸੂਰਮੇ ਅਖ਼ੀਰ ਵਿਚ ਸ਼ਹੀਦ ਹੋ ਗਏ ਸਨ।

ਬਾਬਾ ਸੋਹਣ ਸਿੰਘ ਭਕਨਾ ਨੇ ਗ਼ਲਤੀ ਨਾਲ ਇਸ ਘਟਨਾ ਨੂੰ ਸਿੱਧਾ ਹੀ ਭਾਈ ਕਰਤਾਰ ਸਿੰਘ ਸਰਾਭਾ ਨਾਲ ਜੋੜ ਦਿੱਤਾ (ਜਦ ਕਿ ਪੁਲਿਸ ਰਿਪੋਰਟ ਵਿਚ ਇਸ ਨੂੰ 'ਸਰਾਭੇ ਦੇ ਇਕ ਲਫਟੈਣ' ਨਾਲ ਜੋੜਿਆ ਗਿਆ ਹੈ)। ਬਾਬਾ ਭਕਨਾ ਦੇ ਲਿਖਣ ਅਨੁਸਾਰ : "ਜਦੋਂ ਸਾਹਨੇਵਾਲ ਦੇ ਡਾਕੇ ਵਿਚ ਉਸ (ਕਰਤਾਰ ਸਿੰਘ ਸਰਾਭਾ) ਦੇ ਇਕ ਸਾਥੀ ਨੇ ਇਕ ਸੋਹਣੀ ਕੁੜੀ ਨੂੰ ਮਾੜੀ ਅੱਖ ਨਾਲ ਵੇਖਿਆ ਤਾਂ ਉਸ ਨੇ ਝੱਟ ਦੇਣੀ ਰਿਵਾਲਵਰ ਉਸ ਦੀ ਛਾਤੀ 'ਤੇ ਰੱਖ ਦਿੱਤਾ ਅਤੇ ਉਸ ਕੋਲੋਂ ਮੁਆਫ਼ੀ ਮੰਗਵਾਈ।"[11] ਸਾਹਨੇਵਾਲ ਦੇ ਡਾਕੇ ਵਿਚ ਸ਼ਾਮਲ ਸਾਰੇ ਗ਼ਦਰੀ ਇਕ ਦੂਜੇ ਨਾਲੋਂ ਵੱਧ ਕੇ ਧਰਮਚਾਰੀ ਸਨ। ਇਸ ਕਰਕੇ ਇਹ ਗੱਲ ਸੌ ਫ਼ੀ ਸਦੀ ਯਕੀਨ ਨਾਲ ਕਹੀ ਜਾ ਸਕਦੀ ਹੈ ਕਿ ਉਨ੍ਹਾਂ ਵਿੱਚੋਂ ਸਰਾਭੇ ਦਾ ਅਜਿਹਾ ਕੋਈ 'ਸਾਥੀ' ਨਹੀਂ ਹੋ ਸਕਦਾ ਜਿਹੜਾ ਅਜਿਹੀ ਨੀਚ ਹਰਕਤ ਕਰਨ ਦੀ ਗੁਸਤਾਖ਼ੀ ਕਰਦਾ। ਨਾਲੇ, ਸਾਹਨੇਵਾਲ ਦੇ ਡਾਕੇ ਵਿਚ ਸਰਾਭਾ ਤਾਂ ਡਾਕੇ ਵਾਲੇ ਘਰ ਅੰਦਰ ਵੜਿਆ ਹੀ ਨਹੀਂ ਸੀ। ਉਹ ਤਾਂ ਪਿੰਡ ਤੋਂ ਬਾਹਰ ਰੇਲਵੇ ਦੇ ਫਾਟਕਾਂ ਉੱਤੇ ਬੰਬ ਲੈ ਕੇ ਪਹਿਰਾ ਦੇ ਰਿਹਾ ਸੀ।

ਸ਼ਹੀਦ ਭਗਤ ਸਿੰਘ ਨੇ ਵੀ ਸ਼ਹੀਦ ਕਰਤਾਰ ਸਿੰਘ ਸਰਾਭਾ ਬਾਰੇ ਲਿਖੇ ਇਕ ਲੇਖ ਵਿਚ ਇਹ ਘਟਨਾ ਉਸ ਦੇ ਨਾਂ ਨਾਲ ਜੋੜ ਦਿੱਤੀ, ਪਰ ਉਸ ਨੇ ਇਸ ਨੂੰ ਸਾਹਨੇਵਾਲ ਦੀ ਜਗ੍ਹਾ ਰੱਬੋਂ ਦੇ ਡਾਕੇ ਨਾਲ ਜੋੜ ਦਿੱਤਾ[12], ਜਦੋਂ ਕਿ ਤੱਥ ਇਹ ਕਹਿੰਦੇ ਹਨ ਕਿ 3 ਫ਼ਰਵਰੀ ਨੂੰ ਜਦੋਂ ਰੱਬੋਂ ਵਿਚ ਡਾਕਾ ਮਾਰਿਆ ਗਿਆ ਸੀ, ਤਾਂ ਉਸ ਵਕਤ ਭਾਈ ਕਰਤਾਰ ਸਿੰਘ ਸਰਾਭਾ ਵਿਸ਼ਨੂ ਗਣੇਸ਼ ਪਿੰਗਲੇ ਤੇ ਸੁੱਚਾ ਸਿੰਘ ਦੇ ਨਾਲ ਮੇਰਠ ਦੀ ਛਾਉਣੀ ਵਿਚ 12 ਨੰਬਰ ਰਸਾਲੇ ਦੇ ਸਿਪਾਹੀਆਂ ਨੂੰ ਬਗ਼ਾਵਤ ਲਈ ਪ੍ਰੇਰਿਤ ਕਰ ਰਿਹਾ ਸੀ। ਇਸ ਕਰਕੇ ਉਸ ਦੇ ਰੱਬੋਂ ਹੋਣ ਦਾ ਤਾਂ ਸੁਆਲ ਹੀ ਪੈਦਾ ਨਹੀਂ ਹੁੰਦਾ।

2. ਰੱਬੋਂ ਦੇ ਡਾਕੇ ਵਿਚ ਹੀ ਇਕ ਹੋਰ ਗੱਲ ਇਸ ਤਰ੍ਹਾਂ ਹੋਈ ਦੱਸੀ ਜਾਂਦੀ ਹੈ, ਕਿ ਜਦੋਂ ਸ਼ਾਹੂਕਾਰਨੀ (ਬੀਬੀ ਸਾਰਦੀ) ਕੋਲੋਂ ਸਾਰਾ ਸੋਨਾ ਵਗ਼ੈਰਾ ਕਢਾ ਲਿਆ ਤਾਂ ਉਹ ਤਰਲੇ ਕੱਢਣ ਲੱਗ ਪਈ ਕਿ ਉਸ ਨੇ ਇਹ ਸੋਨਾ ਆਪਣੀ ਧੀ ਦੇ ਵਿਆਹ ਲਈ ਰੱਖਿਆ ਸੀ। ਇਥੇ ਫਿਰ ਭਾਈ ਚੂਹੜ ਸਿੰਘ ਦਾ ਦਿਲ ਪੰਘਰ ਗਿਆ ਅਤੇ ਉਸ ਨੇ ਉਸੇ ਵੇਲੇ ਲੱਗਭੱਗ ਅੱਧਾ ਸੋਨਾ ਮੁੜ ਸ਼ਾਹੂਕਾਰਨੀ ਦੀ ਝੋਲੀ ਵਿਚ ਪਾ ਦਿੱਤਾ ਸੀ। ਇਸ ਅਹਿਸਾਨ ਦੇ ਬਦਲੇ ਵਿਚ, ਬੀਬੀ ਸਾਰਦੀ ਨੇ ਮੁਕੱਦਮੇ ਦੌਰਾਨ ਭਾਈ ਚੂਹੜ ਸਿੰਘ ਦਾ ਭਲਾ ਕਰਨ ਲਈ ਉਸ ਦੀ ਸ਼ਨਾਖ਼ਤ ਕਰਨ ਤੋਂ ਇਨਕਾਰ ਕਰ ਦਿੱਤਾ ਸੀ।[13] ਪਰ ਸ਼ਹੀਦ ਭਗਤ ਸਿੰਘ ਨੇ ਇਹ ਘਟਨਾ ਵੀ ਭਾਈ ਕਰਤਾਰ ਸਿੰਘ ਸਰਾਭਾ ਨਾਲ ਜੋੜ ਦਿੱਤੀ ਸੀ।[14]

ਉਂਜ ਇਹ ਸੱਭੇ ਗ਼ਲਤ-ਬਿਆਨੀਆਂ ਕਿਸੇ ਗਿਣੀ-ਮਿਥੀ ਸੋਚ ਜਾਂ ਯੋਜਨਾ ਦਾ ਨਤੀਜਾ ਨਹੀਂ ਕਹੀਆਂ ਜਾ ਸਕਦੀਆਂ। ਅਜਿਹਾ ਭਾਈ ਕਰਤਾਰ ਸਿੰਘ ਸਰਾਭਾ ਪ੍ਰਤਿ ਸਨੇਹ ਤੇ ਸ਼ਰਧਾ ਦੇ ਉਲਾਰ ਉਪ-ਭਾਵਾਂ ਅਧੀਨ ਹੋਇਆ ਪ੍ਰਤੀਤ ਹੁੰਦਾ ਹੈ। ਇਨਕਲਾਬੀ ਲਹਿਰਾਂ ਦੇ ਨਾਇਕਾਂ ਦੇ ਬੁਲੰਦ ਇਖ਼ਲਾਕ ਨੂੰ ਦਰਸਾਉਣ ਵਾਲੀਆਂ ਅਜਿਹੀਆਂ ਦੰਦ-

---

11. ਬਾਬਾ ਸੋਹਣ ਸਿੰਘ ਭਕਨਾ, *ਸੀਰਤ*, ਨਵੰਬਰ 2015.
12. ਪ੍ਰੋ. ਜਗਮੋਹਣ ਸਿੰਘ, *ਸ਼ਹੀਦ ਭਗਤ ਸਿੰਘ ਅਤੇ ਉਸ ਦੇ ਸਾਥੀਆਂ ਦੀਆਂ ਲਿਖਤਾਂ*, ਸਫ਼ੇ 82-83.
13. Malwinderjit Singh Waraich and Harinder Singh (eds.), *Ghadar Movement Original Documents,* Vol. 1-B, p. 29.
14. ਪ੍ਰੋ. ਜਗਮੋਹਣ ਸਿੰਘ, *ਉਕਤ ਰਚਨਾ*, ਸਫ਼ੇ 82-83.

ਕਥਾਵਾਂ ਪ੍ਰਚਲਿਤ ਹੋ ਜਾਣੀਆਂ ਬਹੁਤ ਸੁਭਾਵਿਕ ਕਰਮ ਹੈ। ਇਹ ਗੱਲ ਲੋਕਾਂ ਦੇ ਦਿਲਾਂ ਅੰਦਰ ਉਨ੍ਹਾਂ ਬਾਰੇ ਗੂੜ੍ਹੇ ਪਿਆਰ ਤੇ ਸ਼ਰਧਾ ਦੇ ਭਾਵਾਂ ਦੀ ਨਿਸ਼ਾਨੀ ਹੈ।

3. ਚੱਬੇ ਵਾਲੇ ਡਾਕੇ ਵਿਚ ਸ਼ਾਹੂਕਾਰ ਬੇਲੀ ਰਾਮ ਦੇ ਕਤਲ ਬਾਰੇ ਜੱਜਾਂ ਨੇ ਉਚੇਚਾ ਲਿਖਿਆ ਹੈ, ਕਿ ਇਸ ਗੱਲ ਦੇ ਕਾਫ਼ੀ ਸਬੂਤ ਹਨ ਕਿ ਡਾਕਾ ਮਾਰਨ ਤੋਂ ਪਹਿਲਾਂ ਗ਼ਦਰੀਆਂ ਨੂੰ ਕਿਸੇ ਦਾ ਕਤਲ ਨਾ ਕਰਨ ਦੀ ਤਾੜਨਾ ਕੀਤੀ ਗਈ ਸੀ, ਅਤੇ ਅਸਲੀ ਗ਼ਦਰੀਆਂ ਨੇ ਹੋਏ ਕਤਲ ਨੂੰ ਗ਼ਲਤ ਕਿਹਾ ਸੀ।[15]

4. ਗ਼ਦਰੀ ਆਗੂ ਮਾਸਟਰ ਊਧਮ ਸਿੰਘ ਕਸੇਲ ਨੇ, ਡਾਕਿਆਂ ਨੂੰ ਲੈ ਕੇ ਅੰਗਰੇਜ਼ ਸਰਕਾਰ ਤੇ ਇਸ ਦੇ ਪਿੱਠੂਆਂ ਵੱਲੋਂ ਗ਼ਦਰੀਆਂ ਨੂੰ ਲੋਕਾਂ ਅੰਦਰ ਬਦਨਾਮ ਕਰਨ ਦੇ ਕੂੜ ਯਤਨਾਂ ਦਾ ਮੂੰਹ ਤੋੜਵਾਂ ਜੁਆਬ ਦਿੰਦਿਆਂ ਇਹ ਭਾਵਮਈ ਸ਼ਬਦ ਲਿਖੇ ਸਨ:

> "ਦੇਸ਼ ਭਗਤਾਂ ਦਾ ਆਪਣੇ ਭਰਾਵਾਂ 'ਤੇ ਡਾਕਾ ਮਾਰਨਾ ਜਾਂ ਕਿਸੇ ਪ੍ਰਕਾਰ ਦਾ ਉਹਨਾਂ ਨੂੰ ਦੁੱਖ ਪੁਚਾਉਣਾ ਉਹਨਾਂ ਦੇ ਖ਼ਿਆਲਾਂ ਤੋਂ ਉੱਕਾ ਹੀ ਵਿਰੁੱਧ ਸੀ। ਉਹ ਤਾਂ ਆਪਣੇ ਭਰਾਵਾਂ ਨੂੰ ਫੁੱਲ ਦੀ ਸੱਟ ਵੀ ਮਾਰਨਾ ਨਹੀਂ ਚਾਹੁੰਦੇ ਸਨ। ਉਨ੍ਹਾਂ ਦਾ ਦੇਸ਼ ਪ੍ਰੇਮ ਅਤੇ ਕੌਮੀ ਤਹਿਜ਼ੀਬ ਇਸ ਬਿਆਨ ਤੋਂ ਸਪੱਸ਼ਟ ਪ੍ਰਗਟ ਹੈ, ਜਿਹੜਾ ਪਿੰਡ ਚੱਬੇ ਜ਼ਿਲ੍ਹਾ ਅੰਮ੍ਰਿਤਸਰ ਦੀ ਇਕ ਕੰਨਿਆਂ ਨੇ ਅਦਾਲਤ ਵਿਚ ਦਿੱਤਾ ਸੀ। ਉਹ ਲੜਕੀ ਇਸ ਪ੍ਰਕਾਰ ਬਿਆਨ ਦੇਂਦੀ ਹੈ: 'ਜਦ ਡਾਕੂ ਸਾਡੇ ਘਰ ਵਿਚ ਆਣ ਵੜੇ ਤਾਂ ਮੈਂ ਭੈ ਖਾ ਕੇ ਇਕ ਦੂਜੇ ਅੰਦਰ ਜਾ ਕੇ ਛੁਪ ਗਈ। ਮੈਨੂੰ ਉਥੇ ਜਾ ਕੇ ਫਿਰ ਡਾਕੂਆਂ ਨੇ ਘੇਰ ਲਿਆ ਤੇ ਕਿਹਾ ਕਿ ਰੁਪਿਆ ਦੱਸ ਤਾਂ ਮੈਂ ਕਿਹਾ ਕਿ ਮੈਂ ਤਾਂ ਆਪਣੇ ਪਿਤਾ ਦੀ ਗ਼ਰੀਬ ਲੜਕੀ ਹਾਂ ਤੇ ਇਹ ਘਰ ਮੇਰੇ ਮਾਤਾ ਪਿਤਾ ਦਾ ਹੈ, ਇਸ ਲਈ ਮੈਨੂੰ ਉਹਨਾਂ ਦੇ ਰੱਖੇ ਰਖਾਏ ਦਾ ਕੀ ਪਤਾ ਹੋ ਸਕਦਾ ਹੈ। ਜਿਸ ਪੁਰ ਡਾਕੂਆਂ ਵਿੱਚੋਂ ਇਕ ਜਵਾਨ ਲੜਕੇ ਨੇ ਕਿਹਾ ਕਿ ਭੈਣ ਤੂੰ ਡਰ ਨਾ, ਅਸੀਂ ਡਾਕੂ ਨਹੀਂ ਹਾਂ। ਅਸੀਂ ਦੇਸ਼ ਭਗਤ ਹਾਂ ਅਰ ਆਪਣੇ ਦੇਸ਼ ਦੇ ਕੰਮ ਵਾਸਤੇ ਇਹ ਰੁਪਿਆ ਤੇਰੇ ਪਿਤਾ ਤੋਂ ਲੈਂਦੇ ਹਾਂ ਅਤੇ ਜਿਸ ਦਿਨ ਸਾਡਾ ਦੇਸ਼ ਸੁਤੰਤਰ ਹੋ ਜਾਏਗਾ ਅਸੀਂ ਤੇਰੇ ਪਿਤਾ ਨੂੰ ਇਸ ਤੋਂ ਦੂਣਾ ਰੁਪਿਆ ਮੋੜ ਦੇਵਾਂਗੇ ਅਤੇ ਤੂੰ ਸਾਡੀ ਭੈਣ ਹੈਂ। ਇਸ ਦੀ ਇਹ ਗੱਲ ਸੁਣ ਕੇ ਮੈਂ ਆਪਣੇ ਹੱਥ ਦੀ ਮੁੰਦਰੀ ਲਾਹ ਕੇ ਉਸ ਭਰਾ ਨੂੰ ਦੇ ਦਿੱਤੀ ਤੇ ਕਿਹਾ ਕਿ ਜੇਕਰ ਤੂੰ ਮੈਨੂੰ ਭੈਣ ਸਮਝਦਾ ਹੈਂ ਤਾਂ ਇਹ ਮੁੰਦਰੀ ਮੈਂ ਤੈਨੂੰ ਆਪਣੀ ਖ਼ੁਸ਼ੀ ਨਾਲ ਯਾਦਗੀਰੀ ਵਜੋਂ ਦੇਂਦੀ ਹਾਂ।' ਏਸ ਨੌਜਵਾਨ ਦਾ ਨਾਮ ਅਰਜਨ ਸਿੰਘ ਸੀ ਔਰ ਇਹ ਮੁੰਦਰੀ ਉਸ ਦੇ ਪਾਸ ਅਖ਼ੀਰਲੇ ਦਮਾਂ ਤਕ ਰਹੀ ਅਤੇ ਸਦਾ ਹੀ ਉਹ ਇਹ ਮੁੰਦਰੀ ਨੂੰ ਵੇਖ ਕੇ ਆਪਣੇ ਸਾਥੀਆਂ ਨੂੰ ਕਿਹਾ ਕਰਦਾ ਸੀ ਕਿ 'ਇਹ ਸਾਡੀ ਭੈਣ ਦੀ ਮੁੰਦਰੀ ਅਤੇ ਯਾਦਗੀਰੀ ਹੈ।' ਇਹ ਸੂਰਮਾ ਲਾਹੌਰ ਵਿਚ ਪੁਲਿਸ ਅਫ਼ਸਰ ਨੂੰ ਮਾਰ ਕੇ ਫਾਂਸੀ ਹੋਇਆ ਸੀ*।"[16]

5. ਭਾਈ ਕੇਹਰ ਸਿੰਘ ਨੂੰ, ਸਾਹਨੇਵਾਲ ਦੇ ਡਾਕੇ ਵਿਚ ਸ਼ਾਹੂਕਾਰ ਖ਼ੁਸ਼ੀ ਰਾਮ ਦੇ ਅਣਚਾਹੇ ਤੌਰ 'ਤੇ ਹੋਏ ਕਤਲ ਦਾ, ਬਾਅਦ ਵਿਚ ਇੰਨਾ ਜ਼ਿਆਦਾ ਦੁੱਖ ਤੇ ਅਫ਼ਸੋਸ

---

* ਇਹ ਗਾਥਾ ਭਾਈ ਅਰਜਨ ਸਿੰਘ (ਖੁਖਰਾਨਾ) ਬਾਰੇ ਹੈ, ਜਿਸ ਨੇ 20 ਫ਼ਰਵਰੀ 1915 ਨੂੰ ਲਾਹੌਰ ਦੇ ਅਨਾਰਕਲੀ ਬਾਜ਼ਾਰ ਵਿਚ, ਤਾਂਗੇ ਵਿਚ ਜਾ ਰਹੇ ਕੁਝ ਗ਼ਦਰੀ ਵਰਕਰਾਂ ਨੂੰ ਰੋਕਣ ਤੇ ਉਨ੍ਹਾਂ ਦੀ ਤਲਾਸ਼ੀ ਲੈਣ ਦੀ ਗੁਸਤਾਖ਼ੀ ਕਰਨ ਵਾਲੇ ਪੁਲਿਸ ਅਫ਼ਸਰ ਨੂੰ ਥਾਏਂ ਹੀ ਗੋਲੀਆਂ ਮਾਰ ਕੇ ਪਾਰ ਬੁਲਾ ਦਿੱਤਾ ਸੀ, ਅਤੇ ਇਸ ਬਦਲੇ ਫਾਂਸੀ ਦਾ 'ਇਨਾਮ' ਹਾਸਲ ਕੀਤਾ ਸੀ!

15. Malwinderjit Singh Waraich and Harinder Singh (eds.), *Lahore Conspiracy Cases I and II*, p. 295.

16. ਚਰੰਜੀ ਲਾਲ ਕੰਗਣੀਵਾਲ, *ਜੀਵਨੀ ਗ਼ਦਰੀ ਬਾਬਾ ਸ਼ਹੀਦ ਮਾ: ਊਧਮ ਸਿੰਘ ਕਸੇਲ*, ਸਫ਼ਾ 123.

ਹੋਇਆ ਸੀ ਕਿ ਉਹ ਹਜ਼ਾਰੀ ਬਾਗ਼ ਦੀ ਜੇਲ੍ਹ ਵਿਚ ਅਤਿ ਦਰਜੇ ਦੀ ਮਾਨਸਿਕ ਪੀੜਾ ਦਾ ਸ਼ਿਕਾਰ ਹੋ ਗਿਆ ਸੀ। ਇਹ ਗੁਨਾਹ ਉਸ ਦੇ ਦਿਲ ਉੱਤੇ ਪੱਥਰ ਬਣ ਕੇ ਬਹਿ ਗਿਆ ਸੀ। ਉਹ ਲੰਮਾ ਚਿਰ ਹਸਪਤਾਲ ਵਿਚ ਰਿਹਾ ਅਤੇ ਸੁੱਕ ਕੇ ਪਿੰਜਰ ਬਣ ਗਿਆ ਸੀ। ਉਸ ਨੂੰ ਇਕ ਪਾਸੇ ਹੰਜੀਰਾਂ ਦੀ ਨਾਮੁਰਾਦ ਜਿਸਮਾਨੀ ਮਰਜ਼ ਚਿੰਬੜ ਗਈ ਸੀ, ਅਤੇ ਦੂਜਾ ਸ਼ਾਹੂਕਾਰ ਦੇ ਕੀਤੇ ਕਤਲ ਦੇ ਮਾਨਸਿਕ ਬੋਝ ਹੇਠ ਉਹ ਮਾਨਸਿਕ ਰੋਗੀ ਹੋ ਗਿਆ ਸੀ। ਅਜਿਹੀ ਕਰੁਣਾਮਈ ਮਾਨਸਿਕ ਦਸ਼ਾ ਵਿਚ ਉਸ ਨੇ ਜੇਲ੍ਹ ਦੇ ਸੁਪ੍ਰਿੰਟੈਂਡੈਂਟ ਅੱਗੇ ਵਾਸਤਾ ਪਾਇਆ ਕਿ ਉਹ, ਉਸ ਦੇ ਮਰਨ ਤੋਂ ਪਹਿਲਾਂ ਉਸ ਨੂੰ ਇਕ ਵਾਰ ਭਾਈ ਰਣਧੀਰ ਸਿੰਘ ਜੀ ਨਾਲ ਜ਼ਰੂਰ ਮਿਲਾ ਦੇਵੇ, ਜਿਸ ਨਾਲ ਉਸ ਦੀ ਜਾਨ ਸੌਖੀ ਨਿਕਲ ਜਾਵੇਗੀ। ਸੁਪ੍ਰਿੰਟੈਂਡੈਂਟ ਨੇ ਉਸ ਉੱਤੇ ਤਰਸ ਖਾ ਕੇ, ਇਕ ਦਿਨ ਰਾਤ ਨੂੰ ਭਾਈ ਰਣਧੀਰ ਸਿੰਘ ਜੀ ਨੂੰ ਚੋਰੀ ਚੋਰੀ ਉਨ੍ਹਾਂ ਦੀ ਬੈਰਕ ਵਿੱਚੋਂ ਕੱਢ ਕੇ ਹਸਪਤਾਲ ਵਿਚ ਭਾਈ ਕੇਹਰ ਸਿੰਘ ਨਾਲ ਮਿਲਾ ਦਿੱਤਾ ਸੀ। ਭਾਈ ਕੇਹਰ ਸਿੰਘ ਨੇ ਰੋਂਦਿਆਂ ਹੋਇਆਂ ਭਾਈ ਸਾਹਿਬ ਨੂੰ ਕਿਹਾ ਸੀ, "ਮੈਂ ਆਪਣੇ ਕਮਾਤੇ ਸਾਰੇ ਭਿਆਨਕ ਪਾਪ ਆਪ ਦੇ ਪਾਸ ਦੱਸ ਕੇ ਆਪਣੀ ਹਿੱਕ ਹੌਲੀ ਕਰਨੀ ਚਾਹੁੰਦਾ ਹਾਂ।" ਉਸ ਨੇ ਭਾਈ ਸਾਹਿਬ ਅੱਗੇ ਸ਼ਾਹੂਕਾਰ ਦੇ ਕਤਲ ਦੀ ਵਿਥਿਆ ਇੰਨ ਬਿੰਨ ਬਿਆਨ ਕਰਦਿਆਂ, ਬਿਲਬਿਲਾ ਕੇ ਕਿਹਾ ਕਿ "ਉਹਨਾਂ ਪਾਪਾਂ ਵਿੱਚੋਂ ਸਭ ਤੋਂ ਵੱਡਾ ਪਾਪ ਇਹ ਮੈਥੋਂ ਹੋਇਆ, ਜੋ ਸਾਰੇ ਦੁੱਖਾਂ ਦਾ ਮੂਲ ਹੈ।" ਗ਼ਦਰ ਪਾਰਟੀ ਵੱਲੋਂ ਡਾਕੇ ਮਾਰਨ ਦੇ ਗ਼ਲਤ ਰਾਹੇ ਪੈ ਜਾਣ ਦਾ ਉਸ ਨੂੰ ਪੁੱਜ ਕੇ ਦੁੱਖ ਤੇ ਪਛਤਾਵਾ ਹੋ ਰਿਹਾ ਸੀ। ਉਸ ਦੀਆਂ ਗੱਲਾਂ ਗਹਿਰ ਗੰਭੀਰ ਹੋ ਕੇ ਸੁਣ ਰਹੇ ਭਾਈ ਰਣਧੀਰ ਸਿੰਘ ਜੀ ਨੂੰ ਉਸ ਨੇ ਬੜੇ ਤਸਲੀਮ-ਕੁਨ ਲਹਿਜੇ ਵਿਚ ਇਹ ਲਫ਼ਜ਼ ਕਹੇ ਸਨ:

> 'ਮੈਂ ਏਥੇ ਆਪ ਨੂੰ ਇਕ ਗੱਲ ਪ੍ਰਗਟ ਕੀਤੇ ਬਿਨਾਂ ਨਹੀਂ ਰਹਿ ਸਕਦਾ ਕਿ ਅਸਾਡਾ ਕਾਜ਼ ਕਿਉਂ ਫ਼ੇਲ੍ਹ ਹੋਇਆ। ਬੜਾ ਉਪਕਾਰ ਭਰਿਆ ਪਵਿਤਰ ਕਾਜ਼ ਸੀ। ਇਸ ਨੇ ਕਦੇ ਫ਼ੇਲ੍ਹ ਨਹੀਂ ਸੀ ਹੋਣਾ। ਫ਼ੇਲ੍ਹ ਸਿਰਫ਼ ਇਸ ਕਰਕੇ ਹੋਇਆ ਕਿ ਮੇਰੇ ਵਰਗੇ ਪਾਪੀ ਪੁਰਸ਼ (ਮੈਂ ਇਕ ਨਹੀਂ, ਹੋਰ ਵੀ ਕਈ ਹੋਣਗੇ) ਇਸ ਮੂਵਮੈਂਟ ਵਿਚ ਸ਼ਾਮਲ ਹੋ ਗਏ ਸਨ। ਅਤੇ ਇਹੋ ਜਿਹੇ ਉਪੱਦ੍ਰਵ ਪੋਲੀਟੀਕਲ ਡਾਕਿਆਂ ਵਿਚ, ਇੱਕੜ ਦੁੱਕੜ ਨਹੀਂ, ਕਈ ਹੋ ਗਏ ਹੋਣਗੇ।"*

ਇਸ ਤਰ੍ਹਾਂ ਭਾਈ ਰਣਧੀਰ ਸਿੰਘ ਜੀ ਕੋਲ ਆਪਣਾ ਦਿਲ ਹੌਲਾ ਕਰ ਕੇ ਉਹ ਸ਼ਾਂਤ ਚਿੱਤ ਹੋ ਗਿਆ ਸੀ। ਸੁਪ੍ਰਿੰਟੈਂਡੈਂਟ ਨੇ ਅਗਲੇ ਦਿਨ ਉਸ ਦੀ ਹਾਲਤ ਦੇਖ ਕੇ ਉਸ ਨਾਲ ਸਾਰੇ ਸਿੱਖ ਕੈਦੀਆਂ ਦੀ ਹੀ ਮੁਲਾਕਾਤ ਕਰਾ ਦਿੱਤੀ ਸੀ। ਭਾਈ ਸਾਹਿਬ ਨੇ ਲਿਖਿਆ ਹੈ ਕਿ, "ਇਸ ਤੋਂ ਅਗਲੇ ਦਿਨ ਕੇਹਰ ਸਿੰਘ ਅਕਾਲ ਚਲਾਣਾ ਕਰ ਗਿਆ...ਅਸੀਂ ਸਾਰਿਆਂ ਨੇ ਉਸ ਦੇ ਚਲਾਣੇ ਨਮਿਤ ਅੰਦਰ ਬੈਠਿਆਂ ਨੇ ਅਰਦਾਸ ਕੀਤੀ।"[17]

ਇਸ ਤੋਂ ਪਤਾ ਚੱਲਦਾ ਹੈ ਕਿ ਗ਼ਦਰੀ ਸੰਗਰਾਮੀਏ ਕਿੰਨੇ ਮਾਨਵ-ਦਰਦੀ ਤੇ ਕੋਮਲ-ਚਿਤ ਇਨਸਾਨ ਸਨ!

---

* ਸਰਕਾਰੀ ਖ਼ਜ਼ਾਨੇ (ਬੈਂਕ ਆਦਿ) ਲੁੱਟਣ ਨਾਲੋਂ ਨਿੱਜੀ ਵਿਅਕਤੀਆਂ, ਖ਼ਾਸ ਕਰਕੇ ਸੂਦਖੋਰ ਬਿਰਤੀ ਵਾਲੇ ਸ਼ਾਹੂਕਾਰਾਂ ਨੂੰ ਲੁੱਟਣਾ ਇਸ ਦ੍ਰਿਸ਼ਟੀ ਤੋਂ ਥੋੜ੍ਹਾ ਜਿਹਾ ਵੱਧ ਮੁਸ਼ਕਲ ਹੋ ਜਾਂਦਾ ਹੈ, ਕਿ ਅਜਿਹੇ ਮਾਇਆਧਾਰੀਆਂ ਨੂੰ ਜਾਨ ਨਾਲੋਂ ਮਾਇਆ ਵੱਧ ਪਿਆਰੀ ਹੁੰਦੀ ਹੈ। ਉਹ ਸੌਖ ਨਾਲ ਪੈਸਾ ਤੇ ਸੋਨਾ ਚਾਂਦੀ ਨਹੀਂ ਕੱਢਦੇ। ਜਿਸ ਕਰਕੇ ਗ਼ਦਰੀਆਂ ਨੂੰ ਤਕਰੀਬਨ ਹਰ ਡਾਕੇ ਵਿਚ ਹੀ, ਸ਼ਾਹੂਕਾਰਾਂ ਸਮੇਤ ਉਨ੍ਹਾਂ ਦੇ ਪਰਿਵਾਰਕ ਮੈਂਬਰਾਂ ਨੂੰ ਵੀ, ਮਨੋਵਿਗਿਆਨਕ ਦਬਾਅ ਪਾਉਣ ਦੇ ਨਾਲ-ਨਾਲ ਜਿਸਮਾਨੀ ਤਸੀਹੇ ਦੇਣ ਦੇ 'ਉਪੱਦ੍ਰਵ' ਕਰਨੇ ਪਏ ਸਨ।

17. ਭਾਈ ਰਣਧੀਰ ਸਿੰਘ, *ਅਣਡਿਠੀ ਦੁਨੀਆਂ*, ਸਫ਼ੇ 199-204.

6. ਬਾਬਾ ਸੋਹਣ ਸਿੰਘ ਭਕਨਾ ਨੇ ਲਿਖਿਆ ਹੈ ਕਿ ਚੱਬੇ ਦੇ ਡਾਕੇ ਵਿਚ ਮਾਰੇ ਗਏ ਸ਼ਾਹੂਕਾਰ ਦੀ "ਵਿਧਵਾ ਇਸਤਰੀ, ਲੜਕੀ ਤੇ ਬੱਚੇ ਜਦੋਂ ਅਦਾਲਤ ਵਿਚ ਗਵਾਹੀ ਦੇਣ ਲਈ ਪੇਸ਼ ਹੋਏ ਤਾਂ ਉਹਨਾਂ ਨੂੰ ਦੇਖ ਕੇ ਮੇਰਾ ਲੂੰ ਲੂੰ ਕੰਬ ਗਿਆ। ਮੈਨੂੰ ਹੀ ਨਹੀਂ ਸਗੋਂ ਕਈਆਂ ਹੋਰਨਾਂ ਨੂੰ ਵੀ ਦੁੱਖ ਹੋਇਆ ਸੀ। ਮੈਂ ਗ਼ੁੱਸੇ ਨਾਲ ਵਿਆਕੁਲ ਹੋ ਕੇ ਕਰਤਾਰ ਸਿੰਘ ਨੂੰ ਪੁੱਛਿਆ ਕਿ 'ਇਹ ਡਾਕੇ ਮਾਰਨ ਦਾ ਉਦੇਸ਼ ਤੁਸਾਂ ਲੋਕਾਂ ਨੂੰ ਕਿਸ ਨੇ ਦੱਸਿਆ ਸੀ ? ਕੀ ਆਪਣੀਆਂ ਹੀ ਮਾਵਾਂ ਭੈਣਾਂ ਪੁਰ ਡਾਕੇ ਮਾਰਨ ਦਾ ਨਾਮ ਦੇਸ਼ ਭਗਤੀ ਹੈ ?' ਕਰਤਾਰ ਸਿੰਘ ਦਾ ਦਿਲ ਵੀ ਇਸ ਦਰਦ ਭਰੇ ਨਜ਼ਾਰੇ ਨੂੰ ਵੇਖ ਕੇ ਦੁੱਖ ਨਾਲ ਭਰ ਗਿਆ ਸੀ। ਉਸ ਨੇ ਅੱਖਾਂ ਭਰ ਕੇ ਉੱਤਰ ਦਿੱਤਾ, 'ਕੀ ਪਏ ਕਰਦੇ ਓ ? ਦੇਸ਼ ਦੇ ਨਾਮ ਪੁਰ ਤਾਂ ਕੋਈ ਇਕ ਫੁੱਟੀ ਕੌਡੀ ਵੀ ਦੇਣ ਨੂੰ ਤਿਆਰ ਨਹੀਂ ਸੀ, ਪਰ ਅੰਗਰੇਜ਼ਾਂ ਦੀ ਸਹਾਇਤਾ ਲਈ ਥੈਲੀਆਂ ਖ਼ਾਲੀ ਕਰ ਦੇਂਦੇ ਨੇ। ਆਖ਼ਰ ਮਜਬੂਰ ਹੋ ਕੇ ਸਾਨੂੰ ਵੀ ਬੰਗਾਲ ਆਦਿਕ ਪਾਰਟੀਆਂ ਦੀ ਰੀਸ ਕਰਨੀ ਪਈ।' ਇਹ ਜਵਾਬ ਸੁਣ ਕੇ ਓਹਨਾਂ ਹਿੰਦੁਸਤਾਨੀਆਂ ਦੀ ਕਮਅਕਲੀ ਪੁਰ ਬਹੁਤ ਅਫ਼ਸੋਸ ਹੋਇਆ ਜੋ ਅੰਗਰੇਜ਼ਾਂ ਉੱਤੋਂ ਤਾਂ ਸਰਬੰਸ ਵਾਰ ਦੇਣ ਲਈ ਤਿਆਰ ਬੈਠੇ ਨੇ, ਪਰ ਦੇਸ਼ ਭਗਤਾਂ ਦੀ ਸਹਾਇਤਾ ਵਾਸਤੇ ਇਕ ਕਾਣੀ ਕੌਡੀ ਵੀ ਦੇਣਾ ਨਹੀਂ ਜਾਣਦੇ। ਓਹਨਾਂ ਲੋਕਾਂ ਦੇ ਹੀ ਲੰਮੀ ਨਾ ਸੋਚਣ ਦਾ ਇਹ ਨਤੀਜਾ ਸੀ, ਜਿਸ ਦੀ ਆੜ ਵਿਚ ਨਵਾਬ ਖ਼ਾਂ ਨੇ ਦੇਸ਼ ਭਗਤਾਂ ਨੂੰ ਪੁੱਠੇ ਰਸਤੇ ਪਾਵਣ ਦਾ ਮੌਕਾ ਲੱਭ ਲਿਆ। ਨਹੀਂ ਤਾਂ ਕਿਥੇ ਕਰਤਾਰ ਸਿੰਘ ਤੇ ਕਿਥੇ ਆਪਣੇ ਦੇਸ਼ ਭਾਈਆਂ ਉੱਤੇ ਡਾਕੇ।"[18]

[*ਨੋਟ:* ਜਿਹੜੇ ਲੇਖਕਾਂ ਤੇ ਜੀਵਨੀਕਾਰਾਂ ਨੇ ਡਾਕੇ ਮਾਰਨ ਬਾਰੇ ਭਾਈ ਕਰਤਾਰ ਸਿੰਘ ਸਰਾਭਾ ਦੀ ਸਮਝ ਦੀ ਅੰਨ੍ਹੇਵਾਹ ਹਮਾਇਤ ਤੇ ਪ੍ਰੋੜ੍ਹਤਾ ਕੀਤੀ ਹੈ, ਓਹਨਾਂ ਨੂੰ ਬਾਬਾ ਸੋਹਣ ਸਿੰਘ ਭਕਨਾ ਤੇ ਭਾਈ ਕਰਤਾਰ ਸਿੰਘ ਸਰਾਭਾ ਦਾ ਉਪਰੋਕਤ ਵਾਰਤਾਲਾਪ ਡੂੰਘਾ ਧਿਆਨ ਲਾ ਕੇ ਪੜ੍ਹਨਾ ਚਾਹੀਦਾ ਹੈ। ਇਸ ਤੋਂ ਉਨ੍ਹਾਂ ਨੂੰ ਪਤਾ ਲੱਗੇਗਾ, ਕਿ ਉਚੇਰੇ ਆਦਰਸ਼ਾਂ ਨੂੰ ਦਿਲੋਂ ਪਰਨਾਏ ਵਿਅਕਤੀਆਂ ਦੇ ਹਿਰਦੇ ਕਿੰਨੇ ਸ਼ੁੱਧ, ਸੁੱਚੇ ਤੇ ਕੋਮਲ ਹੁੰਦੇ ਹਨ ਅਤੇ ਉਨ੍ਹਾਂ ਨੂੰ ਬਾਅਦ ਵਿਚ ਜਾ ਕੇ ਆਪਣੀਆਂ ਗ਼ਲਤੀਆਂ ਦਾ ਕਿੰਨਾ ਅਫ਼ਸੋਸ ਹੁੰਦਾ ਹੈ, ਅਤੇ ਇਸ ਵਜ੍ਹਾ ਕਰਕੇ ਉਨ੍ਹਾਂ ਨੂੰ ਗੁਨਾਹ ਤੇ ਪਛਤਾਵੇ ਦੀ ਕਿੰਨੀ ਮਾਨਸਿਕ ਪੀੜ ਸਹਿਣੀ ਪੈਂਦੀ ਹੈ। ਇਸ ਕਰਕੇ ਇਨਕਲਾਬੀ ਵਿਅਕਤੀਆਂ ਤੇ ਲਹਿਰਾਂ ਬਾਰੇ ਲਿਖਣ ਵੇਲੇ ਪੂਰੀ ਸੰਜੀਦਗੀ ਤੇ ਜ਼ੁੰਮੇਵਾਰੀ ਦਿਖਾਉਣੀ ਚਾਹੀਦੀ ਹੈ। ਇਸ ਨੂੰ 'ਸ਼ੁਗ਼ਲ' ਨਹੀਂ ਸਮਝਣਾ ਚਾਹੀਦਾ।]

---

18. ਬਾਬਾ ਸੋਹਣ ਸਿੰਘ ਭਕਨਾ, *ਮੇਰੀ ਰਾਮ ਕਹਾਣੀ*, ਸਫ਼ੇ 151-52.

12

ਵੇਲਾ ਆ ਗਿਆ ਗ਼ਦਰ ਮਚਾਵਣੇ ਦਾ!

ਵਿਸ਼ਵਾਸਘਾਤ ਤੇ ਨਿਰਾਸ਼ਾ

ਰਾਸ ਬਿਹਾਰੀ ਬੋਸ ਜਨਵਰੀ ਦੇ ਤੀਜੇ ਹਫ਼ਤੇ ਬਨਾਰਸ ਤੋਂ ਰਾਤ ਦੀ ਗੱਡੀ ਫੜ ਕੇ ਅੰਮ੍ਰਿਤਸਰ ਪਹੁੰਚ ਗਿਆ ਸੀ। ਉਸ ਦੇ ਆਉਣ ਤਕ ਗ਼ਦਰ ਪਾਰਟੀ ਨੇ, ਸਾਨਿਆਲ ਵੱਲੋਂ ਦਿੱਤੇ ਮਸ਼ਵਰੇ ਅਨੁਸਾਰ, ਪਾਰਟੀ ਕੇਂਦਰ ਸਥਾਪਤ ਕਰਨ ਦਾ ਕਾਰਜ ਨੇਪਰੇ ਚਾੜ੍ਹ ਲਿਆ ਸੀ। ਇਸ ਉਦੇਸ਼ ਲਈ ਅੰਮ੍ਰਿਤਸਰ ਤੇ ਲਾਹੌਰ ਅੰਦਰ ਢੁਕਵੇਂ ਮਕਾਨ ਕਿਰਾਏ 'ਤੇ ਲੈ ਲਏ ਸਨ। ਅੰਮ੍ਰਿਤਸਰ ਸ਼ਹਿਰ ਵਿਚ ਪਾਰਟੀ ਦੇ ਹੇਠ ਲਿਖੇ ਗੁਪਤ ਅੱਡੇ ਸਨ, ਜਿਵੇਂ (1) ਨਾਨਕ ਸਿੰਘ ਦਾ ਚੁਬਾਰਾ, (2) ਬਾਬਾ ਅਟੱਲ ਹਾਊਸ, (3) ਬੀਬੀ ਅਤਰੀ ਦਾ ਘਰ, (4) ਨੌਰੰਗ ਸਿੰਘ ਤਾਂਘੀ (ਦਰਜ਼ੀ) ਦੀ ਦੁਕਾਨ, (5) ਹਰਦਿੱਤ ਸਿੰਘ ਦੀ ਦੁਕਾਨ, (6) ਸੰਤ ਗੁਲਾਬ ਸਿੰਘ ਦੀ ਧਰਮਸ਼ਾਲਾ (7) ਵਰਪਾਲੀ ਧਰਮਸ਼ਾਲਾ, ਅਤੇ (8) ਰਸੂਲਪੁਰੀਆਂ ਦੀ ਹਵੇਲੀ। ਲਾਹੌਰ ਵਿਚ ਵੀ ਅੱਡ-ਅੱਡ ਕੰਮਾਂ ਲਈ ਵਰਤਣ ਵਾਸਤੇ ਚਾਰ ਪੰਜ ਮਕਾਨਾਂ ਦਾ ਇੰਤਜ਼ਾਮ ਕੀਤਾ ਗਿਆ ਸੀ। ਮੂਲਾ ਸਿੰਘ ਮੀਰਾਂਕੋਟੀਏ ਨੂੰ ਪਾਰਟੀ ਕੇਂਦਰ ਦਾ ਕਾਰ ਮੁਖ਼ਤਿਆਰ ਬਣਾਇਆ ਗਿਆ ਸੀ। ਰਾਸ ਬਿਹਾਰੀ ਨੂੰ ਅੰਮ੍ਰਿਤਸਰ ਵਿਖੇ ਅਟੱਲ ਹਾਊਸ ਵਿਚ ਠਹਿਰਾਇਆ ਗਿਆ ਸੀ। ਉਹ 5 ਫ਼ਰਵਰੀ ਤਕ ਉਥੇ ਰਿਹਾ ਅਤੇ ਇਸ ਸਾਰੇ ਸਮੇਂ ਦੇ ਦੌਰਾਨ ਉਹ ਇਕ ਵਾਰ ਵੀ ਮਕਾਨ ਤੋਂ ਬਾਹਰ ਨਹੀਂ ਨਿਕਲਿਆ ਸੀ। ਰੂਪੋਸ਼ੀ ਦੇ ਜੀਵਨ ਵਾਸਤੇ ਇਸ ਮਰਯਾਦਾ ਦਾ ਪਾਲਣ ਕਰਨਾ ਜਿੰਨਾ ਜ਼ਰੂਰੀ ਹੁੰਦਾ ਹੈ, ਓਨਾ ਹੀ ਮੁਸ਼ਕਲ ਵੀ ਹੁੰਦਾ ਹੈ। ਜਣਾ ਖਣਾ ਅਜਿਹਾ ਸੰਜਮ ਨਹੀਂ ਰੱਖ ਸਕਦਾ। ਇਹ ਗੁਣ ਕਿਸੇ ਕਿਸੇ ਵਿਚ ਹੀ ਹੁੰਦਾ ਹੈ।

ਰਾਸ ਬਿਹਾਰੀ ਬੋਸ ਨੇ ਆਉਂਦਿਆਂ ਹੀ ਪ੍ਰਮੁੱਖ ਗ਼ਦਰੀਆਂ ਨਾਲ ਸਲਾਹਾਂ ਮਸ਼ਵਰੇ ਕਰ ਕੇ ਸਮੁੱਚੇ ਕਾਰਜਾਂ ਦੀ ਸੁਚੱਜੀ ਵਿਉਂਤਬੰਦੀ ਕੀਤੀ। ਡਾਕੇ ਮਾਰਨ ਦੇ ਨਾਲੋ-ਨਾਲ ਛਾਉਣੀਆਂ ਵਿਚ ਪ੍ਰਚਾਰ ਅੰਦਰ ਤੇਜ਼ੀ ਲਿਆਉਣ ਦੇ ਯਤਨ ਕੀਤੇ ਗਏ। ਸਾਨਿਆਲ ਨੇ ਭਾਈ ਕਰਤਾਰ ਸਿੰਘ ਸਰਾਭਾ ਨਾਲ ਬੈਠ ਕੇ ਛਾਉਣੀਆਂ ਅੰਦਰ ਕੀਤੇ ਗਏ, ਤੇ ਕਰਨ ਗੋਚਰੇ ਕੰਮਾਂ ਦੀ ਤਫ਼ਸੀਲ ਤਿਆਰ ਕਰ ਲਈ ਸੀ। ਉਸ ਨੇ ਉਨ੍ਹਾਂ ਪਲਟਨਾਂ ਦੀ ਸੂਚੀ ਬਣਾਈ ਜਿਨ੍ਹਾਂ ਅੰਦਰ ਉਦੋਂ ਤਕ ਕੰਮ ਨਹੀਂ ਕੀਤਾ ਗਿਆ। ਇਸ ਤਰ੍ਹਾਂ ਇਨ੍ਹਾਂ ਪਲਟਨਾਂ ਅੰਦਰ ਪ੍ਰਚਾਰ ਕਰਨ ਦਾ ਕਾਰਜ ਤਰਜੀਹੀ ਮਿਥਿਆ ਗਿਆ ਅਤੇ ਇਸ ਮੰਤਵ ਲਈ ਅੱਡ-ਅੱਡ ਬੰਦਿਆਂ ਦੀਆਂ ਵਿਸ਼ੇਸ਼ ਡਿਊਟੀਆਂ ਲਾਈਆਂ ਗਈਆਂ।[1] ਇਹ ਅਮਲ ਬੋਸ ਦੇ ਪੰਜਾਬ ਆਉਣ ਤੋਂ ਪਹਿਲਾਂ ਹੀ ਸ਼ੁਰੂ ਹੋ ਗਿਆ ਸੀ। ਇਸ ਮੁਤਾਬਕ ਹਿਰਦੇ ਰਾਮ,

1. ਸਚਿੰਦਰ ਨਾਥ ਸਾਨਿਆਲ, *ਬੰਦੀ ਜੀਵਨ*, ਸਫ਼ਾ 46.

ਜਿਹੜਾ ਖ਼ੁਦ ਮੰਡੀ ਰਿਆਸਤ ਦਾ ਠਾਕਰ ਸੀ, ਨੂੰ ਜਨਵਰੀ ਦੇ ਅਖ਼ੀਰ ਵਿਚ ਜਲੰਧਰ ਛਾਉਣੀ ਵਿਚ ਡੋਗਰਿਆਂ ਨਾਲ ਸੰਪਰਕ ਕਰਨ ਲਈ ਭੇਜਿਆ ਗਿਆ। ਉਥੇ ਉਹ ਡੋਗਰਿਆਂ ਤੋਂ ਇਲਾਵਾ ਹੋਰਨਾਂ ਸਿਪਾਹੀਆਂ ਨੂੰ ਵੀ ਮਿਲਿਆ।

ਭਾਈ ਹਰਨਾਮ ਸਿੰਘ (ਕੋਟਲਾ) ਸੰਤ ਗੁਲਾਬ ਸਿੰਘ ਨਾਲ ਬੰਨੂ ਗਿਆ ਅਤੇ ਉਹ ਉਥੇ 35 ਨੰਬਰ ਸਿੱਖ ਰਜਮੈਂਟ ਦੇ ਕੁਝ ਸਿਪਾਹੀਆਂ ਨੂੰ ਮਿਲੇ। ਉਨ੍ਹਾਂ ਸਿਪਾਹੀਆਂ ਨੇ ਦੱਸਿਆ ਕਿ ਉਨ੍ਹਾਂ ਨੂੰ ਥੋੜ੍ਹੇ ਹੀ ਦਿਨਾਂ ਵਿਚ ਰਾਵਲਪਿੰਡੀ ਭੇਜਿਆ ਜਾ ਰਿਹਾ ਹੈ ਅਤੇ ਉਨ੍ਹਾਂ ਯਕੀਨ ਦੁਆਇਆ ਕਿ ਉਹ ਉਥੇ ਬਗ਼ਾਵਤ ਵਿਚ ਜ਼ਰੂਰ ਸ਼ਾਮਲ ਹੋ ਜਾਣਗੇ। ਭਾਈ ਹਰਨਾਮ ਸਿੰਘ ਨੇ ਰਾਵਲਪਿੰਡੀ, ਨੌਸ਼ਹਿਰਾ ਤੇ ਪਿਸ਼ਾਵਰ ਵੀ ਗੇੜਾ ਮਾਰਿਆ।

ਭਾਈ ਪਿਆਰਾ ਸਿੰਘ ਲੰਗੇਰੀ ਦਸੰਬਰ ਦੇ ਮਹੀਨੇ ਕੋਹਾਟ ਗਿਆ ਤੇ ਉਥੇ ਕੁਝ ਸਿਪਾਹੀਆਂ ਨੂੰ ਮਿਲਿਆ। ਭਾਈ ਗੁਰਮੁਖ ਸਿੰਘ ਲਲਤੋਂ ਤੇ ਭਾਈ ਊਧਮ ਸਿੰਘ ਵੜਿੰਗ ਰਾਵਲਪਿੰਡੀ, ਨੌਸ਼ਹਿਰਾ, ਪਿਸ਼ਾਵਰ, ਜੇਹਲਮ ਤੇ ਹੋਤੀ ਮਰਦਾਨ ਦੀਆਂ ਛਾਉਣੀਆਂ ਵਿਚ ਗਏ। ਇਸੇ ਦੌਰਾਨ ਭਾਈ ਜਵੰਦ ਸਿੰਘ (ਨੰਗਲ ਕਲਾਂ) ਨੇ ਕਪੂਰਥਲੇ ਜਾ ਕੇ ਰਸਾਲੇ ਨਾਲ ਸੰਪਰਕ ਕੀਤਾ। ਇਹ ਸਾਰਾ ਕੰਮ ਪੂਰੇ ਖ਼ੁਫ਼ੀਆ ਢੰਗਾਂ ਨਾਲ ਹੋ ਰਿਹਾ ਸੀ। 15 ਫ਼ਰਵਰੀ ਤਕ ਅੰਗਰੇਜ਼ੀ ਸਰਕਾਰ ਨੂੰ ਇਸ ਦੀ ਭਿਣਕ ਤਕ ਨਹੀਂ ਪਈ ਸੀ। ਉਸ ਦੀ ਸੀ.ਆਈ.ਡੀ., ਜਿਹੜੀ ਆਪਣੇ ਆਪ ਨੂੰ ਬੇਹੱਦ ਚਾਤਰ ਤੇ ਨਿਪੁੰਨ ਸਮਝਦੀ ਸੀ, ਨੂੰ ਇਸ ਦੀ ਉੱਕਾ ਹੀ ਕੋਈ ਸੂਹ ਨਹੀਂ ਲੱਗੀ ਸੀ। 26 ਨਵੰਬਰ ਨੂੰ ਝਾੜ ਸਾਹਿਬ ਤੇ ਫ਼ੇਰੂਸ਼ਹਿਰ ਦੇ ਬਦਨਸੀਬ ਘਟਨਾ-ਕ੍ਰਮਾਂ ਤੋਂ ਬਾਅਦ ਵੀ ਗ਼ਦਰ ਪਾਰਟੀ ਦਾ ਛਾਉਣੀਆਂ ਅੰਦਰਲੇ ਕੰਮ ਦਾ ਭੇਤ ਪ੍ਰਗਟ ਨਹੀਂ ਹੋਇਆ ਸੀ। ਇਹ ਸਾਰੀ ਕਹਾਣੀ ਚੱਬੇ ਦੇ ਡਾਕੇ ਕਰਕੇ ਵਿਗੜੀ, ਜਿਹਾ ਕਿ ਅੱਗੇ ਜਾ ਕੇ ਵੇਖਾਂਗੇ।

ਰਾਸ ਬਿਹਾਰੀ ਨੇ 15-16 ਦਿਨਾਂ ਦੇ ਬਾਅਦ, 6 ਫ਼ਰਵਰੀ ਨੂੰ ਆਪਣਾ ਅੱਡਾ ਅੰਮ੍ਰਿਤਸਰ ਤੋਂ ਲਾਹੌਰ ਤਬਦੀਲ ਕਰ ਲਿਆ ਸੀ। ਇਸ ਦਾ ਮੁੱਖ ਕਾਰਨ ਇਹ ਸੀ ਕਿ ਉਥੇ ਉਹ ਮੀਆਂਮੀਰ ਦੀ ਛਾਉਣੀ ਅੰਦਰ ਬਗ਼ਾਵਤ ਦੀਆਂ ਤਿਆਰੀਆਂ ਦੀ ਆਪ ਸਿੱਧੀ ਨਿਗਰਾਨੀ ਕਰ ਸਕਦਾ ਸੀ। ਕਿਉਂਕਿ ਇਹ ਛਾਉਣੀ ਉਨ੍ਹਾਂ ਦੀ ਸਮੁੱਚੀ ਯੋਜਨਾ ਦੀ ਚੂਲ ਸੀ। ਜਿਸ ਕਰਕੇ ਇਸ ਅੰਦਰ ਤਿਆਰੀ ਦਾ ਕੰਮ ਸਿੱਕੇਬੰਦ ਲੀਹਾਂ 'ਤੇ ਹੋਣਾ ਚਾਹੀਦਾ ਸੀ। ਇਸ ਵਿਚ ਕੋਈ ਕਾਣ ਕਸਰ ਨਹੀਂ ਰਹਿਣੀ ਚਾਹੀਦੀ ਸੀ।

ਲਾਹੌਰ ਅੰਦਰ ਪਹਿਲਾਂ ਚਾਰ ਘਰ ਕਿਰਾਏ 'ਤੇ ਲਏ ਗਏ ਸਨ। ਇਕ ਘਰ ਮੋਚੀ ਦਰਵਾਜ਼ੇ ਤੋਂ ਬਾਹਰ (ਇਸ ਘਰ ਦੇ ਹੇਠਾਂ ਦੁਕਾਨ ਸੀ), ਇਕ ਗਵਾਲ ਮੰਡੀ ਵਿਚ, ਇਕ ਗੁਮਟੀ ਬਾਜ਼ਾਰ ਵਿਚ, ਅਤੇ ਇਕ ਵੱਛੋਵਾਲੀ ਵਿਚ। ਇਹ ਦੋਨੋਂ ਮਗਰਲੇ ਘਰ ਪ੍ਰਚਾਰ ਲਈ ਗ਼ਦਰੀ ਸਾਹਿਤ ਛਾਪਣ ਵਾਸਤੇ ਲਏ ਗਏ ਸਨ। ਮੋਚੀ ਦਰਵਾਜ਼ੇ ਵਾਲਾ ਘਰ ਕਾਫ਼ੀ ਵੱਡਾ ਹੋਣ ਕਰਕੇ ਇਸ ਦੀ ਵਰਤੋਂ ਗ਼ਦਰੀਆਂ ਦੇ ਆਪਸ ਵਿਚ ਮਿਲਣ-ਗਿਲਣ ਲਈ ਕੀਤੀ ਜਾਂਦੀ ਸੀ। ਰਾਸ ਬਿਹਾਰੀ ਨੇ ਅੰਮ੍ਰਿਤਸਰੋਂ ਆ ਕੇ ਗਵਾਲ ਮੰਡੀ ਵਾਲੇ ਘਰ ਵਿਚ ਡੇਰੇ ਲਾਏ। ਇਸ ਘਰ ਨੂੰ ਉਚੇਚਾ ਇਸੇ ਕਾਰਜ ਲਈ ਲਿਆ ਗਿਆ ਸੀ, ਜਿਸ ਕਰਕੇ ਇਸ ਦਾ ਥੋੜ੍ਹੇ ਜਿਹੇ ਖ਼ਾਸੋ ਖ਼ਾਸ ਬੰਦਿਆਂ ਤੋਂ ਬਿਨਾਂ ਹੋਰ ਕਿਸੇ ਨੂੰ ਪਤਾ ਨਹੀਂ ਸੀ। ਇਹ ਘਰ ਰਾਏ ਬਹਾਦਰ ਗੰਗਾਰਾਮ ਦਾ ਸੀ, ਜਿਸ ਕਰਕੇ ਇਸ 'ਤੇ ਛੇਤੀ ਕੀਤਿਆਂ ਸ਼ੱਕ ਨਹੀਂ ਹੋ ਸਕਦਾ ਸੀ। ਥੋੜ੍ਹੇ ਹੀ ਦਿਨਾਂ ਪਿੱਛੋਂ ਗਵਾਲ ਮੰਡੀ ਵਿਚ ਹੀ ਇਕ ਹੋਰ ਘਰ ਲਿਆ ਗਿਆ, ਤਾਂ ਕਿ ਜਿਉਂ ਹੀ ਰਾਸ ਬਿਹਾਰੀ ਵਾਲੇ ਘਰ ਨੂੰ ਖ਼ਤਰਾ ਦਿਖਾਈ ਦੇਵੇ ਤਾਂ ਉਹ

ਉਸੇ ਵੇਲੇ ਇਸ ਨਵੇਂ ਘਰ ਵਿਚ ਚਲਾ ਜਾਵੇ। ਇਹ ਘਰ ਮਹਿਫ਼ੂਜ਼ ਹੋਣ ਕਰਕੇ, ਵਾਧੂ ਅਸਲਾ ਇਸ ਵਿਚ ਰੱਖਿਆ ਗਿਆ ਸੀ। ਇਸ ਘਰ ਦਾ ਪਤਾ ਹੋਰ ਵੀ ਥੋੜ੍ਹੇ ਜਿਹੇ ਬੰਦਿਆਂ (ਸੱਜਣ ਸਿੰਘ ਨਾਰੰਗਵਾਲ, ਕਰਤਾਰ ਸਿੰਘ ਸਰਾਭਾ ਆਦਿ) ਨੂੰ ਹੀ ਸੀ। ਇਹ ਸਮੁੱਚੀ ਯੋਜਨਾ ਰਾਸ ਬਿਹਾਰੀ ਦੀ ਸੀ। ਉਨ੍ਹਾਂ ਦਾ ਬਨਾਰਸ ਤੇ ਹੋਰਨਾਂ ਥਾਵਾਂ 'ਤੇ ਅਜਿਹਾ ਹੀ ਅਨੁਭਵ ਸੀ।

ਲਾਹੌਰ ਵਿਚ ਇਕ ਮਕਾਨ ਮੂਲ ਚੰਦ ਦੀ ਸਰਾਂ ਵਿਚ ਲੈ ਕੇ ਬੀਬੀ ਗੁਲਾਬ ਕੌਰ (ਬਖ਼ਸ਼ੀਵਾਲਾ) ਨੂੰ ਦਿੱਤਾ ਗਿਆ, ਜੋ ਲਾਹੌਰ ਵਿਚ ਪਾਰਟੀ ਅੱਡਿਆਂ ਦਾ ਪਤਾ ਸੁਰ ਰੱਖਦੀ। ਬਾਹਰੋਂ ਅੱਡਿਆਂ ਉੱਤੇ ਆਉਣ ਵਾਲੇ ਵਰਕਰ ਬੀਬੀ ਪਾਸੋਂ ਸੁੱਖ ਸਾਂਦ ਦਾ ਪਤਾ ਕਰ ਕੇ ਅੱਡਿਆਂ ਉੱਤੇ ਜਾਂਦੇ।

ਅੰਤਿਮ ਤਿਆਰੀਆਂ

ਫ਼ਰਵਰੀ ਚੜ੍ਹਦਿਆਂ ਹੀ ਕਰਤਾਰ ਸਿੰਘ ਸਰਾਭਾ, ਵਿਸ਼ਣੂ ਗਣੇਸ਼ ਪਿੰਗਲੇ ਤੇ ਸੁੱਚਾ ਸਿੰਘ ਪੰਜਾਬ ਤੋਂ ਬਾਹਰ ਛਾਉਣੀਆਂ ਵਿਚ ਪ੍ਰਚਾਰ ਕਰਨ ਜੁੱਟ ਗਏ ਸਨ।

ਭਾਈ ਕਰਤਾਰ ਸਿੰਘ ਸਰਾਭਾ ਮਨਸੂਰਾਂ ਦੇ ਡਾਕੇ ਵਿੱਚੋਂ ਮਿਲਿਆ ਸੋਨਾ ਤੇ ਚਾਂਦੀ ਲੈ ਕੇ 28 ਜਨਵਰੀ ਨੂੰ ਅੰਮ੍ਰਿਤਸਰ ਚਲਾ ਗਿਆ ਸੀ। ਸਾਹਨੇਵਾਲ ਤੇ ਮਨਸੂਰਾਂ ਦੇ ਡਾਕਿਆਂ ਵਿਚ ਸ਼ਾਮਲ ਉਸ ਦੇ ਕੁਝ ਦੂਸਰੇ ਸਾਥੀ, ਭਾਈ ਜਗਤ ਸਿੰਘ ਸੁਰਸਿੰਘੀਆ, ਹਰਨਾਮ ਸਿੰਘ ਸਿਆਲਕੋਟੀ, ਅਰਜਨ ਸਿੰਘ ਖੁਖਰਾਨਾ, ਬੀਰ ਸਿੰਘ ਬਾਹੋਵਾਲ, ਜਵੰਦ ਸਿੰਘ ਨੰਗਲ ਕਲਾਂ ਤੇ ਰਾਮ ਰੱਖਾ ਆਦਿ ਵੀ ਉਥੇ ਪਹੁੰਚ ਗਏ ਸਨ, ਜਿਥੇ ਉਹ ਗੁਲਾਬ ਸਿੰਘ ਦੀ ਧਰਮਸ਼ਾਲਾ ਵਿਚ ਇਕੱਠੇ ਹੋਏ। ਸਰਾਭੇ ਨੇ ਸੋਨਾ ਤੇ ਚਾਂਦੀ ਕਿਸੇ ਸੁਨਿਆਰ ਕੋਲੋਂ ਪਿਘਲਾਉਣ ਲਈ ਮੂਲਾ ਸਿੰਘ ਨੂੰ ਸੌਂਪ ਦਿੱਤਾ ਸੀ। ਉਥੋਂ ਵਿਹਲਾ ਹੋ ਕੇ ਉਹ ਅਟੱਲ ਹਾਊਸ ਗਿਆ ਅਤੇ ਰਾਸ ਬਿਹਾਰੀ ਨੂੰ ਮਿਲਿਆ। ਉਸ ਨੂੰ ਸਾਰੀ ਰਿਪੋਰਟ ਦਿੱਤੀ। ਮੂਲਾ ਸਿੰਘ ਸੁਨਿਆਰ ਕੋਲੋਂ ਸੋਨਾ ਚਾਂਦੀ ਪਿਘਲਾ ਲਿਆਇਆ। ਅਮਰ ਸਿੰਘ ਇਸ ਨੂੰ ਵੇਚਣ ਲਈ ਲਾਹੌਰ ਚਲਾ ਗਿਆ ਅਤੇ ਇਸ ਦੇ ਜੋ ਵੀ ਪੈਸੇ ਮਿਲੇ, ਉਹ ਉਨ੍ਹਾਂ ਰਾਸ ਬਿਹਾਰੀ ਬੋਸ ਨੂੰ ਸੌਂਪ ਦਿੱਤੇ। (ਡਾਕਿਆਂ ਵਿੱਚੋਂ ਹੋਈ 'ਕਮਾਈ' ਦਾ ਵੱਡਾ ਭਾਗ ਬੰਗਾਲੀਆਂ ਨੂੰ ਹੀ ਸੌਂਪ ਦਿੱਤਾ ਗਿਆ ਸੀ) ਭਾਈ ਕਰਤਾਰ ਸਿੰਘ ਸਰਾਭਾ ਦੋ ਤਿੰਨ ਦਿਨ ਲਗਾਤਾਰ ਅੰਮ੍ਰਿਤਸਰ ਹੀ ਰਿਹਾ ਅਤੇ ਰਾਸ ਬਿਹਾਰੀ ਨਾਲ ਬਗ਼ਾਵਤ ਦੀਆਂ ਅੰਤਿਮ ਤਿਆਰੀਆਂ ਬਾਰੇ ਬਾਰੀਕੀ ਵਿਚ ਸਲਾਹਵਾਂ ਹੁੰਦੀਆਂ ਰਹੀਆਂ। ਉਸ ਵੇਲੇ ਪਿੰਗਲੇ ਵੀ ਉਥੇ ਹੀ ਸੀ। ਸਰਾਭਾ ਪੰਜਾਬ ਤੋਂ ਬਾਹਰਲੀਆਂ ਛਾਉਣੀਆਂ ਅੰਦਰਲੀਆਂ ਦੇਸੀ ਪਲਟਣਾਂ ਅੰਦਰ ਗ਼ਦਰ ਦੇ ਪ੍ਰਚਾਰ ਬਾਰੇ ਬਹੁਤ ਗੰਭੀਰ ਤੇ ਉਤਾਵਲਾ ਸੀ। ਇਸ ਬਾਰੇ ਉਸ ਨੇ ਰਾਸ ਬਿਹਾਰੀ ਤੇ ਪਿੰਗਲੇ ਨਾਲ ਵਿਸਥਾਰ ਵਿਚ ਵਿਚਾਰ-ਚਰਚਾ ਕੀਤੀ ਅਤੇ ਕੁਝ ਠੋਸ ਨਿਰਣੇ ਲਏ। ਜਿਨ੍ਹਾਂ ਮੁਤਾਬਕ ਪਿੰਗਲੇ ਤੇ ਸਰਾਭੇ ਨੇ ਸੰਯੁਕਤ ਪ੍ਰਦੇਸ਼ ਦੀਆਂ ਛਾਉਣੀਆਂ ਅੰਦਰ ਜਾਣ ਦਾ ਪ੍ਰੋਗਰਾਮ ਉਲੀਕਿਆ।

2 ਫ਼ਰਵਰੀ ਨੂੰ ਭਾਈ ਕਰਤਾਰ ਸਿੰਘ ਨੇ ਅੰਮ੍ਰਿਤਸਰ ਸੰਤ ਗੁਲਾਬ ਸਿੰਘ ਦੀ ਧਰਮਸ਼ਾਲਾ ਵਿਚ ਤੇ ਬੀਬੀ ਅਤਰੀ ਦੇ ਘਰੇ ਆਪਣੇ ਸਾਥੀਆਂ ਨਾਲ ਜ਼ਰੂਰੀ ਵਿਚਾਰਾਂ ਕੀਤੀਆਂ। ਉਥੋਂ ਉਹ ਤੇ ਸੁੱਚਾ ਸਿੰਘ ਲੁਧਿਆਣੇ ਨੂੰ ਗਏ। ਸਰਾਭਾ ਇਸਲਾਮੀਆ ਬੋਰਡਿੰਗ

ਹਾਊਸ ਵਿਚ ਸੁੱਚਾ ਸਿੰਘ ਦੇ ਕਮਰੇ ਵਿਚ ਠਹਿਰਿਆ ਅਤੇ ਸੁੱਚਾ ਸਿੰਘ ਨੇ ਸਕੂਲ ਜਾ ਕੇ ਤਿੰਨ ਦਿਨਾਂ ਦੀ ਛੁੱਟੀ ਲੈ ਲਈ। ਲੁਧਿਆਣੇ ਤੋਂ ਉਨ੍ਹਾਂ ਦੋਵਾਂ ਨੇ ਰਾਤ ਦੀ ਗੱਡੀ ਫੜੀ ਅਤੇ ਅਗਲੇ ਦਿਨ ਸਵੇਰੇ ਹੀ ਮੇਰਠ ਪਹੁੰਚ ਗਏ। ਪਿੰਗਲੇ ਵੀ ਉਥੇ ਉਨ੍ਹਾਂ ਨਾਲ ਰਲ ਗਿਆ। ਸੁੱਚਾ ਸਿੰਘ ਦਾ ਬਾਪ ਫ਼ੌਜ ਵਿਚ ਸੀ ਜੋ ਉਸ ਵੇਲੇ ਫ਼ਰਾਂਸ ਅੰਦਰ ਜੰਗ ਦੇ ਮੋਰਚੇ 'ਤੇ ਸੀ। ਸੁੱਚਾ ਸਿੰਘ ਦੇ ਦੋ ਚਚੇਰੇ ਭਰਾ ਮੇਰਠ 12ਵੇਂ ਰਸਾਲੇ ਵਿਚ ਸਨ। ਉਸ ਵੇਲੇ ਰਸਾਲਾ ਲੜਾਈ ਦਾ ਅਭਿਆਸ ਕਰਨ ਲਈ ਬਾਹਰ ਫ਼ੀਲਡ ਵਿਚ ਗਿਆ ਹੋਇਆ ਸੀ। ਪਰ ਫਿਰ ਵੀ ਸਰਾਭੇ ਹੁਰਾਂ ਨੂੰ ਰਸਾਲੇ ਦੇ ਕੁਝ ਸਵਾਰ ਮਿਲ ਗਏ ਸਨ। ਉਨ੍ਹਾਂ ਨੇ ਇਨ੍ਹਾਂ ਸਵਾਰਾਂ ਨਾਲ ਗੱਲਾਂ ਬਾਤਾਂ ਕੀਤੀਆਂ। ਇਨ੍ਹਾਂ 'ਚੋਂ ਇਕ ਭਾਈ ਈਸ਼ਰ ਸਿੰਘ ਉਨ੍ਹਾਂ ਦਾ ਪੱਕਾ ਯੁੱਧ-ਸਾਥੀ ਬਣ ਗਿਆ ਸੀ। ਉਨ੍ਹਾਂ ਨੇ 128ਵੇਂ ਪਾਇਓਨੀਅਰਜ਼ ਦੇ ਫੂਲਾ ਸਿੰਘ ਅਤੇ ਮੇਰਠ ਗੈਰੀਸਨ (ਕਿਲ੍ਹੇ ਦੀ ਰਾਖੀ ਕਰਨ ਵਾਲੀ ਫ਼ੌਜ) ਦੇ ਕੁਝ ਕੁ ਸਿਪਾਹੀਆਂ ਨੂੰ ਵੀ ਗ਼ਦਰ ਦਾ ਸੰਦੇਸ਼ ਦੇ ਕੇ, ਉਨ੍ਹਾਂ ਦੀ ਬਗ਼ਾਵਤ ਲਈ ਹਾਮੀ ਲੈ ਲਈ ਸੀ।

ਅਗਲੇ ਦਿਨ, 4 ਫ਼ਰਵਰੀ ਨੂੰ, ਸਰਾਭਾ ਤੇ ਸੁੱਚਾ ਸਿੰਘ ਮੇਰਠ ਤੋਂ ਆਗਰੇ ਚਲੇ ਗਏ। ਉਥੇ ਉਨ੍ਹਾਂ ਨੂੰ ਕੋਈ ਸਿੱਖ ਪਲਟਨ ਨਾ ਮਿਲੀ। ਤਾਂ ਵੀ ਉਹ ਬਿਨਾਂ ਜਾਣ-ਪਛਾਣ ਤੋਂ ਪਿਆਦਾ ਫ਼ੌਜ ਦੀਆਂ ਦੋ ਰਜਮੈਂਟਾਂ ਦੀਆਂ ਬਾਰਕਾਂ ਵਿਚ ਚਲੇ ਗਏ ਪਰ ਕਿਸੇ ਵੀ ਸਿਪਾਹੀ ਨੇ ਡਰਦਿਆਂ ਉਨ੍ਹਾਂ ਦੀਆਂ ਗੱਲਾਂ ਦਾ ਬਹੁਤਾ ਹੁੰਗਾਰਾ ਨਾ ਭਰਿਆ। ਉਹ ਬਹੁਤੀ ਵੇਰ ਬਿਨਾਂ ਕਿਸੇ ਜਾਣ-ਪਛਾਣ ਦੇ ਇਸੇ ਤਰ੍ਹਾਂ ਸਿੱਧੇ ਬਾਰਕਾਂ ਅੰਦਰ ਜਾ ਵੜਦੇ ਸਨ ਅਤੇ ਸਾਹਮਣੇ ਜੋ ਵੀ ਸਿੱਖ ਸਿਪਾਹੀ ਨਜ਼ਰ ਆਉਂਦਾ ਸੀ, ਉਸ ਨਾਲ ਗੱਲੀਂ ਲੱਗ ਜਾਂਦੇ ਸਨ। ਉਨ੍ਹਾਂ ਨੂੰ ਸਿੱਖ ਫ਼ੌਜੀਆਂ ਨਾਲ ਗੱਲਬਾਤ ਕਰਨ ਦੀ ਅਜਿਹੀ ਜਾਚ ਆ ਗਈ ਸੀ ਕਿ ਉਨ੍ਹਾਂ ਦੀਆਂ ਗੱਲਾਂ ਸੁਣ ਕੇ ਫ਼ੌਜੀ ਜਵਾਨਾਂ ਅੰਦਰ ਸਿੱਖੀ ਦਾ ਜਜ਼ਬਾ ਤੇ ਜੋਸ਼ ਜਾਗ ਉੱਠਦਾ ਸੀ ਅਤੇ ਉਹ ਝੱਟ ਬਗ਼ਾਵਤ ਕਰਨ ਲਈ ਸਹਿਮਤ ਹੋ ਜਾਇਆ ਕਰਦੇ ਸਨ। ਗ਼ਦਰੀਆਂ ਦੀ ਪੁੱਛ-ਗਿੱਛ ਕਰਨ ਵਾਲੇ ਦੋ ਵੱਡੇ ਪੁਲਿਸ ਅਫ਼ਸਰਾਂ ਨੇ ਭਾਈ ਕਰਤਾਰ ਸਿੰਘ ਸਰਾਭਾ ਅਤੇ ਹੋਰਨਾਂ ਗ਼ਦਰੀਆਂ ਦੇ ਬੈਰਕਾਂ ਅੰਦਰ ਜਾਣ ਦੇ ਹੌਂਸਲੇ 'ਤੇ ਨਿਡਰਪੁਣੇ ਉੱਤੇ ਹੈਰਾਨੀ ਪ੍ਰਗਟਾਈ ਹੈ।[2] ਸਰਾਭਾ ਤਾਂ ਜਿਵੇਂ ਨਿਧੜਕ ਹੋ ਕੇ ਸਿੱਧਾ ਬਾਰਕਾਂ ਦੇ ਅੰਦਰ ਚਲਾ ਜਾਂਦਾ ਸੀ, ਉਸ ਦੀ ਇਸ ਨਿਡਰਤਾ ਨੂੰ ਵੇਖ ਕੇ ਸਿਪਾਹੀਆਂ ਦੇ ਦਿਲਾਂ ਵਿਚ ਇਹ ਆਉਂਦਾ ਸੀ, ਕਿ ਜੇਕਰ ਇਸ ਮਲੂਕ ਜਿਹੇ ਮੁੰਡੇ ਨੂੰ ਮੌਤ ਦੀ ਮਾਸਾ ਪ੍ਰਵਾਹ ਨਹੀਂ, ਤਾਂ ਸਾਡਾ ਇਸ ਦਾ ਸਾਥ ਦੇਣ ਤੋਂ ਡਰਨਾ ਸ਼ੋਭਾ ਨਹੀਂ ਦਿੰਦਾ। ਉਹ ਉਸ ਦੀ ਦਲੇਰੀ ਤੋਂ ਪ੍ਰਭਾਵਿਤ ਹੋ ਕੇ ਉਸ ਦੇ ਦੀਵਾਨੇ ਹੋ ਜਾਂਦੇ ਸਨ। 26ਵੀਂ ਰਜਮੈਂਟ ਦੇ ਭਾਈ ਹਰਨਾਮ ਸਿੰਘ ਕਾਲਾਸੰਘਿਆ ਨੇ 27 ਜਨਵਰੀ 1974 ਨੂੰ ਪ੍ਰੋ. ਹਰੀਸ਼ ਕੇ. ਪੁਰੀ ਨਾਲ ਗੱਲਬਾਤ ਕਰਦਿਆਂ ਦੱਸਿਆ ਸੀ ਕਿ ਕਰਤਾਰ ਸਿੰਘ ਸਰਾਭਾ ਮੰਤਰ-ਮੁਗਧ ਕਰ ਲੈਣ ਵਾਲੀ ਦਲੇਰੀ ਤੇ ਵਿਸ਼ਵਾਸ ਨਾਲ ਅਕਸਰ ਬੈਰਕਾਂ ਵਿਚ ਆਉਂਦਾ ਰਹਿੰਦਾ, ਕਦੀ ਸਾਧੂ ਦੇ ਭੇਸ ਵਿਚ, ਕਦੀ ਝਾੜੂ ਦੇਣ ਵਾਲੇ ਵਜੋਂ ਤੇ ਕਦੇ ਫ਼ਕੀਰ ਬਣ ਕੇ।[3] ਇਸ ਪੱਖ ਤੋਂ ਕਰਤਾਰ ਸਿੰਘ ਸਰਾਭਾ ਦੀ ਸੁੱਚਾ ਸਿੰਘ ਨਾਲ ਪੂਰੀ ਮੀਜਾ ਮਿਲਦੀ ਸੀ। ਸੁੱਚਾ ਸਿੰਘ ਤਾਂ ਉਮਰ ਵਿਚ

2. Ismonger and Slattery, 'Ghadar Conspiracy Report', in Bhai Nahar Singh M.A. and Kirpal Singh (eds.), *Struggle for Free Hindustan (Ghadar) Movement*, Vol. 1, p. 141.
3. ਹਰੀਸ਼ ਕੇ. ਪੁਰੀ, *ਗ਼ਦਰ ਲਹਿਰ: ਵਿਚਾਰਧਾਰਾ, ਜਥੇਬੰਦੀ, ਰਣਨੀਤੀ*, ਸਫ਼ਾ 229.

ਸਰਾਭੇ ਤੋਂ ਵੀ ਛੋਟਾ ਸੀ। ਉਹ ਅਜੇ ਸਕੂਲ ਵਿਚ ਹੀ ਪੜ੍ਹਦਾ ਸੀ। ਇਸ ਕਰਕੇ ਉਸ ਦੇ ਹੌਂਸਲੇ ਤੇ ਜ਼ਿੰਦਾ-ਦਿਲੀ ਦਾ ਸਿੱਖ ਸਿਪਾਹੀਆਂ ਉੱਤੇ ਤਕੜਾ ਅਸਰ ਪੈਂਦਾ ਸੀ। ਜਿਸ ਕਰਕੇ ਛਾਉਣੀਆਂ ਅੰਦਰ ਇਸ ਜੋੜੀ ਨੂੰ ਜਿੰਨੀ ਸਫਲਤਾ ਮਿਲੀ, ਉਹ ਹੈਰਾਨੀਜਨਕ ਸੀ।

ਆਗਰੇ ਤੋਂ ਬਿਨਾਂ ਠੋਸ ਕਮਾਈ ਕੀਤਿਆਂ ਉਹ ਅਗਲੇ ਦਿਨ, 5 ਫ਼ਰਵਰੀ ਨੂੰ ਦੋਨੋਂ ਇਕੱਠੇ ਕਾਨ੍ਹਪੁਰ ਚਲੇ ਗਏ। ਉਥੇ ਉਨ੍ਹਾਂ ਨੇ ਕੁਝ ਮੁਸਲਮਾਨ ਸਿਪਾਹੀਆਂ ਨੂੰ ਗ਼ਦਰ ਵਿਚ ਸ਼ਾਮਲ ਹੋਣ ਲਈ ਪ੍ਰੇਰਿਤ ਕਰਨ ਦਾ ਯਤਨ ਤਾਂ ਕੀਤਾ ਪਰ ਬਹੁਤੀ ਸਫਲਤਾ ਨਾ ਮਿਲੀ। ਅਗਲੇ ਦਿਨ 6 ਫ਼ਰਵਰੀ ਨੂੰ ਉਹ ਕਾਨ੍ਹਪੁਰ ਤੋਂ ਅਲਾਹਾਬਾਦ ਚਲੇ ਗਏ। ਉਥੇ ਵੀ ਉਹ ਬਗ਼ੈਰ ਜਾਣ-ਪਛਾਣ ਤੋਂ ਪਹਿਲਾਂ ਤੋਪਖ਼ਾਨੇ ਦੀਆਂ ਬਾਰਕਾਂ ਵਿਚ ਗਏ, ਪਰ ਉਨ੍ਹਾਂ ਨੂੰ ਗ਼ੈਰ-ਸਿੱਖ ਸਿਪਾਹੀਆਂ ਕੋਲੋਂ ਕੋਈ ਖ਼ਾਸ ਹੁੰਗਾਰਾ ਨਾ ਮਿਲਿਆ। ਫਿਰ ਉਹ ਪਿਆਦਾ ਸਿਪਾਹੀਆਂ ਦੀ ਬਾਰਕ ਅੰਦਰ ਚਲੇ ਗਏ ਜਿਥੇ ਇਕ ਹੌਲਦਾਰ ਉਨ੍ਹਾਂ ਨੂੰ ਪੂਰੇ ਤਪਾਕ ਨਾਲ ਮਿਲਿਆ ਅਤੇ ਉਨ੍ਹਾਂ ਦੇ ਕਾਜ਼ ਨਾਲ ਸਹਿਮਤੀ ਪ੍ਰਗਟਾਈ। ਅਲਾਹਾਬਾਦ ਤੋਂ ਉਸੇ ਹੀ ਦਿਨ ਉਹ ਬਨਾਰਸ ਨੂੰ ਚੱਲ ਪਏ। ਉਥੇ ਉਹ ਸਚਿੰਦਰ ਨਾਥ ਸਾਨਿਆਲ ਤੇ ਵਿਨਾਯਕ ਰਾਓ ਕਾਪਲੈ ਨੂੰ ਮਿਲੇ ਅਤੇ ਉਨ੍ਹਾਂ ਨਾਲ ਭਰਪੂਰ ਵਿਚਾਰ-ਵਟਾਂਦਰਾ ਹੋਇਆ। 7 ਫ਼ਰਵਰੀ ਨੂੰ ਉਨ੍ਹਾਂ ਨੇ ਬਨਾਰਸ ਵਿਚ ਅੰਗਰੇਜ਼ੀ ਦੇ *ਪਾਈਓਨੀਅਰ* ਅਖ਼ਬਾਰ 'ਚ ਚੱਬੇ ਵਾਲੇ ਡਾਕੇ ਦੀ ਮਾੜੀ ਖ਼ਬਰ ਪੜ੍ਹੀ। ਉਥੇ ਬੰਗਾਲੀਆਂ ਦੀ ਦੱਸ ਉੱਤੇ ਉਨ੍ਹਾਂ ਨੂੰ ਛਾਉਣੀ ਵਿਚ ਦਿਲਾ ਸਿੰਘ ਨਾਂ ਦਾ ਇਕ ਰਾਜਪੂਤ ਸਿਪਾਹੀ ਮਿਲ ਗਿਆ। ਉਨ੍ਹਾਂ ਨੇ ਦਿਲਾ ਸਿੰਘ ਨਾਲ ਗ਼ਦਰ ਪਾਰਟੀ ਦੇ ਪ੍ਰੋਗਰਾਮ ਬਾਰੇ ਵਿਚਾਰ ਚਰਚਾ ਕੀਤੀ ਅਤੇ ਉਸ ਨੂੰ ਆਗਰੇ ਰਾਜਪੂਤ ਪਲਟਨ ਅੰਦਰ ਬੰਦੇ ਲੱਭਣ ਲਈ ਪ੍ਰੇਰਿਆ। ਅਗਲੇ ਦਿਨ, 8 ਫ਼ਰਵਰੀ ਨੂੰ, ਉਹ ਬਨਾਰਸ ਤੋਂ ਸਾਨਿਆਲ ਦੇ ਕਹਿਣ 'ਤੇ ਦਾਨਾਪੁਰ ਚਲੇ ਗਏ। ਉਥੇ ਇਕ ਸਿੱਖ ਪਲਟਨ ਵਿੱਚੋਂ ਉਨ੍ਹਾਂ ਨੂੰ ਕੁਝ ਚੰਗੇ ਬੰਦੇ ਮਿਲ ਗਏ। ਦਾਨਾਪੁਰ ਤੋਂ ਸਰਾਭਾ ਤਾਂ ਲਖਨਊ ਚਲਾ ਗਿਆ ਪਰ ਸੁੱਚਾ ਸਿੰਘ ਫ਼ੈਜ਼ਾਬਾਦ ਜਾ ਪਹੁੰਚਿਆ, ਜਿਥੇ ਉਸ ਨੇ ਹਰਨਾਮ ਸਿੰਘ ਹਵਾਲਦਾਰ ਨੂੰ ਮਿਲ ਕੇ ਉਸ ਨੂੰ ਗ਼ਦਰ ਦੀ ਪਲੈਨ ਦੱਸੀ ਅਤੇ ਉਸ ਨੂੰ ਆਪਣੇ ਸਾਥੀ ਸਿਪਾਹੀਆਂ ਨੂੰ ਬਗ਼ਾਵਤ ਲਈ ਪ੍ਰੇਰਨ ਦੀ ਸਲਾਹ ਦਿੱਤੀ। ਉਧਰ ਸਰਾਭਾ ਲਖਨਊ ਵਿਚ ਸਿੱਧਾ 12 ਨੰਬਰ ਰਸਾਲੇ ਦੀਆਂ ਬਾਰਕਾਂ ਵਿਚ ਜਾ ਵੜਿਆ ਸੀ। ਉਥੇ ਉਸ ਨੂੰ ਖ਼ਬਰ ਮਿਲੀ ਕਿ ਰਸਾਲਾ ਕੁਝ ਦਿਨ ਪਹਿਲਾਂ ਲੜਾਈ ਦੇ ਮੋਰਚੇ 'ਤੇ ਭੇਜ ਦਿੱਤਾ ਗਿਆ ਸੀ। ਸੁੱਚਾ ਸਿੰਘ ਵੀ ਫ਼ੈਜ਼ਾਬਾਦ ਤੋਂ ਲਖਨਊ ਆ ਗਿਆ ਸੀ। ਲਖਨਊ ਤੋਂ ਉਹ ਦੋਨੋਂ 9 ਫ਼ਰਵਰੀ ਨੂੰ ਪਿੰਗਲੇ ਨਾਲ ਦਿੱਲੀ ਚਲੇ ਗਏ ਸਨ। 11 ਫ਼ਰਵਰੀ ਨੂੰ ਉਹ ਤਿੰਨੋਂ ਜਣੇ ਇਕੱਠੇ ਵਾਪਸ ਲਾਹੌਰ ਆ ਗਏ।

ਇਸ ਸਾਰੇ ਸਮੇਂ ਦੇ ਦੌਰਾਨ 23ਵੇਂ ਰਸਾਲੇ ਵਾਲੇ ਸਿਪਾਹੀ ਗ਼ਦਰੀਆਂ ਉੱਤੇ ਛੇਤੀ ਬਗ਼ਾਵਤ ਕਰਨ ਲਈ ਲਗਾਤਾਰ ਦਬਾਅ ਪਾਉਂਦੇ ਰਹੇ। ਉਨ੍ਹਾਂ ਨੂੰ ਡਰ ਸੀ ਕਿ ਉਨ੍ਹਾਂ ਦੀ ਪਲਟਨ ਨੂੰ ਕਿਸੇ ਵੇਲੇ ਵੀ ਪੱਛਮੀ ਮੋਰਚੇ 'ਤੇ ਜਾਣ ਦੇ ਫ਼ਰਮਾਨ ਜਾਰੀ ਹੋ ਸਕਦੇ ਸਨ। ਉਹ ਅੰਗਰੇਜ਼ਾਂ ਲਈ ਆਪਣੀਆਂ ਜਾਨਾਂ ਗਵਾਉਣ ਲਈ ਉੱਕਾ ਹੀ ਤਿਆਰ ਨਹੀਂ ਸਨ। ਉਨ੍ਹਾਂ ਨੇ ਆਪਣੀਆਂ ਜ਼ਿੰਦਗੀਆਂ ਨੂੰ ਆਪਣੇ ਪੰਥ ਤੇ ਦੇਸ਼ ਲਈ ਕੁਰਬਾਨ ਕਰ ਦੇਣ ਦਾ ਪੱਕਾ ਨਿਸਚਾ ਕਰ ਲਿਆ ਹੋਇਆ ਸੀ। ਇਸ ਕਰਕੇ ਉਹ ਬਗ਼ਾਵਤ ਕਰਨ ਵਿਚ ਹੋ ਰਹੀ ਦੇਰੀ ਤੋਂ ਪਰੇਸ਼ਾਨ ਸਨ। ਅੰਤ ਵਿਚ ਓਹੀ ਗੱਲ ਹੋਈ ਜਿਸ ਦਾ ਉਨ੍ਹਾਂ

ਨੂੰ ਡਰ ਸੀ। ਫ਼ਰਵਰੀ ਦੇ ਦੂਜੇ ਹਫ਼ਤੇ ਉਨ੍ਹਾਂ ਨੂੰ ਇਹ ਪੱਕੀ ਸੂਚਨਾ ਮਿਲ ਗਈ ਸੀ, ਕਿ ਉਨ੍ਹਾਂ ਦੀ ਪਲਟਨ ਦੇ ਪਹਿਲੀ ਮਾਰਚ ਨੂੰ ਫ਼ਰਾਂਸ (ਨੌਂਗਾਂਗ) ਲਈ ਰਵਾਨਾ ਹੋਣ ਦੇ ਆਰਡਰ ਜਾਰੀ ਹੋ ਗਏ ਸਨ। ਇਹ ਪਤਾ ਚੱਲਦਿਆਂ ਹੀ ਉਨ੍ਹਾਂ ਨੇ ਇਹ ਗੱਲ ਗ਼ਦਰੀ ਆਗੂਆਂ ਨੂੰ ਜਾ ਦੱਸੀ। ਸਬੱਬ ਨਾਲ ਕਰਤਾਰ ਸਿੰਘ ਸਰਾਭਾ ਤੇ ਪਿੰਗਲੇ ਸੰਯੁਕਤ ਪ੍ਰਦੇਸ਼ ਦੀਆਂ ਛਾਉਣੀਆਂ ਦਾ ਤੂਫ਼ਾਨੀ ਚੱਕਰ ਲਾ ਕੇ ਉਸ ਵੇਲੇ ਤਕ ਲਾਹੌਰ ਵਾਪਸ ਆ ਚੁੱਕੇ ਸਨ। ਉਧਰ ਭਾਈ ਗੁਰਮੁਖ ਸਿੰਘ ਲਲਤੋਂ ਤੇ ਭਾਈ ਊਧਮ ਸਿੰਘ ਵੜਿੰਗ ਵੀ ਰਾਵਲਪਿੰਡੀ ਤੋਂ ਮੁੜ ਆਏ ਸਨ ਅਤੇ ਉਨ੍ਹਾਂ ਨੇ ਇਹ ਉਤਸ਼ਾਹਜਨਕ ਰਿਪੋਰਟ ਦਿੱਤੀ ਸੀ ਕਿ ਜੇਹਲਮ, ਰਾਵਲਪਿੰਡੀ, ਹੋਤੀ ਮਰਦਾਨ ਤੇ ਪਿਸ਼ਾਵਰ ਦੀਆਂ ਸਿੱਖ ਪਲਟਨਾਂ ਬਗ਼ਾਵਤ ਲਈ ਕਮਰਕੱਸੇ ਕਰੀ ਬੈਠੀਆਂ ਹਨ ਅਤੇ ਬਹੁਤ ਬੇਤਾਬੀ ਨਾਲ ਬਗ਼ਾਵਤ ਦੀ ਤਾਰੀਕ ਦੀ ਉਡੀਕ ਕਰ ਰਹੀਆਂ ਹਨ।

ਪੁਲਿਸ ਦਾ ਮੁਖ਼ਬਰ ਪਾਰਟੀ ਵਿਚ ਘੁਸ ਗਿਆ

ਉਧਰ ਚੱਬੇ ਦੇ ਡਾਕੇ ਦੌਰਾਨ ਵਾਪਰੇ ਮਨਹੂਸ ਘਟਨਾ-ਕ੍ਰਮ ਦੀ ਬਦੌਲਤ ਗ਼ਦਰ ਪਾਰਟੀ ਲਈ ਇਹ ਸਮਾਂ ਕਾਫ਼ੀ ਬਿਪਤਾਵਾਂ ਭਰਿਆ ਸੀ। ਡਾਕੇ ਦੌਰਾਨ ਮੌਕੇ 'ਤੇ ਫੜੇ ਗਏ ਕਾਲਾ ਸਿੰਘ ਨੇ ਪੁਲਿਸ ਕੋਲ ਪਾਰਟੀ ਦੇ ਕਾਫ਼ੀ ਭੇਤ ਖੋਲ੍ਹ ਦਿੱਤੇ ਸਨ। ਉਸ ਨੇ ਪੁਲਿਸ ਨੂੰ ਦੱਸ ਦਿੱਤਾ ਸੀ ਕਿ ਇਸ ਡਾਕੇ ਵਿਚ ਗਿੱਲਵਾਲੀ ਪਿੰਡ ਦਾ ਸੁਰੈਣ ਸਿੰਘ (ਵੱਡਾ) ਸ਼ਾਮਲ ਸੀ। ਪੁਲਿਸ ਨੇ ਝਟਪਟ ਸੁਰੈਣ ਸਿੰਘ ਨੂੰ ਜਾ ਦਬੋਚਿਆ। ਉਸ ਨੇ ਕੁੱਟ ਮਾਰ ਦੌਰਾਨ ਇਹ ਦੱਸ ਦਿੱਤਾ ਕਿ ਇਸ ਡਾਕੇ ਵਿਚ ਮੀਰਾਂਕੋਟ ਪਿੰਡ ਦੇ ਮੂਲਾ ਸਿੰਘ ਅਤੇ ਸੁਰਸਿੰਘ ਪਿੰਡ ਦੇ ਪ੍ਰੇਮ ਸਿੰਘ ਦਾ ਹੱਥ ਹੈ। ਜਦੋਂ ਅਗਲੇਰੀ ਤਫ਼ਤੀਸ਼ ਦੌਰਾਨ ਪੁਲਿਸ ਅਫ਼ਸਰਾਂ ਨੂੰ ਇਹ ਪਤਾ ਲੱਗਿਆ ਕਿ ਮੂਲਾ ਸਿੰਘ ਤੇ ਪ੍ਰੇਮ ਸਿੰਘ ਦੋਨੋਂ ਬਦੇਸ਼ਾਂ ਤੋਂ ਪਰਤੇ ਬੰਦੇ ਹਨ, ਤਾਂ ਉਨ੍ਹਾਂ ਦੇ ਕੰਨ ਇਕ ਦਮ ਖੜੇ ਹੋ ਗਏ। ਇਸ ਨਾਲ ਪੁਲਿਸ ਨੂੰ ਇਸ ਨਿਰਣੇ 'ਤੇ ਅੱਪੜਨ ਵਿਚ ਦੇਰ ਨਾ ਲੱਗੀ ਕਿ ਇਹ ਵਾਰਦਾਤ ਬਾਹਰੋਂ ਆਏ ਗ਼ਦਰ ਪਾਰਟੀ ਦੇ ਵਰਕਰਾਂ ਦੀ ਸੀ। ਮਾਈਕਲ ਓਡਵਾਇਰ ਨੇ ਬਹੁਤ ਚਿਰ ਪਹਿਲਾਂ ਹੀ ਪੰਜਾਬ ਦੀ ਪੁਲਿਸ, ਸੀ.ਆਈ.ਡੀ. ਤੇ ਅੰਗਰੇਜ਼ ਸਰਕਾਰ ਦੇ ਝੋਲੀਚੁੱਕਾਂ ਨੂੰ ਬਾਹਰੋਂ ਆਏ ਗ਼ਦਰੀਆਂ ਬਾਰੇ ਪੂਰੀ ਤਰ੍ਹਾਂ ਚੌਕੰਨਾ ਕੀਤਾ ਹੋਇਆ ਸੀ। ਇਸ ਕਰਕੇ ਪੁਲਿਸ ਨੂੰ, 27 ਨਵੰਬਰ ਦੇ ਦਿਨ ਫ਼ਿਰੋ ਸ਼ਹਿਰ ਦੇ ਨੇੜੇ ਮਿਸਰੀਵਾਲੇ ਦੇ ਪੁਲ ਉੱਤੇ ਵਾਪਰੇ ਖ਼ੂਨੀ ਕਾਂਡ ਅਤੇ 23ਵੇਂ ਰਸਾਲੇ ਦੇ ਕੁਝ ਸਵਾਰਾਂ ਵੱਲੋਂ 26 ਨਵੰਬਰ ਦੀ ਰਾਤ ਨੂੰ ਭਗੌੜੇ ਹੋ ਕੇ ਝਾੜ ਸਾਹਿਬ ਚਲੇ ਜਾਣ ਦੀਆਂ ਘਟਨਾਵਾਂ ਦੀਆਂ ਤੰਦਾਂ ਚੱਬੇ ਵਾਲੀ ਵਾਰਦਾਤ ਨਾਲ ਜੁੜੀਆਂ ਨਜ਼ਰ ਆਉਣ ਲੱਗ ਪਈਆਂ। ਇਸ ਨਾਲ ਉਨ੍ਹਾਂ ਨੇ ਮਸਲੇ ਨੂੰ ਵੱਧ ਗੰਭੀਰਤਾ ਨਾਲ ਲੈਣਾ ਸ਼ੁਰੂ ਕਰ ਦਿੱਤਾ। ਪੁਲਿਸ ਦੇ ਉੱਚ ਅਫ਼ਸਰਾਂ ਨੇ ਸਾਰੇ ਮਾਮਲੇ ਉੱਤੇ ਵਿਚਾਰਾਂ ਕਰਨ ਤੋਂ ਬਾਅਦ, ਗ਼ਦਰ ਪਾਰਟੀ ਬਾਰੇ ਸਿੱਕੇਬੰਦ ਜਾਣਕਾਰੀ ਹਾਸਲ ਕਰਨ ਲਈ ਪਾਰਟੀ ਅੰਦਰ ਆਪਣਾ ਸੂਹੀਆ ਵਾੜਨ ਦਾ ਨਿਰਣਾ ਕਰ ਲਿਆ। ਲਾਹੌਰ ਪੁਲਿਸ ਦੇ ਡਿਪਟੀ ਸੁਪ੍ਰਿੰਟੈਂਡੈਂਟ ਲਿਆਕਤ ਹਯਾਤ ਖ਼ਾਨ ਨੇ ਉਸੇ ਵੇਲੇ, 7 ਫ਼ਰਵਰੀ ਨੂੰ ਆਪਣੇ ਖ਼ਾਸੋ-ਖ਼ਾਸ ਜ਼ੈਲਦਾਰ ਬੇਲਾ ਸਿੰਘ ਨੂੰ ਸੱਦਿਆ। ਇਸੇ ਹੀ ਦਿਨ ਕਰਤਾਰ ਸਿੰਘ ਸਰਾਭਾ ਤੇ ਸੁੱਚਾ ਸਿੰਘ ਨੇ ਬਨਾਰਸ ਵਿਚ ਅਖ਼ਬਾਰ ਵਿੱਚੋਂ ਚੱਬਾ ਡਾਕੇ ਦੀ ਮਾੜੀ ਖ਼ਬਰ ਪੜ੍ਹੀ ਸੀ।

ਲਿਆਕਤ ਹਯਾਤ ਖ਼ਾਨ ਨੇ ਜ਼ੈਲਦਾਰ ਬੇਲਾ ਸਿੰਘ ਨਾਲ ਰਲ ਕੇ ਗ਼ਦਰ ਪਾਰਟੀ ਅੰਦਰ ਆਪਣਾ ਸੂਹੀਆ ਵਾੜਨ ਦੀ ਵਿਉਂਤ ਘੜੀ। ਬੇਲਾ ਸਿੰਘ ਨੇ ਦੋ ਦਿਨਾਂ ਵਿਚ ਹੀ ਗ਼ਦਰ ਪਾਰਟੀ ਅੰਦਰ ਵਾੜਨ ਲਈ ਢੁੱਕਵਾਂ ਬੰਦਾ ਲੱਭ ਲਿਆ। ਇਸ ਪਾਪੀ ਦਾ ਨਾਂ ਕਿਰਪਾਲ ਸਿੰਘ (ਪਿੰਡ ਮਾਦੋਕੇ-ਬੈਰਾੜ) ਸੀ ਜਿਹੜਾ ਕਾਫ਼ੀ ਚਿਰ ਸ਼ੰਘਾਈ ਰਹਿ ਕੇ ਵਾਪਸ ਆਇਆ ਸੀ। ਇਸ ਵਜ੍ਹਾ ਕਰਕੇ ਉਹ ਮੂਲਾ ਸਿੰਘ ਦਾ ਚੰਗਾ ਜਾਣੂ ਸੀ। ਉਸ ਦਾ ਇਕ ਨਜ਼ਦੀਕੀ ਰਿਸ਼ਤੇਦਾਰ ਬਲਵੰਤ ਸਿੰਘ ਗ਼ਦਰੀਆਂ ਦਾ ਪੱਕਾ ਹਮਾਇਤੀ ਸੀ ਅਤੇ ਫ਼ੌਜਾਂ ਅੰਦਰ ਬਗ਼ਾਵਤ ਕਰਨ ਦੀ ਪਲੈਨ ਦੇ ਅਧੀਨ ਉਹ ਕੁਝ ਮਹੀਨੇ ਪਹਿਲਾਂ ਸ਼ੰਘਾਈ ਤੋਂ ਆ ਕੇ 23ਵੇਂ ਰਸਾਲੇ ਵਿਚ ਭਰਤੀ ਹੋ ਗਿਆ ਸੀ। ਝਾੜ ਸਾਹਿਬ ਵਾਲੀ ਵਾਰਦਾਤ ਕਰਕੇ ਪੁਲਿਸ 23ਵੇਂ ਰਸਾਲੇ ਤਕ ਹੀ ਤਾਂ ਪਹੁੰਚਣਾ ਚਾਹੁੰਦੀ ਸੀ। ਇਸ ਕਰਕੇ ਜ਼ੈਲਦਾਰ ਦੀ ਸਕੀਮ ਪੁਲਿਸ ਦੇ ਪੂਰੀ ਤਰ੍ਹਾਂ ਰਾਸ ਆ ਗਈ ਅਤੇ ਇਸ ਉੱਤੇ ਤੇਜ਼ੀ ਨਾਲ ਅਮਲ ਸ਼ੁਰੂ ਹੋ ਗਿਆ।

ਕਿਰਪਾਲ ਸਿੰਘ ਨੇ ਜੋ ਵੀ ਕਰਨਾ ਸੀ, ਉਸ ਵਿਚ ਬਲਵੰਤ ਸਿੰਘ ਦਾ ਸਹਿਯੋਗ ਬੇਹੱਦ ਜ਼ਰੂਰੀ ਸੀ। ਇਸ ਮੰਤਵ ਲਈ ਬਲਵੰਤ ਸਿੰਘ ਨੂੰ ਅੰਮ੍ਰਿਤਸਰ ਆਉਣਾ ਪੈਣਾ ਸੀ, ਜੀਹਦੇ ਵਾਸਤੇ ਰਸਾਲੇ ਤੋਂ ਛੁੱਟੀ ਲੈਣੀ ਪੈਣੀ ਸੀ। ਛੁੱਟੀ ਲੈਣ ਦੇ ਕੰਮ ਨੂੰ ਆਸਾਨ ਕਰਨ ਲਈ ਲਿਆਕਤ ਖ਼ਾਨ ਨੇ ਸੀ.ਆਈ.ਡੀ. ਦੇ ਡੀ.ਆਈ.ਜੀ. ਨੂੰ 23ਵੇਂ ਰਸਾਲੇ ਦੇ ਕਮਾਂਡਿੰਗ ਅਫ਼ਸਰ ਕੋਲ ਸਿਫ਼ਾਰਸ਼ ਕਰਨ ਦੀ ਬੇਨਤੀ ਕੀਤੀ। ਇਸ ਤਰੀਕੇ ਨਾਲ ਬਲਵੰਤ ਸਿੰਘ ਨੂੰ ਝਟਪਟ ਛੁੱਟੀ ਮਿਲ ਗਈ। ਇਸ ਤੋਂ ਪਹਿਲਾਂ ਹੀ ਬਲਵੰਤ ਸਿੰਘ ਨੇ ਕਿਰਪਾਲ ਸਿੰਘ ਨੂੰ ਅੰਮ੍ਰਿਤਸਰ ਨੌਰੰਗ ਸਿੰਘ ਤਾਂਘੀ ਦੀ ਦੁਕਾਨ ਦੀ ਦੱਸ ਪਾ ਦਿੱਤੀ ਸੀ, ਜਿਥੋਂ ਮੂਲਾ ਸਿੰਘ ਨਾਲ ਸੰਪਰਕ ਹੋ ਸਕਦਾ ਸੀ। ਬਲਵੰਤ ਸਿੰਘ ਨੂੰ ਕਿਰਪਾਲ ਸਿੰਘ ਦੇ ਮਨ ਦੀ ਮੈਲ ਦੀ ਕੋਈ ਕਨਸੋਅ ਨਹੀਂ ਸੀ। ਕਿਰਪਾਲ ਸਿੰਘ ਅੰਮ੍ਰਿਤਸਰ ਨੌਰੰਗ ਸਿੰਘ ਤਾਂਘੀ ਦੀ ਦੁਕਾਨ ਉੱਤੇ ਗਿਆ ਪਰ ਉਸ ਨੇ ਉਸ ਨੂੰ ਕੋਈ ਲੜ ਪੱਲਾ ਨਾ ਫੜਾਇਆ। ਫਿਰ ਵੀ ਉਸ ਨੇ ਇਹ ਭੇਤ ਕੱਢ ਲਿਆ ਸੀ ਕਿ ਮੂਲਾ ਸਿੰਘ ਅੰਮ੍ਰਿਤਸਰ ਵਿਚ 'ਪੰਜਾਬ ਸਿੰਘ' ਦੇ ਫ਼ਰਜ਼ੀ ਨਾਂ ਹੇਠ ਰਹਿ ਰਿਹਾ ਸੀ। ਏਨੇ ਨੂੰ ਬਲਵੰਤ ਸਿੰਘ ਦੀ ਛੁੱਟੀ ਵੀ ਮਨਜ਼ੂਰ ਹੋ ਗਈ ਸੀ ਅਤੇ ਉਹ ਕਿਰਪਾਲ ਸਿੰਘ ਨੂੰ ਲੈ ਕੇ 12 ਫ਼ਰਵਰੀ ਨੂੰ ਅੰਮ੍ਰਿਤਸਰ ਚਲਾ ਗਿਆ। ਪਰ ਉਥੇ ਜਾ ਕੇ ਪਤਾ ਚੱਲਿਆ ਕਿ ਮੂਲਾ ਸਿੰਘ ਕਿਸੇ ਕੰਮ ਲਈ ਲਾਹੌਰ ਗਿਆ ਹੋਇਆ ਸੀ। ਉਹ ਦੋਨੋਂ ਉਸੇ ਵੇਲੇ ਮੂਲਾ ਸਿੰਘ ਨੂੰ ਮਿਲਣ ਲਈ ਲਾਹੌਰ ਮੁੜ ਆਏ। ਉਥੇ ਉਨ੍ਹਾਂ ਨੂੰ ਮੀਆਂਮੀਰ ਦੀ ਛਾਉਣੀ ਦਾ ਗ੍ਰੰਥੀ ਮਦਨ ਸਿੰਘ ਗਾਗਾ ਮਿਲ ਗਿਆ, ਜਿਹੜਾ ਗ਼ਦਰੀਆਂ ਦਾ ਪੱਕਾ ਖ਼ੈਰ-ਖ਼ੁਆਹ ਸੀ ਅਤੇ ਬਲਵੰਤ ਸਿੰਘ ਨੂੰ ਚੰਗੀ ਤਰ੍ਹਾਂ ਜਾਣਦਾ ਸੀ। ਮਦਨ ਸਿੰਘ ਉਨ੍ਹਾਂ ਨੂੰ ਭੋਲੇ ਭਾਅ ਮੋਚੀ ਗੇਟ ਵਾਲੇ ਘਰ ਵਿਚ ਲੈ ਗਿਆ। ਉਥੇ ਉਨ੍ਹਾਂ ਨੂੰ ਅਮਰ ਸਿੰਘ ਮਿਲ ਗਿਆ ਜਿਸ ਨੇ ਦੱਸਿਆ ਕਿ ਮੂਲਾ ਸਿੰਘ ਅੰਮ੍ਰਿਤਸਰ ਨੂੰ ਮੁੜ ਗਿਆ ਸੀ। ਉਹ ਅਮਰ ਸਿੰਘ ਨੂੰ ਨਾਲ ਲੈ ਕੇ ਅੰਮ੍ਰਿਤਸਰ ਆ ਗਏ ਪਰ ਉਥੇ ਜਾ ਕੇ ਪਤਾ ਚੱਲਿਆ ਕਿ ਮੂਲਾ ਸਿੰਘ ਨੂੰ ਪੁਲਿਸ ਨੇ ਉਸੇ ਹੀ ਦਿਨ (13 ਫ਼ਰਵਰੀ) ਲਾਹੌਰ ਤੋਂ ਮੁੜਦਿਆਂ ਅੰਮ੍ਰਿਤਸਰ ਦੇ ਰੇਲਵੇ ਸਟੇਸ਼ਨ ਤੋਂ ਗ੍ਰਿਫ਼ਤਾਰ ਕਰ ਲਿਆ ਸੀ। ਅਮਰ ਸਿੰਘ ਨੂੰ ਕਿਰਪਾਲ ਸਿੰਘ ਉੱਤੇ ਕੋਈ ਸ਼ੱਕ ਨਹੀਂ ਹੋਇਆ ਸੀ। ਇਸ ਕਰਕੇ ਉਹ ਉਸ ਨੂੰ ਰਸੂਲਪੁਰੀਆਂ ਦੀ ਹਵੇਲੀ ਵਿਚ ਲੈ ਗਿਆ। ਉਥੇ ਨਿਧਾਨ ਸਿੰਘ ਚੁੱਘਾ ਤੇ ਭਾਈ ਹਰਨਾਮ

---

* ਦੋ ਪਿੰਡਾਂ ਦਾ ਸਾਂਝਾ ਨਾਂ ਮਾਦੋਕੇ-ਬੈਰਾੜ ਹੈ। ਕਿਰਪਾਲ ਸਿੰਘ ਮਾਦੋਕਿਆਂ ਦਾ ਵਾਸੀ ਸੀ।

ਸਿੰਘ ਕੋਟਲਾ ਮਿਲ ਗਏ। ਲੰਮਾ ਚਿਰ ਸ਼ੰਘਾਈ ਰਹਿਣ ਕਰਕੇ ਭਾਈ ਨਿਧਾਨ ਸਿੰਘ ਵੀ ਕਿਰਪਾਲ ਸਿੰਘ ਦਾ ਜਾਣੂ ਹੀ ਨਿਕਲਿਆ। ਇਸ ਕਰਕੇ ਉਸ ਨੇ ਵੀ ਉਸ ਨੂੰ ਗ਼ਦਰ ਪਾਰਟੀ ਵਿਚ ਸ਼ਾਮਲ ਕਰ ਲੈਣ ਦੀ ਹਾਮੀ ਭਰ ਦਿੱਤੀ ਸੀ। ਮੂਲਾ ਸਿੰਘ ਦੇ ਗ੍ਰਿਫ਼ਤਾਰ ਹੋ ਜਾਣ ਕਰਕੇ ਪਾਰਟੀ ਨੂੰ ਉਸ ਵੇਲੇ ਕੇਂਦਰ ਦਾ ਕੰਮ ਚਲਾਉਣ ਲਈ ਬੰਦੇ ਦੀ ਭਾਰੀ ਲੋੜ ਸੀ। ਇਸ ਤਰ੍ਹਾਂ, ਕਿਰਪਾਲ ਸਿੰਘ ਦੀ ਪਾਰਟੀ ਦੇ ਕੇਂਦਰ ਤਕ ਸੌਖਿਆਂ ਹੀ ਪਹੁੰਚ ਹੋ ਗਈ, ਜਿਸ ਨਾਲ ਉਸ ਲਈ ਆਪਣਾ ਨਾਪਾਕ ਮਨਸੂਬਾ ਨੇਪਰੇ ਚਾੜ੍ਹਨ ਦਾ ਕਾਰਜ ਆਸਾਨ ਹੋ ਗਿਆ ਸੀ।

ਬਗ਼ਾਵਤ ਦੀ ਤਾਰੀਕ ਮਿਥੀ ਗਈ

ਇਸੇ ਦੌਰਾਨ ਭਾਈ ਕਰਤਾਰ ਸਿੰਘ ਸਰਾਭਾ, ਪਿੰਗਲੇ ਤੇ ਸੁੱਚਾ ਸਿੰਘ ਹੁਰੀਂ ਜਦੋਂ 11 ਫ਼ਰਵਰੀ ਨੂੰ ਲਾਹੌਰ ਪਰਤੇ ਤਾਂ ਉਹ ਸਟੇਸ਼ਨ ਤੋਂ ਸਿੱਧੇ ਮੋਚੀ ਗੇਟ ਵਾਲੇ ਘਰ ਚਲੇ ਗਏ। ਉਥੇ ਉਨ੍ਹਾਂ ਨੂੰ ਭਾਈ ਪਰਮਾਨੰਦ ਝਾਂਸੀ, ਡਾ. ਮਥਰਾ ਸਿੰਘ, ਰਾਸ ਬਿਹਾਰੀ ਬੋਸ, ਤੇ ਜਮਨਾ ਦਾਸ ਆਦਿ ਸਾਰੇ ਸੱਜਣ ਮਿਲ ਗਏ। ਉਨ੍ਹਾਂ ਨੂੰ 23ਵੇਂ ਰਸਾਲੇ ਦੇ ਪਹਿਲੀ ਮਾਰਚ ਨੂੰ ਫ਼ਰਾਂਸ ਚਲੇ ਜਾਣ ਦੀ ਖ਼ਬਰ ਉਸੇ ਦਿਨ ਹੀ ਮਿਲੀ ਸੀ। ਇਸ ਨਾਲ ਸਾਰਿਆਂ ਨੂੰ ਹੱਥਾਂ ਪੈਰਾਂ ਦੀਆਂ ਪੈ ਗਈਆਂ ਸਨ। ਹੁਣ ਉਨ੍ਹਾਂ ਸਾਹਮਣੇ ਫ਼ਰਵਰੀ ਵਿਚ ਹੀ ਬਗ਼ਾਵਤ ਕਰਨ ਤੋਂ ਸਿਵਾ ਹੋਰ ਕੋਈ ਚਾਰਾ ਨਹੀਂ ਬਚਿਆ ਸੀ। ਡਾਕਿਆਂ ਨੇ ਕੁਝ ਸਮੇਂ ਲਈ ਪਾਰਟੀ ਦੇ ਮੋਹਰੀ ਬੰਦਿਆਂ ਦਾ ਧਿਆਨ ਮੁੱਖ ਕੰਮ ਤੋਂ ਪਾਸੇ ਹਟਾ ਦਿੱਤਾ ਸੀ, ਜਿਸ ਕਰਕੇ ਬਗ਼ਾਵਤ ਦੀਆਂ ਤਿਆਰੀਆਂ ਵਿਚ ਥੋੜ੍ਹੀ ਜਿਹੀ ਸੁਸਤੀ ਆ ਗਈ ਸੀ। ਪਰ ਜਿਵੇਂ ਵੀ ਸੀ, ਹੁਣ ਬਗ਼ਾਵਤ ਦੀ ਤਾਰੀਕ ਬਹੁਤੀ ਅੱਗੇ ਨਹੀਂ ਪਾਈ ਜਾ ਸਕਦੀ ਸੀ। ਇਸ ਮਸਲੇ 'ਤੇ ਵਿਚਾਰਾਂ ਕਰਨ ਲਈ ਪਾਰਟੀ ਦੇ ਜਿੰਨੇ ਵੀ ਆਗੂ ਮਿਲ ਸਕਦੇ ਸਨ, ਉਨ੍ਹਾਂ ਸਾਰਿਆਂ ਨੂੰ ਤੱਦੀ ਨਾਲ 12 ਫ਼ਰਵਰੀ ਨੂੰ ਮੋਚੀ ਗੇਟ ਵਾਲੇ ਮਕਾਨ ਵਿਚ ਸੱਦ ਲਿਆ ਗਿਆ ਸੀ। ਇਸ ਮੀਟਿੰਗ ਵਿਚ ਭਾਈ ਕਰਤਾਰ ਸਿੰਘ ਸਰਾਭਾ, ਰਾਸ ਬਿਹਾਰੀ ਬੋਸ, ਡਾ. ਮਥਰਾ ਸਿੰਘ, ਹਿਰਦੇ ਰਾਮ, ਪਰਮਾਨੰਦ ਝਾਂਸੀ, ਭਾਈ ਹਰਨਾਮ ਸਿੰਘ ਕੋਟਲਾ, ਰਾਮ ਸਰਨ ਦਾਸ, ਜਮਨਾ ਦਾਸ, ਪਿੰਗਲੇ, ਆਦਿ ਸ਼ਾਮਲ ਹੋਏ। ਅੰਮ੍ਰਿਤਸਰ ਤੋਂ ਮੂਲਾ ਸਿੰਘ ਵੀ ਉਥੇ ਆ ਗਿਆ ਸੀ। ਇਸ ਮੀਟਿੰਗ ਵਿਚ ਗ਼ਦਰ ਦੀ ਤਾਰੀਕ ਮਿਥਣ ਬਾਰੇ ਵਿਚਾਰਾਂ ਹੋਈਆਂ। ਸਾਰੀਆਂ ਵਿਚਾਰਾਂ ਕਰ ਕੇ ਗ਼ਦਰ ਦੀ ਤਾਰੀਕ 21 ਫ਼ਰਵਰੀ ਮਿਥੀ ਗਈ। ਹੁਣ ਸਾਰਿਆਂ ਨੇ ਹੋਰ ਸਾਰੇ ਕੰਮ ਛੱਡ ਕੇ, ਸਾਰਾ ਧਿਆਨ ਤੇ ਜ਼ੋਰ 21 ਦੀ ਬਗ਼ਾਵਤ ਦੀਆਂ ਤਿਆਰੀਆਂ ਦੇ ਹੀ ਲੇਖੇ ਲਾਉਣਾ ਸੀ। ਇਸ ਵਾਸਤੇ ਅੱਡ-ਅੱਡ ਬੰਦਿਆਂ ਦੀਆਂ ਜ਼ੁੰਮੇਵਾਰੀਆਂ ਤੈਅ ਕਰ ਲਈਆਂ ਗਈਆਂ ਸਨ।

ਬਗ਼ਾਵਤ ਮੌਕੇ ਫ਼ੌਜੀਆਂ ਅੰਦਰ, ਤੇ ਲੋਕਾਂ ਅੰਦਰ ਵੀ, ਗ਼ਦਰ ਪਾਰਟੀ ਦੀ ਚੋਣਵੀਂ ਪ੍ਰਚਾਰ ਸਮੱਗਰੀ ਵੱਡੀ ਪੱਧਰ 'ਤੇ ਵੰਡਣ ਦਾ ਫ਼ੈਸਲਾ ਕੀਤਾ ਗਿਆ। ਖ਼ਾਸ ਕਰਕੇ *ਐਲਾਨ-ਏ-ਜੰਗ*, *ਗ਼ਦਰ ਸੰਦੇਸ਼ਾ* ਤੇ *ਗ਼ਦਰ ਦੀ ਗੂੰਜ* ਵਿੱਚੋਂ ਕੁਝ ਚੁਣਵੀਆਂ ਜੋਸ਼-ਉਪਜਾਊ ਕਵਿਤਾਵਾਂ ਛਾਪਣ ਦੇ ਠੋਸ ਇੰਤਜ਼ਾਮ ਕੀਤੇ ਗਏ। ਇਸ ਪ੍ਰਥਾਇ ਭਾਈ ਕਰਤਾਰ ਸਿੰਘ ਸਰਾਭਾ ਅਤੇ ਪਿੰਗਲੇ ਲਾਹੌਰ ਤੋਂ ਕੁਝ ਡੁਪਲੀਕੇਟਰ (ਹੱਥਾਂ ਨਾਲ ਗੇੜਨ ਵਾਲੀਆਂ ਸਾਈਕਲੋਸਟਾਈਲ ਮਸ਼ੀਨਾਂ) ਲੈ ਕੇ ਲੁਧਿਆਣੇ ਚਲੇ ਗਏ। ਉਥੇ ਪੂਰਨ ਸਿੰਘ ਈਸੇਵਾਲ

ਦੇ ਕਮਰੇ ਵਿਚ ਡੁਪਲੀਕੇਟਰ ਫਿੱਟ ਕੀਤੇ ਗਏ ਅਤੇ ਉਸੇ ਵੇਲੇ ਛਪਾਈ ਦਾ ਸਿਲਸਿਲਾ ਸ਼ੁਰੂ ਕਰ ਦਿੱਤਾ।

12 ਫ਼ਰਵਰੀ ਨੂੰ ਉਪਰੋਕਤ ਮੀਟਿੰਗ ਅੰਦਰ ਬਗ਼ਾਵਤ ਦੀ ਤਾਰੀਕ ਮਿਥਣ ਦੇ ਨਾਲੋ-ਨਾਲ ਗ਼ਦਰ ਦੀ ਠੋਸ ਰੂਪ ਰੇਖਾ ਵੀ ਵਿਚਾਰ ਲਈ ਗਈ ਸੀ। ਇਸ ਮੁਤਾਬਕ ਭਾਈ ਕਰਤਾਰ ਸਿੰਘ ਨੂੰ ਫ਼ਿਰੋਜ਼ਪੁਰ ਦੀ ਕਮਾਨ ਸੌਂਪੀ ਗਈ ਸੀ। ਮੀਆਂਮੀਰ ਵਿਚ 23ਵੇਂ ਰਸਾਲੇ ਨਾਲ ਭਾਈ ਪ੍ਰੇਮ ਸਿੰਘ ਨੇ ਤਾਲਮੇਲ ਰੱਖਣਾ ਸੀ ਅਤੇ ਇਸ ਦੌਰਾਨ ਰਾਸ ਬਿਹਾਰੀ ਬੋਸ ਨਾਲ ਲਗਾਤਾਰ ਮੇਲ-ਜੋਲ ਰੱਖਣਾ ਸੀ। ਵਿਸ਼ਨੂ ਗਣੇਸ਼ ਪਿੰਗਲੇ ਨੇ ਮੇਰਠ ਦੀ ਕਮਾਨ ਸੰਭਾਲਣੀ ਸੀ। ਬਾਕੀ ਹੋਰਨਾਂ ਗ਼ਦਰੀਆਂ ਦੀਆਂ ਵੱਖ-ਵੱਖ ਛਾਉਣੀਆਂ ਅੰਦਰ ਡਿਊਟੀਆਂ ਲਾਈਆਂ ਗਈਆਂ। ਡਾ. ਮਥਰਾ ਸਿੰਘ ਨੂੰ ਅਫ਼ਰੀਦੀਆਂ, ਜਿਹੜੇ ਆਪਣਾ ਇਕ ਇਲਾਕਾ ਆਜ਼ਾਦ ਕਰਾ ਚੁੱਕੇ ਸਨ, ਨਾਲ ਤਾਲਮੇਲ ਕਰਨ ਲਈ ਸਰਹੱਦੀ ਸੂਬੇ ਵੱਲ ਭੇਜਿਆ ਗਿਆ। ਭਾਈ ਨਿਧਾਨ ਸਿੰਘ, ਗੁਰਮੁਖ ਸਿੰਘ ਲਲਤੋਂ ਤੇ ਹਰਨਾਮ ਸਿੰਘ ਸਿਆਲਕੋਟੀ ਪੱਛਮੀ ਪੰਜਾਬ ਦੀਆਂ ਜੇਹਲਮ, ਰਾਵਲਪਿੰਡੀ ਤੇ ਹੋਤੀ ਮਰਦਾਨ ਦੀਆਂ ਛਾਉਣੀਆਂ ਵਿਚ ਗ਼ਦਰ ਦੀ ਮਿਥੀ ਤਾਰੀਕ ਦੱਸਣ ਤੇ ਫ਼ੌਜੀਆਂ ਨੂੰ ਅੰਤਿਮ ਜੰਗ ਲਈ ਮਾਨਸਿਕ ਤੌਰ 'ਤੇ ਤਿਆਰ ਕਰਨ ਲਈ ਭੇਜੇ ਗਏ ਸਨ। ਪਰਮਾਨੰਦ ਝਾਂਸੀ ਨੂੰ ਪਿਸ਼ਾਵਰ ਘੱਲਿਆ ਗਿਆ ਸੀ।

ਪਲੈਨ ਇਹ ਸੀ ਕਿ 21 ਦੀ ਰਾਤ ਨੂੰ ਮੀਆਂਮੀਰ ਤੇ ਫ਼ਿਰੋਜ਼ਪੁਰ ਦੀਆਂ ਛਾਉਣੀਆਂ ਉੱਤੇ ਹੱਲੇ ਬੋਲ ਕੇ ਹਥਿਆਰ ਲੁੱਟ ਲਏ ਜਾਣਗੇ ਅਤੇ ਟਰੱਕਾਂ ਲਾਰੀਆਂ ਵਿਚ ਲੱਦ ਕੇ ਹੋਰਨਾਂ ਥਾਵਾਂ 'ਤੇ ਪਹੁੰਚਾਏ ਤੇ ਵੰਡੇ ਜਾਣਗੇ। ਮੀਆਂਮੀਰ ਦੀ ਛਾਉਣੀ 'ਚੋਂ ਲੁੱਟੇ ਹਥਿਆਰ ਅੰਮ੍ਰਿਤਸਰ ਦੇ ਪਿੰਡਾਂ ਵਿਚ ਲੋਕਾਂ ਵਿਚਕਾਰ ਵੰਡਣੇ ਸਨ ਅਤੇ ਪਿੰਡਾਂ ਵਿੱਚੋਂ ਹਥਿਆਰਬੰਦ ਕਾਫ਼ਲਿਆਂ ਦੀ ਮੱਦਦ ਨਾਲ ਠਾਣਿਆਂ ਉੱਤੇ ਹਮਲੇ ਕਰ ਕੇ ਹਥਿਆਰ ਲੁੱਟਣ, ਜੇਲ੍ਹਾਂ ਉੱਤੇ ਹੱਲਾ ਬੋਲਣ ਅਤੇ ਸਾਰੇ ਕੈਦੀਆਂ ਨੂੰ ਆਜ਼ਾਦ ਕਰਾਉਣ, ਅਤੇ ਅਖ਼ੀਰ ਵਿਚ ਮੁੱਖ ਸ਼ਹਿਰਾਂ ਉੱਤੇ ਕਬਜ਼ੇ ਕਰ ਲੈਣ ਦੀ ਯੋਜਨਾ ਉਲੀਕੀ ਗਈ ਸੀ। ਸ਼ਹਿਰਾਂ ਵਿੱਚੋਂ ਗੋਰੇ ਅਫ਼ਸਰਾਂ ਨੂੰ ਮਾਰ ਮੁਕਾਉਣ ਜਾਂ ਬੰਦੀ ਬਣਾ ਲੈਣ ਅਤੇ ਪਿੰਡਾਂ ਵਿੱਚੋਂ ਅੰਗਰੇਜ਼ ਸਰਕਾਰ ਦੇ ਝੋਲੀਚੁੱਕ ਅਨਸਰਾਂ - ਜ਼ੈਲਦਾਰਾਂ, ਸਫ਼ੈਦਪੋਸ਼ਾਂ ਆਦਿ - ਨੂੰ ਲੋਕ-ਤਾਕਤ ਦਾ ਸੁਆਦ ਚਖਾਉਣ ਬਾਰੇ ਫ਼ੈਸਲੇ ਲਏ ਗਏ ਸਨ। ਮੀਆਂਮੀਰ ਦੀ ਛਾਉਣੀ ਉੱਤੇ ਹਮਲੇ ਲਈ ਬਾਹਰੋਂ ਥੋੜ੍ਹੇ ਹੀ ਬੰਦਿਆਂ ਦੀ ਲੋੜ ਸੀ। ਇਸ ਵਿਚ ਮੁੱਖ ਰੋਲ 23ਵੇਂ ਰਸਾਲੇ ਦੇ ਜਵਾਨਾਂ ਨੇ ਹੀ ਅਦਾ ਕਰਨਾ ਸੀ। ਪਰੰਤੂ ਫ਼ਿਰੋਜ਼ਪੁਰ ਦੇ ਕਿਲ੍ਹੇ 'ਤੇ ਹਮਲਾ ਕਰਨ ਲਈ ਬਾਹਰਲੇ ਬੰਦਿਆਂ ਦੇ ਵੱਡੇ ਕਾਫ਼ਲੇ ਦੀ ਲੋੜ ਮਹਿਸੂਸ ਕੀਤੀ ਗਈ ਸੀ। ਇਸ ਮੰਤਵ ਲਈ ਮਾਲਵੇ ਦੇ ਗ਼ਦਰੀ ਆਗੂਆਂ ਨੇ ਭਾਈ ਰਣਧੀਰ ਸਿੰਘ ਜੀ ਨਾਲ ਲਗਾਤਾਰ ਰਾਬਤਾ ਬਣਾਇਆ ਹੋਇਆ ਸੀ ਅਤੇ ਉਨ੍ਹਾਂ ਨੂੰ ਸਾਰੇ ਘਟਨਾ-ਕ੍ਰਮ ਤੋਂ ਲਗਾਤਾਰ ਜਾਣੂ ਕੀਤਾ ਜਾਂਦਾ ਸੀ। ਉਨ੍ਹਾਂ ਨੇ ਵੱਡੀ ਗਿਣਤੀ ਵਿਚ ਆਪਣੇ ਜਥੇ ਦੇ ਸਿੰਘਾਂ ਨਾਲ 21 ਦੀ ਰਾਤ ਨੂੰ ਫ਼ਿਰੋਜ਼ਪੁਰ ਪਹੁੰਚਣਾ ਸੀ ਅਤੇ ਗ਼ਦਰੀਆਂ ਨਾਲ ਮਿਲ ਕੇ ਕਿਲ੍ਹੇ 'ਤੇ ਧਾਵਾ ਬੋਲਣਾ ਸੀ। ਅੰਦਰੋਂ 26 ਨੰਬਰ ਪਲਟਨ ਦੇ ਸਿਪਾਹੀਆਂ ਨੇ ਸਾਥ ਦੇ ਕੇ ਕਿਲ੍ਹੇ 'ਚੋਂ ਹਥਿਆਰਾਂ ਦੇ ਸਾਰੇ ਭੰਡਾਰ ਲੁੱਟ ਲੈਣੇ ਸੀ। ਇਨ੍ਹਾਂ ਹਥਿਆਰਾਂ ਦੀ ਢੋਅ-ਢੁਆਈ ਲਈ ਟਰੱਕਾਂ ਦਾ ਬਕਾਇਦਾ ਇੰਤਜ਼ਾਮ ਕੀਤਾ ਗਿਆ ਸੀ।

ਅੰਮ੍ਰਿਤਸਰ ਦੇ ਜਿਹੜੇ ਪਿੰਡਾਂ ਵਿਚ ਗ਼ਦਰੀਆਂ ਦਾ ਚੰਗਾ ਅਸਰ-ਰਸੂਖ਼ ਸੀ, ਉਥੋਂ ਵੱਡੀ ਗਿਣਤੀ ਵਿਚ ਕਾਫ਼ਲੇ ਤਿਆਰ ਕਰਨ ਲਈ ਕੁਝ ਗ਼ਦਰੀਆਂ ਦੀਆਂ ਉਚੇਚੀਆਂ ਡਿਊਟੀਆਂ ਲਗਾ ਦਿੱਤੀਆਂ ਗਈਆਂ ਸਨ। ਭਾਈ ਜਗਤ ਸਿੰਘ ਤੇ ਭਾਈ ਪ੍ਰੇਮ ਸਿੰਘ

ਨੇ ਇਸ ਮੰਤਵ ਲਈ ਦਿਨ ਰਾਤ ਪਿੰਡਾਂ ਵਿਚ ਘੁੰਮਣਾ ਸ਼ੁਰੂ ਕਰ ਦਿੱਤਾ ਸੀ। ਉਧਰ ਮਾਲਵੇ ਵਿਚ ਭਾਈ ਗਾਂਧਾ ਸਿੰਘ, ਭਾਈ ਉੱਤਮ ਸਿੰਘ ਹਾਂਸ, ਈਸ਼ਰ ਸਿੰਘ ਢੁੱਡੀਕੇ, ਭਾਈ ਬੰਤਾ ਸਿੰਘ ਸੰਘਵਾਲ ਤੇ ਹੋਰ ਸਿਰਲੱਥ ਸੂਰਮਿਆਂ ਨੇ ਗ਼ਦਰ ਲਈ ਵੱਧ ਤੋਂ ਵੱਧ ਲੋਕਾਂ ਨੂੰ ਲਾਮਬੰਦ ਕਰਨ ਵਾਸਤੇ ਦਿਨ ਰਾਤ ਇਕ ਕਰ ਦਿੱਤਾ ਸੀ। ਪਾਰਟੀ ਨੇ ਇਨ੍ਹਾਂ ਵਰਕਰਾਂ ਨੂੰ 'ਗ਼ਦਰ ਸੰਦੇਸ਼ਾ' ਤੇ 'ਐਲਾਨ-ਏ-ਜੰਗ' ਵੱਡੀ ਗਿਣਤੀ ਵਿਚ ਛਾਪ ਕੇ ਵੰਡਣ ਲਈ ਦਿੱਤੇ।

ਪਿੰਗਲੇ ਨੇ ਮੇਰਠ ਜਾ ਕੇ ਫ਼ੌਜੀ ਬਗ਼ਾਵਤ ਕਰਾਉਣੀ ਸੀ। ਸੋਚਿਆ ਇਹ ਗਿਆ ਸੀ ਕਿ ਫੂਲਾ ਸਿੰਘ ਦੀ ਅਗਵਾਈ ਹੇਠ 128ਵੀਂ ਪਾਇਓਨੀਅਰ ਰਜਮੈਂਟ ਅਤੇ ਭਾਈ ਈਸ਼ਰ ਸਿੰਘ ਦੀ ਅਗਵਾਈ ਹੇਠ 12ਵੇਂ ਰਸਾਲੇ ਨੇ ਬਗ਼ਾਵਤ ਦਾ ਬਿਗਲ ਵਜਾ ਦੇਣਾ ਸੀ ਅਤੇ ਫਿਰ ਪਿੰਗਲੇ ਨੇ, ਜਿੰਨੇ ਵੀ ਫ਼ੌਜੀ ਤੋਰੇ ਜਾ ਸਕਦੇ ਸਨ, ਉਨ੍ਹਾਂ ਨੂੰ ਨਾਲ ਲੈ ਕੇ ਦਿੱਲੀ ਉੱਤੇ ਚੜ੍ਹਾਈ ਕਰ ਦੇਣੀ ਸੀ ਅਤੇ ਉਥੋਂ ਰਿਪਬਲਿਕ ਦਾ ਐਲਾਨ ਕਰ ਦੇਣਾ ਸੀ। ਪਾਰਟੀ ਨੂੰ ਉਮੀਦ ਸੀ ਕਿ ਇਸ ਨਾਲ ਸਾਰਾ ਦੇਸ਼ ਅੰਗਰੇਜ਼ ਹਕੂਮਤ ਦੇ ਖ਼ਿਲਾਫ਼ ਇਕਦਮ ਉੱਠ ਖੜਾ ਹੋਵੇਗਾ ਅਤੇ ਜੰਗ ਨੂੰ ਜਥੇਬੰਦਕ ਰੂਪ ਦੇ ਕੇ, ਬਸਤੀਵਾਦੀ ਰਾਜ ਨੂੰ ਤਹਿਸ-ਨਹਿਸ ਕਰ ਦਿੱਤਾ ਜਾਵੇਗਾ।

ਦੇਸ਼ ਦਾ ਝੰਡਾ ਤੇ ਸਿੱਖ

ਗ਼ਦਰ ਪਾਰਟੀ ਨੇ ਉਦੋਂ ਤਕ ਆਪਣਾ ਕੋਈ ਝੰਡਾ ਨਹੀਂ ਬਣਾਇਆ ਸੀ। 27 ਜਨਵਰੀ 1914 ਦੇ ਗ਼ਦਰ ਦੇ 7 ਨੰਬਰ ਪਰਚੇ ਵਿਚ ਤੀਜੇ ਸਫ਼ੇ ਉੱਤੇ ਝੰਡੇ ਬਾਰੇ ਲਿਖਿਆ ਗਿਆ ਹੈ ਕਿ :

> "ਅਜੇ ਝੰਡੇ ਦੀ ਕੋਈ ਲੋੜ ਨਹੀਂ। ਝੰਡੇ ਹਮੇਸ਼ਾ ਲੜਾਈਆਂ ਵਿਚ ਚੁੱਕੀਦੇ ਹਨ, ਜਦੋਂ ਅਸੀਂ ਅੰਗਰੇਜ਼ੀ ਰਾਜ ਵਿਰੁੱਧ ਜੰਗ ਸ਼ੁਰੂ ਕਰਾਂਗੇ, ਝੰਡਾ ਬਣਾ ਲਵਾਂਗੇ।"[4]

ਹੁਣ ਜਦ ਜੰਗ ਸ਼ੁਰੂ ਕਰ ਦੇਣ ਦਾ ਫ਼ੈਸਲਾ ਹੋ ਗਿਆ ਸੀ ਤਾਂ ਝੰਡੇ ਦੀ ਲੋੜ ਵੀ ਮਹਿਸੂਸ ਹੋਈ। ਗੁਰਚਰਨ ਸਿੰਘ ਸੈਂਸਰਾ ਨੇ ਲਿਖਿਆ ਹੈ ਕਿ :

> "ਪਾਰਟੀ ਨੇ ਜਦ (ਅਮਰੀਕਾ ਅੰਦਰ) ਜੰਗ ਦਾ ਐਲਾਨ ਕੀਤਾ ਤਾਂ ਇਸ ਨੂੰ ਕੌਮੀ ਝੰਡੇ ਦੀ ਲੋੜ ਪਈ। ਪਾਰਟੀ ਨੇ ਅਮਰੀਕਾ ਵਿਚ ਏਕੇ ਦੀਆਂ ਦੋ ਹੀ ਸੋਚਣੀਆਂ ਨੂੰ ਮੁੱਖ ਮੰਨਿਆ ਸੀ, ਹਿੰਦੂ ਤੇ ਮੁਸਲਮਾਨ। ਇਸ ਲਈ ਉਸ ਨੇ ਅਮਰੀਕਾ ਵਿੱਚੋਂ ਤੁਰਨ ਲੱਗਿਆਂ ਨੀਲੇ ਤੇ ਪੀਲੇ ਰੰਗ ਦਾ ਝੰਡਾ ਸਾਜਿਆ ਸੀ। ਨੀਲਾ ਮੁਸਲਮਾਨਾਂ ਦਾ ਤੇ ਪੀਲਾ ਹਿੰਦੂਆਂ ਦਾ। ਜਿਸ ਨੂੰ ਗ਼ਦਰ ਆਸ਼ਰਮ ਉੱਤੇ ਲਹਿਰਾ ਕੇ ਉਸ ਦੇ ਹੇਠਾਂ ਖੜੇ ਹੋ ਕੇ ਤੁਰਨ ਲੱਗਿਆਂ ਆਜ਼ਾਦੀ ਜਿੱਤਣ ਲਈ ਮਾਰਨ ਤੇ ਮਰਨ ਦੀਆਂ ਕਸਮਾਂ ਖਾਧੀਆਂ ਸਨ। ਪਰ ਦੇਸ਼ ਵਿਚ ਆ ਕੇ ਇਕ ਹੋਰ ਜ਼ਬਰਦਸਤ ਸੋਚਣੀ ਦਾ ਪਤਾ ਲੱਗਾ, ਉਹ ਸੀ ਸਿੱਖ ਸੋਚਣੀ। ਇਸ ਲਈ ਵਿਚ ਹੋਰ ਵਾਧਾ ਕੀਤਾ ਗਿਆ ਅਤੇ 21 ਫ਼ਰਵਰੀ ਨੂੰ ਆਜ਼ਾਦੀ ਦੀ ਜੰਗ ਕਰਨ ਲਈ ਦਿਨ ਮਿਥਣ ਦੇ ਫ਼ੈਸਲੇ ਦੇ ਨਾਲ ਹੀ ਝੰਡੇ ਦਾ ਵੀ ਮਤਾ ਪਾਸ ਕੀਤਾ ਕਿ ਇਹ ਲਾਲ, ਪੀਲੇ ਤੇ ਹਰੇ ਰੰਗ ਦਾ ਹੋਵੇ। ਇਹ ਤਿੰਨ ਰੰਗ ਉਸ ਵੇਲੇ ਦੇਸ਼ ਵਿਚ ਚੱਲ ਰਹੀਆਂ ਅੱਡੋ-ਅੱਡੋ ਮਜ਼ਹਬਾਂ ਦੇ ਨਾਂ ਹੇਠਾਂ ਏਕੇ ਦੀਆਂ ਵਿਚਾਰਧਾਰਾਂ ਨੂੰ ਪ੍ਰਗਟ ਕਰਦੇ ਸਨ : ਲਾਲ ਹਿੰਦੂਆਂ, ਪੀਲਾ ਸਿੱਖਾਂ ਤੇ ਹਰਾ ਮੁਸਲਮਾਨਾਂ ਨੂੰ।"[5]

---

4. ਗੁਰਚਰਨ ਸਿੰਘ ਸੈਂਸਰਾ, *ਗ਼ਦਰ ਪਾਰਟੀ ਦਾ ਇਤਿਹਾਸ*, ਸਫ਼ੇ 106-107.
5. *ਉਹੀ*, ਸਫ਼ਾ 201.

ਸੈਂਸਰੇ ਦਾ ਉਕਤ ਕਥਨ ਡੂੰਘੇ ਧਿਆਨ ਨਾਲ ਪੜ੍ਹਨ ਦੀ ਲੋੜ ਹੈ। ਜਦੋਂ ਉਹ ਲਿਖਦਾ ਹੈ ਕਿ ਅਮਰੀਕਾ ਵਿਚ ਗ਼ਦਰ ਪਾਰਟੀ ਨੇ "ਏਕੇ ਦੀਆਂ ਦੋ ਹੀ ਸੋਚਣੀਆਂ ਨੂੰ ਮੁੱਖ ਮੰਨਿਆ ਸੀ, ਹਿੰਦੂ ਤੇ ਮੁਸਲਮਾਨ", ਤਾਂ ਉਹ ਸਪੱਸ਼ਟ ਤੌਰ 'ਤੇ ਇਹ ਪ੍ਰਭਾਵ ਦੇਣ ਦਾ ਯਤਨ ਕਰਦਾ ਹੈ, ਕਿ ਉਸ ਵੇਲੇ ਸਿੱਖਾਂ ਦੀ ਕੋਈ ਵੱਖਰੀ ਸੋਚਣੀ ਨਹੀਂ ਸੀ, ਉਹ ਆਪਣੇ ਆਪ ਨੂੰ ਹਿੰਦੂ ਹੀ ਸਮਝਦੇ ਸਨ। ਇਹ ਗੱਲ ਕਿਸੇ ਵੀ ਤਰ੍ਹਾਂ ਸੱਚ ਨਹੀਂ ਮੰਨੀ ਜਾ ਸਕਦੀ। ਗ਼ਦਰ ਪਾਰਟੀ ਵਿਚ ਸਿੱਖਾਂ ਦੀ ਪ੍ਰਮੁੱਖਤਾ ਨੂੰ ਕੋਈ ਵੀ ਨਹੀਂ ਝੁਠਲਾ ਸਕਦਾ, ਉਹ ਕਿੰਨਾ ਵੀ ਤਅੱਸਬੀ ਕਿਉਂ ਨਾ ਹੋਵੇ। ਗਿਣਤੀ ਪੱਖੋਂ ਵੀ, ਅਤੇ ਸਮੁੱਚੇ ਰੋਲ ਤੇ ਕੁਰਬਾਨੀਆਂ (ਜੇਲ੍ਹਾਂ, ਕੁਰਕੀਆਂ ਤੇ ਸ਼ਹਾਦਤਾਂ) ਦੇ ਲਿਹਾਜ਼ ਨਾਲ ਵੀ। ਸਿੱਖ ਗ਼ਦਰੀਆਂ ਅੰਦਰ ਆਪਣੀ ਵੱਖਰੀ ਧਾਰਮਿਕ ਪਛਾਣ ਤੇ ਨਿਆਰੀ ਹਸਤੀ ਬਾਰੇ ਗੂੜ੍ਹੀ ਚੇਤਨਾ ਦੇ ਤੱਥ ਨੂੰ ਵੀ ਕੋਈ ਨਹੀਂ ਝੁਠਲਾ ਸਕਦਾ। ਫਿਰ ਇਹ ਕਿਵੇਂ ਮੰਨ ਲਿਆ ਜਾਵੇ ਕਿ ਅਮਰੀਕਾ ਅੰਦਰ ਤਾਂ ਉਨ੍ਹਾਂ ਨੇ 'ਏਕੇ ਦੀਆਂ ਦੋ ਹੀ ਸੋਚਣੀਆਂ, ਭਾਵ ਹਿੰਦੂ ਤੇ ਮੁਸਲਮਾਨ' ਨੂੰ ਮੁੱਖ ਮੰਨ ਲਿਆ ਸੀ (ਜਿਸ ਦਾ ਭਾਵ ਆਪਣੇ ਆਪ ਨੂੰ ਹਿੰਦੂਆਂ ਦਾ ਹੀ ਅੰਗ ਮੰਨ ਲਿਆ ਸੀ), ਪਰ ਦੇਸ਼ ਅੰਦਰ ਆ ਕੇ ਉਨ੍ਹਾਂ ਅੰਦਰ ਅਚਾਨਕ ਆਪਣੀ ਵੱਖਰੀ ਪਛਾਣ ਦਾ ਜਜ਼ਬਾ ਪੈਦਾ ਹੋ ਗਿਆ ਸੀ। ਅਜਿਹੀ ਬੇਥਵ੍ਹੀ ਗੱਲ ਉੱਕਾ ਹੀ ਸੰਘ ਹੇਠੋਂ ਨਹੀਂ ਲੰਘਦੀ। ਸਚਿੰਦਰ ਨਾਥ ਸਾਨਿਆਲ ਨੇ 12 ਫ਼ਰਵਰੀ ਦੀ ਉਪਰੋਕਤ ਮੀਟਿੰਗ ਵਿਚ ਝੰਡਾ ਤਿਆਰ ਕਰਨ ਬਾਰੇ ਲਿਖਿਆ ਹੈ ਕਿ, "ਪੰਜਾਬ ਵਿਚ ਭਾਰਤ ਦਾ ਰਾਸ਼ਟਰੀ ਝੰਡਾ ਬਣਾ ਲਿਆ ਗਿਆ। **ਉਸ ਝੰਡੇ ਦੇ ਰੰਗਾਂ ਵਿਚ ਆਪਣੀ ਵਿਸ਼ੇਸ਼ਤਾ ਦੱਸਣ ਵਾਲੇ ਖ਼ਾਸ ਰੰਗ ਨੂੰ ਸਥਾਨ ਦਿਵਾਉਣ ਲਈ ਸਿੱਖਾਂ ਨੇ ਬੜਾ ਜ਼ੋਰ ਪਾਇਆ।** ਏਸ ਲਈ ਹਿੰਦੂ, ਮੁਸਲਮਾਨ, ਸਿੱਖ ਅਤੇ ਭਾਰਤ ਦੇ ਹੋਰਨਾਂ ਧਰਮਾਂ ਦੇ ਚਿੰਨ੍ਹ ਵਜੋਂ ਭਾਰਤ ਦਾ ਰਾਸ਼ਟਰੀ ਝੰਡਾ ਚਾਰ ਰੰਗਾਂ ਵਿਚ ਬਣਿਆ।"[6] ਇਥੇ ਸਾਡੇ ਵੱਲੋਂ ਗੂੜ੍ਹੇ ਕੀਤੇ ਗਏ ਸ਼ਬਦਾਂ ਉੱਤੇ ਗ਼ੌਰ ਕਰਨ ਦੀ ਲੋੜ ਹੈ। ਕਿਉਂਕਿ ਜੇਕਰ ਇਸ ਚਰਚਿਤ ਮੀਟਿੰਗ ਵਿਚ ਸ਼ਾਮਲ ਸਿੱਖਾਂ ਦੀ ਪਛਾਣ ਕੀਤੀ ਜਾਵੇ ਤਾਂ ਵੱਖ-ਵੱਖ ਸੋਮਿਆਂ ਤੋਂ ਹਾਸਲ ਕੀਤੀ ਜਾਣਕਾਰੀ ਤੋਂ ਇਹ ਪਤਾ ਚੱਲਦਾ ਹੈ, ਕਿ ਇਸ ਮੀਟਿੰਗ ਵਿਚ ਸਿੱਖਾਂ ਵਿੱਚੋਂ ਭਾਈ ਕਰਤਾਰ ਸਿੰਘ ਸਰਾਭਾ, ਡਾ. ਮਥਰਾ ਸਿੰਘ, ਭਾਈ ਹਰਨਾਮ ਸਿੰਘ ਕੋਟਲਾ ਤੇ ਮੂਲਾ ਸਿੰਘ ਆਦਿ ਚਾਰ ਕੁ ਸਿੱਖ ਹੀ ਸ਼ਾਮਲ ਸਨ। ਜਿਸ ਦਾ ਭਾਵ ਕਿ ਇਹ ਭਾਈ ਕਰਤਾਰ ਸਿੰਘ ਸਰਾਭਾ ਤੇ ਉਸ ਦੇ ਦੋ-ਤਿੰਨ ਸਾਥੀ ਹੀ ਸਨ ਜਿਨ੍ਹਾਂ ਨੇ ਝੰਡੇ ਵਿਚ ਆਪਣਾ ਰੰਗ ਸ਼ਾਮਲ ਕਰਨ ਲਈ 'ਬੜਾ ਜ਼ੋਰ' ਪਾਇਆ ਸੀ। 'ਬੜਾ ਜ਼ੋਰ ਪਾਉਣ' ਤੋਂ ਇਹ ਪ੍ਰਤੱਖ ਹੋ ਜਾਂਦਾ ਹੈ ਕਿ ਉਹ ਆਪਣੀ ਵੱਖਰੀ ਤੇ ਸੁਤੰਤਰ ਧਾਰਮਿਕ ਹਸਤੀ ਬਾਰੇ ਕਿੰਨੇ ਚੇਤੰਨ, ਭਾਵੁਕ ਤੇ ਫ਼ਿਕਰਮੰਦ (cocerned) ਸਨ! ਇਹ ਚੇਤਨਾ ਉਨ੍ਹਾਂ ਨੂੰ ਅੱਭੜਵਾਹੇ ਨਹੀਂ ਆ ਗਈ ਸੀ। ਇਹ ਜਮਾਂਦਰੂ ਸੀ। ਇਹ ਉਨ੍ਹਾਂ ਦੇ ਖ਼ੂਨ ਵਿਚ ਸੀ। ਨੈਪੋਲੀਅਨ ਨੇ ਕਿਹਾ ਸੀ ਕਿ ਕੌਮਾਂ ਦੇ ਜੀਵਨ ਵਿਚ ਕੁਝ ਮੌਕੇ ਅਜਿਹੇ ਆਉਂਦੇ ਹਨ ਜਦੋਂ ਉਹ ਦਿਮਾਗ਼ ਦੀ ਥਾਂ ਲਹੂ ਨਾਲ ਸੋਚਣ ਲੱਗਦੀਆਂ ਹਨ। ਸਿੱਖ ਇਨਕਲਾਬੀ ਉਸ ਵੇਲੇ ਅਜਿਹੀ ਹੀ ਮਨੋ-ਅਵਸਥਾ ਵਿੱਚੋਂ ਗੁਜ਼ਰ ਰਹੇ ਸਨ। ਇਹ ਉਨ੍ਹਾਂ ਦੀ ਸਿੱਖ ਵਿਸ਼ੇਸ਼ਤਾ ਸੀ!

ਇਕ ਗੱਲ ਹੋਰ, ਮੀਟਿੰਗ ਵਿਚ ਸ਼ਾਮਲ ਸਿੱਖਾਂ ਨੂੰ ਝੰਡੇ ਵਿਚ ਆਪਣਾ ਰੰਗ ਸ਼ਾਮਲ

6. ਸਚਿੰਦਰ ਨਾਥ ਸਾਨਿਆਲ, *ਬੰਦੀ ਜੀਵਨ*, ਸਫ਼ਾ 64.

ਕਰਾਉਣ ਲਈ ਜੇਕਰ 'ਜ਼ੋਰ' ਲਾਉਣਾ ਪਿਆ ਸੀ, ਤਾਂ ਇਸ ਦਾ ਮਤਲਬ ਹੈ ਮੀਟਿੰਗ ਵਿਚ ਸ਼ਾਮਲ ਗ਼ੈਰ-ਸਿੱਖਾਂ ਵਿੱਚੋਂ ਕਿਸੇ ਨੇ ਇਸ ਦਾ ਵਿਰੋਧ ਕੀਤਾ ਹੋਵੇਗਾ। ਇਹ ਵਿਰੋਧ ਰਾਸ ਬਿਹਾਰੀ ਬੋਸ ਨੇ ਹੀ ਕੀਤਾ ਹੋਵੇਗਾ, ਕਿਉਂਕਿ ਗ਼ੈਰ-ਸਿੱਖ ਗ਼ਦਰੀਆਂ ਵਿੱਚੋਂ ਅਜਿਹੀ ਸਿੱਖ-ਵਿਰੋਧੀ ਮਾਨਸਿਕਤਾ ਵਾਲਾ ਕੋਈ ਵੀ ਬੰਦਾ ਨਹੀਂ ਸੀ। ਸਿੱਖਾਂ ਨੂੰ ਹਿੰਦੂ ਸਮਝਣ ਦੀ ਸੋਚ ਤੇ ਭਾਵਨਾ ਬੰਗਾਲੀ ਹਿੰਦੂ ਰਾਸ਼ਟਰਵਾਦੀਆਂ ਦੀ ਵਿਸ਼ੇਸ਼ਤਾ ਸੀ। ਸੋ ਇਸ ਤੋਂ ਰਾਸ ਬਿਹਾਰੀ ਤੇ ਬੰਗਾਲ ਦੇ ਦੂਸਰੇ ਹਿੰਦੂ ਕ੍ਰਾਂਤੀਕਾਰੀਆਂ ਦੀ ਹਿੰਦੂ ਮਾਨਸਿਕਤਾ (ਸਿੱਖ ਕੌਮ ਦੀ ਵੱਖਰੀ ਤੇ ਵਿਲੱਖਣ ਹਸਤੀ ਨੂੰ ਮੰਨਣ ਤੋਂ ਇਨਕਾਰੀ ਹੋਣਾ) ਸਾਫ਼ ਪ੍ਰਗਟ ਹੋ ਜਾਂਦੀ ਹੈ।

ਸਰਕਾਰੀ ਸੂਤਰਾਂ ਅਨੁਸਾਰ ਝੰਡਾ ਤੈਅ ਕਰ ਲੈਣ ਉਪਰੰਤ ਭਾਈ ਕਰਤਾਰ ਸਿੰਘ ਸਰਾਭਾ ਉਸੇ ਮੌਕੇ ਬਾਜ਼ਾਰ ਜਾ ਕੇ ਤਿੰਨ ਵੱਖ-ਵੱਖ ਰੰਗਾਂ ਦੇ ਕੱਪੜਿਆਂ ਦੇ ਥਾਨ ਖ਼ਰੀਦ ਲਿਆਇਆ ਸੀ। (ਇਸ ਤੋਂ ਝੰਡੇ ਪ੍ਰਤਿ ਉਸ ਦੇ ਜਜ਼ਬਾਤ ਦਾ ਸਾਫ਼ ਪਤਾ ਚੱਲ ਜਾਂਦਾ ਹੈ।) ਫਿਰ ਗ਼ਦਰੀਆਂ ਨੇ ਉਸੇ ਵੇਲੇ ਰਲ-ਮਿਲ ਕੇ ਅੱਡ-ਅੱਡ ਰੰਗਾਂ ਦੇ ਕੱਪੜਿਆਂ ਦੇ ਟੋਟਿਆਂ ਨੂੰ ਆਪਸ ਵਿਚ ਸਿਉਂ ਕੇ ਝੰਡੇ ਤਿਆਰ ਕੀਤੇ ਸਨ। ਇਹ ਝੰਡੇ ਫਿਰ ਵੱਖ-ਵੱਖ ਥਾਵਾਂ 'ਤੇ ਭੇਜੇ ਗਏ ਸਨ। 21 ਫ਼ਰਵਰੀ ਨੂੰ ਇਹ ਝੰਡੇ ਬਗ਼ਾਵਤ ਦੇ ਸਾਰੇ ਕੇਂਦਰਾਂ 'ਤੇ, ਛਾਉਣੀਆਂ ਤੋਂ ਲੈ ਕੇ ਸ਼ਹਿਰਾਂ ਪਿੰਡਾਂ ਤਕ, ਝੁਲਾਏ ਜਾਣੇ ਸਨ।

ਕਰਤਾਰ ਸਿੰਘ ਸਰਾਭਾ ਤੇ ਪਿੰਗਲੇ ਲੁਧਿਆਣੇ ਤੇ ਫ਼ਿਰੋਜ਼ਪੁਰ ਵਿਖੇ ਸਾਰੇ ਕਾਰਜ ਨਿਪਟਾ ਕੇ, ਮਿਥੇ ਪ੍ਰੋਗਰਾਮ ਅਨੁਸਾਰ 14 ਫ਼ਰਵਰੀ ਨੂੰ ਲਾਹੌਰ ਮੁੜ ਆਏ। 12 ਫ਼ਰਵਰੀ ਦੀ ਮੀਟਿੰਗ ਵਿਚ ਹੀ, 14 ਨੂੰ ਮੁੜ ਮਿਲ ਬੈਠਣ ਦਾ ਫ਼ੈਸਲਾ ਕੀਤਾ ਗਿਆ ਸੀ, ਤਾਂ ਜੋ ਸਾਰੇ ਕੰਮ ਦਾ ਘੋਖਵਾਂ ਜਾਇਜ਼ਾ ਲੈ ਕੇ ਨਜ਼ਰਾਂ ਵਿਚ ਆਈਆਂ ਖ਼ਾਮੀਆਂ ਦੂਰ ਕਰ ਲਈਆਂ ਜਾਣ ਅਤੇ 21 ਦੀ ਬਗ਼ਾਵਤ ਲਈ ਤਿਆਰੀਆਂ ਨੂੰ ਹੋਰ ਠੋਸ ਰੂਪ ਦਿੱਤਾ ਜਾਵੇ। ਇਸ ਤਰ੍ਹਾਂ, 14 ਫ਼ਰਵਰੀ ਨੂੰ ਲਾਹੌਰ ਦੇ ਮੋਚੀ ਗੇਟ ਵਾਲੇ ਚੁਬਾਰੇ ਵਿਚ ਰਾਸ ਬਿਹਾਰੀ ਬੋਸ, ਕਰਤਾਰ ਸਿੰਘ ਸਰਾਭਾ, ਵਿਸ਼ਣੂ ਗਣੇਸ਼ ਪਿੰਗਲੇ, ਨਿਧਾਨ ਸਿੰਘ ਚੁੱਘਾ, ਡਾ. ਮਥਰਾ ਸਿੰਘ, ਜਵੰਦ ਸਿੰਘ ਨੰਗਲ ਕਲਾਂ, ਜਗਤ ਸਿੰਘ ਸੁਰਸਿੰਘੀਆ, ਹਿਰਦੇ ਰਾਮ, ਪਰਮਾਨੰਦ ਝਾਂਸੀ, ਅਰਜਨ ਸਿੰਘ ਖੁਖਰਾਨਾ, ਗੁਰਮੁਖ ਸਿੰਘ ਲਲਤੋਂ, ਹਰਨਾਮ ਸਿੰਘ ਕੋਟਲਾ, ਹਰਨਾਮ ਸਿੰਘ ਸਿਆਲਕੋਟੀ, ਸੱਜਣ ਸਿੰਘ ਨਾਰੰਗਵਾਲ, ਕਿਰਪਾਲ ਸਿੰਘ ਬੋਪਾਰਾਇ, ਖੜਕ ਸਿੰਘ (ਮਗਰਲੇ ਤਿੰਨੋਂ ਲੁਧਿਆਣੇ ਦੇ ਵਿਦਿਆਰਥੀ ਸਨ) ਆਦਿ ਇਕੱਠੇ ਹੋਏ। ਜਿਸ ਦਿਨ ਦੀ ਉਹ ਕਈ ਵਰ੍ਹਿਆਂ ਤੋਂ ਉਡੀਕ ਕਰਦੇ ਆ ਰਹੇ ਸਨ, ਅਤੇ ਜੀਹਦੀ ਤਿਆਰੀ ਲਈ ਉਨ੍ਹਾਂ ਨੇ ਖ਼ੂਨ ਪਸੀਨਾ ਇਕ ਕਰ ਦਿੱਤਾ ਸੀ, ਉਹ ਦਿਨ ਹੁਣ ਪਲ ਪਲ ਨੇੜੇ ਆਈ ਜਾ ਰਿਹਾ ਸੀ ਅਤੇ ਇਸ ਦਿਨ ਨੂੰ ਇਤਿਹਾਸਕ ਬਣਾਉਣ ਲਈ ਉਹ ਇਕ ਵੀ ਪਲ ਅਜਾਈਂ ਨਹੀਂ ਗੁਆਉਣਾ ਚਾਹੁੰਦੇ ਸਨ। ਇਸ ਲਈ ਉਨ੍ਹਾਂ ਨੇ ਕਰਨ ਗੋਚਰੇ ਸਾਰੇ ਕਾਰਜਾਂ ਦੀ ਵਿਸਥਾਰ ਵਿਚ ਵਿਉਂਤਬੰਦੀ ਕਰਨ ਉੱਤੇ ਪੂਰਾ ਜ਼ੋਰ ਲਾ ਦਿੱਤਾ ਸੀ। ਮੀਟਿੰਗ ਅੰਦਰ ਤਿਆਰੀਆਂ ਨੂੰ ਅੰਤਿਮ ਛੋਹਾਂ ਦਿੱਤੀਆਂ ਜਾ ਰਹੀਆਂ ਸਨ। ਹਰ ਕੰਮ ਦੀ ਯੋਜਨਾ ਬਣਾਈ ਜਾ ਰਹੀ ਸੀ ਅਤੇ ਹਰ ਯੋਜਨਾ ਦੇ ਸਾਰੇ ਪੱਖ ਵਿਚਾਰੇ ਜਾ ਰਹੇ ਸਨ। ਪਰ ਗ਼ਦਰੀ ਸੂਰਮਿਆਂ ਨੂੰ ਕੋਈ ਪਤਾ ਨਹੀਂ ਸੀ, ਕਿ ਉਨ੍ਹਾਂ ਦੀ ਬੁੱਕਲ ਵਿਚ ਛੁਪ ਕੇ ਬੈਠਾ ਸੱਪ ਉਨ੍ਹਾਂ ਨੂੰ ਡੱਸਣ ਦੀਆਂ ਗੋਂਦਾਂ ਗੁੰਦ ਰਿਹਾ ਸੀ।

ਕਿਰਪਾਲ ਸਿੰਘ ਦੀ ਪਾਪੀ ਕਰਤੂਤ

ਕਿਰਪਾਲ ਸਿੰਘ 15 ਫ਼ਰਵਰੀ ਨੂੰ ਗ਼ਦਰੀਆਂ ਦੀ ਸੂਹ ਲੈਣ ਦੀ ਮਨਸ਼ਾ ਨਾਲ ਸਹਿਜ ਸੁਭਾਅ ਹੀ ਮੋਚੀ ਗੇਟ ਵਾਲੇ ਘਰ ਵਿਚ ਗਿਆ। ਮਦਨ ਸਿੰਘ ਗਾਗਾ ਨੇ 12 ਫ਼ਰਵਰੀ ਨੂੰ ਅਨਜਾਣਪੁਣੇ ਵਿਚ ਉਸ ਨੂੰ ਮੋਚੀ ਗੇਟ ਵਾਲੇ ਘਰ ਦਾ ਸਿਆਣੂ ਕਰਵਾ ਦਿੱਤਾ ਸੀ। ਉਸ ਨੇ ਜਦੋਂ ਵੇਖਿਆ ਕਿ ਚੁਬਾਰੇ ਵਿਚ ਬਹੁਤ ਸਾਰੇ ਬੰਦੇ ਇਕੱਠੇ ਹੋਏ ਬੈਠੇ ਹਨ, ਤਾਂ ਉਹ ਅੰਦਰ ਵੜਨ ਦੀ ਥਾਂ ਓਹਨੀਂ ਪੈਰੀਂ ਹੀ ਵਾਪਸ ਮੁੜ ਗਿਆ। ਉਸ ਨੇ ਉਸੇ ਵੇਲੇ ਡਾਕਖ਼ਾਨੇ ਜਾ ਕੇ ਅੰਮ੍ਰਿਤਸਰ ਦੀ ਪੁਲਿਸ ਨੂੰ ਫ਼ੌਰਨ ਲਾਹੌਰ ਪਹੁੰਚਣ ਦੀ ਤਾਰ ਦੇ ਦਿੱਤੀ। (ਉਸ ਦਾ ਲਾਹੌਰ ਦੀ ਪੁਲਿਸ ਨਾਲ ਸਿੱਧਾ ਸੰਪਰਕ ਨਹੀਂ ਸੀ) ਪਰ ਚੰਗੇ ਭਾਗਾਂ ਨੂੰ ਅੰਮ੍ਰਿਤਸਰ ਦੀ ਪੁਲਿਸ ਨੂੰ ਤਾਰ ਪਛੜ ਕੇ ਮਿਲੀ। ਇਸ ਕਰਕੇ ਉਸ ਦਿਨ ਪੁਲਿਸ ਨਾ ਆ ਸਕੀ। ਜਿਸ ਨਾਲ ਗ਼ਦਰੀਆਂ ਦੇ ਸਿਰ ਉੱਤੋਂ ਉਸ ਦਿਨ ਤਾਂ ਇਹ ਗ੍ਰਹਿ ਟਲ ਗਿਆ। ਪਰ ਕਿਰਪਾਲ ਸਿੰਘ ਨੂੰ ਬਗ਼ਾਵਤ ਲਈ ਮਿਥੀ 21 ਤਾਰੀਕ ਬਾਰੇ ਪਤਾ ਲੱਗ ਚੁੱਕਾ ਸੀ। ਇਸ ਦੀ ਇਤਲਾਹ ਉਸ ਨੇ ਪੁਲਿਸ ਨੂੰ ਦੇ ਦਿੱਤੀ ਸੀ।

ਅਗਲੇ ਦਿਨ 16 ਫ਼ਰਵਰੀ ਨੂੰ ਕਿਰਪਾਲ ਸਿੰਘ ਨੂੰ 23ਵੇਂ ਰਸਾਲੇ ਵਿਚ ਬਗ਼ਾਵਤ ਦੀ ਤਾਰੀਕ ਦਾ ਸੁਨੇਹਾ ਲਾਉਣ ਲਈ ਮੀਆਂਮੀਰ ਮਦਨ ਸਿੰਘ ਗਾਗਾ ਦੀ ਦੁਕਾਨ ਉੱਤੇ ਭੇਜਿਆ ਗਿਆ। ਪਰ ਉਹ ਮੀਆਂਮੀਰ ਜਾਣ ਦੀ ਥਾਂ ਤਾਰ ਦੇ ਕੇ ਸੱਦੀ ਪੁਲਿਸ ਦਾ ਪਤਾ ਕਰਨ ਲਈ ਮੋਚੀ ਗੇਟ ਵਾਲੇ ਮਕਾਨ ਤੋਂ ਸਿੱਧਾ ਰੇਲਵੇ ਸਟੇਸ਼ਨ 'ਤੇ ਚਲਾ ਗਿਆ। ਸਬੱਬ ਨਾਲ ਉਸੇ ਵੇਲੇ ਭਾਈ ਨਿਧਾਨ ਸਿੰਘ ਤੇ ਡਾ. ਮਥਰਾ ਸਿੰਘ ਵੀ ਸਟੇਸ਼ਨ 'ਤੇ ਆ ਗਏ। ਉਨ੍ਹਾਂ ਨੇ 21 ਦੇ ਸੁਨੇਹੇ ਲਾਉਣ ਲਈ ਗੱਡੀ ਫੜਨੀ ਸੀ। ਜਦੋਂ ਉਨ੍ਹਾਂ ਕਿਰਪਾਲ ਸਿੰਘ ਨੂੰ ਉਥੇ ਵੇਖਿਆ ਤਾਂ ਉਨ੍ਹਾਂ ਨੂੰ ਇਕਦਮ ਬਹੁਤ ਹੈਰਾਨੀ ਹੋਈ ਤੇ ਨਾਲ ਹੀ ਮਨ ਵਿਚ ਸੁਆਲ ਖੜਾ ਹੋ ਗਿਆ, ਕਿ ਉਨ੍ਹਾਂ ਨੇ ਤਾਂ ਉਸ ਨੂੰ ਮੀਆਂਮੀਰ ਭੇਜਿਆ ਸੀ, ਫਿਰ ਉਹ ਉਥੇ ਜਾਣ ਦੀ ਬਜਾਇ ਕਿਸੇ ਨੂੰ ਬਿਨਾਂ ਦੱਸੇ ਸਟੇਸ਼ਨ 'ਤੇ ਕਿਉਂ ਚਲਾ ਆਇਆ ਸੀ? ਉਨ੍ਹਾਂ ਦੇ ਮਨਾਂ ਵਿਚ ਸ਼ੰਕਾ ਖੜਾ ਹੋ ਗਿਆ। ਉਨ੍ਹਾਂ ਨੇ ਉਸ ਨਾਲ ਤਾਂ ਕੋਈ ਗੱਲ ਨਾ ਕੀਤੀ, ਪਰ ਉਸ ਦੀਆਂ ਹਰਕਤਾਂ ਉੱਤੇ ਨਿਗਾਹ ਰੱਖਣ ਦਾ ਫ਼ੈਸਲਾ ਕਰ ਲਿਆ। ਇਸ ਬਾਰੇ ਦੂਸਰੇ ਬੰਦਿਆਂ ਨੂੰ ਵੀ ਚੌਕਸ ਕਰ ਦਿੱਤਾ। ਉਸ ਵੇਲੇ ਤਕ ਉਨ੍ਹਾਂ ਨੂੰ ਇਸ ਗੱਲ ਦੀ ਕੋਈ ਖ਼ਬਰ ਨਹੀਂ ਸੀ ਕਿ ਉਸ ਨੇ ਤਾਂ ਪਹਿਲਾਂ ਹੀ ਪੁਲਿਸ ਨੂੰ ਆਉਣ ਲਈ ਤਾਰ ਭੇਜ ਦਿੱਤੀ ਹੋਈ ਸੀ।

ਉਸ ਦੀ ਬੁਲਾਈ ਪੁਲਿਸ ਤਾਂ ਆ ਗਈ ਪਰ ਉਸ ਦਿਨ ਮੋਚੀ ਗੇਟ ਵਾਲੇ ਘਰ ਵਿਚ ਕੇਵਲ ਤਿੰਨ ਜਣੇ ਹੀ ਸਨ, ਬਾਕੀ ਸਾਰੇ ਆਪੋ-ਆਪਣੇ ਮਿਸ਼ਨਾਂ 'ਤੇ ਚਲੇ ਗਏ ਸਨ। ਇਸ ਕਰਕੇ ਪੁਲਿਸ ਨੇ ਉਸੇ ਵੇਲੇ ਛਾਪਾ ਮਾਰਨ ਦੀ ਬਜਾਇ, ਵੱਧ ਬੰਦੇ ਫਾਹੁਣ ਲਈ ਘਰ ਦੇ ਇਰਦ-ਗਿਰਦ ਆਪਣਾ ਜਾਲ ਵਿਛਾ ਦਿੱਤਾ। ਸਾਦਾ ਕੱਪੜਿਆਂ ਵਿਚ ਪੁਲਿਸ ਚਾਰ ਚੁਫੇਰੇ ਤੈਨਾਤ ਕਰ ਦਿੱਤੀ ਗਈ। ਲਿਆਕਤ ਹਯਾਤ ਖ਼ਾਨ ਨੇ ਵੱਡੀ ਮਾਰ ਮਾਰਨ ਲਈ ਲਾਹੌਰ ਹੀ ਡੇਰੇ ਲਾ ਲਏ ਸਨ। ਪੁਲਿਸ ਨੂੰ ਕਿਰਪਾਲ ਸਿੰਘ ਦੇ ਇਸ਼ਾਰੇ ਉੱਤੇ ਫ਼ੌਰੀ ਅਮਲ ਕਰਨ ਦੀਆਂ ਹਦਾਇਤਾਂ ਦਿੱਤੀਆਂ ਗਈਆਂ ਸਨ। ਕਿਰਪਾਲ ਸਿੰਘ ਨੂੰ ਏਸੇ ਹੀ ਇੱਕੋ ਮਕਾਨ ਦਾ ਪਤਾ ਸੀ, ਬਾਕੀ ਮਕਾਨਾਂ ਦਾ ਪਤਾ ਨਹੀਂ ਸੀ। ਇਸ ਕਰਕੇ ਪੁਲਿਸ ਨੂੰ ਸ਼ਹਿਰ ਦੇ ਚੌਂਕਾਂ ਤੇ ਲਾਂਘਿਆਂ ਉੱਤੇ ਕਰੜੀ ਨਿਗਰਾਨੀ ਰੱਖਣ ਲਈ ਲੁਕਵੇਂ ਰੂਪ ਵਿਚ

ਤੈਨਾਤ ਕਰ ਦਿੱਤਾ ਗਿਆ ਸੀ। ਪੁਲਿਸ ਨੇ ਉਸੇ ਵੇਲੇ ਕੋਈ ਕਾਰਵਾਈ ਕਰਨ ਤੋਂ ਸੁਚੇਤ ਰੂਪ ਵਿਚ ਸੰਕੋਚ ਕੀਤਾ। ਉਨ੍ਹਾਂ ਦੀ ਰਣਨੀਤੀ ਇਹ ਸੀ ਕਿ ਅਜੇ ਸਾਰੇ ਹਾਲਾਤ ਉੱਤੇ ਨਿਗਾਹ ਰੱਖੀ ਜਾਵੇ ਅਤੇ ਮੌਕਾ ਆਉਣ 'ਤੇ 21 ਤੋਂ ਪਹਿਲਾਂ ਕਿਸੇ ਢੁਕਵੇਂ ਮੌਕੇ ਵੱਡੀ ਕਾਰਵਾਈ ਕਰ ਕੇ ਸਾਰੇ ਗ਼ਦਰੀਆਂ ਨੂੰ ਦਬੋਚ ਲਿਆ ਜਾਵੇ। ਕਿਰਪਾਲ ਸਿੰਘ ਨੇ ਲਿਆਕਤ ਖ਼ਾਨ ਨੂੰ ਦੱਸਿਆ ਸੀ ਕਿ 18 ਫ਼ਰਵਰੀ ਨੂੰ ਗ਼ਦਰੀ ਵਰਕਰਾਂ ਦੇ ਵੱਡੀ ਗਿਣਤੀ ਵਿਚ ਲਾਹੌਰ ਇਕੱਠੇ ਹੋਣ ਦੀ ਸੰਭਾਵਨਾ ਹੈ, ਉਸ ਵੇਲੇ ਛਾਪਾ ਮਾਰਨਾ ਬਿਹਤਰ ਹੋਵੇਗਾ। ਇਸ ਕਰਕੇ, ਜਾਪਦਾ ਇਹ ਹੈ ਕਿ ਪੁਲਿਸ ਨੇ 18 ਨੂੰ ਵੱਡਾ ਮਾਅਰਕਾ ਮਾਰ ਲੈਣ ਤੋਂ ਬਾਅਦ ਹੀ, ਸਰਕਾਰੀ ਤੇ ਫ਼ੌਜੀ ਅਫ਼ਸਰਾਂ ਨੂੰ 21 ਦੀ ਪ੍ਰਸਤਾਵਤ ਬਗ਼ਾਵਤ ਲਈ ਚੁਕੰਨੇ ਕਰਨ ਬਾਰੇ ਸੋਚ ਰੱਖਿਆ ਸੀ। ਇਸ ਦੀ ਪੁਸ਼ਟੀ ਇਸ ਤੋਂ ਅੱਗੇ ਵਾਪਰੇ ਘਟਨਾ-ਕ੍ਰਮ ਤੋਂ ਹੁੰਦੀ ਹੈ।

ਕਿਰਪਾਲ ਸਿੰਘ ਨੂੰ ਇਸ ਗੱਲ ਦੀ ਖ਼ਬਰ ਨਹੀਂ ਸੀ ਕਿ ਗ਼ਦਰੀਆਂ ਨੂੰ ਉਸ ਉੱਤੇ ਸ਼ੱਕ ਹੋ ਗਿਆ ਸੀ। ਇਸ ਕਰਕੇ ਉਹ ਆਮ ਵਾਂਗ ਮੋਚੀ ਗੇਟ ਵਾਲੇ ਘਰ ਵਿਚ ਆਉਂਦਾ ਜਾਂਦਾ ਅਤੇ ਗ਼ਦਰੀਆਂ ਨਾਲ ਗੱਲਾਂ ਬਾਤਾਂ ਕਰਦਾ ਰਿਹਾ। ਉਸ ਬਾਰੇ ਚੁਕੰਨੇ ਹੋਏ ਗ਼ਦਰੀਆਂ ਨੂੰ ਉਸ ਦੀਆਂ ਗੱਲਾਂ ਤੋਂ, ਉਸ ਦੇ ਪੁਲਿਸ ਦਾ ਮੁਖ਼ਬਰ ਹੋਣ ਦੀ ਤਸਦੀਕ ਹੋ ਗਈ। ਇਸ ਉਪਰੰਤ ਉਨ੍ਹਾਂ ਨੇ ਉਸ ਨਾਲ ਨਜਿੱਠਣ ਲਈ ਰਣਨੀਤੀ ਬਣਾਈ। ਉਹ ਚਾਹੁੰਦੇ ਤਾਂ ਉਸ ਨੂੰ, ਕਿਸੇ ਤਰੀਕੇ, ਉਸੇ ਵੇਲੇ ਹੀ ਖ਼ਤਮ ਕਰ ਸਕਦੇ ਸਨ। ਪਰ ਮੁਸ਼ਕਲ ਇਹ ਸੀ ਕਿ ਇਸ ਨਾਲ ਉਨ੍ਹਾਂ ਦੀ ਬਗ਼ਾਵਤ ਦੀ ਸਾਰੀ ਯੋਜਨਾ ਢਹਿ ਢੇਰੀ ਹੋ ਜਾਣੀ ਸੀ। ਕਿਉਂਕਿ ਪੁਲਿਸ ਨੂੰ ਉਸ ਰਾਹੀਂ ਬਗ਼ਾਵਤ ਦੀ ਮਿਥੀ ਤਾਰੀਕ ਦਾ ਪਤਾ ਚੱਲ ਚੁੱਕਾ ਸੀ, ਅਤੇ ਇਸ ਹਾਲਤ ਵਿਚ ਜੇਕਰ ਉਸ ਨੂੰ ਗ਼ਾਇਬ ਕਰ ਦਿੱਤਾ ਜਾਂਦਾ ਤਾਂ ਪੁਲਿਸ ਨੇ ਉਸੇ ਵੇਲੇ ਕਾਰਵਾਈ ਕਰ ਕੇ ਛਾਉਣੀਆਂ ਵਿਚ ਦੇਸੀ ਪਲਟਣਾਂ ਕੋਲੋਂ ਹਥਿਆਰ ਰਖਾ ਲੈਣੇ ਸਨ ਅਤੇ ਗ਼ਦਰ ਦੇ ਹਮਾਇਤੀ ਸਾਰੇ ਸਿਪਾਹੀਆਂ ਨੂੰ ਫੜ ਲੈਣਾ ਸੀ। ਇਸ ਨਾਲ ਗ਼ਦਰੀਆਂ ਦੀ ਤਿੰਨ ਸਾਲਾਂ ਦੀ ਸਾਰੀ ਕੀਤੀ ਕਰਾਈ ਉੱਤੇ ਪਾਣੀ ਫਿਰ ਜਾਣਾ ਸੀ। ਇਹ ਸਾਰੇ ਪੱਖ ਸੋਚਣ ਉਪਰੰਤ ਫ਼ੈਸਲਾ ਇਹ ਹੋਇਆ ਕਿ ਕਿਰਪਾਲ ਸਿੰਘ ਉੱਤੇ 24 ਘੰਟੇ ਨਿਗ੍ਹਾ ਰੱਖੀ ਜਾਵੇ, ਉਸ ਦੀ ਹਰ ਹਰਕਤ ਨੂੰ ਪੂਰੇ ਗਹੁ ਨਾਲ ਵਾਚਿਆ ਜਾਵੇ ਅਤੇ ਉਸ ਕੋਲੋਂ ਓਹਲਾ ਰੱਖ ਕੇ ਬਗ਼ਾਵਤ ਦੀ ਤਾਰੀਕ ਚੁੱਪ ਚੁਪੀਤੇ 21 ਦੀ ਥਾਂ 19 ਕਰ ਲਈ ਜਾਵੇ, ਤਾਂ ਜੋ 21 ਫ਼ਰਵਰੀ ਦੇ ਹਿਸਾਬ ਨਾਲ ਤਿਆਰੀਆਂ ਕਰ ਰਹੀ ਅੰਗਰੇਜ਼ੀ ਸਰਕਾਰ ਨੂੰ ਚਕਮਾ ਦੇ ਕੇ, ਦੋ ਦਿਨ ਪਹਿਲਾਂ ਹੀ ਅਚਨਚੇਤੀ ਬਗ਼ਾਵਤ ਕਰ ਕੇ ਗ਼ਦਰ ਦੇ ਭਾਂਬੜ ਬਾਲ ਦਿੱਤੇ ਜਾਣ। ਅਖ਼ੀਰ ਵਿਚ 19 ਫ਼ਰਵਰੀ ਨੂੰ ਕਿਰਪਾਲ ਸਿੰਘ ਨੂੰ ਕਿਤੇ ਬਾਹਰ ਲਿਜਾ ਕੇ ਖ਼ਤਮ ਕਰ ਦੇਣ ਦੀ ਵਿਉਂਤ ਸੀ।

ਫ਼ਿਰੋਜ਼ਪੁਰ ਦੀਆਂ ਜ਼ਬਰਦਸਤ ਤਿਆਰੀਆਂ

14 ਫ਼ਰਵਰੀ ਨੂੰ ਜਿਸ ਵੇਲੇ ਲਾਹੌਰ ਵਿਚ ਭਾਈ ਕਰਤਾਰ ਸਿੰਘ ਸਰਾਭਾ ਸਮੇਤ ਬਹੁਤ ਸਾਰੇ ਪ੍ਰਮੁੱਖ ਗ਼ਦਰੀ ਮੋਚੀ ਗੇਟ ਵਾਲੇ ਘਰ ਵਿਚ 21 ਫ਼ਰਵਰੀ ਦੀਆਂ ਤਿਆਰੀਆਂ ਬਾਰੇ ਗਹਿਰ-ਗੰਭੀਰ ਵਿਚਾਰਾਂ ਕਰ ਰਹੇ ਸਨ, ਉਸੇ ਵੇਲੇ ਲੁਧਿਆਣਾ ਜ਼ਿਲ੍ਹੇ ਦੇ ਪਿੰਡ ਗੁਜਰਵਾਲ ਵਿਖੇ ਮਾਲਵੇ ਦੇ ਕੁਝ ਪ੍ਰਮੁੱਖ ਗ਼ਦਰੀ - ਭਾਈ ਗਾਂਧਾ ਸਿੰਘ ਕੱਚਰਭੰਨ, ਭਾਈ ਈਸ਼ਰ ਸਿੰਘ ਢੁੱਡੀਕੇ, ਭਾਈ ਉੱਤਮ ਸਿੰਘ ਹਾਂਸ ਆਦਿ - ਭਾਈ ਰਣਧੀਰ ਸਿੰਘ ਜੀ ਅਤੇ

ਉਨ੍ਹਾਂ ਦੇ ਜਥੇ ਦੇ ਮੈਂਬਰਾਂ ਨਾਲ ਫ਼ਿਰੋਜ਼ਪੁਰ ਦੀ ਛਾਉਣੀ 'ਤੇ ਹਮਲਾ ਕਰਨ ਦੇ ਪ੍ਰੋਗਰਾਮ ਬਾਰੇ ਅਹਿਮ ਨਿਰਣੇ ਲੈਣ ਲਈ ਇਕ ਅਖੰਡ ਪਾਠ ਉੱਤੇ ਇਕੱਠੇ ਹੋਏ। ਅਖੰਡ ਪਾਠ ਦਾ ਭੋਗ ਪਾਉਣ ਤੋਂ ਬਾਅਦ ਦੀਵਾਨ ਸਜਾਇਆ ਗਿਆ ਸੀ, ਜਿਸ ਵਿਚ ਸੰਗਤ ਨੂੰ ਗ਼ਦਰ ਪਾਰਟੀ ਦੀ ਤਨ, ਮਨ ਤੇ ਧਨ ਨਾਲ ਸੇਵਾ ਕਰਨ ਦੀਆਂ ਬੇਨਤੀਆਂ ਕੀਤੀਆਂ ਗਈਆਂ ਸਨ। ਪਰ ਖੁੱਲ੍ਹੇ ਦੀਵਾਨ ਵਿਚ ਗ਼ਦਰ ਦੀ ਠੋਸ ਪਲੈਨ ਬਾਰੇ ਕੁਝ ਨਹੀਂ ਦੱਸਿਆ ਗਿਆ ਸੀ। ਦੀਵਾਨ ਦੀ ਸਮਾਪਤੀ ਉੱਤੇ ਉਪਰੋਕਤ ਗ਼ਦਰੀਆਂ ਨੇ ਭਾਈ ਰਣਧੀਰ ਸਿੰਘ ਤੇ ਉਨ੍ਹਾਂ ਦੇ ਜਥੇ ਦੇ ਕੁਝ ਚੋਣਵੇਂ ਬੰਦਿਆਂ ਨਾਲ ਅਲੱਗ ਮੀਟਿੰਗ ਕੀਤੀ, ਜਿਸ ਵਿਚ ਬਗ਼ਾਵਤ ਲਈ 21 ਫ਼ਰਵਰੀ ਦਾ ਦਿਨ ਮਿਥੇ ਜਾਣ ਦੀ ਜਾਣਕਾਰੀ ਦਿੱਤੀ ਗਈ ਅਤੇ 21 ਦੀ ਰਾਤ ਨੂੰ ਜਥੇ ਦੇ ਬੰਦਿਆਂ ਦੇ ਫ਼ਿਰੋਜ਼ਪੁਰ ਪਹੁੰਚਣ ਦੀ ਠੋਸ ਪਲੈਨ ਵਿਚਾਰੀ ਗਈ।

ਉਧਰ ਭਾਈ ਕਰਤਾਰ ਸਿੰਘ ਸਰਾਭਾ 14 ਦੀ ਰਾਤ ਨੂੰ ਲਾਹੌਰ ਤੋਂ ਲੁਧਿਆਣੇ ਆ ਗਿਆ ਸੀ। ਰਾਤ ਨੂੰ ਉਸ ਨੇ ਵਿਦਿਆਰਥੀਆਂ ਜ਼ੁੰਮੇ ਲੱਗੇ ਕੰਮਾਂ ਦਾ ਜਾਇਜ਼ਾ ਲਿਆ ਅਤੇ ਜ਼ਰੂਰੀ ਵਿਚਾਰਾਂ ਕੀਤੀਆਂ। ਉਹ ਫ਼ਿਰੋਜ਼ਪੁਰ ਦੀ ਕਾਰਵਾਈ ਬਾਰੇ ਭਾਈ ਰਣਧੀਰ ਸਿੰਘ ਜੀ ਨਾਲ ਸਿੱਧਾ ਆਪ ਕੁਝ ਜ਼ਰੂਰੀ ਮਸ਼ਵਰੇ ਕਰਨਾ ਚਾਹੁੰਦਾ ਸੀ। ਲੁਧਿਆਣੇ ਸਕੂਲ ਤੋਂ ਉਸ ਨੂੰ ਇਹ ਪਤਾ ਲੱਗਾ ਕਿ ਭਾਈ ਸਾਹਿਬ 15 ਫ਼ਰਵਰੀ ਨੂੰ ਗਿੱਲ ਪਿੰਡ ਵਿਖੇ ਕਿਸੇ ਸੱਜਣ ਦੇ ਘਰ ਭੋਗ ਦੀ ਸਮਾਪਤੀ 'ਤੇ ਕੀਰਤਨ ਕਰਨ ਪਹੁੰਚੇ ਹੋਏ ਸਨ। 15 ਦੀ ਸਵੇਰ ਨੂੰ ਉਹ ਲੁਧਿਆਣੇ ਤੋਂ ਸਾਈਕਲ ਲੈ ਕੇ ਪਿੰਡ ਗਿੱਲ ਜਾ ਪਹੁੰਚਾ। ਪਰ ਉਥੋਂ ਪਤਾ ਲੱਗਾ ਕਿ ਭਾਈ ਸਾਹਿਬ ਥੋੜ੍ਹਾ ਚਿਰ ਪਹਿਲਾਂ ਹੀ ਜਥੇ ਸਮੇਤ ਗਿੱਲਾਂ ਤੋਂ ਪੈਦਲ ਢੰਡਾਰੀ ਖ਼ੁਰਦ ਨੂੰ ਕੂਚ ਕਰ ਗਏ ਸਨ। ਸਰਾਭਾ ਉਸੇ ਵੇਲੇ ਸਾਈਕਲ 'ਤੇ ਗਿੱਲਾਂ ਤੋਂ ਢੰਡਾਰੀ ਜਾਣ ਵਾਲੇ ਕੱਚੇ ਰਸਤੇ ਪੈ ਗਿਆ ਅਤੇ ਥੋੜ੍ਹੇ ਹੀ ਚਿਰ ਵਿਚ ਪੈਦਲ ਜਾ ਰਹੇ ਸਿੰਘਾਂ ਨਾਲ ਜਾ ਰਲਿਆ। ਉਸ ਨੇ ਜਾਂਦਿਆਂ ਹੀ ਸਾਰਿਆਂ ਨੂੰ ਦੋਵੇਂ ਹੱਥ ਜੋੜ ਕੇ ਫ਼ਤਹਿ ਬੁਲਾਈ ਅਤੇ ਭਾਈ ਸਾਹਿਬ ਜੀ ਨਾਲ ਇਕੱਲਿਆਂ ਕੁਝ ਜ਼ਰੂਰੀ ਵਿਚਾਰਾਂ ਕਰਨ ਦੀ ਇੱਛਾ ਜ਼ਾਹਰ ਕੀਤੀ। ਜਥੇ ਦੇ ਇਕ ਮੈਂਬਰ ਗਿਆਨੀ ਹਰਭਜਨ ਸਿੰਘ ਚਮਿੰਡਾ ਨੇ ਇਸ ਮੁਲਾਕਾਤ ਦਾ ਹਾਲ ਇਸ ਤਰ੍ਹਾਂ ਬਿਆਨ ਕੀਤਾ ਹੈ :

> "19 ਫ਼ਰਵਰੀ* ਦੀ ਤਾਰੀਕ ਨੂੰ ਗ਼ਦਰ ਕਰਨ ਦੀ ਇਤਲਾਹ ਦੇਣ ਵਾਸਤੇ, ਕਰਤਾਰ ਸਿੰਘ ਆਪ ਭਾਈ ਸਾਹਿਬ ਨੂੰ ਪਿੰਡ ਗਿੱਲ ਤੋਂ ਢੰਡਾਰੀ ਖ਼ੁਰਦ ਨੂੰ ਜਾਣ ਵਾਲੇ ਕੱਚੇ ਰਾਹ ਉੱਤੇ ਮਿਲਿਆ। ਮੈਂ ਇਸ ਸਮੇਂ ਜਥੇ ਦੇ ਨਾਲ ਸੀ। ਮੈਂ ਆਪਣੀਆਂ ਅੱਖਾਂ ਨਾਲ ਕਰਤਾਰ ਸਿੰਘ ਸਰਾਭਾ ਤੇ ਭਾਈ ਸਾਹਿਬ ਜੀ ਨੂੰ ਇਕੱਠਿਆਂ ਗੱਲਾਂ ਕਰਦਿਆਂ ਦੇਖਿਆ। ਉਹ ਦਸ ਪੰਦਰਾਂ ਮਿੰਟ ਇਕ ਦਰੱਖ਼ਤ ਦੇ ਲਾਗੇ ਖਲੋਤੇ ਹੌਲੀ ਹੌਲੀ ਗੱਲਾਂ ਕਰਦੇ ਰਹੇ...ਉਸ ਵਕਤ ਜੋ ਗੱਲਬਾਤ ਹੋਈ ਉਹ ਬਹੁਤ ਖ਼ੁਫ਼ੀਆ ਸੀ। ਮੈਨੂੰ ਹੁਣ ਤਕ ਯਾਦ ਹੈ ਕਿ ਭਾਈ ਸਾਹਿਬ ਤੇ ਕਰਤਾਰ ਸਿੰਘ ਸਰਾਭਾ ਵਿਚਕਾਰ ਇਸ ਤਰ੍ਹਾਂ ਦੇ ਪ੍ਰਸ਼ਨ-ਉੱਤਰ ਹੋਏ ਸਨ।
>
> ਭਾਈ ਸਾਹਿਬ—ਤੁਹਾਡੇ ਪਾਸ ਕਿਤਨੀਆਂ ਕਾਰਾਂ ਹਨ?
>
> ਸਰਾਭਾ—ਜਿਹੜੀਆਂ ਵੀ ਕਾਰਾਂ ਮੋਟਰਾਂ ਸ਼ਹਿਰਾਂ ਵਿਚ ਖੜੀਆਂ ਹਨ, ਗ਼ਦਰ ਦੇ ਸਮੇਂ ਇਹ ਸਭ ਸਾਡੀਆਂ ਹੀ ਹੋਣਗੀਆਂ।

* ਇਥੇ ਲੇਖਕ ਕੋਲੋਂ ਤਾਰੀਕ ਬਾਰੇ ਉਕਾਈ ਹੋਈ ਲੱਗਦੀ ਹੈ। ਉਸ ਦਿਨ ਕਰਤਾਰ ਸਿੰਘ ਨੇ 21 ਫ਼ਰਵਰੀ ਦਾ ਸੁਨੇਹਾ ਦਿੱਤਾ ਸੀ। ਇਹ ਤਾਰੀਕ ਬਦਲ ਕੇ 19 ਕਰਨ ਦਾ ਫ਼ੈਸਲਾ ਅਗਲੇ ਦਿਨ 16 ਫ਼ਰਵਰੀ ਨੂੰ ਲਾਹੌਰ ਵਿਖੇ ਹੋਈ ਮੀਟਿੰਗ ਵਿਚ ਲਿਆ ਗਿਆ ਸੀ।

ਭਾਈ ਸਾਹਿਬ—ਤੁਹਾਡੀ ਮੱਦਦ ਲਈ ਕਿਤਨੀਆਂ ਕੁ ਫ਼ੌਜਾਂ ਤਿਆਰ ਨੇ ?
ਸਰਾਭਾ—ਬਹੁਤ ਹਨ, ਤੁਸੀਂ ਨਿਸਚਿੰਤ ਰਹੋ।
ਭਾਈ ਸਾਹਿਬ—ਕੀ ਅਸੀਂ ਆਪਣੇ ਨਾਲ ਕੋਈ ਹਥਿਆਰ ਲਿਆਈਏ ?
ਸਰਾਭਾ—ਤੁਹਾਨੂੰ ਕੋਈ ਹਥਿਆਰ ਲਿਆਉਣ ਦੀ ਲੋੜ ਨਹੀਂ। ਸਭ ਹਥਿਆਰ ਉਥੋਂ ਮਿਲਣਗੇ।
ਭਾਈ ਸਾਹਿਬ—ਪਰ ਸਫ਼ਾ ਜੰਗ, ਚੱਕਰ ਤੇ ਕਿਰਪਾਨ ਤਾਂ ਅਸੀਂ ਆਪਣੇ ਨਾਲ ਜ਼ਰੂਰ ਲਿਆਵਾਂਗੇ। ਬਾਕੀ ਜੋ ਤੁਸੀਂ ਦਿਓਗੇ, ਉਹ ਵੀ ਲੈ ਲਵਾਂਗੇ।
ਸਰਾਭਾ—ਚੱਲੋ, ਤੁਹਾਡੀ ਮਰਜ਼ੀ ਹੈ, ਲੈ ਚੱਲਣੇ।
ਭਾਈ ਸਾਹਿਬ—ਕੋਈ ਹੋਰ ਹਦਾਇਤ ਹੋਵੇ ਤਾਂ ਦੱਸੋ ?
ਸਰਾਭਾ—19 ਫ਼ਰਵਰੀ ਨੂੰ ਚੰਨ ਦੀ ਚਾਨਣੀ ਰਾਤ ਹੋਏਗੀ। ਤੁਸੀਂ ਕਾਲੀਆਂ ਪੱਗਾਂ ਨਾ ਬੰਨ੍ਹਣੀਆਂ ਕਿਉਂਕਿ ਚਾਨਣੀ ਰਾਤ ਵਿਚ ਕਾਲੀ ਪੱਗ ਉੱਤੇ ਗੋਲੀ ਦਾ ਨਿਸ਼ਾਨਾ ਬਹੁਤ ਠੀਕ ਲੱਗਿਆ ਕਰਦਾ ਹੈ।
ਭਾਈ ਸਾਹਿਬ—ਨਹੀਂ! ਸਾਡੇ ਸ਼ਸਤ੍ਰ ਬਸਤ੍ਰ ਤਾਂ ਇਸੇ ਤਰ੍ਹਾਂ ਰਹਿਣਗੇ। ਇਹ ਉਤਾਰੇ ਨਹੀਂ ਜਾ ਸਕਦੇ। ਗੁਰੂ ਆਪ ਸਹਾਈ ਹੋਵੇਗਾ।

ਇਸ ਤਰ੍ਹਾਂ ਦੇ ਬਚਨ ਬਿਲਾਸ ਮੈਂ ਨੇੜ ਖਲੋਤਾ ਹੋਇਆ ਸੁਣ ਰਿਹਾ ਸੀ।

ਕਰਤਾਰ ਸਿੰਘ ਸਰਾਭਾ ਜਦੋਂ ਇਹ ਗੱਲਾਂ ਬਾਤਾਂ ਕਰ ਕੇ ਵਾਪਸ ਮੁੜਨ ਲੱਗਿਆ ਤਾਂ ਭਾਈ ਸਾਹਿਬ ਜੀ ਨੇ ਉਸ ਨੂੰ ਜ਼ੋਰ ਦੀ ਥਾਪੀ ਦਿੱਤੀ। ਤੇ ਅਸੀਂ ਸਾਰੇ ਢੰਡਾਰੀ ਖੁਰਦ ਵੱਲ ਤੁਰ ਪਏ। ਕਰਤਾਰ ਸਿੰਘ ਸਰਾਭਾ ਪਿੱਛੇ ਨੂੰ ਮੁੜ ਗਿਆ।"[7]

ਕਾਸ਼! ਉਸ ਵੇਲੇ ਕਿਸੇ ਨੇ ਇਸ ਇਤਿਹਾਸਕ ਮਿਲਣੀ ਦੀ ਫੋਟੋ ਖਿੱਚੀ ਹੁੰਦੀ!!

ਭਾਈ ਰਣਧੀਰ ਸਿੰਘ ਜੀ ਨਾਲ ਜ਼ਰੂਰੀ ਵਿਚਾਰਾਂ ਕਰ ਕੇ ਸਰਾਭਾ ਉਸੇ ਦਿਨ ਰਾਤ ਨੂੰ ਲਾਹੌਰ ਚਲਾ ਗਿਆ ਸੀ। ਉਥੇ ਜਾਂਦਿਆਂ ਹੀ ਉਸ ਨੂੰ ਕਿਰਪਾਲ ਸਿੰਘ ਦੇ ਮੁਖ਼ਬਰ ਹੋਣ ਦੀ ਖ਼ਬਰ ਮਿਲ ਗਈ ਸੀ। ਇਸ ਨਾਲ ਪੈਦਾ ਹੋਈ ਨਵੀਂ ਹਾਲਤ ਉੱਤੇ ਵਿਚਾਰਾਂ ਕਰਨ ਲਈ 16 ਫ਼ਰਵਰੀ ਨੂੰ ਰਾਸ ਬਿਹਾਰੀ ਬੋਸ ਅਤੇ ਗ਼ਦਰ ਪਾਰਟੀ ਦੇ ਕੁਝ ਅਹਿਮ ਵਰਕਰਾਂ ਨੇ ਆਪਸ ਵਿਚ ਸਲਾਹ ਮਸ਼ਵਰਾ ਕਰ ਕੇ ਬਗ਼ਾਵਤ ਦੀ ਤਾਰੀਕ 19 ਕਰ ਦੇਣ ਦਾ ਫ਼ੈਸਲਾ ਕਰ ਲਿਆ ਸੀ। ਹੁਣ ਫਿਰ ਸਾਰੀਆਂ ਥਾਵਾਂ ਉੱਤੇ, ਨਵੇਂ ਸਿਰਿਓਂ ਇਸ ਬਦਲਵੀਂ ਤਾਰੀਕ ਦੇ ਸੁਨੇਹੇ ਲਾਉਣ ਦਾ ਨਵਾਂ ਕਾਰਜ ਖੜਾ ਹੋ ਗਿਆ ਸੀ। ਇਸ ਤਰ੍ਹਾਂ ਸਾਰੇ ਬੰਦਿਆਂ ਨੂੰ ਨਵਾਂ ਸੁਨੇਹਾ ਲਾਉਣ ਲਈ ਥਾਓਂ ਥਾਈਂ ਭੇਜਿਆ ਗਿਆ। ਪਹਿਲਾਂ ਭਾਈ ਨਿਧਾਨ ਸਿੰਘ, ਹਰਨਾਮ ਸਿੰਘ ਤੇ ਗੁਰਮੁਖ ਸਿੰਘ ਲਲਤੋਂ ਨੂੰ ਜੇਹਲਮ, ਰਾਵਲਪਿੰਡੀ ਤੇ ਪਿਸ਼ਾਵਰ ਭੇਜਿਆ ਗਿਆ ਸੀ। 18 ਨੂੰ ਡਾ. ਮਥਰਾ ਸਿੰਘ ਤੇ ਭਾਈ ਹਰਨਾਮ ਸਿੰਘ ਤਾਰੀਕ ਬਦਲਣ ਦਾ ਸੁਨੇਹਾ ਦੇਣ ਲਈ ਦੁਬਾਰਾ ਫਿਰ ਜੇਹਲਮ ਗਏ। ਭਾਈ ਪਰਮਾਨੰਦ ਝਾਂਸੀ ਇਸ ਉਦੇਸ਼ ਲਈ ਪਿਸ਼ਾਵਰ ਗਿਆ। ਪਿੰਗਲੇ ਤੇ ਸੂਰਤੀ ਸਿੰਘ 18 ਦੀ ਰਾਤ ਨੂੰ ਲਾਹੌਰ ਤੋਂ ਮੇਰਠ ਗਏ ਅਤੇ ਉਥੇ 12ਵੇਂ ਰਸਾਲੇ ਦੇ ਭਾਈ ਈਸ਼ਰ ਸਿੰਘ ਨੂੰ 19 ਤਾਰੀਕ ਨੂੰ ਝੂਲਾਉਣ ਵਾਸਤੇ ਝੰਡੇ ਦਿੱਤੇ। 19 ਦੀ ਸਵੇਰ ਨੂੰ ਉਹ ਲੁਧਿਆਣੇ ਮੁੜ ਆਏ।

ਭਾਈ ਕਰਤਾਰ ਸਿੰਘ ਸਰਾਭਾ 17 ਫ਼ਰਵਰੀ ਦੀ ਸਵੇਰ ਨੂੰ ਲਾਹੌਰ ਤੋਂ ਲੁਧਿਆਣੇ ਆ ਗਿਆ ਅਤੇ ਸਕੂਲ ਤੋਂ ਅਨੋਖ ਸਿੰਘ ਨੂੰ ਨਾਲ ਲੈ ਕੇ ਸਾਈਕਲ ਉੱਤੇ ਢੰਡਾਰੀ ਸ. ਗੁਰਬਚਨ ਸਿੰਘ ਦੇ ਘਰ ਜਾ ਪੁੱਜਾ। ਉਸ ਨੂੰ ਪਤਾ ਸੀ ਕਿ ਭਾਈ ਰਣਧੀਰ ਸਿੰਘ ਜੀ

---

7. ਅਜਮੇਰ ਸਿੰਘ ਐਮ.ਏ., *ਸਰਾਭੇ ਦਾ ਸਾਥੀ ਹਰਭਜਨ ਸਿੰਘ ਸਾਥੀ*, ਸਫ਼ੇ 37-39.

ਸ਼ਹੀਦ ਕਰਤਾਰ ਸਿੰਘ ਸਰਾਭਾ ਤੇ ਭਾਈ ਸਾਹਿਬ ਭਾਈ ਰਣਧੀਰ ਸਿੰਘ ਵਿਚਕਾਰ, ਗਿੱਲ ਪਿੰਡ ਤੋਂ ਢੰਡਾਰੀ ਖ਼ੁਰਦ ਨੂੰ ਜਾਂਦੇ ਕੱਚੇ ਰਸਤੇ ਉੱਤੇ, ਬਗ਼ਾਵਤ ਦੀ ਤਾਰੀਕ ਅਤੇ ਤਿਆਰੀ ਬਾਰੇ ਹੋਏ ਆਪਸੀ ਮਸ਼ਵਰੇ ਦੇ ਇਤਿਹਾਸਕ ਪਲਾਂ ਨੂੰ ਦਰਸਾਉਂਦਾ ਕਾਲਪਨਿਕ ਚਿੱਤਰ।

(ਚਿੱਤਰਕਾਰ : ਪਰਮਿੰਦਰ ਸਿੰਘ)

ਨੇ 15 ਫ਼ਰਵਰੀ ਨੂੰ ਸ. ਗੁਰਬਚਨ ਸਿੰਘ ਦੇ ਘਰ ਅਖੰਡ ਪਾਠ ਆਰੰਭ ਕਰਨਾ ਸੀ ਅਤੇ 17 ਨੂੰ ਭੋਗ ਪੈਣ ਤਕ ਉਥੇ ਹੀ ਹਾਜ਼ਰ ਰਹਿਣਾ ਸੀ। ਉਨ੍ਹਾਂ ਦੇ ਜਾਂਦਿਆਂ ਨੂੰ ਕੀਰਤਨ ਚੱਲ ਰਿਹਾ ਸੀ। ਅਨੋਖ ਸਿੰਘ ਤਾਂ ਮੱਥਾ ਟੇਕ ਕੇ ਉਥੇ ਹੀ ਕੀਰਤਨ ਸਰਵਣ ਕਰਨ ਲਈ ਸੰਗਤ ਵਿਚ ਬੈਠ ਗਿਆ, ਪਰ ਸਰਾਭੇ ਨੇ ਮੱਥਾ ਟੇਕਣ ਉਪਰੰਤ ਭਾਈ ਸਾਹਿਬ ਨਾਲ ਅਲੱਗ ਕਮਰੇ ਵਿਚ ਬਹਿ ਕੇ ਕੁਝ ਮਿੰਟਾਂ ਲਈ ਵਿਚਾਰਾਂ ਕੀਤੀਆਂ ਅਤੇ ਉਸ ਉਪਰੰਤ ਉਹ ਦੋਵੇਂ ਕਾਹਲੀ ਨਾਲ ਸਾਈਕਲ 'ਤੇ ਲੁਧਿਆਣੇ ਨੂੰ ਮੁੜ ਗਏ। ਭੋਗ ਤੋਂ ਬਾਅਦ ਭਾਈ ਸਾਹਿਬ ਨੇ ਬੰਦ ਕਮਰੇ ਵਿਚ ਆਪਣੇ ਚੁਣਵੇਂ ਸਿੰਘਾਂ ਨਾਲ ਗੱਲਬਾਤ ਕੀਤੀ ਅਤੇ ਉਨ੍ਹਾਂ ਨੂੰ ਕਰਤਾਰ ਸਿੰਘ ਦੇ ਸੁਨੇਹੇ ਤੋਂ ਜਾਣੂ ਕਰਾਇਆ। ਗਿਆਨੀ ਹਰਭਜਨ ਸਿੰਘ ਚਮਿੰਡਾ ਨੇ ਇਸ ਮੀਟਿੰਗ ਦਾ ਖ਼ੁਲਾਸਾ ਕਰਦਿਆਂ ਲਿਖਿਆ ਹੈ :

> "ਢੰਡਾਰੀ ਪਹੁੰਚ ਕੇ ਸਾਡੇ ਜਥੇ ਨੇ ਰਸਭਿੰਨਾ ਕੀਰਤਨ ਕੀਤਾ। 15 ਫ਼ਰਵਰੀ ਨੂੰ ਭਾਈ ਸੱਜਣ ਸਿੰਘ* ਦੇ ਘਰ ਅਖੰਡ ਪਾਠ ਆਰੰਭ ਹੋਇਆ...ਅਖੰਡ ਪਾਠ ਤੇ ਕੀਰਤਨ ਦੀ ਸਮਾਪਤੀ ਤੋਂ ਉਪਰੰਤ, ਪਿੰਡ ਢੰਡਾਰੀ ਖ਼ੁਰਦ ਵਿਖੇ, ਭਾਈ ਸਾਹਿਬ ਜੀ ਨੇ ਆਪਣੇ ਸਾਰੇ ਜਥੇ ਸਮੇਤ, ਇਕ ਬੰਦ ਕਮਰੇ ਵਿਚ ਖ਼ੁਫ਼ੀਆ ਮੀਟਿੰਗ ਕੀਤੀ। ਇਸ ਵਿਚ ਸਾਨੂੰ 19 ਫ਼ਰਵਰੀ 1915 ਨੂੰ ਗ਼ਦਰ ਕਰਨ ਦਾ ਸਾਰਾ ਪ੍ਰੋਗਰਾਮ ਦੱਸਿਆ ਗਿਆ। ਇਕੱਠੇ ਹੋਣ ਦਾ ਸਮਾਂ ਮਿਥਿਆ ਗਿਆ। ਥਾਂ ਦਾ ਫ਼ੈਸਲਾ ਕੀਤਾ ਗਿਆ ਤੇ ਜਿਸ ਢੰਗ ਨਾਲ ਗ਼ਦਰ ਦੀ ਸਾਰੀ ਕਾਰਵਾਈ ਨੂੰ ਅਮਲ ਵਿਚ ਲਿਆਉਣਾ ਸੀ, ਉਸ ਉਪਰ ਪੂਰੀ ਪੂਰੀ ਰੋਸ਼ਨੀ ਪਾਈ ਗਈ। ਸਭਨਾਂ ਦੇ ਨਾਮਾਂ ਦੀ ਸੂਚੀ ਤਿਆਰ ਕੀਤੀ ਗਈ ਤੇ ਡਿਊਟੀਆਂ ਲਗਾਈਆਂ ਗਈਆਂ।
>
> ਇਥੇ ਇਹ ਗੱਲ ਦੱਸਣੀ ਕੁਥਾਂ ਨਹੀਂ ਹੋਵੇਗੀ ਕਿ ਇਸ ਮੌਕੇ ਭਾਈ ਸੁਰਜਣ ਸਿੰਘ ਗੁੱਜਰਵਾਲ ਨੇ ਇਹ ਕਹਿ ਕੇ ਵਿਰੋਧਤਾ ਕੀਤੀ ਸੀ ਕਿ 'ਖ਼ਾਲਸੇ ਨੂੰ ਰਾਜ ਕਾਜ ਦੇ ਝਗੜਿਆਂ ਵਿਚ ਨਹੀਂ ਪੈਣਾ ਚਾਹੀਦਾ। ਸਾਨੂੰ ਉਥੇ ਨਹੀਂ ਜਾਣਾ ਚਾਹੀਦਾ।' ਪਰ ਭਾਈ ਸਾਹਿਬ ਨੇ ਬੜੇ ਪ੍ਰਭਾਵਸ਼ਾਲੀ ਢੰਗ ਨਾਲ, ਆਪਣੇ ਪੱਖ ਨੂੰ ਸਪੱਸ਼ਟ ਕਰਨ ਲਈ ਕਿਹਾ ਕਿ 'ਅਸੀਂ ਰਾਜ ਕਾਜ ਵਿਚ ਭਾਈਵਾਲ ਨਹੀਂ ਬਣਨਾ, ਪਰ ਆਪਣੇ ਦੇਸ਼ ਨੂੰ ਆਜ਼ਾਦ ਜ਼ਰੂਰ ਕਰਵਾਉਣਾ ਹੈ। ਦੇਸ਼ ਦੀ ਆਜ਼ਾਦੀ ਤੋਂ ਬਿਨਾਂ ਸਾਡੇ ਗੁਰਦੁਆਰੇ ਤੇ ਹੋਰ ਧਾਰਮਿਕ ਅਸਥਾਨ ਵੀ ਆਜ਼ਾਦ ਨਹੀਂ ਰਹਿ ਸਕਦੇ। ਗੋਰਿਆਂ ਨੇ ਸਾਡੇ ਗੁਰਦੁਆਰੇ ਦੀ ਕੰਧ ਢਾਹੀ ਹੈ। ਇਸ ਲਈ ਗੋਰੀ ਸਰਕਾਰ ਨੂੰ ਅਸੀਂ ਇਸ ਦੇਸ਼ ਵਿਚ ਨਹੀਂ ਰਹਿਣ ਦੇਣਾ। ਸਾਨੂੰ ਫ਼ਿਰੋਜ਼ਪੁਰ ਪਹੁੰਚ ਕੇ ਗ਼ਦਰ ਵਿਚ ਜ਼ਰੂਰ ਸ਼ਾਮਲ ਹੋਣਾ ਚਾਹੀਦਾ ਹੈ।'
>
> ਫਿਰ ਕੀ ਸੀ। ਮਤਾ ਪਾਸ ਹੋ ਗਿਆ ਤੇ ਸਭਨਾਂ ਨੂੰ ਹਦਾਇਤ ਕੀਤੀ ਗਈ ਕਿ 19 ਫ਼ਰਵਰੀ ਨੂੰ ਸਭ ਨਾਰੰਗਵਾਲ ਭਾਈ ਸਾਹਿਬ ਦੇ ਘਰ ਪਹੁੰਚ ਜਾਉ। ਉਥੇ ਹੀ 'ਫ਼ੌਜਾਂ' ਇਕੱਠੀਆਂ ਹੋਣਗੀਆਂ।
>
> 'ਮੋਹਿ ਮਰਣੇ ਕਾ ਚਾਉ ਹੈ'
>
> ਮਰਣ ਤੋਂ ਤਾਂ ਸਾਰੇ ਡਰਦੇ ਨੇ ...ਪਰ ਉਹ ਦ੍ਰਿਸ਼ਯ ਕਿਤਨਾ ਹੀ ਅਦਭੁਤ ਅਤੇ ਅਸਚਰਜਮਈ ਹੋਏਗਾ ਜਦੋਂ ਅਸੀਂ ਸਾਰੇ ਮਰਨ ਦੇ ਚਾਉ ਨਾਲ, ਕੁਰਬਾਨ ਹੋਣ ਵਾਸਤੇ, ਪਰਵਾਨਿਆਂ ਦੀ ਤਰ੍ਹਾਂ, ਨਾਰੰਗਵਾਲ ਵਿਖੇ ਇਕੱਠੇ ਹੋ ਗਏ।"[8]

ਢੰਡਾਰੀ ਤੋਂ ਮੁੜ ਕੇ ਸਰਾਭਾ, ਪਿੰਗਲੇ ਤੇ ਅਨੋਖ ਸਿੰਘ ਫ਼ਿਰੋਜ਼ਪੁਰ ਨਵੀਂ ਤਾਰੀਕ

---

* ਇਥੇ ਭਾਈ ਹਰਭਜਨ ਸਿੰਘ ਚਮਿੰਡਾ ਕੋਲੋਂ ਗ਼ਲਤੀ ਨਾਲ ਗੁਰਬਚਨ ਸਿੰਘ ਦੀ ਥਾਵੇਂ ਸੱਜਣ ਸਿੰਘ ਪੈ ਗਿਆ ਹੈ।

8. ਅਜਮੇਰ ਸਿੰਘ ਐਮ.ਏ., *ਸਰਾਭੇ ਦਾ ਸਾਥੀ ਹਰਭਜਨ ਸਿੰਘ ਸਾਥੀ*, ਸਫ਼ੇ 37-38.

ਦਾ ਸੁਨੇਹਾ ਲਾਉਣ ਚਲੇ ਗਏ। ਉਥੋਂ 18 ਨੂੰ ਸਵੇਰੇ ਹੀ ਉਹ ਫਿਰ ਸਿੱਧੇ ਲਾਹੌਰ ਚਲੇ ਗਏ। ਲਾਹੌਰ ਤੋਂ ਸਾਹਿਤ ਤੇ ਝੰਡੇ ਆਦਿ ਲੈ ਕੇ ਉਸੇ ਰਾਤ ਫਿਰ ਫ਼ਿਰੋਜ਼ਪੁਰ ਮੁੜ ਆਏ। ਉਥੇ ਰਾਤ ਨੂੰ ਉਨ੍ਹਾਂ ਛਾਉਣੀ ਵਿਚਲੇ ਹਸਪਤਾਲ ਅੰਦਰ 26 ਨੰਬਰ ਪਲਟਨ ਦੇ ਕਿਰਪਾ ਸਿੰਘ, ਲਾਭ ਸਿੰਘ ਤੇ ਛੁੰਮਣ ਸਿੰਘ ਨੂੰ ਪਲਟਨ ਵਿਚ ਵੰਡਣ ਲਈ ਗ਼ਦਰੀ ਸਾਹਿਤ ਦਿੱਤਾ। ਇਸ ਦੇ ਨਾਲ ਹੀ ਉਨ੍ਹਾਂ ਨੇ ਸਿਪਾਹੀਆਂ ਨਾਲ ਬੈਠ ਕੇ ਬਗ਼ਾਵਤ ਦੀ ਪਲੈਨ ਨੂੰ ਅੰਤਿਮ ਛੋਹਾਂ ਦਿੱਤੀਆਂ। ਉਹ 19 ਦੀ ਰਾਤ ਤਕ ਫ਼ਿਰੋਜ਼ਪੁਰ ਵਿਚ ਜਾਂ ਇਸ ਦੇ ਨੇੜੇ ਤੇੜੇ ਹੀ ਸਮਾਂ ਲੰਘਾਉਂਦੇ ਰਹੇ।

ਗੱਲ ਵਿਗੜ ਗਈ

ਓਧਰ ਇਸ ਸਾਰੇ ਸਮੇਂ ਦੇ ਦੌਰਾਨ ਕਿਰਪਾਲ ਸਿੰਘ ਆਪਣੇ ਵਿਸ਼ਵਾਸਘਾਤੀ ਕਾਰਜ ਵਿਚ ਸਫਲ ਹੋਣ ਲਈ ਗ਼ਦਰੀਆਂ ਨਾਲ ਲਗਾਤਾਰ ਧੋਖੇ ਦੀ ਖੇਡ ਖੇਡਦਾ ਰਿਹਾ। ਗ਼ਦਰੀ ਵਰਕਰਾਂ ਵੱਲੋਂ ਉਸ ਉੱਤੇ ਕਰੜੀ ਨਿਗ੍ਹਾ ਰੱਖਣ ਦੇ ਬਾਵਜੂਦ, ਉਸ ਨੇ, ਉਨਾਂ ਤੋਂ ਲੁਕ ਲੁਕਾ ਕੇ ਪੁਲਿਸ ਨਾਲ ਮੇਲ-ਜੋਲ ਬਣਾਈ ਰੱਖਿਆ। ਗ਼ਦਰੀ ਵਰਕਰਾਂ ਨੇ ਆਪਸੀ ਸਲਾਹ ਕਰ ਕੇ, ਕਿਰਪਾਲ ਸਿੰਘ ਨੂੰ 17 ਫ਼ਰਵਰੀ ਨੂੰ ਬਹਾਨੇ ਨਾਲ ਦਦੇਹਰ 21 ਦਾ ਸੁਨੇਹਾ ਲਾਉਣ ਲਈ ਭੇਜ ਦਿੱਤਾ, ਅਤੇ ਸੱਜਣ ਸਿੰਘ ਨੂੰ ਸਟੇਸ਼ਨ ਤਕ ਚੋਰੀ ਛੁਪੇ ਉਸ ਦਾ ਪਿੱਛਾ ਕਰਨ ਲਈ ਕਿਹਾ। ਸੱਜਣ ਸਿੰਘ ਨੇ ਉਸ ਨੂੰ ਰਾਹ ਵਿਚ ਸੀ.ਆਈ.ਡੀ. ਦੇ ਦਫ਼ਤਰ ਵਿਚ ਵੜਦੇ ਵੇਖ ਲਿਆ। ਇਸ ਨਾਲ ਉਨ੍ਹਾਂ ਦਾ ਸ਼ੱਕ ਪੱਕਾ ਹੋ ਗਿਆ।

ਕਿਰਪਾਲ ਸਿੰਘ ਸੀ.ਆਈ.ਡੀ. ਦੇ ਦਫ਼ਤਰ ਵਿਚ ਡੇਰਾ ਲਾਈ ਬੈਠੇ ਲਿਆਕਤ ਖ਼ਾਨ ਨਾਲ ਲਗਾਤਾਰ ਰਾਬਤਾ ਬਣਾ ਕੇ ਰੱਖ ਰਿਹਾ ਸੀ। ਉਸ ਨੇ ਲਿਆਕਤ ਖ਼ਾਨ ਨੂੰ ਆਪਣੇ ਦਦੇਹਰ ਜਾਣ ਬਾਰੇ ਦੱਸਿਆ ਅਤੇ ਉਸ ਨਾਲ ਅਗਲੇ ਦਿਨ 18 ਫ਼ਰਵਰੀ ਨੂੰ ਮੁੜ ਆਉਣ ਦਾ ਵਾਅਦਾ ਕਰ ਕੇ ਉਹ ਦਦੇਹਰ ਨੂੰ ਚਲਾ ਗਿਆ। ਉਸ ਨੇ ਲਿਆਕਤ ਖ਼ਾਨ ਨੂੰ, 18 ਫ਼ਰਵਰੀ ਨੂੰ ਮੋਚੀ ਗੇਟ ਵਾਲੇ ਚੁਬਾਰੇ ਵਿਚ ਹੋਣ ਵਾਲੀ ਸੰਭਾਵਿਤ ਮੀਟਿੰਗ ਮੌਕੇ ਛਾਪਾ ਮਾਰਨ ਲਈ ਤਿਆਰ-ਬਰ-ਤਿਆਰ ਰਹਿਣ ਵਾਸਤੇ ਕਿਹਾ। 18 ਫ਼ਰਵਰੀ ਨੂੰ ਲਿਆਕਤ ਖ਼ਾਨ ਉਸ ਨੂੰ ਸਾਰਾ ਦਿਨ ਲਾਹੌਰ ਵਿਚ ਬੈਠਾ ਉਡੀਕਦਾ ਰਿਹਾ। ਪਰ ਉਹ ਕਿਸੇ ਕਾਰਨ ਕਰਕੇ 18 ਨੂੰ ਦਦੇਹਰ ਤੋਂ ਵਾਪਸ ਨਾ ਮੁੜ ਸਕਿਆ। ਉਹ 19 ਦੀ ਸਵੇਰ ਨੂੰ ਵਾਪਸ ਆਇਆ ਅਤੇ ਆਉਂਦਾ ਹੀ ਸਿੱਧਾ ਲਿਆਕਤ ਖ਼ਾਨ ਨੂੰ ਮਿਲਿਆ। ਉਸ ਨੇ ਕਿਹਾ ਕਿ ਉਹ ਮੋਚੀ ਗੇਟ ਜਾ ਕੇ ਵੇਖ ਕੇ ਆਉਂਦਾ ਹੈ ਕਿ ਉਥੇ ਕਿੰਨੇ ਬੰਦੇ ਹਨ। ਉਹ ਚੁਬਾਰੇ ਵਿਚ ਗਿਆ ਅਤੇ ਵੇਖਿਆ ਕਿ ਉਸ ਵੇਲੇ ਉਥੇ ਸਿਰਫ਼ ਦੋ ਹੀ ਵਰਕਰ - ਭਾਈ ਹਰਨਾਮ ਸਿੰਘ ਕੋਟਲਾ ਤੇ ਰਾਮ ਸਰਨ ਦਾਸ - ਮੌਜੂਦ ਸਨ। ਉਹ ਜਾ ਕੇ ਉਨ੍ਹਾਂ ਨਾਲ ਗੱਲੀਂ ਪੈ ਗਿਆ। ਭਾਈ ਹਰਨਾਮ ਸਿੰਘ ਨੇ ਕਈ ਸਾਲਾਂ ਬਾਅਦ ਜੇਲ੍ਹ ਵਿੱਚੋਂ ਬਾਹਰ ਆ ਕੇ ਇਸ ਦਿਨ ਦੀ ਯਾਦ ਚਿਤਾਰਦਿਆਂ ਦੱਸਿਆ ਸੀ, ਕਿ ਉਸ ਨੇ ਤੇ ਰਾਮ ਸਰਨ ਦਾਸ ਨੇ ਉਸ ਦਿਨ ਉਸ ਪਾਪੀ ਦਾ, ਅਛੋਪਲੇ ਜਿਹੇ ਗਲ ਵਿਚ ਪਰਨਾ ਪਾ ਕੇ ਚੁੱਪ-ਚਪੀਤੇ ਗਲ ਘੁੱਟ ਦੇਣ ਦੀ ਵਿਉਂਤ ਬਣਾਈ ਸੀ, ਪਰ ਮੁਸ਼ਕਲ ਇਹ ਆ ਗਈ ਸੀ ਕਿ ਭਾਈ ਹਰਨਾਮ ਸਿੰਘ ਦੀ ਇਕ ਬਾਂਹ ਕੱਟੀ ਹੋਈ ਸੀ ਅਤੇ ਰਾਮ ਸਰਨ ਦਾਸ ਸਰੀਰਕ ਪੱਖ ਤੋਂ ਕਮਜ਼ੋਰ ਸੀ, ਜਦ ਕਿ ਕਿਰਪਾਲ ਸਿੰਘ ਹੱਟਾ ਕੱਟਾ ਮਝੈਲ ਸੀ। ਇਸ ਕਰਕੇ ਉਸ ਨੂੰ ਮਾਰਨ ਦੀ ਸਕੀਮ ਨੇਪਰੇ ਨਾ ਚੜ੍ਹ ਸਕੀ। ਉਸ ਦੇ ਉਥੇ ਬੈਠਿਆਂ ਹੀ ਇਕ ਹੋਰ ਵਰਕਰ ਆ

ਗਿਆ ਅਤੇ ਉਸ ਨੇ ਆਉਂਦਿਆਂ ਹੀ ਠਾਹ ਦੇਣੇ ਕਹਿ ਦਿੱਤਾ ਕਿ ਉਹ ਮੀਆਂਮੀਰ ਜਾ ਕੇ 19 ਤਾਰੀਕ ਦਾ ਸੁਨੇਹਾ ਦੇ ਆਇਆ ਸੀ। ਉਸ ਨੂੰ ਕਿਰਪਾਲ ਸਿੰਘ ਦੇ ਪੁਲਿਸ ਦਾ ਮੁਖ਼ਬਰ ਹੋਣ ਦਾ ਪਤਾ ਨਹੀਂ ਸੀ। ਕਿਰਪਾਲ ਸਿੰਘ ਨੇ ਇਸ ਤੋਂ ਝੱਟ ਹਿਸਾਬ ਲਾ ਲਿਆ ਕਿ 21 ਦੀ ਤਾਰੀਕ ਬਦਲ ਕੇ 19 ਕਰ ਦਿੱਤੀ ਗਈ ਸੀ। ਉਹ ਉਸੇ ਵੇਲੇ ਕੋਈ ਬਹਾਨਾ ਲਾ ਕੇ ਫੁਰਤੀ ਨਾਲ ਬਾਹਰ ਨਿਕਲ ਆਇਆ ਅਤੇ ਲਿਆਕਤ ਖ਼ਾਨ ਨੂੰ ਜਾ ਕੇ ਬਦਲੀ ਹੋਈ ਤਾਰੀਕ ਦੱਸ ਦਿੱਤੀ। ਉਸ ਨੇ ਇਹ ਵੀ ਦੱਸਿਆ ਕਿ ਇਸ ਵੇਲੇ ਤਾਂ ਚੁਬਾਰੇ ਵਿਚ ਕੇਵਲ ਤਿੰਨ ਵਰਕਰ ਹੀ ਸਨ, ਪਰ ਸ਼ਾਮ ਤਕ ਹੋਰ ਆਗੂ ਮੀਟਿੰਗ ਲਈ ਇਕੱਠੇ ਹੋ ਸਕਦੇ ਹਨ। ਲਿਆਕਤ ਖ਼ਾਨ ਨੇ ਉਸ ਨੂੰ ਇਹ ਹਦਾਇਤ ਦੇ ਕੇ ਉਸੇ ਵੇਲੇ ਵਾਪਸ ਭੇਜ ਦਿੱਤਾ ਕਿ ਜਦੋਂ ਹੀ ਜ਼ਿਆਦਾ ਵਰਕਰ ਇਕੱਠੇ ਹੋ ਜਾਣ, ਤਾਂ ਉਹ ਦੂਰੋਂ ਹੀ ਪੁਲਿਸ ਨੂੰ ਇਸ਼ਾਰਾ ਕਰ ਦੇਵੇ। ਕਰਤਾਰ ਸਿੰਘ ਨਾਂ ਦੇ ਇਕ ਸਿਪਾਹੀ ਨੂੰ ਇਸ ਮੰਤਵ ਲਈ ਘਰ ਦੇ ਨੇੜੇ ਤੈਨਾਤ ਕਰ ਦਿੱਤਾ, ਤਾਂ ਜੋ ਉਹ ਕਿਰਪਾਲ ਸਿੰਘ ਦਾ ਇਸ਼ਾਰਾ ਮਿਲਦਿਆਂ ਹੀ ਫ਼ੌਰੀ ਪੁਲਿਸ ਨੂੰ ਸੂਚਨਾ ਦੇ ਦੇਵੇ।

ਸ਼ਾਮ ਤਕ ਚੁਬਾਰੇ ਵਿਚ 7-8 ਵਰਕਰ ਇਕੱਠੇ ਹੋ ਗਏ ਸਨ। ਉਹ ਕਿਰਪਾਲ ਸਿੰਘ ਦੀ ਹਰ ਹਰਕਤ ਨੂੰ ਪੂਰੇ ਗਹੁ ਨਾਲ ਤਾੜਦੇ ਰਹੇ। ਉਸ ਨੇ ਵੀ ਸ਼ਾਤਰ ਹੋਣ ਕਰਕੇ ਉਨ੍ਹਾਂ ਦੀਆਂ ਸ਼ੱਕੀ ਨਜ਼ਰਾਂ ਪਛਾਣ ਲਈਆਂ ਸਨ। ਉਹ ਕਦੇ ਇਧਰ ਤੇ ਕਦੇ ਉਧਰ ਝਾਕਦਾ ਰਿਹਾ। ਗ਼ਦਰੀਆਂ ਨੇ ਆਪਣੀਆਂ ਅੱਖਾਂ ਦੇ ਇਸ਼ਾਰਿਆਂ ਨਾਲ ਹੀ ਇਕ ਦੂਜੇ ਨੂੰ ਖ਼ਬਰਦਾਰ ਕੀਤਾ ਅਤੇ ਇਸ ਪਾਪੀ ਦਾ ਫ਼ਸਤਾ ਵੱਢ ਦੇਣ ਦਾ ਫ਼ੈਸਲਾ ਕਰ ਲਿਆ। ਮਿਥੀ ਯੋਜਨਾ ਅਨੁਸਾਰ ਸੱਜਣ ਸਿੰਘ ਨੇ ਉਸ ਨੂੰ, 21 ਫ਼ਰਵਰੀ ਲਈ ਬੰਦੇ ਲਿਆਉਣ ਵਾਸਤੇ ਉਸ ਦੇ ਨਾਲ ਪਿੰਡ ਸੁਰਸਿੰਘ ਜਾਣ ਲਈ ਕਿਹਾ। ਉਸ ਦਾ ਉਥੇ ਲਿਜਾ ਕੇ ਕਲਮਾ ਪੜ੍ਹ ਦੇਣ ਦੀ ਸਕੀਮ ਸੀ। ਕਿਰਪਾਲ ਸਿੰਘ ਨੂੰ ਸ਼ੱਕ ਹੋ ਗਿਆ ਅਤੇ ਜਾਨ ਨੂੰ ਖ਼ਤਰਾ ਵੇਖ ਕੇ ਉਹ ਪਿਸ਼ਾਬ ਕਰਨ ਦੇ ਬਹਾਨੇ ਛੱਤ ਉੱਤੇ ਚਲਾ ਗਿਆ ਅਤੇ ਉਥੋਂ ਪਰਨਾ ਹਿਲਾ ਕੇ ਪੁਲਿਸ ਨੂੰ ਇਸ਼ਾਰਾ ਕਰ ਦਿੱਤਾ।

ਉਸ ਘਰ ਦੇ ਨੇੜੇ ਹੀ ਇਕ ਹੋਰ ਮਕਾਨ ਸੀ ਜਿਸ ਦਾ ਕਿਰਪਾਲ ਸਿੰਘ ਨੂੰ ਪਤਾ ਨਹੀਂ ਸੀ। ਉਥੇ ਅਸਲਾ ਰੱਖਿਆ ਹੋਇਆ ਸੀ। ਸੱਜਣ ਸਿੰਘ ਕਿਰਪਾਲ ਸਿੰਘ ਨੂੰ ਗੋਲੀ ਮਾਰਨ ਲਈ ਉਥੋਂ ਪਿਸਤੌਲ ਚੁੱਕਣਾ ਚਾਹੁੰਦਾ ਸੀ। ਸੱਜਣ ਸਿੰਘ ਨੇ ਚੁਬਾਰੇ ਤੋਂ ਹੇਠਾਂ ਉਤਰ ਕੇ ਕਿਰਪਾਲ ਸਿੰਘ ਨੂੰ ਕਿਹਾ ਕਿ ਉਹ ਇਕ ਛੋਟਾ ਜਿਹਾ ਕੰਮ ਕਰ ਕੇ ਥੋੜ੍ਹੇ ਹੀ ਸਮੇਂ ਵਿਚ ਉਸ ਨੂੰ ਫ਼ਲਾਣੀ ਜਗ੍ਹਾ 'ਤੇ ਮਿਲੇਗਾ। ਇਹ ਕਹਿ ਕੇ ਸੱਜਣ ਸਿੰਘ ਚੁਬਾਰੇ ਵਿਚ ਗਿਆ ਤੇ ਉਥੋਂ ਦੂਸਰੇ ਕਮਰੇ ਦੀਆਂ ਕੁੰਜੀਆਂ ਜੇਬ ਵਿਚ ਪਾ ਕੇ ਛੇਤੀ ਨਾਲ ਹੇਠਾਂ ਉਤਰ ਆਇਆ। ਉਸ ਨੇ ਘਰ ਤੋਂ ਬਾਹਰ ਪੈਰ ਪਾਇਆ ਤਾਂ ਵੇਖਿਆ ਕਿ ਸਾਰੇ ਪਾਸੇ ਸਾਦੇ ਕੱਪੜਿਆਂ ਵਿਚ ਪੁਲਿਸ ਦੇ ਸਿਪਾਹੀ ਹਫ਼ੜਾ ਦਫ਼ੜੀ ਵਿਚ ਇਧਰ ਉਧਰ ਭੱਜ ਨੱਠ ਕਰ ਰਹੇ ਸਨ ਅਤੇ ਆਪਣੇ ਪਿਸਤੌਲ ਵਗ਼ੈਰਾ ਜੇਬਾਂ ਵਿਚ ਪਾ ਰਹੇ ਸਨ। ਉਹ ਝੱਟ ਸਾਰੀ ਗੱਲ ਸਮਝ ਗਿਆ। ਉਧਰ ਕਿਰਪਾਲ ਸਿੰਘ ਕਾਹਲੇ ਕਦਮ ਪੁੱਟਦਾ ਹੋਇਆ ਬਹੁਤ ਦੂਰ ਜਾ ਚੁੱਕਾ ਸੀ। ਸੱਜਣ ਸਿੰਘ ਆਰਾਮ ਨਾਲ ਅੱਗੇ ਵਧਦਾ ਗਿਆ। ਕਿਸੇ ਨੇ ਉਸ ਨੂੰ ਰੋਕਣ ਜਾਂ ਫੜਨ ਦਾ ਯਤਨ ਨਾ ਕੀਤਾ। ਸ਼ਾਇਦ ਪੁਲਿਸ ਇਕ ਬੰਦੇ ਨੂੰ ਫੜ ਕੇ ਦੂਸਰਿਆਂ ਨੂੰ ਚੁਕੰਨੇ ਨਹੀਂ ਕਰਨਾ ਚਾਹੁੰਦੀ ਸੀ। ਇਸ ਕਰਕੇ ਸੱਜਣ ਸਿੰਘ ਪੁਲਿਸ ਦੇ ਜਾਲ ਵਿੱਚੋਂ ਸੁੱਕਾ ਬਚ ਕੇ ਨਿਕਲ ਗਿਆ। ਥੋੜ੍ਹਾ ਹੀ ਅੱਗੇ ਜਾ ਕੇ ਉਸ ਨੇ ਵੇਖਿਆ ਕਿ ਬਾਵਰਦੀ

ਪੁਲਿਸ ਦੀਆਂ ਟੋਲੀਆਂ ਰਾਈਫ਼ਲਾਂ ਸੰਭਾਲੀ ਕਾਹਲੀ ਨਾਲ ਚੁਬਾਰੇ ਵੱਲ ਜਾ ਰਹੀਆਂ ਸਨ। ਥੋੜ੍ਹਾ ਹੋਰ ਅੱਗੇ ਜਾ ਕੇ ਉਸ ਨੇ ਪਿੱਛੇ ਭਉਂ ਕੇ ਵੇਖਿਆ ਤਾਂ ਪੁਲਿਸ ਦਬਾ ਦਬ ਘਰ ਅੰਦਰ ਵੜ ਰਹੀ ਸੀ। ਕਿਰਪਾਲ ਸਿੰਘ ਉਸ ਨੂੰ ਫੜਨ ਲਈ ਉਸ ਦੇ ਪਿੱਛੇ ਦੌੜਿਆ। ਪਰ 16 ਸਾਲਾਂ ਦਾ ਨੌਜਵਾਨ ਹੋਣ ਕਰਕੇ ਉਸ ਨੇ ਉਸ ਨੂੰ ਡਾਹ ਨਾ ਦਿੱਤੀ ਅਤੇ ਦੂਰ ਨਿਕਲ ਗਿਆ।[9]

ਉਥੋਂ ਨਿਕਲ ਕੇ ਸੱਜਣ ਸਿੰਘ ਰਾਸ ਬਿਹਾਰੀ ਬੋਸ ਨੂੰ ਖ਼ਬਰਦਾਰ ਕਰਨ ਲਈ ਉਸ ਦੇ ਠਿਕਾਣੇ ਵੱਲ ਜਾ ਰਿਹਾ ਸੀ। ਪਰ ਰਾਹ ਵਿਚ ਹੀ ਰਾਸ ਬਿਹਾਰੀ ਉਸ ਨੂੰ ਅਨਾਰਕਲੀ ਬਾਜ਼ਾਰ ਵਿਚ ਤਾਂਗੇ ਵਿਚ ਜਾਂਦਾ ਮਿਲ ਗਿਆ। ਸੱਜਣ ਸਿੰਘ ਨੇ ਉਸ ਨੂੰ ਰੋਕ ਕੇ ਸਾਰੀ ਗੱਲ ਦੱਸ ਦਿੱਤੀ ਅਤੇ ਨਾਲ ਹੀ ਉਸ ਨੂੰ ਕਿਹਾ ਕਿ ਜਮਨਾ ਦਾਸ ਨੂੰ ਭੇਜ ਕੇ ਦੂਸਰੇ ਮਕਾਨ ਵਿੱਚੋਂ ਅਸਲਾ ਕੱਢ ਲਿਆ ਜਾਵੇ।

ਉਸ ਵੇਲੇ ਸ਼ਾਮ ਦੇ ਸਾਢੇ ਚਾਰ ਵੱਜ ਚੁੱਕੇ ਸਨ। ਪੁਲਿਸ ਨੇ ਘਰ ਵਿੱਚੋਂ ਸੱਤ ਗ਼ਦਰੀ ਵਰਕਰ ਫੜ ਲਏ ਸਨ, ਜਿਨ੍ਹਾਂ ਦੇ ਨਾਮ ਇਸ ਪ੍ਰਕਾਰ ਹਨ: ਜਵੰਦ ਸਿੰਘ, ਕਾਲਾ ਸਿੰਘ, ਗੁਰਦਿੱਤ ਸਿੰਘ (ਇਹ ਤਿੰਨੋਂ ਸੁਰਸਿੰਘ ਪਿੰਡ ਦੇ ਸਨ ਜਿਨ੍ਹਾਂ ਨੂੰ ਖੜਕ ਸਿੰਘ ਸੁਰਸਿੰਘ ਤੋਂ, ਭਾਈ ਜਗਤ ਸਿੰਘ ਦੇ ਕਹਿਣ 'ਤੇ ਥੋੜ੍ਹਾ ਹੀ ਚਿਰ ਪਹਿਲਾਂ ਲੈ ਕੇ ਆਇਆ ਸੀ), ਅਮਰ ਸਿੰਘ ਰਾਜਪੂਤ, ਖੜਕ ਸਿੰਘ, ਹਿਰਦੇ ਰਾਮ, ਬਲਵੰਤ ਸਿੰਘ ਸਠਿਆਲਾ। ਇਨ੍ਹਾਂ ਵਿੱਚੋਂ ਅਮਰ ਸਿੰਘ ਹੀ ਗ਼ਦਰ ਪਾਰਟੀ ਦਾ ਸੀਨੀਅਰ ਵਰਕਰ ਸੀ, ਬਾਕੀ ਸਾਰੇ ਥੋੜ੍ਹਾ ਹੀ ਚਿਰ ਪਹਿਲਾਂ ਪਾਰਟੀ ਨਾਲ ਰਲੇ ਸਨ। ਇਸ ਕਰਕੇ ਉਸ ਕੋਲ ਹੀ ਪਾਰਟੀ ਦੇ ਸਾਰੇ ਭੇਦ ਸਨ। ਇਨ੍ਹਾਂ ਗ਼ਦਰੀਆਂ ਕੋਲੋਂ ਫ਼ੌਰੀ ਲੋੜੀਂਦੀ ਜ਼ਰੂਰੀ ਜਾਣਕਾਰੀ ਹਾਸਲ ਕਰਨ ਲਈ ਇਨ੍ਹਾਂ ਦੀ ਤਫ਼ਤੀਸ਼ ਕਰਦਿਆਂ ਪੁਲਿਸ ਨੂੰ ਦੋ ਢਾਈ ਘੰਟੇ ਹੋ ਗਏ। ਇਸ ਉਪਰੰਤ ਪੁਲਿਸ ਨੇ, ਜਿਨ੍ਹਾਂ ਛਾਉਣੀਆਂ ਵਿਚ ਬਗ਼ਾਵਤ ਕਰਨ ਦਾ ਪ੍ਰੋਗਰਾਮ ਬਣਾਇਆ ਗਿਆ ਸੀ, ਉਨ੍ਹਾਂ ਨੂੰ ਤਾਰਾਂ ਰਾਹੀਂ ਇਤਲਾਹ ਦੇ ਦਿੱਤੀ। ਇਤਲਾਹ ਮਿਲਦਿਆਂ ਹੀ ਫ਼ੌਜ ਦੇ ਅਫ਼ਸਰਾਂ ਨੇ ਪੇਸ਼ਬੰਦੀਆਂ ਕਰ ਲਈਆਂ। ਮੀਆਂਮੀਰ ਨੇੜੇ ਹੋਣ ਕਰਕੇ, ਉਥੇ ਇਤਲਾਹ ਛੇਤੀ ਪਹੁੰਚ ਗਈ ਸੀ। ਇਸ ਕਰਕੇ ਉਥੇ ਸ਼ਾਮ ਦੇ ਸੱਤ ਵਜੇ ਪਲਟਨਾਂ ਕੋਲੋਂ ਹਥਿਆਰ ਰਖਾ ਲਏ ਗਏ ਸਨ। ਪਰ ਇਸੇ ਦੌਰਾਨ, ਮਿਥੀ ਪਲੈਨ ਅਨੁਸਾਰ ਅੰਮ੍ਰਿਤਸਰ ਅਤੇ ਲਾਹੌਰ ਤੋਂ ਭਾਈ ਜਗਤ ਸਿੰਘ ਤੇ ਪ੍ਰੇਮ ਸਿੰਘ ਦੀ ਅਗਵਾਈ ਹੇਠ ਇਨਕਲਾਬੀਆਂ ਦੇ ਦੋ ਜਥੇ ਛਾਉਣੀ ਲਾਗੇ ਰੇਲ ਲਾਈਨ ਉੱਤੇ ਇਕੱਠੇ ਹੋ ਗਏ ਸਨ। ਰਸਾਲੇ ਦੇ ਜਵਾਨਾਂ ਨਾਲ ਇਹ ਵਿਉਂਤਿਆ ਗਿਆ ਸੀ, ਕਿ ਜਿਉਂ ਹੀ ਸ਼ਾਮ ਦੀ ਹਾਜ਼ਰੀ ਲਈ ਸਿਪਾਹੀਆਂ ਨੂੰ ਲਾਈਨਾਂ ਵਿਚ ਖੜਾ ਕੀਤਾ ਜਾਵੇਗਾ, ਤਾਂ ਬਾਹਰ ਇਕੱਠੇ ਹੋਏ ਇਨਕਲਾਬੀਆਂ ਵਿੱਚੋਂ ਕੁਝ ਜਣੇ ਇਕ ਦਮ ਹੱਲਾ ਬੋਲ ਕੇ ਹੱਥੋ-ਹੱਥੀ ਉਨ੍ਹਾਂ ਦੀਆਂ ਲਾਂਭੇ ਰੱਖੀਆਂ ਕਿਰਚਾਂ ਚੁੱਕ ਲੈਣਗੇ, ਅਤੇ ਫਿਰ ਉਸੇ ਵੇਲੇ ਫੁਰਤੀ ਨਾਲ, ਰਸਾਲੇ ਦੇ ਜਵਾਨਾਂ ਦੀ ਮੱਦਦ ਨਾਲ ਕੋਰਟ ਗਾਰਦ ਕੋਲੋਂ ਹਥਿਆਰ ਖੋਹ ਲਏ ਜਾਣਗੇ, ਜਿਨ੍ਹਾਂ ਨਾਲ ਫਿਰ ਮੈਗਜ਼ੀਨ ਉੱਤੇ ਧਾਵਾ ਬੋਲ ਕੇ ਸਾਰਾ ਅਸਲਾ ਲੁੱਟ ਲਿਆ ਜਾਵੇਗਾ। ਪਰ ਜਦੋਂ ਉਨ੍ਹਾਂ ਨੇ 23ਵੀਂ ਰਜਮੈਂਟ ਦੇ ਸਿਪਾਹੀਆਂ ਨੂੰ ਗੋਰੇ ਅਫ਼ਸਰਾਂ ਦੀ ਨਿਗਰਾਨੀ ਹੇਠ ਨਿਹੱਥੇ ਪਾਲਾਂ ਵਿਚ ਖਲੋਤੇ ਵੇਖ ਲਿਆ, ਤਾਂ ਉਹ ਸਮਝ ਗਏ ਕਿ ਸਰਕਾਰ ਕੋਲ ਬਗ਼ਾਵਤ ਦਾ ਭੇਤ ਖੁੱਲ੍ਹ ਚੁੱਕਾ ਸੀ। ਉਹ ਉਸੇ ਵੇਲੇ ਇਧਰ ਉਧਰ ਖਿਸਕ

---

9. ਮਲਵਿੰਦਰਜੀਤ ਸਿੰਘ ਵੜੈਚ, ਸੀਤਾ ਰਾਮ ਬਾਂਸਲ (ਸੰਪਾ.), *ਆਤਮ ਕਥਾ ਬਾਬਾ ਸੱਜਣ ਸਿੰਘ ਨਾਰੰਗਵਾਲ*, ਸਫ਼ੇ 20-21.

ਗਏ। ਦਦੇਹਰ, ਮਹਿਰਾਨਾ, ਜੱਲੋ, ਸੁਰਸਿੰਘ ਆਦਿ ਕਈ ਪਿੰਡਾਂ ਵਿਚ ਲੋਕਾਂ ਦੇ ਕਾਫ਼ਲੇ, ਬੇਤਾਬੀ ਨਾਲ, ਲਾਹੌਰ ਤੋਂ ਬਗ਼ਾਵਤ ਦੀ ਖ਼ਬਰ ਦੀ ਉਡੀਕ ਕਰਦੇ ਰਹਿ ਗਏ।

ਫ਼ਿਰੋਜ਼ਪੁਰ ਦਾ ਉਦਾਸ ਬ੍ਰਿਤਾਂਤ

ਬਾਅਦ ਵਿਚ ਗ਼ਦਰੀਆਂ ਉੱਤੇ ਚੱਲੇ ਮੁਕੱਦਮਿਆਂ ਦੀਆਂ ਗਵਾਹੀਆਂ ਤੋਂ ਪਤਾ ਚੱਲਦਾ ਹੈ ਕਿ ਰਾਜ ਦੇ ਵਫ਼ਾਦਾਰ ਕੁਝ ਸਿਪਾਹੀਆਂ ਨੂੰ, ਕਰਤਾਰ ਸਿੰਘ ਸਰਾਭਾ ਦੇ ਫ਼ਿਰੋਜ਼ਪੁਰ ਛਾਉਣੀ ਅੰਦਰ ਆਉਣ ਜਾਣ ਅਤੇ 26 ਨੰਬਰ ਰਜਮੈਂਟ ਦੇ ਸਿਪਾਹੀਆਂ ਨੂੰ ਮਿਲਣ ਬਾਰੇ ਜਨਵਰੀ ਦੇ ਮਹੀਨੇ ਵਿਚ ਹੀ ਸ਼ੱਕ ਖੜ੍ਹਾ ਹੋ ਗਿਆ ਸੀ। ਉਨ੍ਹਾਂ ਨੇ ਰਜਮੈਂਟ ਦੇ ਅਫ਼ਸਰ ਕੈਪਟਨ ਕਾਰਗਿਲ ਕੋਲ ਇਸ ਦੀ ਚੁਗ਼ਲੀ ਕਰ ਦਿੱਤੀ ਸੀ। ਕੈਪਟਨ ਨੇ ਜਦੋਂ ਇਸ ਮਾਮਲੇ ਦੀ ਛਾਣ-ਬੀਣ ਕੀਤੀ ਤਾਂ ਪਤਾ ਲੱਗਾ ਕਿ ਇਕ 'ਸਾਧੂ' ਰਾਤ ਨੂੰ ਚੋਰੀ ਛੁਪੇ ਬਾਰਕਾਂ ਵਿਚ ਆਉਂਦਾ ਹੈ ਅਤੇ 26 ਨੰਬਰ ਰਜਮੈਂਟ ਦੇ 8-9 ਸਿਪਾਹੀਆਂ ਨੂੰ ਮਿਲਦਾ ਹੈ। ਇਹ 'ਸਾਧੂ' ਕੋਈ ਹੋਰ ਨਹੀਂ, ਭਾਈ ਕਰਤਾਰ ਸਿੰਘ ਸਰਾਭਾ ਹੀ ਸੀ। ਇਸ ਤਰ੍ਹਾਂ ਅਫ਼ਸਰਾਂ ਨੇ 'ਸ਼ੱਕੀ' ਸਿਪਾਹੀਆਂ ਦੀ ਨਿਗਰਾਨੀ ਕਰਨੀ ਸ਼ੁਰੂ ਕਰ ਦਿੱਤੀ ਸੀ। ਇਹਤਿਆਤ ਵਜੋਂ ਮੈਗਜ਼ੀਨ ਉੱਤੇ ਡਿਊਟੀ ਡਬਲ ਕਰ ਦਿੱਤੀ ਗਈ ਸੀ। ਪਰ ਉਦੋਂ ਤਕ ਰਜਮੈਂਟ ਦੇ ਅਫ਼ਸਰਾਂ ਨੂੰ ਬਗ਼ਾਵਤ ਦੀ ਯੋਜਨਾ ਦਾ ਕੋਈ ਪਤਾ ਨਹੀਂ ਸੀ। 19 ਫ਼ਰਵਰੀ ਨੂੰ ਜਿਉਂ ਹੀ ਉਨ੍ਹਾਂ ਨੂੰ, ਗ਼ਦਰੀਆਂ ਵੱਲੋਂ ਉਸੇ ਹੀ ਰਾਤ ਨੂੰ ਬਗ਼ਾਵਤ ਕਰਨ ਦੀ ਯੋਜਨਾ ਬਾਰੇ ਤਾਰ ਰਾਹੀਂ ਸੂਚਨਾ ਮਿਲੀ, ਤਾਂ ਉਨ੍ਹਾਂ ਉਸੇ ਵੇਲੇ 26ਵੀਂ ਰਜਮੈਂਟ ਦੇ ਤਕਰੀਬਨ 9 ਸਿਪਾਹੀਆਂ (ਹਰਨਾਮ ਸਿੰਘ ਕਾਲਾ ਸੰਘਾ, ਕਿਰਪਾ ਸਿੰਘ, ਫ਼ੁੱਮਣ ਸਿੰਘ, ਲਾਭ ਸਿੰਘ, ਤੇਜਾ ਸਿੰਘ, ਈਸ਼ਰ ਸਿੰਘ, ਖ਼ੁਸ਼ਹਾਲ ਸਿੰਘ, ਮੱਘਰ ਸਿੰਘ ਆਦਿ) ਨੂੰ ਬਰਖ਼ਾਸਤ ਕਰਨ ਦੇ ਹੁਕਮ ਜਾਰੀ ਕਰ ਦਿੱਤੇ। ਇਨ੍ਹਾਂ 'ਚੋਂ ਪੰਜ ਜਣਿਆਂ ਨੂੰ ਉਸੇ ਵੇਲੇ ਸੂਬੇਦਾਰ ਮਵਾਜ਼ ਖ਼ਾਨ ਦੀ ਨਿਗਰਾਨੀ ਹੇਠ, ਉਨ੍ਹਾਂ ਦੇ ਬੋਰੀ-ਬਿਸਤਰੇ ਸਮੇਤ, ਫ਼ਿਰੋਜ਼ਪੁਰ ਛਾਉਣੀ ਦੇ ਸਟੇਸ਼ਨ ਤੋਂ ਰਾਤ ਵਾਲੀ ਗੱਡੀ 'ਤੇ ਘਰਾਂ ਨੂੰ ਵਿਦਾ ਕਰ ਦਿੱਤਾ ਗਿਆ ਸੀ। ਪਰ ਉਹ, ਕਿਸੇ ਤਰੀਕੇ ਨਾਲ ਅਫ਼ਸਰਾਂ ਨੂੰ ਝਕਾਨੀ ਦੇ ਕੇ ਥੋੜ੍ਹੇ ਹੀ ਚਿਰ ਪਿੱਛੋਂ ਮੁੜ ਛਾਉਣੀ ਵਿਚ ਦਾਖ਼ਲ ਹੋਣ ਵਿਚ ਸਫਲ ਹੋ ਗਏ ਸਨ। ਇਸ ਸਾਰੇ ਘਟਨਾ-ਕ੍ਰਮ ਦੌਰਾਨ ਕਰਤਾਰ ਸਿੰਘ ਸਰਾਭਾ ਦੇ ਨਾਲੋ-ਨਾਲ ਰਹੇ ਅਨੋਖ ਸਿੰਘ ਨੇ ਬਾਅਦ ਵਿਚ ਅਦਾਲਤ ਅੱਗੇ ਗਵਾਹੀ ਦਿੰਦਿਆਂ ਇਹ ਖ਼ੁਲਾਸਾ ਕੀਤਾ ਸੀ, ਕਿ ਗੱਡੀ ਉੱਤੇ ਚੜ੍ਹਾਅ ਕੇ ਘਰਾਂ ਨੂੰ ਤੋਰੇ ਬਾਗ਼ੀ ਸਿਪਾਹੀਆਂ ਦਾ ਸਟੇਸ਼ਨ ਉੱਤੇ ਹੀ ਕਰਤਾਰ ਸਿੰਘ ਸਰਾਭਾ ਨਾਲ ਮੇਲ ਹੋ ਗਿਆ ਸੀ। ਸਰਾਭੇ ਨੂੰ ਜਦ ਉਨ੍ਹਾਂ ਦੱਸਿਆ ਕਿ ਉਨ੍ਹਾਂ ਨੂੰ ਫ਼ੌਜ ਵਿੱਚੋਂ ਬਰਖ਼ਾਸਤ ਕਰ ਕੇ ਘਰੋ-ਘਰੀ ਤੋਰਨ ਦੇ ਹੁਕਮ ਜਾਰੀ ਹੋ ਗਏ ਹਨ, ਤਾਂ ਇਕ ਵਾਰ ਤਾਂ ਸਰਾਭੇ ਨੂੰ ਸਾਰੀ ਖੇਡ ਵਿਗੜ ਗਈ ਜਾਪੀ। ਪਰ ਛੇਤੀ ਹੀ ਉਸ ਨੇ ਇਰਾਦਾ ਧਾਰ ਲਿਆ ਕਿ ਕੁਝ ਵੀ ਹੋਵੇ, ਏਸ ਤਰ੍ਹਾਂ ਹਾਰ ਨਹੀਂ ਮੰਨਣੀ। ਉਸ ਨੇ ਸਿਪਾਹੀਆਂ ਨੂੰ ਤਕੜੇ ਹੋਣ ਲਈ ਕਿਹਾ ਅਤੇ ਕੁਛ ਵੀ ਹੋ ਜਾਵੇ, ਬਗ਼ਾਵਤ ਦਾ ਯਤਨ ਇਸ ਪ੍ਰਕਾਰ ਅੱਧ ਵਾਟੇ ਛੱਡ ਦੇਣ ਤੋਂ ਇਨਕਾਰ ਕਰ ਦਿੱਤਾ। ਉਸ ਨੇ ਸਿਪਾਹੀਆਂ ਦੇ ਹੌਂਸਲੇ ਧਰਾਏ, ਉਨ੍ਹਾਂ ਨੂੰ ਹੱਲਾਸ਼ੇਰੀ ਦਿੱਤੀ ਅਤੇ ਉਨ੍ਹਾਂ ਨਾਲ, ਪੈਦਾ ਹੋਈ ਨਵੀਂ ਹਾਲਤ ਦੇ ਸਨਮੁੱਖ ਕੁਝ ਜ਼ਰੂਰੀ ਨੁਕਤੇ ਸਾਂਝੇ ਕੀਤੇ। ਕਿਰਪਾ ਸਿੰਘ ਨੂੰ ਇਹ ਆਦੇਸ਼ ਦਿੱਤਾ ਕਿ ਉਹ ਗੱਡੀ 'ਤੇ ਆਉਣ ਵਾਲੇ ਇਨਕਲਾਬੀਆਂ ਨੂੰ ਸਟੇਸ਼ਨ ਤੋਂ ਛਾਉਣੀ

ਤਕ ਲਿਆਉਣ ਵਿਚ ਮੱਦਦ ਕਰੇ ਅਤੇ ਫਿਰ ਬਾਰਕਾਂ ਅੰਦਰ ਜਾ ਕੇ ਅੰਦਰ ਦੀ ਸਾਰੀ ਹਾਲਤ ਦੀ ਟੋਹ ਲੈ ਕੇ ਆਵੇ।

ਮਿਥੇ ਮੁਤਾਬਕ ਇਨਕਲਾਬੀਆਂ ਦਾ ਵੱਡਾ ਦਲ ਫ਼ਿਰੋਜ਼ਪੁਰ ਛਾਉਣੀ ਉੱਤੇ ਹਮਲੇ ਲਈ ਪੂਰੀ ਤਰ੍ਹਾਂ ਤਿਆਰ ਹੋ ਕੇ ਛਾਉਣੀ ਦੇ ਕਰੀਬ ਇਕੱਠਾ ਹੋ ਗਿਆ ਸੀ। ਇਸ ਦਲ ਵਿਚ ਮੰਨੇ-ਦੰਨੇ ਗ਼ਦਰੀ ਸੂਰਮੇ - ਜਿਵੇਂ ਭਾਈ ਗਾਂਧਾ ਸਿੰਘ, ਨਿਧਾਨ ਸਿੰਘ ਚੁੱਘਾ, ਅਰਜਨ ਸਿੰਘ ਖੁਖਰਾਨਾ, ਬੰਤਾ ਸਿੰਘ ਸੰਘਵਾਲ, ਹਰਨਾਮ ਸਿੰਘ ਸਿਆਲਕੋਟੀ, ਈਸ਼ਰ ਸਿੰਘ ਢੁੱਡੀਕੇ, ਪਾਲਾ ਸਿੰਘ ਢੁੱਡੀਕੇ, ਰੂੜ ਸਿੰਘ ਚੂਹੜਚੱਕ, ਉੱਤਮ ਸਿੰਘ ਹਾਂਸ, ਭਾਈ ਰੰਗਾ ਸਿੰਘ (ਖੁਰਦਪੁਰ), ਗੁਰਮੁਖ ਸਿੰਘ ਲਲਤੋਂ, ਬੂਟਾ ਸਿੰਘ (ਅਕਾਲਗੜ੍ਹ, ਠਾਣਾ ਰਾਏਕੋਟ), ਅਤੇ ਭਾਈ ਰਣਧੀਰ ਸਿੰਘ ਸਮੇਤ ਉਨ੍ਹਾਂ ਦੇ ਜਥੇ ਦੇ ਮਰ-ਮਿਟਣ-ਲਈ-ਤਤਪਰ 60 ਤੋਂ ਵੱਧ ਸਿੰਘ ਸ਼ਾਮਲ ਸਨ। ਸਿਰਲੱਥ ਸੂਰਮਿਆਂ ਦਾ ਇਹ ਦਲ ਨਵਾਂ ਤੇ ਅਨੋਖਾ ਇਤਿਹਾਸ ਸਿਰਜਣ ਲਈ ਕਮਰਕੱਸੇ ਕਰੀ ਖੜ੍ਹਾ, ਆਪਣੇ 'ਬਾਲੇ ਜਰਨੈਲ' ਕਰਤਾਰ ਸਿੰਘ ਸਰਾਭਾ ਦੇ ਹੁਕਮ ਦੀ ਬੇਤਾਬੀ ਨਾਲ ਉਡੀਕ ਕਰ ਰਿਹਾ ਸੀ। ਅਨੋਖ ਸਿੰਘ ਤੋਂ ਇਲਾਵਾ, ਮੌਕੇ ਦੇ ਇਕ ਹੋਰ ਗਵਾਹ ਦੀ ਗਵਾਹੀ ਅਨੁਸਾਰ ਕਰਤਾਰ ਸਿੰਘ ਸਰਾਭਾ ਤੇ ਦੋ ਫ਼ੌਜੀ ਜਵਾਨ ਲੁਧਿਆਣੇ ਤੋਂ ਗੱਡੀ ਉੱਤੇ ਆਉਣ ਵਾਲੇ ਬੰਦਿਆਂ ਨੂੰ ਫ਼ਿਰੋਜ਼ਪੁਰ ਛਾਉਣੀ ਦੇ ਸਟੇਸ਼ਨ 'ਤੇ ਹੀ ਜਾ ਮਿਲੇ ਸਨ, ਅਤੇ ਉਨ੍ਹਾਂ ਨੂੰ ਛਾਉਣੀ ਦੇ ਨੇੜੇ ਇਕ ਨਿਵੇਕਲੀ ਜਗ੍ਹਾ 'ਤੇ ਇਕੱਠੇ ਕੀਤਾ ਗਿਆ ਸੀ। ਦੋਨੋਂ ਸਿਪਾਹੀ ਬਾਕੀ ਦੇ ਦਲ ਨੂੰ ਥੋੜ੍ਹੀ ਦੇਰ ਉਥੇ ਹੀ ਰੁਕਣ ਲਈ ਕਹਿ ਕੇ ਆਪ ਅੰਦਰ ਦੀ ਹਾਲਤ ਦੀ ਖ਼ਬਰ ਲੈਣ ਲਈ ਚਲੇ ਗਏ ਸਨ। ਜਦੋਂ ਉਹ ਵਾਹਵਾ ਦੇਰ ਨਾ ਮੁੜੇ ਤਾਂ ਕਰਤਾਰ ਸਿੰਘ ਸਰਾਭਾ, ਅਰਜਨ ਸਿੰਘ ਖੁਖਰਾਨਾ, ਬੂਟਾ ਸਿੰਘ, ਗਾਂਧਾ ਸਿੰਘ ਤੇ ਉੱਤਮ ਸਿੰਘ ਹਾਂਸ ਆਪ ਉਨ੍ਹਾਂ ਸਿਪਾਹੀਆਂ ਦਾ ਪਤਾ ਕਰਨ ਲਈ ਅੰਦਰ ਗਏ। ਉਹ ਛੇਤੀ ਮੁੜ ਆਏ ਅਤੇ ਦੱਸਿਆ ਕਿ ਕਿਲ੍ਹੇ ਉੱਤੇ ਹਮਲਾ ਕਰਨ ਦੀਆਂ ਤਿਆਰੀਆਂ ਹੋ ਰਹੀਆਂ ਹਨ, ਥੋੜ੍ਹਾ ਚਿਰ ਹੋਰ ਅਟਕਣਾ ਪਵੇਗਾ। ਜਦ ਫਿਰ ਵਾਹਵਾ ਟਾਈਮ ਲੰਘ ਗਿਆ ਤਾਂ ਭਾਈ ਰਣਧੀਰ ਸਿੰਘ ਜੀ ਦੇ ਕਹਿਣ 'ਤੇ ਕਰਤਾਰ ਸਿੰਘ ਸਰਾਭਾ ਤੇ ਦੂਸਰੇ ਬੰਦੇ ਫਿਰ ਅੰਦਰ ਪਤਾ ਕਰਨ ਗਏ। ਪਰ ਉਹ ਥੋੜ੍ਹੀ ਦੇਰ ਬਾਅਦ ਹੀ ਉਦਾਸ ਚਿਹਰੇ ਲੈ ਕੇ ਵਾਪਸ ਆ ਗਏ, ਅਤੇ ਆਉਂਦਿਆਂ ਹੀ ਕਰਤਾਰ ਸਿੰਘ ਸਰਾਭੇ ਨੇ ਸਾਰਿਆਂ ਨੂੰ ਦੱਸ ਦਿੱਤਾ ਕਿ ਦੁਸ਼ਮਣ ਨੂੰ ਬਗ਼ਾਵਤ ਦੀ ਪਲੈਨ ਦਾ ਪਤਾ ਲੱਗ ਗਿਆ ਹੈ ਅਤੇ ਮੈਗਜ਼ੀਨ 'ਤੇ ਗੋਰਿਆਂ ਦੇ ਪਹਿਰੇ ਲਾ ਦਿੱਤੇ ਗਏ ਹਨ, ਇਸ ਕਰਕੇ ਹੁਣ ਕੁਛ ਨਹੀਂ ਹੋ ਸਕਦਾ, ਸਾਰਿਆਂ ਨੂੰ ਬਚ ਬਚਾ ਕੇ ਆਪੋ-ਆਪਣੀਆਂ ਥਾਵਾਂ 'ਤੇ ਮੁੜ ਜਾਣਾ ਚਾਹੀਦਾ ਹੈ। ਪਤਾ ਲੱਗਾ ਹੈ ਕਿ ਅੰਦਰ ਜਾ ਕੇ ਸਰਾਭੇ ਨੇ, ਹਾਲਾਤ ਦੇ ਉਲਟ ਦਿਸ਼ਾ ਵਿਚ ਕਰਵਟ ਲੈ ਜਾਣ ਦੇ ਬਾਵਜੂਦ, ਸਿਪਾਹੀਆਂ ਉੱਤੇ, ਜਿਵੇਂ ਕਿਵੇਂ ਇਕ ਵਾਰ ਹਮਲਾ ਕਰਨ ਦਾ ਯਤਨ ਕਰ ਲੈਣ ਲਈ ਪੂਰਾ ਜ਼ੋਰ ਪਾਇਆ ਸੀ, ਪਰ ਸਿਪਾਹੀਆਂ ਨੂੰ ਸਾਰੀ ਹਾਲਤ ਸਪੱਸ਼ਟ ਦਿਖਦੀ ਸੀ, ਇਸ ਕਰਕੇ ਉਨ੍ਹਾਂ ਨੇ ਅਜਿਹੀ ਮਾਅਰਕੇਬਾਜ਼ੀ ਕਰਨ ਤੋਂ ਮਨ੍ਹਾ ਕਰ ਦਿੱਤਾ ਸੀ।

ਗਿਆਨੀ ਹਰਭਜਨ ਸਿੰਘ ਚਮਿੰਡਾ ਨੇ ਭਾਈ ਰਣਧੀਰ ਸਿੰਘ ਦੇ ਜਥੇ ਦੇ ਨਾਰੰਗਵਾਲ ਤੋਂ ਚੱਲ ਕੇ ਫ਼ਿਰੋਜ਼ਪੁਰ ਪਹੁੰਚਣ ਅਤੇ ਉਥੋਂ ਨਿਰਾਸ਼ ਹੋ ਕੇ ਮੁੜ ਆਉਣ ਦੀ ਸਾਰੀ ਵਿਥਿਆ ਇਸ ਤਰ੍ਹਾਂ ਬਿਆਨ ਕੀਤੀ ਹੈ :

"19 ਤਾਰੀਖ ਦੀ ਦੁਪਹਿਰ ਤਕ, ਭਾਈ ਸਾਹਿਬ ਜੀ ਦੇ ਘਰ ਸਭ ਫ਼ੌਜਾਂ ਇਕੱਠੀਆਂ

ਹੋ ਗਈਆਂ। ਸ਼ਹੀਦੀ ਫ਼ੌਜਾਂ ਨੇ ਸ਼ਹੀਦ ਹੋਣ ਤੋਂ ਪਹਿਲਾਂ, ਪੰਜਾਂ ਪਿਆਰਿਆਂ ਤੋਂ ਭੁੱਲਾਂ ਬਖ਼ਸ਼ਾਈਆਂ। ਕੜਾਹ ਪਰਸ਼ਾਦ ਦੀਆਂ ਦੇਗਾਂ ਅਤੁੱਟ ਵਰਤੀਆਂ। ਕਰਤਾਰ ਸਿੰਘ ਨੇ ਕਿਹਾ ਸੀ ਕਿ ਕਾਲੀ ਪਗੜੀ ਨਾ ਬੰਨ੍ਹਣੀ, ਇਸ ਲਈ ਗੁੱਜਰਵਾਲ ਤੋਂ ਖਾਕੀ ਕੱਪੜੇ ਦਾ 40 ਗਜ਼ ਦਾ ਥਾਨ ਮੰਗਵਾਇਆ ਗਿਆ। ਸਭ ਨੂੰ ਪਾੜ ਕੇ ਗਜ਼ ਗਜ਼ ਦੇ ਦਿੱਤਾ ਤੇ ਹਦਾਇਤ ਕਰ ਦਿੱਤੀ ਕਿ ਜਦੋਂ ਗ਼ਦਰ ਕਰਨ ਲਈ, ਅਮਲ ਦੇ ਮੈਦਾਨ ਵਿਚ ਨਿਤਰਣ ਲੱਗੇ, ਤਾਂ ਸਭਨਾਂ ਨੇ ਆਪਣੀ ਕਾਲੀ ਪਗੜੀ ਉਪਰ ਇਸ ਨੂੰ ਰੁਮਾਲ ਦੀ ਤਰ੍ਹਾਂ ਬੰਨ੍ਹ ਲੈਣਾ ਹੈ। ਦੁਪਹਿਰ ਤੋਂ ਮਗਰੋਂ ਅਰਦਾਸਾ ਸੋਧ ਕੇ ਸਾਰੇ ਕੌਮੀ ਪ੍ਰਵਾਨੇ ਭਾਈ ਸਾਹਿਬ ਜੀ ਦੀ ਅਗਵਾਈ ਹੇਠ, ਜੈਕਾਰੇ ਗੁੰਜਾਉਂਦੇ ਤੇ ਆਪਣੇ ਗੁਰੂ ਨੂੰ ਯਾਦ ਕਰਦੇ ਹੋਏ, ਮੁਲਾਂਪੁਰ ਦੇ ਸਟੇਸ਼ਨ ਵੱਲ ਰਵਾਨਾ ਹੋ ਗਏ। ਉਥੇ ਭਾਈ ਉੱਤਮ ਸਿੰਘ ਹਾਂਸ ਕਲਾਂ, ਈਸ਼ਰ ਸਿੰਘ (ਢੁਡੀਕੇ) ਤੇ ਰੰਗਾ ਸਿੰਘ ਵੀ ਸਾਨੂੰ ਰਾਹ ਵਿਚ ਮਿਲ ਗਏ...ਜਦੋਂ ਗੱਡੀ ਮੁਲਾਂਪੁਰ ਦੇ ਸਟੇਸ਼ਨ ਉੱਤੇ ਆਈ ਤਾਂ ਅਸੀਂ ਸਾਰੇ ਫ਼ਿਰੋਜ਼ਪੁਰ ਛਾਉਣੀ ਜਾਣ ਲਈ ਇਸ ਵਿਚ ਸਵਾਰ ਹੋ ਗਏ। ਰਸਤੇ ਵਿਚ ਸਾਰੇ ਰਾਹ ਚੌਪਈ ਦਾ ਕੀਰਤਨ ਹੁੰਦਾ ਗਿਆ। ਸਭਨਾਂ ਨੂੰ ਸ਼ਹੀਦੀ ਪ੍ਰਾਪਤ ਕਰਨ ਦਾ ਤੇ ਮਰਣ ਦਾ ਚਾਉ ਸੀ। ਮੌਤ ਦਾ ਕਿਸੇ ਨੂੰ ਰੰਚਕ ਮਾਤਰ ਵੀ ਡਰ ਭੈਅ ਨਹੀਂ ਆ ਰਿਹਾ ਸੀ। ਸਾਰੇ ਬੇਪ੍ਰਵਾਹ ਹੋਏ, ਆਪਣੀ ਮਸਤੀ ਵਿਚ ਗਾਉਂਦੇ ਹੋਏ, ਆਪਣੇ ਨਿਸ਼ਾਨੇ ਵੱਲ ਤੁਰੇ ਜਾ ਰਹੇ ਸਨ। ਮੈਂ ਇਸ ਮੌਕੇ *ਗ਼ਦਰ ਦੀ ਗੂੰਜ* (ਜਿਹੜੀਆਂ ਮੈਨੂੰ ਜ਼ਬਾਨੀ ਯਾਦ ਸਨ) ਦੀਆਂ ਕਈ ਕਵਿਤਾਵਾਂ ਮੋਗੇ ਤੋਂ ਸ਼ੁਰੂ ਕਰ ਕੇ ਫ਼ਿਰੋਜ਼ਪੁਰ ਤਕ ਉੱਚੀ ਉੱਚੀ ਪੜ੍ਹ ਕੇ ਸੁਣਾਉਂਦਾ ਰਿਹਾ।

ਰਸਤੇ ਵਿਚ ਜਗਰਾਉਂ, ਅਜਿਤਵਾਲ, ਮੋਗਾ, ਤਲਵੰਡੀ ਆਦਿ ਰੇਲਵੇ ਸਟੇਸ਼ਨਾਂ ਤੋਂ ਹੋਰ ਵੀ ਕਈ ਸਾਥੀ ਨਾਲ ਰਲ ਗਏ। ਇਸ ਸਾਰੇ ਜਥੇ ਦੀ ਗਿਣਤੀ 50 ਤੋਂ ਵਧੀਕ ਹੋ ਗਈ। ਜਦੋਂ ਅਸੀਂ ਫ਼ਿਰੋਜ਼ਪੁਰ ਛਾਉਣੀ ਦੇ ਸਟੇਸ਼ਨ 'ਤੇ ਉਤਰ ਕੇ, ਬਾਹਰ ਨਿਕਲੇ ਤਾਂ ਉਥੇ ਇਕ ਟਾਹਲੀ ਦੇ ਦਰੱਖ਼ਤ ਹੇਠਾਂ, ਸਾਡਾ ਸੁਆਗਤ ਕਰਨ ਲਈ, ਕਰਤਾਰ ਸਿੰਘ ਸਰਾਭਾ ਖਲੋਤਾ ਹੋਇਆ ਸੀ। ਉਹ ਚੁੱਪ ਚੁਪਾਤਾ ਇਸ਼ਾਰੇ ਨਾਲ ਹੀ, ਸਾਨੂੰ ਆਪਣੇ ਮਗਰ ਲੈ ਕੇ, ਗੋਰਿਆਂ ਦੀਆਂ ਬਾਰਕਾਂ ਵਿਚੀਂ ਹੁੰਦਾ ਹੋਇਆ, ਉਸ ਥਾਂ ਲੈ ਗਿਆ ਜਿਥੇ ਸਾਰੀ ਤਿਆਰੀ ਕਰਕੇ, ਕਿਲ੍ਹੇ ਉਪਰ ਧਾਵਾ ਬੋਲਣਾ ਸੀ। ਕਰਤਾਰ ਸਿੰਘ ਨੇ ਸਾਨੂੰ ਇਕ ਥਾਂ ਇਕੱਠੇ ਹੋ ਕੇ ਬੈਠਣ ਲਈ ਕਿਹਾ। ਸੁੰਨਸਾਨ ਥਾਂ ਸੀ ਤੇ ਸਭਨੀਂ ਪਾਸੀਂ ਰੇਤ ਦੇ ਟਿੱਬੇ, ਕਾਨਿਆਂ ਦੇ ਬੂਝੇ ਜਾਂ ਸਰਕੜੇ ਦੇ ਝੁੰਡ ਸਨ। ਹੋਰ ਵੀ ਕਿਤਨੇ ਹੀ ਸਾਥੀ ਇਥੇ ਪਹੁੰਚ ਗਏ। ਸਾਡੀ ਗਿਣਤੀ ਡੇਢ ਸੌ ਤੋਂ ਵੱਧ ਹੋ ਗਈ। ਸਾਨੂੰ ਸਾਰਿਆਂ ਨੂੰ ਇਥੇ ਬਿਠਾ ਕੇ, ਕਰਤਾਰ ਸਿੰਘ ਆਪ ਕਿਲ੍ਹੇ ਵੱਲ ਚਲਾ ਗਿਆ। ਉਸ ਨੇ ਕਿਹਾ ਸੀ ਕਿ 'ਪਿਸਤੌਲ ਤੇ ਬੰਦੂਕਾਂ ਆਦਿ ਲੈ ਕੇ ਮੈਂ ਹੁਣੇ ਆਉਂਦਾ ਹਾਂ।' ਪਰ ਉਹ ਬਹੁਤ ਦੇਰ ਤਕ ਵਾਪਸ ਨਾ ਮੁੜਿਆ। ਸਾਰੇ ਸਿੰਘ ਉਸ ਦੀ ਉਡੀਕ ਬੜੀ ਤੀਬਰਤਾ ਨਾਲ ਕਰ ਰਹੇ ਸਨ। ਸਾਡੇ ਵਿੱਚੋਂ ਕਈਆਂ ਕੋਲ ਆਪਣੇ ਤੌਰ 'ਤੇ ਪਿਸਤੌਲ ਤੇ ਰਿਵਾਲਵਰ ਸਨ। ਕਈ ਤਾਂ ਹੱਥਾਂ ਵਿਚ ਪਿਸਤੌਲ ਪਕੜੀ ਉਡੀਕ ਕਰ ਰਹੇ ਸਨ ਕਿ ਸਾਨੂੰ ਕਿਲ੍ਹੇ ਵੱਲ ਵਧਣ ਦਾ ਹੁਕਮ ਕਦੋਂ ਮਿਲਦਾ ਹੈ। ਰਾਤ ਦੇ ਬਾਰਾਂ ਵਜੇ ਧਾਵਾ ਬੋਲਣਾ ਸੀ, ਪਰ ਹੁਣ ਤਾਂ ਇਕ ਵੱਜ ਚੁੱਕਿਆ ਸੀ। ਪਰ ਕਰਤਾਰ ਸਿੰਘ ਮੁੜ ਕੇ ਨਾ ਆਇਆ। ਸਾਰੇ ਹੈਰਾਨ ਸਨ ਕਿ ਇਤਨੀ ਢਿੱਲ ਕਿਉਂ ਹੋ ਰਹੀ ਹੈ?

ਪ੍ਰਸਿੱਧ ਕੌਮੀ ਸ਼ਹੀਦ ਭਾਈ ਗਾਂਧਾ ਸਿੰਘ ਆਪਣੇ ਹੱਥ ਵਿਚ ਪਿਸਤੌਲ ਪਕੜੀ ਮੇਰੇ ਕੋਲ ਖੜਾ ਸੀ ਤੇ ਮੁੜ ਮੁੜ ਕੇ ਕਹਿ ਰਿਹਾ ਸੀ, 'ਇਤਨੀ ਦੇਰੀ ਕਿਉਂ ਹੋ ਰਹੀ ਹੈ?'

ਦੋ ਢਾਈ ਵਜੇ ਦੇ ਕਰੀਬ ਸਰਾਭਾ ਸਾਡੇ ਕੋਲ ਆਇਆ। ਉਹ ਬਹੁਤ ਉਦਾਸ ਤੇ ਨਿਮੋਝੂਣਾ ਸੀ। ਉਸ ਨੇ ਦੁੱਖ ਭਰੇ ਲਫ਼ਜ਼ਾਂ ਵਿਚ ਕਿਹਾ, 'ਭਰਾਵੋ! ਸਾਨੂੰ ਅਸਲਾ

ਦੇਣ ਵਾਲੇ ਫ਼ੌਜੀ ਸਿਪਾਹੀ ਇਸ ਛਾਉਣੀ ਵਿੱਚੋਂ ਕੱਢ ਕੇ ਬਾਹਰ ਕਰ ਦਿੱਤੇ ਗਏ ਨੇ। ਇਸ ਲਈ ਕੋਈ ਅਸਲਾ ਨਹੀਂ ਮਿਲ ਸਕਦਾ। ਜਿਨ੍ਹਾਂ ਫ਼ੌਜੀਆਂ ਨੇ ਸਾਡੀ ਮੱਦਦ ਕਰਨੀ ਸੀ, ਉਹ ਸਭ ਕੈਦ ਕਰ ਲਏ ਗਏ ਹਨ। ਮਾਲੂਮ ਹੁੰਦਾ ਹੈ ਕਿ ਸਾਡੇ ਪ੍ਰੋਗਰਾਮ ਦਾ ਗ਼ਦਰ ਦੀ ਸਕੀਮ ਦਾ ਅੰਗਰੇਜ਼ਾਂ ਨੂੰ ਪਤਾ ਲੱਗ ਗਿਆ ਹੈ। ਹੁਣ ਕੁਛ ਨਹੀਂ ਹੋ ਸਕਦਾ। ਇਸ ਲਈ ਜਿਧਰ ਕਿਸੇ ਨੂੰ ਠੀਕ ਲਗਦਾ ਹੈ, ਉਧਰ ਨੂੰ ਖਿਸਕ ਜਾਓ।'

ਕਰਤਾਰ ਸਿੰਘ ਦੇ ਇਸ ਉਦਾਸੀ ਭਰੇ ਅੱਖਰਾਂ ਨੇ ਸਾਡੇ ਸਾਰਿਆਂ ਦੇ ਮਨਾਂ ਉਪਰ ਗੜਿਆਂ ਦੀ ਮਾਰ ਜੈਸਾ ਅਸਰ ਕੀਤਾ। ਸਾਨੂੰ ਇਉਂ ਮਾਲੂਮ ਹੋਇਆ, ਜਿਵੇਂ ਪੱਕੀ ਪਕਾਈ ਸਾਰੀ ਫਸਲ ਤਬਾਹ ਹੋ ਗਈ ਹੋਵੇ...ਮੈਂ ਆਪਣੇ ਚਾਰ ਪੰਜ ਸਾਥੀਆਂ ਸਮੇਤ, ਬਾਕੀ ਦੀ ਰਾਤ ਇਕ ਛੱਪਰ ਵਿਚ ਗੁਜ਼ਾਰੀ। ਠੰਡ ਬਹੁਤ ਸੀ, ਕੋਰਾ ਪੈ ਰਿਹਾ ਸੀ। ਲੋਅ ਹੋਣ ਸਾਰ ਸਭਨਾਂ ਨੂੰ ਆਪੋ ਆਪਣਾ ਬਚਾਉ ਕਰਨ ਦਾ ਫਿਕਰ ਪਿਆ। ਮੈਂ ਛੱਪਰ ਤੋਂ ਬਾਹਰ ਨਿਕਲ ਕੇ, ਰੇਲ ਲਾਈਨ ਦੇ ਨਾਲ ਨਾਲ ਤੁਰ ਕੇ, ਫੀਮੇ ਕੀ ਖਾਈ ਨਾਮ ਦੇ ਰੇਲਵੇ ਸਟੇਸ਼ਨ ਉੱਤੇ ਜਾ ਰਿਹਾ। ਇਥੋਂ ਗੱਡੀ ਵਿਚ ਸਵਾਰ ਹੋ ਕੇ, 20 ਫ਼ਰਵਰੀ ਦੀ ਰਾਤ ਨੂੰ ਮੁਲਾਂਪੁਰ ਦੇ ਸਟੇਸ਼ਨ ਤੋਂ ਉਤਰ ਕੇ ਰਾਤੋ ਰਾਤ ਚਮਿੰਡੇ ਆ ਗਿਆ।"[10]

ਗਿਆਨੀ ਚਮਿੰਡਾ ਜੀ ਨੇ ਆਪਣੀ ਹੇਠ ਲਿਖੀ ਕਵਿਤਾ ਵਿਚ ਇਸ ਘਟਨਾ-ਕ੍ਰਮ ਦਾ ਭਾਵ-ਪੂਰਤ ਵਰਣਨ ਇੰਜ ਕੀਤਾ ਹੈ:

19 ਫ਼ਰਵਰੀ ਦਾ ਦਿਨ

ਰਾਵਲਪਿੰਡੀ, ਲਾਹੌਰ, ਫ਼ਿਰੋਜ਼ਪੁਰ ਵਿਚ,
ਫ਼ੌਜਾਂ ਤਿਆਰ ਬਰਤਿਆਰ ਸਨ ਲੜਨ ਦੇ ਲਈ।
ਕਿਰਪਾਲ ਸਿੰਘ ਦਾ ਨਾ ਹੁੰਦਾ ਗਰਕ ਬੇੜਾ,
ਡੇਟ ਬਦਲਦੀ ਨਾ ਗ਼ਦਰ ਕਰਨ ਦੇ ਲਈ।
ਬੂਟਾ ਸਿੰਘ ਨਾ ਛਾਉਣੀਓਂ ਬਾਹਰ ਹੁੰਦੇ,
ਫ਼ੌਜਾਂ ਤਿਆਰ ਸੀ ਕਿਲ੍ਹੇ ਵਿਚ ਵੜਨ ਦੇ ਲਈ।
ਇਕ ਵਜੇ 'ਕਰਤਾਰ' ਨੇ ਕਿਹਾ ਆ ਕੇ,
ਓਥੋਂ ਖਿਸਕੂ ਮੰਤਰ ਪੜ੍ਹਨ ਦੇ ਲਈ।
ਦੋ ਵਜੇ ਪੂਰੇ ਗਏ ਖਿੰਡ ਸੂਰੇ,
ਜੰਗ ਕਰਨ ਦੇ ਦਿਲੀ ਅਰਮਾਨ ਰਹਿ ਗਏ।
ਗਾਂਧਾ ਸਿੰਘ ਦੇ ਭਰੇ ਪਸਤੌਲ ਰਹਿ ਗਏ,
ਖੰਜਰ ਦਲਾਂ ਦੇ ਵਿਚ ਮਿਆਨ ਰਹਿ ਗਏ।
ਉਤਮ ਸਿੰਘ ਦੇ ਹੱਥ ਦੇ ਐਟੋਮੈਟਿਕ,
ਖੜਕੇ ਦੜਕਿਓਂ ਬਾਝ ਚੁੱਪ ਚਾਨ ਰਹਿ ਗਏ।
ਈਸ਼ਰ ਸਿੰਘ ਦੇ ਭਰੇ ਰਿਵਾਲਵਰ ਭੀ,
ਸਕੇ ਕੂ ਨ ਬੇ-ਜ਼ਬਾਨ ਰਹਿ ਗਏ।
ਅਰਜਨ ਬੀਰ ਦੀਆਂ ਬੁੱਕਲਾਂ ਵਿਚ ਕਹਿੰਦੇ,
ਲੁਕੋ ਬੁੱਕਲ ਪ੍ਰਸ਼ਾਦ ਦੇ ਦਾਨ ਰਹਿ ਗਏ।
ਰੰਗਾ ਸਿੰਘ ਦੇ ਬਦਲ ਗਏ ਰੰਗ ਓਥੇ,
ਸਾਥੀ ਹੋਰ ਵੀ ਕਈ ਪਰੇਸ਼ਾਨ ਰਹਿ ਗਏ।
ਭਾਰਤ ਵਰਸ਼ ਨ ਅਜੇ ਆਜ਼ਾਦ ਹੋਇਆ,
ਬੈਠੇ ਸਿਰਾਂ ਦੇ ਉੱਤੇ ਸ਼ੈਤਾਨ ਰਹਿ ਗਏ।

---

10. ਅਜਮੇਰ ਸਿੰਘ ਐਮ.ਏ., *ਸਰਾਭੇ ਦਾ ਸਾਥੀ ਹਰਭਜਨ ਸਿੰਘ ਸਾਥੀ*, ਸਫ਼ੇ 37-46.

ਖੜੇ ਰਹਿ ਗਏ ਜੇਲ੍ਹ ਦੇ ਕਸ਼ਟ ਸਿਰ ਤੇ,
ਅੱਖੀਂ ਦੇਖਣੇ ਹਾਂ ਇੰਡੇਮਾਨ ਰਹਿ ਗਏ।
ਨਿੱਕੀ ਉਮਰ ਦੇ ਵੀਰ ਕਰਤਾਰ 'ਸਾਥੀ'
ਫਾਂਸੀ ਚੜ੍ਹਨ ਦੇ ਲਈ ਜੁਆਨ ਰਹਿ ਗਏ।[11]

ਜਥੇ ਦੇ ਇਕ ਹੋਰ ਅਹਿਮ ਮੈਂਬਰ ਗਿਆਨੀ ਨਾਹਰ ਸਿੰਘ ਨੇ ਵੀ ਇਸ ਘਟਨਾ-ਕ੍ਰਮ ਦਾ ਬ੍ਰਿਤਾਂਤ ਇਸ ਤਰ੍ਹਾਂ ਕੀਤਾ ਹੈ:

"ਭਾਈ ਸਾਹਿਬ ਆਪਣਾ ਜਥਾ ਲੈ ਕੇ 19 ਤਾਰੀਕ ਸ਼ਾਮ ਦੀ ਗੱਡੀ ਮੁਲਾਂਪੁਰ ਸਟੇਸ਼ਨ ਤੋਂ ਸਵਾਰ ਹੋ ਕੇ ਰਾਤ ਦੇ 9 ਵਜੇ ਫ਼ਿਰੋਜ਼ਪੁਰ ਛਾਉਣੀ ਸਟੇਸ਼ਨ 'ਤੇ ਪਹੁੰਚ ਗਏ। ਸਟੇਸ਼ਨ 'ਤੇ ਕਰਤਾਰ ਸਿੰਘ ਪਹਿਲਾਂ ਹੀ ਪਹੁੰਚਿਆ ਹੋਇਆ ਸੀ। ਉਸ ਨੇ ਕਿਹਾ ਕਿ 'ਜੇ ਕੋਈ ਪੁੱਛੇ ਕਿ ਕਿਥੇ ਜਾ ਰਹੇ ਹੋ, ਤਾਂ ਕਹਿਣਾ ਕਿ ਰਾਤੋ ਰਾਤ ਮੁਕਤਸਰ ਪਹੁੰਚਣਾ ਹੈ।' ਫ਼ਿਰੋਜ਼ਪੁਰ ਵਿਚ ਜੋ ਸੱਜਣ ਫ਼ੌਜੀਆਂ ਤੋਂ ਬਿਨਾਂ ਬਾਹਰ ਪਿੰਡਾਂ ਤੋਂ ਪਹੁੰਚੇ ਹੋਏ ਸਨ ਉਨ੍ਹਾਂ ਦੀ ਗਿਣਤੀ ਡੇਢ ਸੌ ਤੋਂ ਉਪਰ ਹੋਵੇਗੀ। ਇਨ੍ਹਾਂ ਵਿਚ ਮੋਟਰ ਡਰਾਈਵਰ ਵੀ ਨਾਲ ਸਨ। ਜਿਹੜੇ ਸੱਜਣ ਖ਼ਾਸ ਖ਼ਾਸ ਸਨ, ਉਨ੍ਹਾਂ ਦੇ ਨਾਮ ਇਹ ਹਨ: ਭਾ: ਉੱਤਮ ਸਿੰਘ ਹਾਂਸ, ਭਾ: ਈਸ਼ਰ ਸਿੰਘ ਢੁਡੀਕੇ, ਸ. ਕਰਤਾਰ ਸਿੰਘ ਸਰਾਭਾ, ਭਾ: ਰੰਗਾ ਸਿੰਘ, ਭਾ: ਗਾਂਧਾ ਸਿੰਘ ਆਦਿ। ਵਿਉਂਤ ਇਹ ਸੀ ਕਿ 26 ਨੰਬਰ ਪਲਟਣ ਕਿਲ੍ਹੇ ਫ਼ਿਰੋਜ਼ਪੁਰ 'ਤੇ ਹਮਲਾ ਕਰੇਗੀ। ਉਥੋਂ ਜੰਗੀ ਸਾਮਾਨ ਮੋਟਰਾਂ ਰਾਹੀਂ ਸਾਰੇ ਦੇਸ਼ ਵਿਚ ਵੰਡਿਆ ਜਾਵੇਗਾ। ਇਕ ਵਾਰ ਛੇੜ ਛਿੜਨ ਨਾਲ ਬੰਗਾਲ ਤਕ ਗ਼ਦਰ ਦਾ ਸਿਲਸਿਲਾ ਸ਼ੁਰੂ ਹੋ ਜਾਣਾ ਸੀ। ...ਰਾਤ ਦੇ ਬਾਰਾਂ ਵਜੇ ਦਾ ਵਕਤ ਕੰਮ ਸ਼ੁਰੂ ਕਰਨ ਦਾ ਸੀ। ਦੇਸ਼ ਭਗਤ ਪਿੰਡ ਫੱਤੂਵਾਲ ਦੇ ਲਾਗੇ ਜੰਗਲ ਵਿਚ ਇਕੱਠੇ ਹੋਏ ਸਨ ਤੇ ਰਾਤ ਨੂੰ ਸੁਨੇਹੇ ਦੀ ਉਡੀਕ ਕਰ ਰਹੇ ਸਨ। ਸਰਾਭੇ ਨੇ ਉਥੇ ਆ ਕੇ ਸਾਰੀ ਗੱਲ ਦੱਸੀ। ਉਸ ਵੇਲੇ ਰਾਤ ਦਾ ਇਕ ਵੱਜ ਚੁੱਕਾ ਸੀ। ਫਿਰ ਉਥੋਂ ਖਿੰਡ ਪੁੰਡ ਜਾਣ ਦਾ ਮਤਾ ਪਾਸ ਹੋਇਆ। ਕੁਝ ਸੱਜਣ ਲਾਹੌਰ ਨੂੰ ਚਲੇ ਗਏ ਤੇ ਬਾਕੀ ਹੋਰ ਥਾਵੀਂ ਚਲੇ ਗਏ। ਜ਼ਿਲ੍ਹਾ ਲੁਧਿਆਣਾ ਦੇ ਸੱਜਣ ਭਾਈ ਸਾਹਿਬ ਭਾਈ ਰਣਧੀਰ ਸਿੰਘ ਜੀ ਸਮੇਤ ਫੀਮੇ ਕੀ ਖਾਈ ਸਟੇਸ਼ਨ ਤੋਂ ਰੇਲ ਵਿਚ ਸਵਾਰ ਹੋ ਕੇ ਵਾਪਸ ਘਰੀਂ ਆ ਗਏ।"[12]

ਸਰਾਭਾ ਲਾਹੌਰ ਪੁੱਜਾ

ਸਾਰੀਆਂ ਉਮੀਦਾਂ ਖ਼ਤਮ ਹੋ ਜਾਣ ਤੋਂ ਬਾਅਦ ਭਾਈ ਕਰਤਾਰ ਸਿੰਘ ਸਰਾਭਾ, ਟੁੱਟੇ ਦਿਲ ਨਾਲ, ਸਵੇਰੇ ਗੱਡੀ ਚੜ੍ਹ ਕੇ ਲਾਹੌਰ ਚਲਾ ਗਿਆ ਸੀ। ਭਾਈ ਗਾਂਧਾ ਸਿੰਘ, ਅਰਜਨ ਸਿੰਘ, ਬੰਤਾ ਸਿੰਘ ਸੰਘਵਾਲ ਤੇ ਹਰਨਾਮ ਸਿੰਘ ਸਿਆਲਕੋਟੀ ਵੀ ਉਸੇ ਗੱਡੀ ਵਿਚ ਲਾਹੌਰ ਚਲੇ ਗਏ ਸਨ। ਲਾਹੌਰ ਜਾ ਕੇ ਸਰਾਭਾ ਸਿੱਧਾ ਰਾਸ ਬਿਹਾਰੀ ਬੋਸ ਦੇ ਗਵਾਲ ਮੰਡੀ ਵਾਲੇ ਟਿਕਾਣੇ 'ਤੇ ਗਿਆ। (ਦੂਸਰੇ ਯੋਧੇ ਹੋਰ ਠਿਕਾਣਿਆਂ 'ਤੇ ਚਲੇ ਗਏ ਸਨ)। ਉਸ ਵੇਲੇ ਰਾਸ ਬਿਹਾਰੀ ਬੜੀ ਉਦਾਸੀ ਦੇ ਆਲਮ ਵਿਚ ਮੁਰਦੇ ਦੀ ਤਰ੍ਹਾਂ ਮੰਜੀ 'ਤੇ ਲੇਟਿਆ ਹੋਇਆ ਸੀ। ਕਰਤਾਰ ਸਿੰਘ ਵੀ ਚੁੱਪ-ਚਾਪ ਉਸ ਦੇ ਨਾਲ ਦੀ ਮੰਜੀ 'ਤੇ ਮੂਧਾ ਪੈ ਗਿਆ। ਦੋਵੇਂ ਮੂੰਹੋਂ ਕੁਝ ਨਹੀਂ ਬੋਲ ਰਹੇ ਸਨ, ਪਰ ਦੋਵਾਂ ਦੀਆਂ ਨਜ਼ਰਾਂ 'ਤੇ ਚਿਹਰੇ ਦੇ ਹਾਵ-ਭਾਵ ਇਕ ਦੂਜੇ ਨੂੰ ਸਾਰੀ ਗੱਲ ਕਹਿ ਰਹੇ ਸਨ।

ਕਰਤਾਰ ਸਿੰਘ ਸਰਾਭਾ ਨੇ 3 ਫ਼ਰਵਰੀ ਤੋਂ 11 ਫ਼ਰਵਰੀ ਤਕ, ਅੱਠਾਂ ਦਿਨ ਅੰਦਰ

11. ਗਿਆਨੀ ਨਾਹਰ ਸਿੰਘ, *ਆਜ਼ਾਦੀ ਦੀਆਂ ਲਹਿਰਾਂ*, ਸਫ਼ਾ 64.
12. *ਉਹੀ*, ਸਫ਼ੇ 65-66.

ਪੂਰਬ ਦੀਆਂ ਦੂਰ-ਦੁਰਾਡੀਆਂ 7 ਛਾਉਣੀਆਂ ਇੱਕੋ ਸਾਹੇ ਗਾਹ ਦਿੱਤੀਆਂ ਸਨ। 12 ਤੋਂ 19 ਫ਼ਰਵਰੀ ਤਕ, ਸੱਤਾਂ ਦਿਨਾਂ ਵਿਚ ਉਸ ਨੇ ਲਾਹੌਰ, ਲੁਧਿਆਣਾ ਤੇ ਫ਼ਿਰੋਜ਼ਪੁਰ ਵਿਚਕਾਰ ਘੱਟੋ-ਘੱਟ ਤਿੰਨ ਗੇੜੇ ਲਾ ਦਿੱਤੇ ਸਨ। ਇਨ੍ਹਾਂ ਦੋ ਹਫ਼ਤਿਆਂ ਅੰਦਰ ਹੀ ਉਸ ਨੇ ਆਪਣੇ ਸਾਥੀਆਂ ਅਤੇ ਫ਼ੌਜ ਦੇ ਸਿਪਾਹੀਆਂ ਨਾਲ ਪਤਾ ਨਹੀਂ ਕਿੰਨੀਆਂ ਮੀਟਿੰਗਾਂ ਕੀਤੀਆਂ ਸਨ। ਉਸ ਨੇ ਮਸ਼ੀਨ ਵਾਂਗੂੰ ਕੰਮ ਕੀਤਾ ਸੀ। ਪਰ ਏਨੀ ਭੱਜ ਭਜਾਈ ਦੇ ਬਾਵਜੂਦ ਉਸ ਨੇ ਜ਼ਰਾ ਜਿੰਨਾ ਵੀ ਥਕੇਵਾਂ ਨਹੀਂ ਮੰਨਿਆ ਸੀ। ਪਰ ਹੁਣ ਜਦੋਂ ਉਸ ਦੀ ਸਾਰੀ ਮਿਹਨਤ ਅਜਾਈਂ ਚਲੀ ਗਈ ਸੀ, ਤਾਂ ਉਸ ਨੂੰ ਥਕੇਵੇਂ ਨੇ ਬੁਰੀ ਤਰ੍ਹਾਂ ਨਿਢਾਲ ਕਰ ਕੇ ਸੁੱਟ ਦਿੱਤਾ ਸੀ। ਉਸ ਨੂੰ ਲੱਗਿਆ ਜਿਵੇਂ ਉਸ ਨੇ ਕਈ ਜਨਮਾਂ ਤੋਂ ਆਰਾਮ ਨਾ ਕੀਤਾ ਹੋਵੇ। ਉਸ ਦਾ ਸਾਰਾ ਜਿਸਮ ਥਕਾਵਟ ਨਾਲ ਟੁੱਟਣ ਲੱਗ ਪਿਆ ਸੀ। ਉਹ ਕਾਫ਼ੀ ਦੇਰ ਇਸੇ ਮੁਦਰਾ ਵਿਚ ਪਿਆ ਰਿਹਾ। ਅਖ਼ੀਰ ਉਸ ਨੇ ਆਪਣੇ ਮਨ ਨੂੰ ਤਕੜਾ ਕੀਤਾ। ਉਸ ਅੰਦਰ ਭਾਣਾ ਮੰਨਣ ਦਾ ਆਤਮਿਕ ਬਲ ਤੇ ਭਰੋਸਾ ਪੈਦਾ ਹੋ ਗਿਆ, ਅਤੇ ਉਸ ਨੇ ਰਾਸ ਬਿਹਾਰੀ ਬੋਸ ਨਾਲ ਰਸਮੀ ਤੌਰ 'ਤੇ ਦੁੱਖ ਤੇ ਅਫ਼ਸੋਸ ਦੇ ਕੁਝ ਲਫ਼ਜ਼ ਸਾਂਝੇ ਕੀਤੇ ਅਤੇ ਭਵਿੱਖ ਵਿਚ ਮੌਕਾ ਆਉਣ 'ਤੇ ਫਿਰ ਕਿਸਮਤ ਅਜ਼ਮਾਉਣ ਦਾ ਨਿਸਚਾ ਪ੍ਰਗਟਾਇਆ। ਸਚਿੰਦਰ ਨਾਥ ਸਾਨਿਆਲ ਨੇ ਸਰਾਭੇ ਤੇ ਰਾਸ ਬਿਹਾਰੀ ਦੀ ਉਸ ਵੇਲੇ ਦੀ ਮਨੋਅਵਸਥਾ ਦੀ ਕਲਪਨਾ ਕਰਦਿਆਂ, ਉਨ੍ਹਾਂ ਦੇ ਅਡਿੱਗ ਹੌਂਸਲੇ ਤੇ ਆਤਮਿਕ ਬਲ ਨੂੰ ਸਲਾਮ ਕਰਦੇ ਹੋਏ ਇਸ ਗੱਲ ਉੱਤੇ ਹਲਕਾ ਜਿਹਾ ਅਫ਼ਸੋਸ ਤੇ ਰੋਸ ਵੀ ਜ਼ਾਹਰ ਕੀਤਾ ਹੈ ਕਿ "ਏਡੇ ਵੱਡੇ ਮਾਨਸਿਕ ਬਲ ਦੀ ਮਰਯਾਦਾ ਨੂੰ ਸਮਝਣ ਵਾਲੇ ਸਾਡੇ ਵਿੱਚੋਂ ਕਿੰਨੇ (ਕੁ) ਲੋਕ ਹਨ ?" ਉਸ ਦਾ ਇਹ ਕਥਨ ਕਿੰਨਾ ਸੱਚਾ ਹੈ ਕਿ "ਇਕ ਬਹਾਦਰ ਦੀ ਇੱਜ਼ਤ ਕਰਨਾ ਬਹਾਦਰ ਈ ਜਾਣਦਾ ਏ।"[13] ਜਿਹੜਾ ਵਿਅਕਤੀ ਕਦੇ ਇਨਕਲਾਬ ਦੇ ਬਿਖੜੇ ਪੈਂਡੇ 'ਤੇ ਨਹੀਂ ਤੁਰਿਆ ਅਤੇ ਜਿਸ ਨੇ ਕਦੇ ਮੌਤ ਦੀਆਂ ਅੱਖਾਂ ਵਿਚ ਅੱਖਾਂ ਪਾ ਕੇ ਨਹੀਂ ਵੇਖਿਆ, ਉਹ ਇਨਕਲਾਬੀਆਂ ਦੇ ਮਾਨਸਿਕ ਬਲ ਦੀ ਮਰਯਾਦਾ ਨੂੰ ਨਹੀਂ ਸਮਝ ਸਕਦਾ। ਉਹ ਉਨ੍ਹਾਂ ਦਾ ਇਤਿਹਾਸ ਲਿਖਣ ਲੱਗਿਆਂ, ਉਨ੍ਹਾਂ ਨਾਲ ਇਨਸਾਫ਼ ਨਹੀਂ ਕਰ ਸਕਦਾ।

ਸਰਾਭੇ ਤੇ ਰਾਸ ਬਿਹਾਰੀ ਦੋਵਾਂ ਨੂੰ ਹੀ ਪਤਾ ਸੀ ਕਿ ਉਨ੍ਹਾਂ ਦਾ ਉਥੇ ਹੋਰ ਜ਼ਿਆਦਾ ਚਿਰ ਟਿਕਣਾ ਖ਼ਤਰੇ ਤੋਂ ਖ਼ਾਲੀ ਨਹੀਂ ਸੀ। ਭਾਈ ਹਰਨਾਮ ਸਿੰਘ ਕੋਟਲਾ ਤੇ ਲਾਲਾ ਰਾਮ ਸਰਨ ਦਾਸ ਸਰਾਭੇ ਦੇ ਆਉਣ ਤੋਂ ਪਹਿਲਾਂ ਹੀ ਉਥੇ ਮੌਜੂਦ ਸਨ। ਉਨ੍ਹਾਂ ਸਾਰਿਆਂ ਨੇ ਸਲਾਹ ਬਣਾਈ ਕਿ ਰਾਸ ਬਿਹਾਰੀ ਨੂੰ ਰਾਤ ਨੂੰ ਹੀ ਬਨਾਰਸ ਨੂੰ ਵਿਦਾ ਕਰ ਦਿੱਤਾ ਜਾਵੇ। ਸੋ 20 ਫ਼ਰਵਰੀ ਦੀ ਰਾਤ ਨੂੰ ਕਰਤਾਰ ਸਿੰਘ ਸਰਾਭਾ ਤੇ ਹਰਨਾਮ ਸਿੰਘ ਰਾਸ ਬਿਹਾਰੀ ਬੋਸ ਨੂੰ ਪੰਜਾਬੀ ਲਿਬਾਸ ਪੁਆ ਕੇ ਲਾਹੌਰ ਸਟੇਸ਼ਨ ਤੋਂ ਬਨਾਰਸ ਜਾਣ ਵਾਲੀ ਗੱਡੀ ਵਿਚ ਬਿਠਾ ਆਏ। ਉਹ ਸੁੱਖ-ਸਾਂਦ ਨਾਲ ਅਗਲੇ ਦਿਨ ਬਨਾਰਸ ਆਪਣੇ ਠਿਕਾਣੇ 'ਤੇ ਪਹੁੰਚ ਗਿਆ ਅਤੇ ਬਾਅਦ ਵਿਚ ਅਲਬੇਲੇ ਪੰਜਾਬੀ ਸ਼ਾਇਰ ਪ੍ਰੋ. ਪੂਰਨ ਸਿੰਘ ਦੀ ਮਦਦ ਨਾਲ ਜਾਪਾਨ ਜਾਣ ਵਿਚ ਸਫਲ ਹੋ ਗਿਆ।

ਰਾਸ ਬਿਹਾਰੀ ਨੂੰ ਪੰਜਾਬ ਵਿੱਚੋਂ ਸੁੱਖੀਂ-ਸਾਂਦੀ ਬਾਹਰ ਕੱਢਣ ਦੀ ਜ਼ੁੰਮੇਵਾਰੀ ਤੋਂ ਸੁਰਖ਼ਰੂ ਹੋ ਕੇ ਸਰਾਭੇ ਤੇ ਉਸ ਦੇ ਸਾਥੀਆਂ ਨੇ ਆਪਣੇ ਭਵਿੱਖ ਦੀ ਯੋਜਨਾ ਬਾਰੇ ਸੋਚਣਾ ਸ਼ੁਰੂ ਕੀਤਾ। ਰਾਮ ਸਰਨ ਦਾਸ ਉਨ੍ਹਾਂ ਦੀ ਸਲਾਹ ਨਾਲ ਕਪੂਰਥਲੇ ਨੂੰ ਚਲਾ ਗਿਆ ਸੀ। ਭਾਈ ਹਰਨਾਮ ਸਿੰਘ ਨੇ ਦੱਸਿਆ ਕਿ ਭਾਈ ਜਗਤ ਸਿੰਘ ਸੁਰਸਿੰਘੀਏ ਨੇ ਦਦੇਹਰ ਤੋਂ ਮੁੜ

13. ਸਚਿੰਦਰ ਨਾਥ ਸਾਨਿਆਲ, *ਬੰਦੀ ਜੀਵਨ*, ਸਫ਼ਾ 67.

ਕੇ ਰਾਤ ਨੂੰ ਮੱਛੀ ਅਹਾਤੇ ਵਾਲੇ ਘਰ ਵਿਚ ਆਉਣਾ ਸੀ। ਇਸ ਕਰਕੇ ਉਹ ਵੀ ਰਾਤ ਨੂੰ ਗਵਾਲ ਮੰਡੀ ਵਾਲਾ ਘਰ ਛੱਡ ਕੇ ਓਸੇ ਮਕਾਨ ਵਿਚ ਜਾ ਸੁੱਤੇ ਸਨ। ਅਗਲੇ ਦਿਨ 21 ਫ਼ਰਵਰੀ ਨੂੰ ਜਗਤ ਸਿੰਘ ਵੀ ਪਹੁੰਚ ਗਿਆ ਸੀ। ਰਾਤ ਨੂੰ ਤਿੰਨਾਂ ਨੇ ਸਲਾਹ ਕੀਤੀ ਕਿ ਹੁਣ ਇਥੇ ਫ਼ੌਰੀ ਕੁਛ ਵੀ ਕਰ ਸਕਣਾ ਸੰਭਵ ਨਹੀਂ ਲੱਗਦਾ। ਇਸ ਕਰਕੇ ਥੋੜ੍ਹਾ ਚਿਰ ਵਕਤ ਲੰਘਾਉਣ, ਭਵਿੱਖ ਦੀਆਂ ਤਿਆਰੀਆਂ ਕਰਨ ਅਤੇ ਢੁੱਕਵੇਂ ਮੌਕੇ ਦੀ ਉਡੀਕ ਕਰਨ ਲਈ ਪੱਛਮ ਵਿਚ ਸਰਹੱਦ ਦੇ ਆਜ਼ਾਦ ਇਲਾਕੇ ਵਿਚ ਚਲੇ ਜਾਈਏ। ਫਿਰ ਜਦ ਥੋੜ੍ਹਾ ਟਿਕ ਟਿਕਾਅ ਹੋ ਜਾਵੇਗਾ ਤਾਂ ਅਗਲੀਆਂ ਕੋਸ਼ਿਸ਼ਾਂ ਕਰਨ ਲਈ ਮੁੜ ਆਵਾਂਗੇ। ਇਹ ਮਨ ਬਣਾ ਕੇ ਰਾਤ ਨੂੰ ਤਿੰਨੋਂ ਜਣੇ ਗੱਡੀ ਚੜ੍ਹ ਕੇ ਲਾਇਲਪੁਰ ਚਲੇ ਗਏ। ਉਥੋਂ ਸਰਦਾਰ ਹਰਚੰਦ ਸਿੰਘ ਲਾਇਲਪੁਰੀ ਕੋਲੋਂ ਖ਼ਰਚ ਪੱਠੇ ਲਈ ਸੌ ਰੁਪਿਆ ਲੈ ਕੇ ਉਹ ਸਰਹੱਦ ਵੱਲ ਨੂੰ ਨਿਕਲ ਤੁਰੇ।

ਜਿਸ ਵੇਲੇ ਸਰਾਭਾ ਤੇ ਉਸ ਦੇ ਦੋ ਸਾਥੀ ਲਾਹੌਰ ਵਿੱਚੋਂ ਨਿਕਲੇ ਸਨ ਤਾਂ ਉਸ ਵੇਲੇ ਪੁਲਿਸ ਨੇ ਗ਼ਦਰੀਆਂ ਨੂੰ ਫੜਨ ਲਈ ਪੂਰੀ ਵਾਹ ਲਾਈ ਹੋਈ ਸੀ। ਫੜੇ ਗਏ ਗ਼ਦਰੀ ਵਰਕਰਾਂ ਦੀ ਤਫ਼ਤੀਸ਼ ਦੌਰਾਨ ਪੁਲਿਸ ਨੂੰ ਗ਼ਦਰੀਆਂ ਦੇ ਸ਼ਹਿਰ ਅੰਦਰਲੇ ਸਾਰੇ ਅੱਡਿਆਂ ਦਾ ਪਤਾ ਚੱਲ ਗਿਆ ਸੀ। ਪੁਲਿਸ ਉਨ੍ਹਾਂ ਅੱਡਿਆਂ ਉੱਤੇ ਪੂਰੀ ਤਾੜ ਰੱਖ ਰਹੀ ਸੀ ਅਤੇ ਆਉਣ ਵਾਲੇ ਵਰਕਰਾਂ ਨੂੰ ਥਾਏਂ ਦਬੋਚ ਲਿਆ ਜਾਂਦਾ ਸੀ। ਸ਼ਹਿਰ ਅੰਦਰ ਪੁਲਿਸ ਹਰ ਬਾਜ਼ਾਰ, ਚੌਂਕ ਤੇ ਲਾਂਘੇ ਉੱਤੇ ਕਰੜੀ ਨਿਗਰਾਨੀ ਰੱਖ ਰਹੀ ਸੀ। ਸਿੱਖਾਂ ਨੂੰ ਵਿਸ਼ੇਸ਼ ਕਰਕੇ ਸ਼ੱਕ ਦੀ ਨਜ਼ਰ ਨਾਲ ਵੇਖਿਆ ਜਾਂਦਾ ਸੀ। ਉਨ੍ਹਾਂ ਨੂੰ ਜਗ੍ਹਾ ਜਗ੍ਹਾ ਰੋਕ ਕੇ ਤਲਾਸ਼ੀਆਂ ਲਈਆਂ ਜਾਂਦੀਆਂ ਸਨ। ਇਸੇ ਹੀ ਚੱਕਰ ਵਿਚ 20 ਫ਼ਰਵਰੀ ਨੂੰ ਅਨਾਰਕਲੀ ਬਾਜ਼ਾਰ ਵਿਚ ਇਕ ਮੰਦਭਾਗੀ ਘਟਨਾ ਵਾਪਰ ਗਈ ਸੀ। ਤਿੰਨ ਚੋਟੀ ਦੇ ਗ਼ਦਰੀ - ਭਾਈ ਅਰਜਨ ਸਿੰਘ ਖੁਖਰਾਨਾ, ਬੰਤਾ ਸਿੰਘ ਸੰਘਵਾਲ ਤੇ ਹਰਨਾਮ ਸਿੰਘ ਸਿਆਲਕੋਟੀ - ਤਾਂਗੇ ਵਿਚ ਬੈਠੇ ਅਨਾਰਕਲੀ ਬਾਜ਼ਾਰ ਵਿੱਚੋਂ ਲੰਘ ਰਹੇ ਸਨ। ਬਾਜ਼ਾਰ ਵਿਚ ਗਸ਼ਤ ਕਰ ਰਹੀ ਪੁਲਿਸ ਨੇ ਉਨ੍ਹਾਂ ਨੂੰ ਰੋਕ ਕੇ ਤਲਾਸ਼ੀ ਲੈਣੀ ਚਾਹੀ। ਭਾਈ ਅਰਜਨ ਸਿੰਘ ਨੇ ਬਚਣ ਦਾ ਹੋਰ ਕੋਈ ਰਾਹ ਨਾ ਦੇਖਦੇ ਹੋਏ ਡੱਬ ਵਿੱਚੋਂ ਪਿਸਤੌਲ ਕੱਢ ਕੇ ਠਾਣੇਦਾਰ ਨੂੰ ਗੋਲੀ ਮਾਰ ਦਿੱਤੀ। ਜਦੋਂ ਇਕ ਹੌਲਦਾਰ ਨੇ ਉਸ ਵੱਲ ਵਧਣ ਦਾ ਯਤਨ ਕੀਤਾ ਤਾਂ ਉਸ ਨੇ ਦੂਜੀ ਗੋਲੀ ਉਸ ਦੇ ਜੜ ਦਿੱਤੀ। ਦੋਵੇਂ ਪੁਲਿਸੀਏ ਥਾਏਂ ਦਮ ਤੋੜ ਗਏ। ਤਿੰਨੇ ਗ਼ਦਰੀ ਸੂਰਮੇ ਮੌਕਾ ਬਚਾ ਕੇ ਉਥੋਂ ਭੱਜ ਨਿਕਲੇ। ਥੋੜ੍ਹੀ ਦੂਰ ਜਾ ਕੇ ਅਰਜਨ ਸਿੰਘ ਇਕ ਨਲਕਾ ਗੇੜ ਕੇ ਪਾਣੀ ਪੀਣ ਲੱਗ ਪਿਆ। ਨੇੜੇ ਖੜੇ ਇਕ ਬਦਮਾਸ਼ ਨੇ ਉਸ ਨੂੰ ਪਿੱਛੋਂ ਪੈਰਾਂ ਤੋਂ ਖਿੱਚ ਕੇ ਹੇਠਾਂ ਸੁੱਟ ਲਿਆ। ਏਨੇ ਨੂੰ ਪੁਲਿਸ ਵੀ ਆ ਪਈ। ਇਸ ਤਰ੍ਹਾਂ ਭਾਈ ਅਰਜਨ ਸਿੰਘ ਤਾਂ ਫੜਿਆ ਗਿਆ ਪਰ ਦੂਜੇ ਦੋਨੋਂ ਗ਼ਦਰੀ ਬਚ ਕੇ ਨਿਕਲਣ ਵਿਚ ਕਾਮਯਾਬ ਹੋ ਗਏ ਸਨ।

ਇਸੇ ਤਰੀਕੇ ਨਾਲ ਸਾਰੇ ਪੰਜਾਬ ਵਿਚ ਹੀ ਗ਼ਦਰੀਆਂ ਦੀਆਂ ਗ੍ਰਿਫ਼ਤਾਰੀਆਂ ਦਾ ਚੱਕਰ ਚਲਾ ਦਿੱਤਾ ਗਿਆ ਸੀ, ਜਿਸ ਵਿਚ ਥੋੜ੍ਹੇ ਸਮੇਂ ਅੰਦਰ ਬਹੁਤ ਸਾਰੇ ਨਾਮੀ ਗ਼ਦਰੀ ਫੜੇ ਗਏ ਸਨ। ਅਜਿਹੀ ਹਾਲਤ ਵਿਚ ਵੀ ਜੇਕਰ ਸਰਾਭਾ ਤੇ ਉਸ ਦੇ ਦੂਸਰੇ ਸਾਥੀ ਲਾਹੌਰ ਵਿਚ ਦੋ ਦਿਨ ਸੁੱਖ-ਸਾਂਦ ਨਾਲ ਕੱਟ ਗਏ ਸਨ ਅਤੇ ਫਿਰ ਗੱਡੀ ਚੜ੍ਹ ਕੇ ਸਹੀ ਸਲਾਮਤ ਲਾਹੌਰ ਤੋਂ ਬਾਹਰ ਨਿਕਲ ਜਾਣ ਵਿਚ ਸਫਲ ਹੋ ਗਏ ਸਨ, ਤਾਂ ਇਹ ਕਿਸੇ ਕ੍ਰਿਸ਼ਮੇ ਤੋਂ ਘੱਟ ਨਹੀਂ ਸੀ!

ਨਿਚੋੜ ਤੇ ਪੜਚੋਲ

ਗ਼ਦਰ ਲਹਿਰ ਦੀ ਦੁਖਦਾਈ ਹਾਰ ਬਾਰੇ ਵਿਦਵਾਨਾਂ ਨੇ ਬਹੁਤ ਕੁਝ ਲਿਖਿਆ ਹੈ। ਅਲੱਗ ਅਲੱਗ ਵਿਦਵਾਨਾਂ ਤੇ ਲੇਖਕਾਂ ਨੇ, ਆਪੋ-ਆਪਣੀ ਮੱਤ ਤੇ ਵਿਚਾਰਧਾਰਕ ਝੁਕਾਅ ਮੁਤਾਬਕ, ਇਸ ਦੇ ਅਲੱਗ ਅਲੱਗ ਕਾਰਨ ਦਰਸਾਏ ਹਨ। ਪਰ ਕਿਸੇ ਵੀ ਵਿਦਵਾਨ ਨੇ ਇਸ ਵਿਚ ਬੰਗਾਲੀਆਂ ਦੇ ਰੋਲ ਦਾ ਖੁਭ ਕੇ ਪੜਚੋਲਵਾਂ ਮੁਲਾਂਕਣ ਕਰਨ ਦੀ ਲੋੜ ਮਹਿਸੂਸ ਨਹੀਂ ਕੀਤੀ। ਜ਼ਿਆਦਾ ਕਰਕੇ ਉਨ੍ਹਾਂ ਬਾਰੇ ਸ਼ਰਧਾ ਤੇ ਪ੍ਰਸੰਸਾ ਦੇ ਭਾਵ ਹੀ ਪ੍ਰਗਟਾਏ ਗਏ ਹਨ। ਬੰਗਾਲੀ ਕ੍ਰਾਂਤੀਕਾਰੀਆਂ ਦੀ ਇਨਕਲਾਬੀ ਗੁਣ ਯੋਗਤਾ ਬਾਰੇ ਬਹੁਤ ਸਾਰੇ ਭਰਮ ਸਿਰਜੇ ਤੇ ਪ੍ਰਚਾਰੇ ਗਏ ਹਨ। ਪਰ ਜੇਕਰ ਸਮੁੱਚੇ ਘਟਨਾ-ਕ੍ਰਮ ਦੀ ਰੋਸ਼ਨੀ ਵਿਚ ਰੱਖ ਕੇ ਬੰਗਾਲੀਆਂ ਦੇ ਰੋਲ ਦਾ ਪੜਚੋਲਵਾਂ ਮੁਲਾਂਕਣ ਕੀਤਾ ਜਾਵੇ, ਤਾਂ ਉਨ੍ਹਾਂ ਵੱਲੋਂ ਗ਼ਦਰੀਆਂ ਨੂੰ ਦਿੱਤੇ ਦੋ ਸੁਝਾਵਾਂ, ਜਿਨ੍ਹਾਂ ਦਾ ਜ਼ਿਕਰ ਪਿਛਲੇ ਕਾਂਡ ਦੇ ਸ਼ੁਰੂ ਵਿਚ ਕੀਤਾ ਗਿਆ ਹੈ, ਨੂੰ ਗ਼ਦਰ ਲਹਿਰ ਦੀ ਹਾਰ ਦੇ ਮੁੱਖ ਕਾਰਨਾਂ ਵਜੋਂ ਵੇਖਣ ਤੇ ਸਮਝਣ ਵਿਚ ਕੋਈ ਮੁਸ਼ਕਲ ਨਹੀਂ ਆਉਂਦੀ। ਕਿਉਂਕਿ ਇਹ ਗੱਲ ਯਕੀਨ ਨਾਲ ਕਹੀ ਜਾ ਸਕਦੀ ਹੈ, ਕਿ ਜੇਕਰ ਬੰਗਾਲੀਆਂ ਨੇ ਪੰਜਾਬ ਦੇ ਗ਼ਦਰੀਆਂ ਨੂੰ ਦਸੰਬਰ 1914 ਵਿਚ ਬਗ਼ਾਵਤ ਕਰਨ ਤੋਂ ਨਾ ਵਰਜਿਆ ਹੁੰਦਾ, ਅਤੇ ਜੇਕਰ ਉਸ ਵੇਲੇ ਉਨ੍ਹਾਂ ਨੂੰ ਡਾਕੇ ਮਾਰਨ ਦੇ ਕੁਰਾਹੇ ਨਾ ਪਾਇਆ ਹੁੰਦਾ*, ਤਾਂ ਨਤੀਜੇ ਇਸ ਨਾਲੋਂ ਕਿਤੇ ਵੱਖਰੇ ਤੇ ਬਿਹਤਰ ਹੁੰਦੇ। ਹੁਣ ਤਾਂ ਇਹ ਗੱਲ ਚਿੱਟੇ ਦਿਨ ਵਾਂਗ ਸਾਫ਼ ਹੋ ਗਈ ਹੈ ਕਿ ਉਸ ਵੇਲੇ ਭਾਰਤ ਅੰਦਰ ਅੰਗਰੇਜ਼ੀ ਰਾਜ ਦੀ ਤਕਦੀਰ ਬਹੁਤ ਹੀ ਕੱਚੇ ਧਾਗੇ 'ਤੇ ਲਟਕੀ ਹੋਈ ਸੀ। ਰੋਲਟ ਰਿਪੋਰਟ ਵਿਚ ਇਸ ਦਾ ਪੂਰੀ ਸਾਫ਼ਗੋਈ ਨਾਲ ਇਕਬਾਲ ਕੀਤਾ ਗਿਆ ਹੈ। ਗ਼ਦਰ ਦੇ ਅਸਫਲ ਹੋ ਜਾਣ ਤੋਂ ਬਾਅਦ ਰਿਪੋਰਟ ਵਿਚ ਇਹ ਸਾਫ਼ ਮੰਨਿਆ ਗਿਆ ਹੈ ਕਿ, "ਪੰਜਾਬ ਵਿਚ ਗ਼ਦਰ ਲਹਿਰ ਵੱਡੇ ਪੈਮਾਨੇ ਉੱਤੇ ਖ਼ੂਨ-ਖ਼ਰਾਬਾ ਕਰਾਉਣੋਂ ਵਾਲ ਕੁ ਦੀ ਵਿਥ ਭਰ ਉੱਤੇ ਰਹਿ ਗਈ।"[14] ਵੇਖਿਆ ਜਾਵੇ ਤਾਂ ਐਵੇਂ ਥੋੜ੍ਹੇ ਜਿਹੇ ਘੰਟਿਆਂ ਦਾ ਹੀ ਫ਼ਰਕ ਰਹਿ ਗਿਆ ਸੀ। ਪੁਲਿਸ ਜੇਕਰ ਛਾਉਣੀਆਂ ਵਿਚ ਇਤਲਾਹ ਦੇਣ ਵਿਚ ਤਿੰਨ ਚਾਰ ਕੁ ਘੰਟੇ ਪੱਛੜ ਜਾਂਦੀ ਤਾਂ ਮੀਆਂਮੀਰ ਤੇ ਫ਼ਿਰੋਜ਼ਪੁਰ ਵਿਚ ਗ਼ਦਰੀਆਂ ਨੇ ਪੱਕ ਨਾਲ ਹੀ ਬਗ਼ਾਵਤ ਦਾ ਭੜਥੂ ਪਾ ਦੇਣਾ ਸੀ। ਅੰਜਾਮ ਕੀ ਹੁੰਦਾ, ਇਸ ਬਾਰੇ ਪੂਰੇ ਯਕੀਨ ਨਾਲ ਕੁਛ ਕਹਿ ਸਕਣਾ ਸੰਭਵ ਨਹੀਂ ਹੈ। ਪਰ ਇਕ ਗੱਲ ਪੂਰੀ ਨਿਸਚਿਤਤਾ ਨਾਲ ਕਹੀ ਜਾ ਸਕਦੀ ਹੈ, ਕਿ ਜੇਕਰ ਅਜਿਹਾ ਹੋ ਗਿਆ ਹੁੰਦਾ ਤਾਂ ਅੱਜ ਹਿੰਦੁਸਤਾਨ ਦਾ, ਖ਼ਾਸ ਕਰਕੇ ਪੰਜਾਬ ਦਾ ਇਤਿਹਾਸ ਤੇ ਰਾਜਸੀ ਨਕਸ਼ਾ ਹੋਰ ਦਾ ਹੋਰ ਹੋਣਾ ਸੀ!

ਬਾਅਦ ਵਿਚ ਜਾ ਕੇ ਅੰਗਰੇਜ਼ ਹਾਕਮਾਂ ਨੇ ਇਹ ਗੱਲ ਆਪ ਮੰਨੀ ਸੀ ਕਿ ਜੰਗ ਲੱਗਣ ਕਰਕੇ ਉਨ੍ਹਾਂ ਦੀ ਭਾਰਤ ਅੰਦਰ ਹਾਲਤ ਬਹੁਤ ਕਮਜ਼ੋਰ ਹੋ ਗਈ ਸੀ। ਭਾਰਤ ਦੇ ਤਤਕਾਲੀ ਵਾਇਸਰਾਏ ਲਾਰਡ ਹਾਰਡਿੰਗ ਨੇ ਸਾਫ਼ ਮੰਨਿਆ ਸੀ ਕਿ, "ਇਨ੍ਹਾਂ

---

* ਬਾਬਾ ਸੋਹਣ ਸਿੰਘ ਭਕਨਾ ਨੇ ਡਾਕੇ ਮਾਰਨ ਦੀ ਗ਼ਲਤੀ ਨੂੰ ਗ਼ਦਰ ਲਹਿਰ ਦੀ ਅਸਫਲਤਾ ਦਾ ਸਭ ਤੋਂ ਵੱਡਾ ਕਾਰਨ ਕਿਹਾ ਹੈ। ਉਨ੍ਹਾਂ ਨੇ ਲਿਖਿਆ ਹੈ: "ਸਫਲਤਾ ਜਾਂ ਅਸਫਲਤਾ ਬਾਰੇ ਤਾਂ ਕੁਝ ਨਹੀਂ ਕਿਹਾ ਜਾ ਸਕਦਾ ਕਿ ਕੀ ਹੁੰਦਾ। ਹਾਂ ਇਹ ਗੱਲ ਜ਼ਰੂਰ ਸੀ ਕਿ ਜੇ ਡਾਕੇ ਨਾ ਮਾਰੇ ਜਾਂਦੇ ਤਾਂ ਲੋਕਾਂ ਦੀ ਹਮਦਰਦੀ ਜ਼ਰੂਰ ਦੇਸ਼ ਭਗਤਾਂ ਨਾਲ ਰਹਿੰਦੀ। ਜਿਸ ਦੇ ਕਾਰਨ ਨਾ ਪੁਲਿਸ ਏਨੀ ਛੇਤੀ ਸਫਲ ਹੋ ਸਕਦੀ ਤੇ ਨਾ ਹੀ ਲਾਟ ਪੰਜਾਬ (ਓਡਵਾਇਰ) ਮਨ ਮਾਨੀ ਕਰ ਸਕਦਾ।"

(ਬਾਬਾ ਸੋਹਣ ਸਿੰਘ ਭਕਨਾ, 'ਮੇਰੀ ਰਾਮ ਕਹਾਣੀ', ਸਫ਼ਾ 152)

14. ਰੋਲਟ ਰਿਪੋਰਟ, ਸਫ਼ਾ 158; ਜਗਜੀਤ ਸਿੰਘ, ਸਫ਼ਾ 296.

ਮਹੀਨਿਆਂ ਵਿਚ (ਭਾਰਤ ਦੀ) ਅੰਦਰੂਨੀ ਹਾਲਤ ਬਹੁਤ ਖ਼ਤਰਨਾਕ ਹੋਣੀ ਸ਼ੁਰੂ ਹੋ ਗਈ ਕਿਉਂਕਿ ਇਨਕਲਾਬੀਆਂ ਨੂੰ ਸਾਡੀ ਉਸ (ਫ਼ੌਜੀ) ਕਮਜ਼ੋਰੀ ਦਾ ਪਤਾ ਲੱਗ ਚੁੱਕਾ ਸੀ, ਜੋ ਫ਼ੌਜਾਂ ਨੂੰ ਬਾਹਰ ਭੇਜਣ ਤੋਂ (ਸਾਡੀ ਤਾਕਤ ਵਿਚ) ਆ ਗਈ ਸੀ।"[15] ਫ਼ੌਜੀ ਅਫ਼ਸਰਾਂ ਨੂੰ 19 ਫ਼ਰਵਰੀ ਨੂੰ ਹੋਣ ਜਾ ਰਹੀ ਬਗ਼ਾਵਤ ਬਾਰੇ ਇਤਲਾਹ ਮਿਲ ਜਾਣ ਦੇ ਬਾਵਜੂਦ ਜੇਕਰ ਕਰਤਾਰ ਸਿੰਘ ਸਰਾਭਾ ਤੇ ਉਸ ਦੇ ਸਾਥੀ 19 ਫ਼ਰਵਰੀ ਦੀ ਰਾਤ ਨੂੰ ਵੀ ਫ਼ਿਰੋਜ਼ਪੁਰ ਛਾਉਣੀ ਦੀਆਂ ਬੈਰਕਾਂ ਦੇ ਅੰਦਰ ਜਾ ਕੇ ਸਹੀ ਸਲਾਮਤ ਮੁੜ ਆਏ ਸਨ, ਅਤੇ 19 ਤੋਂ ਬਾਅਦ ਵੀ ਜੇਕਰ ਭਾਈ ਪ੍ਰੇਮ ਸਿੰਘ ਸੁਰਸਿੰਘੀਆ ਮੀਆਂਮੀਰ ਦੀ ਛਾਉਣੀ ਅੰਦਰ ਹਫ਼ਤਾ ਭਰ ਨਿੱਤ ਵਾਂਗੂੰ ਆਉਂਦਾ ਜਾਂਦਾ ਤੇ 23ਵੇਂ ਰਸਾਲੇ ਦੇ ਜਵਾਨਾਂ ਨਾਲ ਮੀਟਿੰਗਾਂ ਕਰਦਾ ਰਿਹਾ ਸੀ, ਤਾਂ ਇਸ ਤੋਂ ਅੰਗਰੇਜ਼ੀ ਰਾਜ ਦੀ ਕਮਜ਼ੋਰੀ ਸਪੱਸ਼ਟ ਪ੍ਰਗਟ ਹੋ ਜਾਂਦੀ ਹੈ। ਗ਼ਦਰੀ ਆਗੂਆਂ ਨੂੰ ਹਾਲਤ ਦੇ ਇਸ ਪਹਿਲੂ ਦੀ ਬਹੁਤ ਡੂੰਘੀ ਤੇ ਨਿਖਰਵੀਂ ਸਮਝ ਪੈ ਗਈ ਸੀ। ਇਸ ਦੀ ਤੁਲਨਾ ਵਿਚ ਬੰਗਾਲੀਆਂ ਦਾ ਇਸ ਪੱਖ ਵੱਲ ਪਹਿਲਾਂ ਤਾਂ ਧਿਆਨ ਹੀ ਨਹੀਂ ਸੀ ਗਿਆ। ਸਾਨਿਆਲ ਨੇ ਇਕਬਾਲ ਕੀਤਾ ਹੈ ਕਿ "ਯੁੱਧਨੀਤੀ ਤੋਂ ਅਸੀਂ ਬਿਲਕੁਲ ਅਨਜਾਣ ਸੀ ਅਤੇ ਏਸ ਪਾਸੇ ਜਿੱਦਾਂ ਦੀ ਸਿੱਖਿਆ ਦਾ ਪ੍ਰਬੰਧ ਕਰਨ ਦੀ ਲੋੜ ਸੀ, ਉਹ ਅਸੀਂ ਨਹੀਂ ਸੀ ਕੀਤਾ। ਕਾਰਨ ਇਹ ਕਿ ਜਰਮਨ ਯੁੱਧ ਇੰਨੀ ਜਲਦੀ ਛਿੜ ਜਾਏਗਾ ਅਤੇ ਇੰਨੀ ਜਲਦੀ ਖੁੱਲ੍ਹੇ ਰੂਪ ਵਿਚ ਗ਼ਦਰ ਸ਼ੁਰੂ ਕਰਨਾ ਹੋਵੇਗਾ, ਇਹ ਅਸੀਂ ਪਹਿਲਾਂ ਸਮਝ ਨਹੀਂ ਸੀ ਸਕੇ।"[16]

ਜਦੋਂ ਗ਼ਦਰੀਆਂ ਨੂੰ ਮਿਲ ਕੇ ਉਨ੍ਹਾਂ ਨੂੰ ਇਸ ਦਾ ਅੱਧ-ਪਚੱਧਾ ਅਹਿਸਾਸ ਹੋ ਗਿਆ ਸੀ, ਤਾਂ ਉਸ ਵੇਲੇ ਵੀ ਉਨ੍ਹਾਂ ਦੀ ਹਿੰਦੂ ਰਾਸ਼ਟਰਵਾਦੀ ਦ੍ਰਿਸ਼ਟੀ ਨੇ, ਉਨ੍ਹਾਂ ਦੀ ਇਸ ਹਾਲਤ ਦਾ ਫ਼ਾਇਦਾ ਉਠਾਉਣ ਦੀ ਸਮਰੱਥਾ ਨਿਸੱਤੀ ਕਰ ਦਿੱਤੀ ਸੀ। ਉਨ੍ਹਾਂ ਦੀ 'ਅਖੰਡ ਭਾਰਤ' ਦੀ ਧਾਰਨਾ ਨੇ, ਭਾਰਤ ਦੀਆਂ ਸਮਾਜੀ ਤੇ ਸੱਭਿਆਚਾਰਕ ਹਕੀਕਤਾਂ ਬਾਰੇ ਉਨ੍ਹਾਂ ਦੀ ਨਜ਼ਰ ਧੁੰਦਲੀ ਕਰ ਦਿੱਤੀ ਸੀ। ਪੰਜਾਬ ਦੇ ਗ਼ਦਰੀਆਂ ਨੂੰ ਕਾਹਲੀ ਤੋਂ ਵਰਜਣ ਪਿੱਛੇ ਉਨ੍ਹਾਂ ਦੀ ਵੱਡੀ ਇਹ ਦਲੀਲ ਸੀ, ਕਿ ਥੋੜ੍ਹੇ ਹੀ ਚਿਰ ਵਿਚ ਬੰਗਾਲ ਵੀ ਪੰਜਾਬ ਵਾਂਗੂੰ ਬਗ਼ਾਵਤ ਲਈ ਤਿਆਰ ਹੋ ਜਾਵੇਗਾ। ਪਰ ਅਮਲ ਨੇ ਸਾਫ਼ ਦਿਖਾ ਦਿੱਤਾ ਕਿ ਉਨ੍ਹਾਂ ਦੀ ਇਹ ਉਮੀਦ ਨਿਰੀ ਖ਼ੁਸ਼ਫ਼ਹਿਮੀ ਹੀ ਸਾਬਤ ਹੋਈ। ਬੰਗਾਲੀਆਂ ਨੇ ਪੰਜਾਬ ਦੇ ਗ਼ਦਰੀਆਂ ਤੋਂ ਉਤਸ਼ਾਹਤ ਹੋ ਕੇ ਪੂਰਬੀ ਸੰਯੁਕਤ ਪ੍ਰਦੇਸ਼, ਬਿਹਾਰ ਤੇ ਬੰਗਾਲ ਅੰਦਰ ਕੁਝ ਕੁ ਰਾਜਪੂਤ ਰਜਮੈਂਟਾਂ ਅੰਦਰ ਕੰਮ ਕਰਨ ਦੇ ਯਤਨ ਜ਼ਰੂਰ ਕੀਤੇ। ਪਰ ਉਨ੍ਹਾਂ ਨੂੰ ਕਿਤੇ ਵੀ ਗਿਣਨਯੋਗੀ ਸਫਲਤਾ ਹਾਸਲ ਨਾ ਹੋਈ। ਗ਼ਦਰ ਲਹਿਰ ਦੀ ਛਾਣ-ਬੀਣ ਕਰਨ ਵਾਲੇ ਦੋ ਗੋਰੇ ਪੁਲਿਸ ਅਫ਼ਸਰਾਂ ਨੇ ਆਪਣੀ ਰਿਪੋਰਟ ਵਿਚ, ਇਕ ਜਗ੍ਹਾ, ਬੰਗਾਲੀਆਂ ਦੇ ਯਤਨਾਂ ਦੀ ਇਕ ਉਦਾਹਰਣ ਦਾ ਜ਼ਿਕਰ ਕਰਦਿਆਂ ਦੱਸਿਆ ਕਿ ਵਿਨਾਯਕ ਰਾਓ, ਜਿਹੜਾ ਰਾਸ ਬਿਹਾਰੀ ਬੋਸ ਦਾ ਅਤਿ ਵਿਸ਼ਵਾਸਪਾਤਰ ਸੀ, ਬਨਾਰਸ ਦੇ ਇਕ 'ਪ੍ਰਮੁੱਖ ਅਨਾਰਕਿਸਟ', ਜਿਸ ਦਾ ਨਾਂ ਮਨੀ ਲਾਲ ਤ੍ਰਿਵੇਦੀ ਦੱਸਿਆ ਗਿਆ ਹੈ, ਨੂੰ ਉਚੇਚਾ ਰਾਸ ਬਿਹਾਰੀ ਕੋਲ ਲਾਹੌਰ ਲੈ ਕੇ ਆਇਆ ਸੀ ਅਤੇ ਰਾਸ ਬਿਹਾਰੀ ਨੇ ਉਸ ਨੂੰ, ਬਗ਼ਾਵਤ ਲਈ ਮਿਥੀ ਹੋਈ ਤਾਰੀਕ 'ਤੇ ਕੁਝ ਝੰਡੇ, ਪ੍ਰਚਾਰ ਲਿਖਤਾਂ, ਬੰਬ ਤੇ ਤਾਰਾਂ ਕੱਟਣ ਵਾਲੇ ਔਜ਼ਾਰ ਆਦਿ ਦੇ ਕੇ ਮੁਲਤਾਨ ਭੇਜਿਆ ਸੀ, ਤਾਂ ਕਿ ਉਥੇ ਵੀ ਬਗ਼ਾਵਤ ਕਰਾਈ ਜਾ ਸਕੇ। ਪਰ ਤ੍ਰਿਵੇਦੀ ਡਰਦਾ ਮਾਰਿਆ, ਮੁਲਤਾਨ

15. ਗੁਰਚਰਨ ਸਿੰਘ ਸੈਂਸਰਾ, *ਗ਼ਦਰ ਪਾਰਟੀ ਦਾ ਇਤਿਹਾਸ*, ਸਫ਼ਾ 202.
16. ਸਚਿੰਦਰ ਨਾਥ ਸਾਨਿਆਲ, *ਬੰਦੀ ਜੀਵਨ*, ਸਫ਼ਾ 80.

ਜਾਣ ਦੀ ਬਜਾਇ ਕਿਤੇ ਰਾਹ ਵਿਚ ਹੀ ਗ਼ਾਇਬ ਹੋ ਗਿਆ ਸੀ। ਉਸ ਦੀ ਕੋਈ ਉੱਘ-ਸੁੱਘ ਨਹੀਂ ਮਿਲੀ ਸੀ।[17] ਭਾਵੇਂ ਇਸ ਇਕ ਘਟਨਾ ਨੂੰ ਲੈ ਕੇ ਆਮ ਸਿੱਟੇ ਕੱਢਣੇ ਠੀਕ ਨਹੀਂ ਕਹੇ ਜਾ ਸਕਦੇ, ਪਰ ਇਕ ਗੱਲ ਤਾਂ ਪ੍ਰਤੱਖ ਹੈ, ਕਿ ਬੰਗਾਲੀ ਕਿਸੇ ਇਕ ਛਾਉਣੀ ਵਿਚ ਵੀ ਕੋਈ ਵੱਡੀ ਹਿਲਜੁਲ ਪੈਦਾ ਨਹੀਂ ਕਰ ਸਕੇ ਸਨ। ਅਜਿਹਾ ਬਿਨਾਂ ਕਾਰਨ ਨਹੀਂ ਹੋਇਆ ਸੀ। ਉਪਰੋਕਤ ਪੁਲਿਸ ਅਫ਼ਸਰਾਂ ਨੇ ਆਪਣੀ ਰਿਪੋਰਟ ਵਿਚ ਇਸ ਦੇ ਸੱਭਿਆਚਾਰਕ ਕਾਰਨਾਂ ਵੱਲ ਇਸ਼ਾਰਾ ਕੀਤਾ ਹੈ। ਉਨ੍ਹਾਂ ਲਿਖਿਆ ਹੈ ਕਿ ਸੁੱਚਾ ਸਿੰਘ ਤੇ ਦੂਸਰੇ ਗ਼ਦਰੀ ਜਿਸ ਨਿਡਰਤਾ ਨਾਲ (ਛਾਉਣੀਆਂ ਵਿਚ ਜਾ ਕੇ) ਸਿਪਾਹੀਆਂ ਨੂੰ ਬਗ਼ਾਵਤ ਲਈ ਉਕਸਾਉਂਦੇ ਸਨ, ਉਸ ਨੂੰ ਵੇਖ ਕੇ ਭਾਰੀ ਅਸਚਰਜ ਹੁੰਦਾ ਹੈ। ਉਹ ਬਿਨਾਂ ਜਾਣ-ਪਛਾਣ ਤੋਂ ਛਾਉਣੀਆਂ ਅੰਦਰ ਜਾ ਕੇ, ਜੋ ਵੀ ਸਿਪਾਹੀ ਸਾਹਮਣੇ ਦਿਖਦਾ ਸੀ, ਉਸ ਨੂੰ ਇਨਕਲਾਬ ਦੀ ਸਿੱਖਿਆ ਦੇਣ ਲੱਗ ਪੈਂਦੇ ਸਨ। ਜਦੋਂ ਬਗ਼ਾਵਤ ਲਈ ਮਿਥੀ ਤਾਰੀਕ ਵਿਚ ਇਕ ਜਾਂ ਦੋ ਹਫ਼ਤੇ ਦਾ ਹੀ ਵਕਫ਼ਾ ਰਹਿ ਗਿਆ ਸੀ, ਤਾਂ ਏਨੇ ਥੋੜ੍ਹੇ ਜਿਹੇ ਸਮੇਂ ਵਿਚ ਸਿਪਾਹੀਆਂ ਦੇ ਦਿਲਾਂ ਵਿੱਚੋਂ ਅੰਗਰੇਜ਼ੀ ਰਾਜ ਪ੍ਰਤਿ ਵਫ਼ਾਦਾਰੀ ਦਾ ਭਾਵ ਖ਼ਤਮ ਕਰਨਾ ਕੋਈ ਸੌਖੀ ਗੱਲ ਨਹੀਂ ਸੀ। ਜੇਕਰ ਇਹ ਕਾਰਜ ਸਮੇਂ ਸਿਰ ਨੇਪਰੇ ਚਾੜ੍ਹਨਾ ਸੀ ਤਾਂ ਇਸ ਦੇ ਲਈ ਕੇਵਲ ਦਲੇਰਾਨਾ ਤਰੀਕੇ ਹੀ ਕਾਰਗਰ ਹੋ ਸਕਦੇ ਸਨ। ਸ਼ਾਇਦ ਉਨ੍ਹਾਂ ਨੂੰ ਇਹ ਯਕੀਨ ਹੁੰਦਾ ਸੀ ਕਿ ਜੇਕਰ ਸਿਪਾਹੀ ਉਨ੍ਹਾਂ ਨਾਲ ਚੱਲਣ ਲਈ ਰਜ਼ਾਮੰਦ ਨਹੀਂ ਵੀ ਹੁੰਦੇ, ਤਾਂ ਵੀ ਉਹ ਉਨ੍ਹਾਂ ਨੂੰ ਗ੍ਰਿਫ਼ਤਾਰ ਨਹੀਂ ਕਰਵਾਉਣਗੇ।[18] ਬੰਗਾਲੀਆਂ ਅੰਦਰ ਅਜੇਹੀ ਦਲੇਰੀ ਤੇ ਭਰੋਸਾ ਨਹੀਂ ਦਿਖਿਆ। ਸਾਨਿਆਲ ਦੀ ਸਵੈ-ਜੀਵਨੀ ਵਿੱਚੋਂ ਪ੍ਰਤੱਖ ਹੋ ਜਾਂਦਾ ਹੈ ਕਿ ਉਨ੍ਹਾਂ ਨੇ ਪੰਜਾਬ ਵਾਲਿਆਂ ਦੀ ਰੀਸੇ ਕੁਝ ਥਾਵਾਂ 'ਤੇ ਛਾਉਣੀਆਂ ਅੰਦਰ ਜਾਣਾ ਤਾਂ ਸ਼ੁਰੂ ਕਰ ਦਿੱਤਾ ਸੀ, ਪਰ ਉਹ ਸਿਪਾਹੀਆਂ ਨਾਲ ਬਹੁਤ ਡਰ ਡਰ ਕੇ ਗੱਲ ਕਰਦੇ ਸਨ। ਉਹ ਪੰਜਾਬ ਵਾਲਿਆਂ ਵਾਂਗੂੰ ਬੇਧੜਕ ਹੋ ਕੇ ਗੱਲ ਨਹੀਂ ਕਰਦੇ ਸਨ। ਸ਼ਾਇਦ ਇਸ ਕਰਕੇ ਵੀ ਉਨ੍ਹਾਂ ਨੂੰ ਬਹੁਤੀ ਸਫਲਤਾ ਹਾਸਲ ਨਹੀਂ ਸੀ ਹੋਈ। ਅਜਿਹੀ ਦਲੇਰੀ ਮਿਥ ਕੇ ਨਹੀਂ ਆਉਂਦੀ, ਇਹ ਵਿਰਸੇ 'ਚੋਂ ਮਿਲਦੀ ਹੈ। ਇਸ ਤੱਥ ਨੂੰ ਕਿਸੇ ਪ੍ਰਮਾਣ ਦੀ ਲੋੜ ਨਹੀਂ ਹੈ ਕਿ ਬੰਗਾਲੀਆਂ ਦਾ ਇਤਿਹਾਸ ਤੇ ਉਨ੍ਹਾਂ ਦੀਆਂ ਧਾਰਮਿਕ ਤੇ ਸੱਭਿਆਚਾਰਕ ਰਵਾਇਤਾਂ ਸਿੱਖਾਂ ਨਾਲੋਂ ਬਹੁਤ ਹੀ ਭਿੰਨ ਹਨ। ਬੰਗਾਲ ਦੇ ਇਨਕਲਾਬੀ ਦਲਾਂ ਦੇ ਇੱਕਾ-ਦੁੱਕਾ ਵਿਅਕਤੀਆਂ ਅੰਦਰ ਤਾਂ ਕੁਰਬਾਨੀ ਤੇ ਸੂਰਮਗਤੀ ਦਾ ਜਜ਼ਬਾ ਬਹੁਤ ਪਰਬਲ ਸੀ (ਵੈਸੇ ਇਹ ਵੀ ਉਨ੍ਹਾਂ ਦੀ ਰਾਜਸੀ ਵਿਚਾਰਧਾਰਾ ਦੀ ਪੈਦਾਇਸ਼ ਹੀ ਸੀ), ਪਰ ਇਹ ਬੰਗਾਲ ਦੇ ਸਵਰਨ ਜਾਤੀ ਹਿੰਦੂ ਸਮਾਜ ਦਾ ਸਹਿਜ-ਗੁਣ (ethos) ਨਹੀਂ ਸੀ, ਜਿਵੇਂ ਕਿ ਸਿੱਖਾਂ ਦਾ ਹੈ। ਇਸ ਸਚਾਈ ਨੂੰ ਅੱਖੋਂ ਓਹਲੇ ਕਰਨਾ ਬੰਗਾਲੀਆਂ ਦੀ ਵੱਡੀ ਭੁੱਲ ਸੀ। ਪਰ ਇਸ ਦਾ ਖ਼ਮਿਆਜ਼ਾ ਸਿੱਖਾਂ ਨੂੰ ਭੁਗਤਣਾ ਪੈ ਗਿਆ ਸੀ।

ਡਾਕੇ ਤੇ ਬੰਗਾਲੀ ਚਰਿੱਤਰ

ਇਥੇ ਇਕ ਅਹਿਮ ਸੁਆਲ ਇਹ ਖੜਾ ਹੁੰਦਾ ਹੈ, ਕਿ ਬੰਗਾਲੀਆਂ ਨੇ ਗ਼ਦਰੀਆਂ

---

17. Ismonger and Slattery, 'Ghadar Conspiracy Report', in Bhai Nahar Singh M.A. and Kirpal Singh (eds.), *Struggle for Free Hindustan (Ghadar) Movement*, Vol. 1, p. 142.
18. *Ibid.*, pp. 141-42.

ਨੂੰ ਡਾਕੇ ਮਾਰਨ ਦੀ ਕੁਮੱਤ ਕਿਉਂ ਦਿੱਤੀ ਸੀ ? ਕੀ ਇਸ ਦੇ ਕਾਰਨ ਨਿਰੇ ਪੁਰੇ ਫ਼ੌਜੀ ਜਾਂ ਰਾਜਸੀ ਸਨ, ਜਾਂ ਇਸ ਪਿੱਛੇ ਇਕ ਸੱਭਿਆਚਾਰਕ ਦਿਸ਼ਾ-ਦ੍ਰਿਸ਼ਟੀ ਵੀ ਕੰਮ ਕਰਦੀ ਸੀ ?

ਅਮਲ ਵਿੱਚੋਂ ਇਹ ਗੱਲ ਉਘੜ ਕੇ ਸਾਹਮਣੇ ਆ ਗਈ ਸੀ ਕਿ ਬੰਗਾਲੀ ਇਨਕਲਾਬੀਆਂ ਦੀ ਪੈਸੇ ਧੇਲੇ ਬਾਰੇ ਸਮਝ ਤੇ ਪਹੁੰਚ ਪੰਜਾਬ ਦੇ ਗ਼ਦਰੀਆਂ ਨਾਲੋਂ ਬਹੁਤ ਵੱਖਰੀ ਸੀ। ਇਸ ਦੇ ਕਾਰਨ ਦੋਵਾਂ ਵਰਗਾਂ ਦੀ ਅਲੱਗ ਅਲੱਗ ਸੱਭਿਆਚਾਰਕ ਦਿਸ਼ਾ-ਦ੍ਰਿਸ਼ਟੀ ਵਿੱਚੋਂ ਲੱਭੇ ਜਾ ਸਕਦੇ ਹਨ। ਇਨਕਲਾਬੀਆਂ ਦੇ ਲੋਕਾਂ ਨਾਲ ਰਿਸ਼ਤੇ ਤੇ ਉਨ੍ਹਾਂ ਪ੍ਰਤਿ ਪਹੁੰਚ ਬਾਰੇ ਬੰਗਾਲੀ ਕ੍ਰਾਂਤੀਕਾਰੀਆਂ ਤੇ ਗ਼ਦਰੀਆਂ ਵਿਚ ਵੱਡਾ ਅੰਤਰ ਸੀ। ਜਿਵੇਂ ਪਿੱਛੇ ਜ਼ਿਕਰ ਹੋ ਚੁੱਕਾ ਹੈ, ਬੰਗਾਲੀਆਂ ਨੂੰ ਆਮ ਲੋਕਾਂ ਉੱਤੇ ਬਹੁਤਾ ਭਰੋਸਾ ਨਹੀਂ ਸੀ। ਆਮ ਲੋਕਾਂ ਬਾਰੇ ਉਨ੍ਹਾਂ ਦੀ ਧਾਰਨਾ ਸਨਕੀ ਸੀ। ਉਹ ਪੜ੍ਹੇ-ਲਿਖੇ ਵਰਗਾਂ ਦੇ ਮਤਵਾਲੇ ਸਨ। ਬੰਗਾਲੀ ਕਲਚਰ ਅੰਦਰ 'ਸੰਗਤ' ਦਾ ਕੋਈ ਸੰਕਲਪ ਨਹੀਂ ਹੈ। ਇਸ ਕਰਕੇ ਬੰਗਾਲੀ ਚਰਿੱਤਰ ਵਿਚ ਵਿਅਕਤੀਵਾਦ ਤੇ ਸੁਆਰਥ ਨੂੰ ਓਨਾ ਮਾੜਾ ਨਹੀਂ ਗਿਣਿਆ ਜਾਂਦਾ। ਇਸੇ ਕਰਕੇ ਹੀ ਉਨ੍ਹਾਂ ਵਿਚ ਦਾਨ ਦੇਣ ਦੀ ਪ੍ਰਵਿਰਤੀ ਬਹੁਤ ਘੱਟ ਹੈ। ਬੰਗਾਲੀ ਇਨਕਲਾਬੀਆਂ ਨੇ ਇਹ ਤੱਥ ਨਿਝੱਕ ਹੋ ਕੇ ਮੰਨਿਆ ਹੈ ਕਿ ਬੰਗਾਲ ਦੇ ਲੋਕਾਂ ਅੰਦਰ ਇਨਕਲਾਬੀ ਲਹਿਰ ਨੂੰ ਸਵੈ-ਇੱਛਾ ਨਾਲ ਦਾਨ ਦੇਣ ਦੀ ਕੋਈ ਪਰੰਪਰਾ ਨਹੀਂ। ਇਸ ਕਰਕੇ ਲਹਿਰ ਦੀਆਂ ਮਾਇਕ ਲੋੜਾਂ ਪੂਰੀਆਂ ਕਰਨ ਲਈ ਉਨ੍ਹਾਂ ਸਾਹਮਣੇ ਡਾਕੇ ਮਾਰਨ ਤੋਂ ਸਿਵਾ ਹੋਰ ਕੋਈ ਚਾਰਾ ਨਹੀਂ ਸੀ। ਸਾਨਿਆਲ ਨੇ ਜਦੋਂ ਪੰਜਾਬ ਆ ਕੇ ਇਹ ਵੇਖਿਆ ਕਿ ਬਾਹਰੋਂ ਆਏ ਗ਼ਦਰੀ, ਬਿਨਾਂ ਕਹੇ, ਆਪਣੀ ਖ਼ੁਸ਼ੀ ਨਾਲ ਹੀ ਪਾਰਟੀ ਨੂੰ ਦਿਲ ਖੋਲ੍ਹ ਕੇ ਡਾਲਰ ਦਾਨ ਕਰ ਰਹੇ ਸਨ, ਤਾਂ ਉਹ ਇਕਦਮ ਦੰਗ ਰਹਿ ਗਿਆ ਸੀ। ਉਸ ਨੇ ਬੇਝਿਜਕ ਹੋ ਕੇ ਮੰਨਿਆ ਹੈ ਕਿ "ਗ਼ਦਰ ਦੇ ਕੰਮ ਵਿਚ ਇਨ੍ਹਾਂ ਲੋਕਾਂ ਨੂੰ ਮੈਂ ਜਿਸ ਤਰ੍ਹਾਂ ਦਿਲ ਖੋਲ੍ਹ ਕੇ ਆਪਣੀ ਗੂੜ੍ਹੀ ਕਮਾਈ 'ਚੋਂ ਧਨ ਦਾ ਦਾਨ ਕਰਦਿਆਂ ਦੇਖਿਆ, ਅਜਿਹਾ ਦ੍ਰਿਸ਼ ਬੰਗਾਲ ਵਿਚ ਵੇਖਣ ਨੂੰ ਨਹੀਂ ਮਿਲਿਆ।"[19] ਅਮਰ ਸਿੰਘ ਰਾਜਪੂਤ ਨੇ ਇਕ ਗਵਾਹੀ ਵਿਚ ਇਹ ਖ਼ੁਲਾਸਾ ਕੀਤਾ ਸੀ ਕਿ ਭਾਈ ਜਗਤ ਸਿੰਘ ਸੁਰਸਿੰਘੀਏ ਨੇ ਇਕ ਮੀਟਿੰਗ ਵਿਚ ਇਹ ਰਾਇ ਦਿੱਤੀ ਸੀ, ਕਿ ਫ਼ੰਡਾਂ ਦੀ ਘਾਟ ਪੂਰੀ ਕਰਨ ਲਈ ਉਨ੍ਹਾਂ ਨੂੰ ਆਪਣੀਆਂ ਜ਼ਮੀਨਾਂ ਗਹਿਣੇ ਧਰ ਕੇ ਸਾਰਾ ਪੈਸਾ ਪਾਰਟੀ ਦੇ ਹਵਾਲੇ ਕਰ ਦੇਣਾ ਚਾਹੀਦਾ ਹੈ। ਬੰਗਾਲੀ ਤਾਂ ਅਜਿਹੀ ਗੱਲ ਸੋਚ ਵੀ ਨਹੀਂ ਸਕਦੇ ਸਨ।

ਸੋ ਇਨ੍ਹਾਂ ਕਾਰਨਾਂ ਕਰਕੇ ਬੰਗਾਲੀ ਇਨਕਲਾਬੀਆਂ ਦੇ ਮਨਾਂ ਵਿਚ ਪੈਸੇ ਦੇ ਮਾਮਲੇ ਵਿਚ ਅਸੁਰੱਖਿਆ ਦਾ ਸਦੀਵੀ ਭਾਵ ਬਣਿਆ ਰਹਿੰਦਾ ਸੀ। ਉਨ੍ਹਾਂ ਦੇ ਸਵੈ-ਕਥਨਾਂ 'ਚੋਂ ਇਹ ਸਚਾਈ ਪ੍ਰਤੱਖ ਉਘੜ ਆਉਂਦੀ ਹੈ। ਸਾਨਿਆਲ ਦੀ ਧਾਰਨਾ ਸੀ ਕਿ "ਜਦ ਤਕ ਬੋਝੇ ਵਿਚ ਕਾਫ਼ੀ ਰਕਮ ਨਾ ਹੋਵੇ ਉਦੋਂ ਤਕ ਦੂਜਿਆਂ ਦੀਆਂ ਦਿੱਤੀਆਂ ਰੋਟੀਆਂ ਦੇ ਆਸਰੇ ਦੇਸ਼ ਦਾ, ਅਤੇ ਦਸ ਭਰਾਵਾਂ ਦਾ ਕੰਮ ਕਰਨ ਲਈ ਤਿਆਰ ਹੋਣਾ ਠੀਕ ਨਹੀਂ।"[20] ਯਤਿੰਦਰ ਨਾਥ ਦਾ ਵੀ ਇਹੀ ਕਹਿਣਾ ਸੀ ਕਿ "ਹੱਥ ਵਿਚ ਕਾਫ਼ੀ ਸਾਰੇ ਰੁਪਏ ਪੈਸੇ ਲਏ ਬਿਨਾਂ ਏਸ ਕੰਮ ਵਿਚ ਹੱਥ ਪਾਉਣਾ ਠੀਕ ਨਹੀਂ ਏ।" ਸਾਨਿਆਲ ਦਾ ਡਾਕੇ ਮਾਰਨ ਦੀ ਨੀਤੀ ਵਿਚ ਵਿਸ਼ਵਾਸ ਏਨਾ ਦ੍ਰਿੜ੍ਹ ਸੀ ਕਿ ਬਾਅਦ ਵਿਚ ਜਾ ਕੇ, ਬਹੁਤ ਸਾਲਾਂ ਦੇ ਵਕਫ਼ੇ ਪਿੱਛੋਂ ਵੀ, ਜਦੋਂ ਉਹ ਅੰਡੇਮਾਨ ਦੀ ਜੇਲ੍ਹ ਕੱਟ ਕੇ ਬਾਹਰ ਆ ਗਿਆ ਸੀ, ਅਤੇ ਜਦੋਂ ਉਸ ਦੀ

---

19. ਸਚਿੰਦਰ ਨਾਥ ਸਾਨਿਆਲ, *ਬੰਦੀ ਜੀਵਨ*, ਸਫ਼ਾ 10.
20. *ਉਹੀ*, ਸਫ਼ਾ 46.

ਜਥੇਬੰਦੀ ਦੇ ਬਾਕੀ ਮੈਂਬਰ ਅਮਲ ਵਿੱਚੋਂ ਹਾਸਲ ਕੀਤੇ ਨਾਂਹ-ਮੁਖੀ ਤਜਰਬੇ ਦੇ ਆਧਾਰ 'ਤੇ, ਡਾਕੇ ਮਾਰਨ ਦੀ ਨੀਤੀ ਦਾ ਤਿਆਗ ਕਰਨ ਦੇ ਮਨ ਬਣਾ ਚੁੱਕੇ ਸਨ, ਤਾਂ ਉਦੋਂ ਵੀ ਸਾਨਿਆਲ ਨੇ ਉਸੇ ਜੋਸ਼-ਖ਼ਰੋਸ਼ ਨਾਲ ਡਾਕੇ ਮਾਰਨ ਦੀ ਵਜ਼ਾਹਤ ਕੀਤੀ ਸੀ।[21] ਇਸ ਰੋਸ਼ਨੀ ਵਿਚ ਵੇਖਿਆਂ ਬੰਗਾਲੀ ਆਗੂਆਂ ਵੱਲੋਂ ਗ਼ਦਰੀਆਂ ਨੂੰ ਡਾਕੇ ਮਾਰਨ ਲਈ ਪ੍ਰੇਰਿਤ ਕਰਨ ਦੀ ਕਿਰਿਆ ਸਾਫ਼ ਸਮਝ ਆ ਜਾਂਦੀ ਹੈ।

ਇਸ ਤੋਂ ਬੰਗਾਲੀ ਆਗੂਆਂ ਦੇ ਵਿਹਾਰ ਦਾ ਇਕ ਹੋਰ ਨਾਂਹ-ਪੱਖੀ ਪਹਿਲੂ ਵੀ ਉਜਾਗਰ ਹੁੰਦਾ ਹੈ। ਉਨ੍ਹਾਂ ਅੰਦਰ ਆਪਣੇ ਆਪ ਨੂੰ ਦੂਸਰਿਆਂ ਨਾਲੋਂ ਉੱਤਮ ਸਮਝਣ ਦੀ ਭਾਵਨਾ ਤਾਂ ਬਹੁਤੀ ਹੈਰਾਨੀਜਨਕ ਨਹੀਂ (ਸਾਨਿਆਲ ਦੀ ਸਵੈ-ਜੀਵਨੀ ਵਿਚ ਜਗ੍ਹਾ-ਜਗ੍ਹਾ ਬੰਗਾਲੀਆਂ ਦੀ ਵਡਿਆਈ ਕੀਤੀ ਗਈ ਹੈ), ਪਰ ਡਾਕਿਆਂ ਬਾਰੇ ਆਪਣੀ ਸਮਝ ਨੂੰ ਗ਼ਦਰੀਆਂ ਉੱਤੇ ਜ਼ਬਰਦਸਤੀ ਥੋਪ ਕੇ ਉਨ੍ਹਾਂ ਨੇ ਇਹ ਵੀ ਦਿਖਾ ਦਿੱਤਾ, ਕਿ ਆਪਣੇ ਰਾਜਸੀ ਸੁਆਰਥ ਲਈ ਉਹ ਦੂਸਰਿਆਂ ਦੇ ਸੱਭਿਆਚਾਰਕ ਸਰੋਕਾਰਾਂ ਬਾਰੇ ਕਿੰਨੇ ਅਸੰਵੇਦਨਸ਼ੀਲ ਤੇ ਬੇਕਿਰਕ ਹੋ ਸਕਦੇ ਹਨ। ਇਸ ਤੋਂ ਇਹ ਵੀ ਸਿੱਧ ਹੁੰਦਾ ਹੈ ਕਿ ਕਿਸੇ ਸੱਭਿਆਚਾਰ ਦੀਆਂ ਬਾਰੀਕੀਆਂ ਨੂੰ ਜਾਣੇ/ਸਮਝੇ ਬਗ਼ੈਰ ਇਨਕਲਾਬੀ ਲਹਿਰ ਨੂੰ ਯੋਗ ਅਗਵਾਈ ਨਹੀਂ ਦਿੱਤੀ ਜਾ ਸਕਦੀ; ਅਤੇ ਜਿੰਨਾ ਵਧੀਆ ਕੋਈ ਆਪਣੇ ਸੱਭਿਆਚਾਰ ਨੂੰ ਸਮਝ ਸਕਦਾ ਹੈ, ਕਿਸੇ ਦੂਸਰੇ ਸੱਭਿਆਚਾਰ ਨੂੰ ਨਹੀਂ ਸਮਝ ਸਕਦਾ। ਇਸ ਕਰਕੇ ਕਿਸੇ ਕੌਮ ਦੇ ਆਪਣੇ ਆਗੂ ਹੀ ਉਸ ਦੀ ਯੋਗ ਅਗਵਾਈ ਕਰ ਸਕਦੇ ਹਨ। ਪਰਾਈ ਲੀਡਰਸ਼ਿੱਪ, ਇਕ ਲਿਹਾਜ਼ ਨਾਲ 'ਮਤਰੇਈ' ਹੀ ਹੁੰਦੀ ਹੈ। (ਗ਼ਦਰੀਆਂ ਦੀ ਤਫ਼ਤੀਸ਼ ਕਰਨ ਵਾਲੇ ਦੋ ਆਲ੍ਹਾ ਅਫ਼ਸਰਾਂ ਨੇ ਇਹ ਗੱਲ ਉਚੇਚੀ ਨੋਟ ਕੀਤੀ ਹੈ ਕਿ ਬੰਗਾਲੀਆਂ ਨੂੰ, ਪੰਜਾਬ ਵਿਚ ਡਾਕੇ ਮਾਰਨ ਦੀ ਸਲਾਹ ਦੇਣ ਵੇਲੇ ਪੰਜਾਬ ਦੇ ਕਿਸਾਨ ਦੀ ਮਾਨਸਿਕਤਾ ਦੀ ਸਮਝ ਨਹੀਂ ਸੀ। ਇਸ ਤੋਂ ਇਹ ਸਚਾਈ ਹੋਰ ਪੁਸ਼ਟ ਹੋ ਜਾਂਦੀ ਹੈ ਕਿ ਬਿਗਾਨੇ ਸੱਭਿਆਚਾਰ ਨੂੰ ਸਮਝਣਾ ਕਿੰਨਾ ਔਖਾ ਹੁੰਦਾ ਹੈ)।

ਬਾਅਦ ਵਿਚ ਜਾ ਕੇ ਸਾਨਿਆਲ ਵੱਲੋਂ ਸਿੱਖਾਂ ਬਾਰੇ ਪ੍ਰਗਟਾਏ ਇਕ ਇਤਰਾਜ਼ ਤੋਂ ਉਪਰੋਕਤ ਸਚਾਈ ਦੀ ਅਸਿੱਧੇ ਢੰਗ ਨਾਲ ਪੁਸ਼ਟੀ ਹੁੰਦੀ ਹੈ। ਸਾਨਿਆਲ ਨੂੰ ਸਿੱਖਾਂ ਵਿਰੁੱਧ ਇਹ ਸ਼ਿਕਾਇਤ ਸੀ ਕਿ "ਸਿੱਖ ਲੋਕ ਆਪਣੀ ਅਗਵਾਈ ਹੇਠ ਆਪਣੀ ਕੌਮ ਲਈ ਜਿਹੋ ਜਿਹਾ ਅਸੰਭਵ ਕੰਮ ਸੰਭਵ ਕਰ ਕੇ ਦਿਖਾ ਸਕਦੇ ਹਨ, ਦੂਸਰੀ ਕੌਮ ਨਾਲ ਮਿਲ ਕੇ ਰਾਸ਼ਟਰੀ ਅੰਦੋਲਨ ਵਿਚ ਉਸ ਭਾਵਨਾ ਨਾਲ ਅਜਿਹਾ ਨਹੀਂ ਕਰਦੇ।"[22]

ਸਾਨਿਆਲ ਦੇ ਇਕ ਹੋਰ ਕਥਨ ਤੋਂ ਇਹ ਗੱਲ ਭਲੀਭਾਂਤ ਸਪੱਸ਼ਟ ਹੋ ਜਾਂਦੀ ਹੈ ਕਿ 'ਦੂਸਰੀ ਕੌਮ ਨਾਲ ਮਿਲ ਕੇ' ਕੰਮ ਕਰਨ ਵਿਚ ਉਹ ਸੁਆਦ ਨਹੀਂ ਆਉਂਦਾ, ਜੋ ਆਪਣੀ ਕੌਮ ਵਿਚ ਕੰਮ ਕਰ ਕੇ ਆਉਂਦਾ ਹੈ। ਜਨਵਰੀ 1915 ਵਿਚ ਪੰਜਾਬ ਅੰਦਰ ਇਕ ਹਫ਼ਤਾ ਬਿਤਾਉਣ ਤੋਂ ਬਾਅਦ ਜਦੋਂ ਉਹ ਵਾਪਸ ਕਾਸ਼ੀ ਪਹੁੰਚਿਆ, ਤਾਂ ਉਸ ਨੇ ਆਪਣੇ ਉਸ ਵੇਲੇ ਦੇ ਮਨੋਭਾਵਾਂ ਦਾ ਪ੍ਰਗਟਾਵਾ ਇੰਜ ਕੀਤਾ:

> "ਇਸ ਵਾਰ ਪੰਜਾਬ ਤੋਂ ਨਵਾਂ ਉਤਸ਼ਾਹ ਲੈ ਕੇ ਵਾਪਸ ਆਉਣ 'ਤੇ ਵੀ ਮੈਨੂੰ ਇੰਝ ਲੱਗਾ ਜਿਵੇਂ ਹੁਣ ਤਕ ਮੈਂ ਬਹੁਤ ਅਨਾਚਾਰ ਤੇ ਬੇਨਿਯਮਾਂ ਵਿਚ ਸੀ। ਮੈਂ ਨਹੀਂ ਕਹਿ ਸਕਦਾ ਕਿ ਪੰਜਾਬ ਦੇ ਮੁਕਾਬਲੇ ਕਾਸ਼ੀ ਕਿੰਨੀ ਸੋਹਣੀ ਅਤੇ ਪਵਿੱਤਰ ਲੱਗੀ। ਮੈਂ

21. ਸਚਿੰਦਰ ਨਾਥ ਸਾਨਿਆਲ, *ਬੰਦੀ ਜੀਵਨ*, ਸਫ਼ਾ 323.
22. *ਉਹੀ*, ਸਫ਼ਾ 237.

ਨਹੀਂ ਕਹਿ ਸਕਦਾ ਕਿ ਅਜਿਹਾ ਕਿਉਂ ਹੋਇਆ, ਪਰ ਏਸ ਵਾਰ ਕਾਸ਼ੀ ਦੇ ਜਿਹੜੇ ਨਿੱਘੇ ਰੂਪ ਦਾ ਅਨੁਭਵ ਮੈਨੂੰ ਹੋਇਆ, ਉਹਦਾ ਅਨੁਭਵ ਕਾਸ਼ੀ ਵਿਚ ਚਿਰਾਂ ਤੋਂ ਰਹਿਣ 'ਤੇ ਵੀ ਨਹੀਂ ਸੀ ਹੋਇਆ। ਸਰੀਰ ਵਿਚ ਕਾਸ਼ੀ ਦੀ ਹਵਾ ਲੱਗਦੇ ਈ ਇੰਝ ਮਹਿਸੂਸ ਹੋਇਆ ਕਿ ਬਹੁਤ ਦਿਨਾਂ ਦੀ ਅਪਵਿੱਤਰ ਦੇਹ ਸ਼ੁੱਧ ਹੋ ਗਈ ਏ। ਕਾਸ਼ੀ ਵਿਚ ਸਿਰਫ਼ ਇਕ ਦਿਨ ਰਹਿਣ 'ਤੇ ਈ ਇੱਦਾਂ ਮਹਿਸੂਸ ਹੋ ਰਿਹਾ ਸੀ ਜਿਵੇਂ ਬਹੁਤ ਦਿਨਾਂ ਤੋਂ ਦਿਲ ਵਿਚ ਪਲ ਰਹੀ ਇਕ ਪਛਤਾਵੇ ਦੀ ਭਾਵਨਾ ਦੂਰ ਹੋ ਗਈ ਏ। ਕ੍ਰਾਂਤੀ ਦੀ ਤਿਆਰੀ ਵਿਅਰਥ ਹੋ ਜਾਣ 'ਤੇ ਰਾਸ ਬਿਹਾਰੀ ਜਦੋਂ ਕਾਸ਼ੀ ਵਾਪਸ ਆਏ ਤਾਂ ਉਨ੍ਹਾਂ ਦੇ ਮਨ ਵਿਚ ਵੀ ਬਿਲਕੁਲ ਅਜਿਹਾ ਈ ਭਾਵ ਸੀ।"[23]

ਸੋ ਅਸੀਂ ਵੇਖ ਸਕਦੇ ਹਾਂ ਕਿ ਬੰਗਾਲ ਦੇ ਕ੍ਰਾਂਤੀਕਾਰੀਆਂ ਪ੍ਰਤਿ ਸ਼ਰਧਾ ਦੇ ਭਾਵਾਂ ਨੇ ਪੰਜਾਬ ਦੇ ਵਿਦਵਾਨਾਂ ਨੂੰ ਕਿੰਨਾ ਅੰਨ੍ਹਾ ਕਰ ਦਿੱਤਾ ਹੈ। ਉਨ੍ਹਾਂ ਨੇ ਆਪਣੀਆਂ ਲਿਖਤਾਂ ਅੰਦਰ ਬੰਗਾਲ ਦੇ ਕ੍ਰਾਂਤੀਕਾਰੀਆਂ ਦੀ ਅਜਿਹੀ ਠੁੱਕ ਬੰਨ੍ਹੀ ਹੈ, ਕਿ ਇਨ੍ਹਾਂ ਦੇ ਦੋਸ਼ਾਂ ਬਾਰੇ ਗੱਲ ਕਰਨੀ ਗੁਨਾਹ ਸਮਝਿਆ ਜਾਣ ਲੱਗ ਪਿਆ ਹੈ। ਇਸ ਦਾ ਸਭ ਨਾਲੋਂ ਵੱਡਾ ਵਿਚਾਰਧਾਰਕ ਨੁਕਸਾਨ ਇਹ ਹੋਇਆ ਹੈ, ਕਿ ਇਸ ਨਾਲ ਨਾ ਸਿਰਫ਼ ਪੰਜਾਬ ਦੇ ਬੌਧਿਕ ਵਰਗ, ਸਗੋਂ ਆਮ ਲੋਕਾਂ ਦੇ ਜ਼ਿਹਨ ਅੰਦਰ ਵੀ 'ਅਖੰਡ ਭਾਰਤ' ਦੀ ਧਾਰਨਾ ਡੂੰਘੀਆਂ ਜੜ੍ਹਾਂ ਫੜ ਗਈ ਹੈ। ਇਸ ਨਾਲ ਨਾ ਕੇਵਲ ਸਿੱਖ ਕੌਮ ਦੀ ਆਜ਼ਾਦੀ ਦੇ ਰਾਹ ਦੀਆਂ ਔਕੜਾਂ ਵੱਧ ਗਈਆਂ ਹਨ, ਬਲਕਿ ਪੰਜਾਬ ਦੇ ਸੁਤੰਤਰ ਸਮਾਜਿਕ, ਆਰਥਿਕ ਤੇ ਸੱਭਿਆਚਾਰਕ ਵਿਕਾਸ ਦੀਆਂ ਸੰਭਾਵਨਾਵਾਂ ਨੂੰ ਵੀ ਗ੍ਰਹਿਣ ਲੱਗ ਗਿਆ ਹੈ। ਇਸ ਵਿਚਾਰਧਾਰਕ ਦੁਰਾਚਾਰ ਲਈ ਤਿੰਨ ਤਰ੍ਹਾਂ ਦੇ ਲੋਕ ਦੋਸ਼ੀ ਮੰਨੇ ਜਾ ਸਕਦੇ ਹਨ:

1. ਆਰੀਆ ਸਮਾਜੀ ਮਾਨਸਿਕਤਾ ਵਾਲੇ ਵਿਦਵਾਨਾਂ ਤੇ ਲੇਖਕਾਂ ਨੇ ਇਹ ਬੌਧਿਕ ਅਨਾਚਾਰ ਆਪਣੀ ਵਿਚਾਰਧਾਰਕ ਨਿਸ਼ਠਾ ਵਿੱਚੋਂ, ਸੁਚੇਤ ਰੂਪ ਵਿਚ ਕੀਤਾ ਹੈ।
2. 'ਵਿਚਾਰਧਾਰਕ ਨਿਰਪੱਖਤਾ' ਦੇ ਮੁਦਈ ਕੁਝ ਭਲੇਮਾਣਸ ਬੁੱਧੀਜੀਵੀਆਂ ਨੇ ਅਜਿਹਾ ਦੇਸ਼ ਭਗਤੀ ਦੇ ਅੰਨ੍ਹੇ ਜਜ਼ਬੇ ਹੇਠਾਂ, ਵਿਚਾਰਧਾਰਕ ਅਗਿਆਨਤਾ ਜਾਂ ਅਨਜਾਣਤਾ 'ਚੋਂ ਕੀਤਾ ਹੈ।
3. ਖੱਬੇ ਪੱਖੀ ਵਿਚਾਰਧਾਰਾ ਦੇ ਮੁਰੀਦਾਂ ਨੇ ਇਹ ਸਿਧਾਂਤਕ ਪਾਪ, ਮੁੱਖ ਰੂਪ ਵਿਚ, ਸਿੱਖ ਧਰਮ ਤੇ ਸਿੱਖ ਕੌਮ ਪ੍ਰਤਿ ਅੰਨ੍ਹੇ ਵਿਰੋਧ ਤੇ ਤੰਗਨਜ਼ਰੀ ਦੇ ਰੋਗੀ ਜਜ਼ਬੇ ਵਿੱਚੋਂ ਕੀਤਾ ਹੈ।

---

23. ਸਚਿੰਦਰ ਨਾਥ ਸਾਨਿਆਲ, *ਬੰਦੀ ਜੀਵਨ*, ਸਫ਼ਾ 52.

13
ਹਿਰਾਸਤ, ਮੁਕੱਦਮਾ ਤੇ ਸ਼ਹਾਦਤ

ਭਾਈ ਕਰਤਾਰ ਸਿੰਘ ਸਰਾਭਾ, ਜਗਤ ਸਿੰਘ ਸੁਰਸਿੰਘੀਆ ਤੇ ਹਰਨਾਮ ਸਿੰਘ ਕੋਟਲਾ ਲਾਇਲਪੁਰ ਤੋਂ ਰੇਲ ਗੱਡੀ 'ਤੇ ਪਿਸ਼ਾਵਰ ਚਲੇ ਗਏ ਅਤੇ ਉਥੋਂ ਪਠਾਣੀ ਭੇਸ ਵਿਚ ਪੈਦਲ ਅਫ਼ਗ਼ਾਨਿਸਤਾਨ ਦੀ ਦਿਸ਼ਾ ਵੱਲ ਚੱਲ ਪਏ। ਤੁਰਦੇ ਤੁਰਦੇ ਉਹ ਅਫ਼ਗ਼ਾਨਿਸਤਾਨ ਦੀ ਸਰਹੱਦ ਦੇ ਲਾਗੇ ਮਿਚਨੀ ਨਾਂ ਦੇ ਪਿੰਡ ਨੇੜੇ ਪਹੁੰਚ ਗਏ। ਰਸਤੇ ਵਿਚ ਉਨ੍ਹਾਂ ਨੇ ਅਖ਼ਬਾਰਾਂ ਵਿੱਚੋਂ ਇਹ ਖ਼ਬਰ ਪੜ੍ਹ ਲਈ ਸੀ ਕਿ ਕਾਬਲ ਦੀ ਹਕੂਮਤ ਨੇ ਲਾਹੌਰ ਤੋਂ ਨੱਠ ਕੇ ਗਏ ਮੁਸਲਿਮ ਵਿਦਿਆਰਥੀਆਂ ਨੂੰ ਹਿੰਦੁਸਤਾਨ ਦੀ ਅੰਗਰੇਜ਼ ਸਰਕਾਰ ਦੇ ਕਹਿਣ 'ਤੇ ਫੜ ਕੇ ਜੇਲ੍ਹ ਵਿਚ ਡੱਕ ਦਿੱਤਾ ਹੈ। ਉਨ੍ਹਾਂ ਦੇ ਮਨ ਵਿਚ ਆਈ ਕਿ ਜੇਕਰ ਇਨ੍ਹਾਂ ਵਿਦਿਆਰਥੀਆਂ ਨਾਲ ਕਾਬਲ ਸਰਕਾਰ ਨੇ ਇਹ ਸਲੂਕ ਕੀਤਾ ਹੈ ਤਾਂ ਅੰਗਰੇਜ਼ੀ ਰਾਜ ਦੇ ਬਾਗ਼ੀਆਂ ਨੂੰ ਉਹ ਕਿਸ ਤਰ੍ਹਾਂ ਪਨਾਹ ਦੇ ਸਕਦੀ ਹੈ। ਏਸ ਤਰ੍ਹਾਂ ਦੀਆਂ ਵਿਚਾਰਾਂ ਕਰਦਿਆਂ ਉਹ ਦਮ ਲੈਣ ਲਈ ਇਕ ਨਦੀ ਦੇ ਕਿਨਾਰੇ ਬਹਿ ਗਏ। ਸਬੱਬੀਂ ਭਾਈ ਕਰਤਾਰ ਸਿੰਘ ਸਰਾਭਾ ਜਾਂ ਹਰਨਾਮ ਸਿੰਘ ਕੋਟਲਾ 'ਚੋਂ ਇਕ ਜਣਾ *ਗ਼ਦਰ ਦੀ ਗੂੰਜ* ਵਿੱਚੋਂ ਹੇਠ ਲਿਖੀ ਕਵਿਤਾ ਗਾਉਣ ਲੱਗ ਪਿਆ* :

ਸਿਰ ਦਿੱਤੇ ਬਾਝ ਨਹੀਂ ਕੰਮ ਸਰਨਾ, ਯੁੱਧ ਵਿਚ ਪਵੇਗਾ ਜ਼ਰੂਰ ਲੜਨਾ।
ਪਾਵੋ ਲਲਕਾਰ ਸ਼ੇਰਾਂ ਵਾਂਗ ਗੱਜ ਕੇ, ਬਣੀ ਸਿਰ ਸ਼ੇਰਾਂ ਦੇ ਕੀ ਜਾਣਾ ਭੱਜ ਕੇ।
ਮਾਰ ਲਈਏ ਵੈਰੀ ਮਰ ਜਾਈਏ ਆਪ ਜਾਂ, ਕਾਇਰਤਾ ਗ਼ਰੀਬੀ ਮਿਟ ਜਾਵੇ ਤਾਪ ਤਾਂ।
ਪਾ ਲਈਏ ਸ਼ਹੀਦੀ ਸਿੰਘ ਸ਼ੇਰ ਸਜ ਕੇ, ਬਣੀ ਸਿਰ ਸ਼ੇਰਾਂ ਦੇ ਕੀ ਜਾਣਾ ਭੱਜ ਕੇ।
ਸਿੰਘ ਜੇ ਕਹਾਉਣਾ ਸੀਸ ਧਰੋ ਹੱਥ ਜੀ, ਪੈਹਨ ਹਥਿਆਰ ਖੜੇ ਹੋਵੋ ਸੱਥ ਜੀ।
ਜਾਨ ਜਾਵੇ ਆਣ ਨੂੰ ਨਾ ਜਾਣੋ ਤੱਜ ਕੇ, ਬਣੀ ਸਿਰ ਸ਼ੇਰਾਂ ਦੇ ਕੀ ਜਾਣਾ ਭੱਜ ਕੇ।

ਉਨ੍ਹਾਂ ਦੀ ਉਸ ਵੇਲੇ ਜਿਹੋ ਜਿਹੀ ਮਨੋਅਵਸਥਾ ਬਣੀ ਹੋਈ ਸੀ, ਉਸ ਵਿਚ ਕਵਿਤਾ ਦੀਆਂ ਇਹਨਾਂ ਸਤਰਾਂ ਨੇ ਉਨ੍ਹਾਂ ਨੂੰ ਇਕਦਮ ਝੰਜੋੜ ਕੇ ਰੱਖ ਦਿੱਤਾ ਸੀ। ਉਨ੍ਹਾਂ ਤਿੰਨਾਂ ਦੀਆਂ ਆਪ-ਮੁਹਾਰੇ ਆਪਸ ਵਿਚ ਨਜ਼ਰਾਂ ਮਿਲ ਗਈਆਂ। ਕਿਸੇ ਨੂੰ ਵੀ ਮੂੰਹੋਂ ਬੋਲਣ ਦੀ ਲੋੜ ਨਹੀਂ ਪਈ ਸੀ। ਉਨ੍ਹਾਂ ਦੀਆਂ ਸਿਮਰਤੀਆਂ ਅੰਦਰ ਇਕ ਦਮ ਸਿੱਖ ਇਤਿਹਾਸ ਸੁਰਜੀਤ ਹੋ ਉਠਿਆ ਸੀ। ਉਨ੍ਹਾਂ ਨੂੰ ਅੰਮ੍ਰਿਤਸਰ ਸ੍ਰੀ ਹਰਿਮੰਦਰ ਸਾਹਿਬ ਦੀ ਜੂਹ ਅੰਦਰ, ਸੀਸ ਤਲੀ ਉੱਤੇ ਰੱਖ ਕੇ ਲੜ ਰਿਹਾ ਤੇ ਦੁਸ਼ਮਣ ਨੂੰ ਲਲਕਾਰ ਰਿਹਾ ਬਾਬਾ ਦੀਪ ਸਿੰਘ ਸਾਹਮਣੇ ਦਿਖਾਈ ਦੇਣ ਲੱਗ ਪਿਆ। ਕਲਗ਼ੀਧਰ ਪਾਤਸ਼ਾਹ ਚਮਕੌਰ ਦੀ ਗੜ੍ਹੀ ਵਿੱਚੋਂ, ਆਪਣੇ ਪਿਆਰੇ ਸਿੰਘਾਂ ਤੇ ਆਪਣੇ ਜਿਗਰ ਦੇ ਟੋਟਿਆਂ ਦੀਆਂ ਮੈਦਾਨ ਵਿਚ ਵਿਛੀਆਂ ਪਈਆਂ ਮਿਰਤਕ ਦੇਹਾਂ ਵਿਚਕਾਰ ਬੋਚ ਬੋਚ ਕੇ ਕਦਮ ਧਰਦੇ ਮਾਛੀਵਾੜੇ ਦੇ ਜੰਗਲਾਂ

---

* ਗ਼ਦਰੀ ਅਕਸਰ ਹੀ *ਗ਼ਦਰ ਦੀ ਗੂੰਜ* ਵਿੱਚੋਂ ਜੋਸ਼ ਉਪਜਾਊ ਕਵਿਤਾਵਾਂ ਗਾਉਂਦੇ ਤੇ ਸੁਣਾਉਂਦੇ ਰਹਿੰਦੇ ਸਨ। ਸਰਾਭੇ ਦਾ ਤਾਂ ਇਹ ਪੱਕਾ ਸ਼ੁਗ਼ਲ ਹੁੰਦਾ ਸੀ।

ਵੱਲ ਵਧਦੇ, ਅਤੇ ਥੋੜ੍ਹੇ ਹੀ ਦਿਨਾਂ ਬਾਅਦ ਦੀਨੇ ਵਿਖੇ ਇਲਾਹੀ ਸਿਦਕ-ਜਲਾਲ ਵਿਚ, ਦੇਸੂ ਤਰਖਾਣ ਦੇ ਚੁਬਾਰੇ ਵਿਚ ਬੈਠੇ ਹੋਏ ਔਰੰਗਜ਼ੇਬ ਨੂੰ ਜ਼ਫ਼ਰਨਾਮਾ ਲਿਖਦੇ ਨਜ਼ਰ ਆਏ। ਗ਼ਦਰੀ ਯੋਧਿਆਂ ਨੇ ਬੈਠ ਕੇ ਆਪਸ ਵਿਚ ਵਿਚਾਰ ਕੀਤੀ ਕਿ ਅਜੇ ਤਾਂ ਗਿਣਤੀ ਦੇ ਸੰਗਰਾਮੀਏ ਹੀ ਗ੍ਰਿਫ਼ਤਾਰ ਹੋਏ ਹਨ, ਉਨ੍ਹਾਂ ਨਾਲ ਬਦੇਸ਼ਾਂ ਤੋਂ ਮੁੜੇ ਅਨੇਕਾਂ ਗ਼ਦਰੀ ਸੂਰਬੀਰ ਅਜੇ ਪੁਲਿਸ ਤੋਂ ਬਚੇ ਹੋਏ ਹਨ, ਅਤੇ ਪਿੰਡਾਂ ਤੇ ਫ਼ੌਜਾਂ ਅੰਦਰ ਉਨ੍ਹਾਂ ਦੇ ਸੈਂਕੜੇ ਹਜ਼ਾਰਾਂ ਹਮਾਇਤੀ ਤੇ ਹਮਦਰਦ ਦਿਲਾਂ ਅੰਦਰ ਦੇਸ਼ ਨੂੰ ਆਜ਼ਾਦ ਕਰਾਉਣ ਦੇ ਅਰਮਾਨ ਲੈ ਕੇ ਬੈਠੇ ਹੋਏ ਹਨ, ਇਨ੍ਹਾਂ ਸਾਰਿਆਂ ਨੂੰ ਏਸ ਤਰ੍ਹਾਂ ਲਾਵਾਰਸ ਛੱਡ ਕੇ ਤੁਰ ਜਾਣਾ ਇਨਕਲਾਬੀ ਧਰਮ ਨਹੀਂ ਹੈ। ਇਹ ਸੋਚ ਕੇ ਉਨ੍ਹਾਂ ਨੇ ਅਗਾਂਹ ਜਾਣ ਦਾ ਵਿਚਾਰ ਛੱਡ ਦਿੱਤਾ ਤੇ ਜੀਹਨੀਂ ਪੈਰੀਂ ਆਏ ਸਨ, ਓਹਨੀਂ ਪੈਰੀਂ ਵਾਪਸ ਚੱਲ ਪਏ।

ਚੱਲਦੇ ਚਲਾਉਂਦੇ ਉਹ 2 ਮਾਰਚ ਨੂੰ ਸਰਗੋਧਾ ਜ਼ਿਲ੍ਹੇ ਦੇ ਚੱਕ ਨੰ: 5 ਵਿਚ ਭਾਈ ਜਗਤ ਸਿੰਘ ਦੇ ਇਕ ਜਾਣੂ ਦੇ ਘਰ ਪਹੁੰਚ ਗਏ। ਇਥੇ ਵਿਲਸਨਪੁਰਾ ਫ਼ਾਰਮ 'ਤੇ ਫ਼ੌਜ ਦੇ 22 ਨੰਬਰ ਰਸਾਲੇ ਵਾਸਤੇ ਘੋੜੇ ਪਾਲੇ ਜਾਂਦੇ ਸਨ। ਖੁੱਲ੍ਹੇ ਡੁੱਲ੍ਹੇ ਮੈਦਾਨਾਂ ਅੰਦਰ ਘੋੜਿਆਂ ਦੀਆਂ ਦੌੜਾਂ ਲਗਾਈਆਂ ਜਾਂਦੀਆਂ ਸਨ ਅਤੇ ਜਵਾਨਾਂ ਨੂੰ ਘੋੜ ਸਵਾਰੀ ਦਾ ਅਭਿਆਸ ਕਰਾਇਆ ਜਾਂਦਾ ਸੀ। ਜਗਤ ਸਿੰਘ ਨੇ ਕੁਝ ਸਾਲ ਪਹਿਲਾਂ ਇਸੇ ਰਸਾਲੇ ਵਿਚ ਨੌਕਰੀ ਕੀਤੀ ਸੀ। ਉਸ ਦਾ ਉਸ ਵੇਲੇ ਦਾ ਇਕ ਮਿੱਤਰ ਰਾਜਿੰਦਰ ਸਿੰਘ ਪਿਨਸ਼ਨੀਆ ਇਥੇ ਰਹਿੰਦਾ ਸੀ। ਭਾਈ ਜਗਤ ਸਿੰਘ ਦਾ ਪਹਿਲਾਂ ਵੀ ਉਸ ਕੋਲ ਆਉਣ ਜਾਣ ਸੀ। ਉਹ ਤਿੰਨ ਕੁ ਹਫ਼ਤੇ ਪਹਿਲਾਂ, 10 ਫ਼ਰਵਰੀ ਨੂੰ, ਰਾਜਿੰਦਰ ਸਿੰਘ ਕੋਲ ਆਇਆ ਸੀ ਅਤੇ ਕੁਝ ਸਿਪਾਹੀਆਂ ਨਾਲ ਬੈਠ ਕੇ ਬਗ਼ਾਵਤ ਬਾਰੇ ਵਿਚਾਰਾਂ ਕੀਤੀਆਂ ਸਨ। ਉਸ ਦਿਨ ਰਾਜਿੰਦਰ ਸਿੰਘ ਨੇ ਜਗਤ ਸਿੰਘ ਨਾਲ ਬੰਦੂਕਾਂ ਦੇਣ ਦਾ ਵਾਅਦਾ ਕੀਤਾ ਸੀ। ਉਹ ਇਨ੍ਹਾਂ ਬੰਦੂਕਾਂ ਦੀ ਝਾਕ ਵਿਚ ਹੀ ਏਥੇ ਆਏ ਸਨ। ਰਾਜਿੰਦਰ ਸਿੰਘ ਨੇ 21 ਫ਼ਰਵਰੀ ਨੂੰ ਲਾਇਲਪੁਰ ਵਿਖੇ, ਸਹਿਵਨ ਹੀ ਗੱਲਾਂ ਕਰਦਿਆਂ ਜਗਤ ਸਿੰਘ ਨਾਲ ਹੋਈ ਗੱਲ ਰਸਾਲਦਾਰ ਗੰਡਾ ਸਿੰਘ (ਗੰਡੀਵਿੰਡ) ਨਾਲ ਸਾਂਝੀ ਕਰ ਲਈ ਸੀ। ਰਸਾਲਦਾਰ ਦਿਲ ਦਾ ਕਾਲਾ ਸੀ। ਉਸ ਨੇ ਉਸੇ ਦਿਨ ਇਹ ਗੱਲ ਆਪਣੇ ਕਮਾਂਡਿੰਗ ਅਫ਼ਸਰ ਨੂੰ ਜਾ ਦੱਸੀ, ਅਤੇ 28 ਫ਼ਰਵਰੀ ਨੂੰ ਸਰਗੋਧਾ ਦੇ ਐਸ. ਪੀ. ਕੋਲ ਵੀ ਚੁਗ਼ਲੀ ਕਰ ਦਿੱਤੀ। ਇਸ ਤਰ੍ਹਾਂ, ਜਿਉਂ ਹੀ ਭਾਈ ਜਗਤ ਸਿੰਘ ਤੇ ਉਸਦੇ ਸਾਥੀ 2 ਮਾਰਚ ਨੂੰ ਰਾਜਿੰਦਰ ਸਿੰਘ ਕੋਲ ਪਹੁੰਚੇ, ਰਸਾਲਦਾਰ ਨੇ ਉਸੇ ਵੇਲੇ ਨੇੜੇ ਪੈਂਦੇ ਬੁਲ੍ਹੋਵਾਲ ਦੇ ਠਾਣੇ ਜਾ ਕੇ ਪੁਲਿਸ ਨੂੰ ਗ਼ਦਰੀਆਂ ਦੇ ਆਉਣ ਦੀ ਸੂਹ ਦੇ ਦਿੱਤੀ। ਇੰਸਪੈਕਟਰ ਅਹਿਮਦ ਖ਼ਾਨ ਤੇ ਠਾਣੇਦਾਰ ਸਦਰ ਦੀਨ ਨੇ ਉਸੇ ਵੇਲੇ ਪੁਲਿਸ ਪਾਰਟੀ ਲੈ ਕੇ ਰਾਜਿੰਦਰ ਸਿੰਘ ਦੇ ਘਰ ਜਾ ਛਾਪਾ ਮਾਰਿਆ। ਉਸ ਵੇਲੇ ਭਾਈ ਕਰਤਾਰ ਸਿੰਘ ਸਰਾਭਾ ਰਾਜਿੰਦਰ ਸਿੰਘ ਦੇ ਘਰ ਦੇ ਵਿਹੜੇ 'ਚ, ਆਪਣੀ ਮੌਜ ਵਿਚ ਮੰਜੇ ਉੱਤੇ ਬੈਠਾ ਆਲੇ-ਦੁਆਲੇ ਜੁੜੇ ਲੋਕਾਂ ਨੂੰ *ਗ਼ਦਰ ਦੀ ਗੂੰਜ* ਵਿੱਚੋਂ ਕਵਿਤਾ ਗਾ ਕੇ ਸੁਣਾ ਰਿਹਾ ਸੀ। ਉਸ ਨੂੰ ਉਦੋਂ ਹੀ ਪਤਾ ਲੱਗਾ ਜਦੋਂ ਪੁਲਿਸ ਨੇ ਅਚਾਨਕ ਉਸ ਨੂੰ ਘੇਰਾ ਪਾ ਲਿਆ। ਪੁਲਿਸ ਪੂਰੀ ਤਿਆਰੀ ਵਿਚ ਆਈ ਸੀ। ਇਸ ਕਰਕੇ ਫੁਰਤੀ ਨਾਲ ਤਿੰਨਾਂ ਗ਼ਦਰੀ ਸੂਰਮਿਆਂ ਨੂੰ ਗ੍ਰਿਫ਼ਤਾਰ ਕਰ ਲਿਆ ਗਿਆ। ਗ਼ਦਰੀ ਸੂਰਮਿਆਂ ਨੇ ਆਲੇ- ਦੁਆਲੇ ਇਕੱਠੇ ਹੋਏ ਲੋਕਾਂ ਨੂੰ ਅੰਗਰੇਜ਼ ਸਰਕਾਰ ਵਿਰੁੱਧ ਉੱਠ ਖੜੇ ਹੋਣ ਲਈ ਉੱਚੀ ਉੱਚੀ ਲੈਕਚਰ ਦੇਣਾ ਸ਼ੁਰੂ ਕਰ ਦਿੱਤਾ। ਪਰ ਪੁਲਿਸ ਉਨ੍ਹਾਂ ਨੂੰ ਉਸੇ ਵੇਲੇ ਬੁਲ੍ਹੋਵਾਲ ਦੇ ਠਾਣੇ ਵਿਚ ਲੈ ਗਈ। ਤੁਰਤ ਉਪਰਲੇ ਅਫ਼ਸਰਾਂ ਨੂੰ, ਤਾਰ ਭੇਜ ਕੇ, 'ਵੱਡੇ ਸ਼ਿਕਾਰ' ਫੜ ਲੈਣ ਦੀ ਖ਼ੁਸ਼ਖ਼ਬਰੀ ਦੇ ਦਿੱਤੀ। ਇਕ ਰਾਤ ਬੁਲ੍ਹੋਵਾਲ

ਦੇ ਠਾਣੇ ਵਿਚ ਰੱਖਣ ਤੋਂ ਬਾਅਦ, ਅਗਲੇ ਦਿਨ ਉਨ੍ਹਾਂ ਨੂੰ ਸਰਗੋਧਾ ਤੋਂ ਰੇਲ ਗੱਡੀ ਵਿਚ ਲਾਹੌਰ ਲਿਜਾਇਆ ਗਿਆ। ਪੰਜਾਬ ਸੀ.ਆਈ.ਡੀ. ਦਾ ਉੱਚੇ ਦਰਜੇ ਦਾ ਅਫ਼ਸਰ, ਡੀ.ਆਈ.ਜੀ. ਟੌਮਕਿਨ, ਉਨ੍ਹਾਂ ਨੂੰ ਲੈਣ ਲਈ ਆਪ ਰੇਲਵੇ ਸਟੇਸ਼ਨ 'ਤੇ ਗਿਆ। ਸਟੇਸ਼ਨ ਤੋਂ ਉਨ੍ਹਾਂ ਨੂੰ ਸਿੱਧਾ ਨੌਲੱਖੇ ਠਾਣੇ ਵਿਚ ਲਿਜਾ ਕੇ ਹਵਾਲਾਤ ਵਿਚ ਬੰਦ ਕਰ ਦਿੱਤਾ ਗਿਆ ਸੀ। ਉਸ ਵੇਲੇ ਅੱਧੀ ਰਾਤ ਲੰਘ ਗਈ ਸੀ ਅਤੇ ਮਾਰਚ ਦੀ 4 ਤਾਰੀਕ ਹੋ ਗਈ ਸੀ।

ਪੁਲਿਸ ਮੁਲਾਜ਼ਮਾਂ ਨੂੰ ਠਾਣੇ ਵਿਚ ਨਵੇਂ ਆਉਣ ਵਾਲੇ ਮੁਲਜ਼ਮ ਦੀ ਹੈਸੀਅਤ ਦਾ ਝੱਟ ਅੰਦਾਜ਼ਾ ਹੋ ਜਾਂਦਾ ਹੈ। ਉਸ ਨੂੰ ਲੈ ਕੇ ਆਉਣ ਦੀ ਢੰਗ ਪਰਣਾਲੀ ਅਤੇ ਪੁਲਿਸ ਪਾਰਟੀ ਦੀ ਨਫ਼ਰੀ ਤੇ ਇਸ ਦੀ ਅਗਵਾਈ ਕਰਦੇ ਅਫ਼ਸਰ ਦੇ ਦਰਜੇ ਤੋਂ ਮੁਲਾਜ਼ਮ ਝੱਟ ਪਛਾਣ ਲੈਂਦੇ ਹਨ ਕਿ ਮੁਲਜ਼ਮ ਕਿੰਨਾ ਕੁ 'ਖ਼ਤਰਨਾਕ' ਹੈ। ਜਿਸ ਵੇਲੇ ਭਾਈ ਕਰਤਾਰ ਸਿੰਘ ਸਰਾਭਾ ਤੇ ਉਸ ਦੇ ਦੋ ਸਾਥੀਆਂ ਨੂੰ ਲਾਹੌਰ ਦੇ ਨੌਲੱਖੇ ਥਾਣੇ ਵਿਚ ਲਿਆਂਦਾ ਗਿਆ ਸੀ, ਤਾਂ ਉਸ ਵੇਲੇ ਭਾਈ ਪਰਮਾਨੰਦ (ਲਾਹੌਰ) ਨੂੰ ਵੀ ਉਸੇ ਥਾਣੇ ਵਿਚ ਰੱਖਿਆ ਹੋਇਆ ਸੀ। ਉਸ ਨੂੰ ਪੁਲਿਸ ਨੇ ਥੋੜ੍ਹੇ ਹੀ ਦਿਨ ਪਹਿਲਾਂ, 25 ਫ਼ਰਵਰੀ ਨੂੰ, ਘਰੋਂ ਗ੍ਰਿਫ਼ਤਾਰ ਕੀਤਾ ਸੀ। ਭਾਈ ਪਰਮਾਨੰਦ ਨੇ ਆਪਣੀ ਸਵੈ-ਜੀਵਨੀ ਵਿਚ ਉਸ ਰਾਤ ਦਾ ਨਜ਼ਾਰਾ ਇਸ ਤਰ੍ਹਾਂ ਬਿਆਨ ਕੀਤਾ ਹੈ :

> "ਰਾਤ ਨੂੰ ਥਾਣੇ ਵਿਚ ਬੜਾ ਤਰਥੱਲ ਮੱਚ ਗਿਆ ਸੀ। ਰੇਲਵੇ ਸਟੇਸ਼ਨ ਤੋਂ ਤਿੰਨ ਆਦਮੀ ਗ੍ਰਿਫ਼ਤਾਰ ਕਰ ਕੇ ਥਾਣੇ ਵਿਚ ਲਿਆਂਦੇ ਗਏ ਸਨ। ਅੰਗਰੇਜ਼ ਪੁਲਿਸ ਅਫ਼ਸਰ ਉਨ੍ਹਾਂ ਦੇ ਨਾਲ ਸੀ। ਥਾਣੇ ਦੇ ਸਿਪਾਹੀ ਗੱਲਾਂ ਕਰ ਰਹੇ ਸਨ 'ਡਿਪਟੀ ਇਨਸਪੈਕਟਰ ਜਨਰਲ ਟੌਮਕਿਨ ਆਪ ਉਥੇ ਹਾਜ਼ਰ ਸੀ। ਬਹੁਤ ਖ਼ਤਰਨਾਕ ਆਦਮੀ ਫੜੇ ਗਏ ਹਨ।' ਉਹ ਜ਼ਰੂਰ ਹੀ ਖ਼ਤਰਨਾਕ ਸਨ, ਕਿਉਂਕਿ ਉਹ ਪਹਿਲੀ ਰਾਤ ਸੀ ਜਦੋਂ ਮੈਨੂੰ ਆਪਣੀ ਕੋਠੀ ਵਿੱਚੋਂ ਕੱਢ ਕੇ ਦੂਜੀ ਕੋਠੀ ਵਿਚ ਦੂਸਰੇ ਆਦਮੀਆਂ ਨਾਲ ਰੱਖਿਆ ਗਿਆ ਸੀ ਅਤੇ ਉਨ੍ਹਾਂ ਤਿੰਨਾਂ ਨੂੰ ਮੇਰੇ ਵਾਲੀ ਕੋਠੀ ਵਿਚ ਰੱਖਿਆ ਗਿਆ ਸੀ। ਉਹ ਖ਼ੁਸ਼ ਸਨ ਤੇ ਹੱਸ ਰਹੇ ਸਨ। ਉਨ੍ਹਾਂ ਵਿੱਚੋਂ ਇਕ ਜਣਾ ਟੌਮਕਿਨ ਨੂੰ ਉਸ ਦਾ ਨਾਂ ਲੈ ਕੇ ਹੀ ਬੁਲਾਉਂਦਾ ਸੀ। ਉਹ ਅਠਾਰਾਂ ਸਾਲਾਂ ਦਾ ਨੌਜਵਾਨ ਸੀ। ਉਨ੍ਹਾਂ ਤਿੰਨਾਂ ਨੂੰ ਹੱਥਕੜੀਆਂ ਤੋਂ ਇਲਾਵਾ ਪੈਰਾਂ ਵਿਚ ਵੱਡੀਆਂ ਵੱਡੀਆਂ ਜ਼ੰਜੀਰਾਂ ਪਾ ਕੇ ਦਰਵਾਜ਼ੇ ਨਾਲ ਬੰਨ੍ਹ ਦਿੱਤਾ ਗਿਆ ਸੀ। ਅੱਧੀ ਰਾਤ ਲੰਘ ਗਈ ਸੀ। ਸਾਰੇ ਲੋਕ ਸੁੱਤੇ ਹੋਏ ਸਨ। ਪਹਿਰੇਦਾਰ ਵੀ ਆਰਾਮ ਕਰਨ ਲਈ ਬੈਠ ਗਏ। ਮੈਂ ਉਠ ਕੇ ਵੇਖਿਆ ਤਾਂ ਉਨ੍ਹਾਂ ਵਿੱਚੋਂ ਇਕ ਕਰਤਾਰ ਸਿੰਘ ਸੀ। ਮੈਂ ਇਕ ਵਾਰ ਉਸ ਨੂੰ ਅਮਰੀਕਾ ਵਿਚ ਵੇਖਿਆ ਸੀ...ਲਾਹੌਰ ਸਟੇਸ਼ਨ ਤੋਂ ਜਦ ਕਰਤਾਰ ਸਿੰਘ ਨੂੰ ਥਾਣੇ ਲਿਜਾਇਆ ਜਾ ਰਿਹਾ ਸੀ ਤਾਂ ਹੱਥ ਪੈਰ ਜ਼ੰਜੀਰਾਂ ਵਿਚ ਜਕੜੇ ਹੋਣ ਦੇ ਬਾਵਜੂਦ, ਉਸ ਨੇ ਕਿਹਾ 'ਮਿਸਟਰ ਟੌਮਕਿਨ, ਕੁਛ ਖਾਣ ਲਈ ਤਾਂ ਲਿਆ ਦੇ, ਭੁੱਖ ਲੱਗੀ ਹੈ।' ਜੇਲ੍ਹ ਵਿਚ ਸੁਪ੍ਰਿੰਟੈਂਡੈਂਟ ਨੂੰ ਵੀ ਉਹ (ਇਸੇ ਹੀ ਤਰ੍ਹਾਂ) ਨਿਡਰ ਹੋ ਕੇ ਸਾਰੀ ਗੱਲ ਕਹਿ ਦਿੰਦਾ ਸੀ।"[1]

ਗਿਆਨੀ ਗੁਰਮੁਖ ਸਿੰਘ 'ਮੁਸਾਫ਼ਰ' ਨੂੰ 1923 ਵਿਚ ਲਾਹੌਰ ਜੇਲ੍ਹ ਅੰਦਰ ਉਸੇ ਕੋਠੜੀ ਵਿਚ ਬੰਦ ਕੀਤਾ ਗਿਆ ਸੀ, ਜਿਥੇ ਅੱਠ ਸਾਲ ਪਹਿਲਾਂ ਸਰਾਭੇ ਨੂੰ ਰੱਖਿਆ ਗਿਆ ਸੀ। ਉਥੇ ਪੁਰਾਣੇ ਕੈਦੀਆਂ ਨੇ ਉਸ ਨੂੰ ਸਰਾਭੇ ਦੇ ਜੇਲ੍ਹ ਜੀਵਨ ਦੀਆਂ ਬਹੁਤ ਸਾਰੀਆਂ ਗੱਲਾਂ ਸੁਣਾਈਆਂ। ਬਾਅਦ ਵਿਚ ਮੁਸਾਫ਼ਰ ਜੀ ਨੇ ਉਹ ਗੱਲਾਂ ਚਿਤਾਰਦਿਆਂ ਲਿਖਿਆ :

> "ਇਕ ਬੁੱਢੇ ਪਠਾਨ ਕੈਦੀ ਨੇ ਮੈਨੂੰ ਗੱਲ ਸੁਣਾਈ ਕਿ (ਇਕ ਵਾਰ) ਕਰਤਾਰ ਸਿੰਘ ਨੇ ਕਿਸੇ ਗੱਲੋਂ ਜੇਲ੍ਹ ਵਾਲਿਆਂ ਨਾਲ ਨਾਰਾਜ਼ ਹੋ ਕੇ ਇਸੇ ਕੋਠੀ ਵਿਚ ਰੋਟੀ ਖਾਣੀ ਛੱਡ ਦਿੱਤੀ। ਕਰਤਾਰ ਸਿੰਘ ਏਨਾ ਜੋਸ਼ੀਲਾ ਜਵਾਨ ਸੀ ਕਿ ਭੁੱਖ ਹੜਤਾਲ ਨੇ ਉਸ

1. ਭਾਈ ਪਰਮਾਨੰਦ, *ਆਪਬੀਤੀ*, ਸਫ਼ੇ 14 ਤੇ 70.

ਦੇ ਜੋਸ਼ ਖ਼ਰੋਸ਼ ਵਿਚ ਫ਼ਰਕ ਨਾ ਆਉਣ ਦਿੱਤਾ। ਜਦ ਵੀ ਜਿਹਲ ਦਾ ਸਾਹਬ ਉਸ ਦੀ ਕੋਠੀ ਅੱਗੇ ਆਵੇ, ਉਹ ਦਮਗਜੇ ਨਾਲ ਗੱਲ ਕਰਦਾ। ਕੋਈ ਛੇਵੇਂ ਦਿਨ ਸਾਹਬ ਨੇ ਤਾਅਨਾ ਮਾਰਿਆ ਕਿ ਜਿਸ ਬੰਦੇ ਨੇ ਛੇ ਦਿਨ ਰੋਟੀ ਨਾ ਖਾਧੀ ਹੋਵੇ ਉਸ ਦਾ ਦਮ ਖਮ ਇਸ ਤਰ੍ਹਾਂ ਕਾਇਮ ਨਹੀਂ ਰਹਿੰਦਾ। ਕਰਤਾਰ ਸਿੰਘ ਨੇ ਸਾਹਿਬ ਦੀ ਗੱਲ ਸੁਣ ਕੇ ਛੇਆਂ ਦਿਨਾਂ ਦੀਆਂ ਚਣ੍ਹੀ ਰੋਟੀਆਂ ਤਿੰਨਾਂ ਚਣ੍ਹਾਂ ਥੱਬੀਆਂ ਵਿਚ ਚੁੱਕ ਕੇ ਸਾਹਿਬ ਦੇ ਮੂੰਹ 'ਤੇ ਮਾਰ ਦਿੱਤੀਆਂ। ਬੁੱਢਾ ਪਠਾਨ ਜਦ ਗੱਲ ਸੁਣਾਂਦਾ ਸੀ ਤਾਂ ਉਸ ਦਾ ਚਿਹਰਾ ਲਾਲ ਹੁੰਦਾ ਜਾਂਦਾ ਸੀ। ਇਸ ਪਠਾਨ ਨੇ ਮੈਨੂੰ ਮਥਰਾ ਸਿੰਘ ਤੇ ਹੋਰ ਫਾਂਸੀ ਚੜ੍ਹਨ ਵਾਲਿਆਂ ਦੀ ਵੀ ਬਹੁਤ ਗੱਲਾਂ ਸੁਣਾਈਆਂ...ਕਿਸੇ ਹਾਲਤ ਵਿਚ ਵੀ ਕਰਤਾਰ ਸਿੰਘ ਸਰਾਭਾ ਦੇ ਜੋਸ਼ ਵਿਚ ਕਮੀ ਨਹੀਂ ਆਈ, ਵੈਸੇ ਉਹ ਹਰ ਵੇਲੇ ਪ੍ਰਸੰਨ ਰਹਿਣ ਵਾਲਾ ਨੌਜਵਾਨ ਸੀ। ਗ੍ਰਿਫ਼ਤਾਰ ਹੋਣ ਵੇਲੇ ਉਹ ਪੁਲਿਸ ਕਪਤਾਨ ਟਾਮਕਿਨ ਨਾਲ ਮਖ਼ੌਲ ਕਰਦਾ ਸੀ ਤੇ ਕਹਿੰਦਾ ਸੀ, 'ਹੁਣ ਸਾਡੀ ਸਾਰੀ ਜ਼ਿੰਮੇਦਾਰੀ ਤੇਰੇ ਸਿਰ ਹੈ, ਸਾਨੂੰ ਕੁਝ ਖਿਲਾ ਪਿਲਾ।' ਸਰਾਭੇ ਦੇ ਜੀਵਨ ਦੀ ਇਹ ਗੱਲ ਸੁਣ ਕੇ ਮੈਨੂੰ ਭਾਈ ਵੀਰ ਸਿੰਘ ਦਾ ਇਕ ਬੜਾ ਢੁਕਵਾਂ ਬੰਦ ਚੇਤੇ ਆਇਆ :

ਹੋਵਾਂ ਕੈਦ ਪਿੰਜਰੇ ਤੇਰੇ, ਪਿੰਜਰਾ ਤੂੰ ਨਿਜ ਹੱਥ ਫੜੇਂ,
ਚਾਈ ਫਿਰੇਂ ਤੂੰ ਕੈਦੀ ਆਪਨਾ, ਕੈਦੀ ਖ਼ੁਸ਼ ਹੋ ਹੱਸੇ ਖਿੜੇ,
... ...
ਫ਼ਿਕਰਾਨੇ ਪਏ ਸਯਾਦ ਨੂੰ, ਕੁੱਛੜ ਰਹਿੰਦੇ ਅਸੀਂ ਚੜ੍ਹੇ।"[2]

ਅਸਫਲਤਾ ਮੂਹਰੇ ਈਨ ਨਹੀਂ ਮੰਨੀ

19 ਫ਼ਰਵਰੀ ਦੀ ਰਾਤ ਨੂੰ ਬਗ਼ਾਵਤ ਕਰਨ ਦੀ ਕੋਸ਼ਿਸ਼ ਅਸਫਲ ਜਾਣ ਤੋਂ ਬਾਅਦ ਵੀ ਗ਼ਦਰੀ ਸੰਗਰਾਮੀਆਂ ਨੇ ਹਾਰ ਨਹੀਂ ਮੰਨੀ ਸੀ। ਉਨ੍ਹਾਂ ਦੇ ਜੇਰੇ ਪਹਾੜਾਂ ਜਿੱਡੇ ਤੇ ਇਰਾਦੇ ਚੱਟਾਨਾਂ ਵਰਗੇ ਮਜ਼ਬੂਤ ਸਨ। ਉਨ੍ਹਾਂ ਵਿੱਚੋਂ ਬਹੁਤੇ ਅਗਲੇ ਦਿਨ ਹੀ ਫਿਰ ਲੱਕ ਬੰਨ੍ਹ ਕੇ ਕੰਮ ਵਿਚ ਜੁੱਟ ਗਏ ਸਨ। ਭਾਈ ਪ੍ਰੇਮ ਸਿੰਘ ਤਾਂ 22 ਫ਼ਰਵਰੀ ਨੂੰ ਹੀ ਦੁਬਾਰਾ ਮੀਆਂਮੀਰ ਛਾਉਣੀ ਵਿਚ ਚਲਾ ਗਿਆ ਸੀ ਅਤੇ 23ਵੇਂ ਰਸਾਲੇ ਦੇ ਜਵਾਨਾਂ ਨਾਲ ਅਗਲੀਆਂ ਵਿਉਂਤਾਂ ਬਣਾਉਣ ਲੱਗ ਪਿਆ ਸੀ। ਉਹ ਲਗਭਗ ਇਕ ਹਫ਼ਤਾ ਹਰ ਰੋਜ਼ ਨੇਮ ਨਾਲ ਛਾਉਣੀ ਵਿਚ ਜਾ ਕੇ ਸਿਪਾਹੀਆਂ ਨਾਲ ਮੀਟਿੰਗਾਂ ਕਰਦਾ ਰਿਹਾ। ਰਸਾਲੇ ਦੇ ਅਫ਼ਸਰਾਂ ਨੂੰ, ਖਾਣੇ ਦੇ ਸਮੇਂ ਇਕੱਠਿਆਂ ਉੱਤੇ ਬੰਬ ਸੁੱਟ ਕੇ ਮਾਰਨ ਦੀ ਤਜਵੀਜ਼ ਵਿਚਾਰੀ ਗਈ। ਇਸ ਵਾਸਤੇ ਰਸਾਲੇ ਦੀਆਂ ਬੈਰਕਾਂ ਵਿਚ ਹੀ ਬੰਬ ਬਣਾਏ ਗਏ ਅਤੇ ਕੋਟ ਲਖਪਤ ਦੀ ਰੇਲਵੇ ਲਾਈਨ ਲਾਗੇ ਇਕ ਬੰਬ ਚਲਾ ਕੇ ਟੈਸਟ ਵੀ ਕਰ ਲਿਆ ਗਿਆ ਸੀ, ਪਰ ਕੋਈ ਅੜਿੱਕਾ ਪੈ ਜਾਣ ਕਰਕੇ ਇਹ ਤਜਵੀਜ਼ ਨੇਪਰੇ ਨਾ ਚੜ੍ਹ ਸਕੀ। ਉਸ ਨੇ ਇਸੇ ਦੌਰਾਨ ਕਿਰਪਾਲ ਸਿੰਘ ਨੂੰ ਉਸ ਦੀ ਗ਼ਦਾਰੀ ਦੀ ਸਜ਼ਾ ਦੇਣ ਲਈ ਕਈ ਤਰਕੀਬਾਂ ਬਣਾਈਆਂ।[3] ਪਰ ਕਿਰਪਾਲ ਸਿੰਘ ਬਹੁਤ ਚੁਕੰਨਾ ਹੋ ਚੁੱਕਾ ਸੀ ਅਤੇ ਹਰ ਵੇਲੇ ਪੁਲਿਸ ਦੀ ਸੁਰੱਖਿਆ ਵਿਚ ਰਹਿੰਦਾ ਸੀ। ਇਸ ਕਰਕੇ ਭਾਈ ਪ੍ਰੇਮ ਸਿੰਘ ਦੇ ਦਿਲ ਦੀ ਇਹ ਤਮੰਨਾ ਪੂਰੀ ਨਾ ਹੋ ਸਕੀ। ਮੁਕੱਦਮੇ ਦੌਰਾਨ ਜਦ ਭਾਈ ਪ੍ਰੇਮ ਸਿੰਘ ਦੇ, 19 ਫ਼ਰਵਰੀ ਦੀ ਨਿਰਾਸ਼ਾਜਨਕ ਅਸਫਲਤਾ ਤੋਂ ਬਾਅਦ ਵੀ ਮੀਆਂਮੀਰ ਛਾਉਣੀ ਅੰਦਰ ਨਿਧੜਕ ਹੋ ਕੇ ਲਗਾਤਾਰ ਆਉਂਦੇ

2. ਗੁਰਮੁਖ ਸਿੰਘ 'ਮੁਸਾਫ਼ਰ', *ਵੀਹਵੀਂ ਸਦੀ ਦੇ ਸ਼ਹੀਦ*, ਸਫ਼ੇ 102-04.
3. Malwinderjit Singh Waraich, Harish Jain (eds.), *Ghadar Movement : Original Documents – Soldier's Revolts,* p. 40.

ਜਾਂਦੇ ਰਹਿਣ ਬਾਰੇ ਗਵਾਹੀਆਂ ਹੋਈਆਂ ਤਾਂ ਜੱਜ ਉਸ ਦੀ ਇਸ ਨਿਡਰਤਾ ਤੋਂ ਹੈਰਾਨ ਰਹਿ ਗਏ ਸਨ।

ਗ਼ਦਰੀ ਸੰਗਰਾਮੀਆਂ ਨੇ 19 ਫ਼ਰਵਰੀ ਦੀ ਕੋਸ਼ਿਸ਼ ਨਾਕਾਮ ਹੋ ਜਾਣ ਤੋਂ ਬਾਅਦ, ਉਸੇ ਵੇਲੇ, ਅਸਲੇਖ਼ਾਨੇ ਲੁੱਟਣ ਅਤੇ ਪੁਲਾਂ ਉੱਤੇ ਤੈਨਾਤ ਗਾਰਦਾਂ ਕੋਲੋਂ ਹਥਿਆਰ ਖੋਹਣ ਦੀਆਂ ਵਿਉਂਤਾਂ ਬਣਾਉਣੀਆਂ ਸ਼ੁਰੂ ਕਰ ਦਿੱਤੀਆਂ ਸਨ। ਭਾਈ ਗਾਂਧਾ ਸਿੰਘ ਤੇ ਭਾਈ ਉੱਤਮ ਸਿੰਘ ਹਾਂਸ ਨੇ 19 ਫ਼ਰਵਰੀ ਨੂੰ ਫ਼ਿਰੋਜ਼ਪੁਰ ਤੋਂ ਨਿਰਾਸ਼ ਮੁੜਦੇ ਹੋਏ ਅਗਲੇ ਹੀ ਦਿਨ ਦੋਰਾਹੇ ਦੇ ਪੁਲ ਤੋਂ ਗਾਰਦ ਕੋਲੋਂ ਰਾਈਫ਼ਲਾਂ ਖੋਹਣ ਦੀ ਪਲੈਨ ਬਣਾ ਲਈ ਸੀ। ਉਨ੍ਹਾਂ ਨੇ ਉਥੇ ਹੀ ਵਰਕਰਾਂ ਨੂੰ ਅਗਲੀ ਰਾਤ ਦੋਰਾਹੇ ਦੇ ਪੁਲ ਦੇ ਨੇੜੇ ਇਕੱਠੇ ਹੋਣ ਲਈ ਸੁਨੇਹੇ ਦੇ ਦਿੱਤੇ ਸਨ। ਮਿਥੇ ਪ੍ਰੋਗਰਾਮ ਅਨੁਸਾਰ ਲਗਭਗ 20 ਗ਼ਦਰੀ 21 ਦੀ ਰਾਤ ਨੂੰ ਦੋਰਾਹੇ ਦੇ ਨੇੜੇ ਮਿਥੀ ਜਗ੍ਹਾ 'ਤੇ ਇਕੱਠੇ ਹੋਏ। ਉਨ੍ਹਾਂ ਪਾਸ ਬੰਬ ਸਨ ਅਤੇ ਇਨ੍ਹਾਂ ਨਾਲ ਹੀ ਗਾਰਦ ਉੱਤੇ ਹਮਲਾ ਕਰਨ ਦੀ ਵਿਉਂਤ ਸੀ। ਉਸ ਰਾਤ ਉਨ੍ਹਾਂ ਨੇ ਪਹਿਲਾਂ ਇਕ ਬੰਬ ਚਲਾ ਕੇ ਟੈਸਟ ਵੀ ਕਰ ਲਿਆ ਸੀ। ਉਸ ਰਾਤ ਤਾਂ ਉਨ੍ਹਾਂ ਇਲਾਕੇ ਦੀ 'ਰੈਕੀ' ਹੀ ਕੀਤੀ। ਅਗਲੇ ਦਿਨ 22 ਫ਼ਰਵਰੀ ਦੀ ਰਾਤ ਨੂੰ ਹਮਲਾ ਕਰਨ ਦਾ ਫ਼ੈਸਲਾ ਕੀਤਾ ਗਿਆ ਸੀ। ਪਰ 22 ਦੀ ਰਾਤ ਨੂੰ ਜਦ ਪੁਲ ਦੇ ਨੇੜੇ ਜਾ ਕੇ ਵੇਖਿਆ ਤਾਂ ਗਾਰਦ ਰਫ਼ਲਾਂ ਤਾਣ ਕੇ ਚੁਕੰਨੀ ਹੋਈ ਖੜੀ ਸੀ। 19 ਫ਼ਰਵਰੀ ਤੋਂ ਬਾਅਦ ਸਾਰੀਆਂ ਥਾਵਾਂ 'ਤੇ ਗਾਰਦਾਂ ਦੀ ਨਫ਼ਰੀ ਵਿਚ ਵੀ ਇਜ਼ਾਫ਼ਾ ਕਰ ਦਿੱਤਾ ਗਿਆ ਸੀ। ਅਜਿਹੀ ਹਾਲਤ ਵਿਚ ਬੰਬਾਂ ਨਾਲ ਹਮਲਾ ਕਰਨ ਦੀ ਵਿਉਂਤ ਕਮਜ਼ੋਰ ਨਜ਼ਰ ਆਈ। ਇਸ ਕਰਕੇ ਉਸ ਰਾਤ ਹਮਲੇ ਦੀ ਸਕੀਮ ਮੁਲਤਵੀ ਕਰ ਦਿੱਤੀ ਗਈ ਅਤੇ ਥੋੜ੍ਹੇ ਦਿਨਾਂ ਬਾਅਦ ਹੋਰ ਤਿਆਰੀ ਕਰ ਕੇ ਹੱਲਾ ਬੋਲਣ ਦਾ ਫ਼ੈਸਲਾ ਕੀਤਾ ਗਿਆ।

ਉਧਰ ਦੁਆਬੇ ਦੇ ਗ਼ਦਰੀਆਂ ਨੇ 5 ਜੂਨ ਨੂੰ ਕਪੂਰਥਲਾ ਦਾ ਅਸਲਾਖ਼ਾਨਾ ਲੁੱਟਣ ਦੀ ਯੋਜਨਾ ਬਣਾਈ ਸੀ। ਇਸ ਮੰਤਵ ਲਈ ਬੰਦੇ 'ਕੱਠੇ ਵੀ ਹੋ ਗਏ ਸਨ, ਪਰ ਤਿਆਰੀ ਘੱਟ ਹੋਣ ਕਰਕੇ 5 ਦੀ ਥਾਂ 12 ਜੂਨ ਨੂੰ ਕਾਰਵਾਈ ਕਰਨ ਦਾ ਨਿਰਣਾ ਕੀਤਾ ਗਿਆ। ਇਸੇ ਦੌਰਾਨ ਭਾਈ ਪ੍ਰੇਮ ਸਿੰਘ ਸੁਰਸਿੰਘੀਏ ਨੇ ਸੁਝਾਅ ਦਿੱਤਾ ਕਿ 12 ਜੂਨ ਤੋਂ ਪਹਿਲਾਂ ਅੰਮ੍ਰਿਤਸਰ ਵੱਲਾ ਪਿੰਡ ਦੇ ਨੇੜੇ ਨਹਿਰ ਦੇ ਪੁਲ ਉੱਤੇ ਤੈਨਾਤ ਗਾਰਦ ਪਾਸੋਂ ਅਸਲਾ ਲੁੱਟ ਲਿਆ ਜਾਵੇ। ਇਸ ਮੁਤਾਬਕ ਚੋਣਵੇਂ ਗ਼ਦਰੀਆਂ ਦਾ ਇਕ ਜਥਾ 11 ਜੂਨ ਨੂੰ ਵੱਲਾ ਪੁਲ ਨੇੜੇ ਸ਼ਹਿ ਲਾ ਕੇ ਬੈਠ ਗਿਆ ਅਤੇ ਸਵੇਰੇ 4 ਵਜੇ ਦੇ ਕਰੀਬ ਹਮਲਾ ਕਰ ਕੇ ਪਹਿਰੇ 'ਤੇ ਖੜੇ ਸੰਤਰੀ ਨੂੰ ਗੋਲੀ ਮਾਰ ਕੇ ਪਾਰ ਬੁਲਾ ਦਿੱਤਾ ਅਤੇ ਇਕ ਹਵਾਲਦਾਰ ਨੂੰ ਗੋਲੀਆਂ ਨਾਲ ਭੁੰਨ ਦਿੱਤਾ। ਫ਼ੌਜੀਆਂ ਦੀਆਂ ਰਾਈਫ਼ਲਾਂ ਦੇ ਨਾਲ ਹੀ ਵਰਦੀਆਂ ਵੀ ਲਾਹ ਲਈਆਂ। ਰੌਲਾ ਪੈ ਜਾਣ 'ਤੇ ਪੁਲਿਸ ਵੀ ਸਰਗਰਮ ਹੋ ਗਈ। ਪੁਲਿਸ ਨੇ ਪਿੰਡਾਂ ਦੇ ਲੋਕਾਂ ਨੂੰ ਨਾਲ ਲੈ ਕੇ ਗ਼ਦਰੀਆਂ ਦਾ ਪਿੱਛਾ ਕਰਨਾ ਸ਼ੁਰੂ ਕਰ ਦਿੱਤਾ। ਗ਼ਦਰੀ ਦੋ ਟੋਲੀਆਂ ਵਿਚ ਵੰਡੇ ਗਏ ਸਨ। ਇਕ ਟੋਲੀ ਜੰਡਿਆਲੇ, ਬਿਆਸ ਤੇ ਕਰਤਾਰਪੁਰ ਥਾਣੀਂ ਕਪੂਰਥਲੇ ਵੱਲ ਚਲੀ ਗਈ। ਦੂਸਰੀ ਟੋਲੀ, ਜਿਸ ਵਿਚ ਲਗਭਗ ਛੇ ਗ਼ਦਰੀ ਸਨ, ਨਹਿਰੇ ਨਹਿਰ ਤੁਰਦੀ ਤਰਨਤਾਰਨ ਵੱਲ ਨਿਕਲ ਗਈ। ਪਹਿਲੀ ਟੋਲੀ ਦਾ ਤਾਂ ਪੁਲਿਸ ਨੂੰ ਪਤਾ ਨਾ ਲੱਗਿਆ, ਪਰ ਇਸ ਟੋਲੀ ਦਾ ਪਤਾ ਲੱਗ ਗਿਆ। ਪੁਲਿਸ ਨੇ ਪਿੰਡਾਂ ਵਿੱਚੋਂ ਆਪਣੇ ਝੋਲੀਚੁੱਕਾਂ ਨੂੰ ਇਕੱਠੇ ਕਰ ਲਿਆ। ਉਨ੍ਹਾਂ ਨੇ ਇਨ੍ਹਾਂ ਗ਼ਦਰੀਆਂ ਦਾ ਪਿੱਛਾ ਕਰਦਿਆਂ ਉਨ੍ਹਾਂ ਉੱਤੇ ਹਮਲਾ ਕਰ ਦਿੱਤਾ। ਅੱਗੋਂ ਗ਼ਦਰੀਆਂ ਕੋਲ ਵੀ ਫ਼ੌਜੀਆਂ ਕੋਲੋਂ ਖੋਹੀਆਂ ਰਾਈਫ਼ਲਾਂ ਸਨ।

ਇਸ ਕਰਕੇ ਉਨ੍ਹਾਂ ਨੇ ਵੀ ਮੂਹਰੋਂ ਗੋਲੀਆਂ ਚਲਾਉਣੀਆਂ ਸ਼ੁਰੂ ਕਰ ਦਿੱਤੀਆਂ। ਗ਼ਦਰੀ ਤਰਨਤਾਰਨ ਲੰਘ ਕੇ ਭਿੱਖੀਵਿੰਡ ਵੱਲ ਨਿਕਲ ਤੁਰੇ। ਪਰ ਪੁਲਿਸ ਤੇ ਵਾਹਰ ਨੇ ਉਨ੍ਹਾਂ ਦਾ ਪਿੱਛਾ ਨਾ ਛੱਡਿਆ। ਪਲਾਸੌਰ ਪਿੰਡ ਤਕ ਦੋਵਾਂ ਧਿਰਾਂ ਵਿਚਕਾਰ ਗੋਲੀਆਂ ਚੱਲਦੀਆਂ ਰਹੀਆਂ। ਇਥੋਂ ਗ਼ਦਰੀਆਂ ਨੇ ਆਪਣੀ ਦਿਸ਼ਾ ਬਦਲ ਲਈ ਅਤੇ ਦੁਆਬੇ ਵੱਲ ਨਿਕਲਣ ਦੀ ਵਿਉਂਤ ਬਣਾਈ। ਉਹ ਪਲਾਸੌਰ ਤੋਂ ਲੜਦੇ ਲੜਦੇ ਬਿਆਸ ਦਰਿਆ ਦੇ ਗੋਇੰਦਵਾਲ ਦੇ ਪੱਤਣ ਉੱਤੇ ਜਾ ਅੱਪੜੇ। ਗ਼ਦਰੀ ਸੂਰਮੇ ਮਲਾਹ ਦੀ ਬੇੜੀ ਉੱਤੇ ਚੜ੍ਹ ਕੇ ਦਰਿਆ ਵਿਚ ਠਿਲ੍ਹ ਪਏ। ਪੁਲਿਸ ਨੇ ਕੰਢੇ 'ਤੇ ਖਲੋ ਕੇ ਬੇੜੀ ਉੱਤੇ ਗੋਲੀਆਂ ਦੀ ਵਾਛੜ ਕਰ ਦਿੱਤੀ, ਜਿਸ ਨਾਲ ਵਿਚਾਰਾ ਮਲਾਹ ਮਾਰਿਆ ਗਿਆ। 12 ਜੂਨ ਦੀ ਸ਼ਾਮ ਹੋ ਗਈ ਸੀ ਅਤੇ ਗ਼ਦਰੀਆਂ ਨੂੰ ਲੜਦਿਆਂ ਤੇ ਤੁਰਦਿਆਂ ਤਕਰੀਬਨ 24 ਘੰਟੇ ਹੋ ਗਏ ਸਨ। ਉਹ ਪੁਲਿਸ ਦੀਆਂ ਗੋਲੀਆਂ ਤੋਂ ਬਚਦੇ ਬਚਾਉਂਦੇ ਦਰਿਆ ਪਾਰ ਕਰ ਗਏ ਅਤੇ ਗੋਇੰਦਵਾਲ ਤੋਂ ਕਪੂਰਥਲੇ ਵੱਲ ਨਿਕਲ ਗਏ।

ਪੁਲਿਸ ਨੇ ਉਸੇ ਵੇਲੇ ਕਪੂਰਥਲੇ ਦੀ ਪੁਲਿਸ ਨੂੰ ਤਾਰਾਂ ਦੇ ਦਿੱਤੀਆਂ। ਇਸੇ ਦੌਰਾਨ ਇਨਕਲਾਬੀ ਸੂਰਮੇ ਰਾਤ ਨੂੰ ਬੇਲੇ ਦੇ ਸਰਕੜਿਆਂ ਵਿਚ ਵੜ ਗਏ। ਥੋੜ੍ਹਾ ਸਾਹ ਲੈਣ ਤੋਂ ਬਾਅਦ ਉਨ੍ਹਾਂ ਆਪਣੀਆਂ ਰਾਈਫ਼ਲਾਂ ਤੇ ਗੋਲੀ ਗੱਠਾ ਝਲ ਵਿਚ ਦੱਬ ਦਿੱਤਾ ਅਤੇ ਆਪ ਦਿਨ ਚੜ੍ਹਦਿਆਂ ਹੀ ਲਾਗਲੇ ਪਿੰਡਾਂ ਵਿਚ ਕੁਛ ਖਾਣ-ਪੀਣ ਦਾ ਇੰਤਜ਼ਾਮ ਕਰਨ ਲਈ ਨਿਕਲ ਗਏ। ਪਰ ਪੁਲਿਸ ਨੇ ਲਾਗਲੇ ਪਿੰਡਾਂ ਵਿਚ ਵੀ ਆਪਣੇ ਝੋਲੀਚੁੱਕਾਂ ਨੂੰ ਚੌਕੰਨੇ ਕੀਤਾ ਹੋਇਆ ਸੀ। ਜਿਸ ਕਰਕੇ ਇਨ੍ਹਾਂ ਗ਼ਦਰੀ ਯੋਧਿਆਂ 'ਚੋਂ ਚਾਰ ਜਣੇ - ਭਾਈ ਚੰਨਣ ਸਿੰਘ, ਭਾਈ ਕਾਲਾ ਸਿੰਘ, ਭਾਈ ਹਰਨਾਮ ਸਿੰਘ ਤੇ ਭਾਈ ਆਤਮਾ ਸਿੰਘ - ਖ਼ਾਲੀ ਹੱਥ ਹੋਣ ਕਰਕੇ ਝਲ ਦੇ ਕੰਢੇ ਇਕ ਪਿੰਡ ਵਿੱਚੋਂ ਫੜੇ ਗਏ। ਭਾਈ ਜਵੰਦ ਸਿੰਘ ਤੇ ਭਾਈ ਬੰਤਾ ਸਿੰਘ ਉਥੋਂ ਤਾਂ ਨਿਕਲ ਗਏ, ਪਰ ਭਾਈ ਬੰਤਾ ਸਿੰਘ 10-11 ਦਿਨਾਂ ਬਾਅਦ 25 ਜੂਨ ਨੂੰ ਹੁਸ਼ਿਆਰਪੁਰ ਦੇ ਜੌੜੇ ਨਾਂ ਦੇ ਪਿੰਡ ਵਿੱਚੋਂ ਫੜੇ ਗਏ।

ਇਹਨਾਂ ਪੰਜਾਂ ਸੂਰਬੀਰਾਂ ਨੂੰ ਲਾਹੌਰ ਦੇ ਸਪੈਸ਼ਲ ਟ੍ਰਿਬਿਊਨਲ ਦੀ ਅਦਾਲਤ ਨੇ ਮੌਤ ਦੀ ਸਜ਼ਾ ਸੁਣਾ ਦਿੱਤੀ ਅਤੇ ਭਾਈ ਬੰਤਾ ਸਿੰਘ ਨੂੰ ਛੱਡ ਕੇ ਬਾਕੀ ਚਾਰ ਸਿੰਘਾਂ ਨੂੰ 21 ਜੁਲਾਈ ਨੂੰ ਲਾਹੌਰ ਜੇਲ੍ਹ ਅੰਦਰ ਫਾਂਸੀਆਂ 'ਤੇ ਲਟਕਾ ਦਿੱਤਾ ਗਿਆ। ਭਾਈ ਬੰਤਾ ਸਿੰਘ ਨੂੰ ਬਾਅਦ ਵਿਚ 12 ਅਗਸਤ ਨੂੰ ਫਾਂਸੀ ਦਿੱਤੀ ਗਈ। ਵੱਲਾ ਪੁਲ ਦਾ ਇਹ ਸ਼ਹੀਦੀ ਸਾਕਾ ਗ਼ਦਰੀ ਇਨਕਲਾਬੀਆਂ ਦੇ ਹੌਂਸਲੇ, ਸਿਦਕ ਤੇ ਸੂਰਮਗਤੀ ਦੀ ਟਕਸਾਲੀ ਉਦਾਹਰਣ ਹੈ।

ਉਧਰ ਕਪੂਰਥਲੇ ਦੇ ਹਾਕਮਾਂ ਨੂੰ ਗ਼ਦਰੀਆਂ ਦੇ 5 ਜੂਨ ਨੂੰ ਅਸਲਾਖ਼ਾਨਾ ਲੁੱਟਣ ਲਈ ਹੋਏ ਇਕੱਠ ਦੀ ਸੂਹ ਮਿਲ ਗਈ ਸੀ। ਹਾਕਮਾਂ ਨੇ ਗ਼ਦਰੀਆਂ ਦੀਆਂ ਪੈੜਾਂ ਦੇ ਨਿਸ਼ਾਨਾਂ ਤੋਂ ਉਨ੍ਹਾਂ ਦੇ ਟਿਕਾਣਿਆਂ ਦਾ ਪਤਾ ਲਾਉਣ ਲਈ ਖੋਜੀ ਲਾ ਦਿੱਤੇ। ਖੋਜੀਆਂ ਨੇ ਸੱਤਾਂ ਬੰਦਿਆਂ ਦਾ ਖੁਰਾ ਕਰਤਾਰਪੁਰ ਵੱਲ ਨੂੰ ਤੋਰ ਲਿਆ। ਪਰ ਅੱਗੇ ਜਾ ਕੇ ਖੁਰਾ ਰੁਲ ਗਿਆ ਜਿਸ ਕਰਕੇ ਉਨ੍ਹਾਂ ਗ਼ਦਰੀਆਂ ਦਾ ਬਚਾਅ ਹੋ ਗਿਆ। ਤਿੰਨ ਬੰਦਿਆਂ ਦੀਆਂ ਪੈੜਾਂ ਜਲੰਧਰ ਛਾਉਣੀ ਵੱਲ ਜਾਂਦੀਆਂ ਮਿਲ ਗਈਆਂ, ਪਰ ਥੋੜ੍ਹੀ ਹੀ ਦੂਰ ਜਾ ਕੇ ਉਹ ਪੈੜਾਂ ਵੀ ਰੁਲ ਗਈਆਂ। ਚਾਰ ਬੰਦਿਆਂ ਦੀਆਂ ਪੈੜਾਂ ਕਾਲੇ ਸੰਘਿਆ ਪਿੰਡ ਵੱਲ ਨੂੰ ਜਾਂਦੀਆਂ ਮਿਲ ਗਈਆਂ ਸਨ। ਪੁਲਿਸ ਇਨ੍ਹਾਂ ਪੈੜਾਂ ਦਾ ਪਿੱਛਾ ਕਰਦੀ ਕਾਲੇ ਸੰਘਿਆਂ ਤੋਂ ਲੰਘ ਕੇ ਚਿੱਟੀ ਪਿੰਡ ਦੇ ਗੁਰਦੁਆਰੇ ਜਾ ਅੱਪੜੀ। ਉਥੋਂ ਚਾਰ ਗ਼ਦਰੀ ਭਾਈ ਬੂਟਾ ਸਿੰਘ ਅਕਾਲਗੜ੍ਹੀਆ, ਭਾਈ ਬੀਰ ਸਿੰਘ ਬਾਹੋਵਾਲ, ਭਾਈ ਅਰਜਨ ਸਿੰਘ ਜਗਰਾਉਂ ਤੇ ਭਾਈ ਕਪੂਰ ਸਿੰਘ ਕਾਉਂਕੇ ਗੁਰਦੁਆਰੇ ਅੰਦਰ ਆਰਾਮ ਕਰਦੇ ਫੜ ਲਏ ਗਏ।

ਗ਼ਦਰੀਆਂ ਨੇ ਗਾਰਦਾਂ ਕੋਲੋਂ ਅਸਲਾ ਖੋਹ ਕੇ ਜਾਂ ਅਸਲਾਖ਼ਾਨੇ ਲੁੱਟ ਕੇ, ਵੱਡੀ ਤਿਆਰੀ ਨਾਲ ਲਾਹੌਰ ਦੀ ਜੇਲ੍ਹ ਉੱਤੇ ਹਮਲਾ ਕਰ ਕੇ ਆਪਣੇ ਸਾਥੀ ਆਜ਼ਾਦ ਕਰਾਉਣ ਬਾਰੇ ਸੋਚਿਆ ਸੀ। ਪਰ ਉਪਰੋਕਤ ਗ੍ਰਿਫ਼ਤਾਰੀਆਂ ਕਰਕੇ ਗ਼ਦਰੀਆਂ ਦੀ ਇਹ ਸਕੀਮ ਨੇਪਰੇ ਨਾ ਚੜ੍ਹ ਸਕੀ। ਹੌਲੀ ਹੌਲੀ ਦੂਸਰੇ ਗ਼ਦਰੀ ਵੀ ਪੁਲਿਸ ਦੀ ਗ੍ਰਿਫ਼ਤ ਵਿਚ ਆਉਂਦੇ ਗਏ।

ਸੁੱਚਾ ਸਿੰਘ 19 ਫ਼ਰਵਰੀ ਨੂੰ ਬਗ਼ਾਵਤ ਕਰਾਉਣ ਲਈ ਮੇਰਠ ਗਿਆ ਸੀ। ਪਰ ਜਦ ਉਸ ਨੂੰ ਪਤਾ ਲੱਗਾ ਕਿ ਲਾਹੌਰ ਤੇ ਫ਼ਿਰੋਜ਼ਪੁਰ ਅੰਦਰ ਬਗ਼ਾਵਤ ਕਰਨ ਦੇ ਯਤਨ ਅਸਫਲ ਹੋ ਗਏ ਸਨ, ਤਾਂ ਉਹ 21 ਫ਼ਰਵਰੀ ਨੂੰ ਉਸੇ ਵੇਲੇ ਲੁਧਿਆਣੇ ਪਹੁੰਚ ਗਿਆ ਅਤੇ ਆਉਂਦਿਆਂ ਹੀ ਹੋਸਟਲ ਜਾ ਕੇ ਉਸ ਨੇ ਆਪਣੇ ਕਮਰੇ ਦੀ ਸਫ਼ਾਈ ਕਰ ਕੇ ਸਾਰੇ ਸਬੂਤ ਟਿਕਾਣੇ ਲਾ ਦਿੱਤੇ। ਉਹ 23 ਫ਼ਰਵਰੀ ਨੂੰ ਫੜਿਆ ਗਿਆ।

ਉਧਰ ਵਿਸ਼ਣੂ ਗਣੇਸ਼ ਪਿੰਗਲੇ ਨੇ 19 ਦੀ ਅਸਫਲਤਾ ਤੋਂ ਬਾਅਦ ਮੇਰਠ ਜਾ ਕੇ ਮੁੜ ਪੂਰੇ ਜੋਸ਼ ਖ਼ਰੋਸ਼ ਨਾਲ ਬਗ਼ਾਵਤ ਦੀਆਂ ਤਿਆਰੀਆਂ ਕਰਨੀਆਂ ਸ਼ੁਰੂ ਕਰ ਦਿੱਤੀਆਂ ਸਨ। ਪਰ 12ਵੇਂ ਰਸਾਲੇ ਦੇ ਜਮਾਂਦਾਰ ਨਾਦਰ ਖ਼ਾਨ ਦਾ ਮਨ ਖੋਟਾ ਹੋ ਗਿਆ ਸੀ ਅਤੇ ਉਸ ਨੇ ਪਿੰਗਲੇ ਨੂੰ 23 ਤੇ 24 ਮਾਰਚ ਦੀ ਵਿਚਕਾਰਲੀ ਰਾਤ ਨੂੰ ਪੁਲਿਸ ਕੋਲ ਫੜਾ ਦਿੱਤਾ ਸੀ।

ਭਾਈ ਪਿਆਰਾ ਸਿੰਘ ਲੰਗੇਰੀ, ਨੰਗਲ ਕਲਾਂ ਦੇ ਜ਼ੈਲਦਾਰ ਚੰਦਾ ਸਿੰਘ ਦੀ ਮੁਖ਼ਬਰੀ 'ਤੇ 12 ਅਪਰੈਲ 1915 ਨੂੰ ਪਿੰਡ ਬਿੱਝੋਂ (ਜ਼ਿਲ੍ਹਾ ਹੁਸ਼ਿਆਰਪੁਰ) ਵਿੱਚੋਂ ਗ੍ਰਿਫ਼ਤਾਰ ਕਰ ਲਏ ਗਏ ਸਨ। ਪਰ ਭਾਈ ਪਿਆਰਾ ਸਿੰਘ ਨੇ ਗ੍ਰਿਫ਼ਤਾਰੀ ਤੋਂ ਪਹਿਲਾਂ ਟਕੂਏ ਨਾਲ ਠਾਣੇਦਾਰ ਤਨਵੀਰ ਅਹਿਮਦ ਦਾ ਪੱਟ ਹੱਡੀ ਤਕ ਵੱਢ ਦਿੱਤਾ ਸੀ।

ਭਾਈ ਨਿਧਾਨ ਸਿੰਘ ਚੁੱਘਾ ਤੇ ਭਾਈ ਰੂੜ ਸਿੰਘ ਚੂਹੜਚੱਕ 29 ਅਪਰੈਲ ਨੂੰ ਲੁਧਿਆਣੇ ਦੇ ਪਿੰਡਾਂ ਕਮਾਲਪੁਰ ਅਤੇ ਚੀਮਨਾ ਵਿਚਕਾਰ ਪੁਲਿਸ ਦੇ ਘੇਰੇ ਵਿਚ ਆ ਗਏ ਸਨ। ਸਿਪਾਹੀ ਫੁੰਮਣ ਸਿੰਘ ਤੇ ਹੌਲਦਾਰ ਅਬਦੁਲ ਹੱਕ ਨੇ ਦੋਵਾਂ ਗ਼ਦਰੀ ਸੂਰਮਿਆਂ ਨੂੰ ਪਿੰਡ ਦੇ ਝੋਲੀਚੁੱਕਾਂ ਦੀ ਮੱਦਦ ਨਾਲ ਘੇਰ ਕੇ ਗ੍ਰਿਫ਼ਤਾਰ ਕਰ ਲਿਆ ਸੀ। ਪਰ ਭਾਈ ਨਿਧਾਨ ਸਿੰਘ ਨੇ ਫੁੰਮਣ ਸਿੰਘ ਨਾਲ ਗੁਥਮਗੁੱਥਾ ਹੁੰਦਿਆਂ ਉਸ ਨੂੰ ਛੁਰਾ ਮਾਰ ਕੇ ਲਹੂ-ਲੁਹਾਣ ਕਰ ਦਿੱਤਾ ਸੀ।

ਸੱਜਣ ਸਿੰਘ ਨਾਰੰਗਵਾਲ 19 ਫ਼ਰਵਰੀ ਨੂੰ ਲਾਹੌਰ ਵਿਚ ਪੁਲਿਸ ਤੋਂ ਵਾਲ ਵਾਲ ਬਚ ਕੇ ਲਾਇਲਪੁਰ ਜ਼ਿਲ੍ਹੇ ਅੰਦਰ ਆਪਣੇ ਪਰਿਵਾਰਕ ਫ਼ਾਰਮ (ਚੱਕ ਨੰ: 530 ਨਾਰੰਗਵਾਲ) ਉੱਤੇ ਚਲਾ ਗਿਆ ਸੀ। ਉਸ ਦੇ ਪਿੰਡ ਦੇ ਨੰਬਰਦਾਰ ਕਰਮ ਸਿੰਘ, ਜੋ 'ਸਰਦਾਰ ਬਹਾਦਰ' ਗੱਜਣ ਸਿੰਘ ਵਕੀਲ ਦਾ ਛੋਟਾ ਭਰਾ ਸੀ, ਨੇ ਪੁਲਿਸ ਨਾਲ ਮਿਲ ਕੇ ਅਤੇ ਸੱਜਣ ਸਿੰਘ ਦੇ ਘਰ ਦਿਆਂ ਨੂੰ ਪਤਿਆ ਕੇ, ਉਸ ਨੂੰ ਪੁਲਿਸ ਕੋਲ ਫੜਾ ਦਿੱਤਾ ਸੀ। ਇਸ ਦੇ ਇਨਾਮ ਵਿਚ ਨੰਬਰਦਾਰ ਕਰਮ ਸਿੰਘ ਨੂੰ ਪੁਲਿਸ ਕਪਤਾਨ ਨੇ ਨੇਕਨਾਮੀ ਦਾ ਪੱਤਰ ਤੇ ਲਾਇਸੈਂਸੀ ਰਾਈਫ਼ਲ ਦਿੱਤੀ ਸੀ। ਭਾਈ ਸੱਜਣ ਸਿੰਘ ਵੱਲੋਂ ਆਪਣੀ ਸਵੈ-ਜੀਵਨੀ ਵਿਚ ਦਿੱਤੀ ਜਾਣਕਾਰੀ ਅਨੁਸਾਰ ਕਰਮ ਸਿੰਘ ਦੇ ਤਿੰਨ ਸਪੁੱਤਰਾਂ ਵਿੱਚੋਂ ਸਭ ਤੋਂ ਵੱਡਾ ਪ੍ਰੀਤਮ ਸਿੰਘ ਜ਼ੈਲਦਾਰ ਸੀ ਅਤੇ ਉਸ ਤੋਂ ਛੋਟਾ ਸ. ਗੁਰਨਾਮ ਸਿੰਘ ਹਾਈ ਕੋਰਟ ਦਾ ਜੱਜ ਬਣ ਗਿਆ ਸੀ।[4] ਜਸਟਿਸ ਗੁਰਨਾਮ ਸਿੰਘ 1967 ਵਿਚ ਅਕਾਲੀ ਦਲ ਦੀ ਤਰਫ਼ੋਂ ਪੰਜਾਬ ਦੀ ਸਾਂਝਾ ਮੋਰਚਾ ਸਰਕਾਰ ਦਾ ਮੁੱਖ ਮੰਤਰੀ ਚੁਣਿਆ ਗਿਆ ਸੀ।

ਭਾਈ ਗਾਂਧਾ ਸਿੰਘ ਇਕ ਸਾਲ ਤੋਂ ਵੱਧ ਸਮੇਂ ਤਕ ਪੁਲਿਸ ਦੇ ਹੱਥ ਨਹੀਂ ਆਇਆ ਸੀ। ਪਰ ਪਿੰਡ ਜਰਗ (ਜ਼ਿਲ੍ਹਾ ਲੁਧਿਆਣਾ) ਦੇ ਨੱਥਾ ਸਿੰਘ ਨੇ ਗਾਂਧਾ ਸਿੰਘ ਨੂੰ ਘਰ ਬੁਲਾ ਕੇ ਧੋਖੇ ਨਾਲ ਗ੍ਰਿਫ਼ਤਾਰ ਕਰਵਾ ਦਿੱਤਾ ਸੀ। 8 ਮਾਰਚ ਨੂੰ ਇਹ ਸਿਰਲੱਥ ਸੂਰਮਾ ਮੌਤ ਨੂੰ ਮਖ਼ੌਲ ਕਰਦਾ ਹੋਇਆ ਮਿੰਟਗੁਮਰੀ ਜੇਲ੍ਹ ਅੰਦਰ ਫਾਂਸੀ ਚੜ੍ਹ ਗਿਆ ਸੀ।

ਝੋਲੀਚੁੱਕਾਂ ਨੂੰ ਸੋਧੇ

ਜ਼ਿਲ੍ਹਾ ਅੰਮ੍ਰਿਤਸਰ ਦੇ ਪਿੰਡ ਜਗਤਪੁਰ (ਠਾਣਾ ਸਰਹਾਲੀ) ਦਾ ਜ਼ੈਲਦਾਰ ਅੱਛਰਾ ਸਿੰਘ, ਜੋ ਸਰਕਾਰ ਦਾ ਬਦਨਾਮ ਝੋਲੀਚੁੱਕ ਸੀ ਅਤੇ ਗ਼ਦਰੀਆਂ ਖ਼ਿਲਾਫ਼ ਬਹੁਤ ਜ਼ਹਿਰ ਉਗਲਦਾ ਰਹਿੰਦਾ ਸੀ, ਨੂੰ 5 ਜੂਨ 1915 ਨੂੰ ਜਗਤਪੁਰ ਦੇ ਹੀ ਭਾਈ ਕਾਲਾ ਸਿੰਘ ਤੇ ਪਿੰਡ ਬੂੜਚੰਦ ਦੇ ਭਾਈ ਚੰਨਣ ਸਿੰਘ ਨੇ ਪਾਰ ਬੁਲਾ ਦਿੱਤਾ ਸੀ। ਇਨ੍ਹਾਂ ਦੋਵਾਂ ਗ਼ਦਰੀਆਂ ਨੂੰ ਬਾਅਦ ਵਿਚ ਫਾਂਸੀ ਦੀ ਸਜ਼ਾ ਹੋ ਗਈ ਸੀ।

ਭਾਈ ਪ੍ਰੇਮ ਸਿੰਘ ਸੁਰਸਿੰਘੀਏ ਨੇ ਆਪਣੇ ਦੋ ਹੋਰ ਸਾਥੀਆਂ ਨੂੰ ਨਾਲ ਲੈ ਕੇ, 19 ਜੂਨ ਨੂੰ ਸੈਂਸਰੇ ਪਿੰਡ ਦੇ ਅੰਗਰੇਜ਼ੀ ਹਾਕਮਾਂ ਦੇ ਬਦਨਾਮ ਝੋਲੀਚੁੱਕ ਜ਼ੈਲਦਾਰ ਈਸ਼ਰ ਸਿੰਘ ਨੂੰ ਗੁਰਦੁਆਰਿਓਂ ਨਹਾ ਕੇ ਬਾਹਰ ਨਿਕਲਦੇ ਨੂੰ ਗੋਲੀਆਂ ਦਾ ਨਿਸ਼ਾਨਾ ਬਣਾਇਆ, ਪਰ ਬਦਕਿਸਮਤੀ ਨਾਲ ਜ਼ੈਲਦਾਰ ਗੋਲੀਆਂ ਦੀ ਮਾਰ ਤੋਂ ਬਚ ਗਿਆ।

ਇਥੋਂ ਵਿਹਲੇ ਹੋ ਕੇ ਭਾਈ ਪ੍ਰੇਮ ਸਿੰਘ ਨੇ ਕੁਝ ਹੋਰ ਬੰਦੇ ਨਾਲ ਲੈ ਕੇ ਪੱਧਰੀ ਪਿੰਡ ਦੇ ਇਕ ਹੋਰ ਬਦਨਾਮ ਝੋਲੀਚੁੱਕ ਕਪੂਰ ਸਿੰਘ ਨੂੰ ਸੋਧਾ ਲਾਉਣ ਦੀ ਸਕੀਮ ਬਣਾਈ। ਇਸ ਟੁੱਕੜਬੋਚ ਨੇ 26 ਨਵੰਬਰ 1914 ਨੂੰ ਝਾੜ ਸਾਹਿਬ ਵਿਖੇ ਗ਼ਦਰੀਆਂ ਦੇ ਇਕੱਠੇ ਹੋਣ ਦੀ ਪੁਲਿਸ ਕੋਲ ਸਭ ਤੋਂ ਪਹਿਲਾਂ ਇਤਲਾਹ ਦਿੱਤੀ ਸੀ ਅਤੇ ਭੂਰੇ ਪਿੰਡ ਦੇ ਭਾਈ ਲਾਲ ਸਿੰਘ ਸਮੇਤ 23ਵੇਂ ਰਸਾਲੇ ਦੇ ਸਵਾਰਾਂ ਨੂੰ ਪੁਲਿਸ ਕੋਲ ਗ੍ਰਿਫ਼ਤਾਰ ਕਰਾਇਆ ਸੀ। ਇਹ ਸ਼ਖ਼ਸ ਪਹਿਲੇ ਲਾਹੌਰ ਕੇਸ ਵਿਚ ਸਰਕਾਰੀ ਪੱਖ ਦਾ ਅਹਿਮ ਗਵਾਹ ਸੀ। ਗ਼ਦਰੀਆਂ ਨੇ ਸ਼ਾਮ ਨੂੰ ਖੂਹ ਤੋਂ ਨਹਾ ਕੇ ਮੁੜਦੇ ਇਸ ਦੁਸ਼ਟ ਨੂੰ ਰਾਹ ਵਿਚ ਘੇਰ ਕੇ ਅਗਲੇ ਜਹਾਨ ਪੁਚਾ ਦਿੱਤਾ ਸੀ। ਪਰ ਇਸ ਕਤਲ ਦੀ ਛਾਣਬੀਣ ਕਰਦੀ ਪੁਲਿਸ ਥੋੜ੍ਹੇ ਹੀ ਦਿਨਾਂ ਤਕ ਭਾਈ ਪ੍ਰੇਮ ਸਿੰਘ ਤਕ ਅੱਪੜ ਗਈ ਸੀ। ਭਾਈ ਪ੍ਰੇਮ ਸਿੰਘ ਬਾਰੇ ਪੰਜਾਬ ਸੀ.ਆਈ.ਡੀ. ਦੇ ਉੱਚ ਅਫ਼ਸਰਾਂ ਆਈਸਮੌਂਗਰ ਤੇ ਸਲੈਟਰੀ ਨੇ ਇਹ ਟਿੱਪਣੀ ਕੀਤੀ ਹੈ:

> "ਪ੍ਰੇਮ ਸਿੰਘ ਤਲੀ 'ਤੇ ਸੀਸ ਰੱਖੀ ਫਿਰਦਾ ਸੀ। ਉਹ ਸਰਕਾਰ ਦੇ ਖ਼ਿਲਾਫ਼ ਬੇਅੰਤ ਕੀਨਾ ਰੱਖਦਾ ਸੀ। ਭਾਵੇਂ ਉਸ ਦੇ ਲੀਡਰ ਤੇ ਨਾਲ ਦੇ ਸਾਥੀ ਫੜੇ ਗਏ ਜਾਂ ਘਰੀਂ ਬੈਠ ਗਏ ਸਨ, ਪਰ ਉਹ ਆਪਣੇ ਤੌਰ ਤਰੀਕਿਆਂ ਵਿਚ ਦ੍ਰਿੜ੍ਹਤਾ ਨਾਲ ਡਟਿਆ ਰਿਹਾ।"[5]

ਭਾਈ ਪ੍ਰੇਮ ਸਿੰਘ ਦੀ ਲਗਨ, ਸਪਿਰਿਟ, ਨਿਡਰਤਾ, ਸਿਦਕਦਿਲੀ ਤੇ ਸੂਰਮਗਤੀ ਨੂੰ ਵੇਖ ਕੇ ਇਉਂ ਲੱਗਦਾ ਹੈ ਜਿਵੇਂ ਉਸ ਅੰਦਰ ਅਠਾਰ੍ਹਵੀਂ ਸਦੀ ਦੇ ਸਿੰਘਾਂ ਦੀ ਰੂਹ ਪ੍ਰਵੇਸ਼ ਕਰ ਗਈ ਹੋਵੇ!

25 ਅਪਰੈਲ 1915 ਨੂੰ ਭਾਈ ਬੰਤਾ ਸਿੰਘ ਸੰਘਵਾਲ ਤੇ ਭਾਈ ਬੂਟਾ ਸਿੰਘ ਅਕਾਲਗੜ੍ਹ ਨੇ ਹੁਸ਼ਿਆਰਪੁਰ ਜ਼ਿਲ੍ਹੇ ਦੇ ਪਿੰਡ ਨੰਗਲ ਕਲਾਂ ਦੇ ਜ਼ੈਲਦਾਰ ਚੰਦਾ ਸਿੰਘ, ਜੀਹਨੇ ਭਾਈ ਪਿਆਰਾ ਸਿੰਘ ਲੰਗੇਰੀ ਨੂੰ ਗ੍ਰਿਫ਼ਤਾਰ ਕਰਾਇਆ ਸੀ, ਨੂੰ ਕਤਲ ਕਰ ਦਿੱਤਾ ਸੀ।

ਪਹਿਲਾ ਲਾਹੌਰ ਸਾਜ਼ਿਸ਼ ਕੇਸ

ਹਿਰਾਸਤ ਵਿਚ ਲਏ ਜਾਂ ਮਫ਼ਰੂਰ ਗ਼ਦਰੀਆਂ ਉੱਤੇ ਵਿਸ਼ੇਸ਼ ਅਦਾਲਤ ਵਿਚ ਮੁਕੱਦਮੇ

---

4. ਮਲਵਿੰਦਰਜੀਤ ਸਿੰਘ ਵੜੈਚ, ਸੀਤਾ ਰਾਮ ਬਾਂਸਲ (ਸੰਪਾ.), *ਆਤਮ ਕਥਾ ਬਾਬਾ ਸੱਜਣ ਸਿੰਘ ਨਾਰੰਗਵਾਲ*, ਸਫ਼ੇ 24-26.
5. ਗੁਰਚਰਨ ਸਿੰਘ ਸੈਂਸਰਾ, *ਗ਼ਦਰ ਪਾਰਟੀ ਦਾ ਇਤਿਹਾਸ*, ਸਫ਼ਾ 224.

ਚਲਾਏ ਗਏ। ਸਭ ਤੋਂ ਪਹਿਲਾ ਮੁਕੱਦਮਾ, ਜਿਸ ਨੂੰ 'ਪਹਿਲਾ ਲਾਹੌਰ ਸਾਜ਼ਿਸ਼ ਕੇਸ' ਕਿਹਾ ਜਾਂਦਾ ਹੈ, 26 ਅਪਰੈਲ 1915 ਨੂੰ ਸ਼ੁਰੂ ਹੋਇਆ। ਇਸ ਵਿਚ ਕੁੱਲ 81* ਦੋਸ਼ੀ ਨਾਮਜ਼ਦ ਕੀਤੇ ਗਏ ਸਨ, ਜਿਨ੍ਹਾਂ ਵਿੱਚੋਂ ਉਸ ਵੇਲੇ 18 ਅਜੇ ਗ੍ਰਿਫ਼ਤਾਰ ਨਹੀਂ ਕੀਤੇ ਜਾ ਸਕੇ ਸਨ। ਪਰ ਮੁਕੱਦਮੇ ਦੀ ਸੁਣਵਾਈ ਦੌਰਾਨ ਇਨ੍ਹਾਂ ਵਿੱਚੋਂ 5 ਗ਼ਦਰੀ ਗ੍ਰਿਫ਼ਤਾਰ ਕਰ ਲਏ ਗਏ ਸਨ ਅਤੇ ਉਨ੍ਹਾਂ ਨੂੰ ਵੀ ਬਾਕੀਆਂ ਦੇ ਨਾਲ ਹੀ ਸਜ਼ਾਵਾਂ ਸੁਣਾਈਆਂ ਗਈਆਂ।

ਮੁਕੱਦਮੇ 'ਹਿੰਦ ਦੀ ਰੱਖਿਆ ਦੇ ਕਾਨੂੰਨ' (Defence of India Act) ਦੀਆਂ ਧਾਰਾਵਾਂ ਅਨੁਸਾਰ ਚਲਾਏ ਗਏ। ਇਸ ਕਾਨੂੰਨ ਅਨੁਸਾਰ ਮੁਕੱਦਮੇ ਦੀ ਸੁਣਵਾਈ ਕਰਨ ਲਈ ਸਰਕਾਰ ਆਪਣੀ ਮਰਜ਼ੀ ਨਾਲ ਵਿਸ਼ੇਸ਼ ਅਦਾਲਤ ਸਥਾਪਤ ਕਰ ਸਕਦੀ ਸੀ, ਜਿਸ ਵਿਚ ਇਸ ਨੂੰ ਆਪਣੀ ਮਰਜ਼ੀ ਦੇ ਜੱਜ ਨਾਮਜ਼ਦ ਕਰਨ ਦਾ ਕਾਨੂੰਨੀ ਹੱਕ ਹਾਸਲ ਸੀ। ਇਹ ਵਿਸ਼ੇਸ਼ ਅਦਾਲਤ ਸਰਬੋਤਮ ਸੀ, ਭਾਵ ਇਸ ਵੱਲੋਂ ਸੁਣਾਈ ਸਜ਼ਾ ਅੰਤਿਮ ਸੀ, ਇਸ ਦੀ ਹੋਰ ਕਿਸੇ ਉਚੇਰੀ ਅਦਾਲਤ, ਕਮਿਸ਼ਨ ਜਾਂ ਟ੍ਰਿਬਿਊਨਲ ਆਦਿ ਵੱਲੋਂ ਪੁਸ਼ਟੀ ਦੀ ਜ਼ਰੂਰਤ ਨਹੀਂ ਸੀ, ਨਾ ਹੀ ਇਸ ਦੇ ਫ਼ੈਸਲਿਆਂ ਉੱਤੇ ਨਜ਼ਰਸਾਨੀ ਹੋ ਸਕਦੀ ਸੀ। ਦੋਸ਼ੀਆਂ ਨੂੰ ਕਿਸੇ ਕਚਹਿਰੀ ਵਿਚ ਅਪੀਲ ਕਰਨ ਦਾ ਹੱਕ ਨਹੀਂ ਸੀ। ਇਸ ਤੋਂ ਇਲਾਵਾ, ਇਹ ਕਾਨੂੰਨ ਸਰਕਾਰ ਨੂੰ ਮੁਕੱਦਮੇ ਦੀ ਕਾਰਵਾਈ ਪਬਲਿਕ ਤੋਂ ਪੂਰੀ ਤਰ੍ਹਾਂ ਗੁਪਤ ਰੱਖਣ ਦਾ ਹੱਕ ਵੀ ਦਿੰਦਾ ਸੀ। ਪਬਲਿਕ ਜਾਂ ਪ੍ਰੈਸ ਦੇ ਨੁਮਾਇੰਦਿਆਂ ਨੂੰ ਮੁਕੱਦਮਿਆਂ ਦੀ ਕਾਰਵਾਈ ਸੁਣਨ ਦੀ ਆਗਿਆ ਨਹੀਂ ਸੀ ਅਤੇ ਦਿਨ ਦੀ ਕਾਰਵਾਈ ਦੀ ਕੇਵਲ ਸਰਕਾਰੀ ਰਿਪੋਰਟ ਪ੍ਰੈਸ ਨੂੰ ਦਿੱਤੀ ਜਾਂਦੀ ਸੀ। ਜੱਜਾਂ ਨੂੰ ਇਹ ਪੂਰਾ ਅਖ਼ਤਿਆਰ ਸੀ ਕਿ ਉਹ ਦੋਸ਼ੀਆਂ ਦੇ ਬਿਆਨਾਂ ਦਾ ਜੋ ਹਿੱਸਾ ਚਾਹੁਣ, ਕਲਮਬੰਦ ਕਰਨ ਅਤੇ ਜੋ ਨਾ ਚਾਹੁਣ, ਨਾ ਕਰਨ। ਇਸ ਖ਼ਾਸ ਕਾਨੂੰਨ ਦਾ ਇਕ ਮਕਸਦ ਇਹ ਸੀ ਕਿ ਇਨਕਲਾਬੀਆਂ ਨੂੰ ਰਾਜਸੀ ਪ੍ਰਚਾਰ ਕਰਨ ਦਾ ਮੌਕਾ ਨਾ ਦਿੱਤਾ ਜਾਵੇ।

ਇਨਕਲਾਬੀਆਂ ਉੱਤੇ ਇਹ ਕਾਨੂੰਨੀ ਦੋਸ਼ ਥੱਪੇ ਗਏ ਸਨ ਕਿ 'ਭਾਰਤ ਅੰਦਰ ਬਰਤਾਨਵੀ ਹਕੂਮਤ ਵਿਰੁੱਧ ਜੰਗ ਛੇੜਨ ਅਤੇ ਇਸ ਦਾ ਤਖ਼ਤਾ ਉਲਟਾਉਣ ਲਈ ਅਮਰੀਕਾ ਅੰਦਰ ਮਈ 1913 ਵਿਚ ਸਾਜ਼ਿਸ਼ ਰਚੀ ਗਈ ਸੀ, ਅਤੇ ਇਸ ਇਰਾਦੇ ਨਾਲ ਕੁਝ ਭਾਰਤੀ 1914 ਵਿਚ ਭਾਰਤ ਮੁੜ ਆਏ ਸਨ। ਭਾਰਤ ਅੰਦਰ ਜਥੇਬੰਦੀ ਵਿਚ ਕੁਝ ਹੋਰ ਨਵੇਂ ਬੰਦੇ ਭਰਤੀ ਕੀਤੇ ਗਏ ਸਨ। ਸਾਜ਼ਿਸ਼ ਦੇ ਉਦੇਸ਼ ਪੂਰੇ ਕਰਨ ਲਈ, ਹੋਰਨਾਂ ਗੱਲਾਂ ਦੇ ਨਾਲੋ-ਨਾਲ, ਹਥਿਆਰ ਖ਼ਰੀਦਣ ਲਈ ਡਾਕੇ ਮਾਰੇ ਗਏ, ਜਿਨ੍ਹਾਂ ਵਿਚ ਕੁਝ ਥਾਵਾਂ ਤੇ ਕਤਲ ਦੀਆਂ ਵਾਰਦਾਤਾਂ ਵੀ ਹੋਈਆਂ। ਫ਼ੌਜੀਆਂ ਨੂੰ ਵਰਗਲਾਉਣ ਦੇ ਯਤਨ ਕੀਤੇ ਗਏ ਜਿਹੜੇ ਕੁਛ ਥਾਵਾਂ 'ਤੇ ਸਫਲ ਵੀ ਹੋਏ। ਹਥਿਆਰ ਤੇ ਅਸਲਾ ਹਾਸਲ ਕੀਤਾ ਗਿਆ, ਬੰਬ ਬਣਾਏ ਗਏ, ਪੁਲਿਸ ਅਫ਼ਸਰਾਂ ਨੂੰ ਕਤਲ ਕੀਤਾ ਗਿਆ ਅਤੇ ਅਮਰੀਕਾ ਅੰਦਰ, ਭਾਰਤ ਨੂੰ ਆਉਂਦਿਆਂ ਰਸਤੇ ਵਿਚ, ਅਤੇ ਭਾਰਤ ਪਹੁੰਚ ਕੇ ਭਾਰਤ ਦੇ ਅੰਦਰ ਇਨਕਲਾਬੀ ਸਾਹਿਤ ਵੰਡਿਆ ਗਿਆ।'[6]

ਲਗਭਗ ਸਾਰੇ ਇਨਕਲਾਬੀਆਂ ਉੱਤੇ ਇੰਡੀਅਨ ਪੀਨਲ ਕੋਡ ਦੀ ਦਫ਼ਾ 121 ਅਤੇ

---

* ਨਾਮਜ਼ਦ ਕੀਤੇ ਕੁੱਲ ਦੋਸ਼ੀਆਂ ਦੀ ਸੰਖਿਆ 82 ਸੀ, ਪਰੰਤੂ ਡਾਕੂ ਦਲੀਪ ਸਿੰਘ (ਪਿੰਡ ਘਨੌਰੀ ਜ਼ਿਲ੍ਹਾ ਸੰਗਰੂਰ) ਨੂੰ ਗ਼ਦਰੀਆਂ ਨਾਲੋਂ ਵੱਖ ਕਰ ਲਿਆ ਗਿਆ ਸੀ ਅਤੇ ਉਸ ਉੱਤੇ ਸਿਰਫ਼ ਡਾਕਾ ਮਾਰਨ ਦਾ ਜੁਰਮ ਹੀ ਲਾਇਆ ਗਿਆ ਸੀ।

6. Malwinderjit Singh Waraich and Harinder Singh (eds.), *Lahore Conspiracy Cases I and II*, p. 6.

ਇਸ ਨਾਲ ਹੀ ਜੁੜਵੀਆਂ ਹੋਰ ਦਫ਼ਾਵਾਂ ਜਿਵੇਂ 121 ਏ, 122, 124 ਏ, 131, 132 ਆਦਿ ਲਾਈਆਂ ਗਈਆਂ ਸਨ। ਦਫ਼ਾ 121 ਹੇਠ ਮੁਲਜ਼ਮਾਂ ਵਿਰੁੱਧ 'ਬਾਦਸ਼ਾਹ ਵਿਰੁੱਧ ਜੰਗ ਛੇੜਨ' ਦਾ ਸੰਗੀਨ ਦੋਸ਼ ਲਾਇਆ ਗਿਆ, ਜਿਸ ਅਧੀਨ ਸਿੱਧੀ ਮੌਤ ਦੀ ਸਜ਼ਾ ਯਕੀਨੀ ਸੀ। ਇਸ ਬਦਨਾਮ ਕਾਨੂੰਨ ਦਾ ਮੁੱਢ 14ਵੀਂ ਸਦੀ ਵਿਚ ਇੰਗਲੈਂਡ ਅੰਦਰ ਬੱਝਾ ਸੀ। ਬਰਤਾਨਵੀ ਪਾਰਲੀਮੈਂਟ ਨੇ ਇਹ ਕਾਨੂੰਨ 1351 ਈ. ਵਿਚ, ਇੰਗਲੈਂਡ ਦੇ ਬਾਦਸ਼ਾਹ ਐਡਵਰਡ ਤੀਜੇ ਦੇ ਰਾਜ ਦੇ 25ਵੇਂ ਵਰ੍ਹੇ ਵਿਚ ਪਾਸ ਕੀਤਾ ਸੀ। ਬਾਅਦ ਵਿਚ, ਹੌਲੀ ਹੌਲੀ, ਇਸ ਦਾ ਦਾਇਰਾ ਆਇਰਲੈਂਡ, ਸਕਾਟਲੈਂਡ, ਨਿਊਜ਼ੀਲੈਂਡ ਅਤੇ ਹੋਰਨਾਂ ਬਰਤਾਨਵੀ ਬਸਤੀਆਂ ਤਕ ਵਧਾ ਦਿੱਤਾ ਗਿਆ ਸੀ। 1870 ਵਿਚ ਬਸਤੀਵਾਦੀ ਹਕੂਮਤ ਨੇ, ਭਾਰਤੀ ਉਪ-ਮਹਾਂਦੀਪ ਅੰਦਰ ਕੁਝ ਥਾਵਾਂ 'ਤੇ ਅੰਗਰੇਜ਼ੀ ਰਾਜ ਵਿਰੁੱਧ ਪੈਦਾ ਹੋ ਰਹੇ ਜਜ਼ਬੇ ਨੂੰ ਧਿਆਨ ਵਿਚ ਰੱਖਦੇ ਹੋਏ, ਇਸ ਨੂੰ 'ਇੰਡੀਅਨ ਪੀਨਲ ਕੋਡ' ਵਿਚ ਸ਼ਾਮਲ ਕਰ ਲਿਆ ਸੀ।*

ਮੁਕੱਦਮੇ ਲਈ ਸਰਕਾਰ ਨੇ ਤਿੰਨ ਮੈਂਬਰੀ ਟ੍ਰਿਬਿਊਨਲ (ਕਮਿਸ਼ਨ) ਬਣਾਇਆ, ਜਿਸ ਵਿਚ ਦੋ ਅੰਗਰੇਜ਼ - ਏ.ਏ. ਇਰਵਿਨ ਤੇ ਟੀ.ਪੀ. ਐਲਿਸ - ਤੇ ਇਕ ਅੰਗਰੇਜ਼ੀ ਸਰਕਾਰ ਦੇ ਪੂਰਨ ਵਫ਼ਾਦਾਰ ਹਿੰਦੁਸਤਾਨੀ ਪਤਵੰਤੇ ਸੱਜਣ, ਲਾਹੌਰ ਦੇ 'ਰਾਏ ਬਹਾਦਰ' ਸ਼ਿਵ ਨਾਰਾਇਣ ਨੂੰ ਸ਼ਾਮਲ ਕੀਤਾ ਗਿਆ ਸੀ। ਮੇਜਰ ਏ. ਏ. ਇਰਵਿਨ ਨੂੰ ਟ੍ਰਿਬਿਊਨਲ ਦਾ ਚੀਫ਼ ਕਮਿਸ਼ਨਰ ਤੇ ਬਾਕੀ ਦੋਵਾਂ ਨੂੰ ਵਿਸ਼ੇਸ਼ ਕਮਿਸ਼ਨਰ ਦਾ ਰੁਤਬਾ ਦਿੱਤਾ ਗਿਆ। ਸਰਕਾਰ ਨੇ ਪਹਿਲਾਂ ਹੀ ਇਨਕਲਾਬੀਆਂ ਨੂੰ ਸਖ਼ਤ ਤੋਂ ਸਖ਼ਤ ਸਜ਼ਾਵਾਂ ਦੇਣ ਦੀ ਧਾਰੀ ਹੋਈ ਸੀ। ਇਸ ਮੰਤਵ ਲਈ ਕਾਬਲ ਸਰਕਾਰੀ ਵਕੀਲਾਂ ਦੀ ਟੋਲੀ, ਜਿਸ ਵਿਚ ਜ਼ਿਆਦਾ ਗੋਰੇ ਹੀ ਸਨ, ਨਾਮਜ਼ਦ ਕੀਤੀ ਗਈ ਸੀ। ਮੁਕੱਦਮੇ ਦੀ ਨਿਰਪੱਖਤਾ ਦਿਖਾਉਣ ਦੀ ਨਿਤਾਣੀ ਜਿਹੀ ਕੋਸ਼ਿਸ਼ ਕਰਦਿਆਂ ਸਰਕਾਰ ਨੇ ਆਪਣੇ ਤਰਫ਼ੋਂ ਹੀ, ਮੁਲਜ਼ਮਾਂ ਦੀ ਪੈਰਵੀ ਕਰਨ ਵਾਲੇ ਬਚਾਉ ਪੱਖ ਦੇ ਵਕੀਲ ਵੀ ਨਾਮਜ਼ਦ ਕੀਤੇ ਸਨ। ਵਿਸ਼ਣੂ ਗਣੇਸ਼ ਪਿੰਗਲੇ ਨੇ ਤੇ ਕਰਤਾਰ ਸਿੰਘ ਸਰਾਭਾ ਨੇ ਵਕੀਲ ਕਰਨ ਤੋਂ ਨਾਂਹ ਕਰ ਦਿੱਤੀ ਸੀ ਅਤੇ ਨਾ ਉਨ੍ਹਾਂ ਆਪ ਹੀ ਜਿਰਾਹ ਕੀਤੀ। ਕਿਉਂਕਿ ਉਨ੍ਹਾਂ ਨੂੰ ਇਸ ਗੱਲ ਵਿਚ ਭੋਰਾ ਜਿੰਨਾ ਵੀ ਸ਼ੱਕ ਨਹੀਂ ਸੀ ਕਿ ਮੁਕੱਦਮੇ ਦੀ ਕਾਰਵਾਈ ਮਹਿਜ਼ ਰਸਮੀ ਸੀ। ਉਨ੍ਹਾਂ ਨੂੰ ਅੰਗਰੇਜ਼ ਸਰਕਾਰ ਕੋਲੋਂ ਇਨਸਾਫ਼ ਦੀ ਕੋਈ ਉਮੀਦ ਨਹੀਂ ਸੀ, ਨਾ ਉਨ੍ਹਾਂ ਨੂੰ ਮੌਤ ਦਾ ਭੈਅ ਸੀ।

ਮੁਕੱਦਮੇ ਦਾ ਅਡੰਬਰ

ਮੁਕੱਦਮੇ ਦੀ ਕਾਰਵਾਈ ਬਾਰੇ ਆਮ ਪਬਲਿਕ ਨੂੰ ਹਨੇਰੇ ਵਿਚ ਰੱਖਣ ਲਈ ਮੁਕੱਦਮੇ ਦਾ ਨਾਟਕ ਸੈਂਟਰਲ ਜੇਲ੍ਹ ਲਾਹੌਰ ਦੇ ਅੰਦਰ ਹੀ 16 ਨੰਬਰ ਬਾਰਕ ਵਿਚ ਸ਼ੁਰੂ ਹੋਇਆ। ਗ਼ਦਰੀ ਸੰਗਰਾਮੀਆਂ ਨੂੰ ਜੇਲ੍ਹ ਅੰਦਰ ਇਕ ਦੂਜੇ ਨੂੰ ਮਿਲਣ ਨਹੀਂ ਦਿੱਤਾ ਜਾਂਦਾ ਸੀ। ਇਸ

---

* ਨਿਊਜ਼ੀਲੈਂਡ ਨੇ 1 ਜਨਵਰੀ 1962 ਨੂੰ ਇਹ ਬਸਤੀਵਾਦੀ ਕਾਨੂੰਨ ਮਨਸੂਖ਼ ਕਰ ਦਿੱਤਾ ਸੀ। ਇਸ ਦੇ ਕੁਝ ਸਾਲਾਂ ਬਾਅਦ 16 ਮਈ 1983 ਨੂੰ ਆਇਰਲੈਂਡ ਗਣਰਾਜ ਨੇ ਵੀ ਇਸ ਬਸਤੀਵਾਦੀ ਰਹਿੰਦ-ਖੂੰਹਦ ਤੋਂ ਛੁਟਕਾਰਾ ਪਾ ਲਿਆ ਸੀ। 2009 ਵਿਚ, ਇਸ ਬਦਨਾਮ ਕਾਨੂੰਨ ਦੀ ਜਨਮਦਾਤੀ ਬਰਤਾਨਵੀ ਪਾਰਲੀਮੈਂਟ ਨੇ ਵੀ ਇਸ ਕਾਨੂੰਨ ਉੱਤੇ ਕਾਲੀ ਲਕੀਰ ਫੇਰ ਦਿੱਤੀ ਸੀ। ਪਰ ਭਾਰਤ ਦੇ ਬ੍ਰਾਹਮਣਵਾਦੀ ਹਾਕਮਾਂ ਨੇ ਬਸਤੀਵਾਦ ਦੀ ਇਸ ਨਫ਼ਰਤਯੋਗ ਨਿਸ਼ਾਨੀ ਨੂੰ ਅਜੇ ਤਕ ਵੀ ਨਿਰਲੱਜਪੁਣੇ ਨਾਲ ਸੰਭਾਲ ਕੇ ਰੱਖਿਆ ਹੋਇਆ ਹੈ! ਅੱਜ ਵੀ, ਜ਼ਾਲਮ ਭਾਰਤੀ ਰਾਜ ਦੇ ਵਿਰੁੱਧ ਜੂਝਣ ਵਾਲੇ ਜੁਝਾਰੂਆਂ ਦੇ ਖ਼ਿਲਾਫ਼ ਇਸ ਬਦਨਾਮ ਦਫ਼ਾ ਦੀ ਬੇਦਰੇਗ ਵਰਤੋਂ ਹੋ ਰਹੀ ਹੈ।

ਕਰਕੇ 26 ਅਪਰੈਲ 1915 ਨੂੰ ਜਦ ਪਹਿਲੇ ਲਾਹੌਰ ਸਾਜ਼ਿਸ਼ ਕੇਸ ਦੇ 'ਮੁਲਜ਼ਮਾਂ' ਨੂੰ ਮੁਕੱਦਮੇ ਦੀ ਸੁਣਵਾਈ ਲਈ 16 ਨੰਬਰ ਬਾਰਕ ਅੰਦਰ ਵਾੜਿਆ ਗਿਆ, ਤਾਂ ਸਾਰੇ ਇਕ ਦੂਜੇ ਨਾਲ ਬੜੇ ਤਪਾਕ ਨਾਲ ਮਿਲੇ। ਸਾਰਿਆਂ ਨੂੰ ਖ਼ੁਸ਼ੀਆਂ ਚੜ੍ਹ ਗਈਆਂ ਸਨ। ਸਰਕਾਰੀ ਪੱਖ ਤਾਂ ਇਨਕਲਾਬੀਆਂ ਨੂੰ ਫਾਹੇ ਲਾਉਣ ਦੇ ਇੰਤਜ਼ਾਮ ਕਰ ਰਿਹਾ ਸੀ, ਪਰ ਇਨਕਲਾਬੀਆਂ ਲਈ ਇਹ ਵਿਆਹ ਵਰਗਾ ਦਿਨ ਬਣ ਗਿਆ ਸੀ। ਬਾਬਾ ਸੋਹਣ ਸਿੰਘ ਭਕਨਾ ਨੇ ਆਪਣੀ ਆਤਮ ਕਥਾ ਵਿਚ ਇਸ ਦਿਨ ਦਾ ਮਾਹੌਲ ਤੇ ਨਕਸ਼ਾ ਇਸ ਤਰ੍ਹਾਂ ਚਿਤਰਿਆ ਹੈ:

> "ਸਾਨੂੰ ਮੁਕੱਦਮੇ ਦੀ ਰੰਚਕ ਮਾਤਰ ਵੀ ਚਿੰਤਾ ਨਹੀਂ ਸੀ। ਅੱਜ ਸਾਡੇ ਲਈ ਇਕ ਮੇਲਾ ਜਿਹਾ ਬਣ ਗਿਆ। ਅਸੀਂ ਇਕ ਦੂਜੇ ਨੂੰ ਮਿਲ ਕੇ ਬਹੁਤ ਖ਼ੁਸ਼ ਹੋਏ। ਉਪਰੰਤ ਸਾਨੂੰ ਗਿਣ ਕੇ 16 ਨੰਬਰ ਬਾਰਕ ਵਿਚ ਦਾਖ਼ਲ ਕੀਤਾ ਗਿਆ। ਜਿਥੇ ਤਿੰਨ ਪੈਂਚਾਂ (ਕਮਿਸ਼ਨਰ) ਦਾ ਇਕ ਕਮਿਸ਼ਨ ਬੈਠਾ ਹੋਇਆ ਸੀ। ਏਹਨਾਂ ਤਿੰਨਾਂ ਵਿੱਚੋਂ ਦੋ ਅੰਗਰੇਜ਼ ਤੇ ਇਕ ਲਾਹੌਰ ਵਾਸੀ ਸ਼ਿਵ ਨਰਾਇਣ ਨਾਮ ਦਾ ਹਿੰਦੁਸਤਾਨੀ ਸੀ। ਕਮਿਸ਼ਨ ਦੇ ਬਹਿਣ ਲਈ ਇਕ ਥੜਾ ਬਣਾਇਆ ਗਿਆ ਸੀ, ਤੇ ਉਸ ਦੇ ਅਗਾੜੀ ਲੱਕੜ ਦਾ ਜੰਗਲਾ ਲੱਗਾ ਹੋਇਆ ਸੀ। ਜੰਗਲੇ ਦੇ ਅਗਾੜੀ ਸਰਕਾਰੀ ਵਕੀਲ ਤੇ ਹੋਰਨਾਂ ਕਰਮਚਾਰੀਆਂ ਲਈ ਕੁਝ ਥਾਂ ਸੀ। ਨਾਲ ਹੀ ਇਕ ਨਿੱਕਾ ਜਿਹਾ ਜੰਗਲਾ ਗਵਾਹ ਦੇ ਖੜੇ ਹੋਣ ਵਾਸਤੇ ਸੀ, ਜਿਸ ਵਿਚ ਖਲੋ ਕੇ ਗਵਾਹ ਕਮਿਸ਼ਨ ਦੇ ਰੂਬਰੂ ਗਵਾਹੀ ਦੇਂਦਾ ਸੀ। ਥੜੇ ਤੋਂ ਅਗਾੜੀ ਵਲ ਇਕ ਲੰਮਾ ਸਾਰਾ ਮੇਜ਼ (ਤਖ਼ਤਪੋਸ਼) ਸੀ, ਜਿਸ ਪੁਰ ਗੋਰੇ ਸਰਕਾਰੀ ਵਕੀਲ ਬੈਠੇ ਸਨ। ਇਹ ਵਕੀਲ ਦੋਸ਼ੀਆਂ ਵਾਸਤੇ ਸਰਕਾਰ ਨੇ ਆਪੋਂ ਹੀ ਇਸ ਲਈ ਖੜੇ ਕਰ ਦਿੱਤੇ ਸਨ ਕਿ ਦੋਸ਼ੀਆਂ ਜਾਂ ਆਮ ਲੋਕਾਂ ਨੂੰ ਸਰਕਾਰ ਵਿਰੁੱਧ ਇਹ ਗਿਲਾ ਨਾ ਹੋਵੇ ਕਿ ਉਹਨਾਂ ਨੂੰ ਵਕੀਲਾਂ ਰਾਹੀਂ ਆਪਣੇ ਬਚਾਉ ਦਾ ਕੋਈ ਮੌਕਾ ਹੀ ਨਹੀਂ ਦਿੱਤਾ ਗਿਆ...ਇਸ ਤਖ਼ਤਪੋਸ਼ ਦੇ ਇਕ ਪਾਸੇ ਗ਼ੈਰ-ਸਰਕਾਰੀ ਵਕੀਲ ਤੇ ਦੂਜੇ ਬੰਨੇ ਸਰਕਾਰੀ ਵਕੀਲ ਅਰ ਸੂਹੀਆ ਪੁਲਿਸ ਦੇ ਮੈਂਬਰ ਹੁੰਦੇ ਸਨ। ਏਹਨਾਂ ਖੜੇ ਕੀਤੇ ਵਕੀਲਾਂ ਤੋਂ ਬਿਨਾਂ ਹੋਰ ਆਮ ਵਕੀਲਾਂ ਨੂੰ ਅਦਾਲਤ ਵਿਚ ਕਿਸੇ ਦੋਸ਼ੀ ਧਿਰ ਵਲੋਂ ਪੈਰਵੀ ਕਰਨ ਦੀ ਆਗਿਆ ਨਹੀਂ ਸੀ...ਥੜੇ ਤੋਂ ਥੋੜ੍ਹਾ ਉਰਾਂ ਵਿਚਕਾਰ ਕੁਝ ਕੁ ਥਾਂ ਛੱਡ ਕੇ, ਇਕ ਲੰਮਾ ਜੰਗਲਾ - ਜੋ ਤਿੰਨ ਚਾਰ ਫ਼ੁੱਟ ਹੋਵੇਗਾ - ਸਾਡੇ ਵਾਸਤੇ ਬਣਾਇਆ ਗਿਆ ਸੀ। ਇਸ ਮੁਕੱਦਮੇ ਦੀਆਂ ਖ਼ਬਰਾਂ ਸੈਂਸਰ ਹੋ ਕੇ (ਸਰਕਾਰ ਵਲੋਂ ਪੜ੍ਹ ਕੇ ਤੇ ਕਾਂਟ ਛਾਂਟ ਕਰਕੇ) ਅਖ਼ਬਾਰਾਂ ਵਿਚ ਛਪਦੀਆਂ ਸਨ। 'ਸਿਵਲ ਐਂਡ ਮਿਲਟਰੀ ਗਜ਼ਟ' (ਅਖ਼ਬਾਰ) ਦਾ ਐਡੀਟਰ ਮੁਕੱਦਮੇ ਦੇ ਸਮਾਚਾਰ ਲਿਖਣ ਪੁਰ ਟਿੱਕਿਆ ਗਿਆ ਸੀ। ਹੋਰ ਕਿਸੇ ਅਖ਼ਬਾਰ ਨੂੰ ਅਦਾਲਤ ਵਿਚ ਸਮਾਚਾਰ ਨੋਟ ਕਰਨ ਦੀ ਆਗਿਆ ਨਹੀਂ ਸੀ...(ਸਰਕਾਰ ਵਲੋਂ ਖੜੇ ਕੀਤੇ) ਵਕੀਲਾਂ ਤੋਂ ਜੋ ਲਾਭ ਸਾਨੂੰ ਹੋਣਾ ਸੀ, ਉਹ ਤਾਂ ਸਾਥੋਂ ਕੋਈ ਗੁੱਝਾ ਛਿਪਾ ਨਹੀਂ ਸੀ, ਪਰ ਅਦਾਲਤ ਨੂੰ ਇਹਨਾਂ ਕੁਰਬਾਨੀ ਦੇ ਬੱਕਰਿਆਂ ਨੂੰ ਕੋਹਣ ਤੇ ਲੋਕਾਂ ਦੇ ਅੱਖੀਂ ਘੱਟਾ ਪਾਉਣ ਦੀ ਚੋਖੀ ਸਹੂਲਤ ਮਿਲੀ....ਫ਼ੈਸਲਾ ਤਾਂ ਲਾਟ ਸਾਹਿਬ ਤੇ ਉਸ ਦੇ ਝੋਲੀ ਚੁੱਕ ਸਾਥੀਆਂ ਨੇ ਕਰਨਾ ਸੀ, ਉਹ ਪਹਿਲਾਂ ਹੀ ਕਰ ਛੱਡਿਆ ਹੋਇਆ ਸੀ। ਹੁਣ ਤਾਂ ਸਿਰਫ਼ ਅਦਾਲਤ ਦਾ ਨਾਟਕ ਚਾਰ ਦਿਹਾੜੇ ਦਿਖਾਉਣਾ ਬਾਕੀ ਸੀ, ਸੋ ਅਡੰਬਰ ਰਚਿਆ ਗਿਆ। ਸਾਡੇ ਸਾਥੀ ਇਸ ਗੱਲ ਨੂੰ ਪਹਿਲਾਂ ਹੀ ਸਮਝੀ ਬੈਠੇ ਸਨ। ਇਸ ਲਈ ਅਦਾਲਤ ਵਿਚ ਜਾ ਕੇ ਉਹ ਸਦਾ ਲਾਪਰਵਾਹ ਰਹਿੰਦੇ।"[7]

ਸਰਕਾਰ ਵਲੋਂ ਐਡਵੋਕੇਟ ਜਨਰਲ ਨੇ ਵੀਹ ਦਿਨਾਂ ਵਿਚ ਦੋਸ਼ੀਆਂ ਦੇ ਵਿਰੁੱਧ ਸਬੂਤਾਂ ਦਾ ਸਾਰ ਪੇਸ਼ ਕੀਤਾ। ਬਚਾਉ ਪੱਖ ਦੇ ਵਕੀਲ ਰਘੁਨਾਥ ਸਹਾਇ ਨੇ 'ਹਿੰਦ ਦੀ ਰੱਖਿਆ ਦੇ ਕਾਨੂੰਨ' ਦੀਆਂ ਕੁਝ ਮੱਦਾਂ ਬਾਰੇ ਇਤਰਾਜ਼ ਉਠਾਏ। ਪਰ ਜਿਵੇਂ ਕਿ ਉਮੀਦ ਹੀ ਸੀ,

---

7. ਬਾਬਾ ਸੋਹਣ ਸਿੰਘ ਭਕਨਾ, *ਮੇਰੀ ਰਾਮ ਕਹਾਣੀ*, ਸਫ਼ੇ 144-46.

ਕਮਿਸ਼ਨ ਨੇ 6 ਮਈ ਨੂੰ ਇਹ ਸਾਰੇ ਇਤਰਾਜ਼ ਇਕ ਇਕ ਕਰਕੇ ਖ਼ਾਰਜ ਕਰ ਦਿੱਤੇ। ਸਰਕਾਰੀ ਪੱਖ ਵਲੋਂ ਕੁੱਲ 404 ਗਵਾਹ ਭੁਗਤਾਏ ਗਏ। ਇਸ ਤੋਂ ਇਲਾਵਾ, ਦੋਸ਼ੀਆਂ ਦੇ ਵਿਰੁੱਧ 282 ਦਸਤਾਵੇਜ਼ੀ ਸਬੂਤ ਪੇਸ਼ ਕੀਤੇ ਗਏ। ਸਰਕਾਰ ਨੇ ਗ਼ਦਰੀਆਂ ਨੂੰ ਫਾਹੇ ਲਾਉਣ ਦੇ ਪੂਰੇ ਕਾਨੂੰਨੀ ਉਪਾਅ ਕੀਤੇ ਹੋਏ ਸਨ। ਉਨ੍ਹਾਂ ਵਿਰੁੱਧ ਜੋ ਵੀ ਸਬੂਤ ਮਿਲ ਸਕਦੇ ਸਨ, ਉਹ ਇਕੱਠੇ ਕਰਨ ਤੇ ਅਦਾਲਤ ਅੰਦਰ ਪੇਸ਼ ਕਰਨ ਵਿਚ ਕੋਈ ਕਸਰ ਨਹੀਂ ਰਹਿਣ ਦਿੱਤੀ ਗਈ ਸੀ। ਇਸ ਦਾ ਅੰਦਾਜ਼ਾ ਇਸ ਗੱਲ ਤੋਂ ਲਾਇਆ ਜਾ ਸਕਦਾ ਹੈ, ਕਿ ਪੁਲਿਸ ਨੇ ਅਦਾਲਤ ਅੰਦਰ ਲਾਹੌਰ ਦੇ 'ਹਿੰਦੂ ਹੋਟਲ' ਦਾ ਰਜਿਸਟਰ ਵੀ ਪੇਸ਼ ਕੀਤਾ, ਜਿਸ ਅਨੁਸਾਰ ਭਾਈ ਕਰਤਾਰ ਸਿੰਘ ਸਰਾਭਾ 'ਨੌਰੰਗ ਸਿੰਘ' ਦੇ ਫ਼ਰਜ਼ੀ ਨਾਂ ਹੇਠ ਉਥੇ ਇਕ ਰਾਤ ਠਹਿਰਿਆ ਸੀ। ਹੋਟਲ ਦੇ ਮਾਲਕ ਤੇ ਨੌਕਰ ਦੀਆਂ ਵੀ ਗਵਾਹੀਆਂ ਭੁਗਤਾਈਆਂ ਗਈਆਂ। ਪੁਲਿਸ ਨੇ ਗ਼ਦਰੀਆਂ ਦੇ ਪਿੰਡਾਂ ਦੇ ਨੰਬਰਦਾਰਾਂ, ਜ਼ੈਲਦਾਰਾਂ, ਸਫ਼ੈਦਪੋਸ਼ਾਂ - ਗੱਲ ਕੀ ਅੰਗਰੇਜ਼ ਸਰਕਾਰ ਦੇ ਕੁੱਲ ਝੋਲੀਚੁੱਕਾਂ ਤੇ ਮੁਖ਼ਬਰਾਂ, ਅਤੇ ਲਹਿਰ ਨਾਲ ਗ਼ਦਾਰੀ ਕਰ ਕੇ ਵਾਅਦਾ-ਮੁਆਫ਼ ਗਵਾਹ ਬਣੇ ਕਲੰਕੀਆਂ ਨੂੰ, ਪੂਰੀ ਸਿੱਖਿਆ ਦੇ ਕੇ ਇਨਕਲਾਬੀਆਂ ਦੇ ਵਿਰੁੱਧ ਗਵਾਹਾਂ ਦੀ ਫ਼ੌਜ ਤਿਆਰ ਕੀਤੀ। ਇਨ੍ਹਾਂ ਗਵਾਹਾਂ ਨੂੰ ਜਿਵੇਂ ਸਿਖਾਇਆ ਪੜ੍ਹਾਇਆ ਗਿਆ ਸੀ, ਉਹ ਅਦਾਲਤ ਅੰਦਰ ਤੋਤਿਆਂ ਵਾਂਗੂੰ ਓਵੇਂ ਹੀ ਬੋਲੇ।

ਵਾਅਦਾ-ਮੁਆਫ਼ ਗਵਾਹਾਂ ਬਾਰੇ

ਅਜੋਕੇ ਇਤਿਹਾਸ ਅੰਦਰ ਹਰ ਰਾਜ-ਵਿਰੋਧੀ ਇਨਕਲਾਬੀ ਲਹਿਰ ਨੂੰ ਵਾਅਦਾ-ਮੁਆਫ਼ ਗਵਾਹਾਂ, ਜਿਨ੍ਹਾਂ ਨੂੰ ਸਰਕਾਰੀ ਜਾਂ ਸੁਲਤਾਨੀ ਗਵਾਹ ਵੀ ਕਿਹਾ ਜਾਂਦਾ ਹੈ, ਦੀ ਸਮੱਸਿਆ ਦਾ ਸਾਹਮਣਾ ਕਰਨਾ ਪਿਆ ਹੈ। ਇਹ ਵਰਤਾਰਾ ਏਨਾ ਆਮ ਤੇ ਸਰਬ-ਵਿਆਪੀ ਹੈ, ਕਿ ਇਸ ਨੂੰ ਇਤਿਹਾਸ ਦਾ ਇਕ ਆਮ ਨਿਯਮ ਕਹਿ ਲਿਆ ਜਾਵੇ ਤਾਂ ਇਹ ਕੋਈ ਅਤਕਥਨੀ ਨਹੀਂ ਹੋਵੇਗੀ। ਹਰ ਜਾਬਰ ਰਾਜ ਉਸ ਵਿਰੁੱਧ ਲੜਨ ਵਾਲੇ ਜੁਝਾਰੂਆਂ ਨੂੰ ਕਾਨੂੰਨੀ ਤੌਰ 'ਤੇ ਸਜ਼ਾਵਾਂ ਦੇਣ ਲਈ ਇਸ ਹਥਿਆਰ ਦੀ ਪੁਰਜ਼ੋਰ ਵਰਤੋਂ ਕਰਦਾ ਹੈ। ਅੰਗਰੇਜ਼ੀ ਹਾਕਮ ਵੀ ਗ਼ਦਰੀ ਸੰਗਰਾਮੀਆਂ ਦੇ ਵਿੱਚੋਂ ਵੱਡੀ ਗਿਣਤੀ ਵਿਚ ਵਾਅਦਾ-ਮੁਆਫ਼ ਗਵਾਹ ਬਣਾਉਣ ਵਿਚ ਸਫਲ ਹੋ ਗਏ ਸਨ। ਪਹਿਲੇ ਲਾਹੌਰ ਸਾਜ਼ਿਸ਼ ਕੇਸ ਵਿਚ ਕੁੱਲ 10 ਵਾਅਦਾ-ਮੁਆਫ਼ ਗਵਾਹ ਭੁਗਤਾਏ ਗਏ ਜਿਨ੍ਹਾਂ ਵਿੱਚੋਂ ਛੇ ਬਾਹਰੋਂ ਆਏ ਗ਼ਦਰੀ ਤੇ ਚਾਰ ਗ਼ਦਰ ਪਾਰਟੀ ਦੇ ਸਥਾਨਕ ਸਹਿਯੋਗੀ ਸਨ। ਦੂਜੇ ਲਾਹੌਰ ਸਾਜ਼ਿਸ਼ ਕੇਸ ਵਿਚ ਪਹਿਲੇ ਤੇ ਨਵੇਂ ਰਲਾ ਕੇ ਕੁੱਲ 29 ਵਾਅਦਾ-ਮੁਆਫ਼ ਗਵਾਹ ਭੁਗਤਾਏ ਗਏ। ਏਸੇ ਤਰ੍ਹਾਂ ਤੀਜੇ, ਚੌਥੇ ਤੇ ਪੰਜਵੇਂ ਲਾਹੌਰ ਸਾਜ਼ਿਸ਼ ਕੇਸਾਂ ਤੋਂ ਇਲਾਵਾ ਬਾਕੀ ਦੇ ਫੁਟਕਲ ਮੁਕੱਦਮਿਆਂ ਵਿਚ ਵੀ, ਇਨਕਲਾਬੀਆਂ ਨੂੰ ਸਜ਼ਾਵਾਂ ਦੇਣ ਲਈ ਵਾਅਦਾ-ਮੁਆਫ਼ ਗਵਾਹਾਂ ਦੀ ਭਰਪੂਰ ਵਰਤੋਂ ਕੀਤੀ ਗਈ। ਇਸ ਕਰਕੇ ਇਥੇ, ਚੱਲਦੇ ਚੱਲਦੇ, ਇਸ ਵਰਤਾਰੇ ਦਾ ਸੰਖੇਪ ਜਿਹਾ ਵਿਸ਼ਲੇਸ਼ਣ ਕਰਨਾ ਕੁਥਾਵਾਂ ਨਹੀਂ ਹੋਵੇਗਾ।

ਗ਼ਦਰ ਪਾਰਟੀ ਜੇਕਰ ਕੋਈ ਆਮ ਖ਼ਾਸ ਪਾਰਟੀ ਹੁੰਦੀ ਤਾਂ ਇਸ ਤੱਥ ਉੱਤੇ ਬਹੁਤੀ ਹੈਰਾਨੀ ਨਹੀਂ ਹੋਣੀ ਸੀ। ਪਰ ਗ਼ਦਰ ਪਾਰਟੀ ਬਹੁਤ ਹੀ ਉੱਚੇ ਤੇ ਉੱਤਮ ਆਦਰਸ਼ਾਂ ਨੂੰ ਪ੍ਰਣਾਈ ਹੋਣ ਕਰਕੇ, ਪੁਲਿਸ ਵੱਲੋਂ ਇਸ ਵਿੱਚੋਂ ਏਨੀ ਵੱਡੀ ਗਿਣਤੀ ਵਿਚ ਵਾਅਦਾ-ਮੁਆਫ਼ ਗਵਾਹ ਖੜੇ ਕਰ ਲੈਣੇ ਥੋੜ੍ਹਾ ਅਜੀਬ ਲੱਗ ਸਕਦਾ ਹੈ। ਇਸ ਦੀ ਕੋਈ ਜਚਣਹਾਰ ਵਿਆਖਿਆ ਹੋਣੀ ਚਾਹੀਦੀ ਹੈ।

ਆਮ ਨਿਯਮ ਦੇ ਤੌਰ 'ਤੇ ਹੀ, ਕੋਈ ਵੀ ਪਾਰਟੀ ਜਾਂ ਲਹਿਰ ਪੂਰਨ ਤੌਰ 'ਤੇ ਇਕ-ਰੂਪ ਨਹੀਂ ਹੁੰਦੀ, ਜਾਂ ਇਹ ਕਹਿ ਲਵੋ ਕਿ ਇਕ ਧਾਤ ਦੀ ਨਹੀਂ ਬਣੀ ਹੁੰਦੀ। ਇਸ ਵਿਚ ਸ਼ਾਮਲ ਵਿਅਕਤੀ, ਇਕ ਵਿਚਾਰਧਾਰਾ ਨੂੰ ਪ੍ਰਣਾਏ ਹੋਣ ਦੇ ਬਾਵਜੂਦ, ਅੱਡ-ਅੱਡ ਮਿੱਟੀ ਦੇ ਬਣੇ ਹੁੰਦੇ ਹਨ। ਉਨ੍ਹਾਂ ਅੰਦਰ ਸੁਭਾਅ ਤੇ ਕਿਰਦਾਰ ਦੇ ਫ਼ਰਕਾਂ ਤੋਂ ਇਲਾਵਾ ਆਦਰਸ਼ਾਂ ਨਾਲ ਸਾਂਝ ਤੇ ਵਫ਼ਾਦਾਰੀ ਵਿਚ ਵੀ ਵੱਡੇ ਪਾੜੇ ਹੁੰਦੇ ਹਨ। ਆਦਰਸ਼ਾਂ ਬਾਰੇ ਜਾਣਕਾਰੀ ਹੋਣੀ ਤੇ ਇਨ੍ਹਾਂ ਨਾਲ ਰਸਮੀ ਸਾਂਝ ਤੇ ਵਚਨਬੱਧਤਾ ਪ੍ਰਗਟਾਉਣੀ ਇਕ ਗੱਲ ਹੈ, ਪਰ ਆਦਰਸ਼ਾਂ ਦਾ ਆਤਮੀਕਰਣ (internalize) ਕਰ ਲੈਣਾ ਮੂਲੋਂ ਹੀ ਵੱਖਰੀ ਗੱਲ ਹੁੰਦੀ ਹੈ। ਜਿਹੜਾ ਵਿਅਕਤੀ ਆਦਰਸ਼ਾਂ ਦਾ ਆਤਮੀਕਰਣ ਕਰ ਲੈਂਦਾ ਹੈ, ਉਸ ਦਾ ਆਤਮਿਕ ਕਾਇਆ-ਕਲਪ ਹੋ ਜਾਂਦਾ ਹੈ। ਉਸ ਦਾ ਸਮੁੱਚਾ ਕਿਰਦਾਰ ਤੇ ਵਿਹਾਰ ਬਦਲ ਜਾਂਦਾ ਹੈ। ਉਹ ਉੱਤਮ ਆਤਮਿਕ ਗੁਣ ਗ੍ਰਹਿਣ ਕਰ ਲੈਂਦਾ ਹੈ। ਉਹ ਮਨੋ-ਵਿਕਾਰਾਂ ਦੀ ਗ਼ੁਲਾਮੀ ਤੋਂ ਮੁਕਤੀ ਪਾ ਲੈਂਦਾ ਹੈ। ਉਹ ਹਰ ਕਿਸਮ ਦੇ ਡਰ ਤੇ ਲੋਭ ਲਾਲਚ ਤੋਂ ਸੁਰਖ਼ਰੂ ਹੋ ਜਾਂਦਾ ਹੈ। ਉਸ ਅੰਦਰੋਂ ਦੁਨਿਆਵੀ ਚੀਜ਼ਾਂ ਦਾ ਮੋਹ ਤੇ ਖਿੱਚ ਖ਼ਤਮ ਹੋ ਜਾਂਦੀ ਹੈ। ਉਹ ਨਿਰਭਉ ਹੋ ਜਾਂਦਾ ਹੈ। ਉਸ ਨੂੰ ਮੌਤ ਸਮੇਤ ਕਿਸੇ ਵੀ ਚੀਜ਼ ਦਾ ਭੈਅ ਨਹੀਂ ਰਹਿੰਦਾ। ਉਸ ਦਾ ਦੁੱਖ ਤੇ ਸੁੱਖ ਬਾਰੇ ਨਜ਼ਰੀਆ ਮੂਲੋਂ ਹੀ ਬਦਲ ਜਾਂਦਾ ਹੈ। ਨਾਭਾ ਪੁਲਿਸ ਵੱਲੋਂ ਭਾਈ ਰਣਧੀਰ ਸਿੰਘ ਜੀ ਨੂੰ 7 ਅਪਰੈਲ (1915) ਨੂੰ ਆਪਣੀ ਹਿਰਾਸਤ ਵਿਚ ਲੈ ਕੇ, ਉਨ੍ਹਾਂ ਕੋਲੋਂ 17 ਜੂਨ ਤਕ ਕਰੜੀ ਪੁੱਛ-ਗਿੱਛ ਕੀਤੀ ਗਈ ਸੀ। ਨਾਭਾ ਪੁਲਿਸ ਦੇ ਸੁਪ੍ਰਿੰਟੈਂਡੈਂਟ ਨੇ ਭਾਈ ਸਾਹਿਬ ਨਾਲ ਝੂਠੀ ਹਮਦਰਦੀ ਦਿਖਾਉਂਦਿਆਂ ਕਿਹਾ ਸੀ, ਕਿ ਜੇਕਰ ਉਹ ਸਾਰੀ ਗੱਲ ਸੱਚ ਸੱਚ ਦੱਸ ਦੇਣ, ਤਾਂ ਉਹ ਉਨ੍ਹਾਂ ਨੂੰ 'ਇਸ ਦੁਖਦਾਈ ਦਸ਼ਾ ਵਿੱਚੋਂ ਕੱਢਣ ਦਾ ਹੀਲਾ' ਕਰ ਸਕਦਾ ਹੈ। ਇਸ ਉੱਤੇ ਭਾਈ ਸਾਹਿਬ ਦਾ ਉੱਤਰ ਸੀ:

> "ਇਹ ਗੁਰੂ ਕਰਤਾਰ ਦੇ ਵੱਸ ਹੈ। 'ਦੁਖ ਸੁਖ ਸਮ ਕਰ ਸਹਿਣਾ' ਗੁਰੂ ਦੇ ਭਾਣੇ ਤੇ ਹੁਕਮ ਦੇ ਅੰਦਰ ਹੈ। 'ਜੇ ਸੁਖੁ ਦੇਹਿ ਤ ਤੁਝਹਿ ਅਰਾਧੀ ਦੁਖਿ ਭੀ ਤੁਝੈ ਧਿਆਈ।' ਮੈਂ ਆਪ ਪਾਸ ਇਸ ਦੁਖ ਤਕਲੀਫ਼ ਦੀ ਕੋਈ ਸ਼ਕਾਇਤ ਨਹੀਂ ਕਰ ਰਿਹਾ...ਸਵਾਲ ਤਾਂ ਆਪ ਦੀ ਦੁਰੰਗੀ ਤੇ ਨੁਮਾਇਸ਼ੀ ਚਾਲ ਪਰ ਹੈ...ਗੁਰੂ ਸਾਹਿਬ ਦਾ ਹੁਕਮ ਨਹੀਂ ਕਿ ਸਚਿਆਰ ਸਿੱਖ ਕੂੜਿਆਰ ਸਿਕਦਾਰਾਂ ਪਾਸੋਂ ਅਪਦਾ ਨਵਿਰਤੀ ਦੀ ਹਮਾਇਤ ਮੰਗਣ। ਮੇਰਾ ਸੱਚੇ ਸਿੱਖ ਹੋਣ ਦੀ ਹੈਸੀਅਤ ਵਿਚ ਧਰਮ ਹੈ ਕਿ ਗੁਰੂ ਅੱਗੇ ਗੁਰ ਸੰਗਤ ਰੂਪੀ ਸੱਚੀ ਸਰਕਾਰ ਅੱਗੇ ਸੱਚ ਝੂਠ ਦਾ ਨਿਤਾਰਾ ਕਰਾਵਾਂ। ਝੂਠਿਆਂ ਪਾਸੋਂ ਸੱਚ ਝੂਠ ਦਾ ਨਿਤਾਰਾ ਕਰਾਉਣ ਦੀ ਮੈਨੂੰ ਕੋਈ ਲੋੜ ਨਹੀਂ। ਝੂਠਿਆਂ ਨੂੰ ਸੱਚ ਦੀ ਸਾਰ ਹੀ ਕੀ? ਝੂਠਿਆਂ ਨੂੰ ਸਚਿਆਰਾਂ ਪਾਸੋਂ ਸੱਚ ਪੁੱਛਣ ਦਾ ਹੱਕ ਹੀ ਕੀ?"[8]

ਇਸ ਦੇ ਉਲਟ, ਜਿਹੜੇ ਵਿਅਕਤੀਆਂ ਨੇ ਆਦਰਸ਼ਾਂ ਦਾ ਆਤਮੀਕਰਣ ਨਹੀਂ ਕੀਤਾ ਹੁੰਦਾ, ਲਹਿਰ ਦੇ ਵਾਹ ਵਿਚ ਆ ਕੇ ਉਨ੍ਹਾਂ ਦੇ ਰਾਜਸੀ ਵਿਚਾਰ ਤੇ ਮਿਜ਼ਾਜ ਭਲੇ ਹੀ ਬਦਲ ਜਾਂਦੇ ਹਨ, ਪਰ ਉਨ੍ਹਾਂ ਦਾ ਆਤਮਿਕ ਕਾਇਆ-ਕਲਪ ਨਹੀਂ ਹੁੰਦਾ। ਉਨ੍ਹਾਂ ਦੇ ਬੁਨਿਆਦੀ ਸੁਭਾਅ ਤੇ ਕਿਰਦਾਰ ਨਹੀਂ ਬਦਲਦੇ। ਉਹ ਲੋਭ ਲਾਲਚ ਤੇ ਭੈਅ ਤੋਂ ਮੁਕਤ ਨਹੀਂ ਹੋਏ ਹੁੰਦੇ। ਉਨ੍ਹਾਂ ਦਾ ਦ੍ਰਿਸ਼ਟਮਾਨ ਜਗਤ ਨਾਲੋਂ ਮੋਹ ਨਹੀਂ ਟੁੱਟਿਆ ਹੁੰਦਾ। ਉਨ੍ਹਾਂ ਅੰਦਰੋਂ ਦੁਨਿਆਵੀ ਵਸਤਾਂ ਦੀ ਖਿੱਚ ਖ਼ਤਮ ਨਹੀਂ ਹੋਈ ਹੁੰਦੀ। ਬਹੁਤੀ ਵਾਰੀ ਦੁਨਿਆਵੀ ਮਨਸ਼ਾ ਤ੍ਰਿਸ਼ਨਾ ਹੀ ਉਨ੍ਹਾਂ ਨੂੰ ਲਹਿਰ ਅੰਦਰ ਸਰਗਰਮ ਹੋਣ ਲਈ ਪ੍ਰੇਰਨ ਵਾਲਾ ਮੁੱਖ ਕਾਰਕ ਹੁੰਦਾ ਹੈ। ਜਿੰਨਾ ਚਿਰ ਤਾਂ ਉਨ੍ਹਾਂ ਦੇ ਸਾਹਮਣੇ ਕੁਰਬਾਨੀ ਕਰਨ ਦੀ ਫ਼ੌਰੀ ਨੌਬਤ ਖੜੀ

---

8. ਭਾਈ ਸਾਹਿਬ ਭਾਈ ਰਣਧੀਰ ਸਿੰਘ, *ਜੇਲ੍ਹ ਚਿੱਠੀਆਂ*, ਸਫ਼ੇ 89-90.

ਨਹੀਂ ਹੁੰਦੀ, ਉਨਾ ਚਿਰ ਉਨ੍ਹਾਂ ਦੇ ਮਨ ਦਾ ਇਹ ਚੋਰ ਛੁਪਿਆ ਰਹਿੰਦਾ ਹੈ। ਇਹ ਪ੍ਰਗਟ ਨਹੀਂ ਹੁੰਦਾ। ਜੇਕਰ ਲਹਿਰ ਏਸੇ ਤਰ੍ਹਾਂ ਆਪਣੇ ਉਦੇਸ਼ ਵਿਚ ਸਫਲ ਹੋ ਜਾਵੇ ਤਾਂ ਅਜਿਹੇ ਵਿਅਕਤੀ ਬਹੁਤ ਘਾਤਕ ਸਿੱਧ ਹੋ ਜਾਂਦੇ ਹਨ। ਪਰ ਜੇਕਰ ਲਹਿਰ ਦੇ ਸਫਲ ਹੋਣ ਤੋਂ ਪਹਿਲਾਂ, ਉਹ ਸੰਘਰਸ਼ ਦੇ ਦੌਰਾਨ ਹੀ ਦੁਸ਼ਮਣ ਦੇ ਕਾਬੂ ਆ ਜਾਣ, ਤਾਂ ਉਨ੍ਹਾਂ ਦਾ ਅਸਲੀ ਤੱਤ ਉਘੜ ਕੇ ਸਾਹਮਣੇ ਆ ਜਾਂਦਾ ਹੈ।

ਲਾਲਚ ਮਨੁੱਖ ਅੰਦਰ ਭੈਅ ਪੈਦਾ ਕਰਦਾ ਹੈ, ਦੁਨਿਆਵੀ ਜਾਂ ਮਾਦੀ ਚੀਜ਼ਾਂ - ਦੌਲਤ, ਸ਼ੁਹਰਤ, ਰੁਤਬਾ, ਦੁਨਿਆਵੀ ਸੁਖ-ਸਹੂਲਤਾਂ ਆਦਿ - ਦੇ ਖੁੱਸ ਜਾਣ ਦਾ ਭੈਅ। ਇਸ ਕਰਕੇ ਭੈਅ-ਮੁਕਤ ਹੋਣਾ ਆਤਮਿਕ ਗੁਣ ਹੈ, ਜਿਹੜਾ ਆਤਮਿਕ ਕਾਇਆ-ਕਲਪ ਦੇ ਜ਼ਰੀਏ ਹੀ ਪੈਦਾ ਹੋ ਸਕਦਾ ਹੈ। ਕਈਆਂ ਵਿਅਕਤੀਆਂ ਅੰਦਰ ਆਪਣੇ ਆਪ ਨੂੰ, ਦੁਨੀਆਂ ਸਾਹਮਣੇ 'ਸੂਰਮਾ ਸਾਬਤ ਕਰਨ' ਦੀ ਦੁਨਿਆਵੀ ਮਨਸ਼ਾ ਵੀ ਉਨ੍ਹਾਂ ਨੂੰ 'ਨਿਰਭਉ' ਬਣਾ ਦਿੰਦੀ ਹੈ। ਪਰ ਆਤਮਿਕ ਵਿਅਕਤੀ ਅਜਿਹੀ ਹਰ ਕਿਸਮ ਦੀ ਮਨਸ਼ਾ ਤ੍ਰਿਸ਼ਨਾ ਤੋਂ ਮੁਕਤ ਹੋ ਚੁੱਕਾ ਹੁੰਦਾ ਹੈ। ਉਸ ਲਈ ਸੂਰਮਗਤੀ ਦਿਖਾਵੇ ਦੀ ਚੀਜ਼ ਨਹੀਂ ਹੁੰਦੀ, ਇਹ ਉਸ ਦਾ ਸਹਿਜ ਆਤਮਿਕ ਗੁਣ ਬਣ ਜਾਂਦਾ ਹੈ।

ਮਨੁੱਖ ਲਈ ਮੌਤ ਦਾ ਭੈਅ ਸਭ ਨਾਲੋਂ ਡਰਾਉਣਾ ਹੁੰਦਾ ਹੈ। ਆਮ ਤੌਰ 'ਤੇ ਮਾਦਾਪ੍ਰਸਤ ਵਿਅਕਤੀ ਮੌਤ ਦੇ ਭੈਅ ਮੂਹਰੇ ਕੰਬ ਜਾਂਦਾ ਹੈ। ਉਹ ਡੋਲ ਜਾਂਦਾ ਹੈ। ਅਜਿਹੀ ਮਨੋਅਵਸਥਾ ਵਿਚ ਉਹ ਆਪਣੇ ਜੀਵਨ ਨੂੰ ਬਚਾਉਣ ਦੀ ਖ਼ਾਤਰ, ਦੂਸਰੇ ਦੀ ਜਾਨ ਲੈਣ ਲਈ ਸਹਿਜੇ ਹੀ ਤਿਆਰ ਹੋ ਜਾਂਦਾ ਹੈ। ਉਹ ਆਪਣੇ ਹੀ ਸੰਗਰਾਮੀ ਸਾਥੀਆਂ ਦਾ ਬੁਰਾ ਚਿਤਵਨ ਲੱਗ ਜਾਂਦਾ ਹੈ। ਉਹ ਉਨ੍ਹਾਂ ਵਿਰੁੱਧ ਸੁਲਤਾਨੀ ਗਵਾਹ ਬਣ ਕੇ ਭੁਗਤਣ ਲਈ ਸੌਖ ਨਾਲ ਤਿਆਰ ਹੋ ਜਾਂਦਾ ਹੈ।

ਇਹ ਤੱਥ ਬਹੁਤ ਹੀ ਅਹਿਮ ਤੇ ਉਘੜਵਾਂ ਹੈ, ਕਿ ਗ਼ਦਰ ਪਾਰਟੀ ਨੂੰ ਖੜਾ ਕਰਨ ਵਾਲੇ ਟਕਸਾਲੀ ਗ਼ਦਰੀ, ਜਿਹੜੇ ਪਾਰਟੀ ਦੀ ਜਿੰਦ-ਜਾਨ ਅਥਵਾ ਇਸ ਦੀ ਗਿਰੀ (core) ਸਨ, ਉਨ੍ਹਾਂ ਵਿੱਚੋਂ ਕੋਈ ਵੀ ਨਾ ਕੇਵਲ ਵਾਅਦਾ-ਮੁਆਫ਼ ਨਹੀਂ ਬਣਿਆ ਸੀ, ਬਲਕਿ ਉਨ੍ਹਾਂ ਨੇ ਪੁਲਿਸ ਦੀ ਸਖ਼ਤ ਪੁੱਛ-ਗਿੱਛ ਦੌਰਾਨ ਪਾਰਟੀ ਦਾ ਕੋਈ ਵੀ ਅਹਿਮ ਭੇਦ ਪ੍ਰਗਟ ਨਹੀਂ ਕੀਤਾ ਸੀ। ਉਨ੍ਹਾਂ ਨੇ ਆਪਣੇ ਕਿਸੇ ਵੀ ਸਾਥੀ ਦਾ ਨਹੁੰ ਜਿੰਨਾ ਵੀ ਨੁਕਸਾਨ ਨਹੀਂ ਹੋਣ ਦਿੱਤਾ ਸੀ। ਭਾਈ ਕਰਤਾਰ ਸਿੰਘ ਸਰਾਭਾ 2 ਮਾਰਚ ਨੂੰ ਫੜਿਆ ਗਿਆ ਸੀ। ਉਸ ਵੇਲੇ ਤਕ ਪੁਲਿਸ ਨੂੰ ਲੋਹਟਬੱਦੀ ਵਾਲੇ ਅੱਛਰਾ ਸਿੰਘ ਕੋਲੋਂ ਭਾਈ ਰਣਧੀਰ ਸਿੰਘ ਦੇ ਗ਼ਦਰ ਪਾਰਟੀ ਦਾ ਸਹਿਯੋਗੀ ਹੋਣ ਬਾਰੇ ਅਧੂਰੀ ਜਿਹੀ ਜਾਣਕਾਰੀ ਮਿਲ ਗਈ ਸੀ। ਅੱਛਰਾ ਸਿੰਘ ਨੂੰ ਭਾਈ ਸਾਹਿਬ ਦੇ ਫ਼ਿਰੋਜ਼ਪੁਰ ਦੀ ਮੁਹਿੰਮ ਵਿਚ ਸ਼ਾਮਲ ਹੋਣ ਦਾ ਪਤਾ ਨਹੀਂ ਸੀ, ਜਿਸ ਕਰਕੇ ਉਹ ਪੁਲਿਸ ਨੂੰ ਭਾਈ ਸਾਹਿਬ ਬਾਰੇ ਕੋਈ ਠੋਸ ਗੱਲ ਨਹੀਂ ਦੱਸ ਸਕਿਆ ਸੀ। ਅੱਛਰਾ ਸਿੰਘ ਕਰਤਾਰ ਸਿੰਘ ਸਰਾਭੇ ਤੋਂ ਦੋ ਹਫ਼ਤੇ ਪਹਿਲਾਂ, 14 ਫ਼ਰਵਰੀ ਨੂੰ ਫੜਿਆ ਗਿਆ ਸੀ। ਪਰ ਭਾਈ ਰਣਧੀਰ ਸਿੰਘ ਦੇ ਸਮਾਜੀ ਰੁਤਬੇ ਨੂੰ ਵੇਖਦੇ ਹੋਏ ਪੁਲਿਸ ਉਨ੍ਹਾਂ ਨੂੰ ਪੱਕੇ ਪੈਰੀਂ ਹੀ ਹੱਥ ਪਾਉਣਾ ਚਾਹੁੰਦੀ ਸੀ। ਇਸ ਕਰਕੇ ਇਹ ਕਿਆਸ ਲਾਉਣਾ ਗ਼ਲਤ ਨਹੀਂ ਹੋਵੇਗਾ ਕਿ ਪੁਲਿਸ ਨੇ ਭਾਈ ਕਰਤਾਰ ਸਿੰਘ ਸਰਾਭਾ ਕੋਲੋਂ ਜ਼ਰੂਰ ਹੀ ਭਾਈ ਰਣਧੀਰ ਸਿੰਘ ਬਾਰੇ ਸਖ਼ਤ ਪੁੱਛ-ਗਿੱਛ ਕੀਤੀ ਹੋਵੇਗੀ। ਪਰ ਉਸ ਮਾਂ ਦੇ ਲਾਲ ਨੇ ਪੁਲਿਸ ਨੂੰ ਭਾਈ ਸਾਹਿਬ ਬਾਰੇ ਇਕ ਵੀ ਗੱਲ ਨਹੀਂ ਸੀ ਦੱਸੀ। 17 ਜੂਨ ਤਕ ਪੁਲਿਸ ਨੂੰ ਭਾਈ ਰਣਧੀਰ ਸਿੰਘ ਬਾਰੇ ਪੱਕੀ ਜਾਣਕਾਰੀ ਹਾਸਲ ਨਹੀਂ ਹੋਈ ਸੀ। ਪੁਲਿਸ ਨੇ ਸੁੱਚਾ ਸਿੰਘ ਨੂੰ ਲੁਧਿਆਣੇ ਤੋਂ 23 ਫ਼ਰਵਰੀ ਨੂੰ ਗ੍ਰਿਫ਼ਤਾਰ

ਕਰ ਲਿਆ ਸੀ। ਪਰ ਜਾਪਦਾ ਹੈ ਕਿ ਭਾਈ ਕਰਤਾਰ ਸਿੰਘ ਨੇ ਭਾਈ ਰਣਧੀਰ ਸਿੰਘ ਦੇ ਜਥੇ ਸਮੇਤ ਫ਼ਿਰੋਜ਼ਪੁਰ ਜਾਣ ਦਾ ਭੇਦ ਉਸ ਕੋਲ ਵੀ ਪ੍ਰਗਟ ਨਹੀਂ ਕੀਤਾ ਸੀ। (ਇਸ ਤੋਂ ਕਰਤਾਰ ਸਿੰਘ ਸਰਾਭਾ ਵੱਲੋਂ ਪਾਰਟੀ ਦੇ ਗੂੜ੍ਹੇ ਭੇਦ ਬਿਨਾਂ ਲੋੜ ਪ੍ਰਗਟ ਨਾ ਕਰਨ ਦੇ ਇਕ ਹੋਰ ਉੱਤਮ ਇਨਕਲਾਬੀ ਗੁਣ ਦਾ ਪਤਾ ਚੱਲਦਾ ਹੈ)। ਜਿਸ ਕਰਕੇ, ਅੱਛਰਾ ਸਿੰਘ ਦੇ ਵਾਅਦਾ-ਮੁਆਫ਼ ਬਣ ਜਾਣ ਦੇ ਬਾਵਜੂਦ ਪੁਲਿਸ ਨੂੰ ਭਾਈ ਰਣਧੀਰ ਸਿੰਘ ਦੇ ਖ਼ਿਲਾਫ਼ ਕੋਈ ਠੋਸ ਸਬੂਤ ਹੱਥ ਨਹੀਂ ਲੱਗਾ ਸੀ। ਉਨ੍ਹਾਂ ਦੇ ਫ਼ਿਰੋਜ਼ਪੁਰ ਜਾਣ ਬਾਰੇ ਭਾਈ ਕਰਤਾਰ ਸਿੰਘ ਸਰਾਭਾ ਤੋਂ ਬਿਨਾਂ ਅਨੋਖ ਸਿੰਘ ਨੂੰ ਹੀ ਪਤਾ ਸੀ। ਕਿਉਂਕਿ ਉਹ 17 ਫ਼ਰਵਰੀ ਨੂੰ ਸਰਾਭੇ ਨਾਲ ਸਾਈਕਲ 'ਤੇ ਢੰਡਾਰੀ ਗਿਆ ਸੀ ਜਿਥੇ ਸਰਾਭੇ ਨੇ ਭਾਈ ਸਾਹਿਬ ਨਾਲ 19 ਫ਼ਰਵਰੀ ਦੇ ਐਕਸ਼ਨ ਬਾਰੇ ਵਿਚਾਰਾਂ ਕੀਤੀਆਂ ਸਨ। ਅਨੋਖ ਸਿੰਘ 19 ਫ਼ਰਵਰੀ ਨੂੰ ਵੀ ਕਰਤਾਰ ਸਿੰਘ ਨਾਲ ਫ਼ਿਰੋਜ਼ਪੁਰ ਵਿਚ ਹਾਜ਼ਰ ਸੀ। ਇਸ ਕਰਕੇ ਉਸ ਕੋਲ ਭਾਈ ਰਣਧੀਰ ਸਿੰਘ ਦੇ ਜਥੇ ਬਾਬਤ ਸਾਰੀ ਜਾਣਕਾਰੀ ਸੀ, ਪਰ ਉਹ 19 ਫ਼ਰਵਰੀ ਤੋਂ ਬਾਅਦ ਮੌਕਾ ਸੰਭਾਲ ਕੇ ਬਰਮਾ ਆਪਣੇ ਕਿਸੇ ਰਿਸ਼ਤੇਦਾਰ ਕੋਲ ਚਲਿਆ ਗਿਆ ਸੀ। ਜਿਸ ਕਰਕੇ ਉਸ ਨੂੰ ਪੁਲਿਸ ਬਹੁਤ ਪੱਛੜ ਕੇ, 15 ਸਤੰਬਰ 1915 ਨੂੰ ਗ੍ਰਿਫ਼ਤਾਰ ਕਰ ਸਕੀ ਸੀ। ਗ੍ਰਿਫ਼ਤਾਰੀ ਤੋਂ ਬਾਅਦ ਉਹ ਵੀ ਵਾਅਦਾ-ਮੁਆਫ਼ ਗਵਾਹ ਬਣ ਗਿਆ ਸੀ। ਪਰ ਉਸ ਤੋਂ ਪਹਿਲਾਂ ਹੀ, 17 ਜੂਨ ਨੂੰ ਭਾਈ ਰਣਧੀਰ ਸਿੰਘ ਜੀ ਦੇ ਜਥੇ ਦੇ ਇਕ ਸਿੰਘ, ਭਗਤ ਸਿੰਘ ਪਿੰਡ ਬੱਲੋਵਾਲ, ਨੇ ਗ੍ਰਿਫ਼ਤਾਰ ਹੁੰਦਿਆਂ ਹੀ ਭਾਈ ਸਾਹਿਬ ਦੇ ਫ਼ਿਰੋਜ਼ਪੁਰ ਛਾਉਣੀ ਉੱਤੇ ਹਮਲਾ ਕਰਨ ਦੀ ਸਾਜ਼ਿਸ਼ ਵਿਚ ਭਾਈਵਾਲ ਹੋਣ ਦਾ ਭੇਦ ਪੁਲਿਸ ਕੋਲ ਜ਼ਾਹਰ ਕਰ ਦਿੱਤਾ ਸੀ। ਉਸੇ ਦਿਨ ਨਾਭਾ ਪੁਲਿਸ ਨੇ ਭਾਈ ਸਾਹਿਬ ਨੂੰ ਲੋਹਟਬੱਦੀ ਦੇ ਠਾਣੇ ਵਿੱਚੋਂ ਕੱਢ ਕੇ ਲੁਧਿਆਣੇ ਲਿਆ ਕੇ ਕੋਤਵਾਲੀ ਵਿਚ ਅੰਗਰੇਜ਼ੀ ਪੁਲਿਸ ਦੇ ਹਵਾਲੇ ਕਰ ਦਿੱਤਾ। ਇਸ ਦੇ ਨਾਲ ਹੀ ਭਾਈ ਸਾਹਿਬ ਦੀ ਅੰਗਰੇਜ਼ੀ ਪੁਲਿਸ ਵੱਲੋਂ ਕਰੜੀ ਪੁੱਛ-ਗਿੱਛ, ਹਿਰਾਸਤ ਤੇ ਅਖ਼ੀਰ ਵਿਚ ਜਾ ਕੇ ਲੰਮੇ ਤੇ ਅਤਿਅੰਤ ਕਸ਼ਟ-ਭਰਪੂਰ ਜੇਲ੍ਹ ਜੀਵਨ ਦਾ ਸਿਲਸਿਲਾ ਆਰੰਭ ਹੋ ਗਿਆ ਸੀ।

ਗ਼ਦਰੀ ਸੰਗਰਾਮੀਆਂ ਵਿਰੁੱਧ ਸੁਲਤਾਨੀ ਗਵਾਹ ਬਣ ਕੇ ਭੁਗਤਣ ਵਾਲੇ ਵਿਅਕਤੀਆਂ ਦੀ ਜੇਕਰ ਘੋਖਵੀਂ ਛਾਣਬੀਣ ਕੀਤੀ ਜਾਵੇ, ਤਾਂ ਇਹ ਉਘੜਵਾਂ ਤੱਥ ਪ੍ਰਗਟ ਹੁੰਦਾ ਹੈ, ਕਿ ਉਹ ਵਿਅਕਤੀ ਹੀ ਵਾਅਦਾ-ਮੁਆਫ਼ ਬਣੇ, ਜਿਹੜੇ ਗ਼ਦਰ ਪਾਰਟੀ ਦੇ ਰਾਜਸੀ ਪ੍ਰਚਾਰ ਤੋਂ ਉਤੇਜਿਤ ਹੋ ਕੇ ਗ਼ਦਰੀਆਂ ਦੇ ਸੰਗੀ ਜਾਂ ਹਮਾਇਤੀ ਤਾਂ ਬਣ ਗਏ ਸਨ, ਪਰ ਉਨ੍ਹਾਂ ਨੇ ਗ਼ਦਰ ਪਾਰਟੀ ਦੇ ਆਦਰਸ਼ਾਂ ਦਾ ਆਤਮੀਕਰਣ ਨਹੀਂ ਕੀਤਾ ਸੀ। ਉਨ੍ਹਾਂ ਅੰਦਰ ਰਾਜਸੀ ਤਬਦੀਲੀ ਤਾਂ ਆ ਗਈ ਸੀ, ਪਰ ਟਕਸਾਲੀ ਗ਼ਦਰੀਆਂ ਵਾਂਗੂੰ ਉਨ੍ਹਾਂ ਦਾ ਆਤਮਿਕ ਕਾਇਆ-ਕਲਪ ਨਹੀਂ ਹੋਇਆ ਸੀ। ਉਹ ਲੋਭ ਲਾਲਚ ਤੇ ਭੈਅ ਤੋਂ ਮੁਕਤ ਨਹੀਂ ਹੋਏ ਸਨ। ਨਵਾਬ ਖ਼ਾਂ ਮੂਲੋਂ ਹੀ ਹੌਲੇ ਕਿਰਦਾਰ ਵਾਲਾ ਵਿਅਕਤੀ ਸੀ। ਉਹ ਲਾਲਚੀ, ਝੂਠਾ, ਸ਼ੇਖੀ-ਖ਼ੋਰਾ ਤੇ ਗੱਪੀ ਸੀ। ਜੱਜਾਂ ਨੇ ਵੀ ਉਸ ਦੀਆਂ ਬਹੁਤ ਸਾਰੀਆਂ ਗੱਲਾਂ 'ਤੇ ਇਤਬਾਰ ਨਹੀਂ ਕੀਤਾ ਸੀ। ਪਰ ਜੱਜਾਂ ਨੇ ਉਸ ਦੇ ਉਹ ਝੂਠ ਖ਼ੁਸ਼ੀ ਖ਼ੁਸ਼ੀ ਪ੍ਰਵਾਨ ਕਰ ਲਏ ਸਨ ਜਿਹੜੇ ਗ਼ਦਰੀ ਇਨਕਲਾਬੀਆਂ ਨੂੰ ਫਸਾਉਣ ਵਿਚ ਕੰਮ ਆ ਸਕਦੇ ਸਨ। ਇਸੇ ਤਰ੍ਹਾਂ ਜਵਾਲਾ ਸਿੰਘ (ਗੁਰੂਸਰ) ਬਾਰੇ ਵੀ ਜੱਜਾਂ ਨੇ ਖ਼ੁਦ ਮੰਨਿਆ ਹੈ ਕਿ ਉਹ ਸ਼ਰਾਬੀ ਤੇ ਬਦਕਾਰ ਕਿਸਮ ਦਾ ਬੰਦਾ ਸੀ। ਮੂਲਾ ਸਿੰਘ (ਮੀਰਾਂਕੋਟੀਆ) ਵੀ ਬੇਅਸੂਲਾ ਤੇ ਜੁਗਾੜੀ ਕਿਸਮ ਦਾ ਬੰਦਾ ਸੀ। ਚੱਬੇ ਵਾਲਾ ਡਾਕਾ ਮਰਵਾਉਣ ਵਿਚ ਉਸ ਦਾ ਵੱਡਾ ਹੱਥ ਸੀ। ਉਸ ਨੇ ਪਾਰਟੀ ਦਾ ਕੇਂਦਰ ਸਥਾਪਤ ਕਰਨ ਤੇ ਚਲਾਉਣ ਵਿਚ ਸ਼ਲਾਘਾਯੋਗ ਰੋਲ ਜ਼ਰੂਰ

ਨਿਭਾਇਆ ਸੀ, ਪਰ ਗ੍ਰਿਫ਼ਤਾਰ ਹੋ ਜਾਣ ਦੀ ਸੂਰਤ ਵਿਚ ਉਸ ਨੇ ਅੰਤਿਮ ਤੌਰ 'ਤੇ ਬੁਜ਼ਦਿਲੀ ਤੇ ਕਮਜ਼ੋਰੀ ਦਿਖਾਈ। ਅਮਰ ਸਿੰਘ (ਨਵਾਂ ਸ਼ਹਿਰ) ਨੇ ਅਮਰੀਕਾ ਅੰਦਰ ਪਾਰਟੀ ਦਾ, ਮੁੱਢਲੇ ਸਮੇਂ ਤੋਂ ਅਖ਼ੀਰ ਤਕ ਪੂਰਨ ਤਨਦੇਹੀ ਨਾਲ ਕੰਮ ਕੀਤਾ ਸੀ। ਪਰ ਜਿਵੇਂ ਕਿ 30 ਨਵੰਬਰ ਨੂੰ ਜਲੰਧਰ ਵਿਖੇ ਸਚਿੰਦਰ ਨਾਥ ਸਾਨਿਆਲ ਨਾਲ ਹੋਈ ਗੱਲਬਾਤ ਦੌਰਾਨ ਉਸ ਅੰਦਰ ਆਤਮ-ਵਿਸ਼ਵਾਸ ਦੀ ਰੜਕਵੀਂ ਘਾਟ ਨਜ਼ਰ ਪੈ ਗਈ ਸੀ, ਗ੍ਰਿਫ਼ਤਾਰ ਹੋਣ ਤੋਂ ਬਾਅਦ ਉਸ ਦਾ ਮਨੋਬਲ ਬਿਲਕੁਲ ਹੀ ਜਾਂਦਾ ਰਿਹਾ ਸੀ। ਉਸ ਦੇ ਕਿਰਦਾਰ ਦੀ ਇਸ ਕਮਜ਼ੋਰੀ ਨੇ ਹੀ ਉਸ ਨੂੰ ਗ਼ਦਾਰੀ ਦੇ ਰਾਹੇ ਪਾ ਦਿੱਤਾ ਸੀ।

ਇਸੇ ਤਰ੍ਹਾਂ, ਲੁਧਿਆਣੇ ਵਾਲੇ ਵਿਦਿਆਰਥੀਆਂ ਵਿੱਚੋਂ ਵੀ ਤਿੰਨ ਵਾਅਦਾ-ਮੁਆਫ਼ ਗਵਾਹ ਬਣ ਗਏ ਸਨ ਅਤੇ ਬਾਕੀ ਹੋਰ ਵੀ ਛੇ ਸੱਤ ਜਣੇ ਸਰਕਾਰੀ ਗਵਾਹ ਬਣ ਕੇ ਭੁਗਤਣ ਲਈ ਸੌਖ ਨਾਲ ਤਿਆਰ ਹੋ ਗਏ ਸਨ। ਇਸ ਦਾ ਕਾਰਨ ਬਹੁਤ ਸਪੱਸ਼ਟ ਹੈ। ਉਨ੍ਹਾਂ ਦਾ ਲਹਿਰ ਨਾਲ ਸਾਥ ਬਹੁਤ ਹੀ ਥੋੜ੍ਹ-ਚਿਰਾ ਸੀ। ਉਹ ਨਿਰੋਲ ਰਾਜਸੀ ਉਤੇਜਨਾ ਵਿੱਚੋਂ ਹੀ ਗ਼ਦਰ ਪਾਰਟੀ ਦੇ ਭਾਈਵਾਲ ਬਣਨ ਲਈ ਤਿਆਰ ਹੋ ਗਏ ਸਨ। ਏਸ ਉਮਰ ਵਿਚ 'ਖ਼ਤਰਨਾਕ' ਕੰਮਾਂ ਵਿਚ ਹਿੱਸਾ ਲੈਣ ਦਾ ਆਪਣਾ ਹੀ ਇਕ ਗਲੈਮਰ ਹੁੰਦਾ ਹੈ। ਪਰ ਜਦੋਂ ਹੀ ਅਸਲੀਅਤ ਵਿਚ ਮੌਤ ਦਾ ਸਾਹਮਣਾ ਕਰਨਾ ਪੈ ਜਾਂਦਾ ਹੈ, ਤਾਂ ਇਹ ਗਲੈਮਰ ਪਲਾਂ ਵਿਚ ਹੀ ਅਲੋਪ ਹੋ ਜਾਂਦਾ ਹੈ। ਇਸ ਕਰਕੇ ਇਨ੍ਹਾਂ ਵਿਦਿਆਰਥੀਆਂ ਦਾ ਵਾਅਦਾ-ਮੁਆਫ਼ ਗਵਾਹ ਬਣ ਜਾਣਾ ਬਹੁਤੀ ਹੈਰਾਨੀ ਵਾਲੀ ਗੱਲ ਨਹੀਂ ਹੈ।

ਬਾਬਾ ਸੋਹਣ ਸਿੰਘ ਭਕਨਾ ਤੇ ਕੁਝ ਹੋਰਨਾਂ ਪ੍ਰਮੁੱਖ ਗ਼ਦਰੀ ਇਨਕਲਾਬੀਆਂ ਨੇ ਨਵਾਬ ਖ਼ਾਂ, ਤੇ ਕੁਝ ਹੱਦ ਤਕ ਮੂਲਾ ਸਿੰਘ ਉੱਤੇ ਵੀ, ਪੁਲਿਸ ਦੇ ਸੂਹੀਏ ਹੋਣ ਦਾ ਸ਼ੱਕ ਪ੍ਰਗਟਾਇਆ ਹੈ। ਉਨ੍ਹਾਂ ਦੀ ਗ਼ਦਾਰੀ ਦੀ ਵਿਆਖਿਆ ਇਸ ਨਜ਼ਰੀਏ ਤੋਂ ਹੀ ਕੀਤੀ ਗਈ ਹੈ। ਪਰ ਇਹ ਗੱਲ ਬਹੁਤੀ ਮੰਨਣਯੋਗ ਨਹੀਂ ਲੱਗਦੀ, ਕਿਉਂਕਿ ਜੇਕਰ ਨਵਾਬ ਖ਼ਾਂ ਸਰਕਾਰ ਵੱਲੋਂ ਗਿਣ ਮਿਥ ਕੇ ਗ਼ਦਰ ਪਾਰਟੀ ਵਿਚ ਵਾੜਿਆ ਗਿਆ ਸੂਹੀਆ ਹੁੰਦਾ, ਤਾਂ ਉਹ ਬਹੁਤ ਚਿਰ ਪਹਿਲਾਂ ਹੀ ਪਾਰਟੀ ਦਾ ਸਫ਼ਾਇਆ ਕਰਵਾ ਸਕਦਾ ਸੀ। ਉਹ ਜਹਾਜ਼ਾਂ 'ਤੋਂ ਉਤਰਦੇ ਸਾਰੇ ਗ਼ਦਰੀਆਂ ਨੂੰ ਫੜਾ ਸਕਦਾ ਸੀ, ਕਿਉਂਕਿ ਪਾਰਟੀ ਦਾ ਮੁੱਢਲਾ ਮੈਂਬਰ ਹੋਣ ਕਰਕੇ ਉਸ ਕੋਲੋਂ ਕੋਈ ਵੀ ਗੱਲ ਗੁੱਝੀ ਨਹੀਂ ਸੀ। ਉਹ ਚਾਹੁੰਦਾ ਤਾਂ ਨਵੰਬਰ ਵਿਚ, ਜਦੋਂ ਲਾਢੂਵਾਲ, ਬੱਦੋਵਾਲ ਤੇ ਮੋਗੇ ਵਿਖੇ ਪਾਰਟੀ ਦੇ ਪ੍ਰਮੁੱਖ ਆਗੂ ਮੀਟਿੰਗਾਂ ਲਈ ਇਕੱਠੇ ਹੁੰਦੇ ਰਹੇ ਸਨ, ਬਹੁਤ ਸਾਰੇ ਗ਼ਦਰੀਆਂ ਨੂੰ ਸੌਖ ਨਾਲ ਗ੍ਰਿਫ਼ਤਾਰ ਕਰਵਾ ਸਕਦਾ ਸੀ। ਸਭ ਤੋਂ ਅਹਿਮ ਗੱਲ ਇਹ, ਕਿ ਜੇਕਰ ਉਹ ਸੂਹੀਆ ਹੁੰਦਾ ਤਾਂ ਪੁਲਿਸ ਨੇ ਉਸ ਨੂੰ ਦਸੰਬਰ ਵਿਚ ਹੀ ਗ੍ਰਿਫ਼ਤਾਰ ਕਿਉਂ ਕਰ ਲਿਆ ਸੀ ? ਜੇਕਰ ਪੁਲਿਸ ਨੇ ਉਸ ਰਾਹੀਂ ਗ਼ਦਰ ਪਾਰਟੀ ਦੇ ਭੇਦ ਲੈਣੇ ਸਨ, ਫਿਰ ਤਾਂ ਉਸ ਨੂੰ ਅਖ਼ੀਰ ਤਕ ਗ੍ਰਿਫ਼ਤਾਰ ਨਹੀਂ ਕਰਨਾ ਚਾਹੀਦਾ ਸੀ। ਇਹੀ ਸੁਆਲ ਮੂਲਾ ਸਿੰਘ ਬਾਰੇ ਖੜਾ ਹੁੰਦਾ ਹੈ। ਜੇਕਰ ਉਹ ਪੁਲਿਸ ਦਾ ਮੁਖ਼ਬਰ ਹੁੰਦਾ ਤਾਂ ਪੁਲਿਸ ਨੇ ਉਸ ਨੂੰ 13 ਫ਼ਰਵਰੀ ਨੂੰ ਕਿਸੇ ਵੀ ਸੂਰਤ ਵਿਚ ਗ੍ਰਿਫ਼ਤਾਰ ਨਹੀਂ ਕਰਨਾ ਸੀ। ਉਸ ਵੇਲੇ ਪੁਲਿਸ ਇਕ ਪਾਸੇ ਤਾਂ ਆਪਣੇ ਮੁਖ਼ਬਰ ਕਿਰਪਾਲ ਸਿੰਘ ਨੂੰ ਪਾਰਟੀ ਅੰਦਰ ਵਾੜਨ ਲਈ ਪੂਰੇ ਯਤਨ ਜੁਟਾ ਰਹੀ ਸੀ, ਅਜਿਹੇ ਵੇਲੇ ਉਹ ਆਪਣੇ 'ਮੁਖ਼ਬਰ' ਮੂਲਾ ਸਿੰਘ ਨੂੰ ਗ੍ਰਿਫ਼ਤਾਰ ਕਰ ਕੇ ਕੀ ਮਕਸਦ ਹਾਸਲ ਕਰਨਾ ਚਾਹੁੰਦੀ ਸੀ ? ਇਨ੍ਹਾਂ ਸੁਆਲਾਂ ਦਾ ਕੋਈ ਵੀ ਤਸੱਲੀਬਖ਼ਸ਼ ਜਵਾਬ ਨਹੀਂ ਮਿਲਦਾ। ਇਸ ਦੀ ਮਨ ਨੂੰ ਜੱਚਣ ਵਾਲੀ ਵਿਆਖਿਆ ਇਹ ਲੱਗਦੀ ਹੈ, ਕਿ ਮਨੁੱਖੀ ਮਨ ਬੜੀ ਹੀ ਗੁੰਝਲਦਾਰ ਸ਼ੈਅ ਹੈ। ਇਸ ਦੀਆਂ ਸਾਰੀਆਂ ਤੈਹਾਂ ਨੂੰ ਫਰੋਲ ਸਕਣਾ

ਤੇ ਇਸ ਦੀਆਂ ਸਾਰੀਆਂ ਗੁੰਝਲਾਂ ਨੂੰ ਖੋਹਲ ਸਕਣਾ ਬਹੁਤ ਮੁਸ਼ਕਲ ਹੁੰਦਾ ਹੈ। ਬਾਬਾ ਸੋਹਣ ਸਿੰਘ ਭਕਨਾ ਨੇ ਨਵਾਬ ਖ਼ਾਂ ਦੇ ਸੂਹੀਆ ਹੋਣ ਦੇ ਪੱਖ ਵਿਚ ਸਭ ਤੋਂ ਵਜ਼ਨਦਾਰ ਦਲੀਲ ਇਹ ਦਿੱਤੀ ਹੈ ਕਿ ਉਸ ਨੇ, ਅਮਰੀਕਾ ਕੈਨੇਡਾ ਅੰਦਰ ਭਾਰਤ ਸਰਕਾਰ ਦੇ ਬਦਨਾਮ ਜਾਸੂਸ ਹੌਪਕਿਨਸਨ ਨਾਲ ਆਪਣੇ ਗੂੜ੍ਹੇ ਸੰਬੰਧ ਹੋਣ ਦੀ ਗੱਲ ਆਪਣੇ ਮੂੰਹੋਂ ਮੰਨੀ ਹੈ। ਪਰੰਤੂ ਨਵਾਬ ਖ਼ਾਂ ਦੇ ਸ਼ੇਖ਼ੀ-ਖ਼ੋਰੇ ਸੁਭਾਅ ਨੂੰ ਵੇਖਦੇ ਹੋਏ ਉਸ ਦੀ ਇਹ ਗੱਲ ਮਨਘੜਤ ਲੱਗਦੀ ਹੈ। ਅਜਿਹੇ ਬੰਦੇ ਆਪਣੀ ਮਹੱਤਤਾ ਦਰਸਾਉਣ ਦੇ ਮੰਤਵ ਨਾਲ ਅਕਸਰ ਅਜਿਹੀਆਂ ਬੇਬੁਨਿਆਦ ਫੜ੍ਹਾਂ ਮਾਰਨ ਦੇ ਆਦੀ ਹੁੰਦੇ ਹਨ। ਇਸ ਕਰਕੇ ਨਵਾਬ ਖ਼ਾਂ ਦੇ ਕਿਸੇ ਵੀ ਬਿਆਨ ਨੂੰ ਇੰਨ-ਬਿੰਨ ਸੱਚ ਮੰਨ ਲੈਣਾ ਗੁਮਰਾਹ ਹੋਣਾ ਹੈ।

ਇਵੇਂ ਹੀ ਮੂਲਾ ਸਿੰਘ ਦੀ ਗੱਲ ਕਰੀਏ ਤਾਂ ਉਹ 12 ਫ਼ਰਵਰੀ ਨੂੰ ਲਾਹੌਰ ਵਿਖੇ ਹੋਈ ਉਸ ਮੀਟਿੰਗ ਵਿਚ ਹਾਜ਼ਰ ਸੀ ਜਿਸ ਵਿਚ ਬਗ਼ਾਵਤ ਲਈ 21 ਫ਼ਰਵਰੀ ਦਾ ਦਿਨ ਮਿਥਿਆ ਗਿਆ ਸੀ। ਅਗਲੇ ਦਿਨ ਉਹ ਜਿਉਂ ਹੀ ਲਾਹੌਰ ਤੋਂ ਮੁੜ ਕੇ ਅੰਮ੍ਰਿਤਸਰ ਪਹੁੰਚਿਆ, ਤਾਂ ਪੁਲਿਸ ਨੇ ਉਸ ਨੂੰ ਗੱਡੀ ਤੋਂ ਉਤਰਦੇ ਹੀ ਗ੍ਰਿਫ਼ਤਾਰ ਕਰ ਲਿਆ ਸੀ। ਇਹ ਗੱਲ ਯਕੀਨ ਨਾਲ ਕਹੀ ਜਾ ਸਕਦੀ ਹੈ ਕਿ ਉਸ ਨੇ ਉਸ ਵੇਲੇ ਪੁਲਿਸ ਨੂੰ ਨਾ ਤਾਂ ਬਗ਼ਾਵਤ ਦਾ ਦਿਨ ਮਿਥਣ ਵਾਲੀ ਗੱਲ ਦੱਸੀ ਸੀ ਅਤੇ ਨਾ ਅੰਮ੍ਰਿਤਸਰ ਤੇ ਲਾਹੌਰ ਦੇ ਕਿਸੇ ਵੀ ਅੱਡੇ ਦਾ ਭੇਦ ਜ਼ਾਹਰ ਕੀਤਾ ਸੀ, ਹਾਲਾਂ ਕਿ ਦੋਵਾਂ ਹੀ ਥਾਵਾਂ 'ਤੇ ਜ਼ਿਆਦਾਤਰ ਮਕਾਨ ਉਸ ਦੇ ਰਾਹੀਂ ਲਏ ਗਏ ਸਨ। ਜੇਕਰ ਉਸ ਨੇ ਉਸੇ ਵੇਲੇ ਪੁਲਿਸ ਕੋਲ ਇਹ ਸਾਰੇ ਭੇਦ ਜ਼ਾਹਰ ਕਰ ਦਿੱਤੇ ਹੁੰਦੇ, ਤਾਂ ਗ਼ਦਰ ਪਾਰਟੀ ਦਾ ਉਸੇ ਵੇਲੇ ਹੀ ਪੂਰਨ ਸਫ਼ਾਇਆ ਹੋ ਗਿਆ ਹੁੰਦਾ। ਜਾਪਦਾ ਇਹ ਹੈ ਕਿ ਉਸ ਨੇ ਇਕ ਹਫ਼ਤਾ ਭਰ ਪੁਲਿਸ ਦਾ ਪੂਰਾ ਦਬਾਅ ਝੱਲਿਆ ਅਤੇ 20 ਫ਼ਰਵਰੀ ਨੂੰ ਜਦ ਕਿਰਪਾਲ ਸਿੰਘ ਦੀ ਗ਼ਦਾਰੀ ਕਰਕੇ ਸਾਰਾ ਕੁਝ ਤਹਿਸ-ਨਹਿਸ ਹੋ ਗਿਆ ਸੀ, ਤਾਂ ਉਸ ਦਾ ਵੀ ਮਨੋਬਲ ਢਹਿ-ਢੇਰੀ ਹੋ ਗਿਆ ਹੋਵੇਗਾ, ਜਿਸ ਵਿੱਚੋਂ ਉਹ ਵਾਇਦਾ-ਮੁਆਫ਼ ਗਵਾਹ ਬਣਨ ਲਈ ਤਿਆਰ ਹੋ ਗਿਆ।

ਕਈ ਵਾਇਦਾ-ਮੁਆਫ਼ ਗਵਾਹਾਂ ਨੇ ਪੁਲਿਸ ਦੇ ਕਹੇ ਅਨੁਸਾਰ ਗਵਾਹੀਆਂ ਦੇਣ ਦੇ ਬਾਵਜੂਦ ਕੁਝ ਮਾਮਲਿਆਂ ਵਿਚ ਕਿਸੇ ਇਕ ਜਾਂ ਦੂਜੇ ਗ਼ਦਰੀ ਦਾ ਬਚਾਅ ਕਰਨ ਦੇ ਪੂਰੇ ਯਤਨ ਕੀਤੇ ਸਨ। ਮਿਸਾਲ ਵਜੋਂ ਅਮਰ ਸਿੰਘ ਨੇ ਭਾਈ ਪਿਰਥੀ ਸਿੰਘ (ਲਾਲੜੂ), ਜਿਸ ਨਾਲ ਉਸ ਨੇ ਅਮਰੀਕਾ ਅੰਦਰ ਸ਼ੁਰੂ ਤੋਂ ਲੈ ਕੇ ਇਕੱਠਿਆਂ ਕੰਮ ਕੀਤਾ ਸੀ ਅਤੇ ਵੈਸੇ ਵੀ ਦੋਨੋਂ ਜਾਤ-ਭਾਈ (ਰਾਜਪੂਤ) ਸਨ, ਦੀ ਸ਼ਨਾਖ਼ਤ ਕਰਨ ਤੋਂ ਜਾਣ ਬੁੱਝ ਕੇ ਅਸਮਰੱਥਾ ਪ੍ਰਗਟਾਅ ਦਿੱਤੀ ਸੀ। ਇਸੇ ਤਰ੍ਹਾਂ ਸੁੱਚਾ ਸਿੰਘ ਨੇ ਭਾਈ ਰੁਲੀਆ ਸਿੰਘ ਸਰਾਭਾ ਨੂੰ ਪਛਾਨਣ ਤੋਂ ਇਹ ਕਹਿੰਦਿਆਂ ਨਾਂਹ ਕਰ ਦਿੱਤੀ ਸੀ, ਕਿ ਜਦ ਉਹ ਉਸ ਕੋਲ ਹੋਸਟਲ ਵਿਚ ਆਉਂਦਾ ਹੁੰਦਾ ਸੀ ਤਾਂ ਉਹ ਪੂਰੀ ਤਰ੍ਹਾਂ ਘੋਨ ਮੋਨ ਸੀ ਪਰ ਜੇਲ੍ਹ ਵਿਚ ਜਾ ਕੇ ਉਸ ਨੇ ਦਾਹੜੀ ਕੇਸ ਰੱਖ ਲਏ ਸਨ ਅਤੇ ਸਾਬਤ ਸਰੂਪ ਸਿੰਘ ਸਜ ਗਿਆ ਸੀ। ਅੱਛਰਾ ਸਿੰਘ ਨੂੰ ਭਾਈ ਰਣਧੀਰ ਸਿੰਘ ਦੇ ਖ਼ਿਲਾਫ਼ ਗਵਾਹੀ ਦੇਣ ਵੇਲੇ ਭਾਰੀ ਮਾਨਸਿਕ ਸੰਕਟ ਵਿੱਚੋਂ ਲੰਘਣਾ ਪਿਆ ਸੀ ਅਤੇ ਬਿਆਨ ਦਿੰਦਾ ਉਹ ਕਈ ਵਾਰ ਥਿੜਕਿਆ ਤੇ ਡੋਲਿਆ ਸੀ।[9] ਇਹ ਸਾਰੀਆਂ ਘਟਨਾਵਾਂ ਮਨੁੱਖੀ ਮਨ ਦੇ ਅਤਿ-ਗੁੰਝਲਦਾਰ ਹੋਣ ਦੀ ਸ਼ਾਹਦੀ ਭਰਦੀਆਂ ਹਨ ਅਤੇ ਅਜਿਹੇ ਮਾਮਲਿਆਂ ਵਿਚ ਸਰਲ-ਸਪਾਟ ਜਾਂ ਹੂੰਝਾ-ਫੇਰੂ ਨਿਰਣਿਆਂ 'ਤੇ ਪਹੁੰਚਣ ਤੋਂ ਸੰਕੋਚ ਕਰਨਾ ਚਾਹੀਦਾ ਹੈ।

---

9. ਗਿਆਨੀ ਨਾਹਰ ਸਿੰਘ, *ਆਜ਼ਾਦੀ ਦੀਆਂ ਲਹਿਰਾਂ*, ਸਫ਼ੇ 107-08.

ਸਰਾਭੇ ਤੇ ਹੋਰਨਾਂ ਦੇ ਬਿਆਨ

ਭਾਈ ਕਰਤਾਰ ਸਿੰਘ ਸਰਾਭਾ ਦੀ ਜੇਲ੍ਹ ਅੰਦਰ ਪਹਿਲੀ ਸ਼ਨਾਖ਼ਤੀ ਪਰੇਡ 18 ਅਪਰੈਲ ਨੂੰ ਹੋਈ ਸੀ, ਜਦੋਂ ਉਸ ਦੀ ਤਿੰਨ ਵਾਅਦਾ-ਮੁਆਫ਼ ਗਵਾਹਾਂ - ਅਮਰ ਸਿੰਘ, ਮੂਲਾ ਸਿੰਘ ਤੇ ਕਿਰਪਾਲ ਸਿੰਘ - ਨੇ ਸ਼ਨਾਖ਼ਤ ਕੀਤੀ ਸੀ। ਜੇਲ੍ਹ ਅੰਦਰ ਉਸ ਦੀ ਦੂਜੀ ਸ਼ਨਾਖ਼ਤੀ ਪਰੇਡ 24 ਅਪਰੈਲ ਨੂੰ ਹੋਈ, ਜਦੋਂ ਉਸ ਨੂੰ ਵਾਅਦਾ-ਮੁਆਫ਼ ਜਵਾਲਾ ਸਿੰਘ ਤੇ ਸੁੱਚਾ ਸਿੰਘ ਨੇ ਪਛਾਣਿਆ।

ਬਚਾਉ ਪੱਖ ਵਲੋਂ 282 ਗਵਾਹ ਪੇਸ਼ ਹੋਏ। ਪਰ ਇਹ ਤਾਂ ਮਹਿਜ਼ ਰਸਮ ਪੂਰਤੀ ਹੀ ਸੀ। ਸਰਕਾਰ ਨੇ ਜੋ ਕਰਨਾ ਸੀ, ਉਹ ਪਹਿਲਾਂ ਹੀ ਸੋਚ ਰੱਖਿਆ ਸੀ। ਕੁਝ ਮੁਲਜ਼ਮਾਂ ਨੇ ਅਦਾਲਤ ਸਾਹਮਣੇ ਪੂਰਾ ਠੋਕ ਕੇ ਬਿਆਨ ਦਿੱਤੇ, ਪਰ ਕਿਉਂਕਿ ਅਦਾਲਤ ਕਾਨੂੰਨੀ ਤੌਰ 'ਤੇ ਮੁਲਜ਼ਮਾਂ ਦੇ ਪੂਰੇ ਬਿਆਨ ਕਲਮਬੰਦ ਕਰਨ ਦੀ ਪਾਬੰਦ ਨਹੀਂ ਸੀ, ਇਸ ਕਰਕੇ ਇਹ ਬਿਆਨ ਇਮਾਨਦਾਰੀ ਨਾਲ ਪੂਰੇ ਦਰਜ ਕਰਨ ਦੀ ਬਜਾਇ, ਵਿੱਚੋਂ ਵਿੱਚੋਂ ਟੁੱਟਵੇਂ ਅੰਸ਼ ਹੀ ਦਰਜ ਕੀਤੇ ਗਏ। ਜਿਸ ਨਾਲ ਇਨ੍ਹਾਂ ਬਿਆਨਾਂ ਦੀ ਰੂਹ ਹੀ ਕਤਲ ਹੋ ਗਈ। ਅਜਿਹੀ ਕੁਹਜੀ ਬੇਇਨਸਾਫ਼ੀ ਇਤਿਹਾਸ ਅੰਦਰ ਬਹੁਤ ਘੱਟ ਕੇਸਾਂ ਵਿਚ ਹੋਈ ਹੋਵੇਗੀ।

ਜਦੋਂ ਸਾਰੇ ਸਰਕਾਰੀ ਗਵਾਹ, ਵਾਅਦਾ-ਮੁਆਫ਼ ਤੇ ਮੁਖ਼ਬਰ ਭੁਗਤ ਚੁੱਕੇ ਤਾਂ ਅਦਾਲਤ ਨੇ ਇਨ੍ਹਾਂ ਗਵਾਹੀਆਂ ਦੇ ਆਧਾਰ 'ਤੇ ਮੁਲਜ਼ਮਾਂ ਉੱਤੇ ਫ਼ਰਦ ਜੁਰਮ ਲਾਉਣ ਵਾਸਤੇ ਪੰਦਰਾਂ ਦਿਨਾਂ ਦੀ ਛੁੱਟੀ ਕਰ ਦਿੱਤੀ ਸੀ। ਛੁੱਟੀ ਮਗਰੋਂ ਜਦ ਅਦਾਲਤ ਮੁੜ ਬੈਠੀ ਤਾਂ ਇਨਕਲਾਬੀਆਂ ਦੇ ਬਿਆਨ ਸ਼ੁਰੂ ਹੋਏ। ਬਾਬਾ ਸੋਹਣ ਸਿੰਘ ਭਕਨਾ ਦੇ ਦੱਸਣ ਅਨੁਸਾਰ ਇਨਕਲਾਬੀਆਂ ਨੇ ਆਪਸ ਵਿਚ ਸਲਾਹ ਮਸ਼ਵਰਾ ਕਰ ਕੇ ਇਹ ਫ਼ੈਸਲਾ ਕੀਤਾ ਸੀ ਕਿ ਜਿਹੜੇ ਬੰਦੇ ਜਹਾਜ਼ਾਂ 'ਤੋਂ ਉਤਰਦੇ ਹੀ ਗ੍ਰਿਫ਼ਤਾਰ ਕਰ ਲਏ ਸਨ, ਜਿਨ੍ਹਾਂ ਨੇ ਦੇਸ਼ ਦੀ ਧਰਤੀ 'ਤੇ ਆ ਕੇ ਕੋਈ ਕਾਨੂੰਨੀ ਜੁਰਮ ਨਹੀਂ ਕੀਤਾ ਸੀ, ਉਹ ਭਾਵੇਂ ਅਦਾਲਤ ਅੰਦਰ ਉਨ੍ਹਾਂ ਉੱਤੇ ਲਾਏ ਗਏ ਦੋਸ਼ਾਂ ਦਾ ਇਕਬਾਲ ਨਾ ਕਰਨ, ਕਿਉਂਕਿ ਇਹ ਖ਼ਾਹ-ਮ-ਖ਼ਾਹ ਸਜ਼ਾਵਾਂ ਨੂੰ ਸੱਦਾ ਦੇਣ ਵਾਲੀ ਗੱਲ ਹੋਵੇਗੀ। ਪਰ ਜਿਹੜੇ ਇਨਕਲਾਬੀਆਂ ਨੇ ਦੇਸ਼ ਅੰਦਰ ਆ ਕੇ ਬਗ਼ਾਵਤ ਦੇ ਯਤਨ ਕੀਤੇ ਸਨ, ਉਹ ਚਾਹੁਣ ਤਾਂ ਆਪਣੇ ਉੱਤੇ ਲੱਗੇ ਦੋਸ਼ਾਂ ਦਾ ਇਕਬਾਲ ਕਰ ਸਕਦੇ ਸਨ। ਪਰ ਇਸ ਵਿਚ ਇਕ ਵੱਡੀ ਉਲਝਣ ਇਹ ਸੀ, ਕਿ ਜੇਕਰ ਉਹ ਫ਼ੌਜਾਂ ਅੰਦਰ ਬਗ਼ਾਵਤ ਕਰਨ ਲਈ ਕੀਤੇ ਯਤਨਾਂ ਦਾ ਇਕਬਾਲ ਕਰਦੇ ਸਨ, ਤਾਂ ਇਸ ਨਾਲ ਉਨ੍ਹਾਂ ਨੂੰ ਤਾਂ ਮੌਤ ਦੀ ਸਜ਼ਾ ਹੋਣੀ ਹੀ ਹੋਣੀ ਸੀ, ਨਾਲ ਹੀ ਸੈਂਕੜਿਆਂ ਦੀ ਗਿਣਤੀ ਵਿਚ ਉਨ੍ਹਾਂ ਦੇ ਹਮਾਇਤੀ ਫ਼ੌਜੀਆਂ ਤੇ ਪਾਰਟੀ ਦੇ ਹੋਰ ਅਨੇਕਾਂ ਵਰਕਰਾਂ ਤੇ ਹਮਦਰਦਾਂ ਨੇ ਵੀ ਲਪੇਟੇ ਜਾਣਾ ਸੀ। ਇਸ ਕਰਕੇ ਕੁਝ ਇਨਕਲਾਬੀਆਂ ਨੇ ਅੰਗਰੇਜ਼ੀ ਰਾਜ ਦੇ ਵਿਰੁੱਧ ਆਪਣੇ ਵਿਚਾਰਾਂ ਅਤੇ ਇਨ੍ਹਾਂ ਵਿਚਾਰਾਂ ਦਾ ਪ੍ਰਚਾਰ ਕਰਨ ਬਾਰੇ ਤਾਂ ਖੁੱਲ੍ਹ ਕੇ ਇਕਬਾਲ ਕਰ ਲਿਆ ਸੀ, ਪਰੰਤੂ ਦੇਸੀ ਪਲਟਣਾਂ ਨੂੰ ਬਗ਼ਾਵਤ ਲਈ ਤਿਆਰ ਕਰਨ ਅਤੇ ਇਸ ਮੰਤਵ ਲਈ ਹਥਿਆਰ ਤੇ ਬੰਬ ਆਦਿ ਬਣਾਉਣ ਜਾਂ ਹਾਸਲ ਕਰਨ ਤੋਂ ਉਹ ਸ਼ਰੇਆਮ ਮੁੱਕਰ ਗਏ ਸਨ। ਬਿਆਨ ਦੇਣ ਬਾਰੇ ਇਹ ਰਣਨੀਤੀ ਉਨ੍ਹਾਂ ਨੇ ਰਲ ਕੇ ਘੜੀ ਸੀ।

ਗ਼ਦਰੀ ਸੰਗਰਾਮੀਆਂ ਨੇ ਅਦਾਲਤ ਅੰਦਰ ਬਿਆਨ ਦੇਣ ਲੱਗਿਆਂ ਪਰਖਿਆ ਅਜ਼ਮਾਇਆ ਦਾਅਪੇਚ ਵਰਤਿਆ, ਕਿ ਜਿਹੜੇ ਜੁਰਮਾਂ ਤੋਂ ਮੁਕਰਿਆ ਨਹੀਂ ਜਾ ਸਕਦਾ ਸੀ, ਉਨ੍ਹਾਂ ਦੀ ਜ਼ੁੰਮੇਵਾਰੀ ਜਾਂ ਤਾਂ ਸ਼ਹੀਦ ਹੋ ਗਏ ਸਾਥੀਆਂ ਉੱਤੇ ਸੁੱਟ ਦਿੱਤੀ ਜਾਵੇ, ਅਤੇ ਜਾਂ ਵਾਅਦਾ-ਮੁਆਫ਼ ਗਵਾਹਾਂ ਨੂੰ ਵਿਚ ਲਪੇਟ ਲਿਆ ਜਾਵੇ। ਉਨ੍ਹਾਂ ਨੇ ਅਜਿਹੀ

ਕੋਈ ਵੀ ਗੱਲ ਮੰਨਣ/ਕਹਿਣ ਤੋਂ ਗੁਰੇਜ਼ ਕੀਤਾ ਜਿਸ ਨਾਲ ਉਨ੍ਹਾਂ ਦੇ ਆਪਣੇ ਹੀ ਕਿਸੇ ਸਾਥੀ ਦਾ ਨੁਕਸਾਨ ਹੁੰਦਾ ਹੋਵੇ, ਸਗੋਂ ਆਪਣੇ ਸਾਥੀਆਂ ਨੂੰ ਬਚਾਉਣ ਦੀ ਪੂਰੀ ਕੋਸ਼ਿਸ਼ ਕੀਤੀ ਗਈ ਸੀ।

ਭਾਈ ਕਰਤਾਰ ਸਿੰਘ ਸਰਾਭਾ, ਭਾਈ ਜਗਤ ਸਿੰਘ (ਸੁਰਸਿੰਘ) ਤੇ ਭਾਈ ਨਿਧਾਨ ਸਿੰਘ ਚੁੱਘਾ ਦੇ ਟੁੱਟਵੇਂ ਬਿਆਨ ਪੜ੍ਹ ਕੇ ਮਾਲੂਮ ਹੁੰਦਾ ਹੈ ਕਿ ਉਨ੍ਹਾਂ ਨੇ ਆਪਸ ਵਿਚ ਸਲਾਹ ਕਰ ਕੇ ਬਿਆਨ ਦਿੱਤੇ ਸਨ। ਮਿਸਾਲ ਵਜੋਂ ਜਦੋਂ ਕਰਤਾਰ ਸਿੰਘ ਸਰਾਭਾ ਕੋਲੋਂ ਜੱਜਾਂ ਨੇ ਸਾਹਨੇਵਾਲ ਦੇ ਡਾਕੇ ਵਿਚ ਮਾਰੇ ਗਏ ਸੂਦਖ਼ੋਰ ਖ਼ੁਸ਼ੀ ਰਾਮ ਦੇ ਕਤਲ ਬਾਰੇ ਪੁੱਛਿਆ, ਤਾਂ ਉਸ ਨੇ ਕਿਹਾ ਕਿ ਇਹ ਕਤਲ ਭਾਈ ਅਰਜਨ ਸਿੰਘ ਖੁਖਰਾਣਾ ਨੇ ਕੀਤਾ ਸੀ। ਭਾਈ ਅਰਜਨ ਸਿੰਘ ਨੂੰ ਅਨਾਰਕਲੀ ਬਾਜ਼ਾਰ ਵਿਚ 20 ਫ਼ਰਵਰੀ ਨੂੰ ਪੁਲਿਸ ਦੇ ਦੋ ਅਫ਼ਸਰਾਂ ਨੂੰ ਗੋਲੀਆਂ ਮਾਰ ਕੇ ਕਤਲ ਕਰਨ ਦੇ ਦੋਸ਼ ਹੇਠ 20 ਅਪਰੈਲ 1915 ਨੂੰ ਫਾਂਸੀ ਦੇ ਦਿੱਤੀ ਗਈ ਸੀ। ਸਰਾਭੇ ਦਾ ਇਹ ਬਿਆਨ 6 ਜੂਨ ਨੂੰ ਹੋਇਆ ਸੀ। ਸਰਾਭੇ ਨੂੰ ਪਤਾ ਸੀ ਕਿ ਇਹ ਡਾਕਾ ਭਾਈ ਕੇਹਰ ਸਿੰਘ ਨੇ ਮਰਵਾਇਆ ਸੀ, ਪਰ ਉਸ ਵੇਲੇ ਤਕ ਭਾਈ ਕੇਹਰ ਸਿੰਘ ਫੜਿਆ ਨਹੀਂ ਗਿਆ ਸੀ ਅਤੇ ਡਾਕੇ ਵਿਚ ਸ਼ਾਮਲ ਕਿਸੇ ਵੀ ਇਨਕਲਾਬੀ ਨੇ ਪੁਲਿਸ ਦੀ ਪੁੱਛ-ਗਿੱਛ ਦੇ ਦੌਰਾਨ ਇਹ ਭੇਤ ਨਹੀਂ ਖੋਲ੍ਹਿਆ ਸੀ। ਭਾਈ ਕਰਤਾਰ ਸਿੰਘ ਸਰਾਭਾ ਨੇ ਇਹ ਡਾਕਾ ਮਰਵਾਉਣ ਦੀ ਸਾਰੀ ਜ਼ੁੰਮੇਵਾਰੀ ਵਾਅਦਾ-ਮੁਆਫ਼ ਗਵਾਹ ਦਲੀਪ ਸਿੰਘ ਦੇ ਸਿਰ ਸੁੱਟ ਦਿੱਤੀ ਸੀ। ਇਸ ਤਰੀਕੇ ਨਾਲ ਉਸ ਨੇ ਆਪਣੇ ਸਾਥੀ ਕੇਹਰ ਸਿੰਘ ਨੂੰ ਫਾਹੇ ਲੱਗਣ ਤੋਂ ਬਚਾਅ ਲਿਆ ਸੀ। ਜਦੋਂ ਜੱਜਾਂ ਨੇ ਇਸ ਕਤਲ ਬਾਰੇ ਭਾਈ ਜਗਤ ਸਿੰਘ ਨੂੰ ਸੁਆਲ ਕੀਤਾ ਤਾਂ ਉਸਨੇ ਵੀ ਇੰਨ-ਬਿੰਨ ਸਰਾਭੇ ਵਾਲੀ ਕਹਾਣੀ ਦੁਹਰਾ ਦਿੱਤੀ ਸੀ। ਪਰ ਜੱਜ ਏਨੇ ਅਨਜਾਣ ਨਹੀਂ ਸਨ। ਉਨ੍ਹਾਂ ਨੇ ਉਸੇ ਵੇਲੇ ਇਨਕਲਾਬੀਆਂ ਦੀ ਇਹ 'ਚਤੁਰਾਈ' ਬੁੱਝ ਲਈ ਸੀ[10], ਪਰ ਕਾਨੂੰਨੀ ਤੌਰ 'ਤੇ ਉਹ ਬਹੁਤਾ ਕੁਝ ਨਹੀਂ ਕਰ ਸਕਦੇ ਸਨ।

ਇਨਕਲਾਬੀਆਂ ਨੇ ਅਦਾਲਤ ਨੂੰ ਕਾਨੂੰਨੀ ਪੱਖ ਤੋਂ ਨਿਹੱਥਾ ਕਰਨ ਲਈ ਸਾਰੀ ਕਹਾਣੀ 'ਅਖ਼ਬਾਰ ਕੱਢਣ' ਦੀ ਸਕੀਮ ਦੁਆਲੇ ਘੁੰਮਾ ਦਿੱਤੀ। ਉਨ੍ਹਾਂ ਨੂੰ ਜਦੋਂ ਵੀ ਉਨ੍ਹਾਂ ਦੀ ਕਿਸੇ ਮੀਟਿੰਗ ਜਾਂ ਸਰਗਰਮੀ ਬਾਰੇ ਪੁੱਛਿਆ ਜਾਂਦਾ, ਤਾਂ ਉਨ੍ਹਾਂ ਦਾ ਇੱਕੋ ਜਵਾਬ ਹੁੰਦਾ, ਕਿ ਫਲਾਣੀ ਮੀਟਿੰਗ ਜਾਂ ਫ਼ਲਾਣੀ ਸਰਗਰਮੀ ਅਖ਼ਬਾਰ ਕੱਢਣ ਲਈ ਹੋਈ ਸੀ। ਇਹ ਪੈਂਤੜਾ ਉਨ੍ਹਾਂ ਨੇ ਆਪਣਾ ਬਚਾਉ ਕਰਨ ਲਈ ਨਹੀਂ ਅਪਣਾਇਆ ਸੀ, ਉਹ ਆਪ ਤਾਂ ਮੌਤ ਕਬੂਲ ਕਰੀ ਬੈਠੇ ਸਨ ਅਤੇ ਇਸ ਦਾ ਬੇਤਾਬੀ ਨਾਲ ਇੰਤਜ਼ਾਰ ਕਰ ਰਹੇ ਸਨ, ਪਰ ਆਪਣੇ ਹੋਰਨਾਂ ਸਾਥੀਆਂ ਨੂੰ ਬਚਾਉਣ ਲਈ ਇਹ ਝੂਠ ਬੋਲਣਾ ਜ਼ਰੂਰੀ ਹੋ ਗਿਆ ਸੀ। ਮਿਸਾਲ ਵਜੋਂ, ਪੁਲਿਸ ਨੂੰ ਲਾਲਾ ਰਾਮ ਸਰਨ ਦਾਸ ਬਾਰੇ ਵਾਅਦਾ-ਮੁਆਫ਼ ਗਵਾਹਾਂ ਨੇ ਬਹੁਤ ਕੁਝ ਦੱਸ ਦਿੱਤਾ ਸੀ, ਪਰ ਫੇਰ ਵੀ ਜਦੋਂ ਕਰਤਾਰ ਸਿੰਘ ਸਰਾਭੇ ਨੂੰ ਜੱਜਾਂ ਨੇ ਸੁਆਲ ਕੀਤਾ ਕਿ ਕੀ ਉਹ ਪਿੰਗਲੇ ਨਾਲ ਰਾਮ ਸਰਨ ਦਾਸ ਨੂੰ ਕਪੂਰਥਲੇ ਮਿਲਣ ਗਿਆ ਸੀ, ਅਤੇ ਕੀ ਉਥੇ ਬੰਬ ਬਣਾਉਣ ਬਾਰੇ ਚਰਚਾ ਹੋਈ ਸੀ, ਤਾਂ ਸਰਾਭੇ ਨੇ ਕਪੂਰਥਲੇ ਜਾਣ ਤੇ ਰਾਮ ਸਰਨ ਦਾਸ ਨੂੰ ਮਿਲਣ ਦੀ ਗੱਲ ਤਾਂ ਮੰਨ ਲਈ ਸੀ, ਪਰ ਬੰਬਾਂ ਵਾਲੀ ਗੱਲ ਤੋਂ ਉਹ ਸ਼ਰ੍ਹੇਆਮ ਮੁੱਕਰ ਗਿਆ ਸੀ। ਉਸ ਨੇ ਕਿਹਾ ਕਿ ਉਹ ਰਾਮ ਸਰਨ ਦਾਸ ਨਾਲ

---

10. Malwinderjit Singh Waraich and Harish Jain (eds.), *First Lahore Conspiracy Case – Mercy Petition,* p. 134.

ਅਖ਼ਬਾਰ ਕੱਢਣ ਲਈ ਸਲਾਹ ਮਸ਼ਵਰਾ ਕਰਨ ਗਏ ਸਨ। ਰਾਮ ਸਰਨ ਦਾਸ ਨੂੰ ਬਚਾਉਣ ਲਈ ਸਰਾਭੇ ਨੇ ਇਹ ਗੱਲ ਵੀ ਘੜ ਲਈ ਸੀ ਕਿ ਜਦੋਂ ਅਸੀਂ ਉਸ ਨੂੰ ਸਾਡੇ ਵਿਚ ਸ਼ਾਮਲ ਹੋਣ ਲਈ ਪ੍ਰੇਰਨਾ ਚਾਹਿਆ ਤਾਂ ਉਸ ਨੇ ਸਾਡੇ ਨਾਲ ਰਲਣ ਤੋਂ ਜਵਾਬ ਦੇ ਦਿੱਤਾ ਸੀ।

ਭਾਈ ਕਰਤਾਰ ਸਿੰਘ ਸਰਾਭਾ ਨੇ ਡਾਕੇ ਮਾਰਨੇ ਤਾਂ ਮੰਨ ਲਏ ਸਨ, ਪਰ ਇਹ ਨਹੀਂ ਮੰਨਿਆ ਸੀ ਕਿ ਇਹ ਡਾਕੇ ਹਥਿਆਰ ਲੈਣ ਲਈ ਮਾਰੇ ਗਏ ਸਨ। ਡਾਕਿਆਂ ਦਾ ਮਕਸਦ ਵੀ ਉਸ ਨੇ ਅਖ਼ਬਾਰ ਕੱਢਣਾ ਹੀ ਦੱਸਿਆ। ਉਸ ਨੇ ਰਾਸ ਬਿਹਾਰੀ ਬੋਸ ਨੂੰ ਮਿਲਣ ਦੀ ਗੱਲ ਤਾਂ ਕਬੂਲ ਕਰ ਲਈ ਪਰ ਉਸ ਨੂੰ ਮਿਲਣ ਦਾ ਮਕਸਦ 'ਬੰਗਾਲੀ ਵਿਚ ਅਖ਼ਬਾਰ ਕੱਢਣਾ' ਦੱਸਿਆ। ਜੱਜਾਂ ਨੇ ਜਦੋਂ ਅੰਮ੍ਰਿਤਸਰ ਤੇ ਲਾਹੌਰ ਦੇ ਟਿਕਾਣਿਆਂ ਉੱਤੇ ਹੋਈਆਂ ਮੀਟਿੰਗਾਂ ਦਾ ਤਾਰੀਕਵਾਰ ਬਿਉਰਾ ਦੇ ਕੇ, ਸਰਾਭੇ ਕੋਲੋਂ ਇਨ੍ਹਾਂ ਮੀਟਿੰਗਾਂ ਵਿਚ ਹਾਜ਼ਰ ਹੋਣ ਅਤੇ ਮੀਟਿੰਗਾਂ ਵਿਚ ਹੋਈ ਚਰਚਾ ਬਾਰੇ ਠੋਸ ਸੁਆਲ ਪੁੱਛੇ, ਤਾਂ ਉਸ ਨੇ ਮੀਟਿੰਗਾਂ ਵਿਚ ਹਾਜ਼ਰ ਹੋਣਾ ਤਾਂ ਨਿਝੱਕ ਮੰਨ ਲਿਆ, ਪਰ ਮੀਟਿੰਗਾਂ ਦਾ ਮਕਸਦ ਉਹੀ, 'ਅਖ਼ਬਾਰ ਕੱਢਣ ਬਾਰੇ ਸਲਾਹਾਂ ਕਰਨਾ' ਦੱਸਿਆ। ਭਾਈ ਜਗਤ ਸਿੰਘ ਤੇ ਭਾਈ ਨਿਧਾਨ ਸਿੰਘ ਨੇ ਵੀ ਐਨ ਇਹੋ ਜਵਾਬ ਦਿੱਤੇ ਸਨ। ਛਿੱਥੇ ਪਏ ਜੱਜਾਂ ਨੇ ਜਦੋਂ ਅਖ਼ੀਰ ਵਿਚ ਭਾਈ ਕਰਤਾਰ ਸਿੰਘ ਨੂੰ ਘੇਰਨ ਦੇ ਮੰਤਵ ਨਾਲ, ਉਸ ਨੂੰ 21 ਫ਼ਰਵਰੀ ਦੀ ਤਾਰੀਕ ਬਦਲ ਕੇ 19 ਫ਼ਰਵਰੀ ਕਰਨ ਦਾ ਕਾਰਨ ਅਤੇ ਇਸ ਮੀਟਿੰਗ ਦੇ ਉਦੇਸ਼ ਬਾਰੇ 'ਔਖਾ' ਸੁਆਲ ਪੁੱਛਿਆ, ਤਾਂ ਸਰਾਭੇ ਦਾ ਜਵਾਬ ਹਾਸੇ ਵਾਲਾ ਤੇ ਸ਼ਰਾਰਤ ਭਰਿਆ ਸੀ। ਉਸ ਨੇ ਕਿਹਾ ਕਿ 21 ਫ਼ਰਵਰੀ ਦੀ ਤਾਰੀਕ 'ਅਖ਼ਬਾਰ ਬਾਰੇ ਚਰਚਾ ਕਰਨ' ਵਾਸਤੇ ਮੀਟਿੰਗ ਕਰਨ ਲਈ ਮਿਥੀ ਗਈ ਸੀ, ਪਰ ਕਿਉਂਕਿ ਇਸ ਮੀਟਿੰਗ ਦਾ ਮੁਖ਼ਬਰ ਕਿਰਪਾਲ ਸਿੰਘ ਨੂੰ ਪਤਾ ਚੱਲ ਗਿਆ ਸੀ, ਇਸ ਕਰਕੇ ਇਸ ਮੀਟਿੰਗ ਦੀ ਤਾਰੀਕ ਬਦਲ ਕੇ 19 ਕਰ ਦਿੱਤੀ ਗਈ ਸੀ!

ਸਭ ਨਾਲੋਂ ਕਸੂਤਾ ਸੁਆਲ

ਵਾਇਦਾ-ਮੁਆਫ਼ ਗਵਾਹਾਂ ਨੇ ਗ਼ਦਰੀ ਇਨਕਲਾਬੀਆਂ ਦੇ ਛਾਉਣੀਆਂ ਅੰਦਰ ਜਾ ਕੇ ਦੇਸੀ ਪਲਟਣਾਂ ਨੂੰ ਬਗ਼ਾਵਤ ਲਈ ਪ੍ਰੇਰਿਤ ਕਰਨ (ਸਰਕਾਰੀ ਬੋਲੀ ਵਿਚ 'ਉਕਸਾਉਣ') ਦੇ ਸਾਰੇ ਭੇਦ ਖੋਲ੍ਹ ਦਿੱਤੇ ਸਨ। ਖ਼ਾਸ ਕਰਕੇ ਸੁੱਚਾ ਸਿੰਘ ਨੇ ਕਰਤਾਰ ਸਿੰਘ ਸਰਾਭੇ ਨਾਲ ਰਲ ਕੇ ਸੰਯੁਕਤ ਪ੍ਰਾਂਤ (ਯੂ. ਪੀ.) ਦੀਆਂ ਅੱਧੀ ਦਰਜਨ ਤੋਂ ਵੱਧ ਛਾਉਣੀਆਂ ਅੰਦਰ ਜਾਣ ਦਾ ਤਾਰੀਕਵਾਰ ਖ਼ੁਲਾਸਾ ਕਰ ਦਿੱਤਾ ਸੀ। ਪੁਲਿਸ ਅਤੇ ਸੀ.ਆਈ.ਡੀ. ਨੇ ਸਰਾਭੇ ਦੇ ਫ਼ਿਰੋਜ਼ਪੁਰ ਛਾਉਣੀ ਅੰਦਰ ਜਾ ਕੇ 26ਵੀਂ ਪਲਟਣ ਦੇ ਸਿਪਾਹੀਆਂ ਨੂੰ ਮਿਲਣ ਬਾਰੇ ਸਾਰੇ ਤੱਥ ਇਕੱਠੇ ਕਰ ਲਏ ਸਨ। ਇਸ ਕਰਕੇ ਉਸ ਲਈ ਇਸ ਜ਼ਾਹਰਾ ਤੱਥ ਤੋਂ ਸ਼ਰੇਆਮ ਮੁਕਰਨਾ ਮੁਸ਼ਕਲ ਹੋ ਗਿਆ ਸੀ। ਪਰ ਜੇਕਰ ਉਹ ਸੱਚ ਬੋਲਦਾ ਸੀ ਤਾਂ ਉਸ ਦੀ ਗਵਾਹੀ ਦੇ ਆਧਾਰ 'ਤੇ ਕਿੰਨੇ ਹੀ ਸਿਪਾਹੀਆਂ ਦੇ ਗਲਾਂ ਵਿਚ ਫਾਂਸੀ ਦਾ ਫੰਧਾ ਪੈ ਜਾਣਾ ਨਿਸਚਤ ਸੀ। ਇਸ ਕਰਕੇ ਭਾਈ ਕਰਤਾਰ ਸਿੰਘ ਤੇ ਉਸ ਦੇ ਸਾਥੀਆਂ ਲਈ ਇਸ ਮਸਲੇ ਦਾ ਕੋਈ ਢੁਕਵਾਂ ਹੱਲ ਸੋਚਣ ਦੀ ਮੁਸ਼ਕਲ ਸਮੱਸਿਆ ਖੜੀ ਹੋ ਗਈ ਸੀ। ਪਰ ਅਜਿਹੇ ਮਾਮਲਿਆਂ ਵਿਚ ਕਰਤਾਰ ਸਿੰਘ ਦਾ ਦਿਮਾਗ਼ ਬਹੁਤ ਚੱਲਦਾ ਸੀ। ਉਹ ਮੌਕੇ 'ਤੇ ਹੀ ਕੋਈ ਨਾ ਕੋਈ ਢੰਗ ਕੱਢ ਲੈਂਦਾ ਸੀ। ਇਸ ਕਸੂਤੇ ਸੁਆਲ ਦਾ ਵੀ ਉਸ ਨੇ ਮੌਕੇ 'ਤੇ ਹੀ ਜਵਾਬ ਘੜ ਲਿਆ ਸੀ, ਇਹ ਗੱਲ ਵੱਖਰੀ ਹੈ ਕਿ ਉਸ ਦਾ ਜਵਾਬ ਜੱਜਾਂ ਸਮੇਤ ਕਿਸੇ ਦੇ ਵੀ ਸੰਘ ਹੇਠੋਂ ਨਾ ਲੰਘਿਆ। ਬਲਕਿ ਜੇਕਰ ਮਸਲਾ ਸੰਗੀਨ ਨਾ ਹੁੰਦਾ, ਤਾਂ ਉਸ ਦੇ ਜਵਾਬ ਨਾਲ

ਅਦਾਲਤ ਵਿਚ ਹਾਸਾ ਮੱਚ ਜਾਣਾ ਸੀ! ਕਰਤਾਰ ਸਿੰਘ ਸਰਾਭੇ ਨੇ ਹੋਰਨਾਂ ਗੱਲਾਂ ਵਾਂਗੂੰ ਹੀ ਛਾਉਣੀਆਂ ਅੰਦਰ ਜਾਣਾ ਤੇ ਉਥੇ ਸਿਪਾਹੀਆਂ ਨੂੰ ਮਿਲਣ ਬਾਰੇ ਤਾਂ ਸਾਫ਼ ਸਾਫ਼ ਮੰਨ ਲਿਆ, ਪਰ ਜਦੋਂ ਜੱਜਾਂ ਨੇ ਪੁੱਛਿਆ ਕਿ ਸਿਪਾਹੀਆਂ ਨੂੰ ਕਿਸ ਕੰਮ ਲਈ ਮਿਲਿਆ ਸੀ, ਤਾਂ ਸਰਾਭੇ ਨੇ ਬਹਾਨਾ ਲਾਇਆ ਕਿ ਉਨ੍ਹਾਂ ਨੇ ਵਾਇਸਰਾਇ ਨੂੰ ਪਰਦੇਸਾਂ ਵਿਚ ਰਹਿੰਦੇ ਹਿੰਦੁਸਤਾਨੀਆਂ ਦੀਆਂ ਦੁੱਖ ਤਕਲੀਫ਼ਾਂ ਤੋਂ ਜਾਣੂ ਕਰਾਉਣ ਲਈ, ਉਸ ਕੋਲ ਇਕ ਵਫ਼ਦ ਭੇਜਣ ਬਾਰੇ ਸੋਚਿਆ ਸੀ, ਅਤੇ ਛਾਉਣੀਆਂ ਅੰਦਰ ਜਾ ਕੇ ਸਿਪਾਹੀਆਂ ਨੂੰ ਮਿਲਣ ਦਾ ਮਕਸਦ ਵੀ ਇਹੀ ਸੀ ਕਿ ਉਹ ਆਪਣੇ ਅਫ਼ਸਰਾਂ ਨੂੰ ਸਾਡੇ ਇਸ ਕਾਰਜ ਵਿਚ ਸਹਾਈ ਹੋਣ ਲਈ ਪ੍ਰੇਰਣ! ਸਰਾਭੇ ਦੇ ਇਸ ਚਤੁਰਾਈ-ਤੇ-ਸ਼ਰਾਰਤ-ਭਰੇ ਜਵਾਬ ਨੇ ਜੱਜਾਂ ਨੂੰ ਕਾਨੂੰਨੀ ਤੌਰ 'ਤੇ ਜ਼ਰੂਰ ਨਿੱਸਲ ਕਰ ਦਿੱਤਾ ਹੋਵੇਗਾ।

ਇਸੇ ਹੀ ਤਰ੍ਹਾਂ, ਮੂਲਾ ਸਿੰਘ ਵਾਅਦਾ-ਮੁਆਫ਼ ਨੇ ਭਾਈ ਨਿਧਾਨ ਸਿੰਘ ਵਿਰੁੱਧ ਗਵਾਹੀ ਦਿੰਦਿਆਂ ਅਦਾਲਤ ਨੂੰ ਦੱਸਿਆ ਕਿ ਸ਼ੰਘਾਈ ਰਹਿੰਦਿਆਂ ਨਿਧਾਨ ਸਿੰਘ ਨੇ 'ਕੌਮੀ ਕਾਰਜ' ਲਈ ਗ਼ਦਰ ਪਾਰਟੀ ਨੂੰ ਦੇਣ ਵਾਸਤੇ ਪੈਸਾ ਇਕੱਠਾ ਕੀਤਾ ਸੀ। ਜਦੋਂ ਇਸ ਬਾਰੇ ਜੱਜਾਂ ਨੇ ਭਾਈ ਨਿਧਾਨ ਸਿੰਘ ਨੂੰ ਪੁੱਛਿਆ ਤਾਂ ਉਸ ਨੇ ਗ਼ਦਰ ਪਾਰਟੀ ਨੂੰ ਪੈਸੇ ਦੇਣ ਦੀ ਗੱਲ ਮੰਨ ਲਈ। ਪਰ ਜਦੋਂ ਜੱਜਾਂ ਨੇ ਉਸ ਤੋਂ 'ਕੌਮੀ ਕਾਰਜ' ਦੀ ਵਿਆਖਿਆ ਮੰਗੀ, ਤਾਂ ਉਸ ਨੇ ਤੁਰਤ ਜਵਾਬ ਦਿੱਤਾ ਕਿ 'ਕੌਮੀ ਕਾਰਜ' ਤੋਂ ਭਾਵ ਗ਼ਰੀਬਾਂ ਦਾ ਭਲਾ ਕਰਨਾ ਸੀ! ਜੱਜ ਉਸ ਵੇਲੇ ਤਾਂ ਚੁੱਪ ਹੋ ਗਏ, ਪਰ ਬਾਅਦ ਵਿਚ ਮੁਕੱਦਮੇ ਦਾ ਫ਼ੈਸਲਾ ਸੁਣਾਉਂਦਿਆਂ ਉਨ੍ਹਾਂ ਨੇ ਭਾਈ ਨਿਧਾਨ ਸਿੰਘ ਬਾਰੇ ਛੇ ਸਫ਼ਿਆਂ ਦੀ ਰਿਪੋਰਟ ਦਾ ਅੰਤ ਇਸ ਟਿੱਪਣੀ ਨਾਲ ਕੀਤਾ :

> "ਸਾਡੇ ਵਿਚਾਰ ਵਿਚ, ਇਹ ਗੱਲ ਸੰਪੂਰਨ ਤੌਰ 'ਤੇ ਸਿੱਧ ਹੋ ਚੁੱਕੀ ਹੈ ਕਿ ਇਹ ਮੁਲਜ਼ਮ ਅੰਤਾਂ ਦਾ ਖ਼ਤਰਨਾਕ ਮੁਜਰਮ ਹੈ, ਅਤੇ ਇਹ ਸਾਰਿਆਂ ਤੋਂ ਬਦਤਰ ਸਾਜ਼ਿਸ਼ਕਾਰੀਆਂ ਵਿੱਚੋਂ ਇਕ ਤੇ ਸਾਰਿਆਂ ਨਾਲੋਂ ਮਹੱਤਵਪੂਰਨ ਹੈ।"[11]

ਗ਼ਦਰੀ ਸੰਗਰਾਮੀਆਂ ਨੇ ਇਕ ਹੋਰ ਦਾਅ-ਪੇਚ ਇਹ ਅਪਣਾਇਆ, ਕਿ ਪੁਲਿਸ ਨੇ ਵਾਅਦਾ-ਮੁਆਫ਼ ਗਵਾਹਾਂ ਦੇ ਰਾਹੀਂ ਉਨ੍ਹਾਂ ਉੱਤੇ ਜਿਹੜੇ ਦੋਸ਼ ਲਾ ਕੇ ਉਨ੍ਹਾਂ ਨੂੰ ਫਸਾਉਣਾ ਚਾਹਿਆ ਸੀ, ਗ਼ਦਰੀਆਂ ਨੇ ਪਲਟਵਾਂ ਵਾਰ ਕਰਦਿਆਂ ਵਾਅਦਾ-ਮੁਆਫ਼ ਗਵਾਹਾਂ ਨੂੰ ਉਨ੍ਹਾਂ ਹੀ ਦੋਸ਼ਾਂ ਵਿਚ ਫਸਾਉਣ ਦੀ ਤਰਕੀਬ ਵਰਤੀ। ਮਿਸਾਲ ਵਜੋਂ, ਜਦੋਂ ਅਦਾਲਤ ਨੇ ਭਾਈ ਕਰਤਾਰ ਸਿੰਘ ਸਰਾਭਾ ਨੂੰ, ਨਵਾਬ ਖ਼ਾਂ ਦੀ ਗਵਾਹੀ ਦੇ ਆਧਾਰ 'ਤੇ ਛਾਉਣੀਆਂ ਉੱਤੇ ਹਮਲੇ ਦੀ ਸਾਜ਼ਿਸ਼ ਰਚਣ ਬਾਰੇ ਪੁੱਛਿਆ, ਤਾਂ ਸਰਾਭੇ ਨੇ ਇਹ ਕਹਿੰਦਿਆਂ ਇਹ ਦੋਸ਼ ਨਵਾਬ ਖ਼ਾਂ ਵੱਲ ਤਿਲਕਾ ਦਿੱਤਾ, ਕਿ ਸਗੋਂ ਨਵਾਬ ਖ਼ਾਂ ਹੀ ਸੀ ਜਿਹੜਾ ਸਾਨੂੰ ਛਾਉਣੀਆਂ ਉੱਤੇ ਹਮਲਾ ਕਰਨ ਲਈ ਲਗਾਤਾਰ ਉਕਸਾਉਂਦਾ ਰਿਹਾ, ਪਰ ਅਸੀਂ ਇਸ ਦਾ ਇਹ ਸੁਝਾਅ ਰੱਦ ਕਰ ਦਿੰਦੇ ਸੀ। ਇਸੇ ਤਰ੍ਹਾਂ, ਭਾਈ ਕਰਤਾਰ ਸਿੰਘ ਨੇ ਵਾਅਦਾ-ਮੁਆਫ਼ ਗਵਾਹ ਬਣੇ ਮੂਲਾ ਸਿੰਘ ਬਾਰੇ ਇਹ ਬਿਆਨ ਦਿੱਤਾ ਕਿ ਉਸ ਨੇ ਮੈਨੂੰ ਸਰਕਾਰ ਵਿਰੁੱਧ 'ਛਾਪਾਮਾਰ ਯੁੱਧ' ਸ਼ੁਰੂ ਕਰਨ ਦੀ ਪ੍ਰੇਰਨਾ ਦਿੱਤੀ ਸੀ ਪਰ ਮੈਂ ਮੰਨਿਆ ਨਹੀਂ ਸੀ।

ਮੂਲਾ ਸਿੰਘ ਨੇ ਭਾਈ ਜਗਤ ਸਿੰਘ ਵਿਰੁੱਧ ਗਵਾਹੀ ਦਿੰਦਿਆਂ ਦੱਸਿਆ ਕਿ ਉਸ ਨੇ, ਉਸ ਕੋਲ *ਗ਼ਦਰ ਦੀ ਗੂੰਜ* ਵੇਖੀ ਸੀ। ਜੱਜਾਂ ਦੇ ਪੁੱਛਣ 'ਤੇ ਭਾਈ ਜਗਤ ਸਿੰਘ

11. Malwinderjit Singh Waraich and Harish Jain (eds.), *First Lahore Conspiracy Case – Mercy Petition,* p. 44.

ਨੇ ਆਪਣੇ ਕੋਲ *ਗ਼ਦਰ ਦੀ ਗੂੰਜ* ਹੋਣ ਦੀ ਗੱਲ ਤਾਂ ਮੰਨ ਲਈ ਸੀ, ਪਰ ਨਾਲ ਹੀ ਇਹ ਬਿਆਨ ਦਿੱਤਾ ਕਿ ਇਹ ਕਿਤਾਬ ਉਸ ਨੂੰ ਮੂਲਾ ਸਿੰਘ ਨੇ ਹੀ ਦਿੱਤੀ ਸੀ ਅਤੇ ਇਸ ਨੂੰ ਪੜ੍ਹਨ ਤੋਂ ਬਾਅਦ ਹੀ ਉਸ ਦੇ ਵਿਚਾਰ ਬਦਲ ਗਏ ਸਨ, ਜਿਸ ਨਾਲ ਉਹ ਅੰਗਰੇਜ਼ ਸਰਕਾਰ ਦਾ ਵਿਰੋਧੀ ਬਣ ਗਿਆ ਸੀ।[12]

ਭਾਈ ਕਰਤਾਰ ਸਿੰਘ ਸਰਾਭਾ ਨੇ ਅਦਾਲਤ ਅੰਦਰ ਬਿਆਨ 16 ਜੂਨ ਤੇ 18 ਜੂਨ ਨੂੰ ਦਿੱਤੇ ਸਨ।

[*ਜ਼ਰੂਰੀ ਨੋਟ*: ਇਨਕਲਾਬੀਆਂ ਦੇ ਇਨ੍ਹਾਂ ਬਿਆਨਾਂ ਨੂੰ ਜੇਕਰ ਠੀਕ ਰੋਸ਼ਨੀ ਵਿਚ ਰੱਖ ਕੇ ਨਹੀਂ ਪੜ੍ਹਿਆ ਜਾਂਦਾ, ਤਾਂ ਇਸ 'ਚੋਂ ਇਨ੍ਹਾਂ ਗ਼ਦਰੀ ਸੂਰਮਿਆਂ ਬਾਰੇ ਬਹੁਤ ਸਾਰੇ ਗ਼ਲਤ ਪ੍ਰਭਾਵ ਬਣਾ ਲੈਣ ਅਤੇ ਗ਼ਦਰ ਲਹਿਰ ਦੇ ਨੀਤੀ-ਪੈਂਤੜਿਆਂ ਬਾਰੇ ਉੱਕਾ ਹੀ ਗ਼ਲਤ ਨਿਰਣੇ ਕੱਢਣ ਦੀ ਸੰਗੀਨ ਭੁੱਲ ਹੋ ਸਕਦੀ ਹੈ। ਜਿਵੇਂ ਇਕ ਨਾਦਾਨ ਜੀਵਨੀਕਾਰ ਨੇ ਭਾਈ ਕਰਤਾਰ ਸਿੰਘ ਸਰਾਭਾ ਦੇ ਉਪਰੋਕਤ ਬਿਆਨ ਨੂੰ ਅੱਖਰ ਅੱਖਰ ਸੱਚ ਮੰਨ ਲੈਣ ਕਰਕੇ ਇਹ ਨਿਰਣਾ ਕੱਢ ਲਿਆ, ਕਿ ਗ਼ਦਰੀਆਂ ਵੱਲੋਂ ਮਾਰੇ ਡਾਕਿਆਂ ਦਾ ਮੰਤਵ ਅਖ਼ਬਾਰ ਕੱਢਣ ਲਈ ਪੈਸਾ ਇਕੱਠਾ ਕਰਨਾ ਸੀ। ਜਦ ਕਿ ਥੋੜ੍ਹੀ ਜਿਹੀ ਅਕਲ ਵਰਤਿਆਂ ਇਹ ਗੱਲ ਸਾਫ਼ ਦਿਸ ਪੈਂਦੀ ਹੈ ਕਿ ਜਿਸ ਵੇਲੇ (ਜਨਵਰੀ 1915) ਗ਼ਦਰੀਆਂ ਨੇ ਡਾਕੇ ਮਾਰਨੇ ਆਰੰਭ ਕੀਤੇ ਸਨ, ਉਦੋਂ ਤਕ ਜਾ ਕੇ ਅਖ਼ਬਾਰ ਦੀ ਗੱਲ ਤਾਂ ਬਹੁਤ ਪਿੱਛੇ ਰਹਿ ਗਈ ਸੀ। ਜਨਵਰੀ ਵਿਚ ਤਾਂ ਗ਼ਦਰੀ ਇਨਕਲਾਬੀਆਂ ਦਾ ਇਕ-ਮਾਤਰ ਸਰੋਕਾਰ ਛਾਉਣੀਆਂ ਉੱਤੇ ਹਮਲੇ ਕਰਨ ਲਈ ਹਥਿਆਰ ਹਾਸਲ ਕਰਨਾ ਬਣ ਗਿਆ ਸੀ, ਉਦੋਂ ਉਨ੍ਹਾਂ ਨੇ ਅਖ਼ਬਾਰ ਕੋਲੋਂ ਕੀ ਲੈਣਾ ਸੀ? ਜਿਹੜੇ ਲੇਖਕ ਨੂੰ ਏਨੀ ਵੀ ਸੋਝੀ ਨਹੀਂ ਕਿ ਗ਼ਦਰੀ ਸੰਗਰਾਮੀਆਂ ਨੇ ਉਪਰੋਕਤ ਬਿਆਨ ਕਿਨ੍ਹਾਂ ਹਾਲਤਾਂ ਹੇਠ, ਤੇ ਕਿਹੜੇ ਮੰਤਵ ਨਾਲ ਦਿੱਤੇ ਸਨ, ਉਹ ਇਤਿਹਾਸ ਨਾਲ ਇਨਸਾਫ਼ ਨਹੀਂ ਕਰ ਸਕਦਾ। ਉਹ ਯਕੀਨਨ ਹੀ ਇਤਿਹਾਸ ਨੂੰ ਝੂਠੀ ਸ਼ਕਲ ਦੇਣ ਦੇ ਬੌਧਿਕ ਅਨਾਚਾਰ ਦਾ ਭਾਗੀ ਹੋ ਨਿਬੜੇਗਾ।]

ਭਾਈ ਕਰਤਾਰ ਸਿੰਘ ਸਰਾਭਾ ਤੇ ਉਸ ਦੇ ਸਾਥੀਆਂ ਨੇ ਆਪਣੇ ਪੂਰੇ ਬਿਆਨਾਂ ਅੰਦਰ ਕਿਹੋ ਜਿਹੀਆਂ ਗੱਲਾਂ ਕੀਤੀਆਂ ਹੋਣਗੀਆਂ, ਇਸ ਦੀ ਥੋੜ੍ਹੀ ਜਿਹੀ ਝਲਕ ਬਾਬਾ ਸੋਹਣ ਸਿੰਘ ਭਕਨਾ ਦੇ ਹੇਠ ਦਿੱਤੇ ਕਥਨਾਂ ਤੋਂ ਮਿਲ ਜਾਂਦੀ ਹੈ। ਬਾਬਾ ਜੀ ਨੇ ਲਿਖਿਆ ਹੈ: "ਭਾਈ ਕਰਤਾਰ ਸਿੰਘ ਸਰਾਭਾ ਨੂੰ ਜਦੋਂ ਪੁੱਛਿਆ ਗਿਆ ਕਿ 'ਕੀ ਤੁਹਾਡਾ ਇਰਾਦਾ ਅੰਗਰੇਜ਼ੀ ਗੌਵਰਨਮੈਂਟ ਨੂੰ ਉਲਟਾਉਣ ਦਾ ਸੀ?', ਤਾਂ ਉਸ ਨੇ ਉੱਤਰ ਦਿੱਤਾ, ਮੈਂ ਜੋ ਵੀ ਕੰਮ ਕੀਤਾ, ਦੇਸ਼ ਦੀ ਆਜ਼ਾਦੀ ਤੇ ਅੰਗਰੇਜ਼ੀ ਗੌਵਰਨਮੈਂਟ ਨੂੰ ਉਲਟਾਉਣ ਵਾਸਤੇ ਕੀਤਾ।

ਇਸ ਪਰ ਪੈਂਚਾ (ਕਮਿਸ਼ਨਰ) ਨੇ ਫਿਰ ਕਰਤਾਰ ਸਿੰਘ ਨੂੰ ਕਿਹਾ: 'ਕੀ ਤੁਸੀਂ ਜਾਣਦੇ ਹੋ ਤੁਹਾਡੇ ਇਕਬਾਲ ਦਾ ਕੀ ਨਤੀਜਾ ਹੋਵੇਗਾ?' ਤਾਂ ਉਸ ਨੇ ਜਵਾਬ ਦਿੱਤਾ 'ਜਾਣਦਾ ਹਾਂ, ਫਾਂਸੀ।'

ਇਸੇ ਤਰ੍ਹਾਂ ਭਾਈ ਜਗਤ ਸਿੰਘ ਨੇ ਇਕਬਾਲ ਕੀਤਾ ਕਿ 'ਮੈਂ ਜੋ ਕੁਝ ਕੀਤਾ, ਦੇਸ਼ ਦੀ ਆਜ਼ਾਦੀ ਵਾਸਤੇ ਕੀਤਾ, ਨਹੀਂ ਤਾਂ ਮੇਰਾ ਹੋਰ ਕੋਈ ਮੁੱਦਾ ਨਹੀਂ ਸੀ।'

ਪੈਂਚ (ਨੇ ਪੁੱਛਿਆ): 'ਤੁਸੀਂ ਅੰਗਰੇਜ਼ੀ ਗੌਵਰਨਮੈਂਟ ਦੇ ਏਨੇ ਵਿਰੋਧੀ ਕਿਉਂ ਸਾਉ?'

ਭਾਈ ਜਗਤ ਸਿੰਘ (ਨੇ ਜਵਾਬ ਦਿੱਤਾ): ਜਦੋਂ ਕੈਨੇਡਾ ਵਿਚ ਗਈਆਂ ਸਾਡੀਆਂ ਮਾਵਾਂ ਭੈਣਾਂ ਤੇ ਬੱਚਿਆਂ ਨੂੰ ਕਈ ਮਹੀਨੇ ਕੁਰਾਟੀਨਾਂ ਵਿਚ ਰੋਲ ਕੇ ਆਖ਼ਰ ਅਤਿਅੰਤ

---

12. Malwinderjit Singh Waraich and Harish Jain (eds.), *First Lahore Conspiracy Case – Mercy Petition,* pp. 125-26.

ਕਠੋਰਤਾ ਭਰੇ ਵਤੀਰੇ ਨਾਲ ਹਿੰਦੁਸਤਾਨ ਮੋੜ ਦਿੱਤਾ, ਤਾਂ ਅਸੀਂ ਆਪਣੀ ਇਹ ਦਰਦ ਭਰੀ ਕਹਾਣੀ ਸੁਣਾਉਣ ਲਈ ਇਕ ਸਭ (ਡੈਪੂਟੇਸ਼ਨ) ਇੰਗਲੈਂਡ ਵਿਚ ਵਜ਼ੀਰ ਹਿੰਦ ਕੋਲ ਘੱਲੀ, ਪਰ ਵਜ਼ੀਰ ਹਿੰਦ ਨੇ ਉਸ ਨੂੰ ਮਿਲਣ ਤੋਂ ਹੀ ਨਾਂਹ ਕਰ ਦਿੱਤੀ। ਉਸ ਤੋਂ ਬਾਅਦ 'ਕਾਮਾਗਾਟਾ ਮਾਰੂ' ਦੇ ਮੁਸਾਫ਼ਰਾਂ ਨਾਲ ਜੋ ਪਸ਼ੂਆਂ ਵਾਲਾ ਵਰਤਾਉ ਕੈਨੇਡਾ ਸਰਕਾਰ ਵਲੋਂ ਹੋਇਆ ਤੇ ਜੋ ਹਿੰਦੁਸਤਾਨ ਪਹੁੰਚਣ ਪੁਰ ਗੌਰਮੈਂਟ ਹਿੰਦ ਨੇ ਓਹਨਾਂ ਨਾਲ ਸਲੂਕ ਕੀਤਾ, ਇਹ ਸਾਰੇ ਜ਼ੁਲਮ ਤੇ ਬੇਪਤੀਆਂ ਅਜੇਹੀਆਂ ਨਹੀਂ ਸਨ, ਜਿਨ੍ਹਾਂ ਨੂੰ ਕੈਨੇਡਾ ਤੇ ਅਮਰੀਕਾ ਨਿਵਾਸੀ ਹਿੰਦੀ ਭੁੱਲ ਜਾਂਦੇ। ਬਸ, ਆਖ਼ਰ ਅਸੀਂ ਲੋਕ ਇਸ ਨਤੀਜੇ ਪੁਰ ਪਹੁੰਚੇ ਕਿ ਸਾਡੀ ਸਾਰੀ ਬੇਪਤੀ ਦੀ ਜੜ੍ਹ ਜੇ ਕੋਈ ਹੈ, ਤਾਂ ਉਹ ਅੰਗਰੇਜ਼ੀ ਗ਼ੁਲਾਮੀ ਹੀ ਹੈ।

ਭਾਈ ਹਰਨਾਮ ਸਿੰਘ ਕੋਟਲਾ ਨੇ ਵੀ ਆਪਣੇ ਸਾਰੇ ਕੰਮ ਦਾ ਇਕਬਾਲ ਕੀਤਾ ਤੇ ਕਿਹਾ:

> "ਜਦੋਂ ਮੈਂ ਸ਼ੰਘਾਈ ਪੁਲਿਸ ਵਿਚ ਨੌਕਰ ਸਾਂ, ਤਾਂ ਚੀਨੇ ਸਾਨੂੰ ਨਿਹਾਇਤ ਘਿਰਣਾ ਭਰੇ ਸ਼ਬਦਾਂ ਵਿਚ 'ਮੇਲਗਵਾਈ' (ਭੂਤਨੇ) ਕਿਹਾ ਕਰਦੇ ਸਨ। ਜਦੋਂ ਮੈਨੂੰ ਇਸ ਗੱਲ ਦੀ ਸੋਝੀ ਪਈ ਕਿ ਇਹ ਲੋਕ ਅੰਗਰੇਜ਼ੀ ਗ਼ੁਲਾਮੀ ਦੇ ਕਾਰਨ ਸਾਥੋਂ ਏਨੀ ਸੂਗ ਵੱਟਦੇ ਨੇ, ਤਾਂ ਮੈਂ ਦੇਸ਼ ਭਗਤਾਂ ਦੀ ਪਾਰਟੀ ਵਿਚ ਰਲ ਗਿਆ। ਮੈਂ ਜੋ ਕੁਝ ਕੀਤਾ ਹੈ, ਕੌਮੀ ਆਜ਼ਾਦੀ ਵਾਸਤੇ ਕੀਤਾ ਏ।"[13]

ਪਰ ਅਦਾਲਤ ਨੇ ਬਦਨੀਤੀ ਵਿੱਚੋਂ, ਇਨ੍ਹਾਂ ਸੂਰਬੀਰਾਂ ਦੇ ਬਿਆਨਾਂ ਦੇ ਉਪਰੋਕਤ ਅੰਸ਼ ਕਲਮਬੰਦ ਨਹੀਂ ਕੀਤੇ ਸਨ। ਜਿਹੜੀ ਵੀ ਗੱਲ ਸਰਕਾਰ ਦੇ ਖ਼ਿਲਾਫ਼ ਭੁਗਤਦੀ ਸੀ, ਉਸ ਨੂੰ ਲਿਖਣ ਤੋਂ ਗੁਰੇਜ਼ ਕੀਤਾ ਗਿਆ ਸੀ, ਤਾਂ ਜੋ ਆਉਣ ਵਾਲੇ ਸਮੇਂ ਅੰਦਰ ਵੀ ਅੰਗਰੇਜ਼ ਸਰਕਾਰ ਦੇ ਪਾਪ ਢਕੇ ਰਹਿਣ।

ਅਦਾਲਤ ਦਾ ਫ਼ੈਸਲਾ ਤੇ ਸ਼ੇਰਾਂ ਦੀ ਗਰਜ

ਚਾਰ ਮਹੀਨਿਆਂ ਦੀ ਕਾਨੂੰਨੀ ਕਵਾਇਦ ਤੋਂ ਬਾਅਦ 13 ਸਤੰਬਰ ਨੂੰ ਮੁਕੱਦਮੇ ਦਾ ਫ਼ੈਸਲਾ ਸੁਣਾਇਆ ਗਿਆ। ਬਾਬਾ ਸੋਹਣ ਸਿੰਘ ਭਕਨਾ ਨੇ ਉਸ ਦਿਨ ਦਾ ਦ੍ਰਿਸ਼ ਇਸ ਤਰ੍ਹਾਂ ਬਿਆਨ ਕੀਤਾ ਹੈ:

> "13 ਸਤੰਬਰ 1915 ਸਾਡੇ ਫ਼ੈਸਲੇ ਦਾ ਆਖ਼ਰੀ ਦਿਨ ਸੀ। ਉਸ ਦਿਨ ਬਹੁਤ ਸਾਰੀ ਪੁਲਿਸ ਤਲਵਾਰਾਂ ਬੰਨ੍ਹੀਂ ਜੇਲ੍ਹ ਵਿਚ ਆ ਵੜੀ। ਸਾਨੂੰ ਇਹ ਵੀ ਪਤਾ ਲੱਗਾ ਕਿ ਜੇਲ੍ਹ ਤੋਂ ਬਾਹਰ ਸੜਕ ਦੇ ਦੋਹੀਂ ਪਾਸੀਂ ਦੂਰ ਤਕ ਪੁਲਿਸ ਦਾ ਕਰੜਾ ਪਹਿਰਾ ਲਾਇਆ ਗਿਆ ਸੀ। ਪੁਲਿਸ ਤੋਂ ਬਿਨਾਂ ਜੇਲ੍ਹ ਗਿਰਦੇ (ਦੁਆਲੇ) ਮਦਰਾਸੀਆਂ ਦੀ ਇਕ ਪਲਟਨ ਮੁਕੱਦਮਾ ਸ਼ੁਰੂ ਹੋਣ ਵਾਲੇ ਦਿਨ ਤੋਂ ਹੀ ਛਾਉਣੀ ਪਾਈ ਬੈਠੀ ਸੀ। ਇਸ ਪੁਲਿਸ ਤੇ ਫ਼ੌਜ ਤੋਂ ਬਗ਼ੈਰ ਵੀ ਪੰਜਾਬ ਭਰ ਦੀਆਂ ਸਾਰੀਆਂ ਜੇਲ੍ਹਾਂ ਤੋਂ ਜੇਲ੍ਹ ਪੁਲਿਸ ਸੱਦੀ ਗਈ ਸੀ ਤਾਂ ਜੋ ਫਾਂਸੀ ਕੋਠੀਆਂ ਉੱਤੇ ਪਹਿਰੇ ਦਾ ਪੱਕਾ ਪ੍ਰਬੰਧ ਹੋ ਸਕੇ।
>
> ਅਸਾਂ ਸਾਰਿਆਂ ਨੂੰ ਕੋਠੜੀਆਂ ਦੇ ਅੰਦਰ ਹੀ ਹੱਥਕੜੀਆਂ ਜੜੀਆਂ ਗਈਆਂ ਤੇ ਬਾਹਰ ਲਿਆ ਕੇ ਸੁਸ਼ਤਰ (ਹਥਿਆਰਬੰਦ) ਪੁਲਿਸ ਦੇ ਪਹਿਰੇ ਹੇਠ ਅਦਾਲਤ ਲਾਗੇ ਇਕ ਮੈਦਾਨ ਵਿਚ ਸਭ ਨੂੰ ਇਕੱਠਾ ਕੀਤਾ ਗਿਆ। ਇਹ ਸਾਡਾ ਆਪਸ ਦਾ ਆਖ਼ਰੀ ਮਿਲਾਪ ਸੀ। ਆਖ਼ਰੀ ਦਰਸ਼ਨ ਸਮਝ ਕੇ ਅਸੀਂ ਇਕ ਦੂਜੇ ਨੂੰ ਗਲ ਲੱਗ ਕੇ ਮਿਲੇ ਤੇ ਇਕ ਦੂਜੇ ਕੋਲੋਂ ਵਿਦਾ ਮੰਗੀ। ਸਾਰੇ ਦੇਸ਼ ਭਗਤ ਪ੍ਰੇਮ ਪੂਰਤ ਨੈਣਾਂ ਨਾਲ ਇਕ ਦੂਜੇ ਵਲ ਤੱਕ ਰਹੇ ਸਨ। ਸਾਰਿਆਂ ਦੇ ਚਿਹਰੇ ਤੋਂ ਸ਼ਾਂਤੀ ਤੇ ਪਿਆਰ ਚੋ ਚੋ ਪੈਂਦਾ

---

13. ਬਾਬਾ ਸੋਹਣ ਸਿੰਘ ਭਕਨਾ, *ਮੇਰੀ ਰਾਮ ਕਹਾਣੀ*, ਸਫ਼ੇ 148-49.

ਸੀ। ਇਸੇ ਦੇਸ਼ ਪ੍ਰੇਮ ਦੀ ਲਹਿਰ ਵਿਚ ਕਈ ਦੇਸ਼ ਭਗਤਾਂ ਨੇ ਕੌਮੀ ਗੀਤ ਗਾਉਣੇ ਛੋਹ ਦਿੱਤੇ, ਜੋ ਪੁਲਿਸ ਨੂੰ ਬਹੁਤ ਚੁੱਭੇ। ਇਸ ਪੁਰ ਸਾਨੂੰ ਸਾਰਿਆਂ ਨੂੰ ਫੇਰ ਕੋਠੀਆਂ ਵਿਚ ਬੰਦ ਕਰ ਦਿੱਤਾ ਗਿਆ। ਮੁੜ ਤਿੰਨ-ਤਿੰਨ ਆਦਮੀ ਕੱਢ ਕੇ ਅਦਾਲਤ ਵਿਚ ਲੈ ਜਾਣ ਲੱਗੇ। ਪੰਜਾਂ ਆਦਮੀਆਂ ਨੂੰ ਬਰੀ ਕਰ ਕੇ ਬਾਕੀਆਂ ਨੂੰ ਫਾਂਸੀ ਤੇ ਕਾਲੇ ਪਾਣੀ ਉਮਰ ਕੈਦ ਦੀਆਂ ਸਜ਼ਾਵਾਂ ਸੁਣਾਈਆਂ ਗਈਆਂ, ਨਾਲ ਹੀ ਜਾਇਦਾਦ ਜ਼ਬਤ। ਕੁਝ ਆਦਮੀਆਂ ਨੂੰ ਦਸ, ਸੱਤ, ਤਿੰਨ ਤੇ ਦੋ ਸਾਲ ਦੀਆਂ ਸਜ਼ਾਵਾਂ ਵੀ ਸੁਣਾਈਆਂ ਗਈਆਂ। ਸਾਡੇ ਵਿੱਚੋਂ ਕਈਆਂ ਨੇ (ਫ਼ੈਸਲੇ ਦਾ) ਹੁਕਮ ਸੁਣ ਕੇ ਕਈ ਤਰ੍ਹਾਂ ਦੇ ਰੀਮਾਰਕ (ਬਚਨ) ਵੀ ਕੀਤੇ। ਜਿਹਨਾਂ ਤੋਂ ਓਹਨਾਂ ਦੀ ਮੌਤ ਤੋਂ ਨਿਰਭੈਤਾ ਤੇ ਲਾਪਰਵਾਹੀ ਪ੍ਰਗਟ ਹੁੰਦੀ ਸੀ। ਭਾਈ ਜਵਾਲਾ ਸਿੰਘ (ਠੱਠੀਆਂ) ਨੂੰ ਜਦੋਂ ਉਮਰ ਕੈਦ ਕਾਲੇ ਪਾਣੀ ਦੀ ਸਜ਼ਾ ਸੁਣਾਈ ਤਾਂ ਆਪ ਨੇ ਅਦਾਲਤ ਨੂੰ ਆਖਿਆ : 'ਮੈਂ ਕੈਦ ਨਹੀਂ, ਫਾਂਸੀ ਮੰਗਦਾ ਹਾਂ।' ਉੱਤਰ ਮਿਲਿਆ : 'ਇਸ ਦੇ ਵਾਸਤੇ ਅਪੀਲ ਕਰੋ।' ਕਰਤਾਰ ਸਿੰਘ ਨੂੰ ਜਦੋਂ ਫਾਂਸੀ ਦੀ ਸਜ਼ਾ ਸੁਣਾਈ ਗਈ ਤਾਂ ਉਸ ਨੇ ਹੱਸ ਕੇ ਆਖਿਆ 'ਥੈਂਕ ਯੂ'। ਇਸੇ ਤਰ੍ਹਾਂ ਜਦੋਂ ਭਾਈ ਨਿਧਾਨ ਸਿੰਘ ਨੂੰ ਮੌਤ ਦੀ ਸਜ਼ਾ ਸੁਣਾਈ ਗਈ ਤਾਂ ਆਪ ਨੇ ਕਿਹਾ, 'ਬਸ ਐਨਾ ਈ ਜ਼ੋਰ ਸੀ'।"[14]

ਭਾਈ ਰਣਧੀਰ ਸਿੰਘ ਜੀ ਦੇ ਸਾਥੀ ਗਿਆਨੀ ਨਾਹਰ ਸਿੰਘ ਨੇ ਵੀ ਲਿਖਿਆ ਹੈ ਕਿ ਫਾਂਸੀ ਦਾ ਹੁਕਮ ਸੁਣ ਕੇ ਭਾਈ ਕਰਤਾਰ ਸਿੰਘ ਸਰਾਭਾ ਨੇ ਜੱਜਾਂ ਦਾ 'ਧੰਨਵਾਦ' ਕੀਤਾ ਅਤੇ ਜਾਇਦਾਦ ਜ਼ਬਤ ਕਰਨ ਦਾ ਹੁਕਮ ਸੁਣ ਕੇ ਕਿਹਾ ਕਿ "ਜੇ ਸਾਡੇ ਕੱਪੜੇ ਵੀ ਨੀਲਾਮ ਕੀਤੇ ਜਾਣ ਤਦ ਵੀ ਅੰਗਰੇਜ਼ਾਂ ਦਾ ਘਾਟਾ ਪੂਰਾ ਨਹੀਂ ਹੋਵੇਗਾ। ਮੈਂ ਮੁੜ ਪੈਦਾ ਹੋ ਕੇ ਹਿੰਦੁਸਤਾਨ ਦੀ ਆਜ਼ਾਦੀ ਲਈ ਕੰਮ ਕਰਾਂਗਾ।"[15]

ਬਾਬਾ ਸੋਹਣ ਸਿੰਘ ਭਕਨਾ ਨੂੰ ਵੀ ਮੌਤ ਦੀ ਸਜ਼ਾ ਸੁਣਾਈ ਗਈ। ਬਾਬਾ ਜੀ ਲਿਖਦੇ ਹਨ :

"ਮੈਂ ਚੁੱਪ ਚਾਪ ਮੌਤ ਦਾ ਫ਼ਤਵਾ ਸੁਣਿਆ ਤੇ ਪੁਲਿਸ ਦੇ ਪਹਿਰੇ ਅੰਦਰ ਅਦਾਲਤ ਤੋਂ ਬਾਹਰ ਚਲਾ ਆਇਆ। ਓਥੇ ਮੈਨੂੰ ਜੇਲ੍ਹ-ਪੁਲਿਸ ਦੇ ਹਵਾਲੇ ਕੀਤਾ ਗਿਆ, ਜਿਸ ਨੇ ਇਕ ਨਿੱਕੇ ਜਿਹੇ ਬੂਹੇ ਥਾਣੀਂ ਲੰਘਾ ਕੇ ਮੈਨੂੰ ਚੌਦਾਂ ਨੰਬਰ ਦੀਆਂ ਫਾਂਸੀ ਕੋਠੀਆਂ ਵਿਚ ਜਾ ਬੰਦ ਕੀਤਾ। ਜਿਹਨਾਂ ਦੇਸ਼ ਭਗਤਾਂ ਨੂੰ ਕੈਦ ਦੀ ਸਜ਼ਾ ਹੋਈ ਸੀ, ਓਹਨਾਂ ਨੂੰ ਸਾਥੋਂ ਵੱਖਰੇ ਹੋਰਸ ਥਾਂ ਲਿਜਾਇਆ ਗਿਆ। ਇਸ ਤਰ੍ਹਾਂ 24 ਆਦਮੀ ਮੌਤ ਦੀ ਸਜ਼ਾ ਵਾਲੇ ਕੋਠੜੀਆਂ ਵਿਚ ਬੰਦ ਕੀਤੇ ਗਏ, ਤੇ ਛੱਬੀਆਂ ਨੂੰ ਉਮਰ ਕੈਦ ਕਾਲੇ ਪਾਣੀ ਅਰ ਜਾਇਦਾਦ ਜ਼ਬਤ ਦੀ ਸਜ਼ਾ ਹੋਈ...ਏਹਨਾਂ ਸਜ਼ਾਵਾਂ ਨੂੰ ਦੇਸ਼ ਭਗਤਾਂ ਨੇ ਐਨ ਸ਼ਾਂਤੀ ਨਾਲ ਤੇ ਖਿੜੇ ਮੱਥੇ ਸੁਣਿਆ। ਹਾਂ, ਜੇ ਕੁਝ ਦੁੱਖ ਹੋਇਆ, ਤਾਂ ਓਹਨਾਂ ਦੇਸ਼ ਭਗਤਾਂ ਨੂੰ ਜੋ ਮੌਤ ਦੀ ਸਜ਼ਾ ਤੋਂ ਵਿਰਵੇ ਰਹਿ ਗਏ ਸਨ, ਤੇ ਆਪਣੇ ਸਾਥੀਆਂ ਨਾਲ ਫਾਂਸੀ ਉੱਤੇ ਲਟਕਣਾ ਚਾਹੁੰਦੇ ਸਨ। ਨਹੀਂ ਤਾਂ ਜਿਹਨਾਂ ਨੂੰ ਮੌਤ ਦੀ ਸਜ਼ਾ ਮਿਲੀ ਸੀ, ਉਹ ਐਨੇ ਖ਼ੁਸ਼ ਤੇ ਪ੍ਰਫੁਲਤ ਸਨ ਕਿ ਮੈਂ ਬਿਆਨ ਨਹੀਂ ਕਰ ਸਕਦਾ। ਜਦੋਂ ਕੋਠੀਆਂ ਵਿਚ ਬੰਦ ਹੋ ਜਾਣ ਪੁਰ ਅਸੀਂ ਇਕ ਦੂਜੇ ਨੂੰ 'ਵਾਜ਼ਾਂ ਮਾਰ ਮਾਰ ਪੁੱਛਦੇ ਸਾਂ ਕਿ 'ਫ਼ਲਾਣਾ ਆਇਆ ਕਿ ਨਹੀਂ ?' ਤੇ ਮੌਤ ਨੂੰ ਟਿਚਕਰਾਂ ਕਰਦੇ ਸਾਂ ਤਾਂ ਸਾਡੇ ਰਾਖੇ ਸਿਪਾਹੀ ਅਚੰਭਤ ਹੋ ਰਹੇ ਸਨ, ਤੇ ਹੈਰਾਨੀ ਨਾਲ ਸਾਡੇ ਮੂੰਹ ਵਲ ਦੇਖ ਰਹੇ ਸਨ। ਸਾਡੇ ਵਿੱਚੋਂ ਜਿਹਨਾਂ ਨੂੰ ਕੈਦ ਦੀ ਸਜ਼ਾ ਹੋਈ ਸੀ, ਉਨ੍ਹਾਂ ਸਾਰਿਆਂ ਨੂੰ ਉਸੇ ਦਿਨ ਪੰਜਾਬ ਦੀਆਂ ਵੱਖੋ-ਵੱਖ ਜੇਲ੍ਹਾਂ ਨੂੰ ਟੋਰ ਦਿੱਤਾ ਗਿਆ ਸੀ।"[16]

---

14. ਬਾਬਾ ਸੋਹਣ ਸਿੰਘ ਭਕਨਾ, *ਮੇਰੀ ਰਾਮ ਕਹਾਣੀ*, ਸਫ਼ੇ 152-53.
15. ਗਿਆਨੀ ਨਾਹਰ ਸਿੰਘ, *ਆਜ਼ਾਦੀ ਦੀਆਂ ਲਹਿਰਾਂ*, ਸਫ਼ਾ 104.
16. ਬਾਬਾ ਸੋਹਣ ਸਿੰਘ ਭਕਨਾ, *ਉਕਤ ਰਚਨਾ*, ਸਫ਼ੇ 153-54.

ਚੋਰ ਦਰਵਾਜ਼ਾ

ਉਪਰਲੀ ਟੂਕ ਵਿਚ ਬਾਬਾ ਭਕਨਾ ਜੀ ਨੇ ਜਿਸ 'ਨਿੱਕੇ ਜਿਹੇ ਬੂਹੇ' ਦਾ ਜ਼ਿਕਰ ਕੀਤਾ ਹੈ, ਉਹ ਫਾਂਸੀ ਵਾਲੇ ਕੈਦੀਆਂ ਨੂੰ ਕੋਠੀਆਂ ਵਿੱਚੋਂ ਕੱਢ ਕੇ ਫਾਂਸੀ ਘਰ ਲਿਜਾਣ ਲਈ ਵਿਸ਼ੇਸ਼ ਤੌਰ 'ਤੇ ਕੰਧ ਪਾੜ ਕੇ ਬਣਾਇਆ ਗਿਆ ਸੀ। ਕੈਦੀਆਂ ਨੇ ਇਸ ਦਾ ਨਾਂ 'ਚੋਰ ਦਰਵਾਜ਼ਾ' ਰੱਖ ਦਿੱਤਾ ਸੀ। ਇਸ 'ਚੋਰ ਦਰਵਾਜ਼ੇ' ਦਾ ਇਤਿਹਾਸ ਬਹੁਤ ਭਾਵਪੂਰਤ ਹੈ। ਬਾਬਾ ਸੋਹਣ ਸਿੰਘ ਭਕਨਾ ਨੇ ਇਹ ਇਤਿਹਾਸ ਇੰਜ ਬਿਆਨ ਕੀਤਾ ਹੈ:

> "ਜਿਸ ਛੋਟੇ ਬੂਹੇ ਥਾਣੀ ਸਾਨੂੰ ਚੌਦਾਂ ਨੰਬਰ ਦੀਆਂ ਫਾਂਸੀ ਕੋਠੀਆਂ ਵਿਚ ਪਹੁੰਚਾਇਆ ਗਿਆ, ਇਹ ਬੂਹਾ ਸਾਡੇ ਮੁਕੱਦਮੇ ਤੋਂ ਪਹਿਲਾਂ ਏਥੇ ਨਹੀਂ ਸੀ। ਪਹਿਲਾਂ ਫਾਂਸੀ ਪੁਰ ਲੈ ਜਾਣ ਸਮੇਂ ਕੈਦੀ ਨੂੰ ਇਹਾਤੇ ਵਿਚ ਦੂੰ ਲੰਘਾ ਕੇ ਜਾਣਾ ਪੈਂਦਾ ਸੀ। ਜਦੋਂ ਭਾਈ ਬਲਵੰਤ ਸਿੰਘ (ਸੰਘਵਾਲ), ਪੰਡਤ ਕਾਸ਼ੀ ਰਾਮ ਤੇ ਭਾਈ ਅਰਜਨ ਸਿੰਘ ਹੋਰੀਂ ਫਾਂਸੀ ਲੱਗੇ, ਤਾਂ ਇਹ ਦੇਸ਼ ਭਗਤ ਫਾਂਸੀ ਨੂੰ ਜਾਂਦੇ ਹੋਏ, ਕੌਮੀ ਗੀਤ ਗਾਉਂਦੇ ਤੇ ਖ਼ੂਬ ਮੌਜ-ਮੇਲਾ ਕਰਦੇ ਗਏ। ਭਾਈ ਅਰਜਨ ਸਿੰਘ ਨੇ ਤਾਂ ਐਸਾ ਦਰਦ ਭਰਿਆ ਕੌਮੀ ਗੀਤ ਗਾਇਆ, ਜਿਸ ਨੂੰ ਸੁਣ ਕੇ ਕੈਦੀ ਤਾਂ ਕੀ, ਸਿਪਾਹੀ ਵੀ ਆਪਣੇ ਹੰਝੂ ਨਾ ਠੱਲ੍ਹ ਸਕੇ। ਇਹ ਹਾਲਤ ਵੇਖ ਕੇ ਜੇਹਲ ਕਰਮਚਾਰੀਆਂ ਨੂੰ ਫ਼ਿਕਰ ਹੋਇਆ, ਕਿ ਕਿਤੇ ਜੇਹਲ ਹੀ ਨਾ ਬਿਗੜ ਬੈਠੇ। ਇਸ ਦਾ ਸਿੱਟਾ ਇਹ ਹੋਇਆ ਕਿ ਚੌਦਾਂ ਨੰਬਰ ਵਿਚ ਇਹ ਚੋਰ ਮੋਰੀ ਬਣਾਈ ਗਈ। ਇਥੋਂ ਫਾਂਸੀ ਬਹੁਤ ਨੇੜੇ ਸੀ। ਇਸ ਤਰ੍ਹਾਂ ਇਹਾਤੇ ਵਿਚ ਦੂੰ ਲੰਘ ਕੇ ਨਹੀਂ ਸੀ ਜਾਣਾ ਪੈਂਦਾ, ਨਾ ਹੀ ਫਾਂਸੀ ਵਾਲਿਆਂ ਦੀ ਆਵਾਜ਼ ਹੀ ਹੋਰਨਾਂ ਕੈਦੀਆਂ ਨੂੰ ਸੁਣ ਸਕਦੀ ਸੀ, ਅਤੇ ਨਾ ਹੀ ਕੈਦੀ ਉਸ ਨੂੰ ਦੇਖ ਸਕਦੇ ਸਨ*।"[17]

20 ਫ਼ਰਵਰੀ 1915 ਦੇ ਦਿਨ ਲਾਹੌਰ ਦੇ ਅਨਾਰਕਲੀ ਬਾਜ਼ਾਰ ਵਿਚ ਦੋ ਪੁਲਿਸ ਅਫ਼ਸਰਾਂ ਨੂੰ ਆਪਣੀਆਂ ਗੋਲੀਆਂ ਨਾਲ ਫੁੰਡ ਦੇਣ ਵਾਲੇ ਗ਼ਦਰੀ ਸੂਰਮੇ ਭਾਈ ਅਰਜਨ ਸਿੰਘ ਖੁਖਰਾਣਾ ਨੇ ਫਾਂਸੀ ਘਰ ਨੂੰ ਜਾਣ ਸਮੇਂ ਜਿਹੜਾ 'ਦਰਦ ਭਰਿਆ ਕੌਮੀ ਗੀਤ' ਗਾਇਆ ਸੀ, ਉਸ ਦੀ ਕਰੁਣਾਮਈ ਵਿਥਿਆ ਭਾਈ ਬਤਨ ਸਿੰਘ ਕਾਹਰੀ ਵਾਲਿਆਂ, ਜਿਹੜੇ ਤੀਜੇ ਮੁਕੱਦਮੇ ਵਿਚ ਉਮਰ ਕੈਦ ਭੋਗ ਰਹੇ ਸਨ, ਨੇ ਮਿੰਟਗੁਮਰੀ ਜੇਲ੍ਹ ਅੰਦਰ ਗਿਆਨੀ ਹਰਭਜਨ ਸਿੰਘ ਚਮਿੰਡਾ ਨੂੰ ਸੁਣਾਈ ਸੀ। ਇਸ ਘਟਨਾ ਦਾ ਪੂਰਾ ਵੇਰਵਾ *ਮਾਲਵਾ ਸਿੱਖ ਇਤਿਹਾਸ* ਵਿਚ ਵੀ ਦਿੱਤਾ ਗਿਆ ਹੈ। ਦੋਵਾਂ ਥਾਵਾਂ 'ਤੇ ਦਰਜ ਵੇਰਵੇ ਦਾ ਜੁੜਵਾਂ ਵਿਸਥਾਰ ਇਸ ਪ੍ਰਕਾਰ ਹੈ:

> "20 ਅਪਰੈਲ 1915 ਨੂੰ ਭਾਈ ਅਰਜਨ ਸਿੰਘ ਨੂੰ ਜਦੋਂ ਅੰਮ੍ਰਿਤ ਵੇਲੇ ਇਸ਼ਨਾਨ ਕਰਾ ਕੇ ਕਾਲ ਕੋਠੀਆਂ ਵਿੱਚੋਂ ਕੱਢ ਕੇ ਫਾਂਸੀ ਦੇ ਤਖ਼ਤੇ ਵੱਲ ਲਿਜਾਇਆ ਜਾ ਰਿਹਾ ਸੀ, ਤਾਂ ਉਹ ਜੇਲ੍ਹ ਦੇ ਸਿਹਨ (ਇਹਾਤੇ) ਵਿਚ ਲੰਘਣ ਵੇਲੇ ਜੇਲ੍ਹ ਵਿਚ ਪਿੱਛੇ ਰਹੇ ਆਪਣੇ ਸਾਥੀਆਂ ਨੂੰ ਸੰਬੋਧਨ ਕਰਕੇ ਪ੍ਰੇਮ-ਮਈ ਲੋਰ ਵਿਚ ਗਾਉਣ ਲੱਗੇ:
>
> 'ਸੁਣਨਾ ਖ਼ਾਲਸਾ ਜੀ ਸਾਡੇ ਕੂਚ ਡੇਰੇ, ਅਸੀਂ ਆਖ਼ਰੀ ਫ਼ਤਿਹ ਬੁਲਾ ਚੱਲੇ।
> ਕੰਮ ਅਸਾਂ ਦੇ ਅੱਜ ਤੋਂ ਖ਼ਤਮ ਹੋ ਗਏ, ਕੰਮ ਤੁਸਾਂ ਦੇ ਸ਼ੁਰੂ ਕਰਵਾ ਚੱਲੇ।'
>
> ਕੋਠੜੀਆਂ ਵਿਚ ਜ਼ੰਜੀਰਾਂ ਨਾਲ ਜਕੜੇ ਬੰਦ ਪਏ ਸੂਰਮਿਆਂ ਨੇ ਆਪਣੇ ਸ਼ਹੀਦ ਹੋਣ

---

* ਪੰਡਤ ਕਾਸ਼ੀ ਰਾਮ ਨੂੰ 27 ਮਾਰਚ 1915 ਨੂੰ, ਭਾਈ ਅਰਜਨ ਸਿੰਘ ਨੂੰ 20 ਅਪਰੈਲ 1915 ਨੂੰ ਤੇ ਭਾਈ ਬਲਵੰਤ ਸਿੰਘ ਨੂੰ 12 ਅਗਸਤ 1915 ਨੂੰ ਫਾਂਸੀ ਦਿੱਤੀ ਗਈ ਸੀ।

17. ਬਾਬਾ ਸੋਹਣ ਸਿੰਘ ਭਕਨਾ, *ਮੇਰੀ ਰਾਮ ਕਹਾਣੀ*, ਸਫ਼ਾ 153, ਫ਼ੁੱਟ ਨੋਟ।

ਜਾ ਰਹੇ ਸਾਥੀ ਨੂੰ 'ਸਤਿ ਸ੍ਰੀ ਅਕਾਲ' ਦੇ ਜੈਕਾਰਿਆਂ ਦੀ ਗੂੰਜ ਵਿਚ ਵਿਦਾ ਕਰਦਿਆਂ ਹੋਇਆਂ ਬੜੇ ਕਰੁਣਾਰਸ ਵਿਚ ਇਹ ਸ਼ਬਦ ਪੜ੍ਹਿਆ:

'ਸਚ ਖੰਡ ਜਾਣ ਵਾਲਿਆ, ਕਲਗੀ ਵਾਲੇ ਨੂੰ ਸੁਨੇਹੜਾ ਸਾਡਾ ਦੇਣਾ।'

ਅੱਗੋਂ ਜੋਸ਼ ਨਾਲ ਭਰੀ ਆਵਾਜ਼ ਆਈ।

'ਸਤਿਗੁਰੂ ਸੁੱਤਿਆਂ ਨੂੰ ਬਾਹੋਂ ਫੜ ਕੇ ਜਗਾ ਲਊ ਮੇਰੇ ਵੀਰਨੋ।'"[18]

ਪਾਠਕ ਇਸ ਤੋਂ ਆਪ ਅੰਦਾਜ਼ਾ ਲਾ ਸਕਦੇ ਹਨ ਕਿ ਉਹ ਸਮਾਂ ਕਿਤਨਾ ਦਿਲ-ਟੁੰਬਵਾਂ ਤੇ ਵੈਰਾਗਮਈ ਹੋਵੇਗਾ!

ਭਾਈ ਊਧਮ ਸਿੰਘ ਕਸੇਲ ਨੇ ਵੀ ਇਸ ਚੋਰ ਦਰਵਾਜ਼ੇ ਦੀ ਪੁਸ਼ਟੀ ਕਰਦਿਆਂ ਦੱਸਿਆ ਹੈ ਕਿ ਭਾਈ ਅਰਜਨ ਸਿੰਘ ਦੀ ਸ਼ਹਾਦਤ ਤੋਂ ਬਾਅਦ ਜੇਲ੍ਹ ਦੇ ਅਫ਼ਸਰਾਂ ਨੇ ਕੰਧ ਪਾੜ ਕੇ ਇਕ 'ਚੋਰ ਦਰਵਾਜ਼ਾ' ਕੱਢਿਆ ਜਿਸ ਤੋਂ ਫਾਂਸੀ ਘਰ ਬਹੁਤ ਨੇੜੇ ਸੀ, ਤਾਂ ਜੋ ਜਾਮੇ ਸ਼ਹਾਦਤ ਪੀਣ ਜਾ ਰਹੇ ਸੂਰਬੀਰਾਂ ਦੇ ਵੈਰਾਗ-ਤੇ-ਜੋਸ਼-ਭਰੇ ਗੀਤ ਸੁਣ ਕੇ ਦੂਸਰੇ ਕੈਦੀ ਭੜਕ ਨਾ ਉੱਠਣ।[19]

ਪੁਰਾਤਨ ਸਿੱਖਾਂ ਵਾਲੀ ਸਪਿਰਿਟ

ਅਦਾਲਤ ਵਲੋਂ ਫ਼ੈਸਲਾ ਸੁਣਾਉਣ ਉਪਰੰਤ ਜਿਹੜੇ 24 ਬੰਦਿਆਂ ਨੂੰ ਫਾਂਸੀ ਦਾ ਹੁਕਮ ਹੋਇਆ ਸੀ, ਉਨ੍ਹਾਂ ਨੂੰ ਫਾਂਸੀ ਕੋਠੜੀਆਂ ਵਿਚ ਬੰਦ ਕਰ ਦਿੱਤਾ ਗਿਆ। ਕੁਝ ਕੁ ਘੰਟਿਆਂ ਪਿੱਛੋਂ ਜੇਲ੍ਹ ਦੇ ਸੁਪ੍ਰਿੰਟੈਂਡੈਂਟ ਮਿਸਟਰ ਵਾਰਡ ਨੇ, ਇਕੱਲੇ ਇਕੱਲੇ ਕੈਦੀ ਦੀ ਕੋਠੜੀ ਅੱਗੇ ਜਾ ਕੇ ਹਰ ਇਕ ਨੂੰ ਫ਼ੈਸਲੇ ਦੇ ਖ਼ਿਲਾਫ਼ ਅਪੀਲ ਕਰਨ ਲਈ ਪੁੱਛਿਆ। ਪਰ ਭਾਈ ਪਰਮਾਨੰਦ (ਲਾਹੌਰ) ਤੇ ਗਿਲਵਾਲੀ ਵਾਲੇ ਸੁਰੈਣ ਸਿੰਘ (ਵੱਡਾ) ਤੇ ਇਕ ਦੋ ਹੋਰ ਨੂੰ ਛੱਡ ਕੇ, ਕਿਸੇ ਨੇ ਵੀ ਅਪੀਲ ਕਰਨ ਦੀ ਹਾਮੀ ਨਾ ਭਰੀ। ਸਾਰਿਆਂ ਨੇ ਇਹੀ ਕਿਹਾ ਕਿ ਇਸ ਗ਼ੁਲਾਮੀ ਦੇ ਘਿਰਣਾ ਭਰੇ ਜੀਵਨ ਨਾਲੋਂ ਸ਼ਹੀਦਾਂ ਵਾਲੀ ਮੌਤ ਸੌ ਦਰਜੇ ਚੰਗੀ ਹੈ। ਕਈ ਦੇਸ਼ ਭਗਤਾਂ ਨੇ ਠੱਠੇ ਨਾਲ ਕਿਹਾ, 'ਹਾਂ ਅਸੀਂ ਅਪੀਲ ਕਰਦੇ ਹਾਂ ਕਿ ਸਾਨੂੰ ਛੇਤੀ ਫਾਂਸੀ ਚਾੜ੍ਹ ਦਿੱਤਾ ਜਾਵੇ।'[20] ਇਸ ਪੁਰ ਸਿੱਖ ਅਖ਼ਬਾਰਾਂ ਨੇ ਗ਼ਦਰੀ ਸੂਰਮਿਆਂ ਦੀ ਸ਼ਲਾਘਾ ਕਰਦੇ ਹੋਏ ਲਿਖਿਆ ਕਿ "ਉਹਨਾਂ ਨੇ ਪੁਰਾਤਨ ਸਿੱਖਾਂ ਵਾਲੀ ਗੱਲ ਕੀਤੀ ਹੈ।"[21]

ਬਾਬਾ ਸੋਹਣ ਸਿੰਘ ਭਕਨਾ ਨੇ ਲਿਖਿਆ ਹੈ ਕਿ ਜਦੋਂ ਸਾਰਿਆਂ ਨੂੰ "ਕੈਦੀਆਂ ਵਾਲੇ ਕੱਪੜੇ ਪਹਿਨਾ ਕੇ ਫਾਂਸੀ ਦੀਆਂ ਕੋਠੜੀਆਂ ਵਿਚ ਬੰਦ ਕਰ ਦਿੱਤਾ ਗਿਆ ਤਾਂ ਜੇਲ੍ਹ ਨਿਯਮਾਂ ਅਨੁਸਾਰ ਸਿਰ 'ਤੇ ਪਹਿਨਣ ਲਈ ਟੋਪੀਆਂ ਮੁਹੱਈਆ ਕੀਤੀਆਂ ਗਈਆਂ। ਉਹਨੀਂ ਦਿਨੀਂ ਸਿਰ 'ਤੇ ਪਾਉਣ ਲਈ ਭੂਸੇ ਦੀ ਟੋਪੀ ਹੁੰਦੀ ਸੀ। ਸਾਡੇ ਮੁਕੱਦਮੇ ਦੇ ਸਾਰੇ ਸਿੱਖ ਕੈਦੀਆਂ ਨੇ ਟੋਪੀਆਂ ਪਾਉਣ ਤੋਂ ਇਨਕਾਰ ਕਰ ਦਿੱਤਾ।* ਸਾਡੇ ਤੋਂ ਪਹਿਲਾਂ ਮਾਸਟਰ ਚਤਰ ਸਿੰਘ†

---

* ਸਿੱਖ ਰਹਿਤ-ਨਾਮਿਆਂ ਅਨੁਸਾਰ ਸਿੱਖ ਲਈ ਟੋਪੀ ਪਹਿਨਣੀ ਵਰਜਿਤ ਹੈ। ਇਸ ਕਰਕੇ ਗ਼ਦਰੀ ਸਿੱਖ ਕੈਦੀਆਂ ਨੇ ਸਿੱਖੀ ਅਸੂਲਾਂ ਦੀ ਪਾਲਣਾ ਕਰਦੇ ਹੋਏ ਟੋਪੀਆਂ ਪਹਿਨਣ ਤੋਂ ਇਨਕਾਰ ਕਰ ਦਿੱਤਾ ਸੀ ਅਤੇ ਇਸ ਬਦਲੇ ਉਨ੍ਹਾਂ ਵਿੱਚੋਂ ਬਹੁਤ ਸਾਰਿਆਂ ਨੂੰ ਬੇੜੀਆਂ ਤੇ ਬੈਂਤਾਂ ਦੀਆਂ ਸਜ਼ਾਵਾਂ ਵੀ ਝੱਲਣੀਆਂ ਪਈਆਂ ਸਨ।

† ਮਾਸਟਰ ਚਤਰ ਸਿੰਘ ਨੇ ਖ਼ਾਲਸਾ ਕਾਲਜ, ਅੰਮ੍ਰਿਤਸਰ ਦੇ ਗੋਰੇ ਪ੍ਰਿੰਸੀਪਲ ਨੂੰ ਕਤਲ ਕਰਨ ਦੀ ਅਸਫਲ ਕੋਸ਼ਿਸ਼ ਕੀਤੀ ਸੀ। ਇਸ ਦੋਸ਼ ਵਿਚ ਉਸ ਨੂੰ ਉਮਰ ਕੈਦ ਕਾਲੇਪਾਣੀ ਦੀ ਸਜ਼ਾ ਦਿੱਤੀ ਗਈ ਸੀ।

18. ਪ੍ਰੋ. ਮਲਵਿੰਦਰਜੀਤ ਸਿੰਘ ਵੜੈਚ ਅਤੇ ਸੀਤਾ ਰਾਮ ਬਾਂਸਲ (ਸੰਪਾ.), *ਭਾਰਤੀ ਸ਼ਹੀਦਾਂ ਦੀਆਂ ਲਹੂ ਭਿੰਨੀਆਂ ਯਾਦਾਂ*, ਸਫ਼ੇ 60-61; *ਮਾਲਵਾ ਸਿੱਖ ਇਤਿਹਾਸ*, ਭਾਗ II, ਸਫ਼ੇ 322, 348.
19. ਚਰੰਜੀ ਲਾਲ ਕੰਗਣੀਵਾਲ, *ਗ਼ਦਰੀ ਬਾਬਾ ਸ਼ਹੀਦ ਮਾ. ਊਧਮ ਸਿੰਘ ਕਸੇਲ*, ਸਫ਼ਾ 125.
20. ਬਾਬਾ ਸੋਹਣ ਸਿੰਘ ਭਕਨਾ, *ਮੇਰੀ ਰਾਮ ਕਹਾਣੀ*, ਸਫ਼ਾ 154.
21. ਪਰਤਾਪ ਸਿੰਘ 'ਗਿਆਨੀ', *ਅਕਾਲੀ ਲਹਿਰ*, ਸਫ਼ਾ 64.

ਨੂੰ, ਜੋ ਟੋਪੀ ਪਾਉਣ ਤੋਂ ਇਨਕਾਰ ਕਰਨ ਵਾਲੇ ਪਹਿਲੇ ਕੈਦੀ ਸਨ, ਸਜ਼ਾ ਲੱਗ ਚੁੱਕੀ ਸੀ। ਅਸਾਂ ਸਾਰਿਆਂ ਨੇ ਵੀ ਟੋਪੀ ਪਾਉਣ ਤੋਂ ਇਨਕਾਰ ਕਰ ਦਿੱਤਾ। ਐਜੀਟੇਸ਼ਨ ਵਧਦੀ ਦੇਖ ਕੇ ਪੰਜਾਬ ਸਰਕਾਰ ਨੇ ਬਗ਼ੈਰ ਉਮਰ ਦੇ ਲਿਹਾਜ਼ ਤੇ ਡਾਕਟਰੀ ਮੁਆਇਨੇ ਦੇ ਇਕ ਸ਼ਾਮ ਨੂੰ ਸਾਨੂੰ ਪੂਰੇ ਕੱਪੜੇ ਵਗ਼ੈਰਾ ਦੇ ਕੇ ਅੰਡੇਮਾਨ ਭੇਜ ਦਿੱਤਾ।"[22]

ਇਸ ਦੀ ਪੁਸ਼ਟੀ ਸ. ਜਗਜੀਤ ਸਿੰਘ ਨੇ ਵੀ ਕੀਤੀ ਹੈ।[23]

ਸਰਾਭੇ ਦੀ ਜ਼ਿੰਦਾ-ਦਿਲੀ

ਜੇਲ੍ਹ ਅੰਦਰ ਭਾਈ ਕਰਤਾਰ ਸਿੰਘ ਸਰਾਭਾ ਲਗਾਤਾਰ ਚੜ੍ਹਦੀ ਕਲਾ ਦੇ ਰੌਂਅ ਵਿਚ ਰਿਹਾ। ਉਸ ਨੂੰ ਮੌਤ ਦੀ ਸਜ਼ਾ ਦਾ ਮਾਸਾ ਜਿੰਨਾ ਵੀ ਅਫ਼ਸੋਸ ਨਾ ਹੋਇਆ। ਮੌਤ ਤੋਂ ਡਰਨ ਦਾ ਤਾਂ ਸਵਾਲ ਹੀ ਪੈਦਾ ਨਹੀਂ ਹੋਇਆ। ਉਹ ਪੂਰੇ ਚਾਅ ਉਮਾਹ ਨਾਲ ਮੌਤ ਦੀ ਉਡੀਕ ਕਰਦਾ ਰਿਹਾ। ਉਸ ਦੇ ਜੇਲ੍ਹ ਅੰਦਰਲੇ ਸਾਥੀਆਂ ਨੇ ਉਸ ਦੀ ਚੜ੍ਹਦੀ ਕਲਾ ਦੇ ਬਹੁਤ ਸਾਰੇ ਪ੍ਰਮਾਣ ਦਿੱਤੇ ਹਨ। ਭਾਈ ਪਰਮਾਨੰਦ ਨੇ ਲਿਖਿਆ ਹੈ ਕਿ, "ਮੁਕੱਦਮੇ ਦੀ ਸਾਰੀ ਕਾਰਵਾਈ ਦੌਰਾਨ ਉਹ ਬੜੇ ਹੀ ਹਾਸੇ ਵਾਲੇ ਅਤੇ ਖ਼ੁਸ਼ੀ ਦੇ ਰੌਂਅ ਵਿਚ ਰਿਹਾ। ਉਸ ਦੇ ਇਸ ਰੌਂਅ ਦਾ ਦੂਜਿਆਂ ਉੱਤੇ ਵੀ ਅਸਰ ਪੈਂਦਾ।"[24]

ਬਾਬਾ ਸੋਹਣ ਸਿੰਘ ਭਕਨਾ ਨੇ ਉਸ ਦੀ ਸ਼ਹਾਦਤ ਤੋਂ ਬਾਅਦ, ਉਸ ਨਾਲ ਬਿਤਾਏ ਪਲਾਂ ਦੀਆਂ ਯਾਦਾਂ ਇਸ ਤਰ੍ਹਾਂ ਬਿਆਨ ਕੀਤੀਆਂ ਹਨ:

> "(ਕਰਤਾਰ ਸਿੰਘ) ਗੱਲਬਾਤ ਕਰਕੇ ਹਰੇਕ ਵਿਅਕਤੀ ਨੂੰ ਖ਼ੁਸ਼ ਰੱਖਣ ਦਾ ਯਤਨ ਕਰਦਾ ਸੀ...ਜਦੋਂ ਲਾਹੌਰ ਸੈਂਟਰਲ ਜੇਲ੍ਹ ਵਿਚ ਉਸ ਉੱਤੇ ਮੁਕੱਦਮਾ ਚੱਲ ਰਿਹਾ ਸੀ ਤਾਂ ਉਸ ਨੇ ਜੇਲ੍ਹ ਵਿੱਚੋਂ ਭੱਜਣ ਦੀ ਕੋਸ਼ਿਸ਼ ਕੀਤੀ ਪਰ ਭੇਦ ਖੁੱਲ੍ਹ ਗਿਆ। ਉਸ ਕੋਲੋਂ ਸੀਖਾਂ ਕੱਟਣ ਵਾਲੇ ਸੰਦ ਅਤੇ ਬੰਬ ਬਣਾਉਣ ਦਾ ਮਸਾਲਾ ਫੜਿਆ ਗਿਆ, ਪਰ ਉਸ ਨੂੰ ਕੋਈ ਪ੍ਰਵਾਹ ਨਹੀਂ ਸੀ। ਉਹ ਪਹਿਲਾਂ ਦੀ ਤਰ੍ਹਾਂ ਹੀ ਹੱਸਦਾ ਰਿਹਾ ਅਤੇ ਹੋਰਨਾਂ ਨੂੰ ਹਸਾਉਂਦਾ ਰਿਹਾ। ਉਹ ਬੇੜੀਆਂ ਨੂੰ ਸਾਜ਼ਾਂ ਵਾਂਗ ਵਜਾਉਂਦਾ ਰਿਹਾ ਅਤੇ ਕੌਮੀ ਗੀਤ ਗਾਉਂਦਾ ਰਿਹਾ।
>
> ਜਦ ਕੇਸ ਚੱਲਿਆ ਤਾਂ ਇਕ ਪਾਸੇ ਜੱਜਾਂ ਦੀ ਕਚਹਿਰੀ ਹੁੰਦੀ ਅਤੇ ਦੂਜੇ ਪਾਸੇ ਖੜਾ ਕਰਤਾਰ ਸਿੰਘ ਆਪਣੇ ਸਾਥੀਆਂ ਨਾਲ ਰਲ ਕੇ ਕਚਹਿਰੀ ਲਾ ਲੈਂਦਾ ਅਤੇ ਮੁਖ਼ਬਰਾਂ ਦਾ ਮਖ਼ੌਲ ਉਡਾਉਂਦਾ। ਜੱਜ ਮੁੜ ਮੁੜ ਘੰਟੀ ਵਜਾਉਂਦੇ, ਪਰ ਉਹਨਾਂ ਦੀ ਸੁਣਦਾ ਹੀ ਕੋਈ ਨਾ।"[25]

ਗਿਆਨੀ ਨਾਹਰ ਸਿੰਘ ਨੇ ਵੀ ਲਿਖਿਆ ਹੈ: "ਲਾਹੌਰ ਸੈਂਟਰਲ ਜੇਲ੍ਹ ਵਿਚ ਦੋ ਸਰਕਲ ਸਨ। ਸ. ਕਰਤਾਰ ਸਿੰਘ ਹੋਰ ਮੁਕੱਦਮੇ ਵਾਲੇ ਸਾਥੀਆਂ ਸਮੇਤ ਸਰਕਲ ਨੰ: 1 ਦੇ 14 ਨੰ: ਅਹਾਤੇ ਦੀਆਂ ਕੋਠੜੀਆਂ ਵਿਚ ਬੰਦ ਰਹੇ ਸਨ। ਇਸ ਨੰਬਰ ਵਿਚ ਅਕਸਰ ਸਖ਼ਤ ਮੁਕੱਦਮੇ ਦੇ ਹਵਾਲਾਤੀ ਤੇ ਫਾਂਸੀ ਵਾਲੇ ਹੀ ਰੱਖੇ ਜਾਂਦੇ ਸਨ। ਆਪ ਦੇ ਫਾਂਸੀ ਲੱਗਣ ਦੇ ਪਿੱਛੋਂ ਮੈਂ ਵੀ ਉਨ੍ਹਾਂ ਕੋਠੜੀਆਂ ਵਿਚ ਹੀ ਬੰਦ ਰਿਹਾ ਸੀ ਕਿਉਂਕਿ ਕਰਤਾਰ ਸਿੰਘ ਹੁਰਾਂ ਦਾ ਮੁਕੱਦਮਾ 26 ਅਪਰੈਲ 1915 ਨੂੰ ਸ਼ੁਰੂ ਹੋ ਕੇ 13 ਸਤੰਬਰ 1915 ਨੂੰ ਹੁਕਮ ਸੁਣਾਇਆ

---

22. ਬਾਬਾ ਸੋਹਣ ਸਿੰਘ ਭਕਨਾ, *ਜੀਵਨ ਸੰਗਰਾਮ*, ਸਫ਼ਾ 48.
23. ਜਗਜੀਤ ਸਿੰਘ, *ਗ਼ਦਰ ਪਾਰਟੀ ਲਹਿਰ*, ਸਫ਼ੇ 443-44.
24. ਭਾਈ ਪਰਮਾਨੰਦ, *ਆਪ ਬੀਤੀ*, ਸਫ਼ਾ 76.
25. ਬਾਬਾ ਸੋਹਣ ਸਿੰਘ ਭਕਨਾ, "ਗ਼ਦਰ ਪਾਰਟੀ ਦੇ ਸ਼ਹੀਦਾਂ ਦੀਆਂ ਜੀਵਨੀਆਂ", *Heritage*, 7 ਅਪ੍ਰੈਲ, 1996, p. 41.

ਗਿਆ ਤੇ ਸਾਡਾ ਦੂਜਾ ਮੁਕੱਦਮਾ 29 ਅਕਤੂਬਰ 1915 ਨੂੰ ਸ਼ੁਰੂ ਹੋਇਆ ਤੇ 30 ਮਾਰਚ 1916 ਨੂੰ ਹੁਕਮ ਸੁਣਾਇਆ ਗਿਆ। ਇਨ੍ਹਾਂ ਕੋਠੜੀਆਂ ਵਿਚ ਜਿਨ੍ਹਾਂ ਵਿਚ ਕਰਤਾਰ ਸਿੰਘ ਹੋਰੀਂ ਬੰਦ ਰਹੇ, ਉਨ੍ਹਾਂ ਦੀਆਂ ਕੰਧਾਂ ਉਪਰ ਉਨ੍ਹਾਂ ਦੇ ਆਪਣੇ ਹੱਥਾਂ ਦੀ ਲਿਖੀ ਹੋਈ ਸੁੰਦਰ ਲਿਖਤ ਆਪ ਦੀ ਯਾਦ ਤਾਜ਼ਾ ਕਰਾਉਂਦੀ ਸੀ। ਆਪ ਦੀ ਉਰਦੂ ਦੀ ਲਿਖਤ ਬਹੁਤ ਸੁੰਦਰ ਸੀ। ਇਕ ਜਗ੍ਹਾ ਕੰਧ ਉੱਤੇ ਲਿਖਿਆ ਹੋਇਆ ਸੀ "ਸ਼ੇਰ ਸਿੰਘ ਬੇਗੁਨਾਹ ਪਕੜਾ ਗਇਆ ਹੋਗਾ।" ਇਹ ਆਪ ਨੇ ਸ਼ੇਰ ਸਿੰਘ ਦੀ ਗ੍ਰਿਫ਼ਤਾਰੀ ਦੀ ਖ਼ਬਰ ਸੁਣ ਕੇ ਲਿਖਿਆ। ਇਹ ਸ਼ੇਰ ਸਿੰਘ ਵੇਈਂਪੂੰਈਂ ਜ਼ਿਲ੍ਹਾ ਅੰਮ੍ਰਿਤਸਰ ਦੇ ਸਨ।* ਜਦ ਕਦੇ ਆਪ ਨੂੰ ਕੋਈ ਖ਼ਿਆਲ ਆਉਂਦਾ ਤਾਂ ਆਪ ਕੰਧ ਉੱਤੇ ਲਿਖ ਦੇਂਦੇ। ਇਕ ਕੋਠੜੀ ਵਿਚ ਲਿਖਿਆ ਹੋਇਆ ਸੀ "ਗਲੇ ਮੇਰੇ ਤੌਕ ਹਾਥ ਮੇਂ ਹੱਥਕੜੀ, ਹਾਥ ਕੋ ਲਗੇਗੀ ਗਲੇ ਕੋ ਫਾਂਸੀ।"[26]

ਦਾਦਾ ਜੀ ਨਾਲ ਮੁਲਾਕਾਤ

ਫਾਂਸੀ ਦਾ ਹੁਕਮ ਹੋਣ ਤੋਂ ਬਾਅਦ ਸਰਾਭੇ ਦੇ ਦਾਦਾ ਜੀ ਆਪਣੇ ਪੋਤੇ ਨਾਲ ਮੁਲਾਕਾਤ ਕਰਨ ਗਏ ਸਨ। ਕਹਿੰਦੇ ਹਨ ਕਿ ਮੁਲਾਕਾਤ ਕਰਨ ਵੇਲੇ ਵੈਰਾਗ ਵਿਚ ਦਾਦੇ ਦਾ ਮਨ ਭਰ ਆਇਆ ਸੀ। ਪਰ ਭਾਈ ਕਰਤਾਰ ਸਿੰਘ ਸਰਾਭਾ ਨੂੰ ਤਾਂ ਮਰਨ ਦਾ ਚਾਅ ਚੜ੍ਹਿਆ ਹੋਇਆ ਸੀ। ਉਸ ਨੇ ਦਾਦਾ ਜੀ ਦੇ ਦਿਲ ਨੂੰ ਧਰਵਾਸ ਦੇਣ ਲਈ ਜੋ ਬਚਨ ਬੋਲੇ, ਉਨ੍ਹਾਂ ਦੀ ਹੂ-ਬ-ਹੂ ਨਕਲ ਕਿਤੋਂ ਨਹੀਂ ਮਿਲ ਸਕਦੀ। ਕਿਉਂਕਿ ਦੋਵਾਂ ਵਿਚਕਾਰ ਵਾਰਤਾਲਾਪ ਇਕਾਂਤ ਵਿਚ ਹੋਇਆ ਸੀ, ਉਸ ਵੇਲੇ ਉਥੇ ਕੋਈ ਦੂਸਰਾ ਗ਼ਦਰੀ ਸੰਗਰਾਮੀਆ ਹਾਜ਼ਰ ਨਹੀਂ ਸੀ। ਇਸ ਕਰਕੇ ਦਾਦੇ ਤੇ ਪੋਤੇ ਵਿਚਕਾਰ ਹੋਏ ਵਾਰਤਾਲਾਪ ਦੀ ਕਲਪਨਾ ਹੀ ਕੀਤੀ ਜਾ ਸਕਦੀ ਹੈ। ਜ਼ਿਆਦਾਤਰ ਲੇਖਕਾਂ ਨੇ ਇਵੇਂ ਹੀ ਕੀਤਾ ਹੈ, ਜਾਂ ਇਸ ਬਾਰੇ ਪ੍ਰਚਲਿਤ ਗੱਲਾਂ ਦੇ ਆਧਾਰ 'ਤੇ ਅੱਡ-ਅੱਡ ਕਹਾਣੀਆਂ ਲਿਖੀਆਂ ਗਈਆਂ ਹਨ। ਮੌਤ ਦੇ ਐਨ ਕਰੀਬ ਜਾ ਚੁੱਕੇ ਸੂਰਮੇ ਦੀ ਮਨੋਅਵਸਥਾ ਦਾ ਸਹੀ ਅਨੁਮਾਨ ਲਾ ਸਕਣਾ ਉੱਕਾ ਹੀ ਸੰਭਵ ਨਹੀਂ ਹੁੰਦਾ। ਕਿਉਂਕਿ ਇਹ ਅਨੁਮਾਨ ਉਹੀ ਲਾ ਸਕਦਾ ਹੈ ਜਿਸਨੇ ਜ਼ਿੰਦਗੀ ਵਿਚ ਕਿਸੇ ਨਾ ਕਿਸੇ ਸੂਰਤ ਵਿਚ ਆਪ ਅਜਿਹਾ ਅਨੁਭਵ ਹੰਢਾਇਆ ਹੁੰਦਾ ਹੈ। ਮਹਿਜ਼ ਸ਼ਬਦ ਘੜਨ ਦੀ ਕਲਾ ਨਾਲ ਇਹ ਅਨੁਮਾਨ ਲਾਉਣਾ ਸੰਭਵ ਨਹੀਂ ਹੈ। ਇਕ ਗੱਲ ਯਕੀਨ ਨਾਲ ਕਹੀ ਜਾ ਸਕਦੀ ਹੈ, ਕਿ ਮੌਤ ਦੇ ਰੂ-ਬ-ਰੂ ਖੜੇ ਸੂਰਮੇ ਦੀ ਸੁਰਤਿ ਸੰਪੂਰਨ ਰੂਪ ਵਿਚ ਇਕਾਗਰ ਹੋ ਚੁੱਕੀ ਹੁੰਦੀ ਹੈ। ਉਦੋਂ ਉਹ ਜੋ ਵੀ ਸੋਚਦਾ ਜਾਂ ਬੋਲਦਾ ਹੈ, ਉਹ ਆਮ ਮਨੁੱਖ ਦੇ ਪੱਧਰ ਦਾ ਨਹੀਂ ਹੁੰਦਾ। ਉਦੋਂ ਉਹ ਦੂਸਰਿਆਂ ਵਰਗਾ ਆਮ ਆਦਮੀ ਨਹੀਂ ਰਹਿ ਜਾਂਦਾ। ਉਦੋਂ ਉਸ ਦੀ ਸੁਰਤਿ ਉੱਚੇ ਮੰਡਲਾਂ ਵਿਚ ਪਹੁੰਚ ਚੁੱਕੀ ਹੁੰਦੀ ਹੈ। ਭਾਈ ਕਰਤਾਰ ਸਿੰਘ ਸਰਾਭਾ ਦੀ ਆਪਣੇ ਦਾਦਾ ਜੀ ਨਾਲ ਹੋਈ ਗੱਲਬਾਤ ਬਾਰੇ ਪ੍ਰਚਲਿਤ ਜ਼ਿਆਦਾਤਰ ਕਹਾਣੀਆਂ ਆਮ ਵਿਅਕਤੀ ਦੇ ਮਾਨਸਿਕ ਪੱਧਰ 'ਤੇ ਖੜ ਕੇ ਸੋਚੀਆਂ ਤੇ ਘੜੀਆਂ ਗਈਆਂ ਹਨ। ਇਸ ਰੋਸ਼ਨੀ ਵਿਚ, ਸ਼ਹੀਦ ਭਗਤ ਸਿੰਘ ਵੱਲੋਂ

---

* ਜਦੋਂ ਦੇਸ਼ ਆ ਕੇ ਗ਼ਦਰ ਕਰਨ ਦਾ ਸਵਾਲ ਉਠਿਆ ਸੀ ਤਾਂ ਸ਼ੇਰ ਸਿੰਘ ਨੇ ਪਾਰਟੀ ਦੇ ਫ਼ੈਸਲੇ ਨਾਲ ਅਸਹਿਮਤੀ ਪ੍ਰਗਟਾਈ ਸੀ। ਪਰ ਫਿਰ ਵੀ ਉਹ ਵੈਨਕੂਵਰ ਤੋਂ ਚੱਲਣ ਵਾਲੇ ਪਹਿਲੇ ਜਹਾਜ਼ ਵਿਚ ਚੜ੍ਹ ਕੇ ਦੇਸ਼ ਪਹੁੰਚਿਆ ਸੀ। ਦੇਸ਼ ਵਿਚ ਆ ਕੇ ਉਸ ਨੇ ਗ਼ਦਰ ਸੰਗਰਾਮੀਆਂ ਦਾ ਪੂਰਾ ਸਾਥ ਦਿੱਤਾ ਸੀ। ਸਰਾਭੇ ਨੂੰ ਭਾਈ ਸ਼ੇਰ ਸਿੰਘ ਦੇ ਵਿਚਾਰਾਂ ਦਾ ਪਤਾ ਹੋਣ ਕਰਕੇ, ਉਸ ਨੇ ਉਪਰੋਕਤ ਸ਼ਬਦ ਲਿਖੇ ਸਨ।

26. ਗਿਆਨੀ ਨਾਹਰ ਸਿੰਘ, *ਆਜ਼ਾਦੀ ਦੀਆਂ ਲਹਿਰਾਂ*, ਸਫ਼ੇ 102-03.

'ਚਾਂਦ ਫਾਂਸੀ ਅੰਕ' ਵਿਚ ਇਸ ਵਾਰਤਾਲਾਪ ਦਾ, ਬਿਨਾਂ ਕਿਸੇ ਸ੍ਰੋਤ ਦਾ ਜ਼ਿਕਰ ਕੀਤੇ, ਜਿਹੜਾ ਨਮੂਨਾ ਦਿੱਤਾ ਗਿਆ ਹੈ, ਉਹ ਕਿਸੇ ਤਰ੍ਹਾਂ ਵੀ ਮੰਨਣਯੋਗ ਨਹੀਂ ਲੱਗਦਾ। ਇਸ ਕਹਾਣੀ ਮੁਤਾਬਕ ਸਰਾਭੇ ਨੇ ਉਦਾਸ ਹੋਏ ਦਾਦਾ ਜੀ ਨੂੰ ਪੁੱਛਿਆ ਕਿ 'ਫ਼ਲਾਣਾ ਰਿਸ਼ਤੇਦਾਰ ਕਿਥੇ ਹੈ?' ਦਾਦੇ ਨੇ ਜੁਆਬ ਦਿੱਤਾ, 'ਉਹ ਪਲੇਗ ਨਾਲ ਮਰ ਗਿਆ ਹੈ।' ਸਰਾਭੇ ਨੇ ਫਿਰ ਪੁੱਛਿਆ 'ਫ਼ਲਾਣਾ ਰਿਸ਼ਤੇਦਾਰ ਕਿਥੇ ਹੈ?' ਦਾਦਾ ਜੀ ਨੇ ਕਿਹਾ, 'ਉਹ ਹੈਜ਼ੇ ਨਾਲ ਮਰ ਗਿਆ ਹੈ।' ਇਸ 'ਤੇ ਕਰਤਾਰ ਸਿੰਘ ਸਰਾਭਾ ਨੇ ਕਿਹਾ, "ਤਾਂ ਕੀ ਤੁਸੀਂ ਚਾਹੁੰਦੇ ਹੋ ਕਿ ਕਰਤਾਰ ਸਿੰਘ ਬਿਸਤਰੇ 'ਤੇ ਮਹੀਨਿਆਂ-ਬੱਧੀ ਪਿਆ ਰਹੇ ਤੇ ਦਰਦ ਨਾਲ ਦੁਖੀ ਹੋ ਕੇ ਕਿਸੇ ਰੋਗ ਨਾਲ ਮਰੇ?"

ਉਪਰੋਕਤ ਵਾਰਤਾਲਾਪ ਅੰਦਰ ਮੌਤ ਬਾਰੇ ਨਜ਼ਰੀਆ ਇਕ ਸਾਧਾਰਨ ਜਿਹੇ ਵਿਅਕਤੀ ਵਾਲਾ ਹੈ। ਕੀ ਸੁਆਲ ਸਿਰਫ਼ ਏਨਾ ਹੀ ਹੈ ਕਿ 'ਦਰਦ ਨਾਲ ਦੁਖੀ ਹੋ ਕੇ ਕਿਸੇ ਰੋਗ ਨਾਲ ਮਰਨ' ਨਾਲੋਂ ਦੇਸ਼ ਲਈ ਮਰਨਾ ਬਿਹਤਰ ਹੈ? ਕਰਤਾਰ ਸਿੰਘ ਸਰਾਭਾ ਵਰਗੇ ਊਰਜਾਸ਼ੀਲ ਇਨਕਲਾਬੀ ਦਾ, ਮੌਤ ਬਾਰੇ ਇਸ ਕਿਸਮ ਦਾ ਲਾਭ-ਹਾਨੀ ਵਾਲਾ ਨਜ਼ਰੀਆ ਨਹੀਂ ਹੋ ਸਕਦਾ। ਸਿੱਖ ਪਰਿਵਾਰ ਵਿਚ ਜੰਮਿਆ ਪਲਿਆ, ਸਿੱਖੀ ਮਾਹੌਲ ਵਿਚ ਜਵਾਨ ਹੋਇਆ ਅਤੇ ਲਹਿਰ ਅੰਦਰ ਧਰਮੀ ਬੰਦਿਆਂ ਦੀ ਸੰਗਤ ਵਿਚ ਵਿਚਰਿਆ, ਮੌਤ ਦੇ ਕਰੀਬ ਖੜ੍ਹਾ 'ਪੋਤਰਾ' ਆਪਣੇ ਗੁਰਸਿੱਖ ਦਾਦੇ ਨੂੰ ਧਰਵਾਸ ਦੇਣ ਲਈ ਏਨੀਆਂ ਹਲਕੀਆਂ ਦਲੀਲਾਂ ਦਾ ਆਸਰਾ ਨਹੀਂ ਲੈ ਸਕਦਾ। ਇਸ ਲਿਹਾਜ਼ ਨਾਲ, ਇਸ ਮੁਲਾਕਾਤ ਦਾ *ਮਾਲਵਾ ਸਿੱਖ ਇਤਿਹਾਸ* ਅੰਦਰ ਦਿੱਤਾ ਹੇਠਾਂ ਲਿਖਿਆ ਵੇਰਵਾ ਹਕੀਕਤ ਦੇ ਵੱਧ ਨੇੜੇ ਮਹਿਸੂਸ ਹੁੰਦਾ ਹੈ:

> "ਦਾਦਾ ਸ. ਬਦਨ ਸਿੰਘ ਜੀ ਨੂੰ ਪਤਾ ਲੱਗਿਆ ਕਿ ਕਰਤਾਰ ਸਿੰਘ ਨੂੰ ਫਾਂਸੀ ਦੀ ਸਜ਼ਾ ਹੋ ਗਈ ਹੈ। ਆਪ ਫਾਂਸੀ ਦੀ ਕੋਠੜੀ ਵਿਚ ਆਪਣੇ 19 ਸਾਲ ਦੇ ਨੌਜਵਾਨ ਪੋਤਰੇ ਨਾਲ ਅੰਤਿਮ ਮੁਲਾਕਾਤ ਕਰਨ ਗਏ। ਕਰਤਾਰ ਸਿੰਘ ਦੇ ਮੁਖੜੇ 'ਤੇ ਇਕ ਅਨੋਖਾ ਜਲਾਲ ਵੇਖ ਕੇ ਆਪ ਦਾ ਹਿਰਦਾ ਹੋਰ ਵੀ ਮੋਹਿਆ ਗਿਆ। ਇਹ ਸੋਹਣੀ ਸੂਰਤ ਫਾਂਸੀ ਪਰ ਲਟਕ ਕੇ ਅਲੋਪ ਹੋ ਜਾਵੇਗੀ। ਇਹ ਸੋਚ ਕੇ ਬਾਬਾ ਜੀ ਦਾ ਹਿਰਦਾ ਦ੍ਰਵ ਉਠਿਆ। ਉਹ ਬਿਹਬਲ ਹੋ ਗਏ।
>
> ਕਰਤਾਰ ਸਿੰਘ ਬਿਲਕੁਲ ਅਡੋਲ ਸੀ। ਉਸ ਨੇ ਬਾਬਾ ਜੀ ਨੂੰ ਧੀਰਜ ਦਿੱਤਾ ਤੇ ਕਿਹਾ, 'ਬਾਬਾ ਜੀ ਗੁਰਸਿੱਖ ਹੋ ਕੇ ਇਹੋ ਜਿਹੀਆਂ ਗੱਲਾਂ ਕਰਦੇ ਹੋ?' ਕਿਤਨੀ ਉਲਟੀ ਖੇਡ ਵਾਪਰ ਰਹੀ ਸੀ। ਬਿਰਧ ਬਾਬੇ ਨੂੰ 19 ਸਾਲ ਦਾ ਨੌਜਵਾਨ ਧੀਰਜ ਦੇ ਰਿਹਾ ਸੀ। ਚਾਹੀਦਾ ਤਾਂ ਇਹ ਸੀ ਕਿ ਬਾਬਾ ਪੋਤਰੇ ਨੂੰ ਧੀਰਜ ਦੇਂਦਾ।"[27]

ਭਾਈ ਕਰਤਾਰ ਸਿੰਘ ਸਰਾਭਾ ਦੇ ਜੇਲ੍ਹ-ਸਾਥੀ ਗਿਆਨੀ ਨਾਹਰ ਸਿੰਘ ਦੇ ਹੇਠ ਦਿੱਤੇ ਕਥਨ ਤੋਂ, ਉਪਰੋਕਤ ਵੇਰਵੇ ਦੇ ਹਕੀਕਤ ਦੇ ਨੇੜੇ ਹੋਣ ਦੀ ਪੁਸ਼ਟੀ ਹੁੰਦੀ ਹੈ। ਗਿਆਨੀ ਜੀ ਨੇ ਸਰਾਭੇ ਬਾਰੇ ਦੱਸਿਆ ਹੈ ਕਿ "ਆਪ ਪਹਿਲਾਂ ਧਰਮ ਵਲੋਂ ਅਵੇਸਲੇ ਹੀ ਸਨ। ਜੇਲ੍ਹ ਜਾ ਕੇ ਸਿੱਖੀ ਦੇ ਪ੍ਰੇਮੀ ਹੋ ਕੇ ਗੁਰਬਾਣੀ ਦਾ ਪਾਠ ਕਰਨ ਲੱਗ ਪਏ ਸਨ।"[28]

ਜੇਲ੍ਹੋਂ ਭੱਜਣ ਦੀ ਕੋਸ਼ਿਸ਼

ਭਾਈ ਕਰਤਾਰ ਸਿੰਘ ਸਰਾਭਾ ਨੂੰ ਖ਼ਤਰੇ ਸਹੇੜਨ ਵਿਚ ਬੜਾ ਸੁਆਦ ਆਉਂਦਾ

---

27. ਵਿਸਾਖਾ ਸਿੰਘ ਸੰਤ ਸਿਪਾਹੀ, *ਮਾਲਵਾ ਸਿੱਖ ਇਤਿਹਾਸ*, ਭਾਗ II, ਸਫ਼ਾ 313.
28. ਗਿ: ਨਾਹਰ ਸਿੰਘ ਗੁੱਜਰਵਾਲ, *ਸ਼ਹੀਦ ਕਰਤਾਰ ਸਿੰਘ ਸਰਾਬਾ*, ਸਫ਼ਾ 103.

ਸੀ। ਉਹ ਕੋਈ ਨਾ ਕੋਈ ਅਜਿਹਾ ਕਾਰਨਾਮਾ ਕਰੀ ਰੱਖਦਾ ਸੀ ਜਿਸ ਨਾਲ ਜੇਲ੍ਹ ਅੰਦਰ ਉਸ ਉੱਤੇ ਹੋਰ ਸਖ਼ਤਾਈ ਕਰ ਦਿੱਤੀ ਜਾਂਦੀ ਸੀ। ਬਾਬਾ ਸੋਹਣ ਸਿੰਘ ਭਕਨਾ ਨੇ ਉਸ ਦੀ ਇਕ ਅਜਿਹੀ ਮਾਅਰਕੇਬਾਜ਼ੀ ਦਾ ਜ਼ਿਕਰ ਕਰਦਿਆਂ ਲਿਖਿਆ ਹੈ:

> "ਕਰਤਾਰ ਸਿੰਘ ਤੇ ਮੈਂ ਹਵਾਲਾਤ ਦੀਆਂ ਕੋਠੀਆਂ ਵਿਚ ਬੰਦ ਹੁੰਦੇ ਸਾਂ। ਇਕ ਦਿਨ ਕਰਤਾਰ ਸਿੰਘ ਨੇ ਮੈਨੂੰ ਲੋਹੇ ਦੀ ਇਕ ਤਾਰ ਤੇ ਪੀਠਾ ਹੋਇਆ ਕੱਚ ਦਿਖਾਯਾ ਤੇ ਕਿਹਾ, 'ਇਹ ਕੱਚ ਲੋਹੇ ਦੀ ਇਸ ਤਾਰ ਪੁਰ ਚੜ੍ਹਾਉਣ ਨਾਲ ਲੋਹੇ ਦੀਆਂ ਸੀਖਾਂ ਨੂੰ ਕੱਟ ਸਕਦਾ ਹੈ।' ਮੇਰੀ ਅਕਲ ਨੇ ਇਹ ਗੱਲ ਨਾ ਮੰਨੀ। ਮੈਂ ਆਖਿਆ, 'ਇਹ ਸਭ ਕੈਦੀਆਂ ਦੀਆਂ ਗੱਪਾਂ ਨੇ, ਤਾਰ ਉੱਤੇ ਕੱਚ ਦਾ ਚੜ੍ਹਨਾ ਮੁਸ਼ਕਲ ਹੈ, ਤੁਸੀਂ ਹਰ ਕਿਸੇ ਦੀ ਗੱਲ ਪੁਰ ਨਿਸਚਾ ਨਾ ਕਰ ਲਿਆ ਕਰੋ। ਨਾਲ ਇਹ ਵੀ ਖ਼ਿਆਲ ਰੱਖਿਆ ਕਰੋ ਕਿ ਏਹਨਾਂ ਵਿਚ ਬਹੁਤ ਸਾਰੇ ਜੇਲ੍ਹ ਕਰਮਚਾਰੀਆਂ ਦੇ ਮੁਖ਼ਬਰ ਹੁੰਦੇ ਨੇ।' ਸੱਚਮੁੱਚ ਉਹੋ ਗੱਲ ਹੋਈ। ਅਗਲੇ ਹੀ ਦਿਨ ਕਿਸੇ ਨੇ ਮੁਖ਼ਬਰੀ ਕਰ ਦਿੱਤੀ ਤੇ ਤਲਾਸ਼ੀ ਹੋਣ ਪੁਰ ਕਰਤਾਰ ਸਿੰਘ ਪਾਸੋਂ ਲੋਹੇ ਦੀ ਤਾਰ ਤੇ ਪੀਠਾ ਹੋਇਆ ਕੱਚ ਫੜਿਆ ਗਿਆ। ਇਸ ਪੁਰ ਸੁਪ੍ਰਿੰਟੈਂਡੈਂਟ ਨੇ ਉਸ ਨੂੰ ਬੇੜੀ ਦੀ ਸਜ਼ਾ ਦੇ ਦਿੱਤੀ। ਬਸ, ਫੇਰ ਕੀ ਸੀ, ਕਰਤਾਰ ਸਿੰਘ ਨੂੰ ਅਦਾਲਤ ਵਿਚ ਇਕ ਖੇਡ ਲੱਭ ਗਈ। ਉਹ ਅਦਾਲਤ ਵਿਚ ਏਧਰ ਉਧਰ ਘੁੰਮਦਾ ਤੇ ਬੇੜੀ ਛਣਕਾਉਂਦਾ ਰਹਿੰਦਾ ਸੀ। ਜਦੋਂ ਕੋਈ ਡਿਊਟੀ ਵਾਲਾ ਠਾਣੇਦਾਰ ਉਸ ਨੂੰ ਮਨ੍ਹਾ ਕਰਦਾ ਤਾਂ ਉਹ ਅੱਗੋਂ ਉੱਤਰ ਦੇਂਦਾ ਕਿ ਤੁਸੀਂ ਆਪਣਾ ਕੰਮ ਕਰੀ ਚਲੋ, ਮੈਂ ਆਪਣਾ ਕਰਦਾ ਹਾਂ।"[29]

ਇਸ ਘਟਨਾ ਦੀ ਪੁਸ਼ਟੀ ਭਾਈ ਪਰਮਾਨੰਦ ਨੇ ਵੀ ਕੀਤੀ ਹੈ:

> "ਇਕ ਸ਼ਾਮ ਨੂੰ ਜੇਲ੍ਹ ਵਿਚ ਸਾਨੂੰ ਆਪਣੇ ਕੰਬਲਾਂ, ਕੌਲਿਆਂ ਅਤੇ ਪਾਣੀ ਵਾਲੇ ਭਾਂਡਿਆਂ ਸਮੇਤ ਆਪਣੀਆਂ ਕੋਠੜੀਆਂ ਵਿੱਚੋਂ ਬਾਹਰ ਆਉਣ ਲਈ ਕਿਹਾ ਗਿਆ। ਉਸ ਦਿਨ ਸਾਰਿਆਂ ਨੂੰ ਕੋਠੜੀਆਂ ਨਵੇਂ ਸਿਰਿਓਂ ਅਲਾਟ ਕੀਤੀਆਂ ਜਾ ਰਹੀਆਂ ਸਨ। ਇਹ ਗੱਲ ਅਗਲੇ ਦਿਨ ਤੋਂ ਹਰ ਰੋਜ਼ ਲਗਾਤਾਰ ਹੋਣ ਲੱਗ ਪਈ। ਸਾਨੂੰ ਕੁਝ ਸਮਾਂ ਤਾਂ ਇਸ ਦਾ ਕਾਰਨ ਪਤਾ ਨਾ ਲੱਗਾ, ਪਰੰਤੂ ਮਗਰੋਂ ਪਤਾ ਲੱਗਾ ਕਿ ਕਰਤਾਰ ਸਿੰਘ ਨੇ ਕੁਝ ਲੰਬੜਦਾਰਾਂ ਦੀ ਸਹਾਇਤਾ ਨਾਲ ਖਿੜਕੀ ਦੀਆਂ ਸੀਖਾਂ ਕੱਟ ਕੇ ਜੇਲ੍ਹ ਵਿੱਚੋਂ ਭੱਜਣ ਦੀ ਕੋਸ਼ਿਸ਼ ਕੀਤੀ ਸੀ। ਉਨ੍ਹਾਂ (ਲੰਬੜਦਾਰਾਂ) ਵਿੱਚੋਂ ਹੀ ਇਕ ਨੇ ਸਾਰਾ ਭੇਦ ਖੋਲ੍ਹ ਦਿੱਤਾ ਸੀ, ਜਿਸ ਕਾਰਨ ਤਲਾਸ਼ੀ ਹੋਈ ਸੀ ਤੇ ਉਸ (ਸਰਾਭੇ) ਦੀ ਕੋਠੜੀ ਵਿੱਚੋਂ ਇਕ ਰੱਸੀ ਤੇ ਪੀਸਿਆ ਹੋਇਆ ਸ਼ੀਸ਼ਾ ਮਿਲਿਆ ਸੀ। ਕੈਦੀ ਲੋਹੇ ਦੀਆਂ ਸੀਖਾਂ ਨੂੰ ਕੱਟਣ ਲਈ ਇਹ ਤਰੀਕਾ ਵਰਤਦੇ ਸਨ। ਸ਼ੀਸ਼ੇ ਨੂੰ ਬਹੁਤ ਬਾਰੀਕ ਪੀਸ ਲਿਆ ਜਾਂਦਾ ਸੀ ਅਤੇ ਗਿੱਲਾ ਕਰ ਕੇ ਰੱਸੀ 'ਤੇ ਲਗਾ ਦਿੱਤਾ ਜਾਂਦਾ ਸੀ। ਜਦੋਂ ਉਹ ਸੁੱਕ ਜਾਂਦਾ ਸੀ ਤਾਂ ਰੱਸੀ ਸੀਖਾਂ ਨੂੰ ਕੱਟਣ ਲਈ ਰੇਤੀ ਦਾ ਕੰਮ ਕਰਦੀ ਸੀ।"[30]

ਕਰਤਾਰ ਸਿੰਘ ਸਰਾਭਾ ਦੀ ਜਾਂਬਾਜ਼ੀ ਦੀਆਂ ਗੱਲਾਂ ਲਾਹੌਰ ਜੇਲ੍ਹ ਅੰਦਰ ਬਹੁਤ ਸਾਲਾਂ ਤਕ ਚੱਲਦੀਆਂ ਰਹੀਆਂ। 1923 ਵਿਚ ਜਦ ਗਿਆਨੀ ਗੁਰਮੁਖ ਸਿੰਘ 'ਮੁਸਾਫ਼ਰ' ਲਾਹੌਰ ਸੈਂਟਰਲ ਜੇਲ੍ਹ ਵਿਚ ਬੰਦ ਕੀਤੇ ਗਏ ਸਨ, ਤਾਂ ਪੁਰਾਣੇ ਕੈਦੀਆਂ ਨੇ ਉਸ ਨੂੰ ਸਰਾਭੇ ਦੀ ਜੇਲ੍ਹੋਂ ਭੱਜਣ ਦੇ ਜੋਖਮ ਭਰੇ ਅਸਫਲ ਯਤਨ ਦੀ ਪੂਰੀ ਗਾਥਾ ਸੁਣਾਈ ਸੀ।[31]

---

29. ਬਾਬਾ ਸੋਹਣ ਸਿੰਘ ਭਕਨਾ, *ਮੇਰੀ ਰਾਮ ਕਹਾਣੀ*, ਸਫ਼ਾ 146.
30. ਭਾਈ ਪਰਮਾਨੰਦ, *ਆਪਬੀਤੀ*, ਸਫ਼ਾ 70.
31. ਗੁਰਮੁਖ ਸਿੰਘ 'ਮੁਸਾਫ਼ਰ', *ਵੀਹਵੀਂ ਸਦੀ ਦੇ ਸ਼ਹੀਦ*, ਸਫ਼ਾ 104.

ਜੱਜਾਂ ਦੀਆਂ ਨਜ਼ਰਾਂ ਵਿਚ ਸਰਾਭਾ

ਜੱਜਾਂ ਨੇ ਆਪਣੇ ਫ਼ੈਸਲੇ ਵਿਚ ਭਾਈ ਕਰਤਾਰ ਸਿੰਘ ਸਰਾਭਾ ਬਾਰੇ ਹੇਠ ਦਿੱਤੇ ਵਿਚਾਰ ਪ੍ਰਗਟਾਏ :

> "ਇਹ ਮੁਲਜ਼ਮ, ਜਿਸ ਨੇ ਉਸ ਉੱਤੇ ਲਾਏ ਗਏ ਦੋਸ਼ਾਂ ਨੂੰ ਮੰਨਣ ਤੋਂ ਇਨਕਾਰ ਕਰ ਦਿੱਤਾ, ਨੇ ਆਪਣੀ ਉਮਰ ਸਾਢੇ ਅਠਾਰਾਂ ਸਾਲ ਦੱਸੀ ਹੈ, ਪਰ ਉਹ ਪੱਕ ਨਾਲ ਇਸ ਨਾਲੋਂ ਵੱਡਾ ਹੈ ਅਤੇ ਉਮੀਦ ਹੈ ਕਿ ਉਹ ਵੀਹਾਂ ਤੋਂ ਉਪਰ ਹੈ। ਆਪਣੀ ਉਮਰ ਦੇ ਬਾਵਜੂਦ, ਉਹ ਦੋਸ਼ੀ ਠਹਿਰਾਏ ਗਏ ਇਨ੍ਹਾਂ 61 ਵਿਅਕਤੀਆਂ 'ਚੋਂ ਸਾਰਿਆਂ ਨਾਲੋਂ ਮਹੱਤਵ-ਪੂਰਨਾਂ ਵਿੱਚੋਂ ਹੈ। ਅਮਰੀਕਾ ਵਿਚ, ਰਸਤੇ ਵਿਚ ਆਉਂਦਿਆਂ, ਅਤੇ ਭਾਰਤ ਦੇ ਅੰਦਰ ਰਚੀ ਗਈ ਉਸ ਦੀ ਸਾਜ਼ਿਸ਼ ਦਾ, ਅਮਲੀ ਰੂਪ ਵਿਚ ਕੋਈ ਵੀ ਖੇਤਰ ਅਜਿਹਾ ਨਹੀਂ ਹੈ ਜਿਸ ਵਿਚ ਇਸ ਮੁਲਜ਼ਮ ਨੇ ਹਿੱਸਾ ਨਾ ਲਿਆ ਹੋਵੇ। ਸਾਰੇ ਮੁਕੱਦਮੇ ਦੇ ਦੌਰਾਨ ਉਸ ਨੇ ਵਕੀਲ ਵੱਲੋਂ ਪੁੱਛੇ ਕਿਸੇ ਵੀ ਸੁਆਲ ਦਾ ਜਵਾਬ ਦੇਣ ਤੋਂ; ਜਾਂ ਇਕ ਦੋ ਸਵਾਲਾਂ ਨੂੰ ਛੱਡ ਕੇ, ਉਸ ਨੇ ਸੁਆਲ ਜਵਾਬ ਕਰਨ ਤੋਂ ਇਨਕਾਰ ਕਰੀ ਰੱਖਿਆ, ਭਾਵੇਂ ਕਿ ਉਸ ਨੇ ਆਪ ਦੋ ਲੰਮੇ ਬਿਆਨ ਦਿੱਤੇ (ਜਿਹੜੇ 443 ਤੇ 480 ਸਫ਼ਿਆਂ ਉੱਤੇ ਦਰਜ ਹਨ)...ਉਸ ਦੇ ਖ਼ਿਲਾਫ਼ ਸਬੂਤ ਮਣਾਂ-ਮੂੰਹੀਂ ਹਨ।"[32]

ਇਸ ਤੋਂ ਅੱਗੇ ਜੱਜਾਂ ਨੇ ਉਸ ਦੇ ਖ਼ਿਲਾਫ਼ ਵਾਅਦਾ-ਮੁਆਫ਼ ਗਵਾਹਾਂ ਅਮਰ ਸਿੰਘ, ਮੂਲਾ ਸਿੰਘ, ਨਵਾਬ ਖ਼ਾਂ, ਸੁੱਚਾ ਸਿੰਘ, ਉਮਰਾਓ ਸਿੰਘ ਅਤੇ ਸਰਕਾਰੀ ਧਿਰ ਦੇ ਹੋਰਨਾਂ ਗਵਾਹਾਂ ਤੇ ਪੁਲਿਸ ਦੇ ਮੁਲਾਜ਼ਮਾਂ ਦੀਆਂ ਗਵਾਹੀਆਂ ਦਾ ਭਰਵਾਂ ਵਿਸਥਾਰ ਦਿੱਤਾ ਹੈ। ਅਮਰੀਕਾ ਅੰਦਰ ਜੁਲਾਈ 1912 ਤੋਂ ਲੈ ਕੇ ਭਾਰਤ ਅੰਦਰ 19 ਫ਼ਰਵਰੀ 1915 ਤਕ, ਕਰਤਾਰ ਸਿੰਘ ਸਰਾਭਾ ਦੀ ਹਰ ਸਰਗਰਮੀ ਦਾ ਭਰਵਾਂ ਬਿਉਰਾ ਦਿੱਤਾ ਗਿਆ। ਅਖ਼ੀਰ ਵਿਚ ਜਾ ਕੇ ਜੱਜਾਂ ਨੇ ਇਹ ਸਿੱਟਾ ਕੱਢਿਆ ਕਿ :

> "ਮੁਲਜ਼ਮ ਦੇ ਕੇਸ ਦਾ ਇਹ ਬਹੁਤ ਪੂਰਾ ਤੇ ਭਰਵਾਂ ਰੀਕਾਰਡ ਹੈ, ਅਤੇ ਇਹ ਦੇਖਿਆ ਜਾ ਸਕਦਾ ਹੈ ਕਿ ਉਸ ਦਾ ਆਪਣਾ ਬਿਆਨ ਹੀ ਕਿਸ ਹੱਦ ਤਕ ਸਰਕਾਰੀ ਧਿਰ ਦੇ ਗਵਾਹਾਂ ਵੱਲੋਂ ਦਿੱਤੇ ਸਬੂਤਾਂ ਦੀ ਪੁਸ਼ਟੀ ਕਰਦਾ ਹੈ; ਸਾਰੇ ਮੁਕੱਦਮੇ ਦੇ ਦੌਰਾਨ ਬਚਾਉ ਪੱਖ ਦੇ ਗਵਾਹ ਨਹੀਂ ਭੁਗਤੇ; ਸਾਰੇ ਮੁਕੱਦਮੇ ਦੌਰਾਨ ਅਮਲੀ ਰੂਪ ਵਿਚ ਕੋਈ ਜਿਰਾਹ ਨਹੀਂ ਹੋਈ, ਅਤੇ ਸਾਡੇ ਸਾਹਮਣੇ ਮੁਲਜ਼ਮ ਨੇ ਆਪਣੇ ਕੇਸ ਦੀ ਪੈਰਵੀ ਕਰਨ ਦੀ ਕੋਈ ਇੱਛਾ ਨਹੀਂ ਪ੍ਰਗਟਾਈ। ਇਸ ਤੋਂ ਇਹੀ ਕਿਹਾ ਜਾ ਸਕਦਾ ਹੈ ਕਿ ਇਸ ਮੁਲਜ਼ਮ ਦਾ ਦੋਸ਼ ਸਿਰੇ ਦੀ ਹੱਦ ਤਕ ਸਾਬਤ ਹੋ ਗਿਆ ਹੈ। ਇਸ ਗੱਲ ਵਿਚ ਕੋਈ ਸ਼ੱਕ ਨਹੀਂ ਕਿ ਉਹ ਨੌਜਵਾਨ ਹੈ, ਪਰ ਨਿਸਚਤ ਤੌਰ 'ਤੇ ਉਹ ਉਨ੍ਹਾਂ ਅਤਿ ਭੈੜੇ ਸਾਜ਼ਿਸ਼ੀਆਂ ਵਿੱਚੋਂ ਹੈ ਜਿਨ੍ਹਾਂ ਉੱਤੇ ਕੋਈ ਵੀ ਰਹਿਮ ਨਾ ਕੀਤਾ ਤੇ ਨਾ ਦਿਖਾਇਆ ਜਾਣਾ ਚਾਹੀਦਾ ਹੈ।"[33]

ਜੱਜ-ਜੁੰਡਲੀ ਭਾਈ ਕਰਤਾਰ ਸਿੰਘ ਸਰਾਭਾ ਵਿਰੁੱਧ ਆਪਣੀ ਨਫ਼ਰਤ ਲੁਕੋ ਕੇ ਨਾ ਰੱਖ ਸਕੀ। ਉਸ ਵਿਰੁੱਧ ਆਪਣੇ ਦਿਲ ਦੀ ਭੜਾਸ ਕੱਢਦਿਆਂ, ਉਨ੍ਹਾਂ ਨੇ, ਉਸ ਸ਼ੇਰ-ਦਿਲ ਸੂਰਮੇ ਨੂੰ 'ਮੁਕੰਮਲ ਰੂਪ ਵਿਚ ਨਿਰਦਈ ਬਦਮਾਸ਼' ਕਹਿਣ ਤੋਂ ਗੁਰੇਜ਼ ਨਾ ਕੀਤਾ। ਜੱਜਾਂ ਦੀਆਂ ਨਜ਼ਰਾਂ ਵਿਚ ਕਰਤਾਰ ਸਿੰਘ ਸਰਾਭਾ 'ਮਿਸਾਲੀ ਮੁਜਰਮ' ਬਣ ਗਿਆ ਸੀ।

---

32. Malwinderjit Singh Waraich and Harish Jain (eds.), *First Lahore Conspiracy Case – Mercy Petition,* p. 126.
33. *Ibid.,* p 136.

ਦੂਸਰੇ ਲਾਹੌਰ ਸਾਜ਼ਿਸ਼ ਕੇਸ ਦਾ ਫ਼ੈਸਲਾ ਸੁਣਾਉਂਦਿਆਂ ਉਨ੍ਹਾਂ ਨੇ ਭਾਈ ਸੱਜਣ ਸਿੰਘ ਨਾਰੰਗਵਾਲ ਦੀ ਤੁਲਨਾ ਕਰਤਾਰ ਸਿੰਘ ਸਰਾਭੇ ਨਾਲ ਕਰਦਿਆਂ ਕਿਹਾ ਸੀ ਕਿ "ਸਾਡੀ ਰਾਇ ਵਿਚ ਉਹ ਮੁਕੰਮਲ ਬਦਮਾਸ਼ ਹੈ ਜਿਸ ਨੂੰ ਆਪਣੀ ਕੀਤੀ ਉੱਤੇ ਪਛਤਾਵਾ ਨਹੀਂ। ਉਹ ਪੁੱਜ ਕੇ ਖ਼ਤਰਨਾਕ ਆਦਮੀ ਹੈ, ਜੋ ਮੌਕਾ ਮਿਲਣ ਉੱਤੇ ਇਕ ਹੋਰ ਕਰਤਾਰ ਸਿੰਘ ਸਰਾਭਾ ਬਣ ਸਕਦਾ ਹੈ।"[34]

ਅਦਾਲਤ ਵੱਲੋਂ ਸੁਣਾਏ ਫ਼ੈਸਲੇ ਉੱਤੇ, ਦੇਸ਼ ਦੇ ਕੁਝ ਵੱਡੇ ਤੇ ਬਾਰਸੂਖ਼ ਵਕੀਲਾਂ ਨੇ ਬਹੁਤ ਸਾਰੇ ਵਜ਼ਨਦਾਰ ਕਾਨੂੰਨੀ ਇਤਰਾਜ਼ ਉਠਾਏ। ਵਾਇਸਰਾਏ ਨੂੰ ਵੀ ਜਾਪਿਆ ਕਿ ਕੁਝ ਵਿਅਕਤੀਆਂ, ਜਿਨ੍ਹਾਂ ਨੂੰ ਜਹਾਜ਼ਾਂ ਤੋਂ ਉਤਰਦਿਆਂ ਹੀ ਹਿਰਾਸਤ ਵਿਚ ਲੈ ਲਿਆ ਗਿਆ ਸੀ ਅਤੇ ਜਿਸ ਕਰਕੇ ਉਨ੍ਹਾਂ ਵਿਰੁੱਧ ਭਾਰਤ ਦੀ ਧਰਤੀ ਉੱਤੇ ਹਕੂਮਤ ਵਿਰੁੱਧ ਕੋਈ ਜੁਰਮ ਕੀਤਾ ਕਾਨੂੰਨਨ ਸਾਬਤ ਨਹੀਂ ਹੁੰਦਾ ਸੀ (ਅਜਿਹੇ 'ਮੁਜਰਮਾਂ' ਦੀ ਸੰਖਿਆ 24 ਸੀ, ਜਿਨ੍ਹਾਂ ਵਿੱਚੋਂ ਇਕ, ਕਾਲਾ ਸਿੰਘ ਲੁਹਾਰ ਨੂੰ ਮਾਈਕਲ ਉਡਵਾਇਰ ਨੇ ਹੀ 'ਮਾਫ਼ੀ' ਦਿੰਦੇ ਹੋਏ ਉਸ ਦੀ ਮੌਤ ਦੀ ਸਜ਼ਾ ਉਮਰ ਕੈਦ ਵਿਚ ਬਦਲ ਦਿੱਤੀ ਸੀ), ਉਨ੍ਹਾਂ ਨੂੰ ਮੌਤ ਦੀ ਸਜ਼ਾ ਦੇਣੀ ਕਾਨੂੰਨੀ ਤੌਰ 'ਤੇ ਵਾਜਿਬ ਠਹਿਰਾਉਣੀ ਮੁਸ਼ਕਲ ਹੋ ਜਾਵੇਗੀ। ਨਾਲ ਹੀ ਉਸ ਨੂੰ ਇਹ ਵੀ ਲੱਗਿਆ ਕਿ ਇਸ ਫ਼ੈਸਲੇ ਖ਼ਿਲਾਫ਼ ਕਿਸੇ ਹੋਰ ਉਚੇਰੀ ਅਦਾਲਤ ਵਿਚ ਅਪੀਲ ਕਰਨ ਦੀ ਕੋਈ ਕਾਨੂੰਨੀ ਵਿਵਸਥਾ ਨਹੀਂ ਹੈ। ਇਹ ਸਾਰੇ ਪੱਖ ਸੋਚਣ ਤੋਂ ਬਾਅਦ ਉਸ ਨੇ ਆਪਣੇ ਹੀ ਪੱਧਰ 'ਤੇ ਫ਼ੈਸਲੇ ਦੀ ਨਜ਼ਰਸਾਨੀ ਕਰਨ ਲਈ, ਵਾਇਸਰਾਏ ਦੀ ਕੌਂਸਲ ਦੇ ਕਾਨੂੰਨੀ ਸਲਾਹਕਾਰ ਮੈਂਬਰ ਸਰ ਅਲੀ ਇਮਾਮ ਦੀ ਰਾਇ ਲੈਣੀ ਯੋਗ ਸਮਝੀ। ਅਲੀ ਇਮਾਮ ਨੇ ਮੁਕੱਦਮੇ ਦੇ ਫ਼ੈਸਲੇ ਬਾਰੇ ਆਪਣੀ ਰਾਇ ਜ਼ਾਹਰ ਕਰਦਿਆਂ, ਜਿਥੇ 23 ਮੁਜਰਮਾਂ ਦੀ ਮੌਤ ਦੀ ਸਜ਼ਾ ਉਮਰ ਕੈਦ ਵਿਚ ਤਬਦੀਲ ਕਰ ਦੇਣ ਦੀ ਸਿਫ਼ਾਰਸ਼ ਕੀਤੀ, ਉਥੇ ਨਾਲ ਹੀ ਭਾਈ ਕਰਤਾਰ ਸਿੰਘ ਸਰਾਭਾ ਨੂੰ ਦਿੱਤੀ ਸਜ਼ਾ ਬਾਰੇ ਵੀ ਮਾਮੂਲੀ ਜਿਹਾ ਇਤਰਾਜ਼ ਪ੍ਰਗਟਾਇਆ। ਉਸ ਨੇ ਜੱਜਾਂ ਵੱਲੋਂ ਭਾਈ ਕਰਤਾਰ ਸਿੰਘ ਸਰਾਭਾ ਉੱਤੇ ਲਾਏ ਦੋਸ਼ਾਂ ਨੂੰ ਪੂਰਨ ਰੂਪ ਵਿਚ ਠੀਕ ਕਿਹਾ, ਪਰ 'ਉਸ ਦੀ ਅੱਲੜ੍ਹ ਉਮਰ ਦਾ ਲਿਹਾਜ਼ ਕਰਦੇ ਹੋਏ' ਉਸ ਦੀ ਮੌਤ ਦੀ ਸਜ਼ਾ ਮਨਸੂਖ਼ ਕਰ ਕੇ ਉਮਰ ਕੈਦ ਵਿਚ ਬਦਲਣ ਦੀ ਸਿਫ਼ਾਰਸ਼ ਕੀਤੀ। ਅਲੀ ਇਮਾਮ ਨੂੰ, ਫ਼ੈਸਲੇ ਅੰਦਰ ਜੱਜਾਂ ਵੱਲੋਂ ਕਰਤਾਰ ਸਿੰਘ ਸਰਾਭਾ ਬਾਰੇ ਵਰਤੀ ਗਈ ਭਾਸ਼ਾ ਵੀ ਥੋੜ੍ਹੀ ਚੁੱਭਵੀਂ ਲੱਗੀ। ਖ਼ਾਸ ਕਰਕੇ ਸਰਾਭੇ ਨੂੰ 'ਨਿਰਦਈ ਬਦਮਾਸ਼' ਕਹਿਣਾ ਉਸ ਨੂੰ 'ਅਦਾਲਤੀ ਮਰਯਾਦਾ' ਦੀ ਉਲੰਘਣਾ ਜਾਪਿਆ।[35]

ਵਾਇਸਰਾਏ ਲਾਰਡ ਹਾਰਡਿੰਗ ਨੇ ਸਰ ਅਲੀ ਇਮਾਮ ਦੀ ਬਾਕੀ ਸਲਾਹ ਤਾਂ ਇੰਨ-ਬਿੰਨ ਮੰਨ ਲਈ, ਪਰ ਭਾਈ ਕਰਤਾਰ ਸਿੰਘ ਸਰਾਭਾ ਨੂੰ ਛੋਟ ਦੇਣ ਦੀ ਸਲਾਹ ਉਸ ਨੂੰ ਮੰਨਣਯੋਗ ਨਾ ਜਾਪੀ। ਉਸ ਨੇ ਹੋਰ ਵੱਧ ਵਿਚਾਰ ਜਾਨਣ ਲਈ ਕੇਸ ਆਪਣੀ ਸਲਾਹਕਾਰ ਕੌਂਸਲ ਦੇ ਅੱਗੇ ਰੱਖ ਦਿੱਤਾ। ਸਲਾਹਕਾਰ ਕੌਂਸਲ ਦੇ ਤਿੰਨ ਅੰਗਰੇਜ਼ ਮੈਂਬਰਾਂ ਨੇ ਜਿਥੇ ਕਰਤਾਰ ਸਿੰਘ ਸਰਾਭੇ ਬਾਰੇ ਅਦਾਲਤ ਦੇ ਫ਼ੈਸਲੇ ਦੀ ਪੂਰਨ ਪ੍ਰੋੜ੍ਹਤਾ ਕੀਤੀ, ਉਥੇ ਇੱਕੋ-ਇਕ ਭਾਰਤੀ ਮੈਂਬਰ ਮਦਰਾਸ ਪ੍ਰੈਜ਼ੀਡੈਂਸੀ ਦੇ ਸਰ ਸ਼ੰਕਰਨ ਨਾਇਰ ਨੇ ਸਰ ਅਲੀ ਇਮਾਮ ਦੀ ਸਿਫ਼ਾਰਸ਼ ਦੀ ਪ੍ਰੋੜ੍ਹਤਾ ਕੀਤੀ। ਵਾਇਸਰਾਏ ਨੇ 14 ਨਵੰਬਰ ਨੂੰ 23 ਜਣਿਆਂ ਵਿੱਚੋਂ 16 ਦੀ ਫਾਂਸੀ ਦੀ ਸਜ਼ਾ ਮਾਫ਼ ਕਰ ਕੇ ਉਮਰ ਕੈਦ ਵਿਚ ਤਬਦੀਲ ਕਰਨ ਦਾ ਐਲਾਨ

---

34. ਜਗਜੀਤ ਸਿੰਘ, *ਗ਼ਦਰ ਪਾਰਟੀ ਲਹਿਰ,* ਸਫ਼ਾ 413.
35. Malwinderjit Singh Waraich and Harish Jain (eds.), *First Lahore Conspiracy Case – Mercy Petition,* p 56.

ਕਰ ਦਿੱਤਾ। ਵਾਇਸਰਾਏ ਦਾ ਇਹ ਫ਼ੈਸਲਾ ਲਾਹੌਰ ਜੇਲ੍ਹ ਅੰਦਰ ਉਸ ਵਕਤ ਪੁੱਜਾ, ਜਦੋਂ ਇਨ੍ਹਾਂ ਕੈਦੀਆਂ ਨੂੰ ਫਾਂਸੀ ਦੇਣ ਲਈ ਇਸ਼ਨਾਨ ਕਰਾਉਣ ਦੀਆਂ ਤਿਆਰੀਆਂ ਹੋ ਰਹੀਆਂ ਸਨ। ਇਸ ਤਰ੍ਹਾਂ, ਬਾਕੀ ਦੇ ਸੱਤ 'ਮੁਜਰਮਾਂ' ਨੂੰ ਉਸੇ ਦਿਨ ਫਾਂਸੀ ਦੇਣ ਦੀ ਬਜਾਇ, ਇਕ ਦਿਨ ਠਹਿਰ ਕੇ, ਅਗਲੇ ਦਿਨ 16 ਨਵੰਬਰ ਨੂੰ ਫਾਂਸੀ ਦੇਣ ਦਾ ਅੰਤਿਮ ਹੁਕਮ ਸੁਣਾਇਆ ਗਿਆ। ਜਿਨ੍ਹਾਂ ਦੀ ਮੌਤ ਦੀ ਸਜ਼ਾ ਮਾਫ਼ ਕਰ ਦਿੱਤੀ ਗਈ ਸੀ, ਉਨ੍ਹਾਂ ਨੂੰ ਅਗਲੇ ਹੀ ਦਿਨ, 15 ਨਵੰਬਰ ਨੂੰ ਅੰਡੇਮਾਨ (ਕਾਲੇ ਪਾਣੀ) ਭੇਜ ਦਿੱਤਾ ਗਿਆ ਸੀ।

ਫਾਂਸੀ ਦਾ ਦਿਨ

ਭਾਈ ਪਰਮਾਨੰਦ (ਲਾਹੌਰ) ਨੇ ਆਪਣੀ *ਆਤਮ ਕਥਾ* ਵਿਚ, 13 ਸਤੰਬਰ ਨੂੰ ਫਾਂਸੀ ਦੀ ਸਜ਼ਾ ਸੁਣਨ ਉਪਰੰਤ ਗ਼ਦਰੀ ਸੰਗਰਾਮੀਆਂ ਦੀ ਮਾਨਸਿਕ ਅਵਸਥਾ ਦੀ ਤਸਵੀਰ ਇਸ ਤਰ੍ਹਾਂ ਚਿੱਤਰੀ ਹੈ:

> "ਉਸ ਵੇਲੇ ਸਾਡੇ ਹਿਰਦਿਆਂ ਦਾ ਨਜ਼ਾਰਾ ਕੁਛ ਹੋਰ ਹੀ ਸੀ। ਜਿਨ੍ਹਾਂ ਲੋਕਾਂ ਨੇ ਚੱਬਾ ਦਾ ਡਾਕਾ ਆਪਣੇ ਸਵਾਰਥ ਲਈ ਮਰਵਾਇਆ ਸੀ, ਉਨ੍ਹਾਂ ਨੂੰ ਮੌਤ ਦੀ ਸਜ਼ਾ ਦਾ ਬਹੁਤ ਦੁੱਖ ਹੋਇਆ। ਉਨ੍ਹਾਂ ਵਿੱਚੋਂ ਦੋ ਆਦਮੀ ਤਾਂ ਭੁੱਬਾਂ ਮਾਰ ਕੇ ਰੋ ਰਹੇ ਸੀ। ਬਾਕੀ ਸਾਰਿਆਂ ਉੱਤੇ ਇਹ ਕਹਾਵਤ ਅੱਖਰ ਅੱਖਰ ਲਾਗੂ ਹੁੰਦੀ ਹੈ ਕਿ 'ਮਰਗੇ ਅੰਬੋਹ, ਜਸ਼ਨੇ ਦਾਰਦ', ਭਾਵ ਸਾਰਿਆਂ ਨਾਲ ਮਰਾਂਗੇ ਤਾਂ ਮਜ਼ਾ ਹੀ ਆ ਜਾਊ।
>
> ਲੋਕ ਇਸ ਸਚਾਈ ਦਾ ਅਨੁਭਵ ਨਹੀਂ ਕਰ ਸਕਦੇ, ਅਤੇ ਸੰਭਵ ਹੈ ਕਿ ਉਨ੍ਹਾਂ ਨੂੰ ਮੇਰੀ ਇਸ ਗੱਲ ਉੱਤੇ ਯਕੀਨ ਨਾ ਆਵੇ ਕਿ ਉਸ ਵੇਲੇ ਸਾਡੀ ਹਾਲਤ ਸੱਚਮੁੱਚ ਅਜਿਹੀ ਮਸਤੀ ਵਾਲੀ ਸੀ ਜਿਸ ਨੂੰ ਤਿਉਹਾਰ ਕਿਹਾ ਜਾ ਸਕਦਾ ਹੈ। ਸਾਰੇ ਦਿਨ ਵਿਚ ਕੋਈ ਵੀ ਪਲ ਅਜਿਹਾ ਨਹੀਂ ਹੁੰਦਾ ਸੀ ਜਦੋਂ ਕੋਈ ਭਜਨ ਜਾਂ ਦੇਸ਼ ਭਗਤੀ ਦਾ ਗੀਤ ਨਾ ਗਾ ਰਿਹਾ ਹੋਵੇ, ਜਿਹੜੇ ਉਨ੍ਹਾਂ ਨੇ ਪਹਿਲਾਂ ਹੀ ਲਿਖੇ ਹੁੰਦੇ ਸਨ ਅਥਵਾ ਜੇਲ੍ਹ ਅੰਦਰ ਹੀ ਰਚੇ ਹੁੰਦੇ ਸਨ। ਅੱਧੀ ਅੱਧੀ ਰਾਤ ਤਕ ਅਸੀਂ ਆਪਣੀਆਂ ਕੋਠੜੀਆਂ ਵਿਚ ਦੂਜਿਆਂ ਨਾਲ ਉਦੋਂ ਤਕ ਗੱਲਾਂ ਕਰਦੇ ਤੇ ਹੱਸਦੇ ਰਹਿੰਦੇ ਸੀ, ਜਦੋਂ ਤਕ ਥੱਕ ਕੇ ਨੀਂਦ ਦੇ ਨਸ਼ੇ ਵਿਚ ਬੇਹੋਸ਼ ਹੋ ਕੇ ਸੌਂ ਨਹੀਂ ਜਾਂਦੇ ਸੀ। ਸਾਡੇ ਪਹਿਰੇਦਾਰ ਸਿਪਾਹੀ ਹੈਰਾਨ ਹੋ ਜਾਂਦੇ ਸਨ ਅਤੇ ਉਨ੍ਹਾਂ ਵਿੱਚੋਂ ਕੁਝ ਇਸ ਤਰ੍ਹਾਂ ਦੀ ਟਿੱਪਣੀ ਕਰਦੇ ਸਨ, 'ਤੁਸੀਂ ਲੋਕ ਬਰਾਤ ਵਿਚ ਜਾ ਰਹੇ ਹੋ ਜਾਂ ਫਾਂਸੀ ਲਈ ਤਿਆਰ ਹੋ ਰਹੇ ਹੋ ?' ਉਨ੍ਹਾਂ ਵਿਚਾਰਿਆਂ ਨੂੰ ਸਮਝ ਨਹੀਂ ਆਉਂਦੀ ਸੀ ਕਿ ਇਸ ਫਾਂਸੀ ਵਿਚ ਕਿੰਨਾ ਅਨੰਦ ਹੈ !...ਕਰਤਾਰ ਸਿੰਘ ਸਾਰਿਆਂ ਨਾਲੋਂ ਜ਼ਿਆਦਾ ਖ਼ੁਸ਼ ਸੀ...ਸਾਡਾ ਅੰਦਾਜ਼ਾ ਸੀ ਕਿ ਸੱਤਵੇਂ ਦਿਨ (ਭਾਵ 20 ਸਤੰਬਰ ਨੂੰ—ਲੇਖਕ) ਸੁਬ੍ਹਾ-ਸਵੇਰੇ ਹੀ ਫਾਂਸੀ ਲਾ ਦਿੱਤੀ ਜਾਵੇਗੀ...ਸੱਤਵੀਂ ਰਾਤ ਨੂੰ ਸਾਡੇ ਕਿੰਨੇ ਹੀ ਸਾਥੀ ਅੱਧੀ ਰਾਤ ਨੂੰ ਹੀ ਉਠ ਬੈਠੇ ਅਤੇ ਪਾਠ ਕਰਨਾ ਸ਼ੁਰੂ ਕਰ ਦਿੱਤਾ। ਉਹ ਇਹ ਉਡੀਕ ਕਰ ਰਹੇ ਸਨ ਕਿ ਹੁਣੇ ਹੀ ਜੇਲ੍ਹ ਦੇ ਅਫ਼ਸਰ ਉਨ੍ਹਾਂ ਨੂੰ ਲਿਜਾਣ ਲਈ ਆਉਣ ਵਾਲੇ ਹੋਣਗੇ...ਇਸ ਤਰ੍ਹਾਂ ਹੀ ਦੂਜੇ ਦਿਨ ਹੋਇਆ। ਪਰ ਫਿਰ ਸਾਡਾ ਉਤਸ਼ਾਹ ਠੰਢਾ ਪੈ ਗਿਆ ਅਤੇ ਅਸੀਂ ਬੇਫ਼ਿਕਰ ਹੋ ਕੇ ਅਨੰਦਮਗਨ ਹੋ ਗਏ।"[36]

ਗਿਆਨੀ ਨਾਹਰ ਸਿੰਘ ਨੇ ਲਿਖਿਆ ਹੈ:

"ਓੜਕ 14 ਨਵੰਬਰ* 1915 ਦੇ ਸਵੇਰੇ ਆਪ (ਕਰਤਾਰ ਸਿੰਘ ਸਰਾਭਾ) ਛੇ ਹੋਰ

---

* ਇਥੇ ਲੇਖਕ ਨੂੰ ਤਾਰੀਕ ਦਾ ਭੁਲੇਖਾ ਲੱਗਾ ਹੈ। ਕਰਤਾਰ ਸਿੰਘ ਸਰਾਭਾ ਨੂੰ ਫਾਂਸੀ 16 ਨਵੰਬਰ ਨੂੰ ਦਿੱਤੀ ਗਈ ਸੀ।

36. ਭਾਈ ਪਰਮਾਨੰਦ, *ਆਪਬੀਤੀ*, ਸਫ਼ੇ 75-77.

ਸਾਥੀਆਂ ਸਮੇਤ ਸੈਂਟਰਲ ਜੇਲ੍ਹ ਲਾਹੌਰ ਵਿਚ ਦੇਸ਼ ਦੀ ਆਜ਼ਾਦੀ ਖ਼ਾਤਰ ਫਾਂਸੀ ਉੱਤੇ ਚੜ੍ਹ ਕੇ ਆਪਣਾ ਆਪ ਕੁਰਬਾਨ ਕਰਕੇ ਸ਼ਹੀਦ ਹੋ ਗਏ। ਫਾਂਸੀ ਲੱਗਣ ਦੇ ਦੂਜੇ ਦਿਨ ਸਾਡੇ ਉੱਤੇ ਕਲਣ ਖ਼ਾਨ ਵਾਰਡਰ ਦੀ ਡਿਊਟੀ ਸੀ। ਉਸ ਦੀ ਕਰਤਾਰ ਸਿੰਘ ਦੇ ਫਾਂਸੀ ਲੱਗਣ ਸਮੇਂ ਫਾਂਸੀ ਘਰ ਵਿਚ ਹੀ ਡਿਊਟੀ ਸੀ। ਭਾਈ ਸਾਹਿਬ ਰਣਧੀਰ ਸਿੰਘ ਜੀ ਨੇ ਪੁੱਛਿਆ, 'ਦੱਸੋ, ਤੁਸੀਂ ਉਸ ਵੇਲੇ ਡਿਊਟੀ ਉੱਤੇ ਸੀ ? ਕਰਤਾਰ ਸਿੰਘ ਦਾ ਅੰਤਿਮ ਸਮਾਂ ਕੈਸਾ ਰਹਿਆ।' ਤਦ ਕਲਣ ਖ਼ਾਨ ਨੇ ਦੱਸਿਆ ਕਿ ਕਰਤਾਰ ਸਿੰਘ ਨੇ ਫਾਂਸੀ ਦੇ ਤਖ਼ਤੇ ਉੱਤੇ ਖੜੇ ਹੋ ਕੇ ਅਖ਼ੀਰ ਵੇਲੇ ਇਹ ਲਫ਼ਜ਼ ਕਹੇ, 'ਦਰੋਗਾ ਮਤ ਸਮਝੋ ਕਿ ਕਰਤਾਰ ਸਿੰਘ ਮਰ ਗਇਆ ਹੈ, ਮੇਰੇ ਖ਼ੂਨ ਕੇ ਜਿਤਨੇ ਕਤਰੇ ਹੈਂ, ਉਤਨੇ ਕਰਤਾਰ ਸਿੰਘ ਔਰ ਪੈਦਾ ਹੋਂਗੇ। ਔਰ ਦੇਸ਼ ਕੀ ਆਜ਼ਾਦੀ ਕੇ ਲੀਏ ਕਾਮ ਕਰੇਂਗੇ।' "[37]

ਭਾਈ ਪਰਮਾਨੰਦ ਮੁਤਾਬਕ :

"ਅਗਲੇ ਦਿਨ ਸੁਬ੍ਹਾ ਸਵੇਰੇ ਇਨ੍ਹਾਂ ਨੂੰ ਦੋ ਅਲੱਗ ਅਲੱਗ ਟੋਲੀਆਂ ਵਿਚ ਵੰਡ ਕੇ ਫਾਂਸੀਘਰ ਲਿਜਾਇਆ ਗਿਆ। ਫਾਂਸੀ ਚੜ੍ਹਨ ਤੋਂ ਪਹਿਲਾਂ ਪਿੰਗਲੇ ਨੇ ਇਹ ਇੱਛਾ ਪ੍ਰਗਟਾਈ ਕਿ ਉਹ ਰੱਬ ਅੱਗੇ ਅਰਦਾਸ ਕਰਨੀ ਚਾਹੁੰਦਾ ਹੈ। ਉਸ ਦੀ ਹੱਥਕੜੀ ਖੋਲ੍ਹ ਦਿੱਤੀ ਗਈ ਅਤੇ ਉਸ ਨੇ ਅਰਦਾਸ ਕੀਤੀ ਕਿ, 'ਐ ਪਰਮਾਤਮਾ, ਤੂੰ ਸਾਡੇ ਦਿਲਾਂ ਦੀਆਂ ਜਾਣਦਾ ਹੈਂ। ਜਿਸ ਪਵਿਤਰ ਕਾਰਜ ਲਈ ਅਸੀਂ ਆਪਣੇ ਜੀਵਨ ਅਰਪਤ ਕਰ ਰਹੇ ਹਾਂ, ਤੂੰ ਉਸ ਕਾਰਜ ਦੀ ਰੱਖਿਆ ਕਰਨੀ - ਇਹੀ ਸਾਡੀ ਆਖ਼ਰੀ ਖ਼ਾਹਸ਼ ਹੈ।' "[38]

ਗਿਲਵਾਲੀ ਦੇ ਸੁਰੈਣ ਸਿੰਘ (ਪੁੱਤਰ ਬੂੜ ਸਿੰਘ) ਜਿਸ ਨੇ ਆਪਣੀ ਨਿੱਜੀ ਗਰਜ ਵਿੱਚੋਂ ਚੱਬੇ ਦਾ ਡਾਕਾ ਮਰਵਾਇਆ ਸੀ ਅਤੇ ਨਿੱਜੀ ਕਿੜ ਵਿੱਚੋਂ ਹੀ ਸ਼ਾਹੂਕਾਰ ਦਾ ਬੇਰਹਿਮੀ ਨਾਲ ਕਤਲ ਕੀਤਾ ਸੀ, ਨੂੰ ਛੱਡ ਕੇ ਬਾਕੀ ਛੇ ਗ਼ਦਰੀ ਸੂਰਮੇ 16 ਨਵੰਬਰ ਨੂੰ ਅੰਮ੍ਰਿਤ ਵੇਲੇ ਇਸ਼ਨਾਨ ਕਰ ਕੇ, ਪੂਰੀ ਚੜ੍ਹਦੀ ਕਲਾ ਦੀ ਅਵਸਥਾ ਵਿਚ, ਹੱਸਦੇ, ਗਾਉਂਦੇ ਤੇ ਗਰਜਦੇ ਫਾਂਸੀ ਘਰ ਵਿਚ ਪਹੁੰਚੇ।

ਸ਼ਹਾਦਤ ਤੋਂ ਬਾਅਦ

ਕਿਰਤੀ ਦੇ ਅਪਰੈਲ 1927 ਦੇ ਅੰਕ ਵਿਚ ਸ਼ਹੀਦ ਕਰਤਾਰ ਸਿੰਘ ਸਰਾਭਾ ਨੂੰ "**ਆਜ਼ਾਦੀ ਦਾ ਅਦੁੱਤੀ ਪਿਆਰਾ ਪ੍ਰਜਾ ਭਗਤ ਭਾਈ ਸਾਹਿਬ ਭਾਈ ਕਰਤਾਰ ਸਿੰਘ ਜੀ ਸ਼ਹੀਦ**" ਦਾ ਸਨਮਾਨਜਨਕ ਸਿਰਲੇਖ ਦਿੱਤਾ ਗਿਆ ਸੀ। ਇਸ ਅੰਕ ਵਿਚ ਸ਼ਹੀਦ ਲੜੀ ਨੰ: 7 ਵਿਚ ਸ਼ਹੀਦ ਕਰਤਾਰ ਸਿੰਘ ਨੂੰ ਹਰ ਜਗ੍ਹਾ 'ਭਾਈ ਸਾਹਿਬ' ਹੀ ਲਿਖਿਆ ਹੈ।

ਕਿਰਤੀ ਦੇ ਮਾਰਚ 1926 ਦੇ ਅੰਕ ਵਿਚ ਭਾਈ ਸੰਤੋਖ ਸਿੰਘ ਦਾ ਸਰਾਭੇ ਬਾਰੇ ਲੇਖ ਛਪਿਆ, ਜਿਸ ਦੇ ਹੇਠਾਂ ਉਨ੍ਹਾਂ ਨੇ ਇਹ ਵਿਸ਼ੇਸ਼ ਨੋਟ ਦਿੱਤਾ ਹੈ : 'ਉਪਰਲੇ ਲੇਖ ਵਿਚ ਸ੍ਰੀ ਮਾਨ ਭਾਈ ਕਰਤਾਰ ਸਿੰਘ ਜੀ ਸ਼ਹੀਦ ਦੇ ਪਹਿਲੇ "ਬਾਗ਼ੀ" ਸ਼ਬਦ ਲਿਖਿਆ ਹੋਇਆ ਹੈ। ਇਸ ਸ਼ਬਦ ਸੰਬੰਧੀ ਅਸੀਂ ਪਾਠਕਾਂ ਦੀ ਸੇਵਾ ਵਿਚ ਬੇਨਤੀ ਕਰਦੇ ਹਾਂ ਕਿ ਇਹ ਗੁਰਮੁਖ ਪਿਆਰੇ* ਦੀ ਆਪਣੀ ਮੰਗ ਸੀ ਕਿ ਮੇਰੀ ਸ਼ਹੀਦੀ ਤੋਂ ਬਾਅਦ ਮੈਨੂੰ "ਇਹ ਖ਼ਿਤਾਬ ਦਾਨ ਦਿੱਤਾ ਜਾਵੇ।"[39]

---

* ਭਾਈ ਸੰਤੋਖ ਸਿੰਘ ਜੀ ਭਾਈ ਸਰਾਭੇ ਨੂੰ "ਗੁਰਮੁਖ ਪਿਆਰਾ" ਲਿਖਦੇ ਸਨ।

37. ਗਿਆਨੀ ਨਾਹਰ ਸਿੰਘ, *ਆਜ਼ਾਦੀ ਦੀਆਂ ਲਹਿਰਾਂ*, ਸਫ਼ਾ 104.

38. ਭਾਈ ਪਰਮਾਨੰਦ, *ਆਪਬੀਤੀ*, ਸਫ਼ੇ 81-82.

39. *ਕਿਰਤੀ*, ਮਾਰਚ 1926, ਸਫ਼ਾ 70.

ਬਾਬਾ ਸੋਹਣ ਸਿੰਘ ਭਕਨਾ ਸਰਾਭੇ ਨਾਲੋਂ ਦੁੱਗਣੀ ਉਮਰ ਦੇ ਸਨ, ਪਰ ਉਨ੍ਹਾਂ ਨੇ ਉਸ ਨੂੰ "ਮੇਰਾ ਜਰਨੈਲ" ਕਹਿ ਕੇ ਬਹੁਤ ਵੱਡਾ ਸਨਮਾਨ ਦਿੱਤਾ ਸੀ।

ਭਾਈ ਰਣਧੀਰ ਸਿੰਘ ਸਰਾਭੇ ਦੇ ਬਾਪ ਦੀ ਉਮਰ ਦੇ ਸਨ, ਪਰ ਉਨ੍ਹਾਂ ਆਪਣੀਆਂ ਲਿਖਤਾਂ ਵਿਚ ਉਸ ਨੂੰ ਹਮੇਸ਼ਾ 'ਵੀਰ ਕਰਤਾਰ ਸਿੰਘ' ਦੇ ਮੋਹ-ਭਰੇ ਸੰਬੋਧਨ ਨਾਲ ਹੀ ਯਾਦ ਕੀਤਾ।

ਸਚਿੰਦਰ ਨਾਥ ਸਾਨਿਆਲ ਨੇ ਸਰਾਭੇ ਦੀ ਬਹਾਦਰੀ ਦੀ ਦਾਦ ਦਿੰਦੇ ਹੋਏ ਉਸ ਨੂੰ 'ਬੀਰ ਕਰਤਾਰ ਸਿੰਘ' ਕਿਹਾ।

ਗਿਆਨੀ ਹਰਭਜਨ ਸਿੰਘ ਚਮਿੰਡਾ ਸਰਾਭੇ ਦਾ ਹਾਣੀ ਸੀ। ਦੋਵਾਂ ਨੇ ਗੁੱਜਰਵਾਲ ਦੇ ਮਿਡਲ ਸਕੂਲ ਤੇ ਲੁਧਿਆਣੇ ਦੇ ਮਾਲਵਾ ਖ਼ਾਲਸਾ ਹਾਈ ਸਕੂਲ ਵਿਚ ਅੱਗੜ-ਪਿੱਛੜ ਹੀ ਪੜ੍ਹਾਈ ਕੀਤੀ ਸੀ। ਚਮਿੰਡਾ ਜੀ ਨੇ ਭਾਈ ਕਰਤਾਰ ਸਿੰਘ ਸਰਾਭਾ ਨੂੰ ਲਾਡ ਨਾਲ 'ਬਾਲਾ ਜਰਨੈਲ' ਕਹਿ ਕੇ ਨਿਵਾਜਿਆ ਸੀ। ਉਸ ਨੇ ਆਪਣੀਆਂ ਯਾਦਾਂ ਵਿਚ ਸਰਾਭੇ ਦੇ ਜੋ ਗੁਣ ਦੱਸੇ ਹਨ, ਉਨ੍ਹਾਂ ਮੁਤਾਬਕ ਉਹ 'ਚੁਸਤ ਚਲਾਕ' 'ਫੁਰਤੀਲਾ', 'ਚਤੁਰ', 'ਹੁਸ਼ਿਆਰ', 'ਸਿਰੜੀ', 'ਸਿਆਣਾ', 'ਤਿਆਗੀ' ਤੇ 'ਦਲੇਰ' ਸੀ।

ਊਧਮ ਸਿੰਘ ਕਸੇਲ ਨੇ ਵੀ ਉਸ ਨੂੰ 'ਨਿਡਰ', 'ਦਲੇਰ' ਤੇ 'ਸੂਰਬੀਰ' ਦੱਸਿਆ ਹੈ।

ਭਾਈ ਭਗਵਾਨ ਸਿੰਘ ਨੇ ਲਿਖਿਆ ਹੈ ਕਿ 'ਇਤਨਾ ਦਲੇਰ ਆਦਮੀ, ਇਤਨਾ ਬਹਾਦਰ ਆਦਮੀ, ਮੇਰੀਆਂ ਅੱਖਾਂ ਵਿੱਚੋਂ ਬਹੁਤ ਘੱਟ ਅਜਿਹੇ ਆਦਮੀ ਨਿਕਲੇ ਹਨ।'

ਵਿਦਾਇਗੀ ਕਵਿਤਾ

ਭਾਈ ਸੰਤੋਖ ਸਿੰਘ ਜੀ ਨੇ 1926 ਵਿਚ 'ਕਿਰਤੀ' ਪਰਚੇ ਵਿਚ ਉਸ ਕਵਿਤਾ ਦਾ ਪੂਰਾ ਪਾਠ ਛਾਪਿਆ ਸੀ, ਜਿਸ ਬਾਰੇ ਭਾਈ ਸਾਹਿਬ ਦਾ ਕਹਿਣਾ ਹੈ ਕਿ 'ਇਹ ਕਵਿਤਾ ਉਨ੍ਹਾਂ ਕੌਮੀ ਬਜ਼ੁਰਗਾਂ ਨੇ ਫਾਂਸੀ ਦੇ ਦਿਨ ਤੋਂ ਪਹਿਲੇ ਕਈ ਦਿਨ ਭਰ ਸਾਂਝੀ ਮਿਹਨਤ ਅਤੇ ਵਿਚਾਰ ਦੇ ਨਾਲ ਤਿਆਰ ਕੀਤੀ ਸੀ ਅਤੇ ਸ਼ਹੀਦੀ ਵਾਸਤੇ ਤੁਰਨ ਵੇਲੇ ਸਭਨਾਂ ਨੇ ਪ੍ਰੇਮ ਨਾਲ ਉਚਾਰੀ ਸੀ।' ਉਹ ਕਵਿਤਾ ਇਹ ਹੈ:

ਫਾਂਸੀ ਵਾਲੇ ਸ਼ਹੀਦਾਂ ਦਾ ਸੰਦੇਸਾ!

ਸਦਾ ਜੀਵਣਾ ਨਹੀਂ ਜਹਾਨ ਅੰਦਰ, ਖਿਲੀ ਰਹੇਗੀ ਸਦਾ ਗੁਲਜ਼ਾਰ ਨਾਹੀਂ!
ਸਦਾ ਕੂੜ ਦੀ ਰਹੇ ਨਾ ਜ਼ਾਰਸ਼ਾਹੀ, ਸਦਾ ਜਾਬਰਾਂ ਹੱਥ ਤਲਵਾਰ ਨਾਹੀਂ!
ਰੰਗ ਬਦਲਦੀ ਰਹੇਗੀ ਸਦਾ ਕੁਦਰਤ, ਬਣਦਾ ਵਕਤ ਇਹ ਕਿਸੇ ਦਾ ਯਾਰ ਨਾਹੀਂ!
ਹੋਸੀ ਧਰਮ ਦੀ ਜਿੱਤ ਆਖੀਰ ਬੰਦੇ, ਬੇੜੀ ਪਾਪ ਦੀ ਲੱਗਣੀ ਪਾਰ ਨਾਹੀਂ!

—o—

ਸਾਡੇ ਵੀਰਨੋ ਤੁਸਾਂ ਨੇ ਖ਼ੁਸ਼ ਰਹਿਣਾ, ਅਸੀਂ ਆਪਣੀ ਆਪ ਨਿਭਾ ਦਿਆਂਗੇ!
ਦੁੱਖ ਝਲਾਂਗੇ ਹਸਕੇ ਵਾਂਗ ਮਰਦਾਂ, ਨਾਲ ਖੁਸ਼ੀ ਦੇ ਸੀਸ ਲਗਾ ਦਿਆਂਗੇ!
ਖਾਤ੍ਰ ਧਰਮ ਦੀ ਜ਼ਿੰਦ ਕੁਰਬਾਨ ਕਰਕੇ, ਜੜ੍ਹ ਜ਼ੁਲਮ ਦੀ ਪਟ ਵਿਖਾ ਦਿਆਂਗੇ!
ਥੋੜੇ ਦਿਨਾਂ ਤਾਈਂ ਬੇੜਾ ਪਾਰ ਹੋਸੀ, ਸਰੋਂ ਹੱਥ 'ਤੇ ਅਸੀਂ ਜਮਾ ਦਿਆਂਗੇ!

—o—

ਸਾਡੇ ਵੀਰਨੋ ਤੁਸਾਂ ਨਾ ਫਿਕਰ ਕਰਨਾ, ਵਿਦਾ ਬਖਸ਼ਣੀ ਖ਼ੁਸ਼ੀ ਦੇ ਨਾਲ ਸਾਨੂੰ!
ਫਾਂਸੀ, ਤੋਪ, ਬੰਦੂਕ ਤੇ ਤੀਰ ਬਰਛੀ, ਕਟ ਸਕਦੀ ਨਹੀਂ ਤਲਵਾਰ ਸਾਨੂੰ!
ਸਾਡੀ ਆਤਮਾ ਸਦਾ ਅਡੋਲ ਵੀਰੋ, ਕਰੂ ਕੀ ਤੁਫੰਗ ਦਾ ਵਾਰ ਸਾਨੂੰ!
ਖਾਤ੍ਰ ਧਰਮ ਦੀ ਗੁਰਾਂ ਨੇ ਪੁੱਤਰ ਵਾਰੇ, ਦਿਸੇ ਚਮਕਦੀ ਨੇਕ ਮਿਸਾਲ ਸਾਨੂੰ!

ਭਾਈ ਸੰਤੋਖ ਸਿੰਘ ਨੇ ਉਪਰੋਕਤ ਕਵਿਤਾ ਬਾਰੇ ਆਪਣੇ ਵਿਚਾਰ ਇਸ ਤਰ੍ਹਾਂ ਪ੍ਰਗਟਾਏ ਸਨ :

"ਸੰਸਾਰ ਵਿਚ ਅਨੇਕਾਂ ਕਵਿਤਾਵਾਂ ਨਿੱਤ ਉਚਾਰੀਆਂ ਅਤੇ ਲਿਖੀਆਂ ਜਾਂਦੀਆਂ ਹਨ ਅਤੇ ਅਨੇਕਾਂ ਹੀ ਨਿੱਤ ਪੁਸਤਕਾਂ ਅਤੇ ਅਖ਼ਬਾਰਾਂ ਵਿਚ ਪ੍ਰਕਾਸ਼ਿਤ ਹੁੰਦੀਆਂ ਹਨ। ਪਰੰਤੂ, ਉਪਰਲੀ ਕਵਿਤਾ ਇਨ੍ਹਾਂ ਆਮ ਕਵਿਤਾਵਾਂ ਵਿੱਚੋਂ ਨਹੀਂ। ਇਸ ਦੀ ਮਹਿਮਾ ਸਭ ਨਾਲੋਂ ਨਿਰਾਲੀ ਅਤੇ ਉੱਚੀ ਹੈ। ਇਸ ਕਵਿਤਾ ਨੂੰ ਪੜ੍ਹ ਕੇ ਅਤੇ ਸੁਣ ਕੇ ਵਤਨ-ਸਪੁੱਤਰਾਂ ਨੂੰ ਵਤਨ ਦੇ ਇਸ਼ਕ ਦਾ ਰੰਗ ਚੜ੍ਹਿਆ ਹੈ ਅਤੇ ਚੜ੍ਹਨਾ ਹੈ। ਇਸ ਕਵਿਤਾ ਨੂੰ ਪੜ੍ਹ ਕੇ ਅਤੇ ਸੁਣ ਕੇ ਪਾਪੀਆਂ ਦੇ ਪਾਪ ਕੰਬਦੇ ਹਨ ਅਤੇ ਧਰਮੀਆਂ ਨੂੰ ਧਰਮ ਦੀ ਰੰਗਣ ਅਤੇ ਖ਼ੁਸ਼ੀਆਂ ਚੜ੍ਹਦੀਆਂ ਹਨ। ਇਸ ਕਵਿਤਾ ਵਿਚ ਇਹ ਗੁਣ ਹੋਣ ਦਾ ਕਾਰਨ ਇਹ ਹੈ ਕਿ ਜਿਨ੍ਹਾਂ ਧਰਮੀਆਂ ਨੇ ਇਹ ਕਵਿਤਾ ਉਚਾਰੀ; ਉਨ੍ਹਾਂ ਨੇ ਜੋ ਕੁਝ ਮੂੰਹ ਤੋਂ ਕਿਹਾ, ਉਹੋ ਹੀ ਕਮਾਇਆ। ਸੰਸਾਰ ਦਾ ਰਿਵਾਜ ਹੈ : ਕਹਿਣਾ ਹੋਰ ਤੇ ਕਮਾਉਣਾ ਹੋਰ। ਪਰ, ਉਨ੍ਹਾਂ ਧਰਮੀਆਂ ਨੇ ਸੰਸਾਰ ਦੀ ਕੰਧ ਤੋਂ ਪਾਰ ਟੱਪ ਕੇ ਦਿਖਾਇਆ। ਉਨ੍ਹਾਂ ਨੇ ਜੋ ਕੁਝ ਜੀਹਬਾ ਤੋਂ ਕੱਢਿਆ, ਉਹ ਪਹਿਲੇ ਆਪਣਾ ਮਨ ਦੇ ਕੇ ਅਤੇ ਤਨ ਵਾਰ ਕੇ ਪੂਰਾ ਕੀਤਾ।

ਸੰਨ 1914-15 ਵਾਲੇ ਅਮਰੀਕਾ, ਕੈਨੇਡਾ ਅਤੇ ਹੋਰ ਟਾਪੂਆਂ ਤੋਂ ਆਏ ਧਰਮੀਆਂ ਨੇ ਫਾਂਸੀ ਉੱਤੇ ਸ਼ਹੀਦੀ ਪਾਉਣ ਵਾਸਤੇ ਤੁਰਨ ਲੱਗਿਆਂ; ਆਪਣੇ ਸਾਥੀਆਂ ਤੋਂ ਵਿਦਾ ਹੋਣ ਸਮੇਂ; ਹਿੰਦੁਸਤਾਨ ਦੇ ਸਪੁੱਤਰਾਂ ਨੂੰ ਆਪਣਾ ਸੰਦੇਸ਼ਾ ਦਿੱਤਾ ਸੀ ਅਤੇ ਉਹ ਸੰਦੇਸ਼ਾ ਇਹ ਕਵਿਤਾ ਹੈ।

ਇਹ ਕਵਿਤਾ ਉਨ੍ਹਾਂ ਕੌਮੀ ਬਜ਼ੁਰਗਾਂ ਨੇ ਫਾਂਸੀ ਦੇ ਦਿਨ ਤੋਂ ਪਹਿਲੇ ਕਈ ਦਿਨ ਭਰ ਸਾਂਝੀ ਮਿਹਨਤ ਅਤੇ ਵਿਚਾਰ ਦੇ ਨਾਲ ਤਿਆਰ ਕੀਤੀ ਸੀ ਅਤੇ ਸ਼ਹੀਦੀ ਵਾਸਤੇ ਤੁਰਨ ਵੇਲੇ ਸਭਨਾਂ ਨੇ ਪ੍ਰੇਮ ਨਾਲ ਉਚਾਰੀ ਸੀ।

ਮਿਲ ਕੇ ਲੇਖ ਤਿਆਰ ਕਰਨ ਅਤੇ ਕਵਿਤਾ ਰਚਣ ਦਾ ਖ਼ਿਆਲ ਉਨ੍ਹਾਂ ਧਰਮੀ ਪਰਵਾਨਿਆਂ ਨੂੰ ਇਥੇ ਇਸ ਮੌਕੇ ਪਹਿਲੀ ਵਾਰ ਹੀ ਨਹੀਂ ਆਇਆ ਸੀ। ਇਨ੍ਹਾਂ ਨੇ ਅਮਰੀਕਾ ਵਿਚ ਵੀ ਇਤਿਹਾਸਕ ਲੇਖ ਅਤੇ ਮਨੋਹਰ ਕਵਿਤਾਵਾਂ ਤਿਆਰ ਕੀਤੀਆਂ ਸਨ। ਹੋਰ ਤਿਆਰ ਕਰਨ ਦੇ ਆਹਰ ਵਿਚ ਸਨ ਜਦ ਹਿੰਦੁਸਤਾਨ ਨੂੰ ਚਾਲੇ ਪਾ ਆਏ।

ਇਸ ਤਰ੍ਹਾਂ ਨਾਲ ਰਲ-ਮਿਲ ਕੇ ਲੇਖ ਆਦਿਕ ਤਿਆਰ ਕਰਨ ਦੀ ਵਿਉਂਤ ਸਾਬਤ ਕਰਦੀ ਹੈ ਕਿ ਉਹਨਾਂ ਬਜ਼ੁਰਗਾਂ ਨੇ ਆਪਣਾ ਆਪ ਆਪਣੇ ਕਾਜ ਵਿਚ ਕਿਸ ਹੱਦ ਤਕ ਲੀਨ ਕਰ ਦਿੱਤਾ ਸੀ ਕਿ ਉਹਨਾਂ ਨੇ ਸੰਸਾਰ ਨੂੰ ਸਿੱਖਿਆ ਦਿੱਤੀ ਹੈ ਕਿ ਸੇਵਕਾਂ ਨੂੰ ਕਿਸ ਤਰ੍ਹਾਂ ਆਪਣੀ ਸ਼ਖ਼ਸੀਅਤ ਮਿਟਾ ਕੇ ਆਪਣੇ ਪਵਿੱਤਰ ਕਾਜ ਦੀ ਵੱਡੀ ਸ਼ਖ਼ਸੀਅਤ ਨੂੰ ਉਸਾਰਨਾ ਚਾਹੀਦਾ ਹੈ। ਹਰ ਇਕ ਸਾਂਝੇ ਕਾਰਜ ਦੀ ਕਾਮਯਾਬੀ ਦੀ ਇਹ ਕੁੰਜੀ ਗੁੱਝੀ ਛਿਪੀ ਨਹੀਂ। ਪਰੰਤੂ, ਇਸ ਕੁੰਜੀ ਨੂੰ ਉਹੋ ਵਰਤ ਸਕਦੇ ਹਨ ਜਿਹਨਾਂ ਦੇ ਮਨ ਵਿਚ ਪਰਉਪਕਾਰ ਦੀ ਧੁਨ ਪੈਦਾ ਹੋ ਜਾਵੇ।

ਇਨ੍ਹਾਂ ਪਵਿੱਤਰ ਜਿੰਦਾਂ ਦੇ ਮਨ ਵਿਚ ਹੋਰ ਕਿਸੇ ਕਿਸਮ ਦੇ ਵਿਚਾਰਾਂ ਜਾਂ ਫੁਰਨਿਆਂ ਵਾਸਤੇ ਥਾਉਂ ਨਹੀਂ ਸੀ। ਮਾਨਸ ਜਾਤੀ ਦੀ ਸੇਵਾ ਦੀ ਧੁਨ ਵਿਚ ਉਹ ਲੱਗੇ ਹੋਏ ਸਨ। ਇਸੇ ਧੁਨ ਵਿਚ ਉਹ ਤੁਰਦੇ-ਫਿਰਦੇ, ਉੱਠਦੇ ਬੈਠਦੇ, ਜਾਗਦੇ-ਸੌਂਦੇ ਅਤੇ ਜਿਉਂਦੇ ਸਨ।

ਕੋਈ ਸਮਾਂ ਆਵੇਗਾ ਜਦ ਆਜ਼ਾਦੀ ਦੇ ਇਤਿਹਾਸ ਦੇ ਖੋਜੀ ਇਨ੍ਹਾਂ ਕਵਿਤਾਵਾਂ ਦੀ ਭਾਲ ਵਿਚ ਲੱਗੇ ਹੋਏ ਧਰਤੀ ਦੀਆਂ ਸੋਲ੍ਹਾਂ ਕੂਟਾਂ ਤੋਂ ਹਿੰਦੁਸਤਾਨ ਵਿਚ ਆਉਣਗੇ ਅਤੇ ਇਨ੍ਹਾਂ ਕਵਿਤਾਵਾਂ ਦਾ ਉਲੱਥਾ ਸੰਸਾਰ ਦੀਆਂ ਉੱਘੀਆਂ ਲਾਇਬ੍ਰੇਰੀਆਂ ਵਿਚ ਰੱਖਿਆ ਜਾਵੇਗਾ।"[40]

---

40. ਭਾਈ ਸੰਤੋਖ ਸਿੰਘ, *ਕਿਰਤੀ*, ਅਗਸਤ, 1926.

ਜ਼ਰੂਰੀ ਨੋਟ

ਹਥਲੀ ਕਿਤਾਬ ਦੇ ਪਹਿਲੇ ਐਡੀਸ਼ਨ ਵਿਚ 'ਵਿਦਾਇਗੀ ਕਵਿਤਾ' ਵਾਲਾ ਉਪਰੋਕਤ ਭਾਗ ਛਾਪਣ ਵੇਲੇ ਸਾਡੇ ਕੋਲੋਂ ਬੇਧਿਆਨੀ ਵਿਚ ਇਕ ਗੰਭੀਰ ਉਕਾਈ ਹੋ ਗਈ ਸੀ। ਇਹ ਭਾਗ ਅਸੀਂ 'ਦੇਸ਼ਭਗਤ ਯਾਦਗਾਰ ਕਮੇਟੀ', ਜਲੰਧਰ ਵੱਲੋਂ ਨਵੰਬਰ 2003 ਵਿਚ *ਗ਼ਦਰੀ ਯੋਧਾ ਭਾਈ ਸੰਤੋਖ ਸਿੰਘ : ਜੀਵਨ ਅਤੇ ਲਿਖਤਾਂ* ਦੇ ਅਨੁਵਾਦ ਹੇਠ ਛਾਪੇ ਗਏ ਕਿਤਾਬਚੇ ਵਿੱਚੋਂ ਲਿਆ ਸੀ। ਪ੍ਰਕਾਸ਼ਕਾਂ ਦੇ ਨੋਟ ਅਨੁਸਾਰ ਭਾਈ ਸੰਤੋਖ ਸਿੰਘ ਦੀ ਇਹ ਲਿਖਤ *ਕਿਰਤੀ* ਦੇ ਅਗਸਤ-ਸਤੰਬਰ 1926 ਦੇ ਅੰਕ ਵਿਚ ਛਪੀ ਦੱਸੀ ਗਈ ਸੀ। ਅਸੀਂ 'ਦੇਸ਼ਭਗਤ ਯਾਦਗਾਰ ਹਾਲ' ਦੀ ਲਾਇਬ੍ਰੇਰੀ 'ਚੋਂ *ਕਿਰਤੀ* ਪਰਚੇ ਦਾ ਉਪਰੋਕਤ ਅੰਕ ਲੱਭਣ ਦੀ ਕੋਸ਼ਿਸ਼ ਕੀਤੀ ਸੀ, ਪਰ ਪੂਰਾ ਯਤਨ ਕਰਨ ਦੇ ਬਾਵਜੂਦ ਸਾਨੂੰ ਇਹ ਅੰਕ ਨਹੀਂ ਲੱਭਾ ਸੀ। *ਕਿਰਤੀ* ਦਾ ਇਹ ਅੰਕ ਉਥੋਂ ਗ਼ਾਇਬ ਸੀ। ਹੁਣ ਰਾਜਵਿੰਦਰ ਸਿੰਘ ਰਾਹੀ ਦੀ ਮਦਦ ਨਾਲ *ਕਿਰਤੀ* ਦਾ ਉਪਰੋਕਤ ਅੰਕ ਪੰਜਾਬੀ ਯੂਨੀਵਰਸਿਟੀ, ਪਟਿਆਲਾ ਦੇ 'ਭਾਈ ਮੋਹਨ ਸਿੰਘ ਵੈਦ' ਭਾਗ ਵਿੱਚੋਂ ਮਿਲ ਗਿਆ ਹੈ। ਇਸ ਨਾਲ 1915 ਦੇ ਗ਼ਦਰੀ ਸ਼ਹੀਦਾਂ ਦੀ 'ਵਿਦਾਇਗੀ ਕਵਿਤਾ' ਬਾਰੇ ਅਹਿਮ ਸੱਚਾਈ ਪ੍ਰਗਟ ਹੋ ਗਈ ਹੈ। ਭਾਈ ਸੰਤੋਖ ਸਿੰਘ ਨੇ *ਕਿਰਤੀ* ਦੇ ਅਗਸਤ 1926 ਦੇ ਅੰਕ ਦੇ ਮੁੱਖ ਸਫ਼ੇ ਉੱਤੇ 'ਫਾਂਸੀ ਵਾਲੇ ਸ਼ਹੀਦਾਂ ਦਾ ਸੰਦੇਸਾ' ਦੇ ਅਨੁਵਾਦ ਹੇਠ ਜਿਹੜੀ ਕਵਿਤਾ ਛਾਪੀ ਸੀ, ਉਸ ਵਿਚ 'ਵਤਨ ਵਾਸੀਓ ਰੱਖਣਾ ਯਾਦ ਸਾਨੂੰ...' ਵਾਲਾ ਹਿੱਸਾ ਨਹੀਂ ਸੀ। ਭਾਈ ਸਾਹਿਬ ਨੇ ਸ਼ਹੀਦਾਂ ਦੀ ਆਪਣੀ ਮੌਲਿਕ ਕਵਿਤਾ ('ਸਦਾ ਜੀਵਣਾ ਨਹੀਂ ਜਹਾਨ ਅੰਦਰ, ਖਿਲੀ ਰਹੇਗੀ ਸਦਾ ਗੁਲਜ਼ਾਰ ਨਾਹੀਂ') ਬਾਰੇ ਹੀ ਆਪਣੇ ਭਾਵਪੂਰਤ ਵਿਚਾਰ ਪ੍ਰਗਟ ਕੀਤੇ ਸਨ। ਭਾਈ ਸੰਤੋਖ ਸਿੰਘ ਨੇ ਆਪਣੀ ਲਿਖਤ ਦੇ ਹੇਠਾਂ ਇਹ ਨੋਟ ਲਿਖਿਆ ਸੀ : "ਉਪਰੋਕਤ ਦਿੱਤੀ ਕਵਿਤਾ 'ਸ਼ਹੀਦਾਂ ਦੇ ਸੰਦੇਸੇ' ਵਿੱਚੋਂ ਇਕ ਹਿੱਸਾ ਹੈ। ਬਾਕੀ ਹਿੱਸੇ ਹਾਲੀ ਮਿਲ ਨਹੀਂ ਸਕੇ।"

ਉਸ ਤੋਂ ਅਗਲੇ ਮਹੀਨੇ *ਕਿਰਤੀ* ਦੇ ਸਤੰਬਰ 1926 ਦੇ ਅੰਕ ਵਿਚ 'ਸੰਨ '14 ਦੇ ਸ਼ਹੀਦਾਂ ਦਾ ਸੰਦੇਸਾ' ਦੇ ਅਨੁਵਾਦ ਹੇਠ 'ਵਤਨ ਵਾਸੀਓ ਰੱਖਣਾ ਯਾਦ ਸਾਨੂੰ...' ਵਾਲੀ ਕਵਿਤਾ ਛਾਪੀ ਗਈ ਸੀ। ਪਰ ਭਾਈ ਸੰਤੋਖ ਸਿੰਘ ਨੇ ਇਹ ਦਾਅਵਾ ਬਿਲਕੁਲ ਨਹੀਂ ਕੀਤਾ ਸੀ ਕਿ ਇਹ ਪਿਛਲੇ ਅੰਕ ਵਿਚ ਛਾਪੀ ਗਈ 'ਅਧੂਰੀ' ਕਵਿਤਾ ਦਾ ਹੀ ਬਾਕੀ ਹਿੱਸਾ ਸੀ। ਇਸ ਦੇ ਉਲਟ, ਭਾਈ ਸਾਹਿਬ ਨੇ ਇਸ ਕਵਿਤਾ ਦੇ ਖੱਬੇ ਹਾਸ਼ੀਏ 'ਤੇ 'ਦੇਸ ਸੇਵਕ' ਲਿਖਿਆ ਸੀ, ਜਿਹੜਾ ਕਿ ਇਸ ਕਵਿਤਾ ਦੇ ਲੇਖਕ ਵੱਲ ਇਸ਼ਾਰਾ ਕਰਦਾ ਸੀ। ਵੈਸੇ ਵੀ ਦੋਵਾਂ ਕਵਿਤਾਵਾਂ ਦੀ ਆਪਸ ਵਿਚ ਨਾ ਕਾਵਿ-ਸ਼ੈਲੀ ਮਿਲਦੀ ਹੈ ਅਤੇ ਨਾ ਹੀ ਅੰਤਰੀਵ ਭਾਵ (ਜੋ ਕਿ ਕਵਿਤਾ ਦੀ 'ਆਤਮਾ' ਹੁੰਦੀ ਹੈ) ਮਿਲਦਾ ਹੈ। ਹੋਰ ਛਾਣ-ਬੀਣ ਕਰਨ ਤੋਂ ਬਾਅਦ ਇਹ ਤੱਥ ਸਾਹਮਣੇ ਆਇਆ ਕਿ 'ਵਤਨ ਵਾਸੀਓ ਰੱਖਣਾ ਯਾਦ ਸਾਨੂੰ...' ਕਵਿਤਾ ਦਾ ਲੇਖਕ ਗ਼ਦਰੀ ਆਗੂ ਭਾਈ ਭਗਵਾਨ ਸਿੰਘ 'ਪ੍ਰੀਤਮ' ਸੀ। ਇਹ ਕਵਿਤਾ ਉਸ ਨੇ 1915 ਦੇ ਸ਼ਹੀਦਾਂ ਦੀ ਸ਼ਹਾਦਤ ਤੋਂ ਬਾਅਦ 1916 ਵਿਚ ਲਿਖੀ ਸੀ, ਜਿਹੜੀ ਉਸ ਵੇਲੇ ਅਮਰੀਕਾ ਵਿੱਚੋਂ ਛਪਦੇ *ਹਿੰਦੁਸਤਾਨੀ ਗ਼ਦਰ* ਦੇ 29 ਮਾਰਚ, 1916 ਅੰਕ ਵਿਚ ਛਪੀ ਸੀ। ਬਾਅਦ ਵਿਚ ਇਹੀ ਕਵਿਤਾ *ਕਿਰਤੀ* ਦੇ ਸਤੰਬਰ 1926 ਦੇ ਅੰਕ ਵਿਚ ਛਾਪੀ ਗਈ ਸੀ। 'ਦੇਸ਼ਭਗਤ ਯਾਦਗਾਰ ਕਮੇਟੀ', ਜਲੰਧਰ ਨੇ ਪਤਾ ਨਹੀਂ ਕਿਹੜੀ ਮਨਸ਼ਾ ਨਾਲ ਭਾਈ ਸੰਤੋਖ ਸਿੰਘ ਬਾਰੇ ਛਾਪੀ ਕਿਤਾਬ ਅੰਦਰ ਦੋਵਾਂ ਕਵਿਤਾਵਾਂ ਨੂੰ ਇਕ ਬਣਾ

ਕੇ ਛਾਪ ਦਿੱਤਾ ਸੀ ਅਤੇ ਹੇਠਾਂ *ਕਿਰਤੀ* ਦੇ ਅਗਸਤ-ਸਤੰਬਰ 1926 ਦੇ ਕੇ ਇਹ ਪ੍ਰਭਾਵ ਦੇਣ ਦਾ ਯਤਨ ਕੀਤਾ ਸੀ, ਜਿਵੇਂ ਇਹ ਕਵਿਤਾ *ਕਿਰਤੀ* ਦੇ ਅਗਸਤ-ਸਤੰਬਰ 1926 ਦੇ ਜੁੜਵੇਂ ਅੰਕ ਵਿਚ ਛਪੀ ਹੋਵੇ। ਜਦ ਕਿ ਅਜਿਹੇ ਜੁੜਵੇਂ ਅੰਕ ਦਾ ਕੋਈ ਵਜੂਦ ਹੀ ਨਹੀਂ। ਇਹ ਪ੍ਰਤੱਖ ਰੂਪ ਵਿਚ ਬੌਧਿਕ ਦੁਰਾਚਾਰ ਦੀ ਕੋਹਜੀ ਮਿਸਾਲ ਹੈ। ਇਸ ਦੁਰਾਚਾਰ ਦੀ ਵੇਲੇ ਸਿਰ ਪਛਾਣ ਨਾ ਕਰ ਸਕਣ ਦਾ ਸਾਨੂੰ ਡੂੰਘਾ ਅਫ਼ਸੋਸ ਹੈ।

ਕੇਵਲ ਏਨਾ ਹੀ ਨਹੀਂ, ਸ਼ਹੀਦ ਕਰਤਾਰ ਸਿੰਘ ਸਰਾਭਾ ਦੇ ਨਾਂ ਹੇਠ ਇਕ ਅਜਿਹੀ ਕਵਿਤਾ ਪ੍ਰਚਲਿਤ ਕਰਨ ਦੇ ਅਨੈਤਿਕ ਯਤਨ ਕੀਤੇ ਗਏ, ਜਿਹੜੀ ਹਿੰਦੂ ਰਾਸ਼ਟਰਵਾਦ ਦੀ ਵਿਚਾਰਧਾਰਾ ਦੇ ਪੂਰੀ ਤਰ੍ਹਾਂ ਅਨੁਕੂਲ ਹੈ। 'ਵੇਦ ਵਟੁਕ' ਨਾਂ ਦੇ ਇਕ ਕੱਟੜ ਰਾਸ਼ਟਰਵਾਦੀ ਇਤਿਹਾਸਕਾਰ ਨੇ, ਉਸ ਦੀ ਆਪਣੀ ਸੰਪਾਦਤ ਕੀਤੀ ਇਕ ਕਿਤਾਬ *(ਦੀ ਗ਼ਦਰ ਕਾਂਸਪੀਰੇਸੀ)* ਵਿਚ, ਕਿਸੇ ਸ਼ੁੱਧ ਆਰੀਆ ਸਮਾਜੀ/ਰਾਸ਼ਟਰਵਾਦੀ ਸ਼ਾਇਰ ਦੀ ਉਰਦੂ ਵਿਚ ਲਿਖੀ ਇਕ ਗ਼ਜ਼ਲ ਸਰਾਭੇ ਦੇ ਨਾਂ ਹੇਠ ਛਾਪ ਦਿੱਤੀ। ਡਾ. ਚਮਨ ਲਾਲ ਨੇ ਇਸ ਬਾਰੇ ਹਲਕਾ ਜਿਹਾ ਇਤਰਾਜ਼ ਪ੍ਰਗਟਾਉਂਦਿਆਂ ਲਿਖਿਆ ਹੈ ਕਿ 'ਵੇਦ ਵਟੁਕ ਨੇ ਇਨ੍ਹਾਂ ਕਵਿਤਾਵਾਂ ਦੇ ਸਰਾਭਾ ਵੱਲੋਂ ਰਚਿਤ ਹੋਣ ਦਾ ਕੋਈ ਸਰੋਤ ਤੇ ਪ੍ਰਮਾਣ ਨਹੀਂ ਦਿੱਤਾ।'[41] ਵੇਦ ਵਟੁਕ ਵੱਲੋਂ ਉਸ ਕਵਿਤਾ ਦਾ ਸਰੋਤ ਨਾ ਦੱਸਣ ਦਾ ਬੜਾ ਠੋਸ ਕਾਰਨ ਹੈ। ਇਹ ਗ਼ਜ਼ਲ ਭਾਈ ਪਰਮਾਨੰਦ ਨੇ ਆਪਣੀ ਸਵੈ-ਜੀਵਨੀ ਵਿਚ ਦਿੱਤੀ ਹੈ, ਪਰ ਉਥੇ ਉਸ ਨੇ ਇਹ ਦਾਅਵਾ ਬਿਲਕੁਲ ਨਹੀਂ ਕੀਤਾ ਕਿ ਇਹ ਸਰਾਭੇ ਦੀ ਲਿਖੀ ਹੋਈ ਹੈ। ਉਸ ਨੇ ਇਸ ਨੂੰ ਗ਼ਦਰੀ ਸ਼ਹੀਦਾਂ ਦੀ ਕਵਿਤਾ ਹੀ ਕਿਹਾ ਹੈ। ਸੁਆਲ ਖੜਾ ਹੁੰਦਾ ਹੈ ਕਿ ਵੇਦ ਵਟੁਕ ਨੂੰ ਇਹ ਇਲਹਾਮ ਕਿਵੇਂ ਹੋ ਗਿਆ ਕਿ ਇਹ ਸਰਾਭੇ ਨੇ ਲਿਖੀ ਸੀ? ਪਰ ਰਾਸ਼ਟਰਵਾਦੀ ਵਿਚਾਰਧਾਰਾ ਦੇ ਪੈਰੋਕਾਰਾਂ, ਖ਼ਾਸ ਕਰਕੇ ਪੰਜਾਬ ਦੇ ਖੱਬੇ-ਪੱਖੀ ਲੇਖਕਾਂ ਨੇ, ਆਪਣੇ ਸਿੱਖ-ਵਿਰੋਧੀ ਤਅੱਸਬਾਂ ਵਿੱਚੋਂ, ਵੇਦ ਵਟੁਕ ਦੇ ਇਸ ਹਾਲੀਆ ਝੂਠ ਨੂੰ 'ਪਵਿੱਤਰ ਸੱਚ' ਮੰਨ ਲੈਣ ਵਿਚ ਰਤੀ ਭਰ ਹਿਚਕਚਾਹਟ ਨਹੀਂ ਦਿਖਾਈ। ਉਨ੍ਹਾਂ ਨੇ ਇਸ ਝੂਠ ਨੂੰ ਪ੍ਰਚਾਰਨ ਦਾ ਬੀੜਾ ਚੁੱਕ ਲਿਆ। ਕਿੰਨੀ ਹੈਰਾਨੀ ਵਾਲੀ ਗੱਲ ਹੈ ਕਿ ਉਨ੍ਹਾਂ ਨੂੰ ਸ਼ਹੀਦ ਕਰਤਾਰ ਸਿੰਘ ਸਰਾਭਾ ਦੇ ਸੰਗਰਾਮੀ-ਸਾਥੀ ਅਤੇ ਪੂਰਨ ਸਦਾਚਾਰੀ ਮਨੁੱਖ ਭਾਈ ਸੰਤੋਖ ਸਿੰਘ ਵੱਲੋਂ ਲਿਖੀ ਗੱਲ ਉੱਤੇ ਤਾਂ ਯਕੀਨ ਨਹੀਂ ਆਇਆ (ਹਾਲਾਂ ਕਿ ਭਾਈ ਸੰਤੋਖ ਸਿੰਘ ਨੇ ਇਹ ਕਵਿਤਾ ਉਸ ਵੇਲੇ ਛਾਪੀ ਸੀ ਜਦੋਂ ਸ਼ਹੀਦ ਕਰਤਾਰ ਸਿੰਘ ਸਰਾਭਾ ਦੇ ਸੈਂਕੜੇ ਸਾਥੀ ਜਿਉਂਦੇ ਸਨ ਅਤੇ ਉਨ੍ਹਾਂ ਵਿੱਚੋਂ ਕਿਸੇ ਇਕ ਨੇ ਵੀ ਭਾਈ ਸਾਹਿਬ ਦੇ ਦਾਅਵੇ ਬਾਰੇ ਕੋਈ ਸ਼ੱਕ ਪ੍ਰਗਟ ਨਹੀਂ ਕੀਤਾ ਸੀ), ਪਰ ਭਾਰਤ ਦੇ ਸਥਾਪਤ ਨਿਜ਼ਾਮ (establishment) ਦੇ ਪਿੱਠੂ ਵਿਦਵਾਨ ਵੱਲੋਂ, ਸਮਕਾਲੀ ਰਾਜਸੀ ਸੁਆਰਥ ਵਿੱਚੋਂ ਬੋਲੇ ਨੰਗੇ-ਚਿੱਟੇ ਝੂਠ ਉੱਤੇ ਝੱਟਪੱਟ ਵਿਸ਼ਵਾਸ ਕਰ ਲਿਆ। ਇਸ ਵਿੱਚੋਂ ਇਨ੍ਹਾਂ ਲੇਖਕਾਂ ਦੀ ਸਿੱਖ-ਵਿਰੋਧੀ ਮਾਨਸਿਕਤਾ ਪ੍ਰਤੱਖ ਜ਼ਾਹਰ ਹੋ ਜਾਂਦੀ ਹੈ।

ਸ਼ਹੀਦ ਕਰਤਾਰ ਸਿੰਘ ਸਰਾਭਾ ਦੇ ਕਿਸੇ ਵੀ ਸਾਥੀ ਨੇ ਉਸ ਦੇ ਕਵੀ ਹੋਣ ਅਤੇ ਉਸ ਵੱਲੋਂ ਕੋਈ ਕਵਿਤਾ ਲਿਖਣ ਦਾ ਕਿਤੇ ਜ਼ਿਕਰ ਨਹੀਂ ਕੀਤਾ। ਭਾਈ ਪਰਮਾਨੰਦ ਨੇ ਸਿਰਫ਼ ਏਨਾ ਲਿਖਿਆ ਹੈ ਕਿ ਜੇਲ੍ਹ ਅੰਦਰ ਇਕ ਰਾਤ ਨੂੰ ਜਦ ਉਸ ਨੇ ਸਰਾਭੇ ਨੂੰ ਪੁੱਛਿਆ ਸੀ ਕਿ ਉਹ ਕੀ ਕਰ ਰਿਹਾ ਹੈ, ਤਾਂ ਉਸ ਨੇ ਕਿਹਾ ਸੀ ਕਿ ਮੈਂ ਇਕ ਕਵਿਤਾ ਲਿਖ ਰਿਹਾ

41. ਚਮਨ ਲਾਲ, *ਗ਼ਦਰ ਪਾਰਟੀ ਨਾਇਕ ਕਰਤਾਰ ਸਿੰਘ ਸਰਾਭਾ*, ਸਫ਼ਾ 68.

ਹਾਂ। ਉਸ ਦੇ ਕਵਿਤਾ ਲਿਖਣ ਦਾ ਇਸ ਤੋਂ ਵੱਧ ਹੋਰ ਕੋਈ ਵੇਰਵਾ ਨਹੀਂ ਮਿਲਦਾ। ਵੈਸੇ ਵੀ ਜੇਕਰ ਭਾਈ ਕਰਤਾਰ ਸਿੰਘ ਸਰਾਭਾ ਨੇ ਕੋਈ ਕਵਿਤਾ ਲਿਖੀ ਹੁੰਦੀ, ਤਾਂ ਇਹ ਗੱਲ 80-90 ਸਾਲਾਂ ਤਕ ਗੁੱਝੀ ਨਹੀਂ ਰਹਿਣੀ ਸੀ। ਉਸ ਦੇ ਸਾਥੀ ਗ਼ਦਰੀਆਂ ਨੇ ਜਦੋਂ ਉਸ ਬਾਰੇ ਨਿੱਕੀ ਤੋਂ ਨਿੱਕੀ ਗੱਲ ਵੀ ਲਿਖ ਦਿੱਤੀ ਹੈ, ਤਾਂ ਫਿਰ ਏਨਾ ਵੱਡਾ ਤੱਥ ਏਨੇ ਸਾਲਾਂ ਤਕ ਲੁਕਿਆ ਕਿਵੇਂ ਰਹਿ ਗਿਆ ? ਸਰਾਭੇ ਨੇ ਜੇਕਰ ਕਵਿਤਾ ਲਿਖੀ ਵੀ ਹੁੰਦੀ ਤਾਂ ਉਹ ਨਿਸਚਤ ਤੌਰ 'ਤੇ ਪੰਜਾਬੀ ਵਿਚ ਲਿਖਦਾ, ਕਿਉਂਕਿ *ਗ਼ਦਰ* ਤੇ *ਗ਼ਦਰ ਦੀ ਗੂੰਜ* ਦੀਆਂ ਜਿੰਨੀਆਂ ਵੀ ਕਵਿਤਾਵਾਂ ਮਕਬੂਲ ਹੋਈਆਂ, ਉਹ ਸਾਰੀਆਂ ਪੰਜਾਬੀ ਵਿਚ ਸਨ। ਉਰਦੂ ਵਿਚ ਲਿਖੀ ਇਕ ਵੀ ਕਵਿਤਾ ਮਕਬੂਲ ਜਾਂ ਪ੍ਰਚਲਿਤ ਨਹੀਂ ਹੋਈ।

ਉਸ ਦੀ ਸ਼ਹਾਦਤ ਦੇ ਤੇਰ੍ਹਵੇਂ ਵਰ੍ਹੇ ਅੰਦਰ ਕਿਸੇ ਅਗਿਆਤ ਕਵੀ ਨੇ ਹੇਠ ਲਿਖੀ ਕਵਿਤਾ ਰਾਹੀਂ ਉਸ ਨੂੰ ਆਪਣੀ ਭਾਵ-ਭਿੰਨੀ ਸ਼ਰਧਾਂਜਲੀ ਦਿੱਤੀ ਸੀ। ਉਸ ਵੇਲੇ ਉਸ ਦੇ ਅਨੇਕਾਂ ਸਾਥੀ ਜਿਉਂਦੇ ਸਨ ਅਤੇ ਜਿਸ ਪਰਚੇ ਵਿਚ ਇਹ ਕਵਿਤਾ ਛਪੀ ਸੀ, ਉਸ ਨੂੰ ਸਾਰੇ ਗ਼ਦਰੀ ਘੁਲਾਟੀਏ ਪੂਰਨ ਸ਼ਰਧਾ ਨਾਲ ਪੜ੍ਹਦੇ ਸਨ। ਇਸ ਕਵਿਤਾ ਵਿਚ ਕਵੀ ਨੇ ਭਾਈ ਕਰਤਾਰ ਸਿੰਘ ਸਰਾਭਾ ਦੇ ਦਿਲੀ ਭਾਵ ਪ੍ਰਗਟ ਕੀਤੇ ਹਨ, ਜਿਨ੍ਹਾਂ ਬਾਰੇ ਉਸ ਵਕਤ ਕਿਸੇ ਨੂੰ ਵੀ ਕੋਈ ਸ਼ੱਕ ਸੁਬ੍ਹਾ ਨਹੀਂ ਸੀ, ਕਿਉਂਕਿ ਉਦੋਂ ਅਜੇ ਗੁਰੂਆਂ ਦੀ ਵਰੋਸਾਈ ਧਰਤੀ ਉੱਤੇ ਗੁਰੂ ਸਾਹਿਬਾਨ ਤੋਂ ਬੇਮੁਖ ਅਨਮਤੀਆਂ ਦੀ ਨਸਲ ਪੈਦਾ ਨਹੀਂ ਹੋਈ ਸੀ।

ਭਾਣੇ ਵਿਚ ਕਰਤਾਰ, ਕਰਤਾਰ ਚਲਿਆ

(ਭਾਈ ਕਰਤਾਰ ਸਿੰਘ ਜੀ ਸ਼ਹੀਦ ਦਾ ਸੁਨੇਹਾ)

ਮੇਰੇ ਪਿਆਰਿਓ ਫ਼ਿਕਰ ਨਾ ਮੂਲ ਕਰਨਾ, ਵਿਦਾ ਬਖ਼ਸ਼ਣੀ ਖ਼ੁਸ਼ੀ ਦੇ ਨਾਲ ਮੈਨੂੰ!
ਪਿੱਛੋਂ ਰੱਖਣਾ ਤੁਸਾਂ ਨੇ ਕੰਮ ਜਾਰੀ, ਏਹੋ ਪਾਉਣਾ ਪਿਆ ਸਵਾਲ ਮੈਨੂੰ!
ਕੈਸੀ ਘੜੀ ਸੁਲੱਖਣੀ ਜੰਮਿਆ ਮੈਂ, ਸੇਵਾ ਦੇਸ਼ ਦੀ ਦਾ ਆਯਾ ਖ਼ਿਆਲ ਮੈਨੂੰ!
ਧੰਨ ਭਾਗ ਮੇਰੇ, ਐਸੇ ਨੇਕ ਕੰਮੋਂ, ਕੋਈ ਮੂਲ ਨਾ ਸਕਿਆ ਟਾਲ ਮੈਨੂੰ!
ਐਪਰ ਬਹੁਤ ਥੋੜ੍ਹੀ ਸੇਵਾ ਹੋਈ ਮੈਥੋਂ, ਲਿਆ ਪਕੜ ਫ਼ਰੰਗ ਦੇ ਜਾਲ ਮੈਨੂੰ!
ਹੋਇਆ ਸਾਬਤੀ ਦੇ ਨਾਲ ਸਿਦਕ ਪੂਰਾ, ਐਸੀ ਬਾਤ ਦੀ ਖ਼ੁਸ਼ੀ ਕਮਾਲ ਮੈਨੂੰ!
ਨਾਲ ਖ਼ੁਸ਼ੀ ਦੇ ਗੁਰਾਂ ਨੇ ਪੁੱਤ ਵਾਰੇ, ਦਿਸੇ ਚਮਕਦੀ ਨੇਕ ਮਿਸਾਲ ਮੈਨੂੰ!
ਕੂੜਾ ਜਿਸਮ ਫ਼ਾਨੀ, ਹੋਸੀ ਅੰਤ ਫ਼ਾਨੀ, ਕੋਈ ਪਿਆਰ ਨਾ ਏਸ ਦੇ ਨਾਲ ਮੈਨੂੰ!
ਮੈਂ ਹਾਂ ਆਤਮਾ ਸਦਾ ਅਕਾਲ ਮੂਰਤ, ਪਕੜ ਸਕਦਾ ਕਦੇ ਨਾ ਕਾਲ ਮੈਨੂੰ!
'ਫਾਂਸੀ', 'ਤੀਰ', ਤਲਵਾਰ, ਬੰਦੂਕ ਬਰਛੀ, ਕੱਟ ਸਕਣ ਨਾ ਰਤੀ ਰਵਾਲ ਮੈਨੂੰ!
ਨਾਲ ਖ਼ੁਸ਼ੀ ਦੇ ਹੁਕਮ ਬਜਾਇਆ ਹੈ, ਦਿੱਤਾ ਆਪ ਜੋ ਪੁਰਖ ਅਕਾਲ ਮੈਨੂੰ!
ਭਾਣੇ ਵਿਚ ਕਰਤਾਰ, ਕਰਤਾਰ ਚੱਲਿਆ, ਤੁਸਾਂ ਰੱਖਣਾ ਯਾਦ ਹੋ ਦਿਆਲ ਮੈਨੂੰ![42]

ਗ਼ਦਰੀ ਸ਼ਹਾਦਤਾਂ ਦੇ ਕੁਝ ਕੁ ਅੰਦਾਜ਼

"ਭਾਈ ਬੰਤਾ ਸਿੰਘ ਸੰਘਵਾਲ ਨੂੰ ਅਦਾਲਤ ਨੇ ਫਾਂਸੀ ਦਾ ਹੁਕਮ ਦਿੱਤਾ ਅਤੇ ਇਹਨਾਂ ਫਾਂਸੀ ਦਾ ਹੁਕਮ ਸੁਣ ਕੇ ਵਾਹਿਗੁਰੂ ਦੀ ਦਰਗਾਹ ਵਿਚ ਇਹ ਅਰਦਾਸਾ ਕੀਤਾ, 'ਹੇ ਵਾਹਿਗੂਰੂ, ਅੱਜ ਮੇਰੇ ਧੰਨਭਾਗ ਹਨ ਕਿ ਮੇਰੀ ਇਹ ਨਿਮਾਣੀ ਜ਼ਿੰਦਗੀ ਵੀ ਦੇਸ ਤੇ ਕੌਮ ਦੀ ਖ਼ਾਤਰ ਲਗ ਗਈ ਹੈ।'"[43]

42. *ਕਿਰਤੀ*, ਜੂਨ 1928.
43. *ਕਿਰਤੀ*, ਸਤੰਬਰ 1927.

ਪੰਡਤ ਕਾਸ਼ੀ ਰਾਮ ਦੇ ਪਿਤਾ ਗੰਗਾ ਰਾਮ ਆਪਣੇ ਦੋਨੋਂ ਪੁੱਤਰਾਂ ਸਮੇਤ ਫ਼ਿਰੋਜ਼ਪੁਰ ਜੇਲ੍ਹ ਵਿਚ ਕਾਸ਼ੀ ਰਾਮ ਨੂੰ ਮਿਲਣ ਗਏ ਸਨ, ਤਾਂ ਮੁਲਾਕਾਤ ਕਰ ਕੇ ਵਾਪਸ ਆਉਣ ਲੱਗੇ ਆਪਣੇ ਦੋਵਾਂ ਭਰਾਵਾਂ ਨੂੰ ਕਾਸ਼ੀ ਰਾਮ ਨੇ ਕਿਹਾ ਸੀ ਕਿ ਅਗਲੀ ਵਾਰ ਜਦ ਉਹ ਆਉਣ ਤਾਂ ਆਪਣੇ ਨਾਲ *ਪੰਜ ਗ੍ਰੰਥੀ* ਜ਼ਰੂਰ ਲੈਂਦੇ ਆਉਣ।

> "ਕਾਸ਼ੀ ਰਾਮ ਜੀ ਦੀ ਏਸ ਮੰਗ ਤੋਂ ਉਨ੍ਹਾਂ ਦੇ ਸੁਭਾਅ ਅਤੇ ਆਚਰਣ ਬਾਰੇ ਬਹੁਤ ਗੱਲਾਂ ਉਘੜ ਕੇ ਆਉਂਦੀਆਂ ਹਨ। ਇਹ ਸ਼ਾਇਦ ਬਾਲਪਨ ਤੋਂ ਹੀ ਮਾਤਾ ਜੀ (ਮਹਤਾਬ ਕੌਰ) ਦਾ ਪ੍ਰਭਾਵ ਸੀ...।"[44]

> "ਕਾਸ਼ੀ ਰਾਮ ਦੇ ਪਿਤਾ ਅਤੇ ਦੋਵੇਂ ਭਾਈ ਫੇਰ ਫ਼ਿਰੋਜ਼ਪੁਰ ਗਏ। ਕਾਸ਼ੀ ਰਾਮ ਨੇ *ਪੰਜ ਗ੍ਰੰਥੀ* ਪੋਥੀ ਮੰਗਵਾਈ ਸੀ ਪਰ ਬੰਸੀ ਰਾਮ ਜੀ ਇਕ ਹੋਰ ਹੀ ਕਿਤਾਬ ਲੈ ਗਏ ਜੋ ਕਾਸ਼ੀ ਰਾਮ ਜੀ ਨੇ ਵਾਪਸ ਕਰ ਦਿੱਤੀ।"[45]

ਪੰਡਤ ਕਾਸ਼ੀ ਰਾਮ ਦੇ ਭਰਾ ਬੰਸੀ ਰਾਮ ਨੇ ਦੱਸਿਆ ਕਿ ਉਨ੍ਹਾਂ ਦੇ ਪਿਤਾ ਜੀ ਨੇ ਮੁਕੱਦਮੇ ਦੌਰਾਨ ਪਤਾ ਨਹੀਂ ਕਿੰਨੇ ਗੇੜੇ ਲਾਹੌਰ ਦੇ ਲਾਏ।

> "ਜਦ ਕਦੀ ਉਹ ਆਪਣੇ ਪੁੱਤਰ ਨੂੰ ਜੇਲ੍ਹ ਵਿਚ ਮਿਲਦੇ ਤਾਂ ਹਰ ਵਾਰ ਬਾਈ ਜੀ ਨੂੰ ਕਿਹਾ ਕਰਦੇ ਕਿ ਐਵੇਂ ਪੈਸੇ ਬਰਬਾਦ ਨਾ ਕਰਨ, ਅਪੀਲ ਕੇਵਲ ਰੱਬ ਦੇ ਦਰਬਾਰ ਵਿਚ ਕਰਨ ਕਿ ਉਨ੍ਹਾਂ ਦਾ ਪੁੱਤਰ ਆਪਣੇ ਇਰਾਦਿਆਂ ਵਿਚ ਸਫਲ ਹੋ ਜਾਵੇ।"[46]

23ਵੇਂ ਰਸਾਲੇ ਦੇ ਇਕ ਸਿਪਾਹੀ ਨੇ ਅੰਡੇਮਾਨ ਵਿਖੇ ਸਚਿੰਦਰ ਨਾਥ ਸਾਨਿਆਲ ਨੂੰ ਦੱਸਿਆ ਸੀ ਕਿ ਫਾਂਸੀ ਦੀ ਸਜ਼ਾ ਹੋ ਜਾਣ ਤੋਂ ਬਾਅਦ ਜਦੋਂ ਅਫ਼ਸਰਾਂ ਨੇ ਭਾਈ ਅਬਦੁੱਲਾ ਨੂੰ ਧਰਮ ਦੇ ਨਾਂ 'ਤੇ ਭਾਈ ਲਛਮਣ ਸਿੰਘ ਦਾ ਸਾਥ ਛੱਡ ਦੇਣ ਲਈ ਪ੍ਰੇਰਣ ਦੇ ਇਰਾਦੇ ਨਾਲ ਕਿਹਾ ਕਿ ਤੂੰ ਇਕ ਕਾਫ਼ਰ ਨਾਲ ਫਾਂਸੀ 'ਤੇ ਚੜ੍ਹਨਾ ਕਿਵੇਂ ਪਸੰਦ ਕਰ ਸਕਦਾ ਏਂ ? ਤਾਂ ਭਾਈ ਅਬਦੁੱਲਾ ਨੇ ਇਸ ਦਾ ਬੜਾ ਵਧੀਆ ਜੁਆਬ ਦਿੱਤਾ ਸੀ। ਉਸ ਨੇ ਕਿਹਾ, "ਜੇ ਮੈਂ ਲਛਮਣ ਸਿੰਘ ਨਾਲ ਫਾਂਸੀ 'ਤੇ ਟੰਗਿਆ ਜਾਵਾਂ ਤਾਂ ਮੈਨੂੰ ਬਹਿਸ਼ਤ ਮਿਲੇਗੀ।"[47]

ਕਹਿੰਦੇ ਹਨ ਕਿ ਫਾਂਸੀ ਤੋਂ ਪਹਿਲਾਂ ਅੰਬਾਲਾ ਜੇਲ੍ਹ ਅੰਦਰ ਭਾਈ ਅਬਦੁੱਲਾ ਦਾ ਇਕ ਰਿਸ਼ਤੇਦਾਰ, ਜਿਹੜਾ ਪੰਜਾਬ ਪੁਲਿਸ ਵਿਚ ਸਬ-ਇਨਸਪੈਕਟਰ ਸੀ, ਉਸ ਨਾਲ ਨਿੱਜੀ ਗੱਲਬਾਤ ਕਰਨ ਆਇਆ ਸੀ। ਜਦ ਗੱਲ ਕਰ ਕੇ ਚਲਾ ਗਿਆ ਤਾਂ ਭਾਈ ਲਛਮਣ ਸਿੰਘ ਨੇ ਬੜੀ ਅਪਣੱਤ ਨਾਲ ਭਾਈ ਅਬਦੁੱਲਾ ਨੂੰ ਸੁਝਾਅ ਦਿੱਤਾ ਕਿ, "ਮੌਲਵੀ ਜੀ, ਅਖ਼ੀਰ ਵਿਚ ਅਸੀਂ ਆਪਸ ਵਿਚ ਵਿਛੜ ਤਾਂ ਜਾਣਾ ਹੀ ਹੈ, ਤੂੰ ਬਿਆਨ ਦੇ ਕੇ ਆਪਣੀ ਜਾਨ ਬਚਾਅ ਸਕਦਾ ਹੈਂ।" ਭਾਈ ਅਬਦੁੱਲਾ ਦਾ ਜਵਾਬ ਸੀ : "ਅਸਲ ਵਿਚ ਮੈਂ ਤਾਂ ਸ਼ਰਮਿੰਦਗੀ ਮਹਿਸੂਸ ਕਰਦਾ ਹਾਂ ਕਿਉਂਕਿ ਕੁਝ ਕੁ ਲੱਖ ਸਿੱਖਾਂ ਵਿੱਚੋਂ ਤੁਸੀਂ ਗਿਆਰਾਂ ਜਣਿਆਂ* ਨੇ ਦੇਸ਼ ਲਈ ਆਪਣੀਆਂ ਜਾਨਾਂ ਦੀ ਬਾਜ਼ੀ ਲਾ ਦਿੱਤੀ ਹੈ, ਜਦੋਂ ਕਿ ਅੱਠ ਕਰੋੜ ਮੁਸਲਮਾਨਾਂ 'ਚੋਂ ਮੈਂ ਇਕੱਲਾ ਹੀ ਹਾਂ। ਅੱਲਾ ਦੀ ਰਹਿਮਤ ਨਾਲ ਮੈਂ ਤੁਹਾਡਾ ਸਾਥ ਛੱਡ ਕੇ ਪਤਹੀਣ ਨਹੀਂ ਬਣਨਾ ਚਾਹੁੰਦਾ।"

---

* 23ਵੇਂ ਰਸਾਲੇ ਦੇ ਕੁੱਲ 12 ਜਵਾਨਾਂ ਨੂੰ ਫਾਂਸੀ ਦਿੱਤੀ ਗਈ ਸੀ, ਜਿਨ੍ਹਾਂ ਵਿੱਚੋਂ ਅਬਦੁੱਲਾ ਤੋਂ ਬਿਨਾਂ ਬਾਕੀ ਸਾਰੇ ਸਿੱਖ ਸਨ।

44. ਐਚ.ਐਸ. ਦਿਲਗੀਰ, *ਗ਼ਦਰੀ ਸ਼ਹੀਦ ਕਾਸ਼ੀ ਰਾਮ ਮੜੌਲੀ*, ਸਫ਼ਾ 109.
45. *ਉਹੀ*, ਸਫ਼ਾ 111.
46. *ਉਹੀ*, ਸਫ਼ਾ 113.
47. ਸਚਿੰਦਰ ਨਾਥ ਸਾਨਿਆਲ, *ਬੰਦੀ ਜੀਵਨ*, ਸਫ਼ਾ 62.

ਫਾਂਸੀ ਦੇਣ ਵੇਲੇ ਭਾਈ ਅਬਦੁੱਲਾ ਨੇ ਜੇਲਰ ਦੀ ਮਿੰਨਤ ਕਰਦਿਆਂ ਕਿਹਾ ਸੀ, "ਮੌਤ ਤੋਂ ਬਾਅਦ ਵੀ ਸਾਨੂੰ ਇਕ ਦੂਜੇ ਨਾਲੋਂ ਵੱਖ ਨਾ ਕੀਤਾ ਜਾਵੇ...ਜਾਂ ਤਾਂ ਸਾਡਾ ਸਾਰਿਆਂ ਦਾ ਇਕੱਠਿਆਂ ਸਸਕਾਰ ਕਰ ਦਿੱਤਾ ਜਾਵੇ, ਜਾਂ ਫਿਰ ਸਾਨੂੰ ਸਾਰਿਆਂ ਨੂੰ ਇਕੱਠਿਆਂ ਹੀ ਸਪੁਰਦੇ ਖ਼ਾਕ ਕਰ ਦਿੱਤਾ ਜਾਵੇ।"* ਪਰ ਜੇਲਰ ਨੇ ਉਸ ਦੀ ਇਸ ਬੇਨਤੀ ਨੂੰ ਨਾਪ੍ਰਵਾਨ ਕਰਦੇ ਹੋਏ ਗਿਆਰਾਂ ਸਿੱਖ ਸ਼ਹੀਦਾਂ ਦਾ ਜੇਲ੍ਹ ਅੰਦਰ ਸਸਕਾਰ ਕਰ ਦਿੱਤਾ ਸੀ ਅਤੇ ਭਾਈ ਅਬਦੁੱਲਾ ਨੂੰ ਮੁਸਲਿਮ ਰੀਤਾਂ ਅਨੁਸਾਰ ਦਫ਼ਨ ਕਰ ਦਿੱਤਾ ਸੀ।[48]

ਜਗਰਾਉਂ ਦੇ ਜੰਮ-ਪਲ ਮੌਲਵੀ ਹਾਫ਼ਿਜ਼ ਅਬਦੁੱਲਾ, ਜਿਹੜੇ ਫ਼ਿਲਪਾਈਨ ਦੀ ਗ਼ਦਰ ਪਾਰਟੀ ਦੇ ਪ੍ਰਧਾਨ ਸਨ, "ਇਕ ਗੰਭੀਰ ਤੇ ਸਿਆਣੇ ਦੇਸ਼ ਭਗਤ ਸਨ। ਜਦ ਉਨ੍ਹਾਂ ਨੂੰ ਫਾਂਸੀ ਦੀ ਸਜ਼ਾ ਸੁਣਾਈ ਗਈ ਤਾਂ ਉਹ ਸੈਂਟਰਲ ਜੇਲ੍ਹ ਲਾਹੌਰ ਦੇ 14 ਨੰ: ਹਾਤੇ ਦੀਆਂ ਫਾਂਸੀ ਕੋਠੀਆਂ ਵਿਚ ਬੰਦ ਸਨ। ਭਾਈ ਬਲਵੰਤ ਸਿੰਘ (ਖੁਰਦਪੁਰ), ਭਾਈ ਕਰਤਾਰ ਸਿੰਘ (ਨਵਾਂ ਚੰਦ) ਆਦਿ ਸਭ ਸਿੰਘ ਗੁਰਬਾਣੀ ਦਾ ਪਾਠ ਕਰਿਆ ਕਰਦੇ ਸਨ। ਆਪ ਵੀ ਸੁਣਨ ਲੱਗ ਪਏ। ਇਕ ਦਿਨ ਕਹਿਣ ਲੱਗੇ ਕਿ:

> "ਹੁਣ ਜ਼ਿੰਦਗੀ ਦਾ ਲੁਤਫ਼ ਆਉਣ ਲੱਗਾ ਸੀ ਤੇ ਪਤਾ ਲੱਗਾ ਸੀ ਕਿ ਜ਼ਿੰਦਗੀ ਕੀ ਹੈ? ਪਰ ਹੁਣ ਜ਼ਿੰਦਗੀ ਹੀ ਨਹੀਂ ਰਹੀ।" (ਕਿਉਂਕਿ ਉਹ ਥੋੜ੍ਹੇ ਚਿਰ ਬਾਅਦ ਹੀ ਬਾਕੀ ਦੇ ਸਾਥੀਆਂ ਨਾਲ ਫਾਂਸੀ ਲੱਗ ਗਏ)। ਉਨ੍ਹਾਂ ਉਪਰ ਗੁਰਬਾਣੀ ਦਾ ਐਸਾ ਪ੍ਰਭਾਵ ਪਿਆ ਕਿ ਗੁਰਬਾਣੀ ਦਾ ਰਸ ਆਉਣ ਲੱਗ ਪਿਆ ਸੀ। ਉਨ੍ਹਾਂ ਦੀ ਇਹ ਗੱਲ ਸਾਨੂੰ ਭਾਈ ਕਰਤਾਰ ਸਿੰਘ ਜੀ, ਨਵਾਂ ਚੰਦ ਨਿਵਾਸੀ ਨੇ ਦੱਸੀ ਸੀ ਜੋ ਉਸ ਵੇਲੇ ਉਨ੍ਹਾਂ ਦੇ ਨਾਲ ਸਨ। ਕਿਉਂਕਿ ਭਾਈ ਕਰਤਾਰ ਸਿੰਘ ਜੀ ਨੂੰ ਵੀ ਪਹਿਲਾਂ ਫਾਂਸੀ ਦੀ ਸਜ਼ਾ ਸੁਣਾਈ ਗਈ ਸੀ ਜੋ ਪਿੱਛੋਂ ਉਮਰ ਕੈਦ ਵਿਚ ਬਦਲ ਗਈ ਸੀ।"[49]

ਗਿਆਨੀ ਹਰਭਜਨ ਸਿੰਘ ਚਮਿੰਡਾ ਨੇ ਸ਼ਹੀਦ ਗਾਂਧਾ ਸਿੰਘ ਦੀ ਸੂਰਬੀਰਤਾ ਇਨ੍ਹਾਂ ਲਫ਼ਜ਼ਾਂ ਵਿਚ ਦਰਸਾਈ ਹੈ:

> "ਇਹ ਵੀਰ ਬੜਾ ਦਲੇਰ ਸੀ...ਜੋ 8 ਮਾਰਚ 1916 ਨੂੰ ਮਿੰਟਗੁਮਰੀ ਜੇਲ੍ਹ ਵਿਚ ਫਾਂਸੀ ਚਾੜ੍ਹੇ ਗਏ। ਫਾਂਸੀ ਸੁਣਨ ਸਾਰ ਇਨ੍ਹਾਂ ਜੱਜਾਂ ਨੂੰ ਕਿਹਾ ਕਿ ਤੁਸੀਂ ਇਹ ਮੈਨੂੰ ਕੋਈ ਨਵੀਂ ਗੱਲ ਨਹੀਂ ਸੁਣਾਈ। ਇਹ ਤਾਂ ਮੈਂ ਅਮਰੀਕਾ ਤੋਂ ਤੁਰਨ ਸਮੇਂ ਦੀ ਕਬੂਲੀ ਹੋਈ ਹੈ। ਇਹਦੀ ਬਹਾਦਰੀ ਬਾਰੇ ਪੋਹੂ ਰਾਮ ਹੈੱਡ ਜਮਾਂਦਾਰ ਦਾ ਕਥਨ ਹੈ ਕਿ ਮੈਂ ਆਪਣੇ ਸਾਹਮਣੇ ਇਕ ਸੌ ਤੋਂ ਉਪਰ ਸੱਜਣ ਫਾਂਸੀ ਚੜ੍ਹਦੇ ਦੇਖੇ ਹਨ, ਪਰ ਜਿਸ ਤਰ੍ਹਾਂ ਸੱਪ ਵਾਂਗੂੰ ਮੇਲ੍ਹਦਾ ਗਾਂਧਾ ਸਿੰਘ ਫਾਂਸੀ ਘਰ ਵੱਲ ਜਾਂਦਾ ਵੇਖਿਆ, ਹੋਰ ਕੋਈ ਨਹੀਂ ਡਿੱਠਾ। ਸਾਡੇ ਨਾਲ ਹਵਾਲਾਤ ਵਿਚ ਬਚਨ ਕਰਦਿਆਂ ਗਾਂਧਾ ਸਿੰਘ ਨੇ ਕਿਹਾ ਸੀ ਕਿ ਮੈਂ ਅਮਰੀਕਾ ਤੋਂ ਦੇਸ ਵੱਲ ਤੁਰਨ ਸਮੇਂ ਰਾਤ ਦੇ ਬਾਰ੍ਹਾਂ ਬਾਰ੍ਹਾਂ ਵਜੇ ਤਕ ਬੈਠ ਕੇ ਮਨ ਨਾਲ ਫ਼ੈਸਲਾ ਕੀਤਾ ਸੀ ਕਿ ਓਥੇ ਜਾ ਕੇ ਫਾਂਸੀ ਲੱਗਣਾ ਹੈ। ਸੋ ਇਹ ਮੰਨ ਕੇ ਹੀ ਤੁਰਿਆ ਸੀ।"[50]

---

* ਨਿਰਦਈ ਹਾਕਮਾਂ ਨੇ ਕਿਸੇ ਵੀ ਗ਼ਦਰੀ ਸ਼ਹੀਦ ਦੀ ਲਾਸ਼ ਉਸ ਦੇ ਵਾਰਸਾਂ ਨੂੰ ਨਹੀਂ ਦਿੱਤੀ ਸੀ। ਸਾਰਿਆਂ ਦਾ ਜੇਲ੍ਹਾਂ ਅੰਦਰ ਹੀ ਅੰਤਿਮ ਸਸਕਾਰ ਕਰ ਦਿੱਤਾ ਗਿਆ ਸੀ।

48. Malwinderjit Singh Waraich, Harish Jain (eds.) *Ghadar Movement : Original Documents-Soldier's Revolts,* p. 49.
49. ਗਿਆਨੀ ਨਾਹਰ ਸਿੰਘ, *ਆਜ਼ਾਦੀ ਦੀਆਂ ਲਹਿਰਾਂ*, ਸਫ਼ੇ 92-93.
50. ਪ੍ਰੋ. ਮਲਵਿੰਦਰਜੀਤ ਸਿੰਘ ਵੜੈਚ ਤੇ ਸੀਤਾ ਰਾਮ ਬਾਂਸਲ (ਸੰਪਾ.), *ਭਾਰਤੀ ਸ਼ਹੀਦਾਂ ਦੀਆਂ ਲਹੂ ਭਿੰਨੀਆਂ ਯਾਦਾਂ*, ਸਫ਼ਾ 51.

ਪੁਸਤਕ-ਸੂਚੀ

ਪੰਜਾਬੀ ਪੁਸਤਕਾਂ

ਅਜਮੇਰ ਸਿੰਘ, *ਕਿਸ ਬਿਧ ਰੁਲੀ ਪਾਤਸ਼ਾਹੀ : ਸਿੱਖ ਰਾਜਨੀਤੀ ਦਾ ਦੁਖਾਂਤ,* ਸਿੰਘ ਬ੍ਰਦਰਜ਼, ਅੰਮ੍ਰਿਤਸਰ, 2007.

—, *ਗ਼ਦਰੀ ਬਾਬੇ ਕੌਣ ਸਨ ?: ਅਨਮਤੀਆਂ ਦੇ ਕੂੜ ਦਾਅਵਿਆਂ ਦਾ ਖੰਡਨ,* ਸਿੰਘ ਬ੍ਰਦਰਜ਼, ਅੰਮ੍ਰਿਤਸਰ, ਦੂਜੀ ਐਡੀਸ਼ਨ, 2014.

ਅਜਮੇਰ ਸਿੰਘ ਐਮ.ਏ., *ਸਰਾਭੇ ਦਾ ਸਾਥੀ ਹਰਿਭਜਨ ਸਿੰਘ ਸਾਥੀ,* ਪ੍ਰਕਾਸ਼ਕ ਸੰਤੋਖ ਸਿੰਘ, ਅੰਮ੍ਰਿਤਸਰ, ਅਕਤੂਬਰ 1986.

ਐਚ.ਐਸ. ਦਿਲਗੀਰ, *ਗ਼ਦਰੀ ਸ਼ਹੀਦ ਕਾਸ਼ੀ ਰਾਮ ਮੜੌਲੀ,* (ਸੰਪਾ.) ਮਲਵਿੰਦਰਜੀਤ ਸਿੰਘ ਵੜੈਚ, ਲੋਕਗੀਤ ਪ੍ਰਕਾਸ਼ਨ, ਚੰਡੀਗੜ੍ਹ, 2013.

ਸਚਿੰਦਰ ਨਾਥ ਸਾਨਿਆਲ, *ਬੰਦੀ ਜੀਵਨ,* (ਸੰਪਾ. ਤੇ ਅਨੁ.) ਪ੍ਰੇਮ ਪ੍ਰਕਾਸ਼, ਲੋਕਗੀਤ ਪ੍ਰਕਾਸ਼ਨ, ਚੰਡੀਗੜ੍ਹ, 2006.

ਸੱਜਣ ਸਿੰਘ ਨਾਰੰਗਵਾਲ (ਭਾਈ), *ਸੰਖੇਪ ਜੀਵਨ ਕਥਾ,* ਪ੍ਰਕਾਸ਼ਕ ਸਾਹਿਬ ਲਖਮੀ ਸਿੰਘ, ਲੁਧਿਆਣਾ, 1966.

ਸੰਤ ਤੇਜਾ ਸਿੰਘ, *ਜੀਵਨ ਕਥਾ ਗੁਰਮੁਖ ਪਿਆਰੇ ਸੰਤ ਅਤਰ ਸਿੰਘ ਜੀ ਮਹਾਰਾਜ,* ਭਾਗ-2, ਕਲ਼ਗੀਧਰ ਟਰੱਸਟ, ਬੜੂ ਸਾਹਿਬ (ਹਿਮਾਚਲ ਪ੍ਰਦੇਸ਼), ਦਸਵੀਂ ਵਾਰ, 2008.

ਸੁੰਦਰ ਸਿੰਘ ਲਾਯਲਪੁਰ, ਮਾਸਟਰ, *ਕੀ ਖ਼ਾਲਸਾ ਕਾਲਜ ਸਿੱਖਾਂ ਦਾ ਹੈ ?,* ਪ੍ਰਕਾਸ਼ਕ ਲੇਖਕ ਆਪ, 1909.

ਸੋਹਣ ਸਿੰਘ ਭਕਨਾ, *ਮੇਰੀ ਰਾਮ ਕਹਾਣੀ,* (ਸੰਪਾ.) ਰਾਜਵਿੰਦਰ ਸਿੰਘ ਰਾਹੀ, ਸੰਗਮ ਪਬਲੀਕੇਸ਼ਨਜ਼, ਸਮਾਣਾ, 2012.

—, *ਮੇਰੀ ਆਪ ਬੀਤੀ,* (ਸੰਪਾ.) ਅਮਰਜੀਤ ਚੰਦਨ, ਕੌਪਰ ਕੌਇਨ ਪਬਲਿਸ਼ਿੰਗ, ਗ਼ਾਜ਼ੀਆਬਾਦ, 2014.

ਸੋਹਨ ਸਿੰਘ ਜੋਸ਼, *ਭਗਤ ਸਿੰਘ ਨਾਲ ਮੇਰੀਆਂ ਮੁਲਾਕਾਤਾਂ ਅਤੇ ਚਾਰ ਹੋਰ ਮੁੱਢਲੇ ਇਨਕਲਾਬੀ,* ਆਰਸੀ ਪਬਲਿਸ਼ਰਜ਼, ਦਿੱਲੀ, 1986.

ਹਰਜਿੰਦਰ ਸਿੰਘ ਦਿਲਗੀਰ (ਡਾ.-ਸੰਪਾ.), *ਸ਼੍ਰੋਮਣੀ ਗੁਰਦੁਆਰਾ ਪ੍ਰਬੰਧਕ ਕਮੇਟੀ ਕਿਵੇਂ ਬਣੀ ?,* ਸਿੱਖ ਇਤਿਹਾਸ ਰੀਸਰਚ ਬੋਰਡ, ਸ੍ਰੀ ਅੰਮ੍ਰਿਤਸਰ, 2000.

ਹਰਿੰਦਰ ਸਿੰਘ ਮਹਿਬੂਬ, *ਸਹਿਜੇ ਰਚਿਓ ਖ਼ਾਲਸਾ,* ਸਿੰਘ ਬ੍ਰਦਰਜ਼, ਅੰਮ੍ਰਿਤਸਰ, ਤੀਜੀ ਐਡੀਸ਼ਨ, 2015.

ਹਰੀਸ਼ ਕੇ. ਪੁਰੀ (ਡਾ.), *ਗ਼ਦਰ ਲਹਿਰ : ਵਿਚਾਰਧਾਰਾ ਜਥੇਬੰਦੀ ਰਣਨੀਤੀ,* ਗੁਰੂ ਨਾਨਕ ਦੇਵ ਯੂਨੀਵਰਸਿਟੀ, ਅੰਮ੍ਰਿਤਸਰ, 2006.

ਗੰਡਾ ਸਿੰਘ (ਡਾ.-ਸੰਪਾ.), *ਅਮਰੀਕਾ ਵਿਚ ਹਿੰਦੁਸਤਾਨੀ,* ਕੇਸਰ ਸਿੰਘ ਖ਼ਾਲਸਾ ਟਰੱਸਟ, ਵੈਨਕੂਵਰ, 1976.

ਗ਼ਦਰੀ ਯੋਧਾ ਭਾਈ ਸੰਤੋਖ ਸਿੰਘ : ਜੀਵਨ ਤੇ ਲਿਖਤਾਂ, ਦੇਸ਼ ਭਗਤ ਯਾਦਗਾਰ ਕਮੇਟੀ, ਜਲੰਧਰ, 2003.

ਗੁਰਚਰਨ ਸਿੰਘ (ਡਾ.), *ਵੀਰ ਨਾਇਕ : ਕਰਤਾਰ ਸਿੰਘ ਸਰਾਭਾ*, ਪੰਜਾਬੀ ਯੂਨੀਵਰਸਿਟੀ, ਪਟਿਆਲਾ, 1994.

ਗੁਰਚਰਨ ਸਿੰਘ ਸੈਂਸਰਾ, *ਗ਼ਦਰ ਪਾਰਟੀ ਦਾ ਇਤਿਹਾਸ*, ਦੇਸ਼ ਭਗਤ ਯਾਦਗਾਰ ਕਮੇਟੀ, ਜਲੰਧਰ, ਤੀਜੀ ਐਡੀਸ਼ਨ, 2006.

ਗੁਰਦਿੱਤ ਸਿੰਘ, ਬਾਬਾ, *ਜ਼ੁਲਮੀ ਕਥਾ*, (ਸੰਪਾ.) ਦਰਸ਼ਨ ਸਿੰਘ ਤਾਤਲਾ, ਯੂਨੀਸਟਾਰ ਬੁਕਸ, ਚੰਡੀਗੜ੍ਹ, 2007.

ਗੁਰਦੇਵ ਸਿੰਘ ਸਿੱਧੂ, ਸੁਰਿੰਦਰਪਾਲ ਸਿੰਘ (ਸੰਪਾ.), *ਗ਼ਦਰੀ ਬਾਬਾ ਭਾਈ ਭਗਵਾਨ ਸਿੰਘ 'ਪ੍ਰੀਤਮ'*, ਯੂਨੀਸਟਾਰ ਬੁੱਕਸ ਪ੍ਰਾਈਵੇਟ ਲਿਮਟਿਡ, ਚੰਡੀਗੜ੍ਹ, 2013.

ਗੁਰਭਗਤ ਸਿੰਘ, *ਵਿਸ਼ਵ ਚਿੰਤਨ ਅਤੇ ਪੰਜਾਬੀ ਸਾਹਿੱਤ*, ਗੁਰੂ ਨਾਨਕ ਦੇਵ ਯੂਨੀਵਰਸਿਟੀ, ਅੰਮ੍ਰਿਤਸਰ, 2003.

ਗੁਰਮੁਖ ਸਿੰਘ 'ਮੁਸਾਫ਼ਿਰ', *ਵੀਹਵੀਂ ਸਦੀ ਦੇ ਸ਼ਹੀਦ*, ਵਿਦਿਆ ਪ੍ਰਕਾਸ਼ਨ ਭਵਨ, ਨਵੀਂ ਦਿੱਲੀ, 1968.

ਚਰੰਜੀ ਲਾਲ ਕੰਗਣੀਵਾਲ, *ਗ਼ਦਰੀ ਬਾਬਾ ਸ਼ਹੀਦ ਮਾ. ਊਧਮ ਸਿੰਘ ਕਸੇਲ*, ਲੋਕਗੀਤ ਪ੍ਰਕਾਸ਼ਨ, ਚੰਡੀਗੜ੍ਹ, 2009.

—, (ਸੰਪਾ.) *ਗ਼ਦਰ ਲਹਿਰ ਦਾ ਮਹਾਂਨਾਇਕ : ਸ਼ਹੀਦ ਕਰਤਾਰ ਸਿੰਘ ਸਰਾਭਾ*, ਪੰਜ ਆਬ ਪ੍ਰਕਾਸ਼ਨ, ਜਲੰਧਰ, 2012.

ਚੈਨ ਸਿੰਘ ਚੈਨ (ਸੰਪਾ.), *ਗ਼ਦਰ ਲਹਿਰ ਦੀ ਕਹਾਣੀ : ਗ਼ਦਰੀ ਬਾਬਿਆਂ ਦੀ ਜ਼ਬਾਨੀ*, ਦੇਸ਼ ਭਗਤ ਯਾਦਗਾਰ ਕਮੇਟੀ, ਜਲੰਧਰ, 2002.

ਜਸਵੰਤ ਸਿੰਘ ਜਸ, *ਬਾਬਾ ਸੋਹਣ ਸਿੰਘ ਭਕਨਾ*, ਨਿਊ ਬੁੱਕ ਕੰਪਨੀ, ਜਲੰਧਰ, 1983.

—, *ਬਾਬਾ ਵਸਾਖਾ ਸਿੰਘ*, ਨਿਊ ਬੁੱਕ ਕੰਪਨੀ, ਜਲੰਧਰ, 1979.

ਜਸਵੰਤ ਸਿੰਘ ਨੇਕੀ, *ਅਚੇਤਨ ਦੀ ਲੀਲ੍ਹਾ*, ਗੁਰੂ ਨਾਨਕ ਦੇਵ ਯੂਨੀਵਰਸਿਟੀ, ਅੰਮ੍ਰਿਤਸਰ, ਤੀਜੀ ਐਡੀਸ਼ਨ, 2012.

ਜਗਜੀਤ ਸਿੰਘ, *ਗ਼ਦਰ ਪਾਰਟੀ ਲਹਿਰ*, ਨਵਯੁਗ ਪਬਲਿਸ਼ਰਜ਼, ਦਿੱਲੀ, ਤੀਜੀ ਐਡੀਸ਼ਨ, 2000.

ਜਗਮੋਹਨ ਸਿੰਘ (ਪ੍ਰੋ.-ਸੰਪਾ.), *ਸ਼ਹੀਦ ਭਗਤ ਸਿੰਘ ਅਤੇ ਉਹਨਾਂ ਦੇ ਸਾਥੀਆਂ ਦੀਆਂ ਲਿਖਤਾਂ*, ਚੇਤਨਾ ਪ੍ਰਕਾਸ਼ਨ, ਲੁਧਿਆਣਾ, 2005.

ਡਾਇਰੀ ਗ਼ਦਰੀ ਬਾਬਾ ਹਰਜਾਪ ਸਿੰਘ, ਦੇਸ਼ ਭਗਤ ਯਾਦਗਾਰ ਕਮੇਟੀ, ਜਲੰਧਰ, 1998.

ਤਜਿੰਦਰ ਵਿਰਲੀ (ਡਾ.), *ਭਾਈ ਸੰਤੋਖ ਸਿੰਘ ਕਿਰਤੀ : ਇਨਕਲਾਬੀ ਸੂਝ ਦਾ ਸਫ਼ਰ*, ਚਿੰਤਨ ਪ੍ਰਕਾਸ਼ਨ, ਲੁਧਿਆਣਾ, 2011.

ਤ੍ਰਿਲੋਕਯ ਨਾਥ ਚੱਕਰਵਰਤੀ, *ਜੇਲ੍ਹ ਵਿਚ ਤੀਹ ਵਰ੍ਹੇ*, ਲੋਕਗੀਤ ਪ੍ਰਕਾਸ਼ਨ, ਚੰਡੀਗੜ੍ਹ, 2007.

ਨਾਹਰ ਸਿੰਘ, ਗਿਆਨੀ, *ਜੀਵਨੀ ਕਰਤਾਰ ਸਿੰਘ ਸਰ੍ਹਾਬਾ*, ਪੰਜਾਬੀ ਯੂਨੀਵਰਸਿਟੀ, ਪਟਿਆਲਾ, 1967.

—, *ਆਜ਼ਾਦੀ ਦੀਆਂ ਲਹਿਰਾਂ*, ਭਾਈ ਸਾਹਿਬ ਰਣਧੀਰ ਸਿੰਘ ਟਰੱਸਟ, ਲੁਧਿਆਣਾ, ਦੂਜੀ ਵਾਰ, 2010.

ਪਿਆਰ ਸਿੰਘ, *ਤੇਜਾ ਸਿੰਘ ਸਮੁੰਦਰੀ*, ਗੁਰੂ ਨਾਨਕ ਦੇਵ ਯੂਨੀਵਰਸਿਟੀ, ਅੰਮ੍ਰਿਤਸਰ, 1975.

ਪ੍ਰਤਾਪ ਸਿੰਘ ਗਿਆਨੀ, *ਅਕਾਲੀ ਲਹਿਰ*, ਖ਼ਾਲਸਾ ਬ੍ਰਦਰਜ਼, ਅੰਮ੍ਰਿਤਸਰ, 1983.

ਪ੍ਰੇਮ ਸਿੰਘ ਬਜਾਜ, *ਦੋ ਪੈੜਾਂ ਇਤਿਹਾਸ ਦੀਆਂ*, ਪੰਜਾਬੀ ਸਾਹਿਤ ਅਕਾਡਮੀ, ਲੁਧਿਆਣਾ, 2004.

ਬਲਬੀਰ ਪਰਵਾਨਾ (ਸੰਪਾ.), *ਲਿਖਤਾਂ ਗ਼ਦਰੀ ਬਾਬਾ ਜਵਾਲਾ ਸਿੰਘ*, ਤਰਕ ਭਾਰਤੀ ਪ੍ਰਕਾਸ਼ਨ, ਬਰਨਾਲਾ, 2007.

ਭਗਤ ਸਿੰਘ ਬਿਲਗਾ, *ਨਿਰਭੈ ਯੋਧੇ ਗ਼ਦਰੀ ਬਾਬੇ ਗੁਰਮੁਖ ਸਿੰਘ ਦੀ ਜੀਵਨੀ*, ਦੇਸ਼ ਭਗਤ ਯਾਦਗਾਰ ਕਮੇਟੀ, ਜਲੰਧਰ, 1989.

—, *ਗ਼ਦਰ ਲਹਿਰ ਦੇ ਅਣਫੋਲੇ ਵਰਕੇ*, ਦੇਸ਼ ਭਗਤ ਯਾਦਗਾਰ ਕਮੇਟੀ, ਜਲੰਧਰ, 1989.

ਭਗਤ ਸਿੰਘ ਬਿਲਗਾ (ਸੰਪਾ.), *ਗ਼ਦਰ ਦੀ ਗੂੰਜ*, ਦੇਸ਼ ਭਗਤ ਯਾਦਗਾਰ ਕਮੇਟੀ, ਜਲੰਧਰ, 1993.

ਮਲਵਿੰਦਰਜੀਤ ਸਿੰਘ (ਪ੍ਰੋ.-ਸੰਪਾ.), *ਆਤਮ ਕਥਾ ਸੰਤ ਬਾਬਾ ਵਿਸਾਖਾ ਸਿੰਘ*, ਸ਼੍ਰੋਮਣੀ ਗੁਰਦੁਆਰਾ ਪ੍ਰਬੰਧਕ ਕਮੇਟੀ, ਸ੍ਰੀ ਅੰਮ੍ਰਿਤਸਰ, 2001.

—, *ਜੀਵਨ ਸੰਗਰਾਮ : ਆਤਮ ਕਥਾ ਸੋਹਣ ਸਿੰਘ ਭਕਨਾ*, ਤਰਕ ਭਾਰਤੀ ਪ੍ਰਕਾਸ਼ਨ, ਬਰਨਾਲਾ, ਚੌਥੀ ਛਾਪ, 2003.

ਮਲਵਿੰਦਰਜੀਤ ਸਿੰਘ ਵੜੈਚ (ਸੰਪਾ.), *ਸ਼ਹੀਦ ਕਰਤਾਰ ਸਿੰਘ ਸਰਾਭਾ : ਜੀਵਨੀ ਅਤੇ ਸ਼ਹੀਦੀ*, ਲੋਕਗੀਤ ਪ੍ਰਕਾਸ਼ਨ, ਚੰਡੀਗੜ੍ਹ, 2007.

ਮਲਵਿੰਦਰਜੀਤ ਸਿੰਘ ਵੜੈਚ (ਪ੍ਰੋ.) ਤੇ ਸੀਤਾ ਰਾਮ ਬਾਂਸਲ (ਸੰਪਾ.), *ਭਾਰਤੀ ਸ਼ਹੀਦਾਂ ਦੀਆਂ ਲਹੂ-ਭਿੰਨੀਆਂ ਯਾਦਾਂ ਤੇ ਸਵੈ-ਜੀਵਨੀ ਬਾਬਾ ਹਰਭਜਨ ਸਿੰਘ ਚਮਿੰਡਾ*, ਲੋਕਗੀਤ ਪ੍ਰਕਾਸ਼ਨ, ਚੰਡੀਗੜ੍ਹ, 2011.

—, *ਆਤਮ ਕਥਾ ਗ਼ਦਰੀ ਬਾਬਾ ਹਰਨਾਮ ਸਿੰਘ ਕਾਲਾਸੰਘਿਆ*, ਲੋਕਗੀਤ ਪ੍ਰਕਾਸ਼ਨ, ਚੰਡੀਗੜ੍ਹ, 2011.

ਰਣਧੀਰ ਸਿੰਘ, ਭਾਈ ਸਾਹਿਬ ਭਾਈ, *ਅਣਡਿੱਠੀ ਦੁਨੀਆਂ*, ਪ੍ਰਕਾਸ਼ਕ ਗਯਾਨੀ ਨਾਹਰ ਸਿੰਘ ਗੁਜਰਵਾਲ, 1949.

—, *ਜੇਲ੍ਹ ਚਿੱਠੀਆਂ*, ਭਾਈ ਸਾਹਿਬ ਰਣਧੀਰ ਸਿੰਘ ਟਰੱਸਟ, ਲੁਧਿਆਣਾ, ਤੇਰ੍ਹਵੀਂ ਵਾਰ, 2003.

—, *ਰੰਗਲੇ ਸੱਜਣ*, ਭਾਈ ਸਾਹਿਬ ਰਣਧੀਰ ਸਿੰਘ ਟਰੱਸਟ, ਲੁਧਿਆਣਾ, ਗਿਆਰ੍ਹਵੀਂ ਵਾਰ, 2004.

—, *ਗੁਰਮਤਿ ਲੇਖ*, ਭਾਈ ਸਾਹਿਬ ਰਣਧੀਰ ਸਿੰਘ ਟਰੱਸਟ, ਲੁਧਿਆਣਾ, ਚੌਥੀ ਵਾਰ, 2004.

ਰਣਧੀਰ ਸਿੰਘ (ਪ੍ਰੋ.), *ਗ਼ਦਰੀ ਸੂਰਬੀਰ*, ਸ਼ਹੀਦ ਭਗਤ ਸਿੰਘ ਯਾਦਗਾਰੀ ਪ੍ਰਕਾਸ਼ਨ, ਲੁਧਿਆਣਾ, 2005.

ਰਾਜਵਿੰਦਰ ਸਿੰਘ ਰਾਹੀ (ਸੰਪਾ.), *ਗ਼ਦਰ ਲਹਿਰ ਦੀ ਅਸਲੀ ਗਾਥਾ-1* (ਗ਼ਦਰੀ ਬਾਬਿਆਂ ਦੀਆਂ ਮੌਲਿਕ ਲਿਖਤਾਂ), ਸੰਗਮ ਪਬਲੀਕੇਸ਼ਨਜ਼, ਸਮਾਣਾ, 2012.

—, *ਗ਼ਦਰ ਲਹਿਰ ਦੀ ਅਸਲੀ ਗਾਥਾ-2* (ਗ਼ਦਰੀ ਬਾਬਿਆਂ ਦੀਆਂ ਮੌਲਿਕ ਲਿਖਤਾਂ), ਸੰਗਮ ਪਬਲੀਕੇਸ਼ਨਜ਼, ਸਮਾਣਾ, 2012.

ਲਾਲਾ ਹਰਦਿਆਲ : ਚੋਣਵੀਆਂ ਲਿਖਤਾਂ, ਲੋਕਗੀਤ ਪ੍ਰਕਾਸ਼ਨ, ਚੰਡੀਗੜ੍ਹ, 2011.

ਲੈਨਿਨ, ਵ.ਇ., *ਮਾਰਕਸ-ਏਂਗਲਜ਼-ਮਾਰਕਸਵਾਦ*, ਪ੍ਰਗਤੀ ਪ੍ਰਕਾਸ਼ਨ, ਮਾਸਕੋ, 1969.

ਵਰਿਆਮ ਸਿੰਘ ਸੰਧੂ, *ਗ਼ਦਰੀ ਜਰਨੈਲ : ਕਰਤਾਰ ਸਿੰਘ ਸਰਾਭਾ*, ਸੰਗਮ ਪਬਲੀਕੇਸ਼ਨਜ਼, ਪਟਿਆਲਾ, 2015.

ਵਰਿਆਮ ਸਿੰਘ ਸੰਧੂ, *ਗ਼ਦਰ ਲਹਿਰ ਦਾ ਚੌਮੁਖੀਆ ਚਿਰਾਗ਼ : ਕਰਤਾਰ ਸਿੰਘ ਸਰਾਭਾ* (ਸੰਖੇਪ ਜੀਵਨੀ)।

ਵਿਸਾਖਾ ਸਿੰਘ ਸੰਤ ਸਿਪਾਹੀ, ਜਨੇਤਪੁਰਾ, *ਮਾਲਵਾ ਸਿੱਖ ਇਤਿਹਾਸ* (ਭਾਗ ਦੂਜਾ), ਭਾਈ ਚਤਰ ਸਿੰਘ ਜੀਵਨ ਸਿੰਘ, ਅੰਮ੍ਰਿਤਸਰ, ਤੀਜੀ ਵਾਰ, 2010.

English Books

Arun Shourie, *Worshiping False Gods : Ambedkar and the Facts that have been Erased,* ASA Publishers, 1997.

Ashis Nandy, *The Romance of the State and the Fate of Dissent in the Tropics,* Oxford University Press, New Delhi, Second Impression, 2008.

—, *The Illegitimacy of Nationalism : Rabindranath Tagore and the Politics of Self,* Oxford University Press, New Delhi, 1994.

—, *The Intimate Enemy : Loss and Recovery of Self Under Colonialism,* Oxford University Press, New Delhi, 1983.

Braj Ranjan Mani, *Debrahmanising History,* Manohar Publishers and Distributors, New Delhi, 2007.

Carol A. Breckenridge and Peter van der Veer (Eds.), *Orientalism and the Postcolonial Predicament – Perspectives on South Asia,* University of Pennsylvania Press, 1993.

Darshan Singh Tatla, *A Guide to Sources : Ghadar Movement,* Guru Nanak Dev University, Amritsar, 2003.

Darshan Singh Tatla and Mandeep K. Tatla, *Sardar Gurdit Singh 'Kamagata Maru' : A Short Biography,* Unistar Books Pvt. Ltd., Chandigarh, 2007.

Dharmvira, *Lala Har Dayal and Revolutionary Movements of His Times,* Indian Book Company, New Delhi, 1970.

Edward W. Said, *Orientalism,* Penguin Books, New York, 1978.

E.H. Carr, *What is History,* Penguin Books, Australia, edition 2008.

Emily C. Brown, *Har Dayal : Hindu Revolutionary and Rationalist,* The University of Arizona Press, Tucson, 1975.

G. Aloysius, *Nationalism Without a Nation in India,* Oxford University Press, New Delhi, 1977.

George Orwell, *Notes on Nationalism*, Polymic, London, 1945.

Giri Lal Jain, *The Hindu Phenomenon,* UBS Publishers' Distributors Ltd., New Delhi, 1994.

Gurbhagat Singh, *Sikhism and Post Modern Thought,* Ajanta Publications, Delhi, 1999.

Gurmel S. Sidhu, *Another Aspect of Ghadar Movement : The Struggle for American Citizenship and Property Ownership,* Shri Guru Granth Sahib Foundation, Anaheim, USA.

Gurdev Singh Deol, *The Role of Ghadar Party in the National Movement,* Sterling Publishers, Delhi, 1969.

Gurpreet Mahajan (Ed.), *Democracy, Difference and Social Justice,* Oxford University Press, New Delhi, 1998.

Gurpreet Mahajan (Ed.), *The Multicultural Path,* Sage Publications, New Delhi, 2002.

Gurpreet Mahajan and D.L. Seth (Eds.), *Minority Identities and the Nation State,* Oxford University Press, New Delhi, 1999.

Harbans Singh, *The Heritage of the Sikhs,* Manohar Publishers and Distributors, New Delhi, edn. 1994.

Harbans Singh and Norman G. Barrier (Eds.), *Essays in Honour of Dr. Ganda Singh,* Punjabi University, Patiala, 1976.

Harish K. Puri, *Ghadar Movement : Ideology, Organisation, Strategy,* Guru Nanak Dev University, Amritsar, 1993.

Harold A. Gould, *Sikhs, Swamis, Students and Spies : The Indian Lobby in the United States 1900-1946,* Sage Publications, New Delhi, 2006.

Isemonger and Slattery, 'Ghadr Conspiracy Report', in Bhai Nahar Singh M.A. and Kirpal Singh (Eds.), *Struggle for Free Hindustan (Ghadr Movement),* Vol. I, 1905-16, Atlantic Publishers and Distributors, New Delhi, 1986.

J.S. Grewal et al (Eds.), *The Ghadar Movement : Background, Ideology, Action and Legacies,* Punjabi University, Patiala, 2013.

Jasbir Singh Mann et al (Eds.), *The Arrival of Sikhs in North America and The Ghadar Challenge to the British Empire in India,* Unistar Books Pvt. Ltd., Second Edition, 2015.

Jasbir Singh Mann, Satnam Singh Johal (Eds.), *Sikh Gadar Lehar (1907-1918),* Shri Guru Granth Sahib Foundation, Anaheim, USA.

Jawahar Lal Nehru, *India's Quest : Being Letters on Indian History from Glimpses of World History,* Asia Publishing House, Bombay, 1963.

Khushwant Singh, *A History of the Sikhs,* Vol. II, Oxford University Press, New Delhi, (reprint) 1999.

Khushwant Singh and Satindra Singh, *Ghadar 1915 : India's First Armed Revolution,* R&K Publishing House, New Delhi, 1966.

Kirpal Singh Dr. (Ed.), *Hardinge Papers Relating to Punjab,* Punjabi University, Patiala, 2002.

Kirpal Singh (Dr.) and Prithipal Singh Kapur (Compilers), Kharak Singh (Ed.), *The Makers of Modern Punjab : What They had to Say,* Singh Brothers, Amritsar, 2010.

Lala Har Dayal, *Forty-Four Months in Germany and Turkey,* P.S. King & Sons, London, 1920.

Lenin, V.I., *Marx, Engels, Marxism,* Progress Publishers, Moscow, Second Edition, 1977.

Malwinderjit Singh Waraich and Harinder Singh (Eds.), *Lahore Conspiracy Cases I and II,* Unistar Books Pvt. Ltd., Chandigarh, 2008.

—, *Ghadr Movement : Original Documents (Lahore Conspiracy Cases I and II),* Vol. 1-B, Unistar Books Pvt. Ltd., Chandigarh, 2014.

Malwinderjit Singh Waraich and Harish Jain (Eds.), *First Lahore Conspiracy Case : Mercy Petition,* Unistar Books Pvt. Ltd., Chandigarh, 2010.

—, *Ghadr Movement : Original Documents - Soldiers' Revolts,* Unistar Books Pvt. Ltd., Chandigarh, 2013.

Michael O'Dwyer, *India : As I Knew It (1885-1925),* Constable & Co., London, 1926.

Nahar Singh Bhai and Kirpal Singh (Eds.), *Struggle for Free Hindustan : Ghadar Directory,* Vol. IV, Gobind Sadan, Mehrauli, New Delhi, 1996.

Norman G. Barrier, *Sikhs and their Literature,* Manohar Publishers and Distributors, New Delhi, 1971.

Perry Anderson, *The Indian Ideology,* Three Essays Collective, Gurgaon, 2012.

Peter van der Veer, *Religious Nationalism : Hindus and Muslims in India,* University of California Press, California, 1994.

Ram Chandra, Comrade, *History of the Naujawan Bharat Sabha,* (Ed.) Malwinderjit Singh Waraich, Unistar Books Pvt. Ltd., Chandigarh, 2007.

Robin Blackburn, *Explosion in a Subcontinent : India, Pakistan, Bangladesh and Ceylon,* Penguin Books, 1975.

S.G. Sardesai, Dilip Bose, *Marxism and The Bhagvat Geeta,* Fourth Reprint, 2002.

Satya M. Rai, *Punjabi Heroic Tradition (1900-1947),* Punjabi University, Patiala, 1978.

Sham Lal, *A Hundred Encounters,* Rupa and Co., New Delhi, Second Edition, 2007.

Sohan Singh Josh, *Baba Sohan Singh Bhakna : Life of the Founder of the Ghadar Party,* The People's Publishing House, New Delhi, 1970.

—, *Hindustan Ghadar Party : A Short History,* Desh Bhagat Yadgar Committee, Jalandhar, 2nd Edition, 2007.

Sohan Singh Josh, *My Tryst with Secularism : An Autobiography,* Patriot Publishers, New Delhi, 1991.

The Director Intelligence Bureau, G.O.I., *The Ghadar Directory,* Punjabi University, Patiala, (reprint) 1997.

Vidya Sagar Suri, *Sohan Lal Pathak,* Punjabi University, Patiala, 1968.

Will Kymlicka (Ed.), *The Rights of Minority Cultures,* Oxford University Press, 1985.

ਹਿੰਦੀ ਪੁਸਤਕਾਂ

ਅਗਨੀਵੇਸ਼ (ਸੰਪਾ.), *ਸਰਫ਼ਰੋਸ਼ੀ ਕੀ ਤਮੰਨਾ : ਰਾਮ ਪ੍ਰਸਾਦ ਬਿਸਮਿਲ ਕੀ ਆਤਮਕਥਾ ਔਰ ਅਸ਼ਫ਼ਾਕ ਉੱਲਾ ਕੇ ਪੱਤਰ*, ਧਰਮ ਪ੍ਰਤੀਸ਼ਠਾਨ, ਨਵੀਂ ਦਿੱਲੀ, 2004.

ਪਰਮਾਨੰਦ, ਭਾਈ, *ਕਾਲੇ ਪਾਨੀ ਕੀ ਕਾਰਾਵਾਸ ਕਹਾਨੀ : ਆਪ ਬੀਤੀ*, ਪ੍ਰਭਾਤ ਪ੍ਰਕਾਸ਼ਨ, ਨਵੀਂ ਦਿੱਲੀ, 2009.

ਰਸਾਲੇ/ਮੈਗਜ਼ੀਨ

ਪੰਜਾਬੀ

ਕਿਰਤੀ (ਮਾਸਿਕ), ਅੰਮ੍ਰਿਤਸਰ, ਮਾਰਚ 1926, ਜੂਨ 1926, ਅਕਤੂਬਰ 1926 ਤੋਂ ਦਸੰਬਰ 1926, ਜਨਵਰੀ 1927, ਫ਼ਰਵਰੀ 1927, ਅਪਰੈਲ 1927 ਤੋਂ ਜੂਨ 1927, ਅਗਸਤ 1927 ਤੋਂ ਦਸੰਬਰ 1927, ਜਨਵਰੀ 1928 ਤੋਂ ਦਸੰਬਰ 1928, ਜਨਵਰੀ 1929 ਤੋਂ ਮਈ 1929, ਅਗਸਤ 1929 ਤੋਂ ਨਵੰਬਰ 1929, ਜਨਵਰੀ 1930 ਤੋਂ ਮਈ 1930, ਨਵੰਬਰ 1930.

ਕੌਮੀ ਲਹਿਰ (ਮਾਸਿਕ), ਜਲੰਧਰ, ਜਨਵਰੀ 1970 ਤੋਂ ਅਪਰੈਲ 1970, ਜੂਨ 1970, ਜਨਵਰੀ 1971, ਮਾਰਚ 1971, ਜੁਲਾਈ ਤੋਂ ਦਸੰਬਰ 1971, ਜਨਵਰੀ 1972 ਤੋਂ ਅਗਸਤ 1972.

ਗ਼ਦਰ (ਹਫ਼ਤਾਵਾਰ), ਸਾਨ ਫ਼ਰਾਂਸਿਸਕੋ, 9 ਦਸੰਬਰ 1913, 23 ਦਸੰਬਰ 1913, 30 ਦਸੰਬਰ 1913.

ਦੇਸ਼ਭਗਤ ਯਾਦਾਂ (ਮਾਸਿਕ), ਜਲੰਧਰ, ਜਨਵਰੀ 1964 ਤੋਂ ਦਸੰਬਰ 1964, ਜਨਵਰੀ 1965 ਤੋਂ ਜੂਨ 1965, ਅਗਸਤ 1965, ਸਤੰਬਰ 1965, ਦਸੰਬਰ 1965.

ਫੁਲਵਾੜੀ (ਮਾਸਿਕ), ਜਲੰਧਰ, ਅਪਰੈਲ 1948, ਮਈ 1948, ਅਗਸਤ 1948, ਸਤੰਬਰ 1948, ਦਸੰਬਰ 1948, ਮਾਰਚ 1956, ਮਈ 1956.

ਫੁਲਵਾੜੀ (ਮਾਸਿਕ), ਲਾਹੌਰ, ਮਈ 1928, ਮਾਰਚ 1931, ਜੁਲਾਈ 1931, ਜੂਨ 1934, ਮਈ 1935, ਜੁਲਾਈ 1935, ਜੂਨ 1938, ਅਗਸਤ 1938, ਨਵੰਬਰ 1938, ਫ਼ਰਵਰੀ 1939, ਜੁਲਾਈ 1939, ਅਗਸਤ 1939, ਦਸੰਬਰ 1939.

English

Ethnic and Racial Studies, Vol. 16, No. 3, Routledge, London, July 1993.

Frontier (Weekly), Calcutta, Vol. 7:29, November 9, 1974; Vol 7:30, November 16, 1974; Vol. 7:30, November 23, 1974.

Frontline (fortnightly), Chennai, April 8, 2005.

Heritage – Bulletin of History Sub-Committee of Desh Bhagat Yadgar Committee, Jalandhar, April 7, 1996; April 1998.

Journal of Sikh Studies (Biannual), Guru Nanak Dev University, Amritsar, Vol. IV., No. 2, August 1977.